കേരള സഞ്ചാരം

kerala sancharam

•

kattakada divakaran

•

first edition
march 2015

•

typesetting
star communications, thiruvananthapuram

•

published
chintha publishers, thiruvananthapuram

•

printed at
Repro India Ltd, Mumbai.

•

cover
vinod

•

price
rupees eight hundred only

വിതരണം

ദേശാഭിമാനി ബുക്ക് ഹൗസ്

H O തിരുവനന്തപുരം-695 035
Ph: 0471-2303026, 6063020
www.chinthapublishers.com
chinthapublishers@gmail.com

ബ്രാഞ്ചുകൾ

ഹെഡ്ഡാഫീസ് ബ്രാഞ്ച് കുന്നുകുഴി • സ്റ്റാച്യു തിരുവനന്തപുരം • കെ എസ് ആർ ടി സി ബസ് സ്റ്റേഷൻ ആലപ്പുഴ • കെ എസ് ആർ ടി സി ബസ് സ്റ്റേഷൻ എറണാകുളം • ചിറ്റൂർ റോഡ് എറണാകുളം • മച്ചിങ്ങൽ ലെയ്ൻ തൃശൂർ • ഐ ജി റോഡ് കോഴിക്കോട് • കെ എസ് ആർ ടി സി ബസ് സ്റ്റേഷൻ കോഴിക്കോട് • എൻ ജി ഒ യൂണിയൻ ബിൽഡിങ് കണ്ണൂർ • സെൻട്രൽ ബസ് ടെർമിനൽ കോംപ്ലക്സ് താവക്കര കണ്ണൂർ

CO - 2181 / 3645

കേരള സഞ്ചാരം

കാട്ടാക്കട ദിവാകരൻ

ചിന്ത പബ്ലിഷേഴ്സ്
തിരുവനന്തപുരം-695 035
വില : ₹ 800

കാട്ടാക്കട ദിവാകരൻ

കാട്ടാക്കടയിൽ അദ്ധ്യാപകനായിരുന്ന കെ ഗോവിന്ദപ്പിള്ളയുടെയും അദ്ധ്യാപിക കെ ഭാരതിയമ്മയുടെയും മകനായി 1935 മാർച്ച് 19 ന് നെയ്യാറ്റിൻകരയിൽ ജനിച്ചു. നെയ്യാറ്റിൻകര ഗവൺമെന്റ് ഹൈസ്കൂൾ, തിരുവനന്തപുരം യൂണിവേഴ്സിറ്റി കോളേജ് എന്നിവിടങ്ങളിൽ പഠനം. മലയാളഭാഷയിലും സാഹിത്യത്തിലും ബിരുദാനന്തരബിരുദം. കേരളാ പബ്ലിക് റിലേഷൻസ് വകുപ്പിൽ വിവിധ നിലകളിൽ സേവനമനുഷ്ഠിച്ചു. 1990 മാർച്ചിൽ അഡീഷണൽ ഡയറക്ടറായി വിരമിച്ചു. റിട്ട. ഹൈസ്കൂൾ അദ്ധ്യാപികയായ ആർ രാജമ്മയാണ് ഭാര്യ. ശ്രീലത, ശ്രീകല, ശ്രീലേഖ എന്നിവർ മക്കൾ. കവിത, ചെറുകഥ, നോവൽ, യാത്രാവിവരണം എന്നീ സാഹിത്യ ശാഖകളിൽ ഇരുപതോളം ഗ്രന്ഥങ്ങൾ രചിച്ചിട്ടുണ്ട്. 1956 മുതൽ തിരുവനന്തപുരത്ത് സ്ഥിരതാമസം. *യന്ത്രശാല, അനന്തശയനം, അട്ടപ്പാടിയിലെ ഗിരിജ,പുതിയ ദൈവങ്ങൾ, കിളിക്കൂട്, ഉദ്യോഗസ്ഥ ഭാര്യ, എങ്കിലും എന്റെ നാടേ, ഇവരെ സൂക്ഷിക്കണേ, സുഖം സ്വർഗ്ഗസുഖം* എന്നീ നോവലുകളും, ശ്രീപത്മനാഭന്റെ നാലുചക്രം, വിവാഹിതരേ സൂക്ഷിക്കുക. ഒരു മഴക്കാല രാത്രി, ആരും വേശ്യയല്ല എന്നീ കഥാസമാഹാരങ്ങളും അവസാനത്തിന്റെ ആരംഭം, താഴ്വരയിലെ കൊടുങ്കാറ്റ് എന്നീ നാടകങ്ങളും *കേരളീയ ഗ്രാമങ്ങളിലൂടെ എന്ന യാത്രാവിവരണവും എത്രയെത്ര സ്ഥലങ്ങൾ, എന്തെന്തു സംഭവങ്ങൾ* (സാംസ്കാരിക പര്യടനം), *ഒരു നിശ്ശബ്ദ വിപ്ലവം* (വികസനകഥ) എന്നീ കൃതികളും രചിച്ചിട്ടുണ്ട്. 2014 ഡിസംബറിൽ അന്തരിച്ചു.

മേൽവിലാസം : സി - 29, 'സൂര്യകാന്തി' രവി നഗർ
പേരൂർക്കട പി ഒ,
തിരുവനന്തപുരം 695 005.

ഉള്ളടക്കം

അനുബന്ധങ്ങൾ

പ്രസാധകക്കുറിപ്പ്

കേരളത്തെപ്പറ്റി സമഗ്രമായി അറിയാൻ ആഗ്രഹിക്കുന്ന ഒരാൾക്ക് ആശ്രയിക്കാവുന്ന ഒരു ഗ്രന്ഥമാണ് ശ്രീ. കാട്ടാക്കട ദിവാകരന്റെ *കേരള സഞ്ചാരം*. 2005 മേയിൽ പ്രസിദ്ധീകരിച്ച ഈ പുസ്തകത്തിന്റെ പരിഷ്കരിച്ച ചിന്ത പതിപ്പാണ് ഇപ്പോൾ പുറത്തിറങ്ങുന്നത്. 1964 മുതൽ 2004 വരെയുള്ള നാല്പതുകൊല്ലം കൊണ്ട് എഴുതുകയും, മാറിയ അനുഭവങ്ങളുടെയും വസ്തുതകളുടെയും അടിസ്ഥാനത്തിൽ പുനരാവിഷ്കരിക്കുകയും ചെയ്ത ഗ്രന്ഥമാണ് ഈ രൂപത്തിൽ പുറത്തിറങ്ങുന്നത്. കന്യാകുമാരിയിൽ നിന്നു തുടങ്ങി നേത്രാവതിവരെയുള്ള പ്രദേശങ്ങളിലൂടെയാണ് ശ്രീ. കാട്ടക്കട ദിവാകരൻ സഞ്ചരിച്ചത്. കേരളത്തിന്റെ ഭൗതിക അതിരുകൾ ഭേദിച്ച് സാംസ്കാരിക അടയാളങ്ങൾ തേടി സഞ്ചാരം നീണ്ടു. കേരളത്തിന്റെ ഏതൊരു ഗ്രാമത്തെയും നഗരത്തെയും അതിന്റെ സമഗ്രതയിൽ മനസ്സിലാക്കാൻ ഈ ഗ്രന്ഥം സഹായകരമാകും. ഒട്ടേറെ പണ്ഡിതരുടെ ദീർഘകാല പരിശ്രമം കൊണ്ടു മാത്രം ശേഖരിക്കാൻ കഴിയുന്ന വിവരങ്ങൾ ഒരാൾ ശേഖരിച്ചു രേഖപ്പെടുത്തി സ്വന്തം അനുഭവങ്ങൾ ചാലിച്ച് ഹൃദയം തൊടുന്ന ഭാഷയിൽ അവതരിപ്പിച്ചു എന്ന കാര്യം അഭിനന്ദനീയമാണ്.

കേരളത്തിന്റെ നാടും നഗരങ്ങളും സഞ്ചരിക്കാനാഗ്രഹിക്കുന്ന പുത്തൻ സഞ്ചാരികൾക്കും വിജ്ഞാനകുതുകികൾക്കും വഴികാട്ടിയായി കേരളസഞ്ചാരം ഉണ്ടാകും.

പരിഷ്ക്കരിച്ച ഈ പുതിയ പതിപ്പ് പുറത്തിറങ്ങുന്നതിനു മുമ്പ് അദ്ദേഹം നമ്മെ വിട്ടുപിരിഞ്ഞു. അദ്ദേഹത്തിനുള്ള ഒരു ആദരപുസ്തകമായി ഈ ബൃഹത് ഗ്രന്ഥം കൈരളിയുടെ മുന്നിൽ സാഭിമാനം സമർപ്പിക്കുന്നു.

ചിന്ത പബ്ലിഷേഴ്സ്

അവതാരിക

ലോകത്തിലെ ഏറ്റവും പൗരാണികമായ സാഹിത്യ രൂപങ്ങളിലൊന്നാണ് സഞ്ചാര സാഹിത്യമെന്ന് പറയാം. മനുഷ്യസ്വഭാവത്തിന്റെ ഒരു മൗലിക ചോദനയാണ് അതിന്റെ പ്രഭവകേന്ദ്രം. വിദൂരങ്ങളും അജ്ഞാതങ്ങളുമായ നാടുകളെയും ജനസമൂഹങ്ങളെയും അവയുടെ തനതായ രൂപങ്ങളിൽ നേരിട്ട് അറിയുവാനുള്ള അദമ്യമായ ആഗ്രഹമാണ് മനുഷ്യനിൽ ഒരുതരം അലച്ചിൽ ജ്വരം (Wander lust) വളർത്തുന്നത്. അത് മൂത്തുമൂത്ത് അതിനുവേണ്ടി എന്തു ക്ലേശങ്ങളും ത്യാഗങ്ങളും സഹിക്കുവാൻ സന്നദ്ധരായവർ പൗരാണികകാലങ്ങളിൽ പോലും ഉണ്ടായിരുന്നു.

നാം അധിവസിക്കുന്ന ഈ ഭൂഗോളത്തെപ്പറ്റിയുള്ള അറിവ് അപൂർണ്ണം മാത്രമല്ല അബദ്ധജഡിലവുമായിരുന്ന ആ പൗരാണിക കാലത്ത് എങ്ങോട്ടെന്നില്ലാതെ യാത്ര പുറപ്പെട്ടു, കാൽനടയായും സാഹസികമായി കടലുകൾ താണ്ടിയും മലകൾ കയറിയിറങ്ങിയും പ്രകൃതിയുടെ എല്ലാ പ്രതികൂലഭാവങ്ങളെയും അവഗണിച്ചും ഏതെങ്കിലും ഒരു പുതിയ പ്രദേശത്തോ ജനസമൂഹത്തിലോ എത്തിച്ചേരുമ്പോൾ അക്കൂട്ടർ അനുഭവിച്ചിരുന്ന വിജയഭാവവും ആത്മസംതൃപ്തിയും അനിർവ്വചനീയമായിരുന്നിരിക്കണം. അവിടെ അവർക്കുണ്ടായ പലതരം പുതിയ അറിവുകളും, അവിസ്മരണീയങ്ങളായ അനുഭവങ്ങളും, അവയുടെ പുതുമകൊണ്ടും അമൂല്യത കൊണ്ടും തികച്ചും സവിശേഷമായതുകൊണ്ടും അവ മറ്റുള്ളവരുമായി പങ്കുവെക്കണമെന്നുള്ള അപ്രതിരോദ്ധ്യമായ ആഗ്രഹത്തിൽ, അവരുടെ സർഗ്ഗചൈതന്യം അതിന്റെ ചിറകുകൾ വിടർത്തി ഭാവനയുടെ വിഹായസ്സിൽ പറന്നുയരുന്നു.

തങ്ങളുടെ സർഗ്ഗശക്തിക്കനുസരിച്ച് അവരുടെ അനുഭവങ്ങളുടെ വിവരണങ്ങളിലും ഭാവനയുടെ പ്രസരണം ഏറുകയും കുറയുകയും ചെയ്യാം. തങ്ങളുടെ അനുഭവങ്ങളുടെ ആഖ്യാനങ്ങൾ, അവയുടെ വായനക്കാർക്ക് പ്രയോജനകരമായിരിക്കുന്നതോടൊപ്പം ആഹ്ലാദകരവുമായിരിക്കണം എന്നു കരുതി ചിലർ അവരുടെ ഭാവനാശക്തിയെ തെല്ലൊന്നുകയറൂരി വിടാറുമുണ്ട്. അതാണ് അവയുടെ വൈവിധ്യങ്ങൾക്കും സർഗ്ഗാത്മകമേന്മകൾക്കുമുള്ള കാരണം.

ഈ സഞ്ചാരസാഹിത്യത്തിന്റെ പൗരാണികത്വവും പരിണാമചരിത്രവും അതിന്റെ വൈപുല്യതയിൽ ഇനം തിരിച്ചു പഠിക്കുന്നത് വളരെ ശ്രമകരമായ ഒരു കാര്യമാണ്. പല ഭാഷകളിലും അന്നത്തെ അവയുടെ പ്രാകൃതമെന്നോ അജ്ഞാതമെന്നോ പറയാവുന്ന പഴയ ലിപികളിലും ഭാഷാരൂപങ്ങളിലും എഴുതപ്പെട്ട വിവരണങ്ങൾ മുഴുവൻ വായിച്ചെടുക്കുവാൻ കഴിഞ്ഞാൽ, ചരിത്ര, സാമൂഹ്യസാംസ്കാരിക അറിവുകളുടെ അക്ഷയഖനികളാണവയെന്നുകാണാം. ലോകത്തിലെ പൗരാണികസംസ്കാരങ്ങളിലൊന്നായ ഈജിപ്തിന്റെ സാംസ്കാരിക ഈടുവെയ്പിൽ ക്രിസ്തുവിനു മുൻപു സഹസ്രാബ്ദങ്ങളുടെ പഴക്കമുള്ള അത്തരം നിരവധി സഞ്ചാരവിവരണങ്ങളുണ്ട്. മറ്റു പുരാതന സംസ്കാരങ്ങളിലും അത്തരം വിലപിടിച്ച രേഖകളുണ്ട്. ആര്യന്മാരുടെ വരവിനും എത്രയോ മുമ്പ്, ഇന്ത്യയിൽ പ്രഫുല്ലമായിരുന്ന സിന്ധുനദീതടസംസ്കാരമെന്ന പേരിൽ ഇന്നറിയപ്പെടുന്ന ഭാരതീയ സംസ്കാരത്തിന്റെ വരമൊഴികൾ ഇനിയും നമുക്ക് വായിച്ചെടുക്കുവാൻ കഴിഞ്ഞിട്ടില്ലല്ലോ. അതിന് കഴിഞ്ഞാൽ ഈ രാജ്യത്തിന്റെ സാംസ്കാരികചരിത്രപാരമ്പര്യത്തിലേക്ക് വലിയൊരു വാതായനമാണ് തുറക്കപ്പെടുക.

പുതിയ സ്ഥലങ്ങൾ കാണുവാനും അവിടങ്ങളിലെ ജനസമൂഹങ്ങളെ അടുത്തറിയുവാനുമുള്ള ആഗ്രഹം മനുഷ്യസഹജമായതുകൊണ്ട് അത് ഇന്നും എല്ലാവരിലുമുണ്ട്. എന്നാൽ അതിനുവേണ്ടി നമ്മുടെ പൂർവ്വികന്മാർ സഹിച്ചതു പോലെയുള്ള കഠിനമായ കായികക്ലേശങ്ങളൊന്നും ഇന്ന് അനുഭവിക്കേണ്ട ആവശ്യമില്ല. ലോകത്തിലെ എല്ലാ വിവരങ്ങളും ഏറക്കുറെ അനായാസമായി ഇന്നു ലഭ്യമാണ്. അതുകൊണ്ട് തങ്ങളുടെ അഭിരുചിക്കനുസരിച്ച് സ്ഥലങ്ങൾ യഥേഷ്ടം തെരഞ്ഞെടുത്ത് വലിയ ബുദ്ധിമുട്ടുകളൊന്നും കൂടാതെ അവിടെയെത്താം. സാമാന്യം സുഖമായി അവിടെ താമസിക്കുകയും ചെയ്യാം. ചിലർക്ക് മലമ്പ്രദേശങ്ങളായിരിക്കും ഇഷ്ടം. ചിലർക്ക് കടൽത്തീരങ്ങളും കായലോരങ്ങളുമായിരിക്കും പ്രിയങ്കരം. ഇവരെല്ലാം ഒരുതരം വിനോദസഞ്ചാരികളാ(tourists)ണ്. സഞ്ചാരികള(travellers)ല്ല. ആദ്യകൂട്ടരുടെ ലക്ഷ്യം താല്ക്കാലികമായ സന്തോഷമാണെങ്കിൽ രണ്ടാമത്തെവരുടെ ഉദ്ദേശ്യം പുത്തൻ അനുഭവങ്ങളിലൂടെ തങ്ങളുടെ മനസ്സിന്റെ ചക്രവാളസീമകൾ വികസിപ്പിക്കുകയെന്നുള്ളതാണ്. അതിനാവശ്യമായ പുത്തനറിവുകളാണ് അവർക്ക് വേണ്ടത്. യാത്രകളും അവയിൽനിന്നു നേരിട്ടുലഭിക്കുന്ന അറിവുകളും അനുഭവങ്ങളും ഒരാളുടെ വിദ്യാഭ്യാസ പ്രക്രിയയെ സമ്പന്നവും സമ്പൂർണ്ണവുമാക്കുകയും ചെയ്യും. പ്രധാനമായും പുസ്തക കേന്ദ്രീകൃതമായ ഇന്നത്തെ വിദ്യാഭ്യാസത്തിനു അർത്ഥപൂർണ്ണമായ ഒരു മാനം നല്കുന്നതിന് സഹായകമാവുകയും ചെയ്യും. അതുകൊണ്ടു ഇന്നും പല സർവ്വകലാശാലകളും ഗ്രാന്റ് ടൂർ എന്ന പഴയ പേരിലും എജൂക്കേഷനൽ എക്സ്കർഷൻസ് എന്ന പേരിലും, പഠനപര്യടനങ്ങൾ തങ്ങളുടെ പാഠ്യപരിപാടികളുടെ ഭാഗമാക്കിയിട്ടുള്ളത്.

നരഭോജികളെന്നോ ക്രൂരന്മാരായ പ്രാകൃതന്മാരെന്നോ വിശ്വസിക്കപ്പെട്ടിരുന്ന ചില ജനസമൂഹങ്ങളെയും അടുത്തറിയുവാൻ കഴിയുമ്പോൾ അവർ പരിഷ്കൃതരെന്നു സ്വയം അഭിമാനിക്കുന്ന നമ്മളേക്കാൾ ലളിതമെങ്കിലും പലതും കൊണ്ടും മെച്ചപ്പെട്ട ധാർമ്മിക മൂല്യങ്ങൾ വെച്ചുപുലർത്തുന്ന ജീവിത സംസ്കാരങ്ങളുടെ ഉടമകളാണെന്നു മനസ്സിലാകും. അങ്ങനെ തങ്ങൾ പുതുതായി കണ്ടെത്തി മനസ്സിലാക്കിയ ഗോത്രവർഗ്ഗക്കാർക്കിടയിലും മറ്റും ദീർഘകാലം ജീവിച്ചു അവരുടെയിടയിൽ നിന്നുതന്നെ വിവാഹം കഴിച്ചു ശിഷ്ടകാലം സന്തുഷ്ടരായി ജീവിച്ച നിരവധിപേരുടെ കഥകൾ മുഴുവൻ എണ്ണിപ്പറയാൻ കഴിയുന്നതിനേക്കാൾ വളരെയധികമാണ്.

ഏതായാലും വിവിധ ഭൂഖണ്ഡങ്ങളിലെ ജീവിതത്തെയും അവയിലെ കാലാവസ്ഥ തുടങ്ങിയ എല്ലാ കാര്യങ്ങളെപ്പറ്റിയുമുള്ള പൂർണ്ണമായ അറിവ് ലഭ്യമാകുകയും എവിടേക്കുള്ള യാത്രാസൗകര്യങ്ങൾ അഭൂതപൂർവ്വമായി വികസിക്കുകയും ചെയ്തതോടുകൂടി, സാഹസികരായ സഞ്ചാരികളുടെ 'ത്രിൽ' നഷ്ടപ്പെടുകയും വിനോദസഞ്ചാരികളുടെ ആഹ്ലാദം വർദ്ധിക്കുകയും ചെയ്തിട്ടുണ്ട്. അതോടുകൂടി, സഞ്ചാരസാഹിത്യത്തിന്റെ രൂപവും ഭാവവും മാറി. ഇന്നിപ്പോൾ അത്തരക്കാർ ഗഗാറിനെപ്പോലെ ബഹിരാകാശത്തിലേക്കും നീൽ ആംസ്ട്രോങ്ങിനെപ്പോലെ ചന്ദ്രനിലേക്കും മറ്റു ഗ്രഹങ്ങളിലേക്കും യാത്രചെയ്യാനാണ് ആഗ്രഹിക്കുന്നത്. അതും ഭാവിയിൽ സാദ്ധ്യമായെന്നുവരാം. അവ ഇന്ന് സാഹസികമെന്നതിനേക്കാൾ കൂടുതൽ സർഗ്ഗാത്മകമാണ്. അവയുടെ ആഖ്യാനം വായനക്കാർക്ക് പുതിയ അറിവുകൾ നല്കുന്നതിനേക്കാൾ അവരുടെ സാഹിത്യാഭിരുചിയെ സംതൃപ്തിപ്പെടുത്തുന്നതാക്കുവാൻ ഇത്തരം എഴുത്തുകാർ ശ്രദ്ധിക്കുന്നു. ധാരാളം പുത്തനറിവുകളും രസകരങ്ങളായ അനുഭവങ്ങളും കൃതഹസ്തനായ ഒരു കഥാകൃത്തിന്റെ ആഖ്യാനവൈഭവത്തോടുകൂടി, മലയാളികൾക്ക് നല്കിയ അലച്ചിൽ ഭ്രാന്ത് (Wander lust) പിടിപെട്ട ഒരാളായിരുന്നു എസ് കെ പൊറ്റക്കാട്ട്. അദ്ദേഹത്തിന്റെ സാഹിത്യകൃതികൾ, തുച്ഛമായ ബജറ്റിൽ ലോകത്തിന്റെ വിദൂരപ്രദേശങ്ങളിലേക്ക് നടത്തിയ യാത്രകളുടെ ഉപോല്പന്നങ്ങളാണ്. അദ്ദേഹത്തിന്റെ പ്രസിദ്ധമായ, നിശിതമായ നിരീക്ഷണബുദ്ധിയും നർമ്മരസപ്രദമായ വിവരണവും കൂടിയാകുമ്പോൾ വായനക്കാർക്ക് സമൃദ്ധമായ വിഭവമായി. അടുത്ത കാലം വരെ തമോമയഭൂഖണ്ഡമെന്നു നാം വിശ്വസിക്കുകയും അങ്ങനെ വിശേഷിപ്പിക്കുകയും ചെയ്തിരുന്ന ആഫ്രിക്കയിലേക്കായിരുന്നു, യാത്രാസൗകര്യങ്ങൾ ഇന്നത്തെപ്പോലെ വികസിക്കുകയും യാത്രകൾ ഇന്നത്തെപ്പോലെ സാർവ്വത്രികം അല്ലാതെയുമിരുന്ന ഒരു കാലത്തു പ്രധാനമായും പൊറ്റക്കാട്ടിന്റെ സഞ്ചാരങ്ങൾ.

ഇന്നത്തെ ഓരോ സഞ്ചാരകൃതികളും ഒന്നിനൊന്ന് വ്യത്യസ്തങ്ങളായിത്തീർന്നിട്ടുണ്ട്. ശ്രീ. കാട്ടാക്കട ദിവാകരന്റെ *കേരളസഞ്ചാരം* എന്ന ആയിരത്തിൽപരം പുറങ്ങളുള്ള ബൃഹത്തായ പ്രകൃതകൃതി 2005 ൽ ആദ്യമായി പ്രസിദ്ധീകരിച്ചപ്പോൾ അത് മലയാളികൾക്ക് കൗതുക ജനകമായ പുതിയൊരനുഭവമായിരുന്നു. രൂപത്തിലും ഭാവത്തിലും അതിന്റെ വ്യത്യസ്തത ശ്രദ്ധേയവുമായിരുന്നു. തന്റെ ജന്മസംസ്ഥാനമായ കൊച്ചു കേരളത്തിലെ തെക്കേ അറ്റം മുതൽ വടക്കേ അറ്റം വരെയുള്ള, താൻ സഞ്ചരിച്ച ഗ്രാമങ്ങളുടെയും പട്ടണങ്ങളുടെയും അവയിലെ ശ്രദ്ധേയങ്ങളായ കാഴ്ചകളുടെയും അവയിൽ രൂപം കൊണ്ടു വന്നിട്ടുള്ള ജീവിത സംസ്കാരങ്ങളുടെയും വിജ്ഞാനപ്രദവും രസകരവും സമഗ്രവുമായ രചനയാണ് ഈ ഗ്രന്ഥം.

കേരള ഗവൺമെന്റിന്റെ പബ്ലിക് റിലേഷൻസ്

വകുപ്പിലെ പ്രസിദ്ധീകരണങ്ങൾക്കു വേണ്ടിയുള്ള വിവരശേഖരണത്തിനുവേണ്ടി ഗ്രന്ഥകർത്താവ് കേരളത്തിലങ്ങോളമിങ്ങോളം നിരവധി തവണ നടത്തിയ യാത്രകൾക്കിടയിൽ കാണുകയും മനസ്സിലാക്കുകയും എഴുതുകയും ചെയ്ത വിവരങ്ങളുടെ ഒരു വിജ്ഞാനകോശരൂപത്തിലുള്ള പുനരാവിഷ്കരണമായിരുന്നു നൂറ് അദ്ധ്യായങ്ങളുള്ള *കേരള സഞ്ചാര*ത്തിന്റെ ആദ്യപതിപ്പ്. അതിന്റെ സർഗ്ഗാത്മകമായ അവതരണം സാധാരണ വായനക്കാരുടെയും വിജ്ഞാനകുതുകികളുടെയും ഭാവനയെ ഒരുപോലെ സ്വാധീനിച്ചതിൽ ഒരത്ഭുതവുമില്ല. തന്റെ കണ്ണും കാതും മാത്രമല്ല കൈയിൽ പെൻസിലും ഒരുപോലെ കൂർപ്പിച്ചു വെച്ചു കൊണ്ടായിരുന്നിരിക്കണം ദിവാകരന്റെ യാത്ര. ഓരോ പ്രദേശത്തിലും ഒളിഞ്ഞും തെളിഞ്ഞും കാണപ്പെടുന്ന ഒട്ടനവധി സവിശേഷതകളുണ്ടെങ്കിലും അവയിൽ വസ്തുനിഷ്ഠവും അർത്ഥപൂർണ്ണവുമായവ കണ്ടെത്തി. അവ ജൈവരൂപഭംഗിയോടെ കോർത്തിണക്കി ഓരോ പ്രദേശത്തിന്റെയും സ്വത്വം അതിന്റെ എല്ലാ ആകർഷണങ്ങളോടും കൂടി എല്ലാ വായനക്കാരുടെയും ജിജ്ഞാസയെ തൃപ്തിപ്പെടുത്തുന്നവിധത്തിൽ ആഖ്യാനം ചെയ്യുന്നതിൽ രചയിതാവ് ആദ്യന്തം വിജയിച്ചിരിക്കുന്നു.

ജനസാന്ദ്രവും വികസനോന്മുഖവുമായ കേരളം അതിവേഗം മാറിക്കൊണ്ടിരിക്കുകയാണ്. നഗരവല്ക്കരണപ്രക്രിയ ശീഘ്രഗതിയിലായിട്ടുണ്ട്. ഗ്രാമം എവിടെ അവസാനിക്കുന്നു, നഗരം എവിടെ തുടങ്ങുന്നു എന്നു തിരിച്ചറിയാൻ കഴിയാത്ത വിധം കേരളം ഒരു ഗ്രാമ നഗര ശൃംഖലയാണിന്ന്. അതിന്റെ ഫലമായി പല പ്രദേശങ്ങളുടെയും ഗ്രാമീണത്തനിമ നഷ്ടപ്പെടുകയും അതിന്റെ സ്ഥാനത്തു ആധുനിക വികസനത്തിന്റെ മുഖം തെളിഞ്ഞു വരികയും ചെയ്തിട്ടുണ്ട്. പുതിയ പതിപ്പിൽ കഴിഞ്ഞ ഏകദേശം ഒരു പതിറ്റാണ്ടുകാലത്തുണ്ടായ ശ്രദ്ധേയമായ മാറ്റങ്ങളുടെ ചേതന കൂടി ഉൾക്കൊള്ളിച്ചുകൊണ്ടാണ് നവീകരിച്ചിട്ടുള്ളതെന്ന കാര്യം അഭിനന്ദനീയമാണ്.

കേരള സഞ്ചാരം വായിച്ചപ്പോൾ എന്റെ ഓർമ്മയിൽ വന്നത് അമേരിക്കയുടെ മുപ്പത്തിയഞ്ചാമത്തെ പ്രസിഡന്റായിരുന്ന ജോൺ എഫ് കെന്നഡിയുടെ കാലത്ത് ഇന്ത്യയിലെ അമേരിക്കൻ സ്ഥാനപതിയായിരുന്ന പ്രസിദ്ധ സാമ്പത്തിക ശാസ്ത്രവിശാരദൻ ജെ കെ ഗ്യാൽബ്രെയ്ത്ത് എഴുതിയ *An Ambassador's Journal* (ഒരു സ്ഥാനപതിയുടെ ഡയറി) എന്ന കൃതിയാണ്. തന്റെ സുഹൃത്തായിരുന്ന പ്രസിഡന്റിന്റെ സ്നേഹപൂർവ്വമായ നിർബ്ബന്ധത്തിനു വഴങ്ങിയാണ് അദ്ദേഹം സ്ഥാനപതിസ്ഥാനം ഏറ്റെടുത്തത്. ഡൽഹിയിൽ വന്നു കണ്ടപ്പോൾ താൻ അംബാസിഡറായി നിയമിക്കപ്പെട്ട ഭൂഖണ്ഡസമാനമായ വലിയ രാജ്യത്തെ അതിന്റെ എല്ലാ വൈവിധ്യങ്ങളോടും വൈരുദ്ധ്യങ്ങളോടും കൂടി നേരിട്ടു കണ്ടു മനസ്സിലാക്കേണ്ടതാണെന്നു തോന്നി.

അദ്ദേഹം ഒരു സഞ്ചാരപരിപാടി നിശ്ചയിച്ചു. യാത്രചെയ്തു ഇന്ത്യയെ മനസ്സിലാക്കി. താൻ കണ്ട പ്രദേശങ്ങളുടെയും ജനസമൂഹങ്ങളുടെയും രസകരമായ ചിത്രങ്ങൾ ഗ്യാൽബ്രെയിത്തിന്റെ ജേണലിലുണ്ട്. പൊതുവെ വസ്തുനിഷ്ഠമാണെങ്കിലും അവയുടെ വിവരണത്തിലുള്ള നർമ്മരസം തുളുമ്പുന്ന ശൈലിയും, കനേഡിയൻ വംശജനെങ്കിലും അമേരിക്കൻ പൗരനായിരുന്ന ഗ്യാൽബ്രെയിത്തിന്റെ പാശ്ചാത്യ സംസ്കാരപക്ഷപാതത്തിന്റെ ചുവയുള്ള നിരീക്ഷണങ്ങളും തികച്ചും ആസ്വാദ്യകരമായ ഒരു ആധുനിക സഞ്ചാരസാഹിത്യകൃതിയായി ഒരു ഡയറിയെമാറ്റി.

ഇംഗ്ലീഷിലും മറ്റു യൂറോപ്യൻ ഭാഷകളിലും അത്തരം സഞ്ചാര സാഹിത്യ പുസ്തകങ്ങൾ ധാരാളമായി പുറത്തുവരുന്നുണ്ട്. എന്നാൽ മലയാളത്തിൽ ഇന്നും ഈ സാഹിത്യശാഖ ശുഷ്കമാണ്. എസ് കെ പൊറ്റക്കാട്ടിനുശേഷം, ശ്രദ്ധേയനായ ഒരു വലിയ സഞ്ചാരസാഹിത്യകാരനും മലയാളത്തിലുണ്ടായിട്ടില്ല. ഈ ശാഖയിലെ ദാരിദ്ര്യം കുറയ്ക്കുവാൻ കഴിയുന്ന നല്ല കൃതിയാണ് കാട്ടാക്കട ദിവാകരന്റെ *കേരള സഞ്ചാരം*. ഏകദേശം ഒരു പതിറ്റാണ്ടിനുമുമ്പ് അതിന്റെ ആദ്യപതിപ്പ് പുറത്തുവന്നപ്പോൾ മലയാളം വാരികയിൽ ഞാൻ ഒരു നിരൂപണലേഖനം എഴുതുകയുണ്ടായതോർക്കുന്നു. അതിന്റെ നവീകരിച്ച പുതിയ പതിപ്പിന് ഒരു അവതാരികയെഴുതുവാൻ നിയോഗമുണ്ടായതിൽ എനിക്കനല്പമായ ചാരിതാർത്ഥ്യമുണ്ട്. നിറഞ്ഞ സംതൃപ്തിയോടും സന്തോഷത്തോടും കൂടി ഈ പരിഷ്കരിച്ച പതിപ്പ് വായനക്കാരുടെ മുമ്പിൽ എല്ലാ ഭാവുകാശംസകളോടും കൂടി അവതരിപ്പിക്കുകയാണ്.

25-12-2003
തിരുവനന്തപുരം

ഡോ. എൻ എ കരീം

നന്ദി, നന്ദി

അര നൂറ്റാണ്ട് കാലയളവിൽ 1962 മുതൽ 2012 വരെ കന്യാകുമാരി മുതൽ മഞ്ചേശ്വരം വരെയുള്ള കേരളത്തിലെ ഗ്രാമങ്ങളിലൂടെയും നഗരങ്ങളിലൂടെയും പല കാലഘട്ടങ്ങളിലായി, പല തവണകളായി, നിരന്തരം യാത്ര ചെയ്ത് നേടിയ അറിവുകളുടെയും അനുഭാവങ്ങളുടെയും സഞ്ചിത സ്വരൂപമാണ് ഈ ബൃഹത്ഗ്രന്ഥം *കേരള സഞ്ചാരം.*

നാം ജനിച്ചുവളർന്ന ഈ കേരളത്തിലെ ഗ്രാമങ്ങളുടെയും നഗരങ്ങളുടെയും ഭൂമിശാസ്ത്രം, ചരിത്രപശ്ചാത്തലം, സാമൂഹിക സംവിധാനം, സാമ്പത്തിക സാഹചര്യങ്ങൾ, കാർഷിക-തൊഴിൽ മേഖലകൾ, ജീവിത സവിശേഷതകൾ,. ആചാരാനുഷ്ഠാനങ്ങൾ വിവിധ മതവിഭാഗങ്ങളുടെ ആരാധനാലയങ്ങൾ, പ്രാദേശിക ഉത്സവാഘോഷങ്ങൾ, അതതു പ്രദേശങ്ങളിലെ അജ്ഞാതവും അല്പജ്ഞാതവുമായ വിനോദ സഞ്ചാര കേന്ദ്രങ്ങൾ, മൺമറഞ്ഞവരും ജീവിച്ചിരിക്കുന്നവരുമായ തദ്ദേശീയ വിശിഷ്ട വ്യക്തികൾ, അതതു പ്രദേശത്തെ വികസന പുരോഗതി, പ്രാദേശിക പ്രശ്നങ്ങൾ എന്നിവ ഉൾപ്പെടുത്തി, സമ്പൂർണ്ണമായ ഒരു കേരള സഞ്ചാര ഗ്രന്ഥരചന എന്റെ ചിരകാലസ്വപ്നമായിരുന്നു. അഞ്ചു പതിറ്റാണ്ടു വ്യാപിച്ചു കിടക്കുന്ന, എണ്ണമറ്റ യാത്രകളിലൂടെ ആ കൃത്യം നിർവ്വഹിക്കാൻ കഴിഞ്ഞതിന്റെ പരിണത ഫലമാണ് ഈ ഗ്രന്ഥം.

ഗോകർണ്ണം മുതൽ കന്യാകുമാരി വരെയുള്ള പഴയ കേരള സങ്കല്പം ഇന്ന്, അപ്രസക്തവും അനുചിതവുമായി നമുക്ക് തോന്നാം. "പരശുരാമൻ മഴു വെറിഞ്ഞ് നേടിയതല്ല കേരളം" എന്നു നമുക്കറിയാം. എന്നാൽ നാം അറിയാൻ ശ്രമിക്കാത്ത ഒരു വസ്തുതയുണ്ട്. നമ്മുടെ കേരളത്തെപ്പറ്റിത്തന്നെ. ആ കുറവ് നികത്താൻ ഈ ഗ്രന്ഥം സഹായകമാകുമെന്ന് ഞാൻ കരുതുന്നു.

തെക്ക് കന്യാകുമാരി മുതൽ വടക്ക് മഞ്ചേശ്വരത്തിനപ്പുറം മംഗലാപുരം വരെയും പടിഞ്ഞാറ് അറബിക്കടൽ മുതൽ കിഴക്ക് സഹ്യപർവ്വത നിരകൾ വരേയും വ്യാപിച്ചു കിടക്കുന്ന, നിമ്നോന്നതമായ കേരളത്തിലെ പ്രധാനപ്പെട്ട ഓരോ ഗ്രാമവും നഗരവും ഈ ഗ്രന്ഥത്തിൽ ഉൾക്കൊള്ളിച്ചിട്ടുണ്ട്. അനുവാചകനെ ഒരു സഹയാത്രികനായിക്കരുതി, യാത്രയിലെ ഓരോ സ്ഥലവും സ്ഥാപനവും സവിശേതകളും ചൂണ്ടിക്കാട്ടി ആവുന്നത്ര രസകരമായി, വിവരിച്ചുകൊടുക്കുന്ന രചനാരീതിയാണ് ഞാൻ പ്രായേണ സ്വീകരിച്ചിട്ടുള്ളത്.

അഞ്ചുപതിറ്റാണ്ടുകളിലായി വളർന്നു വലുതായ ഇത്തരം ഒരു ഗ്രന്ഥത്തിന്റെ പരിണാമ ദശകളെപ്പറ്റിയും ചിലതിവിടെ കുറിക്കുന്നത് സമുചിതമായിരിക്കുമെന്ന് കരുതുന്നു. എന്റെ കേരളസഞ്ചാര കൗതുകത്തിന് പ്രത്യക്ഷമായിട്ടല്ലെങ്കിലും വിത്തുപാകി വളവും വെള്ളവും നല്കി പരിപോഷിപ്പിക്കാൻ സന്നദ്ധരായ മൺമറഞ്ഞ ചില മഹത്‌വ്യക്തികളെ ഞാനിവിടെ സാദരം അനുസ്മരിക്കുന്നു. 1960 കളുടെ തുടക്കത്തിൽ ഞാൻ, പബ്ലിക് റിലേഷൻസ് വകുപ്പിൽ ഉദ്യോഗത്തിൽ പ്രവേശിക്കേ അന്നു ഡയറക്ടറായിരുന്ന പ്രഗത്ഭനും പ്രശസ്തനുമായ ശ്രീ. വി ആർ നാരായണൻ നായർ, തുടർന്ന് 1960 കളുടെ അവസാനം, പഞ്ചായത്ത് ഡയറക്ടറേറ്റിൽ പ്രസിദ്ധീകരണ- പ്രചാരണ വിഭാഗത്തിന്റെ ചുമതലയേല്ക്കുമ്പോൾ (ഡെപ്യൂട്ടേഷൻ) അന്ന് അവിടെ ഡയറക്ടറായിരുന്ന, സ്നേഹസമ്പന്നനും ക്രാന്തദർശിയുമായ ശ്രീ. ആർ കേശവൻ നായർ എന്നിവരുടെ നിസ്സീമമായ പ്രോത്സാഹനം എന്റെ കേരളയാത്രകൾക്ക് ആക്കം കൂട്ടി. ഞാൻ തയ്യാറാക്കിയ ചില യാത്രാ വിവരണ ലേഖനങ്ങളെപ്പറ്റി മനസ്സിലാക്കിയ അന്ന

ത്തെ,ഏറെ പ്രസിദ്ധി നേടിയ *ജനയുഗം* വാരികയുടെ പത്രാധിപരും സാഹിത്യമർമ്മജ്ഞനും നാടകാചാര്യനുമായ ശ്രീ. കാമ്പിശ്ശേരി കരുണാകരന്റെ പ്രേരണയിലും പ്രോത്സാഹനത്തിലും വർഷങ്ങളോളം പ്രസിദ്ധപ്പെടുത്തിയ ലേഖനങ്ങൾ സമാഹരിച്ച് 1960 കളുടെ അവസാനം പ്രസിദ്ധപ്പെടുത്തിയ *കേരളീയ ഗ്രാമങ്ങളിലൂടെ* എന്ന പുസ്തകമാണ്, ഈ വഴിക്കുള്ള പ്രഥമസംരംഭം. അങ്ങനെ ഇക്കാര്യത്തിൽ മേൽപ്പറഞ്ഞ മൂന്നു വ്യക്തികളോടും ഞാനേറെ കടപ്പെട്ടിരിക്കുന്നു. തുടർന്ന്, *കേരള കൗമുദി*യിലെ ശ്രീ. എം എസ് മണിയുടെയും ശ്രീ. എസ് ജയചന്ദ്രൻ നായരുടെയും പ്രോത്സാഹനത്തിൽ *കേരള കൗമുദി* വാരാന്തപ്പതിപ്പിലും *കലാകൗമുദി* വാരികയിലും *മലയാളം* വാരികയിലും ഒട്ടേറെ യാത്രാവിവരണ ലേഖനങ്ങൾ പ്രസിദ്ധപ്പെടുത്തി. ഈ കാലയളവിൽ, ആദ്യകാലങ്ങളിൽ, തെരഞ്ഞെടുത്ത ഗ്രാമങ്ങളിൽ മാത്രം ഒതുങ്ങിനിന്ന യാത്രകൾ കൂടുതൽ ഗ്രാമങ്ങളിലേക്കും നഗരങ്ങളിലേക്കും വ്യാപിപ്പിച്ച്, സഞ്ചാരത്തിന്റെ വ്യാപ്തി വിപുലീകരിക്കുകയും നവീകരിക്കുകയും ചെയ്തു. പ്രസ്തുത ലേഖനങ്ങൾ സമാഹരിച്ച് 2005 ൽ ഡോ. എം രാജീവ് കുമാർ മുൻകൈ എടുത്ത് *കേരള സഞ്ചാര*ത്തിന്റെ പൂർവ്വ രൂപം പ്രസിദ്ധീകൃതമായി. അതിനുശേഷമുള്ള ഏഴെട്ടു വർഷക്കാലം, അതുവരെ തയ്യാറാക്കിയ കേരള സഞ്ചാര വിവരണങ്ങൾ കാലാനുസൃതമായി പരിഷ്കരിക്കാനും വിപുലീകരിക്കാനുമുള്ള ശ്രമങ്ങൾ ആരംഭിച്ചു. വളരെ പ്രധാനപ്പെട്ട പല പ്രദേശങ്ങളിലും ഏറെ ക്ലേശം സഹിച്ചും ഒരു ഓട്ടപ്രദക്ഷിണം കൂടി നടത്തി. അത്തരം രൂപഭാവ പരിണാമങ്ങളോടുകൂടിയ *കേരള സഞ്ചാര*മാണ് ഈ പുതിയ ഗ്രന്ഥം-നവീകരിച്ച *കേരളസഞ്ചാരം*. ഇക്കഴിഞ്ഞ ആറേഴു വർഷങ്ങളിലെ ഈ ഓട്ടപ്രദക്ഷിണത്തിൽ, ഞാൻ മുഖ്യമായി ശ്രദ്ധിച്ചത് അര നൂറ്റാണ്ടിനുള്ളിൽ പലതവണ സന്ദർശിച്ച ഗ്രാമങ്ങളുടെയും നഗരങ്ങളുടെയും പൊതുവായ മാറ്റങ്ങളിലാണ്.

1960 കളിൽ, ഞാൻ കണ്ട ഗ്രാമങ്ങളുടെയും നഗരങ്ങളുടെയും രൂപവും ഭാവവും ഒട്ടേറെ മാറിക്കഴിഞ്ഞു. അന്നത്തെ പ്രശാന്തവും ശാലീനവുമായിരുന്ന ഗ്രാമപ്രദേശങ്ങൾ, ഇന്ന് ആൾത്തിരക്കും വാഹനബാഹുല്യവും ഒച്ചപ്പാടും നിറഞ്ഞ പരിഷ്കൃത ഗ്രാമനഗരങ്ങളാണ്. അന്നത്തെ നഗരപ്രദേശങ്ങളാകട്ടെ (മുനിസിപ്പാലിറ്റി) ഇന്ന് വൻകിട പട്ടണങ്ങളായി വളർന്ന് വിലസുകയാണ്; ആധുനിക പരിഷ്കാരത്തിന്റെ ധാടിമോടികളെല്ലാം വാരിയണിഞ്ഞുകൊണ്ട്. വളരെ പ്രകടമായ ഒന്നുണ്ട്. പഴയ ശാന്തിയും സമാധാനവും ക്രമേണ കൈമോശം വന്നിരിക്കുന്നു. പഴയ വറുതിയും ദാരിദ്ര്യവും കുറഞ്ഞിട്ടുണ്ട്. ചെറുകിട വ്യവസായങ്ങളുടെയും വാണിജ്യ-വ്യാപാര സംരംഭങ്ങളുടെയും പരിമിതമായ വികസന പദ്ധതികളുടെയും ഒക്കെ ഫലമായി സാമ്പത്തികാഭിവൃദ്ധിയുടെ മിന്നാട്ടങ്ങൾ പലയിടത്തും കണ്ടു. ഇടത്തരക്കാർ ഞൊടിയിടയിൽ സമ്പന്നരാകുന്നതും അയൽക്കാരന്റെ ആഡംബരപ്രമത്തതയിൽ ആകൃഷ്ടരായി കടക്കെണികളിലും ആത്മഹത്യകളിലും വരെ ചെന്നെത്തുന്ന സംഭവങ്ങളും വിരളമല്ലെന്നു തോന്നി. എന്തായാലും കേരളം അനുദിനം, അനുനിമിഷം, മാറിക്കൊണ്ടേയിരിക്കുന്നു; നന്മയ്ക്കായാലും തിന്മയ്ക്കായാലും.

എന്തെന്തു മാറ്റമുണ്ടായാലും ഭൂമിശാസ്ത്രപരമായ അതിരുകൾ മാറിയാലും, ഗ്രാമം നഗരം എന്നീ പദവികൾക്കു വ്യത്യാസം വന്നാലും, ഓരോ സ്ഥലത്തിന്റെയും ഭൂമിശാസ്ത്രപരവും ചരിത്രപരവും സാംസ്കാരികവുമായ അടിസ്ഥാനഘടകങ്ങൾക്ക് ഒരിക്കലും മാറ്റമുണ്ടാവുകയില്ലെന്ന വസ്തുത അവശേഷിക്കുന്നു.

ഇപ്പോഴത്തെ നവീകരിച്ച പതിപ്പ് പൂർത്തിയായപ്പോൾ മുതൽ, ഇത് അച്ചടിച്ചു കാണാൻ, അത്യുത്സാഹത്താൽ എന്നെ നിരന്തരം പ്രേരിപ്പിച്ചിരുന്ന ചിലരുണ്ട്. അക്കൂട്ടത്തിൽ, കാട്ടാക്കട സി പി ഐ (എം) ഏരിയാ കമ്മിറ്റി സെക്രട്ടറിയും സാധാരണക്കാരന്റെ ഹൃദയത്തുടിപ്പുകൾ തൊട്ടറിഞ്ഞ് പുരോഗതിക്ക് നേതൃത്വം നല്കുന്ന യുവനേതാവും യുവസാഹിത്യകാരനുമായ സ. ഐ ബി സതീഷിനെ ഞാൻ നന്ദിപൂർവ്വം സ്മരിക്കുന്നു.

കഴിഞ്ഞ അഞ്ചു പതിറ്റാണ്ടുകളിലെ എന്റെ കേരള സഞ്ചാരങ്ങളിൽ, യാത്രവേളകളിലും വിഭവസമാഹരണത്തിലും എന്നെ സഹായിച്ച അസംഖ്യം പേരുണ്ട്. ഉദ്യോഗസ്ഥവൃന്ദം, തദ്ദേശീയ ഭരണപ്രതിനിധികൾ, ലോഡ്ജ് ഉടമകൾ, ഹോട്ടൽ ജീവനക്കാർ - അങ്ങനെ നീളുന്നു ആ പട്ടിക. അപ്രകാരം, അറിഞ്ഞും അറിയാതെയും എന്നെ സഹായിച്ച ഓരോ വ്യക്തിയോടും ഈ ഗ്രന്ഥരചനയുടെ കാര്യത്തിൽ ഞാൻ കടപ്പെട്ടിരിക്കുന്നു.

വിപുലപ്പെടുത്തി നവീകരിച്ച ഈ ഗ്രന്ഥത്തിന് സമുചിതവും ഈടുറ്റതുമായ ഒരു അവതാരിക എഴുതിത്തന്ന ഡോ. എൻ എ കരീമിനെപ്പറ്റി അല്പം. പ്രഗത്ഭനായ കലാശാലാ അദ്ധ്യാപകനും പ്രശസ്തനായ വിദ്യാഭ്യാസ വിചക്ഷണനും സാക്ഷരതാ പ്രസ്ഥാനത്തിന്റെ വക്താവും പ്രയോക്താവും ഗ്രന്ഥകാരനുമായ ഡോ. എൻ എ കരീം *കേരള സഞ്ചാര*ത്തിന് എഴുതിത്തന്ന ഈ അവതാരികയ്ക്ക് ഞാൻ അദ്ദേഹത്തോട് ഏറെ കടപ്പെട്ടിരിക്കുന്നു. നന്ദി, നന്ദി!

കേരളത്തിലെ പുസ്തക പ്രസിദ്ധീകരണരംഗത്ത് ഇതിനകം വ്യക്തിമുദ്ര പതിപ്പിച്ചു കഴിഞ്ഞ ചിന്ത പബ്ലിഷേഴ്സിനും ഗ്രന്ഥ പ്രസിദ്ധീകരണവുമായി ബന്ധപ്പെട്ട എല്ലാ മാന്യ വ്യക്തികൾക്കും എന്റെ ഹൃദയം നിറഞ്ഞ നന്ദി.

01-01-2014
തിരുവനന്തപുരം **കാട്ടാക്കട ദിവാകരൻ**

യാത്ര ആരംഭിക്കും മുമ്പ്

നാലു പതിറ്റാണ്ട് കാലയളവിലെ (1964-2004) നിരന്തരമായ കേരള സഞ്ചാരത്തിൽനിന്ന് സംഭരിച്ച അറിവും അനുഭവങ്ങളുമാണ് ഈ ബൃഹദ് ഗ്രന്ഥത്തിന്റെ ഉള്ളടക്കം.

'കന്യാകുമാരി മുതൽ ഗോകർണ്ണം വരെ'യുള്ള കേരള സങ്കല്പം, ഇന്ന് അപ്രസക്തവും അനുചിതവുമായി നമുക്ക് തോന്നാം. 'പരശുരാമൻ' മഴുവെറിഞ്ഞ് നേടിയതല്ല, കേരളമെന്നും നമുക്കറിയാം. എന്നാൽ യഥാർത്ഥത്തിൽ നാം അറിയാൻ ശ്രമിക്കാത്ത മറ്റൊരു വസ്തുതയുണ്ട്. നാം ജനിച്ച് ജീവിക്കുന്ന ഈ കേരളത്തെപ്പറ്റി. യാദൃച്ഛികമായോ സാന്ദർഭികമായോ കേരളത്തിലെ ചില പ്രദേശങ്ങളെങ്കിലും കണ്ട് മനസ്സിലാക്കാൻ കഴിഞ്ഞവർ കുറേപ്പേരുണ്ടാകും, ഉപജീവനാർത്ഥം സ്വന്തം നാടുവിട്ട് കേരളത്തിന്റെ മറ്റു ചില ഭാഗങ്ങളിൽ താല്ക്കാലികമായി ചെറിയ കാലയളവിൽ താമസിക്കേണ്ടി വന്നവരും കുറേപ്പേരുണ്ടാവും. എന്നാൽ, താൻ ജനിച്ചു വളർന്ന 'ഠ' വട്ടത്തിനപ്പുറം കാണാൻ കഴിയാത്തവരാണ് ഏറിയ കൂറും.

അന്യനാടുകളെപ്പറ്റി വായിച്ചറിയാൻ പര്യാപ്തമായ ഒട്ടധികം നല്ല സഞ്ചാരസാഹിത്യകൃതികളും നമുക്കുണ്ട് (ദിവംഗതനായ എസ് കെ പൊറ്റക്കാട്ടിന്റെ നാമം പ്രത്യേകം സ്മരണീയം). നമ്മുടെ കേരളത്തെപ്പറ്റി ഭാഗികമായി പ്രതിപാദിക്കുന്ന ചുരുക്കം ചില ഗ്രന്ഥങ്ങൾ നമുക്കില്ലെന്നല്ല. പക്ഷേ, അത് പോരല്ലോ. കൊച്ചുകേരളത്തിലെ വിവിധ പ്രദേശങ്ങളുടെയും പ്രധാനപ്പെട്ട സ്ഥലങ്ങളുടെയും അടിസ്ഥാന വസ്തുതകളും സവിശേഷതകളും - ഭൂമിശാസ്ത്രം, ചരിത്ര പശ്ചാത്തലം, സാമൂഹ്യസംവിധാനം, സാമ്പത്തിക നിലവാരം, തൊഴിൽ മേഖല, രാഷ്ട്രീയ പ്രവണതകൾ, ജീവിത സവിശേഷതകൾ, ആചാരാനുഷ്ഠാനങ്ങൾ, വിവിധ മതവിഭാഗങ്ങളുടെ ആരാധനാലയങ്ങൾ, പ്രാദേശിക ഉത്സവങ്ങൾ, അതതുദേശത്തെ വികസനപുരോഗതി, പ്രദേശിക ഉത്സവങ്ങൾ, ഉൾപ്രദേശങ്ങളിലുള്ള അജ്ഞാതവും അല്പജ്ഞാതവുമായ വിനോദ സഞ്ചാര സാദ്ധ്യതകൾ, മൺമറഞ്ഞവരും ജീവിച്ചിരിക്കുന്നവരുമായ തദ്ദേശീയ വിശിഷ്ടവ്യക്തികൾ, അതതുദേശത്തെ വികസനപുരോഗതി, പ്രാദേശിക പ്രശ്നങ്ങൾ എന്നിവ ഉൾക്കൊള്ളുന്ന ഒരു കേരള സഞ്ചാര ഗ്രന്ഥരചന, എന്റെ ചിരകാല സ്വപ്നമായിരുന്നു. വായിച്ചറിവും കേട്ടറിവും കൊണ്ടുമാത്രം ഇത്തരമൊരു ഗ്രന്ഥരചന ചൈതന്യപൂർണ്ണമാവുക സാദ്ധ്യമല്ലല്ലോ.

തെക്ക് കന്യാകുമാരി മുതൽ വടക്ക് മഞ്ചേശ്വരം വരെയും, പടിഞ്ഞാറ് അറബിക്കടൽ മുതൽ കിഴക്ക് സഹ്യപർവ്വതനിരകൾ വരെയും വ്യാപിച്ചു കിടക്കുന്ന, നിമ്നോന്നത ഭൂമിയായ കേരളത്തിലെ പ്രധാനപ്പെട്ട ഓരോ നഗരവും ഗ്രാമവും, നേരിട്ട് കണ്ടറിഞ്ഞ് രണ്ടോ മൂന്നോ ദിവസമെങ്കിലും തദ്ദേശീയരോടൊപ്പം കഴിഞ്ഞുകൂടി, കാര്യങ്ങൾ കണ്ടും കേട്ടും അനുഭവിച്ചും മനസ്സിലാക്കി, അത്തരമൊരു ഗ്രന്ഥരചനയ്ക്കൊരുമ്പെടുക ഒരു വ്യക്തിയെ സംബന്ധിച്ചിടത്തോളം സുസാദ്ധ്യമല്ല. സാദ്ധ്യമായാൽത്തന്നെ, നീണ്ട കാലയളവിലെ നിരന്തര യാത്രകളും വിദേശവാസവും വേണ്ടിവരും. എങ്കിൽപ്പോലും സുദീർഘമായ ആ യാത്രാപരിപാടിക്കുവേണ്ടിവരുന്ന വമ്പിച്ച പണച്ചെലവും അദ്ധ്വാനവും ഒരു സാധാരണക്കാരന് താങ്ങാവുന്നതുമല്ല.

ഇക്കാര്യത്തിൽ ഭാഗ്യമെന്നെ തുണച്ചെന്നു വേണം കരുതാൻ. പബ്ലിക് റിലേഷൻസ് ഡിപ്പാർട്ട്മെന്റിൽ ഉദ്യോഗത്തിൽ പ്രവേശിച്ച നാൾ മുതൽ ഗ്രാമം, ഔദ്യോഗികമായിത്തന്നെ എന്റെ ഉറ്റ ചങ്ങാതിയായിത്തീർന്നത്, 'വിധിവിഹിത'മാകാം. ആയിടയ്ക്ക് (1962) ആരംഭിച്ച *പഞ്ചായത്ത് രാജ്*

എന്ന സർക്കാർ പ്രസിദ്ധീകരണത്തിന്റെ എഡിറ്ററെന്ന നിലയ്ക്ക്, മാസികയുടെ പത്രാധിപത്യവും, ഗ്രാമങ്ങളെയും ഗ്രാമവികസനത്തെയും സംബന്ധിച്ച ഫീച്ചർ ലേഖനങ്ങളുടെ രചനയും എന്റെ ഔദ്യോഗിക കൃത്യനിർവ്വഹണമായപ്പോൾ, എന്റെ കേരള സഞ്ചാര സ്വപ്നം നാമ്പിടുകയായിരുന്നു. 1964 മുതൽ പ്രസ്തുത മാസികയുടെ എഡിറ്റിങ്ങും പ്രസിദ്ധീകരണവും പബ്ലിക് റിലേഷൻസ് വകുപ്പിൽനിന്ന് പഞ്ചായത്ത് ഡയറക്ടറുടെ നിയന്ത്രണത്തിലേക്ക് മാറ്റി - എഡിറ്ററെന്ന നിലയ്ക്ക് എന്റെ സേവനവും (ഡെപ്യൂട്ടേഷൻ വ്യവസ്ഥയിൽ) താല്ക്കാലികമായി ആ ഡിപ്പാർട്ടുമെന്റിലായി. തുടർന്നുള്ള ഒരു വ്യാഴവട്ടക്കാലം - 1964 മുതൽ 1976 വരെ നിരന്തരമായ ഗ്രാമ സന്ദർശനങ്ങളുടെ കാലം. ഓരോ മാസവും നാലഞ്ചു ദിവസമെങ്കിലും കേരളത്തിലെ പ്രധാനപ്പെട്ട ഏതെങ്കിലും ഒന്നോ രണ്ടോ ഗ്രാമപഞ്ചായത്തും, ഏതെങ്കിലുമൊരു വികസന ബ്ലോക്കും സന്ദർശിച്ച് വസ്തുതകൾ ശേഖരിച്ച് യാത്രാനുഭവങ്ങൾ ഉൾക്കൊള്ളിച്ചുകൊണ്ടുള്ള ലേഖനങ്ങൾ തയ്യാറാക്കിത്തുടങ്ങി, സർക്കാർ പ്രസിദ്ധീകരണങ്ങൾക്കുൾക്കൊള്ളാൻ കഴിയാവുന്നതിലധികം വസ്തുതകൾ ശേഖരിച്ചു തുടങ്ങി. അങ്ങനെ, കേരളത്തിലെ ദുർഗ്ഗമങ്ങളായ ഉൾപ്രദേശങ്ങളെല്ലാം കാണാപ്പാഠമാക്കാനും കഴിഞ്ഞു. അപ്രകാരം രചിച്ച കുറേ ലേഖനങ്ങൾ വിപുലീകരിച്ച് അന്നത്തെ *ജനയുഗം* വാരികയിൽ തുടർച്ചയായി പ്രസിദ്ധീകരിച്ചു - നീണ്ട ഒരു കാലയളവിൽ. അവ പില്ക്കാലത്ത് എഡിറ്റ് ചെയ്ത് *കേരളീയ ഗ്രാമങ്ങളിലൂടെ* എന്ന പേരിൽ പ്രസിദ്ധീകരിക്കപ്പെട്ടു (1968).

ഡെപ്യൂട്ടേഷൻ കഴിഞ്ഞ് വീണ്ടും സ്വന്തം ഡിപ്പാർട്ടുമെന്റിൽ മടങ്ങിയെത്തി. തുടർന്ന് വിവിധ ജില്ലകളിൽ ജില്ലാ ഇൻഫർമേഷൻ ഓഫീസറായി സേവനം അനുഷ്ഠിച്ചു. തുടർന്ന് പബ്ലിക് റിലേഷൻസ് ഡിപ്പാർട്ടുമെന്റിൽ എല്ലാ മലയാള പ്രസിദ്ധീകരണങ്ങളുടെയും ആനുകാലികങ്ങളുടെയും എഡിറ്ററായി ദീർഘകാലം പ്രവർത്തിച്ചപ്പോഴാണ് നഗര സന്ദർശനത്തിന് കൂടുതൽ പ്രാമുഖ്യം നല്കാൻ കഴിഞ്ഞത്. പബ്ലിക് റിലേഷൻസ് ഡിപ്പാർട്ടുമെന്റിലെ അഡീഷണൽ ഡയറക്ടറായി വിരമിക്കുവോളം, കൃത്യാന്തര ബാഹുല്യങ്ങൾക്കിടയിലും, ഗ്രാമങ്ങളുടെയും നഗരങ്ങളുടെയും പുനഃസന്ദർശനങ്ങൾക്കുള്ള സന്ദർഭങ്ങളൊന്നും പാഴാക്കിയില്ല. കാലാകാലമുള്ള മാറ്റങ്ങൾ ശ്രദ്ധിച്ചു. കുറിപ്പുകൾ ശേഖരിച്ചു. റിട്ടയർ ചെയ്തശേഷം (1990 ൽ) ഈ ഗ്രന്ഥരചനയിൽ കൂടുതൽ ശ്രദ്ധ കേന്ദ്രീകരിച്ചു. ഇടയ്ക്കും മുറയ്ക്കും ആവശ്യമെന്ന് ബോദ്ധ്യപ്പെട്ട സ്ഥലങ്ങൾ വീണ്ടും സന്ദർശിക്കാനുള്ള യാത്രകളും ഒപ്പം ഗ്രന്ഥരചനയും തുടർന്നു.

ആദ്യകാലങ്ങളിലെഴുതിയ 'ഗ്രാമ' ലേഖനങ്ങൾ പലതും അടിമുടി മാറ്റിയെഴുതി. മുമ്പ് ഉൾപ്പെടുത്താത്തവ പുതുതായി എഴുതിച്ചേർത്തു. ഇതിനു പുറമെ പുതുതായി, കേരളത്തിലെ പ്രധാനപ്പെട്ട നഗരങ്ങളെ സംബന്ധിച്ച ലേഖനങ്ങളും എഴുതിത്തീർത്തു. ഗ്രാമങ്ങൾക്കു പുറമെ നഗരപ്രദേശങ്ങളെക്കൂടി ഉൾപ്പെടുത്താനുള്ള പരിശ്രമങ്ങൾ ആദ്യം തുടങ്ങി, അപ്പോഴാണ് മറ്റൊരു കാര്യം ഓർമ്മിച്ചത്. കേരളത്തിന്റെ (പഴയ തിരുവിതാംകൂറിന്റെ) ചരിത്രമുറങ്ങുന്ന, സംസ്കാരമുറഞ്ഞുകൂടി കിടക്കുന്ന കന്യാകുമാരി ജില്ലയെ (1956 ൽ സംസ്ഥാന പുനഃസംഘടനയെത്തുടർന്ന് തമിഴ്നാടിന്റെ ഭാഗമായി കഴിഞ്ഞിരുന്ന പ്രദേശങ്ങൾ) ഉൾക്കൊള്ളിക്കാതെ എന്റെ സങ്കല്പത്തിലെ കേരളം പൂർണ്ണമാവുകയില്ലല്ലോ. പിന്നെ ആ വഴിക്കായി പരിശ്രമങ്ങൾ.

അങ്ങനെ. ഇപ്പോൾ കന്യാകുമാരി മുതൽ മംഗലാപുരം (മഞ്ചേശ്വരത്തിനപ്പുറം) വരെയുള്ള സ്ഥലങ്ങൾ പൂർത്തിയാക്കാൻ കഴിഞ്ഞിട്ടുണ്ടെന്നാണ് എന്റെ വിശ്വാസം. ഇക്കൂട്ടത്തിൽ കുറേ ലേഖനങ്ങൾ ശ്രീ. എസ് ജയചന്ദ്രൻ നായർ പത്രാധിപത്യം വഹിച്ചിരുന്ന *മലയാളം വാരിക*യിൽ തുടർച്ചയായി പ്രസിദ്ധീകരിച്ചിട്ടുണ്ട്.

ഓരോ ലേഖനത്തിലും ഉൾപ്പെടുത്തിയിട്ടുള്ളത് ചിലപ്പോൾ, ഒരു ഗ്രാമമാകാം, ഒന്നിലേറെ ഗ്രാമങ്ങളാകാം, നഗരപ്രദേശമാകാം - ഒരു വികസനബ്ലോക്ക് മുഴുവൻ ഒറ്റ ലേഖനത്തിലൊതുക്കുന്ന രീതിയും ചിലപ്പോൾ സ്വീകരിച്ചിട്ടുണ്ട്. പ്രശസ്ത കേരള ചരിത്രകാരന്മാരുടെ ഗ്രന്ഥങ്ങളിൽ നിന്ന് സന്ദർഭാനുസരണം ചികഞ്ഞെടുത്ത് സ്വാംശീകരിച്ചവയും തദ്ദേശീയരുടെ വായ്മൊഴികളിലൂടെ കേട്ടവയുമായ ചരിത്രശകലങ്ങൾ ലേഖനരചനയ്ക്ക് പ്രയോജനപ്പെടുത്തിയിട്ടുണ്ട്. അവരോടുള്ള കടപ്പാട്, നന്ദിപൂർവ്വം സ്മരിക്കുന്നു. കൂടാതെ, അവശ്യം വേണ്ടതെന്നു തോന്നിയ ചില ഐതിഹ്യങ്ങളും കല്പിത കഥകളും സന്ദർഭാനുസരണം ഉപയോഗിച്ചിട്ടുമുണ്ട്.

ഓരോ സ്ഥലവും സ്ഥാപനവും ഒരു സഹയാത്രികന് ചൂണ്ടിക്കാട്ടിക്കൊടുത്ത്, ആവുന്നത്ര രസകരമായി വിശദീകരിച്ചു കൊടുക്കുന്ന ഒരു രചനാരീതിയാണ് പ്രായേണ ഞാൻ ഇവിടെ സ്വീകരിച്ചിട്ടുള്ളത്. അതെത്രത്തോളം വിജയിച്ചുവെന്ന് തീരുമാനിക്കേണ്ടത് മാന്യവായനക്കാരാണ്.

കാര്യങ്ങൾ ഇങ്ങനെയൊക്കെയാണെങ്കിലും, താൻ ജനിച്ചുവളർന്ന ഭൂപ്രദേശങ്ങളിലെ 'തൂണും തുരുമ്പുമെല്ലാം' അപ്പടി ഈ ലേഖനങ്ങളിൽ കാണാതെ പരാതിപ്പെടുന്നവരും പരിഭവപ്പെടുന്നവരും വായനക്കാരിൽ ഏറെയുണ്ടാവുമെന്ന കാര്യം തീർച്ചയാണ്. അത് സ്വാഭാവികം. എന്നാൽ തന്റെ നാടിനെ സംബന്ധിച്ച് തനിക്കിന്നോളം അജ്ഞാതമായിരുന്ന കുറേ കാര്യങ്ങളെങ്കിലും, പ്രസ്തുത ലേഖനങ്ങളിൽനിന്നും അവർക്ക് പുതുതായി മനസ്സിലാക്കാനും

കഴിയുമെന്ന് എനിക്കുറപ്പുണ്ട്. അവർ ലേഖകന്റെ പരിമിതികൾ മനസ്സിലാക്കി സദയം ക്ഷമിക്കുമെന്നു കരുതുന്നു. അനുനിമിഷം മാറ്റങ്ങൾക്ക് വിധേയമായിക്കൊണ്ടിരിക്കുന്ന നമ്മുടെ ഗ്രാമങ്ങളുടെ, നഗരങ്ങളുടെ മുഖഛായ എന്നും മാറിക്കൊണ്ടിരിക്കുക സ്വാഭാവികം. അതുകൊണ്ടു തന്നെ, സ്ഥാപനപരവും സംഭവസംബന്ധവുമായ വിവരണങ്ങൾക്കും കാലാന്തരത്തിൽ മാറ്റമുണ്ടായേക്കാം. പക്ഷേ, ലേഖനങ്ങളിലെ ഭൂമിശാസ്ത്രപരവും ചരിത്രപരവും സാംസ്കാരികവുമായ അടിസ്ഥാന വസ്തുതകൾക്ക് മാറ്റമുണ്ടാവാനിടയില്ല. എഴുതിത്തീർത്ത ലേഖനങ്ങൾ വായനക്കാരുടെ കൈയിലെത്തുന്നതിനിടയ്ക്കു തന്നെ, അതതു പ്രദേശങ്ങളിലെ വസ്തുസ്ഥിതികഥനത്തിൽ ചില മാറ്റങ്ങളുണ്ടായിക്കൂടെന്നുമില്ല. കാലപ്രവഹംമൂലം സംഭവിക്കാവുന്ന ഈ പരിമിതികൾ വായനക്കാർ ഓർമ്മിക്കണമെന്നഭ്യർത്ഥിക്കുന്നു.

ഈ ഗ്രന്ഥരചനയുടെ പ്രാരംഭദശകളിൽ – 1960 കളിൽ – പ്രത്യക്ഷമായും പരോക്ഷമായും എനിക്കു വേണ്ട പ്രേരണയും പ്രോത്സാഹനവും സഹായസഹകരണങ്ങളും നല്കിയ ഒട്ടേറെപ്പേരെ ഞാനിവിടെ നന്ദിപൂർവ്വം ഓർമ്മിക്കുന്നു. അക്കൂട്ടത്തിൽ ചിലരെ സാദരം, കൃതജ്ഞതാപുരസ്സരം ഇവിടെ കുറിക്കട്ടെ, പ്രഗത്ഭനും പ്രശസ്തനുമായ മുൻ പബ്ലിക് റിലേഷൻസ് ഡയറക്ടർ, വി ആർ നാരായണൻ നായർ, സമർത്ഥനും ദീർഘദർശിയുമായ മുൻ പഞ്ചായത്ത് ഡയറക്ടർ ആർ കേശവൻ നായർ, ആധുനിക പത്രാധിപന്മാർക്ക് ഒരു മാതൃകയാകത്തക്കവിധം ദീർഘകാലം 'ജനയുഗം' വാരികയുടെ പത്രാധിപരും ഗ്രന്ഥകാരനും ജനനേതാവുമായിരുന്ന കാമ്പിശ്ശേരി കരുണാകരൻ--കാലയവനികയ്ക്കുള്ളിൽ മറഞ്ഞ മേല്പറഞ്ഞ മഹത്വ്യക്തിത്വങ്ങളുടെ പാവന സ്മരണയ്ക്കു മുന്നിൽ എന്റെ ആദരാഞ്ജലികളർപ്പിച്ചു കൊള്ളട്ടെ.

എന്റെ *കേരളസഞ്ചാര*ത്തിന്റ തുടക്കം മുതൽക്കെ, എന്നെ നിരന്തരമായി പ്രോത്സാഹിപ്പിക്കുകയും ഗ്രന്ഥരചനയിൽ നേർവഴിക്കു നയിക്കുകയും ചെയ്ത എന്റെ അഭിവന്ദ്യഗുരുനാഥനും പ്രശസ്തനായ സാഹിത്യവിമർശകനും സംസ്കാരചിന്തനുമായ പ്രൊഫ. എസ് ഗുപ്തൻ നായർ, പ്രശസ്ത പത്രാധിപരും ('മലയാളം' വാരിക) സാഹിത്യമർമ്മജ്ഞനും എന്റെ ഉറ്റസുഹൃത്തുമായ ശ്രീ. എസ് ജയചന്ദ്രൻ നായർ, കെ എസ് ചന്ദ്രൻ (*കേരളശബ്ദം*) എന്നിവരോടും ഞാൻ എന്നെന്നും കടപ്പെട്ടിരിക്കുന്നു.

നല്ലൊരു ഗ്രന്ഥശാലാപ്രവർത്തകനും എക്കാലത്തും എന്റെ അഭ്യുദയകാംക്ഷിയും എന്റെ ആദ്യത്തെ പ്രസാധകനും (1952) സാഹിത്യാസ്വാദകനുമായ ശ്രീ. പി അച്യുതൻ നായർ (കൊല്ലോട്), ആദ്യകാല യാത്രകളിൽ പലപ്പോഴും എന്റെ സഹയാത്രികരായിരുന്ന എസ് തങ്കപ്പൻ (കാട്ടാക്കട), വി കുട്ടൻ (പോത്തൻകോട്) ജില്ലകളിൽ ജോലി നോക്കവേ എന്റെ സന്തതസഹചാരിയും സാരഥിയുമായിരുന്ന പി ഡി ജോസഫ്, ഉറ്റസുഹൃത്ത് പി പി നൂറുദ്ദീൻ എന്നിവരെ ഞാൻ നന്ദിപൂർവ്വം ഓർത്തുപോകുന്നു.

സമീപകാല യാത്രകളിലും ഗ്രന്ഥരചനയിലും അവശ്യം വേണ്ട വസ്തുതകൾ ശേഖരിച്ചു തരുന്നതിൽ എന്നെ സഹായിച്ചവർ ഏറെപ്പേരുണ്ട്. ശ്രീ. കെ എം അഹമ്മദ് (*മാതൃഭൂമി*, കാസർഗോഡ്) പ്രശസ്ത കാർട്ടൂണിസ്റ്റ് പി വി കൃഷ്ണൻ, ജില്ലാ വിദ്യാഭ്യാസ ഓഫീസർ അനിലസൈമൺ, പ്രൊഫ. ഹരീന്ദ്രനാഥക്കുറുപ്പ്, ഗോവിന്ദൻ നമ്പൂതിരി (തൃക്കാരിയൂർ) മഹേന്ദ്രൻ (മൺറോതുരുത്ത്) രാധാകൃഷ്ണൻ (ശാസ്താംകോട്ട) എന്നിവർക്ക് നന്ദി.

പബ്ലിക് റിലേഷൻസ് വകുപ്പിലെ എന്റെ സഹപ്രവർത്തകരുടെ സന്ദർഭാനുസരണമുള്ള സഹായസഹകരണങ്ങളും എനിക്ക് ലഭിച്ചിട്ടുണ്ട്. ഡെപ്യൂട്ടി ഡയറക്ടർമാരായി റിട്ടയർ ചെയ്ത ബി തങ്കമ്മ (കൊല്ലം), വി രാജശേഖരൻ എന്നിവരും ഇപ്പോൾ അഡീഷണൽ ഡയറക്ടറായി സേവനമനുഷ്ഠിക്കുന്ന വി ശുഭാമണി, രമേശ് കുമാർ, പുത്തൂർമഠം ചന്ദ്രൻ, രാജ്മോഹൻ, വിജയലക്ഷ്മി, പി സി ജോസഫ്, പി വിനോദ്, ടി വേലായുധൻ, പി വി ചന്ദ്രൻ, ഫോട്ടോഗ്രാഫി വിഭാഗത്തിലെ ശശിധരൻ നായർ (ചീഫ് ഫോട്ടോഗ്രാഫർ) വിനോദ്, ഹരിഹരൻ, രവീന്ദ്രൻ, ഷാജി, ശ്യാമളൻ, ഗോപി, മൃഗസംരക്ഷണ വകുപ്പിലെ മനോജ് (കുട്ടനാട്) എന്നിങ്ങനെ ആ പട്ടിക സുദീർഘമാണ്. നന്ദി.

ഈ ഗ്രന്ഥരചനയിൽ എന്റെ സഹധർമ്മിണി ആർ രാജമ്മ (റിട്ട. ഹൈസ്കൂൾ അദ്ധ്യാപിക)യുടെ നിരന്തര പ്രേരണയും പങ്കാളിത്തവും വിസ്മരിക്കാവതല്ല. ചുമതലാബോധമുള്ള ഒരദ്ധ്യാപിക, ഉത്തരവാദിത്വങ്ങളേറെയുള്ള ഒരു ഗൃഹനായിക എന്നീ നിലകളിലുള്ള ജോലിത്തിരക്കിനിടയിലും, ഗ്രന്ഥരചനയ്ക്കവശ്യം വേണ്ട റഫറൻസ് ഗ്രന്ഥങ്ങൾ തെരഞ്ഞു പിടിച്ച് കുറിപ്പുകളെടുക്കുന്നതിലും എഴുതിത്തീർത്ത നൂറുകണക്കിനു പേജുകൾ തെറ്റുതിരുത്തി പകർത്തിയെഴുതി ഗ്രന്ഥത്തിന്റെ കൈയെഴുത്തു പ്രതി തയ്യാറാക്കുന്നതിലും, അർപ്പണ മനോഭാവത്തോടെ അവർ വഹിച്ച, ഏറെ ശ്രമകരവും നിസ്തുലവുമായ പങ്ക് ഞാനിവിടെ അനുസ്മരിച്ചു കൊള്ളട്ടെ; ആത്മസംതൃപ്തിക്കു വേണ്ടിയെങ്കിലും.

ഈ ഗ്രന്ഥം ഇനിയും വൈകാതെ വെളിച്ചം കാണാൻ എന്നെ നിരന്തരം നിർബ്ബന്ധിച്ചുകൊണ്ടിരുന്ന ഒരു യുവസുഹൃത്തുണ്ട്. പ്രശസ്ത ചെറുകഥാകൃത്തും വിമർശകനും പ്രഗത്ഭ സംഘാടകനുമായ ഡോ. എം രാജീവ് കുമാർ. ഈ ഗ്രന്ഥത്തിന്റെ ഉള്ളടക്കത്തോടുള്ള അതിർകടന്ന ആഭിമുഖ്യമാകാം, അതിനദ്ദേഹത്തെ പ്രേരിപ്പിച്ചതെന്നു കരുതുന്നു. ഈ

ഗ്രന്ഥപ്രസാധനത്തിൽ അർപ്പണബുദ്ധിയോടെ എന്നെ നിരന്തരമായി പ്രേരിപ്പിക്കുകയും ആവശ്യമായ സഹായസഹകരണങ്ങൾ നല്കുകയും ചെയ്ത രാജീവിനോടുള്ള കടപ്പാടും നന്ദിയും വാക്കുകളിലൊതുക്കുന്നില്ല.

ഇത്തരമൊരു ഗ്രന്ഥരചന കുറ്റമറ്റതാകണമെന്നില്ല. വസ്തുതാപരമായ അബദ്ധങ്ങൾ കടന്നുകൂടാം. പല കാര്യങ്ങളിലും ഭിന്നാഭിപ്രായങ്ങളും വ്യത്യസ്ത വീക്ഷണഗതികളുമേറെയുണ്ടാകാം, അപര്യാപ്തതകളും അനുവാചകന് അനുഭവപ്പെട്ടേക്കാം. ബോധപൂർവ്വമല്ലാത്ത അത്തരം വീഴ്ചകൾ സദയം ക്ഷമിക്കാനും അഭ്യർത്ഥിക്കുന്നു. അത്തരം അഭിപ്രായങ്ങളും നിർദ്ദേശങ്ങളും ഈ ഗ്രന്ഥത്തിന്റെ അടുത്ത പതിപ്പ് തയ്യാറാക്കുമ്പോൾ ഏറെ സഹായകമായേക്കും. ദയവായി സഹകരിക്കുക, സഹായിക്കുക.

ഇനി നമുക്ക് യാത്രയാരംഭിക്കാം - കന്യാകുമാരി മുതൽ മംഗലാപുരം വരെ-കേരള സഞ്ചാരം.

കാട്ടാക്കട ദിവാകരൻ

1

നിത്യകന്യകയായ ദേവി

"പച്ചയാം വിരിപ്പിട്ട സഹ്യനിൽ തല ചായ്ച്ചും
സ്വച്ഛാബ്ധി മണൽത്തിട്ടാം പാദോപധാനം പൂണ്ടും
പള്ളികൊണ്ടീടുന്ന നിൻ പാർശ്വയുഗ്മത്തെ കാത്തു-
കൊള്ളുന്നു കുമാരിയും ഗോകർണ്ണേശനുമംബേ."

(വള്ളത്തോൾ)

സഹ്യപർവ്വതനിരകളിൽ തലചായ്ച്ചും സാഗരതീരങ്ങളിൽ പാദം ചേർത്തും പള്ളികൊള്ളുന്ന കേരളാംബയുടെ ഇരു പാർശ്വങ്ങളിലും കാവൽ നില്ക്കുകയാണ് കന്യാകുമാരിയും ഗോകർണ്ണവുമെന്നത് കവി സങ്കല്പം. പരശുരാമൻ ഗോകർണ്ണത്തു നിന്ന് മഴുവെറിഞ്ഞ് കടലിൽനിന്നും വീണ്ടെടുത്തതാണ് കേരളമെന്ന് കേരളോല്പത്തി കഥ. പരശു വന്നു വീണ കന്യാകുമാരി മുതൽ ഗോകർണ്ണം വരെയുള്ള ഭൂവിഭാഗമാണ് കേരളമെന്നത് ഒരു ഐതിഹ്യം മാത്രം. എങ്കിലും ഇന്ത്യയുടെ തെക്കെ അറ്റത്തെ മുനമ്പായ കന്യാകുമാരി മുതൽ വടക്കോട്ട് ഗോകർണ്ണം വരെയുള്ള കേരളം എന്ന സങ്കല്പത്തിൽ നമുക്ക് യാത്ര ആരംഭിക്കാം.

കന്യാകുമാരി മുതൽ ഗോകർണ്ണം വരെ

ഭാരതത്തിന്റെ തെക്കെ അറ്റം കന്യാകുമാരി, സാഗരത്രയ (ബംഗാൾ ഉൾക്കടൽ, ഇന്ത്യൻ മഹാസമുദ്രം, അറബിക്കടൽ)ങ്ങളുടെ സംഗമസ്ഥാനം. തൊട്ടുരുമ്മി പുരാതനമായ കുമാരിക്ഷേത്രവും- മേടമാസത്തെ പൗർണ്ണമി നാളിൽ കന്യാകുമാരിമുനമ്പിൽ നിന്നു നോക്കിയാൽ ചന്ദ്രാസ്തമയവും സൂര്യോദയവും ഒരേ ദിശയിൽ ഒരേ മിഴിവോടെ കാണാം അത്തരമൊരു സുദിനത്തിലെ വ്യർത്ഥമായ കാത്തിരിപ്പിന്റെ ശേഷമാകാം, ഈ "കുമാരി"ക്കും നിത്യകന്യകാത്വം വിധിക്കപ്പെട്ടത്. ഈ തീരദേശത്തിന് പൂർവ്വകാലസ്മരണകളുടെ എത്രയെത്ര ചെപ്പേടുകൾ തുറക്കാനുണ്ടെന്നോ!

പുരാണത്തിലിങ്ങനെ: ശക്തിസ്വരൂപിണിയായ ശ്രീപാർവ്വതിക്ക് വേണ്ടി ഈ ക്ഷേത്രം നിർമ്മിച്ചത് സാക്ഷാൽ പരശുരാമനാണത്രേ. ത്രേതായുഗത്തിൽ കാർത്തവീര്യാദി മന്നന്മാരെ നിഷ്കരുണം നിഗ്രഹിച്ച പാപം തീർക്കാൻ, പരശുരാമൻ ഒട്ടേറെ സൽക്കർമ്മങ്ങൾ ചെയ്തു. കൂട്ടത്തിൽ, ശക്തിസ്വരൂപിണിയായ ശ്രീപാർവ്വതിക്കുവേണ്ടി ധാരാളം ക്ഷേത്രങ്ങളും സ്ഥാപിച്ചു. അക്കൂട്ടത്തിൽ പ്രമുഖമാണ് കന്യാകുമാരി ദേവിക്ഷേത്രം. സൂതവധം മൂലമുണ്ടായ പാപം തീർക്കാൻ ഹലായുധനും ഈ ത്രിവേണി സംഗമത്തിൽ ഭജനം നടത്തിയത്രേ.

ക്ഷേത്രോല്പത്തി കഥ

ക്ഷേത്രോല്പത്തികഥ ഇങ്ങനെയും തുടരുന്നു: ഭരത രാജാവ് തന്റെ രാജ്യം ഏഴുപുത്രന്മാർക്കായി വീതിച്ചുകൊടുത്തു. ഏകപുത്രിക്ക് വാത്സല്യപൂർവ്വം കനിഞ്ഞു നല്കിയതോ, കന്യാകുമാരി ഉൾക്കൊണ്ട ഭൂവിഭാഗം.

ശൈവമതത്തിന്റെ ശക്തിയും ഹൈന്ദവരുടെ ആരാധനാ ദേവതയുമായ ശിവപത്നിക്ക് മറ്റ് പുരാണനായികമാരെ അപേക്ഷിച്ച് ചില സവിശേഷതകളുണ്ട്. 'നിനച്ചാലുടൻ നടക്കണം'. അത് നിർബ്ബന്ധം. ദാമ്പത്യജീവിതം വൈവിദ്ധ്യപൂർണ്ണമാകണം. അതിനായി പിടിയാനയാകാനും തെല്ലും മടിയില്ല. ഇവിടെ ഭാരതത്തിന്റെ തെക്കെ മുനമ്പിൽ കുടിയിരുത്തപ്പെട്ട ദേവിക്ക് കന്യകാവേഷമാണ്. കന്യകയ്ക്ക് അനുരൂപനായ വരനായിരിക്കണം. അതിന് മറ്റാരും വേണ്ട, സാക്ഷാൽ പരമശിവൻ തന്നെ മതി. ദേവി കഠിന തപസ്സു തുടങ്ങി.

ദേവിയുടെ കഠിനതപസ്സിൽ സംപ്രീതനായ ശ്രീപരമേശ്വരൻ വരദാനസന്നദ്ധനായി പ്രത്യക്ഷപ്പെട്ടു. കന്യകയുടെ അഭീഷ്ടം ആരാഞ്ഞു. കന്യകയ്ക്കു വേണ്ടതു ശിവന്റെ സന്തതസാമീപ്യം. തെല്ലിട ചിന്തിച്ച ശേഷം ജടാധരൻ അരുളി - 'അല്പം കൂടി ക്ഷമിക്കുക.' അടിയന്തര കർത്തവ്യമായ ബാണനിഗ്രഹത്തിനുശേഷം ദേവിക്ക് സന്തതസാമീപ്യം ഉറപ്പ്! അതുവരെ ദേവി സപ്തികന്യകമാരോടൊത്ത് ഈ കടലോരത്ത് തപസ്സനുഷ്ഠിക്കുക.

പിന്നീടാണ് കാശ്യപപ്രജാപതിയുടെ പുത്രനും ശോണിതപുരരാജാവുമായ ബാണൻ, ഉഗ്രതപസ്സിലൂടെ വരങ്ങൾ നേടി ദേവന്മാരെയും മുനിമാരെയും നിഗ്രഹിക്കാൻ തുടങ്ങിയത്. ദേവന്മാർ യാഗം തുടങ്ങി, പോംവഴി കണ്ടെത്താൻ യാഗകുണ്ഡത്തിൽനിന്നും പരാശക്തി കന്യകാരൂപത്തിൽ അവതരിച്ചു. കന്യകയ്ക്കു വിവാഹം നടന്നാൽ, ശ്രീപരമേശ്വരനെ വിടാതെ കൂടിയാൽ, കാര്യം കുഴയുമല്ലോ! ബാണനിഗ്രഹം ബാക്കി കിടക്കുകയല്ലേ, ബ്രഹ്മാവും നാരദനും തല പുകഞ്ഞാലോചിച്ചു. ഈ വിവാഹം തല്ക്കാലം മുടക്കിയേ തീരൂ. തങ്ങളുടെ നിലനില്പിന്റെ പ്രശ്നമാണ്.

അതിനെന്താ വൈഷമ്യം? ഏത് കുസൃതിക്കും കൂനാങ്കുരുക്കിനും എപ്പോഴും തയ്യാറല്ലേ, ഏഷണി വിദഗ്ദ്ധനായ നാരദൻ. എല്ലാം പറഞ്ഞുറപ്പിച്ചു. തയ്യാറെടുപ്പുകൾ യഥാസമയം, യഥായോഗ്യം നടന്നു. വീണാപാണിയായ നാരദൻ മന്ദസ്മേരവദനനായി, ദേവിയെ സമീപിക്കുന്നു. വെറും ഒരു കുശലാന്വേഷണം. ശിവപ്രാപ്തിക്കുള്ള നവീന പദ്ധതിക്ക് അഭിവാദനങ്ങൾ; വിവാഹക്കാര്യത്തിൽ, അറിവുള്ള മുനിമാരുടെ ഉപദേശങ്ങൾ സ്വീകാര്യങ്ങളാണല്ലോ. കബളിപ്പിക്കലിനുള്ള സാദ്ധ്യതകൾ മുൻകൂട്ടി കണ്ടിട്ടെന്നവണ്ണം വധുവിന് നാരദൻ ഉപദേശം നല്കി. "കണ്ണില്ലാത്ത തേങ്ങയും കമ്പില്ലാത്ത കരിമ്പും ഞരമ്പില്ലാത്ത വെറ്റിലയും വരൻ കൊണ്ടുവരണം. ദക്ഷിണയായി, വീഴ്ചവരുത്താൻ പാടില്ല."

കന്യക എല്ലാം സമ്മതിച്ചു, ഹർഷോന്മാദത്തോടെ, വരന്റെ ആൾക്കാർക്ക് ദൂതന്മാർ മുഖേന നിർദ്ദേശങ്ങൾ നല്കി. നാരദമഹർഷിയുടെ 'അസാദ്ധ്യമായ' വ്യവസ്ഥകൾ പാലിക്കാൻ ഒരൊറ്റ വ്യക്തിയേ ത്രിലോകങ്ങളിലുള്ളൂ. അത് ദേവിക്കറിയാം. സാക്ഷാൽ ശ്രീപരമേശ്വരൻ. ദിവസവും നാളും മുഹൂർത്തവും നിശ്ചയിച്ചു. മേടമാസത്തിൽ പൗർണ്ണമി നാളിൽ ബ്രാഹ്മമുഹൂർത്തത്തിലാണ് പരമശിവൻ ദേവിയെ മംഗല്യം ചാർത്തേണ്ടത്.

ശുചീന്ദ്രം സുഖസുഷുപ്തിയിൽ. നവവരനായ സ്ഥാണുമാലയപ്പെരുമാളിന് ഉറക്കമില്ല. ബ്രാഹ്മമുഹൂർത്തത്തിനു മുമ്പ് കന്യാകുമാരിയിലെത്തണം. അല്പം ദൂരവുമുണ്ട്. അർദ്ധരാത്രി കഴിഞ്ഞതോടെ, ശിവൻ പരിവാരസമേതം വധൂഗൃഹത്തിലേക്ക് യാത്രയായി.

"കുക്കുക്കൂ... കുക്കുകൂ... കൂ..." ങേ! നേരം പുലർന്നോ? ചതിച്ചോ! ബ്രാഹ്മമുഹൂർത്തത്തിൽ താലി ചാർത്തേണ്ടതാണല്ലോ... ഇനിയിപ്പോൾ?... പരമശിവൻ പരവശനായി. ഈ സ്ഥിതിക്ക് ഇനിയങ്ങോട്ട് പോയാൽ? എല്ലാം വ്യർത്ഥമായി, അർദ്ധരാത്രി, അനവസരത്തിൽ കോഴി കൂവി, അഹല്യാപ്രാപ്തി നേടി അവസാനം സഹസ്രഭഗനായി ഭവിച്ച ദേവേന്ദ്രൻ. ശുചിത്വം വീണ്ടെടുക്കാൻ (ശാപമോക്ഷം നേടാൻ) തപസ്സനുഷ്ഠിച്ച ശുചീന്ദ്രത്തേക്കു തന്നെ. പരമശിവൻ ദുഃഖാകുലനായി പിൻമടങ്ങി. അദ്ദേഹം ശുചീന്ദ്രം ക്ഷേത്രത്തിൽ തന്നെ സ്ഥിരപ്രതിഷ്ഠിതനായി.

ശുചീന്ദ്രത്തിനും കന്യാകുമാരിക്കും മദ്ധ്യേയുള്ള വഴുക്കാപ്പാറയിൽ അന്ന് അർദ്ധരാത്രി ഒളിച്ചിരുന്ന് കോഴി കൂവിയത്, ഇത്തവണ നാരദൻ എന്ന നുണയൻ മഹർഷിയായിരുന്നു, കല്യാണം മുടക്കാൻ. ഇതാ ചന്ദ്രൻ അസ്തമിക്കാറായി. സൂര്യോദയമായി. ഭഗവാനെ കാണുന്നില്ലല്ലോ, ഇനിയും എന്നെ പറ്റിക്കുകയാണോ? കന്യക (ശ്രീപാർവ്വതി) വികാരവിവശ, എങ്കിലും ക്ഷമിച്ചു. പക്ഷേ, അതാ സൂര്യബിംബം ഉദിച്ചുയർന്നു കഴിഞ്ഞു. ശിവ! ശിവ! ചതിച്ചല്ലോ. ദേഷ്യവും സങ്കടവും. കല്യാണസദ്യക്കായി കരുതിവച്ചിരുന്ന സാധനസാമഗ്രികളാകെ വാരിയെറിഞ്ഞു. കോപകലുഷിതയായ പ്രതിശ്രുത വധു ഉറഞ്ഞുതുള്ളി; അസഹ്യമായ കണ്ണീരോടെ അടങ്ങിയമർന്നു. അന്ന് കുമാരി കടലിലേക്ക് വാരിയെറിഞ്ഞ ഉപ്പും മുളകും അരിയും പരിപ്പും ശർക്കരയുമെല്ലാം ഇന്നും കന്യാകുമാരി കടല്പുറത്തു കാണാം; മണ്ണായും മണലായും പാറയായും-രൂപവൈവിദ്ധ്യത്തോടെ വർണ്ണശബളിമയോടെ നാനാവർണ്ണങ്ങളിലുള്ള മണലുകൾ ചിപ്പികൾ, ശംഖുകൾ, പാറകൾ. ഏതായാലും ദേവി നിത്യകന്യകയായി കഴിയുകയാണ് കന്യാകുമാരി ക്ഷേത്രത്തിൽ.

ത്രിവേണി സംഗമം

കിഴക്ക് ബംഗാൾ ഉൾക്കടൽ, തെക്ക് ഇന്ത്യൻ മഹാസമുദ്രം പടിഞ്ഞാറ് അറബിക്കടൽ, ത്രിവേണി സംഗമം. വീശിയടിക്കുന്ന കടൽക്കാറ്റ്, തിരമാലകളുടെ നിതാന്തസംഗീതം. ഇവിടത്തെ സൂര്യോദയവും സൂര്യാസ്തമയവും അവിസ്മരണീയം, അവാച്യം, അവർണ്ണനീയം, ഇന്ത്യയിലെ സാഗരസാമീപ്യമുള്ള മറ്റു ക്ഷേത്രങ്ങളെക്കാളും നാനാപ്രകാരേണ പ്രാധാന്യവും സവിശേഷതകളും കന്യാകുമാരി ക്ഷേത്രത്തിനുണ്ട്.

"ആഴിവീചികളനുവേലം വെൺനുരകളാൽ
തോഴികൾ പോലെ തവ ചാരു തൃപ്പാദങ്ങളിൽ
തൂവെള്ളിച്ചിലമ്പുകളണിയിക്കുന്നു; തൃപ്തി-
കൈവരാഞ്ഞഴിക്കുന്നു; പിന്നെയും തുടരുന്നു."

ക്ഷേത്രം താരതമ്യേന വലുതല്ല. തമിഴകത്തെ ഒരു സാധാരണ ക്ഷേത്രത്തിന്റെ കെട്ടും മട്ടും. അത്ര യേറെ ശ്രദ്ധേയമായ ശില്പചാതുരിയും പ്രതീക്ഷി ക്കേണ്ടതില്ല. പക്ഷേ, ക്ഷേത്രപ്പഴമയും പരിസര പ്രത്യേകതകളും ചരിത്രപ്രാധാന്യവുമെല്ലാം കന്യാ കുമാരി ക്ഷേത്രത്തിന്റെ മഹത്ത്വം വിളംബരം ചെയ്യുന്നു.

ദേവി കന്യാകുമാരി

നിരനിരയായി കത്തി നില്ക്കുന്ന നിറവിളക്കു കൾക്കു മുന്നിൽ പട്ടുടയാടകൾ ചാർത്തി, സർവ്വാല ങ്കാര വിഭൂഷിതയായി പരിലസിക്കുന്ന ദേവീ പ്രതിഷ്ഠ ഒരലൗകികാന്തരീക്ഷം പ്രദാനം ചെയ്യുന്നു. ദേവീവി ഗ്രഹത്തിലെ ജാജ്ജ്വല്യമാനമായ 'മൂക്കുത്തി'യെക്കു റിച്ചൊരു കഥയുണ്ട്. ക്ഷേത്ര പരിസരത്തിലെ കട ലിലൂടെ പോയിരുന്ന കപ്പലുകൾ, മൂക്കുത്തിയുടെ ഉജ്ജ്വലപ്രകാശം കണ്ട്, ദീപസ്തംഭമെന്ന് തെറ്റിദ്ധ രിച്ച് കരയ്ക്കടുക്കാൻ ശ്രമിക്കവേ, പാറക്കെട്ടുകളിൽ തട്ടി അപകടത്തിൽപ്പെട്ടുപോയിട്ടുണ്ടത്രേ. അതിനാ ലാകം ഈ ഭാഗത്തെ വാതിൽ എന്നേക്കുമായി കൊട്ടിയടക്കപ്പെട്ടത്.

കന്യാകുമാരി ദേവീ ക്ഷേത്രത്തിനു മുന്നിൽ വന്നിറങ്ങുന്ന യാത്രികന് വലിയ തിക്കും തിരക്കും അനുഭവപ്പെടും. ഇടുങ്ങിയ നടപ്പാതയിലൂടെ ഞെങ്ങിഞെരുങ്ങി മുന്നോട്ടുനീങ്ങുമ്പോൾ ജനബാ ഹുല്യം പ്രകടം. കാശ്മീർ മുതൽ കന്യാകുമാരി വരെ യുള്ള നാനാ ജാതിമതജനസഞ്ചയം-കടൽ കനിഞ്ഞു നല്കിയ കൗതുകവസ്തുക്കൾ ശംഖ്, മാല തുടങ്ങിയവ വിറ്റ് അത്താഴത്തിന് വക നേടാൻ വെമ്പുന്ന കുട്ടികൾ മുതൽ വൃദ്ധന്മാർ വരെയുള്ള വഴിവാണിഭക്കാർ, ആളുകളെ ചാക്കിടാൻ നടക്കുന്ന ഇൻസ്റ്റന്റ് ഫോട്ടോഗ്രാഫർമാർ, കൈനോട്ടക്കാർ, കടലകപ്പലണ്ടി പലഹാര കച്ചവടക്കാർ-തട്ടിയും മുട്ടിയും വാചാലരായി നമുക്കിടയിലൂടെ കടന്നുപോ കുന്നു. താഴേക്ക് ഇരുവശത്തും വിനോദസഞ്ചാരി കളെ ആകർഷിക്കാനുള്ള വസ്തുവഹകളുമായി കൊച്ചുകൊച്ചു പീടികകളും വഴിയോര കച്ചവട ക്കാരും-ആകെയൊരു മേളം തന്നെ.

ക്ഷേത്രസന്നിധിയിലെത്തി. കടലിനഭിമുഖമായി ട്ടാണു ക്ഷേത്രം. (കുമരി അമ്മൻ കോവിൽ) ശക്തി യോടെ ആഞ്ഞടിക്കുന്ന കൂറ്റൻ തിരമാലകളെ ചെറുത്തുകൊണ്ട് തലയുയർത്തി നില്ക്കുന്ന മതിൽക്കെട്ടിനുള്ളിൽ സാക്ഷാൽ കന്യാകുമാരി ദേവി. വടക്കെ നടയാണ് പ്രധാന പ്രവേശന കവാടം.

പ്രകൃതിരമണീയത, ചരിത്രപ്രാധാന്യം, വിനോ ദസഞ്ചാരപ്രാധാന്യം - എന്തിനേറെ, ഇന്ത്യയെ കണ്ടെത്തൽ ഇവിടുന്നു തുടങ്ങുകയാവും ശരി.

ചരിത്രമുറങ്ങുന്ന പ്രാചീന രണഭൂമികളാണ് ഈ ഭൂവിഭാഗങ്ങൾ. *മഹാഭാരത*ത്തിൽ 'കന്യാതീർ ത്ഥ'ത്തെപ്പറ്റി മൂന്നിടങ്ങളിൽ പരാമർശിക്കുന്നുണ്ട്. ക്രിസ്തുവർഷം ആദ്യശതകങ്ങളിൽ കേരളം സന്ദർശിച്ച വിദേശസഞ്ചാരിയായ ടോളമിക്ക് ഈ സ്ഥലം കൗമാരിയ ആയിരുന്നു. ഹെറോഡോട്ടസ് (ബി സി മൂന്നാം നൂറ്റാണ്ട്), മാർക്കോപോളോ തുട ങ്ങിയ വിദേശ സഞ്ചാരികളും കന്യാകുമാരി സന്ദർശിച്ചതായി രേഖകളുണ്ട്.

കാലാന്തരത്തിൽ കടൽമാറി കരയായിത്തീരു കയെന്ന പ്രതിഭാസം ലോകമെങ്ങും പ്രകടമാണിന്ന്. ഭൗമശാസ്ത്രം ഈ പ്രതിഭാസം അംഗീകരിച്ചിട്ടുണ്ട്. പണ്ട്, കന്യാകുമാരി, ഇന്ന് സ്ഥിതി ചെയ്യുന്ന സ്ഥല ത്തുനിന്ന് എഴുപതു കിലോ മീറ്ററോളം തെക്കു മാറി യായിരുന്നത്രേ. മുനമ്പിനു തെക്കായി സ്ഥിതി ചെയ്തിരുന്ന ഭൂവിഭാഗമായിരുന്നത്രേ ശ്രീലങ്ക. കട ലാക്രമണഫലമായി കര വേർപെട്ട് അകന്നുപോയ താണെന്നനുമാനിക്കാം. ബി സി 1000-മാണ്ടിനും 2000-മാണ്ടിനും, മദ്ധ്യേ പ്രകൃതിക്ഷോഭത്താൽ കര കടലായി മാറിയെന്നു കരുതുന്നു. അന്ന് കന്യാകു മാരി പ്രദേശങ്ങൾ ചേരസാമ്രാജ്യത്തിന്റെ ഭാഗമായി രുന്നത്രേ. ഇന്ന് കന്യാകുമാരി മുനമ്പിനു ചുറ്റും കട ലിൽ പൊങ്ങിക്കാണുന്ന ചെറുതും വലുതുമായ പാറ ക്കെട്ടുകൾ കൊച്ചു തുരുത്തുകൾ, മുങ്ങിപ്പോയ കര യുടെ പൊങ്ങിക്കാണാവുന്ന അവശിഷ്ടങ്ങളാകാം.

ക്ഷേത്രത്തിനു സമീപമുള്ള കടലിൽ മാതൃ തീർത്ഥം, ചക്രതീർത്ഥം എന്നിങ്ങനെ ഇരുപത്തി യഞ്ച് തീർത്ഥങ്ങളുണ്ടെന്ന് പ്രാചീന കൃതികൾ സൂചിപ്പിക്കുന്നു. രാജരാജചോളൻ നിർമ്മിച്ച ഗുഹാ നന്ദേശ്വര ക്ഷേത്രം ഇതിനടുത്തുണ്ട്. ദേവീക്ഷേത്ര ത്തിനു സമീപം ഒരു ശിവക്ഷേത്രവും ശ്രീശങ്കരസ്മാ രകവും കിഴക്ക് വടക്കായി ഒരു റോമൻ കത്തോ ലിക്കാ പള്ളിയുമുണ്ട്.

കന്യാകുമാരി കടലോരത്തിന്റെ തെക്കെ അറ്റത്ത് തലയുയർത്തി നില്ക്കുന്ന ചർച്ച് ഓഫ് ഔർ ലേഡി ഓഫ് ഡിലൈറ്റ് എന്ന ക്രിസ്തീയ ദേവാ ലയം എ ഡി 1700 ൽ സ്ഥാപിക്കപ്പെട്ടതാണ്. പള്ളി യിലെ പരിശുദ്ധ കന്യാമേരിയുടെ തിരുരൂപത്തിന് മുന്നിൽ പ്രാർത്ഥനയ്ക്കെത്തുന്ന നാനാജാതിമതസ്ഥ രിൽ തദ്ദേശീയരും വിദേശീയരും ഉൾപ്പെടുന്നു.

ശുചീന്ദ്രം

സഹസ്രാബ്ദങ്ങളുടെ ചരിത്രം ഈ ദേശത്തെ വലയം ചെയ്യുന്നു. കന്യാകുമാരി മുതൽ ശബരിഗിരി വരെ വ്യാപിച്ചു കിടന്ന ആയ് രാജ്യത്തെ രാജാ ക്കന്മാർ, സംഘകാലകൃതികളിൽ വാഴ്ത്തപ്പെട്ടിട്ടു ണ്ട്. 'പെരുംചേരൻ ഇരുമ്പൊറൈ' എന്ന രാജാവുമായി യുദ്ധത്തിലേർപ്പെട്ട 'അതിയമാൻ ഏഴിനി,യെ' 'അര ശിൽ കീഴാർ' എന്ന സംഘകാലകവി 'പുറനാനൂ റിൽ' വർണ്ണിക്കുന്നു. 'ഏഴിനികൾ' എന്ന വഞ്ചികുല പതികളുടെ കുലപുരിയായിരുന്നുവത്രേ കന്യാകുമാരി ജില്ലയിലെ തിരുവട്ടാർ.

ശുചീന്ദ്രം എന്ന പേരിനെപ്പറ്റി മറ്റൊരു ഐതിഹ്യം: ശുചീന്ദ്രത്തെ പ്രതിഷ്ഠാമൂർത്തിയാണ് ശിവൻ -സ്ഥാണുമാലയൻ. സാത്വികശ്രേഷ്ഠനായ ഗൗതമ മുനിയുടെ ധർമ്മപത്നി അഹല്യയെ മോഹിച്ച ദേവേന്ദ്രന്റെ അമളിയുടെ പ്രതീകമാണിവിടം. രാത്രിയുടെ അന്ത്യയാമത്തിൽ ബ്രാഹ്മമുഹൂർത്തത്തിൽ, വേഷം മാറി മുനിപത്നിയെ പ്രാപിച്ച ദേവേന്ദ്രനെ-

"സഹസ്രഭഗനായി ഭവിക്ക ഭവാനിനി-
സ്സഹിച്ചീടുക ചെയ്ത ദുഷ്ക്കർമ്മ ഫലമെല്ലാം"

-എന്ന് മുനി ശപിച്ചു. വിവശനായ ദേവേന്ദ്രൻ ബൃഹസ്പതിയുടെ ഉപദേശമനുസരിച്ച് സ്ഥാണുമാല.യപ്പെരുമാളെ തപസ്സുചെയ്ത് പ്രീതിപ്പെടുത്തി ശാപമോക്ഷം നേടി. അതിലേക്കാണ് 'ശുചീന്ദ്രം' എന്ന് ഇന്നറിയപ്പെടുന്ന നാഞ്ചിനാട്ടിലെത്തിയതത്രേ.

പൂജയ്ക്കുമുമ്പ് ദേഹശുദ്ധി വരുത്താൻ ജലമാവശ്യം. അടുത്തെങ്ങും നദിയുമില്ല. ദേവേന്ദ്രൻ സ്വന്തം വാഹനമായ ഐരാവതത്തിന് നിർദ്ദേശം നല്കി. ആജ്ഞാനുവർത്തിയായ ഐരാവതം കൊമ്പുകുലുക്കി മുന്നോട്ടാഞ്ഞ് അഗസ്ത്യകൂടത്തിൽ ഒരൊറ്റക്കുത്ത്! അതാ ജലപ്രവാഹം-ദന്തനദി (കോട്ടാർ). ആ പേരു തന്നെ നദീതീരത്തെ പട്ടണത്തിനും ലഭിച്ചു. അതാണിന്നത്തെ കോട്ടാർ. ഇന്ദ്രന്റെ തപസ്സിൽ പ്രീതനായി സ്ഥാണുമാലയപ്പെരുമാൾ പാപക്കറ തീർക്കാനായി, തിളയ്ക്കുന്ന നെയ്യിൽ കൈ മുക്കിച്ച് ഇന്ദ്രനെ ശുചിയാക്കിയെടുത്തു. അങ്ങനെ, ശുചിയായ ഇന്ദ്രനിൽ നിന്ന് ശുചീന്ദ്രം ഉണ്ടായി. ദേവേന്ദ്രന് അഗ്നിശുദ്ധിവരുത്തിയ ആ ചടങ്ങ് (ശുചീന്ദ്രം കൈമുക്ക് എന്ന സത്യപരീക്ഷ) നൂറ്റാണ്ടുകളോളം ശുചീന്ദ്രം ക്ഷേത്രത്തിൽ നിലനിന്നിരുന്നു. കൊല്ലവർഷം 1020 ൽ (എ ഡി 1845) സ്വാതിതിരുനാൾ മഹാരാജാവ് വിളംബരം മുഖേന ക്രൂരമായ ഈ സത്യപരീക്ഷ നിർത്തലാക്കി.

മുഖ്യമായും ഒരുബ്രാഹ്മണ സങ്കേതമായിരുന്നു അന്നത്തെ ശുചീന്ദ്രം. ഇന്ന് വിചിത്രമായി തോന്നാവുന്ന മറ്റൊരു ക്ഷേത്രാരാധനാ സമ്പ്രദായവും ശുചീന്ദ്രം ക്ഷേത്രത്തിൽ നിലനിന്നിരുന്നു. കേരളത്തിലെ പ്രസിദ്ധമായ മറ്റു പല പ്രാചീന ക്ഷേത്രങ്ങളിലും ഈ സമ്പ്രദായം ഉണ്ടായിരുന്നു: 'കുടിക്കാരി' സമ്പ്രദായം. ദേവദാസികൾ. പ്രാചീന ക്ഷേത്രങ്ങളുടെ ഒരവിഭാജ്യ ഘടകമായിരുന്ന ദേവദാസിസ്ഥാനം അന്ന് പവിത്രമായ ഉന്നത പദവിയായിരുന്നു. കൊല്ലവർഷം 1105 ൽ മഹാറാണി റീജന്റ് ഈ 'കുടിക്കാരി' സമ്പ്രദായം നിർത്തലാക്കുന്നതുവരെ ശുചീന്ദ്രം ദേവദാസികളുടെ ഒരു പ്രധാന കേന്ദ്രമായിരുന്നു.

പഴയാറ്റിന്റെ തീരത്ത് അതിവിശാലമായ സ്ഥലത്താണ് ദക്ഷിണഭാരതത്തിലെ അതിപുരാതന ക്ഷേത്രങ്ങളിലൊന്നായ ശുചീന്ദ്രം ക്ഷേത്രം സ്ഥിതി ചെയ്യുന്നത്. കിഴക്കുഭാഗത്ത് ഏഴു നിലകളുള്ള ഗാംഭീര്യമാർന്ന ഗോപുരം. ഗോപുരാഗ്രത്തിൽ ആറ് താഴികക്കുടങ്ങൾ. ഗോപുരത്തിന്റെ ബാഹ്യഭാഗം പ്രതിമാശില്പങ്ങളാലും, അകവശം മനോഹരമായ ചുമർ ചിത്രങ്ങളാലും അലംകൃതമാണ്.

ക്ഷേത്രത്തിനുള്ളിൽ

ക്ഷേത്രത്തിനുള്ളിൽ കടന്നാൽ ശില്പവൈചിത്ര്യമാർന്ന ഊഞ്ഞാൽ മണ്ഡപം, വടക്കായി വിനായക മണ്ഡപം, പടിഞ്ഞാറു ഭാഗത്ത് കൊന്നയടി. ഈ കൊന്നമരത്തിന് രണ്ടായിരത്തിൽപ്പരം വർഷങ്ങളുടെ പഴക്കമുണ്ടത്രേ. വൃക്ഷച്ചുവട്ടിൽ ശിവപ്രതിഷ്ഠ-കൊന്നയടിനാഥൻ. ഇതിനു വടക്കുഭാഗത്തായി വൃഷഭവിഗ്രഹം. കൊന്നയടിക്കു തെക്ക് ദക്ഷിണാമൂർത്തി. അതിനുസമീപം ഗരുഡവിഗ്രഹം. വൃഷഭവിഗ്രഹത്തിനു മുന്നിൽ വടക്കേടത്തെ കൊടിമരവും ഗരുഡന്റെ മുന്നിൽ തെക്കേടത്തെ കൊടിമരവും നില്ക്കുന്നു. വടക്കേടത്തെ കൊടിമരത്തിനു മുന്നിൽ 'ശുചീന്ദ്രം കൈമുക്കി'ന്റെ സാക്ഷിയായ ഗണപതി. കൊടിമരങ്ങൾ നില്ക്കുന്ന മണ്ഡപമാണ് ചെമ്പകരാമൻ മണ്ഡപം. അതിനടുത്ത് വീരപാണ്ഡ്യൻ മണിമണ്ഡപവും അലങ്കാരമണ്ഡപവും. ഓരോ തൂണിനും 32 ശാഖകൾ വീതമുണ്ട്. പടിഞ്ഞാറായി ഋഷഭമണ്ഡപത്തിന്റെ നടുവിൽ തിരുനന്ദി ദേവൻ തിരുസന്നിധി നോക്കി ശയിക്കുന്നു. ഇതിനു മുന്നിലാണ് സ്ഥാണുമാലയപ്പെരുമാളെ പ്രതിഷ്ഠിച്ചിരിക്കുന്ന ഗർഭഗൃഹം. വിഷ്ണു പ്രതിഷ്ഠയാണ് വടക്കേടത്ത്. അനന്തശയനം, വിനായകൻ, ദുർഗ്ഗാദേവി, ശങ്കരനാരായണ മൂർത്തി, നടരാജൻ, സുബ്രഹ്മണ്യൻ, ബാലകൃഷ്ണൻ, ഹരിഹരപുത്രൻ, സീതാസമേതനായ ശ്രീരാമൻ തുടങ്ങിയ പ്രതിഷ്ഠകൾ തെക്കേടം, വടക്കേടം എന്നിവയെ കേന്ദ്രമാക്കി സ്ഥാപിക്കപ്പെട്ടിരിക്കുന്നു. വടക്കു കിഴക്കുഭാഗത്ത് അസാമാന്യവലിപ്പമുള്ള ഹനുമാന്റെ വിഗ്രഹവുമുണ്ട്. തെക്കേടത്തിന്റെ തെക്കു ഭാഗത്തു കാണുന്ന പാറയിലാണ് തെൻകൈലാസക്ഷേത്രം. ഈ പാറയിൽ അനേകം ശാസനങ്ങൾ കൊത്തിയിരിക്കുന്നു.

ഇത്രയേറെ പ്രതിഷ്ഠകളോടു കൂടിയ ക്ഷേത്രങ്ങൾ വേറെ ഉണ്ടെന്നു തോന്നുന്നില്ല. ആണ്ടുതോറും ധനു, മേടം, ചിങ്ങം എന്നീ മാസങ്ങളിലായി മൂന്ന് ഉത്സവവും, കുംഭമാസത്തിൽ തിരുകല്യാണവും നടത്തി വരുന്നു. ധനുമാസത്തിലെ ഉത്സവത്തോടനുബന്ധിച്ചു നടത്താറുള്ള തേരോട്ടം കാണാൻ നാനാഭാഗങ്ങളിൽ നിന്നും ജനങ്ങളെത്തുന്നു

സ്ഥാണുമാലയപ്പെരുമാളാണു പ്രധാന പ്രതിഷ്ഠ. സ്ഥാണു (ശിവൻ) മാൽ (വിഷ്ണു) അയൻ (ബ്രഹ്മാവ്) എന്നീ ത്രിമൂർത്തികളെ ഒന്നായി സങ്കല്പിച്ച് കൊണ്ടാണത്രേ ഈ പ്രതിഷ്ഠ. ഈ പ്രസിദ്ധക്ഷേത്രം നാഗർകോവിലിന് മൂന്ന് മൈൽ തെക്കു കന്യാകുമാരിക്കുള്ള വഴി മദ്ധ്യേയാണ് മുമ്പ് കേരളത്തിന്റെ ഭാഗമായിരുന്ന ശുചീന്ദ്രം ഇന്ന് (1956

ലെ സംസ്ഥാന പുനഃസംഘടനയ്ക്കു ശേഷം) തമിഴ്നാട്ടിലാണ്. വീണ്ടും കന്യാകുമാരിയിലേക്ക്:

പ്രാചീനശതകങ്ങളിൽ

കൊല്ലവർഷം നാലാം ശതകത്തോടുകൂടി കന്യാകുമാരിയുടെ ദ്രാവിഡത്തനിമയിൽ മാറ്റത്തിന്റെ കാറ്റടിച്ചു തുടങ്ങി. തികച്ചും ആരാധനാ കേന്ദ്രങ്ങളായ ക്ഷേത്രങ്ങൾ, രാഷ്ട്രീയ ശക്തികേന്ദ്രങ്ങളായി– ഭജനത്തിനു വന്നവർ (നമ്പൂതിരിമാർ) ഊരാണ്മക്കാരായി, ശുചീന്ദ്രം, തിരുവട്ടാർ, തിരുനന്തിക്കര, തിരുവിതാംകോട്, കേരളപുരം, തിരുവിടോക്കോട്, പാർത്ഥിവപുരം എന്നീ പ്രാചീന ക്ഷേത്രസങ്കേതങ്ങൾ സാമാന്യജനങ്ങളുടെ രാഷ്ട്രീയ സാമൂഹ്യ ജീവിതത്തിൽ ശക്തമായ സ്വാധീനം നേടി. നാഞ്ചിനാടിന്റെ നാട്ടിന്നുടയവരായ അബ്രാഹ്മണർ, പൊന്നും പണ്ടവും സ്വർണ്ണവും വിളയുന്ന മണ്ണും മനസ്സും ദേവന് സമർപ്പിച്ച് സായൂജ്യം തേടി; ഒന്നും നേടിയില്ലെങ്കിലും ദേവസ്വം ബ്രഹ്മസ്വമാകാനും ആക്കാനും ആര്യബുദ്ധിക്ക് ഏറെ ബദ്ധപ്പെടേണ്ടി വന്നില്ല. അങ്ങനെ, കന്യാകുമാരി ജില്ലയുടെ വലിയൊരുഭാഗം മണലിക്കര, നെൽവേലി, വട്ടപ്പള്ളി, സോമശിമംഗലം തുടങ്ങിയ പോറ്റിമാരുടെ കൈവശമായി.

കന്യാകുമാരി ദേവീക്ഷേത്രവും കടൽക്കരയ്ക്ക് അതിരിട്ട് മട്ടിലുള്ള ക്ഷേത്ര മതിൽക്കെട്ടും ശ്രദ്ധാർഹമാണ്. നവരാത്രിയാണ് പ്രധാന ഉത്സവം. ഇടവമാസത്തിലെ വിശാഖവും വൃശ്ചികത്തിലെ കാർത്തികയും മറ്റും ഉത്സവദിവസങ്ങളാണ്. ക്ഷേത്രത്തിന്റെ വലതുഭാഗത്ത് അനന്തമായ സാഗരപ്പരപ്പിൽ (ബംഗാൾ ഉൾക്കടൽ) ഏതാണ്ട് നൂറുമീറ്റർ അകലെ രണ്ട് കൂറ്റൻ പാറക്കെട്ടുകൾ കാണാം.

1893 ൽ അമേരിക്കയിലെ ചിക്കാഗോയിലെ സർവ്വമതസമ്മേളനത്തിന് യാത്രതിരിക്കുന്നതിനുമുൻപ്, സ്വാമി വിവേകാനന്ദൻ മൂന്നു രാപ്പകലുകൾ ആ കൂറ്റൻ പാറപ്പുറത്ത് ധ്യാനനിരതനായി കഴിഞ്ഞിട്ടുണ്ട്. ചുറ്റും തിരമാലകൾ ആഞ്ഞടിക്കുന്ന ആ പാറയ്ക്കുമേൽ പണിതുയർത്തപ്പെട്ടിട്ടുള്ള വിവേകാനന്ദസ്മാരകമന്ദിരം ശ്രദ്ധേയം.' ആ ധ്യാനമണ്ഡപത്തിൽ ജീവൻ തുടിക്കുന്ന വിവേകാനന്ദവിഗ്രഹമുണ്ട്. ആ നിശ്ശബ്ദതയിൽ ഭക്ത്യാദരപൂർവ്വം കൈകൂപ്പി കണ്ണടച്ച് അല്പനേരം ഇരുന്നുനോക്കൂ. അജ്ഞേയവും അലൗകികകവുമായ ഒരു ചേതോവികാരം നിങ്ങൾക്കുള്ളിൽ നിറയുന്നതായി അനുഭവപ്പെടും, തീർച്ച ശാന്തിപ്രദം ആശ്വാസദായകം.

സ്വാമി വിവേകാനന്ദൻ വിദേശയാത്രയ്ക്കു പുറപ്പെടുന്നതിനു മുമ്പ്, ചില ദിവസങ്ങളിൽ ഈ പാറപ്പുറത്തേക്ക് നീന്തിയെത്തി, യോഗനിദ്രയിൽ നിലീനനായിരുന്നത്രേ. അതിന്റെ സ്മാരകമെന്നോണം, ഇന്ന് ശിലാശില്പചാതുരി മകുടം ചാർത്തിയ വിവേകാനന്ദ സ്മാരകമണ്ഡപം അവിടെ തലയുയർത്തി നില്ക്കുന്നു. സന്ദർശകർക്ക് സ്മാരകമണ്ഡപത്തിലെത്താൻ ബോട്ട് സർവ്വീസുണ്ട്. ദക്ഷിണേന്ത്യൻ ശില്പകലയുടെ മഹനീയ മാതൃകയാണ് വിവേകാനന്ദ സ്മാരകം.

കന്യാകുമാരിയിലെ വിവേകാനന്ദകേന്ദ്രവും ശ്രദ്ധേയം. ടൗണിൽ നിന്ന് മൂന്ന് കിലോ മീറ്റർ വടക്കുമാറി വിവേകാനന്ദപുരം എന്ന സ്ഥലത്തുള്ള ഈ കേന്ദ്രം ധാർമ്മികപ്രവർത്തനങ്ങളിൽ വ്യാപൃതമാണ്.

ക്ഷേത്രത്തിൽനിന്നും അത്രയകലെയല്ലാതെ കടലോരത്തു സ്ഥിതിചെയ്യുന്ന ഗാന്ധിസ്മാരക മണ്ഡപവും ശ്രദ്ധേയം. ഗാന്ധിജിയുടെ ചിതാഭസ്മ നിമജ്ജനത്തിന്റെ സ്മരണയ്ക്കായി നിർമ്മിക്കപ്പെട്ടതാണ്. ഉത്തരേന്ത്യൻ ശില്പമാതിരിയാർന്ന ഈ മണ്ഡപം. ഗാന്ധിജയന്തി ദിനത്തിൽ (ഒക്. 2) രാവിലെ പതിനൊന്നു മണിക്ക് ഗോപുരാഗ്രഭാഗത്തു പതിക്കുന്ന സൂര്യരശ്മികൾ, താഴെ സ്ഥാപിച്ചിരിക്കുന്ന കുംഭത്തിൽ പതിക്കത്തക്കവിധത്തിലാണ് മണ്ഡപം പണിതിട്ടുള്ളത്.

വിവേകാനന്ദസ്മാരകത്തിൽനിന്ന് അത്രയകലെയല്ലാതെ സ്ഥിതി ചെയ്യുന്ന ഉയർന്ന പാറപ്പുറത്ത് അടുത്തകാലത്ത് പടുത്തുയർത്തപ്പെട്ടിട്ടുള്ള അത്യുന്നതമായ തിരുവള്ളുവർ പ്രതിമ ശ്രദ്ധേയവും മനോഹരവുമാണ്. മഹാജ്ഞാനിയും 'തിരുക്കുറളിന്റെ' കർത്താവുമായ തിരുവള്ളുവർ ബി സി 100 നും എ ഡി 300 നും മദ്ധ്യേ തമിഴ്നാട്ടിൽ മൈലാപ്പൂരിൽ ജനിച്ചു. അദ്ദേഹം ജൈനമതവിശ്വാസിയായിരുന്നു. ജൈനമത സിദ്ധാന്തങ്ങൾ പഠിച്ച് സ്വാംശീകരിച്ച തത്ത്വചിന്തകനും മഹാകവിയുമായിരുന്നു തിരുവള്ളുവർ.

2000 ത്തിലാണ് പ്രതിമ സ്ഥാപിക്കപ്പെട്ടത്. തിരുക്കുറലിലെ 133 അദ്ധ്യായങ്ങൾപോലെ 133 അടിയാണ് പ്രതിമയുടെ ഉയരം.

കഴിഞ്ഞ ദശാബ്ദത്തിൽ (2004 ഡിസംബർ 26 ന്) കേരളതീരങ്ങളിലും ആഞ്ഞടിച്ച് നാശം വിതച്ച സുനാമി തിരമാലകൾ, തിരുവള്ളുവർ പ്രതിമയുടെ തലപ്പത്തോളം ചെന്നെത്തിയിരുന്നു.

വട്ടക്കോട്ട

കന്യാകുമാരി ക്ഷേത്രത്തിൽനിന്നും ഒരു നാഴികയോളം സമുദ്രതീരത്തുകൂടി കിഴക്കോട്ടു ചെന്നാൽ, കുമരിമുട്ടം പിന്നിട്ട് വീണ്ടും മുന്നോട്ട് നടന്നാൽ, വാരിയൂർ ഉപ്പളമായി. പശ്ചിമതീരത്തെ ഉപ്പളങ്ങളുടെ കൂട്ടത്തിൽ ഏറെ കാലപ്പഴക്കമുള്ള ഉപ്പളം വാരിയൂരിനു സമീപമാണ്. ലീപുരം (ശ്രീമൂലപുരം) തുറമുഖം കന്യാകുമാരിയിൽ നിന്ന് രണ്ടുമൈൽ കിഴക്കാണിത്. പ്രാചീന കാലത്തെ സംഘകാല കൃതികളിലും ടോളമി, പെരിപ്ലസ് തുടങ്ങിയ വിദേശ സഞ്ചാരികളുടെ കൃതികളിലും പരാമർശിക്കപ്പെട്ടി

രുന്ന കന്യാകുമാരി തുറമുഖം ഇതുതന്നെയായിരിക്കണം. പ്രകൃത്യാ തന്നെ, തുറമുഖത്തിനനുയോജ്യമായ എല്ലാ ഘടകങ്ങളും ഒത്തിണങ്ങിയിട്ടുണ്ടിവിടെ. പക്ഷേ, നിരന്തരമായ കടലാക്രമണം കാലാന്തരത്തിൽ തുറമുഖത്തിന്റെ രൂപത്തിലും ഭാവത്തിലും മാറ്റം വരുത്തി. ലീപുരം കഴിഞ്ഞാൽ കടൽപ്പുറത്ത് ശ്രദ്ധേയമായ ചരിത്രസ്മാരകമാണ് 'വട്ടക്കോട്ട.'

കന്യാകുമാരിയിൽനിന്ന് മൂന്നുമൈൽ വടക്കുകിഴക്കായിട്ടാണ് കോട്ട. മാർത്താണ്ഡവർമ്മയുടെ (1729–1758) കാലത്ത് പടുത്തുയർത്തിയതാണ് ഏകദേശം നാലേക്കർ ഭൂമി ഉൾക്കൊള്ളുന്ന ഈ കോട്ട. മുൻഭാഗത്തെ കോട്ട മതിലുകൾക്ക് 29 അടിയും പിന്നിൽ 6 അടിയും പൊക്കമുണ്ട്. വീതി 5 അടി. കൊത്തളങ്ങളുമുണ്ട്. വലിയ കൊത്തളം കടലിലേക്ക് തള്ളിനില്ക്കുന്നു. മഹാപരാക്രമിയായിരുന്ന 'പുനച്ചൽ വലിയ യജമാന'നാണത്രേ ഈ കോട്ടനിർമ്മാണത്തിന്റെ മേൽനോട്ടം വഹിച്ചത്. ഏതാണ്ട് മൂന്നുനൂറ്റാണ്ടുകൾക്കു മുമ്പ് തിരുവിതാംകൂർ സൈനിക വകുപ്പിൽ അത്യുന്നത് സ്ഥാനം വഹിച്ചിരുന്ന ആജാനുബാഹുവും ശക്തനുമായ ചെമ്പകരാമൻ മാർത്താണ്ഡപിള്ള, പുനച്ചൽ എന്ന പേരിലാണറിയപ്പെട്ടിരുന്നത്. ജന്മസ്ഥലം പുനച്ചൽ.

തീരപ്രദേശങ്ങൾ മത്സ്യബന്ധന കേന്ദ്രങ്ങളാണ്. കടൽ സമ്മാനിക്കുന്ന സമുദ്രോല്പന്നങ്ങൾ കൊണ്ടുള്ള കൗതുകകരങ്ങളായ കരകൗശലവസ്തുക്കൾ വിറ്റഴിച്ച് നിത്യവൃത്തി കഴിക്കുന്നവർ ധാരാളം. ഈ ത്രിവേണി സംഗമത്തിൽ ചിതാഭസ്മം നിമജ്ജനം ചെയ്യുന്നത് പുണ്യദായകമെന്ന് കരുതുന്നു.

തീർത്ഥാടന കേന്ദ്രം

സുപ്രസിദ്ധമായ ഒരു തീർത്ഥാടന കേന്ദ്രമാണ് ഇന്ന് കന്യാകുമാരി. കന്യാകുമാരി ജില്ലയിലെ ഏക ടൗൺഷിപ്പാണ് കന്യാകുമാരി മുനമ്പ്. വിസ്തീർണ്ണം 3 ച കി മീ, പ്രാചീനതയും കുലീനതയും തുളുമ്പിനില്ക്കുന്ന ക്ഷേത്രം. സൂര്യോദയത്തിലോ സൂര്യാസ്മയത്തിലോ സമീപസ്ഥമായ ഗാന്ധിമണ്ഡപത്തിന്റെ മുകൾത്തട്ടിൽനിന്നും ഒന്നു കണ്ണോടിക്കൂ:

മൂന്നു മഹാസമുദ്രങ്ങൾ സന്ധിക്കുന്ന ആ തെക്കെ മുനമ്പിൽ സൂര്യോദയം ഒരത്ഭുതലോകം സൃഷ്ടിക്കുന്നു. നിദ്രയറ്റ സാഗരത്തിന്റെ പൊട്ടിച്ചിരിപോലുള്ള തിരച്ചാർത്തുകളിൽ ഒരായിരം മഴവില്ലുകൾ നുറുങ്ങി വീഴുന്നു. കിഴക്കെ ചക്രവാളത്തിൽനിന്നൊളിഞ്ഞു നോക്കുന്ന ബാലാദിത്യൻ നിമിഷങ്ങൾക്കുള്ളിൽ തിരശ്ശീല വകഞ്ഞുമാറ്റി, പ്രത്യക്ഷനാകുന്നു - പ്രഭാപ്രളയം തന്നെ. ഇരുണ്ട തീരങ്ങളിലെ കരിമ്പാറക്കെട്ടുകൾക്കുപോലും. നവോന്മേഷം കൈവന്നതുപോലെ.

കന്യാകുമാരി മുനമ്പിന്റെ തിലകക്കുറിപോലുള്ള കന്യാകുമാരി ക്ഷേത്രത്തിൽനിന്നും ഉയരുന്ന ശംഖനാദം, തിരമാലകളുടെ നിരന്തരമായ പൊട്ടിച്ചിരി, തീർത്ഥാടകരുടെയും സന്ദർശകരുടെയും ആഹ്ലാദാരവം, ആകെക്കൂടി അവാച്യമായ ഒരനുഭൂതി. സഞ്ചാരികളുടെ കണ്ണിനും കരളിനും കുളിരേകുന്ന കന്യാകുമാരി.

2

നഷ്ടപ്പെട്ട നാഞ്ചിനാട്

തിരുവനന്തപുരത്തുനിന്നും തെക്കോട്ട് നാഗർകോവിലിലേക്ക് സഞ്ചരിക്കുമ്പോൾ, നെയ്യാറ്റിൻകരയും പാറശ്ശാലയും പിന്നിടുമ്പോൾ തന്നെ, ഭൂപ്രകൃതിയിൽ നേരിയ മാറ്റം കണ്ടു തുടങ്ങുന്നു. റോഡിനിരുപാടുമുള്ള വരണ്ട പുരയിടങ്ങളിൽ നെടുനെടാ വളർന്നു നില്ക്കുന്ന കരിമ്പനകൾ, പുളിമരങ്ങൾ. സമതലങ്ങളിൽ റോഡിനിരുവശവും നെൽവയലുകൾ, വാഴത്തോപ്പുകൾ. മൈലുകൾ പിന്നിടുമ്പോൾ, സാക്ഷാൽ നാഞ്ചിനാടിന്റെ ഹരിതശ്രീ പ്രകടമാണെങ്ങും.

നാഞ്ചിനാടിന്റെ മണ്ണിന് നല്ല വളക്കൂറ്. വിതച്ചാൽ ഒന്നിനു നൂറായി മടക്കിനല്കുന്ന ഉദാരമതികളായ നെൽപ്പാടങ്ങൾ. പൊൻകതിർക്കുലകളേന്തി തളർന്ന് ചാഞ്ചാടുന്ന നെൽവയലുകൾ. നാനാതരത്തിലുള്ള വാഴക്കുലകളേന്തി കാറ്റിൽ കൈവീശി നില്ക്കുന്ന വാഴത്തോട്ടങ്ങൾ, ഇടയ്ക്കിടെ കരിമ്പനകളും നിറഞ്ഞ മനോജ്ഞമായ ഗ്രാമഭംഗി. കളകളം പാടുന്ന നീർച്ചാലുകളും അലയിളക്കുന്ന അസംഖ്യം ചിറകളും കൃഷിയിടങ്ങൾക്ക് ആവോളം ജലം പകരുന്നു.

ഫലസമൃദ്ധമായ പുരയിടങ്ങളിലങ്ങിങ്ങു കാണുന്ന കർഷക ഭവനങ്ങൾ ലാളിത്യവും ശാന്തിയും വിളംബരം ചെയ്യുന്നു. പനയോല മേഞ്ഞ കൊച്ചുകുടിലുകളും ഇടയ്ക്കിടെ കാണാം. ഇത് നാഞ്ചിനാട്-പഴയ കേരളത്തിന്റെ നെല്ലറ. ഗ്രാമഭംഗികൾക്കിടയിൽ ഉയർന്നു നില്ക്കുന്ന ശിലാശില്പഭംഗിയാർന്ന ഹൈന്ദവ ദേവാലയങ്ങളും ക്രിസ്ത്യൻപള്ളികളും ഈ നാഞ്ചിനാടൻ ഗ്രാമങ്ങൾക്ക് വിശുദ്ധിയും പ്രശാന്തിയും പ്രദാനം ചെയ്യുന്നു.

അഗസ്തീശ്വരം, കൽക്കുളം, വിളവംകോട്, തോവാള എന്നീ താലൂക്കുകൾ ഉൾപ്പെടുന്ന നാഞ്ചിനാടിന്റെ മറ്റൊരു സവിശേഷതയാണ് പൂക്കൃഷി. പൂക്കൃഷിക്ക് പ്രസിദ്ധമായ തോവാളയിൽനിന്ന് പ്രതിദിനം ലോറിക്കണക്കിനാണ് വിവിധയിനം പൂക്കൾ സമീപനഗരങ്ങളിലേക്ക്, വിശിഷ്യാ തിരുവനന്തപുരത്തേക്ക് പാഞ്ഞെത്തുന്നത്.

രാജവാഴ്ചക്കാലത്ത് തിരുവിതാംകൂറിനെ തീറ്റിപ്പോറ്റിയിരുന്ന നാഞ്ചിനാടിന്റെ നാനാവിധത്തിലുള്ള വികസനത്തിന് വേണ്ടതെല്ലാം അക്കാലത്തെ ഭരണാധികാരികൾ ചെയ്തിരുന്നു. ആദ്യകാലത്തു തന്നെ, നാഞ്ചിനാടിന്റെ നട്ടെല്ലുപോലുള്ള രാജപാത നിർമ്മിക്കാനും വേണ്ടവിധത്തിൽ സംരക്ഷിക്കാനും ഭരണാധികാരികൾ ശ്രദ്ധിച്ചിരുന്നു.

'നാഞ്ചിനാട്', എന്ന പേരിന്റെ ഉല്പത്തിയെപ്പറ്റി പല അഭിപ്രായങ്ങളും നിലവിലുണ്ട്. പണ്ട് നാഞ്ചിൽകുറവൻ എന്ന ഭരണാധികാരിയുടെ ഭരണത്തിൻ കീഴിലായിരുന്നതിനാൽ 'നാഞ്ചിനാട്' എന്ന പേര് സിദ്ധിച്ചെന്ന് ഒരുപക്ഷം. നാഞ്ചിനാടിന് 'നെല്പാടം' എന്ന അർത്ഥം കല്പിക്കുന്നവരുമുണ്ട്. നാഞ്ചിൽ എന്ന പദത്തിന് കോട്ട എന്നും അർത്ഥമുണ്ട്- അതിർത്തിയായി പ്രകൃതി കെട്ടിയ കോട്ട. എന്നാൽ നെൽപ്പാടങ്ങളുടെ നാട് എന്ന അർത്ഥകല്പനയാണ് ഏറെ അനുയോജ്യം.

വിളവംകോട്, കൽക്കുളം തോവാള, അഗസ്തീശ്വരം എന്നീ നാലു താലൂക്കുകൾ ചേർന്ന പഴയ നാഞ്ചിനാട്, തിരുവിതാംകൂറിന്റെ തെക്കെ ജില്ലയായിരുന്നു. സംസ്ഥാന പുനഃസംഘടനയെത്തുടർന്ന് 1956 നവംബർ 1 മുതൽ തമിഴ്നാടിന്റെ തെക്കേ അറ്റത്തെ ജില്ലയായി. പേരും മാറി കന്യാകുമാരി ജില്ല, പ്രസിദ്ധമായ കന്യാകുമാരി ക്ഷേത്രത്തിന്റെ പേരുതന്നെ ജില്ലയ്ക്കും നല്കപ്പെട്ടു.

പ്രാചീനകാലം

ക്രിസ്തുമതം ആദ്യശതകങ്ങളിൽ നാഞ്ചിനാട് ഉൾപ്പെടുന്ന പ്രദേശങ്ങൾ 'ആയ്' രാജവംശത്തിന്റെ

അധീനതയിലായിരുന്നുവത്രേ. ജില്ലയിലെ പൊന്മന, കാക്കച്ചൽ, തിരുനന്തിക്കര, തൃപ്പരപ്പ്, കുളച്ചൽ, കിളിയൽ എന്നീ സ്ഥലങ്ങളിൽ ആയ് രാജാക്കന്മാർ നിർമ്മിച്ച ക്ഷേത്രങ്ങളും കൊട്ടാരങ്ങളും ഉണ്ടായിരുന്നു. മുഞ്ചിറയ്ക്കടുത്ത് ആയ് രാജാക്കന്മാർ നിർമ്മിച്ച 'പാർത്ഥിവപുരം' ക്ഷേത്രം പ്രാചീന കാലം മുതൽക്കേ പ്രസിദ്ധമാണ്. ആദിമ ശതകങ്ങളിൽ (സംഘകാലം) നാഞ്ചിനാട്ടിൽ പാർപ്പുറപ്പിച്ച ദ്രാവിഡ വിഭാഗങ്ങളാണ് ഇവിടുത്തെ ആദിവാസികൾ.

ഇന്നത്തെ നാഞ്ചിനാടു നിവാസികൾ ഭൂരിഭാഗവും നാടാർ, നാഞ്ചി നാട്ടുപിള്ളമാർ എന്നിവരാണ്. ഇവരെക്കൂടാതെ നായർ, ഈഴവർ, മുതലിയാർ, ചാലിയർ, യാദവർ, തമിഴ്ബ്രാഹ്മണർ, മുസ്ലീങ്ങൾ, പുലയർ, പറയർ, ക്രിസ്ത്യാനികൾ, മുക്കുവർ, തേവർ തുടങ്ങിയവർ ധാരാളം.

സാംസ്കാരിക പാരമ്പര്യമുള്ള നാഞ്ചിനാട്, കൊല്ലവർഷാരംഭം മുതൽക്കേ വിദ്യാഭ്യാസരംഗത്ത് മുന്നണിയിലായിരുന്നു. പാർത്ഥിവപുരം ശാസനം, പാലയൂർ ശാസനം, ആറ്റൂർ ശാസനം, ശുചീന്ദ്രം ശാസനം തുടങ്ങിയവ നാഞ്ചിനാടിന്റെ പ്രാചീന കാലത്തെ വിദ്യാഭ്യാസ പാരമ്പര്യത്തിന് വേണ്ടത്ര തെളിവുകൾ നല്കുന്നു...

യാത്ര മുന്നേറുന്തോറും ക്രമേണ നാഞ്ചിനാടിന്റെ ഗ്രാമീണഭാവം ഓടിയകലുകയായി. പരിഷ്കൃത ഭവനങ്ങളും മന്ദിരശ്രേണികളും തിരക്കേറിയ വ്യാപാരകേന്ദ്രങ്ങളും കണ്ടു തുടങ്ങുന്നു. ജനവാഹനബഹുലമായ നഗരവീഥികളിലൂടെ ഞെങ്ങി ഞെരുങ്ങി മുന്നോട്ടു നീങ്ങിയ ബസ് ആ തിരക്കിൽ യാത്ര അവസാനിപ്പിച്ചു.

ഇത് നാഗരുകോവിൽ മുനിസിപ്പൽ ടൗൺ. ജില്ലാ ആസ്ഥാനം. നാഗർ (സർപ്പം) കുടികൊള്ളുന്ന 'കോയിൽ' (ക്ഷേത്രം) തന്നെ നാഗർകോവിൽ. ഇന്നത്തെ കന്യാകുമാരി ജില്ലയുടെ ആസ്ഥാനം. കന്യാകുമാരിയിൽനിന്ന് 12 കി മീ വടക്കുപടിഞ്ഞാറാണ് ഈ മുനിസിപ്പൽ ടൗൺ. തിരുവനന്തപുരത്തുനിന്ന് 68 കി മീ തെക്ക് കിഴക്ക്. തമിഴകത്തിന്റേതായ ജീവിതചര്യകളും ആചാരാനുഷ്ഠാനങ്ങളും ഏറെ പ്രകടം. കേരളവുമായി സാമീപ്യസമ്പർക്കങ്ങൾ ഏറെ ഉണ്ടെങ്കിൽപ്പോലും, ക്രിസ്തുവർഷം ആദിശതകങ്ങളിൽ 'ആയ്' രാജാക്കന്മാരുടെ ഭരണം നില നിന്നിരുന്ന നാഞ്ചിനാട് പില്ക്കാലത്ത് പാണ്ഡ്യരാജാക്കന്മാരുടെ ആക്രമണത്തിന് വിധേയമായി. എ ഡി 10-ാം ശതകത്തിൽ (915) ആർക്കാട്ട് നവാബും ആക്രമിച്ച് കീഴടക്കി.

'ഔവ്വയാറുടെ' പാട്ടുകളിൽ പ്രകീർത്തിക്കപ്പെടുന്ന നാഞ്ചിൽ വള്ളുവരുടെ (കുറവരുടെ, അധീശത്വത്തിലും ഏറക്കാലം കഴിഞ്ഞെന്ന് വിശ്വസിക്കപ്പെടുന്നു. നാഞ്ചിനാട്ടിലെ 'കോട്ടാർ' നാഞ്ചിൽ വള്ളുവന്റെ രാജധാനിയായിരിക്കാം; പണ്ട് കഴുകുമലശാസനത്തിൽ സൂചിപ്പിക്കുന്ന 'അരുവിയൂർക്കോട്ടൈ,' തിരുവട്ടാറിനടുത്തുള്ള അരുവിക്കരയിലാണെന്നു കാണാം. ആയ് രാജാക്കന്മാരുടെ സുശക്തമായ ഒരു സൈനിക കേന്ദ്രമായിരുന്നു അരുവിയൂർ കോട്ട. പാണ്ഡ്യരാജാവായ 'മാറൻ ചടയൻ' എ ഡി 783 ൽ ഈ കോട്ട ആക്രമിച്ച് നശിപ്പിച്ചതായി ചരിത്രരേഖകളുണ്ട്. 'വേൾവിക്കുടി' ശാസനത്തിൽ തിരുനൽവേലിയിലെ മരുതൂർ വച്ചുണ്ടായ ഘോരയുദ്ധത്തിൽ പാണ്ഡ്യൻ ആയ് രാജാവിനെ തോല്പിച്ചതായി രേഖപ്പെടുത്തിയിരിക്കുന്നു. ഒരുപക്ഷേ, ഈ കാലഘട്ടത്തിലാകാം നാഞ്ചിനാട്ടിൽപ്പെട്ട തോവാളയും അഗസ്തീശ്വരവും മറ്റും ആയ് രാജാക്കന്മാർക്ക് നഷ്ടപ്പെടുന്നത്. വിദേശശക്തികളുമായുള്ള നിരന്തര പോരാട്ടവും ചെറുത്തുനില്പും ഈ രാജവംശത്തിന്റെ ശക്തിക്ഷയത്തിനു പ്രേരകമായി. എ ഡി 8 ഉം 9 ഉം നൂറ്റാണ്ടുകളിലെ തകർച്ചയുടെ കാലഘട്ടം കഴിയുമ്പോൾ, ആയ് രാജ്യം നാമാവശേഷമായിരിക്കുമെന്ന് കരുതാം.

ചരിത്രവസ്തുതകൾ

ഐരാവതത്തിന്റെ കൊമ്പുകൊണ്ടുള്ള കുത്തേറ്റ് പിറന്നു വീണ ദന്തനദി (കോട്ടാർ), നാഞ്ചിനാടിനെ (തെക്കൻ തിരുവിതാംകൂർ) സംബന്ധിച്ച പ്രാചീനവും കൗതുകകരവുമായ ചില ചരിത്രവസ്തുതകളിലേക്ക് വെളിച്ചം വീശുന്നു. വെറും ഐതിഹ്യമായി തള്ളിക്കളയാവുന്നതല്ല ആ കഥ. തെക്ക് അഗസ്ത്യകൂടം മുതൽ വടക്കോട്ട് പശ്ചിമഘട്ടത്തിലുട നീളം സഹസ്രാബ്ദങ്ങൾക്കു മുമ്പേ അനേകം ജൈന സങ്കേതങ്ങളും ബുദ്ധവിഹാരങ്ങളും വിരാജിച്ചിരുന്നുവെന്നത് ഒരു യാഥാർത്ഥ്യമാണ്. വടക്കുനിന്നും തെക്കുനിന്നും പ്രാചീനശതകങ്ങളിൽ നാനാമാർഗ്ഗങ്ങളിലൂടെ കേരളത്തിലേക്ക് കടന്നുവന്ന് ഏറെക്കാലം കേരളീയ ജീവിതത്തിൽ പ്രത്യക്ഷമായ സ്വാധീനം ചെലുത്തിയ ജൈനമതത്തിന്റെ ഉറച്ച കാല്പാടുകൾ ഇന്നും തെളിഞ്ഞുകാണാവുന്ന പ്രദേശമാണ് കന്യാകുമാരി ജില്ല. ഒറ്റപ്പെട്ട ഗുഹാസങ്കേതങ്ങളും കാവുകളും സർപ്പാരാധനയുമെല്ലാം ജൈനമതത്തിന്റെ സവിശേഷതകളാണ്.

ഇനി, നാഗർകോവിലിന്റെ നഗരഹൃദയത്തിൽ തന്നെ നിലയുറപ്പിച്ചിട്ടുള്ള നാഗരാജക്ഷേത്രത്തെ ഒന്നു വലംചുറ്റി വരാം. നാഗ(സർപ്പ) രാജ പ്രതിഷ്ഠയാണീ ക്ഷേത്രത്തിൽ, നെൽപ്പാടത്തിന്റെ നടുവിൽ ശിലാനിർമ്മിതമായ അഞ്ചുതലകളുള്ള രണ്ടു സർപ്പങ്ങളാണ് ദ്വാരപാലകന്മാർ. ക്ഷേത്രത്തിലെ ഗർഭഗൃഹത്തിന്റെ അടിത്തറ തറനിരപ്പിൽനിന്നും താഴ്ന്നിട്ടാണ് അവിടെ, മണ്ണിനടിയിൽനിന്നും ചെളിമണ്ണും ജലവും മുകളിലേക്ക് ഊറിവരുന്നു. ഇങ്ങനെ ഊറിവരുന്ന മണ്ണാണ് ക്ഷേത്രത്തിലെ ദിവ്യമായ പ്രസാദം. (പ്രകൃതി ചികിത്സ.)

ജൈനസങ്കേതം

പണ്ട് ഇതൊരു ജൈനക്ഷേത്രമായിരുന്നു. മഹാവീരന്റെയും പത്മാവതീദേവിയുടെയും വിഗ്രഹങ്ങൾ ഇപ്പോഴുമുണ്ട്. വേണാടു വാണിരുന്ന ഭൂതലരവീഉദയമാർത്താണ്ഡവർമ്മ കൊല്ലവർഷം 697 ൽ (എ ഡി 1522) ഈ ക്ഷേത്രത്തിലേക്ക് ചില ദാനങ്ങൾ നല്കിയിരുന്നു. 'പള്ളിച്ചന്ത' മെന്ന പേരിലാണ് ഇത്തരം ദാനങ്ങൾ അറിയപ്പെട്ടിരുന്നത്. (ജൈന-ബൗദ്ധ ആരാധനാലയങ്ങളുടെ വക ഭൂമിയാണ് 'പള്ളിച്ചന്തം'). ഈ ക്ഷേത്രത്തിലെ പൂജാരിമാർക്ക് കമലവാഹനപണ്ഡിതൻ, ഗുണവീരപണ്ഡിതൻ എന്നൊക്കെയായിരുന്നു പേരുകൾ. എല്ലാം ജൈനമതവുമായി ബന്ധമുള്ളവ. 16-ാം നൂറ്റാണ്ടുവരെ അത് പ്രസിദ്ധമായ ഒരു ജൈനക്ഷേത്രമായിരുന്നു. ഭൂതലവീരഉദയമാർത്താണ്ഡവർമ്മയുടെ കാലശേഷം കഥ മാറി. ജൈനക്ഷേത്രം ഹൈന്ദവക്ഷേത്രമായി രൂപാന്തരപ്പെട്ടു. അനന്തനു വേണ്ടി ഒരു ശ്രീകോവിലും പിന്നീടുണ്ടായി. ഈ ക്ഷേത്രത്തിൽനിന്ന് ആറ് ജൈന വിഗ്രഹങ്ങൾ കണ്ടെത്തിയതായി പുരാവസ്തുരേഖകൾ സൂചിപ്പിക്കുന്നു. അവയിൽ മൂന്നും മഹാവീരന്റെ ആസനസ്ഥിതവിഗ്രഹങ്ങൾ, രണ്ടെണ്ണം പാർശ്വനാഥതീർത്ഥങ്കരന്റേത്—ഒന്ന് നില്ക്കുന്ന രൂപത്തിലും മറ്റേത് ഇരിക്കുന്നതായും. പത്മാവതീദേവിയുടെതാണ് ആറാമത്തെ വിഗ്രഹം. അഞ്ചു ഫണങ്ങളോടുകൂടിയ നാഗവിഗ്രഹത്തിന്റെ ചുവട്ടിലായി നില്ക്കുന്ന രീതിയിലുള്ള വിഗ്രഹത്തിന് പാർശ്വനാഥന്റെ സവിശേഷ ലക്ഷണങ്ങൾ.

തിരുച്ചാരണത്തുമല

അത്രയകലെയല്ലാതുള്ള മറ്റൊരു ജൈനമതകേന്ദ്രമാണ് തിരുച്ചാരണത്തുമല. കന്യാകുമാരി ജില്ലയിലെ കുഴിത്തുറ നിന്ന്, ഏഴുകിലോമീറ്റർ വടക്കുകിഴക്ക് തിക്കുറിച്ചി ശിവക്ഷേത്രത്തിന് രണ്ടു കി മീ വടക്കുപടിഞ്ഞാറായി തിരുച്ചാരണത്തുമല. 'ചിതറാൽ' എന്നും സ്ഥലനാമം. ശ്രമണർ മല, ചാരണാദ്രി എന്നിങ്ങനെയും പേരുകളുണ്ട്. എല്ലാം ജൈനസംബന്ധമായവ. 13-ാം നൂറ്റാണ്ടിന്റെ അവസാനം വരെ അതൊരു ജൈനക്ഷേത്രവും ജൈനസങ്കേതവുമായിരുന്നു.

താമ്രപർണ്ണി നദിക്കരയിലെ ഈ മലനിരകളിൽ ജൈന സന്ന്യാസിമാരായ ചാരണന്മാർ അതീന്ദ്രിയ ജ്ഞാനം നേടാനെത്തിയിരുന്നു. പാറക്കൂട്ടങ്ങൾ, ഇടയ്ക്കിടെ വൻമരങ്ങൾ, തൊട്ടടുത്ത് വേളിമല.

ചെറിയൊരു ഗുഹയിലൂടെ നൂണിറങ്ങി പടികൾ കയറിവേണം ക്ഷേത്രത്തിലെത്താൻ പാറയ്ക്കുള്ളിലാണ് ക്ഷേത്രം. മൂന്നുവശങ്ങളേ കാണാനാകൂ.

ഇന്ന് ആർക്കിയോളജി വകുപ്പിന്റെ സംരക്ഷണയിലാണ് ഈ മലൈക്കോവിൽ.

കുഴിത്തുറനിന്നും നാലുമൈൽ വടക്കു കിഴക്കായി സ്ഥിതി ചെയ്യുന്ന 'ചിതറാൽ' എന്ന സ്ഥലത്തെ തിരുച്ചാരണത്തുമലയിലെ പ്രസിദ്ധമായ ഭഗവതിക്ഷേത്രം, ഇന്ത്യയിലെ തന്നെ ജൈനമതസങ്കേതങ്ങളിൽ അതിപ്രധാനമായിരുന്നു. അർഹിക്കുന്ന പ്രചാരണം ലഭിച്ചിരുന്നെങ്കിൽ, കർണ്ണാടകത്തിലെ 'ശ്രാവണബൽഗോള'യെക്കാൾ പ്രശസ്തി ലഭിക്കുമായിരുന്നു. ആയിരത്തിൽപ്പരം വർഷങ്ങളുടെ പഴക്കമുള്ള ഈ ഹൈന്ദവ ആരാധനാകേന്ദ്രം (ഭഗവതി ക്ഷേത്രം) 13-ാം നൂറ്റാണ്ടിന്റെ മദ്ധ്യഭാഗം വരെ ജൈനമതകേന്ദ്രമായിരുന്നു എന്നതിന് വേണ്ടത്ര തെളിവുകൾ - ശിലാലിഖിതങ്ങൾ- അവിടെത്തന്നെയുണ്ട്.

തൂക്കായി നില്ക്കുന്ന ഒരു പടുകൂറ്റൻ പാറ മറ്റൊരു വൻപാറയെ താങ്ങിനില്ക്കുന്ന നിലയിലാണ് ഈ ഗുഹാക്ഷേത്രം. പ്രസ്തുത ഗുഹ മദ്ധ്യഭാഗത്തു വരത്തക്കവണ്ണമാണ് ക്ഷേത്രനിർമ്മിതി. ഒരു മണ്ഡപം, ശ്രീകോവിൽ, മടപ്പള്ളി, വരാന്ത എന്നിവയാണ് ക്ഷേത്ര ഭാഗങ്ങൾ, ഗുഹയിൽ തന്നെയാണ് പ്രധാന പ്രതിഷ്ഠ. മദ്ധ്യഭാഗത്ത് മഹാവീര തീർത്ഥങ്കരന്റെയും വടക്കുഭാഗത്തു പത്മാവതീ ദേവിയുടെയും ഇടതുഭാഗത്ത് പാർശ്വനാഥന്റെയും വിഗ്രഹങ്ങളുണ്ട്. പതിമൂന്നാം ശതകം വരെ 'തിരുച്ചാരണത്തു ഭട്ടാരിയാർ' എന്ന് പുരാരേഖകളിൽ അറിയപ്പെടുന്ന പത്മാവതീ ദേവിയാണ് പില്ക്കാലത്ത് ഭഗവതിയായി മാറിയതെന്ന് അനുമാനിക്കാം. ഈ ഗുഹാക്ഷേത്രത്തിലെ എല്ലാ വിഗ്രഹങ്ങളും ജൈനലക്ഷണങ്ങൾ തികഞ്ഞവയാണ്. ഇന്ന് ഈ ക്ഷേത്രം ഒരു ഹൈന്ദവാരാധനാകേന്ദ്രമാണ്. ഇവിടെ, ഒരു പാറയിലുള്ള കുളത്തിലെ വെള്ളം ഒരിക്കലും വറ്റാറില്ല.

കോട്ടാർ - വാണിജ്യകേന്ദ്രം

ക്രിസ്തുവർഷാരംഭം മുതൽക്കേ കോട്ടാർ വലിയൊരു വാണിജ്യകേന്ദ്രവും, പരിഷ്കൃത നഗരവുമായിരുന്നെന്ന് സഞ്ചാരികളായ ടോളമിയുടെ *ഭൂമിശാസ്ത്ര*ത്തിലും പ്ലിനിയുടെ *യാത്രാവിവരണ*ത്തിലും സൂചിപ്പിച്ചിട്ടുണ്ട്. തമിഴ് കവിയായ 'തിരുജ്ഞാനസംബന്ധ'രുടെ *തേവാര*ത്തിലെ സൂചനകൾ, കോട്ടാറിന്റെ ഗതകാല മാഹാത്മ്യവും സമൃദ്ധിയും വിളംബരം ചെയ്യുന്നു. മനോഹരമായ നഗരം കുലീനരായ നഗരവാസികൾ, കുരുമുളക്, ആനക്കൊമ്പ്, ചന്ദനം, തേക്ക്, പഴവർഗ്ഗങ്ങൾ എന്നിവയുടെയും കരകൗശലവസ്തുക്കളുടെയും മുഖ്യവിപണന കേന്ദ്രം ആയിരുന്നു. അത്യുന്നതങ്ങളായ മന്ദിരശ്രേണികളും വിശാലമായ നെൽപ്പാടങ്ങളും ഫലഭരമായ പറമ്പുകളും കേരവൃക്ഷനിരകളും പൂന്തോട്ടങ്ങളും അന്നിവിടെ ദൃശ്യമായിരുന്നുവത്രേ. ഇന്നും കൃത്രിമപ്പട്ടിനും

നെയ്ത്തിനും പ്രസിദ്ധമാണീ ദേശം. പതിനാറാം നൂറ്റാണ്ടോടുകൂടി, കന്യാകുമാരിയുടെ തീരപ്രദേശങ്ങളിൽ ക്രിസ്തുമതപ്രചാരണാർത്ഥമെത്തിയ (1544) ഫ്രാൻസിസ് സേവ്യർ പുണ്യവാളന്റെ പേരിലുള്ള കതീഡ്രൽ കോട്ടാറിന്റെ ഹൃദയഭാഗത്തു സ്ഥിതി ചെയ്യുന്നു. 19-ാം നൂറ്റാണ്ടിനു ശേഷം ആ പ്രദേശങ്ങൾ നാഗർകോവിലിൽ എന്ന പേരിൽ അറിയപ്പെട്ടു.

പ്രാചീനഗ്രാമങ്ങൾ

വേണാടു രാജാക്കന്മാരുടെ ആസ്ഥാനം കൊല്ല വർഷാരംഭശതകങ്ങളിൽ പല സ്ഥലങ്ങളിലായി മാറിമാറി സ്ഥിതി ചെയ്തിരുന്നു. ആ സ്ഥാനം 'തിരുവിതാംകോട്' ആയിരുന്ന കാലത്ത്, 'ഇരണിയൽ' കുറേക്കാലം വേണാടിന്റെ രാജധാനി ആയിരുന്നു വത്രേ. ആ പഴയ ഇരണിയൽ കൊട്ടാരം ഇന്നുമുണ്ട് - തകർന്നു വീഴാൻതക്ക പരുവത്തിൽ.

ചേരമാൻ പെരുമാൾ കേരളം വിട്ടുപോയത് ഇരണിയൽ കൊട്ടാരത്തിൽ നിന്നായിരുന്നുവെന്നും പറയപ്പെടുന്നു. രാത്രി, കൊട്ടാര മഞ്ചലിൽ സുഖസുഷുപ്തിയിൽക്കഴിഞ്ഞ പെരുമാളെ പുലരുമ്പോൾ കാണായ്കയാൽ, വിഭ്രാന്തയും ദുഃഖാർത്തയുമായ ചക്രവർത്തിനി മാളികവരാന്തയിൽനിന്നും നടുമുറ്റത്തെ കൽത്തളത്തിലേക്ക് എടുത്തുചാടി ആത്മഹത്യ ചെയ്തുവെന്നും ആ സങ്കല്പത്തിന്റെ അടിസ്ഥാനത്തിലാണ് ഇരണിയൽ കൊട്ടാരത്തിൽ എല്ലാ വർഷവും വൃശ്ചികം ഒന്നു മുതൽ പത്തുവരെ കളമെഴുത്തും പാട്ടും നടത്തുന്നതെന്നുമാണ് ഐതിഹ്യം.

ഏഷ്യയിലെ ഏറ്റവും വലിയ തൊട്ടിപ്പാലം. 101 അടിയോളം ഉയരമുള്ള പാലത്തിൽ പണിത കനാലിലൂടെ വെള്ളം കൊണ്ടുപോകുന്നതിനാണിത്. ചിറ്റാർ ഡാമിൽനിന്നുള്ള വെള്ളം, തേങ്ങാപ്പട്ടണത്തിലേക്ക് കൊണ്ടുപോകാൻ കനാൽ കുഴിച്ചപ്പോഴാണ് പറളിയാറിന് കുറുകെ, ഇത്തരമൊരു പാലം പണിയേണ്ടി വന്നത്. 1240 അടി നീളവും 101 അടി ഉയരവുമുള്ള തൊട്ടിപ്പാലത്തിനു മുകളിലൂടെയുള്ള യാത്ര സാഹസികം.

ഇരണിയൽ കൊട്ടാരം

ചേരമാൻ പെരുമാൾ (അവസാനത്തെ) ഇരണിയൽ കൊട്ടാരത്തിൽ നിന്നും പുറപ്പെട്ടുപോയതുകൊണ്ടാണ് 'തിരുവിതാംകൂർ മഹാരാജാക്കന്മാർ' പുറപ്പെട്ടു പോയ അമ്മാവൻ തിരിച്ചുവരുന്നതുവരെ, പ്രതിനിധി എന്ന നിലയ്ക്ക് ഭരണം നടത്താൻ ഉടവാൾ എടുക്കുന്നതെന്നും മറ്റും ഐതിഹ്യം. എന്തായാലും പെരുമാൾ അവസാനമായി കിടന്നുറങ്ങിയതെന്ന് സങ്കല്പിക്കപ്പെടുന്ന കരിങ്കൽക്കട്ടിൽ ഇന്നും ഇരണിയൽ കൊട്ടാരത്തിലുണ്ട്. തകർന്നടിഞ്ഞ ഈ കൊട്ടാരം നാമാവശേഷമാകുന്ന കാലം വിദൂരമല്ല.

ഇരണിയൽ - ഹിരണ്യ സിംഹനല്ലൂർ-നാഞ്ചിനാട്ടിന്റെ ഹൃദയഭൂമി. തക്കലയിൽനിന്ന് 6 കി മീ പടിഞ്ഞാറ്. ഉമയമ്മ റാണിയാണ് ഇരണിയൽ കൊട്ടാരം ഭരണകേന്ദ്രമാക്കിയത്. 1601 ൽ രവിവർമ്മ കുലശേഖരൻ ആസ്ഥാനം, പത്മനാഭപുരം കൊട്ടാരത്തിലേക്കു മാറ്റുന്നതുവരെ വേണാട്ടരചന്മാർ വാണരുളിയത് ഇരണിയൽ കൊട്ടാരത്തിലായിരുന്നു. കൊട്ടാരമതിലകം ഇന്ന് ഏതാണ്ട് മൂന്നര ഏക്കറായി ചുരുങ്ങിക്കഴിഞ്ഞു. കിഴക്ക് പടിപ്പുര. തുടർന്നു പ്രധാന കൊട്ടാരമായ കുതിരമാളിക, പിന്നിൽ വസന്തമണ്ഡപം പടിപ്പുര പൂർണ്ണമായും നശിച്ചുകഴിഞ്ഞു.

നാലുകെട്ടിന്റെ രൂപത്തിലുള്ള പ്രധാന കൊട്ടാരത്തിന്റെ മേല്ക്കൂര നിലം പൊത്താറായ സ്ഥിതിയിൽ. ഒറ്റക്കല്ലിൽ കൊത്തിയെടുത്ത ആറടി നീളവും അഞ്ചടി വീതിയും വശങ്ങളിൽ ശില്പാലങ്കൃതവുമായ കട്ടിൽ പ്രധാന ആകർഷണം. ജനാധിപത്യഭരണത്തോടുകൂടിയാണ് ഇരണിയൽ കൊട്ടാരം നാശോന്മുഖമായത്. വിലപിടിപ്പുള്ളതെല്ലാം അന്യാധീനമായി.

ഇരണിയൽ ആദ്യകാലങ്ങളിൽ ആയ് രാജവംശത്തിന്റെയും തുടർന്ന് വേണാടിന്റെയും ഭാഗമായിരുന്നു. പാണ്ഡ്യചോളരാജാക്കന്മാരും വിജയനഗര രാജാക്കന്മാരും നാഞ്ചിനാട് ആക്രമിച്ച് കൈവശപ്പെടുത്തിയപ്പോഴെല്ലാം ഇരണിയലും ആ ദുർദ്ദശകൾക്ക് വിധേയമായി.

എ ഡി 1741 ൽ ഡച്ചുകാർ കുളച്ചലിൽനിന്നും ആക്രമണം തുടങ്ങി തേങ്ങാപ്പട്ടണം, മിടാലം, കടിയപ്പട്ടണം എന്നീ സ്ഥലങ്ങൾ കൈയടക്കിയശേഷം ഇരണിയലിലേക്ക് കടന്ന്, കണ്ണിൽക്കണ്ടതെല്ലാം കൊള്ളയടിച്ചു. ക്ഷേത്രങ്ങൾ ചുട്ടെരിച്ചും ഇരണിയൽ കൈയടക്കി. കോട്ടാർ പിടിച്ചെടുത്തശേഷം ഡച്ചു സൈന്യം കൽക്കുളത്തേക്കു നീങ്ങി. 916 ആടി മാസം 15-ാം തീയതി കുളച്ചലിൽ വച്ചു നടന്ന ഘോരയുദ്ധത്തിൽ മാർത്താണ്ഡവർമ്മ മഹാരാജാവിന്റെയും രാമയ്യൻ ദളവയുടെയും വിദഗ്ദ്ധമായ നേതൃത്വത്തിൽ ലന്തപ്പടയെ നിശ്ശേഷം തോല്പിച്ചോടിച്ചു.

സമൃദ്ധമായ ഒരു കാർഷികമേഖലയും ഒരു പ്രമുഖ വിദ്യാകേന്ദ്രവുമായിരുന്നു പണ്ടത്തെ ഇരണിയൽ. തലക്കുളത്തു വേലുത്തമ്പി കാര്യക്കാർ, ജയന്തൻ ശങ്കരൻ നമ്പൂതിരിക്കെതിരെ ജനങ്ങളെ സംഘടിപ്പിച്ച് ബഹുജനപ്രക്ഷോഭണത്തിനു തുടക്കം കുറിച്ചത് ഇരണിയൽ നിന്നായിരുന്നു. മേൽത്തരം നേരിയ വസ്ത്രങ്ങൾ (ഇരണിയൽ നേര്യത്) നെയ്തെടുക്കുന്നതിൽ അസാമാന്യ സാമർത്ഥ്യമുള്ള നെയ്ത്തുകാരുടെ കേന്ദ്രവുമായിരുന്നു ഇരണിയൽ മുൻകാലങ്ങളിൽ.

ഇരണിയലിലെ 'നെയ്യൂർ' ഒരു ക്രൈസ്തവ കേന്ദ്രമാണ്. (LMS) കേണൽ മൺറോയുടെ അധീ

ശത്വത്തിലും മാർഗ്ഗനിർദ്ദേശത്തിലും കരുത്താർജ്ജിച്ച ക്രിസ്ത്യൻ മിഷണറിമാർ അന്ന് ആയിരക്കണക്കിന് നാടാർ സമുദായാംഗങ്ങളെ മതപരിവർത്തനം ചെയ്ത് ക്രിസ്തുമത വിശ്വാസികളാക്കി മാറ്റി. ആ മിഷണറി പ്രവർത്തനങ്ങളുടെ ഭാഗമെന്നോണം നെയ്യൂർ ഒരു പ്രധാന വിദ്യാഭ്യാസ കേന്ദ്രവുമായി. നെയ്യൂർ ആശുപത്രി പണ്ടേ പ്രസിദ്ധം.

മണ്ടയ്ക്കാട്

ഇരണിയലിനോട് ചേർന്നു കിടക്കുന്ന മണ്ടയ്ക്കാട് എന്ന തീരദേശ ഗ്രാമത്തിലെ പ്രസിദ്ധമായ ഭഗവതി ക്ഷേത്രമാണ് മണ്ടയ്ക്കാട്. വർഷം തോറുമുള്ള 'മണ്ടയ്ക്കാട്ടു കൊട' ഉത്സവത്തിന് നാടിന്റെ നാനാഭാഗങ്ങളിൽനിന്ന് അസംഖ്യം ഭക്തജനങ്ങൾ വന്നുകൂടുന്നു. കാലക്രമേണ വളർന്നു വലുതായിക്കൊണ്ടിരിക്കുന്ന ഒരു മൺപുറ്റാണ്, അദൃശ്യ ശക്തികൾ ഭഗവതിയായി സങ്കല്പിക്കപ്പെട്ടിരിക്കുന്നത്. ചൊവ്വയും വെള്ളിയുമാണ് വിശേഷ ദിവസങ്ങൾ. മണ്ടയ്ക്കാട്ടമ്മയുടെ പരിവാരങ്ങളായ ഭൂതപ്രേതപിശാചുകൾക്ക് കോഴിയെ വെട്ടി ബലി കൊടുക്കുന്നതാണ്, 'മണ്ടയ്ക്കാട്ടു കൊട.' റീജന്റ് സേതുലക്ഷ്മീഭായിയുടെ കാലത്ത് ഈ ജന്തുബലി നിർത്തലാക്കി.

പഴയ തിരുവിതാംകൂറിന്റെ രൂപവും ഭാവവും നിർണ്ണയിക്കുന്നതിൽ പരമപ്രധാനമായ ഒരു പങ്കു വഹിച്ച ചരിത്രസംഭവമാണ് കുളച്ചൽ യുദ്ധം. വൈദേശിക ശക്തിയായ ഡച്ചു സൈന്യവും തിരുവിതാംകൂർ സൈന്യവുമായി ഏറ്റുമുട്ടി ജയപരാജയങ്ങൾ നിർണ്ണയിച്ച അവിസ്മരണീയമായ ആ സമരാങ്കണങ്ങളുടെ വീരസ്മരണകൾ ഇന്നും പുളകമണിയിക്കുന്നവ തന്നെ. തിരുവിതാംകൂറിനെ, വിശിഷ്യാ മാർത്താണ്ഡവർമ്മ മഹാരാജാവിനെ സംബന്ധിച്ചിടത്തോളം വിധിനിർണ്ണായകമായ ആ കുരുക്ഷേത്ര യുദ്ധഭൂമികളിലേക്ക് സംഭവ പരമ്പരകളിലേക്ക് കടക്കുംമുമ്പ് തെക്കൻ തിരുവിതാംകൂറിലെ തന്ത്രപ്രധാനമായ ആ മലമ്പാതയെപ്പറ്റി മനസ്സിലാക്കിയേ മതിയാവൂ - ആരുവാമൊഴി.

ആരുവാമൊഴിപ്പാത

ആരുവാമൊഴിപ്പാത - പഴയ തിരുവിതാംകൂറിന്റെ നന്മതിന്മകൾക്കു വഴിയൊരുക്കിയ മലമ്പാത. കൊള്ളക്കാരുടെയും കവർച്ചക്കാരുടെയും വിഹാര രംഗമായ മലമ്പ്രദേശങ്ങളും ദുർഗ്ഗമങ്ങളായ വന്യമാർഗ്ഗങ്ങളും സാധാരണക്കാരുടെയും വർത്തകരുടെയും പേടിസ്വപ്നവുമായിരുന്നു പണ്ടത്തെ ആരുവാമൊഴിപ്പാത.

ഭൂമിശാസ്ത്രപരമായി നോക്കിയാൽ കന്യാകുമാരി ജില്ലയിലെ പൂക്കൾക്കു പേരുകേട്ട തോവാളത്താലൂക്കിലെ ഒരു പകുതി (വില്ലേജ്) ആയിരുന്നു ആരുവാമൊഴി. നാഗർകോവിലിൽനിന്ന് 11 കി മീ അകലെ, തോവാളയിൽനിന്നും രണ്ടു കി മീ പടിഞ്ഞാറ് ആരുവാമൊഴിപ്പാതയാരംഭിക്കുകയായി. തിരുവിതാംകൂറിന്റെ തെക്കെ അറ്റത്തുള്ള ഈ അതിർത്തി ഗ്രാമത്തിന്റെ തന്ത്രപ്രാധാന്യം കണക്കിലെടുത്തിട്ടാവണം, പഴയ കാലത്ത് ഒരു പൊലീസ് സ്റ്റേഷനും അഞ്ചലാഫീസും ചൗക്കയും അവിടെയുണ്ടായിരുന്നു—രാജാധികാര സൂചനയെന്നോണം.

ഇന്ന് നാഗർകോവിൽ—തിരുനൽവേലി റോഡ് കടന്നുപോകുന്നത് ആ വഴിക്കാണ്. സമതല പ്രദേശങ്ങളിൽനിന്ന് ക്രമേണ അകന്നകന്ന് സഹ്യപർവ്വത്തിന്റെ ദക്ഷിണാഗ്രത്തെ മുറിച്ചു കടക്കുമ്പോൾ, പാത വന്യഭാവം കൈക്കൊള്ളുന്നു. നിമ്നോന്നത വനപ്രദേശങ്ങളിൽ ഇടുങ്ങിയ കാട്ടുപാത. വരണ്ട ഭൂവിഭാഗം.

തിരുവിതാംകൂറിനു നേർക്കുണ്ടായ വിദേശീയാക്രമണങ്ങളിൽ 99 ശതമാനവും ഈ മലമ്പാത വഴിക്കായിരുന്നു. മറവന്മാരായ കൊള്ളക്കാരുടെയും കവർച്ചക്കാരുടെയും മിന്നലാക്രമണങ്ങൾ ഒരുവശത്ത്, മുകില-ചോള-പാണ്ഡ്യ സൈന്യത്തിന്റെയും ലന്തപ്പടയുടെയും കടന്നാക്രമണങ്ങൾ വേറെ. അങ്ങനെ ആരുവാമൊഴി വഴി തുടരെത്തുടരെയുണ്ടായ വൈദേശികാക്രമണങ്ങൾ വേണാടിന്റെ തലസ്ഥാനമായ നാഞ്ചിനാടിനെ പലവട്ടം തളർത്തി, തകർത്തു. രാജാക്കന്മാർ വശംകെട്ടു. കൂട്ടത്തിൽ കച്ചവടക്കണ്ണുമായി സാമ്രാജ്യ മോഹത്തിൽപ്പെട്ടുവശായ പാശ്ചാത്യശക്തികളുടെ നിരന്തര ശല്യവും.

മാർത്താണ്ഡവർമ്മ അനിഴം തിരുനാൾ രാജ്യഭാരമേറ്റപ്പോൾ വേണാടിന്റെ ദുഃസ്ഥിതി മേൽപ്പറഞ്ഞ തരത്തിലായിരുന്നു. ഇതിനു പുറമേ അമ്മാവന്റെ മക്കളായ പപ്പുതമ്പിയും രാമൻതമ്പിയും സിംഹാസനം തിരിച്ചുപിടിക്കാനുള്ള തത്രപ്പാടിൽ. അവർക്ക് പ്രബലമായ പിന്തുണയോടെ അതിശക്തരായ എട്ടുവീട്ടിൽ പിള്ളമാരും പരിവാരങ്ങളും. രാജ്യത്താകെ ആഭ്യന്തര കലാപം. രാജാവിന്റെ ജീവൻപോലും ഭീഷണിയിൽ.

ഒടുവിൽ തമ്പിമാരെയും പിള്ളമാരെയും അവരെ താങ്ങിനിന്ന രാജ്യദ്രോഹികളെയും വകവരുത്തി രാജ്യം രക്ഷിച്ച വേണാട്ടു രാജാവിന്റെ അടിയന്തര ശ്രദ്ധ അപകടകരമായ ആരുവാമൊഴിപ്പാതയിൽ പതിഞ്ഞു. പണ്ടെങ്ങോ പൊളിഞ്ഞു കിടന്ന 'ആരുവാമൊഴിക്കോട്ട' അറ്റകുറ്റപ്പണികൾ തീർത്ത് സുദൃഢമാക്കി. പാതയ്ക്കിരുപാടും രണ്ടു കൊത്തളങ്ങളും നിർമ്മിച്ചു. കോട്ടയിൽ തോക്കുകൾ ഉറപ്പിച്ച് പട്ടാളകാവലും ഏർപ്പാടാക്കി.

കുളച്ചൽ യുദ്ധം

എ ഡി 18-ാം നൂറ്റാണ്ടിൽ കേരളത്തിൽ ശക്തി പ്രാപിച്ച ഡച്ചുകാർ വേണാടിനെയും വശത്താക്കാ

നുള്ള മോഹത്തിന് കളമൊരുക്കി. ഡച്ചുകാരുടെ ഒരു പീരങ്കിപ്പട സിലോണിൽനിന്ന് കുളച്ചലിലെത്തി. കന്യാകുമാരിക്കും കുളച്ചലിനും മദ്ധ്യേയുള്ള തീര പ്രദേശങ്ങൾ കൈവശപ്പെടുത്തി. സർവ്വസൈനിക ശക്തിയും കേന്ദ്രീകരിച്ച് തിരുവിതാംകൂർ സൈന്യം ഡച്ചുപട്ടാളത്തിനോടേറ്റുമുട്ടി. ഇരുഭാഗത്തും ഒട്ടേറെ നാശനഷ്ടങ്ങൾക്കിടയാക്കിയ കുളച്ചൽ യുദ്ധം (1741 ആഗസ്ത് 10) നാലുവർഷക്കാലം നീണ്ടു നിന്നു. യുദ്ധത്തിൽ തിരുവിതാംകൂർ സൈന്യം ആത്യന്തിക വിജയം നേടി. കുളച്ചൽ യുദ്ധത്തിൽ തോറ്റു തുന്നം പാടിയ ഡച്ച് അധീശശക്തിയുടെ മരണമണിയാണ് അന്ന് കുളച്ചലിൽ മുഴങ്ങിയത്.

ഡിലനോയ്

കുളച്ചൽ യുദ്ധത്തിൽനിന്ന് തിരുവിതാംകൂറിന് ലഭിച്ച മറ്റൊരു മഹാനേട്ടത്തെപ്പറ്റിയും ഇവിടെ പരാമർശിക്കേണ്ടതുണ്ട്. കുളച്ചൽ യുദ്ധത്തിൽ തോറ്റ ഡച്ചു സൈനികരിൽ 24 പേരെ തിരുവിതാംകൂർ സേന തടവുകാരായി പിടിച്ചു. അവരിൽ ഡച്ചു സേനാനായകനായ 'യൂസ്റ്റേഷ്യസ് ബനഡിക്റ്റസ് ഡിലനോയ്' എന്ന ധീരയോദ്ധാവുമുണ്ടായിരുന്നു. ആ പടനായകന്റെ അസാമാന്യധീരതയിലും സ്വഭാവവൈശിഷ്ട്യത്തിലും ആകൃഷ്ടനായ മഹാരാജാവ് അദ്ദേഹത്തെ ആദ്യം സ്വന്തം അംഗരക്ഷകനായും പിന്നീട് തിരുവിതാംകൂർ സൈന്യത്തിന്റെ ജനറലായും നിയമിച്ചു.

തിരുവിതാംകൂറിന്റെ അനന്തര വിജയങ്ങൾ 'ഡിലനോയ്' എന്ന സർവ്വസൈന്യാധിപനും രാമയ്യൻ ദളവ എന്ന സചിവ മുഖ്യനും അവകാശപ്പെട്ടതാണ്. പഴയമട്ടിലുള്ള യുദ്ധമുറകൾ മാത്രം അറിയാമായിരുന്ന തിരുവിതാംകൂർ സൈന്യത്തെ 'ഡിലനോയ്' നവീനയുദ്ധതന്ത്രങ്ങൾ അഭ്യസിപ്പിച്ചു. കൂടുതൽ ആയുധനിർമ്മാണശാലകൾ സ്ഥാപിച്ചു. കൂടാതെ, രാജ്യത്തുടനീളം പലകോട്ടകളും നിർമ്മിക്കാൻ നേതൃത്വം നല്കി.

മാർത്താണ്ഡവർമ്മയുടെയും തുടർന്ന് ധർമ്മരാജയുടെയും ഭരണകാലത്ത് തിരുവിതാംകൂറിനുണ്ടായ സൈനിക വിജയങ്ങൾക്കു മുഖ്യകാരണം രാമയ്യൻ ദളവ, അയ്യപ്പൻ മാർത്താണ്ഡപിള്ള എന്നീ ദളവമാരുടെ സമ്പൂർണ്ണസഹകരണവും ഡിലനോയ്യുടെ വിദഗ്ദ്ധ നേതൃത്വവുമാണ്. 37 വർഷം അദ്ദേഹം ഇപ്രകാരം തിരുവിതാംകൂറിൽ സേവനമനുഷ്ഠിച്ചു. ആ ധീരനായ പടനായകൻ ഉദയഗിരിക്കോട്ടയിൽ അന്ത്യവിശ്രമം കൊള്ളുന്നു.

ഇരവിക്കുട്ടിപ്പിള്ള

വേണാട്ടിലെ ഒരു ധീരസേനാനിയായിരുന്നു ഇരവിക്കുട്ടിപ്പിള്ള. തക്കലയിൽനിന്നും ഒന്നര കി മീ വടക്കു പടിഞ്ഞാറായിട്ടുള്ള കേരളപുരം ഗ്രാമത്തിൽ വലിയവീട് എന്ന പ്രഭുകുടുംബത്തിൽ ഈശ്വരിപിള്ളയുടെ ഏകപുത്രനായി 1603 ൽ ജനിച്ചു. ചെറുപ്പത്തിൽത്തന്നെ ആയോധനവിദ്യകളിൽ അപാരമായ പ്രാവീണ്യം നേടി. അന്ന് വേണാടിന്റെ തലസ്ഥാനം പത്മനാഭപുരം ആയിരുന്നു.

കൊല്ലവർഷം 800 മുതൽ 823 വരെ നാടുവാണ ഉണ്ണികേരളവർമ്മയായിരുന്നു അന്നത്തെ വേണാട്ടരചൻ. തിരുമലനായ്ക്കന്റെ ഉപസേനാപതിയായിരുന്ന രാമപ്പയ്യൻ വലിയ സൈന്യസഹായത്തോടെ വേണാട് ആക്രമിക്കാൻ പുറപ്പെട്ടു. രാമപ്പയ്യനെ നേരിടാൻ ഇരവിക്കുട്ടിപ്പിള്ള നിയോഗിക്കപ്പെട്ടു.

വീരമൃത്യു വരിച്ച ഇരവിക്കുട്ടിപ്പിള്ളയുടെ ധീരസാഹസികത നാലു നൂറ്റാണ്ടുകൾക്കുമുമ്പ് തെക്കൻ തിരുവിതാംകൂറിൽ പ്രചുരപ്രചാരത്തിലിരുന്ന *ഇരവിക്കുട്ടിപ്പിള്ളപ്പോര്* എന്ന പാട്ടുകൃതിയിൽ വർണ്ണിച്ചിട്ടുണ്ട്.

നാഞ്ചിനാട്ടിൽ ഇരവിക്കുട്ടിപ്പിള്ളമാരെ പോറ്റി വളർത്തിയ പടവീടുകൾ, പുരാതനനായർ തറവാടുകൾ അസംഖ്യമുണ്ടായിരുന്നു. പലതും പില്ക്കാലത്ത് നാമാവശേഷമായി.

തമിഴിലും മലയാളത്തിലും കാവ്യരചനാവൈഭവം പുലർത്തിയ അനേകം തമിഴ്-മലയാളം സാഹിത്യകാരന്മാർ പോയ നൂറ്റാണ്ടിൽ ജീവിച്ചിരുന്നു. ബാല്യകൗമാരങ്ങൾ പിന്നിട്ടത് തമിഴ്നാട്ടിലാണെങ്കിലും, സ്വായത്തമായ കലാപാടവവും സാഹിത്യസിദ്ധിയും കേരളത്തിനുവേണ്ടി അർപ്പിച്ച 'തിക്കുറിശ്ശി സുകുമാരൻ നായരുടെ' ജന്മ ഗൃഹം കുഴിത്തുറ നിന്നും ഏഴു കി മീ വടക്കുകിഴക്കായി സ്ഥിതി ചെയ്യുന്ന തിക്കുറിച്ചി എന്ന നാഞ്ചിനാടൻ ഗ്രാമത്തിലാണ് (1916 - 1997).

ഉദയഗിരിക്കോട്ട

തിരുവനന്തപുരത്തുനിന്നും കന്യാകുമാരി റൂട്ടിൽ 33 മൈൽ അകലെ, തക്കലെനിന്നും 3 കി മീ തെക്ക് സ്ഥിതി ചെയ്യുന്ന ഉദയഗിരിക്കോട്ട തിരുവിതാംകൂറിന്റെ ചരിത്രം തിരുത്തിക്കുറിച്ച സംഭവപരമ്പരകളുടെ ദൃക്സാക്ഷിയും സ്മാരകവുമാണ്. ഒരു വലിയ കുന്നിന്റെ ചുറ്റുമായിട്ടാണ് കോട്ട. തൊണ്ണൂറിൽപ്പരം ഏക്കർ വിസ്തീർണ്ണം. ഏകദേശം 80 മീറ്റർ പൊക്കമുള്ള കുന്നിനു ചുറ്റും 5.5 മീറ്റർ ഉയരവും 4.5 മീറ്റർ വണ്ണവുമുള്ളതാണ് കോട്ടമതിലുകൾ. ഭിത്തി മുഴുവൻ കരിങ്കൽ നിർമ്മിതമാണ്. ചുറ്റുമായി 10 കൊത്തളങ്ങളും ദൃശ്യമാണ്.

കോട്ടയുടെ മദ്ധ്യഭാഗത്തെ കുന്നിൻതലപ്പത്തുനിന്നുള്ള ദൃശ്യം നയനാനന്ദകരം, വേളി കുന്നുകളും അറേബ്യൻ സമുദ്രത്തിന്റെ അലയടികളും ഒന്നിച്ചു കാണാം അവിടെ നിന്നു നോക്കിയാൽ.

പത്മനാഭപുരം കോട്ടയും ഉദയഗിരിക്കോട്ടയും എ ഡി 1601 ൽ നിർമ്മിക്കപ്പെട്ടവയാണ്. ഇന്ന് കാണുന്നവ 1741 ൽ പുതുക്കിപ്പണിഞ്ഞവയത്രെ. ഇവിടുത്തെ ആയുധനിർമ്മാണ ശാലയിൽ വളരെ ഉയർന്നതരം യുദ്ധോപകരണങ്ങൾ നിർമ്മിച്ചിരുന്നു. 16 അടി നീളമുള്ള ഒരു പീരങ്കി (ലോഹനിർമ്മിതം) മാറ്റാൻ, 1200 ഭടന്മാർ 16 ആനകളുടെ സഹായത്തോടെ തീവ്ര ശ്രമം ചെയ്തു നോക്കിയിട്ടും ഏതാനും വാര ദൂരത്തേക്കുപോലും മാറ്റാൻ കഴിഞ്ഞില്ലെന്ന് കേണൽ വെൽഷ് അത്ഭുതപരതന്ത്രനായി *സൈനിക സ്മരണ*കളിൽ എഴുതിയിട്ടുണ്ട്. ടിപ്പു സുൽത്താന്റെ സൈന്യത്തിൽ നിന്നും പിടിച്ചെടുത്ത തടവുകാരെയും യൂറോപ്യൻ തടവുകാരെയും ഇവിടുത്തെ കാരാഗൃഹത്തിലാണ് അടച്ചിരുന്നത്.

തിരുവട്ടാർ

എട്ടാം നൂറ്റാണ്ടിൽ ജീവിച്ചിരുന്ന നമ്മാഴ്വാർ, തിരുമങ്കൈയാഴ്വാർ, പിള്ളൈപ്പെരുമാൾ അയ്യങ്കാർ തുടങ്ങിയ വൈഷ്ണവ ഭക്തന്മാരാൽ പ്രകീർത്തിതമായ തിരുവട്ടാർ ആദികേശവക്ഷേത്രം, കന്യാകുമാരി ജില്ലയിൽ കൽക്കുളം താലൂക്കിൽ താമ്രപർണ്ണിയാറിന്റെ തീരത്ത് അത്യുന്നതമായ ഒരു സ്ഥലത്ത് സ്ഥിതി ചെയ്യുന്നു.

ദക്ഷിണവൈകുണ്ഠമെന്ന് പ്രസിദ്ധിപെറ്റ തിരുവട്ടാർ ക്ഷേത്രത്തിന് 12 ശതകങ്ങളുടെ കാലപ്പഴക്കമുണ്ടെന്ന് അനുമാനിക്കാം. ആദികേശവപ്പെരുമാളും തിരുവാമ്പാടി ഉണ്ണികൃഷ്ണനുമാണ് പ്രധാന പ്രതിഷ്ഠകൾ. ശ്രീകോവിലിൽ ശീവേലിപ്പുര മുതലായവയെല്ലാം ശില്പവൈചിത്രം കൊണ്ട് നയനാനന്ദകരമാണ്. ക്ഷേത്രവളപ്പിലെ കരിങ്കൽ മതിൽക്കെട്ടിന് മുപ്പതടിയോളം പൊക്കമുണ്ട്. ശ്രീകോവിൽ, ഉപദേവഗൃഹങ്ങൾ, മുഖമണ്ഡപം (ഒറ്റക്കൽ മണ്ഡപം) ശീവേലിപ്പുര, ധ്വജസ്തംഭം എന്നിവയെല്ലാം കലാസൗകുമാര്യം തികഞ്ഞവയാണ്. ക്ഷേത്രഭിത്തികളിൽ വിഷ്ണു വേണുഗോപാലൻ, കിരാതൻ, ശിവൻ, നരസിംഹം തുടങ്ങിയ 22 ചുമർചിത്രങ്ങളുണ്ട്.

ചിങ്ങത്തിലെ ഓണം, അഷ്ടമിരോഹിണി, കന്നിയിൽ മൂലം, വൃശ്ചികത്തിൽ തൃക്കാർത്തിക, ധനുവിൽ മഹാവ്യതിപാദം, സ്വർഗ്ഗവാതിൽ ഏകാദശി, മകരസംക്രാന്തി, മകരശീവേലി, കളഭം, പെരുന്തമൃതുപൂജ എന്നിവയാണ് പ്രധാന വിശേഷങ്ങൾ. പത്മനാഭ സ്വാമിക്ഷേത്രത്തിലേതു പോലെ തുലാത്തിലും മീനത്തിലുമാണ് ഉത്സവം. തിരുവട്ടാർ ക്ഷേത്രത്തിൽനിന്നും ഇരുപതിൽപ്പരം ശിലാശാസനങ്ങൾ കണ്ടെത്തിയിട്ടുണ്ട്.

തക്കലയ്ക്കടുത്തുള്ള കുമാരകോവിലും ദക്ഷിണേന്ത്യയിൽ പ്രസിദ്ധിയുള്ള പുരാതന സുബ്രഹ്മണ്യക്ഷേത്രമാണ്. കുന്നിന്റെ മുകളിലാണ് ക്ഷേത്രം. കൽക്കുളം താലൂക്കിന്റെ വടക്കെ അറ്റത്ത് കോതയാറിന്റെ തീരത്തുള്ള പുരാതന ഗ്രാമമാണ് തൃപ്പരപ്പ്. തൃപ്പരപ്പ് ഗ്രാമത്തിലെ ശിവക്ഷേത്രം പ്രസിദ്ധം. തിരുമല, തൃപ്പരപ്പ്, തിരുനന്തിക്കര, പൊന്മന, പന്നിപ്പാകം, നീലകണ്ഠസ്വാമി കോവിൽ, തിക്കുറിശ്ശി, മേലാങ്കോട്, തിരുവിതാംകോട് തിരുവിടക്കോട്, തൃപ്പന്നിക്കോട്, നട്ടാലം എന്നീ പ്രസിദ്ധമായ പന്ത്രണ്ട് ശിവാലയങ്ങളിൽ മുഖ്യമാണിത്. ശിവാലയ ഓട്ടം പ്രസിദ്ധം.

ചേതോഹരമായ ദാരുശില്പങ്ങൾ കൊണ്ട് അലംകൃതമാണ് മുഖമണ്ഡപം. അഷ്ടദിക്പാലകന്മാരുടെയും ബ്രഹ്മാവിന്റെയും വിഗ്രഹങ്ങളുമുണ്ട്. ദ്വാരപാലകപ്രതിമകൾ ശില്പകലാവൈഭവം തികഞ്ഞവ. ഗണപതി, ശാസ്താവ് സുബ്രഹ്മണ്യൻ ഹനുമാൻ എന്നിവരുടെയും പ്രതിഷ്ഠകളുണ്ട്.

കൃഷിയും കച്ചവടവും കൈത്തൊഴിലുകളും മത്സ്യബന്ധനവുമാണ് ജനങ്ങളിൽ ഭൂരിഭാഗത്തിന്റെയും ഉപജീവനമാർഗ്ഗം. ജില്ലയിലുള്ള രാജാക്കമംഗലം തുടങ്ങിയ ഉപ്പളങ്ങളെ ആശ്രയിച്ച് നിത്യവൃത്തി തേടുന്നവരും പനകയറ്റത്തൊഴിലാളികളും ചെറിയൊരു വിഭാഗം വരും.

നാഞ്ചിനാട്ടിലെ ജനങ്ങളിൽ ഏറിയകൂറും ഇടത്തരക്കാരും താഴ്ന്നവരുമാനക്കാരുമാണ്. വൻകിട ഭൂവുടമകളും വൻവ്യാപാരികളും തൊഴിലുടമകളും തീരെ കുറവല്ല.

തമിഴും മലയാളവുമാണ് മുഖ്യഭാഷകൾ, തമിഴിന് പ്രാമുഖ്യമേറുമെങ്കിലും ഒരിക്കൽ കേരളത്തിന്റെ അവിഭാജ്യഘടകമായിരുന്ന നാഞ്ചിനാട്ടിലെ രാഷ്ട്രീയവും സാമൂഹ്യവും സാംസ്കാരികവുമായ ഗതിവിഗതികളും ശ്രദ്ധേയം. രാജവാഴ്ചയ്ക്കെതിരെ ദേശീയബോധം ഊട്ടി വളർത്തിയ രാഷ്ട്രീയ നേതൃത്വം. നാഞ്ചിനാട്ടിന്റെ സാമൂഹ്യ മനസ്സാക്ഷിയെ തൊട്ടുണർത്തിയിരുന്നു. പില്ക്കാലത്ത് തമിഴ് സംസാരിക്കുന്ന ജനവിഭാഗത്തിന്റെ സ്വാധീനം വർദ്ധിച്ചതോടെ, ഭാഷാപരമായ വിഘടനവാദത്തിന് ശക്തിയേറി. തിരുവിതാംകൂറിൽനിന്ന് വേർപെടാനുള്ള വെമ്പൽ പ്രകടമായി. ഭാഷാപരവും രാഷ്ട്രീയവുമായ പ്രക്ഷോഭണങ്ങൾക്ക്, പട്ടം താണുപിള്ളയുടെ കാലത്തുണ്ടായ കുഴിത്തുറ വെടിവയ്പ്പോടെ ആക്കം കൂടി. പല സാമൂഹ്യ രാഷ്ട്രീയ താല്പര്യങ്ങളും സമ്മേളിച്ചപ്പോൾ 1956 നവംബർ 1 ന് (സംസ്ഥാന പുനഃസംഘടന)- പഴയ നാഞ്ചിനാട് തിരുവിതാംകൂറിനോട് (കേരളത്തോടം) വിടവാങ്ങി.

നാഞ്ചിനാട് വിദ്യാഭ്യാസപരമായി ഏറെ പുരോഗതി നേടിയിരുന്നു മുൻകാലങ്ങളിൽ തന്നെ. വിദേശമിഷണറിമാരുടെയും ബ്രിട്ടീഷ് റസിഡന്റുമാരുടെയും ശ്രമഫലമായി ഇംഗ്ലീഷ് വിദ്യാഭ്യാസം പ്രചാരം നേടി. ഉന്നത വിദ്യാഭ്യാസത്തിനുള്ള എല്ലാ സാഹചര്യങ്ങളും ലഭ്യമായി.

ഏറെ തിളക്കമുള്ളതാണ് നാഞ്ചിനാടിന്റെ സാംസ്കാരിക മണ്ഡലം. സംഗീതവും സാഹിത്യവും ശില്പകലയുമെല്ലാം നൂറ്റാണ്ടുകൾക്കു മുമ്പേ നാഞ്ചിനാടിന്റെ പാരമ്പര്യസ്വത്തായിരുന്നു. ശാസ്ത്രീയ സംഗീതത്തിലും തമിഴ്, മലയാള സാഹിത്യങ്ങളിലും ശില്പവിദ്യയിലും വ്യക്തിമുദ്ര പതിപ്പിച്ചവർ ഏറെയുണ്ട് - അന്നും ഇന്നും. നഗരപ്രദേശങ്ങളിലും ഗ്രാമങ്ങളിലും, തലങ്ങും വിലങ്ങും തലയുയർത്തി നില്ക്കുന്ന ക്ഷേത്ര ഗോപുരങ്ങളും പള്ളികളും ചേര-ചോള-പാണ്ഡ്യ ശില്പകലയ്ക്ക് മകുടോദാഹരണങ്ങളാണ്.

കഴിഞ്ഞ നൂറ്റാണ്ടിന്റെ ആദ്യദശകങ്ങളിൽ തമിഴ് സിനിമാരംഗത്ത് മുടി ചൂടാമന്നനായി പ്രശോഭിച്ച പ്രസിദ്ധ ഹാസ്യനടനായ എൻ എസ് കൃഷ്ണനും സഹധർമ്മിണി ടി എ മധുരവും നാഗർകോവിലിൽ ജനിച്ചു വളർന്നവരാണ്.

ഒരു തൂശനിലയുടെ രൂപത്തിൽ, പാറശാലയ്ക്കപ്പുറം കളിയിക്കാവിള മുതൽ കന്യാകുമാരി മുനമ്പുവരെ വ്യാപിച്ചു കിടക്കുന്ന ഈ ജില്ല -ഇന്ത്യയുടെ തെക്കെ അറ്റം—ഒരു പ്രാചീന സംസ്കാരത്തിന്റെ അമൂല്യശേഖരമാണിന്നും. വിശ്വപ്രസിദ്ധമായ കന്യാകുമാരി മുനമ്പും ക്ഷേത്രവും വിവേകാനന്ദസ്മാരകവും തിരുവള്ളുവർ പ്രതിമയും ഗാന്ധി മണ്ഡപവും തൊട്ടുതൊട്ട് തലയുയർത്തി നില്ക്കുന്നു. ശില്പകലയുടെ അത്യുന്നതങ്ങളിൽ നില്ക്കുന്ന ശുചീന്ദ്രം ക്ഷേത്രവും മറ്റസംഖ്യം ചരിത്ര സ്മാരകങ്ങളും നിറഞ്ഞ പഴയ നാഞ്ചിനാട് സ്വന്തമാക്കാൻ കഴിഞ്ഞ തമിഴ്നാടിന് അഭിമാനിക്കാം. അതേ അവസരത്തിൽ തന്നെ, പഴയ തിരുവിതാംകൂറിന്റെ ചരിത്രമുറങ്ങുന്ന നാഞ്ചിനാട്ടിൽ, പത്മനാഭപുരം കൊട്ടാരമൊഴികെയുള്ള, നഷ്ടസൗഭാഗ്യങ്ങളോർത്ത് വിലപിക്കാനേ കേരളീയർക്ക് കഴിയൂ. എങ്കിലും ഈ നാഞ്ചിനാടിനെ നമുക്ക് ഉള്ളു തുറന്ന് സ്നേഹിക്കാനും അഭിമാനപൂർവ്വം നോക്കിക്കാണാനും ശ്രമിക്കാം.

3

പത്മനാഭപുരം

"ശ്രീപത്മനാഭദാസ വഞ്ചിപാലരാമവർമ്മ കുലശേഖര കിരീടപതി മന്നെസുൽത്താൻ മഹാരാജ രാജരാജ ബഹദൂർ ഷംഷേർജങ് മഹാരാജ."

വേളിമലയുടെ താഴ്‌വരകളിലൂടെ, വള്ളിയാറിന്റെ തീരങ്ങളിലൂടെ വേണാടിന്റെ പഴയ പുരവീഥികളിലൂടെ, രഥോത്സവത്തെരുവിലൂടെ ക്ഷേത്രാങ്കണങ്ങളിലൂടെ പഴയ തിരുവിതാംകൂറിന്റെ തലസ്ഥാനനഗരം കണ്ടും കേട്ടും നടക്കുമ്പോൾ, ആ രാജസ്ഥാനം പണ്ടു വഹിച്ചിരുന്ന സ്ഥാനമാനങ്ങൾ, ബിരുദങ്ങൾ-എല്ലാം നാം ഓർത്തുപോകും. പഴയ തലമുറയിൽപ്പെട്ടവർക്ക് വഞ്ചിഭൂപന്റെ ആ ബഹുമതികളെല്ലാം കാണാപ്പാഠമായിരുന്നു. ആ പ്രാചീന രാജധാനിയുടെ സാമീപ്യമാണോ, പഴയ തിരുവിതാംകൂർ ചരിത്രസ്മരണകളാണോ നമ്മെ അതിന് പ്രേരിപ്പിക്കുന്നത്? രണ്ടുമാകാം. "രാജാപ്രത്യക്ഷ ദൈവതം' എന്ന് കുഞ്ഞുന്നാളിലേ പറഞ്ഞറിഞ്ഞ, പഠിച്ചുശീലിച്ച ആ തലമുറയ്ക്ക് അതങ്ങനെയേ കഴിയൂ.

കാടും പടലും നിറഞ്ഞ്, അങ്ങിങ്ങ് വിണ്ടടർന്ന് നിലംപരിശായ കോട്ടകൊത്തളങ്ങൾ. അന്നത്തെപ്പോലെ ഇന്നും തെങ്ങും ഫലവൃക്ഷങ്ങളും മൊട്ടക്കുന്നുകളും കള്ളിയങ്കാടുകളും നിറഞ്ഞ വരണ്ട ഗ്രാമഭൂമി. 'ഝില്ലിഝങ്കാര നാദ മണ്ഡിതവും സിംഹവ്യാഘ്ര ശല്യാദി മൃഗ ഗണനിഷേവിതവുമായ വനഭൂമികളൊന്നും ഇന്നു നാം ആ കിഴക്കൻ മലകളിൽ പ്രതീക്ഷിക്കേണ്ടതില്ല. അന്നത്തെ 'വേളിമല' ഇന്ന് വെറും മൊട്ടക്കുന്നുകൾ. അത്ര ഫലസമൃദ്ധമല്ലാത്ത പുരയിടങ്ങൾക്കു മദ്ധ്യേ ഇടത്തരം ഗ്രാമഭവനങ്ങൾ. അപൂർവ്വമായി മാത്രം പഴയ പ്രഭുഭവനങ്ങൾ.

നൂറ്റാണ്ടുകളുടെ മഴയും വെയിലുമേറ്റ് കരിഞ്ഞ് കരുവാളിച്ച് പായൽ പിടിച്ച പ്രാചീന ക്ഷേത്രഗോപുരങ്ങൾ. കാലപ്പഴക്കത്തിന്റെ മാലിന്യം അടിഞ്ഞുകൂടിയ ഹരിതാഭമായ ക്ഷേത്രക്കുളങ്ങൾ. വീതികുറഞ്ഞ ഗ്രാമറോഡുകൾ പത്മനാഭപുരം കൊട്ടാരത്തോടടുക്കുംതോറും താരതമ്യേന വീതികൂടിയ രാജരഥ്യകൾ. പത്മനാഭപുരം കോട്ട! കൊട്ടാരത്തിനു കോട്ടം തട്ടാതെ ഗാട്ടു നില്ക്കുന്ന കോട്ടയ്ക്കു ചുറ്റുമുള്ള ഗ്രാമവീഥികളിലൂടെ നടന്നെത്തിയാൽ പണ്ടത്തെ വേണാടിന്റെ തലസ്ഥാനമായ പത്മനാഭപുരം കൊട്ടാരത്തിനു മുന്നിലെത്തുകയായി. രണ്ടു നൂറ്റാണ്ടിലേറെ - പ്രസിദ്ധിപെറ്റ വേണാടിന്റെ ആസ്ഥാനവും രാജവംശത്തിന്റെ കുലപുരിയുമായിരുന്നു ഈ പ്രാചീന രാജധാനി.

നോക്കൂ. കൊട്ടാരത്തിന്റെ മുൻഭാഗത്ത് മാളികമുകളിൽ വലിയൊരു നാഴികമണി. കടന്നുപോയ നൂറ്റാണ്ടുകളുടെ, സംഭവപരമ്പരകളുടെ ദൃക്സാക്ഷിയാണ് ആ കൂറ്റൻ ഘടികാരം. പണ്ടെന്നോ വിദഗ്ദ്ധനായ ഒരു നാട്ടാശാരി നിർമ്മിച്ച ആ നാഴിക മണി ഇന്നും കൃത്യസമയം കാട്ടിത്തരുന്നു - മണിമേട!

കൊട്ടാരത്തിന്റെ പൂമുഖത്ത് ഭക്ത്യാദരങ്ങളോടെ കടന്നുചെല്ലുക. ഏത് ഉച്ചവെയിലിലും എന്തെന്നില്ലാത്ത സുഖശീതളിമ അനുഭവപ്പെടും, തീർച്ച. നിർമ്മാണ ചാതുരിയുടെ അത്ഭുതസിദ്ധിയാകാം. ആ തളത്തിലെ തറയുടെ നിറം ശ്രദ്ധിക്കൂ. സിമന്റല്ല. കണ്ണാടിപോലെ തിളങ്ങുന്ന കരിനീല വർണ്ണം.

ചാരോട്ടു കൊട്ടാരം

പത്മനാഭപുരം കൊട്ടാരത്തിലെ നയനാഭിരാമമായ പൂമുഖത്തളവും ഇടനാഴിയും കടന്ന് പടി കയറിപ്പോയാൽ, ചെന്നെത്തുന്നത് ഒരു അടഞ്ഞ കവാടത്തിനു മുന്നിൽ. സംശയിക്കേണ്ട. എന്നെന്നേയ്ക്കുമായി അടയ്ക്കപ്പെട്ടതാണാ വാതിൽ. ആ കവാടം

തുറന്നാൽ അന്ധകാരമയമായ ഒരു ഗുഹാ മാർഗ്ഗം. ദൂരെ വള്ളിയാറിന്റെ അടിത്തട്ടിലൂടെ ചാരോട്ടു കൊട്ടാരത്തിലേക്ക് ചെന്നെത്തിയിരുന്നുവത്രേ! എപ്പോഴും ശത്രുഭീഷണി നേരിട്ടിരുന്ന അന്നത്തെ വേണാട്ടു രാജാക്കന്മാർക്ക് ആപൽഘട്ടങ്ങളിൽ രക്ഷപ്പെടാനുള്ള ഗുഹാമാർഗ്ഗം. ആ ഗുഹാമുഖത്ത് അല്പം ആലോചിച്ചു നിന്നാൽ തെക്കൻ തിരുവിതാംകൂറിലെ ആ പഴയ നാടൻപാട്ടിലെ വരികൾ നാം അറിയാതെ ഉരുവിട്ടെന്നിരിക്കാം:

"വേണാടിന് പടവീടാളുകയ്ക്ക്
വേന്തനില്ലാതെ നിനന്തിരിപ്പേൻ
വെറ്റിയാകെത്തപ്പും തിരുമാടമ്പും കൊണ്ട്
ആളും പകവീട്ടിൽ പോമേയിപ്പോൾ"

നാഥനില്ലാത്ത വേണാടിനെ രക്ഷിക്കാനുള്ള സഹായാഭ്യർത്ഥന. നൂറ്റാണ്ടുകൾക്കു മുമ്പ് ആഭ്യന്തര കലാപത്തിൽപ്പെട്ട് നട്ടംതിരിഞ്ഞ വേണാടിനെ രക്ഷിക്കാൻ വേണാട്ടിലെ ഒരു സാധാരണ പൗരൻ (ആണ്ടിഅണ്ണാവി) മറ്റൊരു രാജാവിനോട് അഭ്യർത്ഥിക്കുന്ന മേൽപ്പറഞ്ഞ വരികൾ വേണാടിന്റെ അന്നത്തെ സാമൂഹ്യ ജീവിതത്തെ പ്രതിഫലിപ്പിക്കുന്നു.

ശ്രീവാഴും കോട് നാഥനില്ലാക്കളരിയാകാൻ കാരണമെന്തേ? ഈ ദുർദശ എന്നു തുടങ്ങി? എന്തിന്?

ഇന്നേയ്ക്ക് രണ്ടു മൂന്നു നൂറ്റാണ്ടുകൾക്കു മുമ്പു വരെ വേണാടിന്റെ കുലപുരിയായിരുന്നു പത്മനാഭപുരം! അതിനുമുമ്പോ? സഹസ്രാബ്ദങ്ങളുടെ പാരമ്പര്യം അവകാശപ്പെടാവുന്ന വേണാട്ടു രാജവംശത്തിന്റെ തായ്‌വേരുകൾ എവിടെയാണ്? ഇന്നത്തെ കേരളം അന്ന് മൂന്ന് ഭരണാധീശത്വത്തിൽ കീഴിലായിരുന്നു. ഏറ്റവും തെക്ക്, ആയ് രാജവംശം, ഏറ്റവും വടക്ക്, ഏഴിമലയിലെ മൂഷികസാമ്രാജ്യം. മദ്ധ്യത്തിൽ കുലശേഖര സാമ്രാജ്യം, ആദ്യം കുറ്റാലത്തും പിന്നെ പൊതിയംമലയിലും അന്ത്യഘട്ടത്തിൽ വിഴിഞ്ഞത്തുമായിരുന്നു, ആയ് രാജാക്കന്മാരുടെ രാജധാനികൾ. തിരുനൽവേലിയിലെ ചില ഭാഗങ്ങളും സഹ്യപർവ്വതപ്രദേശങ്ങളും എല്ലാം ആയ് രാജ്യത്തിൽപ്പെട്ടിരുന്നുവെന്ന് സംഘകൃതികളായ *അകനാനൂറിലും പുറനാനൂറിലും* പരാമർശിക്കുന്നുണ്ട്. അന്ന് ആയ് രാജ്യതലസ്ഥാനമായിരുന്നു വിഴിഞ്ഞം. പില്ക്കാലത്തുണ്ടായ പാണ്ഡ്യ-ചോള ആക്രമണങ്ങളെത്തുടർന്ന് എ ഡി 10-ാം നൂറ്റാണ്ടോടുകൂടി തെക്കൻ തിരുവിതാംകൂറിൽ ആയ് രാജാക്കന്മാരുടെ ഭരണം അസ്തമിച്ചു. എ ഡി 14-ാം ശതകത്തിൽ വേണാടു രാജാവായ വീരകേരളവർമ്മ വിഴിഞ്ഞത്തെ വേണാടിനോട് കൂട്ടിച്ചേർത്തു. ആയ് രാജവംശത്തിന്റെ പ്രതാപഘട്ടമായ 9-ാം ശതകം വരെ വേണാട്, മഹോദയപുരം തലസ്ഥാനമാക്കി വാണ കുലശേഖരസാമ്രാജ്യത്തിന്റെ തെക്കേ അറ്റത്തെ ഒരു കൊച്ചു രാജ്യം മാത്രമായിരുന്നു. തിരുവനന്തപുരത്തിനും കൊല്ലത്തിനും മദ്ധ്യേയുള്ള ഒരു കൊച്ചുരാജ്യം. ചേര ചക്രവർത്തിമാരുടെ വെറും സാമന്തരാജാക്കന്മാർ.

സ്വതന്ത്രരാജ്യമാകുന്നു

12-ാം ശതകാരംഭത്തോടുകൂടി കുലശേഖര സാമ്രാജ്യം ഛിന്നഭിന്നമായപ്പോൾ വേണാട് ഒരു സ്വതന്ത്ര രാജ്യമായി. അന്ന് വേണാട് രാജവംശം, കീഴ്പ്പേരൂർ സ്വരൂപത്തിന്റെ ഒരു ശാഖ മാത്രമായിരുന്നു. പിന്നീട് തൃപ്പാപ്പൂർ ശാഖയും ചിറവാ ശാഖയും വേണാടു രാജവംശത്തിൽ ലയിക്കുകയും 12-ാം ശതകത്തോടുകൂടി വേണാട് ഒരു സ്വതന്ത്രരാജ്യമായി പരിണമിക്കുകയും ചെയ്തു.

വേണാടിന്റെ ആദ്യകാല ചരിത്രത്തിൽ അറിയപ്പെടുന്ന ഭരണാധികാരി 'അയ്യനടികൾ' ആണ് (തരിസാപ്പള്ളി ശാസനം.) പിന്നീട് പ്രസിദ്ധമായ ശ്രീവല്ലഭൻ കോത (മാമ്പള്ളി ശാസനം) വേണാടിനെ കൂടുതൽ ശക്തവും സമ്പന്നവുമാക്കി. രാമവർമ്മ കുലശേഖരന്റെ കാലത്ത് വേണാട് ഒരു സ്വതന്ത്രരാജ്യമെന്ന നിലയിൽ ഭരണം തുടങ്ങി. മഹോദയ ചക്രവർത്തിമാരുടെ കീഴിൽ കുലശേഖരപ്പെരുമാൾ എന്ന ബിരുദം സ്വീകരിച്ചുകൊണ്ട് അദ്ദേഹം വേണാടിന്റെ സ്ഥാപകനായി.

പ്രാപ്തരും കർമ്മധീരരും, ചിലപ്പോൾ അപ്രാപ്തരും ദുർബ്ബലരുമായ പല വേണാട് രാജാക്കന്മാരുടെയും ഭരണത്തിലും, പാണ്ഡ്യ-ചോള രാജാക്കന്മാരുടെ ആക്രമണത്തിലും ആഭ്യന്തര കലഹങ്ങളിലുംപെട്ട് വേണാടിന്റെ പല നൂറ്റാണ്ടുകൾ കടന്നുപോയി. രവിവർമ്മ കുലശേഖരന്റെ - സംഗ്രാമധീരൻ - ഭരണകാലത്ത് രാജ്യവിസ്തൃതി വർദ്ധിച്ചു. വേണാട്ടരചന്മാരിൽ ഏറ്റവും ധീരനായ സംഗ്രാമധീരൻ ദക്ഷിണേന്ത്യയുടെ പലഭാഗങ്ങളും കീഴടക്കി, ദക്ഷിണേന്ത്യൻ ചക്രവർത്തിയായി പട്ടാഭിഷേകം നടത്തി (1312).

17-ാം നൂറ്റാണ്ടിന്റെ മദ്ധ്യഘട്ടത്തിലെത്തുമ്പോഴേക്കും വേണാട് കന്യാകുമാരി മുതൽ കന്നേറ്റി വരെ വ്യാപിച്ചിരുന്നു. രാജ്യം പുരോഗതിയിലേക്ക്. പക്ഷേ, അപ്പോഴേക്കും രാജഭരണത്തിന് സമാന്തരമായി മറ്റൊരു അധീശശക്തി ക്രമേണ വളർന്നുവന്നു.

രാജ്യാധികാരത്തിന്റെയും രാജപ്രതാപത്തിന്റെയും പ്രഭവകേന്ദ്രങ്ങളായിരുന്നു പ്രസിദ്ധക്ഷേത്രങ്ങൾ. ആദ്യശതകങ്ങളിൽ വേണാടിന്റെ ആസ്ഥാനം കൊല്ലമായിരുന്നുവെങ്കിലും, പ്രമുഖ ക്ഷേത്രങ്ങളുടെ—ശ്രീപത്മനാഭസ്വാമി ക്ഷേത്രം, തൃപ്പാപ്പൂർ മഹാദേവക്ഷേത്രം, തിരുവട്ടാർ ആദികേശവക്ഷേത്രം തുടങ്ങിയവ ഭരണമേൽനോട്ടത്തിനായി നാടുവാഴുന്ന രാജാക്കന്മാർ ക്ഷേത്രസന്നിധിയിലെത്താറുണ്ടായിരുന്നു. പ്രസ്തുത ക്ഷേത്രങ്ങൾക്കു സമീപം ഇടയ്ക്കിടെ എഴുന്നള്ളി താമസിക്കാൻ വേണ്ടി രാജ

കൊട്ടാരങ്ങളും നിർമ്മിച്ചിരുന്നു. രാജ്യം പല ശാഖകളായി വിഭജിക്കപ്പെട്ടിരുന്നു. ദേശിങ്ങനാട്, ഓടനാട്, ആറ്റിങ്ങൽ, കുന്നുമ്മേൽ ഇളയിടത്ത് സ്വരൂപം, പേരകത്താവഴി എന്നിങ്ങനെ. ഈ ശാഖകൾ തമ്മിൽ മിക്കപ്പോഴും അസൂയയും പരോക്ഷമായി ശത്രുതയും പുലർത്തി. ഇവർ പലപ്പോഴും ഒറ്റയ്ക്കോ കൂട്ടായോ നാടുവാഴുന്ന വേണാട്ടടികളോട് വഴക്കടിച്ചിരുന്നു. ചുരുക്കത്തിൽ ഊരാളന്മാരുടെയും ഇടപ്രഭുക്കന്മാരുടെയും ഉപജാപങ്ങളും കുതന്ത്രങ്ങളുംകൊണ്ട് കലാപകലുഷിതമായിരുന്നു വേണാട്, പതിനേഴാം നൂറ്റാണ്ടിന്റെ ഉത്തരാർദ്ധത്തിൽ.

മാർത്താണ്ഡവർമ്മ തിരുവിതാംകൂറിന്റെ ഭരണമേല്ക്കുമ്പോൾ രാജ്യം ഏറക്കുറെ അരക്ഷിതവും അസ്വസ്ഥവുമായിരുന്നു.

മാർത്താണ്ഡവർമ്മയുടെ കാലം

ശത്രുക്കളോടുള്ള സമീപനത്തിൽ തല്ലാണ്, തലോടലല്ല വേണ്ടതെന്ന് മാർത്താണ്ഡവർമ്മയ്ക്ക് ആദ്യം മുതലേ ബോദ്ധ്യപ്പെട്ടിരുന്നു. രണാങ്കണങ്ങളിൽ ആയിരക്കണക്കിന് ശത്രുസൈന്യങ്ങളെ കൊന്നൊടുക്കി, ചോരപ്പുഴകളിലൂടെ വെട്ടിപ്പിടിച്ചെടുത്ത രാജ്യത്തിന്റെ ഭാവിക്കും സുസ്ഥിതിക്കും വേണ്ടി മാർത്താണ്ഡവർമ്മ അനന്തര നടപടികൾ കൈക്കൊണ്ടു.

വേണാട്ടു രാജവംശത്തിന്റെ കുലദൈവമാണല്ലോ ശ്രീപത്മനാഭസ്വാമി. സഹസ്രാബ്ദങ്ങളുടെ പാരമ്പര്യവും പ്രസിദ്ധിയുമുള്ള ശ്രീപത്മനാഭസ്വാമി ക്ഷേത്രത്തിന് പല കാലഘട്ടങ്ങളിലും ഭാഗ്യവിപര്യയങ്ങൾ നേരിടേണ്ടിവന്നിട്ടുണ്ട്. മാർത്താണ്ഡവർമ്മ ഭരണമേറ്റശേഷം ക്ഷേത്രം പുതുക്കിപ്പണിയാനും അനുബന്ധമന്ദിരങ്ങൾ നിർമ്മിക്കാനും 1731 മുതൽക്കേ ശ്രമിച്ചു തുടങ്ങി. 1733 ൽ പുനരുദ്ധാരണ കർമ്മം പൂർത്തിയാക്കി ക്ഷേത്രഭരണം പൂർവ്വാധികം ഊർജ്ജസ്വലമാക്കി.

തൃപ്പടിദാനം

കൊല്ലവർഷം 925 (എ ഡി 1750 ജനുവരി 3) ബുധനാഴ്ച രേവതി നക്ഷത്രവും പൂർവ്വപക്ഷത്ത് സപ്തതിയും ചേർന്ന സുദിനത്തിൽ മാർത്താണ്ഡവർമ്മ മഹാരാജാവ്, താൻ പടവെട്ടിപ്പിടിച്ച് വിസ്തൃതമാക്കിയ തിരുവിതാംകൂർ രാജ്യം ശ്രീപത്മനാഭന് സർവ്വസ്വദാനമായി സമർപ്പിച്ചു. അന്നുമുതൽ തിരുവിതാംകൂർ രാജാക്കന്മാർ ശ്രീപത്മനാഭദാസൻ എന്ന നിലയ്ക്ക് ശ്രീപത്മനാഭനു വേണ്ടി രാജ്യഭാരം തുടങ്ങി. തന്ത്രപൂർവ്വവും ദീർഘവീക്ഷണത്തോടും കൂടി ചെയ്ത ഈ സൽകർമ്മം ആലോചനാമൃതം തന്നെ. പശ്ചാത്താപത്തിന്റെ പ്രായശ്ചിത്തവുമാകാം ആ ചടങ്ങ്.

രാജ്യവിസ്തൃതി വർദ്ധിക്കുകയും തിരുവനന്തപുരം ഒരു സൈനിക കേന്ദ്രമായി പരിണമിക്കുകയും ചെയ്തപ്പോൾ രാജാവിന്റെ സന്തതസാമീപ്യവും നിതാന്ത ജാഗ്രതയും തിരുവനന്തപുരത്തിന് ആവശ്യമായി. എങ്കിലും രാജകുടുംബത്തിന്റെ ആസ്ഥാനം അപ്പോഴും കൽക്കുളം കൊട്ടാരത്തിൽത്തന്നെ തുടർന്നു.

പതിനാറാം നൂറ്റാണ്ടിൽ കൽക്കുളത്ത് ദർപ്പക്കുളം കൊട്ടാരത്തിന്റെ പണി പൂർത്തിയാകുംവരെ വേണാടു രാജാവ് തിരുവിതാംകോടു തന്നെ ആസ്ഥാനമാക്കി. ശ്രീപത്മനാഭസ്വാമി ക്ഷേത്രത്തിനു സമീപം നിർമ്മിച്ച പുത്തൻകൊട്ടാരം താല്ക്കാലിക വസതിയാക്കി. രണധീരനും പ്രജാക്ഷേമതല്പരനുമായ മാർത്താണ്ഡവർമ്മ കലാകുതുകിയും നിർമ്മാണതല്പരനുമായിരുന്നു.

മാതുലനായ മാർത്താണ്ഡവർമ്മ മഹാരാജാവ് തുടങ്ങിവച്ച ഭരണസംവിധാനം കൂടുതൽ ശക്തിപ്പെടുത്താനും ആ സാംസ്കാരിക പാരമ്പര്യം പിന്തുടരാനും തുടർന്ന് ഭരണഭാരമേറ്റെടുത്ത ധർമ്മരാജാവ് ശ്രദ്ധിച്ചു.

കലകളുടെ കലവറ തന്നെ

കലകളുടെ കലവറയാണ് കേരളമെന്ന ചൊല്ല് സാർത്ഥകമാകുന്നത് പത്മനാഭപുരം കൊട്ടാരത്തിലാണ്. ആ മുഖമണ്ഡപം കടക്കുമ്പോൾ തന്നെ, നൂറ്റാണ്ടുകൾക്കു മുമ്പുള്ള കേരളീയ വാസ്തുശില്പകലയുടെയും മറ്റു ലളിത കലകളുടെയും ഒരു മായാപ്രപഞ്ചം കൺമുന്നിലെത്തുകയായി, മണ്ണിലും കല്ലിലും ലോഹത്തിലും മരത്തിലും തൂണിലും തുരുമ്പിലുമെല്ലാം തുളുമ്പുന്ന കരവിരുതും കലാകൗശലവും സൃഷ്ടിച്ച ഒരത്ഭുതലോകം. അക്കാണുന്ന കൂറ്റൻ ഓണവില്ല് നോക്കൂ. പണ്ട് പ്രഭുക്കന്മാർ ഓണക്കാലത്ത് നാടുവാഴുന്ന പൊന്നുതമ്പുരാന് തിരുമുൽക്കാഴ്ച വച്ചതാണ്. പകരം തൃക്കൈയിൽനിന്നും ഓണമുണ്ടും ഇരണിയൽ നേര്യതും സാദരം സ്വീകരിച്ചിരിക്കാം. ഒരുഭാഗത്ത് ആ നീണ്ട ശാലയിൽ നിരനിരയായി കാണുന്ന ചീനഭരണികൾ ശ്രദ്ധിക്കൂ. ഒരാൾ അതിലിറങ്ങി നിന്നാൽ പുറത്തു കാണാത്തത്ര വലിപ്പമുള്ളവ. ആയിരക്കണക്കിനു ബ്രാഹ്മണർക്കും രാജസേവകന്മാർക്കും നിത്യേനയുള്ള സദ്യക്ക് ആവശ്യമായ ഉപ്പിലിട്ടവ സംഭരിച്ചിരുന്നവ.

നാടകശാല-ഊട്ടുപുര

കമനീയമായ നാടകശാല. ഒരേ സമയം രണ്ടായിരം പേർക്ക് ഇരുന്ന് ഉണ്ണാനുള്ള സൗകര്യമുണ്ട് ഊട്ടുപുരയിൽ. പണ്ടിവിടെ പ്രതിദിനം 6000 പേർക്ക് മൃഷ്ടാന്നഭോജനം.

അതാ മനോഹരമായ തായ്ക്കൊട്ടാരം. ആ കന്നിത്തൂണു നോക്കൂ. അതിൽ കാണുന്ന ശില്പ

ങ്ങളും വലയങ്ങളും തൊങ്ങലുകളുമെല്ലാം ഒറ്റത്തടിയിൽ കൊത്തിയെടുത്തതാണ്. കേരളീയ ദാരുശില്പ വൈഭവത്തിന്റെ മഹനീയ മാതൃക.

നടുമുറ്റത്തെ ശിലാപീഠത്തിൽ പ്രതിഷ്ഠിച്ചിട്ടുള്ള കൂറ്റൻ ഗോളങ്ങൾ ശ്രദ്ധിക്കുക. ഇന്ന് നല്ല ആരോഗ്യമുള്ള ഒരാൾക്ക് എടുത്തുപൊക്കാൻ പോലും ആകാത്ത ആ ശിലാ ഗോളം 101 പ്രാവശ്യം എടുത്തുയർത്തിക്കാട്ടണമെങ്കിലോ? അങ്കണത്തോടു ചേർന്ന് ഉയരെ മണിമാളികയുടെ കിളിവാതിലിലൂടെ നാടുവാഴുന്ന പൊന്നുതമ്പുരാൻ ഭാരോദ്വഹനക്കാരായ നായർ മല്ലന്മാരുടെ ശക്തിപരീക്ഷണം തൃക്കൺപാർക്കുന്നുണ്ടാവും. അന്നത്തെ മിലിട്ടറി റിക്രൂട്ട്മെന്റിലെ ഒരു ഫിസിക്കൽ ടെസ്റ്റാണത്. ഇതിൽ വിജയിക്കുന്നവരെ മാത്രമേ അന്നത്തെ, നായർപ്പട്ടാളത്തിലേക്ക് തെരഞ്ഞെടുത്തിരുന്നുള്ളൂ.

സൈനിക ശിക്ഷണം

ഇനി മറ്റൊരു രംഗം. കൊട്ടാരത്തിനുള്ളിലെ ആയുധപ്പുര. പഴയകാലത്ത് ഉപയോഗത്തിലിരുന്ന സൈനികായുധങ്ങളുടെ നീണ്ടനിരകൾ. പല വലിപ്പത്തിലും രൂപത്തിലുമുള്ള വാൾ, പരിച, കുന്തം, എന്നിങ്ങനെ നാനാതരം. കൂട്ടത്തിൽ ഉയരത്തിൽ തൂങ്ങിനില്ക്കുന്ന ആൾ രൂപം? ആൾരൂപമല്ല, രൂപക്കൂടാണത്. മനുഷ്യാകൃതിയിലുള്ള ഇരുമ്പു കവചം. തിരുവായ്ക്കെതിർവായ് മിണ്ടിയാൽ കഴുമരത്തിൽ! കഴുവേറ്റാനുള്ള രൂപക്കൂടാണത്. രാജനീതിക്ക് ദാക്ഷിണ്യമില്ല.

ഉപ്പിരിക്ക മാളിക

പഴമയുടെ ചൂടും ചൂരും നിറഞ്ഞു നില്ക്കുന്ന ഇടനാഴികളിലൂടെ, അകത്തളങ്ങളിലൂടെ, നെടുമ്പുരകളിലൂടെ കയറിയിറങ്ങി നടന്നും തളർന്നും കൊട്ടാരത്തിന്റെ നാലാം നിലയിലെത്തുമ്പോൾ 'ഉപ്പിരിക്ക മാളിക' (സംസ്കൃതത്തിലെ 'ഉപരികയാവാം') മൂപ്പിരിക്കുന്ന തമ്പുരാന്റെ മാളിക മുറി. കൊട്ടാരത്തിലെ ഏറ്റവും ആകർഷകമായ ഭാഗവും അതു തന്നെ. വിശാലമായ ആ തളത്തിൽ മനോഹരമായ ചിത്രപ്പണികളോടുകൂടിയ ഒരു വിശാലമായ കട്ടിൽ - തേവാരക്കട്ടിൽ. ഔഷധമൂല്യമുള്ള 64 ഇനം മരങ്ങളുടെ തടികൾ സമഞ്ജമായി ചേർത്തു നിർമ്മിച്ച ഈ കട്ടിൽ, ഡച്ചുകാർ മാർത്താണ്ഡവർമ്മ മഹാരാജാവിന് സമ്മാനിച്ചതാണ്. ഡച്ച് അധീശശക്തിയുടെ പ്രതീകമായ ഗരുഢരൂപവും കട്ടിലിന്റെ കൂറിയ വശത്ത് കൊത്തിയിട്ടുണ്ട്.

വിശാലവും മനോഹരവുമായ അന്തപ്പുരം. ആട്ടുകട്ടിൽ-തൂക്കുമഞ്ചം, രാസക്രീഡാലോലനായ ശ്രീകൃഷ്ണന്റെ ലീലാവിലാസങ്ങൾ ചിത്രണം ചെയ്തിട്ടുള്ള മിനുസമാർന്ന ചുമരുകൾ. തിരുവിതാംകൂർ ചരിത്രത്തിലെ സാഹസിക സംഭവപരമ്പരകൾ ചിത്രീകരിച്ചിട്ടുള്ള വർണ്ണചിത്രങ്ങളുടെ ഒരു നീണ്ട നിര വിശാലമായ ഹാളിന്റെ ചുവരുകളിൽ കാണാം. ആ ഹാളിലൂടെ നടന്നെത്തുമ്പോൾ, വശത്ത്, മാളികയിൽ ഒരുയർന്ന വേദി. അർദ്ധചന്ദ്രാകൃതിയിൽ പുറത്തേക്കുന്തി നില്ക്കുന്ന ആ വേദിയിൽ ഇരുന്നാണ് രാജാവ് പ്രജകളുടെ ആവലാതികൾ കേട്ടിരുന്നത്. ശില്പഭംഗിയാർന്ന വാതിൽ. വാതിലിനപ്പുറം പുരവീഥി-തെക്കേത്തെരുവ്, മാളിക മുകളിലെ ഈ ജനാലയ്ക്കരികിലിരുന്നാണ് നാടുവാഴുന്ന പൊന്നുതമ്പുരാൻ താഴെ തെരുവിൽ സങ്കടമുണർത്തിക്കാൻ ഓച്ഛാനിച്ചു നില്ക്കുന്ന പ്രജകളെ കാണുന്നത്. രാജാവ് അവരുടെ ആവലാതികൾ കേൾക്കുന്നു. പ്രജാക്ഷേമതല്പരനായ രാജാവിനും 'രാജാ പ്രത്യക്ഷ ദൈവത'മെന്നു വിശ്വസിക്കുന്ന പ്രജകൾക്കും അഭിമുഖ സംഭാഷണത്തിന് സൗകര്യം നല്കുന്ന സമ്പ്രദായം. സെക്യൂരിറ്റി പ്രശ്നങ്ങളൊന്നും ഉണ്ടാവില്ലല്ലോ.

അടുത്ത മുറിയിലേക്കു കടക്കുംമുമ്പ് പാദരക്ഷകൾ പുറത്ത് ഊരിവയ്ക്കുക. ഭയഭക്തി ബഹുമാനങ്ങളോടുകൂടി വേണം ശ്രീവാഴും കോടിന്റെ ശ്രീകോവിലിലേക്കു കടക്കാൻ. വിശുദ്ധിയുടെ വേദിയാണിത്. മുറിയുടെ ഒരരികിൽ ഏകാന്ത ദീപ്തിചൊരിയുന്ന കെടാവിളക്ക്. തൊട്ടടുത്ത് പീഠത്തിൽ ചെമ്പട്ടുവിരിപ്പിൽ ഉടവാൾ. രാജ്യം ശ്രീപത്മനാഭന് അടിയറ വച്ചതിന്റെ പ്രതീകമത്രേ ആ ഉടവാൾ. മുറിയുടെ ഏതാണ്ട് മദ്ധ്യത്തായി ശില്പാലംകൃതമായ വലിയൊരു കട്ടിൽ. സാക്ഷാൽ ശ്രീപത്മനാഭന് പള്ളിക്കുറുപ്പു കൊള്ളാനുള്ള പള്ളിമഞ്ചമാണത്.

ചുവർ ചിത്രങ്ങൾ

ആ കെടാവിളക്കിന്റെ ദീപ്തിയിൽനിന്നും കണ്ണെടുത്തു നാലു ചുവരുകളിലേക്കും നോക്കൂ. വരകളും വർണ്ണങ്ങളും നിറഞ്ഞ മറ്റൊരു മായാപ്രപഞ്ചം. 18-ാം നൂറ്റാണ്ടിലെ ചിത്രകലയുടെ മഹനീയ മാതൃക. വിശ്വപ്രസിദ്ധമായ ആ ചുവർചിത്രങ്ങളുടെ രചനയ്ക്ക് ഉപയോഗിച്ച ചായക്കൂട്ടുകളുടെ വർണ്ണപ്പൊലിമ നൂറ്റാണ്ടുകളെ വെല്ലുവിളിച്ചുകൊണ്ട് ഇന്നും അക്ഷയഭാസ്സോടെ വിരാജിക്കുന്നു. പുരാണ കഥാപാത്രങ്ങളും പുരാണ കഥാവ്യാഖ്യാനങ്ങളുമാണെല്ലാം. ഹരിഹരൻ, അർദ്ധനാരീശ്വരൻ, ഗണേശപൂജ, ഗോപീകൃഷ്ണൻ, നടരാജ നൃത്തം, ശാസ്താവിന്റെ വേട്ട, സുബ്രഹ്മണ്യൻ, ശ്രീപാർവ്വതീപരിണയം എന്നിവ പ്രത്യേകം ശ്രദ്ധയാകർഷിക്കുന്നു.

നവരാത്രി മണ്ഡപം

പത്മനാഭപുരം കൊട്ടാരത്തിൽ കലാകൗതുകമുണർത്തുന്ന മറ്റൊരു രംഗം. പില്ക്കാലത്ത് സ്വാതി

തിരുനാൾ മഹാരാജാവ് (1829-1847) നിർമ്മിച്ചതാണ് ആ കലാമണ്ഡപം. കേരളീയ ശില്പഭംഗി വിടർന്നു വിലസുന്ന മേൽത്തട്ടും ശിലാസ്തൂപങ്ങളും. ക്ഷേത്രനിർമ്മാണം ഒരു സുകുമാര കലയാക്കി മാറ്റിയതിന്റെ മകുടോദാഹരണമാണിത്. ആദ്യ കാലങ്ങളിൽ രാജകുടുംബാംഗങ്ങൾക്കുവേണ്ടിയുള്ള ഭജന മണ്ഡപമായിരുന്നു. പില്ക്കാലത്ത് ആ ശ്രീകോവിൽ ഒരു ആരാധനാ കേന്ദ്രമായി. ഗാംഭീര്യം തുളുമ്പുന്ന ശിലാസ്തംഭങ്ങളിലെ ദേവതമാരുടെ രൂപഭാവങ്ങളിൽ ജീവൻ തുടിക്കുന്നുവെന്നു തോന്നും. 66 അടി നീളവും 27 അടി വീതിയുമുള്ള നവരാത്രി മണ്ഡപത്തിന് കൂടുതൽ വലിപ്പവും വിസ്തൃതിയും തോന്നിക്കുന്നുവെങ്കിൽ അത്, ആ ശിലാശില്പസ്തൂപങ്ങളുടെ നിർമ്മാണത്തിലുള്ള വൈദഗ്ദ്ധ്യവും സംവിധാനസവിശേഷതയുമത്രേ. സരസ്വതീദേവി, ദ്വാരപാലകന്മാർ, ചതുർബ്ബാഹു, രതി, മന്മഥൻ, വീണാപാണികളായ അപ്സരസുന്ദരിമാർ എന്നിങ്ങനെയുള്ള രൂപശില്പങ്ങൾ. ചോള ശില്പകലയുടെ വിജയവൈജയന്തിയായി പരിലസിക്കുന്നു. നവരാത്രി മണ്ഡപത്തോടു ചേർന്നുള്ള മണിമാളികയിലെ കിളിവാതിലുകളിലൂടെ രാജകുടുംബാംഗങ്ങൾ നവരാത്രിയാഘോഷവേളകളിൽ പ്രസിദ്ധ കലാകാരന്മാരുടെയും കലാകാരികളുടെയും സംഗീത-നൃത്ത-വാദ്യനൈപുണ്യം തൃക്കൺപാർത്ത് പ്രോത്സാഹിപ്പിച്ചിരുന്നു. കേരളീയ വാസ്തുവിദ്യയുടെയും ഭാരതീയ ദാരുശില്പകലകളുടെയും ചുമർ ചിത്രകലകളുടെയും അത്ഭുത സിദ്ധികൾ വിടർന്നു വിലസുന്ന പത്മനാഭപുരം കൊട്ടാരത്തിന്റെ രാജശില്പികൾക്ക്, മൺമറഞ്ഞ ആ കലാവിശാരദന്മാരുടെ സർഗ്ഗസിദ്ധിക്ക്, ഒരായിരം കൂപ്പുകൈ!

ആ പ്രാചീന രാജധാനിയും രാജഹർമ്മ്യങ്ങളും കണ്ട്, ആസ്വദിച്ച് അത്ഭുതാദരങ്ങളോടെ, പത്മനാഭപുരം കൊട്ടാരത്തോട് വിട പറഞ്ഞിറങ്ങുമ്പോൾ, അവാച്യമായ ഒരു നഷ്ടബോധം നമ്മെ പിന്തുടരുന്നുണ്ടാവാം. രാജവാഴ്ചയ്ക്ക് അതിന്റേതായ തിന്മകളുണ്ടാവാം. ശരിതന്നെ. കേരളീയ വാസ്തുശില്പവിദ്യയെയും കലാപാരമ്പര്യത്തെയും സംരക്ഷിക്കുന്നതിലും പരിപോഷിപ്പിക്കുന്നതിലും വഞ്ചിഭൂപാലകന്മാർ വഹിച്ചിട്ടുള്ള പങ്ക് കുറച്ചൊന്നുമല്ല. നമ്മുടെ ഈ കലാപാരമ്പര്യത്തെ അവഹേളിക്കുന്ന മട്ടിലുള്ള ജനകീയ ഭരണസാന്നിദ്ധ്യം ഈ കൊട്ടാരവളപ്പിനകത്തും പുറത്തും നമുക്കിന്നു കാണാം.

ഒരിക്കൽ കേരളീയരുടെ അഭിമാനമായിരുന്ന പത്മനാഭപുരം കൊട്ടാരം, കേരളപ്പിറവിക്കുശേഷം (സംസ്ഥാന പുനഃസംഘടനയെത്തുടർന്ന്), ഇന്ന് തമിഴ്നാട്ടിലെ കന്യാകുമാരി ജില്ലയിലാണ്; കൊട്ടാരത്തിന്റെ സംരക്ഷണച്ചുമതല കേരളത്തിനാണെങ്കിലും. സംരക്ഷണത്തിന്റെ കാര്യമൊന്നും മിണ്ടാതിരിക്കുന്നതാവും ഭംഗി.

4

കരിമ്പനയുടെ തേങ്ങൽ

"നാടാർ സ്ത്രീകൾ മാറുമറയ്ക്കരുത്!"-മേലാളരുടെ കല്പന! കല്പന കല്ലേപ്പിളർക്കുന്ന കാലം. സവർണ്ണ മേധാവിത്വം കൊടികുത്തി വാഴുകയല്ലേ. ധനശേഷിയും അധികാരവുമുള്ളവർക്ക് എന്തുമാകാം. ആചാരാനുഷ്ഠാനങ്ങളും കീഴ്വഴക്കങ്ങളും, എന്തിനേറെ നിലവിലുള്ള നിയമങ്ങൾപോലും അവർക്ക് അനുകൂലം.

17-ാം നൂറ്റാണ്ടിന്റെ അന്ത്യപാദത്തിലും 18-ാം നൂറ്റാണ്ടിന്റെ ആദ്യദശകങ്ങളിലും പാറശ്ശാലയുൾപ്പെട്ട തെക്കൻ തിരുവിതാംകൂറിൽ അരങ്ങേറിയ നീചവും നികൃഷ്ടവുമായ ഒരാചാരാഭാസത്തിന്റെ ബലിമൃഗങ്ങളായിത്തീർന്നതോ, നൂറുകണക്കിന് അവർണ്ണർ-പാവപ്പെട്ട നാടാർ സമുദായംഗങ്ങൾ, സവർണ്ണരുടെ, വിശിഷ്യാ നായന്മാരുടെ, ഈ മർക്കടമുഷ്ടിയുടെ പരിണത ഫലമാണ് കുപ്രസിദ്ധമായ ചാന്നാർ ലഹള (നാടാർ ലഹള).

സാമുദായികവും സാമ്പത്തികവുമായി അവശതയനുഭവിച്ചിരുന്ന നാടാർ സമുദായം എന്ന ഭൂരിപക്ഷത്തിനെ ഒരു ലഹളയിലേക്ക് തള്ളിവിട്ട സാമൂഹ്യ രാഷ്ട്രീയ പ്രശ്നങ്ങളിലേക്ക് കടക്കും മുമ്പ്, ചാന്നാർ (നാടാർ) സമുദായത്തിന്റെ വംശപാരമ്പര്യത്തെപ്പറ്റിയും ചിലത് അറിയേണ്ടതുണ്ട്.

ക്രിസ്ത്വബ്ദം 12-ാം നൂറ്റാണ്ടു വരെ തെക്കൻ തിരുവിതാംകൂർ ഉൾപ്പെട്ട തമിഴകത്തെ ഒരു പ്രബലസമുദായമായിരുന്നു ചാന്നാന്മാർ. അവർ രാജകീയ അധികാരാവകാശങ്ങൾ നേടിയിരുന്നതായി ചരിത്ര സൂചനകൾ ധാരാളം.

അക്കാലത്ത് നാടുവാണിരുന്ന ആയ്, രാജാക്കന്മാരുടെ ഭരണത്തിൽ 'ചാന്റോർ' എന്ന പേരിലറിയപ്പെട്ടിരുന്ന ചാന്നാർ സമൂഹത്തിന് സമൂഹത്തിൽ ഉന്നതപദവികളും രാജകീയാധികാരങ്ങളും ഉണ്ടായിരുന്നുവത്രേ. അക്കാലത്ത് ആയ് രാജ്യത്തിലെ എടതും (വിഭാഗം)കളിലെ ഭരണച്ചുമതല 'ചാന്റോർ' പ്രമാണിമാർക്കായിരുന്നുവത്രേ. ആജാനുബാഹുക്കളായ നാടാർ പ്രമാണിമാർ സമാധാന സംരക്ഷണത്തിനും കരം പിരിച്ച് ഖജനാവിലടയ്ക്കുന്നതിനും മറ്റും രാജവാഴ്ചയ്ക്ക് താങ്ങുംതണലുമായിരുന്നുവെന്ന് നാഗമയ്യയുടെ *സ്റ്റേറ്റ് മാനുവലി*ലും മറ്റും സൂചിപ്പിക്കുന്നു. 12-ാം നൂറ്റാണ്ടിനുശേഷം ബ്രാഹ്മണ മേധാവിത്വത്തിന് ശക്തിയേറിയപ്പോൾ, അക്കാലമത്രയും രാജകീയ പരിലാളനയിൽക്കഴിഞ്ഞ ചാന്റോർ സമുദായം പിന്തള്ളപ്പെട്ടു. സവർണ്ണാധികാരം നാൾക്കുനാൾ ശക്തിപ്പെട്ടതോടെ, അന്നുവരെ പ്രബലരായിരുന്ന ചാന്നാർ സമുദായം സമൂഹത്തിന്റെ പുറമ്പോക്കുകളിലേക്ക് പിന്തള്ളപ്പെട്ടു. അവരുടെ അവകാശങ്ങളും അധികാരങ്ങളുമെല്ലാം കവർന്നെടുക്കപ്പെട്ടുവെന്ന് അനുമാനിക്കാം.

തുടർന്നുള്ള നാലഞ്ചു നൂറ്റാണ്ടുകൾ അവർക്ക് ഒരു പീഡന കാലമായി. 17-ാം നൂറ്റാണ്ടിൽ പാശ്ചാത്യമിഷണറിമാർ തെന്നിന്ത്യയിലേക്ക് കടന്നുവന്നതോടെയാണ്, അവഗണിക്കപ്പെട്ടവരും അശരണരുമായിക്കഴിഞ്ഞ ഈ ഭൂരിപക്ഷസമുദായത്തിന് അല്പമെങ്കിലും ആശ്വാസം ലഭിച്ചു തുടങ്ങിയത്. മിഷണറിമാരുടെ നിരന്തര ശ്രമഫലമായി ക്രിസ്തുമതപരിവർത്തനത്തിലൂടെയും വിദ്യാഭ്യാസത്തിലൂടെയും മെല്ലെ മെല്ലെ അവർ സ്വന്തം മണ്ണിൽ കാലുറപ്പിക്കാനും പിടിച്ചുനില്ക്കാനും ശ്രമങ്ങളാരംഭിച്ചു.

മതപരിവർത്തനം

സാമുദായികവും ജാതീയവുമായ വിലക്കുകളാൽ സമൂഹത്തിന്റെ മുഖ്യധാരകളിൽനിന്ന് ആട്ടിയകറ്റപ്പെട്ട നാടാർ സമുദായം ഗത്യന്തരമില്ലാതെ

കണ്ടെത്തിയ രക്ഷാമാർഗ്ഗമാണ് മതംമാറ്റം. ക്രിസ്ത്യൻ മിഷണറിമാരുടെയും, പരോക്ഷമായി ഭരണം കൈയാളിയിരുന്ന റസിഡന്റുമാരുടെയും നിരന്തരപ്രേരണയും പ്രോത്സാഹനവുംമൂലം, ഏറക്കുറെ മൃഗസമാനം ജീവിതം തള്ളിനീക്കിയിരുന്ന അന്നത്തെ നാടാർ സമുദായംഗങ്ങളുടെ ശുചിത്വപാലനത്തിനും വസ്ത്രധാരണത്തിനും മിഷണറിമാർ ശ്രമമാരംഭിച്ചതോടെയാണ് സ്ഥിതിഗതികൾ വഷളായത്. മാറുമറച്ച് വസ്ത്രം ധരിക്കാൻ അവർ നാടാർ സ്ത്രീകളെ പ്രേരിപ്പിച്ചു. സഹായിച്ചു. ഹിന്ദു നാടാർ സ്ത്രീക്ക് മാറുമറയ്ക്കാൻ വിലക്കുണ്ടായിരുന്നപ്പോൾ, ക്രിസ്തുമതത്തിലേക്ക് പരിവർത്തനം ചെയ്യപ്പെട്ട നാടാർ സ്ത്രീ മാറു മറയ്ക്കരുതെന്ന് വിലക്കാൻ സവർണ്ണപ്രമാണിമാർക്ക് അധികാരമില്ലായിരുന്നു. 1680 ൽ ജസ്യൂട്ട് പാതിരിമാർ വടക്കാൻകുളത്ത് ഒരു നാടാർ സ്ത്രീയെ ആദ്യമായി ജാക്കറ്റ് ധരിപ്പിച്ചു. അവിടെ ഒരു പള്ളി നിർമ്മിക്കുകയും സ്ഥിരമായി ഒരു കത്തോലിക്കാ മിഷൻ സ്ഥാപിക്കുകയും ചെയ്തു. 1713 ൽ വടക്കാൻകുളത്ത് 4000 നാടാർ സമുദായാംഗങ്ങൾ ക്രിസ്തുമതം സ്വീകരിച്ചു.

1771 ൽ ഇംഗ്ലീഷ് മിഷണറിമാർ തിരുനൽവേലിയിലും പ്രവർത്തനം ആരംഭിച്ചു. 1849 ൽ തിരുനൽവേലിയിൽ ആയിരക്കണക്കിന് നാടാർ സമുദായാംഗങ്ങൾ ക്രിസ്ത്യാനികളായി മതപരിവർത്തനം ചെയ്യപ്പെട്ടു. അക്കാലത്തുതന്നെ തെക്കൻ പ്രദേശങ്ങളിൽ ഇരുപതിനായിരത്തോളം നാടാർ സമുദായാംഗങ്ങൾ ക്രിസ്തുമതം സ്വീകരിച്ചു.

ചാന്നാർ ലഹള

മാറു മറയ്ക്കുന്ന രീതിയിൽ വസ്ത്രം ധരിച്ച് മേൽ മുണ്ടുമായി കണ്ട നാടാർ സ്ത്രീകളെ സവർണ്ണർ നിരന്തരമായി ആക്രമിച്ചു. പലേടത്തും ലഹളകൾ പൊട്ടിപ്പുറപ്പെട്ടു. ചാന്നാർ ലഹള (മേൽമുണ്ടു സമരം) സ്ഥിതിഗതികൾ വഷളായിത്തുടങ്ങിയപ്പോൾ ക്രിസ്ത്യൻ ചാന്നാർ സ്ത്രീകൾക്ക്, സവർണ്ണരെ അനുകരിക്കാത്ത മട്ടിൽ കുപ്പായമിടാൻ അധികാരികൾ അനുമതി നല്കി. 1812 ൽ ചാന്നാർ സ്ത്രീകൾ മാറു മറയ്ക്കാൻ ജാക്കറ്റുമാത്രം (മേൽമുണ്ടു നിഷിദ്ധം) ധരിക്കാമെന്ന് റസിഡന്റ് കേണൽ മൺറോ ഉത്തരവു പുറപ്പെടുവിച്ചു. 1822 ൽ പത്മനാഭപുരത്തു വച്ചുണ്ടായ അനിഷ്ടസംഭവങ്ങൾ ചാന്നാർ ലഹളയ്ക്ക് ആക്കം കൂട്ടി. പത്മനാഭപുരത്തുവച്ച് മാറു മറച്ചുകണ്ട നാടാർ സ്ത്രീകളെയും അവരുടെ പുരുഷന്മാരെയും നായർ പ്രമാണിമാർ നിർദ്ദയം തല്ലിച്ചതച്ചു. ക്രിസ്ത്യൻ പള്ളികൾ തീ വച്ച് നശിപ്പിക്കുകയും ചെയ്തു.

12-ാം നൂറ്റാണ്ടുവരെ പ്രബലസമുദായമായിരുന്ന ചാന്റോർ, (ചാന്നാർ) വിഭാഗത്തെപ്പറ്റി പരിചിന്തനം നടത്തവെ, യാദൃച്ഛികമായി മറ്റൊരു കാര്യം എന്റെ ഓർമ്മയിലെത്തി.

സി വി രാമൻപിള്ളയുടെ പ്രശസ്ത നോവലായ *മാർത്താണ്ഡവർമ്മ*യിലെ ഒരു രംഗം. മാങ്കോയിക്കൽ ഭവനം അഗ്നിക്കിരയായപ്പോൾ ഹൃദയം നൊന്തു വിലപിക്കുന്ന ഗൃഹനാഥന്റെ നിലവിളി! തന്നെയും കുടുംബത്തെയും രക്ഷിക്കാൻ ആരുമില്ലേ എന്ന ദീന വിലാപം.

"അടിയൻ ലച്ചിപ്പോം..." എന്ന പ്രത്യുത്തരം കേട്ട് തിരിഞ്ഞു നോക്കിയപ്പോൾ കണ്ടത് 'ഭ്രാന്തൻ ചാന്നാ'നെയാണ് - രക്ഷകനായി പാഞ്ഞെത്തിയ അനന്തപത്മനാഭന്റെ പ്രച്ഛന്നവേഷം.

കുഞ്ചുതമ്പിമാരും എട്ടുവീട്ടിൽ പിള്ളമാരും യോജിച്ചുള്ള ശത്രുപക്ഷത്തിന്റെ ആക്രമണത്തിൽ നിന്നൊഴിഞ്ഞുമാറി, ആത്മരക്ഷാർത്ഥം വേഷ പ്രച്ഛന്നനായി സഞ്ചരിച്ച മാർത്താണ്ഡവർമ്മയുടെ അസംഖ്യം അംഗരക്ഷകരിൽ തണ്ടും തടിയും ശൗര്യവുമുള്ള അനേകം നാടാർ യോദ്ധാക്കളുമുണ്ടായിരുന്നതായി വിശ്വസിക്കപ്പെടുന്നു. ഇതിന് ഉപോൽബലകമായി, മാർത്താണ്ഡവർമ്മയുടെ സന്തതസഹചാരിയായിരുന്ന ഒരു നാടാർ പ്രമാണിയുടെ ഭവനം തക്കലയ്ക്കു സമീപം ചൂണ്ടിക്കാണിക്കപ്പെടുന്നു. ആ പുരാതനഭവനം തക്കല കണ്ണന്നൂരിലെ തച്ചൻവിളയിൽ പള്ളിമേട വീട് ആണ്. 1808 ഡിസംബർ 23 ന് അഞ്ഞൂറോളം വരുന്ന സവർണ്ണ കലാപകാരികൾ ആ വീട് ആക്രമിച്ച് അഗ്നിക്കിരയാക്കി. (അവലംബം *നാടാർ ചരിത്രം*) കാവടിത്തലയ്ക്കൽ ഭാസ്കരൻ നാടാർ)

പലകാലങ്ങളിലായി പല പല അനിഷ്ടസംഭവങ്ങൾക്കും വഴിവച്ച് തെക്കൻ തിരുവിതാംകൂറിലാകെ പടർന്നു കയറിയ ചാന്നാർ ലഹള, നാടാർ സമുദായത്തിന് ഒരിക്കൽ നഷ്ടമായ മനുഷ്യാവകാശങ്ങൾ നേടിയെടുക്കാൻ വേണ്ടി നടത്തപ്പെട്ട വീരചരിതമായി ചരിത്രത്തിലെന്നെന്നും അവശേഷിക്കും.

കാലം മാറി, കഥ മാറി, പഴയ പാറശ്ശാലയും ഏറെ മാറ്റങ്ങൾക്ക് വിധേയമായി. പാറശ്ശാല ജങ്ഷനിൽ ബസിറങ്ങിയപ്പോൾ തന്നെ കാത്തുനിന്ന സുഹൃത്ത് ഓടിയെത്തി. വർഷങ്ങൾക്കു മുമ്പ് ആ സുഹൃത്തിന്റെ വീട്ടിൽ രണ്ടു ദിവസം ഞാൻ ചെലവഴിച്ചിരുന്നു. ആ പഴയ ഓർമ്മകൾ അയവിറക്കിക്കൊണ്ട് മുന്നോട്ടു നടക്കുമ്പോൾ ഞാൻ ശ്രദ്ധിച്ചു. ജങ്ഷന് കൂടുതൽ തിരക്കേറി. ആധുനിക രീതിയിലുള്ള കെട്ടിടങ്ങളും കച്ചവടസ്ഥാപനങ്ങളും കൂടുതൽ കണ്ടു. എങ്കിലും പാറശ്ശാലയുടെ സ്ഥായീഭാവത്തിന് വലിയ മാറ്റമൊന്നുമില്ല.

സുഹൃത്തിനോടൊപ്പം അത്താഴവും കഴിഞ്ഞ് ഉറങ്ങാൻ കിടന്ന എന്റെ മനസ്സിൽ വർഷങ്ങൾക്കു മുമ്പ് ഇതേ സ്ഥലത്തുവച്ചുണ്ടായ രസകരമായ ആ പഴയ അനുഭവങ്ങൾ ഓർത്തുപോയി:

അന്ന്....

ഒരുറക്കം കഴിഞ്ഞ് ഉണർന്നപ്പോൾ, വീടിനു ചുറ്റും ഏതോ അശരീരികൾ—

"കൂ..... കൂ...... മച്ചിണാ....." ഒരു ശബ്ദം

"കൊച്ചപ്പി മച്ചിണൻ വരല്ലിയാ." അതേ ശബ്ദം

"കൂ........ കൂ....." മറുകൂവൽ (മറ്റൊരു പനയിലിരിക്കുന്ന കൊച്ചപ്പിമച്ചിണന്റെ മറുകൂവലാണത്)

"ഏറിത്തീന്താച്ചാ?"

'ഇല്ലെ."

"മച്ചിണാ, ഒരു എപ്പ് (ഹെൽപ്പ്) ശെയ്യണമേ."

"എന്നതോ?"

"കൊഞ്ചം പണം വെണ്ടിയിറുക്കെ."

"ഇന്ത നേച്ചറിലെ പറ്റാതെ."

"അപ്പടിയാ, സറി, അത് പോട്ടും. പല്ലുതരിച്ചു വയ്യാം. കൈയിലെ പളുത്തില പാക്ക് ഇറുക്കിതാ?"

"ഇറുക്കിത് ബാ - തിന്നുവോം.'

തമിഴും മലയാളവും കലർന്ന ഭാഷ. ഞങ്ങൾ മെല്ലെ മുറിതുറന്ന് മുറ്റത്തിറങ്ങി. വീടിനു ചുറ്റും ഇരുളിൽ ഭൂതഗണങ്ങൾപോലെ ഉയർന്നു നില്പുള്ള കരിമ്പനകളിൽ ആളനക്കം. വളരെ സൂക്ഷിച്ചു നോക്കിയാൽ നീലക്കടലാസിൽ കറുത്ത മഷികൊണ്ട് വരച്ച വരകളിലൂടെ കട്ടുറുമ്പിഴയുന്നതുപോലെ കരിമ്പനകളിൽ പിടിച്ചു കയറുന്ന അവ്യക്തരൂപങ്ങൾ. അത് പുതിയൊരു കാഴ്ചയായിരുന്നു. കൗതുകകരമായ അനുഭവം. നേരം പുലരാൻ ഇനിയും മണിക്കൂറുകൾ ബാക്കി. അതിനുമുമ്പു തന്നെ പനയേറ്റക്കാർ ജോലിയാരംഭിച്ചു കഴിഞ്ഞു. ഇപ്പോൾ തുടങ്ങിയാലേ പന്ത്രണ്ടു മണിക്കു മുമ്പെങ്കിലും കണക്കിൻപടിയുള്ള പനയെല്ലാം കയറി അക്കാനിയെടുക്കാൻ കഴിയൂ. ഹോ! വല്ലാത്ത ജീവിതം!

അതേപ്പറ്റി സുഹൃത്തുമായി സംഭാഷണം തുടങ്ങിയപ്പോൾ വെളുപ്പാൻ കാലത്തെ ഉറക്കത്തിന്റെ സുഖം പമ്പ കടന്നു. പാറശ്ശാലയിലെയും സമീപപ്രദേശങ്ങളിലെയും ഒരു ന്യൂനപക്ഷത്തിന്റെ കുലത്തൊഴിലായ പനയേറ്റത്തെപ്പറ്റിയുള്ള ചർച്ച, അവരുടെ ജീവിത മേഖലകളിലേക്ക് എന്നെ കൂട്ടിക്കൊണ്ടുപോയി..

പാറശ്ശാല പ്രദേശത്തെ നല്ല പങ്ക് ആളുകളും കരിമ്പനകളെ ആശ്രയിച്ചു കഴിയുന്നവരാണ്. ഇവരെ മൊത്തത്തിൽ 'നാടാർ' എന്നു പറയാം. എങ്കിലും പ്രധാനമായി മൂന്ന് വിഭാഗത്തിൽപ്പെട്ടവരാണിവർ. ഹിന്ദുനാടാർ, എൽ എം എസ് ക്രിസ്ത്യാനികൾ, റോമൻ കത്തോലിക്ക ക്രിസ്ത്യാനികൾ. ഹിന്ദുനാടാർ തന്നെ മതപരിവർത്തനം ചെയ്യപ്പെട്ടവരാണ് എൽ എം എസ് വിഭാഗവും റോമൻ കത്തോലിക്ക വിഭാഗവും. മൂന്നു കൂട്ടരിലും നല്ലൊരു ഭാഗം 'പനയേറി'കളാണ്. പനയേറ്റം പണ്ടുപണ്ടേ തെക്കൻ തിരുവിതാംകൂറിലെ നാടാന്മാരുടെ കുലത്തൊഴിലാണ്.

സർവ്വശക്തനായ കരിമ്പന

തെക്കൻ തിരുവിതാംകൂറിലേക്കു കടക്കുമ്പോൾ നോക്കുന്നിടത്തെല്ലാം 'നെടുനെടാ' വളർന്നു നില്ക്കുന്ന കരിമ്പനകൾ കാണാം. പാറശ്ശാല പ്രദേശങ്ങളിൽ തെങ്ങുംകുറവല്ല. എങ്കിലും പനകൾ തന്നെ പ്രമാണിമാർ പരുപരുത്ത കട്ടിയേറിയ പുറന്തൊലിയോടെ ആരെയും വകവയ്ക്കാത്ത മട്ടിൽ, ചെമ്മണ്ണും പാറയും ചേർന്ന കടുപ്പമുള്ള മണ്ണിൽ മാനംമുട്ടെ വളർന്നു നില്ക്കുന്ന കരിമ്പന ക്കൂട്ടങ്ങളും വരൾച്ചയും കൂടി, ആ പ്രദേശങ്ങൾക്ക് രൂപത്തിലും ഭാവത്തിലും കാഠിന്യം നല്കുന്നുണ്ട്. പനകളോടു മത്സരിക്കാനെന്ന മട്ടിൽ മിക്ക പുരയിടങ്ങളിലും പുളിമരങ്ങളും കാണാം. ഇന്നത്തെ പാറശ്ശാലയിൽ ചെറുകിടക്കാരും ഇടത്തരക്കാരുമായ കൃഷിക്കാരാണ് കൂടുതൽ. അവിടുത്തെ കൃഷിഭൂമിയുടെ പ്രധാന ഭാഗവും കരിമ്പനകൾ കൈയടക്കിയിരിക്കുന്നു. ഉദ്ധതന്മാരായ ഈ വൃക്ഷസമൂഹത്തിൽ നിത്യവും കയറിയിറങ്ങി ഫലം നേടുകയെന്നത് ശ്രമകരമായ ജോലിയാണ്. തെക്കൻ തിരുവിതാംകൂറിലെ അരോഗദൃഢഗാത്രരായ, നാടാർ സമുദായത്തിനേ ഇതിനു കഴിയൂ എന്നു തോന്നും. ആ പ്രദേശങ്ങളിലെ പനയേറ്റം കണ്ടാൽ.

പനയേറ്റം അറിയാവുന്നവർ സ്വന്തം പനകളിൽനിന്ന് 'അക്കാനി' യെടുത്ത് പാകപ്പെടുത്തുന്നു. അല്ലാത്തവർ സ്വന്തം പനകൾ പനയേറ്റക്കാർക്ക് പാട്ടത്തിനു കൊടുക്കുകയോ അവരെക്കൊണ്ട് ചെത്തിക്കുകയോ ചെയ്യുന്നു. ഇവിടെ ഭൂവുടമയും പനയേറ്റത്തൊഴിലാളികളും തമ്മിൽ വിചിത്രമായ ഒരു ബന്ധമുണ്ട്. ഉടമസ്ഥൻ പന അടുത്തുള്ള നാടാരെ ചെത്താനേർപ്പെടുത്തുന്നു. ഇന്ന് എടുക്കുന്ന അക്കാനി മുഴുവൻ 'ഉടമസ്ഥനു നല്കുമെങ്കിൽ, നാളത്തേതു മുഴുവൻ 'പനയേറി'ക്കാണ് അതാണ് വ്യവസ്ഥ. ഇരുകൂട്ടരും കിട്ടുന്ന അക്കാനി പാകപ്പെടുത്തി കരുപ്പട്ടിയാക്കി വില്ക്കുന്നു.

പനയേറ്റത്തൊഴിലാളിയുടെ ദിവസം

തുലാമാസം തൊട്ട് മേടമാസം വരെയുള്ള കാലമാണ് പനയേറ്റത്തിന്റെ സീസൺ. മിഥുനം, കർക്കിടകം മാസങ്ങളിൽ തീരെയില്ല. അങ്ങനെ ആണ്ടിൽ മുക്കാൽപങ്കും പനയേറ്റത്തൊഴിലാളികൾക്ക് വിശ്രമമില്ല. പുലർച്ചയ്ക്കു മുമ്പേ അത്താഴത്തിന്റെ ബാക്കിയും കഴിച്ച് (ഇപ്പോൾ കാപ്പികുടി വ്യാപകമാകുന്നുണ്ട്) 'മുരുക്കുതടിയും' (പനയിൽ കയറാനും കത്തിതേയ്ക്കാനുമായി ഏതാണ്ട് മൂന്നടി നീളത്തിൽ ചെത്തിമിനുക്കി ഒരറ്റത്ത് ചന്ദ്രക്കലപോലെ ഒരു ചവിട്ടുപടിയും ഘടിപ്പിച്ചിട്ടുള്ളത്) അരുവപ്പെട്ടിയും (കൊതുമ്പുകൊണ്ടു മെനഞ്ഞെടുത്ത ഒരു കൂട അതിനുള്ളിൽ അക്കാനി പകർന്നെ

ടുക്കാനുള്ള പാത്രവും പനമണ്ടയിൽ കൂമ്പിന്റെ വായിൽ ഘടിപ്പിക്കാനുള്ള കൊച്ചു മൺചട്ടിയും ചട്ടിയിലിടാനുള്ള ചുണ്ണാമ്പും വളരെ വീതിയിൽ വായ്ത്തലയുള്ള വെട്ടുകത്തിയും കൂമ്പ് ചെത്താനുള്ളത്) തൂക്കി–പനയുടെ ചോട്ടിലെത്തും. അങ്ങനെ, മിക്ക പുരയിടങ്ങളിലും പനയേറ്റക്കാരെത്തും. മിന്നൽ വേഗത്തിൽ കരിമ്പനയുടെ മുകളിലെത്തി ചട്ടിയിൽ ഊറിയിറങ്ങിയ അക്കാനി ശേഖരിച്ച് വട്ടിയിലൊഴിച്ച്, വീണ്ടും കൂമ്പു ചെത്തി, ചട്ടി ഘടിപ്പിച്ച് ഇറങ്ങിവരുന്നു. പ്രതിദിനം മുപ്പതും നാല്പതും പന കയറുന്നവരുമുണ്ടാകും. തീരുമ്പോഴേക്ക് അയാൾ ആകെ തളർന്ന് അവശനായിരിക്കും. പിന്നെ, കുടിലിന്റെ തിണ്ണയിൽ ആ നട്ടുച്ചയ്ക്ക് തളർന്നു കിടന്നുറങ്ങുകയാവും. പലപ്പോഴും ഉച്ചയ്ക്ക് ആഹാരം കഴിച്ചെന്നും ഇല്ലെന്നും വരാം. വെയിൽ മങ്ങുമ്പോൾ, ഉപകരണങ്ങളുമായി രാവിലെ കയറിയിറങ്ങിയ പനകളിൽ വീണ്ടും കയറുകയായി–അന്തിപ്പനക്കയറ്റം. ചടങ്ങുകൾ ആവർത്തിക്കുന്നു. രാത്രി, ചിലപ്പോൾ എട്ടും ഒമ്പതും മണിവരെ പനയേറ്റം തുടരുന്നുണ്ടാവം. വീണ്ടും ക്ഷീണിച്ച് കൂരയിലെത്തുന്നു. എന്തെങ്കിലും കഴിച്ച് ഉറങ്ങാൻ വട്ടംകൂട്ടുന്നു.

കൂട്ടായ അദ്ധ്വാനം

പനയേറ്റ തൊഴിലാളിയുടെ കുടുംബത്തിൽ എല്ലാവർക്കും പിടിപ്പതു പണിയുണ്ട്. സ്ത്രീകളും കുട്ടികളും അതിരാവിലെ ഉണരുന്നു. പനയുടെ ചോട്ടിൽനിന്ന് അക്കാനി വാങ്ങി വീട്ടിലെത്തിച്ച് കാച്ചിയെടുക്കുകയാണ് അവരുടെ ജോലി. വിറക് അവർക്ക് ഒരു വലിയ പ്രശ്നമാണ്. മരച്ചോടുകളിൽ പൊഴിഞ്ഞു വീഴുന്ന കരിയിലകൾ (പുളിയിലപോലും) അമൂല്യവസ്തുക്കളായി സംഭരിച്ച് കൂരയിലെത്തിക്കുന്നതിൽ കുട്ടികൾ വ്യാപൃതരായിരിക്കും. അക്കാനി തിളപ്പിച്ച് 'പതിനി'പ്പരുവത്തിൽ വാങ്ങിയിറക്കി, കണ്ണൻ ചിരട്ടകളിലൊഴിക്കുന്നു. അവ കട്ടിപിടിച്ചു കഴിയുമ്പോൾ ഇലകൊണ്ടു മൂടിയിരിക്കുന്ന ചിരട്ടയുടെ കണ്ണിലൂടെ തള്ളി പുറത്തെടുക്കുന്നു. അത് ചന്തയിലെത്തിച്ച് വിറ്റുപെറുക്കിയാണ് നിത്യവൃത്തിക്കുള്ള 'വഹകൾ' അടുപ്പിക്കുന്നത്. മിച്ചം വയ്ക്കുന്നവ ഒന്നിച്ച് സമീപത്തുള്ള ആഴ്ച ചന്തയിൽ കൊണ്ടുപോയി വില്ക്കുന്നു. ഈ തിരക്കുപിടിച്ച ജീവിതത്തിനിടയിൽ കുളിക്കാനോ നനയ്ക്കാനോ സ്ത്രീക്കും പുരുഷനും സമയം കിട്ടിയെന്നുവരില്ല. വെള്ളവും ദുർലഭം...

ഇന്നും പനയേറ്റമുണ്ട്. കരിപ്പെട്ടിക്കച്ചവടവും ഉണ്ട്. പക്ഷേ, എല്ലാം പേരിനു മാത്രമെന്നു തോന്നി. ജീവിതവൃത്തിക്ക് മറ്റു മാർഗ്ഗങ്ങൾ തേടാനുള്ള വെമ്പലാണെല്ലാവർക്കും; വിശിഷ്യാ യുവതലമുറയ്ക്ക്. ഏറെ ക്ലേശകരവും തീരെ ആദായകരമല്ലാത്തതുമായ കരിപ്പട്ടി വ്യവസായത്തെക്കാൾ എന്തെങ്കിലും കൈത്തൊഴിലോ, ഒന്നുമില്ലെങ്കിൽ കൂലിപ്പണിയോ ആണ് ഭേദമെന്ന് അവർ കരുതുന്നു.

സംസ്ഥാനത്തിന്റെ തെക്കെ അറ്റത്തെ പഞ്ചായത്താണ് പാറശ്ശാല. ഒരു സ്പെഷ്യൽ ഗ്രേഡ് പഞ്ചായത്ത്. വിസ്തീർണ്ണം 20 ച കി മീ. ജനസംഖ്യ 45710 (91). കൃഷിയും കൈത്തറി നെയ്ത്തുമാണ് മുഖ്യ ഉപജീവമാർഗ്ഗങ്ങൾ. ക്രിസ്ത്യൻ മിഷണറിമാർ സ്ഥാപിച്ച സ്കൂളുകൾ മുഖേന വിദ്യാഭ്യാസം നേടി പുരോഗതിയിലെത്തിയവർ ധാരാളമുണ്ട്. പഴയ തലമുറയിൽ അദ്ധ്യാപകവൃത്തിയിലും മറ്റ് സർക്കാർ സർവ്വീസുകളിലും സേവനമനുഷ്ഠിക്കുന്ന നാടാർ സമുദായാംഗങ്ങളും ധാരാളം. അവരുടെ ജീവിത നിലവാരം കൂടുതൽ ഭദ്രം....

അടുത്ത ദിവസം രാവിലെ, സുഹൃത്തിനോടൊപ്പം, പാറശ്ശാല ഗ്രാമപഞ്ചായത്തിലൂടെ ഒരോട്ട പ്രദക്ഷിണം നടത്തി–രണ്ടാം സന്ദർശനം.

നിമ്നോന്നതങ്ങളായ ഗ്രാമഭൂമിയിലൂടെ കരിമ്പനകളെ വലംവച്ച് ഞങ്ങൾ റോഡിലെത്തി. ചെമ്മണ്ണ്, ഇടയ്ക്കിടെ പാറകൾ, തീരെ ഈർപ്പമില്ലാത്ത മണ്ണ്, പാറ സുലഭമായതുകൊണ്ടാണോ, 'പാറശ്ശാല' എന്നറിയപ്പെടുന്നത്! ഞാൻ സുഹൃത്തിനോട് തിരക്കി.

'അങ്ങനെയും പറയാം.' പക്ഷേ, കുറേക്കൂടി പ്രചാരമുള്ള ഒരു സംഭവം ഈ സ്ഥലനാമത്തിനു പിന്നിലുണ്ട്. അത് വഴിയേ പറയാം. അപ്പോഴേക്കും ഞങ്ങൾ ജങ്ഷനിലെത്തി. കന്യാകുമാരി ട്രങ്ക് റോഡിൽ പാറശ്ശാല–പനച്ച്മൂട് റോഡും പാറശ്ശാല–കൊല്ലങ്കോട് റോഡും വന്നുചേരുന്ന ഒരു നാല്ക്കവല. ജങ്ഷനഭിമുഖമായി ധാരാളം വ്യാപാരസ്ഥാപനങ്ങൾ. തിരക്കേറിയ ഒരു ജങ്ഷൻ. ഉള്ളിലോട്ടു മാറി ഗവൺമെന്റ് ആശുപത്രിയും മറ്റ് ഗവൺമെന്റ് സ്ഥാപനങ്ങളും. പാറശ്ശാലക്കവലയ്ക്ക് ഒരു നാഗരികഭാവമൊക്കെയുണ്ട്. ആ കവലയിൽനിന്നും വലത്തോട്ടു തിരിയുന്ന മറ്റൊരു ഗ്രാമറോഡിലൂടെ ഞങ്ങൾ ഉള്ളിലേക്കു നടന്നു. ഭേദപ്പെട്ട വീടുകൾ കാണാം. കരിമ്പനകളുടെ കാഠിന്യമില്ല. പച്ചത്തലപ്പിന്റെ ലാളിത്യവുമുണ്ട്. ബ്രാഹ്മണർ തിങ്ങിപ്പാർക്കുന്ന ഗ്രാമമാണത്. എന്തൊരു വൈചിത്ര്യം. നാടാർ സമുദായത്തിന്റെ കേന്ദ്രത്തിൽ ഒരു ബ്രാഹ്മണ ഗ്രാമമോ?

ദളവയുടെ ഔദാര്യം

'ഗ്രാമം' മാത്രമല്ല, പ്രസിദ്ധമായ പാറശ്ശാല മഹാദേവക്ഷേത്രത്തിലേക്കുള്ള വഴിയുമാണത്. ഗ്രാമത്തിന്റെ അങ്ങേത്തലയ്ക്കലെത്തിയപ്പോൾത്തന്നെ ആ ക്ഷേത്രത്തിന്റെ വ്യാപ്തിയും ഗാംഭീര്യവും എന്നെ ഹഠാദാകർഷിച്ചു. പത്തു പതിനഞ്ചടി പൊക്കമുള്ള കന്മതിലിനുള്ളിൽ അസാമാന്യ വിസ്തൃതിയിൽ ചതുരാകൃതിയിലുള്ള ക്ഷേത്രം.

ക്ഷേത്രത്തിന്റെ മേൽത്തട്ടു മുഴുവൻ കരിങ്കൽ പാളികളാണ്. പടിഞ്ഞാറ് ദർശനമായിട്ടുള്ള ക്ഷേത്രത്തിൽ ഊക്കൻ കരിങ്കൽത്തൂണുകളിൽ നിലയുറപ്പിച്ചിട്ടുള്ള നീണ്ട നടപ്പന്തൽ. പന്തലിന്റെ ഇരുവശവുമുള്ള തൂണുകളിലും ക്ഷേത്രഭിത്തികളിലും കല്ലിൽ കൊത്തിയെടുത്ത സുന്ദരവിഗ്രഹങ്ങൾ. നൂറ്റാണ്ടുകളുടെ കാലപ്പഴക്കമുണ്ട് ക്ഷേത്രത്തിന്.

പാറശ്ശാല പണ്ടുപണ്ട് കൊടുങ്കാടായിരുന്നു. തദ്ദേശീയരായ പറയർ, കാടുവെട്ടിത്തെളിച്ച് അവിടെ പാർപ്പു തുടങ്ങി. അങ്ങനെയുണ്ടായ 'പറശ്ശാല' (പറയരുടെ കേന്ദ്രം) യാണ് പില്ക്കാലത്ത് പാറശ്ശാലയായതെന്നുമാണ് ഐതിഹ്യം. ഈ ഐതിഹ്യത്തെ താങ്ങിനിർത്താൻ പോന്ന ചില തെളിവുകളുമുണ്ട്. മഹാദേവക്ഷേത്രത്തിലെ ഉത്സവത്തിന് കൊടിമരക്കയറും പനയോലകളും ദേവന് കാഴ്ചവയ്ക്കേണ്ട അവകാശം പറയർക്കാണ് പണ്ടുപണ്ടേ. ക്ഷേത്രത്തിലെ വാർഷികോത്സവത്തിന് 'കൂത്ത്' (നാടാർ നൃത്തം) നടത്താനുള്ള അവകാശവും അവർക്കുണ്ട്. ഇവയുടെ പേരിൽ വിസ്തൃതമായ പുരയിടങ്ങൾ പണ്ടേ അവർക്ക് അവകാശമായി വിട്ടുകൊടുത്തിരുന്നു. (ഇന്നും ഈ അവകാശം നാമമാത്രമായി തുടരുന്നുണ്ട്.)

പക്ഷേ, പറയരുടെ താവളത്തിൽ ഒരു ബ്രാഹ്മണ സങ്കേതം ഉണ്ടായതെങ്ങനെ? ആ ചോദ്യത്തിന് മറുപടി നല്കുന്നത് യുക്തിയുക്തമായ ചില ചരിത്രവസ്തുതകളാണ്. തിരുവിതാംകൂർ ദളവയായിരുന്ന മല്ലൻ ചെമ്പകരാമൻതമ്പിയുടെ കാലത്തായിരുന്നു ആ പറയരുടെ ഗ്രാമത്തിന്റെ സുവർണ്ണദശ.

1740 ൽ അദ്ദേഹം പുരാതനമായ ആ ശിവക്ഷേത്രം പുതുക്കിപ്പണിത് മഹാദേവക്ഷേത്രമാക്കി. ക്ഷേത്രപരിസരങ്ങളിൽ ബ്രാഹ്മണരെ പാർപ്പിച്ചു. മറ്റ് ജീവിതസൗകര്യങ്ങളും ഏർപ്പെടുത്തി. ആ ഗ്രാമത്തിന് 'ദളവാപുര'മെന്നാണ് ഇപ്പോഴും പേർ. ഈ ക്ഷേത്രത്തിനു പുറമേ ഒരു കൃഷ്ണക്ഷേത്രവും ഭഗവതി ക്ഷേത്രവും ശാസ്താക്ഷേത്രവും പാറശ്ശാലയിലുണ്ട്. കൂടാതെ വളരെ പഴക്കമുള്ള എൽ എം എസ് ചർച്ചും റോമൻ കത്തോലിക്കാ ചർച്ചും അവിടെയുണ്ട്. ഈ പള്ളികളെ ചുറ്റിപ്പറ്റിയാണ് പാറശ്ശാലയുടെ പുരോഗതിയും സംസ്കാരവും ഉടലെടുത്തിട്ടുള്ളത്.

ആദ്യകാല വിദ്യാഭ്യാസ സ്ഥാപനങ്ങൾ

പാറശ്ശാലയിലെ വിദ്യാഭ്യാസ സ്ഥാപനങ്ങളുടെ ചരിത്രം ക്രിസ്ത്യൻ മിഷണറിമാരുടെ പ്രവർത്തനവുമായി ബന്ധപ്പെട്ടിരിക്കുന്നു. ഒരു നൂറ്റാണ്ടിലേറെ പഴക്കമുള്ളതാണ് പാറശ്ശാലയിലെ എൽ എം എസ് വിദ്യാലയം--ഇന്നത്തെ ചെറുവാരക്കോണം ഹൈസ്കൂൾ. എൽ എം റ്റി എം ഗേൾസ് സ്കൂൾ 90 വർഷങ്ങൾക്കു മുമ്പ് സ്ഥാപിക്കപ്പെട്ടതാണ്. 'സാമുവൽ ഇവാൻസ്' 1923 സ്ഥാപിച്ച അപ്പർ പ്രൈമറി സ്കൂൾ 1943 മുതൽ ഹൈസ്കൂളായി ഉയർത്തപ്പെട്ടു. 1946 മുതൽ ഇവിടെ റ്റി റ്റി സി ക്ലാസുകളുമുണ്ട്.

മതപരിവർത്തനം

മേൽപ്പറഞ്ഞ സ്ഥാപനങ്ങളുടെ വളർച്ചയോടെ ഹിന്ദുനാടാന്മാർക്കിടയിൽ വൻതോതിൽ മതപരിവർത്തനങ്ങൾ നടന്നു. അവർ പല വിഭാഗക്കാരായി. എല്ലാ വിഭാഗക്കാർക്കും അവരവരുടേതായ പള്ളികളും വിദ്യാഭ്യാസസ്ഥാപനങ്ങളും നിലവിൽവന്നു. അങ്ങനെ ഉന്നതവിദ്യാഭ്യാസം നേടാൻ കഴിഞ്ഞ ധാരാളം പേർ ഉദ്യോഗസ്ഥരായി. ഈ പള്ളിവക സ്കൂളുകൾ ഇല്ലായിരുന്നെങ്കിൽ ഈ നാടിന്റെ ഗതി മറ്റൊന്നാകുമായിരുന്നു. ഇന്ന് എൻ എസ് എസ് കോളേജ് ഉൾപ്പെടെ ധാരാളം വിദ്യാഭ്യാസ സ്ഥാപനങ്ങളുണ്ട്. എങ്കിലും പാവപ്പെട്ട പനയേറ്റത്തൊഴിലാളി കുടുംബങ്ങളിലെ കുട്ടികൾ ഏറക്കുറെ അക്ഷരാഭ്യാസമില്ലാത്തവരാണ്.

മാറുന്ന ബന്ധങ്ങൾ

ദശാബ്ദങ്ങൾക്കുമുമ്പ് ഈ പ്രദേശങ്ങൾ മുഴുവൻ നായർ കുടുംബങ്ങൾക്ക് അവകാശപ്പെട്ടവയായിരുന്നുവെന്നു വേണം ഊഹിക്കാൻ. അന്ന് പന ചെത്താൻ വേണ്ടി മധുര-തിരുനെൽവേലി പ്രദേശങ്ങളിൽനിന്ന് വന്നുചേർന്ന നാടാർ സമുദായാംഗങ്ങൾ ജന്മിമാരുടെ പറമ്പുകളിൽ കുടിൽ കെട്ടി പാർപ്പുറപ്പിച്ചു. കൂലി കിട്ടുന്ന കാലിൽ അല്പം മിച്ചം പിടിക്കുന്ന സ്വഭാവം പണ്ടേയുള്ള നാടാർ വർഗ്ഗം ക്രമേണ അല്പസ്വല്പം ഭൂമി സ്വന്തമാക്കി തുടങ്ങി. നായർ തറവാടുകൾ വിഭജിക്കപ്പെട്ടതോടെ "ഏമാന്മാരുടെ" കൃഷിയിടങ്ങൾ, നാടാർ സമുദായാംഗങ്ങളുടെ കൈവശമായി. അറപ്പുരയും പടിപ്പുരയും ആനക്കൊട്ടിലും ഏലങ്കവും (പരദേവതാസ്ഥാനം) എല്ലാമായി നാടടക്കി വാണിരുന്ന പല നായർ കുടുംബങ്ങളും ക്ഷയോന്മുഖമായി. ജനസംഖ്യയിൽ നല്ലൊരു വിഭാഗം ഇടത്തരക്കാരാണ്. ശരാശരി ജീവിതം നയിക്കുന്നവർ. മൺപാത്രനിർമ്മാണത്തിലേർപ്പെട്ടിട്ടുള്ള കുശവരുടെയും കൃഷിത്തൊഴിലാളികളായ ഹരിജനങ്ങളുടെയും നെയ്ത്തുകാരുടെയും ജീവിതം കുറേക്കൂടി ക്ലേശകരമാണ്.

സംസ്ഥാനാതിർത്തിയിലെ ഒരു ഗ്രാമമെന്ന നിലയ്ക്ക് പാറശ്ശാലയ്ക്കു നേരിടേണ്ടി വരുന്ന പ്രശ്നങ്ങൾ പലതാണ്. ഗതാഗത സംബന്ധമായ വിലക്കുകളാണ് പ്രധാനം. അയ്ങ്കാമം വാർഡിന്റെ കാര്യം എടുക്കൂ. ഒരു സ്ഥലത്തുനിന്ന് അതേ വാർഡിലെ മറ്റൊരു വീട്ടിൽ പോകണമെങ്കിൽ ചിലപ്പോൾ

ഇടയ്ക്ക് മദ്രാസ് സ്റ്റേറ്റ് വക റോഡുവഴിയെ കടന്നേ പറ്റൂ. കൃഷിയിടങ്ങളിൽനിന്ന് കൊയ്തെടുത്ത വിളകൾ സ്വന്തം വീട്ടിലെത്തിക്കുന്നതിനും ചില്ലറ ബുദ്ധിമുട്ടുകൾ അനുഭവപ്പെടാറുണ്ട്. സംസ്ഥാന പുനഃസംഘടനയ്ക്കുശേഷം മദ്രാസ് സ്റ്റേറ്റിൽപ്പെട്ടുപോയതുകൊണ്ടു മാത്രം, കൊയ്തെടുത്ത വിളകൾ വീട്ടിലെത്തിക്കുന്നതിന് അധികൃതരുടെ അനുവാദം വേണ്ടിവന്നു. ഈ സമ്പ്രദായം കൃഷിക്കാർക്കുണ്ടാക്കുന്ന അസൗകര്യങ്ങളേറെ.

ഏതായാലും കന്യാകുമാരി മുതൽ ഗോകർണ്ണം വരെയുണ്ടായിരുന്ന പഴയ കേരളം, പാറശ്ശാല മുതൽ മഞ്ചേശ്വരം വരെയായപ്പോൾ പുതിയ കേരളത്തിന്റെ പാദോപദാനമാകേണ്ടി വന്ന ഈ തെക്കൻ ഗ്രാമത്തോട് നാം സഹതപിക്കുക.

5

നെയ്യാറ്റിൻതീരത്തെ വ്യക്തിപ്രഭാവങ്ങൾ

രാജ്യം മുഴുവൻ സ്വന്തം. പക്ഷേ, സ്വതന്ത്രമായി സഞ്ചരിക്കാനോ വിശ്രമിക്കാനോ അസാദ്ധ്യം. ശത്രുക്കളുടെ വധഭീഷണി സദാ മനസ്സിനെ വേട്ടയാടുന്നു. അതായിരുന്നു ഭരണഭാരമേറ്റെടുക്കുമ്പോൾ മാർത്താണ്ഡവർമ്മ മഹാരാജാവിന്റെ സ്ഥിതിയെന്ന് നാം കണ്ടു.

ഒരുവശത്ത്, അധികാരമോഹം മൂത്ത് രാജനിഗ്രഹത്തിന് തക്കം പാർത്തിരിക്കുന്ന എട്ടുവീട്ടിൽപിള്ളമാർ എന്ന നായർ പ്രഭുക്കന്മാരും അവരുടെ ആജ്ഞാനുവർത്തികളായ ദുഷ്ടശക്തികളും. മറുഭാഗത്ത് അന്തരിച്ച മഹാരാജാവിന്റെ പുത്രന്മാരെന്നനിലയ്ക്ക് മക്കത്തായത്തിന്റെ പേരിൽ രാജസിംഹാസനം തട്ടിയെടുക്കാനുള്ള തന്ത്രങ്ങളിലേർപ്പെട്ടിരിക്കുന്ന പപ്പുതമ്പിയും രാമൻതമ്പിയും. ഈ ശക്തികളെ സഹായിക്കാൻ സദാ സന്നദ്ധരായി നില്ക്കുന്ന പാണ്ഡ്യരാജസൈന്യത്തിന്റെ ആക്രമണഭീഷണി—ഈ ചക്രവ്യൂഹത്തിൽപ്പെട്ട് ഉഴലുകയായിരുന്നു മാർത്താണ്ഡവർമ്മ.

അമ്മച്ചിപ്ലാവ്

വേണാടു രാജാക്കന്മാർ പത്മനാഭപുരം ആസ്ഥാനമാക്കി അനന്തപുരിയെ ഭരിക്കുകയും അനന്തശായിയെ ഭജിക്കുകയും ചെയ്തിരുന്ന ആ അന്തരാളഘട്ടത്തിൽ, പത്മനാഭപുരത്തിനും തിരുവനന്തപുരത്തിനും മദ്ധ്യേയുള്ള ഒരു ഇടത്താവളമായിരുന്നു നെയ്യാറ്റിൻകര. എ ഡി 1677 ൽ വീരകേരള വർമ്മ ഇവിടെ നെയ്യാറിന്റെ ഭാഗത്ത് ഒരു കൊട്ടാരം പണികഴിപ്പിക്കുകയുണ്ടായി. തിരുവിതാംകൂർ സൈന്യത്തിന്റെ ഒരു വിഭാഗത്തെ അവിടെ താവളമടിപ്പിക്കുകയും ചെയ്തു.

അന്നൊരുനാൾ വധോദ്യുക്തരായി പിന്തുടർന്ന എട്ടുവീട്ടിൽപിള്ളമാരുടെ കൈകളിൽപ്പെടാതെ പ്രാണരക്ഷാർത്ഥം പരക്കം പായുകയായിരുന്നു, മാർത്താണ്ഡവർമ്മ മഹാരാജാവ്. ആ അപകടം മനസ്സിലാക്കിയ ഒരു യഥാർത്ഥ രാജഭക്തൻ ആറ്റുതീരത്തെ പോടുള്ള പ്ലാവ് ചൂണ്ടിക്കാണിച്ചുകൊടുത്തു. രാജാവ് അതിൽക്കയറി ഒളിച്ചു. താല്ക്കാലിക രക്ഷാസ്ഥാനം. പ്ലാവിന്റെ തായ്ത്തടിയിൽ ഒരാൾക്ക് സൗകര്യമായി ഒളിച്ചിരിക്കത്തക്കവിധം വലിയൊരു പോടുണ്ടായിരുന്നു. ശത്രുക്കൾ പോയതിനു ശേഷം പുറത്തിറങ്ങിയ രാജാവിന് ഒരു രണ്ടാം ജന്മം ലഭിച്ച സന്തോഷം. പുനർജ്ജന്മം നല്കിയ ആ പ്ലാവിന് അദ്ദേഹം ഒരമ്മയുടെ സ്ഥാനം നല്കി ആദരിച്ചു. അതാണ് 'അമ്മച്ചിപ്ലാവ്'. മാത്രമല്ല, പില്ക്കാലത്ത് അവിടെ ഒരു ക്ഷേത്രം പണിയിക്കുകയും ചെയ്തു. ഇന്നത്തെ ശ്രീകൃഷ്ണസ്വാമിക്ഷേത്രം. 'ഒട്ടേറെ വയസ്സിന്റെ വൻഭാരം' ചുമന്ന് തീരെ ദുർബ്ബലയും അശരണയുമായി ചരിഞ്ഞു തുടങ്ങിയ പ്ലാവിനെ താങ്ങ് കൊടുത്തും കൽത്തറകെട്ടിയും ചരിഞ്ഞുവീഴാതെ ഒരു മട്ടിൽ സംരക്ഷിച്ചു പോന്നു ഒരു ചരിത്രസ്മാരകമെന്ന നിലയ്ക്ക്. കാലാന്തരത്തിൽ പ്രായാധിക്യത്താൽ കടപുഴകിയ പഴയ പ്ലാവിന്റെ സ്ഥാനത്തു പുതിയൊരു അമ്മച്ചിപ്ലാവ് വളർന്ന് വലുതായി വരുന്നുണ്ടിപ്പോൾ. ക്ഷേത്രത്തിലെ ഉപദൈവങ്ങളെ എന്നപോലെ ഭക്തന്മാർ അമ്മച്ചിപ്ലാവിനെയും നമസ്കരിക്കാറുണ്ട്.

അന്ന്, രാജഭക്തിയുടെ പ്രതീകമായ ഒരു തദ്ദേശീയ ഗ്രാമീണനാണ് നെയ്യാറ്റിൻകരയിൽ മഹാരാജാവിനെ രക്ഷിച്ചതെങ്കിൽ, പില്ക്കാലത്ത് മിത്രഭാവം പൂണ്ട ശത്രുക്കളിൽനിന്നും കൊട്ടാരത്തിലെ ഉപജാപക വൃന്ദത്തിന്റെ രാജ്യദ്രോഹവൃത്തികളിൽനിന്നും രാജസ്ഥാനത്തെ രക്ഷിക്കാൻ സ്വന്തം തൂലികയാൽ

വഴി കാട്ടാൻ ശ്രമിച്ച മറ്റൊരു യഥാർത്ഥ രാജഭക്തനെ, 'രാജ്യദ്രോഹി'യാക്കിയതിന്റെ സ്മാരകമാണ്, ക്ഷേത്രത്തിനു സമീപമുള്ള സ്വദേശാഭിമാനി മൈതാനവും സ്വദേശാഭിമാനി രാമകൃഷ്ണപിള്ളയുടെ അർദ്ധകായ പ്രതിമയും. സ്വദേശാഭിമാനി രാമകൃഷ്ണപിള്ളയുടെ ജന്മസ്ഥലമാണ് നെയ്യാറ്റിൻകര.

രാമകൃഷ്ണപിള്ള

രാമകൃഷ്ണപിള്ള, ശ്രീകൃഷ്ണസ്വാമി ക്ഷേത്ര പരിസരത്തിലെ (കോട്ടയ്ക്കകം) മുല്ലപ്പള്ളി എന്ന ഒരു ഇടത്തരം വീട്ടിൽ ചക്കിയമ്മയുടെയും നരസിംഹൻ പോറ്റിയുടെയും പുത്രനായി കൊല്ലവർഷം 1053-ാം മാണ്ട് ഇടവമാസം 13-ാം തീയതി (എ ഡി 1878 മെയ് 25 ന് ജനിച്ചു. നെയ്യാറ്റിൻകരയിലും തിരുവനന്തപുരത്തുമായി വിദ്യാഭ്യാസം. കലാശാല ജീവിതകാലത്ത് സ്വതന്ത്രമായ പത്രപ്രവർത്തനത്തിലാകൃഷ്ടനായി, ആ വഴിക്ക് പ്രവർത്തനം നടത്തി. സാഹിത്യസംവാദനങ്ങളിലും പങ്കെടുത്തു. ബി എ യ്ക്കു പഠിക്കുമ്പോൾ തന്നെ *കേരള ദർപ്പണം* എന്ന പത്രം തുടങ്ങി. എ ഡി 1901 ൽ സ്വന്തം പത്രാധിപത്യത്തിൽ *കേരളപത്രിക* ആരംഭിച്ചു. തുടർന്ന് കൊല്ലത്തു നിന്നും പ്രസിദ്ധപ്പെടുത്തിയിരുന്ന *മലയാളി*യുടെ പത്രാധിപരായി. *മലയാളി*യിലെ നിശിതമായ രാഷ്ട്രീയ വിമർശനങ്ങൾ ഉദ്യോഗസ്ഥന്മാരുടെ ദുഷ്ചെയ്തികളെ വിമർശിക്കുന്നവയും രാജനീതിയെയും പൗരബോധത്തെയും അനുസ്മരിപ്പിക്കുന്നതുമായ പ്രൗഢ ലേഖനങ്ങൾ വളരെ വേഗം പൊതുജന ശ്രദ്ധയാകർഷിച്ചു. ശ്രീമൂലം തിരുനാളിന്റെ കാലത്തെ ഭരണവൈകല്യങ്ങളും കൊട്ടാരം സിൽബന്തികളുടെ വിശിഷ്യാ ദുർവൃത്തനായ ദിവാൻ രാജഗോപാലാചാരിയുടെ നീചവൃത്തികളെയും ആ ലേഖനങ്ങൾ വെളിച്ചത്തു കൊണ്ടുവന്നു. അധികാരസ്ഥാനങ്ങൾ വിറളിപിടിച്ചു. മൂർച്ചയേറിയ ആ തൂലിക താഴെ വയ്പ്പിക്കാനുള്ള ഗൂഢതന്ത്രങ്ങൾ ആവിഷ്കരിച്ചു.

പുരോഗമന ചിന്തകനും ക്രാന്തദർശിയുമായ സ്വദേശാഭിമാനി രാമകൃഷ്ണപിള്ള ഒരു നൂറ്റാണ്ടു മുമ്പ് രചിച്ച *കാറൽ മാർക്സ്* എന്ന ലഘുഗ്രന്ഥം എക്കാലത്തും ഓർമ്മിക്കപ്പെടേണ്ടതാണ്. ഭാരതീയ ഭാഷകളിൽ ആദ്യമായിട്ടാണ് മാർക്സിയൻ ചിന്താഗതികൾക്കു വിത്തുപാകിയ മഹാനായ കാൾ മാർക്സിനെപ്പറ്റി ഒരു ഗ്രന്ഥം ആവിർഭവിക്കുന്നത് (1912). അതേകാലഘട്ടത്തിൽത്തന്നെ *മഹാത്മാ ഗാന്ധി*യുടെ ജീവിതകഥയും അദ്ദേഹം രചിച്ചു എന്നതും ശ്രദ്ധേയമാണ്.

സ്വദേശാഭിമാനി രചിച്ച രാഷ്ട്രീയവും സാഹിത്യപരവും സാംസ്കാരികവുമായ അസംഖ്യം പ്രബന്ധങ്ങൾക്കും ഗ്രന്ഥങ്ങൾക്കും ഇടയിൽ എടുത്തു പറയേണ്ട ഒന്നാണ് *വൃത്താന്തപത്രപ്രവർത്തനം* എന്ന ഗ്രന്ഥം. പത്രപ്രവർത്തകന്റെ കടമയും ധർമ്മവും ഉത്തരവാദിത്വവും എന്തായിരിക്കണമെന്ന് ഈ ഗ്രന്ഥം വിശദമാക്കുന്നു. ജനമദ്ധ്യത്തിൽ പത്രപ്രവർത്തനത്തിന്റെ പ്രസക്തിയും പ്രാധാന്യവും സ്വന്തം ചിന്തകളിലൂടെയും പ്രവൃത്തികളിലൂടെയും ഒരു മാർഗ്ഗദർശി എന്ന നിലയിൽ കേരളീയർക്കു കാട്ടിക്കൊടുത്ത ഈ മഹാനുഭാവന്റെ ദീർഘദർശനവും അചഞ്ചലമായ കർമ്മധീരതയും പ്രോജ്ജ്വലമായ ദേശാഭിമാനബോധവും എന്നെന്നും സ്മരിക്കപ്പെടേണ്ടതാണ്.

കൊല്ലവർഷം 1080-ൽ ബി കല്യാണിഅമ്മയെ വിവാഹം കഴിച്ചു. 'രാജാപ്രത്യക്ഷ ദൈവ'മെന്ന് കരുതപ്പെട്ടിരുന്ന ഒരു കാലഘട്ടത്തിൽ, രാജവാഴ്ചയ്ക്കെതിരെ ധീരധീരം ശബ്ദമുയർത്തിയ ആ ധിക്കാരിയെ രാജ്യമൊട്ടാകെ ശ്രദ്ധിച്ചു. സാധാരണക്കാരായ ഭൂരിപക്ഷം പേരും സ്നേഹാദരങ്ങളോടെ വീക്ഷിച്ചു. 1910 ൽ നെയ്യാറ്റിൻകര നിയോജകമണ്ഡലത്തിൽ നിന്നും ശ്രീമൂലം പ്രജാസഭയിലേക്ക് എതിരില്ലാതെ തെരഞ്ഞെടുക്കപ്പെട്ടുവെങ്കിലും ഈ ധീരനായ പത്രപ്രവർത്തകന്റെ വഴിമുടക്കുവാൻ സന്ദർഭം പാർത്തിരുന്ന ദിവാൻ രാജഗോപാലാചാരി, മുരട്ടുവാദങ്ങളുന്നയിച്ച് സഭാംഗത്വം നിഷേധിച്ചു. *സ്വദേശാഭിമാനി* പത്രാധിപരെന്ന നിലയ്ക്ക് രാജ്യത്തിന്റെ പൊതുതാല്പര്യങ്ങൾക്കു വേണ്ടി തൂലിക പടവാളാക്കി, രാജവാഴ്ചയുടെ അനീതികൾക്കെതിരെ ശബ്ദമുയർത്തിയ ആ ധീരദേശാഭിമാനി 1911 സെപ്തംബറിൽ (കൊ. വ. 1086 കന്നി 10) ഒരു രാജകീയ വിളംബരംമൂലം നാടുകടത്തപ്പെട്ടു. പത്രവും പ്രസും കണ്ടുകെട്ടി. (*സ്വദേശാഭിമാനി* പത്രത്തിന്റെ ഉടമയും സ്വതന്ത്രചിന്തകനുമായിരുന്നു വക്കം മൗലവി) 1916 ഏപ്രിൽ 26-ാം തീയതി തന്റെ ധർമ്മപത്നിയുടെ ഉദ്യോഗസ്ഥലമായ കണ്ണൂരിൽ വച്ച് അദ്ദേഹം നിര്യാതനായി. അദ്ദേഹത്തിന്റെ അന്ത്യവിശ്രമസ്ഥാനം കണ്ണൂർ പയ്യാമ്പലം കടപ്പുറത്താണ്.

ഒരു തികഞ്ഞ ഗാന്ധിയനും മധുര ഗാന്ധിഗ്രാമം സർവ്വകലാശാലസ്ഥാപകനുമായ ശ്രീ. ജി രാമചന്ദ്രന്റെ ജന്മനാടും നെയ്യാറ്റിൻകരയാണ്.

സമരപാരമ്പര്യം

1930 ൽ ഉത്തരവാദഭരണ പ്രക്ഷോഭണം കൊടുമ്പിരിക്കൊണ്ടു നിന്ന സന്ദർഭത്തിൽ നെയ്യാറ്റിൻകരനിന്ന് രാജധാനിയെ ലക്ഷ്യമാക്കി ആയിരക്കണക്കിനാളുകൾ പങ്കെടുത്ത ഒരു ബഹുജന ജാഥ മുന്നോട്ടു നീങ്ങിയപ്പോൾ, പൊലീസും പട്ടാളവും ചേർന്ന് ജാഥയെ ചെറുത്തു. തിളച്ചു മറിയുന്ന ജനരോഷത്തെ നേരിടാൻ, അവസാനം പൊലീസ് ജനക്കൂട്ടത്തിനു നേരെ നിറയൊഴിച്ചു. പക്ഷേ, അപ്പോഴും

ചീറിയടുക്കുന്ന വെടിയുണ്ടകളുടെ നേർക്ക് വിരിമാറുകാട്ടി ആവേശപൂർവ്വം മുന്നോട്ടു കുതിക്കുകയായി ജനസഹസ്രങ്ങൾ. കൂട്ടത്തിൽ, നെയ്യാറ്റിൻകര രാഘവൻ (വീര രാഘവൻ) വെടിയേറ്റു വീണു. സ്വാതന്ത്ര്യസമരപ്രക്ഷോഭത്തിലെ ആദ്യത്തെ 'രക്തസാക്ഷി' തെക്കൻ തിരുവിതാംകൂറിന്റെ ഈ സമര പാരമ്പര്യം പില്ക്കാലത്ത് രക്തരൂഷിതമായ സംഘട്ടനങ്ങൾക്കും രക്തസാക്ഷിത്വത്തിനും കളമൊരുക്കിയിട്ടുണ്ട്. സംസ്ഥാന പുനഃസംഘടനയ്ക്കു മുമ്പ് (1956) തിരുവിതാംകൂറിന്റെ തെക്കൻ പ്രദേശങ്ങൾ മദ്രാസ് സംസ്ഥാനത്തിൽ ലയിപ്പിക്കണമെന്ന അവകാശമുന്നയിച്ചുകൊണ്ട്, അന്നത്തെ തിരുവിതാംകൂർ തമിഴ്നാട് കോൺഗ്രസിന്റെ നേതൃത്വത്തിലാരംഭിച്ച പ്രത്യക്ഷ സമരപരിപാടികൾ തെക്കൻ തിരുവിതാംകൂറിൽ നാടാർ ഭൂരിപക്ഷമുള്ള പ്രദേശങ്ങളിൽ രൂക്ഷമായ സംഘട്ടനങ്ങൾക്കും വെടിവയ്പ്പിനും കളമൊരുക്കി.

കേരളത്തിന്റെ തെക്കെ അറ്റത്തെ താലൂക്കും മുനിസിപ്പൽ പട്ടണവുമാണ് നെയ്യാറ്റിൻകര. തിരുവനന്തപുരത്തുനിന്നും 18 കി മീ തെക്കുമാറി സ്ഥിതി ചെയ്യുന്നു. കിഴക്ക് സഹ്യപർവ്വതാഗ്രഹത്തിലെ അഗസ്ത്യകൂട മലനിരകളിൽ നിന്നുത്ഭവിക്കുന്ന നെയ്യാർ, താലൂക്കിന്റെ മദ്ധ്യേ കൂടി ഒഴുകി പൂവാറിനു സമീപം പൊഴിയൂർ വച്ച് അറേബ്യൻ കടലിൽ പതിക്കുന്നു. നേമം, മലയിൻകീഴ്, കാട്ടാക്കട, ബാലരാമപുരം, പാറശ്ശാല, പൂവാർ എന്നീ സ്ഥലങ്ങൾ തിരക്കേറിയ ചെറുപട്ടണങ്ങളാണ്. 29 വില്ലേജുകളും 27 പഞ്ചായത്തുകളും ഈ താലൂക്കിൽ ഉൾപ്പെടുന്നു. 9.7 ച കി മീ വിസ്തീർണ്ണവും 304.19 ൽപ്പരം ജനസംഖ്യയുമുള്ള നെയ്യാറ്റിൻകര മുനിസിപ്പൽ ടൗൺ പ്രദേശത്ത്, താലൂക്ക് ആസ്ഥാനത്തിന്റേതായ മിക്ക ഓഫീസുകളും കേന്ദ്രീകരിച്ചിരിക്കുന്നു.

നെയ്യാറ്റിൻകര താലൂക്കിന്റെ ആസ്ഥാനമായ നെയ്യാറ്റിൻകര 1913 മുതൽ ഒരു മുനിസിപ്പൽ ടൗൺ പ്രദേശമാണ്. മൈതാനത്തെ ചുറ്റിക്കൊണ്ട് റോഡിനിരുവശത്തും വ്യാപാര കേന്ദ്രങ്ങളും ഓഫീസുകളും കാണാം. വിദ്യാലയങ്ങളും ആശുപത്രിയും ടൗണിൽ തന്നെ. ടൗണിന്റെ വടക്കെ അതിർത്തി ബ്രാഹ്മണ സങ്കേതമായ ഗ്രാമമാണ്.

ബാലരാമപുരം

നെയ്യാറ്റിൻകരനിന്നും ഏകദേശം മൂന്നു കി മീ പടിഞ്ഞാറുള്ള ബാലരാമപുരം ഒരു പ്രമുഖ വാണിജ്യകേന്ദ്രമായ ഉപനഗരമാണ്. ദിവാൻ ഉമ്മിണിത്തമ്പി 1810 ൽ തെക്കൻ പ്രദേശങ്ങളിൽ കുറെ നെയ്ത്തുകാരെ കുടി പാർപ്പിച്ചു. അങ്ങനെ, കൈത്തറി നെയ്ത്തിന്റെ ഒരു പ്രമുഖ കേന്ദ്രമായിത്തീർന്നു. അന്ന് നാടുവാണിരുന്ന ബാലരാമവർമ്മ മഹാരാജാവിന്റെ (1799-1810) പേരു തന്നെ ഈ വാണിജ്യ കേന്ദ്രത്തിനും നല്കി. തിരുവനന്തപുരം സ്പിന്നിങ് മിൽസും കേരള ഓട്ടോ മൊബൈൽസും ആറാലുംമൂട് കാലിച്ചന്തയുമെല്ലാം ബാലരാമപുരത്തുനിന്ന് അകലെയല്ല.

ഗ്രാമഭാവം വെടിഞ്ഞ് നാഗരിക ഭാവം ഉൾക്കൊള്ളാൻ ശ്രമിക്കുന്ന പ്രധാന തീരപ്രദേശഗ്രാമങ്ങളാണ് പൂവാറും വിഴിഞ്ഞവും കോവളവും മറ്റും. പ്രാചീന കാലം മുതൽ ഒരു തുറമുഖവും വ്യാപാര കേന്ദ്രവുമായിരുന്നു പൂവാർ. തിരുവനന്തപുരത്തുനിന്നും 10 കി മീ കിഴക്കുമാറി സ്ഥിതി ചെയ്യുന്ന വെള്ളായണി കായലും (ശുദ്ധജലതടാകം) വെള്ളായണി ഭദ്രകാളി ക്ഷേത്രവും ശ്രദ്ധേയം. വെള്ളായണിക്കായലിന്റെ തീരപ്രദേശത്തു സ്ഥിതി ചെയ്യുന്ന കാർഷിക കോളേജ് പ്രത്യേക ശ്രദ്ധയർഹിക്കുന്നു. ഇത് രാജവാഴ്ചക്കാലത്ത് ഒരു കൊട്ടാരമായിരുന്നു.

നെയ്യാറ്റിൻകരയ്ക്ക് എക്കാലത്തും അഭിമാനിക്കാൻ വക നല്കുന്ന മറ്റൊരു പവിത്ര സങ്കേതമാണ് നെയ്യാറിന്റെ തീരത്തെ അരുവിപ്പുറം ക്ഷേത്രവും പരിസരഭൂവിഭാഗങ്ങളും.

അരുവിപ്പുറം

നെയ്യാറ്റിൻകരനിന്നും ഏകദേശം മൂന്നു കി മീ വടക്ക്, പെരുമ്പഴുതൂർ കവലയിൽനിന്ന് വലത്തോട്ടു തിരിയുന്ന ഗ്രാമറോഡിലൂടെ കഷ്ടിച്ച് രണ്ട് കി മീ മുന്നോട്ടു പോകുമ്പോൾ നെയ്യാർ കാണാം. ഈ അടുത്ത കാലത്തു നിർമ്മിക്കപ്പെട്ട അരുവിപ്പുറം പാലം കടന്ന് അക്കരെയെത്തിയാൽ അരുവിപ്പുറം. പാറക്കെട്ടുകളും ഫലവൃക്ഷങ്ങളും കുറ്റിച്ചെടികളും നിറഞ്ഞ രണ്ടു വലിയ കുന്നുകൾക്കിടയിലൂടെ പാറക്കെട്ടുകളിൽ തല്ലിച്ചിതറി കുതിച്ചോടുകയാണ് നെയ്യാർ ആ ഭാഗത്ത്. അപ്പുറത്ത് ആറ്റിൽ നിന്ന് തൂക്കായി കെട്ടിപ്പൊക്കിയ പടിക്കെട്ടുകൾക്കു മുകളിൽ കാണുന്നതാണ് അരുവിപ്പുറം ശിവക്ഷേത്രം. ആറ്റിൽനിന്നുള്ള പടിക്കെട്ടുകൾ കയറിയെത്തുന്നത് ശ്രീനാരായണ ഗുരു സ്ഥാപിച്ച പ്രഥമ ക്ഷേത്രസന്നിധിയാണ്. ഒരു ചെറിയ ക്ഷേത്രം. അരുവിക്കരയും ക്ഷേത്രപരിസരങ്ങളും സമീപഗ്രാമങ്ങളുമെല്ലാം ഗുരുദേവന്റെ തപോരംഗങ്ങളായിരുന്നു.

വിവാഹാനന്തരം നാടുംവീടും ഉപേക്ഷിച്ച് ആദ്ധ്യാത്മിക ചിന്താപരനായി അലഞ്ഞുനടന്ന ശ്രീനാരായണൻ, തീർത്ഥും വനപ്രദേശമായിരുന്ന ഈ ഗിരിതടത്തിൽ പ്രശാന്തി കണ്ടെത്തി. ക്ഷേത്രത്തിൽനിന്നും അല്പം താഴെ നദീതീരത്തുള്ള ഒരു

ഗുഹയിലാണ് അദ്ദേഹം തപസ്സു ചെയ്തത്. ആറ്റു തീരത്തെ ഒരു പേരാൽ മരത്തിന്റെ ചുവട്ടിൽ രണ്ടു മൂന്നു പാറകൾ തലങ്ങും വിലങ്ങുമായിട്ടുണ്ട്. അവയ്ക്കിടയിൽ ഒരാൾക്ക് ഇരിക്കാനും കിടക്കാനുമുള്ള സ്ഥലമുണ്ട്. ആറ്റിലേക്ക് അഭിമുഖമായി സ്ഥിതിചെയ്യുന്ന ആ ഗുഹാതലം മണൽ വിരിച്ചതുപോലുണ്ട്. ഈ ഗുഹയ്ക്കുള്ളിൽ ശ്രീനാരായണഗുരു തപോനിഷ്ഠയിലിരുന്നിട്ടുണ്ട്. ഗുഹയ്ക്ക് സമീപമുള്ള 'കൊടിതൂക്കിമല'യിൽ നിന്നു നോക്കിയാൽ സമീപപ്രദേശങ്ങളെല്ലാം കാണാം. മലയുടെ ഒത്തമുകളിലുള്ള പരന്ന പാറ പലപ്പോഴും ഏകാന്തവാസക്കാലത്ത് ഗുരുവിന്റെ ശയ്യാതലമായിട്ടുണ്ട്. ആ പാറ ഉൾക്കൊണ്ട ഒരു മണ്ഡപം അവിടെ നിർമ്മിച്ചിട്ടുണ്ട്. ആ പാറയിൽനിന്ന് ഏതാണ്ട് നാല്പതടി തെക്കുപടിഞ്ഞാറായി, ആ കുന്നിന്റെ പള്ളയിൽ ഭീമാകാരമുള്ള മറ്റൊരു ഗുഹയുണ്ടത്രെ– വളഞ്ഞുപുളഞ്ഞ്, ഉള്ളിൽ കുറെ ദൂരത്തോളം ആ ഗുഹാമാർഗ്ഗം അന്ധകാരമയം. 'പുലിവങ്ക്' എന്നാണ് അതറിയപ്പെടുന്നത്. ആ പുലിവങ്കിലും ഗുരുദേവൻ തപോനിഷ്ഠനായിരുന്നിട്ടുണ്ടെന്നാണറിവ്.

അയിത്തമില്ലാത്ത ദൈവം

അരുവിപ്പുറത്തിനു സമീപമുള്ള പെരുങ്കടവിളയിലെ ആലങ്കോട്ടു ക്ഷേത്രം, അക്കാലത്ത് സവർണ്ണ ഹിന്ദുക്കളുടെ ആരാധനാകേന്ദ്രമായിരുന്നു. അവിടെ, അവർണ്ണർക്ക് അയിത്തം കല്പിക്കപ്പെട്ടിരുന്നതിനാൽ തദ്ദേശീയരായ ഈഴവ സമുദായാംഗങ്ങൾ ദുഃഖിതരായിരുന്നു. ആ ഘട്ടത്തിലാണ് അവർണ്ണർക്കുവേണ്ടി ഒരു ക്ഷേത്രം നിർമ്മിക്കാൻ ഗുരു ഒരുമ്പെട്ടത്. ഒരുദിവസം രാവിലെ (കൊ. വ 1063) കുളിച്ച് വിശുദ്ധിവരുത്തിയശേഷം അദ്ദേഹം നെയ്യാറിൽ മുങ്ങി ഉയർന്നത് കൈയിൽ ഒരു ശിലയുമായിട്ടായിരുന്നു. ഈ ശില ആറ്റുതീരത്തെ തിട്ടയിൽ പ്രതിഷ്ഠിച്ച് സ്വന്തം നിലയിൽ പൂജാകർമ്മങ്ങൾ നടത്തി. വൈദികവൃത്തി പഠിച്ച നമ്പൂതിരിമാരില്ല. വേദോച്ചാരണങ്ങളില്ല. സമീപവാസികളായ ഏതാനും ഈഴവപ്രമാണിമാർ സാക്ഷ്യംവഹിച്ചു. ആ ശിലാപ്രതിഷ്ഠാകർമ്മം ഒരു മഹാപ്രസ്ഥാനത്തിന്റെ നാന്ദിയാണെന്ന് അന്നാരും നിനച്ചിരിക്കുകയില്ല. അന്നത്തെ കുത്തകപൗരോഹിത്യത്തിന്റെ നേർക്കും സവർണ്ണരുടെ നേർക്കുമുള്ള ഒരു നിശ്ശബ്ദമായ വെല്ലുവിളിയായിരുന്നു ആ പ്രതിഷ്ഠാ കർമ്മം. തുടർന്ന് ക്ഷേത്രനിർമ്മാണവും മുടങ്ങാതെ പൂജയും ആരംഭിച്ചു. അങ്ങനെ നാണുസ്വാമി, നാണുഗുരുസ്വാമിയായി വളർന്നു.

ശ്രീനാരായണഗുരു

ക്ഷേത്രത്തിലെ നിത്യനിദാനച്ചെലവുകളുടെയും ഉത്സവത്തിന്റെയും മേൽനോട്ടത്തിനും ക്ഷേത്രഭരണത്തിനുമായി, തദ്ദേശീയരായ ഇരുപത്തിനാല് ഈഴവപ്രമാണിമാരെ ചേർത്ത്, ഒരു ക്ഷേത്രഭരണസമിതിയും രൂപീകരിക്കപ്പെട്ടു. അരുവിപ്പുറം ക്ഷേത്രാങ്കണത്തിൽ ഇന്നു കാണുന്ന തറകെട്ടിയ പ്ലാവിന്റെ ചുവട്ടിൽ വച്ച് ആദ്യയോഗം ചേർന്നു. കൊ. വ. 1074 ൽ ഈഴവരുടെ അവകാശങ്ങൾ അനുവദിക്കണമെന്ന് ആവശ്യപ്പെട്ടുകൊണ്ട് ഡോ. പൽപ്പുവിന്റെ നേതൃത്വത്തിൽ 1896 സെപ്തംബറിൽ 13176 ഈഴവർ ഒപ്പിട്ട ഒരു നിവേദനം (ഈഴവ മെമ്മോറിയൽ) ശ്രീമൂലം തിരുനാൾ മഹാരാജാവിന് സമർപ്പിച്ചിരുന്നു. മുൻ നിവേദനങ്ങളെപ്പോലെ അതും നിഷ്ഫലമായി. സമുദായം സംഘടിച്ചേ തീരൂ എന്ന് ഡോ. പൽപ്പു തീരുമാനിച്ചു.

എസ് എൻ ഡി പിയുടെ ജനനം

ഈ പശ്ചാത്തലത്തിലാണ് അരുവിപ്പുറത്ത് നാണുഗുരുസ്വാമി തദ്ദേശീയരായ ഈഴവരുടെ ഒരു സംഘടന (ക്ഷേത്ര ഭരണസമിതി) ഉണ്ടാക്കി നല്ല നിലയിൽ പ്രവർത്തിച്ചു വരുന്നത് ഡോ. പൽപ്പു അറിഞ്ഞത്.

കൽക്കത്തയിലെ ഉപരിപഠനം മുഴുമിക്കാൻ കഴിഞ്ഞില്ലെങ്കിലും കൂടുതൽ ലോകപരിചയവും അറിവും നേടി. നാട്ടിൽ മടങ്ങിയെത്തിയ കുമാരനാശാനേയും കൂട്ടി ഡോ. പൽപ്പു നേരെ അരുവിപ്പുറത്തെത്തി. നാണു ഗുരുവിനെയും മറ്റുള്ളവരെയും കണ്ട് സംസാരിച്ച് കാര്യങ്ങൾ ബോദ്ധ്യപ്പെടുത്തി. ഈഴവ സമുദായത്തിന് ഒരു സംഘടന അനിവാര്യമാണെന്ന് പരക്കെ ബോദ്ധ്യപ്പെട്ടു. അങ്ങനെ 1078 ഇടവം 2-ാം തീയതി (1903 മെയ് 15) അരുവിപ്പുറത്തെ ക്ഷേത്രഭരണസമിതി വിപുലീകരിച്ച് ശ്രീനാരായണ ധർമ്മ പരിപാലനയോഗം (എസ് എൻ ഡി പി യോഗം) എന്ന പുതിയൊരു സംഘടന രജിസ്റ്റർ ചെയ്യപ്പെട്ടു. യോഗത്തിന്റെ അദ്ധ്യക്ഷനായി നാരായണഗുരുസ്വാമിയെയും സെക്രട്ടറിയായി എൻ കുമാരനാശാനെയും നിയോഗിച്ചു.

അന്നത്തെ അരുവിപ്പുറം

പില്ക്കാലത്ത് സംഘം സെക്രട്ടറി എന്ന നിലയ്ക്കും ഗുരുദേവന്റെ വത്സലശിഷ്യനും സഹപ്രവർത്തകനുമെന്ന നിലയ്ക്കും അരുവിപ്പുറത്ത് ഒപ്പം താമസിച്ചിരുന്ന മഹാകവി കുമാരനാശാൻ, 1079 ൽ അരുവിപ്പുറത്തു വച്ച് ആഘോഷിച്ച എസ് എൻ ഡി

പി വാർഷിക സമ്മേളനത്തിൽ വായിച്ച വാർഷിക റിപ്പോർട്ടിന്റെ പ്രസക്തഭാഗം അക്കാലത്തെ അരുവിപ്പുറത്തെപ്പറ്റി ഒരേകദേശ രൂപം നല്കുന്നുണ്ട്:

> "1063 ലെ" (1888) പ്രതിഷ്ഠാകാലത്ത് ഒരു ശ്രീകോവിൽപോലും ഇല്ലായിരുന്നു. സ്വാമിയും അനുചരന്മാരും ഇവിടെ പർണ്ണശാലകളും കുടിലുകളും കെട്ടി താമസിച്ചിരുന്നു. പല സ്ഥലങ്ങളിൽനിന്നും ജനങ്ങൾ അദ്ദേഹത്തെ കാണാനായി ഇവിടെ വന്നുകൊണ്ടിരുന്നു. അദ്ദേഹത്തെ പലപ്രകാരത്തിൽ ആരാധിക്കുകയും ക്ഷേത്രത്തിൽ വഴിപാടുകളും നേർച്ചകളും മറ്റും കൊടുത്തു തുടങ്ങുകയും ചെയ്തു. പല സാധുക്കളും ചേർന്ന് വേദാന്താദ്ധ്യയനം ചെയ്യുകയും അവർക്ക് ആഹാരാദികൾ നല്കുകയും അങ്ങനെ ഇവിടെ ജനവാസമുള്ളതായി തീരുകയും ചെയ്തു.

ഇന്ന്, ഏതാണ്ട് നൂറിൽപ്പരം വർഷങ്ങൾക്കു ശേഷമോ? ക്ഷേത്രം സുദൃഢമായി പടുത്തുയർത്തിയിട്ടുണ്ട്. വിസ്തൃതമായ ക്ഷേത്രപ്പറമ്പിന്റെ രണ്ടറ്റത്തുമായി ഊട്ടുപുരയും ഓഫീസ് കെട്ടിടവുമുണ്ട്. ശിവരാത്രി ഉത്സവം സാഘോഷം കൊണ്ടാടപ്പെടുന്നു. ആദ്ധ്യാത്മിക ചിന്താശീലനും സർവ്വസംഗപരിത്യാഗിയുമായ നാരായണൻ എന്ന ഈഴവയുവാവ്, ചിരകാലത്തെ ഏകാന്തദ്ധ്യാനവും തപസ്സുംകൊണ്ട് ശ്രീനാരായണ ഗുരുസ്വാമിയെന്ന യോഗിവര്യനായി രൂപാന്തരപ്പെട്ടതുവരെയുള്ള കാലം ഏകദേശം പത്തുവർഷം (1880–1890) അദ്ദേഹത്തിനു വേദിയായിരുന്നത് അരുവിപ്പുറമായിരുന്നു. ഇപ്പോൾ സഞ്ചാരികളുടെ വിശിഷ്യാ ഈഴവ സമുദായത്തിന്റെ ഒരു പ്രമുഖ തീർത്ഥാടന കേന്ദ്രമാണ് അരുവിപ്പുറം. ഗുരുദേവനുമായി നിരന്തര സമ്പർക്കമുണ്ടായിരുന്ന പല ഈഴവത്തറവാടുകളും ക്ഷേത്രപരിസരങ്ങളിലുണ്ട്. ഈഴവർ-കൃഷിക്കാരാണാധികവും--തിങ്ങിപ്പാർക്കുന്ന ആറ്റുതീരങ്ങൾ തെങ്ങിൻതോപ്പുകളാണ്. പെരുങ്കടവിള പഞ്ചായത്തിൽപ്പെട്ടതാണ് അരുവിപ്പുറം. എങ്കിലും ആറ്റിനക്കരെയുള്ള പെരുമ്പഴുതൂർ പഞ്ചായത്ത് പ്രദേശങ്ങളും അരുവിപ്പുറത്തിന് അനുപൂരകമായ ഭൂവിഭാഗമാണ്.

നെയ്യാറ്റിൻകരയുടെ അതിപ്രശസ്തിക്കു നിദാനമായ ചില വസ്തുതകളെപ്പറ്റി ചിന്തിക്കാം. അതിന് ഇനി, താലൂക്കിന്റെ കിഴക്കൻമലയോരങ്ങളിലേക്ക് പോയേ മതിയാകൂ. അഗസ്ത്യകൂടവും നെയ്യാർ അണക്കെട്ടും കോട്ടൂരും മുഖ്യ സന്ദർശനകേന്ദ്രങ്ങളാണ്. തിരുവനന്തപുരത്തുനിന്നും നെയ്യാറ്റിൻകരനിന്നും നെടുമങ്ങാട്ടുനിന്നും ഈ സ്ഥലങ്ങളിലേക്കുള്ള യാത്രാമദ്ധ്യേ ഒഴിവാക്കാനാവാത്ത ഒരു വികസിത കേന്ദ്രമാണ്, കാട്ടാക്കട ടൗൺ പ്രദേശം. മുൻകാലത്ത് പടർന്നുപന്തലിച്ചു നിന്ന ഒരു കൂറ്റൻ കാട്ടാലിന്റെ (അരയാൽ) ചുറ്റുമായി വളർന്നുവന്ന ഒരു നാടൻ കവലയായിരുന്നു കാട്ടാക്കട. നാലുഭാഗത്തുനിന്നുമുള്ള വാഹനങ്ങൾ സന്ധിച്ച് പിരിഞ്ഞുപോകുന്ന പ്രസിദ്ധമായ ഒരു ജങ്ഷൻ. വെറും ഒരു നാട്ടിൻപുറമായിരുന്ന കാട്ടാക്കടയ്ക്ക്, കഴിഞ്ഞ അരനൂറ്റാണ്ടിനുള്ളിൽ ഉണ്ടായ അഭൂതപൂർവ്വമായ വളർച്ച വിസ്മയാവഹം. ബഹുനിലമന്ദിരങ്ങൾ, വിപണനവീഥികൾ, വൻകിട ഹോട്ടലുകൾ ജനവാഹനബഹുലമാണ് എപ്പോഴും ഈ ജങ്ഷൻ. നിദ്രയറ്റ ചെറുപട്ടണം.

കുരുമുളക്, ഇഞ്ചി തുടങ്ങിയ മലഞ്ചരക്കുകളുടെയും മറ്റ് കാർഷിക വിളവുകളുടെയും ഒരു വൻ വിപണന കേന്ദ്രം. ഇന്ന് സാമ്പത്തികമായും സാമൂഹ്യമായും പുരോഗതി നേടിക്കഴിഞ്ഞ കാട്ടാക്കടയുടെ രാഷ്ട്രീയ പ്രബുദ്ധതയും സാംസ്കാരിക പുരോഗതിയും ശ്രദ്ധേയം.

ഇനി അഗസ്ത്യകൂടത്തിലേക്ക്

പ്രസിദ്ധമായ അഗസ്ത്യകൂടം മലകളാണ് നെയ്യാറ്റിൻകരയുടെ കിഴക്കൻ അതിർത്തി, അഗസ്ത്യമുനി തപസ്സനുഷ്ഠിച്ച അഗസ്ത്യകൂടം സമുദ്രനിരപ്പിൽനിന്ന് 1890 മീ ഉയരത്തിലാണ്. ദുർഗ്ഗമങ്ങളായ മലമ്പാതകളിലൂടെയുള്ള സാഹസികയാത്ര കൊണ്ടേ അഗസ്ത്യകൂടപരിസരങ്ങളിൽ ചെന്നെത്താൻ കഴിയൂ. 1854–1865 വരെ അവിടെ ഒരു വാനനിരീക്ഷണ കേന്ദ്രം പ്രവർത്തിച്ചിരുന്നു. ശബരിമലയിലേക്കെന്നപോലെ തീർത്ഥാടന സംഘങ്ങൾ വ്രതം നോറ്റ് അഗസ്ത്യമല കയറാറുണ്ട്. കോട്ടൂർ-അംബാസമുദ്രം വഴിയുള്ള യാത്ര നയനാഭിരാമവും ചിന്താമധുരവുമാണ്.

അടിവാരത്തിൽനിന്നും തട്ടുതട്ടായിട്ടുള്ള പല മണ്ഡലങ്ങളും കഴിഞ്ഞിട്ടുവേണം അഗസ്ത്യശൃംഗത്തിലെത്തേണ്ടത്. സസ്യശാസ്ത്രജ്ഞന്മാരെയും ഭൗമശാസ്ത്രജ്ഞന്മാരെയും അത്ഭുതസ്തബ്ധരാക്കുന്ന വൈവിദ്ധ്യമാർന്ന ഭൂപ്രദേശങ്ങളും സസ്യവൃക്ഷജാലങ്ങളും അവിടെയുണ്ട്. കന്മദം തുടങ്ങിയ അപൂർവ്വം ധാതുദ്രവ്യങ്ങളും ഇവിടെ കാണപ്പെടുന്നു. ഋതുഭേദമെന്യേ തെളിനീർ തുളുമ്പി നില്ക്കുന്ന 'പൂങ്കുളം' പുണ്യ തീർത്ഥം പണ്ട് ആശ്രമവാസികളുടെ സ്നാനഘട്ടമായിരുന്നുവത്രേ.

മകരം ഒന്നിന് ആരംഭിക്കുന്ന അഗസ്ത്യമല ദർശനം കുംഭത്തിലെ ശിവരാത്രിയോടെ അവസാനിക്കും. ശിവരാത്രി ദിവസം അഗസ്ത്യമുടിയിൽ ഉറ

ക്കമൊഴിഞ്ഞ് ചന്ദ്രോദയം കാണുന്നത് പുണ്യമായി കരുതപ്പെടുന്നു. രാത്രിയിൽ അഗസ്ത്യവിഗ്രഹത്തിൽ പൂജയുള്ളത് ശിവരാത്രിയിൽ മാത്രമാണ്.

ഔഷധസസ്യങ്ങൾ നിറഞ്ഞ അഗസ്ത്യ മലയുടെ താഴ്‌വാരത്തിലാണ് ആരോഗ്യപ്പച്ച, മൃതസഞ്ജീവനി തുടങ്ങിയ അപൂർവ്വ ഔഷധസസ്യങ്ങൾ കാണപ്പെടുന്നത്. സമുദ്രനിരപ്പിൽനിന്ന് 1869 മീറ്റർ ഉയരത്തിലാണ് അഗസ്ത്യ പ്രതിഷ്ഠയുള്ള അഗസ്ത്യഗിരിശൃംഗം. ആനമുടി കഴിഞ്ഞാൽ തെന്നിന്ത്യയിലെ ഏറ്റവും ഉയരംകൂടിയ പർവ്വതനിര.

അഗസ്ത്യഗിരി വാരി വിതറുന്ന അസംഖ്യം നീർച്ചാലുകൾ നെയ്യാറായും കുഴിത്തുറയാറായും രൂപാന്തരപ്പെടുന്നു. സമതലങ്ങളിലെത്തുമ്പോൾ അതുവരെ പടിഞ്ഞാറോട്ടൊഴുകിയ നെയ്യാർ തെക്കോട്ടു തിരിഞ്ഞ് നെയ്യാറ്റിൻകര താലൂക്കിന്റെ മദ്ധ്യഭാഗത്തു കൂടി ഒഴുകി അറബിക്കടലിൽ പതിക്കുന്നു. നെയ്യാറിന്റെ ഇരുകരകളിലുമായാണ് പ്രധാന ജനവാസകേന്ദ്രങ്ങൾ വളർന്നുവന്നിട്ടുള്ളത് - വീരണകാവ്, ആമച്ചൽ, കീഴാറൂർ, പെരുങ്കടവിള, അരുവിപ്പുറം, നെയ്യാറ്റിൻകര, അമരവിള, വേലൂർക്കോണം, പൂവാർ എന്നിങ്ങനെ.

നെയ്യാർ ഡാം

നെയ്യാറ്റിൻകര താലൂക്കിലെ ഗ്രാമപ്രദേശങ്ങളുടെ പ്രാണവാഹിനിയായ നെയ്യാറിൽ നിർമ്മിക്കപ്പെട്ട നെയ്യാർ അണക്കെട്ട് ഈ ഗ്രാമമേഖലയുടെ ദാഹമകറ്റുന്ന ഏക ജലസേചന പദ്ധതിയാണ്. തിരുവനന്തപുരത്തുനിന്നും 32 കി മീ കിഴക്കായിട്ടാണ് അണക്കെട്ട്. ഒരു വികസിത പ്രദേശമായ 'കാട്ടാക്കട' എന്ന ജങ്ഷനാണ് ഡാമിലേക്കുള്ള പ്രവേശന കവാടം. നെയ്യാറ്റിൻകര, നെടുമങ്ങാട്, തിരുവനന്തപുരം, നെയ്യാർഡാം എന്നീ സ്ഥലങ്ങളിൽനിന്നുള്ള നാലു റോഡുകൾ ഇവിടെ സന്ധിക്കുന്നു. അതിവേഗം വളരുന്ന ഒരു ചെറുപട്ടണമാണ് കാട്ടാക്കട. മലഞ്ചരക്കുകളുടെ ഒരു പ്രധാന വിപണനകേന്ദ്രം. കാട്ടാക്കട നിന്ന് കഷ്ടിച്ച് ആറു കി മീ കിഴക്കുമാറിയുള്ള കള്ളിക്കാടാണ് നെയ്യാർഡാമിന്റെ ആസ്ഥാനം.

അണക്കെട്ടും റിസർവ്വോയറും റിസർവ്വോയറിനക്കരെ തീരവനങ്ങളും അണക്കെട്ടിനു മുന്നിലുള്ള പൂന്തോട്ടവും നയനാനന്ദകരമാണ്. 9 ച കി മീ വിസ്തീർണ്ണമുള്ള റിസർവ്വോയറിലെ ജലയാത്ര ആഹ്ലാദകരമാണ്. വെട്ടിത്തിളങ്ങുന്ന വിസ്തൃത ജലാശയത്തിൽ മുഖം നോക്കുന്ന പച്ചക്കുന്നുകളാണ് ചുറ്റും.

കൊമ്പൈക്കാണി

അണക്കെട്ടിനു സമീപം വന്യമൃഗസംരക്ഷണ കേന്ദ്രവും പർവ്വതാരോഹണ പരിശീലന കേന്ദ്രവുമുണ്ട്. നെയ്യാർ റിസർവ്വോയറിന്റെ പ്രഭവസ്ഥാനങ്ങൾക്കിപ്പുറം റിസർവ്വോയറിൽനിന്ന് കഷ്ടിച്ച് രണ്ടു കി മീ ഉള്ളിലായി ഘോരവനാന്തരത്തിൽ ചേതോഹരങ്ങളായ രണ്ടു ജലപാതങ്ങളുണ്ട്. ദുർഗ്ഗമങ്ങളായ വനവീഥികളിലൂടെയാണ് അവിടേക്ക് കടന്നെത്തേണ്ടത്. കാട്ടാനകളുൾപ്പെടെയുള്ള വന്യജീവികളെ വഴിമദ്ധ്യേ കണ്ടുമുട്ടിയെന്നു വരാം. മീൻമുട്ടി വെള്ളച്ചാട്ടമാണ് ആദ്യം നമ്മെ സ്വാഗതം ചെയ്യുക. പിന്നെയും രണ്ടു കി മീ ഉള്ളിലോട്ടു കടന്നാൽ 'കൊമ്പൈക്കാണി' വെള്ളച്ചാട്ടം. ഈ വെള്ളച്ചാട്ടങ്ങളും റിസർവ്വോയറിലൂടെയുള്ള ബോട്ടുയാത്രയും ഡാമിന്നഴകേറുന്ന പൂങ്കാവനങ്ങളും മുതലവളർത്തൽ കേന്ദ്രവും നിത്യേന പരശ്ശതം സഞ്ചാരികളെ ആകർഷിക്കുന്നു. എന്നാൽ, പലപ്പോഴും നാട്ടുകാരെ കടന്നാക്രമിക്കുന്ന മുതലകൾ ഇന്നൊരു ഭീഷണിയായി മാറിയിട്ടുണ്ട്. കള്ളിക്കാടിനു സമീപമുള്ള 'നെട്ടുകാൽത്തേരി' മലഞ്ചരിവിലാണ് കേരളത്തിലെ ആദ്യത്തെ തുറന്ന ജയിൽ സ്ഥിതി ചെയ്യുന്നത്.

നെയ്യാറ്റിൻകര താലൂക്കിലെയും വിളവിൻകോട് താലൂക്കിലെയും നാല്പതിനായിരത്തിൽപ്പരം ഏക്കർ നെൽപ്പാടങ്ങൾക്കും മറ്റു കൃഷിയിടങ്ങൾക്കും പ്രയോജനപ്പെടുന്നതാണ് നെയ്യാർഡാം.

കാണിക്കാർ

നെയ്യാറ്റിൻകര, നെടുമങ്ങാട് താലൂക്കുകളിലെ കിഴക്കൻ മലയോരങ്ങളിൽ കാണിക്കാർ എന്ന വിഭാഗത്തിൽപ്പെട്ട കുറെ ഗിരിവർഗ്ഗ കുടുംബങ്ങളുണ്ട് വിചിത്രമായ ആചാരാനുഷ്ഠാനങ്ങൾ വച്ചുപുലർത്തുന്ന ഈ ജനവിഭാഗം ഇന്ന് ആധുനിക ജീവിതത്തിന്റെ മുഖ്യധാരയുമായി ഇഴുകിച്ചേരാൻ തുടങ്ങിയിട്ടുണ്ട്. അവരുടെ ക്ഷേമത്തിനു വേണ്ടിയുള്ള പദ്ധതികൾ പലതും നടപ്പാക്കപ്പെടുന്നുണ്ടെങ്കിലും, വേണ്ടത്ര ഫലപ്രാപ്തിയിലെത്തിയിട്ടില്ല. കാണിക്കാരുടെ ഉല്പത്തിയെപ്പറ്റിയുള്ള ഐതിഹ്യങ്ങൾ പലതുണ്ട്. തല്ക്കാലം ചരിത്രപരമായ ചില വ്സതുതകൾ സൂചിപ്പിക്കാം:

രാജദ്രോഹികളായ എട്ടുവീട്ടിൽപിള്ളമാരുടെയും അനുയായികളുടെയും പിടിയിൽപ്പെടാതെ മാർത്താണ്ഡവർമ്മ മഹാരാജാവിന് കാട്ടിലും മേട്ടിലും വേഷപ്രച്ഛന്നനായി ഒളിച്ചുപാർക്കേണ്ടി വന്നിരുന്നല്ലോ. അക്കാലത്ത് നെയ്യാർ തീരങ്ങളിലെ വനമേഖലകളിൽ കഴിഞ്ഞിരുന്ന കാണിക്കാർ മഹാരാജാവിനെ സുരക്ഷിതമായി ഒളിവിൽ താമസിപ്പിക്കുകയും കാട്ടുതേനും ഫലമൂലാദികളും നല്കി സംരക്ഷിക്കുകയും ചെയ്തിരുന്നുവത്രേ. കൃതജ്ഞതാഭരിതനായ

മാർത്താണ്ഡവർമ്മ മഹാരാജാവ് ഭരണഭാരമേറ്റപ്പോൾ, നെയ്യാറ്റിൻകര താലൂക്കിൽ കിഴക്കൻ മലയോരങ്ങളിലുള്ള (ഒറ്റശേഖരമംഗലം, കുന്നത്തുകാൽ പകുതികളിൽ) കുറെയധികം സ്ഥലം ചെമ്പുപട്ടയമെഴുതി ചാർത്തിക്കൊടുത്തിരുന്നുവത്രേ.

പല നൂറ്റാണ്ടുകൾ രാജവാഴ്ചയുടെ തല്ലും തലോടലും ഏറ്റു കഴിഞ്ഞ ഈ ഭൂപ്രദേശങ്ങൾ -മലമുടി മുതൽ അലകടൽ വരെ ഇന്ന് പ്രശ്നസങ്കീർണ്ണമായ ജനപദങ്ങളാണ്. നിത്യവൃത്തിക്ക് ബുദ്ധിമുട്ടുന്നവരാണ് ഏറിയ പങ്കും. രാജസപ്രതാപങ്ങളയവിറക്കി നഷ്ടപ്പെട്ട സ്ഥാനമാനങ്ങളേയും ഭൂസ്വത്തുക്കളുമോർത്ത് വിലപിച്ച് കണ്ണീർ കുടിക്കുന്ന പഴയ നായർതറവാടുകൾ കുറച്ചൊന്നുമല്ല. നെയ്ത്ത്, മത്സ്യബന്ധനം തുടങ്ങിയ തൊഴിലുകളിലേർപ്പെട്ട് കഴിയുന്ന സാധാരണക്കാരുമുണ്ട്. ഈ രണ്ടുകൂട്ടരെയും സന്ദർഭാനുസരണം ചൂഷണം ചെയ്ത് പുത്തൻ പണക്കാരായവരും ചുരുക്കമല്ല.

6

പെണ്ണരശാങ്കം

കൊല്ലവർഷാരംഭത്തിൽ പഴയ കുലശേഖര സാമ്രാജ്യത്തിലെ സാമന്തപദവി മാത്രമുണ്ടായിരുന്ന വേണാടു രാജവംശം, എ ഡി 14-ാം നൂറ്റാണ്ടിൽ രണ്ടായി വിഭജിക്കപ്പെട്ടു— വേണാടെന്നും കുന്നുമ്മേ ലെന്നും. വേണാട്ടു രാജാവായ ഉദയവർമ്മന്റെ കാലത്ത് (1314-1345) മലബാറിൽപ്പെട്ട കോലത്തിരി രാജാകുടുംബത്തിൽനിന്ന് രണ്ടു റാണിമാരെ ദത്തെ ടുത്തു. ദത്തെടുക്കപ്പെട്ട മൂത്തറാണിക്ക് ആറ്റിങ്ങലും ഇളയറാണിക്ക് കുന്നുമ്മേലും (കിളിമാനൂർ) ഓരോ കൊട്ടാരം നിർമ്മിച്ചു കൊടുത്തു. ആറ്റിങ്ങൽ മൂത്ത തമ്പുരാട്ടിയുടെ ആൺമക്കൾക്കാണ് വേണാട്ടു രാജാ ധികാരം— പില്ക്കാലത്ത് കുന്നുമ്മേൽ ശാഖ കൊട്ടാ രക്കരയിലേക്ക് മാറി, 'ഇളയിടത്തു സ്വരൂപം.' 16-ാം ശതകത്തിൽ ഇളയിടത്തു സ്വരൂപത്തിലെ ഒരു ശാഖ പേരകത്താവഴി എന്ന പേരിൽ നെടുമങ്ങാട് ആസ്ഥാ നമാക്കി.

ഇത്രയും രാജ്യസ്വരൂപത്തെപ്പറ്റി. വേണാടിന്റെ രാജാവ് ജനങ്ങളുടെ 'പ്രത്യക്ഷ ദൈവത'മായിരുന്ന ല്ലോ. ഈ രാജാവിന്റെ പ്രത്യക്ഷദൈവമായിരുന്നു സാക്ഷാൽ ശ്രീപത്മനാഭൻ.

തൃപ്പാപ്പൂർ മൂപ്പൻ

നാഷണൽ ഹൈവേയിൽ ശ്രീകാര്യത്തിനപ്പുറം ചാവടിമുക്കിൽനിന്ന് ഇടത്തോട്ടു തിരിയുന്ന റോഡ് അരശുംമൂട്ടിലെത്തുമ്പോൾ വലത്തോട്ടു തിരിയുക. കാര്യവട്ടം യൂണിവേഴ്സിറ്റി സെന്ററിലേക്കുള്ള റോഡ്. കഷ്ടിച്ച് ഒരു കിലോമീറ്റർ പിന്നിടുമ്പോൾ തൃപ്പാദപുരമായി. റോഡിന്റെ ഇടതുഭാഗത്ത് അല്പം ഉയർന്ന തലത്തിൽ തൃപ്പാദപുരം (തൃപ്പാപ്പൂർ) കൊട്ടാരം. മറുഭാഗത്ത് തൃപ്പാപ്പൂർ ക്ഷേത്രം. രണ്ടും കേരളചരിത്രത്തിൽ സുപ്രധാനം. തൃപ്പാപ്പൂർ മൂപ്പനാ യിരുന്നു പണ്ട് തിരുവനന്തപുരത്തെ ശ്രീപത്മനാഭ സ്വാമി ക്ഷേത്രത്തിലെ 'കോയിൽ അടികൾ'—ക്ഷേത്ര ഭരണാധികാരി. തിരുവിതാംകൂർ ചരിത്രം എക്കാ ലത്തും ഈ ക്ഷേത്രവുമായി ബന്ധപ്പെട്ടിരുന്നു.

എട്ടരയോഗം

ശ്രീപത്മനാഭസ്വാമിക്ഷേത്രത്തിലെ ഊരാളർ (ഭ രണസമിതി) എട്ടരയോഗമെന്ന പേരിലാണറിയപ്പെ ട്ടിരുന്നത്. വേണാട്ടു രാജാവ് 1050 ൽ ഏർപ്പെടുത്തിയ സമിതിയാണിത്. ഓരോ യോഗം വീതമുള്ള ഏഴു പോറ്റിമാരും (കരുവ, വഞ്ചിയൂർ, അത്തിയറ, കൊല്ലൂർ അത്തിയറ, മുട്ടവിള നെയ്തശ്ശേരി, കൂവക്കര, ശ്രീകാ ര്യം) ശ്രീകരണം കുറുപ്പും അരയോഗം മാത്രമുള്ള തിരുവിതാംകൂർ മഹാരാജാവും ചേർന്ന ഈ എട്ടരയോഗത്തിൽ ഒരിക്കലും എട്ടുപേരിൽ കൂടുതൽ ഇല്ലായിരുന്നുവെന്നാണ് ചരിത്രരേഖകൾ ചികഞ്ഞു നോക്കിയാൽ മനസ്സിലാവുക. നാടുവാഴുന്ന മഹാ രാജാവിന്റെ നേതൃത്വത്തിലുള്ള ഈ എട്ടംഗസമി തിക്ക്, അരചന് പ്രാമുഖ്യം കല്പിക്കുന്ന എട്ടര (ച) യോഗം എന്ന അർത്ഥമാണധികം ഇണങ്ങുന്നത്. ക്ഷേത്ര സംബന്ധമായ എല്ലാ കാര്യങ്ങളിലും അന്തിമതീരുമാനമെടുക്കേണ്ടത് രാജാവാണെങ്കിലും പില്ക്കാലത്ത് 'യോഗ'ക്കാർ ശക്തന്മാരായപ്പോൾ പലപ്പോഴും ഈ കീഴ്വഴക്കം തെറ്റിച്ചിട്ടുണ്ട്. എന്നു മാത്രമല്ല, യോഗക്കാർ ക്ഷേത്രസങ്കേതത്തിലെ സർവ്വാധിപതികളെന്ന നിലയ്ക്ക് മഹാരാജാവിനെ ധിക്കരിക്കുകയും, ക്ഷേത്രഭരണ കാര്യങ്ങളിൽ വീഴ്ച വരുത്തിയതിന്റെ പേരിൽ മഹാരാജാവിന് പിഴശിക്ഷ വിധിക്കുകപോലും ചെയ്തിട്ടുണ്ട്. യോഗത്തിൽ പോറ്റിമാരുടെ നിസ്സഹകരണവും എതിർപ്പും മൂലം ശ്രീപത്മനാഭസ്വാമിക്ഷേത്രം വർഷങ്ങളോളം അടച്ചി

ടേണ്ടതായും വന്നിട്ടുണ്ട്.

എട്ടുവീട്ടിൽ പിള്ളമാർ

എട്ടരയോഗത്തിന് അനുപൂരകവും സമാന്തരവുമായി, രാജവാഴ്ചയ്ക്കു ഭീഷണിയായി വർത്തിച്ച മറ്റൊരു ശക്തിയാണ് എട്ടുവീട്ടിൽ പിള്ളമാർ. നാട്ടിൽ നിലയും വിലയുമുള്ള ആ പ്രമാണിമാരെ ക്ഷേത്രം വക അളവറ്റ ഭൂസ്വത്തുക്കളുടെ ആദായമെടുക്കുന്ന ജോലി കൂടി യോഗത്തിൽ പോറ്റിമാർ ഏല്പിച്ചപ്പോൾ, പിള്ളമാരുടെ ജനസ്വാധീനവും സൈനിക സ്വാധീനവും പതിന്മടങ്ങു വർദ്ധിച്ചു. മാർത്താണ്ഡമഠം, രാമനാമഠം, കുളത്തൂർ, കഴക്കൂട്ടം, വെങ്ങാന്നൂർ, ചെമ്പഴന്തി, കുടമൺ, പള്ളിച്ചൽ എന്നീ എട്ടു ദേശങ്ങളിലെ പ്രമാണിമാരായ ഈ എട്ടുവീട്ടിൽ പിള്ളമാർക്ക് യോഗത്തിൽ പോറ്റിമാരുടെ പിൻബലം കുടിയായപ്പോൾ രാജശക്തി അസ്തപ്രഭമായി. 1677 ൽ നാടുനീങ്ങിയ ആദിത്യവർമ്മ പൊതുവേ ദുർബ്ബലനായ ഒരു രാജാവായിരുന്നു. അദ്ദേഹത്തിന്റെ ഭരണാന്ത്യത്തോടുകൂടി പിള്ളമാരുടെ വീരശൂരപരാക്രമങ്ങൾ പാരമ്യത്തിലെത്തി. മഹാരാജാവു പാർത്തിരുന്ന പുത്തൻകോട്ട കൊട്ടാരം ഇവർ തീവച്ചുവെന്നും അദ്ദേഹത്തെ കൊട്ടാരത്തിൽ വച്ച് വിഷം കൊടുത്തു കൊന്നു എന്നും മറ്റുമുള്ള പഴയ 'തിരുവിതാംകൂർ ചരിത്രകഥകൾ', കളിപ്പാൻകുളം കഥ പോലെയുള്ള വെറും കള്ളക്കഥകൾ മാത്രമാണ്. ആദിത്യവർമ്മയുടെ അവസാനകാലത്ത് അദ്ദേഹം കൽക്കുളം കൊട്ടാരത്തിലായിരുന്നു.

ഒരു റാണിയുടെ രംഗപ്രവേശം

മഹാരാജാവ് നാടുനീങ്ങിയ വാർത്തയറിഞ്ഞ്, ആറ്റിങ്ങൽ ഇളയതമ്പുരാട്ടിയായ ഉമയമ്മ സ്വന്തം ജ്യേഷ്ഠത്തി (മൂത്ത തമ്പുരാട്ടി)യുടെ പ്രായപൂർത്തിയാകാത്ത മകൻ രവിവർമ്മ രാജകുമാരനെയും കൂട്ടി കൽക്കുളം കൊട്ടാരത്തിൽ പാഞ്ഞെത്തി. റീജന്റ് എന്ന നിലയ്ക്ക് സ്വയം ഭരണഭാരമേറ്റു. ആറ്റിങ്ങൽ ഇളയതമ്പുരാട്ടിയായിരിക്കെ തന്നെ, സ്വന്തം ഭരണശേഷി തെളിയിച്ചിരുന്ന ഉമയമ്മയറാണിയുടെ ഈ സ്ഥാനാരോഹണം യോഗത്തിൽ പോറ്റിമാരെയും എട്ടുവീട്ടിൽ പിള്ളമാരെയും പരിഭ്രാന്തരാക്കി.

ഭരണമേറ്റയുടൻ തന്നെ ക്ഷേത്രത്തിലെ വരവുചെലവു കണക്കുകൾ സമർപ്പിക്കാൻ കല്പനയായി. സമഗ്രമായി പരിശോധിച്ചു. പോറ്റിമാർക്കു താക്കീതു നല്കി. പിള്ളമാരുടെ ഗൂഢതന്ത്രങ്ങളെ ചെറുത്തു തോല്പിക്കാനുള്ള പോംവഴികൾ തേടി.

ഈ പോക്ക് നല്ലതിനല്ലെന്ന് പിള്ളമാർക്ക് തോന്നി. അവർ നാനാ മാർഗ്ഗങ്ങളിലൂടെ രാജദ്രോഹത്തിനൊരുമ്പെട്ടു. (ഇക്കാലത്ത് കളിപ്പാൻകുളം സംഭവം യഥാർത്ഥത്തിൽ നടന്നിട്ടില്ല) തിരുവിതാംകൂറിൽ ആദ്യമായി ഇംഗ്ലീഷുകാർക്ക് ഒരു പാണ്ടികശാല തുടങ്ങാൻ 1684 ൽ അഞ്ചുതെങ്ങിൽ സ്ഥലം കൊടുത്ത ഉമയമ്മറാണി, തുടർന്നുള്ള 250 വർഷത്തോളം തിരുവിതാംകൂറും ഇംഗ്ലീഷുകാരും തമ്മിലുള്ള സുദീർഘ ബന്ധങ്ങൾക്കും അനന്തരഫലങ്ങൾക്കും അവരറിയാതെ തുടക്കം കുറിക്കുകയായിരുന്നു.

മുകിലപ്പട

ഗ്രഹപ്പിഴ! മുഗൾ സർദാർ (മുകിലൻ) എന്ന തലവന്റെ നേതൃത്വത്തിൽ പട്ടാണിപ്പട തെക്ക് തോവാളവഴി വേണാട് ആക്രമിച്ച് കടന്നേറി. എട്ടുവീട്ടിൽ പിള്ളമാർ തന്ത്രപൂർവ്വം ഒഴിഞ്ഞുമാറി. പട്ടാണിപ്പട നിർബ്ബാധം കടന്നുവന്ന് തിരുവനന്തപുരത്ത് മണക്കാട് താവളമുറപ്പിച്ചു. ഇടവവരെയുള്ള വേണാട്ടു പ്രദേശങ്ങളിൽ അധീശത്വം പ്രഖ്യാപിച്ചു. ഓർക്കാപ്പുറത്തെ ഈ ആക്രമണം റാണിയെ കുഴക്കി. എങ്കിലും അചഞ്ചലയായ ഉമയമ്മറാണി പ്രത്യാക്രമണത്തിന് ഉപായങ്ങൾ തേടി. മുകിലപ്പടയാകട്ടെ, സാധാരണ ജനങ്ങളെ ഉപദ്രവിച്ചില്ലെന്നു മാത്രമല്ല റാണിയോട് ഉദാരമനഃസ്ഥിതി കാട്ടുകയും ചെയ്തു. രാജകൊട്ടാരത്തെ ആക്രമണത്തിൽ നിന്നൊഴിവാക്കി. പക്ഷേ, മുകിലന്റെ അധീനതയിലായ പ്രദേശങ്ങളിൽ ഹിന്ദുമതാനുയായികളെ നന്നാക്കാൻ ചില പരിഷ്കാരങ്ങൾ ഏർപ്പെടുത്തി: മതപരിവർത്തനത്തിനൊരുമ്പെട്ടില്ലെങ്കിലും ഹൈന്ദവസ്ത്രീകൾ തറ്റുടുക്കരുത്, ദേഹത്ത് പച്ചകുത്തണം. മാറു മറയ്ക്കണം. പുരുഷന്മാർ തല മറയ്ക്കണം, പത്തു വയസ്സിനു മുമ്പ് ആൺകുട്ടികൾ സുന്നത്തു നടത്തണം എന്നിങ്ങനെ.

രക്ഷകൻ വരുന്നു

ഏതായാലും കാര്യങ്ങൾ പന്തിയല്ല. എന്താണ് പരിഹാരമാർഗ്ഗം? ആ പെൺബുദ്ധി ഉണർന്നു പ്രവർത്തിച്ചു. "വടക്ക് പിറവഴിയാ നാട്ടിൽനിന്ന് (കോട്ടയം-പഴശ്ശി) തീർത്ഥയാത്രയാകവന്ന കേരളവർമ്മ" കൊല്ലത്ത് ഉണ്ടെന്നറിഞ്ഞ്, ഉമയമ്മറാണി നയത്തിൽ ആ യുവരാജാവിനെ സമീപിച്ചു സഹായം അഭ്യർത്ഥിച്ചു. ധീരയും ഊർജ്ജസ്വലയുമായ റാണിയുടെ പെരുമാറ്റം കേരളവർമ്മയെ ആകർഷിച്ചു. റാണി കോട്ടയം കേരളവർമ്മയെ വേണാടു രാജകുടുംബത്തിലേക്ക് ദത്തെടുത്തു. 'ഹിരണ്യനല്ലൂർ' (ഇരണിയൽ) രാജകുമാരൻ എന്ന പദവി നല്കി വിളംബരം പുറപ്പെടുവിക്കുകയും ചെയ്തു. ശരണാർത്ഥിയായ റാണിയുടെ ആഗ്രഹപ്രകാരം കേരളവർമ്മ വേണാട്ടു സൈന്യത്തിന്റെ നേതൃത്വം ഏറ്റെടുത്ത് മുകിലപ്പടയെ എതിരിട്ടു. ഉഗ്രസംഘട്ടനത്തിൽ പട്ടാണിപ്പട ശിഥിലമായി. നാട്ടിൽ താല്ക്കാലിക ശാന്തി കൈവന്നു. പക്ഷേ, നയതന്ത്രജ്ഞയായ രാജ്ഞി ആ

പുതിയ രക്ഷകന് കൂടുതൽ അധികാരങ്ങളും സ്വാതന്ത്ര്യവും നല്കി. ദ്രോഹപ്രവൃത്തികളിലേർപ്പെട്ട ശത്രുക്കളെ അമർച്ച വരുത്താൻ, റാണി കേരളവർമ്മയുടെ യുദ്ധനൈപുണ്യം പ്രയോജനപ്പെടുത്തി. വേണാടിന്റെ ഭരണാധികാരി ഉമയമ്മറാണിയാണെങ്കിലും യുവരാജാവായ കോട്ടയം കേരളവർമ്മ സ്വേച്ഛാനുസരണം രാജ്യത്ത് പല പരിഷ്കാരങ്ങളും നടത്തി. തെക്കൻ തിരുവിതാംകൂറിൽ നിലനിന്നിരുന്ന "പുലപ്പേടി മണ്ണാപ്പേടി" എന്നീ ദുരാചാരങ്ങൾ നിർത്തലാക്കിക്കൊണ്ട് വീരകേരളവർമ്മ ചിറവാ മൂത്ത തമ്പിരാൻ കൽക്കുളത്ത് എഴുന്നരുളി. ഒരു ഭക്തനും കവിയും കൂടിയായ കേരളവർമ്മ *വാല്മീകി രാമായണം* (പരിഭാഷ) തുടങ്ങിയ കാവ്യഗ്രന്ഥങ്ങളുടെ രചയിതാവുമാണ്.

ആരാണ് കൊലയാളി

താൻ ദത്തെടുത്ത് അധികാരപദവി നല്കിയ കേരളവർമ്മ തന്നെ മറികടക്കുകയാണോ? ബോധപൂർവ്വം ധിക്കരിക്കുകയാണോ? ക്രമേണ ഉമയമ്മറാണിക്ക് സംശയമേറി. ഒരു നാൾ (എ ഡി 1696) കോട്ടയം കേരളവർമ്മ സ്വന്തം കൊട്ടാരത്തിൽ വച്ചു തന്നെ വധിക്കപ്പെട്ടു. കൊലയാളിയാരാണെന്ന സത്യം ഇന്നും അജ്ഞാതം. ഉമയമ്മ റാണിയെപ്പറ്റി, അന്ന് കൊച്ചിയിൽ ഡച്ച് ഗവർണ്ണറായിരുന്ന വാൻറീഡ് രേഖപ്പെടുത്തിയിട്ടുള്ള അഭിപ്രായം ഈയവസരത്തിൽ ശ്രദ്ധേയമാണ്:

"ഈ റാണി ഭാവത്തിലും പ്രകൃതത്തിലും പൗരുഷവും ഗാംഭീര്യവും തികഞ്ഞവളും ആർക്കും ഭയകാരിണിയും എല്ലാവരാലും ബഹുമാനിക്കപ്പെടുന്നവളും ആയ ഒരു ആമസോൺ സ്ത്രീ തന്നെയാണ്."

നൂറ്റാണ്ടുകൾക്കുമുമ്പ് ഉമയമ്മറാണി ഭരണം നടത്തിയിരുന്ന രാജകീയസ്ഥാനവും രാജകൊട്ടാരവും തലസ്ഥാന നഗരത്തിൽനിന്നും അത്രയകലെയല്ല. നമുക്ക് അങ്ങോട്ടു പോകാം. നെടുമങ്ങാട് ടൗൺ. താലൂക്ക് ആസ്ഥാനം. കോയിക്കൽ കൊട്ടാരം അടുത്തുതന്നെ.

16-ാം നൂറ്റാണ്ടിനു മുമ്പു തന്നെ വേണാടു രാജവംശത്തിലെ പേരകത്തായ്വഴിക്കായി നെടുമങ്ങാട് 'കരിപ്പൂര്' എന്ന സ്ഥലത്ത് ഒരു കൊട്ടാരം നിർമ്മിച്ചിരുന്നു. വേണാട് ഒരു പ്രതിസന്ധിയെ നേരിട്ട കാലഘട്ടത്തിലായിരുന്നല്ലോ ഉമയമ്മറാണി ഭരണഭാരമേറ്റെടുത്തത്. രാജ്യത്തിനകത്തും പുറത്തും ശത്രുക്കൾ. വളരെ കരുതി കഴിയേണ്ടതുണ്ട്. അതുകൊണ്ടാകണം എട്ടുവീട്ടിൽപിള്ളമാരുടെ ശക്തികേന്ദ്രമായ അനന്തപുരിയിൽ നിന്നകന്നുമാറി ഒരഭയസ്ഥാനം തേടാൻ റാണി നിർബ്ബന്ധിതയായത്.

ഉമയമ്മറാണി പാർത്തിരുന്ന കോയിക്കൽ കൊട്ടാരം വിട്ട് ഇനി ജനമദ്ധ്യത്തിലേക്ക് കടക്കാം. നൂറ്റാണ്ടുകൾക്കു ശേഷമുള്ള ഇന്നത്തെ നെടുമങ്ങാടൻ ഗ്രാമത്തിലേക്ക്. സംസ്ഥാന തലസ്ഥാനത്തുനിന്നും പതിനൊന്നു മൈൽ കിഴക്കു മാറിയുള്ള ഒരു നാടൻ കവലയാണിത്. ഏതാണ്ട് ഒരു കുന്നിൻ പുറത്തുള്ള ഈ താലൂക്കു തലസ്ഥാനത്തുനിന്നും താലൂക്കിന്റെ നാനാഭാഗത്തേക്കും ബസ് സർവ്വീസുണ്ട്. തിരക്കേറിയ ഒരു ജങ്ഷൻ.

രാജകീയ പരിവേഷം ചാർത്തി നില്ക്കുന്ന നെടുമങ്ങാട് കാണാനെത്തുന്ന നിങ്ങൾക്ക് ആ താലൂക്കു തലസ്ഥാനം മറ്റൊരു ഭാവമായിരിക്കും നല്കുക. മുസ്ലീം കേന്ദ്രമാണ് ആ ടൗൺ പ്രദേശങ്ങൾ ഇന്ന്. പക്ഷേ, ജങ്ഷൻ വിട്ട് കഷ്ടിച്ച് ഇരുനൂറ് മീറ്റർ താഴെ റോഡിലൂടെ നടന്നെത്തിയാൽ നെടുമങ്ങാടിന്റെ പുതിയ ഭരണകേന്ദ്രവും പഴയ രാജകൊട്ടാരവും അടുത്തടുത്ത് കാണാൻ കഴിയും. ചുറ്റും കന്മതിലോടുകൂടിയ വലിയൊരു ഇരുനില കെട്ടിമാണ്. ആ രാജകൊട്ടാരം തകർച്ചയിലേക്കു നീങ്ങുകയായിരുന്നു. അടുത്ത കാലത്തായി കൊട്ടാരം നവീകരിച്ച് ഒരു പൈതൃക മ്യൂസിയമാക്കിയിട്ടുണ്ട്. ചുറ്റും പൂന്തോട്ടങ്ങളും മറ്റുമുണ്ടിപ്പോൾ.

നാലുനൂറ്റാണ്ടു മുമ്പ് നിർമ്മിക്കപ്പെട്ട ഈ കോയിക്കൽ കൊട്ടാരവും കൊട്ടാരവളപ്പിലെ ഉദ്യാനവുമെല്ലാം ഇന്ന് വേണ്ടരീതിയിൽ സംരക്ഷിക്കപ്പെടുന്നു. കൊട്ടാരത്തിൽ പ്രവർത്തിക്കുന്ന പുരാവസ്തു മ്യൂസിയം ശ്രദ്ധേയം. നമ്മുടെ പൈതൃകത്തെയും പാരമ്പര്യത്തെയും അനുസ്മരിപ്പിക്കുന്ന ഒട്ടേറെ പുരാവസ്തുക്കളും പുരാരേഖകളും അനുയോജ്യമാംവിധം പ്രദർശിപ്പിച്ചിട്ടുള്ള നല്ല ഒരു പുരാവസ്തു മ്യൂസിയമാണ് ഇന്ന് ഈ കൊട്ടാരം. പണിക്കുറവില്ലാതെ തീർത്തെടുത്ത ഒരു രണ്ടുനില നാലുകെട്ട്. നിത്യോപയോഗസാധനങ്ങളും ഗൃഹോപകരണങ്ങളും ചേർത്തുവെച്ച ഒരു അടുക്കള.

പഴയ സംഗീതോപകരണങ്ങൾ മരവുരി, ഊരാക്കുടുക്ക്, ചിലമ്പുകൾ, താളിയോലകൾ, ഗജലക്ഷ്മി വിളക്ക്, കാർഷികോപകരണങ്ങൾ ലോകത്തിന്റെ വിവിധഭാഗങ്ങളിൽനിന്നുള്ള അപൂർവ്വ നാണയശേഖരം എന്നിവ ഇവിടെയുണ്ട്. ക്രിസ്ത്വബ്ദാരംഭം മുതൽ 16-ാം നൂറ്റാണ്ടുവരെ തിരുവിതാംകൂറിൽ നിലവിലുണ്ടായിരുന്ന നാണയങ്ങൾ-സ്വർണ്ണനാണയങ്ങൾ വരെ ഈ ശേഖരത്തിലുണ്ട്. ഒറ്റപ്പുത്തൻ, ഇരട്ടപ്പുത്തൻ, കൊച്ചി പുത്തൻ പണം രാശി തുടങ്ങി ഒരു കാലത്ത് കേരളത്തിന്റെ ക്രിയവിക്രയത്തെ നിയന്ത്രിച്ചിരുന്ന കറൻസിവരെ ഇവിടെ പ്രദർശിപ്പിക്കപ്പെട്ടിരിക്കുന്നു.

അന്ധകാരമയമായ കൊട്ടാരത്തിനുള്ളിൽനിന്ന് ഗുഹാമാർഗ്ഗങ്ങളുണ്ടെന്നാണറിവ്. പ്രസ്തുത ഗുഹാമാർഗ്ഗം അഞ്ചെട്ടു മൈലകലെയുള്ള ആര്യനാടിനു സമീപം 'ഷൊർളക്കോട്' വരെ ചെന്നെത്തിയിരുന്നു പോലും. വിണ്ടിളകിയ ഇടുങ്ങിയ വാതിലുകളും ജനാലകളും തട്ടുകളും ചേർന്ന അപകടകരമായ നില

യിലുള്ള അന്തർഭാഗങ്ങളിൽ സുരക്ഷിതമായി കടന്നുചെല്ലാൻ പ്രയാസമാണിപ്പോൾ. ഈയിടെ പുരാവസ്തു സംരക്ഷണ വകുപ്പ് ഏറ്റെടുത്തിട്ടുണ്ട്. കൊട്ടാരവളപ്പിനകത്ത് മല്ലൻതമ്പുരാന്റെ പ്രതിഷ്ഠയുണ്ട്. ഓണനാളുകളിൽ ഇവിടെ പൂജാദികർമ്മങ്ങളുണ്ടായിരിക്കും. ഉമയമ്മറാണി നേരിട്ട് ഈ മല്ലൻതമ്പുരാൻ പൂജയ്ക്ക് സന്നിഹിതയായിരുന്നുവത്രേ.

മുനിസിപ്പിലാഫീസിന്റെ തൊട്ടുപിന്നിലുള്ള ഒരു വയലിലാണ് മേലാങ്കോട്ടു മുടിപ്പുര—ഭഗവതി ക്ഷേത്രം. വർഷത്തിലൊരിക്കലുള്ള 'മേലാങ്കോട്ടെ ഓട്ടം' നെടുമങ്ങാട്ടുകാരുടെ ദേശീയോത്സവമാണ്. തൊട്ടടുത്തായി സ്ഥിതി ചെയ്യുന്ന സ്വാതന്ത്ര്യശതാബ്ദി സ്മാരക ഗ്രന്ഥശാല ഒന്നാംകിടയിൽപ്പെട്ടതാണ്. നെടുമങ്ങാട് ടൗൺ പ്രദേശത്ത് ഏറിയ കൂറും മുസ്ലീങ്ങളാണ്. കച്ചവടം തൊഴിലാക്കിയിട്ടുള്ളവർ. കച്ചേരിനടയിൽനിന്ന് ഏതാണ്ട് രണ്ടു ഫർലോങ് അകലെയുള്ള 'മഴുവടി' ഗ്രാമം പഴയ കാലം മുതൽക്കേ ഒരു ബ്രാഹ്മണ സങ്കേതമാണ്. മുന്നൂറോളം ബ്രാഹ്മണ കുടുംബങ്ങൾ അവിടെ തിങ്ങിപ്പാർക്കുന്നു. നെടുമങ്ങാട് ടൗണിലെ ഭേദപ്പെട്ട കച്ചവടക്കാർ വെള്ളാളരാണ്. ഇവർ പഴകുറ്റി മുക്കിലും പരിസരങ്ങളിലുമായി തിങ്ങിപ്പാർക്കുന്നു. സ്വർണ്ണപ്പണിക്കാരുടെ കേന്ദ്രമാണ് പാളയം. വലിയ പള്ളിയാണ് ടൗൺ പ്രദേശത്തെ മുസ്ലീങ്ങളുടെ പ്രധാന ആരാധനാകേന്ദ്രം. ഹൈസ്കൂളിനടുത്ത് ഒരു കാത്തലിക് ചർച്ചുമുണ്ട്. മുനിസിപ്പാലിറ്റിയുടെ വിസ്തീർണ്ണം 32.52 ച കി മീ ജനസംഖ്യ—49875 (91).

രാജവാഴ്ചയ്ക്കെതിരെ പടപൊരുതാൻ ആദ്യകാലം മുതൽക്കേ ധീരത കാട്ടിയ പ്രദേശമാണ് നെടുമങ്ങാടും പരിസര ഗ്രാമങ്ങളും. സർ. സി പി യുടെ മർദ്ദന ഭരണത്തിനെതിരെ നാടെങ്ങും ഉയർന്നുവന്ന ബഹുജന പ്രക്ഷോഭണങ്ങളുടെ കൂട്ടത്തിൽ, നെടുമങ്ങാടു താലൂക്കിലെ കല്ലറ-പാങ്ങോട് പ്രദേശങ്ങളിൽ 1938 ൽ നടന്ന വമ്പിച്ച ജനകീയ പ്രക്ഷോഭണവും തുടർന്നുണ്ടായ വെടിവയ്പ്പും പ്രത്യേക പ്രാധാന്യമർഹിക്കുന്നു.

കല്ലറ-പാങ്ങോട് പ്രക്ഷോഭം

114 കന്നി 14 (1938 സെപ്തംബർ 30) നെടുമങ്ങാട് താലൂക്കിലെ കല്ലറ-പാങ്ങോട് പ്രദേശങ്ങൾ അങ്കക്കലിക്കൊണ്ട് ഇളകി മറിയുകയായിരുന്നു. ദിവാൻ ഭരണകൂടത്തിന്റെ ക്രൂരമർദ്ദനങ്ങൾക്കെതിരെ ആഞ്ഞടിക്കാൻ ജനങ്ങൾ തയ്യാറെടുത്ത് കഴിഞ്ഞു. ദിവാൻ ഭരണത്തിന്റെ ചട്ടുകങ്ങളായി പ്രമാണിമാർ നാട്ടിടകളിൽ എന്തക്രമത്തിനും അനീതിക്കും ലൈസൻസെടുത്ത മട്ടിൽ അഴിഞ്ഞാടുകയായിരുന്നു. 1938 സെപ്തംബർ 21 ന് നന്ദിയോട് പബ്ലിക് മാർക്കറ്റിൽ വച്ച് ശ്രീ. ചെല്ലപ്പൻ വൈദ്യരുടെ അദ്ധ്യക്ഷതയിൽ ആദ്യയോഗം ചേർന്നു. ആരെയും സംശയത്തിന്റെ പേരിൽ അറസ്റ്റു ചെയ്യാൻ പൊലീസിന് അധികാരം നല്കുന്ന പൊലീസ് റഗുലേഷൻ ലംഘിച്ചുകൊണ്ടായിരുന്നു പൊതുയോഗം. തുടർന്ന് നന്ദിയോട്, വെഞ്ഞാറമ്മൂട് പ്രദേശങ്ങളിൽ നടന്നിരുന്ന അന്യായമായ ചന്തപ്പിരിവിനും വാഹനങ്ങൾക്ക് ചുമത്തിയിരുന്ന നികുതികൾക്കും എതിരായി ബഹുജന പ്രക്ഷോഭം ഉരുണ്ടുകൂടി. പിക്കറ്റിങ്ങും സമരവുമാരംഭിച്ചു. നേതാക്കൾ അറസ്റ്റു ചെയ്യപ്പെട്ടു. ഈ സംഭവങ്ങളെ തുടർന്ന് പൊലീസിന്റെ റോന്തു ചുറ്റൽ കർശനമായി. പാങ്ങോട്ട് ഔട്ട് പോസ്റ്റിൽ റിസർവ്വ് പൊലീസ് തമ്പടിച്ചു. യാതൊരു പ്രകോപനവുമില്ലാതെ പെട്ടെന്നാണ് വെടി പൊട്ടിയത്. ചിലർ വെടിയേറ്റു വീണു. വേദനകൊണ്ടു പുളഞ്ഞ് ജനക്കൂട്ടം നാനാഭാഗത്തേക്കും ചിതറിയോടി. തച്ചോളം കൃഷ്ണപിള്ളയ്ക്ക് നെഞ്ചത്താണ് വെടിയേറ്റത്. ചെറുവാത് കൊച്ചുനാരായണനാശാരി വെടിയേറ്റ് തൽക്ഷണം മരിച്ചു. പലർക്കും ഗുരുതരമായി മുറിവേറ്റു. സിൽബന്തികളുടെ പ്രേരണയ്ക്ക് വിധേയരായവരെയും പൂർവ്വവൈരാഗ്യം മനസ്സിൽ വച്ചും നിരപരാധികളെക്കൂടി ഉൾപ്പെടുത്തി ചാർജ്ജ് ഷീറ്റ് തയ്യാറാക്കി. മൊത്തം 40 പ്രതികൾ. 29 പേർക്ക് മാത്രമേ ചാർജ്ജ് ഷീറ്റ് നല്കിയുള്ളൂ.

കല്ലറ വെടിവയ്പ്പിൽ ഒന്നാം പ്രതിയായ ശങ്കരപ്പിള്ള കൊച്ചപ്പിപ്പിള്ളയ്ക്കും ഭരതന്നൂർകാരനായ പട്ടാളം കൃഷ്ണപിള്ളയ്ക്കും വധശിക്ഷ വിധിക്കപ്പെട്ടു. പൊലീസ് മർദ്ദനമേറ്റ് ലോക്കപ്പിൽ കിടന്ന കൊച്ചപ്പിപ്പിള്ളയെ മോചിപ്പിക്കാൻ ശ്രമിച്ചു എന്നതായിരുന്നു പട്ടാളം കൃഷ്ണൻ ചെയ്ത അപരാധം. കൊച്ചപ്പിപ്പിള്ളയും കൃഷ്ണനും തൂക്കിക്കൊല്ലപ്പെട്ടു. യുവത്വം പിന്നിട്ടിട്ടില്ലാത്ത നാലു ദേശാഭിമാനികൾ നാടിനുവേണ്ടി രക്തസാക്ഷിത്വം വരിച്ച കല്ലറ—പാങ്ങോട് സമരം, ഇന്ത്യൻ സ്വാതന്ത്ര്യ സമരചരിത്രത്തിലെ ആവേശോജ്ജ്വലമായ ഒരദ്ധ്യായമാകേണ്ടതാണ്.

സ്റ്റേറ്റ് കോൺഗ്രസിന്റെ സമരചരിത്രത്തിൽ ത്യാഗോജ്ജ്വലമായ പങ്കുവഹിച്ച പൊന്നറ ശ്രീധറിന്റെ നാമധേയം എക്കാലത്തും സ്മരണീയമാണ്.

പൊന്നറ ശ്രീധർ

ഭാരതത്തിന്റെ രാഷ്ട്രീയ ഭാവിയിൽ നിർണ്ണായകമായ പങ്കുവഹിച്ച ദണ്ഡിയിലെ ഉപ്പു സത്യഗ്രഹത്തിൽ പങ്കെടുത്ത പൊന്നറ ശ്രീധറിന്റെ നാമധേയം ഗാന്ധിജിയുടെ ആത്മകഥയായ *എന്റെ സത്യാന്വേഷണ പരീക്ഷണങ്ങളിൽ* രേഖപ്പെടുത്തിയിട്ടുണ്ടെന്നത് പൊന്നറ ശ്രീ. ജി ശ്രീധറിന്റെ രാഷ്ട്രീയ പാരമ്പര്യം സൂചിപ്പിക്കുന്നു. ജനസേവനവും രാഷ്ട്രീയ

പ്രവർത്തനവും ഒരു ജീവിതചര്യയായിരുന്നു അദ്ദേഹത്തിന്. ജീവിതകാലം മുഴുവൻ പൊതുപ്രവർത്തനത്തിനായി ഉഴിഞ്ഞുവച്ച ആ കർമ്മയോഗിയുടെ പ്രവർത്തനമേഖലയുടെ ഭൂരിഭാഗവും നെടുമങ്ങാട് താലൂക്കാണ്. സ്റ്റേറ്റ് കോൺഗ്രസിന്റെ ആവിർഭാവത്തിനും തുടർന്ന് കോൺഗ്രസിനുള്ളിലെ സോഷ്യലിസ്റ്റ് ചിന്താഗതിക്കാരെ സംഘടിപ്പിക്കുന്നതിലും പൊന്നറ ശ്രീധർ വഹിച്ച പങ്ക് മഹത്തരമാണ്. ദിവാൻ ഭരണത്തിന്റെ മർദ്ദനമുറകളെ അദ്ദേഹം ധീരതയോടെ നേരിട്ടു.

പൊന്നറ ശ്രീധർ 1899 ൽ ജനിച്ചു. പ്ലീഡർ പരീക്ഷ ജയിച്ച് അഭിഭാഷകനായി പ്രാക്ടീസ് തുടങ്ങി. കോൺഗ്രസിന്റെ നിസ്സഹകരണ പ്രസ്ഥാനത്തിലും വൈക്കം സത്യഗ്രഹത്തിലും സജീവമായി പങ്കെടുത്ത് പലപ്രാവശ്യം ജയിലിലായി. 1948 ൽ തിരുവിതാംകൂർ പ്രാതിനിധ്യസഭയിലേക്ക് തെരഞ്ഞെടുക്കപ്പെട്ടു. തിരുകൊച്ചി നിയമസഭാംഗമായും തുടർന്ന് 1957 ലെയും 1960 ലെയും പൊതുതെരഞ്ഞെടുപ്പുകളിൽ നിയമസഭാംഗമായും തെരഞ്ഞെടുക്കപ്പെട്ടു. 1956 ൽ തിരുവനന്തപുരം സിറ്റി കോർപ്പറേഷൻ മേയറായി സേവനമനുഷ്ഠിച്ചു. 1966 ഫെബ്രുവരി 27 ന് അന്തരിച്ചു.

കോട്ടൂർ അംബാസമുദ്രം റോഡ്

തിരുവനന്തപുരം നഗരത്തിൽനിന്നും 20 മൈൽ വടക്കു കിഴക്കായി കിടക്കുന്ന സ്ഥലമാണ് നെടുമങ്ങാട് താലൂക്കിലെ കോട്ടൂർ. സഹ്യാദ്രിസാനുക്കളിലെ ഒരു ജനവാസകേന്ദ്രം. കോട്ടൂരിനപ്പുറം റിസർവ്വ് വനങ്ങൾ നീണ്ടു പോകുന്നു. ഇടതൂർന്ന വൻവൃക്ഷങ്ങളും ഇല്ലിക്കാടുകളും നിറഞ്ഞ വനമദ്ധ്യത്തിലൂടെ കടന്നുപോകുന്ന കോട്ടൂർ-അംബാസമുദ്രം കാട്ടുപാതയിലൂടെ പത്തു മൈലോളം കടന്നുചെന്നാൽ അഗസ്ത്യകൂടത്തിന്റെ അടിവാരത്തിൽ ചെന്നെത്താം. പണ്ട് പാണ്ഡ്യരാജാക്കന്മാർ തമിഴ്നാട് ഭരിച്ചിരുന്ന കാലത്ത് പാണ്ടിനാടും അന്നത്തെ വേണാടും തമ്മിൽ നിത്യസമ്പർക്കത്തിലേർപ്പെട്ടിരുന്നു. ദുർഗ്ഗമ വനസ്ഥലികളിലൂടെ നിർമ്മിക്കപ്പെട്ടിരുന്ന ഈ മലമ്പാത പാണ്ടിനാട്ടിലെ അംബാസമുദ്രം വരെ ചെന്നെത്തുന്നുണ്ട്. ഈ തട (വഴി) ത്തിന് കീരവാടാത്തടം എന്നാണ് പറയപ്പെടുന്നത്. പാണ്ടി ദേശങ്ങളിൽനിന്ന് പറിച്ചെടുത്ത കീര(ചീര) വാടുന്നതിനുമുമ്പ് ആര്യനാടുവരെ കൊണ്ടുവരാൻ അക്കാലത്ത് കഴിഞ്ഞിരുന്നു.

കോട്ടൂർ, അംബാസമുദ്രം വഴി തിരുവനന്തപുരം-തിരുനെൽവേലി ദേശീയ പാതയുടെ നിർമ്മാണ നിർദ്ദേശം, പല പതിറ്റാണ്ടുകളായി തദ്ദേശീയരാഷ്ട്രീയ നേതൃത്വം മുന്നോട്ടുവെച്ചിരുന്നു. കാലാകാലം കേരളം ഭരിച്ച വിവിധ സർക്കാരുകൾക്ക് ഇതൊക്കെ അറിയാമായിരുന്നെങ്കിലും, ഒന്നുമറിയാത്തമട്ടിൽ കാലം കഴിക്കുകയാണിന്നും. തിരുവനന്തപുരം-തിരുനെൽവേലി ദൈർഘ്യം 160 കി മീ ആണ്. തിരുവനന്തപുരം-നാഗർകോവിൽ ദൂരം 75 കി മീറ്ററും നാഗർകോവിൽ തിരുനെൽവേലി ദൂരം 85 കി മീറ്ററും ആണ്. ഏറെ വാഹനത്തിരക്കുള്ള പാതയാണിവ.

പതിറ്റാണ്ടുകൾക്കു മുമ്പ് സജീവമായിരുന്ന കോട്ടൂർ - അംബാസമുദ്രം കാനനപാത ഇപ്പോൾ വിജനം. തിരുവനന്തപുരം മുതൽ കോട്ടൂർ വരെയും തമിഴ്നാട് അതിർത്തിയിൽ വണ്ടിപ്പേട്ട മുതൽ അംബാസമുദ്രം വരെയും, ഗതാഗതയോഗ്യമായ റോഡുണ്ട്. വനമേഖലയിലെ 10 കി മീ തുരങ്കവും 50 കി മീ ദേശീയപാതയും ഉൾപ്പെടുന്ന നിർദ്ദിഷ്ട സമാന്തരപാത പൂർത്തിയായാൽ 68 കി മീ ദൈർഘ്യം കുറയും. ഇക്കാര്യങ്ങൾ ഇപ്പോൾ കേരള -തമിഴ്നാട് സർക്കാരുകളുടെയും കേന്ദ്ര ഗവൺമെന്റിന്റെയും സജീവ പരിഗണനയിലുണ്ടെന്നാണറിവ്.

ചരിത്രാവശിഷ്ടങ്ങൾ സുലഭമാണ്, ഈ വന്യപ്രദേശങ്ങളിൽ. കോട്ടൂർ, പരുത്തിപ്പള്ളി വീരണകാവ്, മുകുന്ദറ എന്നീ പ്രദേശങ്ങളിൽ ഇന്നു കാണുന്ന ക്ഷേത്രങ്ങൾ, ശില്പങ്ങൾ, തോട്ടക്കയ്യാലകളുടെ അവശിഷ്ടങ്ങൾ, വിഗ്രഹമാതൃകകൾ എന്നിങ്ങനെ പലതും ഈ പ്രദേശങ്ങളെല്ലാം അന്ന് വെവ്വേറെ മാടമ്പിമാരുടെ ഭരണത്തിലായിരുന്നുവെങ്കിലും അവരെല്ലാം ഒരു ഫെഡറേഷൻ എന്ന മട്ടിൽ തദ്ദേശഭരണം കാര്യക്ഷമമായി നടത്തിയിരുന്നുവെന്നതിന് തെളിവാണ്.

ഉപയോഗശൂന്യമായി കിടക്കുന്ന കോട്ടൂർ-അംബാസമുദ്രം റോഡിന്റെ നിർമ്മാണം തദ്ദേശീയരുടെ ഒരു ചിരകാലസ്വപ്നമാണ്. കേരളവും തമിഴ്നാടും തമ്മിലുള്ള റോഡു ഗതാഗതം ഏറ്റവും എളുപ്പമാക്കുന്നതും കേരളത്തിന്റെ സാമ്പത്തിക-വാണിജ്യ പുരോഗതിക്ക് സഹായകവുമായ ഈ റോഡു നിർമ്മാണം ഇന്നും സർക്കാരിന്റെ കടലാസുപദ്ധതിയായി അവശേഷിക്കുന്നു.

നെടുമങ്ങാടിന്റെ മണ്ണിൽ ധാതുസമ്പത്ത് അടിഞ്ഞുകിടപ്പുണ്ടെന്നാണ് വിദഗ്ദ്ധാഭിപ്രായം. ഇക്കഴിഞ്ഞ രണ്ടു മൂന്നു ദശകങ്ങളായി കരമനയാറ്റിൽ അരുവിക്കര, കരകുളം ഭാഗങ്ങളിൽ നടത്തപ്പെടുന്ന അനധികൃതമായ വൈഡൂര്യശേഖരണം ശാസ്ത്രീയമായും അധികൃതമായും നിർവ്വഹിക്കേണ്ട ചുമതല ഗവൺമെന്റിനുണ്ട്.

അരുവിക്കര

തിരുവനന്തപുരം ജില്ലയിൽ കരമനയാറിന്റെ തീരപ്രദേശത്തുള്ള അരുവിക്കര, തിരുവനന്തപുരത്തുനിന്നും 10 മൈൽ വടക്കു കിഴക്കായി സ്ഥിതി ചെയ്യു

ന്നു. തിരുവനന്തപുരം നഗരവുമായി നിരന്തര സാമീപ്യവും സമ്പർക്കവുമുണ്ടെങ്കിലും സാമൂഹ്യവും സാമ്പത്തികവുമായ സ്ഥിതിഗതികൾ തികച്ചും ഗ്രാമീണമാണ്. നഗരവാസികൾക്ക് ശുദ്ധജലവും ഗ്രാമീണ കാർഷിക വിഭവങ്ങളും വിതരണം ചെയ്യുന്ന ഈ ഗ്രാമം അതിഥി സൽക്കാരത്തിന്റെ ബദ്ധപ്പാടിൽ സ്വന്തം ജീവിതപ്രശ്നങ്ങളുമായി കഴിയുകയാണ്.

സഞ്ചാരികളുടെയും തീർത്ഥയാത്രക്കാരുടെയും ഒരു പ്രധാന കേന്ദ്രമാണ് അരുവിക്കര. കരമനയാറിന്റെ വലത്തെ കരയിൽ വലിയൊരു പാറപ്പുറത്ത് ഒരു ഭഗവതിക്ഷേത്രവും അതിനു താഴെ മനോഹരമായ ജലപാതവുമുണ്ട്. ആ അരുവിക്ക് മുകൾഭാഗത്തുള്ള കരമനയാറ്റിൽ അണകെട്ടി വെള്ളം ശേഖരിച്ച്, ഭീമാകാരങ്ങളായ കുഴലുകൾ വഴി തിരുവനന്തപുരത്തെ വെല്ലിങ്ടൺ വാട്ടർ വർക്സിലെത്തിച്ച് ശുദ്ധീകരിച്ചാണ് തിരുവനന്തപുരം നഗരത്തിലെ ജലവിതരണം സാധിക്കുന്നത്. വർഷങ്ങൾക്കു മുമ്പുള്ള ജലവിതരണാവശ്യത്തിന് അന്ന് ഏർപ്പെടുത്തിയ സൗകര്യങ്ങൾ ഇന്ന് അപര്യാപ്തമാണെന്ന് ബോദ്ധ്യപ്പെടുകയാൽ, അണക്കെട്ടിന്റെ ഉയരം വർദ്ധിപ്പിച്ച് കൂടുതൽ ജലം സംഭരിക്കുന്നതിനുള്ള നടപടികൾ കൈക്കൊണ്ടിട്ടുണ്ട്. 1938 ഡിസംബർ 3 ന് അന്നത്തെ വൈസ്രോയിയായിരന്ന വെല്ലിങ്ടൺ ഉദ്ഘാടനം ചെയ്ത ഈ പദ്ധതി ഏഴ് പതിറ്റാണ്ടുകൾക്കു ശേഷം നഗരാവശ്യത്തിന് തീരെ അപര്യാപ്തമാകയാൽ, സമീപ കാലത്തായി നെടുമങ്ങാടു താലൂക്കിൽ പേപ്പാറയിൽ അണകെട്ടി ജലം സംഭരിച്ച് ജലവിതരണശേഷി വർദ്ധിപ്പിക്കാൻ നടപടികൾ എടുത്തിട്ടുണ്ട്.

പൊന്മുടി

ഉമയമ്മറാണിയുടെ തട്ടകമായിരുന്ന നെടുമങ്ങാടിനോടും നെടുമങ്ങാട് താലൂക്ക് ആസ്ഥാനത്തോടും കോയിക്കൽ കൊട്ടാരത്തോടും തല്ക്കാലം വിടപറയാം.

ഇനി യാത്ര കിഴക്കോട്ട്-നെടുമങ്ങാട് താലൂക്കിന്റെ കിഴക്കൻ അതിർത്തിയിലേക്ക്-പൊന്മുടി ഗിരിനിരകളിലേക്ക് പൊന്മുടി വിനോദസഞ്ചാരകേന്ദ്രത്തിലേക്ക്.

കൊട്ടാരവളപ്പിൽനിന്ന് റോഡിലിറങ്ങിയപ്പോൾത്തന്നെ മേടച്ചൂടിന്റെ കാഠിന്യം അനുഭവപ്പെട്ടുതുടങ്ങി. വല്ലാത്ത ചൂടും വിയർപ്പും. വാഹനം മെല്ലെ നീങ്ങിത്തുടങ്ങിയപ്പോൾ തെല്ലൊരാശ്വാസം.

നെടുമങ്ങാടു ടൗൺ പ്രദേശം ശരിക്കും ഒരു പട്ടണമാണിപ്പോൾ, വൻകിട ഷോപ്പിങ് സെന്ററുകൾ ബഹുനില മന്ദിരങ്ങൾ, തിരക്കേറിയ വിപണന കേന്ദ്രങ്ങൾ, വൻകിട ഹോട്ടലുകൾ-അങ്ങനെയങ്ങനെ. വാഹനം മുന്നോട്ടു നീങ്ങുന്തോറും ഞാൻ ആ പഴയ കാലങ്ങളെപ്പറ്റി ഓർത്തുപോയി. അന്ന് റോഡിനിരുപാടും അങ്ങിങ്ങ് ചില ഇടത്തരം വീടുകൾ ഓലപ്പുരകൾ, ചില മുറുക്കാൻ കടകൾ, കൊച്ചുകൊച്ചു ചായക്കടകൾ പൊതുവേ ഉറക്കം തൂങ്ങിയമട്ടിലുള്ള നാടൻ കവലകൾ.

നെടുമങ്ങാടിന്റെ കിഴക്കൻ മലഞ്ചരിവുകളിൽ 'പാലോട്ട്' സ്ഥാപിക്കപ്പെട്ടിട്ടുള്ള പാലോട് നാഷണൽ ബൊട്ടാണിക്കൽ ഗാർഡനിൽ അപൂർവ്വ സസ്യജാലങ്ങളും ഔഷധച്ചെടികളും വളർത്താനും ഗവേഷണങ്ങൾ നടത്താനും സൗകര്യമുണ്ട്.

നെടുമങ്ങാട്ടുനിന്നും പൊന്മുടിയിലേക്കുള്ള വഴിയിൽ വിതുര ജങ്ഷൻ.

വിതുരയിൽനിന്ന് വലത്തോട്ടുതിരിഞ്ഞ് 10 കി മീ സഞ്ചരിച്ചാൽ പേപ്പാറ ഡാം. 53 ച കി മീ ചുറ്റളവിൽ ഹരിതകമ്പളമണിഞ്ഞു നില്ക്കുകയാണ് ഈ വന്യജീവിസങ്കേതം—നഗരത്തിന്റെ ദാഹശമനി. അതിരുമലയും അറുമുഖം കുന്നും കോട്ടൂരും പരുത്തിപ്പള്ളിയും അതിരിടുന്ന സഹ്യപർവ്വത സാനുപ്രദേശം; കരമനയാറിന്റെ യൗവനം. ജൈവവൈവിദ്ധ്യമേഖല.

കാട്ടിനുള്ളിൽ അങ്ങിങ്ങ് സെറ്റിൽമെന്റ് കോളനികളുണ്ട്; ഗിരിജനങ്ങളും നിബിഡവനങ്ങൾ മാത്രമല്ല—പുൽമേടുകളും—യൂക്കാലിക്കാടുകളുമുണ്ട്. കാടിനുള്ളിൽ ഒറ്റപ്പെട്ട അരുവികളും വെള്ളച്ചാട്ടങ്ങളും ധാരാളം. 'വാഴ്വാന്തോൽ' വെള്ളച്ചാട്ടം ഏറെ ആകർഷകം. ചിത്രശലഭങ്ങളുടെ വിഹാരകേന്ദ്രങ്ങളാണ് ഈ കാനനപ്രദേശം.

ഇന്നോ? ആ ഗ്രാമഭംഗികൾ എങ്ങോ പോയ്മറഞ്ഞു. വിതുര, കല്ലാർ - പൊന്മുടി റോഡുമായി ഒളിച്ചുകളി നടത്തുന്ന കല്ലാറിനെ വഴിയരികിൽ പലയിടത്തും കണ്ടുതുടങ്ങി. ചില സ്ഥലങ്ങളിൽ റോഡിനോടു വളരെയടുത്തു തൊട്ടുരുമ്മി കടന്നുപോകുന്നു. പാവം കല്ലാർ - ആറ്റിലെ കൗതുകകരവും മനോഹരവുമായ ഉരുളൻ കല്ലുകൾ പ്രസിദ്ധം. അവ കല്ലാർ എന്ന പേര് സാർത്ഥകമാക്കിക്കൊണ്ട് എങ്ങും തെളിഞ്ഞുകാണാം. വർഷകാലമാകുമ്പോൾ സംഹാരരുദ്രയാകുന്ന ഈ കല്ലാർ, നിനച്ചിരിക്കാതെ ഒട്ടേറെ ജീവനപഹരിച്ചിട്ടുണ്ട്. സമതലപ്രദേശങ്ങളിൽപ്പോലും വേനലും വരൾച്ചയും അനുഭവപ്പെടുമ്പോൾത്തന്നെ ഉണങ്ങിവരണ്ട കല്ലാറിന്റെ ഭാവം പൊടുന്നനെ മാറിമറിയും. കിഴക്കൻ മലകളിൽ പെയ്തിറങ്ങുന്ന അപ്രതീക്ഷിതമായ പേമാരിയിൽ നിമിഷങ്ങൾക്കുള്ളിൽ കുതിച്ചെത്തുന്ന കല്ലാർ ഉഗ്രരൂപിണിയാകും—വിനാശകാരിണിയാകും. വിനോദസഞ്ചാരികളേ സൂക്ഷിക്കുക, കല്ലാറിൽനിന്നും കഷ്ടിച്ചു 3 കി മീ അകലെയാണ് മീൻമുട്ടി വെള്ളച്ചാട്ടം.

കല്ലാറിൽ റോഡരികിൽ യാത്രികർക്ക് സൗകര്യപ്രദവും മനോഹരവുമായ ഒരു ഇടത്താവളം നിർമ്മിച്ചു വരികയാണിപ്പോൾ. ജില്ലാ ടൂറിസം പ്രമോഷൻ കൗൺസിലിന്റെ കീഴിൽ നിലവിലുള്ള കെട്ടിടം നൂറ്റി ഇരുപതിൽപ്പരം ലക്ഷം രൂപ ചെലവിട്ട് ആധു

നിക രീതിയിൽ നവീകരിക്കപ്പെടുകയാണിപ്പോൾ. തിരുവനന്തപുരം ജില്ലയിലെ പ്രധാന ടൂറിസ്റ്റ് കേന്ദ്ര ങ്ങളായ പൊന്മുടി, കല്ലാർ മീൻമുട്ടി എന്നിവിടങ്ങ ളിൽ എത്തുന്ന ടൂറിസ്റ്റുകൾക്ക് ഈ വഴിയോര വിശ്ര മകേന്ദ്രം ഏറെ ഉപകാരപ്രദമാകും.

യാത്ര മുന്നോട്ടു നീങ്ങുമ്പോൾ നാഗരിക ഭാവം മെല്ലെ മെല്ലെ മാറി ആ പ്രദേശങ്ങൾ വന്യഭാവം കൈക്കൊള്ളുന്നു. കല്ലാറിലെ ചെറിയ കവല കട ന്നാൽ കാടുതുടങ്ങുകയായി. നിബിഡവനങ്ങൾക്കി ടയിലൂടെ ഭീതിദമായ 22 ഹെയർപിൻ വളവുകൾ പിന്നിട്ട് മല കയറിക്കയറി റോഡ് മുന്നോട്ടുപോകു ന്നു. ഇരുവശവും വന്മരങ്ങൾ - ചോലവനങ്ങൾ—മഴ ക്കാടുകൾ— അങ്ങിങ്ങ് തേയിലക്കാടുകൾ കണ്ടുതു ടങ്ങി. നാമിപ്പോൾ സമുദ്രനിരപ്പിൽ നിന്ന് 3000 അടി ഉയരത്തിലെത്തിക്കഴിഞ്ഞു. യാത്ര തുടങ്ങുമ്പോൾ ശരീരത്തിൽ കയറിപ്പിടിച്ച ചൂടും വിയർപ്പും, എങ്ങോ പോയ്മറഞ്ഞു. നേരിയ തണുപ്പും അനുഭവപ്പെട്ടുതു ടങ്ങി. കോടമഞ്ഞ് തിരനോട്ടം നടത്തുകയാണോ? നിമിഷങ്ങൾക്കുള്ളിലാണ് കാലാവസ്ഥ മാറുന്നത്. മഴയും മഞ്ഞും വെയിലും നിനച്ചിരിക്കാതെ പെയ്തി റങ്ങും. കാലാവസ്ഥയിലെ ഈ അസ്ഥിരതയാണ് പൊന്മുടിയുടെ സൗന്ദര്യം.

മൂന്നാറിന്റെ കുളിരും, ഊട്ടിയുടെ മനോഹാരി തയും വയനാടൻ കുന്നുകളുടെ വന്യതയും ഏകത്ര സന്നിവേശിപ്പിച്ച് സഞ്ചാരികൾക്ക് സ്വർഗ്ഗം ചമ യ്ക്കുന്ന പൊന്മുടിയുടെ വശ്യത അവർണ്ണനീയം!

വീതി കുറഞ്ഞ മലമ്പാതയിലൂടെ വനമദ്ധ്യത്തി ലൂടെ കാടും പടലും വകഞ്ഞുമാറ്റി വാഹനം കട ന്നുപോകുമ്പോൾ, ഓരോ ഹെയർപിൻ വളവിലും അപകടം പതിയിരിക്കുന്നുവെന്ന് തോന്നി. മെല്ലെ മെല്ലെ വീശുന്ന കാറ്റും മരച്ചില്ലകളിലും വള്ളിപ്പടർപ്പു കളിലും സംഗീതം പൊഴിക്കുന്ന കിളികുലങ്ങളും മറ്റും നിശ്ശബ്ദതയെ ലഘൂകരിക്കുന്നു. എങ്കിലും ഓരോ വളവും തിരിവും നാം ഭീതിയോടെ നോക്കി യിരുന്നുപോകും.

മല കയറിക്കയറി പൊന്മുടിയുടെ ഉച്ചിയിലെ ത്തിയപ്പോൾ പുതിയ ഒരു ഭൂഭാഗഭംഗിയിൽ എത്തി പ്പെട്ട പ്രതീതി. പുൽമേടുകൾ, കുറ്റിക്കാടുകൾ, ഗിരി ശൃംഗങ്ങൾ താഴ്വരകൾ - നട്ടുച്ചയ്ക്കും എയർക ണ്ടീഷൻഡ് മുറിയിലിരിക്കുന്ന അനുഭവം.

കുന്നിൻമുകളിലെ കാനനഛായയിൽ, അത്ര കാലപ്പഴക്കമില്ലാത്ത പരിഷ്കൃതമട്ടിലുള്ള സർക്കാർ അതിഥി മന്ദിരത്തിലെ ഉച്ചഭക്ഷണവും അല്പ വിശ്ര മവും കഴിഞ്ഞ് മുറിയുടെ വശത്തെ വിസ്തൃതമായ ബാൽക്കണിയിലെ കസേരയിലിരുന്ന് പുറത്തേക്കു നോക്കിയപ്പോൾ മറ്റൊരു മായികലോകം! തൊട്ടു താഴെ പച്ചച്ച താഴ്വര. അതിനപ്പുറം ഉയർന്നുയർന്നു പോകുന്ന ഗിരിശൃംഗങ്ങൾ, അംബരചുംബികൾ നാണിച്ചു നാണിച്ച് വെളിച്ചം തെളിച്ചു നില്ക്കുന്ന മഞ്ഞവെയിൽ. വെയിലിന് തണുപ്പോ? നേരിയ തണു പ്പിൽ ആ മഞ്ഞവെയിലിൽ, അടുത്തും അകലത്തു മുള്ള വന്യഭംഗി നോക്കിയിരിക്കെ, യാദൃച്ഛികമായി ട്ടാണ് ഞങ്ങളതു ശ്രദ്ധിച്ചത്. താഴ്വരയ്ക്കുമപ്പുറം മഞ്ഞവെയിൽ പൂശി നില്ക്കുന്ന വിദൂര ഗിരിശൃംഗ ങ്ങളിൽനിന്ന് അതിവിസ്തൃതവും വ്യാപകവുമായ വെൺനുരകളോടുകൂടിയ ഒരു ജലപ്രവാഹം ഞങ്ങ ളുടെ നേർക്ക് ഒഴുകിയെത്തുകയാണോ? ഞങ്ങൾ ശ്രദ്ധിച്ചു: അല്ല; ജലപ്രവാഹമല്ല. അത്യുന്നതങ്ങളിലെ പച്ചക്കുന്നുകൾ, കാറ്റിൽ ഉയർത്തിപ്പിടിച്ച അതിവി സ്തൃതമായ ഒരു വെൺപട്ടുപുതപ്പ് മെല്ലെമെല്ലെ ഞങ്ങളുടെ താവളത്തിലേക്ക് നീങ്ങിനീങ്ങി അടുക്കു കയാണോ? കാണെക്കാണെ, ആ വെൺപട്ടുപുതപ്പ് ഞങ്ങളുടെ കൺമുന്നിൽക്കണ്ട എല്ലാത്തിനെയും മൂടിക്കളഞ്ഞു. പരസ്പരം കാണാൻ വയ്യ. തണുപ്പ് രോമകൂപങ്ങളിലേക്ക് ആഴ്ന്നിറങ്ങുകയായി. തണുത്ത പുതപ്പിന്റെ മായാജാലം. മഞ്ഞവെയിലി നെയും താഴ്വരകളെയും സർവ്വജീവജാലങ്ങളെയും മൂടിക്കൊണ്ടു കടന്നുവന്ന ആ വെൺപട്ട്—കോട മഞ്ഞ് ആരോ പിന്നോട്ട് വലിച്ചുമാറ്റുന്നു. അപ്പോഴ താ, അടുത്തും അകലത്തും ഹരിതഭംഗികൾ വീണ്ടും തെളിയുകയായി.

ഈ വെൺപട്ടുചാർത്തൽകളി--കോടമ ഞ്ഞിന്റെ ഒളിച്ചുകളി ആവർത്തിച്ചുകൊണ്ടേയിരുന്നു.

സന്ധ്യയാകാറായി. ഇരുളലകൾ പരന്നൊഴുകി യെത്തും മുമ്പ് മലയിറങ്ങണം. ഇല്ലെങ്കിൽ, ചെങ്കു ത്തായ, വീതികുറഞ്ഞ മലമ്പാതയിലെ ഹെയർപിൻ വളവുകൾ മരണക്കെണികളാകും.

മുറിക്കു പുറത്തിറങ്ങി. മടക്കയാത്ര. കുന്നിൻപു റത്തെ പുൽമേട്ടിലെത്തി. അവിടെ ഉല്ലാസഭരിതരായി നടന്നുനീങ്ങുന്ന വിനോദസഞ്ചാരികളുടെ വിവിധദൃ ശ്യങ്ങൾ. ഒറ്റകൾ, ഇരട്ടകൾ, ചെറുകൂട്ടങ്ങൾ, ഒരു ഭാഗത്തായി നിരനിരയായി കിടക്കുന്ന ടൂറിസ്റ്റ് വാഹ നങ്ങൾ, കാറുകൾ, ടൂവീലറുകൾ—പൊന്മുടിയോടു വിടവാങ്ങാൻ മടിച്ചു നില്ക്കുന്നവരാണധികവു മെന്നും തോന്നി.

പൊൻമുടിക്കുന്നുകളിലും താഴ്വരകളിലും നേരിയ ഇരുൾ പരന്നു തുടങ്ങുമ്പോൾ, ഞങ്ങൾ മല യിറങ്ങിത്തുടങ്ങി. ഉള്ളിൽ അവാച്യമായ നൂറുനൂറ് അനുഭൂതികൾ തിങ്ങിനിറയുമ്പോൾ ഞാനോർക്കു കയായിരുന്നു— സഞ്ചാരികൾക്കുള്ള മോഹനവാഗ്ദാ നങ്ങളുമായി തെന്നിന്ത്യയിലെ പല ഹിൽസ്റ്റേഷനു കളും വീമ്പിളക്കി നില്ക്കുമ്പോൾ ഒരുപക്ഷേ, അവ യെയെല്ലാം നിഷ്പ്രഭമാക്കുന്ന, നൈസർഗ്ഗികമായ പ്രകൃതിഭംഗിയുടെ അനന്യസമൃദ്ധിയുമായി നിശ്ശബ്ദ യായി നില്ക്കുന്ന നമ്മുടെ പൊൻമുടി എന്ന വിനോ ദസഞ്ചാരകേന്ദ്രത്തെ എന്നാണ്, എങ്ങനെയാണ് മാലോകർവേണ്ട രീതിയിൽ മനസ്സിലാക്കുന്നതെന്ന് ബന്ധപ്പെട്ടവർ ഗൗരവമായി ആലോചിക്കേണ്ടതാണ്.

പൊൻമുടിയിലെ സഞ്ചാരികൾക്കുള്ള ഇന്നത്തെ താമസസൗകര്യങ്ങളും മറ്റും തീരെ അപര്യാപ്തമെന്ന് പറയേണ്ടതുണ്ട്. നിത്യേനയെന്നോണം പൊന്മുടി സന്ദർശിക്കുന്ന അസംഖ്യം സഞ്ചാരികളിൽ, താല്പര്യമുള്ള കുറച്ചു പേർക്കെങ്കിലും അവിടെ അന്തിയുറങ്ങാനുള്ള സൗകര്യം കൂടിയേ തീരൂ. പൊന്മുടിയിലെ ലോവർ സാനിറ്റോറിയവും അപ്പർ സാനിറ്റോറിയവും സർക്കാരിന്റെയും കെ ടി ഡി സി യുടെയും ഗസ്റ്റ് ഹൗസുകളും ഇന്നുണ്ടെങ്കിലും അവ തീരെ അപര്യാപ്തമാണ്.

മിത്രനികേതൻ

ഗാന്ധിയൻ ചിന്താഗതികളിൽ അടിയുറച്ചു വിശ്വസിച്ച ഒരു യുവാവിന്റെ ഗ്രാമസേവനതൃഷ്ണയുടെ സാക്ഷാൽക്കാരമാണ് നെടുമങ്ങാട് താലൂക്കിൽ വെള്ളനാട്ടുള്ള സുപ്രസിദ്ധമായ 'മിത്രനികേതൻ.' തദ്ദേശീയനായ വിശ്വനാഥൻ എന്ന യുവാവ് 1956 ൽ വെള്ളനാട് ഒരു വെളിമ്പ്രദേശത്ത് മിത്രനികേതനം എന്ന പേരിൽ ഒരു ഗ്രാമവികസന കേന്ദ്രം ആരംഭിച്ചപ്പോൾ അത് പില്ക്കാലത്ത് ദേശീയവും അന്തർദ്ദേശീയവുമായ പ്രശസ്തി കൈവരിക്കുന്ന ഒരു മഹാപ്രസ്ഥാനമായി വളരുമെന്ന് തൽസ്ഥാപകൻ കൂടി കരുതിയിരിക്കുകയില്ല.

നാലു പതിറ്റാണ്ടുകൾക്കുമുമ്പ് എളിയ നിലയിൽ സമാരംഭിച്ച ഈ ഗ്രാമീണ കേന്ദ്രം ഇന്ന് ഒരു മഹാപ്രസ്ഥാനമായി വളർന്നു കഴിഞ്ഞിട്ടുണ്ട്. നാല്പതേക്കർ സ്ഥലത്ത് ലാളിത്യത്തിന്റെ പ്രതീകമായ കൊച്ചുവീടുകൾ. തൊഴിലധിഷ്ഠിത വിദ്യാഭ്യാസത്തിന് പ്രാധാന്യം നല്കപ്പെടുന്നു. ശാന്തിനികേതനത്തിന്റെ മാതൃകയിലുള്ള വിദ്യാഭ്യാസ പരിപാടികൾ.

ഒരിക്കൽ, ഉമയമ്മറാണിയുടെ ശക്തിയും സാഹസികയത്നങ്ങളും നിറഞ്ഞ ഈ നെടുമങ്ങാടൻ ഗ്രാമങ്ങൾ ഇന്ന്, ജീവിത പ്രാരാബ്ധങ്ങളിൽപ്പെട്ടുഴലുന്ന തനിനാട്ടിൻപുറങ്ങളാണ്. രാജകീയ പ്രൗഢിയുടെ ലാഞ്ഛനപോലും എങ്ങും ദൃശ്യമല്ല. സാമൂഹ്യവും സാമ്പത്തികവുമായി പുരോഗതി പ്രാപിച്ച ഒരു ന്യൂനപക്ഷം ഇല്ലെന്നല്ല. ബഹുഭൂരിപക്ഷവും സാധാരണക്കാരാണ്. മുനിസിപ്പൽ ടൗൺ പ്രദേശത്ത് പേരിനൊരു കൊട്ടാരമുണ്ടെങ്കിലും, അരുവിക്കരയും പൊന്മുടിയും മറ്റുമാണ് നെടുമങ്ങാടിനു പ്രസിദ്ധി പകരുന്ന ഘടകങ്ങൾ.

7

വിഴിഞ്ഞം എന്ന രാജധാനി

തലസ്ഥാന നഗരത്തിൽനിന്ന് ഏകദേശം 15 കി മീ തെക്കുപടിഞ്ഞാറായി സ്ഥിതിചെയ്യുന്ന രണ്ടു ഗ്രാമപഞ്ചായത്തുകളാണ് വെങ്ങാനൂരും വിഴിഞ്ഞവും— രണ്ടും വ്യത്യസ്തരീതികളിൽ സുപ്രസിദ്ധങ്ങളാണ്.

നമുക്കാദ്യം വെങ്ങാന്നൂർ ജങ്ഷനിലെത്താം. പഴയതും പുതിയതുമായ അനേകം മന്ദിരങ്ങൾ. നിര നിരയായി പല മട്ടിലുള്ള വ്യാപാര സ്ഥാപനങ്ങൾ. തിരക്കേറിയ ഈ ജങ്ഷനിൽനിന്നും പള്ളിച്ചൽ വിഴിഞ്ഞം, തിരുവല്ലം നീലകേശി മുടിപ്പുര എന്നീ സ്ഥലങ്ങളിലേക്കുള്ള റോഡുകൾ പുറപ്പെടുന്നു.

ആ നാൽക്കവലയിൽനിന്ന് അല്പം മുന്നോട്ട് നടക്കുമ്പോൾ റോഡരികിൽ ചെറിയൊരു മന്ദിരം കാണാം. 'അയ്യൻകാളി ചിത്രകൂടം.' തൊട്ടടുത്തു തന്നെ അയ്യൻകാളി സ്ഥാപിച്ച പ്രൈമറി സ്കൂളും കാണാം. ആ സ്മാരകമന്ദിരത്തിന് അത്രയേറെ ഗാംഭീര്യമോ ധാടി മോടികളോ കണ്ടെന്നു വരില്ല. എന്നാൽ ഒരു നൂറ്റാണ്ടിനുമുമ്പ് തെക്കൻ തിരുവിതാംകൂറിൽ വലിയൊരു സാമൂഹ്യ വിപ്ലവത്തിനു വഴിയൊരുക്കിയ ഒരു വീരനായകൻ അന്ത്യവിശ്രമംകൊള്ളുന്ന സ്മാരകമാണത്. അധഃകൃതരുടെ ന്യായമായ അവകാശങ്ങൾ നേടിയെടുക്കാൻ വേണ്ടി സവർണ്ണ മേധാവിത്വത്തോട് നേർക്കുനേർ പൊരുതി ജയിച്ച പാവപ്പെട്ടവരുടെ പടനായകനായിരുന്നു അദ്ദേഹം.

രണ്ടു മൂന്നു നൂറ്റാണ്ടുകൾക്കു മുമ്പ്, രാജാധികാരത്തെ വെല്ലുവിളിച്ച പിള്ളമാരിൽപ്പെട്ട വെങ്ങാനൂർ പിള്ളയുടെ തട്ടകമായ ഈ ഗ്രാമപ്രദേശങ്ങളിൽ പില്ക്കാലത്ത് ഇരുപതാം നൂറ്റാണ്ടിന്റെ ആദ്യ ദശകങ്ങളിൽ നിലനിന്നിരുന്ന സവർണ്ണാധിപത്യത്തിനെതിരെ പോരാടാൻ അയ്യൻകാളി എന്ന ഒരധഃകൃതനെ പ്രേരിപ്പിച്ച സാമൂഹ്യ-സാമ്പത്തിക സാഹചര്യങ്ങൾ ഇവിടെ പരാമർശിക്കേണ്ടതുണ്ട്.

പുലൈയർ

കേരളമുൾപ്പെടെ പഴയ തമിഴകത്തിന് ഇന്നത്തെ ജാതിവ്യവസ്ഥ അജ്ഞാതമായിരുന്നു എന്നതാണ് ചരിത്രകാരന്മാർ അഭിപ്രായപ്പെട്ടിട്ടുള്ളത്. പഴയ തമിഴകത്തിൽ തൊഴിലധിഷ്ഠിതമായ അവാന്തര വിഭാഗങ്ങളേ ഉണ്ടായിരുന്നുള്ളൂ. 'പുല'ത്തിന്റെ (നിലത്തിന്റെ) ഉടയോനോ കൈവശക്കാരനോ 'പുലൈയർ', വേട്ടയാടുന്നവർ 'വേട്ടുവൻ' എന്നിങ്ങനെ. അപ്പോൾ 'പുലൈയർ' പഴയ കാലത്തെ ഭൂവുടമകളാവാം. ജന്മിമാർ. അന്ന് സാമൂഹ്യമദ്ധ്യത്തിൽ നിലയും വിലയും നേടി വിരാജിച്ചിരുന്നവരാവാം. പിന്നെങ്ങനെ പുലയരും മറ്റും അധികൃതരായി: ഇവിടെ നമുക്ക് അല്പം പുറകോട്ടു പോകേണ്ടിയിരിക്കുന്നു...

പ്രാചീന കാലത്ത് 'ചേരനാട്ടുമക്കൾ', 'ചെറുമർ' എന്ന് അറിയപ്പെട്ടിരുന്നു. ചേരനാട്ടു മക്കളായ ചേരമർ (ചെറുമർ-പുലയർ) അന്ന് ശക്തരും വൻകിട ഭൂവുടമകളുമായിരുന്നെന്ന് ഊഹിക്കാവുന്നതാണ്. ചില പ്രാചീന ശാസനകളിൽ 'പുലൈയരുടെ'-സാമൂഹ്യ-സാമ്പത്തിക ശക്തിയെപ്പറ്റി പരാമർശമുണ്ട്.

ആര്യാധിനിവേശത്തെത്തുടർന്ന് നമ്പൂതിരി ഭരണം കേരളത്തിൽ പ്രാബല്യത്തിൽ വന്നപ്പോൾ ശങ്കരാചാര്യരുടെ 'ചാതുർവർണ്ണ്യം' അവരുടെ രക്ഷയ്ക്കെത്തി. തൊഴിലധിഷ്ഠിതമായ സാമൂഹ്യ വ്യവസ്ഥയെ കീഴ്മേൽ മറിച്ചുകൊണ്ട്, ജാതിവ്യവസ്ഥ നിലവിൽ വന്നു. ബ്രാഹ്മണർ, ക്ഷത്രിയർ, വൈശ്യർ, ശൂദ്രർ. നാലു ജാതികളിലും വച്ചേറ്റവും ഹീനർ, ശൂദ്രർ - സാധാരണ ജനങ്ങൾ, കൃഷിക്കാരും മറ്റും. അതിനു മപ്പുറത്തുള്ള 'പഞ്ചമ'നായ പുലയന്റെ കാര്യം പിന്നെ പറയാനുണ്ടോ?

അടിമത്തം - കേരളത്തിൽ

അടിമസമ്പ്രദായം ഈ കാലഘട്ടത്തിൽ കേരളത്തിൽ വേരൂന്നിക്കഴിഞ്ഞിരുന്നു. സവർണ്ണരായ ജന്മിമാർ അവരുടെ കൃഷിയിടങ്ങളിൽ പണിയെടുക്കാൻ പറയർ, പുലയർ, ഉള്ളാടർ, വേട്ടുവർ തുടങ്ങിയ ഹീനജാതിക്കാരെ നിയോഗിച്ചിരുന്നു-അടിമപ്പണിക്കാർ. ഓരോ അടിമയുടെയും ഉടമ രാജാവിന് അടിമക്കൂലി നല്കിയിരുന്നു. അവകാശികളില്ലാത്ത പ്രഭുകുടുംബത്തിലെ അടിമകൾ സർക്കാരിന്റെ സ്വത്തായി തീർന്നു. സർക്കാർ തന്നെ ആവശ്യക്കാർക്ക് അടിമകളെ പാട്ടത്തിനു കൊടുക്കുന്ന സമ്പ്രദായവും ഉണ്ടായിരുന്നു. അടിമസമ്പ്രദായത്തിനു പുറമേ കേരളത്തിൽ നിലനിന്നു പോന്ന ദുരാചാരങ്ങളായിരുന്നു 'പുലപ്പേടിയും മണ്ണാപ്പേടിയും.'

പുലപ്പേടിയും മണ്ണാപ്പേടിയും

'ഉച്ചാര നാൾ മുതൽ പത്താമുദയം വരെ'യാണ് 'പുലപ്പേടി'യുള്ള കാലം. അക്കാലത്ത് സന്ധ്യ കഴിഞ്ഞാൽ ഒരാൺതരിയുടെയെങ്കിലും കൂട്ടില്ലാതെ നായർ സ്ത്രീകൾ വീട്ടിനു പുറത്തിറങ്ങുമായിരുന്നില്ല. അങ്ങനെ പുറത്തിറങ്ങിയാൽ ഏതെങ്കിലുമൊരു പുലയനോ മണ്ണാനോ എവിടെയെങ്കിലും ഒളിച്ചിരുന്ന് 'കണ്ടേ... കണ്ടേ' എന്ന് വിളിച്ചു പറഞ്ഞാൽ മതി, ആ സ്ത്രീക്ക് ഭ്രഷ്ട് സംഭവിച്ചു കഴിയും. കമ്പോ കല്ലോ കൊണ്ട് സ്ത്രീയുടെ ദേഹത്ത് സ്പർശിച്ചാലും മതി, ആ സ്ത്രീക്ക് പിന്നെ സ്വന്തം വീട്ടിൽ വിലക്കാണ്. അവൾ പുലയനോടൊപ്പം ഓടിപ്പൊയ്ക്കൊള്ളണം. 1796 ൽ ഉമയമ്മറാണിയുടെ കാലത്ത് പുലപ്പേടിയും മണ്ണാപ്പേടിയും നിരോധിക്കപ്പെട്ടു.

അന്നത്തെ പുലയ സമുദായം

1847 ൽ തിരുവിതാംകൂറിൽ ഏകദേശം 16500 അടിമകളുണ്ടായിരുന്നുവെന്ന് പഴയ ഒരു റിപ്പോർട്ടിൽ കാണുന്നു. പുലയരുടെ ദയനീയസ്ഥിതിയെപ്പറ്റി അന്വേഷിച്ചറിഞ്ഞ റവ. ജോർജ് മാത്തൻ, ചർച്ച് മിഷൻ സൊസൈറ്റിക്കയച്ച ഒരു റിപ്പോർട്ടിൽ ഇപ്രകാരം പറയുന്നു:

> 1850 ഡിസം. 5-ാം തീയതി ഞാൻ ജനങ്ങളെ സന്ദർശിച്ച കൂട്ടത്തിൽ കുറെ പുലയരുമായി സംസാരിപ്പാനിടവന്നു. ഈ അരിഷ്ടന്മാരായ ജനങ്ങളോളം നികൃഷ്ട സ്ഥിതിയിലുള്ളവർ വേറെയുണ്ടായിരുന്നതായി ചരിത്രത്തിലെങ്ങും കാണ്മാനില്ല. അവർ അവരുടെ തമ്പുരാക്കന്മാരുടെ പൂർണ്ണ അധീനത്തിലിരിക്കുന്നതുകൊണ്ട് അവരെ കന്നുകാലികളെപ്പോലെ വില്ക്കുകയും വാങ്ങുകയും അവയേക്കാൾ ക്രൂരമായി അവരോട് പെരുമാറുകയും ചെയ്യുന്നു. ഈ ഉടമസ്ഥന്മാർക്ക് അവരെ അടിക്കാനും ബന്ധനത്തിലിടാനും ചിലപ്പോൾ അംഗഭംഗം വരുത്തുവാനും കൊല്ലുവാനും കൂടി അധികാരം ഉണ്ടായിരുന്നു.

ക്രിസ്ത്യൻ മിഷണറിമാരുടെ പ്രേരണയ്ക്കു വിധേയമായി തിരുവിതാംകൂറിന്റെ ഭരണം നിയന്ത്രിച്ചിരുന്ന ബ്രിട്ടീഷ് റസിഡന്റ് മൺറോയുടെ നിർബ്ബന്ധപ്രകാരം റാണി ഗൗരിലക്ഷ്മി ഒരു പ്രത്യേക വിളംബരപ്രകാരം തിരുവിതാംകൂറിലെ അടിമക്കച്ചവടം നിറുത്തലാക്കി (1812 ൽ). അടിമത്തത്തിന്റെ നുകത്തിനു കീഴിൽ എത്രനാൾ മിണ്ടാപ്രാണിയായി കഴിയാനാവും? പോരെങ്കിൽ സ്വാതന്ത്ര്യസമര സന്നാഹങ്ങളോടൊപ്പം, മഹാത്മജിയുടെ ഹരിജനോദ്ധാരണ പ്രവർത്തനങ്ങൾക്കും ആക്കം വർദ്ധിച്ച കാലം. ഈഴവർ തുടങ്ങിയ പിന്നോക്ക സമുദായങ്ങൾ ശ്രീനാരായണ ഗുരുവിന്റെ നേതൃത്വത്തിൽ സ്വന്തം അവകാശങ്ങൾക്കുവേണ്ടി അണിനിരന്ന് സവർണ്ണമേധാവിത്വത്തിനെതിരെ സന്ധിയില്ലാത്ത സമരം തുടങ്ങിയിരുന്നു.

ഒരു നേതാവ് ജനിക്കുന്നു

അപ്പോഴിതാ തിരുവനന്തപുരത്തുനിന്നും കഷ്ടിച്ച് പത്തു പന്ത്രണ്ടു മൈൽ അകലെയുള്ള വെങ്ങാനൂർ എന്ന കുഗ്രാമത്തിലെ ഒരു പുലയയുവാവിനും ആവേശമേറി. സ്വസമുദായത്തിലെ സഹോദരന്മാർ ജാതിയുടെ പേരിൽ അനുഭവിക്കുന്ന കൊടുംദുരിതങ്ങൾ അദ്ദേഹത്തെ അസ്വസ്ഥനാക്കി. സ്വന്തം സമുദായത്തിൽപ്പെട്ട അരോഗദൃഢഗാത്രരായ ചെറുപ്പക്കാരെ സംഘടിപ്പിച്ച് സവർണ്ണ മേധാവിത്വത്തിനെതിരെ സന്ധിയില്ലാത്ത സമരം തുടങ്ങി. ജാതി മേധാവിത്തം കൊടികുത്തി വാണ തെക്കൻ തിരുവിതാംകൂറിലെ നായർ പ്രമാണിമാരുടെ ശക്തികേന്ദ്രങ്ങളിലെ പൊതുനിരത്തുകളിലൂടെ, ആജാനുബാഹുക്കളായ ആ പുലയ യുവാക്കൾ സധൈര്യം നടന്നു കയറിയപ്പോൾ, സവർണ്ണമേധാവിത്തം ഞെട്ടിപ്പോയി. പ്രമാണിമാർ കൂട്ടം ചേർന്ന് പുലയ യുവാക്കളെ നേരിട്ടു. ഉഗ്രസംഘട്ടനങ്ങൾ, ക്രൂരമർദ്ദനങ്ങൾ. പക്ഷേ, അയ്യൻകാളിയും സഖാക്കളും തിരിച്ചടിച്ച് മുന്നേറി. നാടാകെ ഒച്ചപ്പാട്. ജാതിക്കോമരങ്ങളുടെ കോട്ട കൊത്തളങ്ങൾ പ്രകമ്പനംകൊണ്ടു. നെയ്യാറ്റിൻകര താലൂക്കിലെ ഊരൂട്ടമ്പലത്തും പെരുമ്പഴുതൂരും കുന്നത്തുകാലുമെല്ലാം - കൊല്ലം പെരുനാട്ടുപോലും - അയ്യൻ കാളിയുടെ സമരനേതൃത്വം കടന്നേറി. അഞ്ചുവർഷക്കാലത്തെ നിരന്തരമായ പോരാട്ടത്തെ തുടർന്ന് നാടുവാഴികളും പ്രമാണിമാരും പൊതുപ്രവർത്തകരും കണ്ണുതുറന്നു. ഹരിജനങ്ങൾക്ക് പൊതുനിരത്തിൽ സഞ്ചാര സ്വാതന്ത്ര്യം അനുവദിക്കപ്പെട്ടു. മനസ്സില്ലാമനസ്സോടെയാണെ

ങ്കിലും അങ്ങനെ അയ്യൻകാളി എന്ന ഹരിജൻ നേതാവ് ആദ്യറൗണ്ടിൽ വിജയം നേടി.

അയ്യൻകാളി

വെങ്ങാനൂരിൽ പെരുങ്കാട്ടുവിളയിൽ 1039 ചിങ്ങ മാസത്തിൽ ജനിച്ച അയ്യൻകാളിക്ക് അക്ഷരാഭ്യാസം ലഭിച്ചിരുന്നില്ല. കോട്ടുകാൽ മഞ്ചാംകുഴി കുടുംബ ത്തിലെ ചെല്ലമ്മയായിരുന്നു ഭാര്യ. അവരുടെ കുട്ടി കൾക്ക് (ആറു പുത്രന്മാരും ഒരു പുത്രിയും) വിദ്യാ ഭ്യാസം നല്കാൻ അദ്ദേഹം ആദ്യം മുതൽക്കേ ശ്രദ്ധിച്ചു.

സഞ്ചാരസ്വാതന്ത്ര്യം നേടിയെടുത്ത അയ്യൻകാ ളിയുടെ അടുത്ത ശ്രമം, വിദ്യാഭ്യാസ സ്വാതന്ത്ര്യ ത്തിനായിരുന്നു. ശ്രീനാരായണധർമ്മ പരിപാലന സംഘത്തിൽനിന്ന് പ്രചോദനമുൾക്കൊണ്ട് സ്വസമു ദായത്തിലെ യുവാക്കളെ ചേർത്ത് 1907 ൽ അയ്യൻകാളി സംഘടിപ്പിച്ച 'സാധുജന പരിപാ ലനസംഘ' ത്തിന്റെ ശാഖകൾ അപ്പോഴേക്കും നാടിന്റെ നാനാഭാഗത്തും കർമ്മനിരതമായിക്കഴിഞ്ഞി രുന്നു. പുലയരുടെയും മറ്റു സഹോദര സംഘടനക ളുടെയും നിരന്തരമായ നിവേദനങ്ങളുടെ ഫലമായി 1914 ൽ പുലയക്കുട്ടികളെയും സ്കൂളിൽ ചേർത്തു പഠിപ്പിക്കാൻ സർക്കാർ അനുമതി നല്കി. പക്ഷേ, സവർണ്ണരുണ്ടോ അടങ്ങിയിരിക്കുന്നു? വീണ്ടും എതിർപ്പുകൾ. സംഘർഷങ്ങൾ. പലേടത്തും അയ്യൻകാളി തന്നെ കുട്ടികളെ കൂട്ടി സ്കൂളിലെത്തി. ക്രമേണ പിന്നോക്കക്കാർക്കും നിർബ്ബാധം സ്കൂളിൽ പഠിക്കാമെന്ന നിലവന്നു. അയ്യൻകാളിയുടെ സമു ദായ സേവനതൃഷ്ണയുടെ അംഗീകാരമെന്നോണം അദ്ദേഹം ശ്രീമൂലം പ്രജാസഭയിലെ അംഗമായി നോമിനേറ്റ് ചെയ്യപ്പെട്ടു. 1912 ൽ തുടർച്ചയായി കാൽനൂറ്റാണ്ടിലേറെക്കാലം അദ്ദേഹം ആ പദവി വഹിച്ചു.

പുലയരാജാവ്

അവസാനം 1112 ൽ തിരുവിതാംകൂർ മഹാരാ ജാവ് ക്ഷേത്രപ്രവേശന വിളംബരം പുറപ്പെടുവിച്ച തോടെ ദേവാലയകവാടങ്ങൾ ഹരിജനങ്ങൾക്കായി തുറന്നു കൊടുക്കപ്പെട്ടു. തുടർന്ന് തിരുവിതാംകൂർ സന്ദർശിച്ച ഹരിജന സംരക്ഷകനായ മഹാത്മജിക്ക്, അയ്യൻകാളിയുടെ നേതൃത്വത്തിൽ വെങ്ങാനൂർ വച്ച് ഗംഭീരമായ ഒരു സ്വീകരണം നല്കപ്പെട്ടു. ഹരിജന സംരക്ഷകനായ മഹാത്മജി ഹരിജന നേതാവായ അയ്യൻകാളിക്ക് 'പുലയരാജാവ്' എന്ന ബഹുമതി നല്കിയത് അന്വർത്ഥമായിരുന്നു.

1941 ൽ അയ്യങ്കാളി നിര്യാതനായി. ജന്മദേശ മായ വെങ്ങാനൂരിൽ അദ്ദേഹം സ്ഥാപിച്ച പ്രൈമറി സ്കൂളിന്റെ അങ്കണത്തിൽ ആരാധകരും അനുയാ യികളും ആ മൃതദേഹം സംസ്കരിച്ചു. ആ ശവകു ടീരത്തിൽ അദ്ദേഹത്തിന്റെ ആരാധകർ നിർമ്മിച്ച മനോഹരമായ അയ്യൻകാളി ചിത്രകൂടത്തിന്റെ ഉദ്ഘാടനം നിർവ്വഹിച്ചത് അന്ന് നാടുവാണിരുന്ന ശ്രീചിത്തിരതിരുനാൾ മഹാരാജാവായിരുന്നു.

അയ്യൻകാളിയുടെ ഒരു പൂർണ്ണകായപ്രതിമ തിരുവനന്തപുരത്ത് വെള്ളയമ്പലം സ്ക്വയറിൽ 1980 നവംബറിൽ ഇന്ത്യൻ പ്രധാനമന്ത്രി ശ്രീമതി ഇന്ദിരാ ഗാന്ധി അനാച്ഛാദനം ചെയ്തു.

അയ്യൻകാളിയുടെ ജന്മനാടായ വെങ്ങാനൂർ ഇന്ന് പ്രശാന്തവും പ്രസന്നവുമായ ഒരു ഗ്രാമം. തികച്ചും ഒരു കാർഷിക മേഖല. തനി നാട്ടിൻപുറം. അദ്ധ്വാനിച്ച് നിത്യവൃത്തിക്കു വഴി തേടുന്ന ചെറു കിട കൃഷിക്കാരുടെയും കൃഷിപ്പണിക്കാരുടെയും നാട്. ജനസംഖ്യയിൽ നല്ലൊരു വിഭാഗം പുലയർ തുടങ്ങിയ അധഃകൃതവർഗ്ഗമാണ്. നെല്ലും തെങ്ങു മാണ് മുഖ്യകൃഷികൾ. നെൽകൃഷി നടത്തിയിരുന്ന പാടങ്ങൾ പച്ചക്കറിക്കും വാഴയ്ക്കും വഴിമാറി കൊടു ക്കുന്ന കാഴ്ചയും ധാരാളം. നഗരസാമീപ്യമുള്ളതി നാൽ വിദ്യാഭ്യാസപരമായി പിന്നിലല്ല. സർക്കാർ ജീവ നക്കാരും തൊഴിലാളികളുമുൾപ്പെട്ട വിഭാഗത്തിന്റെ ജീവിതം താരതമ്യേന ഭേദം.

പ്രതാപത്തിൽക്കഴിഞ്ഞിരുന്ന പല നായർ കുടുംബങ്ങളും തായ് വഴികളായി പിരിഞ്ഞെങ്കിലും ഭേദപ്പെട്ട നിലയിൽ കഴിയുന്നവരാണധികവും. നായരും ഈഴവരും നാടാരും പുലയരും ക്രിസ്ത്യാ നികളുമുൾപ്പെട്ട ജനസമൂഹം ജങ്ഷന് സമീപമുള്ള അംബേദ്കർ ഗ്രാമം ശ്രദ്ധേയം. പ്രബുദ്ധരാണിന്ന് പുലയസമുദായം.

പ്രസിദ്ധമായ ചില ഹൈന്ദവ—ക്രൈസ്തവ ആരാധനാലയങ്ങളും ചുരുക്കം മുസ്ലീം പള്ളികളു മുണ്ട്. വെങ്ങാനൂർ മുടിപ്പുര (നീലകേശി ക്ഷേത്രം) പ്രസിദ്ധം. വെങ്ങാനൂരിനു സമീപം വെണ്ണിയൂർ എന്ന സ്ഥലത്ത് ഏതാണ്ട് മുഖാമുഖം നോക്കിനില്ക്കുന്ന രണ്ടു പഴയ ക്ഷേത്രങ്ങൾ. വെണ്ണിയൂരിൽ മഹാ വിഷ്ണു. അല്പം മാറി അഭിമുഖമായി പനങ്ങോട്ട് ശിവക്ഷേത്രം. ഇതൊരു വ്യത്യസ്തതയായി വിശ്വാ സികൾ കരുതുന്നു.

വെങ്ങാനൂർ ജങ്ഷനടുത്ത് കല്ലുവെട്ടാൻകുഴി യിലുള്ള ക്രിസ്ത്യൻ പള്ളികൾ ശ്രദ്ധേയം. നാടാർ ഭൂരിപക്ഷമുള്ള പ്രദേശമാണ് കിടാരക്കുഴി. മുക്കോ ലയും മുല്ലൂരുമൊക്കെ കാർഷിക മേഖലകൾ തന്നെ.

വെങ്ങാന്നൂരിന് തൊട്ടു കിഴക്കായി ചേർന്നു കിടക്കുന്ന മറ്റൊരു പുരാതന ഗ്രാമമാണ് വിഴിഞ്ഞം പഞ്ചായത്ത്. (വി. 12.62 ച കി മീ. ജനസംഖ്യ 42402 (91) അന്തർദ്ദേശീയ ടൂറിസ്റ്റ് കേന്ദ്രമായ കോവളം ഉൾപ്പെട്ട പ്രദേശങ്ങളിലേക്ക് കടക്കാം.

വിഴിഞ്ഞം ഒരു പ്രാചീന തലസ്ഥാനം

തിരുവല്ല മുതൽ തെക്കോട്ടുള്ള പ്രദേശങ്ങൾ സംഘകാലം മുതൽ ആയ് രാജാക്കന്മാരുടെ അധീ

നതയിലായിരുന്നുവത്രേ. തിരുനെൽവേലി ജില്ലയുടെ ചില ഭാഗങ്ങളും സഹ്യപർവ്വത പ്രദേശങ്ങളും കുട്ട നാടിനു തെക്ക് കന്യാകുമാരിവരെയുള്ള സ്ഥലങ്ങളും കോയമ്പത്തൂരിന്റെ തെക്കുഭാഗങ്ങളുമെല്ലാം ആയ് രാജ്യത്തിലായിരുന്നുവെന്ന് പ്രസിദ്ധ സംഘംകൃതി കളായ *അകനാനൂറി*ലും *പുറനാനൂറി*ലും പരാമർശ മുണ്ട്. ആയർ (ഇടയർ) വില്ലവർ, വെള്ളാളർ, പറ യർ, കുറവർ, പാണർ എന്നീ വിവിധ സമുദായ ങ്ങളുൾപ്പെട്ട ആ സമൂഹജീവിതം ഐശ്വര്യപൂർണ്ണ മായിരുന്നു. പില്ക്കാലത്ത് രാജ്യതലസ്ഥാനം ആയ്ക്കുടിയിൽനിന്ന് (ചെങ്കോട്ടയ്ക്കു സമീപം) വിഴി ഞ്ഞത്തേക്ക് മാറ്റപ്പെട്ടു. ആയ് രാജ്യം ഭരണസൗക ര്യത്തിനായി പല നാടുകളായി വിഭജിക്കപ്പെട്ടിരുന്നു. നാടിന്റെ നാനാഭാഗത്തും പ്രസിദ്ധ ക്ഷേത്രങ്ങളോട നുബന്ധിച്ച് വേദമഹാപാഠശാലകളും മറ്റു വിദ്യാല യങ്ങളും (ശാലകൾ) സ്ഥാപിച്ചിരുന്നുവത്രേ. കാന്ത ളൂർ ശാല പ്രസിദ്ധം. അന്ന് രാജ്യതലസ്ഥാനമായി രുന്ന വിഴിഞ്ഞം മന്ദിരശ്രേണികളാലും രാജകൊട്ടാ രങ്ങളാലും പ്രൗഢമനോഹരമായിരുന്നത്രേ. കപ്പലു കൾ നങ്കൂരമിട്ടു കിടക്കുന്ന തുറമുഖം, സൈനിക ത്താവളങ്ങൾ, ജനബഹുലമായ വാണിജ്യകേന്ദ്രങ്ങൾ, തിരക്കേറിയ നിരത്തുകൾ, സമ്പൽസമൃദ്ധമായ രാജ ധാനി, വിദ്യാസമ്പന്നരായ ജനങ്ങൾ-പ്രശാന്തമായ സാമൂഹ്യജീവിതം.

പക്ഷേ, ക്രമേണ കാറ്റ് മാറി വീശിത്തുടങ്ങി, ആയ് രാജ്യത്തിന്റെ സമ്പൽസമൃദ്ധിയിൽ അസൂയ പൂണ്ട പാണ്ഡ്യരാജാക്കന്മാരും തുടർന്ന് ചോളരാജാ ക്കന്മാരും ക്രമേണ രാജ്യതലസ്ഥാനമായ വിഴിഞ്ഞം കൈയടക്കാൻ തുടരെത്തുടരെ ആക്രമണങ്ങൾ നട ത്തുന്നതായി കാണാം. അവിടം പിടിച്ചെടുക്കാൻ കഴിഞ്ഞ പാണ്ഡ്യരാജാക്കന്മാർക്ക് ദീർഘകാലം വിഴിഞ്ഞം കൈവശംവയ്ക്കാൻ കഴിഞ്ഞില്ല. എ ഡി പത്താം ശതകത്തിൽ തെക്കൻ തിരുവിതാംകൂറിൽ ആയ് രാജാക്കന്മാരുടെ ഭരണം നിലച്ചു. ക്രിസ്ത്വബ്ദം 14-ാം ശതകത്തിൽ വേണാട്ടു രാജാവായ വീരകേര ളവർമ്മ വിഴിഞ്ഞം വേണാടിനോട് (തിരുവിതാംകൂർ) കൂട്ടിച്ചേർത്തു.

പതിനഞ്ചാം ശതകത്തിൽ വിഴിഞ്ഞത്തെ വ്യാപാരക്കുത്തക സ്വന്തമാക്കാൻ ആദ്യം ഡച്ചു കാരും തുടർന്ന് പോർച്ചുഗീസുകാരും മത്സരത്തി ലേർപ്പെട്ടതായി ചരിത്ര രേഖകളുണ്ട്. തിരുവിതാം കൂർ രാജാവിന്റെ അനുമതിയോടെ ഡച്ചുകാർ അവിടെ സ്ഥാപിച്ച സൈന്യസങ്കേതം (കോട്ട) പോർച്ചുഗീസുകാർ 1505 ൽ തകർത്തു. പോർച്ചുഗീ സുകാർ അവിടെ നിലയുറപ്പിച്ച് കോട്ട കെട്ടി. പോർച്ചുഗീസുകാരെ തുടർന്ന് ഇംഗ്ലീഷുകാരും 1644 ൽ വേണാട്ടിലെ രവിവർമ്മ രാജാവിന്റെ അനുമതി യോടെ വിഴിഞ്ഞത്ത് കോട്ട കെട്ടി.

ഇന്നത്തെ വിഴിഞ്ഞം

നാലും കൂടിയ കവല. നിരനിരയായി പീടിക കളും കെട്ടിടങ്ങളും തിരക്കേറിയ വിഴിഞ്ഞം ജങ്ഷൻ. റോഡരികിൽ തന്നെ പുതിയ ഭരണകേന്ദ്രം വിഴിഞ്ഞം പഞ്ചായത്താഫീസ്. നാട്ടിൻപുറത്തെ ഈ കവല ഒരു പ്രാചീന രാജധാനിയാണെന്നോ? സന്ദർശ കർ അമ്പരന്നു പോയേക്കാം. എന്തെങ്കിലും തെളി വുകൾ ഇന്നുണ്ടോ? പരിശോധിക്കാം. ഇന്നും നില നില്ക്കുന്ന ചില സ്ഥലനാമങ്ങൾ ശ്രദ്ധിക്കൂ. ആയി ക്കുടി, അയിരൂർ, ആയ് വേലി, പേരായകുടി, ഇടരാ യകുടി, അന്തരായ കുടി...

വിഴിഞ്ഞത്തിന് സമീപം ഇന്നും 'കാന്തളൂർ' എന്ന സ്ഥലപ്പേരുള്ള ഒരു കുഗ്രാമമുണ്ട്. വിഴിഞ്ഞം ജങ്ഷനു സമീപമുള്ള തട്ടാത്തെരുവിൽ അമ്മൻ കോവിൽ ഇരിക്കുന്ന സ്ഥലമായിരുന്നത്രേ പഴയ കാന്തളൂർ ശാല. പക്ഷേ, അതിന്റെ ലക്ഷണമൊന്നും ഇന്ന് ദൃശ്യമല്ല.

പഴയ പഞ്ചായത്താഫീസിലേക്ക് കടക്കാം. വാർഡുകളുടെ പേരുകൾ ശ്രദ്ധിക്കൂ. മതിൽപ്പുറം, കോട്ടപ്പുറം പള്ളിത്തുറ, കടൈക്കുളം, കിടാരക്കു ഴി. കോട്ടപ്പുറത്ത് പഴയ ഒരു കോട്ടയുടെ അവശിഷ്ട ങ്ങളുണ്ടത്രേ. മതി(ൽ)പ്പുറം ഇന്നൊരു മുസ്ലീം കേന്ദ്രം. പഞ്ചായത്താഫീസിന് വലതുവശത്തുള്ള പുരയിടത്തിലെ ഒറ്റപ്പെട്ട ഒരു പാറ എന്റെ ശ്രദ്ധയാ കർഷിച്ചു. പുരാവസ്തു സംരക്ഷണ വകുപ്പ് ആ പാറയ്ക്കു മുമ്പിൽ നാട്ടിയിട്ടുള്ള ബോർഡ് വായിക്കൂ.

ഗുഹാ ക്ഷേത്രം

ഈ ഗുഹാ ക്ഷേത്രം ചേര ശില്പശൈലിയി ലുള്ളതാണ്. എന്നാൽ പ്രതിമാശില്പ സമ്പ്രദായ ത്തിൽ ഇത് പല്ലവ-പാണ്ഡ്യരീതിയെ അനുകരിക്കുന്നു.

ഉരുണ്ട പാറയുടെ മദ്ധ്യത്തിലുള്ള ഒഴുക്കനായ ഒരു അറ മാത്രമാണിത്. മിനുസപ്പെടുത്തിയ ഗുഹാ മുഖത്തിന്റെ ഭാഗത്തായി പശുപതാധനമൂർത്തിയുടെ രൂപം കൊത്തിയിരിക്കുന്നു. മദ്ധ്യഭാഗത്തെ ചെറിയ അറയിൽ ശിവപ്രതിഷ്ഠ. ഈ ഗുഹാക്ഷേത്രം ഏഴാം നൂറ്റാണ്ടിലേതായിരിക്കാമെന്നാണ് പണ്ഡിത മതം. തമിഴ്നാട്ടിലെ പ്രാചീന ഗുഹാക്ഷേത്രങ്ങളുടെ മാതൃ കയാണിതെന്ന് പറയപ്പെടുന്നു.

കടലോരം

വിഴിഞ്ഞം ജങ്ഷനിൽനിന്നും ബീച്ച് റോഡി ലേക്ക് കടക്കാം. വീതികുറഞ്ഞ നിരത്ത്, രണ്ടുഭാ ഗത്തും പീടികകളും വീടുകളും. ശുചിത്വം കമ്മി. വിഴിഞ്ഞം ഉൾക്കടൽ. മത്സ്യബന്ധനതുറമുഖം. ആമ യുടെ തല പോലെ പുറത്തേക്ക് കടന്നുനില്ക്കുന്ന ആ ഉൾക്കടൽ കൗതുകകരം തന്നെ. കടലോരം അതിലേറെ. കടലോരത്തെമ്പാടും നിരനിരയായി

ചാളത്തടികളും വള്ളങ്ങളും. നാടൻ മട്ടിലുള്ള മീൻപിടുത്തവും വില്പനയും നടക്കുന്ന ആ തിരക്കുള്ള കടലോരത്ത് മനുഷ്യരും പട്ടികളും പന്നികളും കാക്കകളും ആകെക്കൂടി ഒരു ബഹളം തന്നെ. കടലോരം കൊച്ചു കൊച്ചു മുക്കുവകുടിലുകളാൽ നിബിഡം. അവയ്ക്കപ്പുറം മുസ്ലീം പള്ളി. ഉൾക്കടലിന്റെ പാർശ്വഭാഗത്ത് ഉയർന്നു കാണുന്ന പാറക്കെട്ടുകളും തെങ്ങിൻ തോപ്പുകളും നിറഞ്ഞ കുന്നിന് കോട്ടപ്പുറമെന്നാണ് പേര്. പഴയൊരു കോട്ടയുടെ അസ്തിവാരം ആ കുന്നുകളിൽ ചിതറിക്കിടപ്പുണ്ടത്രേ. കടലോരത്തെ ആ കോട്ട ആരുടേതാകാം? ആയ് രാജാക്കന്മാരുടേതോ അതോ രാജരാജ ചോളന്റേതോ? അതോ പില്ക്കാലത്ത് വിഴിഞ്ഞത്ത് പറ്റിക്കൂടാൻ ശ്രമിച്ച ഡച്ചുകാരോ ഇംഗ്ലീഷുകാരോ നിർമ്മിച്ചതോ? വ്യക്തമായ അറിവില്ല.

വിഴിഞ്ഞത്തെ കത്തോലിക്കാ പള്ളി പോർച്ചുഗീസുകാർ നിർമ്മിച്ചതാണെന്ന് പറയപ്പെടുന്നു. കത്തോലിക്കാ മതവിഭാഗത്തിൽപ്പെട്ട മത്സ്യത്തൊഴിലാളികളുടെ ഈ കേന്ദ്രത്തിൽ ആദ്ധ്യാത്മികവും ഭൗതികവുമായ ശക്തിപ്രകടിപ്പിച്ചു നില്ക്കുന്ന ഈ പുരാതന ക്രിസ്തീയ ദേവാലയം പതിനേഴാം നൂറ്റാണ്ടിന്റെ പ്രാരംഭത്തിൽ വിഴിഞ്ഞത്ത് താവളമടിച്ചിരുന്നു. പോർച്ചുഗീസുകാർ നിർമ്മിച്ചതാണെന്ന് ന്യായമായും ഊഹിക്കാം. പോർച്ചുഗീസ് ശവക്കല്ലറകളും ശിലാലിഖിതങ്ങളും പള്ളിയുടെയും അൾത്താരയുടെയും നിർമ്മാണപ്രത്യേകതകളുമെല്ലാം അതിന് ഉപോൽബലകമാണ്. 'വിശുദ്ധമാതാവിന്റെ,' പേരിലുള്ള സെന്റ് മേരീസ് ചർച്ചാണത്.

'ആയ്' രാജാക്കന്മാരുടെയും പാണ്ഡ്യ-ചോള രാജാക്കന്മാരുടെയും പടക്കപ്പലുകൾ നങ്കൂരമിട്ടു കിടന്ന പഴയ വിഴിഞ്ഞം തുറമുഖം ഇന്ന് ഒരു മത്സ്യബന്ധന തുറമുഖമായി രൂപാന്തരപ്പെട്ടുകൊണ്ടിരിക്കുകയാണ്.

കോട്ടപ്പുറത്തിന് സാമീപ്യമുള്ള ചൊവ്വര ക്ഷേത്രം പ്രാധാന്യമർഹിക്കുന്നു. കുന്നിൻമുകളിലുള്ള ഈ ശാസ്താക്ഷേത്രത്തിൽനിന്ന് നോക്കിയാൽ നോക്കെത്താത്ത ദൂരത്തോളം അലകടലും താഴ്വരകളും നാടൻ കവലകളും കാണാം.

പഴയ ഭഗവതിക്ഷേത്രം

വിഴിഞ്ഞത്ത് ഒരു പ്രാചീന ഭഗവതിക്ഷേത്രമുണ്ടെന്ന് ഒട്ടേറെ ചരിത്രരേഖകളിൽ വായിച്ചറിഞ്ഞിട്ടുണ്ട്. അതെവിടെയാണെന്നോ? ചുറ്റിത്തിരിഞ്ഞ് പിന്നിലെ പൊളിഞ്ഞ മതിലിലൂടെ ഉള്ളിൽ കടന്നു. അഴുക്കും വെള്ളവും കൂടിക്കലർന്ന കറുത്ത ചെളിയിൽ മൂക്കു താഴ്ത്തി കിളച്ച് മറിക്കുന്ന പന്നികൾ. എങ്ങും വൃത്തികേടു തന്നെ. എങ്കിലെന്ത്? നല്ല തണൽ. പൊളിഞ്ഞ മതിൽക്കെട്ടിനുള്ളിൽ ചെറുതും വലുതുമായ ആൽമരങ്ങൾ. വലിയ ആൽമരത്തിന്റെ പള്ളയിൽക്കൂടി പുറത്ത് കാണാവുന്ന ശിലാഭിത്തികൾ. ചതുരാകൃതിയിലുള്ള ചെറിയൊരു ശിലാക്ഷേത്രം. സഹസ്രാബ്ദങ്ങളുടെ പഴക്കം തോന്നിക്കുന്ന ശിലാസ്തൂപങ്ങളിലൂടെ ശിലാഗൃഹത്തിലൂടെ ചുറ്റിപ്പൊതിഞ്ഞ് അമ്പലത്തെ വിഴുങ്ങി നില്ക്കുന്ന കൂറ്റൻ അരയാൽ. ശ്രീകോവിൽ വർഷങ്ങളായി അടഞ്ഞ് കിടപ്പാണെത്രേ. ഇതത്രെ ചരിത്രപ്രസിദ്ധമായ പഴയ ഭഗവതി ക്ഷേത്രം. ഇടതുവശത്തായി മറ്റൊരു അരയാൽ വിഴുങ്ങിത്തുടങ്ങിയ ശിവപ്രതിഷ്ഠയോടു കൂടിയ ഉപക്ഷേത്രം.

ക്രമത്തിൽ പഴയ ഭഗവതീക്ഷേത്രം ക്ഷയോന്മുഖമായി. തുടർന്ന് ഡച്ചുകാർ, പോർച്ചുഗീസുകാർ, ഇംഗ്ലീഷുകാർ, അറബികൾ തുടങ്ങിയ മ്ലേഛന്മാരുടെ കടന്നേറ്റം സഹിക്കാനാവാതെ തദ്ദേശീയരായ ഹിന്ദുക്കൾ ഭഗവതിയെ ഉപേക്ഷിച്ച് മറ്റു വാസസ്ഥാനങ്ങൾ തേടിപ്പോയിരിക്കാം. പുറത്തെ അമ്പലക്കിണർ മാത്രം ചേരിക്കാർക്ക് പ്രയോജനകരമാണിന്നും. കടലോരത്തെ ശുദ്ധജലവാഹിനിയായ ആ കിണറിലെ തെളിനീർ നേത്രരോഗങ്ങൾക്ക് ദിവ്യൗഷധമാണു പോലും. പള്ളിത്തുറ പുരയിടത്തിലെ ഈ ഭഗവതി ക്ഷേത്രം വെങ്ങാനൂരിലെ പുത്തളത്ത് കുടുംബത്തിന്റെ പഴയ പ്രമാണങ്ങളിൽ പേർ പതിഞ്ഞതാണത്രെ. (വിഴിഞ്ഞം ഹാർബറിന്റെ പണി പൂർത്തിയാകുമ്പോൾ ഈ പഴയ ഭഗവതിക്ക് മോക്ഷം കിട്ടുമത്രേ. ആ പ്രദേശമെല്ലാം കടലെടുക്കുമത്രേ.

ഫിഷിങ് ഹാർബറിലേക്ക് നയിക്കുന്ന റോഡ് കടലിൽ ഒരു കൂറ്റൻ പാറയെ വെട്ടിമുറിച്ച് കടന്നു പോകുന്നു. ആ റോഡിന് ഇരുഭാഗത്തുമുള്ള പാറപ്പുറങ്ങളിൽ രണ്ട് ശിലാഭവനങ്ങൾ കാണാം. ആരാധനാലയങ്ങൾ. ഏതോ അമ്പലങ്ങളാണെന്ന് ഒറ്റനോട്ടത്തിൽ തോന്നും. പക്ഷേ, വിഴിഞ്ഞത്തെ പ്രസിദ്ധമായ പഴയ മുസ്ലീം പള്ളികളാണവ. അറബികൾ സ്ഥാപിച്ചവയാണെന്നും അതല്ല, ഹിന്ദുക്ഷേത്രം മുസ്ലീം പള്ളിയായി മാറ്റപ്പെട്ടതാണെന്നും പറയപ്പെടുന്നു.

'രാമകഥാപ്പാട്ടി'ന്റെ ജന്മസ്ഥലം

വിഴിഞ്ഞം പഞ്ചായത്തിലെ കോവളം വാർഡിപ്പോൾ അന്തർദ്ദേശീയ ടൂറിസ്റ്റ് കേന്ദ്രമാണല്ലോ. പക്ഷേ, നൂറ്റാണ്ടുകൾക്ക് മുമ്പ് ഈ സ്ഥലം മറ്റൊരു രീതിയിൽ വിഖ്യാതമായിരുന്നു. കോവളം ലൈറ്റ് ഹൗസിനു സമീപമുള്ള ആവാടുതുറ പ്രാചീന ഗാനകാവ്യമായ രാമകഥാപ്പാട്ടിന്റെ രചയിതാവ് അയ്യിപ്പിള്ള ആശാന്റെ ജന്മസ്ഥലമാണ്. (എ ഡി 1400 നോടടുപ്പിച്ച് ജീവിച്ചിരുന്നിരിക്കാം) അവിടെ മുള്ളുവിള പുരയിടത്തിൽ ആശാന്റെ വസതിയായിരുന്ന തെക്കെ വീടിന്റെ ശിഥിലമായ അടിത്തറ ഇപ്പോഴുമുണ്ട്. ആശാന്റെ പിന്മുറക്കാരിൽ ചിലർ സമീപസ്ഥലങ്ങളിൽ താമസമുണ്ടത്രേ. അകലെയല്ലാതെ കുടും

ബക്ഷേത്രവുമുണ്ട്.

മലയാളത്തിൽ ആദ്യമായി സാഹിത്യം ഉരുത്തിരിഞ്ഞു വന്നത് പാട്ടുപ്രസ്ഥാനത്തിലൂടെയാണ് തമിഴും മലയാളവും ഇടകലർന്ന സാഹിത്യശൈലി. എ ഡി പത്താം നൂറ്റാണ്ടിന് ശേഷം ആവിർഭവിച്ച പാട്ടുപ്രസ്ഥാനത്തിലെ അമൂല്യമായ സാഹിത്യകൃതിയാണ്. ആവടുതുറ അയ്യിപ്പിള്ളി ആശാന്റെ *രാമകഥാപ്പാട്ട്* എന്ന അതിപ്രാചീനമായ ബൃഹദ് ഗ്രന്ഥം.

സഞ്ചാരികളുടെ സ്വർഗ്ഗം

ആവാടുതുറ അയ്യിപ്പിള്ള ആശാനെ ഇന്നാരോർക്കാൻ. തൊട്ടടുത്ത് വിദേശസഞ്ചാരികളുടെ സ്വർഗ്ഗമായ കോവളം കടലോരത്ത് പാശ്ചാത്യരുടെ സ്നാനകേളികളും ഏറക്കുറെ അനാവൃതമായ പാശ്ചാത്യ വനിതാ ശരീരങ്ങളുടെ കൊഴുപ്പും മിനുപ്പും നിമ്നോന്നതങ്ങളുമെല്ലാം അകലെ നിന്നെങ്കിലും ആവോളം കണ്ടു രസിക്കാൻ സൗകര്യമുള്ളപ്പോൾ. കടലോരത്ത് ചരിഞ്ഞിറങ്ങുന്ന കുന്നുകളുടെ ചരിവിൽ തെങ്ങുകൾക്കിടയ്ക്ക് അത്യാധുനിക രീതിയിൽ പടുത്തുയർത്തപ്പെട്ട പഞ്ചനക്ഷത്ര ഹോട്ടലും (കോവളം ബീച്ച് റിസോർട്ട്) തീരത്തായി നിർമ്മിക്കപ്പെട്ടിട്ടുള്ള കുടിലുകളെന്ന ഓമനപ്പേരിലറിയപ്പെടുന്ന ആധുനിക നിർമ്മിതികളും കോവളം ഉൾക്കടലിന്റെ പഞ്ചാരമണപ്പുറത്തെ വർണ്ണശബളമായ 'സൺ അംബ്രലാ'കൾക്ക് കീഴിൽ ചാഞ്ഞും ചരിഞ്ഞും കിടന്ന് സല്ലപിക്കുകയും ഇടയ്ക്ക് കടലിൽ നീന്തിക്കുളിക്കുകയും ചെയ്യുന്ന വിദേശ സഞ്ചാരികളും ഒക്കെക്കൂടി ദിനാന്തസൂര്യൻ നീലത്തിരകളിൽ കുങ്കുമപ്പൊടി വാരിവിതറുന്ന സായന്തനങ്ങളിൽ കോവളം കടൽത്തീരത്തെ സ്വർഗ്ഗസമാനമാക്കും; സംശയമില്ല. പക്ഷേ, ചുറ്റുമുള്ള ഗ്രാമപ്രദേശങ്ങളിൽ പകലന്തിയോളം മണ്ണുമായി മല്ലിട്ട് നിത്യവൃത്തിക്ക് വക തേടുന്ന പാവപ്പെട്ട കൃഷിക്കാരും അലകടലിൽ അലഞ്ഞ് പട്ടിണിയും പ്രാരാബ്ധവുമായി കഴിയുന്ന മീൻപിടുത്തക്കാരുൾപ്പെട്ട ഭൂരിഭാഗം വരുന്ന സാധാരണ ഗ്രാമീണരെപ്പറ്റി അധികമാരും തിരക്കാറില്ല. ഹിന്ദുവും മുസ്ലീമും ക്രിസ്ത്യാനിയും ഉൾപ്പെട്ട ആ സാധാരണ ജനസഞ്ചയവും ജീവിച്ചിരിക്കുന്നു. അത്രതന്നെ. ഇവിടെ ഒരു കൊട്ടാരമുണ്ടായിരുന്നു. കോവളം കൊട്ടാരം ഇന്നതൊരു സ്റ്റാർ ഹോട്ടലാണ്.

പക്ഷേ, ഒന്ന് തീർച്ച സഹസ്രാബ്ദങ്ങളുടെ ചരിത്രം ഈ തീരദേശഗ്രാമത്തിന്റെ കടലോരങ്ങളിലും പുരയിടങ്ങളിലും അനന്ത നിദ്രയിലാണ്ട് കിടപ്പുണ്ട്. ആ നൂറ്റാണ്ടുകളുടെ പ്രേതഭൂമിയിൽ ഇന്ന് നാഗരിക ഭ്രമത്തിന്റെ നന്മകളും തിന്മകളും ഒളിഞ്ഞും തെളിഞ്ഞും വെളിവാകുന്നുണ്ട്. ഇവിടെ, ഇന്ന് ആയ് രാജാവില്ല, രാജധാനിയില്ല കാന്തളൂർ ശാലയെന്ന പ്രാചീന വിദ്യാപീഠമില്ല, പടക്കപ്പലുകൾ കാത്തുകിടക്കുന്ന തുറമുഖമില്ല, രാജമന്ദിരങ്ങളില്ല, ഡച്ചുകാരുടെയും പോർച്ചുഗീസുകാരുടെയും പടകുടീരങ്ങളും കോട്ടകൊത്തളങ്ങളുമില്ല, ആവാടുതുറ അയ്യിപ്പിള്ള ആശാനെന്ന പ്രാചീന കവിശ്രേഷ്ഠനുമില്ല. പിന്നെ കാണുന്നതോ? പച്ചയായ പരുക്കൻ ജീവിതം മാത്രം - മേൽവിലാസത്തിനൊരു കോവളവും.

8

തിരുവനന്തപുരം അന്ന്

പത്മതീർത്ഥത്തിലെ നീല ജലോപരി, ഉദയ കിരണങ്ങൾ തത്തിക്കളിച്ചു തുടങ്ങിയിട്ടില്ല. മകരമഞ്ഞിൽ കുളിച്ചീറനാർന്നു നില്ക്കുന്ന ക്ഷേത്രഗോപുരാഗ്രങ്ങളിലെ തങ്കത്താഴികക്കുടങ്ങളിൽ തഴുകി സായൂജ്യമടയാൻ പുലർവെളിച്ചം തയ്യാറെടുക്കുന്നേയുള്ളൂ. പള്ളിക്കുറുപ്പു കൊള്ളുന്ന അനന്തശായിയുടെ ശിലാസങ്കല്പസങ്കേതത്തിന്, നക്ഷത്രാങ്കിതമായ നീലമേലാപ്പ് ചാർത്തി നില്ക്കുന്ന പൗർണ്ണമി തീർത്ത പാലാഴിയിൽ തുടിച്ചു നില്ക്കുകയാണ് ആ ക്ഷേത്ര സങ്കേതമൊട്ടാകെ.

നേരം പുലർന്നതേയുള്ളൂ. എങ്കിലും പത്മതീർത്ഥം ശബ്ദമുഖരിതം. ചലനാത്മകം. അടുത്തും അകലത്തുമുള്ള അരയാൽ ചില്ലകളിലെയും രാജരഥ്യകളിലെ ഒളിസങ്കേതങ്ങളിലെയും 'രാത്രിഞ്ചരന്മാർ' ചേക്കേറാൻ തിടുക്കംകൂട്ടി. വെളിച്ചം പരക്കും മുമ്പ് സ്വന്തം താവളങ്ങളിലെത്തുക.

ആ കൊടും തണുപ്പിലും പത്മതീർത്ഥത്തിൽ മുങ്ങിത്തുടിക്കുന്ന ബ്രാഹ്മണശ്രേഷ്ഠന്മാർ തിരക്കുകൂട്ടുകയാണ്. കന്യാകുമാരി മുതൽ ഗോകർണ്ണം വരെയുള്ള പല ദേശങ്ങളിൽനിന്ന് 'മുറജപത്തിനെത്തിയവർ, ദേശ്യഭാഷഭേദങ്ങൾ അന്തരീക്ഷത്തിൽ അരിച്ചു നടന്നു. സാക്ഷാൽ ശ്രീപത്മനാഭൻ പള്ളി ഉണരുന്നതിനു മുമ്പേ കുളിച്ച് ശുദ്ധം വരുത്തി പൂജാദികർമ്മങ്ങൾ നടത്തണം. സ്വാമി സന്നിധിയിലെത്തണം. പൊന്നു തമ്പുരാൻ എഴുന്നെള്ളും മുമ്പ് അമ്പത്തിയാറു ദിവസം നീണ്ടു നിന്ന ഭക്തി സാന്ദ്രവും ആഹ്ലാദകരവുമായ മുറജപമഹോത്സവത്തിന് സമാപ്തി കുറിക്കുന്ന 'ലക്ഷദീപ'ത്തിന്റെ ദിനമാണ്. ദീപക്കാഴ്ച തൊഴുത് കഴിയും വേഗം സ്വന്തം ഇല്ലങ്ങളിലെത്താനുള്ള തിടുക്കത്തിലാണ് മിക്ക ബ്രാഹ്മണശ്രേഷ്ഠന്മാരും തന്ത്രിമാരും മറ്റും. ഇല്ലം വിട്ടുപോന്നിട്ട് രണ്ടു മൂന്നു മാസമായില്ലേ. മുറജപക്കാലത്തെ തിരക്കിനിടയിൽ കണ്ടുമുട്ടിയ ക്ഷേത്രോപജീവികളായ വാരാംഗനമാരോടും അപൂർവ്വം ചില കുലാംഗനമാരോടും വന്നുഭവിച്ച 'കമ്പം' കാരണം മടക്കയാത്രയ്ക്കു വലിയ തിടുക്കമില്ലാത്തവരും കുറവല്ല.

എങ്ങും തിക്കും തിരക്കും, നേരം പുലർന്നു കഴിഞ്ഞു. ക്ഷേത്രപരിസരങ്ങളിലെ വൃക്ഷത്തലപ്പുകളിൽ തത്തിച്ചിലയ്ക്കുന്ന പറവകളുടെ കളകൂജനങ്ങൾ. കൂട്ടത്തിൽ മംഗളദായകമായ ശംഖൊലി, ക്ഷേത്രസങ്കേതവും ക്ഷേത്രപരിസരത്തെ മാടമ്പിമാരുടെ ഭവനങ്ങളും ഉണർന്നു കഴിഞ്ഞു. മുറജപം തുടങ്ങുന്നതിനുമുമ്പേതന്നെ, രാജ്യതലസ്ഥാനമായ കൽക്കുളത്തെ ദർപ്പക്കുളങ്ങര കൊട്ടാര(പത്മനാഭപുരം)ത്തിൽനിന്ന് പൊന്നുതമ്പുരാൻ എഴുന്നള്ളിയെത്തിയിരുന്നു. സാംസ്കാരിക തലസ്ഥാനമായ അനന്തപുരിയിൽ കോയിക്കൽ കൊട്ടാരത്തിൽ എല്ലാറ്റിനും നേതൃത്വം നല്കിക്കഴിയുന്ന വേണാട്ടരചനും സ്വാമി സന്നിധിയിലെത്താൻ, രാജപരിവാരങ്ങളോടും ആളകമ്പടിയോടും പുറപ്പെട്ടു കഴിഞ്ഞു.

തിരുവനന്തപുരത്തെ, നിദ്രയറ്റ, ഉത്സവലഹരിയാർന്ന അൻപത്തിയാറു ദിവസങ്ങളുടെ (മുറജപം) സമാപന ദിനമാണ് ലക്ഷദീപം. ശ്രീപത്മനാഭ ക്ഷേത്രത്തിന്റെ ചുറ്റുവട്ടത്തുള്ള മിത്രാനന്ദപുരം, പാൽക്കുളങ്ങര, ശ്രീകണ്ഠേശ്വരം, വലിയശാല, ശ്രീവരാഹം, തിരുവല്ലം എന്നീ പ്രസിദ്ധ ക്ഷേത്രങ്ങളിലെ ദേവീദേവന്മാരും ഉണർന്നു കഴിഞ്ഞു. ദൈവഭക്തരും രാജഭക്തരുമായ തദ്ദേശവാസികൾ, വെളിച്ചം വീണു തുടങ്ങിയ പെരുവഴികളിലൂടെ പത്മനാഭസ്വാമിക്ഷേത്രത്തിലേക്ക് ധൃതിയിൽ യാത്രയാരംഭിച്ചു.

അനന്തപുരം-അന്ന്

ഏകദേശം രണ്ടരനൂറ്റാണ്ടുകൾക്കു മുമ്പുള്ള

മുറജപക്കാലത്തെ ശ്രീപത്മനാഭസ്വാമിക്ഷേത്രവും പരിസരങ്ങളും ഒന്നു സങ്കല്പിച്ചു നോക്കൂ.

പ്രസിദ്ധമായ ക്ഷേത്രങ്ങൾക്കു ചുറ്റും പ്രൗഢിയാർന്ന ഭവനങ്ങൾ. അവരെ ആശ്രയിച്ചു കഴിയുന്ന സാധാരണ നായർ ഗൃഹങ്ങൾ. ക്ഷേത്രസങ്കേതങ്ങളും പരിസര വീഥികളുമൊഴികെ, ഏറക്കുറെ വിജനവും കാടും പടലും നിറഞ്ഞതുമായ അനന്തൻകാടിന്റെ അവശിഷ്ടങ്ങൾ. ക്ഷേത്രത്തിന് അത്രയകലെയല്ലാതെ ആപണവീഥികൾ (ചാല) വലിയശാലയിലെ പ്രാചീന വിദ്യാപീഠങ്ങളായ കാന്തളൂർ ശാലയും മറ്റ് അപൂർവ്വം ജനവാസകേന്ദ്രങ്ങളും.

രണ്ടു മൂന്നു നൂറ്റാണ്ടുകൾ കടന്നുപോയപ്പോഴേയ്ക്കും തിരുവനന്തപുരം എന്ന അനന്തൻകാടിന്റെ രൂപവും ഭാവവും പാടേ മാറിപ്പോയില്ലേ! ഇന്ന് അനന്തൻകാട് രൂപാന്തരപ്പെട്ട് തിരുവനന്തപുരം. സംസ്ഥാന തലസ്ഥാനമായ തിരുവനന്തപുരത്തിന്റെ തിലകക്കുറിയായി പരിലസിക്കുന്ന ഈ പ്രാചീന മഹാക്ഷേത്രത്തിന്റെ ഉല്പത്തിപരിണാമങ്ങൾ തിരുവിതാംകൂർ രാജവംശവുമായി അഭേദ്യമാം വിധം ബന്ധപ്പെട്ടിരിക്കുന്നു. മറ്റൊരു രീതിയിൽ പറഞ്ഞാൽ, ഭരണാധിപന്മാർ പ്രാചീന ക്ഷേത്രങ്ങളുടെ സംസ്ഥാപകർ മാത്രമല്ല, ക്ഷേത്രഭരണസമിതികളുടെ ആജ്ഞാനുവർത്തികളും കൂടിയായിരുന്നു എന്നു കാണാം.

കൊല്ലവർഷം ആരംഭം മുതൽ വേണാട് എന്ന രാജ്യത്തെപ്പറ്റി പല പ്രാചീന ലിഖിതങ്ങളിലും സാഹിത്യകൃതികളിലും സൂചനയുണ്ടെങ്കിലും എ ഡി ഒമ്പതാം ശതകം മുതൽക്കേ, വേണാടിനെപ്പറ്റി വ്യക്തമായ ചരിത്രരേഖകളുള്ളൂ. ഒമ്പതാം ശതകം വരെ തിരുവനന്തപുരവും അതിനു തെക്കുള്ള പ്രദേശങ്ങളും 'ആയ്' രാജ്യത്തിൽപ്പെട്ടിരുന്നു. കൊല്ലത്തിനും തിരുവനന്തപുരത്തിനും മദ്ധ്യേയുള്ള ഒരു ചെറിയ രാജ്യം. 12-ാം ശതകത്തിന്റെ ആരംഭത്തിൽ മാത്രമേ, വേണാടിന് ഒരു സ്വതന്ത്ര രാജ്യത്തിന്റെ പദവി ലഭിക്കുന്നുള്ളൂ.

പല കാലങ്ങളിൽ

12-ാം ശതകം മുതൽ 16-ാം ശതകം വരെ വേണാട് പല ഘട്ടങ്ങളിൽ പല രാജാക്കന്മാരുടെ കീഴിൽ പലവിധ ആക്രമണങ്ങൾക്ക് വിധേയമായി. 16-ാം ശതകം ആയപ്പോഴേയ്ക്കും വേണാട് പല ശാഖകളായി വെവ്വേറെ ഭരണാധികാരികളുടെ കീഴിലായി. ഇളയിടത്തു സ്വരൂപം, ദേശിങ്ങനാട്, തൃപ്പാപ്പൂർ, ആറ്റിങ്ങൽ, എന്നിങ്ങനെ. വടക്ക് കരുനാഗപ്പള്ളി, കാർത്തികപ്പള്ളി, കായംകുളം, പുറക്കാട്(ചെമ്പകശ്ശേരി) പന്തളം, തെക്കുംകൂർ, വടക്കുംകൂർ, പൂഞ്ഞാർ എന്നിങ്ങനെയുള്ള നാടുവാഴികളുടെ ഭരണപ്രദേശങ്ങൾ. വേണാടിന്റെ ശാഖയായ ദേശിങ്ങനാടും ഇളയിടത്തു സ്വരൂപവും മാത്രമല്ല, മറ്റ് നാടുവാഴികളും ഒളിഞ്ഞും തെളിഞ്ഞും തിരുവിതാംകൂറുമായി കിടമത്സരത്തിലേർപ്പെട്ടിരുന്നു.

മേൽപ്പറഞ്ഞ സാഹചര്യത്തിൽ, തിരുവിതാംകൂറിൽ ക്രമേണ രാജശക്തിക്ക് മങ്ങലേല്പിച്ചുകൊണ്ട് ക്ഷേത്രശക്തി വളർന്നു. ചുരുക്കത്തിൽ 17-ാം നൂറ്റാണ്ട് ആയപ്പോഴേയ്ക്കും ശ്രീപത്മനാഭക്ഷേത്രത്തിന്റെ ഊരാളസമിതി (ഭരണസമിതി) 'എട്ടരയോഗവും' അവരെ പിന്തുണയ്ക്കുന്ന സർവ്വശക്തരായ എട്ടുവീട്ടിൽ പിള്ളമാരും രാജാധികാരത്തെ ധിക്കരിക്കാനും വെല്ലുവിളിക്കാനുമുള്ള ശക്തിയാർജ്ജിച്ചു കഴിഞ്ഞിരുന്നു.

തൃപ്പടിദാനം

അനിഴം തിരുനാൾ മാർത്താണ്ഡവർമ്മ ഈ വെല്ലുവിളികളെ നേരിട്ട് മുന്നോട്ടു വന്നു. രാജ്യദ്രോഹികളായ പിള്ളമാരെയും പോറ്റിമാരെയും അമർച്ച ചെയ്തശേഷം അയൽ രാജ്യങ്ങൾ വെട്ടിപ്പിടിച്ച് രാജ്യവിസ്തൃതി വർദ്ധിപ്പിച്ചു. ഈ ശത്രുസംഹാരയജ്ഞത്തിൽ ഒട്ടനവധി ആളുകളെ കൊന്നൊടുക്കേണ്ടി വന്നു. അങ്ങനെ, ആധുനിക തിരുവിതാംകൂറിന്റെ സംസ്ഥാപകൻ എന്ന പദവി നേടിയെങ്കിലും കുറ്റബോധം ആ രാജമനസ്സിനെ വേട്ടയാടിയിരുന്നു. രാജ്യാഭിവൃദ്ധിക്ക് വേണ്ടി ചെയ്യേണ്ടിവന്ന പാപകർമ്മങ്ങൾക്ക് പ്രായശ്ചിത്തമെന്നോണം, താൻ ജീവൻ പണയപ്പെടുത്തി സ്വരൂപിച്ചെടുത്ത രാജ്യത്തെത്തന്നെ കുലദൈവമായ ശ്രീപത്മനാഭന് അടിയറ വച്ചു. 'തൃപ്പടിദാനം' (എ ഡി 1750 ജനുവരി 3) "ശ്രീപത്മനാഭ ദാസൻ" എന്ന നാമം സ്വയം സ്വീകരിക്കുകയും ചെയ്തു. അന്നു മുതൽ തിരുവിതാംകൂർ രാജാക്കന്മാർ 'ശ്രീപത്മനാഭ ദാസൻ' എന്ന പേരിൽ അറിയപ്പെട്ടു തുടങ്ങി. ആദ്യം രാജ്യവിസ്തൃതി, പിന്നെ, രാജ്യരക്ഷ, ഇവയ്ക്കിടെ കുലദൈവത്തെ പരിരക്ഷിക്കൽ ഇതായിരുന്നു മാർത്താണ്ഡവർമ്മയുടെ നയം.

അന്നും വേണാടിന്റെ തലസ്ഥാനം കൽക്കുളം തന്നെ ആയിരുന്നു. മാർത്താണ്ഡവർമ്മ കൽക്കുളം കൊട്ടാരം പുതുക്കിപ്പണിഞ്ഞ് പത്മനാഭപുരം കൊട്ടാരമെന്ന് പേരിട്ട് കോട്ടയും കൊത്തളങ്ങളും നിർമ്മിച്ചു. തൃപ്പടിദാനത്തിന് ശേഷം ഇടവിട്ടിടവിട്ട് അനന്തപുരത്തു രാജ്യകാര്യങ്ങളും ക്ഷേത്രകാര്യങ്ങളും ശ്രദ്ധിച്ചു. അങ്ങനെ എ ഡി 18-ാം നൂറ്റാണ്ടോടുകൂടി ശ്രീപത്മനാഭ സ്വാമി ക്ഷേത്രത്തിന്റെ ദുർദ്ദശ നീങ്ങിക്കിട്ടി.

ഐതിഹ്യങ്ങൾ

'ക്ഷേത്രോല്പത്തി'യെപ്പറ്റിയുള്ള ഐതിഹ്യങ്ങൾ പലതുണ്ട്. ക്ഷേത്രം നില്ക്കുന്ന സ്ഥലം പണ്ട് അനന്തൻകാടായിരുന്നുവത്രേ. കാട്ടിൽ പുല്ലരിയാനെത്തിയ ഒരു പുലയി ഒരു വൃക്ഷച്ചോട്ടിൽ കണ്ടു

കിട്ടിയ കുട്ടിക്ക് പാൽ കൊടുത്ത് കരച്ചിലടക്കി കിടത്തി വീണ്ടും ജോലിക്കു പോയി. മടങ്ങിവന്നപ്പോൾ കുട്ടിക്ക് സംരക്ഷണം നല്കി, പത്തി വിടർത്തി നില്ക്കുന്ന അഞ്ചുതലനാഗത്തെക്കണ്ടുവെന്നും ആ സർപ്പം കുട്ടിയെ ഒരു മരച്ചോട്ടിൽ സുരക്ഷിതമായി സൂക്ഷിച്ചുവെന്നും ആ സ്ത്രീ പതിവായി ഒരു ചിരട്ടയിൽ കുട്ടിക്ക് പാൽ നല്കിവന്നുവെന്നും ഈ വിചിത്ര വാർത്തയറിഞ്ഞ രാജാവ് കുട്ടിക്ക് അത്ഭുതസിദ്ധിയുണ്ടെന്നും മഹാവിഷ്ണുവിന്റെ അവതാരമാണെന്നും സങ്കല്പിച്ച് അവിടെ, വിഷ്ണു പ്രതിഷ്ഠ നടത്തിയെന്നുമാണ് ഒരു ഐതിഹ്യം. ഭക്താഗ്രേസരനായ ഒരു തുളുസന്ന്യാസി (ദിവാകര മുനി)യുടെ കഠിന തപസ്സിൽ സംപ്രീതനായ മഹാവിഷ്ണു ഒരു ബാലന്റെ രൂപത്തിൽ പ്രത്യക്ഷപ്പെട്ടെന്നാണ് മറ്റൊരു കഥ. പൂജാവേളകളിൽ സ്വാമിക്കു സമീപം ലീലാലോലനായിക്കഴിയുക പതിവാക്കിയിരുന്നു ബാലൻ. ഒരു നാൾ പൂജിച്ചുകൊണ്ടിരുന്ന സാളഗ്രാമത്തെ, ബാലനെടുത്തു വിഴുങ്ങി. കോപാകുലനായ ദിവാകര മുനി ബാലനെ പുറം കൈകൊണ്ട് തട്ടി. ബാലൻ അപ്രത്യക്ഷനായി. ബാലനെ തേടി അലഞ്ഞുതിരിഞ്ഞ മുനി, അവസാനം അനന്തൻകാട്ടിലെത്തിയത്രേ. അവിടെ വച്ച് മഹാവിഷ്ണു ബാലകരൂപത്തിൽ മുനിക്ക് ദർശനം നല്കിയ ശേഷം ഒരു വൻമരത്തിന്റെ പോട്ടിൽ മറഞ്ഞു. ആ മരം മറിഞ്ഞ് വീണപ്പോൾ കണ്ടത് ബൃഹദ് ശരീരത്തോടു കൂടിയ മഹാവിഷ്ണുവിനെയാണത്രേ.

ആ ദിവ്യവിഗ്രഹത്തിന്റെ ശിരസ്സ് 6 കി മീ. തെക്ക് തിരുവല്ലത്തും പാദം 12 കി മീ. വടക്ക് തൃപ്പാദപുരത്തും (തൃപ്പാപ്പൂർ) ആയിരുന്നത്രേ. മുനിയുടെ പ്രാർത്ഥന പ്രകാരം ഭഗവാൻ പിന്നീട് ബൃഹദ് രൂപത്തെ ചുരുക്കി. മുനി ആ മഹാവിഷ്ണു വിഗ്രഹത്തിന് യാഥാവിധി പൂജകൾ നടത്തി. നിവേദ്യത്തിന് പച്ചമാങ്ങയും പൂജാപാത്രമായി ചിരട്ടയും മാത്രമേ ലഭ്യമായുള്ളൂ. ഇപ്പോഴും ശ്രീപത്മനാഭസ്വാമിക്കു നിവേദ്യങ്ങളുടെ കൂട്ടത്തിൽ മാങ്ങയ്ക്ക് പ്രത്യേക പ്രാധാന്യമുണ്ട്. സ്വർണ്ണച്ചിരട്ട നിവേദ്യപ്പാത്രമായി ഇപ്പോഴും ഉപയോഗിക്കുന്നു.

കൊല്ലവർഷാരംഭത്തിനും മൂന്നു നൂറ്റാണ്ടുകൾക്കു മുമ്പാകാം ക്ഷേത്രോല്പത്തിയെന്ന് അനുമാനിക്കുന്നു.

ക്ഷേത്രനിർമ്മാണം

പ്രാരംഭ കാലത്ത് ചെറിയൊരു ക്ഷേത്രമായിരുന്നുവത്രേ. പില്ക്കാലത്ത് നാടുവാണ രാജാക്കന്മാരും പ്രഭുക്കന്മാരും പലകാലങ്ങളിലായി ധാരാളം പൊന്നും പണവും ഭൂസ്വത്തുക്കളും ക്ഷേത്രത്തിന് ദാനം ചെയ്തതായി ചരിത്ര രേഖകളുണ്ട്. ക്രമേണ ക്ഷേത്രം വിപുലമാക്കപ്പെട്ടു. എ ഡി 1733 ൽ മാർത്താണ്ഡവർമ്മ പണി കഴിപ്പിച്ചതാണ് ഇന്നു കാണുന്ന ക്ഷേത്രവും വിഗ്രഹവും.

പത്മതീർത്ഥം

ക്ഷേത്രത്തിനു മുൻവശത്തുണ്ടായിരുന്ന ചെറിയ കുളത്തെ "കീഴ്മേൽ 202 മുളവും തെൻവടൽ 101 മുളവും നീളവും വീതിയും കൂട്ടി വെട്ടിച്ച് നാലു പിറവും കല്ലുകെട്ടി മുറ്റിച്ചു" നിർമ്മിച്ചതാണ് ഇന്നത്തെ പത്മതീർത്ഥം. കുളത്തിൽ ശുദ്ധജലം നിറയ്ക്കാനും മലിനജലം വാർന്നു പോകാനുമുള്ള സംവിധാനം ഉണ്ടാക്കിയത് രസകരവും ശ്രമകരവുമായ ഒരു സംരംഭം ആയിരുന്നു. ക്ഷേത്രത്തിൽ നിന്നും ഏഴെട്ടു കി മീ കിഴക്കുമാറി കിള്ളിയാറ്റിൽ മരുതംകുഴി എന്ന സ്ഥലത്ത് അണകെട്ടി ഒരു കൈവഴി (കൊച്ചാർ) മുഖേന പത്മതീർത്ഥത്തിൽ വെള്ളം നിറയ്ക്കപ്പെട്ടിരുന്നു. മലിനജലം മാറ്റാൻ മറ്റൊരു ബഹിർഗ്ഗമന മാർഗ്ഗവും. പില്ക്കാലത്ത് നഗരത്തിൽ ശുദ്ധജലവിതരണ പദ്ധതി പൂർത്തിയായപ്പോൾ കൊച്ചാർ വഴിയുള്ള ജലമാർഗ്ഗം അടയ്ക്കപ്പെട്ടു.

ബഹുനില ഗോപുരം

ശ്രീപത്മനാഭസ്വാമി ക്ഷേത്രത്തിലെ ഗംഭീരവും മനോഹരവും ശില്പചാതുരിയാർന്നതുമായ ബഹുനില ഗോപുരം കൊ. വ 741 ൽ പണി തുടങ്ങി. ദക്ഷിണേന്ത്യൻ ശില്പമാതൃകയിലുള്ള ഈ ഉത്തുംഗ ഗോപുരത്തിന്റെ ആദ്യത്തെ അഞ്ചുനില പൂർത്തിയാക്കാനേ മാർത്താണ്ഡവർമ്മയ്ക്കു കഴിഞ്ഞുള്ളൂ. ശേഷിച്ച രണ്ടുനിലകൾ പിൻഗാമികളാണ് പൂർത്തീകരിച്ചത്.

ശ്രീകോവിലിന്റെ ഭിത്തികളിലും അകത്തെ ചുവരുകളിലും ആകർഷകമായ പുരാണ കഥാചിത്രീകരണങ്ങൾ ആലേഖനം ചെയ്യപ്പെട്ടിട്ടുണ്ട്.

പണ്ട് തിരുവിതാംകൂറിന്റെ ഭാഗമായിരുന്ന തിരുവട്ടാറിലെ പ്രസിദ്ധമായ ക്ഷേത്രമാണ് ആദികേശവപ്പെരുമാൾ ക്ഷേത്രം. ആ ക്ഷേത്രത്തിലെ പ്രതിഷ്ഠ അതേപടി അനുകരിച്ച് നിർമ്മിച്ചിട്ടുള്ളതാണ് അനന്തശയനത്തിൽ പള്ളികൊള്ളുന്ന മഹാവിഷ്ണു പ്രതിഷ്ഠ. ശ്രീകോവിലിന് മൂന്ന് വാതിലുകൾ. മൂന്നും തുറന്നെങ്കിൽ മാത്രമേ വിഗ്രഹത്തിന്റെ പൂർണ്ണ ദർശനം സാദ്ധ്യമാകൂ. വിഗ്രഹം മുഴുവൻ സ്വർണ്ണം പൊതിഞ്ഞ് അമൂല്യരത്നങ്ങൾ പതിച്ചിരിക്കുന്നു. കൊ. വ 861 ൽ ഉണ്ടായ തീപിടുത്തത്തിൽ ക്ഷേത്രത്തിനും വിഗ്രഹത്തിനും കേടുപറ്റുകയുണ്ടായി മാർത്താണ്ഡവർമ്മ മഹാരാജാവ് ക്ഷേത്ര പുനരുദ്ധാരണത്തോടൊപ്പം വിഗ്രഹവും പുതുക്കി നിർമ്മിച്ചു. നേപ്പാളിലെ ഗണ്ഡകീ നദിയിൽനിന്നും കൊണ്ടുവന്ന 12,000 സാളഗ്രാമങ്ങൾ ഉപയോഗിച്ച് കടുശർക്കര യോഗത്തിൽ നിർമ്മിച്ചതാണ് ഈ വിഗ്രഹം.

ഊട്ടുപുര സദ്യ

ശ്രീപത്മനാഭസ്വാമി ക്ഷേത്രത്തിൽ കാലക്രമേണ നാമാവശേഷമായ ഒരിനമാണ് അഗ്രശാലയിലെ ബ്രാഹ്മണ ഭോജനം. ഊട്ടുപുരസദ്യ എന്ന ചടങ്ങ് ക്ഷേത്രവുമായി ബന്ധപ്പെട്ടതല്ലെന്നും മഹാരാജാക്കന്മാർ ഒരു പുണ്യകർമ്മമെന്ന നിലയ്ക്ക് മഹാക്ഷേത്രങ്ങളിൽ പണ്ട് നടപ്പാക്കിയിരുന്ന ഒരേർപ്പാടാണെന്നും പറയപ്പെടുന്നു. വർണ്ണാശ്രമ ധർമ്മമനുസരിച്ച് ബ്രാഹ്മണരെ സംരക്ഷിക്കേണ്ടത് രാജാവിന്റെ ചുമതലയാണല്ലോ. അന്നദാനം വിശേഷിച്ചും പുണ്യദായകം. പത്മനാഭസ്വാമി ക്ഷേത്രത്തിലെ അഗ്രശാലയിൽ ദിവസേന രണ്ടു നേരം ബ്രാഹ്മണർക്ക് അന്നദാനം നടത്തി വന്നിരുന്നു. ഒരുദിവസം ചിലപ്പോൾ, 100 പറ അരി വരെ ആയിട്ടുണ്ടത്രെ. പില്ക്കാലത്ത് പല കാരണങ്ങളാൽ ഈ സൗജന്യ ഭക്ഷണസമ്പ്രദായം നിറുത്തലാക്കപ്പെട്ടു.

ആറാട്ടു മഹോത്സവം

പ്രസിദ്ധവും പ്രത്യേകതയുള്ളതുമാണ് ശ്രീപത്മനാഭസ്വാമി ക്ഷേത്രത്തിലെ ഉത്സവാഘോഷങ്ങളും അതിനോടനുബന്ധിച്ചുള്ള ചടങ്ങുകളും. എല്ലാ വർഷവും തുലാം മീനം (അല്പശി, പൈങ്കുനി) എന്നീ മാസങ്ങളിൽ കൊടിയേറി പത്തു ദിവസം നീണ്ടു നില്ക്കുന്ന ഉത്സവം. ഉത്സവദിവസങ്ങളിൽ വൈകിട്ടുള്ള ശീവേലിക്ക് മഹാരാജാവ് എഴുന്നള്ളുമ്പോൾ പ്രമുഖരായ നായർ ഉദ്യോഗസ്ഥർ അകമ്പടി സേവിക്കണമായിരുന്നു. വിവിധ കലാരൂപങ്ങളുടെ പ്രകടന-പ്രദർശന വേദിയാണ് ആ നാളുകളിൽ ക്ഷേത്ര പരിസരങ്ങൾ. മീനമാസത്തിലെ ഉത്സവസമയത്ത് മറ്റൊരു പുതുമ കൂടിയുണ്ട്. ക്ഷേത്രഗോപുരത്തിനു മുന്നിലായി പഞ്ചപാണ്ഡവന്മാരുടെ ഭീമാകാര പ്രതിമകൾ (ദാരുനിർമ്മിതം) കെട്ടിയലങ്കരിച്ച് നിരത്തി നിർത്തിയിരിക്കും. നിത്യേന പരശ്ശതം കാഴ്ചക്കാർ വന്നു കൂടുന്നു.

പത്താം ദിവസത്തെ ആറാട്ടു ഘോഷയാത്രയാണ് ഏറ്റവും പ്രദാനം. ശ്രീപത്മനാഭസ്വാമിയുടെയും നരസിംഹമൂർത്തിയുടെയും ഗോപാലകൃഷ്ണന്റെയും വിഗ്രഹങ്ങൾ പ്രത്യേകം വാഹനങ്ങളിൽ ക്ഷേത്രത്തിൽനിന്ന് നാലു കി മീ അകലെയുള്ള ശംഖുമുഖം കടലോരത്തു എഴുന്നള്ളിച്ച് ആറാടിച്ച് തിരികെ ക്ഷേത്രത്തിലേക്ക് കൊണ്ടുവരുന്ന ചടങ്ങാണിത്.

മേൽപ്പറഞ്ഞവയെല്ലാം ആണ്ടുതോറും നടക്കുന്ന പതിവ് ആഘോഷങ്ങളാണ്. എന്നാൽ ലേഖനാരംഭത്തിൽ സൂചിപ്പിച്ച മുറജപവും ലക്ഷദീപവും ആറു വർഷത്തിലൊരിക്കൽ മാത്രം ആഘോഷിക്കപ്പെടുന്ന മഹോത്സവങ്ങളാണ്.

മുറജപവും ലക്ഷദീപവും

തൃപ്പടിദാനത്തിനുശേഷം ശ്രീപത്മനാഭദാസനായി മാറിയ മാർത്താണ്ഡവർമ്മ മഹാരാജാവിന്റെ രാജ്യവിസ്തൃതിക്കുവേണ്ടി ചെയ്യേണ്ടി വന്ന യുദ്ധങ്ങളിൽ മരണപ്പെട്ടവരുടെ പേരിലുള്ള പാപശാന്തിക്കും രാജ്യത്തിൽ സമൃദ്ധിയും സമാധാനവും നിലനിർത്തുന്നതിനും വേണ്ടി രാജ്യത്തിനകത്തും പുറത്തുമുള്ള വേദ-ശാസ്ത്രപാരംഗതരുടെ ഉപദേശാനുസരണം ഏർപ്പെടുത്തിയ സുപ്രധാന കർമ്മങ്ങളാണ് മുറജപവും ലക്ഷദീപവും.

ആണ്ടുതോറും മകരം ഒന്നാം തീയതിയും കർക്കിടകം ഒന്നാംതീയതിയും ഏഴുദിവസത്തെ പൂർവ്വക്രിയകൾക്കുശേഷം ഭദ്രദീപം കൊളുത്തുകയും അങ്ങനെ അഞ്ചു വർഷം നടത്തിയ ശേഷം ആറാം വർഷം ലക്ഷദീപ ശ്രീബലി നടത്തുകയുമാണ് ഈ ചടങ്ങുകളുടെ മുഖ്യാശം. ലക്ഷദീപ ദിവസത്തിന് 56 ദിവസം മുമ്പ് മുതൽ വേദങ്ങൾ ആദ്യവസാനം വരെയും വേദജ്ഞന്മാർ ചേർന്ന് നടത്തുന്ന ജപമാണ് മുറജപം. ഓരോരുത്തരും എട്ടുദിവസംകൊണ്ട് വേദമന്ത്രങ്ങൾ മുഴുവൻ ഒരു പ്രാവശ്യം ജപിച്ചു തീർക്കുകയും അങ്ങനെ 56 ദിവസംകൊണ്ട് ഏഴു പ്രാവശ്യം ആവർത്തിക്കുകയും ചെയ്യുന്നു.

ലക്ഷദീപ ശ്രീബലി

മുറജപത്തിന്റെ അമ്പത്തിയാറാം ദിവസമാണ് ലക്ഷദീപശ്രീബലി.

തിരുവിതാംകൂർ രാജവംശവും ശ്രീപത്മനാഭസ്വാമി ക്ഷേത്രവുമായും ബന്ധപ്പെട്ട ചില വിചിത്രമായ ചടങ്ങുകളും ഇവിടെ സൂചിപ്പിക്കുന്നത് ഉചിതമായിരിക്കും. തുലാപുരുഷദാനവും ഹിരണ്യഗർഭവും.

തുലാപുരുഷദാനം

മാർത്താണ്ഡവർമ്മ മഹാരാജാവിന്റെ കാലം മുതൽ ശ്രീപത്മനാഭസ്വാമി ക്ഷേത്രത്തിൽ സ്വർണ്ണം കൊണ്ടുള്ള തുലാഭാരം നടത്തിയതായി അനുമാനിക്കാം. തുലാഭാരത്തിനാവശ്യമായ സ്വർണ്ണം കാലേക്കൂട്ടി കരുതി വിവിധ തരത്തിലുള്ള (തൂക്കത്തിലും വലിപ്പത്തിലും) നാണയങ്ങളാക്കുന്നു. ഒരുവശത്ത് ശംഖുമുദ്രയും മറുവശത്ത് 'ശ്രീപത്മനാഭദാസ' എന്ന ബിരുദവും കൊത്തിയിട്ടുണ്ടാകും.

ചടങ്ങനുസരിച്ചുള്ള പൂജാവിധികൾക്കു ശേഷം രാജാവ് ശ്രീപത്മനാഭനെ ധ്യാനിച്ചുകൊണ്ട് അലങ്കാരപ്പണികളുള്ള ത്രാസിന്റെ ഒരു തട്ടിൽ കയറിയിരിക്കുന്നു. മറ്റേ തട്ടിൽ രാജാവിന്റെ തൂക്കത്തിനു തുല്യമായ സ്വർണ്ണനാണയങ്ങൾ വാരിക്കൂട്ടുന്നു. പൂജാവിധികൾക്കുശേഷം രാജാവ് ശ്രീപത്മനാഭനെ ധ്യാനിച്ചുകൊണ്ട് ത്രാസിന്റെ തട്ടിൽ നിന്നുമിറങ്ങുന്നു.

മറ്റേത്തട്ടിലെ നാണയക്കൂമ്പാരം ആഢ്യബ്രാഹ്മണരുടെ സ്ഥാനവലിപ്പമനുസരിച്ച് ദാനം ചെയ്യുന്നു.

ഹിരണ്യഗർഭം

രാജവംശത്തിന്റെയും രാജ്യത്തിന്റെയും നന്മയ്ക്കു വേണ്ടിയുള്ള വ്യയഹേതുകമായ മറ്റൊരു ചടങ്ങാണ് 'ഹിരണ്യഗർഭം'. തന്ത്രിപ്രമുഖരുടെയും ബ്രാഹ്മണ ശ്രേഷ്ഠന്മാരുടെയും സാന്നിദ്ധ്യത്തിൽ ക്ഷേത്രസന്നിധിയിലാണ് ചടങ്ങ് നടത്തുക. പത്തടി ഉയരവും എട്ടടി ചുറ്റളവും മുകളിൽ ഒരു മകുടവുമുള്ള താമരയുടെ ആകൃതിയിൽ സുവർണ്ണശോഭയാർന്ന പാത്രത്തിൽ പഞ്ചഗവ്യങ്ങൾ (പാല്, നെയ്യ് തുടങ്ങിയവ) നിറച്ചിട്ടുണ്ടാവും. രാജാവ് ഏണി വഴി പാത്രത്തിനുള്ളിൽ കടന്ന് അതിലെ വിശുദ്ധ തീർത്ഥത്തിൽ അഞ്ചു പ്രാവശ്യം മുങ്ങുന്നു. മന്ത്രോച്ചാരണങ്ങളോടെ മകുടം രാജശിരസ്സിൽ അണിയിക്കപ്പെടുന്നു. 'പത്മഗർഭം' എന്നു കൂടി അറിയപ്പെടുന്ന ഈ ചടങ്ങ് രാജ്യക്ഷേമത്തിനു വേണ്ടിയാണ് എന്നാണ് സങ്കല്പം.

സർവ്വശക്തനായ മാർത്താണ്ഡവർമ്മ നാടുനീങ്ങിയപ്പോൾ ധർമ്മരാജാവ് (കാർത്തികതിരുനാൾ) ഭരണഭാരമേറ്റു. ഏറക്കുറെ മാതുലന്റെ 'കാൽനഖേന്ദുമരീചികൾ' തന്നെ അദ്ദേഹവും പിന്തുടർന്നു. തിരുവിതാംകൂർ രാജാക്കന്മാർ പ്രജാക്ഷേമത്തിൽ പ്രകടവും ബോധപൂർവ്വവുമായ താല്പര്യം കാട്ടിത്തുടങ്ങിയ കാലഘട്ടം, ധർമ്മരാജാവിന്റെ കാലം മുതൽ ആരംഭിക്കുന്നുവെന്നു പറയാം. യുദ്ധകോലാഹലങ്ങളിലും ക്ഷേത്രപുനർനിർമ്മാണ പ്രക്രിയകളിലും ശത്രുസംഹാര യജ്ഞങ്ങളിലും കൂടുതൽ ശ്രദ്ധപതിപ്പിച്ചിരുന്ന കാലത്തിന് മാറ്റം വന്നുതുടങ്ങുകയാണിവിടെ.

ഇനി, പ്രജാക്ഷേമം

മാർത്താണ്ഡവർമ്മ നാടുനീങ്ങിയ 1758 മുതൽ ചിത്തിരതിരുനാൾ ഭരണമൊഴിഞ്ഞ 1947 ആഗസ്ത് 15 (സ്വാതന്ത്ര്യലബ്ധി) വരെയുള്ള (1947 മുതൽ 1956 നവംബർ 1 വരെ രാജപ്രമുഖനായി തുടർന്ന കാലഘട്ടം ഒഴിവാക്കാം) ഏകദേശം രണ്ടു നൂറ്റാണ്ടുകൾ ഒരന്തരാളഘട്ടമാണ്. ഈ രണ്ടു ശതാബ്ദങ്ങൾക്കുള്ളിൽ മൂന്ന് റാണിമാരുൾപ്പെടെ പതിനൊന്ന് ഭരണാധിപന്മാർ തിരുവിതാംകൂറിന്റെ ഭരണസാരഥ്യം വഹിച്ചു. ധർമ്മരാജാവ്, ബാലരാമവർമ്മ, റാണി ഗൗരി ലക്ഷ്മീഭായി, ഗൗരി പാർവ്വതീ ഭായി (റീജന്റ്) സ്വാതി തിരുനാൾ, ഉത്രംതിരുനാൾ മാർത്താണ്ഡവർമ്മ, ആയില്യം തിരുനാൾ, വിശാഖം തിരുനാൾ, ശ്രീമൂലം തിരുനാൾ റാണി ലക്ഷ്മീഭായി (റീജന്റ്) ചിത്തിരതിരുനാൾ ബാലരാമവർമ്മ (അവസാനത്തെ മഹാരാജാവ്).

ധർമ്മരാജാവിനു ശേഷം ഭരണഭാരമേറ്റ ബാലരാമവർമ്മ (1798-1810) പൊതുവെ ദുർബ്ബലനും അപ്രാപ്തനുമായ ഭരണാധികാരിയായിരുന്നു. ജയന്തൻ ശങ്കരൻ നമ്പൂതിരി, ശങ്കരനാരായണൻ ചെട്ടി, മാത്തുത്തരകൻ എന്നീ ത്രിമൂർത്തികളുടേതായ ഒരു ഉപജാപക സംഘത്തിന്റെ വെറും പാവയായിരുന്നു രാജാവ്. ഈ കാലഘട്ടത്തിലാണ് നാഞ്ചിനാട്ടിലെ ഒരു ഇടപ്രഭുവായ വേലുത്തമ്പി ജനകീയ പ്രക്ഷോഭണത്തിന് നേതൃത്വം നല്കി, ക്രമേണ ദളവാസ്ഥാനത്ത് എത്തിച്ചേർന്നത്.

പൊതുവേ കർക്കശസ്വഭാവിയായ ദളവ അഴിമതിക്കാരായ ഉദ്യോഗസ്ഥരെ പിരിച്ചുവിട്ട് ഭരണതലത്തിൽ ശുദ്ധീകരണം നടത്തി. ഭരണം ഏറക്കുറെ കാര്യക്ഷമമാക്കി, വരവുചെലവു കണക്കുകൾ കൃത്യമായി സൂക്ഷിക്കാൻ ജില്ലാ താലൂക്കുതലങ്ങളിലെ ഉദ്യോഗസ്ഥന്മാർക്ക് നിർദ്ദേശം നല്കി. ഗ്രാമതലത്തിൽ വിദ്യാഭ്യാസം പ്രോത്സാഹിപ്പിക്കാൻ നടപടികളെടുത്തു. തിരുവനന്തപുരം നഗരം മെച്ചപ്പെടുത്താൻ സർക്കാർ ഓഫീസുകൾ സ്ഥാപിക്കുകയും കൊല്ലത്ത് ഹജൂർ കച്ചേരിയും അങ്ങാടിയും സ്ഥാപിക്കുകയും ചെയ്തു.

ബ്രിട്ടീഷ് ഇടപെടൽ

ഈ കാലയളവിൽ സംസ്ഥാന ഭരണത്തിൽ ബ്രിട്ടീഷ് അധീശ ശക്തി ഗണ്യമായി വർദ്ധിച്ചു. ദുർബ്ബലരായ രാജാക്കന്മാർ ബ്രിട്ടീഷ് റസിഡന്റുമാരുടെ സുശക്തവും അദൃശ്യവുമായ ഹസ്തങ്ങളിൽ വെറും മരപ്പാവകളായി മാറിത്തുടങ്ങി. എന്നാൽ നൂറ്റാണ്ടുകളായി അന്ധവിശ്വാസങ്ങളിലും അനാചാരങ്ങളിലും കുരുങ്ങിക്കിടക്കുന്ന ജനസമൂഹത്തിന്റെ ഉന്നമനത്തിന്നുതകുന്ന ദൂരവ്യാപകമായ ഭരണ പരിഷ്കാരങ്ങൾ നടപ്പാക്കാൻ ഭരണാധികാരികളെ അവർ നിർബ്ബന്ധിതരാക്കിയെന്നത് അനുമോദനാർഹമാണ് (ഉദാ: തെക്കൻ തിരുവിതാംകൂറിലെ ചാന്നാർ ലഹളയ്ക്കറുതി വരുത്തിയത്). അതേസമയം ഹിന്ദു സമുദായത്തിൽനിന്ന് ക്രിസ്തുമതത്തിലേക്കുള്ള മതപരിവർത്തനത്തെ പ്രോത്സാഹിപ്പിക്കാനും ക്രിസ്തുമത സഭകൾക്കും സ്ഥാപനങ്ങൾക്കും സർക്കാരിൽനിന്ന് അവിഹിതമായ ആനുകൂല്യങ്ങൾ നേടിക്കൊടുക്കാനും അവർ രാജാധികാരത്തെ പ്രേരിപ്പിക്കുകയും ചെയ്തു. (ഉദാ: എൽ എം എസ്, സി എം എസ് എന്നീ സഭകൾക്കു നല്കിയ ആനുകൂല്യങ്ങൾ).

സ്വാതിതിരുനാൾ

ഇക്കൂട്ടത്തിൽ എക്കാലത്തും സ്മരണീയമാണ് സ്വാതി തിരുനാളിന്റെ കാലഘട്ടം. തുടർന്ന് ആയില്യം തിരുനാൾ, (1860-1880) വിശാഖം തിരുനാൾ എന്നീ രാജാക്കന്മാരുടെ കാലത്ത് സർ.

ടി മാധവറാവുവിനെപ്പോലുള്ള ദിവാന്മാരുടെ മുൻകൈ പ്രവർത്തനങ്ങളാൽ കാർഷിക പരിഷ്കരണ നടപടികൾക്കും വിദ്യാലയ കലാലയ സ്ഥാപന നടപടികൾക്കും ആക്കം കൂട്ടി. 1861 ൽ സർക്കാർ അഞ്ചൽ ഏർപ്പാടു തുടങ്ങി. 1866 ൽ ഒരു സമ്പൂർണ്ണമായ ആർട്സ് കോളേജ് തിരുവനന്തപുരത്ത് സ്ഥാപിച്ചു. അനേകം ഇംഗ്ലീഷ്, മലയാളം, തമിഴ് സ്കൂളുകളും തുടങ്ങി. ആശുപത്രികൾ സ്ഥാപിച്ചു. ഗതാഗത-ജലസേചന വികസനത്തിനും പ്രാധാന്യം നല്കപ്പെട്ടു. പത്തുലക്ഷം രൂപ ചെലവു ചെയ്തു നിർമ്മിച്ച വർക്കല തുരങ്കങ്ങളിലൊന്ന് തുറന്നത് ഇക്കാലത്താണ് (1875). 1875 ൽ തിരുവിതാംകൂറിൽ ആദ്യമായി ഒരു സെൻസസ് നടത്തി.

ശ്രീമൂലംതിരുനാൾ

ശ്രീമൂലംതിരുനാൾ രാമവർമ്മയുടെ കാലം തിരുവിതാംകൂർ ചരിത്രത്തിലെ ഒരു വഴിത്തിരിവിന് തുടക്കം കുറിച്ചു. വിദ്യാഭ്യാസപരവും ചികിത്സാസംബന്ധവും ഗതാഗത, വികസനപരവുമായ പ്രവർത്തനങ്ങൾ കൂടുതൽ വ്യാപകമാക്കി. ഭരണപരമായ ഒരു മഹത് സംരംഭം - ജനായത്ത ഭരണസമ്പ്രദായത്തിലേക്കുള്ള ആദ്യത്തെ കാൽവയ്പ് - തിരുവിതാംകൂറിൽ ആദ്യമായിത്തുടങ്ങി. 1888 ൽ ഒരു ലെജിസ്ലേറ്റീവ് കൗൺസിൽ സ്ഥാപിക്കപ്പെട്ടു. ഇന്ത്യൻ സംസ്ഥാനങ്ങളിൽ ആദ്യമായി രൂപംകൊണ്ട നിയമനിർമ്മാണസഭയായിരുന്നു ഇതെന്ന പ്രത്യേകത പ്രാധാന്യമർഹിക്കുന്നു.

തെക്കൻ തിരുവിതാംകൂറിൽ നിലനിന്നിരുന്ന ദേവദാസി സമ്പ്രദായം നിറുത്തൽ ചെയ്തതും ക്ഷേത്രങ്ങളിൽ മൃഗബലി നിരോധിച്ചതും മരുമക്കത്തായത്തിനു പകരം മക്കത്തായം ഏർപ്പെടുത്തുന്ന നായർ റഗുലേഷൻ (1925) നടപ്പാക്കിയതും സേതുലക്ഷ്മീഭായിയുടെ റീജന്റ് ഭരണകാലത്താണ്.

നിയമനിർമ്മാണ സഭ

അവസാനത്തെ തിരുവിതാംകൂർ മഹാരാജാവും ആദ്യത്തേതും അവസാനത്തേതുമായ രാജപ്രമുഖനുമായിരുന്ന ശ്രീചിത്തിരതിരുനാൾ ബാലരാമവർമ്മയുടെ ഭരണകാലത്ത് കൂടുതൽ ജനകീയ സ്വഭാവമുള്ള നിയമനിർമ്മാണസഭയ്ക്ക് രൂപംനല്കുകയുണ്ടായി. നിലവിലിരുന്ന നിയമസഭയ്ക്ക് ശ്രീമൂലം അസംബ്ലി എന്നും ശ്രീചിത്രാ സ്റ്റേറ്റ് കൗൺസിൽ എന്നും രണ്ട് മണ്ഡലങ്ങളുണ്ടായി. ജനക്ഷേമതല്പരനായ ഈ മഹാരാജാവിന്, സമർത്ഥനെങ്കിലും അധികാര ദുർമോഹിയായ ഒരു സചിവോത്തമൻ—സർ. സി പി രാമസ്വാമി അയ്യങ്കാർ ഉണ്ടായിരുന്നു വെന്നതാണ് ഈ കാലഘട്ടത്തിന്റെ ദുര്യോഗം. ജനാധിപത്യ പ്രസ്ഥാനങ്ങളെയും അവയുടെ പ്രവർത്തനങ്ങളെയും അടിച്ചമർത്താൻ ഈ സചിവോത്തമൻ രാജാവിനെ പ്രേരിപ്പിച്ചു.

വ്യവസായ വികസനം

ഈ കാലഘട്ടത്തിൽ ആധുനിക കേരളത്തിന്റെ, തിരുവനന്തപുരത്തിന്റെ വികസനത്തിനും പുരോഗതിക്കും നിദാനമായ ഒട്ടനവധി ഭരണപരിഷ്കാരങ്ങൾ നടപ്പാക്കി. വ്യവസായ കേരളത്തിന് അടിത്തറ പാകിയ പല വ്യവസായ സ്ഥാപനങ്ങളും ആരംഭിച്ചത് ഇക്കാലത്താണ്. തിരുവനന്തപുരം റബ്ബർ വർക്സ്, കുണ്ടറ കളിമൺ ഫാക്ടറി ആലുവ എഫ് എ സി ടി, ട്രാവൻകൂർ കൊച്ചിൻ കെമിക്കൽസ്, സൗത്ത് ഇന്ത്യാ റബ്ബർ വർക്സ്, ശ്രീചിത്രാ മിൽസ്, ആലുവയിലെയും കുണ്ടറയിലെയും അലൂമിനിയം ഫാക്ടറികൾ പെരുമ്പാവൂരിൽ ട്രാവൻകൂർ റയോൺസ്, പൂജപ്പുര വിജയമോഹിനി മിൽസ്, പുനലൂർ പേപ്പർ മിൽ, പ്ലൈവുഡ് ഫാക്ടറി. (ഇന്ത്യയിൽ ആദ്യത്തേത്), ആലുവയിലെ ഫോറസ്റ്റ് ഇൻഡസ്ട്രീസ് തുടങ്ങിയവ.

പ്രായപൂർത്തി വോട്ടവകാശം, വിദ്യാഭ്യാസ നവീകരണം, തിരുവിതാംകൂർ സർവ്വകലാശാല സ്ഥാപനം (1937) തിരുവനന്തപുരം ശുദ്ധജല വിതരണപദ്ധതി, തിരുവനന്തപുരം വിമാനത്താവളം, മെഡിക്കൽ കോളേജ്, എൻജിനീയറിങ് കോളേജ്, അവിട്ടംതിരുനാൾ ആശുപത്രി തുടങ്ങിയവയും ഇക്കാലത്ത് ആരംഭിച്ചു.

ക്ഷേത്രപ്രവേശന വിളംബരം

മേൽപ്പറഞ്ഞ ഭരണനേട്ടങ്ങളെക്കാൾ ചരിത്രപരവും സാമൂഹ്യമായും രാഷ്ട്രീയമായും പ്രാധാന്യമർഹിക്കുന്ന മറ്റൊരു മഹത്തായ ഭരണപരിഷ്കാരം ഒന്ന് മാത്രം മതി ശ്രീചിത്തിരതിരുനാളിന്റെ ശാശ്വത സ്മരണ നിലനിറുത്താൻ.

മഹാരാജാവ് തിരുമനസ്സിന് 24 വയസ്സ് പൂർത്തിയായ 1938 നവംബർ 12- ാം തീയതി പുറപ്പെടുവിച്ച ക്ഷേത്രപ്രവേശന വിളംബരമാണത്.

അയിത്താചാരത്തിനെതിരായും അവർണ്ണഹിന്ദുക്കളുടെ ക്ഷേത്രപ്രവേശനത്തിനു വേണ്ടിയും രാജ്യത്തുടനീളം നടന്ന പ്രക്ഷോഭങ്ങളുടെയും (ഉദാ: വൈക്കം സത്യഗ്രഹം) പശ്ചാത്തലത്തിലാണ് ഇത്തരം ഒരു വിളംബരത്തിന്റെ പ്രസക്തി ഏറുന്നത്. ഇതേപ്പറ്റി മഹാത്മജി പ്രസംഗിച്ചത് ഇപ്രകാരമായിരുന്നു:

"ഈ മഹാരാജാവിന്റെ മറ്റെല്ലാ ഭരണകൃത്യങ്ങളും വിസ്മരിക്കപ്പെട്ടാലും ധീരമായ ഈ പ്രഖ്യാപനം ഭാവി തലമുറകൾ മുഴുവൻ കൃതജ്ഞതയോടെ അദ്ദേഹത്തെ അനുസ്മരിക്കുന്നതിന് ഇടയാക്കും."

കേരളപ്പിറവി

1949 ജൂലൈ 1 ന് കൊച്ചി രാജ്യം കൂടി തിരുവിതാംകൂറിനോട് കൂട്ടിച്ചേർക്കപ്പെട്ടപ്പോൾ തിരു-കൊച്ചിയായി. സംസ്ഥാന പുനഃസംഘടനയെ തുടർന്ന് 1956 നവംബർ 1 ന് പഴയ ബ്രിട്ടീഷ് സംസ്ഥാനത്തിലെ മലബാർ ജില്ലയും തെക്കൻ കാനറാ ജില്ലയിലെ കാസർഗോഡ് താലൂക്കും തിരു-കൊച്ചിയോട് കൂട്ടിച്ചേർത്തും തിരുവിതാംകൂറിന്റെ തോവാള, അഗസ്തീശ്വരം, കൽക്കുളം, വിളവംകോട് എന്നീ നാല് തെക്കൻ താലൂക്കുകളും ചെങ്കോട്ട താലൂക്കിന്റെ ഒരു ഭാഗവും തിരുവിതാംകൂറിൽനിന്നും വേർപെടുത്തി തമിഴ്നാട്ടിനോട് കൂട്ടിച്ചേർത്തും കേരള സംസ്ഥാനം രൂപീകൃതമായപ്പോൾ തിരുവിതാംകൂറിന്റെ രാജപദവി, ഭരണതലത്തിൽ എന്നെന്നേക്കുമായി നഷ്ടപ്പെട്ടു. രാജവാഴ്ചയുടെ തേർവാഴ്ച്ചയ്ക്കു മേൽ ജനാധിപത്യത്തിന്റെ കുതിരകയറ്റമായി.

പിന്നെയും നാലു ദശാബ്ദക്കാലം ജനാധിപത്യ ഭരണത്തിന്റെ ഗതിവിഗതികളും നന്മതിന്മകളും നേരിട്ടു മനസ്സിലാക്കാൻ ഭാഗ്യമോ നിർഭാഗ്യമോ ഉണ്ടായ ശ്രീചിത്തിരതിരുനാൾ പ്രശാന്തവും ഭക്തിസാന്ദ്രവുമായ വിശ്രമജീവിതത്തിനു ശേഷം 1992 ജൂലൈ 12 ന് കാലയവനികയ്ക്കുള്ളിൽ മറഞ്ഞു.

9

തിരുവനന്തപുരം ഇന്ന്

ഒരു രാജ്യഭരണ സമ്പ്രദായത്തിന്റെ ഉദയാസ്മയങ്ങൾ നേരിട്ടു കണ്ടും അനുഭവിച്ചും കഴിഞ്ഞ തിരുവനന്തപുരം മറ്റൊരു പുതിയ ഭരണക്രമത്തിന്റെ വരവും പോക്കും നോക്കി നില്ക്കുകയായി - സമ്മിശ്ര വികാരങ്ങളോടെ.

ശതാബ്ദങ്ങളുടെ ചരിത്രസംഭവപരമ്പരകൾക്ക് മൂകസാക്ഷിയായി വർത്തിച്ച തലസ്ഥാന നഗരം, എന്നും എല്ലാം നിർമ്മമതയോടെ നോക്കി നിന്നതേയുള്ളൂ. തമിഴകത്തിന്റെ തനതായ സംസ്കാര പാരമ്പര്യത്തിന്റെ ഭാഗമായും ബ്രാഹ്മണമേധാവിത്തത്തിന്റെ വിഹാര രംഗമായും രാജസപ്രതാപത്തിന്റെ കേളീരംഗമായും ഉദ്ധതരായ നായർ പ്രമാണിമാരുടെ കിടമത്സരക്കളരിയായും ഉദ്യോഗസ്ഥ ദുഷ്പ്രഭുത്വത്തിന്റെ വിളനിലമായും വർത്തിച്ച തിരുവനന്തപുരം, തെക്കൻ തിരുവിതാംകൂറിലെ പഴയ ചങ്ങാതിമാർ മനസ്സില്ലാമനസ്സോടെ തിരുവനന്തപുരത്തോട് വിടപറഞ്ഞതും, കൊച്ചി രാജ്യത്തെയും മലബാർ പ്രദേശത്തെയും കുറെ ജനങ്ങൾ ആശങ്കാകുലരായി പലഘട്ടങ്ങളിലായി കടന്നുവന്നതും നിർമ്മമതയോടെ നോക്കിനിന്നു. ആരു വന്നാലെന്താ? പോയാലെന്താ? രാജ്യതലസ്ഥാനമെന്ന പദവി നഷ്ടപ്പെട്ടില്ലല്ലോ. അതു തന്നെ ഭാഗ്യം, എന്ന് ആശ്വസിച്ചു, തിരുവനന്തപുരം നിവാസികൾ.

ഒരർത്ഥത്തിൽ സുകൃതം ചെയ്ത നഗരമാണ് തിരുവനന്തപുരം. പ്രകൃതി സൗന്ദര്യവും സാംസ്കാരിക പാരമ്പര്യവും ഭരണാധികാരികളുടെ സന്തത സാമീപ്യവുംകൊണ്ട് അനുഗൃഹീതം.

തിരുവനന്തപുരം ഇന്ന്

പഴമയെ തീരെ കൈവിടാതിരിക്കാനും പുതുമയെ സഹർഷം സ്വാഗതം ചെയ്യാനും സദാസന്നദ്ധമാണ് അനന്തപുരി.

വേണാടിന്റെ (തിരുവിതാംകൂർ) അധീശശക്തിയുടെയും ആത്മീയചൈതന്യത്തിന്റെയും പ്രഭവസ്ഥാനമായ കോട്ടയ്ക്കകത്തെ ശ്രീപത്മനാഭസ്വാമി ക്ഷേത്രത്തിന്റെ തിരുസന്നിധിയിൽനിന്ന് നാലു ദിക്കിലേക്കും ശ്രദ്ധിക്കൂ. പടിഞ്ഞാറ് കഷ്ടിച്ചു മൂന്നു കി മീ അകലെ സദാ തിരക്കൈകളാൽ നഗരതീരങ്ങളെ തഴുകിത്താലോലിക്കുന്ന അറബിക്കടൽ - ശംഖുമുഖം കടലോരം. കിഴക്ക്, അത്രയകലെയല്ലാതെ നഗരമദ്ധ്യത്തിലൂടെ കുണുങ്ങിയോടുന്ന കിള്ളിയാറും കരമനയാറും. അവസാനത്തെ വേണാട്ടരചന്റെ ആസ്ഥാനമായിരുന്ന കവടിയാർ കൊട്ടാരത്തെ ലക്ഷ്യമാക്കി നീണ്ടു നിവർന്നു കിടക്കുന്ന രാജവീഥി. വടക്കു പടിഞ്ഞാറായി വേളി കായലും അല്പമകലെയായി വേണാടിന്റെ പഴയ തായ്‌വേരായ തൃപ്പാപ്പൂരും പരിസരങ്ങളും. ഏതാണ്ട് ഒരായിരം വർഷങ്ങളുടെ പഴക്കവും പാരമ്പര്യവും അവകാശപ്പെടാവുന്ന ഈ പ്രാചീന തലസ്ഥാനം നാൾക്കുനാൾ പുതുമയെ വാരിപ്പുണർന്ന് പ്രസന്നവതിയായി ത്തന്നെ നിലകൊള്ളുന്നു. ശ്രീപത്മനാഭൻ കുടികൊള്ളുന്ന കോട്ടയ്ക്കു പിന്നിൽ, പഴയ രാജകൊട്ടാരങ്ങളും പ്രഭു ഭവനങ്ങളും രാജവാഴ്ചയെ അയവിറക്കി, മോഹഭംഗം നിഴലിക്കുന്ന മുഖഭാവത്തോടെ നില്ക്കുന്ന ബ്രാഹ്മണഗ്രാമങ്ങളും ഇടത്തരം നായർത്തറവാടുകളും ഒരിക്കൽ ചരിത്രം തുടിച്ചുനിന്ന ആ തെരുവീഥികളും ഭവനങ്ങളുമെല്ലാം രാജവാഴ്ചയുടെ നഷ്ടശിഷ്ടങ്ങൾ പോലെയുണ്ട്. എന്തിനേറെ, ആ കിഴക്കേകോട്ട നോക്കൂ, വിണ്ടിളകി, വീഴാനിനി അധികകാലം വേണ്ട. പത്മതീർത്ഥം അഴുക്കടിഞ്ഞുകൂടി, പരിസര മലിനീകരണമുണ്ടായപ്പോൾ ഈയടുത്തകാലത്ത് കുളം വറ്റിച്ച് ശുദ്ധീക

രിച്ചു. എന്നിട്ടെന്താ വിശേഷം? കോട്ടയ്ക്കകത്തും ചുറ്റും ഉള്ള രാജകൊട്ടാരങ്ങളും ഊട്ടുപുരയും നെല്പുരയുമെല്ലാം കല്യാണമണ്ഡപങ്ങളും പൊതു സ്ഥാപനങ്ങളും സ്വകാര്യസ്ഥാപനങ്ങളുമായി മാറിയിട്ട് വർഷങ്ങൾ കഴിഞ്ഞു. അമ്മവീടുകൾ പലതും വിദ്യാലയങ്ങളും മറ്റ് ഓഫീസുകളുമായി. ക്ഷേത്രത്തിനു സമീപം തന്നെയുണ്ട് വിദേശമദ്യശാലകൾ. പാത്രക്കുളം തിയേറ്ററായി. 'പുത്തരിക്കണ്ടം' എക്സിബിഷൻ ഗ്രൗണ്ടും ട്രാൻസ്പോർട്ട് ഗ്യാരേജും മറ്റു പലതുമായി. ക്ഷേത്രസന്നിധിപരിസരങ്ങൾ തിരക്കിട്ട കച്ചവടസ്ഥലങ്ങൾ. പഴയ ചാലക്കമ്പോളം നിന്നു തിരിയാനിടമില്ലാത്ത വ്യാപാരകേന്ദ്രമായി.

നഗരദൃശ്യങ്ങൾ

കിഴക്കേക്കോട്ടയിൽനിന്നും കവടിയാർ കൊട്ടാരത്തിലേക്കും അതു കഴിഞ്ഞും കടന്നുപോകുന്ന രാജവീഥിക്കിരുപാടും പഴയതും പുതിയതുമായ ബഹുനില മന്ദിരങ്ങൾ, വ്യാപാരശാലകൾ, ഓഫീസുകൾ, പുത്തൻകച്ചേരി (ഗവൺമെന്റ് സെക്രട്ടേറിയറ്റ്) എന്നിങ്ങനെ തലസ്ഥാനനഗരത്തിനാവശ്യമായ അസംഖ്യം സ്ഥാപനങ്ങൾ. നഗരമദ്ധ്യത്തിൽ തന്നെയാണ് നൂറ്റാണ്ടു പഴക്കമുള്ള രാജകീയ കലാലയവും യൂണിവേഴ്സറ്റി ആസ്ഥാനവും. അടുത്തും അകലെയുമായി ഉന്നത ചികിത്സാ സൗകര്യമുള്ള അനേകം ആശുപത്രികൾ, മെഡിക്കൽ കോളേജ്, എൻജിനീയറിങ് കോളേജ് എന്നിവ. നഗരഭരണത്തിന്റെ ചുമതല വഹിക്കുന്ന നഗരസഭാമന്ദിരവും തൊട്ടടുത്ത്. വിശാലമായ വളപ്പിനുള്ളിൽ തെന്നിന്ത്യയിലെ ഏറ്റവും നല്ല മൃഗശാലയും മ്യൂസിയവും. തൊട്ടടുത്ത് ആർട്ട് ഗ്യാലറിയും. തൊട്ടെതിർവശത്ത് നക്ഷത്രബംഗ്ലാവ്. അതിനുമപ്പുറം വെല്ലിങ്ടൺ വാട്ടർ വർക്സ്.

അയ്യൻകാളി പ്രതിമ മൂകസാക്ഷിയായി നില്ക്കുന്ന വെള്ളയമ്പലം സ്ക്വയറിൽനിന്ന് ഇടത്തോട്ടുള്ള രാജവീഥിക്കരികിൽ രാജ്ഭവൻ, പിന്നെയും കഷ്ടിച്ച് ഒരു കി മീ പിന്നിടുമ്പോൾ കവടിയാർ കൊട്ടാരം. കഴിഞ്ഞ നൂറ്റാണ്ടിന്റെ പ്രാരംഭം മുതൽ തിരുവിതാംകൂർ രാജകുടുംബത്തിന്റെ ആസ്ഥാനം. ശ്രീമൂലംതിരുനാളും ശ്രീചിത്തിരതിരുനാളും രാജ്യം ഭരിച്ചിരുന്നത് കവടിയാർ കുന്നിൻ മുകളിൽ സ്ഥിതി ചെയ്യുന്ന, വാസ്തുശില്പചാതുരിയുടെ ഉദാത്തമാതൃകയായ കവടിയാർ കൊട്ടാരത്തിൽ നിന്നാണ്.

സാംസ്കാരിക പാരമ്പര്യം

തിരുവിതാംകൂർ രാജകുടുംബം എക്കാലത്തും കലകൾക്കും കലാകാരന്മാർക്കും അർഹിക്കുന്ന സ്ഥാനവും പദവിയും നല്കി പ്രോത്സാഹിപ്പിച്ചിരുന്നു. മാർത്താണ്ഡവർമ്മ മഹാരാജാവിന്റെയും ധർമ്മരാജാവിന്റെയും മറ്റും രക്ഷാധികാരത്തിൽ ധാരാളം കവികളെയും കലാകാരന്മാരെയും വളർത്തിയെടുത്തു. അങ്ങനെ മലയാളഭാഷയ്ക്കു കിട്ടിയ വരദാനങ്ങളാണ് കുഞ്ചൻ നമ്പ്യാരും രാമപുരത്ത് വാര്യരും മറ്റും.

കലകളുടെയും കലാകാരന്മാരുടെയും സുവർണ്ണദശയായിരുന്നു സ്വാതിതിരുനാളിന്റെ ഭരണകാലം. എല്ലാ കേരളീയ കലകൾക്കും രാജപരിലാളനം ലഭിച്ചിരുന്നു. രാജകുടുംബത്തിന്റെ ഒരാഘോഷച്ചടങ്ങുമായി ബന്ധപ്പെട്ട നവരാത്രി ഉത്സവത്തിന്റെ ആസ്ഥാനമാണ് പൂജപ്പുര മണ്ഡപവും മുടവൻമുകൾ കൊട്ടാരവും. മുടവൻമുകൾ കൊട്ടാരം ഏതാണ്ട് നിലംപരിശായിക്കഴിഞ്ഞു. പൂജപ്പുരയിലെ സെന്തൽ മൗണ്ട് പാലസ് മറ്റൊരു സ്ഥാപനമായി മാറിക്കഴിഞ്ഞു.

ജനാധിപത്യ പ്രക്ഷോഭത്തിന്റെ വേലിയേറ്റത്തിൽ മ്യൂസിയം സ്ക്വയറിലെ സേതുപാർവതീ ഭായി തമ്പുരാട്ടിയുടെ പ്രതിമയും തമ്പാനൂർ സി പി സത്രത്തിനു മുന്നിലെ സർ. സി പിയുടെ അർദ്ധകായ പ്രതിമയും തച്ചുടയ്ക്കപ്പെട്ടെങ്കിലും രാജവാഴ്ചക്കാലത്ത് തെക്കേതെരുവിൽ കൊട്ടാരത്തിനു സമീപം സ്ഥാപിക്കപ്പെട്ട ശ്രീചിത്തിരതിരുനാളിന്റെ പൂർണ്ണകായ പ്രതിമയും പുത്തൻകച്ചേരിക്ക് അഭിമുഖമായി നില്ക്കുന്ന സർ. ടി മാധവറാവുവിന്റെ പൂർണ്ണകായ പ്രതിമയും രാജവാഴ്ചയുടെ സൽഗുണങ്ങളുടെ സൂചനയെന്നോണം ബാക്കി നില്ക്കുന്നുണ്ട്. ഒരർത്ഥത്തിൽ പ്രതിമകളുടെ നഗരമാണിന്ന് തിരുവനന്തപുരം.

ജനായത്തഭരണം മുന്നേറിയപ്പോൾ സ്ഥാപിച്ചവയാണ് ഹജൂർ കച്ചേരി വളപ്പിലെ വേലുത്തമ്പി ദളവയുടെയും അക്കൗണ്ട് ഓഫീസ് വളപ്പിലെ സ്വദേശാഭിമാനി രാമകൃഷ്ണപിള്ളയുടെയും പ്രതിമകൾ. പഴയ, നിയമസഭാ മന്ദിരമായ വിക്ടോറിയാ ജൂബിലി ടൗൺ ഹാളിനു മുന്നിലെ പട്ടം താണുപിള്ളയും സർവ്വകലാശാലമന്ദിരത്തിനു മുന്നിലെ കുമാരനാശാനും യൂണിവേഴ്സിറ്റി സ്റ്റേഡിയത്തിനു മുന്നിലെ സുഭാഷ് ചന്ദ്രബോസും വെള്ളയമ്പലം സ്ക്വയറിലെ അയ്യൻകാളിയും യൂണിവേഴ്സിറ്റി ലൈബ്രറിക്കുമുന്നിലെ ഉള്ളൂർപ്രതിമയും രാജ്ഭവനെതിരെ അക്കാമ്മ ചെറിയാനും മ്യൂസിയത്തിനടുത്ത് സി കേശവനും സ്ഥാനംപിടിച്ചിരിക്കുന്നു. കിഴക്കേക്കോട്ടയ്ക്കു സമീപമാണ് ഗാന്ധി പ്രതിമ. നിയമസഭാ മന്ദിരവളപ്പിൽ സ്ഥാപിച്ചിട്ടുള്ള ഇ എം എസിന്റെ പ്രതിമയും പരാമർശം അർഹിക്കുന്നു. ഇവ കൂടാതെ പിന്നെയുമുണ്ട് ധാരാളം പ്രതിമകൾ.

പ്രാചീനവും ആധുനികവുമായ ഒട്ടേറെ ആരാധനാലയങ്ങൾ, വിവിധ മതക്കാരുടേതായി നഗരാ

തിർത്തിക്കകത്തും പ്രാന്തപ്രദേശങ്ങളിലുമായി നിലകൊള്ളുന്നു.

മറ്റ് ആരാധനാലയങ്ങൾ

ശ്രീപത്മനാഭ സ്വാമിക്ഷേത്രത്തിനു പുറമേ ഹൈന്ദവരുടേതായി പേരൂർ ശ്രീകൃഷ്ണ സ്വാമി ക്ഷേത്രം, കരമന ത്രിവിക്രമംഗലം ക്ഷേത്രം, (ലാസ്യവിലാസവതികളായ നർത്തകിമാരുടെയും ഗായകരുടെയും രൂപഭംഗിയാർന്ന ശിലാവിഗ്രഹങ്ങളുള്ള ഈ ക്ഷേത്രം 12-ാം നൂറ്റാണ്ടിലേത്. കരമയാറിന്റെ തീരത്ത്), തൃപ്പാപ്പൂർ ക്ഷേത്രം എന്നീ പ്രധാന വിഷ്ണു ക്ഷേത്രങ്ങളും വലിയശാല ശിവക്ഷേത്രം, പഴയ ശ്രീകണ്ഠേശ്വരം ക്ഷേത്രം, പുതിയ ശ്രീകണ്ഠേശ്വരം ക്ഷേത്രം, ശ്രീവരാഹം ക്ഷേത്രം, പഴവങ്ങാടി ഗണപതി ക്ഷേത്രം, ഹനുമാൻ കോവിൽ, ശംഖുമുഖം ദേവിക്ഷേത്രം, ആറ്റുകാൽ ദേവി ക്ഷേത്രം (ആറ്റുകാൽ പൊങ്കാല പ്രസിദ്ധം), ഉള്ളൂർ സുബ്രഹ്മണ്യ സ്വാമി ക്ഷേത്രം, തമ്പാനൂർ സുബ്രഹ്മണ്യക്ഷേത്രം, തൈയ്ക്കാട് ശാസ്താം കോവിൽ, തിരുവല്ലം പരശുരാമ ക്ഷേത്രം (പരശുരാമ പ്രതിഷ്ഠയുള്ള ഏക ക്ഷേത്രം) തൊഴുവൻകോട് ചാമുണ്ഡീക്ഷേത്രം എന്നിവയും പ്രസിദ്ധം.

ക്രിസ്തീയ മതവിഭാഗത്തിന്റെ ആരാധനാലയങ്ങളും ധാരാളമുണ്ട്. ഒന്നര നൂറ്റാണ്ടിലേറെ പഴക്കമുള്ള പാളയത്തെ സെന്റ് ജോസഫ് കത്തീഡ്രലും പള്ളിയിലെ ഊക്കൻ മണിമേട അലങ്കരിക്കുന്ന ക്രിസ്തുദേവപ്രതിമയും ശ്രദ്ധേയം. തുറയിലെ സെന്റ് ആന്റണീസ് ചർച്ചിന് നാന്നൂറു വർഷത്തിലേറെ പഴക്കമുണ്ട്. വെട്ടുകാട്ടുള്ള വിശുദ്ധ മാതാവിന്റെ പള്ളിയുടെ പിൻഭാഗത്ത് ഒരു പീഠത്തിൽ സ്ഥാപിച്ചിട്ടുള്ള യേശുക്രിസ്തുവിന്റെ പ്രതിമ ഒരു പ്രധാന ആകർഷണ കേന്ദ്രമാണ്. മ്യൂസിയം ജങ്ഷനു സമീപമുള്ള എൽ എം എസ് ചർച്ചിനും വളരെ പഴക്കവും പ്രസിദ്ധിയുമുണ്ട്.

തിരുവനന്തപുരം കടലോരത്തെ 'ബീമാപള്ളി' ദക്ഷിണേന്ത്യയിലെ പ്രസിദ്ധമായ ഒരു മുസ്ലീം തീർത്ഥാടന കേന്ദ്രമാണ്. നിത്യേന ജാതിമതഭേദമെന്യേ ധാരാളം വിശ്വാസികൾ ഇവിടെ പ്രാർത്ഥനയ്ക്കെത്തുന്നു. വർഷം തോറുമുള്ള ചന്ദനക്കുടമഹോത്സവം ആഘോഷപൂർവ്വം കൊണ്ടാടുന്നു.

ഭാരതത്തിന്റെ മതമൈത്രിയുടെ ഏറ്റവും പ്രകടമായ ഒരുജ്ജ്വല മാതൃകയാണ് പാളയം ജങ്ഷനിൽ, രക്തസാക്ഷി മണ്ഡപത്തിനു സമീപം അടുത്തടുത്തു സ്ഥിതി ചെയ്യുന്ന മൂന്ന് വ്യത്യസ്ത ആരാധനാലയങ്ങൾ. റോഡിനപ്പുറം സെന്റ് ജോസഫ്സ് കത്തീഡ്രൽ, ഇപ്പുറം മുഗൾ ശില്പമാതൃകയിൽ സമീപകാലത്ത് പണി തീർത്ത മുസ്ലീം പള്ളി, പള്ളിച്ചുവരിനോട് ചേർന്ന് ഏറെ പഴക്കമുള്ള ഗണപതിക്ഷേത്രം, ഈ മൂന്ന് ആരാധനാലയങ്ങളും യാതൊരു അലോസരമവുമെന്യേ ഭക്തജനങ്ങൾക്ക് ആരാധനാ സൗകര്യമേർപ്പെടുത്തുന്നു.

ഭക്തി ഒരുതരം ശീലമോ വികാരമോ ഫാഷനോ ആയിക്കഴിഞ്ഞിട്ടുള്ള ഈ തലസ്ഥാന നഗരത്തിൽ ബഹുഭൂരിപക്ഷം സർക്കാർ ജീവനക്കാരുൾപ്പെടുന്ന ജനസഞ്ചയത്തിന് ഒഴിവുസമയം പോക്കാനും പാപങ്ങൾക്ക് പ്രായശ്ചിത്തം തേടാനുമെല്ലാം ഈ ആരാധനാലയങ്ങൾ ഏറക്കുറെ അനുപേക്ഷണീയമായിട്ടുണ്ടിപ്പോൾ.

എത്രയേറെ മന്ദിരശ്രേണികളും ഊടുവഴികളും ഗതാഗതത്തിരക്കുമുണ്ടെങ്കിലും നഗരത്തിലേതു ഭാഗത്തും ഒരല്പം ഹരിതഭംഗി കാണാതിരിക്കില്ല. ചോലമരങ്ങൾ മാത്രമല്ല ഈ ഹരിതഭംഗിക്കു നിദാനം. അതുപോലെ, കേരളത്തിലെ മറ്റു നഗരങ്ങളെ അപേക്ഷിച്ച് ഏറെ ശുചിത്വവും ഭംഗിയും നിലനിർത്തുന്നു.

നഗരത്തിനകത്തും പുറത്തുമുള്ള വിനോദ സഞ്ചാരകുതുകികളെ ആകർഷിക്കുന്ന ചുരുക്കം ചില കേന്ദ്രങ്ങളാണ് വേളീക്കായലും കായലോരത്ത് കലാപരമായി സംവിധാനം ചെയ്ത ഉദ്യാനവും ശില്പ നിർമ്മിതികളും നഗരഹൃദയത്തിലെ മൃഗശാലയും മ്യൂസിയവും ആർട്ട് ഗ്യാലറിയും വാട്ടർ വർക്സും ശ്രീപത്മനാഭസ്വാമി ക്ഷേത്രവും ശംഖുമുഖം കടലോരവും മറ്റും.

സ്വാതിതിരുനാളിന്റെ കാലം

ധർമ്മരാജാവിന്റെ ഭരണകാലം മുതൽക്കേ സാഹിത്യ സംഗീതാദി കലകളിൽ തലസ്ഥാന നഗരം കൂടുതൽ പ്രശസ്തി ആർജ്ജിച്ചു തുടങ്ങി. അപ്പോഴേക്കും രാജ്യതലസ്ഥാനം പൂർണ്ണമായും പത്മനാഭപുരത്തു നിന്നും തിരുവനന്തപുരത്തേക്ക് മാറ്റിക്കഴിഞ്ഞിരുന്നു. തദനുസരണം അവിടെ നടത്തിയിരുന്ന പല ഉത്സവാഘോഷങ്ങളും തിരുവനന്തപുരത്തായി. നവരാത്രി ഉത്സവത്തോടനുബന്ധിച്ച് സംഗീത സദസ്സുകൾ, വാക്യാർത്ഥ സദസ്സുകൾ എന്നിവ നടത്തിവന്നതിനാൽ ദക്ഷിണേന്ത്യയിലെ പ്രശസ്തഗായകരും പണ്ഡിതരുമെല്ലാം പങ്കെടുത്തിരുന്നു. കുഞ്ചൻ നമ്പ്യാർ, ഉണ്ണായി വാര്യർ തുടങ്ങിയവർ പാർപ്പുറപ്പിച്ചിരുന്നു. ലക്ഷ്മീഭായി, പാർവ്വതീഭായി എന്നീ റാണിമാരുടെ (1810-1829) ഭരണകാലത്തും സാംസ്കാരികമായ ഒരുണർവ്വ് സംജാതമായി. ഇംഗ്ലീഷ് വിദ്യാഭ്യാസത്തിന് കൂടുതൽ പ്രചാരണം ലഭിച്ചതും ഇക്കാലത്താണ്.

കലകളുടെ സുവർണ്ണകാലം

കലകളുടെ സുവർണ്ണദശയായിരുന്നു സ്വാതിതിരുനാളിന്റെ കാലം. മികച്ച സംഗീത

ജ്ഞനും കവിയുമായിരുന്നു അദ്ദേഹം. കർണ്ണാടക സംഗീതത്തിലും ഹിന്ദുസ്ഥാനി സംഗീതത്തിലും ഒരുപോലെ അഗാധപാണ്ഡിത്യം നേടിയ സ്വാതിതിരുനാൾ രചിച്ച ഇരുന്നൂറിൽപ്പരം കീർത്തനങ്ങൾ സംഗീത സാഹിത്യരംഗത്തെ വിലപ്പെട്ട സംഭാവനകളാണ്. ഭാരതത്തിന്റെ വിവിധ ഭാഗങ്ങളിൽനിന്നും വിവിധ ഭാഷകളിൽ, സംഗീതത്തിൽ വൈദഗ്ദ്ധ്യം തെളിയിച്ചിട്ടുള്ള അനേകം കലാകാരന്മാർ സ്വാതി തിരുനാളിന്റെ സംഗീത സദസ്സിൽ ഉണ്ടായിരുന്നു.

ശ്രീപത്മനാഭ സ്വാമിക്ഷേത്രത്തിന്റെ ഓരം ചേർന്ന് സംഗീതസാന്ദ്രമായി പുത്തൻമാളിക 150 വർഷത്തെ ചരിത്രം പേറി ഇന്നും സജീവമായി നിലകൊള്ളുന്നു. ശ്രീപത്മനാഭ സ്വാമിക്ഷേത്രത്തിന്റെ തെക്കുവശത്തായി രംഗവിലാസം കൊട്ടാരത്തിനും കൃഷ്ണവിലാസം കൊട്ടാരത്തിനും സമീപത്തായി തലയുയർത്തി നില്ക്കുന്ന, കുതിരമാളിക എന്നും അറിയപ്പെടുന്ന ഈ കൊട്ടാരം കലയുടെ കലവറയാണ്. ദാരുനിർമ്മിതമായ 122 കുതിരകൾ മച്ചിനെ താങ്ങിനിർത്തിയിരിക്കുന്നു. വാസ്തുവിദ്യകലയുടെ അത്ഭുതലോകം. ബ്രിട്ടീഷ് മേല്ക്കോയ്മയുടെ സമ്മർദ്ദത്താൽ രാജ്യഭരണം ക്ലേശകരമാക്കിയ നാളുകളിൽ സ്വന്തം ഹൃദയവ്യഥ ലഘൂകരിക്കാൻ, സ്വാതി തിരുനാൾ മഹാരാജാവ് കണ്ടെത്തിയ അഭയസ്ഥാനമാണ് കുതിരമാളിക. സംഗീതനൃത്തസപര്യകളിലും ശ്രീപത്മനാഭ പ്രകീർത്തനങ്ങളിലും മുഴുകി അവസാന നാളുകൾ കഴിച്ചുകൂട്ടിയത് ഇവിടെയാണ്.

സ്വാതിതിരുനാളിന്റെ സംഗീതസാഹിത്യ സദസ്സിലെ ഏറ്റവും തിളക്കമേറിയ വ്യക്തിയായി ഇന്നും പരിഗണിക്കപ്പെടുന്ന നാമധേയമാണ്, ഇരയിമ്മൻ തമ്പി. നിരവധി കൃതികൾ രചിച്ച ഇരയിമ്മൻ തമ്പി സ്വാതിതിരുനാളിന്റെ ആസ്ഥാനകവിയായിരുന്നു.

പ്രജാക്ഷേമത്തിനുവേണ്ടിയുള്ള ദൂരവ്യാപകവും നവീനവുമായ പല ഭരണനടപടികൾക്കും സ്വാതിതിരുനാൾ തുടക്കംകുറിച്ചു. കൊല്ലത്തു നിന്ന് ഹജ്ജൂർ കച്ചേരിയും മറ്റ് സർക്കാരാഫീസുകളും കോട്ടയ്ക്കകത്ത്, തന്റെ കൊട്ടാരത്തിനു സമീപമുള്ള ഒരു കെട്ടിടത്തിലേക്ക് മാറ്റി സ്ഥാപിക്കുക വഴി ഭരണം കൂടുതൽ കാര്യക്ഷമമാക്കാൻ കഴിഞ്ഞു. അഴിമതി നിവാരണത്തിലും നീതിന്യായ പരിപാലനത്തിലും നിതാന്ത ശ്രദ്ധ പതിപ്പിച്ചു. പടിപടിയായി ഇംഗ്ലീഷ് വിദ്യാഭ്യാസം സാർവ്വത്രികമാക്കാനും തുടക്കംകുറിച്ചു. തിരുവനന്തപുരം നക്ഷത്രബംഗ്ലാവ് സ്ഥാപിച്ചതും ഹസ്തലിഖിത ഗ്രന്ഥാലയത്തിന് ആരംഭം കുറിച്ചതും സ്വാതിതിരുനാളായിരുന്നു.

തിരുവനന്തപുരത്ത് സർക്കാർ അച്ചുകൂടം സ്ഥാപിച്ചത് ശ്രദ്ധേയമായ മറ്റൊരു ഭരണ നടപടി ആയിരുന്നു; ഇന്നത്തെ ഗവൺമെന്റ് പ്രസ്. ഈ സന്ദർഭത്തിൽ പ്രസ്തുത മുദ്രണാലയത്തിന്റെ മേലധികാരിയും മലയാള ഗദ്യസാഹിത്യത്തിലെ മുടിചൂടാമന്നനുമായ സി വി രാമൻ പിള്ളയെപ്പറ്റി പ്രസ്താവിക്കേണ്ടതുണ്ട്.

അനന്തപുരിയുടെ ഇന്നത്തെ വിദ്യാഭ്യാസ പുരോഗതിക്കും സാഹിത്യപരിപോഷണത്തിനും സാംസ്കാരിക വികസനത്തിനും ദീർഘവീക്ഷണത്തോടുകൂടിയ പ്രവർത്തനങ്ങളിലേർപ്പെട്ടശേഷം കാലയവനികയ്ക്കുള്ളിൽ മറഞ്ഞ ചില മഹാരഥന്മാരെ സ്മരിക്കാതെ ഈ തലസ്ഥാനനഗരത്തിന്റെ ചരിത്രം പൂർണ്ണമാകുകയില്ല. പ്രഥമ ഗണനീയൻ, കേരളവർമ്മ വലിയ കോയിത്തമ്പുരാൻ തന്നെ.

ആധുനിക മലയാളഗദ്യത്തിന്റെ പിതാവും സാഹിത്യനിരൂപണപ്രസ്ഥാനത്തിന്റെ പ്രോദ്ഘാടകനുമാണ് ഇദ്ദേഹം. 1845 ഫെബ്രുവരി (കൊല്ലവർഷം 1020 കുംഭം 10 ന്) ചങ്ങനാശ്ശേരി ലക്ഷ്മീപുരം കൊട്ടാരത്തിൽ അംബികാദേവിയുടെയും തളിപ്പറമ്പ് മുല്ലപ്പള്ളി നമ്പൂതിരിയുടെയും മകനായി ജനിച്ചു. സംസ്കൃതം, മലയാളം, ഇംഗ്ലീഷ് എന്നീ ഭാഷകളിൽ നന്നേ ചെറുപ്പത്തിലേ പ്രാവീണ്യം നേടി. 15-ാം വയസ്സിൽ റാണി ലക്ഷ്മീഭായിയെ വിവാഹം കഴിച്ച ശേഷം, കേരളവർമ്മ വലിയ കോയിത്തമ്പുരാനായി അറിയപ്പെട്ടു. ആയില്യം തിരുനാളിന്റെ കാലത്ത് വിദ്യാഭ്യാസപരിഷ്കരണത്തിനുവേണ്ടി രൂപീകരിച്ച പാഠപുസ്തകക്കമ്മിറ്റിയുടെ അദ്ധ്യക്ഷനെന്ന നിലയിൽ, മലയാള ഭാഷയ്ക്കും സാഹിത്യത്തിനും നല്കിയ സംഭാവനകൾ അമൂല്യങ്ങളാണ്. ഗദ്യശാഖയ്ക്ക് പ്രാധാന്യം ലഭിക്കത്തക്കവിധം ശ്രദ്ധേയമായ *മഹച്ചരിതസംഗ്രഹം, സന്മാർഗ്ഗപ്രദീപം, വിജ്ഞാന മഞ്ജരി, അക്ബർ* (ആഖ്യായിക) എന്നിങ്ങനെ അസംഖ്യം ഗ്രന്ഥങ്ങൾ കേരളവർമ്മ വലിയ കോയിത്തമ്പുരാൻ രചിച്ചു. *മയൂരസന്ദേശം* എന്ന സന്ദേശകാവ്യം ഇക്കൂട്ടത്തിൽ വേറിട്ടു നില്ക്കുന്നു. അക്കാലത്ത് സാഹിത്യരംഗത്ത് ഏറെ ഒച്ചപ്പാടുണ്ടാക്കിയ 'ദ്വിതീയാക്ഷരപ്രാസവാദ'ത്തിന്റെ ഉപജ്ഞാതാവും പ്രയോക്താവുമായിരുന്നു അദ്ദേഹം. ഇതേച്ചൊല്ലി അനന്തിരവനായ എ ആർ രാജരാജവർമ്മയുമായി ഉണ്ടായ വാദകോലാഹലങ്ങൾ പ്രസിദ്ധം. 1090 കന്നി മാസം 6-ാം തീയതി ദിവംഗതനായി.

സംസ്കൃതത്തിലും മലയാളത്തിലും അഗാധമായ പാണ്ഡിത്യം കൊണ്ടും ഭാഷാസ്വാധീനംകൊണ്ടും അദ്വിതീയനായ എ ആർ രാജരാജവർമ്മ കേരള പാണിനി എന്ന പേരിൽ അറിയപ്പെട്ടിരുന്നു. 1863 ഫെബ്രുവരിയിൽ ചങ്ങനാശ്ശേരി ലക്ഷ്മീപുരം കൊട്ടാരത്തിൽ ജനിച്ചു. അച്ഛൻ വാസുദേവൻ നമ്പൂതിരി, അമ്മ കുഞ്ഞിക്കാവു തമ്പുരാട്ടി. അമ്മാവനായ വലിയ കോയിത്തമ്പുരാനോടൊപ്പം തിരുവനന്തപുരത്തായിരുന്നു പഠനവും താമസവും. ബിരുദവും, സംസ്കൃതത്തിൽ ബിരുദാനന്തരബിരുദവും നേടിയശേഷം, പാഠശാലാപരിശോധകനായും തുടർന്ന് സംസ്കൃതകോളേജ് പ്രിൻസിപ്പലായും

സേവനം അനുഷ്ഠിച്ചു. തുടർന്ന് മഹാരാജാസ് കോളേജിൽ (ഇന്നത്തെ യൂണിവേഴ്സിറ്റി കോളേജിൽ) ദ്രാവിഡഭാഷകളുടെ പ്രൊഫസറായി.

സാഹിത്യത്തിലും കാവ്യരചനയിലും കാലോചിതമായ മാറ്റങ്ങൾ ആവശ്യമാണെന്ന് വിശ്വസിച്ചു എ ആർ അതുകൊണ്ടുതന്നെ രചനയുടെ രൂപഭദ്രതയെക്കാൾ ഭാവഭദ്രതയ്ക്ക് വിലകല്പിച്ചതിന്റെ പരിണതഫലമാണ് 'ദ്വിതീയാക്ഷരപ്രാസവാദവും' മറ്റും. മലയാളഭാഷയ്ക്കും സാഹിത്യത്തിനും സുദൃഢമായ ഒരു അടിത്തറ പടുത്തുയർത്തുന്നതിനുവേണ്ടി മലയാള വ്യാകരണത്തിലും അലങ്കാര ശാസ്ത്രത്തിലും ആദ്യമായി ചില ആധികാരിക ഗ്രന്ഥങ്ങൾ രചിച്ചത് അദ്ദേഹമാണ്. *കേരള പാണിനീയം, ഭാഷാഭൂഷണം, വൃത്തമഞ്ജരി, ശബ്ദശോധിനി, സാഹിത്യസാഹ്യം, പ്രഥമ വ്യാകരണം, മദ്ധ്യമവ്യാകരണം* തുടങ്ങിയവ. ഇതിനുംപുറമേ *മലയ വിലാസം, മണിദീപിക, പ്രസാദമാല* എന്നിങ്ങനെ പല ഗ്രന്ഥങ്ങളുടെയും കർത്താവുകൂടിയാണ് അദ്ദേഹം.

മഹാപ്രഭാതമ്പുരാട്ടിയായിരുന്നു. സഹധർമ്മിണി. 1093 മിഥുനം 4 ന് അദ്ദേഹം നിര്യാതനായി.

സി വി രാമൻ പിള്ള (1858–1922)

ഏറെക്കാലം ജ്വലിച്ചുനിന്ന്, ക്രമേണ അസ്തപ്രഭമായി, അവസാനം കാലത്തിന്റെ കറുത്ത യവനികയ്ക്കുള്ളിലേക്ക് എന്നെന്നേയ്ക്കുമായി മറഞ്ഞുകഴിഞ്ഞ ഒരു കാലഘട്ടത്തെ-രാജപ്രതാപകാലത്തെ സ്വന്തം കല്പനാവൈഭവത്തിൽ പുനരാവിഷ്കരിച്ച് മഹത്തരങ്ങളായ ചരിത്രാഖ്യായികകളിലൂടെ അനന്തര തലമുറയ്ക്ക് സംഭാവനചെയ്ത പ്രതിഭാശാലിയായിരുന്നു സി വി രാമൻപിള്ള.

സി വി തിരുവനന്തപുരത്ത് പടിഞ്ഞാറെ ക്കോട്ടവാതിലിനടുത്ത് കൊച്ചുകണ്ണച്ചാർ വീട്ടിൽ ജനിച്ചു. കൊട്ടാരം ജീവനക്കാരായിരുന്നു മാതാപിതാക്കൾ. 1906 ൽ ഗവ. പ്രസ് സൂപ്രണ്ടായി. 1912 ൽ ഉദ്യോഗത്തിൽ നിന്നും വിരമിച്ചശേഷം സാഹിത്യപ്രവർത്തനങ്ങളിൽ കൂടുതൽ ശ്രദ്ധ പതിപ്പിച്ചു.

'കേരള സ്കോട്ട്' എന്ന അപരനാമത്തിലും അറിയപ്പെട്ട സി വി രാമൻപിള്ള വിഖ്യാതങ്ങളായ അനേകം ചരിത്രാഖ്യായികകൾ രചിച്ചു– *മാർത്താണ്ഡവർമ്മ, ധർമ്മരാജാ, രാമരാജ ബഹദൂർ* തുടങ്ങിയവ. കൂടാതെ *പ്രേമാമൃതം* എന്ന നോവലും ധാരാളം പ്രഹസനങ്ങളും രചിച്ചിട്ടുണ്ട്.

സി വി യുടെ സമകാലികനും 'ശബ്ദതാരാവലി' എന്ന മലയാളം നിഘണ്ടുവിന്റെ കർത്താവുമായ ശ്രീകണ്ഠേശ്വരം ജി പത്മനാഭപിള്ള (1864–1946) യുടെ നാമധേയം പ്രത്യേകം ശ്രദ്ധാർഹം. സി വി യുടെ സമകാലികരായി സാഹിത്യസേവനം നടത്തിയിരുന്ന രണ്ട് പ്രശസ്ത കവികളാണ് വെളുത്തേരി കേശവൻ വൈദ്യനും പെരുന്നല്ലി കൃഷ്ണൻ വൈദ്യനും. കേശവൻ വൈദ്യന്റെ ജന്മസ്ഥലം മണക്കാട് ആണ്. തിരുവനന്തപുരം നഗരപ്രാന്തത്തിലെ മുട്ടത്തറ എന്ന സ്ഥലത്ത് ജനിച്ച പെരുന്നല്ലി കൃഷ്ണൻ വൈദ്യൻ (1863–1894) പ്രശസ്തനായ ഒരു ഭാഷാ കവിയായിരുന്നു.

മലയാളി മെമ്മോറിയൽ

ഭരണരംഗത്തെ അനീതിക്കും അക്രമത്തിനും എതിരെ ഉയർന്നു വന്ന ജനരോഷത്തിന്റെ ക്രമാനുഗതമായ വളർച്ചയുടെയും വികാസപരിണാമങ്ങളുടെയും ആത്യന്തിക ഫലമത്രേ തിരുവിതാംകൂറിലെ ജനായത്തഭരണം. സംസ്ഥാനത്ത് ഉയർന്ന ഉദ്യോഗങ്ങളിൽ നിയമിതരാകാൻ വേണ്ട വിദ്യാസമ്പന്നർ ധാരാളമുള്ളപ്പോഴാണ് രാജ്യത്തിനു പുറത്തുള്ളവരെ, വിശിഷ്യാ തമിഴ് ബ്രാഹ്മണരെ നിയമിച്ചിരുന്നത്. ഇതിനെതിരെ ഉയർന്ന പ്രതിഷേധമാണ് 'മലയാളി മെമ്മോറിയൽ.' 1891 ൽ മഹാരാജാവിന് സമർപ്പിക്കപ്പെട്ട ഈ നിവേദനത്തിൽ നാനാജാതി മതസ്ഥരായ പതിനായിരക്കണക്കിന് തിരുവിതാംകൂർ പൗരന്മാർ ഒപ്പിട്ടിരുന്നു.

ജനങ്ങളുടെ രാഷ്ട്രീയബോധത്തെ തട്ടിയുണർത്താൻ പ്രേരകമായ സംരംഭങ്ങളായിരുന്നു മലയാളി മെമ്മോറിയലും ഈഴവ മെമ്മോറിയലും. ഇവയ്ക്ക് രണ്ടിനും തൃപ്തികരമായ പ്രതികരണം ഉണ്ടായില്ലെന്നു മാത്രമല്ല; കാര്യങ്ങൾ പഴയപടി തുടരുകയും ചെയ്തു. സാധാരണ ജനങ്ങളിൽ രാജവാഴ്ചയ്ക്കെതിരെ വിദ്വേഷം വളർത്താൻ ഈ സംഭവങ്ങൾ പ്രേരകമായി. ശ്രീമൂലംതിരുനാളിന്റെ ഭരണകാലത്ത് ദിവാൻ പി രാജഗോപാലാചാരിയുടെ ദുർഭരണത്തിനെതിരായി കെ രാമകൃഷ്ണപിള്ള (സ്വദേശാഭിമാനി) രചിച്ച ലേഖനങ്ങൾ ഒരു തുറന്ന വെല്ലുവിളിയായിത്തന്നെ ഭരണകേന്ദ്രങ്ങൾ കണ്ടു. തൽഫലമായി 1911 സെപ്തംബർ മാസത്തിൽ കെ രാമകൃഷ്ണപിള്ളയെ നാടുകടത്തുകയും *സ്വദേശാഭിമാനി* പത്രം കണ്ടുകെട്ടുകയും ചെയ്തു.

രാഷ്ട്രീയ പരിണാമങ്ങൾ

ഇന്ത്യൻ നാഷണൽ കോൺഗ്രസ് തിരുവിതാംകൂറിൽ പ്രവർത്തനമാരംഭിച്ചു. 1919 ൽ എ കെ പിള്ള, വി അച്യുതമേനോൻ തുടങ്ങിയ ഉത്സാഹശാലികളായ യുവാക്കൾ മുൻകൈയെടുത്ത് തിരുവനന്തപുരത്ത് ഒരു കോൺഗ്രസ് കമ്മിറ്റി രൂപീകരിച്ചു. വിദേശവസ്ത്ര ബഹിഷ്കരണം ആരംഭിച്ചു. ദിവാൻ രാഘവയ്യയുടെ കാലത്ത് കോളേജുകളിൽ ഫീസ് വർദ്ധിപ്പിച്ചതിനെതിരായി പൊട്ടിപ്പുറപ്പെട്ട വിദ്യാർത്ഥി പ്രക്ഷോഭണത്തെ (1922) അടിച്ചമർത്തിയ നടപടി ജനങ്ങളെ രോഷാകുലരാക്കി. കൂട്ടത്തിൽ, അയിത്താചാരത്തിനെതിരെ നടന്ന വൈക്കം സത്യഗ്രഹവും: 1929 ൽ

തിരുവനന്തപുരത്തു വച്ചു നടന്ന നാട്ടുരാജ്യപ്രജാ സമ്മേളനം ഇന്ത്യൻ സംസ്ഥാനങ്ങളിൽ ഉത്തര വാദഭരണം നടപ്പിലാക്കണമെന്നാണവശ്യപ്പെടുന്ന പ്രമേയം പാസാക്കി. 1931 ൽ യൂത്ത് ലീഗ് രൂപീകരിക്കപ്പെട്ടു. 1931 ലെ നിയമലംഘനപ്രസ്ഥാനം തിരുവിതാംകൂറിലും വ്യാപിച്ചു.

1932 ലെ ഭരണഘടനാ പരിഷ്കാരങ്ങളോടുള്ള പ്രതിഷേധം 'നിവർത്തന പ്രക്ഷോഭണ'മെന്ന പേരിൽ ആരംഭിക്കുകയുണ്ടായി. പിന്നോക്ക വിഭാഗങ്ങൾക്ക് ജനസംഖ്യാനുപാതികമായി നിയമസഭയിൽ സ്ഥാനം ലഭിക്കണമെന്ന ആവശ്യം നിഷേധിക്കപ്പെട്ടതിനെത്തുടർന്ന് നിവർത്തന പ്രക്ഷോഭണം കൊടുമ്പിരിക്കൊണ്ടു. സംയുക്ത രാഷ്ട്രീയ സമിതി 1938 ഫെബ്രുവരിയിൽ തിരുവിതാംകൂർ സ്റ്റേറ്റ് കോൺഗ്രസ് എന്ന പുതിയ സംഘടനയായി രൂപാന്തരപ്പെട്ടു.

രാജവാഴ്ചയുടെ (ദിവാൻ ഭരണത്തിന്റെയും) ഉരുക്കു മുഷ്ടിയിലമർന്ന് പിടഞ്ഞ തിരുവിതാംകൂറിനെ മെല്ലെ ജനാധിപത്യഭരണവ്യവസ്ഥയിലേക്ക് മോചിപ്പിച്ചെടുക്കാൻ വേണ്ടിവന്ന ഭഗീരഥ ശ്രമങ്ങൾക്ക് നേതൃത്വം നല്കിയ പ്രസ്ഥാനങ്ങളും വ്യക്തികളും പലരുണ്ട്. കാലാകാലങ്ങളിൽ അവർ നടത്തിയ ചില ധീരമായ നടപടികളാണ് സ്വാതന്ത്ര്യസമര പരിപാടികൾക്ക് ആക്കം കൂട്ടിയത്. അക്കൂട്ടത്തിൽ ചിലരെപ്പറ്റി മാത്രം സൂചിപ്പിക്കാം.

ജി പരമേശ്വരൻ പിള്ള (ജി പി പിള്ള)

1864 ഫെബ്രുവരി 26 ന് തിരുവനന്തപുരത്തിനടുത്ത് പള്ളിപ്പുറത്ത് ജനിച്ചു. വിദ്യാഭ്യാസ കാലത്തു തന്നെ ദിവാൻ ഭരണത്തിനെതിരായ നിശിതമായ വിമർശനങ്ങൾ പ്രസിദ്ധീകരിച്ചു. ഇംഗ്ലണ്ടിലെ വിദ്യാഭ്യാസ കാലത്തു തന്നെ അദ്ദേഹത്തിന്റെ ലേഖനങ്ങൾ ശ്രദ്ധേയമായി. ഇന്ത്യയിൽ മടങ്ങിയെത്തിയതിനുശേഷം ദേശീയ നേതാക്കളുടെ ഉറ്റമിത്രമായി വർത്തിച്ചു. മലയാളി മെമ്മോറിയലിന്റെ സൂത്രധാരൻ ജി പി ആയിരുന്നു. ആംഗലസാഹിത്യകാരന്മാരെപ്പോലും വെല്ലുന്ന ആംഗലഭാഷാശൈലി, വാഗ്ധോരണി, അദമ്യമായ സ്വാതന്ത്ര്യാഭിനിവേശം, ആദർശധീരനായ പത്രാധിപ പ്രതിഭ, സർവ്വോപരി നിസ്വാർത്ഥമായ ജനസേവനവ്യഗ്രത. 1903 ഒക്ടോബർ 21 ന് നിര്യാതനായി. അദ്ദേഹത്തിന്റെ പുത്രന്മാരിലൊരാളാണ് ജി പി ശേഖർ.

ഇരുപതാം നൂറ്റാണ്ടിന്റെ ആദ്യദശകങ്ങളിൽ അന്തർദ്ദേശീയ തലത്തിൽ ഇന്ത്യൻ സ്വാതന്ത്ര്യത്തിനുവേണ്ടി വ്യത്യസ്തമായ രീതിയിൽ പ്രവർത്തിച്ച് പ്രശസ്തി നേടിയ ഒരു വിപ്ലവകാരി ഡോ. ചെമ്പകരാമൻപിള്ളയുടെ ജന്മദേശവുമാണ് തിരുവനന്തപുരം. യൂറോപ്പിൽ ഉന്നത വിദ്യാഭ്യാസം നേടി, ആദ്യം ഇറ്റലിയിലും പിന്നീട് ജർമ്മൻ സർവ്വകലാശാലയിലും. ജർമ്മൻ ഭാഷയിൽ നേടിയ പ്രാവീണ്യവും രാഷ്ട്രീയമായ കർമ്മകുശലതയും കൊണ്ട് ജർമ്മനിയിലെ പൊതുജീവിതത്തിൽ സുപ്രധാനമായ ഒരു സ്ഥാനം നേടി. അക്കാലത്ത് ബർലിനിലെ ഇന്ത്യക്കാരെ സംഘടിപ്പിച്ച് ഇന്ത്യൻ ഇൻഡിപെൻഡൻസ് കമ്മിറ്റി രൂപീകരിച്ചു. ഇന്ത്യൻ ദേശീയ സംഘത്തിന്റെ സമ്മേളനം 1915 ൽ ബർലിനിൽ കൂടി. ബ്രിട്ടീഷ് വിരുദ്ധ ശക്തികളുടെ സഹായത്തോടു കൂടി ഇന്ത്യൻ സ്വാതന്ത്ര്യത്തിനുവേണ്ടി ഒരു സായുധസമരം സംഘടിപ്പിക്കുകയായിരുന്നു ലക്ഷ്യം. 1919 ൽ വിപ്ലവകാരികൾ കാബൂളിൽ സംഘടിപ്പിച്ച സ്വതന്ത്ര ഭാരത സർക്കാരിന്റെ വിദേശകാര്യമന്ത്രി ഡോ. ചെമ്പകരാമൻ പിള്ളയായിരുന്നു. 1934 മേയ് 26 ന് പ്രഷ്യൻ ആശുപത്രിയിൽ വെച്ച് നിര്യാതനായി.

തിരുവിതാംകൂർ സ്റ്റേറ്റ് കോൺഗ്രസിന്റെ സ്ഥാപക നേതാക്കളിലൊരാളും സ്വാതന്ത്ര്യസമരത്തിലെ മുന്നണിപ്പടയാളിയും മുഖ്യമന്ത്രിയുമായിരുന്ന പട്ടം താണുപിള്ള (1885-1970) 1885 ജൂലൈ 15 ന് തിരുവനന്തപുരത്ത് ജനിച്ചു. 1928 ൽ തിരുവിതാംകൂർ നിയമസഭാംഗം. 1938 ൽ സ്റ്റേറ്റ് കോൺഗ്രസ് സ്ഥാപിച്ചതു മുതൽ 14 വർഷക്കാലം ആ സംഘടനയുടെ പ്രസിഡന്റായിരുന്നു. ആദ്യത്തെ ജനകീയ മന്ത്രിസഭയിൽ മുഖ്യമന്ത്രിയായി. (1948 മാർച്ച്). പിന്നീട് കക്ഷി മത്സരങ്ങളും അധികാര മത്സരങ്ങളും മൂലം മുഖ്യമന്ത്രിപദം രാജിവെച്ചു. 1954 ൽ തിരുകൊച്ചി മുഖ്യമന്ത്രി (1949 ഫെബ്രു) 1962 ൽ പഞ്ചാബ് ഗവർണ്ണർ. 1964 ൽ ആന്ധ്രാ ഗവർണ്ണർ 1967 ൽ ഗവർണ്ണർ സ്ഥാനത്തുനിന്നും വിരമിച്ചു. 1970 ജൂലൈ 26 ന് പട്ടത്ത് ഭഗവതീമന്ദിരത്തിൽ വച്ച് നിര്യാതനായി.

ആ തലമുറയിൽപ്പെട്ട അഭിവന്ദ്യനേതാക്കൾ പലരുണ്ട്. ടി എം വർഗ്ഗീസ്, സി കേശവൻ, പറവൂർ ടി കെ നാരായണപിള്ള, പനമ്പിള്ളി ഗോവിന്ദമേനോൻ എന്നിങ്ങനെ.

രാജവാഴ്ചയുടെ പല നൂറ്റാണ്ടുകൾ കണ്ടറിഞ്ഞ തിരുവനന്തപുരം ജനായത്തഭരണത്തിന്റേതായ നന്മതിന്മകൾ അനുഭവിക്കുകയാണിപ്പോൾ. ജനാധിപത്യത്തിന്റെ കാവൽഭടന്മാരെന്നു നടിക്കുന്ന രാഷ്ട്രീയക്കാരും മന്ത്രിപുംഗവന്മാരുമെല്ലാം ചേർന്ന് അനുദിനം കാട്ടിക്കൂട്ടുന്ന വികൃതികൾ അങ്കലാപ്പോടെ നോക്കിനില്ക്കുകയാണ് ഈ നഗരം.

തിരുവനന്തപുരം ഒരു വൻകിട വാണിജ്യകേന്ദ്രമല്ല, വെറും സർക്കാർ ഓഫീസുകളെയും അനുബന്ധ തൊഴിലുകളെയും ആശ്രയിച്ചു കഴിയുന്ന ജനങ്ങൾ, നൂറ്റാണ്ടുകൾക്കു മുമ്പ് രാജവാഴ്ചക്കാലത്തെ പരിമിതമായ ജനസംഖ്യക്കു വേണ്ടി പണിത തെരുവീഥികൾ ജനപ്പെരുപ്പം ക്രമാതീതമായി വർദ്ധിച്ച

പ്പോൾ ഗതാഗതക്കുരുക്കുകളുടെ മരണക്കെണിക ളായി. ജനസംഖ്യ നാൾക്കുനാൾ പെരുകുന്നതോടെ നഗരം നാലുചുറ്റുമുള്ള ഗ്രാമപ്രദേശങ്ങളിലേക്ക് കൈയെത്തിപ്പിടിച്ച് വളർന്ന് വ്യാപിക്കാനുള്ള വ്യഗ്രതയാണിന്ന്.

നഗരഹൃദയത്തിൽ നിന്നകന്നുമാറി നില കൊണ്ട പഴയ കവലകൾ പലതും അതിവേഗം ഉപനഗരങ്ങളായി മാറിക്കൊണ്ടിരിക്കുകയാണ്. തിരുവനന്തപുരം നഗരസഭയുടെയും തിരുവനന്തപുരം വികസന അതോറിറ്റിയുടെയും (ട്രിഡ) കഴിവും കണക്കുകൂട്ടലുകളും മറികടന്നുകൊണ്ട് നഗരം വളരുകയാണ്. അതിവേഗം. കേശവദാസപുരവും ഉള്ളൂരും പേട്ടയും മണക്കാടും കരമനയും പാപ്പനംകോടും തിരുമലയും ശാസ്തമംഗലവും വട്ടിയൂർക്കാവും പേരൂർക്കടയും മണ്ണന്തലയുമെല്ലാം ഉപനഗരങ്ങളായി രൂപാന്തരം പ്രാപിക്കുന്നു. ഇതിനുപുറമെ ഗവൺമെന്റ് ഏജൻസികൾ നേരിട്ട് നിർമ്മിച്ചവയും, അല്ലാതെയും രൂപംകൊള്ളുന്ന ഹൗസിങ് കോളനികൾ അനേകം, പല പേരുകളിൽ, നഗറുകൾ ഫ്ളാറ്റ് സംസ്കാരവും ഈ നഗരത്തിൽ അതിവേഗം വ്യാപിക്കുകയാണ്.

തിരുവനന്തപുരം പ്രശാന്തവും മനോഹരവും സൗകര്യപ്രദവുമായിരുന്നു അഞ്ചാറ് പതിറ്റാണ്ടുകൾക്കുമുമ്പ്. ഇന്ന് ആ സ്ഥിതി മാറി. ഇതെങ്ങനെ സംഭവിച്ചു. ഒന്നാമത് അനിയന്ത്രിതമായ ജനപ്പെരുപ്പം. മറ്റൊന്ന് തദനുസരണം ആധുനിക ജീവിത സൗകര്യങ്ങൾ ഏർപ്പെടുത്തുന്നതിലുണ്ടാകുന്ന അപര്യാപ്തതയും കാലവിളംബവും. കൂടാതെ ദീർഘവീക്ഷണമില്ലാതെയുള്ള വികസന പ്രവർത്തനങ്ങളും.

അങ്ങനെ, ആകെ അസന്തുലിതമായ നഗര സംവിധാനം, അസൗകര്യപ്രദമായ നഗര ജീവിതം, അപലപനീയമായ ജീവിത സാഹചര്യങ്ങൾ ഇവയൊക്കെയാണിന്ന് ഈ തലസ്ഥാന നഗരിയുടെ മുഖമുദ്ര. നഗരത്തെ നരകമാക്കി മാറ്റുന്ന ഘടകങ്ങളും മറ്റൊന്നല്ല.

നഗരസഭയ്ക്കാണല്ലോ നഗരഭരണത്തിന്റെ ആത്യന്തികമായ ചുമതല. തിരുവനന്തപുരം നഗരസഭയുടെ കഴിഞ്ഞ ആറു പതിറ്റാണ്ടു കാലം എങ്ങനെയെന്നു നോക്കാം.

1940 ഒക്ടോബർ 30 ന് നിലവിൽവന്ന ഈ സ്വയംഭരണസ്ഥാപനത്തിന്റെ ഉദ്ഘാടനം നിർവ്വഹിച്ചത് ശ്രീ. നൃപേന്ദ്രനാഥ് സർക്കാർ ആയിരുന്നു. ആദ്യത്തെ മേയർ ശ്രീ. ഗോവിന്ദപ്പിള്ള 1942 സെപ്തംബർ 28 ന് തെരഞ്ഞെടുക്കപ്പെട്ടു. തിരുവനന്തപുരത്തിന്റെ 1941 ലെ ജനസംഖ്യയാകട്ടെ, വെറും 1,28,430 മാത്രം. ഇന്ന് ഈ നഗരത്തിന്റെ വിസ്തീർണ്ണം 75 ച കി മീറ്ററിലേറെ. ജനസംഖ്യ ഏഴുലക്ഷത്തിൽപ്പരമായി വർദ്ധിച്ചു. കോർപ്പറേഷന് നഗരമദ്ധ്യത്തിൽത്തന്നെ വിപുലവും മനോഹരവുമായ ആസ്ഥാനമന്ദിരമുണ്ട്. വിവിധ തുറകളിലായി 1800 ൽപ്പരം ജീവനക്കാരും.

സാമൂഹ്യ സമ്പദ് വ്യവസ്ഥ

തികച്ചും കാർഷിക സമ്പദ്വ്യവസ്ഥയായിരുന്നു രണ്ടു മൂന്നു നൂറ്റാണ്ടുകൾക്കു മുമ്പ് തിരുവനന്തപുരത്ത് നിലനിന്നു പോന്നത്. ജനസംഖ്യയിൽ ഭൂരിപക്ഷം നായന്മാർ. പിന്നെ വെള്ളാളർ, ബ്രാഹ്മണർ, പണിയെടുക്കാൻ മാത്രം വിധിക്കപ്പെട്ട അധഃസ്ഥിതരും. സവർണ്ണവിഭാഗത്തിൽ ഏറിയപങ്കും ഭൂവുടമകളായിരുന്നു. ഇടത്തരക്കാരിലധികവും നായർ പട്ടാളത്തിലും സർക്കാരാഫീസുകളിലും പത്മനാഭസ്വാമി ക്ഷേത്രത്തിലും ജീവനക്കാരായിരുന്നു. ഭരണതലത്തിൽ തമിഴ് ബ്രാഹ്മണ മേധാവിത്തമാണ് നിലനിന്നിരുന്നത്. ശ്രീപത്മനാഭസ്വാമിയെയും പത്മനാഭദാസനായ മഹാരാജാവിനെയും സേവിക്കാൻ മദ്രാസ് പ്രവിശ്യയിൽനിന്നും കുടിയേറി പാർത്ത അയ്യർമാരും അയ്യങ്കാർമാരും റാവുമാരും ഉദ്യോഗതലത്തിൽ ഉന്നതശ്രേണികളിൽ വിരാജിച്ചിരുന്നു. നഗരത്തിലെ വാണിജ്യ വ്യാപാര മേഖലകളിൽ വെള്ളാളർ, ചെട്ടിമാർ തുടങ്ങിയവർക്കായിരുന്നു ആധിപത്യം.

രാജവാഴ്ചയുടെ അന്ത്യദശകങ്ങളിൽ ഭൂസ്വത്തും കൃഷിയും സർക്കാർ ജീവനവുമൊക്കെയായി നല്ല രീതിയിൽ കഴിഞ്ഞിരുന്ന കുടുംബങ്ങൾ ശാഖോപശാഖകളായി വിഭജിക്കപ്പെട്ടുകഴിഞ്ഞിരുന്നു. ഉദ്യോഗം തേടി തിരുവനന്തപുരത്തെത്തിയ മറ്റു ദേശക്കാർ, തദ്ദേശീയ വിവാഹങ്ങളിലൂടെ ഇവിടത്തുകാരായി. ഇവരിൽ ചിലർക്കെങ്കിലും വലിയ വീടുകളുമായുള്ള വിവാഹബന്ധം ഉദ്യോഗക്കയറ്റത്തിനുള്ള ചവിട്ടുപടികളായി. (തകഴിയുടെ *ഏണിപ്പടികളിലെ* കേശവപിള്ളമാർ). ഈഴവരാദിയായ ഇതരസമുദായക്കാർക്കും സർക്കാർ സർവ്വീസിൽ പ്രവേശനം സുഗമമായതോടെ ഭരണതലത്തിലെ സവർണ്ണമേധാവിത്തത്തിന് കുറവു വന്നു. ഉദ്യോഗസ്ഥരിൽ ക്രിസ്ത്യാനികളും ഉൾപ്പെട്ടിരുന്നു.

തിരുവിതാംകൂർ-കൊച്ചി സംയോജനത്തോടെ, കൊച്ചി സംസ്ഥാനത്തെ നാനാജാതി മതസ്ഥരായ ഉദ്യോഗസ്ഥരും തിരുവനന്തപുരത്ത് എത്തിപ്പെട്ടു. സംസ്ഥാന പുനഃസംഘടനയെത്തുടർന്ന് മലബാർ ജില്ല കേരളത്തിന്റെ ഭാഗമായതോടെ നമ്പ്യാരും നായരും മറ്റു സമുദായക്കാരും തലസ്ഥാനത്തെ പുത്തൻകൂറ്റുകാരായി പാർപ്പുറപ്പിച്ചു.

സാമൂഹ്യസംവിധാനം ഇന്ന്

കന്യാകുമാരി മുതൽ മഞ്ചേശ്വരം വരെയുള്ള പ്രദേശങ്ങളിൽനിന്നും വന്ന സർക്കാർ ജീവനക്കാരും കച്ചവടക്കാരും മറ്റു തൊഴിലാളികളുമെല്ലാം ചേർന്ന ഒരു ജനസഞ്ചയം തിരുവനന്തപുരത്ത് വാസമുറപ്പി

ച്ചു. സാക്ഷാൽ തിരുവനന്തപുരം നിവാസികളിൽനിന്നും അഞ്ചും പത്തും സെന്റ് ഭൂമി വീതം വാങ്ങി. അവർ സ്വന്തമായി പാർപ്പിടങ്ങൾ നിർമ്മിച്ചു. ചെറുതും വലുതും. അങ്ങനെ മേനോന്മാരുടെയും നമ്പ്യാർമാരുടെയും നസ്രാണിമാരുടെയും മുസ്ലീങ്ങളുടെയും ഈഴവരുടെയും പുലയരുടെയും മറ്റു ജാതിക്കാരുടെയും നവീനഭവനങ്ങൾ ഉയർന്നുപൊങ്ങി. സ്ഥലവാസികളായിരുന്ന പല പഴയ കുടുംബങ്ങളും (ഏറിയകൂറും നായർത്തറവാടുകൾ) ഉള്ളഭൂമി വിറ്റു കിട്ടിയ കാശും വാങ്ങി നഗരപ്രാന്തങ്ങളിലേക്കും ഗ്രാമങ്ങളിലേക്കും കുടിയേറി. വീട്ടുകാർ വരത്തർക്ക് വഴിമാറിക്കൊടുത്തു.

തിരുവനന്തപുരത്തിന്റെ ഈ വളർച്ചയ്ക്ക്, നന്മയ്ക്കായാലും തിന്മയ്ക്കായാലും മുഖ്യകാരണം രാജ്യതലസ്ഥാനം എന്ന പദവി തന്നെ. തിരുവനന്തപുരത്തിന്റെ പ്രകൃതി രമണീയതയും ജീവിത സൗകര്യങ്ങളും അധികാര സാമീപ്യവും ഒക്കെയാണ് ഈ മാറ്റത്തിന് നിദാനം. പൊതുവേ ഹരിതാഭമാണ് നഗരം. തുറസ്സായ സ്ഥലങ്ങൾക്കും പഞ്ഞമില്ല. ശുദ്ധവായുവും ശുദ്ധജലവുമായിരുന്നു തിരുവനന്തപുരത്തിന്റെ മറ്റൊരു ആകർഷണം. ഇതിന് കാലാന്തരത്തിൽ മാറ്റം വന്നിട്ടുണ്ട്. അനന്തപുരിയുടെ രാഷ്ട്രീയ പരിണാമങ്ങളും നഗരത്തിന്റെ ഗതിവിഗതികൾ നിയന്ത്രിക്കുന്ന ഘടകങ്ങളായി. 'തിരുവായ്ക്കെതിർവായ്' ഇല്ലാത്ത രാജഭരണത്തിൽനിന്നു മോചനം നേടിയ ജനസാമാന്യത്തിന് ആശ്വാസവും പ്രതീക്ഷയും വാഗ്ദാനം ചെയ്തുകൊണ്ട് കടന്നുവന്ന ജനാധിപത്യഭരണം, പില്ക്കാലത്ത് തിരുവനന്തപുരത്തിന് വിനയായിത്തീരുന്ന കാഴ്ചയാണ് പിന്നെ നാം കാണുന്നത്,

പാറശ്ശാല മുതൽ മഞ്ചേശ്വരം വരെയുള്ള നിയോജക മണ്ഡലങ്ങളെ പ്രതിനിധാനം ചെയ്യുന്ന എം എൽ എ മാർ, അവർ തെരഞ്ഞെടുക്കുന്ന മന്ത്രിമാർ, പാർട്ടികളും പാർട്ടികൾക്കുള്ളിലെ പാർട്ടികളും അനുയായികളുമെല്ലാം ചേർന്ന പുതിയൊരു രാഷ്ട്രീയ മാർഗ്ഗം (തൊഴിലാളിവർഗ്ഗം പോലെ) എത്ര വേഗമാണ് ഈ നഗരത്തെ കൈയടക്കിയത്! അധികാരത്തിന്റെ അപ്പക്കഷണങ്ങൾ സ്വന്തക്കാർക്കു വേണ്ടി പങ്കിടാനുള്ള തത്രപ്പാടിൽ സത്യവും നീതിയും ധർമ്മാധർമ്മചിന്തയും അവർ കാറ്റിൽപറത്തി. അധികാരത്തിന്റെ സിരാകേന്ദ്രമായ തലസ്ഥാനമായതുകൊണ്ട് മാത്രം തിരുവനന്തപുരത്ത് തമ്പടിക്കുന്ന രാഷ്ട്രീയ ഭിക്ഷാംദേഹികളിൽ ഭൂരിഭാഗത്തിനും നഗരത്തിന്റെ വളർച്ചയിലോ അഭിവൃദ്ധിയിലോ തെല്ലും താല്പര്യമില്ലെന്നതാണ് വസ്തുത. ഇക്കാര്യത്തിൽ കക്ഷിഭേദമില്ല. (കൂട്ടത്തിൽ ദിവംഗതനായ സി അച്യുതമേനോൻ മാത്രം വ്യത്യസ്തത പുലർത്തുന്നു. അദ്ദേഹം തിരുവനന്തപുരത്തിന്റെ വളർച്ചയ്ക്ക് ആത്മാർത്ഥമായി ശ്രമിച്ചത് രാജ്യതാല്പര്യത്തെ മാത്രം മുൻനിർത്തിയായിരുന്നു (ഉദാ: കെൽട്രോൺ, ശ്രീചിത്രാസെന്റർ തുടങ്ങിയവ).

ഈ പുതിയ രാഷ്ട്രീയപ്പടയെ തീറ്റിപ്പോറ്റാനും ആട്ടിയുറക്കാനും സുഖിപ്പിക്കാനും വേണ്ടി മാത്രം തിരുവനന്തപുരത്തിന് വളരേണ്ടി വന്നു. സ്വന്തം നിലയ്ക്കുള്ള മണിമന്ദിരങ്ങൾ, നക്ഷത്ര ഹോട്ടലുകൾ വിനോദ-വിഹാര സൗകര്യങ്ങൾ- അങ്ങനെ പലതും.

നിയമസഭ സമ്മേളിക്കുന്ന കാലത്തെ തിരുവനന്തപുരം നഗരം ഒന്നു ശ്രദ്ധിക്കൂ. ഉത്തരം താങ്ങുന്ന പല്ലികളെപ്പോലെ തിരക്കു നടിക്കുന്ന മന്ത്രിമാർ എം എൽ എമാർ അവർക്ക് അനുപൂരകമായി നാടിന്റെ നാനാഭാഗങ്ങളിൽനിന്നും കുട്ടിത്തലയിണപോലുള്ള വിയർപ്പുപിടിച്ച ഡയറികളും കക്ഷത്തേന്തി, അനുചരവൃന്ദങ്ങളുടെ അകമ്പടിയോടെ നഗരവീഥികളിലും സ്റ്റാർ ഹോട്ടലുകളിലും എന്തിനേറെ, സെക്രട്ടേറിയേറ്റിന്റെയും മറ്റു സർക്കാരാഫീസുകളുടെയും ഇടനാഴികളിൽപ്പോലും ധൃതിയിൽ ഔദ്ധത്യത്തോടെ നടന്നുനീങ്ങുന്ന 'ഛോട്ടാ നേതാക്കന്മാരുടെ' ബഹളമാണ് അക്കാലത്ത്. പുതിയൊരു ചൂഷകവർഗ്ഗം. ഒരസംബ്ലി സീസൺ കഴിയുമ്പോൾ, മുറജപം കഴിഞ്ഞ പഴയ തിരുവനന്തപുരം പോലെ, ശാന്തമായിരിക്കും ഈ നഗരം.

അധികാരത്തിന്റെ ഈറ്റില്ലം

രാഷ്ട്രീയ ഭിക്ഷാംദേഹികളുടെയും സർക്കാർ ഉദ്യോഗസ്ഥരുടെയും നഗരമായി മാറിക്കഴിഞ്ഞു തിരുവനന്തപുരം. സേവനത്തിന്റെ കാര്യം മറന്ന ഉദ്യോഗസ്ഥപ്പടയും ഭരണനേതൃത്വവും രാഷ്ട്രീയ നേതൃത്വവും എല്ലാം കൂടി പിച്ചിച്ചീന്തിയ പാവം നഗരം!

മനസ്സറിയാതെ പേരുദോഷം പേറുന്ന നഗരമാണിത്. നാടിന്റെ നാനാ ഭാഗത്തുനിന്നും ഇവിടെ വന്ന് പറ്റി, സ്വന്തം തട്ടകങ്ങൾ ഉറപ്പിച്ചവർ റിട്ടയർ ചെയ്താലും നഗരം വിട്ടുപോവുകയില്ല. എന്നാൽ ഇവർക്ക് തിരുവനന്തപുരത്തെയും യഥാർത്ഥ സ്ഥലവാസികളെയും സ്ഥാനത്തും അസ്ഥാനത്തും കുറ്റം പറയാനും പരിഹസിക്കാനും യാതൊരു ഉളുപ്പുമില്ല. 'ശ്രീപത്മനാഭനെ കാലുവാരിയിട്ടവരാണ് തിരുവനന്തപുരത്തുകാർ' എന്നു പരിഹസിക്കുന്ന രാഷ്ട്രീയനേതാക്കൾ വരെയുണ്ട്. എന്തിനേറെ, വെള്ളയുടുത്തവർക്ക് തടുക്കിട്ടു കൊടുക്കുന്നവരാണ് തിരുവനന്തപുരത്തുകാരെന്ന് പരിഹസിക്കുന്ന ഭരണാധികാരികളും നമുക്കുണ്ട്. വടക്കന് തെക്കനെ പുച്ഛം. തെക്കന് (സ്ഥലവാസി) വടക്കനെ പുച്ഛം. നന്മകളെല്ലാം കൈനീട്ടി വാങ്ങാനും തിന്മകളെ പെരുപ്പിച്ചു കാണിക്കാനുമുള്ള വ്യഗ്രത വരത്തരിൽ പ്രകടമാണ്.

ഈ പ്രാചീന തലസ്ഥാന നഗരം നാശോന്മുഖമാകാതെ അഭിവൃദ്ധിപ്പെടണമെങ്കിൽ വരുംകാലങ്ങളിലെ ആവശ്യങ്ങളും പ്രശ്നങ്ങളും കൂടി കണ

ക്കിലെടുത്ത് ദീർഘവീക്ഷണത്തോടു കൂടിയുള്ള സമഗ്രമായ നഗരാസൂത്രണ പദ്ധതികൾ അടിയന്ത രമായി ആവിഷ്കരിച്ച് നടപ്പാക്കിയേ മതിയാവൂ.

പണ്ട് രാജവാഴ്ചക്കാലത്ത്, ഇടപ്രഭുക്കന്മാരു ടെയും രാജകീയ ബന്ധുവൃന്ദങ്ങളുടെയും ഉദ്യോ ഗസ്ഥ പ്രമുഖരുടെയും നായർ പ്രമാണിമാരുടെയും, ഇവരുടെയൊക്കെ ആശ്രിതരായ സാധാരണ ജന ങ്ങളുടെയും നഗരമായിരുന്നു തിരുവനന്തപുരം. ഇന്ന് കന്യാകുമാരി മുതൽ കാസർഗോഡ് വരെയുള്ള പ്രദേശങ്ങളിൽ ജനിച്ച്, ഉപജീവനാർത്ഥം തലസ്ഥാന നഗരയിൽ സ്ഥിരതാമസമാക്കിയ നാനാ ജാതിമത സ്ഥരായ സർക്കാർ ജീവനക്കാരുടെയും ചെറുകിട ബിസിനസുകാരുടെയും രാഷ്ട്രീയോപജീവികളു ടെയും സങ്കേതമാണീ നഗരം. അടുത്ത കാലത്തായി ഉപജീവനാർത്ഥം കേരളമെന്ന ഗൾഫ് തേടി, ബംഗാൾ ആസ്സാം തുടങ്ങിയ അന്യസംസ്ഥാനങ്ങ ളിൽ നിന്നും ചേക്കേറി, ഇവിടത്തെ തൊഴിൽ മേഖ ലയിൽ വമ്പിച്ച സ്വാധീനം ചെലുത്തി, വരുമാനമു ണ്ടാക്കി, നാട്ടിലേക്കയക്കുന്ന ചരശ്ശതം തൊഴിലാളി കളുടെ താവളവുമാണ് ഇന്ന് ഈ നഗരം.

രാഷ്ട്രീയക്കാർക്കും കാലാകാലം ഭരിക്കുന്ന വർക്കും ഈ നഗരത്തിന്റെ വളർച്ചയിലും പുരോഗ തിയിലും അത്ര വലിയ താല്പര്യമുണ്ടെന്ന് തോന്നു ന്നില്ല. എന്നിരുന്നാലും 'വീട്ടുകാർക്കും വിരുന്നു കാർക്കും' തുറന്ന മനസ്സോടെ ആതിഥ്യമരുളുക യാണ് തിരുവനന്തപുരം നഗരം.

10

ചെമ്പഴന്തി മുതൽ തോന്നയ്ക്കൽ വരെ

തന്റെ രാജസിംഹാസനത്തെ ചോദ്യം ചെയ്തുകൊണ്ട് തനിക്കു നേരെ വാളോങ്ങിയ സ്വന്തം സ്യാലന്മാരെ (പപ്പുത്തമ്പി, രാമൻതമ്പി) നിർദ്ദയം വെട്ടിക്കൊന്ന മാർത്താണ്ഡവർമ്മ മഹാരാജാവിന്റെ അടുത്ത ലക്ഷ്യം ശത്രുനിരയ്ക്ക് നേതൃത്വം നല്കിയ എട്ടുവീട്ടിൽ പിള്ളമാരായിരുന്നു.

നേരം പുലരും മുമ്പ് തന്റെ നേർക്കുള്ള വധശ്രമത്തിനും ഗൂഢാലോചനയ്ക്കും നേതൃത്വം നല്കിയ എല്ലാ മാടമ്പിമാരെയും എട്ടുവീട്ടിൽ പിള്ളമാരെയും ബന്ധനസ്ഥരാക്കി. കൽക്കുളം കൊട്ടാരത്തിൽ വച്ച് രാജാവ് ബന്ധനസ്ഥരായ 42 പ്രതികളെയും വിചാരണ നടത്തി. എല്ലാവരും കുറ്റം സമ്മതിച്ചു. രാജ്യദ്രോഹികളെ തൂക്കിക്കൊല്ലുകയല്ലാതെ മാർഗ്ഗമില്ലല്ലോ. കൽക്കുളത്തുനിന്ന് വടക്കുപടിഞ്ഞാറായി സ്ഥിതി ചെയ്യുന്ന 'മുഖമണ്ഡപം' എന്ന സ്ഥലത്തുവച്ച് നായന്മാരെയെല്ലാം തൂക്കിക്കൊന്നു. വിചാരണയും കുറ്റസമ്മതവുമൊക്കെ കഴിഞ്ഞുവെങ്കിലും നാലു ബ്രാഹ്മണരെയും മറ്റും ചിലരെയും തൂക്കിക്കൊന്നില്ല. *മനുസ്മൃതി* പ്രകാരം ബ്രാഹ്മണഹത്യ അനുവദനീയമല്ലല്ലോ. അത് ബ്രഹ്മഹത്യാപാപമാവുകയില്ലേ; എന്താണൊരു പോംവഴി? മാർത്താണ്ഡവർമ്മ വേദശാസ്ത്രപാരംഗതരായ തന്ത്രികളുമായും മറ്റു പണ്ഡിതന്മാരുമായും പര്യാലോചിച്ച് ഒരു പോംവഴി കണ്ടെത്തി. അവരുടെ നെറ്റിയിൽ പട്ടിയുടെ രൂപം പതിച്ച് നാടുകടത്തുക. അങ്ങനെ സമുദായ മദ്ധ്യത്തിൽ അവർ അവഹേളനപാത്രമായി ശിഷ്ടജീവിതം കഴിച്ചുകൊള്ളട്ടെ.

പക്ഷേ, ഇത്തരം ശത്രുസംഹാരയജ്ഞത്തിൽ സ്ത്രീകളുടെയും കുട്ടികളുടെയും കൂട്ടക്കൊല ഒഴിവാക്കി. അവരെ മുക്കുവർക്കു ദാനം ചെയ്തു. അങ്ങനെ ജാതിഭ്രഷ്ടിലൂടെ ആ വംശപരമ്പര അവസാനിക്കുമല്ലോ. അവരുടെ വീടും സ്ഥലങ്ങളും സർക്കാർ കണ്ടുകെട്ടി. ആ മാടമ്പിത്തറവാടുകൾ പൊളിച്ചെടുത്ത വസ്തുക്കൾ ഉപയോഗിച്ച് പത്മനാഭസ്വാമി ക്ഷേത്രത്തിനു സമീപം കുറെ മന്ദിരശ്രേണികൾ പണി കഴിപ്പിച്ചു...

രാജ്യദ്രോഹികളെന്ന് മുദ്ര കുത്തപ്പെട്ട എട്ടുവീട്ടിൽ പിള്ളമാരിൽപ്പെടുന്ന ചെമ്പഴന്തിപ്പിള്ളയുടെയും കഴക്കൂട്ടത്തുപിള്ളയുടെയും അധികാരപരിധിയിൽപ്പെട്ടിരുന്ന ഭൂപ്രദേശങ്ങളിലൂടെ നമുക്കൊന്ന് സഞ്ചരിക്കാം.

തിരുവനന്തപുരത്തുനിന്നും വടക്കോട്ട് കഷ്ടിച്ച് അഞ്ചു കി മീ പിന്നിടുമ്പോൾ ശ്രീകാര്യം ജങ്ഷൻ. പിന്നെയും വലത്തോട്ടു രണ്ടു കി മീ മുന്നോട്ടു പോയാൽ ചെമ്പഴന്തിയായി. ചെമ്പഴന്തിപ്പിള്ളയുടെ പഴയ ആസ്ഥാനം. പക്ഷേ, അന്നത്തെ ചെമ്പഴന്തിയെപ്പറ്റി ആരും ഓർത്തെന്നു വരികയില്ല. ഇന്ന് ചെമ്പഴന്തി അറിയപ്പെടുന്നത് വിശ്വപ്രസിദ്ധിനേടിയ മറ്റൊരു മഹാന്റെ നാമധേയവുമായി ബന്ധപ്പെട്ടാണ്. അവിടെനിന്ന് കിഴക്കോട്ടു പോകുന്ന ഗ്രാമറോഡ് ശ്രീകാര്യം പഞ്ചായത്തിന്റെ ഹൃദയഭാഗത്തേക്ക് നമ്മെ നയിക്കുന്നു. നോട്ടമെത്തുന്നിടത്തെല്ലാം ഫലപുഷ്കലമായ പുരയിടങ്ങൾ, നെൽപ്പാടങ്ങൾ. തെങ്ങും കവുങ്ങും മാവും പ്ലാവും നിറഞ്ഞ തൊടികൾ. പ്രസിദ്ധിപെറ്റ ചെമ്പഴന്തി മാങ്ങയുടെ ജനനിമാരായ തേന്മാവുകൾ. വൃക്ഷങ്ങളില്ലാത്തിടത്തെല്ലാം മരിച്ചീനിയും വാഴയും പച്ചക്കറിത്തോപ്പുകളും സുലഭം.

ശ്രീനാരായണന്റെ ജന്മഗൃഹം

ചെമ്പഴന്തിയിൽ റോഡിന്റെ വടക്കു ഭാഗത്ത് മണക്കൽ ക്ഷേത്രവും സ്കൂളും. ക്ഷേത്രത്തിന് കിഴക്കായി ശ്രീനാരായണഗുരുവിന്റെ ജന്മത്താൽ

അനുഗൃഹീതമായ 'വയൽവാരം' വീട്. ശ്രീകാര്യത്തുനിന്നും വടക്കോട്ടു പോകുമ്പോൾ 'ചെക്കാലമുക്കിൽ' വച്ച് റോഡ് രണ്ടായി തിരിയുന്നു. വലത്തോട്ടുള്ളത് പൗഡിക്കോണത്തേക്കും ഇടത്തോട്ടുള്ളത് മണക്കലേക്കും. ചെമ്പഴന്തി വില്ലേജിന്റെ കിഴക്കുഭാഗങ്ങൾ പൗഡിക്കോണമെന്നും, പടിഞ്ഞാറ് മണക്കലെന്നും അറിയപ്പെടുന്നു. ചെമ്പഴന്തിപ്പിള്ളയുടെ ജന്മദേശമായ മണക്കലാണ് ശ്രീനാരായണന്റെ ജന്മദേശം. ഇടതുവശത്തുള്ള പോത്തൻകോടു റോഡുവഴി ഏതാണ്ട് ഒന്നര കി മീ പിന്നിടുമ്പോൾ മണക്കൽ ക്ഷേത്രവും സ്കൂളും വലതുവശത്തായി കാണാം. ക്ഷേത്രത്തിനു വടക്കു കിഴക്കുള്ള 'വയലുവാര'മെന്ന പുരയിടത്തിൽ അദ്ധ്യാത്മ ശക്തിയുടെയും വിശുദ്ധിയുടെയും പര്യായമെന്നോണം നിലകൊള്ളുന്ന ആ കൊച്ചു കുടിലിലാണ് ശ്രീനാരായണൻ പിറന്നുവീണത്. ഓലമേഞ്ഞ ഒരു പഴയ വീട്. പണ്ട് ഇതൊരു വലിയ വീടായിരുന്നത്രേ. ഇപ്പോൾ 'വടക്കേത്' മാത്രമേ ബാക്കിയുള്ളൂ. മുൻവശത്ത് വിലങ്ങനെ ചില അഴികളും ഒരു ചെറിയ വാതിലും. ഇപ്പോൾ 'ഗുരുകുലം' എന്നാണ് ആ ഭവനം അറിയപ്പെടുന്നത്. പഴയ കുടിലിന് യാതൊരു മാറ്റവും വരുത്താതെ ചുറ്റും അരമതിലിൽ കെട്ടി മുറ്റവും പരിസരവും സംരക്ഷിക്കപ്പെട്ടിട്ടുണ്ട്.

ഗുരുകുലത്തിനു സമീപമുള്ള പുരാതനമായ 'മണക്കൽ' ഭഗവതി ക്ഷേത്രവും ഗുരുകുലംപോലെ ശിവഗിരി മഠത്തിന്റെ ഭരണാധികാരത്തിലാണ് ഇപ്പോൾ. തടിയിലുള്ള ശില്പവേലകൾ (ഭാഗവത കഥകളും മറ്റും) കൗതുകകരമാണ്. നാട്ടുകാർ ഈ ക്ഷേത്രം സ്വാമിക്ക് പണ്ടേ ഇഷ്ടദാനം നല്കിയിരുന്നു. സ്വാമികൾ ജനിച്ചത് വയലുവാരത്താണെങ്കിലും മണക്കൽ ക്ഷേത്രത്തിനു പടിഞ്ഞാറു വശത്തുള്ള ഇലഞ്ഞിക്കൽ വീടാണ് അദ്ദേഹത്തിന്റെ തറവാട്. ചാരിയംകോട്ടുവിള വീട്ടിൽ മാടനാശാന്റെയും കുട്ടിയമ്മയുടെയും മകനായി ചെമ്പഴന്തിയിൽ, വയൽവാരത്തു വീട്ടിൽ ജനിച്ച നാരായണനാണ് പില്ക്കാലത്ത് 'ഒരു ജാതി ഒരു മതം ഒരു ദൈവം മനുഷ്യന്' എന്ന മഹത് സൂക്തം ലോകത്തിന് ഉപദേശിച്ചുകൊടുത്ത സാക്ഷാൽ ശ്രീനാരായണ ഗുരുസ്വാമി.

ചെമ്പഴന്തിപ്പിള്ളയുടെ വീട്

മണക്കൽ ക്ഷേത്രത്തിൽനിന്ന് ഒരു കി മീ കിഴക്ക് ഏലാക്കരയിലാണ് ചെമ്പഴന്തിപ്പിള്ളയുടെ കുടുംബം നിലനിന്നിരുന്നത്. ഇന്നത് കണ്ണങ്കര, കല്ലറത്തല, വേങ്ങോട് എന്നിങ്ങനെ പല ശാഖകളായി പിരിഞ്ഞിട്ടുണ്ട്. കല്ലറത്തലയ്ക്കലായിരുന്നു ചെമ്പഴന്തിപ്പിള്ള താമസിച്ചിരുന്നത്. അവിടെ ചെമ്പഴന്തിപ്പിള്ളയുടെ ആയുധപ്പുരയും എലങ്കവുമുണ്ട്.

ശ്രീകാര്യം ജങ്ഷനിൽനിന്ന് അത്രയകലെയല്ലാതെ സ്ഥിതി ചെയ്യുന്ന മറ്റൊരു ഗ്രാമവും പഴയ വേണാടിന്റെ ചരിത്രത്തിലെ ഒരു സുപ്രധാന കേന്ദ്രമാണ്. പണ്ട് 'തൃപ്പാപ്പൂർ' എന്ന പേരിൽ അറിയപ്പെട്ടിരുന്ന 'തൃപ്പാദപുരം' ഇന്ന് വെറുമൊരു കുഗ്രാമം മാത്രം. തിരുവിതാംകൂർ രാജകുടുംബത്തെ സംബന്ധിച്ചിടത്തോളം പരമപ്രധാനമായ തൃപ്പാപ്പൂരിൽ ഏറെ കാലപ്പഴക്കമുള്ള കൊട്ടാരവും ക്ഷേത്രവുമുണ്ട്. വില്വമംഗലം സ്വാമിയാർ അനന്തൻ കാട്ടിൽ ദർശിച്ച മഹാവിഷ്ണുവിന്റെ തൃപ്പാദം കാണപ്പെട്ടത് ഈ ഗ്രാമത്തിലായിരുന്നത്രേ. രൂപാന്തരപ്പെട്ട തൃപ്പാദപുരം കൊട്ടാരം ഇന്ന് മറ്റാവശ്യങ്ങൾക്കായി ഉപയോഗപ്പെടുത്തിവരുന്നു.

ശ്രീകാര്യം ജങ്ഷനിൽനിന്ന് നാഷണൽ ഹൈവേയിലൂടെ നാലഞ്ചു കിലോമീറ്റർ പിന്നിടുമ്പോൾ കഴക്കൂട്ടമായി. കഴക്കൂട്ടത്തുപിള്ളയുടെ ആസ്ഥാനം. പില്ക്കാലത്ത് രാജകീയ പരിലാളനമേറ്റ പ്രസിദ്ധഗ്രാമം.

കഴക്കൂട്ടം കൊട്ടാരം

പഞ്ചായത്താഫീസിന് സമീപമുള്ള പുരയിടത്തിന്റെ അതിരിൽ മുട്ടി നില്ക്കുകയാണ് അതിവിശാലമായ കുളവും കുളിപ്പുരയും മതിൽക്കെട്ടും. അതിനോട് ചേർന്ന് കെട്ടിടങ്ങളുടെ അവശിഷ്ടങ്ങളും കാണാം. അവയുടെ സ്ഥിതി തുലോം ശോചനീയം. കുളം വളരെ വലുതാണ്. കഴക്കൂട്ടത്തു പിള്ളയുടെ തറവാട് ഇരുന്ന സ്ഥലമാണത്. മാർത്താണ്ഡവർമ്മ ആ തറവാട് തകർത്തെറിഞ്ഞ് കുളം കോരി. കുളത്തോടനുബന്ധിച്ച് ഒരു കൊട്ടാരവും നിർമ്മിച്ചു. ഇത്തരമൊരു പാപപ്രവൃത്തിക്ക് പ്രായശ്ചിത്തമായിട്ടാണ് കുളക്കരയിൽ ചെറുതെങ്കിലും ഭംഗിയുള്ള ശ്രീകൃഷ്ണക്ഷേത്രം നിർമ്മിക്കപ്പെട്ടിട്ടുള്ളത്.

മഹാദേവക്ഷേത്രം

കഴക്കൂട്ടത്തെ സംബന്ധിച്ചിടത്തോളം ഏറ്റവും പ്രാധാന്യമർഹിക്കുന്ന ആരാധനാകേന്ദ്രം, ജങ്ഷനിൽനിന്ന് അല്പം അകലെയായി കിഴക്കുഭാഗത്ത് റോഡരികിലുള്ള മഹാദേവക്ഷേത്രമാണ്. ഏറെ കാലപ്പഴക്കമുള്ള ഒരു ഗംഭീരക്ഷേത്രം. വാസ്തുശില്പത്തിന്റെ മഹത്ത്വം വിളിച്ചോതുന്ന തലയെടുപ്പോടെ ആ ഗ്രാമാന്തരീക്ഷത്തിൽ ഉയർന്നുനില്ക്കുന്ന ശിവക്ഷേത്രത്തിന്റെ പ്രാധാന്യം ഒറ്റനോട്ടത്തിൽ തന്നെ മനസ്സിലാകും. പ്രാചീന കാലത്തിന്റെ ദൃക്സാക്ഷികളായി ഈ കൊട്ടാരവും ക്ഷേത്രവും മാത്രമല്ല കഴക്കൂട്ടത്തിനുള്ളത്, ആ സ്ഥലത്തിന്റെ മാഹാത്മ്യത്തെ സൂചിപ്പിക്കുന്ന ഐതിഹ്യങ്ങളും സ്ഥലങ്ങളും വേറെയുമുണ്ട്. ഒരു 'കലക്കോട്ട്' മഹർഷി തപസ്സിരുന്ന സ്ഥലമായതുകൊണ്ടാണ് കഴക്കൂട്ടത്തിന് ആ പേര് (കലക്കോട്-കലക്കൂട്ടം-കഴക്കൂട്ടം) സിദ്ധിച്ചതെ

ന്നാണ് ഐതിഹ്യം. അതല്ല പോർച്ചുഗീസുകാരുടെ കാലത്ത് നാവിക ഗതാഗതത്തിനാവശ്യമായ 'കഴ കൾ' ഈ പ്രദേശത്ത് ധാരാളമുണ്ടായിരുന്നതിനാ ലാണ് കഴക്കൂട്ടം എന്ന പേര് കിട്ടിയതെന്നും മറ്റൊരു പക്ഷമുണ്ട്.

കുമിളി തീർത്ഥം

കഴക്കൂട്ടം ജങ്ഷനിൽനിന്നും വടക്കു കിഴക്ക് ഏലാക്കരയിൽ ഒരു കുന്നിൻചരിവിലുള്ള നീരുറവ പ്രാചീനത്വവും പ്രസിദ്ധിയുമുള്ളതാണ്. 'കുമിളി തീർത്ഥം' എന്നാണറിയപ്പെടുക. ഊറ്റിൽനിന്ന് ഊറി യിറങ്ങുന്ന ഔഷധഗുണമുള്ള ശുദ്ധജലം അല്പം താഴെ കെട്ടി നിറുത്തി, തീർത്ഥസ്ഥാനമാക്കിയിട്ടു ണ്ട്. ഈ തീർത്ഥത്തിന്റെ പരിസരത്തായിരുന്നു പണ്ട് ഒരു മഹർഷി തപസ്സനുഷ്ഠിച്ചിരുന്നതെന്നാണ് ഐതി ഹ്യം.

അതൊക്കെ പഴയ കഥകൾ. ഇന്ന് ആ പ്രദേ ശങ്ങളുടെ ദൈനംദിന ജീവിതത്തിൽ ശ്രദ്ധിക്കാൻ ഒരു വികസന ബ്ലോക്കും (കഴക്കൂട്ടം) ഏതാനും പഞ്ചായത്തുകളുമുണ്ട്.

വടക്കും കിഴക്കും കഠിനംകുളം കായലും പടി ഞ്ഞാറും തെക്കും തോടുകളും വലയം ചെയ്യുന്ന അസ്സൽ ഒരു ദ്വീപാണ് കഠിനംകുളം പഞ്ചായ ത്തിൽപ്പെട്ട 'ചേരമാൻ തുരുത്ത്.'

യൂണിവേഴ്സിറ്റി സെന്റർ

കഴക്കൂട്ടം വികസന ബ്ലോക്കിന്റെ ആസ്ഥാനം കൂടിയായ കഴക്കൂട്ടത്തിന് സമീപപ്രദേശങ്ങളിലായി അതിപ്രധാനമായ ചില സ്ഥാപനങ്ങളുണ്ട്. പഞ്ചാ യത്തു പ്രദേശത്തേക്ക് കടക്കുന്നിടത്ത് റോഡിനിരു വശവുമായി നിർമ്മിക്കപ്പെട്ടിട്ടുള്ള ഊക്കൻ കെട്ടിട ങ്ങൾ കാര്യവട്ടത്തെ യൂണിവേഴ്സിറ്റി സെന്ററാണ്. ഏതാണ്ട് എഴുന്നൂറ് ഏക്കറോളം സ്ഥലമാണ് കലാ ശാലാകേന്ദ്രത്തിന് നീക്കിവയ്ക്കപ്പെട്ടിട്ടുള്ളത്. വിവിധ പഠനവിഭാഗങ്ങൾക്ക് പ്രത്യേകം കെട്ടിടങ്ങളും ആഫീസും ഹോസ്റ്റലുകളും അതിവിശാലമായ കൃഷിത്തോട്ടങ്ങളും ഒക്കെക്കൂടി ആ സ്ഥലത്തിന് ഒരു ചെറുപട്ടണമാകാനുള്ള സാദ്ധ്യതയുണ്ട്.

സൈനിക സ്കൂൾ

കഴക്കൂട്ടത്തിന് സമീപം 'ചന്തവിള' എന്ന സ്ഥലത്ത് (കഴക്കൂട്ടം-കാട്ടായിക്കോണം റോഡിൽ ഏതാണ്ട് ഒരു കി മീ അകലെ) വർഷങ്ങളായി തരിശു കിടന്ന 'കുരവിളക്കാട്' ഇന്ന് സൈനികസ്കൂ ളിന്റെ ആസ്ഥാനമാണ്. ഏതാണ്ട് 400 ൽപ്പരം ഏക്കർ സ്ഥലത്ത് സൈനിക സ്കൂൾ വക ഹോസ്റ്റലുകളും കെട്ടിടങ്ങളും ക്വാർട്ടേഴ്സും കളിസ്ഥലവുമെല്ലാമു ണ്ട്. കഴക്കൂട്ടം ജങ്ഷനപ്പുറമുള്ള വിട്ടുവിള റോഡിൽനിന്ന് കിഴക്കോട്ട് (കാട്ടായിക്കോണത്തേക്ക്) തിരിയുന്ന റോഡിലാണ് സൈനികസ്കൂളെങ്കിൽ, പടിഞ്ഞാറോട്ടുള്ള കണിയാപുരം റോഡും മറ്റൊരു കേന്ദ്രതല സ്ഥാപനത്തെ കടന്നുപോകുന്നുണ്ട്— തുമ്പ റോക്കറ്റ് വിക്ഷേപണ കേന്ദ്രം. ആറ്റിപ്ര പഞ്ചാ യത്തിൽപ്പെട്ട തുമ്പ ചുരുങ്ങിയ കാലത്തിനുള്ളിൽ അന്താരാഷ്ട്ര പ്രസിദ്ധി നേടിക്കഴിഞ്ഞ ഇന്ത്യയുടെ അഭിമാനപാത്രമായ സ്ഥാപനമാണിപ്പോൾ.

മുടവൂർപ്പാറ ഗുഹാക്ഷേത്രം

കഴക്കൂട്ടത്തുനിന്ന് അല്പം അകലെയായി 'ആലിനേറ' വാർഡിൽപ്പെട്ട 'മുടവൂർപ്പാറ'യും ശ്രദ്ധേ യമാണ്. ശ്രീകാര്യം-പോത്തൻകോട് റോഡിൽ കാട്ടാ യിക്കോണം കവലയ്ക്കിപ്പുറം മുടവൂർപ്പാറ എന്ന സ്ഥലത്ത് റോഡിൽനിന്നും അത്രയകലെയല്ലാതെ കാണുന്ന കൂറ്റൻ പാറക്കെട്ടുകൾ നമ്മെ ആകർഷി ക്കുമെങ്കിലും ആ പാറക്കെട്ടുകളിലൊന്നിൽ ഒരു പ്രാചീന ശിലാ(ഗുഹാ) ക്ഷേത്രമുണ്ടെന്ന വസ്തുത നാം എളുപ്പം ശ്രദ്ധിച്ചെന്നു വരികയില്ല. അസാമാ ന്യമായ നീളവും വീതിയുമുള്ള മുടവൂർപ്പാറയ്ക്ക് 180 അടിയോളം പൊക്കമുണ്ട്. വൻവൃക്ഷങ്ങളും കാട്ടു ചെടികളും ചുറ്റും വളർന്നേറി നില്ക്കുന്നുണ്ട്. പടി കൾ കയറിക്കയറി പാറയുടെ അടിവാരത്തിലെത്താം. ഈ കൂറ്റൻ പാറയുടെ തെക്കെ മുഖപ്പിൽ ഗുഹാസ മാനമായ വിടവുകൾ കാണാം. അതിലാണ് ഗുഹാ ക്ഷേത്രം--ശിവക്ഷേത്രം. പാറയുടെ അടിത്ത ട്ടിൽനിന്ന് അമ്പതടിയോളം പൊക്കമുണ്ട്, ഈ ഗുഹാമുഖത്തിന്. കുത്തനെയുള്ള കൽപ്പടികൾ ചവു ട്ടിക്കയറിവേണം അങ്ങെത്താൻ. ഈ പടിക്കെട്ടുകൾ അവസാനിക്കുന്നിടത്ത് ഏതാണ്ട് 12 അടി നീളം ആറടി വീതിയിൽ വരാന്ത പോലെയുള്ള ഗുഹാമു ഖത്തിന് ഇടത്തും വലത്തുമുള്ള കൽച്ചുവരുകളിൽ ഗണപതിയുടെയും സുബ്രഹ്മണ്യന്റെയും രണ്ടു വലി യരൂപങ്ങൾ കൊത്തിയിട്ടുണ്ട്. മദ്ധ്യമാർഗ്ഗത്തിലൂടെ ഗുഹയ്ക്കുള്ളിലേക്ക് ക്ഷേത്രത്തിനുള്ളിലേക്ക് കട ക്കാം. സമീപകാലത്തായി മുടവൂർപ്പാറയുടെ ഗുഹാക്ഷേത്രവും മാറ്റങ്ങൾക്ക് വിധേയമായിട്ടുണ്ട്.

ഇന്ന് ഒരു മഹാപ്രസ്ഥാനമായി പടർന്ന് പന്ത ലിച്ചു കിടക്കുന്ന എസ് എൻ ഡി പിക്ക് ബീജാ വാപം ചെയ്ത ശ്രീനാരായണ ഗുരു ജനിച്ച ചെമ്പഴ ന്തിയിൽനിന്നു തുടങ്ങി വടക്കോട് മഹാകവി കുമാ രനാശാന്റെ ഭവനം (ആശാൻ സ്മാരകം) സ്ഥിതി ചെയ്യുന്ന തോന്നയ്ക്കലേയ്ക്കുള്ള യാത്രാമദ്ധ്യേ ഈ രണ്ടു മഹാവ്യക്തികളെയും അരുവിപ്പുറത്ത് സന്ദർഭാനുസരണം കൂട്ടിമുട്ടിച്ച് അരുവിപ്പുറം ക്ഷേത്ര കാര്യങ്ങൾ നടത്തുന്നതിനുവേണ്ടി മാത്രം ചെറിയ തോതിൽ രൂപീകരിച്ചിരുന്ന ക്ഷേത്ര ഭരണസമിതിയെ ക്രമേണ ഒരു മഹാപ്രസ്ഥാനമായി വളർത്തിയെടു

ക്കാൻ, വേണ്ട മാർഗ്ഗനിർദ്ദേശവും ബുദ്ധിപരമായ നേതൃത്വവും നല്കിയ മഹാസൂത്രധാരനായ ഡോ. പൽപ്പുവിന്റെ അസാമാന്യവ്യക്തിത്വത്തെപ്പറ്റി ഓർക്കാതിരിക്കാൻ കഴിഞ്ഞില്ല.

ഡോ. പൽപ്പു

ഡോ. പൽപ്പു നേരിട്ടിറങ്ങിയിരുന്നില്ലെങ്കിൽ അരുവിപ്പുറത്തെ നാണുസ്വാമി ശ്രീനാരായണ ഗുരുവായി വളരുമായിരുന്നോ? ഗുരുശിഷ്യനായ കുമാരകവി പ്രസിദ്ധനായ മഹാകവി കുമാരനാശാൻ ആകുമായിരുന്നോ? അരുവിപ്പുറത്തെ ക്ഷേത്രപരിപാലനയോഗം ഇന്നത്തെ എസ് എൻ ഡി പി യായി വളർന്നു വലുതാകുമായിരുന്നോ? എന്തോ? സംശയമാണ്. എല്ലാ വസ്തുതകളും സാഹചര്യങ്ങളും പരിഗണിക്കുമ്പോൾ, ഡോ. പൽപ്പുവിന്റെ സവിശേഷ വ്യക്തിത്വം ഒരു മഹാമേരുവിനൊപ്പം വളർന്നുനില്ക്കുന്നതു കാണാം.

അവർണ്ണനായി ജനിച്ചു പോയതിന്റെ കയ്പ്പേറിയ അനുഭവങ്ങൾ കുട്ടിക്കാലം മുതൽക്കേ പൽപ്പു നേരിട്ടനുഭവിച്ചതാണ്. അവർണ്ണരായതിന്റെ പേരിൽ പിതാവിന് കോടതിയിൽ വ്യവഹരിക്കാനുള്ള അവസരം നിഷേധിക്കപ്പെട്ടു. ബിരുദധാരിയായ സ്വന്തം ജ്യേഷ്ഠന് സർക്കാർ ഉദ്യോഗം നിഷേധിക്കപ്പെട്ടു. വേണ്ടത്ര യോഗ്യതയുണ്ടായിട്ടും ഡോക്ടർ പരീക്ഷയ്ക്ക് പഠിക്കാനുള്ള അവസരം പൽപ്പുവിനു നഷ്ടപ്പെട്ടു. അങ്ങനെ പലതും. അവസാനം മദ്രാസ് മെഡിക്കൽ കോളേജിൽ ചേർന്ന് ഡോക്ടർ പരീക്ഷ പാസായി. ഇത്തരം സാമൂഹ്യമായ അഴിമതിക്കെതിരെ സർവ്വശക്തിയും വിനിയോഗിക്കാൻ തന്നെ അദ്ദേഹം തീരുമാനിച്ചു. സവർണ്ണ വർഗ്ഗത്തോടുള്ള ഒടുങ്ങാത്ത അമർഷവും വിദ്വേഷവും അദ്ദേഹത്തെ ഒരു സാമൂഹ്യവിപ്ലവകാരിയാക്കി.

അവർണ്ണരോടുള്ള സർക്കാരിന്റെ മനോഭാവത്തിൽ മാറ്റം വരുത്താൻ 13146 ഈഴവർ ഒപ്പിട്ട 'ഈഴവ മെമ്മോറിയൽ' എന്ന നിവേദനം 1896 സെപ്തംബറിൽ ശ്രീമൂലംതിരുനാൾ മഹാരാജാവിന് സമർപ്പിച്ചതിനു പിന്നിലെ സൂത്രധാരനും പരികർമ്മിയുമെല്ലാം ഡോ. പൽപ്പു തന്നെ. പ്രസിദ്ധമായ മലയാളി മെമ്മോറിയലിന്റെ പിന്നിലും പൽപ്പുവിന്റെ പ്രേരകശക്തി പ്രകടം. പ്രസിദ്ധ ഭാഷാകവിയായ പെരുന്നല്ലി കൃഷ്ണൻ വൈദ്യരുടെ സഹോദരിയാണ് അദ്ദേഹത്തിന്റെ സഹധർമ്മിണി. വിശ്വപ്രസിദ്ധനായ നടരാജ ഗുരു ദ്വിതീയ പുത്രനാണ്.

ശ്രീനാരായണ ഗുരുവിനെയും കുമാരനാശാനെയും കൂട്ടിയിണക്കി സാമൂഹ്യ മാറ്റത്തിനു വേണ്ടിയുള്ള ഒരു മഹാപ്രസ്ഥാനം (എസ് എൻ ഡി പി) പടുത്തുയർത്തുന്നതിന് ബുദ്ധിപൂർവ്വം കരുക്കൾ നീക്കിയ ഡോ. പൽപ്പുവിന്റെ അനന്യമായ വ്യക്തിപ്രഭാവസ്മരണയിൽ നാം ചെന്നെത്തുന്നത് തോന്നയ്ക്കൽ എന്ന ഗ്രാമത്തിലാണ് - 'കവിത്രയ'ത്തിൽ വ്യത്യസ്ത പുലർത്തുന്ന മഹാകവി കുമാരനാശാന്റെ ജീവിതാന്ത്യകാലം ചെലവിട്ട ഭൂഭാഗ ഭംഗികളിലേക്ക്.

ബ്ലോക്ക് ആസ്ഥാനമായ കഴക്കൂട്ടത്തുനിന്ന് ഏഴെട്ടു മൈൽ വടക്ക് ദേശീയ പാതയിൽ സ്ഥിതിചെയ്യുന്ന തോന്നയ്ക്കൽ ഗ്രാമം മംഗലാപുരം പഞ്ചായത്തിലാണ്. സംഭവബഹുലവും സംഘർഷഭരിതവുമായ പൊതുപ്രവർത്തനങ്ങളിൽനിന്ന് അല്പമൊന്ന് ഒഴിഞ്ഞുമാറി സ്വസ്ഥമായി സകുടുംബം താമസിക്കാൻ ആശാൻ തെരഞ്ഞെടുത്ത സ്ഥലമാണിത്. തത്ത്വചിന്തകനും സമുദായ പരിഷ്കർത്താവുമായിരുന്ന കുമാരനാശാൻ ജനിച്ചത് ചിറയിൻകീഴ് താലൂക്കിലെ കടയ്ക്കാവൂർ വില്ലേജിലാണ്. 1883 ഏപ്രിലിൽ തൊമ്മൻ വിളാകത്ത് കാളിയമ്മയുടെയും നാരായണന്റെയും മകനായി ജനിച്ചു. നാട്ടുനടപ്പനുസരിച്ചുള്ള സംസ്കൃത പഠനത്തിനിടയിൽ കവിതാരചനയും നടത്തിയിരുന്നു. അക്കാലത്ത് യാദൃച്ഛികമായി 'കുമാരു' എന്ന ബാലനെ കണ്ടുമുട്ടിയ നാണുസ്വാമി കുമാരുവിനെ, അന്ന് മൈസൂർ സർക്കാർ സർവ്വീസിൽ ഡോക്ടറായി സേവനം അനുഷ്ഠിച്ചിരുന്ന ഡോ. പൽപ്പുവിന്റെ അടുത്തേക്ക് നിയോഗിച്ചു. തുടർന്ന് ബാംഗ്ലൂരിലും ബംഗാളിലുമായി പഠനം തുടർന്നു. കാവ്യലേഖന രചനകളും മുടക്കിയില്ല. ഇംഗ്ലീഷിലും ബംഗാളിയിലും അറിവു നേടി.

ആദ്ധ്യാത്മിക ചിന്തകളുമായി ബംഗാളിലേക്ക് പോയ കവി മടങ്ങിവന്നത് ലോകപരിചയം നേടിയ ഒരു കർമ്മയോഗിയായിട്ടാണ്. കുമാരു ഡോ. പൽപ്പുവുമൊത്ത് അരുവിപ്പുറത്ത് ശ്രീനാരായണ സന്നിധിയിലെത്തി. അന്ധവിശ്വാസങ്ങളിലും അനാചാരങ്ങളിലും കുരുങ്ങി അധഃസ്ഥിതരായിക്കഴിയുന്ന ഈഴവ സമുദായത്തെ സമുദ്ധരിക്കാനുള്ള പ്രവർത്തനങ്ങളുടെ രൂപരേഖ മൂവരും കൂടി തയ്യാറാക്കി, പ്രവൃത്തിപഥത്തിലേക്കു നീങ്ങി.

"ശ്രീനാരായണധർമ്മ പരിപാലന യോഗം രൂപം കൊണ്ടു." തുടർന്ന് ഗുരുവിനോടൊപ്പം പാർത്തിരുന്ന കുമാരൻ എന്ന 'ചിന്നസ്വാമി' മലയാള കാവ്യമണ്ഡലത്തിൽ സ്ഥാനം പിടിച്ചുകഴിഞ്ഞിരുന്നു.

കുമാരനാശാന്റെ ബഹുമുഖ സേവനങ്ങളുടെ അംഗീകാരമെന്നോണം 1920 ൽ ആശാനെ ഈഴവരുടെ പ്രതിനിധിയായി ശ്രീമൂലം പ്രജാസഭയിലേക്ക് നാമനിർദ്ദേശം ചെയ്യപ്പെട്ടു. ഇതിനകം തന്നെ *വീണപൂവും* മറ്റു പ്രസിദ്ധങ്ങളായ പല കാവ്യങ്ങളും രചിച്ചു കഴിഞ്ഞ ആശാൻ, സമുദായോദ്ധാരകനെന്ന നിലയിലും പ്രശസ്തി നേടി. 45-ാം വയസ്സിൽ കുന്നുകുഴിയിൽ വയലിൽ വീട്ടിൽ കുമാരൻ റൈട്ടറുടെ മകൾ ഭാനുമതിയമ്മയെ വിവാഹം ചെയ്തു. പല പ്രതികൂല സാഹചര്യങ്ങളുണ്ടായിട്ടും ആശാൻ കാവ്യരചന തുടർന്നുകൊണ്ടേയിരുന്നു. *വീണപൂവ്,*

സിംഹപ്രസവം, നളിനി, ലീല, ഗ്രാമവൃക്ഷത്തിലെ കുയിൽ, പ്രരോദനം, ദുരവസ്ഥ എന്നീ കൃതികൾ 1921 നകം പ്രസിദ്ധീകരിക്കപ്പെട്ടു.

1922 ൽ ആശാൻ, തോന്നയ്ക്കലിൽ കുറേ സ്ഥലം വാങ്ങി ഒരു ചെറിയ വീട് വച്ച് സകുടുംബം അങ്ങോട്ടു താമസം മാറ്റി. അവിടെത്തന്നെ, ശാരദാ ബുക്ക് ഡിപ്പോ എന്ന ഒരു പ്രസിദ്ധീകരണാലയം സ്ഥാപിക്കുകയും ചെയ്തു. 1924 ജനുവരിയിൽ പല്ലന വച്ച് ഉണ്ടായ റഡീമർ ബോട്ടപകടത്തിൽ അന്തരിച്ചു.

മഹാകവി കുമാരനാശാന്റെ ഗൃഹം

കഴക്കൂട്ടത്തുനിന്നും ഏഴെട്ടു കിലോമീറ്റർ വടക്കുമാറി മംഗലപുരം പഞ്ചായത്തിൽ സ്ഥിതിചെയ്യുന്ന തോന്നയ്ക്കൽ, മലയാള സാഹിത്യ രംഗത്തെ അവിസ്മരണീയമായ ഒരു സ്ഥലനാമമാണ്. മഹാകവി കുമാരനാശാൻ സ്ഥിരതാമസമാക്കി, കാവ്യവൃത്തിയിലേർപ്പെട്ടിരുന്ന സ്വന്തം വീട് ഇന്നും ആ പറമ്പിലുണ്ട്. ഓലമേഞ്ഞ ഒരു കൊച്ചുവീട്. ആ വീടിനു മുമ്പിൽ തന്നെ ചെറിയൊരു ഷെഡ്ഡുമുണ്ട്. ഒറ്റമുറി. മഹാകവി ഉപയോഗിച്ചിരുന്ന കട്ടിലും മേശയും ചാരുകസേരയും അങ്ങനെ തന്നെ സൂക്ഷിച്ചിട്ടുണ്ട്. മുറിയുടെ ചുവരിൽ മഹാകവി കുമാരനാശാന്റെ ഒരു വലിയ ഛായാ ചിത്രവുമുണ്ട്.

ഇന്ന് തോന്നയ്ക്കലെത്തുന്ന സന്ദർശകന് ആഹ്ലാദം നല്കുന്നവയാണ് പഴയതും പുതിയതുമായ സ്മാരക മന്ദിരങ്ങൾ. ഈ അടുത്ത കാലത്തായി പഴയ സ്മാരക മണ്ഡപത്തിന് ശാപമോക്ഷം ലഭിച്ചിട്ടുണ്ട്. കാലപ്പഴക്കത്തിന്റെ ദൗർബല്യങ്ങൾ മാറ്റി മണ്ഡപമാകെ നവീകരിച്ച് ബലപ്പെടുത്തി മോടി പിടിപ്പിച്ചിട്ടുണ്ട്. 2001 ൽ നിർമ്മിക്കപ്പെട്ട പുതിയ 'അക്ഷരമണ്ഡപ'വും കുമാരനാശാൻ സ്മാരക ദേശീയ ഇൻസ്റ്റിറ്റ്യൂട്ടും തോന്നയ്ക്കലിന്റെ പ്രൗഢിയും ഗാംഭീര്യവും വിളംബരം ചെയ്യുന്ന വിപുലമായ ഗ്രന്ഥശേഖരമുൾക്കൊള്ളുന്ന ഒരു ഗ്രന്ഥശാലയും വിശാലമായ കോൺഫറൻസ് ഹാളും ഈ പുതിയ മന്ദിരത്തിൽ സജ്ജീകരിച്ചിട്ടുണ്ട്.

സ്മാരക മണ്ഡപങ്ങളുടെ മുന്നിൽ, മുമ്പ് തുറസ്സായി കിടന്ന തരിശ് ഭൂമി ഇന്ന് ഹരിതാഭമായ പുൽത്തകിടിയായി രൂപാന്തരപ്പെട്ടിട്ടുണ്ട്. കൂടാതെ പ്രശസ്ത ശില്പി കാനായി കുഞ്ഞിരാമൻ രൂപകല്പന ചെയ്ത താമരക്കുളവും 'കാവ്യശില്പവും' മണ്ഡപത്തിനു മുന്നിൽ പിറവിയെടുക്കുകയാണ്. കൃതഹസ്തനായ ഈ ശില്പിയുടെ കല്പനയിൽനിന്നുയിർക്കൊള്ളുന്ന കാവ്യശില്പം (പ്രതിമ) വിലാസലതികയായ വാസവദത്തയുടേതോ, സാത്വിക ശോഭയാർന്ന നളിനിയുടെതോ? കണ്ടറിയാം.

കുമാരനാശാൻ ജനിച്ച കായിക്കരയിലും ജീവിതാന്ത്യത്തിനു സാക്ഷ്യം വഹിച്ച പല്ലനയിലും മഹാകവിക്ക് ഉചിതമായ സ്മാരകങ്ങളുണ്ട്.

കഴക്കൂട്ടത്തുപിള്ളയും ചെമ്പഴന്തിപ്പിള്ളയുമെല്ലാം ഇന്ന് കാലപ്രവാഹത്തിൽ, ചരിത്രത്തിന്റെ ചവറ്റുകുട്ടയിൽ സ്ഥാനം നേടിക്കഴിഞ്ഞു. എന്നാൽ കേരളീയ ജനസമൂഹത്തിന്റെ മനസ്സിൽ സ്ഥിരപ്രതിഷ്ഠ നേടിക്കഴിഞ്ഞ മഹാകവി കുമാരനാശാന്റെ നാമം അക്ഷയ ഭാസ്സോടെ എക്കാലവും നിലനില്ക്കും സ്മാരകങ്ങളൊന്നും ഇല്ലെങ്കിൽപ്പോലും.

11

ആറ്റിങ്ങലും ശാർക്കരയും

നാഷണൽ ഹൈവേയിൽ തിരുവനന്തപുരത്തിനും കൊല്ലത്തിനും മദ്ധ്യേ, തിരുവനന്തപുരത്തുനിന്നും 33 കി മീ വടക്കുപടിഞ്ഞാറായി സ്ഥിതി ചെയ്യുന്ന ആറ്റിങ്ങൽ മുനിസിപ്പൽ ടൗൺ, തിരുവിതാംകൂർ ചരിത്രത്തിൽ അവിസ്മരണീയമായ സ്ഥാനം നേടിയ ഒരു രാജകീയാസ്ഥാനമായിരുന്നു. അന്നത്തെ ആ പ്രസിദ്ധ ഗ്രാമം ഇന്ന് തിരക്കേറിയ നഗര പ്രദേശം. ചിറയിൻകീഴ് താലൂക്കിന്റെ ആസ്ഥാനമായ ആറ്റിങ്ങൽ ടൗൺ പ്രദേശത്തെ മന്ദിര നിരകളും സർക്കാർ സ്ഥാപനങ്ങളും വിപണന വീഥികളും കാണുമ്പോൾ, നാഗരികഭാവം തോന്നിയേക്കാം. പക്ഷേ, ടൗൺ പ്രദേശം കഴിഞ്ഞാൽ താലൂക്കു മുഴുവൻ ഇടനാടും തീരഭൂമിയും നദിയും കായലും തോടുകളും നിറഞ്ഞ ഗ്രാമമേഖലയാണ്.

താലൂക്കിന്റെ സഹജമായ ഗ്രാമീണ പ്രത്യേകതകളുടെയും താലൂക്ക് ആസ്ഥാനത്തിന്റെ നാഗരികഭാവത്തിന്റെയും എല്ലാം പിന്നിൽ, ഇന്ന് ഏറക്കുറെ വിസ്മൃതിയിലാണ്ടു തുടങ്ങിയ രാജകൊട്ടാരങ്ങളെയോ രാജകീയ സാന്നിദ്ധ്യം സാധാരണമായിരുന്ന പ്രാചീന ക്ഷേത്രങ്ങളെയോ ആരും ശ്രദ്ധിച്ചെന്നു വരില്ല. ഓർക്കുക പോലുമുണ്ടാവില്ല. ആ കൊട്ടാരങ്ങൾ പലതും ഇന്ന് നഷ്ടപ്രതാപത്തിന്റെ അവശിഷ്ടങ്ങളായി നിലകൊള്ളുന്നു.

ആറ്റിങ്ങൽ റാണിമാർ

14-ാം ശതകത്തിന്റെ പ്രാരംഭത്തിൽ കോലത്തിരി രാജവംശത്തിൽ നിന്ന് രണ്ട് റാണിമാരെ വേണാട്ടു രാജവംശത്തിലേക്ക് ദത്തെടുത്തപ്പോൾ, അവർക്കായി നീക്കിവയ്ക്കപ്പെട്ട പ്രദേശങ്ങളാണ് ആറ്റിങ്ങലും സമീപ ഗ്രാമങ്ങളും. ഈ ദത്തെടുക്കലിനുശേഷം വേണാടു രാജകുടുംബത്തിലെ തമ്പുരാട്ടിമാർ, ആറ്റിങ്ങൽ റാണിമാർ (ആറ്റിങ്ങൽ തമ്പുരാക്കന്മാർ) എന്ന പേരിൽ അറിയപ്പെട്ടു തുടങ്ങി. ആറ്റിങ്ങൽ റാണിമാരുടെ പുരുഷസന്താനങ്ങൾക്കു മാത്രമേ വേണാട്ട് കിരീടാവകാശം ഉണ്ടായിരുന്നുള്ളൂ.

ക്രമേണ, ഈ റാണിമാർ, സ്വതന്ത്രമായി ഭരണാധികാരം കയ്യാളുവാനും ഡച്ചുകാരോടും ഇംഗ്ലീഷുകാരോടും കച്ചവട ബന്ധങ്ങൾ പുലർത്താനും അധികാരം സ്ഥാപിക്കാനും തുടങ്ങിയതോടെ തിരുവിതാംകൂർ രാജകുടുംബവുമായി അസ്വാരസ്യങ്ങൾ ഉയർന്നുവന്നു. ഈ വഴിവിട്ട പോക്കിന് ഒരറുതി വരുത്താനെന്നോണം മാർത്താണ്ഡവർമ്മ മഹാരാജാവ് ആറ്റിങ്ങൽ പ്രദേശം പൂർണ്ണമായും തന്റെ ഭരണത്തിൻ കീഴിൽ കൊണ്ടുവന്നു.

വീരശൂര പരാക്രമിയായ മാർത്താണ്ഡവർമ്മ മഹാരാജാവിനെപ്പോലും ധിക്കരിച്ച് നാടു ഭരിക്കാനൊരുമ്പെട്ട ആറ്റിങ്ങൽ റാണിമാരുടെ രാജകൊട്ടാരങ്ങൾ നമുക്കൊന്നു കാണണ്ടേ? വരൂ, ഈ ജങ്ഷനിൽനിന്ന് (ആറ്റിങ്ങൽ ടൗൺ) കഷ്ടിച്ച് ഒന്ന് ഒന്നര കിലോ മീറ്റർ ദൂരമേയുള്ളൂ. നഗരപ്രൗഢി വിളംബരം ചെയ്യുന്ന മന്ദിരശ്രേണികളും വിപണന വീഥികളും പിന്നിലേക്കു പോകുമ്പോൾ, മെയിൻ റോഡിൽനിന്ന് ഇടത്തോട്ട് അല്പം നടന്നാൽ തനി കുഗ്രാമം. അവിടെ അതിവിശാലമായ ഗ്രാമവീഥിക്കരികിൽ, വളരെ പഴക്കം തോന്നിക്കുന്ന വലിയൊരു പടിപ്പുര-കൊട്ടാരത്തിന്റെ പ്രവേശന കവാടം. പടിപ്പുര വരാന്തയിൽ വെടിപറഞ്ഞിരുന്നു സമയം കൊല്ലുന്ന രണ്ടു മൂന്നു ചെറുപ്പക്കാർ. ഞങ്ങൾ അവരോടു തിരക്കി.

"ആറ്റിങ്ങൽ കൊട്ടാരം കാണാനെത്തിയതാണ്. സൂക്ഷിപ്പുകാരോ കാവൽക്കാരോ മറ്റോ ഉണ്ടെ

ങ്കിൽ...” “കൊട്ടാരമോ?” അവരിലൊരാൾ നെറ്റിചുളിച്ചു. തുണ്ടുബീഡി വലിച്ചെറിഞ്ഞിട്ട് അപരൻ സഹായത്തിനെത്തി.

“പൊന്നു സാറന്മാരേ നിങ്ങൾ ചോദിച്ചതു ശരിതന്നെ. പണ്ടെന്നോ കൊട്ടാരവും കോവിലകവുമൊക്കെ ആയിരുന്നുപോലും. പക്ഷേ, എനിക്ക് ഓർമ്മവച്ച കാലം മുതൽ ഇതെല്ലാം കല്യാണമണ്ഡപങ്ങളാണ്.” പടിപ്പുര വാതിലിനുള്ളിലേക്ക് കൈചൂണ്ടി അയാൾ വിശദീകരിച്ചു.

ഞങ്ങൾ പ്രവേശന കവാടം കടന്നു. പണ്ട് പതിനെട്ടേക്കർ വിസ്തീർണ്ണമുണ്ടായിരുന്ന കൊട്ടാരവളപ്പിലെ രാജകീയ വസതികൾ ഇന്ന് അന്യാധീനമാണ്. വൃന്ദാവൻ കല്യാണമണ്ഡപം തുടങ്ങിയ മൂന്ന് കല്യാണമണ്ഡപങ്ങൾ. കൊട്ടാരക്കെട്ടുകൾക്ക് കല്യാണ മണ്ഡപങ്ങൾക്കനുയോജ്യമാംവിധം ബാഹ്യവും ആന്തരികവുമായ മാറ്റങ്ങൾ വരുത്തിയിരിക്കുന്നു. ഒരിക്കൽ, പ്രജകൾക്ക് അപ്രാപ്യമായിരുന്ന കൊട്ടാരവളപ്പിൽ തെണ്ടിപ്പട്ടികൾ അലഞ്ഞുനടക്കുന്നു. കല്യാണ സദ്യയുടെ ഉച്ഛിഷ്ടം തിന്ന് രുചി പിടിച്ച തെരുവുനായ്ക്കൾ.

പടിപ്പുര മാളിക കേരളീയ വാസ്തുശില്പ മഹത്ത്വം വിളിച്ചോതുന്നു. അസാമാന്യ വലിപ്പമുള്ള തൂണുകളും കഴുക്കോലുകളും–നൂറ്റാണ്ടുകൾ പഴക്കമുള്ളവയാണ്. ഈ പടിപ്പുര മാളികയും അതിനോടു ചേർന്നുള്ള വെറും നാലു സെന്റ് സ്ഥലവും മാത്രമാണ് ഇന്ന് രാജകുടുംബത്തിന് അവകാശപ്പെട്ടത്. പടിപ്പുരവാതിലിലൂടെ മുന്നോട്ടു നടന്ന് പടിക്കെട്ടുകൾ കയറുമ്പോൾ ശ്രീകൃഷ്ണസ്വാമി ക്ഷേത്രത്തിന്റെ മുന്നിലെത്തുകയായി.

അരിയിട്ടുവാഴ്ച

നൂറ്റാണ്ടുകളുടെ പാരമ്പര്യവും ചരിത്രവും പേറുന്ന കൊട്ടാരക്കെട്ടുകൾ പണക്കാർക്ക് വിറ്റ് കൈയൊഴിഞ്ഞ രാജകുടുംബാംഗങ്ങൾ, തൊട്ടപ്പുറത്ത് ആറ്റിങ്ങൽ കൊട്ടാരത്തിന്റെ (തിരുവിതാംകൂറിന്റെയും കുലദേവതയെന്നോണം നിലകൊള്ളുന്ന തിരുവാറാട്ടുകാവ് (ക്ഷേത്രം) നഷ്ടപ്പെടുത്തിയില്ല. തിരുവിതാംകൂറിന് സമ്പൽസമൃദ്ധിയും ഐശ്വര്യവും പ്രദാനം ചെയ്യുന്ന തിരുവാറാട്ടുകാവിലെ “അരിയിട്ടുവാഴ്ച” പ്രസിദ്ധം.

തിരുവിതാംകൂർ രാജാക്കന്മാരുടെ കുലദേവത ആറ്റിങ്ങൽ ഭഗവതിയാണ് (തിരുവാറാട്ടുകാവ്). തിരുവിതാംകൂർ രാജവംശത്തിന്റെ ആസ്ഥാനമായ കവടിയാർ കൊട്ടാരവുമായി അഭേദ്യബന്ധമുള്ളതാണ് ഈ ക്ഷേത്രം. തിരുവിതാംകൂറിലെ ഭരണാധികാരിക്ക് രാജശിരസ്സിൽ ബ്രാഹ്മണ ശ്രേഷ്ഠന്മാർ അക്ഷതവും പൂവും അർപ്പിച്ച് മന്ത്രോച്ചാരണം നടത്തുന്ന മംഗളകർമ്മമാണ് അരിയിട്ടുവാഴ്ച. സാധാരണയായി സാമന്തന്മാരുടെയും നാടുവാഴികളുടെയും സ്ഥാനാരോഹണ ചടങ്ങാണ് അരിയിട്ടു വാഴ്ച. എന്നാൽ തിരുവിതാംകൂർ രാജാക്കന്മാരെ സംബന്ധിച്ചിടത്തോളം ഭരണഭാരം ഏറ്റെടുക്കുന്ന ചടങ്ങായിട്ടല്ല അരിയിട്ടു വാഴ്ച കരുതിപ്പോരുന്നത്. മഹാരാജാവിന്റെയും രാജകുടുംബത്തിന്റെയും രാജ്യത്തിന്റെയും ക്ഷേമത്തിനുവേണ്ടി ആറ്റിങ്ങൽ തിരുവാറാട്ടുകാവിൽ വച്ച് ആണ്ടുതോറും മകരമാസം 9-ാം തീയതി നടത്തിവരുന്ന ഒരു വൈദികച്ചടങ്ങാണിത്. (രാജവാഴ്ച ആരംഭിക്കുന്നത് കിരീടധാരണച്ചടങ്ങോടെയാണ്). അന്നേദിവസം അരിയിട്ടുവാഴ്ചയ്ക്കെത്താൻ കഴിഞ്ഞില്ലെങ്കിൽ, പരിഹാരമെന്ന നിലയ്ക്ക് ഒരു കൊമ്പനാനയെ നടയ്ക്കിരുത്താറുണ്ടായിരുന്നത്രെ.

ശില്പഭംഗി ഒത്തിണങ്ങിയ തിരുവാറാട്ടു ഭഗവതിക്ഷേത്രം ഇന്നു കണ്ടാൽ, ഈയടുത്ത കാലത്ത്, ഏതോ പുത്തൻ പണക്കാർ ആഢ്യത്വം കാട്ടാൻ നിർമ്മിച്ച ക്ഷേത്രം പോലുണ്ട്. ചായം വാരിപ്പൂശി പുതുമയിൽ പൊതിഞ്ഞ തിരുവാറാട്ടു ഭഗവതി.

ആറ്റിങ്ങൽ ടൗണിന്റെ പ്രാന്തപ്രദേശത്തുള്ള കോയിക്കൽ കൊട്ടാരവും മനോമോഹനവിലാസം പാലസും കാണാൻ ചെന്ന് നിരാശരായി അവിടെ ഇന്നുള്ള കല്യാണ മണ്ഡപങ്ങൾ മാത്രം കണ്ടു മടങ്ങുമ്പോൾ, ചരിത്രനിന്ദയുടെ രോഷം നാമറിയാതെ ഉള്ളിൽ തിളച്ചുപൊങ്ങുകയാവും. തിരുവാറാട്ടുകാവിന്റെ വർണ്ണപ്പൊലിമ നമ്മിൽ അസ്കൃത ഉയർത്താതിരിക്കുകയില്ല.

വാമനപുരം ആറിന്റെ തീരത്തു സ്ഥിതി ചെയ്യുന്ന ആറ്റിങ്ങലിന്റെ വടക്കും പടിഞ്ഞാറും വാമനപുരം ആറും തെക്കെ അതിർത്തി മാമം പുഴയുമാണ്. ഇങ്ങനെ ഏറക്കുറെ ആറുകളാൽ ചുറ്റപ്പെട്ടതുകൊണ്ടാകാം ‘ചിറ്റാറ്റിൻകര’ എന്ന പേരും ആറ്റിങ്ങലിനുണ്ടായത്. തിരക്കേറിയതാണ് ആറ്റിങ്ങൽ ടൗണും പരിസരങ്ങളും. ഒരു താലൂക്കു തലസ്ഥാനത്തിന്റേതായ ഓഫീസുകളും സ്ഥാപനങ്ങളും ഉണ്ട്. വിദ്യാഭ്യാസകാര്യത്തിൽ വൻപുരോഗതി നേടി. താലൂക്കിന്റെ നാനാഭാഗത്തേക്കു തിരക്കിട്ടോടുന്ന ബസുകൾ വേണ്ടത്ര യാത്രാസൗകര്യമേർപ്പെടുത്തുന്നു.

1922 മുതൽ ഈ പ്രദേശം ഒരു മുനിസിപ്പാലിറ്റിയാണ്. വിസ്തീർണ്ണം 14.18 ച കി മീ. ജനസംഖ്യ 32634 (1991 ലെ സെൻസസ് പ്രകാരം).

ചിറയിൻകീഴിലേക്ക്

ചരിത്രപ്രസിദ്ധമായ ആറ്റിങ്ങൽ തമ്പുരാക്കന്മാരുടെ സ്മരണകൾ അയവിറക്കുന്ന ചിറയിൻകീഴ് താലൂക്കിന്റെ ആസ്ഥാനമായ ആറ്റിങ്ങലിൽ നിന്ന്, നമുക്കിനി താലൂക്കിലെ മറ്റ് പ്രദേശങ്ങളിലൂടെ ഒരോട്ടപ്രദക്ഷിണം നടത്താം. താലൂക്ക് ആസ്ഥാനമായ ആറ്റിങ്ങലിൽനിന്ന് നാലുമൈൽ തെക്കുപടിഞ്ഞാ

റായി സ്ഥിതിചെയ്യുന്ന തീരദേശ ഗ്രാമമാണ് ചിറയിൻകീഴ്. ചിറയിൻകീഴ് പഞ്ചായത്തിന്റെ ആസ്ഥാനവുമാണ്. ചിറയിൻകീഴ് റെയിൽവേ സ്റ്റേഷനിൽനിന്നും ഞങ്ങൾ ശാർക്കര ഭഗവതിക്ഷേത്ര സന്നിധിയിലേക്കു നടന്നു.

ആ റെയിൽവേ ലൈനിന് ഇരുവശവുമായി കിടക്കുന്ന ചിറയിൻകീഴ് പഞ്ചായത്തിലെ മേൽ കടയ്ക്കാവൂർ, ആനത്തലവട്ടം, ചിറയിൻകീഴ് ശാർക്കര, അരയത്തുരുത്തി, ചാക്കാപ്പറമ്പ്, കിഴക്കുംഭാഗം, കടകംചന്തിരം, പെരുമാതുറ എന്നീ വാർഡുകളുണ്ട്. നായർ, ഈഴവർ എന്നീ പ്രബല സമൂഹങ്ങളാണ് ജനസംഖ്യയിൽ ഭൂരിഭാഗവും. അരയത്തുരുത്തിയിൽ ക്രിസ്ത്യാനികൾ കൂടുതലുണ്ട്. തെങ്ങും നെല്ലുമാണ് പ്രധാന കാർഷികോല്പന്നങ്ങൾ. ഇടത്തരം കൃഷിക്കാരാണധികവും. മേൽ കടയ്ക്കാവൂർ വാർഡിൽ ജലസേചനത്തിനുപകരിച്ചിരുന്ന അതിവിസ്തൃതമായ 'പഴഞ്ചിറ' (കുളം) കാണാം. ഏതാണ്ട് ഒരു ദ്വീപിന്റെ ഭൂപ്രകൃതിയുള്ള ആനത്തലവട്ടം കയർ വ്യവസായ കേന്ദ്രമാണ്. ചിറയിൻകീഴ് വാർഡിൽ റെയിൽവേ സ്റ്റേഷനും ചില ഗവൺമെന്റ് സ്ഥാപനങ്ങളും സർവ്വീസ് കൊ ഓപ്പറേറ്റീവ് ബാങ്കും സ്ഥിതി ചെയ്യുന്നു. ശാർക്കര വാർഡിലാണ് സുപ്രസിദ്ധമായ ഭഗവതിക്ഷേത്രം. അരയത്തുരുത്തി വാർഡിലെ പുളിമൂട്ടുകടവിൽ വച്ച് വാമനപുരം ആറും കായലും തമ്മിൽ ചേരുന്നു. കടകംചന്തിരം പ്രദേശത്ത് തൊണ്ടഴുക്കലും കയർപിരിക്കലും കൂടുതലുണ്ട്. കായലോരത്തെ ഫലപുഷ്ടിയുള്ള മണ്ണിൽ താങ്ങാവുന്നതിലധികം ഫലം ചുമന്നു നില്ക്കുന്ന തെങ്ങുകൾ സമൃദ്ധി സൂചകങ്ങളാണ്. വളരെ പുരാതനമായ ഒരു ലത്തീൻ കത്തോലിക്കാ പള്ളിയും അവിടെയുണ്ട്. ദ്വീപപ്രകൃതിയുള്ള വാർഡാണ് പെരുമാതുറ. ഏറ്റവും അവികസിതമാണ് ആ തീരപ്രദേശങ്ങൾ. ഗതാഗത സൗകര്യം കുറവ്. ചികിത്സാ സൗകര്യവും പര്യാപ്തമല്ല. മുസ്ലീങ്ങൾ തിങ്ങിപ്പാർക്കുന്ന പെരുമാതുറ വിദ്യാഭ്യാസപരമായും പിന്നിലാണ്. മത്സ്യബന്ധനവും കയർപിരിക്കലുമാണ് പ്രധാന ജീവിത മാർഗ്ഗം.

ചിറയിൻകീഴ് വിദ്യാഭ്യാസ കാര്യത്തിൽ വളരെ പണ്ടേ മുന്നണിയിലാണ്. ശ്രീചിത്രാ ഹൈസ്കൂൾ, നെടുങ്ങണ്ട എസ് എൻ കോളേജ്, ശിവഗിരി ശ്രീനാരായണ കോളേജ് തുടങ്ങിയ വിദ്യാഭ്യാസ സ്ഥാപനങ്ങൾ തദ്ദേശീയരുടെ ഉന്നത വിദ്യാഭ്യാസത്തിന് സൗകര്യം നല്കുന്നു. സജീവമായ ഒരു സഹകരണ മേഖല ചിറയിൻകീഴിനുണ്ട്. കിഴക്കുംഭാഗം വാർഡിൽ സ്ഥിതിചെയ്യുന്ന ചിറയിൻകീഴ് ഹാന്റ്ലൂം വീവേഴ്സ് കൊ ഓപ്പറേറ്റീവ് സൊസൈറ്റിയും അഭിനന്ദനീയമായ പങ്ക് വഹിക്കുന്നു. "ദളവാ ചെമ്പകരാമൻപിള്ള ചിറയൻകീഴുകാരനാണെന്നറിയാമോ?" സുഹൃത്ത് ആ റെയിൽവെ ലൈനിനരികിലേക്ക് കൈ ചൂണ്ടി.

"അക്കാണുന്നത് ചെമ്പകരാമൻപിള്ളയുടെ തറവാട് ആയിരുന്നു."

ഒരിടത്തരം കർഷക ഭവനം. ശാർക്കരയിലെ പിള്ളവീട്, കുറ്റിക്കാട് എന്നിവയാണ് ആ ചരിത്രപുരുഷന്റെ തറവാട്. പക്ഷേ, പ്രതാപമൊക്കെ എന്നേ അസ്തമിച്ചു.

ശാർക്കര ഭഗവതിക്ഷേത്രം

വീണ്ടും അരഫർലോങ് നടന്ന് മാർക്കറ്റിനരികിലൂടെ വലത്തോട്ടു തിരിഞ്ഞപ്പോൾ, അതിവിശാലമായ ക്ഷേത്രമൈതാനം കണ്ടു. പൂഴിമണൽ നിറഞ്ഞ ആ മൈതാനത്തിന്റെ മദ്ധ്യത്തിലായി അന്തസ്സുള്ള ഒരു ഭഗവതി ക്ഷേത്രം. ആ തുറസ്സായ മൈതാനത്തിലെ പൂഴിമണലിൽ ചടഞ്ഞിരിക്കാൻ ഉത്സാഹം തോന്നി. മതിൽക്കെട്ടിനകത്തും പുറത്തും കുടപിടിച്ചു നില്ക്കുന്ന പേരാൽ മരങ്ങളും അസ്സൽ പച്ചവെള്ളമായി കിടക്കുന്ന അമ്പലക്കുളവും കളിത്തട്ടുമൊക്കെ ആ മൈതാനത്തിലുണ്ട്.

ദാരുശില്പങ്ങളാൽ അലംകൃതമാണ് നാലമ്പലത്തിന്റെ ഉപരിഭാഗവും നമസ്കാരമണ്ഡപവും മറ്റും. ചതുരാകൃതിയിലുള്ള ശ്രീകോവിലിന്റെ മുൻവശത്ത് സാമാന്യം വിസ്താരമുള്ള ഒരു കൽത്തളവുമുണ്ട്. ഗർഭഗൃഹത്തിന്റെ വാതായനത്തിനിരുവശത്തും കാണുന്ന ശിലാവിഗ്രഹങ്ങൾ പ്രാചീന ശില്പകലാ വൈഭവത്തെ വിളംബരം ചെയ്യുന്നു. നാലമ്പലത്തിനകത്ത് വടക്കു പടിഞ്ഞാറെ മൂലയിൽ വിനായക പ്രതിഷ്ഠയും ശ്രീകോവിലിനു കിഴക്കുവശം പ്രദക്ഷിണാലയത്തിന് പടിഞ്ഞാറായി ശിവലിംഗ പ്രതിഷ്ഠയുമുണ്ട്. ചുറ്റമ്പലത്തിനു വടക്കുഭാഗത്തെ, മണ്ഡപം കൽത്തൂണുകളിന്മേലാണ്. മുകൾത്തട്ട് ശിലാനിർമ്മിതം. അവിടെയാണ് കളമെഴുത്തും പാട്ടും നടത്തുന്നത്. ശാർക്കര ഭഗവതിക്ഷേത്രത്തിലെ "കാളിയൂട്ടിനു" പിന്നിൽ മാർത്താണ്ഡവർമ്മ മഹാരാജാവിന്റെ സ്വാർത്ഥ താല്പര്യമുണ്ടായിരുന്നെന്നാണ് തദ്ദേശീയരുടെ വിശ്വാസം. കൊ. വ 929 ൽ രാജ്യവിസ്തൃതി വർദ്ധിപ്പിക്കാൻ വേണ്ടി കായംകുളവുമായി പടപൊരുതാൻ പുറപ്പെട്ട മാർത്താണ്ഡവർമ്മ മഹാരാജാവ് ശാർക്കര ഭഗവതിയുടെ മുന്നിൽ പ്രാർത്ഥിച്ചുപോലും, യുദ്ധം ജയിക്കുന്ന പക്ഷം കാളിയൂട്ടു നടത്താമെന്ന്. യുദ്ധം ജയിച്ചു. കാളിയൂട്ടും തുടങ്ങി. ഭദ്രകാളിയും ദാരികനും തമ്മിലുള്ള ഘോരയുദ്ധത്തെ അനുസ്മരിക്കുംവിധം ഉത്സവപ്പറമ്പിൽ, ഇരുഭാഗത്തുംനിന്നുള്ള യുദ്ധമാണ് കാളിയൂട്ടിൽ പ്രധാനം. കുംഭമാസത്തിലെ കാളിയൂട്ടും മീനമാസത്തിലെ ഭരണിയുത്സവവുമാണ് ശാർക്കര ക്ഷേത്രത്തിലെ പ്രധാന ഉത്സവങ്ങൾ. കൊടുങ്ങല്ലൂർ ഭഗവതിയുമായി ഈ പ്രതിഷ്ഠ ബന്ധപ്പെട്ടിരിക്കുന്നു എന്നാണ് വിശ്വാ

സം. പണ്ടെങ്ങോ ശർക്കരക്കുടവുമായി അതുവഴി കടന്നുപോയ കുറേ വഴിയാത്രക്കാർ. ചിറയിൻകീഴി നടുത്ത് ഒരു കൽമണ്ഡപത്തിൽ ചുമടിറക്കി വച്ച് രാത്രി വിശ്രമിച്ചു. രാവിലെ യാത്ര പുറപ്പെടാൻ കല ങ്ങളെടുത്തപ്പോൾ അതിലൊരെണ്ണം പൊങ്ങുന്നില്ല. കുടം നിലത്തുറച്ചുപോയി. ബലപ്രയോഗത്താൽ വേർപ്പെടുത്താൻ ശ്രമിച്ചപ്പോൾ ശർക്കര കുടം രണ്ടായി പിളർന്ന് അസാമാന്യ തേജസ്സിനിയായ ഭഗ വതി സ്വയംഭൂവായിപോലും.

എന്തായാലും ശാന്തിപ്രദമായ ഗ്രാമപഞ്ചായ ത്തിലെ വിസ്തൃതമായ അമ്പലപ്പറമ്പും ഭംഗിയും ഗാംഭീര്യവുമുള്ള ഭഗവതിക്ഷേത്രവും കണ്ണിനാനന്ദം നല്കുന്നവയാണ്. വെയിലാറുമ്പോൾ ഈ ക്ഷേത്ര മൈതാനത്ത് അങ്ങിങ്ങ് വളഞ്ഞിരുന്ന് സുഖപ്രദമായ കാറ്റേറ്റ് വെടി പറയുക തദ്ദേശീയർക്ക് പ്രിയങ്കരമായ കാര്യമാണ്. സമീപകാലത്തായി ക്ഷേത്രത്തിൽ ഒട്ടേറെ നവീകരണപ്രവർത്തനങ്ങളും നിർമ്മാണ ജോലികളും നടന്നുവരുന്നു.

ശ്രീനാരായണ ഗുരുവിനാൽ സ്ഥാപിക്കപ്പെട്ട വക്കം പുത്തൻനട ക്ഷേത്രമാണ് മറ്റൊരു പ്രധാന ആരാധനാകേന്ദ്രം. ഏറക്കുറെ വികസിതമാണ് ആ ഗ്രാമപ്രദേശങ്ങൾ. തീരെ ദരിദ്രമല്ലാത്ത സാമൂഹ്യ ജീവിതം. ഗതാഗത സൗകര്യങ്ങൾ വേണ്ടുവോളമു ണ്ട്. ഗതാഗത യോഗ്യമായ ഇടവഴികളുടെ ബാഹുല്യം വക്കത്തിന്റെ പ്രത്യേകതയാണെന്നു തോന്നി. നല്ലൊരു ഖാദി നെയ്ത്തു സഹകരണസം ഘവും ഒരു കയർ മാറ്റ്സ് സഹകരണസംഘവും ഇവിടെ പ്രവർത്തിച്ചിരുന്നു.

ചിറയിൻകീഴിൽനിന്ന് രണ്ടു കി മീ അകലെ കീഴ്വലം പഞ്ചായത്തിലാണ് ചിറയിൻകീഴ് വികസന ബ്ലോക്ക് ഓഫീസ് സ്ഥിതി ചെയ്യുന്നത്. കീഴ്വ ലത്തെ പരവൂർ എന്ന സ്ഥലം കൈത്തറി നെയ്ത്തിന് പ്രസിദ്ധമാണ് ചിറയിൻകീഴ് താലൂ ക്കിലെ അഴൂർ പഞ്ചായത്ത് കാർഷിക മേഖലയാ ണ്. ഹരിജൻ കോളനി അഴൂർ പഞ്ചായത്തിലാണ്. മുദാക്കൽ പഞ്ചായത്തും ചിറയിൻകീഴ് ബ്ലോക്കിൽ ഉൾപ്പെടുന്നു.

ചിറയിൻകീഴിന്റെ രാഷ്ട്രീയ സാംസ്കാരിക പാരമ്പര്യം പ്രസിദ്ധമാണ്. രാജവാഴ്ചക്കാലത്തുത ന്നെ, സാമൂഹ്യ പുരോഗതിക്കുവേണ്ടി ജീവിതം ഉഴി ഞ്ഞുവച്ച പ്രബുദ്ധരുടെ നാടാണിത്. സാഹിത്യ ത്തിലും സിനിമാ രംഗത്തും ലബ്ധപ്രതിഷ്ഠരായ വ്യക്തികൾ പലരുണ്ട്. കൂട്ടത്തിൽ ഇവരെപ്പറ്റി മാത്രം ചിലത് സൂചിപ്പിക്കാം.

വക്കം മൗലവി

രാജവാഴ്ചയ്ക്കെതിരെ തൂലിക പടവാളാക്കി പൊരുതിയ സ്വദേശാഭിമാനി രാമകൃഷ്ണപിള്ളയ്ക്ക് കർമ്മരംഗമൊരുക്കിയ ഗ്രാമമാണ് വക്കം. *സ്വദേശാ ഭിമാനി*യുടെ രക്ഷാധികാരിയെന്ന നിലയ്ക്ക് വക്കത്ത് പത്രം നടത്താൻ സ്വന്തം പ്രസ് വിട്ടുകൊടുത്ത വക്കം അബ്ദുൾ ഖാദർ മൗലവിയുടെ നാമവും സ്മരണീ യമാണ്. (പില്ക്കാലത്ത് പത്രം നിരോധിക്കപ്പെടു കയും പ്രസ് സർക്കാരിലേക്ക് കണ്ടുകെട്ടുകയും സ്വദേശാഭിമാനി നാടുകടത്തപ്പെടുകയും ചെയ്തു) അറബി, പേർഷ്യൻ, ഉറുദ്ദു എന്നീ ഭാഷകളിൽ അഗാധ പാണ്ഡിത്യം നേടിയ ഒരു സമുദായ പരി ഷ്കർത്താവായിരുന്നു വക്കം മൗലവി. മുസ്ലിം സമു ദായത്തെ പിന്നോക്കാവസ്ഥയിൽ നിന്ന് ഉദ്ധരിക്കാൻ വേണ്ടി, ആധുനിക വിദ്യാഭ്യാസ സൗകര്യങ്ങൾ ഏർപ്പെടുത്താനും അദ്ദേഹം പരിശ്രമിച്ചു. വക്ക ത്തേയും സമീപഗ്രാമങ്ങളിലേയും മുസ്ലിം സമുദാ യത്തിന്റെ വിദ്യാഭ്യാസ പുരോഗതിക്ക് അടിത്തറ പാകിയത് മൗലവിയാണ്. ആദ്യം *മുസ്ലിം* എന്ന പേരിൽ അദ്ദേഹം ഒരു പത്രം തുടങ്ങി. പിന്നീടത് സുപ്രസിദ്ധമായ *ദേശാഭിമാനി*യാക്കി മാറ്റി. സ്വദേ ശാഭിമാനി രാമകൃഷ്ണപിള്ളയായിരുന്നു പത്രാധിപർ. തിരുവിതാംകൂർ മുസ്ലിം മഹാജനസഭയുടെയും ചിറ യിൻകീഴ് താലൂക്ക് മുസ്ലിം സമുദായത്തിന്റെയും സ്ഥാപകനായിരുന്നു അദ്ദേഹം. (1873-1932) മൗല വിയുടെ മകനാണ് പ്രസിദ്ധ ഉപന്യാസകാരനും ചിന്ത കനുമായ വക്കം അബ്ദുൾ ഖാദർ.

വക്കം ഖാദർ

കേരളീയർക്കെന്നല്ല, ഭാരതീയർക്ക് ആകമാനം എക്കാലത്തും അഭിമാനിക്കാൻ വക നല്കുന്നതാണ് രക്തസാക്ഷിയായ വക്കം ഖാദറുടെ ജീവിതകഥ. 1917 ൽ വക്കത്തു ജനിച്ചു. കുട്ടിക്കാലത്തു തന്നെ സംസ്ഥാന കോൺഗ്രസിന്റെ പരിപാടികളിൽ പങ്കെ ടുത്തു തുടങ്ങി. യൗവനാരംഭത്തിൽ ജോലി തേടി സിങ്കപ്പൂരിലെത്തി. ഐ എൻ എ യുടെ പ്രവർത്തന ങ്ങളിൽ സജീവമായി പങ്കെടുത്ത് ബ്രിട്ടീഷ് - ഗവൺമെന്റിന്റെ നോട്ടപ്പുള്ളിയായി. ബ്രിട്ടനെതിരെ ചാരവൃത്തി നടത്താൻ ഖാദർ നിയുക്തനായി. അന്തർവാഹിനി മാർഗ്ഗം ഇന്ത്യൻ തീരത്ത് (താനൂർ) വന്നിറങ്ങിയ ഖാദർ പൊലീസ് പിടിയിലായി. മദ്രാ സിലെ ബ്രിട്ടീഷ് അധികാരികൾ ഖാദറിനെ തൂക്കി ക്കൊല്ലാൻ വിധിച്ചു. 1943 സെപ്തംബർ 10 ന് ശിക്ഷ നടപ്പാക്കുകയും ചെയ്തു. മാതൃഭൂമിക്കുവേണ്ടി രക്ത സാക്ഷിത്വം വരിച്ച വക്കം ഖാദറിനെ നാം അഭിമാന പൂർവ്വം സ്മരിക്കേണ്ടതാണ്.

ചലച്ചിത്ര പ്രേമികളുടെ പ്രിയതാരമായ പ്രേം നസീർ (1929-1989) ചിറയിൻകീഴിന്റെ പുത്രനാണ്. അബ്ദുൾ ഖാദർ എന്നാണ് യഥാർത്ഥ നാമം. വിദ്യാ ഭ്യാസാനന്തരം നാടകാഭിനയത്തിലൂടെ സിനിമയി ലേക്ക് കടന്ന ഈ യുവകോമളൻ നാലു പതി

റ്റാണ്ടുകാലം മലയാള സിനിമകളിൽ നിറഞ്ഞുനിന്ന നിത്യഹരിത നായകനായിരുന്നു. ഏറ്റവും കൂടുതൽ സിനിമകളിൽ നായകനായി അഭിനയിച്ചതിന്റെ പേരിൽ "ഗിന്നസ് ബുക്ക്സ് ഓഫ് വേൾഡ് റെക്കോർഡ്സിൽ" സ്ഥാനം നേടി. 600 ൽ പ്പരം സിനിമകളിൽ അഭിനയിച്ചിട്ടുണ്ട്.

കേരളത്തിലെ നവീന നാടക പ്രസ്ഥാനത്തിന് രൂപംനല്കിയ പ്രശസ്ത നാടകകൃത്തായ ജി ശങ്കര പ്പിള്ള (1930-1989) യുടെ ജന്മനാടും ചിറയിൻകീഴാ ണ്. പ്രസിദ്ധ ചലച്ചിത്ര നടൻ ഭരത് ഗോപിയുടെ ജന്മനാടും ചിറയിൻകീഴാണ്.

പ്രസിദ്ധ ശാർക്കര ഭഗവതിക്ഷേത്രത്തിന്റെയും മലയാളികളുടെ ഇഷ്ടതാരമായ പ്രേംനസീറിന്റെയും മേൽവിലാസമുള്ള ചിറയിൻകീഴ് പ്രദേശങ്ങൾക്ക് എന്നെന്നും അഭിമാനിക്കാവുന്ന രണ്ടു നാമങ്ങളാണ് ഇന്ത്യൻ സ്വാതന്ത്ര്യത്തിനു വേണ്ടി സ്വയം ബലി യർപ്പിച്ച വക്കം ഖാദറും സ്വദേശാഭിമാനിക്ക് താങ്ങും തണലുമായിനിന്ന വക്കംമൗലവിയും. മഹാകവി കുമാരനാശാന്റെ ജന്മനാടായ കായിക്കരയും ആദ്യത്തെ ബ്രിട്ടീഷ് കോട്ടയായ അഞ്ചുതെങ്ങും ചിറയിൻകീഴിലേക്കും പ്രാന്തപ്രദേശങ്ങളിലേക്കും സഞ്ചാരികളെ ആകർഷിക്കാൻ പോന്നവയാണ്.

12

ചിത്രമെഴുത്തിന്റെ തമ്പുരാൻ

വർണ്ണമനോഹരവും ചൈതന്യപൂർണ്ണവുമായ ഒരായിരം ദേവീദേവന്മാരെ പുരാണ കഥാപാത്രങ്ങൾക്കനുയോജ്യമാംവിധം വരകളിലൂടെയും വർണ്ണങ്ങളിലൂടെയും പുനഃസൃഷ്ടിക്കുക, ആ ദേവീദേവന്മാർക്ക് ഇന്ത്യയെപ്പോലെയുള്ള അതിവിപുലമായ ഒരു മഹാരാജ്യത്തിലെ ബഹുഭൂരിപക്ഷം വരുന്ന ഹൈന്ദവ ജനമനസ്സുകളിൽ സ്ഥിരപ്രതിഷ്ഠ ലഭിക്കുക - സർഗ്ഗധനനായ ഒരു ചിത്രകാരനെ സംബന്ധിച്ചിടത്തോളം, അസുലഭവും അനന്യസാധാരണവുമായ ഒരു മഹാഭാഗ്യം തന്നെ. പ്രസ്തുത ചിത്രങ്ങളെപ്പോലെയോ, അവയെക്കാൾ പതിന്മടങ്ങ് മെച്ചപ്പെട്ടവയോ ആയ മറ്റനവധി ചിത്രങ്ങൾ അദ്ദേഹം രചിച്ചിട്ടുള്ളതെല്ലാം വിസ്മരിച്ചാൽ പോലും മേൽപ്പറഞ്ഞ ഒരൊറ്റ വസ്തുത മതി രാജാരവിവർമ്മയ്ക്ക് മറ്റു വിശ്വചരിത്രകാരന്മാരുടെ മുൻ നിരയിൽ സ്ഥാനം ലഭിക്കാൻ.

ആ വിശ്വചിത്രകാരന്റെ—ആർട്ടിസ്റ്റ് രാജാരവിവർമ്മയുടെ തട്ടകം തേടിയുള്ള യാത്രയാകാമിനി.

കിളിമാനൂർ ജങ്ഷൻ നാൽക്കവല. തിരുവനന്തപുരത്തേക്കും കോട്ടയത്തേക്കും നെടുമങ്ങാട്ടേക്കും ആറ്റിങ്ങലിലേക്കും കുതിച്ചോടുന്ന അസംഖ്യം വാഹനങ്ങൾ. നിരനിരയായി വ്യാപാര സ്ഥാപനങ്ങളും മറ്റു മന്ദിരങ്ങളും. പഴയ കുന്നുമ്മൽ പഞ്ചായത്തിന്റെ തിരക്കേറിയ ആസ്ഥാനമാണത്.

തിരുവനന്തപുരം-കൊട്ടാരക്കര ബസ് റൂട്ടിൽ (എം സി റോഡ്) ഏതാണ്ട് മദ്ധ്യഭാഗത്ത് സ്ഥിതി ചെയ്യുന്ന തിരക്കേറിയ പട്ടണം. ജനത്തിരക്കുള്ള മറ്റൊരു നഗരമുഖമാണ് അത്രയകലെയല്ലാതെയുള്ള പഴയകുന്നുമ്മൽ കവലയും. ഈ രണ്ടു പഞ്ചായത്തുകളും കിളിമാനൂർ ഇടവകയിൽപ്പെട്ടവയാണ്. കിളിമാനൂർ പഞ്ചായത്തിന്റെ വിസ്തീർണ്ണം 19.04 ച കി മി. ജനസംഖ്യ 17,839 (91 ലെ സെൻസസ്). പഴയകുന്നുമ്മൽ പഞ്ചായത്തിന്റെ വിസ്തീർണ്ണം 25.31 ച കി മീ. ജനസംഖ്യ 23,353. ഇവയ്ക്കു പുറമെ കരവാരം, മടവൂർ, പള്ളിക്കൽ, നഗരൂർ, പുളിമാത്ത്, നാവായിക്കുളം എന്നീ പഞ്ചായത്തുകളും ഉൾപ്പെട്ട കിളിമാനൂർ വികസന ബ്ലോക്കിന്റെ വിസ്തീർണ്ണം ഏകദേശം 180 ച കി മീറ്ററാണ്. മേൽപ്പറഞ്ഞ കവലകൾ ഒഴികെയുള്ള പ്രദേശങ്ങൾ ഒട്ടുമുക്കാലും തനിഗ്രാമങ്ങൾ തന്നെ. നാനാ ജാതിമതസ്ഥരുൾപ്പെടെ ജനസംഖ്യയിൽ ബഹുഭൂരിഭാഗവും ചെറുകിട കൃഷിക്കാരും കൃഷിപ്പണിക്കാരുമാണ്. ടൗൺപ്രദേശങ്ങളെ ആശ്രയിച്ചു. കഴിയുന്ന കുറെ തൊഴിലാളികളുമുണ്ട്. നിത്യവൃത്തിക്കുവേണ്ടി ബുദ്ധിമുട്ടുന്ന ഈ ജനസാമാന്യത്തിന് ആകുന്നത്ര ക്ഷേമസൗകര്യങ്ങൾ ഏർപ്പെടുത്താൻ വികസന ബ്ലോക്കും ഗ്രാമപഞ്ചായത്തും ആകുന്നത്ര ശ്രമിക്കുന്നുണ്ടെങ്കിലും അവരുടെ ജീവിതനിലവാരം ഒട്ടും ഭദ്രമല്ല. നെല്ല്, തെങ്ങ്, മരിച്ചീനി, അടയ്ക്ക കുരുമുളക് എന്നിവയാണ് പ്രധാന കാർഷികോല്പന്നങ്ങൾ.

വിവിധ മതവിഭാഗങ്ങളുടെതായ ചെറുതും വലുതുമായ ഒട്ടേറെ ആരാധനാലയങ്ങൾ ടൗൺ പ്രദേശങ്ങളിലും ഗ്രാമാന്തരങ്ങളിലുമായി സ്ഥിതി ചെയ്യുന്നു. കിളിമാനൂരിനു തെക്കുഭാഗത്തായി സ്ഥിതി ചെയ്യുന്ന പുളിമാത്ത് പഞ്ചായത്തിനും ചരിത്രപരമായി പ്രാധാന്യമുണ്ട്. മാർത്താണ്ഡവർമ്മ മഹാരാജാവ് പുളിമാത്ത് പഞ്ചായത്തിലെ 'പെരുന്തമൺ' എന്ന സ്ഥലത്തുവച്ച് പിള്ളമാരോടു പട വെട്ടി, അവരെ തോല്പിച്ചോടിച്ചെന്ന ചരിത്ര സൂചനയുണ്ട്.

മേൽപ്പറഞ്ഞ സാമൂഹ്യസാഹചര്യങ്ങളിൽ നമുക്ക് പഴയ രാജകീയ പ്രതാപങ്ങളിലേക്ക് ഒന്ന് എത്തിനോക്കാം.

കിളിമാനൂർ കൊട്ടാരമെവിടെ? വഴിവക്കിൽ കാണുന്നവരോടൊന്നു തിരക്കിനോക്കൂ. വ്യക്തമായ മറുപടി ലഭിച്ചെന്നു വരില്ല. പ്രായഭേദമന്യേ. അത്രയ്ക്കുണ്ട് നമ്മുടെ ചരിത്രാഭിമുഖ്യം. പാരമ്പര്യനിന്ദനം:

ആ ജങ്ഷനിൽനിന്ന് ആലങ്കോട്ടേയ്ക്കു (ആറ്റിങ്ങലേയ്ക്കും) പോകുന്ന റോഡിൽ കഷ്ടിച്ച് രണ്ടു കി മീ പിന്നിടുമ്പോൾ 'ചൂട്ട' എന്ന സ്ഥലമായി. പാലസ് പോസ്റ്റോഫീസ്, എന്നൊരു ബോർഡും കാണാം. (ഹാവൂ! ഭാഗ്യം! പോസ്റ്റൽ ഡിപ്പാർട്ടുമെന്റെങ്കിലും പഴയ കിളിമാനൂർ തമ്പുരാക്കന്മാരെ മറന്നില്ലല്ലോ) ചൂട്ടയിൽനിന്ന് വലത്തോട്ടു തിരിയുന്ന വീതികുറഞ്ഞ ഗ്രാമറോഡ് പ്രശാന്തവും പ്രസന്നവുമായ ഗ്രാമാന്തരീക്ഷത്തിലേക്കാണ് നമ്മെ നയിക്കുന്നത്. വഴിക്കിരുപാടും തളിർത്തും പൂത്തും നില്ക്കുന്ന പച്ചപ്പുകൾ തന്നെ. പൂമരങ്ങളും ഫലവൃക്ഷങ്ങളും സസ്യലതാദികളും അകമ്പടി സേവിക്കുന്ന നാട്ടിടവഴികളിലൂടെ മുന്നോട്ടു നടക്കുമ്പോൾ തുറസ്സായ കുറേ സ്ഥലം പുൽത്തകിടിപോലെ. ഇടതുഭാഗത്തായി പഴയ മതിൽക്കെട്ടും പ്രവേശനകവാടവും.

ആളൊഴിഞ്ഞ ആ വെളിമ്പറമ്പിൽ കൊട്ടാരസന്നിധിയിൽ ഞങ്ങൾ തെല്ലിട നിന്നു, നിശ്ശബ്ദം. അടുത്തും അകലത്തും കാണുന്ന ഹരിതഭംഗി എന്നെ ആകർഷിച്ചു. മുന്നിൽ വിശാലമായ നെൽപ്പാടം, രാജസഭാവം തുടിച്ചുനിന്ന ആ കൊട്ടാരപ്പടിയിൽ ചിന്താധീനനായി നില്ക്കേ, ഞാൻ മുൻപിനാലേ വായിച്ച് മനസ്സിൽ പതിഞ്ഞിരുന്ന ചരിത്രവസ്തുതകൾ ഓർത്തുപോയി.

ചരിത്രശകലങ്ങൾ

സൗമ്യശീലനും സാത്വികനുമായ ആദിത്യവർമ്മ (1718-1721) യുടെ ഭരണകാലത്ത്, വേണാടിന്റെ ഭരണരംഗം ഏറക്കുറെ പ്രക്ഷുബ്ധമായിരുന്നു. സ്വന്തം പ്രമാണിത്തവും അധികാരവും സ്ഥാപിക്കാനും രാജവാഴ്ചയെ ധിക്കരിക്കാനും തയ്യാറായി നില്ക്കുന്ന എട്ടുവീട്ടിൽപിള്ളമാർ രാജകുടുംബാംഗങ്ങളെ വകവരുത്താൻ ഒളിഞ്ഞും തെളിഞ്ഞും തക്കം പാർത്തു നടക്കുന്ന കാലം. ആദിത്യവർമ്മയ്ക്കു ശേഷം യുവരാജാവായ രാമവർമ്മ (1721-1729) ഭരണഭാരമേറ്റു.

എ ഡി 1772 ൽ ആറ്റിങ്ങൽ മൂത്ത റാണിയും രാജകുമാരനും ദുർഗ്ഗമമായ നാട്ടുവഴികളിലൂടെ പല്ലക്കിൽ ആറ്റിങ്ങലിലേക്ക് യാത്ര ചെയ്യുകയായിരുന്നു. ശത്രുക്കളുടെ കണ്ണിൽപ്പെടാതെ ലക്ഷ്യസ്ഥാനത്ത് എത്തണം. കിളിമാനൂർ കോയിത്തമ്പുരാന്റെ നേതൃത്വത്തിൽ വിശ്വസ്തരായ ഒരു സംഘം രാജഭടന്മാർ ജാഗ്രതയോടെ പള്ളിമേനാവിന് അകമ്പടി സേവിച്ചിരുന്നു.

വഴിമദ്ധ്യേ രാമനാമഠത്തുപിള്ളയുടെ കിങ്കരരായ കുറെ മുഷ്കന്മാർ റാണിയേയും രാജകുമാരനേയും വകവരുത്താൻ കച്ചകെട്ടി നില്പുണ്ടെന്ന വാർത്ത കോയിത്തമ്പുരാൻ അറിഞ്ഞു. ഇനിയെന്താ മാർഗ്ഗം? വിപദിധൈര്യം തന്നെ തുണ. കോയിത്തമ്പുരാൻ ഞൊടിക്കുള്ളിൽ ഒരു പദ്ധതി ആസൂത്രണം ചെയ്തു. റാണിയെയും രാജകുമാരനെയും വേഷപ്രച്ഛന്നരാക്കി വിശ്വസ്ത ഭൃത്യന്മാരോടൊപ്പം സമീപ ഗ്രാമത്തിലെ ഒരു സുരക്ഷിത സങ്കേതത്തിലേക്ക് നിയോഗിച്ചു. കോയിത്തമ്പുരാൻ പല്ലക്കിൽ ഒന്നും സംഭവിക്കാത്ത മട്ടിൽ യാത്ര തുടർന്നു.

'ചാലക്കോട്' എന്ന സ്ഥലത്ത് എത്തിയപ്പോൾ രാമനാമഠത്തിന്റെ നിർദ്ദേശാനുസരണം ഒളിച്ചിരുന്ന ദുഷ്ടന്മാർ ഊരിപ്പിടിച്ച വാളുമായി പള്ളിമേനാവിനു നേർക്കടുത്തു. എല്ലാം ചിന്തിച്ചുറച്ചിരുന്ന കോയിത്തമ്പുരാൻ പല്ലക്കിൽനിന്ന് ചാടിയിറങ്ങി ശത്രുക്കളെ നേരിട്ടു. അപ്പോഴാണ് റാണിയും പുത്രനും രക്ഷപ്പെട്ട കാര്യം ശത്രുനിരയ്ക്ക് ബോദ്ധ്യമായത്. തുടർന്നു നടന്ന ഏറ്റുമുട്ടലിൽ, കോയിത്തമ്പുരാന്റെ വാൾത്തലയേറ്റ് ശത്രുപക്ഷത്ത് പലരും തലയറ്റു വീണു. രാജപക്ഷത്തും ആൾനാശമുണ്ടായി. അവസാനം വരെ പൊരുതി തളർന്ന കോയിത്തമ്പുരാൻ ശത്രുക്കളുടെ വെട്ടേറ്റ് വീണു. വീരമൃത്യു! രാജസിംഹാസനത്തെ രക്ഷിക്കാൻ കഴിഞ്ഞ ചാരിതാർത്ഥ്യത്തോടെയാവണം അദ്ദേഹം ചരമമടഞ്ഞത്. വീരമൃത്യു വരിച്ച കിളിമാനൂർ തമ്പുരാനോടുള്ള ആദരസൂചകമായി മാർത്താണ്ഡവർമ്മ മഹാരാജാവ് ഒരു പ്രദേശം കിളിമാനൂർ കൊട്ടാരത്തിനു ദാനമായി നല്കി.

കിളിമാനൂർ പ്രദേശങ്ങൾ പണ്ട് ഒരു ഗിരിവർഗ്ഗ രാജാവിന്റെ അധീനതയിലായിരുന്നുവത്രേ. വേണാട്ടരചനുമായി പലപ്പോഴും കൊമ്പുകോർക്കാനൊരുമ്പെട്ട ആ ഗിരിവർഗ്ഗത്തലവൻ അവസാനം വേണാടിന്റെ സൈനികശക്തിക്ക് അടിപ്പെട്ട് രാജ്യം വേണാടിന് അടിയറവച്ചു എന്നാണ് ഐതിഹ്യം.

കിളിമാനൂർ കോവിലകത്തേക്ക് മാർത്താണ്ഡവർമ്മ ദാനം ചെയ്ത 4835 ഹെക്ടർ വരുന്ന ഇടവക പ്രദേശങ്ങൾ, പില്ക്കാലത്ത് കിളിമാനൂർ എന്നും കുന്നുമ്മൽ എന്നും രണ്ട് പകുതികളായി വിഭജിക്കപ്പെട്ടു. 1955 ലെ ഇടവക നിയമപ്രകാരം ആ പ്രദേശങ്ങൾ തിരു-കൊച്ചി സംസ്ഥാനത്തോട് കൂട്ടിച്ചേർക്കപ്പെട്ടു.

കിളിമാനൂർ കൊട്ടാരം

ഇന്നത്തെ കിളിമാനൂർ ടൗൺ കുറച്ചുകാലം പന്തളം രാജവംശത്തിലെ ശൂരനായ ഒരു നാടുവാഴിയുടെ വകയായിരുന്നുവത്രേ. തിരുവിതാംകൂറുമായി ശത്രുത പുലർത്തിയതിന്റെ പേരിൽ ആ പ്രദേശം

പില്ക്കാലത്ത് തിരുവിതാംകൂറിനോട് ചേർക്കപ്പെട്ടു. കിളിമാനൂർ തമ്പുരാക്കന്മാരുടെ മൂലകുടുംബം മലബാറിലെ പരപ്പനാട് രാജവംശമാണ്. തിരുവിതാംകൂർ രാജാക്കന്മാരിൽ പലരും കിളിമാനൂർ കോയിത്തമ്പുരാക്കന്മാരുടെ പുത്രന്മാരായിരുന്നു. അങ്ങനെ, കിളിമാനൂർ കോവിലകത്തിന് തിരുവിതാംകൂർ രാജകുടുംബവുമായി രണ്ടരനൂറ്റാണ്ടിലേറെ ബന്ധമുണ്ട്.

കൊട്ടാരവാതിൽക്കൽ ഒച്ചയും അനക്കവും കേട്ടിട്ടാകണം, കൊട്ടാര സമുച്ചയങ്ങൾക്കുള്ളിലെങ്ങോനിന്ന് ഒരാൾ പ്രത്യക്ഷപ്പെട്ടു. മദ്ധ്യവയസ്കൻ, ശാന്തശീലൻ, കുളിച്ചു കുറിയണിഞ്ഞ് സുസ്മേരവദനനായി. അദ്ദേഹം ഞങ്ങളെ സമീപിച്ചു- ദിലീപ്കുമാർവർമ്മ, കാര്യങ്ങൾ തിരക്കിയറിഞ്ഞ ശേഷം ഞങ്ങളെ ഉള്ളിലേക്ക് ക്ഷണിച്ചു.

കൊട്ടാരമുറ്റത്ത് വർമ്മയുമായി സംസാരിച്ചു നില്ക്കേ ഞാൻ ചുറ്റും നോക്കി. വിശാലമായ ആ കൊട്ടാര വളപ്പിനുള്ളിൽ പല പല മന്ദിരങ്ങൾ കാണാം. കാലപ്പഴക്കം ദൃശ്യമാണെങ്കിലും ആഢ്യത്വവും ഗാംഭീര്യവും കൈവിടാതെ നില്ക്കുന്ന ഇരുനിലമാളികകൾ, വാസ്തുശില്പഭംഗിയാർന്ന കൊട്ടാരങ്ങൾ. ഓടിട്ട മേൽക്കൂരകൾ, ശാലകൾ, ഉപശാലകൾ, നടുമുറ്റങ്ങൾ അങ്ങനെ പലതും.

മുറ്റത്തെ ശീമപ്ലാവിൻചോട്ടിൽ ഞങ്ങൾ സംസാരിച്ചു നില്ക്കെ തന്നെ ഞാനത് ശ്രദ്ധിച്ചു. ഇടയ്ക്കും മുറയ്ക്കും കൊട്ടാരക്കെട്ടുകളിൽ നിന്നും ചില സ്ത്രീകൾ - സാധാരണവേഷം - പ്ലാസ്റ്റിക് സഞ്ചിയും തൂക്കി പുറത്തു പോകുന്നു; ചിലർ എന്തൊക്കെയോ സാധനങ്ങളടങ്ങുന്ന സഞ്ചികളുമായി ഉള്ളിൽ കയറി അതിവിശാലമായ കൊട്ടാരക്കെട്ടുകളുടെ ഏതോ കോണിൽ പോയി മറയുന്നു. കൊട്ടാരത്തിലെ അന്തേവാസികളുടെ ആശ്രിതരാകാം - ഞാൻ ചിന്തിച്ചു.

കിളിമാനൂർ കോവിലകത്തിലെ ഇന്നത്തെ തലമുറയിൽപ്പെട്ട ശ്രീ. ദിലീപ് കുമാർ വർമ്മ തന്നെ ക്യൂറേറ്ററുടെ റോൾ ഏറ്റെടുത്ത് ഞങ്ങൾക്ക് കൊട്ടാരത്തിന്റെ ചരിത്രവും ഗതിവിഗതികളും വിശദീകരിച്ചു തന്നു.

360 അംഗങ്ങൾ

കൊട്ടാരസമുച്ചയം നിലകൊള്ളുന്ന കൊട്ടാര വളപ്പിന് മൊത്തം 18 ഏക്കർ വിസ്തീർണ്ണമുണ്ട്. കിളിമാനൂർ കോവിലകത്ത് വിവിധ ശാഖകളായി 360 അംഗങ്ങളുണ്ടിപ്പോൾ, ഇപ്പോൾ ബാംഗ്ലൂരിൽ താമസമുറപ്പിച്ചിട്ടുള്ള കേരളവർമ്മയ്ക്കാണ് മൂപ്പ് സ്ഥാനം. ബേപ്പൂരിലെ തട്ടാരി കോവിലകമാണത്രേ കിളിമാനൂരിന്റെ മൂലകുടുംബം.

കൊട്ടാരം താവഴികൾക്കായി ഭാഗം വച്ചിട്ടുണ്ട്. എട്ടു കുടുംബങ്ങൾ മാത്രമേ ഇപ്പോൾ ഈ കോവിലകത്ത് താമസമുള്ളൂ. അവർ തന്നെ പ്രധാന മന്ദിരങ്ങളൊന്നും ഉപയോഗിക്കുന്നതായിത്തോന്നുന്നില്ല. ഇരുനിലമാളികകൾ അധികവും അടഞ്ഞുകിടക്കുകയാണ്. ഇടയ്ക്കും മുറയ്ക്കും കൊട്ടാരത്തിനകത്തേക്കും പുറത്തേക്കും കടന്നുപോകുന്ന സ്ത്രീപുരുഷന്മാർ അവിടെ താമസിക്കുന്ന കുടുംബാംഗങ്ങളായിരിക്കണം. നിത്യവൃത്തിക്ക് വീട്ടുസാധനങ്ങൾ വാങ്ങാൻ പോയി വരുന്ന രാജകുടുംബാംഗങ്ങൾ.

കൊട്ടാരവളപ്പിനു മുന്നിൽ കാണുന്ന വിശാലമായ നെൽപ്പാടങ്ങളെല്ലാം ഒരുകാലത്ത് കിളിമാനൂർ കൊട്ടാരം വകയായിരുന്നു. ഇന്നെല്ലാം അന്യാധീനപ്പെട്ടു. കോവിലകത്തെ 360 അംഗങ്ങളിൽ കുറെപ്പേർ കേരളത്തിനു പുറത്തും മറ്റു സ്ഥലങ്ങളിലും താമസിക്കുന്നു. നല്ല നിലയിൽ കഴിയുന്ന ചുരുക്കം പേരുണ്ട്. കേരളത്തിൽത്തന്നെ ഉന്നത ഉദ്യോഗം വഹിക്കുന്നവരും കുറേപ്പേരുണ്ട്. കഷ്ടിച്ച് നിത്യവൃത്തി കഴിച്ചുപോകുന്നവരും ഇല്ലാതില്ല.

1956 ൽ ശ്രീപണ്ടാരവക സ്വത്തു മുഴുവൻ സർക്കാരിനു വിട്ടുകൊടുക്കേണ്ടിവന്നു. പകരമായി 1956 വരെ ജനിച്ച രാജകുടുംബാംഗങ്ങൾക്ക് ആളൊന്നിന് മൊത്തം 4000 രൂപ അല്ലെങ്കിൽ പ്രതിമാസം 14 രൂപ പെൻഷൻ എന്ന കണക്കിലാണ് സർക്കാർ കനിഞ്ഞു നല്കിയ ആനുകൂല്യം. ഈ നിരക്ക് ഇന്നും വ്യത്യാസമില്ലാതെ തുടരുന്നു. ആനുകൂല്യങ്ങൾ വർദ്ധിപ്പിക്കണമെന്ന് ആവശ്യപ്പെട്ട് ഫയൽ ചെയ്ത കേസ്, തുക വ്യത്യാസപ്പെടുത്താൻ വകുപ്പില്ലെന്ന കാരണത്താൽ തള്ളിപ്പോയി. പല കുടുംബങ്ങൾക്കും രാജകുടുംബമെന്ന പേരു മാത്രമേ ഇന്ന് അവശേഷിക്കുന്നുള്ളൂ.

കൊട്ടാരസമുച്ചയം

കിളിമാനൂർ കോവിലകത്തെ രണ്ടാമത്തെ തായ്‌വഴിയിലെ അംഗമായ ആർട്ടിസ്റ്റ് രാജാരവിവർമ്മയുടെ പിന്മുറക്കാരുടെ ഈ ദുഃസ്ഥിതി മനഃസാക്ഷിയുള്ള ആർക്കും സഹിക്കാവുന്നതല്ല (പക്ഷേ, ഗവൺമെന്റിനുണ്ടോ മനഃസാക്ഷി?)

വിശാലമായ കൊട്ടാരവളപ്പിലെ ഇരുനിലമാളികകൾ പലതും വർഷങ്ങളായി അറ്റകുറ്റപ്പണികൾ നടത്താതെ അസ്തപ്രഭങ്ങളായി നിശ്ശബ്ദം നിലകൊള്ളുന്നു. ഇക്കണക്കിനു പോയാൽ ഗതകാല പ്രൗഢി വിളംബരം ചെയ്യുന്ന ഈ സൗധ ശ്രേണികൾ നിലംപൊത്താൻ ഏറെക്കാലം വേണ്ടിവരില്ല.

മുൻപൊരിക്കൽ, കൊട്ടാര സമുച്ചയം ഏറ്റെടുത്ത് തൃപ്പൂണിത്തുറ ഹിൽപാലസിന്റെ മാതൃകയിൽ രാജാരവിവർമ്മ സ്മാരകമായി നിലനിർത്താൻ ഗവൺമെന്റിന്റെ ഭാഗത്തുനിന്ന് ഒരു ശ്രമം നടന്നെങ്കിലും വിവിധ കാരണങ്ങളാൽ ആയത് ഫലവത്തായില്ല. ദിലീപ്കുമാർവർമ്മയുടെ പിന്നാലെ കൊട്ടാര

മുറികളിലൂടെ നടക്കുമ്പോൾ വല്ലാത്ത നഷ്ടബോധം അനുഭവപ്പെട്ടു. നാലുകെട്ടും നാടകശാലയും തേവാരപ്പുരയുമെല്ലാം ശുദ്ധശൂന്യം. തേവാരപ്പുരയിലെ പ്രതിഷ്ഠ, മുമ്പിൽ കൃഷ്ണനും പിമ്പിൽ ശിവപാർവ്വതിമാരോടും കൂടിയതാണ്. ഇന്നും അഭീഷ്ടസിദ്ധിക്കായി തദ്ദേശീയരായ ധാരാളം ഭക്തജനങ്ങൾ ഈ കോവിലിൽ എത്താറുണ്ട്. മംഗല്യ സൗഭാഗ്യത്തിനായി നടത്തുന്ന 'മഞ്ഞക്കാപ്പു'വഴിപാടാണ് പ്രധാനം.

തേവാരപ്പുര കണ്ട് മടങ്ങുമ്പോൾ വിശാലമായ ഒരു ഹാൾ. അതിന്റെ ഭിത്തിയിലെ നിരപ്പലകകളോട് ബന്ധിപ്പിച്ച് മൂന്നുവശത്തും പണിതിട്ടുള്ള കട്ടിലിന്റെ പൊക്കം വരുന്ന തട്ടുകൾ ഞാൻ ശ്രദ്ധിച്ചു. രാജകുടുംബത്തിലെ പുരുഷപ്രജകൾക്ക് ഉച്ചയൂണിനു ശേഷം വെടിവട്ടം പറഞ്ഞ് ഇരിക്കാനും കിടക്കാനും ഉള്ളവയായിരുന്നത്രേ അവ. കട്ടിയേറിയ തടിയിൽ തീർത്തവയെങ്കിലും അവയ്ക്കും കേടുപാടുകൾ കണ്ടു തുടങ്ങി.

കൊട്ടാര സമുച്ചയങ്ങൾക്കിടയിലൂടെ ചെന്നെത്തിയത് കാടുപിടിച്ചു കിടക്കുന്ന ഒരു വെളിമ്പ്രദേശത്താണ്. തണൽ വിരിച്ചു നില്ക്കുന്ന ഒരു കൂറ്റൻ ആൽ. ആ ആൽത്തറയും അതിനു സമീപമുള്ള ആരാധനാ മൂർത്തികളുടെ ആവാസസ്ഥാനങ്ങളും കുടുംബാംഗങ്ങൾ ഇന്നും ഭക്ത്യാദരപൂർവ്വം സ്മരിക്കുന്നു. ആലിന്റെ മുകളിൽ വാസമുറപ്പിച്ച് ഗർഭസ്ഥശിശുക്കളെ ഭക്ഷിച്ചിരുന്ന ഒരു യക്ഷിയെ മാന്ത്രികശക്തിയാൽ ബാലരക്ഷകയാക്കി മാറ്റി, തൊട്ടടുത്ത് പ്രതിഷ്ഠിച്ചതാണ് ഇന്നു കാണുന്ന യക്ഷിയമ്പലം.

വേട്ടേങ്കരയപ്പ (കിരാതമൂർത്തി) ന്റെ 12 കിതൂക്കം വരുന്ന പഞ്ചലോഹവിഗ്രഹം മോഷണം പോയത്രേ. വനദുർഗ്ഗ, ബ്രഹ്മരക്ഷസ്സ് നാഗരാജാവ്, നാഗയക്ഷി, രക്തേശ്വരി എന്നിങ്ങനെ ധാരാളം പ്രതിഷ്ഠകളുള്ളതായി ശ്രീ. വർമ്മ പറഞ്ഞു.

രാജാരവിവർമ്മയുടെ ചിത്രശാല

കൊട്ടാരസമുച്ചയത്തിന്റെ ഇടത്തേയറ്റത്താണ് ചിത്രശാല—(സ്റ്റുഡിയോ). വിശാലമായ ഒരു ഹാൾ. രാജരാജവർമ്മ ദീർഘകാലം ചിത്രരചന നടത്തിയിരുന്ന ആ സ്റ്റുഡിയോ തികച്ചും അനാഥാവസ്ഥയിലാണിന്ന്. വിശ്വവിഖ്യാതനായ ആ ചിത്രകാരന്റെ ജന്മഗൃഹത്തിൽ അദ്ദേഹം രചിച്ച ഒരു ചിത്രംപോലും അവശേഷിച്ചിട്ടില്ല എന്നത് ദുഃഖകരമാണ്. രാജാരവിവർമ്മയുടെ പ്രസിദ്ധമായ 12 ചിത്രങ്ങൾ അനന്തിരവളായ ഭവാനിത്തമ്പുരാട്ടി പകർത്തിയെഴുതി. അവയിൽപ്പെടുന്ന ഒരു ഹംസദമയന്തി ചിത്രം സ്റ്റുഡിയോയിൽ സൂക്ഷിച്ചിട്ടുണ്ട്.

ചിത്രശാലയും മറ്റും ദേശീയസ്മാരകമായി സംരക്ഷിക്കുമെന്ന് കഴിഞ്ഞ ഗവൺമെന്റിന്റെ കാലത്ത് സാംസ്കാരിക വകുപ്പുമന്ത്രി പ്രഖ്യാപിച്ചിരുന്നുവത്രേ. എന്തു സംരക്ഷണം? ഒരു ചുക്കും നടന്നില്ല. അവിടെയുണ്ടായിരുന്ന രവിവർമ്മ ചിത്രങ്ങളിൽ ചിലത് ഇടപ്പള്ളിയിലെ മാധവൻ നായർ ഫൗണ്ടേഷനിൽ സൂക്ഷിച്ചിട്ടുണ്ടത്രേ. ചിലത് ശ്രീചിത്രാ ആർട്ട് ഗ്യാലറിയിലും, മറ്റു ചിലവ മദ്രാസ് മ്യൂസിയത്തിലും സൂക്ഷിച്ചിട്ടുണ്ട് പോലും. ഏതായാലും ചിത്രശാലയുടെ ഇന്നത്തെ സ്ഥിതി തുലോം ശോചനീയം. ആ സ്റ്റുഡിയോ പൊടിയടിഞ്ഞുകൂടാതെയും ചിലന്തി വലകെട്ടാതെയും ഇത്രയെങ്കിലും സൂക്ഷിക്കുന്നത് ആ കൊട്ടാരത്തിലെ പിന്മുറക്കാരുടെ താല്പര്യം ഒന്നുകൊണ്ടുമാത്രം.

കൊട്ടാരവളപ്പിനു സമീപമായി ഒരു യു പി സ്കൂളുണ്ട്. വിദ്യാഭ്യാസാഭിവൃദ്ധിക്കായി കിളിമാനൂർ കോവിലകം പണ്ടേ ശ്രദ്ധ പതിപ്പിച്ചിരുന്നു.

കൊട്ടാരം സ്കൂളിനപ്പുറത്തായി കൊട്ടാരംവക ശ്മശാനത്തിനു പോലും അവഗണയുടെയും കൈയേറ്റത്തിന്റെയും കഥയാണുള്ളത്. മുമ്പ് 75 സെന്റ് വിസ്തീർണ്ണമുണ്ടായിരുന്ന രാജകീയ ശ്മശാനം ഇപ്പോൾ വെറും 15 സെന്റിലൊതുങ്ങി. രാജാരവിവർമ്മയെപ്പോലുള്ളവർ നിത്യവിശ്രമം കൊള്ളുന്നതിവിടെയാണ്. അവിടെയും കൈയേറ്റം!

രാജാരവിവർമ്മ ദീർഘകാലം ചിത്രകലോപാസന നിർവ്വഹിച്ച ഈ കോവിലകങ്ങളുടെ സംരക്ഷണമോ മേൽപ്പടി. എന്നാൽ അദ്ദേഹം ചിത്രരചന നിർവ്വഹിച്ച ചിത്രശാല (സ്റ്റുഡിയോ) പോലും യഥാവിധി സംരക്ഷിക്കുവാൻ ആരും ശ്രദ്ധിക്കാനില്ലെന്നതാണ് ഖേദകരം. സംസ്ഥാന ഗവൺമെന്റിന്റെ രാജാരവിവർമ്മ പുരസ്കാരം ശ്രീ. എം വി ദേവന് നല്കുന്ന ചടങ്ങിൽപ്പോലും കോവിലകത്തെ ഒരു വ്യക്തിയെപ്പോലും ക്ഷണിക്കാനുള്ള സാമാന്യമര്യാദ ബന്ധപ്പെട്ടവർ പാലിച്ചില്ലെന്ന ദുഃഖസത്യം പ്രസ്തുത അവാർഡു ദാനച്ചടങ്ങിൽ അദ്ധ്യക്ഷത വഹിച്ച സാംസ്കാരിക വകുപ്പുമന്ത്രി മനസ്സിലാക്കുമോ? ആർക്കറിയാം.

കോവിലകത്തിന്റെ അരക്ഷിതാവസ്ഥയിൽ ദുഃഖമഗ്നമായ മനസ്സോടെ യാത്രപറഞ്ഞ് പടിയിറങ്ങുമ്പോൾ എനിക്ക് അകാരണമായ കുറ്റബോധം തോന്നി. സാംസ്കാരിക വികസനത്തിന്റെ കുത്തകക്കക്ഷത്തിടുക്കി അധരവ്യായാമം നടത്തുന്ന ഭരണാധികാരികളേക്കാൾ നാടിന്റെ കലാപാരമ്പര്യം കാത്തുസൂക്ഷിക്കാനുള്ള കടമ നമ്മൾ - നാട്ടുകാർക്കില്ലേ?

കേരളത്തിലെ സാഹിത്യകലാരംഗങ്ങളിൽ കിളിമാനൂർ കോവിലകത്തിന്റെ സ്വാധീനം കുറച്ചൊന്നുമല്ല. സ്വാതിതിരുനാളിന്റെ പണ്ഡിത സദസ്സിലെ പ്രമുഖനും *രാവണവിജയം* ആട്ടക്കഥയുടെ കർത്താവുമായ വിദ്വാൻ കരീന്ദ്രൻ കോയിത്തമ്പുരാൻ (1812 –1846) പ്രസിദ്ധ ഭാഷാശാസ്ത്രജ്ഞനും സാഹിത്യകാരനുമായ ഡോ. ഗോദവർമ്മ തുടങ്ങിയവർ കിളി

മാനൂർ കൊട്ടാരത്തിന്റെ സാംസ്കാരിക സംഭാവനകളാണ്. കൂട്ടത്തിൽ വിശ്വപ്രസിദ്ധ ചിത്രകാരനായ രാജാരവിവർമ്മയുടെ നാമം അനശ്വരമാണ്.

വരകൾ, വർണ്ണങ്ങൾ

കേരളീയർക്കെന്നല്ല, ഭാരതീയർക്കാകമാനം തന്നെ ചിത്രകലയുടെ മാസ്മര പ്രഭാവവും ചൈതന്യവും പകർന്നുനല്കിയ ചിത്രകാരനാണദ്ദേഹം. ഒരർത്ഥത്തിൽ ഇന്ത്യയുടെ ഒരു കാലഘട്ടത്തിന്റെ സംസ്കാരത്തെയൊട്ടാകെ തന്നെ സ്വന്തം തൂലികത്തുമ്പിലൂടെ വാർന്നുവീണ അനശ്വര ചിത്രങ്ങളാൽ സ്വാധീനിക്കാൻ രവിവർമ്മയ്ക്കു കഴിഞ്ഞു എന്നതാണ് സത്യം.

നമ്മുടെ പുരാണ കഥകളിലെ ദേവീദേവസങ്കല്പങ്ങൾക്ക് സാർവ്വത്രികമായ ദൃശ്യരൂപവും ഭാവവും പകർന്നത് രവിവർമ്മയല്ലാതെ മറ്റാരാണ്? കനാകുമാരി മുതൽ കാശ്മീർ വരെയുള്ള ഹിന്ദുമത വിശ്വാസികളുടെ മനസ്സിൽ പുരാണ കഥാപാത്രങ്ങൾ ഒരേ മട്ടിലാവും പ്രതിഫലിക്കുക - രവിവർമ്മ ചിത്രങ്ങളിലൂടെ.

ശാകുന്തളം പോലെയുള്ള പ്രസിദ്ധ സാഹിത്യകൃതികളിലെ കഥാപാത്രങ്ങളും (ഉദാ: കൊണ്ടൽവേണിയൊരു രണ്ടുനാലടി നടന്നതില്ലതിനുമുമ്പ്) പൗരാണിക കഥാസന്ദർഭ ചിത്രീകരണങ്ങളും (ഉദാ. *രുഗ്മാംഗദ ചരിതം*) ജീവിതത്തിന്റെ ചില അപൂർവ്വ നിമിഷങ്ങളുടെ മനോഹാരിത വാർന്നു വീഴുന്ന പെയിന്റിങ്ങുകളും മറ്റനേകം പ്രശസ്ത രചനകളും ചിത്രകലാസ്വാദകരുടെ മനസ്സിൽ എന്നും പച്ചപിടിച്ചു നില്ക്കും.

കിളിമാനൂർ കോവിലകത്തെ ഉമാ അംബാബായിത്തമ്പുരാട്ടിയുടെയും എഴുമാവിൽ നീലകണ്ഠൻ ഭട്ടതിരിപ്പാടിന്റെയും പുത്രനായി 1848 ഏപ്രിൽ 28 ന് രവിവർമ്മ ഭൂജാതനായി. ബാല്യത്തിൽ തന്നെ ചിത്രരചനാ കൗതുകം ആ ബാലമനസിൽ അപൂർവ്വ ലോകങ്ങൾ സൃഷ്ടിച്ചിരുന്നു. കോവിലകത്തെ അനൗപചാരിക വിദ്യാഭ്യാസത്തിനുശേഷം ചിത്രരചനയിലെ ആദ്യപാഠങ്ങൾ സ്വന്തം മാതുലനായ രാജാരവിവർമ്മയിൽ നിന്നാണ് അഭ്യസിച്ചത്. 13 വയസ്സുള്ളപ്പോൾ കലാകുതുകിയായ അനന്തിരവനെ മാതുലൻ തിരുവനന്തപുരത്ത് നാടുവാഴുന്ന ആയില്യം തിരുനാളിന്റെ സന്നിധിയിലേക്ക് കൂട്ടിക്കൊണ്ടുപോയി. ആ കൂടിക്കാഴ്ചയിൽ ബാലചിത്രകാരൻ രാജാവിനു സമർപ്പിച്ച ചില ചിത്രങ്ങളുടെ മികവിൽ ആകൃഷ്ടനായ രാജാവ് കുട്ടിയെ കൊട്ടാരത്തിൽ താമസിപ്പിക്കാൻ ഏർപ്പാടാക്കി. കൊട്ടാരത്തിലുണ്ടായിരുന്ന ചിത്രശേഖരങ്ങളുമായി അടുത്തിടപഴകുവാനും അങ്ങനെ രവിവർമ്മയ്ക്ക് അവസരം ലഭിച്ചു. മാത്രവുമല്ല, കൊട്ടാരസദസ്സിലെ ചിത്രകാരന്മാരുടെ രചനാരീതികൾ അടുത്തുനിന്ന് കണ്ടു പഠിക്കാനും അക്കാലത്ത് അവസരമുണ്ടായി. കൊട്ടാര ചിത്രകാരനായ രാമസ്വാമിനായ്ക്കർ, ഹോളണ്ടിൽനിന്നു വന്ന തിയോഡോർ ജൻസൺ എന്നിവർ, സ്വന്തം രചനാരീതികൾ നോക്കി മനസ്സിലാക്കാൻ രവിവർമ്മയ്ക്ക് അവസരം നല്കി. നായ്ക്കന്റെ സഹപ്രവർത്തകനായ ആറുമുഖം പിള്ളയാകട്ടെ വിശ്രമവേളകളിൽ ചിത്രരചനയുടെ ചില പാഠങ്ങൾ ബാലനെ പഠിപ്പിക്കാൻ സന്മനസ്സു കാട്ടി. ചായക്കൂട്ടുകളുടെ നിർമ്മാണത്തിലും വ്യത്യസ്തരചനാരീതികളിലും ക്രമേണ അറിവു നേടി.

അസ്വസ്ഥതകളുടെ നാളുകൾ

ചിത്രരചന തൊഴിലാക്കിയവരെ, ഉന്നത കുലജാതർ തെല്ലൊരു പുച്ഛഭാവത്തോടെ വീക്ഷിച്ചിരുന്ന അക്കാലത്ത് ചിത്രകല ഒരു തൊഴിലായി സ്വയം സ്വീകരിക്കാൻ രവിവർമ്മയ്ക്കൊട്ടും വൈമുഖ്യമുണ്ടായില്ല. മൂകാംബികയിൽനിന്നുള്ള മടക്കയാത്രയിലാണ്, വേതനം പറ്റി ചിത്രരചന നിർവ്വഹിക്കാനുള്ള ആദ്യക്ഷണം രവിവർമ്മ സ്വീകരിച്ചത്. സർ. സി ശങ്കരൻ നായരുടെ ശ്വശുരനും കോഴിക്കോട് സബ്ജഡ്ജിയുമായിരുന്ന കിഴക്കേപാലാട്ട് കൃഷ്ണമേനോന്റെയും കുടുംബത്തിന്റെയും ചിത്രം വരയ്ക്കാനുള്ള ആ ജോലി പൂർത്തിയായപ്പോൾ രവിവർമ്മയുടെ ചിത്രരചനാ വൈഭവം പരക്കെ ബോദ്ധ്യപ്പെട്ടു.

തിരുവനന്തപുരത്ത് മടങ്ങിയെത്തിയ രവിവർമ്മ, ആയില്യം തിരുനാൾ മഹാരാജാവിന്റെയും രാജപത്നിയുടെയും ചിത്രങ്ങൾ എണ്ണച്ചായത്തിൽ രചിച്ച് രാജാവിന് സമർപ്പിച്ചു. മുമ്പ് ഒരു യൂറോപ്യൻ ചിത്രകാരൻ വരച്ചതിനേക്കാൾ മികച്ച സാങ്കേതികമേന്മയാർന്ന ആ ചിത്രം കണ്ട് സംപ്രീതനായ രാജാവ്, രവിവർമ്മയ്ക്ക് മറ്റൊരു ചിത്രകാരനും അന്നുവരെ ലഭിച്ചിട്ടില്ലാത്ത വീരശൃംഖല സമ്മാനിച്ചു. രവിവർമ്മയ്ക്ക് ആത്മവിശ്വാസം വർദ്ധിച്ചു. ഇക്കാലത്തുതന്നെ *രാമായണം, മഹാഭാരതം* എന്നീ പുരാണങ്ങളും കാളിദാസൻ, ഭവഭൂതി എന്നീ സംസ്കൃത കവികളുടെ കാവ്യനാടകാദികളും സസൂക്ഷ്മം പഠിച്ചു. കഥാപാത്രങ്ങളുടെ രൂപവും ചൈതന്യവും ഉൾക്കൊണ്ടു. തുടർന്ന് ബഹുമതികൾ രവിവർമ്മയെ തേടിയെത്തി. ദേശീയവും അന്തർദ്ദേശീയവുമായ പല പുരസ്കാരങ്ങൾ. മഹാരാജാക്കന്മാരുടെയും മറ്റ് മഹത് വ്യക്തികളുടെയും പ്രശംസാപാത്രമായി. മഹാരാജാവ് രവിവർമ്മയെ പ്രതിമാസ അടിത്തൂണോടു കൂടി കൊട്ടാരം ചിത്രകാരനായി നിയമിച്ചു.

ആയില്യംതിരുനാളിനുശേഷം വിശാഖം തിരുനാൾ ഭരണഭാരമേറ്റപ്പോൾ ആയില്യംതിരുനാളിന്റെ വാത്സല്യഭാജനമായിരുന്ന രവിവർമ്മയോട് വിശാഖം തിരുനാളിന് നീരസം ജനിച്ചു. വിശാഖം തിരുനാൾ

രാജാവായിരിക്കുന്നിടത്തോളം നാട്ടിലേക്ക് മടങ്ങിവരികയില്ല എന്ന ശപഥത്തോടെ രവിവർമ്മ തിരുവനന്തപുരം വിട്ടു. ബറോഡ രാജസദസ്സിനും ഭവനഗർ രാജസന്നിധിയിലും അനേകം ചിത്രരചനകൾ നടത്തി, പ്രശംസ പിടിച്ചുപറ്റി. മടങ്ങുംവഴി, സന്ദർഭവശാൽ ബോംബെയിൽ വച്ച് വിശാഖം തിരുനാളിനെ കണ്ടുമുട്ടിയെങ്കിലും നീരസം വർദ്ധിച്ചതേയുള്ളൂ. രവിവർമ്മയുടെ അടുത്തൂൺ റദ്ദാക്കപ്പെട്ടു.

ചിത്രമെഴുത്തിന്റെ തമ്പുരാൻ

വിശാഖം തിരുനാളിന്റെ ശത്രുതാ മനോഭാവം വകവയ്ക്കാതെ മൈസൂർ രാജാവ് ശ്രീ. ചാമരാജേന്ദ്ര വൊഡയാർ രവിവർമ്മയെ സ്വന്തം കൊട്ടാരത്തിൽ ചിത്രരചനയ്ക്ക് നിയോഗിച്ചു. അടുപ്പിച്ചുതന്നെ വിശാഖംതിരുനാൾ നാടുനീങ്ങുകയും ശ്രീമൂലം തിരുനാൾ ഭരണമേല്ക്കുകയും ചെയ്തപ്പോൾ രാജാവിന്റെ ക്ഷണമനുസരിച്ച് രവിവർമ്മ മടങ്ങിയെത്തി. വർഷം തോറും ഗവൺമെന്റിനുവേണ്ടി രണ്ടു ചിത്രങ്ങൾ വീതം വരയ്ക്കാൻ നിയുക്തനായി.

1888 ൽ ബറോഡയിലെ ഗെയ്ക്വാറായ സയാജിറാവ്, ബറോഡയിൽ പുതുതായി പണി പൂർത്തിയാവുന്ന ലക്ഷ്മീവിലാസം കൊട്ടാരത്തിന്റെ ചുമരുകൾ അലങ്കരിക്കുന്നതിന് 13 ചിത്രങ്ങൾ വരയ്ക്കുന്നതിന് രവിവർമ്മയെ നിയോഗിച്ചു. രവിവർമ്മയുടെ ഏറ്റവും മികച്ച ചിത്രങ്ങൾ തന്നെയായിരുന്നു അവയെല്ലാം. *നളദമയന്തി, അർജ്ജുനനും സുഭദ്രയും, ഭരതനും സിംഹക്കുട്ടിയും, വിശ്വാമിത്രനും മേനകയും, ദ്രൗപദീ വസ്ത്രാക്ഷേപം, സീതാസ്വയംവരം, കൃഷ്ണജനനം* തുടങ്ങിയവ. അന്നത്തെ നിരക്കിൽ 50,000 രൂപ പ്രതിഫലമായി ലഭിക്കുകയും ചെയ്തു.

1893 ൽ സ്വാമി വിവേകാനന്ദൻ ചിക്കാഗോ നഗരത്തിൽ, ലോകമതമഹാസമ്മേളനത്തിൽ തന്റെ ചരിത്രപ്രസിദ്ധമായ ആദ്യത്തെ പ്രസംഗം ചെയ്തപ്പോൾ രാജാരവിവർമ്മ അവിടെ നടന്ന അന്തർദ്ദേശീയ ചിത്രപ്രദർശനത്തിൽ ഈ ഉപഭൂഖണ്ഡത്തിന്റെ സമ്പന്നവും വൈവിദ്ധ്യപൂർണ്ണവുമായ സാംസ്കാരിക പാരമ്പര്യത്തെ പ്രതിഫലിപ്പിക്കുന്ന പത്ത് ചിത്രങ്ങൾ പ്രദർശിപ്പിച്ചു. അന്തർദ്ദേശീയ അംഗീകാരവും പ്രശംസയും നേടി. തന്റെ ചിത്രങ്ങൾ കൂടുതൽ കൂടുതൽ ജനങ്ങൾക്ക് ആസ്വദിക്കത്തക്ക വിധം ലഭ്യമാക്കാൻ വേണ്ടി ബോംബെയിലെ 'ഗിർഗ്ഗാവോം' എന്ന സ്ഥലത്ത് രവിവർമ്മ ഒരു ലിത്തോഗ്രാഫിക് പ്രസ് ആരംഭിച്ചു. 1894 ൽ ആരംഭിച്ച ഈ പ്രസ്സിൽ അച്ചടിച്ച രൂപഭംഗിയും ഭാവഭദ്രതയും വർണ്ണപ്പൊലിമയുമാർന്ന പതിനായിരക്കണക്കിന് രവിവർമ്മ ചിത്രങ്ങൾ ഇന്ത്യയൊട്ടാകെ പ്രചരിപ്പിക്കാൻ രവിവർമ്മയ്ക്കു കഴിഞ്ഞു. പക്ഷേ, ഈ മഹത് സംരംഭത്തിനും ദുർദശ നേരിട്ടു. ആ ലിത്തോഗ്രാഫിക് പ്രസിന്റെ പ്രവർത്തനം നഷ്ടത്തിൽ കലാശിച്ചു. ആ പ്രസിൽ നിന്നടിച്ച തന്റെ 93 ചിത്രങ്ങളുടെ പകർപ്പാവകാശമുൾപ്പെടെ പ്രസ് 1901 ൽ തീരെ തുച്ഛമായ വിലയ്ക്ക് - വെറും 25,000 രൂപയ്ക്ക് വില്ക്കാൻ അദ്ദേഹം നിർബ്ബന്ധിതനായി.

കിളിമാനൂർ

രാജാരവിവർമ്മയുടെ സന്തത സഹചാരിയും ഉറ്റസുഹൃത്തും മാനേജരും എല്ലാം അനുജൻ രാജരാജവർമ്മ ആയിരുന്നു. ഇംഗ്ലീഷിൽ അസാമാന്യ പണ്ഡിതൻ. അക്കാലത്ത് ഔദ്യോഗികതലത്തിൽ ഉന്നതസ്ഥാനത്ത് എത്താൻ യോഗ്യനായിരുന്നെങ്കിലും, ജ്യേഷ്ഠന്റെ ചിത്രകലാ സപര്യക്ക് താങ്ങുംതണലുമായി വർത്തിച്ചു. പ്രശസ്ത ചിത്രകാരൻ കൂടിയായ അദ്ദേഹം രാജാരവിവർമ്മയുടെ ചിത്രരചനയ്ക്കു വേണ്ട എല്ലാ ഒത്താശകളും നല്കി, രചനാവേളയിൽ പങ്കാളിയായിരുന്നു. സ്വന്തം ചിത്രരചനാ വൈദഗ്ദ്ധ്യത്തിനോ ഭൗതികനേട്ടങ്ങൾക്കോ, തെല്ലും പ്രാധാന്യം നല്കാതെ ജ്യേഷ്ഠന്റെ ചിത്രരചനാ സപര്യക്ക് സമ്പൂർണ്ണമായി സമർപ്പിതനായ രാജരാജവർമ്മയുടെ മരണശേഷം അന്തർമുഖനായി മാറിയ ശ്രീ രാജാ രവിവർമ്മ യാത്രകളൊക്കെ ചുരുക്കി.

പ്രസിന്റെ പ്രവർത്തനങ്ങളിൽ വ്യാപൃതനായിരിക്കുമ്പോഴും ചിത്രരചന തുടർന്നു. 1897 ൽ തിരുവിതാംകൂർ സർക്കാരിന്റെ പ്രത്യേക നിർദ്ദേശമനുസരിച്ച് പൗരാണിക കഥാസന്ദർഭങ്ങളെ ആധാരമാക്കി അദ്ദേഹം രചിച്ച 5 ചിത്രങ്ങൾ *ഹംസദമയന്തി, ശകുന്തളയുടെ പ്രണയപൂർവ്വമുള്ള തിരിഞ്ഞുനോട്ടം, വിരാടസദസ്സ്, രുഗ്മാംഗദനും മോഹിനിയും, ദ്രൗപദിയും സിംഹികയും* - ഇന്ന് തിരുവനന്തപുരത്തെ ശ്രീ ചിത്രാ ആർട്ട് ഗ്യാലറിയെ അനുഗ്രഹിക്കുന്നു.

മാവേലിക്കര ഉത്സവമഠം കൊട്ടാരത്തിലെ പൂരുട്ടാതിനാൾ തമ്പുരാട്ടിയായിരുന്നു രവിവർമ്മയുടെ സഹധർമ്മിണി, അദ്ദേഹത്തിന്റെ മകൻ ആർട്ടിസ്റ്റ് രാമവർമ്മയാണ് മാവേലിക്കരയിലെ ചിത്രകലാ വിദ്യാലയം ആരംഭിച്ചത്. രാജാരവിവർമ്മ ഇൻസ്റ്റിറ്റ്യൂട്ട് ഓഫ് ഫൈൻ ആർട്സ്. കേരള സർക്കാർ നേരിട്ടു നടത്തുന്ന കലാസ്ഥാപനങ്ങളിൽ പ്രമുഖമായ ഒന്നാണ്.

1906 ഒക്ടോബർ 2 ന് ചിത്രമെഴുത്തിന്റെ തമ്പുരാൻ നിര്യാതനായി. പില്ക്കാലത്ത് രാജാരവിവർമ്മയുടെ സഹോദരി മംഗളാഭായിത്തമ്പുരാട്ടിയും പുത്രനായ രാമവർമ്മയും അനന്തിരവളായ ഭവാനിത്തമ്പുരാട്ടിയും അദ്ദേഹത്തിന്റെ ചിത്രകലാ പാരമ്പര്യം തുടർന്നു.

പ്രാചീന സാഹിത്യത്തിലെ ഈ ശുകഹരിണപുരം (കിളി+മാൻ+ഊർ) ഇപ്പോൾ കിളിമാനൂർ, പഴയകുന്നുമ്മേൽ പഞ്ചായത്തിൽപ്പെട്ട സമ്പന്നമല്ലാത്ത കാർഷിക മേഖലകളാണ്. മിനിട്ടിനു മിനിട്ടിനു

ട്രാൻസ്പോർട്ട് ബസുകളും പ്രൈവറ്റ് ബസുകളും കടന്നുപോകുന്ന ആ നാലും കൂടിയ കവലയ്ക്ക്—കിളിമാനൂർ ജങ്ഷൻ—ഒരു നാഗരിക ഭാവം ഉണ്ടെങ്കിലും ചുറ്റും നിമ്നോന്നതങ്ങളായ ഗ്രാമഭൂമികൾ തന്നെ. നെൽവയലുകളും പുരയിടങ്ങളും ഗ്രാമഭവനങ്ങളും നിറഞ്ഞവ.

വേലുത്തമ്പിയുടെ വാൾ

കിളിമാനൂർ കൊട്ടാരത്തെ സുപ്രധാനമായ ഒരു ചരിത്ര പ്രതിസന്ധിയുമായി ബന്ധിപ്പിക്കുന്ന മറ്റൊരു സംഭവം കൂടി ഇവിടെ കുറിക്കേണ്ടതുണ്ട്. ബ്രിട്ടീഷ് ഭരണാധികാരികളുടെ സൈനിക ശക്തികൾ തന്നെ വേട്ടയാടുമ്പോൾ, ആത്മരക്ഷാർത്ഥം, ദുർഗ്ഗമ പ്രദേശങ്ങളിലൂടെ വടക്കോട്ട് പലായനം ചെയ്യേണ്ടിവന്ന വേലുത്തമ്പി ദളവ, മാർഗ്ഗമദ്ധ്യേ കിളിമാനൂർ കൊട്ടാരത്തിൽ അഭയം തേടിയത്രെ. കൊട്ടാരത്തിൽനിന്ന് അത്താഴവും കഴിഞ്ഞ് വീണ്ടും യാത്രതുടരും മുമ്പ് ദളവ തന്റെ സന്ദർശനത്തിന്റെ സ്മരണയ്ക്കായി സ്വന്തം വാൾ ഭക്ത്യാദരപുരസ്സരം കിളിമാനൂർ തമ്പുരാന് സമർപ്പിച്ചുവത്രേ. ഏറെക്കാലം അവിടെ സൂക്ഷിച്ചിരുന്ന ആ വാൾ ഇന്ത്യയുടെ അന്നത്തെ പ്രസിഡന്റായിരുന്ന ഡോ. രാജേന്ദ്രപ്രസാദ് 1957 ആഗസ്തിൽ തിരുവനന്തപുരം സന്ദർശിച്ചപ്പോൾ അദ്ദേഹത്തിന് സമ്മാനിക്കപ്പെട്ടു. ഇപ്പോൾ അത് ഡൽഹിയിലെ നാഷണൽ മ്യൂസിയത്തിൽ സൂക്ഷിച്ചിരിക്കുന്നു.

സുഖസൗകര്യങ്ങളും സമ്പൽസമൃദ്ധിയും കൂടുതൽ കൂടുതൽ വെട്ടിപ്പിടിക്കാനുള്ള നമ്മുടെ ഇന്നത്തെ ഹിംസാത്മകമായ മുന്നേറ്റത്തിൽ ദയവായി സ്വന്തം പൈതൃകം വിസ്മരിക്കാതിരിക്കുക. അല്പം വൈകിയിട്ടാണെങ്കിലും ഈ ചിത്രമെഴുത്തിന്റെ തമ്പുരാനെപ്പോലെയുള്ള നമ്മുടെ യശഃസ്തംഭങ്ങളെ സമാദരിക്കാൻ സദയം സന്നദ്ധരാവുക.

13

ഇളയിടത്തുറാണിയുടെ നാട്

"ശരി എന്നാൽ ഡച്ചു പട്ടാളത്തിന്റെ ശക്തി നേരിട്ടനുഭവിച്ച് മനസ്സിലാക്കിക്കൊള്ളൂ. എനിക്കിനി ഒന്നും പറയാനില്ല."

ഉഗ്രമായ ഭീഷണി മുഴക്കിക്കൊണ്ട് ധ്വര ചാടി എണീറ്റു. ഇളയിടത്തുറാണിക്കുവേണ്ടി വക്കാലത്തിനു വന്നതാണ് ധ്വര 'വാൻ ഇമോഫ്.'

"പേടിക്കേണ്ട. എനിക്കും എന്റെ പ്രജകൾക്കും സുരക്ഷിതമായി വിശ്രമിക്കത്തക്ക കൊടുങ്കാടുകൾക്ക് യാതൊരു പഞ്ഞവുമില്ല, തിരുവിതാംകൂറിൽ."

"ഓഹോ!" പുച്ഛസ്വരത്തിൽ ഉറക്കെ ചിരിച്ചുകൊണ്ട് പോകാനാഞ്ഞ ധ്വര പറഞ്ഞു. "തിരുവിതാംകൂറുകാർ പോകുന്നിടത്തൊക്കെ ഡച്ചുകാർക്കും വരാൻ കഴിയാതെയില്ലല്ലോ."

കൊട്ടാരത്തിന്റെ തിളങ്ങുന്ന മാർബിൾത്തറയിൽ ബൂട്സുകൾ ചടപടാ ശബ്ദമുണ്ടാക്കിക്കൊണ്ട്, ഡച്ചു ഗവർണ്ണർ കോപകലുഷിതനായി സ്ഥലംവിട്ടു. മാർത്താണ്ഡവർമ്മ മഹാരാജാവ് ചിന്താഗ്രസ്തനായി. ഒരു യുദ്ധം അടിച്ചേല്പിക്കാനുള്ള മട്ടാണ്. പക്ഷേ, വീണ്ടുവിചാരമില്ലാത്ത ആ ധ്വരയോട് വേദമോതിയിട്ട് ഫലമില്ല. ആയുധബലംകൊണ്ട് ലോകം പിടിച്ചടക്കാമെന്ന മട്ടാണ്. എങ്കിലതുതന്നെ കാണാം. മാർത്താണ്ഡവർമ്മയ്ക്ക് യുദ്ധം പുത്തരിയല്ലല്ലോ.

പക്ഷേ, തിരുമനസ്സിന് ഏറ്റവും മനഃശല്യമുണ്ടാക്കിയ ചിന്ത മറ്റൊന്നാണ്. സ്വകുടുംബത്തിൽപ്പെട്ട ഒരംഗം തന്നെ, തനിക്കെതിരായി, ശത്രുക്കളോടു ചേർന്ന് തന്നെ തോല്പിക്കാൻ ശ്രമിക്കുക! അതും ഒരു സ്ത്രീ - ഇളയിടത്തു സ്വരൂപത്തിലെ റാണി.

എ ഡി പതിനാലാം ശതകത്തിൽ വേണാടു രാജകുടുംബത്തിന് ഒരു പുതിയ ശാഖ കൂടി ഉണ്ടായി. കുന്നുമ്മേൽ ശാഖ അഥവാ ഇളയിടത്തു സ്വരൂപം. അതോടുകൂടി അന്ന് ഏതാണ്ട് രണ്ടായിരം ചതുരശ്ര മൈലോളം വിസ്തൃതിയുണ്ടായിരുന്ന വേണാട്ടു രാജ്യം രണ്ടു ശാഖകൾക്കുമായി ഏറക്കുറെ തുല്യമായി വിഭജിക്കപ്പെട്ടു. തിരുവനന്തപുരത്തിനു വടക്ക്, തീരദേശങ്ങളൊഴികെയുള്ള പ്രദേശങ്ങളെല്ലാം ഇളയിടത്തു സ്വരൂപത്തിൽപ്പെട്ടിരുന്നു. ആദ്യം കുറേക്കാലം കിളിമാനൂരിനടുത്തുള്ള കുന്നുമ്മൽ താമസിച്ചിരുന്ന ഇളയിടത്തു സ്വരൂപം സ്വന്തമായ രാജാധികാരം കിട്ടിയതോടെ കൊട്ടാരക്കരയിൽ ആസ്ഥാനമുറപ്പിച്ചു. രാജ്യഭരണവുമാരംഭിച്ചു.

കൊല്ലവർഷം 6-ാം ശതകത്തിനു മുമ്പുതന്നെ, കൊട്ടാരക്കര കോവിലകത്തിന്റെ ചരിത്രം രേഖപ്പെടുത്തിയിട്ടുണ്ട്. ഇളയിടത്തു സ്വരൂപത്തിന്റെ ക്ഷേത്രമായിരുന്ന ശ്രീ മണികണ്ഠേശ്വരക്ഷേത്രത്തിനു സമീപമായി കൊട്ടാരക്കര കോവിലകം ഇപ്പോഴും നിലനില്ക്കുന്നു. വേണാട്ടു രാജവംശത്തിന്റെ ഇളയ തായ്‌വഴിയായിരുന്നു കൊട്ടാരക്കര ഇളയിടത്തു സ്വരൂപം.

ഇളയ തായ്‌വഴി ആയിരുന്നെങ്കിലും സാമ്രാജ്യം വിസ്തൃതമായിരുന്നു. ഇന്നത്തെ കൊട്ടാരക്കര, പത്തനാപുരം, നെടുമങ്ങാട് എന്നീ താലൂക്കുകൾ ഉൾപ്പെട്ടിരുന്ന ഈ നാട്ടുരാജ്യം കിഴക്ക് ചെങ്കോട്ടവരെ വ്യാപിച്ചിരുന്നു.

പിണക്കത്തിന്റെ തുടക്കം

എ ഡി 1734 ൽ ഇളയിടത്തു സ്വരൂപത്തിലെ വീരകേരളവർമ്മ രാജാവ് അന്തരിച്ചു. ഇളമുറ രാജകുമാരി ഭരണം ഏറ്റെടുക്കുകയും ചെയ്തു. പക്ഷേ, യഥാർത്ഥത്തിൽ ഭരിച്ചിരുന്നത് സർവ്വാധികാര്യക്കാരായിരുന്നു. അഴിമതിയും സ്വജനപക്ഷപാതവും കൊടി കുത്തിവാണു. നിത്യവൃത്തിയില്ലെന്ന ഘട്ട

മായപ്പോൾ വേണാട്ടു രാജാവായ മാർത്താണ്ഡവർമ്മ ഇളയിടത്തു സ്വരൂപത്തിലെ സർവ്വാധികാര്യക്കാരെ തൽസ്ഥാനത്തു നിന്നു മാറ്റി. ആ രാജ്യത്തിന്റെ ഭരണച്ചുമതല കൂടി സ്വയം ഏറ്റെടുത്തു. റാണിക്കു പെൻഷൻ നല്കി. അവരുടെ ഇച്ഛാനുസരണം കൊട്ടാരക്കരയിലോ തിരുവനന്തപുരത്തോ താമസിച്ചുകൊള്ളുവാനും അനുവാദം നല്കി.

ഇളയിടത്തു റാണിയുടെ ഉള്ളിലെ വിദ്വേഷം തിളച്ചുപൊങ്ങി. തനിക്കവകാശപ്പെട്ട രാജ്യം അന്യാധീനമാകുകയാണോ? അതിനെന്താണു പോംവഴി? അവർ ഒളിച്ചോടി തെക്കുംകൂറിൽ (കോട്ടയം) അഭയം പ്രാപിച്ചു. തെക്കുംകൂർ രാജാവിന്റെ ഒത്താശകളോടെ ഇളയിടത്തു സ്വരൂപം വീണ്ടെടുക്കാനുള്ള ശ്രമങ്ങളാരംഭിച്ചു.

തക്കം പാർത്തിരുന്ന ഡച്ചുകാർക്ക് ഒരു സുവർണ്ണാവസരം. അവർ ഇളയിടത്തു റാണിയുടെ വക്കാലത്ത് ഏറ്റെടുത്തു. വേണാട്ടരചന്റെ പ്രവൃത്തിയിൽ പ്രതിഷേധിച്ചുകൊണ്ടും ഇളയിടത്തു സ്വരൂപം റാണിക്ക് വിട്ടുകൊടുക്കണമെന്ന് ആവശ്യപ്പെട്ടുകൊണ്ടും അന്നത്തെ ഡച്ച് ഗവർണ്ണർ വാൻ ഇമോഫ്, മാർത്താണ്ഡവർമ്മ മഹാരാജാവിന് സന്ദേശമയച്ചു (1740ൽ). ങ്ഹേ! മറുപടിയില്ല. അങ്ങനെയാണ് അവസാനം ഒരു കൂടിക്കാഴ്ചയ്ക്ക് ഒരുമ്പെട്ട് ധ്വര കൊട്ടാരത്തിലെത്തിയത്. ഫലമോ? നീരസം പതിന്മടങ്ങ് വർദ്ധിച്ചു. വാശിപെരുകി. ശക്തിപരീക്ഷണത്തിനു തന്നെ കളമൊരുക്കി.

1741 ൽ ഒളിച്ചോടിപ്പോയ റാണിയെ വീണ്ടും സിംഹാസനത്തിൽ പ്രതിഷ്ഠിച്ചു. പകരം കൊല്ലത്തിനടുത്ത് കുറെ കൃഷിയിടങ്ങൾ റാണി ഡച്ചുകാർക്ക് സമ്മാനമായി നല്കുകയും ചെയ്തു. സംഭവവികാസങ്ങളിൽ കുപിതനായ മാർത്താണ്ഡവർമ്മ, സൈന്യശേഖരത്തോടെ, ഇളയിടത്തു സ്വരൂപത്തെ ആക്രമിച്ചു. ഡച്ചു സൈന്യങ്ങളുമായി പടപൊരുതി. റാണിയുടെ സൈന്യവും ഡച്ചു സൈന്യവും സംയുക്തമായി പോരാടിയിട്ടും മാർത്താണ്ഡവർമ്മ അവരെ കൊന്നൊടുക്കി. ഒരൊറ്റ ഭടനും അവശേഷിച്ചില്ല. ഇളയിടത്തു സ്വരൂപം വീണ്ടും തിരുവിതാംകൂറിനോട് ചേർക്കപ്പെട്ടു. റാണി ജീവരക്ഷാർത്ഥം ഉത്തരദിക്കിലേക്ക് പലായനം ചെയ്തു കൊച്ചിയിലെത്തി. വാൻ ഇമോഫിന്റെ സംരക്ഷണയിൽ കഴിഞ്ഞു കൂടി.

ചരിത്ര രേഖകളിൽ തെളിയുന്ന ഇളയിടത്തു റാണിയുടെ വീരസാഹസിക പ്രവൃത്തികൾ മനസ്സിൽ അവരെപ്പറ്റി എന്തെന്നില്ലാതെ മതിപ്പുളവാക്കിയ ഒരു നാൾ – 1970 ന് തൊട്ടുമുമ്പുള്ള കാലഘട്ടം – തന്റേടിയായ ആ രാജകുമാരിയുടെ ആസ്ഥാനം കാണാനുള്ള അത്യുത്സാഹത്തോടെ ഞാൻ കൊട്ടാരക്കരയ്ക്ക് തിരിച്ചു.

ഭരണസിരാകേന്ദ്രം

സുപ്രഭാതം. വെയിലുറച്ചിട്ടില്ല. പുലമൺ ജങ്ഷനിൽ ബസിറങ്ങി. ചോദിച്ചും പറഞ്ഞും കൊട്ടാരവളപ്പിനെ ലക്ഷ്യമാക്കി നടന്നു: "എന്താ എ ഇ ഒയെ കാണാനാണോ?" "അല്ല ഇളിയിടത്തു റാണിയെ കാണാൻ." എന്ന് മനസ്സിൽ മന്ത്രിച്ചെങ്കിലും പുറമേ പറഞ്ഞാൽ ഉച്ചക്കിറുക്കാണെന്ന് കരുതിയാലോ? വർഷങ്ങൾക്കു മുമ്പായിരുന്നെങ്കിൽ ആ ഗോപുരവാതിലിൽ വായിൽനോക്കി നില്ക്കാൻ എന്നെ അനുവദിക്കുമായിരുന്നില്ല. അഥവാ രാജകിങ്കരന്മാർ ആരെങ്കിലും തിരക്കിയാൽ തന്നെ അവരോടുണർത്തിക്കാമായിരുന്നു തിരുമനസ്സിനെ മുഖം കാണിക്കാനാണെന്ന്.

ഇന്ന് – മൂന്നു പതിറ്റാണ്ടുകൾക്കുശേഷം 2001 ജനുവരിയിൽ കൊട്ടാരത്തേയും കൊട്ടാരക്കരയേയും ഒന്നുകൂടി കണ്ടറിഞ്ഞ് ഓർമ്മ പുതുക്കാനായി കൊട്ടാരമുറ്റത്തേക്ക് നടക്കുമ്പോൾ ന്യായമായും ഞാൻ പ്രതീക്ഷിച്ചു കൊട്ടാരം കൊട്ടാരമായിത്തന്നെ സംരക്ഷിക്കുന്നുണ്ടായിരിക്കുമെന്ന്. പക്ഷേ, തെറ്റിപ്പോയി. ഇന്നും എ ഇ ഒ ആഫീസു തന്നെ. അതിനെതിരെ റോഡരികിൽ കാണുന്ന മറ്റൊരു കൊട്ടാരത്തിൽ ദേവസ്വംബോർഡ് ഓഫീസ് പ്രവർത്തിക്കുന്നു. ചെങ്കോലാണ് അന്ന് ഭരണം നടത്തിയിരുന്നതെങ്കിൽ ഇന്ന് ചുവപ്പുനാടയുടെ വിഹാരകേന്ദ്രമാണ് ആ മന്ദിരങ്ങൾ..

മഹാഗണപതിക്ഷേത്രം

കൊട്ടാരത്തിനു സമീപമാണ് അതിപ്രസിദ്ധമായ മഹാഗണപതിക്ഷേത്രം. മണികണ്ഠേശ്വരം എന്നായിരുന്നു പണ്ട് സ്ഥലനാമം. കാലപ്പഴക്കമുള്ള ഈ ക്ഷേത്രം മുമ്പിനാലെയുള്ള പ്രശസ്തിയും വിശ്വാസവും നിലനിർത്തിപ്പോരുന്നു. കൊല്ലം ജില്ലയിലെ ഏറ്റവും ഭക്തജനത്തിരക്കുള്ള ക്ഷേത്രമാണിത്. ശിവനാണ് പ്രധാന പ്രതിഷ്ഠ. കിഴക്കോട്ടു ദർശനം. തെക്കുവശത്തായി ഗണപതിപ്രതിഷ്ഠ. കൊട്ടാരക്കര ഗണപതിയുടെ ശക്തിയെപ്പറ്റി ഒരായിരം കഥകളുണ്ട്. അത്ഭുതങ്ങളുടെ കഥകൾ. 'ഉണ്ണിയപ്പമാണ്' പ്രധാന വഴിപാട്. 'പറയിപെറ്റ പന്തിരുകുലത്തിൽപ്പെട്ട പെരുന്തച്ചൻ പ്ലാന്തടിയിൽ തീർത്തതാണത്രേ ഗണപതിവിഗ്രഹം. പ്രധാന വഴിപാടാണ് ഉദയാസ്തമനപൂജ. ഉദയം മുതൽ അസ്തമയം വരെ വഴിപാടുകാരന്റേപേരിൽ ഉണ്ണിയപ്പം വാർക്കുകയും പൂജിക്കുകയാണ് ഈ ചടങ്ങ്. മേടമാസത്തിലെ തിരുവാതിര ആറാട്ടായി പതിനൊന്നു ദിവസത്തെ ഉത്സവം.

കൊട്ടാരക്കര ഗണപതിയുടെ വീരപരാക്രമങ്ങൾ അസംഖ്യം. അവയിലൊന്നിതാ—

രണ്ടാം ലോകമഹായുദ്ധകാലം സാധനങ്ങൾക്കു തീവില. അരിയും പഞ്ചസാരയും

ഗവൺമെന്റ് നിയന്ത്രണത്തിലായിരുന്നു. ഗണപതിക്ക് ഉണ്ണിയപ്പത്തിനുള്ള പഞ്ചസാരയ്ക്കു വേണ്ടിയുള്ള അപേക്ഷ കൈയിൽ കിട്ടിയപ്പോൾ അന്ന് തഹസീൽദാരായിരുന്ന ഒരു ഹിന്ദു ഉദ്യോഗസ്ഥൻ പുച്ഛിച്ചു തള്ളി.

"മനുഷ്യർക്കാവശ്യത്തിനു പഞ്ചസാര കിട്ടാനില്ല. പിന്നല്ലേ ഗണപതിക്ക് ഉണ്ണിയപ്പം."

അപേക്ഷ അനുവദിക്കാതെ തള്ളിക്കളഞ്ഞു.

അന്നു രാത്രി തഹസീൽദാരേമാന്റെ ഭാര്യക്ക് വല്ലാത്ത അസ്വസ്ഥത ഉറക്കമില്ല. കണ്ണടച്ചാൽ ദുഃസ്പ്നം. കൊമ്പും കുലുക്കി കുത്താൻ വരുന്ന മദയാന. പേടിച്ചലറിക്കരഞ്ഞപ്പോഴാണ് ഭർത്താവിന് ബോധോദയം ഉണ്ടായത്. ഗണപതികോപം! ചെയ്തുപോയ അപരാധം തിരിത്തിക്കൊള്ളാമെന്ന് (പഞ്ചസാര അനുവദിക്കാമെന്ന്) പശ്ചാത്താപവിവശനായി മനസ്സിൽ പ്രാർത്ഥിച്ചു. ഫലമുണ്ടായി. ഭാര്യ സുഖമായി ഉറങ്ങി...

മഴപെയ്യിക്കാനും പെരുമഴനിർത്താനും വിവാഹത്തിനും ഇഷ്ടസന്താനലബ്ധിക്കും പരീക്ഷാ വിജയത്തിനും എല്ലാം കൊട്ടാരക്കര ഗണപതിക്ക് ഉണ്ണിയപ്പം നേർന്നാൽ മതിയെന്നാണ് വിശ്വാസം. കൊട്ടാരക്കരയിൽ മാസാമാസം ഒന്നാം തീയതി അടുപ്പിച്ച് ഇത്രയേറെ മണിയോർഡറുകൾ കൈപ്പറ്റുന്ന മറ്റൊരു മേൽവിലാസക്കാരനുമുണ്ടാകില്ല. സാക്ഷാൽഗണപതിയൊഴികെ. മുമ്പ് കടലാസിൽ വച്ച് വാട്ടിയ വാഴയിലയിൽ പൊതിഞ്ഞ് നല്കിയിരുന്ന ഉണ്ണിയപ്പത്തിന്റെ സ്വാദ്, ഇന്നത്തെ പ്ലാസ്റ്റിക് കവറിലെ ഉണ്ണിയപ്പത്തിനില്ലെന്നാണ് ജനസംസാരം.

മഹാദേവക്ഷേത്രം

കൊട്ടാരക്കര മഹാദേവക്ഷേത്രം വളരെ പുരാതനവും പ്രസിദ്ധവുമാണ്. ഇളയിടത്തു സ്വരൂപത്തിന്റെ ഭരദേവതയായിട്ടാണ് മഹാദേവ ക്ഷേത്രത്തെ പരിഗണിക്കപ്പെടുന്നത്. അരനൂറ്റാണ്ടു മുമ്പ് ഗണപതിക്ഷേത്രത്തെക്കാൾ പ്രസിദ്ധമായിരുന്നുവത്രേ മഹാദേവക്ഷേത്രം. ക്ഷേത്രത്തിനു സമീപം തൊട്ടുതൊട്ട് മൂന്നു കാവുകളുണ്ട്. പണ്ടൊരു ബ്രാഹ്മണ കുമാരൻ പാമ്പുകടിയേറ്റ് മരിച്ചുവെന്നും കടിച്ച പാമ്പിനെ ഒരു ഗരുഡൻ മൂന്നു കഷണമായി കൊത്തിമുറിച്ചെന്നും. ആ മൂന്നു കഷണങ്ങളും തലയും ഉടലും വാലും വന്നു വീണ സ്ഥലങ്ങളിൽ കാവുകൾ ഉണ്ടായി എന്നുമാണ് ഐതിഹ്യം. പനയ്ക്കൽ കാവ്, പള്ളിവേട്ടക്കാവ്, ജടയൻ കാവ് എന്നിവയാണവ. സർപ്പദംശനമേറ്റ ബ്രാഹ്മണ കുമാരന്റെ രൂപം കമഴ്ന്നു കിടക്കുന്ന മട്ടിൽ ക്ഷേത്രത്തിന്റെ മുൻവശത്ത് കല്ലിൽ കൊത്തിവച്ചിട്ടുണ്ട്.

കൊട്ടാരക്കര ചന്തമുക്കിന് കിഴക്കുവശത്തായി കുലശേഖര നല്ലൂർ ശ്രീകൃഷ്ണക്ഷേത്രവുമുണ്ട്.

ഗണപതിക്ഷേത്രത്തിന്റെ കുളക്കരയിലൂടെ കച്ചേരി മുക്കിലേക്ക് കയറുമ്പോൾ വഴിവക്കിൽ വിശാലമായ ഒരാൽത്തറ കാണാമായിരുന്നു. മണികണ്ഠനാൽത്തറ. അക്കാലത്ത് കൊട്ടാരക്കരയിലെ എല്ലാ പൊതുയോഗങ്ങളുടെയും വേദി ആ പ്ലാറ്റ് ഫോമായിരുന്നു. ഇളയിടത്തു സ്വരൂപത്തിന്റെ മൂക്കിനു താഴെ മണികണ്ഠനാൽത്തറയിൽ കയറിനിന്ന് ഭരണകൂടത്തെ നിശിതമായി വിമർശിക്കുന്ന തീപ്പൊരി പ്രസംഗങ്ങൾ അന്ന് പതിവായിരുന്നു.

മണികണ്ഠനാൽത്തറയിലെ പഴയ പേരാൽമരം ഇന്നില്ല. ജീർണ്ണിച്ച് നിലംപതിച്ചു. തദ്ദേശീയർ ആ സ്ഥാനത്ത് പുതിയ ഒരു ആൽ നട്ടുവളർത്തിവരുന്നു. ഇപ്പോൾ പൊതുയോഗങ്ങൾ ഏറിയകൂറും ചന്തമുക്കിലും പുലമൺ ജങ്ഷനിലുമാണ് നടക്കാറ്.

രാമനാട്ടത്തിന്റെ കർത്താവ്

വിശ്വപ്രസിദ്ധിയാർജ്ജിച്ച കേരളീയ കലാരൂപമായ കഥകളിയുടെ ആദിരൂപമായി കണക്കാക്കാവുന്നതാണ് രാമനാട്ടം. രാമനാട്ടത്തിന്റെ ഉപജ്ഞാതാവായ കൊട്ടാരക്കര തമ്പുരാന്റെ നാമം കേരള സംസ്കാരചരിത്രത്തിൽ വിസ്മരിക്കാനാവാത്ത ഒന്നാണ് (വടക്ക് ഗുരുവായൂരിലെ കൃഷ്ണനാട്ടം പോലെ) രാമനാട്ടം ആദ്യമായി അവതരിപ്പിച്ചത് ഗണപതിക്ഷേത്ര സന്നിധിയിലായിരുന്നു. കഥകളി എന്ന കലാരൂപത്തിനും കഥകളി സാഹിത്യത്തിനും നവീനരൂപവും ഭാവവും നല്കിയ കൊട്ടാരക്കരതമ്പുരാന് അനുയോജ്യമായ സ്മാരകം നിർമ്മിക്കുന്ന കാര്യം മൂന്ന് പതിറ്റാണ്ടുകൾക്കുമുമ്പേ സജീവമായി പരിഗണിക്കപ്പെട്ടിരുന്നു. കേന്ദ്ര ഗവൺമെന്റിന്റെ ധനസഹായത്തോടെ ക്ഷേത്രത്തിന്റെ പടിഞ്ഞാറു ഭാഗത്ത്, വിദഗ്ദ്ധരായ അദ്ധ്യാപകരുടെ മേൽനോട്ടത്തിൽ ഒരു കഥകളി സ്ഥാപനം നടത്തിയിരുന്നു. ഇപ്പോൾ തിരക്കിയപ്പോൾ അതവിടെയില്ല. ആ കഥകളികേന്ദ്രം പില്ക്കാലത്ത് പ്രവർത്തനം നിലച്ചു. എന്നാലിപ്പോൾ ഏതാനും മാസങ്ങൾക്കു മുമ്പ് വീണ്ടും ഒരു കഥകളി പഠനകേന്ദ്രം ആരംഭിച്ചിട്ടുണ്ട്. കൂടാതെ കൊട്ടാരക്കര തമ്പുരാൻ മെമ്മോറിയൽ കഥകളി മ്യൂസിയവും ഇപ്പോൾ ആരംഭിച്ചിട്ടുണ്ട്. ഈ രണ്ട് സ്ഥാപനങ്ങളും കൊട്ടാരത്തിലേക്ക് മാറ്റണമെന്നാണ് തദ്ദേശീയരുടെ താല്പര്യം. രാമനാട്ടത്തിന്റെ ഉപജ്ഞാതാവായ കൊട്ടാരക്കര തമ്പുരാന്റെ കൊട്ടാരം ഇപ്പോൾ മാർത്തോമാ ഹൈസ്കൂൾ സ്ഥിതി ചെയ്യുന്ന സ്ഥലത്തായിരുന്നുവെന്ന് രേഖകൾ സൂചിപ്പിക്കുന്നു.

മണികെട്ടിയ വീട്

കൊട്ടാരക്കരയുടെ രാജകീയ പരിവേഷത്തിന്റെ മറ്റൊരു സ്മാരകവും ഇന്നു നിലനില്ക്കുന്നു. കൊട്ടാ

രക്കരയ്ക്കു സമീപം, കോട്ടപ്പുറത്തിനും കിഴക്കേതെരുവിനും മദ്ധ്യേയുള്ള മണികെട്ടിയ വീട് ആണത്. റോഡരികിലുള്ള ഒരു വീട്. കോടിയിൽ വലിയൊരു മണി കെട്ടിത്തൂക്കിയിരിക്കുന്നു കൊല്ലം ചെങ്കോട്ട റോഡിൽ കൊല്ലത്തുനിന്ന് 18-ാമത്തെ മൈൽക്കുറ്റി നിന്നിരുന്നത് ഈ വീട്ടിനു മുന്നിലാണ്. കിഴക്കേതെരുവിലെ ഈ മണികെട്ടിയ വീടിന് ഒരു കഥയുണ്ട്.

ശതാബ്ദങ്ങൾക്കു മുമ്പേ ഒരു സായാഹ്നം. ആഹാരം കഴിക്കാതെ നിർബ്ബന്ധം പിടിക്കുന്ന ഒരു കൈക്കുഞ്ഞിനെയും ഒക്കത്തേറ്റി ഒരു വീട്ടമ്മ പടിപ്പുരയിൽ നില്ക്കുകയായിരുന്നു. ഒരു കൊച്ചുപാത്രത്തിൽനിന്നും കൊച്ചുകൊച്ചു ഉരുളകൾ ഉരുട്ടിയെടുത്ത് കുഞ്ഞിനെ ഊട്ടുകയായിരുന്നു. റോഡേ പോകുന്ന ഏതോ ഒരു വഴിയാത്രക്കാരനെ ചൂണ്ടി ആ അമ്മ പറഞ്ഞു.

"ദാ മോൻ ചോറുണ്ടില്ലെങ്കിൽ ആ പോകുന്ന ആൾക്ക് അമ്മ ഈ ചോറു കൊടുക്കും."

യാത്രാക്ലിഷ്ടനായി വഴി നടന്നുപോയ ഒരു വഴിയാത്രക്കാരനെ ചൂണ്ടിക്കാട്ടിയാണ് അമ്മ അങ്ങനെ പറഞ്ഞത്. പക്ഷേ, അപരിചിതൻ യാതൊരു ശങ്കയും കൂടാതെ, നേരെ പടിപ്പുരയിലേക്ക് കയറിച്ചെന്നപ്പോൾ ആ വീട്ടമ്മ അന്ധാളിച്ചുപോയി. കളി കാര്യമായോ? ആഗതൻ ചോറുരുളയ്ക്കു കൈനീട്ടി. മാത്രമല്ല അന്ന് ആ വീട്ടിൽ അഭയം നല്കണമെന്ന് അഭ്യർത്ഥിക്കുകയും ചെയ്തു. പരിഭ്രാന്തയായി നിന്ന വീട്ടമ്മയോട് ആഗതൻ സത്യംതുറന്നു പറഞ്ഞു. എട്ടുവീട്ടിൽ പിള്ളമാർക്ക് പിടികൊടുക്കാതെ ഒളിച്ചു നടക്കുന്ന മാർത്താണ്ഡവർമ്മ മഹാരാജാവ്!

അവർ അദ്ദേഹത്തെ ഭയഭക്തി ബഹുമാനങ്ങളോടെ സ്വീകരിച്ച് അകത്തേക്കാനയിച്ചു. ആഹാരവും അഭയവും നല്കി. ആ ഉപകാരസ്മരണയ്ക്കു പില്ക്കാലത്ത് മഹാരാജാവ് ആ വീടിന്റെ കോടിയിൽ കെട്ടാൻ വലിയൊരു സ്വർണ്ണമണി കൊട്ടാരത്തിൽനിന്ന് കൊടുത്തയച്ചത്രേ. കാലാന്തരത്തിൽ സ്വർണ്ണമണിയുടെ സ്ഥാനത്ത് ഓട്ടുമണിയായി. ആ പഴയവീട് പലതവണ പുതുക്കിപ്പണിഞ്ഞെങ്കിലും അടിസ്ഥാന രൂപത്തിൽ മാറ്റംവരുത്തിയില്ല.

ഇന്ന് തനി ഗ്രാമങ്ങൾ

ഇളയിടത്തു സ്വരൂപം എന്നേ നാമാവശേഷമായി. രാജവാഴ്ച അസ്തമിച്ചിട്ട് ദശാബ്ദങ്ങൾ പലതു കഴിഞ്ഞു. ഇളയിടത്തു സ്വരൂപത്തിനു പകരം ഇരുപതോളം ഗ്രാമപഞ്ചായത്തുകളാണ് ഇന്ന് കൊട്ടാരക്കര താലൂക്കിന്റെ ഭരണം കൈകാര്യം ചെയ്യുന്നത്. എഴുകോൺ, കൊട്ടാരക്കര, പവിത്രേശ്വരം, നെടുവത്തൂർ, കുളക്കട, മൈല, വെളിയം, പൂയപ്പള്ളി, ഉമ്മന്നൂർ, വെട്ടിക്കവല, മേലിലകരീപ്ര, ചിതറ, ഇട്ടിവ, കടയ്ക്കൽ, ചടയമംഗലം, വെളിനെല്ലൂർ, ഇളമാട്, നിലമേൽ എന്നീ വില്ലേജുകളുൾപ്പെടുന്ന ഗ്രാമപ്രദേശം.

കുന്നും താഴ്വരകളും നീർച്ചാലുകളും നിറഞ്ഞ നിമ്നോന്നത പ്രദേശങ്ങൾ. മുഖ്യമായും കൃഷിക്കാരുടെ നാട്. കാർഷിക സമ്പദ്വ്യവസ്ഥ ശോചനീയം. ഏതാണ്ട് ഒരേ ഭൂപ്രകൃതിയും ജീവിതരീതികളും പ്രശ്നങ്ങളുമായുള്ള ഗ്രാമങ്ങളുൾപ്പെട്ട കൊട്ടാരക്കര താലൂക്കിന്റെ ആസ്ഥാനം കൊട്ടാരക്കരയാണ്. തിരുവനന്തപുരം - കോട്ടയം റോഡും (എം സി റോഡ്) കൊല്ലം-ചെങ്കോട്ട റോഡും കൊല്ലം-ചെങ്കോട്ട റെയിൽവേ ലൈനും കടന്നുപോകുന്ന ഈ ഗ്രാമപ്രദേശങ്ങൾ ഭൂമിശാസ്ത്രപരമായും ചരിത്രപരമായും സാമൂഹ്യമായും പ്രാധാന്യമുള്ളതാണ്.

നാഗരികഭാവങ്ങൾ

ഒരു താലൂക്കു തലസ്ഥാനത്തിന്റെ പ്രാഭവവും ഭാവപ്പകർച്ചയും കൊട്ടാരക്കരയ്ക്കുണ്ട്. പക്ഷേ, ഒരു വ്യത്യാസം. അത് ഒരിടത്തു മാത്രമായി കേന്ദ്രീകരിച്ചിട്ടില്ല. മൂന്ന് പ്രധാന കേന്ദ്രങ്ങളിലായിട്ടാണ് താലൂക്കു തലസ്ഥാനം വ്യാപിച്ചുകിടക്കുന്നത്. തിരുവനന്തപുരം-കോട്ടയം റൂട്ടിൽ കാണുന്ന കൊട്ടാരക്കര ജങ്ഷൻ (പുലമൺ) ആസ്ഥാനത്തിന്റെ ഒരു ഭാഗം മാത്രമേ ആകുന്നുള്ളൂ. മദ്ധ്യതിരുവിതാംകൂറിലെ ഒരു പ്രധാന ഗതാഗത കേന്ദ്രമാണ് പുലമൺ. എം സി റോഡും കൊല്ലം-ചെങ്കോട്ട റോഡും പരസ്പരം വെട്ടിമുറിച്ചു കടന്നുപോകുന്ന ഒരു പ്രധാന നാൽക്കവലയാണിത്. കൊട്ടാരക്കര ട്രാൻസ്പോർട്ട് സബ് ഡിസ്ട്രിക്റ്റിന്റെ ആസ്ഥാനവും. കായംകുളം, കരുനാഗപ്പള്ളി തുടങ്ങിയ തീരപ്രദേശങ്ങളുമായി നിരന്തരം ബസ് സർവ്വീസുണ്ട്. മധുര വഴി തിരുവനന്തപുരത്തേക്കുള്ള ദക്ഷിണ റെയിൽവേ കൊട്ടാരക്കര വഴി കടന്നുപോകുന്നു. പുലമൺ ജങ്ഷനിൽ നിന്ന് വടക്കോട്ടു തിരിയുന്ന (കൊല്ലം - ചെങ്കോട്ട റോഡ്) റോഡിൽ ഏതാണ്ട് നാലഞ്ച് ഫർലോങ് കടക്കുമ്പോൾ മാർക്കറ്റ് ജങ്ഷനായി. തിരക്കുപിടിച്ച കൊട്ടാരക്കര ചന്തയും പ്രധാനപ്പെട്ട കടകമ്പോളങ്ങളുമെല്ലാം അവിടെയാണ്. ചലനാത്മകമാണെങ്ങും.

കഷ്ടിച്ച് രണ്ടു ഫർലോങ് കടക്കുമ്പോഴാണ് കച്ചേരിമുക്ക്. പ്രധാനപ്പെട്ട ഗവൺമെന്റ് ആഫീസുകളും ആരാധനാ കേന്ദ്രങ്ങളും സർവ്വോപരി ഇളയിടത്തു സ്വരൂപത്തിന്റെ കൊട്ടാരവും സ്ഥിതിചെയ്യുന്ന ആ പഴയ രാജധാനി പൊതുവെ ശാന്തമാണ്. കോടതിയിലേക്കു വരുന്നവരും സ്കൂൾ കുട്ടികളും ഒക്കെക്കൂടി രാവിലെയും വൈകിട്ടും തിരക്കുണ്ടവിടെയും. കൊട്ടാരക്കര റെയിൽവേസ്റ്റേഷൻ ജങ്ഷനാണ് ടൗണിന്റെ മറ്റൊരു മുഖം. ഭാഗ്യദോഷം പിടിപ്പെട്ട ഒരു സ്റ്റേഷൻ. ഏതാണ്ടൊരു ഉറക്കം തൂങ്ങുന്ന മട്ടി

ലുള്ള സ്റ്റേഷനും പരിസരങ്ങളും നിരാശാജനകമായ ഒരു സംഭവവികാസത്തെ അനുസ്മരിപ്പിക്കുന്നു. എറണാകുളം-കൊല്ലം റെയിൽവേ നടപ്പാക്കുന്ന കാലം വരെ, കോട്ടയം മുതൽ തെക്കോട്ടുള്ള എല്ലാ പ്രദേശങ്ങളിലെയും മലഞ്ചരക്കുകൾ കൊട്ടാരക്കര വഴിയാണ് തമിഴ്നാട്ടിലേക്ക് കൊണ്ടുപൊയ്ക്കൊണ്ടിരുന്നത്. അക്കാലത്ത് വമ്പിച്ച വ്യാപാര കേന്ദ്രമായിരുന്നു കൊട്ടാരക്കര. കൊ. വ. 1097 മാണ്ട് കൊട്ടാരക്കര-എറണാകുളം റെയിൽവെ ലൈനിനുവേണ്ടി സർവ്വെ നടത്തപ്പെട്ടു. പക്ഷേ, നടപ്പാക്കപ്പെട്ടു വന്നപ്പോൾ കൊട്ടാരക്കരയെ തഴഞ്ഞിട്ട് കൊല്ലം-എറണാകുളം ലൈനായി. അങ്ങനെ വികസന സാദ്ധ്യതകൾ കുറഞ്ഞു (ഏനാത്തു പാലവും കുന്നത്തൂർ പാലവും കൊട്ടാരക്കരയ്ക്ക് വടക്കൻ പ്രദേശങ്ങളുമായുള്ള ഗതാഗതസൗകര്യം വർദ്ധിപ്പിച്ചിട്ടുണ്ട്).

ഇങ്ങനെ മൂന്നു നാലു ജങ്ഷനുകളിലായിട്ടാണ് കൊട്ടാരക്കരയുടെ ടൗൺ സ്ഥിതി ചെയ്യുന്നതെങ്കിലും കൊട്ടാരക്കരയുടെ ഉത്തമാംഗവും ഹൃദയവും കച്ചേരിജങ്ഷനാണ്. കേരള ചരിത്രത്തിലും സംസ്കാരത്തിലും രാഷ്ട്രീയത്തിലും വമ്പിച്ച സ്വാധീനശക്തി ചെലുത്തിയ സുപ്രധാന സ്ഥാപനങ്ങളും സംഭവങ്ങളുമെല്ലാം ആ പ്രദേശത്ത് ഒതുങ്ങി നില്പുണ്ട്.

താലൂക്ക് ആസ്ഥാനം

ഈ താലൂക്ക് ആസ്ഥാനം - കൊട്ടാരക്കര - ഇപ്പോഴും ഒരു പഞ്ചായത്തിന്റെ ആസ്ഥാനമാണെന്നത് (കൊട്ടാരക്കര സ്പെഷ്യൽ ഗ്രേഡ് പഞ്ചായത്ത്) ഒരു വിരോധാഭാസമായിത്തോന്നാം. കൊട്ടാരക്കര പുലമൺ ജങ്ഷനിൽനിന്ന് ചന്തമുക്കിലേക്ക് തിരിയുമ്പോൾ പ്രധാന റോഡരികിൽ, പഞ്ചായത്തു പണിതിട്ടുള്ള ഷോപ്പിങ് കോംപ്ലക്സിലാണ് ഇപ്പോൾ പഞ്ചായത്താഫീസ് പ്രവർത്തിക്കുന്നത്. താലൂക്ക് ആസ്ഥാനത്തിന്റേതായ എല്ലാ ഓഫീസുകൾക്കും പുറമേ കല്ലട ഇറിഗേഷൻ പ്രോജക്ടിന്റെ ചീഫ് എൻജിനീയർ ഓഫീസും ഇവിടെ പ്രവർത്തിക്കുന്നു. (പഞ്ചായത്തിന്റെ വിസ്തീർണ്ണം 17.4 ച കി മീ. ജനസംഖ്യ 27783) ടൗൺ പ്രദേശങ്ങൾ പിന്നിട്ടാൽ തനിഗ്രാമീണ മേഖല. പൊതുവെ സമ്പന്നമല്ലാത്ത ഗ്രാമങ്ങൾ. തെങ്ങും നെല്ലുമാണ് പ്രധാന കാർഷിക വിളകൾ. റബ്ബർ തോട്ടങ്ങളും ചിലതുണ്ട്. കശുമാവുതോട്ടങ്ങളും കുറവല്ല. മുമ്പ് സജീവമായിരുന്ന കശുവണ്ടി ഫാക്ടറികൾ പലതും ഇന്ന് അടഞ്ഞു കിടക്കുന്നു. നെല്ല് ഉല്പാദനം ഗണ്യമായി കുറഞ്ഞപ്പോൾ, നെൽപ്പാടങ്ങൾ പലതും ഇഷ്ടികക്കളങ്ങളായി മാറി. ഇഷ്ടിക നിർമ്മാണം ഒരു പ്രധാന തൊഴിൽ മേഖലയായി വളർന്നുകൊണ്ടിരിക്കുന്നു.

വിവിധ മതവിഭാഗങ്ങൾക്കായി ആരാധനാലയങ്ങൾ ധാരാളമുണ്ട്. ടൗൺപ്രദേശത്തും പ്രാന്തപ്രദേശങ്ങളിലും. ഗണപതിക്ഷേത്രവും മഹാദേവക്ഷേത്രവും തൃക്കണ്ണമംഗൽക്ഷേത്രവും കുമാരനല്ലൂർ ക്ഷേത്രവും ചിറക്കടവ് ഭഗവതിക്ഷേത്രവും ഹിന്ദുക്കളുടെ പ്രധാന ആരാധനാലയങ്ങളാണെങ്കിൽ ക്രൈസ്തവർക്ക് പഴയതും പുതിയതുമായ ആരാധനാലയങ്ങൾ ഏറെയുണ്ട്. ചന്തയ്ക്കു പടിഞ്ഞാറു ഭാഗത്തുള്ള മാർത്തോമാപള്ളി, പഞ്ചായത്താഫീസിനെതിർഭാഗത്തുള്ള ലത്തീൻ കത്തോലിക്കാ പള്ളി, കോട്ടപ്പുറം യാക്കോബാ പള്ളി, കിഴക്കേ തെരുവിലുള്ള ഓർത്തഡോക്സ് പള്ളി, മൈലം മാർത്തോമാ പള്ളി എന്നിവ പ്രധാനം. ഇന്ത്യൻ പെന്തക്കോസ്ത് മിഷൻ, സിലോൺ പെന്തക്കോസ് മിഷൻ എന്നിവയും ശ്രദ്ധേയം.

കൊട്ടാരക്കര ചന്തമുക്കിനു സമീപമുള്ള മുസ്ലിം സ്ട്രീറ്റ് മുസ്ലീങ്ങൾ തിങ്ങിപ്പാർക്കുന്ന ഒരു പ്രദേശമാണ്. കൊട്ടാരക്കര ചന്തയിൽ വിവിധ വ്യാപാരങ്ങളിലേർപ്പെട്ട് ഉപജീവനമാർഗ്ഗം കണ്ടെത്തുന്നവരാണധികവും. ഇവിടുത്തെ താമസക്കാരിൽ പഴയ തലമുറയിൽപ്പെട്ടവർ തമിഴ് സംസാരിക്കുന്നവരാണ്. ഇവരുടെ പൂർവ്വികർ തമിഴ്നാട്ടിൽനിന്ന് വ്യാപാരാർത്ഥം ഇവിടെ വന്ന് താമസമുറപ്പിച്ചവരാണത്രേ. ഈ സ്ഥലം പണ്ട് പാണ്ടിത്തെരുവ് എന്നാണ് അറിയപ്പെട്ടിരുന്നത്. തെരുവിനു പുറത്ത് മലയാളികളായ മുസ്ലീങ്ങൾ ധാരാളമുണ്ട്. പടിഞ്ഞാറ്റുംകര മുസ്ലീംപള്ളി പ്രധാന ആരാധനാലയം.

കൊട്ടാരക്കരയോടുരുമ്മി കിടക്കുന്ന നടുവത്തൂർ പഞ്ചായത്തതിർത്തിയിലുള്ള വല്ലം, കുറുമ്പാല്ലൂർ, ആനക്കോട്ടൂർ തുടങ്ങിയ സ്ഥലങ്ങൾ ദളിതർ ധാരാളമുള്ള പ്രദേശങ്ങളാണ്.

കൊട്ടാരക്കര വിദ്യാഭ്യാസപരമായി മുന്നണിയിലാണ്. അഭ്യസ്ത വിദ്യരുടെ തൊഴിലില്ലായ്മ രൂക്ഷതരവുമാണ്. എസ് കെ വി ഹൈസ്കൂൾ, ഗവ. ഹൈസ്കൂളുകൾ (ബോയ്സും ഗേൾസും), മാർത്തോമ ഗേൾസ് ഹൈസ്കൂൾ എന്നിങ്ങനെ മുമ്പിനാലേയുള്ള ഹൈസ്കൂളുകളും കൊട്ടാരക്കര സെന്റ് ഗ്രിഗോറിയാസ് കോളേജും നിലമേൽ എൻ എസ് എസ് കോളേജും ഈ മേഖലയിൽ പ്രധാനമാണ്. ഇവയ്ക്കു പുറമേ പ്രൈമറി തലം മുതൽ ഹൈസ്കൂൾ തലം വരെ വിദ്യാഭ്യാസ സൗകര്യമേർപ്പെടുത്തുന്ന ഒട്ടനവധി സ്കൂളുകൾ പൊതുമേഖലയിലും സ്വകാര്യമേഖലയിലുമുണ്ട്. എന്നാൽ സാങ്കേതിക വിദ്യാഭ്യാസം വർദ്ധിപ്പിക്കാനുതകുന്ന സ്ഥാപനങ്ങൾ ചുരുക്കം.

ടൗണിൽ തന്നെയുള്ള താലൂക്ക് ഹെഡ്ക്വാർട്ടേഴ്സ് ആശുപത്രിയും ടി ബി ക്ലിനിക്കും ഗവ. ആയുർവേദ ആശുപത്രിയും മറ്റനേകം സ്വകാര്യ ആശുപത്രികളും നഗരപ്രദേശത്ത് ചികിത്സാസൗകര്യങ്ങൾ വർദ്ധിപ്പിക്കുന്നുണ്ടെങ്കിലും സമീപഗ്രാമങ്ങ

ളിൽ ചികിത്സാ സൗകര്യം താരതമ്യേന കുറവാണ്.

വികസനപരിശീലനകേന്ദ്രം

തദ്ദേശീയ സുഹൃത്തും വഴികാട്ടിയുമായ ശ്രീ. ജഗന്നാഥൻ നായരോടൊപ്പം ടൗൺ പ്രദേശങ്ങൾ പിന്നിട്ട്, തൃക്കണ്ണമംഗൽ പ്രദേശത്തേക്ക് യാത്രയാകുമ്പോൾ ഞാൻ പതിറ്റാണ്ടുകൾക്കു മുമ്പു കണ്ട വികസനപരിശീലനകേന്ദ്രത്തെപ്പറ്റി ഓർത്തുപോയി. അന്ന് സാമൂഹ്യ വികസന ബ്ലോക്കുകളുടെ പ്രവർത്തനഫലമായി ഗ്രാമങ്ങളിൽ നവോന്മേഷം അലയടിച്ചിരുന്ന കാലമായിരുന്നു. ഇന്ന്, വികസന മേഖല അത്രത്തോളം സജീവമല്ലല്ലോ. എന്തായാലും അന്നത്തെ വികസന പരിശീലന കേന്ദ്രത്തിന്റെ ഇന്നത്തെ അവസ്ഥ നേരിട്ടു കണ്ടറിയുക തന്നെ.

ഗ്രാമവികസന പ്രവർത്തനങ്ങളെ സംബന്ധിച്ച്, സാമൂഹ്യ വികസന ബ്ലോക്കിലെ ഉദ്യോഗസ്ഥർക്കും ഗ്രാമതലപ്രവർത്തകർക്കും വനിതകൾക്കും ശാസ്ത്രീയ പരിജ്ഞാനവും പ്രായോഗിക വിജ്ഞാനവും പകർന്നുനല്കുന്ന ഈ സ്ഥാപനം 1960 കളിൽ ഏറെ പ്രവർത്തനനിരതവും ശ്രദ്ധേയവുമായിരുന്നു. വികസനപ്രക്രിയ തുടരുന്നിടത്തോളം കാലം, ഈ പരിശീലന കേന്ദ്രത്തിന്റെ പ്രാധാന്യം നിലനില്ക്കും. ഏറ്റക്കുറവുകളോടെയാണെങ്കിലും.

കൊട്ടാരക്കര താലൂക്കിലെ തൃക്കണ്ണമംഗലിലാണ് ഈ സ്ഥാപനം. ഹരിത മനോഹരമായ ആ പ്രദേശത്തിന് കൃഷിത്തോട്ടമെന്നാണ് തദ്ദേശീയർ പണ്ടേ പേരിട്ടിട്ടുള്ളത്. ശരിക്കും ഒരു മാതൃകാ കൃഷിത്തോട്ടം തന്നെ. ദശാബ്ദങ്ങൾക്കുമുമ്പ് നട്ടുപിടിപ്പിച്ച ഫലവൃക്ഷത്തൈകളൊക്കെ ഇന്ന് വന്മരങ്ങളായി വളർന്നു കഴിഞ്ഞു. ഈ കൃഷിത്തോട്ടവും ബന്ധപ്പെട്ട മന്ദിരശ്രേണികളുമെല്ലാം കൂടി നൂറിൽപ്പരം ഏക്കർ സ്ഥലത്ത് വ്യാപിച്ചുകിടക്കുന്നു.

ഗേറ്റുകടന്ന് കുന്നിന്റെ ഇടതുവശത്തെ ചരിവുകളിലൂടെ വളഞ്ഞുപുളഞ്ഞു കടന്നുപോകുന്ന നാട്ടുപാതയ്ക്കിരുവശവും സമൃദ്ധിയുടെ ദൃശ്യങ്ങളാണ്. ഇടതുവശത്തെ താഴ്‌വാരങ്ങളിലെ നെൽപ്പാടങ്ങളും അവയ്ക്കരികിലെ മരച്ചീനിവിളകളും. ഫലവൃക്ഷങ്ങൾ നിറഞ്ഞ പുരയിടങ്ങളും മുമ്പ് ചേതോഹരമായ കാഴ്ചയായിരുന്നു. കുന്നിൻ മുകളിലാണ് പരിശീലനത്തിലേർപ്പെടുന്നവർക്കുള്ള ഹോസ്റ്റലുകൾ. അതിനുമപ്പുറം റബ്ബർതോട്ടങ്ങൾ. വികസന കേന്ദ്രത്തിൽ ഏക്കറുകളോളം വ്യാപിച്ചു കിടക്കുന്ന പച്ചക്കറി തോട്ടങ്ങളും മറ്റു കൃഷികളുമുണ്ട്. ഇവയ്ക്കു മദ്ധ്യേ മുഖ്യ ഓഫീസ് മന്ദിരങ്ങൾ. പ്രശാന്തവും പ്രകൃതിമനോഹരവുമായ ഗ്രാമപരിസരത്തിന് അനുയോജ്യമായ മന്ദിരങ്ങൾ അടുത്തുമകലത്തും കാണാം. ഗ്രാമസേവകർ മുതൽ ബി ഡി ഒ വരെ പലതരത്തിലുള്ള ഉദ്യോഗസ്ഥർക്കും പല മാനേജ്മെന്റ് കോഴ്സുകളും ഇവിടെ, ആവശ്യാനുസരണം പരിശീലനം നല്കുന്നുണ്ട്. കൂടാതെ ഒരു നവോദയ വിദ്യാലയവും ഇവിടെ പ്രവർത്തിക്കുന്നുണ്ട്.

സാംസ്കാരികരംഗം

കൊട്ടാരക്കരത്തമ്പുരാൻ ഉൾപ്പെടെയുള്ള കഴിഞ്ഞ തലമുറയിലെ സാഹിത്യനായകന്മാരുടെയും പണ്ഡിത ശ്രേഷ്ഠന്മാരുടെയും പാരമ്പര്യം പില്ക്കാലത്തും പ്രകടം. (കൊട്ടാരക്കര റെയിൽവേ സ്റ്റേഷന്റെ എതിർവശത്തായി സുപ്രസിദ്ധ സിനിമാ നടനായിരുന്ന കൊട്ടാരക്കര ശ്രീധരൻ നായരുടെ ഭവനം സ്ഥിതി ചെയ്യുന്നു) വായനശാലകളും കലാസമിതികളും എത്രയെങ്കിലുമുണ്ട്. ഇക്കാര്യത്തിൽ എടുത്തു പറയത്തക്ക ഒരു പ്രമുഖ സാംസ്കാരിക സ്ഥാപനമാണ് സി പി കെ പി മെമ്മോറിയൽ വായനശാല. ഒരു അഭിഭാഷകന്റെ സ്മരണയ്ക്കായി മണികണ്ഠനാൽത്തറയ്ക്കു സമീപം, റോഡരികിൽ, അരനൂറ്റാണ്ടു മുമ്പേ പ്രവർത്തിച്ചു വരുന്ന ഈ സ്മാരകം (സി പി കൊച്ചുകൃഷ്ണപിള്ള സ്മാരകം) ഇന്നും നല്ല രീതിയിൽ പ്രവർത്തിച്ചു വരുന്നു.

പഴയ ഇളയിടത്തു സ്വരൂപത്തിൽ ഇപ്പോൾ കൊട്ടാരക്കര, വെട്ടിക്കവല, ചടയമംഗലം എന്നീ ബ്ലോക്കുകളിൽപ്പെട്ട പഞ്ചായത്തുകളാണ് രാജ്യഭരണം നടത്തുന്നത്.

ചരിത്രപരമായ പ്രാധാന്യമുള്ളവയാണ് കൊട്ടാരക്കരയ്ക്കു സമീപമുള്ള ചില ഗ്രാമങ്ങൾ. ഇളയിടത്തു ഭരണകൂടത്തിന്റെ കോട്ടയെ അനുസ്മരിപ്പിക്കുന്ന കോട്ടപ്പുറവും കോട്ടത്തല (കോട്ടാത്തല)യും കോട്ടയ്ക്കകം വീടും മറ്റും ഇപ്പോഴുമുണ്ട്. കൊട്ടാരക്കര റോഡിൽനിന്ന് ഏതാണ്ട് ഒന്നര മൈൽ അകലെയുള്ള കഴുവടം മുകൾ കുറ്റവാളികളെ കഴുവിലേറ്റാനുപയോഗിച്ചിരുന്ന സ്ഥലമാണെന്ന് വിശ്വസിക്കപ്പെടുന്നു. വെള്ളിനല്ലൂർ വില്ലേജിൽ ഇത്തിക്കരയാറ്റിന്റെ തീരത്ത് ഒരു ശ്രീരാമകൃഷ്ണക്ഷേത്രമുണ്ട്. ഇവിടെ വാലിയം കുന്ന് (ബാലികുന്ന്) ഉഗ്രൻ കുന്ന് (സുഗ്രീവൻകുന്ന്) മാന്തടം (മാൻതടം) എന്നിവയുണ്ട്. ഈ സ്ഥലനാമങ്ങൾക്കു പിന്നിലെ കല്പനകൾ അന്വേഷിച്ചറിയേണ്ടവയാണ്.

കൊട്ടാരക്കര താലൂക്കിന്റെ ഏറ്റവും കിഴക്കു ഭാഗത്തു സ്ഥിതിചെയ്യുന്ന ചിതറ വില്ലേജ് പണ്ട് നിബിഡ വനമായിരുന്നെന്ന് പഴമക്കാർ പറയുന്നു. ചിതറയിലെ കിഴക്കുംഭാഗം ക്ഷേത്രവും പരിസരങ്ങളും ഈ നിഗമനത്തിന് ഉപോൽബലകങ്ങളാണ്. ക്ഷേത്രപരിസരത്തുള്ള പാറക്കല്ലുകളിൽ പല ശിലാലിഖിതങ്ങളും കാണാം.

സമരപാരമ്പര്യം

കടയ്ക്കൽ പ്രദേശങ്ങൾക്ക് തിരുവിതാംകൂ

റിന്റെ രാഷ്ട്രീയ ചരിത്രത്തിൽ മറക്കാനാവാത്ത ഒരു സമരപാരമ്പര്യമുണ്ട്. കൊ വ. 1114 ലെ സ്വാതന്ത്ര്യ സമരകാലത്ത് മറ്റാരെക്കാളും മുമ്പേ തിരുവിതാംകൂറിൽ സ്വാതന്ത്ര്യ ഭരണം സ്വയം പ്രഖ്യാപിച്ച പ്രദേശങ്ങളാണിവ. കല്ലറ, പാങ്ങോട്, കൊട്ടാരക്കര എന്നീ പ്രദേശങ്ങളിൽ തിളച്ചുപൊങ്ങിയ സ്വാതന്ത്ര്യസമരാവേശം പൊട്ടിപ്പുറപ്പെട്ടത്. 'കടയ്ക്കലാണ്.' കടയ്ക്കലെ വെടിവയ്പ്പും മറ്റും അത്രവേഗം മറക്കാവതല്ല.

സ്വന്തം സുസ്ഥിതിക്കുവേണ്ടി ഇളയിടത്തു റാണി മേല്ക്കോയ്മയോട് പടപൊരുതി സിംഹാസനം നഷ്ടപ്പെടുത്തി. ജനലക്ഷങ്ങളുടെ സുസ്ഥിതിക്കു വേണ്ടിയുള്ള ജീവന്മരണ പോരാട്ടത്തിൽ സ. കോട്ടാത്തല സുരേന്ദ്രൻ പൊലീസിന്റെ ക്രൂരമായ മർദ്ദനങ്ങൾക്കു വിധേയനായി രക്തസാക്ഷിത്വം വരിച്ചു. അധികാരസ്ഥാനങ്ങളെ വെല്ലുവിളിക്കാനുള്ള ഈ സമര പാരമ്പര്യം കൊട്ടാരക്കര പ്രദേശങ്ങൾ ഇന്നും നഷ്ടപ്പെടുത്തിയിട്ടില്ല.

14

അൻജെംഗോ

ശാർക്കര (ചിറയിൻകീഴ്)യിൽനിന്ന് അഞ്ചുതെങ്ങിലേക്ക് കാറിൽ കയറുമ്പോൾ ഞാൻ രണ്ടു പതിറ്റാണ്ടുകൾക്കു മുമ്പു നടത്തിയ ആ ജലയാത്രയെപ്പറ്റി ഓർത്തുപോയി.

അന്ന്

ചിറയിൻകീഴ് പഞ്ചായത്തിന്റെ വടക്കുഭാഗത്തുകൂടി ഒഴുകുന്ന വാമനപുരം ആറ്റിലൂടെ ഞങ്ങളുടെ കൊച്ചുവള്ളം മുന്നോട്ടു നീങ്ങി. ചരിത്രപ്രസിദ്ധമായ മുതലപ്പൊഴിയിലേക്ക്. വമ്പിച്ച ഫലപുഷ്ടിയുള്ള തെങ്ങുകൾ അകമ്പടി സേവിച്ചു നില്പുണ്ട് ഇരുപാടും. നട്ടുച്ച വെയിലിലും ആ ജലവിതാനത്തിലൂടെയുള്ള യാത്ര ഉല്ലാസപ്രദമായി. കേരളീയ പ്രകൃതിസൗന്ദര്യത്തിന്റെ പൊടിപൂരം തന്നെ. നീലജലത്തിലൂടെ തിരക്കിട്ടോടുന്ന കൊച്ചുവള്ളങ്ങൾ, നീലക്കായലിന് പച്ചക്കസവിട്ടതുപോലുള്ള തീരങ്ങൾ, കുറച്ചങ്ങോട്ടു നീങ്ങിയപ്പോൾ ഒഴുക്കു വർദ്ധിച്ചതുപോലെ. ഞങ്ങൾ പൊഴിക്കിപ്പുറത്ത് മണൽപ്പരപ്പിലിറങ്ങി. പൊള്ളുന്ന വെയിലിൽ തിളച്ചുകിടക്കുന്ന മണൽ. ആ തപ്തഭൂമിയെ നക്കിയെടുക്കാൻ ഓടിയടുക്കുന്നുണ്ട്. അറബിക്കടലിന്റെ ഒരായിരം തിരനാവുകൾ. മുറിഞ്ഞുകിടക്കുന്ന മുതിരപ്പൊഴി തദ്ദേശീയരായ വള്ളക്കാർക്ക് ഒരു പേടിസ്വപ്നമാണ്. തുഴഞ്ഞുതുഴഞ്ഞ് ആ വലിയ മുതല (പൊഴി)യുടെ വായ്ക്കകത്തെങ്ങാനും എത്തിപ്പെട്ടാൽ പിന്നെ, ചെന്നു വീഴുന്നത് അലകടലിന്റെ വയറ്റിലാണ്.

അഞ്ചുതെങ്ങ് കായലിനും അറബിക്കടലിനും മദ്ധ്യേ, അസാമാന്യ നീളവും വീതിയുമുള്ള വലിയൊരു പച്ചസാരി വിരിച്ചിട്ടതുപോലുള്ള ആ പച്ചത്തുരുത്ത് ചിലേടത്ത് ഇരുപതടിപോലും വീതിയില്ല. മറ്റു പലേടത്ത് ഏതാണ്ട് അരഫർലോങ് വീതി കാണും. നീളത്തിലുള്ള തുരുത്തിനെ കൈയടക്കിയിരിക്കുകയാണ് കേരവൃക്ഷങ്ങൾ. ആ മണൽപ്പരപ്പിൽ, തെങ്ങിൻചോട് ഒഴികെയുള്ളിടത്തെല്ലാം നിരനിരയായി ചെറ്റക്കുടിലുകളാണ്. മത്സ്യത്തൊഴിലാളി കുടുംബങ്ങൾ. സ്വന്തം കുടിലുകളുടെ തൊട്ടുമുറ്റത്ത് അറബിക്കടൽ നിത്യഭീഷണിയുമായി അലറിയടുക്കുമ്പോൾ, തൊട്ടുപിന്നിലെ അടുക്കളഭാഗത്ത് അഞ്ച് തെങ്ങു കായൽ മുട്ടിവിളിക്കുമ്പോൾ, ഇടവപ്പാതിയിലും തുലാവർഷത്തിലുമൊക്കെ ആ കുടിലുകളിൽ കഴിയുന്ന പാവപ്പെട്ട മത്സ്യത്തൊഴിലാളികളെ ഓർത്ത് സഹതപിക്കുകയേ നിവൃത്തിയുള്ളൂ.

ഏതാണ്ട് ഒരു മണിക്കൂറോളമെടുത്ത ആ ജലയാത്ര അവസാനം ഞങ്ങളെ തുരുത്തിന്റെ മദ്ധ്യഭാഗത്തെത്തിച്ചു. കരയിൽ കാലു കുത്തിയപ്പോൾ തന്നെ തെങ്ങുകൾക്കിടയിലൂടെ ആ കൂറ്റൻ പ്രാകാരഭിത്തികൾ കണ്ടു—അഞ്ചുതെങ്ങുകോട്ട...

....ഇന്ന് കാർ യാത്രയ്ക്ക് അരമണിക്കൂർപോലും വേണ്ടിവന്നില്ല. ചിറയിൻകീഴിൽനിന്ന് കായിക്കര വഴി മുതലപ്പൊഴി വരെ., അഞ്ചുതെങ്ങുതുരുത്തിന്റെ നട്ടെല്ലുപോലെ കടന്നുപോകുന്ന ആ റോഡിനിരുഭാഗത്തും ഇന്ന് നിരനിരയായി മത്സ്യത്തൊഴിലാളി കുടുംബങ്ങളുടെ ചെറുതും വലുതുമായ വീടുകളും കുരിശ്ശടികളും പള്ളികളും കാണാം. പൊതുവേ പ്രശാന്തമാണ് ആ മത്സ്യത്തൊഴിലാളി ഗ്രാമം. കടുത്ത ദാരിദ്ര്യമൊന്നും പ്രകടമല്ല. ചുറ്റുപാടുകൾ ശുചിയായും ഭംഗിയായും സൂക്ഷിച്ചിരിക്കുന്നു. എങ്കിലും ഇത്തരം തീരദേശഗ്രാമങ്ങൾക്ക് സഹജമായ, ഭാഗികമായ തൊഴിലില്ലായ്മയുടെ ലക്ഷണങ്ങൾ അങ്ങിങ്ങു കാണാം. ചീട്ടുകളി സെറ്റുകളായും വെറുതെ കുത്തിയിരിക്കുന്ന ചെറു സംഘങ്ങളായും മറ്റും.

കാർ കോട്ടയ്ക്കു മുന്നിലെ റോഡരികിൽ

നിന്നു.

ഇത് അഞ്ചുതെങ്ങുകോട്ട.

സായിപ്പിന്റെ അൻജെംഗോ (Anjengo)

ദക്ഷിണ കേരളത്തിലെ ഈ കൊച്ചു തുരുത്ത് നൂറ്റാണ്ടുകൾക്കു മുമ്പ് ഒരു ബ്രിട്ടീഷ് അധിനിവേശ പ്രദേശമായിരുന്നെന്നോ? എങ്കിൽ അത് എന്നു മുതൽ എങ്ങനെ? നമുക്ക് പഴയ തിരുവിതാംകൂർ ചരിത്രത്തിന്റെ താളുകൾ മറിച്ചു നോക്കാം.

അഞ്ചുതെങ്ങ് കോട്ട

1684 ൽ ആദ്യമായി ഇംഗ്ലീഷുകാർ കടൽക്കരയിലെ ഈ തുരുത്തിലെത്തി. അവിടെ ഒരു വാണിജ്യകേന്ദ്രം സ്ഥാപിക്കാൻ ആറ്റിങ്ങൽ റാണി അവർക്ക് അനുവാദം നല്കി. അതിനുമുമ്പേ തന്നെ പോർച്ചുഗീസുകാരും ഡച്ചുകാരും അഞ്ചുതെങ്ങിൽ പറ്റിപ്പിടിക്കാൻ ശ്രമം നടത്തിയിട്ടുണ്ടായിരുന്നു. 1690 ൽ അവിടെ ഒരു കോട്ട നിർമ്മിച്ചു കൊള്ളാൻ ആറ്റിങ്ങൽ റാണി ഇംഗ്ലീഷുകാർക്ക് അനുവാദം കൊടുത്തു. 1695 ൽ കോട്ടയുടെ പണി പൂർത്തിയായി. പക്ഷേ, പാറക്കെട്ടുകൾ നിറഞ്ഞ കടലോരം. ശുദ്ധജല ദൗർലഭ്യം. ഒരു തുറമുഖത്തിനുവേണ്ട സൗകര്യങ്ങൾ ഒന്നുമില്ല. എങ്കിലും യാതൊരു തടസ്സവുമില്ലാതെ കടലിൽ മൈലുകളോളം ദൂരം കാണാമെന്നുള്ളതുകൊണ്ട് ശത്രുവിന്റെ ആഗമനം മുൻകൂട്ടി മനസ്സിലാക്കാൻ ആ കടൽക്കരയും കോട്ടയും ഉപകരിച്ചിരുന്നു. പോരെങ്കിൽ സമീപപ്രദേശങ്ങളിലെ കുരുമുളകും മറ്റും ശേഖരിക്കാനും എളുപ്പമായിരുന്നു. ക്രമേണ പശ്ചിമതീരത്തെ ആ കോട്ട ഇംഗ്ലീഷുകാർക്ക് തെന്നിന്ത്യയിൽ ആധിപത്യം സ്ഥാപിക്കാനുള്ള പലയുദ്ധങ്ങളിലും തന്ത്രപ്രധാനമായ പങ്കുവഹിച്ചു.

ആറ്റിങ്ങൽ ലഹള

ആറ്റിങ്ങൽ റാണിയും തിരുവിതാംകൂർ രാജാവും ഈ വിദേശികൾക്ക് നിലവിട്ടുള്ള സഹായം നല്കിയതിൽ തദ്ദേശീയർ അമർഷം പൂണ്ടു. എട്ടുവീട്ടിൽ പിള്ളമാർ പരോക്ഷമായി അതിനു നേതൃത്വം നല്കി. 1697 ൽ ജനങ്ങൾ കൂട്ടത്തോടെ അഞ്ചുതെങ്ങു കോട്ടയെ ആക്രമിച്ചെങ്കിലും ശ്രമം വിജയിച്ചില്ല. നാടു ഭരിക്കുന്നവരുടെ പൂർണ്ണമായ പിന്തുണയോടെ എന്തഴിമതിയും അക്രമവും കാണിക്കാമെന്ന മട്ടിൽ ഇംഗ്ലീഷുകാർ അഞ്ചുതെങ്ങിൽ ശരിക്കും ഭരിച്ചു തുടങ്ങിയതോടെ ജനരോഷം നാൾക്കുനാൾ വർദ്ധിച്ചുകൊണ്ടിരുന്നു. പക്ഷേ, വിലയേറിയ സമ്മാനങ്ങൾ കാഴ്ചവച്ച് റാണിയെ പ്രീതിപ്പെടുത്താൻ ഇംഗ്ലീഷുകാർ സദാ ജാഗരൂകരായിരുന്നു. സ്വയം ദേശാധിപതികളായി പ്രവർത്തിച്ചുവന്ന എട്ടുവീട്ടിൽ പിള്ളമാരും ഈ വൈദേശിക ശത്രുവിനെ നേരിടാൻ തക്കംപാർത്തിരുന്നു.

ഏപ്രിൽ 1721 എട്ടുവീട്ടിൽ പിള്ളമാരുടെ ഒരു പ്രതിനിധി അഞ്ചുതെങ്ങിലെത്തി; ആറ്റിങ്ങൽ റാണിയുടെ ദൂതനെന്ന ഭാവേന. കോട്ടയിൽ നിന്നും റാണിക്കു നല്കിയിരുന്ന വാർഷിക സമ്മാനങ്ങൾ കൈപ്പറ്റാൻ റാണി കല്പിച്ചയച്ചതാണെന്ന് കോട്ടയുടെ തലവനായ സായ്പിനെ അറിയിച്ചു. സമ്മാനങ്ങൾ തട്ടിയെടുക്കാനുള്ള എട്ടുവീട്ടിൽ പിള്ളമാരുടെ കൗശലമാണിതെന്ന് സംശയിച്ച് സായിപ്പ്, സമ്മാനങ്ങൾ നേരിട്ട് കൊട്ടാരത്തിലെത്തിക്കാമെന്ന് ഏറ്റു. ദൂതൻ അത് സമ്മതിച്ച് പിൻമടങ്ങുകയും ചെയ്തു.

പതിവില്ലാതെ ആവശ്യത്തിൽ കവിഞ്ഞ അംഗരക്ഷകരോടും പരിവാരങ്ങളോടും കൂടി സായിപ്പ് ആറ്റിങ്ങൽ കൊട്ടാരത്തിലേക്കു തിരിച്ചു; വലിയ ഹുങ്കോടെ. വെള്ളക്കാരന്റെ ഈ ശക്തിപ്രകടനത്തിൽ കോപാവേശം പൂണ്ട നാട്ടുകാർ ആ വെള്ളപ്പടയുടെ മേൽ ഓർക്കാപ്പുറത്ത് ചാടിവീണു. ആ കടന്നാക്രമണത്തിൽ സായിപ്പ് ഉൾപ്പെടെ സംഘത്തിൽപ്പെട്ട 140 പേർ മരിച്ചു. (1721 ഏപ്രിൽ 15-ാം തീയതിയാണ് ഈ സംഭവം) അതിനുശേഷം ഇളകിമറിഞ്ഞു കഴിഞ്ഞ ആ ജനരോഷം അഞ്ചുതെങ്ങു കോട്ടയെ ലാക്കാക്കി പാഞ്ഞു. കോട്ട വളഞ്ഞു. സായിപ്പന്മാർ ഉറച്ച പ്രതിരോധം ഏർപ്പെടുത്തി; കോട്ട സംരക്ഷിച്ചു. റാണി നാട്ടുകാർക്കു വേണ്ടി കമ്പനിയോട് മാപ്പു പറഞ്ഞു. ലഹളമൂലമുണ്ടായ കഷ്ടനഷ്ടങ്ങൾക്ക് തക്കതായ പ്രതിഫലം നല്കി. ഇഷ്ടമുള്ളിടത്ത് കച്ചവടം നടത്താനും ഇഷ്ടമുള്ളിടത്തൊക്കെ കോട്ട കെട്ടാനും റാണി കമ്പനിക്കനുവാദം നല്കി; ജനങ്ങൾക്കിഷ്ടമില്ലെങ്കിലും. വെള്ളക്കാരുടെ സാമ്രാജ്യ ദുർമോഹത്തെ മുളയിലേ നുള്ളിക്കളയാനുള്ള ഒരു മഹാസംരംഭമാണ് അന്നവിടെ നടന്നത്. അതിനുശേഷം നൂറ്റാണ്ടു തന്നെ വേണ്ടിവന്നു. ബ്രിട്ടീഷുകാരുടെ തനിനിറം നമ്മുടെ ജനങ്ങൾക്കും രാജാക്കന്മാർക്കും മനസ്സിലാക്കാൻ. പക്ഷേ, ചിറയിൻകീഴ് താലൂക്കിലെ ദേശാഭിമാനികൾ അന്നേ ബ്രിട്ടീഷുകാരനെ കൈവച്ചു. ഇന്ത്യാ ചരിത്രത്തിലും നമ്മുടെ സ്വാതന്ത്ര്യസമരത്തിലും അതിപ്രധാനമായി പരിഗണിക്കപ്പെടേണ്ട ഒരു ചരിത്രസംഭവമാണ് ആറ്റിങ്ങൽ ലഹള.

ഇന്നത്തെ കോട്ട

1810 ൽ അഞ്ചുതെങ്ങിൽ സൈന്യങ്ങൾ ഒഴിഞ്ഞു. കോട്ടമാത്രം അവശേഷിച്ചു. ഇംഗ്ലീഷ് ഈസ്റ്റ് ഇന്ത്യാ കമ്പനി അഞ്ചുതെങ്ങ് തിരുവിതാംകൂർ റസിഡന്റിന് കൈമാറി. ക്രമേണ അത് അവഗണിക്കപ്പെട്ട പച്ചത്തുരുത്തായിത്തീർന്നു. ഏറെക്കാലം ഇംഗ്ലീഷുകാരുടെ അധീനതയിലായിരുന്ന ആ തുരുത്തിന് സമീപ പ്രദേശങ്ങളിൽനിന്ന് ഒറ്റപ്പെട്ടു നില്ക്ക

ത്തക്ക സാമൂഹ്യ പശ്ചാത്തലമാണിന്നുമുള്ളത്. ജന സംഖ്യയിൽ ഭൂരിഭാഗവും ക്രിസ്ത്യാനികളാണ്. ചില പഴയപള്ളികളും പഴക്കമുള്ള ക്രിസ്തീയ കുടുംബ ങ്ങളുമുണ്ട്. പാശ്ചാത്യ സമ്പർക്കത്തിന്റെ അവശിഷ്ട ങ്ങൾ.

ഏതാണ്ട് ചതുരാകൃതിയിൽ, രണ്ടു മൂന്നാൾ പൊക്കമുള്ള കൂറ്റൻ കരിങ്കൽച്ചുവരോടു കൂടിയ കോട്ടകളുടെ സംരക്ഷണം പുരാവസ്തു സംരക്ഷ ണവകുപ്പ് ഏറ്റെടുത്തിട്ടുണ്ട്. കാലപ്പഴക്കം കോട്ട യുടെ ദൃഢശരീരത്തിന് തരിമ്പും പോറലേല്പിച്ചി ട്ടില്ല. കോട്ടയുടെ ഉള്ളിൽനിന്ന് മുകൾത്തട്ടിലേക്കു കയറാൻ ഒരു മൂലയിൽ കൽപ്പടവുകൾ കെട്ടിയിട്ടു ണ്ട്. മുകളിൽ നാലുമൂലയ്ക്കും സമചതുരാകൃതിയിൽ പത്തിരുപതടി വിസ്തീർണ്ണമുള്ള തട്ടുകൾ കാണാം. കോട്ടയുടെ മുകൾഭാഗം നാലഞ്ചടി വീതിയുള്ള വഴി ത്താരപോലെയുണ്ട്. ഇതിലൂടെ കോട്ടയ്ക്കു മുക ളിൽ ചുറ്റോടുചുറ്റും നടന്നു കാണാം. മൂല കൾതോറും പീരങ്കി നാട്ടാനുള്ള വിടവുകളും കാണാം.

കോട്ടയുടെ മുൻഭാഗത്ത് ഒരു നില കൂടി തോന്നിക്കുന്ന മട്ടിൽ കൂടുതൽ പൊക്കമുണ്ട്. അവിടെ നിന്നു നോക്കിയാൽ തൊട്ടുമുമ്പിൽ റോഡ രികിൽ മുക്കുവക്കുടിലുകളും അവയോടുരുമ്മി കിട ക്കുന്ന അറബിക്കടലും കുറെയേറെ ദൂരത്തോളം കാണാം. കോട്ടയ്ക്കുള്ളിൽ ഒരു കോണിൽ അർദ്ധ വൃത്താകൃതിയിലുള്ള വലിയൊരു തുരങ്കത്തിന്റെ വായ് കാണാം. പണ്ട് കടലിലേക്ക് അതുവഴി മാർഗ്ഗ മുണ്ടായിരുന്നുപോലും. ഇന്ന് തുരങ്കത്തിന്റെ മറുവശം ഭിത്തികെട്ടി അടച്ചിരിക്കുകയാണ്. കോട്ടയുടെ മുമ്പിൽ അഞ്ചെട്ടടി അകലെയായി ഏതാണ്ട് ഒരേ അകലത്തിൽ ആറ് വലിയ കരിങ്കൽത്തൂണുകൾ നാട്ടിയിട്ടുണ്ട്.

അലകടലിനും അഞ്ചുതെങ്ങുകോട്ടയ്ക്കും മദ്ധ്യേയുള്ള മണൽപ്പരപ്പിൽ നിരനിരയായി കാണുന്ന ചെറ്റപ്പുരകൾക്കിടയിലൂടെ നടന്നപ്പോൾ മത്സ്യത്തൊ ഴിലാളികളുടെ ക്ലേശകരമായ ജീവിത സാഹചര്യ ങ്ങൾ മനസ്സിലാക്കാൻ കഴിഞ്ഞു.

അഞ്ചുതെങ്ങുകോട്ടയുടെ സമീപം തലയു യർത്തി നില്ക്കുന്ന അത്യുന്നതമായ ലൈറ്റ്ഹൗസും ശ്രദ്ധേയമാണ്. ഒരു കൊടിമരത്തിന്റെ അവശിഷ്ടവും കാണാം.

ഇന്ന് കോട്ടയും പരിസരങ്ങളുമുൾപ്പെട്ട പ്രദേ ശങ്ങൾ അഞ്ചുതെങ്ങു പഞ്ചായത്താണ്. അഞ്ചു തെങ്ങു പഞ്ചായത്തിൽ പഴക്കമേറിയ ക്രിസ്ത്യൻ പള്ളികളുണ്ട്. ഡച്ചുകാരുടെയും ബ്രിട്ടീഷുകാരു ടെയും ഏതാനും ശവക്കല്ലറകളും ഈ പള്ളികളിൽ കാണാം. ബ്രിട്ടീഷ് ചരിത്രകാരനായ റോബർട്ട് ഓം (Rober Orme) ജനിച്ചത് അഞ്ചുതെങ്ങിലാണ്, 1728 ൽ. അദ്ദേഹത്തിന്റെ പിതാവായ ഡോക്ടർ അല ക്സാണ്ടർ അന്ന് അഞ്ചുതെങ്ങിലെ ഗവർണ്ണർ ആയി രുന്നു. ലോറൻസ് സ്റ്റേണിന്റെ കവിതയിലൂടെ അന ശ്വരയായിത്തീർന്ന എലീസാ ഡ്രേപ്പറും ഈ മണ്ണി ലാണു ജനിച്ചത്.

ക്രൈസ്തവപ്രഭാവം

മേടച്ചൂട് അസഹനീയം. കത്തിജ്ജ്വലിച്ചു നില്ക്കുന്ന ഉച്ചസൂര്യൻ ആ തീരപ്രദേശങ്ങളിൽ തീക്കനൽ വിതറി രസിക്കുകയാണോ? നല്ല വിശപ്പും ദാഹവും. എന്താണൊരു പരിഹാരം? ഞങ്ങൾ മെല്ലെ കോട്ടയ്ക്കു വെളിയിലെത്തി. അവിടെ റോഡരികിൽ ഒരു വാട്ടർ ടാപ്പിനു ചുറ്റും ഞെങ്ങി ഞെരുങ്ങിയിരി ക്കുന്ന അസംഖ്യം കലങ്ങളും കുടങ്ങളും. ഇവ എപ്പോൾ സ്ഥാനം പിടിച്ചു. എപ്പോൾ വിട പറയും. ഞാൻ പൈപ്പിന്റെ ചോട്ടിലെത്തി. ആ വാട്ടർ ടാപ്പിന്റെ ചുണ്ട് നനഞ്ഞിട്ടോ പരിസരത്ത് ഒരു തുള്ളി വെള്ളം വീണിട്ടോ ദിവസങ്ങളായെന്നു തോന്നി. എന്തൊരു വൈരുദ്ധ്യം? ഇടംകൈ നീട്ടിയാൽ തുളുമ്പി നില്ക്കുന്ന അഞ്ചുതെങ്ങുകായൽ, വലംകൈ നീട്ടിയാൽ എത്തിപ്പിടിക്കാവുന്ന തിര ച്ചാർത്തുകൾ - ഇവയ്ക്കു മദ്ധ്യേ ഒരിറ്റു ദാഹജല ത്തിനു കാത്തിരിക്കുന്ന അസംഖ്യം മനുഷ്യജീവി കൾ.

ജലസമൃദ്ധിക്കിടയിലെ ഈ കടുത്ത ശുദ്ധജല ദൗർല്ലഭ്യം നമ്മുടെ തീരദേശ ഗ്രാമങ്ങളുടെ ഒരു ശാപം തന്നെ. റോഡുവക്കിൽ അങ്ങിങ്ങ് നാവു വരണ്ടു നില്ക്കുന്ന ഈ വാട്ടർ ടാപ്പുകളിൽനിന്ന് കനിഞ്ഞു കിനിയുന്ന ശുദ്ധജലവും കാത്ത് തണലി ലേക്ക് നീങ്ങിനില്ക്കുകയാണ് സ്ത്രീകളും കുട്ടിക ളും. ഞങ്ങൾ കോട്ടയ്ക്കു മുന്നിലെ റോഡിലൂടെ ഏതെങ്കിലും ചായക്കടകൾ തിരക്കിനടന്നു.

കോട്ടയിൽനിന്നും കഷ്ടിച്ച് അരഫർലോങ് മാത്രം അകലെ റോഡരികിൽ തല ഉയർത്തി നില്ക്കുന്നു, സെന്റ് ജോസഫ് ഫെറോന പള്ളിക്കുമുന്നിലെ ഹോട്ടൽ എന്ന കൊച്ചുപുര യിൽനിന്ന് ചൂടുവെള്ളം കിട്ടി. തൊട്ടടുത്ത പെട്ടിക്ക ടയിൽനിന്ന് ബിസ്കറ്റും, ഹാവൂ! അത്രയും ആശ്വാ സം. വിശപ്പും ദാഹവും അല്പമൊന്ന് ശമിച്ചപ്പോൾ, ഞങ്ങൾ പള്ളിമുറ്റത്തേയ്ക്കു നടന്നു. ഹായ്! എന്തൊരു ഔന്നത്യം! ഗാംഭീര്യം! വിക്ടോറിയൻ ശില്പകലയെ അനുസ്മരിപ്പിക്കുന്ന നിർമ്മാണ ചാതുര്യം. കാലപ്പഴക്കമുണ്ടെങ്കിലും കാലാകാലമുള്ള സംരക്ഷണ നടപടികൾ കൊണ്ടാകാം പള്ളിക്ക് പുതുമയും തിളക്കവും തോന്നി.

ക്രൈസ്തവ പ്രഭാവം മുറ്റിനില്ക്കുന്നതാണ് അഞ്ചുതെങ്ങു തുരുത്തിലെ എല്ലാ സ്ഥലങ്ങളും. കായിക്കര മീരാൻ കടവ് കടക്കുമ്പോൾ തന്നെ അതിന്റെ ലക്ഷണങ്ങൾ കണ്ടു തുടങ്ങുന്നു. മുക്കിനു

മുക്കിന് പള്ളികൾ. ചെറുതും വലുതും. വളരെ കാലപ്പഴക്കമുള്ളവയും അടുത്ത കാലത്ത് നിർമ്മിച്ചവയും ഇവയിലുൾപ്പെടും. ഇതിനു പുറമേ കുരിശ്ശടികൾ ധാരാളം, റോഡരികിൽ കണ്ടുമുട്ടുന്ന തദ്ദേശീയരിലേറിയകൂറും വെന്തിങ്ങ ധരിച്ചവരാകും.

നെടുനീളത്തിൽ കിടക്കുന്ന അഞ്ചുതെങ്ങ് പഞ്ചായത്തിന്റെ വിസ്തീർണ്ണം 3.36 ച കി മി. ജനസഖ്യ 16,742 (1991 ലെ സെൻസസ്). ഏതാണ്ട് 31/2 ച കിമീറ്ററിനുള്ളിൽ പതിനേഴായിരത്തോളം ജനങ്ങൾ തിങ്ങിപ്പാർക്കുന്ന ഈ തീരപ്രദേശത്തിന്റെ സാമൂഹ്യപ്രശ്നങ്ങളും ആരോഗ്യ സംരക്ഷണ പ്രശ്നങ്ങളും ഊഹിക്കാവുന്നതേയുള്ളൂ. ജനസംഖ്യയിൽ ഭൂരിഭാഗം വരുന്ന ക്രിസ്ത്യാനികളുടെ മുഖ്യ ഉപജീവനമാർഗ്ഗം മീൻപിടുത്തമാണ്. പഞ്ഞമാസങ്ങളിൽ തൊഴിലില്ലായ്മ രൂക്ഷം. പണ്ട് സായിപ്പിന്റെ അഞ്ചെൻഗോ ഇന്ന് അസംഖ്യം തെങ്ങുകളുടെ നാടാണ്. കൃഷിയെന്നു പറയാൻ അതുമാത്രം. തൊണ്ടഴുക്കലും ചകിരിപിരിക്കലും കയർ നിർമ്മാണവുമായി നിത്യവൃത്തിക്കു വകതേടുന്ന കുടുംബങ്ങൾ പലതുണ്ട്.

മൂന്നു നൂറ്റാണ്ടുകൾക്കു മുമ്പ് മുതൽ (1684) വൈദേശികാധിപത്യം കൊടികുത്തിവാണ ഈ പ്രദേശങ്ങളിൽ ക്രിസ്തുമതം പ്രാമുഖ്യം നേടിയെങ്കിൽ അത് സ്വാഭാവികം. ആ കാലഘട്ടത്തിന്റെ തുടർച്ചയെന്നോണം രൂപംകൊണ്ട ക്രിസ്തീയ പൗരോഹിത്യത്തിന്റെ മാർഗ്ഗനിർദ്ദേശത്തിലും മേൽനോട്ടത്തിലും ചിട്ടപ്പെടുത്തപ്പെട്ടതാണ് സാമൂഹ്യ-സാമ്പത്തിക-രാഷ്ട്രീയ സംവിധാനം.

മുതലപ്പൊഴിയിലേക്ക്

വെയിലിന്റെ കാഠിന്യം കുറഞ്ഞു തുടങ്ങി. ഇനി യാത്ര തുടരാം. ഈ ഭൂമിയുടെ അറ്റത്തേക്ക് - അഞ്ചുതെങ്ങു തുരുത്തിന്റെ അങ്ങേത്തലയ്ക്കലേക്ക്. വീതി കുറഞ്ഞ ടാർ റോഡിലൂടെയുള്ള കാർയാത്ര സൂക്ഷിച്ചുവേണം. വീതികുറഞ്ഞ റോഡിനിരുപാടും നിരനിരയായി വീടുകളാണ്. ചെറുതും സാമാന്യം ഭേദപ്പെട്ടവയും. മിക്കവയുടെയും മുറ്റം റോഡു തന്നെ. മുതലപ്പൊഴിയിലേക്കുള്ള ആ യാത്ര നയനാന്ദകരമാണ്. ഒരു വശത്ത് വലിയ ഒച്ചപ്പാടൊന്നുമില്ലാതെ അടങ്ങിയൊതുങ്ങി കഴിയുന്ന അഞ്ചുതെങ്ങു കായൽ, മറുഭാഗത്ത് ബഹളം വച്ച് കരയ്ക്കടിച്ചു തിമിർക്കുന്ന അറബിക്കടൽ. അഹങ്കാരിയായ അലകടലിന്റെ ഹുങ്ക് തടുക്കാനെന്നോണം തീരത്ത് നെടുനീളത്തിൽ അടുക്കിയിരിക്കുകയാണ് കൂറ്റൻ കരിങ്കല്ലുകൾ.

കരയിലെമ്പാടും ചാഞ്ഞും ചരിഞ്ഞും തലയാട്ടി നില്ക്കുന്ന അസംഖ്യം തെങ്ങുകൾ. തെങ്ങോലപ്പഴുതുകളിലൂടെ മഞ്ഞവെളിച്ചം വാരിവിതറുന്ന സായന്തന സൂര്യൻ. കാക്കകളുടെയും കടൽപ്പക്ഷികളുടെയും ചലപില ശബ്ദങ്ങൾ. അവാച്യമായ ഒരു ആനന്ദാനുഭൂതി. കോട്ടയ്ക്കുമുന്നിൽനിന്ന് രണ്ടുമൂന്നു കിലോമീറ്റർ പിന്നിട്ടപ്പോൾ മുന്നിൽ ദൂരെ ശൂന്യത ദൃശ്യമായി. അഞ്ചുതെങ്ങ് പഞ്ചായത്ത് ഇവിടെ അവസാനിക്കുന്നു. തുരുത്തിന്റെ ഈ മുനമ്പിൽ മുതലപ്പൊഴി! അഞ്ചുതെങ്ങു കായലും അറബിക്കടലും തമ്മിൽ അമ്മാനമാടിക്കളിക്കുന്ന അപൂർവ്വ ദൃശ്യം. ചിറ്റോളങ്ങളിൽ ചിതറിവീഴുന്ന കുങ്കുമവർണ്ണം ചേതോഹരം. വീശിയടിക്കുന്ന കടൽക്കാറ്റിന്റെ സുഖശീതളിമ. കുറച്ചിട ജലസംഗമം. അതിനുമപ്പുറം പിന്നെയും പച്ചത്തുരുത്ത്.

ഈ മുതലപ്പൊഴിയിൽ ഒരു തുറമുഖം പണിയാനുള്ള പ്രാരംഭ നടപടികൾ അടുത്ത കാലത്താരംഭിച്ചിട്ടുണ്ട്. മുനമ്പിൽ ഇപ്പോൾ തന്നെ ഹാർബർ എൻജിനീയറിങ് വകുപ്പിന്റെ ഒരു മന്ദിരം നിർമ്മാണം പൂർത്തിയാക്കി കഴിഞ്ഞു.

മുതലപ്പൊഴിക്കക്കരെയിക്കരെ പോകാൻ കടത്തുവള്ളമുണ്ട്. പക്ഷേ, കടൽ പ്രക്ഷുബ്ധമാകുന്ന വർഷകാലത്ത് യാത്ര സുഗമമാകണമെന്നില്ല. അക്കരെ കാണുന്ന പച്ചച്ച തെങ്ങിൻ തോപ്പുകൾ പെരുമാതുറയും പുതുക്കുറിശ്ശിയും കഠിനംകുളവുമൊക്കെയാണ്.

പോക്കുവെയിലിൽ വെട്ടിത്തിളങ്ങുന്ന 'മുതലപ്പൊഴി' മുനമ്പിൽ ആ പ്രകൃതിഭംഗി ആവോളമാസ്വദിച്ച് സ്വയം മറന്നു നില്ക്കേ പെട്ടെന്ന് എന്റെ ചിന്ത മറ്റൊരു വഴിക്കു തിരിഞ്ഞു. വിനോദസഞ്ചാരികൾക്ക് സ്വർഗ്ഗം ചമയ്ക്കുന്നവയല്ലേ ഈ ഭൂപ്രകൃതിയും ജലസംഗമങ്ങളും? പോരെങ്കിൽ എല്ലാ അർത്ഥത്തിലും പ്രാധാന്യമർഹിക്കുന്ന അഞ്ചുതെങ്ങുകോട്ടയും? വിനോദ സഞ്ചാരത്തിന് യാതൊരു സാദ്ധ്യതയുമില്ലാത്ത സ്ഥലങ്ങളിൽപ്പോലും ടൂറിസം തിരുകിക്കയറ്റി മുതലെടുക്കാൻ ശ്രമിക്കുന്ന നമ്മുടെ ഭരണാധികാരികൾ, എന്തേ ഈ പാവം അഞ്ചുതെങ്ങു തുരുത്തിനെ വിസ്മരിച്ചു? ചരിത്രപ്രസിദ്ധമായ അഞ്ചുതെങ്ങുകോട്ടയും പ്രകൃതി സൗന്ദര്യത്തിന്റെ വിഹാരഭൂമിയായ 'മുതലപ്പൊഴിമുനമ്പും,' എന്തേ അവരുടെ കണ്ണിൽപ്പെട്ടില്ല? ആർക്കറിയാം...

പക്ഷേ, മറ്റു പല സ്ഥലങ്ങളിലും രാമേശ്വരത്തെ ക്ഷൗരംപോലെ തുറമുഖ നിർമ്മാണം തുടങ്ങിയും മുടങ്ങിയും കിടക്കുന്നതു കാണുമ്പോൾ മുതലപ്പൊഴിയിലെ നിർമ്മാണ ജോലികളും ടൂറിസത്തിന് തടസ്സമായിക്കൂടെന്നില്ല. എങ്കിലും മുതലപ്പൊഴിയുടെ ചുറ്റുവട്ടത്ത് അതിനുള്ള സംവിധാനം ഏർപ്പെടുത്താൻ കഴിയുകയില്ലേ? ബന്ധപ്പെട്ടവർ ആലോചിക്കേണ്ടതാണ്.

കായിക്കര എന്ന പ്രസിദ്ധഗ്രാമം

മുതലപ്പൊഴിയോട് വിട പറഞ്ഞ് വീണ്ടും

അഞ്ചുതെങ്ങുകോട്ടയ്ക്കു മുന്നിലൂടെ മടക്കയാത്ര തുടരുമ്പോൾ മസ്തിഷ്കത്തിൽ മറ്റൊരു ചിന്ത കടന്നുകൂടിയിരുന്നു. ഇന്ത്യയെ അടിമത്തത്തിലേക്കു ചവിട്ടിത്താഴ്ത്താൻ വേണ്ടി ബ്രിട്ടീഷുകാർ ഇന്ത്യയിൽ ചുവടുറപ്പിച്ച ആദ്യവേദികളിലൊന്നാണല്ലോ അഞ്ചുതെങ്ങു കോട്ട. അഞ്ചുതെങ്ങിന്റെ പ്രാന്തപ്രദേശമായ 'കായിക്കര'യിൽ ജനിച്ച ബാലൻ പില്ക്കാലത്ത്,

"സ്വാതന്ത്ര്യം തന്നെയമൃതം
സ്വാതന്ത്ര്യം തന്നെ ജീവിതം
പാരതന്ത്ര്യം മാനികൾക്ക്
മൃതിയേക്കാൾ ഭയാനകം."

എന്ന് ശ്ലോകം രചിച്ചതിൽ അത്ഭുതപ്പെടാനില്ല.

ഇത് കായിക്കര. അഞ്ചുതെങ്ങു കായലിന്റെ കിഴക്കേ അറ്റത്ത് മീരാൻ കടവ് പാലം കഴിഞ്ഞാൽ കടയ്ക്കാവൂർ പഞ്ചായത്തിലെ കായിക്കര. മഹാകവി കുമാരനാശാന്റെ ജന്മംകൊണ്ട് അനുഗൃഹീതമായ പ്രസിദ്ധ ഗ്രാമമാണ് കായിക്കര. ഇവിടെ തൊമ്മൻ വിളാകത്ത് കാളിയമ്മയുടെയും കൊച്ചുനാരായണന്റെയും പുത്രനായി കൊ. വ 1048 (എ ഡി 1873) മേടമാസം ഒന്നാം തീയതി കുമാരു ഭൂജാതനായി. ബാല്യത്തിൽ ഉടയാൻകുഴി കൊച്ചുരാമൻ വൈദ്യരിൽനിന്നും സംസ്കൃത പഠനമാരംഭിച്ചു. തുടർന്ന് മണമ്പൂര് ഗോവിന്ദനാശാന്റെ കീഴിൽ പഠനം തുടർന്നു. കൗമാര കാലത്തു തന്നെ കവിതാരചനയിലേർപ്പെട്ടു. കായിക്കര വച്ച് യദൃച്ഛയാ ശ്രീനാരായണ ഗുരുവിനെ കണ്ടുമുട്ടാൻ ഭാഗ്യമുണ്ടായത് കുമാരുവിന്റെ ജീവിതത്തിലെ വലിയൊരു വഴിത്തിരിവായി. കുമാരുവിൽ അന്തർലീനമായിക്കിടന്ന കാവ്യപ്രതിഭയും സേവനതല്പരതയും ദൂരെക്കൂട്ടി കണ്ട ശ്രീനാരായണ ഗുരുവിന്റെ തുടർന്നുള്ള മാർഗ്ഗനിർദ്ദേശങ്ങളും സഹായവുമാണ്, കായിക്കര കുമാരുവിനെ പില്ക്കാലത്ത് മഹാകവി കുമാരനാശനായി വളർന്നു വലുതാകാൻ പ്രാപ്തനാക്കിയത്.

കുമാരനാശാൻ സ്മാരകം

കായിക്കരയിൽ ഇപ്പോഴുള്ള കുമാരനാശാൻ സ്മാരാകത്തിന്റെ മുറ്റത്തു നിന്ന് ആശാൻ ജനിച്ച വീട് തിരക്കിയാൽ കാണാൻ കഴിഞ്ഞെന്ന് വരികയില്ല. അത് എന്നേ നാമാവശേഷമായി. ഇന്ന് ആ സ്ഥലം ആശാൻ സ്മാരകത്തിന് രണ്ടു പറമ്പ് അപ്പുറം കടലോരത്തുള്ള ഒരു വെറും തെങ്ങിൻപുരയിടം. ആശാന്റെ പിന്മുറക്കാർ ആ സ്ഥലത്തിന്റെ ഉടമാവകാശം മറ്റാർക്കോ കൈമാറിക്കഴിഞ്ഞു. തൊമ്മൻ വിളാകം പുരയിടം കാലാന്തരത്തിൽ കടലാക്രമണത്തിൽപ്പെട്ട് നാമാവശേഷമായി എന്നും ചിലർ അഭിപ്രായപ്പെട്ടു. പതിനാറു വയസ്സു വരെ ആശാൻ ജീവിതം നയിച്ച ആ കുടുംബത്തിലേക്ക്, കായിക്കരയിലേക്ക്—ആശാൻ പിന്നീട് ആജീവാനന്തം തിരിഞ്ഞുനോക്കിയിട്ടില്ലെന്നാണ് നാട്ടുകാരിൽ ചിലരിൽനിന്നും അറിയാൻ കഴിഞ്ഞത്. അങ്ങനെയൊരു തീരുമാനമെടുക്കാൻ ആശാനെ പ്രേരിപ്പിച്ച ചേതോവികാരം ഇന്നും അജ്ഞാതം. നിലവിലുള്ള സ്മാരകം നവീകരിക്കാനും വിപുലീകരിക്കാനുമുള്ള നടപടികൾ പുരോഗമിക്കുന്നു.

കുമാരനാശാൻ സ്മാരകം സ്ഥിതിചെയ്യുന്ന പറമ്പിന് (പില്ക്കാലത്ത് വാങ്ങിച്ചേർത്തതുൾപ്പെടെ) 60 സെന്റോളം വിസ്തീർണ്ണമുണ്ട്. ആകർഷകമായ കവാടത്തോടുകൂടി ചുറ്റുമതിലുണ്ട്. ആശാൻ സ്മാരകത്തിന്റെ ഭരണച്ചുമതല കായിക്കരയ്ക്ക് ചുറ്റുമുള്ള പഞ്ചായത്തുകളുടെ ഓരോ പ്രതിനിധികളും കൂടി ഉൾപ്പെട്ട ഭരണസമിതിക്കാണ്. ആശാൻ മെമ്മോറിയൽ അസോസിയേഷന്റെ ആഭിമുഖ്യത്തിൽ. വർഷംതോറും ഏറ്റവും നല്ല കവിതയ്ക്കുള്ള ആശാൻ വേൾഡ് പ്രൈസ് ഏർപ്പെടുത്തിയിട്ടുണ്ട്.

ആശാൻ സ്മാരകത്തിന്റെ മതിലിനോടു ചേർന്ന് ഒരു ഗവൺമെന്റ് സ്കൂൾ പ്രവർത്തിക്കുന്നു. മനോഹരമായ മന്ദിരം.

വിഭാഗീയ ചിന്തകൾക്കും സ്വാർത്ഥ താല്പര്യങ്ങൾക്കുമുപരി, പ്രതീക്ഷാസമ്പന്നമായ മഹാകവി കുമാരനാശാന്റെ ജീവിതമൂല്യങ്ങളും മഹാകവി മലയാള സാഹിത്യത്തിന് നല്കിയിട്ടുള്ള അമൂല്യമായ കാവ്യസംഭാവനകളും സാമാന്യജനങ്ങളെ; വിശിഷ്യാ പുതിയ തലമുറയെ യഥാവിധി ബോദ്ധ്യപ്പെടുത്താനുതകുംവിധം വിദൂര വീക്ഷണത്തോടുകൂടിയ പരിപാടികൾ ആവിഷ്കരിച്ചു നടപ്പാക്കാൻ ബന്ധപ്പെട്ടവർ ശ്രമിക്കുമെന്ന് കരുതാം.

കായിക്കരയോട് വിട പറയുമ്പോൾ കുമാരനാശാൻ സ്മാരകവും കുറച്ചകലെയായി നിലനില്ക്കുന്ന അഞ്ചുതെങ്ങ് കോട്ടയും അങ്ങേയറ്റത്തെ മുതലപ്പൊഴിയും മനസ്സിൽ പച്ചപിടിച്ചു നില്പുണ്ടായിരുന്നു.

15

വല്ക്കലം വീണ സൗവർണ്ണ ഭൂമി

അതെ, എല്ലാ അർത്ഥത്തിലും സൗവർണ്ണ ഭൂമി തന്നെയാണ് വർക്കല - വൽക്കലം വീണ സൗവർണ്ണഭൂമി.

എങ്ങനെയെന്നല്ലേ? വരൂ, വഴിയേ പറയാം.

തിരുവനന്തപുരത്തുനിന്ന് വടക്കോട്ട് ട്രെയിനിൽ യാത്ര ചെയ്യുമ്പോൾ ചിറയിൻകീഴ് താലൂക്കിലെ കായൽപ്പരപ്പിനു മുകളിലൂടെ (പാലങ്ങൾ) കടന്നു പോകുന്ന തീവണ്ടി, കുറച്ചങ്ങോട്ടു പോകുമ്പോൾ ഒരു പ്രത്യേക ഭൂവിഭാഗത്തിൽ ചെന്നുപെട്ട പ്രതീതിയുളവാക്കുന്നില്ലേ? ചെങ്കൽക്കുന്നുകൾ ചെങ്കുത്തായി വെട്ടിയരിഞ്ഞു മാറ്റിയുണ്ടാക്കിയ പാതയിലൂടെയാണ് തീവണ്ടിയുടെ യാത്ര. പീഠപ്രദേശങ്ങളിലൂടെ കടന്നുപോകുമ്പോൾ രണ്ടു വശങ്ങളിലും നോക്കൂ *നളിനി*യിൽ ആശാൻ ചിത്രീകരിച്ചതു പോലെ "അധിത്യകാസ്ഥാനമാർന്ന് തടശോഭ നോക്കിനാൻ ആ 'ഭൂഭാഗഭംഗികൾ ഹരിക്കുമാറെയും'. അടുത്തും അകലത്തും കാറ്റേറ്റുലഞ്ഞാടുന്ന വൃക്ഷലതാദികളും കേരവൃക്ഷനിരകളും? ഹരിതഭരിതമാണാ പ്രദേശങ്ങളെല്ലാം. കുന്നിൻ തലപ്പിലൂടെയും കുന്നുകൾക്കിടയിലൂടെയും കടന്നുപോകുന്ന ട്രെയിൻ മെല്ലെ വർക്കല സ്റ്റേഷനിൽ നില്ക്കുമ്പോൾ തികച്ചും വ്യത്യസ്തമായ നഗര പരിവേഷമാണ് നമ്മുടെ മുന്നിൽ പ്രത്യക്ഷപ്പെടുക. അതു കണക്കാക്കേണ്ട. മുഖം മിനുക്കി നില്ക്കുന്ന വർക്കല നഗരത്തിന്റെ ശിരസ്സാണ് ആ ടൗൺ പ്രദേശമെന്ന് കരുതിയാൽ മതി. ഉടലാകട്ടെ സാക്ഷാൽ നാടൻ പെൺകിടാവിന്റേതു തന്നെ. ഇന്നും പച്ചച്ചക്കുന്നുകളും താഴ്‌വരകളും നിറഞ്ഞ, ഉറപ്പുള്ള ആ മണ്ണിൽ കാൽകുത്തുമ്പോൾ തന്നെ, നാം ആ സവിശേഷതകൾ ശ്രദ്ധിക്കുന്നു. നല്ല ആത്മബലവും ആകാരഭംഗിയുമുള്ള ഗ്രാമനഗരം - അതത്രേ വർക്കല. വല്ക്കലം വീണ സ്ഥലമാണത്രേ വർക്കലയായത്.

വല്ക്കലത്തിന്റെ കഥ

കഥ ഇങ്ങനെ!

വീണാ വിശാരദനായ നാരദൻ നാരായണ സവിധത്തിലെത്തി കുശലപ്രശ്നങ്ങൾ നടത്തിയ ശേഷം ബ്രഹ്മസന്നിധിയിലേക്ക് യാത്ര തിരിച്ചു. വീണാവാദനവുമായി ഓരോരോ ലോകങ്ങൾ താണ്ടി മുന്നോട്ടു പോയ നാരദനെ വീണാഗാനത്തിലാകൃഷ്ടനായ മഹാവിഷ്ണു നാരദരറിയാതെ അനുഗമിച്ചുവത്രെ. ബ്രഹ്മലോകത്തെത്തിയപ്പോൾ മഹാവിഷ്ണുവിനെ കണ്ട് ബ്രഹ്മാവ് ആദരാഞ്ജലികളർപ്പിച്ചു. നാരദരുടെ പിന്നിൽ നിന്ന വിഷ്ണു പരുങ്ങലിലായി. ആ പ്രതിസന്ധിയിൽനിന്ന് രക്ഷപ്പെടാനായി അദ്ദേഹം അപ്രത്യക്ഷനായിപോലും. വിഷ്ണുദർശനത്തിൽ സാഷ്ടാംഗം പ്രണമിച്ചെണീറ്റ ബ്രഹ്മാവ് കണ്ടത് തന്റെ മുന്നിൽ നില്ക്കുന്ന സ്വപുത്രനായ നാരദനെ മാത്രമാണ്. ബ്രഹ്മാവിന്റെ വിഡ്ഢിത്തം കണ്ട പ്രജാപതിമാർക്ക് ചിരിയടക്കാൻ കഴിഞ്ഞില്ല. കോപിഷ്ഠനായ ബ്രഹ്മാവ് അവരെ ശപിച്ചുവത്രെ. "നിങ്ങൾ ഭൂലോകത്തിൽ മനുഷ്യരായി ജനിച്ച് ജനനമരണങ്ങളുടെ തിക്തഫലങ്ങൾ അനുഭവിക്കട്ടെ," എന്ന്. നാരദമഹർഷി അവരെ സാന്ത്വനിപ്പിച്ചു. ഭൂലോകത്ത് താൻ തെരഞ്ഞെടുത്തു നല്കുന്ന ഒരു സ്ഥലത്തിരുന്ന് തപസ്സുചെയ്യാൻ നിർദ്ദേശിക്കുകയും ചെയ്തു. തുടർന്ന് നാരദൻ സ്വന്തം വല്ക്കലമെടുത്ത് താഴെ ഭൂമിയിലേക്കെറിഞ്ഞു. അതൊരു മരച്ചില്ലയിൽ വന്നു വീണുവത്രെ. അങ്ങനെ വൽക്കലം വീണ ആ സ്ഥലം പില്ക്കാലത്ത് വർക്കല എന്ന പേരിൽ അറിയപ്പെട്ടുവത്രേ. ആ സ്ഥലത്ത് അവർ മഹാവിഷ്ണു പ്രതിഷ്ഠ നടത്തി ഭജിക്കുകയും ചെയ്തു. വർക്കല

ജനാർദ്ദനസ്വാമിക്ഷേത്രം.

വർക്കല റെയിൽവേ സ്റ്റേഷനിലിറങ്ങിയപ്പോൾ തന്നെ വല്ക്കലം വീണ സ്ഥലം കാണാൻ തിടുക്കമായി. പീഠപ്രദേശത്തുനിന്ന് താഴോട്ടുള്ള റോഡിലൂടെ മുന്നോട്ടു നടന്നു. വൃത്തിയും ഭംഗിയുമുള്ള മന്ദിരശ്രേണികളും പരിസരങ്ങളും. വർക്കലയുടെ സിരാകേന്ദ്രമെന്നു പറയാവുന്ന മൈതാനം മൂന്നും കൂടിയ കവലയാണ്. മൈതാനത്തിന്റെ വിസ്തൃതി മുമ്പിലത്തേക്കാൾ കുറഞ്ഞിട്ടുണ്ടിപ്പോൾ പിന്നിൽ അനേകം കെട്ടിടങ്ങളുയർന്നു. പുത്തൻ പണത്തിന്റെ ധാടിയും മോടിയും വിളംബരം ചെയ്യുന്ന മണിമന്ദിരങ്ങളും വിപണനശാലകളും ധാരാളം. മിനിട്ടിനു മിനിട്ടിന് കുതിച്ചോടുന്ന പ്രൈവറ്റ് ബസുകളും ട്രാൻസ്പോർട്ട് ബസുകളും. വർക്കല-ആറ്റിങ്ങൽ ബസ് റൂട്ട് വർക്കലയെ നാഷണൽ ഹൈവേയുമായി ബന്ധിപ്പിക്കുന്നു. എണ്ണമറ്റ തീവണ്ടികൾ സമയാസമയം വർക്കലയെ കൂവി വിളിച്ചുണർത്തി കടന്നുപോകുന്നു. മുനിസിപ്പൽ ടൗണിന്റെ പ്രാഭവം പ്രകടമാണെങ്ങും.

ജനാർദ്ദനസ്വാമി ക്ഷേത്രം

വല്ക്കലം വീണ സ്ഥലത്ത് ഉയർന്നുവന്ന ക്ഷേത്രം-ശ്രീജനാർദ്ദന സ്വാമി ക്ഷേത്രം - മൈതാനം കവലയിൽനിന്ന് ഒരു മൈൽ പടിഞ്ഞാറാണ്. ഹിന്ദുക്കൾക്ക് ഈ ക്ഷേത്രം ഒരു പ്രധാന തീർത്ഥാടനകേന്ദ്രമാണ്. എന്റെ സുഹൃത്തും ഞാനും കൂടി ക്ഷേത്രത്തെ ലക്ഷ്യമാക്കി നടന്നു. രണ്ടു മൂന്നു ഫർലോങ് കഴിഞ്ഞപ്പോൾ വർക്കലയുടെ നാഗരിക മുഖം പൊളിഞ്ഞു കഴിഞ്ഞു. പ്രകൃതി സുന്ദരമായ വർക്കല ഗ്രാമത്തിന്റെ ഹൃദയത്തിലൂടെ കടൽക്കരയെ ലക്ഷ്യമാക്കി പോവുകയാണ് ആ ഗ്രാമ റോഡ്. തെങ്ങും ഫലവൃക്ഷങ്ങളും നിറഞ്ഞ തൊടികൾക്കിടയിലുള്ള വൃത്തിയുള്ള ഗ്രാമഭവനങ്ങൾ പിന്നിട്ട് ഒരു വളവു തിരിഞ്ഞ് ഇറക്കമിറങ്ങുമ്പോഴേക്കും ഒരു പ്രധാന ക്ഷേത്രസങ്കേതത്തിന്റെ മട്ടുകൾ കണ്ടു തുടങ്ങുന്നു. റോഡിറങ്ങി, താഴെയെത്തിയപ്പോൾ നല്ല കാഴ്ച! റോഡിനു വലതുവശത്തായി വിശാലമായ ക്ഷേത്രക്കുളം. ഇടതു ഭാഗത്ത് ഉയരത്തിൽ കുറെ ദൂരത്തോളം പടിക്കെട്ടുകളാണ്. ഒരിറക്കമെങ്കിൽ ഒരു കയറ്റം! പടിക്കെട്ടുകൾ കയറിച്ചെന്ന ഞങ്ങളുടെ കണ്ണുകൾക്ക് കർപ്പൂരമായി ഒരു പുരാതന ക്ഷേത്രം. വലിയൊരു കുന്നിന്റെ ഉച്ചിയിലെ വിശാലമായ തലത്തിൽ കാണുന്ന പ്രധാന ക്ഷേത്രത്തിലെ പ്രതിഷ്ഠ മഹാവിഷ്ണുവാണ്. പ്രധാന ക്ഷേത്രത്തിന്റെ ഇടത്തെ കോണിൽ മുൻവശത്തായി ശില്പബഹുലമായ മുകൾത്തട്ടോടുകൂടിയ ശിവക്ഷേത്രം. പ്രധാന ക്ഷേത്രത്തിന്റെ മുഖമണ്ഡപം ചിത്രചാതുരി വിളിച്ചോതുന്നു. ചുറ്റമ്പലത്തിനുള്ളിൽ കടന്നാലോ? ആകർഷണീയമായ ശിലാശില്പരൂപങ്ങൾ. വിലാസലാസ്യകളും നൃത്ത വിശാരദകളുമായ ശിലാശില്പസുന്ദരിമാർ. എല്ലാം കാണുമ്പോൾ അനല്പമായ ആനന്ദാനുഭൂതി അനുഭവവേദ്യമാകും. ക്ഷേത്രത്തിന്റെ പടിഞ്ഞാറെ നടയിൽ ഡച്ചുകാർ സമ്മാനിച്ച ലോഹനിർമ്മിതമായ ഒരു മണിയുണ്ട്. (അഞ്ചുതെങ്ങിൽ കോട്ട കെട്ടിയുറപ്പിച്ച് കേരളത്തിൽ ആധിപത്യം സ്ഥാപിക്കാൻ ശ്രമിച്ച് പരാജയപ്പെട്ട ഡച്ചുകാർ ഈ മണ്ണിനോട് യാത്ര പറഞ്ഞപ്പോൾ വർക്കല ജനാർദ്ദനസ്വാമിക്ക് കാഴ്ച വച്ച മണിയാണത്, ക്ഷേത്രത്തിന്റെ മുൻവശത്ത് അങ്ങു താഴെ നെടുനീളത്തിൽ കാണുന്നത് ഭവനങ്ങളാണ്. ബ്രാഹ്മണത്തെരുവാണത്.

വീണ്ടും ഇടതുവശത്തെ പടിക്കെട്ടുകളിറങ്ങി പടിഞ്ഞാറോട്ട് പത്തിരുപതടി നടന്നപ്പോഴേയ്ക്കും പാരാവാരം അതിന്റെ സാന്നിദ്ധ്യം ഉച്ചൈസ്തരം ഉദ്ഘോഷിക്കുന്നത് കേൾക്കാമായിരുന്നു. ക്ഷേത്രത്തിൽനിന്ന് കഷ്ടിച്ച് ഒരു ഫർലോങ് ദൂരമേയുള്ളൂ വർക്കല കടൽക്കരയിലേക്ക്. പക്ഷേ, തീരം അടുക്കുന്തോറും നമുക്കു പരിചിതമായ കടൽക്കരയുടെ യാതൊരു ലക്ഷണങ്ങളും കാണാനില്ല. ഉറപ്പേറിയ മണ്ണ്. റോഡരികിലായി കൃഷിയിടങ്ങൾ, കുന്നിൻ പ്രദേശങ്ങൾ, കടൽക്കരയോളം ചെന്ന് മുട്ടി നില്ക്കുന്ന കുന്നുകൾ. വർക്കല കടൽത്തീരം. തീരത്ത് തലയുയർത്തി നില്ക്കുന്ന കൂറ്റൻ കുന്നുകളെ അല്പാല്പമായി കാലുവാരുകയാണ് കടലലകൾ. കാൽനൂറ്റാണ്ടു മുമ്പുള്ള ഒരു വർക്കല സന്ദർശന വേളയിൽ പാപനാശം കടൽതീരത്തു നില്ക്കേ, കടലിനോട് ചേർന്നുകിടക്കുന്ന മട്ടിൽ, പൊൻകതിർക്കുലകളേന്തി നില്ക്കുന്ന നെൽപ്പാടങ്ങൾ കാണാൻ കഴിഞ്ഞത് ഞാനിന്നും വ്യക്തമായി ഓർക്കുന്നു. മായാത്ത ഓരോർമ്മ. കുന്നുകൾ ആഴിപ്പരപ്പിൽ കണ്ണാടി നോക്കുന്ന കടൽപ്പുറം. വർക്കലയുടെ പ്രത്യേകതയാണ്. വെട്ടുകല്ലുകൾ വിളഞ്ഞു കിടപ്പുള്ള ആ കുന്നുകളുടെ ഉച്ചിയിൽ കടൽക്കാറ്റിൽ മുടിയഴിച്ചാടുന്ന കേരവൃക്ഷങ്ങളുടെ നീളൻ നിര കാണാം.

വർക്കലയുടെ തീരങ്ങൾ പാപനാശം കടൽപ്പുറം എന്ന പേരിൽ അറിയപ്പെടുന്നു. കർക്കിടക വാവു നാളിൽ ലക്ഷക്കണക്കിന് ഹിന്ദുമതവിശ്വാസികൾ ഇവിടെ പിതൃതർപ്പണം നടത്തുന്നു.

വർക്കലയിലെ മറ്റൊരു തീർത്ഥാടന കേന്ദ്രമാണ് ശിവഗിരിമഠം. കവലയിൽനിന്ന് ഒരു മൈൽ പടിഞ്ഞാറ് കടലോരത്താണ് ജനാർദ്ദന സ്വാമി ക്ഷേത്രമെങ്കിൽ, ഒരു മൈൽ കിഴക്കുമാറിയാണ് ശിവഗിരിമഠം. മൈതാനത്തുനിന്ന് കഷ്ടിച്ച് ഒരു ഫർലോങ് ഇപ്പുറമുള്ള റെയിൽവേ ലെവൽ ക്രോസിങ് കടന്ന് റോഡിൽ നില്ക്കുമ്പോൾ തന്നെ ഇടതുഭാഗത്തായി ശിവഗിരിക്കുന്നുകളും കുന്നിൻ തലപ്പിൽ ഉയർന്നുനില്ക്കുന്ന മഹാസമാധി സ്മാരകമണ്ഡ

പവും കാണാം. അവിടേക്ക് നാലഞ്ചു ഫർലോങ് ദൂരമുണ്ടെങ്കിലും ഒരു കുന്നിറങ്ങി മറ്റൊന്നിലേക്കു കയറുകയേ വേണ്ടൂ. ശിവഗിരമഠത്തിലേക്കു തിരിയുന്ന ആ റോഡുവക്കിൽ ഇടതുഭാഗത്തായി കുന്നിൻതലപ്പിൽ അഞ്ചെട്ടടിപൊക്കമുള്ള ഒരു സിമന്റ് നിർമ്മിതി കാണാം. നൂറുകണക്കിനടി താഴ്ചയിലൂടെ കടന്നുപോകുന്ന വർക്കല വലിയ തുരപ്പിന്റെ ഏതാണ്ട് മദ്ധ്യഭാഗത്തായി സ്ഥിതി ചെയ്യുന്ന ആ മണ്ഡപത്തിന്റെ വൃത്താകാരമായ വായിലൂടെ ശുദ്ധവായുവും വെളിച്ചവും തുരങ്കത്തിന്റെ ഇരുളടഞ്ഞ ഭാഗങ്ങളിലേക്ക് ചെന്നെത്തും. ആ റോഡിറക്കം അവസാനിക്കുന്നിടത്ത് കുന്നിന്റെ മറുവശത്തായി വർക്കലത്തോട് കുന്നിന്റെ പള്ള തുരന്ന് കടന്നുപോകുന്നതു കാണാം. വർക്കല വലിയ തുരങ്കമാണത്.

വർക്കല തുരങ്കം

വലിയ കുന്നുകളുടെ പള്ള തുരന്ന് ട്രെയിൻ കടന്നുപോകുന്ന വിധത്തിലുള്ള തുരങ്കങ്ങൾ ചിലത് കേരളത്തിലുണ്ട്. എന്നാൽ ജലഗതാഗതമാർഗ്ഗത്തിലുള്ള തുരങ്കങ്ങൾ വർക്കലയിൽ മാത്രമേയുള്ളൂ. വർക്കല വലിയ തുരങ്കവും ചെറിയ തുരങ്കവും. ആയില്യം തിരുനാൾ (1860-1880) മഹാരാജാവിന്റെ ഭരണകാലത്ത് 1867 ലാണ് തുരങ്കത്തോടിന്റെ പണിയാരംഭിച്ചത്. സർ. ടി മാധവരായരായിരുന്നു ദിവാൻ. തിരുവിതാംകൂർ കടലോരത്തെ കായലുകളെ പരസ്പരം ബന്ധിപ്പിച്ച് തിരുവനന്തപുരം മുതൽ ബേപ്പൂർ വരെയുള്ള ജലഗതാഗതം സുഗമമാക്കാനുള്ള പരിപാടി പ്രകാരം തോടുകൾ നിർമ്മിച്ചു തുടങ്ങിയപ്പോഴാണ് വർക്കല കുന്നിനിപ്പുറം വഴിമുട്ടി നില്ക്കുന്ന തോടിന് കടന്നുപോകാൻ വേണ്ടി തുരങ്കം പണിയാരംഭിച്ചത്. 924 അടി നീളമുള്ള ചെറിയ തുരങ്കവും 2364 അടി നീളമുള്ള വലിയ തുരങ്കവും ഉൾപ്പെട്ടതായിരുന്നു സ്കീം. 1872 ൽ മാധവറാവുവിനു ശേഷം ദിവാനായ ശേഷഗിരി ശാസ്ത്രിയുടെ ശ്രദ്ധ വർക്കല തുരങ്കം പണി സുഗമമാക്കാൻ സഹായിച്ചു. ചെറിയ തുരങ്കം 1877 ലും വലിയ തുരങ്കം 1880 ലും പണി പൂർത്തിയാക്കപ്പെട്ടു. തുരങ്കത്തിനുമാത്രം 17 ലക്ഷം രൂപ ചെലവായി. ഒരു നൂറ്റാണ്ടിനു മുമ്പ് തിരുവിതാംകൂറിന്റെ വടക്കേയറ്റത്തുനിന്നും തിരുവനന്തപുരം വരെയുള്ള പ്രധാന ഗതാഗതമാർഗ്ഗം വർക്കല തുരങ്കത്തിൽ കൂടി കടന്നുപോകുന്ന ഈ ജലപാത ആയിരുന്നു. ഇപ്പോൾ ഇത് നവീകരിച്ച് സഞ്ചാരയോഗ്യമാക്കാനുള്ള പദ്ധതികൾ ആവിഷ്കരിച്ചു വരുന്നു എന്നാണറിവ്.

തുരങ്കത്തിനപ്പുറത്തെ റോഡിൽനിന്നും അല്പം നടന്നാൽ ശിവഗിരി മഠത്തിന്റെ വാതിൽക്കലെത്താം. വയൽവക്കിൽനിന്ന് ഉയർന്നുയർന്നുപോകുന്ന വലിയൊരു കുന്നിന്റെ പല തട്ടുകളിലായി ഭംഗിയുള്ള മന്ദിരങ്ങളും മണ്ഡപങ്ങളും ആ പ്രകൃതിഭംഗിക്ക് അല്പവും കോട്ടം വരാതെയാണ് നിർമ്മാണ പ്രവർത്തനങ്ങൾ നടത്തിയിട്ടുള്ളത്. വൃക്ഷലതാദികളും വള്ളിപ്പടർപ്പുകളും നൈസർഗ്ഗികഭംഗി കാഴ്ചവയ്ക്കുന്നു. കാടു പിടിച്ചു കിടന്ന ഒരു കുന്ന് പില്ക്കാലത്ത് അതിപ്രസിദ്ധമായ ഒരു തീർത്ഥാടന കേന്ദ്രമായി തീർന്നതിന്റെ പിന്നിലെ ആത്മീയ ചൈതന്യം ഒരു കാലഘട്ടത്തെ പ്രഭാമയമാക്കിയ ശ്രീനാരായണ ഗുരുവിന്റേതാണ്.

ശിവഗിരി മഠം

സവർണ്ണമേധാവിത്തം കൊടികുത്തി വാഴുന്ന കാലം. തീണ്ടലും തൊടീലുമൊക്കെ മനുഷ്യരെ മനുഷ്യരിൽനിന്നും അകറ്റി നിർത്തിയിരുന്നു. ഈഴവരാദി പിന്നോക്ക സമുദായക്കാർ പൊതുരംഗങ്ങളിൽ നിന്നല്ല; പൊതു നിരത്തുകളിൽ നിന്നുപോലും നിർദ്ദയം ആട്ടിയകറ്റപ്പെട്ടിരുന്ന ആ സവർണ്ണ പ്രഭാവകാലത്താണ്. ചെമ്പഴന്തിയിലെ ഒരു ഈഴവ കുടുംബത്തിൽ പിറന്ന നാരായണൻ സ്വന്തം മതത്തിന്റെയും ആ കാലഘട്ടത്തിന്റെയും അനാചാരങ്ങൾ ഇല്ലാതാക്കാനുള്ള പ്രവർത്തനങ്ങളിൽ വ്യാപൃതനായത്. ആദ്ധ്യാത്മിക കാര്യങ്ങളിലും സാമൂഹ്യതത്ത്വചിന്തകളിലും കാവ്യവൃത്തിയിലും വേണ്ടത്ര അറിവു നേടിയ ആ നാരായണ യോഗി, ക്രമേണ ഒരു സാമൂഹ്യ പരിഷ്കർത്താവായി മാറി. ശ്രീനാരായണ ധർമ്മപരിപാലന സംഘത്തിന്റെ സ്ഥിരം പ്രസിഡന്റുസ്ഥാനം ഏറ്റെടുത്തുകൊണ്ട് മഹാകവി കുമാരനാശാനെപ്പോലെയുള്ള സഹപ്രവർത്തകരോടൊപ്പം ഈഴവ സമൂഹത്തിലെ അനാചാരങ്ങൾ നിർത്തലാക്കാൻ അദ്ദേഹം ആത്മാർത്ഥമായി ശ്രമിച്ചു. സവർണ്ണമേധാവിത്തത്തിന്റെ ചവിട്ടടിയിൽ ഞെരിഞ്ഞമർന്നുകൊണ്ടിരുന്ന പിന്നോക്ക സമുദായത്തിന് നവജീവൻ പകർന്നു, ശ്രീനാരായണ സൂക്തങ്ങൾ. പക്ഷേ, അദ്ദേഹം ഒരിക്കലും ഒരു മതത്തിന്റെയോ ജാതിയുടെയോ വക്താവായിരുന്നില്ല, മതമേതായാലും മനുഷ്യൻ നന്നായാൽ മതിയെന്ന് ഉദ്ഘോഷിച്ച ശ്രീനാരായണഗുരു വിശ്വമണ്ഡലത്തിന്റെ ആദ്ധ്യാത്മികാചാര്യന്മാരുടെയും സാമൂഹ്യ പരിഷ്കർത്താക്കളുടെയും നിരയിൽ മാന്യമായ സ്ഥാനം നേടാൻ കെല്പുറ്റ മഹാവ്യക്തിയാണ്.

അരുവിപ്പുറത്തെ താപസജീവിതത്തിനുശേഷം ഗുരുവായിത്തീർന്ന ശ്രീനാരായണന്റെ ജീവിതശേഷം മുഴുവൻ വർക്കലയിലാണ് കഴിച്ചുകൂട്ടിയത്. 1904 ൽ ശ്രീനാരായണ ഗുരു വർക്കലയിലേക്ക് താമസം മാറ്റി. 1911 ൽ ശിവഗിരിക്കുന്നിൽ ശാരദാമഠം (ക്ഷേത്രം) സ്ഥാപിച്ചു. തുടർന്ന് 1928 ൽ മഹാസമാധി പൂകുവോളവും ധർമ്മോജ്ജ്വലമായ ആ ജീവിതം സാമൂഹ്യപരിവർത്തനനിരതമായിരുന്നു. ഇന്ന് കേരള

ത്തിലെ നാനാജാതി മതസ്ഥരുടെയും ഒരു തീർത്ഥാടനകേന്ദ്രമാണ് ആ സ്ഥലം.

തേന്മാവുകളുടെ തണലിൽ, പൂഴിമണൽ നിറഞ്ഞ ശാരദാമഠത്തിന്റെ തിരുമുറ്റത്തു നില്ക്കവേ, ആ ആരാധനാകേന്ദ്രം എന്നിൽ എന്തെന്നില്ലാത്ത മതിപ്പുളവാക്കി, പരിഷ്കൃത രീതിയിൽ നിർമ്മിച്ച ഒരു കൊച്ചു ക്ഷേത്രം. വർണ്ണാങ്കിതമായ കണ്ണാടി ജനാലകളും വാതായനങ്ങളും. ഒറ്റനോട്ടത്തിൽ ഒരു പരിഷ്കൃത ഭവനമാണെന്നേ തോന്നൂ. പൂപ്പൽ പിടിച്ച മതിൽക്കെട്ടില്ല. കൂറ്റൻ സ്വർണ്ണക്കൊടിമരമില്ല. ചുറ്റുവിളക്കില്ല. കരിപിടിച്ച കൽവിളക്കില്ല. ആനക്കൊട്ടിലില്ല. മടപ്പള്ളിയില്ല. അമ്പലവാസികളുടെ തിക്കും തിരക്കുമില്ല. എനിക്ക്, അത് ഒരു മാതൃകാ ആരാധനാലയമായി തോന്നി. ശാരദാമഠത്തിന്റെ പിന്നിലുള്ള മുകളിലേക്കുള്ള പടിക്കെട്ടുകൾ കയറുമ്പോൾ അല്പം ഇടതുവശത്തായി ഒരു പഴയ കെട്ടിടം. മുറ്റം നിറയെ മാവും പ്ലാവും. കെട്ടിടത്തിന്റെ വരാന്ത മാത്രം ആധുനിക രീതിയിൽ മോടിപിടിപ്പിച്ചിട്ടുണ്ട്. അകത്തെ മുറികൾ പഴയ രീതിയിൽത്തന്നെ സൂക്ഷിച്ചിരിക്കുന്നു. വരാന്തയോടു ചേർന്നുള്ള മുറിയിലെ ജനാലയിലൂടെ ഞങ്ങൾ ഉള്ളിലേക്കു നോക്കി. ഒരു കെടാവിളക്ക് പ്രകാശിക്കുന്നുണ്ട്. ഗുരുദേവൻ ഉപയോഗിച്ചിരുന്ന കട്ടിലും ചാരുകസേരയും മറ്റ് ഉപകരണങ്ങളുമൊക്കെ അങ്ങനെ തന്നെ സൂക്ഷിച്ചിട്ടുണ്ട്. ആ മുറിയിൽ വച്ചാണ് അദ്ദേഹം ഇഹലോകവാസം വെടിഞ്ഞത്.

ചരിഞ്ഞും തിരിഞ്ഞും പോകുന്ന പടിക്കെട്ടുകൾ കയറി കുന്നിന്റെ ഉച്ചിയിലെത്തിയാൽ ശിവഗിരിക്കുന്നിന്റെ വർണ്ണശബളമായ വലിയൊരു താഴികക്കുടം പോലെ തലയുയർത്തി നില്ക്കുന്ന മനോഹര ഹർമ്മ്യം- സമാധിസ്മാരക മണ്ഡപം- കാണാം. വെണ്ണക്കല്ലിലും കരിങ്കല്ലിലും ലക്ഷക്കണക്കിനു രൂപ ചെലവിട്ടു നിർമ്മിച്ച ആ സമാധിമണ്ഡപത്തിന്റെ ഗാംഭീര്യവും ഭംഗിയും ഒന്നു വേറെ തന്നെ.

ശിവഗിരി മഠത്തിലെ അന്തേവാസികളായ സ്വാമിമാരുടെ പാർപ്പിടങ്ങളും ആ കുന്നിൻ ചരിവിലാണ്. ഇത്തവണത്തെ യാത്രയിൽ ഞാൻ ഒരു കാര്യം ശ്രദ്ധിച്ചു. ശിവഗിരി വളപ്പിൽ സ്വാമിമാർ വിരളമായിട്ടുണ്ട്. രണ്ടു മൂന്നു ദശാബ്ദങ്ങൾക്കുമുമ്പുള്ള സന്ദർശനം ഞാൻ വ്യക്തമായി ഓർക്കുന്നു. തലമുണ്ഡനം ചെയ്ത, കാവിവസ്ത്രമണിഞ്ഞ സന്ന്യാസിമാരെ ശിവഗിരി വളപ്പിലെമ്പാടും കാണമായിരുന്നു. പക്ഷേ, ശിവഗിരിയെ സംബന്ധിച്ച എന്തെങ്കിലും വിവരം തരാൻ ഈ സന്ന്യാസിമാർ വിമുഖത കാട്ടി. ശ്രീനാരായണ തത്ത്വങ്ങൾ പ്രചരിപ്പിക്കാനുള്ള സംരംഭങ്ങളൊന്നും അന്നവിടെ കണ്ടില്ല. ഇന്നും തഥൈവ. അന്യദേശങ്ങളിൽനിന്നും ശിവഗിരിയിലെത്തുന്ന സന്ദർശകന് അവിടുത്തെ സ്ഥാപനങ്ങളെയും പ്രവർത്തനങ്ങളെയും പറ്റിയുള്ള പ്രാഥമിക വിവരണങ്ങൾ നല്കാൻ പോലും ആരുമില്ല. അച്ചടിച്ച ലഘുലേഖകൾ പോലും ലഭ്യമല്ല. ഇക്കഴിഞ്ഞ യാത്രയിലും ഈ സ്ഥിതിക്ക് മാറ്റമുണ്ടായിട്ടില്ലെന്ന് ബോദ്ധ്യമായി.

കഴിഞ്ഞ ദശാബ്ദത്തിന്റെ അന്ത്യത്തിൽ ശിവഗിരിയിലുണ്ടായ അനിഷ്ടസംഭവങ്ങൾ ഗുരുദേവന്റെ മഹത് ദർശനങ്ങൾക്ക് മങ്ങലേല്പിച്ചിരുന്നുവെന്ന് വ്യക്തം. നേതൃസ്ഥാനങ്ങളിലിരിക്കുന്നവർ എന്തൊക്കെ അവകാശ വാദങ്ങളുന്നയിച്ചാലും, ശിവഗിരി ശ്രീനാരായണഗുരുവിന്റെ ശിവഗിരി ഇനിയും ഉണരേണ്ടിയിരിക്കുന്നു.

ശിവഗിരിമഠവും രാജ്യത്തുടനീളം സ്വാമികൾ സ്ഥാപിച്ച ക്ഷേത്രങ്ങളും ശ്രീനാരായണ ട്രസ്റ്റിന്റെ ഭരണത്തിലാണ്. ശിവഗിരിയോട് യാത്ര പറയുമ്പോൾ തലയ്ക്കുള്ളിൽ നിറഞ്ഞുനിന്ന ചിന്ത ഇതാണ്. പ്രശാന്തരമണീയമായ ഈ ശിവഗിരിക്കുന്ന് അത്യുന്നതങ്ങളിലെ അതുല്യ ദൃശ്യങ്ങൾ കാഴ്ച വയ്ക്കുമ്പോഴും ശ്രീനാരായണ തത്ത്വങ്ങൾ പ്രചരിപ്പിക്കാനുള്ള ആത്മാർത്ഥ ശ്രമങ്ങളൊന്നും പ്രകടമല്ലല്ലോ എന്ന ദുഃഖചിന്ത.

ശ്രീനാരായണഗുരുകുലം

ശിവഗിരി മഠത്തിന് അനുപൂരകവും സമാന്തരവുമായി കരുതാവുന്ന പ്രവർത്തന പരിപാടികളുള്ള മറ്റൊരു പ്രധാന സ്ഥാപനവും ഏറെ പ്രാധാന്യമർഹിക്കുന്നു.

ശിവഗിരിമഠത്തിൽനിന്നും ഏതാണ്ട് നാല് ഫർലോങ് അകലെ കുറേ കൂടി ഉൾഭാഗത്തായി കാണുന്ന മറ്റൊരു ആശ്രമമാണ് ശ്രീനാരായണ ഗുരുകുലം. ശിവഗിരിയുടെ ഇന്നത്തെ വളർച്ചയിൽ പ്രധാന പങ്കു വഹിച്ച നടരാജ ഗുരു സ്ഥാപിച്ച ആശ്രമമാണത്. ശ്രീനാരായണ തത്ത്വങ്ങൾക്ക് സഹ്യാദ്രിക്കപ്പുറം, കടലിനക്കരെ, പ്രചാരണം നല്കി അംഗീകാരം നേടിയെടുത്ത നടരാജഗുരു ശ്രീനാരായണന്റെ വക്താവും വ്യാഖ്യാതാവും എല്ലാമായിരുന്നു. ശ്രീനാരായണ തത്ത്വങ്ങൾ സ്വന്തം ചിന്താമണ്ഡലത്തിലിട്ട് ഘർഷണം ചെയ്ത് കാന്തിയും മൂല്യവും നല്കി പൊതുജനസമക്ഷം അവതരിപ്പിക്കുന്നതിലേക്ക് സ്വജീവിതം ഉഴിഞ്ഞുവച്ച ആ മഹാചിന്തകന്റെ പ്രവർത്തനമേഖല പില്ക്കാലത്ത് ശിവഗിരിയിൽനിന്ന് ഗുരുകുലത്തിലേക്ക് മാറ്റി. ശ്രീനാരായണഗുരുകുലത്തിന്റെ ലക്ഷ്യം ശ്രീനാരായണതത്ത്വസംഹിതകൾക്ക് ലോകമൊട്ടാകെ പ്രചുരപ്രചാരം നല്കുകയെന്നതായിരുന്നു. ഇക്കാര്യത്തിൽ നടരാജഗുരുവിനോടൊപ്പം പ്രിയശിഷ്യനായ നിത്യചൈതന്യയതിയും മഹത്തായ സേവനം അനുഷ്ഠിച്ചു. ഇവരെപ്പറ്റിയും നമുക്ക് ചില കാര്യങ്ങൾ കൂടി മനസ്സിലാക്കാം.

ശ്രീനാരായണ ഗുരുവിന്റെ പ്രിയശിഷ്യനായി

രുന്ന നടരാജഗുരു (പൂർവ്വാശ്രമത്തിലെ പേര് പി നട രാജൻ) ഡോ. പൽപ്പുവിന്റെ പുത്രനാണ്. 1926 ൽ സന്ന്യാസം സ്വീകരിച്ച നടരാജഗുരു സ്ഥാപിച്ചതാണ് ശ്രീനാരായണ ഗുരുകുലം. അദ്ദേഹം ശ്രീനാരായണ തത്ത്വങ്ങൾ ലോകമെമ്പാടും പ്രചരിപ്പിക്കുന്നതിൽ ഒരളവുവരെ വിജയിക്കുകയും ചെയ്തു. ധാരാളം ആത്മീയ ഗ്രന്ഥങ്ങൾ രചിച്ചിട്ടുണ്ട്.

നടരാജഗുരുവിന്റെ ശിഷ്യപ്രമുഖനായ നിത്യ ചൈതന്യയതിയുടെ നാമവും ഇവിടെ സ്മരണീയ മാണ്. (പൂർവ്വാശ്രമത്തിലെ നാമം ജയചന്ദ്രപ്പണിക്കർ) സരസകവി മൂലൂർ എസ് പത്മനാഭപ്പണിക്കരുടെ അനന്തിരവനും കവിയുമായ കെ പി രാഘവപ്പണിക്ക രുടെ പുത്രനായി 2-11-1924 ൽ ജനിച്ചു. 1952 ൽ നട രാജഗുരുവിന്റെ ശിഷ്യത്വം സ്വീകരിച്ചു. 1956 ൽ സന്യാസം സ്വീകരിച്ചു. ഡൽഹിയിലെ സൈക്കിക്ക് ആൻഡ് സ്പിരിചൽ ഇൻസ്റ്റിറ്റ്യൂട്ടിന്റെ ഡയറക്ടറും ലോകത്തിലെ പല പ്രമുഖ സർവ്വകലാശാലകളിലെ വിസിറ്റിങ് പ്രൊഫസറുമായിരുന്നു. പ്രസിദ്ധമായ അനേകം ഗ്രന്ഥങ്ങൾ രചിച്ചിട്ടുണ്ട്. അവസാന വർഷ ങ്ങൾ ഊട്ടിയിലെ ഫേൺഹില്ലിൽ എഴുത്തും വായ നയുമായി കഴിഞ്ഞു. ഈസ്റ്റ് വെസ്റ്റ് യൂണിവേഴ്സി റ്റിയുടെ സ്ഥാപകനുമാണദ്ദേഹം.

ഔഷധനീരുറവകൾ

ശിവഗിരിക്കു സമീപം ഔഷധഗുണമുള്ള ധാരാളം തീർത്ഥങ്ങളുണ്ട്. ഈ തീർത്ഥജലം ആരോ ഗ്യസംവർദ്ധകവും രോഗഹരവുമാണെന്ന് കരുതപ്പെ ടുന്നു. ഇക്കൂട്ടത്തിൽ ഒന്നാണ് കണ്ണമ്പാ തീർത്ഥം. നിമ്നോന്നതമായ പാറപ്പുറത്ത് എക്കാലത്തും വറ്റാത്ത ഒരു നീരുറവ. ഒരു കുളം പോലെ കാണാം. പാറയിൽ കിഴക്കും പടിഞ്ഞാറും ഭാഗങ്ങളിൽ കാൽ മുട്ടിന്റെ പാടുകൾ ദൃശ്യമാണെന്ന് വിശ്വസിക്കപ്പെ ടുന്നു.

രമണ മഹർഷിയുടെ ശിഷ്യനായിരുന്ന ഒരു വിദേശി വർഷങ്ങൾക്കുമുമ്പ് ഈ സ്ഥലം കണ്ടെത്തി കുളമുൾപ്പെടെയുള്ള 50 ഏക്കർ സ്ഥലം വിലയ്ക്കു വാങ്ങി താഴ്വരയിൽ ഒരാശ്രമം നിർമ്മിച്ചു. കണ്വമ ഹർഷിയുടെ ഒരു കരിങ്കൽ പ്രതിമ (വിഗ്രഹം) ആശ്ര മത്തിൽ പ്രതിഷ്ഠിച്ചിട്ടുണ്ട്. അമൂല്യമായ ഒരു ഗ്രന്ഥ ശേഖരവും അവിടെയുണ്ട്. സായിപ്പ് ഗ്രന്ഥപാരായ ണവും ധ്യാനവുമായി കഴിഞ്ഞുവരവേ, അസുഖം ബാധിച്ച് യൂറോപ്പിലേക്കു മടങ്ങി; നിര്യാതനായി. അദ്ദേഹത്തിന്റെ ശിവഗിരിയിലുള്ള സ്വത്തുക്കളെല്ലാം മറ്റൊരു യൂറോപ്യൻ ചിന്തകന്റെ പേർക്ക് എഴുതി വച്ചു. ശ്രീനാരായണ ഭക്തനായ ഈ സായിപ്പി നെയും മറ്റു പല പാശ്ചാത്യരെയും വർക്കലയ്ക്കു വരാൻ പ്രേരിപ്പിച്ചത്, നടരാജഗുരു വിദേശനാടുക ളിൽ ചെയ്ത ശ്രീനാരായണ തത്ത്വപ്രഭാഷണങ്ങളാ കാം. വർക്കലയിലും പരിസരത്തിലും സ്ഥിരതാമസ മാക്കിയിട്ടുള്ള ധാരാളം വിദേശികളുണ്ട്.

വർക്കലയ്ക്ക് പ്രകൃതിദത്തവും മനുഷ്യനിർമ്മി തവുമായ വിനോദസഞ്ചാരസാദ്ധ്യതകളേറെയുണ്ടെ ങ്കിലും അവ പൂർണ്ണമായി പ്രയോജനപ്പെടുത്താൻ ബന്ധപ്പെട്ട സ്ഥാപനങ്ങളും അധികൃതരും ഇനിയും തയ്യാറായിട്ടില്ലെന്നതാണ് വസ്തുത.

കടലിൽനിന്ന് കുത്തനെ കെട്ടിപ്പൊക്കിയതു പോലുണ്ട് പാപനാശം കടൽത്തീരം. കേരവൃക്ഷ ങ്ങൾ നിറഞ്ഞ ആ കുന്നിൻപുറത്ത് താല്ക്കാ ലികമായും സ്ഥിരമായും തമ്പടിച്ച് കുടിൽ കെട്ടി വർക്കലയുടെ സൗന്ദര്യമാസ്വദിക്കുന്ന വിനോദ സഞ്ചാരികൾ ധാരാളമുണ്ട്. അവർക്ക് തദ്ദേശീയരായ സാമൂഹ്യവിരുദ്ധ ശക്തികളിൽനിന്ന് നേരിടുന്ന ബുദ്ധിമുട്ടുകളും കുറച്ചൊന്നുമല്ല. ടൂറിസ്റ്റുകളെ സംബന്ധിച്ചിടത്തോളം കടലോരത്തിലെ തെങ്ങിൻതോപ്പും അകലെനിന്നും ജലപാളികൾ ചുരുട്ടിയും നിവർത്തിയും താളാത്മകമായി ഓടിയ ടുത്ത് കരയിൽ തലതല്ലി പിൻവാങ്ങുന്ന തിരമാല കളും സുഖപ്രദമായ കടൽക്കാറ്റും സൂര്യസ്നാ ന(സൺബാത്ത്)വും അവിസ്മരണീയമായ അനുഭ വങ്ങളാകാം.

എന്നാൽ പാപനാശം കടൽപ്പുറത്തുനിന്നും കഴിയുന്നത്ര വേഗത്തിൽ മടങ്ങിപ്പോകാൻ എന്നെ നിർബ്ബന്ധിതനാക്കിയ ഒരു സംഭവം കൂടി ഇവിടെ സൂചിപ്പിക്കട്ടെ. മണൽപ്പരപ്പിൽ കാൽകുത്തിയപ്പോൾ തന്നെ, അരയിലും തലയിലും ചുവന്ന തുണിചുറ്റി, ചില പൂജാദ്രവ്യങ്ങളുമായി തന്ത്രിമാരെന്നു തോന്നി ക്കുന്ന രണ്ടുപേർ എന്റെ മുന്നിലെത്തി. പിതൃതർപ്പ ണത്തിന് എന്നെ നിർബ്ബന്ധിക്കുകയാണ് രണ്ടുപേ രും. രണ്ടുപേർക്കും രണ്ടു റേറ്റ്. എനിക്ക് ആ ചടങ്ങു നടത്താൻ യാതൊരു താല്പര്യവുമില്ലെന്ന് ആവർത്തി ച്ചു പറഞ്ഞിട്ടും അവർ വിടുന്ന മട്ടില്ല. അവസാനം ആ ഇത്തിൾക്കണ്ണികളെ പറിച്ചെറിയാൻ അല്പം പരു ഷഭാവം കൈക്കൊള്ളേണ്ടി വന്നു.

തന്ത്രിമാരുടെ വലയിൽനിന്ന് രക്ഷപ്പെട്ട് റോഡി ലെത്തിയ ഞങ്ങളെ ഓട്ടോഡ്രൈവർ വിനോദ് ആശ്വ സിപ്പിച്ചു.

"ഇതെല്ലാം ഇവിടെ സാധാരണമാണ്. വയറ്റു പ്പാടിനുള്ള ഓരോ മാർഗ്ഗങ്ങൾ."

വർക്കലയുടെ മുക്കിലും മൂലയിലും ഞങ്ങളെ ക്കൊണ്ട് എത്തിച്ച് തനിക്കറിയാവുന്ന കാര്യങ്ങൾ പറ ഞ്ഞുതരാൻ ഉത്സാഹം കാട്ടിയ നല്ലവനായ ആ യുവാവ്, ഉയരങ്ങളിലേക്ക് കയറിപ്പോകുന്ന പച്ചത്ത ഴപ്പുകളെ ചൂണ്ടി ഞങ്ങളോടു പറഞ്ഞു:

"അതാ ആ ദൂരെ കാണുന്ന കുന്നിന്റെ മുക ളിൽ കാണുന്നതാണ് വർക്കലയിൽ അടുത്ത കാല ത്താരംഭിച്ച ഏറ്റവും വലിയ പഞ്ചനക്ഷത്ര ഹോട്ടൽ. ഒബ്റോയ് ഗ്രൂപ്പിന്റെയോ മറ്റോ ആണ്. മുറിവാടക

ദിവസം 3000 രൂപയേ ഉള്ളെന്നാണറിവ്. എന്താ സാറിന് നോട്ടമുണ്ടോ?" വിനോദിന്റെ ഫലിതം ഞങ്ങൾക്കിഷ്ടപ്പെട്ടു. വണ്ടി സ്റ്റാർട്ടാക്കുന്നതിനിടയിൽ വിനോദ് പറഞ്ഞു.

"സാറേ ഇവിടെ ഉള്ളവനുണ്ട്. ഇല്ലാത്തവന് ജീവിതം കഷ്ടപ്പാടു തന്നെ."

യാത്രയിലുടനീളം വിനോദിന്റെ വാക്കുകൾ എന്റെ കർണ്ണപുടങ്ങളിൽ പ്രതിധ്വനിക്കുന്നുണ്ടായിരുന്നു.

ജനജീവിതം

തിരുവനന്തപുരം ജില്ലയുടെ വടക്കെ അറ്റത്താണ് വർക്കല. അടുത്തകാലത്തായി മുനിസിപ്പാലിറ്റിയായി രൂപാന്തരപ്പെട്ടിട്ടുണ്ട്. മൊത്തം വിസ്തീർണ്ണം 15.42 ച കിമീ. ജനസംഖ്യ 38987 (1991 ലെ സെൻസസ് പ്രകാരം). സമ്പന്നരായ ഒരു ന്യൂനപക്ഷത്തിന്റെ പ്രൗഢിയും പ്രതാപവും പ്രകടിപ്പിക്കുന്നതാണ് നഗരപ്രദേശങ്ങളെങ്കിലും ഭൂരിപക്ഷം വരുന്ന സാധാരണക്കാരുടെ ജീവിത പ്രശ്നങ്ങൾ നിറഞ്ഞവയാണ് ഗ്രാമീണ മേഖല.

വിശ്വവിശ്രുതമായ തീർത്ഥാടന കേന്ദ്രങ്ങളെയും വിനോദസഞ്ചാര കേന്ദ്രങ്ങളെയും ഉൾക്കൊള്ളാൻ കഴിഞ്ഞ വർക്കല, ധന്യയാണ്. ജനാർദ്ദന സ്വാമിക്ഷേത്രവും ട്രാവേലേഴ്സ് ബംഗ്ലാവും പാപനാശം കടലോരവും ഉൾപ്പെട്ട തീരദേശവാർഡാണ് ജനാർദ്ദനപുരം. മുനിസിപ്പൽ ഓഫീസ്, കച്ചേരി, ബസാർ, കോടതികൾ, റെയിൽവേസ്റ്റേഷൻ.... എന്നിങ്ങനെ മിക്ക പൊതുസ്ഥലങ്ങളും ടൗൺ വാർഡിലാണ്. മത്സ്യബന്ധനത്തിലേർപ്പെട്ട് ഉപജീവനമാർഗ്ഗം തേടുന്നവരാണ്. കുരക്കേണി പടിഞ്ഞാറ് പ്രദേശത്ത് തിങ്ങിപ്പാർക്കുന്നത് കരിനിലക്കോട് കയർപിരിത്തൊഴിലാളി കുടുംബങ്ങൾ കൂടുതലുണ്ട്. ചെറുകുന്നം വാർഡിലാണ് വർക്കല വലിയതുരപ്പും കണ്വാശ്രമവും (ഔഷധഗുണമുള്ള നീരുറവ) മറ്റും. തച്ചൻകോണം വാർഡിൽ വർക്കല ചെറിയ തുരപ്പും തോടും മെഡിക്കൽ മിഷൻ ആശുപത്രിയും മറ്റും ഉൾപ്പെടുന്നു. രഘുനാഥപുരം വാർഡിലാണ് ശിവഗിരി മഠം.

സിങ്കപ്പൂർ പണം, ഗൾഫ് പണം

വളരെ മുമ്പേ തന്നെ വിദ്യാഭ്യാസ കാര്യത്തിൽ മുന്നണിയിലാണ് വർക്കല. അടുത്തും അകലത്തുമുള്ള സ്കൂളുകളും കോളേജുകളും നല്കുന്ന വിദ്യാഭ്യാസ സൗകര്യങ്ങൾ പ്രയോജനപ്പെടുത്തി ഉന്നത വിദ്യാഭ്യാസം നേടി മറുനാടുകളിൽ പോയി ഭേദപ്പെട്ട തൊഴിലുകളിലേർപ്പെട്ടിട്ടുള്ളവർ അസംഖ്യം.

ജനസംഖ്യയിൽ ഭൂരിഭാഗവും ഈഴവരാണ്. അടുത്ത പടി നായന്മാർ പിന്നെ മുസ്ലീം. തെങ്ങും നെല്ലുമാണ് പ്രധാന വിളകൾ. നെൽക്കൃഷിലാഭകരമല്ലാത്തതിനാൽ കുറഞ്ഞിട്ടുണ്ട്. മത്സ്യത്തൊഴിലാളികളുടെ ജീവിതം താരതമ്യേന ക്ലേശകരമാണ്.

വർക്കലയുടെ വിദ്യാഭ്യാസ പുരോഗതി, ഒരു ന്യൂനപക്ഷത്തിന്റെയെങ്കിലും സാമ്പത്തികഭദ്രതയ്ക്ക് വളരെ മുമ്പേ തന്നെ വഴിതെളിയിച്ചിരുന്നു. ഇന്നു കാണുന്ന രമ്യഹർമ്മ്യങ്ങളേറെയും ഇക്കൂട്ടരുടേതാണ്. വർഷങ്ങൾക്കുമുമ്പ് ഇംഗ്ലണ്ടിലും മറ്റും കുടിയേറി മെച്ചപ്പെട്ട ജോലികൾ കരസ്ഥമാക്കി കാലക്രമേണ മറ്റ് കുടുംബാംഗങ്ങളെയും അങ്ങോട്ടെത്തിച്ച ഭാഗ്യവാന്മാരുടെ കുടുംബങ്ങൾ ധാരാളമുണ്ട്. അതുപോലെ തന്നെ സിങ്കപ്പൂർ പണത്തിന്റെ കാര്യം. പണ്ടേ കടൽ താണ്ടി സിങ്കപ്പൂരിൽ പറ്റിപ്പിടിച്ച് സമ്പന്നരായ കുടുംബങ്ങൾ പലതുണ്ട്. കള്ളപ്പണത്തിന്റെയും കുഴൽപ്പണത്തിന്റെയും കള്ളക്കളികളും വർഷങ്ങളായി ഇവിടെ അരങ്ങേറിക്കൊണ്ടിരിക്കുന്നു.

വിദ്യാഭ്യാസ പുരോഗതിയോടൊപ്പം തന്നെ എടുത്തു പറയേണ്ടതാണ് വർക്കലയുടെ സാംസ്കാരിക പാരമ്പര്യം. പണ്ഡിതന്മാരും കവികളും മറ്റുമുൾപ്പെട്ട തലമുറകൾ പലതും കടന്നുപോയി. ഇക്കഴിഞ്ഞ നൂറ്റാണ്ടിന്റെ രണ്ടാം പകുതിയിൽ മലയാള ഭാഷയ്ക്കും സാഹിത്യത്തിനും വമ്പിച്ച സംഭാവനകൾ നല്കിയ പലരിൽ വർക്കലയുടെ ചുറ്റുവട്ടത്ത് ജനിച്ചു വളർന്ന ചിലരെപ്പറ്റി മാത്രം ഇവിടെ സൂചിപ്പിക്കാം.

പ്രശസ്തനായ അദ്ധ്യാപകനും ചരിത്രഗവേഷകനും ഭാഷാസാഹിത്യകാരനുമായ പ്രൊഫസർ ഇളംകുളം കുഞ്ഞൻപിള്ളയുടെ നാമം പ്രത്യേകം സ്മരണീയം. തിരുവനന്തപുരത്ത് ആർട്ട്സ് കോളേജിലും യൂണിവേഴ്സിറ്റി കോളേജിലും ദീർഘകാലം പ്രൊഫസറായി ജോലി നോക്കി. പ്രസിദ്ധമായ അനേകം ചരിത്രഗ്രന്ഥങ്ങൾ രചിച്ചിട്ടുണ്ട്.

പ്രശസ്ത മലയാള നാടകകൃത്തും സാഹിത്യകാരനും പേരെടുത്ത അദ്ധ്യാപകനുമായ പ്രൊഫ. എൻ കൃഷ്ണപിള്ള (1916-1988) യൂണിവേഴ്സിറ്റി കോളേജിൽ ദീർഘകാലം പ്രൊഫസറായി ജോലി നോക്കി. *ഭഗ്നഭവനം* തുടങ്ങി അനേകം നാടകങ്ങളും *കൈരളിയുടെ കഥ* എന്ന ഭാഷാ സാഹിത്യചരിത്രവും പ്രത്യേക പരാമർശമർഹിക്കുന്നു. *പ്രതിപാത്രം ഭാഷണഭേദം* എന്ന മഹദ്ഗ്രന്ഥം ഒട്ടേറെ പുരസ്കാരങ്ങൾ നേടി.

പ്രകൃതി ഭംഗിയാലനുഗൃഹീതമായ തീർത്ഥങ്ങളുടെയും തീർത്ഥാടനകേന്ദ്രങ്ങളുടെയും നാടായ ഈ പ്രദേശത്തിന്റെ ജീവിത പ്രശ്നങ്ങൾ ആരും ഒറ്റനോട്ടത്തിൽ മനസ്സിലാക്കിയെന്നുവരില്ല. വർക്കല മൈതാനത്തും ശിവഗിരി പരിസരങ്ങളിലും കൂടി കടന്നുപോകുന്നവർക്ക് ശ്രദ്ധിക്കാതിരിക്കാൻ കഴിയാത്ത മട്ടിൽ അത്രയേറെ ബോർഡുകൾ കാണാം. വിവാഹസദ്യാലയങ്ങൾ. ഈ സദ്യയുടെ നാട്ടിൽ

ചെറിയൊരു ശതമാനമെങ്കിലും അർദ്ധപട്ടിണിക്കാരാണെന്ന കാര്യം തീർച്ചയാണ്. ഔഷധമൂല്യമുള്ള നീരുറവകളിൽ നീരാടി, ജനാർദ്ദന സ്വാമി ക്ഷേത്രത്തിലോ ശിവഗിരിശാരദാമഠത്തിലോ കൈകൂപ്പി പ്രാർത്ഥിച്ച് വിശക്കുമ്പോൾ ഔഷധഗുണമുള്ള പച്ചവെള്ളം ആവോളം കുടിച്ച് സുഖകരമായ കടൽക്കാറ്റുമേറ്റ് "ശിവ ശിവ" മന്ത്രിച്ച് ദിനരാത്രങ്ങൾ തള്ളിനീക്കുന്നവർ കുറേപ്പേരെങ്കിലും കണ്ടേക്കാം.

പണ്ട് ബ്രഹ്മാവ് വർക്കലയിൽ വച്ച് ഒരു മഹായാഗം നടത്തിയെന്നും അതിന്റെ ബാക്കിയാണ് ഈ തീർത്ഥങ്ങളെന്നുമാണ് ഐതിഹ്യം. മറ്റൊന്ന് പരശുരാമൻ കടലിൽനിന്നും കേരളം വീണ്ടെടുത്തെങ്കിലും പുതിയ ഭൂമിയിൽ ഭൂകമ്പങ്ങൾ സാധാരണമാകയാൽ ജനങ്ങൾ അവിടെ കുടിപാർക്കാതെയായിപോലും. തൽപരിഹാരാർത്ഥം പരശുരാമൻ വർക്കലയിൽവച്ച് മറ്റൊരു മഹായാഗം നടത്തിയെന്നും ജനങ്ങളെ ആകർഷിക്കാൻ വേണ്ടി ആ ഭൂമിയിലെമ്പാടും സ്വർണ്ണ നാണയങ്ങൾ കുഴിച്ചിടുകയും സ്വർണ്ണപ്പൊടി വിതറുകയും ചെയ്തുവെന്നും ഐതിഹ്യം. എത്ര നല്ല സങ്കല്പം! പക്ഷേ, നല്ല ഉറപ്പുള്ള മണ്ണ് കിളച്ചു മറിച്ച് സ്വർണ്ണം കണ്ടെടുക്കാൻ ആരും മെനക്കെടാറില്ല. എന്നാൽ (കുഴൽ) പണവും സ്വർണ്ണ (സ്വർണ്ണബിസ്കറ്റ്) വും കുഴിച്ചിടാൻ കഴിവുള്ളവർ കുറേപ്പേരെങ്കിലുമുണ്ടാകാം. ഏതായാലും ആ അർത്ഥത്തിൽ സ്വർണ്ണഭൂമിതന്നെയാണ് വർക്കല. ഗൾഫ് പണത്തിന്റെയും സ്വർണ്ണത്തിന്റെയും സ്വാധീനം വർക്കലയിലെ മണ്ണിലുണ്ട്.

കുന്നും താഴ്വരകളും നിറഞ്ഞ പ്രകൃതി രമണീയമായ വർക്കലയിൽ ജനാർദ്ദനസ്വാമിക്ഷേത്രവും പാപനാശം കടലോരവും ശിവഗിരിയും ഔഷധനീരുറവകളും തുരങ്കങ്ങളും എല്ലാ സ്ഥിതിചെയ്യുന്ന ഈ വൽക്കലം വീണ ഭൂമി ഒരു സുവർണ്ണഭൂമി തന്നെയാണിന്ന്; എല്ലാ അർത്ഥത്തിലും.

16

കൊല്ലം എന്ന പ്രാചീന രാജധാനി

"കൊല്ലം കണ്ടവനില്ലം വേണ്ട!" എന്നൊരു ചൊല്ലുണ്ടല്ലോ. പണ്ടു പണ്ടേ എന്താണിതിനടിസ്ഥാനം? സ്വഗൃഹത്തെ വിസ്മരിക്കത്തക്ക മാസ്മരികശക്തി കൊല്ലത്തിനുണ്ടെന്നല്ലേ സൂചന. ഇന്നത്തെ കൊല്ലം ഒരു സാധാരണ സഞ്ചാരിയെ അത്രകണ്ട് ആകർഷിക്കാൻ പഴുതില്ല. തിരക്കുപിടിച്ച കടകമ്പോളങ്ങൾ, ജന വാഹന ബഹുലമായ നഗരവീഥികൾ; ശുചിത്വത്തിലും നഗരസംവിധാനത്തിലും അത്ര മേന്മ അവകാശപ്പെടാനും സാദ്ധ്യതയില്ല. മറ്റു നഗരങ്ങളുമായി താരതമ്യം ചെയ്താൽ തീരെ അനാകർഷകവും വിരസവുമാണ് നഗരമദ്ധ്യം. പക്ഷേ, പഴഞ്ചൊല്ലിൽ പതിരില്ലെന്നാണല്ലോ. എങ്കിൽ പഴഞ്ചൊല്ലിൽ പതിരില്ലാതാക്കിയ ആ പഴയ കൊല്ലത്തെപ്പറ്റി നമുക്കൊരന്വേഷണം നടത്താം.

വിവിധ കാലഘട്ടങ്ങളിലായി ഒരുപാടനുഭവിച്ച നഗരമാണ് കൊല്ലം- നന്മയും തിന്മയും സുഖവും ദുഃഖവുമെല്ലാം. ഒന്നിനുപുറകേ മറ്റൊന്നായി കടന്നുവന്ന സ്വദേശീയരും വിദേശീയരുമായ ദുഷ്ടശക്തികളുടെ ബലപരീക്ഷണവേദിയായിരുന്നല്ലോ കൊല്ലം. പല നാടുകളിൽ ഇത്തരം ശക്തി പരീക്ഷണങ്ങളുടെ ജയാപരാജയങ്ങൾ കാലാകാലം നഗരത്തിന്റെ സാമൂഹ്യ-സാമ്പത്തിക സംവിധാനത്തിൽ വമ്പിച്ച സ്വാധീനം ചെലുത്തിയിരുന്നു.

കേരളത്തിലെ ഏറ്റവും പ്രാചീനമായ വാണിജ്യകേന്ദ്രവും തുറമുഖനഗരവുമായിരുന്നു സഹസ്രാബ്ദങ്ങൾക്കുമുമ്പ് കൊല്ലം. ക്രിസ്ത്വബ്ദം 851 ൽ കൊല്ലം സന്ദർശിച്ച അറബി സഞ്ചാരിയായ സുലൈമാന്റെ യാത്രാവിവരണത്തിലെ പ്രസക്ത ഭാഗം ഇപ്രകാരം:

> ഇന്ത്യയിലേക്കും ചൈനയിലേക്കുമുള്ള കപ്പലുകൾ മസ്കത്തു വിട്ടാൽ, പിന്നീട് അടുക്കുന്നത് 'മാലി' (കൊല്ലം)യിലാണ്. കാലാവസ്ഥ അനുകൂലമാണെങ്കിൽ മസ്കത്തിൽനിന്ന് ഒരു മാസത്തെ യാത്രകൊണ്ട് കൊല്ലത്തെത്താം. വളരെ മനോഹരമാണീ തുറമുഖം. തുറമുഖത്ത് എപ്പോഴും കാവൽ സൈന്യമുണ്ടായിരിക്കും. വലിയ ചൈനീസ് കപ്പലുകൾ ഇവിടെ ധാരാളമായി വരുന്നുണ്ട്. യാതൊരു ബുദ്ധിമുട്ടും കൂടാതെ അവയ്ക്ക് തുറമുഖത്തടുക്കാം. ഇവിടെ അടുക്കുന്ന ഓരോ ചൈനീസ് കപ്പലും 1000 ദിനാർ ചുങ്കം കൊടുക്കണം. മറ്റു കപ്പലുകളുടെ ചുങ്കനിരക്ക് 10 ദിനാറാണ്. ഇവിടുത്തെ കിണറുകളിൽനിന്ന് ശുദ്ധജലം ലഭിക്കുന്നു.

എ ഡി 1167 ൽ കൊല്ലത്തെത്തിയ യഹൂദസഞ്ചാരിയായ 'റബ്ബി ബൻജമിനും' 14-ാം നൂറ്റാണ്ടിന്റെ പൂർവ്വാർദ്ധത്തിൽ കേരളം സന്ദർശിച്ച ഇറ്റാലിയൻ സഞ്ചാരി നിക്കോളോ കോൺടിയും കൊല്ലം നഗരത്തെ പുകഴ്ത്തി എഴുതിയിട്ടുണ്ട്.

തുറമുഖപട്ടണം

> കേരളത്തിലെ പ്രധാന തുറമുഖപട്ടണമാണ് കൊല്ലം. മനോഹരമായ ഈ നഗരത്തിന് 12 മൈൽ ചുറ്റളവുണ്ട്. കുരുമുളക്, ഇഞ്ചി, ഇലവർങം, എന്നിവയുടെ കയറ്റുമതിക്കാണ് ഈ പട്ടണം പ്രസിദ്ധിയാർജ്ജിച്ചിട്ടുള്ളത്. വിദേശരാജ്യങ്ങളിൽനിന്ന് പലതരം ചരക്കുകളുമായി ധാരാളം കപ്പലുകൾ ഇവിടെ വരികയും അവരുടെ ചരക്കുകൾ വിറ്റ് പകരം കുരുമുളകുമായി തിരിച്ചുപോവുകയും ചെയ്യുന്നു. സമ്പൽ സമൃദ്ധമായ ഈ രാജ്യത്ത്

നീതിയും സമാധാനവും കളിയാടുന്നു. എവിടെ നോക്കിയാലും കുരുമുളക് സമൃദ്ധമായി വളരുന്നതുകാണാം. സ്വാദുള്ള പല ഫലങ്ങളും ഇവിടെ ലഭിക്കും. അവയിൽ ഏറ്റവും വിശിഷ്ടമായത് ചക്കയും മാങ്ങയുമാണ് - നിക്കോളോ കോൺടി.

14-ാം നൂറ്റാണ്ടിന്റെ പൂർവ്വാർദ്ധത്തിൽ ഇന്ത്യ സന്ദർശിച്ച പ്രസിദ്ധ ലോകസഞ്ചാരിയായ 'ഇബ്നു ബത്തൂത്ത'യുടെ യാത്രാവിവരണത്തിൽ "ചൈനയിൽ നിന്നു വരുന്ന കപ്പലുകൾ ആദ്യം അടുക്കുന്നത് കൊല്ലത്താണ്. വ്യാപാരത്തിനായി ഇവിടെ വരുന്ന ചൈനക്കാർക്ക് കണക്കില്ല."

മാർക്കോപോളോ (എ ഡി 1298) യുടെ കുലവും ഇബ്നുബത്തൂത്തയുടെ 'കൗല'വും നിക്കോളോ കോണ്ടിയുടെ 'കൊളേ്യാണും' ബർബോസയുടെ 'കോലവും' എല്ലാം നമ്മുടെ കൊല്ലംതന്നെ.

ക്രിസ്ത്വബ്ദാരംഭത്തിന് പല നൂറ്റാണ്ടുകൾക്കു മുമ്പുതന്നെ ഈ പ്രാചീന നഗരം പാശ്ചാത്യ പൗരസ്ത്യ രാജ്യങ്ങൾക്കായി വ്യാപാര വാണിജ്യ ബന്ധങ്ങളും സാമൂഹ്യ സാമ്പത്തിക സമ്പർക്കങ്ങളും സ്ഥാപിച്ചിരുന്നുവെങ്കിലും കൊല്ലം പട്ടണത്തെപ്പറ്റി കേരള ചരിത്രത്തിലെ പ്രഥമ പരാമർശം കാണുന്നത് കൊ. വ 24-ാമാണ്ടിലെ തരിസാപ്പള്ളി ശാസനത്തിലാണ്.

തരിസാപ്പള്ളി ശാസനം

> സ്വസ്തി രാജാവായ സ്ഥാണുരവിക്ക് പല നൂറായിരം വർഷം ശത്രുക്കളെ മേന്മയോടെ കീഴ്പ്പെടുത്തി വാഴാനുള്ള ആണ്ടിൽ നടപ്പു വർഷം അഞ്ച്. ആ ആണ്ടിൽ വേണാടു വാഴുന്ന അയ്യനടികൾ തിരുവടിയും ഉദ്യോഗസ്ഥന്മാരും പ്രകൃതിയും മണിക്കിരാമവും അഞ്ചുവണ്ണവും പുന്നത്തലപ്പതിയും കൂടി ആലോചിച്ച് കുരക്കേണി കൊല്ലത്ത് എശോദാതപീർ ചെയ്യിച്ച തരുസാപ്പള്ളിക്ക് അയ്യനടികൾ തിരുവടികൾ കൊടുത്ത വിടുപേറ്...

വേണാട് രാജാവ് കൊല്ലത്തെ തരിസാപ്പള്ളിക്ക് ഒട്ടേറെ അധികാരാവകാശങ്ങളോടുകൂടി ഒരു പ്രദേശം ദാനം ചെയ്തതാണ് ശാസനത്തിന്റെ ഉള്ളടക്കം. ഈ ശാസനം (എ ഡി 849) തീയതി കൃത്യമായി രേഖപ്പെടുത്തിയിട്ടുള്ള ആദ്യത്തെ ശാസനമാണ്. കോയിലധികാരികൾ ഉൾപ്പെടെ രാജ്യത്തെ പ്രധാനപ്പെട്ട ഉദ്യോഗസ്ഥന്മാരും അഞ്ചുവണ്ണം, മണിഗ്രാമം എന്നീ വാണിജ്യ സംഘടനകളുടെ പ്രതിനിധികളും ഈ ദാനധർമ്മത്തിന് സാക്ഷികളായിരുന്നു. കൊല്ലം പട്ടണത്തെ 'കുരക്കേണി കൊല്ലം' എന്നാണിവിടെ രേഖപ്പെടുത്തിയിട്ടുള്ളത്. കൊ വ 149 ലെ മാമ്പള്ളി പട്ടയത്തിൽ 'കൊല്ലം' എന്നേയുള്ളൂ. എന്നാൽ കൊ വ 278 ലെ 'രാമേശ്വരത്തു' ശിലാരേഖയിൽ കുരക്കേണി കൊല്ലത്താണ് പനങ്കാവിൽ കൊട്ടാരം എന്ന് രേഖപ്പെടുത്തിയിട്ടുണ്ട്. അക്കാലത്ത് കൊല്ലം എന്ന പേരിൽ പല പട്ടണങ്ങളുണ്ടായിരുന്നതായി ചരിത്ര സൂചനകളുണ്ട്. (പന്തലായനി കൊല്ലം - കൊയിലാണ്ടിക്കടുത്ത്)

അന്നത്തെ പനങ്കാവിൽ കൊട്ടാരം ഇന്നില്ല. കൊല്ലത്തിനടുത്ത് മുക്കടയ്ക്കു സമീപമോ, ഇരവിപുരത്തിന്റെ വടക്കെ അറ്റത്തോ ആയിരിക്കണമെന്നാണ് പ്രൊഫ. ഇളംകുളം ഊഹിക്കുന്നത്.

വേണാടിന്റെ തലസ്ഥാനം അന്ന് കൊല്ലം ആയിരുന്നെന്ന് തരിസാപ്പള്ളി ശാസനം തെളിയിക്കുന്നു. തിരുവനന്തപുരത്തിനു വടക്ക് ചിറയിൻകീഴ്, കൊട്ടാരക്കര, കൊല്ലം എന്നീ താലൂക്കുകൾ ഉൾപ്പെടെ ഒരു ചെറിയ ഭൂവിഭാഗമായിരുന്നുവത്രേ വേണാട്. തിരുവനന്തപുരം മുതൽ തെക്കോട്ട് നാഞ്ചിനാടുവരെയുള്ള സ്ഥലങ്ങൾ വിഴിഞ്ഞം ആസ്ഥാനമാക്കി വാണിരുന്ന ആയ് രാജ്യത്തിൽപ്പെട്ടിരുന്നു എന്നും ന്യായമായി ഊഹിക്കാം.

എന്തായാലും കൊല്ലവർഷം ഒന്നാം നൂറ്റാണ്ടിന്റെ ആദ്യപാദത്തിൽത്തന്നെ പില്ക്കാലത്ത് മാർക്കോപോളോ, ഇബ്നുബത്തൂത്ത തുടങ്ങിയ വിദേശസഞ്ചാരികൾ വർണ്ണിച്ചിട്ടുള്ളതുപോലെ കൊല്ലം പട്ടണവും തുറമുഖവും അഭിവൃദ്ധി പ്രാപിച്ചിരുന്നുവെന്ന് കൊ. വ 24-മാണ്ടിലെ തരിസാപ്പള്ളി ശാസനവും 26-ാമാണ്ടിലെ സുലൈമാന്റെ വിവരണവും തെളിയിക്കുന്നു.

എ ഡി 15-ാം നൂറ്റാണ്ടിന്റെ ആദ്യദശകങ്ങളിൽ വേണാട്ടു രാജവംശം രണ്ടു ശാഖകളായി. തൃപ്പാപ്പൂർ മൂപ്പനായ വേണാട്ടിലെ ഇളമുറത്തമ്പുരാൻ തിരുവിതാംകോട്ട് കൊട്ടാരം പണിയിച്ച് അങ്ങോട്ട് താമസം മാറ്റി. ഈ തൃപ്പാപ്പൂർ സ്വരൂപം (പഴയ തിരുവിതാംകൂർ) കൽക്കുളത്ത് (പത്മനാഭപുരം) ദർപ്പക്കുളങ്ങര കൊട്ടാരം നിർമ്മിക്കുന്നതുവരെ തിരുവിതാംകോട്ടു തന്നെ താമസിച്ചു. കൊല്ലം ശാഖ അന്നത്തെ രാജാവിന്റെ പേരിൽ 'ദേശിങ്ങനാട്' എന്നറിയപ്പെട്ടു. പല കാലങ്ങളിലായി കൊല്ലത്തു വന്നു പറ്റിയ പോർച്ചുഗീസുകാരുമായും ഡച്ചുകാരുമായും ദേശിങ്ങനാട് വാണിജ്യകരാറുകളിലേർപ്പെട്ടു. തിരുവിതാംകൂർ രാജാവായ മാർത്താണ്ഡവർമ്മയുടെ താല്പര്യങ്ങൾക്കെതിരായി ദേശിങ്ങനാട്, കായംകുളം രാജകുടുംബത്തിൽനിന്നും ദത്തെടുത്തപ്പോൾ അഭിപ്രായഭിന്നതകൾ വർദ്ധിച്ചു. മാർത്താണ്ഡവർമ്മ ദേശിങ്ങനാട് ആക്രമിച്ച് കീഴടക്കി. രാജാവിനെ തടവിലാക്കി. തടവുചാടിയ ദേശിങ്ങനാട് രാജാവ് കായംകുളവുമായി വീണ്ടും ചേർന്നു. 1746 ൽ മാർത്താണ്ഡ

വർമ്മ കായംകുളം പിടിച്ചടക്കിയപ്പോൾ സ്വാഭാവികമായി കൊല്ലവും തിരുവിതാംകൂറിന്റെ കീഴിലായി.

വൈദേശികസമ്പർക്കം

ആയിരത്തിൽപ്പരം വർഷങ്ങൾക്കു മുമ്പു പേർഷ്യ, അറേബ്യ, ചീന തുടങ്ങിയ വിദേശീയ ഭൂഭാഗങ്ങളുമായി നിരന്തരമായ വാണിജ്യവ്യാപാര ബന്ധങ്ങൾ മുഖേന സമ്പന്നമായി തീർന്ന കൊല്ലം നഗരം തിരുവിതാംകൂറിന്റെ ഇതരഭാഗങ്ങളിൽനിന്ന് വ്യത്യസ്തമായ ഒരു സാമൂഹ്യ-സാംസ്കാരിക നിലവാരം പുലർത്തിയിരുന്നു. പില്ക്കാലത്ത് പോർച്ചുഗീസുകാർ, ഡച്ചുകാർ തുടങ്ങിയ പാശ്ചാത്യശക്തികളുമായി ഉണ്ടാക്കിയ വാണിജ്യക്കരാറുകളും ദേശിങ്ങനാടിന്റെ പ്രാഭവം വർദ്ധിപ്പിക്കാൻ പ്രേരകമായി. എന്നാൽ 18-ാം നൂറ്റാണ്ടോടുകൂടി സ്വന്തമായ നിലനില്പ് ഇല്ലാതായിത്തീർന്ന ദേശിങ്ങനാട് തിരുവിതാംകൂറുമായുള്ള സംഘർഷങ്ങളിൽ ആടിയുലഞ്ഞു. അടിതെറ്റി. തല്ക്കാല ലാഭത്തിനു വേണ്ടി ചങ്ങാത്തം സ്ഥാപിച്ച പാശ്ചാത്യ ശക്തികളാകട്ടെ, കൊല്ലത്തിന്റെ വാണിജ്യ സാദ്ധ്യതകൾ ചൂഷണം ചെയ്തതോടൊപ്പം ഇളയിടത്തു സ്വരൂപം തുടങ്ങിയ ശാഖകളുമായി വാണിജ്യക്കരാറുകളിൽ ഏർപ്പെട്ടതും ആത്യന്തികമായി കൊല്ലത്തെ പ്രതികൂലമായി ബാധിച്ചു. കായംകുളവുമായി സ്ഥാപിച്ച കുടുംബബന്ധമാകട്ടെ (ദത്തെടുക്കൽ) മാർത്താണ്ഡവർമ്മയുടെ കോപാഗ്നിയെ ജ്വലിപ്പിച്ചു. 17 ഉം 18 ഉം നൂറ്റാണ്ടുകളിൽ ഏറിയ കാലവും തിരുവിതാംകൂറും കായംകുളവും തമ്മിലുള്ള സംഘട്ടനങ്ങൾ തുടർന്നു. ധർമ്മരാജാവിന്റെ കാലത്ത് ഒരു വശത്ത് തിരുവിതാംകൂറിന്റെയും മറുവശത്ത് ബ്രിട്ടീഷ് സൈനിക ശക്തിയുടെയും മദ്ധ്യേ കിടന്ന് ഞെരിപിരികൊള്ളുകയായിരുന്നു കൊല്ലം രാജധാനിയും പരിസരപ്രദേശങ്ങളും. ബ്രിട്ടീഷ് മേല്ക്കോയ്മയ്ക്കെതിരെ വേലുത്തമ്പിദളവയും സഖ്യസംഘങ്ങളും കൂട്ടായി നടത്തിയ കലാപമാകട്ടെ ജനജീവിതം ദുസ്സഹമാക്കി. ശാന്തിയും സമാധാനവും അസാദ്ധ്യമാക്കി. അവസാനം, തിരുവിതാംകൂർ കായംകുളം യുദ്ധങ്ങളും ദേശിങ്ങനാടിന്റെ ദുർദ്ദശയും വേലുത്തമ്പിയെ വേട്ടയാടിപ്പിടിക്കാനുള്ള ബ്രിട്ടീഷ് സൈനിക ശക്തിയുടെ വീരപരാക്രമങ്ങളുമെല്ലാം ഒട്ടൊന്നൊതുങ്ങിയപ്പോൾ പിന്നെ, വേണാടിന്റെ തലസ്ഥാനമെന്ന പദവി മാത്രമേ കൊല്ലത്തിന് കാര്യമായി ശേഷിച്ചിരുന്നുള്ളൂ. തുടർന്ന് ഭരണാധിപന്മാരുടെയും ജനക്ഷേമതല്പരരായ ചില ദിവാൻജിമാരുടെയും പരിശ്രമഫലമായി, ക്രമേണ കൊല്ലം പട്ടണം തകർച്ചയിൽനിന്ന് ഉയിർത്തെഴുന്നേല്ക്കാൻ തുടങ്ങി. അപ്പോഴേക്കും സഹസ്രാബ്ദങ്ങളായി, സ്വന്തമായി പരിരക്ഷിച്ചു പോന്ന പ്രാചീന വാണിജ്യ നഗരമെന്ന പ്രാധാന്യം നഷ്ടപ്പെട്ടതിനു പിന്നാലെ, തലസ്ഥാന നഗരമെന്ന് അഭിമാനാർഹമായ പദവിയും കൊല്ലത്തിന് നഷ്ടപ്പെട്ടു. സ്വാതിതിരുനാൾ മഹാരാജാവിന്റെ കാലത്ത് (1829-1847) വേണാടിന്റെ അധികാരകേന്ദ്രമായ ഹജൂർ കച്ചേരി കൊല്ലത്തുനിന്ന് തിരുവനന്തപുരത്തേക്കു മാറ്റി. 1859 ൽ ഉത്രംതിരുനാൾ മാർത്താണ്ഡവർമ്മയുടെ കാലത്ത് തിരുവിതാംകൂർ, നാല് ഭരണവിഭാഗങ്ങളായി വിഭജിക്കപ്പെട്ടു. പത്മനാഭപുരം, തിരുവനന്തപുരം കൊല്ലം ചേർത്തല. അപ്പോൾ കൊല്ലം ഡിവിഷന്റെ ആസ്ഥാനം മാത്രമായി കൊല്ലം പട്ടണം. 1921 ലാണ് കൊല്ലം ഒരു മുനിസിപ്പൽ നഗരമായത്.

കേരളത്തെ സംബന്ധിച്ചിടത്തോളം പല നൂറ്റാണ്ടുകളിലൂടെ അതിപ്രധാനമായ ഒട്ടനവധി ചരിത്ര സംഭവങ്ങൾക്കും ശക്തിപരീക്ഷണങ്ങൾക്കും രാഷ്ട്രീയ പരിവർത്തനങ്ങൾക്കും ദൃക്സാക്ഷിയാകേണ്ടിവന്ന പ്രാചീന നഗരം, കൊല്ലം പോലെ മറ്റൊന്നില്ല. നഗരത്തിലും പരിസപ്രദേശങ്ങളിലും ഗതകാല ചരിത്രത്തിന്റെ നഷ്ടശിഷ്ടങ്ങൾ കാത്തുസൂക്ഷിക്കുന്ന ഒരു മുനിസിപ്പൽ പട്ടണം മാത്രമാണ് കൊല്ലം.

ആധുനിക കാലഘട്ടം

വീമ്പിളക്കാനും വമ്പുപറയാനും പാരമ്പര്യമവകാശപ്പെടാനും പോന്ന വസ്തുതകൾ പലതുമുണ്ടാകും. വാണിജ്യ പ്രാധാന്യം ഇന്നും നിശ്ശേഷം കൈവിട്ടു പോയിട്ടില്ല. ആഢ്യത്വത്തിന്റെ അവശിഷ്ടങ്ങൾ അങ്ങിങ്ങ് കണ്ടെന്നും വരാം. എങ്കിലും ഒറ്റനോട്ടത്തിൽ നഗരം മതിപ്പുളവാക്കിയെന്നുവരില്ല. സന്ദർശകനെ സംബന്ധിച്ചിടത്തോളം. പക്ഷേ, പൂർവ്വകാല ചരിത്രം ചികഞ്ഞെത്തുന്ന ചരിത്രാന്വേഷണ കുതുകികൾക്ക് ചാരിതാർത്ഥ്യമരുളുന്ന വഹകൾ പലതും ലഭിച്ചെന്നു വരാം.

അഷ്ടമുടിക്കായലിന്റെയും അറബിക്കടലിന്റെയും തീരത്ത് പണ്ടെന്നോ രൂപംപൂണ്ട ഈ പ്രാചീന നഗരത്തിന്റെ ഭൂമിശാസ്ത്രപരമായ കിടപ്പു തന്നെയാണ് വാണിജ്യനഗരമായിത്തീരാൻ പണ്ടുപണ്ടേ കളമൊരുക്കിയത്. നീണ്ടകരയും കൊല്ലവുമാണ് ജില്ലയിലെ രണ്ടു തുറമുഖങ്ങൾ. നീണ്ടകരയാണ് ഏറ്റവും പ്രധാനം. ചെറുകിട തുറമുഖം മാത്രമാണ് കൊല്ലം. ഇപ്പോൾ പ്രധാന പ്രവർത്തനങ്ങളെല്ലാം നീണ്ടകര തുറമുഖം വഴിയാണ്. സംസ്ഥാനത്തിലെ ഏകശുദ്ധജലതടാകമായ ശാസ്താംകോട്ടകായൽ നഗരത്തിലെ ശുദ്ധജലവിതരണത്തിന്റെ പ്രഭവസ്ഥാനമാണ്. അഷ്ടമുടിക്കായലും പരവൂർക്കായലും പൂർണ്ണമായും, ഇടവാ നടയറക്കായൽ ഭാഗികമായും ഈ ജില്ലയിലാണ്.

പല ഘട്ടങ്ങളിലായി രൂപാന്തരങ്ങൾക്ക് വിധേയമായ ജില്ലയാണ് കൊല്ലം. 1835 ൽ രണ്ടു റവന്യൂ

ജില്ലകൾ - കൊല്ലവും കോട്ടയവും മാത്രമേയുണ്ടായിരുന്നുള്ളൂ. 1949 ൽ തിരു-കൊച്ചി സംയോജനത്തെ തുടർന്ന് സംസ്ഥാനത്തെ മൂന്ന് റവന്യൂ ഡിവിഷനുകളിലൊന്നായി തീർന്നു കൊല്ലം. ഈ ഡിവിഷനുകൾ പിന്നീട് ജില്ലകളായി നാമകരണം ചെയ്യപ്പെട്ടു. 1956 ലെ സംസ്ഥാന പുനഃസംഘടനയെ തുടർന്ന് കൊല്ലം ജില്ലയിൽ കിഴക്കനതിർത്തിയിലേക്ക് തള്ളിനിന്ന ചെങ്കോട്ടത്താലൂക്ക് മദ്രാസിലേക്ക് ചേർക്കപ്പെട്ടു. 1957 ൽ പുതുതായി ആലപ്പുഴ ജില്ല രൂപീകരിക്കപ്പെട്ടപ്പോൾ കൊല്ലം ജില്ലയിൽപ്പെട്ടിരുന്ന ചേർത്തല, അമ്പലപ്പുഴ, മാവേലിക്കര, കാർത്തികപ്പള്ളി, ചെങ്ങന്നൂർ, തിരുവല്ല എന്നീ താലൂക്കുകൾ ആലപ്പുഴ ജില്ലയിലേക്കു മാറ്റി 1983 ൽ പത്തനംതിട്ട ജില്ലയിലേക്ക് മാറ്റി. ഇന്നാകട്ടെ, പത്തനാപുരം, കുന്നത്തൂർ, കൊട്ടാരക്കര, കരുനാഗപ്പള്ളി, കൊല്ലം എന്നീ അഞ്ചു താലൂക്കുകൾ മാത്രമുള്ള റവന്യൂ ഡിവിഷനാണ് കൊല്ലം ജില്ല.

റോഡുമാർഗ്ഗവും ജലമാർഗ്ഗവുമുള്ള ഗതാഗത സൗകര്യങ്ങളുടെ കാര്യത്തിൽ കൊല്ലം ജില്ലയ്ക്ക് ആശ്വസിക്കാം. പുനലൂർ തൂക്കുപാലവും നീണ്ടകര പ്പാലവും റോഡു ഗതാഗതം സുഗമമാക്കി. ദക്ഷിണ റെയിൽവേയുടെ ഒരു പ്രധാന ജങ്ഷനാണ് കൊല്ലം. കൊല്ലം-ചെങ്കോട്ട-പുനലൂർ റെയിൽവേ ലൈൻ, 1904 ൽ സ്ഥാപിതമായി, കൊല്ലം-തിരുവനന്തപുരം ലൈൻ 1918 ലും കൊല്ലം-കോട്ടയം ലൈൻ 1958 ലും സ്ഥാപിക്കപ്പെട്ടു.

കൊല്ലം, നീണ്ടകര, കോവിൽത്തോട്ടം എന്നിവയാണ് ജില്ലയിലെ തുറമുഖങ്ങൾ. അഷ്ടമുടിക്കായൽ, കോവിൽ തോട്ടം കായൽ, പന്മനകായൽ, ചവറ കായൽ, പശ്ചിമതീരകനാൽ, പരവൂർ കായൽ എന്നിവ ഉൾനാടൻ ജലഗതാഗത സൗകര്യങ്ങൾ ഏർപ്പെടുത്തുന്നു.

മഹാശിലാസംസ്കാരത്തിന്റേതായി ചില അവശിഷ്ടങ്ങൾ കുന്നത്തൂർ താലൂക്കിൽനിന്ന് കണ്ടെടുത്തിട്ടുണ്ട്. മരുതൂർക്കുളങ്ങര, പള്ളിക്കൽ എന്നീ സ്ഥലങ്ങളിൽനിന്ന് ബുദ്ധ വിഗ്രഹങ്ങളും കണ്ടെത്തിയിട്ടുണ്ട്. ഒമ്പതാം ശതകം മുതൽ ദേശിങ്ങനാട് വേണാടിന്റെ ഭാഗമായി തീർന്നു. ആദ്യം പോർച്ചുഗീസുകാരും പിന്നീട് ഡച്ചുകാരും കച്ചവടത്തിനിവിടെയെത്തി, അങ്ങനെ, പല ശതകങ്ങളിലൂടെ വാണിജ്യനഗരമായി തീർന്ന കൊല്ലം ഇന്ന് ഒരു മുനിസിപ്പൽ കോർപ്പറേഷനാണ്. വിസ്തീർണ്ണം 18.48 ച കി മീ. ജനസംഖ്യ 139,852 (1991 ലെ സെൻസസ് പ്രകാരം).

ഭൂരിപക്ഷം ജനങ്ങളുടെയും മുഖ്യവരുമാന മാർഗ്ഗം കൃഷിതന്നെ. ഇടത്തരം കൃഷിക്കാരും കൃഷിത്തൊഴിലാളികളുമാണേറിയകൂറും. കശുവണ്ടി കൈത്തറി, കയർ, ഓട്, കളിമൺ എന്നീ വ്യവസായങ്ങളിലൂടെ നിത്യവൃത്തിക്ക് വക തേടുന്നവരും നല്ലൊരു ശതമാനമുണ്ട്. 37 കി മീ കടലോരമുള്ള കൊല്ലം ജില്ലയിൽ ഇരുപത്തയ്യായിരത്തിലേറെപ്പേർ മത്സ്യബന്ധനത്തിലേർപ്പെട്ടിരിക്കുന്നു. ശക്തികുളങ്ങരയും നീണ്ടകരയും മുഖ്യമത്സ്യബന്ധനകേന്ദ്രങ്ങളാണ്. കൂടാതെ, ചെറിയഴീക്കൽ, ആലപ്പാട്, പണ്ടാരത്തുരുത്ത്, പുത്തൻപാറ, നീണ്ടകര, തങ്കശ്ശേരി, ഇരവിപുരം എന്നിവ പ്രധാന മത്സ്യബന്ധനഗ്രാമങ്ങളാണ്.

1953 ലാണ് നീണ്ടകര ഒരു മത്സ്യബന്ധന തുറമുഖമാക്കാനുള്ള സംരംഭമാരംഭിച്ചത്. അന്ന് ആരംഭിച്ച ഇൻഡോ നോർവീജിയൻ പദ്ധതി പരമ്പരാഗത മത്സ്യബന്ധന സമ്പ്രദായങ്ങൾക്കു പകരം യന്ത്രവല്ക്കൃത മത്സ്യബന്ധനപരിപാടികൾ നടപ്പാക്കി. ഈ പ്രോജക്ട് പ്രകാരം നീണ്ടകര അഴിയുടെ തെക്കെ കരയിലുള്ള ശക്തികുളങ്ങരയിൽ ഒരു ബോട്ട് നിർമ്മാണ കേന്ദ്രവും മത്സ്യബന്ധന പരിശീലനകേന്ദ്രവും പ്രവർത്തിച്ചു വരുന്നു. ഇപ്പോൾ യന്ത്രവല്ക്കൃതമായ ആഴക്കടൽ മത്സ്യബന്ധനം വികസിപ്പിച്ചിട്ടുണ്ട്. നീണ്ടകര ഒരു ചെറുകിട തുറമുഖമായി വികസിപ്പിക്കുന്നതിനുള്ള നടപടികൾ പുരോഗമിക്കുന്നു. 1935 ൽ നിർമ്മിച്ച പഴയ പാലത്തിനു പകരം ഇപ്പോൾ പുതിയ പാലം നിർമ്മിച്ചിട്ടുണ്ട്.

ഒന്നരലക്ഷത്തോളം കശുവണ്ടി തൊഴിലാളികൾ. ഭൂരിഭാഗവും സ്ത്രീത്തൊഴിലാളികൾ പണിയെടുത്തിരുന്ന നൂറ്റിയറുപതോളം കശുവണ്ടി ഫാക്ടറികളിൽ ഇരുപത്തിയേഴോളം ഫാക്ടറികൾ കാഷ്യൂ ഡവലപ്മെന്റ് കോർപ്പറേഷന്റെ നിയന്ത്രണത്തിലായിരുന്നു.

വിവിധയിനം ധാതുദ്രവ്യങ്ങളാൽ സമ്പന്നമാണ് കൊല്ലം ജില്ലയിലെ കടലോരങ്ങളും കായലോരങ്ങളും മറ്റു ഭൂവിഭാഗങ്ങളും. ചുണ്ണാമ്പുകല്ല്, ചീനക്കളിമണ്ണ്, വെട്ടുകല്ല്, സാൻഡ് സ്റ്റോൺ, ലിഗ്നൈറ്റ്, മൈക്ക തുടങ്ങിയവ വ്യാവസായികാടിസ്ഥാനത്തിൽ പ്രയോജനപ്പെടുത്തുന്നു. നീണ്ടകര, ചവറ കടൽത്തീരങ്ങളിൽനിന്ന് സുലഭമായി ലഭിക്കുന്ന യുറേനിയം ചേർന്ന തോറിയോനൈറ്റും മോണോസൈറ്റും മിനറൽ വ്യവസായത്തിലെ മുഖ്യ അസംസ്കൃത വസ്തുക്കളാണ്.

വ്യാവസായിക പ്രാധാന്യം

പ്രസിദ്ധമായ ചില വ്യവസായ സ്ഥാപനങ്ങൾ വളരെ മുമ്പേ കൊല്ലം ജില്ലയിലുണ്ട്. കേരള സിറാമിക്സ്—കുണ്ടറ ട്രാവൻകൂർ പ്ലൈവുഡ് ഇൻഡസ്ട്രീസ്-പുനലൂർ-പ്രിമോ പൈപ്പ് ഫാക്ടറി— ചവറ മിനറൽസ് ആന്റ് മെറ്റൽസ് ലിമിറ്റഡ്- കൊല്ലം തുടങ്ങിയവ ഗവൺമെന്റ് ഉടമയിലുള്ള വ്യവസായ സ്ഥാപനങ്ങളാണ് കൂടാതെ സ്വകാര്യമേഖലയിൽ പുനലൂർ പേപ്പർ മിൽസ് (ഇപ്പോൾ പ്രവർത്തനരഹി

തം), അലുമിനിയം ഇൻഡസ്ട്രീസ്- കുണ്ടറ, ലക്ഷ്മി സ്റ്റാർച്ച് ഫാക്ടറി - കുണ്ടറ, ഹാരിസൺസ് ആന്റ് ക്രോസ്ഫീൽഡ്-കൊല്ലം എന്നിവയും പ്രധാന വ്യവസായശാലകളായിരുന്നു (ഇവയിൽ ചിലത് ഇപ്പോൾ നിർജ്ജീവമാണത്രേ).

റോഡുഗതാഗതവും റെയിൽവേയും ജലഗതാഗതവും കൊല്ലത്തിന്റെ ഗതാഗത സൗകര്യങ്ങളെ പരിപോഷിപ്പിക്കുന്നു.

എ ഡി 9-ാം നൂറ്റാണ്ടിൽ സ്പീർ ഈശോ സ്ഥാപിച്ചതെന്ന് വിശ്വസിക്കപ്പെടുന്ന കൊല്ലം പട്ടണം, ആ വാണിജ്യനഗരത്തിന്റെ പാരമ്പര്യം ഇന്നും കൈവിടുന്നില്ല. ഹിന്ദുക്കളും ക്രിസ്ത്യാനികളും മുസ്ലീങ്ങളും ഉൾപ്പെടുന്ന വ്യവസായ നേതൃത്വമാണുള്ളത്.

ചവറയിലെ ലോഹമണലിൽ സമൃദ്ധിയായി അടങ്ങിയിട്ടുള്ള തോറിയവും യുറേനിയവും സിർക്കോണിയവും ആണ് ആധുനിക രീതിയിലുള്ള വ്യവസായത്തിന് ജില്ലയിൽ തുടക്കംകുറിച്ചത്. സ്വകാര്യമേഖലയിൽ ചവറയിൽ പ്രവർത്തിച്ചുകൊണ്ടിരുന്ന രണ്ട് കമ്പനികൾ 1947 ൽ തിരുവിതാംകൂർ ഗവൺമെന്റ് ദേശസാൽക്കരിക്കുകയുണ്ടായി. ഇവയുടെ ഉല്പാദനത്തിന്റെയും വിതരണത്തിന്റെയും സമ്പൂർണ്ണ നിയന്ത്രണം ഇപ്പോൾ ഇന്ത്യാ ഗവൺമെന്റിനാണ്. രണ്ടു സ്വകാര്യ കമ്പനികളും (എഫ് എക്സ് പെരേര മിനറൽസ്, ഹോപ്പ്കിൻസ് ആൻഡ് വില്യംസ്) ചവറയിൽ പ്രവർത്തിക്കുന്നുണ്ടായിരുന്നു.

കളിമൺ വ്യവസായത്തിനു പുറമേ ഓടുനിർമ്മാണരംഗത്തും കൊല്ലം ജില്ല പ്രസിദ്ധമാണ്. കുണ്ടറയിൽ 1940 ൽ സ്ഥാപിച്ച കേരളാ സിറാമിക്സ് കൊല്ലത്തിന് മുതൽക്കൂട്ടാണ്.

വിദ്യാഭ്യാസ പാരമ്പര്യം

16-ാം നൂറ്റാണ്ടിൽ പോർച്ചുഗലിൽനിന്നു വന്ന ഈശോസഭക്കാരായ മിഷണറിമാർ വൈദികാദ്ധ്യയനത്തിന് വേണ്ടി ആരംഭിച്ച സ്ഥാപനങ്ങളാണ് ജില്ലയിൽ ആധുനിക വിദ്യാഭ്യാസത്തിന്റെ അടിത്തറ പാകിയത്. കൊല്ലം ബിഷപ്പിന്റെ നേതൃത്വത്തിൽ ആരംഭിച്ച സെന്റ് ജോസഫ് കോൺവെന്റിനും (1875) തങ്കശ്ശേരിയിലെ മൗണ്ട് കാർമ്മൽ കോൺവെന്റിനും (1885) അന്നത്തെ ഗവൺമെന്റിൽനിന്ന് സഹായം ലഭിച്ചിരുന്നു.

ഇന്ന് സ്വകാര്യമേഖലയിലും പൊതുമേഖലയിലും കൊല്ലം നഗരത്തിൽ സ്കൂളുകളും കോളേജുകളും പ്രൊഫഷണൽ കോളേജുകളും എല്ലാമുണ്ട്. വിദ്യാഭ്യാസത്തിൽ മുന്നണിയിലാണ് കൊല്ലം. എസ് എൻ കോളേജ്, എസ് എൻ വനിതാ കോളേജ്, ഫാത്തിമാ മാതാ കോളേജ്, ടി കെ എം ആർട്സ് കോളേജ്, എൻജിനീയറിങ് കോളേജ് എന്നിവ ഉന്നത വിദ്യാഭ്യാസരംഗത്തെ പ്രമുഖസ്ഥാപനങ്ങളാണ്. ഹിന്ദുവും ക്രിസ്ത്യാനിയും മുസ്ലീമും ജൈനരും സിക്കുകാരും ഒരുപക്ഷേ, ചീനക്കാരും പോലുമുൾപ്പെട്ട ഒരു സർവ്വമത സാന്നിദ്ധ്യമാണ് കൊല്ലത്തിനുള്ളത്. ആരും ആരുടെയും പിന്നിലല്ല.

കൊല്ലം നഗരത്തിലെ ഹൈന്ദവ ആരാധനാകേന്ദ്രങ്ങളിൽ ഏറ്റവും പഴക്കമുള്ളവയാണ് രാമേശ്വരം ക്ഷേത്രവും പൊയിലപ്പണ്ടകശാലയ്ക്കടുത്തു കാണുന്ന ഗണപതിക്ഷേത്രവും. ആനന്ദവല്ലീശ്വരം ക്ഷേത്രം ആശ്രാമം ശ്രീകൃഷ്ണസ്വാമി ക്ഷേത്രം, ലക്ഷ്മീ നട, അമ്മച്ചിവീട് മൂർത്തിക്ഷേത്രം തുടങ്ങിയ അനേകം പ്രസിദ്ധ ക്ഷേത്രങ്ങൾ കൊല്ലത്തുണ്ട്. കൊല്ലത്തും ചുറ്റുമായി അനേകം ക്രൈസ്തവാരാധനാലയങ്ങളുമുണ്ട്. എ ഡി 1700 ൽ സ്ഥാപിച്ച 'പുള്ളിച്ചിറ' പള്ളിയാണ് ഏറ്റവും പ്രാചീനവും പ്രസിദ്ധവും. കൊല്ലം പട്ടണത്തിലെ ഏറ്റവും പഴക്കവും പ്രസിദ്ധിയുമുള്ള മുസ്ലീം ആരാധനാലായമാണ് ചിന്നക്കടപ്പള്ളി. ഇവയ്ക്കുപുറമേ വിവിധ മതവിഭാഗക്കാരുടെ ആരാധനലയങ്ങൾ പലതും നഗരാതിർത്തിക്കുള്ളിലുണ്ട്.

നഗരപ്പെരുമകൾ

കൊല്ലം നഗരത്തിന്റെ വടക്കെ അതിർത്തിയിലെ നീണ്ടകര പാലവും തീരങ്ങളും ആകർഷകം. അറബിക്കടലിന്റെയും അഷ്ടമുടിക്കായലിന്റെയും, നടുവിൽ വീതികുറഞ്ഞ് നെടുനീളത്തിൽ കിടക്കുന്ന കരയത്രേ നീണ്ടകര. യന്ത്രവല്ക്കൃത മത്സ്യബന്ധനം നടപ്പാക്കുന്നതിനുമുമ്പ് നിലവിലിരുന്ന ചീനവലകൾ ഇവിടെ നിന്നാകാം, കേരളത്തിന്റെ ഇതരഭാഗങ്ങളിലേക്കു വ്യാപിച്ചത്.

കൊല്ലം റെയിൽവേ സ്റ്റേഷനു സമീപം, ചിന്നക്കടയ്ക്ക് അഭിമുഖമായി ഉയർന്നുനില്ക്കുന്ന മണിമേട, ആ വഴി കടന്നുപോകുന്ന ആരും ശ്രദ്ധിക്കാതിരിക്കുകയില്ല. നഗരത്തിന്റെ ഹൃദയഭാഗത്ത് നില്ക്കുന്ന വാസ്തുശില്പഭംഗിയാർന്ന മണിമേട (ക്ലോക്ക് ടവർ) കൊല്ലം നഗരത്തിന്റെ മുഖമുദ്രയാണെന്നുതന്നെ പറയാം. 1932-1948 കാലയളവിൽ കൊല്ലം നഗരസഭാദ്ധ്യക്ഷനായിരുന്ന കെ ജി പരമേശ്വരൻപിള്ളയുടെ സ്മാരകമാണ് ആ സ്തൂപം. 1944 ൽ ഉദ്ഘാടനം ചെയ്യപ്പെട്ടു.

കൊല്ലത്തിന്റെ പഴയമയും നഷ്ടപ്രതാപവും വിളംബരം ചെയ്യുന്ന സ്ഥലങ്ങളും സ്ഥാപനങ്ങളും പലതുണ്ട്- നഗരമദ്ധ്യത്തും പ്രാന്തപ്രദേശങ്ങളിലുമായി പഴയകാലങ്ങൾ അയവിറക്കി കഴിയുന്ന കൊട്ടാരങ്ങൾ പലതുണ്ട്- കുരീപ്പുഴ കൊട്ടാരം, പുതുക്കുളങ്ങര കൊട്ടാരം, തേവള്ളിക്കൊട്ടാരം, തിരുമുല്ലവാരം കൊട്ടാരം, ചവറ പാലസ്, പന്മന പാലസ്,

പരവൂർ പാലസ് എന്നിങ്ങനെ. ഇക്കൂട്ടത്തിൽ കെട്ടും മട്ടും മാറി നില്ക്കുന്ന പഴയ റസിഡൻസി ബംഗ്ലാവ് (ആശ്രാമം ടൂറിസ്റ്റ് ബംഗ്ലാവ്) ഇന്നും സേവനോത്സുകം തന്നെ. 1812 ൽ നിർമ്മിച്ച ഈ കൊട്ടാരത്തിന്റെ വാസ്തുശില്പഭംഗിയും രാജകീയ സൗകര്യങ്ങളും മറ്റധികം മന്ദിരങ്ങൾക്കില്ല. വിശാലമായ ഹാൾ, മുറികൾ, ഇടനാഴികൾ, വീതിയേറിയ വരാന്തകൾ, എല്ലാം ചേർന്ന് ഒരു കൊട്ടാരക്കെട്ടിനെ അനുസ്മരിപ്പിക്കുന്നു. വടക്കെ അങ്കണം അഷ്ടമുടിക്കായലിനഭിമുഖമാണ്. പാശ്ചാത്യ വാസ്തുശില്പഭംഗിയാർന്നു നിർമ്മിച്ചിട്ടുള്ള ആശ്രാമം പാലസ് ഇന്നും കൊല്ലത്തിന്റെ ആകർഷണ കേന്ദ്രം തന്നെ.

ചിന്നക്കട-കൊല്ലം നഗരത്തിന്റെ സിരാകേന്ദ്രം. സദാ ജന-വാഹന ബഹുലം. നാനാഭാഗത്തേക്കും ബസ് സർവ്വീസുകൾ കടന്നുപോകുന്ന ചിന്നക്കട തിരക്കേറിയ വിപണന കേന്ദ്രം കൂടിയാണ്.

രാജവാഴ്ചക്കാലം മുതൽക്കേ ജനാധിപത്യപ്രവണതകൾ പ്രകടമായിരുന്നു കൊല്ലത്തെ അഭ്യസ്തവിദ്യർക്കിടയിൽ. യുവഅഭിഭാഷകരും സമുദായനേതാക്കളും ഉല്പതിഷ്ണുക്കളായ തൊഴിലാളി പ്രവർത്തകരുമെല്ലാം സ്വാതന്ത്ര്യസമരപരിപാടികളിൽ സജീവമായി പങ്കെടുത്തിരുന്നു. സാഹിത്യരംഗത്തും പത്രപ്രവർത്തനമേഖലയിലും നവോന്മേഷം ദൃശ്യമായി.

ചിന്നക്കട, ചാമക്കട, കടപ്പാക്കട എന്നിങ്ങനെ 'കട'കളുടെ നഗരം കൂടിയാണ് കൊല്ലം. തിരക്കേറിയ വിപണന കേന്ദ്രങ്ങൾ. കടകൾ ഒഴികെ മറ്റു പ്രദേശങ്ങൾ പ്രശാന്തമാണ്. സന്ദർശകനെ ഹഠാദാകർഷിക്കാൻ പര്യാപ്തമായ മാസ്മരസൗന്ദര്യമൊന്നും ഇന്ന് ഈ പട്ടണത്തിലില്ല. നൂറ്റാണ്ടുകൾക്കു മുമ്പുള്ള ആ സുവർണ്ണകാലം എന്നേ മൺമറഞ്ഞു.

പല പതിറ്റാണ്ടുകളായി കൊല്ലം നഗരത്തിന്റെ സാംസ്കാരിക രംഗത്ത് തിളങ്ങിനില്ക്കുന്ന രണ്ട് പ്രമുഖ സ്ഥാപനങ്ങളാണ് കൊല്ലംപബ്ലിക് ലൈബ്രറിയും മുനിസിപ്പൽ ലൈബ്രറിയും.

പരവൂരും മയ്യനാടും

കേരളത്തിന്റെ സാമൂഹ്യ-രാഷ്ട്രീയ രംഗങ്ങളിലും കൊല്ലം ജില്ല വഹിച്ച പങ്ക് കുറച്ചൊന്നുമല്ല. കൊല്ലത്തിന്റെ സാമൂഹ്യ-രാഷ്ട്രീയ-സാംസ്കാരിക പരിവർത്തനങ്ങളിലേക്ക് കടക്കുംമുമ്പ് നഗരാതിർത്തിയിലെ രണ്ടു പ്രസിദ്ധ ഗ്രാമങ്ങളെപ്പറ്റിയും അറിയേണ്ടതുണ്ട്. പരവൂരും മയ്യനാടും. കഴിഞ്ഞ നൂറ്റാണ്ടിൽ നിറഞ്ഞുനിന്ന ചില വ്യക്തിപ്രഭാവങ്ങൾക്ക് ജന്മമരുളിയ നാടുകളാണിവ.

ഇരുപതാം നൂറ്റാണ്ടിന്റെ പ്രാരംഭദശകങ്ങളിൽ യശോധാവല്യം ചൊരിഞ്ഞുനിന്ന മലയാള കവിശ്രേഷ്ഠനായിരുന്നു കെ സി കേശവപിള്ള (1869-1913) പരവൂർ വാഴവിള കോനോത്തു വീട്ടിൽ ജനിച്ചു. പ്രാഥമിക വിദ്യാഭ്യാസവും സംസ്കൃത പഠനവും കഴിഞ്ഞ് സംഗീതം, അഭിനയം, കഥകളി തുടങ്ങിയ ദൃശ്യശ്രാവ്യ കലകളിൽ പ്രാവീണ്യം നേടി. അന്ന് സാഹിത്യ രംഗത്ത് കോലാഹലം സൃഷ്ടിച്ച 'ദ്വിതീയാക്ഷര' പ്രാസവാദത്തിൽ എ ആർ രാജാരാജവർമ്മയുടെ പക്ഷം സ്വീകരിച്ചു. *കേശവീയം* (മഹാകാവ്യം), *സദാരാമ* (നാടകം), ആട്ടക്കഥകൾ തുടങ്ങിയ ധാരാളം കൃതികൾ രചിച്ചിട്ടുണ്ട്.

കവിയും പത്രാധിപരും സാമൂഹ്യ പരിഷ്കർത്താവുമായിരുന്നു പരവൂർ കേശവനാശാൻ. (1859-1917) സംസ്കൃതം, വൈദ്യം, ജ്യോതിഷം എന്നിവ പഠിച്ചു. 1892 ൽ കൊല്ലത്തുനിന്ന് ആരംഭിച്ച *സുജനാനന്ദിനി* പത്രത്തിന്റെ പത്രാധിപരെന്ന നിലയ്ക്ക് കൊല്ലം ജില്ലയിലെ ആദ്യപത്രമാധ്യമങ്ങളുടെ മുൻപന്തിയിൽ സ്ഥാനം നേടി. അക്കാലത്ത് സാഹിത്യ ലോകത്ത് കോളിളക്കം സൃഷ്ടിച്ച പണിക്കൻ-പണിക്കർ സംവാദം പ്രത്യക്ഷപ്പെട്ടത് *സുജനനന്ദിനി*യുടെ സപ്ലിമെന്റിലാണ്. *പാതാളരാമായണം* (ആട്ടക്കഥ) തുടങ്ങിയ കൃതികൾ രചിച്ചു.

മലയാള സാഹിത്യകാരനും പത്രപ്രവർത്തകനും സമുദായനേതാവും ഗദ്യകാരനും കവിയുമെല്ലാമായിരുന്ന സി വി കുഞ്ഞിരാമൻ മയ്യനാടിന്റെ പ്രസിദ്ധിക്കു കാരണഭൂതരായ വ്യക്തികളിൽ പ്രമുഖനാണ്. മയ്യനാട് ജനിച്ചു. ആദ്യം അദ്ധ്യാപകവൃത്തി, തുടർന്ന് പത്രപ്രവർത്തനം, സാമുദായിക അസമത്വങ്ങൾക്കെതിരെയുള്ള സമരത്തിൽ അദ്ദേഹം പ്രധാന പങ്കുവഹിച്ചു.

സരസവും അതേ സമയം നിശിതവുമായ സി വിയുടെ ഭാഷാശൈലി പ്രസിദ്ധവും അനനുകരണീയവുമായിരുന്നു. ജന്മസിദ്ധമായ നർമ്മരസം സി വിയുടെ ഗദ്യശൈലിയുടെ സവിശേഷതയായിരുന്നു. *ഭാഷാപോഷിണി വിവേകോദയം* എന്നീ മാസികകളിലൂടെ കവിതാരചന നടത്തിയിരുന്നു. *കേരളകൗമുദി*യുടെ പത്രാധിപരെന്ന നിലയിൽ ധാരാളം ലേഖനങ്ങളെഴുതി. *പഞ്ചവടി* എന്ന നോവലും. *വാല്മീകി രാമായണം, വ്യാസഭാരതം* എന്നീ ഗദ്യഗ്രന്ഥങ്ങളുമാണ് പ്രധാന കൃതികൾ.

കേരളകൗമുദി പത്രാധിപരായിരുന്ന കെ സുകുമാരനും ഗദ്യകാരനും ചരിത്രകാരനുമായിരുന്ന കെ ദാമോദരനും അദ്ദേഹത്തിന്റെ പുത്രന്മാരായിരുന്നു. സി വിയുടെ പുത്രി വാസന്തിയായിരുന്നു സി കേശവന്റെ സഹധർമ്മിണി. രാഷ്ട്രീയം, സാഹിത്യം, പത്രപ്രവർത്തനം എന്നീ മേഖലകളിൽ സ്വന്തം വ്യക്തിമുദ്രപതിപ്പിച്ച കെ ബാലകൃഷ്ണൻ (*കൗമുദി*) ഈ ദമ്പതികളുടെ പുത്രനാണ്.

സാമൂഹ്യരാഷ്ട്രീയ പ്രാധാന്യം

കൊല്ലത്തിന്റെ രാഷ്ട്രീയ പ്രബുദ്ധതയ്ക്കും

സാംസ്കാരിക വികസനത്തിനും വിത്തുപാകിയ ഘടകങ്ങൾ വളരെ മുമ്പേതന്നെ, ഏറെയുണ്ട്. ശക്തവും വ്യാപകവുമായ തൊഴിലാളി പ്രസ്ഥാന ത്തിനും പത്രപ്രവർത്തന പാരമ്പര്യത്തിനും ഇക്കാര്യത്തിലുള്ള പങ്ക് കുറച്ചൊന്നുമല്ല. സമരവീര്യമാർന്ന തൊഴിലാളി പ്രസ്ഥാനത്തിന്റെ ഈറ്റില്ലമാണ്. കൊല്ലം പണ്ടുപണ്ടേ ഒന്നാം ലോകമഹായുദ്ധം പൊട്ടിപ്പുറപ്പെട്ട കാലത്ത് ഭക്ഷ്യക്ഷാമം കൊടുമ്പിരിക്കൊണ്ടു നില്ക്കേ ഹാരിസൺസ് ആന്റ് ക്രോസ്ഫീൽഡ് കമ്പനികളിലെ തൊഴിലാളികൾ കൊല്ലത്തിന്റെ ചരിത്രത്തിലാദ്യമായി അവകാശങ്ങൾ നേടിയെടുക്കാൻ വേണ്ടി 1915 ൽ സ്വയം സംഘടിച്ച് സമരരംഗത്തിറങ്ങി. കുറഞ്ഞ കൂലി വർദ്ധിപ്പിക്കുക, കുറഞ്ഞ നിരക്കിൽ അരി വരുത്തി വിതരണം ചെയ്യുക എന്നിവയായിരുന്നു ഡിമാന്റുകൾ. 1917 ൽ ആശ്രാമത്തെ വില്യം ഗുഡേക്കർ ഫാക്ടറിയിലെ തൊഴിലാളികളും പണിമുടക്കിലേർപ്പെട്ടിരുന്നു. ബ്രിട്ടീഷ് കമ്പനികളിലെ തൊഴിലാളികൾ, ബ്രിട്ടീഷ് ആധിപത്യം നിലനിന്ന കാലത്തുതന്നെ, ഗവൺമെന്റിന് എതിരായി അണിനിരക്കുക, മുദ്രാവാക്യം വിളിക്കുക– അന്ന് അതെല്ലാം പുതുമയായിരുന്നു. അസംഘടിതരായ ആ തൊഴിലാളികളുടെ നേതൃത്വം ഏറ്റെടുക്കാൻ അന്ന് ആരും ഉണ്ടായിരുന്നില്ല.

ഇന്ത്യൻ നാഷണൽ കോൺഗ്രസിന്റെ പ്രവർത്തനം സംസ്ഥാനത്തിനകത്തും ആവേശകരമായി വ്യാപിച്ചതോടെ തൊഴിലാളി പ്രസ്ഥാനത്തിന് ആക്കം കൂടി. തുടർന്ന് കൊല്ലം ബാറിലെ പ്രമുഖ അഭിഭാഷകനായിരുന്ന, കൊല്ലത്തിന്റെ സർവ്വസ്വവുമായിരുന്ന കെ ജി ശങ്കർ നേതൃത്വം ഏറ്റെടുത്തു. കൊല്ലം തൊഴിലാളി സംഘം എന്ന ട്രേഡ് യൂണിയൻ ഉടലെടുത്തു. 1940 നോടടുപ്പിച്ച് സുശക്തമായ ഒരു തൊഴിലാളി പ്രസ്ഥാനവും സമർത്ഥമായ നേതൃത്വവുമുണ്ടായി. എം എൻ ഗോവിന്ദൻ നായർ, കണ്ണന്തോടത്തു ജനാർദ്ദനൻ, എൻ ശ്രീകണ്ഠൻ നായർ, ടി കെ ദിവാകരൻ തുടങ്ങിയ പ്രഗത്ഭരായ ഒരു നേതൃനിര അന്ന് ഉയർന്നുവന്നു കഴിഞ്ഞു. സംഘടിത തൊഴിലാളി വർഗ്ഗത്തിന്റെ ഒരു ശക്തി ദുർഗ്ഗമായിരുന്നു അന്ന് കൊല്ലം.

കൊല്ലത്തിന്റെ പത്രപ്രവർത്തന പാരമ്പര്യം സുവിദിതമാണ്. കഴിഞ്ഞ നൂറ്റാണ്ടിൽ 200 ൽപ്പരം പത്രമാസികകൾ കൊല്ലത്തുനിന്നും പ്രസിദ്ധീകരിക്കപ്പെട്ടിരുന്നുവെന്നത് അതിശയോക്തിയല്ല.

പത്രമാധ്യമങ്ങൾ

110 വർഷം മുമ്പ് പരവൂർ കേശവനാശാന്റെ പത്രാധിപത്യത്തിൽ (1892) ൽ കൊല്ലം ടൗണിൽനിന്ന് പ്രസിദ്ധീകരണമാരംഭിച്ച *സുജനാനന്ദിനി*യാണ് പ്രമുഖം, മാർഗ്ഗദർശിയും. അതേ തുടർന്ന് പത്രങ്ങളും മാസികകളും തുരുതുരാ പൊട്ടിമുളച്ചു. *സുജനാനന്ദിനി* തുടങ്ങി രണ്ടു വർഷത്തിനുശേഷം പ്രസിദ്ധീകരണം ആരംഭിച്ച *മലയാളി*യാണ് മറ്റൊരു പ്രമുഖപത്രം. പേട്ടയിൽ രാമൻപിള്ളയാശാന്റെ പത്രാധിപത്യത്തിലാരംഭിച്ച *മലയാളി* രണ്ടുവർഷം കഴിഞ്ഞ് കൊല്ലത്തുനിന്ന് (തങ്കശ്ശേരി) പ്രസിദ്ധീകരണമാരംഭിച്ചു. അഴകത്ത് രാമക്കുറുപ്പിന്റെ ഉടമസ്ഥതയിൽ ഗവൺമെന്റിനെ രൂക്ഷമായി വിമർശിച്ചിരുന്നു.

1911 ആയപ്പോഴേയ്ക്കും മയ്യനാട് സി വി കുഞ്ഞിരാമന്റെ പത്രാധിപത്യത്തിൽ *കേരളകൗമുദി*യുടെ പ്രസിദ്ധീകരണം തുടങ്ങി. മയ്യനാട്ടു നിന്ന് ആരംഭിച്ച *കേരളകൗമുദി* ഒരുവർഷക്കാലം കൊല്ലത്തുനിന്നും പ്രസിദ്ധീകരിച്ചു. 1914 ൽ ടി കെ നാരായണന്റെ *പാഞ്ചജന്യ*വും 1918 ൽ ടി കെ മാധവന്റെ *ദേശാഭിമാനി*യും 1921 ൽ ബാരിസ്റ്റർ എ കെ പിള്ളയുടെ *സ്വരാജ് പത്ര*വും 1928 ൽ കെ ജി ശങ്കറിന്റെ നേതൃത്വത്തിൽ *മലയാള രാജ്യവും* പ്രസിദ്ധീകരണമാരംഭിച്ചു. *മലയാളരാജ്യം* വാരിക 1931 ൽ ദിനപ്പത്രമായി. 1971 ൽ പ്രസിദ്ധീകരണം നിലച്ചു.

അങ്ങനെ, ചെറുതും വലുതുമായ പത്രമാദ്ധ്യമങ്ങളുടെ ഒരു പുഷ്കലകാലമായിരുന്നു ഇരുപതാം നൂറ്റാണ്ടിന്റെ പൂർവ്വാർദ്ധം. 1944 ൽ തങ്ങൾ കുഞ്ഞു മുസലിയാരുടെ നേതൃത്വത്തിൽ *പ്രഭാതം* ദിനപ്പത്രവും ആർ ശങ്കറുടെ നേതൃത്വത്തിൽ *ദിനമണി*യും കൊല്ലത്തുനിന്നും പ്രസിദ്ധീകരിച്ചിരുന്നു. ഇന്ത്യൻ കമ്യൂണിസ്റ്റ് പാർട്ടിയുടെ വകയായി 1949 ൽ വാരികയായി തുടങ്ങിയ *ജനയുഗം* 1953 ൽ ദിനപ്പത്രമായി.

രാഷ്ട്രീയ നേതൃത്വം

ഉത്തരവാദഭരണത്തിനുവേണ്ടിയുള്ള സമരം, തൊഴിലാളി യൂണിയൻ പ്രവർത്തനം എന്നീ മേഖലകളിലെല്ലാം ഊർജ്ജസ്വലമായ നേതൃത്വംനല്കാൻ കഴിഞ്ഞതലമുറയിലും ഈ തലമുറയിലും ഒട്ടേറെപ്പേർ ഉണ്ടായി. എൻ ശ്രീകണ്ഠൻ നായർ, ടി കെ ദിവാകരൻ, കാമ്പിശ്ശേരി കരുണാകരൻ, ഒ മാധവൻ, തോപ്പിൽ ഭാസി തുടങ്ങിയവർ കഴിഞ്ഞ തലമുറയിലെ നേതൃത്വത്തിന്റെ 'കാൽനഖേന്ദു മരീചികൾ' പിന്തുടർന്ന് വിവിധ മേഖലകളിൽ വ്യക്തിത്വം സ്ഥാപിച്ചവരാണ്. ഇക്കൂട്ടത്തിൽ സംഭവബഹുലമായ ഒരു കാലഘട്ടം മുഴുവൻ സ്റ്റേറ്റ് കോൺഗ്രസിനു വേണ്ടി സർവ്വവും ത്യജിച്ച് പ്രവർത്തിച്ച ശ്രീ. ടി എം വർഗ്ഗീസിന്റെ നാമം പ്രത്യേകം സ്മരണീയമാണ്. ശ്രീ. ആർ ശങ്കറും ഇക്കൂട്ടത്തിൽപ്പെടുന്നു.

ത്യാഗധനനും കർമ്മകുശലനുമായ ശ്രീ. ടി എം വർഗ്ഗീസിന്റെ പ്രവർത്തനവേദി കൊല്ലവും തിരുവന

ന്തപുരവുമായിരുന്നു. സ്വന്തം സാമ്പത്തിക നഷ്ടങ്ങളെ അവഗണിച്ചുകൊണ്ട് കോൺഗ്രസിന് നേതൃത്വം നല്കി. 1937 -1944 വരെ ശ്രീമൂലം പ്രജാസഭയിലും 1948 - 1956 വരെ തിരു കൊച്ചി നിയമസഭയിലും അംഗമായിരുന്നു. 1949-1951 വരെ നിയമസഭാ സ്പീക്കറായും പ്രവർത്തിച്ചു. 1952-1953 ൽ ആഭ്യന്തര വകുപ്പു മന്ത്രി. 1961 ഡിസംബർ 31 ന് അന്തരിച്ചു.

നിസ്വാർത്ഥനും ആദർശ ധീരനുമായിരുന്ന രാഷ്ട്രീയനേതാവ്, ഉല്പതിഷ്ണുവായ സാമൂഹ്യ പരിഷ്കർത്താവ്, ഗ്രന്ഥകാരൻ (*ജീവിതസമരം*) നടൻ, ഗായകൻ എന്നിങ്ങനെ ബഹുമുഖപ്രതിഭയായിരുന്നു സി കേശവൻ. 1891 ൽ മയ്യനാട്ട് ജനിച്ചു. രാഷ്ട്രീയമായി അക്കാലത്ത് കോളിളക്കം സൃഷ്ടിച്ച കോഴഞ്ചേരി പ്രസംഗത്തെ തുടർന്ന് രണ്ടു വർഷം ജയിൽ ശിക്ഷ അനുഭവിച്ചു. ആദ്യത്തെ കോൺഗ്രസ് മന്ത്രിസഭയിൽ അംഗം. 1951-1952 ൽ മുഖ്യമന്ത്രി. 1969 ൽ അന്തരിച്ചു.

ഒരു കാലഘട്ടത്തിൽ കേരള രാഷ്ട്രീയത്തിലെ ശക്തികേന്ദ്രവും കിങ് മേക്കറുമായിരുന്ന കുമ്പളത്തു ശങ്കുപ്പിള്ള (1898-1969) യുടെ നാമധേയവും ശ്രദ്ധേയം.

മുൻമുഖ്യമന്ത്രിയായിരുന്ന ആർ ശങ്കർ 1908 ൽ പുത്തൂരിൽ ജനിച്ചു. അഭിഭാഷകൻ. 10 വർഷം എസ് എൻ ഡി പിയിൽ പ്രവർത്തിച്ചു. തിരു-കൊച്ചി നിയമസഭയിലും കേരള നിയമസഭയിലും അംഗമായി. 1962-1964 വരെ കേരള മുഖ്യമന്ത്രി. 1972 നവംബറിൽ നിര്യാതനായി. ശ്രീനാരായണ പ്രസ്ഥാനത്തിന്റെ വളർച്ചയ്ക്കും വികാസത്തിനും വേണ്ടി നിരന്തരം പ്രയത്നിച്ചതിന്റെ ഫലമാണ് ഇന്ന്, കൊല്ലത്ത് സമുദായത്തിന്റെ പേരിലുള്ള പല വിദ്യാഭ്യാസ സ്ഥാപനങ്ങളും.

ശ്രീരാമ വിലാസം പ്രസിന്റെയും (1926) *മലയാളരാജ്യം* ദിനപ്പത്രത്തിന്റെയും സ്ഥാപകനായ കെ ജി പരമേശ്വരൻ പിള്ള (1884-1948) ഉണിച്ചക്കം വീട്ടിൽ ഈശ്വരിയമ്മയുടെയും വടക്കോട്ടു വീട്ടിൽ ഗോവിന്ദപ്പിള്ളയുടെയും പുത്രനായി കൊല്ലത്തു ജനിച്ചു. പലതവണ നിയമസഭാംഗമായിരുന്നു. കൊല്ലം നഗരസഭാംഗവുമായിരുന്നു. 1941 ൽ മഹാരാജാവിൽ നിന്ന് രാജ്യസേവാനിരതബിരുദം ലഭിച്ചു. ഇദ്ദേഹം സ്ഥാപിച്ച ശ്രീരാമവിലാസം പ്രസ് മലയാള ഭാഷയുടെയും സാഹിത്യത്തിന്റെയും അഭിവൃദ്ധിയിൽ വഹിച്ച പങ്ക് നിസ്തുലമാണ്.

പുസ്തകപ്രസിദ്ധീകരണം

മലയാളത്തിൽ, ആദ്യമായി പുസ്തക പ്രസാധനം വളർത്തിയെടുക്കാൻ പ്രയത്നിച്ച വ്യക്തിയാണ് കൊല്ലത്തെ എസ് ടി റെഡ്യാർ. (എസ് ടി റെഡ്യാർ ആൻഡ് സൺസ്) ഇരുപതാം നൂറ്റാണ്ടിൽ കേരളീയ ഹൈന്ദവ ഭവനങ്ങളിലെ അവിഭാജ്യ ഘടകമായിരുന്ന *രാമായണ-ഭാരതാദി*ഗ്രന്ഥങ്ങളുടെ പ്രസാധകൻ എസ് ടി റെഡ്യാരായിരുന്നു. വളരെ ചെറുപ്പത്തിലേ തമിഴ്നാട്ടിൽനിന്ന് തൊഴിൽ തേടി കൊല്ലത്തെത്തിയ (1856) സുബ്ബയ്യ തെന്നാട്ടു റെഡ്യാരുടെ ജീവിത വിജയകഥ, ആത്മാർത്ഥതയുടെയും അർപ്പണബോധത്തിന്റെയും കഠിനാദ്ധ്വാനത്തിന്റെയും പ്രത്യക്ഷോദാഹരണമാണ്. മലയാള ഭാഷയേയും സാഹിത്യത്തേയും പരിപോഷിപ്പിച്ച ഒരു മഹാമനസ്സിന്റെ ഉടമയായിരുന്നു അദ്ദേഹം. പാട്ടുപുസ്തകങ്ങളുടെ വില്പനയിലൂടെ നിത്യവൃത്തിതേടി നടന്ന സുബ്ബയ്യ, അചിരേണ മറ്റൊരു മഹാസംരംഭത്തിലേക്ക് നടന്നുനീങ്ങുകയായിരുന്നു. *രാമായണ ഭാഗവതാദി* പുരാണഗ്രന്ഥങ്ങളുടെ സംശുദ്ധമായ പതിപ്പുകൾ അച്ചടിച്ച് മിതമായ വിലയ്ക്ക് വ്യാപകമായി പ്രചരിപ്പിച്ചു. കൂടാതെ, രംഗാവതരണം നടത്തുന്ന കലാകാരന്മാരുടെ വാമൊഴിയിൽനിന്നു പകർത്തിയെടുത്ത ഓട്ടൻതുള്ളലും കഥകളിയും സാഹിത്യവും മറ്റും സംശോധനം ചെയ്ത് വരമൊഴിയായി (ഗ്രന്ഥരൂപത്തിൽ) പ്രസിദ്ധപ്പെടുത്തുകയെന്ന മഹത്തായ ഭാഷാസേവനം നിർവ്വഹിച്ച എസ് ടി റെഡ്യാരെ കൊല്ലത്തിനെന്നല്ല, മലയാളികൾക്കാകെയും മറക്കാനാവില്ല.

ഏതാണ്ട് ഇതേ കാലയളവിൽ തന്നെ ശ്രീരാമവിലാസം പ്രസ് വക പ്രസിദ്ധീകരണങ്ങളും വിപണിയിൽ മാന്യസ്ഥാനം നേടിയിരുന്നു.

ദിവംഗതനായ കൃഷ്ണസ്വാമി റെഡ്യാരുടെ ഉടമസ്ഥതയിൽ കൊല്ലത്തു നിന്ന് 1960 കളിലാരംഭിച്ച *കുങ്കുമം, കേരളശബ്ദം* പ്രസിദ്ധീകരണങ്ങളും മറ്റനവധി ആനുകാലികങ്ങളും കൊല്ലത്തുനിന്നും പ്രസിദ്ധപ്പെടുത്തി വരുന്നു. (വി പി നായരുടെ പത്രാധിപത്യത്തിലാരംഭിച്ച *കേരളശബ്ദം* പില്ക്കാലത്ത് റെഡ്യാർ ഏറ്റെടുക്കുകയായിരുന്നു)

സാംസ്കാരിക രംഗം

കൊല്ലത്തിന്റെ കലാസാംസ്കാരിക പാരമ്പര്യം ശതാബ്ദങ്ങൾക്കു മുമ്പേ തുടങ്ങിയതാണ്. പ്രാചീന കാലഘട്ടത്തിന്റെ പ്രതിനിധികളായ സംഗ്രാമധീരരവിവർമ്മ, ശക്തിഭദ്രൻ, കൊട്ടാരക്കര തമ്പുരാൻ എന്നിങ്ങനെ മലയാള ഭാഷയ്ക്കും വിജ്ഞാന സാഹിത്യത്തിനും മുതൽക്കൂട്ടായവരെ തുടർന്നുവന്ന തലമുറയും അവിസ്മരണീയരാണ്. സരസകവി കെ സി കേശവപിള്ള, പരവൂർ കേശവനാശാൻ, സി വി കുഞ്ഞിരാമൻ, ഇ വി കൃഷ്ണപിള്ള, കെ ജി ശങ്കർ തുടങ്ങിയവർ. ആത്മീയാചാര്യനും ഭാഷാപണ്ഡിതനുമായിരുന്ന ശ്രീ ചട്ടമ്പിസ്വാമികൾ ശ്രീനാരായണഗുരു, *രാമചന്ദ്രവിലാസം* മഹാകാവ്യത്തിന്റെ കർത്താവായ അഴകത്തു പത്മനാഭക്കുറുപ്പ്, സി എസ് സുബ്രഹ്മണ്യൻ പോറ്റി എന്നി

പ്രശസ്തനാമങ്ങളും സ്മരണീയം.

നാടകം, കഥാപ്രസംഗം എന്നീ ദൃശ്യ ശ്രാവ്യ കലകളിലും സർക്കസ്, ഗുസ്തി തുടങ്ങിയ കായികാഭ്യാസപ്രകടനങ്ങളിലും പ്രശസ്തരായ വ്യക്തികൾക്ക് ജന്മമരുളിയ നാടാണ് കൊല്ലം. ബ്രഹ്മവ്രതൻ കെ കെ വാദ്ധ്യാർ, വി സാംബശിവൻ, പൊട്ടക്കനേത്ത് വേലുപ്പിള്ള, ഓച്ചിറ വേലുക്കുട്ടി എന്നിങ്ങനെ ആ ലിസ്റ്റ് നീളുന്നു.

നവകേരള സൃഷ്ടിക്കുവേണ്ടി അവിശ്രമം സാഹിത്യകലാപ്രവർത്തനങ്ങൾ നടത്തിയ പ്രശസ്തരായ വ്യക്തികൾ പലരുണ്ട്. ഒ എൻ വി കുറുപ്പ്, തോപ്പിൽ ഭാസി, തിരുനല്ലൂർ കരുണാകരൻ, പുനലൂർ ബാലൻ, കാമ്പിശ്ശേരി, പരവൂർ ദേവരാജൻ, വൈക്കം ചന്ദ്രശേഖരൻനായർ, ജി ജനാർദ്ദനക്കുറുപ്പ്, കെ എസ് ചന്ദ്രൻ (*കേരളശബ്ദം*), ഒ മാധവൻ എന്നിങ്ങനെ ഒരു നീണ്ട നിരതന്നെയുണ്ട്. കാളിദാസകലാകേന്ദ്രം പോലുള്ള നാടക കലാപ്രസ്ഥാനങ്ങളും കൊല്ലത്തിന്റെ അഭിമാനഭാജനങ്ങളാണ്.

ഉദാരമതിയായ ഒരു വ്യവസായ പ്രമുഖനായിരിക്കെതന്നെ, കൊല്ലത്തിന്റെ സാമൂഹ്യ-സാംസ്കാരിക മേഖലകളിലും ചലച്ചിത്ര നിർമ്മാണ രംഗത്തും വ്യക്തിമുദ്ര പതിപ്പിച്ച ശ്രീ. കെ രവീന്ദ്രനാഥൻ നായരെ സാംസ്കാരിക കേരളത്തിന് ഒരിക്കലും മറക്കാനാവില്ല.

വിനോദ വിഹാര സൗകര്യങ്ങൾ

കൊല്ലത്തെ വൈദേശിക വാഴ്ചയുടെ നിതാന്ത സ്മാരകമെന്നോണം നിലകൊള്ളുന്ന തങ്കശ്ശേരി പല കാരണങ്ങളാലും പ്രാധാന്യമർഹിക്കുന്നു. ഒരു പ്രത്യേക കാലഘട്ടത്തിന്റെ പാദമുദ്രകൾ പതിഞ്ഞ ഈ ഉപദ്വീപ്, ഇന്ന് കൊല്ലം നഗരത്തിന്റെ പടിഞ്ഞാറേ അറ്റത്തെ ഒരു വാർഡു മാത്രമാണ്. മൂന്നു വശവും സമുദ്രത്താൽ ചുറ്റപ്പെട്ട മനോഹര തീരം. സുഖശീതളമായ കാലാവസ്ഥ. പക്ഷേ ഇന്ന് ഏറക്കുറ നിദ്രാലസം. പോർച്ചുഗീസുകാരുടെയും ഡച്ചുകാരുടെയും അവസാനം ഇംഗ്ലീഷുകാരുടെയും അധീശത്വം പേറിനിന്ന തങ്കശ്ശേരി ഇന്നും ഒരു വേറിട്ട കാഴ്ച തന്നെ.

പീലിവിടർത്തിയാടുന്ന തെങ്ങുകൾ, പരശ്ശതം, ഫലവൃക്ഷങ്ങൾ. അവയ്ക്കിടയിൽ പാശ്ചാത്യ ശില്പ ഭംഗിയാർന്ന പുരാതന ഭവനങ്ങൾ, തലങ്ങും വിലങ്ങും വൃത്തിയുള്ള ഇടറോഡുകൾ. സാന്ധ്യശോഭ മയങ്ങുമ്പോൾ തന്നെ ആഹ്ലാദാരവങ്ങൾ തുടികൊട്ടിയിരുന്ന ആ പഴയ രാത്രികൾ അയവിറക്കാനേ ഇന്ന് ആ ഭവനങ്ങൾക്കു കഴിയൂ. മദിരയും മദിരാക്ഷിമാരും മനംമയക്കുന്ന ലാസ്യവിലാസ്യങ്ങളും ഗാനോത്സവങ്ങളും പാനോത്സവങ്ങളുമെല്ലാം ഇന്ന് കടങ്കഥയായി മാറിക്കഴിഞ്ഞു.

തങ്കശ്ശേരിയുടെ മണ്ണിൽ തങ്കത്തിന്റെ അംശം കലർന്നിട്ടുള്ളതുകൊണ്ടാണ് ആ പേര് ഉണ്ടായതെന്ന് ഒരു പക്ഷം. അതല്ല പണ്ട് കൊല്ലം വാണിരുന്ന അയ്യനടികൾ തിരുവടികളുടെ സഹോദരി തങ്കച്ചിക്ക് സ്ത്രീധനമായി നല്കിയ ഭൂമി ആയതിനാലാണ് തങ്കശ്ശേരി എന്ന പേര് ലഭിച്ചതെന്ന് അഭിപ്രായപ്പെടുന്നവരുമുണ്ട്. അത് എന്തായാലും വിനോദസഞ്ചാരകുതുകികളെ സംബന്ധിച്ചിടത്തോളം പ്രകൃതി രമണീയതയും സുഖശീതളമായ കാലാവസ്ഥയും ഒത്തിണങ്ങിയ തങ്കശ്ശേരി കടലോരം കൊല്ലം ജില്ലയുടെ തങ്കത്താഴികക്കുടം തന്നെ, സംശയമില്ല.

96 ഏക്കർ വിസ്തൃതിയിലുള്ള തങ്കശ്ശേരിയിൽ ഇന്ന് പഴയ തലമുറയിൽപ്പെട്ടവർ വിരളമാണ്. ബ്രിട്ടീഷുകാർ കൈയൊഴിഞ്ഞതോടെ, നഷ്ടബോധം നേരിട്ട പ്രജകൾ, ആംഗ്ലോ ഇന്ത്യൻ സമൂഹം ക്രമേണ സ്ഥലം വിട്ട് ഇംഗ്ലണ്ടിലും ആസ്ത്രേലിയയിലും കുടിയേറി. തങ്കശ്ശേരിയിലെ 44 മീറ്റർ ഉയരമുള്ള ലൈറ്റ് ഹൗസ് മനോഹരവും ഗംഭീരവുമാണ്. വളരെ പുരാതനമായ പല ക്രൈസ്തവ ദേവാലയങ്ങളും മതപഠനകേന്ദ്രങ്ങളും തങ്കശ്ശേരിയിലുണ്ട്. വിദ്യാഭ്യാസപുരോഗതി ശ്രദ്ധേയം. ഇന്ന് എല്ലാ ജനവിഭാഗങ്ങളും തങ്കശ്ശേരിയിലുണ്ട്.

പാശ്ചാത്യ സംസ്കാരത്തിന്റെയും സമ്പർക്കത്തിന്റെയും വ്യക്തമായ അവശിഷ്ടങ്ങൾ ചിതറിക്കിടപ്പുണ്ട്— തങ്കശ്ശേരിയിലെമ്പാടും—തൂണിലും തുരുമ്പിലും. തങ്കശ്ശേരി മുനമ്പിന്റെ അനന്തമായ ടൂറിസ്റ്റ് സാദ്ധ്യതകൾ ഇനിയും വേണ്ടത്ര പ്രയോജനപ്പെടുത്തിയിട്ടില്ല.

ഇല്ലവല്ലായ്കകളേറെയുണ്ടെങ്കിലും അഷ്ടമുടിക്കായൽ പോലെ അതിവിസ്തൃതവും പ്രകൃതി ലാവണ്യം വഴിഞ്ഞൊഴുകുന്നതുമായ ഒരു ജലാശയത്തിന്റെ സന്തത സാമീപ്യമുള്ള കൊല്ലം നഗരം അനുഗൃഹീതം തന്നെയാണ്. കൊല്ലത്തിന് പ്രകൃതി നല്കിയ ഒരു അമൂല്യ വരദാനമാണ് ഈ കായൽ. എട്ടുമുടികൾ (ശാഖകൾ) ഉള്ള അഷ്ടമുടിക്കായലിന് അതത് പ്രദേശത്തിനനുസരിച്ച് വെവ്വേറെ പേരുകൾ ഉണ്ട്. അഷ്ടമുടി പെരുമൺ, കാഞ്ഞാവെളി, പ്രാക്കുളം, നീരാവിൽ, കാഞ്ഞിരോട്, പടപ്പക്കര, മൺറോതുരുത്ത് എന്നീ പ്രദേശങ്ങളാൽ ആവരണം ചെയ്യപ്പെടുന്ന എട്ട് ശാഖകൾ. കായലോരങ്ങൾ ഫലഭൂയിഷ്ഠമാണ്. കിഴക്ക് കൊട്ടാരക്കര താലൂക്കിന്റെ അതിരുകൾ വരേയും വടക്ക് കുന്നത്തൂർ താലൂക്ക് വരേയും അഷ്ടമുടിക്കായൽ കൈ നീട്ടി ചെന്നെത്തുന്നു. കായലിൽ അടിഞ്ഞുകൂടുന്ന കളിമണ്ണ് കുണ്ടറയിലെ വ്യാവസായിക വളർച്ചയെ സഹായിക്കുന്നു.

കൊല്ലം കരുനാഗപ്പള്ളി കുന്നത്തൂർ താലൂക്കുകളിലെ ജലഗതാഗതത്തിനും വിശാലമായ ഈ

കായൽ കളമൊരുക്കുന്നു. അഷ്ടമുടിക്കായലിനു കുറുകെ, 408 മീറ്റർ നീളമുള്ള നീണ്ടകരപ്പാലം കൊല്ലത്തേയും കരുനാഗപ്പള്ളിയേയും (ചവറ മുതൽ) കൂട്ടിയിണക്കുന്നു. കൊല്ലം നഗരത്തിൽ 13 കി മീ. നീളത്തിൽ അഷ്ടമുടിക്കായൽ വ്യാപിച്ചുകിടക്കുന്നു. ചില ഭാഗങ്ങളിൽ അഷ്ടമുടിക്കായലിന് 13 കി മീ വരെ വീതിയുണ്ട്. മറ്റു ചിലേടത്ത് 16 കി മീ മുമ്പ് 50 ച കി മീ വിസ്തൃതിയുണ്ടായിരുന്ന കായലിന് ഇപ്പോൾ 32 ച കി മീ വിസ്തീർണ്ണമേയുള്ളൂ.

ഒരിക്കൽ സമ്പൽസമൃദ്ധവും ആഡംബര പ്രമത്തവുമായി കഴിഞ്ഞ ഈ പ്രാചീന നഗരത്തിൽ ഇന്ന് വന്നുപെട്ടുപോകുന്ന ഒരു സന്ദർശകന് (സഞ്ചാരിക്ക്) ഏറ്റവും വേഗം ഇല്ലത്തേക്ക് (സ്വഗൃഹത്തിലേക്ക്) മടങ്ങിയെത്തിയാൽ മതി എന്നു തോന്നിയാൽ അതിനാരെയും പഴി പറഞ്ഞിട്ടു കാര്യമില്ല.

ജനസംഖ്യയേറി, ഭരണക്രമങ്ങൾ മാറി. ജീവിതപ്രശ്നങ്ങൾ കൂടി. ആകെക്കൂടെ അസ്വസ്ഥമായ ഒരാത്മാവിനെ ഉൾക്കൊള്ളുന്നതാണ് ഇന്നത്തെ കൊല്ലംപട്ടണം. ഈ നഗരം നരകമാകാതിരിക്കാൻ കോർപ്പറേഷൻ അധികൃതരും ഭരണാധികാരികളും ആവതും ശ്രമിക്കുന്നുണ്ട്. എങ്കിലും കൊല്ലത്തിന്റെ നഷ്ടസൗഭാഗ്യങ്ങൾ വീണ്ടെടുക്കാൻ ഇനിയും ഭഗീരഥ പ്രയത്നം വേണ്ടിവരും.

17

തുരങ്കം മുതൽ തൂക്കുപാലം വരെ

ചൂടുചോര ഇറ്റിറ്റു വീഴുന്ന അഞ്ചു തലകൾ! തന്റെ മുന്നിൽ സമർപ്പിക്കപ്പെട്ട ആ നിർജ്ജീവ ശിരസ്സുകളിലെ തുറിച്ചു നില്ക്കുന്ന കണ്ണുകളിൽ നോക്കി ആഹ്ലാദം ഉള്ളിലൊതുക്കാനാവാതെ തലയറഞ്ഞ് ചിരിച്ചു മറിയുന്ന പോർച്ചുഗീസ് പട്ടാളമേധാവി! അയാളുടെ മുന്നിൽ പ്രസന്നവദനരായി തല കുമ്പിട്ടു നില്ക്കുന്ന ഭടന്മാർ.

അതിക്രൂരവും ബീഭത്സവുമായ ആ രംഗം ഞാനൊന്നു സങ്കല്പിച്ചു നോക്കി. ഹോ! അസഹനീയം! ആ നിർജ്ജീവ ശിരസ്സുകളുടെ പിന്നിലെ നാടകീയ സംഭവങ്ങൾ എന്തൊക്കെയാണെന്നറിയണമെങ്കിൽ നമുക്ക് ആദ്യം കൊല്ലം ജില്ലയിലെ കിഴക്കൻ അതിർത്തിയിലേക്ക്, ആര്യങ്കാവ് തുരങ്കത്തിലേക്ക് യാത്ര തിരിക്കാം.

കേരളത്തിന്റെ പച്ചപ്പുകൾ തേടി വരണ്ട തമിഴ്നാട്ടിൽനിന്ന് ആര്യങ്കാവ് തുരങ്കത്തിലൂടെ ചൂളം വിളിച്ച് കരിപ്പുകതുപ്പി പരിക്ഷീണനായി കടന്നുവരുന്ന തീവണ്ടി, 13 കണ്ണറപ്പാലത്തിലൂടെ കേരളത്തിലേക്കു പ്രവേശിക്കുന്നു. റോഡും റെയിലും അരുവിയും ചേരുന്ന അപൂർവ്വ കാഴ്ചയാണ് കണ്ണറപ്പാലത്തിലേത്. (പഴയ മീറ്റർ ഗേജ് പാളങ്ങൾ ബ്രോഡ്ഗേജാക്കി, ഗതാഗതം കൂടുതൽ സുഗമമാക്കാൻ വേണ്ടി, ഈയടുത്ത കാലത്തായി പഴയ പാലങ്ങളും, പാളത്തിന്റെ ഭാഗങ്ങളും പൊളിച്ചുമാറ്റി, പുതിയവ നിർമ്മിക്കാനുള്ള പ്രവർത്തനങ്ങൾ പുരോഗമിക്കുന്നു).

തിരുനൽവേലിയിൽനിന്ന് ചെങ്കോട്ട വഴി കേരളത്തിലേക്ക് വരുന്ന തീവണ്ടിയിലെ യാത്രക്കാരന്, വരണ്ട തമിഴ്നാടിന്റെ ശൂന്യമായ വെളിമ്പ്രദേശങ്ങൾ കണ്ടുകണ്ട്, വിരസത തോന്നുമ്പോൾ അതാ പച്ചച്ച ഗിരിനിരകൾ കൺമുന്നിൽ വന്നെത്തുകയായി. കാറ്റും വെളിച്ചവും യഥേഷ്ടം വിഹരിച്ചിരുന്ന കമ്പാർട്ടുമെന്റിനുള്ളിൽ എങ്ങുനിന്നോ കൂരിരുട്ട് കടന്നു കയറുകയായി. തീവണ്ടി ആര്യങ്കാവു തുരങ്കത്തിൽ കടന്നു കഴിഞ്ഞു. കൂറ്റൻ മലകളുടെ പള്ള കുത്തിത്തുരന്ന സുഷിരത്തിലൂടെ ഒരു തേരട്ടയെപ്പോലെ നുഴഞ്ഞു കയറുകയാണ് ട്രെയിൻ. ഏതാണ്ട് ഒരു മൈൽ നീളമുള്ള തുരങ്കം കടന്ന് അപ്പുറമെത്തുമ്പോൾ കേരളത്തിന്റെ ശുദ്ധവായുവും വെളിച്ചവും നമ്മെ കടന്നാശ്ലേഷിക്കുന്നു. 1904 ൽ നിർമ്മിക്കപ്പെട്ട ആര്യങ്കാവു തുരങ്കം കൊല്ലം- മദ്രാസ് പാതയിലെ അഞ്ച് റെയിൽവേ തുരങ്കങ്ങളിലേറ്റവും നീളം കൂടിയതാണ് (1 കി മീ) കുന്നും താഴ്വരകളും പാറക്കെട്ടുകളും നിറഞ്ഞ വനപ്രദേശങ്ങളിൽ, ഇന്ന് അങ്ങിങ്ങ് ആൾപ്പാർപ്പുണ്ടെങ്കിലും മുൻകാലങ്ങളിൽ അവ വിജനമായിരുന്നു. റെയിൽവേ തുരങ്കത്തിനുമുമ്പേ കേരളവും തമിഴ്നാടുമായുള്ള സമ്പർക്കത്തിന് ആര്യങ്കാവിൽ ഒരു മലമ്പാത ഉണ്ടായിരുന്നു. കേരളത്തിലെ കുരുമുളകും മറ്റും ആര്യങ്കാവു വഴി തമിഴ് നാട്ടിലേക്ക് കടത്തിക്കൊണ്ടുപോയി കച്ചവടം നടത്തിയിരുന്നു. പില്ക്കാലത്ത് ഉപയോഗശൂന്യമായിത്തീർന്ന ആ മലമ്പാത അതിപ്രധാനമായ ഒരു വനവീഥിയായിരുന്നു പണ്ട്. അന്നത്തെ പ്രതാപവും ഐശ്വര്യവുമെല്ലാം പില്ക്കാലത്ത് അസ്തപ്രഭമായതിന്റെ പിന്നിൽ, ഒരു കഥയുണ്ട്. വൈദേശികാധിപത്യത്തിന്റെ പ്രഭാത നാളുകളിൽ തന്നെ വെള്ളക്കാരുടെ ധനദുർമോഹം, തദ്ദേശീയരുടെ കുരുതിച്ചോരയിലൂടെ വളർന്നുവന്ന ഒരു ചരിത്രസംഭവം.

അഞ്ചു തലകൾ

പതിനാറാം ശതാബ്ദത്തിന്റെ പ്രാരംഭഘട്ടം. പോർച്ചുഗീസുകാർ കൊല്ലത്തിനടുത്ത് ഒരു കോട്ട നിർമ്മിക്കുന്ന തിരക്കിലായിരുന്നു അപ്പോഴാണ്

പോർച്ചുഗീസ് ക്യാപ്റ്റൻ ആ വാർത്തയറിഞ്ഞത്. തമിഴ്നാട്ടിൽ നിന്നും 5,000 കാളവണ്ടി കുരുമുളക് ആര്യങ്കാവു വഴി കടത്തിക്കൊണ്ടുപോവുകയാണെന്ന്. ക്യാപ്റ്റൻ കോപകലുഷിതനായി. എന്ത്? നമുക്കു കിട്ടേണ്ട കുരുമുളക് അന്യരാജ്യക്കാർ കടത്തിക്കൊണ്ടുപോകുന്നെന്നോ? വിടാൻ പാടില്ല. അന്ന് നാട് വാണിരുന്ന റാണിയോട് ക്യാപ്റ്റൻ കല്പിച്ചു കുരുമുളക് പിടികൂടി ക്യാപ്റ്റനെ ഏല്പിക്കണമെന്ന്. പക്ഷേ, റാണി കൂട്ടാക്കിയില്ല. ക്യാപ്റ്റൻ നേരിട്ടു തന്നെ ഭടന്മാരെ നിയോഗിച്ചു. കടത്തിക്കൊണ്ടുപോയവരുടെ തല ഒന്നുക്ക് 50 രൂപ വീതം പാരിതോഷികവും വാഗ്ദാനം ചെയ്തു. ഭടന്മാർ ക്യാപ്റ്റന്റെ ആജ്ഞ അക്ഷരാർത്ഥത്തിൽ പാലിച്ചു. കുരുമുളകു ചാക്കുകൾക്കൊപ്പം ചോരയിറ്റിറ്റു വീഴുന്ന അഞ്ചു തലകളും ക്യാപ്റ്റനു മുന്നിൽ കാഴ്ചവച്ചു. കുരുമുളകു കച്ചവടക്കാരുടെ തലകൾ! ആ വാർത്തയറിഞ്ഞ് മറ്റു കച്ചവടക്കാർ പരിഭ്രാന്തരായി. അതുവഴി പിന്നീട് കച്ചവടത്തിന് കുറേക്കാലത്തേക്ക് ആരും ധൈര്യപ്പെട്ടില്ല. ക്രമേണ ആ മലമ്പാത ഉപയോഗ്യശൂന്യമായി.

അതന്ന്, ഇന്ന് സമയാസമയം മലയിടുക്കുകളിലൂടെ ചൂളം വിളിച്ചോടുന്ന തീവണ്ടി മാർഗ്ഗം ചരക്കുകൾ മാത്രമല്ല, എണ്ണമറ്റ മനുഷ്യരും നിത്യേനയെന്നോണം ആര്യങ്കാവു തുരങ്കം കടന്ന് അപ്പുറവുമിപ്പുറവും പോകുന്നുണ്ട്.

തെന്മലയിൽ

ആര്യങ്കാവും ഇടപ്പാളയവും വഴിയിലെ രണ്ട് ഇടസ്റ്റേഷനുകൾ. പിന്നെയും റെയിൽപ്പാളങ്ങളിലൂടെ നീർച്ചാലുകളും മലയിടുക്കുകളും ചാടിക്കടന്ന് ട്രെയിൻ തെന്മലയിലെത്തുന്നു. മലഞ്ചെരുവിലെ ചെറിയൊരു റെയിൽവേ സ്റ്റേഷൻ. താഴെ മൂന്നു റോഡുകൾ കൂട്ടിമുട്ടുന്ന ഒരു കൊച്ചു കവല. നാലു ചുറ്റും ഉയർന്നുകിടക്കുന്ന കൊടുങ്കാടുകൾക്കിടയ്ക്കൊരു നാൽക്കവല അതത്രെ തെന്മല.

തിരുവനന്തപുരത്തുനിന്നും കൊല്ലത്തുനിന്നും പുനലൂർ നിന്നുമുള്ള ട്രാൻസ്പോർട്ട് ബസുകൾ ചെങ്കോട്ടയ്ക്കുള്ള നെട്ടോട്ടത്തിനിടയിൽ, തെന്മല ടൗണിൽ അല്പം നിന്ന് കടന്നുപോകും. അല്പം ഉയരത്തിൽ ഒരു പോസ്റ്റാഫീസ്. മറു ഭാഗത്ത് ഒരു ഫോറസ്റ്റ് വാച്ച് സ്റ്റേഷൻ. അതിനുപിന്നിൽ ഗവൺമെന്റ് ടിമ്പർ ഡിപ്പോ മുതലായവ. നൂറു മീറ്റർ അകലെ കുന്നിൻ ചരിവിൽ പഞ്ചായത്താഫീസ്, അതിനെതിരെ റോഡിന്റെ മറുവശത്ത് നെടുനീളത്തിൽ കുറെ കുടിലുകൾ. ആ ടൗണിൽ അല്ലറ ചില്ലറ ജോലികൾ ചെയ്തും ചുമടെടുത്തും മറ്റും നിത്യവൃത്തി കഴിക്കുന്ന തമിഴരുടെ കുടുംബങ്ങളാണവ.

തെന്മല ജങ്ഷന്റെ കാര്യമെടുക്കാം. ഇത്രയധികം ഞെങ്ങിഞെരുങ്ങിക്കഴിയുന്ന മറ്റൊരു നാൽക്കവല വേറെ കാണുകയില്ല. കഷ്ടിച്ച് ഒരു ഫർലോങ് ചുറ്റളവിനുള്ളിലാണ് കടകളും ആഫീസുകളും മറ്റും. അതിനപ്പുറം വളരാനിടമില്ല. കാരണം ഫോറസ്റ്റ് ഡിപ്പാർട്ടുമെന്റിന്റെയും മലയാളം പ്ലാന്റേഷന്റെയും വക ഭൂമികളാണ് ചുറ്റും. സ്വകാര്യവ്യക്തികളുടെ ഒരിഞ്ചു ഭൂമിയില്ല. സെന്റിന് ഒരു ലക്ഷം രൂപാ കൊടുക്കാമെന്നു പറഞ്ഞാലും ഗവൺമെന്റോ തോട്ടം ഉടമകളോ കനിഞ്ഞാലേ ഒരിഞ്ചുഭൂമിപോലും മറ്റുള്ളവർക്കു കിട്ടൂ. അതുകൊണ്ടുതന്നെ ആ ജങ്ഷനു വളർച്ചയില്ല.

കിഴക്കൻ അതിർത്തിയിൽ തിരുവനന്തപുരം—തെന്മല റോഡിൽ, 43-ാം മൈലിൽ പറപ്പറ്റു പാലം മുതൽ ആര്യങ്കാവു തുരങ്കം വരെ 180 ച മൈൽ വിസ്തീർണ്ണമുള്ള ഭൂവിഭാഗമാണ് തെന്മല. തെന്മല പഞ്ചായത്തിൽ ഇടമൺ, ആര്യങ്കാവ് എന്നീ റവന്യൂ വില്ലേജുകൾ ഉൾപ്പെടുന്നു. പകുതിയും വനപ്രദേശങ്ങൾ. തെന്മലവാലിയിലെ തോട്ടങ്ങളിൽ ഏറ്റവും ഉയർന്ന കൊടുമുടി ഈസ്ഫീൽഡ് എസ്റ്റേറ്റിലെ നെടുംപാറമുട്ടം എന്ന സ്ഥലത്താണ്. പതിനായിരത്തിൽപ്പരം ഏക്കർ തോട്ടങ്ങളാണ്. റബ്ബറും തേയിലയും മലയാളം പ്ലാന്റേഴ്സ് ലിമിറ്റഡ് വക. ഈസ്ഫീൽഡ് എസ്റ്റേറ്റ്, വെഞ്ചർ എസ്റ്റേറ്റ്, അമ്പനാട് എസ്റ്റേറ്റ് എന്നിവയും എ വി തോമസ് ആന്റ് കമ്പനി വക ഷാലിക്കാരി എസ്റ്റേറ്റ്, എം പി നൈനാൻ ആന്റ് സൺസ് വക അച്ചൻകോവിൽ എസ്റ്റേറ്റ്, വെള്ളിമല എസ്റ്റേറ്റ്, ബഡ്ഫോർഡ് എസ്റ്റേറ്റ് എന്നിവയായിരുന്നു പ്രധാന റബ്ബർ തേയില തോട്ടങ്ങൾ. ഇവയിൽ പലതും ക്ഷയോന്മുഖമാണ്. ഇടമൺ വില്ലേജിൽ ക്രിസ്ത്യാനികളും ഈഴവരുമാണ് കൂടുതലെങ്കിൽ തെന്മലയിൽ ഹിന്ദുക്കളും ആര്യങ്കാവിൽ ക്രിസ്ത്യാനികളും അച്ചൻകോവിലിൽ ഗിരിവർഗ്ഗക്കാരും മുന്നിട്ടു നില്ക്കുന്നു. ജനസംഖ്യയിൽ 50 ശതമാനവും തമിഴരായ തൊഴിലാളികളാണ്; തിരുനെൽവേലി ഭാഗങ്ങളിൽനിന്നും വന്നവർ. അവരിൽ തന്നെ 75 ശതമാനം അധഃകൃതരാണ്. പള്ളൻ, പറയൻ, ചക്കിലിയൻ തുടങ്ങിയ ജാതിക്കാർ. തൊഴിലാളികൾ ഒഴികെയുള്ള ജനസംഖ്യയിൽ ചെറുകിട കൃഷിക്കാരാണധികവും.

തെന്മല ജങ്ഷനിൽനിന്ന് പടിഞ്ഞാറോട്ട്, പഞ്ചായത്തിന്റെ പടിഞ്ഞാറേ അതിർത്തിവരെ കൃഷിക്കാരുണ്ട്. സർക്കാർ ഭൂമി കുത്തകപ്പാട്ടത്തിനെടുത്തു കൃഷിചെയ്യുന്നവർ. ഒറ്റക്കൽ പ്രദേശങ്ങളിൽ അവർ ധാരാളമുണ്ട്. കൊല്ലം-ചെങ്കോട്ട റോഡിന്റെ പാർശ്വഭാഗങ്ങളിൽ ഇടമൺഭാഗത്ത് മുമ്പ് നെൽക്കൃഷി താരതമ്യേന കൂടുതലുണ്ടായിരുന്നു. ആര്യങ്കാവിലും ഇടമൺവില്ലേജിലും തെങ്ങും കമുകും നല്ലവണ്ണം വളരുന്നു. തെന്മല പഞ്ചായത്തിന്റെ കിഴക്കേ അറ്റത്താണ് ഒരു പ്രധാന തീർത്ഥാടന കേന്ദ്രമായ അച്ചൻകോവിൽ.

അച്ചൻകോവിൽ

കേരളത്തിനകത്തും പുറത്തും പ്രസിദ്ധിയുള്ള അച്ചൻകോവിൽ ശാസ്താക്ഷേത്രം വനമദ്ധ്യത്തിലാണ്. തമിഴ്നാട്ടിൽനിന്ന് ഈ വനമദ്ധ്യത്തിലെ തീർത്ഥാടന കേന്ദ്രത്തിൽ ആരാധനയ്ക്കെത്തുന്ന ഭക്തന്മാർക്ക് കണക്കില്ല. ക്ഷേത്രത്തിനു ചുറ്റുമുള്ള കൊടുങ്കാടുകൾ ഗിരിവർഗ്ഗജനങ്ങളുടെ ആവാസ കേന്ദ്രമാണ്. അക്കൂട്ടരെ പരിഷ്കൃത ജീവിതത്തിനു പ്രേരിപ്പിക്കാൻ ഒരു ഗിരിവർഗ്ഗകോളനി അച്ചൻകോവിലിലുണ്ട്. ഓരോ കുടുംബത്തിനും കൃഷി ചെയ്ത് ജീവിക്കാൻ വേണ്ടി മൂന്ന് ഏക്കർ സ്ഥലം വീതം പതിച്ചു നല്കിയിരുന്നു. പക്ഷേ, കാട്ടരുവികളിൽ മീൻ പിടിച്ചും മരപ്പൊന്തകളിൽ നിന്നു തേനെടുത്തും കാട്ടുകിളികളെ കൊന്നു തിന്നും വല്ല ഗുഹാന്തരത്തിലോ മരപ്പൊത്തിലോ കിടന്നുറങ്ങിയും ശീലിച്ചു പോന്ന മലമ്പണ്ടാരങ്ങൾക്കും മറ്റും ആ നവജീവിത സിദ്ധികൾ ഇനിയും മനസ്സിലാക്കാൻ കഴിഞ്ഞിട്ടില്ല. അവർക്ക് കൃഷിക്ക് പതിച്ചുകൊടുത്തിട്ടുള്ള സ്ഥലങ്ങൾ കാടും പടലും കാട്ടുചെടികളും നിറഞ്ഞു കിടക്കുന്ന കാഴ്ചയാണിന്നും കാണാൻ കഴിയുന്നത്. ഗിരിവർഗ്ഗ ജനങ്ങളുടെ കുട്ടികളുടെ വിദ്യാഭ്യാസാർത്ഥം അവിടെ ഒരു ട്രൈബൽ സ്കൂളും ഉണ്ട്. കൂടാതെ ഒരു ഗവൺമെന്റ് എൽ പി സ്കൂളും, യു പി സ്കൂളുകളുമുണ്ട്.

കേരളത്തിലെ പ്രസിദ്ധമായ അഞ്ചു ശാസ്താക്ഷേത്രങ്ങളാണ് ശബരിമല, കുളത്തൂപ്പുഴ, ആര്യങ്കാവ്, അച്ചൻകോവിൽ, ശാസ്താംകോട്ട എന്നിവ. അവയിൽ ആദ്യത്തേതു നാലും കൊല്ലം ജില്ലയിലെ കിഴക്കൻ മലകളിലാണ്. ധനുമാസത്തിലെ മണ്ഡലപൂജയാണ് ഈ ക്ഷേത്രങ്ങളിലെ പ്രധാന ഉത്സവം. കൂടാതെ അച്ചൻകോവിലിലെ കറുപ്പൻ കോവിലും അമ്മൻകാവും തമിഴരെ ആകർഷിക്കുന്നുണ്ട്. അച്ചൻകോവിൽ മലകളിലെ കൂപ്പ് തടി വെട്ടിയിറക്കൽ വളരെപ്പേർക്ക് തൊഴിൽ നല്കുന്നുണ്ട്. അതോടൊപ്പം വനനശീകരണവും വ്യാപകമായി. ഫോറസ്റ്റ് റേഞ്ചാഫീസും പൊലീസ് ഔട്ട് പോസ്റ്റും പ്രധാന ഗവൺമെന്റ് സ്ഥാപനങ്ങളാണ്. ഒരു ആയുർവേദാശുപത്രിയുണ്ട്.

ചെങ്കോട്ടയിൽനിന്ന് 18 മൈൽ കിഴക്കു മാറിയുള്ള അച്ചൻകോവിലിലേക്ക് തമിഴ്നാട്ടിൽനിന്നു ബസു വഴി എത്താം. ആര്യങ്കാവിൽനിന്ന് അച്ചൻകോവിലിലേക്ക് ഒരു വനവീഥിയുണ്ട്. ആര്യങ്കാവിന് ഒന്നര കി മീ കിഴക്കുമാറിയുള്ള കോട്ടവാസലാണ് കേരള സംസ്ഥാനാതിർത്തി.

ഇന്നും കാര്യമായ മാറ്റങ്ങളൊന്നും വന്നിട്ടില്ലാത്ത ആര്യങ്കാവു ജങ്ഷനിൽ നില്ക്കേ രണ്ടു മൂന്നു പതിറ്റാണ്ടുകൾക്കു മുമ്പ് ആദ്യമായി അവിടെ വച്ചുകണ്ട ഒരു ദൃശ്യം ഞാൻ ഓർമ്മിച്ചുപോയി. റോഡുനീളെ കൂട്ടം കൂട്ടമായി എല്ലും തോലുമെഴുന്ന മുതുക്കൻ കാളകളെ ആട്ടിത്തെളിച്ചു കൊണ്ടുപോകുന്ന കുറേ ആൾക്കാർ. വല്ല കന്നുകാലിച്ചന്തകളിലേക്കും കൊണ്ടുപോകുന്നതായിരിക്കുമെന്നാണ് ആദ്യം കരുതിയത്. പക്ഷേ സത്യം അതല്ല. തമിഴ്നാട്ടിലെ വരണ്ട കൃഷിയിടങ്ങളിൽ ഏറെക്കാലം പണിയെടുത്ത് ചോരയും നീരും വറ്റി അവശത നേരിട്ട നാൽക്കാലികളാണവ. ആര്യങ്കാവിൽ അവ ദേഹ പരിശോധനയ്ക്ക് വിധേയരാവുന്നു. എന്തെങ്കിലും സാംക്രമിക രോഗങ്ങൾ കടത്തിക്കൊണ്ടു വന്നിട്ടുണ്ടോ എന്നറിയാൻ. പരിശോധനയിൽ എല്ലാം 'അരോഗദൃഢഗാത്ര'രായിരിക്കും. കേരളത്തിന്റെ പല ഭാഗങ്ങളിലേക്ക് ചെറു സംഘങ്ങളായി അവ പിരിച്ചയയ്ക്കപ്പെടുന്നു. കൂടിയ വിലയ്ക്ക് വില്ക്കാം. ദിവസങ്ങൾക്കുള്ളിൽ അവ പല കേരളീയരുടെയും തീൻമേശയിലെ വിശിഷ്ട ഭോജ്യമായി മാറുന്നു.

ആര്യങ്കാവ്

ദശാബ്ദങ്ങൾക്കു മുമ്പു കണ്ട ആര്യങ്കാവിന് ഇന്നും വലിയ മാറ്റമൊന്നുമില്ല. വന്യഗ്രാമം തന്നെ. ആര്യങ്കാവു ജങ്ഷനിൽ ബസുനിർത്തിയപ്പോൾ സുഹൃത്ത് പുറത്തിറങ്ങി ചുറ്റും നോക്കുന്നതു കണ്ടു. പ്രസിദ്ധമായ ആര്യങ്കാവു ക്ഷേത്രമെവിടെ?

അവിടെ, അടുത്തു തന്നെ പൊലീസ് ഔട്ട് പോസ്റ്റിന്റെ എതിർ വശത്ത് റോഡരികിൽ ഏതോ പഴയ തറവാട്ടിലേക്കുള്ള കൊട്ടിയമ്പലം പോലൊരു കവാടം. ക്ഷേത്രത്തിലേക്കുള്ള പ്രവേശന മാർഗ്ഗം ക്ഷേത്രോല്പത്തി കഥ ഇങ്ങനെ.

ശ്രീപരമശിവനും മോഹിനിയും കൂടി സന്ധിച്ചപ്പോൾ ജനിച്ച ശിശുവിനെ കൈയേല്ക്കാൻ പിതാവ് ശിവൻ തയ്യാറായില്ല. ചോരക്കുഞ്ഞിനെ ആ വഴി വേട്ടയാടി വന്ന പാണ്ഡ്യരാജാവ് കാണാനിടയാവുകയും സ്വന്തം കൊട്ടാരത്തിലേക്ക് കൊണ്ടുപോവുകയും ചെയ്തു. സ്വപുത്രനെപ്പോലെ സ്നേഹലാളനകൾ പകർന്നു വളർത്തി. അയ്യപ്പനെന്നു പേരിട്ടു. രാജപത്നി അസൂയാകലുഷിതയായി. വഴിയിൽ കിടന്ന കുഞ്ഞിനെ തലയിലേറ്റി ലാളിക്കുന്ന രാജാവ്, സ്വന്തം പുത്രനെ അവഗണിച്ചാലോ? അയ്യപ്പനെതിരായി രാജപത്നി ചിന്തിച്ചു.

രാജപത്നിക്കു തലവേദന. പുലിപ്പാൽ വേണം. മിടുക്കനായ വളർത്തുമകൻ വിചാരിച്ചാൽ സാധിച്ചേക്കും. വളർത്തമ്മ ശാഠ്യം പിടിച്ചു. രാജാവ് മനസ്സില്ലാമനസ്സോടെ സമ്മതിച്ചു. അയ്യപ്പൻ സന്തോഷപൂർവ്വം ആ ചുമതലയേറ്റെടുത്ത് കിഴക്കൻ മലകളിലേക്ക് യാത്രയായി.

പുലികളുടെ വായിൽപ്പെട്ട് അയ്യപ്പൻ കാലഗതി പ്രാപിച്ചിരിക്കുമെന്ന ആശ്വാസത്തോടെ കിടന്നുറങ്ങിയ രാജപത്നി കൊട്ടാരമുറ്റത്ത് ആരവം കേട്ടാണ്

ഉണർന്നത്. ഒരു കൂറ്റൻ പുലിയുടെ പുറത്ത് രാജസ പ്രൗഢിയോടെ ഞെളിഞ്ഞിരിക്കുന്ന അയ്യപ്പന്റെ; ശാസ്താവിന്റെ പിന്നിൽ ഒരു കൂട്ടം പുലികൾ. റാണി പേടിച്ചു വിറച്ചു. പുലികളെ തിരിച്ച് കാട്ടിലാക്കണം. ശാസ്താവ് മുന്നിട്ടിറങ്ങി. പാണ്ഡ്യ രാജാവും കൂടെ പുറപ്പെട്ടു. ആര്യങ്കാവ് ക്ഷേത്രമിരിക്കുന്ന കാട്ടിൻ നടുവിലെത്തിയപ്പോൾ ശാസ്താവ് അവിടെ സ്വയം പ്രതിഷ്ഠിതനായി. പാണ്ഡ്യരാജാവും സമീപത്ത് പ്രതിഷ്ഠ പൂകി. അങ്ങനെ തിരുആര്യങ്കാവ് ക്ഷേത്രവും ഇണ്ടളയപ്പൻ കോവിലും ഉണ്ടായി.

ശാസ്താവ് രാജധാനിയിൽ വസിച്ച കാലത്ത് കൊട്ടാരത്തിലെ സൗരാഷ്ട്ര ബ്രാഹ്മണരുടെ കണ്ണിലുണ്ണിയായിരുന്നു. അവരിൽ ഒരാളുടെ മകളായ പൂർണ്ണയെ വിവാഹം കഴിക്കുകയും ചെയ്തിരുന്നു. അങ്ങനെ ആ സമുദായത്തിന് ആര്യങ്കാവു ശാസ്താവുമായി ബന്ധം വന്നു. ക്ഷേത്രത്തിലെ മണ്ഡലപൂജക്കാലത്ത് മധുരയിൽനിന്ന് സംബന്ധക്കാരെന്ന നിലയ്ക്ക് ഒട്ടേറെ സൗരാഷ്ട്ര ബ്രാഹ്മണർ ആര്യങ്കാവു ക്ഷേത്രത്തിലെത്തി ഉത്സവച്ചടങ്ങുകളിൽ പങ്കുചേരുന്നു. ഉത്സവകാലത്തെ അവസാനകാലത്തെ പതിനൊന്നു ദിവസം അവർക്ക് വമ്പിച്ച സദ്യ നല്കുന്നു. 41-ാം ദിവസമാണ് ശാസ്താവിന്റെ തൃക്കല്യാണം. ബ്രാഹ്മണസ്ത്രീകൾ അഷ്ടമംഗല്യവുമായി കല്യാണ മണ്ഡപത്തിൽ സന്നിഹിതരാകുന്നു. പാണ്ഡ്യൻ മുടിവ്, തൃക്കല്യാണം, കുംഭാഭിഷേകം എന്നിവ ഉത്സവകാലത്തെ പ്രധാന ചടങ്ങുകളാണ്. ശാസ്താവിന് സ്ത്രീധനമായി പാണ്ഡ്യരാജാവ് പണക്കിഴി നല്കുന്ന ചടങ്ങാണത്രേ പാണ്ഡ്യൻ മുടിവ്. ക്ഷേത്രത്തിന്റെ നാലമ്പലത്തിനുള്ളിൽനിന്ന് ഒരു തുരങ്കപ്പാതയുണ്ടെന്നും അതുവഴി ശാസ്ത്രാവിന് ഇണ്ടളയപ്പൻ കോവിലിലേക്ക് പോകാൻ കഴിഞ്ഞിരുന്നു എന്നും വിശ്വസിക്കപ്പെടുന്നു.

ഏതായാലും ഇരുവശത്തും അകമ്പടി നില്ക്കുന്ന ചെറുഭവനങ്ങൾക്കു മദ്ധ്യഭാഗത്തു കൂടി ക്ഷേത്രത്തിന്റെ പടിവാതിൽക്കലെത്തി. അതിവിസ്തൃതമായ ക്ഷേത്രവളപ്പിൽ കരിങ്കല്ലുകൊണ്ട് പടുത്തുയർത്തിയ ശ്രീകോവിലും ഉപഗ്രഹങ്ങളും. അല്പം അകലെ നിന്നു നോക്കുമ്പോഴാണ് ക്ഷേത്രത്തിന്റെ മഹത്ത്വവും മനോഹാരിതയും ഇരട്ടിക്കുന്നത്. ചുറ്റിലും കമുകിൻ തോപ്പുകളും കാട്ടുമരങ്ങളും. അതിനുമപ്പുറം ഉയർന്നുയർന്നു പോകുന്ന മലകൾ. അങ്ങനെ മലകൾക്കു നടുവിൽ ഒരു പ്രസിദ്ധമായ പുരാതന ക്ഷേത്രം.

ശ്രീകോവിലിനു സമീപം കൈകളിൽ ദീപമേന്തി നില്ക്കുന്ന സ്ത്രീവിഗ്രഹം മോഹിനിയെ പ്രതിനിധീകരിക്കുന്നു. കൂടാതെ ദ്വാരപാലകന്മാരുടെയും ഭൂതഗണങ്ങളുടെയും വിഗ്രഹങ്ങൾ പലതുണ്ട്. ക്ഷേത്രത്തിന്റെ ഭിത്തികളിൽ ശാസ്താവിന്റെ ഉല്പത്തിയുടെ ഓർമ്മയ്ക്കായുള്ള പാലാഴി മഥന കഥകൾ ചിത്രീകരിക്കപ്പെട്ടിട്ടുണ്ട്.

തെന്മല ഇക്കോ ടൂറിസം

വിനോദ സഞ്ചാര മേഖലയിലെ പഴഞ്ചൻ സങ്കല്പങ്ങൾക്ക് പാടേ മാറ്റം വരുത്തി, ഈ മേഖലയിൽ നവീനാശയങ്ങൾ നടപ്പാക്കാനുള്ള പുതിയ ഒരു വിനോദ സഞ്ചാര പരിപാടി തെന്മലയിൽ ആരംഭിച്ചിട്ട് ഏറെക്കാലമായിട്ടില്ല. കേരളത്തിലെന്നല്ല, ഇന്ത്യയിൽ തന്നെ ആദ്യമായി തെന്മലയിലാണ് ഈപരിപാടി നടപ്പാക്കപ്പെടുന്നത്. 1998 ൽ ആരംഭിച്ചു.

പ്രകൃതിക്കും പ്രദേശത്തിനും തെല്ലും പോറലേല്ക്കാത്ത മട്ടിലുള്ള വിജ്ഞാന വിനോദസഞ്ചാര പരിപാടികൾ വ്യാപിപ്പിക്കുകയെന്നതാണ് തെന്മല ഇക്കോ ടൂറിസം പദ്ധതി കൊണ്ടുദ്ദേശിക്കുന്നത്. പ്രകൃതിയെ അടിസ്ഥാനമാക്കി പരിസ്ഥിതിക്ക് കോട്ടം തട്ടാതെയും ബോധവല്ക്കരണത്തിനുതകുന്ന രീതിയിലും തദ്ദേശീയർക്ക് പ്രയോജനകരമാം വിധത്തിലും ആവിഷ്കരിക്കപ്പെട്ടിട്ടുള്ള പുതിയ ടൂറിസ്റ്റ് വികസന പദ്ധതിയാണിത്.

സർക്കാർ ആഭിമുഖ്യത്തിലുള്ള തെന്മല ഇക്കോ ടൂറിസം, പ്രമോഷൻ സൊസൈറ്റിയാണ് പദ്ധതി നടപ്പാക്കുന്നത്. വനം, ജലസേചനം, ടൂറിസം എന്നീ ഗവൺമെന്റ് വകുപ്പുകളുടെ സംയുക്തസംരഭമാണിത്. തെന്മല അണക്കെട്ടും പരിസപ്രദേശങ്ങളും ചെന്തുരുണി വന്യമൃഗസങ്കേതവും മറ്റും ഉൾപ്പെട്ട വനമേഖലയാണ് പദ്ധതി രംഗവേദി. പരിസ്ഥിതിയുടെ സന്തുലിതാവസ്ഥയ്ക്ക് കോട്ടംതട്ടുന്നയാതൊരു നിർമ്മാണ പ്രവർത്തനങ്ങളും ആ മേഖലയിലുണ്ടായവരുതെന്ന് നിഷ്കർഷിക്കപ്പെടുന്നു. വനമേഖലയിലെത്തുന്ന വിനോദസഞ്ചാരികൾക്ക് ഉപരിതലത്തിൽനിന്ന് വനാന്തരഭംഗികളും വന്യജീവജാലങ്ങളും വൃക്ഷലതാദികളും നേരിൽ കണ്ട് മനസ്സിലാക്കുന്നതിനും ആസ്വദിക്കുന്നതിനും സഹായകമാംവിധമുള്ള 'എലിവേറ്റഡ് വാക്ക് വേ'യും ഈ പദ്ധതിയിൽ ഉൾപ്പെടുത്തിയിട്ടുണ്ട്.

ഇന്നിപ്പോൾ നിത്യേന പരശ്ശതം വിനോദസഞ്ചാരികളെ ആകർഷിക്കുന്ന വലിയൊരു വിനോദസഞ്ചാരകേന്ദ്രമാണ് തെന്മല. ഈ ടൂറിസ്റ്റ് കേന്ദ്രത്തിലെ ചില സവിശേഷതകൾ ശ്രദ്ധേയം. ഫെസിലിറ്റേഷൻ സെന്ററിന് അടുത്തുതന്നെയാണ്, 'ബട്ടർഫ്ളൈ പാർക്കും' നക്ഷത്രവനവും. ചിത്രശലഭങ്ങളുടെ സംരക്ഷണവും അവയെക്കുറിച്ചുള്ള പഠനവും ലക്ഷ്യമിട്ടുള്ള ഏഷ്യയിലെ ആദ്യ ബട്ടർഫ്ളൈ സഫാരി സെന്ററാണ് ഇവിടെയുള്ളത്. അനുകൂല കാലാവസ്ഥകളിൽ വെയിലിന്റെ ചൂടാറിയ വേളകളിൽ ആഹ്ലാദത്തിമിർപ്പിൽ കൂട്ടംകൂട്ടമായി പറന്നുയരുന്ന ശലഭങ്ങളുടെ പൂങ്കാവനമാണിത്. അകലെയല്ലാതെ മാനുകളുടെ വിഹാരകേന്ദ്രം കാണാം (ഡിയർ പാർക്ക്).

തെന്മലഡാമിന്റെ ഇരുപുറവുമായാണ് ലെഷർപാർക്കും അഡ്വഞ്ചർ സോണും. സാഹസിക വിനോദങ്ങളിൽ തല്പരരായ യുവതീയുവാക്കൾക്ക് ഹരമാണ് ഈ അഡ്വഞ്ചർ പാർക്ക്. 2000 ചതുരശ്ര അടി വിസ്തീർണ്ണമുള്ള തടാകത്തിന് 5 മീറ്റർ ആഴമുണ്ട്. ഇതിനു മേലെയാണ് കയറിൽ തൂങ്ങിക്കിടന്നുള്ള യാത്ര. 160 മീറ്റർ ദൂരമാണ്. തടാകത്തിനു മുകളിലൂടെ അഞ്ചു നിമിഷം കൊണ്ടു താണ്ടുന്നത്.

അതിവിസ്തൃതമായ തെന്മല ഡാമിന്റെ ജലസംഭരണി ഈയടുത്ത കാലത്തെ കൊടുംവേനലിൽ വറ്റി വരണ്ടപ്പോൾ, പുരാണങ്ങളിലെ വിസ്മയദൃശ്യങ്ങൾപോലെ, ജലാന്തർഭാഗത്ത് പൊന്തിവന്ന മായാമന്ദിരം 'കണ്ണാടിമാളിക' - വിനോദസഞ്ചാരികളെ മാത്രമല്ല, തദ്ദേശീയരെപ്പോലും അതിശയിപ്പിച്ചു. ഗതകാല സമൃദ്ധിയുടെ ഒരു പ്രതീകം. ഒരു ചരിത്രവിസ്മയം. ഇന്ത്യയിലെ ബ്രിട്ടീഷ് അധിനിവേശത്തോളം പഴക്കമുണ്ട് ആ മന്ദിരത്തിന്. തെന്മല എർത്ത് ഡാമിലെത്തി വനത്തിലൂടെ 6 കിലോമീറ്ററോളം നടന്നാൽ കളംകുന്നിലെ ഈ പഴയ ബംഗ്ലാവിലെത്താം. ബ്രിട്ടീഷുകാരനും വ്യവസായിയുമായ ടി ജെ കാമറൂൺ, 1886-87 ൽ നിർമ്മിച്ചതാണ് കണ്ണാടി ബംഗ്ലാവെന്ന ഈ കെട്ടിടം. ബംഗ്ലാവിന്റെ കൂറ്റൻ ജനാലകൾ മുഴുവൻ കനമുള്ള ഗ്ലാസിൽ നിർമ്മിച്ചതിനാലാണ് കണ്ണാടിബംഗ്ലാവെന്നറിയപ്പെട്ടത്. ഈയടുത്തകാലത്തെ കൊടുംവേനലിൽ ഉയിർത്തെഴുന്നേറ്റ ഈ കണ്ണാടിമാളിക, അതിവൃഷ്ടിയിലെ ജലപ്രളയത്തിൽ ജലസംഭരണി നിറഞ്ഞൊഴുകുമ്പോൾ, ജലാന്തർഭാഗത്തേക്ക്, സുഖസുഷുപ്തിയിലേക്ക്, വീണ്ടും ആണ്ടുപോകും.

തെന്മലയിലെ ഈ വിനോദ സഞ്ചാര മേഖലയിൽ വന്നെത്തുന്ന തീർത്ഥാടകർക്ക് ചുറ്റുവട്ടത്തുള്ള പ്രസിദ്ധ ശാസ്ത്രാക്ഷേത്രങ്ങളായ അച്ചൻകോവിൽ, കുളത്തൂപ്പുഴ, ആര്യങ്കാവ് എന്നീ മൂന്നു പ്രസിദ്ധ ക്ഷേത്രങ്ങളിലേക്ക് തീർത്ഥാടനത്തിന് (എക്കോ പിൽഗ്രിമേജ് സർക്യൂട്ട്) സൗകര്യം ഏർപ്പെടുത്താനും ഉദ്ദേശിക്കുന്നുണ്ട്.

തെന്മലയിലെത്തുന്ന സന്ദർശകർക്കായി പ്രസ്തുത വനമേഖലയിൽ നിന്നും ആവുന്നത്ര ഒഴിഞ്ഞുമാറി. അത്രയകലയല്ലാതെ സ്ഥിതി ചെയ്യുന്ന പുനലൂർ, കൊട്ടാരക്കര, കുളത്തൂപ്പുഴ എന്നീ ചെറുപട്ടണങ്ങളിലാണ് താമസസൗകര്യങ്ങൾ ഏർപ്പെടുത്തുക. അങ്ങനെയാകുമ്പോൾ വനമേഖലയ്ക്ക് ബാഹ്യഇടപെടലുകളിൽനിന്ന് രക്ഷനേടാൻ കഴിയും. തന്നെയുമല്ല കാലക്രമേണ ചുറ്റുവട്ടത്തുള്ള ചെറുപട്ടണങ്ങളുടെ ബഹുമുഖമായ വളർച്ചയും സുസാദ്ധ്യമാകും.

വരും കാലങ്ങളിൽ ഇത്തരം ഇക്കോ ടൂറിസം പദ്ധതികൾക്ക് പ്രാധാന്യം ലഭിക്കുമെന്ന് പ്രതീക്ഷിക്കാം. കേരളത്തിൽ തന്നെ മറ്റു പ്രദേശങ്ങൾക്കും തെന്മല മാതൃകയാകുമെന്നും കരുതാം.

പാലരുവി

ആര്യങ്കാവ് ശാസ്താക്ഷേത്രത്തിൽനിന്ന് ഏതാണ്ട് മൂന്നു മൈൽ കാട്ടിനുള്ളിലൂടെ സഞ്ചരിച്ചാൽ കേരളത്തിലെ എന്നെങ്കിലുമൊരു ടൂറിസം കേന്ദ്രമായി തീരാനിടയുള്ള സൗന്ദര്യപ്രഭവകേന്ദ്രമുണ്ട്- പാലരുവി. വനഭംഗി വഴിഞ്ഞൊഴുകുന്ന മലയിടുക്കുകളിലൂടെ വെള്ളിച്ചിരിയുമായി കുണുങ്ങിയെത്തുന്ന ഒരു കൊച്ചരുവി അവിടെ ഏതാണ്ട് മുന്നൂറ് അടിപ്പൊക്കത്തിൽനിന്ന് തലകുത്തിച്ചാടി പാറക്കെട്ടുകളിൽ തലതല്ലിച്ചിതറി തെറിച്ചുവീഴുന്ന കാഴ്ച! കുറ്റാലത്തേക്കാൾ മനോഹരവും സുഖകരവുമായ ഈ വെള്ളച്ചാട്ടത്തിന്റെ മഹത്ത്വം, കുറ്റാലത്തു പോകുന്ന സുഖാന്വേഷികൾക്ക് ഇനിയും മനസ്സിലായിട്ടില്ല. പുരാതന ഹർമ്മ്യങ്ങളുടെ അവശിഷ്ടങ്ങളും ക്ഷേത്രഭാഗങ്ങളും അങ്ങിങ്ങ് കാട്ടിനുള്ളിലുണ്ടെന്നാണറിവ്. പണ്ട് പണ്ട് ഏതെങ്കിലും രാജാവ് പാലരുവിക്കു സമീപം ഒരു സുഖവാസകേന്ദ്രം പണിതിരിക്കാമെന്ന് ഊഹിക്കാം. ഈ വെള്ളച്ചാട്ടം അനതിദൂരഭാവിയിൽ ഒരു ടൂറിസ്റ്റ് കേന്ദ്രമായി മാറുമെന്ന് പ്രതീക്ഷിക്കാം.

ഓപ്പൺ എയർ ടെമ്പിൾസ്

അച്ചൻകോവിലും ആര്യങ്കാവും അതിപ്രസിദ്ധിയുള്ള പുരാതനക്ഷേത്രങ്ങളാണെങ്കിൽ, തദ്ദേശീയർക്കിടയിൽ വലിയ സ്വാധീനശക്തി ചെലുത്തുന്ന ചെറുതും വലുതുമായ ആരാധനാകേന്ദ്രങ്ങൾ കാടുകൾക്കുള്ളിലും തോട്ടങ്ങളിലും റോഡു വക്കുകളിലും ധാരാളമുണ്ട്. തെന്മല ജങ്ഷനിൽത്തന്നെയുണ്ട്. റോഡിലിറങ്ങി നില്ക്കുന്ന മാരിയമ്മൻ കോവിൽ. ഇവയ്ക്കു പുറമേ കറുപ്പസ്വാമിനടകളും മാടൻകോവിലുകളും ധാരാളം. ഉത്സവമേളത്തിന് തമിഴ്നാട്ടിൽനിന്ന് മേളക്കാരെ വരുത്തുന്നു. കാതടപ്പിക്കുന്ന ഉച്ചസ്ഥായിയിലെ താളമേളങ്ങൾ, ആർപ്പുവിളികൾ, നെയ്യാണ്ടിമേളങ്ങൾ, ഭക്തിലഹരിയിൽ അതോ മദ്യലഹരിയിലോ - സമനിലതെറ്റിയ ശാമിമാർ ഉറഞ്ഞുതുള്ളുന്നു. വാദ്യമേളങ്ങൾ കൊടുമ്പിരികൊള്ളുന്നു. കണ്ടു നില്ക്കുന്നവർക്കും അറിയാതെ കാലുകളിളകുന്നു. കുരുതിക്കുവേണ്ടി മുൻകൂട്ടി തയ്യാറാക്കി നിറുത്തിയിരിക്കുന്ന കോഴികളോ ആടുകളോ ബലിയർപ്പിക്കപ്പെടുന്നു. ഇന്നില്ല. ഇത്തരം ഉത്സവങ്ങളോടനുബന്ധിച്ച് അവർക്ക് ഇഷ്ടപ്പെട്ട കലാപരിപാടികളുമുണ്ടാകും. തേച്ചാട്ടം തമിഴർക്കിഷ്ടപ്പെട്ട ഒരു കലാപരിപാടിയാണ്. റിക്കാർഡ് സംഗീതത്തിന്റെ പശ്ചാത്തലത്തിൽ നടീനടന്മാർ കടുംചായക്കൂട്ടുള്ള വേഷങ്ങൾ അണിഞ്ഞ് സ്റ്റേജിൽ നൃത്തം ചവിട്ടുന്നതാണ് തേച്ചാട്ടം (സ്റ്റേജിലെ ആട്ടം) തമിഴ് വിൽപ്പാട്ടുകളും

ഉണ്ട്.

വളവിൽ സുബ്രഹ്മണ്യൻ കോവിൽ–ശ്രീനാരായണഗുരു സ്ഥാപിച്ചതാണത്രേ. ആണ്ടു മൂർത്തിനട, ആയിരവല്ലി ക്ഷേത്രം, മാമ്പഴത്തറക്ഷേത്രം, ആര്യങ്കാവു ക്ഷേത്രം, അച്ചൻ കോവിൽ എന്നിവ ഹിന്ദുക്കളുടെ പ്രധാന ആരാധനാകേന്ദ്രമാണ്. തെന്മലയുടെ പലഭാഗങ്ങളിലായി ആറ് ലാറ്റിൻ കാത്തലിക് പള്ളികളുണ്ട്. ഇവയ്ക്കു പുറമേ മൂന്ന് ജാക്കൊബൈറ്റ് പള്ളികളും ഉണ്ട്.

ആര്യങ്കാവിൽനിന്ന് തെന്മലയിലേക്കും തുടർന്ന് പുനലൂരിലേക്കും ബസിൽ യാത്ര ചെയ്യുമ്പോൾ ഒരു കാര്യം പ്രത്യേകം ശ്രദ്ധിച്ചു. കല്ലടയാറിന്റെ തീരവനങ്ങളുടെയും തീരഗ്രാമങ്ങളുടെയും വന്യഭാവം ഇന്ന് ക്രമേണ അപ്രത്യക്ഷമാവുകയാണോ? പഴയ ചില നാൽക്കവകളും മുക്കുകളും ഒരല്പം പരിഷ്കൃതമട്ട് നടിക്കുന്നുണ്ട്. ചില നാടൻ കവലകൾ ചെറുപട്ടണങ്ങളായി മാറിക്കൊണ്ടിരിക്കുന്നു. പാറക്കെട്ടുകൾ ചാടിമറിഞ്ഞും വനനീലിമയെ വകഞ്ഞുമാറ്റിയും ഒളിച്ചു കളി നടത്തുകയുമാണ് കല്ലടയാറ്.

പ്രശാന്തമായ ആ വന്യപരിസരങ്ങളുടെ പഴയ ശാലീനത അല്പാല്പമായി നഷ്ടപ്പെടുകയാണോ? ജീവിത ക്ലേശങ്ങളും ജീവിത മാത്സര്യങ്ങളും അല്പാല്പമായി പ്രകടിപ്പിക്കുന്നില്ലേ? നാട്ടിടകളിൽ തൊഴിൽ മേഖല അവതാളത്തിലാണ്. നാഗരിക സ്വഭാവം കൈക്കൊണ്ട പഴയ ഗ്രാമങ്ങളിലെ സ്ഥിതിയും ഭിന്നമല്ല. തെന്മല നിന്ന് പുനലൂരിലേക്ക് അകന്നകന്ന് പോകുന്തോറും ആ പ്രദേശങ്ങളുടെ വന്യത ക്രമേണ മാഞ്ഞുതുടങ്ങി. പച്ചപ്പടർപ്പുകൾക്കിടയിലും നാഗരികത്വം തലനീട്ടിത്തുടങ്ങി.

പുനലൂർ

ബസ് പുനലൂർ മുനിസിപ്പൽ ടൗണിലെത്തി. കുന്നിൻ തലപ്പിലെ മുനിസിപ്പൽ ഓഫീസിനു മുന്നിൽനിന്ന് ഞാൻ ചുറ്റും കണ്ണോടിച്ചു. നയനാഭിരാമമായിരുന്ന ആ ഹരിത ദൃശ്യങ്ങളൊക്കെ ഇന്ന് എവിടെപ്പോയി?

പണ്ട് ഇവിടെനിന്നും ചുറ്റും നോക്കിയാൽ കണ്ടിരുന്നത്–

കിഴക്കുഭാഗത്തെ മലഞ്ചരിവുകളിൽ നിരനിരയായി റബ്ബർ തോട്ടങ്ങൾ. കുന്നുകൾക്കു മദ്ധ്യേയുള്ള പാടങ്ങളിൽ നെൽകൃഷി. ഫലവൃക്ഷങ്ങളില്ലാത്ത പറമ്പുകളില്ല. പുനലൂരിന്റെ മദ്ധ്യഭാഗത്തുകൂടി വളഞ്ഞു പുളഞ്ഞൊഴുകുന്ന കല്ലടയാറ്, ആ പ്രദേശങ്ങളുടെ കാർഷികവും വ്യാവസായികവുമായ അഭിവൃദ്ധിയെ പ്രോത്സാഹിപ്പിച്ചിരുന്നു. സ്വന്തമായി കൃഷിയുള്ളവർ, അദ്ധ്വാനശീലരാണെങ്കിൽ, നല്ല വിളവു കിട്ടുമായിരുന്നു. ജീവിതം ഭദ്രം. എന്തെങ്കിലും തൊഴിൽ ചെയ്യാൻ സന്നദ്ധതയുള്ളവർക്ക് വേണ്ടുവോളം തൊഴിലവസരങ്ങൾ ലഭിച്ചിരുന്നു. താരതമ്യേന ഊർജ്ജസ്വലവും ചലനാത്മകവുമായ കാർഷിക തൊഴിൽ മേഖലകളായിരുന്നല്ലോ അന്ന് പുനലൂരിന്റെ മുഖമുദ്ര. ഇന്ന് വർഷങ്ങൾക്കുശേഷം കാണുന്ന ഈ നഗരത്തിന് എന്തുപറ്റി? അവിശ്വസനീയതയോടെ ഞാൻ മുന്നോട്ടു നടന്നു.

താഴ്‌വരയിലെ റബർ തോട്ടങ്ങൾക്കും കൃഷിയിടങ്ങൾക്കുമെല്ലാം ഒരുപാട് പോറലേറ്റിരിക്കുന്നു. പച്ചത്തഴപ്പുകൾ പലതും തുണ്ടുതുണ്ട് തരിശുഭൂമികളായി മാറി. തോട്ടക്കൃഷി മറ്റു പലതിനും വഴിമാറിക്കൊടുത്തു. മലഞ്ചരക്കുകളുടെയും മറ്റ് കാർഷിക വിഭവങ്ങളുടെയും വമ്പിച്ച വിപണനകേന്ദ്രമായിരുന്നല്ലോ പണ്ട് പുനലൂർ. അസംഖ്യം തൊഴിലാളികൾ ഉത്സാഹപൂർവ്വം പണിയെടുത്തിരുന്ന വിപണന വീഥികളും മാർക്കറ്റുമെല്ലാം ഇന്ന് ഏറക്കുറെ ഉറക്കംതൂങ്ങിയ മട്ടിലായില്ലേ? എനിക്കങ്ങനെ തോന്നി. ഒരിക്കൽ സമ്പന്നമായിരുന്ന കാർഷിക മേഖല ഇന്ന് ഏറക്കുറെ നിർജ്ജീവമാകാൻ വേണ്ടി എന്തുണ്ടായി? കാർഷിക സമ്പദ്ഘടനയിലെ താളപ്പിഴകളാകാം നിദാനം. ഇനി തൊഴിൽ മേഖലയിലേക്ക് കണ്ണോടിക്കാം.

ചെറുതും വലുതുമായ ചില വ്യവസായസ്ഥാപനങ്ങൾ കാൽ നൂറ്റാണ്ടിനു മുമ്പേ, പുനലൂരിലെ ജനസാമാന്യത്തിന് വേണ്ടത്ര തൊഴിൽ സൗകര്യങ്ങൾ പ്രദാനം ചെയ്തിരുന്നുവല്ലോ. പുനലൂരിന്റെ പ്രശസ്തിക്ക് നിദാനമായ മുഖ്യഘടകങ്ങളിലൊന്നായിരുന്നു. പുനലൂർ പേപ്പർ മിൽ. പുനലൂരും ചുറ്റുവട്ടത്തുമുള്ള നൂറുകണക്കിന് തൊഴിലാളികൾ അവിടെ പണിയെടുത്തിരുന്നു. ഇന്നോ? നമുക്കൊന്നു നോക്കാം.

പുനലൂർ പേപ്പർ മിൽസ്

പുനലൂർ റെയിൽവേ സ്റ്റേഷനിൽനിന്ന് ഏതാണ്ട് രണ്ട് രണ്ടര കി മീ അകലെയാണ് നെടുങ്കയം കല്ലടയാറിന്റെ തീരം. അവിടെ പുഴക്കരയിൽ ഉയർന്നു നില്ക്കുന്ന ഫാക്ടറി മന്ദിരങ്ങൾ ഇന്ന് നിശ്ചലം നിദ്രാലസം. ഒരുകാലത്ത് കേരളത്തിന്റെ അഭിമാനമായിരുന്ന പുനലൂർ പേപ്പർ മിൽസ്, ഏഷ്യയിലെ തന്നെ പേരുകേട്ട സ്ഥാപനമായിരുന്നു. ടൺ കണക്കിന് കടലാസ് ഉല്പാദിപ്പിച്ചിരുന്ന ആ സ്ഥാപനത്തിൽ പല ഷിഫ്റ്റുകളിലായി ആയിരത്തിലേറെ തൊഴിലാളികൾ പണിയെടുത്തിരുന്നു. സദാ ചലനാത്മകവും ശബ്ദമുഖരിതവുമായിരുന്നു ഫാക്ടറി പരിസരങ്ങൾ. മില്ലിന്റെ ജാതകമൊന്ന് പരിശോധിച്ചു നോക്കാം.

ഇന്നേയ്ക്ക് ഒന്നര നൂറ്റാണ്ടു മുമ്പ് കൃത്യമായി പറഞ്ഞാൽ 1838 ൽ സ്ഥാപിക്കപ്പെട്ടതാണീ സ്ഥാപ

നം. ആദ്യകാല പ്രവർത്തനം മന്ദഗതിയിലായിരുന്നു. ഒന്നാം ലോക മഹായുദ്ധത്തെ തുടർന്ന്, കടലാസിന് ക്ഷാമം നേരിട്ടതോടെ പ്രസ്തുത മിൽ മീനാക്ഷി പേപ്പർ മിൽ കമ്പനി എന്ന പേരിൽ പരിമിതമായ തോതിൽ പ്രവർത്തനമാരംഭിച്ചുവെങ്കിലും വീണ്ടും പ്രശ്നങ്ങൾ തലപൊക്കി. 1931 മുതൽ ഒരു ഒരു പബ്ലിക് ലിമിറ്റഡ് കമ്പനിയായി രൂപാന്തരപ്പെട്ടു. അങ്ങനെ, പുനലൂർ പേപ്പർ മിൽസ് ലിമിറ്റഡായി തീരുകയും ചെയ്തു.

1937 ൽ ഫാക്ടറിയുടെ ചുമതല മെസ്സേഴ്സ് എ ആൻഡ് എഫ് ഹാർവി ഏറ്റെടുത്തതോടെ ഒരു ഒന്നാംകിട വ്യവസായ സ്ഥാപനമായി വളർന്നു യർന്നു. കോടിക്കണക്കിന് രൂപ വിലപിടിപ്പുള്ള യന്ത്ര സാമഗ്രികൾ ഇറക്കുമതി ചെയ്യപ്പെട്ടു. ഉല്പാദനശേഷിയും കടലാസ് ഉല്പാദനവും ഗണ്യമായി വർദ്ധിച്ചു. ഈറയാണ് പ്രധാന അസംസ്കൃത സാധനം. കേരള ഗവൺമെന്റിന്റെ വനം വകുപ്പുമായുള്ള ഒരു ദീർഘകാല കരാർ മുഖേന ഫാക്ടറിക്കാവശ്യമുള്ള ഈറ(മുള) കിഴക്കൻ വനമേഖലകളിൽ നിന്നു ലഭ്യമായിരുന്നു. പഴന്തുണി, വേസ്റ്റ് പേപ്പർ, കാസ്റ്റിക് സോഡ എന്നിങ്ങനെ കടലാസു നിർമ്മാണത്തിനാവശ്യമായ അസംസ്കൃതവസ്തുക്കൾ തദ്ദേശീയമായി ശേഖരിക്കപ്പെട്ടു. എല്ലാത്തരം കടലാസുകളും ഈ ഫാക്ടറിയിൽ ഉല്പാദിപ്പിച്ചിരുന്നു. ആയിരത്തിൽപ്പരം തൊഴിലാളികളാണ് അന്ന് ഇവിടെ പണിയെടുത്തിരുന്നത്.

ആ നല്ല കാലം ഏറെ നീണ്ടുനിന്നില്ല. 1985 കഴിഞ്ഞപ്പോൾ തന്നെ പുനലൂർ പേപ്പർ മില്ലിന്റെ ദുർദ്ദശ ആരംഭിച്ചു. 1987 ആയപ്പോഴേക്കും പ്രവർത്തനം പൂർണ്ണമായി നിലച്ചു. ഫാക്ടറി പൂട്ടിയിടപ്പെട്ടു. ഒന്നരപ്പതിറ്റാണ്ടായി അടഞ്ഞു കിടക്കുന്ന ഫാക്ടറിയുടെ പരിസരങ്ങൾ ഇപ്പോൾ കാടും പടലും കയറി അനാഥമായി കിടക്കുന്നു. ഓർക്കാപ്പുറത്ത് തൊഴിൽ നഷ്ടപ്പെട്ട ഒട്ടേറെ തൊഴിലാളി കുടുംബങ്ങളുടെ കദന കഥ ഊഹിക്കാവുന്നതേയുള്ളൂ.

എന്നാൽ ഇന്ന് നിരാശയുടെ ഈ അന്ധകാരത്തിൽ ഒരു രജത രേഖ തെളിഞ്ഞുവരുന്നുണ്ടെന്ന താണ് ആശ്വാസകരം. കഴിഞ്ഞ പതിനഞ്ചു വർഷങ്ങളായി അടഞ്ഞുകിടന്ന മിൽ തുറന്നു പ്രവർത്തിക്കാൻ മാനേജുമെന്റും ഗവൺമെന്റും കൂട്ടായി, പരിശ്രമങ്ങളാരംഭിച്ചിട്ടുണ്ടിപ്പോൾ (2002 ൽ) താമസം വിനാ, പുനലൂർ പേപ്പർ മില്ലിന്റെ പ്രവർത്തനം പുനരാരംഭിക്കുമെന്ന് നമുക്ക് പ്രതീക്ഷിക്കാം.

പ്ലൈവുഡ് വ്യവസായം

ഇനി മറ്റൊരു തൊഴിൽ മേഖലയിലേക്ക്. കഴിഞ്ഞ കുറേ ദശകങ്ങളായി പുനലൂരിന് അഭിമാനിക്കാൻ വക നല്കിയിരുന്ന മറ്റൊരു പ്രധാന സ്ഥാപനമാണ് ട്രാവൻകൂർ പ്ലൈവുഡ് ഇൻഡസ്ട്രീസ്. ഉയർന്ന തരം ടീചെസ്റ്റുകൾ, പാനലുകൾ എന്നിവ നിർമ്മിക്കുന്ന ഈ വ്യവസായ സ്ഥാപനം ഇരുന്നൂറിൽപ്പരം പേർക്ക് തൊഴിൽ നല്കിയിരുന്നു. 1939 ൽ ആദ്യം തിരുവനന്തപുരത്താണ് സ്ഥാപനം പ്രവർത്തനം ആരംഭിച്ചതെങ്കിലും 1943 നവംബർ മുതൽ പുനലൂർ ടൗണിൽനിന്ന് മൂന്നു കിലോ മീറ്റർ വടക്കുമാറി കല്ലടയാറിന്റെ തീരത്ത് തൃക്കടവൂർ എന്ന സ്ഥലത്ത് പ്രവർത്തനമാരംഭിച്ചു. 1959 മുതൽ ഉല്പാദനം ഗണ്യമായി വർദ്ധിച്ചു തുടങ്ങി. ഒരു കയറ്റമുണ്ടെങ്കിൽ ഒരിറക്കവുമുണ്ടാകുമെന്ന പഴഞ്ചൊല്ല് നമ്മുടെ പൊതുമേഖലാസ്ഥാപനങ്ങളുടെ കാര്യത്തിലാണ് ഏറ്റവും അർത്ഥവത്താകുന്നതെന്ന് അചിരേണ ട്രാവൻകൂർ പ്ലൈവുഡ് ഇൻഡസ്ട്രീസും തെളിയിച്ചു. ഇന്നും പ്രവർത്തനം നിലച്ചെന്നു പറയാൻ വയ്യാ, ഫാക്ടറിയെപ്പറ്റി തിരക്കിച്ചെന്ന എന്നോട് വഴിവക്കിൽ കണ്ട കാരണവർ അല്പം പരിഹാസച്ചുവയോടെ പറഞ്ഞവസാനിപ്പിച്ചതിങ്ങനെയാണ്.

“ഫാക്ടറി പൂട്ടിയിട്ടൊന്നുമില്ല സാറേ. പക്ഷേ, ചത്തതിനൊക്കുമേ ജീവിച്ചിരിക്കിലും എന്ന് സാറ് കേട്ടിട്ടില്ലേ. അതാണ് സ്ഥിതി.”

പുനലൂരിലും പരിസരപ്രദേശങ്ങളിലും പൈനാപ്പിൾ (കടച്ചക്ക) ധാരാളമായി കൃഷി ചെയ്തിരുന്നു. അവിടെനിന്നും നാനാഭാഗത്തേക്കും പൈനാപ്പിൾ കയറ്റി അയച്ചിരുന്നു. പുനൂലൂരിലെ ശ്രീരാമവർമ്മപുരം മാർക്കറ്റ് കൊല്ലം ജില്ലയിലെ ഏറ്റവും വലിയ പച്ചക്കറിച്ചന്തകളിലൊന്നാണ്.

പുനലൂർ തൂക്കുപാലം

പുനലൂരിന്റെ കാർഷിക മേഖലയ്ക്കും വ്യാവസായിക വളർച്ചയ്ക്കും നേരിട്ട ഈ തകർച്ച മറ്റ് മേഖലകളെ ബാധിച്ചിട്ടില്ലെന്നു തന്നെ പറയാം. ഒരേയൊരു പേപ്പർ മില്ലിന്റെയും ഒരേയൊരു തൂക്കുപാലത്തിന്റെയും മേൽവിലാസമാണ് പുനലൂരിന് അന്നും ഇന്നും ഉള്ളത്. പേപ്പർ മില്ലിന്റെ കാര്യം നാം കണ്ടു കഴിഞ്ഞു. ഇനി തൂക്കുപാലം.

പുനലൂർ ടൗണിനെ തഴുകിയൊഴുകുന്ന കല്ലടയാറിനു കുറുകെയുള്ള തൂക്കുപാലം തെക്കെ ഇന്ത്യയിലെ ഒരേയൊരു തൂക്കുപാലം. 200 അടി നീളവും 100 അടി വീതിയുമുള്ള മൂന്നു സ്പാനുകൾ ചേർന്ന പാലത്തിന്റെ മൊത്തം നീളം 400 അടിയാണ്. ആയില്യംതിരുനാൾ മഹാരാജാവിന്റെ കാലത്ത് 1877 ൽ ബ്രിട്ടീഷ് എൻജിനീയർമാരാൽ രൂപകല്പന ചെയ്ത് നിർമ്മിക്കപ്പെട്ടതാണ്. ഒട്ടേറെ വയസ്സിന്റെ വൻഭാരം ചുമന്ന് തളർന്ന തൂക്കുപാലം ഇപ്പോൾ വിശ്രമത്തിലാണ്. പ്രവർത്തനരഹിതം. പഴയ

പാലത്തിനു സമീപത്തായി അടുത്ത കാലത്ത് ആധുനികരീതിയിൽ നിർമ്മിക്കപ്പെട്ട പുതിയ പാലം, പഴയ തൂക്കുപാലത്തിന്റെ കടമകളും ഉത്തരവാദിത്വങ്ങളും ഏറ്റെടുത്ത് സ്തുത്യർഹമായി സേവനം അനുഷ്ഠിച്ചുവരുന്നു. ഒന്നേകാൽ നൂറ്റാണ്ടിനു മുമ്പു നിർമ്മിക്കപ്പെട്ട തൂക്കുപാലം രാജാവാഴ്ചയുടെയും ബ്രിട്ടീഷ് എൻജിനീയറിങ് വൈദഗ്ദ്ധ്യത്തിന്റെയും നിതാന്ത സ്മാരകമായി, പുനലൂർ ടൗണിന് അലങ്കാരമായി, വിശ്വസ്തനായ ഒരു കാവൽക്കാരനായി നിലകൊള്ളുന്നു. തൂക്കുപാലത്തിനു സമീപം ഒരു റെയിൽവേ പാലവുമുണ്ട്.

വിപുലവും സജീവവുമായ വിദ്യാഭ്യാസ മേഖലയും സാംസ്കാരിക രംഗവും പുനലൂരിന് അഭിമാനിക്കാൻ വക നല്കുന്നു. ഈ വിദ്യാഭ്യാസ പുരോഗതി, വിവിധ തുറകളിൽ ജനസാമാന്യത്തിന്റെ ജീവിതനിലവാരമുയർത്താൻ വളരെ മുമ്പേ തന്നെ സഹായകരമായിട്ടുണ്ട്. ഒട്ടധികം പ്രാഥമിക വിദ്യാലയങ്ങളും ഹൈസ്കൂളുകളും ഉണ്ട്. ഒരു കോളേജുമുണ്ട്. നല്ല നിലയിൽ പ്രവർത്തിക്കുന്ന ഒരു ഗ്രന്ഥശാലയും അനേകം ഹിന്ദി വിദ്യാലയങ്ങളുമുണ്ട്.

വിവിധമതവിഭാഗങ്ങളുടേതായ ചില പ്രാധാന ആരാധനാലയങ്ങൾ പുനലൂരും ചുറ്റുവട്ടത്തുമുണ്ട്. പേപ്പർമില്ലിലേക്കുള്ള റോഡരികിലെ ശാസ്താംകോണം അയ്യപ്പൻക്ഷേത്രം പ്രധാനം. കൂടാതെ ആറ്റരികിൽ ശ്രീകൃഷ്ണസ്വാമി ക്ഷേത്രവും ശിവക്ഷേത്രവും ഭഗവതി ക്ഷേത്രവുമുണ്ട്. പുനലൂരിൽ തന്നെ രണ്ട് റോമൻ കത്തോലിക്കാ പള്ളികളുണ്ട്. ചർച്ച് ഓഫ് അവ്വർ ലേഡി ഓഫ് കൺസൽസും കല്ലടയാറിന്റെ വലത്തെ കരയിലെ കുന്നിൻമുകളിലുള്ള സെന്റ് ജോർജ്ജ് ചർച്ചും.

പുനലൂരിന്റെ സാമ്പത്തികത്തകർച്ചയെപ്പറ്റിയും അപ്രത്യക്ഷമാകുന്ന റബ്ബർതോട്ടങ്ങളെപ്പറ്റിയും ചിന്തിച്ചുകൊണ്ട് നമുക്കിനി സമീപ ഗ്രാമങ്ങളിലേക്ക് കടക്കാം. അതിനു മുമ്പ് വർഷങ്ങളായി കോടിക്കണക്കിനു രൂപാ വാരിക്കോരി ചെലവഴിച്ചിട്ടും ഇന്നും രാമേശ്വരത്തെ ക്ഷൗരം പോലെ അവശേഷിക്കുന്ന കല്ലടപദ്ധതി എന്ന വെള്ളാനയെ അല്പമൊന്നു പരിചയപ്പെടാം.

കല്ലട പദ്ധതി

കല്ലടയാറ്റിൽ പരപ്പാർ എന്ന സ്ഥലത്ത് 1100 അടി നീളവും 216 അടി ഉയരവുമുള്ള അണക്കെട്ട് നിർമ്മിക്കുന്ന കേരളത്തിലെ ഏറ്റവും വലിയ ജലസേനപദ്ധതിയായിട്ടാണ് കല്ലട ജലസേചന പദ്ധതി, കൊട്ടിഘോഷിക്കപ്പെട്ടത്. ഈ അണക്കെട്ടിലെ തോടുകളും കൈവഴികളുമെല്ലാം കൂടി 109000 ൽപ്പരം ഏക്കർ സ്ഥലത്ത് ജലസേചന സൗകര്യം ഏർപ്പെടുത്തുമെന്നായിരുന്നു സങ്കല്പം. പണിയാരംഭിച്ചിട്ട് പതിറ്റാണ്ടുകൾ പലതു കഴിഞ്ഞു. പല ഘട്ടങ്ങളിലായി കോടിക്കണക്കിനു രൂപ ചെലവിട്ടു കഴിഞ്ഞു. ഏട്ടിലെ പശുപുല്ലു തിന്നുകയില്ലല്ലോ, ഇനിയും ഇതു നീട്ടാനാവില്ലെന്നും ഈ വെള്ളാനയെ തളച്ചേ തീരൂ എന്നും ഗവൺമെന്റ് ഇപ്പോൾ തീരുമാനമെടുത്തിട്ടുണ്ടെന്നാണറിയുന്നത്.

അഞ്ചൽ വികസന ബ്ലോക്കിൽപ്പെട്ട പുനലൂരിനു ചുറ്റുമുള്ള ഗ്രാമപഞ്ചായത്തുകൾ ഏറക്കുറെ പുനലൂരിന്റെ കാർഷിക സാമ്പത്തിക പ്രവണതകൾ പേറുന്നവയാണ്. ഇന്നിപ്പോൾ നാഗരികപ്രൗഢിയുടെ കാര്യത്തിൽ പുനലൂരിനോട് മത്സരിക്കാൻ തയ്യാറെടുക്കുന്നവയുമാണ്. (ഉദാ. പത്തനാപുരം, അഞ്ചൽ) അഞ്ചലിന്റെ കാര്യമെടുക്കാം. പണ്ടത്തെ സ്ഥിതി ഒന്നോർമ്മിച്ചു നോക്കൂ. തിരുവനന്തപുരം-പുനലൂർ റൂട്ടിലെ പ്രശാന്തമായ ഒരു ഗ്രാമമായിരുന്നു പഴയ അഞ്ചൽ. അത്ര വികസിതമല്ലാത്ത ഗ്രാമം. റബ്ബർതോട്ടങ്ങളുടെ പശ്ചാത്തലത്തിൽ ചെറിയൊരു കവല. ഏതാനും പീടികകൾ. ക്ഷേത്രങ്ങൾ. വിദ്യാഭ്യാസപരമായി പിന്നണിയിലായിരുന്നില്ല. രാഷ്ട്രഭാഷയായ ഹിന്ദിക്ക് പണ്ടുപണ്ടേ പ്രസിദ്ധിപെറ്റ സ്ഥലം. ഹിന്ദി അദ്ധ്യാപകരുടെ ഒരു ഉല്പാദനകേന്ദ്രം കൂടിയായിരുന്നു പഴയ അഞ്ചൽ. പൊതുവേ പ്രശാന്തവും പ്രസന്നവുമായിരുന്നു ആ കാർഷികമേഖലയിലെ വലിയൊരു ഉത്സവമായിരുന്നു മരമടി (കാളപൂട്ട്) മത്സരം.

വളരുന്ന ജനപദങ്ങൾ

ഇന്ന്, രണ്ടു മൂന്നു പതിറ്റാണ്ടുകൾക്കുശേഷം നോക്കുമ്പോൾ, അഞ്ചൽ വളരെയേറെ വളർന്നുകഴിഞ്ഞിരിക്കുന്നു. ധാരാളം മന്ദിരശ്രേണികൾ, തിരക്കേറിയ വിപണനകേന്ദ്രങ്ങൾ, സജീവമായ സാമ്പത്തികമേഖല.

പുനലൂരിന്റെ നഷ്ടസമൃദ്ധികൾ സമീപഗ്രാമങ്ങളിലേക്ക് ചോർന്നിറങ്ങിയതാണോ? അങ്ങനെയാകാനിടയുണ്ടെന്നു തോന്നി, പഴയ പത്തനാപുരം ജങ്ഷന്റെ ഇന്നത്തെ ആർഭാടങ്ങൾ കൂടി കണ്ടപ്പോൾ. പത്തനാപുരം താലൂക്കിന്റെ നാമം പേറുന്ന പത്തനാപുരം പഞ്ചായത്ത് പണ്ട് ചില്ലറ മലഞ്ചരക്കു കച്ചവടവും ഏതാനും പീടികകളും മാത്രമുള്ള ഒരു ഉറക്കംതൂങ്ങി ഗ്രാമമായിരുന്നു. ഇന്നാകട്ടെ എണ്ണമറ്റ വ്യാപാരശാലകൾ, മണിമന്ദിരങ്ങൾ തിരക്കേറിയ ടൗൺപ്രദേശങ്ങൾ, ജനവാഹനബഹുലമായ നിരത്തുകൾ കഴിഞ്ഞ കുറേ വർഷങ്ങൾക്കുള്ളിൽ നേടിയെടുത്ത സൗഭാഗ്യങ്ങളാകാമിവ. മുമ്പ് പത്തനാപുരത്തിനു സമീപ ഗ്രാമങ്ങളുമായുണ്ടായിരുന്ന വാണിജ്യബന്ധങ്ങൾ പരിമിതമായിരുന്നു. എന്നാൽ, കുന്നിക്കോട് പാലം പണി പൂർത്തിയായശേഷം കഴിഞ്ഞ ഒരു ദശകത്തിനുള്ളിൽ പത്തനാപുരത്തെ മലഞ്ചരക്കു വ്യാപാരം ഗണ്യമായി വർദ്ധിച്ചു.

വളരെമുമ്പേ നിലവിലുള്ള സെന്റ് സ്റ്റീഫൻസ് ഹൈസ്കൂൾ, പിന്നീടുണ്ടായ കോളേജ്, ട്രെയിനിങ് കോളേജ് തുടങ്ങിയ വിദ്യാഭ്യാസസ്ഥാപനങ്ങൾ വിദ്യാഭ്യാസ മേഖലയെ പുഷ്കലമാക്കുന്നു.

പത്തനാപുരം പഞ്ചായത്തിന്റെ വിസ്തീർണ്ണം 26.65 ച കി മീ. ജനസംഖ്യ 30433 (91 ലെ സെൻസസ്). അഞ്ചൽ, വിളക്കുടി, തലവൂർ, പിറവനൂർ, പട്ടാഴി, പട്ടാഴി വടക്കേക്കര, പത്തനാപുരം എന്നീ പഞ്ചായത്തുകൾ അഞ്ചൽ വികസന ബ്ലോക്കിലുൾപ്പെടുന്നവയാണ്.

തെന്മല നിന്ന് പത്തു കി മീ തെക്കായി സ്ഥിതി ചെയ്യുന്ന കുളത്തുപ്പുഴ, റിസർവ്വ് വനങ്ങൾക്കുള്ളിലെ വികസിത പ്രദേശമാണ്. ഗജവീരന്മാരുടെ വിഹാര രംഗമാണ് കുളത്തൂപ്പുഴ വനങ്ങൾ. കുളത്തൂപ്പുഴ ശാസ്താക്ഷേത്രം പ്രസിദ്ധം. വിഷുമഹോത്സവം പ്രധാനം. ക്ഷേത്രത്തിനു സമീപമുള്ള കല്ലടയാറ്റിലെ ഏട്ട മത്സ്യങ്ങളെ തീർത്ഥാടകർ ആദരിക്കുന്നു. ഈ ക്ഷേത്രത്തിലെ നാക്കില്ലാമണിയും ഒരു പ്രത്യേകതയാണ്; പ്രസിദ്ധവും.

ആര്യങ്കാവു തുരങ്കം മുതൽ പുനലൂർ തൂക്കുപാലം വരെയുള്ള യാത്രാവേളയിൽ അതുവഴി മുമ്പു കടന്നുപോയിട്ടുള്ള ഒരാൾക്ക് ചില കാര്യങ്ങൾ ശ്രദ്ധിക്കാതിരിക്കാൻ കഴിയില്ല. യാത്രയിലുടനീളം കണ്ണിനും കരളിനും കുളിരേകുന്ന പച്ചത്തഴപ്പാർന്ന പ്രകൃതി ഭംഗി ഇനിയും നിശ്ശേഷം നഷ്ടപ്പെട്ടിട്ടില്ല. വനനശീകരണത്തിനുള്ള ബോധപൂർവ്വമായ പരിശ്രമങ്ങൾ ഗവൺമെന്റു തലത്തിലും സ്വകാര്യവ്യക്തികളുടെ വകയായും നിർബ്ബാധം നടന്നുവരുന്നുണ്ടെങ്കിലും മുമ്പ് ഏറെ ഫലപുഷ്കലമായിരുന്ന കാർഷികമേഖല നാശോന്മുഖമാണിന്ന്. മലഞ്ചരക്കുകളുടെ ഉല്പാദനവും വിപണനവും വലിയ കുഴപ്പമില്ലാതെ നടക്കുന്നതുകൊണ്ടുമാത്രം ഇടത്തരം കർഷകർ പട്ടിണി കൂടാതെ കഴിയുന്നുവെന്നേയുള്ളൂ. പണ്ട് എങ്ങും കാണാമായിരുന്ന ചെറുതും വലുതുമായ റബ്ബർ തോട്ടങ്ങൾ മറ്റു പലതുമായി രൂപാന്തരപ്പെട്ടപ്പോൾ, തോട്ടം മേഖലയിലെ തൊഴിലില്ലായ്മ രൂക്ഷമാകുന്നിണ്ടിപ്പോൾ. വൻകിട പദ്ധതികളുടെ പേരിൽ, ഗവൺമെന്റ് വിവിധ ഏജൻസികൾ മുഖേന കോടിക്കണക്കിനു രൂപ വാരിക്കോരിയെറിഞ്ഞ് ചെലവിട്ടപ്പോഴും ഗ്രാമജീവിതം ഒട്ടും ഭദ്രതരമായിട്ടില്ല. ദാരിദ്ര്യവും തൊഴിലില്ലായ്മയും സൃഷ്ടിക്കുന്ന ഗ്രാമീണ പ്രശ്നങ്ങൾ നാൾക്കുനാൾ വർദ്ധിച്ചു വരുന്നതേയുള്ളൂ.

തുരങ്കത്തിന്റെയും തൂക്കുപാലത്തിന്റെയും ആര്യങ്കാവിന്റെയും അച്ചൻകോവിലിന്റെയും കുളത്തൂപ്പുഴയുടെയും പേരും പെരുമയും പറഞ്ഞ് നമുക്ക് മേന്മ നടിക്കാം. ആരോടും പരിഭവമില്ലാത്ത മട്ടിൽ പകലന്തിയോളം പണിയെടുക്കുന്ന ജനലക്ഷങ്ങളിൽ കൊല്ലം ജില്ലയിലെ കിഴക്കൻ മലയോര ഗ്രാമങ്ങളിലെ ജനങ്ങളിൽ പൊതുവെ പ്രകടമായ നിസ്സംഗതയിലെ നിശ്ചയദാർഢ്യം ശ്രദ്ധേയം— അഭിനന്ദനാർഹം.

18

കശുവണ്ടിയും കളിമണ്ണും

"ആകാശത്തിൽ പാറിപ്പറക്കുന്ന പറവകളെ ഒന്നൊന്നായി പിടിച്ച്, തുരുതുരാ കഴുത്തു ഞെരിച്ച് കൊന്നെറിഞ്ഞുവത്രേ. അങ്ങനെ, കിളികൊല്ലൂർ". "ഭോഷ്ക് ശുദ്ധഭോഷ്ക്" ഞങ്ങളുടെ കൂട്ടത്തിലാരോ തുറന്നടിച്ചു.

"വരട്ടെ സാറ് കഥ പറയട്ടെ. ഞാൻ പ്രോത്സാഹിപ്പിച്ചു. 1965 ലായിരുന്നു ആദ്യയാത്ര. സുസമ്മതനായ ഒരു ട്രേഡ് യൂണിയൻ നേതാവും, അന്നത്തെ കിളികൊല്ലൂർ പഞ്ചായത്തു പ്രസിഡന്റുമായിരുന്ന ശ്രീ മൈതീൻ കുഞ്ഞിനോടും ചില സഹപ്രവർത്തകരോടുമൊപ്പം ഞങ്ങൾ കിളികൊല്ലൂരിന്റെ ഗ്രാമവീഥികളിലൂടെ ഉത്സാഹഭരിതരായി നടക്കുകയായിരുന്നു. കൂട്ടത്തിൽ ദേശചരിത്രമറിയാവുന്ന സാറ് കഥ തുടർന്നു.

"പണ്ട് പണ്ട് ദേശിങ്ങനാട്ടു രാജാവിന്റെ നെല്ലറകളായിരുന്നു കിളികൊല്ലൂർ. ഭരണപരമായ ചുമതലകൾ, രാജാവിന്റെ ആൾപ്പേരുകാരിൽ, വേങ്ങശ്ശേരി എന്നറിയപ്പെടുന്ന പുരാതന തറവാട്ടിലെ കാരണവരായ ഉണ്ണിത്താനെ ഏല്പിച്ചിരുന്നു. കിളികൊല്ലൂർ പഞ്ചായത്തിൽപ്പെട്ട പനയൻ കാട്ടുമ്പുറം (ഇപ്പോൾ എഞ്ചിനീയറിങ് കോളേജ് സ്ഥിതി ചെയ്യുന്ന സ്ഥലം) വിദേശികളായ (തമിഴർ) മറവന്മാരുടെ വിഹാരരംഗമായിരുന്നു. കൊള്ളയും കൊലയും നിർബ്ബാധം അവിടെ നിലനിന്നുപോലും. ആ അരാജകത്വം അവസാനിപ്പിക്കാൻ എന്താണു മാർഗ്ഗം? രാജാവ് വെങ്ങാശ്ശേരി കാരണവർക്ക് കൊല്ലിനും കൊലയ്ക്കും വരെയുള്ള എല്ലാ അധികാരങ്ങളും നല്കി. കാരണവരാകട്ടെ, വിദഗ്ദ്ധമായ പരിശീലനം നേടിയ കുറെ പടയാളികളെ സംഘടിപ്പിച്ച് കൊള്ളക്കാരെ അമർച്ച ചെയ്തു. കിളികളെ പിടിച്ചു കൊല്ലുന്നതുപോലെ. കൊള്ളക്കാരെ കൊന്നൊടുക്കിയ ആ സ്ഥലത്തിന് കിളികൊല്ലൂർ എന്ന് പേർ സിദ്ധിച്ചത്രേ." പഴമൊഴിയായി പ്രചാരമുള്ള ഈ ചരിത്രകഥയിൽ എത്ര കണ്ട് സത്യമുണ്ടെന്ന് നിശ്ചയമില്ല. പക്ഷേ, പ്രാചീന കാലത്ത് പല വീരസാഹസിക കൃത്യങ്ങൾക്കു കളമൊരുക്കിയ സംഭവങ്ങളുടെ സൂചനകൾ ഇവിടെ, ഇന്നും അവശേഷിക്കുന്നുണ്ട്.

കഥാകഥനവും ചർച്ചയും വാദപ്രതിവാദങ്ങളുമായി മുന്നോട്ടു നീങ്ങിയ ഞങ്ങൾ നടന്നുനടന്ന് കശുവണ്ടി തൊഴിലാളികൾ തിങ്ങിപ്പാർക്കുന്ന ആ ഗ്രാമാന്തരത്തിലെത്തി. അന്നവിടെ കണ്ട കാഴ്ചകൾ ഇന്നും ഓർമ്മയിൽ പച്ചപിടിച്ചുനില്ക്കുന്നു.

"വണ്ണം കുറഞ്ഞൊരു രണ്ടു ചാൺ പൊക്കത്തിൽ മണ്ണുചുവരുള്ള ഒരു ചെറ്റക്കുടിൽ. റോഡരികിലാണ്. ഞങ്ങൾ മുറ്റത്തേക്കു കടന്നു. ങേഹേ! അനക്കമില്ല. മുൻവശത്തെ വാതിൽ പൂട്ടിയിരിക്കുന്നു. അടുത്ത വീട്ടുമുറ്റത്തേക്കു നടന്നു. അതും തഥൈവ. പുലർകാലത്തിൽ ചുറ്റും പച്ചമുത്തുക്കുടകൾ ചൂടി നില്ക്കുന്ന മരിച്ചീനികളും വാഴകളും കടന്ന് ആ കുടിയിടകളിലൂടെ ഞങ്ങൾ നടന്നു. മിക്ക വീടുകളും പൂട്ടിയിരിക്കുകയാണ്. ചില വീടുകളുടെ മുറ്റത്ത് ദാരിദ്ര്യകോലങ്ങളായ കൊച്ചുകുട്ടികൾ മണ്ണുവാരിക്കളിച്ചും തമ്മിൽത്തല്ലിയും നില്പുണ്ട്. ഒക്കത്തെ കൈക്കുഞ്ഞുങ്ങളേന്തിയ സ്ത്രീകൾ മറുകൈയിൽ നിറം മങ്ങിയ അലുമിനിയം ചോറ്റുപാത്രങ്ങളുമേന്തി. വീടും പൂട്ടി ധൃതിയിൽ യാത്രയ്ക്കൊരുങ്ങുകയാണ്. ഒരു സാധാരണ നാട്ടിൻപുറത്ത് പതിവില്ലാത്ത കാഴ്ച.

പെട്ടെന്ന് പലസ്ഥലങ്ങളിൽനിന്നും ഒരേ രീതിയിൽ സൈറൺ മുഴങ്ങിക്കേട്ടു. ഗ്രാമീണർ, വിശിഷ്യാ സ്ത്രീകളിൽ ഭൂരിഭാഗവും കശുവണ്ടിത്തൊഴിലാളികളാണ്. കിളികൊല്ലൂരിന്റെ രക്തവും ജീവനും തൊഴിൽശാലകൾ തന്നെ.

ഫാക്ടറിക്കുള്ളിൽ

ആ കശുവണ്ടി ഫാക്ടറികളിലൊന്നിലേക്ക് കടക്കാം. നെടുനീളത്തിലുള്ള പലഷെഡ്ഡുകൾ. ആദ്യത്തേതിലേക്ക് കടക്കുക. നെടുകെ നാലുവരികളായിരുന്ന് തോട്ടണ്ടി വറുത്തത് തല്ലുകയാണ് സ്ത്രീകൾ. അണ്ടിതല്ലുന്ന ശബ്ദത്തിനോടൊപ്പം കറയും ചിതറിത്തെറിക്കാതിരിക്കാൻ അവർ ശ്രമിക്കുന്നുണ്ടെങ്കിലും ആ കൈകളും ശരീരവും കറപുരണ്ടവയത്രേ. അദ്ധ്വാനത്തിന്റെ കറ. ആ ഗ്രാമീണവനിതകളുടെ മുഖങ്ങളിലും കാളിമ ദൃശ്യമാണ്.

മറ്റൊരു ഷെഡ്ഡിൽ തല്ലിയെടുത്ത അണ്ടിയുടെ തൊലി കളഞ്ഞ് പരിപ്പെടുക്കുകയാണ്. നിരനിരയായിരിക്കുന്ന ഓരോ സ്ത്രീയുടെ ചുറ്റിലും നാലും അഞ്ചും കൊച്ചു വട്ടികളുണ്ട്. തൊലിപൊളിച്ചിടുന്നതോടൊപ്പം തന്നെ തരംതിരിക്കലും നടക്കുന്നു. ഒട്ടുംപൊളിയാത്തത്, അല്പം പൊടിഞ്ഞവ, പിളർപ്പുകൾ, കേടുപറ്റിയവ അങ്ങനെ, പലതരം, ആ സ്ത്രീകളുടെ കൈകൾ ദ്രുതഗതിയിൽ ചലിക്കുന്നതല്ലാതെ മറ്റൊന്നിലും ശ്രദ്ധയില്ല. ഒരേ നിഷ്ഠ! മാത്രമോ? തരം കിട്ടിയാൽ രണ്ട് കൊച്ചുവർത്തമാനം പറയാതിരിക്കാൻ വയ്യാത്ത നാടൻ പെണ്ണുങ്ങൾ നിശ്ശബ്ദരാണ്. ഇവിടെ. നൈസർഗ്ഗികമായ ആ ശീലവും നിത്യവൃത്തിക്ക് വകനേടാനുള്ള വെമ്പലിൽ അവർ കടിച്ചമർത്തുകയാവണം. ഇരുവശത്തെയും സ്ത്രീകളുടെ മേൽനോട്ടത്തിന് ഒരു പുരുഷൻ മദ്ധ്യത്തുകൂടി ഉലാത്തുന്നുണ്ട്. ഇൻസ്പെക്ഷൻ!

അല്പമകലെ മറ്റൊരു ഷെഡ്ഡിൽ അഞ്ചെട്ടു പുരുഷന്മാർ വലിയ ചൂളകളിൽ കശുവണ്ടി വറക്കുന്നു. വലിയ വലിയ ലോഹക്കുഴലുകളിലൂടെ തോട്ടണ്ടി കടത്തിവിടുന്നു. ചുട്ടുപഴുത്ത ആ കൂറ്റൻ കുഴലുകൾ ചുറ്റിക്കൊണ്ടിരിക്കെ, തോട്ടണ്ടി തുള്ളിച്ചാടി, കൂടിമറിഞ്ഞ് വെന്ത് പാകമായിത്തീരുന്നു. അവ തണുപ്പിച്ച് തല്ലൽ സെക്ഷനിലെത്തുന്നു. മറ്റൊരിടത്ത് തല്ലിയെടുത്ത, തൊലിയോടുകൂടിയ അണ്ടിപ്പരിപ്പ് ബോർമ്മയിലെ പല തട്ടുകളിലാക്കി ചൂടുപിടിപ്പിക്കാനും തണുപ്പിക്കാനുമുള്ള ശ്രമങ്ങൾ നടക്കുന്നു. ഓരോ തൊഴിലാളിയും അവനവന്റെ ജോലിയിൽ അതീവജാഗ്രത പുലർത്തുന്നു. ഇവിടെനിന്നും കിട്ടുന്ന തുച്ഛമായ വരുമാനമാണ് അവരുടെ ജീവിതമാർഗ്ഗം.

പിള്ളപ്പുര

ഷെഡ്ഡുകളിൽ കയറിയിറങ്ങിയും കണ്ടും കേട്ടും ഫാക്ടറി കോമ്പൗണ്ടിലെ ഒരൊഴിഞ്ഞ കോണിലൂടെ നടക്കുമ്പോൾ ഒരു കൂട്ടനിലവിളി കേട്ടു. കൊച്ചുകുട്ടികളുടെ കരച്ചിൽ. ആട്ടാലപ്പോലെയുള്ള ആ ഷെഡ്ഡിനടുത്തെത്തി. അകത്തേയ്ക്കൊന്നു എത്തിനോക്കി. ഷെഡ്ഡിൽ അങ്ങോളമിങ്ങോളം തൊട്ടിലുകൾ തൂങ്ങുന്നു. വെറും നിലത്ത് ഇഴഞ്ഞു നടക്കുന്ന കുട്ടികളുമുണ്ട്. അവരെ പരിചരിക്കാൻ എണീറ്റു നടക്കാൻ വയ്യാത്ത ഒരു മദ്ധ്യവയസ്കായും. നാല്പതോളം കുട്ടികൾ ഒന്നിച്ചു നിലവിളിക്കാൻ തുടങ്ങിയാൽ അവരെന്തു ചെയ്യും? ഉറങ്ങുന്നത് ഉറങ്ങും. കരയുന്നത് കരയും. മൂത്രത്തിലും മലത്തിലും കിടക്കുന്നത് അങ്ങനെയ എങ്ങനെയും കഴിഞ്ഞുകൊള്ളും. മലിനമായ ആ പുരയും തൊട്ടിൽ തുണികളും പരിസരങ്ങളുമെല്ലാം രോഗത്തെ ക്ഷണിച്ചു വരുത്തുന്നവയാണ്. തള്ളമാർ (തൊഴിലാളിസ്ത്രീകൾ) പണിയെടുക്കുന്ന സമയമത്രയും കുട്ടികളെ വളർത്താനുള്ള ക്രെഷെകളുണ്ടായിരിക്കണമെന്ന് തൊഴിൽ നിയമം അനുശാസിക്കുന്നതു കൊണ്ടു മാത്രമാണ് ഫാക്ടറികൾ ഈ സംവിധാനം ഉണ്ടാക്കിയിട്ടുള്ളത്.

മടിനോട്ടം

സഹതാപമർഹിക്കുന്ന മറ്റൊരു രംഗവും കണ്ടു. ഉച്ചമണി മുഴങ്ങി. ഉച്ചയ്ക്ക് കുറച്ചിട വിശ്രമമുണ്ട്. ദീർഘനിശ്വാസത്തോടെ അവർ എണീറ്റ് നടുവുനിവർക്കുന്നു. പുറത്തിറങ്ങാനുള്ള വെമ്പൽ! പലർക്കും അടിയന്തരാവശ്യങ്ങളാണ്. അത്രനേരവും പ്രകൃതിയുടെ പ്രാഥമികാവശ്യങ്ങൾ കടിച്ചമർത്തിക്കഴിയുന്നവർക്ക് മൂത്രപ്പുരയിലേക്കോടാൻ ധൃതിയുണ്ട്. പാൽ നിറഞ്ഞ് മുല തരിച്ച് വിങ്ങുന്ന അമ്മമാർക്ക് പിള്ളപ്പുരയിലെത്തി. സ്വന്തം കുഞ്ഞിനെ പാലൂട്ടാനുള്ള വെമ്പൽ... രാവിലെ ഒന്നും കഴിക്കാൻ പറ്റാതെ പണിക്കു കയറിയവർക്ക് ഉച്ചയ്ക്കെങ്കിലും എന്തെങ്കിലും കഴിക്കാൻ ധൃതി. പക്ഷേ, പണിപ്പുരയിൽ നിന്നിറങ്ങി പെട്ടെന്നങ്ങനെ യഥേഷ്ടം ഓടിപ്പോകാൻ പറ്റില്ല. പുറത്തിറങ്ങണമെന്നുള്ളവർ ഗേറ്റിനടുത്തു കാണുന്ന മൂന്നുവശവും പനമ്പായ് കൊണ്ടു മറച്ചിട്ടുള്ള പോളിങ് ബൂത്തിനെപ്പോലെയുള്ള മുറിക്കു മുന്നിലെത്തണം. ക്യൂവായി ഓരോരുത്തരായി ഉള്ളിൽ കയറി മറുവശത്തുകൂടി ഇറങ്ങിപ്പോകണം. അവിടെ ഒരു സ്ത്രീ ഇരിപ്പുണ്ട്. അവരുടെ മുമ്പിൽ ഉടുതുണി അഴിച്ച് കുടയണമെന്നാണ് ചട്ടം. അണ്ടിപ്പരിപ്പെങ്ങാനും ഒളിച്ചു വെച്ചിട്ടുണ്ടെങ്കിലോ? (മിക്കവാറും അത്തരം ചുഴിഞ്ഞ പരിശോധനകളുണ്ടാവാറില്ല. ചടങ്ങു തീർക്കാനാകാനും മതി) ഈ സമ്പ്രദായം-മടിനോട്ടം എന്നാണിതിനു പേർ. ഒരു പരിഷ്കൃത ജനതയ്ക്ക് ഒട്ടും യോജിക്കാത്ത ഏർപ്പാട്.

ഇന്നത്തെ കിളികൊല്ലൂർ

ഇന്നാകട്ടെ സ്ഥിതിഗതികൾ ആകെ മാറിമറിഞ്ഞ മട്ടാണ്. ഇന്നത്തെ കിളികൊല്ലൂർ തിരക്കേറിയ ഒരു നഗരപ്രദേശമാണ്. കൊല്ലം നഗരത്തോടുരുമ്മിക്കിടക്കുന്ന ഈ ഗ്രാമപഞ്ചായത്ത് കഴിഞ്ഞ രണ്ടു മൂന്നു ദശകങ്ങളായി ഒരു ഉപനഗരമായി മാറിക്കഴിഞ്ഞു.

തിരക്കേറിയ ടൗൺ പ്രദേശം. കടകമ്പോളങ്ങളും മന്ദിരശ്രേണികളും ചെറുതും വലുതുമായ തൊഴിൽശാലകളുമെല്ലാം കൂടി ജനബാഹുല്യമുള്ള

ഒരു പട്ടണം പക്ഷേ, പഞ്ചായത്തിന്റെ ഉള്ളിലേക്കു കടന്നാലോ? മൂന്നു പതിറ്റാണ്ടുകൾക്കു മുമ്പു കണ്ട ഗ്രാമങ്ങളിൽ നേരിയ മാറ്റങ്ങൾ മാത്രം. പരിഷ്കൃതമട്ടിലുള്ള ഭവനങ്ങൾ വിരളമല്ല. ഗതാഗതസൗകര്യം വർദ്ധിച്ചിട്ടുണ്ട്. ജീവിതനിലവാരത്തിലും ഗണ്യമായ മാറ്റങ്ങൾ കാണാം. എന്നാൽ ബഹുഭൂരിപക്ഷം വരുന്ന സാധാരണക്കാരുടെ, വിശിഷ്യ വിവിധതരത്തിൽപ്പെട്ട തൊഴിലാളികളുടെ ജീവിതം കൂടുതൽ ക്ലേശകരമായിട്ടുണ്ട്.

ഇല്ലാവല്ലായ്മകളേറെയുണ്ടായിരുന്നെങ്കിലും ചൈതന്യപൂർണ്ണമായ ഒരു തൊഴിൽമേഖല മുമ്പ് ഗ്രാമാന്തരങ്ങളെ സജീവമാക്കിയിരുന്നു. അന്നിവിടെ വലതും ചെറുതുമായ ഇരുപതോളം കശുവണ്ടി ഫാക്ടറികൾ സദാപ്രവർത്തനനിരതമായിരുന്നു. ആയിരക്കണക്കിനു ഗ്രാമീണർ, വിശിഷ്യാ സ്ത്രീകൾ ഈ കശുവണ്ടി ഫാക്ടറികളിൽ പണിയെടുത്തിരുന്നു. വരുമാനം കുറവെങ്കിലും പരാശ്രയം കൂടാതെ, പട്ടിണി കിടക്കാതെ കഴിയാമായിരുന്നു.

ഇന്ന്, ആ സ്ഥിതിയാകെ മാറി. പല കാലങ്ങളിലായി പല ഫാക്ടറികളും പൂട്ടിയിടപ്പെട്ടു. കാരണം പലതാകാം. പക്ഷേ, കിളികൊല്ലൂരിലെ ഗ്രാമീണ മേഖലയുടെ സമ്പൽസ്ഥിതിയെ ഏറെ പ്രതികൂലമായി ബാധിച്ച സ്ഥിതിവിശേഷമാണിത്.

കൊല്ലത്തിന്റെയും വിശിഷ്യാ കിളികൊല്ലൂരിന്റെയും സാമൂഹ്യ സാമ്പത്തിക രാഷ്ട്രീയ മേഖലകളിൽ വമ്പിച്ച പരിണാമങ്ങൾക്കു കളമൊരുക്കിയ കശുവണ്ടി വ്യവസായത്തെപ്പറ്റിയും ഇവിടെ ചിലത് മനസ്സിലാക്കേണ്ടതുണ്ട്. കേരളത്തിലെ കശുവണ്ടി വ്യവസായത്തിന്റെ മുഖ്യകേന്ദ്രമാണല്ലോ. കൊല്ലം. ഈ വ്യവസായത്തിന്റെ കുത്തക കൊല്ലം നഗരത്തിനും ഉപനഗരമായ കിളികൊല്ലൂരിനും ലഭിച്ചിട്ട് എത്രയോ പതിറ്റാണ്ടുകൾ കഴിഞ്ഞിരിക്കുന്നു. ഒരർത്ഥത്തിൽ കൊല്ലത്തിന്റെ പര്യായം തന്നെയായിരുന്നു കശുവണ്ടി.

കശുവണ്ടിയുടെ കഥ

പോർച്ചുഗീസുകാർ കൊല്ലത്ത് ആധിപത്യം സ്ഥാപിച്ചിരുന്ന ചെറിയൊരു കാലയളവിലാണ് കശുമാവ് കേരളത്തിൽ കുടിയേറിയത്. പോർച്ചുഗീസുകാരുടെ കാജു (കശുവണ്ടി) പില്ക്കാലത്ത് കൊല്ലത്തു പിടിമുറുക്കിയ ഇംഗ്ലീഷുകാരുടെ കാഷ്യൂ ആയി മാറി. തീരദേശത്തെ മണ്ണിടിച്ചിൽ തടയാൻ വേണ്ടി പോർച്ചുഗീസുകാർ തീരപ്രദേശത്ത് വച്ചുപിടിപ്പിച്ച കശുമാവിൻതൈകളാണ് നമ്മുടെ കശുമാവിൻ തോട്ടങ്ങൾക്കു നിദാനം.

കാലക്രമേണ കശുമാവു കൃഷി വ്യാപകമായപ്പോൾ, കശുവണ്ടിയിൽനിന്ന് പരിപ്പെടുത്ത് വിദേശങ്ങളിലേക്ക് കയറ്റുമതി ചെയ്ത് ധനം സമ്പാദിക്കാനുള്ള എളിയ യത്നങ്ങളും ആരംഭിച്ചു. തമിഴ്നാട്ടിൽനിന്ന് കൊല്ലത്തു സ്ഥിരതാമസമാക്കിയ റോസ് എഡ്ഡിന എന്ന ഒരു ആംഗ്ലോ ഇന്ത്യനാണ് ഈ വ്യവസായത്തിന്റെ തലതൊട്ടപ്പൻ. കുടിയിടകളിൽ സ്ത്രീകൾ കശുവണ്ടി ചുട്ടുതല്ലിയെടുക്കുന്ന പരിപ്പ് വാങ്ങിച്ച് ഭംഗിയായി പായ്ക്ക് ചെയ്ത് വർണ്ണക്കടലാസുകൊണ്ട് പൊതിഞ്ഞ് അമേരിക്ക തുടങ്ങിയ വിദേശങ്ങളിലേക്ക് ചെറിയ തോതിൽ കയറ്റിയയച്ചു തുടങ്ങി. കൊല്ലം നഗരത്തിനു സമീപമുള്ള താമരക്കുളത്തായിരുന്നു ആ ഫാക്ടറി. 1928–1930 വരെ റോസ് എഡ്ഡിന ഈ ബിസിനസിൽ പിടിച്ചുനിന്നു. അതിനുശേഷം ബിസിനസ് ക്ഷയോന്മുഖമാവുകയും അക്കാലമത്രയും കൂടെ സഹായിയായിക്കഴിഞ്ഞ സ്വാമിനാഥൻ രംഗപ്രവേശം നടത്തുകയും ചെയ്തു. കയറ്റുമതി കൂടുതൽ വ്യാപകമായി. 1932–33 കാലഘട്ടം സ്വാമിനാഥന്റേതായിരുന്നു. തുടർന്ന് കശുവണ്ടി വ്യവസായത്തിലേക്കു കടന്നുവന്ന തങ്ങൾകുഞ്ഞുമുസലിയാർ ആ രംഗത്ത് ആധിപത്യം സ്ഥാപിച്ചു. 1940 കളിൽ വ്യവസായം തഴച്ചുവളർന്നു. കൊല്ലം നഗരത്തോടു ചേർന്നു കിടക്കുന്ന കിളികൊല്ലൂരിൽ ആധുനിക സംസ്കരണ സൗകര്യങ്ങളോടു കൂടിയ വൻകിട കശുവണ്ടി ഫാക്ടറികൾ ഉയർന്നുവന്നതോടെ, കിളികൊല്ലൂരിലെയും സമീപഗ്രാമങ്ങളിലെയും സാമ്പത്തിക മേഖലയിൽ വമ്പിച്ച പുരോഗതി ഉണ്ടായി.

അന്ന് കേരളത്തിൽ നൂറ്റിഇരുപതിൽപ്പരം കശുവണ്ടി ഫാക്ടറികൾ നല്ല നിലയിൽ പ്രവർത്തിച്ചിരുന്നു. വമ്പിച്ച ആദായം നേടിയെടുത്ത ഈ ബിസിനസിലൂടെ പലരും ധനികരും പ്രമാണിമാരുമായി. ഒരുകാലത്ത് ഒന്നേകാൽ ലക്ഷത്തോളം തൊഴിലാളികൾ കശുവണ്ടി ഫാക്ടറികളിൽ പണിയെടുത്തിരുന്നു. ക്രമേണ തൊഴിലാളികളിൽ വർഗ്ഗബോധം വളർന്നു. മുതലാളിമാരുടെ ചൂഷണത്തിനെതിരെ അവർ അണിനിരന്നു. അവകാശങ്ങൾ നേടിയെടുക്കാൻ വേണ്ടി അവർ ഒറ്റക്കെട്ടായി പോരാടി. നിരന്തരമായ അവകാശസമരങ്ങൾക്കും പ്രക്ഷോഭണങ്ങൾക്കും മുമ്പിൽ മുതലാളിമാർക്ക് മുട്ടുമടക്കേണ്ടിവന്നു. അങ്ങനെ, ന്യായമായ കൂലിയും മറ്റാനുകൂല്യങ്ങളും അവർ നേടിയെടുത്തു. 1950 കളിൽ ഇന്ത്യയിൽ ആദ്യമായി ബോണസ്സും മറ്റ് ആനുകൂല്യങ്ങളും നേടിയെടുത്തത് കൊല്ലത്തെ കശുവണ്ടി തൊഴിലാളികളാണെന്ന വസ്തുത ശ്രദ്ധേയമാണ്.

അക്കാലത്ത് കൊല്ലം പട്ടണത്തിലെ ശനിയാഴ്ചകളിലെ സായാഹ്നങ്ങൾ കൂടുതൽ ജനബഹുലവും ഉത്സാഹഭരിതവുമായിരുന്നു. കശുവണ്ടിത്തൊഴിലാളികൾക്ക് ആഴ്ചശമ്പളം ലഭിക്കുന്നത് ശനിയാഴ്ചകളിലാണ്. കൈ നിറയെ കാശുമായി ഫാക്ടറികളിൽ നിന്നിറങ്ങുന്ന തൊഴിലാളികൾ ആണും പെണ്ണും നേരെ കൊല്ലം നഗരത്തിലേക്ക് വച്ചുപിടിക്കുന്നു. നഗരവീഥികളിലും വിപണനശാലകളിലും ഹോട്ടലുകളിലും സിനിമാശാലകളിലും എന്തിനേറെ ബാറുകളിൽ പോലും, തൊഴിലാളികളുടെ തിക്കും തിരക്കുമാണ്. കിട്ടിയ കാശ് ആവശ്യത്തിനും അനാവശ്യത്തിനും ചെലവിട്ട് മിക്കവാറും വെറും കൈയോ

ടെയാവും വീടണയുക. അന്നത്തെ നിറപ്പകിട്ടാർന്ന ആ സായാഹ്നങ്ങൾ ഇന്ന് കൊല്ലത്തിന് ഒരു സ്വപ്നം മാത്രം.

തകർച്ചയുടെ കാലം

ക്രമേണ ഈ തൊഴിൽമേഖല ക്ഷയോന്മുഖമായി. പല കാലങ്ങളിലായി ഒന്നിനു പുറകേ ഒന്നെന്ന മട്ടിൽ ഫാക്ടറികൾ പലതും പൂട്ടിയിടപ്പെട്ടു. ചിലവ, കുറഞ്ഞ കൂലിക്ക് തൊഴിലാളികളെ കിട്ടുന്ന തമിഴ്നാട്ടിലേക്ക് പറിച്ചു നടപ്പെട്ടു. ഫാക്ടറികൾ പൂട്ടിയതിനു പിന്നിൽ കാരണങ്ങൾ പലതാകാം. എന്തായാലും ഈ ദുരവസ്ഥമൂലം കൊല്ലം മേഖലയിലെ പ്രത്യേകിച്ചും കിളികൊല്ലൂരിലെയും പരിസരഗ്രാമങ്ങളിലെയും ആയിരക്കണക്കിന് തൊഴിലാളി കുടുംബങ്ങൾ പട്ടിണിയിലായി. തൊഴിലില്ലായ്മ രൂക്ഷതരമായി. തൊഴിലുള്ളവർക്കു തന്നെ വർഷത്തിൽ ചുരുങ്ങിയ ദിവസങ്ങൾ മാത്രമേ ജോലി ലഭിക്കാറുള്ളൂ. കൂലി ക്രമാനുഗതമായി വെട്ടിക്കുറയ്ക്കപ്പെട്ടു. അങ്ങനെ ആകെ തകർന്ന കശുവണ്ടി മേഖലയുടെ വാട്ടങ്ങളും കോട്ടങ്ങളും ഏറെ അനുഭവിക്കുന്നവരാണ് തദ്ദേശീയർ.

എങ്കിലും കിളികൊല്ലൂരിലെ തൊഴിൽമേഖല നിഷ്ക്രിയമെന്ന് പറഞ്ഞുകൂടാ. ചുരുക്കം ചില കശുവണ്ടി ഫാക്ടറികൾ പ്രവർത്തിക്കുന്നുണ്ട്. കൂടാതെ, കുറെ തടിമില്ലുകൾ, ഈർച്ചമില്ലുകൾ, തീപ്പെട്ടിക്കമ്പനികൾ, ഇവിടെയെല്ലാം പണിയെടുക്കുന്ന കുറെ തൊഴിലാളികളുമുണ്ട്.

കശുവണ്ടി വ്യവസായ പ്രമുഖനായിരുന്ന തങ്ങൾ കുഞ്ഞുമുസലിയാർ സ്ഥാപിച്ച എൻജിനീയറിങ് കോളേജും ആർട്സ് കോളേജും കിളികൊല്ലൂരിലാണ്.

കൊല്ലം-ചെങ്കോട്ട റോഡും റെയിൽവേയും ഈ വഴി കടന്നുപോകുന്നു. പഞ്ചായത്ത് ആസ്ഥാനമായ കിളികൊല്ലൂർ, പട്ടണത്തിന്റെ ധാടിയും മോടിയുമുള്ളതാണെങ്കിലും, മറ്റുപ്രദേശങ്ങളെല്ലാം തനി ഗ്രാമങ്ങൾ തന്നെ. പഞ്ചായത്തിന്റെ വിസ്തീർണ്ണം 11.21 ച കി മീ, ജനസംഖ്യ 56773 (91 ലെ സെൻസസ്).

കിളികൊല്ലൂരിന്റെ ചരിത്രപ്രാധാന്യവും ശ്രദ്ധേയം. 19-ാം നൂറ്റാണ്ടിന്റെ ആദ്യദശകങ്ങളിൽ കൊല്ലത്ത് അധീശത്വം വഹിച്ചിരുന്ന ബ്രിട്ടീഷുകാരുമായി തുറന്ന ഏറ്റുമുട്ടലിനൊരുമ്പെട്ട വേലുത്തമ്പിദളവയുടെ സൈനിക കേന്ദ്രം കൂടിയായിരുന്നു കിളികൊല്ലൂർ. 1909 ൽ രണ്ടു സൈന്യങ്ങളും ഇവിടെ വച്ച് ഏറ്റുമുട്ടുകയും ചെയ്തു.

അനീതിക്കെതിരായ ഏറ്റുമുട്ടലുകൾക്ക് സദാ സന്നദ്ധരായ, രാഷ്ട്രീയബോധമുള്ള ജനതയാണ് തദ്ദേശീയർ. ആ സമരപാരമ്പര്യം അവർ പലവുരു തെളിയിച്ചിട്ടുണ്ട്; തൊഴിലാളി സമരങ്ങളിൽ.

കിളികൊല്ലൂരിനോട് വിട പറഞ്ഞ് കുണ്ടറയ്ക്കു യാത്ര തിരിക്കുമ്പോൾ, ഒരിക്കൽ കൊല്ലത്തിന്റെ മുഖമുദ്രയായിരുന്ന കശുവണ്ടി വ്യവസായം അമ്പേ തകർന്നുകൊണ്ടിരിക്കുന്നതിന്റെ ദുഃഖചിന്തകളായിരുന്നു മനസ്സു നിറയെ...

കുണ്ടറ ഇന്ന്

വെയിൽ മങ്ങിയ നേരം മുക്കട (കുണ്ടറ)യിൽ ബസിറങ്ങിയ ഞാൻ ആദ്യമൊന്നമ്പരന്നു. എനിക്ക് ജങ്ഷൻ മാറിപ്പോയോ? ഇല്ല. ജങ്ഷനു സമീപം ആ പഴയ കൂറ്റൻ തൊഴിൽശാല (അലിൻഡ്)യുടെ തലപ്പു കാണാം. മറ്റു കെട്ടിടങ്ങളും പഴയ മട്ടിൽത്തന്നെയുണ്ട്.

മുമ്പാണെങ്കിൽ, വൈകുന്നേരങ്ങളിൽ ഈ കവലയിൽനിന്നു തിരിയാൻ സ്ഥലം ലഭിച്ചെന്നു വരില്ല. വിവിധ വ്യവസായശാലകളിൽ പകലത്തെ ഷിഫ്റ്റ് കഴിഞ്ഞിറങ്ങുന്നവരും അടുത്ത നൈറ്റ് ഷിഫ്റ്റിന് വരുന്നവരുമായ നൂറുകണക്കിനു തൊഴിലാളികളെ ജങ്ഷനിലും പരിസരങ്ങളിലും കാണാനാകും. ജങ്ഷനിൽ വമ്പിച്ച ഒരു പൊതുയോഗത്തിന്റെ ആൾത്തിരക്കുണ്ടാവും, എപ്പോഴും. ഒരു ഗ്രാമപഞ്ചായത്തിന്റെ ആസ്ഥാനത്തെ സംബന്ധിച്ചിടത്തോളം അന്ന് അത് ഒരു അസാധാരണമായ കാഴ്ചയായിരുന്നു.

ഇന്നോ? കാലം മാറി, കഥ മാറി. ഒരിക്കൽ പ്രവർത്തനോജ്ജ്വലവും ഉത്സാഹപൂർണ്ണവുമായിരുന്ന കുണ്ടറയുടെ വ്യാവസായികമായ സുവർണ്ണദശ അസ്തമിച്ച മട്ടാണ്. കുണ്ടറ ടൗൺ അത്രയും ഒരു ഗ്രാമപഞ്ചായത്തിന്റെ ആസ്ഥാനമെന്നതിനെക്കാൾ ഒരു വ്യാവസായിക നഗരമാണെന്ന് കരുതത്തക്ക വിധത്തിലായിരുന്നു അന്ന് അവിടെ പ്രസിദ്ധങ്ങളായ അനേകം യന്ത്രശാലകൾ കേന്ദ്രീകരിച്ചിരുന്നത്. ഈ വ്യവസായശാലകളെപ്പറ്റി പറയുംമുമ്പ് അവയുടെ പ്രശസ്തിയിലും പ്രാധാന്യത്തിലും പങ്കാളിത്തമുള്ള ഗ്രാമപ്രദേശങ്ങളുടെ ഒരേകദേശരൂപം നോക്കാം.

വ്യാവസായിക സ്ഥാപനങ്ങൾ കേന്ദ്രീകരിച്ചിട്ടുള്ള കുണ്ടറയെ രണ്ടു ഗ്രാമപഞ്ചായത്തുകൾ പങ്കിട്ടെടുത്തിരിക്കുകയാണ്. വലിയ പങ്കു കിട്ടിയത് കുണ്ടറ ഗ്രാമപഞ്ചായത്തിനു തന്നെ. മറ്റേ പങ്കാളിയായ കൊറ്റങ്കര പഞ്ചായത്തിനും അതിന്റെ വിഹിതം കിട്ടിയിട്ടുണ്ട്. പോരെങ്കിൽ ഭൗതികമായ നേട്ടങ്ങളെക്കാൾ വില കല്പിക്കപ്പെടുന്ന ചിലതൊക്കെ കൊറ്റങ്കര പഞ്ചായത്തിനുണ്ട്.

മുക്കട ജങ്ഷനിൽനിന്ന് ഇടത്തോട്ടു തിരിയുന്ന റോഡിലൂടെ ഉള്ളിലേക്കു കടക്കുക. കുണ്ടറയിലെ വിവിധ ഫാക്ടറികളിലേക്കു നയിക്കുന്ന റോഡാണത്. പവർഹൗസും പഞ്ചായത്താഫീസും മാർക്കറ്റും കഴിഞ്ഞ് മുമ്പോട്ടു പോകുമ്പോഴാണ് കുണ്ടറയെന്ന നഗരത്തിന്റെ പിന്നിലൊരു കായലുണ്ടെന്നറിയുക. അഷ്ടമുടിക്കായലിന്റെ ഒരു ശാഖയായ കാഞ്ഞിരോട്ടു കായലിന്റെ തീരത്താണ് അലിൻഡ് എന്ന ആ വലിയ വ്യവസായ സ്ഥാപനത്തിന്റെ ആസ്ഥാനം. ഫാക്ടറി പരിസരത്തു വന്ന് മുട്ടി വിളിക്കുന്ന കായ

ലിനെ വഴി തെളിച്ച് ഫാക്ടറി കോമ്പൗണ്ടിലേക്ക് കടത്തി വിട്ടിട്ടുണ്ട്. അടുത്ത കാലം വരെ കുണ്ടറ യുടെയും കേരളത്തിലെ വ്യാവസായിക രംഗ ത്തിന്റെയും വളർച്ചയുടെ കൂറ്റൻ പ്രതീകമായിരുന്നു അലിൻഡ്.

1946 ൽ വെറും 10 ലക്ഷം രൂപയുടെ മൂലധന ത്തോടെയാണ് അലിൻഡിന്റെ തുടക്കം. അലുമി നിയം കൺഡക്ടറുകൾ നിർമ്മിക്കുകയായിരുന്നു ലക്ഷ്യം. ആദ്യകാലത്തു 1500 ടൺ ആയിരുന്നു ഫാക്ടറിയുടെ ഉല്പാദനശേഷി. 1957 ആയപ്പോ ഴേക്കും കവേഡ് അലുമിനിയം കൺഡക്ടറുകൾ നിർമ്മിക്കുന്നതിനുള്ള ഇന്ത്യയിലെ ആദ്യത്തെ പ്ലാന്റ് കുണ്ടറയിൽ സ്ഥാപിതമായി. ജപ്പാന്റെ സാങ്കേതിക സഹായം ലഭിച്ചതോടെ പുരോഗതിയുടെ പാത യിൽ പിന്നെയും ബഹുദൂരം മുന്നേറാൻ കഴിഞ്ഞു. ഉടമയും തൊഴിലാളികളും തമ്മിലുള്ള സൗഹൃദ ബന്ധം അലിൻഡിന്റെ ഒരു പ്രത്യേകതയായിരുന്നു. തുടക്കത്തിൽ നൂറിനു താഴെമാത്രം തൊഴിലാളികൾ പണിയെടുത്തിരുന്ന സ്ഥാപനത്തിൽ വിവിധ പ്ലാന്റു കളിലായി ആയിരത്തി ഒരുനൂറോളം തൊഴിലാളികൾ പണിയെടുത്തിരുന്നു. ഉയർന്ന വേതനം, ആകർഷ ണീയമായ ബോണസ്, വേജ് ഇൻസെന്റീവ് സ്കീം അനുസരിച്ചുള്ള സ്പെഷ്യൽ ബോണസുകൾ എന്നിവ ഈ കമ്പനിയുടെ പ്രത്യേകതകളായിരുന്നു. മുൻകാലങ്ങളിൽ ഫാക്ടറി ജീവനക്കാർക്ക് മനോ ഹരമായ പാർപ്പിടങ്ങളും ഉന്നതമായ ജീവിത സൗക ര്യങ്ങളും വിനോദപരിപാടികളും നിർലോഭം ഏർപ്പെ ടുത്തിയിരുന്നു. ഇന്ന് അലിൻഡ് നിശ്ചലമാണ്. കാര ണമെന്തായാലും അലിൻഡ് നിശ്ചലമായിട്ട് നാലഞ്ചു വർഷങ്ങൾ കഴിഞ്ഞു. നൂറുകണക്കിന് തൊഴിലാളി കൾക്ക് പണി നഷ്ടപ്പെട്ടു.

1946 ൽ ഒരു പബ്ലിക് ലിമിറ്റഡ് കമ്പനിയായി ആരംഭിച്ച ഇലക്ട്രിക്കൽ ആൻഡ് അലൈഡ് ഇൻഡ സ്ട്രീസ്, വയറിങ് ഉപകരണങ്ങൾ, റെയിൽവേ സാമ ഗ്രികൾ എന്നിവ ഉല്പാദിപ്പിച്ചിരുന്നു. 1952 ൽ കമ്പനി ദീർഘകാലത്തേക്ക് പൂട്ടിയിടപ്പെട്ടു. 1955 ൽ കമ്പനി ഗവൺമെന്റ് ഏറ്റെടുത്തു. ഉല്പാദന പദ്ധതികൾ നവീകരിച്ചു. വിവിധയിനം പ്ലഗ്ഗുകൾ, സ്വിച്ചുകൾ തുടങ്ങി മിക്ക ഇലക്ട്രിക് ഉപകരണങ്ങളും നിർമ്മി ച്ചിരുന്നു. കേരള സ്റ്റേറ്റ് ഇലക്ട്രിസിറ്റി ബോർഡും പബ്ലിക് ഹെൽത്ത് എൻജിനീയറിങ് ഡിപ്പാർട്ടുമെന്റു കളുമായിരുന്നു പ്രധാന ഉപഭോക്താക്കൾ. ഈ പ്രമുഖ വ്യവസായ സ്ഥാപനവും ഇപ്പോൾ നിഷ്ക്രി യമാണ്.

ലക്ഷ്മി സ്റ്റാർച്ച് ഫാക്ടറിയും ഒരു പ്രമുഖ വ്യവ സായ സ്ഥാപനമായിരുന്നു. പ്രധാന അസംസ്കൃത സാധനം മരിച്ചീനി ആയിരുന്നു. ഈ ഫാക്ടറിയു ടെയും പ്രവർത്തനം നിലച്ചു.

കുണ്ടറയിലെ പ്രസിദ്ധമായ വ്യവസായ മേഖ ലയിൽ ഇന്ന് അവശേഷിക്കുന്ന പ്രമുഖ സ്ഥാപന മാണ് കേരളാ സിറാമിക്സ്.

കേരള സിറാമിക്സ്

അഷ്ടമുടിക്കായലിന്റെ ഭാഗമായ കാഞ്ഞിരോട്ടു കായലിനു സമീപം സ്ഥിതിചെയ്യുന്ന കേരളാ സിറാ മിക്സ് ഗവൺമെന്റ് ഉടമയിലുള്ള ഒരു സ്ഥാപനമാ ണ്. 1937 ൽ സർ. സി പി രാമസ്വാമി അയ്യർ ദിവാനാ യിരുന്ന കാലത്ത് പ്രവർത്തനമാരംഭിച്ചതാണ് ഈ സ്ഥാപനം. അന്നത്തെ പ്രമുഖ സിറാമിസ്റ്റ് ആയിരുന്ന ഡോഗർഗ്ഗിങ് ആയിരുന്നു ആദ്യകാലശില്പി. 1940 ൽ നല്ല രീതിയിൽ പ്രവർത്തനം തുടങ്ങി.

അഷ്ടമുടിക്കായലിലെ മികച്ച നിലവാരമുള്ള കളിമണ്ണാണ് പ്രധാന അസംസ്കൃത വസ്തു. ചീന ക്കളിമണ്ണ്, ഫെൽസ്പാർ, ക്വാർട്ട്സ് എന്നീ അസം സ്കൃത സാധനങ്ങളുപയോഗിച്ച് ഇവിടെ നിർമ്മി ക്കുന്ന പോഴ്സ്ലെയിൽ ഉല്പന്നങ്ങൾ ഗുണ മേന്മകൊണ്ട് പ്രസിദ്ധമാണ്. വിദേശങ്ങളിൽ നല്ല മാർക്കറ്റുണ്ട്. മൂന്ന് വർക്കിങ് യൂണിറ്റുകളുള്ള വൻകിട ഫാക്ടറിയാണിത്. പോഴ്സ്ലെനിൻ ക്രോക്കറി, ലോടെൻഷൻ ഇലക്ട്രിക്കൽ ഇൻസുലേ റ്റേഴ്സ് എന്നിവ നിർമ്മിക്കുന്നതാണ് ഒന്നാമത്തെ യൂണിറ്റ്. സ്റ്റോൺ വയർപൈപ്പുകളും റിഫ്രാക്ടറി കളും നിർമ്മിക്കാൻ വേണ്ടി പുനഃസംഘടിപ്പിച്ച പഴയ ഫാക്ടറിയാണ് മറ്റൊന്ന്. മൂന്നാം യൂണിറ്റിൽ റിഫൈൻഡ് ചൈനാക്ലേ ഉല്പാദിപ്പിക്കുന്നു.

നൂറുകണക്കിന് തൊഴിലാളികൾ പണിയെടു ക്കുന്ന കേരളാ സിറാമിക്സ് മാത്രമാണ് കുണ്ടറയിൽ ഇനിയും മരിക്കാത്ത വ്യവസായസ്ഥാപനം. അത്ര യെങ്കിലും നമുക്കാശ്വസിക്കാം.

മുമ്പു സൂചിപ്പിച്ച വൻകിട വ്യവസായസ്ഥാപ നങ്ങൾക്കു പുറമേ എസ് വി കാഷ്യൂ ഫാക്ടറി, എസ് ജി കാഷ്യൂ ഫാക്ടറി, ബോംബെ കമ്പനി (ഓണമ്പ ലത്ത്), വി പി കാഷ്യൂ ഫാക്ടറി (മുക്കൂട്ട്) എന്നി ങ്ങനെ, പല കശുവണ്ടി ഫാക്ടറികളിലായി നാലാ യിരത്തോളം തൊഴിലാളികൾ പണിയെടുത്തിരുന്നു. കാഞ്ഞരോട്ടു വാർഡിലാണ് അലിൻഡ് തുടങ്ങിയ ഫാക്ടറികൾ പ്രവർത്തിച്ചിരുന്നത്. പഞ്ചായത്തിന്റെ പടിഞ്ഞാറൻ അതിർത്തിയായ കായലോരങ്ങൾ താര തമ്യേന അവികസിത പ്രദേശങ്ങളാണ്. കുമ്പളം കായലിന്റെയും കാഞ്ഞരോട്ടു കായലിന്റെയും ഉള്ളി ലേക്കു നീങ്ങി ഏതാണ്ടൊരു ദ്വീപുപോലുള്ള ആ പ്രദേശങ്ങൾക്ക് കുതിരമുനമ്പ് എന്നാണ് പേര്. ചില ഭാഗങ്ങളിൽ 300 മീറ്റർ വരെ വീതിയുണ്ടെങ്കിലും മറ്റു ചില ഭാഗങ്ങളിൽ കഷ്ടിച്ച് പത്ത് ആളുകൾക്കു നില്ക്കാൻ മാത്രമുള്ള വീതിയേ കാണുകയുള്ളൂ. ആ ഭാഗങ്ങളിലെ ജനങ്ങളിൽ നല്ലൊരു ശതമാനം ഹരി ജനങ്ങളാണ്.

കുമ്പളം, പടപ്പക്കര, കാഞ്ഞിരോട്ട് എന്നീ പ്രദേ ശങ്ങളിൽ മീൻ പിടുത്തവും ചകിരി പിരിക്കലും ഫാക്ടറിപ്പണിയുമൊക്കെയായി നിത്യവൃത്തി തേടു ന്നവരാണ് അധികം പേരും. പഞ്ചായത്തിലെ മുക്കൂ ട്ട്, മുളവന, പേരയം ഭാഗങ്ങളിൽ ചെറുകൃഷിക്കാർ കൂടുതലുണ്ട്. കൊറ്റങ്കര പഞ്ചായത്തിന്റെ ഭൂരിഭാ

ഗവും ഗ്രാമപ്രദേശങ്ങളാണ്. കശുവണ്ടി തൊഴിലാളികളും ചെറുകിട കൃഷിക്കാരും ചെറുകിട വ്യവസായികളും ഉൾപ്പെട്ട സാമൂഹ്യസംവിധാനം. ഡീസന്റ് മുക്ക്, കരിക്കോട്, കുരീപ്പള്ളി, കുണ്ടറ, പെരുമ്പുഴ എന്നിവയാണ് അതിരുകൾ.

ചിറ്റുമല ബ്ലോക്കിൽപ്പെട്ട കുണ്ടറ പഞ്ചായത്ത് ഇന്ന് ഒരു ചെറിയ പട്ടണമാണ്. പഞ്ചായത്തിന്റെ വിസ്തീർണ്ണം 11.07 ച കി മീ. ജനസംഖ്യ 17,644 (91 ലെ സെൻസസ്). പഞ്ചായത്ത് ആസ്ഥാനമായ മുക്കട ജങ്ഷനൊഴികെയുള്ളവ തനി ഗ്രാമപ്രദേശങ്ങളാണ്. തെങ്ങും മരിച്ചീനിയും മറ്റുമാണ് പ്രധാന കാർഷികോല്പന്നങ്ങൾ. ഗ്രാമാന്തരങ്ങളിൽ പ്രവർത്തിച്ചിരുന്ന കശുവണ്ടി ഫാക്ടറികൾ പലതും ഇപ്പോൾ അടച്ചുപൂട്ടി.

ജനങ്ങളിൽ ഭൂരിഭാഗവും ക്രിസ്തീയ സമുദായാംഗങ്ങളാണ്. പ്രസിദ്ധ കുടുംബങ്ങളിൽ പലതുണ്ട്.

ചരിത്രപരമായി കുണ്ടറയ്ക്കുള്ള പ്രാധാന്യം എടുത്തു പറയേണ്ടതുണ്ട്. വേലുത്തമ്പിദളവയുടെ സുപ്രസിദ്ധമായ കുണ്ടറ വിളംബരത്തിന്റെ (1809 ജനുവരി 11) രംഗവേദികൾ തൊട്ടടുത്ത് തന്നെയുണ്ട് (കുണ്ടറ വിളംബരവും മറ്റും അടുത്ത അദ്ധ്യായത്തിൽ).

കൊല്ലം-ചെങ്കോട്ട റെയിൽവേ ലൈനും റോഡും കുണ്ടറ വഴി കടന്നു പോകുന്നു.

വിദ്യാഭ്യാസപരമായും സാംസ്കാരികമായും മുന്നണിയിലാണ് കുണ്ടറ പ്രദേശങ്ങൾ. പ്രാഥമിക വിദ്യാലയങ്ങളും ഹൈസ്കൂളുകളും പലതുണ്ട്. കലാശാല വിദ്യാഭ്യാസത്തിനും സൗകര്യമുണ്ട്. ചികിത്സാ സൗകര്യങ്ങളും കുറവല്ല.

അന്നും ഇന്നും

അന്ന്-

അഷ്ടമുടിക്കായലിന്റെ ശാഖയായ കാഞ്ഞിരോട്ടു കായലും കായലോരത്തെ കളിമണ്ണും (ചൈനാക്ലേ) കുണ്ടറയുടെ വ്യവസായ സാദ്ധ്യതകൾ പുറംലോകത്തിനു കാട്ടിക്കൊടുത്തു. കുണ്ടറ പവ്വർ ഹൗസ്, വ്യവസായത്തിനാവശ്യമായ വിദ്യുത്ച്ഛക്തി ലഭ്യമാക്കി. അദ്ധ്വാനിക്കാൻ സന്നദ്ധരായിരുന്ന ജനസഞ്ചയം സുലഭമായിരുന്നു കുണ്ടറയിലും സമീപഗ്രാമങ്ങളിലും. അങ്ങനെ, കുണ്ടറ സിറാമിക്സിൽ നിന്നാരംഭിച്ച വ്യാവസായിക വളർച്ച ആ സ്ഥലം ഒരു വ്യവസായ കേന്ദ്രമാക്കി. ഗ്രാമാന്തർഭാഗത്തെ കശുവണ്ടി ഫാക്ടറികൾ തൊഴിൽ മേഖല വ്യാപകമാക്കി. കേരളത്തിലെ മറ്റു പല ഗ്രാമങ്ങളെയും അപേക്ഷിച്ച് കുണ്ടറയിലെ തൊഴിൽ സാദ്ധ്യതകൾ, ഗണ്യമായി വർദ്ധിച്ചു. കഴിഞ്ഞ ചില ദശകങ്ങളിൽ തദ്ദേശീയർ മാത്രമല്ല, മറ്റു പ്രദേശങ്ങളിലുള്ളവരും കുണ്ടറയിലെ വിവിധ തൊഴിൽ സ്ഥാപനങ്ങളിലും കശുവണ്ടി ഫാക്ടറികളിലും തൊഴിൽ നേടി ജീവിതം ഭദ്രമാക്കി. ക്രമേണ തദ്ദേശീയരുടെ സാമ്പത്തിക സ്ഥിതി വർദ്ധിച്ചു. ജീവിത നിലവാരമുയർന്നു. കുണ്ടറയുടെ അസൂയാവഹമായ അഭിവൃദ്ധി അയൽപ്രദേശങ്ങളെപ്പോലും അസൂയാലുക്കളാക്കി.

പക്ഷേ, ഈ വളർച്ചയും സമ്പന്നതയും ശാശ്വതമല്ലെന്ന ബോധം അന്നാർക്കുമുണ്ടായില്ല. കാലാകാലങ്ങളിൽ നാടു ഭരിച്ച ഭരണാധികാരികളുടെ പിടിപ്പുകേടും സ്വകാര്യമുതലാളിമാരുടെ മുഷ്കും തൊഴിലാളികളുടെ അവകാശബോധത്തിന്റെ അതിപ്രസരവും എല്ലാം കൂടി, തഴച്ചു വളർന്നു വന്ന ഒരു വ്യവസായ മേഖലയെ തറപറ്റിച്ചു. ചെറുകിട വ്യവസായ സ്ഥാപനങ്ങളും കശുവണ്ടി ഫാക്ടറികളും ഒന്നൊന്നായി ചരമഗീതം പാടി നിശ്ചലമായി. വൻകിട സ്ഥാപനങ്ങളും ആ വഴി പിന്തുടർന്നപ്പോൾ ഒരിക്കൽ സജീവവും ചലനാത്മകവുമായിരുന്ന വ്യവസായ മേഖല മന്ദീഭവിച്ചു. ഏറക്കുറെ നിശ്ചലമായി. അതാണ് ഇന്നത്തെ അവസ്ഥ.

ഒരു പ്രദേശത്തിന്റെ വ്യവസായ വളർച്ചയെ ഏതെല്ലാം തരത്തിൽ, എത്രവേഗം നശിപ്പിക്കാൻ കഴിയുമെന്നതിന് ഉത്തമോദാഹരണമാണ് ഇന്നത്തെ കുണ്ടറ. അതിന് ആരെയും പ്രത്യേകിച്ച് കുറ്റപ്പെടുത്തുകയല്ലിവിടെ. നമ്മുടെ സാമൂഹ്യ-രാഷ്ട്രീയ കാലാവസ്ഥയുടെ ദർപ്പണം മാത്രമാണിത്.

19

കുണ്ടറ വിളംബരത്തിന്റെ ബാക്കിപത്രം

തലസ്ഥാനമായ തിരുവനന്തപുരം നഗരത്തിനുള്ളിലാണെങ്കിലും നഗരബഹളങ്ങളിൽനിന്ന് ഒഴിഞ്ഞു മാറി, പേട്ട മെഡിക്കൽ കോളേജ് (ഉള്ളൂർ) ബസ് റൂട്ടിലുള്ള ഒരു സാധാരണ കവലയാണ് കണ്ണമ്മൂല. കിഴക്കേക്കോട്ടനിന്നും കഷ്ടിച്ച് മൂന്നു കി മീ ദൂരമേയുള്ളൂ. നഗരപ്രൗഢി തീരെയില്ല. എന്നാൽ ജനവാസ നിബിഡമാണ്.

ഇന്നേയ്ക്കു 193 വർഷങ്ങൾക്കു മുമ്പ് അനന്തൻ കാടിന്റെ തുടർച്ചയായ ഈ പ്രദേശങ്ങൾ കാടും പടലും നിറഞ്ഞ് വിജനമായിരുന്നു. അന്ന്, ഒരു പുലർച്ചെയിൽ കണ്ണമ്മൂല വഴി കടന്നുപോയ ഒരു വഴിയാത്രക്കാരൻ, ആ കാഴ്ച കണ്ട് ഞെട്ടിവിറച്ചു. അലമുറയിട്ടോടി. അലമുറ ശബ്ദം കേട്ട് പരിസരവാസികൾ ഓടിക്കൂടി. ഭയകമ്പിതരായി. അവർ ആ കാഴ്ച നോക്കിനിന്നു.

അവിടെ, കണ്ണമ്മൂലക്കുന്നിൽ, ഒറ്റരാത്രികൊണ്ട് ഒരു കഴുമരം ഉയർന്നിരിക്കുന്നു. ആ കഴുമരത്തിൽ ഒരു മൃതദേഹം തൂങ്ങിനില്ക്കുന്നു. ഭീതിജനകമായ ആ മൃതദേഹം കണ്ട് ഞെട്ടിത്തരിച്ചുപോയ തദ്ദേശീയർ വളരെ പെട്ടെന്ന് ആ ശവശരീരം ആരുടേതാണെന്ന് തിരിച്ചറിഞ്ഞു. ഇന്നലെവരെ തിരുവിതാംകൂറിന്റെ ഭരണസാരഥ്യം വഹിച്ചിരുന്ന ദിവാൻ വേലുത്തമ്പി ദളവയുടെ അന്ത്യാവശിഷ്ടം.

ജന്മനാടിന്റെ സ്വാതന്ത്ര്യത്തിനു വേണ്ടി വൈദേശിക ശക്തിക്കെതിരെ, തുറന്ന യുദ്ധത്തിന് നേതൃത്വം നല്കിയ ആ ധീരസാഹസികനെ ജീവനോടെ ബന്ധനസ്ഥനാക്കാൻ കഴിയാത്ത ബ്രിട്ടീഷ് പട്ടാളവും തിരുവിതാംകൂർ പട്ടാളവും ആ മൃതദേഹത്തോട് കാട്ടിയ അനാദരവും അവഹേളനവും അപലപിക്കാനേ ആർക്കും കഴിയുമായിരുന്നുള്ളൂ.

അങ്ങ് ദൂരെ, അടൂരിനടുത്തുള്ള മണ്ണടിയിൽ ക്ഷേത്രത്തിനുള്ളിൽ വച്ച്, ശത്രുവിന്റെ കൈകൊണ്ട് ഹീനമൃത്യു വരിക്കാതെ, സ്വന്തം കഠാരി നെഞ്ചിൽ കുത്തിയിറക്കി വീരമൃത്യു വരിക്കുകയായിരുന്നു ആ ധീര ദേശാഭിമാനി. പക്ഷേ, രാജാവിനെക്കാൾ വലിയ രാജഭക്തി കാട്ടാൻ വേണ്ടി, സൈന്യത്തോടൊപ്പം സ്ഥലത്തെത്തിയിരുന്ന മല്ലൻപിള്ള കാര്യക്കാർ ഒരു പടി കൂടി മുമ്പോട്ടു പോയി. ശത്രുവിന്റെ മൃതദേഹം രാജസന്നിധിയിലെത്തിച്ച് ബോദ്ധ്യപ്പെടുത്തണമല്ലോ. ശിരസ്സറ്റ മൃതദേഹത്തെ ഒരു അലക് ഉപയോഗിച്ച് തലയും ഉടലുമായിക്കൂട്ടിയിണക്കി. ഒരു കട്ടിലിൽ കിടത്തി ആളകമ്പടികളോടും വാദ്യഘോഷങ്ങളോടും ആർത്തു വിളിച്ച്, അട്ടഹസിച്ച്, വഴിനീളെ പ്രദർശിപ്പിച്ച് കണ്ണമ്മൂല എത്തിച്ച് കഴുവിലേറ്റുകയായിരുന്നു. ബ്രിട്ടീഷ് അധീശശക്തിയോടു കളിച്ചാൽ അനുഭവം ഇപ്രകാരം ആയിരിക്കുമെന്ന് തദ്ദേശീയരെ ബോദ്ധ്യപ്പെടുത്താൻ വേണ്ടി റസിഡന്റും തിരുവിതാംകൂർ സൈന്യാധികാരികളും കൂടി സംയുക്തമായി നടപ്പാക്കിയ ഒരടവായിരുന്നു, ആ പ്രദർശന ഘോഷയാത്ര. പില്ക്കാലത്ത് ഈ ഹീനകർമ്മം അറിയാനിടയായ ഗവർണ്ണർ ജനറൽ മിന്റോ പ്രഭു ഇക്കാര്യത്തിൽ റസിഡന്റ് കേണൽ മെക്കാളയെ അതിനിശിതമായി ഭർത്സിക്കുകയുണ്ടായി.

കണ്ണമ്മൂലപ്പാലത്തിനപ്പുറം റോഡരികിൽ ക്രിസ്ത്യൻ മിഷണറിമാരുടെ ചില സ്ഥാപനങ്ങൾ കാണാം. അവിടെയായിരുന്നു വേലുത്തമ്പിദളവയെ തൂക്കിലേറ്റിയതെന്ന് *തിരുവിതാംകൂർ സ്റ്റേറ്റ് മാനുവലിൽ* സൂചിപ്പിച്ചിട്ടുണ്ടെങ്കിലും, കൃത്യമായ സ്ഥലമേതെന്ന് ചൂണ്ടിക്കാണിക്കാനാവില്ല.

ദളവയുടെ അന്ത്യം കണ്ടിട്ടും അരിശം തീരാത്ത അധികാരി വർഗ്ഗം തമ്പിയുടെ കുടുംബം ഇടിച്ചു നിരത്തി, വസ്തുവകകൾ കണ്ടുകെട്ടി,

ബന്ധുക്കളായി അവശേഷിച്ചവരെ മാലിദ്വീപിലേക്ക് നാടു കടത്തുകയും ചെയ്തു.

ഇത്ര നീചവും ബീഭത്സവും ക്രൂരവുമായ ഒരു അന്ത്യയാത്രയ്ക്ക് വിധേയനാകാൻ വേണ്ടി ആ മൃത ദേഹം ജീവിച്ചിരിക്കെ ചെയ്ത കാര്യങ്ങൾ എന്തൊക്കെയാവാം? തന്മൂലം ആരുടെയൊക്കെ ശത്രുതയ്ക്ക് പാത്രീഭവിച്ചു? എന്തിനുവേണ്ടിയായിരുന്നു ഇതെല്ലാം?

എല്ലാം തിരക്കിയറിയുന്നതിനു മുമ്പ്, കഴുവിലേറ്റപ്പെട്ട ആ മഹാപുരുഷന്റെ ജീവിതകഥയുടെ വേരുകൾ തേടി നമുക്കല്പം തെക്കോട്ടു പോകാം, കുറെ പഴയ കാലങ്ങളിലേക്ക്. ഇന്ന്, തമിഴ്നാടിന്റെ ഭാഗമായിക്കഴിയുന്ന പഴയ തിരുവിതാംകൂറിലെ നായർ പ്രമാണിമാരുടെ ഈറ്റില്ലമായിരുന്നു തെക്കൻ തിരുവിതാംകൂർ. അവിടെ, കണക്ക് ചെമ്പകരാമൻ വേലായുധൻ മുതൽ തുടങ്ങാം.

ചെമ്പകരാമൻ വേലായുധൻ

കണക്കുതമ്പി ചെമ്പകരാമൻ വേലായുധൻ കൽക്കുളം താലൂക്കിൽ തലക്കുളത്തു വീട്ടിൽ വള്ളിയമ്മപ്പിള്ളത്തങ്കച്ചിയുടെയും മണക്കര കുഞ്ചുമായിറ്റിപ്പിള്ളയുടെയും മകനായി 940 മേടം 23-ാം തീയതി ജനിച്ചു. കുസൃതിച്ചെറുക്കൻ. ധിക്കാരി. അഞ്ചാം വയസ്സിൽ ഇരണിയൽ കുഞ്ചാദിച്ചൻ പിള്ളയുടെ ശിഷ്യനായി കുടിപ്പള്ളിക്കൂടത്തിൽ ചേർന്നു. തുടർന്ന് നീലകണ്ഠൻ നമ്പൂതിരിയുടെ കീഴിൽ സംസ്കൃത പഠനം. (കാലാന്തരത്തിൽ ഹിന്ദുസ്ഥാനി, അറബി എന്നീ ഭാഷകളും വശമാക്കി) പന്ത്രണ്ടാമത്തെ വയസിൽ ആയുധാഭ്യാസം. സകല ഗുണസമ്പന്നൻ. അച്ചടക്കം, സത്യസന്ധത, നിശ്ചയദാർഢ്യം, അയൽക്കാരുടെയും സുഹൃത്തുക്കളുടെയും ആരാധനാപാത്രം, നാട്ടുകാരുടെ കണ്ണിലുണ്ണി. വർഷങ്ങൾ കടന്നപ്പോൾ തലക്കുളത്തു വേലുത്തമ്പിയുടെ വീരപരാക്രമങ്ങളും നീതിനിഷ്ഠയും നാടാകെ പ്രചരിച്ചു.

ധർമ്മരാജാവ് പത്മനാഭപുരം കൊട്ടാരത്തിൽ എഴുന്നള്ളി വാണ കാലം. ഒരുനാൾ മഹാരാജാവിന്റെ സുവർണ്ണപേടകം കാണാനില്ല. ഭൃത്യജനങ്ങളും ഭടന്മാരും പരിഭ്രാന്തരായി പരക്കംപാഞ്ഞു. നിഷ്ഫലം. നാടെങ്ങും വാർത്ത പരന്നു. ഒന്ന്-രണ്ട്-മൂന്നാം ദിവസം ചെമ്പകരാമൻ വേലായുധൻ എന്ന യുവാവ് കൊട്ടാരവളപ്പിലെത്തി. മഹാരാജാവിനെ മുഖം കാണിച്ച് കണ്ടുകിട്ടിയ സുവർണ്ണ പേടകം അടിയറ വച്ച് വണങ്ങി. തമ്പിയിൽ സംപ്രീതനായ രാജാവ് ഉടനെ കല്പന പുറപ്പെടുവിച്ചു വേലായുധൻ തമ്പി കൽക്കുളം തെക്കേ മണ്ഡപം വാതുക്കൽ കാര്യക്കാരനായി നിയമിക്കപ്പെട്ടു.

ധർമ്മരാജാവ് നാടുനീങ്ങി. പിൻഗാമിയായി രാജ്യഭാരം ഏറ്റത് കേവലം പതിനാറു വയസ്സു മാത്രം പ്രായമുണ്ടായിരുന്ന ബാലരാമവർമ്മയായിരുന്നു അദ്ദേഹം സ്തുതിപാഠകരുടെയും ചില ആശ്രിതരുടെയും പ്രേരണകൾക്ക് വശംവദനായിരുന്നു. കുടിലതന്ത്രങ്ങളിലൂടെ ജയന്തൻ ശങ്കരൻ നമ്പൂതിരി ദിവാൻ പദവിയിലെത്തി. വലിയ മേലെഴുത്തുകാരനായി ശങ്കരനാരായണൻ ചെട്ടിയേയും ഉപദേശകനായി മാത്തൂത്തരകനേയും നിയമിച്ചു. മുൻ ദിവാൻജി കേശവപിള്ളയുടെ വസ്തുവകകൾ കണ്ടുകെട്ടി. അങ്ങനെ തന്റെ ആജന്മശത്രുവിനെ നമ്പൂതിരി വേരോടെ നശിപ്പിച്ചു. ഇനി സ്വസ്ഥം ഭദ്രം.

പക്ഷേ, ഖജനാവിൽ പണമില്ല. എന്താണു മാർഗ്ഗം? ഈ ദുഷ്ടമൂർത്തിത്രയം തലപുകഞ്ഞാലോചിച്ചു. അവസാനം പോംവഴി കണ്ടുപിടിച്ചു. രാജ്യത്തെ പ്രമാണിമാരുടെയും ധനികരുടെയും ഒരു ലിസ്റ്റ് തയ്യാറാക്കി. ഓരോരുത്തരും ഒരു നിശ്ചിത തുക വീതം ഗവൺമെന്റിലടയ്ക്കാൻ കല്പന പുറപ്പെടുവിക്കുക. ഉടനടി നടപ്പാക്കി. പണമടയ്ക്കാൻ കഴിയാത്തവരെ മുക്കാലിയിൽ കെട്ടി അടിക്കുക. കുറെ പണം പിരിഞ്ഞുകിട്ടി. ശിക്ഷകളും കുറെ നടന്നു.

തലക്കുളത്തുകാരൻ വേലുത്തമ്പിക്കും കല്പന കിട്ടി. 3000 രൂപ ഉടനടി ഖജനാവിലടയ്ക്കുക! തമ്പി ഒന്നമ്പരന്നു. രാജ്യഭരണം ഇങ്ങനെയുമോ? തമ്പി നയത്തിൽ മൂന്നു ദിവസത്തെ അവധി ആവശ്യപ്പെട്ടു. പലരിൽനിന്നും കിട്ടാനുള്ള പണം പിരിച്ചെടുക്കാനുള്ള സാവകാശം. അപേക്ഷ ന്യായം. ദിവാൻ അതനുവദിച്ചു.

മന്ത്രി സവിധത്തിൽനിന്നും ഏറ്റവും വേഗം നാട്ടിലെത്തിയ തമ്പി ഇരണിയൽ കൊട്ടാരത്തിനു മുന്നിൽ ഉടനടി നാട്ടുകാരെ വിളിച്ചുകൂട്ടി. ദിവാൻ ശങ്കരൻ നമ്പൂതിരിയുടെ അക്രമങ്ങളും കൊള്ളരുതായ്മകളും വിവരിച്ചു. അവയെ എതിർത്തു തോല്പിക്കേണ്ട ആവശ്യകതയും ചൂണ്ടിക്കാട്ടി. സമരത്തിന്റെ നേതൃത്വം സ്വയം ഏറ്റെടുത്തു.

നാഞ്ചിനാട്ടെ നാട്ടുക്കൂട്ടം

മൂന്നാം ദിവസം നാഞ്ചിനാട്ടെ കുലീന കുടുംബത്തിൽപ്പെട്ട ആയിരക്കണക്കിനു ജനങ്ങൾ തിരുവനന്തപുരത്ത് കിഴക്കേക്കോട്ട വാതിൽക്കലെത്തി പാളയമടിച്ചു. നാഞ്ചിനാട്ടെ നാട്ടുക്കൂട്ടമെത്തിയ വിവരം രാജസന്നിധിയിലറിഞ്ഞു. ധീരപരാക്രമികളായ ഈ നാട്ടുക്കൂട്ടത്തെ ഭയന്ന് രാജാവ് തമ്പിയെ വിളിച്ച് കാര്യം തിരക്കി. തമ്പി ആവശ്യങ്ങൾ സധൈര്യം ഉന്നയിച്ചു. ദിവാൻ ശങ്കരൻ നമ്പൂതിരിയെ ഉടനടി ഉദ്യോഗത്തിൽനിന്ന് പിരിച്ചയക്കുകയും നാടുകടത്തുകയും ചെയ്യുക. മാത്തൂത്തരകനേയും ശങ്കരനാരായണൻ ചെട്ടിയേയും മുക്കാലിയിൽ കെട്ടി അടിയും കൊടുത്ത് ചെവിയും അറുത്ത് വിടുക. ഉപ്പുകരം തുടങ്ങിയ ജനദ്രോഹകരങ്ങളായ കരങ്ങൾ

നിർത്തൽ ചെയ്യുക..

രാജാവ് എല്ലാം സമ്മതിച്ചു നടപ്പിലാക്കി. മാത്ര മല്ല സമർത്ഥനായ വേലുത്തമ്പിയെ മുളകുമടിശ്ശീല സർവ്വാധികാര്യക്കാരായും (ധനകാര്യം) സഹവിപ്ല വകാരിയായ ചെമ്പകരാമൻപിള്ളയെ ദിവാനായും നിയമിച്ചു. പുതിയ ദിവാൻജിക്ക് 14 മാസം മാത്രമേ ഭരിക്കാൻ കഴിഞ്ഞുള്ളൂ. കൊ. വ. 976 ൽ അദ്ദേഹം മരണമടഞ്ഞു. വേലുത്തമ്പി ദിവാൻജിയായി, 976 ൽ റസിഡന്റ് മെക്കാളെയുടെ അംഗീകാരത്തോടെ.

അഴിമതിയും സ്വജനപക്ഷപാതവും നിറഞ്ഞ ഭരണ സംവിധാനം സംശുദ്ധമാക്കാനുള്ള കർശന നടപടികൾ ദളവ സ്വീകരിച്ചു. കുറ്റക്കാരെ പരസ്യ മായി അടിക്കുക, അംഗഭംഗം വരുത്തുക, മരത്തിൽ പിടിച്ചുകെട്ടി ആണി തറയ്ക്കുക എന്നിങ്ങനെയുള്ള വിചിത്രങ്ങളായ ശിക്ഷാനടപടികളും സ്വീകരിച്ചിരു ന്നുവത്രെ. തിരുവിതാംകൂറിലെ നിലം പുരയിട ങ്ങൾക്ക് പുതുക്കിയ കരം നിശ്ചയിച്ചു. ചങ്ങനാ ശ്ശേരി, തലയോലപ്പറമ്പ് എന്നീ സ്ഥലങ്ങളിൽ ഓരോ ചന്ത ഏർപ്പെടുത്തി. കൊല്ലം-ചെങ്കോട്ട റോഡ് നിർമ്മിച്ചു. കോട്ടയ്ക്കകത്ത് ക്ഷേത്രത്തിനു ചുറ്റും തെരുവുകൾ സ്ഥാപിച്ചതും അദ്ദേഹമാണ്. കൊല്ലത്ത് ഹജൂർകച്ചേരി സ്ഥാപിച്ചു. കൊല്ലത്തെ ബ്രിട്ടീഷ് പടപ്പാളയത്തിന്റെ സ്ഥിതിഗതികൾ നേരിട്ടു വീക്ഷിക്കാൻ സൗകര്യപ്പെടും വിധം ദീർഘവീക്ഷ ണത്തോടെ സ്വീകരിച്ച ഒരു നടപടിയായിരുന്നു അത്. ആലപ്പുഴ പട്ടണം വികസിപ്പിക്കാനുള്ള ജോലികളും നിർവ്വഹിച്ചു.

ഭരണ നടപടികൾ കർശനമായപ്പോൾ ശത്രു ക്കൾ വർദ്ധിച്ചു. ഗവൺമെന്റിനകത്തും പുറത്തും തുല്യദുഃഖിതർ ഒത്തുചേർന്നു. കൊട്ടാരം സേവക ന്മാർ മുഖേന സ്വതേ ദുർബ്ബലനായ രാജാവിനെ പാട്ടിലാക്കി. തമ്പിക്കെതിരായ പരാതികൾമൂലം രാജാവിന് ഇരിക്കപ്പൊറുതി ഇല്ലാതായി. ഒടുവിൽ വേലുത്തമ്പിയെ പിടികൂടി തൂക്കിലിടാൻ അവർ മഹാരാജാവിൽനിന്ന് തിരുവെഴുത്തു നേടി. വിവരമ റിഞ്ഞ തമ്പി തന്റെ ഉറ്റസഹായിയായ റസിഡന്റ് മെക്കാളെയുടെ സഹായം തേടി. കൊച്ചിയിലായി രുന്ന മെക്കാളെ ഉടനടി കൊല്ലത്തെത്തി, കുറേ ബ്രിട്ടീഷ് പട്ടാളക്കാരെയും കൂട്ടി തിരുവനന്തപുരത്തു വന്ന് ദളവയുടെ ശത്രുക്കളെ അമർച്ച ചെയ്തു തട വിലാക്കി.

നായർ പട്ടാള ലഹള

1795 ലെ ഉടമ്പടി പ്രകാരം തിരുവിതാംകൂറിനെ ശത്രുക്കളിൽനിന്നും രക്ഷിക്കാൻ പ്രതിവർഷം ബ്രിട്ടീ ഷുകാർക്ക് നല്കാമെന്നേറ്റിരുന്ന പണം പലപ്പോഴും കുടിശ്ശികയായി. ഒരു വലിയ തുക. ബ്രിട്ടീഷുകാർ പണത്തിനു ഞെരുങ്ങി. ഖജനാവു ശോഷിച്ച കാലം. പെട്ടെന്ന് പണം കണ്ടെത്തിയേ തീരൂ. അന്നത്തെ നായർ പട്ടാളക്കാരുടെ അലവൻസ് വെട്ടിക്കുറച്ച് പണം കണ്ടെത്താമെന്ന അവസാന തീരുമാനത്തി ലെത്തി. റസിഡന്റും സമ്മതം മൂളി. വാർത്തയറിഞ്ഞ നായർ പട്ടാളം ക്ഷുഭിതരായി. ദിവാൻജിയെയും റസിഡന്റിനേയും വധിക്കാനുള്ള ശ്രമങ്ങൾ തുടങ്ങി. ലഹള പൊട്ടിപ്പുറപ്പെട്ടു. ജയിലറകൾ തുറന്ന് തടവു പുള്ളികളെ സ്വതന്ത്രരാക്കി. അനന്തരം ലഹളക്കാർ കൂട്ടമായി രാജസന്നിധിയിലെത്തി സങ്കടമുണർത്തി ച്ചു. വേലുത്തമ്പിയെ മാറ്റി അവരിലൊരാളെ മന്ത്രി യായി നിയമിക്കണമെന്നാവശ്യപ്പെട്ടു. ഈ സമയം ആലപ്പുഴ ക്യാമ്പു ചെയ്തിരുന്ന ദളവ ആത്മര ക്ഷാർത്ഥം കൊച്ചിയിലെത്തി റസിഡന്റിന്റെ അഭയം തേടി. തുടർന്ന് കർണ്ണാടിക് പട്ടാളവും കൊല്ലത്തെ ഇംഗ്ലീഷ് സൈന്യവും ലഹളയമർത്താൻ നിയോ ഗിക്കപ്പെട്ടു. സൈന്യസന്നാഹത്തോടെ വേലുത്തമ്പി തെക്കോട്ടു തിരിച്ചിട്ടുണ്ടെന്നറിഞ്ഞ ലഹളക്കാർ പല ദിക്കിലേക്കോടി. എങ്കിലും പ്രധാനിമാരെ പിടികൂടി യഥേഷ്ടം ശിക്ഷകൾ നടപ്പാക്കി. ചിലരെ തൂക്കിലി ട്ടു. ചിലരെ പീരങ്കി മുഖത്തു കെട്ടി വെടിവച്ചു. മറ്റു ചിലരെ കഴുത്തു വെട്ടിക്കൊന്നു. ഏറ്റവും ഹീനവും വിചിത്രവുമായ ശിക്ഷയാണ് ലഹളക്കാരുടെ നായ കനായ കൃഷ്ണപിള്ളയ്ക്ക് വിധിക്കപ്പെട്ടത്. രണ്ടാ നകളെ വരുത്തി, കൃഷ്ണപിള്ളയുടെ ഒരു കാൽ ഒരു ആനയുടെ കാലിലും മറ്റേ കാൽ മറ്റൊരു ആന യുടെ കാലിലും കെട്ടിയശേഷം രണ്ടാനകളെയും രണ്ടു ദിക്കിലേക്ക് ഓടിക്കുക. കുറ്റവാളിയുടെ ശരീരം നിമിഷങ്ങൾക്കം രണ്ടായി വലിച്ചു ചീന്തപ്പെട്ടു.

1795 ലെ ഉടമ്പടിപ്രകാരം തിരുവിതാംകൂറിനെ ശത്രുക്കളിൽനിന്ന് രക്ഷിക്കാമെന്നല്ലാതെ നായർ ലഹള പോലുള്ള ആഭ്യന്തര കലാപങ്ങൾ അമർച്ച ചെയ്യാൻ കമ്പനി ബാദ്ധ്യസ്ഥരായിരുന്നില്ല. ആക യാൽ ഉടമ്പടി പുതുക്കി എഴുതണമെന്ന് ഗവർണ്ണർ ജനറൽ ശഠിച്ചു. ഗത്യന്തരമില്ലാതെ മഹാരാജാവിന് വഴങ്ങേണ്ടിവന്നു. തദനുസരണം 1805 ജനുവരി 12 -ാം തീയതി എഴുതപ്പെട്ട ഉടമ്പടി, ഫലത്തിൽ, തിരു വിതാംകൂറിനെ ബ്രിട്ടീഷുകാർക്ക് പണയപ്പെടുത്ത ലായിരുന്നു. മുൻ ഉടമ്പടി പ്രകാരമുള്ള തുകയ്ക്കു പുറമേ നാട്ടുപട്ടാളവകുപ്പിന്റെ ചെലവുകൂടി മഹാ രാജാവ് കമ്പനിക്കു വക വച്ചു കൊടുക്കണമെന്നും, ഈ തുക യഥേഷ്ടം ചെലവാക്കുന്നതിനും ഈ പട്ടാള വകുപ്പിനെ യഥേഷ്ടം തിരുവിതാംകൂറിലെ മറ്റേതു സ്ഥലത്തും താമസിപ്പിക്കുന്നതിനും ഇംഗ്ലീ ഷുകാർക്ക് പൂർണ്ണാധികാരമുണ്ടെന്നും, സൈന്യച്ചെ ലവിനുള്ള തുക മുടക്കം വരുത്തിയാൽ തിരുവി താംകൂറിന്റെ ഏതെങ്കിലും ഒരുഭാഗത്തെ ബ്രിട്ടീഷ് ഭരണത്തിലാക്കാൻ ഗവർണ്ണർ ജനറലിന് അധികാര മുണ്ടായിരിക്കുമെന്നും മറ്റുമുള്ള ദ്രോഹകരമായ വ്യവ സ്ഥകൾ ഉൾക്കൊണ്ട പ്രസ്തുത ഉടമ്പടിയാണ്,

യഥാർത്ഥത്തിൽ കുണ്ടറ വിളംബരത്തിലേക്ക്–അനന്തര സംഭവങ്ങളിലേക്ക് തിരുവിതാംകൂറിനെ വലിച്ചിഴച്ചത്.

ഭരണ സ്തംഭനം

ഉദ്യോഗസ്ഥന്മാരുടെ അനാസ്ഥയും മാത്സര്യവുംമൂലം രാജ്യഭരണം അവതാളത്തിൽ. വരുമാനം ഗണ്യമായി കുറഞ്ഞു. കൂട്ടത്തിൽ വമ്പിച്ച ചെലവു വന്ന തുലാപുരുഷദാനം, ഹിരണ്യഗർഭം എന്നീ രാജകീയ ചടങ്ങുകളും. കമ്പനിക്ക് പണം നല്കാൻ വഴി കാണാതെ ദളവ കുഴങ്ങി. റസിഡന്റ് ആകട്ടെ തുടരെത്തുടരെ പണത്തിനാവശ്യപ്പെടുകയും. തൊട്ടു തൊട്ടു പല കാരണങ്ങളാലും റസിഡന്റും ദിവാനും തമ്മിൽ സ്വരച്ചേർച്ചയില്ലാതായി. ഒരുദാഹരണം, സർക്കാരിന് വൻതുക കരക്കുടിശ്ശികവരുത്തിയ മാത്തൂത്തരകന്റെ വസ്തുവകകൾ കണ്ടുകെട്ടാൻ ദിവാൻ ഉത്തരവായി അടുത്ത നിമിഷം തന്നെ റസിഡന്റ് മെക്കാളെ ദിവാന്റെ ഉത്തരവ് റദ്ദാക്കി. ഇങ്ങനെ, തിരുവിതാംകൂറിന്റെ ആഭ്യന്തര ഭരണകാര്യങ്ങളിൽ സ്ഥാനത്തും ആസ്ഥാനത്തുമുള്ള റസിഡന്റിന്റെ ഇടംകോലിടീൽ ദളവയെ ചൊടിപ്പിച്ചു. സ്വന്തം പ്രമാണിത്തവും അധീശത്വവും പ്രകടിപ്പിക്കാൻ ഏതവസരവും പാഴാക്കാത്ത റസിഡന്റ് ഒരു നിത്യശല്യമായി. അത് നാൾക്കുനാൾ വളർന്നു. അവസാനം ദിവാൻജിയെ ഉടനടി മാറ്റണമെന്നും കുടിശ്ശികപ്പണം ഉടനെ നല്കണമെന്നും റസിഡന്റ് അന്ത്യശാസനം നല്കി. റസിഡന്റിന്റെ പ്രതിനിധിയായ സുബ്ബയ്യൻ ചതിയിൽ വിധിക്കപ്പെടുകയും ചെയ്തു.

ഇതിനിടയ്ക്ക് കൊച്ചി രാജാവിന്റെ മന്ത്രിയായ പാലിയത്തച്ചനുമായി കൂട്ടു ചേർന്ന് റസിഡന്റിനെ വധിക്കാനുള്ള ഗൂഢാലോചനയും പുരോഗമിച്ചു.

ദളവയുടെ ഗൂഢതന്ത്രങ്ങളും സൈന്യശേഖരണ ശ്രമങ്ങളും രഹസ്യമായി അറിഞ്ഞ റസിഡന്റ് സ്ഥിതിഗതികൾ മദ്രാസ് ഗവൺമെന്റിനെ അറിയിച്ചു. തദനുസരണം മദ്രാസിൽനിന്നും തൃശ്ശിനാപ്പള്ളിയിൽനിന്നും കൂടുതൽ ബ്രിട്ടീഷ് സൈന്യം തിരുവിതാംകൂറിലേക്ക് വരുന്നെന്ന് അറിഞ്ഞ ദളവ, അടവു മാറ്റി, താൻ ദിവാൻ പദം ഉപേക്ഷിച്ചിരിക്കുന്നു. എന്നും ബ്രിട്ടീഷ് അധീനതയിലുള്ള ചിറയ്ക്കലിൽ (മലബാർ) ചെന്നു താമസിക്കാൻ അനുവാദം നല്കണമെന്നും സൂത്രത്തിൽ മെക്കാളെയോടപേക്ഷിച്ചു. തന്റെ ദേഹരക്ഷയ്ക്കായി കുറേ പട്ടാളക്കാരെ വിട്ടുതരണമെന്നും. രണ്ടും വാസ്തവമെന്നു കരുതി, ഉടനടി അനുവദിക്കപ്പെട്ടു. അങ്ങനെ, റസിഡന്റിന്റെ സൈന്യത്തിൽ കുറവു നേരിട്ടു.

1808 ഡിസംബർ 23 അർദ്ധരാത്രി സുഖനിദ്രയിലാണ്ടു കിടന്ന റസിഡന്റ്, തന്നെ ശത്രുക്കൾ വളഞ്ഞിരിക്കുന്നതറിഞ്ഞ് പരിഭ്രാന്തനായി രക്ഷാമാർഗ്ഗം തേടി. വിശ്വസ്തനായ ഒരു പോർച്ചുഗീസ് ഗുമസ്തന്റെ സഹായത്താൽ റസിഡന്റ് ഒരു നിലവറയ്ക്കുള്ളിൽ ഒളിച്ചിരുന്നു. ദളവയുടെ സൈന്യം റസിഡൻസിയിൽ കടന്നേറി ഭടന്മാരെ കൊല ചെയ്തു. സാധന സാമഗ്രികൾ കൊള്ളയടിച്ചു. റസിഡന്റിനെ കിട്ടാതെ നിരാശയോടെ പിൻവാങ്ങി. പിറ്റെ ദിവസം രാവിലെ ബ്രിട്ടീഷ് സൈന്യങ്ങളെ കയറ്റിയ ഒരു കപ്പൽ കൊച്ചിയിലടുത്തു. റസിഡന്റ് അതിൽ കടന്നുകൂടി രക്ഷ നേടി.

ജനമുന്നേറ്റം

ജനരോഷം കത്തിപ്പടർന്ന നാളുകൾ. കൊല്ലത്തുനിന്നും കൊച്ചിയിലേക്കു തിരിച്ച ഏതാനും സൈനികോദ്യോഗസ്ഥന്മാരുൾപ്പെട്ട മുപ്പതിൽപ്പരം ബ്രിട്ടീഷുകാർ പുറക്കാട്ടു വച്ച് തടവിലാക്കപ്പെട്ടു. സ്ത്രീകളെ വിട്ടയച്ചു. കുറെപ്പേർ കടപ്പുറത്തു വച്ചു തന്നെ വധിക്കപ്പെട്ടു. ഏതാനും പേരെ വലിയ കല്ലുകൾ കൂട്ടിക്കെട്ടി പള്ളാത്തുരുത്തിയാറ്റിൽ താഴ്ത്തി. ഈ ഹീനപ്രവൃത്തിയുടെ പിന്നിലും വേലുത്തമ്പി ദളവയുടെ കറുത്ത കൈകളുണ്ടെന്ന് ആരോപിക്കപ്പെട്ടു.

അന്തിമസമരം ആസന്നമായി. ആയുധശക്തിയിൽ പിന്നോക്കമെങ്കിലും ആയോധന മുറയിൽ അഗ്രഗണ്യരായ ദളവയുടെ സൈന്യത്തിലെ സംഖ്യാബലം അപ്പോൾ മുപ്പതിനായിരത്തോളമായി. ബ്രിട്ടീഷുകാരുടെ കൊല്ലത്തെ പടപ്പാളയം വലയം ചെയ്ത് അവർ നീണ്ടകര, അയത്തിൽ, ആശ്രാമം, തട്ടാമല എന്നീ തന്ത്രപ്രധാനമായ സ്ഥലങ്ങളിൽ താവളമടിച്ചു. 1809 ജനുവരിയിൽ കൊല്ലത്തുവച്ച് ഇരുസൈന്യങ്ങളുമായി ഉഗ്രയുദ്ധം നടന്നു. വേലുത്തമ്പിയുടെ സൈന്യം ധീരധീരം പോരാടിയെങ്കിലും കേണൽ ചാമേഴ്സിന്റെ വെള്ളപ്പടതന്നെ വിജയം നേടി. ദളവ അടവു മാറ്റി. ബ്രിട്ടീഷുകാർക്കെതിരായി കൊച്ചിയിലെ പാലിയത്തച്ചനെ സഹായിക്കാൻ ഒരു വിഭാഗം സൈന്യത്തെ തമ്പി വടക്കോട്ടയച്ചു. പക്ഷേ, അപ്പോഴേക്കും പാലിയത്തച്ചൻ വെള്ളക്കാരാൽ തോല്പിക്കപ്പെട്ടു കഴിഞ്ഞിരുന്നു. അവരുടെ നിർദ്ദേശാനുസരണം വേലുത്തമ്പിയുമായുള്ള സഖ്യം ഉപേക്ഷിക്കാൻ പാലിയത്തച്ചൻ നിർബ്ബന്ധിതനായി. മാത്രമല്ല. ബ്രിട്ടീഷ് പട്ടാളത്തെ സഹായിക്കേണ്ടിയും വന്നു. അതൊരു ഇരുട്ടടി ആയിരുന്നു തമ്പിക്ക്. കൊല്ലത്ത് അപ്പോഴും സമരം തുടരുന്നുണ്ടായിരുന്നു. തുറന്ന സമരമല്ലാതെ മറ്റുപോംവഴിയില്ല. ദളവയുടെ നേതൃത്വത്തിൽ വമ്പിച്ച സൈന്യാസന്നാഹങ്ങൾ. ആവേശഭരിതരായ ആയിരക്കണക്കിന് യുവാക്കൾ സൈന്യത്തിൽ ചേർന്നു. ഇങ്ങനെ വർദ്ധമാനമായ ശക്തിയോടെ തിരുവിതാംകൂർ സൈന്യം കൊല്ലത്തു താവളമടിച്ചിരുന്ന ബ്രിട്ടീഷ് സേനയു

മായി ഏറ്റുമുട്ടി ഒന്നിലേറെ ഉഗ്രസംഘട്ടനങ്ങൾ എന്നാൽ എല്ലാം പരാജയപ്പെട്ടതേയുള്ളൂ.

കടുത്ത നിരാശയും ക്രോധവും കീഴടക്കിയ വേലുത്തമ്പി ദളവ ആലപ്പുഴനിന്നും കൊല്ലത്തെത്തി. വേലുത്തമ്പിയുടെ നേതൃത്വവും കാത്ത് സമരസന്നദ്ധരായി ആയിരക്കണക്കിനു നാട്ടുകാരും തിരുവിതാംകൂർ സൈന്യവും കൊല്ലത്തും പരിസരത്തും താവളമടിച്ചിരുന്നു. നാട്ടിലങ്ങോളമിങ്ങോളം ബ്രിട്ടീഷ് ശക്തിക്കെതിരായ സമരാസക്തി ത്രസിച്ചു നിന്നിരുന്നു. ബ്രിട്ടീഷ് സൈനിക കേന്ദ്രീകരണത്തിന്റെ ഗതിവിഗതികൾ മനസ്സിലാക്കിയ ശേഷം അദ്ദേഹം കുണ്ടറയിൽ ചെന്നു. ഉറ്റവരേയും ഉടവരേയും കണ്ടു സംസാരിച്ചു. ഇനി വൈകിയാലപകടമെന്ന് അറിഞ്ഞ ആ ദേശാഭിമാനി തന്റെ നാട്ടുകാരോട് കുറേ ദുഃഖ സത്യങ്ങൾ വിളിച്ചു പറഞ്ഞു. ബ്രിട്ടീഷ് ഗവൺമെന്റിന്റെ കൗടില്യവും കുതന്ത്രങ്ങളും വൈദേശിക ശക്തിയുടെ വിശ്വാസ വഞ്ചനയുടെയും ചതിയുടെയും വിശ്വരൂപം പൊളിച്ചു കാട്ടുന്ന സംഭവപരമ്പരകൾ.

ഉള്ളിൽ തിളച്ചു പൊന്തുന്ന സ്വാതന്ത്ര്യദാഹം. പുറത്തെങ്ങും കൃതഘ്നതയുടെ വേതാളതാണ്ഡവം. തുടരെത്തുടരെയേറ്റ തിരിച്ചടികൾ മനസ്സിനെ ഒട്ടൊന്നുമല്ല വ്യാകുലപ്പെടുത്തിയത്. താനാർക്കുവേണ്ടിയാണോ പടവെട്ടാനിറങ്ങിയത്, ആ രാജസിംഹാസനം പോലും - മറ്റു ഗത്യന്തരമില്ലാതെയാണെങ്കിൽപ്പോലും തന്നെ തള്ളിപ്പറയുന്ന സ്ഥിതിവിശേഷം. തന്റെ സമരസംരംഭങ്ങൾക്ക് ആളും അർത്ഥവും നല്കി ശക്തിപകർന്നിരുന്ന ഉറ്റ സുഹൃത്തുക്കൾ– കൊല്ലം ജില്ലയിലെ, കൊല്ലിനും കൊലയ്ക്കും പ്രാപ്തരായ അതിശക്തരായ മാടമ്പി കുടുംബങ്ങൾ നിസ്സഹായതയുടെ നീർച്ചുഴിയിൽപ്പെട്ട് ഉഴലുന്നതും തമ്പിക്ക് കാണേണ്ടിവന്നു.

എന്തായാലും പിന്തിരിയുന്ന പ്രശ്നമില്ല. വെള്ളപ്പടയുടെ ഹുങ്കു ശമിപ്പിക്കാൻ വേണ്ടി ജീവൻ ബലിയർപ്പിക്കാൻ സന്നദ്ധരായ ആയിരക്കണക്കിന് പട്ടാളക്കാരും പതിനായിരക്കണക്കിന് ജനങ്ങളും തന്നോടൊപ്പമുള്ളപ്പോൾ ചഞ്ചലചിത്തനാകേണ്ട കാര്യമില്ല. എല്ലാം എല്ലാവരോടും പറഞ്ഞ് ബോദ്ധ്യപ്പെടുത്തി ഒരന്തിമ സമരത്തിന് തയ്യാറെടുക്കുക തന്നെ.

കൊല്ലം പട്ടണപ്രാന്തങ്ങളിലെ ആശ്രാമത്തിലും അയത്തിലും കിളികൊല്ലൂരിലും മറ്റുമുള്ള സ്വന്തം പടപ്പാളയങ്ങൾ സന്ദർശിച്ച് ഉണർവ്വും ഉത്തേജനവും പകർന്നു. ഉറ്റമിത്രങ്ങളുടെ സഹായസഹകരണങ്ങളോടെ വേലുത്തമ്പി അന്തിമ സമരപര്യടനമാരംഭിച്ചു. വർഷങ്ങളായി താൻ മനസ്സിൽ വച്ചാരാധിക്കുന്ന ഭരദൈവങ്ങളെ ധ്യാനിച്ചുകൊണ്ടുള്ള ആ യാത്ര, അദ്ദേഹത്തെ കൊണ്ടെത്തിച്ചത് ഇളമ്പള്ളൂർ ഭഗവതിയുടെ സന്നിധാനത്തിലാണ്.

കുണ്ടറ വിളംബരം

ഇളമ്പള്ളൂർ ഭഗവതിക്കാവിനു മുൻവശത്തെ തുറസ്സായ സ്ഥലം. വീരപരാക്രമികളായ ആയിരക്കണക്കിനാളുകൾ കൂടി നില്പുണ്ട്. ദൃഢനിശ്ചയം സ്ഫുരിക്കുന്ന മുഖങ്ങൾ. എന്തിനും പോന്ന ഭാവം. അതാ, അവർക്കു മദ്ധ്യേ ആ വീരപുരുഷൻ - വേലുത്തമ്പിദളവ! സൂചി നിലത്തുവീണാലറിയുന്നത്ര നിശ്ശബ്ദത. അദ്ദേഹം ചുറ്റും കൂടി നിന്ന പുരുഷാരത്തെ ആകെയൊന്ന് വീക്ഷിച്ചു,. ആ കണ്ണുകൾ നിറഞ്ഞുവോ? ഒരു നിമിഷം അദ്ദേഹം ആത്മസംയമനം വീണ്ടെടുത്തു. ഘനഗംഭീരമായ ആ ശബ്ദം അവിടെയെങ്ങും തീപ്പൊരി വിതറി. പ്രസിദ്ധമായ കുണ്ടറ വിളംബരം!

> ...... അങ്ങനെയുള്ളതൊന്നും ഈ രാജ്യത്തു സംഭവിക്കാതെ, രാജധർമ്മത്തെ നടത്തി, നാട്ടിൽ ഉള്ള മര്യാദയ്ക്ക് അഴിവു വരാതെ ഇരിക്കേണ്ടതിന് മനുഷ്യയത്നത്തിന് ഒന്നും കുറഞ്ഞു പോയെന്നുള്ള അപഖ്യാതി ഉണ്ടാകാതിരിക്കാൻ, ആകുന്നേടത്തോളമുള്ള പ്രയത്നങ്ങൾ ചെയ്കയും പിന്നത്തേതിൽ ഈശ്വരാനുഗ്രഹംപോലെ വരുന്നതൊക്കെ സഹിക്കുകയും യുക്തമെന്ന് നിശ്ചയിച്ചത്രേ. അവർ തുടങ്ങിയിരിക്കുന്ന ആക്രമത്തിന് പ്രതിക്രിയ ആയിട്ട് ചെയ്യേണ്ടിവന്നു. എന്ന് 984-ാമാണ്ട് തൈമാസം 1-ാം തീയതി കുണ്ടറ വച്ച് ദളവാ തമ്പി ചെമ്പകരാമൻ വേലായുധൻ (ഒപ്പ്)...

വേലുത്തമ്പി ദളവയുടെ അന്തിമസമരപ്രഖ്യാപന വേദിയായിരുന്ന ഇളമ്പള്ളൂർ ഭഗവതി സന്നിധിയിലേക്കു നമുക്കും ഒന്നു കടന്നു ചെല്ലാം. കൊറ്റങ്കര പഞ്ചായത്തിലെ ഒരു ഗ്രാമപ്രദേശം. റോഡരികിൽ ഒരു ചെറിയ ആരാധനാലയം - ഇളമ്പള്ളൂർക്കാവ്. ഒരു കാവിനെ അനുസ്മരിപ്പിച്ചു കൊണ്ട് ഏതാനും വൃക്ഷങ്ങൾ അടുത്തടുത്തു നില്ക്കുന്നു. നിലത്ത് നിരനിരയായി നാഗവിഗ്രഹങ്ങൾ.

ഇളമ്പള്ളൂർ ഭഗവതിക്കാവ്

ഒരു ചെറിയ മതിൽക്കെട്ടിനുള്ളിൽ അത്രവലിയ ഗാംഭീര്യമൊന്നും തോന്നിക്കാത്ത ശ്രീകോവിലും മറ്റും. അല്പം പരിഷ്കാരമൊക്കെ വരുത്തിയിട്ടുണ്ടെങ്കിലും ക്ഷേത്രത്തിന്റെ കാലപ്പഴക്കം വിളിച്ചറിയിക്കുന്നവയാണ് ക്ഷേത്രത്തിന്റെ ശില്പരീതി. ദശാബ്ദങ്ങൾക്കുമുമ്പ് കുണ്ടറയിലും പരിസരങ്ങളിലുമുള്ള ജനങ്ങൾ ഭയപ്പാടോടെ മാത്രമേ ഇളമ്പള്ളൂർ ഭഗവതിയെ സ്മരിക്കാറുള്ളൂ. ഇന്നും വിശ്വാസത്തിന് കോട്ടം തട്ടിയിട്ടില്ല. ഭഗവതിയുടെ ശക്തി തെളിയി

ക്കുന്ന പല സംഭവങ്ങളും നാട്ടുകാർ വർണ്ണിക്കുന്നുണ്ട്. അവയിലൊന്ന്.

കൊല്ലം-ചെങ്കോട്ട റെയിൽവേ ലൈൻ സർവ്വേ നടക്കുന്ന കാലം. സർവ്വേയറായ ഒരു സായിപ്പ് ലൈൻ നേരെ കിട്ടാൻ വേണ്ടി കാവിന്റെ മദ്ധ്യത്തു കൂടി ലൈൻ പിടിച്ചു നോക്കി. നാട്ടുകാർ എതിർപ്പു പ്രകടിപ്പിക്കുകയും വിലക്കുകയും ചെയ്തെങ്കിലും സായിപ്പ് പിന്തിരിഞ്ഞില്ല. വെള്ളക്കാരന്റെ ഭരണമല്ലേ.

പക്ഷേ അല്പം കഴിഞ്ഞപ്പോഴേക്കും സായിപ്പ് ഭയപരവശനായി നിലവിളിച്ചു പോയി. ആ നട്ടുച്ചയ്ക്ക് പർവ്വതാകാരന്മാരായ ഭൂതപ്രേതപിശാചുക്കൾ കാവിൽനിന്നും ഇറങ്ങി അക്രമാസക്തരായി സായിപ്പിന്റെ നേരെ അടുക്കുന്നതായി അയാൾക്ക് തോന്നി. അങ്ങനെ ഭഗവതിയുടെ ശക്തി നേരിൽക്കണ്ട സായിപ്പ് പ്രായശ്ചിത്തം ചെയ്തെന്നു മാത്രമല്ല റെയിൽവേ ലൈൻ കാവ് ഒഴിവാക്കി, ഒരു നൂറു വാര അകലെക്കൂടി ഇടാൻ നിർദ്ദേശിക്കുകയും ചെയ്തു. ഇപ്പോൾ ക്ഷേത്രത്തിന്റെ മുന്നിലൂടെ തീവണ്ടികൾ കൂക്കിവിളിച്ചു കടന്നുപോകുമ്പോൾ, ഇക്കഥയൊക്കെ ദേവി ഓർക്കുന്നുണ്ടാകുമോ എന്തോ?

ഇളമ്പള്ളൂർ കാവിന്റെ പിന്നിൽ, കൊറ്റങ്കര പഞ്ചായത്താഫീസിനു തൊട്ടു മുന്നിൽ നിരപ്പില്ലാത്ത വിസ്തൃതമായ കുറെ വെളിമ്പ്രദേശമുണ്ട്. ഉൾഭാഗങ്ങളിലെ കശുവണ്ടി ഫാക്ടറികളിലേക്കും വീടുകളിലേക്കുമുള്ള ഒരു നടപ്പാത ആ മൈതാനത്തു കൂടി കടന്നുപോകുന്നുണ്ട്. ഇളമ്പള്ളൂർക്കാവിലെ കരിങ്കൽ വിളക്കു തൂണുകൾ ഒരു മഹൽ സംഭവത്തിന്റെ നിശ്ശബ്ദസാക്ഷികൾ പോലെ എഴുന്നുനില്പുണ്ടവിടെ. ആ സ്ഥലത്തിന്റെ പ്രാധാന്യം സ്ഥലവാസികൾപോലും വിസ്മരിച്ച മട്ടുണ്ട്. വർഷങ്ങൾക്കു മുമ്പ് വേലുത്തമ്പിദളവ സുപ്രസിദ്ധമായ കുണ്ടറ വിളംബരം പ്രഖ്യാപിച്ച പുണ്യഭൂമിയാണത്.

ചരിത്രം സൃഷ്ടിച്ച കുണ്ടറ വിളംബരത്തിന്റെ ആ രംഗഭൂമിയിൽ ഇളമ്പള്ളൂർ ഭഗവതിയുടെ സന്നിധിയിൽ ആ ചരിത്രസ്മരണ ഉണർത്താൻ പറ്റിയ ഉചിതമായ സ്മാരകങ്ങളൊന്നും ഇനിയും ഉയർന്നുവന്നിട്ടില്ല. കുണ്ടറ വിളംബരത്തിന്റെയും വേലുത്തമ്പിയുടെയും സ്മരണ നിലനിറുത്താനുള്ള സ്മാരകങ്ങളുടെ നിർമ്മാണക്കാര്യം ദശാബ്ദങ്ങൾക്കു മുമ്പേ കൊറ്റങ്കര-കുണ്ടറ പഞ്ചായത്തുകളുടെ സജീവ പരിഗണനയിലുണ്ടായിരുന്നു.

ഇന്ന്, ആ ചരിത്രസംഭവങ്ങളെ ഓർമ്മിക്കാൻ, കൊറ്റങ്കരയിൽ, ആകെയുള്ളത് ഇളമ്പള്ളൂർക്കാവിനു സമീപമുള്ള വേലുത്തമ്പിദളവ സ്മാരക ഹയർ സെക്കന്ററി സ്കൂളും തൊട്ടടുത്തുള്ള വിശാലമായ മൈതാനവും (ഓപ്പൺ സ്റ്റേജ്) മാത്രമാണ്. പാരതന്ത്ര്യത്തിനെതിരെ പടപ്പുറപ്പാടു നടത്തിയ വേലുത്തമ്പിയുടെ അവകാശ പ്രഖ്യാപനവേദിയിൽ താമസംവിനാ ഉചിതമായ സ്മാരകം ഉണ്ടാകുമെന്ന് നമുക്ക് പ്രതീക്ഷിക്കാം.

കൊറ്റങ്കര പഞ്ചായത്ത്

കുണ്ടറയുടെ അനിതരസാധാരണമായ വ്യാവസായിക പ്രാധാന്യം പ്രകടമായിട്ടുള്ള ജങ്ഷനിലൂടെ ഒരല്പം നടന്നാൽ മതി, കൊറ്റങ്കര പഞ്ചായത്തായി. (കുണ്ടറ ജങ്ഷനിൽ റോഡിനപ്പുറം കൊറ്റങ്കര, ഇപ്പുറം കുണ്ടറ) പേരൂർ, കൊറ്റങ്കര, പുനുക്കൊന്നൂർ, പെരുമ്പുഴ, കുണ്ടറ എന്നീ പ്രദേശങ്ങളുൾപ്പെട്ട കൊറ്റങ്കര പഞ്ചായത്തിന്റെ ഭൂരിഭാഗവും ഗ്രാമപ്രദേശങ്ങളാണ്. കശുവണ്ടി തൊഴിലാളികളും ചെറുകിട കൃഷിക്കാരും ചെറുകിട വ്യവസായികളുമുൾപ്പെട്ട സാമൂഹ്യ സംവിധാനം. ഡീസന്റ് മുക്ക്, കരിക്കോട്, കുരീപ്പള്ളി, കുണ്ടറ, പെരുമ്പുഴ എന്നിവയാണ് അതിരുകൾ. പേരൂർ, കരിക്കോട്, കുര്യാപ്പള്ളി എന്നീ സ്ഥലങ്ങളിലുള്ള മുസലിയാർ ഇൻഡസ്ട്രീസ് വക ഫാക്ടറികളിൽ ധാരാളം തൊഴിലാളികൾ പണിയെടുത്തിരുന്നു. കൂടാതെ കൊറ്റങ്കര പഞ്ചായത്തിലെ പേരൂർ, ഇളമ്പള്ളൂർ, പെരുമ്പുഴ, വേലങ്കോണം, പുന്നമുക്ക്, കുരീപ്പള്ളി തുടങ്ങിയ സ്ഥലങ്ങളിലും ധാരാളം കശുവണ്ടി ഫാക്ടറികൾ ഉണ്ടായിരുന്നു. ഇവിടെയെല്ലാമായി ആയിരക്കണക്കിന് തൊഴിലാളികളാണ് പണിയെടുത്തിരുന്നത്. കാലാന്തരത്തിൽ മേൽപ്പറഞ്ഞ സ്ഥാപനങ്ങൾ പലതും പൂട്ടിയിടപ്പെട്ടതോടെ ഏറെപ്പേർ തൊഴിൽരഹിതരായി. പണ്ട് ബ്രിട്ടീഷ് മേൽക്കോയ്മയുടെ അനീതിക്കും അക്രമത്തിനും എതിരെ പടവെട്ടാൻ ഇളമ്പള്ളൂർ കാവിനു മുന്നിൽ വച്ച് ദൃഢപ്രതിജ്ഞ ചെയ്ത പൂർവ്വികരുടെ സമരപാരമ്പര്യം ഏറെ പ്രകടമായ സംഭവങ്ങൾ—അവകാശ സമരങ്ങൾ ഏറെ ഉണ്ടായിട്ടുണ്ട്, ഇളമ്പള്ളൂർക്കാവിന്റെ പരിസര ഗ്രാമങ്ങളിൽ.

നമുക്കു തല്ക്കാലം ഇന്നത്തെ ഇളമ്പള്ളൂരിനോട് യാത്ര പറഞ്ഞ്, ഒന്നുകൂടി ആ പഴയ കാലങ്ങളിലേക്ക് - കുണ്ടറ വിളംബരത്തിനുശേഷമുള്ള കാലഘട്ടത്തിലേക്ക് മടങ്ങാം. വേലുത്തമ്പി ദളവയെ പിന്തുടരാം.

വിളംബരത്തിനുശേഷം

1809 ഫെബ്രുവരി 19 ന് ലീഗറുടെ നായകത്വത്തിൽ മറ്റൊരു വെള്ള കുപ്പിണി (ബ്രിട്ടീഷ് പട്ടാളം) തെക്ക് ആരുവാമൊഴിപ്പാത വഴി തലസ്ഥാനത്തേക്ക് മാർച്ച് ചെയ്തു കഴിഞ്ഞിരുന്നു. ഉദയഗിരിക്കോട്ടയും പത്മനാഭപുരം കോട്ടയും അവർ കൈയടക്കിയ ശേഷം മുന്നോട്ടു നീങ്ങി, പാപ്പനംകോട് താവളമടിച്ചു.

മഹാരാജാവ് ധർമ്മസങ്കടത്തിലായി. നാടെങ്ങും കലാപം! വടക്കും തെക്കും ശത്രുസൈന്യത്തിന്റെ പടനീക്കം! രാജഭക്തരായ സ്വന്തം പ്രജാസഹസ്രങ്ങൾ വെള്ളപ്പട്ടാളത്താൽ കൊന്നൊടുക്കപ്പെടുന്നു.

മറ്റെന്താണു മാർഗ്ഗം? സന്ധിചെയ്യുക തന്നെ. രാജാവ് സന്ധിക്കപേക്ഷിച്ചു. വേലുത്തമ്പിയെ പിടിച്ചു കെട്ടാൻ കല്പനയായി. പകരം ഉമ്മിണിത്തമ്പിയെ ദിവാനായി നിയമിക്കുകയും ചെയ്തു. ഒരുനാൾ വേലുത്തമ്പി ദളവ, ആരോരുമറിയാതെ രാജസന്നിധിയിലെത്തി. അവസാനത്തെ കൂടിക്കാഴ്ച. കുറ്റങ്ങളെല്ലാം ദിവാൻജിയിൽ ചുമത്താനും രാജ്യത്തെ രക്ഷിക്കാനും തമ്പി തമ്പുരാനോട് അപേക്ഷിച്ചു. അങ്ങനെ ആ അന്ത്യയാത്ര ആരംഭിച്ചു.

വേലുത്തമ്പിയെ പിടിച്ചുകെട്ടാൻ രാജാവ് കല്പന പുറപ്പെടുവിച്ചു. മാത്രമല്ല, അദ്ദേഹത്തെ കണ്ടുപിടിച്ചു കൊടുക്കുന്നവർക്ക് അരലക്ഷം രൂപാ സമ്മാനം നല്കാൻ കല്പന പുറപ്പെടുവിക്കാനും അദ്ദേഹം നിർബ്ബന്ധിതനായി.

തമ്പിയെ ബന്ധനസ്ഥനാക്കാനുള്ള കല്പന നാട്ടുകാർ വകവയ്ക്കുന്നില്ലെന്നായപ്പോൾ ബ്രിട്ടീഷ് സൈന്യവും തിരുവിതാംകൂർ സൈന്യവും തമ്പിയെ ത്തേടി കാടും മേടും കയറിയിറങ്ങി.

രാത്രി, വേഷപ്രച്ഛന്നനായ തമ്പി, ആരോരുമറിയാതെ വടക്കോട്ടേക്കു യാത്ര തിരിച്ചു. കിളിമാനൂർ കൊട്ടാരം അസമയത്തെ അതിഥിക്ക് അത്താഴം നല്കി. യാത്ര പറയുമ്പോൾ സ്വർണ്ണപ്പിടിയോടുകൂടിയ തന്റെ വാൾ അദ്ദേഹം കൊട്ടാരത്തിലേല്പിച്ചു. ഒരു അവസാന ശ്രമമെന്ന നിലയ്ക്ക് ആളും അർത്ഥവും തേടാനുള്ള യാത്രയായിരുന്നു അതെന്നും ഒരഭിപ്രായഗതിയുണ്ട്.

കുന്നത്തൂർ താലൂക്കിലെ വനാന്തരങ്ങളിൽ ആ ദേശാഭിമാനി ദിനരാത്രങ്ങൾ തള്ളിനീക്കിയിരിക്കണം. അവസാനം കുന്നത്തൂർ താലൂക്കിലെ മണ്ണടിക്കാവിൽ (ഭഗവതി ക്ഷേത്രം) ചേന്നമംഗലം പോറ്റിയുടെ മഠത്തിൽ അഭയം തേടി; സ്വന്തം അനുജനോടൊപ്പം. തമ്പി അവിടെയുണ്ടെന്ന് മണത്തറിഞ്ഞ് കാര്യക്കാർ മല്ലൻ പിള്ളയുടെയും ഒരു സുബേദാരുടെയും നേതൃത്വത്തിലുള്ള രാജസൈന്യം വീടു വളഞ്ഞു.

ശത്രുവിന്റെ കൈകളാൽ കളങ്കപ്പെട്ട് അപമൃത്യു വരിക്കുന്നതിനേക്കാൾ എത്രയോ അഭികാമ്യമാണ് ആത്മബലി-വേലുത്തമ്പി ആ അന്ത്യനിമിഷത്തിലോർത്തു. പിന്നെ ഒട്ടും വൈകിയില്ല. കഠാരിയൂരി സ്വന്തം മാറിൽ കുത്തിയിറക്കി. പ്രാണവേദനയോടെ പിടയുമ്പോൾ, ഏറ്റവും വേഗം ജീവനൊടുക്കാൻ അനുജനോട് അഭ്യർത്ഥിച്ചെന്നും, അനുജൻ ആ അന്ത്യാഭിലാഷം ഹൃദയവേദനയോടെ പൂർത്തിയാക്കിയെന്നും പറയപ്പെടുന്നു. വേലുത്തമ്പിയുടെ മൃതദേഹം കണ്ണമ്മൂല കഴുവിലേറ്റി പ്രദർശിപ്പിച്ചു. അനുജൻ പപ്പുത്തമ്പിയെ കൊല്ലത്തെ വെള്ളപ്പട്ടാളത്തിന്റെ മുമ്പിൽ വച്ച് പരസ്യമായി കഴുവിലേറ്റി. വേലുത്തമ്പിയുടെ വീട് ഇടിച്ചു നിരത്തി. ബന്ധുക്കളെ മാലിദ്വീപിലേക്ക് നാടുകടത്തി.

ഇന്ത്യൻ സ്വാതന്ത്ര്യസമരജ്വാല ഇന്ത്യയിലുടനീളം ആളിപ്പടരുന്നതിന് വളരെ മുമ്പ് തന്നെ, ബ്രിട്ടീഷ് അധീശശക്തിക്കെതിരെ പ്രതിഷേധത്തിന്റെ തീപ്പന്തം കത്തിച്ചുയർത്തിപ്പിടിച്ച ധീരദേശാഭിമാനിയായിരുന്ന വേലുത്തമ്പിദളവ പുതിയ തലമുറയ്ക്ക് ഇന്നൊരു കടങ്കഥ മാത്രം. ആയിരക്കണക്കിന് വേലുത്തമ്പിമാരുടെ ദീർഘകാലത്തെ ത്യാഗോജ്ജ്വലമായ സമരങ്ങളിലൂടെ നേടിയെടുത്ത സ്വാതന്ത്ര്യത്തിന്റെയും ജനാധിപത്യത്തിന്റെയും ശീതളിമയിൽ അധികാരത്തിന്റെ മത്തുപിടിച്ച് സ്വയം മറന്നിരിക്കുന്ന ഭരണ ധുരന്ധരന്മാർക്കും സ്വാതന്ത്ര്യമെന്നത് ആഗസ്ത് പതിനഞ്ചിലെ കൊടിപൊക്കൽ ചടങ്ങുമാത്രം. വളരുന്ന തലമുറയ്ക്ക് സ്വാതന്ത്ര്യസമരത്തെപ്പറ്റി പറഞ്ഞു മനസ്സിലാക്കി കൊടുക്കാനോ സ്വാതന്ത്ര്യസമരനായകന്മാരെ മാതൃകയായി ചൂണ്ടിക്കാട്ടി മാർഗ്ഗനിർദ്ദേശം നല്കാനോ, അധികാരത്തിന്റെ ശർക്കരക്കുടത്തിൽ കൈയിട്ടു വാരാൻ വേണ്ടി കടിപിടികൂട്ടുന്ന നേതാക്കൾക്കുണ്ടോ സമയം...

വേലുത്തമ്പിദളവയ്ക്ക് സമുചിതമായ സ്മാരകങ്ങൾ നിർമ്മിക്കുന്നതിനെപ്പറ്റി കാലാകാലം ഭരണം കൈയാളിയിരുന്നവർ പലതവണ ഉദ്ഘോഷിച്ചിട്ടുണ്ട്. ചിലരൊക്കെ ചിലതൊക്കെ കാട്ടിക്കൂട്ടാനും ശ്രമിച്ചു. കുണ്ടറ വിളംബരത്തിന്റെ രംഗവേദിയായ ഇളമ്പള്ളൂരോ, വേലുത്തമ്പിയുടെ അന്ത്യരംഗങ്ങൾക്ക് സാക്ഷ്യംവഹിച്ച മണ്ണടിയിലോ വേലുത്തമ്പിയുടെ പ്രതിമ സ്ഥാപിക്കാനോ സ്മാരക സ്ഥാപനങ്ങൾ നിർമ്മിക്കുന്നതിനോ തുടങ്ങി വച്ച പരിപാടികളൊന്നും ഇന്നും പൂർത്തീകരിക്കപ്പെട്ടിട്ടില്ല എന്ന വസ്തുത അവശേഷിക്കുന്നു, കാരണം എന്തു തന്നെയായാലും നമ്മുടെ ദേശസ്നേഹം പോകുന്ന പോക്ക്!

20

ചവറ പന്മന തേവലക്കര

"ചവറ പന്മന തേവലക്കര
ചകിരികൊണ്ടു പിഴയ്ക്കണം."

എന്നത് പഴയൊരു ചൊല്ലാണ്. പഴഞ്ചൊല്ലിൽ പതിരില്ലല്ലോ. ചവറ, പന്മനതേവലക്കര പ്രദേശങ്ങളിലെ സാമാന്യ ജനങ്ങളുടെ നിത്യവൃത്തിക്ക് (പിഴപ്പന്) ചകിരി (തൊണ്ട്) തന്നെയാണാശ്രയം - അന്നും ഇന്നും.

ചവറയിലെ തീരദേശങ്ങളിൽ തൊണ്ടു തല്ലി, ചകിരി പിരിച്ച് ഉണ്ടാക്കുന്ന കയർ പണ്ട് വൻതോതിൽ വിദേശങ്ങളിലേയ്ക്ക് കയറ്റി അയച്ചിരുന്നുവത്രേ. പാശ്ചാത്യ വിപണികളിൽ ചവറയിലെ കയറിന്റെ ഗുണമേന്മ പുകഴ്ത്തപ്പെട്ടിരുന്ന കാലം. വിദേശവിപണിയിലെത്തിയ ചവറയിലെ കയർക്കെട്ടുകൾ അഴിച്ചു കുടഞ്ഞപ്പോൾ നിലത്തു വീണ പൊടിയും മണലും തിളങ്ങുന്നതു കണ്ട്, വിദേശികൾ ആദ്യമൊന്ന് അമ്പരന്നു. ഇതെന്തു മറിമായം! പക്ഷേ, ആ മണൽത്തരികളിൽ അതിവിശിഷ്ടമായ ധാതുപദാർത്ഥങ്ങൾ കലർന്നിട്ടുണ്ടെന്ന് അവർക്ക് ബോദ്ധ്യമായി. ഇതെങ്ങനെ സംഭവിച്ചു? തീരപ്രദേശത്ത് കയർ പിരിച്ചപ്പോഴോ ഉണക്കാനിട്ടപ്പോഴോ കയറിൽ മണൽ പറ്റിപ്പിടിച്ചിരിക്കാം. ഇനി ചിലപ്പോൾ എന്തിലും മായം ചേർക്കാൻ വ്യഗ്രതയുള്ള നമ്മുടെ നാട്ടുകാർ, കയറിന്റെ തൂക്കം കൂട്ടാൻ വേണ്ടി മനഃപൂർവ്വം മണൽ കലർത്തിയതാകാനും മതി. എന്തായാലും "ഉർവശീ ശാപം ഉപകാരമായി."

മോണോസൈറ്റ്, ഇൽമനൈറ്റ് തുടങ്ങിയ വിശിഷ്ട ധാതുക്കൾ അടങ്ങിയ ആ മണ്ണ് വളരെ വിലപ്പെട്ടതാണെന്ന് ബോദ്ധ്യമായതോടെ ആ മണലിന്റെ ഈറ്റില്ലങ്ങൾ തേടി അവർ ചവറയിലെത്തിയെന്നും അങ്ങനെയാണ് ശതാബ്ദങ്ങൾക്കുമുമ്പ് യൂറോപ്യൻ ഏജൻസികൾ മണൽ കമ്പനികൾ സ്ഥാപിച്ചതെന്നും പറയപ്പെടുന്നു. ചകിരിയിൽ മായം കലർന്നതോ കലർത്തിയതോ എന്തുമാകട്ടെ, വിശ്വവ്യാപകമായ ഒരു വ്യവസായത്തിന് നാന്ദി കുറിക്കാൻ ചവറയിലെ ലോഹമണലിന് കഴിഞ്ഞുവെന്നതാണ് ഭാഗ്യം.

നാഷണൽ ഹൈവേയിലൂടെ കൊല്ലത്തു നിന്നും വടക്കോട്ട് ബസിൽ പലകുറി യാത്ര ചെയ്തിട്ടുള്ളപ്പോഴൊന്നും ഈ തീരദേശങ്ങളുടെ വ്യവസായ പ്രാധാന്യം ശ്രദ്ധിച്ചിരുന്നില്ല. അങ്ങനെയാണ് 1965 ൽ ചവറയിലേക്കു തന്നെ ഒരു യാത്ര തിരിച്ചത് - ആദ്യയാത്ര.

ചീനക്കാരുടെ ചവറ

പ്രാചീന വാണിജ്യ നഗരമായ കൊല്ലം പട്ടണത്തിൽനിന്ന് യാത്രതിരിക്കുമ്പോൾ തന്നെ, ചവറയുടെ ചരിത്രപ്രാധാന്യവും ഞാൻ മനസ്സിലാക്കിയിരുന്നു. സഹസ്രാബ്ദങ്ങൾക്കു മുമ്പ് വിവിധ വിദേശ രാജ്യങ്ങളുമായി വിപുലമായ വാണിജ്യബന്ധം സ്ഥാപിച്ചിരുന്ന കൊല്ലം നഗരത്തിൽ അന്ന്, അസംഖ്യം ചീനക്കാരും പാർപ്പുറപ്പിച്ചിരുന്നു. ചൈനീസ് ഭാഷയിൽ ചവറയ്ക്ക് ശ്മശാനം എന്ന അർത്ഥം ഉണ്ടത്രേ. അന്ന് മരണമടഞ്ഞ ചീനക്കാരെ സംസ്കരിച്ചിരുന്നത് നഗരപ്രാന്തത്തിലുള്ള ചവറയിലായിരുന്നത്രേ. ചീനക്കാരുടെ ചവറയായിരുന്ന ചവറയിലേയ്ക്ക് യാത്രതിരിക്കാം.

അന്ന്-മൂന്ന് പതിറ്റാണ്ടുകൾക്കു മുമ്പ്-

കൊല്ലം പട്ടണത്തിന്റെ ഹൃദയത്തിലൂടെ കടന്നുപോകുന്ന നാഷണൽ ഹൈവേ വഴി വടക്കോട്ട് നാലഞ്ചു മൈൽ പിന്നിടുമ്പോൾ, എങ്ങു നിന്നോ മത്സ്യഗന്ധം കടന്നുവരികയായി. അസുഖകരവും

അപ്രതീക്ഷിതവുമായ ആ ദുർഗ്ഗന്ധം കുറിച്ചിട നീണ്ടുനില്ക്കെ, അപരിചിതർ കഥയെന്തെന്നറിയാതെ മിഴിച്ചുപോവുക സ്വാഭാവികമാണ്. ശക്തികുളങ്ങര പ്രദേശങ്ങളാണവ. കൊല്ലത്തിന്റെ വടക്കെ നഗരാതിർത്തിയായി. ഇരുവശത്തും കുടിലുകളും തെങ്ങുകളും നിറഞ്ഞ ചതുപ്പു പ്രദേശങ്ങൾ. എങ്കിലും ചലനാത്മകമാണെങ്ങും. അതാ അവിടെ കരയവസാനിക്കുന്നു. അഷ്ടമുടിക്കായലും നീണ്ടകരപ്പാലവും. പാലത്തിനു പടിഞ്ഞാറ് അല്പമകലെ, അറബിക്കടൽ ഞെളിപിരികൊള്ളുന്നു. കിഴക്ക് അഷ്ടമുടിക്കായൽ ഒന്നിക്കാനുള്ള വെമ്പലോടെ അലയിളക്കുന്നു. ആ ജലവിതാനത്തിനുപരി, നെടുനീളത്തിലുള്ള നീണ്ടകരപ്പാലം പഴക്കമേറെയുള്ള ആ മരപ്പാലത്തിലൂടെ ആടിയുലഞ്ഞ് ശബ്ദകോലാഹലത്തോടെ, ബസ് മെല്ലെ മുന്നോട്ടു നീങ്ങുമ്പോൾ നമ്മുടെ മനസ്സ് ഇരുവശത്തുമുള്ള പ്രകൃതിഭംഗിയിലും ചലനങ്ങളിലും കുരുങ്ങിക്കിടക്കുകയായിരിക്കും. ഏതാണ്ട് 20 ച മൈൽ വിസ്തീർണ്ണമുള്ള അഷ്ടമുടി (എട്ടു ശിഖരങ്ങളുള്ള) കായലിൽ കല്ലടയാറ് ഒഴുകിച്ചേരുന്നു. നീണ്ടകരപ്പൊഴിയുണ്ട്. തീരെ അവശനിലയിലെത്തിയിട്ടുള്ള നീണ്ടകരപ്പാലത്തിനു സമീപം അന്ന് പുതിയൊരു പാലം നിർമ്മിക്കാൻ തുടങ്ങിയിരുന്നു. (ഇപ്പോൾ പുതിയ പാലത്തിലൂടെയാണ് ഗതാഗതം.

തല്ക്കാലം പാലത്തിനിക്കരെ ഇറങ്ങുക. അഷ്ടമുടിക്കായലിലൂടെ അരിച്ചരിച്ചു നീങ്ങുന്ന കൊച്ചുവള്ളങ്ങളും പാലത്തിനിരുവശവുമുള്ള കായൽപ്പരപ്പിൽ ചാഞ്ചാടിക്കളിക്കുന്ന മത്സ്യബന്ധന ബോട്ടുകളും കാണാം. കരകളിലെ തെങ്ങിൻ തണലുകളിൽ ഉൽക്കണ്ഠയും ആഹ്ലാദവും തിരയടിക്കുന്ന മുഖങ്ങൾ. ബോട്ടിൽനിന്നും മീൻ പല കൈകളിലേക്ക് പകരുന്നു. കായലോരത്തുതന്നെ ഇൻഡോനോർവീജിയൻ പ്രോജക്ടിന്റെ സ്റ്റോറേജ് പ്ലാന്റുകളും ഐസ്പ്ലാന്റുകളുമുണ്ട്. അതിനിപ്പുറം ബോട്ട് ബിൽഡിങ് യാർഡും ഫിഷർ മെൻ ട്രയിനിങ് സെന്ററും മറ്റും.

ഇമ്മിണി ബല്യ എട്ടുകാലിവലകൾ പോലെ കായലോരങ്ങളിൽ തലയുയർത്തി നില്ക്കുന്ന ചീനവലകളും ജലയാനങ്ങളും മീൻപിടുത്തക്കാരുടെ തിക്കും തിരക്കും അറബിക്കടലിന്റെയും അഷ്ടമുടിക്കായലിന്റെയും സംഗമവ്യഗ്രതയുമെല്ലാം ചേർന്ന ആ തിരക്കേറിയ സ്ഥലത്തു നില്ക്കെ ചരിത്രജ്ഞാനികൾ ചിന്തിച്ചു പോകും,

'ക്രിസ്താബ്ദം ആദിശതകങ്ങളിൽ ഇതൊരു വലിയ തുറമുഖമായിരുന്നുവോ?' ചീനക്കാരുടെ ഒരു പ്രധാന ക്രയവിക്രയ കേന്ദ്രം. അവരുടെ കപ്പലുകൾ ഈ തുറമുഖത്ത് നങ്കൂരമിട്ട് കിടന്നിരുന്നു. അവയിലൂടെയെത്തുന്ന കൗതുകവസ്തുക്കൾക്ക് കേരളത്തിന്റെ ഉയർന്ന തലങ്ങളിൽ വലിയ ഡിമാന്റായിരുന്നു. നമ്മുടെ മലയോരങ്ങളിലെ കറുത്ത സ്വർണ്ണവും (കുരുമുളക്) മറ്റ് സുഗന്ധദ്രവ്യങ്ങളും നിറച്ച് അവ മടങ്ങിപ്പോയിരുന്നു. അക്കാലമൊക്കെ പോയി. ഇന്ന് തീരങ്ങളിൽ കാണുന്ന ചീനവലകൾ മാത്രമേ ആ പോയകാലങ്ങളിലെ വാണിജ്യബന്ധത്തെ അനുസ്മരിപ്പിക്കാനുള്ളൂ...

വെളുപ്പിനെയുള്ള വണ്ടിക്ക് കൊല്ലത്തുനിന്നു കയറി നീണ്ടകരയിലിറങ്ങിയപ്പോഴും നേരം പുലർന്നിരുന്നില്ല. അഷ്ടമുടിക്കായൽ പുതച്ചിരുന്ന വെള്ളമസ്ലീൻ മെല്ലെ മാറ്റി ഉണരാൻ തുടങ്ങിയിരുന്നു. ഈറനാർന്ന തെങ്ങോലത്തുമ്പുകളിൽനിന്ന് ഇറ്റിറ്റു വീഴുന്ന മഞ്ഞുതുള്ളികളിൽ ആദ്യരശ്മികൾ ഇന്ദ്രചാപം നിർമ്മിക്കുന്നതും നോക്കി കടൽക്കാറ്റേറ്റ് തണുത്തു വിറച്ച് കൂനിക്കൂടി മെല്ലെ മുമ്പോട്ടു നടന്നു. ലോകം ഉണരുന്നതിന്റെ ചന്തം നോക്കി നടക്കെ, ദൂരം നീങ്ങിയതറിഞ്ഞില്ല.

സുദീർഘമായ ഒരു കാലഘട്ടം മുഴുവൻ എണ്ണമറ്റ ആളുകളെയും വാഹനങ്ങളെയും രാപ്പകലന്യേ അക്കരെയിക്കരെ കടന്നുപോകാൻ വാർദ്ധക്യദശയിലും സേവനമനുഷ്ഠിച്ചിരുന്ന പഴയ നീണ്ടകരപ്പാലം - പലകപ്പാലം - ഇന്നില്ല. പകരം അതിനടുത്ത് സമാന്തരമായി നിർമ്മിക്കപ്പെട്ട പുതിയ പാലം 1972 മുതൽ ഗതാഗത യോഗ്യമായി.

ചവറയിലേയ്ക്ക്

പുതിയ നീണ്ടകരപ്പാലം കടന്ന് പിന്നെയും കുറെ ദൂരം മുമ്പോട്ടു ചെല്ലുമ്പോൾ വലിയ രണ്ട് ആർച്ചുകളുള്ള ഏതോ പ്രവേശനകവാടം പോലെ മറ്റൊരു പാലം-ചവറപ്പാലം. പുതിയൊരു ഭൂപ്രദേശത്തിലേക്കോ പ്രവർത്തന മണ്ഡലത്തിലേക്കോ സന്ദർശകനെ സ്വാഗതം ചെയ്യാൻ പടുത്തുയർത്തപ്പെട്ട മനോഹരമായ പ്രവേശന കവാടം ചവറ പഞ്ചായത്തിലേക്കുള്ള പ്രവേശനപ്പന്തലായി കണക്കാക്കാം.

അവിടുന്നങ്ങോട്ട് ശങ്കരമംഗലം വരെയുള്ള തീരപ്രദേശങ്ങൾ ചവറപഞ്ചായത്താണ്.

കൊറ്റൻകുളങ്ങരയാണ് പഞ്ചായത്തിന്റെ ആസ്ഥാനം. റോഡിനിരുവശവും പീടികകളും സാമാന്യം പരിഷ്കൃതമായ ഗ്രാമഭവനങ്ങളും കാണാം. എങ്കിലും ഒച്ചയും ബഹളവും ഇല്ല. ജനബാഹുല്യമോ ജോലിത്തിരക്കോ ദൃശ്യമല്ല. അലസമായ ചലനങ്ങൾ, ജീവിതചര്യകൾ, ജീവിതം പ്രശാന്തമായി പ്രവഹിക്കുകയാണ്; ആ ഗ്രാമപ്രദേശത്ത്. ഒരു സാധാരണ ഗ്രാമം, അത്രതന്നെ പക്ഷേ, അടുത്തു കാണുന്ന ഗ്രാമീണരിലാരോടെങ്കിലും സ്വല്പം ലോഹ്യം പറഞ്ഞു നോക്കൂ. നിത്യമെന്നോണം അവർക്ക് വേദനയും ഒപ്പം ഉത്സാഹവും പകരുന്ന ചില സ്മരണകളുണ്ട്. മധുരിക്കുന്നവയും

വേദനിപ്പിക്കുന്നവയുമായ ആ സ്മരണകളെ താലോലിച്ചു കൊണ്ടാണ് മിക്കപേരും ദിവസങ്ങൾ തള്ളിനീക്കുന്നത്. പ്രായേണ ചലനരഹിതമായ ഗ്രാമത്തെ ആഹ്ലാദഭരിതമാക്കിയിരുന്ന സ്മരണകൾ! പ്രധാനമായും രണ്ടാണവ. അവയിൽ ഒരോർമ്മ ഓരോ വർഷവും പുതുക്കപ്പെടുന്നുണ്ട്. എന്താണത്?

നമുക്ക് ചവറയുടെ ആസ്ഥാനമായ കൊറ്റൻകുളങ്ങര നിന്നും വലതുവശത്തേയ്ക്കുള്ള പൂഴിമണൽ നിറഞ്ഞ ഗ്രാമവീഥിയിലൂടെ നടക്കാം. ഇരുവശവും ഫലവൃക്ഷങ്ങൾ തണൽ വിരിക്കുന്ന നാട്ടുപാതയിലൂടെ കഷ്ടിച്ച് ഒരു ഫർലോങ് നടക്കുമ്പോഴേയ്ക്കും അതിവിശാലമായ ഒരു അമ്പലക്കുളവും മുൻപിൽ വിസ്തൃതമായ അമ്പലപ്പറമ്പും കളിത്തട്ടും. പിന്നെ മേൽപ്പുരയില്ലാത്ത ശ്രീകോവിലും ഉപശാലകളും കാണാം. കൊറ്റൻകുളങ്ങര ഭഗവതി ക്ഷേത്രമാണിത്. ചവറയിലെ ജനഹൃദയങ്ങളിലെന്നല്ല, സാമൂഹ്യ സംവിധാനത്തിലും വളരെയേറെ സ്വാധീനശക്തി ചെലത്തുന്ന ഒരു ആരാധനാ കേന്ദ്രമാണ് ആ ക്ഷേത്രം.

ചമയവിളക്ക്

മീനമാസത്തിലെ ചമയവിളക്കാണ് കൊറ്റൻകുളങ്ങര ക്ഷേത്രത്തിലെ ഉത്സവത്തിന്റെ പ്രത്യേകത. പുരുഷന്മാർ സ്ത്രീവേഷം കെട്ടി, കൈയിൽവിളക്കു (ചമയവിളക്ക്)മായി ക്ഷേത്രസന്നിധിയിൽ ഭജിക്കുക. അതൊരു നേർച്ചയാണ്. മുമ്പെന്നെങ്കിലും ജീവിതത്തിന്റെ ഏതെങ്കിലുമൊരു പ്രതിസന്ധിഘട്ടത്തിൽ നേർച്ച നേർന്നിട്ടുള്ള പുരുഷന്മാർ അന്നേ ദിവസം കാലേക്കൂട്ടി വേണ്ട സജ്ജീകരണങ്ങളും സഹായികളുമായി ഉത്സവപ്പറമ്പിൽ എത്തുന്നു. ക്ഷേത്രപരിസരവും സമീപത്തെ വെളിമ്പറമ്പുകളും പുരയിടങ്ങളുമെല്ലാം ആ പുരുഷാരം കൈയടക്കിയിരിക്കും. കൗമാരപ്രായത്തിലുള്ളവർ മുതൽ വൃദ്ധന്മാർ വരെ നവീന രീതിയിൽ സ്ത്രീവേഷം കെട്ടി ചമയവിളക്കുമായി അമ്പലമുറ്റത്തെത്തി എതിരേല്പിനു നിരക്കുന്നു. മിക്കവാറും ആയിരക്കണക്കിനു നേർച്ചക്കാർ കാണും. അമ്പലപ്പറമ്പും പരിസരവും ഒരു പെണ്ണരശു നാടായി മാറിക്കഴിയും. ഉത്സാഹപൂർണ്ണമായ അന്തരീക്ഷം. രസകരങ്ങളായ അനുഭവങ്ങൾ. വൈദ്യുത ദീപങ്ങളുടെ കണ്ണഞ്ചിക്കുന്ന പ്രഭയിൽ വർണ്ണവസ്ത്രങ്ങളണിഞ്ഞ സ്ത്രീ പുരുഷന്മാരുടെ ആ സമ്മോഹന സമ്മേളനം കാണികളുടെ മനസ്സിൽ നിറഞ്ഞുനില്ക്കുന്നു.

പക്ഷേ, അവരിൽ നഷ്ടസ്വർഗ്ഗത്തിന്റെ ദുഃഖസ്മരണകൾ ഉയർത്തുന്ന മറ്റൊരു സംഭവമുണ്ട്. ഒരുപക്ഷേ, മിക്ക ഗ്രാമീണരുടെയും കുടുംബഭദ്രതയുടെ അടിക്കല്ലിളക്കിയ ആ ദുരന്തത്തിന്റെ ഓർമ്മകൾ ഇന്നും അവരെ ദുഃഖഭരിതരാക്കുന്നുണ്ട്. ആ നല്ല കാലത്തിന്റെ ഓർമ്മകൾ കരളിൽ കുത്തി നോവിക്കുകയാണിന്നും. എങ്ങനെ ദുഃഖിക്കാതിരിക്കും?

ആ നല്ല കാലം

ചവറയിലെ ആയിരക്കണക്കിനു കുടുംബങ്ങളിൽപ്പെട്ട തൊഴിലാളികൾക്കും ജീവനക്കാർക്കും നിത്യത്തൊഴിലും നല്ലവരുമാനവും നല്കി അവരുടെ സമ്പൽസമൃദ്ധിയുടെ പ്രഭവസ്ഥാനമായി പ്രവർത്തിച്ചു കൊണ്ടിരുന്ന, വലിയൊരു തൊഴിൽ സ്ഥാപനമുണ്ടായിരുന്നു. അന്ന് ജോലി ചെയ്യാവുന്ന ചെറുപ്പക്കാർക്ക് എന്തെങ്കിലും ഒരു തൊഴിൽ കിട്ടാൻ പ്രയാസമില്ലായിരുന്നു. നിശ്ചിത മണിക്കൂറുകളിലെ അദ്ധ്വാനം, മാന്യമായി ജീവിക്കാൻ വേണ്ട പ്രതിഫലം നല്കിവന്നു. ഗ്രാമാന്തർഭാഗങ്ങളിലെ ഇടത്തരം വീടുകളിൽ സമൃദ്ധി കളിയാടി. കുടുംബത്തിലാരെങ്കിലും ആ സ്ഥാപനങ്ങളിലെ തൊഴിലാളിയായിരിക്കും. ചിലപ്പോൾ ഒന്നിലധികം പേരും കാണും. വൈകുന്നേരമായാലോ? ചവറയിലെ റോഡുകളും ഇടവഴികളും കവലയുമെല്ലാം ചലനോജ്ജ്വലമാകുമായിരുന്നു. പണി കഴിഞ്ഞുവരുന്ന തൊഴിലാളികൾ; ശമ്പളം വാങ്ങി വരുന്ന തൊഴിലാളികൾ; വിപണനസ്ഥലങ്ങളിൽ തിക്കിത്തിരക്കുന്ന തൊഴിലാളികൾ; വെളിമ്പ്രദേശങ്ങളിൽ വട്ടമിട്ടിരുന്ന് വിശ്രമസമയം ഉല്ലാസപൂർണ്ണമായി ചെലഴിക്കുന്ന തൊഴിലാളികൾ, എങ്ങും സന്തോഷം തിരയടിക്കുന്ന അന്തരീക്ഷം.

ഒരു സുപ്രഭാതത്തിൽ ആ സ്ഥാപനത്തിന്റെ പ്രവർത്തനം നിലച്ചു. കമ്പനി എന്നെന്നേയ്ക്കുമായി പൂട്ടിയിടപ്പെട്ടു. ജീവിതം ഭദ്രമെന്നു കരുതി വന്ന പതിനായിരക്കണക്കിനു തൊഴിലാളികൾ പുറംതള്ളപ്പെട്ടു. കാര്യമായ മറ്റു ജീവിത മാർഗ്ഗങ്ങളൊന്നുമില്ലാത്ത ആ തൊഴിലാളികൾ സ്വന്തം ദുർവിധിയെ പഴിച്ചു കൊണ്ട് നിസ്സഹായരായി സ്വഭവനങ്ങളിൽ അടിഞ്ഞു കൂടി. തൊഴിലില്ലായ്മ, ദാരിദ്ര്യം, പട്ടിണി - എല്ലാം വളരെ പെട്ടെന്ന് ചവറയിലെ ഗ്രാമീണ ജീവിതത്തെ പിടിച്ചുലച്ച സംഭവമായിരുന്നു. ചവറ മിനറൽസിന്റെ പൂട്ടിയിടൽ. ഏതാനും വർഷങ്ങൾക്കു മുമ്പുണ്ടായ ആ തകർച്ചയിൽനിന്ന് ഇന്നും ആ ഗ്രാമം കര കയറിയിട്ടില്ല. വേദനിപ്പിക്കുന്ന ഒരോർമ്മയാണിന്നും. ചവറ മിനറൽസ് മാത്രമല്ല ക്രമേണ മറ്റു ചില കമ്പനികളും പൂട്ടിയിടപ്പെട്ടു. ഒരിക്കൽ പ്രവർത്തനോജ്ജ്വലമായിരുന്ന ലോഹമണൽ വ്യവസായം ക്രമേണ ക്ഷയിച്ചുതുടങ്ങി.

മണൽ കലർന്ന മണ്ണിൽ തെങ്ങ് സമൃദ്ധമായി വളരുന്നു. തെങ്ങും നെല്ലുമായിരുന്നു പ്രധാന ജീവിതോപാധികൾ. പക്ഷേ, ബഹുഭൂരിപക്ഷത്തിനും വേണ്ടത്ര കൃഷിഭൂമിയില്ല. ഉള്ളവർ തന്നെ കൃഷി ആദായകരമല്ലാതായതോടെ ആ രംഗത്തുനിന്നും ക്രമേണ പിൻവാങ്ങി. നിശ്ചിത വരുമാനമുള്ള മറ്റെ

ന്നെങ്കിലും തൊഴിലിൽ മണൽക്കമ്പനികളിൽ കടന്നുകൂടാൻ തിക്കിതിരക്കിയിരുന്നു.

കടലോരങ്ങളിൽ ആർക്കും വേണ്ടാതെ അവഗണിക്കപ്പെട്ടു കിടന്ന മണൽ, ചവറയ്ക്ക് അന്തർദ്ദേശീയ പ്രാധാന്യവും പ്രശസ്തിയും നേടിക്കൊടുത്തു. മായം ചേർന്ന കയറിന്റെ കഥ സൂചിപ്പിച്ചല്ലോ.

ലോഹമണലിന്റെ പെരുമ

ചവറയിലെ ലോഹമണൽ വ്യവസായത്തിന്റെ കഥ ഇവിടെ തുടങ്ങുന്നു. ചവറ - പന്മന-തേവലക്കര എന്നീ ഗ്രാമപഞ്ചായത്തുകളുടെ തീരദേശങ്ങളിൽ ലോകത്തിലെ ഏറ്റവും വില കൂടിയ മോണോസൈറ്റ്, തോറിയം, റൂട്ടയിൽ, ഇൽമനൈറ്റ് എന്നീ ലോഹമണൽ നിക്ഷേപമുണ്ട്. നീണ്ടകര മുതൽ ആയിരം തെങ്ങുവരെ 25 കി മീ നീളത്തിൽ കരിമണൽ നിക്ഷേപമുണ്ടെന്ന് കണക്കാക്കപ്പെടുന്നു. 1908-ൽ ഷോബർഗ്ഗ് എന്ന ജർമ്മൻകാരനാണ് ഇവിടെ ലോഹമണൽ വ്യവസായത്തിനു നാന്ദി കുറിച്ചത്. 1921-ൽ ബ്രിട്ടീഷുകാരും രംഗത്തെത്തി. അവർ ലോഹമണൽ വ്യവസായം കുറെ കൂടി വ്യാപകമാക്കി. ഹോപ്കിൻസ് ആന്റ് വില്യംസ് എന്ന ബ്രിട്ടീഷ് കമ്പനി മണവാളക്കുറിച്ചിയിൽ ഒരു ഫാക്ടറി സ്ഥാപിച്ചു. ഇൽമനൈറ്റിന് ഡിമാന്റ് വർദ്ധിച്ചു. 1933 ൽ ട്രാവൻകൂർ മിനറൽസ് കമ്പനി ജന്മമെടുത്തു. ചവറയിലും മണവാളക്കുറിച്ചിയിലും പ്ലാന്റുകൾ പ്രവർത്തനമാരംഭിച്ചു. ചവറയിൽ ലോഹമണൽ കമ്പനികൾ പലതും ഉയർന്നു വന്നു. 1940 ൽ എച്ച് ആന്റ് ഡബ്ലിയു അസോഷ്യറ്റഡ് മിനറൽസ് കമ്പനിയും പ്രവർത്തനം ആരംഭിച്ചു. ഇൽമനൈറ്റ് ഉല്പാദനം വൻതോതിൽ വർദ്ധിച്ചു. ട്രാവൻകൂർ മിനറൽസ്, ഹോപ്കിൻ ആന്റ് വില്യംസ്, എഫ് എക്സ് പെരേര മിനറൽസ് എന്നീ കമ്പനികൾ പ്രവർത്തനനിരതമായതോടെ ചവറയിലെയും സമീപപ്രദേശങ്ങളിലെയും നൂറുകണക്കിനു ഗ്രാമീണർക്ക് തൊഴിൽ ലഭിച്ചു.

1947-48-ൽ തിരുവിതാംകൂർ സ്റ്റേറ്റ് ഗവൺമെന്റും ഈ വ്യവസായ രംഗത്തു കടന്നുവന്നു. അറ്റോമിക് എനർജി ഉല്പാദിപ്പിക്കാനാവശ്യമായ തോറിയം, യുറേനിയം, സിർക്കോണിയം എന്നീ ഘടകങ്ങൾക്ക് ഡിമാന്റ് വർദ്ധിച്ചതോടെ, ചവറയിൽ ലോഹമണൽ വ്യവസായം അടിക്കടി അഭിവൃദ്ധി നേടി. അന്ന് ലോകമൊട്ടാകെ ആവശ്യമുള്ള ഇൽമനൈറ്റിന്റെ 90 ശതമാനവും ചവറയിൽ നിന്നാണ് കയറ്റി അയയ്ക്കപ്പെട്ടിരുന്നത്. പില്ക്കാലത്ത് കാനഡ, തെക്കെ ആഫ്രിക്ക, മലയ, സിലോൺ തുടങ്ങിയ രാജ്യങ്ങളിലും ലോഹമണൽ വ്യവസായം വ്യാപിച്ചു തുടങ്ങിയതോടെ കുതിച്ചു കയറിക്കൊണ്ടിരുന്ന ചവറയിലെ വ്യവസായ പുരോഗതിക്ക് മാന്ദ്യം നേരിട്ടു. വിദേശ കമ്പനി ഉടമകൾ തൊഴിലാളികൾക്ക് ലക്ഷക്കണക്കിനു രൂപ ശമ്പളക്കുടിശ്ശിക വരുത്തി. മണൽക്കമ്പനികൾ തുടരെത്തുടരെ പൂട്ടിയിടപ്പെട്ടു. പതിനായിരക്കണക്കിന് തൊഴിലാളികൾക്ക് ജോലി നഷ്ടപ്പെട്ടു. ചവറയുടെ സാമ്പത്തിക അടിത്തറയെത്തന്നെ ഇളക്കി മറിച്ച സംഭവവികാസങ്ങളായിരുന്നു അവയെല്ലാം. ഗവൺമെന്റ് ഉടമസ്ഥതയിൽ പില്ക്കാലത്തു തുടങ്ങിയ കമ്പനികളിൽ കുറേപ്പേർക്ക് തൊഴിൽ ലഭിച്ചെങ്കിലും ആ പഴയ സമൃദ്ധിയുടെ നാളുകൾ എന്നേന്നേയ്ക്കുമായി നഷ്ടപ്പെട്ടു കഴിഞ്ഞിരുന്നു.

ചവറയിലെ ഒരു ചെറിയ തുറമുഖമാണ് കോവിൽത്തോട്ടം. ലാൻഡിങ് സൗകര്യങ്ങൾ കുറവെങ്കിലും മണൽക്കമ്പനികളിലെ ഉല്പന്നങ്ങൾ മുമ്പ് കോവിൽത്തോട്ടം തുറമുഖം വഴി വിദേശങ്ങളിലേക്ക് കയറ്റി അയച്ചിരുന്നു.

ഇന്നത്തെ സ്ഥിതി

ഇന്നിപ്പോൾ ചവറയിൽ പ്രവർത്തിക്കുന്ന രണ്ട് പ്രമുഖ ലോഹവ്യവസായ സ്ഥാപനങ്ങളാണ്, സ്റ്റേറ്റ് ഉടമയിലുള്ള കേരള മിനറൽസ് ആൻഡ് മെറ്റൽസും കേന്ദ്ര ഗവൺമെന്റിന്റെ ഉടമയിലുള്ള ഇന്ത്യൻ റെയർ എർത്തും. ചവറയിൽ ശങ്കരമംഗലത്താണ് കേരള മിനറൽസിന്റെ ടൈറ്റാനിയം കോംപ്ലക്സ്. ഈ സ്ഥാപനത്തിന്റെ വിപുലീകരണ പ്രവർത്തനങ്ങളുടെ ഭാഗമായി അത്യാധുനിക സാങ്കേതിക രീതികളുപയോഗിക്കുന്ന മിനറൽ സെപ്പറേഷൻ പ്ലാന്റും ടൈറ്റാനിയം ഡയോക്സൈഡ് പിഗ്മെന്റ് പ്ലാന്റും ഇവിടെ പ്രവർത്തിക്കുന്നു. കേന്ദ്രാഭിമുഖ്യത്തിലുള്ള ഇന്ത്യൻ റെയർ എർത്ത് എന്ന ലോഹമണൽ വ്യവസായ സ്ഥാപനവും നവീകരണത്തിന്റെ പാതയിലാണിപ്പോൾ. ചവറയിലെ കടലോരത്തുനിന്നും ഏതാണ്ട് 100 മീ അകലെ, കടലിൽ പൊങ്ങിക്കിടക്കുന്ന കൂറ്റൻ കപ്പൽ പോലെയുള്ള ഈ പ്ലാന്റിൽ കടലിൽനിന്നും കോരിയെടുക്കുന്ന ലോഹമണൽ ചെളിയും മറ്റു മാലിന്യങ്ങളും നീക്കംചെയ്ത് ശുദ്ധീകരിച്ച് കരയ്ക്കെത്തിക്കുന്നു.

1950 കളിൽ ചവറയിലേയും പരിസരപ്രദേശങ്ങളിലേയും ആയിരക്കണക്കിന് കുടുംബങ്ങൾക്ക് മെച്ചപ്പെട്ട തൊഴിലവസരങ്ങൾ സൃഷ്ടിച്ചിരുന്ന ട്രാവൻകൂർ മിനറൽസ്, ഹോപ്കിൻസ് ആന്റ് വില്യംസ്, എഫ് എക്സ് പെരേര മിനറൽസ് എന്നീ പ്രമുഖ സ്ഥാപനങ്ങളുടെ പ്രവർത്തനം നിലച്ചിട്ട് പല പതിറ്റാണ്ടുകൾ കഴിഞ്ഞു. ചവറയിലെ ലോഹമണൽ വ്യവസായ രംഗത്ത് ഇന്ന് പരിമിതമായ തോതിലെങ്കിലും തൊഴിലവസരങ്ങൾ നല്കുന്നത് ഇന്ത്യൻ റെയർ എർത്ത്സും കേരളാ മിനറൽസ് ആന്റ് മെറ്റൽസും മാത്രമാണ്. സമ്പന്നവും സംതൃപ്തവു

മായ കഴിഞ്ഞകാലങ്ങൾ അയവിറക്കി തപ്തസ്മൃതികളുമായിക്കഴിയുന്ന കുടുംബങ്ങൾ ഏറെയുണ്ടിന്നും.

ഇൻഡോ നോർവീജിയൻ പ്രോജക്ട് ചവറ പ്രദേശങ്ങളുടെ ഇന്നോളമുള്ള വളർച്ചയിൽ അതി പ്രധാനമായ ഒരു പങ്കുവഹിച്ചിട്ടുള്ള പ്രമുഖ സ്ഥാപനമാണ്. 1952 ഒക്ടോബറിൽ ഇന്ത്യാ ഗവൺമെന്റും നോർവേ ഗവൺമെന്റും യുണൈറ്റഡ് നേഷൻസും തമ്മിലുണ്ടായ ഒരു എഗ്രിമെന്റിന്റെ ഫലമായി പ്രോജക്ട് ആരംഭിച്ചു. മീൻപിടുത്തക്കാർ അധികമുള്ള ചവറ പ്രദേശങ്ങളിലെ ജനജീവിതം അഭിവൃദ്ധിപ്പെടുത്താൻ 1953 ൽ ഇൻഡോ-നോർവീജിയൻ കമ്യൂണിറ്റി ഡവലപ്മെന്റ് പ്രോജക്ട് ആരംഭിച്ചു. പഴയ വള്ളങ്ങൾക്കു പകരം യന്ത്രവല്ക്കൃത ബോട്ടുകൾ ഉപയോഗിച്ച് മീൻപിടിക്കാനും അവ കേടുകൂടാതെ സൂക്ഷിക്കാനും വാഹന സൗകര്യങ്ങൾ മെച്ചപ്പെടുത്താനും അങ്ങനെ തീരദേശവാസികളുടെ ജീവിതനിലവാരമുയർത്താനും സമാരംഭിക്കപ്പെട്ട ഈ പ്രോജക്ട് മീൻപിടുത്തക്കാർക്കിടയിൽ വമ്പിച്ച പരിവർത്തനങ്ങൾ ഉണ്ടാക്കി.

1963 ഏപ്രിൽ മുതൽ പ്രോജക്ടിന്റെ നടത്തിപ്പ് ഇന്ത്യാ ഗവൺമെന്റ് ഏറ്റെടുത്തു. ചവറയിലെ പ്രിമോ പൈപ്പ് ഫാക്ടറിയും കുറേപ്പേർക്ക് തൊഴിൽ നല്കുന്നുണ്ട്. ഇത്തരത്തിലുള്ള ഇന്ത്യയിലെ ആദ്യ ഫാക്ടറിയാണിത്. ചവറ പഞ്ചായത്തിനോട് തൊട്ടുരുമ്മിക്കിടക്കുന്ന പഞ്ചായത്തുകളാണ് പന്മനയും തേവലക്കരയും. ചവറ-പന്മന-തേവലക്കര ഒരേ ഭൂപ്രകൃതിയും പ്രശ്നങ്ങളുമുള്ള പ്രദേശങ്ങളാണ്. രാഷ്ട്രീയ പ്രബുദ്ധതയിലും സാംസ്കാരിക പാരമ്പര്യത്തിലും മുന്നിട്ടു നില്ക്കുന്ന സമീപ ഗ്രാമമാണ് ചവറ തെക്കുംഭാഗം പഞ്ചായത്ത്. സാമൂഹ്യ-സാഹിത്യ-രാഷ്ട്രീയ മേഖലകളിൽ സ്വന്തം വ്യക്തിമുദ്ര പതിപ്പിച്ച മഹത് വ്യക്തികളുടെ ജന്മനാടാണ് ചവറ; അന്നും ഇന്നും. ശ്രീമൂലം തിരുനാൾ മഹാരാജാവിന്റെ ഉറ്റബന്ധുവായ ശങ്കരൻ തമ്പി ഇന്നാട്ടുകാരനായതിനാലാവാം ചവറയിലെ ശങ്കരമംഗലത്തിന് ആ പേര് സിദ്ധിച്ചത്. അദ്ദേഹം സ്ഥാപിച്ച സ്കൂളുകളും മറ്റും ചവറയുടെ പുരോഗതിയിൽ ഗണ്യമായ പങ്ക് വഹിച്ചിട്ടുണ്ട്. ശങ്കരമംഗലം എന്ന പുരാതന ഭവനം തന്നെ, പഴയ കാലത്തെ നല്ല ഒരു നായർ ഭവനത്തിന് മാതൃകയായിരുന്നു. സാംസ്കാരിക-സാഹിത്യ മേഖലകളിൽ സ്വന്തം വ്യക്തിമുദ്ര പതിപ്പിച്ച ചുരുക്കം ചിലരെപ്പറ്റി മാത്രം സൂചിപ്പിക്കാനേ സ്ഥലപരിമിതി അനുവദിക്കുന്നുള്ളൂ.

അഴകത്ത് പത്മനാഭക്കുറുപ്പ്

ഇരുപതാം നൂറ്റാണ്ടിന്റെ പൂർവ്വാർദ്ധത്തിൽ ജീവിച്ചിരുന്ന മഹാകവി അഴകത്തു പത്മനാഭക്കുറുപ്പിനെ മലയാളസാഹിത്യത്തിന് ഒരിക്കലും വിസ്മരിക്കാനാവില്ല. കേരളത്തിലെ മഹാകാവ്യപ്രസ്ഥാനത്തിന് നാന്ദി കുറിച്ചത് അദ്ദേഹമാണ്. ചവറ തെക്കുംഭാഗത്ത് അഴകത്തു തറവാട്ടിൽ 1869-ൽ ജനിച്ചു. മലയാള സാഹിത്യത്തിലെ പ്രഥമ മഹാകാവ്യമായ *രാമചന്ദ്രവിലാസ*ത്തിന്റെ കർത്താവായ അഴകത്തു പത്മനാഭക്കുറുപ്പ് 1939-ൽ ദിവംഗതനായി. അദ്ധ്യാപകനായിരുന്നു അദ്ദേഹം. *രാമചന്ദ്രവിലാസ*ത്തിനു പുറമെ അദ്ദേഹം രണ്ടു നാടകങ്ങളും ഒരു ആട്ടക്കഥയും രചിച്ചിട്ടുണ്ട്.

കേരളത്തിന്റെ പ്രിയപ്പെട്ട കവിയായ ശ്രീ. ഒ എൻ വി കുറുപ്പിന്റെയും ജന്മനാടാണ് ചവറ. രാഷ്ട്രീയപ്രവർത്തകൻ, പത്രാധിപർ, ചെറുകഥാകൃത്ത്, നാടകകൃത്ത് എന്നീ നിലകളിൽ പ്രസിദ്ധനായിരുന്ന ശ്രീ. സി എൻ ശ്രീകണ്ഠൻ നായരും (1928-1976) ചവറയുടെ സന്താനമാണ്. സാഹിത്യത്തിലും കഥാപ്രസംഗകലയിലും പേരെടുത്തവർ ഇനിയുമുണ്ട്. പ്രശസ്ത കാഥികൻ ശ്രീ. വി സാംബശിവനും മറ്റും.

ഇനി പന്മനയിലേക്കു കടക്കാം. നാഷണൽ ഹൈവേയിൽനിന്ന് കിഴക്കോട്ടു തിരിയുന്ന ഗ്രാമറോഡിലൂടെ ഇടപ്പള്ളിക്കോട്ട കവലയിൽ നിന്ന് നടന്നാൽ പന്മനയുടെ ഹൃദയം കാണാം. തരിമണൽ നിറഞ്ഞ നിരത്തും ഇരുവശങ്ങളിലെ ഗ്രാമഭവനങ്ങളും ഫലവൃക്ഷങ്ങൾ നിറഞ്ഞ പുരയിടങ്ങളും കൗതുകകരമായ കാഴ്ചയാണ്. ഏതാണ്ട് അര മൈൽ നടക്കുമ്പോൾ പന്മന പഞ്ചായത്താഫീസായി. പാടത്തിന്റെ കരയിൽ റോഡരികിൽ സാമാന്യം വിസ്തൃതിയുള്ള വളപ്പിൽ സൗകര്യമുള്ള ഒരു കെട്ടിടം; പന്മന പഞ്ചായത്താഫീസ്.

പന്മന ആശ്രമത്തിലേയ്ക്ക്

പന്മന ഗ്രാമപഞ്ചായത്തിന്റെ വിസ്തീർണ്ണം 16.85 ച കി മീ. പഞ്ചായത്തിന്റെ അതിരുകൾ: പടിഞ്ഞാറ്-അറബിക്കടൽ, വടക്ക്-കരുനാഗപ്പള്ളി, കിഴക്ക്-തേവലക്കര, തെക്ക്-ചവറ. ജനസംഖ്യയിൽ ഹിന്ദുക്കളാണ് മുന്നിൽ. മുസ്ലീങ്ങളും കുറവല്ല. ക്രിസ്ത്യാനികളും ഉണ്ട്. ചകിരി പിരിക്കലാണ് പ്രധാന തൊഴിൽ. ജാതിഭേദമെന്യേ ആൾക്കാർ ഈ തൊഴിലിൽ ഏർപ്പെടുന്നു. പന്മന ആശ്രമം (ശിവ ക്ഷേത്രം). കണ്ണങ്കുളങ്ങര ദേവീ ക്ഷേത്രം. പനയന്നാർക്കാവ് ദേവീക്ഷേത്രം ആണുവേലിൽ ദേവീ ക്ഷേത്രം മീനാംതോപ്പിൽ ദേവീക്ഷേത്രം, പൊന്മന കുളങ്ങര ക്ഷേത്രം, ഇവയാണ് ഹിന്ദുക്കളുടെ പ്രധാന ആരാധന കേന്ദ്രങ്ങൾ. കൊല്ലക സി എം എസ് പള്ളി, കണ്ണേറ്റി യാക്കോബാ പള്ളി, വടക്കുന്തറ പള്ളി, എന്നീ ക്രിസ്തീയാരാധനാ കേന്ദ്രങ്ങളും പോരുക്കര മുസ്ലീം പള്ളി കോട്ടയ്ക്കകത്തു പള്ളി തുടങ്ങിയ മുസ്ലീം പള്ളികളുമുണ്ട്. വിദ്യാഭ്യാസ സൗകര്യങ്ങൾ കുറവല്ല.

ഇടപ്പള്ളിക്കോട്ട (നാഷണൽ ഹൈവേയിൽ പന്മനയിലേക്കുള്ള ഗ്രാമറോഡ് തിരിയുന്ന ജങ്ഷൻ)യിലെ ഒരു പബ്ലിക് മാർക്കറ്റാണ് പ്രധാന വിപണനകേന്ദ്രം. നല്ല തിരക്കുള്ള ഒരു ജങ്ഷൻ (ഇടപ്പള്ളി വീട് പന്മനയിലെ ഒരു പ്രസിദ്ധ മുസ്ലീം തറവാടാണ്). ഹൈസ്കൂൾ ജങ്ഷൻ നേരെ വടക്കോട്ടു തിരിയുന്ന വഴിയിലൂടെ തെല്ലിട നടക്കുമ്പോൾ തന്നെ വയൽവക്കിൽ ഒരു ഗേറ്റും വയലോരം ചേർന്ന് ചില പരിഷ്കൃത ഭവനങ്ങളും കാണാം. ഹരിതപശ്ചാത്തലത്തിലെ ആ ഗേറ്റും കെട്ടിടവും ഏതോ ഒരു മഹൽ സ്ഥാപനത്തിന്റെ സൂചനയാണെന്ന് പെട്ടെന്നു മനസ്സിലാക്കാൻ കഴിയും. ഗാംഭീര്യവും അന്തസ്സുമുള്ള ആ പ്രവേശന കവാടത്തിന്റെ മുന്നിൽനിന്ന് ചുറ്റും നോക്കൂ, പച്ചച്ച വയലേലകൾ, തെങ്ങിൻ തോപ്പുകൾ, ഇടയ്ക്കിടയ്ക്ക് കൊച്ചു വീടുകൾ രൂപഭംഗിയുള്ള ഗ്രാമവീഥി, എങ്ങും ശാന്തത കേരളത്തിനു വിസ്മരിക്കാനാകാത്ത ഒരു ഗ്രാമത്തിലേക്ക് നാം കടക്കുകയായി. അപൂർവ്വ സിദ്ധികളാൽ അനുഗൃഹീതനും യോഗിവര്യനുമായിരുന്ന ശ്രീ ചട്ടമ്പിസ്വാമി തിരുവടികളുടെ സമാധിസ്ഥലം.

ചട്ടമ്പിസ്വാമികൾ

'ചട്ടമ്പിസ്വാമി' എന്നറിയപ്പെടുന്ന കുഞ്ഞൻപിള്ള കൊല്ലവർഷം 1029-ാം മാണ്ട് ചിങ്ങമാസം 11-ാം തീയതി തിരുവനന്തപുരത്തിനടുത്ത് കൊല്ലൂർവിള എന്ന സ്ഥലത്ത് ഒരു സാധാരണ കുടംബത്തിൽ ജനിച്ചു. ബാല്യകാലം പേട്ടയിലും പരിസരങ്ങളിലുമുള്ള ബന്ധുഭവനങ്ങളിലും സുഹൃത് ഭവനങ്ങളിലുമായി കഴിച്ചുകൂട്ടി. കുടിപ്പള്ളിക്കൂടത്തിലെ തടിമിടുക്കുള്ള ആ ബാലന് ആശാൻ, ചട്ടമ്പി (ക്ലാസിലെ ലീഡർ) സ്ഥാനം നല്കി. കുഞ്ഞൻപിള്ള-കുഞ്ഞൻപിള്ള ച്ചട്ടമ്പിയായി. പില്ക്കാലത്ത് ചട്ടമ്പിസ്വാമിയും. കൗമാരപ്രായത്തിൽ തന്നെ, പ്രായേണ അന്തർമ്മുഖനും ലൗകിക കാര്യങ്ങളിൽ വിരക്തനുമായിത്തീർന്ന ചട്ടമ്പിയിൽ അന്തർലീനമായിരുന്ന ദിവ്യത്വം, ക്രമേണ സമീപവർത്തികൾക്ക് ബോദ്ധ്യപ്പെട്ടു. ജാതിവ്യവസ്ഥകളും ഉച്ചനീചത്വവും കൊടുമ്പിരികൊണ്ടിരുന്ന ഒരു കാലഘട്ടത്തിൽ, പഴമയുടെ ജാതിവിലക്കുകൾ വകവയ്ക്കാതെ, അവർണ്ണസമുദായങ്ങളുമായി - ഈഴവർ തുടങ്ങിയവർ - യഥേഷ്ടം ഇടപഴകിയും തൊട്ടുതിന്നും നടന്ന കുഞ്ഞൻപിള്ളച്ചട്ടമ്പി എന്ന ധിക്കാരിയെ പരിഹസിച്ചവരും പഴിച്ചവരും ആ അത്ഭുത സിദ്ധികൾ കണ്ട് മൂക്കത്തു വിരൽ വച്ചുപോയി. ആദ്ധ്യാത്മികതത്ത്വവാദിയായ ഒരു യോഗിവര്യനായിരിക്കവേ തന്നെ ഉല്പതിഷ്ണുവായ ഒരു സമുദായ പരിഷ്കർത്താവുമായിരുന്നു അദ്ദേഹം. അതേ കാലഘട്ടത്തിൽ തന്നെ കേരളത്തിലെ സാമുദായിക മണ്ഡലത്തിൽ ഉയർന്നുവന്ന മറ്റൊരു ദിവ്യനായ ശ്രീനാരായണഗുരു ചട്ടമ്പിസ്വാമികളുടെ സമകാലികനും ശിഷ്യസ്ഥാനീയനുമായിരുന്നു ചട്ടമ്പിസ്വാമിയുടെ ചരിത്രപാണ്ഡിത്യം കാണണമെങ്കിൽ, *പ്രാചീന മലയാളം* വായിക്കണം, വേദപാണ്ഡിത്യം അറിയണമെങ്കിൽ *വേദാധികാര നിരൂപണ*വും.

തിരുവനന്തപുരത്ത് കണ്ണമ്മൂല എന്ന സ്ഥലത്ത് 1853 ൽ ഉള്ളൂർക്കോട്ടെ നങ്ങമ്മപ്പിള്ളയുടെയും വാസുദേവശർമ്മയുടെയും മകനായി ജനിച്ചു. പേര് അയ്യപ്പൻ. അമ്മ സ്നേഹപൂർവ്വം കുഞ്ഞൻ എന്നു വിളിച്ചു. പേട്ടയിൽ രാമൻപിള്ള ആശാനെന്ന ഗുരുനാഥനിൽനിന്ന് തർക്കം, വേദാന്തം, കാവ്യം, അലങ്കാരം, വ്യാകരണം, ജ്യോതിഷം, ആയുർവ്വേദം തുടങ്ങിയ പാഠ്യവിഷയങ്ങൾ ഹൃദിസ്ഥമാക്കി. ബ്രഹ്മശ്രീ തീർത്ഥപാദ പരമഭട്ടാരക വിദ്യാധിരാജ ചട്ടമ്പിസ്വാമി തിരുവടികൾ എന്നാണ് പേരിന്റെ പൂർണ്ണരൂപം.

ഗിരിജൻ ഫണ്ട് ശേഖരണാർത്ഥം തിരുവിതാംകൂറിൽ പര്യടനം നടത്തിയ മഹാത്മാഗാന്ധി പന്മന ആശ്രമത്തിൽ വിശ്രമിച്ചു. 1944 ജൂൺ 19, 20 തീയതികളിൽ ക്ഷേത്രദർശനവും പ്രാർത്ഥനയും നടത്തി. ഗാന്ധിജിക്കു താമസിക്കാനായി, പ്രധാന ഗേറ്റിനടുത്ത് നിർമ്മിച്ച കെട്ടിടം ഗാന്ധിമന്ദിരം എന്ന പേരിലറിയപ്പെടുന്നു. അത് ഇന്നും പഴയ രീതിയിൽത്തന്നെ സംരക്ഷിക്കപ്പെട്ടിരിക്കുന്നു.

തിരുവിതാംകൂറിലൊട്ടാകെ സ്വാമികൾക്ക് വലിയൊരു ശിഷ്യവൃന്ദമുണ്ട്. ആ മഹാനുഭാവന്റെ സംഭവബഹുലമായ ജീവിതത്തിന്റെ അന്ത്യവിശ്രമസ്ഥാനം പന്മനയാണ്. 1099 മേടം 23-ാം തീയതി പന്മന സി പി പി വായനശാലയിൽവച്ച് പരലോകം പൂകി. സ്വാമിയുടെ അഭീഷ്ടാനുസരണം അടുത്തുള്ള കാവിൽതന്നെ യഥാവിധി സമാധി ഇരുത്തി. തന്റെ സമാധി പീഠത്തിൽ ഒരു ശിവലിംഗം സ്ഥാപിക്കണം എന്ന അവിടുത്തെ അഭിമതം അനുസരിച്ച് 1106-ൽ മീനം 3-ാം തീയതി സമാധിസ്ഥലത്ത് ശ്രീ. കുമ്പളത്തു ശങ്കുപ്പിള്ളയുടെ ഉത്സാഹത്തിൽ ഒരു ക്ഷേത്രം നിർമ്മിച്ചു. ശിവലിംഗം പ്രതിഷ്ഠിച്ചു. ശ്രീബാലഭട്ടാരക ക്ഷേത്രം എന്ന് വിദിതമായ ആ ദേവാലയത്തിൽ മഹാത്മജി തുടങ്ങിയ മഹത്‌വ്യക്തികൾ ആരാധന നടത്തിയിട്ടുണ്ട്.

കുമ്പളത്ത് ശങ്കുപ്പിള്ള

ചട്ടമ്പിസ്വാമിതിരുവടികളുടെ സമാധിമണ്ഡപവും ശ്രീബാലഭട്ടാര കേശ്വര ക്ഷേത്രവും മറ്റു കെട്ടിടങ്ങളോടൊപ്പം ഭംഗിയോടും ലാളിത്യത്തോടും വിശുദ്ധിയോടും കൂടി ആ വളപ്പിൽ തന്നെ അനുയോജ്യമായി സ്ഥിതിചെയ്യുന്നു. ആ ആരാധനാലയങ്ങളുടെ സ്ഥാപകനായ ശ്രീ. കുമ്പളത്തു ശങ്കുപ്പിള്ളയാകട്ടെ, പ്രായാധിക്യത്തിലും ആ ഭവനങ്ങളിലൊ

ന്നിൽ വിശ്രമമെന്യേ കഴിഞ്ഞിരുന്നു. അദ്ദേഹം കെ പി സി സി പ്രസിഡന്റായും പ്രവർത്തിച്ചിട്ടുണ്ട്. കേരളത്തിലെ സ്വാതന്ത്ര്യസമര പ്രസ്ഥാനങ്ങളിലൊട്ടാകെ, സ്റ്റേറ്റ് കോൺഗ്രസ് പ്രവർത്തനങ്ങളിൽ വിശിഷ്യാ, മുന്നണിപ്പടയാളിയായി നിന്ന് ഏത് അധാർമ്മിക പ്രവൃത്തിയോടും ഗുസ്തിപിടിക്കാനൊരുമ്പെട്ട ആ നേതാവ് പില്ക്കാലത്ത് സജീവരാഷ്ട്രീയത്തിൽനിന്നും അകന്നുമാറി. എഴുത്തും വായനയും ചിന്തയുമായിട്ടാണെങ്കിലും പൊതുക്കാര്യങ്ങളിൽ വ്യാപൃതനായി ആശ്രമത്തിൽ തന്നെ കഴിഞ്ഞു. കേരളത്തിലെ വിവിധ രാഷ്ട്രീയ നേതാക്കന്മാരും സമുദായ നേതാക്കളും സാഹിത്യനായകന്മാരുമെല്ലാം ഉപദേശത്തിനും മാർഗ്ഗനിർദ്ദേശത്തിനും വേണ്ടി കൂടെക്കൂടെ ആശ്രമത്തിലെത്താറുണ്ടായിരുന്നു. അവർക്കൊരു വിശ്രമരംഗവുമായിരുന്നു അവിടം. ചവറ-പന്മന പ്രദേശങ്ങൾക്ക് ഇന്നു കാണുന്ന അഭിവൃദ്ധിയുടെ നിദാനം കുമ്പളത്തിന്റെ മുൻകൈ പ്രവർത്തനം തന്നെ. വിവിധ സ്ഥാപനങ്ങൾ പടുത്തുയർത്താനും തദ്ദേശ വികസനത്തിനും വേണ്ടി വ്യക്തിപരമായ നിലയിൽ അദ്ദേഹം നിരന്തരം പരിശ്രമിച്ചു. സ്വന്തം കുടുംബസ്വത്ത് പൊതുക്കാര്യങ്ങൾക്കും സ്ഥാപനങ്ങൾക്കും വേണ്ടി നിർലോപം ചെലവഴിക്കുന്നതിനും അദ്ദേഹത്തിന് യാതൊരു ഖേദവുമില്ലായിരുന്നു. ആ വന്ദ്യ പുരുഷൻ 1969-ൽ ദിവംഗതനായി. (1898-1969)

ഭാഷാപണ്ഡിതനും കവിയുമായ പ്രൊഫ. പന്മന രാമചന്ദ്രൻ നായരുടെ ജന്മദേശവും പന്മനയാണ്.

വെയിൽ മങ്ങിയ നേരത്ത് പന്മന ആശ്രമത്തിൽനിന്ന് റോഡിലേയ്ക്ക് നടക്കുമ്പോഴാണ്, പന്മനയുടെ മറ്റൊരു മുഖം ശരിക്കും കാണാൻ കഴിഞ്ഞത്. എട്ടും പത്തും വയസ്സുള്ള പെൺകുട്ടികൾ മുതൽ കൂനിക്കൂടി നടക്കുന്ന വൃദ്ധകൾ വരെ ചൂടിക്കയറും ചെറുവട്ടികളുമായി നടന്നു നീങ്ങുകയാണ്. അന്തിയോളം വീട്ടിനുള്ളിലിരുന്ന് കയർ പിരിച്ച് വൈകുന്നേരം അന്തിച്ചന്തയിലേക്കു തിരിച്ചതാണവർ, അന്നന്നത്തെ ഉപജീവനത്തിനുള്ള വക കണ്ടെത്താൻ. അവരുടെ ഒടുങ്ങാത്ത ജീവിതയാതനകൾ നമ്മെ വേദനിപ്പിക്കും.

തേവലക്കര

ചവറയുടെയും പന്മനയുടെയും സഹജഭാവങ്ങളും രൂപവുമുൾക്കൊള്ളുന്ന പ്രദേശങ്ങളാണ് തേവലക്കര. 12-ാം ശതകത്തിൽ സ്ഥാപിച്ച ചാലിയത്ത് ജുമാ മസ്ജിദ് തേവലക്കര പ്രദേശത്തെ പ്രധാന മുസ്ലീം പള്ളിയാണ്. ഈ പള്ളി 1544 ൽ പോർച്ചുഗീസ് ഗവർണ്ണറായിരുന്ന ഡിസൂസയുടെ നേതൃത്വത്തിൽ ആക്രമിക്കപ്പെട്ടുവത്രെ. പള്ളിയല്ല, ഇവിടുത്തെ ക്ഷേത്രമാണ് കൊള്ളയടിച്ചതെന്നും പക്ഷാന്തരമുണ്ട്.

സ്വാതന്ത്ര്യസമരസേനാനിയും ചരിത്രകാരനുമായ ബാരിസ്റ്റർ എകെ പിള്ളയുടെ ജന്മസ്ഥലം തേവലക്കരയാണ്...

"ചവറ - പന്മന തേവലക്കര
ചകിരികൊണ്ടു പിഴയ്ക്കണം..."

- എന്നത് ഒരു ശാപമല്ല, ചൊല്ലായിരുന്നു പണ്ട്. ഇന്നോ? അനുദിനമെന്നോണം ആ ചൊല്ല് ഒരു ശാപത്തിന്റെ രൂപഭാവങ്ങൾ കൈക്കൊള്ളുകയല്ലേ? അതിനു കാരണം, നമ്മുടെ ഭരണാധികാരികളുടെ പിടിപ്പില്ലായ്മ തന്നെ.

പണ്ട്, മായം ചേർത്ത കയറിൽ പറ്റിപ്പിടിച്ചിരുന്ന ഭാഗ്യം ഒരു നീണ്ട കാലയളവുവരെ ചവറപ്രദേശങ്ങളെയും കേരളത്തേയും അനുഗ്രഹിച്ചു. വിലയേറിയ ധാതുസമ്പത്ത് ഉൾക്കൊള്ളുന്ന ചവറ തീരങ്ങളിലെ ലോഹമണൽ ഇന്നും പിണങ്ങിപ്പോയിട്ടില്ല. ആദ്യകാലങ്ങളിൽ ആ ലോഹ മണലിന്റെ വ്യാവസായിക പ്രാധാന്യം മുതലെടുത്തുകൊണ്ട് സ്വകാര്യമേഖലയിൽ നല്ല രീതിയിൽ മണൽക്കമ്പനികൾ പ്രവർത്തിച്ചിരുന്നു. തദ്ദേശീയർക്ക് വേണ്ടത്ര തൊഴിലവസരങ്ങളും നല്ല വേതനവും നല്കിയിരുന്ന തൊഴിൽക്കമ്പനികൾ ഒന്നൊന്നായി പില്ക്കാലത്ത് അടച്ചുപൂട്ടപ്പെട്ടു. പൊൻമുട്ടയിടുന്ന താറാവിനെ കൊല്ലുന്ന ആ പഴയ മനഃസ്ഥിതിയും അതിന് പ്രേരകമായിരുന്നിരിക്കാം.

പില്ക്കാലത്ത് ലോഹമണൽ വ്യവസായരംഗത്ത് കടന്നുവന്ന പൊതുമേഖലയും (ഗവൺമെന്റ് ഉടമയിൽ) കാട്ടിലെ തടി തേവരുടെ ആന എന്ന മട്ടിലായപ്പോൾ വീണ്ടും പ്രതിസന്ധിയിലേക്ക് നീളുകയാണ് ചവറയിലെ ലോഹമണൽ വ്യവസായം. അത് ഉയർത്തുന്ന പാരിസ്ഥിതിക പ്രശ്നങ്ങൾ വേറെയും.

ഏതായാലും ആയിരക്കണക്കിന് തീരദേശവാസികൾക്ക് തൊഴിൽ നല്കിയിരുന്ന ചവറയിലെ മിനറൽ വ്യവസായത്തിന്റെ ഇന്നത്തെ പോരായ്മകൾ ഏറ്റവും വേഗം പരിഹരിക്കപ്പെടാത്ത പക്ഷം ചവറ-പന്മന - തേവലക്കര പ്രദേശങ്ങൾ, ചകിരി കൊണ്ടുമാത്രം പിഴയ്ക്കേണ്ടി വന്നേയ്ക്കും.

പൗരസ്ത്യവും പാശ്ചാത്യവുമായ കാവ്യസംസ്കാരത്തിന്റെ എല്ലാ ശക്തിസൗന്ദര്യങ്ങളും സ്വാംശീകരിച്ച് കാവ്യരചനയിലൂടെ ജനമനസ്സുകളിൽ സ്ഥിരപ്രതിഷ്ഠ നേടിയ പ്രശസ്ത കവി ഒ എൻ വി കുറുപ്പിന്റെ ജന്മനാടാണ് ചവറ. ആ തീരപ്രദേശഗ്രാമങ്ങളുടെ ജീവിത പ്രശ്നങ്ങൾ കണ്ടും കേട്ടും ആ നാടിനോട് വിട വാങ്ങവേ പ്രതിഭാധനനും ഉല്പതിഷ്ണുവുമായ ആ കവി സ്വന്തം രചനയിലൂടെ വരച്ചുകാട്ടിയ അസംഖ്യം പച്ചയായ ജീവിതചിത്ര

ങ്ങൾ ഞാനോർത്തു പോയി.

പ്രശസ്തനായ കവി, സമാദരണീയനായ കോളേജ് അദ്ധ്യാപകൻ പുരോഗമന പ്രസ്ഥാനങ്ങളുടെ സന്തതസഹചാരി, സർവ്വാരാദ്ധ്യനായ സാംസ്കാരിക നായകൻ എന്നീ നിലകളിൽ ജനലക്ഷങ്ങളുടെ സ്നേഹാദരങ്ങൾ നേടിയ ആ പ്രിയപ്പെട്ട കവിക്ക് ജന്മംനല്കിയ നാടെന്ന നിലയ്ക്ക് ചവറയ്ക്ക് എന്നെന്നും അഭിമാനിക്കാം.

21

അടൂർ-ശാസ്താംകോട്ട

വരകൾ കൊണ്ടല്ല, മലയാള ഭാഷയിലെ വർണ്ണങ്ങൾ (പദങ്ങൾ) മാത്രമുപയോഗിച്ച് ജനമനസ്സുകളിൽ സ്ഥിരപ്രതിഷ്ഠ നേടിയ ജീവിതചിത്രങ്ങളും രേഖാചിത്രങ്ങളും വരച്ചുകാട്ടി നമ്മെ കുടുകുടാ ചിരിപ്പിക്കുകയും ചിരിയൊന്നമരുമ്പോൾ അതോർത്ത് ഏറെനേരം ചിന്തിപ്പിക്കുകയും ചെയ്ത വലിയൊരു കാർട്ടൂണിസ്റ്റ് കൂടിയായിരുന്നില്ലേ, കൈരളിയുടെ പ്രിയപ്പെട്ട ഇ വി കൃഷ്ണപിള്ള? എന്തോ എനിക്കങ്ങനെ ചിന്തിക്കാൻ ഉത്സാഹമേറി.

അടൂരിലേക്കുള്ള ബസ് യാത്രയിൽ കണ്ടക്ടറുടെ ഭാവചലനങ്ങൾ കൗതുകപൂർവ്വം ശ്രദ്ധിച്ചിരിക്കെ എനിക്കങ്ങനെ തോന്നിയതും സ്വാഭാവികം തന്നെ. "കണ്ടക്ടർ കുട്ടിമാരുടെ" അടിസ്ഥാന ലക്ഷണങ്ങൾക്ക് ഒരുകാലത്തും മാറ്റമുണ്ടാകുന്നില്ല. ഇ വിയുടെയും അദ്ദേഹത്തിന്റെ ഉറ്റചങ്ങാതിയും നാടകകൃത്തുമായിരുന്ന മുൻഷി പരമുപിള്ളയുടെയും കാലഘട്ടം ഞാൻ ഓർത്തുപോയി. അടൂരിനെപ്പറ്റി ഓർക്കുമ്പോൾ ഇന്ന് നമ്മുടെ സ്മൃതിപഥത്തിൽ പെട്ടെന്ന് തെളിഞ്ഞു വരുന്നത് ഇ വി കൃഷ്ണപിള്ളയും പുത്രൻ അടൂർഭാസിയും മുൻഷി പരമുപിള്ളയും മറ്റും ഉൾപ്പെടുന്ന അടൂരിന്റെ സാംസ്കാരിക പൈതൃകമാണല്ലോ. പ്രസ്തുത സാംസ്കാരിക പാരമ്പര്യം പല ശതാബ്ദങ്ങൾക്കു മുമ്പേ ആരംഭിച്ചിരുന്നുവെന്നാണ് ചരിത്രസൂചന. ആ പ്രാചീന ചരിത്രവും സംസ്കാരവും മനസ്സിലാക്കാൻ അടൂരിനോട് ചേർന്നു കിടക്കുന്ന കൊടുമൺ പ്രദേശങ്ങളിലേക്ക് കടക്കേണ്ടിയിരിക്കുന്നു.

കൊടുമൺ പ്രദേശങ്ങളിൽ പണ്ട് ചെന്നീർക്കര സ്വരൂപമെന്ന ഒരു ബ്രാഹ്മണ പ്രഭുകുടുംബം അധീശത്വം പേറി പല നൂറ്റാണ്ടുകൾ നിലനിന്നിരുന്നുവത്രേ. കൊടുമൺ പകുതിയിലെ ചന്ദനപ്പള്ളിയിൽ പഴയൊരു കോട്ടയുടെയും കൊട്ടാരത്തിന്റെയും അവശിഷ്ടങ്ങൾ കാണാമായിരുന്നു. ചെന്നീർക്കര രാജാക്കന്മാരുടെ ആസ്ഥാനമായിരുന്നുവത്രേ കൊടുമൺ. ചെന്നീർക്കര കുടുംബത്തിൽ ശതാബ്ദങ്ങൾക്കു മുമ്പു ജനിച്ച ശക്തിഭദ്രൻ, രചിച്ച *ആശ്ചര്യചൂഡാമണി* എന്ന സംസ്കൃത നാടകം, സംസ്കൃത സാഹിത്യത്തിലെ തന്നെ ഒരു ചൂഡാമണിയായി പരിഗണിക്കപ്പെട്ടുപോരുന്നു. ദക്ഷിണേന്ത്യയിലാദ്യമായി സംസ്കൃത നാടകരചനയ്ക്ക് ഒരുമ്പെട്ട പ്രതിഭാസമ്പന്നനായിരുന്നു ശക്തിഭദ്രൻ. യഥാർത്ഥനാമം ശങ്കരൻ എന്നായിരുന്നുവത്രെ.

ശക്തിഭദ്രന്റെ നാട്

കൊടുമൺ പ്രദേശത്ത് തളിരും മലരും തരുപ്പടർപ്പുമൊക്കെയൊരുക്കിയ പ്രകൃതിലാവണ്യത്തിന്റെ നടുവിൽ ശാന്തിപ്രദമായ പരിസരങ്ങളിൽ സ്ഥിതി ചെയ്യുന്ന ശ്രീവൈകുണ്ഠപുരം ക്ഷേത്രം മറ്റൊരു പ്രാചീന കാലഘട്ടത്തിന്റെ സ്മരണകൾ ഉണർത്തുന്നു. ഈ ക്ഷേത്രത്തിനു സമീപമുള്ള പള്ളിയറ ഭഗവതി ക്ഷേത്രത്തിലെ വിചിത്രമായ ഒരു ചികിത്സാവിധി ശ്രദ്ധേയമാണ്. ലോകത്ത് മറ്റൊരിടത്തും കാണാത്ത ചിലന്തിവിഷ ചികിത്സയ്ക്ക് പ്രസിദ്ധമാണ് ഈ ആരാധനാ കേന്ദ്രം. ചിലന്തിവിഷബാധയേറ്റ് ശരീരം ചൊറിഞ്ഞു പൊട്ടി കഷ്ടപ്പെടുന്നവർ പള്ളിയറ ക്ഷേത്രത്തിൽ കുളിച്ചു തൊഴുത് മലർനിവേദ്യം നടത്തി, ഭസ്മം ജപിച്ചു വാങ്ങി ദേഹത്തിൽ പുരട്ടുകയാണ് ചികിത്സാ സമ്പ്രദായം. ഈ ഭസ്മലേപനം കൊണ്ട് ഒരാഴ്ചയ്ക്കകം വിഷാംശം തീരെ ഇല്ലാതായി രോഗം സുഖപ്പെടുമെന്നാണ് വിശ്വാസം.

ആരാധനാലയത്തിലെത്തുന്ന ഭക്തജനങ്ങൾക്ക് ചികിത്സാ സൗകര്യങ്ങൾ ഏർപ്പെടുത്തുന്ന പതിവ് പ്രാചീന കാലത്ത് ബുദ്ധമത വിഹാരങ്ങളിൽ നില നിന്നിരുന്നതായി തെളിവുകളുണ്ട്. വനമദ്ധ്യത്തിലെ ഈ പള്ളിയറ ചിലന്തിയമ്പലം പണ്ടൊരു ബുദ്ധവിഹാരമായിരുന്നിരിക്കണം. സമീപമുള്ള ചന്ദനപ്പള്ളി, ആനന്ദപ്പള്ളി എന്നീ സ്ഥലനാമങ്ങൾ (പള്ളി) ബുദ്ധമതസൂചകങ്ങളാണ്.

ദേശിങ്ങനാടിന്റെയും ചിലപ്പോൾ കായംകുളത്തിന്റെയും അധീശത്വത്തിൽ കഴിഞ്ഞ കുന്നത്തൂർ പ്രദേശങ്ങൾ പില്ക്കാലത്ത് മാർത്താണ്ഡവർമ്മയുടെ കാലത്ത് തിരുവിതാംകൂറിനോട് ചേർക്കപ്പെട്ടു. ഇന്ന് ഈ ടൗൺ പ്രദേശങ്ങൾ 20.42 ച കി മീ വിസ്തീർണ്ണമുള്ള അടൂർ മുനിസിപ്പാലിറ്റിയുടെ ഭരണത്തിലാണ്. ജനസംഖ്യ 26639 (1991 ലെ സെൻസസ് പ്രകാരം).

അടൂർ ജങ്ഷൻ

"അടൂർ-അടൂർ-അടൂരിലാർക്കാ ഇറങ്ങേണ്ടത്? വേഗം വേഗം" കണ്ടക്ടർ കുട്ടിയുടെ കല്പന. അനുസരിക്കുക തന്നെ. ഞാൻ ബാഗും തൂക്കി പുറത്തിറങ്ങി. ചുട്ടുപൊള്ളുന്ന നട്ടുച്ച. കുന്നത്തൂർ താലൂക്കിന്റെ ആസ്ഥാനമായ ആ കവലയ്ക്കൊരു ആനച്ചന്തമൊക്കെയുണ്ട്. കാരണം വൃത്താകാരമായ ഒരു മൈതാനമുണ്ട് മദ്ധ്യത്ത്. ചുറ്റിനും റോഡ്. തിരുവനന്തപുരത്തിനും കോട്ടയത്തിനും പത്തനംതിട്ടയ്ക്കും ചവറയ്ക്കും ഉള്ള ബസ്സുകളൊക്കെ ആ മൈതാനത്തെ വലംവച്ചു പോകുന്നു. ആ മൈതാനത്തിനു ചുറ്റുമാണ് കടകമ്പോളങ്ങൾ. ഒരു സന്ദർശകനെ-സഞ്ചാരിയെ സംബന്ധിച്ചിടത്തോളം വലിയൊരനുഗ്രഹമാണ് ഇത്തരം മൈതാനങ്ങൾ. ഉച്ചഭക്ഷണവും കഴിഞ്ഞ്, തണൽ നിറഞ്ഞ ആ മൈതാനത്തിലെ ബഞ്ചുകളിലൊന്നിൽ അല്പമൊന്നു വിശ്രമിക്കെ, മനസ്സിനൊരു തൃപ്തി തോന്നി. അടൂർ ടൗണിന്റെ ഒരു ദിങ്മാത്ര ദർശനമാകാം ആദ്യം.

അടൂർ ജങ്ഷനിൽനിന്ന് കഷ്ടിച്ച് രണ്ടു കിലോമീറ്റർ കിഴക്കു മാറിയുള്ള പറക്കോട്ടു ചന്ത ദിവസമാണ്. ബസ്സുകളിൽ വല്ലാത്ത ആൾ തിരക്ക്. പ്രൈവറ്റ് ബസുകൾ തലയ്ക്കു മുകളിലും വാരിക്കൂട്ടിയ കാർഷികോല്പന്നങ്ങളുമായി തിരക്കുപിടിച്ച് ഓട്ടമാണ്. മദ്ധ്യതിരുവിതാംകൂറിലെ ആ ചന്തയുടെ തിക്കും തിരക്കും അടൂർ ജങ്ഷനിലും പ്രകടമാണ്. തികച്ചും ഒരു കാർഷിക മേഖല. തെങ്ങും ഫലവൃക്ഷങ്ങളും നിറഞ്ഞ പറമ്പുകൾ, കപ്പയും കാച്ചിലും ഇഞ്ചിയും ചേനയും വാഴയും മാത്രമല്ല റബ്ബറും വളരും. ഇടത്തരം കൃഷിക്കാരുടെയും കൃഷിപ്പണിക്കാരുടെയും നാടായ കുന്നത്തൂർ താലൂക്ക്, വിദ്യാഭ്യാസപരമായും സാംസ്കാരികമായും പിന്നിലല്ല. എന്നാൽ തൊഴിലില്ലായ്മ ഒരു പ്രശ്നമായി തുടരുന്നു. കുലമഹിമയും ആഢ്യത്വവും താലോലിക്കാൻ ഇഷ്ടമുള്ളവർ ധാരാളം.

എം സി റോഡിൽ കൊട്ടാരക്കരയ്ക്കും പന്തളത്തിനും മദ്ധ്യേയുള്ള മുഖ്യഗതാഗത കേന്ദ്രം കൂടിയാണ് അടൂർ ജങ്ഷൻ. കായംകുളം- പുനലൂർ റോഡും ചവറ-പത്തനംതിട്ട റോഡും, എം സി റോഡും സന്ധിക്കുന്ന തിരക്കേറിയ കവലയാണ് അടൂർ. പത്തനംതിട്ട ജില്ല പിറവിയെടുക്കും മുമ്പ് കുന്നത്തൂർ താലൂക്കിന്റെ ആസ്ഥാനമായിരുന്നു അടൂർ. താലൂക്കു തലസ്ഥാനത്തിനാവശ്യമായ മിക്ക ആഫീസുകളുമുണ്ട്. അടൂരിന് പട്ടണപ്രൗഢി ആവോളമുണ്ടെങ്കിലും, ടൗൺപ്രദേശങ്ങൾ കഴിഞ്ഞാൽ തനി കുന്നത്തൂർ ഗ്രാമങ്ങൾ തന്നെ. കാർഷിക മേഖല. അച്ചൻകോവിലാറിന്റെയും കല്ലടയാറിന്റെയും സന്തതസാമീപ്യമുള്ള ഗ്രാമീണ മേഖല. ഒരിക്കൽ പ്രതാപത്തിൽ കഴിഞ്ഞ പ്രഭുഭവനങ്ങൾ പലതും ഇന്ന് ജീവിതക്ലേശങ്ങളിൽപ്പെട്ടു കഴിയുന്നു. സാമ്പത്തിക ഭദ്രത അത്രയ്ക്ക് അവകാശപ്പെടാനില്ലാത്ത ഇത്തരക്കാരാണേറിയ കൂറും. അടൂരിൽനിന്ന് 2 കി മീ കിഴക്കുമാറിയുള്ള പറക്കോട്ടു ശ്രീരാമവർമ്മപുരം ചന്ത മദ്ധ്യതിരുവിതാംകൂറിലെ കാർഷികോല്പന്നങ്ങളുടെ പ്രധാന വിപണന കേന്ദ്രമാണ്.

വിദ്യാഭ്യാസപരമായി മുന്നണിയിലാണ് അടൂർ. അടൂരും പരിസരങ്ങളിലുമായി ധാരാളം സ്കൂളുകളും. ഉന്നത വിദ്യാഭ്യാസത്തിനായി കോളേജുകളുമുണ്ട്.

അടൂരിൽനിന്ന് അഞ്ചു മൈൽ കിഴക്കുമാറി ഇളമണ്ണൂരിൽ വളരെ കാലപ്പഴക്കമുള്ള ചില ഗുഹകൾ കണ്ടെത്തിയിട്ടുണ്ട്. പല്ലവ രാജാക്കന്മാരുടെ കാലഘട്ടത്തോളം അവയ്ക്കു പഴക്കമുണ്ടെന്ന് പുരാവസ്തു ഗവേഷണ വകുപ്പ് കണ്ടുപിടിച്ചിട്ടുണ്ട്.

അടൂരിൽനിന്ന് അഞ്ചു കി മീ അകലെയുള്ള കൊടുമൺ റബ്ബർ പ്ലാന്റേഷനും ശ്രദ്ധേയമാണ്. ഗവൺമെന്റ് നേരിട്ട് നടത്തുന്ന ഈ റബ്ബർ പ്ലാന്റേഷൻ തദ്ദേശീയരായ ധാരാളം പേർക്ക് തൊഴിൽ നല്കിയിരുന്നു. പതിനായിരം ഏക്കറോളം സ്ഥലത്ത് റബ്ബർ വച്ചു പിടിപ്പിച്ചിട്ടുണ്ട്.

അടൂരിലും പരിസരങ്ങളിലുമായി നാനാജാതി മതസ്ഥരുടേതായ ആരാധനാകേന്ദ്രങ്ങൾ പലതുണ്ട്. പാർത്ഥസാരഥി ക്ഷേത്രവും പന്നിവിഴാ ദേവി ക്ഷേത്രവും കൂടാതെ പറക്കോട്ട് ഇണ്ടളയപ്പൻ കോവിൽ, അയ്യപ്പൻ പാറക്ഷേത്രം എന്നിവയാണ് പ്രധാന ക്ഷേത്രങ്ങൾ. പറക്കോട്ടും കണ്ണങ്കോട്ടുമുള്ള സുറിയാനി പള്ളികൾ ക്രൈസ്തവരുടെ പ്രധാന ആരാധനാ കേന്ദ്രങ്ങളാണ്. പറക്കോട്ടുള്ള മൊഹി

യുദ്ദീൻ മദ്രസയാണ് മുസ്ലീങ്ങളുടെ പ്രധാന ആരാധനാ കേന്ദ്രം.

മണ്ണടി ക്ഷേത്രം

അടൂർ- ശാസ്താംകോട്ട റോഡിൽ വെള്ളറക്കുളങ്ങര ജങ്ഷനിൽ നിന്ന് ഏതാണ്ട് അഞ്ചു കിമീ ഉള്ളിലോട്ടു മാറി സ്ഥിതി ചെയ്യുന്ന മണ്ണടി ക്ഷേത്രമാണ് അടൂരിന്റെ പ്രാധാന്യത്തെ വിളംബരം ചെയ്യുന്ന മറ്റൊരു ഘടകം. ബ്രിട്ടീഷ് ഭരണാധികാരികൾക്കെതിരായി മിണ്ടിയാൽ തലകൊയ്യുന്ന ഒരു കാലഘട്ടത്തിൽ അവരുടെ സ്വേച്ഛാധിപത്യത്തിനെതിരായി പൊരുതാൻ ജനങ്ങളെ ആഹ്വാനം ചെയ്ത ധീരസാഹസികനായ വേലുത്തമ്പിദളവയുടെ അന്ത്യനിമിഷങ്ങൾക്കു സാക്ഷ്യം വഹിച്ച മണ്ണടി ക്ഷേത്രത്തെ മറക്കാൻ ഒരു കേരളീയനും കഴിയുകയില്ല. ആ പടനായകന്റെ, കൊല്ലത്തുനിന്നും വടക്കോട്ടുള്ള അന്ത്യപ്രയാണത്തിൽ മണ്ണടി ക്ഷേത്രത്തിൽ അഭയംപ്രാപിച്ചു. ഈ വാർത്തയറിഞ്ഞ ശത്രുക്കൾ ക്ഷേത്രം വളഞ്ഞു. ഈ നീചന്മാരുടെ കൈകളിൽപ്പെട്ടു മരിക്കുന്നതിൽ ഭേദം സ്വജീവൻ ബലിയർപ്പിക്കുകയാണെന്ന് അഭിമാനിയായ ദളവ തീർച്ചപ്പെടുത്തി. അങ്ങനെ അദ്ദേഹം മരണത്തെ സ്വയം വരിച്ചു. ശത്രുക്കൾക്ക് വേലുത്തമ്പിയുടെ ജഡംകൊണ്ട് തൃപ്തിപ്പെടേണ്ടി വന്നു. (മണ്ണടി ക്ഷേത്രത്തിനുള്ളിൽ വെച്ചാണ് വേലുത്തമ്പി ആത്മഹത്യ ചെയ്തെന്നും, അതല്ല, തൊട്ടടുത്തുള്ള നമ്പൂതിരി മഠത്തിൽ വച്ചാണെന്നും വ്യത്യസ്താഭിപ്രായങ്ങളുണ്ട്). ഏതായാലും ആ ധീരയോദ്ധാവിന്റെ അന്ത്യരംഗങ്ങൾക്കു സാക്ഷിയായ മണ്ണടിക്ഷേത്രത്തിന് അർഹിക്കുന്ന പ്രാധാന്യമോ പരിഗണനയോ സംരക്ഷണമോ ഇന്നും ലഭിക്കുന്നില്ല എന്നത് ഖേദകരമാണ്. എങ്കിലും തദ്ദേശീയരുടെ ശ്രമഫലമായി വേലുത്തമ്പി ദളവാ ആത്മബലിയർപ്പിച്ച സ്ഥാനത്ത് ഒരു ചെറിയ സ്മാരകം നിർമ്മിച്ചിട്ടുണ്ട്. അദ്ദേഹം ഉപയോഗിച്ചിരുന്ന വാളും ഒരു വിളക്കും അവിടെ സൂക്ഷിച്ചിട്ടുണ്ട്. 'വേലുത്തമ്പി സ്മാരക കളരി' എന്നാണതിന്റെ പേർ. സ്മര്യപുരുഷന്റെ ചരമദിനമായ മകരം 28 എല്ലാവർഷവും ആഘോഷിക്കപ്പെടുന്നുണ്ട്. വേലുത്തമ്പി സ്മാരക അപ്പർ പ്രൈമറി സ്കൂൾ, റീഡിങ് റൂം എന്നിവയും തദ്ദേശീയരുടെ ശ്രമഫലമായി ഉണ്ടാക്കിയിട്ടുണ്ട്.

ഉദാരമതിയും ദേശസ്നേഹിയുമായ മണ്ണടി പി വി നായരുടെ ആഭിമുഖ്യത്തിൽ സമുചിതമായ സ്മാരകത്തിനുള്ള പരിശ്രമങ്ങൾ നടത്തിയിരുന്നു. പില്ക്കാലത്ത് വേലുത്തമ്പിസ്മാരക നിർമ്മാണ ചുമതല സർക്കാർ ഏറ്റെടുത്തു. യശശ്ശരീരനായ മണ്ണടി പി വി നായർ പുരാതന വാസ്തുശില്പമാതൃകയിൽ തടിയിൽ നിർമ്മിച്ചിരുന്ന സ്വന്തം ഭവനം തന്നെ ഒരു സ്മാരകമാക്കി മാറ്റി. പഴയ കാലത്തെ ഗൃഹോപകരണങ്ങൾ, വിവിധ രാജ്യങ്ങളിലെ നാണയങ്ങൾ തുടങ്ങിയവ കൗതുകപ്രദമാംവിധം അവിടെ പ്രദർശിപ്പിച്ചിട്ടുണ്ട്. അശോകചക്രവർത്തിയുടെ കാലത്തെ നാണയങ്ങൾവരെ ആ അമൂല്യ ശേഖരത്തിലുൾപ്പെടുന്നു.

ഗ്രാമഹൃദയത്തിൽ സ്ഥിതിചെയ്യുന്ന മണ്ണടിക്കാവിൽ ചെന്നെത്താൻ കൂടുതൽ വാഹനങ്ങൾ ആവശ്യമാണെന്നും തോന്നി.

മണ്ണടി കാമ്പിത്താന്മാർ

മണ്ണടിക്കാവ് എന്ന പേരിലറിയപ്പെടുന്ന മണ്ണടി ഭഗവതി ക്ഷേത്രം പണ്ട് ദേശാധിപതിയായിരുന്ന വാക്കവഞ്ഞിപ്പുഴപ്പണ്ടാരത്തിലെ വകയായിരുന്നു. പില്ക്കാലത്ത് ഒരു കോടതിവിധിപ്രകാരം അത് മംഗലത്തു പണിക്കരുടെ കുടുംബവകയാണെന്ന് തീർച്ചപ്പെട്ടിട്ടുണ്ടത്രേ. സാധാരണ ഭഗവതിക്ഷേത്രങ്ങളോടനുബന്ധിച്ച് കോമരമെന്നോ വെളിച്ചപ്പാടെന്നോ പേരുള്ള ദേവതാപ്രതിനിധികൾ ഉണ്ടാവുക പതിവാണല്ലോ. എന്നാൽ മണ്ണടിക്ഷേത്രത്തിലെ വെളിച്ചപ്പാടിന് 'കാമ്പിത്താൻ' എന്നാണ് പേര്. അമ്പലത്തിൽനിന്നും കൊടുക്കുന്ന ആവി പറക്കുന്ന നാഴി ഉണക്കലരിചോറുംകൊണ്ട് അമ്പലക്കടവിൽ മുങ്ങണം (കല്ലടയാറ്റിൽ). പിറ്റെ ദിവസം ആ സമയത്ത് ആവി പറക്കുന്ന ചോറുമായി പൊങ്ങിവന്നാൽ, അയാൾക്ക് കാമ്പിത്താനാകാം (എന്തു മറിമായം! മന്ത്രമോ തന്ത്രമോ ആർക്കറിയാം) ഇതായിരുന്നു പരീക്ഷ. ക്രമേണ കാമ്പിത്താന്മാർ ക്ഷേത്രത്തിന്റെ സർവ്വാധിപതികളായി പ്രമാണിത്തം നേടി. ക്ഷേത്രമുടമയായ മംഗലത്തു പണിക്കരും ക്ഷേത്ര നടത്തിപ്പുകാരനായ കാമ്പിത്താനും തമ്മിൽ ക്ഷേത്രവരവിന്റെ പേരിൽ നടന്നുവന്ന മത്സരവും ഉരസലും കൊടുമ്പിരികൊണ്ടു. പണിക്കർ ആഭിചാരം മുഖേന കാമ്പിത്താനെ കൊലപ്പെടുത്തിയതോടെ ക്ഷേത്രത്തിന്റെ അവകാശവും വരുമാനവും പൂർണ്ണമായും മംഗലത്തു കുടുംബത്തിൽ വന്നുചേർന്നു. എന്നാൽ കാമ്പിത്താന്മാരിൽ ദൈവികത്വം ആരോപിക്കപ്പെട്ടിരുന്നതിനാൽ അവരുടെ കാലത്ത് മണ്ണടിക്കാവ് പ്രശസ്തിയുടെ ഉച്ചകോടിയിലെത്തിയിരുന്നു.

പഴയ കുന്നത്തൂർ താലൂക്കിന്റെ ആസ്ഥാനമായ അടൂരിനോട് വിട വാങ്ങി. ശാസ്താംകോട്ടയ്ക്ക് യാത്രതിരിക്കുമ്പോൾ, എന്റെ മനസ്സിൽ നിറഞ്ഞുനിന്നത് പഴയ കുന്നത്തുനാടിന്റെ നഷ്ടപ്രതാപമോ കേരളത്തിനൊരിക്കലും മറക്കാനാവാത്ത

ഒരു ചരിത്രസംഭവത്തിനു സാക്ഷ്യം വഹിച്ച മണ്ണടി ക്ഷേത്രമോ, ആരുടെയൊക്കെയോ അലംഭാവത്തിന്റേയും അനാസ്ഥയുടേയും സ്മാരകമെന്ന മട്ടിൽ ഇന്നും ഏറക്കുറെ ഏട്ടിലെ പശുവായിക്കഴിയുന്ന വേലുത്തമ്പി സ്മാരകമോ അല്ല. പിന്നെയോ? ഏഴെട്ടു പതിറ്റാണ്ടുകൾക്കു മുമ്പ് മലയാള സാഹിത്യത്തിൽ ചിരിയുടെ മാലപ്പടക്കം പൊട്ടിക്കുകയും ചിരിയടങ്ങുമ്പോൾ ചിന്തയുടെ ഇത്തിരി വെട്ടം പ്രസരിപ്പിക്കുകയും ചെയ്ത ആ പ്രശസ്ത സാഹിത്യകാരനായ ഇ വി കൃഷ്ണപിള്ളയായിരുന്നു മനസ്സുനിറയെ.

ഇ വി എന്ന സവ്യസാചി

ചുരുങ്ങിയ കാലയളവിൽ, മലയാള സാഹിത്യത്തിലെ എല്ലാ മേഖലകളിലും അനായാസമായ സർഗ്ഗവൈഭവത്തോടെ വ്യാപരിച്ച് ഒട്ടേറെ സാഹിത്യസൃഷ്ടികൾക്ക് ജന്മമരുളിയവർ ഈ വിയെപ്പോലെ ഏറെപ്പേരുണ്ടാവില്ല. വ്യത്യസ്തത പുലർത്തുന്ന എത്രയെത്ര കഥാപാത്രങ്ങൾ; ആലോചനാമൃതവും ഹാസ്യാത്മകവുമായ എത്രയെത്ര സാമൂഹ്യവിമർശനങ്ങൾ! മലയാള സാഹിത്യത്തിലെ പ്രതിഭാ സമ്പന്നനായ ഫലിത-സാഹിത്യകാരൻ, നാടകകൃത്ത്, നടൻ, ചെറുകഥാകൃത്ത്, തൂലികാ ചിത്രകാരൻ, പത്രപ്രവർത്തകൻ, അഭിഭാഷകൻ, രാഷ്ട്രീയ പ്രവർത്തകൻ എന്നിങ്ങനെ ബഹുമുഖപ്രതിഭകൾ പ്രകടിപ്പിച്ച് മൺമറഞ്ഞ സവ്യസാചിയായിരുന്നു ഇ വി കൃഷ്ണപിള്ള (1894-1938).

പഴയ കൊല്ലം ജില്ലയിലെ കുന്നത്തൂരിൽ (ഇന്ന് പത്തനംതിട്ട ജില്ല) അടൂരിനു തൊട്ടു കിടക്കുന്ന പള്ളിക്കൽ പഞ്ചായത്തിൽപ്പെട്ട പെരിങ്ങനാട് ചെറുതൊങ്ങിലഴികത്തു വീട്ടിൽ ഇഞ്ചക്കാട്ട് കല്യാണി അമ്മയുടെയും വക്കീൽ പപ്പുപിള്ളയുടെയും മകനായി 1894 ൽ ഇ വി കൃഷ്ണപിള്ള ഭൂജാതനായി. ബി എ, ബി എൽ ബിരുദങ്ങൾ നേടി. 1919-ൽ സി വി രാമൻപിള്ളയുടെ മകൾ മഹേശ്വരി അമ്മയെ വിവാഹം കഴിച്ചു. കൊല്ലത്തും തിരുവനന്തപുരത്തും അഭിഭാഷകവൃത്തിയിലേർപ്പെട്ടു. 1931 ൽ നിയമസഭാംഗം. അനേകം നാടകങ്ങളും പദ്യകൃതികളും ഫലിത ലേഖനങ്ങളും എഴുതി. ചിരിയും ചിന്തയുമാണ് പ്രധാനകൃതി. 1938-ൽ അന്തരിച്ചു.

പ്രശസ്തനായ പിതാവിന്റെ പ്രസിദ്ധനായ പുത്രനാണ് അന്തരിച്ച സിനിമാനടൻ അടൂർ ഭാസി മലയാള ചലച്ചിത്ര വേദിയിൽ ഹാസ്യരംഗങ്ങൾക്ക് സ്വന്തം വ്യക്തിമുദ്ര പതിപ്പിക്കുവാൻ എണ്ണമറ്റ മലയാള സിനിമകളിലൂടെ ഭാസിക്കു കഴിഞ്ഞു.

അടൂരിൽനിന്നും ശാസ്താംകോട്ടയ്ക്കുള്ള റോഡിലൂടെ (ചവറ വരെയും) കടന്നു പോകുമ്പോഴാണ് കുന്നത്തൂർ താലൂക്കിന്റെ ഗ്രാമീണ ഭംഗികളുടെ രൂപവും ഭാവവും കൂടുതൽ പ്രകടമാവുന്നത്. അത്ര ആൾത്തിരക്കുണ്ടെന്ന് ഒറ്റനോട്ടത്തിൽ തോന്നിക്കാത്ത ഗ്രാമപ്രദേശങ്ങൾ. തെങ്ങും ഫലവൃക്ഷങ്ങളും കശുമാവും നിറഞ്ഞ തൊടികൾക്കിടയ്ക്ക് വരണ്ട പാടങ്ങൾ. അങ്ങിങ്ങ് ചെറുതും വലുതുമായ ഗ്രാമഭവനങ്ങൾ നാടൻ കവലകൾ. ചില സ്ഥലങ്ങളിൽ കശുവണ്ടി ഫാക്ടറികളും കണ്ടെന്നു വരാം. കൃഷിക്കാരുടെയും കൃഷിത്തൊഴിലാളികളുടെയും ആവാസകേന്ദ്രങ്ങളാണ് ആ പ്രദേശങ്ങൾ. ബസ് ശാസ്താംകോട്ടയെ സമീപിക്കുന്തോറും (ഭരണിക്കാവിലും സമീപപ്രദേശങ്ങളിലും) കശുവണ്ടി ഫാക്ടറികൾ കൂടുതലായി കാണപ്പെടുന്നു. ഇവ ഗ്രാമീണർക്ക് കൂടുതൽ തൊഴിലവസരങ്ങൾ നല്കുന്നു. പഴയ കുന്നത്തൂർ താലൂക്കിന്റെ ഈ പടിഞ്ഞാറൻ പ്രദേശങ്ങൾ പല കാരണങ്ങളാലും മറ്റു പ്രദേശങ്ങളിൽ നിന്നും വേറിട്ടു നില്ക്കുന്നു. കുന്നത്തൂർ പ്രദേശങ്ങളുടെ തൊടുകുറി പോലുള്ള ശാസ്താംകോട്ട, പീഠപ്രദേശങ്ങൾ, ഹരിതഭംഗികൾ ശുദ്ധജലതടാകം.

ശാസ്താംകോട്ട തടാകം

ദീർഘവൃത്താകൃതിയിൽ വട്ടമിട്ടു നില്ക്കുന്ന പച്ചച്ച കുന്നുകൾ. കൈക്കുടന്നയിലേന്തിയ ശുദ്ധജലാശയമാണ് ശാസ്താംകോട്ടക്കായൽ. ശാസ്താംകോട്ട ജങ്ഷനിലെത്തുമ്പോൾ സുഖദമായ മറ്റൊരു ലോകത്തിലെത്തിപ്പെട്ട പ്രതീതിയുണ്ടാവുക സ്വാഭാവികം. ഹരിത മനോഹരമായ കുന്നിൻ പ്രദേശങ്ങൾ. കുന്നുകൾക്കിടയ്ക്ക് നെൽപ്പാടങ്ങൾ. ശാസ്താംകോട്ട ജങ്ഷന്റെ തെക്കുഭാഗത്തായി നീണ്ടുനിവർന്നു കിടക്കുന്ന ശാസ്താംകോട്ടക്കായലാണ് സർവ്വപ്രധാനം. കേരളത്തിലെ ഒരേയൊരു ശുദ്ധജലതടാകം. അകന്നകന്നു നില്ക്കുന്ന കുറെ കുന്നുകൾക്കിടയ്ക്ക് തടവിൽപ്പെട്ടു പോയ അതിവിസ്തൃതമായ ഒരു ജലാശയം. കായലിനെ ചുറ്റിവളഞ്ഞു നില്ക്കുന്ന കുന്നുകളുടെ പാർശ്വങ്ങളിൽ തട്ടിയും തടഞ്ഞും ബഹിർഗ്ഗമന മാർഗ്ഗമില്ലാതെ പതുങ്ങിനില്ക്കുന്ന ഈ ശുദ്ധജല തടാകവും പരിസരങ്ങളും നയനാനന്ദകരം. കുന്നത്തൂർ താലൂക്കിന്റെയെന്നല്ല, കൊല്ലം ജില്ലയുടെ തന്നെ പ്രസിദ്ധിക്ക് നിദാനമാണ് ശാസ്താംകോട്ടക്കായൽ.

മൂന്നുവശവും വൃക്ഷലതാദികൾ ചൂടിയ മൊട്ടക്കുന്നുകളാൽ വലയം ചെയ്യപ്പെട്ടിരിക്കുന്നു. ഒരുവശത്ത് വലിയൊരു ബണ്ട്. ഒരുപക്ഷേ, ശതാബ്ദങ്ങൾക്കുമുമ്പ് ഈ തടാകം അഷ്ടമുടിക്കായലിന്റെ

ഭാഗമായിരുന്നിരിക്കാം. അറബിക്കടലിലും അഷ്ടമുടിക്കായലിലും കാണുന്ന ഏട്ട മത്സ്യം ഈ തടാകത്തിലും ഉണ്ട്. സഹസ്രാബ്ദങ്ങൾക്കു മുമ്പെന്നോ സംഭവിച്ച ഒരു വിസ്ഫോടനത്തിന്റെ പരിണത ഫലമാണ്, ഈ തടാകമെന്ന് ചില ഭൗമ ശാസ്ത്രജ്ഞന്മാർ കരുതുന്നു. ഈ ജലാശയത്തിന്റെ മൊത്തം വിസ്തൃതി 375 ഹെക്ടർ ആണ്. 1958 ൽ കായലിന്റെ ആഴം 14.32 മീറ്ററായിരുന്നെങ്കിൽ പില്ക്കാലത്ത് (1989) 3.9 മീറ്ററായി കുറഞ്ഞിട്ടുണ്ട്. തടാകത്തിനു ചുറ്റുമുള്ള കുന്നിൻചരിവുകളിലെ ജനവാസവും കൃഷിയുമെല്ലാം ക്രമേണ കായലിന്റെ ആഴം കുറയാൻ പ്രേരകമായിക്കൂടെന്നില്ല.

നട്ടുച്ചയ്ക്ക് ആ തടാകതീരത്തുനിന്നും ചുറ്റും കണ്ണോടിച്ചു നോക്കൂ. അടുത്തും അകലത്തുമുള്ള കുന്നുകൾക്കിടയ്ക്ക് ആരോ വെള്ളിയുരുക്കി ഒഴിച്ചതുപോലെയുണ്ടാകും. ഉച്ചവെയിലിൽ വെട്ടിത്തിളങ്ങുന്ന ശാസ്താംകോട്ട തടാകം. വളരെ മുമ്പ് ചുരുക്കം ചില വീടുകളും കൃഷിയിടങ്ങളും മാത്രം കണ്ടിരുന്ന തടാകതീരത്തെ കുന്നിൻ തലപ്പുകളിലും താഴ്വാരങ്ങളിലും ഇപ്പോൾ അസംഖ്യം പരിഷ്കൃത ഭവനങ്ങൾ കാണാം. കൃഷിയിടങ്ങളും കുറവല്ല. തല ചായ്ക്കാനൊരിടം കണ്ടെത്താനും നിത്യവൃത്തിക്കു മാർഗ്ഗം തേടിയാണെങ്കിലും തടാകതീരത്തെ കുന്നിൻചരിവുകളിൽ ക്രമാനുഗതമായി വർദ്ധിച്ചു കൊണ്ടിരിക്കുന്ന മനുഷ്യന്റെ ഇടപെടൽ, കാലാന്തരത്തിൽ ശുദ്ധജലതടാകത്തിന്റെ ശുദ്ധിയും വ്യാപ്തിയും നഷ്ടപ്പെടുത്തിക്കൂടെന്നില്ല.

ശാസ്താംകോട്ട ക്ഷേത്രം

കായലിനിപ്പുറം ശാസ്താംകോട്ട. അപ്പുറം പടിഞ്ഞാറെ കല്ലട. വാഴയും മരിച്ചീനിയും കരിമ്പും സമൃദ്ധമായി വളരുന്നതാണ് കായലിന്റെ തീരങ്ങൾ. കായലിന്റെ വടക്കുഭാഗത്ത് ഉയർന്നുകിടക്കുന്ന കുന്നുകളാണ് ശാസ്താംകോട്ടയുടെ ആസ്ഥാനം. കായലിലേയ്ക്കുന്തി നില്ക്കുന്ന നീണ്ട ഒരു മുനമ്പുപോലെയുണ്ട് ആ ഭാഗങ്ങൾ. ആ കുന്നിൻപുറത്തെ ചന്തയും പഞ്ചായത്താഫീസും പിന്നിട്ട് മുന്നോട്ടു നടക്കുമ്പോൾ സുപ്രസിദ്ധമായ ശാസ്താംകോട്ട ക്ഷേത്രത്തിൽ ചെന്നെത്തുകയായി. പ്രകൃതിരമണീയമായ പരിസരങ്ങൾ. കശുമാവും മറ്റു ഫലവൃക്ഷങ്ങളും ഇടതൂർന്നു വളരുന്നു. അവയ്ക്കിടയ്ക്കു നില്ക്കുന്ന ക്ഷേത്രത്തിന് വനമദ്ധ്യത്തിലെ ഒരമ്പലത്തിന്റെ മട്ടുണ്ട്. പടിഞ്ഞാറു ഭാഗത്തു തടാകം. ക്ഷേത്രനടയിൽ മുട്ടിവിളിച്ച് പ്രാർത്ഥിക്കുംപോലെ. അതാണ് ക്ഷേത്രക്കടവ്. ആ ഭാഗങ്ങളിൽ ഒരുതരം ഏട്ട മത്സ്യം ധാരാളമുണ്ട്. ഒരുപിടി അരി വാരി ജലത്തിൽ എറിഞ്ഞു നോക്കൂ. മീനുകൾ. കൂട്ടമായി അടുത്തെത്തും. ഇങ്ങനെ മത്സ്യങ്ങൾക്ക് അരി ഇട്ടു കൊടുക്കുന്നത് ഭക്ത ജനങ്ങളുടെ ഒരു വഴിപാടാണ്.

മുൻപൊരിക്കൽ, ക്ഷേത്രസന്ദർശനവേളയിലുണ്ടായ രസകരമായ ഒരനുഭവം ഞാനോർത്തുപോയി. ക്ഷേത്രത്തിലേക്കു നടക്കുമ്പോൾ തന്നെ വഴിയരികിലെ ചന്തയ്ക്കു സമീപമുള്ള വീടുകളിലെ മേൽക്കൂരയിലിരുന്ന് നാലഞ്ചു കുരങ്ങന്മാർ പല്ലിളിക്കുന്നതു കണ്ടു. ഞങ്ങൾ അത്ര കാര്യമാക്കിയില്ല. മുമ്പോട്ടു നടന്നു. സംസാരിച്ചു നടക്കുന്നതിനിടയിൽ കൈയിലെ ക്യാമറയെ പിന്നിൽനിന്ന് ആരോ ബലമായി പിടിച്ചു വലിക്കുന്നതായി തോന്നി. തിരിഞ്ഞു നോക്കിയപ്പോഴല്ലേ അന്ധാളിച്ചു പോയത്. ഒരു മുതുകുരങ്ങൻ പല്ലിളിച്ചു കാട്ടി, ആഞ്ഞു പിടിച്ചു വലിക്കുകയാണ്. അവനു പിന്നിൽ സമര സന്നദ്ധരായ വാനരപ്പടയും. കൂടെയുണ്ടായിരുന്ന ചങ്ങാതി തക്ക സമയത്ത് ഇടപെട്ടതുകൊണ്ട് എന്റെ കൈ അവൻ മാന്തിപ്പൊളിച്ചെങ്കിലും ക്യാമറ കിട്ടി. ഭാഗ്യം!

റൗഡികളും യോഗ്യന്മാരും

അന്ന് എന്നെ ആക്രമിച്ചത് ചന്തക്കുരങ്ങന്മാരായിരുന്നു. തനി റൗഡികൾ. ചന്തയും പരിസരങ്ങളുമായിരുന്നു വിഹാരരംഗം. ചന്തയിൽ വരുന്ന സ്ത്രീകളും കുട്ടികളും ഇവരുടെ ആക്രമണങ്ങൾക്കു വിധേയരാകുന്നത് സാധാരണ സംഭവമായിരുന്നു. കൃഷിക്കാർക്കും ഇക്കൂട്ടർ വരുത്തിക്കൂട്ടിയ നാശനഷ്ടങ്ങൾ കുറച്ചൊന്നുമായിരുന്നില്ല. കൗതുകകരമായ മറ്റൊരു സംഗതി അറിയാൻ കഴിഞ്ഞു. ചന്തക്കുരങ്ങന്മാർക്ക് ഒരു നിയന്ത്രണരേഖ- ഒരു അജ്ഞാതമായ അതിർത്തിയുണ്ടുപോലും. അതിനപ്പുറത്തേയ്ക്ക് അവർ കടക്കാറില്ലായിരുന്നുവത്രേ. അപ്പുറത്തുമുണ്ട് കുരങ്ങന്മാർ, അവർ യോഗ്യർ-ക്ഷേത്രക്കുരങ്ങുകൾ, ഇപ്പുറത്ത് റൗഡികൾ - ചന്തക്കുരങ്ങന്മാർ.

നല്ല യോഗ്യന്മാർ! ക്ഷേത്രപരിസരത്തിലെത്തിയപ്പോഴേ എനിക്കു ഭയമായി. ക്ഷേത്രമതിലുകളിലും കവാടങ്ങളിലും ചുറ്റുമുള്ള മരച്ചില്ലകളിലുമെല്ലാം ചാടിയും ഓടിയും വിഹരിക്കുകയാണ് യോഗ്യന്മാർ. ക്ഷേത്രകുരങ്ങുകൾ. പക്ഷേ ഇവരിൽ ഒന്നോ രണ്ടോ മൂപ്പന്മാർ ഒഴികെ ശേഷിക്കുന്നവർ ശാന്തശീലരായിരുന്നു. തീറ്റസാധനങ്ങൾ എറിഞ്ഞു കൊടുത്തപ്പോൾ ചുറ്റുമുള്ള മരിച്ചില്ലകളിൽനിന്നും ക്ഷേത്രമേൽക്കൂരകളിൽ നിന്നും ഉത്സാഹത്തിമിർപ്പോടെ ചാടി ഓടിയെത്തി. കയ്യിൽ കിട്ടിയതുമായി വീണ്ടും അഭയസ്ഥാനം പൂകി. എല്ലാ പ്രായത്തിലുംപെട്ടവരുണ്ട്. കണ്ണും പൂട്ടി പാലും കുടിച്ച് അമ്മയുടെ പള്ളയിൽ

തൂങ്ങിക്കിടക്കുന്ന കുഞ്ഞുങ്ങൾ മുതൽ മുതുമുത്തച്ഛന്മാർ വരെ.

ഇന്നിപ്പോൾ അക്രമാസക്തരായ ചന്തക്കുരങ്ങന്മാരുടെ ശല്യം കുറഞ്ഞിട്ടുണ്ട്. ഏഴെട്ടു വർഷങ്ങൾക്കു മുമ്പ്, ഉത്തരേന്ത്യയിലെ പ്രകൃതി സ്നേഹികളുടെ ഒരു സംഘടനയായ വാതാവരത്തിന്റെ പ്രവർത്തകർക്ക് ശാസ്താംകോട്ടയിലെ റൗഡിക്കുരങ്ങന്മാരെ തെന്മല വനാന്തരങ്ങളിലേക്ക് നാടുകടത്താൻ കഴിഞ്ഞിട്ടുണ്ട്. അവിടെ, സർവ്വതന്ത്രസ്വതന്ത്രരായി പട്ടിണികൂടാതെ കഴിഞ്ഞോട്ടെ. ക്ഷേത്രക്കുരങ്ങന്മാർക്കും ഇന്ന് വലിയ ദാരിദ്ര്യം അനുഭവപ്പെടാറില്ല. അവർക്ക് സുഭിക്ഷമായ ഭക്ഷണം ലഭിക്കാൻ ക്ഷേത്രഭരണാധികാരികൾ ശ്രദ്ധിക്കുന്നുണ്ടത്രേ.

ക്ഷേത്രോല്പത്തി

സാധാരണ ക്ഷേത്രസങ്കേതങ്ങളിൽ പതിവില്ലാത്ത ഈ ദൃശ്യം- വാനരപ്പട എന്നെ അത്ഭുതാധീനനാക്കി. വനപ്രദേശമല്ല, ക്ഷേത്രത്തിനു ചുറ്റുംകുറെ പറങ്കി മാവുകളും തണൽ മരങ്ങളും നില്ക്കുന്നതൊഴികെ. ചുറ്റും പരന്നുകിടക്കുന്ന കായലാണ്. കായലിലൊരു ഉപദ്വീപിന്റെ മട്ടിലാണ് ക്ഷേത്രം സ്ഥിതി ചെയ്യുന്നതെന്നു പറയാം. പിന്നെങ്ങനെ ഈ വാനരസൈന്യം! അതിൽ തന്നെ സവർണ്ണരും അവർണ്ണരും! യുക്തിക്കു നിരക്കുന്ന സമാധാനമൊന്നും ആർക്കും പറയാനില്ല. പക്ഷേ, വിശ്വാസങ്ങളും കല്പനകളും പലതുണ്ട്.

കായംകുളത്ത് രാജാവിന്റെ ഒരു ബന്ധുവിന് അനാരോഗ്യം കാരണം പതിവുള്ള ശബരിമല സന്ദർശനം മുടങ്ങി. ശബരിമല ശാസ്താവിനെ മനസ്സിൽ ധ്യാനിച്ച് ഉറങ്ങാൻ കിടന്ന അദ്ദേഹത്തിന് ശാസ്താവ് സ്വപ്നത്തിൽ ദർശനം നല്കുകയും അകലെ വന്നു ഭജിക്കാൻ അസൗകര്യമെങ്കിൽ അടുത്തു വരാമെന്നരുളിചെയ്തിട്ട് അപ്രത്യക്ഷനാകുകയും ചെയ്തു. അതിൻപ്രകാരം, കായംകുളത്തു നിന്നും അത്രയകലെയല്ലാതെ വനമദ്ധ്യത്തിൽ ശാസ്താവ് സ്വയം പ്രതിഷ്ഠിക്കുകയും ചെയ്തു. ചുറ്റുമുള്ള കുരങ്ങുകളെയും മത്സ്യങ്ങളെയും സംരക്ഷിക്കണമെന്നും നിർദ്ദേശിച്ചു. അങ്ങനെ അന്നു മുതൽ ശാസ്താംകോട്ടയിലെ ശാസ്താവിന്റെ തണലിൽ കഴിയുന്നവരാണവർ, കായലിലെ ഏട്ട മത്സ്യങ്ങളും കുരങ്ങന്മാരും. കുരങ്ങന്മാർക്ക് ക്ഷേത്രത്തിൽനിന്ന് ചോറും മത്സ്യങ്ങൾക്ക് അരിയും നല്കാൻ അന്ന് വ്യവസ്ഥ ചെയ്തിരുന്നു. കുരങ്ങന്മാരുടെ അത്ഭുതസിദ്ധികളെപ്പറ്റി പല കഥകളും ഗ്രാമാന്തരീക്ഷങ്ങളിലുണ്ട്. മത്സ്യമാംസാദികളോ അബ്രാഹ്മണരുടെ ചോറോ കഴിക്കാതിരുന്ന കുരങ്ങന്മാർ രണ്ടു ചേരിയായി പിരിഞ്ഞതിന്റെ പിന്നിലും രസകരമായ ഒരു കഥയുണ്ട്.

ഒരിക്കൽ ചില കുരങ്ങന്മാർ ക്ഷേത്രത്തിനു പടിഞ്ഞാറുള്ള ഭാഗത്തു താമസിച്ചിരുന്ന മരയ്ക്കാന്മാരുടെ കുടികളിൽ കയറി പാകം ചെയ്തു വച്ചിരുന്ന ചോറും കറിയും മത്സ്യവും മാംസവും ഒക്കെയെടുത്തു ഭക്ഷിച്ചു. അത് മറ്റു കുരങ്ങന്മാർക്ക് രസിച്ചില്ല. പിറ്റേ ദിവസം ഉച്ചപൂജയ്ക്കു ശേഷമുള്ള പതിവ് ചോറിനായി എല്ലാവരും കിഴക്കേ നടയിൽ കൂടി. ശാന്തിക്കാരൻ പതിവിൻപടി ചോറുകൊണ്ടു വന്നു വച്ചു. മുക്കുവരുടെ ചോറും മത്സ്യമാംസാദികളും തിന്ന കുരങ്ങന്മാർ തൊട്ട് അശുദ്ധമാക്കിയ ചോറ്, മറ്റു കുരങ്ങന്മാർ തിന്നാൻ കൂട്ടാക്കിയില്ല. രണ്ടുകൂട്ടരും അവിടെ വച്ച് ഉഗ്രസംഘട്ടനം നടന്നു.

ദേവാസുരയുദ്ധം. 'യുദ്ധത്തിൽ തോറ്റ' മാംസഭോജികൾ വിജയകരമായി പിന്മാറി. ക്ഷേത്രപരിസരത്തുനിന്നും അകന്ന് ചന്തയുടെ ചുറ്റുവട്ടത്ത് താവളമാക്കി. തെമ്മാടികളായി മുദ്രകുത്തപ്പെട്ട ചന്തക്കുരങ്ങന്മാർ റൗഡിസത്തിലൂടെ തന്നെ ആഹാരം കണ്ടെത്തി. കഥയവിടെ നില്ക്കട്ടെ.

സമീപഗ്രാമങ്ങൾ

നേരിയ മസ്ലിൻ പുടവ പുതച്ചുറങ്ങുന്ന തടാകസുന്ദരിയെ വിളിച്ചുണർത്താനെന്നോണം, ചുറ്റുമുള്ള കുന്നിൻമുടികൾക്കു മേലെനിന്നും അരിച്ചു വീഴുന്ന പുലർവെളിച്ചത്തിൽ വെട്ടിത്തിളങ്ങുന്ന കുഞ്ഞോളങ്ങളെ നോക്കിനില്ക്കേ, യുവസുഹൃത്ത് രാധാകൃഷ്ണൻ ഓർമ്മിപ്പിച്ചു.

“അല്ല കുളിയും കാപ്പികുടിയും കഴിഞ്ഞിട്ടാകാം.”

കായലോരത്തുനിന്നും നാലഞ്ചു പറമ്പുകൾക്കപ്പുറത്ത് മനക്കര ഭാഗത്തെ രാധാകൃഷ്ണന്റെ വസതിയിലെത്തി. 'കൃഷ്ണകല'യിൽ ശാസ്താംകോട്ട ദേവസ്വംബോർഡു കോളേജിലെ സംസ്കൃതാദ്ധ്യാപിക കൂടിയായ ശ്രീമതി ശശികലയുടെയും കുടുംബത്തിന്റെയും സ്നേഹമസൃണമായ അതിഥിസൽക്കാരങ്ങൾ എന്നെ വീർപ്പുമുട്ടിച്ചു. ശാസ്താംകോട്ടയുടെ നൈസർഗ്ഗികഭംഗി കൈവിടാനിടയാകരുതേ എന്നാണ് കുലീനയായ ആ വീട്ടമ്മയുടെ പ്രാർത്ഥന. ഭർത്താവ് ശ്രീ. രാധാകൃഷ്ണന്റെ (ഗവ സെക്രട്ടേറിയേറ്റ് തിരുവനന്തപുരം) ലോകപരിചയവും പ്രകൃതിസ്നേഹവും സ്വന്തം നാടിന്റെ നന്മയിലുള്ള താല്പര്യവും നേരത്തേ തന്നെ എന്റെ ശ്രദ്ധ ആകർഷിച്ചിരുന്നു.

കുളിയും കാപ്പികുടിയും കഴിഞ്ഞ് ഞങ്ങൾ

ഗ്രാമപ്രദക്ഷിണമാരംഭിച്ചു. ഉത്സാഹഭരിതനായി എന്നോടൊപ്പം നടന്നുനീങ്ങിയ ആ യുവസുഹൃത്ത് എനിക്ക് നല്ലൊരു വഴികാട്ടിയായിരുന്നു. ശാസ്താം കോട്ടയ്ക്കു ചുറ്റുമുള്ള ചില സ്ഥലനാമങ്ങളുടെ പ്രത്യേകതയും അദ്ദേഹം സൂചിപ്പിച്ചു. ശൂരനാട്, പോരുവഴി തുടങ്ങിയവ. ഇവയുടെ അർത്ഥസൂചന എന്താണെന്നു വ്യക്തമല്ല. അതുപോലെതന്നെ പോരുവഴിയിൽ ചക്കുവള്ളിപടനിലവും ചക്കുവള്ളി ക്ഷേത്രവും അസാമാന്യ വിസ്തൃതിയുള്ള മൈതാനത്തിലെ ക്ഷേത്രം ഓച്ചിറ പടനിലത്തേയും ക്ഷേത്രത്തേയും അനുസ്മരിപ്പിക്കുന്നു. ഇവിടെയും ആരാധനാമൂർത്തി പരബ്രഹ്മം തന്നെ. ചരിത്രപരമായ ചില സംഭവങ്ങൾ ഈ സ്ഥലനാമങ്ങളുടെ പിന്നിൽ ഉണ്ടായിരിക്കുമെന്നു കരുതാം. (മണ്ണടി ക്ഷേത്രത്തിലേയ്ക്ക് ശാസ്താക്ഷേത്രത്തിൽനിന്നും 9 മൈൽ ദൂരമേ ഉള്ളൂ).

തടാകതീരങ്ങളിലെ കുന്നിൻപുറങ്ങളിലായി ശാസ്താംകോട്ടയിലെ പ്രധാന സ്ഥാപനങ്ങളെല്ലാം കേന്ദ്രീകരിച്ചിട്ടുണ്ട്. ജങ്ഷനടുത്തുതന്നെ പഞ്ചായത്താഫീസ്. എതിർ വശത്ത് ചന്ത. ആ മുനമ്പിന്റെ അഗ്രഭാഗത്ത് ദേവസ്വം ബോർഡ് കോളേജ്. ഇത്രയും പ്രകൃതി രമണീയവും ശാന്തിപ്രദവും ആരോഗ്യദായകവുമായ ഒരു പശ്ചാത്തലത്തിൽ കലാലയം സ്ഥാപിക്കാനൊരുമ്പെട്ടവരുടെ ഭാവനയും ദീർഘവീക്ഷണവും പ്രശംസനീയം തന്നെ.

ശാസ്താംകോട്ടയിലും സമീപപ്രദേശങ്ങളിലുമായി വിവിധ മതവിഭാഗങ്ങളുടെതായ ആരാധനാലയങ്ങളുണ്ട്. ഭരണിക്കാവു ഭഗവതിക്ഷേത്രം, പോരുവഴിയിലെ മലനടക്ഷേത്രം, മുതുപിലാക്കാട്ടു ക്ഷേത്രം എന്നിവ പ്രധാനപ്പെട്ട ഹൈന്ദവ ദേവാലയങ്ങളാണ്. ഭരണിക്കാവ് ദേവീക്ഷേത്രത്തിലെ മീന ഭരണി തദ്ദേശീയരുടെ പ്രധാന ഉത്സവമാണ്. ശാസ്താംകോട്ട ക്ഷേത്രത്തിൽ കുംഭത്തിലെ കാർത്തിക നാൾ കൊടിയേറി ഉത്രം നാളിൽ കൊടി ഇറങ്ങുന്നു. ശാസ്താംകോട്ടയോട് ഉരുമ്മി ക്കിടക്കുന്ന പോരുവഴി പഞ്ചായത്തിലെ മലനടയിലുള്ള ദുര്യോധന ക്ഷേത്രം പ്രസിദ്ധം. മുമ്പ് പൂജാ കർമ്മങ്ങൾ നടത്തിയിരുന്നത് കുറവ സമുദായത്തിൽപ്പെട്ട പൂജാരിമാരായിരുന്നു. ചാരായവും കോഴിയിറച്ചിയും നിവേദ്യങ്ങളായിരുന്ന അക്കാലമൊക്കെ കഴിഞ്ഞു. ഇപ്പോൾ മറ്റു ക്ഷേത്രങ്ങളിലെപ്പോലെ പായസമാണ് നിവേദ്യം.

ശാസ്താംകോട്ട സ്പെഷ്യൽ ഗ്രേഡ് പഞ്ചായത്തിന്റെ വിസ്തീർണ്ണം 24.42 ച കി മീ ജനസംഖ്യ 29,563 (91 ലെ സെൻസസ് പ്രകാരം) പത്തനംതിട്ട ജില്ലാ രൂപീകരണത്തോടെ അടൂരിന് താലൂക്ക് ആസ്ഥാന പദവി നഷ്ടപ്പെട്ടപ്പോൾ 20 കി മീ തെക്കു മാറി കഴിയുന്ന ശാസ്താംകോട്ടയായി കുന്നത്തൂർ താലൂക്കിന്റെ ആസ്ഥാനം. തുടർന്നങ്ങോട്ട് താലൂക്ക് തലസ്ഥാനത്തിന്റേതായ സ്ഥാപനങ്ങൾ ഒന്നൊന്നായി ഈ ഗ്രാമീണ മേഖലയിൽ ഉയർന്നു വന്നു.

രണ്ടു മൂന്നു പതിറ്റാണ്ടുകൾക്കു മുമ്പ് പ്രശാന്തവും പ്രസന്നവുമായിക്കഴിഞ്ഞിരുന്ന വെറും ഒരു കുഗ്രാമമായിരുന്നു ശാസ്താംകോട്ട. ദേവസ്വം ബോർഡു കോളേജും പഞ്ചായത്താഫീസും ചുരുക്കം ചില പീടികകളും ചന്തയും മാത്രമുണ്ടായിരുന്ന ശാസ്താംകോട്ട ഇന്ന് വളർന്നു കഴിഞ്ഞിരിക്കുന്നു. പണ്ട്, പച്ചപ്പാവാടയും ജാക്കറ്റുമിട്ട ഒരു നാടൻ പെൺകിടാവായിരുന്നു ശാസ്താംകോട്ടയെങ്കിൽ ഇന്ന് കസവുസാരിയും യോജിച്ച ആടയാഭരണങ്ങളുമണിഞ്ഞ പ്രൗഢയും സുന്ദരിയുമായ ഒരു കുലാംഗനയായി മാറിയിരിക്കുന്നു.

പുരോഗതിയിലേക്ക്

ശാസ്താംകോട്ട ഗ്രാമത്തിന്റെ ക്രമാനുഗതമായ ഈ വളർച്ച- വിശിഷ്യാ കഴിഞ്ഞ ഒരു വ്യാഴവട്ടക്കാലത്തിനുള്ളിൽ വർഷങ്ങൾക്കു മുമ്പ് ക്ഷേത്രദർശനത്തിനും കായൽ സന്ദർശനത്തിനുമായി ഇവിടെ വന്നു പോയിട്ടുള്ള വരെ തെല്ലൊന്ന് അമ്പരപ്പിച്ചു കൂടെന്നില്ല. പൊതുസ്ഥാപനങ്ങളും പരിഷ്കൃത മന്ദിരങ്ങളും ഇന്ന് കൂടുതലായി കാണാം. ഭൗതികമായ മാറ്റങ്ങളും നേട്ടങ്ങളും ഏറെയുണ്ടായിട്ടും ശാസ്താംകോട്ടയുടെ ഗ്രാമീണത്തനിമയും ഭംഗിയും ശാന്തതയും ഇനിയും കൈയൊഴിഞ്ഞിട്ടില്ല എന്നത് ആശ്വാസകരം തന്നെ.

ശാസ്താക്ഷേത്രത്തിനു സമീപം തന്നെയാണ് ശാസ്താംകോട്ട 'മിനി സിവിൽ സ്റ്റേഷൻ സ്ഥിതിചെയ്യുന്നത്. ക്ഷേത്രത്തിന് വലുതുഭാഗത്തുള്ള പീഠപ്രദേശത്ത്-മുമ്പ് സർവ്വമതസമ്മേളനം നടന്ന മൈതാനം ഇന്ന് ദേവസ്വം ബോർഡ് കോളേജിന്റെ സ്റ്റേഡിയം, സ്ഥിതിചെയ്യുന്നു. സമീപത്തായി കോളേജിന്റെ മന്ദിരശ്രേണികൾ, വിദ്യാഭ്യാസപരമായി ഏറെ മുന്നണിയിലാണ് ശാസ്താംകോട്ട. പണ്ടുപണ്ടേ ഹൈസ്കൂളുകളും റസിഡൻഷ്യൽ സ്കൂളുകളും ട്രെയിനിങ് സ്കൂളും ദേവസ്വം ബോർഡ് കോളേജും വേണ്ടത്ര വിദ്യാഭ്യാസ സൗകര്യങ്ങൾ ഏർപ്പെടുത്തുന്നു.

ശാസ്താംകോട്ടയിലും സമീപ പ്രദേശങ്ങളിലും അതിവേഗം വളർന്നുവലുതായ പല കവലകളും ഇന്ന് കാണാൻ കഴിയും. പണ്ട്, ഉറക്കം തൂങ്ങിക്കഴിഞ്ഞ കവലകൾ എത്രവേഗമാണ് വളർന്നു വലുതായത്! പള്ളിശ്ശേരിക്കര, മനക്കര, ആഞ്ഞിലിമൂട്,

പനവെട്ടി സിനിമാപ്പറമ്പ്, മുതുപിലാക്കാട്, തുരുത്തിക്കര എന്നിവ അങ്ങനെ വളർന്നുവന്ന് നാഗരിക മുഖമുൾക്കൊള്ളുന്ന കവലകളാണ്. ചവറ, പന്മന, കരുനാഗപ്പള്ളി എന്നീ സ്ഥലങ്ങളിൽനിന്നുള്ള റോഡുകൾ സന്ധിക്കുന്ന ആഞ്ഞിലിമൂടും ഭരണിക്കാവും ശാസ്താംകോട്ടയും ജനവാഹന ബഹുലമായ ജങ്ഷനുകളാണ്.

സാധാരണക്കാരുടെ ജീവിതം ക്ലേശകരം തന്നെ. കൃഷിക്കാരും തൊഴിലാളികളുമാണ് ജനസംഖ്യയിൽ ഭൂരിഭാഗം. ശാസ്താംകോട്ട പഞ്ചായത്തിന്റെ മൂന്നിൽ രണ്ടു ഭാഗത്തും കരകൃഷിയാണ്. ചില കശുവണ്ടി ഫാക്ടറികളുള്ളതിനാൽ ഗ്രാമീണരിൽ ഒരു വിഭാഗത്തിന് തൊഴിൽ ലഭിക്കുന്നുണ്ട്. പെരുവേലിക്കരയിലെ കല്ലട ടൈൽഫാക്ടറിയിലും കുറേപ്പേർ പണിയെടുക്കുന്നു. മണക്കര, ആഞ്ഞിലിമൂട്, പള്ളിശ്ശേരിക്കൽ, ഭരണിക്കാവ്, പനപ്പെട്ടി, സിനിമാപ്പറമ്പ്, മുതുപിലാക്കാട്, തുരുത്തിക്കര, ചക്കുവള്ളി, പട്ടക്കടവ്, മൈനാഗപ്പള്ളി എന്നിവിടങ്ങളിൽ ചെറുതും വലുതുമായ കശുവണ്ടി ഫാക്ടറികൾ പ്രവർത്തിക്കുന്നു. തൊഴിലാളികൾ ഭൂരിഭാഗവും സ്ത്രീകളാണ്. ശാസ്താംകോട്ട വാർഡിലെ പനപ്പെട്ടി എന്ന സ്ഥലത്താണ് തൊഴിലാളികൾ തിങ്ങിപ്പാർക്കുന്നത്. ഭരണിക്കാവിൽ ഒരു ഈറ മുള സൊസൈറ്റിയുണ്ട്. സമുദായത്തിലെ താഴ്ന്ന തലത്തിൽപ്പെട്ട ജനവിഭാഗങ്ങൾ കൃഷിപ്പണിയിലും കൈത്തൊഴിലുകളിലും ഏർപ്പെട്ട് നിത്യവൃത്തി കഴിക്കുന്നു. ആ വിഭാഗങ്ങളിൽ തന്നെ വിദ്യാഭ്യാസപരമായും ഔദ്യോഗികമായും ഉന്നതിതേടിയവരും കുറവല്ല.

ജലദൗർലഭ്യം

ജലദൗർലഭ്യമാണ് ഏറ്റവും കടുപ്പം. ശാസ്താംകോട്ട ക്ഷേത്രം പോലെ തന്നെ ആ സ്ഥലത്തിന് പ്രാധാന്യം നേടിക്കൊടുക്കുന്നതിൽ വലിയൊരു പങ്കുണ്ട് ശാസ്താംകോട്ടയിലെ വാട്ടർ വർക്സിന്. തടാകതീരത്ത് റോഡരികിൽ തന്നെ വാട്ടർ വർക്സ് സ്ഥാപനങ്ങൾ സ്ഥിതി ചെയ്യുന്നു. ഇവിടെ രസകരമായ ഒരു കാര്യം പറയാം. ഏതാണ്ട് എട്ട് ച.മൈൽ വിസ്തീർണ്ണമുള്ള ശാസ്താംകോട്ടക്കായൽ കേരളത്തിലെ ഒരേയൊരു ശുദ്ധജലതടാകമാണ്. പക്ഷേ, ചുറ്റുമുള്ള ഉയർന്ന ഗ്രാമപ്രദേശങ്ങളിൽ വേനൽക്കാലത്ത് വമ്പിച്ച ശുദ്ധജലക്ഷാമം അനുഭവപ്പെടുന്നുണ്ട്. ഈ പരിതഃസ്ഥിതിയിലാണ് ശാസ്താംകോട്ടയിലെ വാട്ടർവർക്സ് സ്ഥാപിക്കപ്പെട്ടത്. പക്ഷെ അത് ശാസ്താംകോട്ടയ്ക്കും സമീപഗ്രാമങ്ങൾക്കുമെന്നതിനേക്കാൾ അകലെയുള്ള കൊല്ലം പട്ടണത്തിലേക്കുള്ള ശുദ്ധജലവിതരണ സ്കീമാണ്. ആൽത്തറവിള എന്ന സ്ഥലത്ത് ഫിൽറ്റർ ഹൗസും പമ്പ് ഹൗസും, ബന്ധപ്പെട്ട സ്ഥാപനങ്ങളുമുണ്ട്. ശുദ്ധജലക്ഷാമം അനുഭവപ്പെടുന്ന പല ഗ്രാമങ്ങളുടെയും തലയ്ക്കു മുകളിലൂടെ ശാസ്താംകോട്ടയിലെ ശുദ്ധജലം കൊല്ലം നഗരവാസികൾക്കെത്തിച്ചിരുന്നു; മുൻകാലങ്ങളിൽ, ഈ അടുത്ത കാലത്തായി ആ സ്ഥിതിക്ക് മാറ്റമുണ്ടായി. ശാസ്താംകോട്ടത്തടാകത്തിൽനിന്നും ജലം ശുദ്ധീകരിച്ച് വാട്ടർവർക്സ് മുഖേന തദ്ദേശീയർക്ക് വിതരണം നടത്തുന്നു.

ശാസ്താംകോട്ട വികസന ബ്ലോക്കിൽപ്പെട്ട ശൂരനാടു പ്രദേശങ്ങൾ 1950-കളിൽ കേരള രാഷ്ട്രീയത്തിൽ ഒച്ചപ്പാടുണ്ടാക്കിയ ചില സംഭവങ്ങൾക്ക് വേദിയായിരുന്നു. (ശൂരനാടു സംഭവം) രാഷ്ട്രീയ പ്രബുദ്ധതയോടൊപ്പം സാംസ്കാരിക പാരമ്പര്യവും പുലർത്തുന്നവയാണ് ആ പ്രദേശങ്ങൾ.

സാംസ്കാരിക രംഗം

മലയാള സാഹിത്യത്തിലെ ഒരു സുവർണ്ണകാലഘട്ടത്തിന്റെ പ്രതീകമായ ശൂരനാടു കുഞ്ഞൻപിള്ളയുടെ ജന്മനാടാണ് ശൂരനാട്. കർമ്മകുശലനായ ഉദ്യോഗസ്ഥനും ബഹുഭാഷാ പണ്ഡിതനുമായ ശൂരനാടു കുഞ്ഞൻപിള്ള (1911-1995) ഒരു ബഹുമുഖ പ്രതിഭയായിരുന്നു. കവി, ആഖ്യായികാകാരൻ, നാടകകൃത്ത്, സാഹിത്യവിമർശകൻ, ഗ്രന്ഥകാരൻ, അദ്ധ്യാപകൻ, അദ്ധ്യാപകവൃത്തിയിൽ തുടങ്ങി സെക്രട്ടറിയേറ്റ് സൂപ്രണ്ട്, സ്റ്റേറ്റ് മാനുവൽ നിർമ്മാണത്തിൽ സദസ്യതിലകൻ ടി കെ വേലുപ്പിള്ളയുടെ സഹായി, മലയാള മഹാനിഘണ്ടുവിന്റെ എഡിറ്റർ എന്നീ ഔദ്യോഗിക പദവികൾ വഹിച്ചു. വിവിധ സാഹിത്യശാഖകളിലായി ഒട്ടേറെ ഗ്രന്ഥങ്ങൾ രചിച്ചിട്ടുണ്ട്.

പ്രസിദ്ധമായ ഒരു ക്ഷേത്രത്തേയും പണ്ടുപണ്ടേയുള്ള ഒരു തടാകത്തേയും പ്രാണവായുവിനെപ്പോലെ നെഞ്ചിലേറ്റി പല നൂറ്റാണ്ടുകൾ നിദ്രാലസമായിക്കഴിഞ്ഞ ശാസ്താംകോട്ട എന്ന കുഗ്രാമം. വികസനത്തിന്റെയും പുരോഗതിയുടെയും പാതയിലേക്ക് നീങ്ങിത്തുടങ്ങിയിട്ട് ഏറെക്കാലമായിട്ടില്ല. 1964 കളിലാണ്—ശരിക്കു പറഞ്ഞാൽ ശാസ്താംകോട്ടയിലെ ആ കുന്നിൻപുറത്ത് ദേവസ്വം ബോർഡ് ഒരു കോളേജ് സ്ഥാപിച്ചതു മുതലാണ് – ചന്തക്കുരങ്ങന്മാരുടെയും അമ്പലക്കുരങ്ങന്മാരുടെയും വിഹാര രംഗമായിരുന്ന ആ നാട്ടിടകളിൽ ഒച്ചയും അനക്കവും കേട്ടു തുടങ്ങിയത്. അതിനെത്തുടർന്ന് പരദേശികൾ കൂടുതലായി വന്നു തുടങ്ങി. അവർക്കു വേണ്ടി ബസ് സർവ്വീസുകളും പാർപ്പിടസൗകര്യങ്ങളും വർദ്ധിച്ചു. ക്രമേണ മറ്റു മേഖലക

ളിലേക്കും പുരോഗതി വ്യാപിച്ചു.

ഗൾഫ് പണത്തിന്റെ സ്വാധീനവും സാമൂഹ്യ-സാമ്പത്തിക മേഖലകളിൽ വമ്പിച്ച മാറ്റങ്ങളുണ്ടാക്കി. പുത്തൻ പണക്കാരായ ഒരു ന്യൂനപക്ഷത്തിന്റെ മണിമാളികകൾ ഈ കുന്നിൻ പുറങ്ങളിൽ തലയുയർത്തി നില്ക്കുന്നു. നാട്ടിടകളിൽ മന്ദിരശ്രേണികളും വിപണന ശാലകളും ക്രമേണ വ്യാപിച്ചു. താലൂക്കുതലസ്ഥാനമെന്ന പദവി വീണുകിട്ടിയതോടെ കൂടുതൽ സർക്കാരാഫീസുകളും പൊതുസ്ഥാപനങ്ങളും ഉണ്ടായി.

ശാസ്താംകോട്ടയുടെ വളർച്ചയ്ക്കു സഹായകമായ മറ്റൊരു ഘടകമാണ് കടാപ്പുഴപ്പാലം. കിഴക്കെ കല്ലടയും പടിഞ്ഞാറെ കല്ലടയും തമ്മിൽ ബന്ധിപ്പിക്കുന്ന ഈ പാലം പൂർത്തിയായതോടെ ജില്ലാതലസ്ഥാനമായ കൊല്ലത്തുനിന്ന് നേരിട്ട് ശാസ്താംകോട്ടയെത്താമെന്നായി. മുമ്പ് ചുറ്റിക്കറങ്ങി ചവറ വഴിയേ ശാസ്താംകോട്ടയിലെത്താൻ കഴിയുമായിരുന്നുള്ളൂ. 1960 കളിലാരംഭിച്ച ക്രമാനുഗതമായ വളർച്ചയാണിത്. ഈ വളർച്ച ഗ്രാമീണ തനിമയെ ഇപ്പോഴും പോറലേല്പിച്ചിട്ടില്ലെന്ന് കാണാം.

എന്തു പ്രശ്നങ്ങളുണ്ടെങ്കിലും എത്രയൊക്കെ ജീവിത ക്ലേശങ്ങളുണ്ടെങ്കിലും ആ തടാകതീരത്തിനു ചുറ്റുമായി വളർന്നുവരുന്ന ശാസ്താംകോട്ടയുടെയും സമീപഗ്രാമങ്ങളുടെയും വിശുദ്ധിയും മനോഹാരിതയും മനസ്സിൽനിന്ന് എളുപ്പം മായുകയില്ല. നല്ലൊരു സുഖവാസകേന്ദ്രമാക്കി വളർത്തിയെടുക്കാൻ പറ്റിയ ഗ്രാമീണ മേഖല.

22

കരിമണൽ തീരങ്ങളിലൂടെ

കായംകുളം ബസ് സ്റ്റാൻഡ്, തെക്കോട്ടുള്ള ബസ് കാത്തു നില്ക്കാൻ തുടങ്ങിയിട്ട് സമയമേറെയായി. ഭാഗ്യം! 'വള്ളിക്കാവു വഴി കൊല്ലം' എന്ന നെറ്റിക്കുറിപ്പോടെ ഒരു പഴഞ്ചൻ ബസ് കൺമുന്നിൽ പ്രത്യക്ഷപ്പെട്ടു. ഹാവൂ! ആശ്വാസം.

ആദ്യം നേരെ ഓച്ചിറയ്ക്ക്. പിന്നെ, ആ ബസ് വലത്തോട്ടു തിരിഞ്ഞ് വളഞ്ഞും പുളഞ്ഞും ഞെങ്ങിയും ഞെരുങ്ങിയും വീതി കുറഞ്ഞ ഗ്രാമ റോഡിലൂടെ ഏതാണ്ട് മുക്കാൽ മണിക്കൂർ യാത്ര ചെയ്തിരിക്കണം. ബസ് നിന്നു, വള്ളിക്കാവ്! ഭക്ത ജനങ്ങൾക്കൊപ്പം ഞാനും അവിടെ ഇറങ്ങി. അല്പം മുന്നോട്ടു നടന്നപ്പോൾ കടത്ത് എത്തി കുഞ്ഞോളങ്ങളിളകുന്ന കായംകുളം കായൽ. കായലിനക്കരെ നെടുനീളത്തിലൊരു പച്ചത്തുരുത്ത്. മുൻ അറിവുകൾ വച്ച് ഭൂമിശാസ്ത്രപരമായി ഞാനൊന്നു ഗണിച്ചുനോക്കി. അതേ. ആ തുരുത്തിനെ ഞാനറിയും. രണ്ടു മൂന്നു ദശാബ്ദങ്ങൾക്കു മുമ്പു തന്നെ. അന്ന് കരുനാഗപ്പള്ളിയിൽ നിന്നായിരുന്നു യാത്ര. തുരുത്തിൽ ജനവാസം ഇന്നത്തെ തോതിലില്ലായിരുന്നു. പരിഷ്കാരം എത്തിനോക്കിയിട്ടില്ല. ജീവിത നിലവാരം തുലോം ശോചനീയം.

അങ്ങനെ, വർഷങ്ങൾക്കുമുമ്പ് ദുരിതപൂർണ്ണമായി എനിക്കനുഭവപ്പെട്ട ആലപ്പാട് പഞ്ചായത്തു പ്രദേശത്ത് - ആ പച്ചത്തുരുത്തിൽ ഒരു ചെറുനഗരം രൂപംകൊള്ളുമെന്ന് അന്ന് ആരും സ്വപ്നത്തിൽ പോലും നിനച്ചിരിക്കാനിടയില്ല. ഇവിടെ ദാരിദ്ര്യ ശുഷ്കമായിരുന്ന ആ ആലപ്പാട്ടു തീരപ്രദേശങ്ങളിൽ തല ഉയർത്തിനില്ക്കുന്ന മനോഹരമായ ഈ ചെറുനഗരം ഏതു പാലാഴി മഥനത്തിന്റെ സംഭാവനയാണോ? ആരാണാവോ അതിന് പ്രാപ്തനായ കരങ്ങളുടെ ഉടമ? വള്ളിക്കാവിനടുത്തുള്ള പറയക്കടവിലെ മണിമന്ദിര ശ്രേണികൾ ഒരു രണ്ടാം ദ്വാരകയെ അനുസ്മരിപ്പിച്ചു. ഈ മഹാത്ഭുതങ്ങളുടെ പിന്നിലെ വ്യക്തി അഥവാ സിദ്ധി ആരെന്നും എന്തെന്നും അന്വേഷിക്കുക കൗതുകകരമാണ്. മത്സ്യത്തൊഴിലാളികളായ അരയസമുദായക്കാർ പാർത്തിരുന്ന ഈ പ്രദേശത്ത് കക്ക പെറുക്കിയും കാക്കയെ ഓടിച്ചും മണലിൽ ഓടിക്കളിച്ചും കഴിഞ്ഞ ഒരു പെൺകുട്ടി ഉണ്ടായിരുന്നു. 1129 കന്നിമാസത്തിലെ കാർത്തിക നാളിൽ, പറയക്കടവ് എന്ന ഈ കടലോര ഗ്രാമത്തിൽ സുഗുണാനന്ദന്റെയും ദമയന്തിയുടെയും പുത്രിയായി ജനിച്ച സുധാമണി എന്ന പെൺകുട്ടി. കാക്കക്കറുമ്പി, കൃഷ്ണഭക്ത, അമ്മയുടെ അനാരോഗ്യം കാരണം അഞ്ചാം ക്ലാസിൽ വച്ച് പഠിത്തം നിറുത്തി സ്വഗൃഹത്തിലും മറ്റ് ബന്ധുഗൃഹങ്ങളിലും വീട്ടുജോലികൾ ചെയ്യാൻ വിധിക്കപ്പെട്ട ആ പെൺകുട്ടിയുടെ മനസ്സു മുഴുവൻ കൃഷ്ണഭക്തിയായിരുന്നു. പക്ഷിമൃഗാദികളോടും വൃക്ഷലതാദികളോടും അളവറ്റ സ്നേഹ വാത്സല്യങ്ങൾ പുലർത്തിയ ആ പെൺകുട്ടിയുടെ മനസ്സിൽ മാനവസ്നേഹത്തിന്റെ നീരുറവ നിറഞ്ഞു നിന്നത് മനസ്സിലാക്കാൻ ആദ്യമാർക്കും കഴിഞ്ഞിരുന്നില്ല. കൃഷ്ണഭക്തിയും സഹജീവിസ്നേഹവും ഉള്ളിലൊതുക്കി കീർത്തനങ്ങൾ പാടിയും സ്വയം മറന്ന് താളം ചവിട്ടിയും കഴിഞ്ഞ സ്വപുത്രിയെ മാതാപിതാക്കൾ പോലും വെറുക്കാൻ തുടങ്ങി. ഈ വഴിവിട്ട പോക്കിൽനിന്നും പിന്തിരിപ്പിക്കാൻ ആവുന്നത്ര ശ്രമിച്ചു ഭേദ്യ ദണ്ഡങ്ങളിലൂടെ. പക്ഷേ,

സുധാമണിയുടെ വളർച്ച

സുധാമണിയുടെ ഈശ്വരഭക്തി ക്രമേണ കഠിന തപസ്സിന്റെ രൂപഭാവങ്ങൾ കൈക്കൊണ്ടു. ഊണി

ല്ല. ഉറക്കമില്ല. തുളസിയിലയും പച്ചവെള്ളവും മാത്രം കഴിച്ച് ആറുമാസത്തോളം ഈശ്വര ധ്യാനത്തിൽ മുഴുകികഴിഞ്ഞു. പ്രപഞ്ച സൃഷ്ടിസ്ഥിതി കാരണമായ ഓംകാര നാദം ഉള്ളിലുണർന്നു. സർവ്വചരാചരങ്ങളുടെയും അമ്മ താനാണെന്ന ബോധം ആ പെൺകുട്ടിയിൽ വളർന്നു. മർത്ത്യലോകത്തിന്റെ ദുഃഖം അകറ്റുക എന്ന മഹായജ്ഞത്തിൽ സ്വയം അർപ്പിതയായി സുധാമണി ആ ചെറുപ്രായത്തിൽ തന്നെ.

വീടിനോടു ചേർന്നു തൊഴുത്തിന്റെ—ഒരു ഓല ഷെഡ്—ഒരു ഭാഗം ഓലകെട്ടിമറച്ച് ഭക്തജനങ്ങൾക്ക് ഇരിപ്പിടമൊരുക്കി. 1970 കളിൽ ഈ രീതിയിൽ ആരംഭിച്ച ആശ്രമം 1980 വരെയും വലിയ മാറ്റമൊന്നുമില്ലാതെ തുടർന്നു. ഭജനയും പ്രാർത്ഥനയും. ആരേയും വശീകരിക്കുന്ന നിഷ്കളങ്ക സ്മേരവുമായി മാതാ അമൃതാനന്ദമയിയുടെ ജൈത്രയാത്രയാരംഭിച്ചു. സമർത്ഥരും കർമ്മകുശലരും ദീർഘദർശികളും സ്വയം സമർപ്പിതരുമായ ഒരു ശിഷ്യവൃന്ദം-മാനേജ്മെന്റ് അമ്മയുടെ മഹത്ത്വവും സിദ്ധിയും സന്ദേശവും കേരളത്തിനകത്തും പുറത്തും വ്യാപിപ്പിക്കുന്നതിൽ ആസൂത്രിതമാംവിധം പ്രവർത്തിച്ചു.

ഏഷ്യ മുതൽ അമേരിക്ക വരെ അഞ്ചു ഭൂഖണ്ഡങ്ങളിലായി വ്യാപിച്ചുകിടക്കുന്ന ശിഷ്യസമ്പത്ത്, ലോകത്തിന്റെ വിവിധ ഭാഗങ്ങളിലുള്ള ആശ്രമങ്ങൾ, കോടിക്കണക്കിനു രൂപയുടെ സ്വത്തുക്കൾ, സ്ഥാപനങ്ങൾ, ജനസേവനപ്രവർത്തനങ്ങൾ. അഭൂതപൂർവ്വമായ ആ വളർച്ചയുടെ ഉറവിടമായി കരുതാവുന്നത് മാതാ അമൃതാനന്ദമയിയുടെ വിശ്വസ്നേഹം മാത്രം. സദാ മന്ദസ്മേരവദനയായി ഭക്ത ജനലക്ഷങ്ങൾക്കു ദർശനം നല്കുന്ന ഈ യോഗിനി, കാഷായവേഷധാരിയല്ല. തൂവെള്ള വസ്ത്രങ്ങൾ.

സേവനമേഖലകൾ

വേണ്ടത്ര വിദ്യാഭ്യാസംപോലും ലഭിച്ചിട്ടില്ലാത്ത ഈ ഗ്രാമീണ കന്യക, ലോകമാതാവായിത്തീർന്ന വികാസപരിണാമങ്ങൾ തിരക്കി നോക്കി. അസാധാരണമായ സ്വഭാവ ചേഷ്ടകൾ കാട്ടി നാട്ടുകാർക്കും വീട്ടുകാർക്കും തലവേദന സൃഷ്ടിച്ച് കൃഷ്ണഭക്തയായി പാട്ടും ആട്ടവും വ്രതാനുഷ്ഠാനവുമായിക്കഴിഞ്ഞ സുധാമണി യൗവനാരംഭത്തിലും ഈ സ്ഥിതി തുടർന്നു. സ്വയം അമ്മയായി അവരോധിക്കപ്പെട്ട സുധാമണിയുടെ ആദ്യകാല ശിഷ്യന്മാരിൽ രണ്ടു പേർ വിദേശികളായിരുന്നു. കാലിത്തൊഴുത്തിന്റെ ഭാഗമായ ആശ്രമത്തിലെ അന്തേവാസികൾ. ആ കാലിത്തൊഴുത്തിൽ നിന്നാരംഭിക്കുന്ന ആശ്രമത്തിന്റെ വികാസപരിണാമങ്ങളെപ്പറ്റി ലേഖകനു ലഭിച്ച ഒരു ജീവചരിത്രത്തിൽ ഏറക്കുറെ മൗനം പാലിച്ചിരിക്കുകയാണ്.

പ്രാഥമിക തലം മുതൽ ശാസ്ത്ര സാങ്കേതിക തലം വരെ വ്യാപിച്ചു കിടക്കുന്ന അമൃതാ വിദ്യാഭ്യാസ സ്ഥാപനങ്ങൾ പ്രാഥമിക ചികിത്സാലയങ്ങൾ മുതൽ ഇടപ്പള്ളിയിൽ സ്ഥാപിച്ചിട്ടുള്ള സൂപ്പർ സ്പെഷ്യാലിറ്റി ആശുപത്രിയും മെഡിക്കൽ കോളേജും വരെയുള്ള ചെറുതും വലുതുമായ അസംഖ്യം ആതുരാലയങ്ങൾ! ഇവകൂടാതെ, സാമൂഹ്യവും സാമ്പത്തികവുമായ ആനുകൂല്യങ്ങൾക്കും സഹായങ്ങൾക്കും അർഹരായ ജനലക്ഷങ്ങൾക്കു വേണ്ടി നടപ്പാക്കിയിട്ടുള്ള അനേകം ജനക്ഷേമ-സേവന പരിപാടികൾ - ഇവയാണ് അമൃതാനന്ദമയീ മിഷന്റെ നേട്ടങ്ങൾ. വീടില്ലാത്ത 25000 പേർക്ക് സൗജന്യമായി വീടുവച്ചു നല്കാനുള്ള അമൃതകുടീരം പദ്ധതി, അർഹതയുള്ള 25000 പേർക്ക് മാസം 110 രൂപ വീതം പെൻഷൻ നല്കുന്ന പദ്ധതി, ഗുജറാത്തിൽ ഭൂകമ്പം ഉണ്ടായപ്പോൾ ആറു ഗ്രാമങ്ങൾ ദത്തെടുത്ത് വീടുകൾ, ക്ഷേത്രം പള്ളി, വിദ്യാലയങ്ങൾ ആശുപത്രികൾ എന്നിവ നിർമ്മിച്ചു കൊടുക്കുന്ന പദ്ധതി-തുടങ്ങി സേവനത്തിന്റെ സമസ്ത മേഖലകളിലും അമ്മയുടെ സഹായഹസ്തങ്ങൾ എത്തുന്നു.

കടത്തു കടന്ന് ഞാൻ ആശ്രമപരിസരത്തെത്തി. ആശ്രമമെന്നു പറയാമോ? അംബരചുംബികളായ ആശ്രമമന്ദിരങ്ങൾ. ഭക്തർക്കു താമസിക്കാൻ പന്ത്രണ്ടു നിലകളുള്ള ഫ്ളാറ്റ്, പൊതുപരിപാടികൾക്കായി കേരളത്തിലെ ഏറ്റവും വലിയ ആഡിറ്റോറിയം, വിദേശികളടക്കം ആയിരത്തിഅഞ്ഞൂറോളം അന്തേവാസികൾ, ചലനാത്മകവും പ്രാർത്ഥനാമുഖരിതവുമായ ആശ്രമോപാന്തങ്ങൾ, ഔഷധനിർമ്മാണ ശാലകൾ, വിപുലമായ അച്ചുകൂടം തുടങ്ങി ഒട്ടേറെ സ്ഥാപനങ്ങൾ.

അമ്മ ആശ്രമത്തിലുള്ളപ്പോൾ വന്നു കൂടുന്ന ഭക്തജനങ്ങൾക്കെല്ലാം ദർശനം നല്കുന്നു. ദിവസം 15-18 മണിക്കൂർ വരെ. അമ്മ 'ഭാവദർശനം' നടത്തുന്ന ഞായറാഴ്ച പകലും രാത്രിയും ഭക്തജനത്തിരക്ക് കൂടുതലാണ്. പൂജ, അർച്ചന, പ്രാർത്ഥന, ധ്യാനം, വേദാന്ത ക്ലാസ്, ഉപനിഷത്ത് പഠനം, ഭഗവദ്ഗീതാ വ്യാഖ്യാനം, ബ്രഹ്മസൂത്ര വിശകലനം, ശുചിത്വ പരിപാലനം, പാചകം, തുന്നൽ, ആയുർവ്വേദ ഔഷധ നിർമ്മാണം, ഭജന, സത്സംഗം എന്നിങ്ങനെ സൽകർമ്മങ്ങളാൽ സജീവമാണ് ആശ്രമം. വിദേശികൾക്ക് മലയാളം പഠിക്കാനുള്ള സൗകര്യവും ഇവിടെയുണ്ട്. രാജ്യം ഭരിക്കുന്ന മന്ത്രിമാരും ഉന്നത ശാസ്ത്രജ്ഞന്മാരും ന്യായാധിപന്മാരും രാഷ്ട്രീയ നേതാക്കളും സാഹിത്യ നായകന്മാരും പാശ്ചാത്യരും പൗരസ്ത്യരുമായ ലക്ഷക്കണക്കിനാളുകൾ അമ്മയുടെ ആശ്ലേഷത്തിലമരാൻ ഇവിടെയെത്തുന്നു.

കരുനാഗപ്പള്ളിയിലേയ്ക്ക്

അമൃതാനന്ദപുരിയിൽ നിന്നുള്ള മടക്കയാത്ര കരുനാഗപ്പള്ളിയുടെ തീരദേശത്തു കൂടിയാകാം. തീരത്ത് നിരനിരയായിക്കാണുന്ന കേരവൃക്ഷങ്ങൾ. അവയുടെ നിഴൽപറ്റി മത്സ്യത്തൊഴിലാളികളുടെ പാർപ്പിടങ്ങൾ, കരയ്ക്കു കയറ്റിയിട്ടിരിക്കുന്ന വള്ളങ്ങൾ, ഉണക്കാനിട്ട വലകൾ, തെങ്ങിൻ തണലുകളിൽ വട്ടമിട്ടിരുന്ന് ചീട്ടുകളിക്കുന്ന തൊഴിലില്ലാത്തവർ - ജീവിത യാഥാർത്ഥ്യങ്ങളുടെ തപ്തഭൂമികളാണവ. കരുനാഗപ്പള്ളി വില്ലേജിൽപ്പെട്ട പണ്ടാരത്തുരുത്ത്, ചെറിയഴീക്കൽ എന്നീ കരകളും കുലശേഖരപുരം വില്ലേജിൽപ്പെട്ട ആലപ്പാട്ടുതുറ, കുഴിത്തുറ, പറയക്കടവ് എന്നീ കരകളും പുതുപ്പള്ളി വില്ലേജിലെ (ആലപ്പുഴ ജില്ലയിലെ കാർത്തികപ്പള്ളി താലൂക്കിൽപ്പെട്ടത്) ശ്രായിക്കാട്, അഴീക്കൽ എന്നീ കരകളും ചേർന്നതാണ് ആലപ്പാട് പഞ്ചായത്ത്. വിസ്തീർണ്ണം 7.38 ച കി മീ. ജനസംഖ്യ 24576 (1991 ലെ സെൻസസ്). ചെറിയഴീക്കലാണ് ആസ്ഥാനം. ചെറിയഴീക്കലിലെ കാശിവാസിക്ഷേത്രം അരയസമുദായക്കാരുടെ പ്രധാന ആരാധനാ കേന്ദ്രമാണ്.

കൊല്ലം ജില്ലയുടെ വടക്കു പടിഞ്ഞാറെ അതിർത്തിയിലുള്ള ഈ തുരുത്തിൽനിന്ന് താലൂക്കു തലസ്ഥാനമായ കരുനാഗപ്പള്ളിയിലേക്ക് തിരിക്കാം. ഓംകാര മുഖരിതമായിരുന്ന അമൃതാനന്ദപുരിയിൽ നിന്നുള്ള മടക്കയാത്ര ബസു മാർഗ്ഗമാകാം. പണിക്കരു കടവ് പാലം കടന്ന് പഴയ ആലപ്പാട്ടു പഞ്ചായത്തിന്റെ മാറിയ രൂപഭാവങ്ങൾ ശ്രദ്ധിച്ചുകൊണ്ട് ഞാൻ യാത്ര തുടർന്നു. ചലനാത്മകമായ ഒരു വിശ്വാസത്തിൽനിന്ന് (മാതാ അമൃതാനന്ദമയി) നിശ്ചലമായ മറ്റു ദൈവിക വിശ്വാസങ്ങളിലേക്കും അവയുടെ സംരക്ഷണയിൽ കഴിഞ്ഞിരുന്ന ഭൂപ്രദേശങ്ങളിലേക്കുമാണ് നമുക്കിനി കടന്നുചെല്ലേണ്ടത്. വിശ്വാസങ്ങളും അന്ധവിശ്വാസങ്ങളും അവിശ്വനീയതയും എല്ലാം കൂടിക്കുഴഞ്ഞ് രൂപപ്പെട്ടുനില്ക്കുന്ന ദേവാലയങ്ങൾ പലതുണ്ട്, കരുനാഗപ്പള്ളിയിലും സമീപ ഗ്രാമങ്ങളിലും. സ്ഥലപ്പേരിന് നിദാനമായ സിദ്ധനെപ്പറ്റിത്തന്നെയാകട്ടെ ആദ്യം.

കരിനാഗത്തിന്റെ കഥ

ഏതാണ്ട് നാനൂറ് വർഷങ്ങൾക്കു മുമ്പ് മലബാറിലെ പ്രസിദ്ധനായ ഒരു മുസ്ലീം പുരോഹിതന്റെ അനുഗ്രഹാശിസ്സുകളോടെ ആലിഹസ്സൻ എന്ന സിദ്ധൻ തെക്കോട്ട് പ്രയാണമാരംഭിച്ചു. നാടും നഗരങ്ങളും പിന്നിട്ട് അലഞ്ഞുനടന്ന് അദ്ദേഹം ഒടുവിൽ ഓച്ചിറനിന്നും അഞ്ചെട്ടു മൈൽ തെക്കുള്ള പുതിയകാവ് എന്ന സ്ഥലത്തെത്തി. അന്ന്, ആ പ്രദേശങ്ങൾ കൊടും കാടുകളായിരുന്നു. നാടുവാണിരുന്ന രാജാവിനോട് കുറച്ചു സ്ഥലം ആവശ്യപ്പെട്ടു. കാടല്ലേ, പോരെങ്കിൽ ആ പ്രദേശങ്ങൾ ഒരു കരിനാഗം അടക്കിഭരിക്കുകയുമാണ്. കരിനാഗത്തെ പേടിച്ച് ജനങ്ങൾ അതുവഴി കടന്നുപോകാറില്ല. രാജാവ് സസന്തോഷം അനുവാദം നല്കി, പുതിയകാവിനു തൊട്ടു പടിഞ്ഞാറുള്ള കാട്ടുപ്രദേശങ്ങൾ തെളിച്ചെടുത്തു കൊള്ളാൻ. സിദ്ധൻ അതിൻപ്രകാരം കാടു തെളിക്കെ ഭയങ്കരനായ കരിനാഗം പ്രത്യക്ഷപ്പെട്ടു. ദിവ്യൻ ആ നാഗത്തെ വലിയൊരു കൂടയിലാക്കി രാജസന്നിധിയിലെത്തി. കൂട തുറന്നു. കരിനാഗം പുറത്തു ചാടി. രാജാവ് ഭയവിഹ്വലനായി. ദിവ്യൻ വീണ്ടും അതിനെ കൂടയിലാക്കി കാട്ടിൽ കൊണ്ടുവന്നു വിട്ടു. പക്ഷേ അന്നു മുതൽ (ഇന്നോളം) ആ പ്രദേശത്തുകാർ കരിനാഗത്തെ കണ്ടിട്ടില്ലത്രെ. സംപ്രീതനായ രാജാവ്, ആ സ്ഥലത്ത് പള്ളികെട്ടിക്കൊള്ളുവാൻ സിദ്ധന് അനുവാദം കൊടുത്തു. ദിവ്യൻ ആ വഴിയരികിൽ ചെറിയൊരു മുസ്ലീം പള്ളി നിർമ്മിച്ചു. കരിനാഗത്തിന്റെ ശല്യമുണ്ടായിരുന്ന സ്ഥലത്തെ പള്ളിക്ക് കരിനാഗപ്പള്ളി എന്ന് പേരും ലഭിച്ചു.

തെക്ക് നീണ്ടകരപ്പാലം (പാലമുൾപ്പെടെ) മുതൽ വടക്ക് കൃഷ്ണപുരം വരെയുള്ള നാഷണൽ ഹൈവേയുടെ ഇരുഭാഗങ്ങളിലുമായി സ്ഥിതി ചെയ്യുന്ന ഭൂപ്രദേശങ്ങളാണ് കരുനാഗപ്പള്ളിതാലൂക്ക്. കരുനാഗപ്പള്ളി തെക്കുംഭാഗം, ചവറ, പന്മന, തേവലക്കര, നീണ്ടകര, തൊടിയൂർ, തഴവ, കുലശേഖരം, പെരിനാട് കൃഷ്ണപുരം എന്നീ വില്ലേജുകൾ ഉൾപ്പെടുന്നു. വിസ്തീർണ്ണം 64,719 ച കി മീ. ജനസംഖ്യ 385013. പടിഞ്ഞാറ് കടലും കായലും ചേർന്ന തീരപ്രദേശങ്ങളാണ്. കടലോരങ്ങൾ വെറും ചൊരിമണൽ പ്രദേശങ്ങളാണെങ്കിൽ ഹൈവേയ്ക്കു കിഴക്കുഭാഗം കുറെക്കൂടി ഉറപ്പും വളക്കൂറുമുള്ള ചെമ്മൺപ്രദേശങ്ങളാണ്. മോണോസൈറ്റ് ഇൽമനൈറ്റ്, സിർക്കോൺ എന്നിവ നിറഞ്ഞ ലോഹമണൽ നിറഞ്ഞതാണ് കടലോരം. ചെറുകിട കൃഷിക്കാരാണ് ഭൂരിഭാഗവും. ശേഷം കർഷക തൊഴിലാളികളും ഫാക്ടറിത്തൊഴിലാളികളും ചെറുകിട കച്ചവടക്കാരും മറ്റുമാണ്. മൊത്തം കൃഷിനിലങ്ങളിൽ എൺപതു ശതമാനവും ഇരുപ്പൂനിലങ്ങളും ഇരുപതു ശതമാനം ഒരുപ്പൂ നിലങ്ങളുമാണ്. കരുനാഗപ്പള്ളി താലൂക്കിന്റെ മദ്ധ്യഭാഗത്തായി (പന്മന) വട്ടക്കായൽ സ്ഥിതി ചെയ്യുന്നു. കൊടുമൺ റിസർവ്വ് വനങ്ങളിൽ നിന്നുത്ഭവിച്ച് തൊടിയൂർ ശൂരനാടു പ്രദേശങ്ങളിലൂടെ പള്ളിക്കലാറ് കരുനാഗപ്പള്ളി വഴി വട്ടക്കായലിൽ ചെന്നു ചേരുന്നു. മൊത്തം അഞ്ഞൂറോളം ഏക്കർ വിസ്തീർണ്ണമുള്ള വട്ടക്കായലിന് കഷ്ടിച്ച് നാലടി താഴ്ചയേയുള്ളൂ.

തീരദേശഗ്രാമങ്ങൾ

തീരപ്രദേശങ്ങളിൽ മത്സ്യത്തൊഴിലാളികളും കയർത്തൊഴിലാളികളുമാണുള്ളതെങ്കിൽ, ഉള്ളിലേക്കു കടക്കുന്തോറും ചെറുകിട കർഷകരാണധികവും. പതിനായിരത്തോളം പേർ കായലോരങ്ങളിൽ തൊണ്ടഴുക്കിയും കയർ പിരിച്ചും ജീവിതമാർഗ്ഗം കണ്ടെത്തുന്നു. പട്ടകടവ്, മൈനാഗപ്പള്ളി, കല്ലുകടവ്, പുത്തൻ തെരുവ്, കോലൂർ എന്നീ സ്ഥലങ്ങളിലെ കശുവണ്ടി ഫാക്ടറികളിൽ ധാരാളം പേർ പണിയെടുക്കുന്നു.

കരുനാഗപ്പള്ളി താലൂക്കിന്റെ ആസ്ഥാനമായ കരുനാഗപ്പള്ളി ഒരു പഞ്ചായത്തു പ്രദേശമാണ്. പക്ഷേ, ആ ജങ്ഷനിൽ ബസിറങ്ങുന്ന സന്ദർശകന് പല ഗവൺമെന്റ് ആഫീസുകളും വില്പന ശാലകളും ക്ഷേത്രങ്ങളും പള്ളികളും പൊതുസ്ഥാപനങ്ങളും നിരനിരയായി കാണാവുന്ന ഏതാണ്ട് രണ്ട് ഫർലോങ് ദൂരമത്രയും ഒരു മുനിസിപ്പൽ ടൗണിന്റെ മട്ടാണു തോന്നുക. പാശ്ചാത്യ സഞ്ചാരികളുടെ രേഖകളിൽ മാർത്താ കർനാപൊലി എന്നീ പേരുകളിലും ഈ സ്ഥലം അറിയപ്പെട്ടിരുന്നു. മുമ്പ് ഇതൊരു സ്വതന്ത്ര നാട്ടുരാജ്യമായിരുന്നത്രേ. കാലക്രമേണ കായംകുളം രാജ്യത്തിലായി. പില്ക്കാലത്ത് മാർത്താണ്ഡവർമ്മ വേണാടിനോട് ചേർത്തു.

കരുനാഗപ്പള്ളി പഞ്ചായത്ത് ഏതാണ്ട് താലൂക്കിന്റെ മദ്ധ്യഭാഗത്തായി സ്ഥിതി ചെയ്യുന്നു. കരുനാഗപ്പള്ളി വില്ലേജിൽപ്പെട്ട പടനായർക്കുളങ്ങര (വടക്ക്) നമ്പരുവികാല, മരുതൂർക്കുളങ്ങര (തെക്ക് എ) മരുതൂർക്കുളങ്ങര (തെക്ക് ബി) കോഴിക്കോട് (എ ബി സി) അയണിവേലിക്കുളങ്ങര, പടനായർക്കുളങ്ങര (തെക്ക്) എന്നീ പതിനൊന്നു വാർഡുകളിൽ പടനായർക്കുളങ്ങര വാർഡിൽപ്പെട്ടതാണ്. ടൗൺപ്രദേശങ്ങൾ, വടക്ക് ഓച്ചിറ ബ്ലോക്കിൽപ്പെട്ട കുലശേഖരം പഞ്ചായത്തും കിഴക്ക് തൊടിയൂർ പഞ്ചായത്തും തെക്ക് ചവറ ബ്ലോക്കിൽപ്പെട്ട പന്മന പഞ്ചായത്തും പടിഞ്ഞാറ് കായംകുളം കായലും ഇവയാണ് പഞ്ചായത്തിന്റെ നാലതിരുകൾ. താലൂക്കു തലസ്ഥാനത്തിനാവശ്യമായ മിക്ക പൊതുസ്ഥാപനങ്ങളും കേന്ദ്രീകരിച്ചിട്ടുള്ള കരുനാഗപ്പള്ളി ടൗണിൽ തന്നെ പ്രസിദ്ധമായ ചില ആരാധനാ കേന്ദ്രങ്ങളുമുണ്ട്.

ജങ്ഷനിൽനിന്നും കഷ്ടിച്ച് മൂന്ന് ഫർലോങ് വടക്കായി അടുത്തടുത്ത് രണ്ട് മുസ്ലീം പള്ളികളുണ്ട്. കരിനാഗത്തെ ആട്ടിയോടിച്ച ദിവ്യൻ നിർമ്മിച്ച കരുനാഗപ്പള്ളി വളരെ പഴക്കമുള്ളതാണ്. തൊട്ടടുത്തു തന്നെ മറ്റൊരു മുസ്ലീം പള്ളിയുമുണ്ട്.

പടനായർ കുളങ്ങര

ജങ്ഷനിൽത്തന്നെയുള്ള പടനായർക്കുളങ്ങര ക്ഷേത്രം ആരെയും ആകർഷിക്കാൻ പോന്നതത്രേ. ഗംഭീരമായ ഒരു പുരാതനക്ഷേത്രമാണിത്. ശിവപ്രതിഷ്ഠയാണ് മുഖ്യം. കൃഷ്ണപ്രതിഷ്ഠയും നാലമ്പലത്തിനുള്ളിൽ തന്നെ, പ്രധാന പ്രതിഷ്ഠയുടെ തെക്കു പടിഞ്ഞാറായി സ്ഥാപിച്ചിട്ടുണ്ട്. ഈ രണ്ടു വിഗ്രഹങ്ങളും ഒരേ അമ്പലത്തിൽ പ്രതിഷ്ഠിക്കാനിടയായ പശ്ചാത്തലം ഐതിഹ്യമനുസരിച്ച് ഇപ്രകാരമാണ്.

രണ്ടു വഴിപോക്കർ നടന്നുതളർന്ന് കരിനാഗപ്പള്ളിയിലെത്തി. സാക്ഷാൽ പരമശിവനും ശ്രീകൃഷ്ണനും. പരമശിവന് ഒന്ന് കുടിയിരിക്കാൻ പറ്റിയ സ്ഥലം കണ്ടുപിടിക്കാൻ ശ്രീകൃഷ്ണനെ പറഞ്ഞയച്ചു. കൃഷ്ണൻ സ്ഥലം കണ്ടുപിടിച്ച് അവിടെ സ്വയം പ്രതിഷ്ഠിച്ചു. ശിവൻ വളരെ നേരം കാത്തിരുന്ന ശേഷം തിരക്കിയപ്പോഴാണ് സ്ഥലം കണ്ടുപിടിക്കാൻ പറഞ്ഞയച്ച വിരുതൻ സ്വയം പ്രതിഷ്ഠിതനായതറിഞ്ഞത്. പിന്നെ ശിവനും വൈകിയില്ല. അദ്ദേഹവും തൊട്ടടുത്ത് സ്ഥാനം ഉറപ്പിച്ചു. ഇതത്രേ ഐതീഹ്യം.

അങ്ങനെ, ദേശസഞ്ചാരം നടത്തിയ ദിവ്യൻ കരിനാഗപ്പള്ളി സ്ഥാപിച്ച് അവിടെ സമാധിയായപ്പോൾ, ദേശസഞ്ചാരം നടത്തിയ ശിവനും കൃഷ്ണനും അതിനടുത്തു തന്നെ സ്വയം പ്രതിഷ്ഠിച്ചു. വിചിത്രമായ സങ്കല്പങ്ങൾ! ഏതായാലും വഴിയമ്പലത്തിൽ വിശ്രമിച്ച ദൈവങ്ങളുടെ സ്മരണയ്ക്കായി ഇന്നും പ്രസ്തുത ക്ഷേത്രത്തിലെ ഉത്സവത്തിൽ വഴിയമ്പലത്തിൽ ഇറക്കിപ്പൂജയുണ്ട്. ശിവരാത്രിയുടെ മൂന്നാം ദിവസം മുതൽ കൊടിയേറി പത്തു ദിവസത്തെ ഉത്സവം. സേവയും ആനപ്പുറത്തെഴുന്നള്ളിപ്പും മറ്റുമാണ് പ്രധാന ചടങ്ങുകൾ. ദേവസ്വം ബോർഡിന്റെ ഭരണത്തിൻ കീഴിലാണ് ഈ ക്ഷേത്രം. കൂടാതെ മരുതൂർക്കുളങ്ങരയിൽ അകവൂർ മഠം വക മറ്റൊരു ശിവക്ഷേത്രവും കോഴിക്കോട് എന്ന സ്ഥലത്ത് ആ കരക്കാരുടെ വകയായി ഒരു ശാസ്താക്ഷേത്രവുമുണ്ട്. മരുതൂർക്കുളങ്ങരയിൽ ഒരു കത്തോലിക്ക പള്ളിയുമുണ്ട്.

കായംകുളം രാജാവിന്റെ പടനായകന്മാരായിരുന്ന നായർകുടുംബങ്ങളുടെ കേന്ദ്രമായിരുന്നു പോലും ഈ സ്ഥലം. ആയുധപരിശീലനത്തിനുള്ള കളരികൾ പലതും ഇന്നും പല സ്ഥലങ്ങളിലുമുണ്ട്. കരുനാഗപ്പള്ളി ജങ്ഷനിൽനിന്ന് ഏതാണ്ട് അര ഫർലോങ് വടക്കുമാറി റോഡരികിലുള്ള ഒരു കാവും കെട്ടിടവും ഒരു പുരാതന നായർ കുടുംബത്തിന്റെ കളരിയായിരുന്നു. പടനായർകുളങ്ങര തെക്കുംമുറിയിൽ ഒരു പൊളിഞ്ഞ കൊട്ടാരത്തിന്റെ അവശിഷ്ടങ്ങളുമുണ്ട്. പ്രസിദ്ധങ്ങളായ നമ്പൂതിരി ഗൃഹങ്ങളും ആ പ്രദേശത്തുണ്ടായിരുന്നു (ഹോമപ്പുര, ദളവാമഠം എന്നിവ ശ്രദ്ധേയമാണ്).

ഭൂപ്രകൃതിയനുസരിച്ച് ഓണാട്ടുകരയിൽപ്പെട്ട പ്രദേശങ്ങളാണ് കരുനാഗപ്പള്ളിയും തെങ്ങും നെല്ലും

എള്ളുമാണ് പ്രധാന വിളവുകൾ. ഇരുപ്പൂ നിലങ്ങളിൽ രണ്ടു തവണ നെല്ലും ഒരുതവണ എള്ളും കൃഷി ചെയ്യുന്നു. ഇന്ന് എല്ലാ കൃഷിയും ക്ഷയോന്മുഖമാണ്. കരുനാഗപ്പള്ളി പഞ്ചായത്തിനെ സംബന്ധിച്ചിടത്തോളം ജനസംഖ്യയിൽ മുന്നിട്ടു നില്ക്കുന്നത്, ഈഴവ സമുദായമാണ്. അതു കഴിഞ്ഞാൽ നായന്മാരും പന്നെ മുഹമ്മദീയരുമാണ്. ക്രിസ്ത്യാനികൾ താരതമ്യേന കുറവാണ്. എല്ലാ സമുദായക്കാരിലും ചെറുകിട കൃഷിക്കാരും കൃഷിത്തൊഴിലാളികളുമുണ്ട്. ഈഴവർ കയർപിരിക്കുന്നതിൽ കൂടുതൽ പങ്കെടുക്കുന്നു. മുസ്ലീങ്ങൾ കച്ചവടത്തിലാണ് കൂടുതൽ താല്പര്യം കാട്ടുക. നെയ്ത്തും കുറെ കുടുംബാംഗങ്ങളുടെ പ്രത്യേകിച്ചും ഈഴവരുടെ വരുമാന മാർഗ്ഗമാണ്. നായർസമുദായം സാമാന്യേന കൃഷിയൊഴികെ മറ്റു തൊഴിലുകൾ ഒന്നിലും തന്നെ തല്പരരായിരുന്നില്ല. എന്നാൽ ഇപ്പോൾ, സ്ഥിതിഗതികൾക്ക് സാരമായ മാറ്റങ്ങൾ സംഭവിച്ചിട്ടുണ്ട്. ഗൾഫ് പണത്തിന്റെ വരവോടെ കൃഷിപ്പണി ഉപേക്ഷിച്ച് എല്ലാ സമുദായക്കാരും വിവിധ ബിസിനസുകളിൽ ശ്രദ്ധ പതിപ്പിച്ചു തുടങ്ങി.

സി എസ് സുബ്രഹ്മണ്യൻ പോറ്റി

വിദ്യാഭ്യാസപരമായി മുന്നണിയിലാണ് കരുനാഗപ്പള്ളി പഞ്ചായത്ത്, സ്കൂൾ നടത്തിപ്പിൽ അനുകരണീയമായ ഒരു മാതൃകയും ഇവിടെ കാണാൻ കഴിഞ്ഞു. യശഃശരീരനായ ശ്രീ. സി എസ് സുബ്രഹ്മണ്യൻ പോറ്റി. *ദുർഗ്ഗേശനന്ദിനി* തുടങ്ങിയ കൃതികളുടെ കർത്താവായ ആ മഹാത്മാവ് കരുനാഗപ്പള്ളി സ്വദേശിയാണ്. ആ സ്ഥലത്തിന്റെ വികസനത്തിനു വേണ്ടി വളരെക്കാലങ്ങൾക്കു മുമ്പ് ത്യാഗപൂർവ്വം പ്രവർത്തിച്ച മഹാനായിരുന്നു ശ്രീ. സി എസ്. ഇദ്ദേഹത്തിന്റെ സ്മാരകമായി ഒരു ബോയ്സ് സ്കൂളും ഗേൾസ് സ്കൂളുമുണ്ട്. 1090 ലാണ് സ്കൂൾ സ്ഥാപിക്കപ്പെട്ടത്. തികച്ചും ജനകീയമായ ഭരണസമ്പ്രദായം മുമ്പുണ്ടായിരുന്നു. കരുനാഗപ്പള്ളി കുലശേഖരപുരം, തൊടിയൂർ, തഴവ, തേവലക്കര, പന്മന എന്നീ വില്ലേജുകളിൽനിന്നും വ്യവസ്ഥാനുസൃതം വോട്ടറന്മാരായി ചേരുന്നവരുടെ ഒരു പൊതുയോഗം തെരഞ്ഞെടുക്കുന്ന ഒൻപത് അംഗങ്ങളുള്ള ഒരു കമ്മിറ്റിയായിരുന്നു സ്കൂളിന്റെ ഭരണം നടത്തിയിരുന്നത്. ബേസിക് ട്രെയിനിങ് സ്കൂളും പ്രവർത്തനം ആരംഭിച്ചിരുന്നു. കരുനാഗപ്പള്ളിയിൽ ഒരു ഹെഡ്ക്വാർട്ടേഴ്സ് ആശുപത്രിയും മിഡ്വൈഫറി സെന്ററും പ്രൈവറ്റ് ആശുപത്രിയുമുണ്ട്.

കരുനാഗപ്പള്ളിയിലെ ശ്രീരാമവർമ്മപുരം (തഴവ) പബ്ലിക് മാർക്കറ്റ്, ആലുംകടവ് മാർക്കറ്റ്, കോഴിക്കോട് ശ്രീവർദ്ധിനി മാർക്കറ്റ്, കന്നേറ്റിചന്ത എന്നീ മാർക്കറ്റുകളുണ്ട്. കൊല്ലം ജില്ലയിലെ ഒരു പ്രധാന കന്നുകാലിച്ചന്തയായ മാരാരിത്തോട്ടം മാർക്കറ്റ് തൊടിയൂർ പഞ്ചായത്തിലാണ്.

രാജകീയ പ്രതാപകാലത്ത് നാടടക്കി വാണിരുന്ന പല മാടമ്പികുടുംബങ്ങളും കരുനാഗപ്പള്ളിയിലുണ്ടായിരുന്നു. തയ്യിൽ, കണ്ണമ്പിള്ളി എന്നിവ പടനായർകുളങ്ങര തെക്കും മുറിയിൽ പ്രമാണിത്തമുള്ള കുടുംബങ്ങളായിരുന്നു. തിരുവനന്തപുരത്ത് കോയിക്കൽ വല്യത്താന്മാരും മങ്കുഴി ഉണ്ണിത്താന്മാരും അന്നത്തെ മാടമ്പിമാരായിരുന്നു. കോഴിക്കോടു വാർഡിലെ കോയിക്കൽ മുസലിയാന്മാർ കുലമഹിമയുള്ള മുസ്ലീങ്ങളാണ്. കരുനാഗപ്പള്ളിക്കു കിഴക്കുള്ള മൈനാഗപ്പള്ളി നായർ ഭൂരിപക്ഷമുള്ള തനി നാടൻ പ്രദേശങ്ങളാണ്. വെട്ടിക്കാട്ട് ശിവക്ഷേത്രം തദ്ദേശീയരുടെ പ്രധാന കേന്ദ്രം. കരുനാഗപ്പള്ളിയിൽനിന്നും ഏതാണ്ട് ഒരു മൈൽ കിഴക്കുമാറിയുള്ള തൊടിയൂർ പഞ്ചായത്തിലാണ് റെയിൽവേ സ്റ്റേഷനും ബ്ലോക്ക് ഹെഡ്ക്വാർട്ടേഴ്സും. മാലുമേൽ ഭഗവതി ക്ഷേത്രത്തിലെ ഉത്സവത്തോടനുബന്ധിച്ചുള്ള എടുപ്പ് കുതിര ഒരു സവിശേഷതയാണ്. മാരാരിത്തോട്ടം ശിവക്ഷേത്രം പ്രസിദ്ധം. തൊടിയൂരിൽ തന്നെ ഒരു മുസ്ലീം പള്ളിയുമുണ്ട്. തഴപ്പാനെയ്ത്തിന് കീർത്തികേട്ട തഴവാ പഞ്ചായത്ത് കരുനാഗപ്പള്ളിക്കു കിഴക്കും തൊടിയൂരിന് വടക്കുമാറിയും സ്ഥിതി ചെയ്യുന്നു. ഏറെ കരവിരുതും ക്ഷമയും സൂക്ഷ്മതയും ആവശ്യമുള്ള ഈ കുടിൽ വ്യവസായം കൂടുതൽ പ്രോത്സാഹനം അർഹിക്കുന്നു. തഴവയിലെ കുതിരപ്പന്തിചന്ത ഒരു തഴപ്പായ് വില്പന കേന്ദ്രമാണ്.

പാവുമ്പാ ക്ഷേത്രം

പാവുമ്പാ ക്ഷേത്രമാണ് തഴവയിലെ മുഖ്യ ആരാധനാ കേന്ദ്രം. ക്ഷേത്രത്തിലെ ശിവപ്രതിഷ്ഠ സ്വയം ഭൂവാണെന്നാണ് ഐതിഹ്യം. ആദ്യകാലത്ത് ക്ഷേത്രഭരണച്ചുമതല പതിനെട്ട് ഊരാൺമക്കാരിലും നൂറ്റിഒന്ന് ഇല്ലക്കാരിലും നിക്ഷിപ്തമായിരുന്നു. 1914 ൽ ക്ഷേത്രഭരണം ദേവസ്വംബോർഡ് ഏറ്റെടുത്തു. ഈ ക്ഷേത്രത്തിലെ സത്യപ്രതിജ്ഞാകർമ്മം പ്രസിദ്ധമാണ്. പാവുമ്പാ ക്ഷേത്രത്തിൽനിന്നും അത്ര അകലെയല്ലാതെ ഒരു പഴയ ഭഗവതി ക്ഷേത്രവുമുണ്ട്. ആ ക്ഷേത്രത്തിലെ സത്യപ്രതിജ്ഞാകർമ്മം പ്രസിദ്ധമാണ്. ആ ക്ഷേത്രപൂജാരിയിൽനിന്നും ഗർഭം ധരിച്ച ഒരു കുറത്തി കൊല്ലപ്പെട്ടു എന്നും അവളുടെ പ്രേതം പ്രതികാരവ്യഗ്രതയോടെ ഗ്രാമ പരിസരങ്ങളിൽ ചുറ്റിനടന്നെന്നും മറ്റും നാട്ടിടകളിൽ ഒരു കഥ മുൻകാലങ്ങളിൽ പ്രചരിച്ചിരുന്നു. ശ്രീകൃഷ്ണസ്വാമിക്ഷേത്രം, അഴിയക്കാവു ക്ഷേത്രം എന്നിവയും ഹിന്ദുക്കളുടെ ആരാധനാകേന്ദ്രങ്ങളാണ്. ക്രിസ്തീയ ദേവാലയങ്ങളുമുണ്ട്.

ഓണാട്ടുകരയുടെ തുടർച്ചയെന്നോണം ചവറ മുതൽ ഓച്ചിറ വരെ നീണ്ടു കിടക്കുന്ന തീരദേശ ഗ്രാമങ്ങളാണ് കരുനാഗപ്പള്ളി താലൂക്കിലെ പഞ്ചായത്തുകളേറെയും. തെങ്ങും നെല്ലുമുൾപ്പെട്ട കാർഷികമേഖല തകർച്ചയിലേക്ക് നീങ്ങിത്തുടങ്ങിയിട്ട് കാലമേറെയായി. തീരങ്ങളിൽ സുലഭമായ ലോഹമണലും കയർവ്യവസായവും കൂടുതൽ തൊഴിലവസരങ്ങൾ സൃഷ്ടിക്കുമെന്ന വ്യാമോഹവും ഇന്ന് തദ്ദേശീയർക്കില്ല. കാരണം, അസംസ്കൃത വിഭവമായ ധാതുമണൽ വേണ്ടുവോളം കരുനാഗപ്പള്ളി തീരങ്ങളിലുണ്ടെങ്കിലും അവ യഥാവിധി പ്രയോജനപ്പെടുത്തി പുതുതായി വൻവ്യവസായങ്ങൾ തുടങ്ങാൻ ബന്ധപ്പെട്ടവർക്ക് താല്പര്യമില്ല. നിലവിലുള്ള വ്യവസായ സ്ഥാപനങ്ങൾ നേരെ ചൊവ്വേ നടത്താനുള്ള ഇച്ഛാശക്തിയും പ്രകടമല്ല. അങ്ങനെ, അസംസ്കൃത വിഭവങ്ങളും അദ്ധ്വാനശക്തിയും യഥേഷ്ടമുണ്ടെങ്കിലും തൊഴിലില്ലാതെ കഷ്ടപ്പെടാൻ വിധിക്കപ്പെട്ടവരാണ് തദ്ദേശീയർ. ചവറയിലെ ചമയവിളക്കിനോ കരുനാഗപ്പള്ളിയിലെ സിദ്ധനോ തദ്ദേശീയരെ ഇക്കാര്യത്തിൽ രക്ഷിക്കാനായില്ല. ജനസേവനരംഗത്ത് മഹാത്ഭുതങ്ങൾ സൃഷ്ടിച്ചുകൊണ്ടിരിക്കുന്ന വള്ളിക്കാവിലമ്മയ്ക്കെങ്കിലും ഏതെങ്കിലും വ്യാവസായിക നിർമ്മാണ സംരംഭങ്ങളിലൂടെ ഈ ജനതയ്ക്ക് പ്രത്യേകിച്ചും ജന്മനാട്ടിലെ പാവപ്പെട്ടവർക്കു വേണ്ടി എന്തെങ്കിലും ചെയ്യാൻ കഴിഞ്ഞെങ്കിൽ! ഞാനങ്ങനെ മോഹിച്ചുപോയി.

നമ്മുടെ പ്രിയപ്പെട്ട കവി ഒ എൻ വി കുറുപ്പ് പാടിയതുപോലെ;

"വെറുതെയീമോഹങ്ങളെന്നറിയുമ്പോഴും
വെറുതെ മോഹിക്കുവാൻ മോഹം."

2004 ഡിസംബർ 26 ന് കേരളതീരങ്ങളിൽ നാശം വിതച്ചുകൊണ്ട് ആഞ്ഞടിച്ച സുനാമി തിരമാലകൾ കരുനാഗപ്പള്ളി താലൂക്കിലെ ആലപ്പാട്ടുപരിസരപ്രദേശങ്ങളിലും ഒട്ടേറെപ്പേരുടെ ജീവൻ അപഹരിക്കുകയും വസ്തുവകകൾ കവർന്നെടുക്കുകയും ചെയ്തു.

23

ഒരു പടനിലത്തിന് ചുറ്റും

കായംകുളം പട്ടണത്തിന്റെ ചുറ്റുവട്ടത്താണല്ലോ എനിക്കു കാണേണ്ട സ്ഥലങ്ങളും മന്ദിരങ്ങളുമെല്ലാം. അതുകൊണ്ടുതന്നെ കായംകുളം ബസിൽ കയറിക്കൂടി. കൊല്ലവും കരുനാഗപ്പള്ളിയും പിന്നിലാക്കി ബസ് അതിവേഗം പാഞ്ഞുപോകുമ്പോൾ എന്റെ ചിന്തയിൽ കായംകുളത്തിന്റെ നാനാർത്ഥങ്ങളും അനർത്ഥങ്ങളും കടന്നുകൂടുകയായിരുന്നു. ഏറെ കേട്ടു പഴകിയ കായംകുളം വാളും കായംകുളം കൊച്ചുണ്ണിയുമൊക്കെ എന്റെ സ്മൃതി പഥത്തിലേക്ക് കടന്നുവന്നെങ്കിൽ അത് സ്വാഭാവികം തന്നെ.

ഇരുതലമൂർച്ചയുള്ള കായംകുളം വാളുകൾ, രണ്ടു വള്ളത്തിൽ ചവിട്ടിനില്ക്കുന്നവർ, അങ്ങനെയുള്ളവരെ നാം നിത്യജീവിതത്തിൽ ധാരാളമായി കണ്ടുമുട്ടാറുണ്ട്. കായംകുളം കൊച്ചുണ്ണിയോ? അന്നത്തെകാലത്ത് അക്കൂട്ടർ സാധാരണമല്ലായിരുന്നു. പില്ക്കാലത്ത് നമ്മുടെ അച്ചടി മാധ്യമങ്ങളും ദൃശ്യശ്രാവ്യ മാധ്യമങ്ങളുമെല്ലാം ഒരു ഇതിഹാസ പരിവേഷം നല്കി വളർത്തി വലുതാക്കിയെടുത്ത കൊച്ചുണ്ണി എന്ന തസ്കര വീരൻ എങ്ങനെയാണ് ഒരു ദേശത്തിന്റെ പ്രസിദ്ധിക്കും കുപ്രസിദ്ധിക്കും കാരണഭൂതനായിത്തീർന്നത്? ആ വഴിക്ക് ചിന്തിക്കാൻ താല്പര്യം തോന്നി.

കൊച്ചുണ്ണിയുടെ ജീവിതരേഖ ഇങ്ങനെ: പതിനെട്ടാം നൂറ്റാണ്ടിലെന്നോ കാർത്തികപ്പള്ളിയിലെ ഒരു പാവപ്പെട്ട മുസ്ലീം കുടുംബത്തിൽ ജനിച്ചു. നിത്യവൃത്തിക്കുവേണ്ടി ഏവൂരിൽ ഒരു പീടികയിൽ ജോലി ചെയ്തുവരവേ, അഭ്യാസിയായ ഒരു തങ്ങളിൽനിന്നും ഗൂഢവിദ്യകളും ഇന്ദ്രജാലവും കായികാഭ്യാസമുറകളും പഠിച്ചു. കുറച്ചുകാലത്തിനുശേഷം പീടികയിലെ ജോലി ഉപേക്ഷിച്ചു. വിവാഹിതനായി. എങ്കിലും പരസ്ത്രീയിൽ ഭ്രമിച്ച്, ഒരു കൊലപാതകി ആകേണ്ടിവന്നു. പൊലീസിന്റെ കണ്ണുവെട്ടിച്ച് കൊള്ളയും കവർച്ചയുമായി പത്തു വർഷത്തോളം കായംകുളത്തും പരിസരഗ്രാമങ്ങളിലും കായലോരങ്ങളിലുമായി ഒളിവിൽ കഴിഞ്ഞു. അവസാനം 1850-ൽ കൊച്ചുണ്ണിയുമായി സഹവാസമുണ്ടായിരുന്ന ഒരു സ്ത്രീയുടെ സഹായത്തോടെ പൊലീസ് കൊച്ചുണ്ണിയെ പിടികൂടി, തുറുങ്കിലടച്ചു. പക്ഷേ, വൈകാതെ തന്നെ, കൊച്ചുണ്ണി തടവുചാടി. തന്നെ ഒറ്റുകൊടുത്തവളേയും അവളുടെ ജാരനേയും വകവരുത്തി. അങ്ങനെ കൊലപാതകങ്ങൾ മൂന്ന് - കൊച്ചുണ്ണിയെ പിടികൂടാനുള്ള പരിശ്രമങ്ങൾ ഊർജ്ജിതമായി. തഹശീൽദാരും പൊലീസുദ്യോഗസ്ഥന്മാരും കൗശലപൂർവ്വം കരുക്കൾ നീക്കി. കൊച്ചുണ്ണിയുടെ സുരക്ഷാസംഘത്തിലെ ചിലരെ വശത്താക്കി. അങ്ങനെ ഒടുവിൽ കൊച്ചുണ്ണിയുടെ സംഘാഗമായിരുന്ന കൊച്ചുപിള്ളയെ സ്വാധീനിക്കാൻ കഴിഞ്ഞു. കൊച്ചുപിള്ളയുടെ ഭാര്യാഗൃഹമായ അമ്പിയിൽ വീട്ടിൽവച്ച് എല്ലാവരും ചേർന്ന് കൊച്ചുണ്ണിയെ ബന്ധിച്ചു തുറുങ്കിലടച്ചു. കഷ്ടിച്ച് 19 ദിവസം മാത്രമേ കൊച്ചുണ്ണി ജയിലിൽ കിടന്നുള്ളൂ. 1034 (1859) കന്നി മാസത്തിൽ ജയിലിൽ കിടന്നു തന്നെ മരിച്ചു...

ഉള്ളവരിൽനിന്ന് കവർച്ച ചെയ്ത് ഇല്ലാത്തവരെ സഹായിച്ചിരുന്ന കൊച്ചുണ്ണിയെപ്പറ്റിയുള്ള വീരസാഹസിക കഥകൾ, ആൾമാറാട്ടങ്ങളും മായാജാലങ്ങളുമെല്ലാം ഭയാശങ്കകളോടെ മാത്രം കേട്ടു ജീവിച്ചിരുന്ന ഒരു തലമുറ കായംകുളത്തും പരിസരഗ്രാമങ്ങളിലും അന്ന് ജീവിച്ചിരുന്നു. കായംകുളം കായൽ

വഴി തെക്ക് തിരുവനന്തപുരത്തേക്കും തിരിച്ചും യാത്ര ചെയ്തിരുന്ന വള്ളക്കാർക്കും കൊച്ചുണ്ണി ഒരു പേടി സ്വപ്നമായിരുന്നു. ഒന്നരനൂറ്റാണ്ടുകൾക്കു മുമ്പ് കാല ഗതി പ്രാപിച്ച ആ തസ്കര വീരന്റെ സന്തതി പരമ്പ രകളെപ്പറ്റി ഇപ്പോൾ വ്യക്തമായ സൂചനകളൊന്നു മില്ല.

പുതിയ കൊച്ചുണ്ണിമാർ

കൊച്ചുണ്ണിമാർ ആരും സ്വയംഭൂക്കളല്ല. അവർ ആരുടെയെങ്കിലും സൃഷ്ടികളാകാനേ തരമുള്ളൂ. അതതു കാലങ്ങളിൽ അധികാരിവർഗ്ഗത്തിന്റെ ദുർന്ന യങ്ങളും കുടിലതന്ത്രങ്ങളും മർദനമുറകളുമെല്ലാം പല നിരപരാധികളെയും കായംകുളം കൊച്ചുണ്ണി മാരാക്കിത്തീർക്കാറുണ്ടെന്ന വസ്തുതയും വിസ്മരി ക്കാവുന്നതല്ല. അന്നത്തെപ്പോലെ ഇന്നും അക്കൂട്ടരെ നാം കണ്ടുമുട്ടുന്നു. സന്ദർഭവശാൽ കള്ളനും കവർച്ച ക്കാരനുമായിത്തീരുന്ന വ്യക്തി ഒരുപക്ഷേ സഹതാ പമർഹിച്ചേക്കാം. എന്നാൽ, ബോധപൂർവ്വം കള്ളവും ചതിയും കവർച്ചയും കൊള്ളയും ജീവിതവ്രതമാ ക്കി, വളിച്ച ചിരിയും ചുണ്ടിൽ ഫിറ്റ്ചെയ്ത് ജന സേവനത്തിന്റെ മറവിൽ, പൊതുമുതൽ കൊള്ളയ ടിക്കുകയും പൊതുജനത്തെ വഞ്ചിക്കുകയും ചെയ്യുന്ന നേതൃമ്മന്യന്മാർ നാടുവാഴും കാലത്ത്, നമുക്കു കാണാൻ കഴിയുക കായംകുളം കൊച്ചു ണ്ണിമാരുടെ പരിഷ്കരിച്ച പതിപ്പുകളെയാണ്. ഉള്ള വരിൽനിന്ന് കവർന്നെടുത്ത് ഇല്ലാത്തവർക്കു കൂടി നല്കിയിരുന്ന പഴയ കൊച്ചുണ്ണിക്കു പകരം, ഉള്ളവ നിൽനിന്നും ഇല്ലാത്തവനിൽനിന്നും അവരറിയാതെ കവർന്നെടുത്ത് സ്വയം ധനികരാകുന്ന രാഷ്ട്രീയ കൊച്ചുണ്ണിമാരുടെ കാലമാണല്ലോ ഇന്ന്. രാഷ്ട്രീയ ത്തിലെ ഈ വമ്പൻ സ്രാവുകളുമായി തട്ടിച്ചുനോക്കു മ്പോൾ നമ്മുടെ ആ പഴയ കായംകുളം കൊച്ചുണ്ണി വെറും ഒരു അശു മാത്രം. പഴയ കൊച്ചുണ്ണിക്ക് നിയ മാനുസൃതമായ ജയിൽ ശിക്ഷ കിട്ടി. എന്നാൽ പു തിയ കൊച്ചുണ്ണിമാർ, സർവ്വതത്ര സ്വതന്ത്രരായി വിഹരിക്കുന്നു. അവർക്ക് ഭാഗ്യമുണ്ടെങ്കിൽ ആരു വേണേലുമാകാം - എം എൽ എ യോ എം പി യോ മന്ത്രിയോ മന്ത്രിമുഖ്യനോ ആരുമാകാം ഒരു തടസ്സവുമില്ല...

'ഓച്ചിറ, ഓച്ചിറ...' കണ്ടക്ടർ വിളിച്ചു പറഞ്ഞു. ഞാൻ ചിന്തയിൽ നിന്നുണർന്ന് ചാടിയെണീറ്റു. കായംകുളത്തല്ലേ ഇറങ്ങേണ്ടത്? അടുത്ത സ്റ്റോപ്പാണ് കണ്ടക്ടർ എന്നെ പിന്തിരിപ്പിക്കാൻ ശ്രമിച്ചു.

"അറിയാം. ഇവിടെ ഇറങ്ങിയിട്ട് അങ്ങോട്ടു പോകാമെന്നു കരുതി.'' ഞാൻ പറയുന്നതു കേൾക്കാൻ മിനക്കെടാതെ, കണ്ടക്ടർ ബെല്ലടിച്ചു.

ഓച്ചിറ-ഒരു പട്ടണ പ്രദേശത്തിന്റെ പ്രതീതി ഉളളവാക്കുന്ന റോഡും പരിസരങ്ങളും. ജനവാഹന ബഹുലമായ സർക്കാരാപ്പീസുകളോ വിദ്യാഭ്യാസ സ്ഥാപനങ്ങളോ തൊട്ടടുത്തെങ്ങുമില്ല. പിന്നെ എന്താകാം ഈ തിരക്കിനു കാരണം? എവിടെ നിന്നോ സംഗീത സാന്ദ്രമായ ശബ്ദവീചികൾ ഒഴു കിയെത്തുന്നുണ്ട്. ഇടയ്ക്ക് പ്രാർത്ഥനാ സൂചകങ്ങ ളായ ശബ്ദതരംഗങ്ങളും കടന്നുവരുന്നു. നാഷണൽ ഹൈവേയിൽ കൊല്ലം-ആലപ്പുഴ ബസ്സ് റൂട്ടിലെ ജന ത്തിരക്കുള്ള ഒരു സ്ഥലം. ജങ്ഷനെന്നു പറയാനാ വില്ല. പ്രധാന നിരത്തുകളൊന്നും അവിടെനിന്നും പിരിഞ്ഞു പോകുന്നില്ല. ഒന്നോ രണ്ടോ ഇടറോഡു കളൊഴികെ. റോഡിനിരുവശത്തും തിരക്കേറിയ കട കമ്പോളങ്ങൾ. വിപണന വീഥിയിലൂടെ കണ്ടും കേട്ടും നടക്കുന്ന ജനസഞ്ചയം. സന്ദർശകരും ഭക്ത ന്മാരും.

'ഓച്ചിറ പരബ്രഹ്മം'

എവിടെയാണാവോ ക്ഷേത്രം? ങേ? ക്ഷേത്രമോ? അങ്ങനെ ഒന്നില്ലല്ലോ. അതുകൊണ്ടു തന്നെ ക്ഷേത്ര മതിൽക്കെട്ടുമില്ല. ആകെയുള്ളത് ഗാംഭീര്യമാർന്ന ഒരു പ്രവേശന കവാടം മാത്രം. കവാ ടത്തിനുള്ളിലേക്കു കടന്നാൽ ചൊരിമണൽപ്പരപ്പിൽ തലങ്ങും വിലങ്ങും. അലഞ്ഞു നടക്കുന്ന ഭിക്ഷ ക്കാരും ഭക്തജനങ്ങളും കൂട്ടത്തിൽ നാൽക്കാലി കളും ക്ഷേത്രമില്ലാത്ത ഈ ആരാധനാലയത്തിന്റെ സവിശേഷതകൾ എന്തെല്ലാമെന്നു നോക്കാം.

ഓച്ചിറ മദ്ധ്യകേരളത്തിലെ ഒരു പ്രസിദ്ധഗ്രാ മവും തീർത്ഥാടന കേന്ദ്രവും റോഡരികിൽ അതി വിസ്തൃതമായ മണൽപ്പരപ്പിൽ അങ്ങിങ്ങു ചില ആൽത്തറകൾ! ഓച്ചിറ പരബ്രഹ്മക്ഷേത്രം. സാധാ രണ ക്ഷേത്രമെന്നു പറയുമ്പോൾ കൊടിമരവും ഗോപുരങ്ങളും ശ്രീകോവിലും ഉപശാലകളും ഉപ പ്രതിഷ്ഠകളും ഒക്കെയാണ് നമ്മുടെ സങ്കല്പത്തി ലെത്തുക. പക്ഷേ, ഇവിടെ കാണുന്നതോ? തുറ സ്സായ മൈതാനത്തിന്റെ മദ്ധ്യഭാഗങ്ങളിൽ അങ്ങിങ്ങ് തണൽ വീശി നില്ക്കുന്ന പേരാൽമരങ്ങൾ. അവ യുടെ ചോട്ടിൽ കെട്ടിയിട്ടുള്ള ആൽത്തറകൾ!

മേൽപ്പറഞ്ഞ ആൽത്തറകളിൽ കിഴക്കും പടി ഞ്ഞാറുമായിട്ടുള്ള രണ്ട് ആൽത്തറകളാണ് ക്ഷേത്ര ങ്ങൾ. അവിടെ പ്രതിഷ്ഠകൾ എന്താണ്? മുഖ്യമായി ഒന്നുമില്ല. എന്നാൽ പലതുമുണ്ട്. പരബ്രഹ്മത്തിന് രൂപ മില്ലാത്തതുകൊണ്ട് അവിടെ ശിവനും വിഷ്ണുവു മൊന്നുമില്ല. കശപിശയായി ഒട്ടേറെ വിഗ്രഹങ്ങളു ണ്ടുതാനും. എന്നാൽ തൊട്ടടുത്ത് ക്ഷേത്രത്തിന്റെ എല്ലാ ചിട്ടവട്ടങ്ങളുമൊത്ത ഒരു ദേവീക്ഷേത്രമുണ്ട്.

മഹാലക്ഷ്മീക്കാവ്. ഇതൊരു സവിശേഷതയല്ലേ? തുറസ്സായ ഒരു മൈതാനത്തിൽ ഏതാനും ആൽത്തറകൾ-സ്മാരകങ്ങളെ അനുസ്മരിപ്പിക്കുന്നവ-കെട്ടിയുയർത്തി അവയെ പൂജിക്കുക മാത്രമോ? മറ്റു ക്ഷേത്രങ്ങളിലെപ്പോലെ ചന്ദനമോ സിന്ദൂരമോ അല്ല ഓച്ചിറ ക്ഷേത്രത്തിലെ പ്രസാദം. വിളക്കു കരിയാണ് കുറിക്കൂട്ടായി ആരാധകർ നെറ്റിയിൽ ചാർത്തുക. നിവേദ്യമോ? തൊട്ടടുത്തുള്ള ഉണ്ടിക്കാവിലെ ചെളിമണ്ണ്. ഭക്തന്മാർ ആ വിശിഷ്ട നിവേദ്യം, കറുത്ത ചെളിമണ്ണ് ഭുജിച്ച് അത്ഭുതകരമാംവിധം രോഗശാന്തി നേടാറുണ്ടത്രേ. ഇതൊക്കെ അസാധാരണമല്ലേ? പോരെങ്കിൽ ക്ഷേത്രം - ആൽത്തറകൾ - നില്ക്കുന്ന അതിവിസ്തൃതമായ മൈതാനത്തിന് പടനിലം എന്നാണ് പേർ-ഓച്ചിറ പടനിലം. പടനിലമാണെങ്കിൽ പിന്നെ യുദ്ധം വേണമല്ലോ. ഉണ്ടല്ലോ. ഓച്ചിറ പരബ്രഹ്മക്ഷേത്രത്തിലെ ഉത്സവച്ചടങ്ങുകളിൽ പ്രധാനമാണ് ഓച്ചിറക്കളി.

പടനിലം - ഓച്ചിറക്കളി

ഓച്ചിറയിലേയും സമീപപ്രദേശങ്ങളിലേയും നൂറുകണക്കിനു കരക്കാർ എല്ലാവർഷവും മിഥുനം ഒന്നും രണ്ടും തീയതികളിൽ ഓച്ചിറപ്പടനിലത്ത് കൂടിചേർന്ന്, ഭടന്മാർക്കുള്ള പ്രത്യേക വേഷവിധാനങ്ങളണിഞ്ഞ് വേണ്ടവിധം ആയുധധാരികളായി, രണ്ടു ചേരികളായി, വാശിയോടെ പടവെട്ടുന്നു. അതാണ് ഓച്ചിറക്കളി. ഭടന്മാരുടെ ദേഹത്തുനിന്നും ഒരാഴക്കു ചോരയെങ്കിലും ആ പടനിലത്തു വീണാലേ ഇന്നും ഓച്ചിറക്കളി പൂർണ്ണമാകൂ. ഈ വസ്തുതകളും ക്ഷേത്രത്തിലെ മറ്റനേകം ചടങ്ങുകളും പരമ്പരയായി നിലനില്ക്കുന്ന ഐതിഹ്യങ്ങളും അതിപ്രധാനമായ ചില നിഗമനങ്ങളിലേക്ക് നമ്മെ നയിക്കുന്നു. യുദ്ധവുമായി ബന്ധപ്പെട്ടതാണ് ആരാധനാ രീതികളും ചടങ്ങുകളും. യുദ്ധം രാജാക്കന്മാരുടെ കുത്തകയായിരുന്നല്ലോ, കഴിഞ്ഞ കുറെ നൂറ്റാണ്ടുകളിൽ. ഏതു രാജാവിന്റെ ഏതു യുദ്ധത്തിന്റെ സ്വാധീനമാണ് ഈ ക്ഷേത്രത്തിലെ സവിശേഷതകൾ?

ഓച്ചിറയിൽനിന്നും കഷ്ടിച്ച് രണ്ടു കിലോമീറ്റർ കൂടി മുന്നോട്ടു പോകാം. കൃഷ്ണപുരം. റോഡരികിലെ കൃഷ്ണപുരം ക്ഷേത്രത്തിന്റെ പിൻഭാഗത്തുകൂടി ചുറ്റിപ്പോകുന്ന ഗ്രാമവീഥിയിലൂടെ ഒരല്പം നടക്കാം. പ്രശാന്തമായ ആ ഗ്രാമാന്തരീക്ഷത്തിൽ പടുത്തുയർത്തപ്പെട്ടിട്ടുള്ള ഒരു ഊക്കൻ കോൺക്രീറ്റ് കെട്ടിടം - ജൂനിയർ ടെക്നിക്കൽ സ്കൂൾ. ഏതാണ്ട് ആ കെട്ടിടത്തിന് അഭിമുഖമായി പ്രസിദ്ധമായ ഒരു ചരിത്രസ്മാരകം നില്പുണ്ട്. കൃഷ്ണപുരം കൊട്ടാരം.

കൃഷ്ണപുരം കൊട്ടാരം

പൂഴിമണൽ നിറഞ്ഞ നിരത്തിനരികിൽ കൊട്ടാരത്തിന്റെ മതിലുകൾ മുട്ടിനില്ക്കുന്നു. പക്ഷേ, അടുത്ത കാലത്തു നിർമ്മിക്കപ്പെട്ട പുതിയ മതിൽക്കെട്ട് കൃഷ്ണപുരം കൊട്ടാരത്തിന്റെ പ്രാചീനതയ്ക്കും പ്രൗഢിക്കും ഇണങ്ങുന്നില്ല തന്നെ. കൃഷ്ണപുരം കൊട്ടാരത്തിന്റെ സാക്ഷാൽ മതിൽക്കെട്ടു കടന്നാൽ കൊട്ടാരത്തളത്തിൽ കാലുകുത്തുകയായി. വലിയ ഒരു ഇരുനിലമാളിക. വിശാലമായ മുറ്റം. വരാന്തകടന്നാൽ ഇരുവശത്തും മുറികൾ, ഉപശാലകൾ, അകത്തളങ്ങൾ. കോവണി കയറി മുകൾത്തട്ടിലെത്തിയാൽ കൂടുതൽ വിശാലമായ മുറികൾ. ഭംഗിയുള്ള ചുവരുകൾ, ചുവർ ചിത്രങ്ങൾ. മാളിക മുകളിലെ ചുവരുകളിൽ വിവിധ സ്ഥലങ്ങളിൽ നിന്നും കണ്ടെടുത്ത ചിത്രങ്ങളുടെ പുതിയ പകർപ്പുകളുണ്ട്. കൊട്ടാരത്തിന്റെ ചുവരുകളിൽ ആലേഖനം ചെയ്യപ്പെട്ടിട്ടുള്ള പുരാണകഥകളാണ് എടുത്തു പറയത്തക്ക മറ്റൊരു സവിശേഷത. താഴത്തെ നിലയിൽ പടിഞ്ഞാറെ അറ്റത്തുള്ള നീരാഴിക്കെട്ടിന്റെ ഭിത്തിയിലാണ് പ്രസിദ്ധമായ ഗജേന്ദ്രമോക്ഷം. ഇതാണ് കേരളത്തിലെ ഏറ്റവും വലിപ്പമുള്ള ചുവർചിത്രം. 154 ച. അ. വിസ്തീർണ്ണം. അങ്ങിങ്ങ് ചില മങ്ങലും പോറലും ഏറ്റിട്ടുണ്ടെങ്കിലും നൂറ്റാണ്ടുകളുടെ കൈകൾക്ക് ആ ചുമർചിത്രങ്ങളുടെ മനോഹാരിത മായ്ക്കാൻ കഴിഞ്ഞിട്ടില്ല.

കൊട്ടാരത്തോടു ചേർന്ന് തൊട്ടുപിന്നിൽ നീരാഴി അന്തപ്പുരത്തിൽ നിന്ന് നീരാഴിയിലേക്ക് ഒരു ഇടനാഴി. തുടർന്ന് കൽപ്പടവുകൾ കുളത്തോടുചേർന്ന് കുളിപ്പുര മാളിക. മുമ്പ് കൊട്ടാരത്തിന്റെ പുറംതളത്തിൽ നിന്ന് അകത്തു കടക്കുമ്പോൾ തന്നെ കൗതുകവസ്തുക്കൾ നമ്മെ ആകർഷിച്ചിരുന്നു. കല്ലിലും മറ്റും തീർത്ത, കടലിൽ നിന്നും കണ്ടു കിട്ടിയ രൂപങ്ങൾ, പലയിനം ആയുധശേഖരങ്ങൾ എന്നിങ്ങനെ ഇന്ന് ഇവയിൽ പലതും മറ്റു പല പുരാവസ്തു മ്യൂസിയങ്ങളിലാണത്രേ.

ഓടനാടിന്റെ രാജധാനി

ചെങ്ങന്നൂർ, മാവേലിക്കര, കരുനാഗപ്പള്ളി, കാർത്തികപ്പള്ളി എന്നീ സ്ഥലങ്ങൾ ചേർന്ന ഓണാട്ടുകര പ്രദേശങ്ങൾ പണ്ട് ഓടനാട് രാജ്യത്തിൽപ്പെട്ടിരുന്നു. കണ്ടിയൂർ മറ്റം (മാവേലിക്കര) ആയിരുന്നു ഓടനാടിന്റെ ആദ്യത്തെ രാജധാനി. എ ഡി പതിനഞ്ചാം ശതകത്തിൽ ഓടനാടിന്റെ തലസ്ഥാനം കായംകുളത്തെ എരുവയിലേക്കു മാറ്റിയ ശേഷം ആ രാജ്യം കായംകുളം എന്ന പേരിൽ അറിയപ്പെട്ടു. കൃഷ്ണപുരം കൊട്ടാരം കായംകുളം രാജാവിന്റെ

ആസ്ഥാനമായിരുന്നെന്നും അല്ലെന്നും രണ്ടു പക്ഷമുണ്ട്. കായംകുളത്തിനടുത്ത് എരുവയിൽ കോയിക്കൽ പടിക്കലായിരുന്നു കായംകുളം രാജാവിന്റെ ആദ്യത്തെ കൊട്ടാരമെന്നാണ് പ്രസിദ്ധി. അത് പില്ക്കാലത്ത് തകർക്കപ്പെട്ടു. കൃഷ്ണപുരം കൊട്ടാരം യുവരാജാക്കന്മാരുടെ ആസ്ഥാനമായിരുന്നുവെന്നും വരാം. എരുവയിൽ കോയിക്കൽ പടിയിൽ ഇടിഞ്ഞുപൊളിഞ്ഞ കെട്ടിടങ്ങളുടെ അവശിഷ്ടങ്ങൾ ഇന്നും കാണാനുണ്ടെന്നാണറിവ്. കായംകുളം രാജാവിന്റെ സർവ്വസൈന്യാധിപന്മാരായിരുന്ന കോയിക്കൽ പടിക്കൽ ഉണ്ണിത്താന്മാരുടെ കുടുംബം ഇപ്പോഴുമുണ്ട്; പില്ക്കാലത്ത് പ്രതാപത്തിന് കുറവു സംഭവിച്ചെങ്കിലും.

1746-ൽ വേണാടിനോട് കൂട്ടിച്ചേർക്കുംവരെ കൃഷ്ണപുരം കായംകുളത്തിന്റെ രാജധാനിയായിരുന്നു. ഭീമാകാരമായ ഒരു മൺകോട്ടയും 6 മീറ്റർ താഴ്ചയും 3 മീറ്റർ വരെ വീതിയുമുള്ള ഒരു കിടങ്ങും കോട്ടയ്ക്ക് ചുറ്റും ഉണ്ടായിരുന്നു. 1809-ൽ കേണൽ മൺറോയുടെ നിർദ്ദേശപ്രകാരം കോട്ട തകർക്കപ്പെട്ടു. കിടങ്ങ് നികത്തപ്പെടുകയും ചെയ്തു.

യുദ്ധഭൂമിയിൽ

1729-ൽ ഭരണഭാരമേറ്റ മാർത്താണ്ഡവർമ്മ മഹാരാജാവിന്റെ രാജ്യവിസ്തൃതി വർദ്ധിപ്പിക്കാനുള്ള വ്യഗ്രതയിൽ ദേശിങ്ങനാടും കായംകുളവും ചെമ്പകശ്ശേരിയും മാത്രമല്ല, മദ്ധ്യതിരുവിതാംകൂറിലെ മറ്റു രാജാക്കന്മാരും ഒട്ടേറെ കഷ്ടനഷ്ടങ്ങൾക്കു വിധേയരായി. മാർത്താണ്ഡവർമ്മ വമ്പിച്ച സൈന്യസന്നാഹങ്ങളോടെ പലപ്രാവശ്യം കായംകുളവുമായി ഏറ്റുമുട്ടി. സ്വന്തമായി സൈന്യശേഖരണം നടത്തിയും കൂറുള്ള മറ്റു രാജാക്കന്മാരുടെയും ഡച്ചുകാരുടെയും സൈനിക സഹായത്തോടുകൂടിയും കായംകുളം രാജാവ് ധീരധീരം ചെറുത്തു നിന്നു. 1734 ൽ കായംകുളം രാജാവ് യുദ്ധരംഗത്തുവച്ച് വധിക്കപ്പെട്ടു. എങ്കിലും രാജാവിന്റെ സഹോദരൻ പിന്നെയും മാർത്താണ്ഡവർമ്മയോട് പൊരുതിനിന്നു. 1742-ലെ മാന്നാർ സന്ധിപ്രകാരം അല്പകാലം സമാധാനം പുലർന്നെങ്കിലും കായംകുളം രാജാവ് പിന്നെയും ഒരന്തിമ സമരത്തിന് തയ്യാറെടുത്തു. സഖ്യകക്ഷികളുടെ സഹായം തക്ക സമയത്ത് ലഭിക്കായ്കയാൽ പരാജയം നേരിടുമെന്ന് മുൻകൂട്ടി കണ്ടറിഞ്ഞ കായംകുളം രാജാവ്, ആരോരുമറിയാതെ രാത്രിയുടെ മറവിൽ സ്വന്തം കുടുംബാംഗങ്ങളെ തൃശ്ശൂരിലേക്ക് അയച്ചു. വിലപ്പെട്ട ധനസമ്പത്തെല്ലാം കായംകുളം കായലിൽ വലിച്ചെറിഞ്ഞിട്ട് നാടുവിട്ടോടി. ആക്രമിച്ചു കടന്നേറി, കായംകുളം കോട്ടയും കൊട്ടാരവും കൈയടക്കിയ തിരുവിതാംകൂർ സൈന്യം കണ്ടത് ഒഴിഞ്ഞ കൊട്ടാരമായിരുന്നത്രേ.

അങ്ങനെ, കായംകുളം വേണാടിനോട് ചേർക്കപ്പെട്ടപ്പോൾ, കൃഷ്ണപുരം കൊട്ടാരവും വേണാടിന്റെ അധീനതയിലായി. അയ്യപ്പൻ മാർത്താണ്ഡപിള്ള ദളവയായിരുന്ന കാലത്ത് കൃഷ്ണപുരം കൊട്ടാരം പുതുക്കിപണിതു. വേണാടിന്റെ വ്യാപ്തി വർദ്ധിച്ചതോടെ, മദ്ധ്യതിരുവിതാംകൂറിൽ ഒരു രാജകൊട്ടാരവും സൈനിക കേന്ദ്രവും ആവശ്യമായി തീർന്നു. വേണാട്ടു രാജാക്കന്മാർ ഒരു താല്ക്കാലിക വസതിയായും ഇളമുറത്തമ്പുരാക്കന്മാർ സ്ഥിരം വസതിയായും കൃഷ്ണപുരം കൊട്ടാരം ഉപയോഗിച്ചെന്നാണറിവ്. കൃഷ്ണപുരം കൊട്ടാരവും പരിസരങ്ങളും സൈനിക കേന്ദ്രങ്ങളായിരുന്നുവെന്ന് ഊഹിക്കാവുന്ന പല തെളിവുകളും ഇപ്പോഴുമുണ്ട്. ദളവാമഠം, ലായത്തിൽ പുരയിടം എന്നിവ തൊട്ടടുത്തുള്ള സ്ഥലങ്ങളാണ്. ലായത്തിൽ പുരയിടത്തിലാണ് ഇന്നത്തെ കേന്ദ്ര നാളികേര ഗവേഷണ കേന്ദ്രം. കൊട്ടാരത്തിനു ചുറ്റും ഭീമാകാരമായ മൺകൊട്ടകളുണ്ടായിരുന്നു. അവ കാലക്രമേണ ഇടിഞ്ഞുപൊളിഞ്ഞു മൺകൂനകളായി. ഇപ്പോൾ പുരാവസ്തു വകുപ്പിന്റെ സംരക്ഷണയിലാണ് ഈ കൊട്ടാരം.

നമുക്കു വീണ്ടും ഓച്ചിറ പടനിലത്തിലേക്കു മടങ്ങാം. പണ്ട് കായംകുളവും വേണാടും തമ്മിൽ പടപൊരുതിയ യുദ്ധരംഗങ്ങളോർക്കുക. വീരശൂരന്മാരായ പടയാളികൾ ഇരുഭാഗത്തേയും സൈന്യനിരകളിൽ വാശിയോടെ നിരന്നു. വാളും പരിചയും കുന്തവുമേന്തിയ ആ ധീരസൈനികർ രാജഭക്തി മുഴുത്ത് രണാങ്കണങ്ങളിൽ വീരമൃത്യു വരിക്കാനും സന്നദ്ധരായിരുന്നു.

വിധി നിർണ്ണായകമായ ഒരു ദിവസം, ഇരുഭാഗത്തേയും സൈന്യങ്ങൾ പടനിലത്ത് ഏറ്റുമുട്ടുന്നു. അന്യോന്യം വെട്ടേറ്റ് അംഗഭംഗം നേരിട്ട ആയിരക്കണക്കിനു യോദ്ധാക്കളുടെ ശരീരങ്ങളിൽനിന്നും വാർന്നൊലിക്കുന്ന രക്തധാരകൾ ആ പൂഴിമണ്ണിനെ ചെഞ്ചോരക്കളമാക്കി മാറ്റുന്നു. മുറിവേറ്റ പടയാളികൾ ഒന്നൊന്നായി രണാങ്കണത്തിൽ മരിച്ചു വീഴുന്നു. എത്രയെത്ര വീരപുത്രന്മാർ, എത്രയെത്ര കുടുംബനാഥന്മാർ.

യുദ്ധം നിലച്ചു. ശവശരീരങ്ങൾ സംസ്കരിക്കപ്പെട്ടു. പടനിലത്തിൽ ചോരയും മണ്ണും കുഴഞ്ഞു ചേർന്നിരുന്നു. യുദ്ധത്തിൽ വൈധവ്യം നേരിട്ട കുലസ്ത്രീകൾ, പുത്രനഷ്ടം നേരിട്ട അമ്മമാർ, പിതൃവിയോഗം അനുഭവിക്കുന്ന സന്താനങ്ങൾ ദുഃഖാർത്തരായ സ്ത്രീപുരുഷന്മാർ തങ്ങളുടെ ഉറ്റവരും ഉടയ

വരും മരിച്ചുവീണ ആ പടനിലത്തിലേക്ക് അവർ മെല്ലെ മെല്ലെ കടന്നുവരുന്നു. നിറകണ്ണുകളോടെ അവർ ആ ശവപ്പറമ്പിൽ മൂകരായി നില്ക്കുന്നു. ഓർമ്മകൾ, ഓർമ്മകൾ മെല്ലെ തങ്ങളുടെ പ്രിയപ്പെട്ടവരുടെ ജീവരക്തം വീണു കുതിർന്ന ചെളിമണ്ണ് കൈ വിരലിലെടുത്ത് നെറ്റിത്തടത്തിൽ കുറിക്കൂട്ടണിയുന്നു. കൈ കൂപ്പുന്നു.

അങ്ങനെ, പടനിലത്തിൽ വീരമൃത്യു വരിച്ച ജനസഹസ്രങ്ങളുടെ സ്മരണ നിലനിർത്താൻ വേണ്ടി അവിടെ ആൽത്തറകളുയർന്നു. ആൽത്തറകൾ സ്മാരകങ്ങളായി. സ്മാരകങ്ങൾ ക്ഷേത്രങ്ങളായി. നൂറ്റാണ്ടുകൾക്കു മുമ്പു നടന്ന ആ യുദ്ധരംഗത്തിന്റെ ഓർമ്മയ്ക്കായി വർഷംതോറും കരക്കാർ ചേരിതിരിഞ്ഞു നിന്ന് പടവെട്ടുന്നു– ഓച്ചിറക്കളി.

മേല്പറഞ്ഞത് ഒരു നിഗമനമാണ്. എന്നാൽ അതിനേക്കാൾ പ്രചാരവും പ്രാബല്യവുമുള്ള മറ്റൊരു വിശ്വാസമുണ്ട്. കൂടുതൽ അംഗീകാരമുള്ള വാഗ്ദതിയുമാണത്. അത് ഇപ്രകാരം.

സൈനിക പരിശീലനം

കൃഷ്ണപുരം കൊട്ടാരത്തിന് കഷ്ടിച്ച് ഒരു മൈൽ അകലെയുള്ള പടനിലം കായംകുളം രാജാവിന്റെ സൈനികത്താവളമായിരുന്നു. കാലാൾപ്പടയും കുതിരപ്പടയുമെല്ലാം അവിടെ താവളമടിച്ചിരുന്നു. വേണാടിന്റെ ആക്രമണഭീഷണി ഒരു നിത്യസംഭവമാകയാൽ കായംകുളം രാജാവ് തന്റെ സൈന്യങ്ങൾക്കു വേണ്ടത്ര പരിശീലനം നല്കിയിരുന്നു. നിത്യവും അതിവിശാലമായ പടനിലത്ത് സൈന്യങ്ങളെ രണ്ടായി തിരിച്ചു നിർത്തി യുദ്ധപരിശീലനം നല്കുക അന്നു പതിവായിരുന്നു. പരിശീലനത്തിനിടയിൽ മുറിവേൽക്കുകയും അംഗഭംഗം സംഭവിക്കുകയും സാധാരണമാണ്.

യഥാർത്ഥത്തിലുള്ള യുദ്ധം കഴിഞ്ഞു. കായംകുളം വേണാടിന് കീഴടങ്ങി. സൈന്യങ്ങൾ ശിഥിലമായി. പടനിലം ശേഷിച്ചു. പക്ഷേ, രാജഭക്തിക്കും രണധീരതയ്ക്കും കളമൊരുക്കിയിരുന്ന പടനിലത്തോടുള്ള സ്മരണ നിലനിർത്താൻ തദ്ദേശീയർ ആ സ്ഥലത്ത് ആൽത്തറകളും ആരാധനാ സ്ഥലങ്ങളും സ്ഥാപിച്ചു. അങ്ങനെ ഓച്ചിറ പരബ്രഹ്മക്ഷേത്രമായി. ഈ രണ്ട് അഭിപ്രായഗതികളും ചിന്താർഹമാണ്. ഇവയിൽ ഏതാണ് ശരിയെന്ന് തീർച്ചയില്ല. പക്ഷേ, ഇവയ്ക്കു രണ്ടിനും യോജിക്കുന്ന തെളിവുകൾ ഇന്നും ക്ഷേത്രത്തിലെ ചടങ്ങുകളിലും ആരാധനാ സമ്പ്രദായങ്ങളിലും കാണാൻകഴിയും.

ഓച്ചിറക്കളി

ഓച്ചിറക്കളിയാണ് പ്രധാന ഉത്സവച്ചടങ്ങ്. ഓച്ചിറയ്ക്കു ചുറ്റുമുള്ള അൻപത്തിരണ്ടു കരകളിൽനിന്ന് എണ്ണൂറോളം പേർ കളിയിൽ പങ്കെടുക്കാനെത്തുന്നു. അവർ രണ്ടു ചേരികളായി–കിഴക്കേ കരയും പടിഞ്ഞാറേ കരയും–മാറിനിന്ന് ആയുധധാരികളായി കളി ആരംഭിക്കുന്നു. മിക്കവാറും ഇടവപ്പാതിപ്പേമഴ ഓച്ചിറക്കളി കാണാനെത്തും. കൂടാതെ, മഴയെ വിഗണിച്ച് തിങ്ങിക്കൂടുന്ന ജനസഞ്ചയവും മുൻകാലങ്ങളിൽ ഭീകരവും അക്രമാസക്തവുമായ തികഞ്ഞ സാഹസ പ്രകടനമായിരുന്നു, ഓച്ചിറക്കളി. അങ്ങോട്ടും ഇങ്ങോട്ടും തല്ലും വെട്ടുംകുത്തുമൊക്കെ സാധാരണം. ശരവർഷം പോലുള്ള കല്ലേറുമുണ്ടായിരുന്നു പണ്ട്. ഒരു കളി കഴിയുമ്പോൾ മുറിവേറ്റവരും അംഗഭംഗം നേരിട്ടവരും പലരുമുണ്ടാകും. പക്ഷേ, ഓച്ചിറക്കളിയിൽ അപകടമുണ്ടായാൽ കേസില്ല പോലും, അതുകൊണ്ട് ആർക്കും നിർബ്ബാധം എന്തു റൗഡിസവും കാട്ടാമെന്ന മട്ടായപ്പോൾ പില്ക്കാലത്ത് ചില നിബന്ധനകളും നിയന്ത്രണങ്ങളും ഏർപ്പെടുത്തേണ്ടി വന്നു. എങ്കിലും ഇപ്പോഴും ഓച്ചിറക്കളിക്കിടയിൽ മുറിവുപറ്റും. ചോര പൊടിയും. ഒരുതുള്ളിച്ചോരയെങ്കിലും പടനിലത്തു വീഴുകയും ചെയ്യും.

ഏതെങ്കിലും അംഗവൈകല്യം നേരിട്ടാൽ പ്രസ്തുത അവയവത്തിന്റെ രൂപം (കൈ, കാൽ. കണ്ണ് തുടങ്ങിയവ) നടയ്ക്കുവയ്ക്കുക. എന്നത് മറ്റൊരു നേർച്ചയാണ്. ഇത്തരം രൂപങ്ങൾ അമ്പലപരിസരത്ത് നേർച്ച നടത്താനായി വച്ചിട്ടുണ്ട്. കരിക്കിൻ വെള്ളവും എണ്ണയും പാലും ചേർത്ത് ധാര കഴിക്കുക എന്നതാണ് ക്ഷേത്രത്തിലെ അഭിഷേകം. ക്ഷേത്രത്തിലെ നിത്യഭജനക്കാർക്കും ഭിക്ഷക്കാർക്കും ധർമ്മക്കഞ്ഞി കൊടുക്കുക, എന്നതും പ്രധാന ചടങ്ങാണ്. മറ്റു ക്ഷേത്രങ്ങളിലെപ്പോലെ പായസവും ഉണ്ണിയപ്പവുമൊന്നും (വച്ചു നിവേദ്യങ്ങൾ) ഇവിടെ പതിവില്ല. ക്ഷേത്രത്തിലേയ്ക്ക് അരി നേർച്ചയാകാം. നേർച്ചവഴിക്ക് അരി കിട്ടിയാലുമില്ലെങ്കിലും നിത്യവും സാധുക്കൾക്ക് ഉച്ചക്കഞ്ഞി കൊടുക്കാൻ ക്ഷേത്രഭരണ സമിതി വ്യവസ്ഥ ചെയ്തിട്ടുണ്ട്. അന്നദാനവും ഭിക്ഷക്കാശും പ്രധാന നേർച്ചകളാണ്. കാളയും നാദസ്വരമേളങ്ങളുമൊത്ത് നേർച്ചക്കാരൻ കണ്ടത്തിന് എട്ടുചുറ്റ് ഉരുളുന്ന 'എട്ടുകണ്ടം ഉരുളിച്ച' കൂടുതൽ ചെലവു വരുന്ന മറ്റൊരു നേർച്ചയാണ്.

'ഓച്ചിറക്കാളകൾ'

ഉരുക്കളെ നടയ്ക്കു കെട്ടുകയെന്നതും ഒരു

നേർച്ചയാണ്. ആ ഉരുക്കൾ ഓച്ചിറക്കാളകളായി വളരുന്നു. പണ്ടാരങ്ങൾ (വീരശൈവർ) അവയെ കൊണ്ടു നടക്കുകയും മാലേറുന്ന പശുക്കൾക്ക് ചേർത്തു കൊടുക്കുകയും ചെയ്യുന്നു. സ്ത്രീലമ്പടന്മാർക്ക് ഓച്ചിറക്കാള എന്ന ബിരുദം ഇങ്ങനെ കിട്ടിയതാണ്. പ്രസിദ്ധനടനായിരുന്ന ഓച്ചിറ വേലുക്കുട്ടിയും കുട്ടീശ്വരനും വീരശൈവസമുദായത്തിന്റെ അഭിമാനഭാജനങ്ങളാണ്. അവരും ചെറുപ്പത്തിൽ ഓച്ചിറ അമ്പലത്തിലെ പരികർമ്മികളായിരുന്നു.

ഇന്ന് ഏതാണ്ട് അന്യംനിന്നു തുടങ്ങിയ രണ്ടു കാര്യങ്ങളാണ് ഓച്ചിറക്കാളയും ഓച്ചിറപ്പണ്ടാരവും. ആടയാഭരണങ്ങളണിഞ്ഞ ഓച്ചിറക്കാളയെയും മുന്നിൽ നടത്തി, സുന്ദരവേഷം ചമഞ്ഞ് ശൃംഗാരക്കുഴമ്പനായി, തദനുസരണമായ ഭാവഹാവാദികളോടെ ഓണാട്ടുകരയുടെ നാട്ടിടകളിൽ 'അമ്മാ, പണ്ടാരംവരുന്നേ' എന്ന വായ്ത്താരിയോടെ നടന്നുനീങ്ങുന്ന പണ്ടാരത്തിന്റെ വേഷം, 'പാദമുദ്ര' എന്ന സിനിമയിൽ കാണാൻ കഴിഞ്ഞപ്പോൾ ആഹ്ലാദം തോന്നി. പഴയ കാലത്തെ ഓച്ചിറപ്പണ്ടാരത്തെ എത്ര തന്മയത്വത്തോടെയാണ് മോഹൻലാൽ എന്ന അനുഗൃഹീത നടൻ അവതരിപ്പിച്ചിട്ടുള്ളത്.

മുമ്പ് ഓച്ചിറയിലും പരിസരങ്ങളിലുമുള്ള ഗ്രാമങ്ങൾ രണ്ടു കരകളായി, കിഴക്കേ കരയും പടിഞ്ഞാറേക്കരയും തിരിഞ്ഞ് വെവ്വേറെ ഉത്സവം നടത്തുകയായിരുന്നു പതിവ്. അന്നത്തെ ഓച്ചിറക്കളിക്ക് അക്രമവും ആക്രമണവും കൂടുതലായിരുന്നു. 1953 മുതൽ രണ്ടു കരകളും യോജിച്ച് ഒരു പ്രത്യേകക്ഷേത്രഭരണസമിതി രൂപീകരിച്ച്, ഭരണം വ്യവസ്ഥപ്പെടുത്തി. ഓച്ചിറയിലും സമീപപ്രദേശങ്ങളിലുമുള്ള കരകളിൽനിന്നും തെരഞ്ഞെടുക്കുന്ന പ്രതിനിധികളും ദേവസ്വം പ്രതിനിധികളും ക്ഷേത്രസ്ഥാനികളുടെ കുടുംബങ്ങളിൽനിന്നുള്ള പ്രതിനിധികളുമുൾപ്പെടെ 172 അംഗങ്ങളുള്ള പൊതുഭരണ സമിതിയിൽനിന്നും ക്ഷേത്രത്തിന്റെ നടത്തിപ്പിനായി നിർവ്വഹണ സമിതിയെ തെരഞ്ഞെടുത്തിരുന്നു. അവരുടെ പ്രതിനിധിയായ പ്രസിഡന്റ്, സെക്രട്ടറി എന്നിവരാണ് നേരിട്ട് ക്ഷേത്രഭരണം നടത്തുന്നത്. ഓച്ചിറപ്പടനിലം മുപ്പത്തിയാറ് ഏക്കറായിരുന്നു പണ്ട്. അവയിൽ പലതും പില്ക്കാലത്ത് അന്യാധീനപ്പെട്ടു. ഇപ്പോഴുള്ള 21 ഏക്കർ 25 സെന്റ്, ഗവൺമെന്റിൽനിന്നും 99 കൊല്ലത്തെ കുത്തകപ്പാട്ടമായി ക്ഷേത്രഭരണ സമിതിക്ക് പതിച്ചു നല്കിയിട്ടുണ്ട്.

കൊല്ലം ജില്ലയുടെ വടക്കേ അറ്റവും ആലപ്പുഴ ജില്ലയുടെ തെക്കേ അറ്റവും സന്ധിക്കുന്ന ഓച്ചിറ ബ്ലോക്കിൽ അഞ്ച് പഞ്ചായത്തുകളുൾപ്പെടുന്നു. ക്ലാപ്പന, കുലശേഖരപുരം, ഓച്ചിറ, ദേവികുളങ്ങര, കൃഷ്ണപുരം.

സമീപഗ്രാമങ്ങൾ

ഓച്ചിറയിലെ ആരാധനാലയങ്ങളും പടനിലവും അനുബന്ധ മന്ദിരങ്ങളുമെല്ലാമടങ്ങുന്ന പ്രദേശങ്ങൾ ഓച്ചിറ പഞ്ചായത്തിലുൾപ്പെടുന്നു. നാഷണൽ ഹൈവേയിൽ കൊല്ലത്തുനിന്ന് 32 കി മീ വടക്കുമാറിയുള്ള ഓച്ചിറ പഞ്ചായത്തിന്റെ വിസ്തീർണ്ണം 12.85 ച കി മീ. ജനസംഖ്യ 24325 (1981 ലെ സെൻസസ് പ്രകാരം). തിരുവിതാംകൂറിൽ ക്ഷേത്രപ്രവേശന വിളംബരം പ്രഖ്യാപിക്കുന്നതിനു മുമ്പുതന്നെ നാനാജാതി മതസ്ഥർക്കും പ്രവേശനം ലഭിച്ചിരുന്ന ഏക ആരാധനാ കേന്ദ്രമാണ് ഓച്ചിറ പടനിലം. ക്ഷേത്രത്തിനു തൊട്ടുതന്നെ ശില്പഭംഗിയാർന്ന ഒരു മുസ്ലീം പള്ളിയുമുണ്ട്.

ഓച്ചിറ പഞ്ചായത്തിനും കായംകുളം മുനിസിപ്പൽ പട്ടണത്തിനുമിടയ്ക്കു കിടക്കുന്ന കൃഷ്ണപുരവും ഗ്രാമീണ ഭംഗി കൈവിടാത്തെ പ്രദേശം തന്നെ. എ ഡി 1746 വരെ രാജവാഴ്ച ജ്വലിച്ചുനിന്ന കൃഷ്ണപുരം കൊട്ടാരവും മറ്റും ഉൾക്കൊള്ളുന്ന കൃഷ്ണപുരം പഞ്ചായത്തിന്റെ വിസ്തീർണ്ണം 10.54 ച കി മീ. ജനസഖ്യം 24242 (1991 ലെ സെസൻസ് പ്രകാരം). കൃഷ്ണപുരം കൊട്ടാരത്തിന്റെ കിഴക്കുഭാഗത്തായി സ്ഥിതി ചെയ്യുന്ന കൃഷ്ണപുരം ശ്രീകൃഷ്ണസ്വാമി ക്ഷേത്രത്തിനും നൂറ്റാണ്ടുകളുടെ പഴക്കമുണ്ട്. ഒരിക്കൽ രാജപരിലാളനയേറ്റ് വിരാജിച്ചിരുന്ന ക്ഷേത്രം ഇന്ന് അവഗണനയുടെ മൂകസാക്ഷിയായി വർത്തിക്കുന്നു. കൃഷ്ണപുരത്ത് കാലപ്പഴക്കമുള്ള ഒരു മുസ്ലീം പള്ളിയുമുണ്ട്. ഈ പഞ്ചായത്തു പ്രദേശത്താണ് കേന്ദ്ര നാളികേര ഗവേഷണ കേന്ദ്രം സ്ഥിതി ചെയ്യുന്നത്. നാഷണൽ ഹൈവേയ്ക്കു സമീപം മുക്കടയിൽ ഹെക്ടറുകളോളം വ്യാപിച്ചു കിടക്കുന്ന ഒരു തെങ്ങിൻതോട്ടം കാണാം. മദ്ധ്യതിരുവിതാംകൂറിലെ തെങ്ങുകൾക്കുണ്ടായ രോഗകാരണങ്ങൾ, കാറ്റുവീഴ്ചയും മറ്റും ഗവേഷണം നടത്തി കണ്ടുപിടിക്കാനും തക്കതായ പ്രതിവിധി നിർദ്ദേശിക്കാനും വേണ്ടി കേന്ദ്രഗവൺമെന്റിന്റെ നേരിട്ടുള്ള നിയന്ത്രണത്തിലാരംഭിച്ച സ്ഥാപനമാണിത്. നൂറ്റിഅമ്പത് ഏക്കറോളം വിസ്തീർണ്ണമുള്ള വലിയ ഒരു തെങ്ങിൻ തോപ്പിൽ ഏതാനും സ്ഥാപനങ്ങൾ ഗവേഷണം തുടങ്ങിയിട്ട് അരനൂറ്റാണ്ട് കഴിഞ്ഞെങ്കിലും തെങ്ങുരോഗത്തിന് പറയത്തക്ക കുറവൊന്നും കാണാനില്ല. രോഗവ്യാപ്തി വർദ്ധിച്ചിട്ടുമുണ്ട്.

കൃഷ്ണപുരത്തുനിന്ന് ഏതാണ്ട് ഒരു ഫർലോങ് തെക്കോട്ടു നടക്കുമ്പോൾ, റോഡരികിലായി മലയാള സാഹിത്യത്തിലെ സർവ്വാദരണീയനായ പ്രൊഫ.

എസ് ഗുപ്തൻനായരുടെ ജന്മഗൃഹം കാണാം. ആയുർവ്വേദ രംഗത്ത് അനശ്വര പ്രശസ്തി നേടിയ ഒരു ഭിഷഗ്വരനായിരുന്നു അദ്ദേഹത്തിന്റെ പിതാവ് ശങ്കരപ്പിള്ളവൈദ്യൻ; നാട്ടുകാരുടെ വൈദ്യനമ്മാവൻ. അല്പം മാറി, പ്രാചീനത വിളംബരം ചെയ്തു കൊണ്ട് ഗ്രാമാന്തരീക്ഷത്തിൽ തലയുയർത്തി നില്ക്കുന്ന മനോഹരമായ കൃഷ്ണപുരം ക്ഷേത്രവും ക്ഷേത്രക്കുളവും നയനാനന്ദകരം തന്നെ.

'പരബ്രഹ്മോദയ നടനസഭ'

പഴയ രാജ്യതലസ്ഥാനമായ കായംകുള ത്തേക്കു കടക്കുംമുമ്പ് പ്രാന്തപ്രദേശങ്ങളിലെ രണ്ടു പഞ്ചായത്തുകൾ കൃഷ്ണപുരവും ഓച്ചിറയും-മല യാള സാംസ്കാരിക മണ്ഡലത്തിൽ വിശിഷ്യാ നാട കവേദിയിൽ സൃഷ്ടിച്ച വൻപരിവർത്തനങ്ങളെപ്പറ്റി നാം കൃതജ്ഞതയോടെ ഓർക്കേണ്ടതുണ്ട്. കഴിഞ്ഞ നൂറ്റാണ്ടിന്റെ പൂർവ്വാർദ്ധത്തിൽ തമിഴ്നാട്ടിൽനിന്നും കുടിയേറിയ തമിഴ്നാടക സംഘങ്ങൾ (ഉദാ. രാജ മാണിക്കം കമ്പനി) കേരളത്തിലെ അരങ്ങുകൾ കൈയടക്കി കേരളീയരുടെ നാടകാസ്വാദന തൃഷ്ണയെ ഒട്ടൊന്നു ശമിപ്പിക്കാൻ ശ്രമിച്ച കാലം. ആ കാലയളവിലാണ് ഓച്ചിറയിൽ പൊട്ടക്കനേത്ത് വേലുപ്പിള്ള എന്ന നാടകസ്നേഹി സ്വന്തമായൊരു നാടകസമിതിക്ക് രൂപംനല്കിയത് - ഓച്ചിറ പരബ്ര ഹ്മോദയ നടനസഭ. അദ്ദേഹം കഴിവുറ്റ നാടകകൃ ത്തുക്കളെ കണ്ടെത്തി. കേരള സാമൂഹ്യാന്തരീക്ഷ ത്തിനിണങ്ങുന്ന നാടകങ്ങൾ രചിപ്പിച്ച്, അനുഗൃഹീ തരായ നടീനടന്മാരെ തേടിപ്പിടിച്ച് വർണ്ണപ്പൊലിമ യോടെ നാടകങ്ങൾ രംഗത്തവതരിപ്പിച്ചപ്പോൾ, കേര ളത്തിൽ പുതിയ ഒരു നാടക സംസ്കാരത്തിന് തുടക്കംകുറിക്കുകയായിരുന്നു. കേരളത്തിലങ്ങോള മിങ്ങോളം എണ്ണമറ്റ രംഗവേദികളിൽ വൈവിദ്ധ്യ പൂർണ്ണമായ കഥകൾ നാടകരൂപത്തിൽ രംഗത്തവത രിപ്പിച്ചു. ഓച്ചിറ വേലുക്കുട്ടി (*കരുണ*യിലെ വാസവ ദത്ത), ഓച്ചിറ ചെല്ലപ്പൻപിള്ള, ഓച്ചിറ ശങ്കരൻകു ട്ടി, ആറന്മുള പൊന്നമ്മ തുടങ്ങിയ അനുഗൃഹീത രായ അഭിനേതാക്കൾ അരങ്ങു നിറഞ്ഞു നിന്ന കാലം. കേരളീയരായ നാടകാസ്വാദകരിൽ ഓച്ചിറ പരബ്രഹ്മോദയ നടനസഭയുടെ ജീവാത്മാവും പര മാത്മാവുമായ പൊട്ടക്കനേത്തു വേലുപ്പിള്ളയും സഹപ്രവർത്തകരും സൃഷ്ടിച്ച നാടകാഭിനിവേശം ശരിക്കും മുതലെടുത്ത്, നാടകാദിരംഗകലകൾ വേണ്ടരീതിയിൽ കൈകാര്യം ചെയ്താൽ സാമൂഹ്യ മാറ്റത്തിന് പ്രയോജനപ്പെടുത്താൻ കഴിയുമെന്ന് പില്ക്കാലത്ത് തെളിയിച്ചതാണ്, കായംകുളം കെ പി എ സിയുടെ വിജയകഥ.

കെ പി എ സി

വൈദേശികാധിപത്യത്തിൽനിന്നും സ്വാതന്ത്ര്യം ലഭിച്ചിട്ടും വികലമായ ജനാധിപത്യ ത്തിന്റെ തേർവാഴ്ച കണ്ട് മനംമടുത്തു കഴിയുന്ന ജനഹൃദയങ്ങളിൽ നവീന സാമൂഹ്യ-രാഷ്ട്രീയ സിദ്ധാന്തങ്ങളും സ്ഥിതി സമത്വ തത്ത്വങ്ങളും പാകി മുളപ്പിക്കാൻ നാടകങ്ങൾക്കു കഴിയുമെന്ന് കെ പി എ സി യുടെ നാടകങ്ങൾ തെളിയിച്ചു. കേരളത്തിലെ ആദ്യത്തെ ഇടതുപക്ഷ മന്ത്രിസഭയെ (കമ്യൂണിസ്റ്റ്) അധികാരത്തിലേറ്റുന്നതിൽ (1958) കെ പി എ സിയുടെ *നിങ്ങളെന്നെ കമ്യൂണിസ്റ്റാക്കി* എന്ന നാടകം വഹിച്ച പങ്ക് കുറച്ചൊന്നുമല്ല.

കായംകുളം ജങ്ഷനിൽനിന്ന് അല്പം തെക്കു മാറി കൃഷ്ണപുരത്തിനു സമീപം, റോഡരികിൽ ഗ്രാമഭംഗികൾക്കിടയിൽ ലാളിത്യമാർന്ന ഒരു കെട്ടിടം. കേരളാ പീപ്പിൾസ് ആർട്സ് ക്ലബിന്റെ ആസ്ഥാനം. ഓച്ചിറയുടെ നാടകപാരമ്പര്യം പതിന്മടങ്ങു ശക്തി യോടെ പിന്തുടരുന്ന ഒരു മഹാ പ്രസ്ഥാനത്തിന്റെ ആസ്ഥാനമാണവിടം. ഇരുപതാം നൂറ്റാണ്ടിന്റെ ഉത്ത രാർദ്ധത്തിൽ കേരളത്തിലുണ്ടായ സാമൂഹ്യ രാഷ്ട്രീയ പരിണാമങ്ങൾക്ക് ഒരു രാസത്വരകമെന്ന നിലയിൽ ഉശിരും ഊർജ്ജവും നല്കിയ കെ പി എ സി എക്കാ ലത്തും കേരളീയർക്കഭിമാനിക്കാവുന്ന ഒരു സ്ഥാപ നമാണ്. ജി ജനാർദനക്കുറുപ്പ്, കെ കേശവൻ പോറ്റി, തോപ്പിൽ ഭാസി, കാമ്പിശ്ശേരി കരുണാകരൻ, പുന ലൂർ രാജഗോപാലൻ നായർ, ഒ മാധവൻ, ഒ എൻ വി കുറുപ്പ്, പരവൂർ ദേവരാജൻ, സുലോചന, കെ എസ് ജോർജ് തുടങ്ങി ഒട്ടേറെ വ്യക്തികളുടെയും കലാകാരന്മാരുടെയും രാഷ്ട്രീയ നേതൃത്വത്തിന്റെയും അശ്രാന്ത പരിശ്രമങ്ങൾ ഈ വളർച്ചയുടെ പിന്നിലുണ്ട്.

ചില വ്യക്തികൾ ആധുനിക കാലഘട്ടത്തിൽ മദ്ധ്യതിരുവിതാംകൂറിലെ എന്നല്ല, കേരളത്തിന്റെ തന്നെ സാംസ്കാരിക മണ്ഡലത്തിൽ പ്രകാശം പര ത്തിയ വ്യക്തികൾ പലരും കായംകുളത്തും സമീപ പ്രദേശങ്ങളിലും ജനിച്ചു വളർന്നവരാണ്. കേരള ത്തിലെ കമ്യൂണിസ്റ്റ് പ്രസ്ഥാനത്തിന്റെയും നാടക പ്രസ്ഥാനത്തിന്റെയും (കെ പി എ സി മുഖേന) വളർച്ചയ്ക്ക് ഗണ്യമായ സംഭാവനകൾ നല്കിയ വ്യക്തികളാണ് കാമ്പിശ്ശേരി കരുണാകരനും തോപ്പിൽഭാസിയും.

സാഹിത്യകാരനും നടനും പത്രാധിപരുമായ കാമ്പിശ്ശേരി കരുണാകരൻ (1922-1977) വള്ളികു ന്നത്തു ജനിച്ചു. ആയുർവ്വേദ കോളേജിലെ പഠനം പൂർത്തിയാക്കും മുമ്പ് രാഷ്ട്രീയത്തിലേക്ക് കടന്നു. *കേരളം, യുവകേരളം, വിശ്വകേരളം* എന്നിവയുടെ പത്രാധിപരായി. 1954 മുതൽ *ജനയുഗം* പത്രാധിപ

സമിതിയംഗം. 1951-ൽ നിയമസഭാംഗം. പ്രശസ്ത നായ പത്രാധിപർ, അനുഗൃഹീതനായ നടൻ എന്നീ നിലകളിൽ പ്രശംസ നേടി. പല ഗ്രന്ഥങ്ങളും രചിച്ചിട്ടുണ്ട്.

മലയാള നാടകപ്രസ്ഥാനത്തിന് മൗലിക സംഭാവനകൾ നല്കിയ പ്രശസ്ത നാടകകൃത്ത്, നടൻ, തിരക്കഥാകൃത്ത്, സിനിമാ സംവിധായകൻ എന്നീ നിലകളിൽ പ്രസിദ്ധി നേടിയ തോപ്പിൽ ഭാസി (1924 -1992) വള്ളികുന്നത്തു ജനിച്ചു. കെ പി എ സിയുടെ മിക്ക നാടകങ്ങളുടെയും രചയിതാവും സംവിധായകനുമായിരുന്നു.

വള്ളികുന്നത്തു ജനിച്ച മറ്റൊരു പ്രതിഭാധനനാണ് പ്രൊഫ. പുതുശ്ശേരി രാമചന്ദ്രൻ. കമ്യൂണിസ്റ്റ് പാർട്ടിപ്രവർത്തകനായി, വിപ്ലവാവേശം തുടിക്കുന്ന കവിതകളിലൂടെ സാഹിത്യരംഗത്ത് കാലുകുത്തി. കോളേജ് അദ്ധ്യാപകൻ, നിരവധി കവിതാസമാഹാരങ്ങൾ രചിച്ചിട്ടുണ്ട്.

പ്രഗത്ഭനായ അദ്ധ്യാപകൻ, പ്രശസ്തനായ സാഹിത്യകാരൻ, പ്രഭാഷകൻ എന്നീ നിലകളിൽ കേരളീയർ ആദരിക്കുന്ന പ്രൊഫ. എസ് ഗുപ്തൻ നായർ ഓച്ചിറയ്ക്കടുത്തുള്ള കൃഷ്ണപുരത്ത് 1919-ൽ ജനിച്ചു. ഹൈസ്കൂൾ വിദ്യാഭ്യാസത്തിനു ശേഷം തിരുവനന്തപുരത്ത് ഉപരിപഠനം, ബി എ ഓണേഴ്സ് ബിരുദം. കോളേജ് അദ്ധ്യാപകൻ, പ്രൊഫസർ. മലയാള സാഹിത്യത്തിന് എക്കാലത്തും മുതൽക്കൂട്ടായ അനേകം ഗ്രന്ഥങ്ങളും രചിച്ചിട്ടുണ്ട്.

പ്രശസ്ത നോവലിസ്റ്റായ കെ സുരേന്ദ്രൻ (1922 -1997) ഓച്ചിറയ്ക്കടുത്ത് ജനിച്ചു. കമ്പിത്തപാൽ വകുപ്പിൽ ഉദ്യോഗസ്ഥനായിരിക്കെ രാജി വച്ച് മുഴുവൻ സമയവും സാഹിത്യരചനയ്ക്കായി വിനിയോഗിച്ചു. ശ്രദ്ധേയമായ പല നോവലുകളും ഉപന്യാസ സമാഹാരങ്ങളും പ്രസിദ്ധപ്പെടുത്തിയിട്ടുണ്ട്.

കഴിഞ്ഞ തലമുറയിലെ ആദർശധീരനായ ഒരു രാഷ്ട്രീയ നേതാവും അനുഭവസമ്പന്നനായ ഒരു സാഹിത്യകാരനുമായ പുതുപ്പള്ളി രാഘവൻ 1913-ൽ കായംകുളത്തു ജനിച്ചു. വിദ്യാർത്ഥിയായിരിക്കെ തന്നെ ദേശീയ സ്വാതന്ത്ര്യപ്രസ്ഥാനങ്ങളിൽ പങ്കെടുത്ത് അറസ്റ്റ് വരിച്ചു. പല കാലങ്ങളിലായി പല വർഷങ്ങൾ ജയിൽശിക്ഷ അനുഭവിച്ചു. ആദ്യം കോൺഗ്രസിലും 1940 മുതൽ കമ്യൂണിസ്റ്റ് പാർട്ടിയിലും പ്രവർത്തിച്ചു. ആത്മകഥ ഉൾപ്പെടെ അനുഭവത്തിന്റെ ചൂടും ചൂരുമുള്ള അനേകം ഗ്രന്ഥങ്ങൾ രചിച്ചു.

ഇന്നത്തെ കരുനാഗപ്പള്ളി, കാർത്തികപ്പള്ളി, മാവേലിക്കര എന്നീ മൂന്നു താലൂക്കുകൾ ചേർന്ന പ്രദേശങ്ങൾപണ്ട് ഓടനാട് എന്ന ഒരു സ്വതന്ത്ര രാജ്യത്തിന്റെ ഭരണത്തിലായിരുന്നു. കണ്ടിയൂരായിരുന്നു ആദ്യതലസ്ഥാനം. എ ഡി 15-ാം ശതകത്തോടു കൂടി രാജ്യ തലസ്ഥാനം കായംകുളത്തിനടുത്തുള്ള എരുവയിലേക്ക് മാറ്റിയതോടെ രാജ്യം കായംകുളം രാജ്യം എന്നറിയപ്പെടാൻ തുടങ്ങി. നീണ്ട കടലോരമുള്ള കായംകുളം രാജ്യം അക്കാലത്ത് പോർച്ചുഗീസുകാർ, ഡച്ചുകാർ എന്നീ വിദേശ ശക്തികളുമായി വാണിജ്യബന്ധങ്ങൾ സ്ഥാപിച്ചിരുന്നു. 1746-ൽ മാർത്താണ്ഡവർമ്മ മഹാരാജാവ് കായംകുളത്തെ തിരുവിതാംകൂറിനോട് കൂട്ടിച്ചേർത്തു. കായംകുളം രാജ്യത്തിന്റെ തെക്കേ അറ്റത്തായി സ്ഥിതി ചെയ്തിരുന്ന കൃഷ്ണപുരം കോട്ട- കേണൽ മൺറോയുടെ കല്പനപ്രകാരം 1810 ൽ ഇടിച്ചു നിരത്തപ്പെട്ടു. കോട്ടയുടെ അവശിഷ്ടങ്ങൾ ഇന്നും കൃഷ്ണപുരം പഞ്ചായത്തിൽ അങ്ങിങ്ങു കാണാം.

കായംകുളം പട്ടണം

ഓണാട്ടുകര പ്രദേശങ്ങളുടെ ഏതാണ്ട് മദ്ധ്യഭാഗത്ത് കായംകുളം കായലിന്റെ സന്തത സാമീപ്യത്തിലും ഓടനാട് രാജാവിന്റെ സംരക്ഷണയിലും വളർന്നുവന്ന വികസിത പ്രദേശമാണ് കായംകുളം എന്ന ചെറുപട്ടണം. ആലപ്പുഴ ജില്ലയുടെ തെക്കെ അറ്റത്തെ ഈ മുനിസിപ്പാലിറ്റിയുടെ വിസ്തീർണ്ണം 21.78 ച കി മീ. ജനസംഖ്യ 611151. ഇന്നത്തെ കരുനാഗപ്പള്ളി, കാർത്തികപ്പള്ളി, മാവേലിക്കര എന്നീ താലൂക്കുകൾ ഉൾപ്പെട്ട പഴയ കായംകുളം രാജ്യത്തിന്റെ തലസ്ഥാനമായിരുന്നു കായംകുളം, ഓടനാട്ടിന്റെ അന്ത്യഘട്ടത്തിൽ.

തെക്ക് പന്മന മുതൽ വടക്ക് തൃക്കുന്നപ്പുഴ വരെ (30 കി മീ) വ്യാപിച്ചു കിടക്കുന്ന കായംകുളം കായൽ, മത്സ്യബന്ധനത്തിനുപയുക്തമായ കാടലോരവും താലൂക്ക് തലസ്ഥാനമെന്ന നാഗരിക പരിവേഷവും വാണിജ്യ വിപണന സൗകര്യങ്ങളുമുള്ളതിനാൽ ഓണാട്ടുകരയിലെ മറ്റു പ്രദേശങ്ങളെ അപേക്ഷിച്ച് കൂടുതൽ വൈവിദ്ധ്യപൂർണ്ണമായ തൊഴിൽ മേഖലകളും ജീവിതരീതികളും കായംകുളത്ത് പ്രകടമാണ്.

കായംകുളം ടൗൺ: നഗരവീഥിയിലിറങ്ങി അങ്ങോട്ടുമിങ്ങോട്ടുമൊക്കെ ഒന്നു നടന്നു നോക്കൂ. അങ്ങിങ്ങ് ചില മന്ദിരശ്രേണികളും വിപണന വീഥികളും ജനത്തിരക്കും ഉണ്ടെങ്കിൽപ്പോലും ഒരു മുനിസിപ്പൽ പട്ടണത്തിന്റെ ഗമയൊന്നും അത്ര പ്രകടമല്ല. യാതൊരു ആസൂത്രണവുമില്ലാതെ തോന്നിയമട്ടിൽ, യഥേഷ്ടം വളർന്ന ഈ മുനിസിപ്പൽ പട്ടണം ഒരടുക്കും ചിട്ടയും തോന്നിച്ചില്ല. നഗരഭാവം ഏകത്ര കേന്ദ്രീകരിച്ചിട്ടുമില്ല. അതുകൊണ്ടുതന്നെ, അരനൂ

റ്റാണ്ടു മുമ്പു കണ്ട കായംകുളത്തിനു വലിയ മാറ്റ മൊന്നും ഒറ്റനോട്ടത്തിൽ തോന്നുകയില്ല. പക്ഷേ, സത്യം മറിച്ചാണ്. പല ഭാഗങ്ങളിലായി നഗരം വള രുന്നുണ്ട്. വിപണന കേന്ദ്രങ്ങളിലൂടെയും വിദ്യാ ഭ്യാസ സ്ഥാപനങ്ങളിലൂടെയും മന്ദിര സമുച്ചയങ്ങ ളിലൂടെയും.

പട്ടണത്തിന്റെ പടിഞ്ഞാറേ അതിർത്തിയായ കായംകുളം കായൽ പഴയ ജലഗതാഗത ശൃംഖല യിലെ (തിരുവനന്തപുരം-ബേപ്പൂർ) പ്രധാനപ്പെട്ട കണ്ണിയാണ്. ചവറ- പന്മന തോടു വഴി അഷ്ടമുടി ക്കായലുമായും തോട്ടപ്പള്ളി കരുമാടി-തോടുവഴി പമ്പാനദിയുമായും ബന്ധപ്പെട്ടിരിക്കുന്നതിനാൽ ജല ഗതാഗതം സുസാദ്ധ്യമാക്കുന്നു. ആഴംകുറവായതി നാൽ ചിറകൾ കെട്ടി, കായൽ നികത്തിയെടുത്ത് നെൽകൃഷി നടത്തുന്ന പരിപാടിക്ക് 1968-ൽ തുടക്കം കുറിച്ചിരുന്നു. കാലക്രമേണ മറ്റു പല പദ്ധതികൾ പോലെ ഇതും നാശോന്മുഖമായി.

രണ്ടു മൂന്നു ശതാബ്ദങ്ങൾക്കു മുമ്പ് കുറ ഞ്ഞൊരു കാലത്തേയ്ക്കെങ്കിലും ഓടനാടിന്റെ രാജ ധാനി ആയിരുന്നല്ലോ കായംകുളം. ഇന്നത്തെ കായം കുളത്തിന് ആ രാജപ്രൗഢിയൊന്നും പ്രകടമല്ല. മൊത്തക്കച്ചവടക്കാരുടെയും ചെറുകിട വ്യാപാരിക ളുടെയും വലുതും ചെറുതുമായ വിപണനശാലകൾ ധാരാളം. മുനിസിപ്പൽ പട്ടണത്തിന്റെ ചുറ്റുവട്ടങ്ങളിൽ ഒതുങ്ങിക്കഴിയുന്ന കൃഷ്ണപുരവും എരുവയുമെല്ലാം രാജകീയ പ്രതാപങ്ങളയവിറക്കി കഴിയുന്ന പ്രസി ദ്ധഗ്രാമങ്ങളാണിന്നും. കാർത്തികപ്പള്ളിതാലൂക്കിലെ ഏറ്റവും വികസിതമായ കായംകുളം നഗരത്തിന്റെ വിദ്യാഭ്യാസ പുരോഗതിയും സാംസ്കാരിക പാര മ്പര്യവും ശ്രദ്ധേയം.

24

ഓടനാടിന്റെ തലസ്ഥാനം

ഏതാണ്ട് രണ്ടു മണി ആയപ്പോൾ കായംകുളം ജങ്ഷനിൽ ബസ്സിറങ്ങി. വല്ലാത്ത ആൾത്തിരക്ക്. പ്രൈവറ്റ് ബസുകൾ ആളുകളെ കുത്തിഞെരുക്കി നിറച്ചിട്ടും പിന്നെയും കിടക്കുന്നു. ജനസമുദ്രം- ശ്ശടാ. എന്താണൊരു വഴി? എങ്ങനെയും ചെട്ടികുളങ്ങര അമ്പലത്തിൽ എത്തിയേ പറ്റൂ. പ്രസിദ്ധമായ കുംഭഭരണി ഉത്സവം കാണണമല്ലോ.

ഭാഗ്യം! ഒരു ടാക്സി കിട്ടി. കായംകുളത്തുനിന്നും തട്ടാരമ്പലത്തിലേക്കുള്ള റോഡ് നിറഞ്ഞൊഴുകുകയാണ്. ജനസമുദ്രം-ബസ്സും കാറുമെല്ലാം എത്രതന്നെ ഹോൺ മുഴക്കിയാലും വിളിച്ച് കൂവിയാലും അവർ വഴിയൊഴിഞ്ഞു നടക്കാൻ തയ്യാറല്ല. അഥവാ, അവരിൽ നല്ലൊരു വിഭാഗത്തിന് ശബ്ദം കേട്ടറിയാനുള്ള ബോധേന്ദ്രിയങ്ങൾ മന്ദീഭവിച്ചതാകാം കാരണം. ആ ആൾത്തിരക്കിലൂടെ വല്ലവിധവും ഇഴഞ്ഞുനീങ്ങി ഞങ്ങൾ കുറേ ദൂരം കൂടി മുന്നോട്ടു പോയി. പിന്നങ്ങോട്ടു നീങ്ങാൻ നിവൃത്തിയില്ല. ഇറങ്ങുക തന്നെ. ഇളകിമറിയുന്ന ഒരു ജനസമുദ്രത്തിൽ രണ്ടു തുള്ളികളായി ഞങ്ങളും ലയിച്ചു.

ചെട്ടികുളങ്ങര ഭഗവതി ക്ഷേത്രവും പരിസരങ്ങളും മുഴുവൻ സ്ത്രീപുരുഷന്മാർ നിറഞ്ഞുകഴിഞ്ഞു. അണിഞ്ഞൊരുങ്ങി വിലാസ ലോലരായി തിങ്ങി നില്ക്കുന്ന സ്ത്രീകളും കുട്ടികളും. ഉള്ളിൽ ഉത്സാഹം തിളച്ചു മറിയുമ്പോൾ കാലുറയ്ക്കാതെ നടന്നു നീങ്ങുന്ന പുരുഷന്മാർ, യഥാർത്ഥ ദേവീഭക്തരായ വൃദ്ധജനങ്ങൾ! ഉത്സവമേളത്തിലാഹ്ലാദിച്ച് ഉല്ലസിക്കുന്ന യുവാക്കൾ. ക്ഷേത്രത്തിനു സമീപമുള്ള റോഡുകളും മുൻവശത്തെ വിശാലമായ വയലും ഉത്സവപ്പറമ്പായി മാറിക്കഴിഞ്ഞു. തദ്ദേശീയരായ നാനാജാതി മതസ്ഥർക്കും വർഷത്തിലൊരിക്കൽ ബന്ധുക്കളുമൊത്ത് ഉല്ലസിക്കാനുള്ള ഒരസുലഭ സന്ദർഭമാണ് ചെട്ടികുളങ്ങര കുംഭഭരണി.

ചെട്ടികുളങ്ങര തേരോട്ടം

കാലപ്പഴക്കമുള്ള ഈ ക്ഷേത്രത്തിലെ പ്രധാന ഉത്സവമാണ് കുംഭമാസത്തിലെ ഭരണിയുത്സവം. കുതിരകെട്ടും, തേരുകെട്ടുമാണ് പ്രധാന ചടങ്ങും ആകർഷണീയതയും. ഇവയ്ക്കും പുറമേ ഭീമൻ, പാഞ്ചാലി, ഘടോൽക്കചൻ എന്നിവരുടെ ആടയാഭരണങ്ങളണിഞ്ഞ, ഉഗ്രൻ ദാരു പ്രതിമകളും കെട്ടുകാഴ്ചകളും അമ്പലത്തിലെത്തുന്നു. ഓരോ കരക്കാരും ഭരണിനാളിന് ദിവസങ്ങൾക്കു മുമ്പേ അവരവരുടെ കെട്ടുകാഴ്ചകൾ തയ്യാറാക്കിത്തുടങ്ങുന്നു. ഭരണിനാൾ അമ്പലത്തിനു ചുറ്റുമുള്ള കരകളിൽ നിന്ന്, കരപ്രമാണിമാരുടെ നേതൃത്വത്തിലും കരക്കാരുടെ അകമ്പടിയോടും ആർപ്പുവിളികളോടും തേരും കുതിരകളും മറ്റും വാദ്യമേളങ്ങളോടെ വലിച്ചെഴുന്നള്ളിച്ച് അമ്പലത്തിന്റെ മുൻവശത്തുള്ള വയലിൽ നിറുത്തുന്നു. ഈരേഴ തെക്ക്, ഈരേഴ വടക്ക്, കൈത തെക്ക്, കൈത വടക്ക്, കണ്ണമംഗലം തെക്ക്, കണ്ണമംഗലം വടക്ക്, പേള, കടവൂർ, ആഞ്ഞിലിപ്ര, മറ്റം തെക്ക്, മറ്റം വടക്ക്, മേനാമ്പള്ളി, നടക്കാവ് എന്നിങ്ങനെ പതിമൂന്നു കരകളുടെയും തേരും കുതിരയും മറ്റു കെട്ടുകാഴ്ചകളും ഒന്നൊന്നായി ക്രമമനുസരിച്ച് സ്ഥാനം പിടിക്കുന്നു. അപ്പോഴേയ്ക്കും ഉത്സവമേളം കൊടുമ്പിരികൊള്ളുകയായി. വൈദ്യുതദീപപ്രഭയിൽ തിളങ്ങുന്ന മുഖങ്ങളും നിഴലുകളിൽ പരുങ്ങുന്ന മുഖങ്ങളും മദ്യപാനലഹരിയിൽ മയങ്ങുന്ന മുഖങ്ങളും ആകെയൊരു മേളം...

പനച്ചമൂട്ടിൽ (ഇന്നത്തെ ടൗവർ ജങ്ഷൻ—വലിയൊരു പനച്ചമരംശാഖോപശാഖകളോടെ ആ കവലയുടെ മദ്ധ്യത്ത് നിലയുറപ്പിച്ചിരുന്നു) നിന്ന് ഇട

ത്തോട്ടു തിരിയുന്ന ഗ്രാമറോഡിലൂടെ ഞങ്ങൾ തപ്പിത്തടഞ്ഞ് മുന്നോട്ടു നീങ്ങി. ആ ബന്ധുഗൃഹത്തിലെ സുഖകരമായ ഉറക്കം കഴിഞ്ഞുണർന്നപ്പോൾ നേരം നന്നേ പുലർന്നിരുന്നു. കുളിയും കാപ്പി കുടിയും കഴിഞ്ഞ് ഞങ്ങൾ വീണ്ടും യാത്രയാരംഭിച്ചു.

കാർഷികോല്പന്നങ്ങളുടെ സമൃദ്ധിയായിരുന്നു ഒരുകാലത്ത് ഓണാട്ടുകരയുടെ മുഖമുദ്ര. രണ്ടും മൂന്നും തവണ കൃഷിയേറ്റുന്ന കണ്ടങ്ങൾ, രണ്ടു പ്രാവശ്യം നെല്ലും ഒരു പ്രാവശ്യം എള്ളും; അങ്ങനെ ആണ്ടിൽ മൂന്നു തവണ കൃഷിയിറക്കുന്ന വയായിരുന്നു ഓണാട്ടുകരയിലെ ഇരുപ്പൂ നിലങ്ങൾ. എന്നാൽ ഇന്ന് അവ ഒട്ടുമുക്കാലും തരിശിട്ടിരിക്കുകയാണ്. കൃഷിച്ചെലവു വർദ്ധിച്ചതും അതിനനുസരിച്ചുള്ള ആദായം കിട്ടാതെ വന്നതുമാണ് നെൽകൃഷി നിലയ്ക്കാനുള്ള മുഖ്യകാരണമെന്നറിയുന്നു. കരകൃഷിയുടെ കാര്യവും വ്യത്യസ്തമല്ല. കപ്പയും കാച്ചിലും ചേമ്പും ചേനയും വാഴയും പച്ചക്കറികളും നിറഞ്ഞ് ഹരിതാഭമായിരുന്ന വീട്ടുവളപ്പുകൾ ഇന്ന് ഏറക്കുറെ ശൂന്യമാണ്. അങ്ങിങ്ങ് കാണുന്ന കൊന്നത്തെങ്ങുകളും അകാലവാർദ്ധക്യം ബാധിച്ച തൈത്തെങ്ങുകളും ഒഴിച്ചാൽ. കേരളത്തിന്റെ തനതായ വാസ്തുശില്പമാതൃകയിലുള്ള അറയും നിരയുമുള്ള വീടുകൾക്കു പകരം കോൺക്രീറ്റ് കൂടുകൾ വ്യാപകമായി. ഗൃഹപരിസരങ്ങളിൽ മിക്ക വീടുകൾക്കും സാധാരണമായിരുന്ന കൊച്ചുകുളങ്ങളും ഇല്ലെന്നു തന്നെ പറയാം. ഗൾഫ് പണത്തിന്റെ സ്വാധീനം അങ്ങിങ്ങ് പ്രകടമാണ്. എങ്കിലും ഇടത്തരക്കാരാണ് അധികവും. ഗതാഗത സൗകര്യങ്ങൾ വർദ്ധിച്ചിട്ടുണ്ട്. പാടത്തിന്റെ ഓരം ചേർന്നും, നടുക്കു കൂടിയും ഒക്കെയുണ്ടായിരുന്ന നടവരമ്പുകൾ മിക്കവയും വീതിയും വൃത്തിയുമുള്ള പഞ്ചായത്തുറോഡുകളായിട്ടുണ്ട്. ലാളിത്യവും ഭംഗിയും ഐശ്വര്യവും കളിയാടിയിരുന്ന ഓണാട്ടുകര പ്രദേശങ്ങൾക്ക് കൈവന്ന ഈ മാറ്റം പുരോഗതി എന്നു പറയാമോ? എന്തോ എനിക്കു സംശയം തോന്നി. യാത്രതുടരവേ എന്റെ ചിന്ത മറ്റൊരു വഴിക്കു തിരിഞ്ഞു, ഓണാട്ടുകര എന്ന സ്ഥലനാമത്തിന്റെ ഉല്പത്തിയെപ്പറ്റി.

ഓണനാടും ഓടനാടും

ഓണനാട്ടുകര ലോപിച്ച് ഓണാട്ടുകരയായതായിരിക്കുമോ? അതോ, ഓടനാട്ടുകരയോ? സമൃദ്ധിയുടെയും സന്തുഷ്ടിയുടെയും പ്രതീകമായ ഓണത്തിന്റെ നാടാണെങ്കിൽ കേരളത്തിന്റെ ഓണം, ഒരു പ്രദേശത്തിന്റേതുമാത്രമായി കൈയടക്കി വച്ചിരിക്കുന്നതു ശരിയാണോ? അതോ ഓണത്തിന്റെ പ്രഭവസ്ഥാനമാണോ മാവേലിക്കര? അപ്പോൾ തൃക്കാക്കരയോ?

മാവേലിക്കര പ്രദേശങ്ങൾ കൊല്ലവർഷം ആദിശതകങ്ങളിൽ ഓടനാട് എന്ന രാജ്യത്തിൽപ്പെട്ടിരുന്നു എന്നതിന് വ്യക്തമായ തെളിവുകളുണ്ട്. ഓടനാട്ടുകര, ഓണാട്ടുകരയായെന്ന് വേണമെങ്കിൽ വാദിക്കാമെങ്കിലും ഓടനാട്ടു രാജാക്കന്മാരിൽ 'മാവേലി' എന്നു പേരുള്ള ഒരാളെപ്പോലും നമ്മുടെ ചരിത്രഗവേഷകന്മാർക്കു കണ്ടുപിടിക്കാൻ കഴിഞ്ഞിട്ടില്ല. അതിനുപറ്റിയ ചരിത്രപരമായ തെളിവുകൾ കിട്ടിയിട്ടുമില്ല. പക്ഷേ, മാവേലിക്കരക്കാരുടെ വിശ്വാസത്തെ പിന്താങ്ങാൻ മറ്റൊരു ചരിത്രപണ്ഡിതൻ ഏതാനും തെളിവുകളുമായി മുന്നോട്ടു വന്നിട്ടുണ്ട് (ശ്രീ എസ് ശങ്കുഅയ്യർ, ബി എ ബി എൽ).

> മാവേലിക്കര മുതൽ അഥവാ മാവേലിക്കരയ്ക്ക് ഏഴു നാഴിക കിഴക്കുള്ള പന്തളം മുതൽ വടക്ക് മീനച്ചൽ താലൂക്കിലുള്ള പൂഞ്ഞാർ വരെയുള്ള പ്രദേശങ്ങൾ ഒരുകാലത്ത് പാണ്ഡ്യന്മാരുടെയോ അല്ലെങ്കിൽ അവരുടെ സാമന്തന്മാരായ മാവേലിവാണാധിരായന്മാരുടെയോ വാഴ്ചയിലായിരുന്നു എന്നു ഊഹിക്കാൻ ലക്ഷ്യമില്ലാതില്ല. മീനച്ചിൽ എന്ന പേരു തന്നെ മീനാക്ഷി അഥവാ മീനാച്ചി എന്ന പേരിന്റെ ഒരു വികൃത രൂപമായിരിക്കാൻ തരമുണ്ട്. പാണ്ഡ്യരായാലും ബാണന്മാരായാലും പന്തളം രാജകുടുംബക്കാർ മധുരയിൽനിന്ന് വന്നവരാണെന്നുള്ളതിന് രേഖാമൂലമായ തെളിവുകളുണ്ട്. പൂഞ്ഞാർ രാജാക്കന്മാരുടെ പൂർവ്വകുടുംബവും പാണ്ഡ്യരാജാക്കന്മാരോട് ബന്ധപ്പെട്ടതാണെന്നത്രേ വിശ്വസിക്കപ്പെടുന്നത്. അവർ ഇപ്പോഴും മധുര മീനാക്ഷിയെ കുലദൈവമായി ആരാധിക്കുന്നു.

എന്നിങ്ങനെ, തിരുവിതാംകൂറിന്റെ കിഴക്കൻ പ്രദേശങ്ങളിൽ ഒരുപാണ്ഡ്യരാജവംശം ഭരിച്ചിരുന്നുവെന്നതിന് ഇത്തരം പല തെളിവുകളും അവതരിപ്പിച്ചുകൊണ്ട് അദ്ദേഹം സമർത്ഥിക്കുന്നതിങ്ങനെയാണ്.

> മേൽ വിവരിച്ച വസ്തുതകളുടെ വെളിച്ചത്തിൽ പരിശോധിക്കുന്ന പക്ഷം, ക്രിസ്തുവിന് 1100 നു പിൻപും 1300 മുൻപും മദ്ധ്യതിരുവിതാംകൂറിൽ വേണാട്, ഓടനാട്, വെമ്പെലിനാട് എന്നീ രാജവംശങ്ങൾക്കു പുറമേ മാവേലിവാണാദിരായന്മാരുടെ ഒരു രാജവംശവും ഉണ്ടായിരുന്നെന്നും ആ രാജവംശത്തിന്റെ നാമധേയം കാഞ്ഞിരപ്പള്ളി ശിലാശാസനത്തിലും മാവേലിക്കര എന്ന ദേശനാമത്തിനും ഓണപ്പാട്ടിലും അവശേഷിച്ചു കാണുന്നുവെന്നും വിചാരിക്കാവുന്നതാണ്.

അതൊരു ചരിത്രകാരന്റെ അഭിപ്രായപ്രകടന മായി അങ്ങനെ നില്ക്കട്ടെ. ഞങ്ങൾ ടവ്വർ ജങ്ഷ നിൽ (പനച്ചമൂട്) നിന്നും വടക്കോട്ടു നടന്നു. തട്ടാര മ്പലത്തിലേക്ക്

'തട്ടാൻ പൂർവ്വം വഴിയിലഴകാർന്നമ്പലം മുമ്പി ലുണ്ട

ങ്ങോട്ടേ വൈകീടിലുമവിടെ നിന്റമ്പിലങ്ങാടി യുണ്ട"

കൊല്ലവർഷം ആറാം ശതകത്തിന്റെ പൂർവ്വാർദ്ധത്തിൽ രചിക്കപ്പെട്ടതെന്നു പറയപ്പെടുന്ന *ഉണ്ണിനീലി സന്ദേശ*ത്തിലെ തട്ടാരമ്പലം (ഒരു ജങ്ഷൻ) ഞാൻ ഓർത്തുപോയി. അഞ്ഞൂറിൽപ്പരം വർഷങ്ങൾക്കു മുമ്പ് ആ സ്ഥലങ്ങൾക്കുണ്ടായിരുന്ന ഐശ്വര്യസമൃദ്ധിയും ഞാൻ ഓർത്തു നോക്കി. അന്നത്തെ തെക്കുംകൂർ രാമവർമ്മൻ, വടക്കുംകൂർ മണികണ്ഠൻ, ഓടനാട് ഇരവിവർമ്മൻ എന്നിവരെ *ഉണ്ണുനീലി സന്ദേശ*ത്തിൽ വർണ്ണിക്കുന്നുണ്ട്. ഇന്ന് കായംകുളത്തിനും മാവേലിക്കരയ്ക്കും മദ്ധ്യേയുള്ള ഒരു പ്രധാന ജങ്ഷനാണിത്. തട്ടാരമ്പലം, ഹരിപ്പാട്, മാവേലിക്കര, മാന്നാർ, കായംകുളം എന്നീ സ്ഥല ങ്ങളിലേക്ക് അങ്ങോട്ടുമിങ്ങോട്ടം ഓടുന്ന ബസുകൾ അല്പമൊന്നു നിന്ന് തളർച്ച തീർക്കുന്ന ആ ജങ്ഷ നിൽനിന്ന് ഏതാണ്ട് രണ്ടു മൂന്നു ഫർലോങ് കിഴ ക്കുമാറിയുള്ള കണ്ടിയൂർ, മാവേലിക്കരയുടെ പ്രാചീന ചരിത്രത്തിന്റെയും നഷ്ടസമൃദ്ധിയുടെയും പ്രഭവസ്ഥാനമായി വർത്തിക്കുന്നു.

കണ്ടിയൂരിന്റെ പ്രാധാന്യം

*ഉണ്ണിനീലി സന്ദേശ*ത്തിനുശേഷം അധിക കാലം കഴിയും മുമ്പ് രചിക്കപ്പെട്ടതെന്നു കരുതുന്ന *ശിവവിലാസം* സംസ്കൃത കാവ്യം, *ഉണ്ണിയാടീച രിതം* എന്നീ പ്രാചീന കാവ്യങ്ങളിൽ അന്നത്തെ ഓട നാടിന്റെ തലസ്ഥാനമായ കണ്ടിയൂരിന്റെ ഗുണഗണ വർണ്ണനകൾ വേണ്ടുവോളമുണ്ട്. 14-ാം നൂറ്റാണ്ടിന്റെ ഉത്തരാർദ്ധത്തിൽ ഓടനാടു വാണിരുന്ന ഇരവി കേര ളവർമ്മൻ കണ്ടിയൂർ ക്ഷേത്രത്തിലെ ദേവദാസിയാ യിരുന്ന ചെറുകര കുട്ടത്തിയെ വിവാഹം കഴിക്കുന്ന കഥയാണ് *ശിവവിലാസം*. കുട്ടത്തിയുടെ മകൾ ഉണ്ണി യാടിയെ പെരുമ്പടപ്പ് യുവരാജാവ് പാണിഗ്രഹണം നടത്തുന്നതാണ് *ഉണ്ണിയാടീചരിതം*. രണ്ടിലും നായി കാവർണ്ണനയാണ് മുഖ്യവിഷയം. കൂട്ടത്തിൽ ഓടനാ ടിന്റെ രാജധാനിയായ കണ്ടിയൂർ മറ്റം പട്ടണത്തെപ്പ റ്റിയുള്ള വർണ്ണനയും. കവിയും പണ്ഡിതനുമായ ദാമോദര ചാക്യാരുടെ ആ കൃതിയിൽ-

"മറ്റെങ്ങും ദുർല്ലഭം വിഭവമീടിന്റെടം
മറ്റുമെന്റുണ്ടമുഷ്മിൻ പ്രദേശോത്തമം"

പക്ഷേ, അഞ്ഞൂറിൽപ്പരം വർഷം മുമ്പുള്ള ഈ ബഹളമൊന്നും ഇന്നവിടെ കണ്ടെന്നുവരില്ല. റോഡി നിരുവശവും വീടുകളുണ്ട്. മാനം മര്യാദയായി ജീവി ക്കുന്നവർ. എന്തെങ്കിലും തൊഴിൽ ചെയ്ത് നിത്യ വൃത്തി കഴിക്കുന്നവർ. പ്രാചീന കേരളത്തിൽ ക്ഷേത്രോപജീവികളായി ഒട്ടനവധി തരുണിമാർ ജീവിതം നയിച്ചിരിക്കാം. നൂറ്റാണ്ടുകളുടെ ഗതിക്രമ ത്തിൽ സാമൂഹ്യസംവിധാനത്തിലും ജീവിതവൃത്തി യിലും മാറ്റം വന്നു. "താരുണ്യം തുളുമ്പുന്ന ചെറു കരനിലയം ചേർന്നീടുമെന്നുണ്ണിയാടിയെ" തേടി പ്പോയാൽ നാം ഇന്ന് പരുങ്ങുകയേയുള്ളൂ. ക്ഷേത്ര ത്തിനു പടിഞ്ഞാറു ഭാഗത്തായി ചെറുകര എന്നൊരു വീട് ഉണ്ടായിരുന്നുപോലും. പക്ഷേ, ഇന്നതിന് വ്യക്ത മായ തെളിവുകളില്ല.

കണ്ടിയൂർ ക്ഷേത്രം

കണ്ടിയൂർ ക്ഷേത്രത്തിലേക്കു തിരിയുന്ന ഗ്രാമ വീഥിയിലൂടെ ഞങ്ങൾ നടന്നു. കൂറ്റൻ മതിൽക്കെട്ട്. അടുത്തെത്തിയപ്പോഴേക്കും എന്റെ സംശയം വർദ്ധി ച്ചു. ഒരു ക്ഷേത്രത്തിന് ഇത്രയും വണ്ണവും പൊക്കവും ഗാംഭീര്യവുമുള്ള മതിൽക്കെട്ടു വേണോ? ഒരു രാജകൊട്ടാരത്തിനോ സൈന്യസങ്കേതത്തിനോ ആണ് ഈ കൂറ്റൻ മതിൽ കൂടുതൽ യോജിക്കുക. അത്രയ്ക്ക് ഉറപ്പും ഉയരവും വീതിയുമുള്ള ഒരു നെടുങ്കോട്ടയാണത്.

പ്രശാന്തത താവളമടിച്ചിട്ടുള്ള ആ ക്ഷേത്രപരി സരത്തിലൂടെ മതിൽ ചുറ്റി ഞങ്ങൾ മുൻവശത്തെ ത്തി. ഊക്കൻ തൂണുകളോടും ശില്പ ചാതുരി യാർന്ന മുകൾത്തട്ടോടും കൂടിയ ആ പ്രവേശന കവാടം തന്നെ നമ്മെ അത്ഭുതാധീനരാക്കുന്നു. അകത്തു കടന്നാലോ/അതിവിശാലമായ ക്ഷേത്രവ ളപ്പിൽ മദ്ധ്യത്ത് ശ്രീകോവിലും കൊടിമരവും മറ്റും. പിൻഭാഗത്ത് ചുറ്റിലും ധാരാളം ഉപദേവതാഗൃഹ ങ്ങൾ.

സതീദഹനം കഴിഞ്ഞ് ഉഗ്രരൂപിയായി നില്ക്കുന്ന ശിവനാണ് കണ്ടിയൂരിലെ പ്രതിഷ്ഠ. രണ്ടാം കൈലാസമെന്ന പേരും കണ്ടിയൂരിനുണ്ട്. സുബ്രഹ്മണ്യൻ, ശാസ്താവ്, ഗോപാലകൃഷ്ണൻ, (കായംകുളം രാജാവിന്റെ ഉപാസനാമൂർത്തി) ഗണ പതി, മഹാവിഷ്ണു എന്നിങ്ങനെ ധാരാളം ഉപദേ വാലയങ്ങളുമുണ്ട്. ഇരുപത്തിയാററക്കോൽ പൊക്ക മുള്ള സ്വർണ്ണക്കൊടിമരം ആ വിശുദ്ധിയുടെ അന്ത രീക്ഷത്തിൽ ഗാംഭീര്യത്തോടെ ഉയർന്നു നില്ക്കുന്നു.

ഓടനാടിന്റെ ചരിത്രം (പില്ക്കാലത്തെ മാവേ ലിക്കരയുടെയും) കണ്ടിയൂർ ക്ഷേത്രവുമായി ബന്ധ പ്പെട്ടിരിക്കുന്നു എന്നത് ഒരു വസ്തുതയാണ്. ആയി രത്തിൽപ്പരം വർഷം പഴക്കമുള്ള ദേവാലയമാണത്. ക്ഷേത്രത്തിലുള്ള ഒരു വട്ടെഴുത്തു രേഖ ക്ഷേത്ര ത്തിന്റെ പഴക്കവും അന്നത്തെ ചരിത്രവും സാമൂഹ്യ സംവിധാനവും സൂചിപ്പിക്കുന്നു. കൊല്ലവർഷം ആരം ഭിക്കുന്നതിന് രണ്ടര വർഷം മുമ്പ് പണി കഴിപ്പിച്ച

കണ്ടിയൂർ ക്ഷേത്രം 393 ൽ പുതുക്കിപ്പണി കഴിപ്പിച്ച അവസരത്തിൽ വേണാട്ടു രാജാവായ ഇരവികേരള വർമ്മയും ഓടനാട്ടു രാജാവായ ഇരാമൻകോത വർമ്മയും കണ്ടിയൂർ തേവിടിച്ചി ഉണ്ണിയും കൂടിയിരുന്ന്, ആലോചിച്ചിട്ടാണ് കലശമാട്ടും മറ്റും നിർവ്വഹിക്കുന്നത്. ഉണ്ണി വേണാട്ടുരാജാവിന്റെ പത്നി ആയിരുന്നു.

ധനുമാസത്തിലെ ചതയം നക്ഷത്രത്തിൽ കൊടിയേറി ഉത്സവം തുടങ്ങുന്നു. പണ്ട് ഐശ്വര്യത്തോടും പ്രതാപത്തോടും കഴിഞ്ഞിരുന്ന ആ ക്ഷേത്രത്തിന്റെ പരിസരങ്ങളിലൂടെ ചരിത്രസ്മരണകൾ അയവിറക്കി നടന്നപ്പോൾ സമയം പോയതറിഞ്ഞില്ല. ആ ക്ഷേത്ര പരിസരത്തിലെ പൂഴിമണ്ണിൽ നാടു ഭരിച്ച തമ്പുരാക്കന്മാരുടെയും ഉപദേശം നല്കിയിരുന്ന ആഢ്യബ്രാഹ്മണരുടെയും കാൽപ്പാടുകൾ പതിഞ്ഞിട്ടുണ്ട്; ആ ഉപശാലകളിലും അങ്കണത്തിലുമെല്ലാം കണ്ടിയൂർ ഉണ്ണിയും ചെറുകര കൂട്ടത്തിലും കാൽച്ചിലമ്പൊലിയിളക്കി വിലാസമദാലസകളായി നടന്നിട്ടുണ്ട്...

തട്ടാരമ്പലത്തിൽനിന്ന് ഏതാണ്ട് രണ്ടു കി മീ കിഴക്കോട്ടു നടന്നപ്പോൾ മിച്ചൽ കലുങ്കായി (മിച്ചൽ സായിപ്പ് നിർമ്മിച്ച കലുങ്ക്). മാവേലിക്കരയുടെ കേന്ദ്രം. നാലും കൂടുന്ന കവല. വ്യാപാര കേന്ദ്രം. ഈ ജങ്ഷനു ചുറ്റുമായിട്ടാണ് ഗവൺമെന്റ് ആഫീസുകളും വിദ്യാലയങ്ങളും വ്യവസായ സ്ഥാപനങ്ങളും ഒക്കെ ചേർന്ന മാവേലിക്കര മുനിസിപ്പൽ ടൗൺ സ്ഥിതി ചെയ്യുന്നത്. മിച്ചൽ കലുങ്കിൽനിന്ന് റയിൽവേ സ്റ്റേഷൻ റോഡിലൂടെ അല്പദൂരം പിന്നിടുമ്പോൾ ശ്രീകൃഷ്ണസ്വാമിക്ഷേത്രവും തൊട്ടടുത്ത് മാവേലിക്കര കൊട്ടാരവും. രാജകീയ പ്രൗഢിയാർന്ന ഒന്നിലധികം സൗധങ്ങൾ വിശാലമായ ഒരു കോമ്പൗണ്ടിൽ കാണാം. ശ്രീകൃഷ്ണസ്വാമി ക്ഷേത്രത്തിനു കിഴക്കുഭാഗത്ത് മതിലിനു വെളിയിൽ റോഡരികിൽ സർവ്വസംഗപരിത്യാഗിയായി ചമ്രം പടിഞ്ഞിരിപ്പുണ്ട് ഒരു ബുദ്ധവിഗ്രഹം. ചെട്ടികുളങ്ങര അമ്പലത്തിലും പുതിയകാവ് അമ്പലത്തിലും ഉത്സവങ്ങളോടനുബന്ധിച്ച് കാണുന്ന കെട്ടുകുതിരകൾ ബുദ്ധമതവുമായി ബന്ധമുള്ളവയാണ്. അവയ്ക്ക് ഈ ബുദ്ധവിഗ്രഹവും (നാട്ടുകാരുടെ പുത്രച്ചൻ) തമ്മിൽ ബന്ധമൊന്നുമില്ലേ? പോരെങ്കിൽ *ഉണ്ണിയാടീ ചരിത*ത്തിലെ ശ്രീപർവ്വം അങ്ങാടി (ഇന്നത്തെ തട്ടാരമ്പലം)യും ഇവിടെ പ്രസക്തമാണ്. ചരിത്രഗവേഷകരുടെ ശ്രദ്ധ ഇക്കാര്യത്തിൽ ക്ഷണിച്ചു കൊള്ളുന്നു.

മാവേലിക്കര കൊട്ടാരം

വേണാട്ട് രാജവംശവുമായി അഭേദ്യമായി ബന്ധപ്പെട്ടിട്ടുള്ള മദ്ധ്യതിരുവിതാംകൂറിലെ മാവേലിക്കര കൊട്ടാരം നാനാപ്രകാരേണ പ്രാധാന്യമർഹിക്കുന്നു. ഹൈദരാലിയുടെ പടയോട്ടത്തെത്തുടർന്ന് മലബാറിൽ നിന്നും തിരുവിതാംകൂറിൽ അഭയം പ്രാപിച്ച്, പ്രത്യേകം കോവിലകങ്ങളായി തീർന്ന പല കൊട്ടാരങ്ങളിലൊന്നാണിത്. മൂന്നു പതിറ്റാണ്ടുകൾക്കുമുമ്പ്. ഒരിക്കൽ ഞാൻ ആ കൊട്ടാരപ്രാന്തങ്ങളിലൂടെ നടന്നുപോയത് ഓർമ്മയിൽ വന്നു. പണ്ട് രാജകീയ പ്രൗഢിയും കുലീനതയും വിളയാടിയിരുന്ന ആ കോവിലകം അന്നേ ക്ഷയോന്മുഖമായി തുടങ്ങിയിരുന്നു. വിശ്വവിഖ്യാതമായ സാഹിത്യസാമ്രാട്ടുകളും കലാകാരന്മാരും വിഹരിച്ചിരുന്ന ആ ഗംഭീര സദനങ്ങൾ ഇന്ന് അന്യാധീനമായിക്കഴിഞ്ഞു. പണ്ഡിതന്മാരും കവികളുമായ മാവേലിക്കര ഉദയവർമ്മരാജ, എം രാജരാജവർമ്മ വൈണികവിദ്വാൻ കുഞ്ഞാരുരാജ തുടങ്ങിയവരുടെ ആസ്ഥാനമായിരുന്ന മാവേലിക്കര കൊട്ടാരം, ലോകപ്രശസ്തനായ മറ്റൊരു കലാകാരന്റെയും കലാസപര്യയുടെ രംഗഭൂവായിരുന്നു. കിളിമാനൂർ, ചിത്രമെഴുത്തിന്റെ തമ്പുരാൻ—ആർട്ടിസ്റ്റ് രാജാരവിവർമ്മയുടെ. മാവേലിക്കര കൊട്ടാരത്തിൽനിന്നും ഒരു തമ്പുരാട്ടിയെ വിവാഹം കഴിച്ചതോടെ, അദ്ദേഹത്തിന്റെ പ്രവർത്തനരംഗം മിക്കവാറും മാവേലിക്കരയായിത്തീർന്നു. അതുല്യങ്ങളായ അനേകം ചിത്രങ്ങൾക്ക് പ്രേരകമായ ഉല്ലാസപ്രദമായ ഒരന്തരീക്ഷം അന്നവിടെ നിലനിന്നിരുന്നു. ആയില്യം തിരുനാളിന്റെ അളവറ്റ പ്രോത്സാഹനവും സിദ്ധിച്ചിരുന്നു. സംഗീതവിദഗ്ദ്ധനും പണ്ഡിതനുമായ കുഞ്ഞാരു രാജാവിന്റെയും സാഹിത്യരസികനായ ഉദയവർമ്മാവിന്റെയും സന്തത സാമീപ്യവും സംസർഗ്ഗവും രവിവർമ്മ തമ്പുരാന്റെ നേതൃത്വത്തിലുള്ള കലാ സാഹിത്യചർച്ചകളും മാവേലിക്കര കൊട്ടാരത്തെ പ്രശസ്തിയുടെയും കലാ സേവനത്തിന്റെയും ഉച്ചകോടിയിലെത്തിച്ചിരുന്നു.

ഒരു കാലഘട്ടത്തിൽ മാവേലിക്കര കൊട്ടാരത്തിൽനിന്നും ദത്തെടുത്ത റാണിമാരുടെ പുരുഷസന്താനങ്ങൾക്കായിരുന്നല്ലോ, തിരുവിതാംകൂറിന്റെ കിരീടാവകാശം. ആ നിലയ്ക്ക് തിരുവിതാംകൂർ രാജവാഴ്ചയുടെ ആ പ്രഭവസ്ഥാനങ്ങൾ ഇന്ന് മിക്കവാറും അനാഥമാണ്. മാവേലിക്കര കൊട്ടാരം ഇന്നൊരു പഴയ മന്ദിരസമുച്ചയം മാത്രം. മാവേലിക്കര ഉത്സവമഠം കൊട്ടാരത്തിൽ ഇപ്പോൾ രാജകുടുംബത്തിൽപ്പെട്ടവരാരും തന്നെ താമസമില്ലെന്നാണറിയുന്നത്. കൊട്ടാരത്തിന്റ ഉടമസ്ഥാവകാശം പോലും ഇപ്പോൾ മറ്റൊരാൾക്കാണത്രേ. കൊട്ടാരത്തിന്റെ താഴത്തെ നിലയിൽ എംപ്ലോയ്മെന്റ് എക്സ്ചേഞ്ച് പ്രവർത്തിക്കുന്നു. രാജാരവിവർമ്മ, ഭാവനാ സഞ്ചാരം നടത്തി വിശ്വപ്രസിദ്ധമായ ചിത്രരചനകൾ നടത്തിയിരുന്ന മുകളിലത്തെ നില ഇന്ന് ശുദ്ധശൂന്യം.

ആർട്ടിസ്റ്റ് രാജാരവിവർമ്മയുടെ പുത്രൻ രാമവർമ്മരാജയുടെ മേൽനോട്ടത്തിൽ നടന്നുവന്ന രവി

വർമ്മ പെയിന്റിങ് സ്കൂൾ പില്ക്കാലത്ത് ഗവൺമെന്റ് ഏറ്റെടുത്ത് നടത്തിവരുന്നു. രാജാരവി വർമ്മയുടെ ശിഷ്യരും സുഹൃത്തുക്കളുമായ പലരും പ്രസിദ്ധ ചിത്രകാരന്മാരായിത്തീർന്നിട്ടുണ്ട്. ഉദാ: പരേതനായ ആർട്ടിസ്റ്റ് മുകുന്ദൻ തമ്പി. രാജാരവിവർമ്മ ഇൻസ്റ്റിറ്റ്യൂട്ട് ഓഫ് ഫൈൻ ആർട്സ് കേരള സർക്കാർ നേരിട്ടു നടത്തുന്ന കലാസ്ഥാപനങ്ങളിൽ ഒന്നാണ്. വളരെ നല്ല നിലയിൽ പ്രവർത്തിച്ചിരുന്ന ഈ സ്ഥാപനത്തിന്റെ ഇന്നത്തെ സ്ഥിതി തുലോം മോശമാണ്.

മാവേലിക്കര ശ്രീകൃഷ്ണസ്വാമി ക്ഷേത്രത്തിൽ ഒരു ഭക്തന്റെ വേഷത്തിൽ, ആൾമാറാട്ടം നടത്തി പ്രവേശിച്ച്, കായംകുളം രാജാവിന്റെ സൈനിക രഹസ്യങ്ങൾ ചോർത്തിയെടുത്തതിനുശേഷമാണ് രാജ്യം ആക്രമിച്ചുകീഴടക്കാൻ രാമയ്യൻ ദളവയ്ക്കു സാധിച്ചതെന്ന് പറയപ്പെടുന്നു. അതെന്തായാലും രാമയ്യൻ ദളവയ്ക്ക് മാവേലിക്കരയിൽ ഒരു വിജാതീയ ബാന്ധവമുണ്ടായിരുന്നുവെന്നത് ഒരു വസ്തുതയാണ്. അതേപ്പറ്റി ആർ നാരായണപ്പണിക്കർ പറയുന്നത് ഇങ്ങനെയാണ്:

രാമയ്യൻ ദളവയുടെ ഭാര്യാഗൃഹം

രാമയ്യന് സജാതീയ ഭാര്യ ഉണ്ടായിരുന്നില്ല. മാവേലിക്കരയിലെ ഒരു നായർ കുടുംബത്തിൽനിന്ന് അദ്ദേഹം ഒരു സ്ത്രീയെ സംബന്ധം കഴിച്ച് കൂടെ പാർപ്പിച്ചിരുന്നു. ഈ വിവാഹം തന്നെ വടക്കൻ യുദ്ധത്തിൽ തന്റെ സ്വാമിക്ക്—മാർത്താണ്ഡവർമ്മ മഹാരാജാവിന്—സ്വാധീനബലമുണ്ടാക്കണമെന്നുള്ള സദുദ്ദേശത്തോടുകൂടി ചെയ്തതാണെന്നാണ് ഐതീഹ്യം. രാമയ്യൻ തന്റെ നായർ ഭാര്യക്ക് സമ്പാദിച്ചു കൊടുത്തിരുന്നത് ഒരു വിശ്വസ്തഭൃത്യനേയും ലാവണ്യവതിയായ ഒരു മകളേയും ഒരു ഓലക്കഷണവും മാത്രമായിരുന്നുവത്രേ. ആ സ്ത്രീ സുശീലയും സ്വാമിയെപ്പോലെ തന്നെ കൃത്യനിഷ്ഠയുള്ളവളും ആയിരുന്നതിനാൽ ദാരിദ്ര്യകൂപത്തിൽ പതിച്ചിട്ടും ഭർത്താവു നല്കിയ ഓല ഉപയോഗപ്പെടുത്തിയില്ല. ഒടുവിൽ അവർ മരണശയ്യാഗതയായ കാലത്ത് ഭൃത്യന്റെ ഉപദേശപ്രകാരം മകളാണ് ഓലക്കഷണം രാജസന്നിധിയിൽ എത്തിച്ചത്. അന്ന് നാടുവാണിരുന്നത് ധർമ്മപ്രഭുവായ രാമവർമ്മ മഹാരാജാവായിരുന്നു. ഓലയിൽ ഇത്രമാത്രമേ എഴുതിയിരുന്നുള്ളൂ.

"ഈ ഓലത്തുണ്ടിന്റെ ഉടമസ്ഥ എന്നെ ആശ്രയിച്ചിരുന്ന ഒരു സ്ത്രീയാണ്, സ്വാമിക്ക് അവളിൽ കരുണയുണ്ടായി, അവൾ കുടിൽ കെട്ടിപ്പാർക്കുന്ന പുരയിടത്തിലും അതിനോടു ചേർന്നുള്ള ഒരേക്കർ ഭൂമിയിലുമുള്ള കരത്തെ അവൾക്ക് അനുഭവമായി പതിച്ചു കൊടുപ്പാറാകണം."

ഈ കത്ത് കണ്ട മാത്രയിൽ ഗൗരവപ്രകൃതക്കാരനായ രാമവർമ്മ മഹാരാജാവുപോലും കണ്ണീർ വാർത്തു പോയത്രേ. ആ തിരുമേനി, രാമയ്യർ നിർദ്ദേശിച്ചതിൽ കൂടുതൽ ചെയ്തുകൊടുത്തു എന്ന് പറയേണ്ടതില്ലല്ലോ. രാമയ്യന്റെ ആ ഭാര്യാഗൃഹമാണ് പരേതനായ പി ജി എൻ ഉണ്ണിത്താൻ തുടങ്ങിയവരുടെ കുടുംബം.

മാവേലിക്കര ടൗണിൽ നിന്ന് ഏതാണ്ട് മൂന്നു മൈൽ ദൂരെയുള്ള എണ്ണയ്ക്കാട്ട് വലിയ കൊട്ടാരം രാജകീയ പ്രൗഢിയിൽനിന്ന് സ്ഥിതിസമത്വത്തിലേക്കുള്ള പരിണാമത്തിന്റെ ഉത്തമനിദർശനമാണ്. കേരളത്തിലെ ആദ്യത്തെ കമ്യൂണിസ്റ്റ് മന്ത്രിസഭയിലെ സ്പീക്കർ ആർ ശങ്കരനാരായണൻ തമ്പിയും ഡോക്ടർ രാമകൃഷ്ണൻ തമ്പിയും സഹോദരിമാരും എണ്ണയ്ക്കാട്ടു കൊട്ടാരത്തിലെ ഒരു തമ്പുരാന്റെ മക്കളാണ്.

സാമൂഹ്യ സംവിധാനം

ഒരു താലൂക്കിന്റെ ആസ്ഥാനമെന്ന നിലയ്ക്ക് ഒരു ചെറുപട്ടണത്തിന്റെ മുഖപ്പട്ടയണിഞ്ഞു നില്ക്കുന്ന മാവേലിക്കര മുനിസിപ്പൽ പ്രദേശങ്ങൾക്കു ചുറ്റുമുള്ള ഗ്രാമപ്രദേശങ്ങളിൽ മാവേലിക്കരയുടെ തനിസ്വരൂപവും സ്വഭാവവും കണ്ടെത്താൻ കഴിയും. വിദ്യാഭ്യാസപരമായ ഉയർച്ച സാമൂഹ്യജീവിതത്തെ പ്രബുദ്ധവും സംസ്കാര സമ്പന്നവുമാക്കിയിട്ടുണ്ട്. ഔദ്യോഗിക പദവികളിൽ ഉന്നതനിലയിൽ വർത്തിക്കുന്ന വ്യക്തികൾ അസംഖ്യം. ടൗൺപ്രദേശം ക്രിസ്ത്യൻ സ്വാധീനശക്തിയുള്ള പ്രദേശങ്ങളായിരുന്നു മുമ്പ്. മുനിസിപ്പൽ പ്രദേശങ്ങൾക്കു ചുറ്റുമുള്ള ഗ്രാമങ്ങളിൽ തനികേരളീയത്തം സ്ഫുരിക്കുന്ന ഓണാട്ടുകരയുടെ ജനജീവിതം കാണാം. വേഷത്തിലും ഭാഷയിലും വിശുദ്ധിയും ലാളിത്യവും ഉള്ളതുകൊണ്ട് സംതൃപ്തരായി ഒച്ചപ്പാടില്ലാതെ കഴിയാനാഗ്രഹിക്കുന്ന ഗ്രാമീണർ. അവരിൽ നായരും ഈഴവനും ക്രിസ്ത്യാനിയും പിന്നോക്ക സമുദായങ്ങളുമുണ്ട്. പക്ഷേ സാമൂഹ്യശൃംഖലയിൽ അവർ ഒരേ കണ്ണികളാണ്. എങ്കിലും സാമ്പത്തികമായി വിഭിന്നതലങ്ങളിലാണവർ. ആഢ്യത്വവും കുലമഹിമയും അധീശത്വവും അവകാശപ്പെടുകയും ഏതുവിലകൊടുത്തും നിലനിർത്താൻ ബദ്ധപ്പെടുകയും ചെയ്യുന്ന മേലാളർ ന്യൂനപക്ഷമെങ്കിലുമുണ്ട്. തലമുറയായി വമ്പിച്ച ഭൂസ്വത്തു കുന്നുകൂട്ടി പ്രമാണിമാരായിക്കഴിഞ്ഞ പല പ്രഭുമന്ദിരങ്ങളും പില്ക്കാലത്ത് ശാഖോപശാഖകളായി വേർപിരിഞ്ഞതോടെ ആഢ്യത്വവും അധികാരവും ഇന്ന് വിലപ്പോകുകയില്ല എന്ന മട്ടായിട്ടുണ്ട്.

അങ്ങനെ സമ്പന്നരായ ഒരു വിഭാഗമുണ്ട്. ന്യൂനപക്ഷമാണവർ. ഭൂരിപക്ഷവും ഇടത്തരം കുടും

ബങ്ങളാണ്. പരിമിതമായ കൃഷിസ്ഥലമുള്ളവർ! ഇടത്തരക്കാരെ താങ്ങിനിറുത്തിയിരുന്നത് വീടുകൾക്കു ചുറ്റുമുള്ള തെങ്ങുകളാണ്. പക്ഷേ, ഏതാണ്ട് അൻപതു വർഷങ്ങൾക്കു മുമ്പ് ഓണാട്ടുകരയിൽ കടന്നുകൂടിയ കാറ്റുവീഴ്ച എന്ന തെങ്ങുരോഗം, സന്താനസൗഭാഗ്യമുള്ള തെങ്ങുകളുടെ അനന്തരതലമുറകളെ വന്ധ്യകളാക്കി. അങ്ങനെ, ഇടത്തരക്കാരുടെ നല്ലൊരു വരുമാന മാർഗ്ഗം നിലച്ച മട്ടാണ്. സമുദായത്തിലെ താഴേക്കിടയിലുള്ളവർ മിക്കവാറും കൂലിപ്പണിക്കാരാണ്. സമ്പന്നരുടെ കൃഷിയിടങ്ങളിൽ പണിയെടുത്തും ഏതെങ്കിലും ചെറിയ തൊഴിലുകൾ ചെയ്തും നിത്യവൃത്തി കഴിച്ചുകൂട്ടുന്നവരാണവർ. തൊഴിലില്ലായ്മയും ദാരിദ്ര്യവും അത്തരം കർഷകത്തൊഴിലാളി കുടുംബങ്ങളിൽ അസാധാരണമല്ല. ഇടത്തരക്കാരുടെ ജീവിത നിലവാരം താഴുന്തോറും ഇത്തരക്കാരുടെ ജീവിതവും കഷ്ടതയായിത്തീരുന്നു.

നെല്ലും എള്ളുമായിരുന്നു പ്രധാന കൃഷികൾ. എന്നാൽ ഇപ്പോൾ ഈ കൃഷികൾ ആദായകരമല്ലാതായി. തന്മൂലം കൃഷിയിടങ്ങൾ തരിശിടാൻ കർഷകർ നിർബ്ബന്ധിതരായി.

ഉത്സവാഘോഷങ്ങൾ

ഓരോ മതവിഭാഗക്കാർക്കും പ്രത്യേകം ആരാധനാകേന്ദ്രങ്ങളുണ്ട്. മാവേലിക്കര ശ്രീകൃഷ്ണസ്വാമിക്ഷേത്രവും, ചെട്ടികുളങ്ങര ഭഗവതിക്ഷേത്രവും, കാട്ടുവള്ളിയിൽ ശാസ്താക്ഷേത്രവും, കണ്ടിയൂർ മഹാദേവക്ഷേത്രവും, പുതിയകാവ് ദേവീക്ഷേത്രവും, ഹിന്ദുക്കളുടെ മുഖ്യ ആരാധനാലയങ്ങളാണ്. ടൗണിന്റെ കിഴക്കൻ അതിർത്തിയിലുള്ള പുതിയകാവ് വലിയ പള്ളിയും (ജാക്കൊബൈറ്റ്സ്) പത്തിച്ചിറയ്ക്കൽ പള്ളിയും ആറാട്ടുകടവുപള്ളിയും തഴക്കരപ്പള്ളിയും മറ്റും ക്രിസ്തീയ ജനവിഭാഗങ്ങളുടെ ആത്മീയ കേന്ദ്രങ്ങളാണ്. ചെറിയ പത്തിയൂരിൽ കോമലേഴുത്തു കുടുംബക്കാരുടെ കുടുംബക്ഷേത്രവും കൊല്ലനടക്ഷേത്രവും മറ്റും ഈഴവ സമുദായത്തിന്റേതാണ്. പുലയർ തുടങ്ങിയ പിന്നോക്ക വിഭാഗങ്ങൾക്കും അവരുടേതായ ആരാധനാ കേന്ദ്രങ്ങളുണ്ട്. ആഞ്ഞിലിപ്രയിലെ മറുതാച്ചിനട അമ്പലം അവരുടേതാണ്. ഇവയ്ക്കു പുറമേ അത്രയധികം പഴക്കം അവകാശപ്പെടാനില്ലാത്തതെങ്കിലും ഭക്തജനത്തിരക്കേറിയ മറ്റ് ആരാധനാലയങ്ങളുമുണ്ട്.

ഉത്സവങ്ങളിൽപ്പോലും സമുദായ ഐക്യവും പരസ്പര ബന്ധവും കാണാമെന്നതാണ് മറ്റൊരു പ്രത്യേകത. ഉദാഹരണത്തിന് കുംഭമാസത്തിലെ അശ്വതിനാളിലാണ് മറുതാച്ചിനടിയിൽ ഉത്സവമെങ്കിൽ (പുലയരുടെ അമ്പലം) അതിനടുത്ത ദിവസമാണ് ചെട്ടികുളങ്ങര കുംഭഭരണി ഉത്സവം. അതിനടുത്ത ദിവസമാണ് കോമലേഴുത്ത് (ഈഴവ) കുടുംബം വക ഉത്സവം. ഓരോ ഉത്സവത്തിനും ജാതിമതഭേദമന്യെ എല്ലാ ആൾക്കാരും പങ്കെടുക്കുന്നുണ്ട്.

മിക്കവാറും മകരക്കൊയ്ത്തു കഴിയുമ്പോഴാണ് ഉത്സവങ്ങളുടെ കാലം. അല്പസ്വല്പം കൃഷിയുള്ളവർക്കും പത്തു ദിവസത്തെ സമൃദ്ധിയുടെ വക പത്തായത്തിലുണ്ടാവുന്ന കാലം. കൃഷിപ്പണിക്കാർക്കും കൊയ്ത്തു കഴിഞ്ഞുള്ള അല്പദിവസങ്ങൾ അല്ലലില്ലാത്ത സമയം. എല്ലാ വിഭാഗക്കാരും പൊതുവെ, സ്വല്പം ലഘുചിത്തരായി ഉന്മേഷഭരിതരായി, കുറച്ചൊന്നുല്ലസിക്കാനുള്ള പരുവത്തിലാണ്. ജനമൈത്രിയുടെയും കൂട്ടായ്മയുടെയും ഉദാത്തമാതൃകകളായിരുന്നു കഴിഞ്ഞ കാലങ്ങളിലെ ഉത്സവാഘോഷങ്ങൾ. ഇന്നും വലിയ മാറ്റമില്ലാതെ തുടരുന്നു.

ഉത്സവചടങ്ങുകളിലെ ചില പ്രത്യേകതകളും ഇവിടെ സൂചിപ്പിക്കേണ്ടതുണ്ട്. ചെട്ടികുളങ്ങര അമ്പലത്തിലും പുതിയകാവു ക്ഷേത്രത്തിലും തേരും കുതിരയും മറ്റും കെട്ടി എഴുന്നെള്ളിക്കുമ്പോൾ, പിന്നോക്കവിഭാഗക്കാരുടെ മറുതാച്ചിനടയിലും കെട്ടിയെഴുന്നള്ളിപ്പുണ്ട്. പക്ഷേ, രാജകീയ പ്രൗഢിയുടെ ചിഹ്നംപോലെ ആകാശംമുട്ടുന്ന കുതിരകളോ തേരുകളോ അല്ല. പകരം കാളകളാണ്. വലിയ കാളരൂപങ്ങൾ കെട്ടിയുണ്ടാക്കി അലങ്കരിച്ച് ആർപ്പുവിളികളോടും ആളകമ്പടികളോടും അമ്പലത്തിലേയ്ക്ക് എഴുന്നെള്ളിക്കുന്നു. അടിയാന്മാർ-കൃഷിപ്പണിക്കാർ മണ്ണുകിളച്ചു മറിക്കാൻ - ഉഴവു നടത്താൻ ഉപകരിക്കുന്ന കാളയെ എഴുന്നള്ളിക്കുന്നു. ഓരോരുത്തരുടെ ഉത്സവച്ചടങ്ങും അവരുടെ സാമൂഹ്യസാമ്പത്തിക പദവിയെയും തൊഴിൽ നിലയേയും സൂചിപ്പിക്കുകയല്ലേ എന്നാണെനിക്കു തോന്നിയത്.

മാറിയ സാഹചര്യങ്ങൾ

മാവേലിക്കര വികസന ബ്ലോക്കിൽ മൊത്തം നാലു പഞ്ചായത്തുകളാണുള്ളത്. തൃപ്പെരുന്തുറ വില്ലേജും ചെന്നിത്തല വില്ലേജിന്റെ ഭാഗങ്ങളും ഉൾപ്പെട്ട് തൃപ്പെരുന്തുറ പഞ്ചായത്ത്, കണ്ണമംഗലം വില്ലേജ് പെരിങ്ങാല വില്ലേജിന്റെ ഭാഗങ്ങളുമുൾപ്പെട്ട ചെട്ടികുളങ്ങര പഞ്ചായത്ത്, മാവേലിക്കര മുനിസിപ്പൽ ടൗണിലുൾപ്പെട്ട പ്രദേശങ്ങളൊളികെയുള്ള തെക്കേക്കര വില്ലേജ് മാത്രമടങ്ങുന്ന മാവേലിക്കര - തെക്കേക്കര പഞ്ചായത്ത്, മുനിസിപ്പൽ ടൗണിൽപ്പെട്ട ഭാഗങ്ങളൊഴികെ, തഴക്കര വില്ലേജ് മാത്രമുള്ള തഴക്കര പഞ്ചായത്ത് എന്നിവയാണവ. നടുക്ക് മുനിസിപ്പൽ ടൗൺ ചുറ്റും ഗ്രാമപ്രദേശങ്ങൾ. പൊതുവേ ശാന്തിദമാണ് ഗ്രാമപ്രദേശം. ടൗൺ വിട്ടുകഴിഞ്ഞാൽ പൊതുവേ ഒച്ചപ്പാടില്ലാത്ത ഗ്രാമപ്രദേശങ്ങളിൽ അങ്ങിങ്ങ് ചില നാടൻ ടൗണുകൾ വളർന്നു വന്നിട്ടുണ്ട്. ഭഗവതിപ്പടിയും ചെട്ടികുളങ്ങരയും തട്ടാരമ്പലവും കരിപ്പുഴയും തഴക്കരയും ചെന്നിത്തലയും മറ്റും

ഇത്തരത്തിൽ വളർന്നു വലുതായ തിരക്കുള്ള കവലകളാണ്.

താലൂക്ക് ആസ്ഥാനമായ മാവേലിക്കര ടൗൺ പ്രദേശങ്ങൾ മാവേലിക്കര മുനിസിപ്പാലിറ്റിയുടെ ഭരണത്തിലാണ്. നഗരപ്രദേശങ്ങളുടെ വികസനവും ശുചീകരണവും മറ്റു ക്ഷേമകാര്യങ്ങളുമാണല്ലോ നഗരസഭയുടെ മുഖ്യച്ചുമതലകൾ. ഇക്കാര്യത്തിൽ ചിലതൊക്കെ കാട്ടിക്കൂട്ടുന്നുണ്ടെങ്കിലും നഗരവാസികൾ തീരെ തൃപ്തരല്ലെന്നാണ് ചില അഭിപ്രായപ്രകടനങ്ങളിൽനിന്ന് ഊഹിക്കാൻ കഴിഞ്ഞത്.

നഗരം വളരുന്നുണ്ട്. കഴിഞ്ഞ കാൽ നൂറ്റാണ്ടിനുള്ളിൽ, ആധുനിക മണിമന്ദിരങ്ങളും വാണിജ്യസ്ഥാപനങ്ങളും ചുരുക്കം ചില വ്യവസായ സ്ഥാപനങ്ങളും ഉയർന്നുവന്നിട്ടുണ്ട്. അതിനനുസരണമായി ജനവാഹനത്തിരക്കും തജ്ജന്യമായ പ്രശ്നങ്ങളും വർദ്ധിച്ചിട്ടുണ്ട്. മുൻകാലങ്ങളിൽ ക്രൈസ്തവ പ്രഭാവം മുറ്റിനിന്ന ടൗൺ പ്രദേശങ്ങൾ ഇന്ന് വ്യാപാര വ്യവസായ തല്പരരായ പുതിയൊരു ധനിക വർഗ്ഗത്തിന്റെ-റെഡ്ഡിമാരും ചെട്ട്യാർമാരും - കൈപ്പിടിയിലൊതുങ്ങിയ മട്ടാണ്.

ഒരു രാജവംശത്തിന്റെ ഉദയാസ്തമയങ്ങൾക്ക് സാക്ഷ്യം വഹിക്കേണ്ടി വന്ന മാവേലിക്കര ശ്രീകൃഷ്ണസ്വാമി ക്ഷേത്രത്തിനു മാത്രം പറയത്തക്ക മാറ്റമൊന്നുമില്ല. എങ്കിലും ക്ഷേത്രപരിസരങ്ങളിൽ ആധുനിക മന്ദിരങ്ങൾ-പാർപ്പിടങ്ങൾ ഉയർന്നുവന്നിട്ടുണ്ട്. പണ്ട് അഹൈന്ദവർക്ക് വിലക്ക് കല്പിക്കപ്പെട്ടിരുന്ന കോട്ടയ്ക്കകത്ത് ഇന്ന് പല ക്രൈസ്തവ കുടുംബങ്ങളും സ്ഥലം വാങ്ങി മണിമന്ദിരങ്ങൾ പണിയിച്ചിട്ടുണ്ട്.

സാംസ്കാരിക പാരമ്പര്യം

പഴയരാജകീയ പ്രതാപം അനുസ്മരിച്ചുകൊണ്ട് മാവേലിക്കര എത്തുന്ന നാം ടൗണിൽനിന്ന് ഒന്നു തിരക്കി നോക്കൂ. "മാവേലിക്കര കൊട്ടാരം എവിടെയാണ്?, ഏതു കൊട്ടാരം?, ഏതു കോട്ട? ആ എനിക്കയറിയത്തില്ല" അയാൾ ധൃതിയിൽ നടന്നു നീങ്ങും.

എന്തൊക്കെയാണെങ്കിലും മഹത്തായ ഒരു പൈതൃകവും പാരമ്പര്യവും അവകാശപ്പെടുന്ന പ്രദേശങ്ങളാണ് മാവേലിക്കരയുൾപ്പെടുന്ന ഓണാട്ടുകര പ്രദേശങ്ങൾ. പ്രശസ്തി നേടിയവർ അസംഖ്യം സാമൂഹ്യ-രാഷ്ട്രീയ സാഹിത്യ കലാരംഗങ്ങളിലും ആതുരശുശ്രൂഷാരംഗത്തും മറ്റും വ്യക്തിമുദ്ര പതിപ്പിച്ചവർ ധാരാളം. ലോകപ്രശസ്ത ഭിഷഗ്വരനായ ഡോ. വല്യത്താൻ, ഗുജറാത്ത് ഗവർണറായിരുന്ന ഡോ. പി സി അലക്സാണ്ടർ എന്നിങ്ങനെ ആ പട്ടിക സുദീർഘമാണ്. മാവേലിക്കരയുടെ സാഹിത്യപാരമ്പര്യം പ്രസിദ്ധം. ആധുനിക കാലഘട്ടത്തിൽ പുകഴ്പെറ്റ ചിലരെപ്പറ്റി മാത്രം സൂചിപ്പിക്കാം. മലയാള ഹാസ്യസാഹിത്യ മണ്ഡലത്തിലെ രണ്ട് അനശ്വര കഥാപാത്രങ്ങളായ പഞ്ചു മേനോനെയും കുഞ്ചിയമ്മയെയും സൃഷ്ടിച്ച പ്രശസ്ത ഹാസ്യസാഹിത്യകാരനായ പി കെ രാജരാജവർമ്മയുടെ ഗൃഹം മാവേലിക്കര ടൗണിലാണ്.

നർമ്മമധുരമായ ശൈലിയിൽ അനേകം ചെറുകഥകളും നാടകങ്ങളും മറ്റും രചിച്ച എൻ പി ചെല്ലപ്പൻ നായർ (1903-1972) മാവേലിക്കരയിൽ ജനിച്ചു. അഞ്ചൽ ഇൻസ്പെക്ടറിൽ തുടങ്ങിയ സർക്കാർ സേവനം, ഡെപ്യൂട്ടി കളക്ടറായി റിട്ടയർ ചെയ്തു. നല്ലൊരു വാഗ്മിയും ചരിത്രഗവേഷകനായിരുന്നു അദ്ദേഹം. ആദ്യകാല മലയാള സിനിമാരംഗത്തും സ്വന്തം സംഭാവനകൾ നല്കിയിട്ടുണ്ട്.

ലബ്ധപ്രതിഷ്ഠനായ മലയാള നോവലിസ്റ്റ് പാറപ്പുറത്ത് (കെ ഇ മത്തായി 1924-1981) മാവേലിക്കരയ്ക്കടുത്തു കുന്നത്തു ജനിച്ചു. സ്കൂൾ വിദ്യാഭ്യാസാനന്തരം പട്ടാള സേവനം. ഇതിനിടയ്ക്കു തന്നെ, കഥാരചന തുടങ്ങി. നാട്ടിലെത്തിയശേഷം സാഹിത്യരചന തുടർന്നു. നിണമണിഞ്ഞ കാൽപ്പാടുകൾ, അരനാഴിക നേരം തുടങ്ങി അനേകം നോവലുകൾ പ്രസിദ്ധപ്പെടുത്തി.

നഷ്ടപ്രതാപം അയവിറക്കിക്കഴിയുന്ന ഈ പഴയ രാജധാനി- ഓടനാടിന്റെ തലസ്ഥാനം ഇന്ന് കണ്ടിയൂരിനു ചുറ്റുമുള്ള വികസിത ഗ്രാമപ്രദേശങ്ങളും മാവേലിക്കര മുനിസിപ്പൽ ടൗൺ പ്രദേശങ്ങളുമാണ്. രാജകീയ പരിലാളന അനുഭവിച്ച മുൻതലമുറകൾ മൺമറഞ്ഞു. പുതിയ തലമുറയാകട്ടെ ജനായത്തഭരണത്തിന്റെ കയ്പ്പും മധുരവും ആവോളം അനുഭവിച്ച് സായൂജ്യമടയുകയാണിന്ന്.

25

പത്തനംതിട്ടയിലെ മലയോര ഗ്രാമങ്ങൾ

കേരളത്തിന്റെ പടിഞ്ഞാറൻ തീരങ്ങളിലൂടെ സഞ്ചരിക്കുന്നവർക്ക് ഉന്മേഷം പകരുന്ന ഏകഘടകം അറബിക്കടലാണല്ലോ. പക്ഷേ, അതു തന്നെ, കുറേ ഏറെ ദൂരം പിന്നിടുമ്പോൾ, കുറെ അധികം സമയം കഴിയുമ്പോൾ, തെല്ലൊരു മടുപ്പു തോന്നുക സ്വാഭാവികമാണ്. കാരണം, ഒരേരൂപം, ഒരേ ഭാവം, ഒരേ ദൃശ്യം, വൈവിദ്ധ്യമില്ല. കടലിന്റെ കാര്യമങ്ങനെ. മറ്റൊന്ന്, തീരദേശങ്ങൾ, തുറന്ന പുസ്തകമാണ്. അവിടെ ഒന്നും ഒളിക്കാനില്ല. കഷ്ടതയും പട്ടിണിയും പ്രശ്നങ്ങളും ഒറ്റനോട്ടത്തിൽ ബോധ്യപ്പെടും. ധനവാനെയും ദരിദ്രനെയും എളുപ്പം വേർതിരിച്ചറിയാം. അവരുടെ ഭാവങ്ങളും തഥൈവ.

എന്നാൽ, കിഴക്കൻ മലയോരങ്ങൾ മറിച്ചാണ്. മലമടക്കുകളിലെ പ്രകൃതി സൗന്ദര്യമോ പ്രശ്നബഹുലതയോ നാം ഒറ്റനോട്ടത്തിൽ കണ്ടെന്നു വരികയില്ല. വൈവിദ്ധ്യവും വൈരുദ്ധ്യവും ഭൂപ്രദേശങ്ങളിലെന്നല്ല, ജീവിതചര്യകളിലും കണ്ടെത്താൻ കഴിയും. കുന്നും മലയും കയറിയിറങ്ങിപ്പോകുന്ന റോഡുകൾ. കാട്ടരുവികൾ തലയ്ക്കു മുകളിലൂടെ പ്രകൃതിസൗന്ദര്യം വാരിക്കോരി ചൊരിയുന്നതുപോലെ തോന്നും. പക്ഷേ കിഴക്കൻ മലയോരങ്ങളുടെ ഹൃദയം നമുക്ക് എളുപ്പം മനസ്സിലാവുകയില്ല. നിഗൂഢതകളുടെ താവളങ്ങളാണെങ്കും. കേരളത്തിന്റെ പശ്ചിമതീരങ്ങൾ തീവെയിലിൽ, നിവർത്തിയിട്ട പനമ്പായിലേതുപോലെ സുഗ്രഹമാണെങ്കിൽ കിഴക്കൻ മലയോരങ്ങൾ എന്തൊക്കെയോ വാരിവാരി കൂട്ടി അതിനു മുകളിൽ വിരിച്ച പച്ചക്കമ്പളം പോലെയാണ്.

പഴയ കൊല്ലം ജില്ലയിലെ കിഴക്കൻ അതിർത്തിയിലെ പത്തനംതിട്ട താലൂക്ക് (ഇപ്പോൾ പത്തനംതിട്ട ജില്ല) മലയോരങ്ങളുടെ എല്ലാ സവിശേഷതകളും ഉൾക്കൊള്ളുന്ന വന്യപ്രദേശങ്ങളാണ്. എന്താണീ പ്രദേശങ്ങളുടെ പ്രത്യേകതകൾ? ഉറപ്പും വളക്കൂറുമുള്ള മണ്ണ്. ഉയർന്നും താഴ്ന്നും കിടക്കുന്ന മലനിരകൾ. കിഴക്കോട്ടു നീങ്ങുന്തോറും ഘോരകാനനങ്ങൾ. കാട്ടിൽനിന്നും ഒളിച്ചോടിയിറങ്ങുന്ന കാട്ടരുവികൾ കടന്നു പോകുന്ന നാട്ടിടങ്ങൾ, തീരങ്ങളിൽ ഫലപുഷ്ടിയുള്ള കൃഷിയിടങ്ങൾ. കൃഷിയിടങ്ങളിലും താരതമ്യേന ജനബാഹുല്യമുള്ള നദീതീരപ്രദേശങ്ങളിലും ഉയർന്നുവന്നിട്ടുള്ള ഗ്രാമനഗരങ്ങൾ. തീരെ കിഴക്കുള്ള വനാന്തർഭാഗങ്ങളിൽ സ്വച്ഛന്ദം വിഹരിക്കുന്ന വന്യമൃഗങ്ങളും വനചരന്മാരും. ആ കൊടുങ്കാടുകളിൽ തന്നെ, മനുഷ്യപ്രയത്നം പടുത്തുയർത്തുന്ന പുതിയ പ്രോജക്ടുകൾ. അവയ്ക്കു ചുറ്റും നവീനരീതിയിൽ പടുത്തുയർത്തപ്പെടുന്ന കൊച്ചു ടൗണുകൾ. മലഞ്ചരിവുകളിലെ തോട്ടങ്ങളും മറ്റു വനവിഭവങ്ങളും തദ്ദേശീയരുടെ പ്രധാന വരുമാനമാർഗ്ഗമായി പരിണമിക്കുന്നു. ചുരുക്കത്തിൽ കാടേത്? നാടേത്? നഗരമേത്?-എന്ന് വേർതിരിച്ചറിയാൻ പ്രയാസവും അസാധ്യവും. ധനവാനെയും ദരിദ്രനെയും എളുപ്പം മനസ്സിലാക്കാൻ കഴിഞ്ഞെന്നും വരില്ല. അത്ര കണ്ട് സമ്മിശ്രമാണ് ആ സമ്പദ്ഘടനയും ജീവിതരീതികളും. വളരെ സങ്കീർണ്ണമാണ് അവരുടെ പ്രശ്നങ്ങളും.

പത്തനംതിട്ടയ്ക്കുള്ള ബസ് കാർഷികസമൃദ്ധി കണിവയ്ക്കുന്ന മലയോര ഗ്രാമങ്ങളിലൂടെ വളഞ്ഞു പുളഞ്ഞ് സഞ്ചരിക്കുമ്പോൾ ഞാനങ്ങനെ ചിന്തിച്ചു പോയി. ബസ് നിന്നു. അതാ, പറഞ്ഞുറപ്പിച്ച മട്ടിൽ നില്പുണ്ട്. രാമചന്ദ്രൻ. തദ്ദേശീയ പത്രപ്രവർത്തകനും പഴയൊരു ചങ്ങാതിയുമായ ഓമല്ലൂർ രാമചന്ദ്രൻ. ഞങ്ങൾ കുശലപ്രശ്നങ്ങൾക്കു ശേഷം ജയകുമാറിന്റെ താവളം തേടി നടന്നു. എന്റെ ശിഷ്യ

സ്ഥാനീയനും സഹപ്രവർത്തകനുമായിരുന്ന ജയകുമാർ ഇപ്പോൾ പത്തനംതിട്ട ജില്ലാ ഇൻഫർമേഷൻ ഓഫീസറാണ്. ഞങ്ങൾ ഓഫീസറുടെ താവളത്തിൽ നടന്നെത്തി. പ്രാതലിനിടയിൽ സംസാരം പത്തനംതിട്ടയുടെ പഴമയിലേക്കായി. എന്റെ യുവ സുഹൃത്തുക്കൾക്ക് ഞാൻ പഴയ ചില കാര്യങ്ങൾ പറഞ്ഞു കൊടുത്തു.

പഴയ ഒരു വാണിജ്യ കേന്ദ്രം

നൂറ്റാണ്ടുകൾക്കു മുമ്പ് കുന്നും താഴ്വരകളും വയലേലകളും റബ്ബർ തോട്ടങ്ങളുമെല്ലാം നിറഞ്ഞ മലയോരപ്രദേശത്തെ ഒരു വാണിജ്യ കേന്ദ്രമായിരുന്നു പത്തനംതിട്ട. കാലാന്തരത്തിൽ ആ വാണിജ്യകേന്ദ്രം ക്ഷയിച്ചു. പില്ക്കാലത്ത് ഉപ്പു പാണ്ടികശാലയായി ചുരുങ്ങി. പിന്നെയും പതിറ്റാണ്ടുകൾ പലത് പിന്നിട്ടപ്പോൾ, അച്ചൻകോവിലാറിന്റെ തീരത്തെ പത്തനംതിട്ട എന്ന ജനവാസകേന്ദ്രം സമീപപ്രദേശങ്ങളുടെ ശ്രദ്ധയാകർഷിച്ചു തുടങ്ങി. ഒരു നൂറ്റാണ്ടുമുമ്പ് ഒരൊറ്റ വിദ്യാഭ്യാസസ്ഥാപനമോ ആതുരശുശ്രൂഷാകേന്ദ്രമോ അവിടെ ഉണ്ടായിരുന്നില്ല. എന്തെങ്കിലും സർക്കാർ കാര്യം സാധിക്കണമെങ്കിൽ നടന്നു തളർന്ന് ചെങ്ങന്നൂർ വരെ ചെന്നെത്തണമായിരുന്നു. കൊ വ 1098 ൽ (ക്രി വ 1920 പത്തനംതിട്ടയിൽ ഒരു താലൂക്കു കച്ചേരി അനുവദിച്ചു. 1962 ൽ പത്തനംതിട്ടയ്ക്കു ഒരു പഞ്ചായത്ത് അനുവദിച്ചതോടെ പഞ്ചായത്തിന്റെ വികസനപരിപാടികളുടെ ഫലമായി 1952-1978 കാലഘട്ടത്തിൽ ക്രമാനുഗതമായ പുരോഗതി ദൃശ്യമായി. 1978 ൽ പഞ്ചായത്ത്, മുനിസിപ്പാലിറ്റിയായി രൂപാന്തരപ്പെട്ടു. പത്തനംതിട്ട മുനിസിപ്പൽ പ്രദേശത്തിനുള്ളിൽ ആറ് ഹൈന്ദവാരാധനാലയങ്ങളും നാല് പ്രധാന പള്ളികളും വിവിധ വിഭാഗങ്ങളിൽപ്പെട്ട 18 ഇടവകപ്പള്ളികളുമുണ്ട്.

താലൂക്ക് ആസ്ഥാനം, മുനിസിപ്പൽ നഗരം എന്നീ പദവികളിൽ, പത്തനംതിട്ട നഗരപ്രദേശങ്ങൾ, വികസനത്തിന്റെ പാതയിലെത്തിപ്പെട്ടെങ്കിലും ബഹുഭൂരിപക്ഷം വരുന്ന മലയോരഗ്രാമങ്ങൾ അപ്പോഴും അവഗണനയിൽ തന്നെ തുടർന്നു. ഇതിനൊരറുതി വരുത്താൻ പത്തനംതിട്ട ജില്ലാരൂപീകരണം സഹായകമായെന്നു കരുതാം.

പുതിയ ജില്ല

കൗമാരപ്രായം കഴിഞ്ഞിട്ടേയുള്ളൂ പത്തനംതിട്ട ജില്ലയ്ക്ക്. യൗവനാരംഭം. മുമ്പ് കൊല്ലം ജില്ലയിൽപ്പെട്ടിരുന്ന പത്തനംതിട്ടയിൽ കോഴഞ്ചേരി, അടൂർ, റാന്നി തിരുവല്ല എന്നീ താലൂക്കുകളും ഉൾപ്പെടുന്നു. കാടും കാട്ടാറുകളും ഗിരിശൃംഗങ്ങളും നിറഞ്ഞ പ്രകൃതി മനോഹരമായ ജില്ല. ജില്ലയുടെ മൊത്തം ഭൂവിസ്തൃതിയിൽ (2694 ച കി മീ). പകുതിയിലേറെ (1466 ച കി മീ) നിബിഡ വനങ്ങളാണ്. ആലപ്പുഴ ജില്ലാതിർത്തിയിലെ താഴ്ന്ന തലങ്ങൾ മുതൽ കിഴക്ക് അത്യുന്നതങ്ങളിലെ ഗിരിനിരകൾവരെ ഇവയിലുൾപ്പെടും. അച്ചൻകോവിലാറ്, മണിമലയാറ്, പമ്പയാറ് എന്നീ മൂന്നു പ്രധാന നദികളും അവയുടെ എണ്ണമറ്റ പോഷകനദികളും നീർച്ചാലുകളും നിറഞ്ഞ വനമേഖലകൾ. പമ്പയാറ്, ശബരിഗിരികളിൽ നിന്നു ത്ഭവിച്ച് റാന്നിയുടെ വിവിധ ഭാഗങ്ങളിലൂടെ ഒഴുകി ആലപ്പുഴ ജില്ലയിൽ വച്ച് മണിമല, അച്ചൻകോവിൽ എന്നീ നദികളെക്കൂടി ഉൾക്കൊണ്ട് വേമ്പനാട്ടു കായലിൽ പതിക്കുന്നു. ശബരിമലയ്ക്കു തെക്കായി ശബരിഗിരി ഹൈഡ്രോ ഇലക്ട്രിക്കൽ പ്രോജക്ട് പ്രദേശങ്ങൾ. പമ്പാ ഇറിഗേഷൻ പ്രോജക്ടും ഈ ജില്ലയിലാണ്. ഈ ജില്ലയിൽ സമുദ്രനിരപ്പിൽനിന്നും 1700 മീറ്ററോളം ഉയരമുള്ള ഗിരിശൃംഗങ്ങളുമുണ്ട്. പഴയ തിരുവിതാംകൂർ താലൂക്കിലെ ഏറ്റവും വലിയ താലൂക്കായിരുന്നു പത്തനംതിട്ട. അന്ന് വൻതോതിൽ ഖജനാവ് നിറച്ചിരുന്നതും ഈ താലൂക്കിന്റെ വിഭവസമ്പത്തു തന്നെ.

റബ്ബറും നെല്ലുമാണ് പ്രധാന കാർഷികോല്പന്നങ്ങൾ. തേയില, കശുമാവ്, കരിമ്പ്, വെറ്റില, പച്ചക്കറികൾ എന്നിവയും വൻതോതിൽ കൃഷിചെയ്യപ്പെടുന്നു. തണ്ണിത്തോട് എന്ന സ്ഥലത്ത് പ്ലാന്റേഷൻ കോർപ്പറേഷന്റെ വക തോട്ടങ്ങളുമുണ്ട്. സംസ്ഥാനത്ത് ഏറ്റവും കൂടുതൽ റബ്ബർ കൃഷിയുള്ളത് പത്തനംതിട്ട ജില്ലയിലാണ്. നാഷണൽ ഹൈവേ കടന്നുപോകാത്ത ജില്ലയാണിത്. എം സി റോഡും തഹൈവ. പക്ഷേ, പ്രധാന കേന്ദ്രങ്ങളെ കൂട്ടിയിണക്കുന്ന ലിങ്ക് റോഡുകളുണ്ട്. പുനലൂർ, അടൂർ, പന്തളം, തിരുവല്ല എന്നീ സ്ഥലങ്ങളിൽനിന്നും, കോന്നി, പത്തനംതിട്ട, റാന്നി എന്നീ സ്ഥലങ്ങളിൽ നിന്നും, കോട്ടയത്തേക്കും മറ്റും നിരന്തരം ബസ് സർവ്വീസുകളുണ്ട്. തിരുവല്ലയാണ് ഏക റെയിൽവേ സ്റ്റേഷൻ.

ജില്ലാ ആസ്ഥാനമായ പത്തനംതിട്ടയിൽനിന്ന് 80 കി മീ അകലെ ജില്ലാതിർത്തിയിലാണ് പ്രസിദ്ധമായ ശബരിമലക്ഷേത്രവും പരിസരങ്ങളും. പത്തനംതിട്ട ഇന്ന് ഒരു മുനിസിപ്പൽ പട്ടണമാണ്. വിസ്തീർണ്ണം 23.5 ച കി മീ. ജനസംഖ്യ 35882 (1991-ലെ സെൻസസ് പ്രകാരം) നഗരമദ്ധ്യത്തിൽ ഉയർന്നുനില്ക്കുന്ന ചുട്ടിപ്പാറ ഐതിഹ്യങ്ങളുടെ കേന്ദ്രമാണ്. വിവിധ ജാതിമതസ്ഥർക്കായി പഴയതും പുതിയതുമായ ആരാധനാലയങ്ങളുമുണ്ട്. മുസ്ലീങ്ങൾക്ക് മുൻതൂക്കമുള്ള ടൗൺ പ്രദേശത്ത് നിലകൊള്ളുന്ന മുസ്ലീം ജമാഅത്ത് പള്ളിയിലെ ചന്ദനക്കുട മഹോത്സവത്തിൽ (എല്ലാവർഷവും മകരം 28 ന്) നാനാജാതിമതസ്ഥർ പങ്കെടുക്കുന്നു. വിദ്യാഭ്യാസ സൗകര്യങ്ങളും കുറവല്ല. മുമ്പിനാലേയുള്ള കാത്ത

ലിക്കേറ്റ് കോളേജ് പ്രസിദ്ധം.

പത്തനംതിട്ട, ജില്ലയുടെ അകവും പുറവും കാണാനുള്ള ഉത്സാഹമേറി യുവസ്നേഹിതന്മാർക്ക്. ഞങ്ങൾ വീണ്ടും ബസ് സ്റ്റൻഡിലേക്കു നടന്നു.

മലയോരഗ്രാമങ്ങൾ

മദ്ധ്യതിരുവിതാംകൂറിൽ എം സി റോഡിന്റെ കിഴക്കുഭാഗങ്ങളിലേക്ക് കടക്കുമ്പോൾ തന്നെ പച്ചപ്ര പ്രകൃതി ഭംഗിയും ഫലപുഷ്ടിയുള്ള മണ്ണും നമ്മെ ആകർഷിക്കും. പമ്പയുടെയും അച്ചൻകോവിലാറിന്റെയും വിഹാരരംഗങ്ങളായ ഭൂവിഭാഗങ്ങളാണവ. ആ മലമ്പ്രദേശങ്ങൾ വകഞ്ഞുമാറ്റി കടന്നുപോകുന്ന ഗ്രാമറോഡുകൾ അസംഖ്യമാണ്. അതിനെക്കാളേറെയുണ്ട്, ആ റോഡുകളിലൂടെ നിരന്തരം പ്രവഹിക്കുന്ന പ്രൈവറ്റ് ബസുകൾ. കാഴ്ചയിലത്രകണ്ട് ജനനിബിഡമല്ലാത്ത പ്രദേശങ്ങൾ. പക്ഷേ, ആ പ്രൈവറ്റ് ബസുകളിലൊന്നിലും ഒരിക്കലും ആൾത്തിരക്ക് കുറഞ്ഞെന്നു വരികയില്ല. മലയോരങ്ങളിലൂടെ ഭ്രാന്തുപിടിച്ചോടുന്ന ഈ വാഹനങ്ങളുടെ ലക്ഷ്യം എവിടെയാണ്? പത്തനംതിട്ട! മദ്ധ്യതിരുവിതാംകൂറിലെ എല്ലാ കോണുകളിൽനിന്നും ഈ വന്യനഗരത്തിലേക്കു തുടർച്ചയായി ഗതാഗതമുണ്ട്. മദ്ധ്യതിരുവിതാംകൂറിന്റെ തെക്കും വടക്കും നടുക്കും നിന്നുള്ള പ്രധാന റോഡുകളെല്ലാം പത്തനംതിട്ടയിൽ സന്ധിക്കുന്നു. അവിടുന്നങ്ങോട്ട് സഹ്യപർവ്വത നിരകളിലേക്കുള്ള മലമ്പാതകളാണ്.

പത്തനംതിട്ട വരെയും മദ്ധ്യതിരുവിതാംകൂറിന്റെ മനോഹാരിതയാണ് സഞ്ചാരിയെ ആകർഷിക്കുന്നതെങ്കിൽ, അവിടുന്നങ്ങോട്ടുള്ള മലമ്പാതകൾ സഹ്യപർവ്വതസാനുക്കളിലെ ഭീകര സൗന്ദര്യത്തിന്റെ മദ്ധ്യത്തിലൂടെ പ്രസിദ്ധമായ തീർത്ഥാടന കേന്ദ്രങ്ങളിലേക്കും പ്രോജക്ട് പ്രദേശങ്ങളിലേക്കും നമ്മെ നയിക്കുന്നു. റാന്നി, കോന്നി എന്നീ ഫോറസ്റ്റ് ഡിവിഷനുകളിൽപ്പെട്ട റിസർവ്വ് വനങ്ങൾ, ജനസാന്ദ്രത കുറഞ്ഞ മലഞ്ചരിവുകൾ, വടശ്ശേരിക്കര, പെരിനാട് എന്നീ പ്രദേശങ്ങളിലെ തോട്ടങ്ങൾ, മൂഴിയാർ, കക്കി തുടങ്ങി ശബരിഗിരി പദ്ധതിയുടെ നിർമ്മാണ മേഖലകൾ, സാക്ഷാൽ ശബരിമലക്ഷേത്രം. അങ്ങനെ മദ്ധ്യതിരുവിതാംകൂറിന്റെ പടിഞ്ഞാറൻ പ്രദേശങ്ങളെയും കിഴക്കൻഭാഗങ്ങളെയും കൂട്ടിയിണക്കുന്ന പത്തനംതിട്ട ടൗണാകട്ടെ, ഈ വനമേഖലയിലെ ഒരു ചെറുനഗരം തന്നെ.

ജനസംഖ്യയിൽ ഭൂരിഭാഗവും ഹിന്ദുക്കളാണ്. പിന്നെ ക്രിസ്ത്യാനികൾ. അടുത്തപടി മുസ്ലീങ്ങളും. മൂന്നു കൂട്ടരുടെയും പ്രധാന ഉപജീവനമാർഗ്ഗം കൃഷിയാണ്. പെരിനാട്, വടശ്ശേരിക്കര, ഐരവൺ, കോന്നി മുതലായ സ്ഥലങ്ങളിൽ വലുതും ചെറുതുമായ തോട്ടങ്ങൾ പലതുണ്ട്. റബ്ബറും തേയിലയും കുരുമുളകും വിളയുന്നവ. ജലസേചന സൗകര്യങ്ങൾ വർദ്ധിപ്പിക്കാൻ ഉതകുന്ന ഒരു പദ്ധതിയാണ് പമ്പാ ഇറിഗേഷൻ സ്കീം. വടശ്ശേരിക്കരയിലെ മണിയാർ കേന്ദ്രമാക്കിയാണ് ഈ പദ്ധതി ആവിഷ്കരിച്ചിട്ടുള്ളത്. ശബരിഗിരി പ്രോജക്ടിലെ മിച്ചജലം മൂഴിയാറിന് താഴെയുള്ള മണിയാർ പ്രദേശത്ത് അണകെട്ടി നിർത്തി, രണ്ടു വലിയ കനാലുകൾ വഴിയും അനേകം ഉപകനാലുകൾ വഴിയും ജലസേചനം നടത്താനാണ് ഉദ്ദേശിക്കപ്പെട്ടിരുന്നത്.

മലയോരങ്ങളിലെ ഭക്ഷ്യവർദ്ധക പ്രദേശങ്ങൾ (ഫുഡ് പ്രൊഡക്ഷൻ ഏരിയാസ്) ചേത്തക്കൽ, പെരുനാട്, വടശ്ശേരിക്കര, ഐരവൺ, കോന്നിത്താഴം എന്നീ വില്ലേജുകളിൽപ്പെട്ടതും ഫോറസ്റ്റ് ഡിപ്പാർട്ടുമെന്റിന്റെ അധീനതയിൽപ്പെട്ടിരുന്നതുമായ ഏതാണ്ട് 15000 ഏക്കർ വനം ഫുഡ് പ്രൊഡക്ഷൻ ഏരിയയായി പ്രഖ്യാപിച്ച് കൃഷിക്കായി അനുവദിച്ചിട്ടുണ്ടായിരുന്നു. നാട്ടിടകളിൽ കഴിഞ്ഞുകൂടിയ പല ദരിദ്രകുടുംബങ്ങളും ഈ വനപ്രദേശങ്ങളിൽ കുടിയേറിപ്പാർത്ത് കാടു വെട്ടിത്തെളിച്ച് കൃഷി നടത്തി മാന്യമായി ജീവിച്ചുപോന്നു. ഇവർക്കൊപ്പം കാട്ടിലെത്തി കച്ചവടവും കൈത്തൊഴിലുകളും മുറിവൈദ്യവുമൊക്കെയായി ജീവിതഭദ്രത കൈവരിച്ചവരുമുണ്ട്. ശബരിമല തീർത്ഥാടനകാലത്ത് പത്തനംതിട്ട താലൂക്കിനു മൊത്തത്തിൽ ഒരുണർവ് കൈവരുന്നു. ശബരിമലക്ഷേത്രത്തിലേക്കുള്ള ഭക്തജനപ്രവാഹവും ഒച്ചപ്പാടും ബഹളവുമെല്ലാം അനുഭവിക്കുന്നത് പത്തനംതിട്ട താലൂക്കാണ്. ചാലക്കയം വരെ റോഡ് നന്നാക്കുകയും വാഹനസൗകര്യം വർദ്ധിപ്പിക്കുകയും ചെയ്തതോടെ മണ്ഡലപൂജ മകരവിളക്കു കാലങ്ങളിൽ ശബരിമലയ്ക്ക് പോകുന്ന അയ്യപ്പഭക്തന്മാർ പത്തനംതിട്ട വഴിയാണ് യാത്ര. അപ്പോൾ ആ പ്രദേശങ്ങളിൽ ആൾത്തിരക്കും കച്ചവടവും വർദ്ധിക്കുക സ്വാഭാവികമാണല്ലോ.

പത്തനംതിട്ട താലൂക്കിൽ പലഭാഗങ്ങളിലുമായി പരിഷ്കൃതമായ ഊക്കൻ കെട്ടിടങ്ങളും വിഭവസമൃദ്ധമായ വിപണനവീഥികളും ഉൾപ്പെട്ട കൊച്ചു ടൗണുകൾ പല ഭാഗങ്ങളിലുമുണ്ട്. വിദ്യാഭ്യാസപരമായും പുരോഗതി നേടിയ പ്രദേശങ്ങളാണിവ. ഹൈസ്കൂളുകളും കോളേജുകളും കൈയെത്തുന്ന ദൂരത്തുണ്ട്. പഴയ തിരുവിതാംകൂറിലെ ഏറ്റവുമധികം ഹൈസ്കൂളുകളുള്ള ഒരു താലൂക്കാണ് പത്തനംതിട്ട. ഏതാണ്ട് ഒരു ചമൈലിനുള്ളിൽ ഒരു പട്ടണത്തിന്റെ എല്ലാവിധ ആഡംബരത്തോടും ആൾത്തിരക്കോടും കൂടി സ്ഥിതിചെയ്യുന്ന ഒരു ടൗണാണ് പത്തനംതിട്ട ജങ്ഷൻ. ജില്ലാതലസ്ഥാനത്തിന്റേതായ ഗവ. ആഫീസുകളും ടൗണിനു ചുറ്റുമുണ്ട്. ടൗണിൽ നിന്നത്രയകലെയല്ലാതെ, പ്രകൃതി സുന്ദരമായ ഗ്രാമപ്രദേശത്ത് കുന്നിൻമുകളിൽ തലയുയർത്തി നില്ക്കുന്ന കാത്തലിക്കറ്റ് കോളേജ് ഒരു മാതൃകാ കലാശാല

യുടെ പ്രശാന്തവും മനോജ്ഞവുമായ ബാഹ്യരൂപം കാഴ്ചവയ്ക്കുന്നു.

പത്തനംതിട്ടയ്ക്കു ചുറ്റുമുള്ള പ്രധാന ഗ്രാമങ്ങളിലെ സവിശേഷതകൾ എന്തെല്ലാമാണെന്നു നോക്കാം:

കോന്നിയിലെ ആനപിടിത്തം

കോന്നിയെന്ന പേര്, പണ്ടു പണ്ടേ ആനപിടുത്തത്തിന്റെ പര്യായമെന്നോണം നമുക്കു സുപരിചിതമാണ്. പത്തനംതിട്ടയിൽനിന്ന് അഞ്ചാറു മൈൽ അകലം മാത്രമുള്ള, സസ്യശ്യാമളമായ ഗ്രാമപ്രദേശമാണ് കോന്നി. ഫലവൃക്ഷങ്ങളും റബ്ബർ തോട്ടങ്ങളും കുരുമുളകു തോട്ടങ്ങളും നിറഞ്ഞ ഹരിതഭരിതമായ ഗ്രാമപ്രദേശം. നല്ല മണ്ണ്. വേണ്ടത്ര മഴ. വർഷങ്ങൾക്കു മുമ്പ്, ഒരിക്കൽ ഈ ആനപരിശീലനകേന്ദ്രം സന്ദർശിച്ചപ്പോൾ കണ്ട അവിസ്മരണീയ രംഗങ്ങൾ ഞാനറിയാതെ ഓർത്തുപോയി. അന്ന് ഞങ്ങൾ

ഉച്ചവെയിലിനെ തടുത്തു നിർത്തി കുടപിടിച്ചു നില്ക്കുന്ന റബ്ബർ തോട്ടങ്ങൾക്കിടയിലൂടെ ആനപിടിത്തകേന്ദ്രത്തിലെത്തി. ഫോറസ്റ്റ് ഡിപ്പാർട്ടുമെന്റ് പുരയിടത്തിൽ ഏതാണ്ട് മദ്ധ്യഭാഗത്തായി വലിയ അഴികളുള്ള ആനക്കൂടുകളുണ്ട്. കാട്ടിൽ യഥേഷ്ടം വിഹരിച്ചു നടന്ന ഗജവീരന്മാർ ആനക്കൂട്ടിലെ പല അറകളിലുമായി തടങ്കലിൽ പാർക്കുന്നു.

റിസർവ്വ് ഫോറസ്റ്റുകളിൽ, പരിചയസമ്പന്നരായ ജോലിക്കാർ നിർമ്മിക്കുന്ന കള്ളക്കുഴികളിൽപ്പെട്ടു പോകുന്ന ആനകളെ, താപ്പാനകളെക്കൊണ്ട് കരയ്ക്കു കയറ്റിച്ച് ബന്ധനത്തിലാക്കി അകമ്പടികളോടും ആചാരമര്യാദകളോടും കൂടി കൂട്ടിക്കൊണ്ടു വന്ന് കോന്നിയിലെ ആനക്കൂട്ടിലെത്തിക്കുന്നു.

നല്ല നട്ടുച്ചയ്ക്ക് ആ ആനക്കൂട്ടിന്നരികിൽ നില്ക്കേ സമയം പോയതറിഞ്ഞില്ല. അറകളിലൊന്നിൽ, പിടിച്ചിട്ട് നാലഞ്ചു ദിവസം മാത്രമായ ഒരു പിടിയാനയുടെ പരാക്രമങ്ങൾ! തടിച്ച മരയഴികളിൽ മസ്തകമമർത്തുന്നു. തുമ്പിക്കൈ അഴികൾക്കിടയിലൂടെ പുറത്തേയ്ക്കു നീട്ടി വായുവിൽ ചുഴറ്റുന്നു. മുമ്പിൽ അറയ്ക്കുള്ളിൽ നിരത്തിയിട്ടുള്ള ഭക്ഷണങ്ങളൊന്നും അവൾ സ്വീകരിക്കുന്നില്ല. കടുത്ത പ്രതിഷേധം. പക്ഷേ, അതിനടുത്ത അറയിൽ വളരെ ശാന്തനായി മെല്ലെ ഓല മടൽ ചവച്ചു നില്ക്കുന്ന ഒരു കൊമ്പന്റെ ഭാവമാണ് എനിക്ക് കൂടുതൽ രസകരമായത്. കൂട്ടിൽ പിടിച്ചടച്ചിട്ട് നാലഞ്ചു മാസങ്ങൾ കഴിഞ്ഞ ആ കൊമ്പനാനയുടെ രൂപം ഭയാനകമാണ്. പക്ഷേ, ഭാവം, ശാന്തം തന്നെ. അവന്റെ വീരസ്യമെല്ലാം ചോർന്നുപോയി. മര്യാദക്കാരനായി മാറിക്കഴിഞ്ഞു. ഇപ്പോൾ അവൻ യജമാനന്റെ ആജ്ഞകൾ അനുസരിക്കുന്നുമുണ്ട്. അഴികൾക്കുള്ളിൽ നിന്നും പുറംലോകത്തെത്താൻ ഇനി അധിക ദിവസങ്ങൾ വേണ്ട.

പക്ഷേ, ഓലക്കാലുകൾ വലിച്ചൊടിച്ച് ചവച്ച്, അടുത്ത മുറിയിലെ പുത്തൻ തടവുകാരിയുടെ വീര പരാക്രമങ്ങൾ അലസമായി നോക്കി നില്ക്കുന്ന ആ കൊമ്പന്റെ കൊച്ചു കണ്ണുകളിൽ പരിഹാസം പതിയിരിപ്പില്ലേ? എനിക്കങ്ങനെ തോന്നി. "കിടന്നു ചാടാതെടീ പെമ്പറന്നോരെ, നിന്നെപ്പോലെ പലരേയും മേച്ചുനടന്ന ഈയുള്ളവൻ പോലും പോക്രിത്തരമെല്ലാം മാറ്റി മര്യാദക്കാരനായി നില്ക്കുന്നതു കണ്ടില്ലേ? വെറുതെ കിടന്നു തുള്ളിയലറി സമയം കളയാതെ, മര്യാദയ്ക്ക് വല്ലതും കഴിക്ക്. ഇവിടെ ഇതൊക്കെയേ നടക്കൂ" എന്ന് ആ കൊമ്പന്റെ കണ്ണുകൾ മൂകഭാഷയിൽ മന്ത്രിക്കുന്നില്ലേ? ഇന്ന് ആനക്കൂടുകൾ ഏറക്കുറെ ശൂന്യമാണ്. അപരിഷ്കൃതമായ ആനപിടുത്തം കേന്ദ്രഗവൺമെന്റ് നിരോധിച്ചതിനാൽ പഴയ കുഴികളിൽ അബദ്ധത്തിൽ വീണുപോകുന്നതോ, അറിയാതെ നാട്ടിടകളിലകപ്പെട്ടുപോകുന്നതോ ആയ കുട്ടിയാനകളെ വല്ലപ്പോഴും കിട്ടിയാലായി.

മലഞ്ചരക്കുകളുടെ ഉല്പാദന കേന്ദ്രമാണ് കോന്നി. പത്തനംതിട്ടയിൽനിന്നും 6 കി മീ അകലമേയുള്ളൂ. വികസന പ്രവർത്തനങ്ങൾ ധാരാളം, ഗതാഗത സൗകര്യങ്ങൾ മെച്ചപ്പെടുത്താൻ കഴിഞ്ഞിട്ടുണ്ട്. വിദ്യാഭ്യാസ സൗകര്യങ്ങൾ ഉണ്ട്. ഗ്രന്ഥശാലകളും നല്ല നിലയിൽ പ്രവർത്തിച്ചിരുന്നു. ക്ഷേത്രങ്ങളും, ധാരാളം പള്ളികളുമുണ്ട്. കോട്ടയം-പുനലൂർ റൂട്ടിലെ ഒരു പ്രധാന ജങ്ഷനാണ് കോന്നി.

ഓമല്ലൂർ വയൽവാണിഭം

പത്തനംതിട്ടയിൽനിന്നും 3 കി മീ തെക്കുള്ള മറ്റൊരു പ്രധാന ഗ്രാമമാണ് ഓമല്ലൂർ. കാർഷിക മേഖല തന്നെയാണ് ഓമല്ലൂരും. സാധാരണക്കാരാണധികവും അച്ചൻകോവിലാറിന്റെ സാമീപ്യം ഗ്രാമപ്രദേശങ്ങളിൽ ഫലപുഷ്ടി പകരുന്നു. രക്തകണ്ഠസ്വാമിക്ഷേത്രം പ്രസിദ്ധം. ഓമല്ലൂരെ വയൽവാണിഭത്തിന് നാനാദേശങ്ങളിൽനിന്നുള്ള കർഷകർ ഒത്തുകൂടുന്നു. കന്നുകാലിച്ചന്ത പ്രസിദ്ധം. ഓമല്ലൂർ കാളവാണിഭം പണ്ടേ പ്രശസ്തിയാർജ്ജിച്ചു കഴിഞ്ഞു. മീനമാസത്തിലാണ് ചന്ത.

മഞ്ഞിനിക്കരപ്പള്ളി

പത്തനംതിട്ടയിൽനിന്ന് മൂന്നു മൈൽ കിഴക്കു മാറിയുള്ള മഞ്ഞിനിക്കര പ്രകൃതിസുന്ദരമായ മറ്റൊരു ഗ്രാമമാണ്. മഞ്ഞിനിക്കരപ്പള്ളി യാക്കോബൈറ്റ് സിറിയൻ ക്രിസ്ത്യാനികളുടെ ഒരു പ്രധാന തീർത്ഥാടന കേന്ദ്രമാണ്. ക്രിസ്തുമതത്തിലെ അവാന്തരവിഭാഗങ്ങൾ തമ്മിലുള്ള തർക്കം ഒതുക്കിത്തീർക്കാൻ

വേണ്ടി 1932 ഫെബ്രുവരിയിൽ കേരളത്തിൽ വന്ന പരിശുദ്ധ പാട്രിയാർക്കീസ് ബാവാതിരുമേനി (ഏലിയാസ് തൃതീയൻ) ആകസ്മികമായി മഞ്ഞിനിക്കര പള്ളിയിൽ വച്ച് നിര്യാതനായി. ആ ദിവസം (കുംഭം 1) ആണ്ടുതോറും ആഘോഷിക്കപ്പെടുന്നു. നെയ്ത്തും മൺപാത്രനിർമ്മാണവുമാണ് പ്രധാന കുടിൽ വ്യവസായങ്ങൾ.

മലയാലപ്പുഴ തൂപ്പ്

കോഴഞ്ചേരി താലൂക്കിലെ വെട്ടൂർക്കരയും കോന്നിത്താഴം വില്ലേജിലെ വെട്ടൂർക്കരയും മലയാലപ്പുഴ വില്ലേജും ചേർന്ന മലയാലപ്പുഴ പഞ്ചായത്ത് ഒരു കാർഷികമേഖലയാണ്. മലയാലപ്പുഴ ക്ഷേത്രത്തോട് വലിയ വിശ്വാസവും ഭയവുമാണ് അന്നാട്ടുകാർക്ക്. വിളവിറക്കിക്കഴിഞ്ഞ മിക്ക കൃഷിയിടങ്ങളിലും, മലയാലപ്പുഴ വക തൂപ്പ്, എന്നെഴുതിയ ബോർഡുകൾ കാണാം. ഈശ്വരനുള്ളതാണെന്ന് വിളംബരം ചെയ്താൽ പിന്നെ മനുഷ്യൻ അത് കവർന്നെടുക്കാൻ മടിക്കുമല്ലോ. അങ്ങനെ തങ്ങളുടെ വിളവ് കള്ളന്മാരിൽനിന്ന് സുരക്ഷിതമാണെന്ന് കർഷകർ വിശ്വസിക്കുന്നു. അടുത്ത കാലത്ത് കോടികണക്കിനു രൂപ ചെലവിട്ട് മലയാലപ്പുഴ ദേവീക്ഷേത്രത്തിൽ നടത്തിയ 'ശതകോടി അർച്ചന' ശ്രദ്ധേയമായ ഒരു സംഭവമായിരുന്നു. നാടിന്റെയും നാട്ടാരുടെയും ക്ഷേമഐശ്വര്യങ്ങൾക്കുവേണ്ടിയാണത്രേ ഈ മഹാമഹം കൊണ്ടാടപ്പെട്ടത്. എന്നിട്ട് ക്ഷേമമുണ്ടായോ? ആർക്കറിയാം.

സ്വാതന്ത്ര്യസമരത്തിന്റെ മുന്നണിപ്പടയാളികളോടൊപ്പം പൊരുതി, കടുത്ത യാതനകളനുഭവിച്ച ഒരു സമരയോദ്ധാവായിരുന്നു, ഇലന്തൂർ കെ കുമാർ. വിനീതനായ ഈ സ്വാതന്ത്ര്യസമരപ്പടയാളിയെ ആധുനിക കേരളം വിസ്മരിച്ചെന്നു തോന്നുന്നു.

കാക്കുവൈദ്യൻ

മൈലപ്ര പഞ്ചായത്തിന്റെ കിഴക്കനതിർത്തിയിലെ കുന്നിൻ മുകളിൽ കാറ്റാടി എന്ന സ്ഥലത്ത് ഒരു പ്രകൃതി ചികിത്സാകേന്ദ്രം പ്രവർത്തിച്ചിരുന്നു. കാഞ്ഞിരപ്പള്ളിയിൽനിന്ന് മൈലപ്രയിൽ വന്ന് താമസമാക്കി ചികിത്സ നടത്തിവന്ന കാക്കു (ചാക്കോ) വൈദ്യനായിരുന്നു പ്രധാനചികിത്സകൻ. ഏതാണ്ട് ഒരു സുഖവാസകേന്ദ്രംപോലെ കുന്നിൻമുകളിൽ നൂറോളം ഏക്കർ സ്ഥലത്ത് ഈ സ്ഥാപനത്തിന്റെ വിവിധ കെട്ടിടങ്ങൾ സ്ഥിതി ചെയ്തിരുന്നു...

കാട്ടുറോഡുകളിലൂടെ കുറേയേറെ ചുറ്റിക്കറങ്ങിയശേഷം ഞാൻ കയറിയ ബസ് പത്തനംതിട്ട കവലയിൽ നിന്നു. തൊട്ടുമുന്നിൽ നിന്ന ചാലക്കയം ബസിൽനിന്നും ശരണം വിളി കേൾക്കാം. "സ്വാമിയേയ്... ശരണമയ്യപ്പാ.. ധർമ്മശാസ്താവേയ് ശരണമയ്യപ്പാ!" ആ ബസ് മുന്നോട്ടുനീങ്ങി. തൊട്ടു പുറകേ ഞങ്ങളുടെ ബസും. ഞങ്ങളുടെ ബസിലും കുറേ അയ്യപ്പൻമാർ കയറിക്കൂടി. എന്റെ തൊട്ടടുത്തിരുന്ന അയ്യപ്പനുമായി ഞാൻ സ്വയമൊരു താരതമ്യപഠനം നടത്തിനോക്കി. വേഷം മുഷിഞ്ഞതുതന്നെ. രണ്ടാൾക്കും, ഇരുമുടികെട്ടിനുപകരം വീർത്ത ലതർബാഗുണ്ടെനിക്ക്. രണ്ടുപേരുടെയും ലക്ഷ്യവും ഒന്നുതന്നെ. ശബരിമലയിലേക്ക്. രണ്ടുപേർക്കും പമ്പാസരസ്തടം പിന്നിട്ടേ തീരൂ. ശബരിമലയിൽ വിളക്കിനു പോവുകയാണയാൾ. ഞാനും ശബരിമല(ഗിരി)യിലേക്ക് പോകുന്നത് വെളിച്ചത്തിന്റെ ഉറവിടം തിരക്കി തന്നെ! അങ്ങനെ ഒരേ ലക്ഷ്യത്തിലേക്കുള്ള തീർത്ഥാടകരാണ് ഞങ്ങൾ.

ഇരുവശത്തേയും കൂറ്റൻ മരങ്ങൾ വിരിച്ച തണലിലൂടെ മുന്നോട്ടു നീങ്ങിയ ബസ് മെല്ലെ കുന്നുകൾ കയറിത്തുടങ്ങി. വണ്ടി വടശ്ശേരിക്കരപ്പാലവും പിന്നിട്ടപ്പോൾ– പമ്പയാറും റോഡും തമ്മിലൊരു ഓട്ടപ്പന്തയം നടത്തുകയാണോ എന്നു തോന്നി. പ്ലാപ്പള്ളി. അവിടെ റോഡ് രണ്ടായി തിരിയുന്നു. രണ്ടും ശബരിമലയിലേക്ക് തന്നെ. ഒന്ന് ശബരിമലയിൽ അയ്യപ്പന്റെ സന്നിധാനത്തിലേക്ക്. മറ്റേത് ശബരിഗിരിയിൽ വിദ്യുചഛക്തി ഉൽപ്പാദനകേന്ദ്രത്തിലേക്ക്. രണ്ടു ബസുകളും നിന്നു. എന്റെ സഹയാത്രികരായ അയ്യപ്പന്മാർ ചാലക്കയം ബസിൽക്കയറി. അങ്ങനെ ഞങ്ങൾ രണ്ടു വഴിക്കായി തിരിഞ്ഞു. ശബരിമലയുടെ രണ്ടുവശങ്ങളിലെത്താൻ ആങ്ങാമൂഴിയും പിന്നിട്ട് കാട്ടാനകളുടെ വിഹാരരംഗമായ കാടുകളിലൂടെ കടന്നേറിക്കൊണ്ടിരുന്ന ബസ് കുന്നിൻ ചരിവിലെ ഒരു ഗേറ്റിനരികിലെത്തി. മൂഴിയാർ ലോവർ ക്യാമ്പ്. കുന്നിൻ ചരിവിലും താഴെയുമായി നിരനിരയായി കെട്ടിടങ്ങൾ കാണാം. വീണ്ടും വളഞ്ഞുപുളഞ്ഞ് കുറെ ദൂരം കാടുകൾക്കിടയിലൂടെ കയറിപ്പോയ ബസ് അവസാനം അങ്ങ് ഉച്ചിയിലെത്തി. ഘോരകാനനങ്ങളുടെ നടുവിൽ കുന്നിന്റെ തല്പ്പിൽ ഒരു കൊച്ചു പട്ടണം. ഇലക്ട്രിസിറ്റി വകുപ്പു വക ആഫീസുകൾ. ശബരിഗിരി പ്രോജക്ട് ടണൽ സെക്ഷന്റെ ഹെഡ്ക്വാർട്ടേഴ്സുകൾ മൂഴിയാർ! സ്റ്റേറ്റ് ട്രാൻസ്പോർട്ട് ബസുകൾ ആ മലമുടിവരെ വന്നെത്തുന്നു. ശില്പഭംഗിയുള്ള പുതിയ വീടുകൾ, പല തട്ടുകളിലായി നിരന്നുനില്പുണ്ട്. സ്റ്റാഫ് ക്വാർട്ടേഴ്സ്, അവയെ ചുറ്റിപ്പറ്റി കടന്നുപോകുന്ന ഭംഗിയുള്ള പാതകൾ. ഇടതുവശത്തേക്കുള്ള റോഡ് മുകളിൽ ഇൻസ്പെക്ഷൻ ബംഗ്ലാവു വരെ ചെന്നെത്തുന്നു. വലതുവശത്തേത് അരണമുടി, കക്കി, ആനത്തോട്, പമ്പ വണ്ടിപ്പെരിയാർ തുടങ്ങിയ പ്രോജക്ട് പ്രദേശങ്ങളെ കൂട്ടിയിണക്കുന്ന റോഡാണ്.

ശബരിഗിരി

സന്ധ്യയായി. ഇൻസ്പെക്ഷൻ ബംഗ്ലാവിന്റെ മുറ്റത്തു നിന്ന് (മൂഴിയാറിൽ ഏറ്റവും ഉയരമുള്ള സ്ഥാനം) ഞങ്ങൾ ചുറ്റും നോക്കി. തൊട്ടുമുന്നിൽ താഴ്‌വര. അവയ്ക്കിടയ്ക്ക് സ്റ്റാഫ് ക്വാർട്ടേഴ്സുകളും ആഫീസുകളും. ചുറ്റും മാനം മുട്ടുന്ന നെടുങ്കോട്ട പോലെ കിടക്കുന്ന ശബരിമലകൾ. ഇരുൾ പരന്നു കഴിഞ്ഞപ്പോഴേക്കും അകലെ അരണമുടിയിൽ വിളക്കു തെളിഞ്ഞു. അരണമുടിയിലെ ആ സന്ധ്യാദീപം (ബൾബ്) മനസ്സിൽ അവാച്യമായ അനുഭൂതികളുണർത്തിവിട്ടു. എന്തിനോ ഞാനപ്പോൾ ബസിലെ സഹയാത്രികരെ ഓർത്തുപോയി. അവരിപ്പോൾ ശബരിഗിരീശസന്നിധാനത്തിലെത്തി മകരവിളക്കു തൊഴുതിരിക്കുമോ? എന്തായാലും എനിക്ക് ആ സന്ധ്യാഗമത്തിൽ ശബരിഗിരിയുടെ ഭദ്രദീപം തൊഴാൻ കഴിഞ്ഞു.

ശബരിമല ക്ഷേത്രത്തിനു സമീപമുള്ള ഗിരിനിരകളിൽ നിന്നുത്ഭവിക്കുന്ന പമ്പയുടെയും പോഷകനദികളുടെയും ജലം ഉപയോഗിച്ചു നടത്തപ്പെടുന്ന ബൃഹത്തായ ജലവൈദ്യുത പദ്ധതിയാണ് ശബരിഗിരിപ്രോജക്ട്. നിബിഡവനങ്ങൾക്കു നടുവിലാണ് പദ്ധതിയിൽപ്പെട്ട അണക്കെട്ടുകളും കെട്ടിടങ്ങളും മറ്റും. പദ്ധതി പ്രദേശം ശബരിമലയുടെ ഭാഗമായ കുന്നുകളും കാടുകളുമാകയാൽ പദ്ധതിയുടെ പേര് അന്വർത്ഥമാണ്. കക്കിയാറിൽ 360 അടി ഉയരവും 1070 അടിനീളവുമുള്ള ഒരു കോൺക്രീറ്റ് അണക്കെട്ട്. ആനത്തോട്ടിൽ 115 അടി ഉയരവും 1234 അടി നീളവുമുള്ള ഒരു ഫ്ളാങ്കിങ് ഡാം. ഈ രണ്ട് റിസർവോയറുകളെയും കൂട്ടിയിണക്കുന്ന ഒരു തുരങ്കം, അങ്ങനെ ഒന്നിപ്പിക്കുന്ന ജലത്തെ ശബരിഗിരിയുടെ മറുവശത്ത് മൂഴിയാർ പവ്വർഹൗസിലെത്തിക്കാനുള്ള 18200 അടി നീളമുള്ള മറ്റൊരു പവർ ടണൽ. വൃത്താകൃതിയിലുള്ള സർജ് ഗ്യാലറിയോടുകൂടിയ സർജ്ഷാഫ്റ്റ് 8300 അടി നീളമുള്ള മൂന്ന് പെൻസ്റ്റോക്കുകളുടെ ഒരു സെറ്റ്, 3000000 കിലോ വാട്ട് ശക്തിയോടു കൂടിയ ഒരു പവർ ഹൗസ്-ഇത്രയുമാണ് ശബരിഗിരി പ്രോജക്ടിലുൾപ്പെടുന്നത്. കക്കി അണക്കെട്ടിനു താഴെ 437 അടി ഉയരത്തിൽ നിന്നുള്ള ജലപാതം ഹൃദയഹാരിയാണ്.

കക്കാട്ടാറ്, കക്കാട്ടുകരയുടെ പടിഞ്ഞാറെ മൂലയിൽ കൂടി ഒഴുകി റാന്നി, പെരിനാട് പ്രദേശത്തിന്റെ പടിഞ്ഞാറു ഭാഗത്തു വച്ച് പമ്പയാറിൽ ചേരുന്നു. ശബരിഗിരി ജലവൈദ്യുത പദ്ധതിയിൽനിന്നും പുറത്തു വിടുന്ന വെള്ളം കക്കാട്ടാറിൽ കൂടിയാണ് ഒഴുക്കിവിടുന്നത്. പെരിനാടു വില്ലേജിലെ മണിയാറെന്ന സ്ഥലത്ത് കക്കാട്ടാറിനു കുറുകെ ഒരു അണകെട്ടി ആ ജലം ജലസേചനത്തിന് ഉപയോഗിക്കാൻ ഒരു പദ്ധതി ആവിഷ്കരിച്ചിരുന്നു. മണിയാർ അണക്കെട്ടിന് 115 മീറ്റർ നീളം വരും.

പെരിനാട്ടിലെ ശാസ്താക്ഷേത്രം ശബരിമല ക്ഷേത്രവുമായി അഭേദ്യ ബന്ധമുള്ളതാണ്. ശബരിമല ക്ഷേത്രത്തിൽ മകരവിളക്കിന് ബിംബത്തിൽ ചാർത്താൻ പന്തളത്തുനിന്നും കൊണ്ടുപോകുന്ന തിരുവാഭരണഘോഷയാത്ര പെരിനാട് ക്ഷേത്രത്തിൽ തങ്ങാറുണ്ട്.

യാക്കോബാ സഭക്കാരുടെ പ്രസിദ്ധമായ ബഥനിപ്പള്ളി പെരിനാട്ടിലാണ്. പള്ളിയുടെ സമീപത്തായി ക്രിസ്തീയ വൈദികരുടെ ഒരു മഠമുണ്ട്. പെരിനാടിന്റെ സാമ്പത്തികവും സാംസ്കാരികവും തൊഴിൽപരവുമായ മണ്ഡലങ്ങളിൽ ബഥനി ആശ്രമത്തിനും അന്തേവാസികൾക്കും സാരമായ പങ്കുണ്ട്.

1959 ൽ കക്കാട്ടാറിൽ പെരിനാടു പാലം (ഏറ്റവും ഉയരം കൂടിയ പാലം) നിർമ്മിക്കപ്പെട്ടതോടെ മലയോരങ്ങളിലേക്കുള്ള ഗതാഗതം സുഗമമായി. മൂഴിയാർ, കക്കി, ആനത്തോട്, പമ്പ, ചാലക്കയം എന്നിവിടങ്ങളിലേക്കുള്ള കവാടം ഈ പാലമാണ്.

റാന്നി-നാട്ടുകാര്യങ്ങൾ

റാന്നിയിലെ കാടിന്റെ കഥയാണിതുവരെ. ഇനി നാട്ടുകാര്യങ്ങളാവാം. കാടായാലും നാടായാലും പമ്പയാണ് റാന്നിയുടെ രക്ഷാധികാരിയും ശിക്ഷാധികാരിയും. റാന്നി പ്രദേശങ്ങളിൽ ശബരിഗിരിയോട് കൂടുതൽ സാമീപ്യമുള്ളത് ചിറ്റാർ ആണ്. ചിറ്റാർ, മണക്കയം, നീലപ്പിലാവ്, മാമ്പിലാവ്, സീതത്തോട്, ആങ്ങാമൂഴി, ആനപ്പാറ തുടങ്ങിയ കാർഷിക പ്രധാനമായ പ്രദേശങ്ങളും കല്ലച്ചിറ, പാമ്പാനി, കൊട്ടമുടി തുടങ്ങിയ ഗിരിവർഗ്ഗപ്രദേശങ്ങളുമുൾപ്പെട്ട വടശ്ശേരിക്കര വില്ലേജിന്റെ ബാക്കിഭാഗങ്ങളുൾപ്പെട്ടതാണ് ചിറ്റാർ. വടശ്ശേരിക്കര വില്ലേജിന്റെ ബാക്കി ഭാഗങ്ങൾ വടശ്ശേരിക്കര പഞ്ചായത്തിൽപ്പെടുന്നു. റാന്നി പാലത്തിനപ്പുറവുമിപ്പുറവും റോഡിനിരുവശവും കാണുന്ന ഗ്രാമങ്ങൾ ഫലപുഷ്ടിയുള്ള കാർഷിക മേഖലയാണ്. പ്രധാന കൃഷികൾ റബ്ബർ, കുരുമുളക്, നെല്ല്, മരിച്ചീനി, തെങ്ങ് തുടങ്ങിയവ. പഴവങ്ങാടിയിൽനിന്ന് അഞ്ചു മൈൽ അപ്പുറമുള്ള പ്ലാച്ചേരി ജങ്ഷൻ കൊല്ലം-കോട്ടയം ജില്ലയുടെ അതിരാണ് - പഴവങ്ങാടിയിൽ നിന്ന് പത്തുമൈൽ അകലമേയുള്ളൂ. ജനസംഖ്യയിൽ ക്രിസ്ത്യാനികളാണ് ഭൂരിഭാഗം. പിന്നെ ഹിന്ദുക്കൾ. ഒരിഞ്ചു മണ്ണ് പാഴാക്കാത്ത അദ്ധ്വാനശീലരാണ് തദ്ദേശീയർ.

റാന്നിപാലത്തിൽ നിന്ന് കഷ്ടിച്ച് ഒന്നര ഫർലോങ് താഴെയായി ആറ്റുതീരത്തെ പാറക്കെട്ടുകളുടെ മുകളിലൂടെ കയറിയാൽ പമ്പയെ നോക്കി നില്ക്കുന്ന റാന്നി വലിയ പള്ളി കാണാം. ക്നാനായ സിറിയൻ ക്രിസ്ത്യാനികളുടെ ഒരു പ്രധാന പള്ളിയാണിത്. മകര മാസത്തിലെ പെരുന്നാളാണ് പ്രധാന

ഉത്സവം. പള്ളികൾ വേറെയുമുണ്ട്. തോട്ടമൺ ജങ്ഷനരികിലെ രാമപുരം ക്ഷേത്രവും രണ്ടു ഫർലോങ് അകലെയുള്ള ഭഗവതി ക്ഷേത്രവും ഹിന്ദുക്കളുടെ പ്രധാന ആരാധനാ കേന്ദ്രങ്ങളാണ്.

പഴവങ്ങാടിയിലെ ഇട്ടിയപ്പാറ മാർക്കറ്റ് മലഞ്ചരക്കുകളുടെ ഒരു വിപണന കേന്ദ്രമാണ്. ചികിത്സാ സൗകര്യങ്ങൾ പൊതുവെ മോശമല്ല. സാംസ്കാരിക സ്ഥാപനങ്ങളും ആ നാട്ടിടകളിൽ പലതുണ്ട്.

റാന്നിയുടെ ഇന്നത്തെ വളർച്ചയ്ക്കും വികാസത്തിനും അത്രയധികം കാലപ്പഴക്കമൊന്നുമില്ല. ഏതാണ്ട് ഒരു നൂറ്റാണ്ടിനുമുമ്പ് ഇന്ന് ജനനിബിഡമായിക്കാണുന്ന റാന്നിയുടെ തീരങ്ങൾ ഘോരവനങ്ങളായിരുന്നു പോലും. ആനത്തടം എന്നായിരുന്നു അതിന് അന്നത്തെ പേര്. പക്ഷേ, ജീവിതമാർഗ്ഗം തേടി കോഴഞ്ചേരിയിൽനിന്നും മറ്റും പല കുടുംബങ്ങളും വർഷങ്ങൾക്കു മുമ്പേ റാന്നിയുടെ തീരങ്ങളിൽ കുടിയേറിപ്പാർത്തു. മലമണ്ണ് വെട്ടിമറിച്ച് കരിമ്പും കപ്പയും വച്ചു. പമ്പാനദിയായിരുന്നു അന്നത്തെ മുഖ്യഗതാഗത മാർഗ്ഗം. അക്കാലമൊക്കെപ്പോയി. ഇന്ന് റാന്നിയിലൂടെ കടന്നുപോകുന്ന ട്രാൻസ്പോർട്ട് ബസുകൾക്കും പ്രൈവറ്റ് ബസുക്കൾക്കും കണക്കില്ല.

റാന്നി (വിസ്തീർണ്ണം 15.64 ച കി മീ), ജനസംഖ്യ 14451 -1991-ലെ സെൻസസ്), റാന്നി അങ്ങാടി (വിസ്തീർണ്ണം 30.72 ച കി മീ, ജനസംഖ്യ 22130), റാന്നി പെരിനാട് (82.05 ച കി മീ, ജനസഖ്യ 22130 (91) എന്നീ മൂന്നു പഞ്ചായത്തുകൾ തൊട്ടുതൊട്ടു കിടക്കുന്നു. ഈ പഞ്ചായത്തുകളുടെ ഉൾപ്രദേശങ്ങൾ ഏറക്കുറെ വനമേഖലകൾ തന്നെ. മലമണ്ണിൽ കഠിനാദ്ധ്വാനം ചെയ്ത് ജീവിക്കുന്ന കൃഷിക്കാരാണധികവും. നാനാജാതിമതസ്ഥർ. തോട്ടകൃഷിയിലൂടെയും ചില വ്യവസായങ്ങളിലൂടെയും സമ്പന്നരായിട്ടുള്ളവർ ഒരു ന്യൂനപക്ഷമുണ്ട്.

കാടെവിടെ? നാടെവിടെ? എന്ന് തിരിച്ചറിയാനാകാത്ത മട്ടിൽ ഇടകലർന്ന് സ്ഥിതിചെയ്യുന്ന ഈ വന്യഗ്രാമങ്ങളുടെ പ്രശ്നങ്ങളും പരാധീനതകളുമെല്ലാം ഏറെക്കുറെ ഒന്നു തന്നെ.

26

പമ്പാതീരത്തെ ജനപദങ്ങൾ

ശബരിമല അയ്യപ്പന്റെ പ്രഭവസ്ഥാനമായ പന്തളം കൊട്ടാരവും പരിസരപ്രദേശങ്ങളും എൻ എസ് എസിന്റെ പ്രാഭവം പ്രകടമാക്കുന്ന വിവിധ സ്ഥാപനങ്ങളും കണ്ടും കേട്ടും യാത്ര തുടർന്നു - പത്തനംതിട്ടയിലേക്ക്.

പത്തനംതിട്ട നിന്ന് കോഴഞ്ചേരിക്കുള്ള പ്രൈവറ്റ് ബസ് മദ്ധ്യതിരുവിതാംകൂറിലെ ഹരിതാഭ മായ ഗ്രാമാന്തർഭാഗങ്ങളിലൂടെ കടന്നുപോകുമ്പോൾ, കുന്നും മലകളും താഴ്‌വരകളും നിറഞ്ഞ ആ ഗ്രാമഭംഗിയിൽ ഞാൻ ലയിച്ചിരുന്നു പോയി. ആ ദൃശ്യങ്ങളുമായി വിദൂരബന്ധമോ ഉറ്റബന്ധമോ ഉള്ള ചില പഴയകാല സംഭവങ്ങളും ഞാനോർത്തു:

—അന്ന് 1964 ലാണെന്നു തോന്നുന്നു. യാത്രാമദ്ധ്യേ സ്വന്തം അനുജനെപ്പോലെ കരുതുന്ന ഗോപുവിനെ (യഥാർത്ഥപേര് ഇതല്ല) ഒന്നു കണ്ട് ലോഹ്യം പറഞ്ഞു പിരിയാനാണ് ഞാൻ ചെങ്ങന്നൂർ ആർ ഡി ഒ ഓഫീസിലേക്ക് കയറിച്ചെന്നത്. മുറിക്കുള്ളിൽ മദ്ധ്യതിരുവിതാംകൂറിലെ നാടൻ നസ്രാണി ഭാഷ പൊടിപൊടിക്കുന്നു. ഇടയ്ക്കിടയ്ക്ക് ഏതോ കിളുന്നു പെണ്ണിന്റെ കുടുകുടാചിരിയും സ്വതേ ഗൗരവക്കാരനും പക്വമതിയുമായ ഈ പയ്യനെന്തുപറ്റി?

"ങ്ഹാ ചേട്ടനോ, വരണം വരണം." അയാൾ എണീറ്റ് കൈകൾ നീട്ടി.

"വേണ്ട, ഞാൻ പുറത്തു നില്ക്കാം ഇവരുടെ കാര്യം കഴിയട്ടെ."

"ഓ അതീ കാര്യമില്ല. വറീതുമാപ്പിള ഇവിടുത്തെ നിത്യസന്ദർശകനാ. എന്നും എന്തെങ്കിലും ആവശ്യം കാണും. ഞാനെല്ലാം കേൾക്കും. കഴിവുള്ളതൊക്കെ ചെയ്യും. ഇന്നിപ്പോൾ മകളുടെ ഒരു കാര്യത്തിനു വന്നതാ. ചേട്ടനിരിക്ക്.."

മേശപ്പുറത്തു കിടന്ന ടൈപ്പ് ചെയ്ത കടലാസിലെല്ലാം ഗോപു തുരുതുരാ ഒപ്പുവച്ചു. ശിപായിയെക്കൊണ്ട് സീൽ വയ്പിച്ചു. എല്ലാം ഒന്നുകൂടി ഓടിച്ചു വായിച്ചിട്ട്, കടലാസുകൾ ആ പെൺകുട്ടിയുടെ നേർക്കു നീട്ടി. അപ്പോഴാണ് ഞാനതു ശ്രദ്ധിച്ചത്. നല്ല കറിക്കൊഴുപ്പുള്ള ഒരു മിടുക്കിപ്പെണ്ണ്. കഷ്ടിച്ച് 18 വയസ്സുപ്രായം വരും. വെളുത്ത് ഐശ്വര്യമുള്ള ആരോഗ്യവതിയായ യുവതി. ഗോപു പേപ്പറുകൾ അവളെ ഏല്പിച്ചിട്ട് അന്വേഷണമായി.

"ആട്ടെ. കുഞ്ഞന്നാമ്മ എന്നാ യാത്രയാവുന്നത്?"

"അടുത്ത തിങ്കളാഴ്ച."

അപ്പനും മകളും പിന്നെയും പിന്നെയും നന്ദിയും കടപ്പാടും അറിയിച്ചിട്ട് മടങ്ങിപ്പോയി. ഞങ്ങൾ കുശലപ്രശ്നങ്ങൾക്കുശേഷം നാട്ടുവിശേഷങ്ങളിലേക്കു കടന്നു.

-പിന്നീട് പലപ്പോഴും നാട്ടിൽവച്ച് കണ്ടുമുട്ടുമ്പോൾ ഞാൻ ഗോപുവിനോട് വറീത് മാപ്പിളയുടെ സുഖവിവരങ്ങൾ തിരക്കിയിരുന്നു. മകൾ കുഞ്ഞന്നാമ്മ പേർഷ്യയിലെവിടെയോ ഒരു വലിയ ആശുപത്രിയിൽ നേഴ്സാണത്രേ. ഇതിനിടയ്ക്ക് രണ്ടു അനുജത്തിമാരെ കൂടി അക്കരെയെത്തിച്ചു. അവർ അയച്ചു കൊടുക്കുന്ന പണം ഒന്നിനു പത്തായി മാറ്റാൻ അദ്ധ്വാനശീലനായ വറീത് മാപ്പിള അഹോരാത്രം പരിശ്രമിച്ചു. സ്നേഹധനനായ വറീത്മാപ്പിളയുടെ നിരന്തരമായ ക്ഷണം മാനിച്ച് ചെങ്ങന്നൂർ വിടുന്നതിനുമുമ്പ് ഗോപു ഒരുനാൾ കുമ്പനാട്ട് കുഞ്ഞന്നാമ്മയുടെ വീട്ടിൽ പോയിരുന്നു. നാട്ടിൻപുറത്തെ വഴിവക്കിൽ ദേവലോകം പോലൊരു മാളിക. അന്ന് കുഞ്ഞന്നാമ്മയുമവിടെ ഉണ്ടായിരുന്നുവത്രേ. വെളുത്തു കൊഴുത്ത് സുന്ദരിയായ ഒരു പ്രൗഢ.

കുഞ്ഞന്നാമ്മയുടെ പേർഷ്യൻ പണം കുമ്പ

നാട്ടെ ഗ്രാമപ്രദേശങ്ങളിൽ വസ്തുവകകളായും ഇരുനിലമാളികകളായും ഉയർന്നുവരികയായിരുന്നു. പഴയ കഥകൾ ഞാനോർത്തുപോയി.

മിനിഗൾഫിലേക്ക്

ബസ് നിന്നു. പുറത്തേക്കു നോക്കിയപ്പോൾ പരിഷ്കൃതമായ ഒരു നാടൻ കവല. പച്ചത്തഴപ്പുകൾക്കു നടുവിൽ ഒരിത്തിരി വട്ടത്തിൽ ഒരു തനിപട്ടണം.

"സാർ കുവൈറ്റിലേക്കാണോ?"

സൈഡ് സീറ്റിലിരുന്ന എന്റെ കൈയിൽ ബസിനു പുറത്തു റോഡിൽ നിന്ന് ആരോ ഒരാൾ തോണ്ടി ചോദിച്ചു.

പാന്റും ഷർട്ടും ധരിച്ച ഒരു മദ്ധ്യവയസ്കൻ. പക്ഷേ, ആ നോട്ടത്തിലൊരു പന്തികേട്.

"അല്ല ഞാൻ കോഴഞ്ചേരിക്കാണ്."

"അപ്പോ അവിടെ ചെന്നിട്ട് കുവൈറ്റിന്, അല്ലേ?"

ശ്ശടാ ഇതാരപ്പാ? വട്ടനോ? അതോ പൊട്ടനോ?

"നെവർമൈന്റ്" എന്റെ സഹയാത്രികൻ എന്നെ ആശ്വസിപ്പിച്ചു. "അയാൾ കുവൈറ്റ് ചാക്കോ ആണ്. 1990-ലെ കുവൈറ്റ് യുദ്ധത്തിൽ എല്ലാം നഷ്ടപ്പെട്ട് നാട്ടിലെത്തിയപ്പോൾ സമനില നഷ്ടപ്പെട്ടതാണ്. ഇങ്ങനെ ചുറ്റിക്കറങ്ങും. ആർക്കും ഒരുപദ്രവമില്ല. പിന്നെ സാറ് അറിയാൻ വേണ്ടി പറയാം. കോഴഞ്ചേരി-കുമ്പനാട്ടു പ്രദേശങ്ങൾ, വിശിഷ്യാ കുമ്പനാട് സെക്കന്റ് കുവൈറ്റ് എന്നാണറിയപ്പെടുന്നത്." ഞാൻ ഒരു ഇളിഭ്യച്ചിരിയോടെ എല്ലാം മൂളിക്കേട്ടു.

കോഴഞ്ചേരി പ്രദേശങ്ങളുടെ കരൾത്തുടിപ്പുകൾ തൊട്ടറിഞ്ഞ ഗോപു ഒരിക്കൽ സഗൗരവം പറഞ്ഞത് ഞാനോർത്തു "ചേട്ടനറിയാമോ? അന്ന് മൂന്നുനാല് പതിറ്റാണ്ടുകൾക്കുമുമ്പ്, എന്തിനും തയ്യാറായി കുഞ്ഞന്നാമ്മമാർ കടൽ കടന്ന് അക്കരെയെത്തിയില്ലായിരുന്നെങ്കിൽ ഇന്നു കാണുന്ന ഈ പണക്കൊഴുപ്പു വല്ലതും ഉണ്ടാകുമായിരന്നോ? പേർഷ്യക്കാരിയെന്ന് വിളിച്ച് ആക്ഷേപിച്ച നാട്ടുകാരോട് കുഞ്ഞന്നാമ്മയ്ക്ക് ഒരു പരിഭവവും ഇല്ലായിരുന്നു. തന്നെയുമല്ല, കുഞ്ഞന്നാമ്മ കൈപിടിച്ച് ഉയർത്തിയ കുടുംബങ്ങൾ അനവധിയുണ്ടത്രേ ആ ചുറ്റുവട്ടത്ത്. സ്വന്തം കുടുംബാംഗങ്ങളെ മാത്രമല്ല അയൽപക്കത്തുള്ള നാനാജാതി മതസ്ഥരായ ചെറുപ്പക്കാരെയും കുഞ്ഞന്നാമ്മയ്ക്ക് ആദ്യകാലങ്ങളിൽ അക്കരെ എത്തിച്ച് രക്ഷപ്പെടുത്താൻ കഴിഞ്ഞു. അങ്ങനെ, ആ നാടിന്റെ മുഖഛായ തന്നെ മാറ്റാൻ കഴിഞ്ഞു."

സമ്പന്ന ഗ്രാമങ്ങൾ

പത്തനംതിട്ടജില്ലയിൽ കോഴഞ്ചേരിക്കു ചുറ്റുമുള്ള ഗ്രാമപ്രദേശങ്ങളിൽ ഗൾഫ് പണത്തിന്റെ വൻസ്വാധീനം പ്രകടമാണ്. അതനുസരിച്ച് ഗ്രാമീണ ജീവിതശൈലിയിലും സാമൂഹ്യസംവിധാനത്തിലുമെല്ലാം വമ്പിച്ച മാറ്റങ്ങൾ വന്നു കഴിഞ്ഞു. കോഴഞ്ചേരി ഇന്ന് ഒരു വലിയ പട്ടണമായി മാറിക്കഴിഞ്ഞു. സമീപഗ്രാമങ്ങളായ പുല്ലാടും കുമ്പനാടുമെല്ലാം ധനപ്രമാണിത്തം വിളിച്ചറിയിക്കുന്ന പ്രദേശങ്ങളാണ്.

കോഴഞ്ചേരി പഞ്ചായത്തിന്റെ വിസ്തീർണ്ണം 8.615 ച കി മീ. ജനസംഖ്യ 12701. കോഴഞ്ചേരി താലൂക്കിൽപ്പെടുന്ന പത്തനംതിട്ട, ഓമല്ലൂർ, പ്രമാടം, മലയാലപ്പുഴ, വള്ളിക്കോട്, കോന്നി, ഇരവം, കോന്നിത്താഴം, തണ്ണിത്തോട്, ഇലന്തൂർ, മല്ലപ്പുഴശ്ശേരി, നാരങ്ങാനം, ചെന്നീർക്കര, ആറന്മുള, മെഴുവേലി എന്നീ ഗ്രാമങ്ങൾ മിക്കവയും ഗ്രാമനഗരമായി വളർന്നു കഴിഞ്ഞു. ഗൾഫ് പണത്തിന്റേതായ ഒരു പ്രത്യേക സാമ്പത്തിക സംവിധാനം ഏറ്റക്കുറവുകളോടെയെങ്കിലും എങ്ങും പ്രകടമാണിന്ന്.

പണ്ടത്തെ കൊച്ചുപുരകൾ പലതും ഉന്നതസൗധങ്ങളാണിന്ന്. ഗൾഫ് രാജ്യങ്ങളിലേതിലെങ്കിലും ഒരു കൊച്ചു ജോലി തരപ്പെടുത്താത്ത കുടുംബങ്ങൾ വിരളം. നാട്ടിടവഴികളിലൂടെ ചീറിപ്പാഞ്ഞുപോകുന്ന വിദേശ കാറുകൾ കേരളത്തിൽ മറ്റെവിടെയാണ് കാണാൻ കഴിയുക? പാവപ്പെട്ടവരില്ലെന്നല്ല. പക്ഷേ പട്ടിണിപ്പാവങ്ങളില്ല തന്നെ. പണ്ട് സമുദായത്തിന്റെ താഴ്ന്ന തലങ്ങളിൽ കഷ്ടപ്പാടനുഭവിച്ച പല കുടുംബങ്ങളും ഇന്ന് ഗൾഫ് പണം മുഖേന സമുദായ മദ്ധ്യത്തിൽ മാന്യസ്ഥാനം നേടി പ്രമാണിമാരായി. ജീവിതനിലവാരം നാൾക്കുനാൾ ഉയർന്നു വരികയാണ്. എന്തിനേറെ? കോഴഞ്ചേരിയിലും തിരുവല്ലയിലും മറ്റുചില സമീപസ്ഥലങ്ങളിലും കാണുന്ന സൂപ്പർസ്പെഷ്യൽ ഹോസ്പിറ്റലുകളും അവയോടനുബന്ധിച്ചുള്ള സ്റ്റാർ മോർച്ചറികളും ഗൾഫ് പണത്തിന്റെ സ്വാധീനമല്ലേ പ്രകടമാക്കുന്നത്?

നവസമ്പന്നതയുടെ ലീലാവിലാസങ്ങൾ കണ്ടറിഞ്ഞും കേട്ടറിഞ്ഞും കോഴഞ്ചേരി താലൂക്കിന്റെ കരൾത്തുടിപ്പുകൾ മനസ്സിലാക്കിയ ശേഷം ചെങ്ങന്നൂരേയ്ക്ക് ബസ് കയറി. ചെങ്ങന്നൂർ ടൗണിൽ വന്നിറങ്ങിയപ്പോൾ അത്രയകലെയല്ലെങ്കിലും മറ്റൊരു മേഖലയിൽ വന്നുപെട്ടതുപോലെ. ഇവിടെ ഒരു പട്ടണത്തിന്റെ ക്രമാനുഗതമായ വളർച്ചയാണ് നമുക്കു കാണാൻ കഴിയുക. എന്നാൽ കുമ്പനാടും കോഴഞ്ചേരിയിലും മറ്റ് ഉൾ പ്രദേശങ്ങളിലും കാണാൻ കഴിഞ്ഞത് പച്ചത്തഴപ്പുകൾക്കിടയ്ക്ക് അങ്ങിങ്ങ് മുളച്ചു പൊങ്ങി, വളർന്നുയർന്ന് മാനം മുട്ടി നില്ക്കുന്ന പച്ചപരിഷ്കാരത്തിന്റെ കൊച്ചു കൊച്ചു തുരുത്തുകളാണ്. ധനപ്രമത്തതയുടെ മാസ്മരിക പ്രതീകങ്ങൾ. കുഞ്ഞുകുഞ്ഞമ്മമാരുടെയും ചാണ്ടിച്ചന്മാരുടെയും അദ്ധ്വാനത്തിന്റെ ഒരായിരം സാക്ഷിപത്രങ്ങൾ.

ചെങ്ങന്നൂർ

ഇത് ചെങ്ങന്നൂർ പട്ടണം. ആലപ്പുഴയുടെ തെക്കേ അറ്റത്തെ മുനിസിപ്പൽടൗൺ. ചെങ്ങന്നൂർ സബ്ജില്ലയുടെ ആസ്ഥാനം. മുനിസിപ്പാലിറ്റിയുടെ വിസ്തീർണ്ണം 12 ച കി മീ, ജനസംഖ്യം 25872. ഗവൺമെന്റ് സ്ഥാപനങ്ങളും മറ്റ് പൊതുസ്ഥാപനങ്ങളും. ഒട്ടേറെ വ്യാപാരശാലകളും പരിഷ്കൃത മന്ദിരങ്ങളുമെല്ലാം ഒരു വികസിത പ്രദേശത്തിന്റെ വ്യക്തമായ സൂചനകൾ നല്കുന്നു. മദ്ധ്യതിരുവിതാംകൂറിൽ പലതുകൊണ്ടും പ്രസിദ്ധമായ ചെങ്ങന്നൂർ, ഇന്ത്യയുടെ ദേശീയ സമരത്തിൽ പങ്കെടുത്ത പല ദേശാഭിമാനികളുടെയും ജന്മസ്ഥലമാണ്. പമ്പയാറിന്റെ പരിലാളനം പ്രസിദ്ധങ്ങളായ ക്ഷേത്രങ്ങൾ പേരുകേട്ട ശിലാശില്പങ്ങൾ, വലിയൊരു വിണനകേന്ദ്രം എന്നിവ ചെങ്ങന്നൂരിന്റെ പ്രാധാന്യം വ്യക്തമാക്കുന്നു. തിരക്കുപിടിച്ച കവലവിട്ട് കുറച്ച് ഉള്ളിലേക്കു കടക്കുമ്പോൾ സസ്യശ്യാമളമായ ഗ്രാമഭംഗികൾ കണ്ടുതുടങ്ങുന്നു.

പമ്പാനദി ചെങ്ങന്നൂരിനെ രണ്ടായി വിഭജിച്ചുകൊണ്ട് നഗരമദ്ധ്യത്തിലൂടെ പ്രവഹിക്കുന്നു. പമ്പയാറിന്റെ പരിലാളനമേല്ക്കുന്ന തീരപ്രദേശങ്ങൾ. എക്കൽ നിറഞ്ഞ് ഫലപുഷ്ടമായ മണ്ണ്, ഉറപ്പുള്ള ചെങ്കൽ പ്രദേശങ്ങൾ, തരുവും തണലും ചേർന്ന താഴ്വാരങ്ങൾ. ഇങ്ങനെ പ്രകൃതിഭംഗിയാൽ അനുഗൃഹീതമാണ് ആ പ്രദേശങ്ങൾ. കിഴക്കൻ മലയോരങ്ങളിൽനിന്നും ശേഖരിച്ചെടുത്ത ഫലസമൃദ്ധിയെല്ലാം ഒഴുകിപ്പോകുന്ന പോക്കിൽ വഴിവക്കിൽ കാണുന്ന ഗ്രാമങ്ങൾക്ക് വാരിക്കോരിക്കൊടുക്കുന്ന പമ്പാനദി, ചെങ്ങന്നൂരിന്റെ കാർഷിക മേഖലയുടെ ജീവനാഡിയാണ്. ചെങ്കല്ല് സുലഭമായിട്ടുണ്ടായിരുന്ന ഗ്രാമങ്ങൾക്ക് ചെങ്കൽ ഊര്, ചെങ്കല്ലൂർ, ചെങ്ങന്നൂർ എന്ന് പേരുകിട്ടിയെന്നു പറയുമ്പോൾ, അവിശ്വസനീമായി തോന്നാവുന്നതാണ്. ചെങ്കുന്റൂർ ചെങ്ങന്നൂർ ആയതുമാകാം.

പമ്പയാറിന്റെ വിരിമാറിൽ പൊന്തി വന്ന ഒരു ദ്വീപാണ് ഇടനാട്. നദീമുഖങ്ങളിൽ കാണാവുന്ന ഡൽറ്റകളെ അനുസ്മരിപ്പിക്കുന്നവയാണവ. ഇടനാടിന്റെ മുഴുവൻ ഭാഗവും മംഗലത്തിന്റെ മിക്ക ഭാഗങ്ങളും നല്ലവർഷകാലങ്ങളിൽ ഒന്ന് രണ്ടാഴാച പരിപൂർണ്ണമായും ബാഹ്യലോകത്തിൽ നിന്ന് ഒറ്റപ്പെട്ടിരുന്നു. എന്നാൽ 1998 ൽ നിർമ്മിക്കപ്പെട്ട മിത്രപ്പുഴപ്പാലം, മംഗലം ഇടനാട് പ്രദേശങ്ങളെ മുനിസിപ്പാലിറ്റിയുമായി ബന്ധിപ്പിക്കുന്നു. പമ്പയാറ്റിൽനിന്ന് ഉത്ഭവിച്ച് ഈ സ്ഥലങ്ങളെ മറ്റു കരകളുമായി വേർതിരിച്ച്, വീണ്ടും പമ്പയാറ്റിൽ ലയിക്കുന്ന നദിക്കു വരട്ടാർ എന്നാണ് പേർ. രക്തചരവി കലർന്ന ഇവിടുത്തെ മണൽത്തരികളിൽ രത്നം വിളയുമെന്നാണ് വിശ്വാസം.

പൗരാണിക സങ്കല്പങ്ങൾ

ചെങ്ങന്നൂർനിന്ന് ഒരു മൈൽ തെക്കുമാറി പാണ്ഡവർ താമസിച്ചിരുന്നുവെന്നു വിശ്വസിക്കപ്പെടുന്ന പാണ്ഡവർ പാറയും. കൗരവന്മാർ താമസിച്ചിരുന്നുവെന്ന് പറയപ്പെടുന്ന നൂറ്റവർപാറയുമുണ്ട്. അഭിമുഖമായി ഉയർന്നു നില്ക്കുന്ന രണ്ട് ഊക്കൻ പാറകളാണിവ. പണ്ട് ഉപയോഗത്തിലിരുന്ന ഗൃഹോപകരണങ്ങളുടെ രൂപത്തിലുള്ള പല വലിയ പാറകളും പാണ്ഡവർ പാറയിൽ ഇന്നു കാണപ്പെടുന്നുണ്ട്. ഇതിനു മുകളിൽ ഒരു കൃഷ്ണക്ഷേത്രവുമുണ്ട്. ആരോടും മല്ലിടത്തക്ക ഔദ്ധത്യത്തോടെ, വരട്ടെ, ആര്? എന്നു വീമ്പിളക്കിക്കൊണ്ട് ഭീമസേനൻ തന്റെ ഊക്കൻ ഗദ വലിച്ചിഴച്ചുകൊണ്ടുപോയ പാടിൽ (ചാലിൽ) നിന്നാണ് വരട്ടാർ ഉണ്ടായതെന്ന് പഴമക്കാർ വിശ്വസിക്കുന്നു. പാണ്ഡവരുടെയും അവർ ഭജിച്ചിരുന്ന ശ്രീകൃഷ്ണന്റെയും പ്രതിഷ്ഠകളുള്ള ചരിത്രപ്രസിദ്ധമായ അഞ്ചു ക്ഷേത്രങ്ങളും ഇവിടെയും ഇവിടുത്ത സ്ഥലങ്ങളിലുമായി സ്ഥിതിചെയ്യുന്നുണ്ടെന്നാണറിവ്. പാണ്ഡവരിൽ അഗ്രജനായി ധർമ്മപുത്രൻ മുനിസിപ്പലതിർത്തിയിൽപ്പെട്ട തൃച്ചിറ്റാട്ടു ക്ഷേത്രത്തിലും അർജുനൻ ആറു മൈലുകളകലെയുള്ള ആറന്മുള ക്ഷേത്രത്തിലും ഭീമൻ രണ്ടു മൈലുകളെയുള്ള പുലിയൂർ ക്ഷേത്രത്തിലും, നകുലൻ രണ്ട് മൈലുകളുമലെയുള്ള തിരുവൻവണ്ടൂർ ക്ഷേത്രത്തിലും, സഹദേവനും പാണ്ഡവമാതാവായ കുന്തീദേവിയും പത്തുമൈൽ അകലെയുള്ള തൃക്കൊടിത്താനം ക്ഷേത്രത്തിലും കുടികൊള്ളുന്നു.

മഹാദേവ ക്ഷേത്രം

കേരളത്തിലെ പ്രസിദ്ധ ക്ഷേത്രങ്ങളിലൊന്നാണ് ചെങ്ങന്നൂർ മഹാദേവക്ഷേത്രം. നൈർമ്മല്യവും ആദ്ധ്യാത്മികതയും ഓളം വെട്ടുന്ന പമ്പാസരസ്തടം തന്നെയാണ് പശ്ചാത്തലം. വിസ്തൃതമായ മതിലകം. എടുപ്പുകളോടുകൂടിയ ഉയർന്ന ഗോപുരം, കൊത്തുപണികളാൽ കമനീയമാക്കപ്പെട്ട കരിങ്കൽ നിർമ്മിതമായ ശ്രീകോവിൽ എന്നിവ ക്ഷേത്രത്തിന്റെ പ്രത്യേകതകളാണ്. ഒരേ ശ്രീകോവിലിന്റെ കിഴക്കോട്ട് അഭിമുഖമായി ശ്രീപരമേശ്വനെയും, പടിഞ്ഞാറോട്ട് അഭിമുഖമായി ശ്രീപാർവ്വതിയെയും പ്രതിഷ്ഠിച്ചിരിക്കുന്നു. മതിലകത്ത് മൊത്തം 28 ദേവന്മാരുടെ പ്രതിഷ്ഠകളാണുള്ളത്. ധനുവിലെ തിരുവാതിരയ്ക്കു തുടങ്ങി മകരത്തിരുവാതിരയ്ക്ക് അവസാനിക്കുന്ന ഇരുപത്തിയെട്ടു ദിവസത്തെ ഉത്സവം ഇവിടെ ആഘോഷിക്കപ്പെടുന്നു. ശ്രീപാർവ്വതിയുടെ തൃപ്പൂത്താറാട്ട് ഈ ഇരുപത്തിയൊന്നാം നൂറ്റാണ്ടിലും വിചിത്രമായ ഒരു ചടങ്ങായി കൊണ്ടാടുന്നുണ്ട്. (ചെങ്ങന്നൂർ ഭഗവതി ഋതുമതി ആകുന്നതിനെ തുടർന്നുള്ള ചടങ്ങുകളാ

ണിവ) നാല്പതിൽപ്പരം പേർക്ക് സുഖമായി താമസിക്കാവുന്ന ഒരു ഭജന മന്ദിരവും ക്ഷേത്രത്തോടനുബന്ധിച്ചുണ്ട്. കിഴക്കേനടയിലെ കൂത്തമ്പലത്തറ പെരുന്തച്ചൻ നിർമ്മിച്ചതാണെന്ന് വിശ്വസിക്കപ്പെടുന്നു.

മറ്റെങ്ങും വളരെ വിരളമായിമാത്രം കാണാവുന്ന ഒരു നരസിംഹക്ഷേത്രം ഇവിടെ നിന്നും അരമൈൽ കിഴക്കുമാറി സ്ഥിതി ചെയ്യുന്നു; വളരെ കാലപ്പഴക്കമുള്ള ഈ ക്ഷേത്രത്തിന്റെ ശ്രീകോവിലിൽ, ചെയ്തിട്ടുള്ള ചിത്രവേലകൾ (17,18 ശതകങ്ങളിൽ രചിച്ചവ) ഇന്നും അഭംഗുരം നിലനില്ക്കുന്നുണ്ട്. നാലമ്പലത്തിനകത്ത് സ്ത്രീകൾ പ്രവേശിക്കുകയില്ലെന്നതും ഈ ക്ഷേത്രത്തിന്റെ ഒരു പ്രത്യേകതയാണ്. ചെങ്ങന്നൂർ മുനിസിപ്പാലിറ്റിയുടെ പ്രാന്തപ്രദേശങ്ങളിൽ കഴിഞ്ഞ അരനൂറ്റാണ്ടിനുള്ളിൽ വളർന്നു വന്ന മറ്റൊരു പ്രസിദ്ധ ഗ്രാമമാണ് തിരുവൻവണ്ടൂർ.

പ്രസിദ്ധവും പുരാതനവുമായ ക്രിസ്തീയ ദേവാലയങ്ങളാണ് ചെങ്ങന്നൂർപള്ളിയും പുത്തൻകാവ് പള്ളിയും. കരിങ്കല്ലുകൊണ്ടു നിർമ്മിച്ച ചിത്രവേലകളാൽ മനോഹരമാക്കപ്പെട്ട ഗോപുരവും അതിനു മുന്നിലെ കരിങ്കൽദീപസ്തംഭവും (ആൽവിളക്ക്) മറ്റും ചെങ്ങന്നൂർ വലിയ പള്ളിക്ക് ഒരു പുരാതന ഹൈന്ദവ ദേവാലയത്തിന്റെ പ്രതീതി ജനിപ്പിക്കുന്നുണ്ട്. 15 ഉം 16 ഉം ശതകങ്ങളിലെ ശില്പചാതുരിയാർന്നതാണ് ഈ പള്ളി. പണ്ട് ഇതൊരു ഹിന്ദുക്ഷേത്രമായിരുന്നുവെന്നും പില്ക്കാലത്ത് ക്രിസ്തീയ ദേവാലയമാക്കപ്പെട്ടുവെന്നും ചില പഴമക്കാർ പറയുന്നു. ഏതായാലും ധാരാളം ഹിന്ദുക്കൾ പള്ളിയിൽ നേർച്ചകൾ അർപ്പിക്കുന്നുവെന്നത് ഒരു പ്രത്യേകതയാണ്.

ചെങ്ങന്നൂർ, പണ്ട് ഒരു ബ്രാഹ്മണകേന്ദ്രമായിരുന്നു. ഇന്ന് വിരലിലെണ്ണാവുന്ന ഇല്ലങ്ങൾ മാത്രമേ അവശേഷിച്ചിട്ടുള്ളൂ. താഴമൺമഠം ഇന്നും നിലനില്ക്കുന്നു. പുന്നിരുട്ടുമഠം, വഞ്ഞിപ്പുഴ കൊട്ടാരം ഇവ ഈ നഗരത്തിൽ സ്ഥിതിചെയ്യുന്നു. സംസ്കാരചിത്തരും ഉത്സാഹശീലരുമാണ് ജനങ്ങൾ. ജീവിതത്തിന്റെ വിവിധ മണ്ഡലങ്ങളിൽ പ്രശസ്തരായ പലരുമുണ്ട്. ജനസംഖ്യയിൽ ഹിന്ദുക്കളാണ് മുമ്പിൽ. ക്രിസ്ത്യാനികളും കുറവല്ല. ഹരിജനങ്ങളും ധാരാളമുണ്ട്. ശിലാശില്പ വൈഭവത്താൽ പേരും പെരുമയും നേടിയ തട്ടാവിള കുടുംബവും അവരുടെ രണ്ടു പ്രധാന അമ്മൻകോവിലുകളും ചെങ്ങന്നൂരിലുണ്ട്.

കൃഷിയിലും കച്ചവടത്തിലും ഉദ്യോഗസമ്പാദനത്തിലും ഒരേപോലെ തല്പരരാണ് ജനങ്ങൾ. ഭക്ഷ്യധാന്യങ്ങളും പച്ചക്കറികളും മറ്റും ഉല്പാദിപ്പിക്കപ്പെടുന്നുണ്ടെങ്കിലും മറ്റു ഗ്രാമപ്രദേശങ്ങളെ അപേക്ഷിച്ച് ജീവിതച്ചെലവ് വളരെ കൂടുതലാണ് ചെങ്ങന്നൂരിൽ.

ശാസ്താമ്പുറം ചന്ത പ്രസിദ്ധം. മലഞ്ചരക്കുകളുടെ ഒരു പ്രധാന വിപണന കേന്ദ്രം കൂടിയായ ചെങ്ങന്നൂരിന്റെ വാണിജ്യ പ്രാധാന്യം ശ്രദ്ധേയമാണ്. കച്ചവടരംഗത്ത് അനുദിനം അഭിവൃദ്ധി ദൃശ്യമാണെങ്കിലും സാമാന്യ ജനങ്ങൾക്ക് കൂടുതൽ തൊഴിലവസരങ്ങൾ നല്കുന്ന വ്യവസായങ്ങളുടെ അഭാവം തൊഴിലില്ലായ്മയ്ക്കു കാരണമാണ്. ജനസംഖ്യ കൂടുതൽ; സ്ഥലം പരിമിതവും. ഗവൺമെന്റ് ഉടമയിലുള്ള ഒരു ഇൻഡ്രസ്ട്രിയൽ എസ്റ്റേറ്റും ശിലാശില്പങ്ങളുടേതായ ഒരു കരിങ്കൽ വ്യവസായ സഹകരണസംഘവും നിലവിലുണ്ടായിരുന്നു.

ആരോഗ്യ സംരക്ഷണ സൗകര്യങ്ങളും കുറവല്ല. താലൂക്ക് ഹെഡ്ക്വാർട്ടേഴ്സ് ആശുപത്രിയും ആയുർവ്വേദാശുപത്രിയും അനേകം പ്രൈവറ്റ് ആശുപത്രികളുമുണ്ട്.

ട്രാൻസ്പോർട്ട് ബസുകളും പ്രൈവറ്റ് ബസുകളും നിരന്തരം ഓടിക്കൊണ്ടിരിക്കുന്ന ചെങ്ങന്നൂരിൽ ട്രാൻസ്പോർട്ട് ബസ് സ്റ്റേഷനു പുറമേ ഒരു മുനിസിപ്പൽ ബസ് സ്റ്റാൻഡും കൂടിയുണ്ട്.

വളരുന്ന നഗരം

സസ്യഫലസമൃദ്ധമായ ഗ്രാമപ്രദേശത്ത്, നവീനപരിഷ്കാരത്തിന്റെ എല്ലാ പ്രൗഢിയോടും കൂടി, ഗ്രാമപ്രദേശവുമായി പൊരുത്തപ്പെടാത്ത മട്ടിൽ തലയുയർത്തി നില്ക്കുന്ന പുതിയ സൗധങ്ങൾ പലതും കണ്ടെന്നുവരാം. അവ മുൻകാലങ്ങളിൽ ഉപജീവന മാർഗ്ഗം തേടി പേർഷ്യ, സിലോൺ, സിംഗപ്പൂർ എന്നിവിടങ്ങളിലെത്തിയ തദ്ദേശീയരുടെ അദ്ധ്വാനഫലത്തിൽനിന്ന് ഉയർന്നുവന്നവയാണ്. ചെങ്ങന്നൂരിന്റെ സാമ്പത്തിക ഘടനയിൽ ഈ 'വിദേശികളായ സ്വദേശി'കൾക്ക് ഗണ്യമായ പങ്കുണ്ട്. ചെങ്ങന്നൂർ തിരുവല്ല പ്രദേശങ്ങളിൽ ഗൾഫ് പണത്തിന്റെ സ്വാധീനം പ്രകടമാണ്.

മുൻകാലങ്ങളെ അപേക്ഷിച്ച് ചെങ്ങന്നൂർ ടൗൺപ്രദേശങ്ങളിൽ കഴിഞ്ഞ കാൽനൂറ്റാണ്ടിനുള്ളിൽ ഒട്ടേറെ മാറ്റങ്ങളുണ്ടായിട്ടുണ്ട്. ജങ്ഷനു സമീപമുള്ള കുന്നിൻപുറത്തെ പഴയകച്ചേരി കോമ്പൗണ്ട് ഇന്ന് ചെങ്ങന്നൂർ എന്ന ഉപജില്ല തലസ്ഥാനത്തിന്റേതായ എല്ലാ ആർഭാടങ്ങളോടും കൂടി തലയുയർത്തി നില്ക്കുന്നുണ്ട്. പഴയ ഓഫീസ് കെട്ടിടങ്ങൾക്കു പകരം ആധുനികരീതിയിലുള്ള മന്ദിരസമുച്ചയങ്ങൾ, ആർ ഡി ഒ ഓഫീസ്, മിനിസിവിൽസ്റ്റേഷൻ, വിവിധ കോടതികൾ വിവിധ തലങ്ങളിലെ പോലീസ് ഓഫീസുകൾ, വിവിധ ഡിപ്പാർട്ടുമെന്റ് ഓഫീസുകൾ– എല്ലാം അവിടെ കേന്ദ്രീകരിച്ചിട്ടുണ്ട്. ജങ്ഷനിൽനിന്ന് അത്ര അകലെയല്ലാതെ കോഴിവളർത്തൽ വൻതോതിൽ നടപ്പാക്കാൻ വേണ്ടി മേൽത്തരം കോഴിക്കുഞ്ഞുങ്ങളെ ഉല്പാദിപ്പിച്ച് സംസ്ഥാനമൊ

ട്ടുക്ക് വിതരണം നടത്താനുദ്ദേശിച്ച്, ദശാബ്ദങ്ങൾക്കു മുമ്പ് വലിയ തോതിൽ ചെങ്ങന്നൂരിൽ ആരംഭിച്ച സ്ഥാപനമാണ്– സെൻട്രൽ ഹാച്ചറി. സംസ്ഥാന ഗവൺമെന്റിന്റെ മൃഗസംരക്ഷണ വകുപ്പിൻ കീഴി ലുള്ള ഈ ഏക സ്ഥാപനം ഏറക്കുറെ വഴിമുട്ടി നില്ക്കുകയാണെന്നാണറിവ്. പുതിയ മുനിസിപ്പൽ ഓഫീസ് ഈയടുത്ത കാലത്ത് റെയിൽവേ സ്റ്റേഷനും പ്രൈവറ്റ് ബസ് സ്റ്റാൻഡിനും സമീപം മുനിസിപ്പാലിറ്റി കെട്ടിയുയർത്തിയിട്ടുള്ള ഷോപ്പിങ് കോംപ്ലക്സിന്റെ രണ്ടാം നിലയിലാണ് പ്രവർത്തിക്കു ന്നത്.

ചെങ്ങന്നൂരിന്റെ ആതുരസേവനരംഗത്ത് പില്ക്കാലത്ത് ഉയർന്നു വന്ന സ്ഥാപനമാണ്, ടൗണിൽ പല നിലകളിലായി തലയുയർത്തി നില്ക്കുന്ന അത്യാധുനിക സൗകര്യങ്ങളോടുകൂടിയ സെഞ്ചറി ഹോസ്പിറ്റൽ. കോഴഞ്ചേരി ചെങ്ങന്നൂർ മേഖലയിലെ പ്രവാസി മലയാളികളുടെ കുടുംബ ങ്ങൾക്ക് സഹായകരമാം വിധത്തിലുള്ള സൂപ്പർ സ്പെഷ്യൽ മോർച്ചറി സൗകര്യങ്ങളും ഈ ആശു പത്രിയിൽ ഏർപ്പെടുത്തിയിട്ടുണ്ട്. പ്രവാസി മലയാ ളികളുടെ മുതൽമുടക്കിൽ സ്ഥാപിക്കപ്പെട്ടിട്ടുള്ളതാ ണത്രേ ഈ അത്യാധുനിക ചികിത്സാ സ്ഥാപനം.

ചെങ്ങന്നൂരിനു കിഴക്കുഭാഗത്തുള്ള ഗ്രാമങ്ങ ളെല്ലാം വമ്പിച്ച കാർഷിക മേഖലകളാണ്. ആലാ, ബുധനൂർ, ചെറിയനാട്, മാന്നാർ, പാണ്ടനാട്, പുലി യൂർ, തിരുവൻവണ്ടൂർ എന്നീ പഞ്ചായത്തുക ളുൾപ്പെട്ട ചെങ്ങന്നൂർ ബ്ലോക്കും ആറന്മുള, കുളന ട, മെഴുവേലി, മുളക്കുഴ, വെണ്മണി എന്നീ പഞ്ചാ യത്തുൾപ്പെട്ട കുളനട ബ്ലോക്കും ചെങ്ങന്നൂർ താലൂ ക്കിൽപ്പെടുന്നു.

ആറന്മുളയിലേക്ക്

നാൾക്കുനാൾ നഗരപ്രമത്തതയുടെ ആടയാഭ രണങ്ങൾ മാറിമാറിയണിഞ്ഞു വിലസുന്ന ചെങ്ങ ന്നൂർ പട്ടണത്തിൽനിന്ന്, നമുക്കിനി ഏതാണ്ട് 10 കി മീ കിഴക്കുമാറി പമ്പയാറിന്റെ തീരത്തു സ്ഥിതി ചെയ്യുന്ന മറ്റൊരു പ്രാചീന ജനപദത്തിലേക്ക് കടക്കാം. ആറന്മുള ഗ്രാമം. ഇവിടെയിതാ, പമ്പയാറ്, ഇരുതീരങ്ങളേയും തഴുകി ശാന്തിപ്രദായിനിയായി കടന്നുപോകുന്നു. ആറന്മുള പാർത്ഥസാരഥിയുടെ തൃച്ചേവടികൾ കഴുകി സായൂജ്യമടയുന്ന പമ്പാന ദീതീരത്ത് പടിപടിയായി കെട്ടിപ്പൊക്കിയ മട്ടിൽ ഉയർന്ന തലത്തിൽ സ്ഥിതിചെയ്യുന്ന പാർത്ഥസാര ഥിക്ഷേത്രത്തിന്റെ ദൃശ്യം, ഗ്രാമീണലാളിത്യത്തേയും വിശുദ്ധിയേയും വിളംബരം ചെയ്യുന്നു. ചതുർബ്ബാ ഹുവായ മഹാവിഷ്ണുവാണ് പ്രതിഷ്ഠ. സാക്ഷാൽ അർജുനനാണ് പ്രതിഷ്ഠ നടത്തിയതെന്ന് വിശ്വസി ക്കപ്പെടുന്നു.

അതിവിസ്തൃതവും മനോഹരവുമാണ് ആറ ന്മുള ക്ഷേത്രം. ക്ഷേത്രപ്രതിഷ്ഠ നടത്തിയത് ഒരു ചിങ്ങമാസത്തിലെ ഉതൃട്ടാതി നാളിലാണെന്നു കരു തപ്പെടുന്നു. ആ സ്മരണ പുതുക്കുന്നതിനുവേണ്ടി എല്ലാവർഷവും ചിങ്ങത്തിലെ ഉത്തൃട്ടാതി നാളിൽ ക്ഷേത്ര സമീപത്തെ പമ്പയാറ്റിൽ ജലഘോഷയാത്ര നടത്തുന്നു–ഉത്തൃട്ടാതി വള്ളംകളി.

ക്ഷേത്രോല്പത്തിയെപ്പറ്റി നിലവിലുള്ള വിശ്വാസം ഇങ്ങനെ: വളരെ പണ്ട് വനാന്തർഭാഗത്തെ നിലയ്ക്കലിലായിരുന്നുവത്രേ ഈ പ്രതിഷ്ഠ ഉണ്ടാ യിരുന്നത്. കാട്ടുമൃഗങ്ങളുടെ ശല്യം സഹിക്കാതെ ക്ഷേത്രനടത്തിപ്പുകാർ 'ആറുമുള കൂട്ടിക്കെട്ടിയുണ്ടാ ക്കിയ ചങ്ങാടത്തിൽ, ഉപാസനാ മൂർത്തിയേയും വഹിച്ച് പമ്പാനദിയിലൂടെ തുഴയവെ, ഇപ്പോൾ ക്ഷേത്രമിരിക്കുന്ന സ്ഥാനത്തിന് അല്പമകലെയായി കൂരിരുട്ടിൽ ഒരു പ്രകാശം കണ്ട് ചങ്ങാടം അവിടെ അടുപ്പിച്ചു. പ്രതിഷ്ഠ അവിടെ ഇറക്കിവച്ചു വിശ്രമി ച്ചു. വിളക്കുമാടം. തുടർന്ന് പുലർച്ചയിൽ അനേകം വള്ളങ്ങളുടെ അകമ്പടിയോടെ വിഗ്രഹം ആറന്മുള യിലെത്തിച്ച് പ്രതിഷ്ഠിച്ചു എന്നാണ് ഐതിഹ്യം. ഇപ്പോഴും കൊടിയേറ്റു ദിവസം നെറ്റിപ്പട്ടം കെട്ടിയ ആനയെ പഴയ വിളക്കുമാടം വരെ കൊണ്ടുവരി കയും ആർഭാടപൂർവ്വം തിരിച്ചെഴുന്നള്ളിക്കുകയും ചെയ്യുന്നു. ആറ് മുളഞ്ചില്ലകൾ കൊണ്ടുവന്ന് കോടി മരത്തിനു ചുറ്റും നാട്ടുകയും ചെയ്യാറുണ്ടത്രേ.

ഉത്തൃട്ടാതി വള്ളംകളി

ഉത്തൃട്ടാതി വള്ളംകളിയെപ്പറ്റി മറ്റൊരു ഐതി ഹ്യവുമുണ്ട്. കാട്ടൂർ മങ്ങാട്ടു മഠത്തിലെ ഒരു ഭട്ടതിരി എല്ലാ ചിങ്ങമാസവും തിരുവോണദിവസം ഒരു ബ്രാഹ്മണന് കാലുകുഴുകിച്ചൂട്ട് നടത്തുക പതിവാ യിരുന്നു. ഒരു തിരുവോണനാളിൽ ബ്രാഹ്മണരെ ആരെയും കാണാതെ ഭട്ടതിരി വിഷണ്ണനായിരിക്കെ ഒരു ബ്രഹ്മചാരി കൺമുന്നിൽ പ്രത്യക്ഷപ്പെടുകയായി. അങ്ങനെ, അതിഥി സൽക്കാരം നടന്നു. തൊട്ടടുത്ത വർഷം ഉത്രാടരാത്രിയിൽ ബ്രഹ്മചാരി ഭട്ടതിരിയുടെ സ്വപ്നത്തിൽ പ്രത്യക്ഷപ്പെട്ടുവത്രേ. തനിക്ക് ഒരുദിവ സത്തെ ചെലവിനുള്ള സാധനങ്ങളുമായി ഉത്രാട നാളിൽ ആറന്മുള ക്ഷേത്രത്തിലെത്തണമെന്ന് നിർദ്ദേ ശിക്കുകയും ചെയ്തു. ഭട്ടതിരി തോണി നിറയെ സദ്യ ക്കുള്ള സാധനസാമഗ്രികളുമായി ക്ഷേത്രസിന്നിധി യിലെത്തി. സ്വപ്നത്തിൽ കണ്ടു സാക്ഷാൽ തിരു വാറന്മുളയപ്പൻ തന്നെയായിരുന്നുവെന്ന് ഭട്ടതിരി വിശ്വസിച്ചു. തുടർന്ന് എല്ലാവർഷവും ഈ പതിവ് നടന്നു. ഭട്ടതിരിയുടെ ഈ ആർഭാടയാത്രയിൽ അസൂ യാലുക്കളായ ചില നായർ പ്രമാണിമാർ, തിരുവോ ണത്തോണി തടഞ്ഞുവച്ചപ്പോൾ ഭക്തന്മാരായ കുറെ നാട്ടുപ്രമാണിമാർ സംഘടിച്ച് തിരുവോണത്തോ

ണിക്ക് അകമ്പടി സേവിച്ചു തുടങ്ങി. ആ തോണിവരവ് രാത്രിയിലായതിനാൽ എല്ലാവർക്കും കാണത്തക്കവിധത്തിൽ ഉത്തൃട്ടാതി നാളിൽ വിപുലമായ ഒരു ജലഘോഷയാത്ര നടത്താനും അന്ന് നാട്ടുകാർ തീരുമാനമെടുത്തു. ആ പാരമ്പര്യത്തിന്റെ തുടർച്ചയാണ് ഇന്നത്തെ ആറന്മുള വള്ളംകളി. ഈ ജലോത്സവത്തിൽ പങ്കെടുക്കുന്ന ചുണ്ടൻ വള്ളങ്ങൾ, പള്ളിയോടങ്ങൾ എന്ന പേരിലാണറിയപ്പെടുക. ആദ്യകാലങ്ങളിൽ 48 കരക്കാരുടെ 48 പള്ളിയോടങ്ങളുണ്ടായിരുന്നത് ഇപ്പോൾ 32 ആയി കുറഞ്ഞു.

"വള്ളസദ്യ"യാണ് ക്ഷേത്രത്തിലെ പ്രധാന വഴിപാട്. സദ്യക്ക് അറുപതിലേറെ വിഭവങ്ങളുണ്ടാവും. വറുത്തെരിശ്ശേരി മുഖ്യം. മകരമാസത്തിലെ അത്തം നാളിൽ കൊടിയേറി തിരുവോണം നാളിൽ ആറാട്ടോടെ അവസാനിക്കുന്നതാണ് പ്രധാന ഉത്സവം. അഷ്ടമിരോഹിണിയും ഉതൃട്ടാതി വള്ളംകളിയും ക്ഷേത്രത്തിലെ മറ്റു പ്രധാന ഉത്സവചടങ്ങുകളിൽപ്പെടുന്നു.

ആറന്മുള കണ്ണാടി

കേരളത്തിനു പുറത്തും വിദേശങ്ങളിലും ആറന്മുള ക്ഷേത്രത്തെക്കാൾ ഒരുപക്ഷേ, പ്രചാരം നേടിയിട്ടുള്ളത് ആറന്മുള കണ്ണാടിയാണെന്നു വരാം. ആറന്മുളയിൽ പാർത്തിരുന്ന ഒരു തമിഴ് കമ്മാള കുടുംബത്തിന് യാദൃച്ഛികമായി മനസ്സിലാക്കാൻ കഴിഞ്ഞ ഒരു തൊഴിൽ രഹസ്യത്തിൽ നിന്ന് വികാസം പൂണ്ടതാണത്രേ ഈ ലോഹനിർമ്മിത കണ്ണാടി. നാനൂറിൽപ്പരം വർഷങ്ങൾക്കു മുമ്പ് ആറന്മുള ക്ഷേത്രത്തിലെ ഊരാളിലൊരാളും കലാതല്പരനുമായ ഒരാൾ, തമിഴ്നാട്ടിൽ നിന്ന് കന്നാന്മാരുടെ ഏതാനും കുടുംബങ്ങളെ ആറന്മുള—കൊണ്ടുവന്ന് പാർപ്പിച്ചു—ക്ഷേത്രത്തിലേക്കാവശ്യമായ ഓട്ടുപാത്രങ്ങൾ നിർമ്മിക്കാൻ. പക്ഷേ, അവർ നിർമ്മിച്ചെടുക്കുന്ന പാത്രങ്ങൾക്ക് ഗുണമേന്മ പോരാഞ്ഞിട്ടാകാം നിത്യവും ഊരാളന്മാരുടെ ശകാരം ഏറ്റുവാങ്ങേണ്ടി വന്നു. തൊഴിൽ ഉപേക്ഷിച്ച് നാടുവിടേണ്ടിവരുമോ എന്നുവരെ അവർ ഭയന്നു. ആറന്മുള ദേവനെ ഉള്ളുരുകി പ്രാർത്ഥിച്ചു. ദേവീപ്രീതിക്കായി ഭഗവാന് ഒരു കിരീടം വാർത്തെടുക്കാനുള്ള ഭഗീരഥ പ്രയ്നത്തിലേർപ്പെട്ടു. അതിനുവേണ്ടി ഓട് ഉരുക്കുന്നതിനിടയിൽ അവരുടെ സ്ത്രീജനങ്ങൾ ഭക്തിപുരസ്സരം സ്വന്തം ആഭരണങ്ങൾ തിളയ്ക്കുന്ന ലോഹക്കൂട്ടിലേക്ക് ആർപ്പിച്ചുവത്രേ. ആ കൂട്ടുലോഹം കൊണ്ടുണ്ടാക്കിയ കിരീടം വെള്ളിപോലെ തിളക്കവും വെണ്മയുമുള്ളതായി കണ്ടു. ഒരു പുതിയ അനുഭവം. അവർ കിരീടം ദേവനു സമർപ്പിച്ചു. ഈ കൂട്ടലോഹത്തിന്റെ കണ്ടുപിടുത്തത്തിൽ നിന്നാണ് ആറന്മുളക്കണ്ണാടി ഉരുത്തിരിഞ്ഞത്. സാധാരണ അണ്ഡാകൃതിയിൽ 15, 10 സെമീ വിസ്താരമുള്ള ചെറിയ കൈപ്പിടിയോടു കൂടിയ കണ്ണാടിക്കാണ് കൂടുതൽ ആവശ്യക്കാർ. അഷ്ടമംഗല്യത്തിന്റെ ഒരു ഘടകമാണ് വാൽക്കണ്ണാടി. ഈ കണ്ണാടി നിർമ്മാണത്തിലേർപ്പെട്ടിരിക്കുന്ന ചില കുടുംബങ്ങൾ ഇപ്പോഴും ആറന്മുളയിലുണ്ട്.

പത്തനംതിട്ട ജില്ലയിലെ കോഴഞ്ചേരി താലൂക്കിൽപ്പെട്ട ആറന്മുള പഞ്ചായത്തിന്റെ വിസ്തീർണ്ണം 24 ച കി മീ— ജനസംഖ്യ 28679. വിദ്യാഭ്യാസ സൗകര്യത്തിനുതകുന്ന സ്ഥാപനങ്ങൾ വേണ്ടുവോളമുണ്ട്, സമീപസ്ഥലങ്ങളായ ചെങ്ങന്നൂരിലും തിരുവല്ലയിലും മറ്റും അതിപുരാതനമായ ഒരു ക്ഷേത്രസംസ്കാരവും ഗ്രാമീണ ജീവിതവ്യവസ്ഥയും നിലനിന്നു പോരുന്ന ഒരു പ്രദേശമാണ് ആറന്മുള. ചെറുതും വലുതുമായ ഗ്രാമഭവനങ്ങൾ. അങ്ങിങ്ങ് ഗൾഫ് പണത്തിന്റെ സ്വാധീനം പ്രകടമാക്കുന്ന മണിമാളികകൾ. ലാളിത്യവും വിശുദ്ധിയും പ്രകടമാണെങ്ങും. ആറന്മുള ഭഗവാന്റെ കൃപാകടാക്ഷം തേടുന്നവരാണ് ജനങ്ങളിലേറിയ കൂറും. കേരളത്തിന് അഭിമാനാർഹമായ മറ്റു ചില സ്ഥാപനങ്ങളുടെയും ആസ്ഥാനമാണ് ആറന്മുള. വാസ്തുവിദ്യാഗുരുകുലവും വിജ്ഞാനകലാവേദിയും പ്രസിദ്ധം.

രാഷ്ട്രീയ-സാംസ്കാരിക പാരമ്പര്യം

കേരളത്തിന്റെ സാംസ്കാരിക-രാഷ്ട്രീയ-സാഹിത്യപാരമ്പര്യത്തിന്റെ ഉദ്ഘോഷകരായ അനേകം പേർ ഇവിടെ ജനിച്ചു വളർന്നവരാണ്. ഡോ. കെ ഭാസ്കരൻ നായർ, ഡോ. കെ എം ജോർജ്, ഇടയാറന്മുള കെ എം വർഗ്ഗീസ്, കെ എം ഡാനിയേൽ പുത്തൻകാവ് മാത്തൻ തരകൻ, കെ വി സൈമൺ എന്നിങ്ങനെ ആ പട്ടിക നീളുന്നു.

കോഴഞ്ചേരി, ചെങ്ങന്നൂർ, ആറന്മുള പ്രദേശങ്ങൾക്ക് കേരളത്തിന്റെ രാഷ്ട്രീയ ചരിത്രത്തിലുള്ള സ്ഥാനം അവിസ്മരണീയമാണ്. അന്നത്തെ തിരുവിതാംകൂർ ഭരണകൂടത്തിന്റെ ദുർനടപടികൾക്കെതിരായി ആരംഭിച്ച നിവർത്തന പ്രക്ഷോഭണത്തിന്റെ ഭാഗമായി 1935 മേയ് 11 ന് കോഴഞ്ചേരിയിൽ ഡോ. ജോർജ് ജോസഫിന്റെ അദ്ധ്യക്ഷതയിൽ കൂടിയ രാഷ്ട്രീയ സമ്മേളനത്തിൽ സി കേശവൻ ചെയ്ത പ്രസംഗം ശ്രദ്ധേയമാണ്. കോഴഞ്ചേരി പ്രസംഗത്തിന്റെ പേരിൽ രാജ്യദ്രോഹക്കുറ്റം ചുമത്തി സി കേശവനെ രണ്ടുവർഷത്തെ കഠിനതടവും 500 രൂപ പിഴയും ശിക്ഷിച്ചു. ദൂരവ്യാപകമായ പ്രത്യാഘാതങ്ങളുളവാക്കിയ സംഭവമാണത്.

കോൺഗ്രസിന്റെ രാഷ്ട്രീയ ചരിത്രത്തിൽ ചെങ്ങന്നൂരിന്റെ അഭിമാനഭാജനമായിരുന്ന ബാരിസ്റ്റർ ജോർജ് ജോസഫ് (1887–1938) വഹിച്ച പങ്ക് അദ്വിതീയമാണ്. ഗാന്ധിജിയോടും മോട്ടിലാൽ നെഹ്റുവിനോടുമൊപ്പം പ്രവർത്തിച്ചു. 1938 ലെ ചെങ്ങന്നൂർ

സമരത്തിനു നേതൃത്വം നല്കി. സ്വാതന്ത്ര്യസമരപരിപാടികൾക്ക് അക്കാലത്ത് ഉണർവ്വും ആവേശവും പകർന്നിരുന്ന *ഭജേ ഭാരതം* പ്രസിദ്ധപ്പെടുത്തിയിരുന്നത് ചെങ്ങന്നൂരിൽ നിന്നാണ്.

ത്യാഗോജ്ജ്വലമായ പൊതുജീവിതത്തിനുടമയായ കെ സി ജോർജ് (1903-1986) ചെങ്ങന്നൂരിൽ ജനിച്ചു. കോൺഗ്രസിന്റെ ആദ്യകാല പ്രവർത്തകൻ. തിരുവിതാംകൂർ യൂത്ത് ലീഗ് സെക്രട്ടറി. 1957-ൽ ഇ എം എസ് മന്ത്രിസഭയിൽ അംഗമായി. 1959 നുശേഷം പാർട്ടി പ്രവർത്തനങ്ങളിൽ മാത്രം മുഴുകി. ഒട്ടേറെ ലേഖനങ്ങളും ചില നല്ല ഗ്രന്ഥങ്ങളും രചിച്ചിട്ടുണ്ട്.

പ്രാചീന ജനപദങ്ങളായ ഈ പ്രാചീന ഗ്രാമങ്ങൾ - (ചെങ്ങന്നൂർ - ആറന്മുള പ്രദേശങ്ങൾ) നാഗരിക ഭാവമണിയാൻ ശ്രമിക്കുന്നുണ്ടെങ്കിലും ഗ്രാമീണ ജീവിതശൈലിയിൽനിന്ന് ഇനിയും പൂർണ്ണമായി വിട്ടുമാറിയിട്ടില്ല. ആ പ്രദേശങ്ങൾക്ക് അതൊട്ടു സാദ്ധ്യമല്ലതാനും.

27

നിരണത്തെ കണ്ണശൻ പറമ്പ്

ക്രൈസ്തവ പ്രഭാവം തുടിച്ചു നില്ക്കുന്ന തിരുവല്ല എന്ന പരിഷ്ക്കൃത നഗരത്തിലെ ശ്രീവല്ലഭ ക്ഷേത്രവും പിന്നിട്ട് നിരണത്തേക്ക്

"ചാലകക്കുടിപ്പുഴ, പെരിയാർ, മൂവാറ്റുപുഴയാറ്, മീനച്ചലാറ്, മണിമലയാറ്, പമ്പയാറ്, അച്ചൻകോവിലാറ് എന്നീ നദികളുടെ തീരപ്രദേശങ്ങൾ, ഘോര മൃഗങ്ങളും മലമ്പനിയും നിറഞ്ഞ വന്യഭൂവിഭാഗം മാത്രമായിരുന്നു. സ്വാശ്രയ ശീലരായ ക്രിസ്ത്യാനികൾ സധൈര്യം ആ പ്രദേശങ്ങളിൽ കടന്നുചെന്ന് വൻകാടുകൾ വെട്ടിയൊതുക്കിയും വന്യമൃഗങ്ങളെ ആട്ടിയോടിച്ചും മലമ്പനിയോട് മല്ലിട്ടും അവിടവിടെ കുടിയേറിപ്പാർത്തുകൊണ്ട് ആ പാഴ് ഭൂമികൾ നല മേറിയ കൃഷിഭൂമികളായി രൂപാന്തരപ്പെടുത്തി. മുമ്പ് സൗകര്യമായി കാടുകളിൽ കാണപ്പെട്ടിരുന്ന കുരുമുളകുചെടി അവർ പരിഷ്കൃതരീതിയിൽ തോട്ടമുടയ്ക്കു കൃഷി ചെയ്തു. മറ്റുള്ളവർ സുഖാസ്വാദനാർത്ഥം ശയ്യാവലംബികളായിരുന്നപ്പോൾ ക്രിസ്ത്യാനി ഉറക്കമൊഴിച്ച് തന്റെ കൃഷിയും കാത്ത് വനഭൂമികളിൽ രാത്രികാലം കഴിച്ചിരുന്നു..."

"കടപ്ര... കടപ്ര..."

ബസിലെ കിളിയുടെ കരച്ചിൽ കേട്ട് ഞാൻ വായന നിറുത്തി. കേരളത്തിലെ ക്രൈസ്തവരുടെ വളർച്ചാ ചരിത്രം വിവരിക്കുന്ന ആ ലേഖനമുൾക്കൊള്ളുന്ന വാരിക മടക്കി കക്ഷത്തിലിടുക്കി, ഞാനും സുഹൃത്തും ബസിറങ്ങി, കടപ്രയിൽനിന്നും നിരണം പള്ളിയിലേക്ക് നടക്കുകയായിരുന്നു ഞങ്ങൾ. ക്രൈസ്തവ പ്രഭാവം പ്രകടമാണെങ്ങും. ഫലവൃക്ഷ നിബിഡമായ തൊടികൾ, കരിമ്പിൻ പാടങ്ങൾ, അവയ്ക്കിടയ്ക്ക് അന്തസ്സും ഗാംഭീര്യവുമുള്ള ക്രിസ്തീയഭവനങ്ങൾ! കടപ്ര ജങ്ഷനിൽ നിന്ന് നിരണം പള്ളിയിലേക്ക് പോകുന്ന ആ ഗ്രാമറോഡിന്റെ ഇരുഭാഗവും കാണുന്ന ക്രിസ്തീയ ഭവനങ്ങളിൽ പലതും കേരളത്തിലെ സാമ്പത്തിക-രാഷ്ട്രീയ രംഗങ്ങളിൽ മായാത്ത വ്യക്തിമുദ്ര പതിപ്പിച്ചിട്ടുള്ള ക്രിസ്ത്യൻ പ്രമാണിമാരുടേതാണ്.

ക്രിസ്തീയ ഭൂരിപക്ഷവും സാംസ്കാരിക സവിശേഷതയുമുള്ള തിരുവല്ലാത്താലൂക്കിന്റെ എല്ലാ പ്രത്യേകതകളുമുൾക്കൊള്ളുന്ന കടപ്ര വില്ലേജിലാണ് നിരണം. തീരപ്രദേശങ്ങളിൽനിന്ന് ഒട്ടേറെ മൈലുകൾ ഉള്ളിലോട്ടു മാറി സ്ഥിതിചെയ്യുന്ന കടപ്ര കടൽപ്പുറമായിരുന്നുപോലും പണ്ട്. കടപ്രയിലെ മണ്ണിന് കടൽപ്പുറത്തെ മണ്ണിനോട് സാദൃശ്യം കല്പിക്കുന്നു ചിലർ. കാലാന്തരത്തിൽ കടൽ തൽസ്ഥാനത്തുനിന്നു മാറി കരയായിത്തീർന്നതാകാമെന്നാണ് ഐതീഹ്യം. ഇപ്പോഴും ആഴമുള്ള പല കുഴികളും മറ്റും കാണുന്നുണ്ട്. ഇതുപോലെയുള്ള ഒരു കുഴിയാണ് നിരണത്തു തടം. കൊട്ടച്ചാൽ എന്ന ആഴമുള്ള ഒരു തോടുമുണ്ട്. പഴയ കാലത്ത് പടക്കപ്പലുകൾ ആ തുറമുഖത്ത് അടുത്തിരുന്നുവെന്നാണ് പറയപ്പെടുന്നത്. കൊട്ടച്ചാലിനു സമീപമുള്ള തൃക്കപാലേശ്വരം ക്ഷേത്രത്തിനു ചുറ്റും അന്ന് പല ആഢ്യ ബ്രാഹ്മണ കുടുംബങ്ങളുമുണ്ടായിരുന്നു.

ഏഴരപ്പള്ളികൾ

യേശുക്രിസ്തുവിന്റെ പന്ത്രണ്ട് ശിഷ്യന്മാരിലൊരാളായ സെന്റ് തോമസ് ക്രിസ്ത്വാബ്ദം 52-ൽ കേരളത്തിലെത്തിയെന്നും, രാജ്യത്തിന്റെ പല ഭാഗങ്ങളിലായി കുറെ പള്ളികൾ സ്ഥാപിച്ചെന്നുമാണ് ഐതിഹ്യം. കൊടുങ്ങല്ലൂർ, കൊല്ലം, നിരണം, ചായൽ, കോതമംഗലം, പറവൂർ, പാലയൂർ, തിരുവങ്കോട്, അരപ്പിള്ളി എന്നിങ്ങനെ പലസ്ഥലങ്ങളിലായി ഏഴരപ്പള്ളികൾ സ്ഥാപിച്ചുപോലും. കാലക്രമത്തിൽ അവ

യിൽ പലതും മണ്ണടിഞ്ഞു. പക്ഷേ നിരണം പള്ളിയുടെ പ്രാധാന്യത്തിന് ഇന്നും കുറവില്ല. മതപ്രചാരണാർത്ഥം കടപ്രയിലെത്തിയ സെന്റ് തോമസ് കൊല്ലത്തു നിന്ന് പാക്കപ്പൽ മാർഗ്ഗമാണ് നിരണത്തെ കൊട്ടച്ചാലിനു സമീപമുള്ള തൃക്കപാലേശ്വരത്ത് വന്നെത്തിയതെന്നാണ് ഐതീഹ്യം. എന്നിട്ടോ?

നിരണം മഹാക്ഷേത്രത്തിൽ ആ വർഷത്തെ മണ്ഡല ഭജനത്തിനു വന്നെത്തിയ അതിഥികളുടെ കൂട്ടത്തിൽ ആ സന്ന്യാസിയും ക്ഷേത്രമുറ്റത്തെത്തി. ഭക്തജനങ്ങളുടെ സാന്നിദ്ധ്യത്തിൽ തന്നെ, തപോനിഷ്ഠനായി. ഏറെ നേരത്തിനുശേഷം മെല്ലെ ധ്യാനത്തിൽ നിന്നുണർന്നു. അത്ഭുതാധീനരായി ചുറ്റും തടിച്ചുകൂടിയ ജനസമൂഹത്തിൽനിന്നും ഏതാനും നമ്പൂതിരിമാർ ആ സന്ന്യാസിയെ സമീപിച്ചു. അവരുടെ ചോദ്യങ്ങൾക്ക് ഭൂതവും ഭാവിയും വർത്തമാനവും എല്ലാം —അടങ്ങുന്നവ.— ആ അപരിചിതൻ വിശ്വസനീയമായ ഉത്തരങ്ങൾ നല്കിയതോടെ, അവിടെ കൂടിയിരുന്ന ഹൈന്ദവ ഭക്തന്മാരുടെ വിശ്വാസമാർജ്ജിക്കാൻ കഴിഞ്ഞു. അങ്ങനെ അവരിൽ പലരും ആ സന്ന്യാസിയുടെ ശിഷ്യന്മാരായി ത്തീർന്നു. തിരുവല്ലയിലെയും നിരണത്തെയും പല പുരാതന ക്രിസ്തീയ കുടുംബങ്ങളും അങ്ങനെ, മതം മാറിയതാണെന്ന് പറയപ്പെടുന്നു.

സെന്റ് തോമസിന്റെ നിരണം സന്ദർശനത്തെപ്പറ്റി മറ്റൊരു കഥയും തദ്ദേശീയർ പറയുന്നുണ്ട്. പക്ഷേ, ഇതേ ദിവ്യനാൽ സ്ഥാപിക്കപ്പെട്ടതെന്ന് പറയപ്പെടുന്ന പാലയൂർപള്ളിയുടെ ചരിത്രത്തിലും ഇതേ കഥ പറഞ്ഞു കേട്ടിട്ടുണ്ട്. കഥയിങ്ങനെ: സെന്റ് തോമസ് ക്ഷേത്രക്കുളത്തിൽ കുളിക്കാൻ ചെന്നപ്പോൾ, ആഢ്യൻനമ്പൂതിരിമാർ അരയോളം വെള്ളത്തിലിറങ്ങിനിന്ന് ഇരുകൈകളിലും വെള്ളം കോരി മേല്പോട്ടെറിഞ്ഞ് തർപ്പണം നടത്തുകയായിരുന്നു. സെന്റ് തോമസ് അവരുമായി വാഗ്വാദത്തിലേർപ്പെട്ടു.

ക്രിസ്തുമതത്തിന്റെ ഗുണഗണവർണ്ണന. അത് തെളിയിക്കാൻ ഒരു വിദ്യകാട്ടി. അദ്ദേഹം മുകളിലേക്കെറിഞ്ഞ വെള്ളം വായുവിൽ തങ്ങി നില്ക്കുകയും വെള്ളം കോരിയഭാഗത്ത് ഒരു കുഴികാണുകയും ചെയ്തു. ആ അത്ഭുതത്താൽ ആകൃഷ്ടരായ ഏതാനും നമ്പൂതിരിമാർ—പട്ടമൂക്ക് മാങ്കി, തയ്യിൽ, മടത്തിലാൻ—ഉടനെതന്നെ ക്രിസ്തുമതാനുയായികളായി പോലും. സെന്റ് തോമസ് അവരുടെ സഹായത്തോടെ ആ പരിസരത്ത് ഒരു കുരിശു സ്ഥാപിച്ചുപോലും. കെട്ടുകഥകൾ വേറെയുമുണ്ട്. പില്ക്കാലത്ത് മതവൈരം മൂത്ത് ചില നമ്പൂതിരിമാർ ആ കുരിശ് വലിച്ച് തോട്ടിലെറിഞ്ഞെന്നും അത് കടപ്രയിൽ മുതലപ്പുഴ എന്ന സ്ഥലത്ത് ചെന്നടിഞ്ഞെന്നും, ചില ക്രൈസ്തവർ അതെടുത്ത് പ്രതിഷ്ഠിച്ചെന്നും മതപരിവർത്തനം ചെയ്ത നമ്പൂതിരിമാർ അതിനടുക്കൽ മാറി താമസമാക്കിയെന്നും ഐതീഹ്യം തുടർന്നുപോകുന്നു.

അപ്പോൾ, ആകെത്തുക ഇതാണ്. നിരണം പ്രദേശങ്ങൾ ബ്രാഹ്മണമേധാവിത്തമുള്ള പ്രദേശങ്ങളായിരുന്നു. അവിടെ സെന്റ് തോമസ് എന്ന ദിവ്യൻ കടന്നുചെന്ന് ചെപ്പടിവിദ്യകൾ കാട്ടി, അവരെ മതം മാറ്റിച്ച് ക്രിസ്ത്യാനികളാക്കി. ഹിന്ദുക്കൾ പടലയോടെ ക്രിസ്തുമതം സ്വീകരിച്ചു. അങ്ങനെ, ഹൈന്ദവ സ്വാധീനമുള്ള പ്രദേശങ്ങൾ ക്രമേണ ക്രിസ്തുമതത്തിന്റെ പിടിയിലമർന്നു.

നിരണം പള്ളി

കഥയവിടെ നില്ക്കട്ടെ നമുക്കു പള്ളിമുറ്റത്തേക്കു കടക്കാം. വിശാലമായ ഒരു കോമ്പൗണ്ടിന്റെ മദ്ധ്യഭാഗത്ത് ഒരു ഊക്കൻ ക്രിസ്തീയ ദേവാലയം. ആ കോമ്പൗണ്ടിനു ചുറ്റും പള്ളിവക കെട്ടിടങ്ങളും സ്കൂളുകളും. ഗാംഭീര്യമുള്ള ആ ക്രിസ്തീയ ദേവാലയത്തിന് അത്രകണ്ട് പഴക്കമുള്ള മട്ടില്ല. ഞങ്ങൾ ആദ്യം സംശയിച്ചു. ചെമ്പിൽ പണിത കൂറ്റൻ കൊടിമരം തന്നെ. 64 അടി പൊക്കം വരും, പക്ഷേ ഒരു വ്യത്യാസം അതിന്റെ അഗ്രഭാഗത്തൊരു കുരിശുനാട്ടിയിട്ടുണ്ട്. പിന്നെയും മുറ്റത്ത് ഇരുവശങ്ങളിലും കരിങ്കൽത്തൂണുകൾ. അതോ കൽവിളക്കുകളോ? ആ ശിലാസ്തൂപങ്ങളിൽ ശില്പവേലകളുമുണ്ടല്ലോ.

'ഇതൊക്കെ ഹിന്ദുക്ഷേത്രങ്ങളിലാണല്ലോ സാധാരണ കാണുക" സുഹൃത്തിന്റെ സംശയം.

"എടോ വെളുക്കും വരെ രാമായണം കേട്ടിട്ടും സീതയുടെ കെട്ടിയവനാരാണെന്നറിഞ്ഞില്ലേ? ഹിന്ദുക്കളെല്ലാം ക്രിസ്തുമതം സ്വീകരിച്ച നാട്ടിൽ പള്ളിയിലും ഹൈന്ദവ സംസ്കാരം പ്രതിഫലിച്ചെന്നേയുള്ളൂ." —തദ്ദേശീയ സുഹൃത്ത് ജേക്കബ് വിശദീകരിച്ചു. പള്ളിക്ക് തൊട്ട് ഇടതുവശത്തുള്ള പള്ളിവക കോമ്പൗണ്ടിൽ ഒരു നമ്പൂതിരി ഗൃഹമോ? നിരയും പുരയുമായി പഴയ ഒരു തറവാടിന്റെ മട്ടുണ്ട്. പക്ഷേ, അവിടെയും വൈരുദ്ധ്യം. ആ ഗൃഹത്തിന്റെ പൂമുഖത്തു കടന്ന ഞങ്ങളെ സ്വീകരിച്ചത് താടി വളർത്തിയ ഒരു വൈദികനാണ്. ഹിന്ദുമതത്തിന്റെ സ്വാധീന ശക്തിയുടെ ആ ബഹിർസ്ഫുരണങ്ങൾ സ്വാഭാവികമാണെന്നു തോന്നി— നിരണം പള്ളിയുടെ ചരിത്രം അദ്ദേഹം വിവരിച്ചതു കേട്ടപ്പോൾ പള്ളിയുടെ ഉത്ഭവവും വളർച്ചയും രൂപപരിണാമങ്ങളുമെല്ലാം ആ വൈദികൻ ഞങ്ങൾക്കു മനസ്സിലാക്കിത്തന്നു.

നിരണത്തെ നാലു ബ്രാഹ്മണ കുടുംബങ്ങളാണ് ആദ്യം ക്രിസ്തുമതത്തിൽ ചേർന്നതെന്ന് മുമ്പ് പ്രസ്താവിച്ചല്ലോ. ഏതാണ്ട് നാനൂറ് കൊല്ലത്തോളം നിരണം പള്ളിയുടെ പ്രവർത്തനം ആ നാലുകുടും

ബക്കാരാണ് നിർവ്വഹിച്ചിരുന്നത്. കാലക്രമത്തിൽ ഭരണം മറ്റാളുകളിലേക്ക് കൈമാറ്റം ചെയ്യപ്പെട്ടെങ്കിലും, ആ കുടുംബക്കാർക്ക് ചില പ്രത്യേക അവകാശങ്ങൾ അനുവദിച്ചിരുന്നു. പള്ളിവകയ്ക്ക് ധാരാളം ഭൂസ്വത്തുമുണ്ടായിരുന്നു. സെന്റ് തോമസ് സ്ഥാപിച്ച നിരണംപള്ളിക്ക് കാലാന്തരത്തിൽ പല മാറ്റങ്ങളും വന്നു; രൂപത്തിലും ഭാവത്തിലും– പല തവണ പുതുക്കി പണിയലുകൾ നടത്തപ്പെട്ടു. ഇപ്പോഴുള്ള പള്ളി 1087 ൽ പണിതതാണ്. മുറ്റത്തു കാണുന്ന കരിങ്കൽത്തൂണുകൾ മുൻകാലത്തെ നാടകശാലയുടെ അവശിഷ്ടങ്ങളാണ്. നിരണം പള്ളിയിൽ സൂക്ഷിച്ചിട്ടുള്ള മനോഹരമായ രൂപക്കൂട് ധാരാളം ചിത്രപ്പണികളുള്ളതാണ്. ഉണ്ണിയേശുവിനെ ഒക്കത്തേന്തി നില്ക്കുന്ന കന്യാമറിയത്തിന്റെ ഒരു ദാരുപ്രതിമയും അവിടെയുണ്ട്. പള്ളിയിലുണ്ടായിരുന്ന ചരിത്രപരമായ പല രേഖകളും കാലക്രമേണ നഷ്ടപ്പെട്ടു. പലതവണ പുതുക്കിപ്പണിതതിനാൽ വിലയേറിയ പല ചരിത്ര സൂചനകളും മാഞ്ഞുപോയി. ഇന്ന് നിരണംപള്ളിയുടെ നടത്തിപ്പിന് ഒരു മാനേജിങ് ട്രസ്റ്റുണ്ട്. ശതാബ്ദങ്ങൾക്കു മുമ്പുണ്ടായിരുന്ന ഭൂസ്വത്തുക്കളും സ്വർണ്ണനിക്ഷേപവും വളരെ കുറഞ്ഞിട്ടുണ്ട്. നിരണം പള്ളിയിലെ സ്വർണ്ണക്കുരിശ് ഒരിക്കൽ മോഷണം പോയിട്ടുണ്ട്. ആഗസ്ത് 15, ഡിസംബർ 21, 27 മേയ് 1 എന്നീ ദിവസങ്ങളിലാണ് പള്ളിയിലെ പ്രധാന ഉത്സവങ്ങൾ.

തൃക്കപാലേശ്വരം

സെന്റ് തോമസ് പുരാവൃത്തപ്രകാരം, സന്ന്യാസിയുടെ പ്രേരണയാൽ ക്രിസ്തുമതം സ്വീകരിച്ച ആദ്യത്തെ ബ്രാഹ്മണൻ നിരണം സ്വദേശിയായ മാളിയേക്കൽ ഇല്ലത്തെ വിഷ്ണുനമ്പൂതിരിയായിരുന്നുവത്രേ. അന്ന് തൃക്കപാലേശ്വരം ഗ്രാമത്തിൽ പ്രസിദ്ധരായിരുന്ന പത്തില്ലക്കാരിൽപ്പെട്ടതാണ് മാളിയേക്കൽ. പ്രസ്തുത ഇല്ലത്തിന്റെ ശാഖകളായ പട്ടേരി മഠം, ചെമ്പകമഠം, മഠത്തിൽപ്പറമ്പ് തുടങ്ങിയ നമ്പൂതിരി ഇല്ലങ്ങൾ ഇന്നും നിരണത്തിന്റെ പ്രാന്തപ്രദേശങ്ങളിൽ നിലനില്ക്കുന്നു.

ഹൈന്ദവപ്രഭാവം തുടിച്ചുനിന്ന തൃക്കപാലേശ്വരം പ്രദേശങ്ങളിൽ ക്രൈസ്തവ ശക്തി വേരോടി തഴച്ചു വളർന്നുവെന്നത് ഒരു വസ്തുതയാണ്. ഇതിന്റെ പ്രതിഫലനമാണ് നിരണം പ്രദേശങ്ങളിലെ ഇന്നത്തെ സാമൂഹ്യസാമ്പത്തിക സ്ഥിതി.

ഒരു ക്ഷേത്രക്കുളത്തിലെ സംവാദവും അനന്തര നടപടികളുമാണ് നിരണം പള്ളിയുടെ ഉല്പത്തിക്കു നിദാനമെന്ന് പറഞ്ഞല്ലോ. നിരണം പള്ളിയിൽനിന്ന് ഏതാണ്ട് ഒരു മൈൽ കിഴക്കുമാറിയുള്ള തൃക്കപാലേശ്വരം ക്ഷേത്രത്തിലേക്കായി ഞങ്ങളുടെ അടുത്ത തീർത്ഥയാത്ര. വീണ്ടും കടപ്ര ജങ്ഷനിലെത്തി. കടപ്ര തിരുവല്ല റോഡിലൂടെ ഏതാണ്ട് ഒരു മൈൽ കിഴക്കോട്ടു നടന്നപ്പോൾ ഇടതുവശത്തേക്ക് ഒരു ഗ്രാമറോഡ്. ഇരുവശത്തും പച്ചച്ചഫലവൃക്ഷങ്ങൾ കനിഞ്ഞു നല്കുന്ന തണൽ. പ്രകൃതി സുന്ദരമായ ഗ്രാമാന്തർഭാഗങ്ങളിലൂടെയുള്ള ആ യാത്ര ഉല്ലാസകരമായിരുന്നു. ഉച്ചവെയിലിൽ, അല്പം ഉയർന്ന പ്രദേശത്തായി ഒരു അമ്പലം ദൃശ്യമായി. തൃക്കപാലേശ്വരം ക്ഷേത്രം.

അന്നത്തെ ക്ഷേത്രം

ഏതാണ്ട് മൂന്നു പതിറ്റാണ്ടുകൾക്കു മുമ്പ് ഞാൻ ഇവിടെ വന്നിട്ടുണ്ട്. അന്നത്തെ അനുഭവങ്ങൾ ഓർമ്മയിൽ പച്ചപിടിച്ചു നില്ക്കുന്നു. അന്നത്തെ ആ ദൃശ്യങ്ങൾ.

അന്ന് ക്ഷേത്രത്തിനു മുൻവശത്ത് അല്പം താഴെ പായൽ നിറഞ്ഞ ഒരു ചെറിയകുളം. അതിന്റെ കരകളിലും ക്ഷേത്രമുറ്റത്തും പുല്ലും കാട്ടുചെടികളും വളർന്നുകിടക്കുകയാണ്. തെക്കുവശത്തുള്ള പുരയിടങ്ങളിൽ ഒറ്റപ്പെട്ട ചില ചെറിയ വീടുകൾ. വടക്കുവശത്തും പടിഞ്ഞാറു വശത്തും മതിലോ വേലിയോ ഒന്നുമില്ല. തുറന്നുകിടക്കുകയാണ്. പരിസരം ശുദ്ധശൂന്യം. ആകെ അവഗണിക്കപ്പെട്ട നിലയിൽ. ശിലാനിർമ്മിതമായ ശ്രീകോവിൽ കാലത്തേയും കാലവർഷത്തെയും അതിജീവിച്ചു നില്ക്കുന്നു. ശ്രീകോവിലിനഭിമുഖമായി നേരെ കിഴക്ക് അല്പമകന്ന് ഒരു ഓലപ്പുര. ഉച്ചവെയിലിൽ ഒരല്പം തണൽ തേടി ഞങ്ങൾ ആ ഷെഡ്ഡിൽ കയറി. ഏകദേശം പന്ത്രണ്ട് അടി നീളവും അഞ്ചടി വീതിയും ഉണ്ട്. ചാണകം മെഴുകിയ തറ. ആ ഓലപ്പുരയ്ക്കുള്ളിൽ പടിഞ്ഞാറു മാറി ശ്രീകോവിലിനഭിമുഖമായി നാലഞ്ചടി പൊക്കമുള്ള ഒരു കരിങ്കൽ പീഠത്തിൽ ശയിക്കുകയാണ് ഒരു കാള. ശിലാനിർമ്മിതമായ വൃഷഭവാഹനം. എന്നെ ഏറ്റവുമധികം ആകർഷിച്ചത്, ആ ശിലാശില്പമാണ്. എണ്ണക്കറുപ്പുനിറം, മഷിയെഴുതിയ നീണ്ട കണ്ണുകൾ, ഉയർത്തിപ്പിടിച്ച ചെവികൾ, ഇടത്തേ ചെവിക്കെന്തോ ഭംഗം നേരിട്ടിട്ടുണ്ട്, പൂർണ്ണ വളർച്ചയെത്താത്ത കൊമ്പ്, പടിഞ്ഞാറുഭാഗത്തേക്കു തിരിഞ്ഞ് ഭഗവാനെ നോക്കി, കാലും മടക്കി കിടക്കുന്ന കാളക്കൂറ്റന് ജീവനുണ്ടെന്നേ തോന്നൂ. കഴുത്തിൽ ഓടുകൊണ്ടുള്ള ഒരു മണി. വിദ്വാൻ മരയഴിക്കുള്ളിലാണ്. ഈ കാളപ്രതിമയ്ക്ക് ഒരു വേലിക്കെട്ടെന്തിന്? യഥേഷ്ടം ഇറങ്ങി ഓടിക്കളയുമെന്നാണോ? അതേ. അങ്ങനെ സംഭവിച്ചത്രേ; പണ്ട് പണ്ട് ഐതീഹ്യം ഇങ്ങനെ:

പണ്ട് ക്ഷേത്രത്തിനു ചുറ്റും ധാരാളം കൃഷിയിടങ്ങളും. നെൽപ്പാടങ്ങളുമുണ്ടായിരുന്നു. ഉഗ്രമൂർത്തിയായ തൃക്കാപാലേശ്വരൻ പ്രതാപത്തോടെ കഴിയുന്ന കാലം. ഒരു രാത്രിയിൽ പഴുത്തു വിളഞ്ഞു

കിടക്കുന്ന നെൽവയലുകൾ ചവിട്ടിമെതിച്ചുകൊണ്ട് ശിവവാഹനം ഒരു രാത്രി സഞ്ചാരം നടത്തി. ആ പ്രദേശത്തെ വിളകളാകെ നശിപ്പിച്ചു. മാർഗ്ഗം കൂടിയ ഒരു പുലയൻ സ്നേഹഭാവത്തിൽ കാളയെ സമീപിച്ച് അതിന്റെ ഒരു ചെവി അരിവാൾകൊണ്ട് അറുത്തുപോലും. നാട്ടുകാർ ശിവന്റെ മുമ്പിൽ നിവേദനം അർപ്പിച്ചു– കാളയെ ഇങ്ങനെ അലയാൻ വിടരുതെന്ന്. ഭഗവാൻ കാളയെ കല്ലാക്കിമാറ്റിപോലും. ആ ശിലാവിഗ്രഹമാണ് ഇന്ന് തൃക്കപാലേശ്വരനു മുന്നിൽ മരയഴികൾക്കുള്ളിൽ നിശ്ചലം, നിശ്ശബ്ദം നോക്കിസരസിടക്കുന്നത്. പുലയനും അവന്റെ കുടുംബവും അടുത്ത വെള്ളപ്പൊക്കത്തിൽ നശിച്ചു പോയത്രെ. ഈ വൃഷഭത്തിനും വിളക്കു വയ്പും പൂജയുമുണ്ട്.

വൃഷഭവാഹനത്തിനരികിൽ ഞങ്ങൾ തളർന്നിരുന്നു. ക്ഷേത്രത്തിൽ നിന്ന് ഏതാണ്ട് ഒരു ഫർലോങ് വടക്കുമാറി കടന്നുപോകുന്ന ഗ്രാമറോഡിലൂടെ വല്ലപ്പോഴും ആൾസഞ്ചാരമുണ്ട്. ഇടതുഭാഗത്ത് തെങ്ങിൻ തോപ്പുകൾക്കിടയിൽ ഏതാനും വീടുകൾ. ആ ചെറിയ വീടുകളിലൊന്നിൽനിന്നും എഴുപതു വയസ്സു തോന്നിക്കുന്ന ഒരു വൃദ്ധൻ ഞങ്ങളെ സമീപിച്ചു. ക്ഷേത്രസിൽബന്തിയാണ്.

"ഇതാണോ തൃക്കപാലേശ്വരം ക്ഷേത്രം?"

സംശയനിവൃത്തിക്കായി ഞാൻ ആരാഞ്ഞു.

"അതെ."

"*നിരണം കൃതി*കളിൽ പറഞ്ഞിട്ടുള്ള ക്ഷേത്രമാണോ ഇത്?" വിശ്വാസം വരാത്ത മട്ടിൽ ഞാൻ വീണ്ടും ചോദിച്ചു.

"അതെ."

ഞങ്ങൾ, അയാൾക്കറിവുള്ള കാര്യങ്ങൾ ചോദിച്ചറിഞ്ഞു. അന്ന്, ശ്രീകോവിലൊഴികെ, മറ്റെല്ലാം തകർന്ന മട്ടിൽ കിടന്ന ആ അമ്പലം, നാലമ്പലത്തോടും ഉപശാലകളോടും കൂടി പ്രതാപത്തിൽ കഴിഞ്ഞ കാലം ആ വൃദ്ധന്റെ ഓർമ്മയിൽ ഇന്നും പച്ചപിടിച്ചു നില്പുണ്ടായിരുന്നു. അന്ന് ഞങ്ങൾ കണ്ട തൃക്കപാലേശ്വരക്ഷേത്രത്തിന്റെ സ്ഥിതി ശോചനീയമായിരുന്നു. ശ്രീകോവിലിനു തെക്കുവശത്ത് മറ്റൊരു കൊച്ചുപുരയിൽ കുറേ ശിലാബിംബങ്ങളുണ്ട്. സപ്തമാതാക്കളുടെയും ശാസ്താവിന്റെയും സുബ്രഹ്മണ്യന്റെയും ഗണപതിയുടെയും ഒക്കെ വിഗ്രഹങ്ങൾ അക്കൂട്ടത്തിലുണ്ടെന്ന് വൃദ്ധൻ പറഞ്ഞു. അമ്പലപരിസരത്തിനു വെളിയിലായി കൃഷ്ണസ്വാമി മഠം. ക്ഷേത്രത്തിന്റെ മുൻവശത്ത് ഇടത്തേയറ്റത്ത് ഒരു പ്ലാവും വലത്തേയറ്റത്ത് ഒരു അരയാലും ആ വെളിമ്പറമ്പിലുണ്ട്.

കണ്ണശ്ശ ക്ഷേത്രം

ഏതാണ്ട് രണ്ടായിരം വർഷങ്ങൾക്കു മുമ്പ്, സെന്റ് തോമസിന് ആതിഥ്യമരുളിയ സ്ഥലമാണല്ലോ നിരണം. അന്ന്, നിരണം ഒരു ബ്രാഹ്മണ സങ്കേതമായിരുന്നു. മിക്ക ബ്രാഹ്മണരും ക്രിസ്തുമതം സ്വീകരിച്ചു കഴിഞ്ഞപ്പോൾ. ശേഷിച്ചവർ അവരുടെ വമ്പിച്ച വസ്തുവകകളുടെ പ്രമാണങ്ങൾ ഒരു പെട്ടിയിലാക്കി തൃക്കപാലേശ്വരം ക്ഷേത്രക്കുളത്തിൽ നിക്ഷേപിച്ചു. അവർ ഗ്രാമം ഉപേക്ഷിച്ച് സമീപ പ്രദേശങ്ങളിലേക്ക് മാറിത്താമസിക്കുകയും ചെയ്തു. നമ്പൂതിരിമാർ സ്ഥലം വിട്ടപ്പോൾ ക്ഷേത്രകാര്യങ്ങൾ അവതാളത്തിലായി. സ്ഥലത്തെ ഒരു പ്രധാന നായർ കുടുംബമായ കൽപ്പകശ്ശേരിയിലെ കൈമൾ ക്ഷേത്രകാര്യങ്ങൾ ഏറ്റെടുത്തു നടത്തി. കാലക്രമേണ ആ കുടുംബം ക്ഷയിക്കുകയും ക്ഷേത്രകാര്യങ്ങൾ യഥാവിധി നടത്താൻ കഴിയാതെയുമായി. അപ്പോൾ കുളത്തിലെ പെട്ടിയെപ്പറ്റി ഒരു സന്ന്യാസി കൈമൾക്ക് സൂചന നല്കുകയും അതിൻപ്രകാരം കൈമൾ കുളത്തിൽനിന്നും പ്രമാണങ്ങളടങ്ങിയ പെട്ടി കണ്ടെടുക്കുകയും ചെയ്തു. അന്നത്തെ നിയമപ്രകാരം, പ്രമാണങ്ങളുടെ ഉടമസ്ഥനായ കൈമൾ ആവക സ്വത്തുക്കളുടെ ഉടമയായി. ക്ഷേത്രാവശ്യത്തിലേക്ക് വേണ്ട വകകൾ നീക്കിവച്ചു. കുടുംബവും ഐശ്വര്യ സമൃദ്ധമായി. അങ്ങനെ കൽപ്പകശ്ശേരി കൈമകൾ, നിരണംപെട്ടിക്കൈമളായി, *ഉണ്ണിനീലി സന്ദേശ*ത്തിൽ നിരണത്തെയും നിരണം പെട്ടിക്കൈമളെയും പറ്റി സൂചനയുണ്ട്. കൊ. വ ആറാം ശതകത്തിന്റെ അന്ത്യത്തിലാണ് *ഉണ്ണിനീലി സന്ദേശം* രചിക്കപ്പെട്ടതെന്നാണ് പണ്ഡിതമതം.

"കൈതക്കാട്ടെക്കുവലയദൃശാം
പാട്ടുകേട്ടങ്ങിരുന്നാൽ
കാലം വൈകും പെരിയനിരണത്തിന്നു
പോകാൻ വഴങ്ങേൻ."

എന്ന് നിരണത്തിന്റെ പ്രാധാന്യത്തെപ്പറ്റിയും.

"മാടം ചെന്റ്ങ്ങുഡുപതികുലാംചൂടി
മാതേവരാവാൻ തേടിന്റേടം."

-എന്ന് അംബരചുംബികളായ സൗധങ്ങൾക്കടുത്തുള്ള ശിവക്ഷേത്രത്തെയും സൂചിപ്പിക്കുന്നു. മാത്രമോ? പ്രാചീന മലയാള സാഹിത്യത്തിന് വമ്പിച്ച മുതൽക്കൂട്ടുകളായ *നിരണം കൃതി*കളുടെ കർത്താക്കളും നിരണം കവിത എന്ന പുതിയൊരു പ്രസ്ഥാനത്തിന്റെ ഉപജ്ഞാതാക്കളുമായ നിരണത്ത് കണ്ണശ്ശ കവികളുടെ (കണ്ണശ്ശപ്പണിക്കന്മാർ) ജന്മദേശവും ആരാധനാ കേന്ദ്രവുമാണവിടം.

"വാനുലകിനു സമമാകിന നിരണ
മഹാദേശേ തൻ വന്നുളനായാൻ"

-എന്ന് *കണ്ണശ്ശ രാമായണം* ഉത്തരകാണ്ഡം അവസാനത്തിൽ, കവിതന്നെ സൂചിപ്പിക്കുന്ന പുണ്യസ്ഥലവും ജന്മസ്ഥലവുമാണത്. എഴുത്തച്ഛനുപോലും ഉപജീവ്യരായിത്തീർന്നിട്ടുള്ളവരും മലയാളസാഹിത്യത്തിലെ ഒരു കാലഘട്ടത്തിന്റെ അധീ

ശത്വം വഹിച്ചിരുന്നെന്ന് വിശ്വസിക്കപ്പെടുന്നവരുമായ ഈ കവിശ്രേഷ്ഠന്മാരുടെ വിഹാരരംഗം തന്നെ തിരിച്ചറിയാൻ ഒരു മാർഗ്ഗവുമില്ലേ? കൊ. വ 550 നും 850 നും മദ്ധ്യേ ജീവിച്ചിരുന്ന ഈ കവികുലകൂടസ്ഥന്മാരുടെ പ്രസിദ്ധിപെറ്റ കാവ്യങ്ങൾ കേരളീയ ഭവനങ്ങളിൽ നിത്യപാരായണം നടത്തിയിരുന്നതിനു തെളിവല്ലേ അവ പകർത്തിയെഴുതിയ താളിയോല ഗ്രന്ഥങ്ങൾ. അങ്ങനെ പ്രസിദ്ധമായ നിരണത്തെ തൃക്കപാലേശ്വരക്ഷേത്രവും ആ ക്ഷേത്രോപജീവികളായ നിരണം കവികളും കണ്ണശ്ശഗീതികളിലൂടെ മലയാള സാഹിത്യത്തിൽ ലബ്ധപ്രതിഷ്ഠരായിട്ടുണ്ട്.

കണ്ണശ്ശന്മാരുടെ ഉപാസനാമൂർത്തിയായിരുന്ന തൃക്ക പാലേശ്വരൻ ശതാബ്ദങ്ങളെ വെല്ലുവിളിച്ചുകൊണ്ട് ഇന്നും നിലനില്ക്കുന്നു. അഗതികൾക്ക് ആശ്വാസമായി. ക്ഷേത്രത്തിലേക്കുണ്ടായിരുന്ന നിലം പുരയിടങ്ങൾ-ഉരിയകുറവു തൊള്ളായിരപ്പറ- (ഉരിയകാളതിന്നു) ഇന്ന് പലരുടെയും കൈവശമാണ്. ഇപ്പോൾ ക്ഷേത്രപ്പറമ്പിന് കഷ്ടിച്ച് ഒരേക്കർ വലുപ്പമേ തോന്നിച്ചുള്ളൂ.

കണ്ണശ്ശൻ പറമ്പ്

തൃക്കപാലേശ്വര പുരാണമൊക്കെ കേട്ടു കഴിഞ്ഞപ്പോൾ, സാക്ഷാൽ നിരണം കവികൾ താമസിച്ചിരുന്ന കണ്ണശ്ശൻ പറമ്പ് കാണാൻ ധൃതിയായി. അപ്പോൾ, സ്വഭവനത്തിന്റെ സ്ഥാനനിർണ്ണയത്തിനു പകരിക്കുന്ന കവിയുടെ നിർദ്ദേശങ്ങൾ ഞാനോർമ്മിച്ചു:

"ചെമ്പൊടിരുമ്പു മുരുക്കു ശരക്കോൽ...
അമ്പത്തീരടിമുമ്പു വലത്ത്..."

(ഭവനം ക്ഷേത്രത്തിൽനിന്നു കുറെ ദൂരെ, ചെമ്പു പണിക്കാരന്റെയും കൊല്ലന്റെയും കുടിലിന്നപ്പുറം ഉരുക്കുപെട്ടി തീർക്കുന്നവന്റെ വീടിനടുത്ത് ഒരു മരയാശാരിയുടെ മാടത്തിൽനിന്ന് അമ്പത്തിരണ്ടടി വലതുഭാഗത്ത് എന്നാകുന്നു) ഈ കവിതാശകലം നിരണം കവിതകളിലേതാണെന്ന് പണ്ഡിതന്മാർക്കു നിശ്ചയം പോരാ. എന്നാലും അതിൻപ്രകാരം സ്ഥലനിർണ്ണയം നടത്തി. അപ്പോൾ സ്ഥലം അമ്പലത്തിനു കിഴക്കായി വരും. അതുശരിയല്ല. ഇന്ന് കണ്ണശ്ശൻ പറമ്പെന്നു പറയുന്ന സ്ഥലം ക്ഷേത്രത്തിനു പിൻവശത്തുകൂടി വളഞ്ഞു ചുറ്റിപ്പോകുന്ന ഗ്രാമറോഡരികിലുള്ള ഒരു തെങ്ങിൻതോപ്പാണ്. കണ്ണശ്ശന്റെ ആസ്ഥാനം തേടിപ്പോകുന്നവർ നിരാശരാകാനേ തരമുള്ളൂ. അവിടെ വീടുകളൊന്നുമില്ല. കണ്ണശ്ശന്മാരുടെ വീടിരുന്ന സ്ഥലം വിഴലിൽ കൊച്ചുപാപ്പി എന്ന ഒരു ക്രിസ്ത്യാനിയുടെ കൈവശമായിരുന്നു. ആ പറമ്പിൽ തെക്കു കിഴക്കേ മൂലയിൽ നാലു സെന്റ് സ്ഥലം കണ്ണശ്ശൻ സ്മാരക സ്ഥാപനത്തിന് വിട്ടുകൊടുത്തിരുന്നു.

ആ പഴയകാല ദൃശ്യങ്ങളോർമ്മിച്ചുകൊണ്ടാണ് ഞാൻ ഇപ്രാവശ്യം കടപ്രയിലിറങ്ങിയത്.

അനുദിനം വളർന്നുകൊണ്ടിരിക്കുന്നവയാണ് നമ്മുടെ എല്ലാ ഗ്രാമങ്ങളും. ചിലതൊക്കെ വളരെ വേഗത്തിൽ വളർന്ന് വികസിച്ച് പട്ടണ പ്രൗഢിയാർജ്ജിക്കുമ്പോൾ, മറ്റനേകം ഗ്രാമങ്ങൾ വളരെ സാവധാനത്തിലേ നാഗരികതയേ സമീപിക്കാറുള്ളൂ. പുരോഗതിയിലേക്കുള്ള ഈ പ്രയാണത്തിൽ ഗ്രാമത്തനിമ കൈവിടാൻ മനസ്സില്ലാതെ പരുങ്ങിനില്ക്കുകയാണവ. ഈ രണ്ടാമത്തെ വകുപ്പിൽപ്പെടുന്നതാണ് കടപ്രയും നിരണവുമൊക്കെയെന്ന് ഈയടുത്ത കാലത്ത് (2002 ജനുവരിൽ) ആ പ്രദേശങ്ങളിലൂടെ ഒരോട്ടപ്രദക്ഷിണം നടത്തിയപ്പോൾ എനിക്കു തോന്നി. കടപ്ര ജങ്ഷനിലും നിരണം ജങ്ഷനിലുമെല്ലാം മാറ്റങ്ങൾ ധാരാളം. ഉറക്കം തൂങ്ങിയ മട്ടിൽ നിന്ന ആ പഴയ നാടൻ കവലകളിൽ ഇന്ന് ചെറുതും വലുതുമായ കെട്ടിടങ്ങൾ ഉയർന്നുവന്നിട്ടുണ്ട്. വിപണനശാലകളും വളർന്നു വന്നു.

വമ്പിച്ച മാറ്റങ്ങൾ

പതിറ്റാണ്ടുകൾക്കു മുമ്പ് ഫലപുഷ്കലമായിരുന്ന തൊടികളിൽ അങ്ങിങ്ങ് തലയുയർത്തി നിന്ന ചുരുക്കം കെട്ടിടങ്ങളുടെ സ്ഥാനത്ത് ഇന്ന് ധാരാളം ഗ്രാമഭവനങ്ങളുയർന്നുവന്നിട്ടുണ്ട്. ഒരിക്കൽ മിക്കവാറും പുരയിടങ്ങളിൽ കൊഴുത്തു വളർന്നുയർന്നു നിന്നിരുന്ന കരിമ്പു കൃഷിയിടങ്ങൾ ഇന്ന് ഏറക്കുറെ അപത്യക്ഷമായെന്നു തോന്നുന്നു. നെൽകൃഷിക്കും പ്രാധാന്യം കുറഞ്ഞിട്ടുണ്ട്. കാരണങ്ങൾ പലതാകാം.

ഗ്രാമത്തനിമ കൈവിടാത്ത നാടൻ നിരത്തിലൂടെ കൗതുകപൂർവ്വം തൃക്കാപാലേശ്വരം ക്ഷേത്രസന്നിധിയിലേക്കു നടക്കവേ, സ്ഥലജലഭ്രമത്തിലാണ്ടുപോയി ഞാൻ. മുമ്പ് ആർക്കും വേണ്ടാത്ത മട്ടിൽ ഏറക്കുറെ അവഗണിക്കപ്പെട്ട നിലയിൽക്കഴിഞ്ഞ ആ പുരാതനക്ഷേത്രത്തെ ആരൊക്കെയോ ആവുംമട്ട് അണിയിച്ചൊരുക്കിയിട്ടുണ്ട്. ഇന്നിപ്പോൾ ചുറ്റുമതിലും പ്രവേശന കവാടവും ഒക്കെ കാണാം. നല്ല കാര്യം. പ്രകാശോജ്ജ്വലമായ ഒരു കാലഘട്ടത്തിൽ കവികുലകൂടസ്ഥന്മാരായ കണ്ണശ്ശകവികൾക്കും ബ്രാഹ്മണമേധാവിത്ത്വത്തിനും ഹൈന്ദവസമുദായത്തിനാകെത്തന്നെയും വെളിച്ചം കാട്ടിയിരുന്ന തൃക്കപാലേശ്വര ക്ഷേത്രം, പില്ക്കാലത്ത്, പല നൂറ്റാണ്ടുകൾ പട്ടിണിയും പരിവട്ടവുമായി കഴിയേണ്ടിവന്നു. രണ്ടു മൂന്നു പതിറ്റാണ്ടുകൾക്കു മുമ്പ് ഞാൻ ഈ ക്ഷേത്രത്തിലെത്തിയപ്പോൾ കണ്ട കാഴ്ച ശോചനീയമായിരുന്നു.

കഴിഞ്ഞ രണ്ടു മൂന്നു പതിറ്റാണ്ടുകൾക്കുള്ളിൽ തൃക്കപാലേശ്വരം ക്ഷേത്രത്തിനും പരിസരപ്രദേശങ്ങൾക്കും സംഭവിച്ച മാറ്റം മനസ്സിലാക്കാൻ എനിക്ക് ഒറ്റനോട്ടമേ വേണ്ടിവന്നുള്ളൂ. അന്ന് തൃക്കപാലേശ്വ

രന്റെ മുന്നിലെ നന്ദി വിഗ്രഹത്തിൽ (കാള) ഒരൊറ്റ ഓട്ടുമണിയേ കാണാമായിരുന്നുള്ളൂ. ഇന്നിപ്പോൾ ധാരാളം മണികൾ കോർത്തിണക്കിയ ഒരു മണിമാല തന്നെ കഴുത്തിലണിഞ്ഞിട്ടുണ്ട്. ഈ മാറ്റം മറ്റു ദൃശ്യങ്ങളിലും പ്രകടമായിരുന്നു.

എന്റെ മുൻസന്ദർശനവേളയിൽ ഒരു തുണ്ട് വെളിമ്പറമ്പായിരുന്നു, കണ്ണശ്ശൻ പറമ്പെന്ന പേരിൽ ഒരു ഗ്രാമവൃദ്ധൻ എനിക്ക് കാട്ടിത്തന്നത്. ആ സ്ഥാനത്ത് ഇന്ന് ലളിതവും ശാലീനവുമായ ഒരു സ്മാരകമന്ദിരം പണിഞ്ഞിട്ടുണ്ട്. ആ കവികുലപതികൾക്ക് ഈ മട്ടിലെങ്കിലും ഒരു സ്മാരകം നിർമ്മിക്കാനുള്ള മഹാമനസ്കത കാട്ടിയവരോട് കൈരളി എന്നെന്നും കടപ്പെട്ടിരിക്കും, തീർച്ച!

നിരണത്തുനിന്നും കഷ്ടിച്ച് ആറ് കി മീ ദൂരമേയുള്ളൂ. നഗരപ്പെരുമ കാട്ടുന്ന തിരുവല്ലയ്ക്ക്. ആ തിരക്കേറിയ മുനിസിപ്പൽ പട്ടണത്തിന്റെ പ്രാന്തപ്രദേശത്തെ ഈ പുരാതന ഗ്രാമത്തിന്റെ പേരും പെരുമയും മനസ്സിലാക്കാൻ ആരും മെനക്കെടാറില്ലെന്നതാണ് സത്യം. തൃക്കപാലേശ്വരം ക്ഷേത്രമുണ്ട്. സംശയമില്ല. കണ്ണശ്ശകൃതികളിൽ ആ ക്ഷേത്രത്തെപ്പറ്റി പരാമർശവുമുണ്ട്. അതല്ലാതെ, കണ്ണശ്ശന്മാർ കൃത്യമായി എവിടെ താമസിച്ചിരുന്നുവെന്നോ, ഏതു കാലത്താണ് ജീവിച്ചിരുന്നതെന്നോ ഖണ്ഡിതമായി പറയാൻതക്ക തെളിവുകളൊന്നുമില്ല. ഗ്രന്ഥങ്ങളിലും സ്ഥലപരിശോധനയിലും എങ്കിലും ഒരു സത്യം അവശേഷിക്കുന്നു. കണ്ണശ്ശ കവികൾക്ക് തൃക്കപാലേശ്വരം ക്ഷേത്രം പ്രചോദനം നല്കിയിട്ടുണ്ടാവണം.

പരുമല ദ്വീപ്

കടപ്ര ജങ്ഷനിൽനിന്ന് മാന്നാറിലേക്കുള്ള റോഡിലൂടെ കുറച്ചിട നടക്കുമ്പോഴേയ്ക്കും, പന്നായിക്കടവ് പാലത്തിനപ്പുറം വച്ച് ഇടത്തോട്ടു തിരിയുന്ന റോഡ് നമ്മെ ഒരു പുതിയ ഭൂവിഭാഗത്തിലേക്കു നയിക്കുന്നു. കൗതുകകരവും മനോഹരവുമായ ഒരു ദൃശ്യം. പരന്നൊഴുകി വരുന്ന പമ്പയാറ് ആ സ്ഥലത്തു വച്ച് രണ്ടായിപ്പിരിയുന്നു. അല്പം താഴെ വച്ച് വീണ്ടും പൂർവ്വവൽ ഒന്നിക്കുന്നു. നടുക്ക് കുറച്ചു സ്ഥലം കര പച്ചപ്പ്. ആ ഭൂവിഭാഗത്തെ ചുറ്റിയൊഴുകുന്ന പമ്പ ഈ സ്ഥലത്ത് ഹരിത നീരാളം പുതച്ചു നില്ക്കുന്ന ഗ്രാമസുന്ദരിയുടെ കണ്ഠാഭരണമാണെങ്കിൽ അതിന്റെ മദ്ധ്യത്തെ പച്ചരത്നക്കല്ലുപോലുണ്ട് പരുമല എന്ന ആ ദ്വീപ്.

പമ്പാനദി സഹ്യപർവ്വതനിരകളിലെ മണ്ണിൽ നിന്നൂറ്റിയെടുത്തുകൊണ്ടുവന്ന എക്കലും വണ്ടലുമെല്ലാം അവിടെ നിക്ഷേപിച്ച് കാലക്രമത്തിൽ ഒരു ദ്വീപായിത്തീർന്നതാകണം പരുമല. നല്ല വളക്കൂറുള്ള മണ്ണ്. എന്തുവീണാലും ഒന്നിനു നൂറായി മടക്കിക്കൊടുക്കുന്ന ഉല്പാദനക്ഷമത. പരുമലദ്വീപിന്റെ ചുറ്റം നദീതീരങ്ങളിൽ, നിറയെ കുലച്ചു നില്ക്കുന്ന തെങ്ങുകളും പൂചൂടി നില്ക്കുന്ന വിളകളും സുലഭമാണ്. ഏതാണ്ട് രണ്ടര ച മൈൽ വിസ്തീർണ്ണമുള്ള പരുമല ദ്വീപിൽ തിങ്ങിഞെരുങ്ങിക്കഴിയുകയാണ് ആളുകൾ. തെങ്ങും നെല്ലും കരിമ്പും പച്ചക്കറികളും തഴച്ചു വളർന്നും പൂത്തുലഞ്ഞും നയനാനന്ദവും സമൃദ്ധിയും പകരുന്ന ആ കൊച്ചു ലോകത്തിൽ ചെറുതും വലുതുമായ വീടുകളും കേരളത്തിലെ പ്രസിദ്ധിപെറ്റ ചില ആരാധനാലയങ്ങളുമുണ്ട്.

പനയന്നാർകാവ്

കേരളത്തിലെ മൂന്നു പ്രസിദ്ധ ഭഗവതിക്ഷേത്രങ്ങളിലൊന്നായ പനയന്നാർകാവ് പരുമല ദ്വീപിലാണ്. തിരുമാന്ധാംകുന്ന്, കൊടുങ്ങല്ലൂർ ശ്രീകുരുംബക്കാവ് എന്നിവയാണ് മറ്റ് രണ്ടു ഭഗവതി ക്ഷേത്രങ്ങൾ. പനയന്നാർക്കാവിന് ആറേഴുനൂറ്റാണ്ടു പഴക്കമുണ്ടെന്ന് പറയപ്പെടുന്നു. വേണാട്ടു രാജവംശത്തിന്റെ ഒരു ശാഖയായ ചിറവ രാജാക്കന്മാർ കടപ്രഭരിച്ചിരുന്ന കാലത്താണ് ക്ഷേത്രം ഉണ്ടായതെന്ന് ഐതിഹ്യമാലയിൽ പറയുന്നു. ദാരികവധത്തിനൊരുങ്ങുന്ന രൗദ്രഭാവത്തിലുള്ളതാണ് കാളീപ്രതിഷ്ഠ. പണ്ടുകാലത്ത് നരബലി നടത്തിയിരുന്നുപോലും. കുറേ കാലത്തിനു ശേഷം ദാരികവധാനന്തരമുള്ള തെന്ന സങ്കല്പത്തിൽ, വടക്കോട്ടു ദർശനമായി മറ്റൊരു പ്രതിഷ്ഠ കൂടി നടത്തി. ഒരുനാൾ നരബലി അർപ്പിക്കാനായി ഒരു കന്യകയെ കിഴക്കേ നടയിൽ പടിഞ്ഞാറോട്ട് തിരിച്ചിരുത്തി. തെച്ചിപ്പൂമാലയും മഞ്ഞൾപ്രസാദവും ചാർത്തിയ ആ കന്യക, ദേവിയോട് ഭക്തിപുരസ്സരം പ്രാർത്ഥിച്ചു: "നാട്ടുകാർക്കും വീട്ടുകാർക്കും വേണ്ടാത്ത എന്റെ നിസ്സാര ജീവൻ അമ്മ തന്നെ എടുത്തുകൊൾക. അടിയൻ ഇതാ ഈ പാഴ് ശരീരം - സന്തോഷത്തോടെ ബലിയർപ്പിക്കുന്നു." അപ്പോൾ വെളിച്ചപ്പാടിലൂടെ ദേവിയുടെ അരുളപ്പാടുണ്ടായി:

"ഇവളെ വെട്ടേണ്ട. ഈ കന്യക എന്റെ അടിമയായി പാർത്തുകൊള്ളട്ടെ. ഇനിമേൽ ഇവിടെ ആൾക്കുരുതിവേണ്ട. ഈ നട ഉടനെ അടയ്ക്കണം. ഇത് മേലിൽ തുറക്കരുത്." അന്ന് അടച്ച ആ കിഴക്കേ നട ഇന്നും അടഞ്ഞുതന്നെ കിടക്കുന്നു. ആ കന്യകയുടെ സന്താനപരമ്പരകളാണ് പില്ക്കാലത്ത് ക്ഷേത്ര ഉടമകളായി തീർന്നത്. ഈ കുടുംബത്തിലുള്ളവരെ ആദിശ്ശന്മാർ (ആൾവെട്ടി ശേഷിച്ചവർ) എന്നാണ് വിളിക്കുന്നത്. കാവിന് വടക്കുപറിഞ്ഞാറാണ് ആദിശ്ശന്മാരുടെ തറവാട്.

ഭദ്രകാളിയുടെ ശ്രീകോവിലിൽ കിഴക്കോട്ടു ദർശനമായിട്ടുള്ള പ്രതിഷ്ഠ ശാന്തിക്കാരനല്ലാതെ മറ്റാരും തന്നെ കണ്ടിട്ടില്ല. ആരാധനയ്ക്കു വരുന്നവർ വടക്കെ നടയിലെ വിഗ്രഹമാണ് കാണുക. ഭദ്രകാളിയുടെ തന്നെ ഒരേ ശ്രീകോവിലിൽ രണ്ടു

പ്രതിഷ്ഠ പനയന്നാർ കാവിൽ മാത്രമേയുള്ളൂ. ചാന്താട്ടമാണ് പ്രധാന വഴിപാട്. മണ്ഡലകാലം വിശേഷാൽ പൂജകളോടെ ആഘോഷിക്കപ്പെടുന്നു. വിഷുഉത്സവത്തിനാണ് കൂടുതൽ പ്രാധാന്യം. പണ്ട് നരബലി നടത്തിയിരുന്നതിന്റെ ഓർമ്മയ്ക്കായി ഇപ്പോൾ കുത്തിയോട്ടം നടത്തുന്നു. വ്രതമെടുത്ത ആളിന്റെ വയറുഭാഗത്ത് ഇരുവശത്തും തൊലിപൊട്ടിച്ച് ചൂരൽ കയറ്റി പാട്ടും താളമേളങ്ങളുമായി അമ്പലത്തിലെത്തി, അമ്പലത്തിന് പ്രദക്ഷിണം വയ്പിക്കുന്നു. അതിനുശേഷം ചൂരൽ മാറ്റി മുറിവിൽ പ്രസാദം പുരട്ടുകയേയുള്ളൂ. പാടുപോലും അവശേഷിക്കുകയില്ലെന്നാണറിയുന്നത്. മദ്ധ്യതിരുവിതാംകൂറിലെ ജനങ്ങൾ ഭയഭക്തിബഹുമാനങ്ങളോടെ മാത്രമേ പനയന്നാർ കാവെന്ന പേരു പോലും ഉച്ചരിക്കുകയുള്ളൂ.

കടമറ്റത്തു കത്തനാർ കുടിയിരുത്തിയ പരുമലയക്ഷിയുടെ ആസ്ഥാനം കാവിനു തെക്കു കിഴക്കു മാറിയുള്ള ഒരു പാലമരച്ചോടാണ്. പാലമരം ഇന്നില്ല. രണ്ടു മൂന്നടി പൊക്കമുള്ള ഒരു തിട്ടയിൽ കാണുന്ന വെള്ളോട്ടു വിഗ്രഹമാണ് പ്രതിഷ്ഠ.

ക്ഷേത്രത്തിനു കുറെ തെക്കുമാറി ഒരു യാക്കോബാ പള്ളിയുണ്ട്. പള്ളി സ്ഥാപിച്ചത് വൈദികശ്രേഷ്ഠനായ മാർഗ്രിഗോറിയോസ് ഗീവർഗ്ഗീസ് തിരുമേനിയായിരുന്നു. അദ്ദേഹത്തിന്റെ ഭൗതികശരീരം ഈ പള്ളിയിൽ തന്നെയാണ് അടക്കം ചെയ്തിട്ടുള്ളത്. അദ്ദേഹത്തിന്റെ ശ്രാദ്ധപ്പെരുനാളിന് കാഴ്ചവസ്തുക്കളുമായി സമീപപ്രദേശങ്ങളിൽനിന്നു മാത്രമല്ല വിദൂരസ്ഥലങ്ങളിൽ നിന്നുപോലും ജാതിമതഭേദമന്യേ വിശ്വാസികൾ എത്തിച്ചേരുന്നു. ബിഷപ്പ് മാർ ഇവാനിയോസിന്റെ അന്ത്യവിശ്രമസ്ഥാനം ഈ പള്ളിയിലാണ്. ക്രിസ്ത്യാനികളുടെ ഒരു പ്രധാന ആരാധനാലയമാണ് ഈ പള്ളി.

ഇപ്രകാരം നിരണംപള്ളി, തൃക്കപാലേശ്വരം ക്ഷേത്രം, കണ്ണശ്ശൻപറമ്പ്, പനയന്നാർക്കാവ്, പരുമലപ്പള്ളി എന്നീ സ്ഥലങ്ങളും സ്ഥാപനങ്ങളും നേടിക്കൊടുത്ത പ്രസിദ്ധി മാത്രമല്ല കടപ്രയുടെ പ്രാധാന്യത്തിനു നിദാനം. കടപ്ര വില്ലേജിൽപ്പെട്ടതാണ് നിരണം പള്ളിയെങ്കിലും നിരണം പഞ്ചായത്ത് പിന്നെയും ഏതാണ്ട് രണ്ടു മൈൽ അകലെയാണ്. മദ്ധ്യതിരുവിതാംകൂറിലെ തിരുവല്ലാ താലൂക്കിന്റെ സവിശേഷതകളും സാമ്പത്തിക സാമൂഹ്യ സംവിധാനവുമെല്ലാം ഒത്തിണങ്ങിയതാണ് കടപ്ര പഞ്ചായത്ത്. വിസ്തീർണ്ണം 14.74 ച. കി മീ. ജനസംഖ്യ (21800 (991- ലെ സെൻസസ്)

പമ്പാനദീതടത്തിലെ ഫലസമൃദ്ധമായ ഗ്രാമപ്രദേശങ്ങൾ. അദ്ധ്വാനത്തിന്റെ മഹത്ത്വം വെളിവാക്കുന്ന കൃഷീവല കുടുംബങ്ങൾ. ക്രിസ്തുമതത്തിന്റെ സ്വാധീനശക്തി വേണ്ടുവോളമുള്ള സാമൂഹ്യസംവിധാനം. കേരളത്തിലെ ഒന്നാമത്തെ പഞ്ചസാര ഫാക്ടറിയുടെ ആസ്ഥാനം. കടപ്രയുടെ തെക്കുഭാഗത്തു കൂടി പമ്പയാർ ഒഴുകുന്നു. കിഴക്കുഭാഗത്ത് പാണ്ടനാട്, തിരുവൻവണ്ടൂർ എന്നീ അഞ്ചും ആറും വാർഡുകൾ ഉൾപ്പെട്ടതാണ് പരുമല. കരിമ്പും നെല്ലുമാണ് പ്രധാന ഉല്പന്നങ്ങൾ നെല്ലിനേക്കാൾ ആദായകരമാണ് കരിമ്പുകൃഷി എന്നു കണ്ടപ്പോൾ നെൽപ്പാടങ്ങൾ കരിമ്പിൻതോട്ടങ്ങളായി മാറി. വളഞ്ഞപട്ടത്തെ പമ്പാ ഷുഗർ ഫാക്ടറിയായിരുന്നു ഈ പ്രദേശത്തെ കരിമ്പുകൃഷിക്കാരുടെ അഭിവൃദ്ധിക്കു നിദാനം. എന്നാൽ കഴിഞ്ഞ ഒരു ദശാബ്ദമായി ഷുഗർഫാക്ടറിയുടെ പ്രവർത്തനം ഏറക്കുറെ നിലച്ചമട്ടാണ്. ഇപ്പോൾ ഫാക്ടറി തുറന്ന് പ്രവർത്തിക്കുന്നതിന് ഗവൺമെന്റ് ആലോചിച്ചുവരുന്നു. പരുമലയിൽ പനയന്നാർക്കാവ് ക്ഷേത്രത്തിൽനിന്നും അല്പം അകലെയാണ് ദേവസ്വം ബോർഡിന്റെ അധീനതയിലുള്ള പമ്പാ കോളേജ്.

കടപ്ര, നിരണം വില്ലേജുകളിൽപ്പെടുന്ന നിരണം പഞ്ചായത്തിന്റെ വിസ്തീർണ്ണം 13.17 ച കി മീ. ജനസംഖ്യ 14774 (910-ലെ സെൻസസ് പ്രകാരം) കടപ്ര, തലവടി, വീയപുരം എന്നീ പഞ്ചായത്തുകളും പമ്പാനദിയുമാണ് അതിരുകൾ. താലൂക്ക് ആസ്ഥാനമായ തിരുവല്ലയിലേക്ക് നിരണത്തു നിന്നും 6 മൈൽ ദൂരമേയുള്ളൂ.

ഇനി, ഹരിപ്പാട്ടേക്ക് പ്രസിദ്ധമായ മണ്ണാറശ്ശാല നാഗരാധനാ കേന്ദ്രവും വിഖ്യാതമായ സുബ്രഹ്മണ്യ ക്ഷേത്രവും മയൂര സന്ദേശത്തിന്റെ ഈറ്റില്ലമായ അനന്തപുരം കൊട്ടാരവും കണ്ടും കേട്ടും അറിഞ്ഞും മുന്നോട്ടു പോകാം.

28

നെല്ലറയുടെ നേരും നുണയും

ഒരൊറ്റ യാത്രകൊണ്ടോ, രണ്ടോ നാലോ ദിവസം ആ സ്ഥലത്ത് താമസിച്ച് എല്ലാം കണ്ടും കേട്ടും അറിഞ്ഞതുകൊണ്ടോ, ഒരാൾക്ക് കുട്ടനാടിന്റെ വിശ്വരൂപം മനസ്സിലാക്കാൻ കഴിഞ്ഞെന്നു വരില്ല. അത്ര കണ്ട് സങ്കീർണ്ണമാണ് ആ ജീവിതമേഖല. ഋതുഭേദങ്ങൾക്കൊപ്പം കുട്ടനാടിന്റെ സാമൂഹ്യ സാമ്പത്തിക മേഖലകളിൽ, എന്തിനേറെ ദിനചര്യകളിൽ പോലും മാറ്റം വന്നുകൊണ്ടിരിക്കും. അങ്ങനെയാണ് അനുഭവങ്ങൾ എന്നെ പഠിപ്പിച്ചത്.

1969 കളുടെ അവസാനമാണ് ഞാൻ ആദ്യമായി കുട്ടനാടിലേക്ക് കടന്നുചെന്നത്. അന്ന് ആലപ്പുഴനിന്നും ബസിലും ബോട്ടിലും വള്ളത്തിലും ആയി മുറിച്ചു മുറിച്ചു യാത്രചെയ്ത്, കടത്തുകൾ പലതും കടന്ന് വെളിയനാട് ബ്ലോക്ക് ആഫീസിലെത്തുകയായിരുന്നു. ദാഹം തീർക്കാൻ അല്പം പച്ചവെള്ളം ചോദിച്ചിട്ട് കിട്ടിയില്ല. എനിക്കത് കൗതുകകരമായി തോന്നി. ഇത് ശുദ്ധജലത്തിന്റെ മാത്രം പ്രശ്നമാണോ? കുട്ടനാടിന്റെ എല്ലാ മേഖലകളിലും ഈ ധാരാളിത്തത്തിന്റെ മദ്ധ്യത്തെ ദാരിദ്ര്യം പ്രകടമല്ലേ?

ഉച്ചയ്ക്കു ശേഷം വെളിയനാട് ബ്ലോക്ക് ഡവലപ്മെന്റ് ആഫീസർ ശ്രീബാലചന്ദ്രനോടും (നിത്യ ചൈതന്യയതിയുടെ സഹോദരൻ) രണ്ട് സഹപ്രവർത്തകരോടുമൊപ്പം കുട്ടനാടിന്റെ വിരിമാറിലൂടെ യാത്ര ചെയ്യുമ്പോൾ എനിക്കത് ആഹ്ലാദകരമായ ഒരനുഭവമായി മാറുകയായിരുന്നു. അന്ന് നോട്ടമെത്തുന്നിടത്തെല്ലാം ജലപ്പരപ്പു മാത്രം. എങ്കിലും ആ ജലവിതാനത്തിൽ നിന്ന് കഷ്ടിച്ച് ഞങ്ങളിത്രയും പേർ രക്ഷപ്പെട്ടെന്ന മട്ടിൽ അങ്ങിങ്ങു കാണാം ചില കൊച്ചു പച്ചത്തുരുത്തുകൾ. ഏതാനും തെങ്ങുകളും അവയ്ക്കിടയ്ക്ക് കൂനിക്കൂടി ഉറക്കം തൂങ്ങിയ മട്ടിലുള്ള നാലോ അഞ്ചോ കുടിലുകളും. മൈലുകളോളം വ്യാപിച്ചു കിടക്കുന്ന ജലപ്പരപ്പിലെ ഒറ്റപ്പെട്ട ലോകങ്ങളാണവ. ഞങ്ങളുടെ കൊച്ചു വള്ളം സോത്സാഹം മുന്നോട്ടു നീങ്ങി.

കൊച്ചുതുരുത്തുകളും പാടശേഖരങ്ങളും (കൃഷിയിറക്കിയിട്ടില്ലാത്ത കാലങ്ങളിൽ ജലാശയങ്ങൾ) നിറഞ്ഞ സ്ഥലങ്ങളാണ് കുട്ടനാട്ടിലെ ചമ്പക്കുളം, വെളിയനാട് ബ്ലോക്ക് പ്രദേശങ്ങൾ. ഭൂരിപക്ഷവും ഇടത്തരം കർഷകരാണ്. പുഞ്ചപ്പാടത്തെ ഏതാനും പറനിലവും വീടിനു ചുറ്റുമുള്ള കുറച്ചു തെങ്ങുമാണ് അവരുടെ മുഖ്യഉപജീവനമാർഗ്ഗം. ആണ്ടിലധികം കാലവും വെള്ളം നിറഞ്ഞു കിടക്കുന്ന പാടശേഖരങ്ങൾക്കരികിലുള്ള വലുതും ചെറുതുമായ തുരുത്തുകളിൽ തലയുയർത്തി നില്ക്കുന്ന തെങ്ങുകൾക്കിടയ്ക്കു കാണുന്ന കൊച്ചു കൊച്ചു വീടുകളും കുടിലുകളും. പുഞ്ചനിലങ്ങളിൽ വെള്ളം വറ്റിക്കുകയും വിത്തുചേറുകയും കളപറിക്കുകയും കൊയ്യുകയും ചെയ്യുന്ന കർഷകരുടേതാണ് അവ. ഓരോ വർഷവും ഇരുണ്ട കാലവർഷമേഘങ്ങൾ ഒഴിഞ്ഞുകിട്ടുന്നതിനായി കുട്ടനാടൻ കർഷകർ ക്ഷമയോടെ കാത്തിരിക്കുന്നു. മഴമാറുമ്പോൾ കാണുക, മുൻവർഷങ്ങളിലെ കഠിനാദ്ധ്വാനത്തിലൂടെ കെട്ടിപ്പൊക്കിയ ബണ്ടുകൾ ജലപ്രവാഹം തകർത്തെറിഞ്ഞിരിക്കുന്നതാണ്. വീണ്ടും ചെളികുത്തിയെടുത്ത് വരമ്പുറപ്പിക്കുന്ന ശ്രമകരമായ ജോലിയിൽ വ്യാപൃതരാകുന്നു. അതിനു ശേഷം പമ്പ് ഉപയോഗിച്ച് നിലത്തിലെ വെള്ളം കായലിലേക്ക് തിരിച്ചു വിടുന്നു. കൃഷിക്കു വേണ്ട ഒരുക്കങ്ങൾ ചെയ്യുന്നു. കുട്ടനാടൻ പുഞ്ചയിൽ കൃഷി ചെയ്യുന്നത് അദ്ധ്വാനമേറിയ ക്ലേശകരമായ

പണിയാണ്. കാലവർഷം ചതിച്ചില്ലെങ്കിൽ നല്ല വിള പ്രതീക്ഷിക്കാം. ചിലപ്പോൾ എല്ലാം തകർന്ന സ്ഥിതിവിശേഷവുമുണ്ടായേക്കാം. കുട്ടനാട്ടിലെ കൃഷിക്കാർ പ്രകൃതിയുടെ ഔദാര്യത്തെ ആശ്രയിച്ചു കഴിയുന്നവരാണ്.

മറ്റൊരു മുഖം

കുട്ടനാട്ടിന്റെ ജലവലയിതവും വിഷാദപൂർണ്ണവുമായ മുഖം മാത്രമേ ആദ്യയാത്രയിൽ എനിക്ക് കാണാൻ കഴിഞ്ഞിരുന്നുള്ളൂ. അതുകൊണ്ടു തന്നെ 1971-ൽ സദാശിവൻ (ആലപ്പുഴ ജില്ലാ ഇൻഫർമേഷൻ ആഫീസർ) സാന്ദർഭികമായി കുട്ടനാട്ടിൽ കൊയ്ത്തു കാലമായെന്നു സൂചിപ്പിച്ചപ്പോൾ ഞാൻ ഉത്സാഹപൂർവ്വം യാത്രയ്ക്കൊരുങ്ങി. അന്ന് ഞങ്ങൾ കുട്ടനാടിന്റെ സന്തോഷത്തിൽ പങ്കുകൊണ്ടു.

കൊയ്ത്തുകാലം. മാസങ്ങളായുള്ള കാത്തിരിപ്പിന്റെയും കഷ്ടപ്പാടുകളുടെയും ഉൽക്കണ്ഠയുടെയും ദിനരാത്രങ്ങൾക്കുശേഷം കൈവന്ന സംതൃപ്തിയുടെ ദിനങ്ങൾ! കൊയ്ത്തുകാലം അതിന്റെ എല്ലാവിധ വർണ്ണഭംഗിയോടും ചലനാത്മകതയോടും പ്രസന്നതയോടും കുട്ടനാടിനെ പുളകമണിയിക്കുകയാണ്. ഒരേ ഭൂപ്രദേശത്തിന്റെ വൈവിദ്ധ്യമാർന്ന രണ്ടു മുഖഭാവങ്ങൾ. കൃഷിയിറക്കും കാലവും കൊയ്ത്തുകാലവും ഞങ്ങൾ കുട്ടനാടിന്റെ വിരിമാറിലൂടെ ഒരു പര്യടനത്തിനു തയ്യാറെടുത്തിറങ്ങി.

ചെറിയൊരു ഡിംഗി (മൂന്നു നാലുപേർക്കു സഞ്ചരിക്കാവുന്ന ഒരു ജലവാഹനം) യിൽ കയറി. പള്ളാത്തുരുത്തി ആറ്റിലൂടെ ഞങ്ങൾ പ്രയാണമാരംഭിച്ചു. പുലരിക്കതിരുകളേറ്റ് വെട്ടിത്തിളങ്ങുന്ന ജലതരംഗങ്ങളിലൂടെ ചാഞ്ചാടിയോടുകയാണ് ഞങ്ങളുടെ കൊച്ചു വാഹനം. ഇരുകരകളിലും തെങ്ങിൻ തോപ്പുകളും പുരയിടങ്ങളും അവയ്ക്കിടയ്ക്ക് കൊച്ചുകൊച്ച് വീടുകൾ, കുടിലുകൾ. അപൂർവ്വമായി ധനപ്രമത്തതയെ സൂചിപ്പിക്കുന്ന മാളികകളും കണ്ടെന്നിരിക്കാം. ആറ്റിറമ്പിലുണ്ട് സ്നാനഗൃഹങ്ങൾ. ഏതാണ്ട് അരഫർലോങ് വീതിയുള്ള ആറ്റിനിരുവശവുമായി, മെയിൻ റോഡിനിരുവശവും വീടുകൾ ഞെങ്ങിഞെരുങ്ങി കഴിയുന്നതുപോലെ, ഗ്രാമഭവനങ്ങൾ വരിവരിയായി കാണാം. വലിയ വീടുകൾക്കു മുന്നിൽ ചെറിയ ഡിംഗികളോ വള്ളങ്ങളോ തളച്ചിട്ടിരിക്കുന്നതു കാണാം. കാർഷെഡ്ഡിൽ നിർത്തിയിട്ടിരിക്കുന്ന കാറുകൾ പോലെ.

പള്ളാത്തുരുത്തിയാറ്റിലേക്ക് ഒഴുകിച്ചേരുന്ന തോടുകളിലൂടെയും പോഷകനദികളിലൂടെയും ഞങ്ങൾ ഉൾഭാഗത്തേയ്ക്കു കടന്നു. പാടശേഖരങ്ങളുടെ മദ്ധ്യത്തുള്ള തോട്, തൊട്ടടുത്തുള്ള പാടങ്ങളിൽനിന്നും ഇപ്പോൾ തിരിച്ചറിയാം; പാടങ്ങളിൽ വെള്ളം കുറവായതിനാൽ. പാടങ്ങളിൽ കൊയ്ത്തും മെതിയും കളിയും ചിരിയും. ഒരുത്സവം തന്നെ. പുന്നെൽക്കുലകളേന്തി ചാഞ്ചാടുന്ന പുഞ്ചപ്പാടങ്ങളിൽ നിരനിരയായി കൊയ്തേറുകയാണ് ആണാളും പെണ്ണാളും. പാടത്തിന്റെ കരയ്ക്കുള്ള അല്പം ഉയർന്ന ഭൂമിയിൽ കൊയ്ത്ത്കളം സജ്ജമാക്കിയിട്ടുണ്ട്. കൊയ്തെടുത്ത കറ്റകൾ കളത്തിൽ കുന്നുകൂട്ടുന്നു.

ഒരു കൊയ്ത്തുകളം

ഞങ്ങൾ ഒരു കൊയ്ത്തു കളത്തിനടുത്തെത്തി. തൊട്ടരികിലെ തൈത്തെങ്ങുകളുടെ തണലിലാണത്. ഒറ്റത്ത് നാലഞ്ചടി പൊക്കത്തിൽ കാലുകൾ നാട്ടി അഞ്ചെട്ടോലകൊണ്ട് മൂന്നു വശവും മറച്ചിട്ടുണ്ട്. ജന്മിയുടെ ഇരിപ്പിടവും ശയ്യയുമെല്ലാമാണത്. കൊയ്ത്താരംഭിച്ചാൽ പിന്നെ രാപ്പകൽ ഉടമസ്ഥർ കളത്തിൽ തന്നെയുണ്ടാകും. കൊയ്ത്തും മെതിയും വീക്ഷിച്ചു കൊണ്ട്. ഇടയ്ക്കിടയ്ക്ക് നിർദ്ദേശങ്ങളും അഭിപ്രായങ്ങളും അപൂർവ്വമായി ശകാരവാക്കുകളും ആ തിരുവായിൽനിന്ന് ഉതിർന്നു വീഴുന്നുണ്ടാവും. കറിക്കൊഴുപ്പുള്ള പെൺകിടാങ്ങളോട് ഒരല്പം മൂരിശൃംഗാരവും കാട്ടിയേക്കാം. എല്ലാ പ്രായത്തിലുമുള്ള ആൾക്കാർ ആ പാടങ്ങളിൽ പൊരിവെയിലിൽ കറ്റ കൊയ്തും ചുമന്നും വിയർത്തൊലിച്ച് അദ്ധ്വാനിക്കുന്നുണ്ടാവും. കുട്ടികളും യുവാക്കളും വൃദ്ധരുമെല്ലാം ആൺ പെൺ ഭേദമന്യേ. പകലും രാത്രിയും നിരന്തരമായ അദ്ധ്വാനം. വിശ്രമവേളകൾ വിരളമാണവർക്ക്. കളത്തിൽ തലങ്ങും വിലങ്ങും ചുറ്റും വൈദ്യുതബൾബുകൾ മാലപോലെ കെട്ടിയിട്ടുണ്ടാവും. ഇരുൾ വീണു കഴിയുമ്പോൾ അഗ്നിപുഷ്പങ്ങൾപോലെ വിടർന്നു നില്ക്കുന്ന ആ വിദ്യുത് ദീപങ്ങളുടെ വെളിച്ചത്തിൽ ആണാളും പെണ്ണാളും കതിർക്കുലകൾ ചവിട്ടിമെതിക്കുകയാവും. വേണമെങ്കിൽ ചെറിയതോതിൽ ഉല്ലാസമാകാം. ഉറക്കം കൺപോളകളിൽ മയക്കുമരുന്നു പുരട്ടുമ്പോൾ അതിനെ കുടഞ്ഞെറിയാനുള്ള വെമ്പലും പലരിലും ദൃശ്യമാണ്. ജന്മിയുടെ സിംഹാസനത്തിനരികിലെ റേഡിയോപ്പാട്ടുകളും ചില കളങ്ങളിൽനിന്നും മുഴങ്ങിക്കേൾക്കുന്നുണ്ടാകും.

കൊയ്ത്തുകളത്തിൽനിന്ന് അത്രയകലെയല്ലാതെ തെങ്ങുകളുടെ തണലിൽ ഓലയും മടലും മുളയും ഒക്കെക്കൊണ്ട് ഉണ്ടാക്കിയ നെടുനീളത്തിൽ ഷെഡ്ഡ് കാണുന്നില്ലേ? കഷ്ടിച്ച് ആറടി പൊക്കം. അത്ര തന്നെ വീതിയും. പുറകുവശം മിക്കവാറും മറച്ചിട്ടുണ്ടാവും. ആ ഷെഡ്ഡിനുള്ളിൽ ഇല്ലാത്തതൊ

മറ്റു ജില്ലകളെ അപേക്ഷിച്ച് ഏറ്റവുമധികം നെല്ലുല്പാദിപ്പിക്കുന്ന ഗ്രാമപ്രദേശങ്ങളാണിവ. (പാലക്കാട്ടു ജില്ലയെ വിസ്മരിക്കുന്നില്ല). നദികളും തോടുകളും അവയുടെ മനോഹരമായ തീരപ്രദേശങ്ങളും തെങ്ങിൻ തണലുകളും കാലാകാലം മാറി മാറി സ്വർണ്ണവർണ്ണവും ഹരിതവർണ്ണവും പൂശുന്ന പുഞ്ചപ്പാടങ്ങളും, കുഞ്ഞലകളിളക്കി പരന്നു കിടക്കുന്ന കുട്ടനാടൻ ജലവിതാനത്തിലൂടെയുള്ള ബോട്ടുയാത്രയുമെല്ലാം സന്ദർശകന് അവാച്യമായ ആനന്ദാനുഭൂതിയുളവാക്കാൻ പോന്നവയാണ്. സമ്മതിച്ചു. പക്ഷേ, ഇവയെല്ലാം കുട്ടനാട്ടിന്റെ ഒരുവശം മാത്രമേ ആകുന്നുള്ളൂ. പ്രകാശപൂർണ്ണമായ വശം. മറുവശമോ? കുട്ടനാടൻ ഗ്രാമങ്ങളുടെ യഥാർത്ഥ രൂപവും ഭാവവും മനസ്സിലാക്കിയാലേ അത് പൂർണ്ണമാകൂ.

കുട്ടനാടോ കെട്ടനാടോ?

കരുമാടിക്കുട്ടന്റെ നാടായതുകൊണ്ടാണ് കുട്ടനാടിന് ആ പേര് കിട്ടിയതെന്ന് ചിലർ പറയുന്നുണ്ട് കുട്ടൻ എന്ന ഒരു അധഃകൃത വർഗ്ഗരാജാവിന്റെ അധീനതയിലായിരുന്നതുകൊണ്ടാണ് കുട്ടനാട് എന്ന പേരു കിട്ടിയതെന്ന് മറ്റൊരുപക്ഷം. ഇനി മറ്റൊരു വിശദീകരണം, കെട്ടനാട് നശിച്ച നാട്. നാനാ പ്രകാരേണ ശപിക്കപ്പെട്ട നാടാണുപോലും. കുട്ടനാട്. പേരിനൊരു സാധൂകരണം നല്കാൻ വ്യഗ്രത കാട്ടുന്നവർ തട്ടിക്കൂട്ടിയതാവാം ഈ വിശദീകരണങ്ങളെല്ലാം.

കുട്ടനാടൻ പ്രദേശങ്ങൾ കായലുകൾക്കും പുഴകൾക്കും മദ്ധ്യേ പണ്ടുപണ്ടേയുള്ള ഭൂപ്രദേശങ്ങളാണോ? അതോ കടൽമാറി കരയായ പ്രദേശങ്ങളോ? ഇന്ന് അമ്പലപ്പുഴ പുറക്കാട്ടു തീരത്തെ കടൽ പണ്ടു പണ്ട് തിരുവല്ലയിലെ നിരണത്തോളം ഉണ്ടായിരുന്നുപോലും. നിരണത്തെ കടപ്ര പണ്ട് കടപ്പുറം ആയിരുന്നുപോലും. പുരാണത്തിലെ ഖാണ്ഡവദാഹം നടന്നത് ഈ പ്രദേശത്താണെന്നും തദ്ദേശീയർ വിശ്വസിക്കുന്നു. ഭീമാകാരങ്ങളായ കരിക്കട്ടകൾ (കരിത്തടികൾ) മണ്ണിനടിയിൽ നിന്നും കണ്ടെത്തിയിട്ടുണ്ടെന്നും അവ ഖാണ്ഡവ ദാഹത്തിൽ അഗ്നിക്കിരയായ മരങ്ങളാണെന്നും പറയപ്പെടുന്നു. ആളുകൾ മണ്ണും ചെളിയും വാരിക്കൂട്ടി ഉണ്ടാക്കിയ തുരുത്തുകളാണ് കുട്ടനാടെന്നും പറയപ്പെടുന്നു.

പണ്ട് കുട്ടനാട് പ്രദേശങ്ങൾ കടലിനടിയിലായിരുന്നെന്നും ഭൗമശാസ്ത്രജ്ഞന്മാർ അഭിപ്രായപ്പെടുന്നു. കുട്ടനാടിന്റെ കിഴക്കേ അതിർത്തിയിലുള്ള കടുത്തുരുത്തിയും (വൈക്കം) കോട്ടയത്തെ വയസ്കരയും പ്രാചീന കാലത്ത് തുറമുഖങ്ങളായിരുന്നുവത്രേ. പില്ക്കാലത്ത് കടൽ പിൻവാങ്ങിയപ്പോൾ

ന്നുമില്ല. കൊയ്ത്തുതീരുന്നതുവരെ അനേകം കുടുംബങ്ങളുടെ താല്ക്കാലിക വസതിയാണത്. പഴമ്പായും കുട്ടയും വട്ടിയും പൂട്ടിലും (മഴയും വെയിലും കൊള്ളാതെ റെയിൻകോട്ടായും അല്ലാത്തപ്പോൾ ബിഗ്ഷോപ്പർ ആയും ഉപയോഗിക്കാവുന്ന കൈതയോല കൊണ്ടുണ്ടാക്കിയ ഒരു ഉപകരണം) ചട്ടിയും കലവും തട്ടുമുട്ടു സാധനങ്ങളും കോഴിയും ആടും കുട്ടികളും എല്ലാമുണ്ട്.

ചലനാത്മകമാണെങ്ങും. പാടങ്ങളിൽ തിരക്കിട്ട കൊയ്ത്ത്. കളങ്ങളിൽ പകലും രാത്രിയും മെതി. കൊയ്തെടുത്ത നെല്ലും കച്ചിയും കൂമ്പാരമാക്കിയ കൊച്ചുവള്ളങ്ങളും ബോട്ടുകളും തോടുകളിലൂടെ ഉടമസ്ഥന്മാരുടെ വീടുകളെ ലാക്കാക്കി നീങ്ങുന്നു. സർവ്വത്ര ഒരുത്സവത്തിന്റെ പ്രതീതി. കുട്ടനാട്ടിലെ കൃഷിസമ്പ്രദായം ചുരുങ്ങിയ ദിവസങ്ങളിൽ ആയിരക്കണക്കിനു ജോലിക്കാരുടെ കായികാദ്ധ്വാനമാവശ്യമുള്ള ഒരുതരം ബിസിനസ്സാണ്. നിലമൊരുക്കുമ്പോഴും വിത്തിറക്കുമ്പോഴും കൊയ്ത്തു കാലത്തുമെല്ലാം ഓരോ നിലമുടമയ്ക്കും നൂറുകണക്കിന് കൂലിക്കാർ കൂടുതലായി വേണം. സാധാരണ സമയങ്ങളിൽ കൃഷിപ്പണിക്കാവശ്യമുള്ള സ്ഥിരം വേലക്കാർക്ക് പുറമേയാണിത്. കുട്ടനാട്ടിലെ നിലം കൃഷിക്കാരുടെ വിശിഷ്യാ ജന്മിമാരുടെ ആവശ്യത്തിനായി അക്കാലങ്ങളിൽ വിദൂരസ്ഥലങ്ങളിൽനിന്നും കൂട്ടംകൂട്ടമായി തൊഴിലാളികൾ കുട്ടനാട്ടിലെത്താറുണ്ട്. മാന്നാർ, മാവേലിക്കര, ചെങ്ങന്നൂർ, അമ്പലപ്പുഴ, ഹരിപ്പാട് തുടങ്ങിയ സ്ഥലങ്ങളിൽ നിന്നും നിരവധി തൊഴിലാളി കുടുംബങ്ങൾ വട്ടിയും കുട്ടയും പായും മുറവും ചട്ടിയും കലവും വളർത്തുമൃഗങ്ങളുൾപ്പെടെ വള്ളത്തിൽ കുട്ടനാട്ടെത്തുന്നു. ജന്മിയുടെ വള്ളപ്പുരയിലോ വളപ്പുരയിലോ മറ്റേതെങ്കിലും ഷെഡ്ഡിലോ ക്യാമ്പടിക്കുന്നു. അഞ്ചും ആറും കുടുംബങ്ങൾ ഒരു കൊച്ചു കൂരയ്ക്കുള്ളിൽ. കഞ്ഞിവയ്പും കുടിയും ഉറക്കവും ഉല്പാദനവുമെല്ലാം നടക്കുന്നു. ജന്മി നല്കുന്ന കൂലിയും വാങ്ങി കൃഷിയിറക്കി കഴിയുമ്പോൾ സ്വന്തം നാട്ടിലേക്കു മടങ്ങുന്നു. വീണ്ടും കൊയ്ത്തുകാലമെത്തുമ്പോൾ, സന്നാഹങ്ങളോടെ കുട്ടനാട്ടിലെത്തുന്നു. സുഭിക്ഷമാണ് കൊയ്ത്തുകാലം. അദ്ധ്വാനിക്കുന്നവന് നല്ല പ്രതിഫലം കിട്ടും. വയറുനിറയെ ആഹാരം. ആവശ്യത്തിന് അല്പം മോന്താം. അല്ലലെന്തെന്നറിയാത്ത ദിവസങ്ങൾ. കൊയ്ത്തും മെതിയും തീരുമ്പോൾ തിരികെ പത്തും മുപ്പതും മൈൽ അകലെയുള്ള നാട്ടിലേക്കു മടങ്ങുന്നു. കിട്ടിയതെല്ലാം ആർഭാടമായി ചെലവാക്കി വെറുംകൈയോടെ മടങ്ങുന്നവരും ഇല്ലാതില്ല. അല്പസ്വല്പം സമ്പാദ്യവുമായി മടങ്ങുന്നവരുമുണ്ട്.

നദികൾ ഒഴുകിക്കൊണ്ടുവന്ന എക്കൽ വീണടിഞ്ഞുണ്ടായ ചതുപ്പു പ്രദേശങ്ങളാണ് കുട്ടനാടെന്നും വിശ്വസിക്കപ്പെടുന്നു. പില്ക്കാലത്തെന്നോ പ്രകൃതിക്ഷോഭത്തിന്റെ ഫലമായി താഴ്ന്നുണ്ടായതാണ് വേമ്പനാട്ടു കായലെന്നും പറയപ്പെടുന്നു. കുട്ടനാടൻ പ്രദേശങ്ങൾ സമുദ്രനിരപ്പിൽനിന്നും താഴ്ന്നുകിടക്കുന്ന സ്ഥലങ്ങളാണ്.

ക്രിസ്ത്വാബ്ദം ഒമ്പതാം ശതകം മുതൽ പന്ത്രണ്ടാം ശതകം വരെ ചേരരാജാക്കന്മാരുടെ ഭരണം നിലനിന്നുപോന്ന പ്രദേശങ്ങളാണ് കുട്ടനാട് ഉൾപ്പെടെയുള്ള ഇന്നത്തെ ആലപ്പുഴ പ്രദേശങ്ങളെന്ന് ചരിത്രപരമായ സൂചനകളുണ്ട്. ചേരരാജാക്കന്മാർ കുട്ടുവന്മാർ എന്നറിയപ്പെട്ടിരുന്നു. (ഉദാ. ചേരൻ ചെങ്കുട്ടുവൻ) ആ നിലയ്ക്ക് കുട്ടുവന്മാരുടെ നാട്. കുട്ടനാട്. സംഘകാലത്ത് തമിഴകത്തിന്റെ ഭാഗമായിരുന്ന കേരളത്തിൽ പൂഴിനാട്, കുടനാട്, കുട്ടനാട്, വേണാട് എന്നിങ്ങനെ ഭരണപരമായ നാല് ഭൂപ്രദേശങ്ങൾ ഉണ്ടായിരുന്നുവത്രേ.

പാടശേഖരങ്ങൾ

ആലപ്പുഴ, കോട്ടയം, പത്തനംതിട്ട എന്നീ മൂന്നു ജില്ലകളിൽപ്പെട്ട ചേർത്തല, അമ്പലപ്പുഴ കുട്ടനാട്, കാർത്തികപ്പള്ളി, തിരുവല്ല, ചെങ്ങന്നൂർ, മാവേലിക്കര എന്നീ ഏഴ് താലൂക്കുകൾ പൂർണ്ണമായോ ഭാഗികമായോ ഉൾപ്പെടുന്ന പ്രദേശമാണ് ഇന്നത്തെ കുട്ടനാട്. കൈനകരി, ചമ്പക്കുളം, നെടുമുടി, തകഴി, എടത്വാ, തലവടി, പുളിങ്കുന്ന്, നീലംപേരൂർ, വെളിയനാട്, കാവാലം, മുട്ടാർ, രാമങ്കരി, തണ്ണീർമ്മുക്കം, മുഹമ്മ എന്നീ പഞ്ചായത്തുകൾ പൂർണ്ണമായും കുട്ടനാട്ടു പ്രദേശത്തുൾപ്പെടുന്നു. അവയ്ക്ക് സമീപമുള്ള പഞ്ചായത്തുകളും കുട്ടനാടിന്റെ നന്മതിന്മകൾ ഏറ്റക്കുറവുകളോടെ അനുഭവിക്കുന്നവയാണ്.

മുൻകാലങ്ങളിൽ ആലപ്പുഴ-ചങ്ങനാശ്ശേരി ബസ് റൂട്ടിൽ കിഴക്കോട്ടു തിരിക്കുന്ന ഒരാൾക്ക് - വഴിക്ക് മൂന്ന് കടത്തുകൾ കടക്കേണ്ടിയിരുന്നു. പള്ളാത്തുരുത്തിയും നെടുമുടിയും കിടങ്ങറയും. ഈ മൂന്നു സ്ഥലത്തും ഇപ്പോൾ പാലങ്ങളുണ്ട്. പമ്പയാറും മണിമലയാറും അച്ചൻകോവിലാറും ചുറ്റിപ്പടർന്നൊഴുകുകയാണ്, കുട്ടനാടൻ പ്രദേശങ്ങളിലൂടെ. ഈ നദികൾ സമനിരപ്പായ കുട്ടനാടൻ പ്രദേശങ്ങളിലെത്തുമ്പോൾ വീതിയേറി ശാന്തമായി പ്രവഹിക്കുന്നു. നദികളും തോടുകളും ഇടമുറിയാതെയുള്ള ജലഗതാഗതത്തിന് സൗകര്യമുണ്ടാക്കുന്നു. പാടശേഖരങ്ങൾ വെള്ളത്തിലാണ്ടു കിടക്കുമ്പോൾ ഒരു കൊച്ചു വള്ളമുണ്ടായാൽ മതി. ഏത് ഓണം കേറാ മൂലയിലും സൗകര്യമായി ചെന്നെത്താം.

നെല്പാടങ്ങളുടെ നാടാണ് കുട്ടനാടെന്ന് പറഞ്ഞല്ലോ. അതെ. നെല്ലും തേങ്ങയുമാണ് പ്രധാന കാർഷികോല്പന്നങ്ങൾ. കുട്ടനാട്ടിലെ ബഹുഭൂരിപക്ഷം വരുന്ന സാധാരണക്കാർക്ക് ശരാശരി രണ്ട് ഏക്കറിൽ താഴെ കൃഷി നിലങ്ങളേയുള്ളൂ. ആയിരവും രണ്ടായിരവും ഏക്കർ വിസ്തീർണ്ണമുള്ള പാടശേഖരങ്ങൾ പലതുണ്ട്. അവയുടെ ഉടമസ്ഥർ വിരലിലെണ്ണാവുന്ന ചുരുക്കം ചില ധനികരായിരുന്നു. കായൽ രാജാക്കന്മാർ. ഈ ന്യൂനപക്ഷത്തെ ചുറ്റിപ്പറ്റി ജീവിച്ചവരാണ് ജനസംഖ്യയിൽ ഭൂരിഭാഗവും ഇപ്പോൾ ഈ സ്ഥിതിക്ക് ഒട്ടേറെ മാറ്റങ്ങൾ വന്നിട്ടുണ്ട്. മുൻപിനാലെ തൊള്ളായിരത്തിപ്പറ നിലം, ചെമ്പരിപ്പാടം, മാത്തൂർപ്പാടം തുടങ്ങി പല വൻകിട പാടശേഖരങ്ങളും കൂടാതെ ആർബ്ലോക്ക് സി ബ്ലോക്ക് എന്നിങ്ങനെ കായൽ നികത്തിയെടുത്ത നിലങ്ങളുമുണ്ടായിരുന്നു. മാത്യുമൂരിക്കൻ, മങ്കൊമ്പ് കൃഷ്ണയ്യർ തുടങ്ങി വൻഭൂപ്രഭുക്കന്മാരുമുണ്ടായിരുന്നു. ഇന്ന് പാടശേഖരങ്ങളുടെ വിസ്തൃതി കുറഞ്ഞു. എണ്ണം കൂടി. ഉടമാവകാശം പല കൈകളിലേക്കു മാറി.

കൃഷിരീതി

ഇവിടുത്തെ കൃഷിനിലങ്ങളെ മൂന്നായി തരംതിരിക്കാം. കരപ്പാടം, കായൽനിലങ്ങൾ, കരിനിലങ്ങൾ. പുറക്കാട് തോട്ടപ്പള്ളി പ്രദേശങ്ങളിൽ കരിനിലങ്ങളാണ്. ചമ്പക്കുളം, നെടുമുടി തുടങ്ങിയവ കരപ്പാടങ്ങൾ, കായൽനികത്തിയെടുത്തവ കായൽനിലങ്ങൾ. കായലുകളിൽ ബണ്ടുകെട്ടി ഉപ്പുവെള്ളം തടഞ്ഞു നിർത്തി അഞ്ചടി താഴ്ചയിൽ കൃഷിയിറക്കാനുള്ള പദ്ധതിയാണ് ഹോളണ്ട് സ്കീം എന്നറിയപ്പെടുന്നത്. കുട്ടനാട്ടിലെ ഒരു നവീന കൃഷി പരീക്ഷണമായിരുന്നു ഈ പദ്ധതി. ജലനിരപ്പിൽനിന്ന് താഴെ കൃഷിയിറക്കുന്ന ഇത്തരം കൃഷിയിടങ്ങൾ (ആർ ബ്ലോക്ക്) മനുഷ്യപ്രയത്നത്തിന്റെയും നവീന കാർഷിക പരീക്ഷണങ്ങൾക്കുള്ള വ്യഗ്രതയുടെയും നല്ല സൂചനകളായിത്തോന്നി. രണ്ട് പതിറ്റാണ്ടുമുമ്പ് ആർഭാടപൂർവ്വം തുടങ്ങി വച്ച ഈ പദ്ധതിയും വെള്ളത്തിലാണിപ്പോൾ. കേരളത്തിൽ പാക്കേജ് പരിപാടി നടപ്പാക്കിയിരുന്ന ജില്ലകളിലൊന്നാണ് ആലപ്പുഴ. മേൽത്തരം വിത്തും രാസവളങ്ങളും കാർഷിക വായ്പകളും കാർഷികോപകരണങ്ങളും സാങ്കേതിക സഹായവുമെല്ലാം യഥാകാലം കൃഷിക്കാരനു നല്കി കാർഷികോല്പാദനത്തിൽ അവരെ പ്രേരിപ്പിക്കുക എന്നതാണ് പാക്കേജ് പരിപാടിയുടെ ലക്ഷ്യം.

കുട്ടനാട്ടിലേക്ക് ഉപ്പുവെള്ളം കയറുന്നത് തടയുന്നതിനു വേണ്ടി ആവിഷ്കരിച്ച പദ്ധതികളാണ്

തണ്ണീർമ്മുക്കം ബണ്ടും തോട്ടപ്പള്ളി സ്പിൽവേയും. പക്ഷേ വെളുക്കാൻ തേച്ചത് പാണ്ടായെന്നു പറഞ്ഞതുപോലെ ഈ പ്രതിരോധ നടപടികൾ കുട്ടനാട്ടിനൊരു ശാപമായിത്തീർന്നു എന്ന പരാതിയാണ് ഇപ്പോൾ പരക്കെയുയർന്നിട്ടുള്ളത്.

കൃഷിക്കാർ-വലുതും ചെറുതും

പണ്ട് ചെമ്പകശ്ശേരി രാജാവിന്റെ ഭരണകാലത്ത്, പ്രസിദ്ധിപെറ്റ നായർ തറവാടുകളുടെ അധീനതയിലായിരുന്നു ഈ കൃഷിനിലങ്ങൾ. കൊല്ലും കൊലയും നടത്താനധികാരമുള്ള ആ കുടുംബങ്ങളുപയോഗിക്കുന്ന എണ്ണ ശുദ്ധമാകണമെങ്കിൽ മാപ്പിള തൊടണമായിരുന്നുപോലും. അങ്ങനെ എണ്ണ ശുദ്ധീകരിക്കാൻ വേണ്ടി ഏതാനും പുരാതന മാപ്പിളകുടുംബങ്ങളെ അവിടെ കുടി പാർപ്പിച്ചു. ക്രമേണ അവരും വലിയ ഭൂവുടമകളായിത്തീർന്നുപോലും. ഹിന്ദുവായാലും ക്രിസ്ത്യാനിയായാലും കുട്ടനാട്ടിലെ കൃഷിക്കാരനെ സംബന്ധിച്ചിടത്തോളം മൊത്തത്തിൽ കൃഷിക്കാരും ജന്മികളുമേയുള്ളൂ. വിഭിന്ന ജീവിതരീതികൾ, വ്യത്യസ്തതാല്പര്യങ്ങൾ. പ്രശ്നങ്ങളും വ്യത്യസ്തമാണ്. കായൽ രാജാക്കന്മാരുടെ പ്രശ്നങ്ങളല്ല, കൊച്ചുജന്മിമാരുടെ പ്രശ്നം. കർഷകത്തൊഴിലാളിയുടെ പ്രശ്നമല്ല, ചെറുകിട കർഷകന്റേത്. ഇങ്ങനെ സമൂഹത്തിലെ വിവിധ തലങ്ങളിലെ പ്രശ്നങ്ങളുടെ വലിപ്പവും ഗൗരവവും വ്യത്യസ്തമാണ്. പക്ഷേ, ഒരു കാര്യത്തിൽ അവർ ഒന്നാണ്. എല്ലാവർക്കുമുണ്ട് പരാതികൾ. ചില യാഥാർത്ഥ്യങ്ങളുമുണ്ട്. കുട്ടനാട്ടിലെ നെൽകൃഷി മറ്റേതു പ്രദേശത്തെക്കാളും ഒരു ഭാഗ്യപരീക്ഷണമാണ്. ഉണ്ടെങ്കിലുണ്ട്. ഇല്ലെങ്കിലില്ല. പ്രകൃതിശക്തികളായ മഴയേയും വെള്ളത്തേയും നിയന്ത്രിച്ചും മാറ്റിനിർത്തിയുമുള്ള കൃഷിരീതിയാണ്. അകാലത്തിലെ മഴയോ വെയിലോ കീടബാധയോ വമ്പിച്ച കൃഷിപ്പിഴകൾക്കു കാരണമായേക്കാം. തള്ളിവരുന്ന ജലപ്രളയത്തെ ചെളിമണ്ണുകൊണ്ട് ബണ്ടുകെട്ടി തടഞ്ഞു നിർത്തി കൃഷിയിറക്കുകയാണല്ലോ കായൽ കൃഷിയുടെ രീതി. നീണ്ടുനീണ്ടു പോകുന്ന ആ മൺകോട്ടകളിലെങ്ങാനും ചെറിയൊരു സുഷിരം വീണാൽ, മുട്ടി നില്ക്കുന്ന വെള്ളം അക്രമാസക്തമായി മുന്നോട്ടു കുതിച്ചാൽ പതിനായിരപ്പറ നിലങ്ങൾ വെള്ളത്തിലാകും. ഇത്തരം പ്രശ്നങ്ങൾ പലതുണ്ട്.

കൊയ്ത്തു കഴിഞ്ഞ് പതവും തീർപ്പുമെല്ലാമുന്ന് ബാക്കിയുള്ള നെല്ലുമായി വീട്ടിലെത്തുന്ന കുട്ടനാടൻ കൃഷിക്കാരൻ (ഇടത്തരക്കാരൻ) സംതൃപ്തനല്ല. മുൻകടങ്ങൾ വീട്ടിക്കഴിഞ്ഞാൽ കഷ്ടിച്ച് വീണ്ടും രണ്ടോ മൂന്നോ മാസത്തെ വീട്ടാവശ്യങ്ങൾ നടത്താം. പഞ്ഞമാസങ്ങളിൽ വീണ്ടും കടം വാങ്ങിക്കുക തന്നെ. മരവിപ്പിക്കുന്ന തൊഴിലില്ലായ്മ. വീട്ടിൽ കുത്തിയിരുന്നും തെങ്ങിൻ തണലുകളിൽ കൂട്ടം ചേർന്ന് ചീട്ടുകളിച്ചും സമയം തള്ളിനീക്കുന്നു.

ഇന്നത്തെ കുട്ടനാട്

ചന്നം പിന്നം പെയ്യുന്ന ചാറ്റൽമഴയുടെ അകമ്പടിയോടെയാണ് ഇത്തവണ - മൂന്നാം പ്രാവശ്യം - കുട്ടനാട്ടിലെത്തിയത്. 2002 ഒക്ടോബറിൽ. കന്നിവെയിലിന്റെ കാഠിന്യം തണുപ്പിക്കാനെന്നോണം, അകാലത്തിൽ കടന്നുവന്ന തുലാവർഷമോ? അതോ പെയ്യാതെ പോയ കാലവർഷത്തിന്റെ ബാക്കിയോ? ആർക്കറിയാം. ഇവിടെ ഒന്നിനുമൊരിക്കലും നിജമില്ലല്ലോ. മനോജാണ് ഇപ്രാവശ്യം എന്റെ സഹയാത്രികൻ. കുട്ടനാട്ടിൽ (കൈനകരി) ജനിച്ചു വളർന്ന ഊർജ്ജസ്വലനായ യുവാവ്, അഭ്യസ്തവിദ്യൻ. കുട്ടനാട്ടിന്റെ സുവർണ്ണദശയെപ്പറ്റി കേട്ടറിവേയുള്ളൂ. എന്നാൽ പ്രശ്നസങ്കീർണ്ണമായ കുട്ടനാടാകട്ടെ അയാൾക്ക് കാണാപ്പാഠം. ജനിച്ച നാൾ മുതൽ അനുഭവിക്കുന്നതല്ലേ? മനോജിന്റെ കൊച്ചു വള്ളത്തിലായിരുന്നു യാത്ര. സാരഥിയും വഴികാട്ടിയുമെല്ലാം അയാൾ തന്നെ. ഓർക്കാപ്പുറത്തെ ചാറ്റൽ മഴ മാറി. തെളിവെയിലും മഴനിഴലും ഒളിച്ചുകളിക്കുന്ന ജലപ്പരപ്പിലൂടെ ഞങ്ങൾ പ്രയാണം തുടർന്നു. മനോജിന്റെ വാക്കുകളിലൂറിക്കൂടിയ വേദന എനിക്ക് ഊഹിച്ചറിയാൻ വിഷമമുണ്ടായില്ല. അതെ,മുൻകാലത്തെ കുട്ടനാട് എന്ന സ്വപ്നഭൂമി ഇന്ന് നമുക്ക് നഷ്ടപ്പെട്ടിരിക്കുന്നു.

കൃഷി ലാഭകരമല്ലെങ്കിലും തികച്ചും നഷ്ടമായിട്ടില്ല. അഥവാ കൃഷി നഷ്ടപ്പെട്ടാൽ കുട്ടനാട് തന്നെ നഷ്ടപ്പെടുകയാവില്ലേ - കുട്ടനാട്ടിൽ 31000 ഹെക്ടർ കരപ്രദേശമേയുള്ളൂ. 66,000 ഹെക്ടർ പാടശേഖരങ്ങളാണ്. 13,000 ഹെക്ടർ ജലവലയിത മേഖലകളാണ്. കാർഷിക പാരിസ്ഥിതിക ഘടകങ്ങളെ ആധാരമാക്കി കുട്ടനാടിനെ ആറ് ഭൂവിഭാഗങ്ങളാക്കി വേർതിരിക്കാവുന്നതാണ്. അപ്പർ കുട്ടനാട് (10578 ഹെ), കായൽ പ്രദേശം (9454 ഹെ), വൈക്കം പ്രദേശം (7748 ഹെ), ലോവർ കുട്ടനാട് (16280 ഹെ), വടക്കൻ കുട്ടനാട് (6556 ഹെ), പുറക്കാട് (4311 ഹെ) എന്നിങ്ങനെ. വേമ്പനാട്ടു കായൽ നികത്തിയെടുത്ത പ്രദേശങ്ങളാണ് ആർബ്ലോക്ക് (620 ഹെ), ക്യൂ എസ്റ്റി ബ്ലോക്ക് (700 ഹെ) എന്നിവ. ഈ സ്ഥലം ആയിരത്തി അറുന്നൂറോളം കർഷക കുടുംബങ്ങൾക്ക് കൃഷിക്കായി വിതരണം ചെയ്യപ്പെട്ടിട്ടുണ്ട്. തുലാമാസത്തിൽ കൃഷിയിറക്കി മകര മാസത്തിൽ വിളവെ

ടുക്കുന്ന പുഞ്ചകൃഷിയും ഇടവമാസത്തിൽ കൃഷി യിറക്കി ചിങ്ങത്തിൽ വിളവെടുക്കുന്ന രണ്ടാം കൃഷിയും കുട്ടനാടിന്റെ മാത്രം സവിശേഷതയാണ്.

ജനസംഖ്യയിൽ 40 ശതമാനത്തോളം കൃഷി ക്കാരാണ്. മേൽത്തരം വിത്തിനങ്ങളാണ് കൃഷി ചെയ്യ പ്പെടുന്നത്. മങ്കൊമ്പിൽ ഒരു നല്ല ഗവേഷണകേ ന്ദ്രവും പ്രവർത്തിക്കുന്നുണ്ട്. ആധുനിക രീതിയിലുള്ള ഒട്ടേറെ റൈസ് മില്ലുകളും ഇന്നു കുട്ടനാട്ടിലുണ്ട്.

നെല്ലും മീനും

പരമ്പരാഗതമായ മത്സ്യബന്ധനരീതിക്കു പുറ മേ, ശാസ്ത്രീയമായ മത്സ്യം വളർത്തലിനും മത്സ്യ ബന്ധനത്തിലും ജനങ്ങൾ കൂടുതൽ ശ്രദ്ധിച്ചു തുട ങ്ങിയിട്ടുണ്ട്. കൊഞ്ച്, കരിമീൻ, വരാൽ എന്നിവയെയാണ് പ്രധാനമായി വളർത്തപ്പെടുന്നത്. എന്നാൽ കീടനാശിനികൾ കലരുന്നതുമൂലമുണ്ടാ കുന്ന ജലമലിനീകരണം പലപ്പോഴും മത്സ്യങ്ങൾ കൂട്ടത്തോടെ ചത്തുപൊങ്ങാൻ കാരണമാകുന്നു. ഇത് മത്സ്യകൃഷിക്കാരെ ആശങ്കാകുലരാകുന്നു. നാല്പതിൽപ്പരം ഗ്രാമങ്ങളിലെ 25000 ത്തിൽപരം പേർ നെൽകൃഷിക്ക് അനുപൂരകവുംസമാന്തരവുമാ യി. മത്സ്യകൃഷിയിൽ ഏർപ്പെട്ടിട്ടുണ്ട്. കുട്ടനാട്ടിലി പ്പോൾ 'ഒരു നെല്ല് ഒരു മീൻ പദ്ധതി' നടപ്പാക്കി വരി കയാണ്. വേമ്പനാട് കായലിൽനിന്നും കക്ക വാരി ഉപജീവനം നയിക്കുന്നവരും ധാരാളമുണ്ട്.

തോടുകൾക്കിരുവശവും ഞെങ്ങിഞെരുങ്ങിക്ക ഴിയുന്ന വീട്ടുകാർ. മിക്കവീടുകളുടെയും ശുദ്ധജല വിതരണകേന്ദ്രവും കുളിമുറിയും കക്കൂസുമെല്ലാം തോടുതന്നെ. തോട്ടിൽ നീളമുള്ള നാലുകമ്പുകൾ നാട്ടി ഓല മറച്ചു കുത്തിയ പുതിയ ഇനം കക്കൂസു കൾ ധനികദരിദ്രഭേദമെന്യേ മിക്ക വീടുകളോടനു ബന്ധിച്ചുമുണ്ടായിരുന്നു മുൻകാലങ്ങളിൽ. ഇന്ന്, ഈ ദുഃസ്ഥിതിക്ക് കുറെയൊക്കെ മാറ്റം വന്നിട്ടു ണ്ടെന്ന് തോന്നി. നിശ്ശേഷമില്ലാതായിട്ടില്ലെങ്കിലും. കോളറയുടെയും മറ്റു പകർച്ചവ്യാധികളുടെയും ഈറ്റില്ലങ്ങളാണ് ഇന്ന് ഈ തോടുകളെല്ലാം തന്നെ.

ശുദ്ധജലക്ഷാമം

ശുദ്ധജലക്ഷാമം രൂക്ഷമാണ് കുട്ടനാട്ടിൽ. തിരു വല്ലയ്ക്കടുത്ത് മണിമലയാറ്റിൽനിന്നും വെള്ളം സംഭ രിച്ച് ശുദ്ധീകരിച്ച് വലിയ പൈപ്പുകൾ മുഖേന കുട്ട നാട്ടിലെത്തിക്കുന്ന പദ്ധതിയാണിന്നുള്ളത്. മൂന്നു പതിറ്റാണ്ടുകൾക്ക് മുൻപ് ആരംഭിച്ച ഈ ജലവിത രണ പദ്ധതി ഇന്ന് തീരെ പര്യാപ്തമല്ല. ചമ്പക്കുളം, കൈനകരി പഞ്ചായത്തുകളിൽ ഏതാണ്ട് പകുതി യോളം സ്ഥലത്തു മാത്രമേ ശുദ്ധജലം ലഭിക്കുന്നു ള്ളൂ. ശുദ്ധജലദൗർലഭ്യവും മലിന ജലവ്യാപ്തിയും ഇന്ന് കുട്ടനാട്ടിലെ ജനങ്ങളുടെ സുസ്ഥിതിക്ക് ഭീഷ ണിയായി മാറിയിട്ടുണ്ട്. ഗതികേടുകൊണ്ട് മലിനജലം ഉപയോഗിക്കാൻ വിധിക്കപ്പെട്ട് ഗുരുതരമായ രോഗ ങ്ങൾക്കടിമപ്പെടുന്നവരുടെ എണ്ണം നാൾക്കുനാൾ വർദ്ധിച്ചു വരികയാണ്.

ചികിത്സ അപര്യാപ്തം

ചമ്പക്കുളം. ഞങ്ങൾ ആറ്റുതീരത്ത് വാഹനമ ടുപ്പിച്ചു. പമ്പാനദിയുടെ കിഴക്കേക്കരയിലൂടെ അല്പം നടന്നപ്പോൾ ബസ് സ്റ്റേഷനായി. സമീപ ത്തായി ചമ്പക്കുളം ഗവൺമെന്റ് ആശുപത്രി. ആ പഴയ ആശുപത്രി കെട്ടിടം പകുതിയോളം പൊളി ച്ചടുക്കിയിരിക്കുന്നു, പുനർ നിർമ്മാണത്തിനുവേണ്ടി. ബാക്കി പകുതിയിൽനിന്നു തിരിയാനിടമില്ല. നിത്യവും വന്നു കൂടുന്ന രോഗികൾക്ക് ആവശ്യമായ ചികിത്സ നല്കാനാവാതെ വിഷമിക്കുകയാണ് ആശുപത്രി അധികൃതർ. ചങ്ങങ്കരി, കൈനകരി, കരു മാടി, പുതുക്കുടി, ചമ്പക്കുളം, മങ്കൊമ്പ്, പുളിങ്കുന്ന് തുടങ്ങി സമീപഗ്രാമങ്ങളിൽനിന്നും നൂറുകണക്കിനു രോഗികൾ ഇവിടെ ചികിത്സ തേടിയെത്തുന്നു. മരു ന്നുകളുടെയും മറ്റു ചികിത്സാ സൗകര്യങ്ങളുടെയും അഭാവം മൂലം ഗുരുതരമായ രോഗം ബാധിച്ചവരെ കോട്ടയം, ആലപ്പുഴ മെഡിക്കൽ കോളേജുകളിലേക്ക് റഫർ ചെയ്യുക സാധാരണമാണ്. മറ്റു മാർഗ്ഗങ്ങളി ല്ലാത്തതിനാൽ മുൻ കാലങ്ങളിൽ മരുന്നും ഡോക്ടർമാരും നേഴ്സുമൊക്കെയായി ചികിത്സ യ്ക്കായി രോഗികളെ തേടിയെത്തുന്ന ഫ്ളോട്ടിങ് ആശുപത്രികൾ പ്രവർത്തിച്ചിരുന്നു. ഇപ്പോൾ അതു മില്ല. നെടുമുടി പഞ്ചായത്തിലെ ചെമ്പും പുറത്തുള്ള ഹെൽത്ത് സെന്ററാണ് മറ്റൊരു ആതുരശുശ്രൂഷാ കേന്ദ്രം.

യാത്രയ്ക്ക് ജലയാനങ്ങളെ മാത്രം ആശ്രയി ക്കേണ്ടിയിരുന്ന കുട്ടനാട്ടുകാർക്ക് കരമാർഗ്ഗേണയുള്ള യാത്രാസൗകര്യം കൈവന്നിട്ട് രണ്ടു മൂന്നു പതി റ്റാണ്ടേ ആയിട്ടുള്ളൂ (ആലപ്പുഴ-ചങ്ങനാശ്ശേരി റോഡ് പൂർത്തിയാക്കിയശേഷം) കുട്ടനാടിന്റെ പ്രധാന സ്ഥലങ്ങളിലൂടെയാണ് ഈ റോഡ് കടന്നുപോകുന്നത്. എന്നാൽ ഉൾപ്രദേശങ്ങളിലെ ത്താൻ ലിങ്ക് റോഡുകൾ ആവശ്യമാണ്. ഇന്നും ഗതാ ഗതത്തിന് ജലയാനങ്ങളെ മാത്രം ആശ്രയിക്കേണ്ടി വരുന്ന കൈനകരി, വേണാട്ടുകാട് എന്നീ സ്ഥല ങ്ങളെ വിസ്മരിക്കാവുന്നതല്ല. കഴിഞ്ഞ ദശാബ്ദത്തി ലാഭിച്ച തീരദേശ റെയിൽപ്പാത കുട്ടനാടിന്റെ പ്രാന്ത പ്രദേശങ്ങളിലൂടെ കടന്നുപോകുന്നു.

ഗതാഗത സൗകര്യം വർദ്ധിപ്പിക്കുന്ന റോഡു

കൾ കുട്ടനാട്ടിലെ ജലപ്രവാഹങ്ങളുടെ സ്വച്ഛന്ദഗതിക്ക് തടസ്സം സൃഷ്ടിക്കുന്നതാണ്. അടിയ്ക്കടി ഉണ്ടാകുന്ന വെള്ളപ്പൊക്കത്തിനു കാരണമെന്ന് അഭിപ്രായപ്പെടുന്നവരും കുറവല്ല. പരിസ്ഥിതിക്കിണങ്ങാത്ത റോഡുനിർമ്മാണം നാടിന്റെ നന്മയ്ക്ക് സഹായകരമല്ലെന്ന് അവർ വിശ്വസിക്കുന്നു. ശരിയാകാം... തെറ്റാകാം.

മറ്റു തൊഴിൽ സൗകര്യമൊന്നുമില്ലാത്ത ഈ തുരുത്തുകളിൽ തെങ്ങുകളെമ്പാടുമുണ്ടെങ്കിലും കാറ്റുവീഴ്ചമൂലം ഫലപുഷ്ടി നന്നേ കുറഞ്ഞിട്ടുണ്ട്. കേരോല്പന്നങ്ങൾ ഉണ്ടാക്കുന്ന തൊഴിൽ സാദ്ധ്യതകളും കുറവ്. മറ്റ് ചെറുകിട വ്യവസായങ്ങളൊന്നും തന്നെയില്ല. അങ്ങിങ്ങ് മലക്കറികൃഷിയും മരിച്ചീനികൃഷിയുമുണ്ട്. ഗ്രാമീണ സ്ത്രീകൾ പായനെയ്ത്ത് കുട്ടനെയ്ത്ത് തുടങ്ങിയ ചെറുകിട ജോലികളിൽ ഏർപ്പെടുന്നു. കോഴിവളർത്തലും വീട്ടമ്മമാരുടെ വരുമാനമാർഗ്ഗങ്ങളിലൊന്നായി തീർന്നിട്ടുണ്ട്. പക്ഷേ, കൃഷിയില്ലാത്ത സീസണിൽ തൊഴിൽ ചെയ്ത് ജീവിക്കത്തക്കവിധം വ്യാപകമായി വ്യാവസായിക സംരംഭങ്ങളുണ്ടായാലേ ഈ പ്രശ്നം പരിഹരിക്കപ്പെടുകയുള്ളൂ.

വിദ്യാഭ്യാസ പുരോഗതി

ജീവിത സൗകര്യങ്ങളെ സംബന്ധിച്ചിടത്തോളം പല അപര്യാപ്തതകളുണ്ടെങ്കിലും വിദ്യാഭ്യാസപരമായും സാംസ്കാരികമായും ഒട്ടും പിന്നണിയിലല്ല തദ്ദേശീയർ. അക്ഷരാഭ്യാസമില്ലാത്തവർ വളരെ കുറവ്. സാമാന്യവിദ്യാഭ്യാസമെങ്കിലും നേടിയവരാണ് ഭൂരിഭാഗവും. ഉന്നതവിദ്യാഭ്യാസയോഗ്യതകൾ നേടിയ യുവതീയുവാക്കൾ ധാരാളം. കൈനകരി, ചമ്പക്കുളം, തകഴി, എടത്വാ, തലവടി എന്നീ പ്രദേശങ്ങളിൽ ഹൈസ്കൂളുകളും മറ്റു വിദ്യാഭ്യാസ സ്ഥാപനങ്ങളുമുണ്ട്. എടത്വായിൽ സെന്റ് അലോഷ്യസ് കോളേജ് തദ്ദേശീയർക്ക് ഒരനുഗ്രഹമാണ്. 83 ശതമാനം സാക്ഷരതയുള്ള കുട്ടനാട്ടിൽ, പുളിങ്കുന്നിൽ അടുത്ത കാലത്ത് ആരംഭിച്ച എൻജിനീയറിങ് കോളേജ് സാങ്കേതിക വിദ്യാഭ്യാസ സൗകര്യം ഒരുക്കുന്നു.

പ്രസിദ്ധമായ പല ഉത്സവങ്ങളുടെയും ആരാധനാ കേന്ദ്രങ്ങളുടെയും ആസ്ഥാനമാണ് ചമ്പക്കുളം.

കല്ലൂർക്കാട്ട് പള്ളി

പള്ളാത്തുരുത്തിയാറ്റിന്റെ കരയിൽ ചമ്പക്കുളം ബസ്സാറിനു സമീപം സ്ഥിതിചെയ്യുന്ന കല്ലൂർക്കാട്ടു പള്ളി ഗാംഭീര്യവും ശ്രദ്ധാർഹവുമായ ഒരു ക്രിസ്തീയ ദേവാലയമാണ്. ഹൈന്ദവശില്പ മാതൃകയാണിതിനുള്ളത്. 300 വർഷങ്ങൾക്കു മുമ്പ് ചെമ്പകശ്ശേരി രാജാവ് ക്രിസ്ത്യാനികൾക്ക് പണി കഴിപ്പിച്ചു കൊടുത്ത പള്ളിയാണിതെന്ന് പറയപ്പെടുന്നു. കല്ലൂർക്കാട്ടു പള്ളിയിൽനിന്ന് ഏതാനും മൈലുകളകലെ ചമ്പക്കുളം ബ്ലോക്കിന്റെ കിഴക്കെ അറ്റത്തായി സ്ഥിതിചെയ്യുന്ന എടത്വാ പള്ളി ആദ്യകാലത്ത് കല്ലൂർക്കാട്ട് പള്ളിയുടെ ഒരു കുരിശ്ശടി മാത്രമായിരുന്നു. കല്ലൂർക്കാട്ടു പള്ളി വകയായി വിദ്യാഭ്യാസ സ്ഥാപനങ്ങളുണ്ട്. പമ്പാനദീതീരത്തു തലയയുർത്തി നില്ക്കുന്ന എടത്വാ പള്ളി വളരെ മുമ്പേ കേരളത്തിനകത്തും പുറത്തും പ്രസിദ്ധി നേടിയ ഒരു ക്രൈസ്തവാരാധനാ കേന്ദ്രമാണ്. മേയ് 6 മുതൽ 14 വരെ നീണ്ടുനില്ക്കുന്ന എടത്വാ പള്ളിപ്പെരുന്നാളിൽ പങ്കെടുക്കാനായി തദ്ദേശീയർ മാത്രമല്ല, ദക്ഷിണ കേരളത്തിലെയും തമിഴ്നാട്ടിലെയും ആയിരക്കണക്കിന് ഭക്തജനങ്ങൾ സന്നിഹിതരാകുന്നുണ്ട്. ഈ പള്ളിയുടെ മേൽവിലാസത്തിൽ വളർന്നു വലുതായ ചെറുപട്ടണമാണ് എടത്വാ.

ചമ്പക്കുളത്തെ നെടുമുടികൊട്ടാരം ഭഗവതി ക്ഷേത്രം ഹിന്ദുക്കളുടെ ഒരു പ്രധാന ആരാധനാ കേന്ദ്രമാണ്. തകഴി ക്ഷേത്രവും അമ്പലപ്പുഴ ക്ഷേത്രവും പ്രസിദ്ധങ്ങളാണ്. എടത്വായിൽനിന്ന് ഏകദേശം മൂന്ന് കി മീ അകലെ (എടത്വാ-തിരുവല്ലാ റൂട്ടിൽ) മറ്റൊരു പ്രസിദ്ധ ക്ഷേത്രമുണ്ട്. ചക്കുളത്തുകാവ് ദേവിക്ഷേത്രം. ഇവിടുത്തെ നാരീപൂജ എന്ന പ്രധാന ആരാധനാരീതി ഒരു സവിശേഷതയാണ്.

ചമ്പക്കുളം വള്ളംകളി

അമ്പലപ്പുഴ ശ്രീകൃഷ്ണ സ്വാമി ക്ഷേത്രത്തിലെ പ്രതിഷ്ഠയ്ക്കുള്ള ബിംബം കുറിച്ചിയിൽനിന്നും കൊണ്ടുവന്ന ചെമ്പകശ്ശേരി ഭടന്മാർ ചമ്പക്കുളത്ത് മാപ്പിളശ്ശേരി കടവിലെത്തിയപ്പോൾ നേരം വെളുത്തു. പൂജാദികർമ്മങ്ങൾക്കായി ബിംബം ചമ്പക്കുളത്തിറക്കി. അവിടെനിന്നും അനേകം വള്ളങ്ങളുടെ അകമ്പടിയോടെ നടുഭാഗത്തേക്കു കൊണ്ടുപോയി. അവിടെനിന്നും അമ്പലപ്പുഴ ക്ഷേത്രത്തിലേക്കും. ഈ സംഭവത്തിന്റെ സ്മരണക്കായി എല്ലാ വർഷവും മിഥുനമാസം മൂലം നക്ഷത്രത്തിൽ ചമ്പക്കുളം വള്ളംകളി ആഘോഷിക്കപ്പെടുന്നു. ജാതിമതഭേദമെന്യേ എല്ലാ വിഭാഗം ജനങ്ങളും പങ്കെടുക്കുന്ന ഒരു ദേശീയോത്സവമാണ് ചമ്പക്കുളം വള്ളംകളി. ചമ്പക്കുളത്ത് ഏറ്റവും പുരാതനവും കുലീനവുമായ മാപ്പിളശ്ശേരി എന്ന ക്രിസ്തീയ കുടുംബത്തിൽനിന്നും ആണ് വള്ളംകളി തുടങ്ങുന്നത് എന്നത് ശ്രദ്ധേയമാണ്. ആറിന്റെ വിരി

മാറിലൂടെ ഏതാണ്ട് ഒരു മൈൽ നീളത്തിൽ മത്സരവള്ളങ്ങൾ ഉത്സാഹപൂർവ്വം തുഴഞ്ഞ് മുന്നേറുന്നു. ഇരുകരകളിലും വള്ളങ്ങളിലും തിങ്ങിക്കൂടി നില്ക്കുന്ന ജനതതിയുടെ ആർപ്പുവിളികൾ! അലകളെ തല്ലിത്തകർത്തുകൊണ്ട് കുതിച്ചു മുന്നേറുന്ന വള്ളം സമ്മാനാർഹമാകുന്നു.

മലയാള ഭാഷയിലെ പ്രഥമ ജനകീയ കവിയായ മഹാകവി കുഞ്ചൻ നമ്പ്യാരുടെ കേളീരംഗമായിരുന്നു കുട്ടനാടും കുടമാളൂരും അമ്പലപ്പുഴയുമെല്ലാം. അദ്ദേഹം കണ്ടങ്കരി ക്ഷേത്രത്തിൽ ഭജനമിരുന്ന് തുള്ളൽപ്പാട്ടുകൾ രചിച്ചിരുന്നുവത്രേ. കുഞ്ചൻ നമ്പ്യാരുടെ അഭിവന്ദ്യ ഗുരുഭൂതന്മാരായ ഉണ്ണിരവിക്കുറുപ്പിന്റെയും നായ്ക്കരുടെയും ജന്മഭൂമിയും ഇവിടെയാണ്. പ്രസിദ്ധരായ പല കഥകളി ആശാന്മാരുടെയും ജന്മദേശമാണിത്. മാത്തൂർ കഥകളിയോഗം പ്രസിദ്ധം.

പണ്ട് കൊല്ലിനും കൊലയ്ക്കുമുള്ള അധികാരത്തോടെ, നാടടക്കിവാണിരുന്ന, പഴയ ജന്മികുടുംബങ്ങൾ പലതും ഇന്ന് നാമമാത്രമാണ്. ക്ഷയോന്മുഖമായ കുട്ടനാടിനോട് മല്ലിടാൻ മടിച്ച് പലരും നഗരങ്ങളിലേക്ക് ചേക്കേറി. ചിലർ ശിഥില കുടുംബങ്ങളായി. മുരുക്കന്റെ കുടുംബത്തിൽ പതിനായിരപ്പറ നെല്ല് നിറഞ്ഞു കിടന്നിരുന്ന പഴയ നെല്ലറയുടെ ശൂന്യത മാത്രമേ ഇന്ന് അവിടെ കാണാനുള്ളൂ. ചാലയിൽ പണിക്കരുടെ കുടുംബവും തഥൈവ. പഴയ തറവാട്ടു കെട്ടിടങ്ങൾ ആളൊഴിഞ്ഞ മട്ടിൽ അനാഥമായി കിടക്കുന്നു.

സാംസ്കാരിക പാരമ്പര്യം

ഈടുറ്റ ഒരു സാംസ്കാരിക പാരമ്പര്യത്തിന്റെ ഉടമകളാണ് കുട്ടനാട്ടുകാർ. ആ പൈതൃകത്തിന്റെ തുടർച്ചയെന്നോണം വിവിധ മേഖലകളിൽ യശസ്സ് ആർജ്ജിച്ച വ്യക്തികൾ ധാരാളം. സർദാർ കെ എം പണിക്കർ, ഐ സി ചാക്കോ, പി കെ നാരായണപിള്ള, ആർ നാരായണപ്പണിക്കർ, പി കെ പരമേശ്വരൻ നായർ, പി എൻ പണിക്കർ, തകഴി ശിവശങ്കരപ്പിള്ള, കഥകളിയരങ്ങ് വാണിരുന്ന തകഴി കുട്ടൻപിള്ള, ചമ്പക്കുളം പാച്ചുപിള്ള, ഗുരു ഗോപിനാഥ്, നാടക സിനിമാ രംഗങ്ങളിൽ പ്രസിദ്ധരായ കാവാലം നാരായണപ്പണിക്കർ, നെടുമുടിവേണു, മങ്കൊമ്പ് ഗോപാലകൃഷ്ണൻ, പഴയ തലമുറയിലെ കോൺഗ്രസ് നേതാവായിരുന്ന കുട്ടനാട് രാമകൃഷ്ണപിള്ള എന്നിങ്ങനെ പ്രസിദ്ധരുടെ പട്ടിക നീളുന്നു. ഇക്കൂട്ടത്തിൽ ചുരുക്കം ചിലരെപ്പറ്റി മാത്രം ചിലത് സൂചിപ്പിക്കാം.

ചരിത്രപണ്ഡിതൻ, സാഹിത്യകാരൻ, നയതന്ത്രജ്ഞൻ എന്നീ നിലകളിൽ ഇന്ത്യക്കകത്തും പുറത്തും അറിയപ്പെടുന്ന വ്യക്തിയാണ് സർദാർ കെ എം പണിക്കർ (1895-1963). കാവാലം മാധവപ്പണിക്കർ. കാവാലത്തു ജനിച്ചു. ഓക്സ്ഫോർഡിൽനിന്ന് എം എ (ഓക്സൺ) ബിരുദം നേടിയശേഷം ആലിഗഡ് യൂണിവേഴ്സിറ്റിയിൽ പ്രൊഫസർ. പ്രഗത്ഭനായ പത്രാധിപർ, പാട്യാലയിൽ വിദേശകാര്യമന്ത്രി, ബിക്കാനീർ പ്രധാനമന്ത്രി, അനേകം വിദേശരാജ്യങ്ങളിൽ ഇന്ത്യൻ സ്ഥാനപതി, സംസ്ഥാന പുനഃസംഘടനാ കമ്മീഷൻ അംഗം എന്നിങ്ങനെ പല ഉന്നത സ്ഥാനങ്ങളും അലങ്കരിച്ചു. നിരവധി ഗ്രന്ഥങ്ങളുടെ കർത്താവാണദ്ദേഹം.

സാഹിത്യ നിരൂപകനും വാഗ്മിയുമായിരുന്ന സാഹിത്യ പഞ്ചാനൻ പി കെ നാരായണപിള്ള (1878-1938) അമ്പലപ്പുഴ ജനിച്ചു. അദ്ദേഹം രചിച്ച ഗ്രന്ഥങ്ങൾ മലയാള സാഹിത്യ വിമർശന ശാഖയിൽ ശ്രദ്ധേയങ്ങളാണ്.

സംസ്കൃത പണ്ഡിതനും വൈയാകരണനും ഭരണതന്ത്രജ്ഞനുമായിരുന്ന ഐ സി ചാക്കോ (1876-1966) കുട്ടനാട് പുളിങ്കുന്നിൽ ജനിച്ചു. ബിരുദാനന്തരം ധാതുസമ്പത്തുക്കളെപ്പറ്റി പഠിക്കാൻ ഇംഗ്ലണ്ടിലേക്ക് നിയോഗിക്കപ്പെട്ടു. മടങ്ങിയെത്തി സ്റ്റേറ്റ് ജിയോളജിസ്റ്റ്. മലയാള വ്യാകരണത്തിലും സാഹിത്യത്തിലും അതീവ തല്പരൻ. 1956 ൽ കേന്ദ്ര സാഹിത്യ അക്കാദമി അവാർഡ് ലഭിച്ചു. *പാണിനീയ പ്രദ്യോതമാണ്* മുഖ്യകൃതി.

മലയാള ഭാഷയ്ക്കും സാഹിത്യത്തിനും വിസ്മരിക്കാനാവാത്ത വ്യക്തിയാണ് ആർ നാരായണപ്പണിക്കർ (1889-1959) ഒരു വ്യക്തിയുടെ ആശ്രാന്തപരിശ്രമഫലം, മലയാളത്തിന് രണ്ട് ബൃഹത് ഗ്രന്ഥങ്ങൾ സംഭാവന ചെയ്തു. *കേരള ഭാഷാ സാഹിത്യ ചരിത്രവും നവയുഗഭാഷാ നിഘണ്ടു*വും.

ജീവചരിത്രകാരനും സാഹിത്യചരിത്രകാരുമായ പി കെ പരമേശ്വരൻ നായർ 1903 ൽ കുട്ടനാട് ജനിച്ചു. *സാഹിത്യ പഞ്ചാനൻ സി വി രാമൻ പിള്ള* തുടങ്ങിയ ജീവചരിത്ര ഗ്രന്ഥങ്ങളും മറ്റനേകം കൃതികളും രചിച്ചിട്ടുണ്ട്. 1909-ൽ നീലംപേരൂരിൽ ജനിച്ച പി എൻ പണിക്കർ കേരള ഗ്രന്ഥശാലാ സംഘത്തിന്റെ സ്ഥാപകനാണ്.

കേരളത്തിന്റെ സാമൂഹ്യ സാമ്പത്തിക കാർഷിക ചരിത്രത്തിലെ ഒരു സവിശേഷ സംസ്കാരത്തിന്റെ പ്രതീകമാണ് കുട്ടനാട്. പക്ഷെ ആ സത്യം തുറന്ന മനസ്സോടെ നോക്കിക്കാണാനോ, നിഷ്പക്ഷമായി പരിഹാരമാർഗ്ഗങ്ങൾ തേടാനോ, ആരും മെനക്കെടാറില്ലെന്നതാണ് വസ്തുത. കാലാകാലം നാടു ഭരിക്കുന്ന രാഷ്ട്രീയ കക്ഷികൾക്കും മൂക്കിനപ്പുറം കാണാൻ കഴിയുന്നില്ല. കേരളത്തിന്റെ നെല്ലറ ഒരു

പ്രത്യേക കാർഷിക സംസ്കാരത്തിന്റെ ശവക്കല്ലറയാകുന്ന കാഴ്ച കണ്ട് മുതലക്കണ്ണീരൊഴുക്കാൻ നാം അലംഭാവം കാട്ടാറില്ല. വെള്ളത്തിൽനിന്നും നെൽക്കതിർ വിളയിക്കുന്ന ഒരു ഞാണിന്മേൽക്കളിയാണ് കുട്ടനാട്ടിലെ നെൽകൃഷി. അപകടസാദ്ധ്യതയേറിയ ഈ കൃഷിരീതിയുടെ പ്രത്യേകതകൾ കണക്കിലെടുത്തുകൊണ്ടുള്ള ഒരു സമീപനം ഇതിനാവശ്യമാണ്.

കുട്ടനാട്ടിലെ കെട്ടനാടാക്കാനും, നെല്ലറയെ കല്ലറയാക്കാനും നാം അനുവദിക്കാതിരിക്കുക. അല്ലെങ്കിൽ കുട്ടനാട് എന്ന സാംസ്കാരിക പൈതൃകം നമുക്ക് എന്നന്നേക്കുമായി നഷ്ടപ്പെടും.

29

ചെമ്പകശ്ശേരിയിലെ അമ്പലം

പല്ലന-കുമാരകോടി. മഹാകവി കുമാരനാശാന്റെ ജീവിതാന്ത്യത്തിന് മൂകസാക്ഷിയായ തീരദേശഗ്രാമം. 1924-ൽ പല്ലനയാറ്റിൽ 'റഡീമർ' ബോട്ടപകടത്തിൽ ജീവൻ വെടിഞ്ഞ മഹാകവിയുടെ സ്മരണയ്ക്കായി പില്ക്കാലത്ത് സ്ഥാപിക്കപ്പെട്ട കുമാരനാശാൻ സ്മാരക മന്ദിരം ശ്രദ്ധേയം. മഹാകവിക്ക് പ്രണാമമർപ്പിക്കാൻ ധാരാളം സന്ദർശകർ പല്ലനയിലെത്താറുണ്ട്.

നാഷണൽ ഹൈവേയിലൂടെ വടക്കോട്ട് യാത്ര ചെയ്യുമ്പോൾ, തോട്ടപ്പള്ളി സ്പിൽവേയും പിന്നിട്ട് മുന്നോട്ടു നീങ്ങവേ, നിങ്ങൾ ഒരു കാര്യം ശ്രദ്ധിക്കാതിരിക്കില്ല. ദേശീയ പാതയെ തൊട്ടു തൊട്ടില്ലെന്ന മട്ടിൽ ഒളിച്ചു കളി നടത്തുകയാണവിടെ, അറബിക്കടലും നാഷണൽ ഹൈവേയും. അലകടലിന്റെ ആക്രമണത്തെ ഭയപ്പെട്ടിട്ടെന്നോണം ഓടുന്ന ബസിനുള്ളിലിരുന്ന് നിങ്ങൾ പടിഞ്ഞാറോട്ടു നോക്കൂ. ഉന്മത്തയായി ആർത്തലച്ച്... ഒരായിരം തിരിക്കൈകൾ നീട്ടി, കരയെ മെല്ലെ മെല്ലെ കാർന്നു കാർന്ന് കവർന്നെടുക്കുകയാണ് അറബിക്കടൽ; വർഷങ്ങളായി. ഇടിമിന്നലിന്റെ വാൾത്തലപ്പുകൾ വീശി, ഹുങ്കാരത്തോടെ കടൽ കടന്നടുക്കുന്ന വർഷകാലങ്ങളിലാകട്ടെ, സ്വന്തം കാൽച്ചുവട്ടിലെ മണ്ണുപോലും നഷ്ടപ്പെടുന്നതറിയാതെ മുടിയഴിച്ചിട്ട്, തലയറഞ്ഞു വിലപിക്കുന്ന കേരവൃക്ഷനിരകൾ. അവയെ മുടിചുറ്റിപ്പിടിച്ച് നിലത്തടിക്കാനോങ്ങുന്ന കടൽ. ഭീകരമാണാ ദൃശ്യം.

കടലാക്രമണത്തെ ഭയന്ന് പിൻവാങ്ങി കൂടുതൽ കൂടുതൽ ഒഴിഞ്ഞകന്ന് നില്ക്കുകയാണ് മുക്കുവക്കുടിലുകൾ. എന്നാണാവോ ഈ കിടപ്പാടങ്ങളും നഷ്ടമാവുക? ഇനി എന്നാണാവോ ഇപ്പോഴത്തെ ദേശീയ പാതയെ കടൽ അപ്പാടെ വിഴുങ്ങുക! കണ്ടറിയണം. കര കടലായി മാറുന്ന ഈ സ്ഥിതിവിശേഷം ഏറെക്കാലമായി കണ്ടും കേട്ടും അനുഭവിച്ചറിഞ്ഞും മനം മടുത്തവരാണ് പുറക്കാട്ടു നിവാസികൾ. കോടിക്കണക്കിനു രൂപ വാരിക്കോരി ചെലവിട്ട് കടലാക്രമണത്തെ പ്രതിരോധിക്കാനുള്ള പാഴ്വേല (കടലിൽ കല്ലിടീൽ) തുടങ്ങിയിട്ട് ദശകങ്ങളായി. കോടിക്കണക്കിനു രൂപയുടെ കൂറ്റൻ കരിങ്കല്ലുകൾ അറബിക്കടലിന്റെ പള്ളയിലും, ലക്ഷക്കണക്കിനു രൂപയുടെ കറൻസിനോട്ടുകൾ സർക്കാരിന്റെ കിങ്കരന്മാരായ കോൺട്രാക്ടർമ്മാരുടെ കീശകളിലും പോയ് മറഞ്ഞത് മിച്ചം.

പുറക്കാട്

ഇന്ന് മത്സ്യബന്ധന ഗ്രാമമാണ് പുറക്കാട് എന്ന ഈ തീരദേശ ഗ്രാമം. മത്സ്യത്തൊഴിലാളികളുടെ ചെറിയ പാർപ്പിടങ്ങളും സമൂഹത്തിൽ അല്പം ഭേദപ്പെട്ട നിലയിൽ കഴിയുന്ന ഇടത്തരുക്കാരുടെ ഭേദപ്പെട്ട വീടുകളും കാണാം. മത്സ്യവും നാളികേരവുമാണ് പ്രധാന വരുമാനമാർഗ്ഗം. ചില സ്ഥലങ്ങളിൽ കരിനിലങ്ങളിൽ നെൽകൃഷിയുമുണ്ട്; ആദായകരമല്ലെങ്കിലും. ഇന്നത്തെ അമ്പലപ്പുഴ താലൂക്കിന്റെ തീരദേശങ്ങളായ തൃക്കുന്നപ്പുഴയും പുറക്കാടും പുന്നപ്രയുമെല്ലാം ഏറെക്കുറെ ഒരേ ജീവിത മേഖലയിൽപ്പെട്ട ഗ്രാമങ്ങളാണ്. കരൂർ പുറക്കാട്, തോട്ടപ്പള്ളി എന്നീ മൂന്നു റവന്യൂ വില്ലേജുകൾ ഉൾപ്പെട്ട പുറക്കാട് പഞ്ചായത്തിന്റെ വിസ്തീർണ്ണം 29.19 ച കി മീ. ജനസംഖ്യ 27912 (91 ലെ സെൻസസ് പ്രകാരം). 10 കി മീ ദൈർഘ്യമുള്ള കടലോരം ഈ പഞ്ചായത്തിനുണ്ട്. പൊതുവെ ക്ലേശകരമാണ് മത്സ്യത്തൊഴിലാളികളുടെ ജീവിതം.

ഇന്ന് ദാരിദ്ര്യശുഷ്കവും വിരസവും അലസ

വുമായി തോന്നാവുന്ന ഈ തീരദേശഗ്രാമങ്ങൾക്ക് രാജകീയമായ ഒരു ഭൂതകാലമുണ്ടായിരുന്നുവെന്ന് ഇന്ന് പലരും ഓർത്തെന്നു വരികയില്ല. മൂന്നു നൂറ്റാണ്ടുകൾക്കു മുമ്പുവരെ പുറക്കാട് പ്രസിദ്ധിപെറ്റ ഒരു തുറമുഖവും രാജ്യതലസ്ഥാനവുമായിരുന്നുവെന്നതാണ് വസ്തുത. അന്ന് പുറക്കാടിന് വിദേശ രാജ്യങ്ങളുമായി വിപുലമായ വാണിജ്യ ബന്ധങ്ങളുണ്ടായിരുന്നതായി ചരിത്ര സൂചനകളുണ്ട്. അക്കാലത്തെ പാശ്ചാത്യ സഞ്ചാരികളുടെ കുറിപ്പുകളിൽ 'പോർക്ക' എന്ന പേരിൽ അറിയപ്പെട്ടിരുന്നു പുറക്കാട്. ഈസ്റ്റ് ഇന്ത്യാ കമ്പനിക്ക് പുറക്കാടു തീരത്ത് പണ്ടകശാലകളുമുണ്ടായിരുന്നു. മൂന്നു നൂറ്റാണ്ടുകൾക്കു മുമ്പ് ചെമ്പകശ്ശേരി രാജ്യത്തിന്റെ തലസ്ഥാനമായിരുന്നു പുറക്കാട്. സമ്പൽസമൃദ്ധമായ ഒരു കാലഘട്ടം. എന്നാൽ ആലപ്പുഴ തുറമുഖത്തിന്റെ നിർമ്മാണത്തോടെ ക്രമേണ പുറക്കാടു തുറമുഖം നാമാവശേഷമായി. രാജ്യരക്ഷാപരമായ കാരണങ്ങളാൽ പില്ക്കാലത്ത് തലസ്ഥാനം അമ്പലപ്പുഴയിലേക്ക് മാറ്റിയതോടെ പുറക്കാടിന്റെ രാജകീയ പ്രൗഢിയും നഷ്ടമായി. അക്കാലത്ത് പുറക്കാട്ടരയന്റെ നേതൃത്വത്തിൽ ചെമ്പകശ്ശേരിക്ക് വലിയൊരു കപ്പൽപ്പട സ്വന്തമായി ഉണ്ടായിരുന്നു. ചെമ്പകശ്ശേരി രാജാക്കന്മാരുടെ ആദ്യത്തെ കൊട്ടാരം പുറക്കാടിന് അല്പം വടക്കു മാറിയുള്ള നവരാക്കൽ ആയിരുന്നു. പുറക്കാടു മുതൽ വടക്ക് തിരുവമ്പാടി വരെ നമ്പൂതിരി ജന്മിമാരുടെ പ്രതാപത്തെ പ്രകടമാക്കുന്ന ഇല്ലങ്ങളുമുണ്ടായിരുന്നു. ഇന്ന് അമ്പലപ്പുഴ ക്ഷേത്രം നില്ക്കുന്ന സ്ഥലവും പരിസരങ്ങളും അന്ന് പുഞ്ചപ്പാടങ്ങളായിരുന്നു. ഗതാഗതമാർഗ്ഗങ്ങൾ നടവരമ്പുകളും കൈത്തോടുകളും. ആകെ അലകും പിടിയും മാറിയ ചെമ്പകശ്ശേരിയാണ് ഇന്നത്തെ അമ്പലപ്പുഴ.

ഇന്ന് അമ്പലപ്പുഴ ഒരു ചെറുപട്ടണമായി വളർന്നു കഴിഞ്ഞു. വിവിധ സർക്കാർ ആഫീസുകളും ആധുനിക നിർമ്മിതികളുമെല്ലാം നിരത്തിനിരുവശവും സ്ഥാനം പിടിച്ചിട്ടുണ്ട്. കിഴക്ക് കുട്ടനാട് പ്രദേശങ്ങളും പടിഞ്ഞാറ് അറബിക്കടലും തെക്ക് കാർത്തികപ്പള്ളി താലൂക്കും വടക്ക് ചേർത്തല താലൂക്കുമാണ് അതിരുകൾ. ആലപ്പുഴ നിന്ന് 14 കി മീ തെക്കുമാറി സ്ഥിതി ചെയ്യുന്ന അമ്പലപ്പുഴ പഞ്ചായത്തിന്റെ വിസ്തീർണ്ണം 24.17 ച കി മീ. ജനസംഖ്യ 45103 (91 ലെ സെൻസസ്).

ഗൗഡ സാരസ്വതരുടേതായി വേണുഗോപാല ദേവസ്വത്തിന്റെ ഒരു ക്ഷേത്രവും ഒരു സുറിയാനി കത്തോലിക്കാ പള്ളിയും കടലോരത്തെ പഴയ മുസ്ലീം പള്ളിയും പ്രധാന ആരാധനാ കേന്ദ്രങ്ങളാണ്. പുറക്കാട് ജങ്ഷനു സമീപം സ്ഥിതി ചെയ്യുന്ന അറബിസെയ്യ്ദ് പള്ളി മുസ്ലീങ്ങളുടെ ഒരു ആരാധനാകേന്ദ്രമാണ്...

പാർത്ഥസാരഥി ക്ഷേത്രം

അമ്പലപ്പുഴ ജങ്ഷനിൽനിന്ന് ഒന്നര കി മീ കിഴക്കുമാറിയാണ് അമ്പലപ്പുഴ പാർത്ഥസാരഥി ക്ഷേത്രം. ചെമ്പകശ്ശേരി രാജ്യത്തിന്റെ ആസ്ഥാനവും ക്ഷേത്രത്തിന് സമീപമായിരുന്നു. കൊട്ടാരത്തിന്റെ ഭാഗങ്ങൾ ഇന്നും നിലനില്ക്കുന്നു. ചെമ്പകശ്ശേരി രാജാവായിരുന്ന പൂരാടം തിരുനാൾ ദേവനാരായണനാണ് ക്ഷേത്രം പണികഴിപ്പിച്ചത്.

പഴയ തലസ്ഥാനത്തെ സംബന്ധിച്ച മധുരസ്മരണകൾ കുടഞ്ഞെറിഞ്ഞ് അമ്പലപ്പുഴ സ്റ്റോപ്പിൽ ബസ്സിറങ്ങിയപ്പോൾ, ഞാൻ പഴയ ഒരനുഭവം ഓർത്തുപോയി. അന്ന്, മൂന്നു പതിറ്റാണ്ടുകൾക്കു മുമ്പ്...

"പാൽപ്പായസം, പാൽപ്പായസം, അമ്പലപ്പുഴ പാൽപ്പായസം!'' അമ്പലപ്പുഴ ജങ്ഷൻ കടന്നുപോകുന്ന ബസ് യാത്രക്കാരൻ കേൾക്കാറുള്ള പതിവു പല്ലവിയാണത്. അതൊന്ന് ആസ്വദിക്കുക തന്നെ. ഞാൻ മനസ്സിലുറച്ച്, ബസിൽ നിന്നിറങ്ങുമ്പോഴേയ്ക്കും അയാൾ എന്നെ സമീപിച്ചു കഴിഞ്ഞു. നെറ്റിയിലും നെഞ്ചത്തുമെല്ലാം നെടുങ്കൻ കുറിയുമായി മുണ്ടും തോർത്തും ധരിച്ച ഒരു മദ്ധ്യവയസ്കൻ. ഇരുകൈകളിലും തൂക്കിപ്പിടിച്ചിട്ടുള്ള പാൽപ്പായസം നിറച്ച പാത്രങ്ങൾ. ഞാൻ മെല്ലെ തണലിലേക്കു നീങ്ങിനിന്നു. ഉറക്കം തൂങ്ങുന്ന നട്ടുച്ച. ആൾത്തിരക്കു വളരെ കുറഞ്ഞ നേരം ഇയാളോട് സ്വല്പം ലോഹ്യമായിക്കളയാം. വഴികൾ തിരക്കിയറിയുകയും വേണം. വെയിറ്റിങ് ഷെഡ്ഡിന്റെ ശൂന്യമായ ബഞ്ചിൽ ഇരിപ്പുറപ്പിച്ചപ്പോൾ അയാൾ പറ്റിക്കൂടി. പാൽപ്പായസത്തിന്റെ ഗുണഗണങ്ങൾ വർണ്ണിക്കുകയാണ്. എനിക്കതൊന്നും കേൾക്കണമെന്നില്ല. നല്ല വിശപ്പും ദാഹവുമുണ്ട്. രണ്ടും കൂടി ഒന്നിച്ച് പരിഹരിച്ചാലോ? കൂടുതൽ ആലോചിച്ചില്ല. സ്വല്പം നിവേദ്യം തന്നെയാകട്ടെ.

ഒരു ഗ്ലാസു പാൽപ്പായസം വാങ്ങി. വിശപ്പും ദാഹവും തല്ക്കാലം ശമിച്ചു. ഇനിയും നാടുതെണ്ടലാരംഭിക്കണം.

"എന്താ എങ്ങനെയുണ്ട് കച്ചവടം?" ചിരിക്കാൻ ശ്രമിച്ചു നില്ക്കുന്ന മദ്ധ്യവയസ്കന്റെ ഒട്ടിയ കവിളിൽ കണ്ണോടിച്ചുകൊണ്ട് ഞാൻ സ്നേഹരൂപേണ തിരക്കി.

"ഓ വളരെ മോശമാ സാറേ."

പെട്ടെന്ന് തെക്കുനിന്ന് ഒരു ഫാസ്റ്റ് പാസഞ്ചർ സ്റ്റോപ്പിലെത്തി. ലോഹ്യത്തിന് അർത്ഥവിരാമമിട്ടുകൊണ്ട് പായസപ്പാത്രവുമായി അയാൾ ബസ്സിനടുത്തേക്ക് ഓടി. പല്ലവിയാവർത്തിച്ചു.

"പാൽപ്പായസം, പാൽപ്പായസം, അമ്പലപ്പുഴ പാൽപ്പായസം"

ഈയടുത്ത കാലത്ത് ഞാൻ വീണ്ടും അമ്പല

പ്പുഴയിലെത്തി. പക്ഷേ, പാൽപ്പായസം വിളികേൾക്കാനില്ല. കാര്യമായ ലാഭമില്ലാതായപ്പോൾ കച്ചവടം മതിയാക്കിയതാകാം. വിശാലമായ ആ ജങ്ഷനിൽനിന്ന് ഞാൻ ചുറ്റം നോക്കി. പിന്നിൽ മണൽപ്രദേശത്ത് ഏതാനും കെട്ടിടങ്ങൾ - സർക്കാർ സ്ഥാപനങ്ങൾ, ജങ്ഷനു ചുറ്റും ചായക്കടകളും മുറുക്കാൻ കടകളും മറ്റു വില്പനശാലകളും. മൂന്നും കൂടിയ കവലയാണത്. നാഷണൽ ഹൈവേയിൽനിന്ന് തിരിഞ്ഞു പോകുന്ന റോഡ് എന്റെ മുന്നിൽ നീണ്ടുകിടക്കുകയാണ്. അമ്പലപ്പുഴ ക്ഷേത്രം, കരുമാടി, തകഴി എന്നീ സ്ഥലങ്ങളിലേക്ക് പോകേണ്ട വീഥി, തകഴിക്കപ്പുറമുള്ള കടത്തു കടന്ന് തിരുവല്ലയിലേക്ക് നീണ്ടു പോകുന്നു.

ഇവിടം ഒരു പുരാതന രാജധാനിയുടെ പരിസരങ്ങളാണ് എന്നിലെ അല്പജ്ഞാനിയായ ചരിത്രകാരൻ മന്ത്രിക്കുന്നതുപോലെ തോന്നി. ഞാൻ അതോർക്കാൻ ശ്രമിച്ചു. ഉച്ചവെയിലിൽ ഉന്മേഷശൂന്യമായി നില്ക്കുന്ന ഈ കച്ചേരി ജങ്ഷനും ഇരുഭാഗവുമുള്ള മണൽപ്പരപ്പും രാജസപ്രൗഢി വിളംബരം ചെയ്തിരുന്ന ഒരു കാലമുണ്ടായിരുന്നു. ബ്രാഹ്മണ വംശജരായ ദേവനാരായണന്മാർ ചെമ്പകശ്ശേരി രാജ്യം വാണരുളും കാലം. കോട്ടയം കുടമാളൂരിലെ ചെമ്പകശ്ശേരി പുളിക്കൽ ഇല്ലത്തെ ദേവനാരായണൻ എന്ന നമ്പൂതിരി യുവാവ് പുറക്കാട്ട് അമ്പലപ്പുഴ പ്രദേശങ്ങളിൽ ഒരു രാജ്യം സ്ഥാപിച്ചപ്പോൾ, സ്വന്തം ഇല്ലപ്പേരു തന്നെ പുതിയ പ്രദേശത്തിനും നല്കി - ചെമ്പകശ്ശേരി. എ ഡി 1300 നും 1400 നും മദ്ധ്യേയായിരുന്നുവത്രേ അദ്ദേഹത്തിന്റെ കാലഘട്ടം. രാജ്യം സമൃദ്ധിയുടെയും പ്രശസ്തിയുടെയും ഉച്ചകോടിയിലെത്തിയത് പൂരാടം പിറന്ന ദേവനാരായണന്റെ കാലത്തായിരുന്നു (1566-1622). രാജ്യഭരണവും ക്ഷേത്രഭരണവും ഒന്നായിക്കണ്ട ഭരണാധിപനായിരുന്നു പൂരാടം പിറന്ന ദേവനാരായണൻ. പാർത്ഥസാരഥി ക്ഷേത്രത്തെ ചെമ്പകശ്ശേരിയുടെ കുലദൈവമെന്ന പദവിയിൽ വളർത്തിയെടുത്ത് നാടിന്റെ നടുനായകമാക്കിയതും അദ്ദേഹത്തിന്റെ ഭരണകാലത്താണ്. ഒരു ഭരണതന്ത്രജ്ഞൻ എന്നതിനുപുറമേ മന്ത്രതന്ത്രങ്ങളിൽ അസാമാന്യ വൈദഗ്ദ്ധ്യവും സംഗീത സാഹിത്യാദികലകളിൽ പ്രാവീണ്യവും നേടിയ മഹാത്മാവുമായിരുന്നു.

പ്രൗഢ ഗംഭീരമായ ക്ഷേത്രം. പടിഞ്ഞാറെ നടയിലും കിഴക്കെ നടയിലും ഓടുകൊണ്ടുള്ള ഓരോ ദീപസ്തംഭമുണ്ട്. കിഴക്കോട്ടാണ് ക്ഷേത്രദർശനം. ക്ഷേത്രത്തിനു നേരെ മുന്നിൽ വേലക്കുളം. ബലിക്കൽപ്പുരയ്ക്കു മുന്നിൽ സ്വർണ്ണധ്വജം. അമ്പലത്തിന്റെ തെക്കുകിഴക്കെ മൂലയിൽ കാണുന്ന വലിയ അരയാൽക്കൊമ്പത്തു നിന്നാണത്രേ വില്വമംഗലം സ്വാമിയാർ മുരളീഗാനം ശ്രവിച്ചത്. തെക്കെ നടയിലാണ് വിശ്രുതമായ തെക്കെ മഠവും നാടകശാലയും. ഇവിടെയായിരുന്നു ചെമ്പകശ്ശേരി രാജാക്കന്മാർ താമസിച്ചിരുന്നത്. തെക്കെ മാളികക്കപ്പുറത്ത് രാജകുടുംബത്തിലെ പഴയ ചില നാലുകെട്ടുകളുണ്ട്. ടിപ്പുവിന്റെ ആക്രമണ കാലത്ത് ഗുരുവായൂരപ്പന്റെ വിഗ്രഹം നശിപ്പിക്കപ്പെടുമോ എന്ന ഭയാശങ്കകളാൽ ഊരാണ്മക്കാർ വിഗ്രഹം ഇളക്കിയെടുത്ത് അമ്പലപ്പുഴ കൊണ്ടുവന്ന് തെക്കെ മഠത്തിലൊരു ഭാഗത്ത് തൽക്കാലത്തേക്ക് പ്രതിഷ്ഠിച്ച് പൂജാദികർമ്മങ്ങൾ നടത്തിയിരുന്നു. തൽസ്ഥാനത്ത് ഇപ്പോൾ ഒരു ശ്രീകോവിലും തിടപ്പള്ളിയും കിണറുമുണ്ട്.

പാൽപ്പായസത്തിന്റെ കഥ

സുപ്രസിദ്ധമായ അമ്പലപ്പുഴ പാൽപ്പായസനിവേദ്യത്തിന്റെ പിന്നിൽ രസകരമായ ഒരു കഥയുണ്ട്. ചെമ്പകശ്ശേരിക്ക് സൈനിക ചെലവ് വർദ്ധിച്ച കാലം. ഖജനാവ് ശൂന്യം. രാജാവ് തലവടിയിലെ പട്ടമന ഇല്ലത്തെ ഒരു ധനിക ബ്രാഹ്മണനോട് പത്തയ്യായിരപ്പറ നെല്ല് കടം വാങ്ങിയത്രേ. പല കാരണവശാലും കടം വീട്ടാനാകാതെ നീണ്ടുനീണ്ടു പോയി. ബ്രാഹ്മണനും ധൃതിപിടിച്ചില്ല. മുതലും പലിശയും കൂടി ഒന്നിച്ചു വാങ്ങാമല്ലോ. കാലം നീണ്ടു. കടത്തിന്റെ വലിപ്പവും കൂടി. ബ്രാഹ്മണൻ രാജാവിനെ മുഖം കാണിച്ച് സങ്കടമുണർത്തിച്ചു. ഉടനെ തന്നെ കടം വീട്ടാമെന്ന് രാജാവും സമ്മതിച്ചു. പക്ഷേ, അപ്പോഴും രാജാവിന് വാക്കുപാലിക്കാൻ കഴിഞ്ഞില്ല. ബ്രാഹ്മണൻ അറ്റകൈയ്ക്ക് ഒരുമ്പെട്ടു. തമ്പുരാൻ ക്ഷേത്രദർശനത്തിനെത്തിയപ്പോൾ ബ്രാഹ്മണൻ വഴിതടഞ്ഞുനിന്നുകൊണ്ട് സബഹുമാനം പ്രഖ്യാപിച്ചു. "എന്റെ കടം വീട്ടാതെ, തേവരാണെ തമ്പുരാൻ അകത്തു കടക്കരുതേ."

രാജാവു നടുങ്ങി. വാർത്തയറിഞ്ഞ് സവിചനായ പാറയിൽ മേനോൻ പാഞ്ഞെത്തി. എവിടെ നിന്നോ എങ്ങനെയൊക്കെയോ 36000 ൽപ്പരം പറനെല്ല് കിഴക്കെ നടയിലെ ആനക്കൊട്ടിലിൽ അളന്നു കൂട്ടി. ബ്രാഹ്മണൻ സന്തോഷാധിക്യത്താൽ വീർപ്പുമുട്ടി. രാജാവ് ആശ്വാസസൂചകമായി നെടുവീർപ്പിട്ടു. നെല്ലു മുഴുവൻ അളന്നിട്ടപ്പോൾ മണി പതിനൊന്ന്. മന്ത്രി ബ്രാഹ്മണനോട് പറഞ്ഞു: "ഇതാ അങ്ങേയ്ക്കുള്ള നെല്ല് മുഴുവനുമുണ്ട്, പലിശയുൾപ്പെടെ. ഉച്ചശീവേലിക്ക് മുടക്കം വരാത്തവണ്ണം ഇത് ഇവിടെ നിന്നും മാറ്റിത്തരണം." ബ്രാഹ്മണൻ ചുമട്ടുകാരെയും വള്ളക്കാരെയും തേടി പരക്കം പാഞ്ഞു. ആരെയും കിട്ടിയില്ല. ഉച്ചശീവേലിക്കു സമയമായി. നെല്ലു മാറ്റാൻ കഴിഞ്ഞിട്ടില്ല. അടിയറവു പറയുകയേ നിവൃത്തിയുള്ളൂ. ബ്രാഹ്മണൻ അതിൽനിന്ന് ഒരുപിടി നെല്ലുവാരി ഭഗവൽ സന്നിധിയിൽ വച്ചിട്ട് പ്രാർത്ഥിച്ചുവത്രേ. "ഇവിടെ നിത്യേന പായസനിവേദ്യം നട

ത്തുന്നതിലേക്ക് ഈ നെല്ല് വഴിപാടായി അർപ്പിച്ചിരിക്കുന്നു." ബ്രാഹ്മണൻ പശ്ചാത്താപവിവശനായി സ്ഥലം വിട്ടു. ആ നെല്ലു മുഴുവൻ ക്ഷേത്രത്തിലേക്ക് മുതൽക്കൂട്ടി. അതിന്റെ പലിശകൊണ്ടാണ് പാൽപ്പായസ നിവേദ്യം ആരംഭിച്ചതെന്ന് പറയപ്പെടുന്നു. മുമ്പ് പാൽപ്പായസനിവേദ്യത്തിന് നിത്യേന 36 പറ പാലും ആണ്ടിൽ പതിനെണ്ണായിരപ്പറ നെല്ലും ചെലവായിരുന്നു. ഇന്നിപ്പോൾ എല്ലാം ചുരുങ്ങിയ നിലയിൽ.

അമ്പലപ്പുഴ പ്രതിഷ്ഠയെപ്പറ്റിയുമുണ്ട് ഒരു ഐതീഹ്യം. പ്രതിഷ്ഠയ്ക്കു വേണ്ടി അമ്പാടികൃഷ്ണന്റെ വിഗ്രഹം നിർമ്മിച്ചെങ്കിലും ഈ വിഗ്രഹം അശുദ്ധമാണെന്ന് തന്ത്രിവര്യൻ പുതുമന നമ്പൂതിരി കണ്ടെത്തി. കോട്ടയത്ത് കുറിച്ചിയിൽ ഒരു പാർത്ഥസാരഥി വിഗ്രഹമുണ്ടെന്നും അമ്പലപ്പുഴ ക്ഷേത്രത്തിലേക്ക് അതാണനുയോജ്യമെന്നും വില്വമംഗലത്തു സ്വാമികൾ അരുളിചെയ്തതിനെത്തുടർന്ന് ആ വഴിക്കുള്ള ശ്രമങ്ങളാരംഭിച്ചു. ചെമ്പകശ്ശേരി രാജാവിന്റെ അനുഗ്രഹാശിസ്സുകളോടെ വീരശൂരപരാക്രമികളായ ഭടന്മാരും സചിവനും കുറിച്ചിയിലെത്തി. കുറിച്ചിയിലെ വലിയ മഠം കുടുംബം വകയായ കരിങ്കുളം ക്ഷേത്രത്തിലെ കൃഷ്ണവിഗ്രഹമാണ് അമ്പലപ്പുഴ ക്ഷേത്രത്തിലേക്ക് സ്വാമിയാർ നിർദ്ദേശിച്ചത്. വലിയ മഠം കുടുംബക്കാർ വിഗ്രഹത്തോടൊപ്പം ചെമ്പകശ്ശേരിക്കു വന്നു. വിഗ്രഹം നല്കിയ ഉപാകരസ്മരണയ്ക്കായി ദേവനാരായണ രാജാവ് വലിയ മഠം പണിക്കർക്ക് ക്ഷേത്രത്തിന്റെ കോയ്മസ്ഥാനം നല്കി ആദരിച്ചു. കുറിച്ചിയിൽനിന്നും വിഗ്രഹവുമായി വരുന്ന വഴി ചമ്പക്കുളത്ത് എത്തിയപ്പോൾ നേരം പുലർന്നിരുന്നതിനാൽ ബിംബം അവിടെയിറക്കി. പൂജാദികർമ്മങ്ങൾ നടത്തി. അനന്തരം ഉത്സാഹഭരിതരായ ജനതതി വഞ്ചിപ്പാട്ടും പാടി വള്ളം തുഴഞ്ഞ് ബിംബം ചെമ്പകശ്ശേരിയിലെത്തിച്ചു. നിശ്ചയിച്ചിരുന്ന ശുഭമുഹൂർത്തത്തിൽ തന്നെ പ്രതിഷ്ഠയും നടന്നു. (ചമ്പക്കുളം വള്ളംകളിയുടെ ഉത്ഭവം)

സുവർണ്ണദശ

ചെമ്പകശ്ശേരി രാജാക്കന്മാരിൽ അഗ്രഗണ്യനായിരുന്ന പൂരാടം പിറന്ന തമ്പുരാന്റെ—ദേവനാരായണൻ—കാലമാണ് അമ്പലപ്പുഴയുടെ സുവർണ്ണദശ. സാമൂഹ്യജീവിതത്തിന്റെ സമസ്ത മേഖലകളിലെയും ജനവിഭാഗങ്ങളെ ജാതിഭേദമെന്യേ ക്ഷേത്രത്തിന്റെ നിത്യകർമ്മങ്ങളിലും ഉത്സവച്ചടങ്ങുകളിലും ഭരണസംവിധാനത്തിലും പങ്കാളികളാക്കിത്തീർത്ത ആ രാജാവിന്റെ ദീർഘവീക്ഷണം പ്രശംസനീയം തന്നെ. കൂടാതെ സാഹിത്യാദികലകളെ അളവറ്റ് പരിപോഷിപ്പിക്കാനും അദ്ദേഹം നിതാന്തശ്രദ്ധ ചെലുത്തി. വിവിധ സുകുമാര കലകൾ അവിടെ തളിർത്തു പൂത്തുനിന്നിരുന്നു. ദൃശ്യ ശ്രാവ്യകലകളുടെ സുവർണ്ണ കാലഘട്ടമായിരുന്നു അത്. തന്റെ രാജ്യത്തിന്റെ സർവ്വഐശ്വര്യങ്ങൾക്കും നിദാനമായ ക്ഷേത്രത്തിലെ പൂജാവിധികളെയും ആചാരാനുഷ്ഠാനങ്ങളെയും ഉത്സവാദികളെയും സംബന്ധിച്ച് സസൂക്ഷ്മവും സുനിശ്ചിതവുമായ ചിട്ടകളും ചടങ്ങുകളും ആവിഷ്കരിച്ച് നടപ്പാക്കിയ ഭരണാധികാരിയുമായിരുന്നു അദ്ദേഹം. ക്ഷേത്രകാര്യങ്ങളിൽ വീഴ്ചവരാതിരിക്കാൻ ക്ഷേത്രത്തോട് തൊട്ടുതന്നെ തെക്കുവശത്തായി അദ്ദേഹം സ്വന്തം കൊട്ടാരം നിർമ്മിക്കുകയുണ്ടായി. സ്വന്തം ദിനചര്യകൾ പോലം ക്ഷേത്രത്തിലെ പൂജാദികർമ്മങ്ങൾക്ക് അനുസരണമായി ചിട്ടപ്പെടുത്തിയിരുന്നു.

മീനമാസത്തിലെ തിരുവോണത്തിന് ആറാട്ട് നടത്തത്തക്ക വിധത്തിലാണ് ഉത്സവം ക്രമീകരിച്ചിട്ടുള്ളത്. ഉത്സവാഘോഷങ്ങളിൽ ചെമ്പകശ്ശേരി രാജ്യത്തിലെ നാനാജാതി മതസ്ഥരായ മുഴുവൻ പ്രജകൾക്കും പങ്കാളിത്തമുണ്ടാകുന്നവിധം പ്രാതിനിധ്യം നല്കപ്പെട്ടിരുന്നു. ഓരോ ജനവിഭാഗങ്ങളും അവാന്തര വിഭാഗങ്ങളും ഉത്സവനടത്തിപ്പിന് പണമായോ സാധന സാമഗ്രികളായോ പങ്കാളിത്തം വഹിക്കണമെന്നും അനുശാസിച്ചിരുന്നു. ക്ഷേത്രനിർമ്മാണത്തിന് സ്ഥലംവിട്ടു കൊടുത്ത ഈഴവ പ്രമാണിയായിരുന്ന അമ്പനാട്ടു പണിക്കന് ഒമ്പതാം ഉത്സവ ദിവസം ചില പ്രത്യേക ആനുകൂല്യങ്ങൾ അനുവദിച്ചിരുന്നു. ചെമ്പകശ്ശേരി രാജാക്കന്മാർ കല്പിച്ചു നല്കിയ അധികാരാവകാശങ്ങൾ തലമുറകൾ കൈമാറി ഇന്നും ആചരിച്ചു പോരുന്നതായി ആലപ്പുഴ ക്ഷേത്രത്തിലെ കോയ്മ സ്ഥാനീയനായ ശ്രീ. ഇ കെ ജനാർദ്ദനപ്പണിക്കർ സോദാഹരണം സമർത്ഥിക്കുന്നു (അമ്പലപ്പുഴ ക്ഷേത്രത്തിലെ കോയ്മസ്ഥാനീയനായ ശ്രീ. പണിക്കർ അര നൂറ്റാണ്ടായി ക്ഷേത്രത്തിലെ അധികാരപ്പെട്ട ചുമതലകൾ നിർവ്വഹിക്കുന്ന ആദരണീയ വ്യക്തിയാണ്). അദ്ദേഹത്തിന്റെ വാക്കുകൾ അക്ഷരം പ്രതി ശരിയാണെന്ന് ആ പ്രാചീന ക്ഷേത്രസങ്കേതത്തിലൂടെ ചുറ്റിനടന്ന് കണ്ടും കേട്ടും കാര്യങ്ങൾ ശ്രദ്ധിക്കുന്ന ആർക്കും ബോദ്ധ്യമാകും.

ആ വലിയ ആൽമരവും രാജകൊട്ടാരവും മാളികകളും മന്ത്രശാലയും കുളപ്പുരകളും കളത്തട്ടും കൽത്തളങ്ങളും മണിക്കിണറും ഊട്ടുപുരയും നാടകശാലയുമെല്ലാം പൊയ്പ്പോയ ഒരു സുവർണ്ണ കാലഘട്ടത്തിന്റെ മൂക സാക്ഷികളായി നിലകൊള്ളുന്നു. 1829 ൽ സ്ഥാപിച്ചതാണ് ഇന്നത്തെ കൊടിമരം. മണിക്കിണർ, ഗുരുവായൂരപ്പൻ കിണർ, ഊട്ടുപുര കിണർ, പാൽപ്പായസക്കിണർ, ഹോമപ്പുരക്കിണർ എന്നിങ്ങനെ ഓരോ ആവശ്യത്തിനും വെവ്വേറെ കിണറുകൾ. വേലക്കുളം, പുത്തൻകുളം, പടിഞ്ഞാറെ കുളം

നീരാഴിക്കുളം, കിഴക്കേക്കുളം എന്നിങ്ങനെ വെവ്വേറെ കുളങ്ങൾ: ഭട്ടതിരിമാളിക, പടിഞ്ഞാറെ മാളിക, മന്ത്രശാല മാളിക, മുരിങ്ങമഠം മാളിക, ഉടുത്തുകെട്ടു മാളിക, വിചാരിപ്പു മാളിക എന്നിങ്ങനെ മന്ദിര സമുച്ചയങ്ങൾ. എല്ലാം രാജാധിപത്യത്തിന്റെ മധുരസ്മരണകളയവിറക്കി ഇന്നും നിലകൊള്ളുന്നു ജീർണ്ണാവസ്ഥയിൽ.

1746 ൽ മാർത്താണ്ഡവർമ്മ മഹാരാജാവ് ചെമ്പകശ്ശേരി രാജ്യം കീഴടക്കിയ ശേഷം, വേണാടിന്റെ പ്രതിപുരുഷനായി ക്ഷേത്രച്ചടങ്ങുകളിൽ പങ്കെടുക്കാനുള്ള അവകാശം, മുമ്പ് ചെമ്പകശ്ശേരി രാജാവിന്റെ മന്ത്രിയായിരുന്ന തെക്കേടത്തു ഭട്ടതിരിയ്ക്കാണ് നല്കിയിരുന്നത്. ശ്രീരാമൻ ഭട്ടതിരിപ്പാടാണ് ഇപ്പോഴത്തെ പ്രതിനിധി.

സാമൂഹ്യജീവിതം

തോട്ടപ്പള്ളി മുതൽ ചേർത്തല വരെ ആയിരുന്നു പഴയ ചെമ്പകശ്ശേരി രാജ്യം. തോട്ടപ്പള്ളി പുറക്കാട്ടു ഭാഗങ്ങളിലെ തീരദേശവാസികൾക്ക് ഒരു നിത്യഭീഷണിയാണ് കടലാക്രമണം. എന്നാൽ അവരുടെ ജീവിതം നിലനിന്നു പോരുന്നതും കടലിന്റെ കാരുണ്യംകൊണ്ടാണ്. തീരപ്രദേശങ്ങളിൽ മത്സ്യത്തൊഴിലാളികൾ തിങ്ങിപ്പാർക്കുന്നു. നാഷണൽ ഹൈവേയോട് ഉരുമ്മിക്കിടക്കുന്ന വണ്ടാനം വാർഡിലാണ് ആലപ്പുഴ മെഡിക്കൽ കോളേജ്. മന്ദിരസമുച്ചയങ്ങളെല്ലാം പൂർത്തിയാകുന്നതോടെ ആലപ്പുഴയിൽ പ്രവർത്തിക്കന്ന ചികിത്സാ വിഭാഗവും വണ്ടാനത്തേയ്ക്കു മാറ്റുമെന്നറിയുന്നു. കക്കാഴം, കോമന (വടക്കും തെക്കും) അമ്പലപ്പുഴ, കരൂർ, ആമയിട, കരുമാടി, കഞ്ഞിപ്പാടം എന്നീ വാർഡുകൾ കാർഷിക മേഖലയാണ്. അമ്പലപ്പുഴയുടെ കിഴക്കൻ പ്രദേശങ്ങൾ കുട്ടനാടിനോട് ആഭിമുഖ്യം പുലർത്തുന്നവയാണ്. വടക്കു കിഴക്കുഭാഗത്തായി കഞ്ഞിപ്പാടത്തുകൂടി അമ്പലപ്പുഴയെ ചമ്പക്കുളവുമായി വേർതിരിച്ചുകൊണ്ട് പമ്പയാർ കടന്നുപോകുന്നു.

കൊല്ലം- ആലപ്പുഴ ബോട്ടു കനാൽ കടന്നുപോകുന്ന കരുമാടിപ്രദേശങ്ങൾ നല്ല കൃഷിനിലങ്ങളായിരുന്നു. കരുമാടി പാലത്തിനു സമീപം റോഡരികിൽ നിന്ന് ഏതാണ്ട് അരഫർലോങ് അകലെ കാമപുരം ക്ഷേത്രത്തിനടുത്ത് പാടത്തിന്റെ പടിഞ്ഞാറെ അറ്റത്ത് തോട്ടിറമ്പത്തായി കരുമാടിക്കുട്ടൻ ആസ്ഥാനമുറപ്പിച്ചിട്ടുണ്ട്—കാർമേഘവർണ്ണമായ ശിലാവിഗ്രഹം. ശരിക്കും ഒരു ബുദ്ധപ്രതിമ. മുഖത്തിന്റെ ഒരു ഭാഗത്തിന് ഉടവു സംഭവിച്ചിട്ടുണ്ട്. ഇപ്പോൾ പുരാവസ്തു വകുപ്പിന്റെ സംരക്ഷണയിലാണ്.

അമ്പലപ്പുഴ ശ്രീകൃഷ്ണസ്വാമിക്ഷേത്രത്തിൽനിന്ന് അഞ്ചുമൈൽ അകലെ തകഴിയിലുള്ള ശാസ്താക്ഷേത്രം പ്രസിദ്ധമായ ഒരു ഹൈന്ദവാരാധനാ കേന്ദ്രമാണ്. തകഴി ശാസ്താക്ഷേത്രത്തിലെ എണ്ണസേവയ്ക്ക് അമ്പലപ്പുഴയിലും പരിസരപ്രദേശങ്ങളിലും വളരെ പ്രസിദ്ധിയുണ്ട്. പായിക്കുളങ്ങര ക്ഷേത്രവും കാക്കാഴം മുസ്ലീം പള്ളിയും കൂടാതെ, താരതമ്യേന പ്രാധാന്യം കുറഞ്ഞ വേറെയും ആരാധനാലയങ്ങളുണ്ട്. 29.17 ച കി മീ വിസ്തീർണ്ണവും 45,000ത്തിൽപ്പരം ജനങ്ങളുമുള്ള അമ്പലപ്പുഴ പഞ്ചായത്തിലെ ജനസംഖ്യയിൽ ഭൂരിഭാഗവും ഹിന്ദുക്കളാണ്. നെല്ലും തെങ്ങുമാണ് പ്രധാന കൃഷികൾ. തെങ്ങുരോഗം വ്യാപകമായതിനെത്തുടർന്ന് തെങ്ങിൽനിന്നുള്ള ആദായം ഗണ്യമായി കുറഞ്ഞു. സാധാരണക്കാരന്റെ ജീവിതം നന്നെ പരുങ്ങലിലായി. തൊഴിലില്ലായ്മ രൂക്ഷം.

സാംസ്കാരിക പാരമ്പര്യം

തനതായി ഒരു സാംസ്കാരിക പാരമ്പര്യമുള്ള പ്രദേശമാണ് അമ്പലപ്പുഴ. സാഹിത്യ-കലാരാഷ്ട്രീയ രംഗങ്ങളിൽ മുന്നണിയിൽ നിന്നിട്ടുള്ള എണ്ണപ്പെട്ട വ്യക്തികളിൽ പലരും അമ്പലപ്പുഴക്കാരാണ്. അമ്പലപ്പുഴ ഗണപതി ശർമ്മ, സാഹിത്യപഞ്ചാനൻ തുടങ്ങിയ പണ്ഡിതന്മാരുടെ പാരമ്പര്യം ഇന്നും നിലനിറുത്തിപ്പോരുന്ന ധിഷണാശാലികളുമുണ്ട്. തകഴി ശിവശങ്കരപ്പിള്ളയും എൻ ശ്രീകണ്ഠൻ നായരും മറ്റും ഈ നാടിന്റെ അഭിമാനഭാജനങ്ങളാണ്. ഓട്ടൻതുള്ളലിന്റ ഈറ്റില്ലമാണ് അമ്പലപ്പുഴ. അമ്പലപ്പുഴ ക്ഷേത്രത്തിനു സമീപം വളരെ മുമ്പേ തന്നെ കുഞ്ചൻ സ്മാരക മന്ദിരം പണി കഴിപ്പിച്ചിട്ടുണ്ട്. ക്ഷേത്രത്തിന്റെ തെക്കെ നടയ്ക്കടുത്ത് സർക്കാർ ഏറ്റെടുത്ത സ്ഥലത്ത് കുഞ്ചൻ പറമ്പ്. മഹാകവി കുഞ്ചൻ നമ്പ്യാർക്ക് അനുയോജ്യമായ പുതിയ സ്മാരകമന്ദിരം പണിയുമെന്ന് പ്രതീക്ഷിക്കാം (കുഞ്ചൻ നമ്പ്യാരെപ്പറ്റി കിള്ളിക്കുറിശ്ശിമംഗലം എന്ന പ്രത്യേക ലേഖനത്തിൽ സവിസ്തരം പ്രതിപാദിക്കുന്നതാണ്). പ്രശസ്തരായ പല കഥകളി വിദ്വാന്മാരുടെയും ജന്മഭൂമിയാണ് അമ്പലപ്പുഴ. ഗുരുകുഞ്ചുക്കുറുപ്പ്, ഗുരുഗോപിനാഥ്, അമ്പലപ്പുഴ ശേഖർ തുടങ്ങിയവർ. നാദസ്വര വിദ്വാന്മാരായിരുന്ന അമ്പലപ്പുഴ സഹോദരങ്ങളുടെ (ശങ്കരനാരായണപ്പണിക്കരും ഗോപാലകൃഷ്ണപ്പണിക്കരും) ജന്മദേശവും അമ്പലപ്പുഴയാണ്. ചെമ്പകശ്ശേരി രാജാവിന്റെ പടനായകനായി സമരരംഗങ്ങളിലും കേരള ചരിത്രത്തിലും വ്യക്തിമുദ്ര പതിപ്പിച്ച പ്രസിദ്ധനായ മാത്തൂർ പണിക്കരുടെ കുടുംബം ഇന്നും അമ്പലപ്പുഴയിലുണ്ട്.

വേലകളി

'അമ്പലപ്പുഴ വേല കണ്ടവനമ്മയും വേണ്ട' എന്ന് ചൊല്ല്. ഒരുപക്ഷേ പെറ്റമ്മയെപ്പോലും വിസ്മ

രിക്കത്തക്കവണ്ണം, രസകരമായിരുന്നിരിക്കാം, അന്നത്തെ വേലകളി. കുഞ്ചൻ നമ്പ്യാരുടെ തുള്ളൽ കലാരൂപത്തെപ്പോലെ, അമ്പലപ്പുഴ ക്ഷേത്രാങ്കണത്തിൽ പിറന്നുവളർന്നതാണ് വേലകളി എന്ന കലാരൂപവും. രാജഭരണ കാലത്ത് ആയോധന മുറകളിൽ അഗ്രഗണ്യരായിരുന്ന കായികാഭ്യാസികളുടെ മെയ്‌വഴക്കവും സിദ്ധിയും ജനമദ്ധ്യത്ത് പ്രകടിപ്പിക്കാൻവേണ്ടി ആവിഷ്കരിച്ച് അരങ്ങേറിയ ഒരു കലാരൂപം. മാത്തൂർ സെറ്റും വെള്ളൂർ സെറ്റുമാണ്. മുഖ്യകളിക്കാർ. തലക്കെട്ട്, കഴുത്താരം കൈക്കെട്ട്, അരപ്പട്ട, കറുപ്പുകച്ച, ശംഖുമുണ്ട് തുടങ്ങിയ വേഷഭൂഷാദികളോടെയുള്ള സൈനിക വേഷമാണ്. അണിഞ്ഞൊരുങ്ങിയെത്തുന്ന വേലകളിക്കാർ പടിഞ്ഞാറെ നടയിൽ ആൽച്ചുവട്ടിൽ വേലയാരംഭിക്കുന്നു. (മാത്തൂർ സെറ്റ് പടിഞ്ഞാറെ നടയിൽ വേലകളിക്കുന്നെങ്കിൽ, വെള്ളൂർ സെറ്റ് ഗോപുരം കാത്ത് ആനക്കൊട്ടിലിൽ സ്വീകരിക്കാനായി നില്ക്കും. മറിച്ചും) രാത്രി 8.30 മുതൽ തിരുമുമ്പിൽ വേലയാരംഭിക്കും. യുദ്ധം നയിച്ച് മടങ്ങിയെത്തുന്ന പടനായകന്മാരെ അനുസ്മരിക്കുന്ന ചടങ്ങാണിത്.

വിദ്യാഭ്യാസ പുരോഗതിയിൽ മുൻപന്തിയിലാണ് അമ്പലപ്പുഴ. സ്കൂൾ വിദ്യാഭ്യാസത്തിനും കോളേജ് വിദ്യാഭ്യാസത്തിനും വേണ്ടത്ര സൗകര്യങ്ങളുണ്ട്. അമ്പലപ്പുഴ ഹൈസ്കൂളിനടുത്ത് പി കെ മെമ്മോറിയലായി പണിതിട്ടുള്ള ടൗൺഹാളും ഹൈസ്കൂൾ ഓഡിറ്റോറിയവും കലാസാംസ്കാരിക പ്രവർത്തനങ്ങൾക്ക് ഉണർവ്വു നല്കുന്നവയാണ്.

വിശിഷ്ടവ്യക്തികൾ

പല പ്രശസ്ത വ്യക്തികളുടെയും ജന്മനാടാണ് അമ്പലപ്പുഴ. ഇവരിൽ സാഹിത്യപഞ്ചാനൻ പി കെ നാരായണപിള്ളയുടെ നാമം ശ്രദ്ധേയം (1878 - 1938). കോളേജ് അദ്ധ്യാപകൻ, ഹൈക്കോടതി ജഡ്ജി എന്നീ നിലകളിൽ പ്രശസ്തൻ. മൂർച്ചയേറിയ ഗദ്യശൈലിയും പ്രസംഗരീതിയും. മലയാള ഭാഷയ്ക്കും സാഹിത്യത്തിനും വിലപ്പെട്ട സംഭാവനകൾ നല്കി. പ്രശസ്ത നാടകകൃത്തും നടനുമായ ടി എൻ ഗോപിനാഥൻ നായർ ഇദ്ദേഹത്തിന്റെ പുത്രനാണ്.

പ്രൈമറി സ്കൂൾ മാത്രമുണ്ടായിരുന്ന അമ്പലപ്പുഴയിൽ ഒരു സംസ്കൃതസ്കൂൾ ആരംഭിച്ച ഗണപതി ശർമ്മ (1908-1994)യുടെ നാമം പ്രത്യേകം പ്രസ്താവ്യമാണ്. 1938 ൽ ആരംഭിച്ച ശ്രീകൃഷ്ണ വിലാസം സംസ്കൃത സ്കൂളിൽനിന്നും ബിരുദം നേടി ഉദ്യോഗം സമ്പാദിച്ച ധാരാളം പേർ അമ്പലപ്പുഴയിലും ചുറ്റുവട്ടത്തുമുണ്ട്. *സംസ്കൃത സാഹിത്യചരിത്രം, ലഘുസിദ്ധാന്തകൗമുദി* തുടങ്ങിയ കൃതികൾ പ്രസിദ്ധം വിശ്വസാഹിത്യത്തിൽ അമ്പലപ്പുഴയ്ക്കും കേരളത്തിനൊട്ടാകെയും പ്രശസ്തി നേടിക്കൊടുത്ത തകഴി ശിവശങ്കരപ്പിള്ളയുടെ ജന്മനാടാണ് അമ്പലപ്പുഴ. തകഴിയുടെ പല പുസ്തകങ്ങളും അന്യഭാഷകളിലേക്ക് വിവർത്തനം ചെയ്യപ്പെട്ടിട്ടുണ്ട്. കേരള കേന്ദ്ര സാഹിത്യ അക്കാദമികളുടെ അവാർഡുകളും ജ്ഞാനപീഠപുരസ്കാരവും ലഭിച്ചു. 1985 ൽ പദ്മഭൂഷൺ ബഹുമതിയും ലഭിച്ചു. ദിവംഗതനായ ഈ വിശ്വസാഹിത്യകാരന് സമുചിതമായ ഒരു സ്മാരകം നിർമ്മിക്കുന്നതിനുള്ള ശ്രമങ്ങളാരംഭിച്ചിട്ട് നാളെറെയായി. ഇന്നും അപൂർണ്ണം. കേരള രാഷ്ട്രീയത്തിലെ അതികായകന്മാരിൽ ഒരാളായ എൻ ശ്രീകണ്ഠൻനായർ (1915-193) അമ്പലപ്പുഴ സ്വദേശിയാണ്. ഗ്രന്ഥശാലാ പ്രസ്ഥാനത്തിന്റെ പ്രണേതാവായ പി എൻ പണിക്കരുടെ ജന്മദേശവുമാണ് അമ്പലപ്പുഴ.

ചെമ്പകശ്ശേരി എന്ന അധികാരകേന്ദ്രം നിർജ്ജീവമായിട്ട് നൂറ്റാണ്ടുകൾ കഴിഞ്ഞു. അന്നത്തെ ചെമ്പകശ്ശേരി രാജ്യം പുറക്കാട്, അമ്പലപ്പുഴ, തകഴി എന്നിങ്ങനെയുള്ള ഏതാനും പഞ്ചായത്തുകളാണിന്ന്. വിവിധ ജീവിതപ്രശ്നങ്ങളിലുഴറുന്ന സാധാരണ ഗ്രാമങ്ങൾ മാത്രം.

ലളിതവും സുഗ്രഹവും തനി കേരളീയവുമായ തുള്ളൽക്കഥകൾ രചിച്ച്, സ്വയം ആവിഷ്കരിച്ച തുള്ളൽ എന്ന കലാരൂപത്തിലൂടെ കേരളീയരുടെ മനസ്സിൽ ചിരപ്രതിഷ്ഠ നേടിയ മഹാകവിയാണ് കുഞ്ചൻ നമ്പ്യാർ. കുഞ്ചൻ നമ്പ്യാരുടെയും മേൽപ്പത്തൂർ ഭട്ടതിരിപ്പാടിന്റെയും പാദമുദ്രകൾ പതിഞ്ഞ അമ്പലപ്പുഴ എന്നും ധന്യംതന്നെ (കുഞ്ചൻ നമ്പ്യാരെപ്പറ്റി കിള്ളിക്കുറിശ്ശിമംഗലം എന്ന ലേഖനത്തിൽ സവിസ്തരം പ്രതിപാദിച്ചിട്ടുണ്ട്).

30

കിഴക്കിന്റെ വെനീസ്

പണ്ടെന്നോ ആരോ ചാർത്തിക്കൊടുത്ത ഒരു കീർത്തിമുദ്രയുടെ വൻ ഭാരം, ഇക്കാലമത്രയും ചുമന്നു തളർന്നു നില്ക്കുന്ന ഒരു പാവം നഗരമാണ്, ഇന്നത്തെ ആലപ്പുഴ. പഴയ കിഴക്കിന്റെ വെനീസ്.

ഈ കടലോര ഗ്രാമത്തിന് നൂറ്റാണ്ടുകൾക്കു മുമ്പ് അത്തരമൊരു കീർത്തിമുദ്ര ചാർത്തിക്കൊടുത്തത് ആരെന്നും എങ്ങനെയെന്നും ഏതു സാഹചര്യത്തിലാണെന്നും മറ്റുമുള്ള കാര്യങ്ങൾ നമുക്ക് വഴിയേ തിരക്കാം. അതിനു മുമ്പ് സഹസ്രാബ്ദങ്ങൾക്കു മുമ്പ്, ഈ നഗരമുൾപ്പെട്ട കടലോരപ്രദേശങ്ങളുടെ ചരിത്ര പശ്ചാത്തലമെന്താണെന്ന് അന്വേഷിക്കാം.

സഹസ്രാബ്ദങ്ങൾക്കു മുമ്പുതന്നെ, സംഘകാലഘട്ടത്തിൽ, കുട്ടനാട് ഉൾക്കൊള്ളുന്ന ആലപ്പുഴ പ്രദേശങ്ങൾ ചരിത്രപ്രസിദ്ധമായിരുന്നു. ചേരരാജാക്കന്മാരുടെ ജന്മദേശം കുട്ടനാടായിരുന്നുവെന്ന് പ്രബലമായ ഒരഭിപ്രായഗതിയുണ്ട്. ചേരരാജാക്കന്മാരുടെ കുട്ടുവൻ, ചെങ്കുട്ടുവൻ എന്നീ പേരുകൾ (ചേരൻ ചെങ്കുട്ടുവൻ) കുട്ടനാടിനെ സൂചിപ്പിക്കുന്നു. കുട്ടനാട് ഉൾപ്പെടുന്ന ആലപ്പുഴ പ്രദേശങ്ങൾക്ക് അക്കാലങ്ങളിൽ വിദേശ പാശ്ചാത്യ—പൗരസ്ത്യ ശക്തികളുമായി വ്യാപകമായ വാണിജ്യ ബന്ധങ്ങളുമുണ്ടായിരുന്നു.

എ ഡി 52-ാം മാണ്ടിൽ സെന്റ് തോമസ് കേരളത്തിലെത്തി, ക്രിസ്തുമതപ്രചാരണം ആരംഭിച്ചുവെന്നും അക്കാലത്ത് അദ്ദേഹം സ്ഥാപിച്ച പള്ളികളിലൊന്നാണ് ചേർത്തലയ്ക്കു സമീപമുള്ള കൊക്കോതമംഗലത്തെ പള്ളിയെന്നും വിശ്വസിക്കപ്പെടുന്നു. എ ഡി 9-ാം ശതകം മുതൽ 12-ാം ശതകം വരെ രണ്ടാം ചേരസാമ്രാജ്യക്കാലത്ത് - ഈ പ്രദേശങ്ങൾ സാമ്പത്തികമായും സാംസ്കാരികമായും അഭിവൃദ്ധിപ്രാപിച്ചിരുന്നതായും അനുമാനിക്കാവുന്നതാണ്. പതിനാറാം നൂറ്റാണ്ടോടുകൂടി പല രാജവംശങ്ങൾ ഇവിടെ രൂപംകൊള്ളുകയും അവ വെവ്വേറെ രാജ്യങ്ങൾ സ്ഥാപിച്ച് രാജ്യഭരണം നിർവഹിക്കുകയും ചെയ്തു. ഈ കാലഘട്ടത്തിൽ, കായംകുളം, പുറക്കാട് എന്നീ രാജവംശങ്ങൾ ആലപ്പുഴയുടെ ഭാഗധേയം നിർണ്ണയിക്കുന്നതിൽ വമ്പിച്ച സ്വാധീനം ചെലുത്തിയിരുന്നു. ചേർത്തല താലൂക്കിന്റെ ഭാഗങ്ങൾ ഉൾപ്പെട്ട മൂത്തേടത്ത്, ഇളയേടത്ത് രാജവംശങ്ങളും പ്രസിദ്ധമായിരുന്നു.

ഇതേ കാലഘട്ടത്തിൽ തന്നെ (16-ാം നൂറ്റാണ്ട്) വ്യാപാരാർത്ഥം ഇന്ത്യയിലെത്തിയ പോർച്ചുഗീസുകാർ കേരളതീരങ്ങളിൽ ചുവടുറപ്പിക്കാൻ ശ്രമിക്കുന്നതും കാണാം. നാട്ടുരാജാക്കന്മാരുമായി വ്യാപാര വാണിജ്യബന്ധങ്ങളിലേർപ്പെട്ട ഈ വൈദേശിക ശക്തി ക്രമേണ തിരുവിതാംകൂറിന്റെ മണ്ണിൽ വേരുറപ്പിക്കാൻ ശ്രമിച്ചു. ക്രിസ്തുമതം ക്രമേണ ഇവിടെ കരുത്താർജ്ജിച്ചു. ആലപ്പുഴയിലും പരിസരപ്രദേശങ്ങളിലും അനേകം ക്രിസ്തീയ ദേവാലയങ്ങൾ ഉയർന്നു. പുറക്കാട്ടു പള്ളിയും അർത്തുങ്കൽ പള്ളിയുമെല്ലാം ഈ കാലഘട്ടത്തിൽ നിർമ്മിക്കപ്പെട്ടവയാണ്. പതിനേഴാം നൂറ്റാണ്ടിൽ പോർച്ചുഗീസ് ശക്തി ക്ഷയോന്മുഖമായതോടെ ഡച്ചുകാർ ആ പ്രദേശങ്ങളിൽ കാലുറപ്പിച്ചു. അവർ പുറക്കാട്, കരപ്പുറം, കായംകുളം രാജാക്കന്മാരുമായി വാണിജ്യ ഉടമ്പടികളിലേർപ്പെട്ടു. പണ്ടകശാലകൾ സ്ഥാപിച്ചു. കുരുമുളകു തുടങ്ങിയ സുഗന്ധദ്രവ്യങ്ങൾ ശേഖരിച്ച് കയറ്റി അയച്ചു.

കഴിഞ്ഞ ശതകങ്ങൾ

തിരുവിതാംകൂറിൽ മാർത്താണ്ഡവർമ്മ മഹാ

രാജാവ് (1729-1758) ഭരണഭാരമെറ്റെടുത്തശേഷം മേൽപ്പറഞ്ഞ വിവിധ രാജ്യങ്ങളെ വെട്ടിപ്പിടിച്ച് തിരുവിതാംകൂറിന്റെ വ്യാപ്തി വർദ്ധിപ്പിക്കാനുള്ള ശ്രമം തുടങ്ങി. നിരവധി യുദ്ധങ്ങളിലൂടെ കായംകുളം, അമ്പലപ്പുഴ (ചെമ്പകശ്ശേരി), കരപ്പുറം, തെക്കുംകൂർ, വടക്കുംകൂർ എന്നീ രാജ്യങ്ങൾ നാമാവശേഷമായി. ഡച്ചുകാരുടെ ശക്തി ക്ഷയിച്ചു.

പുതുതായി കൂട്ടിച്ചേർക്കപ്പെട്ട ചെമ്പകശ്ശേരി രാജ്യത്തിൽപ്പെട്ട ആലപ്പുഴ പ്രദേശങ്ങളുടെ അഭിവൃദ്ധിക്കായി മാർത്താണ്ഡവർമ്മ മഹാരാജാവ് ശ്രദ്ധ പതിപ്പിച്ചു. രാമയ്യൻ ദളവ ആ പ്രദേശങ്ങളുടെ വികസനത്തിനായി നടപടികളാരംഭിച്ചു. ചില റോഡുകളും മറ്റും നിർമ്മിച്ചു. എന്നാൽ മാർത്താണ്ഡവർമ്മയ്ക്കു ശേഷം തിരുവിതാംകൂറിന്റെ ഭരണഭാരമേറ്റ രാമവർമ്മ മഹാരാജാവിന്റെ കാലത്താണ് (1758-1798) ആലപ്പുഴ എന്ന കടലോര ഗ്രാമത്തിന്റെ സുവർണ്ണദശ യഥാർത്ഥത്തിൽ ആരംഭിക്കുന്നത്. അതിനു നേതൃത്വം വഹിച്ചത് വിശ്വസ്ത സചിവനായ രാജാകേശവദാസനും (വലിയ ദിവാൻജി). ആ ദിവാന്റെ ദീർഘവീക്ഷണത്തോടു കൂടിയ ആസൂത്രണവും അനന്തരനടപടികളുമാണ്, രണ്ടര നൂറ്റാണ്ടുകൾക്കു മുമ്പ് ആലപ്പുഴ വികസനത്തിന് നാന്ദി കുറിച്ചത്.

ക്രിസ്ത്വബ്ദം 1757 ൽ പന്ത്രണ്ടാമത്തെ വയസ്സിൽ ഉപജീവനാർത്ഥം വീടു വിട്ടിറങ്ങി. സാന്ദർഭികമായി രാജപ്രീതിക്ക് പാത്രമായി. പടിപടിയായി തിരുവിതാംകൂറിലെ ഭരണത്തിന്റെ ഉന്നത ശ്രേണിയിലെത്തിയ കേശവപിള്ള ദിവാൻജി എന്ന രാജാകേശവദാസന്റെ സംഭാവനയാണ്, ഇന്നത്തെ ആലപ്പുഴ നഗരം. അന്നത്തെ കാലത്ത് ഏറ്റവും ആസൂത്രിതമാം വിധം പടുത്തുയർത്തപ്പെട്ട നഗരമാണ് ആലപ്പുഴ.

ആലപ്പുഴ ഇന്ന്

നാമിതുവരെ മനസ്സിലാക്കിയത് ആലപ്പുഴയുടെ ആ പഴയ കാലം. നമുക്കിനി ഇന്നലെയിൽനിന്ന് ഇന്നിലേക്ക് മടങ്ങിവരാം. ഇത് ആലപ്പുഴ കെ എസ് ആർ ടി സി ബസ് സ്റ്റാൻഡ്. റോഡിനു സമാന്തരമായി നെടുനീളത്തിൽ കാണുന്ന ആ പച്ചപ്പുതപ്പ് മറ്റൊന്നുമല്ല, കട്ടിപ്പായൽ മൂടികിടക്കുന്ന വാടത്തോടാണ്. വാട (നാറ്റം) ഉണ്ടെങ്കിലും ഇല്ലെങ്കിലും ആ പേരിലാണത് പണ്ടുപണ്ടേ അറിയപ്പെടുന്നത്. ആലപ്പുഴ നഗരത്തിന്റെ രണ്ട് പ്രധാന രക്തധമനികളിലൊന്ന്. വിശദാംശങ്ങൾ പിന്നെ. വീതികുറഞ്ഞ വൃത്തിഹീനമായ ആ റോഡിലൂടെ തോടിന്റെ ഓരം ചേർന്ന് നമുക്ക് നടക്കാം— നഗരഹൃദയത്തിലേക്ക്. കുറച്ചിട മുമ്പോട്ടു പോകുമ്പോൾ, ആ തോട്ടരികിൽ അല്പസ്വല്പം ആൾക്കൂട്ടം. തോടിനോടു ചേർന്നുള്ള പഴയ ഒരു കെട്ടിടം— ആലപ്പുഴ ബോട്ടുജെട്ടിയാണത്.

യാത്ര മുന്നേറുന്തോറും നഗരത്തിന്റെ അനാകർഷകമായ ദൃശ്യങ്ങൾ കണ്ടുതുടങ്ങുന്നു. വിണ്ടിളകിയ പഴയ കെട്ടിടങ്ങൾ, ഇടയ്ക്കിടയ്ക്ക് ചില നവനിർമ്മിതികളും. യാതൊരു നിയന്ത്രണവുമില്ലാതെ നീങ്ങുന്ന ഉന്തുവണ്ടികൾ, ഓട്ടോറിക്ഷകൾ, വഴിവാണിഭക്കാർ. നഗരമദ്ധ്യമാകുമ്പോൾ തിരക്കല്പം കൂടുകയാണ്. മുട്ടിനു മുട്ടിന് വീതികുറഞ്ഞ പാലങ്ങൾ, പാലങ്ങളിലൂടെ തിരക്കിട്ടോടുന്ന വാഹനങ്ങൾ. പഴയങ്ങാടി പുത്തനങ്ങാടി, മുല്ലയ്ക്കൽ, ഗുജറാത്തി തെരുവ് എല്ലാം മുഖ്യവ്യാപാര കേന്ദ്രങ്ങൾ, വൻകിട ക്ലോത്ത് എംപോറിയങ്ങൾ, ജ്വല്ലറി മാർട്ടുകൾ— എല്ലാം ഈ നഗരത്തിന്റെ മുഖമുദ്രകൾ തന്നെ. മറ്റൊരു കാര്യം കൂടി ശ്രദ്ധിക്കുക. ചെറുതും വലുതുമായ ഹോട്ടലുകളും റസ്റ്റോറന്റുകളും ബാറുകളും മറ്റനേകം ഭക്ഷണ പാനീയശാലകളും വളർച്ചയുടെ ഗ്രാഫിൽ തലയുർത്തി നില്ക്കുന്നു. നഗരപ്പെരുമകൾ പിന്നീടാകാം. നഗരമദ്ധ്യം പിന്നിട്ട് നമുക്ക് പടിഞ്ഞാറോട്ടു നടക്കാം. കടലോരത്തേയ്ക്ക്. പഴയ ആലപ്പുഴ തുറമുഖത്തേയ്ക്ക്.

പഴയ തുറമുഖം

എന്തു തുറമുഖം? ഒന്നുമില്ല. ആധുനിക കാലത്ത് നിർമ്മിക്കപ്പെട്ട ചില കോൺക്രീറ്റ് സ്ഥാപനങ്ങൾ, അവയെ പേടിച്ച് നാണിച്ചു നില്ക്കുന്ന ചില പഴയ കെട്ടിടങ്ങളുടെ അവശിഷ്ടരൂപങ്ങൾ. അലകടലിലേക്ക് ഇറങ്ങിനില്ക്കുന്ന കടൽപ്പാലം—ജീർണ്ണാവസ്ഥയിൽ. അടുത്ത കാലത്ത് അതും കടലെടുത്തു. കടൽപ്പാലത്തിനു സമീപത്തായി പഴയ ദീപസ്തംഭം. അങ്ങുമിങ്ങും പഴയകൊട്ടാരത്തിന്റെയും പണ്ടകശാലകളുടെയും മറ്റും അസ്ഥിക്കോലങ്ങളും കണ്ടെന്നിരിക്കാം. അങ്ങിങ്ങായി സർക്കാർ വക കെട്ടിടങ്ങളുമുണ്ട്. ഗസ്റ്റ്ഹൗസ് പോലുള്ളവ. രണ്ടര നൂറ്റാണ്ടിനു മുമ്പ് "കിഴക്കിന്റെ വെനീസ്" എന്ന കീർത്തിമുദ്ര ചാർത്തിക്കിട്ടാൻ വഴി തെളിച്ച പഴയ തുറമുഖ നഗരമാണിത്. അന്ന് ഈ കടലോരം നേടിയ പ്രസിദ്ധിയും പ്രാധാന്യവും ഐശ്വര്യവുമൊക്കെ എന്ന്? എങ്ങനെ? നാമാവശേഷമായി. നമുക്ക് അക്കാലങ്ങളിലേക്ക് ഒന്നു തിരിഞ്ഞു നോക്കാം.

മാർത്താണ്ഡവർമ്മയ്ക്കുശേഷം ഭരണഭാരമേറ്റെടുത്ത രാമവർമ്മ ജനക്ഷേമകാര്യങ്ങളിലാണ് ആദ്യം ശ്രദ്ധ പതിപ്പിച്ചത്. വിശ്വസ്ത സചിവനായ കേശവപിള്ളയെ ആ ചുമതല ഏല്പിക്കുകയും ചെയ്തു. വ്യവസായ വികസനത്തിനും വാണിജ്യപുരോഗതിക്കുമുള്ള സാദ്ധ്യതകൾ വർദ്ധിപ്പിക്കുന്നതിലാണ് അദ്ദേഹം ആദ്യം ശ്രദ്ധ പതിപ്പിച്ചത്. അക്കൂട്ടത്തിൽ ദിവാന്റെ ശ്രദ്ധയിൽപ്പെട്ട് ശാപമോക്ഷം ലഭിച്ച കുറേ

പാഴ്പ്രദേശങ്ങളായിരുന്നു ആലപ്പുഴയുടെ തീരദേശങ്ങൾ. ആലപ്പുഴ കടലോരത്ത് ഒരു തുറമുഖം സ്ഥാപിക്കുന്നതിനുള്ള സാദ്ധ്യതകൾ ആരായാൻ ബന്ധപ്പെട്ട ഉദ്യോഗസ്ഥരെ നിയോഗിച്ചു. ഒരു മാതൃകാ തുറമുഖമായി വികസിപ്പിച്ചെടുക്കാൻ അനുയോജ്യമായ നങ്കൂരസൗകര്യമുള്ള കടൽത്തീരമാണതെന്ന് തുടർന്നുള്ള സർവ്വേയിൽനിന്ന് ബോദ്ധ്യപ്പെട്ടു. മുൾച്ചെടികളും കുറ്റിക്കാടുകളും നിറഞ്ഞ് കുറുക്കന്റെയും കൂമന്റെയും മറ്റു കാട്ടുജന്തുക്കളുടെയും വിഹാരരംഗമായിരുന്ന ആ കടലോരപ്രദേശങ്ങൾ രണ്ടു മൂന്നു മാസങ്ങൾക്കുള്ളിൽ തന്നെ വെട്ടിത്തെളിച്ച് തുറമുഖ നിർമ്മാണ നടപടികൾ ആരംഭിച്ചു. നിർമ്മാണ ചുമതല വഹിച്ചത്, അന്ന് തിരുവിതാംകൂർ രാജാവിന്റെ കമേഴ്സ്യൽ ഏജന്റായിരുന്ന മി:ക്രാഫോർഡും വൈക്കം പത്മനാഭപിള്ളയുമായിരുന്നു. പുതിയ കെട്ടിടങ്ങൾ നിർമ്മിക്കപ്പെട്ടു. പണ്ടകശാലയും പീടികകളും സ്ഥാപിച്ചു. തുറമുഖം പ്രവർത്തനസജ്ജമായതോടെ ആ പ്രദേശം വാണിജ്യകേന്ദ്രമാക്കി മാറ്റാനുള്ള നടപടികൾക്കും തുടക്കംകുറിച്ചു. തിരുവിതാംകൂറിന്റെ നാനാഭാഗങ്ങളിൽനിന്നും വിവിധ തരം കച്ചവടക്കാരെ ആലപ്പുഴ വരുത്തി താമസിപ്പിച്ചു. അവർക്കു വേണ്ട എല്ലാ സൗകര്യങ്ങളും ചെയ്തുകൊടുത്തു. ബോംബെയിൽനിന്നും ധനികരായ കച്ച്–സിന്ധി വ്യവസായികളെയും. ആലപ്പുഴയ്ക്കു ക്ഷണിച്ചുവരുത്തി. ഹൈന്ദവ വ്യാപാരികൾ സ്ഥിര താമസമാക്കുന്നതിന് അവർക്കു വേണ്ടി ഒരു അമ്പലം പണിയിക്കുകയും ചെയ്തു. തിരുനെൽവേലിയിൽ നിന്നും തുണിക്കച്ചവടക്കാരായ ബ്രാഹ്മണരേയും ആലപ്പുഴയിലേക്ക് കൂട്ടിക്കൊണ്ടു വന്നു. തുറമുഖ നിർമ്മാണത്തിന്റെ പ്രാരംഭഘട്ടം മുതൽ നിർമ്മാണം പൂർത്തിയാക്കുന്നതുവരെയും തുടർന്ന് വാണിജ്യസ്ഥാപനങ്ങൾ വേരുറപ്പിക്കുന്നതുവരെയും ദിവാൻ ആലപ്പുഴ തന്നെ സ്ഥിരതാമസമാക്കി. നാടുവാഴുന്ന തമ്പുരാന്റെ താല്ക്കാലിക താമസത്തിനായി ഒരു കൊട്ടാരവും പണി കഴിപ്പിച്ചു. 1792-ൽ ആലപ്പുഴ തുറമുഖം വിദേശ വാണിജ്യത്തിന് തുറന്നുകൊടുത്തു. ഒരു നൂറ്റാണ്ടിലേറെക്കാലം സജീവമായിരുന്നു തുറമുഖം. തുറമുഖത്തിനു സമീപം ഒരു ദീപസ്തംഭവും സ്ഥാപിക്കപ്പെട്ടു.

വലിയ ദിവാൻജിയുടെ നഗരം

രാജ്യത്തിന്റെ വനവിഭവങ്ങൾ സാമ്പത്തികാഭിവൃദ്ധിക്കു വേണ്ടി പ്രയോജനപ്പെടുത്തുന്നതിൽ ദിവാൻ സ്വീകരിച്ച നടപടികൾ പ്രത്യേക പരാമർശമർഹിക്കുന്നു. കിഴക്കൻ മലനിരകളിൽനിന്ന് തടികൾ വെട്ടിയിറക്കി നദികളും കായലുകളും വഴി തുറമുഖത്ത് എത്തിക്കുന്നതിനുള്ള കുത്തക തയ്യിൽ മാത്തൂത്തരകനായിരുന്നു. ഈ തടികൾ അവിടെ വച്ച് വില്പന നടത്തണമെന്നായിരുന്നു വ്യവസ്ഥ. ഹൈറേഞ്ചിലെ കമ്പം, ഗൂഡല്ലൂർ മുതലായ പ്രദേശങ്ങളിൽനിന്നും വനവിഭവങ്ങൾ ശേഖരിച്ച് ആലപ്പുഴ എത്തിക്കുന്നതിന് തമ്പി, നായിക്കൻ തുടങ്ങിയ ചില വിചാരിപ്പുകാരെ നിയമിച്ചു. ഏലം, മെഴുക്, തേൻ, ആനക്കൊമ്പ് കോലരക്ക് മുതലായ വനവിഭവങ്ങൾ ബോംബെയിലും കൽക്കത്തയിലും മറ്റും കൊണ്ടുപോയി വിൽക്കാൻ മൂന്ന് കപ്പലുകളും നിർമ്മിക്കപ്പെട്ടു. തിരുവിതാംകൂറിൽ ആദ്യമായി വനസംരക്ഷണ ഏർപ്പാടുകൾ ഉണ്ടാക്കിയത് കേശവപിള്ള ദിവാൻജിയാണ്. ഈസ്റ്റ് ഇന്ത്യാ കമ്പനിക്കുള്ള കടം വീട്ടുന്നതിലേക്ക് വേണ്ടി ഈ വനവിഭവങ്ങളുടെ വിറ്റുവരവ് മുതലാക്കി, രാജ്യത്തെ ഋണ വിമുക്തമാക്കി. സർക്കാർ കുത്തകയായ ഇത്തരം വിഭവങ്ങളിൽ നിന്നുമുള്ള വരുമാനം ഖജനാവിനെ സമ്പന്നമാക്കി. കയർ, കയറ്റുപായ്, കയറ്റുമെത്ത, നാളികേരം, വെളിച്ചെണ്ണ, തേയില, റബ്ബർ, കാപ്പി ഏലം, കശുവണ്ടി തുടങ്ങിയ വാണിജ്യ വിഭവങ്ങൾക്ക് ഏകലോകവിപണി ആലപ്പുഴ എന്ന വാണിജ്യകേന്ദ്രമായിരുന്നു.

തോടുകൾ

ഉൾപ്രദേശങ്ങളിൽനിന്നുള്ള വാണിജ്യവസ്തുക്കൾ ജലമാർഗ്ഗേണ ആലപ്പുഴ തുറമുഖത്തെത്തിക്കുന്നതിനും ഗതാഗതസൗകര്യം വർദ്ധിപ്പിക്കുന്നതിനും വേണ്ടി, നഗരഹൃദയത്തിൽ, സമാന്തരമായി കടന്നുപോകുന്ന രണ്ട് കനാലുകൾ നിർമ്മിച്ചു. കമേഴ്സ്യൽ കനാലും വാടത്തോടും. വേമ്പനാട്ടു കായലിനെയും കൊച്ചിയേയും കൂട്ടിയിണക്കുന്ന ഈ രണ്ടു തോടുകളും ആലപ്പുഴയുടെ വാണിജ്യവികസനത്തിന്റെ ജീവനാഡികളായി പരിണമിച്ചു. ആലപ്പുഴ ജില്ലയുടെ പില്ക്കാല പുരോഗതിക്ക് അവ ഒട്ടൊന്നുമല്ല സഹായിച്ചിട്ടുള്ളത്. *വാർഡ് ആന്റ് കോർണ്ണർ* തിരുവിതാംകൂർ, കൊച്ചി എന്നീ രാജ്യങ്ങളെക്കുറിച്ച് അവരുടെ ഭൂമിശാസ്ത്രപരമായ സർവ്വേയിൽ (1816–1820) അന്നത്തെ ആലപ്പുഴ നഗരം, അതിഭംഗിയായി സംവിധാനം ചെയ്തിട്ടുള്ളതാണെന്നും കടൽപ്പുറത്ത് സർക്കാർ വക പണ്ടകശാലകളുണ്ടെന്നും നഗരമദ്ധ്യത്തിലൂടെ വെട്ടിയിട്ടുള്ള തോടുകളും ഇരുഭാഗത്തും റോഡുകളും റോഡുകളെ ബന്ധിപ്പിക്കുന്ന പാലങ്ങളും ഉണ്ടെന്നും നഗരത്തിന്റെ വടക്കു കിഴക്കെ കോണിൽ പന്ത്രണ്ട് കൊത്തളങ്ങളുള്ള ഒരു കോട്ടയുണ്ടെന്നും പ്രസ്താവിച്ചു കാണുന്നു.

നഗരമദ്ധ്യത്തിലൂടെ കടന്നുപോകുന്ന തോടുകളിലൂടെ നീങ്ങുന്ന പരശ്ശതം വള്ളങ്ങളും ഇരുകരകളിലേയും കയറ്റിറക്കങ്ങളും ആലപ്പുഴയുടെ സവിശേഷതകളാണ്. അതുകൊണ്ടാകാം, പാശ്ചാത്യദേശത്തെ പ്രസിദ്ധവും പ്രചീനവുമായ വാണിജ്യനഗരത്തിന്റെ– വെനീസിന്റെ പേര് ആലപ്പുഴയ്ക്കു

നല്കിയത്—കിഴക്കിന്റെ വെനീസ്. 1928 നുശേഷം കൊച്ചി തുറമുഖം വളർന്നു തുടങ്ങിയപ്പോഴാണ്, ആലപ്പുഴ തുറമുഖം ക്ഷയോന്മുഖമായത്. ചരിത്രവസ്തുതകളുടെ പശ്ചാത്തലത്തിൽ വിലയിരുത്തിയാൽ ഈ കിഴക്കിന്റെ വെനീസിന് കേശവദാസപുരം എന്ന അപരനാമധേയമായിരിക്കും ആലപ്പുഴയെക്കാൾ അനുയോജ്യവും യുക്തിസഹവും.

പുതിയ ജില്ല

ഇന്ന്, ഏതാണ്ട് രണ്ടര നൂറ്റാണ്ടുകൾക്കുശേഷം നിലവിലുള്ള ആലപ്പുഴജില്ല കേരളത്തിലെ മറ്റു ജില്ലകളിൽ നിന്നും ഒട്ടേറെ വ്യത്യസ്തമാണ്. പലകാര്യങ്ങളിലും മലനാടിന്റെ ഒരംശം പോലുമില്ല ഈ ജില്ലയിൽ. 1957 ആഗസ്ത് 27 നാണ് പുതിയ ആലപ്പുഴ ജില്ല രൂപീകൃതമായത്. അതിനു മുമ്പ് ഈ ജില്ലയുടെ ഭൂവിസ്തൃതിയിൽ ഭൂരിഭാഗവും കൊല്ലം ജില്ലയിലും ശേഷം ഭാഗങ്ങൾ കോട്ടയം ജില്ലയിലും പെട്ടിരുന്നു. വൈവിദ്ധ്യമാർന്ന ഭൂപ്രകൃതി. വേമ്പനാട്ടു കായലിനോട് ഉരുമ്മിക്കിടക്കുന്ന കിഴക്കൻ പ്രദേശങ്ങളൊഴികെ, ശേഷമെല്ലാം മണൽ പ്രദേശങ്ങൾ. കുട്ടനാടുപോലെ കായലോരങ്ങൾ ചെളിപ്രദേശങ്ങളാണ്. ജലസമൃദ്ധിയാർന്ന മൂന്നു നദികൾ ഒഴുകിപ്പരന്ന് വേമ്പനാട്ടു കായലിൽ പതിക്കുന്നു. 91.73 കി മീ ദൈർഘ്യമുള്ള മണിമലയാർ, 129 കി മീ നീളമുള്ള അച്ചൻകോവിലാർ, 177 കി മീ നീളമുള്ള പമ്പയാർ, നാനാപ്രകാരേണ പ്രാധാന്യമർഹിക്കുന്ന പമ്പാനദിയാണ് ജില്ലയുടെ ജീവനാഡി, കാർഷികമായും വാണിജ്യപരമായും ജില്ലയ്ക്ക് കൂടുതൽ പ്രയോജനകരം.

ആലപ്പുഴ മുതൽ കൊച്ചിവരെ വ്യാപിച്ചു കിടക്കുന്ന വേമ്പനാട്ടു കായൽ ചേർത്തല, അമ്പലപ്പുഴ, കുട്ടനാട് താലൂക്കുകൾക്ക് അതിരിട്ടു കിടക്കുന്നു. കായംകുളം കായലാകട്ടെ ആലപ്പുഴ-കൊല്ലം ജില്ലകളിലായി വ്യാപിച്ചു കിടക്കുന്നു. ഉൾനാടൻ ജലഗതാഗതത്തിന് ഈ കായലുകളും ഇവയെ തമ്മിൽ കൂട്ടിയിണക്കുന്ന തോടുകളും ഏറെ സഹായകമാണ്. ആദ്യകാലങ്ങളിൽ തിരുവല്ല ചങ്ങനാശ്ശേരി കോട്ടയം താലൂക്കുകളുടെ പടിഞ്ഞാറെ അതിർത്തി വരെ സമുദ്രം വ്യാപിച്ചു കിടന്നുവെന്നും ക്രിസ്ത്വാബ്ദം നാലാം നൂറ്റാണ്ടിനോടടുപ്പിച്ച് ഒരു ഭൂചലനത്തെ തുടർന്ന് മദ്ധ്യഭാഗം താഴ്ന്ന് വേമ്പനാട്ടു കായൽ ഉണ്ടായി എന്നും ഭൂഗർഭശാസ്ത്രജ്ഞന്മാർ അഭിപ്രായപ്പെടുന്നു.

രാഷ്ട്രീയ പ്രബുദ്ധത

ഇടനാടും തീരഭൂമിയും മാത്രമുള്ള ആലപ്പുഴ ജില്ല സമ്പന്നമല്ല. കേരളത്തിന്റെ നെല്ലറ എന്നറിയപ്പെടുന്ന കുട്ടനാടുണ്ടെങ്കിലും കാർഷിക മേഖലയും തകർച്ചയിലാണ്. ജനസംഖ്യയിൽ ഭൂരിഭാഗവും കർഷകത്തൊഴിലാളികളും മത്സ്യത്തൊഴിലാളികളും കയർത്തൊഴിലാളികളുമാണ്. സ്ഥിതി സമത്വവാദത്തിൽ അടിയുറച്ച വിശ്വാസം വച്ചുപുലർത്തുന്നവരാണ്, ഈ ജില്ലയിലുള്ളവർ; വളരെ മുമ്പേ തന്നെ. പുന്നപ്ര - വയലാർ സംഭവങ്ങളുടെയും എണ്ണമറ്റ മറ്റ് തൊഴിലാളിസമരങ്ങളുടെയും തീക്ഷ്ണാനുഭവങ്ങളിൽ നിന്നുയിർക്കൊണ്ട സമരാവേശവും പുരോഗമന വാഞ്ഛയും ഉള്ളിന്റെ ഉള്ളിൽ ചൂടാറാതെ സൂക്ഷിക്കുന്നവരാണ്, സാധാരണ ജനങ്ങളിൽ നല്ലൊരു വിഭാഗം. വൻകിട ജന്മിമാരും മുതലാളിമാരും ഒരു ന്യൂനപക്ഷമില്ലെന്നല്ല. പക്ഷേ, മൊത്തത്തിൽ ജീവിതനിലവാരം അത്ര മെച്ചമല്ല.

ജനസംഖ്യയിൽ ഭൂരിഭാഗവും ഹിന്ദുക്കളും പിന്നെ, ക്രിസ്ത്യാനികളും മുസ്ലീങ്ങളും. കോട്ടയം ജില്ല കഴിഞ്ഞാൽ ഏറ്റവും കൂടുതൽ ക്രൈസ്തവരുള്ള ജില്ലയാണ് ആലപ്പുഴ. വിവിധ മതവിഭാഗക്കാർക്ക് വെവ്വേറെ ആരാധനാലയങ്ങളുണ്ട്.

കേരളത്തിലെ ഏറ്റവും വലിയ കായലിന്റെ സാമീപ്യസമ്പർക്കങ്ങൾ സമീപപ്രദേശങ്ങളിലെ ജനജീവിതത്തിലും സാമൂഹ്യസംവിധാനത്തിലും കാർഷിക വ്യാവസായിക മേഖലകളിലും നൂറ്റാണ്ടുകളിലായി ചെലുത്തി വന്ന സ്വാധീനം ശ്രദ്ധിക്കപ്പെടേണ്ടതാണ്. 84 കി മീ നീളമുള്ള വേമ്പനാട്ടു കായലിന് ചില സ്ഥലങ്ങളിൽ 15 കി മീ വരെ വീതിയുണ്ടെങ്കിലും ശരാശരി വീതി 3.2 കി മീ ആണ്. 205 ച കി മീ വിസ്തീർണ്ണമുണ്ട്. ചില ഭാഗങ്ങളിൽ ആഴം വളരെ കൂടുതൽ. മറ്റു ചിലയിടങ്ങളിൽ വളരെ കുറവും. ആഴം കുറഞ്ഞ ഭാഗങ്ങൾ കായൽകൃഷിക്ക് ഉപയോഗപ്പെടുത്തുന്നു. കേരളത്തിലെ വൻ പദ്ധതികളിലൊന്നായ തണ്ണീർമുക്കംബണ്ട് ഈ കായലിലാണ് നിർമ്മിക്കപ്പെട്ടിട്ടുള്ളത്. കായലിന്റെ ഏതാണ്ട് മദ്ധ്യഭാഗത്തുള്ള പാതിരാമണൽ തുരുത്ത് വലിയൊരു തെങ്ങിൻതോപ്പു തന്നെ. പ്രകൃതിരമണീയമാണ് പരിസരങ്ങൾ. വേമ്പനാട്ടു കായലിലെ വെള്ളക്കക്ക (കുമരകം കക്ക) കൊണ്ട് നിർമ്മിക്കുന്ന കുമ്മായവും സിമന്റും ഗുണമേന്മയേറിയവയാണ്.

നെല്ലാണ് പ്രധാന കൃഷിയെങ്കിലും ജില്ലയുടെ പടിഞ്ഞാറൻ പ്രദേശങ്ങളിൽ തെങ്ങ് ധാരാളം. കിഴക്കൻ പ്രദേശങ്ങളിൽ കിഴങ്ങുവർഗ്ഗങ്ങളും കരിമ്പും ധാരാളമായി കൃഷി ചെയ്യുന്നു. കമുകും കുരുമുളകും ഇഞ്ചിയുമാണ് മറ്റ് പ്രധാന ഉല്പന്നങ്ങൾ.

1875 മുതൽ ആലപ്പുഴ കൊപ്രവ്യവസായത്തിന്റെ ഒരു മുഖ്യകേന്ദ്രമാണ്. കേരളത്തിലെ പ്രധാന കയറുല്പാദനകേന്ദ്രം കൂടിയാണ് ഈ ജില്ല. കയർ മേഖലയിൽ നാലായിരത്തിൽപ്പരം കയറുല്പാദനകേന്ദ്രങ്ങൾ മുമ്പുണ്ടായിരുന്നു. ജയിംസ് ഡറാഗ് എന്ന ഒരു യൂറോപ്യൻ ആലപ്പുഴ കടപ്പുറത്ത് ആദ്യമായി

ഒരു കയർഫാക്ടറി ആരംഭിച്ചതാണ്, ആലപ്പുഴയിലെ കയർവ്യവസായത്തിന് തുടക്കം കുറിച്ചത്. 1859 ൽ സംസ്ഥാനത്ത് ഒട്ടാകെ ഉണ്ടായിരുന്ന 310 കയർ ഫാക്ടറികളിൽ 210 എണ്ണവും ആലപ്പുഴയായിരുന്നു. ഒരിക്കൽ സ്വരാജ് മിൽസ്, ആസ്പിൻവാൾ, ഗുഡേക്കർ, പിയേഴ്സ് ലസ്ലി തുടങ്ങിയ യൂറോപ്യൻ കമ്പനികളിൽ അമ്പതിനായിരത്തിൽപ്പരം തൊഴിലാളികൾ പണിയെടുത്തിരുന്നു. സായാഹ്നങ്ങളിൽ ആലപ്പുഴയിലെ തെരുവീഥികളും വിപണനശാലകളും ഭോജനശാലകളും വിനോദവിഹാരകേന്ദ്രങ്ങളുമെല്ലാം തൊഴിലാളികളെക്കൊണ്ട് നിറഞ്ഞിരുന്നു. ഇന്ന് പല ഫാക്ടറികളും പ്രവർത്തനം നിലച്ചു. പാണ്ടികശാലകൾ അടച്ചുപൂട്ടി.

കൊപ്രാ വ്യവസായവും കയർവ്യവസായവും തകർച്ചയിലേക്ക് നീങ്ങിയതോടെ ആലപ്പുഴയിലെ സമ്പദ് വ്യവസ്ഥയുടെ നട്ടെല്ലു തകർന്ന മട്ടാണിന്ന്. കൊപ്ര-കയർ തൊഴിലിലേർപ്പെട്ടിരുന്ന നൂറുകണക്കിനു കുടുംബങ്ങൾ ദാരിദ്ര്യത്തിലാണ്. യന്ത്രത്തറി മുഖേന മേൽത്തരം കയറ്റുപായ്കളും മെത്തകളും നിർമ്മിക്കുന്നു. കേന്ദ്രാഭിമുഖ്യത്തിലുള്ള ഒരു കയർ ഫാക്ടറി ഹിന്ദുസ്ഥാൻ കയർ ലിമിറ്റഡ് ഇവിടെ പ്രവർത്തിക്കുന്നുണ്ട്. ഭക്ഷ്യസംസ്കരണം, എണ്ണസംസ്കരണം, വസ്ത്രനിർമ്മാണം ബിവറേജസ്, ഫർണ്ണിച്ചർ, രാസവസ്തുനിർമ്മാണം, പേപ്പർ, മെറ്റൽ, റബ്ബർ മെഷീനറി, ഇലക്ട്രിക്കൽ സാധനങ്ങൾ തുടങ്ങിയ വ്യവസായ സംരംഭങ്ങളാണ് ജില്ലയിലുള്ളത്.

81 കി മീ ദൈർഘ്യമുള്ള കടലോരത്താൽ അനുഗൃഹീതമാണ് ആലപ്പുഴ. മത്സ്യബന്ധന സാദ്ധ്യതകളും സൗകര്യങ്ങളും ഏറെയുണ്ട്. കുട്ടനാട്ടിലെ കരിനിലങ്ങളും നെൽപ്പാടങ്ങളും മത്സ്യകൃഷിക്ക് അനുയോജ്യമാണ്. പടിഞ്ഞാറെ അതിർത്തിയിലെ അറബിക്കടൽ മത്സ്യബന്ധനമേഖലയാണ്.

1956 ൽ ആലപ്പുഴ-ചങ്ങനാശ്ശേരി റോഡ് സഞ്ചാരയോഗ്യമായതോടെ ജില്ലയൊട്ടാകെ നിരത്തുകളുടെ ഒരു ശൃംഖല തന്നെയുണ്ട്. 1958 ഒക്ടോബർ 17ന് ആരംഭിച്ച കൊല്ലം— എറണാകുളം തീവണ്ടിപ്പാത ചെങ്ങന്നൂർ, മാവേലിക്കര, കായംകുളം എന്നീ ഭാഗങ്ങളിലൂടെ കടന്നുപോകുന്നു. ഇതുകൂടാതെ 1993 ൽ ആരംഭിച്ച കായംകുളം— എറണാകുളം തീവണ്ടിപ്പാത ആലപ്പുഴ വഴി കടന്നുപോകുന്നു.

ജില്ലയുടെ രക്തധമനികളാണ് തലങ്ങും വിലങ്ങുമുള്ള ബോട്ട് സർവ്വീസ്, പൊതുമേഖലയിലും സ്വകാര്യ മേഖലയിലും കുറഞ്ഞ ചെലവിലുള്ള ജലഗതാഗതത്തിന് ജില്ലയിലെമ്പാടുമുള്ള നദികളും തോടുകളും കായലുകളും സഹായകമാണ്.

നഗരദൃശ്യങ്ങൾ

ആലപ്പുഴ ജില്ലയുടെ ആസ്ഥാനമായ ആലപ്പുഴ പട്ടണം ഒറ്റനോട്ടത്തിൽ ജനബാഹുല്യം തോന്നിക്കില്ല. തലങ്ങും വിലങ്ങുമുള്ള തോടുകളും പച്ചത്തഴപ്പുകളുമെല്ലാം കണ്ണിനും കരളിനും കുളിരേകിയെന്നുംവരാം. പക്ഷേ സർവ്വവിധ മാലിന്യങ്ങളും നിറഞ്ഞ നഗരമദ്ധ്യത്തിലെ വാടത്തോടുകൾ ജലഗതാഗതത്തിനുപകരിക്കുമെങ്കിലും പൊതുജനാരോഗ്യത്തിന് ഹാനികരമാണെന്നു തോന്നുന്നു.

ജലാശയങ്ങളുടെ നാടായ ആലപ്പുഴ ജലോത്സവങ്ങൾക്കും കീർത്തികേട്ടതാണ്. നെഹ്റു ട്രോഫി വള്ളംകളിയും സമീപപ്രദേശങ്ങളിലെ പായിപ്പാട്ട് വള്ളംകളി, ചമ്പക്കുളം വള്ളംകളി തുടങ്ങിയ ജലോത്സവങ്ങളും ധാരാളം വിനോദസഞ്ചാരികളെ ആകർഷിക്കുന്നു. ആലപ്പുഴ പുന്നമടക്കായലിൽ എല്ലാവർഷവും ആഗസ്ത് 14ന് നടത്തപ്പെടുന്ന നെഹ്റു ട്രോഫി വള്ളംകളി മത്സരം ഇപ്പോൾ ഒരു ദേശീയോത്സവമായി മാറിയിട്ടുണ്ട്.

സാക്ഷരതയിലും വിദ്യാഭ്യാസ കാര്യത്തിലും മുന്നണിയിലാണ് ആലപ്പുഴ ജില്ല. സാക്ഷരത 93.72 ശതമാനം. സംസ്ഥാനത്ത് ആദ്യമായി 1832 ൽ ഇംഗ്ലീഷ് വിദ്യാഭ്യാസത്തിനു തുടക്കംകുറിച്ചത് ആലപ്പുഴയിലായിരുന്നു. സി എം എസിന്റെ വകയായി ഒരു ഇംഗ്ലീഷ് എൽ പി സ്കൂൾ സ്ഥാപിതമായി. ഇന്ത്യൻ തിയോസഫിക്കൽ സൊസൈറ്റിയുടെ ആഭിമുഖ്യത്തിൽ 1903 ൽ എസ് ഡി സ്കൂളുകളും തുടങ്ങി. തുടർന്ന് എസ് ഡി കോളേജും നിലവിൽ വന്നു. ഇതിനു പുറമെ പൊതുമേഖലയിലും സ്വകാര്യ മേഖലയിലുമായി അനേകം വിദ്യാലയങ്ങളും കോളേജുകളും നല്ല നിലയിൽ പ്രവർത്തിക്കുന്നുണ്ട്.

മെഡിക്കൽ കോളേജ്, ജില്ലാ ആശുപത്രി തുടങ്ങി ഒട്ടേറെ ചികിത്സാ സ്ഥാപനങ്ങളുണ്ടെങ്കിലും നഗരപ്രാന്തങ്ങളിൽ ആതുരസേവനസൗകര്യങ്ങൾ തീരെ പര്യാപ്തമല്ല.

വിവിധ മതവിഭാഗങ്ങളുടെ ആരാധനാലയങ്ങൾ പലതുണ്ട്. മുല്ലയ്ക്കൽ ഭഗവതിക്ഷേത്രം മുഖ്യം. കൂടാതെ കിടങ്ങാംപറമ്പു ക്ഷേത്രം, കളർകോട് മഹാദേവക്ഷേത്രം എന്നിവയും പ്രസിദ്ധമാണ്. മൗണ്ട് കാർമ്മൽ പള്ളി ക്രൈസ്തവരുടെ പ്രമുഖ ആരാധനാകേന്ദ്രമാണ്. അതിപ്രാചീനമായ ഒരു മുസ്ലീം പള്ളിയും നഗരത്തിലുണ്ട്. കൂടാതെ ഒരു ജൈനക്ഷേത്രവുമുണ്ട്.

നഗരമദ്ധ്യത്തിലെ മുല്ലയ്ക്കൽ ദേവീക്ഷേത്രം നാനാജാതി മതസ്ഥരുടെയും മുഖ്യ ആരാധനാകേന്ദ്രമാണ്. ഇവിടുത്തെ ശ്രീകോവിലിന് മേൽക്കൂരയില്ല. യഥേഷ്ടം വെയിലും മഴയും ഏൽക്കത്തക്കവിധം തുറന്ന ശ്രീകോവിലാണുള്ളത്. മറ്റിടങ്ങളിൽനിന്നും വ്യത്യസ്തമാണിത്. ആലപ്പുഴ നഗരത്തിന്റെ തിലകക്കുറിയായ മുല്ലയ്ക്കൽ ക്ഷേത്രത്തിലെ ഉത്സവം ഒരു ദേശീയോത്സവമായി കൊണ്ടാടുന്നു.

ആലപ്പുഴനിന്നും 8 കി മീ വടക്ക് പാതിരപ്പള്ളിയാണ് ഉദയാസ്റ്റുഡിയോയുടെ ആസ്ഥാനം. ഈ

സ്റ്റുഡിയോ ഇപ്പോൾ പ്രവർത്തനരഹിതമാണ്. സ്റ്റുഡിയോയുടെ ഉടമാവകാശം പല കൈകൾ മറിഞ്ഞു. ഇപ്പോൾ പഴയ സ്റ്റുഡിയോ വളപ്പിലെ മന്ദിരശ്രേണിയും പഴയകാല ചലച്ചിത്ര സ്മരണകളുണർത്തുന്ന തിരുശേഷിപ്പുകളുമുൾപ്പെടുന്ന സ്ഥലം ഒരു ചലച്ചിത്ര സ്മാരക മന്ദിരനിരകളായി അവശേഷിക്കുന്നു.

രാഷ്ട്രീയ നേതൃത്വം

കേരളത്തിന്റെ സാമൂഹ്യ-രാഷ്ട്രീയ മേഖലകളിൽ ശ്രദ്ധേയമായ ചലനങ്ങൾ സൃഷ്ടിച്ച ജനമുന്നേറ്റത്തിന്റെ സമരാങ്കണങ്ങളായിരുന്നു പുന്നപ്രയും വയലാറും. ആ ധീരസ്മരണകളെ അയവിറക്കി കഴിയുന്ന അമ്പലപ്പുഴ താലൂക്ക് പ്രദേശങ്ങളും ആലപ്പുഴ നഗരപ്രദേശങ്ങളും ജന്മം നല്കിയ സമരനേതാക്കൾ അനേകം പേരുണ്ട്. സഖാക്കൾ കണ്ണന്തോടത്തു ജനാർദ്ദനൻ, ആർ സുഗതൻ, ടി വി തോമസ്, കെ സി ജോർജ്, എം എൻ ഗോവിന്ദൻനായർ, സി കെ കുമാരപ്പണിക്കർ, എൻ ശ്രീകണ്ഠൻ നായർ, കെ വി പത്രോസ് എന്നീ പേരുകൾ സ്മരണീയം.

കേരളത്തിലെ കമ്യൂണിസ്റ്റ് പ്രസ്ഥാനത്തിന്റെ ആദ്യകാല നേതാക്കളിലൊരാളായിരുന്നു ആർ സുഗതൻ (1901-1970). കക്ഷിഭേദമെന്യേ കേരളീയർ എന്നും ഓർമ്മിക്കുന്ന രാഷ്ട്രീയത്തിലെ ഒരു കർമ്മയോഗി ആയിരുന്നു അദ്ദേഹം. യഥാർത്ഥ നാമം - ശ്രീധരൻ. അന്നു നിലവിലിരുന്ന സാമൂഹ്യവും സാമുദായികവും ജാതീയവുമായ പല ദുഷ്പ്രവണതകൾക്കും എതിരെയുള്ള ശക്തിയായ പ്രതിഷേധപ്രകടനമായിരുന്നു ആ പേരുമാറ്റം. ശ്രീധരൻ സുഗതനായി. മലയാളം ഹയർ പാസായി. അദ്ധ്യാപകവൃത്തിയിൽ തുടരവേ ആലപ്പുഴയിലെ തൊഴിലാളി പ്രസ്ഥാനത്തിന്റെ ആദ്യകാല സംഘാടകരിലൊരാളായി മാറി. തുടർന്ന് മുഴുവൻ സമയ രാഷ്ട്രീയ പ്രവർത്തകൻ. ലോകമേ തറവാട് എന്ന മട്ടിൽ നിർമ്മമതയോടെയുള്ള പൊതുജീവിതം 1952-ലും 1954-ലും 1960-ലും കേരളനിയമസഭാംഗം. 1970 ഫെബ്രുവരി 14 ന് നിര്യാതനായി.

കഴിഞ്ഞ നൂറ്റാണ്ടിലെ കേരളീയ രാഷ്ട്രീയത്തിൽ ഒരു അതികായനായിരുന്നു ടി വി തോമസ്. ധീരനായ തൊഴിലാളി നേതാവ്, കർമ്മകുശലനായ രാഷ്ട്രീയ നേതാവ്, പക്വമതിയായ ഭരണതന്ത്രജ്ഞൻ എന്നീ നിലകളിൽ പ്രസിദ്ധൻ. 1910 ൽ ആലപ്പുഴയിൽ ജനിച്ചു. 1939 മുതൽ സ്റ്റേറ്റ് കോൺഗ്രസ് പ്രവർത്തനം. ഉല്പതിഷ്ണുത്വം ഇടതുപക്ഷത്തേയ്ക്ക് നയിച്ചു. കമ്യൂണിസ്റ്റ് പാർട്ടിയുടെയും ആലപ്പുഴയിലെ വിവിധ ട്രെയിഡ് യൂണിയനുകളുടെയും ആദ്യകാല നേതാവ്. ഏറെക്കാലം ആലപ്പുഴ മുനിസിപ്പൽ ചെയർമാനായിരുന്നു. 1952 ലും 1954 ലും തിരുകൊച്ചി നിയമസഭയിലും 1957, 1967, 1971 എന്നീ കാലഘട്ടങ്ങളിൽ സംസ്ഥാന മന്ത്രി. 1977 ൽ അന്തരിച്ചു. കെ ആർ ഗൗരിയമ്മയാണ് ഭാര്യ.

കേരളത്തിലെ ആദ്യത്തെ വനിതാ മന്ത്രി (1957) യായ കെ ആർ ഗൗരിയമ്മ 1919 ൽ ചേർത്തലയിൽ ജനിച്ചു. നിയമബിരുദം നേടിയശേഷം ആലപ്പുഴയിലെ തൊഴിലാളി പ്രസ്ഥാനങ്ങളിൽ സജീവമായി പങ്കെടുത്തു. തിരു കൊച്ചിനിയമസഭയിലും കേരളനിയമസഭയിലും പലതവണ അംഗമായി. നാലു പ്രാവശ്യം മന്ത്രിസ്ഥാനം വഹിച്ചു. 1957 ൽ ടി വി തോമസിനെ വിവാഹം കഴിച്ചു. കേരളത്തിലെ ഭൂപരിഷ്കരണ നിയമത്തിന് നേതൃത്വം നല്കി.

വലിയ ദിവാൻജി വളർത്തിയെടുത്ത ഈ കിഴക്കിന്റെ വെനീസിന്റെ സുവർണ്ണകാലം എന്നേ പോയിമറഞ്ഞു. വാണിജ്യ പ്രാധാന്യവും വ്യാവസായിക വളർച്ചയും നാൾക്കുനാൾ കുറഞ്ഞു വരികയാണ്. മറുവശത്താകട്ടെ തൊഴിലാളി വർഗ്ഗശക്തി അനുദിനം ശക്തിപ്രാപിച്ചു വരികയുമാണ്. സമരാവേശത്തിന് ഒട്ടും കുറവില്ല.

31

'കഥയുണ്ടുജ്ജ്വല സമരകഥ'

ചുട്ടുപൊള്ളുന്ന കന്നിവെയിൽ. ചൊരിമണൽത്തീരങ്ങളിൽ തലയാട്ടി നില്ക്കുന്ന തെങ്ങുകൾക്കിടയിലൂടെ വലിയ വീരസാഹസിക കഥകൾ അയവിറക്കി നടക്കുകയായിരുന്നു. സ. ബെന്നും ഞാനും. മൂന്ന് പതിറ്റാണ്ടുകൾക്കു മുമ്പ് ഒരു കാലഘട്ടത്തിൽ, കേരളത്തെയൊട്ടാകെ പിടിച്ചു കുലുക്കിയ പുന്നപ്ര-വയലാർ സമരത്തിന്റെ ചൂടും ചൂരും നേരിട്ടനുഭവിച്ച ആ ജനനേതാവ് കെ എസ് ബെൻ പൊള്ളുന്ന സ്വന്തം അനുഭവപരമ്പരകൾ വിവരിക്കുകയായിരുന്നു. സമരത്തിന്റെ തീച്ചൂളയിലൂടെ കടന്നുവന്ന സ. ബെൻ കഴിഞ്ഞ കാലങ്ങൾ നിർമ്മമതയോടെ ഓർക്കുകയായിരുന്നു. തെറ്റും ശരിയും പാറ്റിപ്പെറുക്കി, ശരികൾ കണ്ടെത്താനുള്ള ഒരു ആത്മപരിശോധനയും അന്ന്, ആ വാക്കുകളിൽ തുളുമ്പിനിന്നിരുന്നു. പുന്നപ്ര കടലോരത്തെ തെങ്ങിൻ തണലിൽ തളർന്നിരുന്ന്, ചീറിയടുക്കുന്ന തിരമാലകളിൽ മിഴിയൂന്നി ഞങ്ങൾ സംസാരം തുടർന്നു.

അങ്ങിങ്ങ് ചപ്പും ചവറും അടിഞ്ഞുകൂടി കിടക്കുന്ന കടലോരം, ആളും അനക്കവും നിലച്ച ഒരു ഉത്സവപ്പറമ്പിന്റെ പ്രതീതിയുളവാക്കി. അപ്പോഴാണ് ആ കാര്യം മനസ്സിലായത്, സമൃദ്ധമായ ഒരു ചാകര കൊയ്തു കഴിഞ്ഞിട്ട് ഏതാനും ദിവസങ്ങളേ ആയിട്ടുള്ളൂവെന്ന്. സ്വാഭാവികമായി ഞങ്ങളുടെ സംസാരം ചാകരയെക്കുറിച്ചായി.

- കേരളതീരത്തുള്ള കടലിൽ മാത്രം കാണുന്ന ഒരു വിചിത്ര പ്രതിഭാസമാണ് ചാകര. കൊല്ലത്തിനും കോഴിക്കോടിനും ഇടയ്ക്ക് ചില നിശ്ചിത സ്ഥാനങ്ങളിലാണ് ചാകര പ്രത്യക്ഷപ്പെടാറുള്ളത്. കൊച്ചിക്കു വടക്ക് ഞാറയ്ക്കലും ആലപ്പുഴയ്ക്കു തെക്ക് പുറക്കാട് പുന്നപ്രതീരങ്ങൾക്കടുത്തുള്ള കടലിലുമാണ് മിക്കവാറും എല്ലാവർഷവും ചാകര കണ്ടുവരുന്നത്. കാലവർഷക്കാലത്ത് ജൂൺജൂലൈ മാസങ്ങളിൽ തുടങ്ങി, സെപ്തംബർ അവസാനം വരെ ഏതാണ്ടു മൂന്നു നാലു മാസക്കാലം ചാകര നീണ്ടു നില്ക്കും. കരയിൽനിന്നും അത്രയകലെയല്ലാതെ കടലിൽ തിരമാലകളൊഴിഞ്ഞ ചെളിത്തട്ടുകൾ ജലോപരിതലത്തിൽ രൂപം കൊള്ളുന്നു. ജൈവവസ്തുക്കൾ ധാരാളമുള്ളതിനാൽ ഈ ചെളിത്തട്ടിൽ സൂക്ഷ്മസസ്യജന്തുജാലങ്ങൾ ക്രമാതീതമായി വളർന്ന് വർദ്ധിക്കുന്നു. ഇവയെ ആഹാരമാക്കുന്നതിന് പല തരത്തിലുള്ള മത്സ്യങ്ങൾ - പ്രത്യേകിച്ചും ചെമ്മീൻ - കൂട്ടത്തോടെ ഈ ചെളിത്തട്ടിലെത്തുന്നു. ഒരു കുളം പോലെ നിശ്ചലമായിക്കിടക്കുന്ന ഈ തീരക്കടലിൽനിന്ന് മീൻ പിടുത്തക്കാർക്ക് അനായാസം മത്സ്യബന്ധനം നടത്താൻ കഴിയുന്നു. രണ്ടുമൂന്നു മാസങ്ങൾക്കുശേഷം ചാകരയിലെ മൺകണികകൾ അടർന്നു വീഴുകയും ചാകര അപ്രത്യക്ഷമാകുകയും ചെയ്യുന്നു. അതോടെ, ആ പ്രദേശത്തും പഴയതുപോലെ തിരമാലകൾ ശക്തിപ്രാപിക്കുന്നു.

ചാകര, ചാകര

ജൂൺ ജൂലൈ മാസങ്ങളിൽ അറേബ്യൻ കടൽ ആർത്തലച്ച് ഇളകി മറിയുകയായിരിക്കും. അപ്പോൾ കടലിൽ പോകാൻ മുക്കുവൻ മടിക്കും. ആഞ്ഞടിക്കുന്ന കടലും മാനം മുട്ടെ ഉയരുന്ന തിരമാലകളും. എന്നാൽ അമ്പലപ്പുഴ - പുന്നപ്ര പ്രദേശങ്ങളിലെ തീരക്കടൽ ശാന്തമാണപ്പോൾ. അപ്പറവും ഇപ്പുറവും കടലിന് മത്സ്യബന്ധനം അസാദ്ധ്യമായിത്തീരുന്ന ആ ദിവസങ്ങളിൽ പുന്നപ്രതീരത്ത് മീനിന്റെ കൊയ്ത്താണ്. പുന്നപ്രയിലെ കടൽ കുളംപോലെ ശാന്തം .വലിയ പ്രയത്നം കൂടാതെ ആർക്കും ആവശ്യാനുസരണം മീൻപിടിക്കാം. ചെമ്മീൻ, മത്തി,

അയല, ചൂടൽ എട്ട... വടക്ക് ചെല്ലാനം മുതൽ തെക്ക് തോട്ടപ്പള്ളി വരെയുള്ള തീരദേശങ്ങളിൽനിന്ന് ആയിരക്കണക്കിന് മീൻപിടുത്തക്കാർ പുന്നപ്രയിലെത്തുന്നു. ഏകദേശം നാലുമാസക്കാലം മത്സ്യബന്ധനത്തിലേർപ്പെട്ട് അവിടെ തന്നെ കഴിയുന്നവർ ധാരാളമുണ്ട്. സ്വന്തമായി വള്ളമുള്ളവരും വള്ളം കൂലിക്കടുത്തവരുമുണ്ടാകും. എല്ലാവർക്കും ആകർഷകമായ ആദായം കിട്ടുന്നു. പുന്നപ്ര തീരത്തോടടുത്ത് ഏതാണ്ട് മൂന്ന് കി മീ നീളത്തിൽ വ്യാപിച്ചു കിടക്കുന്ന ചാകര, പുന്നപ്രയെ സംബന്ധിച്ചിടത്തോളം ആണ്ടിൽ മൂന്നു നാലു മാസം നീണ്ടു നില്ക്കുന്ന വലിയ ഒരു ഉത്സവമാണ്.

സ്ഥലവാസികളും അയൽവാസികളുമായ ആയിരക്കണക്കിന് ആളുകൾ രണ്ടു മൂന്നു ച കി മീ സ്ഥലത്ത് ക്യാമ്പടിക്കുമ്പോൾ അവരെ ചുറ്റിപ്പറ്റി ജീവിതത്തിന്റെ നാനാർത്ഥങ്ങളിൽപ്പെട്ട മറ്റാളുകളും അവിടെ താവളമടിക്കുന്നു. കച്ചവടക്കാർ, ഹോട്ടൽ നടത്തിപ്പുകാർ... സോപ്പു ചീപ്പു കണ്ണാടി മുതൽ സ്വർണ്ണം വരെ അവിടെ കച്ചവടച്ചരക്കുകളാണ്. താല്ക്കാലിക ഷഡ്ഡുകളിൽ വ്യാപാരം പൊടിപൊടിക്കുന്നു. കള്ളും വാറ്റുചാരായവും നിർബ്ബാധം പ്രവഹിക്കുന്നു. സുഭിക്ഷതയുടേതായ ദിനങ്ങൾ, രണ്ടു മൂന്നു മാസം കടന്നു പോകുന്നതറിയില്ല. എല്ലു നുറുങ്ങിയുള്ള അദ്ധ്വാനം, ഉള്ളുകുളിർക്കെയുള്ള ആഹ്ലാദം.

മെല്ലെ ചാകര അവസാനിക്കുന്നു. തിരിച്ച് സ്വന്തം നാട്ടിലെ കുടിലുകളിലെത്തണം. ദിവസം അഞ്ഞൂറും ആയിരവും കിട്ടിയിരുന്നവരിൽ പലരുടെയും കീശകൾ കാലിയാണ്. സുഭിക്ഷതയുടെ ദിനങ്ങളിൽ ഭാവിയെപ്പറ്റി ചിന്തിക്കാറില്ല. കിട്ടുന്നത് അന്നന്ന് ചെലവാക്കുക. അവസാനം കടം വാങ്ങിയും വിറ്റുപെറുക്കിയും പണയം വച്ചും ശൂന്യമായ മനസ്സോടെ മടങ്ങിപ്പോകുവന്നവർ ധാരാളം. രണ്ടു മൂന്നു മാസക്കാലം പകലും രാത്രിയും ഉത്സവപ്പറമ്പിന്റെ പ്രതീതി ജനിപ്പിച്ചിരുന്ന പുന്നപ്ര കടൽത്തീരം ആളും ആരവവും ഒഴിഞ്ഞ് മൂകമാകുന്നു. അത്രയും കാലം ശാന്തമായിരുന്ന കടൽ രൗദ്രഭാവം കൈക്കൊള്ളുന്നു.

പുന്നപ്രയെ സംബന്ധിച്ചിടത്തോളം ചാകരക്കാലത്ത് ജീവിതപ്രശ്നങ്ങൾ മൂർദ്ധന്യത്തിലെത്തുന്നു. ആയിരക്കണക്കിന് ആളുകൾ നാടും വീടും വിട്ട് മറ്റൊരു ഭൂപ്രദേശത്ത് തിങ്ങിഞെരുങ്ങിക്കഴിയേണ്ടി വരുമ്പോൾ അനുഭവപ്പെടുന്ന പാർപ്പിടപ്രശ്നങ്ങൾ, ഭക്ഷ്യസാധനങ്ങളുടെ ലഭ്യത, ജലദൗർലഭ്യം, ആരോഗ്യപ്രശ്നങ്ങൾ, ചികിത്സാ സൗകര്യങ്ങൾ, പരിസര മലിനീകരണം തുടങ്ങിയവ ഊഹിക്കാവുന്നതാണല്ലോ. ഇവയ്ക്കെല്ലാം ശാശ്വത പരിഹാരം കണ്ടെത്തുക എളുപ്പമല്ല. എങ്കിലും പ്രശ്നങ്ങൾ ആവുന്നത്ര ലഘൂകരിക്കാൻ അധികൃതർ ശ്രദ്ധിക്കാറുണ്ട്.

പുന്നപ്ര കടലോരം

പുന്നപ്ര പഞ്ചായത്തിന്റെ കടലോരത്തിന് ചില പ്രത്യേകതകളുണ്ട്. സമീപപ്രദേശങ്ങളിലെല്ലാം കടന്നാക്രമിക്കുന്ന കടൽ, പുന്നപ്രയുടെ സമരപാരമ്പര്യത്തെ പേടിച്ചോ, മാനിച്ചോ, തീരദേശങ്ങളിലെ പരശ്ശതം മത്സ്യത്തൊഴിലാളി കുടുംബങ്ങളുടെ ദയനീയാവസ്ഥയിൽ കരുണ തോന്നിയിട്ടോ എന്തോ, കുറേശ്ശെ കുറേശ്ശെയായി പിന്മാറിപ്പോവുകയാണ്. വരിവരിയായി നില്ക്കുന്ന കേരനിരകളാണ് പലയിടത്തും കടൽക്കരയ്ക്ക് അതിരിടുന്നതെങ്കിലും പുന്നപ്ര കടലോരം വിശാലമായ മണൽപ്പരപ്പാണ്. സമീപ കാലങ്ങളിൽ കടൽ പിൻവാങ്ങിയ തീരങ്ങളിൽ ഞെങ്ങിഞെരുങ്ങി മത്സ്യത്തൊഴിലാളികളുടെ കൊച്ചു കൊച്ചു കൂരകളും മത്സ്യം സൂക്ഷിക്കുന്ന ചാപ്പകളും കാണാം. കടൽത്തിരകളോട് ഏറ്റുമുട്ടി തളർന്ന്, മണൽത്തിട്ടയിൽ വിശ്രമിക്കുന്ന വള്ളങ്ങളും വലകളും കാണാം.

ഈ തീരങ്ങളിലെ മീൻപിടുത്തവും മത്സ്യവ്യവസായവും ഇന്നും ഏറെക്കുറെ പഴയപടിതന്നെ. കഴിവും ധനശേഷിയുമുള്ള മുതലാളിമാർ സാധാരണ മത്സ്യത്തൊഴിലാളിയുടെ അദ്ധ്വാന ഫലത്തിൽനിന്ന് വമ്പിച്ച വരുമാനമുണ്ടാക്കുന്നു. നൂറ്റാണ്ടുകളായി തുടർന്നുപോരുന്ന രീതികളാണവ. മത്സ്യവ്യവസായം വളർച്ചമുട്ടിനില്ക്കുകയാണിവിടെ. തന്മൂലം തീരദേശവാസികളുടെ ജീവിതം ദുരിതപൂർണ്ണമാണ്. ഇപ്രകാരം സ്തംഭിച്ചു നില്ക്കുന്ന കയർവ്യവസായവും മുരടിച്ച മത്സ്യവ്യവസായവും കൂടി പുന്നപ്ര പ്രദേശങ്ങളിൽ തൊഴിലില്ലായ്മയുടെയും ദാരിദ്ര്യത്തിന്റെയും വികൃതരൂപങ്ങൾ സൃഷ്ടിക്കുന്നു.

സാമുദായികമായി നോക്കുമ്പോൾ ജനസംഖ്യയിൽ ഈഴവർക്കാണ് ഭൂരിപക്ഷം. അവർ എല്ലാത്തരം തൊഴിലുകളിലും വ്യാപൃതരാണ്. സ്ത്രീകളും അദ്ധ്വാനശീലർ. മത്സ്യബന്ധനത്തിൽ ഏർപ്പെട്ടിരിക്കുന്ന ക്രിസ്ത്യാനികളും അരയരും കടലിനെ ആശ്രയിച്ച് ജീവിക്കുന്നു. കൃഷികാര്യങ്ങളിൽ കൂടുതൽ വ്യാപൃതരാണ് നായർ സമുദായം. നാനാജാതിമതസ്ഥരായ ജനങ്ങൾ അദ്ധ്വാനിച്ച് ജീവിക്കുന്ന ഈ പ്രദേശത്ത് മതസൗഹാർദ്ദം അഭംഗുരം തുടരുന്നുണ്ട്. പുന്നപ്രയിൽ ഒരു ഹൈന്ദവക്ഷേത്രവും ക്രിസ്തീയ ദേവാലയവും മുസ്ലീം പള്ളിയുമുണ്ട്.

അറവുകാട് ക്ഷേത്രം

പുന്നപ്ര ജങ്ഷനു സമീപമുള്ള വിശാലമായ മണൽപ്പരപ്പിൽ സ്ഥിതി ചെയ്യുന്ന അറവുകാടു ക്ഷേത്രം ഹിന്ദുക്കളുടെ വിശിഷ്യാ ഈഴവസമുദായത്തിന്റെ പ്രധാന ആരാധനാകേന്ദ്രമാണ്. ശ്രീദുർഗ്ഗാ ഭഗവതിയാണ് ഇവിടുത്തെ പ്രതിഷ്ഠ. ദേവിയെ ഉദ

യത്തിൽ സരസ്വതിയായും മദ്ധ്യാഹ്നത്തിൽ ദുർഗ്ഗയായും സായാഹ്നത്തിൽ ലക്ഷ്മിയായും കരുതി മൂന്നുവിധത്തിലുള്ള പൂജാകർമ്മങ്ങളാണ് നടത്തുന്നത്. ക്ഷേത്രത്തിന് ആയിരം വർഷത്തിലേറെ പഴക്കമുണ്ടെന്ന് കരുതുന്നു. ആദ്യകാലത്ത് ഈ ക്ഷേത്രം ഒരു ബ്രാഹ്മണകുടുംബത്തിന്റെ വകയായിരുന്നുവെന്നാണ് ഐതിഹ്യം. ടിപ്പുവിന്റെ പടയോട്ടക്കാലത്ത് ക്ഷേത്രവും അതിനോട് ചേർന്ന സ്ഥലവും പുന്നപ്രയിലെ കോവർത്തുശ്ശേരി എന്ന ഈഴവ കുടുംബത്തിനു നല്കിയിട്ട് ആ ബ്രാഹ്മണ കുടുംബം ഓടിപ്പോയത്രേ. അതിനു ശേഷം ക്ഷേത്രഭരണം ഈ കുടുംബക്കാരാണ് നടത്തിയിരുന്നത്. കാലക്രമേണ പുന്നപ്രയിലെ എസ് എൻ ഡി പി ശാഖായോഗം കോവർത്തുശ്ശേരി കുടുംബത്തിൽനിന്നും പ്രസ്തുത ക്ഷേത്രവും സ്ഥലവും ഏറ്റുവാങ്ങി ഭരണം നടത്തിത്തുടങ്ങി. അവർ എല്ലാ മതവിഭാഗക്കാരെയും ഉൾപ്പെടുത്തി. അറവുകാട് ദേവസ്വം എന്ന പേരിൽ ഭരണസമിതി രൂപീകരിച്ച് സമർത്ഥമായി ഭരണം നടത്തിവരുന്നു. മീനഭരണി നാളിൽ കൊടിയേറി പത്താം നാളിൽ പൂരം നാളിൽ ഉത്സവം സമാപിക്കുന്നു.

അറവുകാട് ക്ഷേത്രത്തിൽനിന്ന് ഏതാണ്ട് ഒന്നര ഫർലോങ് തെക്കുമാറി. റോഡരികിലായി പുന്നപ്ര ക്രിസ്ത്യൻ പള്ളിയും പള്ളിവകയായ അനാഥാലയവുമുണ്ട്. പുന്നപ്രപഞ്ചായത്തിന്റെ തെക്കെ അറ്റത്തായി പള്ളുരുത്തി മുസ്ലീം പള്ളിയുമുണ്ട്.

പുന്നപ്ര പഞ്ചായത്തിന്റെ മദ്ധ്യത്തുകൂടി നാഷണൽ ഹൈവേ കടന്നുപോകുന്നു. റോഡിനപ്പുറം തീരപ്രദേശങ്ങൾ. ഇപ്പുറം പാർപ്പിടങ്ങളും മറ്റു സ്ഥാപനങ്ങളും കൃഷിയിടങ്ങളും. പുന്നപ്ര പഞ്ചായത്ത് പൊതുവേ ഒരു കാർഷിക മേഖലയാണ്. കൃഷിയാണ് വരുമാനമാർഗ്ഗമെന്നോ, കാർഷിക സമൃദ്ധി നിറഞ്ഞവയാണ് ആ പ്രദേശങ്ങളെന്നോ ഇതുകൊണ്ടർത്ഥമില്ല. കൃഷിയിലും ബന്ധപ്പെട്ട തൊഴിലുകളിലും പങ്കെടുത്ത് ജീവിത മാർഗ്ഗം തേടുന്നവരാണധികവും. തെങ്ങും നെല്ലുമാണ് പ്രധാന കാർഷികോല്പന്നങ്ങൾ. കടൽക്കരയിലെ ഫലസമൃദ്ധമായ തെങ്ങുകൾ ക്രമേണ വന്ധ്യകളായി മാറുന്നു. നെൽപ്പാടങ്ങളിൽ വിരിപ്പൂ (ഇരുപ്പൂ) നിലങ്ങളും പുഞ്ചനിലങ്ങളും ഉൾപ്പെടുന്നു. പഞ്ചായത്തിന്റെ പടിഞ്ഞാറുഭാഗത്ത് അറബിക്കടൽ, കിഴക്കുഭാഗത്ത് പമ്പയുടെ കൈവഴിയായ പള്ളാത്തുരുത്തിയാറ്. ഇവയ്ക്ക് മദ്ധ്യേ, റോഡിനിരുവശവുമായി പ്രശ്ന സങ്കീർണ്ണമായ പുന്നപ്ര ഗ്രാമപ്രദേശങ്ങൾ. തീരെ ചെറിയ കുടിലുകളും ഭേദപ്പെട്ട വീടുകളും അപൂർവ്വം കയർഫാക്ടറികളും പ്രമുഖമായ ചില വിദ്യാഭ്യാസ സ്ഥാപനങ്ങളും ഉൾപ്പെട്ട ഈ തീരദേശ ഗ്രാമത്തിന്റെ ജനസംഖ്യക്കും ചില പ്രത്യേകതകൾ കാണാം.

പ്രബുദ്ധരായ തൊഴിലാളികൾ

ഹിന്ദുവും ക്രിസ്ത്യാനിയും മുസ്ലീമുമുണ്ട്. പക്ഷേ, ജാതിയും മതവും അവരെ വേർതിരിക്കുന്നില്ല. ഉടമകളും തൊഴിലാളികളും എന്ന ബന്ധത്തിന് അവർ കൂടുതൽ പ്രാധാന്യം നല്കുന്നു. അന്യന്റെ കീഴിൽ പണിയെടുക്കുന്നതുകൊണ്ട് അടിമ മനോഭാവത്തിന് തെല്ലും വിധേയതല്ല. പുന്നപ്രയിലെ തൊഴിലാളി. അവന് സാമാന്യവിദ്യാഭ്യാസവും നല്ല രാഷ്ട്രീയ ബോധവുമുണ്ട്.

മുമ്പ് കയർ വ്യവസായം അഭിവൃദ്ധിപ്പെട്ടിരുന്ന കാലത്ത് സുഭിക്ഷത നിലനിന്നിരുന്നു. പക്ഷേ, ഇന്ന് ഈ വൻകിട കമ്പനികളിൽ പലതും പൂട്ടിയിടപ്പെട്ടു. ആയിരക്കണക്കിനു തൊഴിലാളികൾ നിരാധാരരായി. തൊഴിലില്ലായ്മ സാർവ്വത്രികമായി. അസംതൃപ്തിയും അസന്തുഷ്ടിയും പെരുകിവന്നു.

"കയറുപിരിക്കും തൊഴിലാളിക്കൊരു
കഥയുണ്ടുജ്ജ്വല സമര കഥ"

എന്ന് വയലാർ രാമവർമ്മ സ്വന്തം നാടിനെപ്പറ്റി പാടിയിട്ടുണ്ട്. അതെ, ഐതിഹാസികമായ ഒരു രാഷ്ട്രീയ സമരത്തിനു വിത്തുപാകിയവരാണ് തദ്ദേശീയർ. അന്നത്തെ സമരഭൂമികളാണ് ഇന്നത്തെ പുന്നപ്ര വയലാർ പ്രദേശങ്ങൾ. പുന്നപ്ര-വയലാർ! ഇരട്ടക്കുട്ടികളെപ്പോലെ ഈ പേരുകൾ ഒന്നിച്ചുപോകുന്നു. ആലപ്പുഴ പട്ടണത്തിന്റെ തെക്കും വടക്കും മാറി സ്ഥിതിചെയ്യുന്ന ഈ പ്രദേശങ്ങൾ ഇങ്ങനെ ഒന്നിച്ചു പറയപ്പെടാൻ കാരണമെന്ത്? നമുക്കത് വഴിയേ മനസ്സിലാക്കാം.

പുന്നപ്ര-വയലാർ സംഭവങ്ങൾക്ക്, കൗമാരകാലത്ത് സാക്ഷ്യം വഹിച്ച ആ തദ്ദേശീയ സുഹൃത്തിനോടൊപ്പം ഞാൻ ആ സമര ഭൂമികളിലൂടെ നടന്നു. മുകളിൽ തീകോരിച്ചൊരിയുന്ന ഉച്ചസൂര്യൻ. താഴെ തിളയ്ക്കുന്ന മണൽപ്പരപ്പ്. അപ്പുറം വെളിച്ചത്തിന്റെ പ്രളയത്തിൽ തുടിച്ചുതുള്ളുന്ന കടൽ. അന്നത്തെ മനുഷ്യക്കുരുതികൾക്ക് മൂകസാക്ഷിയായ മണൽപ്പരപ്പുകളും പറങ്കിമാവിൻ തോപ്പുകളും തലപോയി തുളവീണ മൊട്ടത്തെങ്ങുകളുമെല്ലാം വാചാലമായ മൗനത്തിലൂടെ അക്കഥ പറയുന്നുണ്ടായിരുന്നു.

"പണ്ടിവിടുത്തെ തൊഴിലാളികളെ
കണ്ടിട്ടുള്ളവരുണ്ടാകും...
എഴുന്നേൽക്കാൻ വയ്യൊന്നിന്നു, മെന്നാൽ
മിഴികളിലൊക്കെത്തീയെരിയും.."

അത്ര കണ്ട് സമരാവേശം മുറ്റിനിന്ന ആലപ്പുഴയിലെയും പരിസരപ്രദേശങ്ങളിലെയും തൊഴിലാളികളും സി പി സർക്കാരിന്റെ മർദ്ദകരും തമ്മിൽ ഏറ്റുമുട്ടിയ കഥയാണത്. ഉത്തരവാദപ്രക്ഷോഭണത്തിനു മുമ്പുള്ള കാലഘട്ടം ആലപ്പുഴയിലെ കയർഫാക്ടറികളിലും തീരപ്രദേശങ്ങളിലെ മത്സ്യബന്ധനത്തിലും പതിനായിരക്കണക്കിനു തൊഴിലാ

ളികൾ ഉണ്ടായിരുന്നു അന്ന്; വർഗ്ഗബോധമുള്ള തൊഴിലാളികൾ. കയർത്തൊഴിലാളികളാണ് നിർണ്ണായക ഘടകം. സ്വരാജ് മിൽസ്, ആസ്പിൻവാൾ കമ്പനി, ഗുഡേക്കർ കമ്പനി, ബോംബെ കമ്പനി, പിയേഴ്സ് ലെസ്ലി, മധുരക്കമ്പനി തുടങ്ങി യൂറോപ്യൻ ഉടമകളുടെതായ വൻകിട കയർഫാക്ടറികളിലും ആലപ്പി കമ്പനി, എം എൻ കമ്പനി, ഡിക്രൂസ് കമ്പനി എന്നീ നാടൻ കമ്പനികളിലുമായി അമ്പതിനായിരത്തിൽപ്പരം തൊഴിലാളികൾ പണിയെടുത്തിരുന്നു. കൂടാതെ ആയിരക്കണക്കിനുള്ള മീൻപിടുത്തതൊഴിലാളികളും. ചുരുക്കത്തിൽ അമ്പലപ്പുഴ - ചേർത്തല താലൂക്കുകളിലെ നിർണ്ണായക ശക്തിയായ ഈ തൊഴിലാളിവർഗ്ഗ കേരളത്തിന്റെ രാഷ്ട്രീയ ചരിത്രത്തിൽ ഒരു വഴിത്തിരിവായ ഉത്തരവാദഭരണ പ്രക്ഷോഭണത്തിന്റെ നേതൃത്വം സ്വയം ഏറ്റെടുത്ത കഥയാണ് പുന്നപ്ര-വയലാർ സമരം.

പുന്നപ്രയിലെ സംഘർഷം

അങ്ങനെ, ഒരു സമരത്തിലേക്ക് അവരെ വലിച്ചെറിയാൻ പ്രേരകമായ പല പല സംഭവങ്ങളും ആ പ്രദേശങ്ങളിലുണ്ടായിട്ടുണ്ടെന്ന വസ്തുതയും ഓർക്കേണ്ടതുണ്ട്. മേൽപ്പറഞ്ഞ തൊഴിലാളികളെല്ലാം തന്നെ തിരുവിതാംകൂർ കയർ ഫാക്ടറി വർക്കേഴ്സ് യൂണിയൻ എന്ന ഒരേയൊരു തൊഴിലാളി യൂണിയന്റെ ബാനറിൻ കീഴിൽ സുസംഘടിതരും സുശക്തരുമായിരുന്നു. അവർ, അവകാശങ്ങൾക്കു വേണ്ടി ശബ്ദമുയർത്തി. അവരുടെ അജയ്യമായ ശക്തിയുടെയും ആജ്ഞാബലത്തിന്റെയും ഫലമായി കൂലി നിരക്കിലും തൊഴിൽ വ്യവസ്ഥകളിലും ഗണ്യമായ പുരോഗതിയുണ്ടായി. തിരുവിതാംകൂറിന്റെ മറ്റു ഭാഗങ്ങളിൽ ഉത്തരവാദ പ്രക്ഷോഭത്തിന്റെ കടിഞ്ഞാൺ ഒരു ദേശീയ നേതൃത്വത്തിനായിരുന്നെങ്കിൽ അമ്പലപ്പുഴ താലൂക്കിൽ പ്രക്ഷോഭണം നയിച്ചത് അവിടുത്തെ തൊഴിലാളി നേതൃത്വമാണ്. ഇരുപത്തിയാറിൽപ്പരം തൊഴിലാളി യൂണിയനുകളുണ്ടായിരുന്നു.

1941 ൽ ഭക്ഷ്യക്ഷാമം രൂക്ഷതരമായി. പതിനായിരക്കണക്കിനു തൊഴിലാളികൾ ജാഥയായി, വിപ്ലവാവേശത്തോടെ താലൂക്ക് അധികൃതരുടെ ഭവനങ്ങളിലേക്ക് മാർച്ച് ചെയ്തു. എങ്കിലും അധികൃതരുടെ നയപരമായ സമീപനം കാരണം സംഘർഷം ലഘൂകരിക്കപ്പെട്ടു. തുടർച്ചയായി അഞ്ചു ദിവസത്തോളം മുഴുപ്പട്ടിണിയിലായി തൊഴിലാളികൾ. 1122 കന്നി 5-ാം തീയതി ആലപ്പുഴയിലേയും സമീപപ്രദേശങ്ങളിലെയും തൊഴിലാളികൾ കൂട്ടത്തോടെ പണിമുടക്കി. ഇടയ്ക്കിടെ പൊലീസും തൊഴിലാളികളും തമ്മിൽ സംഘട്ടനത്തോളമെത്തിയ ചില സംഭവങ്ങളുമുണ്ടായി. തൊഴിലാളികൾ നേരിട്ടൊരു ഏറ്റുമുട്ടലിനാവശ്യമായ തയ്യാറെടുപ്പുകൾ നടത്തി, ശാരീരികമായും മാനസികമായും. കന്നി 31 ന് പുന്നപ്രയിൽ ചില അനിഷ്ടസംഭവങ്ങൾ പൊട്ടുപ്പുറപ്പെട്ടു. സ്ഥലത്തെ ഒരു മുതലാളിയും തൊഴിലാളികളും തമ്മിലുള്ള അഭിപ്രായഭിന്നതകളും മുതലാളി പക്ഷത്തു നിന്നുള്ള ഭീഷണിയും തൊഴിലാളികളെ അക്രമാസക്തരാക്കി. മുതലാളി പൊലീസ് സംരക്ഷണം തേടി. റിസർവ്വ് പൊലീസ് അവിടെ താവളമടിച്ചു. തുലാം 3-ാം തീയതി പുന്നപ്ര കടലോരങ്ങളിലൂടെ പൊലീസ് ഒരു ശക്തിപ്രകടനം മാർച്ച്— നടത്തി തങ്ങളെ വിരട്ടി ഓടിക്കാനുള്ള ഒരു ഭീഷണിയാണിതെന്ന് സംശയിച്ച് തൊഴിലാളികൾ അവരെ ചെറുത്തു. തുറന്ന ഒരു സംഘട്ടത്തിനു മുതിരാതെ പൊലീസ് വഴിമാറി മടങ്ങിപ്പോയി. ഇതൊരു ജയമായി കണക്കാക്കി തൊഴിലാളികൾക്ക് ഉശിരേറി. തുലൊം 5-ാം തീയതി തൊഴിലാളികൾ യോഗം കൂടി തീരുമാനമെടുത്തു. പൊലീസ് ക്യാമ്പ് വളഞ്ഞു. തേച്ചു മിനുക്കിയ അരിവാളും മൂർച്ച വരുത്തിയ വാരിക്കുന്തങ്ങളുമായി സമരാസക്തരായി മുന്നിട്ടിറങ്ങിയ ആയിരക്കണക്കിന് തൊഴിലാളികളും തോക്കും ബയണറ്റുമേന്തിയ പൊലീസ് പടയും കൂടി ഭീതിദമായ ഒരന്തരീക്ഷം സൃഷ്ടിച്ചു.

രക്തസാക്ഷികൾ

1122 തുലാം 7 വഞ്ചിഭൂപൻ ശ്രീ ചിത്തിരതിരുനാൾ തിരുമനസ്സിന്റെ തിരുനാൾ മഹോത്സവം. നാടെങ്ങും തിരുനാളാഘോഷം. പുന്നപ്ര നാലാം വാർഡിൽ ഒരു പ്രഭുമന്ദിരത്തിൽ താവളമടിച്ചിരുന്ന പൊലീസും മർദ്ദിതരും സമരാസക്തരുമായ തൊഴിലാളികളും തമ്മിൽ ഏറ്റുമുട്ടി. ഉഗ്രസംഘട്ടനം. തോക്കും ബയണറ്റും ബൂട്ട്സും ഒരു ഭാഗം. അരിവാളും വാരിക്കുന്തവും ആത്മധൈര്യവും മറുഭാഗം. വെടിയുണ്ടകൾ ചീറിപ്പാഞ്ഞു. ബയണറ്റുകൾ തറഞ്ഞു കയറി. വാരിക്കുന്തങ്ങൾ നീണ്ടു. അരിവാളുകൾ മിന്നിപ്പുളഞ്ഞു. മണൽപ്പരപ്പുകളിൽ മനുഷ്യരക്തം. തളംകെട്ടി. ആക്രന്ദങ്ങൾ, ദീനവിലാപങ്ങൾ. മനുഷ്യച്ചോരയുടെ വല്ലാത്ത ഗന്ധം. വെടിമരുന്നിന്റെ ദുർഗ്ഗന്ധം, ഇരുഭാഗത്തും ആൾനാശമുണ്ടായി. സമരഭൂവിൽ വെടിയേറ്റും കുത്തേറ്റും മരിച്ചവരസംഖ്യം. അർദ്ധപ്രാണനും അല്പപ്രാണനുമായി മണലിൽ കിടന്ന് പിടയ്ക്കുന്നവരനേകം. മനുഷ്യരെ ജീവനോടെ ദഹിപ്പിച്ചെന്നും പറയുന്നു. 86 ൽപ്പരം തൊഴിലാളികൾ രക്തസാക്ഷികളായെന്നാണ് സമരനേതാക്കൾ പറയുന്നത്. സന്ധ്യയായി. ചീറിപ്പായുന്ന പൊലീസ് വാനുകൾ. കൂടുതൽ കൂടുതൽ സായുധസേന പുന്നപ്രയിലേക്ക് പാഞ്ഞുകൊണ്ടിരുന്നു. പുന്നപ്ര പ്രദേശത്തെ സാധാരണക്കാർ ജീവരക്ഷാർത്ഥം നാടും വീടും ഉപേക്ഷിച്ച് ഓടിയൊളിച്ചു. അരിശം തീരാത്ത പൊലീസുകാർ വീടുകൾ

കയറിയിറങ്ങി. കയ്യിൽ കിട്ടിയതെല്ലാം തല്ലിത്തകർത്തു. പുന്നപ്രപ്രദേശങ്ങളിൽ ശവപ്പറമ്പിന്റെ ഭീകരതയും ശൂന്യതയും വ്യാപിച്ചു. പൊലീസിന്റെ തേർവാഴ്ച. പക്ഷേ, മർദ്ദിതരുടെ ശക്തി കെട്ടടങ്ങിയിരുന്നില്ല. വർഗ്ഗബോധമുള്ള തൊഴിലാളികളുടെ ഒടുങ്ങാത്ത അമർഷം പിന്നെയും അങ്ങിങ്ങ് ഉരുണ്ട് കൂടിക്കൊണ്ടിരുന്നു. പുന്നപ്രയിലെ ദുരന്തത്തിന്റെ ചൂടാറും മുമ്പു തന്നെ ചേർത്തലയ്ക്കു വടക്കുള്ള വയലാറിൽ ചേർത്തല താലൂക്കിലെ തൊഴിലാളികൾ സമരോത്സുകരായി സംഘടിപ്പിച്ചു. ദിവാൻ ഭരണത്തിനെതിരായി ആഞ്ഞടിക്കാനുള്ള സമരവീര്യം തിളച്ചു മറിയുകയായിരുന്നു. ആദ്യം പൊട്ടിത്തെറിയുണ്ടായത് പുന്നപ്രയിലാണെങ്കിൽ, അനന്തരസംഭവങ്ങൾ അരങ്ങേറിയത് വയലാറിലാണ്.

പുന്നപ്ര ജങ്ഷനിൽനിന്ന് വടക്കോട്ട് കഷ്ടിച്ച് രണ്ടു മൈൽ പിന്നിടുമ്പോൾ ആലപ്പുഴ പട്ടണത്തിന്റെ പ്രാന്തപ്രദേശത്തായി കളർകോട് ജങ്ഷൻ, റോഡരികിലായി എസ് ഡി കോളേജ് മന്ദിര സമുച്ചയം, കുറേക്കൂടി വടക്കോട്ടു പോകുമ്പോൾ, റോഡിന്റെ ഇടതുവശത്തായി രക്തസാക്ഷികൾ അന്ത്യനിദ്രകൊള്ളുന്ന വലിയ ചുടുകാട്. അവിടെ ഇപ്പോൾ ഒരു സ്മാരകം കാണാം - പുന്നപ്ര വയലാർ രക്തസാക്ഷികളുടെ സ്മരണ ഉണർത്തുന്ന സ്മാരകം.

വയലാറിലേക്ക്

തിരക്കേറിയ ആലപ്പുഴ നഗരം പിന്നിട്ട് നമുക്കു വീണ്ടും വടക്കോട്ട് പോകാം. ചേർത്തല ഭാഗത്തേക്ക്. കുറേ ദൂരം പിന്നിടുമ്പോൾ നാഷണൽ ഹൈവേയിൽനിന്ന് കിഴക്കോട്ട് തിരിയുന്ന ഗ്രാമറോഡ് നമ്മെ നയിക്കുന്നത് വയലാറിലേക്കാണ്, പുന്നപ്ര വയലാർസമരത്തിന്റെ രക്തരൂഷിതമായ രംഗവേദിയിലേക്ക്. അരനൂറ്റാണ്ടിനു മുമ്പ് ഈ പാവപ്പെട്ട നാട്ടിൻപുറത്തെ നിരപരാധികളായ കുറേ പാവങ്ങളെ ചുട്ടെരിക്കാൻ സർക്കാരിനെ പ്രേരിപ്പിച്ച സാഹചര്യങ്ങളെ പ്പറ്റി ഞാൻ യാത്രയിലുടനീളം ചിന്തിച്ചുപോയി.

വറുതിയും പട്ടിണിയുംകൊണ്ട് പൊറുതിമുട്ടിയ ഒരു ജനത-പതിനായിരക്കണക്കിനു തൊഴിലാളികൾ - ആ ദുഃസ്ഥിതിയിൽ നിന്നു കരകേറാൻ ഏതു മാർഗ്ഗവും സ്വീകരിക്കാം. ഒരു നല്ല നാളെയുടെ സ്വപ്നഭൂമി ചൂണ്ടിക്കാട്ടി, അവരെ നയിച്ച സമരനേതാക്കൾ, സ്ഥിതിസമത്വത്തിന്റെയും രക്തരൂഷിതവിപ്ലവത്തിന്റെയും മാർഗ്ഗം സ്വീകരിച്ചപ്പോൾ, നേതാക്കളെ പിൻതുടരുകയേ അനുയായികൾക്കു കഴിയുമായിരുന്നുള്ളൂ. അധികാര മത്തുപിടിച്ച ഏകാധിപതി ചമഞ്ഞ് സർക്കാരിന്റെ സർവ്വശക്തിയും പ്രയോഗിച്ച് തൊഴിലാളി വർഗ്ഗസമരത്തെ അടിച്ചമർത്താൻ പുറപ്പെട്ട ദിവാൻ സർ. സി പി ക്ക് ചൂട്ടുപിടിക്കാൻ, ഒത്താശകൾ ചെയ്യാൻ, കച്ചകെട്ടി നിന്ന ഒരു സമ്പന്നവർഗ്ഗം അന്ന് ചേർത്തല പ്രദേശങ്ങളിലുണ്ടായിരുന്നു. അവർ എരിതീയിലെണ്ണ ഒഴിക്കുകയായിരുന്നു. സമരം കൊടുമ്പിരികൊണ്ടു നിന്ന ആ നാളുകളിൽ ചേർത്തലയിലെ ഒരു നാട്ടുപ്രമാണി മഹാരാജാവിന്റെ അഡ്മിനിസ്ട്രേറ്റർ സെക്രട്ടറിക്ക് അയച്ച ഒരു അപേക്ഷയിലെ ചില വരികൾ ഇവിടെ ശ്രദ്ധേയമാണ്.

> ചേർത്തല താലൂക്കിന്റെ മദ്ധ്യഭാഗത്തു സ്ഥിതിചെയ്യുന്ന ഒരു പ്രധാനനഗരമായ പൊന്നാംവെളിയിൽ കിഴക്കുഭാഗത്ത് ദുർഗ്ഗമമായ ഒളതല, വയലാർ, കളവങ്കോടം, എട്ടുപുരയ്ക്കൽ മുതലായി 20 ച മൈൽ സ്ഥലം കമ്യൂണിസ്റ്റുകൾ കീഴടക്കി നാല് ക്യാമ്പ് സ്ഥാപിച്ച് സൈനിക പരിശീലനം നടത്തിവരുന്നു. ഭയങ്കരങ്ങളും നശീകരണങ്ങളുമായ ആയുധങ്ങളും ഔഷധങ്ങളും ശേഖരിക്കുകയും ആഹാരപദാർത്ഥങ്ങളും പണവും അയൽസ്ഥലങ്ങളിലും മറ്റും നിന്ന് പിടിച്ചു വാങ്ങുകയും കൂടുതൽ തൊഴിലാളികളെ ഭയപ്പെടുത്തിയും കയ്യേറ്റം ചെയ്തും കൂട്ടത്തിൽ ചേർത്ത് ബലം വർദ്ധിപ്പിക്കുകയും ചെയ്തുവരുന്നു. രാജഭക്തരും സമാധാനപ്രിയരുമായ അനവധി കുടുംബങ്ങൾ കൂടി പുറപ്പെട്ടുപോയ് കഴിഞ്ഞിരിക്കുന്നു.

(ഡോ. കെ കെ കുസുമന്റെ ഒരു ലേഖനത്തോട് കടപ്പാട്)

ചേർത്തലപ്പട്ടണത്തിന് അഞ്ചെട്ടു മൈൽ വടക്കുമാറി സ്ഥിതി ചെയ്യുന്ന വയലാർ മൂന്നു ഭാഗവും കായലുകളാൽ ചുറ്റപ്പെട്ട ഒരു ജലവലയിത പ്രദേശമാണ്. ഒരു ഉപദ്വീപ്.

സംഘട്ടനം വയലാറിൽ

1946 ഒക്ടോബർ 27.

ചേർത്തലയിലെ വർഗ്ഗബോധമുള്ള തൊഴിലാളികൾ ഒന്നടങ്കം ഇളകി മറിയുകയായിരുന്നു. പുന്നപ്രയിലെ കൂട്ടക്കുരുതി അവരുടെ രക്തം ചൂടുപിടിപ്പിച്ചിരുന്നു. ദിവാന്റെ കിരാതവാഴ്ച ഏതു നിമിഷവും തങ്ങളുടെ മേൽ ചാടി വീണ് ചുട്ടെരിക്കുമെന്ന് അവർക്ക് അറിയാമായിരുന്നു. ചെറുത്തുനില്പിനും തിരിച്ചടിക്കും ആവുന്നത്ര ശക്തി സംഭരിക്കാനുള്ള വെമ്പലിലായിരുന്നു അവർ. അവർ പലപല താവളങ്ങളിലായി ഒത്തുകൂടിക്കഴിഞ്ഞു. സദാ ജാഗ്രത. തൊഴിലാളികൾ ആക്രമണോദ്യുക്തരാണെന്ന് മണത്തറിഞ്ഞ ചെന്നായ്ക്കൾ തുരുത്തിനെ വളഞ്ഞു. അവസാനം അതു സംഭവിച്ചു. ഒക്ടോബർ 27 ന് തീയുണ്ട വർഷിക്കുന്ന തോക്കുകൾ ചൂണ്ടി മുന്നേറിയ പട്ടാളത്തെ വാരിക്കുന്തങ്ങളുമായി നേരിട്ട സമര

സഖാക്കൾ വയലാറിലെ ആ ചൊരിമണലിൽ തുരുതുരാ വെടിയേറ്റു വീണ് പിടഞ്ഞു മരിച്ചു. സി പി യുടെ നെറികെട്ട പട്ടാളം ആ ധീരയോദ്ധാക്കളുടെ ശവശരീരങ്ങൾ ഒന്നിച്ച് കൂട്ടിയിട്ട് പെട്രോൾ ഒഴിച്ച് തീവെയ്ക്കുകയായിരുന്നു.

അങ്ങനെ, ഒരാഴ്ചക്കുള്ളിൽ, ചേർത്തല താലൂക്കിലെ രണ്ട് സ്ഥലങ്ങളിൽ - പുന്നപ്രയും വയലാറും - രണ്ടു സംഘട്ടനങ്ങളിലായി നൂറുകണക്കിന് തൊഴിലാളികളുടെ കൂട്ടക്കുരുതിക്ക് ഇടയാക്കിയ ഈ സമരം, സ്വാതന്ത്ര്യസമരം അക്രമാസക്തമായതിന് ഉദാഹരണമായി തല്പരകക്ഷികൾ ചൂണ്ടിക്കാട്ടിയേക്കാം. ഏതായാലും ഉത്തരവാദ ഭരണ പ്രക്ഷോഭണത്തെ ശക്തിപ്പെടുത്തുന്നതിനും ഉത്തരവാദഭരണം ലഭ്യമാക്കുന്നതിനും പുന്നപ്ര വയലാർ സമരം സഹായകമായി. ആ സമരങ്ങളിൽനിന്ന് ആവേശമുൾക്കൊണ്ട് രാജ്യത്തങ്ങോളമിങ്ങോളം പ്രകടനങ്ങളും പ്രക്ഷോഭണങ്ങളും ഉടലെടുത്തു. വൈകാതെ, കഷ്ടിച്ച് ഒരു വർഷത്തിനുള്ളിൽ തന്നെ ദിവാൻ സർ. സി പി ക്ക് വെട്ടേറ്റ് രാജ്യം വിടേണ്ടിവന്നു.തിരുവിതാംകൂറിന് ഉത്തരവാദഭരണം ലഭിക്കുകയും ചെയ്തു. പഴയ സമരസ്മരണകൾ അയവിറക്കി മുന്നോട്ടു പോകവേ, വയലാർ രാമവർമ്മ എന്ന നമ്മുടെ പ്രിയങ്കരനായ കവിയുടെ ആ ഈരടികൾ ചുണ്ടിൽ തത്തിനിന്നു,

"ചോര തുടിക്കും ഞങ്ങടെ നാട്ടിലെ
നീരാവിക്കും മണലിന്നും
കറുകക്കുമ്പിൻ മഞ്ഞണിമുത്തിലു
മൊരു തുള്ളിച്ചുടുനിണമില്ലേ.."

ഐതിഹാസികമായ ഒരു ജനകീയ വിപ്ലവം അരങ്ങേറിയ ദുരന്തഭൂമിയാണത്. പട്ടാളവുമായി ഏറ്റുമുട്ടിയ തൊഴിലാളികൾ മാത്രമല്ല, നിരപരാധികളായ അസംഖ്യം ഗ്രാമീണരും പ്രായഭേദമെന്യേ വെടിയേറ്റു വീണു. വയലാറിന്റെ ആ ചെഞ്ചോരച്ചൊരിമണലിൽ രക്തസാക്ഷികളായ സഖാക്കളുടെ സ്മരണ നിലനിർത്താൻ വേണ്ടി പില്ക്കാലത്ത് കമ്യൂണിസ്റ്റ് പാർട്ടി അവിടെ ഒരുതുണ്ടു ഭൂമി വിലയ്ക്കെടുത്ത് മതിൽ കെട്ടി സംരക്ഷിച്ചിട്ടുണ്ട്. ഏറ്റുമുട്ടാൻ തയ്യാറായി വാരിക്കുന്തമേന്തി നില്ക്കുന്ന ഒരു തൊഴിലാളിയുടെ പ്രതിമാശില്പവും ആ പ്രേതഭൂമിയിൽ സ്ഥാപിച്ചിട്ടുണ്ട്. ഈ സമരഭൂമിയുടെ സമീപപ്രദേശങ്ങളിൽ കാണുന്ന ചില കൊന്നത്തെങ്ങുകളിലും മറ്റു വൃക്ഷങ്ങളിലും അന്ന് ചീറിപ്പാഞ്ഞു വന്ന വെടിയുണ്ട തുളച്ചു കയറിയ പാടുകൾ കാണാം. അവിടെ തണൽമരങ്ങൾക്കിടയ്ക്ക് എല്ലാറ്റിനും മൂകസാക്ഷിയായി നിന്ന പഴയ ഒരു ക്ഷേത്രവുമുണ്ട്. ക്ഷേത്രത്തിന്റെ പാർശ്വഭാഗങ്ങളിലൊന്നിലായിരുന്നു തൊഴിലാളികൾ താവളമടിച്ചിരുന്നത്.

വയലാർ രാമവർമ്മ

കേരളത്തിന്റെ രാഷ്ട്രീയ ചരിത്രത്തിൽ ഒരിക്കലുമുണങ്ങാത്ത ചോരപ്പാടുകൾ വീഴ്ത്തിയ പുന്നപ്ര വയലാർ സമരത്തിന്റെ അന്തിമ രണഭൂമിയിൽനിന്ന് അത്രയകലെയല്ലാതെ നിലകൊള്ളുന്ന ഒരു ഗ്രാമഭവനം കേരളീയരെ സംബന്ധിച്ചിടത്തോളം അവിസ്മരണീയമാണ്. വയലാർ ഗ്രാമത്തിന്റെ സന്താനവും മലയാള കാവ്യദേവതയുടെ പ്രിയപുത്രനുമായ വയലാർ രാമവർമ്മ എന്ന അനുഗൃഹീത കവിയുടെ ഭവനമാണത്. രാഘവപ്പറമ്പ്. പഴയവീട് ഇന്നില്ല. പുതുതായി നിർമ്മിച്ച വീട്ടിൽ കവി പത്നിയും മകൻ ശരച്ചന്ദ്രവർമ്മയും കുടുംബവുമാണ് താമസിക്കുന്നത്. ചോരച്ചുവപ്പാർന്ന വയലാറിലെ മണ്ണടിഞ്ഞ ഒരു രക്തപുഷ്മായിരുന്നു വയലാർ രാമവർമ്മ. വെള്ളാരപ്പള്ളിയിൽ കേരളവർമ്മയുടെയും രാഘവപ്പറമ്പ് കോവിലകത്ത് അംബാലികത്തമ്പുരാട്ടിയുടെയും പുത്രനായി 1928 ൽ ജനിച്ചു. കുട്ടിക്കാലത്ത് സംസ്കൃതത്തിൽ വ്യുൽപ്പത്തി നേടി. ഹൈസ്കൂൾ വിദ്യാഭ്യാസകാലത്തു തന്നെ കവിതകൾ എഴുതിത്തുടങ്ങി. അസംഖ്യം കാവ്യസമാഹരങ്ങളും ഖണ്ഡകാവ്യങ്ങളും ചില ഗദ്യരചനകളും പ്രസിദ്ധീകരിച്ചു. മലയാള ചലച്ചിത്ര ഗാനശാഖയിൽ സ്വന്തം വ്യക്തിമുദ്ര പതിപ്പിച്ച ഗാനരചയിതാവ്. വയലാർ രാമവർമ്മ 1975 ഒക്ടോബർ 27 ന് അകാലത്തിൽ അന്തരിച്ചു. ജന്മസ്ഥലമായ വയലാറിൽ തറവാട്ടു വീടിന് മുന്നിലായി വയലാറിന് സമുചിതമായ ഒരു സ്മാരകം നിർമ്മിച്ചുവരികയാണിപ്പോൾ. കവിയുടെ സ്മരണയ്ക്കായി വയലാർ അവാർഡ് എന്ന സാഹിത്യപുരസ്കാരം വർഷം തോറും നല്കിവരുന്നു.

പ്രസിദ്ധ നാടകകൃത്തും തിരക്കഥാ സംഭാഷണ രചയിതാവും ആയ എസ് എൽ പുരം സദാനന്ദൻ 1927 ൽ കലൂരിനടുത്ത് എസ് എൽ പുരത്ത് ജനിച്ചു. പുരോഗമനാശയങ്ങൾ ഉൾക്കൊള്ളുന്ന ഒട്ടേറെ നാടകങ്ങൾ രചിച്ചിട്ടുണ്ട്. സാഹിത്യ അക്കാദമി അവാർഡു തുടങ്ങി അനേകം പുരസ്കാരങ്ങൾ ലഭിച്ചിട്ടുണ്ട്.

പുന്നപ്ര-വയലാർ സമരങ്ങളെപ്പറ്റി നാം അഭിമാനപുളകത്തോടെ സ്മരിക്കാറുണ്ട്. പക്ഷേ, ആ മണൽപ്പരപ്പുകളിൽ പിടഞ്ഞുവീണു മരിച്ച നൂറ്റു കണക്കിനു രക്തസാക്ഷികളുടെ കുടംബങ്ങൾ ഇന്നും അനാഥമാണ്. അന്നത്തെ മർദ്ദനമുറകളേറ്റ് ആരോഗ്യം തകർന്ന ചെറുപ്പക്കാർ മൃതപ്രായരായി ജീവിതം തള്ളിനീക്കി. ഭരണകൂടത്തിനെതിരെ ആയുധേന്തിയ ആ പ്രദേശത്തോട് കടുത്ത അവഗണനയാണ് ഗവൺമെന്റ് കാട്ടിയതെന്ന ആക്ഷേപവുമുണ്ട്. തൊഴിലാളികളുടെ വർഗ്ഗബോധവും സംഘടനാശക്തിയും അധികൃതരുടെ ഭാഗത്തുനിന്നുമുള്ള പ്രകോപനങ്ങളുമൊക്കെ ഈ കൂട്ടക്കുരുതിക്കു പ്രേര

കമായെന്നു പറയാമെങ്കിലും പ്രധാന ഉത്തരവാദിത്തം ആ പ്രദേശങ്ങളുടെ സവിശേഷതകൾക്കാണെന്നതാണ് ഈ ലേഖകന്റെ അഭിപ്രായം. ഫലപുഷ്ടിയില്ലാത്ത മണ്ണും ഫലപുഷ്കലമല്ലാത്ത കൃഷിയിടങ്ങളും ജീവിത പ്രാരാബ്ധങ്ങൾക്കു വഴി തെളിച്ചു. തൊഴിൽ ചെയ്തു ജീവിക്കാൻ ബാദ്ധ്യസ്ഥരായപ്പോൾ ഉടമകളുമായുള്ള വിലപേശലിൽ സംഘടനാബലം ആവശ്യമായി. സംഘടനാബലം വേണമെങ്കിൽ നേതൃത്വം വളരണം. ഇതൊക്കെ അവിടെ സംഭവിച്ചു. അങ്ങനെ പുന്നപ്ര വയലാർ സമരം രാഷ്ട്രീയവും സാമൂഹ്യവും ഭൂമിശാസ്ത്രപരവുമായ വിവിധ പ്രേരകശക്തികളുടെ ഒരു സ്വാഭാവിക പരിണാമമായിരുന്നു.

കാരണം എന്തു തന്നെയായാലും, ആ സംഭവം ആ പ്രദേശങ്ങളുടെ സാമ്പത്തികവും സാമൂഹ്യവുമായ അടിത്തറയിളക്കി. വ്യവസായ സ്ഥാപനങ്ങൾ ഒന്നൊന്നായി അടച്ചു പൂട്ടപ്പെട്ടു. ആയിരക്കണക്കിന് തൊഴിലാളികൾ നിരാധാരരായി. ഒരൊറ്റ യൂണിയന്റെ കീഴിൽ പ്രവർത്തിച്ചിരുന്ന തൊഴിലാളികൾക്കിടയിൽ ഛിദ്രവാസനകൾ വളർന്നു. ശിഥിലീകരണം അനിവാര്യമായി. ചുരുക്കത്തിൽ പുന്നപ്രയിലെ തൊഴിലാളികൾ ദുർബ്ബലരാക്കപ്പെട്ടു. കയർ ഫാക്ടറികൾ പലതും പൂട്ടിയതോടെ ആ രംഗത്ത് തൊഴിലില്ലായ്മ രൂക്ഷമായി. കാർഷികരംഗവും തദ്ദേശവാസികൾക്ക് ആശ്വാസമേകിയില്ല. പക്ഷേ, പുന്നപ്രയുടെ കടൽ കനിവുള്ളതാണ്. നല്ലൊരു വിഭാഗം കുടുംബങ്ങളെ പട്ടിണിയിൽനിന്ന് രക്ഷിക്കുന്നത് കടലമ്മയാണ്.

32

കരപ്പുറത്തിന്റെ കറുപ്പും വെളുപ്പും

കരപ്പുറം എന്ന കടൽപ്പുറത്തിന് വേണ്ടി കടിപിടി കൂടുന്ന നാട്ടുരാജാക്കന്മാരുടെ കളിത്തട്ടായിരുന്നു. ക്രിസ്ത്വബ്ദം പതിനാറും പതിനേഴും നൂറ്റാണ്ടുകളിൽ ഇന്നത്തെ അമ്പലപ്പുഴ– ചേർത്തല പ്രദേശങ്ങൾ.

തിരുവിതാംകൂറും കൊച്ചിയും തമ്മിലുള്ള യുദ്ധങ്ങൾ, പൊതുശത്രുവായ തിരുവിതാംകൂറിനെതിരെ, പടയോട്ടത്തിനൊരുമ്പെട്ട ചെമ്പകശ്ശേരി, തെക്കുംകൂർ, വടക്കുംകൂർ, രാജ്യങ്ങൾ, ഈ രാജ്യങ്ങൾക്ക് സൈനിക സഹായവുമായി നില്ക്കുന്ന കൊച്ചിയുടെ കുതന്ത്രങ്ങൾ, ഈ സംഘട്ടനങ്ങളിൽനിന്ന് മുതലെടുക്കാൻ വേണ്ടി, മേഷയുദ്ധത്തിൽപ്പെട്ട കുറുനരികളെപ്പോലെ, ചുരമാന്തി, കൊതിയൂറി നില്ക്കുന്ന വൈദേശികശക്തികൾ- പോർച്ചുഗീസുകാർ, ഡച്ചുകാർ-- കരപ്പുറത്തെ കവർന്നെടുക്കലും വിട്ടുകൊടുക്കലും വീണ്ടും കവർന്നെടുക്കലുമായി അങ്ങനെ രണ്ടു നൂറ്റാണ്ടുകൾ.

രാജ്യസ്നേഹിയും നീതിമാനുമായ രാജാകേശവദാസൻ എന്ന വലിയ ദിവാൻജിയെ അധികാരഭ്രഷ്ടനാക്കാനും കുതന്ത്രങ്ങളിലൂടെ വകവരുത്തി ആത്മഹത്യയാണെന്ന് പ്രചരിപ്പിക്കാനും വേണ്ട കുടില തന്ത്രങ്ങൾ മെനഞ്ഞെടുക്കാൻ രാജകിങ്കരനായ ജയന്തൻ ശങ്കരൻ നമ്പൂതിരിയെന്ന കുടിലതന്ത്രജ്ഞനെ പണ്ട് പ്രേരിപ്പിച്ചതും ഈ കരപ്പുറം തന്നെയാണല്ലോ?

ആലപ്പുഴ ജില്ലയിൽ തെക്ക് വാടത്തോട് മുതൽ വടക്ക് അരൂർ വരെ മാത്രം വ്യാപ്തിയുള്ള, അറബിക്കടലിനും വേമ്പനാട്ടു കായലിനും മദ്ധ്യേ സ്ഥിതിചെയ്യുന്ന ചൊരിമണൽ പ്രദേശമാണ് പഴയ കരപ്പുറം - ഇന്നത്തെ ചേർത്തല താലൂക്ക്. കരപ്പുറം ഉൾപ്പെടെയുള്ള സമീപപ്രദേശങ്ങൾ കടൽമാറി കരയായതാണെന്നും, അതല്ല, കടലിനും കായലിനും മദ്ധ്യേ മണലും ചെളിയും അടിഞ്ഞുകൂടി കാലാന്തരത്തിൽ ഒരു കരപ്രദേശം ഉണ്ടായതാണെന്നും ഭൗമശാസ്ത്രജ്ഞന്മാർ അഭിപ്രായപ്പെടുന്നു.

ക്രിസ്ത്വബ്ദം 17-ാം നൂറ്റാണ്ടിന്റെ പൂർവ്വാർദ്ധം മുതൽക്കുള്ള കരപ്പുറത്തിന്റെ ഭരണചരിത്രം ഇന്ന് ലഭ്യമാണ്. 1840 വരെ കരപ്പുറം ഭരിച്ചിരുന്നത് മൂത്തേടത്തു കൈമൾ എന്ന ഒരു നാടുവാഴിയായിരുന്നു. ആ വർഷം പ്രസ്തുത കുടുംബം അന്യംനിന്നു പോയതിനാൽ, കൊച്ചി രാജാവ് ആലപ്പുഴ മുതൽ അരൂർ വരെ നീണ്ടുകിടന്നിരുന്ന മൂത്തേടത്തു രാജ്യം ആക്രമിച്ചു കീഴടക്കി കൊച്ചിയുടെ ഭാഗമാക്കി. എങ്കിലും അന്നും കരപ്പുറത്തെ 72 മാടമ്പിമാർ ഏതാണ്ട് സ്വതന്ത്ര നാടുവാഴികളെപ്പോലെ തന്നെ കഴിഞ്ഞു. പോർച്ചുഗീസുകാരും ഡച്ചുകാരും ഈ മാടമ്പിമാരോട് മൈത്രിയിലായിരുന്നു.

മാടമ്പിമാർ

കരപ്പുറത്തിന് 'മൗട്ടം' (മുട്ടം രാജ്യം) എന്നാണ് ഡച്ചുകാർ പേരിട്ടിരുന്നത്. ചേർത്തലയ്ക്കു സമീപമുള്ള മുട്ടം രാജധാനിയായിരുന്നതിനാലായിരിക്കാം അങ്ങനെ. കൊച്ചിരാജാവിന് കരപ്പുറത്തിനു മേൽ നാമമാത്രമായ അധികാരങ്ങളേ ഉണ്ടായിരുന്നുള്ളൂ. സാമൂതിരിയുമായുള്ള യുദ്ധത്തിൽ കൊച്ചിയെ സഹായിച്ച കരപ്പുറത്തെ പ്രമുഖ മാടമ്പി കുടുംബത്തിന് കരപ്പുറത്തിന്റെ ഭരണാധികാരം വിട്ടുകൊടുത്തതായി *കൊച്ചിൻ സ്റ്റേറ്റ് മാനുവലിൽ* രേഖപ്പെടുത്തിയിട്ടുണ്ട്. ആദ്യകാലത്ത് ഈ മാടമ്പിമാർ സ്വതന്ത്ര നാടുവാഴികളെപ്പോലെ ഭരണം നടത്തിയിരുന്നെങ്കിലും പില്ക്കാലത്ത് കൊച്ചി പോർച്ചുഗീസുകാരുടെ സഹായത്തോടെ കരപ്പുറത്തിന്മേൽ ആധി

പത്യം സ്ഥാപിക്കുകയുണ്ടായി. കരപ്പുറത്തെ ഭൂമിയിൽനിന്നുള്ള ആദായത്തിന്റെ പത്തിലൊന്ന് കൊച്ചി രാജാവിന് വിട്ടുകൊടുക്കണമെന്ന വ്യവസ്ഥ മാടമ്പിമാർക്ക് സ്വീകരിക്കേണ്ടിവന്നു, 1710 ലെ ഉടമ്പടി പ്രകാരം. എന്നാൽ രാജഭോഗം കൊടുക്കുന്നതിന് മാടമ്പിമാർ ക്രമേണ വീഴ്ച വരുത്തുകയാൽ 1718 ലെ മറ്റൊരു ഉടമ്പടിപ്രകാരം കരപ്പുറം ദേശത്തിന്റെ ഭരണം കൊച്ചി രാജാവിൽ വന്നുചേർന്നു. തുടർന്നുള്ള ഒരു കൊച്ചി രേഖയിൽ "വൈക്കം കായലിന് മേക്ക്, സമുദ്രത്തിനു കിഴക്ക് അരൂർ പമ്പാദേശത്തിനും തെക്ക്, ആലപ്പുഴ വാടയ്ക്കും വടക്ക് നമ്മുടെ രാജ്യമായ കരപ്പുറം" എന്ന് രേഖപ്പെടുത്തി കാണുന്നു. പുറക്കാടു യുദ്ധത്തെത്തുടർന്ന് കൊച്ചി രാജാവും തിരുവിതാംകൂർ രാജാവും തമ്മിൽ 1753-ൽ മാവേലിക്കര കൊട്ടാരത്തിൽ വച്ചു നടന്ന സന്ധി ഉടമ്പടിയുടെ വ്യവസ്ഥയനുസരിച്ച് കരപ്പുറം തിരുവിതാംകൂറിന്റെ ഭാഗമായി.

നാട്ടുപ്രമാണിമാരുടെയും ഇടപ്രഭുക്കന്മാരുടെയും മാടമ്പിമാരുടെയും ബാഹുല്യം കരപ്പുറത്തെ (ഇന്നത്തെ ചേർത്തല) സാമൂഹ്യസംവിധാനത്തിന്റെയും അധികാര ദുർവ്വിനിയോഗത്തിന്റെയും ബാക്കിപത്രമായി, പില്ക്കാലത്തും ഏറക്കാലം തുടർന്നുപോന്നു. ഇന്നും ഇത്തരം സ്ഥാനമാനങ്ങളിൽ ഊറ്റംകൊള്ളുന്ന ചുരുക്കം പേരെങ്കിലുമുണ്ടാകാം. ചേർത്തല താലൂക്കിൽ അധികാരദുർവ്വിനിയോഗ സാദ്ധ്യതകൾ വിരളമെങ്കിലും മാടമ്പിത്തത്തിന്റെ ഈ സാമൂഹ്യ പശ്ചാത്തലത്തിൽ ചരിത്രരേഖയല്ലെങ്കിലും പരമ്പരയാ കേട്ടറിവുള്ള ഒരു (ചരിത്ര) കഥ ഇവിടെ സൂചിപ്പിക്കാം.

സ്ഥാനമാനങ്ങൾ

പുറക്കാട്ടു യുദ്ധത്തിനു ശേഷം കരപ്പുറത്തിന്റെ അധീശത്വവും പേറി മാർത്താണ്ഡവർമ്മ മഹാരാജാവ് രാമയ്യൻ ദളവയോടൊപ്പം പുതിയ ഭൂപ്രദേശങ്ങൾ നേരിട്ടു കാണാനും പ്രമാണിമാർക്ക് തൃക്കൺപാർക്കാൻ അവസരം നല്കാനും വേണ്ടി കരപ്പുറത്തെത്തി. യുദ്ധച്ചെലവുകൾ കാരണം അന്ന് തിരുവിതാംകൂർ ഖജനാവ് ഏറക്കുറെ ശൂന്യമായ സ്ഥിതിയിലായിരുന്നു. അത് രാജാവിനെയും ദളവയേയും അലട്ടിയിരുന്നു. കരപ്പുറം ദേശമാകെ നോക്കിക്കണ്ടു സ്ഥിതിഗതികൾ മനസ്സിലാക്കി. സന്ദർശന പരിപാടികൾക്കുശേഷം സ്വന്തം വിശ്രമസങ്കേതത്തിലെത്തിയ രാജാവ് പാർശ്വവർത്തിയായ രാമയ്യനോട് ചോദിച്ചു:

"എന്താ രാമയ്യാ മത്തങ്ങ മുറിക്കാതെ കുരു എടുക്കാമോ?" ചോദ്യം കേട്ട് ആദ്യം അല്പം പതറിയെങ്കിലും സ്വാമിയുടെ മനസ്സും ഇംഗിതവും ശരിക്ക് അറിയാവുന്ന രാമയ്യന് ചോദ്യത്തിന്റെ ആന്തരാർത്ഥം മനസ്സിലായി. ഉടൻ മറുപടിയും നല്കി.

"അടിയൻ ഒന്നു ശ്രമിക്കാം."

കുശാഗ്രബുദ്ധിയായ രാമയ്യൻ അടുത്ത ദിവസം തന്നെ കരപ്പുറത്തെ സമ്പന്നരായ നാടൻ പ്രമാണിമാരെ യാദൃച്ഛികമെന്നോണം ഒറ്റയ്ക്കു കണ്ട് കുശലപ്രശ്നങ്ങൾ നടത്തി കൂട്ടത്തിൽ,

"അല്ലാ കുലശേഖരപ്പെരുമാൾ നിങ്ങളുടെ അടുത്ത് എത്തിയിട്ടുള്ള ഈ സുവർണ്ണാവസരം എന്താണ് പാഴാക്കുന്നത്. മഹാരാജാവിനെ വേണ്ട രീതിയിൽ മുഖം കാണിച്ച് സ്ഥാനമാനങ്ങൾ കരസ്ഥമാക്കാൻ ഇതുപോലെ ഒരവസരം ഇനിയും കിട്ടുമോ? പൊന്നും പണവും വരും, പോകും, അതുപോലെയാണോ, മഹാരാജാവിൽനിന്നും നേടാൻ കഴിയുന്ന സ്ഥാനമാനങ്ങൾ! അവ, സന്തതിപരമ്പരയാ ആചന്ദ്രതാരം നിലനില്ക്കുന്നതല്ലേ?"

പ്രമാണിമാരുടെ ബുദ്ധി ഉണർന്നു പ്രവർത്തിച്ചു. സമയം പാഴാക്കാതെ, അവർ അഹമഹമികയാ കാഴ്ചദ്രവ്യങ്ങളുമായി രാജസന്നിധിയിലേക്ക് ഒരു പ്രവാഹമായിരുന്നു. അങ്ങനെയാണത്രേ കരപ്പുറത്ത് ഇത്രയേറെ സ്ഥാനിമാർ - കൈമൾ, പണിക്കർ, കുറുപ്പ്, കർത്താവ്, ഉണ്ണിത്താൻ, വല്യത്താൻ... എന്നിങ്ങനെ പിറന്നു വീണത്. അങ്ങനെ സാധാരണക്കാരെ ഞെക്കിപ്പിഴിയാതെയും ധനികരെ പീഡിപ്പിക്കാതെയും വളരെ നയപരമായി രാജാവും ദളവയും ചേർന്ന് ഖജനാവ് പെരുപ്പിച്ചു. മത്തങ്ങ മുറിക്കാതെ തന്നെ കുരുവെടുത്തു.

ഈ കാലയളവിനുള്ളിലുണ്ടായ മറ്റൊരു സംഭവം വിവിധ കാരണങ്ങളാൽ പ്രാധാന്യമർഹിക്കുന്നു. ഡച്ചു സൈന്യം കൊച്ചിയെ ആക്രമിച്ചു കീഴടക്കിയ സംഭവമാണത് (1663). തിരുവിതാംകൂറിലെ ഡച്ചു വാഴ്ചയ്ക്ക് അത് അടിത്തറ പാകിയെന്ന് മാത്രമല്ല ഡച്ച് സൈന്യത്തിലെ വാൻറീഡ് എന്ന പ്രഗത്ഭനും ദീർഘദർശിയുമായ ഒരു ഉദ്യോഗസ്ഥന്റെ ഉയർച്ചയ്ക്കും ആയത് വഴി തെളിച്ചു.

സംഭവപരമ്പര ഇങ്ങനെ:

കൊച്ചി രജകുടുംബത്തിൽ സിംഹാസനാവകാശികളായി പുരുഷ പ്രജകളൊന്നുമില്ലാതിരുന്ന ഒരു സവിശേഷ സാഹചര്യത്തിൽ കൊച്ചി രാജസിംഹാസനത്തിലവരോധിക്കാൻ നിയുക്തയായത് റാണി ഗംഗാധര ലക്ഷ്മിയാണ്. ഇളയ തായ്വഴിയിൽപ്പെട്ട റാണിക്ക് അന്ന് പോർച്ചുഗീസുകാർ പിന്തുണ നല്കിയപ്പോൾ, ന്യായപ്രകാരം സിംഹാസനത്തിന് അർഹതയുള്ള മൂത്ത തായ്വഴിയെ സഹായിക്കാൻ ഡച്ചു സൈന്യവും അണിനിരന്നു. ഡച്ചു സൈന്യം കൊച്ചിരാജ്ഞിയുടെ മട്ടാഞ്ചേരിക്കൊട്ടാരം വളഞ്ഞു. റാണിയുടെ സേനാ വിഭാഗം ചെറുത്തു. ഉഗ്രസംഘട്ടനം. കൊട്ടാരത്തിന്റെ രണ്ടാം നിലയിലിരുന്ന് രംഗനിരീക്ഷണം നടത്തുകയായിരുന്നു റാണി ഗംഗാധര

ലക്ഷ്മി. യാദൃച്ഛികമായി ഡച്ചു സൈന്യത്തിലെ ഒരുദ്യോഗസ്ഥനായ വാൻറീഡിന്റെ നോട്ടം റാണിയിൽ പതിച്ചു. കുശാഗ്രബുദ്ധിയും സമർത്ഥനുമായ ആ ഉദ്യോഗസ്ഥൻ തന്ത്രപൂർവ്വം റാണിയെ തടവിലാക്കി. കൊച്ചി സിംഹാസനത്തിന് മൂത്ത തായ്‌വഴിക്കുള്ള അധികാരം അംഗീകരിച്ചുകൊള്ളാമെന്ന് റാണിയെക്കൊണ്ട് സമ്മതിപ്പിച്ചു. അങ്ങനെ യുദ്ധം അവസാനിച്ചു. ഡച്ചുകാർ വിജയശ്രീലാളിതരായി. ഇരുഭാഗത്തും ഒട്ടേറെ ആൾനാശമുണ്ടായി. ഡച്ചു ശക്തിക്ക് കൊച്ചിയിൽ വേരുറപ്പിക്കാൻ വഴിതെളിച്ച ഈ യുദ്ധതന്ത്രത്തിന്റെ പ്രണേതാവായ വാൻ റീഡിനെ മേലധികാരികൾ പ്രശംസിക്കുകയും ഉദ്യോഗക്കയറ്റം നല്കി ആദരിക്കുകയും ചെയ്തു.

ഹോർത്തൂസ് മലബാറിക്കൂസ്

പില്ക്കാലത്ത് ഡച്ചു ഗവർണ്ണറുടെ പദവിയിലേക്കുയർന്ന വാൻറീഡിന്റെ നാമം കേരളീയർ മാത്രമല്ല, ലോകമൊട്ടാകെ തന്നെ ഏക്കാലവും സ്മരിക്കുന്നത് മറ്റൊരു മഹത് കർമ്മത്തിന്റെ പേരിലാണ്-തികച്ചും നൂതനവും മഹത്തരവുമായ ഒരു ഗ്രന്ഥത്തിന്റെ - *ഹോർത്തൂസ് മലബാറിക്കൂസ്* പ്രണേതാവ് എന്ന നിലയ്ക്കാണ്.

കേരളത്തിലെ സസ്യങ്ങളുടെ ഔഷധ ഗുണങ്ങളെപ്പറ്റി വിപുലമായി ചർച്ച ചെയ്തിട്ടുള്ള ഈ ഗ്രന്ഥം ലാറ്റിൻ ഭാഷയിലാണ് രചിക്കപ്പെട്ടിട്ടുള്ളത്. അനേകം വർഷങ്ങളിലെ നിരന്തര പരിശ്രമവും ദൃഢനിശ്ചയവും ഈ ഗ്രന്ഥരചനയുടെ പിന്നിലുണ്ട്. അഞ്ഞൂറു പേജു വീതമുള്ള പന്ത്രണ്ടു വാല്യങ്ങളിലായി. ആംസ്റ്റർ ഡാമിൽനിന്നാണ് ഗ്രന്ഥം പ്രസിദ്ധപ്പെടുത്തിയത്. 1678 ൽ ആദ്യവാല്യം പുറത്തിറങ്ങി. അവസാന വാല്യം 1703 ലും. മനോഹരമായ 794 ചിത്രങ്ങളും (സസ്യങ്ങളുടെ) ഗ്രന്ഥത്തിലുൾക്കൊള്ളിച്ചിട്ടുണ്ട്. തദ്ദേശീയരും വിദേശീയരുമായ പണ്ഡിതന്മാരുടെ സമർപ്പിത സേവനവും വാൻറീഡിന്റെ വിശാലമനസ്കതയും സേവനതല്പരതയും ഇത്തരം ഒരു ഗ്രന്ഥരചന സാദ്ധ്യമാക്കി. തദ്ദേശീയ പണ്ഡിതന്മാരിൽ പ്രമുഖർ രംഗഭട്ട്, വിനായക ഭട്ട്, അപ്പുഭട്ട് എന്നീ മൂന്നു ഗൗഢസാരസ്വത ബ്രാഹ്മണരും, ചേർത്തലയിൽനിന്നുള്ള കൊല്ലാട്ട് ഇട്ടി അച്യുതൻ എന്ന ഈഴവ വൈദ്യനുമായിരുന്നു. ഈ സംഭവവുമായി ബന്ധപ്പെട്ടിരുന്ന യൂറോപ്യൻ പണ്ഡിതന്മാരിൽ ഏറ്റവും പ്രമുഖൻ മാത്തൂസ് എന്ന കാർമ്മലേറ്റ് പുരോഹിതനായിരുന്നു. ഒട്ടേറെ വിഷയങ്ങളിൽ പ്രാവീണ്യമുള്ളയാളും ബഹുഭാഷാ പണ്ഡിതനുമായിരുന്നു ഈ ഇറ്റാലിയൻ സന്ന്യാസി. *ഹോർത്തൂസ് മലബാറിക്കൂസി*ന്റെ പ്രസിദ്ധീകരണം. വാൻറീഡ് എന്ന ഡച്ച് ഗവർണ്ണറുടെ അനശ്വര സ്മാരകം തന്നെയാണ്.

കൊല്ലാട്ട് ഇട്ടിഅച്യുതൻ

സസ്യങ്ങളെപ്പറ്റിയുള്ള വിവരണം ലത്തീൻ ഭാഷയിലാണെങ്കിലും അറബി, സംസ്കൃതം, മലയാളം എന്നീ ഭാഷകളിലും സസ്യങ്ങളുടെ പേരുകൾ രേഖപ്പെടുത്തിയിട്ടുണ്ട്. പ്രാദേശിക പണ്ഡിതന്മാർ നല്കിയിട്ടുള്ള വിവരണങ്ങൾ അവരവരുടെ പ്രസ്താവനകളായിത്തന്നെ ഗ്രന്ഥത്തിൽ ചേർത്തിട്ടുണ്ട്. മലയാളം ലിപിയിൽ ആദ്യമായി അച്ചുകൾ നിരത്തി മുദ്രണം ചെയ്തിട്ടുള്ളത് ഇട്ടി അച്യുതന്റെ പ്രസ്താവനയാണ്. ഇട്ടിഅച്യുതന്റെ പ്രസ്താവന തുടങ്ങുന്നത് ഇപ്രകാരമാണ്.

"കരപ്പുറത്ത് കടക്കരപ്പള്ളി തെച്ചത്ത്
കൊല്ലാട്ട് വീട്ടിൽ പിറന്ന് അവിടെ കൂടിയിരിക്കമ്
ചെകോ വർണ്ണത്തിൽ (സന്മ) പുറതായ്മ ഒള്ള
മലെയാം വൈത്തിയെൻ നിച്ചയിക്കു
പിരാകാരമ് എന്തിരിക്കിവൻ റൈത്
കുമ്മതൊരിടെ കല്പനയാൽ..."

ഉള്ളടക്കം, ഇന്നത്തെ രീതിക്ക് ഇപ്രകാരം ഗ്രഹിക്കാം.

'കരപ്പുറത്ത് കടക്കരപ്പള്ളി കൊല്ലാട്ടു വീട്ടിൽ ജനിച്ച്, അവിടെ പാർക്കുന്ന ചോകോ വർണ്ണത്തിൽ പഴയ പരിചയമുള്ള മലയാള വൈദ്യൻ നിശ്ചയിച്ച പ്രകാരമാണിത്. ഹെന്റിക് വാൻറോഡ് കുമുദോരുടെ കല്പനയനുസരിച്ച്' കൊച്ചി കോട്ടയിൽ വന്ന് ആ പുസ്തകത്തിൽ (*ഹോർത്തൂസ് ഇൻഡികാസ് മലബാറിക്കൂസ്*) എഴുതിയിട്ടുള്ള വൃക്ഷങ്ങൾ, ചെറുവൃക്ഷങ്ങൾ, വള്ളികൾ, പുല്ലുകൾ, വിത്തുജാതികൾ എന്നിവ പരിശോധിച്ചു നോക്കി. അവ കൈകാര്യം ചെയ്യുകയും ഗ്രന്ഥങ്ങളിൽ നിന്ന് ഗ്രഹിക്കുകയും ചെയ്തിട്ടുള്ള പരിചയംകൊണ്ട് ഓരോന്നിന്റെയും ഗുണദോഷങ്ങൾ ചിത്രങ്ങളും ഒത്തുനോക്കി വ്യവസ്ഥ വരുത്തി. കമ്പനി ദ്വിഭാഷി മനുവേർ കർന്നേർക്കു ഇവയെല്ലാം വ്യക്തമാക്കിക്കൊടുത്തു.

ഇതിന്റെ സാധുത്വത്തെപ്പറ്റി ആർക്കും സംശയം തോന്നാതിരിക്കാൻ വേണ്ടി 1675 ഏപ്രിൽ 20-ാം തീയതി കൊച്ചിയിൽ കോട്ടയിൽ വച്ച് എഴുതി ഒപ്പിട്ടിരിക്കുന്നു.

ശ്രദ്ധ ചെലുത്തി രചിക്കപ്പെട്ടതും ബൃഹത്തുമായ ഈ ഗ്രന്ഥം പുറത്തിറക്കുന്നതിന് ഒരു വൻതുക ചെലവു വന്നിരിക്കുമെന്നത് തീർച്ചയാണ്. ഇതിന്റെ രചയിതാക്കൾക്കും ഇതു രചിച്ച നാടിനും ഇത് ഒരുപോലെ കീർത്തിയണയ്ക്കുന്നു.

ചൊരിമണൽ പ്രദേശം

മന്തിന്റെയും മറ്റുരോഗങ്ങളുടെയും ഈറ്റില്ലമായ ചതുപ്പുകളും അഴുക്കു തോടുകളും ജലദരിദ്രമായ കൊച്ചുകൊച്ചു കുളങ്ങളും ഇടയ്ക്കിടയ്ക്കു

കാണാമെങ്കിലും, വെളുത്ത ചൊരിമണലാണ് ചേർത്തലയുടെ മുഖമുദ്ര. നാഗരികഭാവം വരുത്താൻ ശ്രമിക്കുന്ന നാടൻ കവലകളും ഭേദപ്പെട്ട പൊതുനിരത്തുകളും സൗകര്യാനുസരണം വിദ്യാലയങ്ങളും ആശുപത്രികളും മറ്റു പൊതു സ്ഥാപനങ്ങളും എല്ലാമുണ്ട്. പണ്ട് വെളിമ്പ്രദേശങ്ങളായികിടന്ന മണൽപ്പരപ്പുകളിൽ പീലിവിടർത്തി നില്ക്കുന്ന തെങ്ങും ഫലവൃക്ഷങ്ങളും സുലഭമാണെങ്കും. കാറ്റുവീഴ്ച ഈ പ്രദേശത്തെ തെങ്ങുകളെ അത്രയേറെ ബാധിച്ചിട്ടില്ലെന്നു തോന്നുന്നു. വിസ്തൃതമായ മണൽ പ്രദേശങ്ങളിൽ വേലികെട്ടിത്തിരിച്ച, കൊച്ചു തുരുത്തുകൾ പോലെയുള്ള കൃഷിയിടങ്ങൾക്കു മദ്ധ്യേ, ചെറുതും വലുതുമായ വീടുകൾ, കയർ ഫാക്ടറികൾ. തൊണ്ട ഴുക്കൽ, കയർപിരിക്കൽ കരപ്പുറത്തിന്റെ മുഖ്യതൊഴിൽ മേഖലയാണ് കയർവ്യവസായം.

മണൽ നിറഞ്ഞ കടലോരങ്ങളൊഴികെ കിഴക്കൻ പ്രദേശങ്ങളിലെ മണ്ണ് ഫലപുഷ്ടിയുള്ളതാണ്. കരപ്പുറം വെറ്റിലയുടെ പ്രസിദ്ധി പണ്ടേപോലെ ഇന്നും കുറഞ്ഞിട്ടില്ല. പച്ചക്കറികളും ഫലവൃക്ഷങ്ങളും മറ്റു നടുതലകളും കൃഷിചെയ്യപ്പെടുന്നു. പഴയ കരപ്പുറം ദേശത്തിന്റെ തെക്കെ അറ്റത്തെ കുറെഭാഗം ഇന്ന് അമ്പലപ്പുഴ താലൂക്കിലാണ്. ബാക്കി ഭാഗമാണ് ചേർത്തലതാലൂക്ക്. ചേർത്തല പട്ടണമാണ് താലൂക്കിന്റെ ആസ്ഥാനം. നാളികേരമാണ് പ്രധാന കാർഷികോല്പന്നം.

പഴയ മാടമ്പിത്തത്തിന്റെ പടുവേരുകളിൽനിന്ന് പൊട്ടിമുളച്ച ചില സമ്പന്ന കുടുംബങ്ങളുണ്ട്. ആധുനിക കാലഘട്ടത്തിലെ വ്യാവസായിക പുരോഗതിയുടെ ഫലമായ ഉല്പാദന - വിപണന സ്ഥാപനങ്ങൾ മുഖേന ഉയർന്നുവന്ന ധനികരും പ്രമാണിമാരുമെല്ലാം ജനസംഖ്യയിൽ വെറും ന്യൂനപക്ഷം മാത്രം. കൃഷിപ്പണിയിലും ചകിരി-കയർ വ്യവസായത്തിലും ഏർപ്പെട്ട് ഉപജീവനമാർഗ്ഗം തേടുന്ന സാധാരണക്കാരും കാർഷിക-വ്യാവസായിക തൊഴിലാളികളുമാണ് ബഹുഭൂരിഭാഗവും. താലൂക്ക് ആസ്ഥാനത്തിന്റേതായ പൊതുസ്ഥാപനങ്ങളും മന്ദിരശ്രേണികളുമെല്ലാമുള്ള ചേർത്തല മുനിസിപ്പൽ ടൗൺ തിരക്കേറിയതു തന്നെ. പക്ഷേ, മറ്റു നഗരപ്രദേശങ്ങളിലെ പ്രസന്നഭാവം പ്രകടമല്ല.

പ്രസിദ്ധമായ ചില ഹൈന്ദവാരാധനാലയങ്ങളും ക്രൈസ്തവ ദേവാലയങ്ങളും ഇവിടെയുണ്ട്. ചേർത്തല ഭഗവതി ക്ഷേത്രവും തുറവൂരിലെ ഗൗഡസാരസ്വതരുടെ ക്ഷേത്രവും കണിച്ചുകുളങ്ങര ക്ഷേത്രവുമാണ്, ഹിന്ദുക്കളുടെ മുഖ്യ ആരാധനാലയങ്ങൾ.

കാർത്ത്യായനി ക്ഷേത്രം

കാർത്ത്യായനി ദേവിയുടെ ക്ഷേത്രമാണ് ഏറ്റവും പ്രധാനം. നാഷണൽ ഹൈവേയിൽ ചേർത്തല ടൗണിനടുത്തു റോഡരികിൽ തലയുയർത്തി നില്ക്കുന്ന ക്ഷേത്രഗോപുരവും സ്വർണ്ണധ്വജവും പെട്ടെന്ന് ശ്രദ്ധയിൽപ്പെടും. ക്ഷേത്രോല്പത്തിയെപ്പറ്റിയുള്ള ഐതിഹ്യം മറ്റു പല ക്ഷേത്രങ്ങളിലേതുപോലെ, വില്വമംഗലം സ്വാമിയാരുടെ പേരിൽത്തന്നെ പതിഞ്ഞിട്ടുണ്ടിവിടെയും.

വില്വമംഗലം സ്വാമിയാർ, ഒരിക്കൽ., കരപ്പുറം വഴി കടന്നുപോകവേ, ഏഴ് ദിവ്യകന്യകമാരെ കണ്ടത്രേ — സപ്തമാതാക്കൾ– സ്വാമിയെ കണ്ട മാത്രയിൽ അവർ അപ്രത്യക്ഷരായി. സ്വാമിയാരും വിട്ടില്ല. കന്യകമാരിൽ ഓരോരുത്തരെയായി കുളത്തിൽനിന്നും പിടികൂടിയത്രേ. അവസാനം പിടികൂടിയത് കാർത്ത്യായനിദേവിയെ ആയിരുന്നു. ചേറു നിറഞ്ഞ കുളത്തിൽ ചാടിയതിനാൽ ദേവിയുടെ തല മുഴുവൻ ചേറു പുരണ്ടിരുന്നു. അങ്ങനെ, ചേറു പുരണ്ട തല - ചേർത്തല.

കാർത്ത്യായനിദേവിയെ നിരത്തിനരികിൽ പ്രതിഷ്ഠിക്കാനൊരുങ്ങി. അപ്പോൾ, മറ്റൊരു തടസ്സം പ്രതിഷ്ഠ ഉറയ്ക്കുന്നില്ല. അവസാനം, ക്ഷമകെട്ട സ്വാമിയാർ കുറെയേറെ തെറി വിളിച്ചപ്പോൾ കാർത്ത്യായനി അടങ്ങി. പ്രതിഷ്ഠ ഉറച്ചു. ഏതായാലും ആ അസഭ്യവർഷത്തിൽ നിന്നുത്ഭവിച്ചതാണത്രേ ചേർത്തലയിലെ പൂരപ്പാട്ട്. മീനമാസത്തിലാണ് ഉത്സവം. എട്ടു ദിവസത്തെ ഉത്സവം. ഓരോ ദിവസവും ചേർത്തല ഭഗവതിയെ മറ്റു കന്യകമാർ കുടിയിരിക്കുന്ന ക്ഷേത്രങ്ങളിലേക്ക് എഴുന്നള്ളിച്ച് കൊണ്ടുപോകും.

വൈകിട്ട് ക്ഷേത്രക്കുളത്തിൽ ആറാട്ടുണ്ട്. ആയില്യം, മകം, പൂരം, എന്നീ ദിവസങ്ങളിലാണ് ആഘോഷങ്ങളുടെ പൊടിപൂരം ചെറുതും വലുതുമായ അനേകം അരയന്നങ്ങളുടെയും ഭീമന്റെയും കൂറ്റൻ ദാരുപ്രതിമകൾ അലങ്കരിച്ച് ചാടുകളിൽ ഉറപ്പിച്ച് വലിയ വടങ്ങൾ ഉപയോഗിച്ച് കെട്ടിവലിച്ച് ചെണ്ടമേളവും ആർപ്പുവിളികളും തെറിപ്പാട്ടുകളുമായി ക്ഷേത്രസന്നിധിയിൽ കൊണ്ടുവരുന്നു. തെറിപ്പാട്ടുകളുടെ നേതൃത്വം പതിയാ വീട്ടിൽ പണിക്കർക്കായിരുന്നുവത്രേ. ചേർത്തല തെക്കുംഭാഗവും വടക്കുംഭാഗവും മത്സരിച്ച് തെറിപ്പാട്ടുകൾ പാടുന്നു. മദ്യലഹരിയിലെ ആർപ്പുവിളികളും അട്ടഹാസങ്ങളുംകൊണ്ട് ശബ്ദമുഖരിതമാകും ക്ഷേത്രവും പരിസരങ്ങളും. (റീജന്റ് റാണിയുടെ ഭരണകാലത്ത് തെറിപ്പാട്ടും മൃഗബലിയും നിറുത്തൽ ചെയ്തു.) പടയണിയും പൂരപ്പാട്ടുമായിരുന്നു മുൻകാലങ്ങളിൽ ഉത്സവത്തിന് കൊഴുപ്പു കൂട്ടിയിരുന്നത്.

കേരളീയമായ ഒരു നാടൻനൃത്തമാണ് പടയണി. കുംഭം, മീനം മാസങ്ങളിൽ ഭഗവതി ക്ഷേത്രങ്ങളിലെ ഭരണി ഉത്സവങ്ങളോടനുബന്ധിച്ചാണ്

സാധാരണ പടയണി നടത്താറുള്ളത്. ഒരുതരം സംഘനൃത്തമാണിത്. ഒറ്റപ്പാളയിൽ വരച്ചു വച്ച് കോലം വഹിക്കുന്ന വേഷങ്ങളും കുതിരമുഖം വച്ചു കെട്ടിയ കോലങ്ങളും യക്ഷിക്കോലങ്ങളും ഉണ്ടാകും. വൈവിദ്ധ്യമാർന്ന വേഷഭൂഷകൾ വായ്ത്താരികൾ, മദ്ദളം, തപ്പ്, കൈമണി എന്നീ വാദ്യഘോഷങ്ങളും കോലങ്ങളുടെ ഉറഞ്ഞുതുള്ളലും ഒക്കെ ചേർന്ന് വിഭ്രാമകമായ ഒരന്തരീക്ഷം സൃഷ്ടിക്കാൻ ഈ കലാരൂപത്തിന് കഴിയുന്നു.

ക്ഷേത്രവളപ്പിൽ തെക്കുവശത്ത് കിഴക്കോട്ട് ദർശനമായി ധർമ്മശാസ്ത്രാവിന്റെ ഒരു ഉപദേവാലയമുണ്ട്. ഇവിടെയാണ് 'തടി' നിവേദ്യം നടത്തുന്നത്. അരിപ്പൊടി, ശർക്കര, നാളികേരം എന്നിവ ക്രമപ്രകാരം ചേർത്ത് കുഴച്ച് കമുകിൻ പാളയിൽ പൊതിഞ്ഞ് നടയുടെ മുമ്പിൽ മണൽ കുഴിച്ച് അതിലിട്ടു മൂടി മുകളിൽ തീയിടുന്നു. വേകുമ്പോൾ ഈ വിശിഷ്ട ഭോജ്യം ശാസ്താവിനു നിവേദിക്കുന്നു ചേർത്തല കാർത്ത്യായനി ക്ഷേത്രത്തിൽ മാത്രം നടത്തിവരാറുള്ള ഒരു പ്രത്യേക വഴിപാടാണിത്. തടി.

അർത്തുങ്കൽ പള്ളി

ചേർത്തലയ്ക്കു വടക്കു പടിഞ്ഞാറായി അർത്തുങ്കൽ എന്ന തീരദേശഗ്രാമത്തിൽ സ്ഥിതിചെയ്യുന്ന അർത്തുങ്കൽ പള്ളി, കേരളത്തിലങ്ങോളമിങ്ങോളമുള്ള ക്രൈസ്തവരുടെ ഒരു പ്രമുഖ ആരാധനാ കേന്ദ്രമാണ്. പണ്ട് ഒരു വെറും കുഗ്രാമമായിരുന്ന അർത്തുങ്കൽ, പള്ളിയുടെ മേൽവിലാസത്തിൽ ഇന്ന് ഒരു ചെറുപട്ടണമായി വളർന്നു കഴിഞ്ഞു.

പതിനാറാം നൂറ്റാണ്ടിൽ പോർച്ചുഗീസ് ആഗമനത്തോടെയാണ് പള്ളിയുടെ പ്രസിദ്ധിയുടെ ചരിത്രം ആരംഭിക്കുന്നത്. ആദ്യകാലത്ത് മൂത്തേടത്തു രാജാവ് നല്കിയ തടിയും തെങ്ങോലകളും കൊണ്ടാണ് ആദ്യം പള്ളി നിർമ്മിച്ചത്. പില്ക്കാലത്ത് പടുത്തുയർത്തപ്പെട്ടതാണ് ഇന്നത്തെ പള്ളി. തൊട്ടു പിന്നിൽ പഴയ പള്ളിക്കെട്ടിടങ്ങൾ കാണാം. നൂറ്റാണ്ടുകൾക്കു മുമ്പ് ഫ്രാൻസിലെ ഹാർബോൺ പട്ടണത്തിൽ ജനിച്ച വിശുദ്ധ സെബാസ്ത്യാനോസിന്റെ തിരുസ്വരൂപം ഈ പള്ളിയിൽ പ്രതിഷ്ഠിച്ചിട്ടുണ്ട്. 1647 ജനുവരി 20 നാണ് സ്വരൂപം പ്രതിഷ്ഠിക്കപ്പെട്ടത്. പ്രത്യേകം തയ്യാറാക്കപ്പെട്ട രൂപക്കൂട്ടിലാണ് തിരുസ്വരൂപം പ്രതിഷ്ഠിക്കപ്പെട്ടത്. അലങ്കൃതമായ മദ്ബഹയിലെ തിരുരൂപങ്ങളിൽ പോർച്ചുഗീസ് നിർമ്മാണ ശൈലി പ്രകടം. ഭീമാകാരമായ ഒരു കരിങ്കൽ സൗധമാണ് ഇന്നത്തെ പള്ളി. എല്ലാ വർഷവും ജനുവരി 10 മുതൽ 17 വരെ തീയതികളിൽ തിരുനാൾ മഹോത്സവം കൊണ്ടാടപ്പെടുന്നു. അക്കാലത്ത് നാടിന്റെ നാനാഭാഗത്തുനിന്നും ഭക്തജനങ്ങൾ പള്ളിയിൽ തിങ്ങിക്കൂടുന്നു. പ്രാർത്ഥന രോഗശാന്തി ശുശ്രൂഷ, ദിവ്യകാരുണ്യ ആരാധന എന്നിവ തിരുനാളിനോടനുബന്ധിച്ചു നടത്തപ്പെടുന്നു.

'വില്ലും കഴന്നു'മാണ് ഇവിടുത്തെ മുഖ്യനേർച്ച. വിശുദ്ധനെ ശത്രുക്കൾ അമ്പെയ്തു കൊല്ലാൻ ശ്രമിച്ചതിന്റെ സ്മരണയ്ക്കായിട്ടാണത്രേ ഈ നേർച്ച. കൂടാതെ മുത്തുക്കുടകളും ആൾരൂപങ്ങളും നേർച്ചയായി സമർപ്പിക്കപ്പെടുന്നു.

ചേർത്തല താലൂക്കിൽ തുറവൂർ പഞ്ചായത്തിലെ നരസിംഹമൂർത്തിയുടെ ക്ഷേത്രം പ്രസിദ്ധം. നരസിംഹമൂർത്തിയുടെയും സുദർശനമൂർത്തിയുടെയും രണ്ടു ശ്രീകോവിലുകളാണ് ഇവിടെയുള്ളത്. വിശാലമായ നാലമ്പലം ദാരുശില്പങ്ങളാൽ അലങ്കൃതമാണ് ക്ഷേത്രം. വെടിയാണ് പ്രധാന വഴിപാട്. ദീപാവലിക്ക് പ്രാധാന്യമുള്ള ഉത്സവാഘോഷങ്ങൾ. തുലാമാസത്തിൽ കറുത്ത വാവിൻ നാളാരംഭിക്കുന്ന ഉത്സവം ഒമ്പതു ദിവസം നീണ്ടുനില്ക്കും.

ധന്വന്തരി ക്ഷേത്രം

ചേർത്തല ടൗണിൽനിന്നും കഷ്ടിച്ച് രണ്ടു മൈൽ അകലെ, ദേശീയ പാതയിൽനിന്ന് അല്പം ഉള്ളിലോട്ടു മാറിയുള്ള കുഗ്രാമമാണ് മരുത്തോർവട്ടം. ഇന്നും അവികസിതമാണ് ഈ ഗ്രാമപ്രദേശം. ആധുനിക ജീവിതസൗകര്യങ്ങൾ ഇന്നും ഈ ഗ്രാമത്തിലേക്ക് കടന്നുവന്നിട്ടില്ല. ജനങ്ങളിൽ ഭൂരിഭാഗവും നായർ സമുദായക്കാർ. പിന്നെ ഈഴവരും മറ്റു ജാതിക്കാരും. തെങ്ങാണ് പ്രധാന കൃഷി. കയർ പിരിക്കൽ സാധാരണം.

ആയുർവേദത്തിന്റെ ഉപജ്ഞാതാവായ ധന്വന്തരിമൂർത്തിയുടെ പേരിൽ കേരളത്തിൽ നിലവിലുള്ള ഏകക്ഷേത്രം മരുത്തോർ വട്ടത്താണുള്ളത്. വിസ്തൃതമായ ആൽത്തറകളോടുകൂടി കൂറ്റൻ അരയാൽത്തണലിൽ ശാന്തിയും വിശുദ്ധിയും നിറഞ്ഞ ക്ഷേത്രപരിസരങ്ങൾ. ഇന്നത്തെ പല മഹാക്ഷേത്രങ്ങളിലും കാണുന്ന വ്യാവസായിക സ്വഭാവവും ആർഭാടവും ഇവിടെ ഇല്ല എന്നത് അശ്വാസകരം. ആനക്കൊട്ടിലും ദീപസ്തംഭവും ഗരുഡ പ്രതിമയോടു കൂടിയ കൊടിമരവുമുണ്ട്. വൃത്താകാരമായ ശ്രീകോവിലിന്റെ ഭിത്തിയിലെ ചുമർചിത്രങ്ങൾ മിക്കതും കാലപ്പഴക്കത്താൽ മാഞ്ഞു തുടങ്ങിയിട്ടുണ്ട്. ശ്രീകോവിലിൽ ധന്വന്തരിമൂർത്തിയുടെ വിഗ്രഹത്തിന് രണ്ടടിയോളം പൊക്കം വരും. താഴോട്ടുള്ള വലം കൈയിൽ അമൃതകലശം. അമൃതകുംഭം വഹിക്കുന്ന കൈ വെള്ളികൊണ്ടു നിർമ്മിച്ചതാണ്. ക്ഷേത്രത്തിന്റെ യഥാർത്ഥ ഉടമയായ വെള്ളാട്ടുനമ്പൂതിരിയുമായി പിണങ്ങിപ്പോയ ഒളശ്ശയിലെ ചീരട്ട മൺമൂസ്, അന്നത്തെ മേൽശാന്തിയെ പ്രലോഭിപ്പിച്ച്, വിഗ്രഹത്തിന്റെ ഒരു കൈ അടർത്തിയെടുത്ത് ഒളശ്ശയിൽ കൊണ്ടുപോയി പ്രതിഷ്ഠിച്ചു എന്നാണ്

പഴമക്കാർ പറയുന്നത്.

കാലാന്തരത്തിൽ ക്ഷേത്രഭരണം നാട്ടുകാർ ഏറ്റെടുത്തു. മരുത്തോർ വട്ടം കരയോഗത്തിന്റെ ശ്രമഫലമായി ക്ഷേത്രം അഭിവൃദ്ധി വ്യാപിച്ചു. പിതൃബലിക്കായി ധരാളം ആളുകൾ ഇവിടെ എത്തുന്നുണ്ട്. ഉണക്കലരിച്ചോറും താളുകറിയുമാണ് നിവേദ്യമായി കിട്ടുന്നത്. ഈ താളുകറി ഉദരരോഗികൾക്ക് സിദ്ധൗഷധമാണത്രേ.

ചേർത്തല തെക്കുംമുറിയിലെ തിരുവിഴാ ക്ഷേത്രം, ചേർത്തല ടൗണിൽനിന്നും മാരാരിക്കുളത്തേക്കു പോകുമ്പോൾ, നാഷണൽ ഹൈവേയുടെ തെക്കുഭാഗത്തായി സ്ഥിതിചെയ്യുന്നു. ക്ഷേത്രത്തിൽ പൂജിച്ചു കൊടുക്കുന്ന പച്ചിലമരുന്നാണ് ക്ഷേത്രപ്രസിദ്ധിക്കാധാരം. ഭ്രാന്ത്, കൈവിഷം, അപസ്മാരം ഇവയെല്ലാം ഈ മരുന്നുകൊണ്ടു മാറുമെന്നാണ് വിശ്വാസം.

കണിച്ചുകുളങ്ങര

സവർണ്ണക്ഷേത്രം, പില്ക്കാലത്ത് അവർണ്ണക്ഷേത്രമായും ആധുനിക കാലമായപ്പോൾ, വർണ്ണവർഗ്ഗരഹിതക്ഷേത്രമായും പരിണമിച്ച കഥയാണ് കണിച്ചുകുളങ്ങര ക്ഷേത്രത്തിന്റേത്. ബുദ്ധമതവിഹാരങ്ങളോടനുബന്ധിച്ചുള്ള ചികിത്സാ സമ്പ്രദായങ്ങളെ അനുസ്മരിപ്പിക്കുന്നവയാണ് ക്ഷേത്രനിവേദ്യങ്ങളും.

ആലും പുന്നമരങ്ങളും ആലവട്ടം നിവർത്തുന്ന മണൽപ്പരപ്പിൽ പുരാതനമായ ഒരു അമ്പലം. കുംഭമാസത്തിലെ ഭരണിദിവസമാണ് കൊടിയേറ്റ്. പ്രധാന ഉത്സവം, തുടർന്നുവരുന്ന തിരുവോണത്തിനും. ചേർത്തപൂരം പോലെതന്നെ ആർഭാടപൂർവ്വമാണ് കണിച്ചുകുളങ്ങര ഉത്സവവും. കുംഭമാസത്തിലെ തിരുവോണ ദിവസമാണ് തിരിപിടുത്തം എന്ന ഭക്തിനിർഭരമായ ചടങ്ങ്. തെങ്ങിൻ കൊതുമ്പുകൾ പലതായി കീറിയും കൂട്ടിപിരിച്ചും ഏച്ചുകെട്ടിയും നൂറുകണക്കിന് ശാഖകൾ അതിൽ ഉണ്ടാക്കുന്നു. തിരിപിടിത്തക്കാരായ സ്ത്രീകളും പുരുഷന്മാരും കുട്ടികളും നിറഞ്ഞ സന്ധ്യക്ക് ക്ഷേത്രക്കുളത്തിൽ മുങ്ങി ഈറനോടെ ഈ കൊതുമ്പു തിരികൾ കത്തിച്ച് ക്ഷേത്രപ്രദക്ഷിണം നടത്തുന്നു. ക്ഷേത്രപരിസരം പ്രഭാപ്രളയത്തിലാറാടുകയായി. തിരിപിടുത്തം ഒരു നേർച്ചയാണ്. ഇന്ന് കേരളത്തിലെ കീർത്തികേട്ട ഭദ്രകാളി ക്ഷേത്രങ്ങളിലൊന്നാണ് കണിച്ചുകുളങ്ങര ക്ഷേത്രം.

പാതിരാമണൽ

വിനോദസഞ്ചാരികളെ ഹഠാദാകർഷിക്കാൻ പോന്ന പ്രകൃതി ദൃശ്യങ്ങളുടെ കലവറയാണ് ചേർത്തല താലൂക്കിലെ കായലോരത്ത് മുഹമ്മ ബോട്ടുജട്ടിക്കു സമീപം കായൽപ്പരപ്പിൽ ഹരിതമേലാപ്പ് ചാർത്തി നില്ക്കുന്ന ദ്വീപ്—പാതിരാമണൽ. പണ്ട് അവഗണിക്കപ്പെട്ടു കിടന്ന ആ പച്ചത്തുരുത്ത് ഇന്നൊരു പ്രധാന ടൂറിസ്റ്റ് കേന്ദ്രമാണ്. മുമ്പ് ചേർത്തലയിലെ ഒരു ജന്മി കുടുംബത്തിന്റെ സ്വകാര്യസ്വത്തായിരുന്ന ഈ തുരുത്ത് പില്ക്കാലത്ത് വിനോദസഞ്ചാരവികസനത്തിന് വേണ്ടി സർക്കാർ വിലയ്ക്കെടുത്തു. അവിടെ പണ്ടു പണ്ടേ പാർപ്പുറപ്പിച്ചിരുന്ന കുടുംബങ്ങളെ കുടിയൊഴിപ്പിക്കുകയും ചെയ്തു. ഇപ്പോൾ തുരുത്തിലെ കള്ളുചെത്തു തൊഴിലാളികളുടെ താല്ക്കാലിക പാർപ്പിടങ്ങൾ മാത്രമേയുള്ളൂ.

60 ഏക്കറോളം വിസ്തീർണ്ണമുണ്ട്, തുരുത്തിന്, വിനോദ സഞ്ചാരത്തിനുള്ള അനന്തസാദ്ധ്യതകൾ തുറന്നു വച്ചിരിക്കുന്ന ഈ പച്ചത്തുരുത്തിനെ വേണ്ടവിധം സംരക്ഷിക്കാനോ യഥാവിധി പ്രയോജനപ്പെടുത്താനോ അധികാരികൾ കാര്യമായി ശ്രമിച്ചിട്ടില്ല. തന്നെയുമല്ല ഈ പച്ചപ്പതക്കം ഏതോ കുത്തക മുതലാളിമാർക്ക് അടിയറ വയ്ക്കാനുള്ള ഗൂഢനീക്കങ്ങളും നടക്കുന്നുണ്ടെന്നു കേട്ടു. ശരിയാവാം. തെറ്റാവാം.

ഈ തുരുത്തിനെ ചൊല്ലിയും ഒരു ഐതിഹ്യമുണ്ട്. വൈക്കം കായലിലൂടെ വഞ്ചിയിൽ പോയിരുന്ന ഒരു ആഢ്യബ്രാഹ്മണന് സന്ധ്യാവന്ദനത്തിനു മുമ്പ് ശൗചകർമ്മങ്ങൾ നിർവ്വഹിക്കാൻ വേമ്പനാട്ടു കായൽ കാഴ്ചവച്ചതാണത്രേ- പാതിരാമണൽ. ഏതായാലും ഈ തുരുത്തിൽ നിന്നുള്ള ദൃശ്യം ചേതോഹരം.

നൂറ്റാണ്ടുകൾക്കു മുമ്പ്, ഒരുപക്ഷേ, ഈ ഭൂപ്രദേശങ്ങൾ ചേർത്തല പ്രദേശങ്ങൾ സമ്പൽസമൃദ്ധവും ഐശ്വര്യപൂർണ്ണവുമായിരുന്നിരിക്കാം. അക്കാലങ്ങളിൽ അറബിനാടുകളും ചീനയുമായും മറ്റും വാണിജ്യ വ്യാപാര ബന്ധങ്ങൾ നിലനിന്നിരുന്നതായി അനുമാനിക്കാൻ വേണ്ടത്ര ചരിത്ര സൂചനകളുണ്ട്. ചേർത്തല താലൂക്കിൽ അടുത്ത കാലത്ത് ചെളിയിൽ പുതഞ്ഞ മട്ടിൽ കണ്ടെത്താൻ കഴിഞ്ഞ ഒരു പായ്ക്കപ്പലിന്റെ ജീർണ്ണരൂപം മേൽപ്പറഞ്ഞ സൂചനകളെ ശരി വയ്ക്കുന്നവയാണ്.

തൈയ്ക്കലെ പഴയ കപ്പൽ

ചേർത്തലയിലെ കടക്കരപ്പള്ളിക്ക് (കടൽ+കര= കടക്കര) സമീപം തൈയ്ക്കലിലെ വിച്ചുതോട്ടിലാണീ പ്രാചീന ചരിത്രാവശിഷ്ടം കണ്ടെത്തിയിട്ടുള്ളത് തൈയ്ക്കൽ കടലോരത്ത് തെങ്ങുകൾ അതിരിടുന്ന ഒരു പഴയ തോട്ടിലാണ് ഈ പ്രാചീന ജലയാനം നൂറ്റാണ്ടുകളായി അന്ത്യനിദ്രയിൽ വിലയിച്ചു കഴിഞ്ഞത്. ഈ പ്രാചീന പായ്ക്കപ്പൽ കണ്ടെത്തിയ ചതുപ്പു നിലം (വിച്ചുതോട്) പണ്ട് നൂറുമീറ്ററോളം വീതിയുള്ള ഒരു ജലപാതയായിരുന്നുവെന്ന് ഒരു

നൂറ്റാണ്ട് മുമ്പുള്ള സർവ്വേ ഭൂപടം സൂചിപ്പിക്കുന്നു. തോടിനിപ്പോൾ കഷ്ടിച്ച് അഞ്ചാറടി വീതിയേ കാണൂ. പടിഞ്ഞാറ്, പട്ടണക്കാട് പഞ്ചായത്തിനോടു രുമ്മിക്കിടക്കുന്ന അന്ധകാരനഴിയിൽ നിന്നാരംഭിക്കുന്ന ഈ തോട് ഒന്ന് ഒന്നരമൈൽ കിഴക്കു മാറിയുള്ള ഓമശ്ശേരിയിൽ അവസാനിച്ചിരുന്നു. കാലപ്രവാഹത്തിൽ തോടിന്റെ ഇരുകരകളും ഇടിഞ്ഞിറങ്ങി വീതികുറഞ്ഞു. കാലക്രമേണ തോട് ചതുപ്പായി. ആ ചതുപ്പിൽ മുപ്പതുവർഷം മുമ്പു വരെ നെൽകൃഷി നടത്തിയിരുന്നുവത്രേ. കൃഷിയാവശ്യത്തിന് മണ്ണിളക്കുമ്പോഴും മറ്റും ചെളിയിൽ പുതഞ്ഞു പായ്ക്കപ്പലിന്റെ പല തുണ്ടുകളും ജീർണ്ണാവസ്ഥയിൽ തദ്ദേശീയർക്കു ലഭിച്ചിരുന്നു.

കപ്പലിന്റെ അവശിഷ്ടരൂപം ചെളിക്കുണ്ടിൽനിന്നും പൂർണ്ണമായി വീണ്ടെടുക്കാനും സൂക്ഷ്മപരിശോധനകൾ വഴി കാലനിർണ്ണയം നടത്താനും പുരാവസ്തു വകുപ്പ് ശ്രമങ്ങൾ തുടങ്ങിയിട്ട് പതിറ്റാണ്ടായി. ഇക്കാലമത്രയും തുടങ്ങിയും മുടങ്ങിയും ഇഴഞ്ഞു നീങ്ങിയ ഈ വീണ്ടെടുക്കൽ പ്രക്രിയയ്ക്ക് അടുത്ത കാലത്ത് ആക്കം വർദ്ധിപ്പിച്ചിട്ടുണ്ട്. കപ്പലിന്റെ പിൻഭാഗം പൂർണ്ണമായും ഒരുവശം ഭാഗികമായും നഷ്ടപ്പെട്ട മട്ടാണ്. ഏകദേശം 20 മീ നീളവും നാലഞ്ചു മീറ്റർവീതിയുമുള്ള ഈ പായ്ക്കപ്പലിൽനിന്നും ലഭിച്ച ജീർണ്ണഭാഗങ്ങളിൽ വിവിധതരം ചിപ്പികളും ശംഖുകളും മറ്റ് സമുദ്രജീവികളുടെ അവശിഷ്ടങ്ങളും പറ്റിപ്പിടിച്ചിരിപ്പുണ്ടായിരുന്നു. ചീനക്കപ്പൽ നിർമ്മാണശൈലികളാണ് ഈ കപ്പലിനുള്ളത്. ചീനക്കളിമൺപാത്രങ്ങളുടെ അവശിഷ്ടങ്ങളും മറ്റും ഇതിൽനിന്നും കണ്ടെടുത്തിട്ടുണ്ട്. അതിനാൽ ചീനയുമായുള്ള പ്രാചീന വാണിജ്യ ബന്ധത്തെ സംബന്ധിച്ച അനുമാനം ദൃഢീകരിക്കപ്പെട്ടിരുന്നു.

സ്വദേശിക്കപ്പലാണോ ചീനപ്പായ്ക്കപ്പലാണോ എന്നും മറ്റുമുള്ള അഭിപ്രായാന്തരങ്ങൾ എന്തുതന്നെയായാലും പല നൂറ്റാണ്ടുകൾക്കുമുമ്പ് ചേർത്തലയിലെത്തിയ കപ്പലാണിതെന്ന് വ്യക്തം. ഈ പായ്ക്കപ്പൽ കണ്ടെത്തിയ സ്ഥലം കടലോരത്തുനിന്നും കുറേ ദൂരെയായിട്ടായതിനാൽ അന്ന് അറബിക്കടൽ കടക്കരപ്പള്ളിയോളം വ്യാപിച്ചിരുന്നുവെന്ന് ന്യായമായും അനുമാനിക്കാം.

ഇപ്രകാരം പ്രാചീന ശതകങ്ങളിൽ കരപ്പുറത്തിന് വിദേശരാജ്യങ്ങളുമായി വാണിജ്യ വ്യാപാര ബന്ധങ്ങളിലൂടെ നേടിയെടുക്കാൻ കഴിഞ്ഞ സമ്പൽസമൃദ്ധിയും നയതന്ത്ര പ്രാധാന്യവുമാകാം കഴിഞ്ഞ നൂറ്റാണ്ടുകളിൽ കരപ്പുറത്തിനു വേണ്ടി കടിപിടി കൂടാൻ നാട്ടുരാജാക്കന്മാരെയും പാശ്ചാത്യ ശക്തികളെയും പ്രേരിപ്പിച്ചത്.

പക്ഷേ, ഇന്ന് ബാഹ്യമായും ആന്തരികമായും സമ്പൽസമൃദ്ധിയുടെ ലാഞ്ഛനപോലും ഇല്ലാത്ത ഈ കരപ്പുറം പ്രദേശങ്ങൾ, കഴിഞ്ഞു പോയ ആ നല്ല നാളുകളെ ഇന്നും അനുസ്മരിപ്പിക്കുന്നില്ല.

33

പെരുന്നയിലെ പെരുമകൾ

തിരക്കേറിയ ഒരു മുനിസിപ്പൽ പട്ടണമാണ് ഇന്ന് ചങ്ങനാശ്ശേരി. തുല്യശക്തരായ രണ്ട് പ്രബല സമുദായങ്ങളുടെ ശക്തിയും പ്രതാപവും പ്രകടമാണെങ്ങും. കത്തോലിക്കാ മെത്രാപ്പോലീത്തയുടെ ആസ്ഥാനവും നായർ സർവ്വീസ് സൊസൈറ്റിയുടെ കേന്ദ്രവും ചങ്ങനാശ്ശേരി തന്നെ. ചങ്ങനാശ്ശേരി കവലയിൽനിന്നും കഷ്ടിച്ച് ഒരു കിലോമീറ്റർ തെക്കുമാറി എം സി റോഡരികിൽ വിസ്തൃതമായ കോമ്പൗണ്ടിനുള്ളിൽ അഭിമാനപൂർവ്വം തലയയുർത്തി നില്ക്കുന്നു നായർ സർവ്വീസ് സൊസൈറ്റിയുടെ ആസ്ഥാന മന്ദിരങ്ങൾ.

ചങ്ങനാശ്ശേരിയുടെയും സമീപപ്രദേശങ്ങളുടെയും വിദ്യാഭ്യാസ പുരോഗതിക്ക് വഴിയൊരുക്കിയ സ്ഥാപനങ്ങളും കലാലയങ്ങളുമെല്ലാം തൊട്ടുതൊട്ടു കാണാം. കുറച്ചു തെക്കു മാറിയുള്ള പന്തളമാകട്ടെ നായർ സർവ്വീസ് സൊസൈറ്റിയുടെ വിവിധ പ്രവർത്തന മേഖലകളിലെ നേട്ടങ്ങളുടെ ഒരു പ്രദർശനശാലയെന്നോണം വിരാജിക്കുന്നു. മേൽ സൂചിപ്പിച്ച രണ്ട് സമുദായങ്ങളുടെയും ആസ്ഥാനങ്ങളല്ലായിരുന്നെങ്കിൽ, ചങ്ങനാശ്ശേരിയുടെ മുഖഛായ മറ്റൊന്നാകുമായിരുന്നു. നഗരത്തിന്റെ ഇന്നത്തെ ആധുനികഭാവത്തിനു പകരം തനി കാർഷിക മേഖലയായിത്തന്നെ നിലകൊള്ളുമായിരുന്നു.

അതിവിസ്തൃതമായ ജലവലയിത പ്രദേശമായ കുട്ടനാടിന്റെ (ഡെൽറ്റ) കിഴക്കനതിർത്തിയിൽ തെല്ലുയർന്ന ഭൂവിതാനത്തിൽ വളർന്നു വന്ന ഈ പഴയ ജനവാസകേന്ദ്രത്തിന്റെ ഗതാഗത പ്രാധാന്യവും വളർച്ചയുടെ മുഖ്യ ഘടകങ്ങളിലൊന്നാണ്. ആലപ്പുഴ മുതൽ കിഴക്കൻ മലയോരപ്രദേശങ്ങളായ കുമിളി (കങ്ങഴ, കറുകച്ചാൽ വഴി) വരെ വ്യാപിച്ചു കിടക്കുന്ന വ്യാപാര-വ്യവസായ-സാമ്പത്തിക ബന്ധങ്ങൾക്ക് വേദിയൊരുക്കുന്നതും ചങ്ങനാശ്ശേരി തന്നെ.

മുമ്പ്, ഓരോരോ കാലഘട്ടങ്ങളിലായി ഓരോ രാജാക്കന്മാർ ചങ്ങനാശ്ശേരിയെ തങ്ങളുടെ തലസ്ഥാനമാക്കി ഭരണം നടത്തിയിരുന്നതായി ചരിത്ര സൂചനയുണ്ട്. പക്ഷേ, അന്നൊന്നും സ്ഥലനാമം ചങ്ങനാശ്ശേരി എന്നായിരുന്നില്ല. ചങ്ങനാശ്ശേരി ടൗണിനു കിഴക്കുള്ള വാകത്താനം, തൃക്കൊടിത്താനം, വടക്കു കിഴക്കുള്ള വാഴപ്പള്ളി തുടങ്ങിയ പ്രദേശങ്ങളായിരുന്നു അക്കാലങ്ങളിൽ കൂടുതൽ പ്രസിദ്ധി നേടിയിരുന്നത്. പെരുന്ന, തൃക്കൊടിത്താനം എന്നി പ്രസിദ്ധക്ഷേത്രങ്ങളിലെ വളരെ പ്രാചീനമായ ശിലാശാസനങ്ങളിൽനിന്നാണ് ചങ്ങാനാശ്ശേരിയെപ്പറ്റി ആദ്യമായി അറിവു ലഭിച്ചിട്ടുള്ളത്.

ചേരരാജാവായ ഭാസ്കര രവിവർമ്മയുടെ കാലത്ത് ഉണ്ടായ പ്രസ്തുത ശാസനങ്ങളിൽനിന്നും, പണ്ട് ഓടനാടിനും (ഇന്നത്തെ മാവേലിക്കര - കാർത്തികപ്പള്ളി താലൂക്കുകൾ) കോട്ടയത്തിനുമിടയ്ക്ക് നന്റുഴൈനാട് (ഇന്നത്തെ തിരുവല്ല-ചങ്ങനാശ്ശേരി പ്രദേശങ്ങൾ) എന്നൊരു രാജ്യമുണ്ടായിരുന്നതായി വ്യക്തമാകുന്നുണ്ട്. ചേരരാജാവിന്റെ സാമന്തരാജ്യങ്ങളിലൊന്നായിരുന്നു നന്റുഴൈനാട്. എ ഡി 11-ാം ശതകത്തിനടുപ്പിച്ചായിരിക്കണം ഈ സാമന്തരാജ്യം സ്വതന്ത്രമായത്. 12-ാം ശതകാന്ത്യത്തോടെ കുലശേഖര ചക്രവർത്തിമാരുടെ ഭരണം ശൈഥില്യത്തിലെത്തിയപ്പോൾ നന്റുഴൈനാടും കോട്ടയം തലസ്ഥാനമാക്കി നിലനിന്നിരുന്ന മുഞ്ഞനാടും ചേർന്ന് വെൺപൊലിനാട് രൂപംകൊണ്ടു. ഒരു നൂറ്റാണ്ടിലേറെ ആ പേര് നീണ്ടു നിന്നില്ല. തുടർന്ന് വെൺപൊലിനാട് രണ്ടായി പിരിഞ്ഞു. കൗണാറിന്റെ (മീനച്ചലാറ്) തെക്കുഭാഗങ്ങൾ തെക്കുംകൂറെന്നും വടക്കു

ഭാഗങ്ങൾ വടക്കുംകൂറെന്നും അറിയപ്പെട്ടു.

ചരിത്രസൂചനകൾ

തെക്കുംകൂറിന്റെ തലസ്ഥാനം ചങ്ങനാശ്ശേരിക്കടുത്ത് വെന്നിമല. വടക്കുംകൂറിന്റെ ആസ്ഥാനം വൈക്കത്തിനടുത്ത് കടുത്തുരുത്തി (*ഉണ്ണിനീലി സന്ദേശ*ത്തിൽ പ്രകീർത്തിക്കപ്പെട്ടത്) തെക്കുംകൂറിന്റെ ആസ്ഥാനം 14-ാം ശതകത്തിൽ പാണ്ഡ്യന്മാരുടെ ആക്രമണത്തെ തുടർന്ന് തളിക്കോട്ടയിലേക്കു മാറ്റി. എന്നാൽ തളിക്കോട്ടയും സുരക്ഷിതമല്ലെന്നു കണ്ടിട്ടാകാം. വീണ്ടും തലസ്ഥാനം ചങ്ങനാശ്ശേരിയിലേക്ക് മാറ്റിയതായി കാണാം. രാജവംശങ്ങൾക്ക് ഒന്നിലേറെ തലസ്ഥാനങ്ങളുണ്ടാവുക അന്നൊരു പതിവായിരുന്നത്രെ.

ചങ്ങനാശ്ശേരിയിൽ പുഴവാത് നീരാഴിക്കൊട്ടാരത്തിലായിരുന്നു അക്കാലത്ത് തെക്കുംകൂർ രാജകുടുംബം പാർത്തിരുന്നത്. പുഴവാത് ദേവീക്ഷേത്രത്തിനു വടക്ക് പടിഞ്ഞാറായി ആ കൊട്ടാരം നിലനിന്നിരുന്നു. കോവിലകത്തിന് ചുറ്റും കോട്ടയുമുണ്ടായിരുന്നു. വൈചിത്ര്യമാർന്ന ചിത്രക്കുളവും ആ കൊട്ടാരത്തിന്റെ സവിശേഷതയായിരുന്നു. നീരാഴിക്കൊട്ടാരത്തിനു സമീപത്തായി നിർമ്മിക്കപ്പെട്ട പുഴവാത് ദേവീക്ഷേത്രത്തിനും ചങ്ങനാശ്ശേരി വലിയപള്ളിക്കും തെക്കുംകൂർ രാജകുടുംബം നിർല്ലോപമായ സഹായം നല്കിയിരുന്നുവത്രെ. ഇത്രയധികം ശാസനങ്ങൾ-വാഴപ്പള്ളി ശാസനം, പെരുന്ന ശാസനം, തൃക്കൊടിത്താനം ശാസനം സ്വന്തമായി ലഭിച്ചിട്ടുള്ള മറ്റു വിശ്രുത ഗ്രാമങ്ങൾ ചങ്ങനാശ്ശേരി പോലെ മറ്റൊന്നും കാണാനിടയില്ല.

ചങ്ങഴി നാഴൂരി

പ്രാചീന കാലത്ത്, വിശ്രുതമായ ഒരു വേദപഠനകേന്ദ്രം കൂടിയായിരുന്നു ചങ്ങനാശ്ശേരി, വാഴപ്പള്ളിയിൽ എം സി റോഡിനരികിൽ സ്ഥിതി ചെയ്യുന്ന ശാലഗ്രാമം (പഴയ വിദ്യാപീഠം) അതിനൊരു തെളിവാണ്. ചങ്ങനാശ്ശേരി എന്ന സ്ഥലനാമോല്പത്തിയെപ്പറ്റിയുള്ള കേട്ടുകേൾവികൾ ഇപ്രകാരമാണ്. കരഭൂമി പയറ്റുപാട് അളവിലും കൃഷിനിലങ്ങൾ വിത്തുപാട് അളവിലും ആയിരുന്നുവത്രെ അന്ന് അളന്നിരുന്നത്. പള്ളികൾക്ക് അന്നു കൊടുത്തത് ചങ്ങഴി നാഴൂരി പയറ്റുപാട് സ്ഥലമായിരുന്നുവത്രേ. ചങ്ങഴി നാഴൂരിയിൽ നിന്നാണത്രേ (ചങ്ങഴി നാഴൂരി) ചങ്ങനാരിയും പിന്നീട് ചങ്ങനാശ്ശേരിയും ഉണ്ടായത്.

മറ്റൊരു ഭാഷ്യം ഇപ്രകാരമാണ്. ചങ്ങനാശ്ശേരി ടൗണിൽനിന്നും 6 കി മീ തെക്കുള്ള തെങ്ങണയിൽ ഒരു പുരാതന ക്ഷേത്രമുണ്ട്. ആ സ്ഥലത്തിന് തെങ്ങണാൽപുരമെന്നാണ് പഴയ പേര്. അതിന് പടിഞ്ഞാറ് അധികവും ചേരിപ്രദേശങ്ങളായിരുന്നു അതുകൊണ്ട് ആ പ്രദേശങ്ങളെ തെങ്ങണാൽച്ചേരി എന്ന് വിളിച്ചു വന്നുവെന്നും അതു പിന്നീട് തെങ്ങണാചേരിയും ചങ്ങനാശ്ശേരിയുമായി എന്നുമാണ് ആ കഥ.

ചങ്ങനാശ്ശേരിക്കവലയിൽനിന്ന് എം സി റോഡിലൂടെ തെക്കോട്ടു നീങ്ങുക. ഏതാണ്ട് ഒരു മൈൽ ആകുമ്പോഴേയ്ക്കും റോഡരികിൽ നിരനിരയായി ഉയർന്നു കാണുന്ന ഉന്നതസൗധങ്ങൾ നമ്മുടെ ശ്രദ്ധയെ ആകർഷിക്കാതിരിക്കയില്ല. പെരുന്നയാണ് ആ സ്ഥലം. എൻ എസ് എസ് ഹിന്ദു കോളേജ്, ട്രെയിനിങ് കോളേജ്, ഹെഡ്ക്വാർട്ടേഴ്സ് ആഫീസുകൾ— എല്ലാം നായർ സർവ്വീസ് സൊസൈറ്റിയുടെ മഹത്ത്വം വിളംബരം ചെയ്യുന്നവ. കേരളത്തിന്റെ തെക്കെ അറ്റം മുതൽ വടക്കെ അറ്റം വരെ വ്യാപിച്ചു കിടക്കുന്ന നായർ സമുദായത്തിന്റെ പേരിലുള്ള പ്രസ്ഥാനത്തിന്റെ ആസ്ഥാനം മദ്ധ്യതിരുവിതാംകൂറിൽ വന്നുപെട്ടതെങ്ങനെ? കാരണമാരാഞ്ഞു പോകുന്ന നാം ബൃഹത്തായ ഒരു സാമുദായിക സംഘടനയുടെ വേരുകളോളം ചെന്നെത്തും. അവിടെയതാ സർവ്വവ്യാപിയായി നിറഞ്ഞു നില്ക്കുകയാണ് ഒരു കൊച്ചു വലിയ മനുഷ്യൻ - സാക്ഷാൽ മന്നത്തു പത്മനാഭൻ. നായർ സർവ്വീസ് സൊസൈറ്റിയുടെ ഉല്പത്തി ചരിത്രം മന്നത്തിന്റെ ചരിത്രമാണ്. നമുക്ക് ആ പ്രഭവ സ്ഥാനങ്ങളിലേക്ക് ഒന്നു കടന്നു നോക്കാം.

ചെറിയ തുടക്കം

1914 ഒക്ടോബർ 31-ാം തീയതി സായാഹ്നം. ചങ്ങനാശ്ശേരി പെരുന്നയിൽ മന്നത്തു ഭവനത്തിന്റെ പൂമുഖത്ത് കുറെ അതിഥികൾ കൂടിയിട്ടുണ്ട്. നായർ പ്രമാണിമാർ. ഗൃഹനായികയായ മന്നത്തു പാർവ്വതിയമ്മയുടെ മകനായ പത്മനാഭപിള്ളയുടെ നേതൃത്വത്തിൽ അവർ നിറപറയും നിലവിളക്കും സാക്ഷിയായി സത്യം ചെയ്തു: "ഞാൻ നായർ സമുദായോന്നതിക്കായി നിരന്തരം ആലോചിക്കുകയും പരിശ്രമിക്കുകയും ചെയ്യും. അങ്ങനെയുള്ള ശ്രമങ്ങളിൽ ഇതര സമുദായങ്ങൾക്കു ക്ഷോഭകരമായ യാതൊരു പ്രവൃത്തിയും ചെയ്യുന്നതല്ല. ഈ സംഘോദ്ദേശ്യങ്ങൾ മുൻനിർത്തിയും ഉദ്ദേശ സാദ്ധ്യത്തിനു വേണ്ട ന്യായമായ കരുതലോടുകൂടിയും ഞാൻ ജീവിച്ചുകൊള്ളാം.

സത്യം... സത്യം... സത്യം...!"

ആ ലളിതമായ ചടങ്ങ് ഒരു മഹാപ്രസ്ഥാനത്തിന്റെ തുടക്കമായിരിക്കുമെന്ന് അന്നതിൽ പങ്കുകൊണ്ടിരുന്നവർ പോലും കരുതിയിരിക്കുകയില്ല. പക്ഷെ അതു സംഭവിച്ചു. നായർ സമുദായ ഭൃത്യജനസംഘം എന്ന സംഘടന രൂപംകൊണ്ടു. ആചാര പരിഷ്കരണം ദായക്രമനവീകരണം, അയിത്തോച്ചാടനം, മദ്യവർജ്ജനം, പൗരാവകാശ സമീകരണം,

ക്ഷേത്രപ്രവേശനം, ജാതിനശീകരണം, പന്തിഭോജനം, ബ്രാഹ്മണ മേധാവിത്ത ധ്വംസനം, ഉദ്യോഗസ്ഥ ദുരധികാര നിർമ്മാർജ്ജനം എന്നീ മഹാലക്ഷ്യങ്ങളോടുകൂടി പ്രവർത്തനമാരഭിച്ച പ്രസ്തുത സംഘടന രാജ്യവ്യാപകമാക്കാൻ നാട്ടിലങ്ങോളമിങ്ങോളം കരയോഗങ്ങൾ സംഘടിപ്പിക്കുകയും തദ്വാരാ മേൽപ്പറഞ്ഞ ലക്ഷ്യങ്ങൾ നേടുകയുമായിരുന്നു ഉദ്ദേശ്യം. പക്ഷേ, കൃത്യാന്തരബഹുലതയുള്ളവരായിരുന്നു പ്രവർത്തകരിൽ ഭൂരിഭാഗവും. സംഘടനാ പ്രവർത്തനം ദ്രുതഗതിയിലാക്കാൻ ഫുൾടൈം പ്രവർത്തകർ കൂടിയേ കഴിയൂ. അങ്ങനെയൊരു ഘട്ടം വന്നപ്പോൾ നല്ല വരുമാനമുള്ള വക്കീൽ ജോലി തൃണോപമം വലിച്ചെറിയാൻ സന്നദ്ധനായതും മറ്റാരുമല്ല.

"എന്റെ ബാക്കി ജീവിതകാലം സമുദായ പ്രവർത്തനത്തിനായി സമർപ്പിക്കുന്നതിനു നിശ്ചയിച്ചിരിക്കുന്നതിനാൽ എന്റെ വക്കീൽപ്പണി ബഹുജനസമക്ഷം ഞാൻ രാജിവച്ചിരിക്കുന്നു. നാളെ മുതൽ ഞാൻ സർവ്വീസ് സൊസൈറ്റി പ്രവർത്തകൻ മാത്രമാണ്."

1915 ആഗസ്ത് 25-ാം തീയതി പെരുന്ന കരയോഗ മന്ദിരത്തിൽ വച്ച് മന്നത്തു പത്മനാഭൻ ഇപ്രകാരം പ്രതിജ്ഞയെടുത്തു. അന്നുമുതൽ ജീവിതാന്ത്യം വരെ അദ്ദേഹം നായർ സർവ്വീസ് സൊസൈറ്റിക്കു വേണ്ടി പ്രവർത്തിച്ചു. സംഘടനാപരമായ ആവശ്യങ്ങൾക്കു വേണ്ട തുക പോലും കൈമുതലായിട്ടില്ലായിരുന്ന പ്രസ്തുത സംഘടന സാമ്പത്തികമായും സാമൂഹ്യമായും വിദ്യാഭ്യാസപരമായും മറ്റും കേരളത്തിൽ വരുത്തിതീർത്തിട്ടുള്ള നേട്ടങ്ങൾ അത്ഭുതകരമെന്നേ പറയേണ്ടൂ. 1915 ജൂലൈ 29-ാം തീയതി ചങ്ങനാശ്ശേരിക്കടുത്തുള്ള കറുകച്ചാലിൽ ഭഗീരഥ പ്രയത്നം ചെയ്ത് ഒരു വിദ്യാലയം തുടങ്ങിയ സർവ്വീസ് സൊസൈറ്റിയുടെ ഇന്നത്തെ വളർച്ച പ്രത്യേകം പ്രസ്താവ്യമാണ്. സംഘടനയുടെ ജീവാത്മാവും പരമാത്മാവുമായ മന്നത്തിന്റെ വ്യക്തിപരമായ ശ്രദ്ധയും അദ്ധ്വാനവും ബുദ്ധിയും നയവുമാണ് ഈ നേട്ടങ്ങളുടെ എല്ലാം പിന്നിൽ പ്രവർത്തിച്ചിരുന്ന പ്രേരകശക്തി. ആദ്യകാലങ്ങളിൽ സംഭാവനകൾക്കുവേണ്ടി അദ്ദേഹം അലഞ്ഞു നടന്നിട്ടുണ്ട്. കൊടുംയാതനകൾ അനുഭവിച്ചിട്ടുണ്ട്. എങ്കിലും ആ ദൃഢനിശ്ചയം വിജയിക്കുക തന്നെ ചെയ്തു. ചങ്ങനാശ്ശേരി പരമേശ്വരൻ പിള്ള തുടങ്ങിയ ഒട്ടേറെ ഉന്നതവ്യക്തികളുടെ നിരന്തരമായ പരിശ്രമവും സൊസൈറ്റിയുടെ ഇന്നത്തെ വളർച്ചയ്ക്കു പിന്നിലുണ്ടെന്ന വസ്തുത വിസ്മരിക്കാവതല്ല. 1914 ഒക്ടോബർ 31-ാം തീയതി മുതൽ 1945 ആഗസ്ത് 17 വരെ 31 വർഷക്കാലം എൻ എസ് എസിന്റെ സെക്രട്ടറിയായും തുടർന്ന് 3 വർഷം പ്രസിഡന്റായും പ്രവർത്തിച്ചു.

മന്നത്ത് പത്മനാഭൻ

1878 -ാമാണ്ട് ജനുവരി 2-ാം തീയതി പെരുന്നയിൽ മന്നത്തു വീട്ടിൽ പാർവ്വതിയമ്മയുടെയും വാകത്താനത്ത് നീലവന ഇല്ലത്ത് ഈശ്വരൻ നമ്പൂതിരിയുടെയും പുത്രനായി ജനിച്ചു. വിദ്യാഭ്യാസാനന്തരം അദ്ധ്യാപകനായി ഔദ്യോഗിക ജീവിതം ആരംഭിച്ചു. മജിസ്ട്രേട്ടു പരീക്ഷ ജയിച്ച് വക്കീലായി. അയിത്തോച്ചാടനത്തിനു വേണ്ടി വൈക്കം സത്യാഗ്രഹത്തിൽ പങ്കെടുക്കുകയും ക്ഷേത്രപ്രവേശന വിളംബരത്തിനുവേണ്ടി സവർണ്ണ ജാഥ നയിക്കുകയും ചെയ്തു. ജാതി നശീകരണത്തിനായി എസ് എൻ ഡി പി യുമായി സഹകരിച്ച് ഹിന്ദുമഹാമണ്ഡലം രൂപീകരിച്ചു. പേരിന്റെ പിന്നിലെ ജാതിസൂചന മാറ്റി - മന്നത്ത് പത്മനാഭനായി. 1932 ൽ നിവർത്തന പ്രക്ഷോഭണത്തോടെയാണ് ആ സമുദായ നേതാവ് സജീവ രാഷ്ട്രീയ രംഗവുമായി ബന്ധപ്പെട്ടത്. വിമോചന സമരമെന്ന പേരിൽ നടന്ന പ്രക്ഷോഭണത്തിലും മന്നത്തിന്റെ നേതൃത്വം ശ്രദ്ധേയമായിരുന്നു. പക്ഷേ, ആദ്യമായും അവസാനമായും അദ്ദേഹം ഒരു സമുദായനേതാവായിരുന്നു. ആ ശ്വാസോച്ഛ്വാസം പോലും സമുദായത്തിന്റെ അഭിവൃദ്ധിക്കുവേണ്ടിയായിരുന്നു. 25-2-1970 ൽ അന്തരിച്ചു.

1960 ഡിസംബർ 18-ാം തീയതിയായിരുന്നു. ആ മഹാനുഭാവന്റെ ശതാഭിഷേകം ആഘോഷിക്കപ്പെട്ടത്. നായർ സർവ്വീസ് സൊസൈറ്റിയുടെ ചരിത്രത്തിലെ ഒരു സുവർണ്ണാദ്ധ്യായമായ പ്രസ്തുത മഹാഘോഷത്തിനു തെരഞ്ഞെടുക്കപ്പെട്ട സ്ഥലം ഇരുപതുമൈൽ തെക്കുള്ള പന്തളമാണെന്നത് ശ്രദ്ധേയമാണ്. എന്താണതിനു പ്രസക്തി? എൻ എസ് എസിന്റെ ആസ്ഥാനമായ പെരുന്നയെക്കാൾ നായർ സർവ്വീസ് സൊസൈറ്റിയുടെ പ്രവർത്തന മഹത്ത്വം വ്യക്തമാക്കുന്നതാണ് അഥവാ എൻ എസ് എസിന്റെ നേട്ടങ്ങളുടെ ഒരു പ്രദർശനശാലയാണ് പന്തളം, പല പുതിയ സംരംഭങ്ങളുടെയും പ്രയോഗശാലയും.

നായർ സർവ്വീസ് സൊസൈറ്റിയുടെ ആസ്ഥാനമായ പെരുന്നയും മറ്റും ഇന്ന് ചങ്ങനാശ്ശേരി മുനിസിപ്പൽ പട്ടണത്തിൽപ്പെടുന്നു. 1921 ൽ സ്ഥാപിച്ച മുനിസിപ്പാലിറ്റിയുടെ വിസ്തീർണ്ണം 13.5 ച കി മീ. ജനസംഖ്യ 1991 ലെ സെൻസസ് പ്രകാരം 52445.

കേരളത്തിൽ ആദ്യകാലങ്ങളിലാരംഭിച്ച ചില ഉന്നതവിദ്യാഭ്യാസസ്ഥാപനങ്ങൾ ചങ്ങനാശ്ശേരിയിലുണ്ട്. സെന്റ് ബെർക്ക്മെൻസ് കോളേജ്, എൻ എസ് എസ്, ഹിന്ദു കോളേജ്, എൻ എസ് എസ് ട്രെയിനിങ് കോളേജ് എന്നിങ്ങനെ.

കത്തോലിക്കാ സഭയുടെ ഒരു പ്രധാന കേന്ദ്രമാണ് ചങ്ങനാശ്ശേരി. അവിടെ ഒരു അതിരൂപതയുണ്ട്. ഹൈറേഞ്ചിനെ തീര പ്രദേശങ്ങളുമായി ബന്ധിപ്പിക്കുന്ന പ്രധാന കേന്ദ്രമാണ് ചങ്ങനാശ്ശേരി. വേലു

ത്തമ്പി ദളവ സ്ഥാപിച്ച ചങ്ങനാശ്ശേരി ചന്ത പ്രസിദ്ധം.

പെരുന്ന സുബ്രഹ്മണ്യ ക്ഷേത്രമാണ് ചങ്ങനാശ്ശേരിയിലെ പ്രസിദ്ധ പുരാതന ക്ഷേത്രം. എ ഡി 753 ലാണ് ക്ഷേത്ര പ്രതിഷ്ഠ നടത്തിയത്. ക്ഷേത്രം അഞ്ച് നമ്പൂതിരി ഇല്ലങ്ങളുടെ വകയായിരുന്നു. ഇപ്പോൾ ദേവസ്വം ബോർഡിന്റെ കീഴിൽ. കേരളത്തിൽ എല്ലാ ഹിന്ദുക്കൾക്കും ആദ്യമായി ക്ഷേത്ര പ്രവേശനമനുവദിച്ച ഒരു സ്വകാര്യ ദേവസ്വമായിരുന്നു.

ഭഗവതിയെ പേടിച്ച്

തിരുവിതാംകൂർ രാജവംശത്തിന്റെ പേടിസ്വപ്നമെന്നോണം ഇന്നും ചങ്ങനാശ്ശേരിയിൽ നിലകൊള്ളുന്ന വേട്ടടിക്കാവ് ഭഗവതി ക്ഷേത്രം നാനാ പ്രകാരേണ പ്രാധാന്യമർഹിക്കുന്നു. ചങ്ങനാശ്ശേരി ടൗണിന്റെ പടിഞ്ഞാറു ഭാഗത്ത് പുഞ്ചപ്പാടത്തിനരികിൽ സ്ഥിതിചെയ്യുന്ന ഒരു പുരാതന ക്ഷേത്രം ക്ഷേത്രമതിലിനു പുറത്തുള്ള ചെറിയ കാവിൽ പണ്ട് രാജ്യദ്രോഹികളെന്ന് മുദ്രകുത്തിവിധിക്കപ്പെട്ട എട്ടു വീട്ടിൽപിള്ളമാരുടെ രക്ഷസ്സുകളെ ആവാഹിച്ച് എട്ടു കുടങ്ങളിലായി സ്ഥാപിച്ചിട്ടുണ്ടത്രേ. നിഷ്ഠുരം വധിക്കപ്പെട്ട പിള്ളമാരുടെ പ്രേതങ്ങൾ രാജകുടുംബാംഗങ്ങളുടെ ഉറക്കം കെടുത്തി, ഒരുതരം മാനസിക വിഭ്രാന്തി. അപ്പോൾ, നാടുവാണ രാജാവ് കണ്ട പോംവഴിയാണ്. പിള്ളമാരുടെ പ്രേതങ്ങളെ ആവാഹിച്ച് കുടങ്ങളിലാക്കി കണ്ണെത്താദൂരത്ത് മറവു ചെയ്യുക എന്നത്. രക്ഷസ്സുകളുടെ ഉപദ്രവം സഹിക്കാനാകാഞ്ഞ മഹാരാജാവ് കുമാര മംഗലത്ത് നമ്പൂതിരിപ്പാടിന്റെ കാർമ്മികത്വത്തിൽ ആ രക്ഷസ്സുകളെ അവിടെ സ്ഥാപിച്ചിരിക്കുകയാണെന്ന് വിശ്വസിക്കപ്പെടുന്നു. അതിനുശേഷം തിരുവിതാംകൂർ രാജകുടുംബാംഗങ്ങളാരും ചങ്ങനാശ്ശേരിവഴി കടന്നുപോകാറില്ലത്രേ. കാരണം, കുടത്തിലാകും മുമ്പ് രക്ഷസ്സുകൾക്ക് രാജാവ് ഇപ്രകാരം വാക്കു കൊടുത്തിരുന്നത്രേ,

"ഞാനോ എന്റെ പിൻഗാമികളോ ചങ്ങനാശ്ശേരിയിൽവരുന്ന കാലത്ത് പിള്ളമാരുടെ ആത്മാക്കളെ തിരികെ നാട്ടിൽ കൊണ്ടു പൊയ്ക്കോള്ളാം."

എന്നാൽ രാജാധികാരമുണ്ടായിരുന്ന ശ്രീ ചിത്തിരതിരുനാൾ, അധികാരം നഷ്ടപ്പെട്ട് രാജപ്രമുഖനായിക്കഴിഞ്ഞിരുന്ന കാലത്ത്, ഒരിക്കൽ ചങ്ങനാശ്ശേരിയിലെത്തി ഒരു പൊതുചടങ്ങിൽ സംബന്ധിച്ചിരുന്നുവത്രെ.

തൃക്കൊടിത്താനം

അതിപ്രാചീനവും പ്രസിദ്ധവുമാണ് ചങ്ങനാശ്ശേരിയുടെ പ്രാന്തപ്രദേശത്തുള്ള തൃക്കൊടിത്താനം ക്ഷേത്രം. ചരിത്രസ്മൃതികളുറങ്ങുന്ന ക്ഷേത്ര പരിസരങ്ങളും ഗാംഭീര്യമാർന്ന ക്ഷേത്രമതിൽക്കെട്ടും ഗതകാല പ്രൗഢി വിളിച്ചോതുന്ന ശ്രീകോവിലും ദേവാലയാങ്കണങ്ങളും എല്ലാം ആരും കൗതുകത്തോടെ നോക്കിനിന്നു പോകും. പതിമൂന്നു ദിവ്യ ക്ഷേത്രങ്ങളിലൊന്നാണത്രേ തൃക്കൊടിത്താനം ക്ഷേത്രം. കൊല്ലവർഷമാരംഭത്തിനു മുമ്പേ നാടിന്റെ ആത്മീയവും ഭൗതികവുമായ ശക്തികേന്ദ്രങ്ങളിലൊന്നായി വർത്തിച്ചിരുന്ന അപൂർവ്വം ക്ഷേത്രങ്ങളിലൊന്നാണിത്. ലക്ഷ്മീസമേതനായ മഹാവിഷ്ണുവാണ് മുഖ്യപ്രതിഷ്ഠ. പടിഞ്ഞാറഭിമുഖമായി ഉഗ്രനരസിംഹമൂർത്തിയുടെയും തെക്കോട്ട് ദക്ഷിണാമൂർത്തിയുടെയും പ്രതിഷ്ഠകളുണ്ട്. ക്ഷേത്രമതിൽക്കെട്ടിനകത്തുള്ള അയ്യപ്പപ്രതിഷ്ഠ പില്ക്കാലത്ത് സ്ഥാപിക്കപ്പെട്ടതാകാം. മതിലിനു പുറത്തുള്ള സുബ്രഹ്മണ്യ പ്രതിഷ്ഠ ഏറെ പഴക്കം തോന്നിക്കുന്നു. തൃക്കൊടിത്താനം ക്ഷേത്രത്തിന്റെ മതിൽക്കെട്ട് ഏറെ ശ്രദ്ധേയമാണ്. എ ഡി 7-ാം നൂറ്റാണ്ടിൽ നിർമ്മിക്കപ്പെട്ടതാണെന്ന് കരുതുന്നു. 20 അടിയിലേറെ ഉയരവും 10 അടിയിലേറെ വീതിയുമുള്ള കൂറ്റൻ പ്രാകാരഭിത്തികൾ താഴെ നാലുവശത്തും 500 അടിയോളം നീളം വരും. കുമ്മായത്തിന്റെയോ സിമന്റിന്റെയോ തരിപോലുമില്ലാതെ വെട്ടുകല്ലുകൾ കൂട്ടിയിണക്കി നിർമ്മിക്കപ്പെട്ട ഈ ഗംഭീരപ്രാകാരം ഒരു മഹാത്ഭുതമെന്നേ പറയാനാവൂ.

ചങ്ങനാശ്ശേരി ടൗണിൽനിന്ന് നാല് കി മീ കിഴക്കുമാറി സ്ഥിതി ചെയ്യുന്ന കവിയൂർ എന്ന മനോഹരഗ്രാമം പല കാരണങ്ങളാലും സവിശേഷ ശ്രദ്ധ അർഹിക്കുന്നു. നയനാഭിരാമമായ നാട്ടിൻപുറം. എൻ എസ് എസിന്റെ സ്വാധീനവലയത്തിൽപ്പെട്ട ഈ ഗ്രാമത്തിൽ ക്രിസ്തീയ കുടുംബങ്ങളും കുറവല്ല. വികസിത നഗരപ്രദേശങ്ങളായ ചങ്ങനാശ്ശേരിയും തിരുവല്ലയും തൊട്ടുരുമ്മി കിടക്കുകയാൽ ആധുനിക ജീവിത സൗകര്യങ്ങൾ കൈയെത്തുന്ന ദൂരത്തുണ്ട്. തനതായ ഗ്രാമീണ ശാലീനതയ്ക്ക് തെല്ലും മങ്ങലേറ്റിട്ടില്ല. മണിമലയാറ് കവിയൂർ ഗ്രാമത്തിന്റെ പൂർവ്വദക്ഷിണ ഭാഗങ്ങളിൽ കൂടി പടിഞ്ഞാറോട്ടൊഴുകുന്നു. സമൃദ്ധമായ കാർഷികമേഖല. വേണ്ടത്ര വിദ്യാഭ്യാസ സൗകര്യങ്ങൾ.

കവിയൂർ ക്ഷേത്രം

കേരളത്തിലെ പ്രസിദ്ധമായ ഒരു ശിവക്ഷേത്രമാണ് കവിയൂരിലെ മഹാദേവക്ഷേത്രം. ക്രി വ. 951-മാണ്ട് "തിരുക്കവിയൂർ തേവർക്ക് ഇരുണ്ട നന്താവിളക്കും അകത്ത് പന്തീരടിക്ക് നാനാഴി അരി തിരുവമൃതം മറ്റും വകയ്ക്ക് ഒരു നാരായണൻ കൊയവർ (കേശവൻ)'' ദാനം ചെയ്തതായി രേഖപ്പെടുത്തിയിട്ടുള്ള ശിലാലിഖിതം ക്ഷേത്രത്തിലുണ്ട്. ഈ പ്രാചീന രേഖയെ അടിസ്ഥാനമാക്കിയാൽ, ക്ഷേത്ര

ത്തിന് ആയിരം വർഷത്തിലേറെ പഴക്കമുണ്ടെന്നനുമാനിക്കാം. ശ്രീരാമൻ പ്രതിഷ്ഠിച്ചതാണ് കവിയൂരിലെ ശിവപ്രതിഷ്ഠയെന്ന് ഭക്തജനങ്ങൾ വിശ്വസിക്കുന്നു. പ്രധാന ദേവൻ ശിവനാണെങ്കിലും വടക്കുഭാഗത്ത് പൂർവ്വാഭിമുഖമായി പ്രതിഷ്ഠിച്ചിട്ടുള്ള ഹനുമാനാണ് കൂടുതൽ പ്രസിദ്ധി, അവിലാണ് ആഞ്ജനേയന്റെ പ്രധാന നിവേദ്യം. കപി (വാനരൻ, ഹനുമാൻ)യുടെ ഊര്, കപിയൂർ പില്ക്കാലത്ത് കവിയൂരായി അറിയപ്പെട്ടു എന്നാണ് സ്ഥലനാമോല്പത്തിയെപ്പറ്റി പറഞ്ഞു കേൾക്കുന്ന കഥ.

ശിവക്ഷേത്രത്തിലെ ഹനുമദ് പ്രതിഷ്ഠയ്ക്കുള്ള അമിത പ്രാധാന്യം മാത്രമല്ല ഈ പ്രാചീന ക്ഷേത്രത്തിന്റെ സവിശേഷത. ഇത്രയേറെ മനോജ്ഞദാരുശില്പങ്ങൾ മറ്റു ക്ഷേത്രങ്ങളിൽ സാധാരണമല്ല. കേരളീയ ദാരുശില്പകലാപാരമ്പര്യത്തിന് മകുടോദാഹരണമാണ് കവിയൂർ ക്ഷേത്രത്തിലെ ദാരുശില്പങ്ങൾ. ബലിക്കൽപ്പുരയുടെ മച്ചിൽ, *ഭാഗവതം* ദശമസ്കന്ദത്തിലെ ചില ഭാഗങ്ങളും *രാമായണം* സുന്ദരകാണ്ഡത്തിലെ ചില ഭാഗങ്ങളും, കൊത്തിവച്ചിട്ടുണ്ട്. ശിവക്ഷേത്രത്തിലെ ഗർഭഗൃഹത്തിന് മുൻവശത്ത് തെക്കുഭാഗത്തായി താണ്ഡവനൃത്തവും വടക്കുഭാഗത്ത് വാമനാവതാരവും വളരെ വലിപ്പത്തിൽ വിദഗ്ദ്ധമായ രീതിയിൽ തടിയിൽ കൊത്തിവച്ചിട്ടുണ്ട്. ഓരോന്നിനും ആയിരം തച്ച്പണി വേണ്ടിവന്നതായി രേഖപ്പെടുത്തിയിട്ടുണ്ട്. ശ്രീകോവിലിന്റെ പുറംഭിത്തികളിലും ധാരാളം ദാരുശില്പങ്ങൾ കാണാം.

ഗുഹാക്ഷേത്രം

കവിയൂർ തൃക്കാക്കുടി ഗുഹാക്ഷേത്രമാണ് കവിയൂരിന്റെ മറ്റൊരു സവിശേഷത. കവിയൂർ മഹാക്ഷേത്രത്തിൽനിന്ന് അരനാഴികയോളം വടക്കാണ് ഈ ഗുഹാക്ഷേത്രം. ശിവന്റെ ഭൂതഗണങ്ങൾ പാറ തുരന്ന് നിർമ്മിച്ചതാണ് ഈ ഗുഹാക്ഷേത്രമെന്ന് വിശ്വസിക്കപ്പെടുന്നു. വലിയ രണ്ട് പാറകൾക്കിടയ്ക്ക് പാറ തുരന്ന് നിർമ്മിച്ച ഈ ക്ഷേത്രത്തിലെ പ്രതിഷ്ഠ ശിവനാണ്. പാറ തുരന്ന് രണ്ടു മീറ്റർ സമചതുരത്തിൽ ഒരു ഗർഭഗൃഹം, അതിനകത്ത് ആ പാറയിൽതന്നെ കൊത്തിയ ശിവലിംഗം. ഗർഭഗൃഹത്തിനു മുന്നിൽ 6 മി നീളവും 3 മീ വീതിയും രണ്ടു മീറ്റർ പൊക്കവുമുള്ള വലിയ മണ്ഡപം. ക്ഷേത്രത്തിനു പുറത്ത് ഇവയെല്ലാം ചേർത്ത് ഒരു വരാന്ത. വരാന്തയ്ക്ക് അതേ പാറയിൽത്തന്നെ രണ്ട് തൂണുകൾ. ഇവയെല്ലാം ഉൾപ്പെട്ടതാണ് മഹേന്ദ്രപല്ലവ ശില്പമാതൃകകളിലുള്ള ഈ ഗുഹാക്ഷേത്രം. ക്രിസ്തുവർഷം ഏഴാം ശതകാന്ത്യത്തിലോ എട്ടാം ശതകാരംഭത്തിലോ നിർമ്മിക്കപ്പെട്ടതാണ് ഈ ഗുഹാ ക്ഷേത്രമെന്നാണ് വിദഗ്ദ്ധാഭിപ്രായം.

മുസ്ലീം പള്ളികൾ

മുമ്പ് ചങ്ങനാശ്ശേരി ഭരിച്ചിരുന്ന തെക്കുംകൂർ രാജാക്കന്മാർ മതസഹിഷ്ണുതയ്ക്ക് പ്രസിദ്ധരായിരുന്നു. തെക്കുംകൂർ രാജധാനിക്കു സമീപം ഒരു വെളിപാടു ദൂരത്തിൽ ഒരു ഹൈന്ദവക്ഷേത്രവും ക്രിസ്ത്യൻ പള്ളിയും മുസ്ലീം പള്ളിയും ഉണ്ടെന്നുള്ളതുതന്നെ അതിനു തെളിവാണ്. ക്രിസ്ത്യാനികൾക്കും മുസ്ലീങ്ങൾക്കും ഓരോ പള്ളി നിർമ്മിക്കുവാൻ തെക്കുംകൂർ രാജാവ് കരമൊഴിവായി ഭൂമി നല്കിയിരുന്നുവത്രേ. ചങ്ങനാശ്ശേരിയിൽ പ്രസിദ്ധമായ രണ്ട് മുസ്ലീം പള്ളികളുണ്ട്. പഴയ പള്ളിയും പുത്തൻ പള്ളിയും. തെക്കുംകൂർ രാജാവ് ദാനം ചെയ്ത സ്ഥലത്ത് നിർമ്മിച്ചിട്ടുള്ള പഴയ പള്ളിക്ക് ആയിരം വർഷത്തിലേറെ പഴക്കമുണ്ട്. ഈ മുസ്ലീം പള്ളിക്കു സമീപം തന്നെയാണ് ഭഗവതിക്ഷേത്രവും കത്തോലിക്കാ പള്ളിയും സ്ഥിതി ചെയ്യുന്നത്. പുത്തൂർ പള്ളിക്ക് നാനൂറ് വർഷത്തിലേറെ പഴക്കമുണ്ട്. ചന്ദനക്കുടമഹോത്സവത്തിൽ നാനാജാതിമതസ്ഥർ പങ്കെടുക്കുന്നു.

ചങ്ങനാശ്ശേരി ചന്ത വളരെ പ്രസിദ്ധമാണ്. വളരെമുമ്പെ, കരമാർഗ്ഗമായും ജലമാർഗ്ഗേണയും വാണിജ്യ കാർഷിക വിഭവങ്ങൾ ക്രയവിക്രയം ചെയ്യാൻ ഏറ്റവും അനുയോജ്യമാണ് മദ്ധ്യതിരുവിതാംകൂറിലെ ഈ വിപണന കേന്ദ്രം. വേലുത്തമ്പിദളവ സ്ഥാപിച്ചതാണ് ഈ ചന്ത. ആദ്യത്തെ വ്യാപാരവസ്തു ഒരു ആന ആയിരുന്നത്രേ. അതിനാൽ ഈ ചന്തയിൽ ആനവരവും ആനച്ചെലവും ഉണ്ടാകട്ടെ! എന്നാശംസിച്ചുകൊണ്ടാണ് എ ഡി 1805 ൽ (കൊ.വ 980 തുലാം 17) ചന്ത ദളവ ഉദ്ഘാടനം ചെയ്തത്. ചങ്ങാനാശ്ശേരിയിലെ പച്ചക്കറിച്ചന്തയും ഏറ്റവും പ്രസിദ്ധമാണ്.

എ ആർ, ഉള്ളൂർ

അഭിമാനാർഹമായ സാഹിത്യപാരമ്പര്യവും സാംസ്കാരികപൈതൃകവുമുള്ള പ്രദേശങ്ങളാണ് ചങ്ങനാശ്ശേരിയും സമീപ സ്ഥലങ്ങളും. പ്രശസ്തരായ സാഹിത്യകാരന്മാരും സാമൂഹ്യപരിഷ്കർത്താക്കളും. സാംസ്കാരിക നേതാക്കളും അസംഖ്യമുണ്ടിവിടെ. അവരിൽ ഇരുപതാം നൂറ്റാണ്ടിൽ ശ്രദ്ധേയരായ വ്യക്തികളിൽ ചിലരെപ്പറ്റി മാത്രം സൂചിപ്പിക്കാനേ സ്ഥലപരിമിതി അനുവദിക്കുന്നുള്ളൂ- മലയാള ഭാഷയ്ക്കും സാഹിത്യത്തിനും അമൂല്യസംഭാവനകൾ സമർപ്പിച്ച രണ്ട് സാഹിത്യമഹാരഥന്മാർക്ക് ജന്മമരുളിയ ധന്യഭൂമിയാണ് ചങ്ങാശ്ശേരി - എ ആർ രാജരാജവർമ്മയും ഉള്ളൂരും.

കേരളപാണിനി എന്ന അപരനാമധേയത്തിൽ അറിയപ്പെടുന്ന എ ആർ രാജാരാജവർമ്മ (1863-1918) ചങ്ങനാശ്ശേരി ലക്ഷ്മീപുരം കൊട്ടാര

ത്തിൽ കേരള വർമ്മ വലിയ കോയിത്തമ്പുരാന്റെ മാതൃസഹോദരിയുടെ പുത്രി കുഞ്ഞിക്കാവു തമ്പുരാട്ടിയുടെയും പാറ്റ്യാൽ ഇല്ലത്ത് വാസുദേവൻ നമ്പൂതിരിയുടെയും രണ്ടാം സന്താനമായി 1863 ൽ (1038 കുംഭം 9) ജനിച്ചു. ബാല്യകൗമാരങ്ങൾ ഹരിപ്പാട് അനന്തപുരം കൊട്ടാരത്തിൽ കഴിഞ്ഞു. കൊ. വ 1064 ൽ മാവേലിക്കര കൊട്ടാരത്തിലെ മഹാപ്രഭാ തമ്പുരാട്ടിയെ വിവാഹം ചെയ്തു. സംസ്കൃത പാഠശാലയിലെ ഇൻസ്പെക്ടർ, സംസ്കൃത കോളേജ് പ്രിൻസിപ്പൽ, മഹാരാജാസ് കോളേജിൽ, നാട്ടുഭാഷാ സൂപ്രണ്ട് എന്നീ നിലകളിൽ സേവനം അനുഷ്ഠിച്ചു. 'ദ്വിതീയാക്ഷര പ്രാസവാദ'ത്തിൽ മാതുലനായ കേരളവർമ്മ വലിയകോയിത്തമ്പുരാന്റെ എതിർപക്ഷത്ത് പ്രാസവിരുദ്ധർക്ക് നേതൃത്വം നല്കി. *കേരള പാണിനീയം ശബ്ദശോധിനി, ഭാഷാഭൂഷണം, വൃത്തമഞ്ജരി* തുടങ്ങിയ ഈടുറ്റ ഗ്രന്ഥങ്ങൾ രചിച്ചു. പൗരസ്ത്യഭാഷാഭിവൃദ്ധിക്ക് എ ആർ രാജാരാജവർമ്മ വഹിച്ച പങ്ക് അദ്വിതീയമാണ്.

മഹാകവിത്രയത്തിലൊരാളായ ഉള്ളൂർ എസ് പരമേശ്വരയ്യർ വ്യത്യസ്തമായ ഒരു വ്യക്തിപ്രഭാവത്തിന്റെ ഉടമയാണ്. മഹാകവി ഉള്ളൂർ (1877-1949) ജനിച്ചത് ചങ്ങാനാശ്ശേരി പട്ടണത്തിലുള്ള പാലൂർപോറ്റിമാരുടെ താമരശ്ശേരി എന്ന നമ്പൂതിരി ഇല്ലത്തിലാണ്. 1897 ൽ ബി എ ബിരുദം നേടി അദ്ധ്യാപക വൃത്തിയിൽ പ്രവേശിച്ചു. പിന്നീട് ബി എൽ ബിരുദവും മലയാള ഭാഷയിൽ എം എ ബിരുദവും നേടി. അദ്ധ്യാപകവൃത്തി ഉപേക്ഷിച്ച് ഗവ സെക്രട്ടറിയേറ്റിൽ ഉദ്യോഗസ്ഥനായി. പടിപടിയായി ഉദ്യോഗക്കയറ്റം കിട്ടി. ചീഫ് സെക്രട്ടറി പദം വരെ അലങ്കരിച്ചു. 1932 ൽ സർവ്വീസിൽനിന്നും വിരമിച്ചു. ജഗതിയിൽ നിർമ്മിച്ച സ്വവസതിയിൽ വിശ്രമജീവിതം. ഈ കാലഘട്ടം യഥാർത്ഥ സാഹിത്യസപര്യക്കായി വിനിയോഗിച്ചു. ദ്വിതീയാക്ഷരപ്രാസവാദത്തെ അനുകൂലിച്ച് രചിക്കപ്പെട്ട മഹാകാവ്യമാണ് *ഉമാകേരളം*. തുടർന്ന് അനേകം ഖണ്ഡകാവ്യങ്ങൾ - *പിങ്ഗള. കർണ്ണഭൂഷണം* തുടങ്ങിയവ - രചിക്കപ്പെട്ടു. ഉള്ളൂരിന്റെ മുഖ്യഗദ്യകൃതിയാണ് *അംബ. കേരള സാഹിത്യചരിത്രം* - മലയാള ഭാഷയിലെ പ്രാമാണിക ഗ്രന്ഥം. അഞ്ചു വാല്യങ്ങളിലായി പ്രസിദ്ധപ്പെടുത്തിയ ഈ ബൃഹത് ഗ്രന്ഥം മാത്രം മതി മഹാകവിക്ക് മലയാള സാഹിത്യത്തിൽ സ്ഥിരപ്രതിഷ്ഠ ലഭിക്കാൻ. തിരുവനന്തപുരം പബ്ലിക് ലൈബ്രറിയുടെ മുന്നിൽ മഹാകവി ഉള്ളൂരിന്റെ പൂർണ്ണകായ പ്രതിമ സ്ഥാപിക്കപ്പെട്ടിട്ടുണ്ട്.

നായർ സർവ്വീസ് സൊസൈറ്റിയുടെ സ്ഥാപകനേതാക്കളിലൊരാളാണ് ചങ്ങനാശ്ശേരി പരമേശ്വരൻ പിള്ള (1877-1940) വാഴപ്പള്ളിയിൽ ജനിച്ചു. അഭിഭാഷകൻ, ഹൈക്കോടതി ജഡ്ജി എന്നീ നിലകളിൽ സേവനമനുഷ്ഠിച്ചു. കേളപ്പനു ശേഷം നായർ സർവ്വീസ് സൊസൈറ്റി പ്രസിഡന്റ്, ദേശീയ പ്രസ്ഥാനത്തിലെ മുന്നണിപ്പോരാളി, തിരുവിതാംകർ നിയമസഭാംഗം. ഹരിജനോദ്ധാരണം, ക്ഷേത്രപ്രവേശനം തുടങ്ങിയ പരിപാടികളിൽ സജീവമായി പ്രവർത്തിച്ചു.

വിദ്യാഭ്യാസ പുരോഗതി

എം സി റോഡിൽ ചെങ്ങന്നൂരും തിരുവല്ലയും പിന്നിടുമ്പോൾ ആരുടെയും ശ്രദ്ധ പിടിച്ചുപറ്റുംവിധം വൻനഗരത്തിന്റെ ധാടിയും മോടിയും മന്ദിരശ്രേണികളുമെല്ലാമായി ഞെളിഞ്ഞു നില്ക്കുന്ന ചങ്ങനാശ്ശേരിയുടെ ആത്മാവ് തനി ഗ്രാമപ്രദേശത്തിന്റേതാണെന്നതാണ് വസ്തുത. ഹിന്ദുക്കളുടെയും ക്രിസ്ത്യാനികളുടെയും മുസ്ലീങ്ങളുടെയും ശക്തികേന്ദ്രങ്ങൾ കൂടിയായ ഈ മുനിസിപ്പൽ നഗരത്തിന്റെ വിദ്യാഭ്യാസ പുരോഗതിയാണ് ഏറെ പ്രകടം. വളരെ മുമ്പുതന്നെ ഈ പ്രദേശങ്ങൾക്കു ലഭിച്ച ഉന്നത വിദ്യാഭ്യാസ സൗകര്യങ്ങൾ ചങ്ങാനാശ്ശേരിയുടെ സാമൂഹ്യ-സാമ്പത്തിക മേഖലകളിൽ വമ്പിച്ച മാറ്റങ്ങളുണ്ടാക്കി. അഭ്യസ്തവിദ്യർ ഏറെ. നാട്ടിനകത്തും പുറത്തും വിവിധ ജോലികളിലേർപ്പെട്ടിട്ടുള്ളവർ ധാരാളം. വ്യാവസായികമേഖലയിലും തോട്ടം മേഖലയിലും വ്യക്തിമുദ്ര പതിപ്പിച്ചിട്ടുള്ളവരും ധാരാളം. കടുത്ത ദാരിദ്ര്യം പ്രകടമല്ലെങ്ങും. സമ്പന്നർ കുറവല്ല. ഇടത്തരക്കാരാണ് ജനങ്ങളിലേറിയ കൂറും.

കഷ്ടിച്ച് ഒരു മൈലോളം നീണ്ടുകിടക്കുന്ന ടൗൺ പ്രദേശങ്ങളുടെ പടിഞ്ഞാറു ഭാഗം പുഞ്ചപ്പാടങ്ങൾ-- കുട്ടനാടിന്റെ കിഴക്കേ അതിർത്തി. ടൗണിന്റെ കിഴക്കുഭാഗം പടിപടിയായി ഉയർന്ന് ഹൈറേഞ്ചുകളിലേക്ക് വ്യാപിക്കുന്നു. ഇപ്രകാരം തീരഭൂമിക്കും മലനാടിനും മദ്ധ്യേയുള്ള പ്രധാന ഗതാഗതകേന്ദ്രവും വ്യാപാര കേന്ദ്രവുമെന്ന പദവി തന്നെയാണ് ചങ്ങനാശ്ശേരിയുടെ ഇന്നത്തെ വളർച്ചയ്ക്കു നിദാനം. അതിപുരാതനമായ ഒരു ചരിത്രവും സംസ്കാരവും കൈമുതലായുള്ള ചങ്ങനാശ്ശേരിക്ക് കഴിഞ്ഞ നൂറ്റാണ്ടിന്റെ ആദ്യദശകങ്ങളിൽ തന്നെ വീണു കിട്ടിയ ഉന്നതവിദ്യാഭ്യാസസൗകര്യങ്ങൾ വലിയ ഒരു അനുഗ്രഹമായി ഭവിച്ചു. തൽഫലമായ നേട്ടങ്ങളുമുണ്ടായി. എങ്കിലും നൂറ്റാണ്ടുകൾക്കു മുമ്പ് ചങ്ങനാശ്ശേരിയുടെ ഭൂമിശാസ്ത്രപരമായ കിടപ്പിന്റെ പ്രാധാന്യം കണ്ടറിഞ്ഞ അന്നത്തെ ഭരണാധികാരികൾ വിഭാവനം ചെയ്ത വാണിജ്യ-വ്യാപാര വികസനവും സാമ്പത്തിക പുരോഗതിയും ഇന്നും കൈവരിച്ചെന്നു പറയാനാവില്ല. നമുക്കിന്ന് ഒറ്റനോട്ടത്തിൽ കാണാൻ കഴിയുന്നത് നായർ സർവ്വീസ് സൊസൈറ്റിയുടെ ശക്തമായ സാന്നിദ്ധ്യവും വാഴ്ത്തപ്പെടേണ്ട നേട്ടങ്ങളും

മാത്രമല്ല, മദ്ധ്യതിരുവിതാംകൂറിലെ ക്രൈസ്തവ പ്രഭാവത്തിന്റെ പ്രഭാവലയങ്ങളുമാണ്.

പഴയ ചങ്ങനാശ്ശേരി പ്രദേശങ്ങളുടെ പേരാണല്ലോ നന്റുഴൈനാട്. നന്റ് - നല്ല, ഉഴൈ - ഉഴവ് (അദ്ധ്വാനം) നന്റുഴൈനാട് - നല്ല അദ്ധ്വാനത്തിന്റെ നാട്. മറ്റൊരർത്ഥത്തിൽ മണ്ണിൽ കഠിനാദ്ധ്വാനം ചെയ്ത സമൃദ്ധി കൈവരിക്കുന്ന കർഷകരുടെ നാട്. പക്ഷെ ഇന്ന് കൃഷിഭൂമി തുണ്ടുതുണ്ടുകളായി മാറി. കൃഷിച്ചെലവ് ഏറി. കൃഷിപ്പണിക്ക് ആളെ കിട്ടാതായി. കാർഷിക മേഖല ക്ഷയോന്മുഖമായി. വ്യാവസായിക സംരംഭങ്ങളും തൊഴിൽ സാദ്ധ്യതകളും വിരളം. മറ്റു മേഖലകളും തഥൈവ. സാഹചര്യങ്ങൾ പ്രതികൂലമാണിപ്പോൾ.

ചങ്ങനാശ്ശേരിയുടെ സാമുദായിക-രാഷ്ട്രീയ-സാഹിത്യ-പാരമ്പര്യത്തിൽ പല കാലങ്ങളിലായി വ്യക്തിമുദ്ര പതിപ്പിച്ച അസംഖ്യം വ്യക്തിപ്രഭാവങ്ങളോട് മനസ്സാ വിടവാങ്ങി നമുക്ക് വടക്കോട്ടു നീങ്ങാം.

34

തെക്കുംകൂറിന്റെ കോട്ടയകം

കോട്ടയകം (കോട്ടയ്ക്കകം) കാലാന്തരത്തിൽലോപിച്ച് കോട്ടയമായതാകാം, ഇന്നത്തെ കോട്ടയം നഗരവും, നഗരത്തിന്റെ മേൽവിലാസമുള്ള കോട്ടയം ജില്ലയും.

എം സി റോഡു വഴി വടക്കോട്ടു പോകുമ്പോൾ, ചങ്ങനാശ്ശേരിയും പള്ളവും നാട്ടകവും പിന്നിട്ട്, ആ നാലും കൂടിയ കവലയിലെത്തുമ്പോൾ (കോട്ടയം പബ്ലിക് ലൈബ്രറി ജങ്ഷൻ) തിരക്കേറിയ കോട്ടയം നഗരത്തിന്റെ പ്രഭാവം ഒറ്റനോട്ടത്തിൽ തന്നെ ബോദ്ധ്യമാകും. ഭ്രാന്തു പിടിച്ചോടുന്ന വാഹനങ്ങൾ, കൃത്യാന്തരബാഹുല്യത്താൽ ധൃതിപിടിച്ച വഴിയാത്രക്കാർ, തിരക്കേറിയ കച്ചവടസ്ഥാപനങ്ങൾ, റോഡിനതിരിട്ടു നില്ക്കുന്ന ബഹുനിലമന്ദിരങ്ങളുടെ, എന്തിനേറെ, തലങ്ങും വിലങ്ങും കുതിച്ചു പായുന്ന പ്രൈവറ്റ് ബസുകളുടെ പോലും, നെറ്റിക്കുറിപ്പുകളിലൂടെ ഒട്ടൊന്ന് കണ്ണോടിച്ചാൽ ഒരു കാര്യം ബോദ്ധ്യമാകും- ക്രൈസ്തവ പ്രഭാവം കൊടികുത്തി വാഴുകയാണെങ്ങും. ആധുനിക പരിഷ്കാരത്തിന്റെയും സമ്പൽസമൃദ്ധിയുടെയും സൂചനകളാണെങ്ങും - ആ നഗരാന്തരീക്ഷത്തിൽ.

കോട്ടയം പട്ടണം സമ്പന്നരുടെ കേളീരംഗമാണെന്ന് ഒരപരിചിതൻ ധരിച്ചുവശായാൽ അതു മുഴുവൻ തെറ്റല്ല. ഏറക്കുറെ സമ്പൽസമൃദ്ധം തന്നെ. നഗരവീഥികളും നഗരപ്രാന്തങ്ങളുമെല്ലാം. ചെറുതും വലുതുമായ പഴയതും പുതിയതുമായ ക്രിസ്ത്യൻ പള്ളികളും മുന്തിയ പഞ്ചനക്ഷത്ര ഹോട്ടലുകളും ലക്ഷങ്ങളുടെ വ്യാപാര-വിപണന കേന്ദ്രങ്ങളുമെല്ലാം നഗരത്തിലുടനീളം കാണാം. കേരളത്തിലെ ചില വൻകിട പത്രങ്ങളുടെയും ആനുകാലിക പ്രസിദ്ധീകരണങ്ങളുടെയും പുസ്തകപ്രസാധന ശാലകളുടെയും ഈറ്റില്ലവുമാണ് ഈ നഗരം. ക്രൈസ്തവ പരിവേഷമാർന്ന് വിലസുന്ന ഈ നഗരമെങ്ങനെ കോട്ടയമാകും? രാജകൊട്ടാരത്തിന്റെ അനുബന്ധമായ കൊട്ടാരസംരക്ഷണത്തിനുള്ള കോട്ടകൾ, ഇവിടെ ഈ പള്ളികളുടെ നഗരത്തിൽ എവിടെ കാണാൻ? കൊട്ടാരമെവിടെ? കോട്ടയെവിടെ?പേരിന്റെ ഉല്പത്തി തെറ്റെന്നു വരുമോ?

ഇല്ല തെറ്റിയിട്ടില്ല. കൊട്ടാരമുണ്ട്. ഉണ്ടായിരുന്നു. കോട്ടകളും. അത്ര ദൂരെയെങ്ങുമല്ല. ഈ നഗരമദ്ധ്യത്തിൽതന്നെ അത്ര വളരെക്കാലം മുൻപൊന്നുമല്ല. കഷ്ടിച്ച് രണ്ടു നൂറ്റാണ്ടു മുൻപ് വരെ. കോട്ടയുടെയും കൊട്ടാരങ്ങളുടെയും തിരുശേഷിപ്പുകൾ അങ്ങിങ്ങ് കണ്ടെന്നു വരാം. ജങ്ഷന് തൊട്ടടുത്തു തന്നെയുണ്ട്. നൂറ്റാണ്ടുകളുടെ പഴക്കമുള്ള തിരുനക്കര ശിവക്ഷേത്രം. പക്ഷേ, നഗരപ്രൗഢിയിലും ക്രിസ്തീയ പ്രഭാവത്തിലും കണ്ണഞ്ചിനില്ക്കുന്ന നിങ്ങൾ പെട്ടെന്നത് ശ്രദ്ധിച്ചില്ലെന്നേയുള്ളൂ. സാരമില്ല. ഈ നഗരത്തിന്റെ ഉല്പത്തി ചരിത്രം നമുക്ക് അന്വേഷിക്കാം.

11-ാം ശതകത്തിൽ രണ്ടാം ചേര സാമ്രാജ്യത്തിന്റെ തകർച്ചയോടുകൂടി കോട്ടയം പ്രദേശങ്ങൾ വെമ്പല (വെമ്പൊലി) രാജ്യത്തിന്റെ ഭാഗമായി. പിന്നീടത് വടക്കുംകൂർ, തെക്കുംകൂർ, കീഴ്മലനാട്, മുഞ്ഞനാട് എന്നിങ്ങനെ പല രാജവംശങ്ങളായി വിഭജിക്കപ്പെട്ടു. എ ഡി 1100 ൽ മുഞ്ഞനാട് തെക്കുംകൂറിൽ ലയിച്ചു.

പഴയ തെക്കുംകൂർ

ഇന്നത്തെ ചങ്ങനാശ്ശേരി, തിരുവല്ല, കോട്ടയം എന്നീ താലൂക്കുകളും മീനച്ചൽ താലൂക്കിന്റെ ഒരു ഭാഗവും പഴയ കോട്ടയം ജില്ലയിലെ ഹൈറേഞ്ചും ചേർന്നതായിരുന്നു തെക്കുംകൂർ. കോട്ടയത്തിനു സമീപമുള്ള വെന്നിമലയായിരുന്നു തെക്കുംകൂറിന്റെ ആദ്യതലസ്ഥാനം. പതിനഞ്ചും പതിനാറും ശതക

ങ്ങളിൽ, തുടരെത്തുടരെ ഉണ്ടായ ആക്രമണങ്ങളിൽനിന്നും രക്ഷപ്പെടാൻ രാജ്യതലസ്ഥാനം മീനച്ചലാറിന്റെ തീരത്ത് തളിയിൽ ക്ഷേത്രത്തിനു സമീപത്തേക്കു മാറ്റി. ഇന്നത്തെ കോട്ടയം പട്ടണത്തിന്റെ പടിഞ്ഞാറു ഭാഗത്ത് താഴത്തങ്ങാടിയിൽ തെക്കുംകൂർ രാജാക്കന്മാരുടെ കോട്ടയുടെയും കൊത്തളങ്ങളുടെയും ഒരു ഗുഹാമാർഗ്ഗത്തിന്റെയും അവശിഷ്ടങ്ങളും ആറ്റരികിലെ കുളക്കടവും കാണാവുന്നതാണ്. ഈ കോട്ടയ്ക്കകമാണ് പില്ക്കാലത്ത് കോട്ടയമായി തീർന്നതെന്ന് ന്യായമായും ഊഹിക്കാം.

എ ഡി 15 ഉം 16 ഉം നൂറ്റാണ്ടുകളിൽ പാണ്ഡ്യ രാജാക്കന്മാരുടെയും മലവർഗ്ഗക്കാരുടെയും വിജയനഗരത്തിന്റെയും കടന്നേറ്റങ്ങൾകൊണ്ട്, തെക്കുംകൂർ പൊറുതിമുട്ടി. ചെമ്പകശ്ശേരിയുമായും സംഘർഷാവസ്ഥ നിലനിന്നിരുന്നു. അങ്ങനെയാണ് തലസ്ഥാനം ചങ്ങനാശ്ശേരിയിലേക്കും പിന്നീട് കോട്ടയത്തേയ്ക്കും മാറ്റാൻ തെക്കുംകൂർ നിർബ്ബന്ധിതമായത്.

ഇന്നത്തെ കോട്ടയം ടൗണിൽനിന്നും രണ്ടു കിമീ പടിഞ്ഞാറുമാറി തളിക്കുന്നിലായിരുന്നു പഴയ ആസ്ഥാനം. കുന്നിൻമുകളിലെ കൊട്ടാരവും കുന്നിൻചരിവിലെ കോട്ടയും കോട്ടയ്ക്കു സമീപത്തുകൂടി ഒഴുകുന്ന മീനച്ചിലാറും എല്ലാം ചേർന്ന് തലസ്ഥാനത്തിന് അനുയോജ്യമായ ഭൂവിഭാഗം. പുരാതനമായ ഒരു ശിവക്ഷേത്രവും തളിക്കോട്ടയിലുണ്ടായിരുന്നു. ഗതാഗതത്തിനും വാണിജ്യവികസനത്തിനും അനുയോജ്യമായ തളിക്കോട്ട, രാജധാനിയായ ശേഷം, ഇവിടെ കട കമ്പോളങ്ങളും അങ്ങാടികളും വളർന്നുവന്നു. തളിക്കോട്ടയുടെ പടിഞ്ഞാറുഭാഗത്ത് മീനച്ചലാറിന്റെ തീരത്തുള്ള താഴത്തങ്ങാടി വലിയൊരു വാണിജ്യകേന്ദ്രമായി. തളിക്കോട്ട ക്ഷേത്രം ഇന്നു കാണുന്ന രീതിയിൽ പ്രൗഢഗംഭീരമായി നിർമ്മിച്ചത് തെക്കുംകൂർ രാജാക്കന്മാരുടെ കാലത്താണ്. ക്ഷേത്രഭിത്തികൾ ചുമർചിത്രങ്ങളാലലംകൃതം.

തിരുനക്കര ക്ഷേത്രം

തിരുനക്കരക്കുന്ന് (ഇന്നത്തെ നഗരമദ്ധ്യം) പണ്ട് ജനവാസമില്ലാത്ത വന്യപ്രദേശമായിരുന്നു. അന്നത്തെ പ്രമാണികുടുംബങ്ങളെല്ലാം അല്പമകലെയുള്ള കാരാപ്പുഴ, വേളൂർ ഭാഗങ്ങളിലായിരുന്നത്രേ. തെക്കുംകൂർ രാജാക്കന്മാരുടെ ആനകളെ തളച്ചിരുന്നത് ഈ കുന്നിൻപ്രദേശത്ത് ആയിരുന്നത്രേ. ആനയെ തളച്ചിരുന്ന സ്ഥലം ആനക്കരയും പില്ക്കാലത്ത് നക്കരയും ക്ഷേത്രാരംഭം മുതൽ തിരുനക്കരയുമായി എന്നനുമാനിക്കുന്നു. തൃശൂർ വടക്കുന്നാഥനെ മുടങ്ങാതെ ദർശനം നടത്തിയിരുന്ന ഒരു തെക്കുംകൂർ രാജാവ് വാർദ്ധക്യകാലത്ത് ദൂരയാത്ര അസാദ്ധ്യമാകയാൽ സ്വന്തം ആസ്ഥാനത്തുതന്നെ വടക്കുംനാഥനെ പ്രതിഷ്ഠിച്ചതാണത്രേ ഇന്നത്തെ തിരുനക്കര ക്ഷേത്രം.

ഇന്നു കാണുന്ന തിരുനക്കര ക്ഷേത്രത്തിന് 600 വർഷങ്ങൾക്കുമേൽ പഴക്കമുണ്ടാകാനിടയില്ലെന്നാണ് അഭിജ്ഞമതം. അമ്പലത്തിന്റെ നാലു ചുറ്റും ടാറിട്ട നിരത്തുകൾ. മുന്നിൽ മൂന്നുതട്ടുകളായുള്ള വിശാലമായ മൈതാനം. ജനവാഹനബഹുലമായ നഗരമദ്ധ്യത്തിന് ആശ്വാസം പകരുന്ന തുറസ്സായ ഒരു താവളമാണ് ഈ മൈതാനം.

ചുറ്റുവിളക്കോടുകൂടിയ കിഴക്കേഗോപുരം. ഗോപുരപ്പടി കടന്നാൽ ശീവേലിപ്പുര. അതിനു പടിഞ്ഞാറ് പൊന്നിൻ കൊടിമരം. ബലിക്കൽപ്പുരയുടെ മുമ്പിൽ നവഗ്രഹങ്ങളുടെ ദാരുശില്പങ്ങൾ. ബലിക്കൽപ്പുരയുടെ നേർക്ക് മുഖമണ്ഡപം. അവിടെ അഴിയടിച്ച ചെറിയ മണ്ഡപത്തിൽ വൃഷഭവിഗ്രഹം. തെക്കുവശത്ത് കൂത്തമ്പലം. അതിനു കിഴക്കുമാറി ആനപ്പന്തൽ. തെക്കെനടയിൽ ഗണപതിയുടെയും അതിനു പിന്നിൽ അയ്യപ്പന്റെയും പ്രതിഷ്ഠകൾ. വടക്കുവശത്ത് സുബ്രഹ്മണ്യൻ, വടക്കുനാഥൻ ദുർഗ്ഗ, ബ്രഹ്മരക്ഷസ്സ് എന്നീ പ്രതിഷ്ഠകളാണ്. ഗാംഭീര്യമാർന്ന നാല് ഗോപുരമാളികകളും ശിലാനിർമ്മിതമാണ്. തിരുനക്കര ക്ഷേത്രത്തിലെ ദാരുശില്പങ്ങളും ചുമർചിത്രങ്ങളും കൊത്തുപണികളുമെല്ലാം കണ്ണും കരളും കവരുന്ന കലാസമ്പത്താണ്. തിരുനക്കര ക്ഷേത്രത്തിൽ പ്രധാനമായി മൂന്ന് ഉത്സവങ്ങളാണുള്ളത്. തുലാം, മീനം, മിഥുനം മാസങ്ങളിൽ. (ക്ഷേത്രസംബന്ധമായ വിശദാംശങ്ങൾക്ക് പ്രശസ്ത സാഹിത്യകാരനും എന്റെ അഭിവന്ദ്യ ഗുരുനാഥനുമായ നാലങ്കൽ കൃഷ്ണപിള്ളയോട് കടപ്പെട്ടിരിക്കുന്നു ലേഖകൻ).

രാജാവിന്റെ വക്രബുദ്ധി

ശത്രുരാജ്യങ്ങൾ ഒന്നൊന്നായി കീഴടക്കി മുന്നേറിയ മാർത്താണ്ഡവർമ്മ കായംകുളവും വെട്ടിപ്പിടിച്ച ശേഷം തെക്കുംകൂറിനെ കീഴടക്കാൻ തക്കം പാർത്തുകഴിയുകയായിരുന്നു. എന്നാൽ സമാധാനപ്രിയനായ അന്നത്തെ തെക്കുംകൂർ രാജാവ്, സ്വന്തം അനുജനെ സന്ധിദൗത്യവുമായി തിരുവനന്തപുരത്തേയ്ക്കയച്ചു. രാജാവ് ഇളമുറ തമ്പുരാനെ സ്വീകരിച്ച് സ്നേഹഭാവേന കോട്ടയ്ക്കകത്ത് താമസിപ്പിച്ചു. ഇങ്ങനെയെങ്കിൽ ആസൂത്രിത പദ്ധതികളെല്ലാം പാളിപ്പോകുമല്ലോ. രാമയ്യന്റെ കൂർമ്മബുദ്ധി ഉണർന്നു. ഒരു വിശ്വസ്ത ഭൃത്യനെ പാട്ടിലാക്കി, തന്ത്രമുപദേശിച്ചു.

തെക്കുംകൂറിൽ രാജമാതാവ് അത്യാസന്നനിലയിലാണെന്നും ഇളമുറത്തമ്പുരാൻ ഉടൻ മാതൃസവിധത്തിലെത്തിച്ചേരണമെന്നും കള്ളം പറഞ്ഞു. ദുഃഖാകുലനായ രാജകുമാരൻ വള്ളത്തിൽ വടക്കോട്ടു യാത്രതിരിച്ചു. കോട്ടയത്തിനടുത്തെത്തിയപ്പോൾ അവിടെ പതുങ്ങിയിരുന്ന രാമയ്യന്റെ

ആൾക്കാർ യുവരാജാവിനെയും അനുചരരെയും നിഷ്കരുണം കൊന്നൊടുക്കി.

ഞ്ഞ എന്തന്യായം! തിരുവിതാംകൂറിന്റെ മിത്രമായി വന്ന് തന്നോടൊപ്പം കഴിഞ്ഞ് മടങ്ങിപ്പോയ യുവരാജാവിനെ വധിക്കാനുള്ള ഔദ്ധത്യം തെക്കുംകൂർ കാട്ടിയെന്നോ? ഇത് പൊറുക്കുക സാദ്ധ്യമല്ല! മാർത്താണ്ഡവർമ്മ തെക്കുംകൂറിനോട് യുദ്ധം പ്രഖ്യാപിച്ചു കഴിഞ്ഞു. സ്വന്തം കൂടപ്പിറപ്പിന്റെ അരുംകൊലയറിഞ്ഞ് ദുഃഖാർത്തനായ തെക്കുംകൂർ രാജാവ് അമ്പരന്നുപോയി. ഓർക്കാപ്പുറത്ത് ഒരു യുദ്ധം കൂടി അടിച്ചേല്പിക്കപ്പെടുകയാണല്ലോ. പ്രതിരോധനടപടികൾക്കൊന്നും സാവകാശമില്ല. തളിക്കോട്ടയിൽ വച്ചു നടന്ന യുദ്ധത്തിൽ തെക്കുംകൂറിന്റെ സൈന്യം അമ്പേ പരാജയപ്പെട്ടു. കൊട്ടാരം അഗ്നിക്കിരയായി. ശേഷിച്ച രാജകുടുംബാംഗങ്ങൾ പ്രാണരക്ഷാർത്ഥം കോഴിക്കോട്ടേയ്ക്ക് പലായനം ചെയ്തു. അങ്ങനെ രാജ്യം നിലംപരിശായി. തെക്കുംകൂർരാജ്യം തിരുവിതാംകൂറിനോട് ചേർക്കപ്പെട്ടു.

തുടർന്നുള്ള നവോത്ഥാന കാലത്തേക്കു കടക്കുന്നതിനു മുമ്പ് ആ പോയ നൂറ്റാണ്ടുകളിലെ ഹൈന്ദവക്ഷേത്രങ്ങളെപ്പറ്റിയും ക്രിസ്ത്യൻ മുസ്ലീം ആരാധനാ കേന്ദ്രങ്ങളെപ്പറിയും ഒരു ദിങ്മാത്ര ദർശനം നടത്തുന്നത് തുടർന്നുള്ള കാലഘട്ടത്തിന്റെ സാമൂഹ്യ സംവിധാനം മനസ്സിലാക്കാൻ സഹായകമാകും.

കോട്ടയത്തു നിന്നും അത്രയകലെയല്ലാതെ സ്ഥിതിചെയ്യുന്ന ഏറ്റുമാനൂർ മഹാദേവക്ഷേത്രവും ഏഴരപ്പൊന്നാനകളും ഇവിടെ സ്മരണീയമായണ്.

വിവിധ ആരാധനാലയങ്ങൾ

തിരുനക്കര ആറാട്ടു കഴിഞ്ഞാൽ കോട്ടയം നിവാസികളുടെ പ്രധാന ഉത്സവം പള്ളിപ്പുറത്തുകാവിലെ കുംഭകുട മഹോത്സവമാണ്. കുംഭകുട മഹോത്സവത്തിൽ വൈകിട്ട് അമ്മൻകുടവും രാത്രി ഗരുഡൻ തൂക്കവും ഉത്സവത്തിനു മാറ്റുകൂട്ടുന്നു. തിരുനക്കര ക്ഷേത്രത്തിന് അല്പം വടക്കുമാറി, ഉള്ളിലേക്കു മറഞ്ഞു നില്ക്കുന്ന ഒരു ശ്രീകൃഷ്ണ ക്ഷേത്രമുണ്ട്. തൃക്കാവിൽ ക്ഷേത്രം, തിരുനക്കര ക്ഷേത്രത്തിന്റെ വടക്കു കിഴക്കായി സ്ഥിതി ചെയ്യുന്ന സ്വാമിയാർ മഠത്തിന് തിരുനക്കര ക്ഷേത്രത്തെക്കാൾ പഴക്കമുണ്ടത്രേ. വെളൂർക്കരയിലുള്ള പാർപ്പാടം ദേവീക്ഷേത്രം പ്രസിദ്ധം. കാരാപ്പുഴയിലെ അമ്പലക്കടവ് ഭഗവതിക്ഷേത്രവും പ്രസിദ്ധമാണ്.

ക്രിസ്തുമത വിശ്വാസികളുടെ വളരെ പ്രധാനവും പ്രാചീനവുമായ ചില ക്രൈസ്തവ ദേവാലയങ്ങൾ കോട്ടയം ടൗണിലും ചുറ്റുവട്ടത്തുമുണ്ട്. അക്കൂട്ടത്തിൽ ഏറ്റവും പഴക്കമാർന്നതാണ് താഴത്തങ്ങാടി വലിയ പള്ളി. തെക്കുംകൂർ രാജാവ് ചില ക്രിസ്തീയ കുടുംബങ്ങളെ കടുത്തുരുത്തിയിൽനിന്നും കൊണ്ടുവന്ന് താഴത്തങ്ങാടിയിൽ കുടിപാർപ്പിച്ചു. അവിടെ പള്ളി പണിയാൻ അനുമതിയും നല്കി. വലിയ പള്ളിയിൽ വിചിത്രാകൃതിയിലുള്ള രണ്ടു കരിങ്കൽക്കുരിശുകളുണ്ട്. ഏപ്രിൽ 26 നു നടത്തപ്പെടുന്ന സെന്റ് ജോർജ് ഫീസ്റ്റ് പ്രധാനചടങ്ങ്. കോട്ടയം സിവിൽ സ്റ്റേഷന്റെ പിന്നിലായി സ്ഥിതിചെയ്യുന്ന ഗുഡ് ഷെപ്പേർഡ് ചർച്ച് 1882 ലാണ് നിർമ്മിക്കപ്പെട്ടത്. 1964 ൽ പുതുക്കിപ്പണിതു. ഇറ്റാലിയൻ ശില്പ മാതൃകയിലാണ് പള്ളിയുടെ നിർമ്മാണം. ജനുവരി 20ലെ സെന്റ് സെബാസ്റ്റ്യൻ ഫീസ്റ്റും ഏപ്രിൽ 10-12 വരെയുള്ള ഗുഡ് ഷെപ്പേഡ് ഫീസ്റ്റും പ്രധാന ചടങ്ങുകൾ. കോട്ടയം ടൗണിൽനിന്ന് 8 കിമീ അകലെ സ്ഥിതി ചെയ്യുന്ന പുതുപ്പള്ളിയിലെ സെന്റ് ജോർജ് ഓർത്തഡോക്സ് ചർച്ച് തെക്കുംകൂർ രാജാക്കന്മാരുടെ കാലത്ത് നിർമ്മിക്കപ്പെട്ടതാണെന്ന് കരുതുന്നു. മേയ് മാസത്തെ പെരുന്നാളാഘോഷത്തിന് ആയിരക്കണക്കിന് ഭക്തജനങ്ങൾ ഒത്തുകൂടുന്നു.

ശില്പകലാചാതുരിയുടെ മകുടോദാഹരണമായ വിമലഗിരി പള്ളി ശ്രദ്ധേയം. 1964 ൽ പണിപൂർത്തിയായി. ഏറ്റവും പൊക്കം കൂടിയ പള്ളി മേട ഈ പള്ളിയിലാണത്രേ. 172 അടി പൊക്കം. കോട്ടയം റെയിൽവെസ്റ്റേഷനു സമീപമുള്ള ഈ പള്ളിയിലെ ഡിസംബറിലെ പെരുനാൾ പ്രധാനം. ഗോഥിക് ശില്പരീതിയിലാണ് പള്ളി നിർമ്മിക്കപ്പെട്ടിട്ടുള്ളത്.

താഴത്തങ്ങാടിയിലെ പ്രാചീന ക്രിസ്തീയ ദേവാലയത്തോളം പ്രസിദ്ധിയും പ്രാചീനതയുമുള്ള മുസ്ലീം ആരാധനാ കേന്ദ്രമാണ് താഴത്തങ്ങാടി മുസ്ലീം പള്ളി. ആയിരം വർഷത്തിൽപ്പരം പഴക്കം അവകാശപ്പെടുന്നുണ്ട്. ഹബീബ് ദിനാർ എന്ന ഒരു മുസ്ലീം സിദ്ധൻ പണി കഴിപ്പിച്ചതാണ് ഈ പള്ളി എന്നാണ് ഐതിഹ്യം. ശില്പചാതുരിയാർന്ന ഈ പള്ളിയുടെ സമീപത്തായി ഹബീബ് ദിനാറുടെ കബർ ഇന്നും കാണുന്നുണ്ട്. വ്യാപാരത്തിനായി വന്നു കൂടിയ ഗൗഢസാരസ്വതർക്കും താഴത്തങ്ങാടിയിൽ ക്ഷേത്രം പണിയുന്നതിനും സ്ഥിരമായി പാർപ്പുറപ്പിക്കുന്നതിനും വേണ്ട സൗകര്യങ്ങൾ തെക്കുംകൂർ രാജാക്കന്മാർ ചെയ്തുകൊടുത്തുവത്രേ. ഇങ്ങനെ, ക്രിസ്ത്യാനികളും മുസ്ലീങ്ങളും ഗൗഢസാരസ്വതരും കോട്ടയം ഒരു വാണിജ്യകേന്ദ്രമായി വളർത്തിയെടുക്കുന്നതിൽ പ്രധാന പങ്കുവഹിച്ചു. സഹസ്രാബ്ദങ്ങൾക്കു മുമ്പു തന്നെ തെക്കുംകൂർ രാജാക്കന്മാരുടെ പ്രഭാവ കാലത്ത് പോർച്ചുഗീസുകാരും ഡച്ചുകാരും തെക്കുംകൂറുമായി വ്യാപാരബന്ധങ്ങൾ പുലർത്തിയിരുന്നു. പതിനേഴാം നൂറ്റാണ്ടിൽ ഇവിടെ ഒരു ഡച്ചുവിദ്യാലയം നിലനിന്നിരുന്നതായി ഡച്ചു രേഖകളിൽ സൂചനയുണ്ടത്രേ. കോട്ടയത്തിന്റെ പ്രാചീന ചരിത്രത്തെപ്പറ്റി സൂചിപ്പിക്കുമ്പോൾ സുപ്രസിദ്ധ അഷ്ടവൈദ്യകുടുംബമായ വയ

സ്കരയെ വിസ്മരിക്കുക സാദ്ധ്യമല്ല. തിരുനക്കര ക്ഷേത്രത്തിൽനിന്ന് അരനാഴികയകലെ എം സി റോഡിന്റെ പടിഞ്ഞാറു വശത്താണ് വയൽക്കരയിൽ വയസ്കര ഇല്ലം.

19-ാം ശതകത്തിൽ

19-ാം നൂറ്റാണ്ടിന്റെ പ്രാരംഭമായപ്പോഴേയ്ക്കും കോട്ടയം എന്ന തെക്കുംകൂർ രാജധാനി അസ്തപ്രഭമായിക്കഴിഞ്ഞിരുന്നു. പാശ്ചാത്യശക്തികളുമായുള്ള നിരന്തര സാമീപ്യസമ്പർക്കങ്ങൾ ഒരു നവോത്ഥാനത്തിനു വഴി തെളിച്ചു. ആധുനിക ജീവിതസൗകര്യങ്ങൾ തദ്ദേശീയരിൽ എത്തിക്കുന്നതിന് വൈദേശിക വാണിജ്യബന്ധങ്ങളും ക്രിസ്തുമത പ്രചാരണാർത്ഥം കേരളത്തിലെത്തിയ മിഷണിമാരുടെ നിസ്വാർത്ഥ സേവനവും സഹായിച്ചു.

സുറിയാനി ക്രിസ്ത്യാനികളുടെ വൈദിക വിദ്യാഭ്യാസാർത്ഥം ആരംഭിച്ച സെമിനാരിയിൽ ഇംഗ്ലീഷ് പഠനത്തിനും സൗകര്യമേർപ്പെടുത്തിയിരുന്നു. പഴയ സെമിനാരിയിലെ ഗ്രാമർ സ്കൂൾ കാലാന്തരത്തിൽ സി എം എസ് കോളേജായി ഉയർന്നപ്പോൾ കോട്ടയം ദക്ഷിണേന്ത്യയിലെ തന്നെ ഇംഗ്ലീഷ് വിദ്യാഭ്യാസത്തിന്റെ ഒരു പ്രമുഖ കേന്ദ്രമായി മാറി.

ഈ പശ്ചാത്തലത്തിൽ, ഭരണസംവിധാനത്തിൽ അക്കാലത്തുണ്ടായ ഗണനീയമായ ചില മാറ്റങ്ങളും കോട്ടയത്തിന്റെ വളർച്ചയ്ക്ക് കുറച്ചൊന്നുമല്ല സഹായിച്ചത്. 1880 വരെ കോട്ടയം, തിരുവിതാംകൂറിലെ ചേർത്തല ഡിവിഷനിലെ (വടക്കൻ ഡിവിഷൻ) ഒരു മണ്ഡപത്തിൽ വാതുക്കൽ (താലൂക്ക്) മാത്രമായിരുന്നു 1879 ൽ ശ്രീ. ടി രാമറാവു വടക്കൻ ഡിവിഷന്റെ പേഷ്കാരായി വന്നു. വടക്കൻ ഡിവിഷന്റെ ആസ്ഥാനമായിരിക്കാൻ സർവ്വഥാ യോഗ്യത ചേർത്തലയെക്കാൾ കോട്ടയത്തിനാണെന്ന് ആ ദീർഘദർശിക്ക് ബോദ്ധ്യപ്പെട്ടു. പക്ഷെ നാടുവാണിരുന്ന ആയില്യം തിരുനാൾ തമ്പുരാന് അത് സമ്മതമായില്ല. എന്നാൽ ആയില്യംതിരുനാളിനു ശേഷം ഭരണഭാരമേറ്റ വിശാഖം തിരുനാളിന്റെ കാലത്ത് രാമറാവുവിന്റെ അഭീഷ്ടം സാധിതമായി. 1880 അവസാനം വടക്കൻ ഡിവിഷന്റെ ആസ്ഥാനം ചേർത്തലയിൽനിന്നും കോട്ടയത്തെ വയസ്കര കുന്നിലേയ്ക്കു മാറ്റി. കോട്ടയത്ത് ഒരു മാർക്കറ്റും കാളച്ചന്തയും പബ്ലിക് ലൈബ്രറിയും മറ്റും സ്ഥാപിച്ച രാമറാവു നഗരത്തിന്റെ വാണിജ്യ വികസനത്തിനും കാർഷികാഭിവൃദ്ധിക്കും പൊതുവിജ്ഞാന പ്രചാരണത്തിനും ആക്കം കൂട്ടുകയായിരുന്നു. ആ നിലയ്ക്ക് ഇന്നത്തെ കോട്ടയം നഗരത്തിന്റെ സ്ഥാപകൻ ശ്രീ. ടി രാമറാവു ആണെന്ന് പറയുന്നതിൽ തെറ്റില്ല. കോട്ടയത്തുനിന്നും കുമളിയിലേക്കും ഹൈറേഞ്ചിലെ മറ്റു കിഴക്കൻ പ്രദേശങ്ങളിലേക്കും റോഡുകൾ നിർമ്മിച്ച് ഗതാഗതം സുഗമമാക്കി.

തോട്ടങ്ങളുടെ നേട്ടങ്ങൾ

ആധുനിക രീതിയിലുള്ള തോട്ടം കൃഷിയിലും വാണിജ്യത്തിലും തല്പരരായ ഒട്ടേറെ സായിപ്പന്മാർ കോട്ടയത്തേക്കു കടന്നുവന്നു. അവർ ക്രമേണ കിഴക്കൻ മലയോരങ്ങളിലെ തോട്ടംകൃഷിയിൽ ശ്രദ്ധ പതിപ്പിച്ചു. മലഞ്ചരിവുകൾ ക്രമേണ റബർ തോട്ടങ്ങളായി രൂപാന്തരപ്പെട്ടു. കുന്നിൻ തലപ്പുകൾ തേയിലത്തോട്ടങ്ങളായി. അവഗണിക്കപ്പെട്ടു കിടന്ന ഹൈറേഞ്ചിലെ ദുർഗ്ഗമവനാന്തരങ്ങളിൽ പ്രതികൂല സാഹചര്യങ്ങളോടു മല്ലിട്ടും കഷ്ടതകളനുഭവിച്ചും യൂറോപ്യന്മാർ വളർത്തിയെടുത്ത റബ്ബർ തോട്ടങ്ങളും തേയിലത്തോട്ടങ്ങളും നാട്ടുകാരായ കൃഷിക്കാരിൽ-ധനശേഷിയുള്ളവരിൽ - പുതിയൊരു മേച്ചിൽസ്ഥലത്തിന്റെ മോഹനദൃശ്യം കാഴ്ചവച്ചു. ഒട്ടും വൈകാതെ കോട്ടയത്തും ചുറ്റുമുള്ള സമ്പന്നരായ ക്രിസ്ത്യാനികൾ ഹൈറേഞ്ചിലെ വനപ്രദേശങ്ങൾ തെളിച്ചെടുത്ത് പുതിയ പുതിയ തോട്ടങ്ങൾ വച്ചു പിടിപ്പിച്ചു. അവർ കോട്ടയത്തിന്റെ സാമ്പത്തികാഭിവൃദ്ധിക്ക് വഴികാട്ടുകയായിരുന്നു. തുടർന്നങ്ങോട്ടുള്ള ചരിത്രം കോട്ടയത്തെ ക്രിസ്ത്യാനികൾ വൻകിട തോട്ടമുടമകളും ധനികരും ബിസിനസുകാരുമൊക്കെയായി മാറുന്ന ചടുല രംഗങ്ങളാണ്.

കോട്ടയം ജില്ലയെ മൊത്തത്തിൽ കണക്കിലെടുത്താൽ കാർഷിക സാദ്ധ്യതയില്ലാത്ത പ്രദേശങ്ങൾ വിരളമാണെന്നു പറയാം. നാണ്യവിളകളായ റബ്ബർ, തേയില, ഏലം, കുരുമുളക്, എന്നിവയ്ക്ക് ഇത്രയും അനുയോജ്യമായ ഭൂപ്രകൃതിയും കാലാവസ്ഥയും കോട്ടയം ജില്ലയിലേതുപോലെ ഇന്ന് മറ്റെങ്ങുമില്ല. (ഇന്ന് ഇടുക്കി ജില്ലയിലും) തേയിലയും റബ്ബറുമായി ബന്ധപ്പെട്ട വ്യവസായങ്ങളും മുഖ്യമായി കോട്ടയം ജില്ലയിലാണ് കാണപ്പെടുന്നത്. ഇവ കൈകാര്യം ചെയ്യുന്നത് പട്ടണത്തിലെ വരേണ്യവർഗ്ഗം തന്നെ- തോട്ടം മുതലാളിമാരും റബ്ബർ മുതലാളിമാരും. റബ്ബർ ബോർഡിന്റെ ആസ്ഥാനവുമാണ് കോട്ടയം.

അക്ഷര നഗരം

വിദ്യാഭ്യാസപുരോഗതിയുടെ ഫലമായ ശാസ്ത്രീയ വീക്ഷണഗതിയും തോട്ടംവിളകളിലൂടെ ലഭ്യമാകുന്ന സമ്പന്നവർഗ്ഗത്തിന്റേതായ കാഴ്ചപ്പാടും കോട്ടയത്തിന് മറ്റു ജില്ലകളിൽനിന്നും വ്യത്യസ്തമായ ഒരു സാംസ്കാരിക പശ്ചാത്തലമൊരുക്കിയിട്ടുണ്ടെന്നതിന് തർക്കമില്ല. വിജ്ഞാനപ്രദാന-പ്രചാരണ പ്രവർത്തനങ്ങളിലും, സാഹിത്യ പരിപോഷണത്തിലും പുസ്തക പ്രസാധന രംഗത്തും സാംസ്കാരിക രംഗങ്ങളിലും കോട്ടയം രണ്ടു നൂറ്റാണ്ടു മുമ്പ് തുടങ്ങി വച്ച പാരമ്പര്യം ഉത്തരോത്തരം വർദ്ധിച്ചിട്ടേയുള്ളൂ. കഴിഞ്ഞ നൂറ്റാണ്ടിൽ (എ ഡി 1882 ൽ)

ദിവാൻ പേഷ്കാർ ശ്രീ. ടി രാമറാവു മുൻകൈയെടുത്ത് പ്രവർത്തനം ആരംഭിച്ച കോട്ടയം പബ്ലിക് ലൈബ്രറിയുടെ ക്രമാനുഗതമായ വളർച്ച കോട്ടയത്തിന് അഭിമാനകരമാണിന്നും.

പുസ്തകപ്രസാധന രംഗത്ത് കേരളത്തിനെന്നല്ല. ഇന്ത്യക്ക് ഒട്ടാകെ മാതൃകയാണ് കോട്ടയത്തെ സാഹിത്യ പ്രവർത്തക സഹകരണ സംഘം. സാഹിത്യകാരന്മാർക്ക് അർഹമായ പ്രോത്സാഹനവും സാമ്പത്തിക നേട്ടവും ലഭ്യമാക്കാനും സ്വകാര്യ പുസ്തകപ്രസാധകരുടെ ചൂഷണത്തിൽനിന്നും അവരെ മോചിപ്പിക്കാനും നല്ല ഗ്രന്ഥങ്ങൾ കൂടുതൽ കൂടുതൽ പ്രചരിപ്പിക്കാനും വേണ്ടി നിലകൊള്ളുന്നു ഈ സ്ഥാപനം. സാഹിത്യകാരന്മാർ സഹകരണാടിസ്ഥാനത്തിൽ സഹകരിച്ച് പ്രവർത്തനമാരംഭിച്ച ഏഷ്യയിലെ ആദ്യത്തെ പ്രസിദ്ധീകരണസ്ഥാപനവുമാണ്, സാഹിത്യ പ്രവർത്തക സഹകരണസംഘം 1945 മാർച്ച് 19 ന് സംഘം രജിസ്റ്റർ ചെയ്യപ്പെട്ടു. തിരുവിതാംകൂർ സാഹിത്യപ്രവർത്തക സഹകരണ സംഘം ക്ലിപ്തം നമ്പർ 2458! (ഡയറക്ടർ ബോർഡ് ചെയർമാൻ പ്രൊഫ. എം പി പോൾ ആയിരുന്നു. സെക്രട്ടറി കാരൂർ നീലകണ്ഠപ്പിള്ള) 1945 ഏപ്രിൽ 30 ന് പ്രവർത്തനമാരംഭിച്ചു. 1953 ൽ സംഘത്തിന് ഒരു പ്രിന്റിങ് പ്രസ് സ്വന്തമായി- ഇന്ത്യാ പ്രസ്സ്. പുസ്തക പ്രസാധനം കൂടുതൽ ആകർഷകവും ലാഭകരവുമാക്കത്തക്കവണ്ണം പില്ക്കാലത്ത് ആധുനിക അച്ചടിയന്ത്രങ്ങളും മറ്റു സ്ഥാപിച്ചു. മഹനീയ ലക്ഷ്യങ്ങളോടുകൂടി ആരംഭിച്ച ഈ സ്ഥാപനം, ഇന്ന് പല കാരണങ്ങളാലും കടുത്ത പ്രതിസന്ധിയെ നേരിടുകയാണ്.

വിദ്യാർത്ഥി മിത്രം, ഡി സി ബുക്സ്, കറന്റ് ബുക്സ് എന്നീ പുസ്തക പ്രസിദ്ധീകരണ സ്ഥാപനങ്ങളും കോട്ടയത്തുണ്ട്.

പ്രവർത്തന മേഖലയിലും കോട്ടയത്തിന്റെ സംഭാവനകൾ ശ്രദ്ധേയമാണ്. *മലയാള മനോരമ*യുടെ സ്ഥാപകനും പത്രാധിപരുമായ കണ്ടത്തിൽ വർഗ്ഗീസ് മാപ്പിളയുടെ പേര് സ്മരണീയം. തിരുവല്ലയ്ക്കടുത്ത് നിരണത്ത് കണ്ടത്തിൽ കുടുംബത്തിൽ ഈപ്പന്റേയും സാറാമ്മയുടെയും പുത്രനായി ജനിച്ചു. ദേവ്ജി ഭീംജി എന്ന ധനികന്റെ മുതൽമുടക്കിൽ ആരംഭിച്ച *കേരള മിത്രം* വാരികയുടെ പത്രാധിപരായിരുന്നു. കൊ. വ 1064 ൽ സ്വന്തമായി *മലയാള മനോരമ* കമ്പനി രജിസ്റ്റർ ചെയ്യപ്പെട്ടു. കൊ. വ. 1065 ൽ കോട്ടയം ആസ്ഥാനമാക്കി *മലയാള മനോരമ* പ്രസിദ്ധീകരണം ആരംഭിച്ചു. ആദ്യം വാരികയായും പിന്നീട് ദിനപത്രമായും വളർന്നു. 1904 ൽ അന്തരിച്ചു.

*മലയാള മനോരമ*യെ കൂടാതെ *ദീപിക, കേരളഭൂഷണം, ദേശാഭിമാനി, മംഗളം, മാതൃഭൂമി കേരള കൗമുദി* എന്നീ ദിനപത്രങ്ങളും സാമാന്യജനങ്ങൾക്കിടയിൽ പ്രചുരപ്രചാരം നേടിയിട്ടുള്ള ചില വാരികകളും കോട്ടയത്തുനിന്നും പ്രസിദ്ധപ്പെടുത്തുന്നവയാണ്.

സാഹിത്യരംഗം

കാരൂർ നീലകണ്ഠപ്പിള്ള, പൊൻകുന്നം വർക്കി, കെ പി എസ് മേനോൻ, നാലാങ്കൽ കൃഷ്ണപിള്ള എന്നിങ്ങനെ പ്രസിദ്ധരും പ്രഗത്ഭരുമായ പല സാഹിത്യ നായകന്മാർക്കും ജന്മം നല്കിയ നാടാണ് കോട്ടയം. മലയാള സാഹിത്യത്തിനും ഹൈന്ദവ സംസ്കാരത്തിനും എക്കാലത്തും ഒരമൂല്യനിധിയായി പരിഗണിക്കപ്പെടേണ്ട *ഐതിഹ്യമാല* എന്ന ഗ്രന്ഥ പരമ്പരയുടെ കർത്താവായ കൊട്ടാരത്തിൽ ശങ്കുണ്ണിയെ വിസ്മരിച്ചുകൊണ്ടുള്ള കേരള സംസ്കാര ചരിത്രം (കോട്ടയം ചരിത്രവും) അപൂർണ്ണമായിരിക്കും. കൊട്ടാരത്തിൽ ശങ്കുണ്ണി (1855-1937) കോട്ടയത്ത് കോടിമതയ്ക്കടുത്തുള്ള കൊട്ടാരത്തിൽ വാസുദേവനുണ്ണിയുടെ മകനായി ജനിച്ചു. പ്രധാന കൃതി *ഐതിഹ്യമാല*യാണ്.

മലയാള സാഹിത്യത്തിന്റെ നവോത്ഥാനത്തിനും പുരോഗമന സാഹിത്യപ്രസ്ഥാനത്തിനും സ്വന്തം കൃതികളിലൂടെയും പ്രവർത്തനങ്ങളിലൂടെയും ശക്തി പകർന്നേകിയവരും സാഹിത്യ പ്രവർത്തക സഹകരണസംഘത്തിന്റെ സ്ഥാപക നേതാക്കളിൽ പ്രമുഖരുമാണ് എം പി പോൾ, കാരൂർ നീലകണ്ഠപിള്ള, പൊൻകുന്നംവർക്കി, കേശവദേവ് തകഴി, ഡി സി, സി ജെ തോമസ് എന്നീ സാഹിത്യ മഹാരഥന്മാർ.

പ്രശസ്ത മലയാള ഗദ്യകാരനും വിമർശകനുമായ എം പി പോൾ (1904-1952) എറണാകുളം ജില്ലയിൽ പുത്തൻ പള്ളിയിൽ മേനച്ചേരി എന്ന കർഷക കുടുംബത്തിൽ പൗലോസിന്റെയും റോസമ്മയുടെയും പുത്രനായി ജനിച്ചു. പ്രഗത്ഭനായ അദ്ധ്യാപകൻ, ഉല്പതിഷ്ണുവായ സാമൂഹ്യപ്രവർത്തകൻ, പുരോഗമന ചിന്താഗതിയുള്ള സാഹിത്യകാരൻ, സ്നേഹധനനായ ഗൃഹനാഥൻ എന്നീ നിലകളിൽ പ്രശസ്തനായിരുന്നു എം പി പോൾ. പ്രശസ്ത സാഹിത്യകാരി റോസി തോമസ് മകളാണ്. പ്രശസ്ത ചെറുകഥാകൃത്തും സാഹിത്യ പ്രവർത്തക സഹകരണസംഘത്തിന്റെ സ്ഥാപകസെക്രട്ടറിയുമായ കാരൂർ നീലകണ്ഠപ്പിള്ള 1898 ൽ ഏറ്റുമാനൂരിൽ ജനിച്ചു. അദ്ധ്യാപകൻ, ഗ്രന്ഥകാരൻ മകൾ ബി സരസ്വതിയമ്മ അറിയപ്പെടുന്ന ഒരു കഥാകാരിയാണ്. തൂലിക പടവാളാക്കി, രാജവാഴ്ചയ്ക്കും ബ്രിട്ടീഷ് അധീശ ശക്തിക്കും എതിരെ നിർഭയം പോരാടി ജയിൽ വാസം അനുഭവിച്ച പുരോഗമന സാഹിത്യകാരനാണ് പൊൻകുന്നം വർക്കി. 1910 ൽ പൊൻകുന്നത്ത് ഒരു കർഷക കുടുംബത്തിൽ ജനിച്ചു. *മന്ത്രിക്കെട്ട്, മോഡൽ* എന്നീ കഥകളെഴുതിയതിന്റെ പേരിൽ

അറസ്റ്റ് ചെയ്യപ്പെട്ടു. ഒട്ടേറെ ചെറുകഥാ സമാഹാര ങ്ങളും നാടകങ്ങളും പ്രസിദ്ധപ്പെടുത്തി.

കോട്ടയം കേന്ദ്രീകരിച്ചുള്ള പ്രവർത്തനങ്ങളി ലൂടെ പ്രസിദ്ധരായ സാഹിത്യകാരന്മാരും പത്രാധി പന്മാരും രാഷ്ട്രീയ നേതാക്കളും അസംഖ്യമുണ്ട്. മുൻരാഷ്ട്രപതി കെ ആർ നാരായണന്റെ ജനനംകൊണ്ട് അനുഗൃഹീതമാണ് കോട്ടയം ജില്ല യിലെ ഉഴവൂർ പഞ്ചായത്ത്. രാഷ്ട്രതന്ത്രജ്ഞനായ കെ പി എസ് മേനോൻ, പ്രമുഖ നാടകകൃത്ത് സി ജെ തോമസ്, സരസകവിയും ഗദ്യകാരനും പ്രഗ ത്ഭനായ അദ്ധ്യാപകനും ഉന്നത ഉദ്യോഗസ്ഥനുമായി ശ്രീ നാലാങ്കൽ കൃഷ്ണപിള്ള, നോവലിസ്റ്റായ മുട്ട ത്തുവർക്കി എന്നിങ്ങനെ ആ ലിസ്റ്റ് സുദീർഘമാണ്. നാടകകൃത്തും നിരൂപകനുമായ സി ജെ തോമസ് 1918 ൽ കൂത്താട്ടുകുളത്തു ജനിച്ചു. പ്രശസ്തനായ രാഷ്ട്രീയ ചിന്തകനും പത്രാധിപരുമായിരുന്നു. വിജ്ഞാതനായ ഭരണതന്ത്രജ്ഞനും ഗ്രന്ഥകാരനും നയതന്ത്രജ്ഞനുമായ കെ പി എസ് മേനോൻ (1898 -1982) കോട്ടയത്തു ജനിച്ചു. *ഡൽഹി ചുങ്കിങ്, മെനി വേൾഡ്സ്, റഷ്യൻ പനോരമ* എന്നീ കൃതികൾ പ്രധാനം. മലയാള നാടകവേദിയിൽ ഒരു നവീന സര ണിവെട്ടിത്തുറന്ന എൻ എൻ പിള്ളയുടെ ജന്മദേ ശവും കോട്ടയമാണ്.

കുമരകം

കോട്ടയം നഗരത്തിന്റെ പട്ടണപ്പകിട്ടുകൊണ്ട് മാത്രം സന്ദർശകരെ വിശിഷ്യാ വിദേശസഞ്ചാരികളെ ആകർഷിക്കാൻ കഴിഞ്ഞെന്നു വരികയില്ലെങ്കിൽ അതിനു പരിഹാരമാണ് കുമരകം എന്ന വിനോദ സഞ്ചാരകേന്ദ്രം. കോട്ടയത്തുനിന്നും പത്തു കി മീ പടിഞ്ഞാറുള്ള പ്രകൃതിരമണീയമായ കുമരകം പ്രസി ദ്ധമായ ഒരു വിനോദ സഞ്ചാരകേന്ദ്രമാണ് വൈക്കം കായലിന്റെ തീരത്തു സ്ഥിതി ചെയ്യുന്ന കുമരകം പക്ഷി സങ്കേതം. കുമരകം പഞ്ചായത്തിന്റെ വിസ്തീർണ്ണം 51.67 ച കി മീ. ജനസംഖ്യ 22232 (91 ലെ സെൻസസ്). വേമ്പനാട്ടു കായലിൽ മുങ്ങിത്തപ്പി കക്കാവാരി ഉപജീവനമാർഗ്ഗം കണ്ടെത്തുന്നവർ ധാരാ ളം, കുമരകം കക്കയും കരിമീനും പ്രസിദ്ധം.

തോടുകളായാലും പാടശേഖരങ്ങളായാലും ജലവലയിതമാണാ കായലോര പ്രദേശം. അവി ടുത്തെ ബേക്കർ എസ്റ്റേറ്റിലെ കൊട്ടാര സദൃശ്യമായ മനോഹരമന്ദിരങ്ങളും ഉദ്യാനങ്ങളും പൊയ്കകളു മെല്ലാം വിനോദസഞ്ചാരികളെ ഹഠാദാകർഷിക്കാൻ പര്യാപ്തമാണ്. വിസ്തൃതമായ തെങ്ങിൻതോപ്പു കളും കരിനിലങ്ങളും താമരക്കുളങ്ങളും, ഭൂഖണ്ഡ ങ്ങൾക്കകലെയുള്ള ദേശാടന പക്ഷികളെയും ആകർഷിക്കാൻ പറ്റിയവയാണ്. ഈയടുത്ത കാലത്ത് വിനോദസഞ്ചാരികൾക്കുവേണ്ടി കൂടുതൽ സൗകര്യങ്ങളേർപ്പെടുത്തിയിട്ടുണ്ട്. ഇരണ്ടപ്പക്ഷികളു ടെയും താവളമാണ് ഈ സ്ഥലം. കുമരകത്തിനു പടിഞ്ഞാറ് നീണ്ടുനിവർന്നു കിടക്കുന്ന വേമ്പനാട്ടു കായലിലൂടെയുള്ള ഒരു ഉല്ലാസയാത്ര സുഖകരവും നയനാഭിരാമവുമാണ്. സഞ്ചാരികൾക്ക് - വിശിഷ്യാ വിദേശീയർക്ക്, സ്വർഗ്ഗം ചമയ്ക്കുന്ന തത്രപ്പാടിലാണ് ഇന്ന്, കുമരകത്തെയും സമീപപ്രദേശങ്ങളിലെയും വിനോദസഞ്ചാരവികസന വ്യാപാരികൾ. വേമ്പനാ ട്ടുകായലിലൂടെ അലസഗമനം നടത്തുന്ന എണ്ണമറ്റ ഹൗസ് ബോട്ടുകളും കായലോരങ്ങളിൽ അനുദിന മെന്നോണം പൊട്ടിമുളയ്ക്കുന്ന ടൂറിസ്റ്റ് റിസോർട്ടു കളും ക്രമേണ വേമ്പനാട്ട് കായലിനെ മലിനജലാ ശയമാക്കിയിട്ടുണ്ടിപ്പോൾ. പരിസ്ഥിതിയെ തകിടംമറി ച്ചുകൊണ്ടുള്ള ടൂറിസ്റ്റ് വികസനത്തിന് കടിഞ്ഞാണി ടാൻ അധികൃതർ മുന്നിട്ടിറങ്ങേണ്ട സമയം വൈകി യിരിക്കുന്നു.

വേണമെങ്കിൽ, നമുക്ക് കോട്ടയം പട്ടണത്തെ അക്ഷരനഗരമെന്നു വിളിക്കാം. വളരെമുമ്പേ തന്നെ പ്രവർത്തിച്ചു വരുന്ന *മലയാള മനോരമ* പോലുള്ള പത്രസ്ഥാപനങ്ങളും പ്രചുര പ്രചാരമുള്ള അസംഖ്യം ആനുകാലിക പ്രസിദ്ധീകരണങ്ങളും, സാഹിത്യപ്ര വർത്തക സഹകരണ സംഘം (ഇന്നത്തെ ദുർദശ മാറുമെന്ന് കരുതാം), ഡി സി ബുക്സ്, കറന്റ് ബുക്സ് തുടങ്ങിയ പുസ്തക പ്രസാധനശാലകളും മറ്റുമുള്ള കോട്ടയം, സാക്ഷരതയിലും മുൻനിരയി ലാണ്. ആ സ്ഥിതിക്ക് അക്ഷരനഗരം തന്നെ. സമ്പൽസമൃദ്ധിയുടെ സൂചനകൾ വച്ചു നോക്കി യാൽ അക്ഷയനഗരമെന്നും തോന്നാം. എന്നാൽ തോട്ടംകൃഷിയിൽ നിന്നുയിർക്കൊണ്ട സാമ്പത്തികാ ഭിവൃദ്ധിയുടെ മേൽവിലാസത്തിൽ വളർന്നു വന്ന ഇന്നത്തെ കോട്ടയത്തിന് 'റബ്ബറിന്റെ നഗരം' എന്ന പേരും ചേരാകയ്കയില്ല. അതെന്തായാലും ചരിത്ര മുറങ്ങുന്ന ഭൂപ്രദേശങ്ങളിൽ ഇക്കഴിഞ്ഞ നൂറ്റാണ്ടിൽ മനുഷ്യാദ്ധ്വാനത്തിന്റെ മഹത്ത്വം വിളംബരം ചെയ്തുകൊണ്ട് ക്രമാനുഗതമായി വളർന്നുവന്ന കോട്ടയം പട്ടണം, കേരളത്തിന്റെ സാമൂഹ്യ സാമ്പ ത്തിക രാഷ്ട്രീയ മേഖലകളിൽ അവഗണിക്കാനാ വാത്ത ഒരു ശക്തികേന്ദ്രമായി വളർന്നിട്ടുണ്ടെന്ന് നിസ്സംശയം കരുതാം.

35

വടക്കുംകൂറിന്റെ ആസ്ഥാനം

'**കെ**ൽപ്പോടെല്ലാ ജനങ്ങൾക്കും കേടു തീര ത്തക്കവണ്ണ-

മെപ്പോഴുമന്നദാനവും ചെയ്തു ചെഞ്ചമ്മേ,

മുപ്പാരുമടക്കിവാഴും വൈക്കത്തു പെരും തൃക്കോവി-

ലപ്പാ, ഭഗവാനേ പോറ്റി മറ്റില്ലാശ്രയം."

-വൈക്കം ബോട്ടു ജട്ടിക്കു സമീപം കായലോരത്ത് താളം പിടിക്കുന്ന കുഞ്ഞോളങ്ങളുടെ കൗതൂഹലം നോക്കി നില്ക്കവേ, പ്രസിദ്ധമായ ആ വഞ്ചിപ്പാട്ടിന്റെ ഈരടികൾ ഓർത്തുപോയി. ഏകദേശം രണ്ടര നൂറ്റാണ്ടുകൾക്കു മുമ്പ്, അനുഗൃഹീതനായ ഒരു കേരളീയ കവി—രാമപുരത്തു വാര്യർ— അന്നദാനപ്രഭുവായ വൈക്കത്ത് പെരുംതൃക്കോവിലപ്പനോട് ഉള്ളുരുകി. പ്രാർത്ഥിക്കുന്ന ലളിത മധുരമായ ഈരടികൾ. കായലോളങ്ങളിൽ നിന്ന് നോട്ടം പിൻവലിച്ച്, തിരിഞ്ഞുനിന്ന് കിഴക്കോട്ടു നോക്കുമ്പോൾ അതാ, വൈക്കത്തപ്പന്റെ — പെരുംതൃക്കോവിലിന്റെ — ഉത്തുംഗ മോഹനമായ പൊൻതാഴികക്കുടങ്ങൾ അങ്ങ് ദൂരെക്കാണാം.

ഒരുവശത്ത് അനന്തനീലിമ വിലസുന്ന വേമ്പനാട്ടു കായൽ. (വൈക്കം തീരത്ത് ഇത് വൈക്കം കായലാണ്) മറുവശത്ത് ആദ്ധ്യാത്മിക തേജസ്സിന്റെ പ്രതീകമായ ക്ഷേത്രം. ഇവയ്ക്കു മദ്ധ്യേ വിവിധ വികാരതരളിതനായി നില്ക്കേ, *കുചേലവൃത്ത* കർത്താവായ ആ മഹാകവിയുടെ ജീവിതവൃത്തം ഓർത്തുപോയി. അന്ന് വൈക്കത്തപ്പനോട് ആശ്രയമറ്റ് ഉള്ളുരുകി പ്രാർത്ഥിച്ച രാമപുരത്തു വാരിയരെ, ആ കവിശ്രേഷ്ഠനെപ്പറ്റി ആദ്യം മനസ്സിലാക്കാം. നമുക്ക് വൈക്കം പട്ടണത്തിൽനിന്ന് അല്പം ദൂരത്തേയ്ക്ക് പോയി മടങ്ങാം.

പാലാ ടൗണിൽനിന്ന് അഞ്ചെട്ടു കി മീ അകലേമേയുള്ളൂ രാമപുരത്തേയ്ക്ക്. പാലായുടെ പട്ടണപരിഷ്കാരമൊന്നും തൊട്ടു തീണ്ടിയിട്ടില്ലാത്ത തനി നാട്ടിൻപുറം. ഹൈന്ദവപരിവേഷം കുടഞ്ഞെറിയാൻ ഇപ്പോഴം വൈമുഖ്യം കാട്ടുന്ന ഒരു പുരാതന ഗ്രാമം. ഗ്രാമത്തിന്റെ സിരാകേന്ദ്രമാണ് പ്രസിദ്ധമായ ആ പ്രാചീനക്ഷേത്രം— ശ്രീരാമക്ഷേത്രം. ക്ഷേത്രത്തിന്റെ കിഴക്കുവശത്ത് അല്പം വടക്കുമാറി ഒരു വാര്യത്ത് അമനകരപുനം പത്മനാഭൻ നമ്പൂതിരിയുടെയും പാർവ്വതി വാരസ്യാരുടെയും പുത്രനായി 1703 ൽ (കൊ.വ 878 കുംഭമാസം 2-ാം തീയതി) ജനിച്ച ശങ്കരൻ എന്ന ബാലനായിരുന്നു പില്ക്കാലത്ത് മലയാള ഭാഷയ്ക്കും സാഹിത്യത്തിനും അമൂല്യസമ്പത്തായ *കുചേലവൃത്തം* വഞ്ചിപ്പാട്ടിന്റെ രചയിതാവായ രാമപുരത്തുവാര്യർ. വളരെ ചെറുപ്പത്തിലേ സംഗീത സാഹിത്യാദി കലകളിലും ജ്യോതിഷത്തിലും മറ്റു വിജ്ഞാനശാഖകളിലും പ്രാവീണ്യം നേടി. ബാല്യത്തിൽ കഠിനമായ ദാരിദ്ര്യദുഃഖം അനുഭവിക്കേണ്ടിവന്നു.

1750-നടുപ്പിച്ച കാലഘട്ടം. രാമപുരത്തു വാര്യത്തെ ശങ്കരൻ പരമ്പരാഗതമായ വിദ്യാഭ്യാസം പൂർത്തിയാക്കി. അമ്പലത്തിലെ കഴകവൃത്തിയും കവിത്വസിദ്ധിയുമായി അമ്പലത്തിലും വാര്യത്തുമായി ഒതുങ്ങി കൂടിയ കാലം. അന്ന് വടക്കുംകൂർ, തിരുവിതാംകൂറിന്റെ ഭാഗമായിക്കഴിഞ്ഞിരുന്നു. വടക്കുംകൂർ രാജവംശത്തിന്റെ ഒരു ശാഖ രാമപുരത്തിനടുത്ത് വെള്ളിലാപ്പള്ളി എന്ന സ്ഥലത്ത് താമസിച്ചിരുന്നു. ആ ശാഖയിൽപ്പെട്ട സാഹിത്യ രസികനായ രവിവർമ്മ രാജാവിന്റെ ആശ്രിതനായി വാര്യർ രാമപുരത്ത് ഒരു കുടിപ്പള്ളിക്കൂടം സ്ഥാപിച്ച് കുട്ടികളെ സംസ്കൃതം അഭ്യസിപ്പിച്ചിരുന്നു. ഇതിനിടയ്ക്കു തന്നെ വാര്യർ ഗാർഹസ്ഥ്യത്തിലേക്കു കടന്നു.

സാമ്പത്തിക ക്ലേശങ്ങൾ നിരന്തരം പിന്തുടർന്നെങ്കിലും ജന്മസഹജമായ സാഹിത്യ വാസന കാവ്യരചനയിലേക്കു നയിച്ചിരുന്നു.

"കുചേലവൃത്തം"

രാമപുരത്തെ രവിവർമ്മ രാജാവിന് വൈക്കത്തായിരുന്നു സംബന്ധം. ബാന്ധവത്തിനും പെരുംതൃക്കോവിലപ്പനെ ഭജിക്കാനും, ഇടയ്ക്കിടെ അദ്ദേഹം വൈക്കത്തേയ്ക്കു പോവുക പതിവായിരുന്നു. അപ്പോഴൊക്കെ തന്റെ ആശ്രിതനും പണ്ഡിതനും രസികനും കവിയുമായ ശങ്കരനെ കൂടെ കൂട്ടുകയുണ്ടായി. തമ്പുരാന്റെ സാന്നിദ്ധ്യവും വൈക്കത്തപ്പന്റെ ദർശനവും വാര്യർക്ക് ആശ്വാസകരമായിരുന്നു.

അക്കാലത്തൊരുനാൾ രവിവർമ്മ തമ്പുരാൻ വൈക്കത്തേയ്ക്ക് യാത്ര പുറപ്പെടുന്നുണ്ടത്രെ. വൈക്കത്തപ്പനെ തൊഴുതു മടങ്ങുക മാത്രമല്ല ഉദ്ദേശ്യം; വേണാട്ടരചൻ വടക്കുംകൂറിലേക്ക് എഴുന്നള്ളുന്നുണ്ട്. വൈക്കത്തപ്പനെ ദർശിക്കാനും വടക്കുംകൂറിന്റെ മുൻ രാജാക്കന്മാരായിരുന്ന സാമന്തന്മാരെക്കണ്ട് കുശലാന്വേഷണം നടത്താനും. രവിവർമ്മ രാജാവ് വാര്യരേയും കൂടെ ക്ഷണിച്ചു.

വാര്യത്തെ പ്രാരാബ്ധങ്ങൾക്കൊരിക്കലും അറുതിയില്ല. ഏതായാലും അടുത്ത ദിവസം പുലർച്ചെ തന്നെ. രവിവർമ്മത്തമ്പുരാനോടൊപ്പം പോകാൻ വാരസ്യാരോട് യാത്രാനുവാദം തേടി.

"കുലങ്കഷ കുതൂഹലം കുടയുമെടുത്തനു
കൂലയായ പത്നിയോടു യാത്രയും ചൊല്ലി
ബാലാദിത്യവെട്ടം തുടങ്ങിയ നേരം, കൃഷ്ണ നാമ-
ജാലങ്ങളെ ജപിച്ചൂത്തും ചെയ്തു കുചേലൻ
നാഴികതോറും വളരും ഭക്തിനല്കുമാനന്ദമാ
മാഴിയിങ്കലുടനുടൻ മുഴുകുകയും
താഴുകയുമെഴുകയും ചെയ്തു."

*കുചേലവൃത്ത*ത്തിലെ കുചേലൻ സ്വപത്നിയോട് യാത്ര പറഞ്ഞ് ശ്രീകൃഷ്ണ സന്നിധിയിലേക്കെന്നപോലെ രാമപുരത്തെ വാര്യരും വൈക്കത്തപ്പന്റെ (തിരുവിതാംകൂർ മഹാരാജാവിന്റെയും) സന്നിധിയിലേക്ക് യാത്രയായി.

രവിവർമ്മരാജാവിന്റെ ആശ്രിതനായി വൈക്കത്തെത്തിയ രാമപുരത്തു വാര്യർ അവിടെ വച്ച് തിരുവിതാംകൂർ മഹാരാജാവിനെ മുഖം കാണിച്ചു. താൻ രചിച്ച ചില സംസ്കൃത ശ്ലോകങ്ങൾ തിരുമുമ്പിൽ സമർപ്പിച്ചു. അവയിൽ ഒരു ശ്ലോകത്തിൽ മഹാരാജാവിനെ ശ്രീകൃഷ്ണനായും തന്നെ കുചേലനായും വാര്യർ ഉല്ലേഖനം ചെയ്തിരുന്നു. പദ്യങ്ങൾ വായിച്ചുനോക്കി രസിച്ച മഹാരാജാവ് ഉടൻ തന്നെ *കുചേലവൃത്തം*, വഞ്ചിപ്പാട്ടായി രചിക്കാൻ കല്പിച്ചുവെന്നും തിരുവനന്തപുരത്തേക്ക് തിരികെ എഴുന്നള്ളിയപ്പോൾ വാര്യരെ കൂടി ഒപ്പം കൊണ്ടുപോയി എന്നും ഐതിഹ്യം. പള്ളിയോടത്തിലുള്ള യാത്രാവേളയിൽ വാര്യരുടെ കവിതാമാധുരി മഹാരാജാവിനെ സംപ്രീതനാക്കി. വാര്യരെ ആശ്രിതനായി സ്വീകരിച്ചു. മഹാരാജാവിന്റെ നിർദ്ദേശപ്രകാരം *ഗീതാഗോവിന്ദം* തർജ്ജമ ചെയ്യിച്ചു. വാര്യർ തിരുവനന്തപുരത്തു താമസിക്കുമ്പോൾ വൈക്കത്തിനു സമീപം ഒരു നല്ല വീടും വസ്തുവകകളും മഹാരാജാവ് വാര്യരുടെ കുടുംബത്തിന് ദാനം നില്കുകയുണ്ടായി. തുടർന്ന് വാര്യർ വൈക്കത്തും രാമപുരത്തുമായി ജീവിതശിഷ്ടം കഴിച്ചുകൂട്ടി. നിരന്തരം കാവ്യരചനയിൽ മുഴുകി.

രാമപുരത്തുവാര്യരുടെ കൃതികളിൽ ഏറെപ്രസിദ്ധം *കുചേലവൃത്തം* തന്നെ. ലളിതവും ലാവണ്യമധുരവുമായ മലയാളശൈലിയിൽ രചിച്ച *കുചേലവൃത്തം* സാമാന്യ ജനങ്ങളുടെ ഹൃദയം കവർന്നതിൽ അത്ഭുതമില്ല.

കുചേലവൃത്ത കർത്താവിന്റെ നാടായ രാമപുരം മലയാളസാഹിത്യത്തിൽ സ്വന്തമായ വ്യക്തിപ്രഭാവം പുലർത്തിയിരുന്ന പ്രശസ്തരായ ഒരമ്മയുടെയും മകന്റെയും പേരിലും സുപ്രസിദ്ധമാണ്. ലളിതാംബിക അന്തർജ്ജനവും പുത്രൻ എൻ മോഹനനും. മലയാള കവയിത്രിയും ചെറുകഥാകൃത്തും നോവലിസ്റ്റുമായ ലളിതാംബിക അന്തർജ്ജനം കൊട്ടാരക്കര കോട്ടവട്ടത്ത് ഇല്ലത്ത് 1909 മാർച്ച് 30-ാം തീയതി ജനിച്ചു. 1927-ൽ രാമപുരത്ത് അമനകര ഇല്ലത്ത് നാരായണൻ നമ്പൂതിരിയെ വിവാഹം കഴിച്ചു. അന്തർജ്ജനത്തിന്റെ പുത്രന്മാരിലൊരാളാണ് പ്രസിദ്ധ കഥാകൃത്തായ എൻ മോഹനൻ. അന്തർജ്ജനത്തിന്റെ *അഗ്നിസാക്ഷി* എന്ന നോവൽ വയലാർ അവാർഡിന് അർഹമായി.

വീണ്ടും വൈക്കത്തേക്ക്

രാമപുരത്തുനിന്നും ഇനി വൈക്കത്തേക്കു മടങ്ങാം. രാമപുരത്തു വാര്യരുടെ പാദസ്പർശമേറ്റ വൈക്കം കായലോരത്തെ മഹാക്ഷേത്രവും പരിസരങ്ങളും ഒന്നു കാണാം.

രാജ്യം അന്യാധീനമായ കാലഘട്ടത്തിൽ വടക്കുംകൂറിന്റെ രാജധാനി ആയിരുന്നു വൈക്കം. രാജവംശത്തിന്റെ കുലദൈവം വൈക്കത്തപ്പനും. അതിനുമുമ്പ് 14-ാം നൂറ്റാണ്ടിനടുപ്പിച്ച് രാജ്യതലസ്ഥാനം കടുത്തുരുത്തി ആയിരുന്നെന്ന് തെളിവുകൾ സൂചിപ്പിക്കുന്നു. *ഉണ്ണിനീലിസന്ദേശ*ത്തിലും *ശുകസന്ദേശ*ത്തിലും കടുത്തുരുത്തി എന്ന ഗ്രാമത്തെ വർണ്ണിക്കുന്നുണ്ട്. കടുത്തുരുത്തിയെപ്പറ്റിയുള്ള വർണ്ണനയിൽ സൂചിപ്പിക്കുന്ന തളിയൽ ക്ഷേത്രവും മറ്റും ഇന്നുമുണ്ട്. കോതപുരം അഥവാ ഗോവിന്ദപുരം ക്ഷേത്രത്തിനടുത്തു കൂടി തളിയിലേക്ക് ഒരു മാർഗ്ഗമുണ്ടാ

യിരുന്നു. വലിയെടം, കൊച്ചെടം, തിരമഠം, കിഴക്കേമഠം, കോവിലകം എന്നീ പേരുകളുള്ള പുരയിടങ്ങൾ ഇന്നും അവശേഷിക്കുന്നതുകൊണ്ട് പണ്ട് ആ സ്ഥലത്ത് കൊട്ടാരമുണ്ടായിരുന്നെന്ന് വ്യക്തം.

ക്ഷേത്രോല്പത്തിയെ സംബന്ധിച്ച ഐതിഹ്യങ്ങൾ ഇല്ലാത്ത അമ്പലങ്ങൾ കേരളത്തിലുണ്ടാവില്ല. വൈക്കം പെരുംതൃക്കോവിലിനെ സംബന്ധിച്ചിടത്തോളം ആവശ്യത്തിലേറെയുള്ള ഐതിഹ്യങ്ങളുടെ ധൂമപടലങ്ങൾക്കുള്ളിൽ, തിരസ്കരണിക്കുള്ളിലാണീ മഹാക്ഷേത്രം. സത്യത്തെപ്പോലും മിഥ്യയാക്കി മാറ്റുന്ന ഒരു സ്ഥിതിവിശേഷം.

കടുത്തുരുത്തിയിൽനിന്നും വൈക്കത്തേക്കുള്ള പ്രധാന നിരത്തിലെ മറ്റൊരു വികസിതഗ്രാമമാണ് തലയോലപ്പറമ്പ്. കാർഷികോല്പന്നങ്ങളുടെ പ്രധാന വിപണന കേന്ദ്രം. തലയോലപ്പറമ്പു ചന്ത പണ്ടേ പ്രസിദ്ധം. ആകെക്കൂടി ഒരു നഗരപരിവേഷമുള്ള പഞ്ചായത്ത് ആസ്ഥാനം. പൊതുസ്ഥാപനങ്ങളും വിപണന വീഥികളും മന്ദിരശ്രേണികളുമെല്ലാം ഇത്തിരിവട്ടത്തിൽ കാണാമെങ്കിലും ആത്മാവ് ഗ്രാമത്തിന്റേതുതന്നെ.

ക്ഷേത്രനഗരം

വൈക്കം മുനിസിപ്പൽ ടൗൺ ഒരു ക്ഷേത്രനഗരമാണ്. നാനാഭാഗത്തു നിന്നുമുള്ള പ്രധാന നഗരവീഥികളെല്ലാം വൈക്കം മഹാദേവസന്നിധിയിലേക്കു നമ്മെ നയിക്കുന്നു. വൈക്കം താലൂക്കിന്റെ ആസ്ഥാനമാണ് വൈക്കം ടൗൺ; കായലോരത്തെ ഒരു മുനിസിപ്പൽ പട്ടണം. ഇനിയും പ്രാചീന ഭാവം കൈവെടിഞ്ഞിട്ടില്ല. തിരക്കേറിയ ഒരു നഗരത്തിന്റെ രൂപഭാവങ്ങൾ പ്രകൃത്യാതന്നെ വൈക്കത്തിന് അസാദ്ധ്യമാണെന്ന് തോന്നുന്നു. പടിഞ്ഞാറ് അതിവിസ്തൃതമായ വേമ്പനാട്ടുകായലിന്റെ കുഞ്ഞോളങ്ങൾ സദാ നഗരപാർശ്വങ്ങളെ തഴുകി താലോലിച്ച് നിർവൃതി അടയുന്നു. കാറ്റടിക്കുമ്പോൾ അനന്തമായ ആ നീലനിചോളങ്ങളിലെ ചുളിവുകളും ചുരുളുകളും നിരന്തരമായി നിവർന്നഴിയുന്ന ദൃശ്യം ചേതോഹരമാണ്. ടൗണിന്റെ മദ്ധ്യഭാഗത്തു കൂടിയുള്ള നിരത്ത് കായലോരത്തോളമെത്തി മടങ്ങുന്നു. താലൂക്ക് ആസ്ഥാനത്തിന്റേതായ സർക്കാർ ഓഫീസുകളും കടകമ്പോളങ്ങളും എല്ലാമുണ്ടെങ്കിലും വികസിതമായ ഒരു നാടൻ കവലയെന്നേ തോന്നൂ. കാലപ്പഴക്കമേറെയുള്ള കെട്ടിടങ്ങൾക്കിടയ്ക്ക് പുതുമോടിയിലുയർന്ന ആധുനിക മന്ദിരങ്ങൾ ചിലതുണ്ടെങ്കിലും പഴമയെ കൈവിടാനുള്ള വൈമനസ്യമുണ്ട് നഗരപരിസരങ്ങൾക്ക്. (മുനിസിപ്പാലിറ്റിയുടെ വിസ്തീർണ്ണം 8.73 ച കി മീ. ജനസംഖ്യ 21751 (1991 ലെ സെൻസസ്).

കായലോരത്തു നിന്നു നോക്കിയാൽ അല്പം അകലെയായി വെട്ടിത്തിളങ്ങുന്ന സ്വർണ്ണത്താഴികക്കുടം കാണാം. വൈക്കം മഹാദേവക്ഷേത്രത്തിന്റെ ധ്വജസ്തംഭം. ഇത്ര ഉയരമുള്ള കൊടിമരം അപൂർവ്വമാണ്. കാലപ്പഴക്കമുള്ള ചുറ്റുമതിലിനുള്ളിൽ അതിവിസ്തൃതമായ മതിൽക്കകം എട്ട് ഏക്കറോളം വരും. 108 കഴുക്കോലോടുകൂടിയ വലിയ ശ്രീകോവിൽ. രണ്ട് ആനക്കൊട്ടിലുകൾ. ക്ഷേത്രത്തിന്റെ ദർശനം കിഴക്കോട്ട്. ക്ഷേത്രത്തിന്റെ തെക്കും കിഴക്കും പടിഞ്ഞാറും വശങ്ങളിൽ കൂറ്റൻ അരയാൽ വൃക്ഷങ്ങൾ. 64 അടി പൊക്കമുള്ള സ്വർണ്ണക്കൊടിമരം. ക്ഷേത്രത്തിനു തെക്കുവശത്ത് പനച്ചിക്കൽ ഭഗവതിയുടെ പ്രതിഷ്ഠ കാണാം— വനദുർഗ്ഗ.

പ്രസിദ്ധമായ ഊട്ടുപുര

വടക്കെനടയിലാണ് സുപ്രസിദ്ധമായ ഊട്ടുപുര. അന്നദാന പ്രഭുവായ വൈക്കത്തപ്പന്റെ ഊട്ടുപുര 1200 അടി നീളമുള്ള ഒരു ഇരുനില മാളികയാണ്. പണ്ട് നിത്യേന ഈ രണ്ടു നിലകളിലും സദ്യ നടത്തിയിരുന്നുവത്രേ. ഇന്ന് നിർജ്ജീവം. മുട്ടസ്സു നമ്പൂതിരിയുടെ മേൽനോട്ടത്തിലായിരുന്നു അന്ന് സദ്യ ഒരുക്കിയിരുന്നത്. ക്ഷേത്രത്തിനു സമീപമാണ് പുരാതന നമ്പൂതിരി ഗൃഹമായ മുട്ടസ്സുമന. വടക്കെ നട കഴിഞ്ഞിറങ്ങിയാൽ പഴയ രാജവീഥിയുടെ ഇരുവശങ്ങളിലുമായി രാജകീയ മന്ദിരങ്ങൾ കാണാം. വേണാട്ടു രാജാക്കന്മാർക്കു പാർക്കാനുള്ള രമ്യഹർമ്മ്യങ്ങൾ.

ശ്രീകോവിലിൽ രണ്ടടിയോളം ഉയരമുള്ള പീഠത്തിൽ അഞ്ചടിയോളം ഉയരമുള്ള ശിവലിംഗപ്രതിഷ്ഠ. കൂവളത്തിലമാലകളും തുമ്പപ്പൂമാലകളും വജ്രമാണിക്യഗോമേദകാദി രത്നഹാരങ്ങളും ദിവ്യപട്ടാംബരങ്ങളും വിഗ്രഹത്തെ ചൈതന്യപൂർണ്ണമാക്കുന്നു. സ്വർണ്ണനിർമ്മിതമായ ത്രിനേത്രങ്ങളും ചന്ദ്രക്കലകളും നാസാപുടവും ശിവലിംഗത്തിൽ ചാർത്തിയിട്ടുണ്ട്. ശിവലിംഗത്തിനു മുമ്പിൽ സ്വർണ്ണ നിർമ്മിതമായ അഷ്ടമൂർത്തിവിഗ്രഹം. ഇവിടുത്തെ ശിവലിംഗപ്രതിഷ്ഠ നടത്തിയത് പരശുരാമനാണത്രേ. ഇവിടെ ഉദയനാപുരം ക്ഷേത്രത്തെപ്പറ്റി പരാമർശിക്കേണ്ടതുണ്ട്. വൈക്കത്തു നിന്നും 3 കി മീ അകലെ, വൈക്കം എറണാകുളം റൂട്ടിൽ സ്ഥിതി ചെയ്യുന്ന ഉദയാപുരം ക്ഷേത്രവും വൈക്കം മഹാദേവക്ഷേത്രവുമായി അഭേദ്യമായ ബന്ധമുണ്ട്. പിതൃ-പുത്രബന്ധം. വൈക്കത്ത് ശിവൻ, ഉദയനാപുരത്ത് ശിവപുത്രനായ സുബ്രഹ്മണ്യൻ.

കൂടിപ്പൂജ

ഈ ദേവന്മാരുടെ പിതൃപുത്ര ബന്ധം ക്ഷേത്രച്ചടങ്ങുകളിലും ഉത്സവങ്ങളിലും പ്രകടമാണ്. ഒന്നിലധികം ദൈവങ്ങളെ ഒന്നിച്ചു പൂജിക്കുന്ന പൂജാ

ക്രമം— കൂടിപ്പൂജ— വൈക്കം ക്ഷേത്രത്തിൽ മാത്രമേയുള്ളൂ. വൃശ്ചിക മാസത്തിലാണ് വൈക്കം മഹാദേവ ക്ഷേത്രത്തിലെയും ഉദയനാപുരത്തേയും ഉത്സവം. രണ്ടു ദേവന്മാരും തമ്മിലുള്ള കൂടിക്കാഴ്ചയും വിടവാങ്ങലുമാണ് ഉത്സവത്തിലെ പ്രധാന കാഴ്ച. വൃശ്ചിക മാസത്തിലെ രോഹിണി നാളിൽ ആറാട്ടിന് ഉദയനാപുരത്തപ്പൻ (സുബ്രഹ്മണ്യൻ) വൈക്കം ക്ഷേത്രത്തിലെത്തി അവിടെനിന്നും ഏകദേശം ഒരു കി മീ അകലെയുള്ള ആറാട്ടുകുളത്തിലേക്കു പോകുന്നു. വൈകിട്ട് 6 മണിയോടുകൂടി ആറാട്ടു കഴിഞ്ഞ് തിരികെ വൈക്കം ക്ഷേത്രത്തിലെത്തുമ്പോഴാണ് കൂടിപ്പൂജ. വൈക്കത്തപ്പനും ഉദയനാപുരത്തപ്പനും ഒന്നിച്ചുള്ള എഴുന്നള്ളിപ്പുകൾ ഉണ്ടെങ്കിലും കൂടിപ്പൂജാദിവസം മാത്രമേ ഉദയനാപുരത്തപ്പൻ വൈക്കം ശ്രീകോവിലിലെഴുന്നള്ളിയിരിക്കുകയുള്ളൂ. ശ്രീകോവിലിനുള്ളിൽ ശ്രീപരമേശ്വരനേയും സുബ്രഹ്മണ്യനേയും ഒരുമിച്ചിരുത്തി നടത്തുന്ന മഹത്തായ പൂജയത്രേ കൂടിപ്പൂജ. പാർവതീസമേതനായ ഭഗവാൻ പുത്രനെ അങ്കതലത്തിലിരുത്തി വാത്സല്യം ചൊരിയുന്നു. ആ സന്ദർഭത്തിലെ മന്ത്രതന്ത്രങ്ങൾ പരമരഹസ്യമാണ്. കൂടിപ്പൂജ കഴിഞ്ഞ് നട തുറക്കുമ്പോഴുള്ള ദർശനത്തിനായി ഭക്തജനസഹസ്രം തിക്കിത്തിരക്കുന്നുണ്ടാവും. ചോറൂണ്, തുലാഭാരം തുടങ്ങിയ നേർച്ചകൾക്കും വിശേഷപ്പെട്ട സമയമാണപ്പോൾ. കൂടിപ്പൂജയ്ക്കു ശേഷം ശിവന്റെയും സുബ്രഹ്മണ്യന്റെയും വിഗ്രഹങ്ങൾ മണ്ഡപത്തിലെഴുന്നള്ളിച്ചിരുത്തി ചില പൂജാദികർമ്മങ്ങൾ നടത്തിയശേഷം കൂടിപ്പൂജ വിളക്കു കഴിഞ്ഞ് ഉദയനാപുരത്തപ്പൻ തിരിച്ചെഴുന്നെള്ളുന്നു. വൈക്കത്തപ്പന്റെ ആറാട്ടു ദിവസം ഉദയനാപുരത്തും ഇപ്രകാരം ഒരു കൂടിപ്പൂജ ഉണ്ട്.

വൈക്കത്തഷ്ടമി സുപ്രസിദ്ധം. രാവിലെ ശിവദർശനവും ഉച്ചയ്ക്കു സദ്യയും രാത്രിയിൽ ഉദയനാപുരത്തപ്പന്റെ എഴുന്നള്ളിപ്പുമാണ് വൈക്കത്തഷ്ടമിയുടെ പ്രധാന ചടങ്ങുകൾ. 13 ദിവസം നീണ്ടുനില്ക്കുന്ന ഉത്സവത്തിന്റെ 12-ാം ദിവസമാണ് അഷ്ടമി ഉത്സവം. താരകാസുരനേയും ശൂരപത്മനേയും വധിക്കാൻ പുറപ്പെടുന്ന സുബ്രഹ്മണ്യന്റെ വിജയത്തിനായി യജ്ഞം ചെയ്ത് ശ്രീപരമേശ്വരൻ ഉപവാസമനുഷ്ഠിക്കുന്നു. രാത്രി 10 മണിക്കു ശേഷം ദേവീദേവന്മാരുടെ അകമ്പടിയോടെ വിജയശ്രീലാളിതനായ സുബ്രഹ്മണ്യൻ വൈക്കത്തപ്പന്റെ സന്നിധിയിലെത്തുന്നു. അച്ഛൻ മകനെ സ്വീകരിച്ച് ആനപ്പന്തലിലേക്ക് ആനയിക്കുന്നു. വെളുപ്പിന് മൂന്നു മണിയാകുമ്പോൾ വലിയ കാണിക്ക ആരംഭിക്കുന്നു. പരമശിവനേയും സുബ്രഹ്മണ്യനേയും എഴുന്നള്ളിച്ച് ഇരുത്തിയിട്ടുള്ള വേദിയിൽ ഒരു വലിയ ചെമ്പ് വയ്ക്കുന്നു. അതിൽ ആദ്യകാണിക്ക ഇടാനുള്ള അവകാശം കറുകയിൽ കൈമൾക്കാണ്. അതിനു പിന്നിലുമുണ്ട്. ഒരു ഐതിഹ്യം. വലിയകാണിക്കയും വെടിക്കെട്ടും ക്ഷേത്രപ്രദക്ഷിണവും കഴിഞ്ഞ് അച്ഛനും മകനും കൂടിപ്പിരിയുന്നു— വിടവാങ്ങൽ. ഉദയനാപുരത്തപ്പൻ വിരഹാകുലനായി സ്വഗൃഹത്തിലേക്ക് മടങ്ങുന്നു. അടുത്ത ദിവസമാണ് വൈക്കം ക്ഷേത്രത്തിലെ ആറാട്ട്. കുംഭമാസത്തിലെ കൃഷ്ണാഷ്ടമിയും ഇവിടെ ആഘോഷിക്കുന്നു.

അന്നദാനപ്രഭുവെന്ന അപരനാമധേയത്തിലറിയപ്പെടുന്ന വൈക്കത്തപ്പന്റെ തിരുമുമ്പിലെ പ്രധാന വഴിപാട് സദ്യയാണ്. പ്രാതൽ-നിത്യേന മുന്നൂറും നാനൂറാം പറ അരി വച്ച് സദ്യയൊരുക്കി വിളമ്പിയിരുന്നു, പണ്ട് ഇന്ന് ആ നെടുനെടുങ്കൻ ഊട്ടുപുര തളർന്നുറങ്ങുകയാണ്.

വൈക്കം സത്യാഗ്രഹം

ചാതുർവർണ്ണ്യത്തിന്റെ ഒരു സാമൂഹ്യശാപമായിരുന്നല്ലോ അയിത്താചരണം. ഈ സാമൂഹ്യ അനാചാരത്തിന് ഉന്മൂല നാശം വരുത്താൻ കഴിഞ്ഞ നൂറ്റാണ്ടിന്റെ ആദ്യദശകങ്ങളിൽ കേരളത്തിലുടനീളം ഉയർന്നു വന്ന അയിത്തോച്ചാടന പ്രക്ഷോഭങ്ങൾ ഈ വഴിക്കുള്ള ഒരു മഹാസംഭവമായിരുന്നു. സുപ്രസിദ്ധമായ വൈക്കം സത്യാഗ്രഹം. വ്യാപകവും ബോധപൂർവ്വവുമായ ഒരു സാമൂഹ്യപരിഷ്കരണപ്രസ്ഥാനമെന്ന നിലയിൽ അയിത്തോച്ചാടനം ദേശീയ ശ്രദ്ധ പിടിച്ചുപറ്റിയത് വൈക്കം സത്യാഗ്രഹത്തിലൂടെയാണ്. അതിനു മുൻകൈയെടുത്തത് ദേശീയവാദിയും സാമൂഹ്യവിപ്ലവകാരിയുമായ ടി കെ മാധവനാണ് (1885-1930). കേശവൻ ചാന്നാരുടെയും കോമലേഴത്ത് ഉമ്മിണിചേകോത്തിയുടെയും പുത്രനായി മാവേലിക്കര കണ്ണമംഗലത്ത് ജനിച്ച ടി കെ മാധവൻ വിദ്യാഭ്യാസാനന്തരം സാമൂഹ്യപരിഷ്കരണ പ്രവർത്തനങ്ങളിലും ഹരിജനോദ്ധാരണ സംരംഭങ്ങളിലും വ്യാപൃതനായി. പത്രപ്രവർത്തന രംഗത്തും അല്പകാലം സേവനമനുഷ്ഠിച്ചു. അയിത്താചരണ പ്രശ്നം ഗാന്ധിജിയുടെ ശ്രദ്ധയിൽപ്പെടുത്താൻ ടി കെ മാധവനു കഴിഞ്ഞു. കോൺഗ്രസിന്റെ നേതൃത്വത്തിൽ 1924 മാർച്ച് 20ന് വൈക്കം സത്യാഗ്രഹം ആരംഭിക്കാൻ തീരുമാനിക്കുകയും ചെയ്തു. ടി കെ മാധവൻ, സി വി കുഞ്ഞുരാമൻ, ആലുമ്മൂട്ടിൽ ചാന്നാർ തുടങ്ങിയ ഈഴവ നേതാക്കൾക്കു പുറമേ മന്നത്തു പത്മനാഭൻ ചങ്ങനാശ്ശേരി പരമേശ്വരൻപിള്ള, കെ പി കേശവമേനോൻ, കുറൂർ നീലകണ്ഠൻ നമ്പൂതിരിപ്പാട് കെ കേളപ്പൻ, എ കെ പിള്ള തുടങ്ങിയ സവർണ്ണ നേതാക്കളും വൈക്കം സത്യാഗ്രഹത്തിൽ പങ്കുവഹിച്ചു.

ബഹുജനമുന്നേറ്റം

സത്യാഗ്രഹ പരിപാടി 20 മാസക്കാലം നീണ്ടു

നിന്നു. പഞ്ചാബിൽ നിന്ന് അകാലിനേതാക്കളും തമിഴ്നാട്ടിൽനിന്ന് ഈ വി രാമസ്വാമി നായ്ക്കരും മറ്റും വൈക്കത്തെത്തി അനുഭാവം പ്രകടിപ്പിച്ചു. തുടർന്ന് മഹാത്മജിയും വൈക്കത്ത് വന്നു. മന്നത്തു പത്മനാഭന്റെ നേതൃത്വത്തിലുള്ള സവർണ്ണജാഥ തിരുവനന്തപുരത്തെത്തി റാണിക്ക് നിവേദനം സമർപ്പിച്ചു. സത്യാഗ്രഹവും സവർണ്ണജാഥയും കേരളത്തിലൊട്ടാകെ, അയിത്താചരണത്തിനെതിരായ പൊതുജനാഭിപ്രായം രൂപപ്പെടുത്തുന്നതിന് സഹായകമായി. അവസാനം ഗാന്ധിജിയും മഹാറാണിയും തമ്മിൽ നടന്ന ചർച്ചകൾക്കുശേഷം ഈ പ്രശ്നത്തിൽ ചില വിട്ടുവീഴ്ചകൾ കാട്ടാൻ അധികൃതർ തയ്യാറായി. അഹിന്ദുക്കൾ സഞ്ചരിക്കുന്ന അതിർത്തിവരെയും കിഴക്കെനട ഒഴികെയുള്ള ക്ഷേത്രറോഡിൽ കൂടി അവർണ്ണർക്കും സഞ്ചരിക്കാൻ അനുവാദം നല്കപ്പെട്ടു. ഇതോടെ സമരം പിൻവലിക്കപ്പെട്ടു. 1923 ൽ തിരുവിതാംകൂറിലെ എല്ലാ ക്ഷേത്രവീഥികളിലും അഹിന്ദുക്കളടക്കം സഞ്ചാരസ്വാതന്ത്ര്യം അനുവദിക്കപ്പെട്ടു.

ഇന്ന്, ഏഴെട്ടു പതിറ്റാണ്ടുകൾക്കുശേഷം ആ ക്ഷേത്ര പരിസരത്തിലൂടെ നടന്നു നോക്കൂ. എല്ലാം പ്രശാന്തം പ്രസന്നം. വൈക്കം സത്യാഗ്രഹത്തിന്റെ സ്മരണകളുണർത്തുന്ന രണ്ടു പ്രതിമകൾ ക്ഷേത്രത്തിന്റെ പ്രാന്തപ്രദേശങ്ങളിൽ കാണാം. ഇ വി രാമസ്വാമി നായ്ക്കരുടെയും മന്നത്തു പത്മനാഭന്റെയും പ്രതിമകൾ.

ക്ഷേത്രകലാപീഠം

ക്ഷേത്രകലകൾ അഭ്യസിപ്പിക്കുന്ന ഒരു ക്ഷേത്രകലാപീഠവും ദേവസ്വം ബോർഡിന്റെ കീഴിൽ വൈക്കത്തു പ്രവർത്തിക്കുന്നുണ്ട്. ചരിത്രത്തിന്റെ തിരിച്ചടിയായി പരിഗണിക്കാവുന്ന ചില വസ്തുതകളും ഇവിടെ ശ്രദ്ധേയം. വൈക്കം സത്യാഗ്രഹം കൊടുമ്പിരിക്കൊണ്ടു നില്ക്കുന്ന കാലം. സത്യാഗ്രഹം അവസാനിപ്പിക്കാനുള്ള മാർഗ്ഗം തേടി മഹാത്മാഗാന്ധി വൈക്കത്തെത്തി. ഗാന്ധിജിയുടെ അഭ്യർത്ഥന മാനിച്ച് അവസാനം വൈക്കത്തപ്പന്റെ തലതൊട്ടപ്പൻമാരായ ആഢ്യൻ നമ്പൂതിരിമാർ അദ്ദേഹത്തെ സ്വീകരിക്കാൻ സമ്മതം മൂളി. സംഭാഷണവേദിയായത് ഇണ്ടംതുരുത്ത് എന്ന നമ്പൂതിരിമനയായിരുന്നു. ഗാന്ധിജിയുടെ ബ്രാഹ്മണ്യത്തെക്കുറിച്ച് നിശ്ചയം ഇല്ലല്ലോ. അദ്ദേഹത്തെ ഇല്ലത്തിനുള്ളിൽ കടത്താനാവില്ല. പകരം മനയുടെ മുറ്റത്ത് ചെറിയൊരു ഉപശാല-മന്ദിരം-തയ്യാറാക്കി. അവിടെ വച്ചായിരുന്നു സംഭാഷണം.

ആഢ്യത്വത്തിന്റെയും അപ്രമാദിത്വത്തിന്റെയും കുത്തക വഹിച്ചിരുന്ന ആ നമ്പൂതിരി ഇല്ലം ഇണ്ടംതുരുത്ത് മന-ഇന്ന് വൈക്കത്തെ കള്ളുചെത്തു തൊഴിലാളികളുടെ യൂണിയനാപ്പീസാണ്. കാലത്തിന്റെ തിരിച്ചടി!

വൈക്കം സത്യാഗ്രഹത്തിന് നേതൃത്വം നല്കിയവർ പില്ക്കാലത്ത് കേരളത്തിന്റെ നവോത്ഥാനത്തിന് വഴിയൊരുക്കി. ഇവരിൽ പ്രാതഃ സ്മരണീയനാണ് തമിഴ് മക്കളുടെ തന്തൈപെരിയോർ ആയ ഇ വി രാമസ്വാമി നായ്ക്കർ. പില്ക്കാലത്ത് ഇ വി ആറിന്റെ സ്മരണയ്ക്കായി വൈക്കം കവലയിൽ തമിഴ്നാട് സർക്കാരിന്റെ വകയായി ഒരു സ്മാരക മന്ദിരം നിർമ്മിച്ചിട്ടുണ്ട്. ടി കെ മാധവന്റെ ഒരു പൂർണ്ണകായ പ്രതിമയും നഗരമദ്ധ്യത്തിൽ സ്ഥാപിച്ചിട്ടുണ്ട്.

അതേ കാലഘട്ടത്തിൽ തന്നെ ക്ഷേത്രത്തിന്റെ ചുറ്റുവട്ടത്തിലുള്ള ഒരു നിർദ്ധനകുടംബത്തിൽ ജനിച്ചു വളർന്ന, വൈക്കം സത്യാഗ്രഹത്തിന്റെ ചൂടും ചൂരും നേരിട്ടു മനസ്സിലാക്കിയ ഒരു ബാലൻ പില്ക്കാലത്ത് യാഥാസ്ഥിതികത്വത്തിനു നേരെ ആഞ്ഞടിച്ചു. സാമൂഹ്യവിപ്ലവത്തിനും സ്ഥിതിസമത്വത്തിനും വേണ്ടി ജീവിതം ഉഴിഞ്ഞുവച്ച കഥയാണ് സഖാവ് പി കൃഷ്ണപിള്ളയുടേത്. കൃഷ്ണപിള്ള, വൈക്കത്തിനടുത്ത് പറവൂർ വീട്ടിൽ പാർവ്വതിയമ്മയുടെയും മയിലേഴത്ത് മണ്ണമ്പിള്ളി നാരായണൻ നായരുടെയും പുത്രനായി 1906 ൽ ജനിച്ചു. പ്രാഥമിക വിദ്യാഭ്യാസം നേടി ആലപ്പുഴയിൽ കയർഫാക്ടറി തൊഴിലാളിയായി. ഉപ്പു സത്യാഗ്രഹത്തിൽ പങ്കെടുത്തു. ഹരിജനപ്രസ്ഥാനം സംഘടിപ്പിച്ചു. തിരുവിതാംകൂറിൽ കമ്യൂണിസ്റ്റ് പാർട്ടിയുടെ ആദ്യ സെക്രട്ടറി (1942) ആയി. അചഞ്ചലമായ ആത്മവിശ്വാസവും ജനസാമാന്യത്തിനുവേണ്ടി എന്തും സഹിക്കാനുള്ള സന്നദ്ധതയും സഖാവിനെ സർവ്വാരാദ്ധ്യനായ നേതാവാക്കി. 1948 ൽ കമ്യൂണിസ്റ്റ് പാർട്ടി നിരോധിച്ചപ്പോൾ ഒളിവിൽ പോയി. ആലപ്പുഴ മുഹമ്മയിൽ ഒരു കൊച്ചു കൂരയിൽ സഖാവ് രാമൻ എന്ന പേരിൽ ഒളിവിൽ കഴിയവേ, 1949 ആഗസ്ത് 19 ന് പാമ്പുകടിയേറ്റ് മരിച്ചു.

വൈക്കം പാച്ചു മൂത്തത്

നൂറ്റാണ്ടുകൾക്കു മുമ്പേ പ്രസിദ്ധമാണ് വൈക്കത്തിന്റെ സാംസ്കാരിക പാരമ്പര്യം. സംഗീതത്തിലും സാഹിത്യത്തിലും സുകുമാര കലകളിലും പ്രശസ്തരായ വ്യക്തികൾ പലരുണ്ട്. ഇവരിൽ പ്രഥമഗണനീയനാണ് വൈക്കം പാച്ചു മൂത്തത് (1814-1882). പ്രശസ്തനായ ഗദ്യകാരനും ചരിത്രകാരനും ചിത്രകാരനുമായിരുന്നു. വേലുത്തമ്പി ദളവയുടെ വലംകൈയായിരുന്ന വൈക്കം പത്മനാഭപിള്ളയുടെ നാമവും സ്മരണീയമാണ്. സംഗീതനാടകരംഗത്തെ പ്രശസ്തരായിരുന്നു വൈക്കം വാസുദേവൻ നായരും തങ്കം വാസുദേവൻനായരും. പ്രസിദ്ധ നാടകകൃത്തും നടനുമായ എൻ എൻ പിള്ളയും നാടകന

ടൻ കാലായ്ക്കൽ കുമാരനും പ്രശസ്തസാഹിത്യ കാരനായ ചന്ദ്രശേഖരൻ നായരും വൈക്കത്തു ജനിച്ചു വളർന്നവരാണ്. ആധുനിക കാലഘട്ടത്തിലെ സാഹിത്യകാരന്മാരിൽ മുൻപന്തിയിൽ സ്വന്തമായി ഒരു സിംഹാസനം സ്ഥാപിച്ച വൈക്കം മുഹമ്മദ് ബഷീറിന്റെ ജന്മദേശം വൈക്കത്ത് തലിയോലപ്പറമ്പിലാണ്. നാടകനടൻ വൈക്കം മണിയുടെ പേരും ഇവിടെ സ്മരണീയമാണ്.

വൈക്കം പ്രദേശങ്ങളുടെ ഭരണാധികാരം കൈയാളിയിരുന്ന വടക്കുംകൂറിന്റെ രാജസപ്രതാപം പില്ക്കാലത്ത് സാഹിതീയ പ്രഭാവത്തിലൂടെ പ്രസിദ്ധി നേടിയതിന്റെ പ്രതീകമാണ് വടക്കുംകൂർ രാജരാജവർമ്മ (1891-1970). പണ്ഡിത കവി, ഗവേഷകൻ, *കേരളീയ സംസ്കൃത സാഹിത്യ ചരിത്ര*ത്തിന്റെ കർത്താവ്. ക്ലാസിക്കൽ കാവ്യപാരമ്പര്യവും സാഹിത്യവീക്ഷണവും അവസാനം വരെ നില നിർത്തിയിരുന്ന ധന്യാത്മാവുമായിരുന്നു വടക്കുംകൂർ രാജരാജവർമ്മ. അക്കാലത്ത് വടക്കുംകൂർ രാജരാജ വർമ്മയുടെ നേതൃത്വത്തിൽ സംഘടിപ്പിച്ച സന്മാർഗ്ഗ ബോധിനി സഭ ശ്രദ്ധേയം. ഇദ്ദേഹത്തിന്റെ സ്മരണയ്ക്കായിട്ടാണ് വൈക്കം മുനിസിപ്പൽ ലൈബ്രറി.

പ്രസിദ്ധ കഥാകൃത്തും നോവലിസ്റ്റുമായ വൈക്കം മുഹമ്മദ് ബഷീർ 1910 ൽ തലയോലപ്പറമ്പിൽ ജനിച്ചു. ഹൈസ്കൂൾ വിദ്യാഭ്യാസ കാലത്ത് കോൺഗ്രസ് സമരങ്ങളിൽ പങ്കെടുത്തു. ഉപ്പു സത്യാഗ്രഹത്തിൽ പങ്കുകൊണ്ട് അറസ്റ്റു വരിച്ചു. ജയിൽമോചിതനായി, ഏഴുവർഷക്കാലം ഇന്ത്യക്കകത്തും വിദേശങ്ങളിലും സഞ്ചരിച്ചു. മൗലിക പ്രതിഭയുടെ തിളക്കമാർന്ന ബഷീർ കൃതികൾ, ധാരാളം വിദേശഭാഷകളിലേക്ക് തർജ്ജമ ചെയ്തിട്ടുണ്ട്. *ബാല്യകാലസഖി, ശബ്ദങ്ങൾ* തുടങ്ങിയവ ശ്രദ്ധേയം. അനന്തര കാലത്ത് കോഴിക്കോട് ബേപ്പൂരിൽ സ്ഥിരതാമസമാക്കി. ഭാര്യ ഫാബി ബഷീർ.

വൈക്കത്തപ്പന്റെ കൃപാകടാക്ഷം ആവോളം നേടിയിട്ടുള്ള ഈ ഗ്രാമപ്രദേശങ്ങൾ അത്ര സമ്പന്നമല്ല. അദ്ധ്വാനിച്ച് നിത്യവൃത്തിക്ക് വക തേടുന്ന സാധാരണക്കാരാണേറിയകൂറും.

ഇന്നിവിടെ ആരും ആരുടെയും സഞ്ചാര സ്വാതന്ത്ര്യത്തിന് വിലക്കു കല്പിക്കാൻ മുന്നോട്ടു വരില്ല. വന്നാലൊട്ട് വിലപ്പോവുകയുമില്ല. അത്തരമൊരു സാമൂഹ്യ-രാഷ്ട്രീയ സംവിധാനം ഇവിടെ വളർന്നു കഴിഞ്ഞു. സവർണ്ണാവർണ്ണ വ്യത്യാസം എന്നേ പോയ് മറഞ്ഞു.

36

റമ്പ്വറിന്റെ പ്രഭാവം

ആയിരത്തിത്തൊള്ളായിരത്തി മുപ്പത്തിയെട്ട് -മുപ്പത്തിയൊമ്പത് കാലഘട്ടം. തിരുവിതാംകൂറിലൊട്ടാകെ ജനരോഷം തിളച്ചുമറിയുകയാണ്. ഉത്തരവാദഭരണത്തിനു വേണ്ടിയുള്ള പ്രക്ഷോഭം നാൾക്കുനാൾ ശക്തിയാർജ്ജിച്ച് വരികയാണ്. ശ്രീചിത്തിര തിരുനാൾ മഹാരാജാവിന്റെ ഉപദേഷ്ടാവായി തിരുവിതാംകൂറിലെത്തിയ സർ. സി പി രാമസ്വാമി അയ്യർ, അചിരേണ രാജകുടുംബത്തിലും രാജ്യഭരണത്തിലും പിടിമുറുക്കിക്കഴിഞ്ഞിരുന്നു. 1936 ഒക്ടോബറിൽ ദിവാൻ പദവിയിലെത്തിപ്പെട്ട സർ. സി പി ക്രമേണ, തന്റെ സ്വേച്ഛാധികാര പാടവത്തിലൂടെ നാട്ടിലുടനീളം മുളപൊട്ടിവന്ന ജനാധിപത്യപ്രവണതയുടെ ഇളംകൂമ്പുകളെ അരിഞ്ഞരിഞ്ഞ് വീഴ്ത്തി. സ്വേച്ഛാപ്രഭുത്വത്തിന്റെ തേർവാഴ്ച സർവ്വശക്തിയോടും കൂടി സമാരംഭിച്ചു കഴിഞ്ഞിരുന്നു.

1938 ആഗസ്ത് 26 സ്വാതന്ത്ര്യത്തിനും ജനാധിപത്യത്തിനും വേണ്ടിയുള്ള അദമ്യമായ ആവേശം നാടെങ്ങും തിരതല്ലുമ്പോൾ, സ്റ്റേറ്റ് കോൺഗ്രസ് നിയമനിഷേധപ്രസ്ഥാനത്തിന് രൂപംനല്കാൻ നിർബ്ബന്ധിതമായി. 1938 ആഗസ്ത് 26 ന് ഉച്ചയോടെ ശംഖുമുഖം കടലോരം ജനസമുദ്രമായി മാറിക്കഴിഞ്ഞിരുന്നു. തിരുവിതാംകൂറിന്റെ നാനാഭാഗങ്ങളിൽ നിന്നും തലസ്ഥാനനഗരിയിലെത്തിച്ചേർന്ന സന്നദ്ധസമരഭടന്മാരും അനുയായികളും ദിവാന്റെ സ്വേച്ഛാഭരണത്തിനും മർദ്ദനമുറകൾക്കുമെതിരായ മുദ്രാവാക്യങ്ങളുയർത്തി ശംഖുമുഖം കടൽത്തീരത്ത് തടിച്ചുകൂടി. സർ. സി പിയുടെ വിലക്കുകളൊന്നും വിലപ്പോകില്ലെന്ന മട്ടായി. വിറളി പിടിച്ച ഭരണകൂടവും പട്ടാളമേധാവികളും ഉന്നതപൊലീസ് ഉദ്യോഗസ്ഥരും എന്തുചെയ്യണമെന്നറിയാതെ പരക്കംപാഞ്ഞു. ഭക്തിവിലാസത്തിലെ ക്രുദ്ധനായ സിംഹം - ദിവാൻ സർ. സി പി - അസ്വസ്ഥനായി മുരളുകയാണ്. സൈനികമേധാവികളും ഉന്നതഉദ്യോഗസ്ഥന്മാരും ആജ്ഞാനുവർത്തികളായി കാത്തുനിന്നു.

തിരുവനന്തപുരത്തെ തെരുവീഥികൾ കുതിരക്കുളമ്പടികളും ബൂട്ട്സിന്റെ ചടപടാശബ്ദവും കൊണ്ട് മുഖരിതമായി. ഏതോ മഹാവിപത്ത് അത്യാസന്നമായ മുഖഭാവങ്ങളേ എങ്ങും കാണ്മാനുണ്ടായിരുന്നുള്ളൂ. നിരോധനാജ്ഞ ലംഘിച്ചുകൊണ്ട് ജനനേതാക്കൾ പല മാർഗ്ഗത്തിലൂടെ ശംഖുമുഖത്തെത്തി. ആവേശത്തിരത്തള്ളൽ! പൊലീസിന്റെയും പട്ടാളത്തിന്റെയും നിഷ്ഠുരമർദ്ദനം അരങ്ങേറുമ്പോൾ, സ്റ്റേറ്റ് കോൺഗ്രസ് പ്രസിഡന്റ് പട്ടം താണുപിള്ളയും ടി എം വർഗ്ഗീസ് തുടങ്ങിയ നേതാക്കളും നിരോധനാജ്ഞ ലംഘിച്ചതിന്റെ പേരിൽ അറസ്റ്റ് ചെയ്യപ്പെട്ടു. ശംഖുമുഖത്തെ ദുരന്ത സംഭവങ്ങൾ കാട്ടുതീ പോലെ നാടെങ്ങും പരന്നു. രാജ്യത്തിന്റെ നാനാഭാഗങ്ങളിലും ജനമുന്നേറ്റം പ്രകടമായി. നൂറുകണക്കിന് ആളുകൾ പൊലീസിന്റെയും പട്ടാളത്തിന്റെയും കൊടിയമർദ്ദനമേറ്റ് പിടഞ്ഞുവീണു. ജയിലറകൾ നിറഞ്ഞു. പ്രസ്തുത സാഹചര്യത്തിൽ നിരോധിക്കപ്പെട്ട സംഘടനയെന്ന നിലയ്ക്ക് പ്രവർത്തന സ്വാതന്ത്ര്യം നിഷേധിക്കപ്പെട്ട സ്റ്റേറ്റ് കോൺഗ്രസ് പ്രസിഡന്റ് താൻ അറസ്റ്റു ചെയ്യപ്പെട്ടാൽ തന്റെ പിൻഗാമിയായി സമരം നയിക്കാൻ, ഒരു സർവ്വാധികാരിയെ, (ഡിക്റ്റേറ്റർ) നാമനിർദ്ദേശം ചെയ്യുന്ന പുതിയ സമരതന്ത്രം ആവിഷ്കരിച്ചു നടപ്പാക്കി. സമരമുന്നണിയിലെ നേതാക്കൾ പലരും ഡിക്റ്റേറ്റർമാരായി അറസ്റ്റ് വരിച്ചു.

ആദ്യത്തെ വെടിവയ്പ്

ആഗസ്ത് 28 ന് ശംഖുമുഖം കടപ്പുറത്തുവച്ച്

മറ്റൊരു മഹാസമ്മേളനം നടത്താനുള്ള കോൺഗ്രസിന്റെ ശ്രമങ്ങളെ പൊലീസ് വഴിക്കു വച്ചുതന്നെ തടഞ്ഞു. നാനാ മാർഗ്ഗങ്ങളിലൂടെ സമ്മേളനസ്ഥലത്തേക്കു നടന്നു നീങ്ങിയ ജാഥാംഗങ്ങളെ പൊലീസ് നിർദ്ദയം അതിക്രൂരമാംവിധം ലാത്തിച്ചാർജ് നടത്തി. യോഗം അലങ്കോലപ്പെടുത്തി. തുടർന്ന് തിരുവനന്തപുരം നഗരത്തിലെ സ്കൂളുകളിലും കോളേജുകളിലും പഠിച്ചിരുന്ന വിദ്യാർത്ഥികളും ആവേശപൂർവ്വം സമരാങ്കണങ്ങളിലേക്ക് എടുത്തുചാടി. അനിശ്ചിത കാലത്തേക്ക് വിദ്യാലയങ്ങളും കോളേജുകളും അടച്ചിടപ്പെട്ടു. ഈ ഘട്ടത്തിലാണ് അതിപ്രധാനമായ മറ്റൊരു സംഭവവികാസം. ദിവാന്റെ മർദ്ദനമുറകളിൽ പ്രതിഷേധമുയർത്തി ആയിരക്കണക്കിനാളുകൾ പങ്കെടുത്ത ഒരു ബഹുജനജാഥ നെയ്യാറ്റിൻകരനിന്നും തലസ്ഥാന നഗരിയിലേക്ക് നീങ്ങുകയായിരുന്നു. പൊലീസ്, ജാഥയെ വഴിക്കു വച്ചു തടഞ്ഞു. ജനങ്ങളെ തല്ലിച്ചതച്ചു. അവസാനം വെടിവയ്പിൽ കലാശിച്ച ആ ജാഥയിൽ നെയ്യാറ്റിൻകര രാഘവൻ വെടിയേറ്റു മരിച്ചു. പ്രക്ഷോഭണത്തിലെ ആദ്യത്തെ രക്തസാക്ഷി. തുടർന്ന് ആലപ്പുഴയിലെ തൊഴിലാളികൾ കൂട്ടത്തോടെ പണിമുടക്കി; പ്രക്ഷോഭണത്തിന് ആക്കം കൂട്ടി. 1938 ഒക്ടോബർ 24 ആലപ്പുഴയിൽ തൊഴിലാളികളുടെ ജാഥയ്ക്കും സമ്മേളനത്തിനും നേരെ പൊലീസ് വെടിവച്ചു. സ്ഥിതിഗതികൾ മനസ്സിലാക്കിയ ജനങ്ങൾ ചെങ്ങന്നൂർ, കടയ്ക്കൽ, കല്ലറ, പാങ്ങോട്, പുതുപ്പള്ളി എന്നീ സ്ഥലങ്ങളിൽ ബഹുജനപ്രക്ഷോഭങ്ങൾ സംഘടിപ്പിച്ചു. ഈ ജനകീയ മുന്നേറ്റങ്ങൾ തല്ലിക്കെടുത്താൻ പൊലീസ് അതിക്രൂരമായ മർദ്ദനമുറകൾ അഴിച്ചുവിട്ടു.

ഒരു ധീരവനിതയുടെ മുന്നേറ്റം

ഈ പശ്ചാത്തലത്തിലാണ്, മഹാരാജാവിന്റെ ജന്മദിനമായ 1938 നവംബർ 12 ന് അക്കാമ്മ ചെറിയാന്റെ നേതൃത്വത്തിൽ ഒരു ബഹുജനപ്രക്ഷോഭണം നടത്താൻ സ്റ്റേറ്റ് കോൺഗ്രസ് തീരുമാനമെടുത്തത്. അങ്ങനെയാണ് കോട്ടയം ഡിവിഷനിലെ കാഞ്ഞിരപ്പള്ളിയിലെ ഒരു സ്കൂളിൽ അദ്ധ്യാപികയായി സേവനമനുഷ്ഠിക്കെ തന്നെ ഉത്തരവാദഭരണ പ്രക്ഷോഭണത്തിൽ സജീവമായി പങ്കെടുത്തിരുന്ന അക്കാമ്മ ചെറിയാൻ എന്ന യുവതി അടുത്ത ഡിക്റ്റേറ്ററായി നാമനിർദ്ദേശം ചെയ്യപ്പെട്ടത്. പുതിയ ഡിക്റ്റേറ്റർ അക്കാമ്മ ചെറിയാൻ ചെങ്കോട്ടയിൽ നിന്നാണ് ട്രെയിൻ മാർഗ്ഗം തലസ്ഥാന നഗരിയിലേക്ക് പുറപ്പെട്ടത്. (ബ്രിട്ടീഷ് ഗവൺമെന്റിന്റെ നിയന്ത്രണത്തിലുള്ള ട്രെയിനുകളും റെയിൽവേ സ്റ്റേഷനുകളും ദിവാൻ ഭരണത്തിന് ബാലികേറാമലയായിരുന്നു) വഴിനീളെ ജനലക്ഷങ്ങളുടെ ആവേശോജ്ജ്വലമായ സ്വീകരണങ്ങളോടെ ജൈത്രയാത്ര തലസ്ഥാനനഗരിയെ സമീപിക്കുന്തോറും ഭരണകൂടം അക്ഷരാർത്ഥത്തിൽ ഭയവിഹ്വലമാവുകയായിരുന്നു. നാടിന്റെ നാനാഭാഗങ്ങളിൽനിന്നും നഗരത്തിലേക്ക് ഒഴുകിയെത്തിയ ചെറുജാഥകളെക്കൊണ്ട് നഗരവും തമ്പാനൂർ റെയിൽവേസ്റ്റേഷൻ പരിസരങ്ങളും നിറഞ്ഞു കവിഞ്ഞു.

പുലരിപ്രഭ അതിവേഗത്തിൽ ഉച്ചവെയിലിന് വഴിമാറിക്കൊടുത്തു. ട്രെയിൻ, തമ്പാനൂർ റെയിൽവേസ്റ്റേഷൻ സമീപിക്കുന്തോറും ജനക്കൂട്ടം കണ്ട് അമ്പരന്ന പൊലീസിന്റെയും പട്ടാളത്തിന്റെയും മേധാവികൾ പരുങ്ങലിലായി. ഇവിടെ നിയമം ലംഘിക്കപ്പെടുകയാണ്. എന്നാൽ ഈ പുരുഷാരത്തിന്റെ നേർക്ക് ഒരു ചെറുവിരൽ അനങ്ങിയാൽപ്പോലും ഇത് നിയന്ത്രണാതീതമായ ഭവിഷ്യത്തുകളിലാവും അവസാനിക്കുക. ഉന്നത പൊലീസ് മേധാവികൾ ഭക്തിവിലാസത്തിൽനിന്നുമുള്ള നിർദ്ദേശങ്ങൾ തേടി. കൂർമ്മബുദ്ധിയായ ദിവാൻ തല്ക്കാലം നിയന്ത്രണം പാലിക്കാനാണ് സ്വന്തം അണികൾക്ക് നിർദ്ദേശം നല്കിയത്.

റെയിൽവേ പ്ലാറ്റ്ഫോമിലെത്തിയ പുതിയ ഡിക്റ്റേറ്ററെ-അക്കാമ്മ ചെറിയാനെ-ജനസഹസ്രങ്ങൾ ഹർഷാരവത്തോടെ സ്വീകരിച്ചാനയിച്ചു. യുവത്വത്തിന്റെ പ്രസരിപ്പും സമരാവേശവും തുടിച്ചുനിന്ന ആ വീരനായിക മർദ്ദകസൈന്യവ്യൂഹങ്ങളെ തൃണോപമം വിസ്മരിച്ച് ജനക്കൂട്ടത്തിലേക്ക് നടന്നടുത്തു. പതിനായിരക്കണക്കിന് സമരഭടന്മാരുടെ മുൻനിരയിൽ ആവേശഭരിതമായ മുദ്രാവാക്യം വിളികളോടെ തെക്കെ തെരുവിലേക്ക് മാർച്ചു ചെയ്തു, മഹാരാജാവിനെ കണ്ട് നിവേദനം സമർപ്പിക്കാൻ. ദിവാൻ ഭരണം അവസാനിപ്പിക്കുക! ഉത്തരവാദഭരണം നടപ്പിലാക്കുക! മുദ്രാവാക്യം വിളി. പൊലീസും പട്ടാളവും വിറളിപിടിച്ചോടിനടന്നു. കുതിരപ്പട്ടാളം ഭീതി പരത്തി, തെരുവീഥികളിലൂടെ പാഞ്ഞു. നിറതോക്കുകളേന്തിയ സൈന്യം ആ ബഹുജനമുന്നേറ്റത്തെ വലയം ചെയ്ത് അക്ഷമരായി നീങ്ങി.

മഹാരാജാവിന്റെ ഓദ്യോഗിക കാര്യാലയമായ തെക്കെതെരുവിലെ കൃഷ്ണവിലാസം കൊട്ടാരത്തിന്റെ മുന്നിൽ സമരഭടന്മാർ കൂട്ടം കൂടി. രാജാവിനെ നേരിൽ കണ്ട് നിവേദനം സമർപ്പിക്കാനുള്ള ഉദ്ദേശ്യം വെള്ളക്കാരനായ സൈനിക മേധാവി മുഖേന രാജാവിനെ ഉണർത്തിച്ചു. മണിക്കൂറുകൾ കടന്നുപോയി. തീവെയിലിൽ അക്ഷമരായി നില്ക്കുന്ന ജനക്കൂട്ടം ഏതു നിമിഷവും നിയന്ത്രണം കൈവിട്ടേയ്ക്കും. അവസാനം കൊട്ടാരത്തിനു പുറത്തു കടന്ന പട്ടാളമേധാവി അനുനയഭാവത്തിൽ ഡിക്റ്റേറ്ററെ അറിയിച്ചു, വിവരം മഹാരാജാവിനെ ധരിപ്പിച്ചെന്നും അല്പം കാത്തു നില്ക്കണമെന്നും.

പട്ടാള മേധാവി പിന്നെയവിടെ നിന്നില്ല. മെല്ലെ ജന ക്കൂട്ടത്തിനിടയിലൂടെ തടി തപ്പി.

തിളച്ചുനിന്ന മണിക്കൂറുകൾക്കു ശേഷം, വൈകിട്ട് ആറുമണിയോടെയാണ് ആ സത്യം ജന ക്കൂട്ടത്തിന് ബോദ്ധ്യപ്പെട്ടത് സ്വന്തം പ്രജകളെ നേരി ടാൻ ധൈര്യമില്ലാത്ത മഹാരാജാവ്, കൊട്ടാരത്തിന്റെ പിൻവാതിലിലൂടെ കടന്ന്, കവടിയാർ കൊട്ടാരത്തിൽ സുരക്ഷിതനായി കഴിയുകയാണെന്ന്. അമർഷം അട ക്കാനാവാതെ മുന്നോട്ടാഞ്ഞ സമരഭടന്മാരെ നിയ ന്ത്രിക്കാൻ ഡിക്റ്റേറ്റർക്ക് ഏറെ പണിപ്പെടേണ്ടിവ ന്നു. എങ്കിലും പലയിടത്തും ചില്ലറ സംഘർഷങ്ങളും സംഘട്ടനങ്ങളും ഉണ്ടായി. തിരുവിതാംകൂറിന്റെ (കേ രളത്തിന്റെയും) രാഷ്ട്രീയ ചരിത്രത്തിലെ അവിസ്മ രണീയ ദിനമായി മാറി, രക്തപങ്കിലമാകുമായിരുന്ന ആ സായാഹ്നം. ദിവാൻഭരണത്തിന്റെ പീഡനമുറക ളേറ്റുവാങ്ങിയ ശ്രീമതി അക്കാമ്മ ചെറിയാൻ എന്ന ആ ധീരദേശാഭിമാനിയുടെ നേതൃപാടവത്തിന്റെ ആവേശകരമായ ചിത്രം ഉൾപ്പുളകത്തോടെ മാത്രമേ ഓർക്കാൻ കഴിയൂ. (തുടർന്ന് നാലു വർഷത്തെ ജയിൽ ജീവിതം വിധിക്കപ്പെട്ടു).

കോട്ടയത്തുനിന്ന്, കാഞ്ഞിരപ്പള്ളിയിലേ ക്കുള്ള ബസു യാത്രയ്ക്കിടയിൽ സ്റ്റേറ്റ് കോൺഗ്ര സിന്റെ സമരചരിത്രത്തിലെ പ്രോജ്ജ്വലമായ ഒരദ്ധ്യാ യമായി മാറിയ അക്കാമ്മ ചെറിയാൻ എന്ന സമര നായികയുടെ ചിത്രം മനസ്സിൽ തെളിഞ്ഞു നില്ക്കെ, എന്റെ കൈവശമുണ്ടായിരുന്ന ആ പഴയ കോൺഗ്രസ് സോവനീറിന്റെ താളുകളിലൂടെ ഞാൻ കണ്ണോടിച്ചു. ഹൃദയത്തിന്റെ അടിത്തറയിൽനിന്നും ഊറിക്കൂടിയ ആത്മകഥാംശം.

അനർഘ നിമിഷം

> എന്റെ ജീവിതത്തിലെ അനർഘ നിമിഷം എന്റെ പൊതുജീവിതത്തിലെ അഭിമാന നിർഭരമായ നിമിഷമായി ഞാൻ എണ്ണുന്നത്. 1114 തുലാംമാസം 7-ാം തീയതി തലസ്ഥാന നഗരിയിൽ അലയടിച്ചുയർന്ന ജനമുന്നേറ്റ ത്തിന്റെ നടുനായകമായി നിന്ന് അതിന്റെ ഓളപ്പാത്തികളിൽ നീന്തിത്തുടിച്ച ആ സന്ദർഭമാണ്. എന്റെ രാഷ്ട്രീയ ജ്ഞാന സ്നാനവും അന്നാണുണ്ടായത്. ജനിച്ച നാടി നെപ്പറ്റിയും നാട്ടുകാരെപ്പറ്റിയും ഊറ്റം കൊള്ളുവാൻ അന്നെനിക്കിടയായി. യാതൊരു പ്രതിഫലേച്ഛയും കൂടാതെ നാടിനും നാട്ടുകാർക്കും വേണ്ടി ജീവനെ തൃണ തുല്യമാക്കി, ലാത്തിയെയും തോക്കി നെയും വെല്ലുവിളിച്ചുകൊണ്ട് ഒരുങ്ങിപ്പുറ പ്പെട്ട അന്നത്തെ ജാഥാംഗങ്ങളെപ്പറ്റി കോരി ത്തരിപ്പോടു കൂടിയല്ലാതെ ഓർമ്മിക്കാൻ സാധിക്കുന്നില്ല. അന്നത്തെ ജനസമുദ്രം പ്രക ടിപ്പിച്ച ഉദാത്തമായ അർപ്പണമനോഭാവവും തികഞ്ഞ അച്ചടക്കവും നിയന്ത്രിതമായ ആവേശവും ഈ രാജ്യത്ത് എന്നും നിലനി ന്നിരുന്നുവെങ്കിൽ എന്ന് ഞാൻ ആശിച്ചുപോ വുകയാണ്.

ഒരു കാലഘട്ടത്തെയാകെ സ്വാധീനിച്ച ഒരു മഹാസംഭവത്തിന്റെ സൂത്രധാരത്വം വഹിച്ച ധീരവ നിതയായ അക്കാമ്മ ചെറിയാൻ ആരായിരുന്നു? അവരുടെ ജന്മംകൊണ്ട് അനുഗൃഹീതമായ കാഞ്ഞി രപ്പള്ളിയെ സമീപിക്കുന്തോറും, ഓടിയോടി മറയുന്ന റബ്ബർമരങ്ങളേയും മറ്റു വൃക്ഷനിരകളേയും നോക്കി യിരുന്ന ഞാൻ ആ ജീവിതകഥ ഓർത്തുനോക്കി. കാഞ്ഞിരപ്പള്ളിയിലെ ഒരു പുരാതന ക്രിസ്തീയ കുടുംബമായ കരിപ്പാപ്പറമ്പിൽ 1909 ഡിസംബർ 14 ന് ജനിച്ച അക്കാമ്മ എന്ന പെൺകുട്ടിക്ക് താരും തളിരും വിരിച്ച സുഖശീതളമായ ഒരു ജീവിതപ്പാത യിലൂടെ സുഖസമ്പന്നതയുടെ അത്യുന്നതങ്ങളിലെ ത്താനുള്ള സാദ്ധ്യതകൾ അക്കാലത്ത് ഏറെയുണ്ടാ യിരുന്നു. സമർത്ഥമാംവിധം ബി എ, എൽ റ്റി ഡിഗ്രി കൾ പാസായി. അദ്ധ്യാപികയായി. 22 വയസ്സ് കഴി യവെ ആ മിടുമിടുക്കി മിഡിൽ സ്കൂൾ ഹെഡ്മി സ്ട്രസ്സ് എന്ന പദവിയിലെത്തുകയും ചെയ്തു. (1932 ൽ) മധുരസ്വപ്നങ്ങൾ വിടർന്നുലയുന്ന യൗവന ത്തിൽ തന്നെ വിവാഹിതയായി, സംതൃപ്തമായ ഒരു കുടുംബജീവിതം നയിക്കാമെന്നിരിക്കെ അക്കാമ്മ തെരഞ്ഞെടുത്തത് കല്ലും മുള്ളും നിറഞ്ഞ ജനസേ വനത്തിന്റെ പാതയായിരുന്നു. സമരത്തിന്റെ തീച്ചൂ ളയിലേക്കെടുത്തു ചാടിയ അക്കാമ്മ ചെറിയാന്റെ ജീവിതം എക്കാലവും ഒരു മഹനീയമാതൃകയായി നിലകൊള്ളും.

1947 ൽ തിരുവിതാംകൂർ നിയമസഭാംഗമായി. 1953 ൽ പാർലമെന്റിലേക്കും 1967 ൽ കേരള നിയമ സഭയിലേക്കും മത്സരിച്ചെങ്കിലും വിജയിച്ചില്ല. മാറി വന്ന രാഷ്ട്രീയ സാഹചര്യങ്ങളിലെ മൂല്യച്യുതി യാകാം കാരണം. പില്ക്കാലത്ത് കറയറ്റ കമ്യൂണി സ്റ്റുകാരനും മികവുറ്റ പാർലമെന്ററിയനുമായ ശ്രീ. പിറ്റി പുന്നൂസിന്റെ സഹധർമ്മിണിയായി. 1982 മേയ് 5 ന് ദിവംഗതയായി.

സമ്പന്നഗ്രാമം

വിവിധ ചിന്തകളിൽ മുഴുകി ഞാൻ കാഞ്ഞി രപ്പള്ളി ടൗണിൽ ബസിറങ്ങി. ഹരിതമനോഹരമായ സഹ്യപർവ്വത സാനുക്കളിലെ ഒരു സമ്പന്ന ഗ്രാമ മാണ് കാഞ്ഞിരപ്പള്ളി. ഉയരത്തിലുയരത്തിൽ പച്ച ക്കുട ചൂടി നില്ക്കുന്ന റബ്ബർ മരങ്ങൾ സമൃദ്ധിയുടെ പ്രതീകങ്ങളാണ്. റബർ തോട്ടങ്ങളുടെ നാടാണ് ഈ സ്ഥലം. കോടിക്കണക്കിന് വിദേശനാണ്യം വിളയുന്ന

ആ റബ്ബർ തോട്ടങ്ങളുടെ തണലിലൂടെ നടക്കുവാൻ ബഹുസുഖം. പാൽ ഊറിത്തുളുമ്പുന്ന കൊച്ചുമരങ്ങൾ മുതൽ, ചോരയും നീരും വറ്റി, നെടുനെടാ വളർന്ന് മുറ്റിനില്ക്കുന്ന കൂറ്റൻ റബ്ബർ മരങ്ങൾ വരെയുണ്ട്. ആ റബർത്തടിയുടെ പുറത്തെ പോറലുകളിൽനിന്ന് ഊറിയിറങ്ങുന്ന പാൽ വിറ്റ് കുബേരന്മാരായിത്തീർന്നവർ കുറച്ചൊന്നുമല്ല അവിടെ കുറഞ്ഞൊരു കാലയളവിനുള്ളിൽ സാമ്പത്തികമേഖലയിൽ അത്ഭുതകരമാംവിധം വളർന്ന് മുൻപന്തിയിലെത്തിയ പ്രദേശം. നൂറുകണക്കിന് ഏക്കർ വിസ്തീർണ്ണം വരുന്ന റബ്ബർ തോട്ടങ്ങളുടെ ഉടമകളായി. ലക്ഷക്കണക്കിനു രൂപ കുന്നുകൂട്ടി, കാട്ടിൻ നടുവിൽ മണിമാളികകൾ തീർത്ത് വനവീഥികളിലൂടെ ചീറിപ്പായുന്ന കാറിന്റെ സ്റ്റിയറിങ്ങിൽ കൈ ചേർത്ത് ചുരുട്ടും കടിച്ചുപിടിച്ച് ലോകമേ പുല്ലെന്ന മട്ടിൽ വീക്ഷിക്കുന്ന കോടീശ്വരന്മാർ ആ കാടിന്റെ രാജാക്കന്മാരല്ലേ? അവരുടെ ധനപ്രമത്തതയും ആജ്ഞാശക്തിയും ആ പ്രദേശങ്ങളുടെ മാത്രമല്ല, സംസ്ഥാനത്തിന്റെ തന്നെ സാമൂഹ്യ സാമ്പത്തിക - രാഷ്ട്രീയ രംഗങ്ങളിൽ സ്വാധീനം ചെലുത്തുന്ന സന്ദർഭങ്ങൾ വിരളമല്ല. ആ തോട്ടമുടമകൾ വലിയ ശക്തികേന്ദ്രങ്ങളാണ്. അങ്ങനെ, അങ്ങ് ദൂരെ കിഴക്കൻ മലകളിൽ കോടിക്കണക്കിന് വിദേശനാണ്യം വിളയുന്ന ഒരു ഖനിയാണ് കാഞ്ഞിരപ്പള്ളി എന്ന കാട്.

സഹ്യസാനുക്കളിൽ കുന്നുകളും മലകളും കൊച്ചരുവികളും നിറഞ്ഞ് നിമ്നോന്നതമായ ഈ പ്രദേശം മുണ്ടക്കയത്തിനും പാറത്തോടിനും പടിഞ്ഞാറായും പൊൻകുന്നത്തിനു കിഴക്കായും ഏകദേശം നാലരമൈൽ നീളത്തിൽ കൊരട്ടി വരെയും വ്യാപിച്ചു കിടക്കുന്നു. കാഞ്ഞിരപ്പള്ളിപഞ്ചായത്തിന്റെ കരളിൽ കുളിരു കോരുന്ന മണിമലയാറ് പഞ്ചായത്തിന്റെ തെക്കെ അതിർത്തിയിലൂടെ ഒഴുകുന്നു.

കോട്ടയത്തുനിന്ന് കിഴക്കൻ പ്രദേശങ്ങളിലേക്ക് യാത്ര ചെയ്യുന്ന ഒരാൾക്ക് കുറച്ചുദൂരം പിന്നിടുമ്പോൾ തന്നെ റബ്ബർ തോട്ടങ്ങൾ കാണാനാവുന്നു. കാഞ്ഞിരപ്പള്ളിയിലെത്തുമ്പോൾ ശരിക്കും കാടായി. അവിടുന്നങ്ങോട്ടും മുണ്ടക്കയവുമെല്ലാം റബ്ബർതോട്ടങ്ങളുടെ നാടു തന്നെ. കുന്നിൻചരിവിലും റോഡരികിലുമെല്ലാം പച്ചക്കുട പിടിച്ചുനില്ക്കുന്ന റബർ മരങ്ങൾ നയനാനന്ദകരമാണ്. ഒരേ അകലത്തിലുള്ള തൈകൾ നിരപ്പായ നിലം, സൂക്ഷ്മമായ വെട്ടും കിളയും, എങ്ങും ചിട്ടയായ കാർഷിക വൃത്തി, ശാസ്ത്രീയമായ കൃഷിരീതികൾ. പാതയ്ക്കിരുവശവും കൊച്ചു കൊച്ചു കുന്നുകൾ. കുന്നിൻചരിവുകളിൽ റബ്ബർ മരങ്ങളും മറ്റു ഫലവൃക്ഷങ്ങളും. കുന്നുകളുടെ അടിവാരങ്ങളിലൂടെ നാടൻ പെൺകിടാങ്ങളെപ്പോലെ കുണുങ്ങി ചിരിച്ചോടുന്ന തോടുകളും മണിമലയാറും. കാട്ടാറിന്റെ തീരപ്രദേശങ്ങളിലെ ഫലഭൂയിഷ്ഠമായ ചെളിമണ്ണിൽ സമൃദ്ധിയുടെ പച്ചത്താലങ്ങളേന്തിയ കായ്കറിത്തോട്ടങ്ങൾ, നിശ്ശബ്ദസുന്ദരമായ നാട്ടിൻപുറം, പൊതുവെ സംതൃപ്തിയുടെ പ്രസന്നഭാവമാണെങ്ങും. പക്ഷേ, ആ സംതൃപ്തി, പൊട്ടക്കുടിലിലെ ദരിദ്രന്റെ വയറു നിറയുമ്പോഴുള്ള സംതൃപ്തിയല്ല. മണിമാളികയിലെ പട്ടുമെത്തയിൽ മധുവും മദിരാക്ഷിയും മേളിക്കുമ്പോഴുണ്ടാകുന്ന കുബേരസംതൃപ്തിയാണ്. പക്ഷേ, ഒരു കാര്യം ശ്രദ്ധിക്കണം. റബ്ബർ മരത്തോട് മല്ലിടുന്നതിൽ ധനവാനും ദരിദ്രരും തുല്യരാണ്. ഒരാൾ സ്വന്തം എസ്റ്റേറ്റിൽനിന്ന് കൂടുതൽ വിളയിക്കാനുള്ള ആർത്തിയോടുകൂടി പ്രവർത്തിക്കുമ്പോൾ, അദ്ധ്വാനിച്ചാലേ ജീവിക്കാനാവൂ എന്നതിന്റെ പേരിൽ പണിയെടുക്കേണ്ടിവരുന്നു മറ്റുള്ളവർക്ക്.

ഏറക്കുറെ തനതായ കൃഷിയിടങ്ങളും മറ്റുജീവിത സൗകര്യങ്ങളും ഉള്ളവരാണ് ജനസംഖ്യയിൽ ഭൂരിഭാഗവും. മിക്കവർക്കും സ്വന്തമായി റബ്ബർതോട്ടങ്ങളുണ്ട്. സ്വന്തം കൃഷിഭൂമിയില്ലാത്തവർ മറ്റുള്ളവരുടെ ആശ്രിതരായി കഴിഞ്ഞുകൂടുന്നു. ക്രിസ്ത്യാനികളും ഹിന്ദുക്കളും മുസ്ലീങ്ങളുമുള്ള സമൂഹഘടനയിൽ സാമ്പത്തികമായും സാമൂഹ്യരംഗം കൈയടക്കി വച്ചിരുന്ന ഹിന്ദുക്കൾ അവരറിയാതെ എല്ലാ നഷ്ടപ്പെട്ടപ്പോഴാണ്, കാലത്തിനൊപ്പം വളരാൻ മിടുക്കു കാട്ടിയ ഇതര സമുദായങ്ങൾ മുൻപന്തിയിലെത്തിയത്.

മദ്ധ്യതിരുവിതാംകൂറിലെ കിഴക്കൻ മലയോരങ്ങളെല്ലാം പണ്ട്, പാണ്ഡ്യ രാജാക്കന്മാരുടെ അധീനതയിൽപ്പെട്ടിരുന്നു എന്നോ, അവരുടെ സാമന്തന്മാരെന്ന് കരുതപ്പെടേണ്ട തിരുവിതാംകൂർ രാജവംശത്തിന്റെ അധീനതയിലായിരുന്നെന്നോ ഊഹിക്കേണ്ടിയിരിക്കുന്നു. പൂഞ്ഞാർ രാജവംശത്തിലെ പൂർവ്വികരും പാണ്ഡ്യരാജ്യവുമായി ബന്ധപ്പെട്ടിരുന്നെന്ന് അനുമാനിക്കപ്പെടുന്നു. അവരിപ്പോഴും മധുരമീനാക്ഷിയെ കുലദേവതയായി ആരാധിക്കുന്നുവെന്നുള്ളത് തെളിവുകളിലൊന്നായി കരുതപ്പെടുന്നു. ഹൈറേഞ്ചു പ്രദേശങ്ങളിലെ ജനസംഖ്യയിൽ ഭൂരിപക്ഷമുള്ള തമിഴരും (തൊഴിലാളികൾ) നൂറ്റാണ്ടുകൾക്കുശേഷം ആ വസ്തുതയെ സൂചിപ്പിക്കുകയല്ലേ ചെയ്യുന്നത്.

മധുരമീനാക്ഷി ക്ഷേത്രം

അതെന്തായാലും കാഞ്ഞിരപ്പള്ളിയിൽനിന്നും ഈരാറ്റുപേട്ടയ്ക്കുള്ള റോഡരികിൽ മീനച്ചിലാറിന്റെ (ചിറ്റാറിന്റെ) തീരത്തിൽ സ്ഥിതി ചെയ്യുന്ന കാഞ്ഞിരപ്പള്ളി മധുരമീനാക്ഷിക്ഷേത്രം, മേൽപ്പറഞ്ഞ ചരിത്രപശ്ചാത്തലത്തിൽ കൂടുതൽ പ്രാധാന്യമർഹിക്കുന്നു. ആകെ തകർന്ന ഒരു അതി പുരാതനക്ഷേത്രം.

മഹിഷാസുരമർദ്ദിനിയുടെ ഒരു ദാരുബിംബമാണ് പ്രതിഷ്ഠ. ക്ഷേത്രത്തിന് നാലമ്പലം, ബലിക്കൽപ്പുര മുതലായ ഭാഗങ്ങൾ ഉണ്ടായിരുന്നുവെന്ന് വിശ്വസിക്കത്തക്ക ക്ഷേത്രാവശിഷ്ടങ്ങൾ കാണാം. തെക്കെ നാലമ്പലത്തിന് ഒരു നിലവറയും ഉണ്ട്. മൂലസ്ഥാനത്തെ പൂജാവിഗ്രഹം പഞ്ചലോഹനിർമ്മിതമാണ്. ഈ ക്ഷേത്രത്തിൽ നിന്നും അല്പം അകലെയായി മറ്റു മൂന്നു പ്രധാന ക്ഷേത്രങ്ങളുടെ അവശിഷ്ടങ്ങളും കാണാം. സപ്തമാതൃക്കളുടെയും ശിവന്റെയും ശാസ്താവിന്റെയും ക്ഷേത്രങ്ങൾ. പാണ്ഡ്യദേശത്തെ ശില്പകലാമാതൃകയിലാണവ. സപ്തമാതൃക്ഷേത്രത്തിലെ മുഖമണ്ഡപത്തിന്റെ കരിങ്കൽത്തറയിൽ ചതുരംഗക്കളിക്കുള്ള ഖണ്ഡവും മറ്റും കൊത്തിവച്ചിട്ടുള്ളതു കണ്ടാൽ കാഞ്ഞിരപ്പള്ളി പണ്ട് നമ്പൂതിരിമാരുടെയും ക്ഷത്രിയരുടെയും കേന്ദ്രമായിരുന്നുവെന്ന് ഊഹിക്കേണ്ടിയിരിക്കുന്നു. മധുരമീനാക്ഷി ക്ഷേത്രത്തിനു തൊട്ടടുത്ത് ഒരു രാജകൊട്ടാരത്തിന്റെ അവശിഷ്ടങ്ങളുമുണ്ട്.

കൊല്ലവർഷം 500-ാമാണ്ടിനടുത്ത് പണികഴിപ്പിച്ചതെന്ന് വിശ്വസിക്കപ്പെടുന്ന ശ്രീഗണപതികോവിലും കാഞ്ഞിരപ്പള്ളിയിലുണ്ട്. ക്ഷേത്രനിർമ്മിതിയോടനുബന്ധിച്ചുള്ള സദ്യവട്ടങ്ങൾക്ക് 36 പറ കടുക് ചെലവായതായി ക്ഷേത്രത്തിലുള്ള ശിലാരേഖയിൽ പരാമർശിച്ചിട്ടുണ്ടത്രേ. മുഹമ്മദീയരുടെ മധുര ആക്രമണത്തെത്തുടർന്ന് കുമളി വഴി ഹൈറേഞ്ചിൽ കടന്നുകൂടിയ തമിഴ്പിള്ളമാർ പണിതുയർത്തിയതാണ് ഈ പുരാതന ക്ഷേത്രമെന്ന് കരുതപ്പെടുന്നു. കാഞ്ഞിരപ്പള്ളി, പഴയപള്ളി, പിച്ചകപള്ളിമേട്, ഗണപതികോവിൽ എന്നിവ അടുപ്പുകല്ലുകൾ പോലെ അടുത്തടുത്ത് സ്ഥിതി ചെയ്യുന്നു. ഹിന്ദു മുസ്ലീം ക്രൈസ്തവ സൗഹാർദത്തിന്റെ ഒരുത്തമ പ്രതീകം. മധുരമീനാക്ഷി ക്ഷേത്രം, പുത്തൻ പള്ളി, ഗണപതി കോവിൽ, നൈനാൻ മുസ്ലീം പള്ളി എന്നിവയാണ് പ്രധാന ആരാധനാലയങ്ങൾ.

ചരിത്രപശ്ചാത്തലം

ടെയിലറുടെ *ഹിസ്റ്റോറിക്കൽ മാനുസ്ക്രിപ്റ്റസ്* വോള്യം 1 പേജ് 23 ൽ കൊടുത്തിരിക്കുന്ന വിവരം അനുസരിച്ച് ക്രിസ്ത്വബ്ദം 1328 ജൂൺ മാസത്തിൽ മുഹമ്മദീയർ മധുര പ്രദേശങ്ങൾ ആക്രമിച്ചു എന്നു കാണുന്നു. ഈ ആക്രമണം, കേരളത്തിൽ ക്രിസ്തുവിന്റെ ശിഷ്യരിൽ ഒരാളായ തോമാശ്ലീഹാ സ്ഥാപിച്ച സപ്തദേവാലയങ്ങളിൽപ്പെടുന്ന ചായലിലും (നിലയ്ക്കൽ) അനുഭവപ്പെട്ടു. മുഹമ്മദീയ സേനാനായകനായ ഫക്കീർ പോലിഗാർ, പാണ്ടിപ്പരിഷകളായ പെരുമ്പറ്റത്തേയും കൂട്ടി നിലയ്ക്കൽത്താവളത്തിൽ ഇറങ്ങി കൊള്ളയും കൊള്ളിവയ്പും നടത്തി. അവിടുത്തെ ക്രിസ്ത്യാനികൾ പ്രാണരക്ഷാർത്ഥം പടിഞ്ഞാറൻ പ്രദേശങ്ങളിലേക്ക് ഓടിപ്പോയതിൽ, ഒരു കൂട്ടർ കാഞ്ഞിരപ്പള്ളിയിലും വന്ന് താമസം ഉറപ്പിച്ചു. 120 വർഷക്കാലം അരുവിത്തുറപ്പള്ളിയിൽ ആത്മീയാവശ്യങ്ങൾ നിർവ്വഹിച്ചിരുന്ന ക്രിസ്ത്യാനികൾക്ക് കൊല്ലവർഷം 624-ാമാണ്ട് മേടമാസം 21-ാം തീയതി (എ ഡി 1449) തെക്കുംകൂർ സ്വരൂപത്തിൽനിന്ന് പള്ളിയും അങ്ങാടിയും വയ്പ്പിച്ചു കൊടുക്കാൻ അനുവദിച്ചു കൊണ്ടുള്ള തീട്ടൂരം ലഭിക്കുകയുണ്ടായി. അത് ഇന്നും സൂക്ഷിച്ചു വരുന്നു. പള്ളി പണിയുന്നതിനുള്ള സ്ഥാനമായി ഒരു കാഞ്ഞിരക്കമ്പ് രാജാവ് കുത്തിക്കൊടുത്തുവെന്നും അതിൽനിന്ന് പള്ളിക്കും, പിന്നീട് ഈ സ്ഥലത്തിനും കാഞ്ഞിരപ്പള്ളി എന്ന പേരുണ്ടായി എന്നും ഒരു വിഭാഗം ആളുകൾ വിശ്വസിക്കുന്നു. വാണിജ്യവൃത്തിയിലേർപ്പെട്ടിരുന്ന അന്നത്തെ ക്രിസ്ത്യാനികൾ പാണ്ഡ്യദേശങ്ങളുമായി കച്ചവടത്തിലേർപ്പെട്ടിരുന്നതായും കാഞ്ഞിരപ്പള്ളി ഒരു വാണിജ്യകേന്ദ്രമായിരുന്നതായും വിശ്വസിക്കാൻ മതിയായ രേഖകളുണ്ട്.

കൊല്ലവർഷം 542നോടടുത്ത് (എ ഡി 1367) മധുരയിൽ ചുളിയൻകൂടി ദേശത്തുനിന്നും മുസ്ലീങ്ങൾ ഇവിടെ വന്ന് സ്ഥിരതാമസമാക്കിയെന്ന് ഗണിക്കപ്പെടുന്നു. പിന്നീട് പല ദിക്കുകളിൽനിന്നും ഈ പ്രദേശത്തേക്ക് മുസ്ലീങ്ങളുടെ പ്രവാഹം ഉണ്ടായിട്ടുണ്ട്. ക്രിസ്ത്യാനികൾ അങ്ങാടിയിലും മുസ്ലീങ്ങൾ പേട്ടയിലും കേന്ദ്രീകരിച്ചു. ഇങ്ങനെ, നൂറ്റാണ്ടുകൾക്കു മുമ്പ് വാണിജ്യകേന്ദ്രമായിരുന്നു കാഞ്ഞിരപ്പള്ളി എന്ന് ഊഹിക്കാൻ മതിയായ തെളിവുകളുണ്ട്. പാണ്ടിയിൽനിന്നും കമ്പിളിത്തരങ്ങൾ, കച്ചത്തോർത്തുകൾ, ചേലത്തരങ്ങൾ, ഉള്ളി, വറ്റൽ മുളക് എന്നിവ ഇറക്കുമതി ചെയ്തിരുന്നു. വെട്ടുപാക്ക്, ആനക്കൊമ്പ്, മെഴുക്, കുന്തിരിക്കം എന്നിവ അങ്ങോട്ട് കയറ്റി അയച്ചിരുന്നു.

കെ കെ റോഡ്

കൊല്ലവർഷം 925-ാമാണ്ട് മാർത്താണ്ഡവർമ്മ രാജാവും തെക്കുംകൂർ രാജാവും തമ്മിൽ ആറന്മുള വച്ചു നടന്ന യുദ്ധത്തിൽ തെക്കുംകൂർ രാജാവ് പരാജയപ്പെടുകയും ആ രാജ്യം തിരുവിതാംകൂറിനോട് ചേർക്കപ്പെടുകയും ചെയ്തതോടെ കാഞ്ഞിരപ്പള്ളിയുടെ വാണിജ്യപരമായ പ്രാധാന്യം കുറഞ്ഞു തുടങ്ങി. 965 ൽ ആലപ്പുഴ തുറമുഖം സ്ഥാപിക്കപ്പെടുകയും കൊല്ലം-ചെങ്കോട്ട റോഡും ആരുവാമൊഴിപ്പാതയും തുറക്കപ്പെടുകയും ചെയ്തതോടെ വാണിജ്യവികസനത്തിൽ പുതിയ പല പാതകളും ആവിർഭവിച്ചു. കാഞ്ഞിരപ്പള്ളി എന്ന വ്യാപാര കേന്ദ്രത്തിന്റെ പദവി വലിച്ചു താഴ്ത്തപ്പെട്ടു.

വ്യാപാര രംഗത്തുനിന്ന് കാർഷികരംഗത്തേക്ക് ശ്രദ്ധ തിരിക്കാൻ സഹായകമായ മറ്റുപല വസ്തു

തകളുമുണ്ട്. 1036-ാമാണ്ട് ആയില്യം തിരുനാൾ മഹാരാജാവിന്റെ കാലത്ത് ഗവൺമെന്റ് കോട്ടയം-കുമിളി റോഡ് വെട്ടിച്ചു. അതോടുകൂടി യൂറോപ്യന്മാർ പീരുമേടു ഭാഗങ്ങളിൽ കടന്നുചെന്ന് തോട്ടകൃഷികളാരംഭിച്ചു. കാപ്പി, തേയില, റബ്ബർ എന്നിവ ആ കേന്ദ്രങ്ങളിൽ ഏറ്റവും ആദായകരമായി കൃഷിചെയ്യാമെന്ന് ബോദ്ധ്യപ്പെട്ടതോടെ, തദ്ദേശീയരും തോട്ടംകൃഷികളിൽ കൂടുതൽ ശ്രദ്ധ പതിപ്പിച്ചു. വ്യാപാരമാന്ദ്യം നേരിട്ടിരുന്ന ആ പ്രദേശങ്ങളിൽ കാടും പടലും വെട്ടിത്തെളിച്ച് പുതിയ പുതിയ റബ്ബർ തോട്ടങ്ങൾ സ്ഥാപിക്കപ്പെട്ടു. ഭൂമിക്ക് വിലകുറവായിരുന്നു. അദ്ധ്വാനം സുലഭവും. ആദ്യമാദ്യം തുടങ്ങിയവർ നൂറും അഞ്ഞൂറും ഏക്കർ സ്ഥലങ്ങളിൽ റബ്ബർ മരം വച്ചുപിടിപ്പിച്ചു. പാലൂറിത്തുടങ്ങിയപ്പോൾ അവ നിത്യവരുമാനമാർഗ്ഗങ്ങളായി. തോട്ടമുടമകൾ മുതലാളിമാരായി. അവരെ കണ്ടുപഠിച്ച ചെറുകിട കൃഷിക്കാരും കൈവശമുള്ള സ്ഥലത്ത് റബ്ബർ കൃഷി തുടങ്ങി. അങ്ങനെ, റബർ കൃഷി പ്രധാന ആദായമാർഗ്ഗമായി. സമൂഹത്തിന്റെ താഴേക്കിടയിലുള്ള ഭൂരഹിതരായ ബഹുഭൂരിപക്ഷം ആളുകൾ തോട്ടപ്പണികളിലേർപ്പെട്ട് ജീവിതം നയിച്ചു. ഇവിടെ തോട്ടങ്ങൾക്കിടയിലൂടെ കാണുന്ന നാട്ടുപാതകൾ പലപ്പോഴും ഏതെങ്കിലും മണിമാളികയിലേക്കുള്ള വഴിയായിരിക്കും. ആധുനിക രീതിയിൽ ലക്ഷക്കണക്കിനു രൂപ ചെലവിട്ടു നിർമ്മിച്ച കെട്ടിടങ്ങൾ. അവിടെ, എല്ലാ സുഖസൗകര്യങ്ങളും ലഭ്യമാണ്. ന്യൂനപക്ഷം വരുന്ന ഈ കാട്ടുരാജാക്കന്മാർ സ്വാർത്ഥലാഭത്തിനു വേണ്ടിയായാലും പല കുഗ്രാമങ്ങളിലും ഗതാഗതസൗകര്യവും വൈദ്യുതിയും വ്യാപിപ്പിക്കുന്നതിന് കാരണക്കാരായി. അപൂർവ്വമായി തേയിലയും കാപ്പിയും കൃഷിചെയ്യുന്നുണ്ടെങ്കിലും പ്രധാന വിളവ് റബ്ബർ തന്നെ. പടിഞ്ഞാറേക്കര ഏജൻസീസ് തുടങ്ങിയ ഫാക്ടറികളും സഹകരണ മേഖലയിൽ മറ്റു ചില ഫാക്ടറികളും പ്രവർത്തിച്ചിരുന്നു.

താഴേക്കിടയിലുള്ള പണിക്കാരുടെ സ്ഥിതി ശോചനീയമാണ്. എങ്കിലും വർഷത്തിൽ മിക്കവാറും ദിവസങ്ങളിൽ മുതലാളിമാരുടെ തോട്ടങ്ങളിൽ പണിയുണ്ടായിരിക്കുമെന്നതുകൊണ്ട് പട്ടിണികൂടാതെ കഴിഞ്ഞുപോകാം. ചെറിയ തൊഴിലുകളിലേർപ്പെടുന്നവരുടേയും സ്ഥിതി മെച്ചമല്ല. പക്ഷേ കാഞ്ഞിരപ്പള്ളിയെപ്പറ്റി പറയുമ്പോൾ സമ്പത്തിന്റെയും സംതൃപ്തിയുടെയും ചിത്രമാണ് ആദ്യം മനസ്സിൽ തെളിയുക. താഴേക്കിടയിലുള്ളവരുടെ ജീവിതത്തെപ്പറ്റി ആരും ശ്രദ്ധിച്ചെന്നു വരില്ല. കൊടും മഞ്ഞും വെയിലും വകവയ്ക്കാതെ ആ മലഞ്ചരിവുകളിൽ അദ്ധ്വാനിച്ചു കഴിയുന്ന പതിനായിരക്കണക്കിനു ഗ്രാമീണരുള്ള കാഞ്ഞിരപ്പള്ളിയിലെ സമൂഹ ജീവിതത്തിന്റെ അടിയൊഴുക്കുകൾ അവഗണിക്കാവുന്നതല്ല.

വ്യാപാരകേന്ദ്രം

1953 ആഗസ്ത് മുതൽ കാഞ്ഞിരപ്പള്ളിയിൽ പഞ്ചായത്ത് രൂപം കൊണ്ടു. ഈ പഞ്ചായത്തിന്റെ ടൗൺ പ്രദേശങ്ങളൊഴികെ ഉൾപ്രദേശങ്ങൾ ഇനിയും വേണ്ടത്ര വികസിച്ചിട്ടുണ്ടെന്നു പറഞ്ഞുകൂടാ. കാഞ്ഞിരപ്പള്ളി ടൗണാണ് പഞ്ചായത്തിന്റെ ആസ്ഥാനം. വിവിധ വാർഡുകളെ കൂട്ടിയിണക്കുന്നതും വിവിധ റോഡുകൾ സന്ധിക്കുന്നതുമായ ഒരു ഗതാഗത കേന്ദ്രം കൂടിയാണത്. കാഞ്ഞിരപ്പള്ളി പഞ്ചായത്തിന്റെ വിസ്തീർണ്ണം 52.47 ച കി മീ (1991). ജനസംഖ്യ 37017 (1991). താലൂക്കാഫീസ്, വില്ലേജ് ഓഫീസ്, എൻജിനീയറിങ് വകുപ്പ് മാർക്കറ്റ്, സിനിമാശാല, ആശുപത്രികൾ, വ്യാപാരശാലകൾ എന്നിവയും സ്ഥിതിചെയ്യുന്ന കാഞ്ഞിരപ്പള്ളി ടൗൺ എല്ലാ പ്രദേശങ്ങളിലെയും ജനങ്ങൾക്ക് സൗകര്യപ്രദമായ സ്ഥാനത്താണ്. വാണിജ്യ-വ്യാപാര വീഥികളും തദനുസരണമായ മന്ദിരശ്രേണികളും ചെറുതും വലുതുമായ വിപണനകേന്ദ്രങ്ങളും എല്ലാമുൾപ്പെട്ട ടൗൺപ്രദേശം നല്ലതിരക്കുള്ള സ്ഥലങ്ങളാണ്. സമീപഗ്രാമങ്ങളിലെ കർഷകരുടെ ജീവിതനിലവാരം പൊതുവേ ഭേദപ്പെട്ടതാണ്. സമ്പന്നരുടെയും സാധാരണക്കാരുടെയും ജീവിതം റബ്ബർ തോട്ടങ്ങളെ ആശ്രയിച്ചാണ്. നിരനിരയായി നില്ക്കുന്ന റബ്ബർ മരങ്ങളിൽനിന്നും ഊറിയിറങ്ങുന്ന റബ്ബർപാൽ കാഞ്ഞിരപ്പള്ളിയുടെ അമൃതധാരയാണെന്നു പറയാം.

അഭയഭവൻ

കാഞ്ഞിരപ്പള്ളി സോഷ്യൽ റിലീഫ് അസോസിയേഷന്റെ ആഭിമുഖ്യത്തിൽ നടന്നുവരുന്ന ഒരു ധർമ്മ സ്ഥാപനമാണ് അഭയഭവൻ. നെടുങ്ങാടു ഭാഗത്ത് കാഞ്ഞിരപ്പള്ളി-ചേനപ്പടി റോഡിനും ചിറ്റാറിനും മദ്ധ്യേ പ്രകൃതിമനോഹരമായ ഒരു സ്ഥലത്താണ് ഈ സ്ഥാപനം സ്ഥിതി ചെയ്യുന്നത്. അന്തേവാസികളുടെ താമസത്തിന് സൗകര്യപ്രദമായ കെട്ടിടവും ചുറ്റുമുള്ള കോമ്പൗണ്ടിൽ പൂന്തോട്ടം പച്ചക്കറിത്തോട്ടം, പാർക്ക് എന്നിവയും മനോഹരമായി സംവിധാനം ചെയ്തിട്ടുണ്ട്. സർക്കാർ സൗജന്യമായി നല്കിയ 10 ഏക്കർ സ്ഥലത്തെ റബ്ബർ കൃഷിയിൽനിന്നുള്ള ആദായവും ഉദാരമനസ്കരുടെ സംഭാവനയുമാണ് നിത്യച്ചെലവുകൾ നിർവ്വഹിക്കുന്നതിന് സഹായകമാകുന്നത്. പരിമിതമായ മട്ടിൽ ആരംഭിച്ച അഭയഭവന്റെ പ്രവർത്തനം ഇപ്പോൾ കൂടുതൽ വിപുലമായിട്ടുണ്ട്.

വളരെമുമ്പേ സ്ഥാപിതമായ സഹൃദയഗ്രന്ഥശാല പാരമ്പര്യമുള്ള ഒരു സാംസ്കാരിക സ്ഥാപനമാണ്. ഒരു പ്രമുഖ സന്നദ്ധസംഘടനയാണ് ജനതാ ക്ലബ്ബ്. ഇവകൂടാതെ ഗ്രാമാന്തർഭാഗങ്ങളിൽ വേറെയും

ഗ്രന്ഥശാലകളും ക്ലബ്ബുകളും പ്രവർത്തിക്കുന്നുണ്ട്.

കാഞ്ഞിരപ്പള്ളിയുടെ രാഷ്ട്രീയ- സാംസ്കാരിക പാരമ്പര്യം സമുന്നതരായ പല രാഷ്ട്രീയ നേതാക്കളെയും സാംസ്കാരിക നായകരെയും കേരളത്തിന് സംഭാവന ചെയ്തിട്ടുണ്ട്. അവരിൽ സർവ്വഥാ പരാമർശശമർഹിക്കുന്ന വ്യക്തിയാണ് ഡി സി കിഴക്കേമുറി, നർമ്മജ്ഞനായ ഫലിത സാഹിത്യകാരൻ, ഗ്രന്ഥകർത്താവ്, സ്വാതന്ത്ര്യസമര നേതാവ് പുസ്തകപ്രസാധകൻ എന്നീ നിലകളിൽ പ്രസിദ്ധനാണ്. യഥാർത്ഥ പേര് ഡൊമിനിക് ചാക്കോ കിഴക്കേമുറി, 12-1-1914 ൽ കാഞ്ഞിരപ്പള്ളിയിൽ ജനിച്ചു. സാഹിത്യ പ്രവർത്തക സഹകരണ സംഘത്തിന്റെയും നാഷണൽ ബുക്ക് സ്റ്റാളിന്റെയും ആദ്യകാല സംഘാടകരിൽ പ്രമുഖൻ. ഇന്നത്തെ പ്രശസ്ത പ്രസിദ്ധീകരണ സ്ഥാപനമായ ഡി സി ബുക്ക്സിന്റെ സ്ഥാപകനുമാണ്.

37

തീക്കോയി

"ണാം... ണാം... ണാം..."

വെള്ളിക്കുളം പള്ളിയിലെ മണി മുഴങ്ങി. മെയിൽ റോഡിൽനിന്ന് പള്ളിയിലേക്ക് കുന്നിൻ ചരിവിലൂടെ കയറിപ്പോകുന്ന വിശാലമായ വഴിയിലൂടെ പള്ളിമുറ്റത്തെത്തി. ചുറ്റും, അങ്ങ് താഴെയായി അടുത്തുമകലത്തും അങ്ങിങ്ങ് ചില കൊച്ചു വീടുകൾ കാണാൻ കഴിയും. ഉദയ പ്രഭയിൽ കുളിച്ചു നില്ക്കുന്ന ആ മലഞ്ചരിവുകളിലേക്ക് പള്ളിയിലെ പ്രാർത്ഥനാ ഗാനം മെല്ലെ മെല്ലെ ഒഴുകിയിറങ്ങുന്നതുപോലെ തോന്നി. തുടർന്ന് പ്രസംഗം കേട്ടു തുടങ്ങി. ഉദ്ബോധനാത്മകമായ ആ വാചകങ്ങളുടെ ഉറവിടം ശ്രദ്ധിക്കാനെന്നോണം ഞാൻ മെല്ലെ നടന്ന് മുൻവശത്തെത്തി. പ്രാർത്ഥന കഴിഞ്ഞു. സത്യവിശ്വാസികൾ പള്ളിമുറ്റത്ത് കൂടി നില്ക്കുകയാണ്. യുവത്വം തുടിച്ചു നില്ക്കുന്ന ഒരു പുരോഹിതൻ. ആത്മീയ ഉന്നതിക്കുള്ള മതപരമായ ചടങ്ങുകൾക്കു ശേഷം അവരുടെ ഭൗതികമായ പുരോഗതിക്കു വേണ്ടിയുള്ള മാർഗ്ഗങ്ങൾ നിർദ്ദേശിക്കുകയാണദ്ദേഹം.

"നമുക്ക് ഈ കുന്നിൻചരിവിലും കാട്ടിലും വഴി നടക്കാനുള്ള ബുദ്ധിമുട്ടുകൾ നിങ്ങൾക്കറിയാമല്ലോ. നമുക്കു നല്ല റോഡുകളില്ല. പാലങ്ങളില്ല. പ്രാഥമികമായ ജീവിതസൗകര്യങ്ങൾ പലതും ഇനിയും ലഭിക്കേണ്ടതായിട്ടാണിരിക്കുന്നത്. പക്ഷേ, ഗവൺമെന്റ് തന്നെ എല്ലാം ചെയ്തുതരുമെന്ന് പ്രതീക്ഷിച്ച് കൈയും കെട്ടിയിരുന്നാൽ നമുക്കിനിയും ഈ സ്ഥിതിയിൽ തന്നെ കഴിയേണ്ടിവരും. ആകയാൽ.. നമുക്കത്യാവശ്യമുള്ള പണികൾ നാം തന്നെ ചെയ്യണം. കർത്താവിന്റെ കൃപയാൽ, നമ്മുടെ കൈകൾക്ക് വേണ്ടത്ര ശക്തിയുണ്ട്. നമുക്കു നേതൃത്വം നല്കാൻ ഇവിടെ ഒരു ഗ്രാമപഞ്ചായത്തുണ്ട്. അവർ ഓരോ പരിപാടികൾ തയ്യാറാക്കും. നാമെല്ലാം ആ ജോലികളിൽ ആത്മാർത്ഥമായി പങ്കെടുക്കണം. എങ്കിലേ സ്വയം പുരോഗതിയുണ്ടാകൂ.

ഇന്ന് വേലത്തുശ്ശേരി ഒറ്റഈട്ടി റോഡിന്റെ പണിയുണ്ട്. നിങ്ങളിൽ സൗകര്യമുള്ളവരെല്ലാം, കഴിയുന്നതും, അവിടെപ്പോയി, മറ്റുള്ളവരോടൊപ്പം സൗജന്യമായി ജോലി ചെയ്യുമെന്ന് ഞാൻ വിശ്വസിക്കുന്നു." പുരോഹിതൻ പ്രസംഗം ഉപസംഹരിച്ചു. അവർ ഉത്സാഹപൂർവ്വം വീടുകളിലെത്തി പിക്കാസും മൺവെട്ടിയും മറ്റു പണിയായുധങ്ങളുമായി റോഡുപണിനടക്കുന്ന സ്ഥലത്തേക്ക് തിരിച്ചു...

- മൂന്നു പതിറ്റാണ്ടുകൾക്കു മുമ്പാണത്. 1960കളുടെ ആദ്യപകുതി. കേരളത്തിൽ..., ഒരു കുഗ്രാമത്തിൽ മനുഷ്യാദ്ധ്വാനം മഹാത്ഭുതങ്ങൾ സൃഷ്ടിച്ചുവെന്നറിഞ്ഞപ്പോൾ, ആദ്യം അതപ്പടി വിശ്വസിക്കാൻ പ്രയാസം തോന്നി. ഏതായാലും കണ്ടറിയുക തന്നെ. അങ്ങനെയാണ് കേട്ടറിവുകളും പത്രവാർത്തകളും ശരിയാണോ എന്ന് നേരിട്ട് ബോദ്ധ്യപ്പെടാനും, ശരിയെങ്കിൽ അത്തരം സംരംഭങ്ങൾക്ക് വമ്പിച്ച പ്രചാരണം നല്കാനും വേണ്ടി ഡിപ്പാർട്ടുമെന്റ് നിയോഗിച്ച പ്രകാരം ഞാൻ ഒരു കുഗ്രാമത്തിലെത്തിയത്.

കോട്ടയത്തിന് ഏതാണ്ട് മുപ്പതുമൈൽ കിഴക്കു മാറിയുള്ള തീക്കോയി പഞ്ചായത്തിലേക്ക് കടന്നപ്പോഴും അത്ഭുതമൊന്നും തോന്നിയില്ല. കേരളത്തിലെ ഒരു സാധാരണ മലഞ്ചരിവ്. ഈരാറ്റുപേട്ട നിന്ന് ഇരുവശവും റബ്ബർതോട്ടങ്ങളും പച്ചിലക്കാടുകളും നിറഞ്ഞ ഇടുങ്ങിയ ഒരു റോഡ്. കുണ്ടും കുഴിയും നിറഞ്ഞ ആ നാട്ടുപാതയിലൂടെ കല്ലും കരടും ചവിട്ടിക്കയറി കുറെ നടന്നപ്പോൾ തീക്കോയി

പഞ്ചായത്തിന്റെ ആസ്ഥാനമായി. എന്നിട്ടെന്താ വിശേഷം? പോക്കുവെയിലിൽ ഉറക്കം തൂങ്ങുന്ന മലഞ്ചരിവുകൾ. ഏറെ അകലത്തിൽ അങ്ങുമിങ്ങും കാണാവുന്ന ചില വീടുകളുമുണ്ട്. കടുത്ത നിരാശ തോന്നി. അത്ഭുതങ്ങൾ സൃഷ്ടിച്ചുപോലും! എനിക്ക് ആരോടെന്നില്ലാതെ അരിശം തോന്നി. എങ്കിലും നിരനിരയായി നില്ക്കുന്ന റബ്ബർ മരങ്ങൾ നല്ല തണൽ നല്കിയിരുന്നു. കണ്ണിനാനന്ദവും.

ശ്രമദാനത്തിന്റെ നേട്ടങ്ങൾ

റോഡിൽ നിന്നാൽ കാണാം, പുതിയൊരു കെട്ടിടം. റബ്ബർ തോട്ടങ്ങൾക്കിടയ്ക്കാണ്. തീരെ സാമ്പത്തികശേഷിയില്ലാത്ത തീക്കോയി എന്ന പുതിയ പഞ്ചായത്ത്. ജനങ്ങളുടെ ശ്രമദാനവും സാമ്പത്തിക സംഭാവനകളുംകൊണ്ട് നിർമ്മിച്ചതാണ് ആ പുതിയ പഞ്ചായത്ത് ആഫീസ് കെട്ടിടം. അധികം അറിയപ്പെടാത്ത ഒരു മലമ്പ്രദേശമാണ് തീക്കോയി. ഒരു വശത്ത് തലയുയർത്തി നില്ക്കുന്ന പീരുമേടു മലകൾ. സസ്യശ്യാമളമായ കുന്നിൻ ചരിവുകളും പൊട്ടിച്ചിരിച്ചോടുന്ന കാട്ടാറുകളും നിറഞ്ഞ ഒരു കുഗ്രാമം. റബ്ബർ തോട്ടങ്ങളും തേയിലക്കാടുകളും തെങ്ങിൻ തോപ്പുകളും കമുകിൻ കൂട്ടവുമെല്ലാം അവിടെ കാണാം.

എന്റെ കൗതുകം വർദ്ധിച്ചു. ഏതായാലും ഈ പ്രദേശമാകെ ഒന്ന് ചുറ്റി നടന്നുകാണാം. വേലത്തുശ്ശേരി എന്ന സ്ഥലത്ത് മെയിൻ റോഡിൽ നിന്നും ഇടതുവശത്ത്, താഴ്‌വരയിലേക്ക് ഒരു ഗ്രാമറോഡ് ഇറങ്ങിപ്പോകുന്നു. ഈ കാട്ടുറോഡിന്റെ നിർമ്മാണത്തിന് ആയിരത്തോളം പേർ കഠിനാദ്ധ്വാനം ചെയ്യുന്നുണ്ട്. താഴ്‌വരയിലെ പാറക്കെട്ടുകളും നീർച്ചാലുകളും കടന്ന് കുന്നിന്റെ ഉച്ചിയിലെത്തി മറുവശത്തിറങ്ങി, മറ്റൊരു കുന്നിന്റെ നെറുകയിലേക്കു കയറി. വീണ്ടും ഇറങ്ങി വളഞ്ഞു. പുളഞ്ഞ് മെയിൻ റോഡിൽ ചെന്നു ചേരുകയാണാ റോഡ്. ആ ദുർഗ്ഗമമായ വഴി നിരപ്പാക്കാൻ തീവെയിലത്ത് വിയർത്തൊലിച്ചിട്ടും ഉത്സാഹപൂർവ്വം പാറയിളക്കിയും മലഞ്ചരിവ് നിരപ്പാക്കിയും കല്ല് ചുമന്നു മാറ്റിയും കഠിനാദ്ധ്വാനം ചെയ്യുന്ന ഗ്രാമീണരുടെ പ്രസരിപ്പാർന്ന മുഖങ്ങളിൽ ഒരു ദൃഢപ്രതിജ്ഞയുടെ തിളക്കം കണ്ടു. ചൈനീസ് ആക്രമണത്തെത്തുടർന്നുണ്ടായ അടിയന്തരാവസ്ഥയും അങ്ങനെ രൂപീകരിക്കപ്പെട്ട ഗ്രാമീണ സന്നദ്ധസേനയും തീക്കോയി പഞ്ചായത്തിന് ഒരനുഗ്രഹമായിത്തീർന്നു.

വമ്പിച്ച സാമ്പത്തിക ബാദ്ധ്യതയും പ്രവർത്തനവൈഷമ്യവുമുള്ള പഞ്ചായത്താഫീസ് കെട്ടിടം പണി നടക്കുമ്പോൾ തന്നെ, തത്തുല്യം ശ്രമകരമായ മറ്റൊരു ജോലിയും ഗ്രാമീണ സന്നദ്ധ സേന ഏറ്റെടുത്തു. പഞ്ചായത്തിന്റെ ഒരുഭാഗത്തുകൂടി ഒഴുകുന്ന മീനച്ചലാറ്റിൽ ഒരു പാലം പണിയുക എന്നതാണത്. വർഷകാലങ്ങളിൽ മലവെള്ളപ്പാച്ചിലുണ്ടാകുമ്പോൾ ആറ് കടക്കുക സാദ്ധ്യമല്ല. സ്കൂൾ കുട്ടികളാണ് കൂടുതൽ വൈഷമ്യം അനുഭവിക്കുന്നത്. പാലത്തിന്റെ ഊക്കൻ തൂണുകൾ കെട്ടിപ്പൊക്കുന്നതിനാവശ്യമായ കരിങ്കല്ലും മണലും ഗ്രാമീണസന്നദ്ധസേനയും പൊതുജനങ്ങളും കൂടി ചുമന്നെത്തിച്ചു. കുറച്ചു പണം സംഭാവനകളിലൂടെ ലഭിച്ചു. ഒട്ടധികമാളുകൾ പ്രതിഫലേച്ഛയെന്യേ രാവും പകലും പാലം നിർമ്മിക്കാൻ കഠിനാദ്ധ്വാനം ചെയ്തു. അങ്ങനെ, കഷ്ടിച്ച് രണ്ടു മാസം കൊണ്ട് നൂറ്റിയിരുപത് അടിയോളം വീതിയുള്ള മീനച്ചലാറ്റിൽ പാലത്തിന്റെ 24 അടി പൊക്കവും അതിനനുസരണമായി വണ്ണവുമുള്ള നാല് കരിങ്കൽത്തൂണുകൾ പണിതുയർത്തി. തുടർന്ന്, താല്ക്കാലികമായി തടികൾ നിരത്തി പാലം ഉപയോഗിച്ചു തുടങ്ങി. 6000 രൂപ സംഭാവന ലഭിച്ചതു കൂടാതെ 1500 പേർ പാലം പണിക്ക് ശ്രമദാനം ചെയ്യുകയുമുണ്ടായി. പാലത്തിന്റെ മേൽത്തട്ടിന്റെ പണി മാത്രമേ അന്ന് പൂർത്തീകരിക്കപ്പെടേണ്ടിയിരുന്നുള്ളൂ. നാലഞ്ചു മാസങ്ങൾക്കു മുമ്പ് വീണ്ടും തീക്കോയിയിലേക്ക് യാത്ര ചെയ്യുമ്പോൾ ഞാൻ ഓർത്തുനോക്കി. നീണ്ട നാല്പതു വർഷങ്ങൾ! തീരെ ചെറുതല്ലാത്ത ഈ കാലയളവിൽ ആ പ്രദേശത്ത് എന്തെന്തു മാറ്റങ്ങൾ സംഭവിച്ചിരിക്കാം.

പാലാ, ഭരണങ്ങാനം പ്രദേശങ്ങളിലൊന്ന് ചുറ്റിക്കറങ്ങിയിട്ടാകാം പഴയ തീക്കോയിയിലേക്കുള്ള യാത്ര. പഴയ തെക്കുംകൂർ രാജ്യത്തിലെ സമ്പൽസമൃദ്ധവും സംസ്കാര സമ്പന്നവുമായ ഭൂപ്രദേശങ്ങളായിരുന്നു ഇന്നത്തെ പാല, ഭരണങ്ങാനം, ഈരാറ്റുപേട്ട പ്രദേശങ്ങൾ. രാജാവിന്റെ പ്രതിപുരുഷന്മാരായി ഭരണം നടത്തിയിരുന്ന മീനച്ചിൽ കർത്താക്കന്മാർക്കു പകരം രാജ്യഭരണത്തിന്റെ തന്ത്രശാലകളിൽ പയറ്റിത്തെളിഞ്ഞ ജനാധിപത്യത്തിന്റെ കൈകാര്യകർത്താക്കന്മാർ മുടിചൂടാ മന്നന്മാരായികഴിയുന്നു. കോട്ടയത്തുനിന്നും ബസുമാർഗ്ഗം കിഴക്കോട്ടുള്ള യാത്രയിൽ ഏറ്റുമാനൂർ പിന്നിടുമ്പോൾ പച്ചച്ച ഗ്രാമപ്രദേശങ്ങളും ഫലപുഷ്കലമായ പുരയിടങ്ങളും കണ്ണിന് കുളിർമ്മയേകും. ക്രമേണ ഫലവൃക്ഷങ്ങളെ പിന്നിലേക്ക് തള്ളിമാറ്റി, കടന്നു കയറിനില്ക്കുന്ന റബർ തോട്ടങ്ങൾ ധാരാളമായി കണ്ടു തുടങ്ങുന്നു.

പാലാ ടൗണിന് ചുറ്റും

പാലാ ടൗണിലേക്ക് കടക്കും മുമ്പ് നമുക്ക് ആ ചെറു പട്ടണത്തിൽ നിന്ന് പിരിഞ്ഞുപോകുന്ന ഒരു ഗ്രാമറോഡിലൂടെ കുറച്ച് ഉള്ളിലേക്കു പോകാം. രാമപുരത്തേക്ക്. പാലായുടെ പട്ടണപരിഷ്കാരം തള്ളിക്കയറാൻ മടിക്കുന്ന ആ ഗ്രാമവീഥിയിലൂടെ അഞ്ചെട്ടു കിലോമീറ്റർ പിന്നിടുമ്പോൾ രാമപുരം

എന്ന തനി നാട്ടിൻപുറം. രാമപുരത്തു വാര്യരുടെ കാല്പാടുകൾ പതിഞ്ഞ അതിപുരാതനങ്ങളായ ഗ്രാമക്ഷേത്ര പരിസരങ്ങളും വീതി കുറഞ്ഞ ഗ്രാമ വീഥികളും പിന്നിട്ട് നമുക്ക് വീണ്ടും പാലാ മുനിസിപ്പൽ ടൗണിലേക്കു മടങ്ങാം.

കോട്ടയം ജില്ലയിലെ പ്രസിദ്ധമായ ഒരു ക്രൈസ്തവ കേന്ദ്രമാണ് പാലാ. മീനിച്ചൽ താലൂക്കിലെ പാലാ ഇന്നൊരു മുനിസിപ്പൽ പട്ടണമാണ് 1947 മുതൽ മുനിസിപ്പാലിറ്റിയായി. നഗരത്തിന്റെ വിസ്തീർണ്ണം 1596 ച കി മീ. ജനസംഖ്യ 21890 (91 ലെ സെൻസസ്). നാനാജാതി മതസ്ഥരുൾക്കൊള്ളുന്ന ജനസംഖ്യയിൽ ന്യൂനപക്ഷം സമ്പന്നതയുടെ മുകൾത്തട്ടിലാണെങ്കിൽ ബഹുഭൂരിപക്ഷം വരുന്ന സാധാരണക്കാർ മണ്ണിൽ കഠിനാദ്ധ്വാനം ചെയ്ത് നിത്യവൃത്തിക്ക് വക തേടുന്നവരാണ്. നല്ല കാർഷിക മേഖല. റബ്ബറാണ് മുഖ്യം. അദ്ധ്വാനത്തിന്റെ മഹത്വം വിളംബരം ചെയ്യുന്ന തൊടികളും തോപ്പുകളും എങ്ങും ദൃശ്യമാണ്.

വിദ്യാഭ്യാസപരമായി മുൻപന്തിയിലാണ്. പാലാ സെന്റ് തോമസ് കോളേജ്, അൽഫോൺസാ കോളേജ്, സെന്റ് തോമസ് ട്രെയിനിങ് കോളേജ് എന്നിവ കലാലയ വിദ്യാഭ്യാസത്തിനു വേണ്ട സൗകര്യങ്ങൾ ഒരുക്കുന്നു. ഇവ കൂടാതെ അനേകം ഹൈസ്കൂളുകളുമുണ്ട്. പോളിടെക്നിക്കും ഐ റ്റി സിയും തൊഴിലധിഷ്ഠിത വിദ്യാഭ്യാസ സൗകര്യമേർപ്പെടുത്തുന്നു.

പാലാ പട്ടണത്തിൽ മീനച്ചിലാറിന്റെ തെക്കെ കരയിൽ വലിയ പള്ളി എന്ന പേരിൽ അറിയപ്പെടുന്ന സെന്റ് തോമസ് കത്തീഡ്രൽ ആ പ്രദേശത്തെ പള്ളികളിൽ അഗ്രഗണ്യമാണ്. 16-ാം നൂറ്റാണ്ടിലോ, അതിനു മുമ്പോ നാല് ക്രിസ്തീയ കുടുംബങ്ങൾ സ്ഥാപിച്ച ഈ പള്ളിക്ക് മീനച്ചൽ കർത്താക്കന്മാർ എന്ന നായർ പ്രമാണിമാരുടെ സംരക്ഷണം ലഭിച്ചിരുന്നു. എല്ലാ വർഷവും ജനുവരി 6-ാം തീയതി ആഘോഷിക്കപ്പെടുന്ന രാക്കുളിത്തിരുന്നാളാണ് പ്രധാന ഉത്സവം. ഓലത്തുള്ള പഴയപള്ളിയും പുതിയ പള്ളിയും ക്രൈസ്തവരുടെ ആരാധനാലയങ്ങളാണ്. പഴയപള്ളി 1663 ലും പുതിയ പള്ളി 1821 ലും സ്ഥാപിക്കപ്പെട്ടവയാണ്.

രാമപുരത്തു വാര്യരെപ്പോലെ തന്നെ, മലയാള സാഹിത്യത്തിൽ സ്ഥിരപ്രതിഷ്ഠ ലഭിച്ച മറ്റൊരു മഹാകവിയാണ് കട്ടക്കയത്തിൽ ചെറിയാൻ മാപ്പിള. (1859-1936) പ്രസിദ്ധമായ *ശ്രീയേശുവിജയം മഹാകാവ്യം* തുടങ്ങിയ നിരവധി കാവ്യകൃതികൾ രചിച്ചു. മലയാളത്തിലെ ആദ്യത്തെ വിജ്ഞാന കോശത്തിന്റെ പ്രസാധകനായ മാത്യു എം കുഴിവേലി, *വളരുന്ന കേരളത്തിന്റെ* ഗ്രന്ഥകാരനായ മഹാകവി പാലാ നാരായണൻ നായർ എന്നിവർ മീനച്ചിൽ താലൂക്കിലാണ് ജനിച്ചു വളർന്നത്.

കുറവിലങ്ങാട്

മീനച്ചിൽ താലൂക്കിന്റെ പടിഞ്ഞാറായി സ്ഥിതിചെയ്യുന്ന കുറവിലങ്ങാട് അതിപുരാതനമായ ഒരു പ്രസിദ്ധ ഗ്രാമമാണ്. ക്രൈസ്തവ കേന്ദ്രം. കാർഷിക പ്രധാനമായ സമ്പദ്വ്യവസ്ഥ. കുറവില്ലാനാട് കുറവിലങ്ങാട് ആയി എന്ന് നാട്ടുചൊല്ല്. ആയിരിക്കാം. പണ്ടെന്നെങ്കിലും. പ്രാചീനമായ കുറവിലങ്ങാട് പള്ളിയുടെ പ്രസിദ്ധിക്ക് ഇന്നു കുറവില്ല. കുറവിലങ്ങാട് പഞ്ചായത്തിന്റെ വിസ്തീർണ്ണം 17.57 ച കി മീ. ജനസംഖ്യ 17385 (91 ലെ സെൻസസ് പ്രകാരം). കേരളത്തിലെ ഏറ്റവും പഴക്കമുള്ള ക്രൈസ്തവ ദേവാലയങ്ങളിലൊന്നാണിത് (എ ഡി 335). ചരിത്ര പ്രാധാന്യമുള്ള ഒട്ടേറെ സ്മാരക വസ്തുക്കൾ പള്ളിയിലുണ്ട്. വ്യാഖ്യാനിക്കപ്പെട്ടിട്ടില്ലാത്ത ഏതോ ലിപിയിലുള്ള ചില രേഖകൾ കൊത്തിയിട്ടുള്ള ഒരു മണി കാഴ്ചവസ്തുവായി ഇവിടെയുണ്ട്. കന്യാമറിയത്തിന്റെ ഒരു കൽപ്രതിമയും 15 മീ പൊക്കം വരുന്ന കൃഷ്ണശിലയിൽ തീർത്ത ഒരു കുരിശും പോർച്ചുഗീസുകാർ ഉപയോഗിച്ചിരുന്നെന്ന് വിശ്വസിക്കപ്പെടുന്ന ഒരു കപ്പലിന്റെ ദാരുനിർമ്മിത മാതൃകയും കുറവിലങ്ങാട്ടു പള്ളിയിലെ മറ്റാകർഷണങ്ങളിൽപ്പെടുന്നു. ശ്രദ്ധേയമായ ഏതാനും ചിത്രങ്ങളുള്ള പ്രസ്തുത മരക്കപ്പൽ എല്ലാ വർഷവും പെരുന്നാളാഘോഷത്തിന് പുറത്തെടുക്കാറുണ്ട്. പ്രസിദ്ധമായ മറ്റൊരു ദേവാലയമാണ് ഫെറോന പള്ളി. മൂന്നു നൊയ്മ്പാണ്. കുറവിലങ്ങാട്ടു പള്ളിയിലെ ഏറ്റവും പ്രധാന പെരുന്നാൾ. തിരുനാളിന്റെ മദ്ധ്യദിവസമാണ് കപ്പൽ പ്രദക്ഷിണം. ദാരു നിർമ്മിതമായ ഈ കപ്പലിന് 12 മീ നീളവും 3 മീ വീതിയുമുണ്ട്. ആന അകമ്പടി ഉണ്ടെന്നുള്ളതാണ് തിരുനാൾ പ്രദക്ഷിണത്തിന്റെ മറ്റൊരു പ്രത്യേകത. ജാതിമതഭേദമെന്യേ പതിനായിരക്കണക്കിന് ആളുകൾ പങ്കെടുക്കുന്ന ഈ നൊയമ്പുനാളിൽ വിവിധ സാധന സാമഗ്രികളുടെയും കാർഷികോല്പന്നങ്ങളുടെയും വൻതോതിലുള്ള ക്രയവിക്രയവും നടക്കുന്നു.

ഭരണങ്ങാനം

പാലാ ടൗണിൽനിന്ന് 5 കി മീ കിഴക്കു മാറി നഗരത്തോടുരുമ്മി കിടക്കുന്ന പഞ്ചായത്താണ് ഭരണങ്ങാനം. വിസ്തീർണ്ണം 27.04 ച കി മീ. ജനസംഖ്യ 16005 (91 ലെ സെൻസസ്). ക്രൈസ്തവരുടെ ഒരു പ്രധാന തീർത്ഥാടനകേന്ദ്രമാണ് ഭരണങ്ങാനം പള്ളി. ആനക്കല്ല്പള്ളി എന്ന പേരിലും ഈ പള്ളി അറിയപ്പെടുന്നു. ഈ പള്ളിക്ക് ആയിരം വർഷത്തിലേറെ പഴക്കമുണ്ടെന്ന് കരുതപ്പെടുന്നു. ഭരണങ്ങാനം പള്ളിയോടനുബന്ധിച്ചുള്ള ചാപ്പലിലാണ് സ്നേഹത്തിന്റെയും യാതനയുടെയും രക്തസാക്ഷിയായി 1946

ജൂലൈ 28 ന് ദിവംഗതയായ സിസ്റ്റർ അൽഫോൺസയുടെ ഭൗതികാവശിഷ്ടങ്ങൾ അടക്കം ചെയ്തിട്ടുള്ളത്. ദൈവത്തിന്റെ സേവികയായിട്ടാണ് കത്തോലിക്കർ അൽഫോൺസാമ്മയെ ആരാധിക്കുന്നത്.

മാന്നാനത്തെ സെന്റ് ജോസഫ് മൊണാസ്ട്രിയും പ്രസിദ്ധം. കത്തോലിക്കാ സഭയുടെ സമീപകാല ചരിത്രത്തിൽ സ്ഥാനം ലഭിച്ചിട്ടുള്ള പുണ്യാത്മാക്കളിലൊരാളായ ചാവറയിലെ കുര്യാക്കോസ് ഏലിയാസ് അച്ചന്റെ (ദൈവത്തിന്റെ സേവകൻ) ഭൗതികാവശിഷ്ടങ്ങൾ ഈ പള്ളിയിലാണ് സൂക്ഷിച്ചിട്ടുള്ളത്.

കോട്ടയം ജില്ലയുടെ കിഴക്കനതിർത്തിക്കടുത്ത് മീനച്ചലാറിന്റെ തീരങ്ങളിൽ സ്ഥിതിചെയ്യുന്ന ഈരാറ്റുപേട്ട വളരെ മുമ്പേ തന്നെ പ്രസിദ്ധമായ ഒരു വ്യാപാരകേന്ദ്രമാണ്. മുസ്ലീം സമുദായത്തിന് പ്രാമുഖ്യമുള്ള ഒരു ചെറുനഗരം. പാലാപട്ടണത്തിൽനിന്ന് 11 കി മീ. കിഴക്കുമാറി മീനച്ചലാറിന്റെ രണ്ടു പ്രധാന ശാഖകൾ ഇവിടെ സന്ധിക്കുന്നു. അതുകൊണ്ടാകാം ഈരാറ്റുപേട്ട എന്ന സ്ഥലപ്പേരുണ്ടായത്. മൂന്നു മുസ്ലീം പള്ളികൾ. പുത്തൻ പള്ളിയിലെ ചന്ദനക്കുട മഹോത്സവത്തിന് (കുംഭമാസം) ആയിരക്കണക്കിന് ആളുകൾ ഒത്തുചേരുന്നു. ഈരാറ്റുപേട്ടയ്ക്കു സമീപമുള്ള അരുവിത്തുറപ്പള്ളി ക്രൈസ്തവരുടെ ഒരു തീർത്ഥാടന കേന്ദ്രമാണ്. അരുവിത്തുറ വാർഷികപ്പെരുന്നാളിന് (22, 23, 24 തീയതികൾ, ഏപ്രിൽ മാസം) ലക്ഷക്കണക്കിന് ആളുകൾ പങ്കെടുക്കുന്നു.

കാർഷികമേഖല

കോട്ടയം ജില്ലയുടെ കിഴക്കേ അതിർത്തിയിൽ ഇടുക്കി ജില്ലയോടുചേർന്നു കിടക്കുന്ന പഞ്ചായത്താണ് തീക്കോയ്. വിസ്തീർണ്ണം 27.19 ച കി മീ. ജനസംഖ്യ 10272 (1991). പൂർണ്ണമായും മലനാടുതന്നെ. പഞ്ചായത്തിന്റെ കിഴക്കൻ പ്രദേശങ്ങൾ പുൽമേടുകളും പാറക്കൂട്ടങ്ങളും നിറഞ്ഞതാണ്. കൃഷിയോഗ്യമായ പ്രദേശങ്ങളിൽ റബ്ബർതോട്ടങ്ങൾ കൈയടക്കിയതൊഴികെയുള്ള സ്ഥലങ്ങളിൽ തെങ്ങ്, കുരുമുളക്, ജാതി, ഗ്രാമ്പൂ, കാപ്പി, ഇഞ്ചി, മഞ്ഞൾ, മരച്ചീനി എന്നിവ കൃഷി ചെയ്യപ്പെടുന്നു. തീക്കോയി - വിചിത്രമായ ഒരു സ്ഥലനാമം - ഇങ്ങനെ? കേട്ടറിവിങ്ങനെ; പൂഞ്ഞാർ മീനച്ചിൽ പ്രദേശങ്ങൾ മുൻകാലത്ത് പൂഞ്ഞാർ രാജ്യത്തിൽപ്പെട്ടിരുന്നു. പൂഞ്ഞാർ കോയിക്കൽ എന്നും രാജകുടുംബം അറിയപ്പെട്ടിരുന്നു. തീക്കോയി പ്രദേശങ്ങൾ, പൂഞ്ഞാറിലെ കീഴ്കോയിക്കൽ പ്രദേശങ്ങളായിരുന്നുവത്രേ. കീഴ്ക്കോയിക്കൽ കാലക്രമേണ തീക്കോയി എന്ന ചുരുക്കപ്പേരായിത്തീർന്നുവത്രേ. റബ്ബർ തോട്ടം വച്ചു പിടിപ്പിക്കാനെത്തിയ സായിപ്പ് സിലോണിലെ തന്റെ റബ്ബർ തോട്ടത്തിന്റെ സ്ഥലപ്പേര് (തീക്കോയി) തന്നെ ഇവിടുത്തെ തോട്ടത്തിനു നല്കിയെന്ന് മറ്റൊരു കേട്ടു കേൾവിയുമുണ്ട്.

ഈ മലനാട്ടിൽ ആദ്യകാലങ്ങളിൽ ഊരാളികളും മലയരയന്മാരും ഉള്ളാളരുമായിരുന്നു വസിച്ചിരുന്നത്. പില്ക്കാലത്ത് കഥയാകെ മാറി. ഇന്നത്തെ തീക്കോയി ടൗണിനു സമീപം, അയലാറ്റു പറമ്പിലും ആറ്റിനക്കരെയുള്ള ചെങ്ങഴശ്ശേരി പുരയിടത്തിലുംനിന്ന് പ്രാചീന ക്ഷേത്രാവശിഷ്ടങ്ങൾ കണ്ടുകിട്ടിയിട്ടുണ്ട്. ഈ പുരയിടത്തിനു സമീപം പഴയ ഒരു കൊട്ടാരം നിലനിന്നിരുന്നുവെന്നും തദ്ദേശീയർ വിശ്വസിക്കുന്നു. അതിനടുത്തുള്ള പാറ, കൊട്ടാരത്തും പാറ എന്നാണറിയപ്പെടുന്നത്. ഏറക്കുറെ വിജനമായിരുന്ന ഈ വനപ്രദേശങ്ങളിൽ ശരിക്കുള്ള ജനവാസമുണ്ടായിട്ടേറെക്കാലമായിട്ടില്ല. കഴിഞ്ഞ നൂറ്റാണ്ടിന്റെ ആരംഭഘട്ടത്തിൽ ഇംഗ്ലണ്ടിലെ ഡാറാസ്മെയിൽ കമ്പനി, റബ്ബർ തോട്ടങ്ങൾ വച്ചു പിടിപ്പിക്കാൻ തീക്കോയിലേക്കു കടന്നുവന്നതോടെയാണ് തീക്കോയിയുടെ ആധുനിക കാലഘട്ടം ആരംഭിക്കുന്നത്. 1906 ൽ തന്നെ അവരിവിടെ റബ്ബർ കൃഷിക്ക് തുടക്കം കുറിച്ചു. വനവാസികളുടെ സഹായത്തോടെ ഈരാറ്റുപേട്ടയിൽ നിന്ന് തീക്കോയി വരെ, കാട് വെട്ടിത്തെളിച്ച് ഒരു നടപ്പാത നിർമ്മിച്ചു. സാധന സാമഗ്രികൾ ഈ പാതയിലൂടെ തലച്ചുമടായി തീക്കോയിലെത്തിച്ചു. ഇനി പണിയെടുക്കാൻ തൊഴിലാളികൾ വേണം. അതിനും വഴി കണ്ടെത്തി. രണ്ടു ലോക മഹായുദ്ധങ്ങൾ കൊണ്ടുണ്ടായ ഭക്ഷ്യക്ഷാമത്തിൽ നട്ടംതിരിയുന്ന തമിഴ്നാട്ടിലെ പാവപ്പെട്ടവരിൽ കുറെപ്പേരെ മോഹന വാഗ്ദാനങ്ങൾ നല്കി ഇങ്ങോട്ടാകർഷിച്ചു. കമ്പം, പീരുമേടു വഴി നടന്നെത്തിയ ആയിരത്തിയഞ്ഞൂറോളം തൊഴിലാളികൾ സായിപ്പിന്റെ തീക്കോയി റബ്ബർ തോട്ടത്തിൽ എല്ലു നുറുങ്ങെ പണിയെടുത്തു. മലമ്പനിയും വസൂരിയും പിടിപ്പെട്ട് ഇവരിൽ കുറെപ്പേർ അകാലത്തിൽ ചത്തൊടുങ്ങി. വസൂരി പിടിപെട്ടവരെ ചികിത്സിക്കാനോ പരിചരിക്കാനോ ആളില്ല. പകർച്ചവ്യാധി ബാധിച്ച് മരിച്ചവരെ അവർ താമസിച്ചിരുന്ന കുടിലുകളോടൊപ്പം സായിപ്പ് ചുട്ട് ചാമ്പലാക്കിയത്രേ. വസൂരി നിർമ്മാർജ്ജനത്തിന് സായിപ്പു കണ്ട പോംവഴി! എസ്റ്റേറ്റ് നിർബ്ബാധം വളർന്നു.

തീക്കോയ് എസ്റ്റേറ്റുകൾ

1939 ൽ തീക്കോയി എസ്റ്റേറ്റ് ഉടമ ഈരാറ്റുപേട്ടയിൽനിന്നും തീക്കോയിയിലേക്ക് ഒരു റോഡ് വെട്ടിയത് ഈ പ്രദേശത്തിന്റെ പില്ക്കാല വികസനത്തിന് നാന്ദിയായി. കാളവണ്ടിയും പോത്തുവണ്ടിയുമെല്ലാം തീക്കോയിലേക്കു കടന്നുവന്നു. 1940 ൽ സായിപ്പിന്റെ വക ഒരു ആസ്റ്റിൻകാർ തീക്കോയിയി

ലേക്കു ഓടിയെത്തുകയും ചെയ്തു. (1944 ൽ തീക്കോയി എസ്റ്റേറ്റിന്റെ ഉടമാവകാശം വൻകിട തോട്ടമുടമയായ ജോർജ് തോമസ് കോട്ടുകാപ്പള്ളി യുടെ കൈവശമെത്തി). കാലക്രമേണ തലപ്പാലം, അമ്പാറ, ഇടമുറ്റം, ഭരണങ്ങാനം പ്രദേശങ്ങളിലുള്ള വർ പൂഞ്ഞാർ രാജാവിന്റെ സാമാന്തന്മാരായ വൻകിട ജന്മിമാരിൽനിന്നും വസ്തു വാങ്ങി വീതി ച്ചെടുത്ത് അവിടെ പാർപ്പുറപ്പിച്ചതോടെയാണ് ഇന്നത്തെ തീക്കോയിയുടെ യഥാർത്ഥ വികസന ത്തിന്റെ യുഗം ആരംഭിക്കുന്നത്. അവർ ഒത്തൊരുമ യോടെ കാട് വെട്ടിത്തെളിച്ച് കൃഷിയിറക്കി. ഫല പുഷ്ടിയായ മണ്ണിൽ കഠിനാദ്ധ്വാനം ചെയ്ത് കപ്പയും കാച്ചിലും വാഴയും തെങ്ങും കുരുമുളകും മറ്റും വ്യാപകമായി കൃഷി ചെയ്തു. അവർക്കു പിന്നാലെ കൂടുതൽ കുടുംബങ്ങൾ തീക്കോയിയെ തേടിയെ ത്തി. കാട് നാടായിത്തുടങ്ങി. ജനവാസമുണ്ടായ പ്പോൾ ആരാധനാലയങ്ങളും വിദ്യാഭ്യാസസ്ഥാപന ങ്ങളും അവർ നിർമ്മിച്ചു.

സായിപ്പിന്റെ തേർവാഴ്ചക്കാലത്ത് ഇംഗ്ല ണ്ടിൽ നിന്നെത്തിയ സി എസ് ഐ മിഷണറിമാരി ലൊരാളായ റവ. ഹെൻട്രിബേക്കർ ജൂനിയർ കട്ടു പ്പാറയിൽ സ്ഥാപിച്ച പള്ളിയാണ് (1890 ൽ) ആദ്യത്തെ ആരാധനാലയം. അദ്ദേഹം കട്ടുപ്പാറ, കാരിക്കാട് പ്രദേശങ്ങളിലെ ആദിവാസികളെ വൻതോതിൽ മതം മാറ്റുകയും ചെയ്തു. പുല്ലു മേഞ്ഞ ഒരു കൊച്ചുപുരയിൽ സ്ഥാപിച്ച ആ പ്രാർത്ഥനാലയം 1925 ൽ പുതുക്കിപ്പണിത് ചെറി യൊരു പള്ളിയാക്കി. 1946 ലാണ് ഇന്നുകാണുന്ന പള്ളിയുടെ പണി പൂർത്തിയായത്. പണ്ട് പഴയൊര മ്പലവും കുളവും മാത്രമുണ്ടായിരുന്ന ആലപ്പാട് എന്ന സ്ഥലത്ത് ഇന്നുള്ള ആച്ചുക്കാവ് അമ്പലമാണ് ഹിന്ദുക്കളുടെ പ്രധാന ആരാധനാലയം.

ജനവാസം വർദ്ധിച്ചതോടെ കുട്ടികളുടെ വിദ്യാ ഭ്യാസം പ്രശ്നമായി. അക്കാലത്ത് നാട്ടിടകളിലെ എഴുത്താശാന്മാരാണ് ഈ പ്രശ്നത്തിന് പരിഹാര മായത്. ഹിന്ദുക്കളായിരുന്ന ഈ ആശാന്മാർ തന്നെ യാണ്, എല്ലാ മതവിഭാഗത്തിൽപ്പെട്ട കുട്ടികൾക്കും സാമാന്യ വിദ്യാഭ്യാസത്തിനു പുറമേ, അതാതു മത വിഭാഗങ്ങളുടെ വേദങ്ങളും പഠിപ്പിച്ചിരുന്നത്. ഇത് ആദ്യകാല ചരിത്രം, 1925 ൽ പള്ളിവകയായി തീക്കോയിയിൽ ഒരു പ്രാഥമിക വിദ്യാലയം ആരം ഭിച്ചു. 1949 ആയപ്പോഴേയ്ക്കും ഇംഗ്ലീഷ് സ്കൂളും തുടങ്ങി. ക്രമേണ സ്കൂളുകളുടെ എണ്ണം വർദ്ധി ച്ചു. ഇന്ന് തീക്കോയിയിൽ മൂന്ന് ലോവർ പ്രൈമറി സ്കൂളുകളും രണ്ട് ഹൈസ്കൂളുകളും ഒരു ഹയർ സെക്കൻഡറി സ്കൂളും പ്രവർത്തിക്കുന്നു.

എന്തെന്ത് മാറ്റങ്ങൾ

റബ്ബർ തോട്ടങ്ങൾക്കിടയ്ക്ക് ഞാൻ പണ്ടു കണ്ട പഞ്ചായത്ത് ആസ്ഥാനം ഇന്ന് ആകെ മാറിക്കഴി ഞ്ഞിരിക്കുന്നു. പഞ്ചായത്താഫീസിനു സമീപ ത്തായി മറ്റു പല പൊതുസ്ഥാപനങ്ങളും ഉയർന്നുവ ന്നിട്ടുണ്ട്. പഴയ പഞ്ചായത്തു കവല ഇന്ന് തീക്കോയി ടൗൺ. വില്ലേജ് ഓഫീസ്, ആയുർവേദ ആശുപത്രി, ഹോമിയോ ഡിസ്പെൻസറി തുടങ്ങിയ പൊതുസ്ഥാപനങ്ങൾ, പരിഷ്കൃതമട്ടിലുള്ള കടക മ്പോളങ്ങളും ആധുനിക സൗകര്യങ്ങളോടുകൂടിയ മന്ദിരങ്ങളുമെല്ലാമുള്ള തീക്കോയി ടൗൺ ഈ റബ്ബർ തോട്ടങ്ങളുടെ നാടിന്റെ അഭിമാനമായി വളർന്നിരി ക്കുന്നു.

ഭക്ഷ്യവിളകളെക്കാൾ ലാഭകരമാണ് നാണ്യവി ളകളെന്ന് കണ്ടിട്ടാകണം, കൃഷിക്കാരിലേറിയകൂറും നാണ്യവിളയായ റബ്ബറിലേക്കു മാറിയത്. നെൽകൃഷി തീരെ ഇല്ലാതായി. തേയിലകൃഷിയും കുറഞ്ഞു. മൊത്തം കൃഷിഭൂമിയുടെ 80 ശതമാനവും റബ്ബർ കയ്യടക്കിക്കഴിഞ്ഞു. തേയിലകൃഷിയിൽ ആർക്കും താല്പര്യമില്ലാതായിട്ടുണ്ട്. 1966 ൽ തീക്കോയിയി ലാരംഭിച്ച തേയില ഫാക്ടറിക്ക് ആവശ്യമായ കൊളുന്ത് ലഭിക്കാൻ ഇടുക്കി ജില്ലയെ ആശ്രയി ക്കേണ്ട സ്ഥിതിയാണിപ്പോൾ. കേരളത്തിലാദ്യമായി സഹകരണ മേഖലയിലാരംഭിച്ച ഈ ഫാക്ടറി ഇന്ത്യയിൽ സഹകരണ മേഖലയിൽ മൂന്നാമത്തേതാണ്. പഞ്ചായത്തിന്റെ കിഴക്കൻ മേഖലയിൽ ചെറിയ തോതിൽ ഏലം കൃഷി ചെയ്യപ്പെടുന്നു.

വഴിക്കടവിൽ 1964 ൽ ഡോ. എലിസബത്ത് ബേക്കർ തുടങ്ങി വച്ച മിത്രനികേതൻ ആശുപത്രി യാണ് തീക്കോയിയിലെ ആദ്യത്തെ ആതുരാശു ശ്രൂഷാ കേന്ദ്രം. ഇന്ന് ഇതുൾപ്പെടെ രണ്ട് സ്വകാര്യ ആശുപത്രികളും ഒരു പ്രാഥമികാരോഗ്യകേന്ദ്രവും ആയുർവേദാശുപത്രിയും ഹോമിയോ ഡിസ്പെൻസ റിയും പ്രവർത്തിക്കുന്നുണ്ട്.

ജനകീയ പങ്കാളിത്തത്തോടെ വികസന പ്രവർത്തനങ്ങൾ നടത്തുന്ന മഹനീയ മാതൃക പഞ്ചാ യത്തിന്റെ പ്രാരംഭകാലം (1966) മുതൽ തീക്കോയി യിൽ തുടരുന്നു. സാംസ്കാരിക വികസനത്തിനും തീക്കോയി മുൻപന്തിയിലാണ്. പീപ്പിൾസ് ലൈബ്രറി ആന്റ് റീഡിങ് റൂം 1940 ൽ ജന്മമെടു ത്തു. ഇന്നും സജീവം. 1956 ൽ വഴിക്കടവിൽ രൂപീ കരിക്കപ്പെട്ട വഴിക്കടവ് യൂത്ത് ആർട്സ് ആൻഡ് സ്പോർട്സ് ക്ലബ് ആണ് മറ്റൊരു പ്രമുഖ സാംസ്കാ രിക കേന്ദ്രം.

മാർമല വെള്ളച്ചാട്ടം

തീക്കോയി, തലനാട് പഞ്ചായത്തുകളുടെ അതിർത്തിയിലെ മാർമല (മാറുമല) വെള്ളച്ചാട്ടം അതിമനോഹരമാണ്. തീക്കോയി ടൗണിൽനിന്ന് 6 കി മീ അകലെ തീക്കോയി പുഴയിൽ (മീനച്ചിലാറ്)

200 അടിയോളം പൊക്കമുള്ള കൂറ്റൻ പാറക്കെട്ടിൽനിന്ന് കുതിച്ചുചാടി, പരിസര വനഭംഗിയിലാകെ ജലശീകരങ്ങളുടെ വെൺപട്ടണിയിക്കുന്ന മാർമല ജലപാതവും അതിനു താഴെയുള്ള തെളിനീർ തടാകവും പ്രദാനം ചെയ്യുന്ന മോഹനദൃശ്യങ്ങളുടെ മനോഹാരിത വിനോദസഞ്ചാരികളും, പ്രാധാന്യം, അധികൃതരും ഇനിയും മനസ്സിലാക്കിയിട്ടില്ലെന്നു തോന്നുന്നു.

അരനൂറ്റാണ്ടിനു മുമ്പ് നിർമ്മിക്കപ്പെട്ട തീക്കോയി-വാഗമൺ റോഡാണ് തീക്കോയിയുടെ നാനാമാർഗ്ഗേണയുള്ള വികസനത്തിനും വളർച്ചയ്ക്കും നിദാനമായത്. എ ജെ ജോൺ എം എൽ എയും മുഖ്യമന്ത്രിയുമായിരുന്ന കാലയളവിൽ നിർമ്മിച്ച ഏറെ വ്യയഹേതുകമായ തീക്കോയി വാഗമൺ റോഡ് ഹൈറേഞ്ച് മേഖലയ്ക്ക് ഒരനുഗ്രഹമായി ത്തീർന്നു. വൻപാറക്കെട്ടുകൾ നിറഞ്ഞ ദുർഗ്ഗമങ്ങളായ മലയിടുക്കുകളിലൂടെ പാറക്കൂട്ടങ്ങൾ പിളർന്നു മാറ്റി കടന്നുപോകുന്ന ഈ റോഡിന്റെ നിർമ്മിതിക്കിടയിൽ 17 പേർക്ക് ജീവഹാനി സംഭവിച്ചു. അവരുടെ സ്മരണയ്ക്കായി തീക്കോയി കവലയിൽ ഒരു സ്മാരക സ്തൂപം നിർമ്മിച്ചിട്ടുണ്ട്. ഈരാറ്റുപേട്ട - കുട്ടിക്കാനം സ്റ്റേറ്റ് ഹൈവേയുടെ 21 കി മീ ദൂരം ഈ പഞ്ചായത്തിലാണ്. പഞ്ചായത്തിന്റെ വിവിധ ഭാഗങ്ങളിൽനിന്ന് 41 കി മീ ഗ്രാമറോഡുകൾ ഈ ഹൈവേയുമായി സന്ധിക്കുന്നു. പഞ്ചായത്ത് ആഭിമുഖ്യത്തിലുള്ള വിവിധ സ്ഥാപനങ്ങളുടെയും ഗ്രാമറോഡുകളുടെയും നിർമ്മാണത്തിൽ വൻതോതിലുള്ള ബഹുജന പങ്കാളിത്തവും സന്നദ്ധസേവനവും മുമ്പെന്നപോലെ പില്ക്കാലത്തും നിർലോപം ലഭിച്ചു വരുന്നു.

തീക്കോയിയുടെ കിഴക്കൻ മലമ്പ്രദേശങ്ങളിലേക്കുള്ള ദുർഘടമായ യാത്ര, ശരിക്കും സഞ്ചാരികളുടെ സ്വർഗ്ഗത്തിലേക്കാണ് നയിക്കുന്നതെന്ന് ഞാൻ സ്വപ്നേപി നിനച്ചിരുന്നില്ല. അരനൂറ്റാണ്ടുകാലത്തെ പൊതുപ്രവർത്തന പാരമ്പര്യമുള്ള പൊതുനപ്രക്കുന്നേൽ ദേവസ്യഅച്ചായന്റെയും, തദ്ദേശീയനും സെക്രട്ടറിയേറ്റ് ഉദ്യോഗസ്ഥനുമായ എന്റെ യുവസുഹൃത്ത് സി വി ദേവസ്യയുടെയും നിർബ്ബന്ധത്തിനു വഴങ്ങി മനസ്സില്ലാമനസ്സോടെയാണ് ഞാൻ യാത്രയാരംഭിച്ചത്. ലേഖന രചനയ്ക്കാവശ്യമായ സൗകര്യങ്ങൾ ഒരുക്കിത്തന്ന് എന്നെ സഹായിച്ച പ്രസ്തുത വ്യക്തികളോട് എനിക്കുള്ള കടപ്പാട് വാക്കുകളിൽ ഒതുക്കുന്നില്ല. വഴിക്കടവു വരെയുള്ള ആറ് കി മീ റോഡ് കുത്തനെയുള്ള വൻപാറക്കൂട്ടങ്ങളെ അരിഞ്ഞരിഞ്ഞു മാറ്റി നിർമ്മിക്കപ്പെട്ടിരിക്കുന്നു. ഒരുവശം അഗാധഗർത്തങ്ങൾ, മലഞ്ചരിവുകൾ. മറുവശം മേഘമാലകളോടുരുമ്മുന്ന വൻ പാറക്കെട്ടുകൾ. റോഡിനിരുവശങ്ങളിലും പാറക്കൂട്ടങ്ങൾക്കിടയിലും കാട്ടുപൊന്തക്കാടുകളിലും വിടർന്നു വിലസുന്ന നാനാതരം കാട്ടുപൂക്കളും സൂര്യകാന്തിപ്പൂക്കളും ഓർക്കിഡുകളും കാഴ്ച വയ്ക്കുന്ന വർണ്ണോത്സവം വർണ്ണനാതീതം തന്നെ.

കുരിശുമല ആശ്രമം

ജീപ്പ് പിന്നെയും മുന്നോട്ടു നീങ്ങിയപ്പോൾ അനിർവ്വചനീയമായ മറ്റനേകം ദൃശ്യങ്ങളുടെ ഘോഷയാത്രയായി. നോക്കെത്താദൂരത്തോളം ഹരിത കിരീടമണിഞ്ഞ്, ധവളനീരാളം പുതച്ച കുന്നുകൾ - തേയിലത്തോട്ടങ്ങൾ, മൗനവ്രതമാചരിക്കുന്ന കുരിശുമലക്കുന്നുകളിലൂടെ നാലുപാടും തണുപ്പ് വാരിയെറിഞ്ഞ് അലസഗമനം നടത്തുന്ന മലങ്കാറ്റിന്റെ സങ്കീർത്തനം. വീണ്ടും മലകൾ, കൊടുമുടികൾ, സമുദ്രനിരപ്പിൽനിന്നും നാലായിരം അടി ഉയരത്തിലുള്ള വാഗമൺ മലനിരകളാണങ്ങകലെ.

ഈരാറ്റുപേട്ടയിൽനിന്നും തീക്കോയിവഴി ഇരുപത്തിയെട്ടു കി മീ. കിഴക്കായി സ്ഥിതിചെയ്യുന്ന വാഗമണ്ണിന്റെ പ്രകൃതി സൗന്ദര്യം പ്രശസ്തമാണ്. പശ്ചിമ ഘട്ടത്തിന്റെ അതിരിൽ സമുദ്രനിരപ്പിൽനിന്നും ആയിരത്തി ഒരുനൂറുമീറ്റർ ഉയരത്തിൽ സ്ഥിതിചെയ്യുന്ന വാഗമണ്ണിൽ പൊതുവേ, തണുത്ത കാലാവസ്ഥയാണുള്ളത്. തേയിലത്തോട്ടങ്ങൾ, പുൽമേടുകൾ, ഷോളവനങ്ങൾ എന്നിവ വാഗമണ്ണിന്റെ മനോഹാരിത വർദ്ധിപ്പിക്കുന്നു. അനന്തമായ പൈൻ മരക്കാടുകളും മൊട്ടക്കുന്നുകളും സ്ഥലത്തിന്റെ സവിശേഷതകളാണ്. തങ്ങൾമല, മുരുകൻമല, കുരിശുമല എന്നീ മൂന്നു മലകളാൽ ചുറ്റപ്പെട്ടതാണ് വാഗമൺ. മൂന്നും തീർത്ഥാടകപ്രാധാന്യമുള്ളവ.

ഇടുക്കി-കോട്ടയം ജില്ലകളുടെ അതിർത്തി മേഖലകളിലാണ് വാഗമൺ മലനിരകൾ. ഒരുവശത്ത് അഗാധമായ കൊക്ക; മറുവശത്ത് വൻപാറക്കെട്ടുകൾ അരിഞ്ഞിറക്കിയ മലനിരകൾ.

ഒരുകാലത്ത് വാഗമൺ, കോലാഹലമേട് പ്രദേശങ്ങൾ പൊതുവേ അജ്ഞാതമായിരുന്നു. അന്ന് ഇൻഡോ-സ്വിസ് പ്രോജക്ടിന്റെ ഒരു കന്നുകാലി വളർത്തൽ കേന്ദ്രവും കുരിശുമല ആശ്രമവുമായിരുന്നു പ്രധാന ആകർഷണ കേന്ദ്രങ്ങൾ. പൈൻ മരക്കാടുകൾ സഞ്ചാരികളുടെ പ്രധാന വിശ്രമകേന്ദ്രങ്ങളാണ്.

വാഗമണ്ണിൽ ഇപ്പോൾ സർക്കാർ വകുപ്പുകളുടെയും സ്വകാര്യ വ്യക്തികളുടെയും ഉടമസ്ഥതയിൽ വൻ വിനോദസഞ്ചാരപദ്ധതികൾ ആവിഷ്കരിച്ചിട്ടുണ്ട്.

റോഡിൽനിന്നും ക്രമാനുഗതമായി ഉയർന്നുയർന്നുപോകുന്ന ഏതാനും കുന്നുകൾ, നിരനിരയായി കാണുന്ന കൃഷിയിടങ്ങൾ, തളിർത്തും പൂത്തും ഫലഭരിതമായി പുലർകാറ്റിൽ ചാഞ്ചാടി

നില്ക്കുന്ന പച്ചക്കറിത്തോട്ടങ്ങൾ, അതിനുമപ്പുറം കൊഴുത്തു വളർന്നു നില്ക്കുന്ന പുൽമേടുകൾ, അവയ്ക്കിടയിൽ യഥേഷ്ടം മേഞ്ഞുനടക്കുന്ന കന്നുകാലികൾ, അരോഗദൃഢഗാത്രർ; വിദേശികൾ തന്നെ. ആ മലഞ്ചെരിവിൽ ലളിതമായി, എന്നാൽ സൗകര്യപ്രദമായി നിർമ്മിച്ച കെട്ടിടങ്ങൾ - പഴയവയും പുതിയവയും. കുരിശുമല ധ്യാനകേന്ദ്രമാണത്. അക്കാണുന്ന കൃഷിയിടങ്ങളും വസതികളും എല്ലാം ചേർന്ന കുരിശുമല ആശ്രമം. കേരളീയ മാതൃകയിൽ മുണ്ടും രണ്ടാം മുണ്ടും ധരിച്ച്, കൃഷിയിടങ്ങളിൽ നടന്നു നീങ്ങുന്ന യൂറോപ്യൻ സന്ന്യാസിമാർ, ചമ്രം പടിഞ്ഞ് ധ്യാനനിരതരായിരിക്കുന്നവരും എല്ലാം മറന്ന് വായനയിൽ മുഴുകിയിരിക്കുന്നവരും. പശ്ചിമദിക്കിന്റെ ആദ്ധ്യാത്മിക ചിന്താധാരകളുടെ ബഹിർസ്ഫുരണങ്ങൾ! യൂറോപ്യൻ സന്ന്യാസിമാർ നിർമ്മിച്ച ആ പുതിയ ലോകം ആരിലും കൗതുകമുണർത്തും. തീർച്ച. മൗനമാണ് ആശ്രമത്തിന്റെ മുഖമുദ്ര.

നാലഞ്ചു പതിറ്റാണ്ടുകൾക്കു മുമ്പ് ഇംഗ്ലണ്ടിൽ നിന്നുവന്ന ഫാബീഡ്ഗ്രിഫ്, ബൽജിയംകാരനായ ഫാ. ഫ്രാൻസിസ് എന്നിവർ ചേർന്ന് തീക്കോയിയുടെ കിഴക്കേ മലഞ്ചെരിവിൽ സ്ഥാപിച്ച പ്രാർത്ഥനാലയമാണ് ഇന്നത്തെ കുരിശുമല തീർത്ഥാടന കേന്ദ്രം. 1955 ൽ ഇന്ത്യയിലെത്തിയ ഫാ. ഫ്രാൻസിസ്, വാഗമൺ മലനിരകളിലെ 8 ഏക്കർ ഭൂമി കെ വി തോമസിൽനിന്നും ദാനമായി സ്വീകരിച്ചു. 1958 മാർച്ച് 21-ാം തീയതി ഭാരതീയ ആദ്ധ്യാത്മിക പാരമ്പര്യത്തിലധിഷ്ഠിതമായ കുരിശുമല ആശ്രമം സ്ഥാപിക്കപ്പെട്ടു. കൃഷിയും പശുവളർത്തലും പ്രാർത്ഥനയുമായി ഒതുങ്ങിക്കൂടിയ ക്രൈസ്തവ സന്ന്യാസിമാരുടെ ജീവിതം തദ്ദേശീയരെയും ആകർഷിച്ചു. അവരും അവിടുത്തെ അന്തേവാസികളായി. അടുത്തകാലത്ത്. ഫാ. ഫ്രാൻസിസ് ദിവംഗതനായി.

പീരുമേട് മലനിരകളിലെ കോലാഹലമേട് മുഹമ്മദീയരുടെ പുണ്യഭൂമിയാണ്, അള്ളാപ്പാറ മുസ്ലീം തീർത്ഥാടന കേന്ദ്രം. അത്യുന്നതങ്ങളിൽ മുരുകൻ മല ക്ഷേത്രവുമുണ്ട്.

പിന്നെയും നീണ്ടുപോകുന്ന ആ വനവീഥി നമ്മെ പീരുമേട് മലനിരകളിലേക്ക് നയിക്കുന്നു. തളിരും മലരും തരുപ്പടർപ്പും നീർച്ചാലുകളും പുൽമേടുകളും നിറഞ്ഞ ഭൂഭാഗഭംഗികളിലേക്ക്.

38

വനാന്തരത്തിലൊരു ജില്ലാ ആസ്ഥാനം

ഒരു പഴയ അനുഭവം ഇന്ന് ഓർക്കുമ്പോൾ ഉള്ളിന്റെ ഉള്ളിലെവിടെയോ അകാരണമായ നൊമ്പരം; അന്നത് ഞങ്ങൾക്ക് രസിക്കാൻ വക നല്കിയിരുന്നെങ്കിലും.

1977-78 കാലഘട്ടം. അന്ന്, ചെറിയൊരു കാലയളവിൽ, ഇടുക്കി ജില്ലാ ഇൻഫർമേഷൻ ഓഫീസറായി സേവനമനുഷ്ഠിക്കുകയായിരുന്നു, ഈ ലേഖകൻ. ഇടുക്കി ഡാമിന്റെ നിർമ്മാണ ദശയിൽ പണിയെടുത്തിരുന്ന കെ എസ് ഇ ബി യിലെ പരശ്ശതം ജീവനക്കാർ ഒഴിഞ്ഞുപോയ പഴയ നെടുങ്കൻ കെട്ടിടങ്ങൾ, പുതിയ ജില്ലാ ഭരണകൂടം കടന്നേറി. മൂന്നു വശവും കാടുകളുള്ള ജില്ലാ കളക്ടറേറ്റ്. അതിന്റെ ഒരറ്റത്തായി ജില്ലാ ഇൻഫർമേഷൻ ഓഫീസ്. നട്ടുച്ചയ്ക്കും സുഖശീതളമായ ഓഫീസ് മുറിയിലിരുന്ന് ജനാലയിലൂടെ പുറത്തേക്കു നോക്കിയാൽ, തളിർത്തും പൂത്തും നില്ക്കുന്ന കാട്ടുമരങ്ങളും വള്ളികളും. സദാ കാട്ടുകിളികളുടെ നാദമാധുരി. ഇടുക്കി റിസർവ്വോയറിനെ തഴുകിയെത്തുന്ന ശീതക്കാറ്റിൽ ചാഞ്ചാടുന്ന തരുലതാദികൾ.

ജില്ലാ ആസ്ഥാനം പൈനാവെന്ന വനസ്ഥലികളിലേക്ക് മാറ്റിയെങ്കിലും പല ജില്ലാ ഓഫീസുകളും അപ്പോഴും ജില്ലയുടെ പലഭാഗങ്ങളിലും പ്രവർത്തിക്കുകയായിരുന്നു. അസൗകര്യങ്ങളും അപര്യാപ്തതകളും ആവലാതികളുമാണെങ്ങും. എപ്പോഴും; എങ്കിലും ഒരു ഒറ്റപ്പെട്ട ലോകത്തിൽ, ജീവനക്കാർ അവരുടേതായ ഔദ്യോഗിക ലോകം പടുത്തുയർത്തുകയായിരുന്നു. ചീഫ് സെക്രട്ടറിയായിരുന്ന ശ്രീ. എൻ ചന്ദ്രശേഖരൻ നായരായിരുന്നു അന്നത്തെ ഇടുക്കി ജില്ലാ കളക്ടർ.

"എല്ലാ ബുധനാഴ്ചയും, ജില്ലാ കളക്ടർ സ്ഥലത്തുള്ള പക്ഷം, സന്ദർശകരെ സ്വീകരിക്കുന്നതും പരാതികളും നിവേദനങ്ങളും സ്വീകരിക്കുന്നതുമാണ്."

- ജില്ലാ കളക്ടറുടെ മുറിക്കു മുന്നിലെ ചുവരിൽ എഴുതിപ്പിടിപ്പിച്ചിട്ടുള്ള അറിയിപ്പാണ് മേലുദ്ധരിച്ചത്.

1978 മേയ് മാസത്തിലെ ഒരു ബുധനാഴ്ച. കളക്ടറേറ്റിൽ പകൽ മുഴുവൻ സന്ദർശകരുടെ തിക്കും തിരക്കുമായിരുന്നു. കുമിളിയിലും മൂന്നാറിലും അയ്യപ്പൻ കോവിലിലും കട്ടപ്പനയിലും മറ്റു സ്ഥലങ്ങളിലും നിന്ന് എത്തിയിട്ടുള്ള സന്ദർശകർ. വെയിൽ മങ്ങി. അവസാനത്തെ സന്ദർശകനും സംതൃപ്തനായി മടങ്ങിപ്പോയി. കളക്ടറേറ്റ് ജീവനക്കാരും മറ്റുദ്യോഗസ്ഥരും മെല്ലെ മെല്ലെ സ്വന്തം താവളത്തിലേക്ക് യാത്രയായി. അവസാനം ജില്ലാ കളക്ടറും കാറിൽ കയറി സ്ഥലംവിട്ടു. കളക്ടറേറ്റിനു മൂന്നു വശവുമുള്ള കൊടുംകാടുകളിൽ അരിച്ചു വീണുകൊണ്ടിരുന്ന പകൽ വെളിച്ചവും മങ്ങി. സന്ധ്യാഗമനത്തെ വരവേൽക്കാനെന്ന മട്ടിൽ കാട്ടുകിളികൾ അവിരാമം ചിലച്ചു തുടങ്ങി. അടുത്തും അകലത്തും വന്യജീവികളുടെ ശബ്ദകോലാഹലങ്ങൾ.

വളരെ വൈകിപ്പോയി

അതാ, ഒരു സന്ദർശകൻ. പാവം! വളരെ വൈകിപ്പോയി. കാട്ടുമരങ്ങളിൽ കൈചുറ്റി കളക്ടറേറ്റിനു പിന്നിലെ ടാറിട്ട നിരത്തിൽ വലിഞ്ഞു കയറി, നേരെ കളക്ടറേറ്റ് കോമ്പൗണ്ടിലേക്കു കടന്നു. തൊട്ടടുത്ത കാന്റീനിലെ ജീവനക്കാരും സബ്ട്രഷറിക്കു കാവൽ നില്ക്കുന്ന പൊലീസുകാരും അന്ധാളിച്ച് നിലവിളിച്ചു പോയി. പാവം, പരാതിക്കാരൻ കഥയെന്തെന്നറിയാതെ, തെല്ലിട മിഴിച്ചുനിന്നു. അപരിചിതരുടെ മുറവിളിയും ശകാരവും കല്ലേറും കൂടി

യായപ്പോൾ അവൻ നിസ്സഹായനായി നിലവിളിച്ചുപോയി. ആ കാട്ടാനയുടെ അലർച്ച ചുറ്റുമുള്ള വനമേഖലകളിൽ പ്രതിധ്വനിച്ചു കുന്നിൻമുകളിലെ ക്വാർട്ടേഴ്സുകളിൽ ചലനമുണ്ടാക്കി. എങ്കിലും അതൊരു സാധാരണ സംഭവമെന്ന മട്ടിൽ ശ്രോതാക്കൾ വിഗണിച്ചു. ഇരുൾ വീണു തുടങ്ങിയ കാട്ടിലേക്കു തന്നെ പാവം പരാതിക്കാരൻ പിന്മടങ്ങി- എന്തൊരു കാലക്കേട്! ഇടുക്കി റിസർവോയറിന്റെ തീരവനങ്ങളിലൂടെ കിളിവള്ളിത്തോടും മറികടന്ന് വളരെ പാടുപെട്ടെത്തിയിട്ടും ഫലമുണ്ടായില്ല!

ഇനി സങ്കടനിവൃത്തിക്ക് എന്താണു മാർഗ്ഗം? കാട്ടുചെടികളെ ചവിട്ടി മെതിച്ച് കൂരിരുട്ടിലേക്ക് ഊളിയിട്ടോടുമ്പോൾ, ആ വയസ്സൻ കാട്ടാന ഓർത്തിരിക്കണം - പണ്ട്, കുട്ടിക്കാലത്ത് അച്ഛനമ്മമാരും കൂട്ടുകാരുമൊത്ത് വിസ്തൃതമായ വനാന്തരങ്ങളിലൂടെ യഥേഷ്ടം ഉല്ലസിച്ചു കഴിഞ്ഞ കാലം. അന്ന്, ഇളംതളിരുകളും മുളംകൂമ്പുകളും പച്ചപ്പുൽമേടുകളും സുലഭം. മാനിറച്ചിക്കുവേണ്ടി വല്ലപ്പോഴും കാട്ടിനുള്ളിൽ കടന്നുവന്നിരുന്ന ഇരുകാലിമൃഗങ്ങളെ മാത്രമേ ഭയക്കേണ്ടതുണ്ടായിരുന്നുള്ളൂ. അതും വളരെ അപൂർവ്വം, ആനമുടിയുടെ പരിസരങ്ങളിൽനിന്നും ചാടിയിറങ്ങി കുന്നും മേടും താണ്ടി ഒഴുകിപ്പോകുന്ന പെരിയാറ്റിലെ നീരാട്ടും മൃഷ്ടാന്നഭോജനവും, പിന്നെ മധുരമധുരമായ ആ മധുവിധു കാലവുമെല്ലാം.

- എത്രവേഗമാണ് സ്ഥിതിഗതികൾ മാറി മറിഞ്ഞത്. അന്നൊരു നാൾ എത്ര വിരട്ടിയിട്ടും കൂട്ടാക്കാത്ത കുറേ ഇരുകാലിമൃഗങ്ങൾ തോക്കും തൂമ്പയും മൺവെട്ടിയുമായി കാട്ടിനുള്ളിലേക്ക് പറ്റം പറ്റമായി കടന്നേറി. റോഡുപണി. ഒളിച്ചും പതുങ്ങിയും നിന്ന് കുറേയെണ്ണത്തിനെ വകവരുത്തി. എന്നിട്ടും അവർ പിന്മാറുന്നില്ലെന്നു കണ്ടപ്പോൾ കാട്ടിനുള്ളിലേക്ക് സ്വയം കൂടുതൽ കൂടുതൽ ഒതുങ്ങിക്കൂടി; സകുടുംബം. പിന്നെപ്പിന്നെ അലറിപ്പാഞ്ഞു വന്ന കൂറ്റൻ ലോറികളുടെ കടന്നാക്രമണമായി. പാറപൊട്ടിക്കൽ, കല്ലുടയ്ക്കൽ; മനുഷ്യരും യന്ത്രങ്ങളും അവിരാമം പ്രവർത്തിച്ചു. പിന്നെയും വർഷങ്ങൾ കടന്നപ്പോഴാണ് ഒരു സത്യം ബോദ്ധ്യമായത്. കുഞ്ഞുകുട്ടി പരിവാരങ്ങളോടെ യഥേഷ്ടം മേഞ്ഞുനടന്നിരുന്ന കാടുകളെല്ലാം വെള്ളത്തിൽ. (ഇടുക്കി അണക്കെട്ടിന്റെ പണി പൂർത്തിയായപ്പോൾ) പുതിയ അഭയസങ്കേതങ്ങൾ തേടി വീണ്ടും അലഞ്ഞു. രക്ഷയില്ല. വനം കൈയ്യേറ്റക്കാരുടെ ഒളിവെടി. ആനക്കൊമ്പിന് പ്രിയം വർദ്ധിച്ചപ്പോൾ നിരപരാധികളായ എത്രയെത്ര സഹോദരങ്ങളെയാണ് ആ ദുഷ്ടന്മാർ വെടിവച്ചു വീഴ്ത്തിയത്. എല്ലാം കണ്ടും കേട്ടും സഹിച്ചു. ഈ വാർദ്ധക്യകാലത്തെങ്കിലും സ്വൈരമായി ഒരിടത്തൊതുങ്ങാൻ ഇടം ലഭിച്ചെങ്കിൽ! അത്രയേ ഇനി ആഗ്രഹമുള്ളൂ. അതിനുവേണ്ടിയാണ് ജില്ലാ ഭരണത്തലവനെ കണ്ട് സങ്കടമുണർത്തിക്കാമെന്ന് കരുതിയത്. അതും ഫലിച്ചില്ല... ആ പരാതിക്കാരന്റെ കഥ അവിടെ നില്ക്കട്ടെ...

ഇടുക്കിയെ കണ്ടെത്തൽ

ഒരുതുള്ളി കടലോ ഒരു തുണ്ട് റെയിലോ കണികാണാത്ത ജില്ല. അതത്രെ ഹൈറേഞ്ചിലെ ഇടുക്കി. സഹ്യപർവ്വതത്തിന്റെ സാനുപ്രദേശങ്ങളാണേറിയ കൂറും. കാട്ടാനക്കാടുകൾ, ഏലക്കാടുകൾ, തേയിലക്കാടുകൾ, വൻമരങ്ങളും വള്ളികളും ഇടതൂർന്ന ഘോരവനങ്ങളും, പുൽമേടുകളുടെ പച്ചക്കമ്പളം ചാർത്തിയ മൊട്ടക്കുന്നുകളും. വനാന്തരങ്ങളിലൂടെ ഊളിയിട്ടോടുന്ന കാട്ടാറുകളും നീർച്ചാലുകളും— സർവ്വത്ര പ്രകൃതിരമണീയം. പ്രായേണ മനുഷ്യവാസമില്ലാതിരുന്ന ഈ ആരണ്യമേഖലകളിൽ ഒളിഞ്ഞിരുന്ന അത്ഭുതത്തെ ആദ്യമായി ലോകത്തിനു കാട്ടിക്കൊടുത്തത് എഫ് ജെ ജേക്കബ് എന്ന ഒരു ഇറ്റാലിയൻ എൻജിനീയറാണ്. ഇടുക്കി അണക്കെട്ടിനുള്ള സാദ്ധ്യതകളാരാഞ്ഞ സായിപ്പ് 1919 ഏപ്രിൽ 19-ാം തീയതി തയ്യാറാക്കിയ റിപ്പോർട്ടിൽ ഇപ്രകാരം കുറിച്ചിട്ടു.

“പെരിയാർ നദിയിലുള്ള ഈ സ്ഥലം മുതിരപ്പുഴ സംഗമത്തിന് 10 കി മീ ഉയരെയാണ് (സർവ്വെ ഓഫ് ഇന്ത്യ ഷീറ്റ്. നമ്പ. 58 6/13 നോക്കുക). ഏരിയായുടെ വിസ്തീർണ്ണം ഏകദേശം 777 ച കി മീ ഉം വർഷപാതം ആണ്ടിൽ 762 മുതൽ 1016 സെ മീ ഉം ആണ്.” ഇറ്റലിക്കാരനായ മറ്റൊരു എൻജിനീയർ, ആഞ്ജലോ ദമീദിയോ പ്രസ്തുത പദ്ധതിയെപ്പറ്റി നടത്തിയ പഠനത്തിൽ 32350 കിലോ വാട്ട് വിദ്യുച്ഛക്തി ഉല്പാദിപ്പിക്കുമെന്നു കണക്കാക്കി. പെരിയാറ്റിലെ ജലം ഇടുക്കിയിൽ തടഞ്ഞു നിർത്തി, വെള്ളത്തിന്റെ ഗതി മാറ്റി മറ്റൊരു സ്ഥലത്ത് കുത്തനെ ജലപ്രപാതം സൃഷ്ടിച്ച് വൈദ്യുതി ഉല്പാദിപ്പിക്കാനുള്ള പദ്ധതിയാണ് മേൽപ്പറഞ്ഞ രണ്ട് അന്വേഷണങ്ങളുടെയും ലക്ഷ്യം. പക്ഷെ, ഏട്ടിലെ പശു പുല്ലു തിന്നില്ല. ഇടുക്കിയിലെ കാടുകൾ പലവട്ടം പൂത്തു തളിർത്തു. പെരിയാറ്റിലേയും പോഷകനദികളിലെയും ജലം നൂറുകണക്കിന് കിലോ മീറ്ററുകൾ താണ്ടി, കുന്നും പാടവും പറമ്പും പിന്നിട്ട് മദ്ധ്യതിരുവിതാംകൂറിലെ കൃഷിയിടങ്ങളെ ഫലഭൂയിഷ്ഠമാക്കി അനുസ്യൂതം അറബിക്കടലിലേക്ക് ഒഴുകിക്കൊണ്ടേയിരുന്നു.

1922 ഒരുനാൾ തൊടുപുഴയ്ക്കടുത്ത മലങ്കര എസ്റ്റേറ്റ് സൂപ്രണ്ട് നിറതോക്കുമായി കാട്ടിലേക്കു കടന്നു. മാനും മ്ലാവും സുലഭമാണ്. ഈ കൊടുംകാടുകൾ തന്റെ നായാട്ടു വൈദഗ്ദ്ധ്യത്തിന് നല്ല ഫീൽഡാണല്ലോ. വഴികാട്ടിയായി കാട്ടിലെ ഊരാളി വർഗ്ഗത്തലവനായ കരുവെള്ളായൻ കൊലുമ്പനേയും

കൂട്ടി. മാനും മ്ലാവും മരഞ്ചാടികളും മലയണ്ണാന്മാരും ഓട്ടപ്പന്തയം നടത്തുന്ന കൊടുംകാടുകളിൽ, ഇട യ്ക്കിടയ്ക്ക് ചിന്നം വിളിച്ച് ഭയപ്പെടുത്തുന്ന കാട്ടാ നകളുടെ കടന്നാക്രമണത്തിൽനിന്ന് ഒഴിഞ്ഞുമാറി പെരിയാറിന്റെ തീരത്തുകൂടി നടന്നു നീങ്ങിയ സൂപ്രണ്ടും കൊലുമ്പനും നടന്നു തളർന്ന് ഒരു കുന്നിൻ തലപ്പിലെ മരത്തണലിൽ ചടഞ്ഞിരുന്നു. ഒരല്പം വിശ്രമം. യാദൃച്ഛികമായിട്ടാണ് സൂപ്രണ്ട് ഡബ്ല്യൂ ജെ ജോണിന്റെ നോട്ടം ആ പാറക്കെട്ടുക ളിലേക്ക് തെറിച്ചു വീണത്. രണ്ടു കൂറ്റൻ കരിമ്പാറ കൾ– തൊട്ടു തൊട്ടില്ലെന്ന മട്ടിൽ ആ ദൂരമത്രയും ഞെളിഞ്ഞ് നിവർന്ന് ആർത്തലച്ച് ഒഴുകിയെത്തുന്ന പെരിയാർ ആ രണ്ടു പാറക്കെട്ടുകൾക്കിടയിലെ ഇടു ക്കിലൂടെ ഞെങ്ങി ഞെരുങ്ങി അപ്പുറത്തേയ്ക്കു ചാ ടിയിറങ്ങുകയാണ്. സൂപ്രണ്ടും കൊലുമ്പനും സോത്സാഹം ആ ഇടുക്കിനടുത്തെത്തി. ഊരാളിത്ത ലവനായ കൊലുമ്പൻ ആ കൂറ്റൻ പാറകളെ ചൂണ്ടി ക്കാട്ടി തന്റെ സ്ഥലവിജ്ഞാനവും പുരാണ പാണ്ഡി ത്യവും പ്രകടിപ്പിക്കാൻ ധൃതികൂട്ടി. ഉച്ചവെയിലിൽ മരത്തണലിലേക്ക് മാറിയിരുന്ന് മി. ജോൺ കൊലു മ്പന്റെ കഥാകഥനം കൗതുകപൂർവ്വം കേട്ടു.

കുറവനും കുറത്തിയും

സാക്ഷാൽ ശ്രീരാമന്റെയും സീതാദേവിയു ടെയും വനവാസക്കാലം. ലക്ഷ്മണനെ പർണ്ണശാല യുടെ ചുമതലയേല്പിച്ച് ദമ്പതിമാർ സൈ്വരസല്ലാ പത്തിനിറങ്ങി. വിജന വനാന്തരത്തിലെ തീരവനങ്ങ ളിൽ ഉല്ലസിച്ചു നടന്നു. പുൽമേടുകൾ ശയ്യാതലങ്ങ ളാക്കി. കാട്ടരുവിയിലെ തെളിനീരലകളിൽ നീന്തി ത്തുടിച്ചു കഴിയാൻ അവർ തെരഞ്ഞെടുത്തതാക ട്ടെ, പെരിയാറിന്റെ തീരം പമ്പാസരസ്തടം. വിജന മായ നദീതീരം. അന്തിവെയിൽ കുങ്കുമപ്പൊടി വാരി വിതറുന്ന തെളിനീരലകൾ. മദിച്ച യൗവനത്തിന്റെ പുളകപ്പുളപ്പിൽ മറ്റൊരു ചിന്തയുമില്ല. ആ നവദമ്പ തിമാരുടെ സ്നാനകേളികൾ, അങ്ങ് ഉയരത്തിൽ ഒളിഞ്ഞുനിന്നു കണ്ടു രസിക്കുകയാണ് രണ്ട് വന വാസികൾ– ഒരു കുറവനും കുറത്തിയും.

എല്ലാം കഴിഞ്ഞ് കരയ്ക്കു കയറാൻ നേരത്താ ണ്, സീതാദേവി അത് ശ്രദ്ധിച്ചത്. അമ്പേ! നാണിച്ച് തല കുമ്പിട്ടു പോയി. വ്രീളാ വിവശയായി. ഭർത്താ വിനെ അക്കാഴ്ച ചൂണ്ടിക്കാട്ടി. രണ്ടു കാട്ടുജാതി കൾ! ഒളിഞ്ഞു നോക്കുകയാണവർ. ങേ, അത്രയ്ക്ക് അഹങ്കാരമോ? കോപാന്ധനായ ശ്രീരാമൻ ആ നിമിഷം തന്നെ കൈയുയർത്തി ശപിച്ചു. കാഴ്ച ക്കാർ ശിലയായിപ്പോകട്ടെ! പാവം കുറവനും കെട്ടി യവളായ കുറത്തിയും നിന്ന നില്പിൽ ശിലയായി (അഹല്യക്കു ശാപമോക്ഷം നല്കിയ ശ്രീരാമന്റെ ശാപമേറ്റ പാവം കുറവനും കുറത്തിയും യുഗങ്ങൾ കഴിഞ്ഞിട്ടും ഇന്നും ഇടുക്കി ആർച്ച് ഡാമിന്റെ രണ്ട റ്റത്തും രണ്ട് കൂറ്റൻ പാറകളായി കാവൽ നില്ക്കുക യാണ്).

നെല്ലിച്ചേര മലയ്ക്കും (839 മീ) ഇടുക്കി മലയ്ക്കും (925 മീ)– കുറവനും കുറത്തിയും - ഇട യിലുള്ള കുതിച്ചു ചാടുന്ന പെരിയാറിന്റെ ദൃശ്യം ജോൺ സൂപ്രണ്ടിന്റെ ചിന്തയിൽ അലകളിളക്കി. ഒരു അണക്കെട്ടിന് ഏറ്റവും അനുയോജ്യമായ സ്ഥലം. സമുദ്രനിരപ്പിൽനിന്ന് 570 മീ ഉയരമുള്ള ഈ ജല പാതത്തെ അണകെട്ടി തടഞ്ഞുനിർത്തി വൈദ്യുതി ഉല്പാദിപ്പിക്കാനുള്ള ഒരു പദ്ധതിക്ക് മി. ജോണും അദ്ദേഹത്തിന്റെ സഹോദരനായ ഒരു എഞ്ചിനീയറും (പി ജെ തോമസ്) കൂടി രൂപംനല്കി. തിരുവിതാം കൂർ ഗവൺമെന്റിന് സമർപ്പിച്ചു, 1932 ൽ. ഇതേപ്പറ്റി 1919 ൽ മി. ഈ ജെ ജേക്കബ് അന്നത്തെ തിരുവി താംകൂർ ഗവൺമെന്റിന് സമർപ്പിച്ചിരുന്ന റിപ്പോർട്ട് അപ്പോഴേയ്ക്കും വിസ്മൃതമായിരുന്നു.

പ്രാരംഭ പ്രവർത്തനങ്ങൾ

പിന്നെയും കാലം കഴിഞ്ഞു. മേൽപ്പറഞ്ഞ പദ്ധ തിയെപ്പറ്റി ചർച്ചകൾ പലതും നടന്നു. 1947 ൽ ഗവൺമെന്റ് ഒന്നനങ്ങി. ഇടുക്കി പദ്ധതിയുടെ സാദ്ധ്യതകളെപ്പറ്റിയുള്ള റിപ്പോർട്ട് തയ്യാറാക്കപ്പെട്ടു. 1957 ൽ കേന്ദ്രജലവൈദ്യുതി കമ്മീഷൻ ഇൻവെ സ്റ്റിഗേഷൻ ആരംഭിച്ചു. 1963 ൽ കേന്ദ്ര ആസൂത്രണ കമ്മീഷൻ പദ്ധതി നടപ്പാക്കാനുള്ള അംഗീകാരം നല്കി. കാനഡാ ഗവൺമെന്റിന്റെ സാങ്കേതിക സഹായത്തോടുകൂടി വിശദമായ പ്രോജക്ട് റിപ്പോർട്ടുകൾ തയ്യാറാക്കപ്പെട്ടു. ചർച്ചകളും പരിശോ ധനകളും നടന്നു. ആദ്യഘട്ടമായി 68 കോടി രൂപ യുടെ പുതുക്കിയ പദ്ധതി അംഗീകരിക്കപ്പെട്ടു. പിന്നെയും പ്രവർത്തനം മന്ദഗതിയിൽ. പ്രശ്നങ്ങൾ, പ്രശ്നങ്ങൾ! 1971 പിറന്നപ്പോൾ മാനം തെളിഞ്ഞു. സാമ്പത്തിക സംവിധാനം ശരിയായി. കനേഡിയൻ എഞ്ചിനീയർമാർ ഇടുക്കിയിലെത്തി. ഇടുക്കി വനാ ന്തരത്തിലേക്ക് പുതിയ റോഡുകൾ നിർമ്മിക്കപ്പെ ട്ടു. മനുഷ്യരും വാഹനങ്ങളും നിരനിരയായി വന്നെ ത്തി. കുടിലുകളും ഷെഡ്ഡുകളും നിർമ്മിക്കപ്പെട്ടു. യുഗങ്ങളായി നിശ്ശബ്ദത താവളമടിച്ചിരുന്ന വനാന്ത രങ്ങളിൽ യന്ത്രങ്ങൾ അഹോരാത്രം അലറി. കരി മ്പാറക്കെട്ടുകൾ ചിതറിത്തെറിച്ചു.

2000 ദശലക്ഷം ടൺജലം കെട്ടിനിർത്താൻ പര്യാപ്തമായവിധം പെരിയാറിൽ അണകെട്ടി, ഒരു മൈൽ നീളത്തിൽ നാടുകാണിമലയുടെ പള്ള (പാ റ) തുരന്ന് 2200 അടി പൊക്കത്തിൽനിന്ന് ഊക്കൻ കുഴലുകൾ വഴി ജലം താഴോട്ട് പ്രവഹിപ്പിച്ച്, മൂലമ റ്റത്തെ ഭൂഗർഭ പവർഹൗസിലെത്തിച്ച് 130 മെഗാ വാട്ട്സ് ശക്തിയുള്ള ആറ് ജനറേറ്ററുകൾ

പ്രവർത്തിപ്പിച്ച് വൈദ്യുതി ഉല്പാദിപ്പിക്കുക എന്നതായിരുന്നു ലക്ഷ്യം. മൂലമറ്റത്തെ പൗവ്വർ ഹൗസിൽനിന്ന് പുറത്തേക്കു വിടുന്ന ജലം ഇടനാട്ടിലെ വയലേലകൾക്കും കൃഷിയിടങ്ങൾക്കും ദാഹനീർ പകരുന്നു.

ഇടുക്കി പ്രോജക്ട്

ഇടുക്കി പദ്ധതി യഥാർത്ഥത്തിൽ മൂന്ന് അണക്കെട്ടുകളുടെ സംയുക്ത പ്രവർത്തനമാണ്. പെരിയാറിൽ ഇടുക്കിയിലെ ആർച്ച് ഡാം, പെരിയാറിന്റെ പോഷകനദിയായ ചെറുതോണിയിലെ ഗ്രാവിറ്റി കോൺക്രീറ്റ് ഡാം, കിളിവള്ളിതോട്ടിൽ കുളമാവിലെ അണക്കെട്ട് എന്നീ മൂന്ന് അണക്കെട്ടുകൾ മുഖേന 23.1 ച. മൈൽ സ്ഥലത്ത് വെള്ളം കെട്ടി നിറുത്തിയിട്ടുള്ള ഇടുക്കി റിസർവോയറിന്റെ കാച്ച്മെന്റ് ഏരിയ 250 ച. മൈലാണ്. കമാനാകൃതിയിലുള്ള ഇടുക്കി ആർച്ച് ഡാം ഇന്ത്യയിലാദ്യത്തേതാണ്. പൊക്കത്തെ സംബന്ധിച്ചിടത്തോളം 555 അടി ഉയരമുള്ള ഇടുക്കി ആർച്ച് ഡാം ഇന്ത്യയിൽ രണ്ടാമത്തേതും ലോകമൊട്ടാകെ മുപ്പത്തിയാറാമത്തേതുമാണ്. 454 അടി പൊക്കമുള്ള ചെറുതോണി ഡാം ഇന്ത്യയിലെ ഏറ്റവും നീളവും പൊക്കവും കൂടിയ കോൺക്രീറ്റ് ഗ്രാവിറ്റി ഡാം ആണ്. ഈ ശൃംഖലയിലെ മൂന്നാമത്തെ ഡാമാണ് 328 അടി പൊക്കമുള്ള കുളമാവ് ഡാം. നാടുകാണിമല തുരന്ന് കടന്നുപോകുന്ന കൂറ്റൻ തുരങ്കക്കുഴലുകളിലൂടെ മൂലമറ്റം പവ്വർ ഹൗസിലെത്തുന്ന ജലപാതത്തിന് ആറ് കൂറ്റൻ ജനറേറ്ററുകളെ പ്രവർത്തിപ്പിക്കാൻ കഴിയും. ആദ്യഘട്ടമെന്ന നിലയ്ക്ക് 130 മെഗാവാട്ട്സ് ശക്തിയുള്ള മൂന്നു ജനറേറ്ററുകൾപ്രവർത്തിച്ചു തുടങ്ങി. ആറു ജനറേറ്റുകളും പ്രവർത്തിച്ചു തുടങ്ങുമ്പോൾ 780 മെഗാവാട്ട്സ് വിദ്യുച്ഛക്തി ഉല്പാദിപ്പിക്കപ്പെടുമെന്നാണ് പ്രതീക്ഷിച്ചിരുന്നത്. പവ്വർ ഹൗസിൽനിന്നു പുറത്തു വിടുന്ന ജലംകൊണ്ട് താഴ്‌വരകളിലെ അമ്പതിനായിരത്തോളം ഹെക്ടർ സ്ഥലത്ത് ജലസേചന സൗകര്യം ലഭിക്കുന്നു.

1976 ഫെബ്രുവരി 12 ന് ഇടുക്കി ജലവൈദ്യുതി പദ്ധതി ഉദ്ഘാടനം ചെയ്യപ്പെട്ടു. 1978 ൽ ചെറുതോണി അണക്കെട്ടിന്റെയും കുളമാവ് അണക്കെട്ടിന്റെയും ജോലികളും പൂർത്തിയായി.

ആയിരക്കണക്കിന് തൊഴിലാളികൾ, ഉദ്യോഗസ്ഥർ, മറ്റു ജീവനക്കാർ, അവരെ ചുറ്റിപ്പറ്റി നിത്യവൃത്തിക്കു വക തേടുന്ന ചെറുകിട കച്ചവടക്കാർ, ഹോട്ടലുകാർ ഇവരെല്ലാം കൂടി കുഴഞ്ഞുമറിഞ്ഞ് ജനബഹുലവും ശബ്ദമുഖരിതവുമായിരുന്നു, അണക്കെട്ടുകളുടെ വർക്ക്സൈറ്റുകൾ ക്യാമ്പ് ഷെഡ്ഡുകൾ, ചെറ്റപ്പുരകൾ, അനുനിമിഷം ചീറിപ്പായുന്ന ലോറികൾ, ക്രെയിനുകൾ, അലറുന്ന അനേകം യന്ത്രങ്ങൾ അങ്ങനെ രാപ്പകലെന്യേ ചലനാത്മകവും ശബ്ദമുഖരിതവുമായിരുന്ന ആ വനമേഖലകൾ ഇന്ന് നിശ്ചലം, നിശ്ശബ്ദം, പദ്ധതിയുടെ ദൈനംദിന പ്രവൃത്തികൾക്കു മാത്രമായുള്ള ചുരുക്കം ചില ഉദ്യോഗസ്ഥരും ജീവനക്കാരുമൊഴികെ മറ്റുള്ളവരെല്ലാം സ്ഥലംവിട്ടു കഴിഞ്ഞു. അണക്കെട്ടിന്റെ നിർമ്മാണത്തിനിടയിൽ അപകടത്തിൽപ്പെട്ട് മരണമടഞ്ഞവരുടെയും തൊഴിലാളിസമരങ്ങളുടെ സംഘട്ടനങ്ങളിൽപ്പെട്ട് രക്തസാക്ഷികളായവരുടെയും എണ്ണം കുറച്ചൊന്നുമല്ല.

ഇന്നത്തെ ഇടുക്കി

ഇന്ന് വർഷങ്ങൾക്കു ശേഷം, നിങ്ങൾ ഈ പദ്ധതി പ്രദേശങ്ങളിലേക്ക് കടന്നുചെല്ലുക. രംഗം എത്ര വ്യത്യസ്തം. കോട്ടയം-പാലാ-തൊടുപുഴ വഴി അല്ലെങ്കിൽ ആലുവാ - മൂവാറ്റുപുഴ - തൊടുപുഴ വഴി മൂലമറ്റത്തെത്തുക. അണ്ടർ ഗ്രൗണ്ട് പൗവ്വർ ഹൗസ്. ഭീമാകാരമായ ഒരു നെടുനീളൻ പാറ തുരന്ന് നിർമ്മിച്ച ആ കവാടത്തിലൂടെ കടന്നുചെല്ലുന്ന നിങ്ങൾക്ക് ഏതോ മായാലോകത്തിലെത്തിപ്പെട്ട പ്രതീതിയാണുളവാകുക. പല നിലകളിലുള്ള ഏതോ ഒരു വലിയ മണിമാളികക്ക് ഉള്ളിലാണെന്നേ തോന്നൂ. പകൽ വെട്ടം ചൊരിയുന്ന അസംഖ്യം വൈദ്യുത വിളക്കുകളും അത്യാധുനിക രീതിയിലുള്ള അറകളും മുറികളും ചെവിയടയ്ക്കുന്ന ശബ്ദഘോഷത്തോടെ അവിരാമം പ്രവർത്തിക്കുന്ന കൂറ്റൻ യന്ത്രസംവിധാനവുമെല്ലാം നമ്മെ അത്ഭുതാധീനരാക്കും.

മൂലമൂറ്റത്തുനിന്നും വനാന്തരത്തിലൂടെയാണ് ഇനി യാത്ര. കയറിക്കയറിപ്പോകുന്ന കാട്ടുറോഡ്, ഹെയർ പിൻ വളവുകൾ. റോഡിനിരുഭാഗത്തും 'ഝില്ലി ഝങ്കാരനാദമണ്ഡിത'മായ ഘോര വനങ്ങൾതന്നെ. വഴിനീളെ കാണുന്ന ആനപ്പിണ്ടങ്ങൾ കണ്ട് ഭയപ്പെടേണ്ടതില്ല. കാര്യം ശരി തന്നെ. അവൻ ഒറ്റയ്ക്കോ കൂട്ടമായോ റോഡരികിലെ കാട്ടുപടർപ്പുകൾക്കിടയിൽ ഒളിഞ്ഞു നില്പുണ്ടാവും. സന്ധ്യകഴിയുമ്പോൾ ഒറ്റയ്ക്കും തെറ്റയ്ക്കും ചിലപ്പോൾ റോഡിൽകടന്നേറി നിന്നെന്നും വരാം. പക്ഷെ ഇടുക്കിയിലേക്കുള്ള ലാസ്റ്റ് ബസ് (പത്ത് മണിക്കു ശേഷം) കടന്നുപോയാൽ (അവയ്ക്കു പ്രത്യേകിച്ചറിയാം) പിന്നെ ആ ടാറിട്ട മലമ്പാത കാട്ടാനകളുടെ വിഹാരരംഗമാകും. അസമയത്താണ് നിങ്ങൾക്ക് ഈ വഴി വാഹനങ്ങളിൽ കടന്നുപോകേണ്ടതെങ്കിൽ റോഡു നിറഞ്ഞു നില്ക്കുന്ന ആനക്കൂട്ടത്തെ കാണുമ്പോൾ 'ഭയഭക്തി ബഹുമാനങ്ങ'ളോടെ വാഹനം നിറുത്തുക. ശബ്ദിക്കരുത്, ഹെഡ് ലൈറ്റ് അണയ്ക്കരുത്. കുഞ്ഞുകുട്ടി പരാധീനതകളടങ്ങുന്ന ആ കൂട്ടത്തിലെ പ്രമാണി തെല്ലിട ഹെഡ്ലൈറ്റിൽ തുറിച്ചു നോക്കിയെന്നു വരാം. പിന്നെ നമ്മെ

തഴഞ്ഞ മട്ടിൽ പിന്തിരിഞ്ഞ് ഒരുവശത്തേക്ക് ഒതുങ്ങി നില്ക്കുന്നു. ചിലപ്പോൾ പ്രതിഷേധിച്ചെന്നോണം (അതോ ആക്ഷേപിക്കാനോ) വിസ്തരിച്ചൊന്ന് മൂത്ര മൊഴിക്കാനും സമയമെടുത്തെന്നുംവരാം. സൈഡ് തന്നു കഴിഞ്ഞാൽ പിന്നെ മടിച്ചു നില്ക്കേണ്ട വച്ചു പിടിച്ചുകൊള്ളുക.

മലമ്പാതകളിലൂടെ കുന്നിൻചരിവുകളിലൂടെ, ഞെങ്ങി ഞെരുങ്ങികടന്നുപോകുന്ന ആ കാട്ടു റോഡ് കുളമാവിലെത്തുമ്പോൾ വീണ്ടും മനുഷ്യവാസത്തിന്റെ സൂചനയായി. കുളമാവ് അണക്കെട്ടിന് മുകളിലൂടെയാണ് ഇപ്പോൾ യാത്ര. (പ്രസ്തുത അണക്കെട്ടിന്റെ പണി പൂർത്തിയാവും മുൻപ് കായൽപോലെ വ്യാപിച്ചുകിടക്കുന്ന കിളിവള്ളി ത്തോടിന്റെ റിസർവ്വോയറിലൂടെ യാത്രക്കാരെയും വാഹനങ്ങളെയും അക്കരെയിക്കരെയെത്തിച്ചിരുന്ന കൊലുമ്പൻ എന്ന വലിപ്പമേറിയ ബോട്ടിന്റെ സേവനം നന്ദിപൂർവ്വം സ്മരിക്കേണ്ടതുണ്ട്). കുളമാവ് അണക്കെട്ടും പിന്നിടുമ്പോൾ പിന്നെയും നീരന്ധ്ര നീലിമയാർന്ന ഘോരവനങ്ങൾ തന്നെ. മലങ്കാറ്റിലൊഴുകിയെത്തുന്ന ശബ്ദവൈചിത്ര്യങ്ങൾ; കാടിന്റെ സംഘഗാനം. ഹാവൂ ആശ്വാസം. കഷ്ടിച്ച് അരമണിക്കൂറിനുള്ളിൽ വീണ്ടും മനുഷ്യവാസത്തിന്റെ സൂചന.

വനാന്തരത്തിലെ ജനപദം

കുയിലിമല. വനാന്തരത്തിലെ ആ റോഡിന്റെ ഇടതുഭാഗത്ത് കുന്നിൻ മുകളിൽ പലനിലകളുള്ള ഒരു കൂറ്റൻ കെട്ടിടം. ഇടുക്കി സിവിൽ സ്റ്റേഷൻ. ആ വനവീഥിയിലൂടെ കഷ്ടിച്ച് 2 കി മീ മുന്നോട്ടു പോകുമ്പോൾ പൈനാവ്-ജില്ലയുടെ താല്ക്കാലിക ആസ്ഥാനം. ഇടതുഭാഗത്തെ കുന്നിൻ മുകളിൽ നിരനിരയായി കാണുന്ന ഷീറ്റുമേഞ്ഞ കരിങ്കൽ കെട്ടിടങ്ങൾ ജീവനക്കാരുടെ പാർപ്പിടങ്ങൾ. മൈലുകളോളം വ്യാപിച്ചു കിടക്കുന്ന ഇടുക്കി റിസർവോയറിനെ തഴുകിയെത്തുന്ന ശീതക്കാറ്റിൽ, ചില മാസങ്ങളിൽ ഒരു സുഖവാസകേന്ദ്രത്തിന്റെ പ്രതീതിയുളവാക്കും, പൈനാവിലെ വനവാസം. പക്ഷെ ഇടുക്കിയുടെ ഈ പ്രസന്നഭാവം ഏതവസരത്തിലും മാറാം. നിനയ്ക്കും മുമ്പ് മാനം മുഖം കറുപ്പിക്കും. ഓർക്കാപ്പുറത്ത് പേമാരി കോരിച്ചൊരിയുകയായി. ചുളുചുളുപ്പൻ കാറ്റും മൂടൽമഞ്ഞും എല്ലാം കൂടി മുറിക്കു പുറത്തിറങ്ങുക പ്രയാസമാണ്; ചില മാസങ്ങളിൽ.

ജില്ലാകളക്ടറേറ്റിലെയും ചുരുക്കം ചില ജില്ലാ ഓഫീസുകളിലെയും ജീവനക്കാരും അവരെ തീറ്റിപ്പോറ്റുന്ന നാലഞ്ചു പീടികകളും— ജില്ലാ തലസ്ഥാനമായി. ചുറ്റും വനങ്ങൾ തന്നെ. കേരളത്തിന്റെ നാനാഭാഗങ്ങളിൽ നിന്ന് ഉദ്യോഗാർത്ഥം ഇടുക്കിയിലെത്തിയ ഗവൺമെന്റ് ജീവനക്കാർക്ക് പുറമേ, തദ്ദേശീയർ ചുരുക്കം. ഇല്ലെന്നു തന്നെ പറയാം. ഓ തെറ്റിപ്പോയി. കാട്ടാനകളും കാട്ടുപന്നികളും മ്ലാവും മരഞ്ചാടിയുമെല്ലാം ഓഫീസ് പരിസരങ്ങളിലും പാർപ്പിടങ്ങൾക്കു സമീപവും സവാരിക്കിറങ്ങുക, സർവ്വ സാധാരണം. മനുഷ്യവാസം ഏറുന്നതോടെ ഇവരുടെ ശല്യം കുറയുമെന്ന് കരുതാം. ഈ വനമദ്ധ്യത്തിൽ ആധുനിക സൗകര്യങ്ങളോടുകൂടിയ ഒരു സിവിൽ സ്റ്റേഷൻ രൂപപ്പെട്ടു കഴിഞ്ഞു. ഒരു സുഖവാസ കേന്ദ്രത്തിന്റെ സൗകര്യങ്ങൾ ഒത്തിണങ്ങുന്ന ഒരു ഹിൽസ്റ്റേഷൻ.

ഇനി, ഇടുക്കി ജില്ലയുടെ മൊത്തത്തിലുള്ള രൂപഭാവങ്ങൾ എന്തൊക്കെയാണെന്നു നോക്കാം.

പല ദശാബ്ദങ്ങൾക്കു മുമ്പ് പഴയ കോട്ടയം ജില്ലയുടെ—ഇന്നത്തെ ഇടുക്കി—കിഴക്കൻ മലമ്പ്രദേശങ്ങളിൽ ഒരു പ്രാചീന രാജവംശവും രാജധാനിയുമുണ്ടായിരുന്നുവെന്ന് ചരിത്ര രേഖകൾ സൂചിപ്പിക്കുന്നു. കുലശേഖര സാമ്രാജ്യത്തിൽപ്പെട്ടിരുന്ന കീഴ്മലൈനാട് ആയിരുന്നു ആ പ്രാചീന രാജ്യം. രാജധാനി കാരിക്കോട്. എവിടെയാണ് ഈ രാജധാനി? നോക്കാം. എഡി 1600 നോടടുപ്പിച്ച് കീഴ്മലൈ നാട് എന്ന രാജ്യം വടക്കുംകൂറിലും പിന്നീട് മാർത്താണ്ഡവർമ്മയുടെ കാലത്ത് തിരുവിതാംകൂറിലും ലയിച്ചു. രാജധാനി, ഇന്നത്തെ ഇടുക്കി ജില്ലയുടെ ഏക നഗര പ്രദേശമായ തൊടുപുഴയിലാണ് . തൊടുപുഴ മുനിസിപ്പൽ പ്രദേശത്തിന്റെ ഭാഗമാണിപ്പോൾ കാരിക്കോട്.

ദേവികുളം താലൂക്കിലെ അഞ്ചനാട്ടു താഴ്വരയിൽപ്പെട്ട മറയൂർ ഗ്രാമത്തിൽ പ്രാചീന ശിലായുഗ സംസ്കാര സൂചകങ്ങളായ ഒട്ടേറെ കല്ലറകൾ ദൃശ്യമാണ്. ഉടുമ്പൻചോല താലൂക്കിലെ കല്ലാർ പട്ടം കോളനി പ്രദേശത്തും കല്ലറകളും നടുക്കല്ലുകളും കാണാം. ഇവയെല്ലാം തന്നെ ഒരു പ്രാചീന ശിലാ സംസ്കാരത്തിന്റെ സൂചകങ്ങളാണ്.

ഇടുക്കിയിലേക്കുള്ള പ്രവേശന കവാടമായ തൊടുപുഴ മുനിസിപ്പൽ പട്ടണത്തിന്റെ വിസ്തീർണ്ണം 35.43 ച കി മീ ജനസംഖ്യ 40656 (91 ലെ സെൻസസ്). 1991 ലാണ് മുനിസിപ്പാലിറ്റിയായി ഉയർത്തപ്പെട്ടത്. റബ്ബർ, കുരുമുളക്, ഇഞ്ചി തുടങ്ങിയ നാണ്യവിളകൾ വ്യാപകമായി കൃഷിചെയ്യപ്പെടുന്നു. മൂവാറ്റുപുഴയാറിന്റെ ഒരു കൈ വഴിയാണ് പട്ടണത്തെ തഴുകിയൊഴുക്കുന്ന തൊടുപുഴയാറ്.

ജില്ലയുടെ പിറവി

ഇനി ഇടുക്കി ജില്ലയുടെ പിറവിയെപ്പറ്റി. സഹ്യപർവ്വത നിരകളിലെ അത്യുന്നതങ്ങളായ മലകളും അവയുടെ താഴ്വാരങ്ങളും ചേർന്നതാണ് ഇടുക്കി ജില്ല. മുമ്പ് കോട്ടയം ജില്ലയിൽപ്പെട്ടിരുന്ന കോട്ടയം, പീരുമേട്, ഉടുമ്പൻചോല എന്നീ താലൂക്കുകളും എറണാകുളം ജില്ലയിൽപ്പെട്ടിരുന്ന തൊടു

പുഴത്താലൂക്കും (കല്ലൂർക്കാട് വില്ലേജും മഞ്ഞള്ളൂർ വില്ലേജിന്റെ ഭാഗങ്ങളും ഒഴികെ) ഉൾപ്പെടുന്ന ഈ ജില്ലയ്ക്ക് തെക്കുവടക്ക് 115 കി മീറ്ററും കിഴക്കു പടിഞ്ഞാറ് 67 കി മീ ഉം ദൈർഘ്യമുണ്ട്. മൊത്തം വിസ്തീർണ്ണം 4998 ച കി മീ. ജനസംഖ്യ 107806 (1991). പെരിയാർ, മൂവാറ്റുപുഴയാറ്, മീനച്ചിലാറ്, മണിമലയാറ് എന്നീ നദികൾ ജില്ലയിലൂടെ ഒഴുകുന്നു. പാമ്പനാർ കിഴക്കോട്ടൊഴുകി കാവേരിയിൽ ചേരുന്നു. സഹ്യപർവ്വത നിരകളിലെ ഏറ്റവും ഉയരമുള്ള ഗിരിശൃംഗമാണ് ദേവികുളം താലൂക്കിലെ ആനമുടി. മൂന്നാർ, മറയൂർ, കാന്തള്ളൂർ എന്നീ മലമ്പ്രദേശങ്ങളിൽ ഒരു പ്രാചീന സംസ്കാരത്തിന്റേതായ ഒട്ടേറെ അവശിഷ്ടങ്ങൾ കാണാം. താഴ്വരകൾ ഫലഭൂയിഷ്ഠങ്ങളാണ്. പീരുമേട്, ഉടുമ്പൻചോല താലൂക്കുകളിൽ തേയിലത്തോട്ടങ്ങളും ഏലത്തോട്ടങ്ങളും ധാരാളം. റബ്ബർ തോട്ടങ്ങളുമുണ്ട്. വൻകിട തോട്ടമുടമകൾ ഉണ്ടെങ്കിലും മലമണ്ണിൽ കഠിനാദ്ധ്വാനം ചെയ്യുന്ന ചെറുകിട കൃഷിക്കാരാണധികവും.

പണ്ട് ഈ ഗിരി നിരകൾ ഗിരിവർഗ്ഗക്കാരുടെ മാത്രം ആവാസകേന്ദ്രങ്ങളായിരുന്നു. കാലാന്തരത്തിൽ സമതലങ്ങളിൽനിന്നും കുടിയേറിയവർ - ഭൂരിഭാഗവും ക്രിസ്ത്യാനികൾ- വനഭൂമികൈയേറി കൃഷിയിടങ്ങളാക്കി. തദ്ദേശീയരെക്കാൾ കുടിയേറ്റക്കാർ മേൽക്കൈ നേടി. പീരുമേട്ടിലും ഉടുമ്പൻചോലയിലും മൂന്നാറിലും വൻകിട തോട്ടങ്ങൾ രൂപംകൊണ്ടതോടെ, തോട്ടം പണികൾക്കായി തൊട്ടപ്പുറത്തു തമിഴ്നാട്ടിൽ നിന്നും ആയിരക്കണക്കിനു തൊഴിലാളികൾ ഇടുക്കി ജില്ലയിലേയ്ക്ക് കുടിയേറി.

ഇടുക്കി ജില്ല രൂപംകൊണ്ടപ്പോൾ (1972 ജനുവരി 26) കോട്ടയമായിരുന്നു ആസ്ഥാനം. പിന്നീട് ഇടുക്കിയിലെ പൈനാവ് (ഇടുക്കി അണക്കെട്ടിന്റെ നിർമ്മാണദശയിൽ കെ എസ് ഇ ബിയുടെ ഔദ്യോഗിക കേന്ദ്രം) അംഗീകൃത ആസ്ഥാനമാക്കി. ഇലക്ട്രിസിറ്റി ബോർഡ് താല്ക്കാലികമായി നിർമ്മിച്ച ഓഫീസ് കെട്ടിടങ്ങളിൽ കളക്ട്രേറ്റ് പ്രവർത്തിച്ചു തുടങ്ങി. ബോർഡിന്റെ സ്റ്റാഫിനുവേണ്ടി നിർമ്മിച്ച പരിമിത സൗകര്യങ്ങൾ മാത്രമുള്ള ക്വാർട്ടേഴ്സുകൾ ജില്ലയിലെ സംസ്ഥാന ജീവനക്കാരുടെ പാർപ്പിടങ്ങളുമായി. അപ്പോഴും ചുരുക്കം ചില ഓഫീസുകൾ സ്ഥല ദൗർലഭ്യംമൂലം തൊടുപുഴയിലും അറക്കുളത്തും മറ്റുമായി തുടർന്നു. 1970 കളുടെ അവസാനത്തിൽ പൈനാവിനു സമീപമുള്ള കുയിലിമല എന്ന കാട്ടിൽ പുതിയ ജില്ലാ തലസ്ഥാനത്തിന്റെ ഓഫീസ് കെട്ടിടങ്ങൾ രൂപംകൊണ്ടു. ഇന്ന് ഇടുക്കിജില്ലയുടെ മിക്ക ഓഫീസുകളും ഇവിടെ, കുയിലിമലയിൽ പ്രവർത്തിക്കുന്നുണ്ട്. എങ്കിലും അപര്യാപ്തതകളും അസൗകര്യങ്ങളും അവശേഷിക്കുന്നു. ഈ പ്രദേശത്തിന്റെ ഭൂമി ശാസ്ത്രപരവും ജനസംഖ്യാപരവും ഭരണപരവുമായ സവിശേഷതകൾ കണക്കിലെടുത്താൽ, ജില്ലാ ആസ്ഥാനത്തിന്റെ ത്വരിതഗതിയിലുള്ള വികസനം സാദ്ധ്യമല്ലെന്ന് കാണാവുന്നതാണ്.

ജില്ലാ നിർമ്മിതി കേന്ദ്രത്തിന്റെ ആസ്ഥാന മന്ദിരം, ജില്ലാ സായുധസേനയുടെ ആസ്ഥാനം എന്നിവയും ഇവിടെ പ്രവർത്തിക്കുന്നു. പൈനാവിൽ എൻജിനീയറിങ് കോളേജ് പ്രവർത്തനമാരംഭിച്ചു കഴിഞ്ഞു. ഇന്റർനെറ്റ് കഫേകളും എസ് ടി ഡി ബൂത്തുകളും പൈനാവിനെ മറുനാടുകളുമായി ബന്ധപ്പെടുത്തുന്നു. ജില്ലാ പഞ്ചായത്തിന്റെ ആസ്ഥാനമന്ദിരം, ഗവ. പോളിടെക്നിക്, ജനസേവനകേന്ദ്രം, (ഫ്രണ്ട്സ്) എന്നിവയും ഇന്ന് ഈ ജില്ലാ ആസ്ഥാനത്തുണ്ട്. ഒരു ജില്ലാ ആസ്ഥാനത്തിന്റെ എല്ലാ സൗകര്യങ്ങളും ഒത്തു കിട്ടാൻ ഇടുക്കിക്ക് ഇനിയും കാലമേറെ വേണ്ടിവരും.

39

ആങ്കൂർ റാവുത്തരുടെ മേച്ചിൽപ്പുറങ്ങൾ

ഓടിയോടി കുതിച്ചെത്തിയ ആ ഫാസ്റ്റ് പാസഞ്ചർ, ആ ഗ്രാമക്കവലയിൽ തളർന്നു നിന്നു. അതോ വഴിമുട്ടിയതാണോ? രണ്ടും ശരിയാകാം.

കോട്ടയത്തുനിന്നും യാത്ര തിരിച്ചതാണ്. ഇടയ്ക്ക് ചില ചെറുപട്ടണങ്ങളിൽ, പെരുവന്താനം, കുട്ടിക്കാനം പീരുമേട് വണ്ടിപ്പെരിയാർ എന്നിങ്ങനെ-രണ്ടോ നാലോ മിനിട്ട് നിന്നിട്ടുണ്ടാവും. അത്രതന്നെ. സമതലങ്ങളിൽനിന്ന് ആരംഭിച്ച യാത്ര വളവുകളിലൂടെയും തിരിവുകളിലൂടെയും കയറിക്കയറി കുന്നുകളും മലഞ്ചരിവുകളും പിന്നിട്ട് 115 കി മീ താണ്ടി സമുദ്രനിരപ്പിൽനിന്ന് നാലായിരത്തിൽപ്പരം അടി ഉയരത്തിലാണിപ്പോൾ. ഇനി ഉടനെ അധികം മുന്നോട്ടോടാൻ വയ്യാ, മാത്രമല്ല നേരെ കൺമുന്നിൽ റോഡ് നീണ്ടുപോകുന്നുണ്ടെങ്കിലും സംസ്ഥാനാതിർത്തിയിലെത്തിക്കഴിഞ്ഞു. അതാ അവിടെ കമാനാകൃതിയിലുള്ള ഒരു കവാടം കാണുന്നില്ലേ? കേരളം അവിടെ അവസാനിക്കുന്നു. അപ്പുറം തമിഴ്നാട്, ആ റോഡ്, മധുരജില്ലയിലെ അപ്പർ ക്യാമ്പ്, ലോവർ ക്യാമ്പ്, കമ്പം, ഗൂഡല്ലൂർ എന്നീ സ്ഥലങ്ങളിലേക്ക് നീണ്ടുപോകുന്നു.

ഇത് കുമിളി ടൗൺ. അതിർത്തിയോടുരുമ്മി കിടക്കുന്ന ചെറുപട്ടണം. ഇന്നിപ്പോൾ ബാഹ്യമോടിയേറിയിട്ടുണ്ട്. റോഡിനിരുവശവും വൻകിട കെട്ടിടങ്ങൾ ഉയർന്നുവന്നിട്ടുണ്ട്. വിപണന വീഥികളും ഇടയ്ക്കിടയ്ക്ക് കച്ചവടസ്ഥാപനങ്ങളും ബാർ ഹോട്ടലുകളും വിദേശമദ്യഷാപ്പുകളും ധാരാളം. ജനവാഹനബഹുലം. തമിഴ് പേച്ചും മലയാളഭാഷയും ഇടകലർന്നു കേൾക്കാം. ടൗണിൽ തമിഴ് വംശജരോടൊപ്പം മലയാളികളും തിക്കിത്തിരക്കുന്നു. ചുരുങ്ങിയ കാലയളവിലുണ്ടായ രൂപഭേദങ്ങളാണിവയെല്ലാം. സംസ്ഥാനാതിർത്തിയിലെ ഈ തമിഴ് മലയാള ഗ്രാമത്തിന്റെ വളർച്ച പല കാലഘട്ടങ്ങളിലായി. പല സന്ദർഭങ്ങളിലുണ്ടായ രൂപഭേദങ്ങളാണിവയെല്ലാം. സംസ്ഥാനാതിർത്തിയിലെ ഈ തമിഴ്-മലയാള ഗ്രാമത്തിന്റെ വളർച്ച പല കാലഘട്ടങ്ങളിലായി, പല സന്ദർഭങ്ങളിലൂടെ ഞാൻ മുമ്പേ ശ്രദ്ധിച്ചിരുന്നു.

1960 കളിൽ ഒരു വെറും കുഗ്രാമം. പാവപ്പെട്ട തോട്ടം തൊഴിലാളികളും എന്തെങ്കിലും പണിയെടുത്ത് നിത്യവൃത്തി തേടുന്ന മലയാളികളും ആ കവലയിൽ ചുറ്റിത്തിരിയുന്നത് കാണാമായിരുന്നു.കൂട്ടത്തിൽ റോഡിനു നെടുകെയും കുറുകെയും അലഞ്ഞു തിരിയുന്ന വൃത്തികെട്ട കഴുതകളും തെരുവുനായ്ക്കളും. ചെറിയ ഒന്നു രണ്ടു ഹോട്ടലുകൾ. രണ്ട് വിദേശമദ്യഷാപ്പുകൾ, ചാരായക്കടകൾ, (തമിഴ്നാട്ടിൽ അന്ന് മദ്യനിരോധനം ഏർപ്പെടുത്തിയിരുന്നു) ഏതാനും കൊച്ചു പീടികകൾ. അലസവും അനാകർഷകവുമായിരുന്നു; അന്നത്തെ കുമിളി.

1970 കളിൽ പഴയ പൊളിഞ്ഞ പീടികകൾ ക്രമേണ അപ്രത്യക്ഷമായിത്തുടങ്ങി. ഏതാനും ആധുനിക മന്ദിരങ്ങളും ഹോട്ടലുകളും ഉയർന്നുവന്നു. എങ്കിലും ജനത്തിരക്ക് അത്രയില്ല. 1960 മുതൽ കുമിളി ജങ്ഷൻ ദ്രുതഗതിയിൽ വളരുകയായിരുന്നു. ജനബാഹുല്യം വർദ്ധിച്ചു. തമിഴ്നാട്ടിൽനിന്നുള്ള പാവങ്ങളെയും പണക്കാരെയും കുമിളിയിലും പരിസരങ്ങളിലും കൂടുതൽ കൂടുതലായി കണ്ടു തുടങ്ങിയിരുന്നു. അന്ന് കുമിളി ബസ്സിൽ കുമിളി കവലയെ സമീപിക്കുന്തോറും ഏലത്തോട്ടങ്ങൾ ദൃശ്യമായിരുന്നു. വഴിയോരങ്ങൾ ഏറക്കുറെ വിജനം. കുമിളിയിലെത്തുമ്പോൾ ആൾപ്പാർപ്പ് കൂടുതലായി കാണാമായിരുന്നു. റോഡരികിൽ പുതുവൽകൃഷികളും ഉണ്ടായിരുന്നു. ഹൈറേഞ്ചിൽ സാധാരണമല്ലാത്ത കൃഷിരീതികൾ.

മാറ്റങ്ങൾ, മാറ്റങ്ങൾ

ഇന്നോ? കുമിളിക്കു ചുറ്റും കൂടുതൽ പാർപ്പിടങ്ങളും പലയിനം കൃഷികളും. കുമിളി എന്ന നാൽക്കവല കിഴക്കും (തമിഴ്നാട്) തെക്കും (റിസർവ്വ് വനങ്ങൾ ഒഴികെ,) മറ്റ് രണ്ട് ദിശകളിലുമായി വളർന്നുകൊണ്ടിരിക്കുന്നു. ഹൈറേഞ്ചിലെ മറ്റു ഗ്രാമങ്ങളെ അപേക്ഷിച്ച് കഴിഞ്ഞ രണ്ടു മൂന്നു പതിറ്റാണ്ടുകളിൽ കുമിളിക്കുണ്ടായ ഈ അത്ഭുതപൂർവ്വമായ വളർച്ചയുടെ രഹസ്യമെന്തെന്ന്? തിരക്കാം.

വിശ്വവിശ്രുതമായ ഒരു വിനോദസഞ്ചാരകേന്ദ്രത്തെ ഉള്ളിലൊതുക്കി കഴിയുന്ന ഗ്രാമപഞ്ചായത്താണ് കുമിളി. 1953 ഡിസംബർ 26 നാണ് കുമിളി എന്ന വന്യഗ്രാമത്തിൽ ഒരു ഗ്രാമപ്പഞ്ചായത്ത് നിലവിൽ വന്നത്. തീരെ ധനശേഷി ഇല്ലാതെ, വലിയ വികസനത്തിനൊന്നും പ്രാപ്തിയില്ലാതെ ആദ്യദശകങ്ങൾ കടന്നുപോയി. ക്രമേണ പഞ്ചായത്ത് ഉള്ളിലൊതുക്കിക്കഴിയുന്ന തേക്കടി വിനോദസഞ്ചാരകേന്ദ്രത്തിന്റെ പ്രാധാന്യവും പ്രസിദ്ധിയും ക്രമാനുഗതമായി വർദ്ധിച്ചു വന്നതോടെ സ്വദേശികളും വിദേശികളുമായ ടൂറിസ്റ്റുകൾ കൂടുതൽ കൂടുതലായി കുമിളി (തേക്കടി)യിലേക്ക് എത്തിത്തുടങ്ങിയതോടെ, പഞ്ചായത്തിന്റെ നല്ല കാലം തെളിഞ്ഞെന്നു വേണം കരുതാൻ. പിന്നെപ്പിന്നെ വളർച്ചയ്ക്ക് ആക്കം കൂടി. ദശാബ്ദങ്ങളുടെ ദാരിദ്ര്യവും ആലസ്യവും കുടഞ്ഞെറിഞ്ഞ്, കുമിളി ടൗൺവളരെ വേഗം വളർന്നു. ടൂറിസ്റ്റുകൾ. പ്രത്യക്ഷമായും പരോക്ഷമായും ആ പ്രദേശത്തിന്റെ സാമ്പത്തികസ്ഥിതി മെച്ചപ്പെടാൻ സഹായകമായി.

വണ്ടിപ്പെരിയാറിന് കിഴക്കും മധുരജില്ലയിലെ കമ്പം പഞ്ചായത്തിനു പടിഞ്ഞാറും ശബരിമലയ്ക്ക് വടക്കുപടിഞ്ഞാറും പെരിയാർ തടാകത്തിനും റിസർവ്വ് വനങ്ങൾക്കും വടക്കുമായി സ്ഥിതി ചെയ്യുന്ന കുമിളി ഇന്നൊരു സ്പെഷ്യൽ ഗ്രേഡ് പഞ്ചായത്താണ്. മൊത്തം വിസ്തീർണ്ണം 816.73 ച കി മീ. ജനസംഖ്യ 33722. പഞ്ചായത്തിലുൾപ്പെടുന്ന പെരിയാർ തടാകത്തിന്റെ വിസ്തീർണ്ണം 29.5 ച കി മീറ്ററും പെരിയാർ ടൈഗർ റിസർവ്വ് വനങ്ങളുടെ വിസ്തീർണ്ണം 777 ച കി മീറ്ററാണ്. ഭൂരിഭാഗവും പെരിയാർ തടാകവും റിസർവ്വ് വനങ്ങളുമാണെന്നിരിക്കെ, ഇന്നത്തെ ഈ ജനവാസം എങ്ങനെ? എന്ന്? തുടങ്ങിയെന്ന് അന്വേഷിക്കുന്നത് കൗതുകകരമായിരിക്കും.

വന്യമൃഗങ്ങളും മലമ്പനിയും താണ്ഡവമാടിയിരുന്ന ഈ വനമേഖലകളിൽ നൂറ്റാണ്ടുകൾക്കു മുമ്പ് അധിവസിച്ചിരുന്നവർ ആദിവാസികളായിരുന്നു. കാട്ടുകിഴങ്ങുകളും കായ്കനികളും ഭക്ഷിച്ചും മൃഗങ്ങളെ വേട്ടയാടിയും ജീവിതം നയിച്ചിരുന്ന ഇക്കൂട്ടരുടെ അനന്തര തലമുറകളിൽപ്പെട്ടവർ ഇന്നും പെരിയാർ റിസർവ്വ് വനങ്ങളിൽ കഴിഞ്ഞു കൂടുന്നുണ്ട്. ആദിവാസികളിൽനിന്ന് ഭിന്നമായി ഇന്ന് കുമിളിയിലും സമീപഗ്രാമങ്ങളിലും കാണുന്ന ജനവിഭാഗങ്ങളെപ്പറ്റി ചിന്തിക്കാം. ഇവരാരും തദ്ദേശീയരല്ല. തദ്ദേശീയർ ആദിവാസികൾ മാത്രം. അപ്പോൾ ഈ ജനസഞ്ചയം എങ്ങനെ ഈ പ്രദേശങ്ങളിൽ കടന്നുകൂടി? നൂറ്റാണ്ടിനുമുമ്പുനടന്ന ചില സംഭവങ്ങളിൽനിന്ന് തുടങ്ങാം.

ആങ്കൂർ നയിനാർ റാവുത്തർ

19-ാം നൂറ്റാണ്ടിന്റെ അന്ത്യഘട്ടം; അന്ന്...

ശ്രീമൂലം തിരുനാൾ നാടുവാഴുംകാലം. തേക്കടിയിൽനിന്ന് എട്ടുമൈലകലെയുള്ള മുല്ലപ്പെരിയാർ അണക്കെട്ടിന്റെ പണി തിരക്കിട്ടു നടക്കുകയാണ്. പണി നേരിട്ട് തൃക്കൺപാർക്കാൻ, തിരുമനസ്സു കൊണ്ടെഴുന്നള്ളി. നല്ല നട്ടുച്ച. ഒരു പാറപ്പുറത്ത് വെൺകൊറ്റക്കുട നാട്ടി കുടക്കീഴിലിരുന്ന് അണക്കെട്ടിന്റെ പണി തൃക്കൺ പാർത്തിരുന്ന തിരുമനസ്സിന് കലശ്ശലായ ദാഹം. ആറ്റിലെ വെള്ളം കുടിക്കാൻ മടി. മറ്റു മാർഗ്ഗമെന്താണ്?

അവിടെ, മലഞ്ചെരിവിൽ പശുക്കളെ മേച്ചു നില്ക്കുകയാണ് ഒരാൾ. രാജസേവകൻ അയാളെ വിളിച്ച് കാര്യം പറഞ്ഞു. ഞൊടിക്കുള്ളിൽ പാൽ ചുരത്തി നില്ക്കുന്ന ഏതാനും പശുക്കൾ തിരുമനസ്സിന്റെ മുന്നിലേക്കു നയിക്കപ്പെട്ടു. നിമിഷങ്ങൾക്കുള്ളിൽ ഇലക്കുമ്പിൾ നിറയെ ഇടങ്ങഴിക്കണക്കിന് പാൽ കറന്നെടുക്കപ്പെട്ടു. ചൂടുപാൽ! രാജാവ് ആവോളം മൊത്തിക്കുടിച്ചു. എന്തുസ്വാദ്! ദാഹവും ക്ഷീണവും മാറി. തിരുമനസ്സ് ആ ഗ്രാമീണനിൽ കനിഞ്ഞു. കുശലപ്രശ്നങ്ങൾ നടത്തി. കുമിളിക്കപ്പുറത്തുള്ള മദ്രാസ് സ്റ്റേറ്റിലെ കമ്പം സ്വദേശിയാണയാൾ. ആങ്കൂർ നൈനാർ റാവുത്തർ.

"നാം നിന്നിൽ പ്രീതനായിരിക്കുന്നു. എന്തു വരം വേണമെങ്കിലും ചോദിച്ചുകൊള്ളൂ." എന്നമട്ടായി ശ്രീമൂലം.

"അടിയന് ഈ കാലികളെ തീറ്റാൻ കുറേ മേച്ചിൽ സ്ഥലം കിട്ടിയെങ്കിൽ..."

അത്രേയുള്ളോ? ആങ്കൂർ റാവുത്തരുടെ ആഗ്രഹം നിറവേറ്റപ്പെട്ടു. ആ സ്ഥലത്ത് 999 ഏക്കർ സ്ഥലം ആങ്കൂർ നൈനാൻ റാവുത്തർക്ക് കാലികളെ തീറ്റാൻ കരമൊഴിവാക്കി വിട്ടുകൊടുത്തു.

ആ 999 ഏക്കർ സ്ഥലങ്ങളുടെ മറവിൽ നൂറുകണക്കിന് ച മൈൽ വിസ്തീർണ്ണമുള്ള വണ്ടിപ്പെരിയാറും കുമിളിയുമെല്ലാം ക്രമേണ അങ്കൂറിന്റെ കൈവശമായി. പില്ക്കാലത്ത് അയാളുടെ അനന്തരഗാമികൾ അവ പലർക്കായി പാട്ടത്തിനു കൊടുത്തു. ചിലർ ബലമായി കൈയേറി. പാട്ടത്തിനെടുത്തവർ തോട്ടങ്ങൾ വച്ചുപിടിപ്പിച്ചു. റാവുത്തരുടെ

കുടുംബം ക്രമേണ ക്ഷയിച്ചെങ്കിലും ഇന്നും ആ പ്രദേശങ്ങളിൽ ഭൂരിഭാഗത്തിന്റെയും ജന്മിമാർ അവർ തന്നെ..

ആദ്യകാല കുടിയേറ്റക്കാർ

അങ്ങനെ, മുല്ലപ്പെരിയാർ ഡാമിന്റെ നിർമ്മാണ ജോലികൾക്കുവേണ്ടിയായിരിക്കണം, സമീപസ്ഥ മായ തമിഴ്നാട്ടിലെ ഗ്രാമങ്ങളിൽനിന്ന് നൂറുകണ ക്കിന് തൊഴിലാളികൾ ആദ്യമായി കുമിളി പ്രദേശ ങ്ങളിലേക്ക് കടന്നുവന്നത്. തുടർന്ന് പല കാലങ്ങളി ലായി പല ചെറു സംഘങ്ങൾക്ക് തേക്കടി വനങ്ങൾ പുതിയ മേച്ചിൽപ്പുറങ്ങളായി. വിലപിടിപ്പുള്ള തടി കളും മറ്റ് വനവിഭവങ്ങളും കൊള്ളയടിച്ച് തമിഴ്നാ ട്ടിലേക്ക് കടത്തുക സാധാരണമായി. ഇന്നും ഈ വനംകൊള്ള നിലച്ചിട്ടില്ലെന്നുവേണം കരുതാൻ.

തമിഴ് വംശജരായ ഈ കുടിയേറ്റക്കാരുടെ അനുസ്യൂത പ്രവാഹത്തോടൊപ്പം തന്നെ, മദ്ധ്യതി രുവിതാംകൂറിൽനിന്ന് ഹൈറേഞ്ചിലേക്ക് ധാരാളം കുഞ്ഞാടുകളും കടന്നുവന്നു. ആദ്യകാല കുടിയേ റ്റക്കാരിൽ ഭൂരിഭാഗവും ക്രൈസ്തവരായിരുന്നു. മീന ച്ചിൽ, പാലാ പ്രദേശങ്ങളിലുള്ളവർ. 1950 നു മുമ്പു തന്നെ സ്വദേശികുടിയേറ്റം ആരംഭിച്ചെങ്കിലും മലമ്പ നിയോടും വന്യമൃഗങ്ങളോടും മല്ലിട്ട് പലരും മടങ്ങി പ്പോവുകയോ മരണമടയുകയോ ചെയ്തിട്ടുണ്ട്.

കുമിളി പഞ്ചായത്തിൽ പെരിയാർ ടൈഗർ റിസർവ്വ് വനങ്ങളും തടാകതീരങ്ങളും ഒഴികെയുള്ള ഭൂപ്രദേശങ്ങൾ നല്ല വളക്കൂറുള്ള കാർഷികമേഖല യാണ്. പഞ്ചായത്തിന്റെ 13 വാർഡുകളിൽ ചെറുതും വലുതുമായ ഗ്രാമഭവനങ്ങൾ, കൃഷിയിടങ്ങൾ, നാനാ ജാതിമതസ്ഥരായ തദ്ദേശീയരുടെ മുഖ്യതൊഴിലും ഉപജീവനമാർഗ്ഗവും കൃഷി തന്നെ. ഭൂരിപക്ഷവും കർഷകരും കർഷകത്തൊഴിലാളികളുമാണ്. കുമി ളിക്കു ചുറ്റുമായി സ്ഥിതി ചെയ്യുന്ന ചുരക്കുളം കാപ്പി ത്തോട്ടം, മുരക്കടി തേയിലത്തോട്ടം, ട്രോപ്പിക്കൽ പ്ലാന്റേഷൻ ലിമിറ്റഡ് വകയായ കോണിമറോ കോഫീ എസ്റ്റേറ്റ്, റ്റീ എസ്റ്റേറ്റ് എന്നീ പ്രധാന തോട്ട ങ്ങളിൽ ധാരാളം പേർ പണി എടുത്തിരുന്നു. കൂടാതെ ചെറിയ ഏലത്തോട്ടങ്ങളും പലതുണ്ട്.

കാടു നാടാവുന്നു

വെറും തോട്ടക്കൃഷികളുടേതായ ഈ പ്രദേ ശങ്ങളിൽ നെല്ലും കരിമ്പും മറ്റു കൃഷികളും തുട ങ്ങിയത് ഈയടുത്ത കാലത്താണ് - മൂന്നു നാലു പതിറ്റാണ്ടേ ആയിട്ടുള്ളൂ. ചങ്ങനാശ്ശേരി, പാലാ എന്നിവിടങ്ങളിൽ നിന്ന് കുടിയേറിപ്പാർത്ത ഏതാനും ക്രിസ്തീയ കുടുംബങ്ങളാണ് അവയ്ക്ക് തുടക്കംകുറിച്ചത്. 1960 കളുടെ അവസാനം കേരള ത്തിന്റെ രാഷ്ട്രീയരംഗത്ത് ഒച്ചപ്പാടുണ്ടാക്കിയ അമ രാവതി പ്രശ്നം പരിഹരിക്കാൻ അമരാവതിയിലെ എഴുന്നൂറോളം കുടുംബങ്ങളെ കുമിളിയിൽ പാർപ്പി ച്ചിട്ടുണ്ട്. സർക്കാർ നിർദ്ദേശപ്രകാരം കുടിയിറക്ക പ്പെട്ട പാവപ്പെട്ട കൃഷിക്കാരെ പുനരധിവസിപ്പിക്കാൻ യശ്ശശരീരനായ എ കെ ജിയും ഫാദർ വടക്കനും മറ്റും നടത്തിയ നിരാഹാര സത്യഗ്രഹം അവസാനം ഫലപ്രാപ്തിയിലെത്തുകയാണുണ്ടായത്. അവർക്കു ലഭിച്ച സ്ഥലത്ത് എല്ലാ വിളകളും കൃഷി ചെയ്ത് തലമുറകളായി അവർ അവിടെ സ്ഥിരതാമസമായി. വനം തെളിച്ച് കൃഷി നടത്താൻ വേണ്ടി കൃഷി ക്കാർക്ക് ഗവൺമെന്റിൽനിന്നും കുത്തകപ്പാട്ടത്തിന് വിട്ടുകൊടുത്തിട്ടുള്ള ഒട്ടകത്തലമേട്, ഒന്നാം മൈൽ, മുങ്കുത്തൊഴു എന്നീ സ്ഥലങ്ങളിൽ നെല്ലും വാഴയും മരിച്ചീനിയും പച്ചക്കറികളും വൻതോതിൽ കൃഷി ചെയ്തിരുന്നു. മരുക്കടി, ചെങ്കര എന്നീപ്രദേശങ്ങ ളിൽ തമിഴരാണധികവും. തമിഴ് നാടുമായുള്ള സാമീപ്യം കാരണം കുമിളി പ്രദേശങ്ങളിൽ സ്ഥിര താമസമാക്കി കച്ചവടം ചെയ്തും തോട്ടപ്പണികളി ലേർപ്പെട്ടും മറ്റു തൊഴിലുകൾ ചെയ്തും പുലരുന്ന ഒട്ടേറെ കുടുംബങ്ങളുണ്ട്.

ഹിന്ദുക്കളുടെയും ക്രിസ്ത്യാനികളുടെയും മുസ്ലീങ്ങളുടെയും ചില ആരാധനാലയങ്ങൾ കുമി ളിയിലുണ്ട്. കുമിളിയിലെ ശ്രീമഹാഗണപതി ക്ഷേത്രവും ഭദ്രകാളി ക്ഷേത്രവും ലൂർദ്ദു പള്ളിയും ഷംസുൽ ഇസ്ലാം ജുമാ അത്തും വിവിധ മതക്കാ രുടെ മുഖ്യ ആരാധനാലയങ്ങളാണ്.

മംഗളാ ദേവി (കണ്ണകി) ക്ഷേത്രം

ഏറെക്കാലമായി കേരളത്തിലും തമിഴ്നാട്ടിലും വിവാദങ്ങൾക്കും അവകാശവാദങ്ങൾക്കും ഇട നല്കിക്കൊണ്ട് നിലകൊള്ളുന്ന ഒരു പ്രസിദ്ധ ആരാ ധനാലയവും കുമിളി പഞ്ചായത്തതിർത്തിയിലുണ്ട്– മംഗളാദേവി ക്ഷേത്രം (കണ്ണകി ക്ഷേത്രം). കുമിളി പഞ്ചായത്തതിർത്തിയിൽ തമിഴ്നാടിനോട് തൊട്ടുകിടക്കുന്ന കാട്ടിനുള്ളിലെ ഈ പുരാതന ക്ഷേത്രം, പണ്ടെന്നോ നല്ല നിലയിൽ കഴിഞ്ഞിരു ന്നുവെന്ന് വ്യക്തം. കുമിളി ജങ്ഷനിൽനിന്ന് തേക്ക ടിയിലേക്കുള്ള റോഡിൽ ഇടത്തോട്ട് തിരിഞ്ഞ് വന മേഖലയിൽ 13 കി മീ കിഴക്കു മാറി സ്ഥിതിചെയ്യുന്ന ഈ ക്ഷേത്രത്തിൽ എത്തുന്ന ഭക്തജനങ്ങളിൽ നല്ലൊരു ഭാഗം തമിഴരാണ്. തദ്ദേശീയരായ മലയാ ളികളും ഇവിടെ ആരാധനയ്ക്കെത്താറുണ്ട്. എല്ലാ വർഷവും മേയ് മാസത്തിലെ ചിത്രാപൗർണ്ണമി ഉത്സ വത്തിൽ പങ്കെടുക്കാൻ കേരളീയരും തമിഴരുമായ ആയിരക്കണക്കിനു ഭക്തജനങ്ങൾ മംഗളാദേവി സന്നിധിയിലെത്തുന്നു.

നഗരക്കാഴ്ചകൾ കണ്ടിട്ടാകാം, ഇനി തേക്കടി യിലേക്കുള്ള യാത്ര. പഞ്ചായത്ത് ആസ്ഥാനമായ

കുമിളി ടൗണിൽ ഇന്ന് പൊതുമേഖലയിലും സ്വകാര്യമേഖലയിലുമായി ഒട്ടേറെ സ്ഥാപനങ്ങൾ പ്രവർത്തിക്കുന്നുണ്ട്. കുമിളി ടൗണിൽ തന്നെ വനംവകുപ്പിന്റെയും എക്സൈസ് വകുപ്പിന്റെയും മറ്റും ചെക്കുപോസ്റ്റുകൾ കാണാം. അഞ്ചു ച കി മീ വിസ്തീർണ്ണമുള്ള ടൗണിലും സമീപസ്ഥലങ്ങളിലുമായി ഹോട്ടലുകൾ പലതുണ്ട്. സ്പൈസസ് വില്ലേജ്, ടാജ് എന്നീ ത്രീസ്റ്റാർ ഹോട്ടലുകൾക്കും ലേക്ക് ക്വീൻ, സിൽവർക്രസന്റ് എന്നീ ടൂ സ്റ്റാർ ഹോട്ടലുകൾക്കും പുറമേ രേവതി, ലിസിയ, റീജന്റ് ടൗവ്വർ, ഹോളിഡേ ഹോം തുടങ്ങിയ ഹോട്ടലുകളും സാധാരണക്കാർക്കു വേണ്ടിയുള്ള ഇടത്തരം ഹോട്ടലുകളും സഞ്ചാരികൾക്ക് താമസസൗകര്യമേർപ്പെടുത്തുന്നു. രണ്ട് സിനിമാ തിയേറ്ററുകളുമുണ്ട്. വനം വകുപ്പിന്റെ കീഴിലുള്ള വനശ്രീ ആഡിറ്റോറിയവും ലേബർ വെൽഫെയർ ബോർഡിന്റെ കീഴിലുള്ള ഹോളിഡേ ഹോം ആഡിറ്റോറിയവും ഉണ്ട്. മുപ്പതോളം സ്പൈസസ് ഷോപ്പുകളും മാസാജ് സെന്ററുകളും വൈദ്യശാലകളുമെല്ലാം വിദേശ ടൂറിസ്റ്റുകളെ ഉദ്ദേശിച്ച് സ്ഥാപിക്കപ്പെട്ടിട്ടുള്ളവയാണ്.

വിദ്യാഭ്യാസ കാര്യങ്ങളുടെ കാര്യത്തിലും പിന്നണിയിലല്ല കുമിളി പഞ്ചായത്ത്. കുമിളിയിലെയും അമരാവതിയിലെയും ഗവൺമെന്റ് ഹൈസ്കൂളുകളും രണ്ട് ഇംഗ്ലീഷ് മീഡിയം സ്കൂളുകളും ഗവ. പൊളിടെക്നിക്കും ഈ മേഖലയിൽ പ്രവർത്തിക്കുന്നു. ഒന്നു രണ്ടു പതിറ്റാണ്ടുകൾക്കുള്ളിൽ വളർന്നുവന്ന സ്ഥാപനങ്ങളാണിവയെല്ലാം.

ജനബാഹുല്യമുള്ള കുമിളി കവലയ്ക്കിപ്പുറത്തുനിന്നു തിരിയുന്ന ഒരു റോഡുണ്ട്. രണ്ടു മൈലകലെയുള്ള തേക്കടി വനമൃഗസങ്കേതത്തിലേക്കു നയിക്കുന്ന റോഡാണിത്. മദ്ധ്യാഹ്ന മാരുതനിൽ ചാഞ്ചാടുന്ന മുളങ്കാടുകളുടെയും വനവൃക്ഷങ്ങളുടെയും മദ്ധ്യത്തുകൂടി കടന്നുപോകുന്ന ആ ടാറിട്ട റോഡിനിരുവശവും സംസ്ഥാന ഗവൺമെന്റിന്റെ ഫോറസ്റ്റ് ഓഫീസുകളും മറ്റുചില പ്രമുഖ സ്ഥാപനങ്ങളും കാണാം. മദ്രാസ് സ്റ്റേറ്റ് വക ഇലക്ട്രിസിറ്റി ആഫീസും ഡാം ഇൻഫർമേഷൻ ആഫീസുകളും കടന്ന് മലനിരകൾ പിന്നിട്ട് ബസ് മുന്നോട്ട് നീങ്ങുന്തോറും തേക്കടി കണ്ടു തുടങ്ങുന്നു. ഇടതൂർന്ന കൂറ്റൻ മരങ്ങൾ! അവയുടെ പേര് മരപ്പള്ളയിൽ ബോർഡെഴുതി തൂക്കിയിട്ടുണ്ട്. കാട്ടുകിളികളുടെ കളകളാരവം. കാറ്റിൽ കുഴലൂതുന്ന മുളങ്കാടുകൾ നിരന്തരമായ ദലമർമ്മരം. തേക്കുമരങ്ങളാണധികവും. ആ തേക്കടിയിലൂടെ വീണ്ടും മുന്നോട്ടു കടക്കുമ്പോൾ വലതുവശത്ത് പെരിയാർ തടാകം കണ്ടു തുടങ്ങുന്നു. മലകളും കാടുകളും നിറഞ്ഞ 900-1800 മീറ്റർ വരെ ഉയരമുള്ള മലനിരകളാണിവിടെ. 26.8 ച കി മീ വിസ്തീർണ്ണമുള്ള പെരിയാർ തടാകത്തിനു ചുറ്റുമുള്ള വനപ്രദേശമാണ് പ്രസിദ്ധമായ തേക്കടി വന്യമൃഗസംരക്ഷണ കേന്ദ്രം (വിസ്തീർണ്ണം 777 ച കി മീ).

പഴയ വഴിയോരക്കാഴ്ചകൾ

കുമിളിയിൽനിന്ന് തേക്കടിയിലേക്കുള്ള യാത്രാമദ്ധ്യേ (4 കി മീ) ഒരു മുൻ സന്ദർശനത്തിൽ, ആ പാതയോരങ്ങളിൽ ഞാൻ കണ്ട ചില ദൃശ്യങ്ങൾ ഓർത്തുപോയി. ആ വഴിവക്കിലൊരിടത്ത്, മരത്തണലിലെ പുൽമെത്തയിൽ വെട്ടിവീഴ്ത്തിയിട്ട വീട്ടിത്തടികൾപോലെ തലങ്ങും വിലങ്ങും കിടക്കുന്ന എണ്ണക്കറുപ്പുള്ള കുംഭോദരന്മാർ! നീളത്തിൽ ക്രോപ്പു ചെയ്ത മുടി, തിളങ്ങുന്ന സ്വർണ്ണക്കടുക്കൻ, പളപളാ വെട്ടിത്തിളങ്ങുന്ന കസവുവേഷ്ടി, സിൽക്കുടുപ്പ്, വൈരമോതിരങ്ങൾ, സ്വർണ്ണച്ചെയിനാർന്ന റിസ്റ്റ് വാച്ച്, ധനപ്രമത്തതയുടെ പ്രത്യക്ഷസൂചനകളെല്ലാമുണ്ടവർക്ക്. തമിഴ്നാട്ടിൽനിന്ന് ഒഴിവുദിവസമാഘോഷിക്കാൻ വേണ്ടി തൊട്ടിപ്പുറമുള്ള തേക്കടിയിലെത്തിയ ഏതോ ധനികരാണവർ. തേക്കടിയുടെ പ്രകൃതി സൗന്ദര്യമോ പെരിയാർ തടാകത്തിലെ ഹൃദയാവർജ്ജകമായ ബോട്ടുയാത്രയോ തടാകതീരവനങ്ങളിലെ വന്യമൃഗങ്ങളോ അല്ല അവരെ ഇങ്ങോട്ടാകർഷിക്കുന്നത്. നേരെ മറിച്ച് കുമിളിടൗണിലെ വിദേശ മദ്യഷാപ്പുകളും ഹോട്ടലുകളിലും റെസ്റ്റോറന്റുകളിലും പ്രദർശിപ്പിച്ചിട്ടുള്ള മധുരപലഹാരങ്ങളുമാണ്. മരത്തണലുകളിലും തടാകതീരങ്ങളിലും ടൂറിസ്റ്റു ബംഗ്ലാവിന്റെ പരിസരങ്ങളിലും സുലഭമായി ലഭിക്കുന്ന വറുത്ത കടലയും കപ്പലണ്ടിയും തമിഴന്റെ ഇഷ്ടഭോജ്യങ്ങളിൽപ്പെടും. കുറെ ലഹരി ഉള്ളിലാക്കുക, മരത്തണലുകളിൽ കിടക്കുകയോ ഇരിക്കുകയോ സല്ലപിക്കുകയോ ആവാം. സ്വല്പം കറക്കം വിടുമ്പോൾ വേണമെങ്കിൽ തിരിച്ച് സ്വന്തം നാട്ടിലേക്കു മടങ്ങാം. തേക്കടിയിൽ താമസിക്കുകയുമാവാം. തമിഴ്നാട്ടിൽ മദ്യനിരോധനം നിലവിലുണ്ടായിരുന്ന കാലങ്ങളിലാണ് ഇക്കൂട്ടരെ ധാരാളമായി കണ്ടിരുന്നത്. ഇന്ന് ലോഡ്ജുകളിൽ സൗകര്യങ്ങൾ വ്യാപകമായതോടെ അത്തരം ഔട്ട്ഡോർ മേളകൾ, ഇൻഡോർ മേളകൾക്ക് വഴിമാറിയിരിക്കാം.

വിശ്വപ്രസിദ്ധമാകുന്നു

മുല്ലപ്പെരിയാർ അണക്കെട്ടിന്റെ നിർമ്മാണത്തോടു കൂടിയാണ് സഹ്യപർവ്വത സാനുക്കളിലെ തേക്കടി എന്ന ഘോര വനോപാന്തത്തിൽ പ്രകൃതി രമണീയമായ ഈ ടൂറിസ്റ്റ് കേന്ദ്രത്തിന്റെ വളർച്ചയാരംഭിച്ചത്. ഇടതൂർന്ന കാടുകളും ചെറുദ്വീപുകളും കുന്നുകളും കൊച്ചരുവികളും നിറഞ്ഞ ഭൂപ്രകൃതി നയനാനന്ദകരം! 1934 ൽ ഈ പ്രദേശത്ത് ഒരു ഗെയിംസാങ്ച്വറി (വന്യമൃഗസംരക്ഷണ കേന്ദ്രം)

സ്ഥാപിക്കാൻ ശ്രീചിത്തിരതിരുനാൾ മഹാരാജാവ് നടപടികൾ സ്വീകരിച്ചതോടെ, മഹത്തായ ഒരു ടൂറിസ്റ്റ് സെന്ററിന് ബീജാവാപം ചെയ്യുകയാണുണ്ടായത്. എസ് സി എച്ച് റോബിൻസൺ എന്ന ഒരു ധ്വരയായിരുന്നു ആദ്യത്തെ ഗെയിം വാർഡൻ. നെല്ലിക്കാംപതി സാങ്ചറി എന്നായിരുന്നു അന്ന് ഈ പ്രദേശം നാമകരണം ചെയ്യപ്പെട്ടിരുന്നത്. പെരിയാർ തടാകത്തിന്റെ തീരവനങ്ങളാണ് വന്യമൃഗസംരക്ഷണ കേന്ദ്രം. സമുദ്രനിരപ്പിൽനിന്ന് ഏകദേശം 3000 മുതൽ 4000 അടി വരെ ഉയരത്തിലാണ് ഈ ജലാശയം. തേക്ക്, ഈട്ടി, വേങ്ങ, മരുത്, പാല, തമ്പകം, ആഞ്ഞിലി, നെല്ലി എന്നിങ്ങനെ വിലപിടിപ്പുള്ള വൻവൃക്ഷങ്ങളും വള്ളിപ്പടർപ്പുകളും നിറഞ്ഞ ഈ ടൈഗർ റിസർവ്വ് വനങ്ങളിൽ ആന, കരടി, കടുവ, കാട്ടുപോത്ത്, മാൻ തുടങ്ങിയ ജന്തുജാലങ്ങളും എണ്ണമറ്റ പക്ഷിവൃന്ദങ്ങളും നിർബ്ബാധം വിഹരിക്കുന്നു. 1934 ൽ രാജഭരണകാലത്ത് സമാരംഭിച്ച ഈ വന്യമൃഗസംരക്ഷണകേന്ദ്രം 1978 ൽ പെരിയാർ ടൈഗർ റിസർവ്വ് ആയി പ്രഖ്യാപിക്കപ്പെട്ടു.

1982 ൽ ദേശീയോദ്യാനമായി ഉയർത്തി, ഈ ദേശീയോദ്യാനത്തിൽ 12- വർഷത്തിലൊരിക്കൽ മാത്രം പൂക്കുന്ന നീലക്കുറിഞ്ഞി കണ്ടു വരുന്നു. പെരിയാർ കടുവസംരക്ഷണകേന്ദ്രത്തിലാണ് പ്രസിദ്ധ തീർത്ഥാടനകേന്ദ്രമായ ശബരിമലയും മംഗളാദേവി ക്ഷേത്രവും.

പെരിയാർ കടുവ സംരക്ഷണകേന്ദ്രം

പ്രകൃതിഭംഗിയുടെ ധാരാളിത്തം തുളുമ്പി നില്ക്കുന്ന കേരളത്തിലെ ആദ്യ വന്യമൃഗ സങ്കേതമാണ് തേക്കടി - ഏക കടുവാ സംരക്ഷണകേന്ദ്രം. ഏറ്റവും വിസ്തീർണ്ണമുള്ള ഈ വന്യമൃഗസംരക്ഷണകേന്ദ്രം, വ്യാപിച്ചുകിടക്കുന്നത് ഭൂരിഭാഗവും ഇടുക്കിയിൽ. പെരിയാർ ടൈഗർ റിസർവ്വ് എന്ന പേരിലും അറിയപ്പെടുന്നു. വിസ്തീർണ്ണം 777.54 ച. കി മീ. 1991 ൽ ഈ കടുവാ സംരക്ഷണകേന്ദ്രത്തിൽ പ്രോജക്ട് എലിഫന്റ് പദ്ധതിയും നടപ്പാക്കി. വന്യമൃഗങ്ങളാൽ സമ്പന്നമാണ് ഇവിടം. മഴക്കാടുകളും ഇലപൊഴിയും കാടുകളും പുൽമേടുകളുമെല്ലാം ഇടകലർന്ന വനമേഖല.

പെരിയാർ തടാകത്തിലൂടെ അല്പദൂരം പിന്നിടുമ്പോൾ 'ലേക്ക് പാലസ്' കാണാം. തടാകക്കരയിൽ വൃക്ഷക്കൂട്ടത്തിനിടയിലായി ഒരു മനോഹര മന്ദിരം. തിരുവിതാംകൂർ രാജാക്കന്മാരുടെ ഒഴിവുകാല വസതി. ഇപ്പോൾ ടൂറിസം വകുപ്പിന്റെ മികച്ച ഹോട്ടൽ.

തടാകതീരങ്ങളിൽ

വനസൗന്ദര്യം വഴിഞ്ഞൊഴുകുന്ന പെരിയാർ തടാകവും, തീരങ്ങളിൽ മേഞ്ഞുനടക്കുന്ന വന്യമൃഗങ്ങളും സഞ്ചാരികൾക്ക് കൗതുകവും ആഹ്ലാദവും പകരുന്നു. തടാകത്തിലൂടെയുള്ള ഒരു ബോട്ടുയാത്ര അവിസ്മരണീയമായ ഒരു അനുഭവമായി മാറുകയാണിവിടെ. തേക്കടിയിൽ സഞ്ചാരികൾക്കുവേണ്ടി കെ ടി ഡി സിയുടെ രണ്ട് മുന്തിയ ഹോട്ടലുകളുമുണ്ട്; ആരണ്യനിവാസും പെരിയാർ ഹൗസും. ബോട്ട് ലാൻഡിങ്ങിൽ നിന്നു രണ്ടു കി മീ അകലെ തടാകമദ്ധ്യത്തെ ഒരു ദ്വീപിൽ സ്ഥിതി ചെയ്യുന്ന ലേക്പാലസ് എന്ന ലക്ഷറി ഹോട്ടലുമുണ്ട്. (പ്രതിദിന വാടക വെറും 8000 രൂപയും പത്തുശതമാനം ടാക്സും മാത്രം). കൂടാതെ വനാന്തർഭാഗങ്ങളിൽ മുല്ലക്കുടി, താന്നിക്കുടി, മണിക്കവല എന്നിവിടങ്ങളിൽ റെസ്റ്റുഹൗസുകളുമുണ്ട്. ചെറ്റാർ കോവിൽ (കുമിളിയിൽനിന്ന് 13 കി മീ അകലെ) ലോവർ ക്യാമ്പ്, രാമക്കൽമേട് (2 കി മീ ദൂരം) എന്നീ സ്ഥലങ്ങളിൽ കാഴ്ചകൾ കണ്ടു രസിക്കാനുള്ള സൗകര്യങ്ങൾ ഏർപ്പെടുത്തിയിട്ടുണ്ട്. മണിക്കവലയിലും ലോവർ ക്യാമ്പിലും ഏറുമാടങ്ങൾ (വീക്ഷണ ഗോപുരങ്ങൾ) സ്ഥാപിച്ചിട്ടുണ്ട്.

തേക്കടിയിൽ ഏതാണ്ട് തടാകത്തിന്റെ തീരത്തായി, ഉയർന്ന സ്ഥലത്ത് വൃക്ഷത്തണലിൽ തലയുയർത്തി നില്ക്കുന്നു ആരണ്യനിവാസ്. പരിഷ്കൃത മാതൃകയിൽ തീർത്ത ഒരു കണ്ണാടി മാളിക. ഏറ്റവും ആധുനികമായ സജ്ജീകരണങ്ങൾ. പ്രധാനമായും വിദേശസഞ്ചാരികളെ ഉദ്ദേശിച്ചു പണി കഴിപ്പിച്ചിട്ടുള്ള ആരണ്യനിവാസിനു സമീപം സാധാരണക്കാർക്കുവേണ്ടി ഒരു സെക്കൻഡ് ക്ലാസ് ടൂറിസ്റ്റ് ബംഗ്ലാവ് ഉണ്ടെന്നതാണ് ആശ്വാസകരം. ആരണ്യനിവാസിൽനിന്ന് ഏതാണ്ട് ഒരു ഫർലോങ് ഇപ്പുറത്ത് വലിയൊരു ഇരുനില കെട്ടിടമാണത്- പെരിയാർ-ഹൗസ്. ഒട്ടേറെ മുറികളുണ്ട്. ആരണ്യനിവാസിനോടും സെക്കന്റ് ക്ലാസ് ടൂറിസ്റ്റ് ബംഗ്ലാവിനോടും അനുബന്ധിച്ച് ഭക്ഷണശാലകളുമുണ്ട്. തടാകമദ്ധ്യത്തെ ദ്വീപിലുള്ള ഇടപ്പാളയം റെസ്റ്റ് ഹൗസും ദിവസവാടകയ്ക്ക് സന്ദർശകർക്കു ലഭ്യമാണ്. ദിവസവാടക 500/- രൂപ.

പെരിയാർ തടാകത്തിലൂടെയുള്ള ബോട്ടുയാത്രയാണ് തേക്കടിയുടെ പ്രധാന ആകർഷണീയത. വനങ്ങൾക്കു മദ്ധ്യേകൂടി പല വടിവിൽ നീണ്ടു നിവർന്നു കിടക്കുന്നു പെരിയാർ തടാകം. ഇരുവശത്തും ഹരിതമോഹനമായ തീരവനങ്ങൾ. അവയ്ക്കിടയിൽ സ്വച്ഛന്ദം വിഹരിക്കുന്ന കാട്ടുമൃഗങ്ങൾ ആന, പോത്ത്, മാൻ മുതലായവയാണ് പ്രധാന ഇനങ്ങൾ. പുലർവേളകളിലും സന്ധ്യാഗമനത്തിലും കൂട്ടമായി തടാകതീരത്തെത്തി വെള്ളം കുടിക്കുകയോ തീരത്തെ ഇളം പുല്ലുകൾ തിന്നുകയോ ചെയ്യുന്ന കാട്ടുപോത്തിൻകൂട്ടമോ, കുഞ്ഞുകുട്ടി പരിവാരങ്ങ

ളോടെ തടാകത്തിൽ ജലക്രീഡ നടത്തുന്ന കാട്ടാനക്കൂട്ടങ്ങളോ സാധാരണ ദൃശ്യമാണ്. തടാകത്തിലും തീരങ്ങളിലും ഇലകളും തൊലിയും തലയും പോയി അസ്ഥിപഞ്ജരം മാത്രമായി നില്ക്കുന്ന ഉണക്കമരങ്ങൾ അണക്കെട്ടുകളുണ്ടാകുന്നതിനു മുമ്പുള്ള നല്ല കാലത്തിന്റെ ബാക്കി പത്രങ്ങൾ.

സഞ്ചാരികളുടെ സ്വർഗ്ഗം

തേക്കടിയിൽ നവീനരീതിയിലുള്ള കെട്ടിടങ്ങളും വേണ്ടത്ര ഗതാഗത സൗകര്യങ്ങളും ഉണ്ടായതോടെ തേക്കടി ഇന്ന് സഞ്ചാരികളുടെ സ്വർഗ്ഗമായി തീർന്നിട്ടുണ്ട്. കേരളത്തിലെ വനാന്തരങ്ങളിലെ സൗന്ദര്യധോരണിയിൽ മയങ്ങി, തടാകത്തിലൂടെ ഉല്ലാസയാത്ര നടത്തി, വന്യമൃഗങ്ങളുടെ സ്വൈരവിഹാരം കൗതുകപൂർവ്വം കണ്ടു രസിച്ച് ആരണ്യനിവാസലോ മറ്റു വിശ്രമസങ്കേതങ്ങളിലോ താമസിച്ചു മടങ്ങുന്ന പാശ്ചാത്യരുടെ മുഖത്ത് സംതൃപ്തിയുടെ ഭാവം കാണുക സാധാരണമാണ്. കേരളീയരെ സംബന്ധിച്ചിടത്തോളം അനുഭവം മറിച്ചാകാനിടയില്ല. സ്കൂളുകളിലും കോളേജുകളിലും നിന്നു വരുന്ന വിനോദ സഞ്ചാരസംഘങ്ങളും പഠനപര്യടന സംഘങ്ങളും മറ്റു സന്ദർശകരും കേരളത്തിനു പുറത്ത് ഇന്ത്യയുടെ ഇതര ഭാഗങ്ങളിൽ നിന്നെത്തുന്നവരും പാശ്ചാത്യരുമായി ഒട്ടധികം സന്ദർശകർ നിത്യേന തേക്കടിയിലെത്താറുണ്ട്. മറുവശത്ത് മധുര വഴി, കുമിളിയിൽ കൂടി തേക്കടിയിലെത്തുന്നവരും കുറവല്ല.

തീരവനങ്ങളിലെ പച്ചിലച്ചാർത്തുകളിൽ കുങ്കുമപ്പൊടി വാരി വിതറുന്ന സായാഹ്നത്തിൽ, തടാകത്തിലൂടെ ബോട്ടുയാത്ര നടത്തുമ്പോൾ, എന്റെ കേരളത്തെപ്പറ്റി എനിക്ക് അഭിമാനം തോന്നി. ഇത്തരം എത്രയെത്ര സ്ഥലങ്ങൾ, എല്ലാം വേണ്ടവിധം ഒരുക്കിയെടുത്താൽ എത്രയെത്ര ആളുകളെ ആകർഷിക്കുകയില്ല! തടാകത്തിൽനിന്നു മടങ്ങുമ്പോൾ പോക്കുവെയിൽ യാത്ര പറഞ്ഞു കഴിഞ്ഞു. നേരിയ ഇരുൾ ജലപ്പരപ്പിലൂടെ ഒഴുകിനടക്കുകയല്ലേ. ചുറ്റിലും ചേക്കേറുന്ന കാട്ടുപറവകളുടെ കലപില ശബ്ദം ഉയർന്നുയർന്നുവന്നു. ആ വനാന്തരത്തിലെവിടെയോ അലർച്ചകളും ആക്രോശങ്ങളും മുഴങ്ങിക്കേട്ടു തുടങ്ങി. ആ വിജന സാമ്രാജ്യത്തിലെ സർവ്വാധിപതികളായ കാട്ടുമൃഗങ്ങൾ സന്ധ്യാഗമനത്തിൽ ആഹ്ലാദിക്കുകയാവണം. തടാകമദ്ധ്യത്തിലൂടെയുള്ള യാത്രയെങ്കിലും എത്രയും വേഗം കരപറ്റാൻ ആർത്തിയായി.

വനമേഖലകൾ അവ്യക്തമായിത്തുടങ്ങി. കോട്ടയത്തേക്കുള്ള അവസാനത്തെ ഫാസ്റ്റ് പാസഞ്ചറും യാത്രയായി. ഭയവും ആഹ്ലാദവും നിറഞ്ഞ അന്തരീക്ഷത്തിലൂടെ മുറിക്കുള്ളിലേക്കു നടന്നു. തണുപ്പും മഞ്ഞും. കാന്റീനിൽനിന്നും ഭക്ഷണവും കഴിച്ച് മുറിക്കുള്ളിലെത്തി പുതപ്പിനുള്ളിൽ ചുരുണ്ടു കൂടി. ടൂറിസ്റ്റ് ബംഗ്ലാവും ക്രമേണ നിദ്രയിലാണ്ടു. അന്ധകാരമയമായ വനമദ്ധ്യത്തിലൊരു രാത്രി- സുഖദായകവും സംതൃപ്തവുമായ ഒരു രാത്രി! അവിസ്മരണീയമായ ഒരനുഭവം.

40

ഏലക്കാട്ടിലെ കാലക്കേടുകൾ

കുമിളി ടൗൺ, രണ്ടു മൂന്നു പതിറ്റാണ്ടുകൾക്കുള്ളിൽ വളർന്നു പടർന്ന ചെറുപട്ടണം. ഹൈറേഞ്ചിൽ സംസ്ഥാനാതിർത്തിയോടുരുമ്മി കിടക്കുന്ന ഈ പഞ്ചായത്താസ്ഥാനം എത്രവേഗമാണ് വളർന്നുവലുതായത്. ഞാനോർത്തു.

അന്ന്; രണ്ടു മൂന്നു പതിറ്റാണ്ടുകൾക്കു മുമ്പ് കഷ്ടിച്ച് ഇരുനൂറു മീറ്റർ ദൂരത്തിൽ ഇരുവശത്തും പഴക്കമുള്ള ഏതാനും പീടികകളും രണ്ടോ മൂന്നോ ചെറിയ ഹോട്ടലുകളും ചെക്ക് പോസ്റ്റും മാത്രമായി അനാകർഷകമായി നിലകൊണ്ടിരുന്ന ഒരു നാടൻ കവല. കുമിളി ടൗണിന്റെ മൂക്കിൽ തൊട്ടുകൊണ്ടു തമിഴ്നാട് അതിർത്തി. അലസരായി നടന്നുനീങ്ങുന്ന കഴുതകളും തെരുവുനായ്ക്കളും. അവയ്ക്കിടയിൽ അങ്ങുമിങ്ങും കാണാവുന്ന തദ്ദേശീയരായ പാവപ്പെട്ടവർ, പിന്നെ വന്നും പോയും നില്ക്കുന്ന ഏതാനും തൊഴിലാളികൾ. അത്രയൊക്കയേ ഇന്ന് നഗരപ്രൗഢിയാർന്നു നില്ക്കുന്ന കുമിളി ജങ്ഷനിൽ അന്ന് കാണാമായിരുന്നുള്ളൂ. ഇന്ന്-കാൽ നൂറ്റാണ്ടുകൾക്കു ശേഷം - കുമിളി - മൂന്നാർ ബസ് കാത്തുനില്ക്കേ ഞാൻ പണ്ടത്തെ ആ ബസുയാത്രയെപ്പറ്റി ഓർത്തുപോയി.

അന്ന്......

ബസു കാത്തുനിന്നു മടുത്തപ്പോഴാണ് കോഴിക്കൂടുപോലെ ഒരു പ്രൈവറ്റ് ബസ് എങ്ങുനിന്നോ പ്രത്യക്ഷപ്പെട്ടത്. ആ കുടുസ്സായ ബസിൽ എങ്ങനെ കയറിപ്പറ്റുമെന്നു ചിന്തിച്ചു ഞാൻ അന്തംവിട്ടു നിന്നുപോയി. ബസിനു വെളിയിൽ ഒരാൾക്കൂട്ടം തന്നെയുണ്ട്. ഉന്തും തള്ളും ബഹളവും. തമിഴും മലയാളവും കലർന്ന ഭാഷ. എന്തുചെയ്യണമെന്നറിയാതെ ഞാൻ ഒതുങ്ങിനിന്നു. ആ തിരക്കിൽ ബാഗും കുടയുമായി പരുങ്ങിനിന്ന എന്നിലെ 'വിദേശിയെ' തിരിച്ചറിഞ്ഞ ഒരു പോർട്ടർ പയ്യൻ സ്നേഹപൂർവ്വം തിരക്കി.

"സാർ, സീറ്റു ബുക്കു ശെയ്യട്ടുമാ..."

ബുക്കിങ് ചാർജ് 20 പൈസ മാത്രം, ഞാനത് സമ്മതിച്ചു. അവൻ എന്റെ കൈയിൽനിന്നും ബാഗു വാങ്ങി, ടയറിന്റെ പുറത്തു വലിഞ്ഞു കയറി, സീറ്റിൽ പ്രതിഷ്ഠിച്ച ശേഷം ഇറങ്ങിനിന്നു കൈ നീട്ടി. ബുക്കിങ് ചാർജ് 20 പൈസ ഞാൻ കൈയിൽ വച്ചു കൊടുത്തു. ഞെങ്ങിഞെരുങ്ങി വല്ലവിധവും ബസിനുള്ളിൽകടന്നു കൂടി, ബാഗുമായി സീറ്റു പിടിച്ചു. പിന്നീടാണ് ബസിനുള്ളിലെ യാത്രക്കാരെ ഞാൻ ശ്രദ്ധിച്ചത്. പകുതിയിലധികവും തമിഴരാണ്. ബാക്കി മലയാളികളും. നില്ക്കുന്നവർക്ക് ശ്വാസംകഴിക്കാൻ പോലും വിഷമം. അത്രയ്ക്കുണ്ട് തിരക്ക്. യാത്രക്കാർ മാത്രമല്ല, അവരുടെ കെട്ടും ഭാണ്ഡവും കോഴിയും പട്ടിക്കുട്ടിയും വരെയുണ്ട്. ആവശ്യക്കാരാരും പിന്നെ ബാക്കിയില്ലെന്ന് ഡ്രൈവർക്കും കണ്ടക്ടർക്കും പൂർണ്ണബോദ്ധ്യം വന്നപ്പോൾ ബസ് മെല്ലെ ഇഴഞ്ഞു നീങ്ങി. പുറത്ത് നല്ല തണുപ്പെങ്കിലും ബസിനുള്ളിൽ ഞെങ്ങിഞെരുങ്ങിക്കഴിയുന്നവർക്ക് ചൂടാണ്. വാ തോരാത്ത വർത്തമാനം. തമിഴ് പേച്ചിനിടയിൽ മദ്ധ്യതിരുവിതാംകൂർകാരുടെ മലയാളം, ചിലപ്പോൾ രണ്ടും ചേർന്ന മണിപ്രവാളവും...

ഇന്നും തിരക്കിനൊട്ടും കുറവില്ല. ഒരുവിധത്തിൽ ബസിൽ കയറിക്കൂടി. ബസ് സാവധാനം മുന്നോട്ടു നീങ്ങി. ഞാനോർത്തു, ഹൈറേഞ്ചിന്റെ നട്ടെല്ലാണ് ഈ റോഡ്, കുമിളി-മൂന്നാർ റോഡ്. ഇന്ന് ആ പ്രദേശങ്ങളിലുണ്ടായിട്ടുള്ള വളർച്ചയ്ക്കും ജനവാസത്തിനും പ്രേരക ഘടകമായതും ഈ ഗിരിവീഥിതന്നെ. അതിനു മുമ്പോ.

കുമിളി-മൂന്നാർ റോഡ്

സഹ്യപർവ്വതസാനുക്കളിലെ കൊടും കാടുകളായിരുന്നു. ഈ പ്രദേശങ്ങൾ, പീരുമേട്, ഉടുമ്പൻചോല, ദേവികുളം, താലൂക്കുകളിലെ കിഴക്കനതിർത്തി പ്രദേശങ്ങൾ, കുന്നും മലകളും പീഠപ്രദേശങ്ങളും ഘോരവനങ്ങളും നീർച്ചാലുകളും പുഴകളും വന്യമൃഗങ്ങളും നിറഞ്ഞ ഈ പ്രദേശങ്ങളിൽ ഉണ്ടായിരുന്നത് ആദിവാസികൾ മാത്രം. അവർക്ക് കായ്കനികളും തേനും മറ്റ് വനവിഭവങ്ങളും കാട്ടുകിഴങ്ങുകളും സുലഭം. പോരെങ്കിൽ കാട്ടുപോത്തും കാട്ടുപന്നിയും മാനും മ്ലാവുമെല്ലാം അവരുടെ ഇഷ്ടവിഭവങ്ങളായിരുന്നു. മൃഗസമാനം ജീവിതം നയിച്ചിരുന്ന ആ മിണ്ടാപ്രാണികളുടെ സ്വൈരത കെടുത്തിക്കൊണ്ട് തൊട്ടപ്പുറത്തെ തമിഴ്നാട്ടിൽനിന്ന് പല കാലങ്ങളിലായി പല മലമ്പാതകളിലൂടെ സഹ്യപർവ്വതത്തിനപ്പുറത്തു നിന്ന് കുടിയേറിയ തമിഴ് വംശജരുടെ ലക്ഷ്യം മറ്റൊന്നായിരുന്നു. തേനും കുന്തിരിക്കവും കാട്ടു മഞ്ഞളും കാട്ടുകുരുമുളകും മറ്റ് വിലപിടിപ്പുള്ള വനവിഭവങ്ങളും ഏലക്കായും ചന്ദനത്തടികളും മറ്റും കൊള്ളയടിച്ച് കമ്പത്തും ബോഡിമെട്ടിലും എത്തിച്ച്, കച്ചവടം നടത്തി, ധനം സമ്പാദിക്കുക. രണ്ടു മൂന്നു നൂറ്റാണ്ടുകൾക്കു മുമ്പുവരെ അതായിരുന്നു സ്ഥിതി. പിന്നെയും കാലം കഴിഞ്ഞപ്പോൾ തമിഴ്നാട്ടിൽനിന്നും കൂട്ടംകൂട്ടമായി ആൾക്കാർ ഹൈറേഞ്ചിൽ കടന്നുകയറി. തോട്ടം പണിക്കാർ. പിന്നെയും വർഷങ്ങൾക്കു ശേഷമാണ് 1950 നടുപ്പിച്ച് (1947 മുതൽ) തിരുവിതാംകൂർ ഭാഗത്തുനിന്നുള്ള മലയാളികൾ വിശിഷ്യാ ക്രിസ്ത്യാനികൾ ചെറുസംഘങ്ങളായി ഉപജീവനമാർഗ്ഗം തേടി ഈ മലമടക്കുകളിലേക്ക് കടന്നുവന്നത്.

കുടിയേറ്റകേന്ദ്രങ്ങൾ

പാലാ, തൊടുപുഴ, കോതമംഗലം എന്നീ പ്രദേശങ്ങളിൽനിന്ന് ദുർഗ്ഗമങ്ങളായ കാടും മലകളും കാൽനടയായി താണ്ടി, ഏറെ ദുരിതവും കഷ്ടപ്പാടുകളും സഹിച്ച് ഈ പ്രദേശങ്ങളിലെത്തിയ ആദ്യകാല കുടിയേറ്റക്കാരിൽ പലരും, ഹൈറേഞ്ചിലെ പ്രതികൂല കാലാവസ്ഥയെയും മലമ്പനിപോലെയുള്ള വന്യരോഗങ്ങളെയും കാട്ടുമൃഗങ്ങളെയും എതിർത്തു നില്ക്കാൻ കെല്പില്ലാതെ മടങ്ങിപ്പോയി. കുറേപ്പേർ ആ മണ്ണിൽ തന്നെ അന്ത്യവിശ്രമമായി. ആദ്യകുടിയേറ്റക്കാർ 20 കുടുംബങ്ങളായിരുന്നു വത്രേ. കുമിളി-കോട്ടയം റോഡിന്റെ പണി പൂർത്തിയായതോടെ, തോട്ടംമേഖല സജീവമായി. ആ കാലഘട്ടത്തിൽ തിരുവിതാംകൂറിന്റെ വടക്കൻ ജില്ലകളിൽനിന്ന് കൂടുതലാളുകൾ ഹൈറേഞ്ചിലേക്ക് കുടിയേറ്റം തുടങ്ങി. 1950 മുതൽ.

ഹോ! ബസ് ഒന്നാടിയുലഞ്ഞു. സഡൻ ബ്രേക്കിട്ടതാകാം. ഞാൻ ചിന്തയിൽനിന്നും ഞെട്ടിയുണർന്നു. ബസ് വീണ്ടും വളവും തിരിവും കഴിഞ്ഞ് കുന്നുകൾ കയറിത്തുടങ്ങി. അതിവിശാലമായ കുന്നിൻ ചരിവുകളിൽ ഉച്ചവെയിലിന്റെ വെള്ളപ്പായ് നിവർത്തുകയും ചുരുട്ടുകയുമാണ് ഏതോ അദൃശ്യകരങ്ങൾ. വെയിലും നിഴലും തമ്മിലൊരോട്ടപ്പന്തയം. റോഡരികിലെ കൊച്ചുപുരകൾക്കു പിന്നിൽ കരിമ്പിൻ തോട്ടങ്ങളും വാഴത്തോട്ടങ്ങളും മറ്റു കൃഷികളും. അവിടവിടെ രണ്ടു കുന്നുകൾ സന്ധിക്കുന്ന താഴ്വരകളിൽ നെൽകൃഷിയുമുണ്ട്. ആ നട്ടുച്ചയ്ക്ക് വെട്ടിയും കിളച്ചും തടമെടുത്തും നില്ക്കുന്ന കർഷകരുടെ അദ്ധ്വാനത്തിന്റെ മഹത്ത്വം പ്രകടമാണെങ്ങും. അയ്യപ്പൻ കോവിലിൽനിന്ന് കുടിയിറക്കപ്പെട്ട മലയോരകർഷകരെ പുനരധിവസിപ്പിച്ചിട്ടുള്ള അമരാവതി പിന്നിടുമ്പോൾ പ്രസിദ്ധമായ ആ കർഷകസമരപ്രശ്നങ്ങളുടെ തീക്ഷ്ണത ഓർത്തുപോയി.

വണ്ടൻമേട് - പാമ്പാടുംപാറ

വണ്ടൻമേട്ടിലെത്തിയപ്പോൾ കുറേപ്പേരിറങ്ങി. മദ്ധ്യതിരുവിതാംകൂറിന്റെ ഭാഷയ്ക്കു ശക്തി കുറഞ്ഞു. തമിഴ് മുന്നിട്ടു നിന്നു. വീണ്ടും കുന്നിൻ തലപ്പുകളിലൂടെ ബസ് മുന്നോട്ടു നീങ്ങി. ടാറിടാത്ത മലമ്പാത. പൊടിയിളക്കിയെറിഞ്ഞുകൊണ്ട് ഇടതടവില്ലാതെ വീശുന്ന മലങ്കാറ്റ്. ശ്രദ്ധിച്ചു നോക്കൂ. ഒരൊറ്റ വാഴയിലപോലും കീറാതെയില്ല. കാറ്റിന്റെ കൈകൾ അവയെല്ലാം മുടനാരിഴകൾ പോലെ പിച്ചിച്ചീന്തിയിട്ടുണ്ട്. കിഴക്കൻ കാറ്റിന്റെ ശക്തിയായ പരിരംഭണത്തിൽ ചുരുങ്ങിക്കൂടി വിറപൂണ്ടു നില്ക്കുന്ന സസ്യലതാദികൾ. മൈലുകളോളം വെളിമ്പ്രദേശങ്ങൾ പിന്നിടുമ്പോൾ റോഡുവക്കിൽ ഒന്നോ രണ്ടോ പുൽക്കൂരകൾ. പുളിയാർമലയും പിന്നിട്ട് പാമ്പാടുംപാറയിലെത്തിയപ്പോൾ തിരക്കു തീരെ കുറഞ്ഞു. കുടിയേറ്റക്കാർ മുഴുവനും, തമിഴരിൽ നല്ലൊരു ഭാഗവും ഭാണ്ഡക്കെട്ടുകളുമായി ഇറങ്ങി.

ചങ്ങനാശ്ശേരിയിലും പാലായിലും ഭരണങ്ങാനത്തുമുള്ള മത്തായിയും കറിയാച്ചനും ചാണ്ടിയും തോമാച്ചനുമൊക്കെയാണ് ആ പ്രദേശങ്ങളിലെ പ്രധാന പൗരന്മാർ. വണ്ടൻമേട്ടിലെയും പുളിയാർമലയിലെയും പാമ്പാടുംപാറയിലെയും വരുമാനമുള്ള കൃഷിക്കാരും സ്വാധീനശക്തിയുള്ളവരും അവർ തന്നെ. ആദ്യം അഞ്ചോ പത്തോ പേരാണ് വന്നതെങ്കിൽ, പിന്നെപ്പിന്നെ അടുത്ത ബന്ധുക്കളും അയൽക്കാരും കൂടെപ്പോന്നു. അവർക്കും കൃഷിയിടങ്ങൾ കണ്ടെത്തുന്നു. അങ്ങനെ നെടുനാളായി വിജനവും നിശ്ശബ്ദവുമായിക്കിടന്ന ആ വനഭൂമികളിൽ പുതിയൊരു ജീവിതക്രമം രൂപംകൊണ്ടു. കവലകളിൽ അവരുടേതായ കച്ചവടസ്ഥാപനങ്ങളും നിലവിൽവന്നു.

പാമ്പാടുംപാറ കഴിഞ്ഞപ്പോൾ ഭൂമിക്ക് സാര

മായ മാറ്റം. കുന്നുകൾക്കും കുറ്റിക്കാടുകൾക്കും പകരം റിസർവ്വ് വനങ്ങളായി. കാട്ടുമരങ്ങൾ തണൽവിരിക്കുന്ന വീതി കുറഞ്ഞ മലമ്പാതയിലൂടെ വളഞ്ഞും പുളഞ്ഞും കേറിയുമിറങ്ങിയും ബസു നീങ്ങുമ്പോൾ, നാം ക്രമേണ ഒരു കാര്യം ശ്രദ്ധിക്കും. ആ ഘോരവനങ്ങളിൽ വൃക്ഷങ്ങൾക്കിടയ്ക്ക് തണൽപറ്റി, ഏതാണ്ട് നാലഞ്ചടി പൊക്കത്തിൽ, വീതിയുള്ള നീണ്ട ഇലകളോടുകൂടിയ ഒരേതരം ചെടികൾ വളർന്നു നില്ക്കുകയല്ലേ? അവയ്ക്കു ചുറ്റും മണ്ണിന് വെട്ടും കിളയുമേറ്റിട്ടുണ്ടെന്നും ക്രമേണ ബോദ്ധ്യപ്പെടും. അപ്പോൾ അവ സ്വയം വളർന്നുവരുന്നവയല്ല മനുഷ്യർ വച്ചുപിടിപ്പിക്കുന്നവയാണ്.

ഏലക്കാടുകൾ

ഏലത്തോട്ടങ്ങളുടെ നാടാണ് ആ പ്രദേശങ്ങൾ. നല്ല തണലും തണുപ്പും ആവശ്യമുള്ള ഏലത്തോട്ടങ്ങൾക്ക് നിബിഡ വനത്തിന്റെ പ്രതീതിയാണുള്ളത്. ഉടുമ്പൻചോല സമീപിക്കുന്തോറും ഏലത്തോട്ടങ്ങളുടെ വ്യാപ്തി വർദ്ധിച്ചു വരുന്നു. കല്ലാറിലെത്തിയപ്പോൾ നല്ലൊരു ജങ്ഷന്റെ ഗമയുണ്ട്. നിരനിരയായി കടകളും വീടുകളും, പക്ഷേ, അവയ്ക്കപ്പുറം വീണ്ടും കൃഷിയിടങ്ങൾ തന്നെ. റോഡരികിലേ പരിഷ്കാരമുള്ളൂ. കല്ലാർ (പട്ടം കോളനി) കോളനിയുടെ പ്രാധാന്യമാണ് ആ ജങ്ഷനിലുള്ളത്. മലയോര കൃഷിക്കാരുടെ ഒരു പ്രധാന വിപണന കേന്ദ്രം.

കല്ലാറിലെ പട്ടം കോളനിയുടെ പിന്നിൽ, പറഞ്ഞു കേട്ടറിഞ്ഞ ഒരു കഥയുണ്ട്. വർഷങ്ങൾക്കു മുമ്പ്, ഉടുമ്പൻചോല പ്രദേശങ്ങളിൽ, ഏലത്തോട്ടങ്ങളിൽ പണിയെടുക്കുന്ന തമിഴർ മാത്രമായിരുന്നു പാർത്തിരുന്നത്. 1952 ൽ പട്ടം താണുപിള്ള മുഖ്യമന്ത്രിയായിരുന്നപ്പോൾ തിരുവിതാംകൂർ പ്രദേശത്തുനിന്നും സ്വന്തമായി ഭൂമിയില്ലാത്ത ആയിരക്കണക്കിന് കുടുംബങ്ങളെ ഹൈറേഞ്ചിലെ കല്ലാർ (നെടുങ്കണ്ടം) എന്ന സ്ഥലത്ത് കുടിയേറി പാർപ്പിച്ചു. വർഷങ്ങൾ കഴിഞ്ഞപ്പോൾ അവരുടെ ഉറ്റവരും ഉടയവരും സന്താനങ്ങളുമായി കുടിപാർപ്പുകാരുടെ അംഗസംഖ്യ ഗണ്യമായി വർദ്ധിച്ചു. ഇന്ന് ഹൈറേഞ്ചിൽ ഏറ്റവുമധികം മലയാളികൾ കല്ലാറിലാണുള്ളത്.

താണുപിള്ളയുടെ ബുദ്ധി

കുറെ കുടുംബങ്ങളെ ദാരിദ്ര്യത്തിൽനിന്നും മോചിപ്പിക്കാൻ വേണ്ടി മാത്രമാണോ കല്ലാറിൽ പട്ടം കോളനി ആരംഭിച്ചത്? അതും കാരണമാകാം. പക്ഷെ അതിനേക്കാൾ പ്രാധാന്യമെന്നു കരുതപ്പെടുന്ന ചില ചിന്താഗതികൾ അതിന്റെ പിന്നിൽ പ്രവർത്തിച്ചിരുന്നെന്നാണ് പലരും വിശ്വസിക്കുന്നത്. അക്കാര്യത്തിൽ പട്ടം താണുപിള്ളയുടെ ബുദ്ധിമഹത്ത്വത്തെയും ദീർഘവീക്ഷണത്തെയും വാഴ്ത്തുന്ന പലരുമുണ്ട്. എന്താണ് ആ അണിയറ രഹസ്യങ്ങൾ? കേരളത്തിന്റെ ഭാഗമായ ഇടുക്കി ജില്ലയുടെ കരളാണ് ഹൈറേഞ്ച്. വനസമ്പത്തിന്റെ കേന്ദ്രം. വിദേശനാണ്യത്തിന്റെ പ്രഭവസ്ഥാനം. പക്ഷേ, മുൻകാലങ്ങളിൽ ജനസംഖ്യയുടെ ഭൂരിഭാഗം തമിഴരായിരുന്നു. തോട്ടം പണിക്കു വന്നെത്തിയവർ (ഇന്നും അവരുടെ എണ്ണം കുറവല്ല). തമിഴ്നാട്ടിനോട് തൊട്ടു കിടക്കുന്ന, തമിഴ് ഭൂരിപക്ഷമുള്ള ഒരു പ്രദേശം കേരളത്തിന് ഒരു പേടിസ്വപ്നമല്ലേ? ഭാഷാസംസ്ഥാനങ്ങൾക്കുവേണ്ടി കടിപിടി കൂട്ടുന്ന കാലഘട്ടത്തിൽ തമിഴർക്കു പ്രാബല്യമുള്ള ഹൈറേഞ്ചു പ്രദേശങ്ങളുടെ മേലും തമിഴ്നാട്ടുകാർ, ഇനിയൊരിക്കൽ അവകാശവാദം ഉന്നയിച്ചാലോ? അങ്ങനെ സംഭവിച്ചു കൂടായ്കയില്ല. അങ്ങനെ ഒരാപത്ത് ഒഴിവാക്കാൻ വേണ്ടിയാണ് കല്ലാറിൽ മലയാളി കുടുംബങ്ങളെ കുടിപാർപ്പിച്ചതെന്നാണ് ഭൂരിപക്ഷം ആളുകളും വിശ്വസിക്കുന്നത്. ശരിയോ തെറ്റോ? അത് ഈ ലേഖകനറിഞ്ഞുകൂടാ. പക്ഷേ ഒരു കാര്യം തീർച്ച. അങ്ങനെ ഒരാപത്ത് ഒഴിവാക്കാൻ വേണ്ടി ഇത്തരത്തിലൊരു നടപടി സ്വീകരിച്ചവരാരായാലും അവരോട് കേരളം കടപ്പെട്ടിരിക്കും; തീർച്ച. മലയാളികളുടെ ആദ്യകാലത്തെ പരിമിതമായ ജനസംഖ്യ വർഷംതോറും കൂടിവരികയാണ്. തരിശുഭൂമികൾ വിളനിലങ്ങളായി രൂപാന്തരപ്പെട്ടു.

ഉടുമ്പൻചോല. ഞാനവിടെ ഇറങ്ങി; മൂന്നുപതിറ്റാണ്ടുകൾക്കു മുമ്പുള്ള ഓർമ്മകളുമായി. കുമിളിയുടെ വളർച്ചയുമായി തട്ടിച്ചു നോക്കിയപ്പോൾ എനിക്കെന്തോ പന്തികേടു തോന്നി. ആ കവലയ്ക്ക് ഒറ്റനോട്ടത്തിൽ കാര്യമായ മാറ്റമൊന്നും കാണാനില്ലല്ലോ. മുമ്പ് ഞാൻ ആദ്യമായി ആ സ്ഥലത്തു വന്നിറങ്ങിയപ്പോൾ-

നിരപ്പില്ലാത്ത റോഡിന്റെ വലതുവശത്തായി മതിൽക്കെട്ടിനകത്ത് ഒരു പുതിയ കെട്ടിടം. ഉടുമ്പൻചോല പഞ്ചായത്താഫീസ്. അതിനോട് ചേർന്ന് ഒരു പൊതുകിണറും മറുവശത്ത് ഒരു ഓലഷെഡ്ഡിൽ സ്ഥലത്തെ ഒരേയൊരു ഹോട്ടൽ ആൻഡ് ടീ ഷോപ്പും. അതിനപ്പുറത്ത് ഒരു നിര കടകൾ അത്രതന്നെ അന്നത്തെ ഉടുമ്പൻചോല. ഒരു താലൂക്ക് ഹെഡ് ക്വാർട്ടേഴ്സ് എന്ന നിലയ്ക്ക് ആ സ്ഥലത്തിന് അർഹതപ്പെട്ട സ്ഥാപനങ്ങളും പ്രധാന ആഫീസുകളുമെല്ലാം സമീപഗ്രാമങ്ങൾ അപഹരിച്ചു കഴിഞ്ഞിരുന്നു. ഇന്നും കാര്യമായ മാറ്റമൊന്നും ഉണ്ടെന്നു തോന്നുന്നില്ല. കൂടുതൽ കെട്ടിടങ്ങൾ നിർമ്മിച്ചിട്ടുണ്ട്. ജനബാഹുല്യവും പ്രകടമാണ്.

കൃഷിരീതി

ചുറ്റും ഏലത്തോട്ടങ്ങൾ തന്നെ. ഉടുമ്പൻചോല പഞ്ചായത്തതിർത്തിയിൽ നൂറ്റിയൻപതോളം വലിയ ഏലത്തോട്ടങ്ങളും ഏതാനും ചെറിയ തോട്ടങ്ങളും ഉണ്ടായിരുന്നു. തമിഴരായ തോട്ടമുടമകളുടെയും മലയാളികളുടെയും വക. തൊഴിലാളികൾ ഏറിയകൂറും തമിഴർ തന്നെ. ഏലത്തോട്ടങ്ങളിൽ ധാരാളം പണിക്കാർ ആവശ്യമാണ്. കായ്പറിക്കുന്ന കാലങ്ങളിലും മറ്റും. മറ്റവസരങ്ങളിൽ താരതമ്യേന കുറച്ച് ആളുകളേ വേണ്ടൂ. തണൽ മരങ്ങളുടെ ചോട്ടിൽ നിലമിളക്കി നിരപ്പാക്കി തൈകൾ വച്ചുപിടിപ്പിച്ച് കൃഷി ചെയ്താൽ ഏതാണ്ട് അഞ്ചു വർഷമാകുമ്പോൾ ഏലക്കായ് പറിക്കാറാകും. പതിനെട്ടു വർഷത്തോളം ഒരു ചെടിയിൽനിന്നും ഫലം ലഭിക്കും. ഏലക്കൃഷി ഏറ്റവും ആദായകരമായ ഒരു നാണ്യവിളയാണെന്ന് ബോദ്ധ്യപ്പെട്ടതോടെ വണ്ടന്മേട്, പാമ്പാടുംപാറ ഉടുമ്പൻചോല, ശാന്തൻപാറ എന്നീ പ്രദേശങ്ങളിൽ വൻതോതിൽ ഏലക്കൃഷി നടത്തിവരികയാണിപ്പോൾ. മാർക്കറ്റിൽ അനുദിനം വില വർദ്ധിച്ചുകൊണ്ടിരിക്കുന്നു. ഒക്ടോബർ ജനുവരി മാസങ്ങളിലാണ് ഏലക്കായ്കൾ പറിച്ച് ഉണക്കേണ്ടത്. കൊളുന്തു നുള്ളുന്നതുപോലെ ഏലക്കായ് മൂപ്പിനനുസരിച്ച് പറിക്കുന്നതിനും സ്ത്രീത്തൊഴിലാളികളാണാവശ്യം. സീസണാകുമ്പോഴേക്കും കങ്കാണിമാർ തമിഴ്നാട്ടിലെ ഗ്രാമാന്തരങ്ങളിൽ അലഞ്ഞു നടന്ന്, പണം അഡ്വാൻസ് നല്കി, സ്ത്രീത്തൊഴിലാളികളെ നൂറുകണക്കിന് ബുക്കു ചെയ്യുന്നു. സീസൺ എത്തുമ്പോൾ അവർ കൂട്ടംകൂട്ടമായി സ്വന്തം ഗ്രാമം വെടിഞ്ഞ് ഹൈറേഞ്ചിലെത്തുന്നു. ഉടമകൾ കെട്ടിക്കൊടുക്കുന്ന താല്ക്കാലിക പാർപ്പിടങ്ങളിൽ അന്തിയുറണങ്ങി മാടുകളെപ്പോലെ പണിയെടുക്കുന്നു. ആഹാരകാര്യത്തിൽ പ്രത്യേക നിഷ്ഠയൊന്നുമില്ല. കിട്ടുന്നതെന്തും ചാമയോ ചോളമോ മരച്ചീനിയോ എന്തായാലും മതി. സീസൺ കഴിയുമ്പോൾ അല്പസ്വല്പം മിച്ചമുള്ള കൂലിയുമായി ജന്മനാട്ടിലേക്കു മടങ്ങുന്നു. ഇതായിരുന്നു മുൻകാലങ്ങളിലെ റിക്രൂട്ട്മെന്റ് സമ്പ്രദായം.

മങ്കമ്മയുടെ കഥ

വിചിത്രമായ ചില വസ്തുതകളും ഈ സ്ത്രീത്തൊഴിലാളികളുടെ പിന്നിലുണ്ട്. കങ്കാണി തമിഴകത്തെ ഏതെങ്കിലും കുഗ്രാമത്തിൽനിന്നും മങ്കമ്മയെ തോട്ടംപണിക്ക് ബുക്ക് ചെയ്തെന്നിരിക്കട്ടെ. മങ്കമ്മ ഭർതൃമതിയായിരിക്കാം. സന്താനങ്ങളും കണ്ടേക്കാം. ഭർത്താവിന് നൂറോ ഇരുന്നൂറോ ഉടനടി മങ്കമ്മയുടെ സേവനത്തിന് അഡ്വാൻസായി കിട്ടണമെന്നേയുള്ളൂ. അയാൾ സന്തുഷ്ടനാണ്. പിന്നെ മാസാമാസം ഒരു ചെറിയ തുക അങ്ങെത്തിച്ചാൽ മതി, അയാൾ സംതൃപ്തനാണ്. കാണാൻ ശേലുള്ളവളാണ് മങ്കമ്മയെങ്കിൽ കങ്കാണിക്കോ തോട്ടമുടമയ്ക്കോ അവളോട് പ്രത്യേക പ്രതിപത്തി തോന്നിയെന്നിരിക്കാം. അവളെ വെപ്പാട്ടിയാക്കി സ്വീകരിച്ചെന്നും വരാം. ആ ബന്ധത്തിലുണ്ടാകുന്ന കുഞ്ഞുങ്ങളുടെ പിതൃത്വം തമിഴ്നാട്ടിലെങ്ങോ കഴിയുന്ന ഭർത്താവിനായിരിക്കും.

സമുദ്രനിരപ്പിൽനിന്നും നാലായിരത്തിൽപ്പരം അടി ഉയരമുള്ള ഉടുമ്പൻചോലയിൽനിന്നും കുന്നുകൾ കയറിയും ഇറങ്ങിയും ബസ് ദുർഗ്ഗമങ്ങളായ മലമ്പാതകളിലൂടെ സാവധാനം മുന്നോട്ടു നീങ്ങി ശാന്തൻപാറയിലെത്തി. മലയോരത്തിലെ ചെറിയൊരു ടൗൺ. ഇരുവശത്തും ഉയരത്തിൽ കമ്പോളങ്ങളും ഭക്ഷണശാലകളും ഏലക്കച്ചവടക്കാരുടെ കടകളും. താരതമ്യേന തിരക്കേറിയ സ്ഥലം. ഏലം ലേലത്തിന്റെ കേന്ദ്രമാണ് ശാന്തൻപാറ. അതിവിസ്തൃതമായിരുന്ന ഉടുമ്പൻചോല പഞ്ചായത്ത് പില്ക്കാലത്ത് മൂന്നായി വിഭജിക്കപ്പെട്ടതിന്റെ ഒരു കഷ്ണമാണ് ഇന്നത്തെ ഉടുമ്പൻചോല പഞ്ചായത്ത്. ഇപ്പോഴത്തെ വിസ്തീർണ്ണം 84 ച കി മീ. ജനസംഖ്യ (21940 (91 ലെ സെൻസസ്). ഉടുമ്പൻചോല, മാട്ടുത്താവളം, ചെമ്മണ്ണൂർ, കരിമല, ആട്ടുപാറ, മാവടി, പാറത്തോട്, പാപ്പൻപാറ, ചതുരംഗപ്പാറ എന്നിങ്ങനെ ഒമ്പത് വാർഡുകൾ. വടക്ക് ശാന്തൻപാറ, തെക്ക് നെടുങ്കണ്ടം എന്നീ പഞ്ചായത്തുകളും കിഴക്ക് തമിഴ്നാട് അതിർത്തിയിലെ ഗിരിനിരകളും പടിഞ്ഞാറ് കൊന്നത്തടി, ബോഡിമെട്ട് പ്രദേശങ്ങളുമാണ്. മൊട്ടക്കുന്നുകളും മലഞ്ചരിവുകളും ഇടയ്ക്കിടയ്ക്കു സമതലങ്ങളും നിറഞ്ഞ നിമ്നോന്നത ഭൂപ്രകൃതി. ജനസംഖ്യയിൽ ഭൂരിഭാഗവും ഹിന്ദുക്കൾ. പിന്നെ ക്രിസ്ത്യാനികൾ. മുസ്ലീങ്ങൾ ന്യൂനപക്ഷം. കൃഷിയാണ്. പ്രധാന ഉപജീവനമാർഗ്ഗം. ആദ്യകാല കുടിയേറ്റക്കാർ നെല്ലും മരച്ചീനിയും വാഴയും പച്ചക്കറികളുമാണ് കൃഷി ചെയ്തിരുന്നത്. എന്നാൽ വന്യമൃഗങ്ങൾ വൻതോതിൽ കൃഷി നശിപ്പിച്ചതിനെത്തുടർന്ന് അവർ കാലക്രമേണ കൃഷിരീതി മാറ്റുകയാണുണ്ടായത്. ക്രമേണ ഏലവും കുരുമുളകും ഇഞ്ചിയും മഞ്ഞളും മറ്റും കൃഷി ചെയ്തു തുടങ്ങി. ഏലംകൃഷിയാണിപ്പോൾ മുഖ്യം. ഏലംകൃഷിക്ക് ഏറ്റവും അനുയോജ്യമായ കാലാവസ്ഥയും കാടുകളുമാണിവിടെയുള്ളത്. മയിലാടും പാറയിൽ ഒരു ഏലം ഗവേഷകകേന്ദ്രവുമുണ്ട്. വൻകിട ഏലത്തോട്ടങ്ങളുടെ ഉടമസ്ഥർ തമിഴരും മലയാളികളുമുണ്ട്. 1927 മുതൽക്കെ തമിഴ്നാട്ടുകാരായ കുടിയേറ്റക്കാർ വ്യാപകമായ തോതിൽ ഉടുമ്പൻചോലയിൽ ഏലകൃഷി ആരംഭിച്ചിരുന്നു. മധുര ജില്ലയിലെ വിവിധ പ്രദേശങ്ങളിൽ നിന്നുവന്ന ഇക്കൂട്ടർ ചതുരംഗപ്പാറ, ചാക്കുളിമെട്ട്, ബോഡിമെട്ട് തുടങ്ങിയ സ്ഥലങ്ങളിലൂടെ കാൽനടയായിട്ടാണിവിടെ എത്തിയിരുന്നത്.

1936 മുതലുള്ള പട്ടയം കൈവശമുള്ള വൻകിട കൃഷിക്കാരുമുണ്ട്. ആദ്യകാലങ്ങളിൽ തിരുവിതാംകൂർ ഭാഗങ്ങളിൽനിന്നെത്തിയവരും മുമ്പിനാലെ ഉണ്ടായിരുന്ന തമിഴ് കുടിയേറ്റക്കാരും തമ്മിൽ സംഘട്ടനങ്ങൾ സാധാരണമായിരുന്നു. ഇന്നിപ്പോൾ ഇരുകൂട്ടരും സൗഹാർദ്ദത്തിൽ വർത്തിക്കുന്നു.

ഉടുമ്പൻചോല

പാറകളുടെ ഭാരം പേറുന്ന സ്ഥലനാമങ്ങൾ എത്ര വേണമെങ്കിലുമുണ്ട് ഈ ഹൈറേഞ്ചിൽ, പാമ്പാടുംപാറ, മയിലാടുംപാറ, ശാന്തൻപാറ, പൂപ്പാറ എന്നിങ്ങനെ. പാണ്ഡവരും കൗരവരും തമ്മിൽ ചതുരംഗം കളിച്ച പാറയാണത്രേ ചതുരംഗപ്പാറ. ആദ്യകാലത്തെ ഉടുമ്പൻചോല പഞ്ചായത്ത് പില്ക്കാലത്ത് വിഭജിക്കപ്പെട്ടതോടെ, താലൂക്ക് ആസ്ഥാനത്തിന്റേതായ ഗവ. സ്ഥാപനങ്ങൾ എല്ലാം പുതുതായി രൂപംകൊണ്ട നെടുങ്കണ്ടത്തേക്ക് മാറ്റി. അങ്ങനെ നെടുങ്കണ്ടം താലൂക്ക് ആസ്ഥാനത്തിന്റെ പ്രൗഢി കൈവരിച്ചപ്പോൾ ഉടുമ്പൻചോല തളരുകയായിരുന്നു. അതാണ് ഇന്നത്തെ ഉടുമ്പൻചോല പഞ്ചായത്ത്. സെന്റ് സേവ്യേഴ്സ് എൽ പി സ്കൂൾ, സെന്റ് ബനഡിക്റ്റ് എൽ പി സ്കൂൾ, സ്ലീബാമല, സെന്റ് ജോസഫ് എൽ പി എസ്, എന്നീ സ്കൂളുകൾ പരിമിതമായ തോതിലെങ്കിലും വിദ്യാഭ്യാസ സൗകര്യമേർപ്പെടുത്തുന്നു. പഞ്ചായത്തിലെ ഏക ഹൈസ്കൂളാണ് ചെമ്മണ്ണാറിലേത്. ഉടുമ്പൻചോലയോടു ചേർന്ന് തെക്കെ അതിർത്തിയായി സ്ഥിതിചെയ്യുന്ന നെടുങ്കണ്ടം കഴിഞ്ഞ കാൽ നൂറ്റാണ്ടിനുള്ളിൽ ഹൈറേഞ്ചിലെ ഒരു പട്ടണമായി വളർന്നു കഴിഞ്ഞു. വിവിധ പൊതുസ്ഥാപനങ്ങളും കച്ചവടസ്ഥാപനങ്ങളും ചെറുതും വലുതുമായ അനേകം കെട്ടിടങ്ങളും ഉൾക്കൊള്ളുന്ന തിരക്കേറിയ ടൗൺ, പഞ്ചായത്തിന്റെ വിസ്തീർണ്ണം 71.95 ച കി മീ. ജനസംഖ്യ 36969. കിഴക്കുനിന്ന് പടിഞ്ഞാറോട്ട് പടിപടിയായി ചരിഞ്ഞു കിടക്കുന്ന മലനിരകൾ ഉൾപ്പെട്ട ഭൂപ്രകൃതി. മലഞ്ചരിവുകളിലും താഴ്വരകളിലും കൃഷിയിടങ്ങളും കർഷക ഭവനങ്ങളും. നെല്ല് മരച്ചീനി, വാഴ, ചേമ്പ്, എന്നിത്യാദി കൃഷികളും കർഷകഭവനങ്ങളും, നെല്ല്, മരച്ചീനി, വാഴ, ചേമ്പ് എന്നി കൃഷികൾക്കു പുറമേ കുരുമുളക്, കാപ്പി തേയില, ഗ്രാമ്പൂ, ഇഞ്ചി, റബ്ബർ എന്നീ കൃഷികളും വ്യാപകമായിട്ടുണ്ട്. ഇപ്പോൾ പ്രാമുഖ്യം കുരുമുളകിനാണ്. 600 ഓളം ഹെക്ടറിൽ ഏലം കൃഷിയുമുണ്ട്. 1949 മുതൽ കുടിയേറിപ്പാർത്ത കുടുംബങ്ങൾ ഇവിടെയുണ്ട്. സാംസ്കാരികമായി താരതമ്യേന വികാസം പ്രാപിച്ച പ്രദേശങ്ങൾ. കോമ്പയാർ സംസ്കാരപോഷിണി വായനശാല ശ്രദ്ധേയം.

ഉടുമ്പൻചോല പഞ്ചായത്തിൽനിന്ന് ഭാഗം പിരിഞ്ഞുവന്ന മറ്റൊരു പുതിയ പഞ്ചായത്താണ് സേനാപതി. ചതുരംഗപ്പാറ, കാന്തിപ്പാറ, ഉടുമ്പൻചോല എന്നീ വില്ലേജുകളുടെ ഭാഗങ്ങൾ ഉൾപ്പെട്ട സേനാപതി പഞ്ചായത്തിന്റെ വിസ്തീർണ്ണം 41 ച കി മീ. ജനസംഖ്യ 12113 (91). വടക്ക് പന്നിയാർപ്പുഴയും രാജകുമാരി പഞ്ചായത്തും കിഴക്ക് ശാന്തൻപാറ പഞ്ചായത്തും തെക്ക് ചെമ്മണ്ണാർ പഞ്ചായത്തും പടിഞ്ഞാറ് പന്നിയാർപ്പുഴയും രാജാക്കാടു പഞ്ചായത്തുമാണ് അതിരുകൾ. നിമ്നോന്നതമായ ഭൂപ്രകൃതി. വിവിധ ആദിവാസി വിഭാഗങ്ങൾ പഞ്ചായത്തിന്റെ വിവിധ ഭാഗങ്ങളിൽ കോളനികളായി വസിക്കുന്നു. നൂറ്റാണ്ടുകളുടെ പഴക്കമുള്ള ചില ക്ഷേത്രങ്ങളുടെയും മറ്റ് ആരാധനാ കേന്ദ്രങ്ങളുടെയും അവശിഷ്ടങ്ങൾ വനാന്തരത്തിൽ അങ്ങിങ്ങ് കാണാവുന്നതാണ്.

സേനാപതി പഞ്ചായത്തിൽ സമുദ്രനിരപ്പിൽനിന്ന് 4100 അടി ഉയരത്തിലുള്ള കാറ്റൂതിമേട് എന്ന മലയുടെ മദ്ധ്യഭാഗത്തായി സ്ഥിതി ചെയ്യുന്ന അതിവിസ്തൃതമായ ഒരു കുളം സഞ്ചാരികൾക്ക് ഏറെ കൗതുകപ്രദമായിരിക്കും. കുളത്തിനു ചുറ്റുമായി നാല് വന്മരങ്ങളുണ്ട്. കുളത്തിന്റെ പാർശ്വങ്ങളിലായി ഏഴ് കന്യകമാരുടെ ശിലാശില്പങ്ങളുമുണ്ട്. ഒറ്റക്കല്ലിൽ കൊത്തിയെടുത്ത ശിലാശില്പകന്യകമാർ. ഈ സപ്തകന്യകമാർ ഈ കളത്തിൽ നീരാടാനെത്തിയിരുന്നുവെന്നും അക്കാരണത്താൽ സമീപപ്രദേശങ്ങൾ മനുഷ്യവാസയോഗ്യമല്ലെന്നും തദ്ദേശീയർ വിശ്വസിക്കുന്നു. ഈ പ്രദേശത്തെ അരിവളംചാൽ എന്ന സ്ഥലത്ത് പണ്ടുകാലം മുതൽക്കേ തനതായ ആചാരാനുഷ്ഠാനങ്ങൾ കടുകിട തെറ്റാതെ ജീവിതം നയിക്കുന്ന ആദിവാസികളുടെ ഒരു കോളനിയുണ്ട്. ഇതിനടുത്തള്ള പാറയിൽ കാണുന്ന വിമാനാകൃതിയിലുള്ള പ്ലെയിൻപാറയും കൗതുകകരമാണ്. ഹൈറേഞ്ചിലെ പന്നിയാർപുഴ, കിഴക്ക് മതികെട്ടാൻ മലയിടുക്കുകളിൽ നിന്നുത്ഭവിച്ച് ചിന്നക്കനാൽ, ശാന്തൻപാറ എന്നീ പഞ്ചായത്തുകളിലൂടെ ഒഴുകി സേനാപതി പഞ്ചായത്തിന്റെ പടിഞ്ഞാറെ അതിർത്തിയെന്നോണം പ്രവഹിക്കുന്നു.

മതികെട്ടാൻ മല

ഉടുമ്പൻചോലയിലെ വിശിഷ്യാ ശാന്തൻപാറ പൂപ്പാറ പ്രദേശങ്ങളിലെ ഏലക്കാടുകൾക്ക് ജീവജലം നല്കുന്ന പുഴകളുടെ പ്രഭവസ്ഥാനമായ മതികെട്ടാൻമല ഈയടുത്ത കാലത്ത് വാർത്താമാദ്ധ്യമങ്ങളിൽ നിറഞ്ഞു നിന്ന മറ്റൊരു വനം കയ്യേറ്റത്തിന്റെ വിവാദഭൂമിയാണല്ലോ. ഭൗമശാസ്ത്രകാരന്മാരുടെ വീക്ഷണകോണിൽ 1000 മുതൽ 15000 മീ വരെ ഉയരമുള്ള മലയിടുക്കുകളിൽ വളരുന്ന നിത്യഹരിതവനങ്ങളായ ചോലക്കാടുകളത്രേ മതികെട്ടാൻ. മതി

കെട്ടാൻ മലപോലെ തന്നെ നാശോന്മുഖമാണിന്ന് മന്നവൻമലയുമെന്ന് പ്രൊഫ. എം കെ പ്രസാദ് മുന്നറിയിപ്പ് നല്കുന്നു.

മതികെട്ടാൻ ചോല

2003 ൽ നിലവിൽ വന്ന ദേശീയ ഉദ്യാനമാണ് മതികെട്ടാൻ ചോല. മൂന്നാറിൽനിന്നും 48 കി മീ അകലെയുള്ള പൂപ്പാറയിൽനിന്നും 9 കി മീ ദൂരം. ഉടുമ്പൻചോല താലൂക്കിലെ പൂപ്പാറ തേനി റൂട്ട്. താഴ്‌വരയുടെ അടിത്തട്ടിൽനിന്നും സഹ്യന്റെ വിരിമാറിലേക്ക് പടർന്നു കയറുകയാണ് ഈ വനസുന്ദരി. പൂപ്പാറനിന്നും മതികെട്ടാൻ ചോല നാഷണൽ പാർക്കിലേക്ക് പോകുന്ന വഴിമദ്ധ്യേ വന്യമായ ഏലക്കാടുകൾ. ഏറ്റവുമധികം ഏലംകൃഷിയുള്ള പ്രദേശം. ഏലമലക്കാടുകളിലെ സംരക്ഷിത വനമേഖലയാണ് മതികെട്ടാൻ ചോല. ദുർഗ്ഗമമായ മലമ്പാത. കുത്തനെയുള്ള കയറ്റം. മാർഗ്ഗമദ്ധ്യേ അങ്ങിങ്ങ് ആദിവാസികളുടെ ചെറിയ കുടിലുകൾ കാണാം. കോടമഞ്ഞു പുതച്ച കുന്നുകളും തടാകങ്ങളും. 1100 മുതൽ 1700 മീറ്റർ വരെ ഉയരത്തിലാണ് ഈ മലനിരകൾ. അധികവും ചോലവനങ്ങൾ- ചോലപ്പുൽമേടുകൾ. പൊതുവെ ഉയരം കുറഞ്ഞ വൃക്ഷങ്ങൾ. ഇവിടെനിന്നും നോക്കിയാൽ, തെക്കെ ഇന്ത്യയിലെ പ്രധാന സുഖവാസകേന്ദ്രമായ കൊടൈക്കനാലിന്റെ വിദൂരദൃശ്യം കാണാം.

കഴിഞ്ഞ നൂറ്റാണ്ടിന്റെ പ്രാരംഭ ദശകളിൽ ഹൈറേഞ്ചിൽ കടന്നുവരുന്ന ആദ്യകുടിയേറ്റക്കാർ ഈ മലഞ്ചെരിവിൽ കൃഷിയിറക്കിയെങ്കിലും അതിശൈത്യത്തോടും അമിതവർഷത്തോടും വന്യമൃഗങ്ങളോടും പൊരുതി തോറ്റ് മതികെട്ട് (മനം മടുത്ത്) കൈവിട്ട സ്ഥലമായതുകൊണ്ടാകാം ഈ വനമേഖലയ്ക്ക് മതികെട്ടാൻ മലയെന്ന പേർ പതിഞ്ഞു കിട്ടിയത്. 1860 കളിൽ യൂറോപ്യന്മാർ ഹൈറേഞ്ചിൽ തോട്ടംകൃഷി ആരംഭിച്ച കാലഘട്ടത്തിൽ ഈ വനമേഖലയെ മൂന്നായി തരംതിരിക്കപ്പെട്ടു. കാപ്പിത്തോട്ടങ്ങളും തേയിലത്തോട്ടങ്ങളും അവയ്ക്ക് മദ്ധ്യേയുള്ള 870 ച കി മീ വരുന്ന കാർഡമം ഹിൽ റിസർവ്വ് വനങ്ങളും. 1897 ലാണ് സി എച്ച് ആർ രൂപീകരിക്കപ്പെട്ടത്. മറ്റു രണ്ട് മേഖലകളിൽനിന്നു വ്യത്യസ്തമായി. ഏതു കൃഷിക്കും അനുയോജ്യമായതിനാൽ ഏലവും കാപ്പിയും കുരുമുളകുമൊക്കെ മാറി മാറി കൃഷി ചെയ്ത് മണ്ണിന്റെ ഘടനയും ജൈവവൈവിദ്ധ്യവും ഏറക്കുറെ നഷ്ടപ്പെട്ട അവസ്ഥയിലാണ്. കാർഡമം റിസർവ്വ് വനങ്ങളിൽ അല്പമെങ്കിലും ജൈവസമ്പത്ത് അവശേഷിക്കുന്നത് ഈ മതികെട്ടാൻ മലഞ്ചെരിവുകളിലാണ്. സമുദ്രനിരപ്പിൽനിന്നും 1700 മീറ്ററിലധികം ഉയരത്തിലുള്ള ഈ വനമേഖലകളിൽ കാണുന്ന ഈർപ്പം നഷ്ടപ്പെടാത്ത മണ്ണ് ഗിരിവർഗ്ഗക്കാരും കുടിയേറ്റക്കാരും കൂടി വെട്ടി വെളുപ്പിക്കുമ്പോൾ, സി എച്ച് ആറിന്റെ ഇന്നവശേഷിക്കുന്ന വന-വൃഷ്ടിപ്രദേശങ്ങളാണ് നമുക്കു നഷ്ടമാകുന്നതെന്ന് ഡോ. ജോയി അഗസ്റ്റിൻ മുന്നറിയിപ്പു നല്കുന്നു.

ശാന്തൻപാറ ഏലക്കാടുകൾക്കിടയിലൊരു ചെറിയ ടൗൺ. ഇരുവശത്തും ഉയരത്തിൽ കടകമ്പോളങ്ങളും ഹോട്ടലുകളും. ഏലക്കച്ചവടക്കാരുടെ പീടികകളും കാണാം. വെയിൽ മങ്ങിയ നേരം. നല്ല തിരക്കുണ്ടവിടെ. സമുദ്രനിരപ്പിൽനിന്ന് 4300 അടി ഉയരമുള്ള ശാന്തൻപാറ പഞ്ചായത്തിൽ പൊതുവേ സുഖശീതളമായ കാലാവസ്ഥയാണ്. പഞ്ചായത്തിന്റെ വിസ്തീർണ്ണം 78.81 ചകി മീ. ജനസംഖ്യ 13889 (91 ലെ സെൻസസ് പ്രകാരം). കിഴക്കനതിർത്തി തമിഴ്നാട്, ആറ് പതിറ്റാണ്ടിലേറെ പഴക്കമുള്ള ആനയിറങ്ങാൻ ഡാം ഈ പഞ്ചായത്തിലാണ്. പൂർണ്ണമായും മണ്ണുകൊണ്ട് നിർമ്മിക്കപ്പെട്ട ഈ അണക്കെട്ട് ഇന്നും കേടുപാടില്ലാതെ നിലനില്ക്കുന്നുവെന്നുള്ളത് കൗതുകകരം തന്നെ. തേനീച്ചവളർത്തൽ ഇവിടുത്തെ ഒരു കുടിൽവ്യവസായമാണ്. തേൻഗ്രാമം എന്ന പേര് ലഭിക്കത്തക്കവണ്ണം തേനീച്ച വളർത്തൽ വ്യാപകമായിട്ടുണ്ട്. ഈ പഞ്ചായത്തിൽ ചുറ്റുമുള്ള ഏലക്കാടുകളിൽ തേനീച്ചക്കൂടുകൾ സ്ഥാപിക്കുന്നത് മുഖേന ചെടികൾക്ക് മെച്ചപ്പെട്ട പരാഗണ സൗകര്യമേർപ്പെടുത്താൻ കഴിയുന്നുവെന്ന് മാത്രമല്ല കൂടുകളിൽനിന്നും ലഭിക്കുന്ന തേൻ സാമ്പത്തിക നേട്ടം ഉണ്ടാക്കുകയും ചെയ്യുന്നു.

വഴിയോരക്കാഴ്ചകൾ കണ്ടറിഞ്ഞും കേട്ടറിഞ്ഞും കുമിളി മുതൽ മൂന്നാർ വരെ-പാമ്പാടുംപാറ, വണ്ടൻമേട്, കല്ലാർ, ഉടുമ്പൻചോല നെടുങ്കണ്ടം, ശാന്തൻപാറ, ദേവികുളം, വഴി ഹൈറേഞ്ചിന്റെ നട്ടെല്ലുപോലെയുള്ള ആ റോഡിൽക്കൂടിയുള്ള ഒരു യാത്ര, ഒരായിരം നിഗൂഢതകളുള്ളിലൊതുക്കി വഴിഞ്ഞൊഴുകുന്ന പ്രകൃതി ലാവണ്യത്തിലാറാടി നില്ക്കുന്ന ഹൈറേഞ്ച് മലഞ്ചരിവുകളുടെ ഒരു ഏകദേശരൂപവും ഭാവവും ദർശിക്കാൻ ഏറെ സഹായകമാകും തീർച്ച.

യാത്രാമദ്ധ്യേ, ഹൈറേഞ്ചിലെ ആദ്യകാല കുടിയേറ്റ ഭൂമികളും ആദ്യകാല തോട്ടങ്ങളും ഉൾപ്പെട്ട ദേവികുളം പട്ടണമാണ്. '0' വട്ടം സ്ഥലത്തെ ജീവിതപ്രശ്നങ്ങളും പാർപ്പിട പ്രശ്നങ്ങളും ശ്രദ്ധിക്കാതിരിക്കാൻ കഴിഞ്ഞില്ല.

41

കണ്ണൻ തേവന്റെ വന സാമ്രാജ്യം

മൂന്നാറിന്റെ കാര്യം ഓർക്കുമ്പോൾ തന്നെ, വർഷങ്ങൾക്കു മുമ്പ്, മനസ്സറിയാതെ വിഡ്ഢിയാകേണ്ടി വന്ന ആ പഴയ സംഭവം സ്മരണ മണ്ഡലത്തിൽ തെളിഞ്ഞുവരാറുണ്ട്. അന്ന് മൂന്നാറിലേക്കുള്ള ആദ്യയാത്രയായിരുന്നു. തെരുവു വിളക്കുകൾ കണ്ണുചിമ്മി നിന്ന മൂന്നാർ ടൗണിൽ, സുഹൃത്തിന്റെ കാറിൽ നിന്നിറങ്ങാൻ നിലത്ത് കാലു കുത്തിയപ്പോൾ തന്നെ, അടിമുടി വിറച്ചുപോയി. ശൈത്യം എന്നെ അപ്പാടെ വിഴുങ്ങിയ അനുഭവം. കാലുകൾ മരവിച്ച് മുന്നോട്ടു നീങ്ങാനാവാത്ത അവസ്ഥ. അത്രയും പ്രതീക്ഷിച്ചിരുന്നില്ല. എങ്കിലും എന്റെ വല്ലായ്മ പുറത്തു കാണിക്കാതെ കയ്യുയർത്തി സുഹൃത്തിനെ യാത്രയാക്കി.

"ബൈ..... ബൈ...."

"അതാ ആ പാലത്തിലൂടെ അപ്പുറത്തെത്തി അല്പം മുമ്പോട്ടു നടന്നാൽ മതി." കാർ സ്റ്റാർട്ടാക്കുന്നതിനിടയിൽ സുഹൃത്ത് വിളിച്ചു പറഞ്ഞു.

റോഡരികിലെ തെരുവുവിളക്കിൽനിന്നും തെറിച്ചെത്തിയ ഇത്തിരി വെട്ടത്തിൽ ഞാൻ ആ വീതി കുറഞ്ഞ പാലത്തിൽ കയറി അക്കരെയെത്താൻ ശ്രമിച്ചു. ഇതെന്തു കഥ. പാലം തൊട്ടിൽപോലെ ആടുകയാണല്ലോ. ഇരുവശങ്ങളിലെയും ഇരുമ്പു കമ്പികൾ ബലമായി പിടിച്ച് വീണ്ടും നടക്കാനാഞ്ഞു. ഞാൻ ബലപ്പിക്കുന്തോറും പാലത്തിന്റെ ആട്ടം കൂടുകയാണ്. എന്റെ കാലുകളും നിലത്തുറയ്ക്കുന്നില്ലല്ലോ. തണുപ്പു കൊണ്ടോ അതോ പാലത്തിന്റെ ചാഞ്ചാട്ടം കൊണ്ടോ? പാലത്തിൽനിന്നും പിന്തിരിഞ്ഞ് റോഡിലെത്തിയാലോ? അങ്ങനെ ചിന്തിച്ചു പോയി. അപ്പോഴതാ ദേഹമാസകലം കരിമ്പടംകൊണ്ട് മൂടിപ്പുതച്ച് ഒരാൾ പാലത്തിൽ കയറുന്നു. അനായാസം മുന്നോട്ടു നീങ്ങുന്ന അയാൾക്ക് പോകാൻ ഞാൻ വഴിയൊഴിഞ്ഞു നിന്നു. വീശിയടിക്കുന്ന ശീതക്കാറ്റ് മജ്ജ വരെ തുളച്ചു കയറുന്നു. അനായാസം മുന്നോട്ടും പിന്നോട്ടും പോകാനാകാതെ പാലത്തിൽ ചാരി മുറുകെ പിടിച്ചുനിന്ന എന്നെ ആരോ ഒരാൾ മെല്ലെ താങ്ങി നടത്തി അക്കരെയെത്തിച്ചു. ആ നല്ലവനായ രക്ഷകന്, കിടുകിടാ കൂട്ടിമുട്ടുന്ന താടിയിൽ നിന്നുതിർന്ന നന്ദി വാക്കുകളർപ്പിച്ച് ഞാൻ മുന്നോട്ടു നടന്നു. ആ സെക്കന്റ് ക്ലാസ് ടൂറിസ്റ്റ് ബംഗ്ലാവിന്റെ പടികൾ കയറി. നാലു ചുവരുകൾക്കുള്ളിൽ എത്തിപ്പെട്ടപ്പോൾ സ്വർഗ്ഗം കിട്ടിയ പ്രതീതി. കമ്പിളിപ്പുതപ്പിനുള്ളിൽ കടന്നുകൂടി സുഖകരമായ ഒറ്റയുറക്കം. ഉണർന്നപ്പോൾ മുറിക്കകത്ത് വെളിച്ചം കടന്നുവന്നു കഴിഞ്ഞു. പുതപ്പുമാറ്റാതെ തന്നെ, മുറി തുറന്ന് ആ ടൂറിസ്റ്റ് ഹൗസിന്റെ വിശാലമായ മുറ്റത്തുനിന്നും ചുറ്റുംനോക്കി. മലമടക്കുകളിലൊരു പരിഷ്കൃത നഗരം.

മൂന്നാർ പട്ടണം

ചുറ്റും ഉദയപ്രഭയിൽ കുളിർക്കെ ചിരിച്ചു നില്ക്കുന്ന കുന്നുകൾ, അവയ്ക്കിടയ്ക്ക് ടാറിട്ട റോഡുകൾ കുന്നിൻ ചരിവുകളിൽ പടിപടിയായി മേലോട്ടുയർന്നു പോകുന്ന കെട്ടിടങ്ങൾ, ആരാധനാലയങ്ങൾ പൊതു സ്ഥാപനങ്ങൾ ടൗണിനു ചുറ്റും വെള്ളിക്കസവുകൊണ്ട് അതിരിട്ടതു പോലെ ചുറ്റിയൊഴുകുന്ന കാട്ടാർ. മുതിരപ്പുഴയാറും (കന്നിമലയാറ്) നല്ല തണ്ണിയും കുണ്ടളയും മലയിടുക്കുകളിലൂടെ ഒഴുകിയിറങ്ങി വന്ന് ടൗണിന്റെ പരിസരത്തു വച്ച് ഒന്നിച്ച് മൂന്നാറായി ഒഴുകിനീങ്ങുകയാണ്. ആറ്റിനു കുറുകെ, എന്നെ പറ്റിച്ച പാലം—അക്കരയിക്കരെ കമ്പികൾ വലിച്ചുകെട്ടിയുറപ്പിച്ചിട്ടുള്ള ആ തൂക്കുപാലം—പല പതിറ്റാണ്ടുകൾക്കു മുമ്പ് കണ്ണൻ

ദേവൻ 'കമ്പനിയിലെ എൻജിനീയർമാർ നിർമ്മിച്ച താകണം. ഇന്നും വലിയ കുഴപ്പമൊന്നും കൂടാതെ സേവനം തുടർന്നു (കുറച്ചകലെയായി, വാഹന ങ്ങൾക്കും മറ്റു അക്കരെയിക്കരെ കടക്കാൻ തക്ക സൗകര്യമുള്ള പാലമുണ്ട്). കമ്പിപ്പാലം അക്കരെയി ക്കരെ വേർപെട്ടു നില്ക്കുന്ന ടൗൺ പ്രദേശങ്ങളെ കൂട്ടിയിണക്കുന്ന ഒരു കുറുക്കു വഴി മാത്രം. ജങ്ഷ നിൽ ബസ് സ്റ്റാൻഡും ബസാറും ഹോട്ടലുകളുമു ണ്ട്. കുന്നിനു മുകളിൽ ക്രിസ്ത്യൻ പള്ളി, ആറ്റിന പ്പുറം സത്രവും പിന്നിൽ മുകളിലായി സുബ്രഹ്മണ്യ ക്ഷേത്രവും. കുന്നിനു മുകളിലൂടെ കയറിപ്പോകുന്ന ടാറിട്ട റോഡുകൾ. ഒരു പരിഷ്കൃത നഗര ത്തിന്റേതായ സ്ഥാപനങ്ങൾ മിക്കതും ആ ചുരുക്കം സ്ഥലത്തുണ്ട്. രണ്ടു മൂന്നു കുന്നുകൾക്കിടയ്ക്ക് കാട്ടാറിന്റെ തീരത്തുള്ള ഒരു കൊച്ചു നഗരം. അതത്രേ മൂന്നാർ.

സമുദ്ര നിരപ്പിൽനിന്നും 5000 അടി മുതൽ 6000 അടി വരെ ഉയർന്നു കിടക്കുന്ന മലനിരകളാണ് മൂന്നാർ. ചില തേയിലത്തോട്ടങ്ങൾ 7000 അടിവരെ ഉയരത്തിലുള്ള ഗിരിതലങ്ങളാണ്. ഹിമാലയം കഴി ഞ്ഞാൽ ഇന്ത്യയിലെ ഏറ്റവും വലിയ കൊടുമുടി യായ ആനമുടി (8841 അടി) ഹൈറേഞ്ചിലാണ്. ദേവി കുളം, മൂന്നാർ, പള്ളിവാസൽ എന്നീ പ്രദേശങ്ങ ളുൾപ്പെട്ട ഈ ഗിരിനിരകൾ തമിഴ്നാടിനോട് ചേർന്നുകിടക്കുന്നു. കിഴക്കോട്ടു വ്യാപിച്ചു കിട ക്കുന്ന സങ്കീർണ്ണമായ വനപ്രദേശങ്ങൾ ടോപ്പ് സ്റ്റേഷൻ വരെയുണ്ട്. അതിനപ്പുറം മദ്രാസ് സ്റ്റേറ്റിലെ മധുരജില്ല. മൂന്നാറിന്റെ തെക്ക്ഭാഗത്താണ് കേരള ത്തിലെ ഒരു പ്രധാന വൈദ്യുതോല്പാദനകേന്ദ്രമായ പള്ളിവാസൽ. മൂന്നാറിൽനിന്ന് എട്ടുമൈൽ കിഴക്കു മാറി മാട്ടുപ്പെട്ടി റിസർവോയറിനു സമീപം ഇൻഡോ സ്വിസ്സ് പ്രോജക്ടിന്റെ ആഭിമുഖ്യത്തിലുള്ള ഡയ റിഫാം മികച്ച ഒരു കാലിവളർത്തൽ കേന്ദ്രമാണ്. മേൽത്തരം കാലിയിനങ്ങളെ ശാസ്ത്രീയമായ രീതി യിൽ വളർത്തി ക്ഷീരോല്പാദനം നടത്തുന്നു. ഫാമിന്റെ വകയായി കാലിത്തീറ്റകളും ഉല്പാദിപ്പി ക്കപ്പെടുന്നു.മാട്ടുപ്പെട്ടി കുണ്ടള, കല്ലാർകുട്ടി, പന്നി യാർ ഹൈഡ്രോ ഇലക്ട്രിക് പ്രോജക്ട്, ആനഇറ ങ്കൽ ഡാം എന്നീ ഹൈഡ്രോ ഇലക്ട്രിക് പ്രോജ ക്ടുകൾ മൂന്നാർ മലനിരകളാണ്.

കണ്ണൻ ദേവന്റെ സാമ്രാജ്യം

മൂന്നാറിന്റെ ചരിത്രവും വളർച്ചയും വികസ നവും സാമ്പത്തിക സംവിധാനവുമെല്ലാം കണ്ണൻദേ വൻ കമ്പനിയെ (ഇന്നത്തെ ടാറ്റാക്കമ്പനി) ആശ്ര യിച്ചിരിക്കുന്നു. കാരണം, ഒന്നൊന്നര നൂറ്റാണ്ടിനു മുമ്പ് മനുഷ്യപാദസ്പർശമേൽക്കാത്ത ഈ വനാന്ത രങ്ങളിൽ സാഹസികബോധത്തോടെ കടന്നുചെന്ന് വന്യമൃഗങ്ങളോടും മലമ്പനിയോടും മല്ലിട്ട് തേയി ലത്തോട്ടങ്ങൾ വച്ചു പിടിപ്പിച്ച വെള്ളക്കാരാണ് മൂന്നാ റിന്റെ ഇന്നത്തെ വളർച്ചയ്ക്ക് ഉത്തരവാദികളെന്ന് നിസ്സംശയം പ്രസ്താവിക്കേണ്ടതുണ്ട്. ചിറ്റുപ്പുത, എല്ലുപ്പെട്ടി, കുണ്ടള, മാട്ടുപ്പെട്ടി, അരുവിക്കോട്, ഗുണ്ടുമല, സൈലന്റ് വാലി, ലക്ഷ്മി, നല്ലതണ്ണി, കല്ലാർ, പെരിയപര, കുന്നിമല, കടലാറ്, രാജമല, നയ്മക്കാട്, വാകപുരം, സോത്തുപാറ, ലോക്കാർട്, തെന്മല, തലയാർ എന്നിങ്ങനെ ഹൈറേഞ്ചിലെ എസ്റ്റേറ്റുകൾ അസംഖ്യം. ഈ തേയിലത്തോട്ടങ്ങ ളുടെ വളർച്ച, വനപ്രദേശങ്ങൾ തേയിലത്തോട്ടങ്ങ ളായി രൂപാന്തരപ്പെട്ടുകൊണ്ടിരുന്ന അനുസ്യൂതമായ ഒരു പ്രക്രിയയുടെ കഥയാണ്. 1894 ൽ 5857 ഏക്ക റിൽ മാത്രമേ തേയിലകൃഷി നടത്തിയിരുന്നുള്ളൂ. 1908 ആയപ്പോഴേയ്ക്കും ഫിൻലേ എസ്റ്റേറ്റുകൾ മാത്രം. 14125 ഏക്കറായി വർദ്ധിച്ചു. ഇപ്പോഴാകട്ടെ ഇതിന്റെ പല മടങ്ങുകളായി വർദ്ധിച്ചിട്ടുണ്ട്. വൻവ്യവസായി കൾ കോടിക്കണക്കിനു രൂപ മുടക്കി തോട്ടം വ്യവ സായത്തിലേർപ്പെട്ടതോടെ വികസനം ദ്രുതഗതിയി ലായി. വന്യമൃഗങ്ങൾ നിറഞ്ഞ കൊടും കാടുകൾ വെട്ടിത്തെളിച്ചെടുക്കാനും തോട്ടങ്ങളാക്കി മാറ്റാനും ആദ്യകാലങ്ങളിൽ അസംഖ്യം തൊഴിലാളികൾക്ക് ജീവൻ ബലികഴിക്കേണ്ടി വന്നിട്ടുണ്ട്. പ്രകൃതികോ പങ്ങളും സാംക്രമിക രോഗങ്ങളും ധാരാളം തൊഴി ലാളികളുടെ ജീവൻ അപഹരിക്കാൻ കാരണമായി. ആദ്യകാലങ്ങളിൽ തേയിലകൃഷിയിൽ തഴക്കവും പഴ ക്കവുമുള്ള ആൾക്കാരെ സിലോണിൽനിന്നും വരു ത്തിയിരുന്നു. വനാന്തരങ്ങളിൽ റോഡുകൾ നിർമ്മി ക്കപ്പെട്ടു. ഫാക്ടറികൾ പണിതുയർത്തപ്പെട്ടു. അങ്ങനെ ക്രമേണ ക്രമേണ അതിവിസ്തൃതമായ വനാന്തരങ്ങളിൽ മനുഷ്യന്റെ ബുദ്ധിയും കൈകളും അത്ഭുതാവഹമായ നേട്ടങ്ങളുണ്ടാക്കി. തേയിലക്കൃ ഷിയാണ് ഹൈറേഞ്ചിലെ മുഖ്യവ്യവസായവും തൊഴിലും ഉപജീവനമാർഗ്ഗവുമെല്ലാം. ആയിരക്കണ ക്കിന് തൊഴിലാളികളുടെയും സാങ്കേതിക വിദഗ്ദ്ധ രുടെയും സുസൂക്ഷ്മവും നിരന്തരവുമായ പ്രയത്നം ആവശ്യമാണ്. കളപറിക്കൽ, ശിഖരം മുറിക്കൽ, വളർച്ചമുറ്റിയവ മാറ്റി പകരം നടീൽ, വളപ്രയോഗം, കീടനശീകരണം തുടങ്ങി ഒട്ടധികം പണികളുണ്ട്. ഇവ തക്കസമയത്തും വേണ്ട രീതിയിലും ചെയ്താലേ പരമാവധി ഉല്പാദനം ലഭിക്കുകയുള്ളൂ. കാലാവസ്ഥയുടെ സ്വാധീനവും കുറച്ചൊന്നുമല്ല.

കൊളിന്തിറുക്കലാണല്ലോ തേയിലക്കൃഷിയുടെ മുഖ്യഘടകം. ഇളം തളിരുകൾ പെരുവിരലും ചൂണ്ടു വിരലും ചേർത്ത് നുള്ളിയെടുക്കണം - രണ്ടിലയും ഒരു മൊട്ടും. പറിച്ചെടുത്ത തേയില, ഫാക്ടറിയി ലെത്തിച്ചാൽ പിന്നെ, വിവിധ യാന്ത്രികപ്രവർത്തന ങ്ങളിലൂടെ അവ പാകപ്പെടുത്തി, വിവിധ തരത്തിലും ഗുണത്തിലുംപെട്ടവ വെവ്വേറെ വേർതിരിച്ച് പെട്ടി യിലാക്കി കയറ്റി അയയ്ക്കപ്പെടുന്നു. ഹൈറേഞ്ചിൽ

പ്രതിവർഷം ഉല്പാദിപ്പിക്കപ്പെടുന്ന തേയിലയുടെ 75 ശതമാനവും ഇംഗ്ലണ്ട്, ന്യൂസിലാന്റ്, റഷ്യ, യു എസ് എ, കാനഡ, ആസ്ത്രേലിയ എന്നിങ്ങനെ ഒട്ടേറെ വിദേശരാജ്യങ്ങളിലേക്ക് കയറ്റി അയയ്ക്കപ്പെടുന്നു. ഇന്ത്യക്ക് കോടിക്കണക്കിന് രൂപയുടെ വിദേശനാണ്യം നേടിത്തരുന്നു. ഇപ്രകാരം നമ്മുടെ സാമ്പത്തിക വളർച്ചയുടെ അനുപേക്ഷണീയ ഘടകമായ വിദേശനാണ്യം നേടിത്തരുന്നതിന് അഹോരാത്രം പണിപ്പെടുന്ന തൊഴിലാളികളെപ്പറ്റി ചിന്തിക്കാം.

തൊഴിൽ മേഖല

മൺറോ സായിപ്പ് തോട്ടം പണി ആരംഭിച്ചപ്പോൾ ഈ പ്രദേശത്ത് ഉണ്ടായിരുന്നത് കാട്ടുജാതിക്കാരായ ഏതാണ്ട് രണ്ടായിരത്തിലോളം ആളുകളായിരുന്നു. എന്നാണ് കണക്കാക്കിയിട്ടുള്ളത്. ഇന്ന് തോട്ടം തൊഴിലാളികളുടെ സംഖ്യ പലമടങ്ങായി വർദ്ധിച്ചിട്ടുണ്ട്. തൊഴിലാളികളിൽ ബഹുഭൂരിഭാഗവും തമിഴർ തന്നെ. ഹൈറേഞ്ചിലെ തോട്ടം തൊഴിലാളികൾക്ക് ഗവൺമെന്റ് കുറഞ്ഞ കൂലി നിജപ്പെടുത്തിയിട്ടുണ്ട്.അവയ്ക്കു പുറമെ തോട്ടം ഉടമകൾക്ക് ആനുകൂല്യങ്ങളും ഏർപ്പെടുത്തിയിട്ടുണ്ട്. പാർപ്പിടമാണ് ഏറ്റവും പ്രധാനം. തൊഴിലാളികൾക്ക് സൗജന്യവൈദ്യസഹായവും പ്രസവാനുകൂല്യങ്ങളുമുണ്ട്. തൊഴിലാളി കുടംബങ്ങൾക്ക് ചികിത്സാ സൗകര്യം വ്യാപിപ്പിച്ചിട്ടുണ്ട്. എസ്റ്റേറ്റ് ഡിസ്പെൻസറികളും ഹോസ്റ്റലുകളും കാര്യക്ഷമമായി പ്രവർത്തിക്കുന്നവയാണ്. ന്യായവിലയ്ക്ക് അരി, കാലികൾക്ക് മേച്ചിൽ സ്ഥലങ്ങൾ, അടുക്കളത്തോട്ടങ്ങൾക്കു സ്ഥലം, കുട്ടികൾക്കു ക്രഷ്, വർക്കേഴ്സ് കാന്റീനുകൾ, വർക്കേഴ്സ് ക്ലബ്ബുകൾ, ശമ്പളത്തോടു കൂടിയ അവധി ദിവസങ്ങൾ, വീട്ടിൽ പോയി വരാനുള്ള വഴി ച്ചെലവ്, കമ്പിളികളും മറ്റും, റിട്ടയർമെന്റ് ആനുകൂല്യങ്ങൾ, ബോണസ് എന്നിങ്ങനെ ഒട്ടേറെ ആനുകൂല്യങ്ങൾ നടപ്പാക്കാൻ ഉടമകൾ ബാദ്ധ്യസ്ഥരായിട്ടുണ്ട്. ഇവയെല്ലാം മുൻകാലത്തെ ശോചനീയ ജീവിതത്തിൽനിന്നും ഒരതിർത്തി വരെ തൊഴിലാളികളുടെ ഉന്നമനത്തിന് സഹായകമായിട്ടുണ്ട്.

ഇപ്രകാരം, മുമ്പ് സ്വന്തം തോട്ടങ്ങളുടെ വളർച്ചയ്ക്കും അങ്ങനെ സ്വകാര്യലാഭത്തിനും വേണ്ടി ഉടമകൾ ഏർപ്പെടുത്തിയിട്ടുള്ള സൗകര്യങ്ങളും പരിഷ്കാരങ്ങളുമെല്ലാം അതിവിസ്തൃതമായ ഒരു പ്രദേശത്തിന്റെ മൊത്തത്തിലുള്ള വികസനത്തിന് സഹായകമായി. റോഡുകളുടെ കാര്യം തന്നെയെടുക്കാം. ഹൈറേഞ്ചിലെ തോട്ടമുടമകൾ, പ്രധാനമായും കണ്ണൻദേവൻ കമ്പനികൾ വെട്ടിച്ചിട്ടുള്ള റോഡുകൾ മൂന്നാർ പ്രദേശത്തിന് അനുഗ്രഹമായി. കുന്നുകളിൽനിന്നു കുന്നുകളിലേക്കു തോട്ടങ്ങളുടെ നാനാ ഭാഗങ്ങളിലേക്കും തലങ്ങുംവിലങ്ങുമായി ചെറുതും വലുതുമായ റോഡുകളുടെ ഒരു ശൃംഖല തന്നെയുണ്ട്.

മുൻകാലങ്ങളിൽ

തേയിലത്തോട്ടങ്ങളിൽനിന്നും ഇറുത്തെടുത്ത കൊളുന്ത് ഫാക്ടറികളിലെത്തിക്കാനും നിർമ്മാണം പൂർത്തിയായവ കയറ്റിക്കൊണ്ടു പോകാനും, കാളകളെയാണ് ആദ്യകാലങ്ങളിൽ ഉപയോഗിച്ചിരുന്നത്. തലച്ചുമടായും കുതിരപ്പുറത്തും ചരക്കുകൾ കൊണ്ടുപോയിരുന്നു. പിന്നീട് ട്രാക്ടറുകളും ലോറികളും റോപ്വേകളും ഒറ്ററെയിൽപ്പാതയും ഈ ജോലി ഏറ്റെടുത്തു. ടോപ്സ്റ്റേഷൻ വരെ ഉണ്ടായിരുന്ന ഒറ്റ റെയിൽപ്പാത ഒരു വെള്ളപ്പൊക്കത്തിൽ നശിച്ചു. മൂന്നാർ മുതൽ കുണ്ടള വരെ പത്തുമൈൽ നീളമുള്ള ഒരു റോപ്വേയും കിഴക്കൻ സമതലത്തിൽനിന്ന് 2840 അടി ഉയരത്തിൽ ടോപ്പ് സ്റ്റേഷൻ വരെയുള്ള രണ്ടര മൈൽ നീളത്തിലുള്ള റോപ്വേയും വളരെക്കാലം കാര്യക്ഷമമായി പ്രവർത്തിച്ചു. ഇപ്പോൾ അവ ഉപയോഗത്തിലില്ല. തേയിലത്തോട്ടങ്ങളിലെ വൃത്തിയും ഭംഗിയുമുള്ള റോഡുകൾക്കു പുറമേ, മോട്ടോർ വാഹനങ്ങൾക്കു സഞ്ചരിക്കാവുന്ന 500 മൈലോളം നീളമുള്ള പല നല്ല റോഡുകളുമുണ്ട്. ഗവൺമെന്റ് വകയായി ഹൈറേഞ്ചിലുള്ള ഉഭുമൽപ്പേട്ട റോഡും (കോയമ്പത്തൂരിലേക്ക്) നേരിയമംഗലം റോഡും (എറണാകുളത്തേക്ക്) ആദ്യം കണ്ടുപിടിച്ചത് ഫിൻലേ എൻജിനീയർമ്മാരാണ്.

വിദ്യുച്ഛക്തിയുടെ കാര്യവും അങ്ങനെ തന്നെ. എസ്റ്റേറ്റ് വക കെട്ടിടങ്ങളുടെ ആവശ്യത്തിനും തേയില ഫാക്ടറികൾ പ്രവർത്തിപ്പിക്കുന്നതിനും വേണ്ടി കഴിഞ്ഞ നൂറ്റാണ്ടിന്റെ ആദ്യദശകത്തിൽ കണ്ണൻ ദേവൻ കമ്പനി 200 കി വാട്ട് ശേഷിയുള്ള ജലവൈദ്യുതോല്പാദനകേന്ദ്രം മൂന്നാറിൽ സ്ഥാപിച്ചിരുന്നുവെന്നതും സ്മരണീയമാണ്. ഹൈറേഞ്ചിൽ മിക്കവാറും എല്ലാ സ്ഥലത്തുമായി അനേകം മൈൽ ദൈർഘ്യമുള്ള വൈദ്യുതി ലൈനുകളുണ്ട്. മൂന്നാർ പ്രദേശങ്ങൾക്ക് ഇന്നോളമുണ്ടായിട്ടുള്ള അഭിവൃദ്ധിക്ക് പ്രധാനമായും ഉത്തരവാദി കണ്ണൻ ദേവൻ തേയിലക്കമ്പനി തന്നെയാണ്. കൂടുതൽ സൗകര്യങ്ങൾ ഏർപ്പെടുത്തുന്നതിന് മൂന്നാർ പഞ്ചായത്തും ദത്തശ്രദ്ധമാണ്.

ചെറിയൊരിടവേളയ്ക്കു ശേഷം ഈയടുത്ത കാലത്ത് മൂന്നാർ സന്ദർശിച്ചപ്പോൾ, എന്റെ സങ്കല്പത്തിലെ പഴയ മൂന്നാർ ആകെ തകിടം മറിഞ്ഞതു പോലെ. പഴയ തൂക്കുപാലത്തിനിപ്പുറം നിന്ന് ഞാൻ കണ്ണോടിച്ചു. ആറിന്റെ രണ്ടു കരകളിലും ഞെങ്ങി ഞെരുങ്ങി നില്ക്കുന്ന പീടികകളുടെ പിന്നാമ്പുറങ്ങൾ-ആറ്റിറമ്പുകൾ-മാലിന്യക്കൂമ്പാരങ്ങളായി മാറി

യിരിക്കുന്നു. പാലത്തിന്റെ രണ്ടറ്റങ്ങളേയും ഞെക്കി ഞെരുക്കി വീർപ്പുമുട്ടിക്കുന്ന മാതിരിയുള്ള കച്ചവടം. ആറ്റിനക്കരെയും ഇക്കരെയും കുന്നിൻ ചരിവുകളിലുമെല്ലാം മൂന്നാറിന്റെ ഹരിതഭംഗിക്ക് ഒട്ടും ഇണങ്ങാത്ത കോൺക്രീറ്റ് നിർമ്മിതികൾ. ബഹുനിലമന്ദിരങ്ങളും മറ്റും ഉയർന്നു വന്ന് നഗരത്തെ വികൃതമാക്കിയിരിക്കുന്നു. ഭക്ഷണശാലകളും കടകമ്പോളങ്ങളും പുറംതള്ളുന്ന ചപ്പും ചവറും അങ്ങിങ്ങ് കാണാം. മൂന്നാറിന്റെ നൈസർഗ്ഗിക സൗന്ദര്യം നഷ്ടപ്പെട്ടതുപോലെ. പ്രകൃതിലാവണ്യം തുളുമ്പുന്ന മൂന്നാർ, പാടേ മാറിപ്പോയി. പച്ചപ്പട്ടു പുതച്ച ചില മൊട്ടക്കുന്നുകൾക്കിടയിൽപ്പെട്ട് നട്ടം തിരിയുന്ന കൊച്ചുപട്ടണമാണല്ലോ മൂന്നാർ. വളരാനിടമില്ലാതെ വളർച്ച മുരടിച്ചപ്പോൾ, നഗരമുഖം വികൃതമായതാണ് ഇന്നത്തെ ദൃശ്യം.

പഞ്ചായത്തിന് പണമുണ്ടെങ്കിലും

ഭൂവിസ്തൃതിയിലും ധനസ്ഥിതിയിലും കേരളത്തിലെ ഏറ്റവും വലിയ പഞ്ചായത്താണ് മൂന്നാർ സ്പെഷ്യൽഗ്രേഡ് പഞ്ചായത്ത്. കണ്ണൻദേവൻ ഹിൽസ്, മാങ്കുളം എന്നീ വില്ലേജുകൾ ചേർന്ന ഈ പഞ്ചായത്തിന്റെ വിസ്തീർണ്ണം 556.87 ച കി മീ. ജനസംഖ്യ 104695. പരോക്ഷമായിട്ടാണെങ്കിൽ കൂടിയും, മൂന്നാറിന്റെ ജീവിത ഗതി നിയന്ത്രിക്കും വിധം സർവ്വശക്തരായിത്തീർന്ന തോട്ടമുടമകളുടെ ഇഷ്ടാനിഷ്ടങ്ങൾക്കും ദയാദാക്ഷിണ്യത്തിനും ഉറ്റുനോക്കി കഴിയേണ്ട ഗതികേടിലാണിന്ന് സാമാന്യജനങ്ങളും തദ്ദേശ ഭരണസ്ഥാപനങ്ങളും. എന്തിനേറെ, സംസ്ഥാന ഭരണകൂടം പോലും. മൂന്നാർ ടൗണിലും പരിസരപ്രദേശങ്ങളിലും ജനോപകാരപ്രദമായ വികസന പ്രവർത്തനങ്ങൾ സാദ്ധ്യമല്ലാത്ത മട്ടിൽ ടാറ്റാ കമ്പനിയുടെ കൈവശമാണ് കണ്ണായ സ്ഥലമെല്ലാം. വിവിധ നികുതികളിലൂടെ ഏറ്റവും കൂടുതൽ പ്രതിവർഷവരുമാനമുള്ള മൂന്നാർ, ദേവികുളം പഞ്ചായത്തുകൾ സമ്പാദ്യമെല്ലാം ഭദ്രമായി സൂക്ഷിച്ച് ജനങ്ങളുടെ പല വിധ പ്രശ്നങ്ങൾക്കും പരിഹാരം കാണാൻ കഴിയാതെ, പകച്ചു നില്ക്കുകയാണ്. ചുവരില്ലാതെ, ചിത്രമെഴുതാനാവില്ലല്ലോ. ഏതു വികസനപ്രവർത്തനത്തിനും സ്വന്തമായി അല്പം ഭൂമി ഇല്ലാതെ പറ്റില്ലല്ലോ.

മൂന്നാറിന്റെ തനിമ നഷ്ടപ്പെടുത്തിക്കൊണ്ടിരിക്കുന്ന ഇന്നത്തെ പ്രവണതകൾക്കു കളമൊരുക്കിയ ടാറ്റാ ടീ കമ്പനിയുടെ ആസ്ഥാനം പ്രാദേശിക കാര്യാലയം നഗരമദ്ധ്യത്തിൽ തന്നെ കാണാം. ടാറ്റായുടെ ദക്ഷിണേന്ത്യൻ തേയിലത്തോട്ടങ്ങളുടെ കേന്ദ്രസ്ഥാനമാണിത്. മൂന്നാർ പഞ്ചായത്തിന്റെ ജനസംഖ്യയിൽ ഭൂരിഭാഗവും വിവിധ തേയിലത്തോട്ടങ്ങളിൽ പണിയെടുക്കുന്ന തമിഴ്‌വംശജരായ തൊഴിലാളികളാണ്. തോട്ടം മേഖലയിലും മറ്റു ജോലികളിലും ഏർപ്പെട്ട് ഉപജീവനം തേടുന്ന മലയാളികളും ധാരാളമുണ്ട്. എസ്റ്റേറ്റുകളിലെ സ്റ്റാഫും ഉയർന്ന ഉദ്യോഗസ്ഥന്മാരും ചെറിയൊരു ശതമാനം വരും. ഇപ്രകാരം എല്ലാതലങ്ങളിലും പെട്ട ജനസഞ്ചയത്തിന്റെ ജീവിതം ചിട്ടപ്പെടുത്താനും പുരോഗതിക്കുവേണ്ടി പ്രവർത്തിക്കാനും നിലവിലുള്ള സംവിധാനമെങ്ങനെയെന്നു നോക്കാം.

ജീവിതസൗകര്യങ്ങൾ

കഴിഞ്ഞ നൂറ്റാണ്ടിന്റെ പ്രാരംഭദശയിൽ തോട്ടമുടമകൾ, സ്വാർത്ഥ ലാഭത്തിനാണെങ്കിൽപ്പോലും തുടങ്ങിവച്ച സ്ഥാപനങ്ങൾ പില്ക്കാലത്ത് എണ്ണത്തിലും വ്യാപ്തിയിലും വർദ്ധിച്ചിട്ടുണ്ട്. ഇവിടെ ശ്രദ്ധേയമായ ഒരു വസ്തുതയുണ്ട്. സാമാന്തരമായി പ്രവർത്തിക്കുന്ന രണ്ടു മൂന്നു അധികാര കേന്ദ്രങ്ങളാണിവിടെയുള്ളത്. പഴയ കണ്ണൻദേവൻ കമ്പനി (ഇപ്പോഴത്തെ ടാറ്റാക്കമ്പനി) തന്നെ സർവ്വശക്തൻ. പില്ക്കാലത്ത് സ്വയംഭരണ സ്ഥാപനമായി പിറവിയെടുത്ത് വളർന്നുവന്ന മൂന്നാർ പഞ്ചായത്തിന് ജനക്ഷേമത്തിനുവേണ്ടി പ്രവർത്തിക്കാനുള്ള ബാദ്ധ്യത ഉണ്ടായി. സർക്കാർതല പ്രവർത്തനങ്ങൾ വേറെയും. പഞ്ചായത്ത് കണ്ണൻദേവൻ കമ്പനിയുടെ പ്രവർത്തനങ്ങൾക്ക് അനുപൂരകമായും സമാന്തരമായും പ്രവർത്തിക്കാൻ തുടങ്ങി. പണമുണ്ടെങ്കിലും ഭൂമിയെല്ലാം ടാറ്റായുടെ കൈവശമാകയാൽ പ്രവർത്തനം സുഗമമാക്കാനും വ്യാപിപ്പിക്കാനും പഞ്ചായത്തിന് പരിമിതികൾ ധാരാളം. എന്തായാലും കഴിഞ്ഞ അര നൂറ്റാണ്ടിനുള്ളിൽ ഈ മൂന്നു സമാന്തര പ്രവർത്തനങ്ങളും കൂടി--ടാറ്റാ കമ്പനിയും പഞ്ചായത്തും സർക്കാരും--ടൗൺപ്രദേശത്തും പരിസരപ്രദേശങ്ങളിലും ജനനന്മയ്ക്കുതകുന്ന ഒട്ടേറെ സ്ഥാപനങ്ങൾ നടത്തിവരുന്നു.

അതിവിസ്തൃതമായ ഈ പഞ്ചായത്തു പ്രദേശത്ത് (556 ച കി മീ) ഏഴ് ഹൈസ്കൂളുകളും രണ്ട് ഹയർ സെക്കൻഡറി സ്കൂളുകളും ഇന്ന് പ്രവർത്തിക്കുന്നുണ്ട്. കൂടാതെ ഒരു ട്രെയിനിങ് സ്കൂളുമുണ്ട്. പഞ്ചായത്തു പ്രദേശത്ത് രണ്ട് പ്രൈമറി ഹെൽത്ത് സെന്ററുകളും ഒരു ഡിസ്പെൻസറിയും 27 എസ്റ്റേറ്റ് ആശുപത്രികളും ഒരു ഗവൺമെന്റ് ആയുർവ്വേദ ആശുപത്രിയും ചികിത്സാ സൗകര്യങ്ങളേർപ്പെടുത്തുന്നു.

കുറിഞ്ഞിക്കാടുകൾ

സമുദ്രനിരപ്പിൽനിന്ന് 500 അടിയിലധികം ഉയരത്തിൽ സ്ഥിതി ചെയ്യുന്ന സുഖവാസകേന്ദ്രമായ മൂന്നാർ, മുൻകാലങ്ങളിൽ ഇവിടെയെത്തിയിരുന്ന സന്ദർശകന് ഏറെ കൗതുകകരമായിരുന്നു. ചുരുട്ട്

കടിച്ചു പിടിച്ച് ഔദ്ധത്യത്തോടെ ടൗണിലും എസ്റ്റേറ്റ് റോഡുകളിലും നിമ്നോന്നതങ്ങളിലുമെല്ലാം കുതിരക്കുളമ്പടിയൊച്ച പ്രതിധ്വനിപ്പിച്ചു കടന്നുപോയിരുന്ന പാശ്ചാത്യർ അടുത്തകാലം വരെയുണ്ടായിരുന്നു. ഇന്നും അശ്വാരൂഢന്മാരുണ്ട്. എസ്റ്റേറ്റുകളിലെ നാടൻ സായിപ്പന്മാരും തോട്ടം സിൽബന്ധികളും പ്രകൃതി ലാവണ്യം തുളുമ്പുന്ന കുന്നും മലകളും നീർച്ചാലുകളും കുറെയൊക്കെ ഇന്നും അവശേഷിക്കുന്നു. സുഖശീതളമായ കാലാവസ്ഥ. അപൂർവ്വമായ മറ്റൊരു പ്രകൃതിപ്രതിഭാസഗൃത്താലും അനുഗൃഹീതമായിരുന്നു പഴയ മൂന്നാർ. പതിറ്റാണ്ടു കൂടുമ്പോൾ പൂത്തുലയുന്ന നീലക്കുറിഞ്ഞിക്കാടുകൾ മൂന്നാർ മലനിരകളുടെ വരപ്രസാദമാണ്. പുണ്യമാണ്. ദക്ഷിണേന്ത്യയിലെ ഏറ്റവും ഉയരം കൂടിയ ഗിരിശൃംഗമായ ആനമുടിയുടെ താഴ്‌വരകളിൽ മുമ്പ് കുറിഞ്ഞിക്കാടുകൾ പന്തീരാണ്ടു കൂടുമ്പോൾ പൂത്തുലഞ്ഞ് ആ പ്രദേശമാകെ നീലക്കടലാക്കി മാറ്റിയിരുന്നു. ആ അപൂർവ്വ ദൃശ്യം കാണാൻ സഞ്ചാരികളും പഠനസംഘങ്ങളും ധാരാളം എത്തിയിരുന്നു. നിർഭാഗ്യമെന്നുപറയട്ടെ. നമ്മുടെ വികലമായ വനനയം കൊണ്ടാകാം കുറിഞ്ഞി പൂക്കുന്ന പുൽമേടുകളിൽ ഇന്ന് അക്കേഷ്യയും യൂക്കാലിപ്റ്റസ് മരങ്ങളും കുടിയേറിപ്പാർത്തു കഴിഞ്ഞു.

കേരളത്തിലെ ആദ്യത്തെ ദേശീയോദ്യാനമാണ് ഇരവികുളം. ഇടുക്കിയിലെ നാല് ദേശീയോദ്യാനങ്ങളിൽ പ്രശസ്തവും ഏറ്റവും ഉയരത്തിൽ സ്ഥിതി ചെയ്യുന്നതുമാണ് ഈ ദേശീയോദ്യാനം. മൂന്നാറിൽനിന്ന് 12 കി മീ അകലെ ദേവികുളം താലൂക്കിൽ സമുദ്രനിരപ്പിൽനിന്നും ഏതാണ്ട് 5000 അടി ഉയരത്തിലാണ്. കുന്നും മലയും നിറഞ്ഞ കയറ്റവും ഇറക്കവും ധാരാളം. കുറ്റിക്കാടുകളും പാറക്കൂട്ടവും പച്ചക്കുന്നുകളുമാണ് രാജമലയെന്നറിയപ്പെടുന്ന ഈ പ്രദേശത്തിന്റെ സവിശേഷത.

തെക്കെ ഇന്ത്യയിലെ ഏറ്റവും ഉയരമുള്ള കൊടുമുടിയായ ആനമുടി ഇരവിപുരം നാഷണൽ പാർക്കിലാണ്. 2695 മീ ഉയരം. ദക്ഷിണേന്ത്യയിലെ വരയാടുകളുടെ പകുതിയിലേറെ സംരക്ഷിക്കപ്പെടുന്നത് ഇവിടെയാണ്. ഇരവികുളം നദിയുടെ തുടക്കവും രാജമലയിൽനിന്നാണ്. ഇരവികുളം നാഷണൽ പാർക്കിന് 97 ച കി മീ വിസ്തീർണ്ണമുണ്ട്. പന്ത്രണ്ടുവർഷത്തിലൊരിക്കൽ പൂക്കുന്ന നീലക്കുറിഞ്ഞിക്കാടുകളും ഇവിടെ കാണാം.

കഴിഞ്ഞ ശതാബ്ദാന്ത്യത്തിലെ നൈസർഗ്ഗികമായ ലാവണ്യവും വിശുദ്ധിയും തീരെ കൈവിടാതെ നിലനിർത്തിയിരുന്ന മൂന്നാറിനെ ഓർമ്മയിൽ അയവിറക്കിക്കൊണ്ട്, ഈ നൂറ്റാണ്ടിലെ മൂന്നാർ ടൗണിലൂടെ ഞാൻ സാവകാശം മുന്നോട്ടു നീങ്ങുകയായിരുന്നു പാതയോരങ്ങളിൽ തിരക്ക് വർദ്ധിച്ചിരിക്കുന്നു. നാനാവിഭാഗങ്ങളിൽപ്പെട്ട ജനസഞ്ചയം. മൂന്നാറിൽ നിന്ന് ദേവികുളത്തേക്ക് തിരിയുന്ന റോഡിൽ വലതുവശത്തായി ഒരു കാഴ്ച– കുന്നിൽനിന്ന് മണ്ണൊലിച്ചുപോയ വിള്ളലുകൾ. പുതിയ മൂന്നാറിന്റെ സൂചനയായി തോന്നി. അസ്തിവാരം ഇളകി ചരിഞ്ഞു നില്ക്കുന്ന കെട്ടിടം-- മൂന്നാർ ഗവൺമെന്റ് കോളേജിന്റെ ലൈബ്രറികെട്ടിടമാണത്. ചരിഞ്ഞു വീഴാനൊരുങ്ങുന്ന സാംസ്കാരിക സ്ഥാപനം. കൂട്ടത്തിൽ ഒരുകാര്യം കൂടി ശ്രദ്ധയിൽപ്പെട്ടു. തേയിലച്ചെടികളില്ലാതെ അവശേഷിക്കുന്ന ഒരു കുന്ന് അതുമാത്രമാണെന്നു തോന്നി. ചിന്താധീനനായി പിന്നെയും മുന്നോട്ടു നീങ്ങവേ താഴ്‌വരയിൽനിന്ന് പടിപടിയായി ഉയർന്നു നില്ക്കുന്ന ഒരു ബഹുനിലകെട്ടിടത്തിൽ നോട്ടമെത്തി. ആരോ കെട്ടിപ്പൊക്കുന്ന വൻകിട ഹോട്ടലായിരിക്കുമെന്നാണ് ആദ്യം കരുതിയത്. പക്ഷേ അന്വേഷിച്ചപ്പോഴല്ലേ അറിഞ്ഞത്, തോട്ടം തൊഴിൽ മേഖലയിലെ തൊഴിലാളികളുടെ കണ്ണീർ തുടയ്ക്കാനും ക്ഷേമ ഐശ്വര്യങ്ങൾ ഉറപ്പാക്കാനും വേണ്ടി നിലകൊള്ളുന്ന ഇടതുപക്ഷ കക്ഷികളിലൊന്നിന്റെ ഓഫീസ് മന്ദിരമാണത്രേ. ടാറ്റായുടെ കൃപാകടാക്ഷം ആവോളം ലഭിച്ചിരിക്കാനാണ് സാദ്ധ്യത.

പഴയ മൂന്നാർ

വിവിധ ഗവൺമെന്റ് സ്ഥാപനങ്ങളും മറ്റ് പൊതുസ്ഥാപനങ്ങളും കേന്ദ്രീകരിക്കപ്പെട്ടിട്ടുള്ള മൂന്നാർ ടൗണിന് ഒരടുക്കും ചിട്ടയും ചന്തവും ഒക്കെ ഉണ്ടായിരുന്നു മുമ്പ് ചുറ്റിലും ഉയർന്നുയർന്നുപോകുന്ന കുന്നുകളുടെ താഴ്‌വരകളിൽ ടൗണിൽ തന്നെ രണ്ട് പ്രധാന ആരാധനാ കേന്ദ്രങ്ങൾ കാണാം. ടൗണിൽ തലയുയർത്തി നില്ക്കുന്ന ക്രിസ്ത്യൻ പള്ളിയും പഴയ സത്രത്തിന്റെ പിന്നിലെ സുബ്രഹ്മണ്യൻ കോവിലും. ഇവയ്ക്കു പുറമേ രണ്ട് ക്രിസ്തീയ ദേവാലയങ്ങളും ഒരു മുസ്ലീം പള്ളിയും മൂന്നാറിലുണ്ട്. ടൗണിലെ ഏറെ കാലപ്പഴക്കവും പാരമ്പര്യവുമുള്ള സിഎസ് ഐ ദേവാലയം, 1910 ൽ സ്ഥാപിക്കപ്പെട്ടതാണ്. ഹൈറേഞ്ചിൽ തേയിലത്തോട്ടങ്ങൾ സ്ഥാപിക്കാൻ കടന്നുവന്ന പാശ്ചാത്യകുടുംബങ്ങളുടെ ആത്മീയാവശ്യങ്ങൾ നിറവേറ്റാനും കൂട്ടായ്മ നിലനിർത്താനും വേണ്ടി പാശ്ചാത്യശില്പമാതൃകയിൽ നിർമ്മിക്കപ്പെട്ടതാണ് ഈ പള്ളി. അത്ര വലുതല്ലെങ്കിലും ലാളിത്യത്തിന്റെ സൗന്ദര്യം പള്ളിയിൽ ദൃശ്യമാണ്. അന്നത്തെ മൂന്നാറിലുണ്ടായിരുന്ന ഇരുന്നൂറോളം പാശ്ചാത്യ കുടുംബങ്ങളുടെ ശ്രമഫലമായി രൂപംകൊണ്ട പള്ളി ഇപ്പോൾ തദ്ദേശീയരും വിദേശികളുമായ നൂറുകണക്കിന് ക്രൈസ്തവരുടെ ആരാധനാകേന്ദ്രമാണ്. മുൻപ് പാശ്ചാത്യർക്കുവേണ്ടി മാത്രം നിലകൊണ്ട ഈ പള്ളിയിൽ പില്ക്കാലത്ത് ഇന്ത്യാക്കാർക്കും പ്രവേശനം അനുവദിക്കുകയായി

രുന്നു. ഇപ്പോൾ ഞായറാഴ്ചകളിൽ മലയാളത്തിലും തമിഴിലും പ്രാർത്ഥന നടത്തുന്നുണ്ട്. പള്ളിയോടു ചേർന്നുള്ള ശ്മശാനത്തിൽ ഇരുപതാം നൂറ്റാണ്ടിന്റെ പ്രാരംഭത്തിൽ മൂന്നാറിൽവച്ച് നിര്യാതനായ എലീനർ ഇസബൽമെ എന്ന പാശ്ചാത്യവനിതയുടെ ശവകുടീരവുമുണ്ട്.

ഹൈറേഞ്ചിന്റെ പോയ കാലത്തെ സാമൂഹ്യ സാംസ്കാരിക ജീവിതത്തിന്റെ ഒരു കണ്ണാടിയാണ് ഹൈറേഞ്ച് ക്ലബ്. ആദ്യകാലത്തുണ്ടായിരുന്ന മൂന്നാർ ക്ലബ്ബും ജിംഖാനാക്ലബും ചേർന്ന് 1909 ൽ മൂന്നാറിൽ രൂപം കൊണ്ട ഹൈറേഞ്ച് ക്ലബ് പാശ്ചാത്യസംസ്കാരത്തിന്റെ തനിപ്പകർപ്പെന്നോണം കഴിഞ്ഞ ശതകത്തിൽ പ്രവർത്തിച്ചിരുന്നു. ഇംഗ്ലീഷ് ശില്പമാതൃകയിലുള്ള വിശാലമായ മുറികളും ഡൈനിങ് ഹാളുമെല്ലാം ഒത്തിണങ്ങിയ വിശാലമായ കെട്ടിടത്തിൽ ബില്യാർഡ് ടേബിളുകളും ഗോൾഫ് കോഴ്സുകളും മറ്റ് വിവിധ കേളികളും പാനോപചാരങ്ങളുമെല്ലാം ചേർന്ന വിഹാരകേന്ദ്രമായിരുന്നു. അക്കാലത്തുതന്നെ നാടൻ സായിപ്പന്മാർക്ക് (എസ്റ്റേറ്റിലെ പാശ്ചാത്യരല്ലാത്ത മറ്റുദ്യോഗസ്ഥർക്ക്) വേണ്ടി കണ്ണൻ ദേവൻ ഹിൽ ക്ലബ്ബും നിലവിലുണ്ടായിരുന്നു. പാശ്ചാത്യർ സ്ഥലംവിട്ടതോടെ, നാടൻ സായിപ്പന്മാർ ഹൈറേഞ്ച് ക്ലബ്ബ് കയ്യടക്കുകയുണ്ടായി. കണ്ണൻദേവൻ ഹിൽക്ലബ് സ്റ്റാഫ് ക്ലബായി മാറുകയുംചെയ്തു.

കാണക്കാണെ കുന്നുകൾ അപ്രത്യക്ഷമാകുന്നതും ആ സ്ഥലത്ത് തേയിലത്തോട്ടങ്ങൾ പ്രത്യക്ഷപ്പെടുന്നതും സർവ്വസാധാരണം. മൂന്നാർ ബസ് സ്റ്റാൻഡിന് എതിരെ ഉണ്ടായിരുന്ന തുറസ്സായ സ്ഥലം വേലികെട്ടിത്തിരിച്ച് മണ്ണിട്ടു നികത്തി നിരപ്പായ മൈതാനമാക്കി മാറ്റിയിരിക്കുന്നു. ഇതും ഒരു കൈയേറ്റമാണോ ആവോ? ഹോട്ടലുകളുടെയും ലോഡ്ജുകളുടെയും എണ്ണം വർദ്ധിച്ചതോടെ പരിസരമലിനീകരണം രൂക്ഷമായിട്ടുണ്ടിപ്പോൾ. കുന്നിൻ തലപ്പത്തും ചരിവുകളിലും പൊന്തിവരുന്ന പുതിയ കോൺക്രീറ്റ് സൗധങ്ങൾ (സ്റ്റാർ ഹോട്ടലുകൾ) മൂന്നാറിന്റെ പരിസ്ഥിതിക്ക് ഇണങ്ങാത്ത മട്ടിൽ നീലാകാശത്തിൽ വികൃതരൂപങ്ങൾ വിരചിച്ചു നില്ക്കുന്നു. വിശുദ്ധിയുടെ നിറകുടമെന്നോണം വനഭംഗിയും നാഗരികപരിവേഷവും ഒത്തിണങ്ങി നിന്ന പഴയ മൂന്നാർ ക്രമേണ വിസ്മൃതിയിലേക്ക് വിലയിക്കുകയും വികലമായ ഒരു ടൂറിസ്റ്റ് സംസ്കാരത്തിന് വേദിയാകുകയും ചെയ്യുന്നു. സർക്കാർവക റവന്യൂ ഭൂമിയുടെ കൈയേറ്റവും വ്യാപകമായിരുന്നു. കേരളത്തിന് അകത്തുനിന്നുമുള്ളവരും പുറത്തുനിന്നുള്ളവരും ഇതിൽ മത്സരിക്കുന്നു. വടക്കെ ഇന്ത്യയിൽ നിന്നെത്തുന്ന വിനോദസഞ്ചാരികളുടെ എണ്ണവും ഓരോ വർഷവും ഏറിക്കൊണ്ടിരിക്കുന്നു.

മൂന്നാർ ടൗണിൽനിന്ന് വിവിധ സ്ഥലങ്ങളിലേക്ക് പ്രൈവറ്റ് ബസുകളും ട്രാൻസ്പോർട്ട് ബസുകളും ധാരാളമുണ്ട്. ഉടുമൽപ്പേട്ടയ്ക്കും തേനിയിലേക്കും തിരുവനന്തപുരത്തേക്കും കുമിളിക്കും കോട്ടയത്തേക്കും മൂവാറ്റുപുഴയിലേക്കും ആലുവയിലേക്കും എറണാകുളത്തേയ്ക്കുമെല്ലാം സൗകര്യമായി ബസ് സർവ്വീസുകളുണ്ട്.

വെയിൽ മങ്ങിത്തുടങ്ങി. താഴ്വരകളിലും നിരത്തുകളിലും വൈദ്യുത ദീപങ്ങൾ തെളിഞ്ഞു. അകലെ ഗിരിശൃംഗങ്ങളിൽ അല്പം മുമ്പുവരെ ഏറിയും കുറഞ്ഞും കാണാമായിരുന്ന സാന്ധ്യശോഭയും മെല്ലെ മെല്ലെ മറഞ്ഞു. കണ്ണൻ ദേവൻ മലനിരകളിൽ ഒളിച്ചിരുന്ന ഇരുളലകൾ മൂന്നാർ ടൗണിലേക്ക് കടന്നേറിയപ്പോൾ എങ്ങുനിന്നെന്നറിഞ്ഞില്ല, പുകമഞ്ഞിന്റെ അകമ്പടിയോടെ കൊടും തണുപ്പും കടന്നാക്രമിക്കുകയായി. കോരിച്ചൊരിയുന്ന പേമാരിയും ഓർക്കാപ്പുറത്ത് കോച്ചിവിറപ്പിക്കുന്ന ശൈത്യവും നട്ടുച്ചയ്ക്കും പൂനിലാവിന്റെ സുഖം പകരുന്ന വെയിലും ഇപ്പോഴും ഈ ഹൈറേഞ്ചിന് ദേവികുളം, മൂന്നാർ പ്രദേശങ്ങൾക്ക് അന്യമായിട്ടില്ല ഭാഗ്യം!

42

പെരുമ്പടപ്പിന്റെ പെരുമ

ഭൂമിശാസ്ത്രപരമായും ചരിത്രപരമായും ഇത്രയേറെ സങ്കീർണ്ണതകളുള്ള മറ്റൊരു ജില്ലയും കേരളത്തിലില്ല. എറണാകുളം പോലെ.

പശ്ചിമഘട്ട മലനിരകളുടെ ഭാഗമായി പരിഗണിക്കാവുന്ന കുന്നും മലകളും ഏറെ നിറഞ്ഞതാണ് കിഴക്കൻ അതിർത്തി. മൂവാറ്റുപുഴ, കോതമംഗലം, ആലുവ താലൂക്കുകളിലെ മലമുടികളും ജില്ലയുടെ വടക്കു കിഴക്കായി 1274 അടി ഉയരമുള്ള മലയാറ്റൂർ കുരിശുമുടിയും മറ്റും കാണാം. ജില്ലയുടെ ഭരണപരവും സാമൂഹ്യവും സാമ്പത്തികവുമായ സംവിധാനത്തിന്റെ പ്രതിനിധ്യം വഹിക്കുന്ന പടിഞ്ഞാറു ഭാഗം മുഴുവൻ (കൊച്ചി താലൂക്ക്) തീരപ്രദേശങ്ങളും, തീരപ്രദേശങ്ങളുമായി സാമീപ്യ സമ്പർക്കങ്ങളിൽപ്പെടുന്ന പ്രദേശങ്ങളുമാണ്. കൊച്ചി താലൂക്ക് പൂർണ്ണമായും കടലോരത്താണ്. ഏതാണ്ട് 52 കിലോമീറ്റർ ദൈർഘ്യമുള്ള കടലോരം. കടലും കായലും അഴിയും പൊഴിയും നദിയും തോടും എല്ലാം ചേർന്ന്, ജലസമൃദ്ധിയുടെ നന്മയും തിന്മയും ഒരുപോലെ അനുഭവിക്കാൻ വിധിക്കപ്പെട്ട ഭൂപ്രദേശങ്ങൾ. കൊച്ചി-കണയന്നൂർ താലൂക്കുകളിലായി നീണ്ടും പരന്നും വളഞ്ഞും പുളഞ്ഞും കിടക്കുന്നു. ചെറുതും വലുതുമായ ദ്വീപുകൾ പലതുണ്ട്. അവയിൽ വെല്ലിങ്ടൺ, വൈപ്പിൻകര, രാമൻതുരുത്ത്, (എല്ലാം കൊച്ചി താലൂക്കിൽ) ചെറിയ കടമക്കുടി, പൊഞ്ഞിക്കര, വല്ലാർപാടം, വലിയ കടമക്കുടി, കുമ്പളം, പനങ്ങാട്, ചെല്ലാനം, ഞെട്ടൂർ, പിഴാല, കൺകെട്ടു തുരുത്ത്, കൊരമ്പാടം, ചേരാനല്ലൂർ, ചാത്തന്നൂർ (എല്ലാം കണയന്നൂർ താലൂക്കിൽ) എന്നിവയാണ് മുഖ്യം. രണ്ടു കി മീ ദൈർഘ്യം വരുന്ന ചേന്ദമംഗലം, പറവൂർ താലൂക്കിലാണ്. ഇവയ്ക്കു പുറമേ കൊച്ചു കൊച്ചു ദ്വീപുകൾ പലതുണ്ട്. ഇവ പല കാലങ്ങളിലായി രൂപംകൊണ്ടവയാകയാൽ കാലപ്പഴക്കത്തിനും ഏറ്റക്കുറച്ചിലുണ്ടാകാം. ഇവയിൽ മിക്കതും പ്രകൃതിയുടെ വികൃതി തന്നെ. ചിലതൊക്കെ മനുഷ്യപ്രയത്നത്തിൽനിന്ന് പൊന്തിവന്നവയും. ഇക്കൂട്ടത്തിൽ ഗുണ്ട്തുരുത്ത് പ്രത്യേകശ്രദ്ധയാകർഷിക്കുന്നു. കഷ്ടിച്ച് 5 ഏക്കർ വിസ്തീർണ്ണമേയുള്ളൂ ഈ തുരുത്തിന്.

വേമ്പനാട്ടു കായൽ ഭാഗികമായും കൊച്ചി കായൽ പൂർണ്ണമായും ജില്ലയെ തഴുകി താലോലിക്കുന്നു. ഈ കായലുകളും അവയുടെ ശാഖോപശാഖകളും, പല കാലങ്ങളിലായി പെറ്റു വളർത്തിയെടുത്തവയാണ് ഈ ദ്വീപുകളെല്ലാം. ചേരാനല്ലൂരിനും ഇടപ്പള്ളിക്കും ഇടയ്ക്ക് 11 കി മീറ്ററും ഏലങ്കുളത്തിനും എറണാകുളത്തിനും ഇടയ്ക്ക് 8 കി മീ ദൈർഘ്യവുമുള്ള ഗതാഗതയോഗ്യമായ രണ്ടു തോടുകളും മറ്റനേകം കൈവഴികളുമുണ്ട്.

കൊച്ചി അഴി, കൊച്ചി താലൂക്കിനെ രണ്ടായി വിഭജിച്ചിട്ടുണ്ട്. വടക്കുവശത്ത് വൈപ്പിൻകര (ദ്വീപ്). ഫോർട്ടു കൊച്ചി മുതൽ ചെല്ലാനം വരെയുള്ള തെക്കുവശം മൂന്നു ഭാഗവും ജലവലയിതങ്ങളായ പ്രദേശങ്ങളാണ്. പെരിയാറിന്റെ തീരത്തെ പറവൂർ താലൂക്കിനെ തലങ്ങും വിലങ്ങും കീറി മുറിച്ചുകൊണ്ടൊഴുകുന്ന അനേകം തോടുകൾ പല തുരുത്തുകൾക്കും ജന്മം നല്കി. പെരിയാറും മൂവാറ്റുപുഴയാറുമാണ് പ്രധാന നദികൾ. പെരിയാർ, ജില്ലയിലെ മൂവാറ്റുപുഴ, ആലുവ, കുന്നത്തുനാട്, പറവൂർ താലൂക്കുകളിലൂടെ കടന്നുപോകുന്നു. ആലുവയ്ക്ക് വടക്കു ഭാഗത്തു കൂടി ഒഴുകിയെത്തുന്ന ചാലക്കുടിപ്പുഴ ആലത്തിൻകര വച്ച് പെരിയാറിൽ ചേരുന്നു. തൊടുപുഴയാറ്, കാളിയാറ്, കോതമംഗലം പുഴ എന്നിവ ഒന്നായി ചേർന്ന് മൂവാറ്റുപുഴയാറായി ജില്ല

യിൽ കടന്നുവരുന്നു. ഈ മൂന്നു നദികളും മഴക്കാലത്തു ജലപ്രളയത്താൽ തീരദേശങ്ങൾക്ക് നാശനഷ്ടങ്ങൾ വരുത്താറുണ്ട്. എന്നാൽ വേനൽക്കാലത്ത് വരണ്ട് ചുരുങ്ങി വീതി കുറഞ്ഞൊഴുകുന്നു.

പഴയനാടുവാഴികൾ

അതിപുരാതനമായ ഒരു ചരിത്രം പേറുന്ന നാട്ടുരാജ്യമായിരുന്നു കൊച്ചി. ചേരമാൻ പെരുമാക്കന്മാർ പല നൂറ്റാണ്ടുകളോളം കേരളം വാണരുളിയത് അന്നത്തെ കൊച്ചിരാജ്യത്തിന്റെ ഭാഗമായ കൊടുങ്ങല്ലൂർ ആസ്ഥാനമാക്കിയിരുന്നുവെന്ന് ചരിത്രം.

ഒരു കാലഘട്ടത്തിൽ കൊച്ചിയുടെ ഭരണം നിർവ്വഹിച്ചിരുന്നത് ചില നാടുവാഴികളായിരുന്നുവെന്നും ചരിത്ര സൂചനകളിൽ നിന്നനുമാനിക്കാം. പോർച്ചുഗീസുകാരുടെ ആഗമനത്തിനുമുമ്പെ, എറണാകുളം അഞ്ചിക്കൈയ്മകൾ എന്ന പേരിലാണ് അറിയപ്പെട്ടിരുന്നത്. ഡച്ച് ഗവർണ്ണറായിരുന്ന ജെ വി സറ്റീൻഗൊള്ളനെസ്സ്, അഞ്ച് കൈമളന്മാരുടെ പേര് രേഖപ്പെടുത്തിയിട്ടുണ്ട്. ചേരാനല്ലൂർ, കുന്നത്തുനാട്, പുതുക്കാട്, കുറുമൽക്കാട്, വടക്കുംകൂറ്, എന്നിങ്ങനെ. ഇവരിൽ പ്രമുഖൻ ചേരാനല്ലൂർ കർത്താവ് ആയിരുന്നുവത്രെ. കൈയ്മൾമാരെ. കർത്താവ് എന്നും വിളിക്കാറുണ്ടല്ലോ. മുൻ കാലങ്ങളിൽ ക്ഷേത്ര ഭരണാധികാരികൾക്ക് കൈയ്മകൾ സ്ഥാനം കല്പിക്കപ്പെട്ടിരുന്നു. (ഇരിങ്ങാലക്കുട തച്ചുടയ കൈയ്മൾ) ക്ഷേത്രാധികാരികൾ നാടുവാഴികളായ ചരിത്രമാണല്ലോ പ്രാചീന കേരളത്തിനുള്ളത്.

ഇങ്ങനെ പല നാടുവാഴികളുടെയും ഭരണത്തിലായിരുന്നു എറണാകുളവും പരിസരപ്രദേശങ്ങളുമെന്ന് അനുമാനിക്കാം. ഈ കൈയ്മൾമാർ തമ്മിലുള്ള അധികാര വടംവലി സർവ്വസാധാരണമായിരുന്നു എന്നും ഡച്ച് ഗവർണ്ണർ സൂചിക്കുന്നു. 'അഞ്ചിക്കയ്മൾ ജില്ലാകോർട്ടിൽ' (എറണാകുളം ജില്ലാകോർട്ടിൽ) എന്നിങ്ങനെയുള്ള പരാമർശം 18-ാം നൂറ്റാണ്ടിന്റെ അന്ത്യഘട്ടം മുതൽക്കെ ലഭ്യം. ഇന്നും എറണാകുളത്തെ ഒട്ടു മുക്കാൽ ഭൂമിയും ചേരാനല്ലൂർ കർത്താവിന്റെ വകയാണത്രേ. ഈ നാടുവാഴികൾ കൊച്ചി രാജാവുമായി ശത്രുതയിലായിരുന്നു. ഈ ഘട്ടത്തിൽ ഇവർ സാമൂതിരിയുടെ പക്ഷം ചേരാനും വൈമുഖ്യം കാട്ടിയിരുന്നില്ലത്രേ. എന്നാൽ പില്ക്കാലത്ത് കൊച്ചി രാജാവിനോട് ക്ഷമായാചനം ചെയ്തുവെന്നും രാജാവ് അവർക്കും സന്തതി പരമ്പരകൾക്കും അനുഭവിക്കാൻ ധാരാളം ഭൂമി വിട്ടുകൊടുത്തെന്നും സൂചനകളുണ്ട്. അതത്രെ അഞ്ചിക്കയ്മളുടെ വകയായ എറണാകുളം പ്രദേശങ്ങൾ.

യുദ്ധഭൂമി

ഈ രാജ്യത്തിന് എത്രയെത്ര യുദ്ധരംഗങ്ങൾക്ക് മൂകസാക്ഷിയാകേണ്ടി വന്നു, പ്രത്യക്ഷമായും പരോക്ഷമായും. കൊച്ചിയും കോഴിക്കോടും തമ്മിൽ, കൊച്ചിയും തിരുവിതാംകൂറും തമ്മിൽ, കൊച്ചിയും മൈസൂറും തമ്മൽ, കൊച്ചിയും പോർച്ചുഗീസും തമ്മിൽ കൊച്ചിയും ബ്രിട്ടീഷുകാരും തമ്മിൽ—അങ്ങനെ എത്ര എത്ര സംഘട്ടനങ്ങൾ. തിരുവിതാംകൂറിനും കോഴിക്കോടിനും മദ്ധ്യേ കിടന്ന് ഇരുഭാഗത്തിന്റെയും ചെണ്ടകൊട്ട് സഹിക്കേണ്ടി വന്നിട്ടുണ്ട്. ഇരുഭാഗത്തേയും ചട്ടുകമാകേണ്ടിയും വന്നിട്ടുണ്ട്. ഹൈദരാലിയുടെയും ടിപ്പുസുൽത്താന്റെയും ആക്രമണങ്ങളിൽ നേരിട്ടുള്ള നാശനഷ്ടങ്ങളും അനുഭവിക്കേണ്ടിവന്നു. 18-ാം നൂറ്റാണ്ടു മുതൽ വൈദേശിക ശക്തികളുമായും വിചിത്ര ബന്ധങ്ങൾ പുലർത്തേണ്ടി വന്നു. ഇണങ്ങിയും പിണങ്ങിയും പോർച്ചുഗീസുകാരെയും ഡച്ചുകാരെയും സ്വീകരിക്കേണ്ടി വന്നു; നിരാകരിക്കേണ്ടിയും വന്നു. രണ്ടു കൂട്ടരുടെയും തിരിച്ചടികൾ ഏറ്റുവാങ്ങേണ്ടി വരികയും ചെയ്തു. അവർക്കു ശേഷം ശക്തി പ്രാപിച്ച് വളർന്നു പടർന്ന ബ്രിട്ടീഷ് അധീശശക്തിയുടെ ചിറകിൻ കീഴിൽ, ഈ രാജ്യത്തിന് സുരക്ഷിതത്വം തേടിക്കഴിയേണ്ടി വന്നു. അവസാനം വരെയും സ്വസ്ഥത യെന്തെന്നറിയാത്ത പല നൂറ്റാണ്ടുകൾ. ആഭ്യന്തര കലാപങ്ങളുടെ കാലഘട്ടങ്ങൾ. കുടുംബഛിദ്രങ്ങളുടേതായ അസ്വസ്ഥതകൾ. ഈ പഴയ കൊച്ചു നാട്ടുരാജ്യത്തിന്റെ ബാക്കി പത്രത്തിൽ, നേട്ടങ്ങളെക്കാൾ കോട്ടങ്ങളുടെ കണക്കായിരിക്കും കൂടി നില്ക്കുക.

തിരുവിതാംകൂറിന്റെയും കൊച്ചിയുടെയും മലബാറിന്റെയും പ്രാചീന ചരിത്രങ്ങളുടെ ഒരു സംഗമസ്ഥാനമായ കൊച്ചിയുടെ പുരാവൃത്തത്തിൽ പങ്കില്ലാത്ത അയൽരാജ്യങ്ങളോ പാശ്ചാത്യ ശക്തികളോ ഇല്ലെന്നു തന്നെ പറയാം. കൊച്ചി—കണയന്നൂർ താലൂക്കുകൾ കൊച്ചി രാജ്യചരിത്രത്തിന്റെ സിരാകേന്ദ്രങ്ങളായിരുന്നെങ്കിൽ, മറ്റു താലൂക്കുകൾ— ആലങ്ങാട്, ഇടപ്പള്ളി, പറവൂർ മുതലായവ—നാടുവാഴികളുടെയും വേണാടിന്റെയും ചരിത്രവുമായി അഭേദ്യമാംവിധം ബന്ധപ്പെട്ടിരിക്കുന്നു. പോർച്ചുഗീസ്, ഡച്ച്, ഈസ്റ്റ് ഇന്ത്യാ കമ്പനികളും കൊച്ചിരാജാവും സാമൂതിരിയും മൈസൂർ സുൽത്താൻമാരും തമ്മിൽ തമ്മിൽ അതതു കാലങ്ങളിലുണ്ടായിരുന്ന ബന്ധവൈചിത്ര്യങ്ങളുടെ പ്രകടന വേദിയായിരുന്നു കൊച്ചി. ഏറക്കാലം—എല്ലാറ്റിനും പുറമേ ബ്രിട്ടീഷ് മേൽക്കോയ്മ സുസ്ഥാപിതമായതിനുശേഷം ഇന്ത്യയുടെ സ്വാതന്ത്ര്യലബ്ധി വരെക്കും ഫോർട്ടു കൊച്ചി, ബ്രിട്ടീഷ് അധീനതയിലുള്ള മലബാർ ജില്ലയുടെ ഭാഗമായിക്കഴിയേണ്ടി വന്ന ദുഃസ്ഥിതിയും കൊച്ചിക്ക് സഹിക്കേണ്ടിവന്നു.

സംഘകാലത്തെ ചേരരാജാക്കന്മാരുടെ ആസ്ഥാനമായ വഞ്ചി അല്ലെങ്കിൽ കരൂർ, മുമ്പ് ഈ

ജില്ലയിൽപ്പെട്ടിരുന്ന തിരുവഞ്ചിക്കുളമോ തൃക്കാരിയൂരോ ആയിരിക്കാമെന്ന് ചരിത്രകാരന്മാർ സൂചിപ്പിക്കുന്നു. അതിനു ശേഷം രൂപംകൊണ്ട കുലശേഖര സാമ്രാജ്യത്തിന്റെ ആസ്ഥാനം മഹോദയപുരമായിരുന്നു. പ്രാചീനശതകങ്ങളിൽ ചീനരും ജൂതന്മാരും അറബികളുമായ വ്യാപാരികൾ കൊച്ചിയുമായി തിരക്കിട്ട് വാണിജ്യ ബന്ധങ്ങൾ പുലർത്തിയിരുന്നു

ആസ്ഥാനമാറ്റങ്ങൾ

15-ാം നൂറ്റാണ്ടിന്റെ പ്രാരംഭത്തോടുകൂടി പെരുമ്പടപ്പു സ്വരൂപം (കൊച്ചി രാജവംശം) തൃപ്പൂണിത്തുറ ആസ്ഥാനമാക്കി ഭരണം തുടങ്ങിയിരുന്നു. 19-ാം നൂറ്റാണ്ടിൽ ബ്രിട്ടീഷ് അധീശത്വത്തിന് വിധേയമായ ഒരു നാട്ടുരാജ്യം മാത്രമായിരുന്നു തൃപ്പൂണിത്തുറ. രാജ്യതലസ്ഥാനമെന്ന പദവിയോ നാഗരികതയോ അന്ന് തൃപ്പൂണിത്തുറയ്ക്ക് ഇല്ലായിരുന്നു എന്നാണ് വാർഡ് ആന്റ് കോർണ്ണറുടെ വിവരണത്തിൽനിന്നും ബോദ്ധ്യമാകുന്നത്. ആകെക്കൂടിയുള്ള പ്രശസ്തി രാജകൊട്ടാരത്തിന്റെ സാമീപ്യം തന്നെ. കൊട്ടാരവും കോട്ടയും അനുബന്ധമന്ദിരങ്ങളും അത്ര ബലിഷ്ഠമോ ഉത്തുംഗ ഗംഭീരങ്ങളോ അല്ല. യുദ്ധതന്ത്രപ്രാധാന്യം പരിഗണിച്ച് നിർമ്മിച്ച കോട്ടയുമല്ല. തൃപ്പൂണിത്തുറയ്ക്ക് ഒരു മൈൽ കിഴക്ക് രാജകൊട്ടാരം സ്ഥിതിചെയ്യുന്ന കുന്ന് മനോഹരമാണെന്നും ആ വിവരണത്തിൽ സൂചിപ്പിക്കുന്നു.

കൊച്ചി രാജവംശത്തിന്റെ കുലദൈവമായ പൂർണ്ണത്രയീശൻ വാണരുളുന്ന തൃപ്പൂണിത്തുറ ക്ഷേത്രം കൊട്ടാരത്തിനു സമീപമാണ്. മറ്റു ചില പ്രാചീന ക്ഷേത്രങ്ങളിലേതുപോലെ തൃപ്പൂണിത്തുറയും ക്ഷേത്ര സങ്കേതമായിരുന്നു. സങ്കേതയോഗം സ്വതന്ത്രരാജ്യത്തിലധികാരം പുലർത്തിപ്പോന്നിരുന്നു. മേൽക്കോയ്മ, അകക്കോയ്മ, പുറക്കോയ്മ, സമുദായം എന്നിവയായിരുന്നു ക്ഷേത്രസങ്കേതത്തിലെ അധികാര സ്ഥാനങ്ങൾ. 12-ാം നൂറ്റാണ്ടിൽ മേൽക്കോയ്മാ സ്ഥാനമുണ്ടായിരുന്ന സ്വരൂപം അന്യം നിന്നപ്പോൾ സ്വത്തുക്കൾ പെരുമ്പടപ്പിൽ ലയിപ്പിച്ചു. മേൽക്കോയ്മ സ്ഥാനവും അവർക്കായി. അന്ന് കൊച്ചിരാജ്യം കൂടുതൽ വിസ്തൃതമായിരുന്നു. അനന്തരകാലത്ത് തിരുവിതാംകൂറിന്റെ ഭാഗമായിത്തീർന്ന ചേർത്തല, കുന്നത്തുനാട് താലൂക്കുകളും വൈക്കം, ഏറ്റുമാനൂർ താലൂക്കുകളുടെ ഭാഗങ്ങളും അന്ന് മലബാറിന്റെ ഭാഗമായിരുന്ന വന്നേരി നാടും കൊച്ചി രാജ്യത്തിലുൾപ്പെട്ടിരുന്നു. ഇതിനു പുറമെ, പുറക്കാട്, വടക്കുംകൂറ്, മങ്ങാട്, പറവൂർ എന്നീ പ്രദേശങ്ങളിലെ നാടുവാഴികൾ കൊച്ചിയുടെ സാമന്തന്മാരുമായിരുന്നു. 18-ാം നൂറ്റാണ്ടിലെ തിരുവിതാംകൂറും കോഴിക്കോടും ആയി നടന്ന യുദ്ധങ്ങൾ കൊച്ചിയെ തളർത്തിക്കളഞ്ഞു. മേൽപ്പറഞ്ഞ സ്ഥലങ്ങളെല്ലാം അങ്ങനെ കൊച്ചിക്ക് നഷ്ടപ്പെടുകയും ചെയ്തു. ഇതിനു പുറമെയാണ് വൈദേശിക ശക്തികളുടെ കടന്നേറ്റങ്ങളും പ്രത്യാഘാതങ്ങളും.

വൈദേശിക സ്വാധീനം

കൊച്ചിരാജാവായ ഉണ്ണിരാമക്കോയിൽ രണ്ടാമന്റെ (1505–1537) കാലത്താണ് വാണിജ്യ നേട്ടങ്ങളുടെ പ്രതീക്ഷകളുമായി പോർച്ചുഗീസ് കപ്പിത്താനായ കബ്രാളിന്റെ കപ്പൽ, കൊച്ചി തുറമുഖത്ത് നങ്കൂരമിട്ടത്. രാജാവ് പോർച്ചുഗീസുകാരുമായി സൗഹൃദം സ്ഥാപിക്കുകയും അവരുടെ സഹായത്തോടെ അല്പം രാഷ്ട്രീയ ശക്തിയും പിൻബലവും നേടുകയും ചെയ്തു. അടുത്ത രാജാവായ വീരകേരള വർമ്മ (1537–1565) സൗഹൃദം തുടർന്നെങ്കിലും പോർച്ചുഗീസുകാർ പള്ളുരുത്തിക്ഷേത്രം കൊള്ളയടിച്ചതോടെ ബന്ധം വഷളായി. അദ്ദേഹത്തിനു ശേഷം ഭരണമേറ്റ കേശവരാമവർമ്മ(1566–1601) സമർത്ഥനായ ഭരണാധികാരിയായിരുന്നു. ജൂതന്മാർ കൊച്ചിയിൽ താവളമടിച്ചതും ജൂതത്തെരുവ് നിർമ്മിച്ചതും അക്കാലത്താണ്. മട്ടാഞ്ചേരിയിൽ ഗൗഢസാരസ്വതരുടെ പ്രസിദ്ധമായ തിരുമല ക്ഷേത്രം നിർമ്മിക്കാൻ (1599) കരമൊഴിയായി സ്ഥലം നല്കിയതും അദ്ദേഹമാണ്.

പോർച്ചുഗീസുകാർ കേരള ക്രൈസ്തവരുടെ സാമൂഹ്യ സംവിധാനത്തിൽ കൈകടത്തിയ ആദ്യ സംരംഭമാണ് ഉദയംപേരൂർ സുനഹദോസ് (1499 ജൂലൈ 20-28 വരെ). കേരള ക്രൈസ്തവസഭയ്ക്ക് ബാബിലോണിലെ പാട്രിയാർക്കുമായി ഉണ്ടായിരുന്ന സുദീർഘബന്ധം വിച്ഛേദിച്ച് പകരം റോമൻ പോണ്ടിഫിന്റെ ആധിപത്യം സ്ഥാപിച്ചു. ഈ സമ്പ്രദായത്തോടുണ്ടായ അതൃപ്തി പുകഞ്ഞ് പൊട്ടിത്തെറിച്ചതാണ് കൂനൻ കുരിശ് കലാപം. ആയിരക്കണക്കിന് സുറിയാനി ക്രിസ്ത്യാനികൾ മട്ടാഞ്ചേരിയിലെ പഴയ കുരിശിൽ വടംകെട്ടി അതിൽ പിടിച്ചുകൊണ്ട് ലത്തീൻ ആർച്ച് ബിഷപ്പുമാരെയും ജസ്യൂട്ട് പുരോഹിതന്മാരെയും ഒരിക്കലും അനുസരിക്കുകയില്ലെന്ന് ശപഥം ചെയ്തു "കൂനൻ കുരിശു പ്രതിജ്ഞ"— ആർച്ച് ഡീക്കനായ തോമസിനെ മെത്രാപ്പൊലീത്തയായി അവരോധിക്കുകയും ചെയ്തു. ക്രൈസ്തവ സഭയുടെ ചരിത്രത്തിലെ ഒരു പരിവർത്തന ഘട്ടത്തെ സൂചിപ്പിക്കുന്നതാണ് ആ സംഭവം.

പോർച്ചുഗീസുകാർ കേരള തീരത്തെത്തി കൊച്ചിരാജാവിന്റെ ഔദാര്യത്തിൽ പണ്ടകശാലയും (അഴീക്കോട്) കോട്ടയും കെട്ടി അല്പാല്പം അഭിവൃദ്ധി നേടിത്തുടങ്ങി. ശത്രുക്കളെ നേരിടുന്നതിൽ സൈനിക സഹായം ചെയ്യുന്ന ഏതു ചെകുത്താനുമായും കൂട്ടുകൂടുവാൻ മടിക്കാത്ത കൊച്ചി

രാജാവ്, ഡച്ചു ശക്തിയേയും പ്രോത്സാഹിപ്പിച്ചു; സഹായിച്ചു. 1862-ൽ മട്ടാഞ്ചേരിയിൽ നടന്ന യുദ്ധത്തിൽ വിജയം വരിച്ച് ഡച്ചുകാർ തങ്ങളുടെ മേൽക്കോയ്മ അംഗീകരിപ്പിക്കാനുള്ള തന്ത്രപ്പാടിൽ കൊച്ചി രാജാക്കന്മാരുടെ പിൻതുടർച്ചാ ക്രമത്തിലും ചില കൈകടത്തലുകൾ നടത്തി. 16-ാം നൂറ്റാണ്ടിന്റെ അവസാനത്തിൽ പോർച്ചുഗീസുകാരും ഡച്ചുകാരും തമ്മിൽ കടലിൽ വച്ചും പലതവണ ഏറ്റുമുട്ടി. ആധിപത്യമത്സരം, സാമൂതിരി ഡച്ചുകാരെ കൂട്ടുപിടിച്ച് കൊച്ചി ആക്രമിച്ചപ്പോൾ കൊച്ചി രാജാവ് പോർച്ചുഗീസ് ശക്തിയുമായി കൂട്ടുച്ചേർന്ന് തിരിച്ചടിച്ചു. 1662 ൽ കൊടുങ്ങല്ലൂരിൽ വച്ചുണ്ടായ യുദ്ധത്തിൽ പോർച്ചുഗീസുകാർ പരാജയപ്പെട്ടു. ഡച്ചുകാർ കോട്ട കൈവശപ്പെടുത്തി. 1663 മാർച്ച് 22-ാം തീയതി കൊച്ചിരാജാവ് ഡച്ചു കമ്പനിയുമായി സഖ്യത്തിൽ ഏർപ്പെട്ടു. തദനുസരണം കൊച്ചിയുടെ സംരക്ഷണച്ചുമതല ഡച്ചുകാർക്കായി. അവർക്ക് തദനുസരണം കൊച്ചിയുടെ സംരക്ഷണച്ചുമതല ഡച്ചുകാർക്കായി അവർക്ക് ഇഷ്ടമുള്ളിടത്ത് കോട്ട കെട്ടാനും യഥേഷ്ടം കുരുമുളക് തുടങ്ങിയവ കയറ്റുമതി ചെയ്യാനുള്ള അനുവാദം ലഭിച്ചു.

18-ാം നൂറ്റാണ്ടിൽ മാർത്താണ്ഡവർമ്മ, അയൽരാജ്യങ്ങളെല്ലാം കീഴടക്കിയ ശേഷം കൊച്ചിയെ ആക്രമിച്ചു. ഒന്നിലധികം യുദ്ധങ്ങൾ നടന്നു. അവസാനം കൊച്ചിസേന വലിയ നാശനഷ്ടങ്ങൾ ഏറ്റുവാങ്ങിയശേഷം 1757 ജനുവരി 22 ന് തിരുവിതാംകൂറുമായി സഖ്യത്തിലേർപ്പെട്ടു 18-ാം നൂറ്റാണ്ടിന്റെ ഉത്തരാർദ്ധത്തിൽ ടിപ്പുസുൽത്താൻ മലബാർ, കൊച്ചി, തിരുവിതാംകൂർ എന്നീ രാജ്യങ്ങളിലെ ഏതാനും ഭാഗങ്ങൾ കൈയടക്കി. ടിപ്പുവിനെതിരെ തിരുവിതാംകൂറും കൊച്ചിയും ബ്രിട്ടീഷുകാരുമായി ഉടമ്പടി ചെയ്തു. ഇതുമൂലം പ്രതിവർഷം ഒരുലക്ഷം രൂപ വീതം ബ്രിട്ടീഷ് കമ്പനിക്ക് കൊടുക്കാനുള്ള ബാദ്ധ്യതകൂടി കൊച്ചിക്കു വന്നു ചേർന്നു. അങ്ങനെ ബ്രിട്ടീഷ് അധീശശക്തിക്ക് കൊച്ചിയുടെ മേൽ പിടി മുറുക്കാൻ കഴിഞ്ഞു. കൊച്ചിക്ക് എല്ലാം സഹിക്കുകയേ മാർഗ്ഗമുണ്ടായിരുന്നുള്ളൂ.

ആഭ്യന്തര കലാപങ്ങൾ

നാട്ടുരാജ്യങ്ങളുടെ ആഭ്യന്തരകാര്യങ്ങളിൽ അനാവശ്യമായി കൈ കടത്തുകയും അവയെ സാമ്പത്തികമായി ചൂഷണം ചെയ്യുകയും ചെയ്യുന്നതിൽ അതീവ വ്യഗ്രത കാട്ടിയ ബ്രിട്ടീഷ് ഈസ്റ്റ് ഇന്ത്യാ കമ്പനിയോട് തിരുവിതാംകൂറിനും കൊച്ചിക്കും കടുത്ത അമർഷം തോന്നി. പൊറുതിമുട്ടിയപ്പോൾ തിരുവിതാംകൂർ മഹാരാജാവിന്റെ സചിവനായ വേലുത്തമ്പിദളവ ബ്രിട്ടീഷുകാരുടെ അനീതിക്കെതിരെ വെല്ലുവിളികളുയർത്തി. സമാന ചിന്താഗതിയുള്ള കൊച്ചിരാജ്യത്തെ മന്ത്രിയായ പാലിയത്തച്ഛനും വേലുത്തമ്പിയും ഒരുമിച്ച് ബ്രിട്ടീഷ് സൈനിക ശക്തിക്കെതിരെ ആഞ്ഞടിക്കാൻ സൈനിക സജ്ജീകരണങ്ങളിലേർപ്പെട്ടു. ബ്രിട്ടീഷുകാരന്റെ അധികാര ഗർവ്വ് സടകുടഞ്ഞെണീറ്റു. വേലുത്തമ്പിയെയും പാലിയത്തച്ഛനെയും വകവരുത്തിയേ മതിയാവൂ. അതിനുള്ള എല്ലാ തയ്യാറെടുപ്പുകളും രണ്ടു രാജ്യങ്ങളിലും ദ്രുതഗതിയിൽ നടന്നു.

1805 ഡിസംബർ 18 കൊച്ചിയിലെ ദിവാനായ പാലിയത്തച്ഛന്റെ നേതൃത്വത്തിൽ 600 പേരുള്ള ഒരു സൈന്യം ഇരുളിന്റെ മറവിൽ രഹസ്യമായി കൊച്ചിയിൽ റസിഡന്റിന്റെ വസതി ആക്രമിച്ചു. പരിഭ്രാന്തനായ റസിഡന്റ് മെക്കാളെയെ, രക്ഷപ്പെടാൻ ചെറുപറമ്പത്ത് കുഞ്ഞികൃഷ്ണമേനോൻ എന്ന കൊച്ചിക്കാരൻ സഹായിച്ചു. അയാളോടുള്ള ഉപകാരസ്മരണയെന്നവണ്ണം കുഞ്ഞികൃഷ്ണമേനോനെ കൊച്ചിയുടെ മന്ത്രിയായി നിയമിക്കാൻ മെക്കാളെ കൊച്ചി രാജാവിനെ നിർബ്ബന്ധിച്ചു. വലിയൊരു സംഘം സൈന്യത്തെ മെക്കാളെ മദിരാശിയിൽനിന്നും കൊച്ചിയിൽ വരുത്തി. ഇത്ര വലിയ ഒരു സൈന്യവുമായി മല്ലിട്ടു നില്ക്കാൻ കൊച്ചിക്ക് പ്രാപ്തി ഇല്ലായ്കയാൽ അവസാനം ബ്രിട്ടീഷ് പട്ടാളത്തിന് കീഴടങ്ങി.

ബ്രിട്ടീഷ് ശക്തി തിരുവിതാംകൂറിലും കൊച്ചിയിലും സുസ്ഥാപിതമായിക്കഴിഞ്ഞതോടെ രാജാധികാരം നാമമാത്രമായി. ദിവാൻജിമാരെപ്പോലും നിയമിക്കാനുള്ള അധികാരം ബ്രിട്ടീഷുകാർക്കായി. സ്വന്തം നിലനില്പിനുവേണ്ടി എല്ലാം സഹിച്ച് കീഴടങ്ങുകയെന്നതേ രാജാവിനും കരണീയമായിരുന്നുള്ളൂ. ബ്രിട്ടീഷ് റസിഡന്റുമായി ഇടയേണ്ടി വന്ന ഒരു കൊച്ചി രാജാവിന് സ്ഥാനമൊഴിയേണ്ടതായിപ്പോലും വന്നു. ഇതെല്ലാമായിട്ടും ബ്രിട്ടീഷ് അധീശശക്തിക്കെതിരെ തിരുവിതാംകൂറിലും കൊച്ചിയിലും ജനകീയ പ്രക്ഷോഭണങ്ങൾ ആഞ്ഞടിച്ചപ്പോൾ ആ സ്വാതന്ത്ര്യഭടന്മാരെ കിരാതമുറയിൽ മർദ്ദിച്ചൊതുക്കി, ബ്രിട്ടീഷുകാരുടെ മുമ്പിൽ നല്ലപിള്ള ചമയാനും ആ നാട്ടുരാജാക്കന്മാർക്കു യാതൊരു മനശ്ചാഞ്ചല്യവുമുണ്ടായിരുന്നില്ലെന്നതാണ് വിചിത്രം.

1834 ൽ കൊച്ചി ദിവാനായിരുന്ന എടമന ശങ്കരമേനോന്റെ ദുർഭരണത്തിൽ പൊറുതി മുട്ടിയ ജനങ്ങൾ, ഒരു നിവേദക സംഘത്തെ ഊട്ടിയിലയച്ച്, മദ്രാസ് ഗവർണ്ണർക്ക് പരാതി ബോധിപ്പിച്ചു. അതിൻ പ്രകാരം ശങ്കരമേനോനെ ഉദ്യോഗത്തിൽനിന്ന് പിരിച്ചുവിടുകയും വിചാരണയ്ക്കു ശേഷം അഞ്ചു വർഷത്തെ കഠിന തടവിനു ശിക്ഷിക്കുകയും ചെയ്തു. ദിവാൻ വെങ്കിട്ടറാവുവിനെതിരെയും ജനരോഷമുയർന്നപ്പോൾ ദിവാൻ പിരിച്ചു വിടപ്പെട്ടു. ജനകീയാഭിപ്രായം രൂപപ്പെടുകയും ശക്തിപ്രാപിക്കുകയും ചെയ്യുന്നതിന്റെ പ്രത്യക്ഷോദാഹരണങ്ങളാ

യിരുന്നു ഈ സംഭവങ്ങൾ.

ഇന്ത്യൻ നാഷണൽ കോൺഗ്രസിന്റെ ആഭിമുഖ്യത്തിൽ ആരംഭിച്ച ദേശീയ പ്രസ്ഥാനം കൊച്ചിയേയും സ്വാധീനിച്ചു. ഗാന്ധിജിയുടെ നിസ്സഹകരണ പ്രസ്ഥാനത്തിലും നിയമലംഘനപ്രക്ഷോഭത്തിലും കൊച്ചിയിലെ പല കോൺഗ്രസുകാരും പങ്കെടുത്തു. 1933 ൽ കൊടുങ്ങല്ലൂരിലെ കൃഷിക്കാരും കൃഷിത്തൊഴിലാളികളും ഋണഭാരത്തിൽനിന്നും ആശ്വാസം നേടാൻവേണ്ടി പ്രക്ഷോഭണം കൂട്ടി. ദിവാൻ ഷൺമുഖം ചെട്ടിയുടെ സ്വാർത്ഥതാല്പര്യത്തിനെതിരായി ആരംഭിച്ച ഇലക്ട്രിസിറ്റി സമരം, ജനാധിപത്യ പ്രസ്ഥാനങ്ങൾക്ക് ഗതിവേഗം കൂട്ടി. ഉത്തരവാദിത്ത ഭരണത്തിനു വേണ്ടിയുള്ള പ്രക്ഷോഭണം കൊച്ചിരാജ്യത്തും വ്യാപകവും ശക്തവുമായി. ഗത്യന്തരമില്ലാതെ കൊച്ചിയിൽ ഒരുതരം ദ്വിഭരണ സമ്പ്രദായവും നടപ്പാക്കപ്പെട്ടു. ലജിസ്ലേറ്റീവ് കൗൺസിലിലെ അംഗങ്ങൾ ഭൂരിപക്ഷ പ്രകാരം തെരഞ്ഞെടുക്കുന്ന ഒരു ജനകീയമന്ത്രിക്ക് കൃഷി, സഹകരണം, പൊതു ജനാരോഗ്യം, പഞ്ചായത്ത്, വ്യവസായം തുടങ്ങിയ വകുപ്പുകൾ വിട്ടുകൊടുത്തു. അമ്പാട്ട് ശിവരാമമേനോൻ, ഡോ. എ ആർ മേനോൻ, ടി കെ നായർ എന്നിവർ തുടരെത്തുടരെ ആ ഏകമന്ത്രിപദത്തിൽ കഴിഞ്ഞു. തുടർന്ന് കൊച്ചിരാജ്യ പ്രജാമണ്ഡലം രൂപീകൃതമായി. 1945-ൽ കൊച്ചി നിയമസഭയിലേക്ക് ഭൂരിപക്ഷം നേടി പനമ്പിള്ളി ഗോവിന്ദമേനോൻ, സി ആർ ഇയ്യുണ്ണി, കെ അയ്യപ്പൻ (സഹോദരൻ അയ്യപ്പൻ) ടി കെ നായർ എന്നിവർ ഉൾപ്പെട്ട ആദ്യത്തെ ജനകീയമന്ത്രി സഭ 1946 സെപ്തംബർ 9 ന് അധികാരത്തിൽ വന്നു. 1949 ജൂലൈ 1 ന് തിരു-കൊച്ചി സംയോജനത്തോടെ കൊച്ചി രാജ്യം തിരു-കൊച്ചിയുടെ ഭാഗമായി, തിരു-കൊച്ചി സംസ്ഥാനം പിറവിയെടുത്തു.

43

"കൊച്ചി കണ്ടാൽ"

പ്രസിദ്ധമായ എറണാകുളം ശിവക്ഷേത്രം. ഗാംഭീര്യമാർന്ന പ്രവേശന കവാടം. പ്രൗഢിയാർന്ന ശ്രീകോവിൽ. നാനൂറുകൊല്ലത്തോളം പഴക്കമുള്ള ഈ ക്ഷേത്രം, പണ്ടെന്നപോലെ ഇന്നും എറണാകുളത്തിന്റെ സാമൂഹ്യ-സാംസ്കാരിക ജീവിതത്തിൽ സ്വാധീനം ചെലുത്തുന്നുണ്ട്.

ക്ഷേത്രത്തിനു മുന്നിൽ വിശാലമായ രാജവീഥി— ഷൺമുഖം റോഡ്. 1935 മുതൽ 1941 വരെ കൊച്ചി ദിവാനായിരുന്നു സർ കെ ആർ ഷൺമുഖം ചെട്ടിയുടെ സ്മരണ നിലനിർത്തുന്ന രാജവീഥി— അടുത്തകാലത്തായി ഈ റോഡ് പുനർനാമകരണം ചെയ്യപ്പെട്ടു. ഇന്നിതു പാർക്ക് അവന്യൂ. പേരിനനുസരിച്ച് റോഡിന്റെ ഇടതുഭാഗത്ത് ഏറെ ദൂരത്തോളം ഉദ്യാനങ്ങൾതന്നെ. സുഭാഷ് പാർക്ക്, (പണ്ട് ഇർവിൻ പാർക്ക്) പ്രിയദർശിനി ചിൽഡ്രൻസ് പാർക്ക്, ആനി ബസന്റ് പാർക്ക് എന്നിങ്ങനെ. ക്ഷേത്രത്തിനു മുന്നിലെ രാജവീഥിയോടു ചേർന്ന് അതിവിശാലമായ രാജേന്ദ്രമൈതാനം. തൊട്ടടുത്ത് ഒരു കൊച്ചി രാജാവിന്റെ വെങ്കലത്തിൽ തീർത്ത പൂർണ്ണകായ പ്രതിമ. പ്രതിമ സ്ഥാപിച്ചിട്ടുള്ള പീഠത്തിൽ ഇങ്ങനെ രേഖപ്പെടുത്തിയിരിക്കുന്നു. രാമവർമ്മ മഹാരാജാവ് 1895 -1914. കാഴ്ചകൾ കണ്ട് മുന്നോട്ടു നടക്കുമ്പോൾ, കൊച്ചിരാജ്യ ചരിത്രത്തിലെ ആ കാലഘട്ടം എന്റെ ഓർമ്മയിലെത്തി. വരട്ടെ, അതേപ്പറ്റി പിന്നീടാകാം.

ഇവിടെ, ഈ പ്രതിമയ്ക്ക് മുന്നിൽനിന്നും നമുക്ക് ചുറ്റും കണ്ണോടിക്കാം. റോഡിനപ്പുറം മഹാക്ഷേത്രം ഇപ്പുറത്ത് പാർക്കിനുമപ്പുറം കുഞ്ഞോളങ്ങളിളക്കി കൊച്ചിക്കായൽ. കായലിൽനിന്ന് അത്രയകലെയല്ലാതെ തിരതല്ലിയാർക്കുന്ന അറബിക്കടൽ. റോഡിനിരുഭാഗത്തും നിരനിരയായി തളിരും താരും ചൂടി നില്ക്കുന്ന തണൽ മരങ്ങൾ. ശിവക്ഷേത്രത്തോട് തോളുരുമ്മി നില്ക്കുന്നു, കൊച്ചിയുടെ പഴയ ഭരണസിരാകേന്ദ്രം (സെക്രട്ടറിയേറ്റ്). കുറേക്കാലം കളക്ടറേറ്റ് ആയി പ്രവർത്തിച്ചിരുന്ന ഈ മന്ദിരശ്രേണികളിൽ ഇപ്പോൾ താലൂക്ക് ഓഫീസ്, ഇൻഫർമേഷൻ ഓഫീസ്, വിവിധ കോടതികൾ തുടങ്ങിയവ പ്രവർത്തിക്കുന്നു. (കളക്ടറേറ്റ് തൃക്കാക്കരയിലെ കാക്കനാട് ആണ്) പിന്നെയും മുന്നോട്ടു നീങ്ങുമ്പോൾ പ്രസിദ്ധമായ മഹാരാജാസ് കോളേജ് (പണ്ടത്തെ എലിമെന്ററി ഇംഗ്ലീഷ് സ്കൂൾ) ഈ മന്ദിരശ്രേണികളെല്ലാം പാശ്ചാത്യ—പൗരസ്ത്യ വാസ്തുശില്പവിദ്യകളുടെ അനശ്വരസ്മാരകങ്ങളായി നിലകൊള്ളുന്നു. കായലിൽ കാലൂന്നി നെടുനീളത്തിൽ കാണപ്പെടുന്ന പാർക്കുകൾ, നഗരത്തിന്റെ ശ്വാസകോശങ്ങൾപോലെ തോന്നി. ഈ നഗരത്തിന്റെ ഏറ്റവും പ്രശാന്തവും പ്രസന്നവുമായ ഭൂവിഭാഗങ്ങളാണ് ഈ പാർക്ക് അവന്യൂ. വലതുഭാഗത്ത് ജനറൽ ആശുപത്രിയും (പഴയ ധർമ്മ ആശുപത്രി) തുടർന്ന് മറ്റനേകം ഉന്നത വിദ്യാഭ്യാസ സ്ഥാപനങ്ങളും. ഇടതുവശത്തെ പാർക്കുകളും ബോട്ടുജട്ടിയും പിന്നിട്ട് മറൈൻ ഡ്രൈവിലേക്ക് കടക്കുമ്പോൾ ചേതോഹരമായ മറ്റനേകം ദൃശ്യങ്ങൾ കണ്ണിനും കരളിനും കുളിരേകുന്നു. മറൈൻ ഡ്രൈവിന്റെ ഓരം ചേർന്ന് പുതുതായി ഉയർന്നുവന്നിട്ടുള്ള ബഹുനില മണിമന്ദിരങ്ങളുടെ നീണ്ടനിര.

സ്ഥാനത്യാഗം ചെയ്ത തമ്പുരാൻ

പോക്കുവെയിൽ കുങ്കുമപ്പൊടി വാരിവിതറുന്ന കായലോരത്തെ കൈവരിയിൽ അല്പമൊന്ന് വിശ്രമിക്കുമ്പോഴും എന്റെ ചിന്ത, ഞാൻ നേരത്തെ കണ്ട വെങ്കലപ്രതിമയിലെ കാലസൂചിക (1895-1914)

യിലേക്ക് തന്നെ തിരിഞ്ഞു പൊയ്ക്കൊണ്ടിരുന്നു. കൊച്ചി ഏറക്കാലം ഒരു യുദ്ധഭൂമിയായിരുന്നു എന്ന വസ്തുത നാമിന്ന് ഓർക്കുന്നുണ്ടാവില്ല. നിലനില്പി നായുള്ള തത്രപ്പാടിൽ ഏത് വൈദേശിക ശക്തിയു മായും കൂട്ടുചേരാനും അവരുടെ താളത്തിനൊത്തു തുള്ളാനും സന്നദ്ധയായ പാവം കൊച്ചി. പല പ്പോഴും ദുർബ്ബലരായ ഭരണാധികാരികളുടെ പിടി പ്പുകേടിന്റെ ഫലമായി അപകടസന്ധികളിൽ ചെന്നു ചാടി പരാജയമേറ്റുവാങ്ങുകയായിരുന്നില്ലേ കൊച്ചി രാജകുടുംബം. സ്വന്തം വിഭവശക്തികളും മറ്റ് ധനാ ഗമമാർഗ്ഗങ്ങളും സ്വന്തം പ്രജകൾക്ക് മാത്രമല്ല കാലാ കാലങ്ങളിൽ കച്ചവട ലക്ഷ്യത്തോടെ അഭയം തേടി വന്ന വൈദേശികശക്തികൾക്കുപോലും വാരിക്കോരി കൊടുക്കുന്നതിൽ അവർ ഒട്ടം അലംഭാവം കാട്ടിയി രുന്നില്ല.

ഈ പശ്ചാത്തലത്തിൽ സ്വന്തം രാജ്യത്തി ലേക്കു ആധുനിക സംസ്കൃതിയുടെ പര്യായമായ തീവണ്ടിപ്പാത നീട്ടിക്കൊണ്ടുവരുവാൻ ഭഗീരഥപ്ര യത്നം ചെയ്ത ആ രാമവർമ്മമഹാരാജാവിന്റെ - രാജർഷി രാമവർമ്മ - സാഹസപ്രവൃത്തി ഞാൻ സാഭിമാനം ഓർത്തുപോയി. മദ്രാസ് പ്രവിശ്യയിൽ തീവണ്ടിഗതാഗതം വ്യാപിച്ചു തുടങ്ങിയ കാലം. മദി രാശി രാജ്യത്തിൽനിന്ന് കൊച്ചിരാജാവിന്റെ അതിർത്തി വരെ– ഷൊർണ്ണൂർ–തീവണ്ടി എത്തി ക്കഴിഞ്ഞു. തന്റെ പ്രജകൾക്കും കൂടുതൽ യാത്രാ സൗകര്യം ഏർപ്പെടുത്താൻ വേണ്ടി റെയിൽ ഗതാ ഗതം നടപ്പാക്കാൻ കഴിഞ്ഞെങ്കിൽ എന്ന് ആ മഹാ നുഭാവൻ ആഗ്രഹിച്ചു പോയി. പക്ഷേ, വമ്പിച്ച പണ ച്ചെലവുള്ള ഇത്തരമൊരു സംരംഭം ഏറ്റെടുക്കാനുള്ള ധനശേഷി ഖജനാവിനില്ല. കർമ്മധീരനായ മഹാരാ ജാവ് മടിച്ചു നിന്നില്ല. തന്റെ കുലദൈവമായ പൂർണ്ണ ത്രയീശന്റെ (തൃപ്പൂണിത്തുറ ക്ഷേത്രം) ഭണ്ഡാര ത്തിൽ സൂക്ഷിച്ചിരുന്ന 15 തങ്കനെറ്റിപ്പട്ടങ്ങളിൽ 14 എണ്ണവും കൂടാതെ സമീപക്ഷേത്രങ്ങളിലെ സ്വർണ്ണാ ഭരണങ്ങളും മനസ്സില്ലാമനസ്സോടെയെങ്കിലും വിറ്റ് പണം സ്വരൂപിച്ചു. തികയാതെ വന്ന ബാക്കി പണം സ്വന്തം രാജകൊട്ടാരത്തിൽനിന്നു തന്നെ കണ്ടെത്തു കയും ചെയ്തു. അങ്ങനെ സമാഹരിച്ച തുക റെയിൽവേ കമ്പനി അധികൃതരെ ഏല്പിച്ചു.

മദ്രാസ് റെയിൽവേ കമ്പനി 1899 ൽ പണിയാ രംഭിച്ചു. മൂന്ന് വർഷം കൊണ്ട് പണിപൂർത്തിയായി. 1902 ജൂലൈ 16ന് ആദ്യമായി യാത്രക്കാരെയും വഹിച്ചു കൊണ്ടു തീവണ്ടി നാടുകുലുക്കി ചൂളം വിളിച്ച് കൊച്ചിരാജ്യത്തു കടന്നുവന്നു. (ഇന്നത്തെ ഹൈക്കോടതി മന്ദിരങ്ങൾക്കും ടാറ്റാ ഓയിൽ മില്ലിനും മദ്ധ്യേ പഴയ റെയിൽവേ സ്റ്റേഷന്റെ എടു പ്പുകൾ ഇന്നും നിലനില്ക്കുന്നു) രാമവർമ്മ മഹാരാ ജാവിന്റെ ധീരസാഹസികവൃത്തിയുടെ സ്മാരകമെ ന്നോണം ബ്രിട്ടീഷ് അധീശശക്തിയുടെ ചൊൽപ്പ ടിക്കു വഴങ്ങാൻ ആത്മാഭിമാനം അനുവദിക്കായ്ക യാൽ രാജസിംഹാസനം തൃണോപമം വലിച്ചെ റിഞ്ഞ ആ രാമവർമ്മമഹാരാജാവ് (1885 -1914)–സ്ഥാന ത്യാഗം ചെയ്ത തമ്പുരാൻ–കൊച്ചി രാജ്യചരിത്രത്തിൽ വേറിട്ടു നില്ക്കുന്നു. സ്വാതന്ത്ര്യ വാഞ്ഛയുടെയും ആത്മാഭിമാനിത്തിന്റെയും ഉജ്ജ്വ ലപ്രതീകം.

ഫോർട്ട് കൊച്ചിയിലേക്ക്

എറണാകുളം മറൈൻ ഡ്രൈവിലൂടെയുള്ള യാത്രതുടരാം. ഈ നിരത്തിന്റെ വടക്കേ അറ്റത്താണ്, ബോൾഗാട്ടിദ്വീപിനെ അഭിമുഖീകരിച്ചുനില്ക്കു ന്നതും കേരള ഹൈക്കോടതിയുടെ ആസ്ഥാനവു മായ രാം മോഹൻകൊട്ടാരം. കൊച്ചിരാജ്യത്തിന്റെ തലസ്ഥാനമെന്ന പദവി നേടി ഇന്നൊരു മഹാനഗര മായി വളർന്നുവരുന്ന എറണാകുളം നഗരത്തിന്റെ പ്രാന്തപ്രദേശങ്ങളിലേക്ക് നമുക്കിനി കടന്നുചെല്ലാം. കാരണം പല കാലഘട്ടങ്ങളിൽ പലസ്ഥലങ്ങളിൽ ആസ്ഥാനമുറപ്പിക്കേണ്ടിവരികയും വിവിധ കാരണ ങ്ങളാൽ പിന്നീടവ ഉപേക്ഷിച്ച് പുതിയ തലസ്ഥാന ങ്ങൾ തേടേണ്ടിവരികയും ചെയ്യുക എന്ന ദുർഗ്ഗതി കൊച്ചിരാജ്യത്തിനുമുണ്ടായി. എ ഡി 1341 ൽ പെരി യാറ്റിലുണ്ടായ വെള്ളപ്പൊക്കത്തെത്തുടർന്ന് കൊടു ങ്ങല്ലൂർ തുറമുഖം നാശോന്മുഖമാവുകയും, ഇപ്പു റത്ത് കൊച്ചിയിൽ പ്രകൃതിദത്തമായ മറ്റൊരു തുറ മുഖം രൂപപ്പെടുകയും ചെയ്തപ്പോൾ വ്യാപാര വാ ണിജ്യബന്ധങ്ങളിലൂടെ രാജ പുരോഗതി നേടാൻ വേണ്ടിയായിരിക്കാം, തലസ്ഥാനം കൊച്ചിയിലേക്ക് മാറ്റിയത്. ബദ്ധശത്രുവായ സാമൂതിരിയുടെ നിരന്ത രമായ ശല്യവും ഈ തലസ്ഥാനമാറ്റത്തിന് പ്രേരക മായിരുന്നിരിക്കാം. എന്തായാലും 15-ാം നൂറ്റാണ്ടോ ടുകൂടി പെരുമ്പടപ്പിന്റെ ആസ്ഥാനം കൊച്ചിയായി. തുടർന്ന് പള്ളുരുത്തി, കുരീക്കോട്, കണയന്നൂർ, തൃശ്ശൂർ, തൃപ്പൂണിത്തുറ എന്നീ സ്ഥലങ്ങളെല്ലാം ഓരോരോ കാലങ്ങളിൽ കൊച്ചിരാജ്യത്തിന്റെ തല സ്ഥാനമായി തീർന്നിട്ടുണ്ട്. എങ്കിലും പെരുമ്പടപ്പിന് കൊച്ചി എന്ന പേര് ലഭിച്ചത്, കൊച്ചി ആസ്ഥാനമാ യതോടെയാകാം, ആ പഴയ തലസ്ഥാനം എവിടെ യാണെന്നു തിരക്കാം. ഇനി യാത്ര, ഇപ്പോൾ എറ ണാകുളം മുനിസിപ്പൽ കോർപ്പറേഷനിൽപ്പെട്ട ഫോർട്ട് കൊച്ചിയിലേക്ക്.

ഇത് കൊച്ചി–എറണാകുളം പട്ടണത്തിനു തൊട്ടടുത്ത ചെറിയ ഒരു ദ്വീപ് നഗരകേന്ദ്ര ത്തിൽനിന്ന് കഷ്ടിച്ച് പത്തു പന്ത്രണ്ട് കി മീ ദൂരമേ യുള്ളൂ. ഇത് ഒരു തുറമുഖ പട്ടണം. കിഴക്കും തെക്കും വടക്കും കായൽ. പടിഞ്ഞാറ് അറബിക്കടൽ. പില്ക്കാലത്ത് കൊച്ചിയെ പ്രധാനകര (മെയിൻലാൻഡ്) യുമായി കൂട്ടിയിണക്കുന്ന നെടു

നീളൻ പാലങ്ങൾ നിർമ്മിക്കപ്പെട്ടു. മട്ടാഞ്ചേരി ജൂത ഭാഗം, തോപ്പുംപടി, പള്ളുരുത്തി, ഇടക്കൊച്ചി എന്നീ സ്ഥലങ്ങളെല്ലാം ഈ ദ്വീപിലുൾപ്പെടുന്നു.

അഴിമുഖത്തുനിന്ന് അല്പം അകന്നുമാറി ദ്വീപിന്റെ പ്രകൃതി ലാവണ്യവും ജനജീവിതവും കണ്ടും കേട്ടും നടക്കവേ തികച്ചും വ്യത്യസ്തമായ ഒരു ഭൂവിഭാഗവും ജീവിതമേഖലയുമാണവിടമെന്നു തോന്നി. അങ്ങുമിങ്ങും ചില പ്രാചീന നിർമ്മിതികളുടെ അവശിഷ്ടങ്ങൾ, മത്സ്യതൊഴിലാളിഭവനങ്ങൾ, പള്ളികൾ, കൊച്ചുകൊച്ചു ചായക്കടകൾ, മത്സ്യ വില്പന കേന്ദ്രങ്ങൾ... കായലോരത്ത് നിരനിരയായി ചീനവലകൾ, ആ വലകൾ ഉയർത്തുമ്പോൾ മത്സ്യ ത്തൊഴിലാളികളുടെ മുഖങ്ങളിൽ മിന്നിമറയുന്ന ഭാവ മാറ്റങ്ങൾ - സന്തോഷവും വിഷാദവും - എല്ലാം ശ്രദ്ധിച്ച് ആ ചൊരിമണൽ പ്രദേശങ്ങൾ താണ്ടി സെന്റ് ഫ്രാൻസിസ് പള്ളിയുടെ മുന്നിലെത്തി.

സാംസ്കാരിക സംഗമം

പല ശതാബ്ദങ്ങൾക്കുമുമ്പേതന്നെ ലോകമെമ്പാടും നിന്നു കടന്നുവന്ന വിവിധ സംസ്കാരങ്ങളുടെ സംഗമഭൂമിയായി തീർന്നിരുന്നു ഫോർട്ട് കൊച്ചി—മട്ടാഞ്ചേരി പ്രദേശങ്ങൾ. അറബികൾ, പോർച്ചുഗീസുകാർ ഡച്ചുകാർ, ബ്രിട്ടീഷുകാർ എന്നീ വിഭാഗങ്ങൾ സുദീർഘമായ കാലയളവുകൾ ഇവിടെ ജീവിച്ചു മരിച്ചു. ഭവനനിർമ്മാണശൈലിയിലും ജീവിതരീതിയിലും ആചാരാനുഷ്ഠാനങ്ങളിലും വൈവിദ്ധ്യം പുലർത്തിപ്പോന്ന ഈ വൈദേശികസംസ്കാരത്തിന്റെ പാദമുദ്രകൾ ഇന്നും ആഴത്തിൽ പതിഞ്ഞ് കിടപ്പുണ്ട് ഈ പ്രദേശങ്ങളിൽ. അത്രകണ്ട് വൈവിദ്ധ്യപൂർണ്ണമായ ഈ സാംസ്കാരിക പൈതൃകത്തിന് ഉടവ് തട്ടാതെ സംരക്ഷിക്കാൻ വേണ്ടി ഫോർട്ട് കൊച്ചി പ്രദേശങ്ങൾ പൈതൃക സംരക്ഷണ മേഖലയായി (ഹെറിറ്റേജ് സോൺ) പ്രഖ്യാപിച്ചിട്ടുണ്ട്. അതോടെ, അവിടെ നിലവിലുള്ള വാസ്തു ശില്പരീതിയിലല്ലാതെ, കെട്ടിടങ്ങളും മറ്റും നിർമ്മിക്കാൻ പാടില്ലെന്ന് നിയമം അനുശാസിക്കുന്നു.

സെന്റ് ഫ്രാൻസിസ് പള്ളി - കടന്നുപോയ അഞ്ചുനൂറ്റാണ്ടുകളുടെ മൂകസാക്ഷി. സംഭവബഹുലമായ അഞ്ചു നൂറ്റാണ്ടുകൾ. കേരളചരിത്രത്തിൽ മാത്രമല്ല, ഇന്ത്യാചരിത്രത്തിൽ തന്നെയും നൂതനാദ്ധ്യായങ്ങൾ എഴുതി ചേർത്ത അഞ്ചുനൂറ്റാണ്ടുകൾ. എ ഡി 1500 ഡിസംബർ 20 ന് പെൻഡ്രോ അൽവാരസ് എന്ന പോർച്ചുഗീസ് നാവികൻ പരിവാരസമേതം കൊച്ചിയുടെ മണ്ണിൽ കാലുകുത്തുന്നു. ആ പോർച്ചുഗീസ് സേനാനി, നാടുഭരിക്കുന്ന പൊന്നുതമ്പുരാനെ മുഖം കാണിച്ച് ആവശ്യം ഉണർത്തിച്ചു. കൊച്ചിതീരത്ത് ഒരു പാണ്ടികശാലകെട്ടി കച്ചവടം നടത്താൻ അനുവാദം വേണം. അനുവാദം നല്കപ്പെട്ടു.

മറ്റൊരുനാൾ മറ്റൊരർത്ഥനയുമായി വീണ്ടും തിരുമുമ്പിലെത്തി. പാണ്ടികശാലയുടെ സംരക്ഷണത്തിന് ചെറിയൊരു കോട്ട? കോട്ടകെട്ടാനുള്ള സ്ഥലവും ആവശ്യമായ സാധനസാമഗ്രികളും രാജാവ് കല്പിച്ചു നല്കി. അങ്ങനെ പോർച്ചുഗീസുകാർ കൊച്ചിത്തീരത്തു കോട്ട കെട്ടി, അവരുടെ ആസ്ഥാനം ഉറപ്പിച്ചു. സുഗന്ധവ്യഞ്ജനവ്യാപാരത്തിലൂടെ ഏറെ ധനം നേടി. തദ്ദേശീയരായ മത്സ്യത്തൊഴിലാളികളെ പ്രലോഭനങ്ങളിലൂടെ മതം മാറ്റി, ക്രിസ്തുമതാനുയായികളാക്കി. പറങ്കിക്കോട്ട ഉയർന്നുവന്ന സ്ഥലം കോട്ടക്കൊച്ചിയായി. (എ ഡി 1503) കൊച്ചിയിൽ പിടിമുറുക്കികഴിഞ്ഞ പോർച്ചുഗീസുകാർ കൂടുതൽ അനുയായികളെ നേടാനും അവർക്ക് ആത്മീയ ബോധം വളർത്താനും വേണ്ടി അന്ന് എളിയ രീതിയിൽ സ്ഥാപിച്ച ആദ്യത്തെ പള്ളിയാണ് സെന്റ് ഫ്രാൻസിസ് ചർച്ച്. അഞ്ചു നൂറ്റാണ്ടുകൾക്ക് ശേഷം ഇന്നും ഉത്തുംഗഗംഭീരമായി തലയുയർത്തി നില്ക്കുന്നു. കടന്നുപോയ നൂറ്റാണ്ടുകൾ പള്ളിക്ക് ഒട്ടേറെ രൂപമാറ്റങ്ങൾ വരുത്തിയിരിക്കണം.

സെന്റ് ഫ്രാൻസിസ് ചർച്ച്

ചിന്തകൾ കുടഞ്ഞെറിഞ്ഞ് ഞങ്ങൾ പള്ളിയുടെ പ്രവേശനകവാടം കടന്ന് ഉള്ളിൽ പ്രവേശിച്ചു. ഫോർട്ട് കൊച്ചിയിലെ പോർച്ചുഗീസ് അധിനിവേശ കാലഘട്ടത്തിന്റെ ബാക്കിപത്രമാണ് ഈ പള്ളി. പാശ്ചാത്യരുടെ ഇന്ത്യയിലെ ആദ്യത്തെ ആരാധനാലയം. പോർച്ചുഗീസുകാർക്കു ശേഷം കൊച്ചി കൈയടക്കിയ ഡച്ചുകാർ പള്ളിപുതുക്കിപ്പണിതു. ഇന്ത്യയിൽ ആദ്യം കാലുകുത്തിയ യൂറോപ്യൻ നാവികമേധാവിയായ വാസ്കോഡിഗാമയുടെ ഭൗതികാവശിഷ്ടങ്ങൾ എ ഡി 1524 ൽ ഈ പള്ളിയിലാണ് അടക്കം ചെയ്തത്. 14 വർഷങ്ങൾക്കുശേഷം 1538 ൽ ഗാമയുടെ ഭൗതികാവശിഷ്ടം പോർച്ചുഗലിലേക്ക് കൊണ്ടുപോയെങ്കിലും സ്മാരകശിലകൾ ഇന്നും പള്ളിക്കുള്ളിലുണ്ട്. പള്ളിക്കുള്ളിലെ ശില്പാലംകൃതമായ ഭിത്തികളിൽ പോർച്ചുഗീസുകാരുടെയും ഡച്ചുകാരുടെയും ശവസംസ്കാരസ്മാരക ഫലകങ്ങൾ കാലാനുക്രമത്തിൽ പതിച്ചുവച്ചിട്ടുണ്ട്. അത്യുന്നതമായ കൊത്തുപണികളോടുകൂടിയ മച്ചും, കമാനാകൃതിയിലുള്ള വാതിലുകളും ജനാലകളും ശില്പവൈവിദ്ധ്യത്തിന്റെ മഹോന്നതമാതൃകകളാണ്.

ഒരു വൈദേശിക ഭൂമിയിൽ തങ്ങൾക്ക് കോട്ടയും പണ്ടകശാലയും കെട്ടി യഥേഷ്ടം വാണിജ്യത്തിലേർപ്പെടാനും രാജ്യത്തെ സാമൂഹിക ജീവിതത്തിൽ പങ്കാളികളാകാനും സൗകര്യം ഒരുക്കിയ കൊച്ചിരാജവംശത്തോടുള്ള കൃതജ്ഞതാ സൂചകമായി, പോർച്ചുഗീസുകാർ അതിഗംഭീരവും മനോജ്ഞവുമായ ഒരു കൊട്ടാരം നിർമ്മിച്ച് രാജാവിനു

സമർപ്പിച്ചു. അതത്രേ മട്ടാഞ്ചേരി കോവിലകം. ആ കോവിലകം തേടി നമുക്കൊരല്പം സഞ്ചരിക്കാം. മട്ടാഞ്ചേരിയിലെ ഇടുങ്ങിയ തെരുവുകളും പൊളിഞ്ഞു വീഴാറായ പഴയ കെട്ടിടങ്ങളും അപൂർവ്വം ചില പുതിയ ഭവനങ്ങളും പിന്നിട്ട് മട്ടാഞ്ചേരി പട്ടണത്തിലൂടെ നടക്കുമ്പോൾ ഞാനോർത്തത് കടുവയെ പിടിച്ച കിടുവയെപ്പറ്റിയാണ്. കൊച്ചിരാജകുടുംബത്തിൽ ഭരണാധികാരം സംബന്ധിച്ചുണ്ടായ മൂപ്പിളമത്തർക്കം. പരോക്ഷമായി അവകാശവാദമുന്നയിച്ച ഇളയ തായ്‌വഴിക്ക് പോർച്ചുഗീസുകാർ സകലവിധ പിന്തുണയും നല്കിയപ്പോൾ, മൂത്ത തായ്‌വഴി, പാലിയത്തച്ഛന്റെ സഹായത്തോടെ പുതിയ രക്ഷകനെ തേടി പരക്കംപാഞ്ഞു. അവസാനം സിലോണിൽ തമ്പടിച്ചിരുന്ന ഡച്ചുസൈന്യത്തെ ക്ഷണിച്ചുവരുത്തി, പോർച്ചുഗീസുകാരോട് പോരടിക്കാൻ. ഡച്ചുസൈന്യം മട്ടാഞ്ചേരി കൊട്ടാരം വളഞ്ഞു. കൊട്ടാരമുറ്റത്ത് നടന്ന ഉഗ്രമായ യുദ്ധത്തിൽ കൊച്ചിരാജാവും രണ്ട് ഇളമുറരാജാക്കന്മാരും വധിക്കപ്പെട്ടു. മാളികമുകളിൽനിന്നും ഈ യുദ്ധം കാണുകയായിരുന്ന റാണി ഗംഗാധരലക്ഷ്മിയെ അന്ന് ഒരു സാധാരണ ഡച്ച് ഭടൻ മാത്രമായിരുന്ന ഹെൻട്രിക് വാൻറീഡ് ബന്ധനസ്ഥയാക്കി. മൂത്ത താഴ്‌വഴിയിലെ രാജാവിനെ കൊച്ചിയുടെ ഭരണാധികാരിയായി അംഗീകരിച്ചുകൊള്ളാമെന്ന് റാണിയെക്കൊണ്ട് പ്രതിജ്ഞ ചെയ്യിച്ചു. പില്ക്കാലത്ത് ഡച്ചുഗവർണ്ണറായിത്തീർന്ന ഹെൻട്രിക് വാൻറീഡ് വിശ്വവിശ്രുതമായ *ഹോർത്തൂസ് മലബാറീക്കസ്* എന്ന ഗ്രന്ഥ (കേരളത്തിലെ സസ്യജാലങ്ങളെപ്പറ്റി പ്രതിപാദിക്കുന്ന)ത്തിന്റെ പ്രണേതാവാണ്.

സിലോണിൽ നിന്ന് വൈപ്പിൻകരവഴി കായൽകടന്ന് കൊച്ചിയിൽ പാഞ്ഞു കയറി. ഡച്ചുപട്ടാളം പോർച്ചുഗീസുസൈന്യത്തിനും കോട്ടയ്ക്കും വമ്പിച്ച നാശനഷ്ടങ്ങൾ വരുത്തി. അവസാനം 1663 ജനുവരി 6 ന് പോർച്ചുഗീസുകാർ കീഴടങ്ങി. ഡച്ചുകാർ കൊച്ചിയിൽ ആധിപത്യം സ്ഥാപിച്ചു. തുടർന്ന് ഡച്ചുകാരുടെ ഒന്നരനൂറ്റാണ്ട്.

ജൂതതെരുവ്

മട്ടാഞ്ചേരിയിലെ ജൂതത്തെരുവിലൂടെ കുറച്ചിട നടന്നപ്പോൾ കൊട്ടാരത്തിന്റെ ഗോപുരവാതിൽ ദൃശ്യമായി. വാതിൽ കടന്ന് അതിവിശാലമായ. കൊട്ടാരവളപ്പിലെത്തിയപ്പോൾ, മനസ്സ് അസ്വസ്ഥവും വികാരതരളിതവുമായി നാലഞ്ചുനൂറ്റാണ്ടുകൾക്ക് മുമ്പ് കൊച്ചിരാജ്യം ഭരിച്ചിരുന്ന രാജകൊട്ടാരത്തിന്റെ തിരുമുറ്റത്താണ് ഞാൻ നില്ക്കുന്നത്. ഞാൻ ചുറ്റും കണ്ണോടിച്ചു. ഒരുവശത്ത് പ്രാചീനത വിളിച്ചറിയിക്കുന്ന ജീർണ്ണാസ്ഥയിലെത്തിനില്ക്കുന്ന കൂറ്റൻ കൊട്ടാരം. ഇരുനിലമാളിക ഇവിടെ മുകളിലത്തെ നിലയിൽ ഒരു കിളിവാതിലിൽ. ഇതിലൂടെയാകാം കൊച്ചി രാജ്യത്തിലെ ഒരേയൊരു രാജ്ഞിയായിരുന്ന ഗംഗാധര ലക്ഷ്മി കൊട്ടാരമുറ്റത്തുനടന്ന ഉഗ്രസംഘട്ടനം തൃക്കൺ പാർത്തത്... കൊട്ടാര പരിസരത്ത് ഒരുസംഘം ചെറുപ്പക്കാർ വളഞ്ഞിരുന്ന് ചീട്ടുകളിക്കുന്നത് കണ്ടപ്പോഴാണ് ഞാൻ ഭൂതകാലത്തിൽനിന്നും മടങ്ങിവന്നത്. ഈ കൊട്ടാരം ഇന്ന് പുരാവസ്തുവകുപ്പിന്റെ സംരക്ഷണയിലാണ്. കൊട്ടാരത്തിനു സമീപം ഏറെ കാലപ്പഴക്കമുണ്ടെങ്കിലും കുലീനത വിളിച്ചോതുന്ന ഒരു ക്ഷേത്രം - പഴയന്നൂർ ഭഗവതി ക്ഷേത്രം.

മട്ടാഞ്ചേരി കൊട്ടാരം

പോർച്ചുഗീസുകാർ 400 ൽപ്പരം വർഷങ്ങൾക്കുമുമ്പ് നിർമ്മിച്ച കൊച്ചി രാജാവായ കേരളവർമ്മയ്ക്ക് സമ്മാനിച്ച മനോഹര സൗധം—മട്ടാഞ്ചേരി കൊട്ടാരം. പോർച്ചുഗീസുകാർക്ക് ശേഷം ആധിപത്യം സ്ഥാപിച്ച ഡച്ചുകാർ കേടുപാടുകൾ തീർത്തു. അന്നു മുതൽ ഡച്ചുകൊട്ടാരമെന്നാണ് അറിയപ്പെടുക. കൊട്ടാരത്തിന്റെ കമാനങ്ങളും വിശാലമായ ശാലകളും പാശ്ചാത്യശൈലിയിലാണ് നിർമ്മിച്ചിട്ടുള്ളത്. പള്ളിയറ, കിരീടധാരണശാല, അന്തഃപുരമുറികൾ തുടങ്ങിയവ ദാരുശില്പങ്ങളാലും ചിത്രവേലകളാലും അലംകൃതമാണ്. മുകൾത്തട്ടിലെ മുറികളുടെ ഭിത്തികളിൽ 57 പടലങ്ങളിലായി, 1000 ച. അടി വിസ്താരത്തിൽ ചുവർചിത്രങ്ങൾ ആലേഖനം ചെയ്തിരിക്കുന്നു. രാമായണകഥ പൂർണ്ണമായും ഉണ്ട്. പുരാണേതിഹാസങ്ങളിൽനിന്നുള്ള മറ്റു ചിത്രീകരണങ്ങളുമുണ്ട്. പല്ലക്കുകൾ, പടച്ചട്ടകൾ, ആയുധങ്ങൾ തുടങ്ങിയവയും ഇവിടെ പ്രദർശിപ്പിച്ചിട്ടുണ്ട്.

അവാച്യമായ മനഃക്ലേശത്തോടെ മട്ടാഞ്ചേരി കൊട്ടാരത്തോട് വിടചൊല്ലി, പുറത്തിറങ്ങി നടക്കുമ്പോൾ സാംസ്കാരിക പൈതൃകത്തോടുള്ള നമ്മുടെ അയഞ്ഞ സമീപനവും നിന്ദയും ഓർത്ത് ഞാൻ സ്വയം ലജ്ജിച്ചു. ആനവാതിലും കടന്ന് ജൂതത്തെരുവിലെത്തിയപ്പോൾ വെയിലാറിയിരുന്നു. തിരക്ക് കൂടിയിട്ടുണ്ട്. ഇരുവശവും തകർന്നുവീഴാറായ ഇരുനിലക്കെട്ടിടങ്ങൾ, നിരക്കടകൾ. അവയ്ക്കുള്ളിലും തെരുവിന്റെ ഓരങ്ങളിലും നൂറ്റാണ്ടുകൾക്കു മുമ്പുള്ള ചെറിയ ഗൃഹോപകരണങ്ങൾ മുതൽ പഴയ തറവാടുകൾ പൊളിച്ചെടുത്തുകൊണ്ടുവന്ന കൊത്തുപണിയാർന്ന ദാരുനിർമ്മിതികൾ വരെ വില്പനയ്ക്ക് വച്ചിട്ടുണ്ട്. ചെറിയ ഓട്ടുപാത്രങ്ങൾ മുതൽ ദേവീദേവന്മാരുടെ പഞ്ചലോഹവിഗ്രഹങ്ങൾ വരെ അവിടെ നിരത്തിയിട്ടുണ്ട്. കൗതുകത്തോടെ നടന്നുനീങ്ങുന്ന സ്ത്രീപുരുഷന്മാർ, സ്വദേശികളും വിദേശികളും. വിദേശികളാണേറെ.

ജൂതപ്പള്ളി

തെരുവിന്റെ അങ്ങേയറ്റത്ത് നാലര നൂറ്റാണ്ട് പഴക്കമുള്ള ജൂതപ്പള്ളി (സിനഗോഗ്). പള്ളിയുടെ മുകളിലെ വൃത്തഘടികാരം ഇന്ന് നിശ്ചലം. പള്ളിയിൽ സന്ദർശകരുടെ തിരക്കാണ് എപ്പോഴും. കേരളത്തിലെ ജൂതകുടിയേറ്റത്തിന് രണ്ട് സഹസ്രാബ്ദങ്ങളുടെ പഴക്കമുണ്ട്. കൊടുങ്ങല്ലൂർ പാർത്തിരുന്ന ജൂതന്മാർ തദ്ദേശീയരായ മുസ്ലീം വർത്തകരുമായി ഉണ്ടായ സംഘർഷത്തെത്തുടർന്ന് എ ഡി 1524 ലാണ് കൊച്ചിയിലെത്തിയത്.

അന്നു നാടുവാണ തമ്പുരാൻ അവർക്ക് ആതിഥ്യമരുളി. നിർലോപമായ സഹായങ്ങൾ നല്കി. അവർക്ക് ഭവനങ്ങളും ആരാധനാലയങ്ങളും നിർമ്മിക്കാനുള്ള സ്ഥലവും കൂടാതെ സമുദായത്തിൽ മാന്യമായ സ്ഥാനവും (മുതലിയാർ) നല്കി. അധികാരചിഹ്നമെന്ന നിലയിൽ വെള്ളികെട്ടിയ ഒരു ദണ്ഡും രാജാവ് അവർക്ക് സമ്മാനിച്ചു. രണ്ടാമത്തെ മുതലിയാരായ ജോസഫ് ലെവിയുടെ കാലത്താണ് മട്ടാഞ്ചേരിയിലെ ജൂതപ്പള്ളി നിർമ്മിച്ചത്. ഈ ജൂതപ്പള്ളിയിൽ സൂക്ഷിച്ചിട്ടുള്ള ചെപ്പേടുകൾ പൊയ്പ്പോയ നൂറ്റാണ്ടുകളുടെ ചരിത്രം സൂചിപ്പിക്കുന്നു. നൂറ്റാണ്ടുകളുടെ കാലപ്പഴക്കം പള്ളിയുടെ ദൃഢതയെ ബാധിച്ചിട്ടുണ്ട്. വൈദേശിക വാസ്തുശില്പചാതുരിയും കലാമേന്മയും ഒത്തിണങ്ങിയ ഒരു മനോജ്ഞശില്പമാണ് മട്ടാഞ്ചേരിയിലെ ഈ വെളുത്ത ജൂതപ്പള്ളി. ചീനയിൽനിന്നു കൊണ്ടുവന്ന ഭംഗിയും പ്രൗഢിയുമുള്ള തറയോടാണ് നിലത്തു പാകിയിരിക്കുന്നത്. തിരുവിതാംകൂർ രാജാവ് 1805 ൽ ഒരു സ്വർണ്ണകിരീടം പള്ളിക്കു സമ്മാനമായി നല്കി. റസിഡന്റ് മെക്കാളെ സമ്മാനിച്ച ഒരു വെള്ളിവിളക്കും പള്ളിയിലുണ്ട്. 1947 ൽ ഇസ്രയേൽ രാഷ്ട്രമെന്ന ജൂതസങ്കല്പം സാക്ഷാൽക്കരിക്കപ്പെട്ടപ്പോൾ കുറച്ചു കുടുംബങ്ങളൊഴികെ ബാക്കിപ്പേർ ഇസ്രയേലിലേയ്ക്ക് മടങ്ങി.

ഇപ്പോൾ ഇവിടെ അഞ്ച് ജൂതകുടുംബങ്ങളിലായി എട്ട് അംഗങ്ങൾ മാത്രമേയുള്ളൂ. കേരളത്തിലെ ഇപ്പോഴത്തെ മൊത്തം ജൂതസംഖ്യ നാല്പതിൽ താഴെയാണ്. പറവൂരിനു സമീപം മാഞ്ഞാലിയിലും ചെറിയപ്പിള്ളിയിലും രണ്ടു കുടുംബങ്ങളും ആലുവയിൽ മൂന്നു കുടുംബങ്ങളുമുണ്ട്– ചേന്ദമംഗലം ഇടവകയിലെ അംഗങ്ങൾ.

1948 ൽ ഇസ്രയേൽ രാഷ്ട്രം രൂപപ്പെട്ടപ്പോൾ ജൂതന്മാർ കൂട്ടമായി അങ്ങോട്ട് കുടിയേറ്റമാരംഭിച്ചു. ഭൂഖണ്ഡങ്ങൾ താണ്ടിയുള്ള യാത്രയാണ് ജൂതന്മാരുടെ ജീവിതം. പലസ്തീനിൽ നിന്നായിരിക്കണം ജൂതന്മാർ കേരളത്തിലേക്ക് കുടിയേറിയത്. കേരളത്തിലേക്കുള്ള ജൂതകുടിയേറ്റത്തിന് രണ്ടായിരം വർഷത്തെ പഴക്കമുണ്ടെന്നാണ് ചരിത്രപണ്ഡിതന്മാരുടെ അഭിപ്രായം. ജൂതന്മാരുടെ ആദ്യകാല പാർപ്പിടസങ്കേതങ്ങൾ തുറമുഖനഗരങ്ങൾക്കു ചുറ്റുമായിരുന്നു.

കറുത്ത ജൂതന്മാരെന്നും വെളുത്ത ജൂതന്മാരെന്നും കൊച്ചിയിലെ ജൂതന്മാരെ വിഭജിക്കുന്നുണ്ട്. വെളുത്ത ജൂതന്മാർ 1566 മുതൽ 1778 വരെ യമനിൽനിന്നും അറേബ്യയിൽനിന്നും എത്തിച്ചേർന്നവരാണ്. കറുത്ത ജൂതന്മാർ ക്രിസ്തുവിനുമുമ്പ് കേരളത്തിലെത്തിയവരും ഇവിടുത്തെ ജനതയുമായി ഇടകലർന്ന സങ്കരവർഗ്ഗവുമാണ്.

പഴയ ചില ആരാധനാലയങ്ങൾ

പൗരാണിക കൊച്ചിയുമായി വാണിജ്യബന്ധത്തിലേർപ്പെട്ട അറബികളുടെ സംഭാവനയാണ് കൽവത്തിപ്പള്ളി. ഒഴിഞ്ഞ സ്ഥലം എന്നർത്ഥമുള്ള 'ഹൽവത്ത്'– അറബി പദമാണ് കൽവത്തിയായി മാറിയത്. പത്തേമാരിയിൽ വന്ന അറബികൾ കടലും കായലും സന്ധിക്കുന്ന ഭാഗത്തിനു സമീപമായി കരയിൽ നമസ്കരിക്കാൻ കണ്ടെത്തിയ ഒഴിഞ്ഞ സ്ഥലത്താണ് പിന്നീട് പള്ളി പണിതതെന്ന് ചരിത്രരേഖകളിൽ കാണുന്നു. 5 നൂറ്റാണ്ടിലേറെ പഴക്കമുള്ള ഈ കൽവത്തിപ്പള്ളിയും ഒരു ചരിത്രസ്മാരകമായി സംരക്ഷിപ്പെടുന്നു. മട്ടാഞ്ചേരിയിൽ നൂറ്റാണ്ടുകൾ പഴക്കമുള്ള ഒരു ജൈനക്ഷേത്രവുമുണ്ട്. എല്ലാ മതവിഭാഗങ്ങൾക്കും കൊച്ചിരാജാക്കന്മാർ അളവറ്റ സഹായങ്ങളും പ്രോത്സാഹനവും നല്കിയിരുന്നു. ഗോവയിൽനിന്ന് അഭയാർത്ഥികളായി കൊച്ചിയിലെത്തിയ കൊങ്ങിണിസമുദായത്തിന് ചെങ്ങിയിൽ തിരുമല ദേവസ്വം ക്ഷേത്രം നിർമ്മിക്കുന്നതിനുവേണ്ടി എല്ലാവിധ സഹായങ്ങളും ചെയ്തുകൊടുത്തു. ഈ ക്ഷേത്രത്തിൽ സ്ഥാപിച്ചിട്ടുള്ള മണി, ഇന്ത്യയിലെ ദേവാലയമണികളിൽ ഏറ്റവും വലുതത്രേ.

കേരളത്തിലെ ആംഗ്ലോ ഇന്ത്യൻ വംശജരുടെ ചരിത്രം കൊച്ചിയെ ചുറ്റിപ്പറ്റിയാണ്. പാശ്ചാത്യ–പൗരസ്ത്യ സംസ്കാരങ്ങൾ ഒരേപോലെ ഉൾക്കൊണ്ടു തന്നെ അവർ സ്വന്തം തനിമ കാത്തുസൂക്ഷിച്ചിരുന്നു. സ്വാതന്ത്ര്യലബ്ധിയോടെ അവരുടെ ജീവിതം ക്ലേശകരമായിത്തീർന്നു. മട്ടാഞ്ചേരിക്കു തെക്ക് പള്ളുരുത്തിയിൽ അതിപുരാതനമായ ഒരു ഹൈന്ദവാരാധനാലയമുണ്ട്. അഴകിയകാവ് ഭഗവതി ക്ഷേത്രം. ഉദയംപേരൂർ സുനഹദോസിന്റെ തീരുമാനത്തിനെതിരെ കുരിശിനെ തൊട്ട് പ്രതിജ്ഞയെടുത്ത സംഭവത്തിലെ കൂനൻ കുരിശ് മട്ടാഞ്ചേരി കമ്പോളത്തിന്റെ മദ്ധ്യത്തിലാണ്.

ഇന്ത്യയിലാദ്യം

ഇന്ത്യയിലാദ്യമായി ഒരു നഗരഭരണസംവിധാനം ഏർപ്പെടുത്തിയ പ്രദേശമാണ്, ഫോർട്ട് കൊച്ചി. ബ്രിട്ടീഷുകാർ 1866 ഒക്ടോബർ 15 ന്

കൊച്ചിയിൽ ഒരു മുനിസിപ്പൽ കമ്മീഷൻ രൂപീകരിച്ചു. ഒരു ബ്രിട്ടീഷുകാരൻ തന്നെ ചെയർമാനായി വരത്തക്കവിധമായിരുന്നു വ്യവസ്ഥകൾ. 46 വർഷങ്ങൾക്കുശേഷമേ ഒരു ഇന്ത്യക്കാരന് ചെയർമാനാകാൻ കഴിഞ്ഞുള്ളൂ-- ഷിർഗോക്കർ (1912-1920) അങ്ങനെ ഫോർട്ട് കൊച്ചി 101 വർഷത്തെ സേവനത്തിനുശേഷം കൊച്ചിൻ കോർപ്പറേഷന്റെ ഭാഗമായിത്തീർന്നു.

കാലാകാലം കൊച്ചിയിൽ വന്ന് പാർപ്പുറപ്പിച്ച പാശ്ചാത്യരും പല കാലങ്ങളിലായി കൊച്ചിയിലെത്തി സ്ഥിരതാമസമാക്കിയ വിവിധജാതിമതക്കാരും ഈ കോട്ടക്കൊച്ചിയിൽ ഇടകലർന്നു ജീവിച്ചിരുന്നു. പോർച്ചുഗീസുകാരുടെ കോട്ടക്കൊച്ചി, ബ്രിട്ടീഷുകാരുടെ കാലത്ത് ബ്രിട്ടീഷ് കൊച്ചിയായി. കൊച്ചിരാജ്യത്തിനുള്ളിലെ ഈ വിദേശകോളനിക്ക് മദ്രാസ് പ്രസഡൻസിയിലെ ബ്രിട്ടീഷ് അധികാരികളോടുമാത്രമേ ഉത്തരവാദിത്വമുണ്ടായിരുന്നുള്ളൂ. ഒന്നിനു പിറകേ മറ്റൊന്നെന്ന കണക്കിൽ കൊച്ചിദ്വീപിൽ കടന്നേറി അധീശത്വം സ്ഥാപിച്ച് കൊച്ചിരാജകുടുംബത്തിന്റെ സ്വൈരം കെടുത്തിയ വൈദേശികശക്തികളുടെ--പോർച്ചുഗീസുകാർ, ഡച്ചുകാർ, ബ്രിട്ടീഷുകാർ—പടനിലങ്ങളായിരുന്ന ഈ മണ്ണിൽ സംഭവബഹുലമായ അഞ്ചുനൂറ്റാണ്ടുകളുടെ ചരിത്രം അടിഞ്ഞുകിടപ്പുണ്ട്— ഒളിഞ്ഞും തെളിഞ്ഞും. ഈ യുദ്ധഭൂമിയിൽനിന്ന് അല്പം മനസ്സമാധാനവും സ്വൈരതയും തേടിയാകണം, രാജസ്ഥാനം കൊച്ചിയിൽനിന്നും മാറ്റാൻ രാജകുടുംബം നിർബ്ബന്ധിതമായത്. പതിനെട്ടാം നൂറ്റാണ്ടിന്റെ പൂർവ്വാർദ്ധത്തിൽ കൊച്ചിരാജാവിന്റെ ആസ്ഥാനം സമീപപ്രദേശമായ തൃപ്പൂണിത്തുറയിലേക്ക് മാറ്റിയിരിക്കണം.

കൊച്ചി നഗരത്തിന്റെ ഇന്നത്തെ വാണിജ്യ—വ്യവസായ പുരോഗതിയുടെ പ്രഭവസ്ഥാനങ്ങളിൽ, പല പതിറ്റാണ്ടുകൾക്കു മുമ്പ് രൂപം കൊണ്ട വെല്ലിങ്ടൺ ദ്വീപിനെയും (തുറമുഖം) കപ്പൽശാലയെയും വിഗണിച്ചുകൊണ്ടുള്ള നഗരദർശനം അപൂർണ്ണമാവുകയേയുള്ളൂ. മാത്രമല്ല കൊച്ചിയുടെ അവിഭാജ്യഘടകമാണല്ലോ വെല്ലിങ്ടൺ ഐലൻഡ്. എറണാകുളം കോർപ്പറേഷനിൽപ്പെടുന്ന പല പ്രധാനസ്ഥാപനങ്ങളും ഫോർട്ട് കൊച്ചിയിലും വെല്ലിങ്ടൺ ദ്വീപിലുമായും പ്രവർത്തിച്ചുവരുന്നു. കൊച്ചിൻ പോർട്ട് ട്രസ്റ്റ്, ദക്ഷിണമേഖലാ നേവൽ കമാൻഡിന്റെ ആസ്ഥാനം, നാവികത്താവളം, കൊച്ചിൻ റെയിൽവേ ടെർമിനൽസ്, കസ്റ്റംസ് ഓഫീസ്, ഷിപ്പിങ് കോർപ്പറേഷന്റെ ഓഫീസുകൾ തുടങ്ങിയവ ഫോർട്ട് കൊച്ചിയിൽ പ്രവർത്തിക്കുന്നു.

ബ്രിസ്റ്റോയുടെ സംഭാവന

കൊച്ചി തുറമുഖത്തിന്റെ നിയന്ത്രണാധികാരം വഹിച്ചിരുന്ന മദ്രാസ് ഗവൺമെന്റ് തുറമുഖവികസനത്തിനുള്ള തീരുമാനം കൈക്കൊണ്ടു. അതിനായി നിയോഗിക്കപ്പെട്ടത് ഊർജ്ജസ്വലനും സാഹസികനുമായ ഒരു യുവ എൻജിനീയറെ—സർ റോബർട്ട് ബ്രിസ്റ്റോയെ—ആയിരുന്നു. ബ്രിസ്റ്റോ 1920 ഏപ്രിൽ 13 ന് കൊച്ചിയിലെത്തി. കായലിനകത്തു തന്നെ ഒരുഭാഗം നികത്തിയെടുത്ത്—നിലവിലുള്ള വെണ്ടരുത്തി ദ്വീപിനോടു ചേർക്കുക, രണ്ടു പാലങ്ങൾ നിർമ്മിച്ചു പുതിയ ദ്വീപിനെ ഒരുവശത്ത് വൻകരയോടും മറുവശത്ത് ബ്രിട്ടീഷ് കൊച്ചിയോടും മട്ടാഞ്ചേരിയോടും ബന്ധിപ്പിക്കുക. മണ്ണുമാന്തൽ, ബർത്തുകളുടെയും ജട്ടികളുടെയും പണി, റെയിൽവേ ലൈനുകൾ സ്ഥാപിക്കുക— ഇതായിരുന്നു പദ്ധതിയുടെ രൂപരേഖ. 400 വാര മാത്രം വീതിയുണ്ടായിരുന്ന അഴിമുഖത്തിനപ്പുറത്ത് ഒരു തടസ്സമായി നിന്നിരുന്ന മണൽത്തിട്ട ചാൽകീറി വെട്ടിമാറ്റി. അങ്ങനെ ലഭിച്ച മണ്ണും ചെളിയും വെണ്ടുരുത്തി തുരുത്തിന്റെ വടക്കുഭാഗത്ത് നിക്ഷേപിച്ച് കെട്ടിപ്പൊക്കി ഉണ്ടാക്കിയതാണ് ഇന്നത്തെ കൊച്ചിതുറമുഖം സ്ഥിതിചെയ്യുന്ന വെല്ലിങ്ടൺ ദ്വീപ്. 800 ഏക്കർ വിസ്തീർണ്ണമുള്ള മനോഹരമായ ഈ ദ്വീപിന്റെ 600 ഏക്കർ സ്ഥലവും കൊച്ചിതുറമുഖത്തിന്റെ വകയാണ്.

കൊച്ചിതുറമുഖത്തിന്റെ സ്രഷ്ടാവായ സർ. റോബർട്ട് ബ്രിസ്റ്റോയെ കേരളത്തിനൊരിക്കലും വിസ്മരിക്കാനാവില്ല. 1920 ഏപ്രിൽ 13 ന് കൊച്ചിയിലെത്തിയ ബ്രിസ്റ്റോ ഇംഗ്ലണ്ടിലേക്കു മടങ്ങിയത് നീണ്ട 21 വർഷങ്ങൾക്കു ശേഷം 1941 മാർച്ച് 13 നായിരുന്നു. (1966 സെപ്തംബറിൽ 85-ാമത്തെ വയസ്സിൽ നിര്യാതനായി.)

1973 മുതൽ ചരക്കു നീക്കത്തിനായി കണ്ടയ്നർ ഗതാഗതവുമാരംഭിച്ചു. 1955 ൽ രാജീവ് ഗാന്ധി കണ്ടയ്നർ ടെർമിനൽ കമ്മീഷൻ ചെയ്തു. തുറമുഖ വികസനത്തിൽ പുതിയ നൂറ്റാണ്ടിലെ നാഴികക്കല്ലാവുക, 5000 കണ്ടയ്നർകൾക്ക് ഒരേ സമയം പ്രവർത്തിക്കാൻ കഴിയുന്ന വല്ലാർപാടം കണ്ടയ്നർ ടെർമിനലാണ്. നിർദ്ദിഷ്ട വല്ലാർപാടം ഇന്റർനാഷണൽ കണ്ടയ്നർ ട്രാൻസ്ഷിപ്മെന്റ് പദ്ധതി, ഏൽ ആന്റ് പെട്രോനെറ്റ്, സിയാസിൽ ഊർജ്ജപദ്ധതി ഇവയൊക്കെ സമീപഭാവിയിൽ നടപ്പാക്കാനുദ്ദേശിക്കുന്നു.

ആധുനിക സൗകര്യങ്ങളോടു കൂടിയ ഒരു കപ്പൽ നിർമ്മാണ കേന്ദ്രമാണ് കൊച്ചിൻ ഷിപ്പ്യാർഡ്. എറണാകുളം പട്ടണത്തിൽ വെണ്ടുരുത്തി പാലത്തിനിപ്പുറം 170 ഏക്കർ സ്ഥലത്ത് 100 ഏക്കറിലാണ് ഷിപ്പ്യാർഡ് പടുത്തുയർത്തിയിട്ടുള്ളത്. ആധുനിക സാങ്കേതികവിദ്യ പരമാവധി പ്രയോജനപ്പെടുത്തിയാണ് കൂറ്റൻ കപ്പലുകൾ നിർമ്മിക്കു

ന്നത്. കോടിക്കണക്കിനുരൂപ മുതൽ മുടക്കി തുറമുഖം ആധുനികവല്ക്കരിക്കാനും വിപുലപ്പെടുത്താനും ഈ അടുത്ത കാലത്തായി ചില പദ്ധതികൾ ആസൂത്രണം ചെയ്തു വരുന്നു. സംസ്ഥാന ടൂറിസം ഡിപ്പാർട്ട്മെന്റുമായി സഹകരിച്ച് വെല്ലിങ്ടൺ ഐലന്റിന്റെ നവീകരണപ്രവർത്തനങ്ങൾക്കുള്ള പദ്ധതികൾ തയ്യാറാക്കിവരുന്നു.

എറണാകുളം പട്ടണം

ഇനി നമുക്ക് എറണാകുളം നഗരഹൃദയത്തിലേക്ക് കടക്കാം. കൊച്ചിൻ കോർപ്പറേഷന്റെ ആസ്ഥാനമാണ് ഈ നഗരം - എറണാകുളം. ജില്ലാ കളക്ടറേറ്റും കുറെ ജില്ലാതല ഓഫീസുകളും ഇപ്പോൾ തൃക്കാക്കര പഞ്ചായത്തിലെ കാക്കനാട്ട് പ്രവർത്തിക്കുന്നു. 1967 നവംബർ 1 നാണ് കൊച്ചിൻ കോർപ്പറേഷൻ രൂപീകരിക്കപ്പെട്ടത്. എറണാകുളം, ഫോർട്ട് കൊച്ചി, മട്ടാഞ്ചേരി എന്നീ മുനിസിപ്പാലിറ്റികളും വൈറ്റില, വെണ്ണല, ഇടപ്പള്ളി, പള്ളുരുത്തി എന്നീ സമീപപഞ്ചായത്തുകളും വെല്ലിങ്ടൺ ഉൾപ്പെട്ട ചില ദ്വീപുകളും ചേർന്നതാണ് ഇന്നത്തെ കോർപ്പറേഷൻ പ്രദേശം. വിസ്തീർണ്ണം 87.3 ച കി മീ.

കോർപ്പറഷന്റെ സാമ്പത്തിക പരിമിതികൾക്കുള്ളിൽ നിന്നുകൊണ്ട് നഗരജീവിതത്തിന്റെ സമസ്ത മേഖലകളിലും പരമാവധി സൗകര്യങ്ങളേർപ്പെടുത്താൻ കോർപ്പറേഷൻ കൗൺസിൽ ശ്രമിക്കുന്നുണ്ട്. നമുക്ക് ഈ പട്ടണത്തെ തുറമുഖനഗരമെന്നോ, അറബിക്കടലിന്റെ റാണിയെന്നോ എന്തു വേണമെങ്കിലും വിളിക്കാം. അരനൂറ്റാണ്ടിനുള്ളിൽ സംഭവിച്ച ഭൂപ്രദേശപരവും വ്യാവസായികവുമായ വളർച്ചയുടെ മകുടോദാഹരണം. അതിനു മുമ്പോ?

രാജവാഴ്ചയിൽ അടിസ്ഥാനപരമായ ഒട്ടേറെ സ്ഥാപനങ്ങളും സൗകര്യങ്ങളുമൊക്കെ നഗരത്തിലുണ്ടായി. പിന്നെപ്പിന്നെ മിന്നൽവേഗത്തിലായി വളർച്ച. ഒരു മഹാനഗരത്തിനിണങ്ങുന്നതെല്ലാം സ്വായത്തമാക്കി - നന്മയും തിന്മയും.

വിസ്തൃതമായ ഒരു ചതുപ്പ് പ്രദേശത്ത് അഞ്ചാറു പതിറ്റാണ്ടുകൾക്ക് മുൻപ് പൊട്ടിമുളച്ച ചെറുനഗരം - എറണാകുളം-ഇന്ന് ഒരു മഹാനഗരമായി മാറിയിരിക്കുന്നു. കുറഞ്ഞൊരു കാലയളവിലുണ്ടായ ഈ ത്വരിതഗതി നഗരജീവിതത്തിന്റെ കുറഞ്ഞൊരു കാലയളവിലുണ്ടായ ഈ ത്വരിഗതി നഗരജീവിതത്തിന്റെ നാനാമേഖലകളിലും പ്രകടം. സാമ്പത്തികവളർച്ചതന്നെ പരമപ്രധാനം. തജ്ജന്യമായ പരിഷ്കാരവും ആഡംബരവും ആധുനിക സമൂഹജീവിതത്തെ കൂടുതൽ വർണ്ണാഭവും ചലനാത്മകവുമാക്കി. വാണിജ്യ വ്യാപാരമേഖലകളിലെ ആഴത്തിലുള്ള സ്വാധീനം സാമ്പത്തികസ്ഥിതിയിൽ പ്രകടം. മന്ദിരനിർമ്മാണരംഗത്ത് കേരളത്തിലെ മറ്റെല്ലാനഗരത്തേയും കടത്തിവെട്ടി നില്ക്കുന്നു എറണാകുളം. ബഹുനില ഫ്ളാറ്റുകളുടെയും ഷോപ്പിങ് കോംപ്ലക്സുകളുടെയും നഗറുകളുടെയും കോളനികളുടെയും നഗരമാണിന്ന് എറണാകുളം. ഒരിക്കൽ ചെറിയ ചെറിയ ചതുപ്പുകളും അഴുക്കുചാലുകളും ഓടകളും കൈത്തോടുകളുമായിരുന്ന സ്ഥലങ്ങളെല്ലാം, ഇന്ന് അംബരചുംബികളായ സൗധശ്രേണികൾ കൈയടക്കി. പണ്ട് സാമാന്യജനങ്ങൾ കടന്നു ചെല്ലാനറച്ചിരുന്ന പ്രദേശങ്ങൾപോലും ഇന്ന് നഗരസൗന്ദര്യം വിളംബരം ചെയ്യുന്നു. എന്തിനേറെ പണ്ട് രാജവാഴ്ചക്കാലത്തും പിന്നീട് കുറെക്കാലവും പട്ടണത്തിലെ മലംഡിപ്പോ ആയിരുന്ന കലൂർ എന്ന സ്ഥലത്തിന്റെ ഇന്നത്തെ സ്ഥിതിയോ? അവിടെ നിരനിരയായി തലയയുർത്തി നില്ക്കുന്ന ആധുനിക സൗകര്യങ്ങളോടുകൂടിയ രമ്യഹർമ്മ്യങ്ങളും വാണിജ്യവ്യാപാരസ്ഥാപനങ്ങളും പത്രമാഫീസുകളും കാണാം.

പ്രധാന നിരത്തുകളിലൂടെ കാൽനടയായോ വാഹനത്തിലോ ഒന്നു ചുറ്റിയടിച്ചു വന്നാൽ തന്നെ, നഗരത്തിന്റെ ഒരേകദേശരൂപം ലഭിച്ചെന്നു വരും. നഗരത്തിൽ ഏറ്റവും വീതികൂടിയ നിരത്താണ് മഹാത്മാ ഗാന്ധി റോഡ്. അത്യാധുനികമായ മണിമന്ദിരങ്ങൾ റോഡിനിരുപാടും കാണാം. കായലോരത്തെ ഷൺമുഖം റോഡാണ് ഏറെ രമണീയം. ഷൺമുഖം റോഡിനും മഹാത്മാഗാന്ധി റോഡിനും മദ്ധ്യേ കൂടി കടന്നുപോകുന്ന ബ്രോഡ്വേ (റോഡ് ഇടുങ്ങിയതാണെങ്കിലും)യുടെ ഇരുവശങ്ങളിലുമായി നഗരത്തിലെ പരിഷ്കൃതവും അത്യാധുനികവുമായ മിക്ക വ്യാപാരവിപണനകേന്ദ്രങ്ങളും ഞെങ്ങിഞെരുങ്ങി നില്ക്കുന്നതു കാണാം. ഈ പ്രധാനനിരത്തുകളിലൂടെ അനുനിമിഷം കടന്നുപോകുന്ന യാത്രക്കാർക്കും വാഹനങ്ങൾക്കും കണക്കില്ല.

വളരുന്ന നഗരം

കൊച്ചിതുറമുഖം മുതൽ ആലുവ വ്യവസായ ശൃംഖല വരെ നീണ്ടു കിടക്കുന്ന തൊഴിൽ മേഖല, ജില്ലയുടെയും വിശിഷ്യാ നഗരത്തിന്റെയും തൊഴിലില്ലായ്മ പ്രശ്നം ഒരളവുവരെ പരിഹരിക്കാൻ പര്യാപ്തമാണ്. കായലോരത്തെ ചീനവലകൾ മുതൽ (പൈതൃകസ്മാരകങ്ങൾ ഉൾപ്പെടെ) പള്ളിപ്പുറത്തെ വീഗാലാന്റ് എന്ന ദൃശ്യവിസ്മയം വരെ വ്യാപിച്ചു കിടക്കുന്ന വിനോദ—വിഹാര - സഞ്ചാര പ്രാധാന്യമുള്ള ഒട്ടേറെ കാഴ്ചകൾ എറണാകുളത്തിന്റെ ടൂറിസം വികസനസാദ്ധ്യതകൾ വിളംബരം ചെയ്യുന്നു.

വിദ്യാഭ്യാസം, പൊതുജനാരോഗ്യം, സാമൂഹ്യക്ഷേത്രം എന്നീ മേഖലകളിൽ സ്ഥാപനങ്ങളും സൗകര്യങ്ങളും ഏറ്റവും വികാസം പ്രാപിച്ച നഗരമാണിത്. സമസ്തകേരളസാഹിത്യപരിഷത്ത്, ചരി

ത്രമ്യൂസിയം, വിവിധ സ്മാരകങ്ങൾ തുടങ്ങി സാംസ്കാരിക വികസനത്തിന്റേതായ സ്ഥാപനങ്ങളും ഉണ്ട്. സാമൂഹ്യ-രാഷ്ട്രീയ-വാണിജ്യ-വ്യവസായ മേഖലകളിൽ വ്യക്തിമുദ്ര പതിപ്പിച്ചവർ അനേകം. എണ്ണമറ്റ സാഹിത്യ-സാംസ്കാരിക നായകന്മാരുടെ സന്തതസാമീപ്യം കൊണ്ട് അനുഗൃഹീതമാണ് ഈ നഗരം. ഐ റ്റി വിപ്ലവത്തിനു തയ്യാറെടുത്തു നില്ക്കുന്ന കൊച്ചി നഗരത്തിൽനിന്നും മിക്ക പ്രമുഖദിനപ്പത്രങ്ങളുടെയും എഡിഷനുകൾ പ്രസിദ്ധപ്പെടുത്തുന്നുണ്ട്. ചെറുകിട പത്രങ്ങളും മറ്റ് അസംഖ്യം ആനുകാലികങ്ങളും വേറെ.

അനുദിനമെന്നോണം വളർന്നു വലുതാകുന്ന നഗരമാണ് എറണാകുളം. വ്യാവസായികമായി മറ്റു പട്ടണങ്ങളെക്കാൾ മുന്നിലാണ്. അതുകൊണ്ടുതന്നെ തജ്ജന്യമായ പ്രശ്നങ്ങളുമുണ്ട്. അന്തരീക്ഷ മലിനീകരണം, ജലമലിനീകരണം തുടങ്ങിയവ. ശുദ്ധജല ദൗർലഭ്യം വ്യാപകമായിട്ടുണ്ട്. ഇത്തരം പ്രശ്നങ്ങൾക്കിടയിലും അന്തസ്സോടെ തലയുയർത്തി നില്ക്കുകയാണീ നഗരം.

വ്യക്തിമുദ്രകൾ

കൊച്ചിയുടെ ആധുനിക കാലഘട്ടത്തിലെ സാമൂഹ്യ-രാഷ്ട്രീയ ചരിത്രത്തിൽ അസാമാന്യമായ വ്യക്തിപ്രഭാവത്തോടെ തെളിഞ്ഞുനില്ക്കുന്ന രണ്ടു പേരുകൾ പ്രത്യേകം സ്മരണീയമാണ്. ഇക്കണ്ടവാര്യരും സഹോദരൻ അയ്യപ്പനും.

ദീർഘകാലം കൊച്ചി പ്രജാമണ്ഡലത്തിന്റെ സജീവപ്രവർത്തകനായിരുന്ന ഇക്കണ്ടവാര്യർ (1890 -1977) 1925 മുതൽ 17 വർഷക്കാലം കൊച്ചിനിയമസഭാംഗമായിരുന്നു. 1948 ൽ പുതിയ കൊച്ചി സംസ്ഥാന നിയമസഭയിലേക്ക് തെരഞ്ഞെടുക്കപ്പെട്ടു. തുടർന്ന് പ്രധാനമന്ത്രി (ഇന്നത്തെ മുഖ്യമന്ത്രി)യായി. 1949 ൽ തിരു-കൊച്ചി സംയോജനത്തിനുശേഷം പറവൂർ ടി കെ മന്ത്രിസഭയിൽ റവന്യൂ-കൃഷി വകുപ്പുമന്ത്രി. പില്ക്കാലത്ത് ഔദ്യോഗികസ്ഥാനങ്ങളോടും കക്ഷിരാഷ്ട്രീയത്തോടും വിടപറഞ്ഞ് ഗാന്ധിയൻ തത്ത്വങ്ങളിലധിഷ്ഠിതമായ ജനസേവനമേഖലകളിൽ മാത്രമായി ഒതുങ്ങി.

സഹോദരൻ അയ്യപ്പൻ (1889-1968) എന്ന സാമൂഹ്യ വിപ്ലവകാരിയെ സ്മരിക്കാതെ കൊച്ചിരാജ്യചരിത്രം പൂർണ്ണമായെന്ന് വരില്ല. 1889 ആഗസ്തിൽ വൈപ്പിൻകരയിൽ ചെറായിയിലെ കുമ്പളത്തു പറമ്പിൽ ജനിച്ചു വിദ്യാഭ്യാസാനന്തരം അധസ്ഥിതരുടെ ഉന്നമനത്തിനായുള്ള സാമൂഹ്യപരിഷ്കരണപരിപാടികളിൽ മുഴുകി. സാഹിത്യരചനയിലും വ്യാപൃതനായി. സഹോദരൻ എന്ന പേരിൽ ഒരു പത്രം തുടങ്ങി. 1956 വരെ പത്രം നിലനിന്നു. ഒരു സാമൂഹ്യ പ്രവർത്തകയായ ശ്രീമതി പാർവ്വതി അമ്മയായിരുന്നു ഭാര്യ. കൊച്ചിയിലെ ജനകീയ മന്ത്രിസഭയിൽ രണ്ടു തവണ അദ്ദേഹം മന്ത്രിപദം വഹിച്ചു. തിരുകൊച്ചിയിലെ ആദ്യത്തെ മന്ത്രിസഭയിലും അദ്ദേഹം അംഗമായിരുന്നു. ഇടയ്ക്കു വച്ച് മന്ത്രിസ്ഥാനം രാജിവെച്ചു. 1968 മാർച്ച് 6 ന് അന്തരിച്ചു.

കൊച്ചി, രാഷ്ട്രീയവും ഭരണപരവുമായ പരിണാമദശകളിലൂടെ കടന്നുപൊയ്ക്കൊണ്ടിരുന്നപ്പോഴും ചൈതന്യധന്യമായ ഒരു സാംസ്കാരിക മേഖലയുടെ അമൂല്യസംഭാവനകൾ തുടർന്നുകൊണ്ടേയിരുന്നു. സാഹിത്യ, സാംസ്കാരിക സംഭാവനകളുടെ കാര്യത്തിൽ രാജകുടുംബങ്ങളുടെ ഈടുറ്റ സംഭാവനകൾ സ്മരണീയമാണ്. രാജകീയ പ്രോത്സാഹനത്തിന്റെ തണലിൽ വിശിഷ്ട കൃതികൾക്ക് ജന്മംനല്കിയ പ്രതിഭാധനന്മാരും കുറവായിരുന്നില്ല. *തെങ്കൈലനാഥോദയം ചമ്പു*വിന്റെ കർത്താവായ നീലകണ്ഠകവിയും *രാമവർമ്മ വിലാസം* രചിച്ച ബാലകവിയും മേൽപ്പത്തൂർ ഭട്ടതിരിയും മഴമംഗലം നമ്പൂതിരിമാരുമെല്ലാം കൊച്ചിരാജാക്കന്മാരുടെ അളവറ്റ പ്രോത്സാഹനം ലഭിച്ച ധന്യാത്മാക്കളാണ്. ചില വേദാന്തകൃതികളെഴുതിയ രാമവർമ്മ (1805-1809) അൻപതിലേറെ ആട്ടക്കഥകളുടെ കർത്താവായ കേരളവർമ്മ (1805-1828) കവയിത്രി ഇക്കാവമ്മ, ഇക്കുവമ്മ (സുഭദ്രത്തമ്പുരാൻ) രാജർഷി രാമവർമ്മ വിവിധ സാഹിത്യപ്രസ്ഥാനങ്ങളിൽ വിജയംവരിച്ച രാജവർമ്മ, അപ്പൻ തമ്പുരാൻ (1875-1941) അവസാനത്തെ കൊച്ചിരാജാവും പരീക്ഷിത്ത് തമ്പുരാൻ എന്ന പേരിൽ പ്രസിദ്ധനുമായ രാമവർമ്മ (1948-1964) തുടങ്ങിയവരെല്ലാം കൊച്ചിരാജകുടുംബം കൈരളിക്കർപ്പിച്ച അനർഘസമ്മാനങ്ങളാണ്.

ആധുനിക മലയാള സാഹിത്യത്തിൽ പുതിയൊരു കാവ്യസരണി വെട്ടിത്തുറന്ന വെണ്മണി പ്രസ്ഥാനത്തിന്റെ പ്രണേതാക്കളായ വെണ്മണി അച്ഛൻ നമ്പൂതിരി തുടങ്ങിയ കവികളും എറണാകുളം ജില്ലയുടെ സംഭാവനകളാണ്. ഇടപ്പള്ളിക്കവികളായ ഇടപ്പള്ളി രാഘവൻപിള്ള (1909-1935) ചങ്ങമ്പുഴ കൃഷ്ണപിള്ള (1911-1948) ജി ശങ്കരക്കുറുപ്പ്, വൈലോപ്പിള്ളി ശ്രീധരമേനോൻ, എം പി പോൾ, പോഞ്ഞിക്കരറാഫി, ടി കെ സി വടുതല, വൈക്കം മുഹമ്മദ് ബഷീർ എന്നിങ്ങനെ മലയാള സാഹിത്യത്തെ സമ്പന്നമാക്കാൻ സ്വന്തം പങ്കുവഹിച്ച് കാലയവനികയ്ക്കുള്ളിൽ മറഞ്ഞ പ്രശസ്ത സാഹിത്യകാരന്മാർ ഇനിയുമേറെയുണ്ട്. കഴിഞ്ഞ നൂറ്റാണ്ടിന്റെ ആദ്യദശകങ്ങളിൽ സാഹിത്യത്തിൽ വ്യക്തിമുദ്രപതിപ്പിച്ച ഉല്പതിഷ്ണുവും സാമൂഹ്യപരിഷ്കർത്താവും കവിയും അദ്ധ്യാപകനുമെല്ലാമായിരുന്ന പണ്ഡിറ്റ് കെ പി കറുപ്പൻ (1885-1938) വാല സമുദായത്തിൽപ്പെട്ട കണ്ടത്തിൽ പറമ്പിൽ അയ്യന്റെയും കൊച്ചുപെണ്ണിന്റെയും പുത്രനായി ചേരാ

നല്ലൂർ ഗ്രാമത്തിലാണ് ജനിച്ചത്. സംസ്കൃതഭാഷയും വ്യാകരണണവും പഠിച്ചു. ട്രെയിനിങ് കോളേജ് പ്രൊഫസർ, പിന്നോക്ക സമുദായ സമുദ്ധാരകൻ - കൊച്ചിരാജാവ് കവിതിലകൻ ബിരുദം നല്കി ആദ രിച്ചു. *ബാലാകലേശം* നാടകം ഏറെ ശ്രദ്ധേയം.

സമസ്തകേരളസാഹിത്യ പരിഷത്ത്, കേരള ചരിത്ര സമിതി, കേരള ഫൈൻആർട്സ് സൊസൈറ്റി, കേരളകലാപീഠം, കേരള ഹിന്ദി പ്രചാരസഭ എന്നിവയുടെ ആസ്ഥാനവും എറണാകുളമാണ്. കേരളത്തിനകത്തും പുറത്തും പ്രചാരമുള്ള മിക്കദിനപ്പത്രങ്ങളുടെയും എഡീഷനുകൾ ഇവിടെ നിന്നും പ്രസിദ്ധപ്പെടുത്തുന്നു.

പോയ്മറഞ്ഞ പല നൂറ്റാണ്ടുകളിൽ നാലുഭാഗത്തുനിന്നും തല്ലേറ്റ് തളർന്ന രാജ്യമാണ് കൊച്ചി. അയൽരാജ്യങ്ങളുടെയും വൈദേശിക ശക്തികളുടെയും നിരന്തരമായ ആക്രമണങ്ങൾക്കു വിധേയമായ ഈ ജില്ല (എറണാകുളം) സങ്കീർണ്ണമായ ഒരു സമ്പദ്വ്യവസ്ഥയെയും സാമൂഹ്യപ്രശ്നങ്ങളെയും ഉൾക്കൊള്ളുന്നു.

44

തൃപ്പൂണിത്തുറ - തൃക്കാക്കര

ക്ഷേത്രപ്രഭാവവും ക്ഷത്രിയ പ്രാഭവവും പൈതൃകസ്വത്തായുള്ള പ്രാചീനഗ്രാമം. ഇന്നൊരു നഗരം. ഒരു മഹാനഗരമായി വളർന്നുകൊണ്ടിരിക്കുന്ന എറണാകുളത്തിന് ഒരു ഉപനഗരമെന്നോണം വളർന്നു വിലസി നില്ക്കുന്ന തൃപ്പൂണിത്തുറ മുനിസിപ്പൽ പട്ടണം, എറണാകുളത്തുനിന്നും 9 കി മീ തെക്കുകിഴക്കായി സ്ഥിതിചെയ്യുന്നു. രണ്ടുമൂന്നു പതിറ്റാണ്ടുകൾക്കുമുമ്പ് കുലീനതയുടെയും ലാളിത്യത്തിന്റെയും ചാരുതയുടെയും പ്രതീകമെന്നോണം ഞാനന്നു കണ്ട ആ പ്രാചീന ഗ്രാമം, ഇന്ന് പ്രൗഢയും പക്വമതിയുമായ ഒരു പുരസുന്ദരിയായി വളർന്നുനില്ക്കുകയാണ്.

ഇത് തൃപ്പൂണിത്തുറ പൂർണ്ണത്രയീശക്ഷേത്രസന്നിധി. തിരക്കേറിയ ആ കവലയ്ക്കു മദ്ധ്യേ, ശാഖകളോടെ കുടപിടിച്ചുനില്ക്കുന്ന ആ വൃക്ഷത്തണലിൽ ഓരംപറ്റിനിന്ന് ഞാൻ ചുറ്റും നോക്കി. പഴമയുടെ പുരാവൃത്തം സൂചിപ്പിച്ചു നില്ക്കുന്ന മന്ദിരങ്ങൾക്കിടയിൽ തലയുയർത്തി നില്ക്കുന്ന ആധുനിക നിർമ്മിതികൾ. തൊട്ടടുത്ത് ഒരു മഹാക്ഷേത്രത്തിന്റെ സാന്നിദ്ധ്യം ഒറ്റനോട്ടത്തിൽ നാം മനസ്സിലാക്കിയെന്നു വരില്ല. യാത്രികരെ പെട്ടെന്ന് ആകർഷിക്കത്തക്കവിധമുള്ള ക്ഷേത്രകവാടങ്ങളോ ക്ഷേത്രസാന്നിദ്ധ്യസൂചകമായ തിരക്കോ ഇവിടെ ദൃശ്യമല്ല. നിരത്തിനരികെത്തന്നെയുള്ള ഇത്തിരിവട്ടത്തിലെ ക്ഷേത്രാങ്കണം കടന്നുചെല്ലുമ്പോഴാണ്, ഉത്തുംഗഗംഭീരവും ശില്പമനോഹരവുമായ പൂർണ്ണത്രയീശക്ഷേത്രം അതിന്റെ പൂർണ്ണതയിൽ കൺമുന്നിൽ പ്രത്യക്ഷപ്പെടുക.

സ്ഥലനാമോല്പത്തിതന്നെ, ക്ഷേത്രോല്പത്തി (എ ഡി 1112) യുമായി ബന്ധപ്പെട്ടിരിക്കുന്നു. പൂർണ്ണത്രയീശപുരം ക്രമേണ തൃപ്പൂണിത്തുറയായിത്തീർന്നെന്ന് ഒരഭിപ്രായഗതി, വ്യാഖ്യാനങ്ങൾ വേറെയുമുണ്ട്. അധികവും ഭാവനാസൃഷ്ടികൾ. കൊച്ചിരാജകുടുംബത്തിന്റെ കുലദൈവമായി കരുതപ്പെടുന്ന പൂർണ്ണത്രയീശൻ (മഹാവിഷ്ണു) കുടികൊള്ളുന്ന ഈ ക്ഷേത്രത്തിൽ പ്രതിഷ്ഠ നടത്തിയത് കൃഷ്ണ-അർജ്ജുനന്മാർ ഒരുമിച്ചായിരുന്നു എന്ന് ഐതിഹ്യം. ഉയർന്ന പീഠത്തിൽ സ്ഥാപിച്ചിട്ടുള്ള നാലരയടി ഉയരമുള്ള പഞ്ചലോഹവിഗ്രഹം— സന്താനഗോപാലകൃഷ്ണൻ. എ ഡി 1112 ൽ നിർമ്മിക്കപ്പെട്ട ക്ഷേത്രം എഡി 1256 ൽ ആക്രമണത്തിനിരയായി. തുടർന്ന് 1270 ൽ പുതുക്കിപ്പണിതു.

1921 ൽ ഒരഗ്നിബാധയെത്തുടർന്ന് ക്ഷേത്രം മുഴുവൻ കത്തിനശിച്ചു. ഇന്നു കാണുന്ന മട്ടിൽ ക്ഷേത്രം പുനഃസൃഷ്ടിച്ചത് 1932 ലാണ്. ആദ്യകാലങ്ങളിൽ ക്ഷേത്രപ്രവേശനം പരിമിതപ്പെടുത്തിയിരുന്നു. 1950 മുതൽക്കേ എല്ലാ ജാതിക്കാർക്കും പ്രവേശനം അനുവദിക്കപ്പെട്ടുള്ളൂ. വർഷത്തിൽ നാല് ഉത്സവങ്ങളാണിവിടെ. വൃശ്ചിക മാസത്തിലെ എട്ടുദിവസത്തെ ഉത്സവമാണ് മുഖ്യം ചോതിനാളിൽ കൊടിയേറി തിരുവോണത്തിന് ആറാട്ടോടുകൂടി പര്യവസാനിക്കുന്നു.

തൃപ്പൂണിത്തുറ

തൃപ്പൂണിത്തുറ ക്ഷേത്രം പണ്ട് ഒരു ക്ഷേത്രസങ്കേതമായിരുന്നുവെന്ന് ചരിത്രസൂചനകളുണ്ട്. രാജാധികാരത്തെ ധിക്കരിച്ചുകൊണ്ട് ക്ഷേത്രഭരണം യഥേഷ്ടം നടത്തിയിരുന്ന പ്രമാണിമാരുടെ ദുർഭരണത്തിന്, കൊച്ചിരാജാവായിരുന്ന ശക്തൻതമ്പുരാൻ അറുതി വരുത്തി. പൂർണ്ണത്രയീശക്ഷേത്രത്തിന്റെ ചുറ്റുവട്ടത്തുതന്നെ പഴയ രാജകൊട്ടാരങ്ങളും കോട്ടവാതിലുകളുമെല്ലാം അസ്തപ്രഭങ്ങളായി ഇന്നും

നിലകൊള്ളുന്നു. ക്ഷേത്രത്തിനു മുമ്പിൽ റോഡരികിൽ തന്നെ തലയുയർത്തിനില്പുണ്ട്. രാജവാഴ്ചയുടെ പലനൂറ്റാണ്ടുകൾ കണ്ട മണിമേട. ഇന്ന് ഘടികാരസൂചികൾ നിശ്ചലം. രാജവീഥികളിൽനിന്ന് ഉള്ളിലേക്ക് കടന്നാൽ പ്രശാന്തമായ പഴയ പുരവീഥികൾ. ഇരുഭാഗത്തും പഴയ ചില പ്രഭുഭവനങ്ങൾ അങ്ങിങ്ങ് ആധുനിക നിർമ്മിതികൾ. ഒരിക്കൽ ബ്രാഹ്മണരുടെയും വരേണ്യവർഗ്ഗത്തിന്റെയും മന്ദിരശ്രേണികൾ നിലനിന്നിരുന്ന ആ ഇടവഴികളിൽ ഇന്ന് നാനാജാതിമതസ്ഥരുടെ പാർപ്പിടങ്ങൾ കാണാം. കൊച്ചിരാജവംശത്തിന്റെ കോവിലകങ്ങളിൽ ചിലതെല്ലാം കേടുപാടുകൾ കൂടാതെ ഇന്നും നിലനില്ക്കുന്നു. വാസ്തുശില്പഭംഗിയാർന്ന കളിക്കോട്ട കൊട്ടാരം പ്രധാനം.

ഒരിക്കൽ രാജകീയ സാന്നിദ്ധ്യവും പരിലാളനയും വേണ്ടുവോളം അനുഭവിച്ച ആ നഗരപാർശ്വങ്ങളിൽ ഇന്ന്, പില്ക്കാലത്ത് നിർമ്മിച്ച ചെറുതും വലുതുമായ ഭവനങ്ങൾ, കാലപ്പഴക്കമുള്ളവയ്ക്കൊപ്പം കാണാം. വിശാലമായ നഗരവീഥിക്കിരുപാടും ബഹുനിലമന്ദിരങ്ങളും വ്യാപാരശാലകളും മറ്റുസ്ഥാപനങ്ങളും തൊട്ടുതൊട്ടുണ്ടെങ്കിലും നഗരത്തിൽ ഭ്രാന്തമായ ജനവാഹനബാഹുല്യവും തിക്കും തിരക്കും എങ്ങും അനുഭവപ്പെടുന്നില്ല. നഗരപ്രാന്തങ്ങൾ പ്രശാന്തം.

തൃപ്പൂണിത്തുറയിലെ അത്തച്ചമയം പ്രസിദ്ധം. കൊച്ചിരാജ്യതലസ്ഥാനമായ തൃപ്പൂണിത്തുറയിൽനിന്ന് തൃക്കാക്കരക്ഷേത്രത്തിലേക്കുള്ള കൊച്ചിരാജാവിന്റെ ചമയപ്പുറപ്പാടായിരുന്നു അത്തച്ചമയം. ചിങ്ങമാസത്തിലെ അത്തം നാളിലാണ് ഇത് ആഘോഷിച്ചിരുന്നത്, ഇപ്പോൾ ജനകീയ അത്താഘോഷം. ഒരു പ്രാചീന ക്ഷേത്രസങ്കേതമായിരുന്ന തൃപ്പൂണിത്തുറ പ്രദേശങ്ങളുടെ രൂപഭാവപരിണാമങ്ങൾക്ക് കളമൊരുക്കിയത്, തലസ്ഥാനം കൊച്ചിയിൽനിന്ന് തൃപ്പൂണിത്തുറയിലേക്ക് മാറ്റി സ്ഥാപിക്കപ്പെട്ടതോടെയാണ്. ക്ഷേത്രം കേന്ദ്രബിന്ദുവായി രാജഭരണമാരംഭിച്ചശേഷം പുതിയ തലസ്ഥാനമായ തൃപ്പൂണിത്തുറഗ്രാമം അതിവേഗം വളർന്നു. ആസ്ഥാനനഗരസംവിധാനം ക്രമീകരിക്കുന്നതിലും വിവിധ ജനവിഭാഗങ്ങളുടേതായ ആരാധനാലയങ്ങൾക്ക് സ്ഥലവും മറ്റ് സൗകര്യങ്ങളും ഏർപ്പെടുത്തുന്നതിലും വിവിധ വിഭാഗങ്ങൾക്ക് വെവ്വേറെ പാർപ്പിടപ്രദേശങ്ങൾ അനുവദിക്കുന്നതിലും രാജവാഴ്ച പ്രത്യേകം ശ്രദ്ധിച്ചിരുന്നതായി ഇന്നത്തെ തൃപ്പൂണിത്തുറയിലെ സാമൂഹ്യസംവിധാനം സൂചിപ്പിക്കുന്നു. തൃപ്പൂണിത്തുറ ചന്ത, പുത്തനങ്ങാടി, നടമേൽപള്ളി, കരിങ്ങാച്ചിറപ്പള്ളി, എറണാകുളം തീവണ്ടിപ്പാത, സംസ്കൃത കോളേജ്, സർക്കാർ ബോയ്സ് ഹൈസ്കൂൾ, ഗേൾസ് ഹൈസ്കൂൾ, പാലസ് ഗേൾസ് ഹൈസ്കൂൾ, സംസ്കൃതഹൈസ്കൂൾ, രാധാലക്ഷ്മിവിലാസം ഫൈൻ ആർട്സ് സ്കൂൾ, ആയുർവ്വേദകോളേജ്, താലൂക്ക് ആശുപത്രി, സർക്കാർ ആയുർവ്വേദ കോളേജ്, താലൂക്ക് ആശുപത്രി, സർക്കാർ ആയുർവ്വേദ കോളേജ്, ശ്രീമൂലം പുലയ്ക്കോളനി തുടങ്ങി അടിസ്ഥാനസൗകര്യങ്ങൾ രാജവാഴ്ചക്കാലത്തുതന്നെ നഗരത്തിൽ ലഭ്യമാകയാൽ, പില്ക്കാലത്ത് തൃപ്പൂണിത്തുറയുടെ പ്രാദേശിക ഭരണചുമതലയേറ്റ തൃപ്പൂണിത്തുറ പഞ്ചായത്തിനും, തുടർന്ന് വന്ന തൃപ്പൂണിത്തുറ മുനിസിപ്പാലിറ്റിക്കും പ്രസ്തുത സംവിധാനങ്ങൾ വിപുലപ്പെടുത്തുന്നതിനും പുതിയവസ്ഥാപിക്കുന്നതിനും എളുപ്പമായി.

ഹിൽപാലസ്

പൂർണ്ണത്രയീശക്ഷേത്രസന്നിധിയിലൂടെ കടന്നുപോകുന്ന പ്രധാനരാജവീഥി രണ്ടു കി മീ പിന്നിടുമ്പോൾ തൃപ്പൂണിത്തുറയുടെ തിലക്കുറിയായ ഹിൽപാലസിനെ ശിരസ്സിലേറ്റുന്ന കുന്നിൻചുവട്ടിലെത്തുകയായി. പ്രവേശനകവാടം കടന്നെത്തുമ്പോൾ നമ്മെ സ്വീകരിക്കുന്നത്, അതിവിസ്തൃതമായ ഒരു കുന്നിൻചരിവാണ്. 60 ഏക്കറോളം വിസ്തീർണ്ണം വരും. കുന്നിൻ ചുവട്ടിൽനിന്ന് ആരംഭിക്കുന്ന കോൺക്രീറ്റ് പാത വലയങ്ങളായി കുന്നിനെ ചുറ്റി കൊട്ടാരമുറ്റത്തെത്തുന്നു. കുന്നിനെ പല തട്ടുകളായി തിരിച്ചിട്ടുണ്ടെന്നു കാണാം. തട്ടുകളിലെ പടിക്കെട്ടുകൾ കയറിക്കയറി ചെന്നെത്തുക വിശാലമായ കൊട്ടാരമുറ്റത്താണ്. കൊട്ടാരമുറ്റത്തുനിന്നും ചുറ്റും നോക്കിയാൽ നാം ഒരു പുതിയ ലോകത്തെത്തിപ്പെട്ട പ്രതീതിയാണുളവാകുക. അത്ഭുതാദരങ്ങളോടെ നമുക്ക് കൊട്ടാരത്തിനുള്ളിലേക്ക് കടക്കാം. എ ഡി 1885 ൽ രാമവർമ്മ മഹാരാജാവ് നിർമ്മിച്ചതാണ് ഈ മനോഹരസൗധം. 1948 മുതൽ 1949 വരെ രാജ്യം ഭരിച്ച പരീക്ഷിത്തു തമ്പുരാനാണ് അവസാനമായി ഈ കൊട്ടാരത്തിൽ താമസിച്ചത്. 1986 മുതൽ ഈ കൊട്ടാരം ഒരു പുരാവസ്തു മ്യൂസിയമാണ്.

മുകളിലത്തെ നിലയിലെ ഡർബ്ബാർ ഹാളിൽ, ഡച്ചുകാർ മഹാരാജാവിനു സമ്മാനിച്ച സിംഹാസനവും, മന്ത്രിമാർക്കും വിശിഷ്ടവ്യക്തികൾക്കുമുള്ള ഇരിപ്പിടങ്ങളും സജ്ജീകരിച്ചിട്ടുണ്ട്. തറയും ചുമരുകളും അതിമനോഹരമായ ടൈൽസ് കൊണ്ട് മോടിപിടിപ്പിച്ചിരിക്കുന്നു. രാജാവിന്റെ പള്ളിയറ (ഉറക്കറ) ഇന്ന് ആർട്ട് ഗ്യാലറിയാണ്. ആർട്ട് ഗ്യാലറിയിൽ കൊച്ചിരാജാക്കന്മാരുടെ എണ്ണച്ചായ ചിത്രങ്ങളും മറ്റനേകം പെയിന്റിങ്ങുകളും പ്രദർശിപ്പിച്ചിട്ടുണ്ട്. ദാരുശില്പദൃശ്യവേദിയിൽ ഒറ്റത്തടിയിൽ തീർത്ത ഒരു വിലയ ആന സന്ദർശകരെ സ്വീകരിക്കാനെന്നോണം നിലകൊള്ളുന്നു. മ്യൂസിയത്തിലെ നാണയശേഖരവും രാജരഥങ്ങളും അപൂർവ്വകാഴ്ചയാണ്. അമൂ

ല്യരത്നക്കല്ലുകൾ പതിച്ച സ്വർണ്ണ നിർമ്മിതമായ രാജ കിരീടം മ്യൂസിയത്തിന്റെ ശേഖരത്തിലുണ്ടെങ്കിലും പ്രദർശനത്തിന് വച്ചിട്ടില്ല.

പരീക്ഷിത്ത് തമ്പുരാൻ മ്യൂസിയം എന്നറിയപ്പെടുന്ന കൊച്ചിൻ മ്യൂസിയം കൗതുകകരമായ അനേകം പുരാവസ്തുക്കളുടെ കലവറയാണ്. 19-ാം ശതകത്തിലെ ശരറാന്തലുകൾ, സംഗീതോപകരണങ്ങൾ, ചീനപ്പാത്രങ്ങൾ തുടങ്ങിയവ പ്രദർശിപ്പിച്ചിട്ടുണ്ട്.

ആരാധനാലയങ്ങൾ

വിവിധ മതവിഭാഗങ്ങളുടെ ആരാധനാലയങ്ങളുടെയും ഉത്സവങ്ങളുടെയും നാടാണ് തൃപ്പൂണിത്തുറ. മുപ്പതിൽപ്പരം ഹൈന്ദവാരാധനാലയങ്ങളുണ്ട് തൃപ്പൂണിത്തുറയിൽ. നടമേൽ യാക്കോബപ്പള്ളി സെന്റ് മേരീസ് ഫെറോന പള്ളി, പുതിയകാവ് സെന്റ് ഫ്രാൻസിസ് - സേവിയേഴ്സ് പള്ളി, എരൂർ കത്തോലിക്കാ പള്ളി, യാക്കോബായ പള്ളി എന്നിവ തൃപ്പൂണിത്തുറയിലെ പ്രസിദ്ധ ക്രൈസ്തവാരാധനാലയങ്ങളാണ്. തൃപ്പൂണിത്തുറയിലെ ഏക മുസ്ലീം പള്ളി എരൂരിലാണ്. ഇതുകൂടാതെ ഒരു മുസ്ലീം മത പഠനകേന്ദ്രവുമുണ്ട്.

അതിപുരാതനമായ ഒരു സാംസ്കാരിക പാരമ്പര്യത്തിന്റെ നന്മകളോടൊപ്പം, വളർന്നു വരുന്ന ഉപഭോഗസംസ്കാരത്തിന്റെ നന്മതിന്മകളെ ഉൾക്കൊള്ളാനും തൃപ്പൂണിത്തുറ കടപ്പെട്ടിരിക്കുന്നു. ആ രാജകീയാസ്ഥാനപ്രദേശങ്ങൾ-തൃപ്പൂണിത്തുറയും പരിസരങ്ങളും - രാജവാഴ്ചയ്ക്കുശേഷം തൃപ്പൂണിത്തുറ പഞ്ചായത്തിന്റെ നിയന്ത്രണത്തിലായി. 1978 ആഗസ്ത് 15 മുതൽ മുനിസിപ്പൽ നഗരമായി രൂപാന്തരപ്പെട്ടു. പുതുമയെ ആഞ്ഞുപുൽകാൻ ആവേശം കൊള്ളുന്ന പുതിയ തലമുറയുടെ പ്രതിനിധികളടങ്ങുന്ന മുനിസിപ്പൽ കൗൺസിൽ. 18.69 ച കി മീ വിസ്തീർണ്ണമുണ്ട് മുനിസിപ്പാലിറ്റിക്ക്. 1991 ലെ സെൻസസ് പ്രകാരം ജനസംഖ്യ 51032 ആണെങ്കിലും ഇപ്പോൾ എഴുപതിനായിരം കവിഞ്ഞു. നഗരത്തിന്റെ മൂന്നുവശത്തും പുഴ, ഏതാണ്ടു മദ്ധ്യഭാഗത്തായി പൂർണ്ണത്രയീശക്ഷേത്രം, ക്ഷേത്രത്തെ വലയംചെയ്ത് കൊച്ചിരാജകുടുംബത്തിന്റെ കൊട്ടാരങ്ങളും കോട്ടവാതിലുകളും മണിമേടയും വിവിധ ആരാധനാലയങ്ങളും സ്ഥിതി ചെയ്യുന്നു. ഈ പുരാതനനിർമ്മിതികൾ പരിരക്ഷിക്കുന്നതിന് നഗരസഭ ആവുന്നത്ര ശ്രമിക്കുന്നുണ്ട്.

നഗരപ്പെരുമകൾ

അടമ, തെക്കുംഭാഗം എന്നീ വില്ലേജുകൾ ഉൾപ്പെടുന്ന തൃപ്പൂണിത്തുറ ഇന്ന് ഒരു അധിനിവേശ നഗരമായി മാറിക്കൊണ്ടിരിക്കുകയാണ്. എറണാകുളം മഹാനഗരത്തിനും, ആലുവാ, അമ്പലമുകൾ തുടങ്ങിയ വ്യവസായ മേഖലയ്ക്കും മദ്ധ്യേ, ഇനിയും ഗ്രാമീണഭാവം കൈവിടാതെ നില്ക്കുന്ന ഈ നഗരം തിരക്കേറിയ ആവാസകേന്ദ്രമായി മാറിക്കൊണ്ടിരിക്കുന്നു. നെൽവയലുകൾ പാർപ്പിടമേഖലകളായി രൂപാന്തരപ്പെടുന്നു. ബഹുനില ഫ്ളാറ്റുകൾ സർവ്വസാധാരണം. ആതുരശുശ്രൂഷാ സൗകര്യങ്ങളും ധാരാളം. വിദ്യാഭ്യാസപരമായും സാംസ്കാരികപരവുമായ പാരമ്പര്യം അഭംഗുരം തുടരുന്നു.

പൊതുവിദ്യാഭ്യാസ മേഖലയിൽ വളരെമുമ്പേ തൃപ്പൂണിത്തുറ പുരോഗതി നേടിയിരുന്നു. ദക്ഷിണേന്ത്യയിലെ പ്രമുഖ സംസ്കൃതപഠനഗവേഷണകേന്ദ്രങ്ങളിൽ പ്രധാനമാണ് തൃപ്പൂണിത്തുറ സംസ്കൃത കോളേജ്, രാജർഷി രാമവർമ്മയാണ് ഈ വിദ്യാലയം സ്ഥാപിച്ചത്. 1927 ൽ ആയുർവ്വേദ കോളേജ് പ്രവർത്തനമാരംഭിച്ചു. 1964 ൽ പുതിയകാവിലുള്ള ധന്വന്തരിനഗറിൽ പ്രവർത്തിക്കുന്നു. ഒരു ഗവൺമെന്റ് കോളേജും ഒരു ബി എഡ് സെന്ററുമുണ്ട്. സുകുമാരകലകളുടെ പരിപോഷണത്തിനായി രൂപീകരിച്ച കലാകേന്ദ്രമാണ് ആർ എൽ വി കോളേജ് ഓഫ് മ്യൂസിക് ആൻഡ് ഇൻസ്റ്റിറ്റ്യൂട്ട് ഓഫ് ഫൈൻ ആർട്സ്. 1934 ൽ കേരള വർമ്മ മഹാരാജാവാണ് ഇത് സ്ഥാപിച്ചത്.

അത്തച്ചമയം

കേരളീയരുടെ ദേശീയോത്സവമാണല്ലോ ഓണം. അക്കാലത്ത്, മറ്റുപ്രദേശങ്ങളെക്കാൾ കൂടുതൽ ജനശ്രദ്ധ പിടിച്ചുപറ്റുന്നുണ്ട്—തൃപ്പൂണിത്തുറ. എന്താവാം അതിനു കാരണം? ഇവിടെ നാം ഇന്നറിയപ്പെടുന്ന അത്താഘോഷത്തിന്റെ പൂർവ്വരൂപമായ അത്തച്ചമയവും കൊച്ചിരാജാകുടുംബവും ഓണത്തപ്പന്റെ ആസ്ഥാനമായ തൃക്കാക്കരയുമെല്ലാം മനസ്സിലാക്കേണ്ടതുണ്ട്. ചിങ്ങമാസത്തിലെ അത്തം നക്ഷത്രത്തിൽ ആഘോഷിച്ചിരുന്ന ഈ ഉത്സവം മതസൗഹാർദ്ദത്തിന്റെയും രാജകീയ പ്രൗഢിയുടെയും പ്രതീകമായിരുന്നു. കൊച്ചിരാജ്യതലസ്ഥാനമായിരുന്ന തൃപ്പൂണിത്തുറയിൽനിന്നും തൃക്കാക്കര ക്ഷേത്രത്തിലേക്ക്, സർവ്വാഭരണ വിഭൂഷിതനായി, ഇളമുറത്തമ്പുരാക്കന്മാരുടെയും ആന, കുതിര, കാലാൾപ്പടയുടെയും, ഉന്നതോദ്യോഗസ്ഥന്മാരുടെയും പൊലീസ്—പട്ടാളവിഭാഗങ്ങളുടെയും നാനാജാതി മതസ്ഥരായ പ്രജകളുടെയും അകമ്പടിയോടെ കൊച്ചിരാജാവ് പല്ലക്കിൽ തൃക്കാക്കര അമ്പലത്തിലേക്ക് നടത്തുന്ന ചമയപ്പുറപ്പാടായിരുന്നു അത്തച്ചമയം. പില്ക്കാലത്ത്, രാജവാഴ്ചയ്ക്കുശേഷം ജനകീയ അത്താഘോഷമായി കൊണ്ടാടുന്നു.

- പൂർണ്ണത്രയീശ സന്നിധിയിൽനിന്ന് ഓണത്തപ്പനെ തേടിയുള്ളയാത്ര. പുലർവെട്ടം പൊഴിയുന്ന

നാട്ടിടകളിലൂടെ ഞങ്ങളുടെ വാഹനം വടക്കോട്ടു നീങ്ങി. കുന്നും തൊടികളും താണ്ടി, കൃഷിയിടങ്ങളുടെ ഓരം പറ്റിയുള്ള യാത്ര. വറ്റിവരണ്ട നീർച്ചാലുകൾ ചാടിക്കടന്നും കുന്നുകൾ കയറിയിറങ്ങിയും യാത്ര തുടരവേ, തൃപ്പൂണിത്തുറയുടെ ആ വടക്കൻ പ്രദേശങ്ങളിൽ ചില പതിറ്റാണ്ടുകൾക്കുള്ളിൽ സംഭവിച്ച മാറ്റങ്ങൾ ഞാൻ ശ്രദ്ധിച്ചു. ഒരിക്കൽ ആലുവാ വ്യവസായ മേഖല വാരിക്കോരി നല്കിയ തൊഴിൽ സാദ്ധ്യതകൾ ആവോളം പ്രയോജനപ്പെടുത്തി, സമ്പൽസ്ഥിതി നേടിയ പെരിയാറിന്റെ തീരങ്ങൾ, ഇന്ന് തൊഴിലില്ലായ്മയുടെ ഭീഷണിയിലാണ്. പോരെങ്കിൽ പതിറ്റാണ്ടുകളിലെ ജല മലിനീകരണവും അന്തരീക്ഷമലിനീകരണവും ഗ്രാമാന്തരങ്ങളെ അവശരാക്കിയിരിക്കുന്നു. ചങ്ങമ്പുഴയുടെ തളിരും മലരും തരുപ്പടർപ്പും... നിശ്ശേഷം നഷ്ടപ്പെട്ടിട്ടില്ലെന്നു മാത്രം...

"മാവേലി നാടുവാണീടും കാലം
മാനുഷരെല്ലാരുമൊന്നുപോലെ..."

—സഹയാത്രികയുടെ ചുണ്ടിൽ തത്തിനിന്ന ആ പഴയ ഈരടികളുടെ പ്രസക്തി എന്നേ നഷ്ടപ്പെട്ടിരിക്കുന്നു.

തൃക്കാക്കര

മൂന്നു നാല് പതിറ്റാണ്ടുകൾക്ക് മുമ്പ്, ആദ്യമായി എന്റെ കൺമുന്നിൽ അനാവരണം ചെയ്യപ്പെട്ട ആ സ്വപ്നഭൂമി! തൃക്കാക്കരയുടെ കാല്പനികഭാവം നഷ്ടപ്പെടുകയാണോ? ഞാൻ കണ്ണിറുക്കിയടച്ച് പഴയ ഹരിത ദൃശ്യങ്ങളെ ഭാവനയുടെ തിരശ്ശീലയിലെത്തിക്കാൻ ശ്രമിക്കുകയായിരുന്നു.

"എവിടെതിരിഞ്ഞൊന്നു നോക്കിയാലും
അവിടെല്ലാം പൂത്ത മരങ്ങൾ മാത്രം..."

— എന്ന് ആ നാട്ടുകാരനായ ചങ്ങമ്പുഴ പാടിയത് അക്ഷരംപ്രതി ശരിയാണെന്ന് ആദ്യയാത്ര എന്നെ ബോദ്ധ്യപ്പെടുത്തി. ഹരിതഭരിതമായ കുന്നിൻപുറങ്ങളും താഴ്വരകളും. വിശാലമായ പീഠഭൂമിക്കുചുറ്റും പുരയിടങ്ങൾ, കൃഷിയിടങ്ങൾ, താഴ്വാരങ്ങളിൽ നോക്കെത്താത്ത ദൂരത്തോളം പച്ചപ്പട്ടുവിരിച്ചതുപോലെ നീണ്ടുകിടക്കുന്ന നെൽപ്പാടങ്ങൾ... അന്ന് തൃക്കാക്കര പഞ്ചായത്തിന്റെ ആസ്ഥാനമായ പാട്ടുപുരയ്ക്കൽ മൈതാനത്തു നിന്ന് ചുറ്റം നോക്കി. തൃക്കാക്കരയുടെ നട്ടെല്ലായ പാലാരിവട്ടം - കുമാരപുരം റോഡ് ആ പീഠഭൂമിയുടെ നിറുകയിലൂടെ കടന്നുപോകുന്നു. റോഡിനിരുവശവും പച്ചപ്പ്. താഴ്വരകളും പുൽമേടുകളും. മൈതാനത്തിലങ്ങിങ്ങായി ഓരം ചേർന്ന് പഞ്ചായത്തുതലത്തിലെ പ്രധാനസ്ഥാപനങ്ങൾ - പഞ്ചായത്താഫീസ്, സ്കൂൾ തുടങ്ങിയവ. എങ്ങും പ്രശാന്തം, മനോഹരം. തൃക്കാക്കരയുടെ സിരാകേന്ദ്രമാണ് ആ പീഠഭൂമിയെന്ന് അന്ന് എനിക്ക് ബോദ്ധ്യപ്പെട്ടിരുന്നു. അവിടെനിന്നും താഴ്വാരങ്ങളിലേക്ക് ജീവിതം പ്രവഹിക്കുന്നു. മരക്കൂട്ടങ്ങൾക്കും വള്ളിപ്പടർപ്പുകൾക്കും മദ്ധ്യേ ലാളിത്യമാർന്ന കർഷകഭവനങ്ങൾ, ഇടയ്ക്ക് നിറകുംഭങ്ങളേന്തിയ കേരവൃക്ഷങ്ങൾ, മാവും പ്ലാവും തെങ്ങും കവുങ്ങും ഇടകലർന്ന തൊടികൾ, കുളിർകാറ്റിൽ ചൂളം വിളിക്കുന്ന മുളങ്കാടുകൾ... ഇത്രയേറെ പച്ചത്തഴപ്പാർന്ന ഒരു ഗ്രാമം അനന്യസാധാരണമാണെന്ന് അന്ന് എനിക്കു തോന്നി...

"അല്ല ഉറക്കമാണോ?" തൊട്ടടുത്തിരുന്ന സഹയാത്രികയുടെ ചോദ്യം. തികഞ്ഞ നീരസത്തോടെ ഞാൻ വീണ്ടും ചിന്തകളിൽ മുഴുകി. തൃക്കാക്കരയെന്ന ആ പ്രാചീനഗ്രാമത്തിന്റെ പൗരാണികവും ചരിത്രപരവുമായ പശ്ചാത്തലത്തെപ്പറ്റിയും ഓണത്തപ്പനും തൃക്കാക്കരയപ്പനും തമ്മിലുള്ള ബന്ധത്തെക്കുറിച്ചും ഞാൻ ചിന്തിച്ചുപോയി. ഞൊടിയിടയിൽ പുരാണവും ഐതിഹ്യവും ഇഴചേർന്നു കിടക്കുന്ന വർണ്ണോജ്ജ്വലമായ ഒരു കാലഘട്ടത്തിന്റെ തെളിച്ചമുള്ള താളുകൾ എന്റെ കൺമുന്നിൽ മറിഞ്ഞുകൊണ്ടിരുന്നു. ഓണത്തെപ്പറ്റി ഐതിഹ്യങ്ങൾ പലതുണ്ടല്ലോ? എങ്കിലും മഹാബലി എന്ന അസുരചക്രവർത്തി കേരളം അടക്കിഭരിച്ചിരുന്ന കാലത്ത് എങ്ങും സുഭിക്ഷത കളിയാടിയിരുന്നുവെന്നും ആ നല്ലകാലത്തെ അനുസ്മരിപ്പിക്കുന്നതാണ് ഓണം എന്നുമുള്ളതാണല്ലോ ഏറെ പ്രചാരമുള്ള ഐതിഹ്യം.

ഐതിഹ്യത്തിന്റെ മായാവലയത്തിലൂടെ എന്റെ ചിന്തകൾ ചെന്നെത്തിയതാകട്ടെ, സാക്ഷാൽ തൃക്കാക്കരയപ്പന്റെ തട്ടകത്തിലാണ്. ഒരു ജനതയുടെയാകെ ആചാരക്രമങ്ങളിലും ആഘോഷപരിപാടികളിലും സ്ഥായിയായ സ്വാധീനം ചെലുത്തിയ ഒരു സാമൂഹ്യപ്രതിഭാസത്തിന്റെ ശക്തികേന്ദ്രമായ ആ ക്ഷേത്രത്തിൽ, തൃക്കാക്കരയുടെ ചരിത്രം രേഖപ്പെടുത്തിയിട്ടുണ്ട്. മലനാട്ടിലെ 13 ദിവ്യക്ഷേത്രങ്ങളിലൊന്നാണ് തൃക്കാക്കര എന്ന് വിശ്വസിക്കപ്പെടുന്നു. കൊല്ലവർഷാരംഭത്തിൽ സ്ഥലനാമം കാൽക്കാരെ എന്നായിരുന്നുവെന്നും അവിടുത്തെ ദേവനെ (മഹാവിഷ്ണു) 'കാൽക്കരൈപ്പട്ടാരകർ' എന്നും ദേവിയെ പെരുംചെൽവനായകി എന്നും വിളിച്ചിരുന്നത്രേ. ത്രിവിക്രമനായി വളർന്ന വാമനന്റെ പാദത്തോട്, കാൽക്കാരെ എന്നതിലെ കാൽ ശബ്ദത്തിന് ബന്ധം കല്പിക്കാമെന്നാണ് ചരിത്രഗവേഷകരുടെ അഭിപ്രായം. മഹോദയപുരം തലസ്ഥാനമാക്കി കേരളം വാണിരുന്ന കുലശേഖരപ്പെരുമാക്കന്മാരുടെ കീഴിൽ ഭരണം നടത്തിയിരുന്ന കാൽക്കരൈ, അന്ന് പ്രശസ്തമായിരുന്നുവത്രെ. കാൽക്കരൈ നാട്ടുരാജാക്കന്മാരെ കുലശേഖര ചക്രവർത്തിമാർ അപ്പപ്പോൾ നിയമിക്കുകയായിരുന്നു പതിവ്. കൊല്ലം മൂന്നാം ശതകത്തിൽ ഈ രാജ്യവിഭാഗം തന്നെ ഇല്ലാതായപ്പോൾ,

കാൽക്കരൈ നാട്ടിൽപ്പെട്ടിരുന്ന പ്രദേശങ്ങൾ തൊട്ടടുത്ത രാജ്യങ്ങളിൽ ലയിക്കുകയും, കാൽക്കരൈയുടെ പ്രാധാന്യം കുറയുകയും ചെയ്തു. എ ഡി 1102 ൽ കുലശേഖരസാമ്രാജ്യം ക്ഷയിച്ചതോടെ കാൽക്കരൈ നാട് ഛിന്നഭിന്നമാകുകയും തൃക്കാക്കര ക്ഷേത്രത്തിലെ പൂജാവൃത്തി നടത്തിയിരുന്ന സമർത്ഥനായ ഒരു നമ്പൂതിരി ഇടപ്പള്ളി ആസ്ഥാനമാക്കി സ്ഥാപിച്ച തന്റെ ചെറിയ രാജ്യത്തോടൊപ്പം (ഇളങ്ങല്ലൂർ സ്വരൂപം) തൃക്കാക്കരയുടെയും ഭരണ സാരഥ്യം ഏറ്റെടുക്കുകയും ചെയ്തു.

അരക്കില്ലം

ചെറിയൊരു കയറ്റം കയറിവന്ന കാർ ആ വിശാലമായ കവലയ്ക്കരികിൽ നിന്നു. ഇത് കാക്കനാട്-തൃക്കാക്കരയുടെ പുതിയ മുഖം. പൊതുവെ ശുഷ്കമായ അനാകർഷകമായ പരിസരങ്ങൾ. അല്പം ഒഴിഞ്ഞുമാറി നില്ക്കുന്ന ബഹുനില മന്ദിരങ്ങൾ. പുതിയ എറണാകുളം കളക്ടറേറ്റ് - സിവിൽ സ്റ്റേഷൻ. മിക്ക ജില്ലാതല ഓഫീസുകളും ഇവിടെ കേന്ദ്രീകരിച്ചിട്ടുണ്ട്. കാക്കനാട്ട്, പാട്ടുപുരയ്ക്കൽ മൈതാനത്തിനു സമീപമുള്ള ഒരു ഗുഹയും ഗുഹാമാർഗ്ഗവും വിവിധ നിലകളിൽ ശ്രദ്ധേയം. അവ പുരാണ പ്രസിദ്ധമായ അരക്കില്ലത്തിന്റെ അവശിഷ്ടങ്ങളാണെന്ന് തദ്ദേശീയർ വിശ്വസിക്കുന്നു. അരക്കില്ലത്തിന്റെ മുകളിലൂടെ നടക്കുമ്പോൾ, കുറ്റിച്ചെടികളും പുല്ലും വളർന്ന വെറുമൊരു വെളിമ്പറമ്പാണെന്നേ തോന്നുകയുള്ളൂ. എന്നാൽ കുന്നിൻചരിവിലൂടെ മുൻഭാഗത്തെത്തുമ്പോൾ ഗുഹാമുഖമായി. കൂറ്റൻ പലകകൾ പോലെയുണ്ട്. മുകൾവശവും പാർശ്വങ്ങളും. ജലബിന്ദുക്കൾ ഇറ്റിറ്റു വീഴുന്ന മുകൾത്തട്ട്. മുകൾത്തട്ടിലെ ഏതോ വിടവിലൂടെ പകൽ വെളിച്ചം അല്പാല്പമായി ചോർന്നു വീഴുന്ന ഗുഹാന്തരം. ആ ഗുഹാഭിത്തിയുടെ തലങ്ങൾക്ക് ഉരുകിയൊലിച്ച് ഉണങ്ങിപ്പിടിച്ച മെഴുകിന്റെ മട്ടില്ലേ? പ്രകൃതിയുടെ വികൃതിയാകാം.

മറ്റൊരു അഭിപ്രായഗതിയും ശ്രദ്ധേയം. നൂറ്റാണ്ടുകൾക്കു മുമ്പ് ശൈവവൈഷ്ണവ മതങ്ങൾ തെന്നിന്ത്യയിൽ വേരുറപ്പിക്കുമ്പോൾ, സുസംഘടിതമായ ജൈനബസതികളും ബുദ്ധവിഹാരങ്ങളും ധാരാളമായി മലനാട്ടിലുണ്ടായിരുന്നു. തൃക്കാക്കര ക്ഷേത്രവും ഒരിക്കൽ ബുദ്ധമത സങ്കേതമായിരുന്നുവെന്നത് ചരിത്ര വസ്തുതയാണ്. ക്ഷേത്രത്തിന് അത്രയകലെയല്ലാതെ സ്ഥിതിചെയ്യുന്ന ഈ ഗുഹാമാർഗ്ഗം (മുടിക്കുഴി) ബുദ്ധമതാനുയായികളോട് ബന്ധപ്പെട്ടിരിക്കുന്നുവെന്നനുമാനിക്കാം. ബുദ്ധസന്ന്യാസിമാർ ധ്യാനത്തിനും ശവസംസ്കാരത്തിനും മറ്റും ഇത്തരം ഗുഹാന്തർഭാഗങ്ങൾ ഉപയോഗപ്പെടുത്തിയിരുന്നതായി വ്യക്തമായ ചരിത്ര സൂചനകളുണ്ട്. ഗുഹാസങ്കേതത്തിൽനിന്നും നമുക്ക് ക്ഷേത്രസങ്കേതത്തിലേക്ക് പോകാം.

കാക്കനാട്ടെ കുന്നിൻപുറത്തുനിന്ന് താഴ്‌വാരങ്ങളിലേക്കു യാത്ര ചെയ്യുമ്പോൾ തന്നെ, മാറ്റങ്ങൾ ശ്രദ്ധിച്ചു. പച്ചപ്പട്ടു വിരിച്ച പഴയ കുന്നുകൾ പലതും അരിഞ്ഞരിഞ്ഞു മാറ്റിയിരിക്കുന്നു. ചിലതൊക്കെ റോഡിനുവേണ്ടി; അധികവും മണ്ണിനുവേണ്ടി. നഗരത്തിലെ ചതുപ്പുകൾ നികത്തി ബഹുനിലമന്ദിരങ്ങൾ നിർമ്മിക്കുന്നതിനും അഴുക്കുചാലുകളും തോടുകളും മണ്ണിട്ടു മൂടി, നന്ദനോദ്യാനങ്ങളാക്കുന്നതിനും വേണ്ടി. തണലും തണുപ്പും ഹരിതഭംഗിയും നല്കിയിരുന്ന നാട്ടിൻപുറം വെറും ഊഷര ഭൂമിയായി മാറിയിരിക്കുന്നു. കുന്നിൻചരിവുകൾ ഇടിച്ചു നിരത്തി നിർമ്മിച്ച റസിഡൻഷ്യൽ ക്വാർട്ടേഴ്സുകൾ അസംഖ്യം. കുണ്ടും കുഴിയും നിറഞ്ഞ ഗ്രാമറോഡുകൾ സാധാരണം. പച്ചത്തഴപ്പിന്റെ ചൈതന്യവും ചന്തവും തുടിച്ചുനിന്നിരുന്ന പഴയ തൃക്കാക്കരയുടെ പ്രേതരൂപങ്ങളാണിന്നെനിക്കവിടെ കാണാൻ കഴിഞ്ഞത്.

"തിരുകാൽക്കരൈ"

ക്ഷേത്രത്തിലേക്കുള്ള ഗ്രാമവീഥിക്കരികിൽ ഞങ്ങൾ കാറിൽ നിന്നിറങ്ങി. ചുറ്റുമതിലിനുള്ളിൽ അതിവിശാലമായ ക്ഷേത്രമൈതാനം. മുമ്പ് 11 ഏക്കർ വിസ്താരമുണ്ടായിരുന്നു മതിലകത്തിന്. ഇന്നത് വളരെച്ചുരുങ്ങി. പുല്ലുവളർന്നും കാട്ടുചെടികൾ മുളച്ചു പൊന്തിയും യാതൊരു ചേലും ചന്തവുമില്ലാതെ അവഗണിക്കപ്പെട്ട നിലയിൽ കാണപ്പെട്ടു. ഈ ക്ഷേത്രം സ്ഥാപിച്ചത് എ ഡി 600 നടുപ്പിച്ചാണെന്ന് കാലഗണന സൂചിപ്പിക്കുന്നു. ക്ഷേത്രത്തിന്റെ അടിത്തറ നിർമ്മിച്ചിട്ടുള്ള ശിലാഫലകങ്ങളിലാണ് ലിഖിതങ്ങൾ ഉള്ളത്. കേരള ചരിത്രത്തിന്റെ ഇരുളടഞ്ഞ ഏടുകളിലേക്ക് വെളിച്ചം വീശുന്നവയാണ് ഈ ശിലാരേഖകൾ. (1916 ൽ തൃക്കാക്കര ക്ഷേത്രത്തിലെ ശിലാരേഖകൾ പരിശോധിച്ച ടി എ ഗോപിനാഥറാവു അവയുടെ ഇംഗ്ലീഷ് പാഠമുൾപ്പെടെ പ്രസിദ്ധപ്പെടുത്തിയിട്ടുണ്ട്.)

നൂറ്റാണ്ടുകൾക്കു മുമ്പ് ഏറെക്കാലം ക്ഷേത്രം അനാഥമായി കിടന്നിരുന്നുവത്രേ മേൽക്കൂരയും ചുവരുകളും നിശ്ശേഷം തകർന്ന് മണ്ണിടിഞ്ഞു. ശ്രീകോവിലിനുള്ളിലെ വിഗ്രഹം മൂന്നു ഭാഗങ്ങളായി വേർപെട്ടു കിടന്നിരുന്നു. അക്കാലത്ത് പേരിനു മാത്രമേ പൂജ നടത്തിയിരുന്നുള്ളൂ. 1909 ൽ തിരുവിതാംകൂർ രാജാവ് ജീർണ്ണോദ്ധാരണം നടത്തി ഇന്നു കാണുന്ന വിധത്തിൽ പുനരുദ്ധരിച്ചു. തൃക്കാക്കര ക്ഷേത്രത്തിലെ വാമന പ്രതിഷ്ഠ പില്ക്കാലത്ത് ഉണ്ടായതാണെന്നും, അതിനു മുമ്പ് അവിടെ ശിവപ്രതിഷ്ഠ ആയിരുന്നെന്നും ഒരഭിപ്രായമുണ്ട്. *ശുകസന്ദേശം* എന്ന പ്രാചീന സന്ദേശ കാവ്യത്തിൽ തൃക്കാക്കര

ക്ഷേത്രത്തെ ശിവനിലയം എന്നാണ് പരാമർശിച്ചിട്ടുള്ളത്.

ശിവപ്രതിഷ്ഠയ്ക്കു മുമ്പോ? അതും ചിന്തനീയമാണ്. കേരളത്തിലെ പ്രാചീന ക്ഷേത്രങ്ങൾ പലതും ജൈന-ബുദ്ധ മതങ്ങളുടെ ആരാധനാലയങ്ങളായിരുന്നു എന്ന ശക്തമായ അഭിപ്രായഗതി വിഗണിക്കാവതല്ല. പില്ക്കാലത്ത് ദക്ഷിണ ഇന്ത്യയിൽ ശക്തിപ്രാപിച്ച ശൈവ വൈഷ്ണവ മതങ്ങൾ ജൈന ബുദ്ധ മത കേന്ദ്രങ്ങളെ ഹിന്ദുക്ഷേത്രങ്ങളാക്കി മാറ്റിയതിന്റെ സുവ്യക്തമായ തെളിവുകൾ ലഭിച്ചിട്ടുണ്ട്. തിരുക്കാൽക്കരൈ പട്ടാരകർ എന്ന സംജ്ഞ തന്നെ ശ്രദ്ധിക്കുക. പോരെങ്കിൽ ഓണം എന്ന പദവും. ശ്രാവണ മാസത്തിലാണല്ലോ ഓണം ആഘോഷിക്കപ്പെടുക. ശ്രാവണത്തിന്റെ തൽഭവമാണ് തിരുവോണം. ശ്രാവണം എന്ന വാക്കിന് ശ്രമണൻ, ശ്രമണി എന്നീ ബുദ്ധഭിക്ഷുക്കളോട് ബന്ധമുണ്ടെന്നും കരുതപ്പെടുന്നു. ഇന്നും നിലനില്ക്കുന്ന മഞ്ഞക്കോടി സമ്പ്രദായം ബുദ്ധഭിക്ഷുക്കളുടെ മഞ്ഞവസ്ത്രത്തിന്റെ ഓർമ്മ നില നിർത്താനാവുമോ? അങ്ങനെയെങ്കിൽ ബുദ്ധമതത്തിൽനിന്നും പകർന്നു കിട്ടിയ ശ്രാവണം (ഓണം) തൃക്കാക്കരയപ്പന് ഓണത്തപ്പനെന്ന പേർ നല്കിയിരിക്കാം. ഓണം തൃക്കാക്കരയുടെ കുത്തകയായി മാറുകയും ചെയ്തിരിക്കാം.

"മാവേലി നാടുവാണീടും കാലം"

കേരളത്തിലെ രാജാക്കന്മാരെല്ലാം ആവണി ഓണത്തിൽ പങ്കുകൊള്ളാൻ തൃക്കാക്കര എത്തിച്ചേരുക പതിവായിരുന്നുവത്രേ. ഓരോരുത്തർക്കും പ്രത്യേകം വാസസ്ഥാനങ്ങളുമുണ്ടായിരുന്നുവത്രേ. വാമനമൂർത്തിയാണ് തൃക്കാക്കര ക്ഷേത്രത്തിലെ പ്രധാന പ്രതിഷ്ഠ. പണ്ട് ഇരുപത്തിയെട്ട് ദേവന്മാരുടെ പ്രതിഷ്ഠ ഉണ്ടായിരുന്നുവത്രേ. ഇരുപത്തിയെട്ട് കിണറുകളും. ഇപ്പോൾ കിണറുകൾ നാലഞ്ചായി കുറഞ്ഞു. ശ്രീകോവിലുകൾ എട്ട്. ക്ഷേത്രത്തോടനുബന്ധിച്ച് ദാനോദകപ്പൊയ്ക എന്ന വലിയ ചിറയും ചിറയുടെ മദ്ധ്യത്ത് വലിയ ഒരു മണ്ഡപവുമുണ്ട്. വടക്കു ഭാഗത്തെ നാലമ്പലത്തിൽ സാക്ഷാൽ തൃക്കാക്കരയപ്പനും പിന്നിൽ പടിഞ്ഞാറു വശത്ത്, തെക്കു ഗണപതിയും വടക്ക് ശാസ്താവും വടക്കു ഭാഗത്ത് കിഴക്കെ അറ്റത്ത് ഗോപാലകൃഷ്ണനും തെക്കുവശത്ത് ശിവൻ, പാർവ്വതി, ദുർഗ്ഗ, ഭദ്രകാളി, സുബ്രഹ്മണ്യൻ ഇവരുടെ ശ്രീകോവിലുകളും കാണാം. ഒരേ മതിൽക്കെട്ടിനുള്ളിൽ ഇത്രയേറെ ശ്രീകോവിലുകളുള്ള മറ്റു ക്ഷേത്രങ്ങൾ വിരളമാണ്. തൃക്കാക്കരയപ്പന്റെ മുന്നിലുള്ള മണ്ഡപത്തിലാണ് ഓണാഘോഷത്തിലെ പ്രധാന ഇനമായ പൂവിടൽ.

കാക്കനാട്, വാഴക്കാല എന്നീ വില്ലേജുകൾ ഉൾപ്പെടുന്ന തൃക്കാക്കര പഞ്ചായത്തിന്റെ വിസ്തീർണ്ണം 28.10 ച കി മീ. ജനസംഖ്യ 96031 (91ലെ സെൻസസ്). കിഴക്കും തെക്കും കടമ്പ്രയാറും (പെരിയാറിന്റെ ഒരു കൈവഴി) പടിഞ്ഞാറ് കൊച്ചിൻ കോർപ്പറേഷനും വടക്ക് കളമശ്ശേരി മുനിസിപ്പാലിറ്റിയുമാണ് അതിരുകൾ. 1953 ലാണ് പഞ്ചായത്ത് നിലവിൽ വന്നത്. പഴയ കാർഷിക സമ്പദ്‌വ്യവസ്ഥ ഇന്നാകെ തകിടംമറിഞ്ഞിരിക്കുന്നു. കൃഷി നാശോന്മുഖമായി. പകരം വൻകിട വ്യവസായങ്ങളൊന്നും ജന്മമെടുത്തുമില്ല. എന്നാൽ ജില്ലാ ആസ്ഥാനം എറണാകുളത്തു നിന്നും കാക്കനാട്ടേക്കു മാറ്റിയതോടെ (1979) കെട്ടിട നിർമ്മാണ രംഗത്ത് താൽക്കാലികമായിട്ടെങ്കിലും കൂടുതൽ തൊഴിൽസാദ്ധ്യതകളുണ്ടായി. ഇപ്പോൾ വീണ്ടും തൊഴിലില്ലായ്മ രൂക്ഷതരമാണ്.

തൃക്കാക്കര എന്ന പൗരാണികഗ്രാമം ഇന്ന് കൊച്ചി നഗരത്തിന്റെ ഒരു പാർപ്പിട പ്രദേശമായി മാറിക്കഴിഞ്ഞു. പൊതുമേഖലയിലും സ്വകാര്യമേഖലയിലും പടുത്തുയർത്തപ്പെടുന്ന വിവിധ സ്ഥാപനങ്ങളും വാസഗൃഹങ്ങളും മാത്രമല്ല, കേന്ദ്ര-സംസ്ഥാന ഗവൺമെന്റുകൾ സ്വന്തം ജീവനക്കാർക്കായി നിർമ്മിച്ചിട്ടുള്ള പാർപ്പിടങ്ങളുടെ നീണ്ടനിരകളും (സ്റ്റാഫ് ക്വാർട്ടേഴ്സ്) എല്ലാം കൂടി ഈ ഗ്രാമത്തിന്റെ കൃഷിഭൂമിയെ ഒട്ടു മുക്കാലും കൈയടക്കിക്കഴിഞ്ഞു. മൊത്തം വിസ്തീർണ്ണത്തിന്റെ 60 ശതമാനവും കുന്നിൻ പ്രദേശങ്ങളാണ്. സമതല പ്രദേശങ്ങളിൽ നാലഞ്ചു പതിറ്റാണ്ടുകൾക്കു മുമ്പുവരെ വൻതോതിൽ നെൽകൃഷി ഉണ്ടായിരുന്നു. അടുത്തകാലത്ത് നെൽപ്പാടങ്ങൾ 500 ഏക്കറായി ചുരുങ്ങി. ഇന്ന് ആ കൃഷിനിലങ്ങളിലേറിയകൂറും മണ്ണിട്ടു നികത്തി കരഭൂമിയാക്കി. പരമ്പരാഗത വ്യവസായങ്ങൾ തകർച്ചയിൽ. സ്ഥിരവരുമാനക്കാരല്ലാത്ത തദ്ദേശീയർ സാമ്പത്തിക പ്രതിസന്ധിയിലാണിന്ന്. ജില്ലാ തലസ്ഥാനം നാൾക്കുനാൾ വളർന്ന്, കാക്കനാടിന് നാഗരിക ഭാവം നല്കാൻ ശ്രമിക്കുമ്പോൾ തൃക്കാക്കര എന്ന ഗ്രാമത്തിന്റെ തനിമ നഷ്ടപ്പെടുന്നു.

കാക്കനാട് ഇന്ന്

കേന്ദ്രാഭിമുഖ്യത്തിലുള്ള ചില പ്രധാന സ്ഥാപനങ്ങളും ഇപ്പോൾ ഇവിടെ പ്രവർത്തിക്കുന്നുണ്ട്. കേരളത്തിലെ ഏക സ്ഥാപനമായ സ്പെഷ്യൽ എക്കണോമിക്സ് സോൺ ഇവിടെയാണ്. ബി എസ് എൻ എൽ, അഖിലേന്ത്യാ റേഡിയോ, ദൂരദർശൻ, നേവൽ ഫിസിക്കൽ ആൻഡ് ഓഷ്യാനോഗ്രാഫിക് ലാബോറട്ടറി തുടങ്ങി അനേകം സ്ഥാപനങ്ങൾ. പഞ്ചായത്തിന്റെ അധീനതയിൽ ജനക്ഷേമത്തിനു വേണ്ടി നിലകൊള്ളുന്ന ഒട്ടേറെ സ്ഥാപനങ്ങളിൽ എടുത്തു പറയേണ്ട ഒന്നാണ് പഞ്ചായത്തു വക സഹകരണ ആശുപത്രി. വിദഗ്ദ്ധ ചികിത്സാ സൗകര്യങ്ങൾ വിരളമായിരുന്ന ഈ പുതിയ ടൗൺഷിപ്പിന്റെ ചികിത്സാ

സംബന്ധമായ അടിയന്തര പ്രശ്നങ്ങൾക്ക് സത്വര പരിഹാരം കാണാൻ വേണ്ടി 1999 മാർച്ചിൽ സ്ഥാപിച്ച ഈ ചികിത്സാലയം നല്ല നിലയിൽ പ്രവർത്തിച്ചുവരുന്നു. കാക്കനാട്ട് സിവിൽസ്റ്റേഷൻ ആരംഭിക്കുന്നതിനു മുമ്പേ തന്നെ ഇവിടെ ഉയർന്നു വന്ന പൊതുമേഖലാസ്ഥാപനമാണ് കേരളാ ബുക്ക്സ് ആൻഡ് പബ്ലിക്കേഷൻ സൊസൈറ്റി (കെ ബി പി എസ്). 1978 ൽ പ്രവർത്തനമാരഭിച്ച ഈ സ്ഥാപനത്തിൽ സ്കൂൾ കുട്ടികൾക്കാവശ്യമുള്ള പാഠ പുസ്തകങ്ങളാണ് മുഖ്യമായും അച്ചടിക്കപ്പെടുന്നത്.

വളരെ മുമ്പേ തന്നെ വേണ്ടത്ര വിദ്യാഭ്യാസ സൗകര്യങ്ങൾ ലഭ്യമായിരുന്ന തൃക്കാക്കര പഞ്ചായത്തിൽ ഒട്ടേറെ എൽ പി, യു പി സ്കൂളുകളും ഹൈസ്കൂളുകളും കൂടാതെ, ഭാരത മാതാ കോളേജ്, ഗവ. മോഡൽ എൻജിനീയറിങ് കോളേജ്, രാജഗിരി സ്കൂൾ ഓഫ് എൻജിനീയറിങ് എന്നിവയും പ്രവർത്തിക്കുന്നു. കേരള പ്രസ് അക്കാദമിയുടെ ആസ്ഥാനവും ഇവിടെയാണ്. കൊച്ചിയിൽനിന്ന് അന്തർദ്ദേശീയ വിമാനത്താവളമായ നെടുമ്പാശ്ശേരിയിലേക്കു പോകുന്ന റോഡ് തൃക്കാക്കരയുടെ വിരിമാറിലൂടെ കടന്നുപോകുന്നു.

ഇടപ്പള്ളിയിലേക്ക്

ഭരണപരമായി ഇന്ന് വ്യത്യസ്ത നിലയിലാണെങ്കിലും കാർഷിക സാമൂഹ്യ-സമ്പദ് വ്യവസ്ഥകളിലും സാംസ്കാരിക പാരമ്പര്യത്തിലും പരസ്പരം ഇഴുകിച്ചേർന്നു കിടക്കുന്ന പ്രദേശമാണ് തൃക്കാക്കരയോടുരുമ്മിക്കിടക്കുന്ന ഇടപ്പള്ളി. മുമ്പ് പഞ്ചായത്ത്. കൊച്ചിൻ കോർപ്പറേഷൻ രൂപീകൃതമായപ്പോൾ അതിന്റെ ഭാഗമായി. കേരളത്തിന് എന്നെന്നും അഭിമാനിക്കാവുന്ന ചില മഹാവ്യക്തിപ്രഭാവങ്ങളും സ്ഥാപനങ്ങളും സ്വന്തമായുള്ള ഇടപ്പള്ളിക്ക് സാംസ്കാരിക മണ്ഡലത്തിലുള്ള സ്ഥാനം അസൂയാവഹമാണ്. ഇടപ്പള്ളിക്കവികൾ എന്നറിയപ്പെടുന്ന കവിദ്വയത്തിന്റെ ജന്മനാട്. രാഘവൻ പിള്ള (1908 -1935) ജനിച്ചത് പറവൂരാണെങ്കിലും പിന്നീട് ഇടപ്പള്ളിയിലേക്ക് താമസം മാറ്റി. പ്രണയനൈരാശ്യം മൂലം 1935 ൽ ആത്മഹത്യ ചെയ്തു. *തുഷാരഹാരം, നവസൗരഭം* തുടങ്ങിയ കവിതാ സമാഹാരങ്ങളോടൊപ്പം മറ്റു ചില കൃതികൾ കൂടി കൂട്ടിച്ചേർത്ത് *ഇടപ്പള്ളി കൃതികൾ* എന്ന പേരിൽ ഒരു വലിയ പുസ്തകം പ്രസിദ്ധപ്പെടുത്തി.

മലയാളികളുടെ മനം കവർന്ന മഹാകവിയായ ചങ്ങമ്പുഴ കൃഷ്ണപിള്ള (1912-1948) ഇടപ്പള്ളിയിൽ ജനിച്ചു. *ബാഷ്പാഞ്ജലി*യിൽ തുടങ്ങി *രമണൻ* എന്ന ജനപ്രിയകാവ്യത്തിലൂടെ കേരളീയ ജനഹൃദയങ്ങളിൽ സ്ഥിരപ്രതിഷ്ഠ നേടിയ ചങ്ങമ്പുഴ ചുരുങ്ങിയ ജീവിതകാലത്തിനിടയിൽ നാല്പത്തിനാലോളം കൃതികൾ രചിച്ചു. 1948 ജൂൺ 17ന് ആ ജീവിതനാടകത്തിന് അകാലത്തിൽ തിരശ്ശീല വീണു. മഹാകവി ചങ്ങമ്പുഴയുടെ സ്മരണ നിലനിർത്തുന്നതിനായി. ഇടപ്പള്ളിയിൽ നാഷണൽ ഹൈവേയോട് ചേർന്ന് എട്ടു ലക്ഷം രൂപ ചെലവിൽ ചങ്ങമ്പുഴ പാർക്ക് നിർമ്മിച്ചിട്ടുണ്ട്. കൂടാതെ മഹാകവിയുടെ അന്ത്യവിശ്രമസ്ഥാനം മാർബിൾ പതിച്ച് ആകർഷകമാക്കിയിട്ടുമുണ്ട്.

ഇടപ്പള്ളിക്കെന്നല്ല, കേരളത്തിനൊട്ടാകെ തന്നെ അഭിമാനിക്കാൻ പോന്നതാണ് ഇടപ്പള്ളിയിലെ കേരള ചരിത്ര മ്യൂസിയം. ഇടപ്പള്ളിക്കവലയിൽ റോഡരികിൽ തലയുയർത്തി നില്ക്കുന്ന ഈ രമ്യഹർമ്മ്യത്തിൽ വിജ്ഞാനത്തിനും വിനോദത്തിനും വക നല്കുന്ന കലാശേഖരങ്ങളിലൂടെ കേരള ചരിത്രത്തിലെ സുപ്രധാന സംഭവങ്ങൾക്ക് രൂപപ്പൊലിമ നല്കുന്നു. കേരള ചരിത്രത്തെയും സംസ്കാരത്തെയും ഉള്ളഴിഞ്ഞു സ്നേഹിച്ച, ഉദാരമതിയായ ഒരു വ്യവസായ പ്രമുഖൻ - ശ്രീ. ആർ മാധവൻ നായരാണ് - മ്യൂസിയത്തിന്റെയും ആർട്ട് ഗ്യാലറിയുടെയും ഉപജ്ഞാതാവ്. 1982 ൽ രൂപീകരിച്ച മാധവൻ നായർ ഫൗണ്ടേഷന്റെ ചുമതലയിലാണ് മ്യൂസിയവും ആർട്ട് ഗ്യാലറിയും പ്രവർത്തിക്കുന്നത്.

45

ദ്വീപക്കാഴ്ചകൾ

കൊച്ചിക്കായലിലെ പച്ചത്തുരുത്തുകൾ പ്രകൃതി രമണീയം. എറണാകുളം മറൈൻ ഡ്രൈവിൽനിന്ന് പടിഞ്ഞാറോട്ട് നോക്കൂ. തുള്ളിത്തുളുമ്പുന്ന കായൽപ്പരപ്പിനപ്പുറം ഏതാനും ദ്വീപുകൾ. അക്കൂട്ടത്തിൽ കൊച്ചിക്കായലിന്റെ പച്ചപ്പതക്കം തന്നെയാണ് മുളവുകാട്—പില്ക്കാലത്തെ ബോൾഗാട്ടി. നിങ്ങൾക്ക് ആ ദ്വീപിലേക്ക് കടന്നുചെല്ലണമെങ്കിൽ, കുറുക്കുവഴി ബോട്ടുമാർഗ്ഗം തന്നെ. എറണാകുളം ടൗണിലെ ജെട്ടിയിൽ നിന്ന് മുരുക്കുംപാടത്തേക്ക് ബോട്ടു കയറുക. എന്റെ ആദ്യയാത്രകളെല്ലാം അങ്ങനെയായിരുന്നു. സുഖശീതളമായ കാറ്റേറ്റ് കായൽപ്പരപ്പിലൂടെയുള്ള യാത്ര ആഹ്ലാദകരമായിരിക്കും. തീർച്ച. ജലയാത്രയിൽ താന്തോന്നി, മുളവുകാട്, പനമ്പുകാട് എന്നീ ചെറുദ്വീപുകൾ പിന്നിട്ട ശേഷമാണ് വൈപ്പിൻ കരയിലെത്തുക. തീരങ്ങളിൽ ചീനവലകൾ തോരണം ചാർത്തിയിട്ടുള്ള പച്ചത്തുരുത്തുകൾക്കരികിലൂടെ പത്തിരുപതു മിനിട്ട് ബോട്ടുയാത്ര ചെയ്യുമ്പോൾ വൈപ്പിൻകരയിലെ മുരുക്കുപാടം ജെട്ടിയിലെത്തുകയായി. അത് എന്റെ ആദ്യ വൈപ്പിൻയാത്ര - നാലു പതിറ്റാണ്ടുകൾക്കു മുമ്പത്തെ അനുഭവം.

ഇത്തവണ വൈപ്പിൻയാത്ര കരമാർഗ്ഗം തന്നെയാകാമെന്ന് മുൻകൂട്ടി തീരുമാനിച്ചു. വ്യത്യസ്തമായ ഒരനുഭവം കൂടിയാകുമല്ലോ അത്തരമൊരു യാത്ര എന്നും കരുതി. എങ്കിലും മുളവുകാടു തുരുത്തിനെപ്പറ്റി ചില കാര്യങ്ങൾ മുൻകൂട്ടി മനസ്സിലാക്കേണ്ടതുണ്ട്.

എറണാകുളത്തിനു തൊട്ടുപടിഞ്ഞാറുള്ള മുളവുകാട്, കൊച്ചിയിലെ ദ്വീപ സമൂഹത്തിൽ വേറിട്ടു നില്ക്കുന്നു. കൊച്ചി അഴിമുഖത്തിനു സമീപം സ്ഥിതിചെയ്യുന്ന പ്രകൃതിരമണീയവും തന്ത്രപ്രധാനവുമായ ഈ ദ്വീപിന്റെ പ്രാധാന്യം ആദ്യം മനസ്സിലാക്കിയത്, നൂറ്റാണ്ടുകൾക്കു മുമ്പ് കൊച്ചിയിൽ വേരുറപ്പിച്ച ഡച്ചുകാരാണ്. ഇവരിൽ ഒരു വരേണ്യവിഭാഗം, അന്ന് അവഗണിക്കപ്പെട്ട മട്ടിൽ കിടന്ന മുളവുകാട് ദ്വീപിന്റെ തെക്കുഭാഗത്ത് ബംഗ്ലാവുകൾ നിർമ്മിച്ച് സുഖവാസത്തിന് തുടക്കംകുറിച്ചു. ഡച്ച് ഈസ്റ്റ് ഇന്ത്യാ കമ്പനിയുടെ പേര് കൊച്ചി രാജഭരണ രേഖകളിലും തദ്ദേശീയ വ്യവഹാരഭാഷയിലും കുമ്പഞ്ഞി എന്നാണ് അറിയപ്പെട്ടിരുന്നത്. കുമ്പഞ്ഞിയുടെ താവളം, നാട്ടുകാരുടെ നാവിൽ കുമ്പഞ്ഞിക്കരയായി. കാലാന്തരത്തിൽ പോഞ്ഞിക്കരയുമായി.

അനന്തരകാലത്ത് ഡച്ചുകാരെ തുരത്തി കൊച്ചിയുടെ ഭരണത്തിൽ പിടിമുറുക്കിയ ബ്രിട്ടീഷുകാർ ഈ പോഞ്ഞിക്കരയിൽ, ദ്വീപിന്റെ തെക്കെ അറ്റത്തായി, അതിവിശാലവും അതീവ മനോഹരവും വാസ്തുശില്പവിദ്യയുടെ മകുടോദാഹരണവുമായ ഒരു കൊട്ടാരം നിർമ്മിച്ചു. ബ്രിട്ടീഷ് റസിഡന്റിന്റെ ബംഗ്ലാവ്. ബ്രിട്ടീഷുകാരന്റെ വഴങ്ങാത്ത നാവിൽ കിടന്ന് ചതഞ്ഞരഞ്ഞ മുളവുകാട്, അവസാനം ഇംഗ്ലീഷ് നാവിലൂടെ 'ബോൾഗാട്ടി'യായി പുറത്തു വന്നു. അങ്ങനെ മുളവുകാട് പാലസ്, ബോൾഗാട്ടി പാലസായി. അക്കാലത്താണ് തിരുവിതാംകൂറിന്റെയും കൊച്ചിയുടെയും ചരിത്രത്തിൽ വിസ്ഫോടകമായ ചില അദ്ധ്യായങ്ങൾ എഴുതിച്ചേർത്ത സംഭവപരമ്പരകൾ ഇവിടെ അരങ്ങേറിയത്.

ബോൾഗാട്ടി സംഘട്ടനം

കച്ചവടത്തിനെന്ന പേരിൽ കടന്നുവന്ന ബ്രിട്ടീഷുകാർ തന്ത്രപൂർവ്വം നാട്ടുരാജാക്കന്മാരെ വശത്താക്കുകയും അവസാനം സൈനിക ശക്തി ആർജ്ജിച്ച് അവരെ ആജ്ഞാനുവർത്തികളാക്കിത്തീർക്കുകയും ചെയ്തു. ഒരേ കാലഘട്ടത്തിൽ തിരുവിതാംകൂറി

ന്റെയും കൊച്ചിയുടെയും ഈ ദുർഗ്ഗതിയിൽ അമർഷംപൂണ്ട രണ്ടു മന്ത്രിപ്രവരന്മാരായിരുന്നു തിരുവിതാംകൂറിലെ വേലുത്തമ്പിദളവയും കൊച്ചിദിവാനായിരുന്ന പാലിയത്തച്ഛനും. പൊതുശത്രുവായ റസിഡന്റ് മെക്കാളെയെ കെട്ടുകെട്ടിച്ചേ മതിയാവൂ എന്ന് ഇവർ തീരുമാനിച്ചു. പക്ഷെ ദിവാൻജിമാരുടെ ഈ ഗൂഢാലോചന രഹസ്യമാർഗ്ഗങ്ങളിലൂടെ മനസ്സിലാക്കിയ മെക്കാളെ രണ്ടു മന്ത്രിമാരെയും പിരിച്ചുവിടാൻ രാജാക്കന്മാർക്ക് കർശന നിർദ്ദേശങ്ങൾ നല്കി. ഇതിൽ ക്ഷുഭിതരായ മന്ത്രിമാർ റസിഡന്റിനെ വകവരുത്താൻ തന്നെ തീരുമാനിച്ചു. 1808 ഡിസംബർ 29. റസിഡന്റ് മെക്കാളെ ബോൾഗാട്ടി പാലസിൽ സുഖസുഷുപ്തിയിൽ. പാലിയത്തച്ഛന്റെ ആൾക്കാരും ദളവയുടെ 600 ഭടന്മാരും കൂടി കൊട്ടാരം വളഞ്ഞു. തുരുതുരെ വെടിയുണ്ടകൾ വർഷിച്ചു. പ്രാണരക്ഷാർത്ഥം പരക്കംപാഞ്ഞ റസിഡന്റിനെ അധികാരമോഹിയും അവസരവാദിയുമായ ഒരു കൊച്ചിക്കാരൻ - കുഞ്ഞിക്കൃഷ്ണമേനോൻ—രഹസ്യമാർഗ്ഗത്തിലൂടെ രക്ഷപ്പെടുത്തി.

പാലിയത്തച്ഛന്റെ ഗൂഢതന്ത്രങ്ങൾ മെക്കാളെ മേധാവികളെ ധരിപ്പിച്ചു. കൂടുതൽ ബ്രിട്ടീഷ് പട്ടാളം കൊച്ചിയിലെത്തി. കീഴടങ്ങിയ പാലിയത്തച്ഛനെ അന്നത്തെ മദിരാശിയിലെ 'മലയാംതോപ്പ്' എന്ന സ്ഥലത്തു വീട്ടുതടങ്ങലിൽ പാർപ്പിച്ചു. അവസാനകാലത്ത് മദ്രാസ് ഗവൺമെന്റിന്റെ അനുമതിയോടെ പാലിയത്തച്ഛൻ കാശിയിലേക്ക് (1822) യാത്രയായി. മരണംവരെ (1825) അവിടെ ഭജനം പാർത്തു. കുറുക്കുവഴികളിലൂടെ മന്ത്രിസ്ഥാനം തട്ടിയെടുത്ത കുഞ്ഞികൃഷ്ണമേനോൻ, സമ്പദ്സമൃദ്ധിയിലും പ്രതാപത്തിലും കഴിഞ്ഞിരുന്ന പാലിയം തറവാട് നശിപ്പിക്കാൻ ആകുന്നതെല്ലാം ചെയ്തു. എന്നാൽ പാലിയത്തെ കാരണവന്മാർ കാർഷികവൃത്തിയിലൂടെ വീണ്ടും ധനം ആർജ്ജിച്ചു. അവസാനം, പാലിയം ഭരണം ഗവൺമെന്റിന് വിട്ടുകൊടുത്തു. ഗവൺമെന്റ് മുൻകൈയെടുത്താണ് കുടുംബാംഗങ്ങൾക്ക് സ്വത്ത് വീതിച്ചു നല്കിയത്.

ചേന്ദമംഗലം

ഇന്ന് പറവൂർ താലൂക്കിൽപ്പെട്ട ഒരു പ്രാചീന ഗ്രാമമാണ് ചേന്ദമംഗലം. പാലിയത്തച്ഛന്റെ ആസ്ഥാനം. കൊച്ചിരാജ്യത്തിലെ ഒരു പ്രമുഖ നാടുവാഴിയും പരമ്പരാഗതമായി കൊച്ചി രാജാക്കന്മാരുടെ പ്രധാനമന്ത്രിയായിരുന്ന പാലിയത്തച്ഛന്മാരുടെ (1603-1809) തറവാട് സ്ഥിതിചെയ്തിരുന്ന ചേന്ദമംഗലം, നദീമുഖത്തുനിന്ന് അല്പം അകലെ സ്ഥിതിചെയ്യുന്നു. അനേകം ദേവസ്വങ്ങളുടെയും ക്ഷേത്രങ്ങളുടെയും അനേകം ധർമ്മസ്ഥാപനങ്ങളുടെയും ഉടമകളായിരുന്നു പാലിയത്തച്ഛന്മാർ. ചേന്ദമംഗലത്തെ അതിപുരാതനമായ വിഷ്ണുക്ഷേത്രത്തിന്റെ പരിസരങ്ങളിലായി ഒരു കോട്ടയുടെയും കൊട്ടാരത്തിന്റെയും അവശിഷ്ടങ്ങൾ ഉണ്ടായിരുന്നു. വില്ലാർവട്ടം എന്ന ഒരു പേരു കൂടി ചേന്ദമംഗലം വഹിച്ചിരുന്നു. 16-ാം ശതകത്തിന്റെ അവസാനം വരെ ചേന്ദമംഗലത്തിന്റെ ആധിപത്യം വഹിച്ചിരുന്നത് കൊച്ചി രാജകുടുംബത്തിന്റെ ഒരു ശാഖയായ വില്ലാർവട്ടം സ്വരൂപമായിരുന്നെന്നും, കുന്നിൻമുകളിലുള്ള വൈഷ്ണവ ക്ഷേത്രം രാജകൊട്ടാരത്തിന്റെ മുറ്റത്തായിരുന്നുവെന്നും പാലിയം ഗ്രന്ഥവരികൾ സൂചിപ്പിക്കുന്നു. കാലാന്തരത്തിൽ വില്ലാർവട്ടം സ്വരൂപം അന്യംനിന്നു. അവശേഷിച്ച അംഗം (രാമവർമ്മ) പാലിയം കുടുംബവുമായി ബാന്ധവത്തിലേർപ്പെട്ടു. പാലിയത്തച്ഛനും കുടുംബവും താമസിച്ചിരുന്ന പഴയ തറവാട്ടു കെട്ടിടം ഇപ്പോഴുമുണ്ട്. ഈ മന്ദിരശ്രേണികളിലൊന്നായ കോവിലകം, പാലിയത്തച്ഛനുവേണ്ടി ഡച്ചുകാർ നിർമ്മിച്ചു കൊടുത്തതാണത്രേ, അതിനു സമീപം തന്നെ തൃക്കോവിൽ (കൃഷ്ണ) ക്ഷേത്രവും ശിവക്ഷേത്രവും ഒരു ഭഗവതി ക്ഷേത്രവുമുണ്ട്.

പാലിയം തറവാടുൾപ്പെട്ട ഗ്രാമപ്രദേശങ്ങൾ ഇന്ന് ചേന്ദമംഗലം പഞ്ചായത്തിലുൾപ്പെടുന്നു. പഞ്ചായത്തിന്റെ വിസ്തീർണ്ണം 10.83 ച കി മീ. ജനസംഖ്യ 26825 (91). കുന്നും താഴ്വരകളും കൃഷിയിടങ്ങളും ഗ്രാമഭവനങ്ങളും പ്രാചീന ക്ഷേത്രങ്ങളും എല്ലാമുൾക്കൊണ്ട ഈ പ്രാചീനഗ്രാമം, പൊയ്പോയ കാലത്തിന്റെ തപ്തസ്മരണകളുയർത്തി നില്ക്കുന്നു. പഴയ സാംസ്കാരിക പൈതൃകത്തിന്റെ പ്രതീകമായ പാലിയം കോവിലകം ഇന്ന് ഈശ്വര സേവാട്രസ്റ്റ് എന്നറിയപ്പെടുന്നു. ഡച്ചു ശൈലിയിൽ നിർമ്മിക്കപ്പെട്ട ഈ കൊട്ടാരത്തിൽ സ്ഥാപിച്ചിട്ടുള്ള വലിയ മണി, മണിക്കൂറുതോറും അടിച്ചാണ് ഗ്രാമീണരെ സമയം അറിയിച്ചിരുന്നത്. 1952 ൽ ഈ മണിനാദം എന്നെന്നേക്കുമായി നിലച്ചു. ചേന്ദമംഗലത്തെ സാംസ്കാരിക അഭ്യുന്നതിക്ക്, പാലിയത്തെ രാമൻ, വലിയച്ഛനും അദ്ദേഹം പണ്ട് നിർമ്മിച്ച പാലിയം ഹൈസ്കൂളും വഹിച്ച പങ്ക് കുറച്ചൊന്നുമല്ല.

ഹിന്ദുവും മുസൽമാനും ജൂതനുമെല്ലാം ഒന്നിച്ചു കഴിയുന്ന ഈ മനോഹരഗ്രാമം മതസൗഹാർദ്ദത്തിന്റെ മകുടോദാഹരണമാണ്. പെരിയാറ്റിൽ വെള്ളപ്പൊക്കമുണ്ടാകുമ്പോൾ ഗ്രാമവാസികൾ ചേന്ദമംഗലത്തിന്റെ കിഴക്കെയറ്റത്തെ കുന്നിൻപുറത്ത് അഭയം തേടിയിരുന്നു. കുന്നിന്റെ ഉച്ചിയിലാണ് വിഷ്ണുക്ഷേത്രം. ചേന്ദമംഗലം ഗ്രാമപഞ്ചായത്തിലെ കോട്ടയിൽ കോവിലകത്തായിരുന്നുവത്രെ പഴയ വൈപ്പിൻകോട്ട സെമിനാരി സ്ഥിതിചെയ്തിരുന്നത്. 1577 ൽ സ്ഥാപിതമായ ഈ സെമിനാരിയിലാണ് ദക്ഷിണേന്ത്യയിലാദ്യമായി അച്ചടി ആരംഭി

ച്ചതെന്ന് പറയപ്പെടുന്നു. 1663 ൽ അച്ചടിശാല പ്രവർത്തനം നിർത്തി. സെമിനാരിയും പ്രസും അമ്പ ഴക്കാട്ടേയ്ക്കുമാറ്റി. ടിപ്പുവിന്റെ പടയോട്ടക്കാലത്തു സെമിനാരിയും പ്രസും നിശ്ശേഷം തകർന്നു. കേര ളത്തിലെ ആദ്യകാല ജൂത കേന്ദ്രങ്ങളിലൊന്നായ ചേന്ദമംഗലത്ത് ജൂതക്കോളനിക്ക് സമീപമുണ്ടായി രുന്ന ജൂതപ്പള്ളി ഇന്നുമുണ്ട്.

പറവൂരിലേക്ക്

ഇനി, ചേന്ദമംഗലം ഗ്രാമപഞ്ചായത്തുൾപ്പെട്ട വികസനബ്ലോക്കിന്റെയും താലൂക്കിന്റെയും ആസ്ഥാ നമായ പറവൂരിലേക്ക് കടക്കാം. തെക്കുള്ള ചില പറ വൂരുകാരിൽനിന്ന് വേറിട്ട് മനസ്സിലാക്കാൻ വേണ്ടി വടക്കൻപറവൂർ എന്നാണ് അറിയപ്പെടുന്നത്. പറവൂർ ടൗൺ രാജഭരണകാലത്തെ ഓർമ്മിപ്പിക്കുന്ന, പഴയ വാസ്തുശില്പശൈലിയിൽ പണിതീർത്ത, പ്രൗഢിയും അന്തസ്സും പുലർത്തിനില്ക്കുന്ന സർക്കാരാഫീസുകൾ, കോടതികൾ, തൊട്ടടുത്ത് മുനിസിപ്പൽ ഓഫീസ്.

പറവൂർ ടൗണിലെ ഗൗഢസാരസ്വത ബ്രാഹ്മ ണരുടെ ശ്രീവെങ്കിടാചലപതി ദേവസ്ഥാനം—ടിപ്പു വിന്റെ പടയോട്ടത്തിൽ നശിപ്പിക്കപ്പെട്ടെങ്കിലും 1838 ൽ ജീർണോദ്ധാരണം നടത്തപ്പെട്ടു. സൈനിക മുന്നേറ്റത്തിൽ പറവൂർ രാജാവിന്റെ മൺകോട്ടയും പരദേവതാക്ഷേത്രവും നശിച്ചു. കൊട്ടാരവും ക്ഷേത്രവും നിന്നിരുന്ന പത്തേക്കർ ഭൂമിയും രണ്ടേ ക്കർ വരുന്ന മൺകോട്ടയും കാടുപിടിച്ച് അനാഥ മായി കിടന്നു. കോട്ടയുടെ പ്രധാന കവാടത്തിലുള്ള പറമ്പിന് കോട്ടവാതിൽ എന്നാണ് പേർ. കോട്ട നിന്ന സ്ഥലത്ത് ഇന്ന് വീടുകളും കളിസ്ഥലവും മറ്റുമാണ്. നഗരത്തിന്റെ കിഴക്കേ അരികിലുള്ള മാഞ്ഞാലിക്കു ന്നിലായിരുന്നുവത്രെ ടിപ്പുവിന്റെ പട, താവളമടിച്ചി രുന്നത്. മാഞ്ഞാലിച്ചന്ത, തിരുവിതാംകൂർ ദിവാനാ യിരുന്ന വേലുത്തമ്പിദളവ സ്ഥാപിച്ചതാണ്.

പറവൂരിലെ ഹൈന്ദവാരാധനാ കേന്ദ്രങ്ങളിൽ ഏറ്റവും പ്രധാനം പുരാതനമായ പെരുവാരം ശിവ ക്ഷേത്രമാണ്. മന്നത്തെ സുബ്രഹ്മണ്യക്ഷേത്രവും പ്രസിദ്ധം. നഗരപ്രാന്തത്തിലെ മാർക്കണ്ഡേയ ക്ഷേത്രം അതിപ്രാചീനം. ആലങ്ങാട്ടുള്ള തിരുവാ ലൂർ ദേവസ്ഥാനം ഏറെപ്പഴക്കമുള്ളതാണ്. പറവൂർ കോട്ടയ്ക്കു സമീപമുള്ള മൂകാംബികാക്ഷേത്രം കേര ളത്തിലെ അപൂർവ്വമായ സരസ്വതി ക്ഷേത്രങ്ങളിലൊ ന്നാണ്. കോട്ടക്കാവ് റോമൻ കത്തോലിക്കാ പള്ളി, സെന്റ് തോമസ് സ്ഥാപിച്ചതാണെന്ന് വിശ്വസിക്ക പ്പെടുന്നു. തട്ടുകടവിനടുത്ത് നാനൂറ് വർഷത്തോളം പഴക്കമുള്ള ഒരു ജൂതപ്പള്ളിയുണ്ട്.

പണ്ട് രാജ്യതലസ്ഥാനമായിരുന്ന പറവൂർ, ഇന്ന് പറവൂർ താലൂക്കിന്റെയും മുനിസിപ്പാലിറ്റിയുടെയും ആസ്ഥാനമായ പട്ടണമാണ്. കാർഷിക സമൃദ്ധി യുള്ള ഗ്രാമപ്രദേശങ്ങൾക്കിടയ്ക്ക് നിലകൊള്ളുന്ന പ്രാചീന ജനപദം. മുനിസിപ്പാലിറ്റിയുടെ വിസ്തീർണ്ണം 9.02 ച കി മീ. ജനസംഖ്യ 27906 (91). പറവൂർ പട്ടണത്തിന്റെ പ്രാന്തപ്രദേശങ്ങളിലൂടെ പഴയ കാലത്തെ തറവാടുകളും ഗ്രാമീണ ഭവന ങ്ങളും കണ്ടു സഞ്ചരിക്കവേ, ആ മണ്ണിൽ ജനിച്ചു വളർന്ന, മലയാള സാഹിത്യത്തിൽ വിവിധ ശാഖക ളിൽ മഹാരഥന്മാരായിരുന്ന പി കേശവദേവിനെയും കേസരി ബാലകൃഷ്ണപിള്ളയെയും കുറ്റിപ്പുഴ കൃഷ്ണപിള്ളയെയും മറ്റും ഓർത്തുപോയി. ഈ പെരിയാർ തീരങ്ങളുടെ സാംസ്കാരിക പാരമ്പര്യ ത്തിന് ഈടുറ്റ സംഭാവന നല്കിയ സാഹിത്യകാര ന്മാരും ഇതര കലാകാരന്മാരും ഏറെയുണ്ട്. എത്ര യൊക്കെ പരിഷ്കാരവും പുതുമയുമുണ്ടെങ്കിലും സംസ്കൃതിയുടെ രൂപഭാവങ്ങൾ ഇനിയും കൈവി ടാൻ കഴിയാത്ത നഗരമാണ് പറവൂരെന്നു തോന്നി. ഇനി, വൈപ്പിൻകരയെന്ന ദ്വീപിലേക്ക്.

പണ്ട് ബാഹ്യലോകവുമായി കരമാർഗ്ഗം ബന്ധ മൊന്നുമില്ലാതെ, ഒറ്റപ്പെട്ടു കഴിഞ്ഞ വൈപ്പിൻക രയ്ക്ക് ഏറെ കാത്തിരിപ്പിനുശേഷം വൻകരയുമായി ബന്ധം സ്ഥാപിച്ചു കൊടുത്തതാണ് ചെറായിപ്പാ ലം (1960). ചെറായി കടലും കായലും ഇരുവശങ്ങ ളിലും അകമ്പടി സേവിക്കുന്ന വൈപ്പിൻകരയിലെ ഒരു പ്രസിദ്ധഗ്രാമം. മുമ്പ് ജാതിമത ചിന്തകൾക്ക തീതമായി ജന്മനന്മമാത്രം മുന്നിൽക്കണ്ട് സഹോദ രൻ അയ്യപ്പൻ തുടങ്ങിവച്ച സാമൂഹ്യ പരിഷ്കരണ സംരംഭങ്ങളുടെ രംഗവേദി. സഹോദരൻ നേതൃത്വം നല്കിയ മിശ്രഭോജനപ്രസ്ഥാനവും മറ്റും ഒരു കാല ഘട്ടത്തിൽ ഈ തീരദേശഗ്രാമത്തിൽ കോളിളക്കം സൃഷ്ടിച്ചിരുന്നു. സഹോദരന്റെ ജന്മഗൃഹം ഇന്നും കേടുപാടുകളില്ലാതെ സംരക്ഷിച്ചുപോരുന്നു.

ചെറായി കടലോരം- ആകർഷകവും സൗക ര്യപ്രദവുമായ ഒരു വിനോദ സഞ്ചാര കേന്ദ്രമായി വികസിച്ചു വരുന്ന ഈ പ്രദേശങ്ങൾ സമീപഭാവി യിൽതന്നെ ഒരു അന്തർദ്ദേശീയ ടൂറിസ്റ്റ് സെന്ററായി വളർന്നുവരാനിടയുണ്ട്.

വൈപ്പിൻകര

എറണാകുളം ജില്ലയിലുൾപ്പെടുന്ന വൈപ്പിൻക രയെന്ന ദ്വീപ്, കടലിനും കായലുകൾക്കും മദ്ധ്യേ, തെക്ക് കൊച്ചി അഴി മുതൽ വടക്ക് കൊടുങ്ങല്ലൂർ അഴി വരെ 16 മൈൽ നീളത്തിൽ കിടക്കുന്നു. ഏതാണ്ട് ഒരു പടവലങ്ങയുടെ ആകൃതിയിലുള്ള ഈ തുരുത്തിന്റെ ഉല്പത്തിക്കഥയെപ്പറ്റി ചിലതു മനസ്സിലാക്കിയിട്ടാകാം തെക്കുനിന്ന് വടക്കോട്ടുള്ള യാത്ര. എ ഡി 1341 ൽ പെരിയാറ്റിൽ അസാധാരണ മായുണ്ടായ വെള്ളപ്പൊക്കത്തെ മുഴുവൻ ഉൾക്കൊ

ള്ളാൻ കൊടുങ്ങല്ലൂർ അഴിക്ക് കഴിയാതെ വന്നു. ഈ ജലപ്രവാഹം കൊച്ചിയിൽ വലിയൊരു അഴി സൃഷ്ടിച്ചുകൊണ്ട് അലകടലിലേക്ക് അടിച്ചു കയറി. തന്മൂലം കൊച്ചിയിൽ മണലടിഞ്ഞു കിടന്ന തുറമുഖം ഏറ്റവും സൗകര്യപ്രദവും സുരക്ഷിതവുമായ തുറമുഖമായിത്തീർന്നു. അതോടൊപ്പം പെരിയാറും മറ്റു നദികളും പ്രവാഹഗതിയിൽ സംഭരിച്ചു കൊണ്ടു വന്ന എക്കലും മണലും മറ്റും അന്ന് വെള്ളത്തിൽ നിന്ന് പൂർണ്ണമായി പൊങ്ങിക്കഴിഞ്ഞിട്ടില്ലാത്ത മണൽത്തിട്ടയിൽ നിക്ഷേപിക്കുകയുണ്ടായി. അങ്ങനെ, കാലക്രമത്തിൽ വളർന്നു പൊങ്ങിയതാണ് വൈപ്പിൻ ദ്വീപ്. ഇതത്രെ വിദഗ്ദ്ധാഭിപ്രായം. ഈ പുതിയ വയ്പ്, പുതുവയ്പ് പിന്നീടു വെറും വയ്പ് ആയും വയ്പ് സായിപ്പിന്റെ ഭാഷയിൽ വയ്പിൻ ആയും. ക്രമേണ നാടൻഭാഷയിൽ വൈപ്പിൻകരയായും രൂപാന്തരപ്പെടുകയാണുണ്ടായത്. പുതുവയ്പ് ജനവാസയോഗ്യമായിത്തീർന്നപ്പോൾ ആവശ്യക്കാർക്ക് കുടിയേറിപ്പാർക്കാൻ അനുവാദം നല്കിക്കൊണ്ടുള്ള ഒരു രാജകീയ വിളംബരം അന്നുണ്ടായി. ആ ചരിത്ര സംഭവത്തിന്റെ സ്മരണയ്ക്കായി ഏർപ്പെടുത്തിയ പുതിയ കാലഗണനയാണ് പുതുവയ്പുവർഷം എന്നും കരുതപ്പെടുന്നു. പെരിയാറ്റിലെ വെള്ളപ്പൊക്കമാണല്ലോ ഈ ദ്വീപിനെ കടലിൽനിന്നും പൊക്കിയെടുത്ത് കൊച്ചിക്കു സമ്മാനിച്ചത്. അങ്ങനെയെങ്കിൽ, വൈപ്പിൻകരയ്ക്ക് ഏതാണ്ട് ഏഴു നൂറ്റാണ്ടിന്റെ പ്രായമുണ്ടാകാനേ സാദ്ധ്യതയുള്ളൂ.

അഴീക്കൽ, ഓച്ചന്തുരുത്ത്, മാലിപ്പുറം, ഇളങ്കുന്നപ്പുഴ, ഞാറയ്ക്കൽ, നായരമ്പലം, എടവനക്കാട്, കുഴിപ്പള്ളി, അയ്യമ്പിള്ളി, ചെറായി, പള്ളിപ്പുറം, മുനമ്പം എന്നീ സ്ഥലങ്ങൾ ദ്വീപിലുൾപ്പെടുന്നു. നെടുനീളത്തിൽ കിടക്കുന്ന വൈപ്പിൻകര ദ്വീപിന് വീതി തീരെകുറവാണ്. ചില ഭാഗങ്ങളിൽ കഷ്ടിച്ച് രണ്ട് ഫർലോങ് പോലും വീതിയുണ്ടാവില്ല. ചില ഭാഗങ്ങളിൽ ഒരു മൈലിലേറെ വീതിയുണ്ടെന്നും വരാം. കൊച്ചി തുറമുഖത്തിനു വടക്കും എറണാകുളം പട്ടണത്തിനു പടിഞ്ഞാറുമായി സ്ഥിതിചെയ്യുന്ന ഈ ദ്വീപിന്റെ തെക്ക്, കൊച്ചി അഴിയും വടക്ക് കൊടുങ്ങല്ലൂരഴിയും പടിഞ്ഞാറ് അറേബ്യൻ കടലുമാണ്. വൈപ്പിൻ വികസന ബ്ലോക്കിൽപ്പെട്ട ദ്വീപിൽ മൊത്തം ആറ് പഞ്ചായത്തുകളാണുള്ളത്. ഇളംകുന്നപ്പുഴ ഞാറയ്ക്കൽ, നായരമ്പലം, എടവനക്കാട്, കുഴിപ്പിള്ളി, പള്ളിപ്പുറം, കേരളത്തിലെ മറ്റു പഞ്ചായത്തുകളുമായി തട്ടിച്ചുനോക്കുമ്പോൾ ജനസാന്ദ്രത ഏറെ കൂടുതലാണെന്നു കാണാം.

കടലിനും കായലിനും മദ്ധ്യേയുള്ള ഈ ഭൂവിഭാഗം, കഴിഞ്ഞ നൂറ്റാണ്ടുകളിൽ നാട്ടുരാജാക്കന്മാർ തമ്മിലും വിദേശ ശക്തികൾ തമ്മിലും ഉണ്ടായ യുദ്ധങ്ങളിൽ തന്ത്രപ്രധാനമായ ഒരു പ്രദേശമായിരുന്നു. കോഴിക്കോട് സാമൂതിരിയും കൊച്ചി രാജാവും തമ്മിലുള്ള യുദ്ധത്തിന് ഈ ദ്വീപ് സാക്ഷിയാകേണ്ടി വന്നു. ദ്വീപിന്റെ നല്ലൊരു ഭാഗം ഒരുകാലത്ത് ഡച്ചുകാരുടെ അധീനതയിലായിരുന്നു. പോർച്ചുഗീസുകാർ നിർമ്മിച്ച ആയിക്കോട്ട പിന്നീട് ഡച്ചുകാർ കൈവശപ്പെടുത്തി.

ഞാറയ്ക്കൽ

കടലോരത്തുനിന്നും കുറെയകലെയായിട്ടാണ് ഞാറയ്ക്കൽ പഞ്ചായത്ത് സ്ഥിതിചെയ്യുന്നത്. ഈ സ്ഥലം പണ്ട് ഒരു പോർട്ട് ഓഫീസ് ആയിരുന്നുവെന്നും അവിടെനിന്നും ചരക്കുകൾ കപ്പലിലേക്ക് നേരിട്ട് കയറ്റിയയച്ചിരുന്നുവെന്നും ചരിത്രസൂചനകളുണ്ട്. പല സ്ഥലത്തും വർഷങ്ങളായി വെള്ളം കെട്ടിക്കിടന്ന ചതുപ്പുനിലങ്ങളും വെള്ളക്കെട്ടുകളും നികത്തിയെടുത്ത് പാർപ്പിടങ്ങളും കൃഷിയിടങ്ങളുമാക്കി മാറ്റുന്ന പ്രക്രിയ അടുത്ത കാലം വരെ ഉണ്ടായിരുന്നു. ഒരിടത്ത് കുറെ സ്ഥലം വെള്ളം കെട്ടി കണ്ടൽച്ചെടികൾ നിറഞ്ഞ് അനാഥമായി കിടക്കുന്നുവെന്നിരിക്കട്ടെ. അഞ്ചെട്ടുപേർ ഒഴിവു സമയങ്ങളിൽ ഒന്നിച്ചു കൂടി കുറേശ്ശെയായി വെള്ളക്കെട്ടു നികത്തിയെടുക്കുന്നു. കണ്ടൽച്ചെടികൾ വെട്ടി മാറ്റുന്നു. ചതുപ്പു നിലം ഉണങ്ങും മുമ്പേ തന്നെ, അഞ്ചാറ് ഓലയും കമ്പും വച്ചു കെട്ടി ഒരു കൂര നിർമ്മിക്കുന്നു. ചുറ്റും തെങ്ങിൻതൈ വച്ചുപിടിപ്പിക്കുന്നു. കൈവശക്കാരൻ ഭൂവുടമയായി മാറുന്നു. ഈ പ്രക്രിയ തുടർന്നു കൊണ്ടേയിരുന്നു. കാലാന്തരത്തിൽ അങ്ങനെ ചതുപ്പു നിലങ്ങൾ പലതും കൃഷിയിടങ്ങളും പാർപ്പിടങ്ങളും കച്ചവടസ്ഥലങ്ങളുമൊക്കെയായി. ജനസംഖ്യയിൽ ഭൂരിഭാഗവും ക്രിസ്ത്യാനികളും ഹിന്ദുക്കളുമാണ്. മറ്റു മതക്കാർ വളരെ കുറവ് വളരെ പഴക്കവും പാരമ്പര്യവുമുള്ള ഏതാനും ക്രിസ്തീയ ഭവനങ്ങളും ഹൈന്ദവ ഭവനങ്ങളുമുണ്ട്. അവർക്കായി ധാരാളം ആരാധനാലയങ്ങളും.

അതിപുരാതനമായ ചില ആരാധനാലയങ്ങൾ വൈപ്പിൻകരയിലുണ്ട്. ഇളങ്കുന്നപ്പുഴയിലെ സുബ്രഹ്മണ്യക്ഷേത്രം, കുഴിപ്പിള്ളിയിലെ പട്ടത്താൻ കുളങ്ങര ഭഗവതിക്ഷേത്രം ചെറായിയിലെ ഗൗരീശ്വര ക്ഷേത്രം, സാരസ്വത ബ്രാഹ്മണരുടെ ശ്രീവരാഹക്ഷേത്രം, ഊടാറയ്ക്കൽ ശ്രീനാരായണ ധർമ്മോദ്ധാരണസഭാക്ഷേത്രം മാണിശ്ശേരി അമ്പലം, ശ്രീഷണ്മുഖവിലാസം ക്ഷേത്രം, കോതകുളങ്ങര ക്ഷേത്രം, കോലോത്ത് അമ്പലം എന്നിവ പ്രധാനം. കൊച്ചി രാജ്യചരിത്രത്തിൽ നിർണ്ണായകമായ ഒരു പങ്ക് വഹിച്ചിട്ടുള്ളതാണ് ഇളങ്കുന്നപ്പുഴ ക്ഷേത്രം. 16-ാം നൂറ്റാണ്ടിൽ വൈപ്പിൻകര ഒരു യുദ്ധഭൂമിയായിരുന്നു. കോഴിക്കോട്ടു സാമൂതിരിയും കൊച്ചിരാജാവും തമ്മി

ലുള്ള യുദ്ധത്തിൽ പരാജയപ്പെട്ട് മുറിവേറ്റ് പിൻവാങ്ങിയ കൊച്ചി രാജാവും കുടുംബവും അനുയായികളായ കുറെ പോർച്ചുഗീസുകാരും പ്രാണരക്ഷാർത്ഥം ഇളംകുന്നപ്പുഴ സുബ്രഹ്മണ്യക്ഷേത്രത്തിൽ അഭയംതേടി. ക്ഷേത്രപരിസരത്തിൽ ചോര വീഴുന്നത് മഹാപാപമാണെന്ന നീതിശാസ്ത്രം സാമൂതിരിയെ അവിടെനിന്നും പിന്തിരിപ്പിച്ചു.

അതിക്രൂരമായ ചില ശിക്ഷാവിധികൾ നിർദ്ദയം നടപ്പാക്കപ്പെട്ടിരുന്ന പ്രദേശങ്ങളാണ് കൊച്ചിയും വൈപ്പിനും. 1814 വരെ കൊച്ചിയിൽ ദൈവപരീക്ഷ എന്ന ഒരു സത്യപരീക്ഷ നടപ്പാക്കപ്പെട്ടിരുന്നു. വെളിയത്താംപറമ്പ് ക്ഷേത്രം ഈ സത്യപരീക്ഷയുടെ ഒരു വേദിയായിരുന്നു. സംശയിക്കപ്പെടുന്ന കുറ്റവാളികളുടെ കൈയിൽ ഈയം ഉരുക്കിയൊഴിക്കുക, തിളയ്ക്കുന്ന എണ്ണയിലിട്ടിരിക്കുന്ന നാണയമെടുപ്പിക്കുക മുതലായുള്ള കായലിൽക്കൂടി നീന്തിക്കുക തുടങ്ങിയവയായിരുന്നു ചില സാഹസിക പരീക്ഷകൾ.

നൂറ്റാണ്ടുകൾക്കു മുമ്പ് പോർച്ചുഗീസുകാരുടെയും ഡച്ചുകാരുടെയും വിഹാരകേന്ദ്രങ്ങളായിരുന്ന വൈപ്പിൻകരയിൽ കാലപ്പഴക്കമുള്ള ക്രിസ്തീയ ദേവാലയങ്ങൾ പലതുണ്ട്. ഞാറയ്ക്കൽ സെന്റ് മേരീസ് ചർച്ച് (1415 ൽ സ്ഥാപിക്കപ്പെട്ടത്) കേരളത്തിലെ ഏറ്റവും പഴക്കമുള്ള പള്ളികളിലൊന്നാണ്. പെരുമ്പിള്ളി ഹോളി ഫാമിലി ലാറ്റിൻ കാത്തലിക് ചർച്ചും പ്രധാനമാണ്. ഐതിഹ്യ പ്രാധാന്യമുള്ള വല്ലാർപാടം പള്ളിയും ഓച്ചന്തുരുത്ത് കുരിശിങ്കൽ പള്ളിയും വിദൂരസ്ഥരായ ക്രൈസ്തവവിശ്വാസികളെപ്പോലും ആകർഷിക്കുന്നു. വൈപ്പിൻകരയുടെ ഏതാണ്ട് മദ്ധ്യഭാഗമായ കുഴിപ്പിള്ളി എന്ന സ്ഥലത്ത് മുസ്ലീങ്ങളുടെ ഒരു പുണ്യപുരുഷനായ കുഞ്ഞമ്മരയ്ക്കാർ ഔലിയയുടെ ഭൗതികാവശിഷ്ടമുൾക്കൊള്ളുന്ന ഈ ജാറം ഉണ്ട്. ഒരു ജാറം സന്ദർശിച്ച് വഴിപാടുകളും നേർച്ചകളും നടത്തുന്ന സഞ്ചാരികൾക്കു കണക്കില്ല.

ദ്വീപക്കാഴ്ചകൾ

ഇനി, വൈപ്പിൻകരയുടെ തെക്കെ അറ്റം മുതൽ വടക്കെ അറ്റം വരെ —ഇളംകുന്നപ്പുഴ മുതൽ പള്ളിപ്പുറം വരെ-- ഒരു ഓട്ടപ്രദക്ഷിണം നടത്താം. വൈപ്പിന്റെ നട്ടെല്ലായ ആ ഒറ്റനിരത്തിലൂടെ. തോടുകളും കനാലുകളും ചതുപ്പുനിലങ്ങളും നിറഞ്ഞ ഇളംകുന്നപ്പുഴ പഞ്ചായത്തുപ്രദേശത്ത്, മുൻകാലങ്ങളിൽ ഫലസമൃദ്ധമായ തെങ്ങുകളിൽനിന്ന് നല്ല ആദായം ലഭിച്ചിരുന്നു. കായലോരങ്ങളിൽ നല്ല രീതിയിൽ കൃഷിചെയ്തിരുന്ന പൊക്കാളിപ്പാടമുണ്ടായിരുന്നു - ഏകദേശം 355 ഏക്കർ നെൽപ്പാടങ്ങൾ. അറബിക്കടലിനും കൊച്ചിക്കായലിനും മദ്ധ്യേ, കൊച്ചിതുറമുഖത്തിന്റെ വടക്കുഭാഗത്തായി ഏഴു കിമീ ദൈർഘ്യമുള്ള കടലോരവും അത്രതന്നെ നീളത്തിൽ കായലോരവുമുള്ള ഈ പഞ്ചായത്തിന് വീതി വളരെ കുറവാണ്. കൊച്ചി തുറമുഖത്തുനിന്നാരംഭിക്കുന്ന പുതുവയ്പു പൊഴി, കായലിൽനിന്ന് തുടങ്ങുന്ന ബന്തർക്കനാൽ എന്നിവയും ഇവയോട് ബന്ധപ്പെട്ടുകിടക്കുന്ന നിരവധി തോടുകളും ചെറുതടാകങ്ങളും ഉള്ള ഇളംകുന്നപ്പുഴയ്ക്ക് മത്സ്യബന്ധനസാദ്ധ്യതകൾ ഏറെയാണ്. കടലിൽനിന്നും കായലിൽനിന്നും ഈ തോടുകൾ മുഖേന വന്നെത്തുന്ന ചെമ്മീൻ കുഞ്ഞുങ്ങളെ കയറ്റി നിർത്തി ചെമ്മീൻകൃഷി നടത്തുന്ന അനേകം കൃഷിനിലങ്ങൾ ഇവിടെയുണ്ട്. ജനങ്ങളിൽ ഭൂരിഭാഗവും മത്സ്യബന്ധനമേഖലയെ ആശ്രയിച്ചു കഴിയുന്നു. ചില സ്വകാര്യ ഷിപ്പിങ് ഹാർബറുകളും ഇവിടെ പ്രവർത്തിക്കുന്നു. എന്നാൽ മത്സ്യത്തൊഴിലാളികളെ ഇടത്തട്ടുകാരുടെ ചൂഷണത്തിൽനിന്നും രക്ഷിക്കാനുതകും വിധത്തിലുള്ള മത്സ്യവിപണനകേന്ദ്രങ്ങളൊന്നുമില്ലെന്നതാണ് ഖേദകരം. മാലിപ്പുറത്ത് ഒരു പബ്ലിക് മാർക്കറ്റുണ്ട്.

പഞ്ചായത്ത് പ്രദേശത്തെ ഭൂരിഭാഗം സ്ഥലങ്ങളും ചതുപ്പും വെള്ളക്കെട്ടും നിറഞ്ഞവയാകയാൽ ജലജന്യരോഗങ്ങളുടെ ഭീഷണി സർവ്വസാധാരണം, സ്വകാര്യ മേഖലയിലും പൊതുമേഖലയിലുമായി ചില അലോപ്പതി ആയുർവ്വേദ ഹോമിയോ ആശുപത്രികളും ക്ലിനിക്കുകളുമുണ്ട്. വിദ്യാഭ്യാസ മേഖലയിൽ പല എൽ പി സ്കൂളുകളും യു പി സ്കൂളുകളും രണ്ട് ഹയർ സെക്കന്ററി സ്കൂളുകളും ഇവിടെ പ്രവർത്തിക്കുന്നു. പഞ്ചായത്തു പ്രദേശത്തെ 18 കോളനികളിൽ ഭൂരിഭാഗത്തിലും പട്ടികജാതിയിൽപ്പെട്ട തൊഴിലാളികളാണ്. ഒരു എസ് സി - എസ് ടി സഹകരണസംഘവും ഇവിടെ പ്രവർത്തിക്കുന്നു.

11.52 കി മീ വിസ്തീർണ്ണമുള്ള ഇളംകുന്നപ്പുഴ പഞ്ചായത്തിന്റെ വടക്ക് ഞാറയ്ക്കൽ പഞ്ചായത്താണ്. നിർദിഷ്ട ഗോശ്രീ പദ്ധതിയിലുൾപ്പെടുന്ന അവസാനത്തെ (വൈപ്പിൻകരയുമായി ബന്ധിക്കുന്ന) പാലത്തിന് കാലൂന്നിനില്ക്കാൻ (തൂണുകളുറപ്പിക്കാൻ) വേണ്ട സ്ഥലം കായലോരത്ത് കാളമുക്ക് എന്ന സ്ഥലത്ത് ഒഴിപ്പിച്ചെടുത്തു. സമീപവാസികൾ വൈകാതെ താമസം മാറേണ്ടി വരും. ദ്വീപിന്റെ ഏറ്റവും വീതി കുറഞ്ഞ സ്ഥലം. റോഡിനപ്പുറവും ഇപ്പുറവും ഇത്തിരി സ്ഥലമേ പാർപ്പിടങ്ങൾക്കും വില്പനശാലകൾക്കും മറ്റു സ്ഥാപനങ്ങൾക്കുമായി ലഭ്യമായിട്ടുള്ളൂ. അപ്പുറവും ഇപ്പുറവും കായലും കടലും. ജനപ്പെരുപ്പം രൂക്ഷം. പരിസരമലിനീകരണം ഒഴിവാക്കാനാവാത്ത നിരത്തുകൾ, ചെറ്റപ്പുരകൾ, കൊച്ചുകൊച്ചു പീടികകൾ... കാളമുക്കിനു സമീപം തന്നെയാണ് കായലോരത്തായി ഠ വട്ടം സ്ഥല

ത്തുള്ള ബസ് സ്റ്റാൻഡും തൊട്ടടുത്ത് ബോട്ട് ജെട്ടിയും. യാത്രികരെയും വാഹനങ്ങളെയും അക്കരെയിക്കരെ കയറ്റിയിറക്കുന്ന ജങ്കാർ സർവ്വീസ് കൗതുകകരമായ ഒരനുഭവമായിരുന്നു. തീരങ്ങളിലെ പ്രകൃതിലാവണ്യം ശ്രദ്ധേയം. ജങ്കാറിലെ 10 മിനിട്ട് യാത്ര കൊണ്ട് വൈപ്പിനിൽനിന്നും മറുകരയിൽ ഫോർട്ടു കൊച്ചിയിൽ എത്താം.

ഞാറയ്ക്കൽ പഞ്ചായത്ത്

ദ്വീപുകളിലെ പഞ്ചായത്തുകളിൽ താരതമ്യേന വികസിതമാണ് ഞാറയ്ക്കൽ. പ്രധാനപ്പെട്ട സർക്കാരാഫീസുകളും മറ്റു പൊതുസ്ഥാപനങ്ങളും കേന്ദ്രീകരിച്ചിട്ടുള്ള ഞാറയ്ക്കലിനെ, വൈപ്പിൻകരയുടെ തലസ്ഥാനമായി പരിഗണിക്കാവുന്നതാണ്. പഴയ കൊച്ചി രാജ്യത്തിലെ രണ്ടു തുറമുഖങ്ങളിലൊന്നായിരുന്നു പഴയ ഞാറയ്ക്കൽ. അന്ന് തുറമുഖത്തു സ്ഥാപിച്ചിരുന്ന കൊടിമരത്തിന്റെയും ട്രാവലേഴ്സ് ബംഗ്ലാവിന്റെയും നഷ്ടശിഷ്ടങ്ങൾ മുമ്പ് അവിടെ കാണാമായിരുന്നു. 1821 ൽ വൈപ്പിൻകരയിലൂടെ സഞ്ചരിച്ച വാർഡും കോർണ്ണറും, അവരുടെ റിപ്പോർട്ടിൽ ഞാറയ്ക്കലിനെപ്പറ്റി ഇപ്രകാരം രേഖപ്പെടുത്തി:

> ഇളങ്കുന്നപ്പുഴയ്ക്ക് ഒന്നരമൈൽ വടക്കോട്ടു നടന്നാൽ ഞാറയ്ക്കൽ എന്ന സ്ഥലമായി. ഇവിടെ കടകമ്പോളങ്ങളും തെരുവുകളുമുണ്ട്. പടിഞ്ഞാറു ഭാഗത്ത് ക്രൈസ്തവ ദേവാലയം സ്ഥിതിചെയ്യുന്നു. ഞാറയ്ക്കൽ ഒരു തുറമുഖം കൂടിയാകുന്നു. സ്ഥലവാസികളധികവും പറങ്കികളാണ്...

നൂറ്റാണ്ടുകൾക്കു മുമ്പ് വാർഡും കോർണ്ണറും വിവരിച്ച ഞാറയ്ക്കൽ ഇന്ന് തുറമുഖമല്ലെങ്കിലും ഭേദപ്പെട്ട ഒരു പട്ടണമായി വളർന്നു കഴിഞ്ഞിട്ടുണ്ട്. പുതിയ മന്ദിരങ്ങളും കമ്പോളങ്ങളും ഷോപ്പിങ് കോംപ്ലക്സുകളുമെല്ലാമുണ്ട്. പഞ്ചായത്താസ്ഥാനത്തുനിന്നും അത്രയകലെയല്ലാതെ പടിഞ്ഞാറു മാറി റോഡരികിലെ അതിവിസ്തൃതമായ മണൽപ്പരപ്പിൽ തലയുയർത്തി നില്ക്കുന്ന സെന്റ് മേരീസ് ചർച്ചിന് അഞ്ചര നൂറ്റാണ്ടിലേറെ പഴക്കമുണ്ട്. സംഭവബഹുലമായ പല നൂറ്റാണ്ടുകളുടെ മൂകസാക്ഷി. പോർച്ചുഗീസുകാരുടെയും ഡച്ചുകാരുടെയും ബ്രിട്ടീഷുകാരുടെയും കടന്നേറ്റങ്ങളും ടിപ്പുവിന്റെ പടയോട്ടവും വൈപ്പിൻകരയെന്ന പാവം തുരുത്തിൽ വരുത്തിക്കൂട്ടിയ കോലാഹലങ്ങളും കഷ്ടനഷ്ടങ്ങളുമെല്ലാം നിർമ്മമതയോടെ നോക്കിനിന്ന ഈ വിശുദ്ധ ദേവാലയം, കാലത്തിന്റെ പോറലേൽക്കാതെ ഘനഗംഭീരമായി ഇന്നും നിലകൊള്ളുന്നു. പഴയ പള്ളിക്ക് പല നൂറ്റാണ്ടുകളിലൂടെ ഒട്ടേറെ രൂപപരിണാമങ്ങൾ സംഭവിച്ചിരിക്കണം. ഞാറയ്ക്കലെ ക്രൈസ്തവ പ്രഭാവത്തിന്റെ ഉത്തമനിദർശനം. തെല്ലകലെയായി പഞ്ചായത്താഫീസും തെരുവീഥികളും വിപണനശാലകളും കാണാം.

ജീവിതപ്രശ്നങ്ങൾ

കിഴക്ക് വലിയവട്ടം കായലിനും പടിഞ്ഞാറ് അറബിക്കടലിനും തെക്ക് ഇളംകുന്നപ്പുഴ പഞ്ചായത്തിനും വടക്ക് നായരമ്പലം പഞ്ചായത്തിനും മദ്ധ്യേ സ്ഥിതി ചെയ്യുന്ന ഞാറയ്ക്കൽ പഞ്ചായത്തിന്റെ വിസ്തീർണ്ണം 8.6 ച കി മീ ജനസംഖ്യ. 27,000 (91 ലെ സെൻസസ്). കടലും കായലും തോടുകളും പ്രദാനം ചെയ്യുന്ന അനന്യസാധാരണമായ മത്സ്യബന്ധന സാദ്ധ്യതകൾ ശ്രദ്ധേയം. ജനങ്ങളിൽ ഭൂരിഭാഗവും മത്സ്യബന്ധനത്തിലേർപ്പെട്ടു കഴിയുന്നു. ആഴക്കടൽ മത്സ്യബന്ധനത്തിന്റെയും അശാസ്ത്രീയമായ മത്സ്യബന്ധന രീതികളുടെയും പരിണതഫലമായി ഈ തൊഴിൽ മേഖല ഇന്ന് നാനാതരം വെല്ലുവിളികളെ നേരിടുന്നുണ്ട്.

മുമ്പ് പരക്കെയുണ്ടായിരുന്ന നെൽക്കൃഷി ഇന്ന് നാശോന്മുഖമാണ്. നെൽപ്പാടങ്ങൾ കൂടുതൽ ലാഭകരമായ ചെമ്മീൻ കൃഷിക്ക് പ്രയോജനപ്പെടുത്തുന്ന പ്രവണതയും വർദ്ധിച്ചു വരുന്നു. കുടിവെള്ളക്ഷാമം രൂക്ഷം. പഞ്ചായത്തിന്റെ കിഴക്കൻ മേഖലകളിലുള്ള വ്യവസായശാലകൾ പുറത്തുവിടുന്ന മലിനജലം പരിസ്ഥിതിപ്രശ്നങ്ങൾ സൃഷ്ടിക്കുന്നു. ജനസംഖ്യയിൽ 35 ശതമാനത്തോളം ദാരിദ്ര്യരേഖയ്ക്കു താഴെയുള്ളവരാണ് - തൊഴിലില്ലായ്മ രൂക്ഷം.

ഞാറയ്ക്കലെ മീൻവളർത്തൽകേന്ദ്രം ഏറെക്കാലമായി നല്ല നിലയിൽ പ്രവർത്തിച്ചു വരികയാണ്. കേരളത്തിൽ ആദ്യമായി നടപ്പിലാക്കിയ മീൻവളർത്തൽ കേന്ദ്രമാണിത്. ഞാറയ്ക്കലിൽ പ്രവർത്തിച്ചിരുന്ന ഇന്ത്യൻ സീഫുഡ് ഫാക്ടറി മത്സ്യസംക്രണത്തിനും കയറ്റുമതിക്കും ഏറെ സഹായകമായിരുന്നു. മത്സ്യസംസ്കരണത്തിനുള്ള അനേകം ഐസ്പ്ലാന്റുകളുമുണ്ട്.

ദ്വീപിന്റെ സാമൂഹ്യവും സാമ്പത്തികവുമായ സവിശേഷതകളും പ്രശ്നങ്ങളുമുൾക്കൊള്ളുന്ന ജീവിതമേഖലകൾ തന്നെയാണ് നായരമ്പലവും എടവനക്കാടും കുഴിപ്പിള്ളിയുമെല്ലാം. എന്നാൽ, വൈപ്പിന്റെ വടക്കെ അറ്റത്തെ പള്ളിപ്പുറം പഞ്ചായത്താകട്ടെ, ഭൂമിശാസ്ത്രപരമായും ചരിത്രപരമായും പ്രത്യേക പരാമർശമർഹിക്കുന്ന ഭൂപ്രദേശങ്ങളാണ്. പള്ളിപ്പുറം പഞ്ചായത്തിന്റെ അതിർത്തികൾ; വടക്ക് പെരിയാർ, കിഴക്ക് കൊല്ലം കോട്ടപ്പുറം ജലപാത, പടിഞ്ഞാറ് അറബിക്കടൽ, തെക്ക് കുഴിപ്പിള്ളി പഞ്ചായത്ത്—കഴിഞ്ഞ നൂറ്റാണ്ടുകളിലെ ജലഗതാഗതമാർഗ്ഗത്തിലെ ഒരു പ്രധാന കേന്ദ്രമായിരുന്നു. പള്ളിപ്പുറം

(മുനമ്പം) വടക്കുനിന്നും കൊച്ചിയിലേക്കു കടക്കാൻ പോർച്ചുഗീസുകാരും ഡച്ചുകാരും ബ്രിട്ടീഷുകാരും സാമൂതിരിയുടെ സൈന്യവും ടിപ്പുവിന്റെ പട്ടാളക്കാരുമെല്ലാം പള്ളിപ്പുറം മുനമ്പിനെയായിരുന്നു എക്കാലത്തും പ്രവേശനകവാടമായി കരുതിയിരുന്നത്. അങ്ങനെ മുനമ്പം തന്ത്രപ്രധാനമായ ഒരു കവാടമായി ഭവിച്ചു.

ആയിക്കോട്ട

പോർച്ചുഗീസുകാരുടെ ആഗമനകാലത്ത് കടൽക്കൊള്ളക്കാരുടെ താവളമായിരുന്നു മുനമ്പം. പോർച്ചുഗീസുകാരുടെ സഹായത്താടെയാണ് കൊച്ചി രാജാവിന് കൊള്ളക്കാരെ അമർച്ചചെയ്യാൻ കഴിഞ്ഞത്. അതിന്റെ പ്രത്യുപകാരമെന്ന നിലയ്ക്ക്, മുനമ്പിൽ ഒരു കോട്ട കെട്ടാൻ രാജാവ് അനുമതി നല്കി. അങ്ങനെ, അന്ന് അഞ്ച് നൂറ്റാണ്ടുകൾക്കു മുമ്പ്, പോർച്ചുഗീസുകാർ കെട്ടിയ കോട്ടയാണ് ഇന്ന് പള്ളിപ്പുറത്ത് തലയുയർത്തി നില്ക്കുന്ന ആയിക്കോട്ട - ഇന്ത്യയിലെ ആദ്യത്തെ യൂറോപ്യൻ കോട്ട. ഏതാണ്ട് ചതുരാകൃതിയിലുള്ള ഒരു പെട്ടിയുടെ രൂപത്തിൽ ഏഴെട്ടാൾ പൊക്കത്തിൽ അസാമാന്യ വിസ്തൃതിയിലുള്ള വലിയ കൽച്ചുവരോടുകൂടിയ ആ ഊക്കൻ കോട്ട ഇന്നും കേടുപാടുകളില്ലാതെ നിലനില്ക്കുന്നു. 1503 ലാണ് കോട്ട സ്ഥാപിച്ചത്. 1663-ൽ പോർച്ചുഗീസുകാർ ഈ കോട്ട ഡച്ചുകാർക്കു വിട്ടുകൊടുത്തു. 1789 -ാമാണ്ടോടുകൂടി, അന്ന് തിരുവിതാംകൂർ ദിവാൻജിയായിരുന്ന രാജാകേശവദാസന്റെ നയതന്ത്രപരമായ ഇടപെടലിന്റെ ഫലമായി തിരുവിതാംകൂർ രാജാവ് ഡച്ചുകാരിൽനിന്നും ആ കോട്ട വിലയ്ക്കുവാങ്ങി, ഇന്നത് പുരാവസ്തു വകുപ്പിന്റെ ഒരു സംരക്ഷിത സ്മാരകമാണ്.

കൊച്ചിരാജാക്കന്മാരുടെ തൃശ്ശിവപേരൂരിലേക്കുള്ള യാത്രാമദ്ധ്യേ (ജലമാർഗ്ഗേണ) സുപ്രധാനമായ ഒരു ഇടത്താവളമായിരുന്നു പള്ളിപ്പുറം. അവിടെ അവർക്ക് വിശ്രമിക്കുന്നതിനുള്ള കോവിലകങ്ങളുമുണ്ടായിരുന്നു. പള്ളിപ്പുറത്തെ പുരാതനക്ഷേത്രമായ ശ്രീകൃഷ്ണസ്വാമികോവിൽ രാജകുടുംബാംഗങ്ങളുടെ സൗകര്യാർത്ഥം നിർമ്മിച്ചതാകണം. കോട്ടയ്ക്കു സമീപമുള്ള ലിറ്റിൽ ഫ്ളവർ കോൺവെന്റിന്റെ സ്ഥാനത്തായിരിക്കണം ചരിത്രപ്രസിദ്ധമായ ജെസ്യൂട്ട് കോളേജ് - വൈപ്പിൻകോട്ട സെമിനാരി. പില്ക്കാലത്ത് സൈനിക താവളമായും തുടർന്ന് കുഷ്ഠരോഗാശുപത്രിയായും പ്രവർത്തിച്ചിരുന്ന ഈ കെട്ടിടം, ഇന്ന് സന്ന്യാസിമഠമാണ്. പള്ളിപ്പുറത്തിനപ്പുറം കൊടുങ്ങല്ലൂർ കായലാണ്. കഷ്ടിച്ച് ഒരു മൈലപ്പുറമാണ് കൊടുങ്ങല്ലൂർ.

പ്രശ്നങ്ങൾ, പ്രശ്നങ്ങൾ

ഇളംകുന്നപ്പുഴ മുതൽ പള്ളിപ്പുറം വരെ റോഡുമാർഗ്ഗം യാത്രചെയ്യുന്ന ഒരാൾക്ക് വൈപ്പിൻകരയുടെ യഥാർത്ഥ രൂപം മനസ്സിലാക്കാൻ കഴിഞ്ഞെന്നു വരില്ല. റോഡരികിൽ അവിടവിടെ കാണുന്ന പരിഷ്കൃത മട്ടിലുള്ള കെട്ടിടങ്ങളും കവലകളും സ്ഥാപനങ്ങളുമെല്ലാം ബാഹ്യരൂപം മാത്രം. പ്രശ്നസങ്കീർണ്ണമാണ് ജീവിതം. ജനസാന്ദ്രതയേറെ. ഉന്നത സാമ്പത്തിക നിലയുള്ളവർ ന്യൂനപക്ഷം. അഭ്യസ്തവിദ്യർ ധാരാളമുണ്ടെങ്കിലും തൊഴിലവസരങ്ങൾ കുറവ്. കാർഷികമേഖലയും മത്സ്യവ്യവസായമേഖലയും തകർന്ന മട്ടാണ്. ചികിത്സാ സൗകര്യങ്ങൾ അപര്യാപ്തം. തൊട്ടടുത്ത് കിടക്കുന്ന എറണാകുളം പട്ടണത്തെ ആശ്രയിച്ച് നിത്യവൃത്തിക്കു വക തേടുന്നവർ ധാരാളം. കാലത്തും വൈകിട്ടും വൈപ്പിൻകരയിലെയും എറണാകുളത്തെയും ബോട്ടുജെട്ടികളിലുള്ള തിക്കും തിരക്കും നാൾക്കുനാൾ വർദ്ധിച്ചുവരുന്നതേയുള്ളൂ. രൂക്ഷമായ ശുദ്ധജല ദൗർലഭ്യം ദ്വീപിനൊരു ശാപമാണ്. പല പതിറ്റാണ്ടുകളായി ഈ ദുഃസ്ഥിതി തുടരുന്നു. വരണ്ട ചുണ്ടുകളുമായി നില്ക്കുന്ന വാട്ടർടാപ്പുകൾക്കു മുന്നിൽ നിരനിരയായി കുടങ്ങളും കലങ്ങളും നിരത്തി, എങ്ങുനിന്നോ ടാങ്കർ ലോറികളിൽ വന്നെത്തുന്ന ജീവജലത്തിനു വേണ്ടി കാത്തുനില്ക്കുന്ന വീട്ടമ്മമാരുടെ നീണ്ട നിരകൾ എങ്ങും കാണാം.

വിദ്യാഭ്യാസപരമായും സാമൂഹ്യമായും സാംസ്കാരികമായും മുൻനിരയിലാണ് വൈപ്പിൻകര. ഉന്നത ബിരുദധാരികളും കേരളത്തിനകത്തും പുറത്തും ഉന്നതപദവികളിൽ കഴിയുന്നവരും കുമ്പല്ല. സാഹിത്യ സാംസ്കാരിക പാരമ്പര്യം പണ്ടേ പ്രസിദ്ധം. നോവലിസ്റ്റും ചരിത്രകാരനുമായ പോഞ്ഞിക്കര റാഫി, സാഹിത്യകാരനും പത്രപ്രവർത്തകനും ചരിത്രകാരനുമായ പി കെ ബാലകൃഷ്ണൻ എന്നിങ്ങനെ സാഹിത്യ സാംസ്കാരിക രംഗങ്ങളിൽ വ്യക്തമുദ്ര പതിപ്പിച്ച പലരും ഇവിടെ ജനിച്ചു വളർന്നവരാണ്. ആധുനിക മലയാള സാഹിത്യത്തിൽ ആദ്യമായി അധഃസ്ഥിതരുടെ ജീവിത കഥകൾ രചിച്ച പ്രശസ്ത കഥാകൃത്തും പൊതുപ്രവർത്തകനും പബ്ലിക് റിലേഷൻസ് അഡി. ഡയറക്ടറുമായിരുന്ന ടി കെ സി വടുതലയും എറണാകുളത്തിന്റെ ചുറ്റുവട്ടത്ത് ജനിച്ചു വളർന്ന വ്യക്തിയാണ്.

വൈപ്പിൻകരയുടെ ഒരറ്റം മുതൽ മറ്റേ അറ്റം വരെ എത്തുന്ന റോഡാണ് പ്രധാന ഗതാഗത മാർഗ്ഗം. നൂറ്റാണ്ടുകളായി ഒറ്റപ്പെട്ടു കിടന്ന ദ്വീപിന് ബാഹ്യലോകവുമായി കരമാർഗ്ഗം ബന്ധം സ്ഥാപിക്കാൻ കഴിഞ്ഞത് രണ്ടു മൂന്നു പതിറ്റാണ്ടുകൾക്കു മുമ്പു മാത്രം - പറവൂർ - ചെറായി പാലമുണ്ടായ ശേഷം അടുത്ത കാലത്തായി വൈപ്പിൻകരയുടെ

വിവിധ പ്രശ്നങ്ങൾക്ക് ഒരളവുവരെയെങ്കിലും പരിഹാരം ലഭ്യമാകത്തവിധം ദ്വീപിനെ നേരിട്ട് എറണാകുളവുമായി ബന്ധപ്പെടുത്താനുള്ള പദ്ധതികൾ ഇപ്പോൾ ആവിഷ്കരിച്ചു കഴിഞ്ഞിട്ടുണ്ട്. അതിൽ ഏറ്റവും പ്രധാനമാണ് നിർദ്ദിഷ്ട ഗോശ്രീ പദ്ധതി.

കൊച്ചി കായലിലെ ചില തുരുത്തുകളെ, പാലങ്ങൾ മുഖേനയും റോഡു മാർഗ്ഗവും പരസ്പരം ബന്ധിപ്പിച്ച്, വൈപ്പിൻകരയുടെ തെക്കെ അറ്റത്തെ കാളമുക്കിൽ ചെന്നെത്തുന്ന ഒരു ഗതാഗത ശൃംഖലയാണ് ഗോശ്രീപദ്ധതിയുടെ മുഖ്യലക്ഷ്യം. പദ്ധതിക്ക് കോടിക്കണക്കിന് രൂപ ചെലവു വരുമെന്ന് പ്രതീക്ഷിക്കുന്നു. മൂന്നു പാലങ്ങൾ, മൂന്നു കലുങ്കുകൾ, ബോൾഗാട്ടിയിലെ റോഡിനു തടസ്സമുണ്ടാക്കാതെ ഒരു മേൽപ്പാലം, 2.6 കി മീ റോഡ് എന്നിവയാണ്, ഗോശ്രീയുടെ മർമ്മം. എറണാകുളത്തുനിന്ന് മുളവുകാട് ദ്വീപിലെ ബോൾഗാട്ടിയിലേക്കാണ് ആദ്യത്തെ പാലം. പാലത്തിലേക്ക് മുളവുകാട് ദ്വീപിൽനിന്ന് അപ്രോച്ച് റോഡുണ്ടാകും. ബോൾഗാട്ടിയിൽനിന്ന് വല്ലാർ പാടത്തേയ്ക്ക് മറ്റൊരു പാലം. വല്ലാർപാടം പള്ളിക്കു തെക്കുവശത്തുകൂടി ഈ പാലം വൈപ്പിനിലേക്കുള്ള പാലമായി മാറും. വൈപ്പിനിൽ ഇളംകുന്നപ്പുഴ. കാളമുക്കിന് 40 മീറ്റർ തെക്കാണ് ഈ പാലം ചെന്നെത്തുന്നത്. കൊച്ചി മറൈൻ ഡ്രൈവിൽ കായൽ നികത്തിയെടുത്ത 60 ഏക്കർ സ്ഥലത്തുനിന്നും 40 ഏക്കർ വിറ്റു കിട്ടുന്ന തുക ഉപയോഗിച്ചാണ് ഈ പദ്ധതി നടപ്പാക്കുക.

46

"ആലുവാപ്പുഴ പിന്നെയുമൊഴുകി"

ഹാവൂ! ശിവരാത്രിയുടെ തിക്കും തിരക്കും ഒട്ടൊന്നൊഴിഞ്ഞെന്നു തോന്നുന്നു. ആൾക്കൂട്ടവും ശബ്ദഘോഷങ്ങളും അകന്നകന്നു പോകവേ, ആലുവാ മണപ്പുറം വീണ്ടും നിശ്ശബ്ദതയിലാണ്ടു. ഇനി അടുത്ത വർഷം കുംഭമാസത്തിലെ ശിവരാത്രിയെത്തുംവരെ ജനത്തിരക്ക് അത്ര കണ്ട് ഉണ്ടാവില്ലെന്ന് ആശ്വസിക്കാം. പാവം ജനലക്ഷങ്ങൾ. അവർക്കിന്നും പെരിയാർ, പെറ്റമ്മയും പോറ്റമ്മയുമെല്ലാം തന്നെ. തന്റെ വയ്യായ്മകളൊന്നും അവർ മനസ്സിലാക്കുന്നില്ലല്ലോ. ചൂർണ്ണി എന്ന പെരിയാർ ദുഃഖാർത്തയായി ഓർമ്മിച്ചു,

'മക്കളുടെ, ജനങ്ങളുടെ സാമീപ്യ സമ്പർക്കങ്ങളും തിക്കും തിരക്കുമെല്ലാം തനിക്കെന്നും ഇഷ്ടമായിരുന്നല്ലോ. അങ്ങനെയല്ലേ കടന്നുപോന്ന വഴിക്കിരുപാടും ജീവജലം നല്കി ജനപദങ്ങൾ വളർത്തിയെടുത്തത് - ഇക്കാലമത്രയും. പക്ഷേ, ഇന്ന് തന്റെ ആരോഗ്യം തകരുന്നതും ജീവിതം ക്ലേശകരമാകുന്നതും അവരറിയുന്നില്ലല്ലോ എന്നോർക്കുമ്പോഴാണ് സങ്കടം. ഈ ദുഃസ്ഥിതിക്ക് ഏറക്കുറെ ഉത്തരവാദികൾ അവർ തന്നെയല്ലേ - വ്യവസായശാലകളും എണ്ണമറ്റ ഭോജനശാലകളും പുറന്തള്ളുന്ന മാലിന്യങ്ങളെല്ലാം ഏറ്റുവാങ്ങി താനിന്ന് ഒരു കാളിന്ദിയായി മാറിക്കഴിഞ്ഞില്ലേ - എന്തിനേറെപ്പറയുന്നു, തന്റെ വെൺമണൽ പട്ടുചേലവരെ കവർന്നെടുത്ത് തന്നെ വിവസ്ത്രയാക്കാനും പീഡിപ്പിക്കാനും വരെ, തുനിഞ്ഞിറങ്ങിയിരിക്കുകയല്ലേ ഇക്കാലമത്രയും താൻ പോറ്റി വളർത്തിയവർ!' ആസന്നമരണയായ ചൂർണ്ണിയെന്ന പെരിയാർ ദുഃഖഭാരത്തോടെ പൊയ്പ്പോയ സുവർണ്ണകാലങ്ങളോർത്ത് നെടുവീർപ്പിട്ടു.

ഈ തിക്കും തിരക്കുമെല്ലാം എന്നേ തന്റെ ജീവിതത്തിന്റെ ഭാഗമായി കഴിഞ്ഞിരിക്കുന്നു. ഈ പുണ്യതീർത്ഥങ്ങളിലെ ജനസഹസ്രങ്ങൾക്ക് ഐശ്വര്യവും ശാന്തിയും പകരുകയല്ലേ തന്റെ ജീവിത ലക്ഷ്യം? പെരിയാർ കൃതകൃത്യതയോടെ ഓർത്തു. നാടുവാണിരുന്ന തമ്പുരാന്റെ സുഖവാസഗേഹമായിരുന്ന ആലുവാകൊട്ടാരത്തിനും തീരത്തെ ശിവക്ഷേത്രത്തിനും മഹത്ത്വവും വിശുദ്ധിയും പകർന്നേകാനും തനിക്കെന്നും സന്തോഷമേ ഉണ്ടായിരുന്നുള്ളൂ. ഇക്കാലമത്രയും താൻ ആർജ്ജിച്ച ആദ്ധ്യാത്മികവും ഭൗതികവുമായ സമ്പൽസമൃദ്ധി തീരങ്ങൾക്ക് പകർന്നേകി കടന്നുപോകുന്നതിനേക്കാൾ ശ്രേഷ്ഠമായ മറ്റൊരു കർമ്മവുമില്ലെന്നും ചൂർണ്ണി കരുതി. ശിവരാത്രിക്കു ശേഷമുള്ള പകൽ എരിഞ്ഞടങ്ങുകയായി. വെയിൽ മങ്ങിത്തുടങ്ങി. മണപ്പുറത്ത് കെട്ടിയുയർത്തപ്പെട്ട താല്ക്കാലിക വസതികളും വിപണനശാലകളും മാത്രം ബാക്കിയായി. അവയും രണ്ടു നാൾക്കുള്ളിൽ അപ്രത്യക്ഷമാകും. കുംഭത്തിലെ കൊടുംചൂടിൽ തിളച്ചുകിടന്ന മണൽപ്പുറങ്ങളിലൂടെ അന്തിത്തെന്നൽ ഊരു ചുറ്റാനിറങ്ങി. മഞ്ഞവെയിൽ മങ്ങി മങ്ങി മാഞ്ഞു കഴിഞ്ഞു. അരങ്ങൊഴിഞ്ഞ ശിവരാത്രിയുടെ പാദമുദ്രകൾ പതിഞ്ഞ മണപ്പുറത്തെങ്ങും നേരിയ ഇരുളലകൾ പരന്നു. ആത്മസംതൃപ്തിയോടെ പെരിയാർ, ഏകാന്തതയുടെ തീരഭൂമികളിൽ മിഴിനീട്ടി ചിന്തയിലാണ്ടു:

എത്രയെത്ര നൂറ്റാണ്ടുകൾ

എത്രയെത്ര നൂറ്റാണ്ടുകൾ കടന്നുപോയിരിക്കുന്നു. തന്റെ യാത്രയിൽ, ഇരുപാടും എത്രയെത്ര ജനപദങ്ങൾ രൂപംപൂണ്ട് വളർന്ന് വലുതാകുന്നത് കാണാൻ കഴിഞ്ഞു. എത്രയെത്ര നാടുവാഴികൾ, രാജ്യങ്ങൾ വെട്ടിപ്പിടിക്കുന്നതും നഷ്ടപ്പെടുന്നതും കണ്ടു! എത്രയെത്ര മതങ്ങൾ കടന്നുവരുന്നതും

സ്വാധീനം ചെലുത്തുന്നതും അവസാനം വിസ്മൃതിയിലാണ്ടുപോകുന്നതും കണ്ടു! എത്രയെത്ര സംസ്കാരങ്ങൾ ഈ തീരഭൂമിയിൽ സ്വന്തം വ്യക്തിമുദ്ര പതിപ്പിച്ചിട്ട് നിശ്ശബ്ദം കടന്നുപോയി! എല്ലാം താൻ നിശ്ശബ്ദം വീക്ഷിച്ച് കടന്നുപോവുകയായിരുന്നല്ലോ— കൗതുകത്തോടെ ആഹ്ലാദത്തോടെ, ഉൽക്കണ്ഠയോടെ ചിലപ്പോൾ ദുഃഖഭാരത്തോടെയും. എവിടെയാണ് തുടക്കം? പെരിയാർ ആ കഴിഞ്ഞ കാലങ്ങളിലേക്ക് ചിന്തകളെ തിരിച്ചുവിട്ടു.

അന്ന്, സഹസ്രാബ്ദങ്ങൾക്കു മുൻപെന്നോ - എത്ര കാലമായെന്ന് തീർച്ചയില്ല...

- പശ്ചിമഘട്ടത്തിലെ മലമുടിയിൽ (ആനമല) അമ്മയുടെ മടിത്തട്ടിൽനിന്നും മെല്ലെ ഊർന്നിറങ്ങി, കൗതുകത്തോടെ പിച്ച വച്ചു നടന്ന കാലത്തെപ്പറ്റി നേരിയ ഓർമ്മയുണ്ട്. ഒന്നും മുൻകൂട്ടി കരുതിയല്ല കാലടികൾ മുന്നോട്ടു വച്ചത്. പച്ചക്കാടിന്റെ ഉൾത്തുടിപ്പുകൾ അനുഭവിച്ചറിയാനുള്ള ശൈശവകൗതുഹലം! ആഹ്ലാദപൂർവ്വം വീണ്ടും മുന്നോട്ടു നീങ്ങി. മലമുകളിലൂടെ ചാടിയിറങ്ങിയും പാറയിടുക്കുകളിലൂടെ നൂഴ്ന്നിറങ്ങിയും തടസ്സം നിന്ന വൃക്ഷലതാദികളെ തള്ളിമാറ്റിയും വന്യമൃഗങ്ങളോടൊപ്പം വിളയാടിയും മുന്നോട്ടു പോയി. എല്ലാം വിസ്മരിച്ചുകൊണ്ടുള്ള ആ സാഹസിക പ്രയാണത്തിൽ, കാലം കടന്നുപോയതറിഞ്ഞില്ല. സ്ഥലങ്ങൾ മാറിമാറി പിന്നിട്ടു പോയതറിഞ്ഞില്ല. എല്ലാം എല്ലാം ഒരു സ്വപ്നം പോലെ, പക്ഷേ, വനാന്തരങ്ങൾ പിന്നിട്ട് ജനവാസകേന്ദ്രങ്ങളിലെത്തിയപ്പോഴുണ്ടായ കയ്പേറിയ അനുഭവങ്ങൾ ഇന്നും മറന്നിട്ടില്ല. ചൂർണ്ണി ആ കൗമാര കാലത്തെയും യൗവനാരംഭത്തെയും സമ്മിശ്ര വികാരങ്ങളോടെ ഓർത്തുപോയി ചിലരൊക്കെ തടഞ്ഞു നിർത്താൻ നോക്കി, സ്നേഹപൂർവ്വം. മറ്റു പലരും ബലാൽക്കാരമായി നേർവഴിയിൽ നിന്ന് പിടിച്ചു മാറ്റാൻ നോക്കി. എല്ലാം മനസ്സില്ലാമനസ്സോടെ സഹിക്കുകയേ നിവൃത്തിയുള്ളൂ. സ്നേഹപൂർവ്വം അരികിലെത്തിയവരെ തഴുകി ചിരിക്കാനും താൻ മറന്നില്ല.

വന്നവഴികൾ

- പശ്ചിമഘട്ടമലനിരകളിലെ അത്യുന്നതമായ ഗിരിശൃംഗങ്ങളിൽ നിന്ന് (8000 അടി ഉയരം) ഉത്ഭവിച്ച് മുല്ലയാറുമായി ചേർന്ന് പടിഞ്ഞാറോട്ട് ഒഴുകി, വണ്ടിപ്പെരിയാറിലെത്തി. വീണ്ടുമൊരു മലയിടുക്കിലൂടെ കടന്നുവരുമ്പോൾ പെരുംതുറപ്പുഴ പെരിയാറുമായി ചേരുന്നു. തുടർന്നുള്ള പ്രയാണത്തിൽ കട്ടപ്പനയാർ, ചെറുതോണി, പെരിഞ്ചൻകുട്ടി, മുതിരപ്പുഴ എന്നീ കൈവഴികളോടൊത്തു കൂടുന്നു. പിന്നെയും കൂടുതൽ ശക്തിയും വലിപ്പവുമാർജ്ജിച്ച് താഴോട്ടൊഴുകി കൊക്കിനിപ്പാറയിൽ നിന്ന് താഴോട്ടു ചാടുന്നു. വീണ്ടും ഇടമലയാറും ചേർന്ന് മുന്നോട്ടു നീങ്ങുന്ന പെരിയാർ അപ്പോഴേയ്ക്കും 300 അടിയോളം വീതിയിൽ ശരിക്കും പെരിയത് (വലുത്) ആയി മാറിക്കഴിയും. മലയാറ്റൂർ മലയുടെ അടിവാരത്തിലൂടെ വളഞ്ഞു പുളഞ്ഞ് 20 കി മീ പിന്നെയും ഒഴുകി ആലുവായിലെത്തുമ്പോൾ, പെരിയാർ, ആലുവാപ്പുഴ എന്ന പേര് സ്വീകരിക്കുന്നു. ആലുവയ്ക്കു സമീപം പെരിയാർ രണ്ടായി പിരിയുന്നു. പ്രധാന ശാഖ വടക്കുപടിഞ്ഞാറോട്ടൊഴുകി പുത്തൻവേലിക്കരയിൽ വച്ച് ചാലക്കുടിപ്പുഴയെ കൂട്ടുപിടിച്ചുകൊണ്ട് മുന്നോട്ടു നീങ്ങി മുനമ്പത്തു വച്ച് കൊടുങ്ങല്ലൂരഴിയിൽ ചേരുന്നു. മറ്റേ ശാഖ അല്പം തെക്കുമാറി ഒഴുകിവരാപ്പുഴയിൽവച്ച് വേമ്പനാട്ടു കായലിൽ പതിക്കുന്നു. തന്റെ സാമീപ്യസമ്പർക്കത്തിൽ വളർന്നു വലുതായ ജനപദങ്ങളെയും തന്നെ ചവിട്ടി മെതിച്ചുകൊണ്ട് കടന്നുപോയ നൂറ്റാണ്ടുകളെയുംപറ്റി പെരിയാർ ഓർത്തു - സമ്മിശ്ര വികാരങ്ങളോടെ.

മലയിറങ്ങിവരുന്ന പെരിയാറിന്റെ പരിലാളനയേറ്റ് വളരുന്ന ഒരു വന്യഗ്രാമമാണ് നേരിയമംഗലം. മൂവാറ്റുപ്പുഴ ടൗണിൽ നിന്ന് 32 കി മീ കിഴക്ക് മാറി സ്ഥിതി ചെയ്യുന്ന ഈ ജനവാസകേന്ദ്രം കിഴക്കൻ മലകളിലേക്കുള്ള (എറണാകുളം ഭാഗത്തുനിന്ന് ഹൈറേഞ്ചിലേക്ക്) ഒരു കവാടമാണ്. പശ്ചിമഘട്ടത്തിലേക്കുള്ള മലകയറ്റം ഇവിടെ തുടങ്ങുന്നു. മൂവാറ്റുപുഴ—മൂന്നാർ റോഡ് വാഹനഗതാഗത യോഗ്യമാകുന്നതുവരെ—നേരിയമംഗലത്തുനിന്ന് തമിഴ്നാട്ടിലെത്താൻ സുദീർഘമായ ഒരു ചുരം മാത്രമേ ഉണ്ടായിരുന്നുള്ളൂ. നേരിയമംഗലവും സമീപപ്രദേശങ്ങളുമുൾപ്പെട്ട വനഭൂമികൾക്കുള്ളിൽ ഒരു പുരാതന സംസ്കാരത്തിന്റെ നഷ്ടശിഷ്ടങ്ങൾ മറഞ്ഞു കിടപ്പുണ്ടെന്നതിന് ചരിത്ര സൂചനകളുണ്ട്. മന്നാംകണ്ടത്ത് ഒരു പഴയ കോട്ടയും കൊട്ടാരവും ഉണ്ടായിരുന്നത്രേ. മുതുവാന്മാർ എന്ന ഗിരിവർഗ്ഗക്കാരുടെ കേന്ദ്രങ്ങളായ നേരിയമംഗലവും മന്നാന്മാരുടേതായ മന്നാംകണ്ടവും ഉൾപ്പെട്ട ആ ഗിരിവർഗ്ഗ പ്രദേശങ്ങൾ പൊയ്പോയ ശതകങ്ങളിൽ ജൈനമതകേന്ദ്രങ്ങളായിരുന്നു എന്നനുമാനിക്കാൻ പോന്ന തെളിവുകളുണ്ട്. സമീപപ്രദേശത്തെ പ്രാചീനമായ ശാസ്താക്ഷേത്രവും ഭഗവതി ക്ഷേത്രവും ഭഗവതി ക്ഷേത്രവും സ്ഥലനാമത്തിലെ മംഗലവുമെല്ലാം ജൈനമതത്തിന്റെ സ്വാധീനം വ്യക്തമാക്കുന്നു. നേരിയമംഗലത്തിനു പടിഞ്ഞാറായി സ്ഥിതി ചെയ്യുന്ന കോതമംഗലവും മംഗലസൂചകമായ മറ്റൊരു പുരാതന വാണിജ്യകേന്ദ്രമായിരുന്നുവത്രെ. ആ പാരമ്പര്യം ഇന്നും തുടരുന്നു.

പെരുമ്പാവൂർ

കുന്നത്തുനാട് താലൂക്കിൽ പെരിയാറിന്റെ പരി

ലാളനയേറ്റ് വളർന്നു വലുതായ മുനിസിപ്പൽ പട്ടണമാണ് പെരുമ്പാവൂർ, തടി വ്യവസായ കേന്ദ്രം. നഗര പ്രാന്തത്തിലെ കല്ലിൽ ഗുഹാക്ഷേത്രം ഇന്ന് ഒരു ഹൈന്ദവ ആരാധനാലയമാണ്. എന്നാൽ, അത് പ്രാചീന കാലത്തെ പ്രസിദ്ധമായ ഒരു ജൈന മതസങ്കേതമായിരുന്നുവത്രെ. ക്രിസ്ത്വബ്ദം ആറും ഏഴും നൂറ്റാണ്ടുകളിൽ കേരളം ഒട്ടാകെ നിലനിന്നിരുന്ന ജൈന-ബുദ്ധമതങ്ങളുടെ ആരാധനാലയങ്ങൾ. പില്ക്കാലത്ത് ശൈവ-വൈഷ്ണവ ക്ഷേത്രങ്ങളാക്കി മാറ്റിയെന്നത് പരക്കെ അംഗീകരിക്കപ്പെട്ട ചരിത്രവസ്തുതയാണ്. കല്ലിൽ ഗുഹാക്ഷേത്രഭിത്തികളിൽ മഹാവീരൻ, പാർശ്വനാഥൻ എന്നീ ജൈനതീർത്ഥങ്കരന്മാരുടെയും പത്മാവതീദേവിയുടെയും രൂപങ്ങൾ കൊത്തിവച്ചിട്ടുണ്ട്. സിംഹാസനത്തിൽ യോഗാസനസ്ഥനായ നിലയിലാണ് മഹാവീരവിഗ്രഹം. വ്യാപാരാർത്ഥം, കൊച്ചിയിലെത്തി പാർപ്പുറപ്പിച്ച ജൈനമതവിശ്വാസികളായ ബനിയമാർ ഈ പുരാതന ജൈന സങ്കേതത്തിൽ ദർശനത്തിനു വരിക പതിവായിരുന്നത്രേ. ക്ഷേത്രം നില്ക്കുന്ന കുന്നിന്റെ മുകൾഭാഗം വലിയൊരു പാറയാണ്.

മലയും ആറും ഊരും ചേർന്ന മലയാറ്റൂർ വില്ലേജിന്റെ തെക്കെ അതിർത്തിയിലൂടെയാണ് പെരിയാറൊഴുകുന്നത്. ആലുവായിൽനിന്നും 28 കി മീ കിഴക്ക്, മലയാറ്റൂർ പുഴയ്ക്കും (പെരിയാർ) കോടിശ്ശേരിപ്പുഴയ്ക്കും (ചാലക്കുടിപ്പുഴ) മദ്ധ്യേയുള്ള മലയാറ്റൂർ മലനിരകളും നദിക്കക്കരെയുള്ള കോടനാട് മലകളും ചേർന്ന ഗിരിപ്രദേശം, ഒരു പ്രാചീന സംസ്കാരകേന്ദ്രമായിരുന്നുവെന്ന് ചേർന്ന ഗിരിപ്രദേശം, ഒരു പ്രാചീന സംസ്കാരകേന്ദ്രമായിരുന്നുവെന്ന് 1963 ൽ പെരിയാർ വാലി കനാലിനുവേണ്ടി മണ്ണു കുഴിച്ചപ്പോൾ ലഭിച്ച ചരിത്രാവശിഷ്ടങ്ങൾ സൂചിപ്പിക്കുന്നു.

മലയാറ്റൂർ പള്ളിയിൽ

മലയാറ്റൂർ കുന്നിൻ മുകളിലെ കുരിശുമുടിയിലാണ് പ്രസിദ്ധമായ മലയാറ്റൂർ പള്ളി-സെന്റ് തോമസ് ചർച്ച്, ക്രിസ്ത്വബ്ദാരംഭത്തിൽ കേരളത്തിലെത്തിയ തോമാശ്ലീഹാ സ്ഥാപിച്ചതാണത്രെ മലയാറ്റൂർ പള്ളി. അദ്ദേഹത്തിന്റെ പാദമുദ്രകൾ അവിടെ ദൃശ്യമാണെന്ന് ഭക്തന്മാർ വിശ്വസിക്കുന്നു. (ജൈന-ബുദ്ധന്മാർക്കും പാദമുദ്രയുമായി ബന്ധമുണ്ടെന്ന് ഓർക്കുക) ഈ കുരിശുമുടിയുടെ പേര് പണ്ട് പൊന്മലയെന്നായിരുന്നുവത്രെ. പൊന്മലയ്ക്ക് പൊന്മുടിയെന്നു പേരുണ്ടാകാം. മലയാറ്റൂർ പള്ളിയിലെത്തുന്ന ആയിരക്കണക്കിനു തീർത്ഥാടകർ ശ്രമകരമായ മലകയറ്റത്തിനിടയിൽ വിളിക്കുന്ന ശരണം വിളി ഇവിടെ പ്രത്യേകം ശ്രദ്ധേയം.

"പൊന്നിൻ കുരിശുമുത്തപ്പാ, പൊന്മലകേറ്റം... പൊന്മലകേറ്റം.." ശബരിമല ശാസ്താവിനെ കണ്ടു വണങ്ങാൻ മലമുടി ചവിട്ടിക്കയറുന്ന അയ്യപ്പഭക്തന്മാർക്കും പൊന്നമ്പലമേടും പൊന്നുപതിനെട്ടാംപടിയും പൊന്നമ്പലവാസനും ശരണം നല്കേണ്ടതുണ്ട്. ജൈനസന്ന്യാസിമാരെയല്ലേ ധർമ്മശാസ്താവും പൊന്നിൻ കുരിശുമുത്തപ്പനും ഓർമ്മിപ്പിക്കുക.

വ്യത്യസ്ത സംസ്കാരങ്ങളുടെ ഉദയാസ്തമയങ്ങൾ നേരിട്ടു കണ്ട പെരിയാർ, പല പ്രാചീന ജനപദങ്ങളെയും പിന്നീട് കാലടിയിലെത്തുമ്പോൾ, മറ്റൊരു മഹാപ്രസ്ഥാനത്തിന്റെ ദൃക്സാക്ഷിയായി മാറുന്നു.

ശ്രീശങ്കരാചാര്യർ

എറണാകുളം ജില്ലയിലെ മാണിക്യമംഗലം വില്ലേജിൽപ്പെട്ട കാലടി, ആലുവാ പട്ടണത്തിൽനിന്ന് 13 കി മീ കിഴക്കുമാറി പെരിയാറിന്റെ തീരത്തു സ്ഥിതിചെയ്യുന്നു. കാലടി പഞ്ചായത്തിന്റെ വിസ്തീർണ്ണം 16.6 ച കി മീ. ജനസംഖ്യ 20707 (91) പ്രകൃതിലാവണ്യം തുളുമ്പുന്ന ഈ നദീതീരഗ്രാമം, അദ്വൈത സിദ്ധാന്തപ്രബോധകനും പ്രചാരകനുമായിരുന്ന ആദിശങ്കരാചാര്യരുടെ ജന്മദേശമെന്ന നിലയിൽ പ്രസിദ്ധമാണ്. ജൈന-ബുദ്ധ മതങ്ങളുടെ സ്വാധീനശക്തിയിൽ പരിഭ്രാന്തി പൂണ്ട ഹൈന്ദവമതാചാര്യന്മാർ ഹിന്ദുമതത്തെ പുനരുദ്ധരിക്കാൻ നടത്തിയ തീവ്രയത്നങ്ങളുടെ ഫലമായി, ജൈന-ബുദ്ധമതങ്ങൾ കേരളത്തിൽ ക്ഷയോന്മുഖമായിത്തുടങ്ങി. ആചാരാനുഷ്ഠാനങ്ങൾക്ക് പ്രാധാന്യം കല്പിക്കാതെ വേദാന്തചിന്തയ്ക്കു പ്രാമുഖ്യം നല്കിയ ഈ പദ്ധതിയുടെ പ്രണേതാവായിട്ടാണ് ശ്രീങ്കരാചാര്യർ അറിയപ്പെടുന്നത്.

ശ്രീശങ്കരൻ എ ഡി 788 ൽ പെരിയാറ്റിന്റെ തീരത്ത് കാലടി ഗ്രാമത്തിലെ കയ്പ്പള്ളി ഇല്ലത്തിൽ ജനിച്ചു. ശിവഗുരു പിതാവ്, ആര്യംബ മാതാവ്. അഞ്ചാം വയസ്സിൽ തന്നെ പിതാവ് നഷ്ടപ്പെടുന്നു. അമ്മയുടെ സംരക്ഷണത്തിൽ വിദ്യാഭ്യാസമാരംഭിച്ചു. അസാമാന്യ ബുദ്ധിവൈഭവവും ഓർമ്മശക്തിയും ബാല്യത്തിൽ തന്നെ ശങ്കരനിൽ വിളങ്ങിനിന്നു. നന്നേ ചെറുപ്പത്തിൽ സന്ന്യാസം സ്വീകരിച്ചു. വേദശാസ്ത്രാദികളിൽ അസാമാന്യമായ പാണ്ഡിത്യം നേടി. ഹിന്ദുമതത്തിലെ അനാചാരങ്ങൾ മാറ്റി ശുദ്ധീകരിച്ച് വേദാന്തത്തിന്റെ പരമപ്രാധാന്യത്തെ സുദൃഢമാക്കുകയെന്നത് തന്നെ ജീവിതലക്ഷ്യമായി അദ്ദേഹം കരുതി നർമ്മദാതീരത്തു വച്ച് ഗൗഡപാദരുടെ ശിഷ്യനായ ഗോവിന്ദനെ ഗുരുവായി സ്വീകരിച്ചു. അദ്വൈത വേദാന്തം പഠിച്ചശേഷം അദ്ദേഹം തന്റെ ദിഗ്വിജയയാത്ര ആരംഭിക്കുകയായി. ശ്രീശൈലം,

ഗോകർണ്ണം, മൂകാംബി തുടങ്ങിയ പുണ്യസ്ഥലങ്ങൾ കടന്ന് ശൃംഗേരിയിലെത്തിയ ശങ്കരാചാര്യർ അവിടെ ഒരു ക്ഷേത്രം പണി കഴിപ്പിച്ച് ശാരദാദേവിയെ പ്രതിഷ്ഠിച്ചു.

ശൃംഗേരിയിൽ കഴിയവേ, മാതാവ് മരണശയ്യയിലാണെന്നറിഞ്ഞ് ജന്മഗൃഹത്തിലെത്തി, മരണാനന്തരചടങ്ങുകളെല്ലാം മുറപോലെ നടത്തി. അതിനുശേഷം ഒരു വർഷത്തോളം കാലടിയിൽ കഴിയേണ്ടിവന്ന ശ്രീശങ്കരാചാര്യർക്ക് യാഥാസ്ഥിതികരായ നമ്പൂതിരിമാരുടെ കടുത്ത എതിർപ്പ് നേരിടേണ്ടി വന്നു. വീണ്ടും ഉത്തരേന്ത്യൻ പര്യടനമാരംഭിച്ചു. ഈ യാത്രാമദ്ധ്യേ രാമേശ്വരം, മധുര, കാഞ്ചീപുരം, പുരി ദ്വാരക എന്നീ സ്ഥലങ്ങൾ സന്ദർശിച്ചശേഷം ബദരീനാഥിലെത്തി. പുരിയിലും ദ്വാരകയിലും ബദരീനാഥിലും ശങ്കരമഠങ്ങൾ സ്ഥാപിക്കുകയും ചെയ്തു. മുപ്പത്തിമൂന്നാം വയസ്സിൽ എ ഡി 820 ൽ മഹാസമാധി പൂകി.

സാഹിത്യം, തത്ത്വചിന്ത, മതം എന്നീ മേഖലകളിൽ ശ്രീശങ്കരന്റെ സംഭാവനകൾ അമൂല്യങ്ങളാണ്. *ബ്രഹ്മസൂത്രം, ഭഗവത്ഗീത, പ്രധാനപ്പെട്ട് ഉപനിഷത്തുകൾ* എന്നിവയ്ക്ക് ഭാഷ്യങ്ങൾ രചിച്ചതിനു പുറമേ, *വിവേക ചൂഡാമണി, ആത്മബോധം* തുടങ്ങി തത്ത്വചിന്താപരമായ കാവ്യങ്ങളും *ശിവാനന്ദ ലഹരി, സൗന്ദര്യലഹരി* തുടങ്ങി അനവധി സ്തോത്രകൃതികളും അദ്ദേഹം രചിച്ചിട്ടുണ്ട്.

ശ്രീശങ്കരാചാര്യർക്കു ജന്മമരുളിയ പുണ്യദേശമായ കാലടി ഇന്ന് ഭാരതത്തിന്റെയെന്നല്ല, വിശ്വതത്ത്വചിന്തകന്മാരുടെയും ശ്രദ്ധയും ആദരവും നേടിക്കഴിഞ്ഞു. പില്ക്കാലത്ത് ശ്രീങ്കരാചാര്യരുടെ ജന്മഗൃഹമായ കയ്പ്പള്ളി ഇല്ലം സ്ഥിതിചെയ്തിരുന്ന കണ്ടക്കര പുരയിടവും അതിനോടു ചേർന്നുള്ള സ്ഥലവും ഉൾപ്പെടെ 10 ഹെക്ടർ ഭൂമി 1906 ൽ തിരുവിതാംകർ ഗവൺമെന്റ് ഏറ്റെടുത്ത് ചുറ്റും മതിൽ കെട്ടി ചരിത്രപ്രാധാന്യമുള്ള ഒരു സംരക്ഷിത മേഖലയായി പ്രഖ്യാപിക്കുകയുണ്ടായി. മൂന്നു ക്ഷേത്രങ്ങൾ ഈ സ്ഥലത്തുണ്ട്. പുരാതനമായ ശ്രീകൃഷ്ണക്ഷേത്രമാണിവയിലൊന്ന്. ശങ്കരാചാര്യരുടെ ഇഷ്ടദേവതയായിരുന്ന ശാരദാദേവിയെ പ്രതിഷ്ഠിച്ചിരിക്കുന്ന ക്ഷേത്രവും ദക്ഷിണാമൂർത്തിയുടെ പ്രതിഷ്ഠയുള്ള ക്ഷേത്രവും ഗവൺമെന്റ് ഏറ്റെടുത്ത ശേഷം നിർമ്മിച്ചിട്ടുള്ളവയാണ്. ഈ രണ്ട് ക്ഷേത്രങ്ങളും അവയോടു ചേർന്നുള്ള സംരക്ഷിത സങ്കേതവും ശൃംഗേരി മഠത്തിന്റെ ഭരണത്തിലാണ്. ശ്രീശങ്കരന്റെ ബാല്യകാലത്ത് അദ്ദേഹത്തെ മുതല വിഴുങ്ങാൻ തുടങ്ങിയെന്ന് വിശ്വസിക്കപ്പെടുന്ന (ഐതിഹ്യം) നദീഭാഗത്ത് ഒരു സ്നാനഘട്ടവും നിർമ്മിച്ചിട്ടുണ്ട്.

ശ്രീരാമകൃഷ്ണ മിഷനിലെ ഒരു സന്ന്യാസിയായ ശ്രീ ആഗമനന്ദസ്വാമികൾ 1939 ൽ സ്ഥാപിച്ച ഒരു ആശ്രമവും കാലടിയിലുണ്ട്. ശ്രീരാമകൃഷ്ണ അദ്വൈതാശ്രമം. ആശ്രമത്തോടനുബന്ധിച്ച് ഒരു സ്കൂളും പില്ക്കാലത്ത് ശ്രീശങ്കരാ കോളേജും നിലവിൽവന്നു. ആശ്രമത്തിന്റെ കീഴിൽ ആതുരാലയവുമുണ്ട്. ജഗത് ഗുരു ശങ്കരാചാര്യരുടെ ജന്മദേശമായ കാലടി ഇന്ന് പ്രസിദ്ധമായ ഒരു തീർത്ഥാടന കേന്ദ്രമാണ്. അത്യുന്നതവും ആകർഷവുമായ ശ്രീശങ്കര സ്തൂപം വളരെ അകലെവച്ചു തന്നെ സഞ്ചാരികളെ ആകർഷിക്കുന്നു.

ശക്തൻ തമ്പുരാന്റെ ജന്മഗൃഹമായ വെള്ളാരപ്പിള്ളി തെക്കെ കോവിലകം സ്ഥിതിചെയ്തിരുന്ന വെള്ളാരപ്പിള്ളിയും പെരിയാർ തീരത്തെ ഒരു പ്രാചീന നഗരമാണ്. കൊച്ചി രാജകുടുംബത്തിലെ സ്ത്രീകൾക്ക് പ്രിയമേറിയ ഒരു വേനൽക്കാല സുഖവാസകേന്ദ്രമായിരുന്നു വെള്ളാരപ്പിള്ളിയും ചൊവ്വരയും തകർന്നടിഞ്ഞ ഒരു പുരാവസ്തുവാണ് ഇന്ന് ആ കോവിലകം.

ക്രിസ്ത്വാബ്ദം 10-ാം ശതകത്തിൽ സ്ഥാപിക്കപ്പെട്ടതെന്ന് വിശ്വസിക്കപ്പെടുന്ന വെള്ളാരപ്പിള്ളിയിലെ കാഞ്ഞൂർ പള്ളി സുറിയാനി ക്രിസ്ത്യാനികളുടെ വകയാണ്. പാശ്ചാത്യ വാസ്തുശില്പഭംഗിക്കും മനോഹരമായ ചുമർ ചിത്രങ്ങൾക്കും പ്രസിദ്ധമാണ് ഈ പ്രാചീന ക്രൈസ്തവ ദേവാലയം. 1403 ൽ ഈ പള്ളിയുടെ ജീർണോദ്ധാരണം നടത്തപ്പെട്ടു. 1403 ൽ ശക്തൻതമ്പുരാൻ സമ്മാനിച്ച ആനയുടെ രൂപം കൊത്തിയിട്ടുള്ള അത്ഭുതകരമായ ഒരു നിലവിളക്ക് പള്ളിയിലെ അമൂല്യ ചരിത്രസ്മാരകമാണ്.

ആലുവാ ശിവരാത്രി

പെരിയാറിന്റെ ഉല്പത്തി മുതൽ ആലുവ വരെ, പെരിയാറിന്റെ തീരപ്രദേശങ്ങളിലെ പ്രാചീന ജനപദങ്ങളുടെ ഒരു ദിങ്മാത്ര ദർശനമാണ് ഇതുവരെ നടത്തിയത്. നദീതീരങ്ങളിൽ വിടർന്നുലഞ്ഞ്, പിന്നീട് വാടിവീണ പ്രാചീനസംസ്കാരത്തിന്റെ മുഖമുദ്രകൾ ആലുവ പട്ടണത്തിലും പ്രകടമാണ്. ദക്ഷിണേന്ത്യയിലെ പുണ്യനദികളിലൊന്നായിട്ടാണ് ആലുവാപ്പുഴ പരിഗണിക്കപ്പെട്ടുന്നത്. ആലുവാപ്പുഴയുടെ തെക്കെ കൈവഴിയിൽ വടക്കുഭാഗത്ത് മണപ്പുറത്തുനിന്ന് അല്പം ഉയർന്നിട്ടാണ് പ്രസിദ്ധമായ ശിവക്ഷേത്രം. മുളയും ഓലയുംകൊണ്ട് കെട്ടിയുയർത്തുന്ന ഒരുതാല്ക്കാലിക ക്ഷേത്രം, എല്ലാ വർഷവും ശിവരാത്രിയോടനുബന്ധിച്ച് ആലുവ മണപ്പുറത്ത് പ്രത്യക്ഷപ്പെടാറുണ്ട്. ശിവരാത്രി കഴിഞ്ഞ് കാലവർഷം കുലംകുത്തി തകർക്കുമ്പോൾ പുഴയിൽ വെള്ളം പൊങ്ങി ഈ താല്ക്കാലിക ക്ഷേത്രവും മണപ്പുറവും വെള്ളത്തിനടിയിലാകും. ഇവിടെയായിരിക്കാം ആദിശിവപ്രതിഷ്ഠയുടെ മൂലപ്ര

തിഷ്ഠയെന്ന് അനുമാനിക്കാനിടതരുന്ന പ്രകൃതി പ്രതിഭാസമാണിത്. 1343 ൽ കൊച്ചി അഴിമുഖം വികസിക്കാൻ കാരണമായ ആ വലിയ വെള്ളപ്പൊക്കത്തിന്റെ ഫലമായി രൂപംകൊണ്ടതാണ് ആലുവാപ്പുഴയുടെ തെക്കെ കൈവഴി. ആദിപ്രതിഷ്ഠാസ്ഥാനത്തുകൂടി ആ പ്രവാഹം കടന്നുപോയതിനാൽ അപ്രത്യക്ഷമായ ക്ഷേത്രത്തിനു പകരം, പില്ക്കാലത്ത് മലവെള്ളത്തിന്റെ കടന്നേറ്റമുണ്ടാവാത്തമട്ടിൽ നിർമ്മിച്ചതാവാം ഇന്നത്തെ ശിവക്ഷേത്രം. അതുകൊണ്ടാകാം ഈ ക്ഷേത്രത്തിന് ബാലക്ഷേത്രം എന്ന പേര് സിദ്ധിച്ചത്.

ഔഷധഗുണവും ശുദ്ധിയുമുള്ളതായിരുന്നു ആലുവാപ്പുഴയിലെ ജലം. അതുകൊണ്ട് തന്നെ മുൻകാലങ്ങളിൽ വേനൽക്കാലത്ത് കുളിച്ചു താമസിക്കുവാൻ സമ്പന്നവർഗ്ഗം ഇവിടെ എത്തിയിരുന്നു. എന്നാൽ ഇന്ന് ആലുവാപ്പുഴയോരങ്ങളിലെ വ്യവസായശാലകൾ പുറന്തള്ളുന്ന വിഷലിപ്തമായ മലിനജലവും നഗരസഹജമായ മറ്റു മാലിന്യങ്ങളുമെല്ലാം ചേർന്ന് ആലുവാപ്പുഴയുടെ പ്രസിദ്ധമായ വിശുദ്ധിയിൽ കളങ്കം ചേർത്തു കഴിഞ്ഞു. എറണാകുളം ജില്ലയിലെ പ്രസിദ്ധമായ ഒരു മുനിസിപ്പൽ നഗരമാണ് ആലുവ. വിസ്തീർണ്ണം 7.18 ച കി മീ. ജനസംഖ്യ 24774 (91). കൊച്ചി നഗരത്തിന്റെയും തൊട്ടടുത്തു കിടക്കുന്ന വ്യവസായ കേന്ദ്രങ്ങളായ ഏലൂർ, കളമശ്ശേരി പ്രദേശങ്ങളുടെ പാർപ്പിട മേഖലയായി വളരുകയാണിന്ന് ആലുവ പട്ടണം. ചെറുതും വലുതുമായ രമ്യഹർമ്മ്യങ്ങൾ, ഫ്ളാറ്റുകൾ, വ്യാപാര വ്യവസായ ശാലകൾ, തദനുസരണമായ ജനപ്പെരുപ്പം, വാഹന ബാഹുല്യം തുടങ്ങി ഒരു ആധുനിക നഗരത്തിന്റേതായ എല്ലാ സവിശേഷതകളും ആലുവപ്പട്ടണം ആർജ്ജിച്ചു കഴിഞ്ഞു. ഖേദകരമായ മറ്റൊരു സത്യം - പരിസര മലിനീകരണവും ജലമലിനീകരണവും വായു മലിനീകരണവുമെല്ലാം, ഒരിക്കൽ വിശുദ്ധിയുടെ പര്യായമായിരുന്ന ഈ നദീതടനഗരത്തിന്റെ അവിഭാജ്യ ഘടകങ്ങളായി മാറിക്കഴിഞ്ഞു.

—ചുറ്റം കൂരിരുട്ട്, നേരെമേറെയായിക്കാണണം. ശിവരാത്രിമണപ്പുറം നിശ്ചലം. തൊട്ടടുത്ത് രാജകൊട്ടാരത്തിനുസമീപമുള്ള ആ പ്രാചീന ശിവക്ഷേത്രത്തിലെ ദീപാരാധന കഴിഞ്ഞു. ശംഖനാദം മുഴങ്ങിക്കേട്ടിട്ട് നേരം ഏറെക്കഴിഞ്ഞല്ലോ. അടുത്തും അകലത്തും ജനവാഹനസഞ്ചാരം കുറഞ്ഞിട്ടുണ്ടെന്നു തോന്നുന്നു. എങ്കിലും തന്റെ തലയ്ക്കു മുകളിലൂടെ (മാർത്താണ്ഡവർമ്മ പാലം) ചെവി തുളയ്ക്കുന്ന ഹോൺ മുഴക്കി കടന്നുപോകുന്ന മോട്ടോർ വാഹനങ്ങളുടെ കർണ്ണകഠോര ശബ്ദത്തിനിളവില്ല. ഇരുളിനെ കീറിമുറിച്ചു കൊണ്ട് ലോകം കുലുക്കി കടന്നുപോകുന്ന തീവണ്ടികളുടെ നീണ്ട ചൂളംവിളികളും ഇടയ്ക്കിടയ്ക്ക് കേൾക്കാം. ഇല്ല! ഉറക്കത്തിന്റെ ലാഞ്ചന പോലുമില്ല— തലേരാത്രി (ശിവരാത്രി) ഉറക്കമിളച്ചിട്ടുപോലും. എങ്ങനെ ഉറങ്ങാനാകും? ശ്വാസകോശങ്ങളിൽ കുത്തിക്കയറുന്ന വിഷധൂമവലയങ്ങൾ അമാവാസി രാത്രിയുടെ കാളിമയ്ക്കു മേൽ കരിമ്പടം പുതയ്ക്കുകയാണ്. നഗരമദ്ധ്യത്തിലൂടെ മെല്ലെ മെല്ലെ വേച്ചു വേച്ച് മുന്നോട്ടു നീങ്ങുന്ന ചൂർണ്ണിയെന്ന ധാത്രിയുടെ ഉള്ളുനീറുകയാണ്. കരൾ തേങ്ങുകയാണ്. തന്റെ ഈ അസ്വസ്ഥതകൾ മനസ്സിലാക്കാൻ ഈ ലോകത്ത് ഒരൊറ്റയാളല്ലേ തനിക്കുള്ളൂ— ആത്മനാഥനായ അറബിക്കടൽ. ഭാഗ്യം, സാഗരസാമീപ്യം അത്രയകലെയല്ല. എങ്ങനെയും ആ സന്നിധിയിലെത്തുക തന്നെ വേണം. തന്റെ പരാതികളും പരിദേവനങ്ങളുമെല്ലാം നിസ്സഹായനെങ്കിലും, ക്ഷമയോടെ കേൾക്കാനും സമാശ്വസിപ്പിക്കാനും അദ്ദേഹം സദാ സന്നദ്ധനല്ലേ...

വൈവിധ്യവും വൈരുദ്ധ്യവും നിറഞ്ഞ ജീവിതവീക്ഷണങ്ങളുടെയും സാമൂഹ്യ-സാംസ്കാരിക സവിശേഷതകളുടെയും ആനുകാലിക രാഷ്ട്രീയ ശാപങ്ങളുടെയും തീരഭൂമികളിലൂടെ ആലുവാപ്പുഴ യാത്ര തുടരുകയാണ്. ഒരിക്കൽ, ഉല്ലാസത്തിന്റെയും ആഹ്ലാദത്തിന്റെയും പ്രതീകമായിരുന്ന പെരിയാർ എന്ന മനോഹരിയുടെ, ഈ മാറിയ കാലത്തിലെ ദുരിതപൂർണ്ണമായ പ്രയാണം നോക്കിനില്ക്കേ, നമ്മുടെ പ്രിയങ്കരനായ വയലാറിന്റെ പ്രസിദ്ധമായ ഈരടികൾ ഇങ്ങനെ മാറ്റിപ്പാടാൻ തോന്നിപ്പോകുന്നു:

“ആയിരമായിരം നോവുകൾ പേറി
ആലുവാപ്പുഴ പിന്നെയുമൊഴുകീ...”

47

അലകടൽ മുതൽ മലമുടി വരെ

സ്വന്തം പാർപ്പിടത്തിനു ചുറ്റും ഒരു സംരക്ഷണവലയം നിർമ്മിക്കാനുള്ള വ്യഗ്രത ജന്തുജാലങ്ങൾക്കെല്ലാം സഹജം.

പാവപ്പെട്ടവന്റെ പുൽക്കൂരയ്ക്കു ചുറ്റുമുള്ള മുള്ളുവേലിക്കെട്ടും, ധനികന്റെ രമ്യഹർമ്മ്യത്തിനു ചുറ്റും ശില്പചാതുരിയോടെ പടുത്തുയർത്തുന്ന വൻമതിൽക്കെട്ടും, പ്രാചീനമഹാക്ഷേത്രങ്ങൾക്കു ചുറ്റും കെട്ടിയുയർത്തപ്പെട്ടിട്ടുള്ള കൂറ്റൻ കന്മതിൽക്കെട്ടുകളും, നാടുവാഴികളും രാജാക്കന്മാരും മറ്റും സ്വന്തം കൊട്ടാരങ്ങളുടെ സംരക്ഷണത്തിനു വേണ്ടി നിർമ്മിച്ചിട്ടുള്ള കോട്ടകളും എല്ലാറ്റിന്റെയും ലക്ഷ്യം സംരക്ഷണം തന്നെ. സ്വന്തം രാജ്യത്തിന്റെയോ സാമ്രാജ്യത്തിത്തിന്റെയോ രക്ഷയ്ക്കായി പണിത സുദീർഘവും ഭീമാകാരവുമായ വൻകോട്ടകളും, പൊയ്പോയ സുവർണ്ണകാലത്തിന്റെ ബാക്കിപത്രങ്ങളെന്ന നിലയ്ക്ക് ലോകത്തിന്റെ പലഭാഗങ്ങളിലും ചരിത്രാവശിഷ്ടങ്ങളായി ഇന്നും നിലകൊള്ളുന്നു. നൂറ്റാണ്ടുകൾക്കു മുൻപെന്നോ, പ്രതാപം കാട്ടി തലയുയർത്തി നിന്നിരുന്ന അത്തരം പ്രാകാരങ്ങളുടെ തകർന്നടിഞ്ഞ പ്രേതഭൂമികളിൽ മിഴിയൂന്നി നില്ക്കുമ്പോൾ, നമുക്കൊരു കാര്യം ബോദ്ധ്യമാകും—നിറഞ്ഞ നിശ്ശബ്ദതയിലും ഏറെ വാചാലമാണ് ആ ചരിത്രാവശിഷ്ടങ്ങൾ.

ശത്രുവിന്റെ ആക്രമണ ഭീഷണി നേരിടാൻ നൂറ്റാണ്ടുകൾക്കു മുമ്പ് അലകടൽ മുതൽ മലമുടി വരെ 56 കി മീ നീളത്തിൽ രാജ്യത്തിനു കുറുകെ 'കോട്ട കെട്ടുക'യെന്ന ഭഗീരഥ പ്രയത്നത്തിനൊരുമ്പെട്ട ഒരു കൊച്ചു നാട്ടുരാജ്യത്തിന്റെ സാഹസിക സംരംഭങ്ങളുടെ വിജയകഥ ഇന്നും നമുക്ക് ഉൾപ്പുളകമേകും. ആ മഹാസംഭവത്തിന്റെ വിശദാംശങ്ങൾ മനസ്സിലാകും മുമ്പ് തൽസംബന്ധമായി ഈ ലേഖകന് യാദൃച്ഛികമായി ഉണ്ടായ ഒരു പൂർവ്വകാലാനുഭവം അനുസ്മരിച്ചു കൊള്ളട്ടെ.

അന്ന് - പതിറ്റാണ്ടുകൾക്കു മുമ്പ് (1965ൽ)—ചാലക്കുടിയോടുരുമ്മി കിടക്കുന്ന മേലൂർ പഞ്ചായത്തിലെ പ്രകൃതിരമണീയമായ ഗ്രാമവീഥികളിലൂടെ നടക്കുകയായിരുന്നു ഞങ്ങൾ—പഞ്ചായത്തു പ്രസിഡന്റും ബ്ലോക്കാഫീസറും ഞാനും. തീരെ സാമ്പത്തിക ശേഷിയില്ലെങ്കിലും ശ്രമദാനം മുഖേന ഒട്ടേറെ വികസന പ്രവർത്തനങ്ങൾ നടപ്പാക്കാൻ കഴിഞ്ഞ മേലൂർ പഞ്ചായത്തിന്റെ നേട്ടങ്ങൾ നേരിട്ടു മനസ്സിലാക്കുകയായിരുന്നു ഉദ്ദേശ്യം.

'രണ്ടു വശത്തും വസന്തം വിരിമലർച്ചെണ്ടുകൾ' കാട്ടുന്ന നാട്ടുവഴികളിലൂടെ മുന്നോട്ടു നീങ്ങുകയായിരുന്നു ഞങ്ങൾ. തെങ്ങും കമുകും കുരുമുളകും നിറഞ്ഞ ഫലസമൃദ്ധമായ തൊടികൾ. ഗ്രാമലക്ഷ്മിയുടെ ഹരിതാഭമായ സൗന്ദര്യധോണി. അടുത്തുമകലത്തും കാണുന്ന നേന്ത്രവാഴത്തോപ്പുകൾ ചേതോഹരമായ മറ്റൊരു കാഴ്ചയായിരുന്നു. ഞങ്ങൾ പിന്നെയും മുന്നോട്ടു നീങ്ങി. പാതവക്കിൽ ഊളിയിട്ടോടുന്ന അസംഖ്യം കൈത്തോടുകൾ. ഈ നീർച്ചാലുകളുടെ പ്രഭവസ്ഥാനമെവിടെ? ഈ ജലകന്യകമാരുടെ ഉല്ലാസയാത്ര എങ്ങോട്ടാണാവോ?

'ചാലക്കുടി ജലസേചന പദ്ധതിയുടെ കനാലുകളാണവ'- സുഹൃത്ത് എന്നെ പറഞ്ഞു മനസ്സിലാക്കി. കൃഷിനിലങ്ങൾക്ക് ദാഹനീർ നല്കാൻ ഓടിയോടിയെത്തുന്ന ചാലക്കുടിപദ്ധതിയുടെ ആ കുഞ്ഞോമനകളെ ഞാൻ കൗതുകപൂർവ്വം നോക്കി നിന്നു. ജലകന്യകമാരെ പിന്തുടർന്ന് ചെന്നെത്തിയതാകട്ടെ പൊന്നോണത്തിന്റെ മഞ്ഞക്കോടിയുടുക്കാൻ വെമ്പൽപൂണ്ടുനില്ക്കുന്ന നെല്പാടങ്ങളുടെ സന്നിധിയിൽ. റോഡും തോടും തമ്മിൽ ഓട്ടപ്പന്തയം

നടത്തുന്ന ഗ്രാമവീഥികളിലൂടെ ഞങ്ങൾ മുന്നോട്ടു നീങ്ങി. മേലൂർ പഞ്ചായത്തിന്റെ രക്തധമനികൾ പോലെ, മുക്കിലും മൂലയിലും കടന്നേറുന്ന ഈ ഇറിഗേഷൻ കനാലുകളുടെ ഈറ്റില്ലമായ ചാലക്കുടിപ്പുഴ, ഗ്രാമത്തിന് അതിരിട്ടുകൊണ്ട് അരക്കൈകളിളക്കി അലസമായി പരന്നൊഴുകുകയാണ്.

നെടുങ്കോട്ട

ആദ്യമാദ്യം ഞാനതത്ര ശ്രദ്ധിച്ചില്ല. ഇടിഞ്ഞു പൊളിഞ്ഞു കിടക്കുന്ന ഏതോ മതിൽക്കെട്ടുകളാണെന്നേ കരുതിയുള്ളൂ. പക്ഷേ, മൈലുകൾ പിന്നിട്ട ശേഷവും ആ മതിലിന്റെ അവശിഷ്ടങ്ങൾ നീണ്ടു നീണ്ടു പോവുകയാണ് റോഡിനു സമാന്തരമായി—ചിലയിടങ്ങളിൽ റോഡിനു കുറുകെയും.

"അതാ അക്കാണുന്ന കോട്ടയില്ലേ, നെടുങ്കോട്ട - അതിങ്ങനെ ഒട്ടേറെ നീണ്ടുപോവുകയാണ്. ഈ കോട്ടയാണ് മേലൂർ പഞ്ചായത്തിന്റെ തെക്കെ അതിർത്തി. വടക്കും പടിഞ്ഞാറും ചാലക്കുടിപ്പുഴ വളഞ്ഞൊഴുകുന്നു. ഏഴാറ്റുമുഖം മലയാണ് കിഴക്കേ അതിർത്തി."

- പഞ്ചായത്തു പ്രസിഡന്റ് വിശദമാക്കി. "മൈലുകളോളം നീണ്ടു കിടക്കുന്ന ഈ നെടുങ്കോട്ട ടിപ്പുസുൽത്താനെ നേരിടാൻ പണ്ടെന്നോ നിർമ്മിക്കപ്പെട്ടതാണ്."

കേരളചരിത്രത്തിന്റെ നെഞ്ചത്തു വിരലൂന്നിക്കൊണ്ടുള്ള ആ പ്രസ്താവനയുടെ വാലിൽ ഞാനൊന്നു കടന്നുപിടിച്ചു കുടഞ്ഞു. മേലൂർ പഞ്ചായത്തതിർത്തിയിലെ മണിയങ്കോട് എന്ന സ്ഥലത്തുള്ള കോട്ടയുടെ ഭാഗം. ടിപ്പുവിന്റെ സൈന്യം പല ദിവസങ്ങളിലെ നിരന്തര പരിശ്രമത്തിനു ശേഷം അവസാനം പീരങ്കി വച്ചു പൊളിച്ച് ഉള്ളിൽ കടന്ന് തിരുവിതാംകൂർ സൈന്യത്തെ ആക്രമിച്ചു. അങ്ങനെ കൊടുങ്ങല്ലൂർ കായൽ മുതൽ പുഷ്പഗിരി (ആനമല) വരെ നെടുനീളത്തിൽ കെട്ടിയുയർത്തപ്പെട്ട ആ കോട്ട തകർന്നു പൊളിഞ്ഞു. പൊളിച്ചെറിയപ്പെട്ട കോട്ടവാതിലിന്റെ അവശിഷ്ടങ്ങളിലൊന്ന്, ആ ചരിത്രസത്യത്തിന് സാക്ഷ്യം വഹിച്ചുകൊണ്ട് ഇന്നും അനാഥമായി നില്പുണ്ട്. ആ കോട്ടവാതിലിൽ ഇപ്രകാരം രേഖപ്പെടുത്തിയിരുന്നു.

"KONUR KOTTA VATHIL
BREACHED BY TIPPU
IN DECEMBER 1789"

ഏകദേശം രണ്ടു നൂറ്റാണ്ടിലേറെ പഴക്കമുള്ള നെടുങ്കോട്ട അന്ന് ഏറെക്കുറെ അനാഥമായിരുന്നു. പലയിടത്തും പൊളിഞ്ഞു തകർന്ന മട്ടിൽ. കോട്ടയോടനുബന്ധിച്ചുള്ള അഗാധമായ കിടങ്ങുകൾ പല സ്ഥലത്തും കൃഷിയിടങ്ങളായി രൂപാന്തരപ്പെട്ടിരുന്നു. കോട്ടയുടെ മുകൾഭാഗം ഗ്രാമറോഡായിത്തീർന്നിട്ടുള്ള സ്ഥലങ്ങളും വിരളമല്ല.

അന്നത്തെ മേലൂർ സന്ദർശനം കഴിഞ്ഞിട്ട് നാലുപതിറ്റാണ്ടു കഴിഞ്ഞു. ഇന്ന് പള്ളിപ്പുറത്തെ (വൈപ്പിൻകര) ആയിക്കോട്ടെ (പഴയ പോർച്ചുഗീസ് കോട്ട)യുടെ മുന്നിൽ നില്ക്കെ, തൊട്ടപ്പുറത്ത് കായലിൽനിന്ന് തുടങ്ങി, ഗിരിനിരകളിലേക്ക് നീണ്ടുപോയ പഴയ നെടുങ്കോട്ടയുടെ ഒരു കഷണം - മേലൂരിലെ കോനൂർ കോട്ട വാതിൽ - എന്റെ സ്മൃതിപഥത്തിലേക്ക് കടന്നുവന്നത് സ്വാഭാവികം മാത്രം. വൈപ്പിൻകരയുടെ വടക്കെ അറ്റത്തു നിന്ന് പറവൂർ വഴി ചാലക്കുടിയിലേക്കുള്ള യാത്രാമദ്ധ്യേ, നെടുങ്കോട്ടയുടെ ഉല്പത്തിയും വികാസ പരിണാമങ്ങളും ഓർക്കാതിരിക്കാൻ കഴിഞ്ഞില്ല.

പഴയ കൊച്ചി രാജ്യത്തിന്റെ പടിഞ്ഞാറെ അതിർത്തിയിൽനിന്നു തുടങ്ങി രാജ്യത്തിനു കുറുകെ, വടക്കു കിഴക്കായിട്ടാണ് കോട്ടയുടെ ഗതി. കോട്ട നിർമ്മിച്ചതാകട്ടെ കൊച്ചിയുടെ ശത്രുരാജ്യമായിരുന്ന തിരുവിതാംകൂർ! ഇതെങ്ങനെ സംഭവിച്ചു? ഇവിടെ, അല്പം പൂർവ്വചരിത്രം അറിഞ്ഞേ തീരൂ.

ക്രിസ്ത്വബ്ദം 15-ാം ശതകം മുതൽക്കാണ് കേരളത്തിലെ കോട്ടകളിലേറിയകൂറും പടുത്തുയർത്തപ്പെട്ടതെന്ന വസ്തുത ശ്രദ്ധേയം. അന്നവിടെ- എണ്ണമറ്റ ചെറുകിട രാജ്യങ്ങൾ, പരിമിതമായ ഭൂപ്രദേശങ്ങളിലെ നാടുവാഴികൾ മുതൽ കൂടുതൽ വിസ്തൃതമായ പ്രദേശങ്ങളിലെ രാജാക്കന്മാർ വരെ- തമ്മിൽത്തല്ലി, തലതല്ലിപ്പൊളിക്കുന്ന കാലം. എല്ലാവർക്കും എല്ലാം ശത്രുരാജ്യങ്ങൾ തന്നെ. വിചിത്രമായ ഈ രാഷ്ട്രീയ സാഹചര്യത്തിലാണ് കച്ചവടത്തിന്റെ പേരും പറഞ്ഞ് കടൽ കടന്ന് ഇന്ത്യയെ കൊള്ളയടിക്കാൻ വന്ന പാശ്ചാത്യശക്തികളുടെ രംഗപ്രവേശം. പോർച്ചുഗീസുകാർ, ഡച്ചുകാർ, ബ്രിട്ടീഷുകാർ. അയൽരാജാക്കന്മാരെ തമ്മിലടിപ്പിച്ചും അവരോടടുപ്പം നടിച്ചും രാജ്യത്തിന്റെ വിഭവശക്തി ചോർത്തിയെടുത്തു കടൽ കടത്തുകയെന്നതുതന്നെയായിരുന്നു അവരുടെ മുഖ്യലക്ഷ്യം.

രാഷ്ട്രീയ പശ്ചാത്തലം

18-ാം നൂറ്റാണ്ടോടുകൂടി തിരുവിതാംകൂറിലെ കൊച്ചു കൊച്ചു നാടുവാഴികളെയെല്ലാം മാർത്താണ്ഡവർമ്മ ഞെരിച്ചമർത്തി തിരുവിതാംകൂർ എന്ന ഒരൊറ്റ രാജ്യമാക്കി തീർത്തു. കൊച്ചിക്കാകട്ടെ, അത്രത്തോളമായില്ല. എങ്കിലും ചെറിയ നാടുവാഴികളെയും പ്രഭുക്കന്മാരെയും ക്രമേണ, കൊച്ചിയും സാമന്ത പദവിയിലേക്കു താഴ്ത്തി, ആധിപത്യം നേടി. മലബാർ പ്രദേശത്ത് അപ്പോഴും ഉത്തര കേരളത്തിലെ നെടുവിരിപ്പും വള്ളുവനാടും കോലത്തുനാടും നീലേശ്വരവുമെല്ലാം തമ്മിലടിക്കുകയായിരുന്നു. പോർച്ചുഗീസുകാരും ഡച്ചുകാരും ബ്രിട്ടീഷുകാരും

കാലാകാലങ്ങളിൽ മേൽപ്പറഞ്ഞ ഭരണാധികാരികളെ തമ്മിലടിപ്പിക്കാൻ ആവുന്നത്ര ശ്രദ്ധിക്കുകയും ചെയ്തു. ഇക്കൂട്ടത്തിലാണ് മൈസൂറിലെ സുൽത്താന്മാരുടെ (ഹൈദരാലിയും ടിപ്പുവും) തുടരെത്തുടരെയുള്ള ആക്രമണങ്ങൾ. എന്തിനേറെ ഒരിക്കൽ സഖ്യത്തിലേർപ്പെട്ടു കഴിഞ്ഞ രാജ്യങ്ങൾ തന്നെ, മറ്റൊരിക്കൽ പരസ്പരം പോരടിക്കുന്നതും, വീണ്ടും പൊതുശത്രുവിനെതിരെ ഒന്നിച്ചണിനിരക്കുന്നതും കാണാം (തിരുവിതാംകൂറും കൊച്ചിയും കോഴിക്കോടും തമ്മിൽ തമ്മിൽ).

മേൽ സൂചിപ്പിച്ച രാഷ്ട്രീയ സാഹചര്യത്തിലാണ്, അന്നത്തെ നിലയ്ക്ക് തികച്ചും അസാദ്ധ്യമെന്ന് പരിഗണിക്കാവുന്ന അതിദീർഘമായ ഒരു കോട്ട (നെടുങ്കോട്ട) നിർമ്മിക്കാൻ, മുമ്പ് ശത്രുത പുലർത്തിയിരുന്ന തിരുവിതാംകൂറും കൊച്ചിയും മുന്നിട്ടിറങ്ങിയത്. പൊതുശത്രുവായ കോഴിക്കോട് സാമൂതിരിയെയും മൈസൂർ സുൽത്താന്മാരെയും തടഞ്ഞു നിർത്തുകയെന്നതായിരുന്നു ആത്യന്തിക ലക്ഷ്യം. 18-ാം നൂറ്റാണ്ടിന്റെ ഉത്തരാർദ്ധമായപ്പോഴേക്കും തിരുവിതാംകൂറും കൊച്ചിയും തമ്മിലുള്ള വൈരം ഒട്ടൊന്നു ശമിച്ചിരുന്നു. നിലനില്പിനുള്ള വ്യഗ്രത തിരുവിതാംകൂറിന്റെ ശക്തി സമ്മതിച്ചു കൊടുക്കാൻ അവസാനം കൊച്ചി സന്നദ്ധത കാട്ടി, പക്ഷേ, അപ്പോഴും മലബാർ പ്രദേശം കലാപകലുഷിതമായിരുന്നു. കോഴിക്കോട് സാമൂതിരിപ്പാടിന്റെ രാജ്യവികസനവ്യാമോഹം, കോഴിക്കോടും അയൽരാജ്യങ്ങളും തമ്മിലുള്ള നിരന്തര സംഘട്ടനങ്ങൾക്ക് തിരികൊളുത്തി, മൈസൂറിന്റെ രംഗപ്രവേശത്തിന് വഴിയൊരുക്കി. കോലത്തിരിയും കണ്ണൂരിലെ ആലി രാജാവും തമ്മിലുള്ള കിടമത്സരവും മൈസൂറിന്റെ ആക്രമണത്തിനു വഴി തെളിച്ചു.

എലിയെപ്പേടിച്ച്...

എലിയെപ്പേടിച്ച് ഇല്ലം ചുട്ട കഥയെ അനുസ്മരിപ്പിക്കുന്നതാണ് കേരളത്തെ സംബന്ധിച്ചിടത്തോളം മൈസൂർ ആക്രമണങ്ങൾ—ഹൈദരാലിയുടെയും ടിപ്പുവിന്റെയും പടയോട്ടങ്ങൾ. ആക്രമണോദ്യുക്തനായ സാമൂതിരിയോട് പോരടിക്കാൻ കെല്പില്ലാത്ത ഒരു പാലക്കാട്ടു രാജാവ് മൈസൂറിൽ പോയി ക്ഷണിച്ചുവരുത്തിക്കൊണ്ടു വന്ന ഹൈദരാലിയും, തുടർന്ന് ടിപ്പുവും പലഘട്ടങ്ങളിലായി കേരളത്തിൽ അരങ്ങേറിയ പോരാട്ടങ്ങൾ... 1756-57 ൽ പാലക്കാടിനു വേണ്ടി സാമൂതിരിയോടു പടവെട്ടിയ ഹൈദരാലി 1761 ൽ മലബാർ ആക്രമിച്ച് ഉത്തരകേരളത്തിലെ നാടുവാഴികളെ വിറപ്പിച്ചു. 1766 ൽ വീണ്ടും കോഴിക്കോടിനെ ആക്രമിച്ചു. കൊച്ചിയെയും ഒഴിവാക്കിയില്ല (1773). ഹൈദരാലിയുടെ മരണശേഷം പുത്രനായ ടിപ്പുസുൽത്താൻ മൈസൂറിന്റെ ആധിപത്യത്തിലായിരുന്ന കോഴിക്കോട്ട് തനിക്കെതിരായി ഉയർന്നുവന്ന കലാപങ്ങളെ അമർച്ച ചെയ്ത് കോഴിക്കോടിന് വമ്പിച്ച നാശനഷ്ടങ്ങൾ വരുത്തി. തിരുവിതാംകൂറിന്റെ നേർക്കായി പിന്നെ ടിപ്പുവിന്റെ നോട്ടം. അപകടം മുൻകൂട്ടി മനസ്സിലാക്കിയ തിരുവിതാംകൂർ, മൈസൂറിന്റെ ആക്രമണത്തെ ചെറുത്തു നില്ക്കാൻ പല മാർഗ്ഗങ്ങളും തേടി. തിരുവിതാംകൂർ ഭരിച്ചിരുന്ന ധർമ്മരാജാവും കേശവപിള്ള ദിവാൻജിയും വലിയ കപ്പിത്താൻ ഡിലനോയിയും ദീർഘവീക്ഷണത്തോടു കൂടി ചില പരിപാടികൾ ആസൂത്രണം ചെയ്തതിന്റെ പരിണത ഫലമാണ് നെടുങ്കോട്ട.

ഇവിടെ, ചില വസ്തുതകൾ കൂടി മനസ്സിലാക്കേണ്ടതുണ്ട്. തിരുവിതാംകൂറിനെ സംബന്ധിച്ചിടത്തോളം, രാജ്യത്തിന്റെ തെക്കെ അതിർത്തിക്ക് വീതികുറവ്. വടക്കെ അതിർത്തിയാകട്ടെ, കൊച്ചി മുതൽ കിഴക്കോട്ട് രാജ്യത്തിന്റെ ഏറ്റവും വീതി കൂടിയ ഭാഗമാണ്. രാജ്യത്തിനു കുറുകെ ഒരു കോട്ട പടുത്തുയർത്തണമെങ്കിൽ, അമ്പതിലേറെ കി മീറ്റർ നീളത്തിൽ കോട്ട നിർമ്മിക്കേണ്ടി വരും. ഇതിനിടയ്ക്ക് കായലും പുഴകളും മലകളും മറികടന്നു വേണം കോട്ട നിർമ്മിക്കാൻ. കോട്ടയുടെ ഭൂരിഭാഗവും മറ്റൊരു രാജ്യത്തിലാണു താനും. അത്തരമൊരു സാഹചര്യത്തിൽ അതിർ കടന്ന ആത്മവിശ്വാസവും അനുനയവും രാജ്യതന്ത്രജ്ഞതയും സാഹസിക മനഃസ്ഥിതിയും സർവോപരി വമ്പിച്ച ധനവ്യയവും അനിവാര്യമായിത്തീരുന്നു. പക്ഷേ, ധർമ്മരാജാവും ദിവാൻജിയും സേനാനായകനും ഹതാശരായില്ല. ഇത്തരം ഒരു കോട്ടയുടെ നിർമ്മാണം കൊച്ചിരാജ്യത്തിന്റെ ഭദ്രതയ്ക്കും അനുപേക്ഷണീയമാണെന്ന് കൊച്ചി രാജാവിനെ ബോദ്ധ്യപ്പെടുത്തുക. കൊച്ചി രാജ്യത്തിന്റെ വിരിമാറിലൂടെ അയൽരാജ്യം കോട്ട കെട്ടുന്നത്, വിശാല വീക്ഷണത്തോടും രാജ്യതന്ത്രജ്ഞതയോടും കൂടി വീക്ഷിക്കുന്ന സന്മനോഭാവം കൊച്ചി രാജാവിൽ ജനിപ്പിക്കുക, കോട്ട കെട്ടാൻ അനുമതി സമ്പാദിക്കുക, ഒട്ടേറെ ആളും അർത്ഥവും വേണ്ട ഇത്തരമൊരു ഭഗീരഥ പ്രയത്നത്തിന് കൊച്ചിയുടെ ഭരണപരവും സാമ്പത്തികവുമായ സഹായം കൂടി ലഭ്യമാക്കുക- എന്നിങ്ങനെ നിരവധി ദുർഘടങ്ങൾ. പക്ഷേ, തിരുവിതാംകൂർ മേൽപ്പറഞ്ഞ എല്ലാ വൈതരണികളും തന്ത്രപൂർവ്വം തരണം ചെയ്തു - നിശ്ചയദാർഢ്യത്തോടെ.

'തിരുവിതാംകൂർ നിര' എന്നറിയപ്പെടുന്ന ഈ നെടുങ്കോട്ട തുടങ്ങുന്നത് കടലോരത്തു നിന്നാണ്. നീണ്ടു നീണ്ട് ചെന്നു മുട്ടുന്നത്, പ്രകൃതിദത്തമായ മറ്റൊരു വൻകോട്ടയായ പശ്ചിമഘട്ട മലനിരയിലും. കൊച്ചിരാജാവിന്റെ പരിപൂർണ്ണ സമ്മതത്തോടും സാമ്പത്തികമായ പങ്കാളിത്തത്തോടും നിർമ്മാണപ

ദ്ധതി ആസൂത്രണം ചെയ്തു. തിരുവിതാംകൂറിന്റെ സേനാനായകനായ ഡിലനോയ് കോട്ട നിർമ്മാണത്തിന്റെ രൂപരേഖ തയ്യാറാക്കി. ഡിലനോയിയും ദിവാൻജിയും ധർമ്മരാജാവും വടക്കൻ പറവൂരിൽ താവളമടിച്ച് പണിയുടെ മേൽനോട്ടം വഹിച്ചു.

കോട്ട-തുടക്കവും ഒടുക്കവും

വൈപ്പിൻ ദ്വീപിൽ പള്ളിപ്പുറത്തു സ്ഥിതിചെയ്യുന്ന പഴയ പോർച്ചുഗീസ് കോട്ട (ആയിക്കോട്ട) മുതൽ നെടുങ്കോട്ട ആരംഭിക്കുന്നു. സമുദ്രതീരത്തു നിന്നു തുടങ്ങി പുഴയും കടന്ന് വടക്കു കിഴക്കായുണ്ടായിരുന്ന കൊടുങ്ങല്ലൂർ കോട്ടയുടെ തന്ത്രപ്രധാനമായ കോട്ടമുക്കിൽനിന്ന് പുനരാരംഭിക്കുന്നു. വീണ്ടും അതിവിസ്തൃതമായ കായലിന്നക്കരെ കൃഷ്ണൻകോട്ടയിലെത്തുന്നു. നെടുങ്കോട്ടയ്ക്ക് ശരിയായ രൂപം കൈവരുന്നത് ഇവിടെ നിന്നാണ് (പുഴയിലും കായലിലും കൂറ്റൻ മരക്കുറ്റികൾ, അടിച്ചു താഴ്ത്തി നിർമ്മിക്കപ്പെട്ട പ്രതിരോധ നിര 'കുറ്റിക്കോട്ട' എന്ന പേരിൽ അറിയപ്പെട്ടിരുന്നു). തുടർന്ന് അതിവിസ്തൃതമായ മുകുന്ദപുരം താലൂക്കിന്റെ നിമ്നോന്നതങ്ങളിലൂടെ കോട്ട നീണ്ടു പോകുന്നു. കുന്നും താഴ്വരകളും നീർച്ചാലുകളും പിന്നിട്ട് വടക്കു കിഴക്കായി മൈലുകളോളം കടന്നുപോകുന്ന നെടുങ്കോട്ട, ചാലക്കുടിപ്പുഴയും പിന്നിട്ട് കിഴക്ക് പർവ്വത ഭിത്തികളിൽ ചെന്നു മുട്ടുന്നു. മൊത്തം 56 കി മീ. ആർക്കിയോളജിസ്റ്റായിരുന്ന പി അനുജനച്ചൻ, അഞ്ചു ദിവസം കൊണ്ട് നടന്നു കണ്ട് തയ്യാറാക്കിയ റിപ്പോർട്ടിൽ, നെടുങ്കോട്ടയുടെ രൂപ ഗാംഭീര്യത്തെപ്പറ്റിയും. നിർമ്മാണചാതുരിയെപ്പറ്റിയും സവിസ്തരം പ്രതിപാദിക്കുന്നുണ്ട്.

> കോട്ടയ്ക്ക് 40 അടി മുതൽ 50 അടി വരെ പൊക്കം ഉണ്ടായിരുന്നുവത്രെ. കോട്ടയോടനുബന്ധിച്ച് 20 അടി താഴ്ചയും 10 അടി വീതിയുമുള്ള കിടങ്ങുകളും നിർമ്മിച്ചിരുന്നു. കിടങ്ങിനു സമാന്തരമായി മുൾപ്പടർപ്പുകളും മുളങ്കാടുകളും വച്ചു പിടിപ്പിച്ച നിബിഡമായ മറ്റൊരു പ്രതിരോധനിരയുമുണ്ടായിരുന്നുവത്രേ. കോട്ടയ്ക്കുള്ളിൽ പട്ടാളക്കാർക്ക് ഒളിച്ചിരിക്കാനുള്ള ഗുഹകളും ഉണ്ടായിരുന്നു. മൂന്നു ഫർലോങ് ഇടവിട്ട് സൈന്യത്തിന് ശുദ്ധജലം ലഭ്യമാക്കാനുള്ള കിണറുകളും തന്ത്രപ്രധാനമായ ഭാഗങ്ങളിൽ ഇഷ്ടികയും കുമ്മായവുംകൊണ്ടു നിർമ്മിച്ച വെടിമരുന്നു കലവറകളും ഉണ്ടായിരുന്നു.

തൃശൂർ ജില്ലയെ വിറപ്പിച്ചുകൊണ്ട് 14,000 കാലാൾപ്പടയോടും മറ്റു സന്നാഹങ്ങളോടും കൂടി കടന്നുവന്ന ടിപ്പുവിന്റെ സൈന്യം വഴിമദ്ധ്യേ വമ്പിച്ച നാശനഷ്ടങ്ങൾ വരുത്തി, കോട്ടയ്ക്കടുത്തെത്തി. തിരുവിതാംകൂറിന്റെ ചെറുത്തു നില്പും പ്രത്യാക്രമണങ്ങളും കൊണ്ട് പൊറുതിമുട്ടിയ ടിപ്പുവിന്റെ സൈന്യം അവസാനം പല ദിവസത്തെ നിരന്തരമായ വെടിവയ്പിലൂടെ കോനൂർകോട്ടവാതിൽ പൊളിച്ച് ഉള്ളിൽ കടന്നു (1790 ഏപ്രിൽ 15) തുടർന്ന് പരപ്പൂർ, ആയിക്കോട്ട, കോട്ടപ്പുറം, കുര്യാപ്പള്ളി എന്നിവിടങ്ങളിലെ ചെറുകോട്ടകളും കീഴ്പ്പെടുത്തി. നീണ്ടു നിന്ന ഈ യുദ്ധത്തിൽ വെടിയേറ്റും കിടങ്ങിൽ വീണും മറ്റും ഇരുഭാഗത്തും നൂറുകണക്കിനാളുകൾ മരിച്ചു വീണു. ആക്രമണത്തിനിടയിൽ കിടങ്ങിൽ വീണ് ടിപ്പുവിനും മുടന്തുണ്ടായി. തല്ക്കാലത്തേക്ക് ടിപ്പു യുദ്ധരംഗത്തുനിന്നും പിൻവാങ്ങി. കൂടുതൽ പോഷകസൈന്യങ്ങളെ മൈസൂറിൽനിന്നും വരുത്തി വീണ്ടും ഒരാക്രമണത്തിനു തയ്യാറെടുത്ത ടിപ്പുവിനെ സ്വന്തം രാജ്യം ആക്രമിക്കാൻ ശ്രീരംഗപട്ടണത്തേക്ക് ബ്രിട്ടീഷ് സൈന്യം പുറപ്പെട്ടിരിക്കുന്നുവെന്ന വാർത്ത ഞെട്ടിച്ചു. അയാൾ നെടുങ്കോട്ടയിൽനിന്നും അതിവേഗം പിൻമടങ്ങി, സ്വന്തം രാജ്യത്തെ രക്ഷിക്കാൻ.

ടിപ്പുവിന്റെ സൈന്യം ഒഴിഞ്ഞുപോയശേഷവും നെടുങ്കോട്ട തിരുവിതാംകൂറിന്റെ അധീനതയിൽ തന്നെയായിരുന്നു. തന്റെ രാജ്യാതിർത്തിക്കുള്ളിലെ നെടുങ്കോട്ടയും, സാമൂതിരിയുടെ ആക്രമണത്തിൽനിന്ന് കൊച്ചിയെ രക്ഷിച്ച വകയിൽ തിരുവിതാംകൂറിനു വിട്ടുകൊടുത്ത ആലങ്ങാട്, പറവൂർ പ്രദേശങ്ങളും കൊച്ചിക്ക് അവകാശപ്പെട്ടതാണെന്ന് ശക്തൻ തമ്പുരാൻ (1790-1805) വാദിച്ചെങ്കിലും, മദ്ധ്യസ്ഥത വഹിച്ച ബ്രിട്ടീഷ് അധികൃതർ ആ വാദഗതി അംഗീകരിച്ചില്ല. കേരളത്തിൽ വളർന്നുകൊണ്ടിരുന്ന മൈസൂർ ആധിപത്യത്തിന്റെ പര്യവസാനത്തിന് ടിപ്പുവിന്റെ പിന്മാറ്റം വഴി തെളിച്ചു. 1790 ആഗസ്ത് 15 ന് കൊച്ചി രാജാവും സാമൂതിരിയും ബ്രിട്ടീഷ് മേൽക്കോയ്മ സ്വീകരിച്ചു. കൊച്ചി രാജ്യത്തിൽപ്പെട്ട മുകുന്ദപുരം, ഇരിങ്ങാലക്കുട, കോടശ്ശേരി, മാപ്രാണം, പുതുക്കാട്, തൃശ്ശൂർ, പറവട്ടാനി, ഊരക്കം, പെരുമനം, ഏനമാക്കൽ, ചിറ്റിലപ്പള്ളി, മുള്ളൂർക്കര, പേരാറ്റുവീഥി, തെക്കുമംഗലം ഗ്രാമം, കവളപ്പാറനാട് എന്നീ സ്ഥലങ്ങൾ ടിപ്പുവിന്റെ കൈവശമായിരുന്നു. നെടുങ്കോട്ട നിർമ്മാണവും നെടുങ്കോട്ട യുദ്ധങ്ങളും തിരുവിതാംകൂറിനു വരുത്തി വച്ച കടബാദ്ധ്യത കുറച്ചൊന്നുമായിരുന്നില്ല. യുദ്ധം തീർന്ന് 10 വർഷം കഴിഞ്ഞിട്ടും കടം വീട്ടാൻ കഴിഞ്ഞിരുന്നില്ലെന്ന് ഔദ്യോഗിക രേഖകൾ സൂചിപ്പിക്കുന്നു.

ചാലക്കുടി

രണ്ടു നൂറ്റാണ്ടുകൾക്കു മുമ്പ് നെടുങ്കോട്ടയെ മാറിലേറ്റി നിന്ന് ദുരിതങ്ങളേറ്റു വാങ്ങിയ മുകന്ദപുരം

താലൂക്കിന്റെ ആസ്ഥാനമാണ് ചാലക്കുടി. ചാലക്കുടിപ്പുഴയുടെ തീരത്തെ ഈ പട്ടണം കിഴക്കൻ മലനിരകളിലേക്കുള്ള പ്രവേശന കവാടമാണെന്നു പറയാം. ചാലക്കുടിയും പിന്നിട്ട ആനമലയിൽ ചെന്നുമുട്ടിയിരുന്ന നെടുങ്കോട്ടയുടെ, അല്പം അവശിഷ്ടങ്ങൾ ചാലക്കുടി അഞ്ചൽ റോഡരികിൽ ഇപ്പോഴും കാണാം. കൊച്ചി രാജാക്കന്മാരുടെ ഒരു സുഖവാസകേന്ദ്രം കൂടിയായിരുന്നു ചാലക്കുടി, എറണാകുളം, തൃശൂർ ബസ് റൂട്ടിലെ ഒരു നാൽക്കവലയായിരുന്ന ചാലക്കുടി ഇന്ന് തിരക്കേറിയ ഒരു മുനിസിപ്പൽ പട്ടണമാണ്. കച്ചവടസ്ഥാപനങ്ങൾ, ചെറുകിട വ്യവസായസ്ഥാപനങ്ങൾ, തടിഡിപ്പോകൾ, വൻകിട ഹോട്ടലുകൾ, ബാങ്കിങ് സ്ഥാപനങ്ങൾ, ആതുരാലയങ്ങൾ, വിദ്യാഭ്യാസ സ്ഥാപനങ്ങൾ - എല്ലാം ആ നാൽക്കവലയുടെ ചുറ്റുവട്ടത്തു കാണാം. ജനബാഹുല്യവും വാഹനത്തിരക്കുമുള്ള ആ കവലയിൽനിന്ന് നാലുവശത്തേക്കുമുള്ള റോഡിലൂടെ കുറച്ചിട നടന്നാൽ ചാലക്കുടി പട്ടണത്തിന്റെ തനിനിറം കാണാം. അസ്സൽ ഗ്രാമീണ മേഖല. തെങ്ങും നെല്ലും മറ്റു കാർഷികോല്പന്നങ്ങളും സമൃദ്ധിയായി വളരുന്ന ഫലപുഷ്കലമായ കാർഷിക മേഖല. 1970 മുതൽ ഇതൊരു മുനിസിപ്പാലിറ്റിയാണ്. വിസ്തീർണ്ണം 25.23 ച കി മീ. ജനസംഖ്യ 45069 (1991). വേണ്ടത്ര വിദ്യാഭ്യാസ പുരോഗതി നേടിയ ഈ പ്രദേശങ്ങളിലെ രണ്ടു പ്രമുഖ വിദ്യാഭ്യാസ സ്ഥാപനങ്ങളാണ് പനമ്പിള്ളി സ്മാരക ഗവ. കോളേജും എസ് എച്ച് കോളേജും.

സ്ഥലനാമോല്പത്തികഥകൾ പലതുണ്ട്. രണ്ടാം ചേര സാമ്രാജ്യകാലത്ത് (എ ഡി 800-1200) മൂഴിക്കുളം ശാലയിൽ വേദാഭ്യാസത്തിനെത്തിയ വിദ്യാർത്ഥികളെ താമസിപ്പിച്ചിരുന്ന പാർപ്പിടങ്ങൾക്ക് 'കുടി' എന്ന് പേരുണ്ടായിരുന്നു. ശാലയിലെ കുടികൾ, ശാലക്കുടിയും, കാലാന്തരത്തിൽ ചാലക്കുടിയുമായി. ചാലക്കുടി ഫെറോനപ്പള്ളിയിലെ മണിയിൽ, ശാലക്കുടി എന്ന പേര് രേഖപ്പെടുത്തിയിട്ടുള്ളതായി കാണാം. പണ്ട് ഈ പ്രദേശങ്ങൾ കൊച്ചി രാജ്യത്തിലെ അഞ്ച് കൈമൾമാരിൽ ഒരാളായിരുന്ന കോടശ്ശേരി കൈമ(നാടുവാഴി)ളുടെ അധീനതയിലായിരുന്നുവത്രെ. ശക്തൻ തമ്പുരാന്റെ ഭരണകാലത്ത് കൈമൾമാരുടെ വമ്പിച്ച അധികാരാവകാശങ്ങൾ വെട്ടിച്ചുരുക്കി കോടശ്ശേരി കർത്താക്കന്മാർ എന്ന പേരിൽ ജന്മികളും സാമന്തന്മാരുമായി തരംതാഴ്ത്തി. ശക്തൻതമ്പുരാൻ ദീർഘവീക്ഷണത്തോടെ കുന്നത്തങ്ങാടിയിൽ (ചാലക്കുടി മുനിസിപ്പാലിറ്റിയുടെ 23-ാം വാർഡ്) പാണ്ടികശാല നിർമ്മിക്കുകയും വാണിജ്യാവശ്യങ്ങൾ നിറവേറ്റാൻ മറ്റു സ്ഥലങ്ങളിൽനിന്നും ഏതാനും സുറിയാനി ക്രിസ്ത്യാനികളെ കൊണ്ടുവന്ന് അവിടെ പാർപ്പിക്കുകയും ചെയ്തു. ക്രമേണ ചാലക്കുടി ഒരു വാണിജ്യ വ്യവസായ കേന്ദ്രമായി മാറി. ചാലക്കുടിയുടെ പുരോഗതിയിലേക്കുള്ള നാന്ദികുറിച്ച സംഭവമാണത്.

നഗര ജീവിതം

1950 ൽ ചാലക്കുടിയുടെ സ്വയംഭരണത്തിനായി, ഒരു ഗ്രാമപഞ്ചായത്ത് രൂപീകരിക്കപ്പെട്ടു. ചാലക്കുടി, പടിഞ്ഞാറെ ചാലക്കുടി, പോട്ട, പേരാമ്പ്ര എന്നീ റവന്യൂവില്ലേജുകൾ ഉൾപ്പെട്ട പഞ്ചായത്ത്, 1970 ൽ മുനിസിപ്പാലിറ്റിയായി. നാനാജാതിമതസ്ഥർ സൗഹാർദ്ദത്തോടെ കഴിഞ്ഞുപോരുന്ന ചാലക്കുടി പട്ടണത്തിലും പ്രാന്തപ്രദേശങ്ങളിലുമായി വിവിധ മതവിഭാഗങ്ങളുടെതായ ഒട്ടേറെ ആരാധനാലയങ്ങളുണ്ട്.

പ്രകൃതിരമണീയമായ ചാലക്കുടിപ്പുഴയുടെ വടക്കെ കരയിൽ സ്ഥിതിചെയ്യുന്ന കണ്ണമ്പുഴ ഭഗവതി ക്ഷേത്രം പ്രധാനം. ഇവിടുത്തെ താലപ്പൊലി മഹോത്സവവും കുടപ്പുഴ സുബ്രഹ്മണ്യക്ഷേത്രത്തിലെ കാവടി മഹോത്സവവും ധാരാളം ഭക്തജനങ്ങളെ ആകർഷിക്കുന്നു. തിരുമാന്ധാംകുന്ന് ഭഗവതിക്ഷേത്രം. കുടപ്പുഴ ശിവക്ഷേത്രം, ഭരത ക്ഷേത്രം തുടങ്ങിയവ പ്രമുഖ ഹൈന്ദവാരാധനാ കേന്ദ്രങ്ങളാണ്. പ്രസിദ്ധവും പ്രാചീനവുമായ സെന്റ് മേരീസ് ഫെറോനപ്പള്ളിയിലെ അമ്പുതിരുനാൾ ഉത്സവം നാനാജാതി മതസ്ഥരും ഒത്തുചേർന്ന് ആഘോഷിക്കുന്നു. നിത്യസഹായമാതാവിന്റെ പള്ളി, ഹോളി ഫാമിലി കോൺവെന്റു ചർച്ച്, പോട്ട ആശ്രമം തുടങ്ങിയ ക്രിസ്തീയ ദേവാലയങ്ങൾ ചാലക്കുടിയുടെ ക്രൈസ്തവ പ്രാമുഖ്യം വിളിച്ചോതുന്നു. ചാലക്കുടിയിലെ ആദ്യകാല മുസ്ലീം പള്ളി 1906 ൽ സ്ഥാപിക്കപ്പെട്ടതാണ്. കൂടാതെ 1942 ൽ സ്ഥാപിക്കപ്പെട്ട ടൗൺ ജുമാ മസ്ജിദ് പള്ളിയും റെയിൽവേ സ്റ്റേഷൻ മോസ്ക് പള്ളിയും ശ്രദ്ധേയം.

ജില്ലാ ആസ്ഥാനമായ തൃശ്ശൂരിൽനിന്ന് 30 മൈൽ അകലെ സ്ഥിതി ചെയ്യുന്ന ചാലക്കുടി പട്ടണത്തിന്റെ വ്യാവസായിക പ്രാധാന്യം ശ്രദ്ധേയമാണ്. തടി, ഓട്, മൺപാത്രങ്ങൾ, കെമിക്കൽസ്, തീപ്പെട്ടി എന്നീ വ്യവസായങ്ങൾ വളരെ മുമ്പേ ഇവിടെ വേരൂന്നിയിരുന്നു. പില്ക്കാലത്തെ വ്യവസായത്തകർച്ചമൂലം ഇപ്പോൾ തൊഴിൽ സാദ്ധ്യതകൾ കുറഞ്ഞു വരികയാണ്. ചാലക്കുടിയുടെ വളർച്ചയിൽ ചാലക്കുടിപ്പുഴയ്ക്കുള്ള പങ്ക് കുറച്ചൊന്നുമല്ല. പ്രത്യേകിച്ചും തടി വ്യവസായത്തെ സംബന്ധിച്ചിടത്തോളം, ഷോളയാർ, പറമ്പിക്കുളം, തേക്കടി, കാരപ്പാറ എന്നീ പോഷക നദികൾ ഒത്തുചേർന്ന് ചാലക്കുടിപ്പുഴയായി മുകുന്ദപുരം താലൂക്കിലൂടെ ഒഴുകുന്നു. ഈ പോഷകനദികളിൽ വെള്ളച്ചാട്ടങ്ങൾ പലതുണ്ടെങ്കിലും ആതിരപ്പള്ളി വെള്ളച്ചാട്ടമാണേറ്റവും പ്രധാനം. ഒട്ടേറെ ടൂറിസ്റ്റുകളെ ആകർഷി

ക്കുന്ന ഒരു പ്രമുഖ വിനോദസഞ്ചാരകേന്ദ്രമാണ് ആതിരപ്പള്ളി.

സാംസ്കാരിക രംഗം

സജീവമായ ഒരു സാംസ്കാരിക രംഗമുള്ള ചാലക്കുടിയിൽ കലാസാഹിത്യ മണ്ഡപങ്ങളിലും സാംസ്കാരിക മേഖലയിലും കായിക മേഖലയിലും നല്ല രീതിയിൽ പ്രവർത്തിക്കുന്ന പല സ്ഥാപനങ്ങളുമുണ്ട്. വിവിധ മേഖലകളിൽ വ്യക്തിമുദ്ര പതിപ്പിച്ച വ്യക്തികളും അസംഖ്യം. കേരള രാഷ്ട്രീയത്തിൽ ഉത്തുംഗഗോപുരം പോലെ ഉന്നത വ്യക്തിത്വം സ്ഥാപിച്ച പനമ്പിള്ളി ഗോവിന്ദമേനോന്റെ നാമം ശ്രദ്ധേയം.

ചാലക്കുടിയിൽനിന്ന് 11 കി മീ പടിഞ്ഞാറായി ചാലക്കുടിപ്പുഴയുടെ തീരത്തു സ്ഥിതിചെയ്യുന്ന അടൂർ ഗ്രാമം പണ്ടേ പ്രസിദ്ധം. അതിപുരാതനമായ അന്നമനട ക്ഷേത്രം പണ്ടൊരു ക്ഷേത്രസങ്കേതമായിരുന്നു. നെടുങ്കോട്ടയുടെ ഭൂരിഭാഗവും ഈ ഗ്രാമത്തിലൂടെയാണ് കടന്നുപോയിരുന്നത്. പ്രശസ്ത മേളവിദ്വാൻ അന്നമനട അച്യുതമാരാരുടെ ജന്മത്താൽ അനുഗൃഹീതമാണ് ഈ സ്ഥലം, ചാലക്കുടിക്കും മാളയ്ക്കും സമീപം സ്ഥിതിചെയ്യുന്ന അമ്പഴക്കാട്, പ്രാചീന കേരള ചരിത്രത്തിലെ ഒരു പ്രധാന കേന്ദ്രമാണ്. പല ശതകങ്ങൾക്കു മുമ്പേ ഇവിടെ ഒരു ജൂതകോളനി നിലനിന്നിരുന്നു. ജസ്യൂട്ട് പാതിരിമാർ 1550-ാമാണ്ട് സെന്റ് തോമസിന്റെ പേരിൽ ഒരു പള്ളിയും സെമിനാരിയും സ്ഥാപിച്ചിരുന്നു. 17-ാം നൂറ്റാണ്ടിൽ ഇന്ത്യയിലെ തന്നെ പ്രസിദ്ധമായ ഒരു അച്ചടികേന്ദ്രവും അമ്പഴക്കാട് പ്രവർത്തിച്ചിരുന്നു. ടിപ്പുവിന്റെ ആക്രമണത്തോടെ എല്ലാം തകർന്നടിഞ്ഞ മട്ടായി. ഫ്രാൻസിസ് സേവ്യറുടെ പേരിലുള്ള ഒരു പഴയ ലത്തീൻ പള്ളി സംസ്കാരസമ്പന്നമായ ഒരു ഭൂതകാലത്തിന്റെ മാപ്പു സാക്ഷിയായി നിലനില്ക്കുന്നു.

പഴയ ട്രാംവേ

ചാലക്കുടി പട്ടണത്തോടുരുമ്മി കിടക്കുന്ന പരിയാരത്തുനിന്നും തുടങ്ങുന്ന വനപ്രദേശങ്ങൾ കിഴക്കോട്ടു ചെല്ലുന്തോറും നിബിഡ വനങ്ങളായി രൂപാന്തരപ്പെടുന്നു. ആ കിഴക്കൻ വനമേഖലയിൽനിന്ന് ആനമലയിൽനിന്ന് വെട്ടിയിറക്കുന്ന തടികൾ ചാലക്കുടിപ്പുഴ വഴി പട്ടണത്തിലെത്തിച്ചിരുന്നു. മുൻ കൊച്ചി സർക്കാർ ഈ തടികൾ ചാലക്കുടിയിലെത്തിക്കാൻ പുതിയൊരു മാർഗ്ഗം ആവിഷ്കരിച്ചു. 'ട്രാംവേ.' നാല് വിഭാഗങ്ങളിലായി 52 മൈൽ ദൈർഘ്യമുണ്ടായിരുന്ന ഈ ട്രാംവേ ആവിഷ്കരിച്ച് നടപ്പാക്കിയത് ഹാറ്റ് ഫീൽഡ് എന്ന യൂറോപ്യൻ എൻജിനീയറായിരുന്നു. ട്രാംവേ, റെയിൽവേ സ്റ്റേഷൻ സ്ഥിതിചെയ്യുന്ന ലോക്കോ യാർഡിൽ നിന്ന് ആരംഭിച്ച് ഒറ്റയടിക്ക് ആനപ്പാണ്ടനിലേക്ക് പോകുന്നു. അവിടം മുതൽ കയറ്റം. അഞ്ച് ഇൻക്ലൈനറുകൾ പ്രവർത്തിപ്പിച്ച് ട്രാം മലമുകളിലെത്തിക്കുന്നു. വനഭംഗികൾക്കു മുകളിലൂടെ കീഴ്ക്കാംതൂക്കായ മലകൾ കയറിയിറങ്ങിപ്പോയിരുന്ന ട്രാംവേ, ലോകത്തിലെ അത്ഭുതദൃശ്യങ്ങളിലൊന്നാണെന്ന് ഇവിടം സന്ദർശിച്ച വിദേശ സഞ്ചാരികൾ അഭിപ്രായപ്പെട്ടിട്ടുണ്ട്. 1905 ൽ ട്രാംവേയുടെ പണി പൂർത്തിയായി. അന്നത്തെ മൊത്തം ചെലവ് 20 ലക്ഷം രൂപ. ട്രാം ലൈനിൽ ഇടയ്ക്കിടയ്ക്ക് വർക്ക് ഷോപ്പുകളും സ്ഥാപിച്ചിരുന്നു. തടി കടത്താൻ മാത്രമല്ല, പ്രകൃതി സൗന്ദര്യാസ്വാദകർക്കും വിനോദസഞ്ചാരികൾക്കും കൂടി ഈ ട്രാംവേ പ്രയോജനപ്പെട്ടിരുന്നുവത്രെ. കവള, കൊമലപ്പാറ, കുരിയാർക്കുട്ടി, പറമ്പിക്കുളം എന്നീ സ്ഥലങ്ങളിൽ റസ്റ്റ് ഹൗസുകളും സ്ഥാപിച്ചിരുന്നു. മലമുകളിലേക്ക് മോട്ടോർ റോഡുകൾ നിർമ്മിക്കപ്പെട്ടതോടെ ട്രാംവേയുടെ നല്ല കാലം കഴിഞ്ഞു. ഇന്നില്ല.

48

ശക്തൻ തമ്പുരാന്റെ ഉത്സവ നഗരം

തൃശ്ശിവപേരൂർ - ശക്തൻ തമ്പുരാന്റെ ഉത്സവനഗരം - ജില്ലാ ആസ്ഥാനം.

റോഡ് നിരപ്പിൽനിന്നും അല്പം ഉയർന്ന തലത്തിൽ, വൃത്താകൃതിയിൽ അതിവിസ്തൃതമായ ഒരു മൈതാനം. അതിന്റെ ഒത്ത മദ്ധ്യത്ത് വലിപ്പവും ഗാംഭീര്യവുമാർന്ന മതിൽക്കെട്ട്. മതിൽക്കെട്ടിനുള്ളിലെ വിശാലതയിൽ തലഉയർത്തി നില്ക്കുന്ന അതിപ്രാചീനമായ ഒരു മഹാക്ഷേത്രം. വർത്തുളാകാരമായ ക്ഷേത്രമൈതാനത്തിനു ചുറ്റും വീതിയേറിയ നഗര വീഥികൾ. വീഥിയുടെ മറുഭാഗത്ത് മന്ദിര ശ്രേണികൾ, കടകമ്പോളങ്ങൾ, പൊതു സ്ഥാപനങ്ങൾ, മറ്റ് ആരാധനാലയങ്ങൾ, തൃശൂരിലെ സ്വരാജ് റൗണ്ടാണിത്. റൗണ്ടിലെ നിരത്തിലൂടെ സദാ ക്ഷേത്രത്തെ വലം വച്ചു പോകുന്ന വാഹന നിരകൾ, വിളിപ്പാടകലത്തിൽ ബസ് സ്റ്റാൻഡുകളും റെയിൽവേ സ്റ്റേഷനും. നഗരജീവിതത്തിന്റെ കേന്ദ്ര ബിന്ദുവാണ് ആ മൈതാനവും ആ പുരാതന ക്ഷേത്രവും.

ഇത്തരത്തിൽ, ഒറ്റനോട്ടത്തിൽ ആകർഷകവും കൗതുകകരവുമായ മറ്റൊരു നഗരകേന്ദ്രം വേറൊരു ജില്ലയ്ക്കുമില്ല – ചുറ്റുമുള്ള ജന വാഹന പ്രവാഹത്തെ നിർമ്മമതയോടെ നോക്കിനില്ക്കുന്ന മൈതാനവും ക്ഷേത്രവും 65 ഏക്കർ വിസ്തൃതിയുള്ള മൈതാന മദ്ധ്യത്തിൽ ക്ഷേത്രം ഒഴികെയുള്ള ഭാഗങ്ങൾ പൊതുസ്ഥലമാണ്. ആർക്കും യഥേഷ്ടം വിശ്രമിക്കാം. നഗരക്കാഴ്ചകൾ കാണാം. പൊതുയോഗങ്ങൾ കൂടാം. കാർഷിക–വ്യാവസായിക പ്രദർശനങ്ങൾ നടത്താം. ഇത് പണ്ട് ഒരു തേക്കിൻകാട് ആയിരുന്നുവത്രെ. നിബിഡവനം, ഇന്ന് ആ വൻമരങ്ങളൊന്നുമില്ല. തേക്ക് നട്ടുപിടിപ്പിക്കാനുള്ള ശ്രമം നടക്കുന്നുണ്ട്. "ഒറ്റയ്ക്കും തെറ്റയ്ക്കും" അങ്ങിങ്ങ് ചില ഫലവൃക്ഷങ്ങൾ കാണാം. തേക്കിൻ കാടെങ്ങനെ നഗരകേന്ദ്രമായി? കാടിന്റെ കാര്യമാകട്ടെ ആദ്യം ഇവിടെ ഒരു കഥയുണ്ട്; കഥാനായകനും, കഥാനായകൻ നാടു ഭരിച്ചിരുന്ന പ്രസിദ്ധനായ മഹാരാജാവു തന്നെ. - ശക്തൻ തമ്പുരാൻ എന്നറിയപ്പെടുന്ന രാമവർമ്മ മഹാരാജാവ് (1751–1805).

ഐതിഹ്യങ്ങൾ എപ്പോഴും അസത്യങ്ങളാകണമെന്നില്ല. നൂറ്റാണ്ടുകളുടെ പൊടിയും തുരുമ്പും തുടച്ചുമാറ്റി. പുറന്തോട് തച്ചുടച്ച് ഉള്ളിലേക്കു നോക്കിയാൽ. അർദ്ധസത്യത്തിന്റെ മിന്നാട്ടം കാണാനാവും. ഈ തേക്കിൻ കാടിന്റെ കഥയിലൂടെ അനാവൃതമാവുന്നതാകട്ടെ, ആധുനിക തൃശ്ശിവപേരൂർ പട്ടണത്തിന്റെ ഉല്പത്തി ചരിത്രമാണ്, കൂട്ടത്തിൽ ആ ചരിത്രം സൃഷ്ടിച്ച ഉജ്ജ്വല വ്യക്തിപ്രഭാവത്തിന്റെ സവിശേഷതകളും. കഥ ഇങ്ങനെ:

തേക്കിൻകാട്

രണ്ടു നൂറ്റാണ്ടുകൾക്കു മുമ്പ്, വലിയൊരു തേക്കിൻ കാടിനുള്ളിൽ അവഗണിക്കപ്പെട്ട മട്ടിൽ കഴിയുകയായിരുന്നു വടക്കുന്നാഥൻ. ഏറക്കുറെ അജ്ഞാതവാസത്തിൽ കഴിഞ്ഞ വടക്കുന്നാഥനെ വെളിച്ചത്തു കൊണ്ടുവരണമെന്ന് അന്നു നാടുവാണിരുന്ന പൊന്നുതമ്പുരാനു തോന്നി, ക്ഷേത്രത്തിനു ചുറ്റും നിബിഡമായി വളർന്നുനിന്ന തേക്കിൻ കാടുകൾ ഭക്തജനങ്ങൾക്കും വഴിയാത്രക്കാർക്കും ഒട്ടേറെ അസൗകര്യങ്ങൾ സൃഷ്ടിക്കുന്നുവെന്ന് മനസ്സിലാക്കിയ തമ്പുരാൻ, കാട് വെട്ടിത്തെളിക്കാൻ കല്പന പുറപ്പെടുവിച്ചു. പണി ആരംഭിച്ചപ്പോൾ അപശകുനം; അപശബ്ദം! വടക്കുന്നാഥന് അഭിമുഖമായി നില്ക്കുന്ന പാറമേക്കാവ് ദേവീക്ഷേത്രത്തിലെ വെളിച്ചപ്പാട് ഉറഞ്ഞുതുള്ളി. ചിലങ്ക കിലുക്കി, പള്ളിവാൾ

വീശി അലറി വിളിച്ച് ശക്തന്റെ മുന്നിലെത്തി, ഭീഷണിയുടെ സ്വരത്തിൽ അരുളിചെയ്തു:

"ഇതെന്റെ അച്ഛന്റെ ജടയാണ്. ഇതിനെ വെട്ടിയഴിക്കാൻ പാടില്ല."

അപ്പോൾ തമ്പുരാൻ കാര്യകാരണ സഹിതം അറിയിച്ചുവത്രെ:

"ഇതൊക്കെ വെട്ടിത്തെളിച്ച് ക്ഷേത്രസന്നിധി വൃത്തിയും വെടിപ്പും വരുത്താനേ എനിക്കുദ്ദേശ്യമുള്ളൂ. ഇതിലിടപെടേണ്ട. അനാവശ്യമായി തടസ്സം നില്ക്കാതെ പോകുന്നതാണു നല്ലത്. ടിപ്പു സുൽത്താനും അനുയായികളും ക്ഷേത്രത്തിൽ കടന്ന് വടക്കുന്നാഥന്റെ വിഗ്രഹം വലിച്ചിളക്കി പുറത്തെറിഞ്ഞപ്പോൾ, നീയും നിന്റെ അച്ഛനും എവിടെ പോയിരുന്നു? എന്തുകൊണ്ടു തടഞ്ഞില്ല?... പോ... കടന്നു പൊയ്ക്കോ." തമ്പുരാൻ കല്പിച്ചു വെളിച്ചപ്പാട് പിൻവാങ്ങാൻ കൂട്ടാക്കിയില്ല.

"ആഹാ അത്രയ്ക്കായോ? ഉണ്ണി എന്നോട് കളിക്കുന്നു. അല്ലേ? ശരി; അനുഭവം കാട്ടിത്തരാം." വെളിച്ചപ്പാട് തന്റെ വാൾ സ്വന്തം തലയിൽ ആഞ്ഞാഞ്ഞ് വെട്ടിപ്പൊളിക്കാനുള്ള പുറപ്പാട്. വെട്ടേറ്റിട്ടും തല മുറിയുന്നില്ല. തമ്പുരാൻ ശ്രദ്ധിച്ചു. വാളിനു മൂർച്ചയില്ല. വെട്ടിനു ശക്തിയില്ല. "ദാ, നല്ല മൂർച്ചയുള്ള വാൾ എന്റെ കയ്യിലുണ്ട്." പറഞ്ഞു കഴിഞ്ഞതും ശക്തൻ തമ്പുരാന്റെ പള്ളിവാൾ മിന്നൽപ്പിണർ പോലെ പുളഞ്ഞതും ഒന്നിച്ചായിരുന്നു. വെളിച്ചപ്പാടിന്റെ ശിരസ്സ് നിലംപതിച്ചു. ഒന്നും സംഭവിക്കാത്ത മട്ടിൽ തമ്പുരാൻ കാടുവെട്ടിത്തെളിക്കൽ ജോലി തുടരാൻ കല്പനയായി. അന്നത്തെ കാലസ്ഥിതിക്ക് അനുയോജ്യമായി. ഐതിഹ്യത്തിന്റെ പുറന്തോടിൽ പൊതിഞ്ഞ്, തലമുറകൾ കൈമാറിയ ഈ സംഭവം, ശക്തൻ തമ്പുരാന്റെ നിശ്ചയദാർഢ്യം പ്രകടമാക്കുന്നു.

അന്ധവിശ്വാസങ്ങളും അനാചാരങ്ങളും കൊടികുത്തി വാണിരുന്ന അക്കാലത്ത് വിശിഷ്യാ ബ്രാഹ്മണ മേധാവിത്തം ജീവിതത്തിന്റെ സമസ്ത മേഖലകളിലും പിടിമുറുക്കിയിരുന്ന രണ്ടു ശതാബ്ദങ്ങൾക്കു മുമ്പ്, ജനനന്മയ്ക്കു വേണ്ടിയാണെങ്കിലും ഇത്ര കടുത്ത ഒരു നടപടി സ്വീകരിക്കാൻ സാധാരണഗതിയിൽ ഒരു രാജാവും ധൈര്യപ്പെടുമായിരുന്നില്ല. അവിടെയാണ് രാമവർമ്മ എന്ന കൊച്ചി രാജാവിന്റെ ശക്തി പ്രകടമായത്. അത്തരം പല ശക്തിപ്രകടനങ്ങൾ അതിനു മുമ്പും പിമ്പും സംഭവിച്ചതുകൊണ്ടാകണം പ്രജകൾ സ്നേഹാദരങ്ങളോടെ "ശക്തൻ" എന്ന പേരു പതിച്ചു കൊടുത്തത്.

കൊച്ചിരാജ്യ ചരിത്രത്തിൽ ഔദ്ധത്യത്തോടെ, അക്ഷയ ഭാസ്സോടെ തലയയുർത്തി നില്ക്കുന്ന "ശക്തൻ" ഒരു വേറിട്ട കാഴ്ച തന്നെയാണ്. കൊച്ചി രാജ്യപുരോഗതിയുടെയും ഇന്നത്തെ തൃശ്ശിവപേരൂരിന്റെ വളർച്ചയുടെയും ചരിത്രം, ശക്തൻ തമ്പുരാൻ എന്ന വ്യക്തിപ്രഭാവത്തിന്റെ നേട്ടമായേ കരുതാനാവൂ. അതുകൊണ്ടുതന്നെ ഈ ശക്തന്റെ വളർച്ചയെപ്പറ്റി മനസ്സിലാക്കിയേ മതിയാവൂ.

രക്ഷകന്റെ രംഗപ്രവേശം

രാജകുടുംബത്തിൽ അംഗസംഖ്യ കൂടിയതുകൊണ്ടാവാം, മിക്ക കൊച്ചി രാജാക്കന്മാരും സിംഹാസനത്തിലെത്തുമ്പോൾ വാർദ്ധക്യത്തിന്റെ മൂർദ്ധന്യത്തിലെത്തിയവരായിരുന്നു. അവർ പ്രായേണ ദുർബ്ബലരും നിഷ്ക്രിയരുമായിരുന്നു. ഈ സവിശേഷതയും ദൗർബല്യവും നിർജ്ജീവമായ ഭരണ സംവിധാനവും പോർച്ചുഗീസുകാർ, ഡച്ചുകാർ, ഇംഗ്ലീഷുകാർ തുടങ്ങിയ വൈദേശികർക്കും സാമൂതിരിയെപ്പോലുള്ള ആഭ്യന്തര ശക്തികൾക്കും വളക്കൂറുള്ള മണ്ണായി. 16-ാം നൂറ്റാണ്ടിന്റെ പ്രാരംഭം മുതൽ 18-ാം നൂറ്റാണ്ടിന്റെ അന്ത്യം വരെയുള്ള മൂന്നു ശതകങ്ങളിലെ കൊച്ചി രാജ്യചരിത്രം മേൽപ്പറഞ്ഞ പ്രതികൂല സാഹചര്യങ്ങളുടെ പരിണത ഫലമാണ്. അസ്ഥിരതയും അന്തഃഛിദ്രവും തുടരെത്തുടരെയുള്ള ആക്രമണങ്ങളും പരാജയങ്ങളും വിധേയത്വവും എല്ലാം കൂടിക്കുഴഞ്ഞ ഒരു വല്ലാത്ത രാഷ്ട്രീയ സ്ഥിതി വിശേഷം.

പ്രസ്തുത ഇരുണ്ട പശ്ചാത്തലത്തിൽ ഒരു രജതരേഖ തെളിഞ്ഞുവരുന്നതായി കാണാം. എ ഡി 1769 മുതൽ ഡച്ചുകാരുടെ അധീശത്വം ക്ഷയോന്മുഖമായിത്തുടങ്ങി. ബ്രിട്ടീഷ് ശക്തി കൊച്ചിയിൽ കാലുറപ്പിക്കാനുള്ള തന്ത്രപ്പാടിലും. ആകെ അസ്വസ്ഥമായ രാജ്യഭരണം. മൈസൂർ സുൽത്താന്മാരുടെ പടയോട്ടങ്ങൾ. ഈ സാഹചര്യത്തിലാണ് അന്നത്തെ കൊച്ചി രാജാവ് കേരളവർമ്മയും (1769-1775) ഇളമുറത്തമ്പുരാനായ രാമവർമ്മയും (1775-1790), മൂന്നാംമുറക്കാരനായ രാമവർമ്മയെ ഭരണ ഭാരമേല്പിക്കാൻ സന്നദ്ധരായത്. അങ്ങനെ, അന്ന് കഷ്ടിച്ച് 20 വയസ്സ് മാത്രം പ്രായമുള്ള രാമവർമ്മയുടെ കൈകളിൽ കൊച്ചി രാജാധികാരം വന്നു ചേർന്നു.

സിംഹാസനസ്ഥനല്ലെങ്കിലും രാജാധികാരം പൂർണ്ണമായി വിനിയോഗിക്കാൻ മഹാരാജാവിന്റെയും ഇളമുറത്തമ്പുരാന്റെയും അനുമതി ലഭിച്ചു കഴിഞ്ഞപ്പോൾ, രാമവർമ്മ രാജകുമാരനിലെ 'ശക്തൻ' തലപൊക്കി. രാജ്യതാല്പര്യത്തിനു തടസ്സമെന്നു ബോദ്ധ്യപ്പെട്ട ആരെയും എന്തിനെയും വകവരുത്തിയേ മതിയാവൂ - ശക്തൻ സ്വയം തീരുമാനിച്ചു. തദനുസരണം മുന്നോട്ടു നീങ്ങി. 'രാജനീതിക്ക് ദാക്ഷിണ്യമില്ലെന്ന്' കുറഞ്ഞ കാലയളവിനുള്ളിൽ തന്നെ അദ്ദേഹം തെളിയിച്ചു. ഗോവയിൽ പോർച്ചുഗീസുകാരുടെ പീഡനങ്ങൾ ഭയന്ന് അഭയാർത്ഥികളായി കൊച്ചിയിലെത്തിയ ആയിരത്തിൽപ്പരം ഗൗഡസാരസ്വതർക്ക് അന്നത്തെ കൊച്ചി രാജാവ് അഭയം

നല്കുകയും ചെയ്തു. വാണിജ്യ-വ്യാപാര ബന്ധങ്ങളിലൂടെ വളർന്നു വരാൻ രാജാവ് അവർക്ക് എല്ലാ സൗകര്യങ്ങളും ചെയ്തു കൊടുത്തു. അവർ വളർന്നു. ആ പ്രമുഖ വർത്തക പ്രമാണിമാർ ഡച്ചുകാരുടെ പിണിയാളുകളായി, അവർ രാജാധികാരത്തെ അവഗണിച്ചു പോന്നു. പുതുതായി രാജാധികാരമേറ്റ ശക്തൻതമ്പുരാനെ അവഹേളിച്ചുകൊണ്ടുള്ള ഗൗഢസാരസ്വതരുടെ നെറികേട് അവസാനിപ്പിക്കാൻ ശക്തനും തീരുമാനിച്ചു. സ്വന്തം ആജ്ഞാനുവർത്തികൾ മുഖേന വർത്തക പ്രമാണിയായ ദേവരശന്റെ ശിരഛേദം നിർവഹിക്കപ്പെട്ടെന്നും, കൊച്ചിയിലെ സമ്പന്ന കൊങ്ങിണി കുടുംബങ്ങളിലെ വസ്തുവകകൾ കൊള്ളയടിച്ചെന്നും ഇതിനെ തുടർന്ന് കൊങ്ങിണിമാരിൽ കുറേപ്പേർ തിരുവിതാംകൂറിലേക്ക് പലായനം ചെയ്തെന്നും പറയപ്പെടുന്നു. ശേഷിച്ചവർ തെറ്റു മനസ്സിലാക്കി മാപ്പപേക്ഷിച്ചു. അവരെ കൊച്ചിയിൽ തുടരാനനുവദിച്ചു. 'തലമറന്നെണ്ണ തേച്ചവർ' അവസാനം പത്തി താഴ്ത്തി.

മറ്റൊരുകഥ: ഡച്ചു സൈനിക ശക്തിയുടെ പിൻബലത്തോടെ കോട്ടയ്ക്കുള്ളിൽ കഴിഞ്ഞ്, രാജവാഴ്ചയെ ധിക്കരിക്കുന്ന നടപടികളേർപ്പെട്ട പ്രമാണിമാരായ ലത്തീൻ ക്രിസ്ത്യാനികളെയും ശക്തൻ തമ്പുരാൻ പാഠം പഠിപ്പിച്ചു. അവരിൽ ചിലരെ കൊച്ചിക്കായലിൽ കെട്ടിത്താഴ്ത്തി കൊന്നുവെന്നാണ് ഐതിഹ്യം. ശക്തനെപ്പറ്റി പ്രചരിച്ചിട്ടുള്ള ഇത്തരം കെട്ടുകഥകൾ ഒരുപക്ഷേ അസത്യമാകാം. നിശ്ചയദാർഢ്യത്തോടെ രാജ്യഭരണമാരംഭിച്ച ഒരു യുവരാജാവിന്റെ സാഹസങ്ങളായിക്കൂടെന്നില്ല. അസത്യവും അർദ്ധസത്യവും ഇഴകലർന്നു കിടക്കുന്ന കല്പിത കഥകൾ.

ചരിഞ്ഞും ചാഞ്ഞും

ശക്തനു മുമ്പ് കൊച്ചി ഭരിച്ചിരുന്ന കേരളവർമ്മ (1760 -1775) യുടെയും രാമവർമ്മ (1775-1790) യുടെയും പ്രതിപുരുഷനെന്ന നിലയിൽ 20 വർഷവും 16 വർഷത്തോളം സ്വന്തം നിലയിൽ മഹാരാജാവെന്ന നിലയിലും ശക്തൻ തമ്പുരാൻ കൊച്ചി ഭരിച്ചു. തന്റെ മുൻഗാമികളുടെ നയവൈകല്യങ്ങളും ഭരണപരമായ ദൗർബ്ബല്യവും മൂലം രാജ്യത്തിനു നേരിടേണ്ടിവന്ന വമ്പിച്ച ഋണബാദ്ധ്യതയ്ക്ക് പരിഹാരം കാണേണ്ട ജോലിയും ശക്തൻ തമ്പുരാന്റേതായിരുന്നു. ആകെത്തകർന്ന സാമ്പത്തിക സാഹചര്യത്തിൽ വീണ്ടും യുദ്ധങ്ങൾക്കു ചാടിപ്പുറപ്പെടുക എന്നതായിരുന്നില്ല ശക്തന്റെ നയം. നില്ക്കക്കള്ളിയില്ലാത്ത ഘട്ടങ്ങളിൽ വിട്ടുവീഴ്ച ചെയ്തും സമാധാനം പുനഃസ്ഥാപിക്കുക എന്നതായിരുന്നു അദ്ദേഹത്തിന്റെ ആദ്യകാല സമീപനം. ഹൈദരാലിയോടും ടിപ്പുവിനോടും കടുത്ത ശത്രുത ഉണ്ടായിരുന്നെങ്കിലും രാജ്യരക്ഷയ്ക്കു വേണ്ടി അവരുടെ അന്യായമായ നിർദ്ദേശങ്ങൾക്ക് വശംവദനാകേണ്ടിയും വന്നു. എ ഡി 1776 മുതൽ മൈസൂറിന്റെ സാമന്തനായി കപ്പം കൊടുത്തുകൊള്ളാമെന്നും ഉടമ്പടി ചെയ്തു. അങ്ങനെ നാലുലക്ഷം രൂപയും എട്ട് ആനകളും കപ്പമായി നല്കേണ്ടി വന്നു. എ ഡി 1777 മുതൽ ആയിരം നായർപ്പടയാളികളടങ്ങിയ കൊച്ചിയുടെ ഒരു സേനാവിഭാഗം മൈസൂർപ്പടയുടെ ഭാഗമായി മലബാറിൽ യുദ്ധം ചെയ്യേണ്ടി വന്നു. ഈ ദുഃസ്ഥിതിയിൽ കൂടുതൽ വരുമാന മാർഗ്ഗമെന്ന നിലയ്ക്ക്, 1763 ൽ ഏർപ്പെടുത്തിയ ഭൂനികുതി 1776 ൽ വീണ്ടും വർദ്ധിപ്പിച്ചു.

എ ഡി 1789-ൽ ശക്തനും ടിപ്പുവും തമ്മിൽ പാലക്കാട്ടു വച്ച് കൂടിക്കാഴ്ച നടന്നു. തിരുവിതാംകൂറുമായി അതിർത്തിത്തർക്കം ഉന്നയിച്ച് യുദ്ധത്തിലേർപ്പെടണമെന്ന ടിപ്പുവിന്റെ പ്രേരണയ്ക്ക് വശംവദനാകാൻ ശക്തൻ സന്നദ്ധനായിരുന്നില്ല. കാരണം ഈസ്റ്റ് ഇന്ത്യാ കമ്പനിയുമായി സഖ്യത്തിൽ കഴിയുന്ന തിരുവിതാംകൂറിനോട് പടവെട്ടാൻ പുറപ്പെടുന്നത് ആത്മഹത്യപരമായിരിക്കുമെന്ന് മനസ്സിലാക്കാനുള്ള വിവേകബുദ്ധി അദ്ദേഹത്തിനുണ്ടായിരുന്നു. ഈ നിലപാടിൽ ക്രോധകലുഷിതനായ ടിപ്പു 1789 നവംബറിൽ കൊച്ചിയെ ആക്രമിച്ചു. പിന്നെ ഒരു സംഹാരതാണ്ഡവമായിരുന്നു. ടിപ്പുവിന്റെ പടകുടീരങ്ങളായി മാറി, വടക്കുന്നാഥക്ഷേത്രവും പരിസരങ്ങളും. എല്ലാം നിസ്സഹായനായി നോക്കിനില്ക്കാനേ തമ്പുരാനു കഴിഞ്ഞുള്ളൂ. ഭാഗ്യവശാൽ ബ്രിട്ടീഷുകാർ ശ്രീരംഗപട്ടണം ആക്രമിക്കാൻ ഒരുങ്ങുന്നു എന്ന വാർത്തയറിഞ്ഞ് പരിഭ്രാന്തനായ ടിപ്പു അതിവേഗം കൊച്ചിയിൽനിന്ന് പിൻവാങ്ങി മൈസൂറിലേക്ക് മടങ്ങി. 1791 ഫെബ്രുവരി 2 ന് കൊച്ചിയിലെ ഇംഗ്ലീഷ് കമ്പനിയുമായി ഉടമ്പടിയിലേർപ്പെട്ടു. തദനുസരണം ശക്തൻ ടിപ്പുവുമായുള്ള സഖ്യം ഉപേക്ഷിക്കുകയും ബ്രിട്ടീഷുകാരുടെ രക്ഷാധികാരത്തെ സ്വീകരിക്കുകയും ചെയ്തു. ഇങ്ങനെ, ശക്തൻ ശരിക്കും കൊച്ചിയുടെ മഹാരാജാവായപ്പോഴേക്കും, രാജ്യരക്ഷ ഇംഗ്ലീഷ് ഈസ്റ്റ് ഇന്ത്യാ കമ്പനിയുടെ കൈകളിലായി.

ആസ്ഥാനമാറ്റം

ഇക്കാലമത്രയും കൊച്ചിരാജവംശത്തിന്റെ ആസ്ഥാനം മട്ടാഞ്ചേരി കൊട്ടാരത്തിലും വെള്ളാരപ്പിള്ളി കോവിലകത്തും തൃപ്പൂണിത്തുറ കൊട്ടാരത്തിലുമായിരുന്നെങ്കിലും, ശക്തന്റെ ഭരണകാലമായപ്പോൾ ഭരണ കേന്ദ്രം മിക്കവാറും തൃശൂരായിരുന്നു. രാജ്യത്തിന് ബാഹ്യമായ ആക്രമണ ഭീഷണി നിലവിലില്ലെന്ന് ബോദ്ധ്യമായപ്പോൾ തമ്പുരാന്റെ അടി

യന്തര ശ്രദ്ധ പതിഞ്ഞത് അതി പ്രധാനമായ ചില രാജ്യകാര്യങ്ങളിലായിരുന്നു.

രാജാധികാരത്തെ അസ്തപ്രഭമാക്കിക്കൊണ്ട് നാൾക്കുനാൾ ശക്തിയാർജ്ജിച്ച് രാജ്യത്തിന് നിത്യ ഭീഷണിയായിക്കഴിഞ്ഞിരുന്നു. ബ്രാഹ്മണ മേധാവിത്ത്വവും നാടുവാഴിയുടെ ഡംഭും പ്രതാപവും വടക്കുന്നാഥ ക്ഷേത്രത്തിലെയും സമീപത്തുള്ള പെരുമനം ക്ഷേത്രത്തിലെയും ശക്തന്മാരായ ഊരാണ്മക്കാരും ധിക്കാരികളായ ഇടപ്രഭുക്കന്മാരും, രാജാധികാരത്തെ വെല്ലുവിളിക്കാൻ പോന്നവരായി ത്തീർന്നു. ക്രിസ്ത്വബ്ദം 18-ാം ശതകത്തിന്റെ പൂർവ്വാർദ്ധത്തിൽ വടക്കുന്നാഥക്ഷേത്രം സർവ്വശക്തനായ യോഗാതിരിപ്പാടിന്റെ പരിപൂർണ്ണ നിയന്ത്രണത്തിലായിരുന്നു. ഒട്ടേറെ ദുരന്ത നാടകങ്ങൾക്ക് സാക്ഷ്യം വഹിക്കേണ്ടി വന്നു വടക്കുന്നാഥന്. എഡി 1750 മുതൽ 1762 വരെ തൃശൂർ വടക്കുന്നാഥ ക്ഷേത്രം സാമൂതിരിയുടെ അധീനതയിലായിരുന്നു. വടക്കേക്കര കോവിലക(പില്ക്കാലത്തെ ശക്തൻ തമ്പുരാൻ കോവിലകം) ത്താണ് സാമൂതിരിയും സൈന്യവും താവളമടിച്ചിരുന്നത്. 1776 ൽ ഹൈദരാലിയുടെ സൈന്യാധിപൻ സർദാർഖാൻ വടക്കുന്നാഥ ക്ഷേത്രവും പരിസരങ്ങളും കീഴ്പ്പെടുത്തി. 1789 ഡിസംബർ 14 ന് ടിപ്പു തൃശൂരെത്തി ഒരു മാസത്തോളം പാളയമടിച്ചു. തൃശൂർ പട്ടണത്തെ ഭരണസിരാകേന്ദ്രമാക്കി. വടക്കുന്നാഥ ക്ഷേത്രം സ്വന്തം ഓഫീസാക്കി മാറ്റി. തൃശൂരിലെ ബ്രാഹ്മണ മഠങ്ങൾ ടിപ്പുവിന്റെ സൈനികോദ്യോഗസ്ഥന്മാരുടെ പാർപ്പിടങ്ങളായി മാറ്റി.

ബ്രാഹ്മണ മേധാവിത്ത്വം

ശക്തൻതമ്പുരാന്റെ കാലം വരെ, തൃശ്ശൂർ കോവിലകത്തും വാതുക്കലിന്റെ (താലൂക്ക്) ഭൂരിഭാഗവും വടക്കുന്നാഥൻ - പെരുമനം ദേവസ്വങ്ങളുടെ യോഗാതിരിപ്പാടന്മാരുടെ ഭരണത്തിൽകഴിഞ്ഞു. മൈസൂർപ്പടയുടെ ആക്രമണത്തോടുകൂടി രാജ്യതലസ്ഥാനം ശിഥിലമായിരുന്നു. യോഗാതിരിപ്പാടന്മാർ ശക്തന്റെ നിർഭയമായ ഉരുക്കുമുഷ്ടിയേറ്റ് പത്തി ചുരുക്കി. അവരുടെ അധികാരങ്ങൾ ഇല്ലാതാക്കിക്കൊണ്ട് വടക്കുന്നാഥ ക്ഷേത്രഭരണം ദേവസ്വത്തിലാക്കി. രാജ്യമെങ്ങും വ്യാപിച്ചു കഴിഞ്ഞ അരാജകത്വവും ഛിദ്രവാസനകളും ശക്തന്റെ കണ്ണുതുറപ്പിച്ചു. കൊച്ചുകൊച്ച് അധികാര കേന്ദ്രങ്ങൾ സ്ഥാപിച്ചിരുന്ന നാടുവാഴികൾക്കും നായർ മാടമ്പിമാർക്കും ശക്തൻ മൂക്കുകയറിട്ടു. അവരുടെ അധികാരാവകാശങ്ങളെല്ലാം പിൻവലിച്ച്, പ്രസ്തുത അധികാരങ്ങൾ താൻ നേരിട്ടു നിയമിച്ച പ്രതിപുരുഷന്മാർക്ക് - ഉദ്യോഗസ്ഥന്മാർക്ക് - നല്കി. പ്രഭുക്കന്മാരിൽ ഏറ്റവും സമ്പന്നരായവരുടെ സമ്പത്തും വസ്തുവകകളും പിടിച്ചെടുത്ത് ഖജനാവിൽ മുതൽക്കൂട്ടി.

രാജ്യപരിഷ്കാരങ്ങൾ

വ്യവസായ വളർച്ചയ്ക്ക് ഉതകുന്ന പരിപാടികൾ താമസംവിനാ നടപ്പാക്കിത്തുടങ്ങി. ഒരിക്കൽ രാജാധികാരത്തെ ധിക്കരിച്ച് നികുതി കൊടുക്കാൻ വിസമ്മതിച്ച ലത്തീൻ കത്തോലിക്കരെ നിഷ്ക്കാസനം ചെയ്ത മഹാരാജാവു തന്നെ, വിദൂര സ്ഥലങ്ങളിൽനിന്ന് സുറിയാനി ക്രിസ്ത്യാനികളെ കൊണ്ടുവന്ന്, തൃശൂർ നഗരത്തിന്റെ ഹൃദയ ഭാഗങ്ങളിൽ അവർക്ക് പാർപ്പിടങ്ങൾക്കും പള്ളികൾക്കും സ്ഥലവും മറ്റാനുകൂല്യങ്ങളും നല്കി. സ്വയം വളരുന്ന ഈ വണിക് സമൂഹം രാജ്യത്തിന്റെ വാണിജ്യ വളർച്ചയ്ക്ക് സഹായകമാകുമെന്ന് കണ്ടറിഞ്ഞു. ഇപ്രകാരം, തൃശൂർ, കുന്നംകുളം, ചാലക്കുടി, ഇരിങ്ങാലക്കുട, തൃപ്പൂണിത്തുറ എന്നീ നഗരപ്രദേശങ്ങളിൽ പാർപ്പുറപ്പിച്ച സുറിയാനി ക്രിസ്ത്യാനികളിലൂടെ അതതു സ്ഥലങ്ങളിൽ വാണിജ്യവും വ്യവസായവും വളർന്നു. കൂടാതെ, രാജ്യത്തെ പ്രധാന സ്ഥലങ്ങളിൽ ചന്തകൾ സ്ഥാപിക്കാനും അദ്ദേഹം മുൻകൈയെടുത്തു.

ടിപ്പുവിന്റെ പടയോട്ടക്കാലത്ത് തകർത്ത് തരിപ്പണമാക്കിയ പ്രധാന ക്ഷേത്രങ്ങളുടെ അറ്റകുറ്റപ്പണികൾ നടത്തിയും പുനർനിർമ്മിച്ചും അദ്ദേഹം പ്രജകളുടെ ചിരാഭിലാഷം നിറവേറ്റി. വടക്കുന്നാഥ ക്ഷേത്രവും പെരുമനം ക്ഷേത്രവും ഇരിങ്ങാലക്കുട ക്ഷേത്രവും മറ്റും അപ്രകാരം പൂർവ്വസ്ഥിതി നേടിയവയാണ്.

കാർഷികാഭിവൃദ്ധിക്ക് കുളങ്ങളും ജലസേചനമാർഗ്ഗങ്ങളും നിർമ്മിക്കാനും റോഡും പാലങ്ങളും മറ്റും നിർമ്മിച്ച് ഗതാഗത സൗകര്യം മെച്ചപ്പെടുത്താനും ശ്രദ്ധിച്ച ശക്തൻ തമ്പുരാൻ എക്കാലത്തും പ്രജാക്ഷേമതല്പരനായിരുന്നു. ആധുനിക തിരുവിതാംകൂറിന്റെ സ്ഥാപകൻ മാർത്താണ്ഡവർമ്മ മഹാരാജാവാണെങ്കിൽ, ആധുനിക കൊച്ചിയുടെ സംസ്ഥാപകൻ ശക്തൻ തമ്പുരാനാണ്. ഇരുവരുടെയും ധീരവും സാഹസികവുമായ ഭരണ നടപടികളാണ് അതതു രാജ്യത്തിന്റെ സുസ്ഥിരതയ്ക്കും അഭിവൃദ്ധിക്കും നിദാനം. റോഡുകൾ, പാലങ്ങൾ, സത്രങ്ങൾ എന്നിവയുടെ നിർമ്മാണത്തിലും അദ്ദേഹം ശ്രദ്ധ പതിപ്പിച്ചു. നീതിപാലനം കർശനമാക്കിയതു മുഖേന ജനജീവിതം സുരക്ഷിതവും ആശ്വാസപ്രദവുമാക്കി.

ശക്തനായ തമ്പുരാൻ

ശക്തൻ തമ്പുരാന്റെ ഭരണാവസാനമായപ്പോഴേക്കും (1805) കൊച്ചി രാജ്യം തകർച്ചയിൽനിന്ന് ഉണർന്നെണീറ്റ് പുരോഗതിയിലേക്ക് ചുവടുവച്ചു

തുടങ്ങി. രാജ്യത്ത് സമാധാനവും താരതമ്യേന സമൃദ്ധിയും പ്രകടമായിത്തുടങ്ങി. ബ്രിട്ടീഷ് അധീശശക്തിയുടെ ഇടംകോലിടൽ, സുദൃഢമായ രാജ്യഭരണത്തിന് തടസ്സങ്ങൾ സൃഷ്ടിക്കവേ തന്നെയാണ്. ഒരുറച്ച ഭരണ കൂടം നിലനിർത്താനും രാജ്യത്തിന്റെ അഖണ്ഡത കാത്തുസൂക്ഷിക്കാനുമെല്ലാം ശക്തൻ തമ്പുരാനു കഴിഞ്ഞത്. രാമവർമ്മ മഹാരാജാവ് എന്ന ശക്തൻ തമ്പുരാൻ തീപ്പെടുന്നതുവരെ ബ്രിട്ടീഷുകാരുമായുള്ള സ്വരച്ചേർച്ചയില്ലായ്മ തുടരുക തന്നെ ചെയ്തു. കൊച്ചി രാജ്യം ഭരിച്ച രാജാക്കന്മാരുടെ പട്ടികയിൽ വ്യക്തിപ്രഭാവം പുലർത്തിയ ശ്രദ്ധേയനായ ശക്തൻ തമ്പുരാനെപ്പറ്റി, ചരിത്രപണ്ഡിതനും ഭരണതന്ത്രജ്ഞനുമായ സർദാർ കെ എം പണിക്കർ രേഖപ്പെടുത്തിയിട്ടുള്ള വരികൾ ശ്രദ്ധേയമാണ്:

കൊച്ചി രാജ്യം സംഭാവന ചെയ്ത ദീർഘവീക്ഷണത്തോടുകൂടിയ ഒരു രാജ്യതന്ത്രജ്ഞനായിരുന്നു രാമവർമ്മ ശക്തൻ തമ്പുരാൻ. അദ്ദേഹം കൊടുങ്കാറ്റിന് കീഴടങ്ങാൻ മടി കാട്ടിയില്ല. പക്ഷെ തരത്തിനു ലഭിച്ച സന്ദർഭങ്ങളിലെല്ലാം തലയുയർത്തിപ്പിടിക്കാനും ഈ സന്ദർഭങ്ങളെ ശരിക്കും പ്രയോജനപ്പെടുത്താനും വേണ്ടതായ സാമർത്ഥ്യം പ്രകടിപ്പിച്ചു. ബുദ്ധിമാനായ ഒരു നയതന്ത്രജ്ഞൻ, ശക്തനായ ഒരു ഭരണാധികാരി, സാമ്പത്തിക നയത്തിൽ കാലത്തിനപ്പുറത്തേക്കു കാണാൻ കഴിഞ്ഞ വ്യക്തി എന്നീ നിലയിൽ അദ്ദേഹം ശോഭിച്ചു. നൂറ്റാണ്ടുകൾ നീണ്ടുനിന്ന വൈദേശിക ഇടപെടലുകൾ മൂലം രാജ്യത്തിന്റെ അധികാരം ചുരുങ്ങി ചുരുങ്ങി ശൂന്യതയുടെ വക്കുവരെയെത്തിയപ്പോൾ, ആ അവസ്ഥയിൽ നിന്ന് ചിട്ടയോടു കൂടിയ ഒരു ഭരണക്രമത്തിന് അദ്ദേഹം രൂപംനല്കി.

ഇനി ക്ഷേത്രദർശനം

തൃശൂർ നഗരത്തിന്റെ ഒത്ത മദ്ധ്യത്തിലാണ് പുരാതനമായ വടക്കുന്നാഥക്ഷേത്രം. ശില്പഭംഗിയാർന്ന നാലു ഗോപുരങ്ങൾ. ചുറ്റമ്പലത്തിനകത്ത് നാല് ശ്രീകോവിലുകൾ; പ്രദക്ഷിണ വഴിക്കിരുപാടും അമ്പലമുള്ളവയും ഇല്ലാത്തവയുമായ ചില പ്രതിഷ്ഠകൾ. ഋഷഭക്ഷേത്രം, ശാസ്താപ്രതിഷ്ഠ... വടക്കുന്നാഥ ക്ഷേത്രത്തിലെ ദേവന്മാർക്ക് ശിവരാത്രി ഉത്സവമൊഴികെ മറ്റ് പ്രത്യേക ഉത്സവാഘോഷങ്ങളൊന്നുമില്ലെങ്കിലും ഉത്സവങ്ങളുടെയും ആഘോഷങ്ങളുടെയും കേന്ദ്രബിന്ദുവാണ് വടക്കുന്നാഥക്ഷേത്രം. എല്ലാ വർഷവും മേടമാസത്തിൽ വടക്കുന്നാഥസന്നിധിയിൽ ആഘോഷിക്കപ്പെടുന്ന 'തൃശൂർപ്പൂരം' ഭാരതത്തിലെതന്നെ ക്ഷേത്രോത്സവങ്ങളിൽ മുൻപന്തിയിൽ നില്ക്കുന്നു; ആഘോഷപ്പൊലിമയിലും പ്രശസ്തിയിലും.

അക്കാലത്ത് ഇത്തരമൊരു ക്ഷേത്രോത്സവം സംഘടിപ്പിച്ചതിന്റെ 'ക്രെഡിറ്റ്' ശക്തൻ തമ്പുരാന് നല്കേണ്ടതുണ്ട്. ആറാട്ടുപുഴ പൂരത്തിൽ പങ്കെടുത്തിരുന്ന പ്രാദേശിക പൂരങ്ങളിൽ ഒരു വിഭാഗത്തെ കൂട്ടിയിണക്കി സംഘടിപ്പിച്ചതാണത്രേ. തൃശൂർപ്പൂരം. കണിമംഗലം, പനേകം, പിള്ളി (കിഴക്കുംപാട്ടുകര) എന്നീ ശാസ്താ ക്ഷേത്രങ്ങളൊഴികെ, തൃശൂർപ്പൂരത്തിൽ പങ്കെടുക്കുന്ന മറ്റു ക്ഷേത്രങ്ങളെല്ലാം ഭഗവതി ക്ഷേത്രങ്ങളാണ്. പൂരംനാൾ പുലരുമ്പോൾ തന്നെ തൃശൂർ ചെറുപൂരങ്ങൾ വാദ്യമേളങ്ങളോടെ ആനപ്പുറത്ത് എഴുന്നള്ളിച്ച് തേക്കിൻകാടു മൈതാനത്തിലെ പൂരപ്പറമ്പിലേക്ക് വരുന്നു. ഉച്ചവെയിൽ മങ്ങിത്തുടങ്ങുമ്പോഴേക്കും ക്ഷേത്രവും പരിസരവും ജനസമുദ്രമായി മാറുന്നു. ആഹ്ലാദാരവങ്ങളുടെയും അലങ്കാരാഘോഷങ്ങളുടെയും പാരമ്യം. നെറ്റിപ്പട്ടവും അമ്പാരിയും ആലവട്ടവങ്ങളും മുത്തുക്കുടകളുമായി തിടമ്പേറ്റിയ ഗജവീരന്മാർ അണിനിരക്കുകയായി, വടക്കുന്നാഥന്റെ പടിഞ്ഞാറേ ഗോപുരനടയിലും താഴെ, പാറമേക്കാവു ക്ഷേത്രത്തിന്റെ തിരുനടയിലും. വാദ്യമേളങ്ങളും കുടമാറ്റവും. മനോമോഹനമാണ് തൃശൂർപ്പൂരം.

രാജകൊട്ടാരങ്ങൾ

പല നൂറ്റാണ്ടുകൾ കൊച്ചി രാജവംശത്തിന്റെ ആസ്ഥാനമായിരുന്നു ഇന്നത്തെ എറണാകുളം ജില്ലയിൽപ്പെട്ടിരുന്ന രാജകൊട്ടാരങ്ങൾ - മട്ടാഞ്ചേരി പാലസ്, ചൊവ്വരയ്ക്കടുത്ത് വെള്ളാരപ്പിള്ളി കോവിലകം, തൃപ്പൂണിത്തുറകൊട്ടാരം എന്നിങ്ങനെ. ശക്തൻ തമ്പുരാൻ ഭരണമേറ്റ് ഏറക്കാലം കഴിയുംമുമ്പ് രാജ്യതലസ്ഥാനം തൃശ്ശിവപേരൂർക്ക് മാറ്റി.

1790-1795 കാലഘട്ടത്തിൽ തൃശൂർ പട്ടണത്തിൽ തന്നെ പുതിയൊരു കൊട്ടാരം നിർമ്മിച്ചു– ശക്തൻ തമ്പുരാൻ കോവിലകം. ഈ കൊട്ടാരത്തിൽ പാർത്തുകൊണ്ടാണ് 11 വർഷക്കാലം ശക്തൻതമ്പുരാൻ രാജ്യഭരണം നിർവ്വഹിച്ചത്. വടക്കെ കോവിലകം, വലിയ കോവിലകം, ശക്തൻ തമ്പുരാൻ കോവിലകം എന്നൊക്കെ അറിയപ്പെടുന്ന ഈ കൊട്ടാരം ഡച്ചു വാസ്തുവിദ്യയുടെയും കേരളീയ തച്ചുശാസ്ത്രത്തിന്റെയും സമ്മോഹന സമ്മേളനമാണ്. ഇന്ന് ശോച്യാവസ്ഥയിൽ തമ്പുരാന്റെ ഭൗതികാവശിഷ്ടങ്ങൾ ഈ കൊട്ടാരവളപ്പിൽ അടക്കം ചെയ്തിട്ടുണ്ടെന്നാണറിയുന്നത്. തൃശൂർ ഇന്നു കാണുന്ന രാമനിലയം ഗസ്റ്റ് ഹൗസും ഇൻഡോർസ്റ്റേഡിയവും പരേഡ് ഗ്രൗണ്ടും (ഇപ്പോൾ മറ്റൊരു സ്റ്റേഡിയം) പള്ളിത്തേവാരക്കാവും ഉൾപ്പെട്ടതായിരുന്നു ശക്തൻ തമ്പുരാന്റെ കോവിലകം. കൊട്ടാരവളപ്പിന്റെ വിസ്തൃതി ഇപ്പോൾ ഗണ്യമായി ചുരുങ്ങിക്കഴിഞ്ഞു.

കൊച്ചി രാജാവിന്റെ ചെറുതും വലുതുമായ

44 കൊട്ടാരങ്ങളിൽ (വേനൽക്കാല വസതികളും താല്ക്കാലിക വസതികളും ഉൾപ്പെടെ) എറണാകുളം ജില്ലയ്ക്കു പുറത്തുള്ള ഒരേയൊരു കൊട്ടാരമാണിത്. രാജവാഴ്ചയ്ക്കു ശേഷം കൊട്ടാരത്തിന്റെയും വസ്തുവകകളുടെയും മേൽനോട്ടത്തിനായി ഒരു "പാലസ് അഡ്മിനിസ്ട്രേഷൻ കമ്മിറ്റി രൂപീകരിക്കപ്പെട്ടിരുന്നു. കൊട്ടാരവും. സ്ഥലവും പുരാവസ്തു വകുപ്പിന് കൈമാറാൻ കുടുംബാംഗങ്ങളെല്ലാം ഐകകണ്ഠ്യേന സമ്മതിക്കുകയുണ്ടായി— ശക്തൻ തമ്പുരാന്റെ പേരിൽ ഒരു ദേശീയ സ്മാരകം നിർമ്മിക്കാൻ.

ഇന്ന് തൃശ്ശൂർ നഗരത്തിലെ ചില പ്രധാന കേന്ദ്രങ്ങളായ കിഴക്കെ കോട്ടയും പടിഞ്ഞാറെ കോട്ടയും മറ്റും രാജകീയ പ്രഭാവകാലഘട്ടത്തിന്റെ സൂചകങ്ങൾ ആണ്. രണ്ടു നൂറ്റാണ്ടുകൾക്കു മുമ്പ് തൃശൂർ നഗരത്തിനു ചുറ്റും അത്യുന്നതവും ഭീമാകാരവുമായ കോട്ടനിരകളും കിടങ്ങുകളും നിലനിന്നിരുന്നു. കോട്ടയുടെ നാലരമൈൽ ചുറ്റളവിനുള്ളിൽ സർവ്വശക്തനായ വടക്കുന്നാഥന്റെ ക്ഷേത്രവും ശക്തൻ തമ്പുരാന്റെ കോവിലകവും മറ്റ് രാജകീയ മന്ദിരങ്ങളുമെല്ലാം സ്ഥിതിചെയ്തിരുന്നു. എ ഡി 1794 ൽ നിർമ്മിക്കപ്പെട്ട കോട്ട ഇന്ന് കഥാവശേഷമായി. ഈ അതി വിസ്തൃതമായ കോട്ടയ്ക്കുള്ളിൽ തന്നെ ശക്തൻ തമ്പുരാന്റെ കോവിലകത്തിനു ചുറ്റുമായി മറ്റൊരു കോട്ടയുമുണ്ടായിരുന്നു...

രാമനിലയം

പുലരി പ്രഭയിൽ കുളിച്ചു നില്ക്കുന്ന ആ പഴയ രമ്യഹർമ്മ്യത്തിനു മുന്നിൽ-രാമനിലയം - നില്ക്കേ, രാജപ്രതാപം തുടിച്ചുനിന്ന ആ രാജധാനിയെപ്പറ്റി ഒരുനിമിഷം ഓർത്തുപോയി. കുലീനത്വവും ഗാംഭീര്യവും ശില്പചാതുരിയും ഒത്തിണങ്ങിയ മനോഹരമായ ഇരുനിലമാളിക ഈ പ്രാചീന നിർമ്മിതി - രാമനിലയം - ശക്തൻ തമ്പുരാന്റെ അതിഥി മന്ദിരമായിരുന്നുവത്രെ. ആ കോമ്പൗണ്ടിനുള്ളിൽ തന്നെ അടുത്ത കാലത്തു നിർമ്മിച്ച പുതിയ ഗസ്റ്റ് ഹൗസ് കാണാം.

വീതിയേറിയ ഗേറ്റിൽ പൊലീസ് കാവൽ നില്ക്കുന്നു. (പാറാവ്) ആർക്കാണാവോ കാവൽ നില്ക്കുന്നത്? നാഴികയ്ക്ക് നാല്പതുവട്ടം നാടുചുറ്റാനോടുന്ന മന്ത്രിപുംഗവന്മാരുടെയും ഉന്നതോദ്യോഗസ്ഥന്മാരുടെയും ഒരു ഇടത്താവളമാണല്ലോ രാമനിലയം എന്ന വസ്തുത പിന്നീടാണോർത്തത്. നമുക്ക് മുന്നോട്ടു നടക്കാം. ടൗൺ ഹാളും സാഹിത്യ അക്കാദമി മന്ദിരവും പിന്നിട്ട് കുറച്ചു നടക്കുമ്പോൾ തേക്കിൻ കാടായി. തൃശ്ശൂർ റൗണ്ട്. വടക്കുന്നാഥനെ തൊഴുതുമടങ്ങുന്ന സുമംഗലിമാരുടെ ചെറുസംഘങ്ങൾ. ശുഭ്രവസ്ത്രധാരികളായി പള്ളിയിലേക്കു നീങ്ങുന്ന ക്രിസ്തീയ കുലാംഗനമാർ ഇരുമതങ്ങളുടെയും സംഗമവേദിയാണ് നഗരം. നഗരമദ്ധ്യത്തിൽ തലയുയർത്തി നില്ക്കുന്ന പള്ളികൾ പലതുണ്ട്.

നഗരത്തിന്റെ കിഴക്കുഭാഗത്ത് സ്ഥിതിചെയ്യുന്ന ലൂർദ് പള്ളി തൃശ്ശൂർ രൂപതയുടെ കത്തീഡ്രൽ പള്ളിയാണ്. അൾത്താരയ്ക്കടിയിലെ ഭൂഗർഭ ദേവാലയം, ഈ കത്തീഡ്രലിന്റെ സവിശേഷതയാണ്. മാർത്താ മറിയം വലിയ പള്ളി പുരാതന വാസ്തുശില്പസങ്കേതം വിളംബരം ചെയ്യുന്നു. വ്യാകുലമാതാവിന്റെ പുത്തൻപള്ളി ശില്പ ചാതുരിക്ക് പ്രശസ്തം. ഈ പള്ളി അനുഗ്രഹവർഷം ചൊരിഞ്ഞുകൊണ്ട് നഗരത്തിലെ തിരക്കിനിടയിൽ ഉയർന്നുനില്ക്കുന്നു. കൊക്കാലയിൽ പുരാതനവും പ്രസിദ്ധവുമായ ഒരു മുസ്ലീം ആരാധനാലയമുണ്ട്....

തൃശൂർ നഗരം

വടക്കുന്നാഥ ക്ഷേത്രത്തിനു ചുറ്റുമുള്ള രാജവീഥികൾ ചൂടുപിടിച്ചു തുടങ്ങിയിട്ടില്ല. എങ്കിലും ജില്ലയുടെ വിവിധ സ്ഥലങ്ങളിലേക്കുള്ള പ്രൈവറ്റ് ബസുകളും ട്രാൻസ്പോർട്ട് ബസുകളും ക്ഷേത്രത്തെ വലംവച്ച് അതിവേഗം കടന്നുപൊയ്ക്കൊണ്ടിരിക്കുന്നു. നഗരം ഉണർന്നു തുടങ്ങിയിട്ടേയുള്ളൂ. വൻകിട ഹോട്ടലുകളിൽ തിരക്കു തുടങ്ങിയിരിക്കുന്നു. പക്ഷെ തൃശൂർ റൗണ്ടിലെ ഈ പതിഞ്ഞ മട്ട്, നിമിഷംതോറും മാറിക്കൊണ്ടിരിക്കും. വെയിലേറുന്തോറും നഗരവീഥികളിൽ ജനബാഹുല്യം വർദ്ധിക്കുന്നു. വാഹനത്തിരക്കേറുന്നു. സായാഹ്നമാകുമ്പോഴേക്കും ആ രാജരഥ്യകളിലൂടെ തീരെ മന്ദഗതിയിലേ യാത്ര ചെയ്യാനാവൂ. തിരക്കോടു തിരക്കാണെങ്ങും; ജന-വാഹന ബഹുലം. വർണ്ണശബളമായ തെരുവോരങ്ങൾ ചലനാത്മകം; ശബ്ദമുഖരിതം. റോഡിന്റെ മറുവശത്ത് തേക്കിൻകാട് മൈതാനത്തെ പുൽത്തകിടികളിലും മരച്ചോടുകളിലും കൂട്ടംകൂടി സൊറ പറയുന്ന'വർ ധാരാളം. ഏതു തിരക്കിലും വഴിതെറ്റുകയില്ല. ഭൂമി ഉരുണ്ടതാണെന്ന തത്ത്വം ബാധകം. ചുറ്റിക്കറങ്ങി പുറപ്പെട്ടിടത്തു തന്നെ വന്നെത്തും.

നഗരസിരാകേന്ദ്രം തൃശൂർ പട്ടണമാണെങ്കിലും തൃശൂർ ജില്ലയുടെ ഭരണ സിരാകേന്ദ്രം മൂന്നു നാലു കി മീ അകലെയുള്ള പഞ്ചായത്തു പ്രദേശത്താണ്. അയ്യന്തോൾ. അസ്സൽ ഗ്രാമപ്രദേശം. മൂന്ന് നാല് പതിറ്റാണ്ടുകൾക്കു മുമ്പാണ് അയ്യന്തോൾ സിവിൽ സ്റ്റേഷൻ പ്രവർത്തനമാരംഭിച്ചത്. ജില്ലാ കളക്ടറേറ്റ് ഉൾപ്പെടെ മിക്ക ജില്ലാതല ഓഫീസുകളും ഉൾക്കൊള്ളുന്ന കൂറ്റൻ ബഹുനില മന്ദിരമാണ് സിവിൽസ്റ്റേഷൻ. അയ്യന്തോളിന്റെ ഗ്രാമത്തനിമയിൽ പരിഷ്കൃത ഭവനങ്ങൾ ഈ അടുത്തകാലത്ത് ധാരാളം

ഉയർന്നുവന്നിട്ടുണ്ട്. എങ്കിലും പ്രശാന്തമാണി പരിസരങ്ങൾ.

നഗരമദ്ധ്യത്തിലും നഗരപ്രാന്തങ്ങളിലുമായി സ്ഥിതിചെയ്യുന്ന ആരാധനാലയങ്ങൾ അസംഖ്യം. പ്രാചീന ക്ഷേത്രങ്ങൾ, ചർച്ചുകൾ, മുസ്ലീം ആരാധനാലയങ്ങൾ. നഗരപരിധി വിട്ടാലോ? അതി പ്രസിദ്ധമായ ക്ഷേത്രങ്ങൾ പലതുണ്ട്; നഗരത്തിൽനിന്നും എട്ടും പത്തും പതിനഞ്ചും കി മീ അകലങ്ങളിലായി അന്നമനട, തൃപ്രയാർ, ആറാട്ടുപുഴ എന്നീ പുരാതന ക്ഷേത്രങ്ങൾ സ്ഥിതിചെയ്യുന്നു.

ഉത്സവങ്ങളുടെ നാട്

പ്രസിദ്ധമായ ആറാട്ടുപുഴ പൂരത്തിന്റെ രംഗവേദിയാണ് ആറാട്ടുപുഴ ഗ്രാമം. ഊരകത്തമ്മതിരുവടി ക്ഷേത്രം, തൃപ്രയാർ ശ്രീരാമക്ഷേത്രം. ചേർപ്പ് ഭവഗതി ക്ഷേത്രം എന്നിവയുൾപ്പെടെ സമീപ ഗ്രാമങ്ങളിലെ ദേവീദേവന്മാരെ വാദ്യമേളങ്ങളോടെ ആളകമ്പടിയോടെ എഴുന്നള്ളിച്ചു കൊണ്ടുവരുന്ന മഹോത്സവമാണ് ആറാട്ടുപുഴ പൂരം. മേയ്മാസത്തിലെ വർണ്ണോജ്ജ്വലമായ ഈ പൂരം കാണാൻ ജില്ലയ്ക്കകത്തും പുറത്തും നിന്ന് ജനസഹസ്രങ്ങൾ അവിടെ ഒത്തുകൂടുന്നു. ചാവക്കാടു താലൂക്കിൽ തൃപ്രയാർ എന്ന ഗ്രാമത്തിലെ അതി പ്രാചീനമായ ശ്രീരാമക്ഷേത്രം പ്രസിദ്ധം. വിഷ്ണുവിന്റെ രൂപത്തിലാണ് പ്രതിഷ്ഠയെങ്കിലും ശ്രീരാമനായിട്ടാണ് സങ്കല്പിച്ചു പോരുന്നത്. ടിപ്പുവിന്റെ പടയോട്ടക്കാലത്ത് സൈന്യം ക്ഷേത്രത്തിനുള്ളിൽ കടന്നെങ്കിലും നാശനഷ്ടങ്ങളൊന്നുമുണ്ടാക്കിയില്ലത്രേ. ക്ഷേത്രത്തിന്റെ ശ്രീകോവിലിനു ചുറ്റും മനോഹരമായ ചുമർ ചിത്രങ്ങൾ കാണാം. വൃശ്ചികത്തിൽ കൃഷ്ണപക്ഷത്തെ ഏകാദശിയാണ് മുഖ്യ ഉത്സവം. ആറാട്ടുപുഴ പൂരത്തിന് ചക്രവർത്തി സ്ഥാനം തൃപ്രയാർ ദേവനാണ്.

മേൽപ്പറഞ്ഞവയ്ക്കുപുറമേ തൃശൂരും ചുറ്റുവട്ടത്തുമായി ധാരാളം ക്ഷേത്രങ്ങളുണ്ട്. ചെറുതും വലുതും പഴക്കമുള്ളവയും അല്ലാത്തവയും. ഈ ക്ഷേത്രങ്ങളിലെല്ലാം മുടങ്ങാതെ ഉത്സവങ്ങളുമുണ്ടാകും. വൃശ്ചികമാസം മുതൽ ഇടവപ്പാതി വരെയും തൃശൂരിൽ ഒട്ടാകെ ഉത്സവങ്ങളുടെ കാലമാണ്. വൈവിദ്ധ്യവും വർണ്ണപ്പൊലിമയുമുള്ള വിവിധ കലാരൂപങ്ങളുടെ പ്രകടന വേദികളാകും ക്ഷേത്രാങ്കണങ്ങൾ. ആന എഴുന്നള്ളിപ്പും വാദ്യഘോഷങ്ങളും വെടിക്കെട്ടുമെല്ലാം സർവ്വസാധാരണം. തൃശൂർ നിവാസികളുടെ രക്തത്തിലലിഞ്ഞു ചേർന്ന ഉത്സവക്കമ്പവും മേളക്കമ്പവും ആനക്കമ്പവും, അവരെ എത്രയകലെയുള്ള ഉത്സവപ്പറമ്പിലേക്കും നയിക്കുന്നു. ക്ഷേത്രോത്സവങ്ങളെപ്പോലെ തന്നെ നാനാജാതി മതസ്ഥരെ ആകർഷിക്കുന്നവയാണ് പള്ളികളിലെ പെരുന്നാളാഘോഷങ്ങളും. മുസ്ലീം പള്ളികളിലെ ഉത്സവങ്ങളും ഇപ്രകാരം. ഉത്സവമേളങ്ങളും ഉത്സാഹക്കൊഴുപ്പും സാർവ്വത്രികമായിത്തീർന്നിട്ടുള്ള തൃശ്ശിവപേരൂരിനെ ഒരു ഉത്സവനഗരമെന്ന് പേരിട്ടാലും തെറ്റാവില്ല.

ശക്തൻ തമ്പുരാന്റെ ഈ രാജ്യതലസ്ഥാനം, പില്ക്കാലത്ത് തൃശൂർ മുനിസിപ്പാലിറ്റിയായി ചുരുങ്ങി, കൊ. വ. 1085 ൽ തന്നെ നഗരസഭയുടെ പ്രാഗ്‌രൂപമായ ഒരു ഉദ്യോഗസ്ഥ ഭരണസമിതി, നഗര ശുചീകരണ പ്രവർത്തനങ്ങളുടെ മേൽനോട്ടം വഹിച്ചിരുന്നു. എ ഡി 1921 ലാണ് തെരഞ്ഞെടുക്കപ്പെട്ട കൗൺസിൽ നിലവിൽവന്നത്. വൈദ്യുതി വിതരണവും ശുദ്ധജലവിതരണവും ഏറ്റെടുത്തു നടത്തിവരുന്ന കേരളത്തിലെ ഏക നഗരമാണ് തൃശൂർ. തൃശൂർ ഇലക്ട്രിക് കോർപ്പറേഷൻ എന്ന കമ്പനിയാണ് ചുമതല ഏറ്റെടുത്തത്. ഇതിന്റെ പ്രവർത്തനം മന്ദഗതിയിലാണെന്ന് കുറ്റം ചുമത്തി അന്നത്തെ കൊച്ചി ദിവാൻ ഷൺമുഖം ചെട്ടി ആ കരാർ റദ്ദ് ചെയ്തു. പകരം മദ്രാസിലെ ചാന്ദ്രി കമ്പനിക്ക് കരാർ നല്കുകയും ചെയ്തു. ദിവാന്റെ ഈ കള്ളക്കളിക്കെതിരെ ബഹുജന പ്രക്ഷോഭം തിളച്ചുപൊങ്ങി. ഐതിഹാസികമായ ആ "ഇലക്ട്രിസിറ്റി സമര"ത്തിനു മുമ്പിൽ ദിവാന് മുട്ടുകുത്തേണ്ടി വന്നു. അങ്ങനെ 1937 മുതൽ ഇലക്ട്രിസിറ്റി വിതരണം തൃശൂർ നഗരസഭ ഏറ്റെടുത്തു. 1939 മുതൽ ഒരു മുനിസിപ്പൽ പട്ടണമായിത്തീർന്ന തൃശൂർ, ഈയടുത്തകാലത്ത് മുനിസിപ്പൽ കോർപ്പറേഷനായി മാറിയിട്ടുണ്ട്. നഗരസഭയുടെ വിസ്തീർണ്ണം 12,59 ച കി മീ. ജനസംഖ്യ 74804 (1991 ലെ സെൻസസ് പ്രകാരം).

നാഗരിക ജീവിതം

ക്ഷയോന്മുഖമായ കാർഷിക മേഖലയെക്കാൾ പ്രവർത്തന നിരതമായ ഒരു വ്യവസായ മേഖലയാണ് തൃശൂർ നഗരസഭയുടെയും നഗരത്തോടുരുമ്മിക്കിടക്കുന്ന ഗ്രാമങ്ങളുടെയും (ഒല്ലൂർക്കര, ഒല്ലൂർ, കുർക്കഞ്ചേരി അയ്യന്തോൾ വിൽവട്ടം) സാമ്പത്തിക പുരോഗതിക്ക് നിദാനമായത്. ഒരു നൂറ്റാണ്ടിനു മുമ്പ് ശക്തൻ തമ്പുരാൻ കളമൊരുക്കിയ വ്യാവസായിക സാഹചര്യങ്ങൾ കഴിഞ്ഞ ശതകത്തിന്റെ പൂർവ്വാർദ്ധത്തിൽ തന്നെ ഫലപുഷ്കലമായിത്തുടങ്ങിയിരുന്നു. അതിനു മുമ്പേ തന്നെ തടി, അലുമിനിയം, വെള്ളി, സ്വർണ്ണം എന്നിവ അസംസ്കൃത സാധനങ്ങളായിട്ടുള്ള ധാരാളം കൊച്ചുകൊച്ചു വ്യവസായങ്ങൾ നഗരത്തിലും പരിസരങ്ങളിലും വളർന്നുവന്നിരുന്നു. 1902 ൽ ടി എസ് ബാലരാമയ്യർ പൂങ്കുന്നത്ത് സ്ഥാപിച്ച സീതാറാം മിൽസ്, ടെക്സ്റ്റൈൽ വ്യവസായ രംഗത്ത് തൃശൂരിന്റെ അഭിമാന ഭാജനവും വഴികാട്ടിയുമായി. രണ്ടായിരത്തി

ലേറെ തൊഴിലാളികൾ അന്നവിടെ പണിയെടുത്തിരുന്നു. 1950 കളിൽ എൻജിനീയറിങ് വ്യവസായം തഴച്ചുവളർന്നു. പിന്നെ, പച്ച പിടിച്ചത് തടി വ്യവസായമാണ്. സമാന്തരമായി തീപ്പെട്ടി, ഓട്, സോപ്പ്, ഫാർമസ്യൂട്ടിക്കൽസ് എന്നീ മേഖലകളിലും ധാരാളം വ്യവസായ സ്ഥാപനങ്ങളുണ്ടായി. കൂടാതെ ഓയിൽ മില്ലുകളും പലതുണ്ടായി. കേരളത്തിലാദ്യമായി കുട നിർമ്മാണം ആരംഭിച്ചതും തൃശ്ശൂരാണ്. ടയർമോൾഡിങ് നിർമ്മാണവും അച്ചടിവ്യവസായവും പ്രാധാന്യം നേടി. കാലം കടന്നുപോകെ, എങ്ങനെയോ വ്യവസായ മേഖലയിൽ മുരടിപ്പ് കടന്നുകൂടി. പല വ്യവസായ സ്ഥാപനങ്ങളും വിവിധ കാരണങ്ങളാൽ പൂട്ടിയിടപ്പെട്ടു. സ്വർണ്ണാഭരണ നിർമ്മാണത്തിലും വ്യാപാരത്തിലും തൃശൂർ കൈയടക്കി വച്ചിരുന്ന കുത്തകയ്ക്ക് ഭീഷണിയായി സംസ്ഥാനത്തിന്റെ പല ഭാഗങ്ങളിൽ സ്വർണ്ണവ്യാപാരം തഴച്ചു വളരാൻ തുടങ്ങി. ഇന്ന് തൃശൂരിന്റെ വ്യാവസായിക മേഖല ഊർജ്ജസ്വലമല്ല. എങ്കിലും ചെറുതും വലുതുമായ വിവിധ വ്യവസായ സ്ഥാപനങ്ങളിലൂടെ ഉപജീവനം കണ്ടെത്തുന്ന തൊഴിലാളി കുടുംബങ്ങൾ അസംഖ്യമുണ്ട്.

തൃശൂർ നഗരത്തെ സംബന്ധിച്ചിടത്തോളം വിദ്യാഭ്യാസ മേഖലയിൽ മുൻപേ തന്നെ വൻപുരോഗതി നേടിയിട്ടുണ്ട്. അതിന് സഹായകമാംവിധം പാരമ്പര്യമുള്ള അനേകം വിദ്യാലയങ്ങളുമുണ്ട്. 12.65 ച കി മീ നഗര പരിധിക്കുള്ളിൽ മുപ്പതിൽപ്പരം സ്കൂളുകളും മൂന്ന് ഒന്നാം ഗ്രേഡ് കോളേജുകളും ഒരു ട്രെയിനിങ് കോളേജും ഒരു പോളിടെക്നിക്കും ഒരു സഹകരണ കോളേജും ഉണ്ടെന്നുള്ള വസ്തുത തൃശൂരിന്റെ വിദ്യാഭ്യാസപരമായ ഔന്നത്യത്തെ വിളംബരം ചെയ്യുന്നു. കൂടാതെ കാലടി സർവ്വകലാശാലയുടെയും ഇന്ദിരാഗാന്ധി ഓപ്പൺ യൂണിവേഴ്സിറ്റിയുടെയും ഓരോ കേന്ദ്രങ്ങളുമുണ്ട്. തൃശൂർ മെഡിക്കൽ കോളേജ്, എൻജിനീയറിങ് കോളേജ് കാർഷിക സർവ്വകലാശാലയും അതിന്റെ കീഴിലുള്ള വെറ്റിനറി കോളേജ്, ഫോറസ്ട്രി ഹോർട്ടി കൾച്ചർ, സഹകരണ- ബാങ്കിങ് കോളേജുകളും കാലിക്കട്ട് യൂണിവേഴ്സിറ്റിയുടെ കീഴിലുള്ള ജോൺമത്തായി സെന്റർ ഓഫ് എക്കണോമിക്സ്, സ്കൂൾ ഓഫ് ഡ്രാമാ, എം ബി എ, തൃശൂർ ലോ കോളേജ്, വിമൻസ് പൊളിടെക്നിക് എന്നീ വിദ്യാഭ്യാസ സ്ഥാപനങ്ങൾ സേവന സന്നദ്ധരായി തൃശൂരിന്റെ ചുറ്റുവട്ടത്ത് പ്രവർത്തിക്കുന്നു. ഏറെ കാലപ്പഴക്കവും പാരമ്പര്യവുമുള്ള ചില സ്കൂളുകളും ജില്ലയ്ക്ക് അഭിമാനാർഹമായി ഇന്നും പ്രവർത്തിച്ചു വരുന്നു.

പൊതുമേഖലയിലും സ്വകാര്യ മേഖലയിലുമായി ചെറുതും വലുതുമായ ആശുപത്രികൾ ധാരാളമുണ്ട്. കൂടാതെ ഗവൺമെന്റ് ഉടമയിൽ തൃശൂർ മെഡിക്കൽ കോളേജുമുണ്ട്.

കേരളത്തിലെ ആദ്യത്തെ വെറ്റിനറികോളേജ് തൃശൂരിനടത്ത് മണ്ണുത്തിയിൽ പ്രവർത്തിക്കുന്നു.

തൃശൂരിൽ രാഷ്ട്രീയ പാരമ്പര്യം രാജവാഴ്ചയുടെ അന്ത്യദശകങ്ങളിൽനിന്ന് ആരംഭിക്കുന്നു. ത്യാഗമതികളായ രാഷ്ട്രീയ നായകന്മാർ വിവിധ രാഷ്ട്രീയ ബഹുജന പ്രക്ഷോഭണങ്ങൾക്ക് നേതൃത്വംനല്കി. ഇക്കണ്ടവര്യർ, വി ആർ കൃഷ്ണനെഴുത്തച്ഛൻ, കുറൂർ നീലകണ്ഠൻ നമ്പൂതിരിപ്പാട് എന്നിങ്ങനെ ഒരു നീണ്ട നിര തന്നെ അന്നുണ്ടായിരുന്നു.

സാംസ്കാരിക തലസ്ഥാനം

മഹത്തായ ഒരു സാംസ്കാരിക പാരമ്പര്യം സ്വന്തമായുള്ള തൃശൂർ, ആ പൈതൃകം ആധുനിക കാലഘട്ടത്തിലും തുടരുന്നു. കൂത്ത്, കൂടിയാട്ടം, പാഠകം, കൃഷ്ണനാട്ടം, കഥകളി എന്നീ ക്ലാസിക് കലകളിലുള്ള അറിവും അഭിനിവേശവും തൃശൂരിനെ സംബന്ധിച്ചിടത്തോളം എടുത്തു പറയേണ്ടതു തന്നെ. മംഗളോദയംപോലെ പ്രസിദ്ധിപെറ്റ പ്രസിദ്ധീകരണശാലകളുടെയും ആനുകാലിക പ്രസിദ്ധീകരണങ്ങളുടെയും കേന്ദ്രം. തൃശൂരിന്റെ ഈ സാംസ്കാരിക പശ്ചാത്തലം മൂലമാകാം കേരള ഗവൺമെന്റിന്റെ ആഭിമുഖ്യത്തിലുള്ള മിക്ക സാംസ്കാരിക സ്ഥാപനങ്ങളും തൃശ്ശൂരിൽ കേന്ദ്രീകരിക്കപ്പെട്ടിട്ടുണ്ട്. കേരള സാഹിത്യ അക്കാദമിയാണവയിൽ പ്രധാനം (മലയാള ഭാഷയുടെയും സാഹിത്യത്തിന്റെയും അഭിവൃദ്ധിക്കുവേണ്ടി, കേന്ദ്ര ഗവൺമെന്റിന്റെ മാർഗ്ഗനിർദ്ദേശത്തോടെ 1956 ആഗസ്ത് 15-ന് തൃശൂരിൽ സ്ഥാപിക്കപ്പെട്ടതാണ് കേരള സാഹിത്യ അക്കാദമി. പട്ടണത്തിലെ പ്രശാന്തമായ ഒരു ഭാഗത്ത് കാലപ്പഴക്കമുണ്ടെങ്കിലും കുലീനതയോടെ തലയുയർത്തി നില്ക്കുന്ന ശില്പചാതുരിയാർന്ന കേരള സാഹിത്യ അക്കാദമിയിൽ വിപുലമായ ഗ്രന്ഥശേഖരമുണ്ട്. ഭരണ സിരാകേന്ദ്രമായ അയ്യന്തോളിലെ അപ്പൻ തമ്പുരാൻ സ്മാരകമാണ് മഹത്തായ മറ്റൊരു സാംസ്കാരിക സ്ഥാപനം. ലളിത കലാ അക്കാദമി, സംഗീത നാടക അക്കാദമി, അരണാട്ടുകരയിലെ സ്കൂൾ, ഓഫ് ഡ്രാമ, ഇൻസ്റ്റിറ്റ്യൂട്ട് ഓഫ് ഫൈൻ ആർട്സ് എന്നിവയും കേരളത്തിന് അഭിമാനിക്കാവുന്ന സാംസ്കാരിക സ്ഥാപനങ്ങളാണ്. ഇവയൊക്കെ പരിഗണിക്കുമ്പോൾ ശക്തൻ തമ്പുരാന്റെ ഈ ഉത്സവ നഗരം, കേരളത്തിന്റെ സാംസ്കാരികനഗരം കൂടിയാണ്.

കേരളത്തിന്റെ സാംസ്കാരിക മണ്ഡലത്തിലും സാമൂഹ്യ-രാഷ്ട്രീയ മണ്ഡലങ്ങളിലും വ്യക്തിമുദ്ര പതിപ്പിച്ച് കടന്നുപോയ സാംസ്കാരിക നായകന്മാരുടെ ഒരു നീണ്ട നിരതന്നെ തൃശ്ശിവപേരൂരിനവകാശപ്പെട്ടതാണ്. വിസ്തര ഭയത്താൽ അതിവിടെ കുറിക്കുന്നില്ല.

ഈ ലേഖന പരമ്പരയ്ക്ക് എനിക്കു വേണ്ട സഹായ സഹകരണങ്ങൾ നല്കിയ ചിലരെ മറക്കാനാവില്ല. കെ കെ വാര്യർ (കീരൻ) എംപിയുടെ പുത്രിയായി തൃശൂരിൽ ജനിച്ചു വളർന്ന് ഏറെക്കാലം തൃശൂർ ജില്ലാ ഇൻഫർമേഷൻ ഓഫീസറായും പബ്ലിക് റിലേഷൻസ് ഡെപ്യൂട്ടി ഡയറക്ടറായും നിസ്വാർത്ഥസേവനമനുഷ്ഠിക്കേ, അകാലത്തിൽ അന്തരിച്ച രമണീകീരന്റെ പാവനസ്മരണ എനിക്കെന്നും വേദനാജനകമാണ്. സഹധർമ്മിണിയുടെ (രമണി) വേർപാടിന്റെ വേദനയിലും വസ്തുതകൾ ശേഖരിക്കുന്നതിൽ സസന്തോഷം എന്നോടു സഹകരിച്ച പ്രൊഫ. രാധാകൃഷ്ണനെയും (കേരള വർമ്മ കോളേജ്) ജില്ലയെ സംബന്ധിച്ച അത്യാധുനിക വിവരങ്ങൾ ശേഖരിച്ചുതന്ന നല്ല സുഹൃത്തായ ശ്രീ. ഷറഫുദ്ദീനെയും (മുൻ തൃശൂർ ജില്ലാ ഇൻഫർമേഷൻ ഓഫീസർ) ഞാൻ കൃതജ്ഞതാപൂർവ്വം സ്മരിക്കട്ടെ.

ശക്തൻ തമ്പുരാന്റെ ആ പഴയ തേക്കിൻകാടിന് (വടക്കുന്നാഥ ക്ഷേത്രം കേന്ദ്രസ്ഥാനമായ ഇന്നത്തെ സ്വരാജ് റൗണ്ടും പ്രാന്തപ്രദേശങ്ങളും) ചുറ്റുമായി വളർന്നുവന്ന ഈ ഉത്സവനഗരം, കേരളത്തിന്റെ സാംസ്കാരിക തലസ്ഥാനം തന്നെയാണ്. പ്രസിദ്ധി പെറ്റ തൃശൂർപൂരമുൾപ്പെടെ അസംഖ്യം ക്ഷേത്രോത്സവങ്ങളും ക്ഷേത്രകലകളും കേരളത്തിലെ വിവിധ സാംസ്കാരിക സ്ഥാപനങ്ങളുമെല്ലാം തൃശ്ശിവ പേരൂരിന് വർണ്ണപ്പകിട്ടേകുന്നു. വ്യത്യസ്തമായ ഒരു ജില്ലാ തലസ്ഥാനം.

49

കൂടൽമാണിക്യവും തച്ചുടയ കൈമളും

മതമേധാവിത്ത്വവും അധികാരദുർമ്മോഹവും ചരിത്രശകലങ്ങളും കല്പിതകഥാംശങ്ങളുമൊക്കെ, ബോധപൂർവ്വം കൂട്ടിക്കുഴച്ച്. അവ്യക്തവും സങ്കീർണ്ണവുമാക്കി തീർത്ത ഒരു പൂർവ്വചരിത്രം, കൂടൽമാണിക്യം ക്ഷേത്ര സങ്കേതത്തിനുള്ളതു പോലെ കേരളത്തിൽ മറ്റെങ്ങും കാണാനിടയില്ല. പ്രസിദ്ധവും പ്രാചീനവുമായ ഒരു ക്ഷേത്ര സങ്കേതം. കാലപ്രവാഹത്തിൽ ഒട്ടേറെ വികാസ പരിണാമങ്ങൾക്ക് വിധേയമായ ചരിത്രഭൂമി. അതാണ് ഇന്നത്തെ കൂടൽമാണിക്യം ക്ഷേത്രപരിസരങ്ങളിലെ ഇരിങ്ങാലക്കുട. പല കൂടലുകളുടെയും സംഗമ സ്ഥാനം.

തൃശൂർ ജില്ലയിൽ മുകന്ദപുരം താലൂക്കിൽ തൃശൂർ കൊടുങ്ങല്ലൂർ ഹൈവേയിൽ, തൃശൂരിൽനിന്ന് 21 കി മീ തെക്കായി സ്ഥിതിചെയ്യുന്നു ഇരിങ്ങാലക്കുട. പണ്ടൊരു പ്രാചീന ജനപദം. ഇന്ന് തിരക്കേറിയ ഒരു പട്ടണം. ഇരിങ്ങാലക്കുടയുടെ ചരിത്ര പശ്ചാത്തലം മനസ്സിലാക്കാൻ പ്രാചീന ചേരസാമ്രാജ്യത്തിന്റെ തലസ്ഥാനമായ കൊടുങ്ങല്ലൂരിന് 9 കി മീ വടക്കുള്ള ഒരു നഗരത്തെപ്പറ്റിയും ചിലത് അറിഞ്ഞിരിക്കണം. ഇന്ന് 'മതിലകം' എന്ന പേരിൽ അറിയപ്പെടുന്ന ആ സ്ഥലം പണ്ടത്തെ 'തൃക്കണാമതിലകം' എന്ന ജൈനമത സങ്കേതമായിരുന്നു. സംഘകാലതമിഴ് കൃതികളിൽ ഈ പ്രദേശത്തെ 'കുണവായിൽ കോട്ടം' എന്ന് വിവക്ഷിച്ചിരുന്നു. (കോട്ടം - ജൈനക്ഷേത്രം) ജൈനമതവും തുടർന്ന് ബുദ്ധമതവും തൃക്കണാ മതിലകത്തുനിന്ന് ബഹിഷ്കൃതമാക്കപ്പെട്ട ശേഷം, കൂടുതൽ കരുത്താർജ്ജിച്ച് ഹൈന്ദവപ്രഭാവകാലത്ത് മതിലകത്ത് ഒരു ഭിക്ഷുണി മന്ദിരം അവശേഷിച്ചിരുന്നുവെന്നും, ഹൈന്ദവ പ്രമാണിമാർ അവരെ 'പാപിനി'മാരായി കണക്കാക്കി 'പാപിനി മഠം' എന്ന് വിളിച്ചിരുന്നുവെന്നും ആ പേര് പിന്നീട് പാപ്പിനിവട്ടം ആയതാണെന്നും അനുമാനിക്കാം ബ്രാഹ്മണാധിപത്യം സർവ്വത്ര പ്രകടമായി കഴിഞ്ഞിരുന്ന അക്കാലത്ത് രണ്ടും പ്രസിദ്ധ ജനപദങ്ങളായി കഴിഞ്ഞിരുന്നു മതിലകത്തും കൂടൽമാണിക്യവും.

മതിലകത്തെ ഊരാളന്മാരായ തെക്കേടത്ത് - വടക്കേടത്ത് നായന്മാർക്ക് ക്ഷേത്രസങ്കേതം വിസ്തൃതമാക്കാൻ ഒരാഗ്രഹം തോന്നി. തൃക്കണാമതിലകം ക്ഷേത്രത്തിനു ചുറ്റും ക്രമേണ ഒന്നിനൊന്ന് വിസ്തൃതമായ ഏഴ് ചുറ്റുമതിലുകൾ നിർമ്മിക്കാനും ഓരോ മതിലകത്തും വിവിധ ജനവിഭാഗങ്ങളെ താമസിപ്പിക്കാനും അവർ തീരുമാനിച്ചു. ഏഴാമത്തെ മതിൽക്കെട്ട് കടന്നുചെല്ലുന്നത് ഇരിങ്ങാലക്കുട ക്ഷേത്രസങ്കേതത്തിലാണ്. ഇരിങ്ങാലക്കുടയിലെ ആഢ്യൻ നമ്പൂതിരിമാർ അതിനെതിരെ മുന്നിട്ടറങ്ങി. മതിലകംകാർക്ക് വാശിയേറി. മതിൽ കെട്ടിയേ അടങ്ങൂ. എന്ന് ഒരുകൂട്ടർ. തങ്ങളുടെ ശരീരത്തിൽ കൂടിയേ മതിൽ കെട്ടാനാകൂയെന്ന് മറ്റൊരു കൂട്ടർ, ഇരുകൂട്ടർക്കും വാശിയായി. ഇരിങ്ങാലക്കുട നമ്പൂതിരിമാർ കൂട്ടത്തോടെ ഉപവാസം തുടങ്ങി. 41 ദിവസത്തെ ഉപവാസയജ്ഞത്തിൽ ഉപവാസക്കാരുടെ ഇഷ്ടദൈവം അനുഗ്രഹിച്ചാകണം, മതിൽ കെട്ടാൻ ഒറ്റക്കെട്ടായിനിന്ന തെക്കേടത്ത് നായന്മാരും വടക്കേടത്ത് നായന്മാരും തമ്മിൽ ഒരു പന്നിവേട്ടയെ ചൊല്ലി കലഹം മൂത്തു തമ്മിൽ തല്ലി. ഈ തക്കം മുതലെടുത്ത് ഇരിങ്ങാലക്കുടക്കാർ തൃക്കണാമതിലകം ക്ഷേത്രം തല്ലിതകർത്തുവത്രെ - തെക്കേടത്തുകാരുടെയും വടക്കേടത്തുകാരുടെയും തമ്മിൽത്തല്ലിന്റെ ഫലം. ഇന്നിവിടെ ക്ഷേത്രമില്ല. ഒരങ്ങാടിയും ക്രിസ്തീയദേവാലയവും തൊട്ടടുത്ത് ഒരു

മുസ്ലീം പള്ളിയുമുണ്ട്. അതിനടുത്തായി പഴയ ക്ഷേത്രമതിൽക്കെട്ടും കുളവുമുണ്ടായിരുന്നു.

കൂടലുകളുടെ കഥകൾ

ഇരിങ്ങാലക്കുടയുടെ സ്ഥലനാമോല്പത്തിയെപ്പറ്റി വ്യത്യസ്താഭിപ്രായങ്ങളും കെട്ടുകഥകളും പലതുണ്ട്. "ഇരു ചാലുക്ക് ഇടെ" രണ്ട് ജലപ്രവാഹങ്ങളുടെ മദ്ധ്യേയുള്ള സ്ഥലം– ഇരിങ്ങാലക്കുട എന്ന് ഒരു പക്ഷം. ക്ഷേത്രപ്രതിഷ്ഠയെപ്പറ്റിയുമുണ്ട് തർക്കങ്ങൾ. സമീപഗ്രാമമായ 'ചെന്ത്രാപ്പിന്നി'യിലെ ഒരു ഇടപ്രഭുവിന് ആ സ്ഥലത്തെ ഒരു മുക്കുവന് കടലിൽനിന്നും ലഭിച്ച് നാലു വിഗ്രഹങ്ങൾ കാഴ്ച വച്ചുവെന്നും നാടുവാഴി അത് ബ്രാഹ്മണർക്ക് ദാനം ചെയ്തുവെന്നുമാണ് ഒരു കഥ. വിഗ്രഹങ്ങൾ രാമ ലക്ഷ്മണ ഭരത ശത്രുഘ്നന്മാരുടേതായിരുന്നുവെന്നും അവ നാലുസ്ഥലങ്ങളിൽ സ്ഥാപിക്കപ്പെട്ടുവെന്നും കരുതപ്പെടുന്നു. തൃപ്രയാറിൽ ശ്രീരാമൻ, ഇരിങ്ങാലക്കുടയിൽ ഭരതൻ, പായമ്മലിൽ ശത്രുഘ്നൻ, മൂഴിക്കുളത്ത് ലക്ഷ്മണൻ.

കൂടൽമാണിക്യം ക്ഷേത്രത്തിലെ പ്രതിഷ്ഠ ഭരത വിഗ്രഹമാണ്. ഒറ്റ നോട്ടത്തിൽ ശംഖചക്രഗദാധാരിയായ മഹാവിഷ്ണുവായിട്ടേ തോന്നൂ. മറ്റൊരു പ്രത്യേകത ഭരതൻ ദിഗംബരനാണിവിടെ. ഒരു കൂടൽ (സംഗമം) നടന്ന സ്ഥലത്തെ പ്രതിഷ്ഠ, സംഗമേശ്വരനാകുന്നതിലും അപാകതയില്ല. സംഗമേശ്വരൻ ദിഗംബരനായി നില്ക്കുന്ന പ്രതിഷ്ഠകൾ എത്രയെണ്ണമെങ്കിലുമുണ്ട്. തെന്നിന്ത്യയിൽ എല്ലാം ജൈനമതസൂചകങ്ങൾ.

കൂടൽമാണിക്യം ക്ഷേത്രം പ്രാചീന കാലത്ത് ജൈനദേവാലയമായിരുന്നു എന്ന വാദഗതിക്ക് അനുകൂലമായ ഒട്ടേറെ തെളിവുകളുണ്ട്. രണ്ടു നിലകളുള്ള ജൈന ക്ഷേത്രത്തിന് കൂടം അഥവാ കുഡ്ഢാ എന്നും പറയാറുണ്ട്. ശ്രീരാമാനുജനായ ഭരതനെന്ന് സങ്കല്പിക്കപ്പെടുന്ന ആ കൂടൽമാണിക്യ ദേവൻ, ജൈനന്മാരുടെ ഭരതേശ്വരൻ എന്ന ദിഗംബര സ്വാമിയാണെന്നാണ് ജൈനമത വിശ്വാസികളുടെ പക്ഷം. ശ്രാവണ ബെൽഗോളയിലെ, ഗോമഠേശ്വര പ്രതിമ ഇത്തരുണത്തിൽ സ്മരണീയം.

ഭരതവിഗ്രഹം

പരശുരാമൻ സൃഷ്ടിച്ച 64 ഗ്രാമങ്ങളിൽ ഏറ്റവും പ്രസിദ്ധമാണത്രേ ഇരിങ്ങാലക്കുട. ബ്രാഹ്മണ മേധാവിത്വം നിലനിന്ന കാലത്ത് ഈ ക്ഷേത്രം ഇരിങ്ങാലക്കുടക്കാരായ 42 ഇല്ലക്കാരുടെ സഭായോഗഗണത്തിന്റെ വകയായിരുന്നു. ക്രിസ്തുവർഷം 820 മുതൽ 844 വരെ വാണിരുന്ന രാജശേഖരപ്പെരുമാളുടെ കാലത്തായിരിക്കണം, കൂടൽമാണിക്യം ക്ഷേത്രം സ്ഥാപിക്കപ്പെട്ടതെന്ന് ഊഹിക്കപ്പെടുന്നു. കേരളീയ വാസ്തുശില്പത്തിന്റെ മദ്ധ്യകാല മാതൃകയിൽ പണിതിട്ടുള്ള ക്ഷേത്രങ്ങളിലൊന്നാണിത്. ദാരു നിർമ്മിതമായ ഭിത്തികളോടുകൂടിയ വൃത്താകാരമായ ശ്രീകോവിൽ ക്ഷേത്രത്തിന്റെ സവിശേഷതയാണ്. മനോഹരമായ ഒരു കൂത്തമ്പലവും ഇവിടെയുണ്ട്. ശ്രീകോവിലിനുള്ളിൽ രണ്ടാമത്തെ അറയിൽ ഭരതന്റെ തേജോമയമായ മനോഹര വിഗ്രഹം. ശ്രീരാമന്റെ വനവാസകാലത്ത് ഐഹിക ചിന്തകളെല്ലാം വെടിഞ്ഞ് തപസ്സനുഷ്ഠിക്കുന്ന സങ്കല്പത്തിലാണ് പ്രതിഷ്ഠ. ആറടിയോളം പൊക്കം. ചതുർബ്ബാഹു. മാറിൽ പൊൻമാലകളും മരതകപ്പതക്കവും. ഇരിങ്ങാലക്കുട ക്ഷേത്രത്തിലുള്ള ചില പ്രാചീന ശിലാ ലിഖിതങ്ങൾ (വട്ടെഴുത്തിലും മലയാളത്തിലും) ക്ഷേത്രപ്പഴമയെ സൂചിപ്പിക്കുന്നു. അവയിലൊന്ന് സ്ഥാണുരവി ചക്രവർത്തിയുടെ 11-ാം ഭരണവർഷത്തിൽ കൊത്തിവയ്ക്കപ്പെട്ടതാണ്. പണ്ടെന്നോ പ്രദക്ഷിണ വഴിയിൽ കിടന്നിരുന്ന ഈ ശിലാലിഖിതം, ഒന്നര മീറ്റർ നീളവും ഒരു മീറ്ററിൽ താഴെ വീതിയുമുള്ള ഒരു കൽപ്പലകയിലാണ് ആലേഖനം ചെയ്യപ്പെട്ടിട്ടുള്ളത്. അക്കാലത്ത് ഊരാളന്മാരുണ്ടാക്കിയ ക്ഷേത്ര നിബന്ധനകളും ചടങ്ങുകളുമാണ് ഉള്ളടക്കം. ക്ഷേത്രംവക ഭൂമിയുടെ കൈമാറ്റത്തിൽ ഊരാളന്മാരെ നിയന്ത്രിക്കുന്ന ഒരു രേഖ (കാലം എ ഡി 834). ഇതിപ്പോൾ ക്ഷേത്രഭിത്തിയിൽ ഉറപ്പിച്ചുവച്ചിട്ടുണ്ട്.

ജൈനമതത്തിന്റെ സ്വാധീന വലയത്തിലായിരുന്ന ഈ ക്ഷേത്രം പില്ക്കാലത്ത് ശൈവമതത്തിന്റെയും തുടർന്ന് വൈഷ്ണവ മതത്തിന്റെയും പിടിയിലമർന്നു. ക്ഷേത്രം പലപ്രാവശ്യം പുതുക്കി പണിയേണ്ടി വന്നിട്ടുണ്ട്. ടിപ്പുവിന്റെ പടയോട്ടം കൂടൽമാണിക്യത്തേയും ഒഴിവാക്കിയില്ല. പലതവണ ക്ഷേത്രം അഗ്നിക്കിരയായി. ശക്തൻ തമ്പുരാന്റെ കാലത്ത് ക്ഷേത്രം പുനർ നിർമ്മാണം നടത്തപ്പെട്ടു.

ഇനി കൂടൽമാണിക്യം ക്ഷേത്രത്തിലെ 'കൂടലി'ന്റെ നിഗൂഢ തലത്തിലേക്ക് ഒന്നെത്തിനോക്കാം. ജ്യോതിർമയമായ ഭരത വിഗ്രഹത്തിലെ മാണിക്യ പ്രഭയെ ചൊല്ലി ഭക്തന്മാരിൽ ആർക്കോ ഒരു സന്ദേഹം. ഇത് യഥാർത്ഥ മാണിക്യം തന്നെയാണോ? ആ സംശയം ക്രമേണ ഭക്തജനങ്ങൾക്കിടയിൽ വ്യാപിച്ചുവത്രെ. സ്വന്തം വയറ്റുവേദനയ്ക്കു പരിഹാരം തേടി, കൂടൽമാണിക്യ ക്ഷേത്രസന്നിധിയിൽ ഭജനമിരിക്കാൻ വന്ന് പാർത്തിരുന്ന ഒരു ഓണാട്ടുകരക്കാരൻ കുമാരക്കുറുപ്പ്, ഊരാളരുടെ സന്ദേഹം ഊതിപ്പെരുക്കി. അയാൾ ഒരു പോംവഴി നിർദ്ദേശിക്കുകയും ചെയ്തു. തന്റെ നാടുവാഴിയുടെ പക്കൽ അതിവിശിഷ്ടമായ ഒരു മാണിക്യക്കല്ല് ഉണ്ടെന്നും, വേണമെങ്കിൽ ഒത്തുനോക്കാൻ വേണ്ടി, താനത് വാങ്ങിക്കൊണ്ടു വരാമെന്നും കുറുപ്പേറ്റു. നാട്ടുപ്രമാണിയായ കുറുപ്പിനെ നേരിട്ടറിയാവുന്ന കായം

കുളം രാജാവ് തന്റെ പക്കലുണ്ടായിരുന്ന അതിവിശിഷ്ടമായ, അണ്ഡാകൃതിയിലുള്ള മാണിക്യക്കല്ല്, കുറുപ്പിന്റെ കൈവശം കൊടുത്തയച്ചു. ദൈവകാര്യമല്ലേ ഭദ്രമായി മടക്കിക്കൊണ്ടുവന്നാൽ മതി.

മാണിക്യത്തിന്റെ കഥ

ചരിതാർത്ഥനായ കുറുപ്പ് എത്രയും വേഗം ഇരിങ്ങാലക്കുടയെത്തി. യോഗക്കാരുടെയും ഊരാൺമക്കാരുടെയും സാന്നിദ്ധ്യത്തിൽ, മുഖ്യ പുരോഹിതൻ കുറുപ്പിന്റെ കൈയിൽനിന്നും മാണിക്യം ഏറ്റുവാങ്ങി ഭരത വിഗ്രഹത്തിൽ ചേർത്തുപിടിച്ച് നോക്കുമ്പോൾ, മാണിക്യക്കല്ല് വിഗ്രഹത്തിൽ ഒട്ടിപ്പിടിച്ച് പോയത്രേ. ആകെ പരിഭ്രാന്തി പരന്നു. ഓടനാട്ടു രാജാവിന് മാണിക്യക്കല്ല് മടക്കിക്കൊടുക്കുന്നതെങ്ങനെ? ക്ഷേത്രാധികാരികൾ ഏതുവിധ നഷ്ടപരിഹാരത്തിനും സന്നദ്ധരായി. രാജാവ് നഷ്ടപരിഹാരമായി ആവശ്യപ്പെട്ടത് ക്ഷേത്രത്തിന്റെ കോയ്മ സ്ഥാനമായിരുന്നു. അന്നുമുതൽ (എ ഡി 1342) ക്ഷേത്രത്തിന്റെ കോയിലധികാരി കായംകുളം (ഓടനാട്) രാജാവായി. പില്ക്കാലത്ത്, മാർത്താണ്ഡവർമ്മ കായംകുളം രാജ്യം തിരുവിതാംകൂറിനോട് ചേർത്തപ്പോൾ, കോയിലധികാരി സ്ഥാനം സ്വാഭാവികമായും തിരുവിതാംകൂറിന് ലഭിച്ചു. അങ്ങനെ മാണിക്യത്തിന്റെ കൂടൽ (കൂടൽ മാണിക്യം) അപ്രതീക്ഷിതവും വിചിത്രവുമായ ചില സംഭവഗതികൾക്ക് തുടക്കംകുറിച്ചു. ക്ഷേത്രത്തിന്റെ ഊരാണ്മയെ നിയമിക്കാനുള്ള അധികാരം മേൽക്കോയ്മയായ രാജാവിനായിരിക്കെ, ഇവിടെയിതാ കൊച്ചി രാജ്യത്തിലെ പ്രസിദ്ധവും പുരാതനവുമായ ഒരു ക്ഷേത്രത്തിന്റെ മേൽക്കോയ്മ, അയൽ രാജ്യമായ തിരുവിതാംകൂറിന്റെ കൈകളിലായിരിക്കുന്നു! കാലവിശേഷം തന്നെ.

തച്ചുടയ കൈമൾ

ക്ഷേത്രഭരണാധികാരികൾക്ക് രാജാവിനെക്കാൾ പദവിയും ബഹുമതിയും കല്പിക്കപ്പെട്ടിട്ടുള്ള സംഭവം കൂടൽമാണിക്യം ക്ഷേത്രത്തിൽ മാത്രമേയുള്ളൂ. ഈ സ്ഥാനം അലങ്കരിക്കുന്ന വ്യക്തി തച്ചുടയകൈമൾ എന്ന പേരിലാണറിയപ്പെടുക. തച്ചുടയ കൈമൾക്ക് കല്പിക്കപ്പെട്ടിരുന്ന അധികാരാവകാശങ്ങളും പദവികളും ഒരു രാജ്യത്തിനുള്ളതിനേക്കാൾ വിപുലമായിരുന്നുവെന്നാണ്, രേഖകളും സംഭവവിവരണങ്ങളും തെളിയിക്കുന്നത്. ആഴ്വാഞ്ചേരി തമ്പ്രാക്കൾ ജാതകാവരോധം നടത്തുക. മുമ്പിലും പിമ്പിലും അമ്പലവാസികൾ കുത്തുവിളക്കു പിടിക്കുക. ആറുനാട്ടിൽ പ്രഭുക്കന്മാർ, കൊച്ചി രാജാവ് തുടങ്ങിയവർ അകമ്പടി സേവിക്കുക, കൊച്ചി രാജാവ് പല്ലക്കിന്റെ തലപിടിക്കുക, നമ്പൂതിരിമാർ പല്ലക്കു തൊട്ടു കൊണ്ടുനടക്കുക. പൊതുവാൾ ക്ഷുരകപ്രവൃത്തി (ചൗളം) നടത്തുക എന്നി ചുമതലകൾ കീഴ്വഴക്കമായി തുടർന്നുപോന്നു. വിപുലമായ അധികാരങ്ങളും അവകാശങ്ങളുമാണ് കല്പിക്കപ്പെട്ടിട്ടുള്ളത്. അവരോധം കഴിഞ്ഞാൽ ക്ഷേത്രസങ്കേതത്തിൽ കൈമൾക്ക് ആഢ്യബ്രാഹ്മണന്റെ അവകാശങ്ങളാണുള്ളത്. പല്ലക്കിൽ കയറി അമ്പലത്തിൽ പോകാം. മതിലകത്ത് മെതിയടി ഇട്ടു നടക്കാം. സോപാനത്തിൽ കയറി മണിയടിച്ചു തൊഴാം. പന്തിഭോജനമാകാം. അങ്ങനെ നിരവധി അവകാശങ്ങൾ. നായരാണ് കൈമൾ. കോയ്മയിൽനിന്നാണ് കൈമളുടെ ഉല്പത്തി. തച്ചുടയ കൈമൾ എന്നതിന് ക്ഷേത്രസംരക്ഷകർ എന്ന അർത്ഥമാണ് പൊതുവെ കല്പിക്കപ്പെട്ടിട്ടുള്ളത്. കൈമൾ അവരോധം ഒരു വലിയ സംഭവമായിട്ടാണാഘോഷിക്കുന്നത്. അവരോധക്രിയകൾ കൊണ്ട് ശൂദ്രന് ഉല്ക്കൃഷ്ടത കല്പിച്ച് സ്ഥാനിയായും അധികാരിയായും അംഗീകരിക്കുന്ന കേരളത്തിലെ ഏകക്ഷേത്രമാണ് കൂടൽമാണിക്യം.

1766 ലെ ഉടമ്പടി പ്രകാരം തച്ചുടയ കൈമൾ സ്ഥാനം തിരുവിതാംകൂറിനാണെന്നും അത് കീഴ്നടപ്പു പോലെ നടത്തിക്കൊള്ളണമെന്നും വ്യവസ്ഥയുണ്ടായിരുന്നു. എന്നാൽ 1799 ൽ അന്നത്തെ കൈമൾ അന്തരിച്ചപ്പോൾ മറ്റൊരാളെ നിയമിക്കാൻ കൊച്ചിരാജാവ് തിരുവിതാംകൂറിനോട് ആവശ്യപ്പെട്ടില്ല.

കരാർ ലംഘനം! തന്റെ രാജ്യാതിർത്തിക്കുള്ളിലെ മർമ്മസ്ഥാനത്ത് മറ്റൊരു രാജ്യം അധീശാധികാരം പുലർത്തിയിരുന്നത് കൊച്ചി രാജാവിന് തീരെ ഇഷ്ടപ്പെട്ടിരുന്നില്ലെന്ന് വ്യക്തം. തച്ചുടയ കൈമൾ ഇല്ലാതെയും ക്ഷേത്രഭരണം നടന്ന കാലഘട്ടങ്ങളുമുണ്ടായിരുന്നു. 1807 ന് മുമ്പ് 28 കൊല്ലവും 1850 മുതൽ 1881 വരെ 31 വർഷവും ഉൾപ്പെടെ മൊത്തം 59 വർഷം തച്ചുടയ കൈമൾ സ്ഥാനം ഒഴിഞ്ഞു കിടന്നു. പുതിയ കൈമളെ അവരോധിക്കാൻ, തിരുവിതാംകൂറിനെ കൊച്ചി അനുവദിച്ചില്ല. തർക്കത്തിൽ അവസാനം ബ്രിട്ടീഷ് ഗവൺമെന്റിന്റെ കല്പന പ്രകാരം 1882 ൽ വീണ്ടും തച്ചുടയ കൈമൾ അവരോധിക്കപ്പെട്ടു. ആ കൈമൾ 1912 ൽ മരിച്ചു. പിന്നീട് അവരോധം നടന്നത് 1918 ലാണ്. അങ്ങനെ തച്ചുടയ കൈമൾ സ്ഥാനം തുടർന്നു പോന്നു. കൊ വ 939 ലാണ് തിരുവിതാംകൂർ മഹാരാജാവ് ആദ്യമായി ഈ ക്ഷേത്രം സന്ദർശിച്ചത്. അന്ന് കാണിക്കയായി തിരുവിതാംകൂർ മഹാരാജാവ് പണിയിച്ച വിശിഷ്ടമായ കൂത്തമ്പലവും അഗ്നിക്കിരയായി. അതും പിന്നീട് നിർമ്മിക്കേണ്ടിവന്നു.

നഗരവിശേഷങ്ങൾ

പഴയ കൂടൽമാണിക്യം ക്ഷേത്രസങ്കേതം ഇന്ന് പ്രൗഢിയും പ്രശസ്തിയും ആർജ്ജിച്ച് ഒരു നഗരപ്രദേശമാണ്. 1936 ജനുവരി മുതൽ ഒരു മുനിസിപ്പൽ

പട്ടണമായി. ആദ്യകാലങ്ങളിൽ ഓരോ സമൂഹവും അവരുടെ ജാതിയും തൊഴിലുമനുസരിച്ച് ഓരോ പ്രദേശങ്ങളിൽ വാസമുറപ്പിച്ചിരുന്നു. നഗരത്തിന്റെ പടിഞ്ഞാറൻ മേഖല, സവർണ്ണഹിന്ദുക്കളുടെ സങ്കേതമായിരുന്നു. ആദ്യകാലങ്ങളിൽ ധനവിനിമയം, വാണിജ്യം എന്നിവ നിയന്ത്രിച്ചിരുന്നത്, പാണ്ടി തമിഴ് ബ്രാഹ്മണരും പാലക്കാട് തമിഴ് ബ്രാഹ്മണരുമായിരുന്നു. പള്ളിവേട്ട ആൽത്തറ മുതൽ പടിഞ്ഞാറ് ക്ഷേത്രം വരെയുള്ള പ്രദേശങ്ങളിൽ, ഇപ്പോഴത്തെ മുനിസിപ്പാലിറ്റിയുടെ പടിഞ്ഞാറും തെക്കും ഭാഗങ്ങളിൽ ചെട്ട്യാന്മാർ താമസിച്ചിരുന്നതുകൊണ്ടാണ് ആ പ്രദേശത്തെ ചെട്ടിപ്പറമ്പ് എന്ന് വിളിക്കുന്നത്. പള്ളിവേട്ട ആൽത്തറ മുതൽ കിഴക്കോട്ട് പണ്ടാരന്മാരുടെ വീടുകളായിരുന്നു. കിഴക്കൻ മേഖലകളിൽ ഭൂരിപക്ഷവും ക്രിസ്ത്യാനികളുടെ ആവാസകേന്ദ്രം. വടക്കൻ മേഖലയായ കാട്ടുങ്ങൽ ചിറയും മറ്റും മുസ്ലിം കേന്ദ്രമായിരുന്നു. ഇന്നും ഏറ്റക്കുറവുകളോടെ ആ സ്ഥിതി തുടങ്ങിയിരുന്നെങ്കിലും എല്ലാ ജാതി വിഭാഗങ്ങളും എല്ലാ ഭാഗത്തും ഒരുപോലെ താമസിക്കുന്നു. മുനിസിപ്പാലിറ്റിയുടെ വിസ്തീർണ്ണം 11.24 ച കി മീ. ജനസംഖ്യ 1991 ലെ സെൻസസ് പ്രകാരം 27491.

കല്പനാമധുരവും ആലോചനാമൃതവുമായ പോയകാലത്തിന്റെ സുവർണ്ണ സ്മൃതികൾ അയവിറക്കിക്കൊണ്ട് ഇരിങ്ങാലക്കുട നഗരത്തിൽ ആദ്യമായി വന്നിറങ്ങുന്ന നിങ്ങൾക്ക്, കുറച്ചിട സ്ഥലജല ഭ്രമം നേരിട്ടെന്നും വരാം. തിരക്കേറിയ നഗരവും പരിസരങ്ങളും, കാണുന്നതും കേൾക്കുന്നതും ഒട്ടുമുക്കാലും ക്രൈസ്തവ സാന്നിദ്ധ്യം. വ്യാപാര വാണിജ്യ മേഖലയുടെ കുത്തക, ശക്തൻ തമ്പുരാന്റെ കാലം മുതൽ അവർക്കാണ്. ഇന്നും വലിയ മാറ്റമില്ല. എന്നാൽ നഗര വീഥിയിലൂടെയും നഗരപ്രാന്തങ്ങളിലൂടെയും അല്പം നടന്നാൽ മറ്റൊരു കാര്യം ബോദ്ധ്യമാകും, ക്രൈസ്തവ-ഹൈന്ദവ സമന്വയം. മതസൗഹാർദ്ദത്തിന്റെ പാരമ്പര്യം പണ്ടേ ശക്തൻ തമ്പുരാൻ വളർത്തിയെടുത്തതാണ്, രണ്ടു നൂറ്റാണ്ടുകൾക്ക് മുമ്പ്. കൂടൽമാണിക്യം ക്ഷേത്രസങ്കേതത്തിനു ചുറ്റും തെളിഞ്ഞുവന്ന ജനപദങ്ങളുടെ ഒരുഭാഗത്ത്, വാണിജ്യ-വ്യാപാര വികസനത്തിലൂടെ നാടിന് അഭിവൃദ്ധി കൈവരിക്കാൻ വേണ്ടി സുറിയാനി ക്രിസ്ത്യാനികളെ ഇരിങ്ങാലക്കുടയിൽ പാർപ്പിക്കുകയും അവർക്ക് വേണ്ട സഹായങ്ങളും സൗകര്യങ്ങളും നല്കുകയും ചെയ്തു.

സാമൂഹ്യ ജീവിതം

ഒരു ആസൂത്രിത നഗരമാക്കാനുതകും വിധത്തിലാണ് ഇരിങ്ങാലക്കുടയുടെ ഭൂപ്രകൃതി. മദ്ധ്യഭാഗത്ത് ഉയർന്ന തലത്തിൽ കരഭൂമി. ചുറ്റും നെൽവയലുകൾ. ഇതാണ് പ്രകൃത്യാ നഗരസംവിധാനം. പില്ക്കാലത്ത് ജനപ്പെരുപ്പം കാരണം പ്രകൃത്യാലുള്ള സംവിധാനത്തിൽ മാറ്റങ്ങളുണ്ടായി. നെൽവയലുകൾ നികന്ന് കര ഭൂമിയായി. അയ്യങ്കാഴു പാടം, പെരില്ലപ്പാടം, ചെളിയൻപാടം എന്നിവ ഇന്ന് മൈതാനങ്ങളോ പറമ്പുകളോ മന്ദിരങ്ങളോ ആയി മാറിക്കഴിഞ്ഞു. മുൻകാലത്ത് മുഖ്യ ഉപജീവനമാർഗ്ഗമായിരുന്ന കൃഷിയുടെ പ്രാധാന്യം കുറഞ്ഞു. പണ്ടത്തെ കാർഷിക സമ്പദ് വ്യവസ്ഥ തകിടംമറിഞ്ഞു. ഇരിങ്ങാലക്കുടയുടെ സമ്പദ് സ്ഥിതി മെച്ചപ്പെടുത്തുന്നതിനും മുഖച്ഛായ മാറ്റുന്നതിലും വണിക് ശ്രേഷ്ഠന്മാരായ ക്രിസ്ത്യാനികൾ പ്രധാന പങ്കു വഹിച്ചു. തൃശൂർ ജില്ലയിലെ ഏറ്റവും വലിയ ചന്ത, പണ്ടേ സ്ഥാപിക്കപ്പെട്ട ഇരിങ്ങാലക്കുട ചന്തയാണ്. 300 വർഷത്തെ പഴക്കം. കുരുമുളക്, കശുവണ്ടി, അടയ്ക്ക, കൊപ്ര എന്നീ കാർഷികോല്പന്നങ്ങളുടെയും വെളിച്ചെണ്ണയുടെയും മറ്റും വലിയൊരു വിപണന കേന്ദ്രമായിരുന്നു ഈ ചന്ത. കൊച്ചി ദിവാനായിരുന്ന ആർ കെ ഷൺമുഖംചെട്ടി മുൻകൈയെടുത്ത് നിർമ്മിച്ച ഷൺമുഖംകനാൽ കൊച്ചിയെ ഇരിങ്ങാലക്കുടയുമായി ബന്ധിപ്പിക്കുക വഴി പരമ്പരാഗത വ്യവസായങ്ങൾക്ക് നവജീവൻ നല്കപ്പെട്ടു. തീരദേശജലഗതാഗത മാർഗ്ഗമായ കനോലിത്തോടുമായി ഇരിങ്ങാലക്കുടയെ ബന്ധിപ്പിച്ച കനാൽ, നഗരത്തിന്റെ വാണിജ്യ സാദ്ധ്യതകൾ വർദ്ധിപ്പിച്ചു. എണ്ണയാട്ടു വ്യവസായം, മേച്ചിലോടു നിർമ്മാണം, ഓട്ടുപാത്ര വ്യവസായം എന്നിവ ക്രൈസ്തവ വ്യാപാരികൾ വളർത്തിയെടുത്തവയാണ്.

1845 ൽ സ്ഥാപിക്കപ്പെട്ട സെന്റ് ജോർജ് പള്ളിയുടെയും 1880 ൽ സ്ഥാപിക്കപ്പെട്ട സെന്റ് മേരീസ് പള്ളിയുടെയും സാന്നിദ്ധ്യവും ഇരിങ്ങാലക്കുടയെ ഒരു പ്രമുഖ ക്രൈസ്തവ കേന്ദ്രമാക്കി മാറ്റി. പ്രസ്തുത പള്ളികളും അതിപുരാതനമായ കൂടൽമാണിക്യക്ഷേത്രവും വിശ്വനാഥപുരം ക്ഷേത്രവും ജുമാ മസ്ജിദും ഈ നഗരത്തിൽ മതസൗഹാർദ്ദത്തിന്റെ പ്രതീകങ്ങളായി നിലകൊള്ളുന്നു. ഈ വിവിധ ആരാധനാലയങ്ങളിലെ ആചാരാഘോഷങ്ങളും ഉത്സവങ്ങളും പരസ്പരം കൂടിപ്പിണയാത്ത വിധത്തിൽ വ്യത്യസ്ത കാലയളവിൽ ആണ് കൊണ്ടാടപ്പെടുന്നത്. കൂടൽമാണിക്യ ക്ഷേത്രോത്സവവും പിണ്ടിപ്പെരുന്നാളും ആണ് ഏറ്റവും പ്രധാനം. പള്ളിവേട്ടയും അമ്പെഴുന്നള്ളിപ്പും ചന്ദനക്കുടം മഹോത്സവവും ഇരിങ്ങാലക്കുടയിലെ ഹിന്ദുവും ക്രിസ്ത്യാനിയും മുസ്ലീമും ഒരേപോലെ പങ്കെടുക്കുന്ന ഉത്സവങ്ങളാണ്.

ഇരുപതാം നൂറ്റാണ്ടിന്റെ ആദ്യ ദശകങ്ങളിൽ കേരളം ഒട്ടാകെ ആഞ്ഞടിച്ച അയിത്തോച്ചാടന പ്രസ്ഥാനവും പുരോഗമന രാഷ്ട്രീയ പ്രസ്ഥാനങ്ങളും ഇരിങ്ങാലക്കുടയിൽ അക്കാലത്ത് വമ്പിച്ച കോളിള

ക്കങ്ങൾ സൃഷ്ടിച്ചിരുന്നു. അയിത്തത്തിനെതിരായ ധീരസമരത്തിൽ നിത്യ സ്മരണീയമാണ് കൂട്ടംകുളം സമരം. പൊലീസിന്റെ ക്രൂരമർദ്ദനം അഴിഞ്ഞാടിയ ദിനങ്ങൾ. ദേശീയ സ്വാതന്ത്ര്യ സമരത്തിലും ഇരിങ്ങാലക്കുടയുടെ പങ്ക് കുറച്ചൊന്നുമല്ല. 1942 ജനുവരിയിൽ ഇരിങ്ങാലക്കുട വച്ചു നടന്ന കൊച്ചി പ്രജാമണ്ഡപത്തിന്റെ പ്രഥമ സമ്മേളനം ശ്രദ്ധേയമായി.

വ്യത്യസ്ത മേഖലകളിൽ വ്യക്തിത്വം പുലർത്തി കേരളീയർക്ക് സുപരിചിതരായി മാറിയ രണ്ട് വിശിഷ്ട വ്യക്തികളുടെ മഹത്തായ സേവനങ്ങളെ സ്മരിക്കാതെ ഈ നഗര ചരിത്രം പൂർണ്ണമാവുകയില്ല. അന്ധവിശ്വാസങ്ങളുടെയും അനാചാരങ്ങളുടെയും ഘോരാന്ധകാരത്തിൽ യുക്തിവാദത്തിന്റെ പ്രകാശം പരത്തി എല്ലാം അയഥാർത്ഥമാണെന്ന് ജനസമൂഹത്തെ ബോദ്ധ്യപ്പെടുത്താൻ ജീവിതം ഉഴിഞ്ഞു വച്ച യുക്തിവാദിയായ എം സി ജോസഫിന്റെ കർമ്മരംഗവും ഇരിങ്ങാലക്കുടയായിരുന്നു. അദ്ദേഹം പ്രസിദ്ധപ്പെടുത്തിയിരുന്ന *യുക്തിവാദി* മാസികയിൽ എഴുതിയ എണ്ണമറ്റ ലേഖനങ്ങൾ നമ്മുടെ കണ്ണുതുറപ്പിക്കാൻ പര്യാപ്തമായിരുന്നു.

കേരളത്തിനകത്തും പുറത്തും ഏറെ പ്രചാരമുള്ള 'ചന്ദ്രിക സോപ്പി'ന്റെയും അനുബന്ധ വ്യവസായസംരംഭങ്ങളുടെയും പ്രണേതാവായ സി ആർ കേശവൻ വൈദ്യന്റെ ആസ്ഥാനവും കർമ്മരംഗവുമായിരുന്നു ആ നഗരം. മഹാകവി കുമാരനാശാന്റെ പത്രാധിപത്യത്തിൽ പ്രസിദ്ധപ്പെടുത്തിയിരുന്ന *വിവേകോദയം മാസിക* പുനരുജ്ജീവിപ്പിച്ച് പ്രസിദ്ധപ്പെടുത്തിയിരുന്നതും ഇവിടെനിന്നാണ്.

ഉണ്ണായി വാര്യർ

ഇരിങ്ങാലക്കുടയുടെ പ്രസിദ്ധിക്ക് കൂടൽമാണിക്യം ക്ഷേത്രത്തെപ്പോലെ തന്നെ നിദാനമാണ് ഉണ്ണായിവാര്യരുടെ (1675-1755) വ്യക്തി മാഹാത്മ്യവും. ഉണ്ണായി വാര്യർ, മുകുന്ദപുരം താലൂക്കിൽ ഇരിങ്ങാലക്കുട ക്ഷേത്രത്തിനടുത്ത് അകത്തൂട്ട് വാര്യത്ത് എ ഡി 1675 ൽ ജനിച്ചു. പാരമ്പര്യസിദ്ധമായ പ്രാഥമിക വിദ്യാഭ്യാസത്തിനുശേഷം കൂടൽമാണിക്യം ക്ഷേത്രത്തിലെ കഴകവൃത്തിയിൽ ഏർപ്പെട്ട് കൊച്ചി രാജാവിന്റെ ആശ്രിതനായി കഴിഞ്ഞുകൂടി. വാര്യർ രചിച്ച് *നളചരിതം ആട്ടക്കഥ,* സാഹിത്യ മൂല്യത്തിലും ദശ്യാവിഷ്കരണത്തിലും വ്യത്യസ്ത പുലർത്തുന്നു. *ഗിരിജാകല്യാണം* കിളിപ്പാട്ട് ഉണ്ണായിവാര്യർ രചിച്ചതാണെന്ന് വിശ്വസിക്കപ്പെടുന്നു. കൂടൽമാണിക്യം ക്ഷേത്രത്തിനടുത്തുള്ള പഴയ ചിറയുടെ സമീപമായിരുന്നു ഉണ്ണായിവാര്യരുടെ വാരിയം നിലനിന്നിരുന്നത്. ഇന്നില്ല, ആ കുടുംബത്തിലെ അകന്നബന്ധുക്കളിൽ ചിലരുടെ കുടുംബങ്ങൾ പരിസര പ്രദേശങ്ങളിലുണ്ട്. *നളചരിതം* കർത്താവിന് സമുചിതമായ ഒരു സ്മാരകം—ഉണ്ണായിവാര്യർ സ്മാരക കലാ നിലയം—കൂടൽമാണിക്യ ക്ഷേത്രത്തിനു സമീപം 1955 ൽ സ്ഥാപിക്കപ്പെട്ടിട്ടുണ്ട്. ഈ കലാനിലയത്തിൽ കഥകളിയുടെ എല്ലാ വിഭാഗങ്ങളിലും വിദ്യാർത്ഥികൾക്ക് പരിശീലനം നല്കപ്പെടുന്നു. ഇരിങ്ങാലക്കുട കേന്ദ്രമാക്കി പ്രവർത്തിക്കുന്ന മറ്റൊരു സാംസ്കാരിക കേന്ദ്രമാണ് നടനകൈരളി. നാശോന്മുഖമായ കേരളീയ കലാരൂപങ്ങളെ പുനരുജ്ജീവിപ്പിക്കുകയും സംരക്ഷിക്കുകയുമാണ് ഇതിന്റെ ലക്ഷ്യം

50

ചേരമാൻ പെരുമാളിന്റെ രാജധാനി

അതാ അങ്ങകലെ, വർണ്ണശബളമായ അനേകം കൊടിക്കൂറകൾ. നീലത്തിരമാലകൾക്കു മേൽ നീന്തിനീന്തി വരികയാണവ, പായ്ക്കപ്പലുകൾ, ചരക്കുകപ്പലുകൾ. അവ കരയ്ക്കടുക്കുന്തോറും തീരത്തിട്ടകളിൽ തലതല്ലുന്ന തരംഗ പരമ്പര. വൈവിദ്ധ്യമാർന്ന അനേകം വർണ്ണക്കൊടികൾ. ചീനയുടെ, റോമയുടെ, ഈജിപ്തിന്റെ, പേർഷ്യയുടെ ദേശീയ പതാകൾ. തീരത്തെ കേരനിരകൾ പീലിക്കൈകൾ വീശി സ്വാഗതമോതുന്നു. കായൽത്തിരകളുടെ മന്ദ്രധ്വനി. കായൽക്കരകളിൽ കാത്തുനില്ക്കുന്നവർ ആർപ്പുവിളികളോടെ, കരഘോഷത്തോടെ വരവേൽക്കുന്നു. കപ്പലുകൾ തുറമുഖത്ത് നങ്കൂരമുറപ്പിക്കുന്നു, കപ്പലുകൾ നിറയെ കണ്ണഞ്ചിക്കുന്ന കച്ചവടച്ചരക്കുകൾ!

മറ്റൊരുഭാഗത്ത് നല്ലനിറവോടെ യാത്ര പുറപ്പെടുന്ന മറ്റു ജലവാഹനങ്ങൾ. കേരളത്തിന്റെ സുഗന്ധദ്രവ്യങ്ങളും വിശിഷ്ട വസ്തുക്കളും നിറച്ചവയാണവ. ഏലം, കുരുമുളക്, ചുക്ക്, ആനക്കൊമ്പ്— അങ്ങനെ നാനാ വിഭവങ്ങൾ അപ്പോഴേക്കും, നങ്കൂരമിട്ട് കപ്പലുകളിൽ നിന്നിറങ്ങി വരികയാണവർ— നീളൻ കുപ്പായവും കാലുറയും തൊപ്പിയും ധരിച്ച സ്വർണ്ണവർണ്ണന്മാർ, വിദേശികൾ, പിന്നെയാകെ ബഹളമാണ് തുറമുഖത്തിൽ. പല വേഷം പല ഭാഷ. അവരെ സ്വീകരിക്കാൻ കാത്തുനില്പുണ്ട് അനേകം പേർ. സുഹൃത്തുക്കൾ, ബന്ധുക്കൾ, രാജകീയ ഉദ്യോഗസ്ഥന്മാർ - പിന്നെ തദ്ദേശീയർ.

കൊടുങ്ങല്ലൂർ തുറമുഖം, ജനബഹുലം, വ്യാപാരബഹുലം, പുതിയ കപ്പലുകളുടെ ആഗമനവാർത്തയറിഞ്ഞ് കൊടുങ്ങല്ലൂർ നഗരിയിലെ കടകമ്പോളങ്ങളിലും തെരുവീഥികളിലും ആഹ്ലാദാരവങ്ങൾ. ചക്രവർത്തി തിരുമനസ്സിലെ കൊട്ടാരവും പരിസരവും ചലനാത്മകം. പുതിയ ശീമച്ചരക്കുകൾ കരയ്ക്കണഞ്ഞിരിക്കുന്നു. വാങ്ങാനും വിൽക്കാനുമുള്ള തിരക്ക്, അവർ, വിദേശികൾ നഗരവീഥികളിലൂടെ ജനപഥങ്ങളിലൂടെ, പിന്നെ ഊടുവഴികളിലൂടെ നിർബ്ബാധം വിഹരിക്കുന്നു. വിദേശീയ പ്രമാണിമാർ നേരെ കൊട്ടാരത്തിന്റെ ഗോപുരവാതിൽക്കലേക്ക് നടക്കുന്നു. ചക്രവർത്തിയുടെ മുൻപിൽ തിരുമുൽക്കാഴ്ച സമർപ്പിക്കുന്നു. രാജകീയ സൽക്കാരങ്ങൾ, വിരുന്നുകൾ പിന്നെ കൈമാറ്റങ്ങൾ, വാഗ്ദാനങ്ങൾ, കരാറുകൾ, ഏറെ നാൾ അലകടലിൽ കഴിഞ്ഞവരാണിവർ. അവർക്ക് ആനന്ദിക്കണം. ആഹ്ലാദിക്കണം, മഹോദയപുരത്തിന്റെ സുഖസമൃദ്ധിയിലലിഞ്ഞു ചേരാനുള്ള അദമ്യമായ ആവേശം. അവർ യഥേഷ്ടം അലയുന്നു. കാണുന്നു. കേൾക്കുന്നു. അനുഭവിക്കുന്നു.

ആയുധധാരികളായ രാജകിങ്കരന്മാർ, ആഢ്യന്മാരായ പുരവാസികൾ ആഹ്ലാദം അലതല്ലുന്ന ആപണ വീഥികൾ അടുത്തും അകലത്തുമുള്ള അസംഖ്യം ആരാധനാലയങ്ങളിലേക്ക് പോകുന്നവരും മടങ്ങുന്നവരുമായ ഭക്തജനസഹസ്രങ്ങൾ, ചക്രവർത്തിയുടെ ബന്ധുക്കളുടെയും ഉറ്റസുഹൃത്തുക്കളുടെയും രമ്യഹർമ്മ്യങ്ങൾ, ചക്രവർത്തിയുടെ 'ഒന്നു കുറയെ ആയിരം' സൈന്യത്തിൽപ്പെട്ട പടയാളികൾ കൂത്തും കൂടിയാട്ടവും നാട്യവും ചലനാത്മകവും ശബ്ദമുഖരിതവുമാക്കിയ ക്ഷേത്രാങ്കണങ്ങൾ. എങ്ങും പ്രസന്ന ഭാവം. ആ നഗരവീഥികളിലൂടെ വിവിധ ലക്ഷ്യപ്രേരിതരായി നടന്നുനീങ്ങുന്ന വിദേശികൾ. എങ്ങും ഒരു ഉത്സവാന്തരീക്ഷം.

സ്വപ്നവും യാഥാർത്ഥ്യവും..

തൃശൂരിൽനിന്നും കൊടുങ്ങല്ലൂർക്കു പുറപ്പെട്ട ഒരു പ്രൈവറ്റ് ബസ്സിലെ സൈഡ് സീറ്റിൽ ഇരിപ്പുറപ്പിച്ച ഞാൻ, മയങ്ങിപ്പോയതറിഞ്ഞില്ല. തലേദിവസത്തെ തീവണ്ടിയാത്ര സമ്മാനിച്ച ഉറക്ക ക്ഷീണം. ഞെട്ടിയുണർന്ന് പുറത്തേക്ക് നോക്കി. കരുപ്പടന്ന പാലം, നയനാനന്ദകരമായ ഗ്രാമരംഗങ്ങൾ. നെൽപ്പാടങ്ങൾ. പുരയിടങ്ങൾ. ലാളിത്യമാർന്ന ഗ്രാമഭവനങ്ങൾ. അങ്ങിങ്ങ് പ്രമാണിത്തം സൂചിപ്പിക്കുന്ന മാളികകൾ. കൊടുങ്ങല്ലൂർ--ബസിൽ നിന്നിറങ്ങി. എവിടെ പുരവീഥികൾ? രമ്യഹർമ്മ്യങ്ങൾ? സമ്പൽസമൃദ്ധിയുടെ സമ്മോഹനരംഗങ്ങൾ? ശ്ശെ, ഞാനൊരു വിഡ്ഢിയോ? ആ താലൂക്കു തലസ്ഥാനത്തിൽ തെല്ലിട പകച്ചു നിന്നു. കൊടുങ്ങല്ലൂർ ടൗൺ. കൊടുങ്ങല്ലൂർ ജങ്ഷനിൽ തന്നെ പേരാൽ മരങ്ങളുടെ മദ്ധ്യത്ത് ഒരു പുരാതന ക്ഷേത്രം - സാക്ഷാൽ കൊടുങ്ങല്ലൂർ ഭഗവതി. ചുറ്റും വിശാലമായ ക്ഷേത്രപ്പറമ്പ്. വരട്ടെ, ഏന്തായാലും ഒരല്പം വിശ്രമിച്ചിട്ടു തന്നെ കാര്യം. തൊട്ടടുത്ത റെസ്റ്റ് ഹൗസിൽ അഭയം തേടി കൊടുങ്ങല്ലൂരിന്റെ പൂർവ്വ ചരിത്രം അയവിറക്കി...

ക്രിസ്ത്വബ്ദത്തിനു മുമ്പുതന്നെ അഖണ്ഡകേരളത്തിന്റെ അധീശത്വം വഹിച്ചിരുന്ന ചക്രവർത്തിമാർ 'പെരുമാൾ' എന്നപേരിൽ അറിയപ്പെട്ടിരുന്നുവെന്നും, മഹോദയപുരം (ഇന്നത്തെ കൊടുങ്ങല്ലൂർ) ആസ്ഥാനമാക്കി അവർ നാടുഭരിച്ചിരുന്നുവെന്നും (പെരുമാൾ എന്നാൽ രാജാവ്, ചേരമാൻ പെരുമാൾ - കേരള ചക്രവർത്തി) വ്യക്തമായ സൂചനകളുണ്ട്. ഈ പ്രാചീന കേരള തലസ്ഥാനത്തെപ്പറ്റി ചരിത്രകാരന്മാരും സഞ്ചാരികളും രേഖപ്പെടുത്തിയിട്ടുള്ള ചരിത്രവസ്തുതകൾ അസംഖ്യം. എത്രയോ ശതാബ്ദങ്ങൾക്കു മുമ്പ് അറേബ്യ, ഈജിപ്ത്, റോം ഫിനീഷ്യ, ബാബിലോണിയ, ചീന എന്നീ വിദേശ നഗരങ്ങളുമായി കൊടുങ്ങല്ലൂരിന് വാണിജ്യ ബന്ധമുണ്ടായിരുന്നുവെന്നതിനു വ്യക്തമായ ചരിത്ര സൂചനകളുണ്ട്. രാമായണ ഭാരതാദി പുരാണഗ്രന്ഥങ്ങളിലും അശോക ചക്രവർത്തിയുടെ ശിലാശാസനങ്ങളിലും പ്രസിദ്ധ തമിഴ്കാവ്യമായ *ചിലപ്പതികാര*ത്തിലും കേരളത്തിന്റെ ഈ പ്രാചീന തലസ്ഥാനമായ വഞ്ചിനഗരത്തെപ്പറ്റിയുള്ള പരാമർശങ്ങൾ ഒട്ടേറെയുണ്ട്. ഈ പുരാതന നഗരം - തുറമുഖ പട്ടണം - കൊച്ചി തുറമുഖത്തുനിന്ന് 20 നാഴിക വടക്കായി പെരിയാറിന്റെ സംഗമസ്ഥാനത്ത്, അറബിക്കടലിന്റെ തീരത്തിൽ സ്ഥിതി ചെയ്തിരുന്നു. പ്രാചീന ചരിത്രരേഖകളിൽ പല പേരിലാണ് അറിയപ്പെട്ടിരുന്നത് - മുസിരിസ് മഹോദയപുരം, മഹാദേവ പട്ടണം, തൃക്കണാമതിലകം തിരുവഞ്ചിക്കുളം കൂണവായിൽ കോട്ടം, കരുറ (കരുപ്പടന്ന) എന്നിങ്ങനെ. ഇത്ര പുരാതനവും പ്രസിദ്ധവുമായ ഈ തുറമുഖ നഗരത്തിന്റെ അധഃപതനം ഒരു ദുരന്ത കഥയാണ്...

കൊടുങ്ങല്ലൂർ അന്ന്

13-ാം നൂറ്റാണ്ടു മുതൽ സാമൂതിരിയുടെ ആധിപത്യത്തിലായിരുന്നു കൊടുങ്ങല്ലൂർ. ഇപ്പോഴത്തെ കൊടുങ്ങല്ലൂർ രാജവംശത്തിന്റെ പൂർവ്വികന്മാർ, സാമൂതിരിയുടെ കീഴിൽ നാടുവാഴികളായി കൊടുങ്ങല്ലൂരിന്റെ ഭരണം നടത്തിയിരുന്നു. 15-ാം ശതകത്തിന്റെ അന്ത്യത്തിൽ പോർച്ചുഗീസുകാർ കൊച്ചി രാജാവിന്റെ സഹായത്തോടു കൂടി, കൊടുങ്ങല്ലൂർ ആക്രമിച്ച് കൈയടക്കി (1506) ഈ ഭീകരയുദ്ധത്തിൽ അനേക നൂറ്റാണ്ടുകൾ കേരള തലസ്ഥാനമായി പരിലസിച്ചിരുന്ന കൊടുങ്ങല്ലൂർ ആകെ നശിപ്പിക്കപ്പെട്ടു. 1523 ൽ പോർച്ചുഗീസുകാർ കൊടുങ്ങല്ലൂരിൽ ഒരു കോട്ട കെട്ടി. 1662 വരെ കൊടുങ്ങല്ലൂർ പോർച്ചുഗീസുകാരുടെ അധീനതയിലായിരുന്നു. അക്കൊല്ലം തന്നെ ഡച്ചുകാർ, പോർച്ചുഗീസുകാരെ എതിർത്ത് തോല്പിച്ചു. ഡച്ചുകാർ കൂടുതൽ ശക്തി നേടി. പില്ക്കാലത്ത് ഹൈദരാലി കൊടുങ്ങല്ലൂർ കോട്ട ആക്രമിച്ചു. ഡച്ചുകാർ കോട്ട കൈവിട്ടില്ല. ഹൈദരാലിയുടെ മരണാനന്തരം, ടിപ്പുവിന്റെ ഭീഷണി ഭയന്ന് ഡച്ചുകാർ 1789 ആഗസ്തിൽ കൊടുങ്ങല്ലൂർ കോട്ട തിരുവിതാംകൂറിനു വിറ്റു. അതിനുശേഷം ടിപ്പുവിന്റെ ഉഗ്രമായ ആക്രമണത്തെ ആ മഹാദുർഗ്ഗം ഏറക്കാലം ചെറുത്തു നിന്നെങ്കിലും, അവസാനം ടിപ്പുവിന്റെ കനത്ത പ്രഹരമേറ്റ് കോട്ടയിലെ തിരുവിതാംകൂർ സൈന്യം പിൻവാങ്ങി. അങ്ങനെ കുറഞ്ഞൊരു കാലം കൊടുങ്ങല്ലൂർ ടിപ്പുവിന്റെ അധീനതയിലുമായി. ടിപ്പുവിന്റെ മരണത്തോടെ കൊടുങ്ങല്ലൂർ കൊച്ചി രാജാവിന് അധീനമായി. തുടർന്ന് തിരു-കൊച്ചി സംയോജനം വരെ, പതിനെട്ടേ മുക്കാൽ ചതുരശ്ര മൈൽ മാത്രം വിസ്തീർണ്ണമുള്ള 'കൊടുങ്ങല്ലൂർ ശീമ' കൊടുങ്ങല്ലൂർ വലിയ തമ്പുരാന്റെ സഹകരണത്തോടു കൂടി കൊച്ചി മഹാരാജാവ് ഭരിച്ചു പോന്നു.

തുടർച്ചയായ യുദ്ധങ്ങൾ കാരണം കൊടുങ്ങല്ലൂർ രാജ്യം ക്ഷയിച്ചു തുടങ്ങിയപ്പോൾ, പ്രകൃതിയും ആ പുരാതന നഗരത്തോട് നിർദ്ദയം പെരുമാറി. 1341 ലെ ഭയങ്കരമായ വെള്ളപ്പൊക്കം കൊടുങ്ങല്ലൂർ തുറമുഖത്തിന്റെ അധഃപതനത്തിന് മറ്റൊരു പ്രധാന കാരണമായി. ആ വെള്ളപ്പൊക്കത്തിന്റെ ഫലമായി, കൊടുങ്ങല്ലൂർ തുറമുഖത്ത് കപ്പലുകൾ വന്നടുക്കാൻ കഴിയാത്ത വിധം മണ്ണു വന്നടിഞ്ഞ് ആഴം കുറഞ്ഞു പോകയാൽ കപ്പൽ ഗതാഗതം അസാദ്ധ്യമായി. അതേ വെള്ളപ്പൊക്കം തന്നെ, കൊച്ചിയെ കപ്പൽഗതാഗത യോഗ്യമാക്കുകയും ചെയ്തു. അങ്ങനെ അറബിക്കടലോരത്തെ ഈ പ്രാചീന നഗ

രസുന്ദരി ദീർഘ നിദ്രയിലാണ്ടു...

കൊടുങ്ങല്ലൂരിന്റെ ഗതകാല ചരിത്രസ്മൃതികളിൽ മുഴുകി, ഞാൻ മുറി പൂട്ടി പുറത്തിറങ്ങി, ക്ഷേത്രസന്നിധിയിലേക്ക്. ക്ഷേത്രപരിസരങ്ങളിലൂടെ ചുറ്റി നടന്നു. ആറേഴ് നൂറ്റാണ്ടു കാലം കേരളം ഭരിച്ചിരുന്നെന്ന് വിശ്വസിക്കപ്പെടുന്ന പെരുമാക്കന്മാരുടെ രാജധാനിയായ ഈ പ്രാചീന നഗരത്തിൽ— വിശിഷ്യാ ക്ഷേത്രസങ്കേതത്തിൽ - ഒരു കാല്പനികാന്തരീക്ഷം നിറഞ്ഞുനില്ക്കുന്നുവെന്ന് എനിക്ക് തോന്നി.

കൊടുങ്ങല്ലൂരിനെ സംബന്ധിച്ചിടത്തോളം ഏറ്റവും പ്രധാനമാണല്ലോ ഈ ഭഗവതി ക്ഷേത്രം. ചുറ്റം തണൽ വിരിച്ചു നില്ക്കുന്ന അരയാലുകളും പീഠമൊരുക്കി നില്ക്കുന്ന ആൽത്തറകളും ആ അമ്പലപ്പറമ്പിനെ ആകർഷണീയമാക്കിയിരിക്കുന്നു. ക്ഷേത്രവളപ്പിൽ പ്രധാന ക്ഷേത്രത്തിനു പുറമേ, രണ്ട് ഉപക്ഷേത്രങ്ങളുമുണ്ട്-- ക്ഷേത്രപാലകന്റെയും വസൂരി മാലയുടെയും ആസ്ഥാനങ്ങളാണവ. ഇത് ആദ്യമൊരു ശിവക്ഷേത്രമായിരുന്നെന്നും പിന്നീട് ഭഗവതി പ്രതിഷ്ഠ കൂടി നടത്തേണ്ടി വന്നു എന്നുമാണ് ഐതിഹ്യം.

കൊടുങ്ങല്ലൂർ ഭരണി

മകരമാസത്തിലെ താലപ്പൊലിയും മീനമാസത്തിലെ ഭരണിയുമാണ് പ്രധാന ഉത്സവങ്ങൾ. ലളിതവും സുന്ദരവുമായ ചടങ്ങാണ് താലപ്പൊലിയെങ്കിൽ, ഭീകരവും രൂക്ഷവുമായ കായികശക്തിയുടെ ഗംഭീര പ്രകടമാണ് ഭരണിയുത്സവം. കേരളത്തിലങ്ങോളമിങ്ങോളമുള്ള ജനലക്ഷങ്ങൾ ഒന്നിച്ചുകൂടുന്ന ഭരണിയുത്സവത്തിന്റെ തിക്കും തിരക്കും, ആ ദിവസങ്ങളിൽ കൊടുങ്ങല്ലൂർ പ്രദേശത്തെ മുഴുവൻ ഒരു ഉത്സവപ്പറമ്പാക്കി മാറ്റുന്നു. ഭദ്രകാളിയും ഭൂതഗണങ്ങളും നടത്തിയെന്ന് വിശ്വസിക്കപ്പെടുന്ന സംഹാരതാണ്ഡവത്തേയും ഉത്സാഹ പ്രകടനത്തെയും അനുസ്മരിക്കുന്ന ഉത്സവച്ചടങ്ങാണിത്. ഭഗവതി ക്ഷേത്രം മുതൽ ഒരു മൈൽ തെക്കുള്ള തിരുവഞ്ചിക്കുളം ക്ഷേത്രം വരെ (ഭരണിക്കു വരുന്നവർ പ്രസ്തുത ക്ഷേത്രത്തിലും ഭജിക്കാറുണ്ട്) സാഹസിക പ്രകടനങ്ങളുടെയും തെറിപ്പാട്ടുകളുടെയും ആഭാസകരമായ ആംഗ്യവിക്ഷേപങ്ങളുടെയും ബഹളമായിരിക്കും. മീനത്തിലെ തിരുവോണം നാൾ കോഴിവെട്ട് ആരംഭിച്ചാൽ പിന്നെ, ക്ഷേത്രാങ്കണം കുരുതിക്കളമായി മാറും. ആയിരക്കണക്കിനു കോഴികളുടെ വെട്ടേറ്റ കഴുത്തിൽനിന്ന് ചീറിയൊഴുകുന്ന ചെഞ്ചോരയുടെയും അന്തരീക്ഷത്തിൽ വാരി വിതറപ്പെടുന്ന മഞ്ഞൾപ്പൊടിയുടെയും മദ്ധ്യേ കുതിച്ചു കയറുന്ന ഭക്തനജനങ്ങളുടെ വികാര വിഭ്രാന്തി വർണ്ണനാതീതം തന്നെ.

അശ്വതിനാളിലാണ് 'കാവു തീണ്ടൽ'. പതിവുപോലെ കൊടുങ്ങല്ലൂർ വലിയ തമ്പുരാൻ ക്ഷേത്രാങ്കണത്തിലെ ആൽത്തറയിൽ സന്നിഹിതനാകുന്നു. കോഴിവെട്ടാനും ഭണ്ഡാരം വെപ്പിക്കാനും കാവുതീണ്ടാനുമെല്ലാം അദ്ദേഹത്തിന്റെ സാന്നിദ്ധ്യവും അനുവാദവും വേണം. വിവിധ ദേശക്കാരും വിഭാഗക്കാരും അവകാശികളും (ഉദാ. തച്ചോളിക്കാർ, കടത്തനാട്ടുകാർ) കുറുവടികളും ഉയർത്തിപ്പിടിച്ച് മഞ്ഞൾപ്പൊടിയും നേർച്ചകളുമായി സമരസന്നദ്ധരായി നില്ക്കുന്നു. അപ്പോഴേയ്ക്കും തദ്ദേശീയരിൽ ഒരുകൂട്ടം അരയന്മാർ (ചവളന്മാർ) ആയുധധാരികളായി പാഞ്ഞെത്തുകയായി. ചവള സൈന്യവും തമ്പുരാന്റെ മുമ്പിൽ വണങ്ങി നില്ക്കുന്നു. കാവു തീണ്ടലിന് തമ്പുരാൻ കല്പന കൊടുക്കാത്ത താമസം, മുന്നേറ്റം തുടങ്ങുകയായി. കുറുവടികളെല്ലാം ചെമ്പു പൊതിഞ്ഞ ക്ഷേത്ര മേൽക്കൂരയിൽ ആഞ്ഞടിക്കുന്നു. മഞ്ഞൾപ്പൊടി വാരി വിതറുന്നു. തെറിപ്പാട്ടുകൾ പാടിയലറുന്നു. നേർച്ചപ്പണം നാലമ്പലത്തിനുള്ളിലേക്ക് വാരിയെറിയുന്നു. കുരുതിച്ചോരയ്ക്ക് നടുവിൽ ഭയങ്കരമായ അഴിഞ്ഞാട്ടം. ആരും ആരെയും നിയന്ത്രിക്കുന്നില്ല. നിയന്ത്രിക്കാനാവില്ല. ആരും പിൻതിരിയുന്നില്ല. ശബ്ദമുഖരിതവും ചലനാത്മകവുമായ അന്തരീക്ഷം. ക്ഷേത്രാങ്കണം യുദ്ധക്കളത്തിന്റെ പ്രതീതി ജനിപ്പിക്കുന്നു. പതിനായിരക്കണക്കിന് സ്ത്രീ പുരുഷന്മാരുടെ ഈ അഴിഞ്ഞാട്ടമാണ് ഭരണിയുത്സവത്തിന്റെ ജീവൻ. ഉത്സവം കഴിയുമ്പോൾ ആയിരക്കണക്കിനു രൂപയുടെ മഞ്ഞൾപ്പൊടി വില്പന നടന്നിട്ടുണ്ടാകും. (ഒരു കുടുംബക്കാരുടെ അവകാശമാണ് മഞ്ഞൾപ്പൊടി വില്പന. സ്ത്രീകളാണ് വിൽക്കുന്നത്) ആയിരക്കണക്കിന് കോഴികൾ ചത്തു വീണിട്ടുണ്ടാവും. നാലമ്പലത്തിനുള്ളിൽ പതിനായിരക്കണക്കിനു രൂപയുടെ നാണയത്തുട്ടുകൾ കുന്നുകൂടിയിട്ടുണ്ടാകും. അവ എണ്ണി തിട്ടപ്പെടുത്തുന്നതിന് അഞ്ചെട്ടു പേർ രണ്ടാഴ്ചക്കാലമെങ്കിലും മെനക്കെട്ടിരിക്കണം. ലക്ഷക്കണക്കിനു രൂപയുടെ കള്ളും ചാരായവും വിറ്റിട്ടുണ്ടാവും. പിന്നെ സാന്മാർഗ്ഗിക നിലവാരത്തിനും കോട്ടം സംഭവിച്ചിരിക്കാം. ഇതൊക്കെ പഴയകഥ. ഭരണിപ്പാട്ട് ഇപ്പോൾ ക്ഷേത്ര പരിസരങ്ങളിൽ മാത്രമായി ഒതുങ്ങിയിട്ടുണ്ട്. കോഴിവെട്ട് നിരോധിക്കപ്പെട്ടു. ആ ചടങ്ങ് മാത്രം നടത്തി കോഴിയെ ജീവനോടെ സമർപ്പിക്കുന്നു. അശ്വതി കാവു തീണ്ടലിന്റെ രൂപത്തിലും ഭാവത്തിലും കാലത്തിനൊത്ത മാറ്റങ്ങൾ വന്നിട്ടുണ്ട്.

ഭരണിപ്പാട്ടുകൾ

കൊടുങ്ങല്ലൂർ ഭഗവതി ക്ഷേത്രത്തിന്റെ ഉടമാവകാശം കൊടുങ്ങല്ലൂർ വലിയ തമ്പുരാനായിരുന്നു. വലിയ തമ്പുരാനുൾപ്പെടെയുള്ള കൊടുങ്ങല്ലൂർ, ഒന്നു കുറയെ ആയിരം, യോഗം (ഒ കെ എ) ക്ഷേത്ര

ത്തിന്റെ കാര്യക്ഷമമായ നടത്തിപ്പിന് തമ്പുരാനെ സഹായിച്ചിരുന്നു. ഇന്ന് കൊച്ചി ദേവസ്വം ബോർഡാണ് ക്ഷേത്രഭരണം നടത്തുന്നത്. കൊടുങ്ങല്ലൂർ ഭരണിയുത്സവത്തിന്റെ ഒരു അവിഭാജ്യഘടകമാണ് തെറിപ്പാട്ട്. ഭക്തജനങ്ങൾ മദ്യപിച്ച് മദോന്മാത്തരായി പുളിച്ചു നാറുന്ന തെറിപ്പാട്ടുകൾ ഉറക്കെ പാടുന്നു. ക്ഷേത്രവളപ്പിലായാലും പരിസരത്തിലായാലും സ്ത്രീകളും ഇക്കാര്യത്തിൽ പിന്നിലല്ല. കൊടുങ്ങല്ലൂർ ഭഗവതിയുടെ ലൈംഗിക വിക്രിയകളെപ്പറ്റിയുമൊക്കെ സവിസ്തരം പ്രതിപാദിക്കുന്ന ഭരണിപ്പാട്ടുകൾ ഒരു പ്രത്യേക സാഹിത്യശാഖതന്നെയാണ്. ശുദ്ധാത്മാക്കളായ ഭക്തജനങ്ങൾ ഈ പച്ചത്തെറി പാടുമ്പോൾ വലിയൊരു നേർച്ച നടത്തുകയാണെന്നാണ് അവരുടെ വിശ്വാസം. കേരളത്തിലെന്നല്ല ഇന്ത്യയിൽപ്പോലും മറ്റൊരിടത്തും കാണാനിടയില്ലാത്ത ഈ ആചാരത്തിന് നല്കപ്പെടുന്ന നീതീകരണമാണ് അതിലേറെ കൗതുകകരം.

കൊടുങ്ങല്ലൂർ ഒരു ബുദ്ധമതസങ്കേതമായിരുന്നു പണ്ട്. ഇന്നത്തെ ഭഗവതി ക്ഷേത്രംപോലും ഒരു ബുദ്ധവിഹാരമായിരുന്നുവെന്നും പറയപ്പെടുന്നു. ഹൈന്ദവ ക്ഷേത്രത്തിലെ ഈ ബുദ്ധമതപ്രചാരണം തദ്ദേശീയരെ രോഷാകുലരാക്കി. ബുദ്ധമതസ്ഥരെ ആട്ടിയോടിക്കാൻ അന്നത്തെ ഹൈന്ദവ പ്രമാണിമാർ കള്ളു വാങ്ങിക്കൊടുത്ത് റൗഡികളെ നിയോഗിച്ചുപോലും. ആ ആഭാസന്മാർ ബുദ്ധമത സങ്കേതത്തിൽ കടന്നുചെന്ന് തെറിവിളിച്ച് ഭീഷണിപ്പെടുത്തി അവരെ വിരട്ടിയോടിച്ചുവെന്നും, പകരം ഭഗവതിയെ പ്രതിഷ്ഠിച്ചുവെന്നുമാണ് ഐതിഹ്യം.

ഇതൊരു ഐതിഹ്യം മാത്രമാണ് ചിലപ്പോൾ യാഥാർത്ഥ്യവുമാകാം. പക്ഷേ, കൊടുങ്ങല്ലൂർ, തൃക്കണാമതിലകം തുടങ്ങിയ പ്രദേശങ്ങൾ പെരുമാൾ വാഴ്ചയുടെ പ്രാരംഭകാലങ്ങളിൽ പോലും ബുദ്ധമതത്തിന്റെയും ജൈനമതത്തിന്റെയും കേന്ദ്രങ്ങളായിരുന്നുവെന്ന് ചരിത്രകാരന്മാർ അഭിപ്രായപ്പെട്ടിട്ടുണ്ടെന്ന കാര്യവും വിസ്മരിക്കാവതല്ല.

സത്യവും മിഥ്യവും ഇടകലർന്ന കൊടുങ്ങല്ലൂർ ക്ഷേത്രം കണ്ടും കേട്ടും പുറത്തിറങ്ങിയപ്പോൾ ഞാൻ ഒരു കാര്യം ശ്രദ്ധിച്ചു. പതിറ്റാണ്ടുകൾക്കു മുമ്പ് ഞാൻ കണ്ട ക്ഷേത്രത്തിനും ക്ഷേത്ര പരിസരങ്ങൾക്കും വലിയ മാറ്റമൊന്നും സംഭവിച്ചിട്ടില്ല. ക്ഷേത്രത്തെ ചുറ്റിപ്പോകുന്ന വാഹന ബാഹുല്യം വർദ്ധിച്ചിട്ടുണ്ടെന്നു മാത്രം. പട്ടണപ്പരിഷ്കാരം ക്ഷേത്ര പരിസരങ്ങളെ അത്ര കണ്ട് വികലമാക്കിയിട്ടില്ല.

ഇനി ചേരമാൻ പറമ്പിലേക്ക്. സുഹൃത്തിനോടൊപ്പം ടാക്സിയിൽ കയറവെ, മൂന്ന് നാല് പതിറ്റാണ്ടുകൾക്കു മുൻപ് കണ്ട സ്ഥലങ്ങളും സംഭവങ്ങളും ഞാൻ ഓർത്തുപോയി. അന്നത്തെ ചേരമാൻ പറമ്പ്.

ചേരമാൻ പറമ്പ്

റോഡരികിൽ കാട്ടുചെടികൾ നിറഞ്ഞ ഒരു വെളിമ്പറമ്പ്. ഏക്കറുകളോളം അതങ്ങനെ ശൂന്യമായി കിടക്കുകയാണ്. നായും നരിയും ഒളിച്ചുകിടക്കുന്ന കുറ്റിക്കാടുകൾ. ഈ തരിശുഭൂമിയായിരുന്നു, എത്രയോ ശതാബ്ദങ്ങൾക്കു മുൻപ് കേരള ചക്രവർത്തിമാരായിരുന്ന പെരുമാക്കന്മാരുടെ രാജധാനി. സ്ഥാണുരവിചക്രവർത്തിയുടെ സമകാലീനനായ സുപ്രസിദ്ധ ജ്യോതിശാസ്ത്രജ്ഞൻ ശങ്കരനാരായണൻ എ ഡി 859 ൽ രചിച്ച *ജ്യോതിർഗ്ഗണിത ഗ്രന്ഥ*ത്തിൽ ഈ സ്ഥലത്തെ 'ഗോത്ര മല്ലേശ്വരം' എന്ന് വിളിച്ചിരുന്നുവത്രെ. മഹോദയപുരം എന്നറിയപ്പെട്ടിരുന്ന കൊടുങ്ങല്ലൂരിന്റെ ഭാഗമായിരുന്ന ചേരമാൻ പറമ്പ്, നാലുഭാഗവും വൻകോട്ടകളാൽ ചുറ്റപ്പെട്ടതും പരിഷ്കൃത ജീവിതസൗകര്യങ്ങളോടുകൂടിയതുമായ ഒരു മഹാനഗരമായിരുന്നുവെന്ന് അദ്ദേഹം സൂചിപ്പിക്കുന്നു. ഇവിടെ സഹസ്രാബ്ദങ്ങൾക്കു മുമ്പ് ഒരു വാനനിരീക്ഷണകേന്ദ്രമുണ്ടായിരുന്നുവെന്നും പറയപ്പെടുന്നു. ജൈനമത വിശ്വാസിയും ചെങ്കുട്ടുവന്റെ ഇളയ സഹോദരനുമായിരുന്ന ഇളങ്കോ അടികൾ ഇവിടെ പാർത്തിരുന്നുവെന്ന് പ്രസിദ്ധ തമിഴ് കാവ്യമായ *ചിലപ്പതികാര*ത്തിൽനിന്ന് ഊഹിക്കാം..

നഗരപ്രഭാവം വിളംബരം ചെയ്യുന്ന കൊടുങ്ങല്ലൂർ പട്ടണത്തിലൂടെയുള്ള ആ യാത്രയിൽ അമ്പരപ്പിക്കുന്ന രൂപമാറ്റങ്ങൾ കാണാൻ കഴിഞ്ഞു. ഒരു താലൂക്കു തലസ്ഥാനത്തിന്റെ തിക്കും തിരക്കും മന്ദിര സമുച്ചയങ്ങളും വിപണന കേന്ദ്രങ്ങളുമെല്ലാം പിന്നിട്ട് നഗര പ്രാന്തത്തിലെ ചേരമാൻ പറമ്പിലെ റോഡരികിലെത്തി. പറമ്പുണ്ട്. പക്ഷെ എന്തൊക്കെയോ രൂപപരിണാമങ്ങൾ പറമ്പിനും പരിസരങ്ങൾക്കും സംഭവിച്ചിരിക്കുന്നു. സഹസ്രാബ്ദങ്ങളുടെ ചരിത്രമുറങ്ങുന്ന ആ പറമ്പിന്റെ പ്രാധാന്യമൊന്നും പുതിയ തലമുറയ്ക്ക് പ്രശ്നമല്ല. ജീവിത വ്യഗ്രതയിൽ സംഭവിക്കുന്ന മാറ്റങ്ങൾ എങ്ങും പ്രകടം.

ചേരമാൻ പറമ്പിൽനിന്ന് അത്രയകലെയല്ലാത്ത തിരുവഞ്ചിക്കുളം ശിവക്ഷേത്രവും ചരിത്രപ്രധാനമാണ്. കൊടുങ്ങല്ലൂർ ടൗൺ പ്രദേശത്തു തന്നെ പന്ത്രണ്ടോളം ശിവ ക്ഷേത്രങ്ങളുണ്ട്. പോരെങ്കിൽ ഒട്ടേറെ ശിവലിംഗങ്ങൾ മണ്ണിനടിയിലുണ്ടാകുമെന്നും ഊഹിക്കപ്പെടുന്നു. പെരുമാക്കന്മാർ ശൈവമതവിശ്വാസികളായിരുന്നു. നാടുവാണിരുന്ന ചേരമാൻ പെരുമാൾനായനാരുടെ സുഹൃത്തും ശൈവ സന്ന്യാസിയുമായിരുന്ന സുന്ദരമൂർത്തിനായനാർ സ്ഥാപിച്ചതാണത്രെ തിരുവഞ്ചിക്കുളം ക്ഷേത്രം. പ്രസ്തുത ക്ഷേത്രത്തിൽ ശിവലിംഗപ്രതിഷ്ഠ മാത്രമല്ല. ചേരമാൻ പെരുമാളിന്റെയും സുന്ദരമൂർത്തിനായനാരുടെയും ലോഹവിഗ്രഹങ്ങളുമുണ്ട്. ദ്രാവിഡ ശില്പമാതൃകയിലാണ് ക്ഷേത്രം നിർമ്മിക്കപ്പെട്ടിട്ടുള്ളത്.

ചേരമാൻ ജുമാ മസ്ജിദ്

തിരുവഞ്ചിക്കുളം ക്ഷേത്രത്തിനും ചേരമാൻ പറമ്പിനും സമീപമുള്ള ചേരമാൻ ജുമാ മസ്ജിദ്, ഹൈന്ദവമേഖലയിലെ സുപ്രസിദ്ധമായ മുസ്ലീം ദേവാലയമാണ്. ഹിജറ വർഷം 5 ൽ (ക്രിസ്ത്വബ്ദം 627) അന്ന് ഒരു ശിവക്ഷേത്രമായിരുന്ന ഈ ആരാധനാലയം ഒരു മുസ്ലിം പള്ളിയാക്കാൻ അന്നത്തെ പെരുമാൾ അനുവദിച്ചതിനാലാണത്രേ 'അരാകുളം' എന്ന ജലാശയത്തിനു സമീപമുള്ള പള്ളി സ്ഥാപിതമായതെന്നു വിശ്വസിക്കപ്പെടുന്നു. ഏറക്കുറെ ഹൈന്ദവ ശില്പമാതൃകയാണ് പള്ളിക്ക്. ആയിരത്തിൽപ്പരം വർഷം പഴക്കമുള്ള ഒരു കിണറും പരിസരത്തിലുണ്ട്. ഏതോ ലിപികൾ ആലേഖനം ചെയ്യപ്പെട്ട ഏറെ പഴക്കമുള്ള വലിയൊരു എണ്ണ വിളക്കും പള്ളിയിലുണ്ട്. പള്ളിയോടനുബന്ധിച്ച് ചേരമാൻ മാലിക് മൻസിൽ എന്ന മിനാരങ്ങളോടു കൂടിയ മന്ദിരങ്ങൾ നിർമ്മിച്ച് പുതുക്കിയിട്ടുണ്ട്. വെളിച്ചെണ്ണയാണ് പള്ളിയിലെ പ്രധാന നേർച്ച.

എ ഡി 52 നവംബർ 21 ന് ഇവിടെ കപ്പലറങ്ങിയ സെന്റ് തോമസ് ഇന്ത്യയിൽ ആദ്യം സ്ഥാപിച്ച ദേവാലയം അകലെയല്ല. അതിനു മുമ്പ് തന്നെ ജൂതന്മാരും കൊടുങ്ങല്ലൂരിൽ പാർപ്പുറപ്പിച്ച അറബികളുമായും വിപുലമായ വാണിജ്യബന്ധമുണ്ടായിരുന്നു. പെരുമാൾവാഴ്ചയുടെ അന്ത്യഘട്ടത്തിൽ ഇസ്ലാം മതം മലയാളക്കരയിൽ പ്രചരിപ്പിക്കാൻ തുടങ്ങി. (ഒടുവിലത്തെ പെരുമാൾ ഇസ്ലാം മതം സ്വീകരിച്ച് മക്കത്തുപോയ കഥ ഇത്തരുണത്തിൽ ആലോചനാമൃതം) ജൈനമതവും ബുദ്ധമതവും പെരുമാൾ വാഴ്ചകാലത്ത് പ്രചുരപ്രചാരം നേടിയിരുന്നു എന്നതിന് തെളിവുകളുണ്ട്.

കൊടുങ്ങല്ലൂർ കോവിലകം

അമ്പലപ്പുഴ, ഇടപ്പള്ളി പറവൂർ, കൊടുങ്ങല്ലൂർ എന്നീ നാലു രാജവംശങ്ങളും നമ്പൂതിരിമാരായിരുന്നു. അവർ കേരള ചക്രവർത്തിമാരുടെ, പെരുമാക്കന്മാരുടെ, തേവാരികൾ (പുരോഹിതന്മാർ - പൂജാരിമാർ) ആയിരുന്നു. പെരുമാൾ ഭരണം അവസാനിച്ചഘട്ടത്തിൽ പല പ്രബല സാമന്ത രാജാക്കന്മാരും സ്വാതന്ത്ര്യം പ്രഖ്യാപിച്ച കൂട്ടത്തിൽ കുലമഹിമയും സ്വാധീനമുണ്ടായിരുന്ന ഈ തേവാരി കുടുംബങ്ങളും അപ്രകാരം ചെയ്യുകയും അവരുടെ പ്രദേശങ്ങളിൽ സ്വതന്ത്രമായ ആധിപത്യം സ്ഥാപിക്കുകയും ചെയ്തു. കൊടുങ്ങല്ലൂർ രാജവംശത്തിന്റെ അന്നത്തെ പേർ പടിഞ്ഞാറ്റിനിയേടത്ത് ഭട്ടതിരി ഇല്ലം എന്നായിരുന്നു. പടിഞ്ഞാറ്റിനിയേടത്തെ അവസാനത്തെ ഭട്ടതിരിക്ക് ഒരു ക്ഷത്രിയ സ്ത്രീയിൽ ഉണ്ടായ സന്താനങ്ങളുടെ പരമ്പരയാകുന്നു പില്ക്കാലത്തെ കൊടുങ്ങല്ലൂർ കോവിലകം.

സാഹിത്യം, കാവ്യം, വ്യാകരണം, തർക്കം, ജ്യോതിഷം, വൈദ്യം, തച്ചുശാസ്ത്രം, സംഗീതം, നാട്യം എന്നിവയിൽ പ്രാവീണ്യം നേടിയ പല മഹാവ്യക്തികളും കൊടുങ്ങല്ലൂർ കോവിലകത്തിന്റെ സൃഷ്ടികളാണ്. വിദ്വാൻ ഇളയതമ്പുരാൻ, പൂന്തോട്ടത്തു നമ്പൂതിരി, വെൺമണി നമ്പൂതിരിമാർ, കുംഭകോണം കൃഷ്ണശാസ്ത്രികൾ, നടുവത്ത് അച്ചൻ, കവിസാർവ്വഭൗമൻ ചെറിയ കൊച്ചുണ്ണി തമ്പുരാൻ, കാത്തുള്ളി അച്യുതമേനോൻ, ജ്യോതിഷി വലിയകോയിതമ്പുരാൻ, ഒറവങ്കര നീലകണ്ഠൻ നമ്പൂതിരി, ഭാഗവതർ കുഞ്ഞുണ്ണി തമ്പുരാൻ, വീണക്കാരൻ വലിയ തമ്പുരാൻ, മഹാകവി കുഞ്ഞിക്കുട്ടൻ തമ്പുരാൻ, പണ്ഡിതരാജൻ മാന്തിട്ട കുഞ്ഞുനമ്പൂതിരി, കുനേഴത്ത് പരമേശ്വര മേനോൻ, കൊടുങ്ങല്ലൂർ കൊച്ചിക്കാവ് തമ്പുരാട്ടി, വള്ളത്തോൾ നാരായണ മേനോൻ, ആറ്റൂർ കൃഷ്ണ പിഷാരടി എന്നിവർ കൊടുങ്ങല്ലൂർ കോവിലകത്തിന്റെ സ്വാധീന ശക്തിയിൽ വളർന്നു വന്നവരാണ്. എന്തിനേറെ, പാരാവാര ഗാംഭീര്യത്തോടെ *മഹാഭാരതം* മുഴുവൻ ഒറ്റയ്ക്കു തർജ്ജിമ ചെയ്ത മഹാകവി കുഞ്ഞിക്കുട്ടൻ തമ്പുരാൻ മാത്രം മതിയല്ലോ കൊടുങ്ങല്ലൂർ കോവിലകത്തിനഭിമാനിക്കാൻ.

കൊടുങ്ങല്ലൂർ കോവിലകം, വലിയ കോവിലകം, പുത്തൻ കോവിലകം, ചിറയ്ക്കൽ കോവിലകം, കോട്ടകോവിലകം എന്നിവയെല്ലാം കൊടുങ്ങല്ലൂർ രാജവംശത്തിന്റെ വിവിധ കൊട്ടാരങ്ങളാണ്. ഇന്നും ആ സാംസ്കാരിക പാരമ്പര്യത്തിന്റെയും രാജ്യ സേവന തല്പരതയുടെയും പുത്തൻ മുളകൾ അവിടെയുണ്ട്. പുതിയ തലമുറകളിൽപ്പെട്ടവർ ഇന്ന് ഈ കൊട്ടാരങ്ങളിൽ താമസിക്കുന്നു.

കൊടുങ്ങല്ലൂരിന്റെ നഷ്ടസൗഭാഗ്യങ്ങളാണ് മേൽപ്പറഞ്ഞവയെല്ലാം. ഇന്നത്തെ കൊടുങ്ങല്ലൂരോ? തികച്ചും വ്യത്യസ്തമായ ഒരു ചിത്രമാണ് അവിടെ കാണാൻ കഴിയുക, രാജകൊട്ടാരങ്ങൾ ഉണ്ട്. നാടടക്കി വാഴുന്ന രാജാക്കന്മാരില്ല. പുരാണപ്രസിദ്ധമായ ക്ഷേത്രങ്ങൾ ഉണ്ട്. കാലഹരണപ്പെട്ട ആചാരവിശേഷങ്ങൾ പലതും ഇന്നില്ല. വിവിധ മതക്കാരും വിവിധ ആരാധനാ കേന്ദ്രങ്ങളും ഉണ്ട്. മതസൗഹാർദ്ദം ദൃഢതരമാണ്. പ്രമാണിമാരുടെ വീരസാഹസിക പ്രവൃത്തികളില്ല. അവരെപ്പറ്റിയുള്ള കഥകൾ മാത്രം ബാക്കിയായി. കൊടുങ്ങല്ലൂർ രാജവിന്റെ അംഗരക്ഷകരില്ല. ഒന്നു കുറയെ ആയിരം യോഗം നാമമാത്രമായി അവശേഷിക്കുന്നുണ്ട്. വിദേശ ചരക്കുകളുടെ കമ്പോളസ്ഥലങ്ങളായ വിപണന വീഥികളും പണ്ടകശാലകളും ഒന്നുമില്ല. പക്ഷേ ഒരു താലൂക്ക് തലസ്ഥാനമായ പട്ടണത്തിന്റെ രൂപ ഭാവങ്ങൾ - മന്ദിര സമുച്ചയങ്ങളും ഷോപ്പിങ് സെന്ററുകളും മറ്റും ഇന്നിവിടെ കാണാം.

പണ്ട് പതിനെട്ടേമുക്കാൽ ചതുരശ്രനാഴിക

വിസ്തീർണ്ണമുണ്ടായിരുന്ന കൊടുങ്ങല്ലൂർ രാജ്യം, ഇപ്പോൾ കൊടുങ്ങല്ലൂർ ബ്ലോക്കുപ്രദേശമാണ്. നാടുവാഴികളും സാമന്തന്മാരുമല്ല ഇന്ന് ജനജീവിതത്തെ നിയന്ത്രിക്കുന്നത്. ഇടവിലങ്ങ്, ഏറിയാട്, മേത്തല എന്നീ മൂന്നു പഞ്ചായത്തുകളാണ് ഗ്രാമ ഭരണം നിർവ്വഹിച്ചു പോരുന്നത്. കൊടുങ്ങല്ലൂർ അഴീക്കോട്, കോട്ടപ്പുറം എന്നിവ ജനബഹുലമായ വ്യാപാരകേന്ദ്രങ്ങളായി വളർന്നു വന്നിട്ടുണ്ട്. കൊടുങ്ങല്ലൂർ ഇന്ന് മുനിസിപ്പാലിറ്റിയാണ്. ഏതാണ്ട് ഒരു ഉപദ്വീപാണ് കൊടുങ്ങല്ലൂർ. ചുറ്റും കടലും കായലും. കൊടുങ്ങല്ലൂർ മുനിസിപ്പാലിറ്റിയുടെ വിസ്തീർണ്ണം 17.3 ചതുരശ്ര കി മീ. ജനസംഖ്യ 31249 (91 ലെ സെൻസസ്).

സമീപ ഗ്രാമങ്ങൾ

കൊടുങ്ങല്ലൂർ മുനിസിപ്പാലിറ്റിക്ക് ചുറ്റുമുള്ള ഗ്രാമപ്രദേശങ്ങളിലേക്ക് കടന്നുചെല്ലാം. ഏറിയാട് പഞ്ചായത്ത് പ്രദേശങ്ങൾ ഏറെക്കുറെ കടലോരങ്ങളാണ്. തീരപ്രദേശത്ത് മത്സ്യത്തൊഴിലാളികളാണ് അധികവും. ഏറിയാട്ടിൽ ചില പുരാതന മുസ്ലിം കുടുംബങ്ങളുമുണ്ട്. ദാരിദ്ര്യത്തിന്റെ ശൂന്യതനിഴലിക്കുന്ന നാട്ടിൻപുറങ്ങൾ. തിരുവഞ്ചിക്കുളം, ചേരമാൻ പറമ്പ്, ചേരമാൻ ജുമാ മസ്ജിദ് എന്നിവ ഉൾക്കൊള്ളുന്ന മേത്തല പഞ്ചായത്തും സമ്പൽ സമൃദ്ധമല്ല. കൊടുങ്ങല്ലൂർ അഴിമുഖത്തോട് തൊട്ടുകിടക്കുന്ന കോട്ടപ്പുറം പ്രദേശങ്ങൾ സാമ്പത്തികമായി ഭേദപ്പെട്ടവയാണ്, കേരവും കേരോല്പന്നങ്ങളും മത്സ്യബന്ധനവും ആ പ്രദേശത്തെ പ്രധാന വരുമാന മാർഗ്ഗങ്ങളാണ്. തൃശ്ശൂർ ജില്ലയിലെ പ്രസിദ്ധമായ ഒരു വിപണന കേന്ദ്രമാണ് കോട്ടപ്പുറം ചന്ത. ജലഗതാഗതത്തിനും സൗകര്യമുണ്ടിവിടെ. കൊടുങ്ങല്ലൂരിലെ ന്യൂനപക്ഷമായ ക്രിസ്ത്യാനികളുടെ കേന്ദ്രമാണ്. കോട്ടപ്പുറം. കരുപ്പടന്ന പാലത്തിനു സമീപമുള്ള പുല്ലൂറ്റ് പ്രദേശങ്ങളിൽ സാമാന്യം നല്ലതോതിൽ നെൽകൃഷി നടത്തിയിരുന്നു. ശുദ്ധജല ദൗർലഭ്യവും ചികിത്സാ സൗകര്യങ്ങളുടെ അപര്യാപ്തതയും ആ പ്രദേശങ്ങളുടെ പ്രശ്നങ്ങളാണ്. വിദ്യാഭ്യാസ സൗകര്യങ്ങൾ മോശമല്ലെങ്കിലും സമുദായത്തിന്റെ താഴ്ന്ന തലങ്ങളിൽ വിദ്യാഭ്യാസ തല്പരത കുറവാണ്. മഹാകവി കുഞ്ഞുക്കുട്ടൻ തമ്പുരാന്റെ ശതവാർഷിക സ്മാരകമായി കേരള വ്യാസൻ മെമ്മോറിയൽ കോളേജും സ്ഥാപിച്ചിട്ടുണ്ട്.

അല്പസ്വല്പമായ കൃഷിയും കൈത്തൊഴിലും കൊണ്ടു മാത്രം മാനമായി ജീവിക്കാൻ പറ്റാത്ത സ്ഥിതിയാണുള്ളത്. ഗൾഫ് പണത്തിന്റെ സ്വാധീനം ചില പ്രദേശങ്ങളിൽ പ്രകടമാണ്. നല്ല രാഷ്ട്രീയ അവബോധമുള്ള ഒരു ജനസഞ്ചയം ഉണ്ട്, കൊടുങ്ങല്ലൂരിലും സമീപ പ്രദേശങ്ങളിലും. നഗരപ്രാന്തങ്ങൾ പിന്നിട്ട്, കായലോരങ്ങളിലൂടെ നടക്കുമ്പോൾ പ്രശ്ന സങ്കീർണ്ണമായ ആ തീരപ്രദേശങ്ങളിലെ പച്ചച്ച ജീവിത യാഥാർത്ഥ്യങ്ങൾ എന്നെ അസ്വസ്ഥനാക്കി. എങ്കിലും അഴിമുഖത്ത് നില്ക്കുമ്പോൾ എന്റെ മനസ്സ് മൂന്നു പതിറ്റാണ്ടുകൾക്കു മുമ്പ് കണ്ട പ്രശാന്ത രംഗങ്ങളിൽ തങ്ങിനിന്നു. അല്ലറചില്ലറ മാറ്റങ്ങൾ സംഭവിച്ചെങ്കിലും സ്ഥായീഭാവം പഴയതുതന്നെ. അന്ന്...

അഴിമുഖത്ത്

സായാഹ്നം. കോട്ടപ്പുറത്തെ ചെറിയ പുഴ കടന്ന് തെങ്ങിൻതോപ്പുകൾക്കിടയിലൂടെ ഏതാണ്ട് ഒരു കിലോമീറ്റർ നടന്ന് അഴിമുഖത്ത് എത്തി. മനോഹരമായ പ്രകൃതി ദൃശ്യം. പെരിയാറും കായലും കടലും ഒന്നിക്കുകയാണവിടെ. വിശാലമായ ജലപ്പരപ്പ്..

കോട്ടപ്പുറത്തെ പഴയകോട്ടയുടെ എഴുന്നു നില്ക്കുന്ന അസ്ഥിക്ഷണങ്ങളിൽ കയറിനിന്ന് ചുറ്റും നോക്കി (തകർന്നടിഞ്ഞ കോട്ടയുടെ ഛിന്നഭിന്നമായ നട്ടെല്ലുകൾപോലെ അങ്ങിങ്ങ്, രണ്ടു മൂന്നാൾ പൊക്കത്തിൽ നില്പുണ്ട് ചില മൺകൂനകൾ) കോട്ട നിന്ന സ്ഥലത്തും പിന്നിലുമൊക്കെ കുറ്റിക്കാടുകൾ. പുരാവസ്തു ഗവേഷണ വകുപ്പിന്റേതായ സ്തൂപത്തിനരികിൽ തന്നെ രണ്ടു ഗുഹാമുഖങ്ങളും കാണാം. കോട്ടയോട് തൊട്ടു കിടക്കുന്ന കായലിന് നല്ല ആഴമുണ്ടെന്ന് തോന്നി.

അസ്തമനസൂര്യൻ കുങ്കുമപ്പൊടി വാരിവിതറുന്ന ജലവിതാനത്തിൽ നോട്ടമെറിഞ്ഞുകൊണ്ട് കോട്ടയുടെ അവശിഷ്ടങ്ങൾക്കുപരി നിലയുറപ്പിച്ചു നിന്നപ്പോൾ ഞാനറിയാതെ കരളിലെങ്ങോ വേദന ഊറിക്കൂടുകയായി, കൊടുങ്ങല്ലൂർ തുറമുഖത്താണ് ഞാൻ നില്ക്കുന്നത്- മഹോദയപുരം നഗരപ്രാന്തത്തിൽ. ഇവിടെ ഇപ്പോൾ ചരക്കു കപ്പലുകൾ നങ്കൂരമിട്ടു കിടക്കുന്നില്ല. ജനബാഹുല്യമെന്നല്ല, ആളനക്കം പോലുമില്ല. നിശ്ശബ്ദത, ശൂന്യത, ശവപ്പറമ്പിന്റെ ആ വിറങ്ങലിച്ച മൂകത ഭീതിദമായി തോന്നി. കടൽസൈന്യവുമായി പൊരുതി നിന്ന പോർച്ചുഗീസ് ഭടന്മാർ അഭയം തേടിയിരുന്ന നെടുംകോട്ട എവിടെ? എന്റെ പിന്നിൽ നെടുനീളത്തിൽ കാണുന്ന മൺകൂനകളെവിടെ?

അകലെ, സൂര്യൻ പശ്ചിമദിക്കിലേക്ക് ചാഞ്ഞു തുടങ്ങി. ജലതരംഗങ്ങളിൽ ഒരായിരം മഴവില്ലുകൾ. മറുകരയിൽ ജലവിതാനത്തിൽ കോലം കെട്ടി നാട്ടിയതുപോലെ കാണാവുന്ന ചീനവലകളിലൂടെ, അന്തിവെളിച്ചം ചോർന്നു വീഴുകയാണ്. അഴിമുഖത്തേക്ക് ഒരു കൊച്ചോടം, പേടിസ്വപ്നം പോലെ നീങ്ങുന്നത് കാണാം.

മഹാകവി ജി യുടെ ഏതാനും ഈരടികൾ ചുണ്ടിൽ

തങ്ങിനിന്നു:

"കാറ്റിനാൽ വെള്ളപ്പായപ്പിള്ള വീർത്താർത്തോല്ലാസം
നീറ്റിലാണ്ടുലഞ്ഞാടിക്കളിക്കും പല കപ്പൽ
മുമ്പ് സാഗരജാത വാണിജ്യശ്രീ തൻ വെള്ള-
കൊമ്പനാനകൾ പോലെ കൂത്താടുമിടങ്ങളിൽ
നാലഞ്ചു മീനിന്നായി മുങ്ങിയും പലപ്പോഴും
ആലസ്യത്തോടെ വെറും വയറായ്പ്പൊങ്ങിപ്പോന്നും
അങ്ങിങ്ങായ് ചില ചീനവലതൻ കോലം മാത്രം
മങ്ങിനില്പതു കാണാം പരുന്തിൻ മേൽനോട്ടത്തിൽ"

വേദനാജനകമായ ആ ദുഃഖചിന്തകളിൽ മുഴുകി നില്ക്കെ-

"അന്തിയിൽ മഹാദേവക്ഷേത്രത്തിൽനിന്നും കാറ്റിൽ
നീന്തിവന്നീടും ക്ഷീണക്ഷീണമാം ശംഖാരവം
ചേരയുമെലികളും തങ്ങളിൽ കലഹിക്കും
ചേരമാൻപറമ്പിന്റെ നീണ്ടരോദനം പോലെ."

51

കുന്നംകുളം - ഗുരുവായൂർ

കടലോരം മുതൽ മലയോരം വരെ വ്യാപിച്ചു കിടക്കുന്ന തലപ്പള്ളി താലൂക്കിന്റെ പടിഞ്ഞാറൻ പ്രദേശങ്ങൾ, വിശിഷ്യാ കണ്ടാണിശ്ശേരി, പോർക്കുളം ചൊവ്വന്നൂർ, കക്കാട് എന്നീ സ്ഥലങ്ങൾ - ഒന്നിലേറെ കാരണങ്ങളാൽ വ്യത്യസ്തത പുലർത്തുന്ന ഗ്രാമങ്ങളാണ്. മഹാശിലാ സംസ്കാരത്തിന്റെ നഷ്ടാവശിഷ്ടങ്ങൾ പലതും ഇവിടെ കാണാം. നമ്മുടെ പൂർവ്വികർ പാർത്തിരുന്ന മുനിയറ (മുനിമടകൾ)കളും പ്രസ്തുത ഗുഹാവാസികളുടെ ഭൗതികശരീരം അടക്കം ചെയ്തിരുന്ന തൊപ്പിക്കല്ലുകളും കുടക്കല്ലുകളും ഒരു പ്രാക്തന സംസ്കാരത്തിന്റെ മൂകസാക്ഷികൾ.

കുന്നംകുളം—വടക്കാഞ്ചേരി റൂട്ടിൽ ചൊവ്വന്നൂരിലിറങ്ങാം. ഒരു പുരാതന ഗ്രാമം. ആ ഗ്രാമത്തിലെ കുന്നിൻതലപ്പുകളിലും ചരിവുകളിലും സമതലങ്ങളിലുമെല്ലാം, സഹസ്രാബ്ദങ്ങളുടെ നിഗൂഢതകൾ പറ്റിനില്ക്കുകയാണ്. ഒട്ടേറെ ചരിത്രസ്മാരകങ്ങൾ, കൂടാതെ, അനന്തര കാലത്തെ മറ്റൊരു വ്യത്യസ്ത സംസ്കാരത്തിന്റെ ഈടുവയ്പുകളും ഇന്ന് ധാരാളമുണ്ട് - ഏറെ കാലപ്പഴക്കമുള്ള ചില ക്ഷേത്രങ്ങളും (ഉദാ: അരിയന്നൂർ) നമ്പൂതിരി ഇല്ലങ്ങളും മനകളും തറവാടുകളും മറ്റും. കൊച്ചി രാജ്യത്തെ ഇടപ്രഭുവായിരുന്ന കക്കാട്ട് കാരണവപ്പാടിന്റെ ആസ്ഥാനമായിരുന്ന കക്കാട്ട് പ്രസിദ്ധമായിരുന്ന വട്ടക്കോട്ട ഇന്ന് തകർന്നടിഞ്ഞു കിടക്കുന്നു. അത്രയകലെയല്ലാതെ പാറമേൽ പറമ്പ് എന്ന മൊട്ടക്കുന്നിന്റെ പാർശ്വത്ത് എട്ടടിയോളം ആഴത്തിൽ നാല്പതടി ചുറ്റളവുള്ള ഒരു ഗുഹ കാണാം. അർദ്ധവൃത്താകൃതിയിലുള്ള അടിഭാഗം. ഒരുവശത്തെ ഭിത്തിയോട് ചേർന്ന് 7 അടി നീളവും 3 അടി വീതിയുമുള്ള ഒരു കട്ടിൽ, പാറ തുരന്നു തന്നെ നിർമ്മിച്ചിട്ടുണ്ട്. മേൽക്കൂരയിലുള്ള ദ്വാരത്തോടു ചേർന്ന്, ശിലാനിർമ്മിതമായ ഒരു മൂടിയുണ്ട്. ആവശ്യമുള്ളപ്പോൾ മൂടി തള്ളി മാറ്റി കൂടുതൽ ശുദ്ധവായുവും വെളിച്ചവും ഉള്ളിലേക്ക് കടത്തി വിടാനാവും. മഴയത്ത് ദ്വാരം അടയ്ക്കാം. കുന്നംകുളം - വടക്കാഞ്ചേരി റൂട്ടിൽ റോഡരികിൽ കാണാവുന്ന ഗുഹയ്ക്കും അടിസ്ഥാനപരമായി മേൽപ്പറഞ്ഞവയിൽനിന്ന് വലിയ വ്യത്യാസമില്ല. കണ്ടാണിശ്ശേരി ഗുഹ, മുനിമട എന്ന പേരിലും അറിയപ്പെടുന്നു. ഗുഹകളിൽനിന്ന് അത്രയകലെയല്ലാതെ കാണപ്പെടുന്ന കുടക്കല്ലുകൾ (തൊപ്പിക്കല്ലുകൾ) പണ്ട് ഗുഹാവാസികളുടെ ശവക്കല്ലറകളായിരുന്നിരിക്കാം. അരിയന്നൂരിൽ റോഡിനോട് (തൃശൂർ - ഗുരുവായൂർ റോഡ്) ചേർന്നുകിടക്കുന്ന പുരയിടത്തിലേക്ക് കടക്കാം. അരിയന്നൂർ കുടക്കല്ലുകളാണവിടെ. (ബോർഡ് നാട്ടിയിട്ടുണ്ട്) വിശാലമായ വെളിമ്പറമ്പിൽ വലിയ കൽക്കുടകൾ. വേലികെട്ടിതിരിച്ച ആ ഇത്തിരി സ്ഥലത്തിനു ചുറ്റും ഗ്രാമീണർ കൈയടക്കി കഴിഞ്ഞു. വീടുകളും കൃഷിയിടങ്ങളും. കൊടും കല്ലറകൾ, പഴുതറകൾ, നെടുക്കല്ല്, കുടക്കല്ല്, ചാടികൾ എന്നീ പേരുകളിലും അറിയപ്പെടുന്ന തൊപ്പിക്കല്ലുകൾ, പ്രാചീന കാലത്തെ ശ്മശാനസ്മാരകങ്ങളാണ്. ചതുരാകൃതിയിൽ മൂന്നോ നാലോ കൽപ്പലകകൾ നാട്ടി, അതിനു മുകൾവശം പത്തടിയോളം ചുറ്റളവുകളുള്ള കൽക്കുടകൊണ്ട് മൂടി വച്ചിരിക്കുന്നു.

ബ്രാഹ്മണമേധാവിത്തം

മഹാശിലാസ്മാരകത്തിന്റെ സഹസ്രാബ്ദങ്ങൾക്കുശേഷം, അതേ ഗ്രാമഭൂമികളിൽ നാമ്പെടുത്ത് തഴച്ചുവളർന്ന് പില്ക്കാലത്ത് അസ്തപ്രഭമായ മറ്റൊരു സംസ്കാരത്തിന്റെ നഷ്ടസൗഭാഗ്യങ്ങളും

ഇവിടെ കാണാം. ഒരു നൂറ്റാണ്ടു മുമ്പുവരെയും ജ്വലിച്ചുനിന്ന ബ്രാഹ്മണപ്രഭാവത്തിന്റെ നഷ്ടസ്മൃതികളും ഇന്ന് ഈ ഗ്രാമങ്ങളെ അലോസരപ്പെടുത്തുന്നുണ്ടെന്ന് തോന്നി, അരിയന്നൂരിൽ, റോഡിൽ നിന്നല്പം ഉയർന്ന തലത്തിൽ പ്രാചീന വാസ്തുവിദ്യയുടെയും ശില്പചാതുരിയുടെയും നിദർശനമെന്നോണം തലയുയർത്തി നില്ക്കുന്ന ആ മഹാക്ഷേത്രം, ഇന്ന് ആറാട്ടൊഴിഞ്ഞ അമ്പല പരിസരംപോലെ ഏറക്കുറെ ശൂന്യം. കൂറ്റൻ ദാരുനിർമ്മിതികളും, വിണ്ടിളകിയതും വീഴാതെ പിടിച്ചുനില്ക്കുന്നതുമായ ശ്രീകോവിലിന്റെ ഭിത്തികളും മറ്റും പൊയ്പ്പോയ സുവർണ്ണശതകങ്ങളെ നിശ്ശബ്ദം വിളിച്ചോതുന്നു. വേണ്ടത്ര സംരക്ഷണവും അറ്റകുറ്റപ്പണികളും അത്യാവശ്യമായ ആ മഹാക്ഷേത്രം ബ്രാഹ്മണ മേധാവിത്തം അസ്തമിച്ച ചൊവ്വന്നൂർ പ്രദേശങ്ങളുടെ നിലവിലുള്ള സാമൂഹിക സാമ്പത്തിക സാഹചര്യങ്ങളെ സൂചിപ്പിക്കുന്നു.

നിമ്നോന്നത പ്രദേശമായ ചൊവ്വന്നൂർ പഞ്ചായത്ത് ഒരു തനി കാർഷിക മേഖലയാണ്. വിസ്തീർണ്ണം 18.39 ച കി മീ. ജനസംഖ്യ 25496 (1991 ലെ സെൻസസ്). അതിപുരാതനമായ ഒട്ടേറെ ആരാധനാലയങ്ങളും ചരിത്രസ്മാരകങ്ങളുമെല്ലാം ഗ്രാമത്തിന്റെ സവിശേഷതകളാണ്. 1500ൽപ്പരം വർഷത്തെ പഴക്കമുണ്ടെന്നു കരുതപ്പെടുന്ന ചെമ്മന്തറ ശിവക്ഷേത്രത്തിലെ കൊത്തുപണികളും നൂറ്റാണ്ടുകൾക്കുമുമ്പ് ബ്രാഹ്മണാചാര്യന്മാർ സമ്മേളിച്ചിരുന്ന സഭാമഠവും, കൊച്ചിരാജാവും സാമൂതിരിയും തമ്മിൽ പടവെട്ടിയ പോർക്കളവും ഗ്രാമത്തിന്റെ സാംസ്കാരിക പൈതൃകത്തിന്റെ പ്രതീകങ്ങളാണ്. ക്രൈസ്തവരുടെയും മുസ്ലീങ്ങളുടെയും ചില പുരാതന ആരാധനാലയങ്ങളും വിദ്യാഭ്യാസ സ്ഥാപനങ്ങളും ഇവിടെയുണ്ട്. ക്ഷേത്രപ്രവേശന വിളംബരത്തിനു മുമ്പുതന്നെ സാമൂഹ്യവിപ്ലവത്തിന് തുടക്കംകുറിച്ച വെള്ളിത്തുരുത്തി ശ്രീവിഷ്ണു ക്ഷേത്രം അവർണ്ണർക്കായി തുറന്നുകൊടുത്ത കാണിപ്പയ്യൂർ ശങ്കരൻ നമ്പൂതിരിയും ഇവിടെ ശ്രദ്ധേയം. രണ്ട് നൂറ്റാണ്ടുകൾക്കു മുമ്പ് ആഢ്യബ്രാഹ്മണർ സ്മാർത്തവിചാരം നടത്തി സമുദായഭ്രഷ്ട് കല്പിച്ച താത്രിക്കുട്ടി അന്തർജ്ജനത്തിന്റെ തേങ്ങലുകളും ഈ ഗ്രാമാന്തരീക്ഷത്തിൽ അലിഞ്ഞു ചേർന്നിട്ടുണ്ട്.

നമ്പൂതിരിപ്പുളപ്പ്

നമ്പൂതിരിപ്പുളപ്പിന്റേതായ ആ കാലഘട്ടത്തെപ്പറ്റി ചില കാര്യങ്ങൾ മനസ്സിലാക്കാം. ക്രിസ്ത്വബ്ദം 12-ാം ശതകം മുതല്ക്കേ കേരളീയ സാമൂഹ്യ ജീവിതത്തിൽ സ്വാധീനം ചെലുത്തിത്തുടങ്ങിയ ബ്രാഹ്മണർ, 14-ാം നൂറ്റാണ്ട് ആയപ്പോഴേയ്ക്കും അനിഷേദ്ധ്യമായ സാമൂഹ്യ രാഷ്ട്രീയ സാമ്പത്തിക ശക്തിയായി വളർന്നുകഴിഞ്ഞു. ബ്രാഹ്മണ മേധാവിത്തം രാജാധികാരത്തെയും കീഴ്പ്പെടുത്തിയിരുന്നു. സാമൂഹ്യ രാഷ്ട്രീയ കേന്ദ്രങ്ങളായ അസംഖ്യം ക്ഷേത്രങ്ങളായിരുന്നു അവരുടെ അധികാര കേന്ദ്രങ്ങൾ. സാധാരണ ജനങ്ങൾ അവരെ ദേവപദവിയിലേക്കുയർത്തി. നാടുവാഴികൾ അവരുടെ എല്ലാ നിർബ്ബന്ധങ്ങൾക്കും വഴങ്ങി. വലിയ ധനികർ അവരുടെ സ്വത്തിന്റെ ഒരംശം തന്നെ, ബ്രാഹ്മണർക്കുവേണ്ടി നീക്കിവച്ചു. മറ്റു ചിലർ ക്ഷേത്രസങ്കേതങ്ങളിൽ വിഭവസമൃദ്ധമായ ബ്രാഹ്മണസദ്യ ഏർപ്പാടാക്കി. ബ്രാഹ്മണരാകട്ടെ, ഈ ആനുകൂല്യങ്ങളെല്ലാം സ്വന്തം അവകാശങ്ങളെന്ന മട്ടിൽ അനുഭവിച്ച് സുഖലോലുപരായി കഴിഞ്ഞു.

സമൂഹത്തെ ചിട്ടപ്പെടുത്തിയിരുന്ന ചാതുർവർണ്ണ്യം നിഷ്ഠയോടെ നടപ്പാക്കപ്പെട്ടിരുന്നു. അധികാരകേന്ദ്രത്തിന്റെ സമാന്തര ശക്തികേന്ദ്രങ്ങളായിരുന്ന പ്രാചീന ക്ഷേത്രങ്ങളുടെയും ക്ഷേത്രസ്വത്തുക്കളുടെയും കൈകാര്യകർത്തൃത്വം വഹിച്ചിരുന്ന ഈ ഭൂസുരന്മാർ, ദൈവത്തിന്റെ പ്രതിപുരുഷന്മാരെന്ന നിലയ്ക്ക് പൂജിക്കപ്പെട്ടിരുന്നു. വർണ്ണവ്യവസ്ഥയുടെ ഏറ്റവും മേൽത്തട്ടിൽ വിരാജിച്ചിരുന്ന ബ്രാഹ്മണന്റെ ആജ്ഞാനുവർത്തികളായിരുന്നു. ക്ഷത്രിയരും വൈശ്യരും ശൂദ്രരും. ക്ഷേത്രപ്രാന്തത്തിലെ വിസ്തൃതവും വാസ്തുശില്പവൈദഗ്ദ്ധ്യം പ്രകടിപ്പിക്കുന്നതുമായ കൂറ്റൻ മന (ഇല്ലം) കളിൽ അവർ സുഖലോലുപമായ ജീവിതം നയിച്ചിരുന്നു. നാലു വേദങ്ങളും ആറു ശാസ്ത്രങ്ങളും പതിനെട്ടു പുരാണങ്ങളും ഉപനിഷത്തുക്കളുമൊക്കെ ഹൃദിസ്ഥമാക്കിയ ബ്രാഹ്മണന്റെ സുഭാഷിതം, എന്തിനും എപ്പോഴും അവസാന വാക്കായിരുന്നു. കാവ്യരചനയും ചതുരംഗവും കഥകളിഭ്രമവും ഭോജനപ്രേമവും 'ബാന്ധവ'ങ്ങളും ഉത്സവവും പൂരവുമൊക്കെ അവരുടെ ദിനചര്യകളുടെ ഭാഗമായിരുന്നു. കേരളീയ കലകളുടെയും സാഹിത്യത്തിന്റെയും പുരോഗതിക്ക് നമ്പൂതിരിമാർ നല്കിയ വിലപ്പെട്ട സംഭാവനകളും ഇക്കൂട്ടത്തിൽ നന്ദിപൂർവ്വം സ്മരിക്കേണ്ടതാണ്. നമ്പൂതിരിമാരുടെ കുടുംബവ്യവസ്ഥകളുടെ സവിശേഷതകളും ഇവിടെ ശ്രദ്ധേയമാണ്. കുടുംബത്തിൽ മൂത്ത സഹോദരനു മാത്രമേ സ്വസമുദായത്തിൽനിന്നും വേളി നടത്താൻ പാടുള്ളൂ. മറ്റുള്ളവർക്ക് യഥേഷ്ടം ബാന്ധവമാകാം, നായർ കുടുംബങ്ങളിൽനിന്ന് ഇല്ലത്തുനിന്ന് അത്താഴവും കഴിഞ്ഞ് അന്തിയുറങ്ങാൻ നായർ ഭവനങ്ങളിലെത്തുന്ന മനയ്ക്കലെ തിരുമേനിയെ ഭക്ത്യാദരങ്ങളോടെ സ്വീകരിച്ച് ആതിഥ്യമരുളുന്നു; കുടുംബനാഥൻ, നമ്പൂതിരിക്ക് നായർ തറവാട്ടിൽ സ്ത്രീസംഗമം ഒഴികെ, മറ്റെല്ലാം നിഷിദ്ധം, അയിത്തം. ജലപാനം പോലും പാടില്ല. നമ്പൂതിരിവേഴ്ചയിൽ ജനിക്കുന്ന സന്തതികളുടെ ബാദ്ധ്യതയൊന്നും നമ്പൂതിരിക്കില്ല. അവരെ തീറ്റിപ്പോറ്റേണ്ട

ചുമതല കാരണവർക്കാണ് (മരുമക്കത്തായം).

'സ്മാർത്ത വിചാരം'

നമ്പൂതിരി കുടുംബത്തിലെ പുരുഷന്മാർ ഇങ്ങനെ 'കാള കളിച്ചു' നടക്കുമ്പോൾ അന്തർജ്ജനങ്ങളുടെ ദുർഗ്ഗതി ഓർത്തു നോക്കൂ. അപ്ഫന്മാർക്ക് സ്വസമുദായത്തിൽനിന്നും വേളി നിഷിദ്ധം. മൂത്ത നമ്പൂതിരിക്ക് വേളി എത്രയെങ്കിലുമാകാം. പലപ്പോഴും പ്രായാധിക്യമെത്തിയ ഏതെങ്കിലും നമ്പൂതിരിയുടെ എത്രാമത്തെയോ വേളിയായി ഭർത്തൃഗൃഹത്തിലെത്തിയ അന്തർജ്ജനം മിക്കവാറും നവയൗവനത്തിൽത്തന്നെ വിധവയായിത്തീരുന്നു. വിധവയ്ക്കു വിലക്കുകൾ വേറെ. യൗവനത്തിളപ്പിൽ ഏതെങ്കിലും നമ്പൂതിരിസ്ത്രീ സംശയിക്കപ്പെട്ടാൽ, പിന്നത്തെ കഥയൊന്നും പറയേണ്ട, ഒരു ഭൂകമ്പം തന്നെ. നമ്പൂതിരി സമൂഹം ഇളകി മറിയുകയായി. പരപുരുഷസംഗമം സംശയിക്കപ്പെട്ട അന്തർജ്ജനത്തെ 'സ്മാർത്ത വിചാരം' എന്ന കുറ്റവിചാരണയ്ക്ക് വിധേയയാക്കുന്നു. കുറ്റം തെളിയിക്കപ്പെട്ടാൽ അവളെ പെരുവഴിയിലേക്ക് തള്ളിവിടും. പടിക്കു പുറത്താക്കി, വാതിൽ കൊട്ടിയടച്ച് കുടുംബത്തിൽനിന്നും സമുദായത്തിൽ നിന്നും ബഹിഷ്കരിക്കുകയും ചെയ്യുന്നു. അത്തരത്തിൽ ബഹിഷ്കൃതയായ താത്രിക്കുട്ടിയുടെ ജന്മസ്ഥലമാണ് ചൊവ്വന്നൂർ. 1908 ൽ രൂപീകരിക്കപ്പെട്ട യോഗക്ഷേമസഭയുടെ നിരന്തര പരിശ്രമഫലമായി ഈ ദുഃസ്ഥിതിക്ക് പില്ക്കാലത്ത് ഒട്ടൊക്കെ മാറ്റംവന്നു.

സഭാമഠങ്ങൾ

എ ഡി 1850 വരെ ചൊവ്വന്നൂരിനെ പ്രസിദ്ധമാക്കിയ ഒരു സംസ്കൃത വിദ്യാപീഠം (സഭാ മഠം) നിലനിന്നിരുന്നു. ചൊവ്വന്നൂരിലേതുപോലെ തന്നെ മുൻകാലത്ത് വൈദിക പഠനത്തിന് പ്രാമുഖ്യം നല്കിയിരുന്ന ഒരു വിദ്യാഭ്യാസ കേന്ദ്രമായിരുന്നു കടവല്ലൂർ. തൃശ്ശൂരും തിരുനാവായിലുമുള്ള വേദപണ്ഡിതന്മാരായ ആഢ്യൻ നമ്പൂതിരിമാർ ഈ വിദ്യാകേന്ദ്രത്തിൽ സമ്മേളിച്ചിരുന്നു. ഉന്നതനിലവാരത്തിലുള്ള ഋഗ്വേദ പഠനങ്ങളും വേദമന്ത്രങ്ങൾ മനപ്പാഠമാക്കാനുള്ള അഭ്യസനവും ഇവിടെ നടന്നിരുന്നു. *ഋഗ്വേദ*ത്തിൽ ഉയർന്ന പരീക്ഷകൾ നടത്തി അതിൽ വിജയിക്കുന്നവർക്ക് മുൻപന്തിയിൽ കടന്നിരിക്കാനുള്ള ('കടന്നിരിക്കൽ' എന്നാണ് ഇതിനു പേര്) അർഹത നിർണ്ണയിച്ചിരുന്നു. പ്രാചീന കേരളത്തിന്റെ സാംസ്കാരിക പുരോഗതിയിൽ ഈ വിദ്യാപീഠങ്ങൾക്കുള്ള സ്ഥാനം ഗണനീയമാണ്. ഈ സഭാമഠങ്ങൾ തമ്മിലുള്ള ബൗദ്ധികമാത്സര്യത്തിന് അന്യോന്യം 'അന്യോന്യവാദം' എന്നീ പേരുകളാണ് നല്കപ്പെട്ടിരുന്നത്. ഇക്കൂട്ടത്തിൽ പ്രസിദ്ധമാണ് 'കടവല്ലൂർ അന്യോന്യം' ഇത്തരത്തിൽ, വേദപാണ്ഡിത്യവും പുരാണജ്ഞാനവും. സംസ്കൃത ഭാഷയും സാഹിത്യവുമായുള്ള നിരന്തര സമ്പർക്കവും കാവ്യരചനാസിദ്ധിയുമൊക്കെ കൂടി, ഒരു കാലഘട്ടത്തിലെ മലയാള സാഹിത്യത്തെ (മണിപ്രവാളകാലഘട്ടം) സമ്പന്നമാക്കിയിരുന്നു, കാവ്യങ്ങളിലൂടെ—ശൃംഗാര രസ പ്രധാനമാണെങ്കിലും.

ആദ്ധ്യാത്മികതയും ഗ്രാമീണ ലാളിത്യവും പ്രശാന്തതയും നിറഞ്ഞ ആ പ്രാചീന ജനപദങ്ങളാണ് – ചൊവ്വന്നൂരും സമീപഗ്രാമങ്ങളും – പിന്നീട് തൊട്ടപ്പുറത്തെ കുന്നംകുളത്തെത്തിയപ്പോൾ, കഥയാകെ മാറി, ക്രൈസ്തവ ശക്തിയും ചൈതന്യവും തുടിക്കുന്ന മുനിസിപ്പൽ നഗരം. വാണിജ്യ-വ്യവസായ കേന്ദ്രത്തിന്റെ തിക്കും തിരക്കും. അലസതയറിയാത്ത നഗരം. കേരളത്തിലെ ചെറുകിട പട്ടണങ്ങളുടെ കൂട്ടത്തിൽ ഏറെ വ്യത്യസ്തത പുലർത്തുന്ന ഒരു മുനിസിപ്പൽ നഗരം. ഒരിക്കൽ ബ്രാഹ്മണ മേധാവിത്വം കൊടികുത്തി വാണ ഒരു ദേശത്ത്, ഒരു ക്രൈസ്തവ കേന്ദ്രമോ? തൊട്ടുരുമ്മി കിടക്കുന്ന ഗുരുവായൂരിലെ പ്രസിദ്ധമായ ആ ക്ഷേത്രത്തിന്റെ മൂക്കിനു താഴെ, സമ്പൽ സമൃദ്ധമായ ഒരു ക്രിസ്തീയ മേധാവിത്വമോ? ഇതെങ്ങനെ സംഭവിച്ചു? ഈ ഹൈന്ദവ മേഖലയിലെ പ്രമുഖ ഇല്ലങ്ങളിൽ പിറന്നുവീണ നമ്പൂതിരിമാരിൽ ഒരു വിഭാഗം പില്ക്കാലത്ത് എപ്പഴോ മതപരിവർത്തനത്തിനു വിധേയരായി. ക്രിസ്ത്യാനികളായതാകാം. തൊട്ടപ്പുറത്തുമിപ്പുറത്തും നിന്ന് വന്നവരുമുണ്ടാകാം.

കുന്നംകുളം

കുന്നും കുളങ്ങളും നിറഞ്ഞ ഗ്രാമഭൂമി തന്നെയാണ് കുന്നംകുളം. കുന്നംകുളങ്ങര ക്രമേണ കുന്നംകുളമായി ചുരുങ്ങിയെന്നും ഒരഭിപ്രായഗതിയുണ്ട്. അടുപ്പൂട്ട്, കീഴൂർ, കക്കാട് കുന്നുകൾ കിഴക്കും കിഴക്കുതെക്കും പടിഞ്ഞാറുമായി കാവല്ക്കാരെപ്പോലെ നിലകൊള്ളുന്നു. നടുക്ക് ഈഞ്ഞാക്കുളം, അയ്യംകുളം, മധുരക്കുളം ഇങ്ങനെ കുളങ്ങൾ. നിമ്നോന്നത ഭൂപ്രകൃതി, ബഹുനില മന്ദിരങ്ങളും തിരക്കേറിയ തെരുവോരങ്ങളും കടകമ്പോളങ്ങളുമുൾപ്പെടുന്ന ടൗൺപ്രദേശം ഒഴികെ, ചുറ്റും ഗ്രാമഭംഗി കൈവിടാത്ത നാട്ടിൻപുറം തന്നെ. പണ്ട് പടിഞ്ഞാറ് മണക്കുളം കോവിലകം വരെ പടിഞ്ഞാറങ്ങാടി, വടക്ക് ചിറളയം

കോവിലകം വരെ ചിറളയം അങ്ങാടി. കോവിലകങ്ങളെ ചുറ്റിപ്പറ്റി ഇല്ലങ്ങളും മനകളും മഠങ്ങളും അമ്പലവാസിഗൃഹങ്ങളും നായർ ഭവനങ്ങളും. ആ സാമൂഹ്യസംവിധാനത്തിന് ഇന്ന് ഏറെ മാറ്റം സംഭവിച്ചിരിക്കുന്നു. തോമാശ്ലീഹാ വടക്കോട്ടുള്ള യാത്രയിൽ ചാട്ടക്കുളങ്ങര തങ്ങി നമ്പൂതിരിമാരെ മതപരിവർത്തനം ചെയ്തുവത്രെ. ടിപ്പുസുൽത്താനാകട്ടെ തെക്കോട്ടുള്ള പടയോട്ടത്തിൽ കുന്നംകുളത്തേക്കും കടന്നേറി. ടിപ്പുവിന്റെ പിന്നാലെ വന്ന മുസ്ലീങ്ങൾ കുന്നംകുളത്ത് അങ്ങിങ്ങ് തമ്പടിച്ചു. ക്രമേണ സ്ഥിരതാമസമായി. മാർഗ്ഗം കൂടിയ നമ്പൂതിരിമാർ ഉപജീവനമാർഗ്ഗത്തിന് കണ്ടെത്തിയത് കച്ചവടം. വീടുകൾ തന്നെ കച്ചവടസ്ഥാപനങ്ങളാക്കി. അങ്ങനെ ഒരു പുതിയ കച്ചവടസംസ്കാരം കുന്നംകുളത്ത് ഉരുത്തിരിഞ്ഞു വരികയായിരുന്നു.

പുതിയ തൊഴിൽ മേഖലകളിലൂടെയും കച്ചവടത്തിലൂടെയും അശ്രാന്ത പരിശ്രമത്തിലൂടെയും അങ്ങനെ അഭിവൃദ്ധിപ്രാപിക്കാമെന്ന് കാട്ടിക്കൊടുത്ത കുന്നംകുളത്തെ വ്യാപാരികൾ കേരളത്തിന് മാതൃകയാകേണ്ടതുണ്ട്. ലോകത്തെങ്ങുമുള്ള വ്യാവസായികോല്പന്നങ്ങൾ കുന്നംകുളത്ത് ലഭ്യമാണെന്ന് ('ഡ്യൂപ്ലിക്കേറ്റ്') ഒരു ചൊല്ലുണ്ടായിരുന്നു. ആ പഴങ്കഥയിലെ പതിരു കഴിഞ്ഞാൽ തെളിഞ്ഞു വരുന്ന സത്യം, അദ്ധ്വാനശീലരും പരീക്ഷണ തല്പരരുമായ തദ്ദേശീയരുടെ വ്യാപാര വൈദഗ്ദ്ധ്യമാണ്. എന്നാൽ ഈ പ്രദേശത്ത് വൻകിട വ്യവസായങ്ങൾ ഒന്നുമില്ല എന്നത് അത്ഭുതകരമാണ്. കുടിൽ വ്യവസായങ്ങൾ ധാരാളം. ഹാർഡ് ബോർഡ് ഫാക്ടറി, അലുമിനിയം പാത്രങ്ങളും ഷീറ്റുകളും നിർമ്മിക്കുന്ന വ്യവസായശാലകൾ, ഹവായ് ചെരിപ്പു നിർമ്മാണം, ആയുർവേദ ഔഷധനിർമ്മാണം, കുറ്റി-കൊളുത്ത് വട്ടക്കണ്ണി നിർമ്മാണം തുടങ്ങിയ ചെറുകിട വ്യവസായങ്ങൾ കുന്നംകുളത്തിന്റെ പുരോഗതിക്ക് കാരണമായിട്ടുണ്ട്. നോട്ടുബുക്കു നിർമ്മാണത്തിലും കുന്നംകുളത്തുകാർക്ക് പ്രതിയോഗികളില്ല. ധാടിയും മോടിയുമാർന്ന ഈ നോട്ടുബുക്കുകൾ കടലും കടന്ന് വിദേശങ്ങളിലും ചെന്നെത്തുന്നുണ്ടത്രെ. കുന്നംകുളത്തെ നൂറുകണക്കിന് വീടുകളിൽ നോട്ടുബുക്കു നിർമ്മാണം നടക്കുന്നുണ്ട്.

ഒരിക്കൽ തലപ്പിള്ളി രാജാക്കന്മാരായിരുന്ന മണക്കുളം കോവിലകത്തിന്റെയും ചിറളയം കോവിലകത്തിന്റെയും അധീനതയിലായിരുന്ന കൃഷിനിലങ്ങളിൽ അദ്ധ്വാനിച്ചിരുന്ന പാട്ടക്കാരും കുടിയാന്മാരും അടിയാന്മാരുമെല്ലാം പുതിയ ഭൂനിയമം പ്രാബല്യത്തിൽ വന്നതോടെ മണ്ണിനുടയവരായി. പഴയ ഭൂവുടമകൾ പേരിനു മാത്രമായി. കുന്നംകുളത്തെ ക്രൈസ്തവ സമൂഹത്തിൽ ഇന്നും നിലനില്ക്കുന്ന ചില ആചാര സവിശേഷതകൾ അവരുടെ പ്രാക്തന സംസ്കൃതിയെ സൂചിപ്പിക്കുന്നു. തീണ്ടലും തൊടീലും ഓണാചാരങ്ങളും ഓണക്കളികളും ഹിന്ദുനാമങ്ങളും, വിവാഹത്തിന് നെല്ലും നീരും വീഴ്ത്തൽ തുടങ്ങിയ ചടങ്ങുകളും അല്പസ്വല്പം വ്യത്യാസത്തോടെ അവരിന്നും ആചരിക്കുന്നു. ആന എഴുന്നള്ളിപ്പ് ഇല്ലാത്ത പള്ളിപ്പെരുനാളാഘോഷം കുന്നംകുളത്തെ ക്രിസ്ത്യാനിക്കിന്നും ആലോചിക്കാനാവില്ല.

അച്ചടിയുടെ മുത്തശ്ശി

കേരളത്തിലെ അച്ചടിശാലകളുടെ മുതുമുത്തശ്ശി പിറന്ന് വീണത് കുന്നംകുളത്താണ് അച്ചടിയുടെ മാസ്മര ലോകത്തെ കേരളത്തിനെന്നല്ല ഇന്ത്യക്കു തന്നെ കാട്ടിക്കൊടുത്ത പ്രദേശമാണ് കുന്നംകുളം. പാറമേൽ ഇട്ടൂപ്പ്, കുന്നംകുളത്ത് 1860 ൽ സ്ഥാപിച്ച വിദ്യാരത്നപ്രഭയാണ് ആദ്യത്തെ അച്ചടിശാല. പാറമേൽ ജോസഫ് രണ്ടാമൻ തിരുമേനിയുടെ 'ജ്ഞാനോദയം അച്ചുകൂടം' ക്രമേണ കുന്നംകുളത്തിന്റെ അഭിമാനഭാജനമായ 'അക്ഷരരത്നപ്രകാശിനി പ്രസ്' (എ ആർ പി പ്രസ്) ആയി വളർന്ന് പ്രശസ്തിയിലേക്കുയർന്നു. അജ്ഞാതമായി കിടന്ന അറിവിന്റെ അക്ഷയഖനികൾ പലതും കേരളീയർക്ക് കാട്ടിക്കൊടുത്തത് ഈ എ ആർ പി പ്രസാണ്. കൈക്കുളങ്ങര രാമവാര്യർ, കുട്ടികൃഷ്ണമാരാർ, വള്ളത്തോൾ, നാലപ്പാടൻ എന്നിവരുടെ അക്ഷരക്കളരിയായിരുന്നു ഒരിക്കൽ ഈ അച്ചുകൂടം. നാടുകടത്തപ്പെട്ട സ്വദേശാഭിമാനി രാമകൃഷ്ണപിള്ളയ്ക്ക് ഈ കാലഘട്ടത്തിൽ അഭയം നല്കിയത് അന്നത്തെ കൊച്ചി രാജ്യത്തിലെ ഈ എ ആർ പി പ്രസായിരുന്നു. 1938 ൽ സർ. സി പി തിരുവിതാംകൂറിൽ *മലയാള മനോരമ* ദിനപ്പത്രം നിരോധിച്ചുവെങ്കിലും കുന്നംകുളത്തെ എ ആർ പി പ്രസിൽനിന്നും 24 മണിക്കൂറിനുള്ളിൽ പുതിയ പത്രം അച്ചടിച്ചിറക്കി. അപ്പോഴത്തെ ദിവാന്റെ ചേതോവികാരം ഊഹിക്കാവുന്നതേയുള്ളൂ. മുന്നിലെത്തിയ അന്നത്തെ *മനോരമ* ദിനപ്പത്രം കണ്ട് ദിവാൻ നടുങ്ങിയിരിക്കണം. എ ആർ പി പ്രസിന്റെ സുവർണ്ണകാലം കുന്നംകുളത്തെ സാഹിത്യാദികലകളുടെ പുഷ്കലകാലവുമായിരുന്നു. വള്ളത്തോളിന്റെ പത്രാധിപത്യത്തിൽ ഇവിടെനിന്നും പ്രസിദ്ധപ്പെടുത്തി വന്ന *ആത്മപോഷിണി* എന്ന ആനുകാലിക പ്രസിദ്ധീകരണം അന്നത്തെ മുൻനിര സാഹിത്യനായകന്മാരുടെ കേളീരംഗമായിരുന്നു. ഇന്ന് എ ആർ പി പ്രസ് നിശ്ചലം. നിർജ്ജീവം. ഒരു ചരിത്രസ്മാരകം മാത്രം.

അനന്തരകാലത്ത്, പ്രശസ്ത പണ്ഡിതനായ കാണിപ്പയ്യൂർ ശങ്കരൻ നമ്പൂതിരിപ്പാട് സ്ഥാപിച്ച പഞ്ചാംഗം പ്രസ്, ജ്യോതിശാസ്ത്രം, തച്ചുശാസ്ത്രം എന്നീ മേഖലകളിലെ താളിയോല ഗ്രന്ഥങ്ങളിൽ ഉറങ്ങിക്കിടന്ന

വിജ്ഞാനസമ്പത്ത്, ഗ്രന്ഥരൂപത്തിൽ ഈ പ്രസിൽനിന്നും പുറത്തിറങ്ങി. *യോഗക്ഷേമം പഞ്ചാംഗത്തിന്റെ* ഈറ്റില്ലവും ഈ പ്രസായിരുന്നു. ഇന്നും ലോകമൊട്ടാകെ തച്ചുശാസ്ത്രത്തിന്റെ പ്രണേതാവും പ്രയോക്താവുമായി അറിയപ്പെടുന്ന കാണിപ്പയ്യൂർ കൃഷ്ണൻ നമ്പൂതിരിയും സഹോദരന്മാരും ഈ മുദ്രണാലയം നിലനിർത്തിപ്പോരുന്നു.

വിവിധ ആരാധനാലയങ്ങൾ

വിവിധ മതവിഭാഗങ്ങളുടെതായി പ്രാചീനവും പ്രസിദ്ധവുമായ ആരാധനാലയങ്ങൾ പലതുണ്ട്. കക്കാട്ട് കാരണവപ്പാട് പല നൂറ്റാണ്ടുകൾക്ക് മുൻപ് സ്ഥാപിച്ചതാണത്രെ കക്കാട് ഗണപതി ക്ഷേത്രം. മക്കാലിക്കാവ് മഹാകാളി ക്ഷേത്രത്തിന് അഞ്ഞൂറിൽപ്പരം വർഷത്തെ പഴക്കമുണ്ടത്രെ. പണ്ട് വമ്പിച്ച ഭൂസ്വത്തുക്കളുണ്ടായിരുന്ന ക്ഷേത്രമാണ് തലക്കെട്ടുകര ക്ഷേത്രം. കുന്നംകുളത്തിനു ചുറ്റുമുള്ള 64 ഇല്ലങ്ങളുടെ വകയായിരുന്നു ഈ ക്ഷേത്രം. ഇല്ലങ്ങൾ അന്യം നിന്നപ്പോൾ ക്ഷേത്രവും ക്ഷേത്രസ്വത്തുക്കളും ഗുരുവായൂർ ക്ഷേത്രത്തിൽ ലയിച്ചു. ഗുരുവായൂർ ക്ഷേത്രത്തിന്റെ കീഴേടമാണ് ഇന്ന് ഈ ശിവക്ഷേത്രം. ശിവരാത്രി മഹോത്സവം പ്രധാനം. കീഴൂർ കാർത്ത്യായിനി ക്ഷേത്രവും ചിറളയം ശ്രീരാമസ്വാമി ക്ഷേത്രവും ചെറുവത്തൂർ ശിവക്ഷേത്രവും പ്രധാന ഹൈന്ദവാരാധനാലയങ്ങളാണ്.

സെന്റ് തോമസിന്റെ കേരള പര്യടനത്തിനിടയിൽ കുന്നംകുളത്തെ ആർത്താറ്റ് ഒരു കുരിശു സ്ഥാപിക്കപ്പെട്ടു. പില്ക്കാലത്ത് കുരിശു സ്ഥാപിച്ച സ്ഥലത്ത് ഒരു പള്ളി പണിയിക്കപ്പെട്ടു. ഈ പള്ളി ടിപ്പുവിന്റെ പടയോട്ടക്കാലത്ത് തീ വച്ചു നശിപ്പിക്കപ്പെട്ടു. പിന്നീട് പുതുക്കിപ്പണിതതാണ് ഇന്നു കാണുന്ന സെന്റ് മേരീസ് വലിയ പള്ളി. കുന്നംകുളം വടക്കെ അങ്ങാടിയിലെ സെന്റ് ലാസറസ് പള്ളി ചിറളയം രാജാവും പടിഞ്ഞാറ് അങ്ങാടിയിലെ പള്ളി മണക്കുളം രാജാവും പണിയിച്ചു കൊടുത്തതാണെന്ന് പറയപ്പെടുന്നു. കുന്നംകുളത്തെ മതസൗഹാർദ്ദം കണ്ട് സംപ്രീതനായ ശക്തൻ തമ്പുരാൻ വലിയങ്ങാടിയുടെ തെക്കുഭാഗത്തുള്ളവർക്ക് സ്വന്തമായി ഒരു ആരാധനാലയമില്ലായ്കയാൽ തെക്കെ അങ്ങാടിയിലുള്ള അന്തിമഹാകാളൻ ക്ഷേത്രം, പള്ളിയാക്കി രൂപാന്തരപ്പെടുത്തിയെടുക്കാൻ അനുവാദം നല്കി. റോഡിനഭിമുഖമായിക്കാണുന്ന ബലിക്കൽ ഇന്നും പള്ളിയോനടുബന്ധിച്ചു കാണാം. വളരെക്കാലം മുമ്പേ തന്നെ കുന്നംകുളത്തിന്റെ പടിഞ്ഞാറെ കരയിൽ വെട്ടിക്കടവത്തും മറ്റും പാർപ്പുറപ്പിച്ച് വാണിജ്യവ്യവസായങ്ങളിൽ ഏർപ്പെട്ടിരുന്നവർക്കായി അവിടെ ആരാധനാലയങ്ങളുണ്ടായി. കുന്നംകുളം വാണിജ്യരംഗത്ത് കടന്നുവന്നതോടെ താഴത്തെ പാറയിൽ പള്ളിയും വാണിജ്യസമുച്ചയവും സ്ഥാപിതമായി.

വിദ്യാഭ്യാസപരമായും സാംസ്കാരികമായും മഹത്തായ ഒരു പാരമ്പര്യമുള്ള കുന്നംകുളം ചികിത്സാസൗകര്യങ്ങളുടെ കാര്യത്തിലും മുന്നണിയിലാണ്. ഈ പ്രദേശങ്ങളുടെ മൊത്തത്തിലുള്ള അഭിവൃദ്ധിക്കും പുരോഗതിക്കും കുന്നംകുളത്തിന്റെ അഭൂതപൂർവ്വമായ വ്യാപാരാഭിവൃദ്ധി ഒട്ടൊന്നുമല്ല സഹായിച്ചിട്ടുള്ളത്. പേരും പെരുമയും പരത്തി വിരാജിക്കുന്ന ഗുരുവായൂർ ക്ഷേത്രത്തിന്റെ പ്രാന്തപ്രദേശങ്ങളും ഭിന്നമല്ല.

ഗുരുവായൂരിലേക്ക്

കുന്നംകുളം മുനിസിപ്പൽ പട്ടണത്തോട് തൊട്ടുകിടക്കുന്ന ക്ഷേത്രനഗരമാണ് ഗുരുവായൂർ. ഗുരുവായൂർ ക്ഷേത്രത്തിന്റെ സൃഷ്ടികർത്താക്കൾ ഗുരുവായൂരിനു ചുറ്റുമുള്ള 72 നമ്പൂതിരി കുടുംബങ്ങളായിരുന്നു. ഈ 72 ഉടമകളുടെ ഭരണത്തിൻ കീഴിലായിരുന്നു ക്ഷേത്രം പ്രാരംഭദശയിൽ. ചില ചരിത്രസൂചനകളനുസരിച്ച് ഗുരുവായൂർ ക്ഷേത്രത്തിന് 500 വർഷത്തിൽ കുറയാത്ത പഴക്കമുണ്ടെന്ന് അനുമാനിക്കുന്നു. ക്ഷേത്രം ഉൾപ്പെടുന്ന പ്രദേശം അടുത്തകാലം വരെ സാമൂതിരിപ്പാടിന്റെ അധികാരാതിർത്തിയിൽപ്പെട്ട പൊന്നാനി താലൂക്കിലായിരുന്നു. അങ്ങനെയാണ് ക്ഷേത്രത്തിന്റെ മേല്ക്കോയ്മ സ്ഥാനം സാമൂതിരിക്കു ലഭിച്ചത്. ക്ഷേത്ര ഉടമകളായിരുന്ന 72 നമ്പൂതിരി ഇല്ലങ്ങളിൽ ഒരെണ്ണമൊഴികെ മറ്റെല്ലാം കാലാന്തരത്തിൽ കുറ്റിയറ്റുപോയി. ശേഷിച്ച മല്ലിശ്ശേരി നമ്പൂതിരിയും പുന്നത്തൂർ രാജാവും സാമൂതിരിയുടെ പ്രതിനിധികളായി കുറെക്കാലം ക്ഷേത്രഭരണം നടത്തി.

ബോധപൂർവ്വം നിർമ്മിക്കപ്പെട്ട ഏതാനും നെടുംതൂണുകൾ താങ്ങിയുയർത്തി, പൊക്കത്തിലെത്തിച്ച ക്ഷേത്രമാണിതെന്ന് സൂക്ഷ്മ വിശകലനത്തിൽ ബോദ്ധ്യമാകും. നമ്പൂതിരി യുഗത്തിന്റേതായ വേദശാസ്ത്രപാരമ്പര്യവും കാവ്യ വ്യുല്പത്തിയും പുരാണേതിഹാസങ്ങളിലുള്ള അവഗാഹവും കല്പനാവൈഭവവുമെല്ലാം ഗുരുവായൂരിന്റെ പ്രസിദ്ധിയെ താങ്ങിനിർത്തിയ നെടുംതൂണുകളിലൊന്നായിരുന്നു. ഐതിഹ്യങ്ങളിലൂടെ കല്പനാമധുരവും പാമരബുദ്ധിക്ക് അത്ഭുതാദരങ്ങളുളവാക്കുന്നവയുമായ കല്പിത കഥകളിലൂടെ 'ഗുരുപാവനപുരേശ'നെ അവർ അഭൗമമായ ഒരു മണ്ഡപത്തിലേക്കുയർത്തി. എത്രയെത്ര അത്ഭുതകഥകളാണ് അവർ ചമല്ക്കാരപൂർവം സൃഷ്ടിച്ച് ഗുരുവായൂരപ്പന് നിവേദിച്ചത്! ഒന്നു രണ്ട് ഉദാഹരണങ്ങൾ - ഐതിഹ്യങ്ങൾ: ശ്രീകൃഷ്ണന്റെ യദുവംശം നശിച്ചപ്പോൾ ദ്വാരകയിൽ പൂജിച്ചിരുന്ന വിഷ്ണുവിഗ്രഹത്തെ ദേവഗുരു

വായ ബൃഹസ്പതിയും വായുഭഗവാനും കൂടി അവിടെനിന്നും കൊണ്ടുവന്ന് അതേ രീതിയിൽ സ്ഥാപിച്ചതാണത്രെ ഗുരുവായൂരിലെ കൃഷ്ണപ്രതിഷ്ഠ! സർപ്പസത്രം നടത്തിയ ജനമേജയന്റെ രോഗമുക്തിക്കഥയാണ് മറ്റൊന്ന്. ഇനിയൊന്ന് സർപ്പദംശനമേറ്റ് മരണത്തിൽനിന്നും ഗുരുവായൂരപ്പന്റെ കൃപാകടാക്ഷത്താൽ രക്ഷ പ്രാപിച്ച ഒരു പാണ്ഡ്യരാജാവാണ് 500 വർഷങ്ങൾക്കുമുമ്പ് ഗുരുവായൂരമ്പലം പുതുക്കി പണിതത്രെ. കഥകൾ ഇനിയുമുണ്ടേറെ.

കല്പിത കഥകൾ

പുരാണേതിഹാസങ്ങളെ ആധാരമാക്കിയുള്ള അസംഖ്യം ഐതിഹ്യങ്ങൾക്കു പുറമെ, ഭക്തിജനങ്ങളുടെ അനുഭവകഥകളെന്ന പേരിലും കല്പിത കഥകൾ വേറെയുമുണ്ട്. ഇപ്രകാരം ക്ഷേത്രോല്പത്തികഥകളും അത്ഭുതകഥകളും കല്പനാവൈഭവത്തോടെ മെനഞ്ഞെടുത്തവതരിപ്പിക്കാനും, ക്ഷേത്രമൂർത്തിയുടെ സവിശേഷ സിദ്ധികളെ, സ്വാനുഭവങ്ങളായി വ്യാഖ്യാനിച്ച് കാവ്യങ്ങളിലൂടെയും മറ്റു ക്ഷേത്ര കലാരൂപങ്ങളിലൂടെയും തന്മയത്വമായി ആവിഷ്കരിച്ച് ദൃഢതരമാക്കി പ്രചരിപ്പിക്കാനും, സർവ്വഥാ പ്രാപ്തരും പ്രഗത്ഭരുമായ ഒരു വരേണ്യവർഗ്ഗത്തിന്റെ രക്ഷാധികാരിത്വം ആദ്യകാലം മുതല്ക്കേ ഈ ക്ഷേത്രത്തിന് ലഭിച്ചിരുന്നു. ഇക്കൂട്ടത്തിൽ സ്മരണീയമായ രണ്ട് വ്യക്തിപ്രഭാവങ്ങളാണ് മേൽപ്പത്തൂരും പൂന്താനവും. ക്ഷേത്രത്തിന്റെ ഔന്നത്യത്തെ താങ്ങിനിർത്തുന്ന മറ്റു രണ്ട് നെടുംതൂണുകൾ. ഗുരുവായൂരിന്റെ പ്രസിദ്ധിയുടെ നല്ലൊരു പങ്കിന് ആ ക്ഷേത്രം, ഈ രണ്ടു കവിശ്രേഷ്ഠന്മാരോടും കടപ്പെട്ടിരിക്കുന്നു എന്നതാണ് വസ്തുത. ഗുരുപവനപുരേശനെ നേരിട്ട് അഭിസംബോധന ചെയ്തുകൊണ്ടുള്ള ഭാഗവത കഥാകഥനമാണ് മേൽപ്പത്തൂരിന്റെ സംസ്കൃതകാവ്യമായ *നാരായണീയം.* ഈ സ്തോത്രരത്നം ഭട്ടതിരിക്കും ഗുരുപവനപുരത്തിനും പ്രശസ്തി നേടിക്കൊടുത്തു.

ഗുരുവായൂരിന്റെ പ്രശസ്തി ഉയർത്തുന്ന മറ്റൊരു നെടുംതൂണാണ് പൂന്താനം നമ്പൂതിരി. മേൽപ്പത്തൂരിന്റെ സമകാലികനായ പൂന്താനവും അതേ കാലയളവിൽ ഗുരുവായൂരിൽ ഭജനം പാർത്തിരുന്നുവത്രെ. മേൽപ്പത്തൂരും പൂന്താനവും തമ്മിൽ ഗുരുവായൂർ സന്നിധിയിൽ വച്ച് കൂട്ടിമുട്ടിയത്രെ. ബ്രാഹ്മണനാണെങ്കിലും ആഢ്യത്വത്തിൽ തന്നെക്കാൾ താഴെയുള്ള പൂന്താനത്തോടുള്ള പുച്ഛവും ഭാഷാകവിതയോടുള്ള അവജ്ഞയും ഉള്ളിലൊതുക്കിയിരുന്ന മേൽപ്പത്തൂർ, പൂന്താനത്തിന്റെ സംസ്കൃത പാണ്ഡിത്യക്കുറവിനെ അധിക്ഷേപിച്ചുവത്രെ. അന്നു രാത്രിയിൽ "ഭട്ടതിരിയുടെ വിഭക്തിയെക്കാൾ, പൂന്താനത്തിന്റെ ഭക്തിയാണെനിക്കിഷ്ടം" എന്ന് ഗുരുവായൂരപ്പൻ ഭട്ടതിരിയെ സ്വപ്നത്തിലറിയിച്ചെന്നും ഭട്ടതിരിയുടെ ശമിച്ചിരുന്ന വാതരോഗം മൂർച്ഛിച്ചെന്നുമൊക്കെയാണ് ഐതിഹ്യം. പൂന്താനം നമ്പൂതിരിക്ക് വളരെക്കാലത്തെ അനപത്യതാ ദുഃഖത്തിനുശേഷം ജനിച്ച കുഞ്ഞ് അതിന്റെ ചോറൂണു ദിവസം അകാലമൃത്യു പ്രാപിച്ചതിൽ മനംനൊന്ത്, അദ്ദേഹം രചിച്ച കൃതിയത്രെ പ്രശസ്തമായ *ജ്ഞാനപ്പാന.* പൂന്താനം കഥയിലും *ജ്ഞാനപ്പാന*യുടെ കർത്താവായ പൂന്താനത്തിന്റെ പ്രശസ്തിയുടെ മറവിലും ഗുരുവായൂരിന്റെ പ്രസിദ്ധിയും വർദ്ധിച്ചു.

പ്രസിദ്ധിയുടെ ഘടകങ്ങൾ

ക്ഷേത്രം സ്ഥിതിചെയ്യുന്ന പൊന്നാനി താലൂക്ക് ഉൾപ്പെട്ടിരുന്ന സാമൂതിരിപ്പാടിന്റെ വിസ്തൃത രാജ്യത്തിൽ സാമൂതിരിയുടെ മേല്ക്കോയ്മയിലും ക്ഷേത്രം ഉടമകളായ നമ്പൂതിരിമാരുടെ അധികാരത്തിലും വിശ്വാസമർപ്പിച്ചിരുന്ന ജനങ്ങൾ - കോലത്തുനാട് മുതൽ കൊച്ചി വരെ വ്യാപിച്ചിരുന്ന ഭൂപ്രദേശങ്ങളിൽപ്പെട്ടവർ - ഗുരുവായൂരിനോട് പുലർത്തിയിരുന്ന കൂറും ഭക്തിയുമാണ് മറ്റൊരു നെടുംതൂണ്. ഇപ്രകാരം, പ്രമാണിമാരായ ആഢ്യൻ നമ്പൂതിരിമാർ കെട്ടിച്ചമച്ച ക്ഷേത്രോല്പത്തി കഥകൾക്ക് ലഭിച്ച അനന്യലഭ്യമായ വിശ്വാസ്യത, മേൽപ്പത്തൂരിന്റെ *നാരായണീയം,* പൂന്താനത്തിന്റെ *ജ്ഞാനപ്പാന,* സാമൂതിരിപ്പാടിന്റെ മേല്ക്കോയ്മ എന്നീ നെടുംതൂണുകളിലാണ് ഗുരുവായൂരിന്റെ പ്രസിദ്ധി പടുത്തുയർത്തപ്പെട്ടതെന്ന് അനുമാനിക്കാം. പെരുമ്പടപ്പിന്റെ (കൊച്ചി) ഒത്ത മദ്ധ്യത്ത് വിശാലമായ മൈതാനത്തിൽ വൻകോട്ട പോലെയുള്ള ക്ഷേത്രമതിൽക്കെട്ടിനുള്ളിൽ അതി ഗംഭീരമായ ക്ഷേത്രമന്ദിരങ്ങൾ—വടക്കുന്നാഥക്ഷേത്രം—പ്രതാപത്തോടെ കഴിയവേ തന്നെയാണ്, കഷ്ടിച്ച് 30 കി മീ അകലെ ഒരൊഴിഞ്ഞ കോണിൽ താരതമ്യേന അത്ര വലിപ്പവും പ്രൗഢിയും അവകാശപ്പെടാനർഹതയില്ലാത്ത ഗുരുവായൂർ ക്ഷേത്രം പ്രസിദ്ധിയാർജ്ജിച്ചതെന്നതു തന്നെ, മേൽപ്പറഞ്ഞ യശസ്തംഭങ്ങളുടെ പ്രസക്തിയും പ്രാധാന്യവും നിതരാം വ്യക്തമാക്കുന്നു.

പ്രസിദ്ധമായ ഈ മഹാക്ഷേത്രത്തിൽ മറ്റു പുരാതന ക്ഷേത്രസഹജങ്ങളായ ആരാധനാസ്ഥാപനങ്ങൾക്കും മണ്ഡപങ്ങൾക്കും ഒന്നിനും കുറവില്ല. ആനക്കൊട്ടിലും സ്വർണ്ണധ്വജവും വാതിൽമാടവും വിളക്കുമാടവും കൂത്തമ്പലവും ശാസ്താക്ഷേത്രവും ഗണപതിക്ഷേത്രവും ഭണ്ഡാരപ്പുരയും മടപ്പള്ളിയും അഗ്രശാലയും. പ്രധാന ക്ഷേത്രത്തിന്റെ വടക്കു കിഴക്കുഭാഗത്ത് ഒരു ദേവീക്ഷേത്രവുമുണ്ട്. ശ്രീകോവിലും മുഖമണ്ഡപവും പണിയിച്ചത് മാങ്കാവിൽ തമ്പുരാൻ എന്ന സാമൂതിരിയാണ്. തനികേരളീയ ശില്പമാതൃകയാണ് ഗുരുവായൂർ ക്ഷേത്രത്തിനുള്ള

ത്. അഞ്ജനക്കല്ലുകൊണ്ടു നിർമ്മിച്ച കൃഷ്ണവിഗ്രഹം അതിവിശിഷ്ടമാണ്. കേരളീയ ക്ഷേത്രകലകൾക്ക് ഗുരുവായൂർ ക്ഷേത്രം നല്കിയ മഹത്തായ സംഭാവനയാണ് *കൃഷ്ണനാട്ടം* എന്ന ദൃശ്യകലാരൂപം. കൂത്ത്, കൂടിയാട്ടം തുടങ്ങിയ പ്രാചീന കലാരൂപങ്ങളുടെ അന്തഃസത്ത ഉൾക്കൊണ്ടുതന്നെ കൂടുതൽ ലളിതവും നാടകീയവുമായവിധം കഥാവിഷ്കാരം നടത്തി, സാമാന്യ ജനങ്ങൾക്ക് ആസ്വാദ്യകരമാംവിധം രൂപകല്പന നല്കി കാവ്യരചന നിർവ്വഹിച്ച ക്ലാസിക് കലാരൂപമാണ് *കൃഷ്ണനാട്ടം*. കലാമർമ്മജ്ഞനും കവിയുമായ കോഴിക്കോട് മാനവേദ രാജാ (1655-1658) വാണ് ഈ കലാരൂപത്തിന്റെ സ്രഷ്ടാവും പ്രയോക്താവും. ഗുരുവായൂരമ്പലത്തിൽ എന്നും അത്താഴപൂജ കഴിഞ്ഞ് നട അടയ്ക്കുമ്പോൾ അരങ്ങേറുന്ന *കൃഷ്ണനാട്ടം* ഭക്തജനങ്ങളുടെ ഒരു വഴിപാടാണ്. വാകച്ചാർത്തിനു സമയമാകുമ്പോഴേക്കും കളി അവസാനിച്ചിരിക്കും.

യാദവമർദ്ദനം

1932 സെപ്തംബർ 22, ഗുരുവായൂർ ക്ഷേത്രത്തിന്റെ പ്രശസ്തി പത്രത്തിലെ ഒരു കറുത്ത പാടാണ്. കേരളീയരൊന്നടങ്കം എന്നെന്നും സ്നേഹാദരങ്ങളോടെ മാത്രം ഓർമ്മിക്കുന്ന സഖാവ് എ കെ ഗോപാലനെ, ക്ഷേത്രസന്നിധിയിൽ വച്ച് ആഢ്യന്മാരായ ക്ഷേത്രഭരണാധികാരികളുടെ കിങ്കരന്മാർ തല്ലിച്ചതച്ചു. കാരണമെന്തെന്നല്ലേ? അവർണ്ണർക്കും ക്ഷേത്രാരാധന നടത്താൻ അനുവാദം നല്കണമെന്നാവശ്യപ്പെട്ടു. അത്രതന്നെ. അയിത്തവും അനാചാരങ്ങളും മുറുകെ പിടിച്ച് ക്ഷേത്രഭരണം സ്വന്തം കൈകളിലൊതുക്കി, അയിത്തജാതിക്കാർക്ക് വിലക്ക് കല്പിച്ചിരുന്ന സവർണ്ണമേധാവിത്വത്തെ ചൊടിപ്പിച്ചതിന്റെ ഫലമായിരുന്നു ആ മർദ്ദനം. ജാതിമതഭേദമന്യേ, സാധാരണക്കാരായ ജനലക്ഷങ്ങൾക്കുവേണ്ടി നിരന്തരമായ പോരാട്ടത്തിലേർപ്പെട്ടിരുന്ന ആ പ്രിയങ്കരനായ ഗോപാലനെ (എ കെ ജി യെ) തന്റെ തിരുമുമ്പിൽ വച്ച്, അതും അയിത്തത്തിന്റെ പേരിൽ, തല്ലിച്ചതയ്ക്കുന്നതുകണ്ട് യാദവനായ (ഒ ബി സി) ആ കാർവർണ്ണൻ (സാക്ഷാൽ ഗോപാലകൃഷ്ണൻ) ശ്രീകോവിലിനുള്ളിലിരുന്ന് ഊറിച്ചിരിച്ചിരിക്കാം. ക്ഷേത്രാചാരങ്ങൾക്ക് ഒരല്പംപോലും വീഴ്ച വരാതിരിക്കാൻ അധികൃതർ പ്രത്യേകം ശ്രദ്ധിക്കുന്നു. ഇതിന്റെ പേരിൽ പല കാലങ്ങളിലായി ചില്ലറ കലഹങ്ങളും വാദപ്രതിവാദങ്ങളും ഉയർന്നിട്ടുണ്ട്.

പുന്നത്തൂർ കോട്ട

ഗുരുവായൂർ ക്ഷേത്രത്തിന്റെ ചുറ്റുവട്ടത്തു തന്നെ മറ്റു ചില പ്രാചീന ക്ഷേത്രങ്ങളുമുണ്ട്. മമ്മിയൂർ ശിവക്ഷേത്രം, തിരുവെങ്കിടാചലപതി ക്ഷേത്രം, പെരുന്താറ്റിൽ ശിവക്ഷേത്രം എന്നിങ്ങനെ. ഗുരുവായൂരിലെ ആനയോട്ടം പ്രസിദ്ധം. ഗുരുവായൂരപ്പനും ജനസഹസ്രങ്ങൾക്കും പ്രിയങ്കരനായിരുന്ന ഗുരുവായൂർ കേശവൻ എന്ന കൊമ്പനാനയുടെ ജീവസ്സുറ്റ പൂർണ്ണകായ പ്രതിമ ക്ഷേത്രപരിസരത്ത് സ്ഥാപിക്കപ്പെട്ടിട്ടുണ്ട്. ഈ മഹാക്ഷേത്രത്തോടനുബന്ധിച്ചുള്ള ആനപ്പന്തിയും പ്രസിദ്ധമാണ്. ക്ഷേത്രത്തിൽനിന്ന് ഒന്നര കി മീ വടക്കുമാറി, പുന്നത്തൂർ കോട്ടയിൽ സ്ഥിതി ചെയ്യുന്ന ആനത്താവളം, നിത്യേന പരശ്ശതം സന്ദർശകരെ ആകർഷിക്കുന്നു. ഭക്തജനങ്ങൾ ക്ഷേത്രത്തിൽ നടയിരുത്തുന്ന ആനകളെ സംരക്ഷിക്കുന്ന കേന്ദ്രമാണിവിടം. പണ്ട് സാമൂതിരിയുടെ കോട്ടയും കോവിലകവുമായിരുന്നു, അതിർ തിരിച്ചിട്ടുള്ള അതിവിസ്തൃതമായ പറമ്പ്. പറമ്പിൽ പലേടത്തായി വളർന്നുയർന്നു നില്ക്കുന്ന മരങ്ങൾ ആനകളെ തളയ്ക്കാൻ ഉപകരിക്കുന്നു. ഈ പുന്നത്തൂർ കോട്ടയ്ക്കുള്ളിൽ ഏതാണ്ട് മദ്ധ്യഭാഗത്തായി സ്ഥിതിചെയ്യുന്ന പഴയ മാതൃകയിലുള്ള കൂറ്റൻ കെട്ടിടം മുമ്പ് സാമൂതിരിയുടെ കോവിലകമായിരുന്നു. അകത്തും പുറത്തും അഴുക്കും ചെളിയും പുരണ്ട് നില്ക്കുന്ന ഈ കോവിലകം ഇന്ന് ആനപ്പാപ്പാന്മാർക്ക് അന്തിയുറങ്ങാനുള്ള ഇടമാണ്. നിറം മങ്ങിയ കൊട്ടാരഭിത്തികളിൽ പാപ്പാന്മാർ കരികൊണ്ടു വരച്ച രതിവൈകൃതചിത്രങ്ങളും മറ്റ് കൈക്കൂറ്റപ്പാടുകളും സുലഭം. അങ്ങോട്ടു കടക്കാൻ തന്നെ നാം മടിക്കും. കഷ്ടിച്ച് 20 ആനകൾക്ക് കഴിയാനിടമുള്ള പുന്നത്തൂർ കോട്ടയിലിന്ന് 60 ആനകളുണ്ട്. 180 പാപ്പാന്മാരും ഗജപരിശീലനവും പരിപാലനവുമൊന്നും പറയാതിരിക്കുകയാണ് ഭേദം.

വേങ്ങാട്ടുള്ള ഗോകുലത്തിലെ പശുപരിപാലനവും തഥൈവ. ഭക്തന്മാർ 'നട തള്ളുന്ന' അംഗവൈകല്യമുള്ള പശുക്കളാണ് അവിടെ ഏറെയും.

ക്ഷേത്രവും ചുറ്റുമുള്ള സ്ഥലങ്ങളുമെല്ലാം മുമ്പ് സാമൂതിരിപ്പാടിന്റെ വകയായിരുന്നു. 32 വർഷങ്ങൾക്കു മുമ്പ് അമ്പലം അഗ്നിക്കിരയായി. അതിനുശേഷമാണ് ക്ഷേത്രം ഗുരുവായൂർ ദേവസ്വം ബോർഡിന്റെ ഭരണത്തിൻകീഴിലായത്. ക്ഷേത്രം പലപ്രാവശ്യം പുതുക്കിപ്പണിതു. അതതു കാലത്ത് നാടുഭരിക്കുന്ന രാഷ്ട്രീയ കക്ഷികളുടെ സ്വാർത്ഥ താല്പര്യാനുസരണം ഭരണം നടത്തിയിരുന്ന ഭരണസമിതികൾ പലതും വന്നു. വികലമായ വികസന രീതികൾക്കൊന്നും ക്ഷേത്രസന്നിധിയിലോ തദ്ദേശത്തോ കാര്യമായ നേട്ടങ്ങളൊന്നും ഉണ്ടാക്കാൻ കഴിഞ്ഞില്ല. നഗരഭരണത്തിന്റെ വൈകല്യം എങ്ങും പ്രകടം.

തീർത്ഥാടകരുടെ പ്രശ്നങ്ങൾ

ഓരോ വർഷവും മൂന്ന് കോടിയിലേറെ ഭക്തന്മാർ വന്നുപോകുന്ന ഈ ക്ഷേത്ര സന്നിധാനത്തിൽ,

തീർത്ഥാടകർക്ക് പ്രാഥമികാവശ്യങ്ങൾ നിറവേറ്റാനുള്ള സൗകര്യങ്ങൾപോലും അപര്യാപ്തം. വിണ്ടിളകിയ അഴുക്കുചാലുകളും മനുഷ്യജന്യമാലിന്യങ്ങളും നിറഞ്ഞ ക്ഷേത്രപരിസരങ്ങൾ. മാറാരോഗങ്ങളുമേന്തി ക്ഷേത്രനടയിൽ താവളമടിച്ചിട്ടുള്ള ഭിക്ഷക്കാരുടെ നീണ്ട നിരകൾ എങ്ങും കാണാം. 1962 ജനുവരിയിലാണ് ഈ സ്ഥലം ഒരു ടൗൺഷിപ്പായി രൂപാന്തരപ്പെട്ടത്. 1996 മുതൽ ടൗൺഷിപ്പ്, ഒരു മുനിസിപ്പാലിറ്റിയായി ഉയർത്തിയിട്ടുണ്ട് (വിസ്തീർണ്ണം 6.49 ച മീറ്റർ. ജനസംഖ്യ 20216). ക്ഷേത്രസന്നിധിയിൽ ഭക്തജനങ്ങളുടെ നീണ്ട ക്യൂ സാധാരണ ദൃശ്യം. ക്ഷേത്രത്തിന് ചുറ്റുമുള്ള റോഡിനിരുപാടും വില്പന ശാലകൾ. സോപ്പ്, ചീപ്പ് കണ്ണാടികളാണേറിയകൂറും. ഗുരുവായൂരപ്പന്റെ ചില്ലിട്ട ചിത്രങ്ങൾ, മാലകൾ, ലോക്കറ്റുകൾ, പൂജാദ്രവ്യങ്ങൾ എന്നിവയാണ് വില്പനച്ചരക്കുകളിൽ ഏറിയകൂറും. ഹോട്ടലുകളും ലോഡ്ജുകളും വേണ്ടത്രയില്ല. ഉള്ളവയ്ക്ക് കൊള്ളവാടകയും. നിന്ന് തിരിയാനിടമില്ലാത്ത ക്ഷേത്രപരിസരങ്ങൾ, നിത്യേന നൂറുകണക്കിന് വാഹനങ്ങൾ– ശബരിമല കാലത്ത് ആയിരത്തിലേറെ. ക്ഷേത്രനടയിൽ കഷ്ടിച്ച് നൂറു വാഹനങ്ങൾക്ക് പാർക്ക് ചെയ്യാൻപോലും സൗകര്യം പോരാ. ഈ ക്ഷേത്രപരിസരത്ത് വന്നുകൂടുന്ന ജനസഹസ്രങ്ങൾ, ഭക്തന്മാർ മാത്രമാണെന്ന് ധരിക്കേണ്ട. ഭിക്ഷക്കാരും പോക്കറ്റടിക്കാരും പെരുങ്കള്ളന്മാരും തെരുവുവേശ്യകളും എല്ലാം നിർബ്ബാധം വിഹരിക്കുന്നു.

ദിനംപ്രതി ലക്ഷക്കണക്കിന് രൂപ വരുമാനമുള്ള ഗുരുവായൂർ ദേവസ്വത്തിനോ ഗുരുവായൂർ മുനിസിപ്പാലിറ്റിക്കോ തീർത്ഥാടകർക്ക് പ്രാഥമിക സൗകര്യങ്ങൾ ഏർപ്പെടുത്താൻപ്പോലും കഴിയുന്നില്ലായെന്നത് ഖേദകരമാണ്. ഗുരുവായൂരിനെ കുറച്ചെങ്കിലും മാലിന്യവിമുക്തമാക്കാൻ കഴിയമായിരുന്ന അഴുക്കുചാൽ പദ്ധതി മൂന്ന് പതിറ്റാണ്ടുകളായി കടലാസുകളിൽ ഉറങ്ങുന്നുണ്ടത്രെ. ഭക്തജനങ്ങൾ നിത്യവും ചൊരിയുന്ന ലക്ഷക്കണക്കിന് രൂപയുടെ വരുമാനത്തിൽനിന്ന് ഒരംശമെങ്കിലും തീർത്ഥാടകർക്ക് സൗകര്യങ്ങളേർപ്പെടുത്താൻ വിനിയോഗിച്ചെങ്കിൽ!

52

ശാപഭൂമിയിലെ 'മിനിഗൾഫ്'

ഗുരുവായൂർ അമ്പലനടയിലെ തിക്കിലും തിരക്കിലും നിന്ന് ഒരു മട്ടിൽ പുറത്തു കടന്നു. ഹാവൂ! ആശ്വാസം. ക്ഷേത്രത്തിന്റെ മുൻവശത്തെ നടപ്പന്തലിന്റെ അങ്ങേയറ്റം വരെ നീളുന്ന ഭക്തജനങ്ങളുടെ നീണ്ട ക്യൂ ഒരു വശത്ത്. മറുവശത്താകട്ടെ, ഗുരുവായൂരപ്പന്റെ സന്നിധിയിൽ വരണമാല്യം ചാർത്തുന്നതിനെത്തിയിട്ടുള്ള വധൂവരന്മാരും ബന്ധുജനങ്ങളും. കതിർമ്മണ്ഡപത്തിന് ചുറ്റുംകൂടിയിട്ടുള്ള ഈ ജനാരണ്യത്തിൽനിന്ന് തങ്ങളുടെ വധുവിനെയോ വരനെയോ ഉറ്റബന്ധുക്കളെയോ കണ്ടെത്താനുള്ള ഉന്തും തള്ളും പ്രകടം. ദോശ ചുട്ടെടുക്കുന്ന ലാഘവത്തോടെ ഒന്നിനു പുറമേ മറ്റൊന്നെന്ന കണക്കിൽ, നിമിഷങ്ങൾ കൊണ്ടു വിവാഹമെന്ന ചടങ്ങു നടത്തി പുറന്തള്ളുന്ന ദമ്പതിമാർ, സാഹസപ്പെട്ട് പുറത്തേക്കുള്ള വഴി തേടുകയാണ്. തികച്ചും യാന്ത്രികവും അസൗകര്യ പ്രദവുമല്ലേ ഈ വിവാഹരീതി! എന്തോ, എനിക്കങ്ങനെ തോന്നി.

ക്ഷേത്രോപാന്തത്തിലെ മന്ദിരശ്രേണികളും വിപണന വീഥികളും പിന്നിട്ട് വാഹനം കുറെയേറെ മുന്നോട്ട് പോയിട്ടും ബഹുനില മന്ദിരങ്ങളുടെയും കച്ചവടകേന്ദ്രങ്ങളുടെയും ബാഹുല്യം കുറഞ്ഞിട്ടില്ല. ഗുരുവായൂരിൽനിന്നും ഏതാണ്ട് രണ്ടു കി മീ പടിഞ്ഞാറായി യാത്ര ചെയ്തപ്പോഴും മുനിസിപ്പാലിറ്റിയുടെ നാഗരിക ഭാവത്തിന് മാറ്റമില്ല. ചാവക്കാട് ഗുരുവായൂരിനെ കടത്തിവെട്ടുന്ന മറ്റൊരു പട്ടണമായി പരിലസിക്കുകയാണ്. പച്ചപ്പറമ്പുകളും കേരവൃക്ഷനിരകളും കടൽക്കാറ്റും കാഴ്ച വച്ച് സന്ദർശകരെ സ്വാഗതം ചെയ്യുന്ന ചാവക്കാട് എന്ന പഞ്ചായത്ത് പ്രദേശമായിരുന്നു, അപ്പോൾ എന്റെ ഓർമ്മകളിൽ പച്ചപിടിച്ചു നിന്നത്. ചില പതിറ്റാണ്ടുകൾക്കുമുമ്പ് കണ്ട ചാവക്കാടിനു സംഭവിച്ച രൂപപരിണാമങ്ങളും ഭാവമാറ്റങ്ങളും എന്നെ അമ്പരിപ്പിച്ചു. മുമ്പാകട്ടെ ചാവക്കാട് ജങ്ഷനിൽ മാത്രമേ ഇരുനില മാളികകളും ഭേദപ്പെട്ട കടകമ്പോളങ്ങളും ഉണ്ടായിരുന്നുള്ളൂ. എങ്ങും തൊടികളും ഫലവൃക്ഷങ്ങൾ നിറഞ്ഞ പറമ്പുകളും അവയ്ക്കിടയിൽ ശാലീന ഭംഗിയാർന്ന ഗ്രാമഭവനങ്ങളും. ഇന്ന് സ്ഥിതിയാകെ മാറി. പരിഷ്കൃത മന്ദിരശ്രേണികൾ, പ്രൗഢികാട്ടുന്ന വാണിജ്യ വ്യാപാര സ്ഥാപനങ്ങൾ), വർണ്ണശബളമായ തെരുവോരങ്ങൾ. പ്രസിദ്ധമാണ് ഈ നഗരവും പരിസരങ്ങളും. അതിപ്രസിദ്ധമായ ഗുരുവായൂരിന്റെ സന്തത സാമീപ്യവും സമ്പർക്കവുമല്ല അതിനു നിദാനം. ഗുരുവായൂർ ക്ഷേത്രത്തിന് ഇത്രയേറെ പ്രസിദ്ധി ഇല്ലാതിരുന്ന പ്രാചീന ശതകങ്ങളിലും, ചാവക്കാട് പ്രശസ്തമായിരുന്നു. കാരണം, തെന്നിന്ത്യയിലെ പ്രസിദ്ധിപെറ്റ ചില ആരാധനാലയങ്ങളുടെയും ചരിത്ര സ്മാരകങ്ങളുടെയും മേൽവിലാസം ചാവക്കാടിന് ലഭിച്ചിരുന്നു--ശതാബ്ദങ്ങൾക്കു മുമ്പുതന്നെ. അടുത്ത കാലത്ത് ക്ഷേത്ര നഗരിയായ ഗുരുവായൂരിലെത്തുന്ന സഞ്ചാരികളും സന്ദർശകരും തൊട്ടടുത്ത് ചാവക്കാട്ടേക്കും വരുന്നുണ്ട്.

ഗുരുവായൂരിന്റെ മാതൃസ്ഥാനം

ഒരർത്ഥത്തിൽ ഗുരുവായൂരിന്റെ മാതൃസ്ഥാനീയമായ ഭൂപ്രദേശങ്ങളാണിവ. ഗുരുവായൂർ ക്ഷേത്രം സ്ഥിതിചെയ്യുന്ന ഗുരുവായൂരംശം ഈ അടുത്ത കാലം വരെ ചാവക്കാടിൽപ്പെട്ടിരുന്നു. ഗുരുവായൂർ ക്ഷേത്രം സന്ദർശിക്കാൻ അന്യദേശങ്ങളിൽനിന്നും അനുദിനം വന്നുചേരുന്ന എണ്ണമറ്റ തീർത്ഥാടകർ ആ സ്ഥലത്തെയും സമീപ പ്രദേശങ്ങളിലെയും സാമൂഹ്യ ജീവിതത്തിലും സാമ്പത്തിക ഘടനയിലും ഗണ്യമായ സ്വാധീനം ചെലുത്തുന്നുണ്ട്. നവസമ്പ

ന്നതയുടെ മടിത്തട്ടിലാണ് ഇന്നത്തെ ചാവക്കാടെന്ന് ഒറ്റനോട്ടത്തിൽ തന്നെ നമുക്ക് ബോദ്ധ്യമാകും. ജനങ്ങളുടെ ജീവിതശൈലിയിൽ പ്രകടമായ മാറ്റം വന്നിട്ടുണ്ട്. ധനപ്രമത്തത സൂചിപ്പിക്കുന്ന വാസഗൃഹങ്ങൾ. തലങ്ങും വിലങ്ങും കുതിച്ചോടുന്ന വിദേശ നിർമ്മിത കാറുകൾ. എല്ലാം മൂന്നു നാല് പതിറ്റാണ്ടുകൾക്കുള്ളിൽ ഉണ്ടായ മാറ്റങ്ങളാണ്. ഒരു മിനിഗൾഫാണ് ഇന്നത്തെ ചാവക്കാട്. ചാവക്കാടെന്ന തീരപ്രദേശഗ്രാമങ്ങളിൽനിന്ന് ജോലി തേടി ഗൾഫ് നാടുകളിലേക്ക് ഉള്ള കുടിയേറ്റം 1960 കളിൽ തന്നെ ആരംഭിച്ചിരുന്നു. അതിനു മുമ്പെ തന്നെ സിലോണിലും സിംഗപ്പൂരിലും മലേഷ്യയിലും എത്തിപ്പെട്ട ചാവക്കാട്ടുകാരുണ്ടായിരുന്നു. ആദ്യമാദ്യം അക്കരെയെത്തിയവർ സമ്പന്നമായ ഗൾഫ് രാജ്യങ്ങളിൽ ഭേദപ്പെട്ട തൊഴിലുകൾ സമ്പാദിച്ച് നല്ല വരുമാനം നേടി. ബന്ധുക്കളെയും സുഹൃത്തുക്കളെയും അക്കരെയെത്തിച്ചു. 1980 കളോടുകൂടി ചാവക്കാട്ടെ മിക്ക കുടുംബങ്ങളിൽനിന്നും വിശിഷ്യാ മുസ്ലീം സമുദായത്തിൽനിന്ന് ഒരാളെങ്കിലും ഗൾഫിലില്ലാത്ത വീടുകൾ ചുരുക്കമെന്ന മട്ടായി. ഗൾഫിൽനിന്ന് കോടിക്കണക്കിനു രൂപ ചാവക്കാട്ടേക്ക് ഒഴുകി. ആധുനിക ജീവിത സൗകര്യങ്ങളെല്ലാം ഒത്തിണങ്ങിയ മന്ദിരങ്ങൾ എമ്പാടും ഉയർന്നു. ചാവക്കാടിനോടുരുമ്മി കിടക്കുന്ന ഗുരുവായൂർ ക്ഷേത്ര പരിസരങ്ങളിലെ പല ബഹുനില മന്ദിരങ്ങളുടെയും ലോഡ്ജുകളുടെയും സ്റ്റാർ ഹോട്ടലുകളുടെയും ഉടമകൾ ചാവക്കാട്ടെ മുസ്ലിം പ്രമാണിമാരാണത്രേ. പക്ഷേ, അവയുടെ പേരുകൾ ഹൈന്ദവ സൂചകങ്ങളായിരിക്കും. അങ്ങനെ ഗൾഫ് പണത്തിന്റെ സ്വാധീനം ചാവക്കാടിന്റെ സാമൂഹ്യ സാമ്പത്തിക മേഖലയിൽ സ്ഥായിയായ മാറ്റങ്ങളുളവാക്കി. മറ്റു ഗ്രാമങ്ങൾക്ക് ക്ഷിപ്രസാദ്ധ്യമല്ലാതിരുന്ന ഈ നേട്ടങ്ങൾ ചാവക്കാടിന്റെ മുഖഛായ മാറ്റിയിരിക്കുന്നു..

കാലം മാറുന്നു

ഈ നിലയ്ക്ക് എന്റെ പഴയ ചങ്ങാതിയായ കുട്ടികൃഷ്ണമേനോന്റെ സ്ഥിതി എന്തായിരിക്കും? അന്നത്തെ നിലയ്ക്ക് ഒരു നാട്ടുപ്രമാണിയും തറവാടിയുമായിരുന്നല്ലോ മേനോൻ— റിട്ടയേർഡ് ഉദ്യോഗസ്ഥൻ. ചില പതിറ്റാണ്ടുകൾക്കു മുമ്പ് ആ ഉറ്റ സുഹൃത്തിന്റെ അതിഥിയായി രണ്ടു നാൾ ഈ ഗ്രാമത്തിൽ തങ്ങിയതിന്റെ മധുരോദാരമായ സ്മരണകൾ എന്നെ കീഴടക്കി. ടൗൺ പ്രദേശത്തുനിന്ന് അല്പം ഒഴിഞ്ഞു മാറിയാണ് ആ പുരാതന ഭവനം. വിശാലമായ മതിൽക്കെട്ടിനുള്ളിൽ പഴയ മട്ടിൽ നിർമ്മിച്ച വലിയൊരു തറവാട്ടു വീട്. വീടിനു മുന്നിലൂടെ സ്വച്ഛന്ദ സുന്ദരമായ ഗ്രാമ നിരത്ത്. മേനോന്റെ അളവറ്റ ആതിഥ്യത്തിന്റെ സ്വാദ്. തലേ രാത്രി കിടക്കുമ്പോൾ തന്നെ മേനോൻ മുന്നറിയിപ്പു നല്കിയിരുന്നു: "പുലർച്ചെ മൂന്നു മണിക്ക് വിളിക്കാം."

"കണി കാണുംനേരം കമലാനേത്രന്റെ
നിറമേറും മഞ്ഞത്തുകിൽ ചാർത്തി
കനകക്കിങ്ങിണി വളകൾ മോതിര-
മണിഞ്ഞു കാണേണം ഭഗവാനെ."

അർദ്ധ സുഷുപ്തിയിൽ ആ ഉദയഗീതം എന്റെ ശ്രവണേന്ദ്രിയങ്ങളെ തഴുകി ഉണർത്തി, ഗുരുവായൂർ ക്ഷേത്രത്തിൽനിന്നും ഒഴുകിയെത്തിയ ഭക്തിഗാനങ്ങൾ. ഞാൻ മെല്ലെയെണീറ്റ് മുറ്റത്തു വന്നു. തെങ്ങോലത്തുമ്പുകളിൽ രജത ധൂളികൾ പൂശി പ്രഭാതം ഇനിയും കടന്നുവന്നിട്ടില്ല. നിലാവ് മാഞ്ഞിട്ടില്ലാത്ത നാട്ടുവഴികളിലൂടെ തിരക്കിട്ടു നീളുകയാണ് ആളുകൾ. കൈക്കുമ്പിളിൽ പൂജാപുഷ്പങ്ങളുമായി നടന്നുനീങ്ങുന്ന ഗ്രാമീണ സുന്ദരിമാർ. പ്രശാന്ത സുന്ദരമായ ആ ഗ്രാമഭംഗി നോക്കി നില്ക്കെ അതാ, മറ്റൊരു വനിതാ പ്രവാഹം.

നാനാജാതി മതസ്ഥരായ സ്ത്രീകൾ ഉൾപ്പെട്ട ചെറു സംഘങ്ങളാണ്. ലളിതവും അനാഡംബരവുമായ വേഷമണിഞ്ഞ ഹിന്ദു സ്ത്രീകളും മുണ്ടും കുപ്പായവും തട്ടവുമണിഞ്ഞ മുസ്ലിം സ്ത്രീകളും, മുണ്ടു ഞൊറിയിട്ടുടുത്ത് ചട്ടയുമണിഞ്ഞ ക്രിസ്ത്യാനിപ്പെണ്ണുങ്ങളുമുണ്ട് അക്കൂട്ടത്തിൽ. "ഈ ഗ്രാമീണ വനിതകളുടെ യാത്ര എങ്ങോട്ടാണ്?" ഞാൻ എന്റെ ആതിഥേയനോടു തിരക്കി.

"അവർ ബീഡി കമ്പനിയിലേക്ക് പോകുന്നവരാണ്. ബീഡിയിലയും സുർക്കയും വാങ്ങാൻ. വീട്ടിൽ കൊണ്ടുവന്ന് ബീഡി തെറുത്ത് കമ്പനിയിലേല്പിച്ച് കൂലി വാങ്ങും. ഇവിടെ ബീഡിതെറുപ്പ് സ്ത്രീകളുടെ ഒരു കുടിൽ വ്യവസായമാണ്." അന്ന് കണ്ട ആ അപൂർവ്വ ദൃശ്യങ്ങൾ ഈ യാത്രാ വേളയിലും എന്നെ പിന്തുടരുന്നുണ്ടായിരുന്നു....

നഗരത്തിരക്ക് പിന്നിട്ട് കാറ് പാലയൂരേക്ക് തിരിയുമ്പോൾ ഞാൻ സാരഥിക്ക് നിർദ്ദേശം നല്കി. "അതാ ആ വളവ് കഴിഞ്ഞ് ഒരു ചെറിയ പാലം. പാലത്തിനപ്പുറത്ത് വലിയൊരു മതിൽക്കെട്ട്. അവിടെയൊന്നു നിറുത്തണം." കാർ മുന്നോട്ടു നീങ്ങി. മുമ്പ് ഏറക്കുറെ പ്രശാന്തമായിരുന്ന ആ ഗ്രാമറോഡിലും ഇപ്പോൾ തിരക്കേറിയിട്ടുണ്ട്. പാലം കടന്നു. സ്ഥലജലഭ്രമത്താൽ ഞാൻ മിഴിച്ചു നിന്നുപോയി. വെട്ടുകല്ലുകൊണ്ടു നിർമ്മിച്ച് ആ പഴയ മതിൽക്കെട്ട് കാണാനില്ല! പകരം രണ്ടാൾ പൊക്കത്തിൽ കൂറ്റൻ മതിൽക്കെട്ട്. മതിൽക്കെട്ടിനുള്ളിൽ വർണ്ണശബളമായ ഒരു കൂറ്റൻ ബഹുനില മന്ദിരം. വഴിപോക്കരായ ചിലരോട് തിരക്കി—മേനോൻ സാറിന്റെ വീട്. മേനോൻ സാർ മരിച്ചിട്ട് വർഷം കുറെയായി. മക്കൾ തറവാടു വീട് ഏതോ ഗൾഫ് പണക്കാരന് നല്ലവിലയ്ക്ക് വിറ്റു, അയാൾ പഴയ വീട് പൊളിച്ചു മാറ്റി. ലക്ഷങ്ങൾ

വാരിയെറിഞ്ഞ് വാസ്തുവിദ്യയിൽ മഹാത്ഭുതങ്ങൾ സൃഷ്ടിച്ചിരിക്കുകയാണ്, ഇന്നവിടെ. കാറിൽ കയറി ചിന്താധീനനായിരുന്ന എന്നെ സാരഥി തൊട്ടുണർത്തി "സാർ ഇനി?" "പാലയൂർപ്പള്ളി. പാലയൂരിലേക്ക്" ഞാൻ നിർദ്ദേശിച്ചു.

നഗരത്തിന്റെ തിക്കും തിരക്കും കുറഞ്ഞ ഗ്രാമവീഥികളിലൂടെ തെല്ലിട യാത്രയേ വേണ്ടൂ പാലയൂർ പള്ളിമുറ്റത്തെത്താൻ. പണ്ട് ക്രൈസ്തവരുടെ ഒരു തീർത്ഥാടന കേന്ദ്രമായ ഈ പള്ളിപ്പരിസരങ്ങളിൽ നില്ക്കെ, അസത്യങ്ങളും അർദ്ധസത്യങ്ങളും അല്ലറചില്ലറ ചരിത്രശകലങ്ങളും എല്ലാം കൂടിക്കുഴഞ്ഞു നില്ക്കുന്ന ഒരു കാലഘട്ടത്തിലേക്കെത്തിനോക്കാൻ നാം പ്രേരിതരാകുന്നു. വെൺമണൽ നിറഞ്ഞ അതിവിശാലമായ പള്ളിമുറ്റം. പുതുതായി പണിതുയർത്തിയ മതിൽക്കെട്ടുകൾ. ഇടത്തെ മതിൽക്കെട്ടിൽ ക്രമാനുഗതമായി കൊത്തിവച്ചിട്ടുള്ള ചിത്രീകരണ പരമ്പര—സെന്റ് തോമസിന്റെ ജീവിതരംഗങ്ങൾ കൊത്തി വച്ചിട്ടുള്ള ശില്പങ്ങൾ—പതിനാലു ഘട്ടങ്ങൾ (സ്റ്റേഷനുകൾ) ഉള്ള മാർത്തോമ പാതയാണ്, ഗേറ്റ് കടന്നാൽ പള്ളിയിലേക്കുള്ള ആ മാർഗ്ഗം. പുതുപുത്തനായി തോന്നിക്കുന്ന വലിയ പള്ളി. വർഷങ്ങൾക്കു മുമ്പ് ഞാൻ കണ്ട ആ പള്ളിമുറ്റത്തിനും പള്ളിക്കും എന്തെന്ത് മാറ്റങ്ങൾ. അന്ന് ആ പള്ളിയുടെ പായൽ പിടിച്ച പഴയ മതിലിൽ നിരനിരയായി ചാരി വച്ചിരുന്ന ശിലാബിംബങ്ങൾ ഇന്ന് കാണാനില്ലല്ലോ. പള്ളിപ്പരിസരങ്ങളിലെവിടെയെങ്കിലും കണ്ടെത്താനുള്ള പരിശ്രമവും വിജയിച്ചില്ല.

സെന്റ് തോമസിനെ സംബന്ധിച്ച ഐതിഹ്യം ഇങ്ങനെ: (ഇതിൽ ചരിത്രസത്യമെത്രയുണ്ടെന്ന് ഇന്നോളം ഒരു ചരിത്ര പണ്ഡിതനും തിട്ടപ്പെടുത്തിയിട്ടില്ലെന്നു തോന്നുന്നു) ക്രിസ്തുവർഷം ഒന്നാം ശതകം. പൊന്നാനിതാലൂക്കിലെ ഒരു ബ്രാഹ്മണ സങ്കേതമായിരുന്നു, പാലയൂർ. ഗ്രാമത്തിനു നടുനായകമായ ഒരു ശിവക്ഷേത്രം. ക്ഷേത്രത്തിന്റെ അമ്പലക്കുളമാണ് രംഗം. സമയം പ്രഭാതം, ആഢ്യൻ നമ്പൂതിരിമാർ, അരയോളം വെള്ളത്തിൽ തർപ്പണം നടത്തുകയാണ്. അപ്പോഴതാ ഒരു വഴിപോക്കൻ. അലഞ്ഞു നടന്ന തീർത്ഥാടകന്റെ മട്ടുണ്ട് അയാൾക്ക്. താടിമീശ വളർന്ന് നെഞ്ചോളമെത്തി. കഴുത്തിൽ കുരിശു ചാർത്തിയിട്ടുണ്ട്. നമ്പൂതിരിമാരോട് വാഗ്വാദത്തിനുള്ള മട്ടാണ്. ജപവും മന്ത്രവുമെല്ലാം അർത്ഥശൂന്യമാണെന്ന് അയാൾ വാദിച്ചു. അയാൾ നമ്പൂതിരിമാരോട് ഒരു വെല്ലുവിളി നടത്തി. 'മന്ത്രജപത്തിനും തർപ്പണക്രിയയ്ക്കും എന്തെങ്കിലും ശക്തിയുണ്ടെങ്കിൽ, കൈക്കുമ്പിളിൽ കോരിച്ചൊരിയുന്ന ജലം താഴേയ്ക്ക് വീഴാതെ അന്തരീക്ഷത്തിൽ തങ്ങിനിർത്താൻ കഴിയുമോ?' നമ്പൂതിരിമാർ അയാളെ പുച്ഛിച്ചു തള്ളി. ഭ്രാന്തൻ! ആഗതൻ പെട്ടെന്ന് എന്തോ ആംഗ്യം കാണിച്ചു എന്തത്ഭുതം! തർപ്പണം ചെയ്യപ്പെട്ടു ജലം അന്തരീക്ഷത്തിൽ തങ്ങിനില്ക്കുന്നു. താഴോട്ട് പതിക്കുന്നില്ല. നമ്പൂതിരിമാർ പരിഭ്രാന്തരായി മിഴിച്ചുനിന്നു. ആഗതന്റെ അത്ഭുതശക്തിയിൽ ആകൃഷ്ടരായ നമ്പൂതിരിമാരിൽ പലരും അപ്പോൾ തന്നെ ജ്ഞാനസ്നാനം ചെയ്ത് ക്രിസ്ത്രുമതാനുയായികളായി പോലും. എതിർപ്പുള്ളവർ ആ സ്ഥലത്തെ ശപിച്ചുകൊണ്ട് (ശാപ+കാട്= ശാപക്കാട് - ചാവക്കാട്) ആ സ്ഥലം വിട്ടുപോയി. തോമാ ശ്ലീഹാ അവിടെ ഒരു ചെറിയ പള്ളി പണിതു. ക്രിസ്തു മതാനുയായികൾ വർദ്ധിച്ചു അതൊരു പ്രധാന ആരാധനാകേന്ദ്രമാവുകയും ചെയ്തു.

മായാജാലങ്ങൾ

ഏതായാലും ഒന്നുണ്ട് പാലയൂർ പള്ളിക്കു സമീപമുള്ള ക്ഷേത്രക്കുളവും പള്ളിയുടെ മതിലിനുള്ളിൽ ചാരി വച്ചിരുന്ന ഹൈന്ദവ ദേവന്മാരുടെ അസംഖ്യം ശിലാവിഗ്രഹങ്ങളും, ഐതിഹ്യം യാഥാർത്ഥ്യമാണെന്ന് വിശ്വസിക്കാൻ നമ്മെ ശക്തിയായി പ്രേരിപ്പിക്കുമെന്ന കാര്യം തീർച്ചയാണ്. പള്ളിക്കുള്ളിൽ തന്നെയുണ്ട് എണ്ണ ഒഴിച്ചു കത്തിക്കുന്ന ഒരു കൽവിളക്ക് പില്ക്കാലത്ത് (1780-1792) ഹൈദരാലിയുടെയും ടിപ്പുസുൽത്താന്റെയും ആക്രമണങ്ങളുടെ ഫലമായി പ്രസ്തുത പള്ളി തകർന്ന് തരിപ്പണമായി. പല ക്രിസ്ത്യാനികളും വീണ്ടും മതപരിവർത്തന വിധേയരായി. ചരിത്രത്തിന്റെ തിരിച്ചടി. വീണ്ടും സുസ്ഥിതി കൈവന്നപ്പോൾ പള്ളി പുതുക്കിപ്പണിതു. ഇന്നത് ക്രിസ്ത്യാനികളുടെ പ്രധാനപ്പെട്ട ഒരാരാധനാ കേന്ദ്രമാണ്.

ഇന്ന് ക്രൈസ്തവരുടെ മുഖ്യ തീർത്ഥാടനകേന്ദ്രമായി മാറി പാലയൂർ പള്ളി. വിശുദ്ധൻ കൊടുങ്ങല്ലൂർനിന്ന് വഞ്ചിയിൽ ചാവക്കാട് വന്നിറങ്ങിയ ബോട്ടുകളും, പുരാതനമായ രേഖകളും പുരാവസ്തുക്കളുമടങ്ങിയ മ്യൂസിയം, കരിങ്കൽ ശില്പങ്ങൾ, വലിയ ദേവാലയം എല്ലാം അവിടെ കാണാം. പണ്ട് ആഢ്യ ബ്രാഹ്മണൻ സ്നാനവും മന്ത്രജപവും തർപ്പണവും നടത്തിയിരുന്ന ആ ക്ഷേത്രക്കുളം— പായൽ പിടിച്ച കല്പടവുകളും 'പച്ചവെള്ളം' നിറഞ്ഞ കുളവും—ഇന്ന് പഴയ മട്ടിൽ കാണാനാവില്ല. നവീകരണ പ്രക്രിയകളിലൂടെ, നൂറ്റാണ്ടുകളുടെ പായൽ പിടിച്ച് കല്പടവുകൾ രൂപാന്തരപ്പെടുത്തിയിട്ടുണ്ട്. സ്നാനഘട്ടത്തിൽ വിശുദ്ധന്റെ മായാജാലപ്രകടനം മനോഹര ശില്പങ്ങളിലൂടെ സ്ഥാപിക്കപ്പെട്ടിട്ടുണ്ട്. കുളത്തിലേക്ക് (തളിയക്കുളം) പോകുന്ന വഴിയിരികിൽ നൂറ്റാണ്ടുകൾ പഴക്കമുള്ള ഒരു കിണർ സംരക്ഷിക്കപ്പെട്ടിട്ടുണ്ട്. പള്ളിയും അനുബന്ധ സ്ഥാപനങ്ങളും അതീവ ശ്രദ്ധയോടെ കാത്തുസൂക്ഷിക്കുന്ന വസ്തുത സന്ദർശകന്

ബോദ്ധ്യമാകും.

സെന്റ് തോമസിന്റെ മതപരിവർത്തന സംരംഭങ്ങളെ തുടർന്ന് ക്ഷുഭിതരും വ്രണിതരുമായ കുറെ ആഢ്യൻ നമ്പൂതിരിമാർ ആ നാടിനെ ശപിച്ചുകൊണ്ട് നാടുവിട്ടു പോയെന്നും അങ്ങനെ ശപിക്കപ്പെട്ട കാട് ശാപക്കാട് കാലാന്തരത്തിൽ ചാവക്കാടായെന്നുമാണ് സ്ഥലനാമോല്പത്തിയെപ്പറ്റി പ്രചരിച്ചിരുന്ന ഒരു കഥ. അതല്ല, ചാവൽ (അയനി) മരങ്ങൾ ധാരാളമുണ്ടായിരുന്ന പ്രദേശമാകയാൽ ചാവൽക്കാട് എന്ന പേരുണ്ടായെന്നും സംസാര ഭാഷയിലത് ചാവക്കാടായി മാറിയെന്നും മറ്റൊരു കഥയുണ്ട്. കഥകളെന്തായാലും ഇന്ന് 'ശാപക്കാടല്ല' ചാവക്കാട്.

മുനിസിപ്പാലിറ്റി

മമ്മിയൂർ ആസ്ഥാനമാക്കി നാടുവാണിരുന്ന പുന്നത്തൂർ സ്വരൂപത്തിന്റെ അധീനതയിലായിരുന്ന ചാവക്കാട് പ്രദേശങ്ങൾ 1717 ൽ ഡച്ചുകാരും 1778 ൽ മൈസൂർ സൈന്യവും ആക്രമിച്ചു കീഴടക്കി ധാരാളം നാശനഷ്ടങ്ങൾ വരുത്തി. 1789 സെപ്തംബർ 26-ാം തീയതി ചാവക്കാട് ബ്രിട്ടീഷ് ഭരണത്തിലായി; മലബാർ ജില്ല. ജില്ലാ ഭരണത്തിന് ഡിസ്ട്രിക്ട് ബോർഡും സ്വയം ഭരണത്തിന് യൂണിയനുകളുമാണ് അന്ന് നിലവിലുണ്ടായിരുന്നത്. മലബാർ ഡിസ്ട്രിക്ട് ബോർഡിന്റെ കീഴിൽ 1918 ൽ ചാവക്കാട് യൂണിയൻ രൂപീകൃതമായതോടെ, ചാവക്കാടിന്റെ സ്വയംഭരണ ചരിത്രമാരംഭിക്കുന്നു. 1927 ൽ രൂപീകൃതമായ പഞ്ചായത്തുബോർഡിന്റെ കീഴിൽ പരിമിതമായ അധികാരങ്ങളും ചുമതലകളുമുള്ള സ്വയംഭരണം നിലവിൽവന്നു. 1953 മുതൽ ബാലറ്റ് പേപ്പറിലൂടെ ജനപ്രതിനിധികളെ തെരഞ്ഞെടുക്കുന്ന ജനാധിപത്യ സമ്പ്രദായം പ്രാവർത്തികമായി. 1963 ലെ പഞ്ചായത്ത് തെരഞ്ഞെടുപ്പിന് മുന്നോടിയായി ചാവക്കാട് പഞ്ചായത്ത് പുനർ വിഭജനം ചെയ്യപ്പെട്ടു. അപ്രകാരം ഗുരുവായൂർ പ്രദേശത്തെ, ചാവക്കാടു പഞ്ചായത്തിൽനിന്നു വേർപെടുത്തി. തെക്കൻ പാലയൂർ പുന്ന, തിരുവെത്ര, ബ്ലാങ്ങാട്ട്, മണത്തല പ്രദേശങ്ങൾ കൂട്ടിച്ചേർത്ത് പുതിയ പഞ്ചായത്ത് നിലവിൽവന്നു. 1973 ഒക്ടോബർ ഒന്നാം തീയതി മുതൽ ചാവക്കാട് പഞ്ചായത്ത് ഒരു മുനിസിപ്പൽ നഗരമെന്ന പദവിയിലേക്കുയർന്നു. നഗരസഭയുടെ വിസ്തീർണ്ണം 23.43 ച കി മീ. ജനസംഖ്യ 42976 (91).

ചാവക്കാട് താലൂക്കിന്റെ ആസ്ഥാനമെന്ന നിലയ്ക്ക് താലൂക്കു തലത്തിലുള്ള ഗവൺമെന്റ് ഓഫീസുകളും മറ്റ് പൊതുസ്ഥാപനങ്ങളുമെല്ലാം നഗരത്തിൽ കേന്ദ്രീകരിച്ചിരിക്കുന്നു. ഇനി ചാവക്കാടിന്റെ മറ്റൊരു യശഃസ്തംഭം സ്ഥിതിചെയ്യുന്ന മണത്തലയിലേക്ക്. വീതിയും വൃത്തിയുമുള്ള ആ തീരദേശറോഡിന്റെ ഓരത്ത് ശില്പഭംഗിയാർന്ന മതിൽക്കെട്ടിനുള്ളിൽ തലയുയർത്തി നില്ക്കുന്ന ഉത്തുംഗവും ഗംഭീരവുമായ ആ മുസ്ലിം പള്ളി ചാവക്കാടിന്റെ സാമുദായികവും സാംസ്കാരികവുമായ പ്രഭാവത്തെ വിളംബരം ചെയ്തു നില്ക്കുന്നു.

ഹൈദ്രോസ്കുട്ടി മൂപ്പർ

രണ്ടര നൂറ്റാണ്ടുകൾക്കു മുമ്പ് (1787 ൽ) സത്യത്തിനും നീതിക്കും സ്വാതന്ത്ര്യത്തിനും വേണ്ടി സ്വജീവിതം ബലിയർപ്പിക്കേണ്ടി വന്ന മറ്റൊരു ധീരനായകൻ ചാവക്കാടിന്റെ ഇതിസാഹത്തിൽ നിറഞ്ഞു നില്ക്കുന്നു. ഹൈദ്രോസ് (കുട്ടി മൂപ്പൻ) സാമൂതിരിയുടെ ഭരണകാലത്തും ടിപ്പുവിന്റെ കൈയേറ്റഭരണകാലത്തും ചാവക്കാടു പ്രദേശത്തെ കരംപിരിവുകാരനായിരുന്നു അദ്ദേഹം. നീതിമാനായ മൂപ്പർക്ക് ടിപ്പുസുൽത്താന്റെ നീചനായ സൈന്യാധിപനുമായി പൊരുത്തപ്പെട്ടു പോകാൻ കഴിഞ്ഞില്ല. ഇരുവരും തമ്മിലുള്ള സംഘർഷം ക്രമേണ ഉഗ്രസംഘട്ടനമായി മാറി എങ്കിലും മൂപ്പരെ പരാജിതനാക്കാൻ സൈന്യാധിപന് കഴിഞ്ഞില്ല. ഒടുവിൽ സൈന്യാധിപന്റെ അനുയായികൾ പള്ളിക്കുളത്തിന്റെ കരയിൽ ഒളിച്ചിരുന്ന് മൂപ്പരെ വെടിവെച്ചു വീഴ്ത്തി. വീരമൃത്യു വരിച്ച ഹൈദ്രോസ് കുട്ടി മൂപ്പർ അന്ത്യവിശ്രമം കൊള്ളുന്നത് (ജാറം) നഗരത്തിലെ പുരാതനമായ മണത്തല മസ്ജിദ് പരിസരത്താണ്. ഹൈദ്രോസ്കുട്ടി മൂപ്പരുടെ ഓർമ്മ പുതുക്കാൻ മണത്തല ജുമാ മസ്ജിദിൽ വർഷംതോറും നടത്തുന്ന 'ചന്ദനക്കുടം നേർച്ച'യിൽ ചാവക്കാട്ടെയും സമീപപ്രദേശങ്ങളിലെയും ആയിരക്കണക്കിന് ആളുകൾ പങ്കെടുക്കുന്നു. ചാവക്കാട്, മുട്ടവട്ടാർ, ബ്ലാങ്ങാട്ട്, ഓവുങ്ങൽ കണ്ണികുത്തി, പാലയൂർ എന്നിവിടങ്ങളിലും മസ്ജിദുകളുണ്ട്.

ഹിന്ദുക്കളും മുസ്ലീങ്ങളും ക്രിസ്ത്യാനികളും പലനൂറ്റാണ്ടുകളായി മതസൗഹാർദ്ദത്തോടെ കഴിയുന്ന ഈ പ്രദേശത്ത് വിവിധ മതവിഭാഗങ്ങളുടെ ആരാധനാലയങ്ങൾ ഇടകലർന്ന് സ്ഥിതിചെയ്യുന്നു. ശ്രീ വിശ്വനാഥക്ഷേത്രമാണ് ഹൈന്ദവാരാധനാലയങ്ങളിൽ മുഖ്യം. തിരുവത്ര ശിവക്ഷേത്രം മനത്തല നാഗയക്ഷി ക്ഷേത്രം, കോഴിക്കുളങ്ങര ക്ഷേത്രം, ചെട്ടിയാലയ്ക്കൽ ക്ഷേത്രം എന്നിവയും വിവിധ ഭാഗങ്ങളിലുണ്ട്. ക്ഷേത്രോത്സവങ്ങളും പള്ളിപ്പെരുനാളും ചന്ദനക്കുടം മഹോത്സവങ്ങളും എല്ലാം തദ്ദേശീയർ ഒരേ മനസ്സോടെ കൊണ്ടാടുന്നു.

പ്രാചീന ശതകങ്ങളിൽ കേരളത്തിലെത്തിയ ജൂതന്മാരുടെ അധിവാസ കേന്ദ്രങ്ങളിലൊന്നായിരുന്നു പാലയൂർ അന്നത്തെ ജ്യൂതക്കുന്ന് ഇന്നത്തെ ജൂതബസാർ. ഇന്നത്തെ റോമൻ സിറിയക്ക് പള്ളിക്ക് സമീപമാണ് പുരാതന ജൂതകോളനി നിലനിന്നിരുന്നത്. പ്രാചീന ശതകങ്ങളിൽ തന്നെ ചാവക്കാട്

വാണിജ്യകേന്ദ്രമായിരുന്നുവെന്ന് അനുമാനിക്കപ്പെടുന്നു. അക്കാലത്ത് ഒരു തുറമുഖനഗരമായിരുന്ന കൊടുങ്ങല്ലൂരുമായി 'ചേറ്റുവാ' എനമ്മാവ് ജലമാർഗ്ഗേണ ബന്ധപ്പെടാൻ ഉള്ള സൗകര്യമായിരുന്നു ചാവക്കാടിന്റെ പ്രാചീന വാണിജ്യ പ്രാധാന്യത്തിന് നിദാനം. മുൻകാല വാണിജ്യകേന്ദ്രങ്ങളായ കോഴിക്കോട് പൊന്നാനി, ചാവക്കാട്, കൊടുങ്ങല്ലൂർ, കൊച്ചി എന്നീ സ്ഥലങ്ങളെ കൂട്ടിയിണക്കിക്കൊണ്ട്, മലബാർ കളക്ടറായിരുന്ന കനോലിസായിപ്പ് നിർമ്മിച്ച കനോലികനാൽ ചാവക്കാടിന്റെ വാണിജ്യ പ്രാധാന്യം ഏറെ വർദ്ധിപ്പിച്ചു. ജലമാർഗ്ഗേണ ചരക്കുകൾ ക്രയവിക്രയം ചെയ്യാനുള്ള കടവായിരുന്നു ചാവക്കാട്ടെ വഞ്ചിക്കടവ്, വ്യാപാര പ്രമുഖർ അന്നിവിടെ താവളമടിച്ചിരുന്നു. ആഴ്ചച്ചന്തയും കന്നുകാലിച്ചന്തയും പ്രസിദ്ധം. കൊച്ചി മുതൽ കോഴിക്കോട് വരെയുള്ള തപാൽ വിതരണം നടത്തിയിരുന്നത് കനോലികനാൽ വഴിയായിരുന്നു. ചാവക്കാടിന്റെ വളർച്ചയ്ക്കും വികസനത്തിനും കനോലികനാൽ വഹിച്ചിട്ടുള്ള പങ്ക് കുറച്ചൊന്നുമല്ല. ബ്രിട്ടീഷ് ഭരണകാലത്ത് നീതിന്യായക്കോടതി നിലനിന്ന സ്ഥലമാണ് കച്ചേരിത്തറയെന്ന പേരിൽ ചേറ്റുവാ റോഡിൽ ഇന്നറിയപ്പെടുന്ന സ്ഥലം.

തൊഴിൽ

തെങ്ങുകൃഷിയാണ് ഏറ്റവും പ്രധാനം. എണ്ണയുടെ അംശം കൂടുതലുള്ള തേങ്ങയാണ് ഇവിടെ വിളയുന്നത്. കൂടാതെ നെൽക്കൃഷിയും മറ്റു ഫലവൃക്ഷങ്ങളും സാധാരണക്കാരുടെ ഉപജീവനമാർഗ്ഗമായിരുന്നു മുൻകാലങ്ങളിൽ. ഇന്ന് ആ സ്ഥിതി മാറിയിട്ടുണ്ട്. ചാവക്കാടിന്റെ മുഖ്യ കാർഷിക വിള തെങ്ങാണെങ്കിലും അതുമായി ബന്ധപ്പെട്ട് വ്യവസായങ്ങളൊന്നും ഇവിടെ തഴച്ചുവളർന്നിട്ടില്ല. മുൻ കാലങ്ങളിൽ കയർ വ്യവസായം അഭിവൃദ്ധിപ്പെട്ടിരുന്നു. പാലയൂരിൽ ഒരു കയർ സൊസൈറ്റിയുമുണ്ടായിരുന്നു. ഇന്നെല്ലാം നിർജ്ജീവം. കൊപ്ര സംഭരണവും എണ്ണയാട്ടലും ഇന്നും തുടരുന്നു...

മണത്തല പള്ളിയും കണ്ട് കടലോരത്തേക്കു കടന്നപ്പോൾ, ചാവക്കാട് എന്ന സമ്പന്ന ഗ്രാമത്തിന്റെ മറ്റൊരു മുഖം കാണാനായി. തെങ്ങുകൾ തലയാട്ടി നില്ക്കുന്ന ആ കടലോരങ്ങളിൽ, ചൊരി മണലിൽ തൊട്ടു തൊട്ട് ചെറ്റപ്പുരകൾ. മത്സ്യത്തൊഴിലാളി കുടുംബങ്ങൾ. വറുതിയുടെയും കഷ്ടപ്പാടിന്റെയും ദയനീയ ചിത്രങ്ങൾ. കടലോരത്ത് നിരനിരയായി കാണുന്ന വള്ളങ്ങൾ, ചാളത്തടികൾ, അങ്ങിങ്ങ് തെങ്ങിൻതണലുകളിൽ വളഞ്ഞിരുന്ന് ചീട്ടുകളിക്കുന്ന ചെറുപ്പക്കാർ... ഒരുപക്ഷേ ആ ചെറ്റക്കുടിലുകളിൽനിന്നും ഗൾഫ് നാടുകളിലെത്തിപ്പെട്ട് രക്ഷപ്പെടാൻ കഴിയാതെ പോയ ഹതഭാഗ്യരാവാം അവർ. തീരദേശവാസികളിലേറിയകൂറും കടലിനെ ആശ്രയിച്ചു കഴിയുന്നു. അദ്ധ്വാനത്തിനനുസരിച്ച് ആദായകരമല്ല മത്സ്യബന്ധനം. എങ്കിലും മറ്റ് വരുമാന മാർഗ്ഗമൊന്നുമില്ലാത്തവർക്ക് കടലിനെ ആശ്രയിക്കുകയേ നിവൃത്തിയുള്ളൂ. മുൻകാലങ്ങളിൽ വിപണന സൗകര്യങ്ങൾ തീരെ കുറവായിരുന്നു. കടലോരപ്രദേശങ്ങളെ പ്രധാന നിരത്തുകളുമായി ബന്ധപ്പെടുത്തുന്ന ഇടറോഡുകൾ ഉണ്ടായ ശേഷം ആ സ്ഥിതിക്ക് മാറ്റമുണ്ടായി. എങ്കിലും പ്രശ്നസങ്കീർണ്ണമാണീ പ്രദേശങ്ങൾ. ബ്രിട്ടീഷ് ഭരണകാലത്ത് മത്സ്യഎണ്ണ നിർമ്മിക്കുന്ന ഒരു ഫാക്ടറി നിലവിലുണ്ടായിരുന്നു.

ബീഡി തെറുപ്പ്

കേരളത്തിലെ ഇതര ഗ്രാമങ്ങളിൽ സാധാരണമല്ലാത്ത ഒരു കുടിൽ വ്യവസായം—ബീഡിതെറുപ്പ്—ചാവക്കാടിന്റെ ഒരു പ്രത്യേകതയാണെന്നു പറയാം. ചാവക്കാടിന്റെ പിന്നോക്കാവസ്ഥയിൽ കഴിയുന്ന നാനാജാതി മതസ്ഥരായ സ്ത്രീകളുടെ നല്ലൊരു ശതമാനത്തിന്റെയും വരുമാനമാർഗ്ഗമാണ് ബീഡിതെറുപ്പ്. വീട്ടമ്മമാർക്ക് സ്വന്തം ദിനകൃത്യങ്ങൾക്ക് വീഴ്ച വരുത്താതെ വരുമാനം വർദ്ധിപ്പിക്കാവുന്നതാണ്. തെറുക്കാനാവശ്യമായ ഇലയും സുർക്കയും കമ്പനിയിൽനിന്ന് വാങ്ങാം. തെറുത്ത ബീഡി കമ്പനികളിൽ ഏല്പിച്ച് കൂലി വാങ്ങുകയും ചെയ്യാം. കഴിഞ്ഞ കാലങ്ങളിൽ അഭിവൃദ്ധി പ്രാപിച്ചിരുന്ന ഈ ബീഡി തെറുപ്പു വ്യവസായം ഇന്ന് ക്ഷയോന്മുഖമാണ്.

സമ്പന്നമായ ഈ ഗ്രാമപ്രദേശത്ത് പൊതുമേഖലയിലും സ്വകാര്യ മേഖലയിലും പ്രവർത്തിക്കുന്ന ആതുരാലയങ്ങൾ പലതുണ്ട്. 1924 ൽ മലബാർ ഡിസ്ട്രിക്ട് ബോർഡിന്റെ കീഴിൽ പ്രവർത്തിച്ചിരുന്ന ചെറിയ ഡിസ്പെൻസറിയാണ് ഇന്നത്തെ താലൂക്ക് ആശുപത്രി. ടിപ്പുസുൽത്താന്റെ പടയോട്ടക്കാലത്ത് അദ്ദേഹം നിർമ്മിച്ച നടപ്പാതയാണ് ഇന്നത്തെ എൻ എച്ച് 17. ടിപ്പുസുൽത്താൻ റോഡ്. ഈ പ്രദേശങ്ങളുടെ പുരോഗതിക്ക് ഈ റോഡ് ഏറെ സഹായകമായി.

പത്തൊമ്പതാം നൂറ്റാണ്ടിൽ കേരളത്തിലെത്തിയ ബാസൽ മിഷൻ പ്രവർത്തകർ ചാവക്കാടിന്റെ വിദ്യാഭ്യാസ പുരോഗതിക്ക് നല്ലൊരു പങ്ക് വഹിച്ചിട്ടുണ്ട്. അവർ ചാവക്കാട് രണ്ട് വിദ്യാലയങ്ങൾ സ്ഥാപിച്ചിരുന്നു. ഇന്നത്തെ എ ആർ ആർ എം ഹൈസ്കൂളിന്റെയും കാണക്കോട് സ്കൂളിന്റെയും തുടക്കം ബാസൽ മിഷൻ സ്കൂളിൽ നിന്നായിരുന്നു. 1,890 കളിൽ ബാസൽ മിഷന്റെ ഒരു ശാഖയും ഇവിടെ പ്രവർത്തിച്ചിരുന്നു.

ദേശീയ പ്രസ്ഥാനത്തിലും സ്വാതന്ത്ര്യസമരപ്രക്ഷോഭങ്ങളിലും പങ്കെടുത്ത ധീരദേശാഭിമാനികളിൽ പലരും ചാവക്കാട്ടുണ്ടായിരുന്നു. ഗാന്ധിജിയുടെ

ഗുരുവായൂർ സന്ദർശനം തദ്ദേശീയരുടെ സ്വാതന്ത്ര്യ സമര പരിപാടികൾക്ക് ആക്കം കൂട്ടി. ചാവക്കാട്ടെ അറയ്ക്കൽ മൈതാനവും മണത്തല മൈതാനവും മറ്റും അന്ന് ദേശീയ നേതാക്കളുടെ ആവേശോജ്ജ്വലങ്ങളായ പ്രസംഗങ്ങളാൽ പ്രകമ്പനംകൊണ്ടിരുന്നു. അന്നത്തെ സ്വാതന്ത്ര്യ സമര നേതാക്കളിൽ എം വി അബൂബേക്കർ സാഹിബ്, നായരുശ്ശേരി ദാമോദരൻ തുടങ്ങി അനേകം പേരുണ്ടായിരുന്നു. അവർണ്ണ ജാതിക്കാർക്ക് ക്ഷേത്രപ്രവേശന സ്വാതന്ത്ര്യം നേടിയെടുക്കുന്നതിനുവേണ്ടി ഗുരുവായൂർ ക്ഷേത്രനടയിൽ കേളപ്പജിയും എ കെ ജിയും നടത്തിയ സത്യഗ്രഹത്തിലും തദ്ദേശീയർ സജീവമായി പങ്കെടുത്തിരുന്നു.

മിനി ഗൾഫ്

അന്യനാടുകളിലദ്ധ്വാനിച്ച് സമ്പാദിക്കുന്ന സാമ്പത്തിക ശക്തിയുടെ പ്രതിഫലനം ചാവക്കാടു പ്രദേശത്തിന്റെ സാമൂഹ്യ-സാമ്പത്തിക-സാംസ്കാരിക രംഗങ്ങളിൽ വളരെ മുമ്പെ പ്രകടമായിരുന്നു. അരനൂറ്റാണ്ടിനു മുമ്പ് സിലോൺ, സിംഗപ്പൂർ, മലേഷ്യ എന്നീ രാജ്യങ്ങളിലേക്കും തുടർന്ന് വിവിധ ഗൾഫ് രാജ്യങ്ങളിലേക്കും ചേക്കേറിയ ചാവക്കാട്ടുകാരുടെ ജീവിതരീതികളിലും സാംസ്കാരിക മേഖലയിലുമെല്ലാം ഈ വിദേശ വരുമാനത്തിന്റെ സ്വാധീനം പ്രകടമാണിന്ന്. സ്വന്തം മതാചാരങ്ങളും വിശ്വാസ പ്രമാണങ്ങളും അനുഷ്ഠാനരീതികളും അല്പം തെറ്റിക്കാതെ ജീവിക്കുന്നവരാണ് ജനങ്ങളിൽ ഭൂരിഭാഗവും.

ഗുരുവായൂരമ്പലത്തോട് ഉരുമ്മിക്കിടക്കുന്ന ഈ പ്രദേശത്ത്, ഗുരുവായൂർ സംസ്കാരത്തിന്റെ തുടർച്ചയെന്നോണമുള്ള കലാ സാംസ്കാരികരംഗമാണുള്ളത്. പഞ്ചവാദ്യം, ചെണ്ടമേളം, തപ്പ് മേളം, അറവനമുട്ട്, ദഫ് മുട്ട്, കോൽക്കളി, മാർഗ്ഗംകളി, മാരിയമ്മൻ തുള്ളൽ തുടങ്ങിയ കലാപ്രകടനങ്ങൾ വിവിധ ജനസമുദായങ്ങൾക്കിടയിൽ പ്രചാരം നേടിയ കലാരൂപങ്ങളാണ്. ഗുരുവായൂർ എന്ന പ്രസിദ്ധ ഹൈന്ദവ തീർത്ഥാടന കേന്ദ്രത്തിന്റെ മാതൃപദവി (ഒരിക്കൽ ചാവക്കാട് പഞ്ചായത്തിന്റെ ഒരംശമായിരുന്നു ഗുരുവായൂർ) വഹിച്ചിരുന്ന ചാവക്കാട്, പണ്ട് ശാപക്കാട് ആയിരുന്നുവെന്ന കഥ, കെട്ടുകഥയായി തന്നെ അവശേഷിക്കട്ടെ, ഒരു ശാപഭൂമിയുടെ ലക്ഷണമൊന്നും ഇന്നിവിടെ കണ്ടെന്നു വരികയില്ല. ആദ്യകാലം മുതല്ക്കേ ഗൾഫ് നാടുകളിൽ പോയി തൊഴിൽ തേടി പച്ചപിടിച്ചവർ ഒട്ടേറെയുണ്ട്. അങ്ങനെയെങ്കിൽ, ശാപമോക്ഷം ലഭിച്ച സുവർണ്ണ ഭൂമിയായിത്തന്നെ ചാവക്കാടിനെ കണക്കാക്കാം.

53

വള്ളത്തോളിന്റെ മാനസപുത്രി

വൈശിഷ്ട്യമാർന്ന വ്യക്തിപ്രഭാവങ്ങളുടെ മേൽവിലാസത്താൽ കാലക്രമേണ പ്രസിദ്ധി നേടിയ ചില പ്രദേശങ്ങളുണ്ടാവാം. സുപ്രസിദ്ധമായ ചില പ്രദേശങ്ങളുടെ പേരിൽ അറിയപ്പെടുന്ന വ്യക്തിപ്രഭാവങ്ങളുമുണ്ടാകാം. ഇതിൽ ആദ്യത്തെ വിഭാഗത്തിൽപ്പെടുന്ന ഒരു പുരാതന ഗ്രാമമാണ് ചെറുതുരുത്തി - ഇന്നത്തെ വള്ളത്തോൾ നഗർ.

- പ്രതിഭാശാലിയായ ഒരു യുവകവി, വളരെ ചെറുപ്പത്തിലേ സ്വന്തം ജന്മദേശം വിട്ട് മറ്റൊരു സ്ഥലത്തു വന്ന് താമസമുറപ്പിക്കുന്നു. തന്റെ മനസ്സിലുള്ള കലാസങ്കല്പങ്ങൾക്കു രൂപംകൊടുക്കാൻ എളിയ നിലയിൽ ശ്രമങ്ങൾ തുടരുന്നു. ആത്മാർത്ഥതയുള്ള ഏതാനും സുഹൃത്തുക്കളുടെ സഹായ സഹകരണങ്ങളോടെ പുതിയ പാർപ്പിടത്തിനരികിൽ ഒരു കലാസ്ഥാപനം പടുത്തുയർത്തുന്നു. ഒപ്പം, സ്വന്തം നിലയിലുള്ള സാഹിത്യ പരിശ്രമങ്ങളും. രണ്ടിന്റെയും പ്രസിദ്ധി ക്രമേണ ദേശാന്തരങ്ങളിലേക്ക് വ്യാപിച്ചു. അങ്ങനെ. അന്നോളം ആരുമറിയാതിരുന്ന ആ കുഗ്രാമം ക്രമേണ അന്യദേശങ്ങളിലെ ഒരുവിഭാഗം ആളുകളുടെ ശ്രദ്ധയാകർഷിക്കുന്നു. അവർ പ്രസ്തുത വ്യക്തിയെ നേരിൽക്കണ്ട് അഭിനന്ദനങ്ങളർപ്പിക്കാനും, ആ സ്ഥാപനം സന്ദർശിക്കാനും അവിടെ തിങ്ങിക്കൂടുന്നു. പലരും അതൊരു തീർത്ഥയാത്രയായി കരുതുന്നു. സന്ദർശകരുടെ എണ്ണം പെരുകുന്നതോടെ ആ സ്ഥലത്തിനും പരിസരങ്ങൾക്കും പുതിയൊരു രൂപവും പ്രാധാന്യവും ലഭിക്കുന്നു. അവിടുത്തെ ജീവിതസൗകര്യങ്ങൾ ക്രമാനുഗതമായി വർദ്ധിക്കുന്നു. ആ പ്രധാന സ്ഥാപനത്തിന് അനുബന്ധമായും സഹായകമായും വേറെയും സ്ഥാപനങ്ങളുണ്ടാകുന്നു. അതത്രേ ചെറുതുരുത്തിയിൽ സംഭവിച്ചത്...

വാസനാ സമ്പന്നനായ ആ യുവകവി, സ്വന്തം ജന്മസ്ഥലം (തിരൂർ താലൂക്കിലെ മംഗലം) വിട്ട് തെക്ക് ഭാരതപ്പുഴയുടെ തീരത്തുള്ള ചെറുതുരുത്തി എന്ന കുഗ്രാമത്തെ തന്റെ പ്രവർത്തനമണ്ഡലമായി വളർത്തിയെടുത്ത വള്ളത്തോൾ നാരായണമേനോൻ ആയിരുന്നു. സ്വന്തം കാവ്യവൃത്തിയുടെ യശസ്സ് വർദ്ധിച്ചതോടൊപ്പം തന്നെ, ആ ഗ്രാമത്തിനും പ്രാധാന്യം ലഭിച്ചു. കഥകളിയുടെ വളർച്ചയ്ക്കു വേണ്ടി അദ്ദേഹം ആരംഭിച്ച കലാമണ്ഡലം ഇന്ത്യയിലെ ഒരു പ്രമുഖ കലാകേന്ദ്രവുമായുയരുന്നു. നാരായണമേനോൻ എന്ന യുവകവി, മഹാകവി വള്ളത്തോളായി. കഥകളി ക്ലാസ്, കലാമണ്ഡലമെന്ന മഹാസ്ഥാപനമായി. സമാന്തരമായ ആ വളർച്ചയിലൂടെ ചെറുതുരുത്തി എന്ന കുഗ്രാമം ലോകത്തിലെ കലാപ്രേമികളുടെ ഹൃദയങ്ങളിൽ മാന്യമായ ഒരു സ്ഥാനം നേടി, ശ്രദ്ധേയമായി.

ഉത്സവനഗരമായ തൃശ്ശിവപേരൂർ നിന്ന് വടക്കോട്ട്, -വടക്കാഞ്ചേരി വഴി പോയാൽ പഴയ വെട്ടിക്കാട്ടിരിയായി. ഉറക്കം തൂങ്ങുന്ന ഒരു കുഗ്രാമം. അവഗണിക്കപ്പെട്ടു കിടന്ന ആ റെയിൽവേ സ്റ്റേഷന്, അടുത്ത കാലത്ത് പേരുമാറ്റമുണ്ടായി വള്ളത്തോൾ നഗർ. അവിടെ— റോഡരികിലെ ആ മൊട്ടക്കുന്നിൻപുറത്ത് നെടുനീളത്തിൽ വലിയ ഇരുനിലക്കെട്ടിടങ്ങൾ പുതുതായി ഉയർന്നുവന്നിരിക്കുന്നു. റോഡരികിൽ തന്നെ ബോർഡുണ്ട്. വള്ളത്തോൾ നഗർ. വലിയ ഗേറ്റിൽ കമാനാകൃതിയിൽ ഇണക്കി ചേർത്തിട്ടുണ്ട് ഇംഗ്ലീഷിൽ. കേരള കലാമണ്ഡലം. മുൻവശത്തെ വിസ്തൃതമായ അങ്കണത്തിൽ മഹാകവി വള്ളത്തോളിന്റെ ഒരു പൂർണ്ണകായ പ്രതിമ. കേരളത്തിനകത്തും പുറത്തും പ്രശസ്തി പരത്തി നില്ക്കുന്ന കേരള കലാമണ്ഡലത്തിന്റെ പുതിയ

ആസ്ഥാനമാണിവിടം. കഷ്ടിച്ച് ഒരു കി മീ പിന്നിട്ടാൽ ഭാരതപ്പുഴയായി. (പുഴയ്ക്കപ്പുറം ഷൊർണ്ണൂർ) നമുക്ക് തല്ക്കാലം ആ പഴയ കലാമണ്ഡലം കണ്ടിട്ടാകാം പുതിയ കലാമണ്ഡലം. പഴയ ചെറുതുരുത്തിയിലേക്ക്.

പഴയ ചെറുതുരുത്തിയെ സമീപിക്കുന്തോറും ഞാൻ കൗതുകപൂർവ്വം ഇരുവശങ്ങളിലും കണ്ണോടിച്ചു രണ്ടു മൂന്ന് ദശാബ്ദങ്ങൾക്കുമുമ്പ് കണ്ട ഗ്രാമമല്ല! പുതിയ കോൺക്രീറ്റ് നിർമ്മിതികൾ അങ്ങിങ്ങ് പൊന്തിവന്നിട്ടുണ്ട്. പഴയ ഗ്രാമീണ വിശുദ്ധിയും നൈർമ്മല്യവും എവിടെയോ നഷ്ടപ്പെട്ടിരിക്കുന്നു. അന്നത്തെ ഗ്രാമാന്തരീക്ഷമല്ല. എന്നല്ല വലിയ പട്ടണമായി വളർന്നിട്ടുമില്ല. ഷൊർണ്ണൂർ പാലത്തിനിപ്പുറത്ത് ചെറുതുരുത്തിയിൽ പണ്ട് ഒന്നോ രണ്ടോ ചെറിയ ചായപ്പീടികകളും മുറുക്കാൻ കടകളുമേ ഉണ്ടായിരുന്നുള്ളൂ. ഇന്ന് പരിഷ്കൃത മട്ടിലുള്ള ഹോട്ടലുകളുണ്ട്. പൊതുവെ പ്രശാന്തമാണാ നിളാതീരങ്ങൾ. ഗ്രാമസീമയിലൂടെ പ്രശാന്തമായൊഴുകുകയാണ് ഭാരതപ്പുഴ. വർഷകാലത്ത് ഇരുകരകളേയും കാർന്നെടുത്ത് സംഹാരരുദ്രയായി കടന്നുപോകാറുള്ള നിള, വേനലിൽ നാണം കുണുങ്ങി, ഒഴിഞ്ഞൊതുങ്ങി, കടന്നുപോകുന്നു, ഇരുകരകളിലും— ചെറുതുരുത്തിക്കും ഷൊർണ്ണൂരിനും— അതിവിസ്തൃതമായ മണൽമെത്തകൾ വിതർത്തിട്ടുകൊണ്ട്...

റോഡരികിൽനിന്ന് പഴയ കലാമണ്ഡലത്തിലേക്കുള്ള ഗേറ്റ് കടന്നപ്പോൾ തന്നെ, എന്തോ പന്തികേടു തോന്നി, ചിന്താധീനനായി, അല്പം കൂടി നടന്നപ്പോൾ, മരക്കൂട്ടങ്ങൾ നിറഞ്ഞ വളപ്പിലെത്തി, ഇടത്വശത്ത് മാർബിൾ ഫലകങ്ങൾ പതിച്ച വള്ളത്തോൾ സമാധി സ്മാരകം. പണ്ട് നിളാതീരത്തിലെ ശാന്തിവനത്തിൽ വിശുദ്ധിയുടെ പരിവേഷം പൂണ്ടുകണ്ട ആ ശവകുടീരത്തിന്റെ ഇന്നത്തെ അനാഥാവസ്ഥ പരിതാപകരമാണ്. തികഞ്ഞ അവഗണന. ചപ്പും ചവറും മൂടിയ ഈ സമാധിമണ്ഡപം. കേരളീയന്റെ നന്ദികേടിന്റെ നിദർശനമാണ്. കേരള കലാമണ്ഡലത്തിന്റെ എല്ലാമെല്ലാമായിരുന്ന മഹാകവി വള്ളത്തോൾ ഇവിടെ അന്ത്യവിശ്രമം കൊള്ളുന്നു. തൊട്ടടുത്തു തന്നെ സഹധർമ്മിണിയും. ആ ധന്യാത്മാക്കൾക്ക് പ്രണാമങ്ങൾ അർപ്പിച്ച് ദുഃഖഭാരത്തോടെ ഞാൻ കലാമണ്ഡലത്തിന്റെ തിരുമുറ്റത്തേക്കു നടന്നു. രണ്ടു മൂന്നു ദശാബ്ദങ്ങൾക്കു മുമ്പ് ഞാൻ കണ്ട, താരും തളിരുമണിഞ്ഞ ആ പറമ്പിനുപോലും മാറ്റം വന്നിരിക്കുന്നു. പുഷ്പ ലതാദികളുടെ കേളീരംഗമായിരുന്ന ആ മന്ദിരപരിസരങ്ങളിലിപ്പോൾ ഏതാനും പൂച്ചെടികൾ ആരെയും ശ്രദ്ധിക്കാതെ നില്പുണ്ട്. പണ്ടു കണ്ട തൈ മരങ്ങൾ പലതും, മാവും പ്ലാവും, മറ്റും ഇന്ന് വൻവൃക്ഷങ്ങളായി വളർന്ന് പന്തലിച്ചു നില്ക്കുന്നു. പണ്ട് ആ മുറ്റത്തു നില്ക്കുമ്പോൾ ഐശ്വര്യസമൃദ്ധമായ ഒരു തറവാടിന്റെ മുറ്റത്തെത്തിയ പ്രതീതിയായിരുന്നു. ഇന്നാകട്ടെ ഒരു മുടിഞ്ഞ തറവാടിന്റെ മൂകത അവിടെങ്ങും തളംകെട്ടി നില്ക്കുന്നു. വിശാലമായ കോമ്പൗണ്ടിന്റെ മദ്ധ്യഭാഗത്തുള്ള പ്രധാന കെട്ടിടം അടഞ്ഞു കിടക്കുന്നു. ആളനക്കമില്ല എല്ലാത്തിനും മൂകസാക്ഷിയായി പ്രധാന മന്ദിരത്തിനഭിമുഖമായി ഉദ്യാന വളപ്പിൽ നിലകൊള്ളുകയാണ് വള്ളത്തോളിന്റെ പൂർണ്ണകായ പ്രതിമ. കലാമണ്ഡലത്തിന്റെ പാർശ്വ ഭാഗങ്ങളെ തഴുകിക്കൊണ്ട് പരിക്ഷീണയാണെങ്കിലും, നിളാനദി ഇപ്പോഴും ഒഴുകുന്നു. ഭാഗ്യം!

വിശാലമായ ഒരു ഹാളും അഞ്ചു മുറികളുമുള്ള ആ പ്രധാന കെട്ടിടമായിരുന്നു പഴയ കലാമണ്ഡലത്തിന്റെ ആസ്ഥാനമന്ദിരം. പിന്നിലെ ഓലമേഞ്ഞപുരകളിൽ പണ്ട് കഥകളി ക്ലാസുകൾ നടത്തിയിരുന്നു. പ്രധാന കെട്ടിടത്തിന്റെ പാർശ്വത്തിലെ കൊച്ചുവീടുകളിലൊന്നിൽ മുട്ടി വിളിച്ചപ്പോൾ, ഒരാൾ, തീരെ താല്പര്യമില്ലാത്ത മട്ടിൽ മുന്നിലെത്തി. പുതിയ ഭരണ സമിതിയുടെ രാഷ്ട്രീയംകളിയിൽ ജോലി നഷ്ടപ്പെട്ട ഒരു കീഴ്ജീവനക്കാരൻ കുടുംബവുമായി ആ ക്വാർട്ടേഴ്സിൽ താമസം. അയാൾ മറ്റൊരു താവളം കണ്ടെത്താനുള്ള ശ്രമത്തിലാണ്. സ്ഥാപനത്തെപ്പറ്റി അധികൃതമായി എന്തെങ്കിലും പറഞ്ഞുതരാനോ കാട്ടിത്തരാനോ അയാൾ ബാദ്ധ്യസ്ഥനല്ല. പ്രധാന കെട്ടിടം തന്നെ പൂട്ടിയിട്ടിരിക്കുമ്പോൾ, ഉത്തരവാദപ്പെട്ട മറ്റു ജീവനക്കാരുടെ കാര്യം തിരക്കിയിട്ടെന്തു ഫലം? ഒരിക്കൽ ചലനാത്മകവും ആഹ്ലാദകരവുമായിരുന്ന ആ മന്ദിര പരിസരങ്ങൾ ഇന്ന് ഒരു മുടിഞ്ഞ തറവാടിന്റെ ജീർണ്ണത പ്രകടിപ്പിക്കുന്നു. താളാത്മകവും സംഗീതസാന്ദ്രവും ആയിരുന്ന ആ നിളാതീരം, ഇന്ന് കേരളത്തിന്റെ കലാപൈതൃകത്തിന്റെ ശവപ്പറമ്പ്.

വള്ളത്തോൾ ഭവനമോ?

തീർത്തും നിരാശനായി, പഴയ കലാമണ്ഡലത്തിൽനിന്ന് പിന്മടങ്ങുമ്പോൾ, ഞാനോർത്തു. ഞാൻ മുമ്പു കണ്ട വള്ളത്തോൾ ഭവനത്തിന്റെ സ്ഥിതി ഇനി എന്തായിരിക്കും? പഴയ കലാമണ്ഡലത്തിൽനിന്ന് കഷ്ടിച്ച് ഒരു ഫർലോങ് അകലമേയുള്ളൂ, റോഡിന്റെ മറുവശത്തു സ്ഥിതി ചെയ്യുന്ന വള്ളത്തോൾ ഭവനത്തിലേക്ക്. അന്ന് റോഡരികിൽ അന്തസ്സുള്ള ഒരു പഴയ മാളിക. പുഷ്പസസ്യലതാദികളാൽ അലങ്കൃതമായ മുറ്റം. ആ കവിസാർവ്വഭൗമൻ യൗവനം മുതൽ അന്ത്യനിമിഷംവരെ സ്ഥിരതാമസമാക്കിയിരുന്ന വള്ളത്തോൾ ഭവനം. ആദരാഞ്ജലികളോടെയല്ലാതെ, ആ അങ്കണത്തിൽ കാലുകുത്താൻ അന്നെനിക്ക് കഴിയുമായിരുന്നില്ല. അന്ന്, രണ്ടുമൂന്ന് പതിറ്റാണ്ടുകൾക്കു മുമ്പ് കല്പനാ മധുരമെങ്കിലും, വിഷാദം നിഴൽ വീശിയ ആ ഗൃഹാന്തരീക്ഷത്തിൽ

മഹാകവിയുടെ പുത്രന്മാരിലൊരാളായ ബാലകൃഷ്ണക്കുറുപ്പുമായി സംസാരിച്ചിരിക്കെ, ആ ഗൃഹപരിസരങ്ങളിലെങ്ങും മഹാകവിയുടെ സാന്നിദ്ധ്യം എനിക്കനുഭവപ്പെട്ടു. മക്കളും മക്കളുടെ മക്കളും മരുമക്കളും എല്ലാവരുമായി വലിയൊരു അംഗസംഖ്യയാൽ അനുഗൃഹീതമായിരുന്നു വള്ളത്തോൾ കുടുംബം.

പലതും ചിന്തിച്ച് ആ പഴയഭവനത്തിനു മുന്നിലെത്തിയപ്പോൾ അതും തഥൈവ. പണ്ട് നിരനിരയായി പൂവള്ളികൾ തോരണം ചാർത്തിയിരുന്ന ആ പൂമുഖം ശുദ്ധശൂന്യം. അവിടെയും വാതിലടഞ്ഞു കിടക്കുന്നു! സർക്കാരിന്റെ സംരക്ഷണം വാതിൽ പൂട്ടിയിട്ടാകാം. ലോകാരാദ്ധ്യനായ മഹാകവി വള്ളത്തോളിനോട് സാംസ്കാരിക കേരളം ഇത്ര അനീതി കാട്ടണമോ! മഹാകവി വള്ളത്തോൾ തന്റെ ഇരുപത്തിയഞ്ചാം വയസ്സുമുതൽ എൺപതാം വയസ്സിൽ അന്ത്യശ്വാസം വലിക്കുന്നതുവരെ ജീവിച്ചതിവിടെയാണ്.

അതിനു മുമ്പോ? സാഹസികനായ ഒരു കലോപാസകന്റെ ദുരിതപൂർണ്ണമായ ആദ്യകാലാനുഭവങ്ങളുടെ കഥയാണത്. ബ്രിട്ടീഷ് ഭരണ കാലം. ഇംഗ്ലീഷ് വിദ്യാഭ്യാസവും തജ്ജന്യമായ പാശ്ചാത്യ പരിഷ്കാരവും വ്യാപിച്ചു തുടങ്ങിയ കാലം. കഥകളിപോലുള്ള ക്ലാസിക് കലകളുടെ രക്ഷാധികാരികളായ നാടുവാഴികളുടെയും രാജാക്കന്മാരുടെയും ദുർദ്ദശ ആരംഭിച്ചു കഴിഞ്ഞിരുന്നു. ക്ഷയോന്മുഖമായ കേരളീയ കലകൾ. ഈ പശ്ചാത്തലത്തിലാണ്, ഉപജീവനാർത്ഥം വള്ളത്തോൾ എന്ന യുവകവി കുന്നംകുളത്തെത്തിയത് - *ആത്മപോഷിണി* എന്ന മാസികയുടെ പത്രാധിപരെന്ന നിലയ്ക്ക്. കുന്നംകുളത്ത് മണക്കുളം സ്വരൂപത്തിലെ മൂപ്പിൽസ്ഥാനിയായ കുഞ്ഞുണ്ണി വലിയ തമ്പുരാന് അന്നൊരു കഥകളിക്കളരിയും കളിയോഗവും കോവിലകം വകയായിട്ടുണ്ടായിരുന്നു. കഥകളി ഭ്രാന്തനായ വള്ളത്തോൾ അവിടെ കൂടി. കഥകളിപോലുള്ള കലകളെ സമുദ്ധരിക്കുന്നതിനുള്ള മാർഗ്ഗങ്ങളെപ്പറ്റി നിരന്തരമായ ചർച്ചകൾ. കലാമർമ്മജ്ഞനായ വലിയ കുഞ്ഞുണ്ണി രാജാവ് കഥകളിയെ പുനരുദ്ധരിക്കാൻ എന്തു ത്യാഗത്തിനും തയ്യാർ. ഇളയ തമ്പുരാൻ മുകുന്ദരാജാവും വള്ളത്തോളിനു വേണ്ട സഹായസഹകരണങ്ങൾ വാഗ്ദാനം ചെയ്തു. തമ്പുരാൻ സ്വന്തം കളിയരങ്ങും കളിയോഗവും കളിക്കോപ്പുകളുമെല്ലാം അപ്രകാരമൊരു സംരംഭത്തിന് സൗജന്യമായി നല്കി. പലയിടത്തുമുള്ള പ്രസിദ്ധ കഥകളി നടന്മാരെക്കൂടി പങ്കെടുപ്പിച്ച് 1927-28 കാലഘട്ടങ്ങളിൽ പലയിടത്തും ടിക്കറ്റു വച്ച് കഥകളി നടത്തി. സാമ്പത്തിക നേട്ടത്തെക്കാൾ, ജനമദ്ധ്യത്തിൽ ഒരു പുതിയ ഉണർവ്വുണ്ടാക്കാൻ കഴിഞ്ഞു. 1927 ൽ കോഴിക്കോട്ടു വച്ച് കേരള കലാമണ്ഡലം രജിസ്റ്റർ ചെയ്യപ്പെട്ടു. അദ്ധ്യക്ഷൻ വള്ളത്തോൾ, സെക്രട്ടറി മുകുന്ദരാജാ. പലസ്ഥലത്തുനിന്നും കഥകളി ഭ്രാന്തരായ 18 പേർ അംഗങ്ങൾ. കേരള കലാവിദ്യകളെ പരിപോഷിപ്പിക്കുക, കഥകളി, നാടകം, ചാക്യാർകൂത്ത്, തുള്ളൽ മുതലായവയ്ക്ക് കളിയോഗങ്ങളും കളരികളും ഏർപ്പെടുത്തുക. സാഹിത്യം, സംഗീതം, ചത്രമെഴുത്ത് എന്നിവയിൽ പരിശീലനം ഏർപ്പെടുത്തുക മുതലായവയായിരുന്നു സ്ഥാപനത്തിന്റെ മുഖ്യലക്ഷ്യങ്ങൾ. കഥകളിക്കും മറ്റും ഒരു കലാസ്ഥാപനം അനിവാര്യമായി തോന്നിയപ്പോൾ, മൂലധനസമാഹരണത്തിനായി ഒരു ഭാഗ്യക്കുറി നടത്തി. 1920 ൽ ഗുരുവായൂർ വച്ച് നറുക്കെടുത്തു. ചെലവു കഴിഞ്ഞ് മുക്കാൽ ലക്ഷത്തോളം രൂപ മിച്ചം, ശരി എന്നാലിനി ഒരു കഥകളി വിദ്യാലയം സ്ഥാപിക്കാമെന്നായി ചിന്ത.

പരിണാമ ദശകൾ

അങ്ങനെ, കുന്നംകുളത്തെ കക്കാട്ടു കോവിലകത്തു തന്നെ കേരള കലാമണ്ഡലം പിറന്നു. വള്ളത്തോളിന്റെ 51-ാം പിറന്നാൾ ദിനമായ 1106 തുലാം 24-ാം തീയതി (1930 നവംബർ 9) കക്കാട്ട് കാരണവപ്പാട് തന്നെ ഉദ്ഘാടനം നിർവ്വഹിച്ചു. അന്നത്തെ കണക്കിന് 2000 ൽപ്പരം രൂപ വിലപിടിപ്പുള്ള കോവിലകം വക കളിക്കോപ്പുകളും തമ്പുരാൻ സംഭാവന ചെയ്തു. അന്നു മുതൽ കുഞ്ചുക്കുറുപ്പും (തകഴി) വെള്ളിനേഴി കാര്യാട്ടിൽ കോപ്പൻ നായരും പാട്ടുകാരൻ പൂലാപ്പറ്റ രാമൻമുത്താൻ ഭാഗതവതും അദ്ധ്യാപകാരായി. വേഷത്തിനും പാട്ടിനും എല്ലാം കൂടി മൊത്തം ഏഴ് വിദ്യാർത്ഥികൾ. അങ്ങനെ കേരള കലാമണ്ഡലം എന്ന മഹാസ്ഥാപനം പ്രവർത്തനമാരംഭിച്ചു. പ്രവർത്തനരംഗം മലബാറിൽനിന്നും കൊച്ചി രാജ്യത്തിലെ കുന്നംകുളത്തേക്ക് മാറ്റപ്പെട്ടതിനാൽ, സംഘം കൊച്ചി സൊസൈറ്റി ആക്ട് പ്രകാരം രജിസ്റ്റർ ചെയ്യപ്പെട്ടു. (1920 നവംബർ 17) കക്കാട്ടു കോവിലകത്ത് സ്ഥലസൗകര്യം കുറവായതിനാൽ, ആസ്ഥാനം തൃശൂരിൽനിന്ന് പത്തു കി മീ വടക്ക് അമ്പലപുരത്തേക്ക് മാറ്റി— കലാമണ്ഡലം സെക്രട്ടറിയായിരുന്ന മുകുന്ദരാജാവിന്റെ ശ്രീനിവാസം ബംഗ്ലാവിലേക്ക്. ക്രമേണ വിദ്യാർത്ഥികളുടെയും അദ്ധ്യാപകരുടെയും എണ്ണം കൂടി. കഥകളി അരങ്ങുകളോടൊപ്പം നാടകാവതരണവും തുടങ്ങി. മോഹിനിയാട്ടക്ലാസും ആരംഭിച്ചു. കേരളത്തിനു പുറത്തും കഥകളിക്ക് അരങ്ങുകൾ ലഭിച്ചു- ക്ലേശകരമെങ്കിലും സാമ്പത്തികനേട്ടം കുറവെങ്കിലും.

കലാമണ്ഡലത്തിന് സ്വന്തമായി അല്പം സ്ഥലം, ഒരു കെട്ടിടം. ആ ചിരകാല സ്വപ്നം സാക്ഷാൽക്കരിക്കാൻ എന്താണു മാർഗ്ഗം? വള്ളത്തോളും മുകുന്ദരാജാവും കൂടിത്തന്നെ കൊച്ചി രാജാവിനെ സമീപിച്ച് സങ്കടമുണർത്തിച്ചു. കലാരസികനായ രാജാവ്, ഭാരതപ്പുഴയുടെ തീരത്ത്

നിലവും പറമ്പുമായി ഒരു ഹെക്ടറോളം വരുന്ന ഭൂമി രണ്ടായിരത്തിലധികം രൂപയ്ക്ക് പൊന്നുംവിലയ്ക്കു വാങ്ങി കലാമണ്ഡലത്തിനു ദാനം ചെയ്തു. കെട്ടിട നിർമ്മാണത്തിനു വേണ്ട പണം ശേഖരിക്കുന്നതി ലേക്കു പ്രസിഡന്റും സെക്രട്ടറിയും ഉത്തരേന്ത്യ യിലും ബർമ്മയിലും മലേഷ്യയിലുമെല്ലാം സംഭാവ നകൾ തേടിപ്പോയി. പ്രതീക്ഷിച്ചത്ര ഫലമുണ്ടായില്ല. എങ്കിലും ഭാഗ്യക്കുറി നടത്തിക്കിട്ടിയ മൂലധന ത്തിൽനിന്ന് പോരാഞ്ഞതു കൂടി എടുത്ത്, ചെറുതു രുത്തിയിൽ കെട്ടിടം പണി ആരംഭിച്ചു. 1937 ആഗസ്ത് 15 ന്. 1938 ജൂണിൽ കലാമണ്ഡലത്തിന്റെ ആസ്ഥാനം അമ്പലപുറത്തുനിന്ന് ചെറുതുരുത്തിയി ലേക്ക് മാറ്റി.

ഇതിനിടയ്ക്ക് കലാമണ്ഡലം ട്രൂപ്പുകൾ വിദേശ രാജ്യങ്ങളിലും കഥകളി നടത്തി, ഈ പ്രാചീന കലാ രൂപത്തെ ലോകശ്രദ്ധയിൽ കൊണ്ടു വന്നു. എങ്കിലും നിത്യച്ചെലവുകൾക്കുപോലും ഞെരുക്കം. ഗവൺമെന്റിന്റെ ഭരണത്തിലായാൽ പ്രവർത്തനം കൂടുതൽ ഊർജ്ജിതമാകുമെന്ന ധാരണയിൽ ഭാര വാഹികൾ കൊച്ചി ഗവൺമെന്റിനെ സമീപിച്ചു. 1943 ഏപ്രിലിൽ കലാമണ്ഡലത്തിന്റ ഭരണം, ആദ്യം കൊച്ചി ദേവസ്വം ബോർഡ് ഏറ്റെടുത്തു. വള്ള ത്തോൾ തന്നെ പ്രസിഡന്റും ആർട്ട് ഡയറക്ടറുമായി നിയമിക്കപ്പെട്ടു. പക്ഷേ, യുദ്ധകാലത്ത് സൈനികാ വശ്യങ്ങൾക്കായി ചെറുതുരുത്തിയിലെ കലാമ ണ്ഡലം കെട്ടിടങ്ങൾ വിട്ടുകൊടുക്കേണ്ടിവന്നപ്പോൾ, വീണ്ടും കലാമണ്ഡലം തൃശൂരിലെ വാടകക്കെട്ടിട ത്തിലേക്കു മാറ്റപ്പെട്ടു.

കഴിഞ്ഞ കാലങ്ങൾ

പഴയ വെട്ടത്തുനാട്ടിലെ (പൊന്നാനി) മംഗ ലത്തു തറവാട്ടിൽനിന്നും ഇരുപത്തിമൂന്നാം വയസ്സിൽ നാടുവിട്ട നാരായണ മേനോൻ എന്ന യുവ കവിക്ക് മഹാകവിയായി രൂപപ്പെടുന്നതിന് മുമ്പും പിമ്പും കലാമണ്ഡലത്തിനു വേണ്ടി അനുഭവി ക്കേണ്ടി വന്ന ക്ലേശങ്ങൾ അനവധിയാണ്. കലാമ ണ്ഡലം ചെറുതുരുത്തിയിലേക്ക് മാറ്റിയപ്പോൾ ആദ്യം കുറേക്കാലം കലാമണ്ഡലത്തിനു പിന്നിൽ ഒരു വാടക വീട്ടിൽ കഴിഞ്ഞു. 1944 ലാണ് വള്ള ത്തോൾ ഭവനം നിർമ്മിച്ച് അങ്ങോട്ടു താമസം മാറ്റി യത്. മക്കളും മരുമക്കളും കൊച്ചുമക്കളുമായി ഒരു വലിയ കുടുംബം. സാഹിത്യകാരന്മാരും കലാകാര ന്മാരും പുരോഗമനാശയക്കാരുമുൾപ്പെട്ട കുടുംബം. തൊട്ടടുത്തുതന്നെ വള്ളത്തോൾ ഗ്രന്ഥാലയവും.

1955 ൽ കലാമണ്ഡലത്തിന്റെ രജത ജൂബിലി ആഘോഷങ്ങൾ അന്നത്തെ പ്രധാനമന്ത്രി ജവ ഹർലാൽ നെഹ്റു ഉദ്ഘാടനം ചെയ്തു. (രജതജൂ ബിലി രണ്ടു വർഷം വൈകി) അദ്ദേഹം ഒരു ലക്ഷം രൂപ കലാമണ്ഡലത്തിന് സംഭാവനയായി നല്കു കയും ചെയ്തു. തുച്ഛമായ മാസശമ്പളത്തിൽ വെറും 75 രൂപ ഡയറക്ടർ സ്ഥാനം നിർവ്വഹിച്ചു കൊണ്ടു തന്നെ സ്ഥാപനത്തിന്റെ നാനാമുഖമായ വികസന ത്തിന് വള്ളത്തോൾ ഇന്ത്യക്കകത്തും പുറത്തും ട്രൂപ്പുകളോടൊത്തും ഭാരവാഹികളോടൊത്തും സഞ്ചരിച്ചു. 1958 മാർച്ച് 13 ന് മഹാകവി വള്ളത്തോൾ (16-10-1878, 13-3-1958) അന്തരിച്ചു. ഐക്യകേരളം സ്വപ്നം കണ്ടിരുന്ന വള്ളത്തോളിന് 1957 ൽ കേരളം രൂപംകൊണ്ടതിനുശേഷം കലാമണ്ഡലത്തിനു സിദ്ധിക്കാവുന്ന വളർച്ചയെപ്പറ്റി ഊഹിക്കാൻ കഴി ഞ്ഞിരിക്കണം. പണ്ഡിറ്റ്ജി നല്കിയ ഒരു ലക്ഷം രൂപ യിൽനിന്ന് വെട്ടിക്കാട്ടിരി റെയിൽവേ സ്റ്റേഷനു സമീപം മുമ്പു വിലയ്ക്കു വാങ്ങിയിരുന്ന 33 ഏക്കർ സ്ഥലത്ത് കലാമണ്ഡലത്തിന് അനുയോജ്യമായ ഒരു മന്ദിരം നിർമ്മിക്കാനുള്ള നടപടികൾ ദ്രുതഗതിയിൽ മുന്നോട്ടു നീങ്ങി. 1962 നവംബർ 12 ന് കലാമണ്ഡലം ഒരു അക്കാദമി ഓഫ് ആർട്ട്സ് എന്ന പദവിയിലേക്ക് ഉയർത്തപ്പെട്ടു. തുടർന്ന് കൂടിയാട്ടം കൂടി സമാരംഭി ക്കപ്പെട്ടു; കൂടാതെ നല്ലൊരു ഗ്രന്ഥശാലയും ഗവേ ഷണ വിഭാഗവും കലാമണ്ഡലത്തിന് ഒരു സില ബസും തയ്യാറാക്കപ്പെട്ടു. വിദേശികൾക്കായി ഹ്രസ്വ കാല കോഴ്സുകൾ ഏർപ്പെടുത്തി. അങ്ങനെ ഒട്ട നേകം പരിഷ്കാരങ്ങൾ. കലാഭ്യാസനത്തിനു പുറമേ പൊതുവിഷയങ്ങൾ പഠിപ്പിക്കാനും അദ്ധ്യാപകരെ നിയോഗിച്ചു. കഥകളി, കൂടിയാട്ടം, മോഹിനിയാട്ടം, ഭരതനാട്യം, ഓട്ടൻതുള്ളൽ, മറ്റ് ഇന്ത്യൻ ക്ലാസിക്കൽ ഡാൻസുകൾ തുടങ്ങിയവ അഭ്യസിപ്പിക്കുന്ന ഒരു ആർട്സ് അക്കാദമിയായ കലാമണ്ഡലത്തിൽ, കഥ കളി സംഗീതം, ചുട്ടി തുടങ്ങിയവയിലും കോഴ്സു കൾ ഏർപ്പെടുത്തി.

വള്ളത്തോൾ നഗർ

1972 ൽ വെട്ടിക്കാട്ടിരി (വള്ളത്തോൾ നഗർ) യിൽ ആധുനിക സൗകര്യങ്ങളോടുകൂടിയ പുതിയ ആസ്ഥാനത്തിന്റേതായ കെട്ടിടങ്ങൾ ഉയർന്നു. ഓഫീസ്, മ്യൂസിയം അദ്ധ്യാപകർക്കുള്ള ഭവനങ്ങൾ, നർത്തകിമാർക്കുള്ള ഹോസ്റ്റലുകൾ, കളരികൾ എന്ന റിയപ്പെടുന്ന ക്ലാസുമുറികൾ എന്നിങ്ങനെ. അടുത്ത കാലത്തായി കേരള കലാമണ്ഡലം ഒരു ഡീംഡ് യൂണിവേഴ്സിറ്റിയായി ഉയർത്തപ്പെട്ടിട്ടുണ്ട്.

കേരള കലാമണ്ഡലത്തിന്റെ പുതിയ ആസ്ഥാ നത്തിന്റെ കിരീടമാണ് 1977 ൽ പണി പൂർത്തിയാ ക്കപ്പെട്ട കൂത്തമ്പലം. സഹസ്രാബ്ദങ്ങളുടെ പഴക്ക മുള്ള *നാട്യശാസ്ത്ര*വിധി പ്രകാരമാണ് കൂത്തമ്പല ത്തിന്റെ രൂപകല്പനയും സംവിധാനവും നിർവ്വഹി ക്കപ്പെട്ടിട്ടുള്ളത്. അടിസ്ഥാന നൃത്തനിലകളായ നൂറ്റെട്ട് കരണങ്ങളും കൂത്തമ്പലത്തിൽ കൃഷ്ണശില

യിൽ ആലേഖനം ചെയ്തിട്ടുണ്ട്. കൂടാതെ ഭാവമധുരമായ ദാരുശില്പങ്ങൾ അനേകം. 17 ലക്ഷം രൂപ മുതൽമുടക്കി നിർമ്മിക്കപ്പെട്ട ഈ കൂത്തമ്പലം കേരളീയ വാസ്തുശില്പ കലാപാരമ്പര്യത്തിന്റെ ഉത്തമ നിദർശനമാണ്. ഒരു വള്ളത്തോൾ മ്യൂസിയവും കലാമണ്ഡലത്തിലുണ്ട്. മഹാകവി ഉപയോഗിച്ചിരുന്ന സാമഗ്രികൾ കട്ടിൽ, കസേര, തൂലിക, വിദേശികളിൽനിന്നു ലഭിച്ച സമ്മാനങ്ങൾ, ഡയറിക്കുറിപ്പുകൾ, കവിതയുടെ കൈയെഴുത്തുപ്രതികൾ. കഴിഞ്ഞ ശതാബ്ദത്തിൽ വിവിധ ഘട്ടങ്ങളിൽ കഥകളിയിലുണ്ടായ വളർച്ചയെ സൂചിപ്പിക്കുന്ന സാമഗ്രികളും ദൃശ്യങ്ങളും - എന്നിവയെല്ലാം ഉൾക്കൊള്ളുന്ന സ്ഥാപനമാണ് വള്ളത്തോൾ മ്യൂസിയം. 1870 ൽ നിർമ്മിച്ച കഥകളി കിരീടവും നൂറ്റാണ്ടിലേറെ പഴക്കമുള്ള മദ്ദളവും, പണ്ട് കക്കാട്ട് കാരണവർ ഉപയോഗിച്ച വീണ മുതലായവയും വള്ളത്തോൾ മ്യൂസിയത്തെ കൗതുകകരവും വിജ്ഞാനപ്രദവുമാക്കുന്നു. നാനൂറിലേറെ താളിയോലഗ്രന്ഥങ്ങളുൾപ്പെടെ, അപൂർവ്വ ഗ്രന്ഥശേഖരവുമുള്ള ഗ്രന്ഥപ്പുരയും ഗവേഷണ വിദ്യാർത്ഥികൾക്ക് ഒരനുഗ്രഹമാണ്. 1972 മുതൽ അഞ്ചാറു വർഷക്കാലത്തെ ദ്രുതഗതിയിലുള്ള വികസന പരിപാടി കലാമണ്ഡലത്തിന്റെ വളർച്ചയുടെ ഒരു സുവർണ്ണ ദശയെ കുറിക്കുന്നു.

ശാന്തശീതളമായ നിളാതീരത്തെ പഴയ കലാമണ്ഡലം ഇന്നൊരു പക്ഷേ സന്ദർശകർ ഓർത്തെന്നു വരില്ല. ആ മഹാസ്ഥാപനത്തിന്റെ നിഴലിൽ അന്ത്യനിദ്രകൊള്ളുന്ന മഹാകവി വള്ളത്തോളിന്റെ സമാധിസ്മാരകവും ഭാരതപ്പുഴയോരത്തെ പാവന രംഗവേദികളും ശാലീന ഗൃഹങ്ങളും വിസ്മരിക്കുന്നത് ഉചിതമായിരിക്കുകയില്ല.

പഞ്ചായത്ത്

കലാമണ്ഡലവും വള്ളത്തോൾ ഭവനവും കഥകളി തുടങ്ങിയ ക്ലാസിക് കലാപാരമ്പര്യവുമെല്ലാം ചെറുതുരുത്തിയുടെ വിഖ്യാതി വിളംബരം ചെയ്യുന്നവ തന്നെ. സംശയമില്ല. പക്ഷേ, അവ മാത്രമാണോ ചെറുതുരുത്തി. ചെറുതുരുത്തിയുടെ ജനജീവിതത്തിലേക്ക് നമുക്കൊന്ന് കണ്ണോടിക്കാം. ഏറെക്കാലം ചെറുതുരുത്തി എന്ന പേരിലറിയപ്പെട്ടിരുന്ന ഈ ഗ്രാമത്തിന് പേരുമാറ്റം സംഭവിച്ചിട്ട് ഏറെക്കാലമായിട്ടില്ല. വള്ളത്തോളിന്റെ നിത്യസ്മരണ നിലനിറുത്താനാകാം— വള്ളത്തോൾ നഗർ പഞ്ചായത്ത് എന്ന പുതിയ പേര് സ്വീകരിച്ചിട്ടുള്ളത്. ഈ പഞ്ചായത്തിന്റെ വിസ്തീർണ്ണം 19.87 ച കി മീ. ജനസംഖ്യ 21094 (91 ലെ സെൻസസ് പ്രകാരം) കിഴക്ക് പാഞ്ഞാൾ പഞ്ചായത്തിനും പടിഞ്ഞാറ് ദേശമംഗലം പഞ്ചായത്തിനും തെക്കു മുള്ളൂർക്കര പഞ്ചായത്തിനും മദ്ധ്യേ സ്ഥിതി ചെയ്യുന്ന വള്ളത്തോൾ നഗറിന്റെ വടക്കെ അതിർത്തി ഭാരതപ്പുഴയാണ്, പള്ളിക്കൽ, നെടുമ്പര, വെട്ടിക്കാട്ടിരി, പുതുശ്ശേരി, പടിഞ്ഞാറ്റുമുറി, കിഴക്കേ മുറി എന്നീ വാർഡുകളിൽ പടിഞ്ഞാറ്റു മുറിയിലാണ് ചെറുതുരുത്തി ജങ്ഷനും പഴയ കലാമണ്ഡലവുമുൾപ്പെട്ട പ്രദേശം. തൃശൂർ ജില്ലയുടെ വടക്കെ അറ്റത്തെ പഞ്ചായത്ത്. (കൊച്ചിൻ ബ്രിഡ്ജ്-ഷൊർണ്ണൂർ പാലം-കടന്നാൽ പാലക്കാട്ടു ജില്ലയുടെ ഒരു വ്യവസായ നഗരമായ ഷൊർണ്ണൂർ) വർണ്ണക്കുടകൾ ചൂടിനില്ക്കുന്ന കുന്നുകളും പച്ചപ്പരവതാനി വിരിച്ച നെല്പാടങ്ങളും കാറ്റിൽ വിലാസ ലാസ്യമാടുന്ന കേരവൃക്ഷ നിരകളും എല്ലാം ചേർന്ന രമ്യഭൂപ്രകൃതി. ഈ ഗ്രാമീണ ചാരുതകൾക്കിടയ്ക്ക് നിലകൊള്ളുന്ന പഴയ തറവാടുകളും പുതിയ കോൺക്രീറ്റ് സൗധങ്ങളും ഹിന്ദുവും മുസ്ലീമും ക്രിസ്ത്യാനിയും മതസൗഹാർദ്ദത്തോടെ കഴിയുന്ന സാമൂഹ്യ സംവിധാനം. ഭാരതപ്പുഴയുടെ സാന്നിദ്ധ്യം ഗ്രാമത്തിന്റെ ഭൂപ്രകൃതിയെയും കാലാവസ്ഥയെയും ഒട്ടേറെ സ്വാധീനിക്കുന്നുണ്ട്. നദീതടങ്ങൾ ഏറെ ഫലപുഷ്കലം, തെങ്ങ്, കവുങ്ങ്, കുരുമുളക്, വാഴ, റബ്ബർ എന്നിവ സമൃദ്ധിയായി വളരുന്നു. കാർഷികാഭിവൃദ്ധിയിൽ തിരുവിതാംകൂർ പ്രദേശങ്ങളിൽനിന്നും കുടിയേറിയ ക്രിസ്ത്യാനികൾ ഏറെ സ്വാധീനം ചെലുത്തി. വ്യവസായ-വാണിജ്യ സംരംഭങ്ങളിൽ ഏർപ്പെട്ട് ഗ്രാമീണ സമ്പദ് സ്ഥിതി മെച്ചപ്പെടുത്തുന്നതിൽ മലബാറിൽനിന്നും കുടിയേറിപ്പാർത്ത മുസ്ലിം കുടുംബങ്ങൾ വഴികാട്ടികളായി.

ജനജീവിതം ഇന്ന്

ഒരിക്കൽ ജന്മിത്തം കൊടികുത്തി വാണ പ്രദേശങ്ങളാണിവ. ഇന്നും ജന്മിത്തത്തിന്റെ ക്ഷയോന്മുഖമായ രൂപഭാവങ്ങൾ ഗ്രാമത്തിലങ്ങിങ്ങ് പ്രകടം. വാദ്ധ്യാർ മന, മണ്ണഴി, കപ്ലിങ്ങാട്ട്, മാത്തൂർ, വെയ്ക്കാട്, വൈലിശ്ശേരി, കരിപ്പാൽ കയ്പഞ്ചേരി, തിരുവിലാട്ട്, പനമന, എന്നീ പ്രധാന നമ്പൂതിരി ഇല്ലങ്ങളും, താഴ്പ്രനായർ, വടക്കേപ്പാട്ട് എന്നിവരുടെ കുടുംബങ്ങളുമായിരുന്നു മുൻകാലങ്ങളിൽ പ്രധാന ഭൂവുടമകൾ. സാമൂഹ്യ ജീവിതം നിയന്ത്രിച്ചിരുന്നതും അവർ തന്നെ. കുടിയായ്മ, കുടികിടപ്പ്, കാണപ്പാട്ടം, വെറും പാട്ടം, കുറ്റിമൂപ്പ് (താല്ക്കാലികാവകാശം) എന്നിവയുടെ അടിസ്ഥാനത്തിലായിരുന്നു സാധാരണക്കാർ കാർഷിക വൃത്തിയിലേർപ്പെട്ടിരുന്നത്. പില്ക്കാലത്ത് ഭൂപരിഷ്കരണ നിയമം പ്രാബല്യത്തിൽ വന്നതോടെ ജന്മിത്തം ക്ഷയിച്ചു. മണ്ണിലദ്ധ്വാനിച്ചവർ മണ്ണിനുടമകളായി. ഇത്തരം നമ്പൂതിരി ഇല്ലങ്ങളെ ചുറ്റിപ്പറ്റിയാണ് രാജവാഴ്ചക്കാലത്ത് നായർ തറവാടുകളധികവും നിലനിന്നു പോന്നത്. മനകൾ ക്ഷയിച്ചു തുടങ്ങിയതോടെ നായർ തറവാടുകളും ക്ഷയിച്ചു. പിൻതലമുറക്കാർ തൊഴിലില്ലായ്മയുടെയും വരുമാ

നമില്ലായ്മയുടെയും കാലങ്ങളിലേക്ക് വഴുതി വീണു. തൊഴിലില്ലായ്മക്ക് പരിഹാരം കാണാനുള്ള വൻകിട വ്യവസായ സംരംഭങ്ങളൊന്നും ഇവിടെയില്ല. ചില ഗ്രാമീണ വ്യവസായങ്ങളും കൈത്തൊഴിലുകളും കുറേപ്പേർക്ക് ആശ്വാസമേകുന്നു. കാർഷിക വൃത്തിയിലും കൃഷിപ്പണികളിലും ഏർപ്പെട്ട് കഴിയുന്നവർ ധാരാളം. കുട്ട നെയ്ത്ത്, മൺപാത്ര നിർമ്മാണം പപ്പട നിർമ്മാണം എന്നീ തൊഴിലുകൾ കുറേ സ്ത്രീകൾക്ക് ഉപജീവനമാർഗ്ഗമാകുന്നു. മുമ്പ് ഖാദി ഗ്രാമവ്യവസായ കേന്ദ്രം നല്ലരീതിയിൽ പ്രവർത്തിച്ചിരുന്നു. രത്നാ ഇൻഡസ്ട്രീസും കുറേപ്പേർക്ക് തൊഴിൽ നല്കിയിരുന്നു. ചെറുതുരുത്തിയിൽ തന്നെ സർക്കാർ ധനസഹായത്തോടെ ഒരു കഥകളി ക്കോപ്പു നിർമ്മാണ പരിശീലനകേന്ദ്രവുമുണ്ടായിരുന്നു. ആറ്റിനക്കരെ - ഒരു വിളിപ്പാടകലെയുള്ള - ഷൊർണ്ണൂർ എന്ന വികസിത നഗരത്തിൽ എന്തെങ്കിലും തൊഴിൽ തേടി പോകുന്നവരും ധാരാളമുണ്ട്.

ഷൊർണ്ണൂർ

തൃശൂർക്കും കോഴിക്കോടിനും മദ്ധ്യേയുള്ള ഒരു പ്രധാന റെയിൽവേ ജങ്ഷനും വ്യവസായ കേന്ദ്രവുമായ ഷൊർണ്ണൂരിനെ പരാമർശിക്കാതെ ചെറുതുരുത്തിയുടെ വിവരണം പൂർണ്ണമാകുകയില്ല. തെന്നിന്ത്യയിലെ പ്രമുഖ റെയിൽവേ ജങ്ഷനുകളിലൊന്നായ ഷൊർണ്ണൂരിൽ ഒരു നഗരത്തിന്റേതായ സ്ഥാപനങ്ങളും സാഹചര്യങ്ങളും ഒത്തിണങ്ങിയിരിക്കുകയാണ്. റെയിൽവേ തൊഴിലാളികളും ഉദ്യോഗസ്ഥന്മാരുമായി ധാരാളം ജീവനക്കാർ, അവരുടെ പാർപ്പിടങ്ങൾ, വലിയ ഹോട്ടലുകൾ 'വില്പനസ്ഥലങ്ങൾ' ഗവൺമെന്റാഫീസുകൾ, സമ്പന്ന ഭവനങ്ങൾ എന്നിവ കൂടാതെ ഒട്ടധികം വ്യവസായ സ്ഥാപനങ്ങളുമുള്ള ഒരു വികസിത പ്രദേശമാണ് ഷൊർണ്ണൂർ. ഷൊർണ്ണൂരിന്റെ തൊഴിൽ സാദ്ധ്യതകളും ജീവിത സൗകര്യങ്ങളും മറ്റും, തൊട്ടടുത്തു കിടക്കുന്ന ചെറുതുരുത്തിയിൽ വൻതോതിൽ സ്വാധീനശക്തി ചെലുത്തുന്നുണ്ട് പല പ്രകാരത്തിൽ.

കഴിഞ്ഞ നൂറ്റാണ്ടിന്റെ ആദ്യദശകത്തിൽ ശ്രീനാരായണഗുരു ചെറുതുരുത്തി സന്ദർശിക്കുകയുണ്ടായി, അക്കാലത്ത് കൊച്ചി രാജ്യമാകെ അറിയപ്പെടുന്ന ഒരു പാരമ്പര്യ വൈദ്യനായ മുണ്ടവൈദ്യരുടെ അതിഥിയായി. അന്ധവിശ്വാസങ്ങൾക്കും അനാചാരങ്ങൾക്കും അറുതി വരുത്തണമെന്ന് അന്ന് അവിടെ കൂടിയ ആരാധകരോട് ഗുരു ഉപദേശിക്കുകയുണ്ടായി. മുണ്ടവൈദ്യരെ കാണാൻ വരുന്ന പരശ്ശതം രോഗികളുടെ സൗകര്യാർത്ഥം അന്നത്തെ സർക്കാർ ചെറുതുരുത്തിയിൽ ഒരു റെയിൽവേസ്റ്റേഷൻ സ്ഥാപിച്ചു കൊടുത്തു. ഇന്ന് ഗവൺമെന്റ് ഹൈസ്കൂളിനു സമീപം സ്ഥിതി ചെയ്യുന്ന മൃഗചികിത്സാ കേന്ദ്രം കെട്ടിടമായിരുന്നു അന്നത്തെ റെയിൽവേ സ്റ്റേഷൻ. മീറ്റർ ഗേജ് റെയിൽവേ ലൈൻ, ബ്രോഡ്ഗേജ് ആയി മാറുകയും പുതിയ റെയിൽവേ പാലം നിർമ്മിക്കുകയും ചെയ്തതോടെ, റെയിൽവേ സ്റ്റേഷൻ വെട്ടിക്കാട്ടിരിയിലേക്ക് മാറ്റി. കല്ലിങ്ങാട്ട് ശങ്കരൻ നമ്പൂതിരി, മുണ്ടവൈദ്യൻ, കോന്നനാട്ട് കുഞ്ഞിരാമമേനോൻ എന്നിവരുടെ പ്രവർത്തനഫലമായി പുരോഗമനാശയങ്ങൾക്ക് നാട്ടിടകളിൽ പ്രചാരം ലഭിച്ചു. ഇന്ത്യൻ നാഷണൽ കോൺഗ്രസ്, പ്രജാമണ്ഡലം തുടങ്ങിയ രാഷ്ട്രീയ പ്രസ്ഥാനങ്ങൾക്കും ആക്കംകൂടി.

മുണ്ടവൈദ്യൻ

ആതുര സേവനരംഗത്ത് മുണ്ട വൈദ്യൻ തുടങ്ങി വച്ച പ്രസ്ഥാനം അനന്തര കാലഘട്ടത്തിൽ ചെറുതുരുത്തിയിലെ ആയുർവ്വേദ ചികിത്സാവികസനത്തിന് നാന്ദിയായി. അലോപ്പതിക്ക് പ്രാധാന്യമേറി വരികയും ആയുർവ്വേദം ക്ഷയോന്മുഖമാവുകയും ചെയ്ത ഒരു കാലഘട്ടത്തിൽ, ആയുർവ്വേദ ചികിത്സാ പുനരുദ്ധാരണത്തിനായി ഒരു പ്രസ്ഥാനം ഇവിടെ രൂപംകൊണ്ടു. കെ ആർ പത്മനാഭ അയ്യർ പ്രാരംഭം കുറിച്ച കേരളീയ ആയുർവ്വേദ സമാജത്തിൽ രാമവർമ്മ അപ്പൻ തമ്പുരാൻ മാനേജിങ് ഡയറക്ടറും അദ്ധ്യക്ഷനുമായി പ്രവർത്തനം സജീവമാക്കി. ചെറുതുരുത്തിയിൽ ഈ സ്ഥാപനത്തിനു വേണ്ടി കൊച്ചിരാജാവ് രണ്ടര ഏക്കർ സ്ഥലം അനുവദിച്ചു. 1915 ൽ സാമൂതിരി തറക്കല്ലിട്ട ഈ സ്ഥാപനത്തിന്റെ ഉദ്ഘാടനം 1917 ൽ മദ്രാസ് ഗവർണ്ണർ നിർവ്വഹിച്ചു. പ്രശസ്തരായ വൈദ്യന്മാർ സൗജന്യ ചികിത്സ നടത്തിയിരുന്ന ഈ സ്ഥാപനത്തിൽ ആയുർവ്വേദഗവഷണത്തിനും പ്രാമുഖ്യം നല്കിയിരുന്നു. പില്ക്കാലത്ത് ഷൊർണ്ണൂരിൽ ആയുർവ്വേദ കോളേജ് സ്ഥാപിക്കുകയും ആശുപത്രി അങ്ങോട്ടു മാറ്റുകയും ചെയ്തതോടെ ആയുർവ്വേദ സമാജത്തിന്റെ ആസ്ഥാനം ഷൊർണ്ണൂരായി.

1971 ൽ സ്ഥാപിക്കപ്പെട്ട ഇന്ത്യൻ ഇൻസ്റ്റിറ്റ്യൂട്ട് ഓഫ് പഞ്ചകർമ്മ, വ്യത്യസ്തത പുലർത്തുന്ന ഒരു ദേശീയ ആയുർവ്വേദ ഗവേഷണ സ്ഥാപനമാണ്. ഇവിടെ, പല ദശാബ്ദങ്ങൾക്കു മുമ്പ് കേരളീയ ആയുർവ്വേദ സമാജം തുടങ്ങിവച്ച ആയുർവ്വേദ പുനരുദ്ധാരണ സംരംഭങ്ങൾക്ക് ആക്കം കൂട്ടുന്നതാണ് കേന്ദ്ര ഗവൺമെന്റ് ആഭിമുഖ്യത്തിലുള്ള ഈ സ്വയംഭരണം സ്ഥാപനം. ഏഴുതരം വാതരോഗങ്ങളെ സംബന്ധിച്ച ഗവേഷണമാണ് മുഖ്യം. മറ്റു സംസ്ഥാനങ്ങളിൽനിന്നും വിദേശങ്ങളിൽനിന്നും ധാരാളം രോഗികൾ ഇവിടെ വന്നെത്തുന്നു.

ആരാധനാലയങ്ങൾ

വിദ്യാഭ്യാസ പുരോഗതിക്ക് സഹായകമായ സ്ഥാപന സൗകര്യങ്ങൾ ഈ പ്രദേശത്തും ചുറ്റുവട്ടത്തും ധാരാളമുണ്ട്.

നെടുമ്പുര കുലശേഖരപുരം വിഷ്ണുക്ഷേത്രവും കോഴിമാമ്പറമ്പ് ഭഗവതി ക്ഷേത്രവും വെട്ടിക്കാട്ടിരി മുസ്ലീം പള്ളിയും കലാമണ്ഡലത്തിനടുത്തുള്ള ആർ സി ക്രിസ്ത്യൻ പള്ളിയുമാണ് വിവിധ മതവിഭാഗങ്ങളുടെ പ്രധാന ആരാധനാലയങ്ങൾ, കുംഭമാസത്തിലെ ചിത്രനാളിൽ നടത്തപ്പെടുന്ന കോഴിപ്പറമ്പ് പൂരമാണ് ഉത്സവങ്ങളിൽ ഏറ്റവും പ്രധാനം. തോൽപ്പാവക്കൂത്തും ഒരു പ്രധാന ആകർഷണമാണിവിടെ. ആർ സി ക്രിസ്ത്യൻ പള്ളിയിലെ പെരുന്നാളാഘോഷവും പള്ളത്ത് പൈതങ്ങടെ ജാറ നേർച്ചയും തദ്ദേശീയരുടെ പ്രധാന ആഘോഷങ്ങളാണ്. അന്നദാനമാണ് പ്രധാന ആചാരം.

കലാമണ്ഡലം നടുനായകമായ വള്ളത്തോൾ നഗറിന്റെ സാംസ്കാരിക പാരമ്പര്യത്തെ പരിപോഷിപ്പിക്കാനുതകുന്ന ചില സ്ഥാപനങ്ങളും ഇവിടെ പ്രവർത്തിക്കുന്നു. ശാസ്ത്രീയ കലകൾ അഭ്യസിപ്പിക്കുന്നതിന് ചൈതന്യ, കലാതരംഗിണി, സപ്തസ്വര നടനകലോദയം തുടങ്ങിയ സ്ഥാപനങ്ങളും പഞ്ചായത്തിന്റെ ഉടമസ്ഥതയിലുള്ള മൊയ്തു സാഹിബ് മെമ്മോറിയൽ സാംസ്കാരിക നിലയവും ഇവിടെ പ്രവർത്തിച്ചുവരുന്നു.

കലാമണ്ഡലത്തിന്റെ തട്ടകത്തോട് വിട വാങ്ങി, മടക്കയാത്രയ്ക്ക് ബസിലിരിക്കെ ഞാനിപ്രകാരം ചിന്തിച്ചുപോയി:

കലാഭിരുചിയുടെ പേരിൽ നീണ്ട കാലയളവുകളിൽ കലാമണ്ഡലത്തിൽ അഭ്യാസവും പരിശീലനവും തേടുന്ന കുട്ടികൾക്ക്, അത് ഭാവിയിൽ ഒരു ഉപജീവനമാർഗ്ഗമാക്കാൻ സഹായകമായ സാഹചര്യങ്ങൾ ഇന്നുണ്ടോ? സംശയമാണ്. കഥകളി മുതലായ കലാപ്രകടനങ്ങൾ ഒരു തൊഴിലായി സ്വീകരിച്ച് നിത്യവൃത്തി തേടുന്ന ചുരുക്കം ചിലർ കണ്ടേക്കാം. ഭാവി ജീവിതത്തിന് തയ്യാറെടുക്കേണ്ട ദീർഘമായ കാലയളവുകളിൽ (എട്ടും പത്തും വർഷം) നിരന്തരമായ കലാപരിശീലനത്തിനു വേണ്ടി ചെലവിട്ടശേഷം, കടുത്ത ജീവിതപ്രശ്നങ്ങളുമായി മല്ലിടാൻ ബാദ്ധ്യസ്ഥരായ യുവകലാകാരന്മാർക്ക് പില്ക്കാലത്ത് അതൊരു ജീവിതമാർഗ്ഗം കൂടിയായില്ലെങ്കിൽ പിന്നെ- ഈ രംഗത്തേക്ക് എത്രപേർ മുന്നോട്ടു വരും? ബന്ധപ്പെട്ട അധികൃതർ യാഥാർത്ഥ്യപൂർവ്വം ചിന്തിച്ചു പരിഹാരം കണ്ടെത്തേണ്ട പ്രശ്നങ്ങളാണിവ.

54

വില്വാചലത്തിലേക്ക്

രാമരാവണയുദ്ധം കഴിഞ്ഞു. വിജയശ്രീലാളിതനായ ശ്രീരാമൻ. പത്നീ സമേതനായി, പരിവാരങ്ങളോടെ മടക്കയാത്ര ആരംഭിച്ചു. അയോദ്ധ്യാപുരിയിലേക്ക്. ഇടയ്ക്കൊരാശയമുദിച്ചു. ഏറെനാൾ കായികവും മാനസികവുമായ 'ടെൻഷൻ' (പിരിമുറക്കം) അനുഭവിച്ചതല്ലേ--യുദ്ധരംഗങ്ങളിൽ. അല്പമൊന്നു വിശ്രമിച്ചിട്ടാകാം ഇനി രാജ്യഭാരം. അഗ്രജന്റെ നിഴൽപോലെ പിന്തുടർന്ന ലക്ഷ്മണകുമാരനും എതിർപ്പില്ല. സീതാദേവിക്കാണെങ്കിൽ ബഹുസന്തോഷം! നെടുനാളത്തെ വിരഹതാപം തണുപ്പിക്കാൻ ഒരപൂർവ്വാവസരം. പക്ഷേ, സ്വച്ഛന്ദവിഹാരത്തിന് അനുയോജ്യമായ ഒരു ഭൂഭാഗം കണ്ടെത്തേണ്ടതുണ്ട്. ആ ജോലി ആജ്ഞാനുവർത്തികളായി ഒപ്പം നടക്കുന്ന അയ്യപ്പനെയും ഭഗവതിയെയും ഏല്പിച്ചു.

ശ്രീരാമചന്ദ്രന്റെ അനുഗ്രഹാശിസ്സുകളോടെ അയ്യപ്പനും ഭഗവതിയും അനുയോജ്യമായ ഒരു സ്ഥലം തേടി നാടായ നാടെല്ലാം അലഞ്ഞുനടന്നു. കാടായ കാടെല്ലാം അരിച്ചു പെറുക്കി. അവസാനം കുലീനയായ ഒരു പ്രൗഢാംഗനയെപ്പോലെ മലഞ്ചെരിവിലൂടെ അലസഗമനം നടത്തുന്ന പേരാറ്റിന്റെ (ഭാരതപ്പുഴ) തീരത്തെത്തി. ഹായ്! എത്ര മനോഹരം! തരുവല്ലീനികരങ്ങളും താരും തളിരുമാർന്ന് നയനമനോഹരമായ നദീതീരങ്ങൾ. അല്പം കിഴക്കായി ഉയർന്നുയർന്നു പോകുന്ന കുന്നുകളും മലകളും. എങ്ങും ശാന്തിപ്രദമായ അന്തരീക്ഷം. സ്ഥലം തേടിയലഞ്ഞ അയ്യപ്പനും ഭഗവതിക്കും സന്തോഷമായി. ആശ്വാസമായി. സ്വാമിക്കു വിശ്രമിക്കാനുള്ള സ്ഥലം കണ്ടെത്തിയല്ലോ. ഏറെ നടന്ന് തളർന്നതല്ലേ അല്പമൊന്ന് വിശ്രമിച്ചിട്ട് സ്വാമി സന്നിധിയിലെത്താം. എന്താ അയ്യപ്പന്റെ നിർദ്ദേശം ഭഗവതിക്കും ഇഷ്ടമായി. സ്ഥലമന്വേഷിച്ചിറങ്ങിയവർ— അയ്യപ്പനും ഭഗവതിയും പേരാറ്റിൻ തീരത്തെ തിരുവില്വാമലയിൽ സസുഖം വിശ്രമം തുടങ്ങി...

ദിനരാത്രങ്ങൾ കഴിഞ്ഞിട്ടും സ്ഥലം തേടിപ്പോയവർ മടങ്ങി വന്നിട്ടില്ലല്ലോ. എന്താ കാര്യം? അവസാനം രാമലക്ഷ്മണന്മാരും സീതാദേവിയും ഹനുമാനും പരിവാരങ്ങളും സ്ഥലം തേടിപ്പോയവരെ അന്വേഷിച്ചിറങ്ങി. അല്പം അലഞ്ഞിട്ടാണെങ്കിലും, പുള്ളികളെ പിടികൂടി. തിരുവില്വാമലയിൽ പേരാറ്റുനീരിന്റെ കുളിർകാറ്റുമേറ്റ്, പരിസരമെല്ലാം മറന്ന് വിശ്രമിക്കുകയാണവർ- അയ്യപ്പനും ഭഗവതിയും. ഒരൊറ്റ നോട്ടമേ നോക്കിയുള്ളൂ, ശ്രീരാമൻ. പിന്നെ വൈകിയില്ല. കോപാന്ധനായ ഭഗവാൻ, ഒരൊറ്റച്ചവിട്ട്. അയ്യപ്പൻ താഴെ, താഴ്വരയിലേക്ക് തെറിച്ചുവീണു. ഒരു കുണ്ടിൽ ഭഗവതി എത്തിപ്പെട്ടത് ഒരു പാറപ്പുറത്തും. വീണവരെ പിടിച്ചെഴുന്നേല്പിക്കാനോ സാന്ത്വനമോതാനോ ആരും മെനക്കെട്ടില്ല. അവരങ്ങനെ വീണിടത്തു തന്നെ കിടന്നു. പില്ക്കാലത്ത് അതതു സ്ഥലങ്ങളിൽ തന്നെ പ്രതിഷ്ഠിക്കപ്പെട്ടു. ശ്രീരാമനും സീതയും ലക്ഷ്മണനുമെല്ലാം പ്രത്യേകം ഇരിപ്പിടങ്ങൾ തേടിപ്പിടിച്ചു. സ്വയം പ്രതിഷ്ഠിതരായി.

അയ്യപ്പനും ഭഗവതിയും

പാവം, അയ്യപ്പനും ഭഗവതിയും! ആര്യമേധാവിത്വത്തിന്റെ തൊഴിയേറ്റ് തെറിച്ചുവീണ അനാര്യർ! ദ്രാവിഡ സംസ്കാരത്തിന്റെ ദൈവങ്ങളെ നിഷ്കാസനം ചെയ്ത് ആ സ്ഥാനം കൈയടക്കിയ ആര്യദൈവങ്ങളെയല്ലേ ആ സംഭവം സൂചിപ്പിക്കുന്നത്?

തൃശൂരിൽനിന്നും തിരുവില്വാമലയ്ക്കുള്ള യാത്രയിലുടനീളം, ഈ പാവം 'കുണ്ടിലയ്യപ്പന്റെ' ദുർഗ്ഗതി എന്റെ മനസ്സിനെ കുത്തിനോവിച്ചുകൊണ്ടി

രുന്നു. അയ്യപ്പനെയും ഭഗവതിയെയും അവരുൾപ്പെട്ട ക്ഷേത്ര സങ്കേതമായ വില്വാദ്രിഭൂമികളെയും കാണാൻ ഇനിയും ഏറെ യാത്ര ചെയ്യേണ്ടതുണ്ട്. തൃശൂർ പട്ടണത്തിന്റെ പ്രാന്തപ്രദേശങ്ങളും തലപ്പള്ളി താലൂക്കിലെ വൈവിദ്ധ്യമാർന്ന ഗ്രാമങ്ങളും പിന്നീട് കുതിച്ചോടിയ ഞങ്ങളുടെ ബസ്, വടക്കാഞ്ചേരിയെ സമീപിക്കുന്തോറും എന്റെ കൗതുകം വളർന്നുകൊണ്ടേയിരുന്നു.

വടക്കാഞ്ചേരി. തൃശ്ശൂർ, ഷൊർണ്ണൂർ, ബസ് റൂട്ടിലെ തിരക്കേറിയ ഒരു ചെറുനഗരം. വർഷങ്ങൾക്കുമുമ്പ് പലപ്പോഴായി കണ്ട് പരിചയമുള്ള വടക്കാഞ്ചേരി എന്ന ആ ഗ്രാമം എത്രപെട്ടെന്നാണ് വളർന്ന് വലുതായി നഗരപരിവേഷമണിഞ്ഞത്. വിവിധ ദിശകളിലേക്കുള്ള യാത്രക്കാരും ബസുകളും കൂടിക്കുഴഞ്ഞ നഗരാന്തരീക്ഷം. വീതികുറഞ്ഞ റോഡിനിരുപാടും അടുത്ത കാലത്തുയർന്നുവന്ന വിപണനശാലകളും ബഹുനില മന്ദിരങ്ങളും സർക്കാരാഫീസുകളും.

വടക്കാഞ്ചേരി ടൗൺ പിന്നിടുമ്പോൾ അങ്ങകലെയായി മച്ചാട്ടു മലകളും പച്ചച്ച കുന്നുകളും താഴ്വരകളും കണ്ടു തുടങ്ങി. മലയടിവാരത്തിലൂടെ ഇഴഞ്ഞിഴഞ്ഞു നീങ്ങുന്ന തീവണ്ടികൾ. താഴ്വാരങ്ങളിൽ വിശാലമായ നെല്പാടങ്ങൾ ഷൊർണൂരിന് ഇപ്പുറം ഹൈവേയിൽനിന്ന് വലത്തോട്ടു തിരിയുന്ന ഗ്രാമറോഡ് ചേലക്കരയും പഴയന്നൂരും പിന്നിട്ട് നമ്മെ തൃശൂർ ജില്ലയുടെ ഉത്തരാതിർത്തി (തിരുവില്വാമല)യോളം കൊണ്ടെത്തിക്കുന്നു. കേരളത്തിലെ ഏറ്റവും വലിയ നദിയായ പേരാറിന്റെ (ഭാരതപ്പുഴ) തീരത്താണ്, തലപ്പിള്ളി താലൂക്കിന്റെ വടക്കെ അതിർത്തിയായ പേരാറ്റുവീഥി എന്ന പുരാതന രാജ്യം. ഇന്നത്തെ തലപ്പിള്ളി താലൂക്കിലെ ചേലക്കര, പഴയന്നൂർ, തിരുവില്വാമല എന്നീ സ്ഥലങ്ങൾ പണ്ട് പേരാറ്റുവീഥിയുടെ ഭാഗങ്ങളിലായിരുന്നുവത്രെ. വടക്കാഞ്ചേരിക്കും ചെറുതുരുത്തിക്കും മദ്ധ്യേയുള്ള പഴയ ഐക്കരനാടിന്റെ കിഴക്കേ ഭാഗമായിക്കഴിഞ്ഞ ഈ പ്രദേശങ്ങൾ. 'തൊട്ടാശ്ശേരി തലച്ചെന്നോർ' എന്ന നാടുവാഴിയുടെ കീഴിൽ അയ്യഴിപടനായർ, വടക്കുംനമ്പിടി, തെക്കുംനമ്പിടി, കിണറ്റുങ്കരനായർ എന്നീ ഇടപ്രഭുക്കന്മാരാണ് ഭരിച്ചിരുന്നത്. ഈ രാജ്യം 1763 ൽ കൊച്ചിരാജ്യത്തിന്റെ കീഴിൽ തലപ്പിള്ളി, ചേലക്കര എന്നീ പേരുകളിൽ രണ്ട് കോവിലകത്തുംവാതുക്കലായി വിഭജിക്കപ്പെട്ടു. 1809 ൽ രണ്ടും തലപ്പിള്ളി താലൂക്കിന്റെ ഘടകങ്ങളായി.

ചേലക്കര

കൊച്ചിയും തിരുവിതാംകൂറും ഒരുഭാഗത്തും കോഴിക്കോടു സാമൂതിരി മറുഭാഗത്തുമായി 1762 ൽ നടന്ന യുദ്ധത്തിന്റെ അങ്കത്തട്ടായിരുന്നു ചേലക്കര. 1767 ൽ സാമൂതിരിയുടെ മേല്ക്കോയ്മ അംഗീകരിച്ച തലച്ചെന്നോരെ കൊച്ചി രാജാവ് സ്ഥാനഭ്രഷ്നാക്കിയതായും രേഖപ്പെടുത്തിയിട്ടുണ്ട്. പ്രാചീന ശില്പശൈലിയിലുള്ള പുരാതന കൊട്ടാരത്തിന്റെ അവശിഷ്ടങ്ങളും ഇവിടെയുണ്ട്. ഏറെ കാലപ്പഴക്കമുള്ള വെങ്കനല്ലൂർ ക്ഷേത്രവും തലച്ചെന്നോരുടെ പരദേവതയായ എമൂർ ഭഗവതി ക്ഷേത്രവും ജീർണ്ണാവസ്ഥയിൽ ഇന്നും നിലനില്ക്കുന്നു. തനി ഗ്രാമത്തിന്റെ രൂപഭാവങ്ങൾ ഇന്നും കൈവെടിയാത്ത ഗ്രാമീണ മേഖല. ചേലക്കരയിലെ ശനിയാഴ്ച ചന്തയ്ക്കും ഏറെ കാലപ്പഴക്കമുണ്ട്. ചേലക്കരയുടെ പുരാതനത്വവും പ്രാധാന്യവും വിളംബരം ചെയ്യുന്ന ഒരു ആരാധനാകേന്ദ്രമാണ്. അന്തിമഹാകാളൻ കാവ് ചേലക്കര ഇളന്തട റോഡിൽ പാടത്തിന്റെ പടിഞ്ഞാറു ഭാഗത്തു കുളക്കരയിലാണ്. കല്പാന്തകാലത്ത് സംഹാരതാണ്ഡവമാടിയ പരമശിവൻ, ഭദ്രകാളി ഉൾപ്പെടെ സകല ചരാചരങ്ങളെയും തന്നിലേക്കാവാഹിച്ചതിന്റെ മൂർത്തിമദ് ഭാവമാണത്രേ അന്തിമഹാകാളൻ, അതുകൊണ്ടുതന്നെ കാവ് ശിവക്ഷേത്രമായി കരുതേണ്ടി വരുന്നു. തകർന്നടിഞ്ഞ ദ്രാവിഡ പ്രഭാവകാലത്തെ ഏതോ കാവ്, പില്ക്കാലത്ത് ശൈവമതത്തിന് പുറംപകിട്ടേകുന്ന കാവായി ത്തന്നെ നിലനിന്നതാകാം, അന്തിമഹാകാളൻ കാവ്.

ചേലക്കരനിന്നും കിഴക്കോട്ട് വീണ്ടും ഏഴെട്ട് കിലോമീറ്റർ പിന്നിടുമ്പോൾ, പഴയന്നൂരായി. കൊച്ചി രാജാക്കന്മാരുടെ ഭരദേവതയായ പഴയന്നൂർ ഭഗവതിയുടെ ആസ്ഥാനം. ഒരു പഴയ കൊട്ടാരത്തിന്റെ അവശിഷ്ടങ്ങൾ ഈ ഗ്രാമത്തിലുണ്ടത്രേ. പാലക്കാട്ടു ചുരത്തിന്റെ പിന്നിൽ പൊള്ളാച്ചിക്ക് നേരെ പടിഞ്ഞാറായിട്ടാണ് പഴയന്നൂരിന്റെ കിടപ്പ്. അതുകൊണ്ടു തന്നെ പാലക്കാട്ടു ചുരം വഴി കടന്നുപോയിരുന്ന പഴയപാതയുടെ പാർശ്വസ്ഥലങ്ങളാണ് പ്രദേശം. പേരാറ്റുവീഥിയിലെ പ്രധാന സ്ഥലങ്ങളെല്ലാം ഈ മലമ്പാതയുമായി ബന്ധപ്പെട്ടിരിക്കുന്നു. 1787 ൽ ഹൈദരാലി കേരളത്തിലേക്ക് കടന്നേറിയതും ഈ ചുരം വഴിയാണ്. ടിപ്പുവിന്റെ ആക്രമണകാലത്ത് സൈനിക വ്യൂഹവും ആയുധശേഖരവും കടത്തിക്കൊണ്ടു വരാൻ പഴയന്നൂർ മുതൽ മുള്ളൂർക്കര, തൃശ്ശൂർ എന്നീ സ്ഥലങ്ങൾ വഴി ചാലക്കുടിയിലേക്ക് ഒര കാളവണ്ടിപ്പാത നിർമ്മിക്കുകയുണ്ടായി. പില്ക്കാലത്ത് അത് മോട്ടോർ റോഡായി പരിണമിച്ചു. പഴയന്നൂരും വണ്ടാഴിയും കടന്ന് തിരുവില്വാമലയിലേക്ക് സഞ്ചരിക്കുമ്പോൾ ഞാൻ ശ്രദ്ധിച്ചു. റോഡിനിരുപാടും പണ്ടു കണ്ട വന്യപ്രകൃതിയല്ലിപ്പോൾ പാർപ്പിടങ്ങളും പീടികകളും വളർന്നു പൊന്തിയിട്ടുണ്ട്. കാൽ നൂറ്റാണ്ടിനിടയ്ക്കുണ്ടായ മാറ്റങ്ങൾ.

തിരുവില്വാമല

"തിരുവില്വാമല... തിരുവില്വാമല..." ബസ് നിരത്തിൽനിന്നും ബസ് സ്റ്റാൻഡിലേക്കു കടന്നു. ഗ്രാമാന്തരീക്ഷത്തിലെ വെളിമ്പറമ്പിൽ അടുത്ത കാലത്തു നിർമ്മിച്ച ഭേദപ്പെട്ട ബസ് സ്റ്റാൻഡ്. ബസിറങ്ങി തിരക്കി. തിരുവില്വാമല ക്ഷേത്രത്തിലേക്ക് ഏതാണ്ട് ഒരു കിലോമീറ്റർ വടക്കോട്ടു നടക്കണം. നല്ല വിശപ്പും ദാഹവുമുണ്ട്. എങ്കിലും സഹയാത്രികയ്ക്ക് ക്ഷേത്രത്തിലെത്താൻ തിടുക്കമായി. ഓട്ടോറിക്ഷ ചെറിയ വളവും തിരിവും പിന്നിട്ട് കയറ്റം കയറി ക്ഷേത്രസന്നിധിയിലെത്തി. പ്രകൃതിലാവണ്യം വഴിഞ്ഞൊഴുകുന്ന ക്ഷേത്രപരിസരങ്ങൾ അടുത്തും അകലത്തും പാറക്കെട്ടുകൾ. കുന്നുകൾ താഴ്വരകൾ, തെളിനീർ പ്രവാഹങ്ങൾ...തിരുവില്വാമലയുടെ നെറുകയിലെ ആ പ്രാചീന ക്ഷേത്രവും ഹരിതാഭമായ ക്ഷേത്രപരിസരങ്ങളും തികച്ചും വ്യത്യസ്തമായ ഒരു ഭൂപ്രദേശത്തിലെത്തിപ്പെട്ട പ്രതീതി ഉളവാക്കുന്നു. ക്ഷേത്രത്തിന്റെ പടിഞ്ഞാറെ നടയിലാണ് ഞങ്ങളെത്തിയത്.

ഞങ്ങളെത്തിയപ്പോഴേക്കും നടയടച്ചു കഴിഞ്ഞു. ഇനി, വൈകിട്ടേ ക്ഷേത്രത്തിനുള്ളിൽ കയറാൻ പറ്റൂ. നല്ല വിശപ്പ്. ഭേദപ്പെട്ട ഹോട്ടലുകൾ ബസ് സ്റ്റാൻഡിനു ചുറ്റുമാണ്. ഇവിടെ ഇനിയിപ്പോൾ...? ക്ഷേത്രസന്നിധിയിൽ നിരപ്പായ ചെറുതും വലുതുമായ പാറകൾ നിറഞ്ഞ ഒരു വെളിമ്പ്രദേശം. അതിന്റെ ഓരം ചേർന്ന് ഒന്നുരണ്ട് ചെറിയ പുരകൾ. തീകോരിയിടുന്ന വെയിലിൽനിന്ന് അഭയം തേടി ഞങ്ങൾ ആ പുരകളിലൊന്നിൽ കയറി. ഭാഗ്യം; അത് ഒരു ഹോട്ടലായിരുന്നു. മുൻവശത്ത് ചെറിയ ഒരു ഓലപ്പന്തൽ. ഒന്നു രണ്ടു ബഞ്ചുകൾ ഉള്ളിലേക്കു കടന്ന് മേശയ്ക്കരികിൽ തളർന്നിരുന്ന ഞങ്ങളുടെ മുമ്പിൽ ആവി പറക്കുന്ന ചോറ്. നാടൻ കറികൾ സ്വാദേറിയ ആ വിഭവങ്ങളോടൊപ്പം ഹോട്ടലുടമയായ ഉണ്ണികൃഷ്ണൻനായരുടെയും മകന്റെയും സ്നേഹാദരമായ പെരുമാറ്റം. ഹോട്ടലിൽ വലിയ തിരക്ക് ഒന്നുമില്ല. മൃഷ്ടാന്നഭോജനത്തിനുശേഷം മുൻവശത്തെ ഓലപ്പന്തലിൽ സ്ഥാപിച്ച ബഞ്ചുകളിൽ ഞങ്ങൾ ചടഞ്ഞിരുന്നു. ഞങ്ങളോടൊപ്പം ഊണു കഴിച്ചിരുന്ന ഒരു കാഷായവേഷധാരിയും അടുത്ത ബഞ്ചിൽ സ്ഥാനംപിടിച്ചു. സ്വാമിജി ഗൗരവപ്രകൃതിയാണെങ്കിലും വിരക്തനല്ലെന്നു തോന്നി. ഞാൻ വലിഞ്ഞു കയറി ചങ്ങാത്തം സ്ഥാപിച്ചു. സരസസംഭാഷണം, പാണ്ഡിത്യവും ആദ്ധ്യാത്മികതയും ലോക പരിചയവും കലർന്ന പതിഞ്ഞ സംഭാഷണം. സ്വാമി മധുചന്ദ്. പൂർവ്വാശ്രമത്തിൽ രാമചന്ദ്രൻ നായർ. തിരുവനന്തപുരത്ത് പട്ടത്തും പേട്ടയിലും പേരൂർക്കടയിലുമെല്ലാം ബന്ധങ്ങളുണ്ട്. മുമ്പ് നഗരത്തിൽ എന്തോ ജോലിയുമുണ്ടായിരുന്നു. ഒരു ഘട്ടത്തിൽ നാടും വീടുമെല്ലാം വെടിഞ്ഞ് തീർത്ഥയാത്ര പുറപ്പെട്ടു. പുണ്യസ്ഥലങ്ങൾ പലതും പിന്നിട്ട് അവസാനം വില്വാദ്രിനാഥ സന്നിധിയിൽ താവളമുറപ്പിച്ചിരിക്കുകയാണ്. (ക്ഷേത്ര മതിൽക്കെട്ടിനുള്ളിൽ, ക്ഷേത്രഭിത്തിയോടു ചേർന്ന് സ്വാമിക്ക് വിശ്രമിക്കാനും അന്തിയുറങ്ങാനുമുള്ള സൗകര്യങ്ങളേർപ്പെടുത്തിയിട്ടുണ്ട്) നല്ലൊരു മതപ്രഭാഷകനുമാണ് സ്വാമി.

അസുരബ്രാഹ്മണൻ

വെയിലിന്റെ കാഠിന്യം കുറഞ്ഞു തുടങ്ങി. പന്തലിലെ തദ്ദേശീയ സുഹൃത്തുകൾ യാത്ര പറഞ്ഞു പിരിഞ്ഞു. സ്വാമി മെല്ലെ വാചാലനായി. സ്ഫുടവും സാഹിത്യ സുരഭിലവുമായ കഥാകഥനത്തിലൂടെ സ്വാമി ഞങ്ങളെ പൗരാണികത്വത്തിന്റെ സങ്കല്പ ലോകത്തിലേക്ക് ആനയിക്കുകയുണ്ടായി...

പണ്ടു പണ്ട്, തിരുവില്വാമലയിലെ വൈഷ്ണവ ചൈതന്യം കണ്ട് ഭയാക്രാന്തരായ അസുരന്മാർ വിഗ്രഹം നശിപ്പിക്കാൻ ഒരു അസുരനെ നിയോഗിച്ചവത്രേ. അസുരൻ ഒരു സാധു ബ്രാഹ്മണന്റെ വേഷത്തിൽ ക്ഷേത്രത്തിൽ കടന്നുകൂടി. മറ്റു ബ്രാഹ്മണരോടൊപ്പം അമ്പലത്തിലെ സദ്യയുമുണ്ട് അവിടെത്തന്നെ കിടന്നു. ബ്രാഹ്മണാൾ ശാപ്പാട് അസുരനുണ്ടോ മതിയാകുന്നു? മറ്റ് ബ്രാഹ്മണരെല്ലാം ഉറക്കം പിടിക്കുമ്പോൾ ഈ അസുരബ്രാഹ്മണൻ മെല്ലെ പുറത്തിറങ്ങുകയായി. ക്ഷേത്രത്തിൽ നടയ്ക്കിരുത്തുന്ന നാല്ക്കാലികളെ ഒന്നൊന്നായി കൊന്നു തിന്നു. എല്ലും കൊമ്പും കുളമ്പും വടക്കുവശത്തെ പൊന്തക്കാട്ടിൽ വലിച്ചെറിഞ്ഞു. ക്രമേണ എല്ലും കൊമ്പും കുളമ്പും ആ ഭാഗത്ത് കുന്നുകൂടി (ഇന്നും ആ സ്ഥലത്തിന് മൂരിക്കുന്നെന്നാണ് പേര്). നിദ്രാനിലീനരായി കിടന്ന ബ്രാഹ്മണരേയും ഈ അസുരൻ കൊന്നു തിന്നുതുടങ്ങി. ബ്രാഹ്മണർ മഹാവിഷ്ണുവിനോട് ഉള്ളുരുകി പ്രാർത്ഥിച്ചു. അവസാനം കുംഭമാസത്തിലെ കറുത്ത പക്ഷം സമാഗതമായി. സർവ്വത്ര കൂരിരിട്ട്. തന്റെ നിയോഗം നടപ്പിലാക്കാൻ രാക്ഷസൻ ശ്രീകോവിലിൽ കടന്നു. ബിംബം തച്ചുടയ്ക്കാൻ തയ്യാറെടുത്തു. അപ്പോഴതാ നരസിംഹാവതാരംപോലെ അഗ്നിജ്വാല വമിച്ചുകൊണ്ട് ഭഗവാൻ പ്രത്യക്ഷനായി. രാക്ഷസന്റെ മാറ് പിളർന്ന് കൊന്നെറിയുമ്പോൾ, രാക്ഷസനിൽ നിന്നുയർന്ന അലമുറ കേട്ട് ഗാഢനിദ്രയിലാണ്ടിരുന്ന ബ്രാഹ്മണർ ഞെട്ടിയുണർന്ന് ഭയന്നു വിറച്ചു. പലരും ബോധരഹിതരായി. ഉഗ്രരൂപിയായ ഭഗവത് സന്നിധിയിൽ, വിശ്വമംഗലം സ്വാമിയാർ എത്തി, വില്വാദ്രിനാഥാ എന്നു തുടങ്ങുന്ന നാമാവലി ചൊല്ലി പൂജിച്ചുവത്രെ. ഭഗവാൻ രൗദ്രഭാവം മാറ്റി ശാന്തനായി. ശാന്താകാരനും സുസ്മേരവദനനുമായ ഭഗവാന് അന്നു മുതൽ വില്വാദ്രിനാഥൻ എന്ന പേരുണ്ടായത്രേ.

വിശുദ്ധവും പ്രസിദ്ധവുമായ ക്ഷേത്രങ്ങൾക്ക് സമീപമുള്ള പുണ്യതീർത്ഥങ്ങൾക്ക് കൊമ്പ്, കുളമ്പ് എന്നൊക്കെ പേരു ലഭിക്കുക സാധാരണമല്ല. ജന്തുഹിംസയുടെ സൂചനയാണവയെന്ന് വ്യക്തം. അന്തരീക്ഷത്തിൽ പാറിനടക്കുന്ന തീരെ ചെറിയ പ്രാണികൾക്കുപോലും ജീവനാശം വരാതെ സ്വന്തം വായും മൂക്കും മൂടിക്കെട്ടി ഗുഹാചൈത്യങ്ങളിൽ ധ്യാനിരതരായിക്കഴിയുന്ന ജൈനതീർത്ഥന്മാരെ അവരുടെ ആവാസ കേന്ദ്രങ്ങളിൽനിന്ന് ആട്ടിയോടിക്കാൻ ഈ ജന്തുഹിംസ ധാരാളം മതിയാകുമല്ലോ. എല്ലാം ഊഹാപോഹങ്ങൾ മാത്രം.

സ്ഥലനാമോല്പത്തിയെപ്പറ്റിയും ചിന്തിക്കാം. മലയാളത്തിലെ തിരുവില്വാമല സംസ്കൃതത്തിൽ വില്വാദ്രിയായി (*വില്വാദ്രിമാഹാത്മ്യം* എന്ന സംസ്കൃത കൃതി). ക്ഷേത്രം നില്ക്കുന്ന സ്ഥലത്തിനടിയിൽ ഒരു സ്വർണ്ണവില്വമരമുണ്ടെന്നാണ് ഐതിഹ്യം. മറ്റൊരു ഭാഷ്യം - വില്വം (വിള്ളൽ കാണുന്ന മല, വില്യാദ്രി. തിരു+വിൾ+ മല = തിരുവില്വാമല. എന്തായാലും സ്ഥലനാമോല്പത്തിയുടെ പിന്നിൽ ഈ വില്വത്തിന് (ഗുഹയ്ക്ക്) ഒരു പ്രധാന സ്ഥാനമുണ്ടെന്ന് ന്യായമായും ഊഹിക്കാം അത് വഴിയേ തിരക്കാം...

ഭൂഭാഗഭംഗികൾ

ഉച്ച കഴിഞ്ഞു. വെയിലിന്റെ കാഠിന്യം കുറഞ്ഞെന്നു തോന്നുന്നു. ഹോട്ടലുടമയായ ഉണ്ണികൃഷ്ണൻനായരോട് യാത്ര പറഞ്ഞ് ഞങ്ങൾ വീണ്ടും ക്ഷേത്രസന്നിധിയിലേക്കു നടന്നു. അല്പം അകലെയായി സ്വാമിയും ഞങ്ങളെ അനുഗമിക്കുന്നുണ്ടായിരുന്നു. റോഡിൽനിന്നും ക്ഷേത്രത്തിലേക്കു കയറിപ്പോകുന്ന വീതിയുള്ള വഴിക്കിരുവശത്തും ദേവസ്വം ആഫീസും സത്രവും മറ്റു ചില നിർമ്മിതികളും. അവിടെ നിന്ന് ഉയരത്തിലുയരത്തിൽ കയറിപ്പോകുന്ന ശിലാനിർമ്മിതമായ ഒട്ടേറെ പടിക്കെട്ടുകൾ. ക്ഷേത്രനടയ്ക്കിരുപാടും മലങ്കാറ്റിൽ ആടിയുലയുന്ന അരയാലുകൾ! വിശാലമായ ക്ഷേത്രമുറ്റം. അതിവിസ്തൃതമായ മതിൽക്കെട്ടിനുള്ളിൽ അങ്ങിങ്ങ് തലയുയർത്തി നില്ക്കുന്ന ചെറുപാറകൾ. ക്ഷേത്രമപ്പാടെ പാറപ്പുറത്ത് പണിതുയർത്തിയതുപോലെയുണ്ട്. വെയിലേറ്റു കിടന്ന ശിലാതലങ്ങളിലെ ചൂടാറിയിട്ടില്ല. പടിഞ്ഞാറെ ശ്രീകോവിലിൽ നിന്ന് ക്ഷേത്രത്തെ വലംവച്ച് കിഴക്കുഭാഗത്തെത്തി. അവിടെയും ശ്രീകോവിൽ. തുല്യവലിപ്പവും തുല്യപ്രാധാന്യവുമുള്ള രണ്ടു ശ്രീകോവിലുകൾ. പടിഞ്ഞാറു ദർശനമായുള്ള ശ്രീകോവിലിലെ പ്രതിഷ്ഠ ശ്രീരാമനാണ്- കേരളത്തിലെ അതിപ്രസിദ്ധങ്ങളായ അഞ്ച് ശ്രീരാമക്ഷേത്രങ്ങളിൽ പ്രാമുഖ്യം തിരുവില്വാമലയ്ക്കാണ്. കിഴക്കുവശത്തെ ശ്രീകോവിലിൽ ലക്ഷ്മണ പ്രതിഷ്ഠയാണ്. രണ്ട് ശ്രീകോവിലുകളെയും ഒന്നിച്ചാണ് പ്രദക്ഷിണം ചെയ്യുക. ക്ഷേത്രത്തിന്റെ അടിയിൽ ഒരു വലിയ ഗുഹയുണ്ടെന്ന് വിശ്വസിക്കപ്പെടുന്നു. കിഴക്കെ നടയിൽ തെക്കുവശത്തായി ഹനുമദ് പ്രതിഷ്ഠയുണ്ട്. ക്ഷേത്രം പലപ്പോഴും അഗ്നിക്കിരയായിട്ടുണ്ട്. എ ഡി 1789 ൽ ടിപ്പു ക്ഷേത്രം തല്ലിത്തകർത്തു. 1861 ൽ പുതുക്കിപ്പണിയിക്കപ്പെട്ടു. പരശുരാമനാൽ നിയോഗിക്കപ്പെട്ട പരശുടയവർ (മൂസ്സത്)ക്കായിരുന്നത്രേ ക്ഷേത്രത്തിന്റെ ഉടമവകാശം. കാലാന്തരത്തിൽ ഉടമാവകാശം പെരുമ്പടപ്പിനും (കൊച്ചി) നെടുവിരിപ്പിനും (കോഴിക്കോട്ട്) ലഭിച്ചു. അവസാനം ക്ഷേത്രത്തിന്റെ അധീശത്വം കൊച്ചിക്ക് സ്ഥാപിച്ചു കിട്ടി. കുംഭമാസത്തിലെ കറുത്ത ഏകാദശി നാളിലാണ് പ്രധാന ഉത്സവം. തിരുവില്വാമല ക്ഷേത്രത്തിൽ പതിവായി അത്താഴപൂജ കൊച്ചി രാജാവും, ഉഷപ്പായസം കൊച്ചി വലിയമ്മ തമ്പുരാനും, നിത്യേനയുള്ള വെണ്ണ നിവേദ്യം സാമൂതിരിപ്പാടും, പഞ്ചസാരപ്പാൽപ്പായസനിവേദ്യം തിരുവിതാംകൂർ രാജാവുമാണ് നടത്തിപ്പോന്നത്.

മതിൽക്കെട്ടിനുള്ളിലെ ദൈവങ്ങളെയും ഉപദൈവങ്ങളെയും കണ്ടറിഞ്ഞും കേട്ടറിഞ്ഞും ക്ഷേത്രത്തിന് വലംവയ്ക്കവേ സഹയാത്രികയ്ക്ക്—ഭാര്യക്ക്-ഒരു സംശയം:

"അപ്പോൾ കുണ്ടിലെ അയ്യപ്പൻ?"

അതിന് മറുപടി പറഞ്ഞത് സ്വാമിയാണ്.

"അതറിയില്ലേ? അയ്യപ്പൻ പണ്ടേ പുറത്തല്ലേ. അതാ, ആ മതിലിനരികിലേക്ക് നീങ്ങി നോക്കൂ. കാണാം സൂക്ഷിക്കണേ" സ്വാമി ചൂണ്ടിക്കാണിച്ച സ്ഥലത്തേക്ക് ഞങ്ങൾ നടന്നു. അവിടെ, ക്ഷേത്രത്തിന്റെ തെക്കെ മതിൽക്കെട്ടിന്റെ മദ്ധ്യഭാഗത്തുനിന്ന് താഴോട്ടിറങ്ങുന്ന വീതിയേറിയ പടിക്കെട്ടുകൾ എണ്ണാനാവുന്നില്ല. അത്രയധികം. അവിടെ താഴ്ചയിൽ, ഒരു ചെറിയ അമ്പലം. അയ്യപ്പന്റെ സ്ഥാനം അവിടെയാണ്. അയ്യപ്പന്റെ നേർക്ക് ഒരു ചൂണ്ടുപലകയും മതിൽക്കെട്ടിനകത്ത് സ്ഥാപിച്ചിട്ടുണ്ട്.

പുനർജ്ജനി

ക്ഷേത്രത്തിന്റെ തൊട്ടു കിഴക്കായി നീണ്ടുനിവർന്നു കിടക്കുന്ന പടുകൂറ്റൻ പാറക്കെട്ടിന്റെ മുകളിൽ പാർശ്വഭാഗങ്ങളിൽനിന്ന് വളർന്നുയർന്ന് തണൽവീശി നില്ക്കുന്ന പേരാൽ മരങ്ങളുടെ ചുവട്ടിൽ ചടഞ്ഞിരിക്കാം. കിഴക്ക് നോക്കെത്താത്ത ദൂരത്തോളം കുന്നുകളും താഴ്വരകളും തന്നെ. അതിനപ്പുറം പാലക്കാട്ടു ജില്ലയിലെ നെല്ലിയാമ്പതി മലകളാണെന്നു തോന്നുന്നു. ക്ഷേത്രസന്നിധിയിൽനിന്ന് നീണ്ടു നീണ്ടു പോകുന്ന ഈ കൂറ്റൻ പാറക്കൂട്ടങ്ങൾക്കുള്ളിൽ വലിയൊരു ഗുഹാമാർഗ്ഗമുണ്ട് പുനർജ്ജനി.

ക്ഷേത്രത്തിന് കിഴക്കുതെക്കുമാറിയാണ് പുനർജ്ജനിയുടെ സ്ഥാനം. രണ്ടറ്റവും വിസ്താരമേറിയ ഗുഹാമാർഗ്ഗത്തിന്റെ മദ്ധ്യഭാഗം ഇടുങ്ങിയതാണത്രേ. തിരുവില്വാമലയുടെ തെക്കുവശത്ത് അടിവാരത്തിലാണ് ഗുഹാമാർഗ്ഗത്തിന്റെ പ്രവേശനദ്വാരം. ഈ ഗുഹാമാർഗ്ഗത്തിന് 200 മീറ്ററിലധികം ദൈർഘ്യമുണ്ടത്രേ. ഗുഹാന്തർഭാഗങ്ങളിൽ ചില ഭാഗങ്ങളിൽ കുനിഞ്ഞും നിരങ്ങിയും ഇഴഞ്ഞും മാത്രമേ മുന്നോട്ടു പോകാനാകൂ. പ്രവേശനദ്വാരം ഉയരമുള്ളതാണെങ്കിലും പുറത്തേക്കിറങ്ങുന്നത് ഇടുങ്ങിയ മാർഗ്ഗത്തിലൂടെയാണ്. അത്ഭുതകരമായ ഈ മാർഗ്ഗത്തിലൂടെ കയറിയിറങ്ങുന്നത് മോക്ഷദായകമാണെന്ന് വിശ്വസിക്കപ്പെടുന്നു. പ്രകൃതി നിർമ്മിതമാണ് ഈ ഗുഹയെന്ന് വ്യക്തം. വൃശ്ചിക മാസത്തിലെ വെളുത്ത ഏകാദശിക്ക് (ഗുരുവായൂർ ഏകാദശി) മാത്രമേ ഇതിൽ പ്രവേശിക്കാവൂ- വ്രതശുദ്ധിയോടെ.

ഗുഹാവസതികൾ

കേരളത്തിലെ ഗിരിതടങ്ങളിൽ പ്രാചീന കാലങ്ങളിൽ നിലവിലുണ്ടായിരുന്ന ഗുഹാവസതികൾ ജൈനസങ്കേതങ്ങളുടെ സ്മരണകളുണർത്താൻ പര്യാപ്തമാണ്. ഈ പുനർജ്ജനിയിലൂടെ അകത്തു കടന്നു കയറിയതും ദുർഗ്ഗമമാർഗ്ഗത്തിലൂടെ നൂണിറങ്ങിയതും ആരായിരിക്കാം? ജൈനസന്ന്യാസിമാരോ അതോ, അവരെ തുരത്തിയ ശൈവ- വൈഷ്ണവ മതാനുയായികളോ? പ്രാചീന കേരളത്തിന്റെ ചരിത്ര പശ്ചാത്തലമറിയുന്നവർ ഉണ്ട കണ്ടെത്താതിരിക്കുകയില്ല. ജൈന-ബുദ്ധമതങ്ങൾക്ക് സ്വാധീനമുണ്ടായിരുന്ന ഗിരിതടങ്ങളിലെ ഈ പ്രാചീന ദേവാലയം. ഇന്ന് വൈഷ്ണവ ക്ഷേത്രമാണ് - ശ്രീരാമക്ഷേത്രം. ക്ഷേത്രത്തോടുരുമ്മിക്കിടക്കുന്ന പുനർജ്ജനി എന്ന ഗുഹയും ക്ഷേത്രത്തിന്റെ ഉപദൈവങ്ങളിലൊന്നായി സ്ഥാനം നല്കപ്പെട്ടിരിക്കുന്ന കുണ്ടിലെ അയ്യപ്പന്റെ ആരാധനാലയവുമെല്ലാം മേൽപ്പറഞ്ഞ വസ്തുതയ്ക്ക് തെളിവായി ഇന്നും നിലകൊള്ളുന്നു.

എ ഡി 16-ാം നൂറ്റാണ്ടോടുകൂടി ക്ഷേത്രഭരണാവകാശം കോഴിക്കോട് സാമൂതിരിക്കും പാലക്കാട് രാജാവിനും കൊച്ചി രാജാവിനും ലഭിച്ചതായി ചരിത്രസൂചനകളുണ്ട്. സാമൂതിരിക്കും പാലക്കാട്ടു രാജാവിനും പുറംകോയ്മ അവകാശം, കൊച്ചി രാജാവിന് മേല്ക്കോയ്മയും. കക്കാട്ടു നമ്പൂതിരിമാർക്കായിരുന്നുവത്രെ അകക്കോയ്മ. ടിപ്പുവിന്റെ ആക്രമണകാലത്ത് ക്ഷേത്രഭരണം താറുമാറായി. ശക്തൻ തമ്പുരാന്റെ കാലത്ത് ഈ ക്ഷേത്രത്തെ ചൊല്ലി സാമൂതിരിയും കൊച്ചിയും തമ്മിൽ വലിയ തർക്കമുണ്ടായി. അവസാനം മലബാർ കമ്മീഷണർമ്മാരുടെ മദ്ധ്യസ്ഥതപ്രകാരം ശക്തൻ തമ്പുരാന്റെ കീഴിലെ ഒരു ക്ഷേത്രസങ്കേതമായിത്തീർന്നു. ഇന്നു കാണുന്ന ക്ഷേത്രം കൊ. വ. 1058 ൽ കൊച്ചി രാജാവ് പുതുക്കി പണിയിച്ചതാണ്. കൊച്ചിരാജാക്കന്മാരുടെ ഒരു കൊട്ടാരവും തിരുവില്വാമലയിലുണ്ടായിരുന്നു.

പ്രസിദ്ധമായ ക്ഷേത്രം കേന്ദ്രസ്ഥാനമാക്കി. തറക്കൂട്ടങ്ങൾ മുഖേനയുള്ള ഒരു പ്രാചീന ഭരണ സമ്പ്രദായം ഈ പ്രദേശത്ത് നിലനിന്നിരുന്നതായി അനുമാനിക്കാം. തൃശൂർ-പാലക്കാടു ജില്ലകളുടെ അതിർത്തിയിലാണ് തിരുവില്വാമല. തൃശൂർ ജില്ലയുടെ തെക്കെ അറ്റം (തലപ്പിള്ളി താലൂക്ക്) ഭാരതപ്പുഴയും ചീരക്കുഴിപ്പുഴയും ഗ്രാമത്തിന്റെ മൂന്നുഭാഗത്തേയും വലയം ചെയ്തൊഴുകുന്നു. ഒരു ഉപദ്വീപ്. നാലുപുറത്തുമുള്ള പെരിങ്ങോട്ടുകുറുശ്ശി തോടും പഴമ്പാലക്കോട് തോടും ചീരക്കുഴിപ്പുഴയും ഭാരതപ്പുഴയും മുഖേന, മുൻകാലങ്ങളിൽ തോണിയാത്രയായിരുന്നു പ്രധാന ഗതാഗതമാർഗ്ഗം. 1927 ൽ രാമവർമ്മ പ്പാലം എന്ന ചീരക്കുഴിപ്പാലം നിർമ്മിക്കപ്പെട്ടതോടെ കരമാർഗ്ഗം ഒറ്റപ്പാലത്തേയ്ക്കും മറ്റുമുള്ള ഗതാഗതം സാദ്ധ്യമാക്കി. തുടർന്ന് നാനാഭാഗങ്ങളിലും കൂടുതൽ പാലങ്ങൾ നിലവിൽ വന്നതോടെ യാത്രാസൗകര്യം വർദ്ധിച്ചു.

പ്രാചീനജനസമൂഹങ്ങൾ

പ്രാചീന കാലത്ത് തറക്കൂട്ടങ്ങളുടെയും ക്ഷേത്രസങ്കേതത്തിലെ ഭരണാധികാരികളുടെയും പില്ക്കാലത്ത് രാജാക്കന്മാരുടെയും ഭരണനിയന്ത്രണത്തിലുമെല്ലാം നൂറ്റാണ്ടുകൾ കഴിഞ്ഞ തിരുവില്വാമല എന്ന പ്രാചീന ഗ്രാമത്തിന്റെ ഭരണം ഇന്ന് തിരുവില്വാമല പഞ്ചായത്തിനാണ്. കണിയാർകോട്, തിരുവില്വാമല, പാമ്പാടി എന്നീ വില്ലേജുകളുൾപ്പെട്ട പഞ്ചായത്തിന്റെ വിസ്തീർണ്ണം 37.94 ച കി മീ. ജനസംഖ്യ 24179 (91 ലെ സെൻസസ് പ്രകാരം). തൊഴിലിനെ ആധാരമാക്കിയുള്ള ഒരു സവിശേഷ സാമൂഹ്യ സംവിധാനം വളരെ മുമ്പേ ഇവിടെ നിലനിന്നിരുന്നു. മലയാളം സംസാരിക്കാനറിയാമെങ്കിലും, കന്നഡ മാതൃഭാഷയായിട്ടുള്ള എണ്ണൂറോളം കുടുംബങ്ങൾ പഞ്ചായത്തിന്റെ പടിഞ്ഞാറു ഭാഗത്ത് കൂത്താമ്പുള്ളി ഗ്രാമത്തിൽ കുടിപാർക്കുന്നു. കൈത്തറിത്തൊഴിലിലേർപ്പെട്ടിരിക്കുന്ന ഈ ജനവിഭാഗം പണ്ടെന്നോ കർണ്ണാടകത്തിൽനിന്ന് കുടിയേറിപ്പാർത്തവരാകാം. ഇവർ വാണിജ്യ വ്യാപാരരംഗങ്ങളിൽ സജീവമായി പ്രവർത്തിക്കുന്നു. തിരുവില്വാമല പഞ്ചായത്തിലെ എരവത്തൊടി ഭാഗത്ത് അഞ്ഞൂറോളം തമിഴ് കുടുംബങ്ങൾ തിങ്ങിപ്പാർക്കുന്നു. ശെങ്കുന്തർ മുതലിയാർ എന്നറിയപ്പെടുന്ന ഈ വിഭാഗം രാജഭരണകാലത്ത് യോദ്ധാക്കളായിരുന്നുവത്രെ. നൂറ്റി അൻപതോളം കുടുംബങ്ങൾ പാർക്കുന്ന മനശ്ശെട്ടിയാന്മാരും നൂറ്റി അൻപതോളം കുടുംബങ്ങൾ പാർക്കുന്ന മനശ്ശെയ്യിടാന്മാരും നൂറ്റി അൻപ

തോളം കുടുംബങ്ങളായി പാർക്കുന്ന നായിഡുമാരും ചേർന്ന സമൂഹവും ഈ ഗ്രാമപഞ്ചായത്തിന്റെ സവിശേഷതയാണ് തെലുങ്കു ഭാഷ സംസാരിക്കുന്ന വിഭാഗം തെലുങ്കു സംസ്കാരത്തെ പ്രതിഫലിപ്പിക്കുന്നു.

ചുരുക്കത്തിൽ തൃശൂർ - പാലക്കാട് അതിർത്തിയിലെ തിരുവില്വാമല പഞ്ചായത്ത് ദക്ഷിണേന്ത്യയുടെ ഒരു ചെറിയ പതിപ്പു തന്നെയാണ്. മലബാറിൽനിന്ന് കുടിയേറിയ മുസ്ലീങ്ങൾ വാണിജ്യ വ്യാപാരങ്ങളിലൂടെ നാടിനഭിവൃദ്ധിയുണ്ടാക്കിയപ്പോൾ പഴയ തിരുവിതാംകൂറിൽ നിന്നും കുടിയേറിയ ക്രിസ്ത്യാനികൾ മണ്ണിൽ കഠിനാദ്ധ്വാനം ചെയ്ത് കാർഷികാഭിവൃദ്ധിയിലൂടെ തദ്ദേശീയർക്ക് മാതൃക കാട്ടി. ആ പ്രദേശങ്ങളിൽ റബ്ബർ കൃഷി വ്യാപിപ്പിക്കുന്നതിലും അവർ മുന്നിട്ടുനിന്നു. ജനസംഖ്യയിൽ ഭൂരിഭാഗവും നായർ സമുദായക്കാർ. പിന്നെ പട്ടികജാതിക്കാരാണ് കൂടുതൽ. നമ്പൂതിരിമാർ, എഴുത്തച്ഛന്മാർ, തമിഴ് ബ്രാഹ്മണർ, ഈഴവർ, നായ്ക്കർ, ആശാരിമാർ, തട്ടാന്മാർ, കുമ്പാരന്മാർ എന്നിങ്ങനെ വിവിധ തൊഴിലുകളിലേർപ്പെട്ടിട്ടുള്ള ജനവിഭാഗങ്ങളും തിരുവില്വാമലയുടെ സാമൂഹ്യ സംവിധാനത്തെ വൈവിദ്ധ്യപൂർണ്ണമാക്കുന്നു.

സാംസ്കാരിക പാരമ്പര്യം

പ്രശസ്തമായ ഒരു സാംസ്കാരിക പാരമ്പര്യമുള്ള ഭൂപ്രദേശങ്ങളാണ് തിരുവില്വാമല. പഞ്ചവാദ്യം, തായമ്പക, ഇടയ്ക്ക എന്നീ വാദ്യകലകളുടെ ഈറ്റില്ലം. മദ്ദളം വെങ്കിട്ട സ്വാമിയും കലാമണ്ഡലം അപ്പുക്കുട്ടി പൊതുവാളും തായമ്പക വിദ്വാൻ അപ്പുണ്ണി പൊതുവാളും ചെണ്ടവിദ്വാൻ കൊളന്തസ്വാമിയും തിമില വിദ്വാൻ ചിന്നക്കുട്ടി പൊതുവാളും തകിൽ വിദഗ്ദ്ധൻ കേശവൻ നായരും തിരുവില്വാമലയുടെ അഭിമാന ഭാജനങ്ങളായ കലാകാരന്മാരായിരുന്നു. നർമ്മ മധുരമായ കഥകളിലൂടെയും നോവലുകളിലൂടെയും സഹൃദയ മനസ്സിൽ സ്ഥിരപ്രതിഷ്ഠ നേടിയ വി കെ എന്നിന്റെ തട്ടകമായ ഈ ക്ഷേത്ര സങ്കേതം, മഹാകവി പിയുടെ ഒരിടത്താവളമായിരുന്നു. പ്രശസ്ത ചെറുകഥാകൃത്തായ മാനസിയുടെ ജന്മനാടും ഇവിടെയാണ്.

എല്ലാവർഷവും കുംഭമാസത്തിലെ ആദ്യ വ്യാഴാഴ്ചയാണ് തിരുവില്വാമല ക്ഷേത്രത്തിലെ നിറമാല ആഘോഷങ്ങൾ. നാദവാദ്യകലകളിൽ പ്രാവീണ്യം നേടിയിട്ടുള്ള പ്രശസ്ത കലാകാരന്മാരെല്ലാം ഈ ആഘോഷവേളയിൽ സ്വന്തം കലകളവതരിപ്പിച്ച് സായൂജ്യമടയുന്ന രീതി ഇന്നും ഇവിടെ നിലനില്ക്കുന്നു. അമ്പതോളം ആനകളെ എഴുന്നള്ളിക്കുന്ന പതിവുമുണ്ട്. ആദ്യകാലങ്ങളിൽ സവർണ്ണ കലാകാരന്മാർ മാത്രം പങ്കെടുത്തിരുന്ന ഈ ഉത്സവത്തിൽ 1984 നു ശേഷം മാത്രമാണ് അവർണ്ണകലാകാരന്മാർക്കും പ്രവേശനം അനുവദിച്ചത്. ഏകാദശിയോടനുബന്ധിച്ച് നടത്തിയിരുന്ന ലക്ഷാർച്ചന, കഴിഞ്ഞ കുറെ വർഷങ്ങളായി അഷ്ടമി നാളിൽ നടത്തിവരുന്ന അന്നദാനം എന്നിവ നൂറുകണക്കിന് ഭക്തജനങ്ങളെ ആകർഷിക്കുന്നു. പറക്കോട്ടുകാവ് താലപ്പൊലിയും പ്രസിദ്ധം. ആനപ്പൂരം, വെടിക്കെട്ട് എന്നിവ മുഖ്യം. ആക്കപ്പറമ്പ്, പട്ടിപ്പറമ്പ്, എരവത്തൊടി, കുത്താമ്പുള്ളി എന്നീ സ്ഥലങ്ങളിലെ മാരിയമ്മൻ കോവിലുകളും ശ്രീസൗഡേശ്വരി അമ്മൻ കോവിലും ശിവക്ഷേത്രവും അതതു ജനവിഭാഗങ്ങളുടെ ആരാധനാലയങ്ങളാണ്. ഇവ കൂടാതെ, ഷിർദ്ദി സായിബാബ ക്ഷേത്രം, വേട്ടക്കാരൻ കാവ്, മേപ്പാടം ഭഗവതിക്ഷേത്രം തുടങ്ങി അനേകം ക്ഷേത്രങ്ങൾ വേറെയുമുണ്ട്.

1981 ൽ സ്ഥാപിതമായ പാമ്പാടി മുസ്ലിം പള്ളി, തിരുവില്വാമല മുസ്ലിം പള്ളി, പഴമ്പാലക്കോട് മുസ്ലിം പള്ളി എന്നിവ തദ്ദേശീയരായ മുസ്ലീങ്ങളുടെ ആരാധനാകേന്ദ്രങ്ങളാണ്. 10 വർഷം പഴക്കമുള്ള യാക്കോബായ ക്രിസ്ത്യൻ പള്ളി, 15 വർഷം പഴക്കമുള്ള റോമൻ കാത്തലിക് പള്ളി, എസ് ഡി എ ചർച്ച് എന്നിവ ക്രിസ്തുമതാനുയായികളുടെ ആരാധനാലയങ്ങളാണ്.

ഒരു വികസിത നഗരമായ ഒറ്റപ്പാലത്തിന്റെ സാമീപ്യമുള്ള തിരുവില്വാമല പഞ്ചായത്ത് വിദ്യാഭ്യാസപുരോഗതിയിലും ചികിത്സാസൗകര്യങ്ങളുടെ കാര്യത്തിലും ഒട്ടും പിന്നണിയിലല്ല.

55

സുൽത്താൻ കോട്ടയ്ക്കു ചുറ്റും

അയൽക്കാരന്റെ ആക്രമണത്തെ ഭയന്ന് അലറി വിളിച്ച് ബഹളം കൂട്ടി, അകലെയുള്ള വ്യാഘ്രത്തെ ക്ഷണിച്ചു വരുത്തിയശേഷം, വ്യാഘ്രത്തിന്റെ പിടിയിലമർന്ന് ഞെരിപിരികൊള്ളേണ്ടിവന്ന ഒരു നാടുവാഴിയുടെ ഭോഷത്തത്തിന്റെ നിത്യസ്മാരകമാണ് ആ പഴയ കോട്ട - പാലക്കാട്ടു നഗരമദ്ധ്യത്തിൽ മൂന്നു ശതാബ്ദങ്ങൾക്കുശേഷവും ഇന്നും വലിയ കേടുപാടുകളില്ലാതെ തലയുയർത്തി നില്ക്കുന്ന സുൽത്താൻ കോട്ട. സുൽത്താൻ കോട്ടയും സുൽത്താൻ പേട്ടയും (വിപണന വീഥികൾ) സുൽത്താന്റെ (മൈസൂർ വ്യാഘ്രം) വീരപരാക്രമങ്ങളുടെ മുറിപ്പാടുകളുള്ള സമീപ പ്രദേശങ്ങളും, എലിയെപ്പേടിച്ച് ഇല്ലം ചുടാൻ മടിക്കാത്ത ചില രാജാക്കന്മാരുടെ ദുർഭരണത്തിന്റെയും നെറികേടിന്റെയും മൂകസാക്ഷികളായി നിലനില്ക്കുന്നു.

അങ്ങനെയല്ലായിരുന്നു പാലക്കാട് മുൻകാലങ്ങളിൽ—ശതാബ്ദങ്ങൾക്കു മുമ്പ്. കോട്ടയ്ക്കുള്ളിൽ കടക്കും മുമ്പ്, നമുക്ക് പുറത്തല്പം ചുറ്റിയടിക്കാം, ഒരു ചെറിയ പട്ടണപ്രദക്ഷിണം. പാലക്കാട് മുനിസിപ്പൽ ബസ് സ്റ്റാൻഡിൽ ഒരല്പം നില്ക്കാം. ജില്ലയുടെ നാനാഭാഗത്തേക്കും കുതിച്ചോടാൻ വെമ്പലാർന്ന് നില്ക്കുന്ന അസംഖ്യം പ്രൈവറ്റ് ബസുകൾ. ഇടയ്ക്ക് ചില ട്രാൻസ്പോർട്ട് ബസുകളും. തമിഴും മുറി ഇംഗ്ലീഷും മലയാളവും ചേർന്ന ഒരുതരം അവിയൽ ഭാഷ തനി കേരളീയമായ ശുഭ്രവേഷവും തമിഴ് തനിമയുള്ള വർണ്ണാഞ്ചിതവേഷവും ഒരേപോലെ ദൃശ്യമാണിവിടെ. പ്രാചീന തമിഴകത്തിന്റെ സങ്കരസംസ്കാരം.

ഭാരതപ്പുഴയുടെ പ്രധാന പോഷകനദികളായ കണ്ണാടിപ്പുഴ (യാക്കരപ്പുഴ)യും മലമ്പാതിപ്പുഴ (കൽപ്പാത്തിപ്പുഴ)യും നഗരത്തിന്റെ തെക്കും വടക്കുമായി ഒഴുകി, പാലക്കാടുനിന്ന് 10 കി മീ പടിഞ്ഞാറ് പറളിയിൽ വച്ച് സന്ധിച്ച് ഭാരതപ്പുഴ (നിള)യായി ഒഴുകി പൊന്നാനിയിൽ വച്ച് അറബിക്കടലിൽ പതിക്കുന്നു. നമുക്ക് നഗരപ്രാന്തങ്ങളിലേക്കു കടക്കാം. പാലക്കാടിന്റെ പരുക്കൻ ഭാവം പ്രകടമാക്കുന്ന ഭൂപ്രകൃതി. താരതമ്യേന വരണ്ട പ്രദേശങ്ങൾ. റോഡിനിരുവശവും അങ്ങിങ്ങു കാണാവുന്ന നെല്പാടങ്ങളുടെ വരമ്പുകളിലും പീഠപ്രദേശങ്ങളിലുമെല്ലാം, ഉച്ചസൂര്യനെ ഉച്ചിയിലേറ്റി നില്ക്കുന്ന സർവ്വശക്തന്മാരായ കരിമ്പനക്കൂട്ടങ്ങൾ. ദാഹാർത്തരായി തീവെയിലിന്റെ നേർക്ക് ഒരായിരം നാവുകൾ നീട്ടി വരണ്ടു കിടക്കുന്ന പാലക്കാടൻ പറമ്പുകൾ. വരൾച്ച ബാധിച്ച തമിഴ്നാട്ടിലെ ഗ്രാമങ്ങളുടെ സഹജഭാവത്തെയാണ് ഈ ദൃശ്യം അനുസ്മരിപ്പിക്കുക. വരണ്ട മണ്ണിന്റെ ചുടുനിശ്വാസംപോലെ വീശിയടിക്കുന്ന ചുടുകാറ്റ്. പുരാതന ദ്രാവിഡ സംസ്കാരത്തെ കൈയൊഴിയാൻ മടിച്ചുനില്ക്കുന്ന ഈ നാട്, എങ്ങനെ പാലക്കാടായി? ഇടയ്ക്കിടയ്ക്ക് കുറ്റിക്കാടുകളും സംസ്ഥാനാതിർത്തിയിൽ കൊടുങ്കാടുമുണ്ടെങ്കിലും പാലമരമൊന്നും കാണുന്നില്ലല്ലോ.

ഐന്തിണകൾ

ഇവിടെ, അല്പം പ്രാചീന ചരിത്രമാവാം. സഹസ്രാബ്ദങ്ങളുടെ പാരമ്പര്യമുള്ള ദ്രാവിഡസംസ്കാരത്തിൽ, ജാതിഭേദങ്ങൾക്കോ വർണ്ണവ്യത്യാസങ്ങൾക്കോ സ്ഥാനമുണ്ടായിരുന്നില്ല. ജനങ്ങൾ തിങ്ങിപ്പാർക്കുന്ന പ്രദേശങ്ങളുടെ ഭൂമിശാസ്ത്രപരമായ പ്രത്യേകതകളും അവർ ഏർപ്പെട്ടിട്ടുള്ള തൊഴിലുകളുമായിരുന്നു, ഒരു വിഭാഗത്തെ മറ്റൊരു വിഭാഗത്തിൽ നിന്ന് വേർതിരിച്ചറിയാൻ സഹായകമായ ഘടകങ്ങൾ. ഭൂപ്രകൃതിയുടെ പ്രത്യേകതയനുസരിച്ച്

ഭൂപ്രദേശങ്ങളെ അഞ്ചു വിഭാഗങ്ങളായി പരിഗണിക്കപ്പെട്ടിരുന്നു. മലവാരം (കുറിഞ്ഞി) കാട്ടുപ്രദേശം (മുല്ലൈ) വയലും കരയും ചേർന്നിടം (മരുതം) സമുദ്രതീരം(നെയ്തൽ) മഴയില്ലാത്തടം (പാലൈ) എന്നിങ്ങനെ. ഈ അഞ്ചുപ്രദേശങ്ങളിലെ (തിണകൾ) ജനസാമാന്യത്തിന്റെ ജീവിതരീതികളും മറ്റും, വിശിഷ്യാ പ്രേമബന്ധങ്ങൾ ചിത്രീകരിക്കുന്ന ഇതിവൃത്തങ്ങൾ ഉൾക്കൊള്ളുവന്നവയായ *ഐന്തിണകൾ* (അഞ്ചു തിണകൾ) സംഘകാലത്തെ അകംപാട്ടുകളിൽ പ്രമുഖമായ ഒരിനമാണ്. അപ്പോൾ, മഴയില്ലാത്ത പ്രദേശങ്ങൾ പാലൈ നിലമായി. പാലൈ പ്രദേശങ്ങളിലെ കാട്ടുപ്രദേശങ്ങൾ പാലൈക്കാടായി തമിഴകത്തിന്റെ ഈ പാലൈ പ്രദേശങ്ങൾ വേർപെട്ടു പോകാതിരിക്കാൻ പ്രകൃതി കനിഞ്ഞു നല്കിയ വരദാനമാണല്ലോ പാലക്കാട്ടു ചുരം. അവിടം വരെ 960 കി മീ തുടർച്ചയായി നീണ്ടുയർന്നു കിടക്കുന്ന സഹ്യപർവ്വതനിരകൾ അവിടെ പാലക്കാടിനു വേണ്ടി വിസ്തൃതമായ ഒരു കോട്ടവാതിൽ തുറന്നിട്ടിരിക്കുന്നു. അറബിക്കടലിൽനിന്ന് കുളിരും കൊണ്ടോടിയെത്തുന്ന കുളിർകാറ്റിനെ തടുത്തു നിർത്തി തമിഴകത്തെ വിമ്മിട്ടപ്പെടുത്താതെ നിർബ്ബാധം കടന്നുപോകാൻ സദയം അനുവദിച്ചിരിക്കുന്നു ഈ മലമ്പാത-പാലക്കാടു ചുരം. പാലക്കാടു നഗരത്തിനല്പം അകലെയായി പ്രകൃതി തുറന്നിട്ടിട്ടുള്ള ഏതാണ്ട് 30 കി മീ വീതിയുള്ള ഈ ചുരത്തിന്റെ ഒരുഭാഗത്ത് നീലഗിരി മലയുടെയും മറുഭാഗത്ത് ആനമലയുടെയും ഉത്തുംഗശൃംഗങ്ങൾ ദ്വാരപാലകരെപ്പോലെ കാവൽ നില്ക്കുന്നു. പാലക്കാടുവരെയെത്തുന്ന തെക്കുപടിഞ്ഞാറൻ കാറ്റിനെയും മഴയെയും അപ്പുറത്തേക്ക് സദയം കടത്തിവിടുന്നു. പാലക്കാടിന്റെ കാലാവസ്ഥ നിയന്ത്രിക്കുന്നതിൽ ഈ ചുരം ഒരു പ്രധാന പങ്കുവഹിക്കുന്നു. വീശിയടിക്കുന്ന വൃശ്ചികക്കാറ്റിൽ ചൂളിപ്പോകുന്ന നാടും നഗരവും തദ്ദേശീയർക്ക് സുപരിചിതം.

പണ്ട് മലബാറിലേക്കുള്ള ഒരു ഗോപുരകവാടമായിരുന്നു പാലക്കാടു ചുരം, ഇന്നും ഇത് കേരളത്തിന്റെ നന്മയ്ക്കും തിന്മയ്ക്കും കാരണമായിട്ടുണ്ട്. കേരളീയവും ദ്രാവിഡവുമായ സംസ്കാരങ്ങളുടെ യഥേഷ്ടമുള്ള സങ്കലനത്തിന് സൗകര്യം നല്കിയിരുന്നതും ഈ ചുരം തന്നെ. പുറത്തുള്ളവർക്ക് കേരളത്തിൽ കടന്നേറി കൊള്ളയടിക്കാനും കുരുതിക്കളങ്ങൾ സൃഷ്ടിക്കാനും ഈ ചുരം വഴിയൊരുക്കി. കേരളത്തെ തമിഴ്നാടുമായും ഇന്ത്യയിലെ മറ്റു നഗരങ്ങളുമായും ബന്ധിപ്പിക്കുന്ന റോഡുമാർഗ്ഗവും റെയിൽപ്പാതയും ഈ ചുരം വഴി കടന്നുപോകുന്നു.

തരൂർ സ്വരൂപം

പാലക്കാടിന്റെ ഭരണം നടത്തിയിരുന്ന രാജവംശം തരൂർ സ്വരൂപം എന്ന പേരിലാണറിയപ്പെട്ടിരുന്നത്. എന്നു മുതല്ക്കാണെന്ന് വ്യക്തമായ ചരിത്രസൂചനകളൊന്നുമില്ല. ആലത്തൂരിൽനിന്നും 10 കിമീറ്ററോളം അകലെയായിരുന്നു തരൂർ കോവിലകം. ഈ തരൂർ സ്വരൂപത്തിന് ശേഖരീവംശം എന്നും പേരുണ്ടായിരുന്നു. സ്വരൂപത്തിലെ പുരുഷന്മാർ 'അച്ചൻ' എന്ന പേരിലും സ്ത്രീകൾ 'നേത്യാരമ്മ' എന്ന പേരിലും അറിയപ്പെട്ടിരുന്നു. തരൂർ കോവിലകത്തിന് ഇടമെന്നും പറയപ്പെടുന്നു. രാജകുടുംബത്തിലെ ഏറ്റവും പ്രായംചെന്ന പുരുഷൻ 'ശേഖരീവർമ്മൻ' എന്ന സ്ഥാനപ്പേരു സ്വീകരിച്ച് അരിയിട്ടുവാഴ്ച നടത്തി ഭരണം ഏറ്റെടുക്കുന്നു. ഇന്നത്തെ പാലക്കാട് ആലത്തൂർ, ചിറ്റൂർ താലൂക്കുകളായിരുന്നു തരൂർ സ്വരൂപത്തിന്റെ രാജ്യം. എ ഡി 13 -ാം നൂറ്റാണ്ടിൽ പുരുഷസന്താനമൊന്നുമില്ലാതെ രാജവംശം അന്യം നിന്നുപോകുമെന്ന അവസ്ഥയിലെത്തി. അപ്പോൾ മൺമറഞ്ഞ രാജാക്കന്മാരുടെ മക്കൾ അവകാശവാദമുന്നയിച്ചു. ആഭ്യന്തരകലഹം! അരാജകാവസ്ഥ! ഈ പരിതാപകരമായ സാഹചര്യത്തിൽ രാജകുടുംബത്തിൽ അവശേഷിച്ച രണ്ട് തമ്പുരാട്ടിമാർ കൊച്ചി രാജാവിനെ ആശ്രയിച്ചു. സന്താനലബ്ധിക്കുവേണ്ടി വടക്കുന്നാഥക്ഷേത്രത്തിൽ ഭജനമിരുന്നു. കൊച്ചിതമ്പുരാൻ ആ തമ്പുരാട്ടിമാരെ പരിണയിച്ചു. ആ ബന്ധത്തിൽ പുരുഷപ്രജകളുണ്ടായി. തമ്പുരാട്ടിമാർ കൊച്ചി രാജാവിന്റെ സഹായത്തോടെ സ്വരാജ്യത്തെത്തി അധികാരം പുനഃസ്ഥാപിച്ചു. ഈ സഹായത്തിന് പ്രതിഫലമായി തമ്പുരാട്ടിമാർ പെരുമ്പടപ്പിന് (കൊച്ചി) കുനിശ്ശേരി 500 നായന്മാരെ വിട്ടുകൊടുത്തു. അക്കാലം മുതൽ പെരുമ്പടപ്പും തരൂരും തമ്മിലുള്ള സൗഹൃദം അഭംഗുരം തുടർന്നു പോന്നു.

മുമ്പേ തന്നെ പെരുമ്പടപ്പുമായി ബദ്ധശത്രുതയിലായിരുന്നല്ലോ നെടുവിരിപ്പ് (സാമൂതിരി). സൈനിക ശക്തി വർദ്ധിച്ചപ്പോൾ സാമൂതിരിക്ക് ഒരു ദിഗ്വിജയം നടത്താൻ മോഹം. കൊച്ചിയെയും കൊച്ചിയുടെ പുത്തൻ കൂറ്റുകാരായ രാജ്യങ്ങളെയും ആക്രമിച്ച് കീഴടക്കുകയായിരുന്നു ലക്ഷ്യം. 1510 ൽ പോർച്ചുഗീസുകാരും സാമൂതിരിയും തമ്മിൽ തെറ്റിപ്പിരിഞ്ഞു. സാമൂതിരിയെ എങ്ങനെയും കീഴടക്കണമെന്ന വാശിയിൽ പോർച്ചുഗീസ് വൈസ്രോയിയായ ആൽബുക്കർക്ക് വിജയനഗര രാജാവായ കൃഷ്ണദേവരായരുടെ സഹായം തേടി. കൃഷ്ണദേവരായർ രാമപ്പയ്യന്റെ നേതൃത്വത്തിൽ വലിയൊരു കുതിരപ്പടയെ കേരളത്തിലേക്കയച്ചു. വിജയ നഗരത്തിന്റെ ഈ ആക്രമണത്തെ തരൂർ സ്വരൂപം സർവ്വാത്മനാ സ്വാഗതം ചെയ്തു. (എലിയെ തോല്പിക്കാൻ ഇല്ലം ചുടുന്ന ഭോഷത്തം) കടന്നുവന്ന സ്ഥലങ്ങളെല്ലാം തകർത്ത് തരിപ്പണമാക്കിയ വിജയനഗരസൈന്യം തരൂരെത്തി. ഈ സമയംകൊണ്ട് സാമൂതിരി സൈന്യം സകല ശക്തിയും സമാഹരിച്ച് ശത്രു

വിന്റെ പടപ്പാളയങ്ങളെ കടന്നാക്രമിച്ച് വമ്പിച്ച നാശ നഷ്ടങ്ങൾ വരുത്തി. സാമൂതിരി തരൂർകോട്ട വളഞ്ഞു. രായരുടെ ശേഷിച്ച സൈന്യത്തെ തോല്പിച്ചോടിച്ച് തരൂർകോട്ട ഇടിച്ചു നിരത്തി. അപ്രതീക്ഷിതമായ പരാജയം. ഗത്യന്തരമില്ലാതെ രായർപ്പട പിന്തിരിഞ്ഞോടി. ശേഖരീവർമ്മ രാജാവ് പാലക്കാട്ടേക്കു നീങ്ങി, ചൊക്കനാഥപുരത്ത് കോട്ട കെട്ടി ആസ്ഥാനം അങ്ങോട്ടു മാറ്റി.

സാമൂതിരി എന്ന വഴക്കാളി

ബദ്ധശത്രുവായ കൊച്ചിയെയും, കൊച്ചിയുമായി സൗഹൃദം പുലർത്തുന്ന മറ്റു ഭരണാധികാരികളെയും ആക്രമിക്കുകയെന്നത് 14-ാം ശതകം മുതൽ തന്നെ സാമൂതിരിയുടെ ഒരു പതിവുശീലമായിരുന്നു. ഇപ്രകാരം, പാലക്കാട്ടെ തരൂർ സ്വരൂപമെന്ന ദുർബ്ബലരാജവംശത്തിന്, പലതവണ സാമൂതിരിയുടെ കടന്നേറ്റങ്ങൾക്കും നശീകരണത്തിനും വിധേയമാകേണ്ടിവന്നു. 1365 ലെ കുനിശ്ശേരി യുദ്ധത്തെ തുടർന്ന് പാലക്കാടിന്റെ പ്രാന്തഗ്രാമങ്ങളായ കോട്ടായി, മങ്കര, കുന്നത്തൂർ, കുഴൽമന്ദം, വിളയം ചാത്തന്നൂർ, മഞ്ഞളൂർ, എരുമയൂർ, വടവത്തൂർ, കിഴക്കെതറ, പടിഞ്ഞാറെതറ, വട്ടക്കാട്, പനങ്ങാട്ടി, കൊല്ലങ്കോട്, മുതലമട എന്നീ ഗ്രാമങ്ങളടങ്ങുന്ന നടുവട്ടം ദേശം മുഴുവൻ സാമൂതിരിയുടെ കൈവശമായി. തുടർന്നും പല കാലങ്ങളിലായി പല പ്രാവശ്യം സാമൂതിരി പാലക്കാടിനെ ആക്രമിച്ചു. അപ്പോഴൊക്കെയും ദുർബ്ബലനായ പാലക്കാട്ടരചൻ ഒഴിഞ്ഞൊതുങ്ങിനിന്ന് പീഡനങ്ങളും പിഴകളും ഏറ്റുവാങ്ങുകയാണുണ്ടായത്.

1757 ൽ സാമൂതിരി വീണ്ടും പാലക്കാട് ആക്രമിച്ച് ചൊക്കനാഥപുരം കോട്ടയും കൈയടക്കി. അവസാനം ഇരുകൂട്ടരും മദ്ധ്യസ്ഥതയിലെത്തി. പാലക്കാടു രാജാവിന്റെ ഏറ്റവും വലിയ ഭോഷത്തം പ്രകടമാവുന്നത് ഇനിയാണ്. പലപ്രാവശ്യം പരാജയപ്പെട്ട് ഹതാശനായപ്പോൾ, ശത്രുവിനെ കീഴടക്കാൻ അയൽരാജ്യത്തിന്റെ സഹായം തേടി. പാലക്കാടുരാജാവായ കോമിഅച്ചന്റെ അഭ്യർത്ഥന പ്രകാരം സാമൂതിരിയെ ആക്രമിച്ച് പാലക്കാടിനെ രക്ഷിക്കാൻ മൈസൂർ രാജാവ്, ഹൈദരാലിക്ക് നിർദ്ദേശം നല്കി. മൈസൂർപ്പടയുടെ ആഗമനവാർത്തയറിഞ്ഞ് സാമൂതിരിപ്പടയെ നയിച്ചിരുന്ന ചെഞ്ചേരി നമ്പൂതിരി, പാലക്കാടുനിന്നും പിൻവാങ്ങി. മൈസൂർപ്പടയ്ക്ക് യുദ്ധം വേണ്ടി വന്നില്ല. എന്നാൽ മുൻകൂർ സമ്മതിച്ച പ്രതിഫലത്തുക കൊടുക്കേണ്ടിയും വന്നു. മൈസൂർപ്പട സ്ഥലം വിട്ടതോടെ സാമൂതിരി വീണ്ടും പാലക്കാട് എത്തി. പാലക്കാട് പിടിച്ചടക്കി. മൈസൂറിൽ ഹിന്ദുരാജാവിനെ സ്ഥാന ഭ്രഷ്ടനാക്കി ഹൈദരാലി അധിപത്യമേറ്റു. സാമൂതിരിയെ പാലക്കാട്ടുനിന്നും തുരത്താനായി വീണ്ടും ഹൈദരെത്തി. സാമൂതിരി പിൻവാങ്ങി. കരാറനുസരിച്ചുള്ള പണം കൊടുക്കാൻ കഴിയായ്കയാൽ ഹൈദർ പാലക്കാട് രാജാവ് ചെറിയ ഉണ്ണാമല അച്ചനെയും മുടിക്ക അനന്തപ്പട്ടരെയും വെട്ടിക്കൊന്നു. പാലക്കാട് ഹൈദരുടെ കൈവശമായി. ആ നില ഏറെക്കാലം തുടർന്നു. 1792 ൽ ബ്രിട്ടീഷുകാർ പാലക്കാട് പിടിച്ചെടുക്കുന്നതുവരെ മൈസൂർ രാജ്യത്തിന്റെ ഒരു പ്രവിശ്യയെന്ന നിലയേ അന്ന് പാലക്കാടിനുണ്ടായിരുന്നുള്ളൂ. അക്കാലത്ത് പാലക്കാടിന്റെ സാമൂഹ്യജീവിതത്തിൽ ഹൈദറിന്റെ ഭരണം വലിയ തകരാറൊന്നും ഉണ്ടാക്കിയില്ല. എന്നാൽ ഹൈദരാലിക്കുശേഷം ടിപ്പു, മൈസൂർ നവാബായപ്പോൾ (1782) സ്ഥിതിഗതിയാകെ മാറി.

പാലക്കാട് കോട്ട

കേരളത്തിൽ ടിപ്പുവിന്റെ തന്ത്രപ്രധാനമായ മർമ്മസ്ഥാനമായിരുന്നു പാലക്കാടു കോട്ട. ബ്രിട്ടീഷുകാരും സാമൂതിരിയും ഒത്തുകൂടി, ഇരുസൈന്യവും ചേർന്ന് പാലക്കാട്ടു കോട്ട ആക്രമിച്ച് കീഴടക്കി. ടിപ്പു ഒരു സൈന്യത്തെ പാലക്കാട്ടേക്കയച്ചു. സാമൂതിരിക്ക് അവസാനം കോട്ട കൈയൊഴിയേണ്ടി വന്നു. 1790 ൽ ടിപ്പുവും ബ്രിട്ടീഷുകാരും തമ്മിൽ വീണ്ടും ഏറ്റുമുട്ടി; പാലക്കാടിന്റെ പേരിൽ. വീണ്ടും പാലക്കാട്ടുകോട്ട ബ്രിട്ടീഷ് അധീനതയിലായി. മൂന്നാം മൈസൂർ യുദ്ധത്തിനു ശേഷം പാലക്കാട് ഉൾപ്പെടെയുള്ള മലബാർ പ്രദേശം ഒട്ടാകെ ബ്രിട്ടീഷുകാർക്ക് വിട്ടുകൊടുത്തിട്ട് ടിപ്പു പിൻവാങ്ങി. അങ്ങനെ 1792 മുതൽ 1956 വരെ (കേരള സംസ്ഥാന രൂപീകരണം) പാലക്കാട് ബ്രിട്ടീഷ് അധീനതയിലുള്ള മലബാർ ജില്ലയുടെ ഒരു താലൂക്കു മാത്രമായി കഴിഞ്ഞു. സംസ്ഥാന പുനഃസംഘടനയ്ക്കുശേഷം ഭരണപരമായ സൗകര്യത്തിനു വേണ്ടി ബ്രിട്ടീഷ് അധീനതയിലുള്ള മദ്രാസ് പ്രൊവിൻസിലെ മലബാർ ജില്ല മൂന്നു ജില്ലകളായി വിഭജിക്കപ്പെട്ടപ്പോൾ പാലക്കാട് ഒരു ജില്ലയായിത്തീർന്നു. ജില്ലാ ആസ്ഥാനവും.

14-ാം നൂറ്റാണ്ടിന്റെ ഉത്തരാർദ്ധം (1364) മുതൽ 20-ാം നൂറ്റാണ്ടിന്റെ പൂർവ്വാർദ്ധം വരെ (1947 ആഗസ്ത് 15) ഏതാണ്ട് ആറ് നൂറ്റാണ്ട് കാലത്തോളം പല ബാഹ്യശക്തികളും തമ്മിൽ ഏറ്റുമുട്ടിയ യുദ്ധരംഗമായിരുന്നു പാലക്കാടൻ ഗ്രാമങ്ങൾ. നൂറ്റാണ്ടുകൾ നീണ്ടുനിന്ന ഈ യുദ്ധങ്ങളിൽ പ്രത്യക്ഷമായോ പരോക്ഷമായോ പാലക്കാടു രാജാക്കന്മാർക്ക് പങ്കുണ്ടായിരുന്നുവെന്നതാണ് ഏറ്റവും വലിയ വിരോധാഭാസം. സൈനിക ശക്തി കമ്മിയാണെങ്കിലും യുദ്ധക്കളത്തിൽ ചെന്ന് തലയിട്ട്, എന്നും പരാജയം ഏറ്റുവാങ്ങാൻ മാത്രമേ പാലക്കാടിനു കഴിഞ്ഞുള്ളൂ എന്നതാണ് ഏറെ പരിതാപകരം. മേൽ സൂചിപ്പിച്ച യുദ്ധ

ങ്ങളിൽ പരിക്കു പറ്റാത്ത ഒരൊറ്റ ഗ്രാമവും ഇന്നും പാലക്കാടും പരിസരങ്ങളിലും ഉണ്ടാവില്ല. നിരന്തര യുദ്ധങ്ങളുടെ കേന്ദ്രബിന്ദുവായ പാലക്കാടു കോട്ട യെപ്പറ്റിയാകാം ഇനി.

വിലയേറിയ ചരിത്രസ്മാരകം

നഗരമദ്ധ്യത്തിൽ, പാലക്കാട് റെയിൽവേ സ്റ്റേഷ നിൽനിന്ന് അത്രയകലെയല്ലാതെ, ഇന്നും വലിയ കേടുപാടൊന്നും കൂടാതെ നിലനില്ക്കുന്ന ഈ ഭീമൻ കോട്ട 1766-67 കാലഘട്ടത്തിൽ ഹൈദരാലി നിർമ്മിച്ചതാണ്. ആക്രമിച്ചു കീഴടക്കിയ മലബാർ പ്രദേശങ്ങളുടെ മേൽനോട്ടത്തിനും സൈന്യ വിന്യാസത്തിനും സുദൃഢമായ ഒരു കേന്ദ്രമുണ്ടാക്കുക യെന്ന ലക്ഷ്യമാകാം, ഇത്തരമൊരു കോട്ടയുടെ നിർമ്മാണത്തിന് ഹൈദരെ പ്രേരിപ്പിച്ചത്. ഹൈദരുടെ കീഴിൽ സേവനമനുഷ്ഠിച്ചിരുന്ന ഫ്രഞ്ച് എൻജിനീയർമാരാണ് സുൽത്താൻ കോട്ടയുടെ ശില്പികൾ. കേരളത്തിൽ പൂർണ്ണരൂപത്തിലിന്നും നിലനില്ക്കുന്ന അപൂർവ്വം കോട്ടകളിലൊന്നാണിത്. തുപ്പാക്കി ധാരികളായ ഭടഗണത്തിന് ഒളിച്ചുനില്ക്കാൻ പറ്റുന്ന കോണുകളിലായി ഉന്തിനില്ക്കുന്ന പ്രത്യേക കൊത്തളങ്ങളോടും കൂടി, അഗാധമായ കിടങ്ങിന്റെ വലയത്തിനുള്ളിൽ നിലകൊള്ളുന്ന പാലക്കാടു കോട്ട, ചരിത്രസ്മാരകത്തിന്റെ വിജയ സ്തംഭംപോലെ ഉയർന്നുനില്ക്കുന്നു. ഹൈന്ദവക്ഷേത്രങ്ങളിൽനിന്ന് പിഴുതെടുത്ത കല്ലുകളും തൂണുകളും ഉപയോഗിച്ചാണ് കോട്ട കെട്ടിയതത്രേ. അതെന്തായാലും കോട്ടവാതിലിനു സമീപമുള്ള ഹനുമാൻ കോവിൽ നിത്യേന ധാരാളം ഭക്തജനങ്ങളെ ആകർഷിക്കുന്നു.

അന്നത്തെ മദ്രാസ് ഗവൺമെന്റിനു വേണ്ടി നടത്തപ്പെട്ട ഒരു സർവ്വെ റിപ്പോർട്ടിൽ (1893) ബി എസ് വാർഡ് നടത്തിയ നിരീക്ഷണങ്ങളിലെ ചില പ്രസക്തഭാഗങ്ങൾ:

> കല്ലും കുമ്മായവുംകൊണ്ടു നിർമ്മിച്ച ചതുരത്തിലുള്ള കോട്ടയുടെ ഓരോ വശത്തിനും 200 വാരയാണു നീളം. കോട്ടയുടെ ഉൾഭാഗത്ത് ഓടുമേഞ്ഞ ഏതാനും കെട്ടിടങ്ങളുണ്ട്; കലവറ, വെടിമരുന്നറ എന്നിവയുടെ ആവശ്യങ്ങൾക്കായി. വടക്കുഭാഗത്തുള്ള പേട്ടയെ സുൽത്താൻ പേട്ട എന്നു വിളിക്കുന്നു. അവിടെ തിരക്കേറിയ കടകമ്പോളങ്ങളുണ്ട്... കോട്ടയിൽനിന്നും അര മൈൽ വടക്കു കിഴക്കായി ജനങ്ങൾ തിങ്ങിപ്പാർക്കുന്നു. കോട്ടയും പേട്ടയും അല്പം ഉയർന്ന തറനിരപ്പിലാണ്. അവയ്ക്കു ചുറ്റും നെൽപ്പാടങ്ങൾ...

ഇന്ന് കോട്ടയ്ക്കു ചുറ്റും

നൂറ്റാണ്ടുകൾക്കു ശേഷം ഇന്ന് കോട്ടയും ചുറ്റുപാടും നോക്കിക്കാണുമ്പോൾ ഒറ്റനോട്ടത്തിൽ, അടിസ്ഥാനപരമായ വ്യത്യാസങ്ങളൊന്നും തോന്നിയില്ലെന്നു വരാം. എന്നാൽ കോട്ടയ്ക്കു മാറ്റമില്ലെങ്കിലും ചുറ്റും, അകത്തും പുറത്തും മാറ്റങ്ങളേയുള്ളൂ. നെല്പാടങ്ങൾ എന്നേ ചുരുങ്ങി. കരിമ്പനകൾ അകമ്പടി സേവിച്ചുനിന്ന കൃഷിനിലങ്ങളിൽ തെങ്ങും റബ്ബറും ധാരാളം. പാലക്കാടൻ സംസ്കാരത്തനിമയും ഗ്രാമീണ വിശുദ്ധിയും പേറി നിന്ന പഴയ ജനവാസ കേന്ദ്രങ്ങളിൽ, തീപ്പെട്ടിക്കൂടുകൾ പോലെയുള്ള കോൺക്രീറ്റ് വൈകൃതങ്ങൾ തലയുയർത്തി നില്ക്കുന്നതും കാണാം. പല പതിറ്റാണ്ടുകളിലെ സാമൂഹ്യ സാമ്പത്തിക മാറ്റങ്ങൾ സ്വാഭാവികമായും ഇന്ന് ഈ സ്ഥലങ്ങളിൽ കാണാൻ കഴിയും. എട്ടര ഏക്കർ വിസ്തീർണ്ണമുണ്ട് കോട്ടയ്ക്ക്. കോയമ്പത്തൂർ പ്രദേശങ്ങളിലും മലബാറിലും കൊച്ചിയിലുമുള്ള താവളങ്ങളുടെ കേന്ദ്രം പാലക്കാട്ട് ആക്കാനായിരുന്നു ഹൈദരുടെ ഉദ്ദേശ്യം. 1767 ൽ ഇംഗ്ലീഷുകാരുമായി നടന്ന യുദ്ധത്തിൽ കോട്ടയ്ക്ക് പറ്റിയ കേടുപാടുകൾ തീർത്ത് കോട്ട പുതുക്കിപ്പണിതു. 1797 ൽ കോട്ട ഇംഗ്ലീഷുകാരുടെ കൈവശമായപ്പോൾ അവർ വീണ്ടും കോട്ട നന്നാക്കി. അടുത്ത കാലം വരെ പാലക്കാടു ജില്ലയിലെ പ്രധാന ഓഫീസുകളും ജയിലും എല്ലാം പ്രവർത്തിച്ചിരുന്നത് കോട്ടയ്ക്കുള്ളിലാണ് (പില്ക്കാലത്ത് സിവിൽ സ്റ്റേഷൻ നിർമ്മിച്ചതോടെ, അവ മിക്കതും അങ്ങോട്ടു മാറ്റി).

1956 നവംബർ ഒന്നിന് ജില്ലാ ആസ്ഥാനമായപ്പോൾ, പഴയ പൊന്നാനി താലൂക്കും വള്ളുവനാട് താലൂക്കും തൃശൂർ ജില്ലയിലെ ചിറ്റൂർ താലൂക്കും പാലക്കാടു ജില്ലയിൽ ഉൾപ്പെട്ടിരുന്നു. പാലക്കാട്, ചിറ്റൂർ, ആലത്തൂർ, മണ്ണാർക്കാട്, ഒറ്റപ്പാലം എന്നീ അഞ്ചുതാലൂക്കുകൾ ഉൾപ്പെട്ട പാലക്കാട് ജില്ലയുടെയും പാലക്കാട് താലൂക്കിന്റെയും ആസ്ഥാനമായ പാലക്കാട്, ഇന്ന് ഒരു മുനിസിപ്പൽ പട്ടണമാണ്. കോട്ടയും പേട്ടയും പിന്നിട്ട്, നഗരമദ്ധ്യത്തിലേക്ക് നടക്കാം. വഴിക്ക് കോട്ടമൈതാനത്തിനു സമീപം ആശുപത്രി ജങ്ഷനിൽ നിലകൊള്ളുന്ന ആ അഞ്ചുവിളക്ക് ശ്രദ്ധിക്കൂ. ബ്രിട്ടീഷ് അധീശശക്തിയുടെ ഡംഭിന്റെയും സ്വദേശിയായ ഒരു കീഴ് ഉദ്യോഗസ്ഥന്റെ ആത്മാഭിമാനത്തിന്റെയും നിതാന്ത സ്മാരകമാണ് ആ വിളക്ക്.

അഞ്ചു വിളക്കിന്റെ കഥ

കഥ ഇങ്ങനെ. ബ്രിട്ടീഷ് ഭരണം ജ്വലിച്ചുനിന്ന കാലഘട്ടം. സർവ്വാധികാരിയായ മലബാർ കളക്ടർ പാലക്കാടു സന്ദർശിക്കുന്നു! ആർഭാടപൂർണ്ണമായ

സ്വീകരണം. പൗരമുഖ്യന്മാരും നാട്ടുകാരും തിങ്ങിക്കൂടിയ ആ വലിയ സദസ്സിനു മുമ്പിൽ ആഗതനായ കളക്ടർ സായിപ്പിനെ, പുലിക്കാട്ടു രത്നവേലു ചെട്ടിയാർ എന്ന അസിസ്റ്റന്റ് കളക്ടർ, ഷേക് ഹാൻഡ് നല്കി സ്വീകരിക്കുന്നു. ഞൊടിക്കുള്ളിൽ സായിപ്പിന്റെ ഭാവം മാറി. തദ്ദേശീയനായ ഒരു കീഴുദ്യോഗസ്ഥൻ തനിക്ക് കൈതരികയോ? കടുത്ത ധിക്കാരം? സായിപ്പിന്റെ ക്രോധം അണപൊട്ടിയൊഴുകി, ആംഗല വാണിയിലൂടെ. തീർന്നില്ല. ആ മ്ലേച്ഛന്റെ കൈപിടിച്ചതിലെ കുണ്ഠിതം സോപ്പിട്ട് കഴുകിക്കളയാനും സായിപ്പ് ശ്രമിച്ചു. നല്ലവനായ അസിസ്റ്റന്റ് കളക്ടർ രത്നവേലുച്ചെട്ടിയാരെ സ്നേഹിക്കുന്ന നാട്ടുകാർ കഥയറിയാതെ അമ്പരന്നു നില്ക്കേ സംഭവഗതികളിൽ സ്തബ്ധനായി നിന്ന ചെട്ടിയാർ അപമാനത്താൽ തല കുനിച്ച് നിറകണ്ണുകളോടെ വേദിയിൽനിന്ന് പുറത്തുകടന്നു. മനം നൊന്ത അഭിമാനിയായ ആ മനുഷ്യൻ ആത്മഹത്യ ചെയ്തു. (1881 സെപ്തംബർ 28) കാലം മുന്നോട്ടു പോയി. 11 വർഷങ്ങൾക്കുശേഷം, രത്നവേലു ചെട്ടിയാരുടെ സ്മരണ കൈവിടാത്ത നാട്ടുകാർ പിരിച്ചെടുത്തു നല്കിയ പണംകൊണ്ട്, റാവു ബഹദൂർ ചിന്നസ്വാമിപ്പിള്ള കോട്ടമൈതാനത്ത് വലിയൊരു വിളക്കു സ്ഥാപിച്ചു. അഞ്ചുവിളക്ക്. വിളക്ക് സ്ഥാപിച്ചതറിഞ്ഞ ബ്രിട്ടീഷ് ഭരണാധികാരികൾ കല്പന പുറപ്പെടുവിച്ചു. വിളക്ക് ഉടനെ പൊളിച്ചു കളയണമെന്ന്. പക്ഷേ, ഇക്കുറി സായിപ്പിന്റെ ധാർഷ്ട്യത്തിനു വഴങ്ങാൻ നാട്ടുകാർ തയ്യാറായില്ല. വമ്പിച്ച ബഹുജനപ്രക്ഷോഭവും പ്രതിഷേധവും ഇരമ്പി. അവസാനം അധികാരികൾക്ക് കല്പന പിൻവലിക്കേണ്ടി വന്നു. അങ്ങനെ, ദേശാഭിമാനത്തിന്റെ നിത്യസ്മാരകം കൂടിയാണ് ആ വിളക്ക്.

ശതാബ്ദങ്ങൾക്കു മുമ്പ് തരൂർ സ്വരൂപത്തിലെ ശേഖരീവർമ്മമാരുടെയും കോമ്പിയച്ചന്മാരുടെയും ഭരണത്തിലിരുന്ന പാലക്കാടു പ്രദേശങ്ങൾ ഇന്ന് പാലക്കാട് മുനിസിപ്പാലിറ്റിയാണ്. പാലക്കാടിന്റെ തദ്ദേശ സ്വയംഭരണ സംരംഭങ്ങൾക്ക് ഒന്നര നൂറ്റാണ്ടു മുമ്പേ തുടക്കംകുറിച്ചിരുന്നു. 1886 ൽ അന്നത്തെ മദ്രാസ് ഗവൺമെന്റ് പാലക്കാടിനെ ഒരു പട്ടണമായി പ്രഖ്യാപിച്ചു. ആദ്യകാലങ്ങളിൽ, അതതുകാലത്തെ അസി. കളക്ടറന്മാരായിരുന്നു ചെയർമാൻ സ്ഥാനം വഹിച്ചിരുന്നത്. 1892 ലാണ് ഒരു അനൗദ്യോഗിക അംഗത്തെ മുനിസിപ്പൽ ചെയർമാനാക്കിയത്. 1912 മുതൽ തെരഞ്ഞെടുക്കപ്പെട്ട ഒരു ഭരണസമിതി നിലവിൽ വന്നു. 1-1-1957 മുതൽ പാലക്കാട് മുനിസിപ്പൽ പട്ടണം ജില്ലാ തലസ്ഥാനമായി മാറി. 1982 ൽ പാലക്കാട് പട്ടണത്തിന്റെയും പ്രാന്തപ്രദേശങ്ങളുടെയും മൊത്തത്തിലുള്ള വികസനം ലക്ഷ്യമാക്കുന്ന പാലക്കാട് ഡവലപ്മെന്റ് അതോറിറ്റി നിലവിൽവന്നു. മുനിസിപ്പാലിറ്റിയുടെ വിസ്തീർണ്ണം 26.6 ച കി മീ. ജനസംഖ്യ 123289 (1991). 1850 ൽ സ്ഥാപിതമായ ആശുപത്രിയുടെയും (ഇന്നത്തെ ജില്ലാ ആശുപത്രി) 1866 ൽ സ്ഥാപിക്കപ്പെട്ട വിക്ടോറിയ കോളേജിന്റെയും (1919 ൽ സർക്കാർ ഏറ്റെടുത്തു) ഭരണച്ചുമതല ആദ്യകാലങ്ങളിൽ മുനിസിപ്പാലിറ്റിക്കായിരുന്നു. 1860 ൽ ദക്ഷിണ റെയിൽവേ പാലക്കാട്ടേക്കു നീട്ടിയതോടുകൂടി, റെയിൽ ഗതാഗതത്തിലൂടെ വ്യാപാരാഭിവൃദ്ധി സുസാദ്ധ്യമാക്കി. നഗരത്തിന്റെ വടക്കെ അറ്റത്ത് ഒലവക്കോട് റെയിൽവേ സ്റ്റേഷനും ആരംഭിച്ചു.

പാശ്ചാത്യ സ്വാധീനം

1865 ൽ തന്നെ പാലക്കാടിന്റെ വ്യവസായ സംരംഭങ്ങൾക്ക് അടിത്തറ പാകിക്കൊണ്ട് കല്പാത്തിപ്പുഴയോരത്ത് ജൈനമേടിനടുത്ത് ബാസൽമിഷൻ ഓട്ടുകമ്പനി (കോമൺവെൽത്ത് ടൈൽഫാക്ടറി) സ്ഥാപിക്കപ്പെട്ടു. അന്നവിടെ 300 ൽപ്പരം തൊഴിലാളികൾ പണിയെടുത്തിരുന്നു. ഇന്നും ആ വ്യാവസായിക പാരമ്പര്യം തുടരുന്നുണ്ട്. തെന്നിന്ത്യയിൽ ഏറ്റവും വാണിജ്യപ്രാധാന്യമുള്ള പട്ടണങ്ങളിലൊന്നാണ് പാലക്കാട്. 1897 ൽ തന്നെ മുനിസിപ്പാലിറ്റി നഗരമദ്ധ്യത്തിൽ ഒരു മാർക്കറ്റ് സ്ഥാപിച്ചിരുന്നു. അടുത്തകാലത്ത് മാർക്കറ്റ് പൊളിച്ചു മാറ്റി പുതിയൊരു ഷോപ്പിങ് കോംപ്ലക്സ് നിർമ്മിക്കുകയുണ്ടായി. പഴയ വലിയങ്ങാടി മാർക്കറ്റ് 1971 ൽ രണ്ടായി വിഭജിക്കപ്പെട്ടു. ഒന്ന് വലിയങ്ങാടി. മറ്റേത് പാകിസ്ഥാൻ മാർക്കറ്റ്.

കേരളപ്പിറവിക്കു ശേഷം ജില്ലാതലസ്ഥാനമായി മാറിയ പാലക്കാട് മുനിസിപ്പൽ പ്രദേശത്ത് ഭരണസിരാകേന്ദ്രമെന്ന നിലയ്ക്ക് ജില്ലാ കളക്ടറേറ്റും മറ്റ് ഓഫീസുകളും കേന്ദ്രീകരിച്ചു. 1959 ൽ സിവിൽ സ്റ്റേഷൻ നിർമ്മിക്കപ്പെട്ടു. 1976 ൽ കൂടുതൽ സ്ഥലസൗകര്യമുള്ള ഒരു പുതിയ മൂന്നു നില കെട്ടിടം നിർമ്മിച്ചു മിക്ക ഓഫീസുകളും അങ്ങോട്ടു മാറ്റി. പഴയ ബ്ലോക്കിൽ വിവിധ കോടതികളും ജില്ലാട്രഷറികളും പ്രവർത്തിക്കുന്നു. പുതിയ സിവിൽ സ്റ്റേഷന് പിന്നിലായി ജില്ലാവ്യവസായ കേന്ദ്രവും താലൂക്ക് ഓഫീസും മറ്റുമുണ്ട്. ദ്രാവിഡ സംസ്കാരത്തിന്റേതായ തനിമകൾ പലതും സ്വായത്തമാക്കിയിട്ടുള്ള പാലക്കാടു ടൗണിൽ വിവിധ തൊഴിലുകളിലേർപ്പെട്ടിട്ടുള്ളവർ തിങ്ങിപ്പാർക്കുന്ന ആവാസകേന്ദ്രങ്ങൾ പലതും കാണാൻ കഴിയും. പണ്ട്, പാലക്കാട് രാജാവ് വിവിധ ദേശങ്ങളിൽനിന്ന് തലസ്ഥാനത്തേക്ക് ക്ഷണിച്ചു വരുത്തി ആവശ്യമായ സൗകര്യങ്ങൾ നല്കി കുടിയിരുത്തിയവരാണ് ഇവർ. തൊഴിലിന്റെ പേര് ഉൾക്കൊള്ളുന്ന സ്ഥലനാമങ്ങൾ ശ്രദ്ധിക്കൂ. അരിക്കാരതെരുവ്, തുന്നക്കാരതെരുവ്, വടുകതെരു

വ്, പപ്പടക്കാരതെരുവ്, കൽച്ചട്ടിത്തെരുവ്, ചെട്ടിത്തെരുവ്, മണ്ണാൻതറ എന്നിങ്ങനെ.

കല്പാത്തി ഗ്രാമം

നഗരത്തിന്റെ വടക്കെ അറ്റത്തുള്ള തമിഴ് ബ്രാഹ്മണ സങ്കേതമാണ് കല്പാത്തി (അഗ്രഹാരം). കല്പാത്തിപ്പുഴക്കരയിൽ കോരയാറും മലമ്പുഴയും സന്ധിക്കുന്നതിന് തെക്കുപടിഞ്ഞാറു ഭാഗം. ഇവിടെ നിളാനദിയുടെ കൈവഴികൾ ഇരുഭാഗത്തുമുള്ള പാറ (കല്ല്)കൾക്കിടയിലെ പാത്തിയിലൂടെ കടന്നുപോകുന്നതുകൊണ്ടാകണം, കല്പാത്തി എന്ന പേര് സിദ്ധിച്ചത്. ഇവിടുത്തെ വിശ്വനാഥസ്വാമി ക്ഷേത്രം ഏറെ പ്രസിദ്ധം. തുലാമാസം 28, 29, 30 എന്നീ തീയതികൾ ക്ഷേത്രത്തിൽ ആഘോഷിക്കപ്പെടുന്ന തേരോട്ടം— കല്പാത്തി രഥോത്സവം- ജനസഹസ്രങ്ങളെ ആകർഷിക്കുന്നു. പുഴയിലേക്കുള്ള കല്പടവുകളും പുഴയോരത്തെ ശ്മശാനങ്ങളുമെല്ലാം കൂടിയാകണം, കാശിയിൽ പാതി കല്പാത്തി എന്ന ചൊല്ലുണ്ടായത്. രഥോത്സവത്തോടനുബന്ധിച്ച് ഏഴുദിവസം നീണ്ടു നില്ക്കുന്ന സംഗീതസദസ്സുമുണ്ട്.

പാലക്കാടിന്റെ മുഖമുദ്രയാണ് തമിഴ് ബ്രാഹ്മണർ തിങ്ങിപ്പാർക്കുന്ന ഗ്രാമങ്ങൾ-അഗ്രഹാരങ്ങൾ. ഏതാണ്ട് ഒരേ മട്ടിലുള്ള, നിരനിരയായി കാണുന്ന പാർപ്പിടങ്ങളും കോലമിട്ട ഇടുങ്ങിയ തെരുവുകളും തമിഴ് സംസ്കാരം തുടിച്ചുനില്ക്കുന്ന ജീവിതശൈലിയും ആചാരാനുഷ്ഠാനങ്ങളുമെല്ലാം അഗ്രഹാരങ്ങൾക്ക് സ്വന്തം. പാലക്കാട് രാജാവുമായിട്ടുള്ള ഏതോ കലഹത്തിന്റെ പേരിൽ തദ്ദേശീയ ബ്രാഹ്മണർ ഒന്നടങ്കം സ്ഥലം വിട്ടപ്പോൾ ഭരണാധിപൻ തഞ്ചാവൂരിൽനിന്നും മറ്റും ക്ഷണിച്ചു വരുത്തിയവരാണത്രെ ഇന്നത്തെ ബ്രാഹ്മണമരുടെ പൂർവ്വികർ. ഇരുപതോളം അഗ്രഹാരങ്ങൾ ഇന്ന് കല്പാത്തിയിലുണ്ട്. അവരുടെ ജീവിതത്തെ ചിട്ടപ്പെടുത്തുന്നത് സമീപത്തു തന്നെയുള്ള കുണ്ടമ്പലം എന്ന വിശ്വനാഥ ക്ഷേത്രമാണ്. എ ഡി 1425 ൽ പാലക്കാടു രാജാവ് ഇട്ടിക്കോമ്പിയച്ചൻ പണികഴിപ്പിച്ചതാണ് വിശ്വനാഥക്ഷേത്രം. ഇതിനുപുറമേ ഗ്രാമങ്ങൾക്കായി ചെറുതും വലുതുമായ ഇരുപത്തഞ്ചോളം ക്ഷേത്രങ്ങൾ കല്പാത്തിയിലും ചുറ്റുവട്ടത്തുമുണ്ട്.

കല്പാത്തി ഇന്ന്

ആദ്യകാലങ്ങളിൽ കല്പാത്തിയിൽ താമസമുറപ്പിച്ച തമിഴ് ബ്രാഹ്മണർ വൈദിക വൃത്തിയോടൊപ്പം കാർഷിക വൃത്തിയിലും ഏർപ്പെട്ടു. ഏക്കർകണക്കിന് നെൽപ്പാടങ്ങൾ അവരുടെ അധീനതയിലുണ്ടായിരുന്നു. ഭൂസ്വത്തില്ലാത്തവർ വ്യാപാരസ്ഥാപനങ്ങളിൽ കണക്കെഴുത്തുകാരായും ഉപജീവനമാർഗ്ഗം തേടി. 1970 ന് മുമ്പ് പുകയില, അടയ്ക്ക, ഇഞ്ചി തുടങ്ങിയവയുടെ വാണിജ്യക്കുത്തക ഈ തമിഴ് ബ്രാഹ്മണർക്കായിരുന്നു. ഇന്ന് അക്കൂട്ടർ പത്തിൽ താഴെ മാത്രം. ഭൂപരിഷ്കരണനിയമം പ്രാബല്യത്തിൽ വന്നതോടെ ഇവരിൽ 80 ശതമാനത്തിന്റെയും കൃഷിഭൂമി അന്യാധീനമായി. ക്ഷേത്രംവക ഭൂമിയുടെ കാര്യവും തഥൈവ. ചാത്തപുരം, പഴയ കല്പാത്തി, പുതിയ കല്പാത്തി, ഗോവിന്ദരാജപുരം, കുമരപുരം, ലക്ഷ്മീ നാരായണപുരം, ചൊക്കനാഥപുരം തുടങ്ങിയ അഗ്രഹാരങ്ങളുടെ ഓരം ചേർന്നുള്ള ഇടുങ്ങിയ തെരുവിലൂടെ നടന്നാൽ ഈ ജനസമൂഹത്തിന്റെ ഇന്നത്തെ പരിതാപകരമായ ജീവിത സാഹചര്യങ്ങൾ മനസ്സിലാക്കാൻ കഴിയും. ദാരിദ്ര്യവും തൊഴിലില്ലായ്മയും പ്രകടം. ഈ കുടുംബങ്ങളിലെ പ്രഗത്ഭരായ യുവാക്കൾ പലരും സംസ്ഥാനത്തിനു പുറത്ത് തൊഴിൽ തേടിപ്പോയി. പലരും ഭേദപ്പെട്ട ജോലികൾ കണ്ടെത്തി. ഇന്ത്യക്കകത്തും പുറത്തും ഉന്നത പദവികളിൽ വിരാജിക്കുന്ന കല്പാത്തിക്കാരും ഒരു ന്യൂനപക്ഷമുണ്ട്. വെളിനാടുകളിൽ ജോലി സമ്പാദിച്ച ബ്രാഹ്മണയുവാക്കൾ ക്രമേണ സ്വന്തം കുടുംബത്തെയും ജോലിസ്ഥലങ്ങളിൽ പറിച്ചു നട്ടു. പല മഠങ്ങളും ആൾപ്പാർപ്പില്ലാതെ അടച്ചുപൂട്ടി. ചിലർ മറ്റുസമുദായക്കാർക്ക് ആദ്യം വാടകയ്ക്കും തുടർന്നു വിലയ്ക്കും കൊടുത്തു. ഒരു ജോലിയും തൊഴിലുമില്ലാത്ത യുവാക്കൾ പട്ടിണിയും പരിവട്ടവുമായി സ്വന്തം മഠങ്ങളിൽ ഒതുങ്ങിക്കൂടി. പല കുടുംബങ്ങളും ദാരിദ്ര്യരേഖയ്ക്കു താഴെയുള്ളവരാണ്.

ഒരിക്കൽ ആഢ്യത്വവും ആചാരമുറകളും കടുകിട തെറ്റാതെ പുലർന്നു പോന്നിരുന്ന അഗ്രഹാരങ്ങളിൽ നാനാ ജാതി മതസ്ഥർ കുടിയേറിപ്പാർത്തു. ഇവരുടെ ദുഃസ്ഥിതിക്ക് ആവുന്നത്ര പരിഹാരം കാണാൻ വേണ്ടി രൂപീകരിക്കപ്പെട്ടതാണ് പാലക്കാട് ബ്രാഹ്മണസഭ. സഭയുടെ കീഴിൽ ബ്രാഹ്മിൻ എഡ്യൂക്കേഷൻ സൊസൈറ്റിയുമുണ്ട്. നൂറണി അഗ്രഹാരത്തിനടുത്തുള്ള ഒരു ഫാക്ടറിയിൽ പണിയെടുക്കുന്ന ഇരുന്നൂറിലേറെ പെൺകുട്ടികളിൽ ഏറിയകൂറും അഗ്രഹാരങ്ങളിൽനിന്നും വന്നവരാണ്. ഇരുപത് ഇരുപത്തിയഞ്ച് വർഷങ്ങൾക്കു മുമ്പാണെങ്കിൽ ഗ്രാമത്തിലെ ബ്രാഹ്മണ പെൺകുട്ടികൾ ഈ രംഗത്ത് കടന്നുവരുന്ന കാര്യം തന്നെ ചിന്തിക്കാനാവില്ല, ഇന്ന് ആകെ തളർന്നുകിടക്കുന്ന ഈ പാലക്കാടൻ അഗ്രഹാരങ്ങൾ കേരളത്തിന്റെ രാഷ്ട്രീയ സാമൂഹ്യ സാംസ്കാരിക മേഖലയ്ക്ക് സംഭാവന ചെയ്ത വിശിഷ്ട വ്യക്തികൾ പലരുണ്ട്. മൃദംഗ വിദ്വാൻ പാലക്കാട്ടു മണി അയ്യർ, കർണ്ണാടക സംഗീത സാമ്രാട്ടായ ചെമ്പൈ വൈദ്യനാഥ ഭാഗവതർ, എം ഡി രാമനാഥൻ, കുമാരപുരം ശേഷാദ്രിഅയ്യർ, നരവംശ ശാസ്ത്രജ്ഞനായ എൽ കെ അനന്തകൃഷ്ണ അയ്യർ, മുഖ്യ തെരഞ്ഞെടുപ്പു കമ്മീഷണറായിരുന്ന

ടി എൻ ശേഷൻ, ജസ്റ്റിസ് വി ആർ കൃഷ്ണയ്യർ, ടി ആർ കൃഷ്ണസ്വാമി അയ്യർ, സി എം സുന്ദരം എന്നിങ്ങനെ.

മറ്റ് ആരാധനാലയങ്ങൾ

ഏറെ പ്രസിദ്ധിയും പഴക്കവുമുള്ള പല ക്ഷേത്രങ്ങളും ഈ പ്രദേശത്തുണ്ട്. മന്തക്കര മഹാഗണപതിക്ഷേത്രം, ഗോവിന്ദരാജപുര വരദരാജപ്പെരുമാൾ ക്ഷേത്രം എന്നിവ പ്രമുഖം. ശ്രീനാരായണഗുരു പ്രതിഷ്ഠ നടത്തിയ യാക്കര വിശ്വേശ്വര ക്ഷേത്രം ഈഴവ സമുദായത്തിന്റേതാണ്. വടക്കുന്തറ തിരുപുരാക്കൽ ഭഗവതിക്ഷേത്രം കണ്ണകിയുമായി ബന്ധപ്പെട്ടതാണത്രെ. ഇവയ്ക്കു പുറമേ എല്ലാ ബ്രാഹ്മണ അഗ്രഹാരങ്ങളോടുമനുബന്ധിച്ച് ഒന്നോ അതിലധികമോ ആരാധനാലയങ്ങൾ വേറെയുമുണ്ട്. പാലക്കാടിനും ഒലവക്കോടിനും മദ്ധ്യേയുള്ള ജൈനമേട് കേരള ചരിത്രത്തിലെ അവിസ്മരണീയമായ ഒരു കാലഘട്ടത്തിന്റെ മൂകസാക്ഷിയാണ്. ഒരു ജൈനമതസങ്കേതം. ഇപ്പോൾ ഒരു ജൈനക്ഷേത്രം മാത്രമേ ബാക്കിയുള്ളൂ. ഈ ജൈനക്ഷേത്രത്തിന് 500 വർഷത്തെ പഴക്കമുണ്ട്. ക്ഷേത്രത്തിന്റെ മേൽഭാഗം എട്ടു കരിങ്കൽത്തൂണുകൾക്കു മുകളിലാണ് നില്ക്കുന്നത്. ഇടിഞ്ഞു പൊളിഞ്ഞ ഒരു ഗോപുരത്തിന്റെ അവശിഷ്ടങ്ങളും കാണാം. ഈ പ്രദേശത്ത് ഇപ്പോൾ രണ്ടു ജൈന കുടുംബങ്ങൾ മാത്രമേ അവശേഷിക്കുന്നുള്ളൂ.

വിദ്യാഭ്യാസ പുരോഗതി

ബാസൽ ഇവാൻജലിക്കൽ മിഷണറിമാരുടെ പ്രവർത്തനങ്ങൾ 1851 ൽ പാലക്കാട്ടു കടന്നുവന്നതോടെയാണ് ക്രിസ്ത്യാനികളുടെ കുടിയേറ്റം ആരംഭിച്ചത് - കത്തോലിക്കരും യാക്കോബായക്കാരും മാർത്തോമക്കാരുമെല്ലാം. ഇവർക്ക് നഗരമദ്ധ്യത്തിലും പ്രാന്തപ്രദേശങ്ങളിലുമായി വെവ്വേറെ വിദ്യാഭ്യാസ സ്ഥാപനങ്ങളും ആരാധനാലയങ്ങളുമുണ്ട്. ടിപ്പുവിനെ അനുഗമിച്ച് പാലക്കാടു കടന്നുവന്ന് സ്ഥിരതാമസമാക്കിയ മുസ്ലീങ്ങളുടേതായ പള്ളികളും മദ്രസ്സകളും നഗരത്തിൽ പലയിടത്തും കാണാവുന്നതാണ്.

കേരളത്തിലെ മറ്റു നഗരങ്ങളിൽ സാധാരണമല്ലാത്ത ചില ജനവിഭാഗങ്ങളെയും പാലക്കാടു നഗരത്തിൽ കാണാൻ കഴിയും. മുത്താന്മാരാണവരിൽ പ്രധാനം. സമർത്ഥരായ വ്യാപാരികളാണവർ. പാലക്കാട്ടു നഗരത്തിലെ സ്വർണ്ണ വ്യാപാരത്തിൽ വ്യാപൃതരാണിക്കൂട്ടർ. പാലക്കാടു മുത്താന്തറ, വിദ്യാഭ്യാസ സാംസ്കാരിക മണ്ഡലങ്ങളിലും സാമൂഹ്യസേവനത്തിലും പേരുകേട്ട ഒരു പ്രദേശമാണ്. കച്ചവടരംഗത്തെ ഇടനിലക്കാരെന്ന നിലയ്ക്ക് പ്രസിദ്ധരായ തരകന്മാരും പണ്ട് മണ്ണുക്ക് ഉടയവരായിത്തീർന്ന മന്നാടിയാന്മാരും പാലക്കാടിന്റെ സവിശേഷതയാണ്. അരിക്കാരതെരുവ്, പഴയകോട്ട, നരിക്കുഞ്ഞി, പള്ളിത്തെരുവ്, പട്ടാണിത്തെരുവ്, മഞ്ഞക്കുളം എന്നിങ്ങനെ മുസ്ലീങ്ങൾ തിങ്ങിപ്പാർക്കുന്ന തെരുവുകൾ പലതുണ്ട്. എല്ലാ തെരുവുകളിലും മുസ്ലിം ആരാധനാലയങ്ങളുമുണ്ട്. മഞ്ഞക്കുളം മുസ്ലിം പള്ളിയാണ് മുഖ്യം. വിവിധ ക്രൈസ്തവ മതവിഭാഗങ്ങളുടെതായി സെന്റ് റാഫേൽ കത്തീഡ്രൽ, സെന്റ് മേരീസ് ചർച്ച്, ഹോളിട്രിനിറ്റി ചർച്ച് എന്നിവ നഗരത്തിലും പ്രാന്തപ്രദേശങ്ങളിലുമായുണ്ട്.

പത്തൊമ്പതാം നൂറ്റാണ്ടിന്റെ ഉത്തരാർദ്ധം മുതല്ക്കേ ബാസൽമിഷൻ മിഷണറിമാർ തുടങ്ങിവച്ച വിദ്യാഭ്യാസ സ്ഥാപനങ്ങളിൽനിന്നും തുടങ്ങിയ പാലക്കാടിന്റെ വിദ്യാഭ്യാസ പാരമ്പര്യം പ്രസിദ്ധമാണ്. പ്രശസ്തമായ അനേകം സ്കൂളുകളും കോളേജുകളും ഇവിടെയുണ്ട്. 1866 ൽ ഒരു സ്കൂളായി തുടങ്ങിയതാണ് ഇന്നത്തെ ഗവൺമെന്റ് വിക്ടോറിയ കോളേജ്. ഇന്ന് നാലായിരത്തോളം വിദ്യാർത്ഥികളും ഇരുന്നൂറോളം അദ്ധ്യാപകരുമുള്ള പ്രശസ്ത സ്ഥാപനം. 1964 ൽ ആരംഭിച്ച മേഴ്സി കോളേജിൽ പഠിച്ചുയർന്ന കായികതാരങ്ങളാണ് പി ടി ഉഷ, എം ഡി വത്സമ്മ, മേഴ്സിക്കുട്ടൻ എന്നിവർ. പാലക്കാടിന്റെ സംഗീതപാരമ്പര്യത്തെ വിളംബരം ചെയ്യുന്ന വിദ്യാഭ്യാസ സ്ഥാപനമാണ് ചെമ്പൈ സ്മാരക സംഗീത കോളേജ്.

മലമ്പുഴ

പാലക്കാടു ജില്ലയുടെ കൂടെപ്പിറപ്പായ മലമ്പുഴയെപ്പറ്റി പറയാതെ നഗരപുരാണം പൂർണ്ണമാകില്ല. കേരളത്തിന്റെ വിനോദ സഞ്ചാര ഭൂപടത്തിൽ പാലക്കാട് കോട്ടയും കല്പാത്തി രഥോത്സവവും മാത്രമല്ല, പറമ്പിക്കുളവും നെല്ലിയാമ്പതിയും സൈലന്റ് വാലിയും ധോണിയുമെല്ലാം സ്ഥാനം പിടിച്ചിട്ട് നാളേറെയായി. എങ്കിലും ഏതാണ്ട് അരനൂറ്റാണ്ടു മുമ്പു തന്നെ തെന്നിന്ത്യയിലെ പ്രമുഖ വിനോദസഞ്ചാര കേന്ദ്രമായി അറിയപ്പെട്ട മലമ്പുഴ മേൽപ്പറഞ്ഞവയ്ക്കെല്ലാം നടുനായകമായിത്തന്നെ ഇന്നും വിരാജിക്കുന്നു. മലമ്പുഴയ്ക്കു പാലക്കാട് ടൗണിൽനിന്ന് കഷ്ടിച്ച് 10 കി മീ അകലമേയുള്ളൂ. നഗരം വിട്ട് പ്രാന്തപ്രദേശങ്ങളിലേക്കു കടക്കുമ്പോൾ അകത്തേത്തറ, മലമ്പുഴ എന്നീ പഞ്ചായത്തുപ്രദേശങ്ങളായി. പാലക്കാടൻ ഗ്രാമങ്ങളുടെ സഹജമായ വരണ്ട മുഖഭാവമല്ല നമുക്കിവിടെ കാണാൻ കഴിയുക. മലമ്പുഴ അണക്കെട്ടിന്റെ അകമഴിഞ്ഞ ഔദാര്യം, കനാലുകളിലൂടെയും നീർച്ചാലുകളിലൂടെയും ഏറ്റുവാങ്ങി നില്ക്കുന്ന പച്ചച്ചനെല്പാടങ്ങളും തൊടികളും. സമൃദ്ധമായ കാർഷിക മേഖല. നെല്ലറയുടെ നിറവ് പ്രക

ടം. ആ നിമ്നോന്നത ഗ്രാമഭൂമികളിലൂടെയുള്ള യാത്ര മലമ്പുഴയുടെ മുഖപ്രസാദത്തിനു മുന്നിൽ നമ്മെ കൊണ്ടെത്തിക്കുന്നു.

മലമ്പുഴ പഞ്ചായത്തിന്റെ വിസ്തൃതിയിൽ (183.48 ച കി മീ) 60 ശതമാനവും മലനിരകളും നീർച്ചോലകളും അണക്കെട്ടും (റിസർവോയറും) പരിസരപ്രദേശങ്ങളുമാണ്. ജനസംഖ്യയിൽ (12860) ഭൂരിഭാഗവും കൃഷിക്കാരും കൃഷിത്തൊഴിലാളികളുമാണ്. മലമ്പുഴ ഡാമിന്റെ നിർമ്മാണത്തിനു വളരെ മുമ്പു തന്നെ മലയിൽനിന്ന് ഒഴുകിയെത്തുന്ന വെള്ളത്തെ തടഞ്ഞുനിർത്തി കൃഷിക്ക് ഉപയോഗിച്ചിരുന്നു. കുപ്പുസ്വാമി നായിഡു എന്ന തദ്ദേശീയന്റെ ശ്രമഫലമായി രൂപം കൊണ്ട ഈ സംവിധാനം, നായ്ക്കന്റെ അണ എന്ന പേരിലാണറിയപ്പെട്ടിരുന്നത്. പില്ക്കാലത്ത് മലമ്പുഴ അണക്കെട്ടിന്റെ നിർമ്മാണത്തിന് 1949 ൽ മദ്രാസ് ഗവർണ്ണർ തറക്കല്ലിട്ടു. ആറു വർഷംകൊണ്ട് പണി പൂർത്തിയായി. 1955 ൽ മദ്രാസ് മുഖ്യമന്ത്രിയായിരുന്ന കാമരാജനാടാർ മലമ്പുഴ അണക്കെട്ട് രാഷ്ട്രത്തിനു സമർപ്പിച്ചുകൊണ്ട് ഉദ്ഘാടനകർമ്മം നിർവ്വഹിച്ചു. കണ്ണിനും കരളിനും കുളിരേകുന്ന അസംഖ്യം മനോഹര ദൃശ്യങ്ങളുടെ സംഗമവേദിയാണീ ഭൂവിഭാഗം. അണക്കെട്ടിനു മുന്നിൽ വിശാലമായ പൂങ്കാവനങ്ങൾ-പുൽത്തകിടികൾ, ജലപ്രവാഹങ്ങൾ-ജലപ്രപാതങ്ങൾ. പ്രശസ്ത ശില്പിയായ കാനായി കുഞ്ഞിരാമൻ ചില പതിറ്റാണ്ടുകൾക്കു മുമ്പ് രൂപകല്പന ചെയ്ത് നിർമ്മിച്ച ഭീമരൂപിണിയായ യക്ഷിയുടെ ശ്രദ്ധേയമായ നഗ്നശില്പം പ്രസിദ്ധം. മത്സ്യാകൃതിയിലുള്ള കൂറ്റൻ അക്വേറിയവും സർപ്പോദ്യാനവും ചിൽഡ്രൻസ് പാർക്കും തലയ്ക്കു മുകളിലൂടെയുള്ള റോപ്‌വേയും (തെന്നിന്ത്യയിലാദ്യത്തേത്) മറ്റും നിത്യേന നൂറുകണക്കിന് സഞ്ചാരികളെ ആകർഷിക്കുന്നു. റോക്ക് ഗാർഡനും അമ്യൂസ്മെന്റ് പാർക്കും ഫാന്റസി പാർക്കും മറ്റും പ്രധാന ആകർഷക ഘടകങ്ങളാണ്. റിസർവോയറിൽ ബോട്ടിങ്ങിനും മീൻപിടിത്തത്തിനും ജലക്രീഡകൾക്കും ഇവിടെ സൗകര്യമേർപ്പെടുത്തിയിട്ടുണ്ട്. വൈവിദ്ധ്യപൂർണ്ണമായ ദൃശ്യവിരുന്നൊരുക്കി അണിഞ്ഞൊരുങ്ങി നില്ക്കുന്ന മലമ്പുഴ മൈസൂരിലെ വൃന്ദാവൻ ഗാർഡൻസിനെ കടത്തിവെട്ടുവിധം വളർന്നു വന്നിട്ടുണ്ടിപ്പോൾ.

ഏറെ സഹിച്ച നാടാണ് പാലക്കാട്. ആരുടെയോ ഇഷ്ടാനിഷ്ടങ്ങൾ വിളിച്ചു വരുത്തിയ യുദ്ധങ്ങൾ, കൂട്ടക്കുരുതികൾ. യുദ്ധസ്മാരകം പോലെ ഉയർന്നു നില്ക്കുന്ന സുൽത്താൻ കോട്ട, തകർന്നടിഞ്ഞ ജൈനമതകേന്ദ്രങ്ങൾ, ക്ഷയോന്മുഖമായ അഗ്രഹാരങ്ങൾ, തമിഴക സംസ്കാരത്തിന്റെ പഴമയും പൊലിമയും എല്ലാം പഴയ ശതകങ്ങളുടെ ബാക്കിപത്രങ്ങൾ. അതെല്ലാമോർത്ത് സന്തപിക്കാനോ സന്തോഷിക്കാനോ പുതിയ തലമുറയ്ക്ക് തീരെ താല്പര്യമില്ല. തമിഴ്നാടുമായി (ദ്രാവിഡ സംസ്കാരവുമായി) ഉറ്റബന്ധം പുലർത്തുന്ന തദ്ദേശീയർക്ക് ലക്ഷ്യം ഒന്നേയുള്ളൂ, ജീവിതക്ലേശങ്ങൾ ലഘൂകരിക്കാനുതകുന്ന വരുമാനമാർഗ്ഗമെന്തെങ്കിലും തരപ്പെടുത്തുക.

56

നിശ്ശബ്ദതയുടെ താഴ്വരകളിൽ

പ്രായേണ വരണ്ട കാലാവസ്ഥയുള്ള പാലക്കാട് പ്രദേശത്തിന്റെ രജത രേഖാങ്കിതമായ ഹരിതകിരീടമാണ് അട്ടപ്പാടി മലനിരകൾ- വിശിഷ്യാ സൈലന്റ്‌വാലി വനമേഖല. പാലക്കാട് പട്ടണത്തിലെ അസഹ്യമായ ചൂടിലും തിരക്കിലും നിന്ന് ഒരുനിമിഷം മുമ്പ് രക്ഷനേടുക; എത്രയും വേഗം അട്ടപ്പാടിയുടെ ഹരിതശീതളിമയിൽ എത്തിപ്പെടുക. ബസുകളുടെ നെറ്റിക്കുറിപ്പുകൾ നോക്കി നോക്കി ആ ബസ് സ്റ്റാൻഡിൽ ചുറ്റിത്തിരിയവേ, അതൊന്നു മാത്രമായിരുന്നു ചിന്ത. അഗളിയിലേക്ക് —അട്ടപ്പാടിയുടെ ആസ്ഥാനം— നേരിട്ടു ബസുണ്ട്. പക്ഷേ, വല്ലപ്പോഴും മാത്രം. എന്നാൽ മണ്ണാർക്കാട്ടേയ്ക്കും മണ്ണാർക്കാട്ടു വഴിയും പോകുന്ന ബസുകൾ ധാരാളം. അല്ലെങ്കിലും മണ്ണാർക്കാടിനെ തഴഞ്ഞിട്ട് അട്ടപ്പാടിയിലെത്താനാവില്ലല്ലോ, എല്ലാ അർത്ഥത്തിലും.

നഗരപ്രാന്തങ്ങൾ പിന്നിട്ട് വടക്കോട്ടോടുന്ന ബസിലിരുന്ന് ഇരുവശത്തേക്കും കണ്ണോടിക്കേ, ഒരു കാര്യം ശ്രദ്ധിച്ചു. ലാളിത്യവും വിശുദ്ധിയുമാർന്ന പഴയ വള്ളുവനാടൻ ഗ്രാമങ്ങൾ നാഗരിക സുന്ദരിമാരാകാനുള്ള തത്രപ്പാടിലാണിപ്പോൾ. ഗ്രാമത്തനിമ മെല്ലെ മെല്ലെ നഷ്ടപ്പെടുകയാണോ? പത്തുപതിനഞ്ചു മൈൽ യാത്ര ചെയ്തപ്പോഴേക്കും മണ്ണാർക്കാടായി. പഞ്ചായത്താണെങ്കിലും ജങ്ഷന് ഒരു പട്ടണത്തിന്റെ മട്ടും മാതിരിയും. പണ്ടു കണ്ട ചെറിയ പീടികകളുടെയും ഓലപ്പുരകളുടെയും സ്ഥാനത്ത് വലിയ കോൺക്രീറ്റ് നിർമ്മിതികൾ ഉയർന്നുവന്നിരിക്കുന്നു. മുന്തിയ ഹോട്ടലുകളും കച്ചവട സ്ഥാപനങ്ങളും മറ്റും.

പഴയ മദിരാശി സംസ്ഥാനത്തിന്റെ തെക്കേ അറ്റത്തു കിടക്കുന്ന പാലക്കാടു ജില്ലയിൽപ്പെട്ട മണ്ണാർക്കാട് പ്രദേശങ്ങൾ പണ്ട് വള്ളുവനാട്ടിലെ ഒരു മലമ്പ്രദേശമായിരുന്നു. വള്ളുവക്കോനാതിരിയെ യുദ്ധത്തിൽ തോല്പിച്ച കോഴിക്കോട് സാമൂതിരി അന്ന് വള്ളവുനാട്ടിൽപ്പെട്ടിരുന്ന മണ്ണാർക്കാട്, അട്ടപ്പാടി പൂഞ്ചോലപ്രദേശങ്ങൾ കൈയടക്കി. ആ പ്രദേശങ്ങളുടെ മേൽനോട്ടത്തിനായി തന്റെ ഒരു പടനായകനെ നിയോഗിക്കുകയുണ്ടായി. പില്ക്കാലത്ത് അദ്ദേഹം 'മണ്ണാർക്കാട് മൂപ്പിൽ നായർ' എന്ന സ്ഥാനപ്പേരിൽ അറിയപ്പെട്ടു. അക്കാലം മുതൽ ആ വന്യഭൂമിയുടെ ജന്മാവകാശം മണ്ണാർക്കാട് മൂപ്പിൽ നായർക്കായി. മൂപ്പിൽ നായരുടെ മേൽനോട്ടത്തിലിരുന്ന അതിവിസ്തൃതമായ ഭൂഭാഗത്തിന്റെ തെക്ക്, ഒരറ്റത്തായിട്ടാണ് മണ്ണാർക്കാട്.

പണ്ട് ഒരു വന്യഗ്രാമം. ഇന്ന് ഒരു വികസിത പ്രദേശം. നാഗരിക രൂപഭാവങ്ങളുള്ള മണ്ണാർക്കാട് ടൗണിലെ തദ്ദേശീയരിൽ, തെന്നിന്ത്യയുടെ ഒരു പരിച്ഛേദം തന്നെ ഇന്ന് കാണാൻ കഴിയും— മലയാളികൾ, തമിഴർ. തെലുങ്കർ, കന്നടക്കാർ എല്ലാം തമിഴ് ചെട്ടിയാർമാരും. മണ്ണാർക്കാട് മൂപ്പിൽ നായർ പണ്ട് അലക്കു ജോലിക്കായി തമിഴ്നാട്ടിൽനിന്ന് വണ്ണാൻമാരെ ഇങ്ങോട്ടു കൊണ്ടുവന്നുവെന്നും അങ്ങനെ അവർ പാർപ്പുറപ്പിച്ച കാടുപിടിച്ചു കിടന്ന ഈ സ്ഥലം വണ്ണാർക്കാടായെന്നുമാണ് കേട്ടുകേൾവി, എന്നാൽ മണ്ണും ആറും കാടും ചേർന്ന പ്രദേശം മണ്ണാർക്കാടാകുന്നതാണ് അന്നത്തെ വനഭൂമിക്ക് ഏറെ യുക്തിസഹം.

മണ്ണാർക്കാട്

അങ്ങു ദൂരെ, അത്യുന്നതങ്ങളിലെ അട്ടപ്പാടി മലമുകളിൽ നിന്നുത്ഭവിച്ച് തെളിനീർച്ചാലായി വനമേഖലകളിലൂടെ മൈലുകളോളം യാത്ര ചെയ്ത്, മണ്ണാർക്കാടിനു സമീപം വച്ച് ഭാരതപ്പുഴയിൽ ചേരുന്ന കുന്തിപ്പുഴ മണ്ണാർക്കാടിന്റെ സൗഭാഗ്യം. മൂപ്പിൽ നായർ സ്ഥാപിച്ച അരക്കുർശ്ശി ഉദയർകുന്ന്

ഭഗവതിക്ഷേത്രത്തിലെ മണ്ണാർകാടു പൂരം, നാനാ ജാതി മതസ്ഥരായ തദ്ദേശീയരുടെ ദേശീയോത്സവ മാണ് അന്നും ഇന്നും. ഒരാഴ്ച നീണ്ടുനില്ക്കുന്ന പൂരാഘോഷത്തിൽ പങ്കെടുക്കാനും, പൊന്നുതമ്പു രാനെ (മൂപ്പിൽ നായർ) ദൂരെനിന്ന് വണങ്ങാനും പണ്ട്, വിദൂരസ്ഥമായ അട്ടപ്പാടിയിലെ ഗിരിജനങ്ങ ളുടെ പ്രതിനിധികൾ, കാടുംമേടും താണ്ടി, മേൽത്തരം കാർഷിക വിഭവങ്ങളുടെ തിരുമുൽക്കാ ഴ്കളുമായി വന്നെത്തിയിരുന്നുവത്രേ. അതുപോലെ ആദിവാസികളുടെ പ്രധാന ഉത്സവമായ ശിവരാത്രി മഹോത്സവത്തിന് മല്ലീശ്വരമുടിയിൽ ദീപം തെളിയി ക്കാൻ ആവശ്യമായ തിരിയും നെയ്യും കൊടുത്തയ ച്ചിരുന്നത് സാമൂതിരിയുടെ പ്രതിനിധികളായിരുന്ന വുത്രെ. വേരറ്റു പോയ പഴയ ജന്മി-കുടിയാൻ ബന്ധ ത്തിന്റെ ഒരു സൂചന. പാതായിക്കരമന, കാറ്റിലമിറ്റം മന, ഒളപ്പമണ്ണമന, ഈനപ്പട്ടന്മാർ, മൂപ്പിൽ നായർ, കല്ലടികുടുംബം എന്നിവരായിരുന്നു അന്നത്തെ പ്രധാന ഭൂവുടമകൾ. ജന്മിത്തം അസ്തപ്രഭമായെ ങ്കിലും കൊല്ലിനും കൊലയ്ക്കും അധികാരമുണ്ടാ യിരുന്ന പഴയ മൂപ്പിൽ നായരുടെ പുതിയ, ചെറിയ പതിപ്പുകൾ, ഏറ്റക്കുറവുകളോടെ മണ്ണാർക്കാടിന്റെ സാമൂഹ്യ-സാമ്പത്തിക-രാഷ്ട്രീയ രംഗങ്ങളിൽ ഇന്നും കണ്ടെത്താൻ കഴിയും. അവരിൽ ഹിന്ദുവും ക്രിസ്ത്യാനിയും മുസ്ലീമും ഉൾപ്പെടുമെന്ന വ്യത്യാ സമേയുള്ളൂ.

അഗളിയിലേക്ക്

മണ്ണാർക്കാടുനിന്നും അഗളിയിലേക്കുള്ള ബസിൽ കയറിക്കൂടി. ടൗൺപ്രദേശങ്ങൾ പിന്നിട്ട് കിഴക്കോട്ടു പോകുന്ന ബസിനിരുവശവും ഇന്നി പ്പോൾ ജനവാസം വർദ്ധിച്ചിരിക്കുന്നു. മുമ്പാണെ ങ്കിൽ നാലും അഞ്ചും മൈൽ പിന്നിടുമ്പോൾ വഴി വക്കിലെങ്ങാനും ഒരു പീടിക കണ്ടെന്നുവരാം. ചായ ക്കടയും മുറുക്കാൻ കടയും പാർപ്പിടവും എല്ലാം ചേർന്ന കൊച്ചു പുരകൾ. അവിടെ എന്തെങ്കിലും ചരക്കിറക്കാൻ കാണും. കടക്കാരൻ സദയം വച്ചുനീട്ടുന്ന ചായയോ ബീഡിയോ, ഡ്രൈവറും കണ്ടക്ടറും നന്ദിപൂർവ്വം സ്വീകരിച്ച് അല്പം ലോഹ്യം പറഞ്ഞെന്നുവരാം. യാത്രക്കാർക്കും വേണ മെങ്കിൽ അവിടെയല്പം ജലപാനമോ ജലസേച നമോ ആകാം. ഇന്ന്, ആ പതിവുകൾക്ക് വ്യത്യാസം വന്നിരിക്കുന്നു.

ബസ് മുന്നോട്ട് നീങ്ങുന്തോറും ചുരത്തിന്റെ പ്രതീതി. അങ്ങിങ്ങ്, കാട്ടുമരങ്ങളും വള്ളികളും നീർച്ചാലുകളും അകമ്പടി സേവിക്കുന്ന മലമ്പാത യിലൂടെ കയറിക്കയറി മൈലുകൾ പിന്നിട്ട് അവ സാനം അഗളിയിലെത്തി - അട്ടപ്പാടി എന്ന വനഭൂ മിയുടെ ആസ്ഥാനം. അട്ടപ്പാടിയെന്നാൽ ഉയരത്തിൽ. സ്ഥിതിചെയ്യുന്ന ഗ്രാമം - (അട്ടം, ഉയരം, പാടി - ഗ്രാമം) എന്നാണർത്ഥം. സമുദ്ര നിരപ്പിൽനിന്ന് ഏക ദേശം 1360 മീറ്റർ വരെ ഉയർന്നുകിടക്കുന്ന ഭൂവിഭാ ഗമാണ് അട്ടപ്പാടി മലനിരകൾ. പശ്ചിമഘട്ടത്തിലെ രണ്ടു കൂറ്റൻ മലനിരകൾക്കു മദ്ധ്യേയാണ് അട്ടപ്പാടി യുടെ കിടപ്പ്. വടക്ക് 2500 ൽപ്പരം മീറ്റർ ഉയരമുള്ള നീലഗിരിമലകൾ; തെക്ക് 2000 മീറ്റർ പൊക്കമുള്ള മുത്തിക്കുളം മലനിരകളും. ഇവയ്ക്കു മദ്ധ്യേ വടക്കു കിഴക്കായി ചരിഞ്ഞുകിടക്കുന്ന ഭൂപ്രദേശമാണ് അട്ട പ്പാടി. അട്ടപ്പാടി വനമേഖലകളിലൂടെ ഒഴുകുന്ന നദി കളിൽ മുഖ്യമാണ് ഭവാനിപ്പുഴ. 2872 മീ ഉയരമുള്ള നീലഗിരി മലകളിൽ നിന്നുത്ഭവിക്കുന്നു. 17 കി മീ ദൂരം കുത്തനെ താഴോട്ട് ഒഴുകിയശേഷം മുക്കാലി യിൽ വച്ച് തെക്കോട്ടുതിരിഞ്ഞ് തമിഴ്നാട്ടിലേക്കു കടന്ന് കാവേരി നദിയുമായി കൂടിച്ചേരുന്നു. അട്ട പ്പാടിയിലെ മറ്റൊരു നദിയായ ശിരുവാണി, മുത്തി ക്കുളം മലയിൽ നിന്നുത്ഭവിച്ച് നേരെ വടക്കോട്ടൊ ഴുകി ഭവാനിപ്പുഴയിൽ ചേരുന്നു. ഏഷ്യയിലെ ഏറ്റവും ശുദ്ധമായ ജലവാഹിനിയാണ് ശിരുവാണി. ഇവയ്ക്കു പുറമേ അസംഖ്യം നീർച്ചാലുകളും ഈ പുഴകളിലേയ്ക്കൊഴുകി ചേരുന്നു. തുടർച്ചയായി സംഭവിക്കുന്ന വനനശീകരണവും മണ്ണിടിച്ചിലും പുഴ കളുടെ നീരൊഴുക്ക് കുറയ്ക്കുന്നുണ്ടിപ്പോൾ. സൈലന്റ് വാലിയിൽ നിന്നുത്ഭവിക്കുന്ന കുന്തിപ്പുഴ, ആങ്കിണ്ടമൂഴിയിൽനിന്ന് നേരെ തെക്കോട്ടൊഴുകി മണ്ണാർക്കാടു വഴി ഭാരതപ്പുഴയിൽ ചേരുന്നു. തെളിനീർ പ്രവാഹമാണ് ഈ നദി.

പാലക്കാടു ജില്ലയിലെ മണ്ണാർക്കാട് താലൂ ക്കിൽപ്പെട്ട അട്ടപ്പാടി മലകൾ ഏറക്കുറെ ഒരു ഒറ്റ പ്പെട്ട ലോകമായിരുന്നു, അടുത്തകാലംവരെയും. വൻമരങ്ങളും വള്ളിപ്പടർപ്പുകളും ഈറയും മുളയും നിറഞ്ഞ് നീരന്ധ്രനീലിമയാർന്ന ഘോരവനങ്ങളും കുറ്റിക്കാടുകളും ചെറുവൃക്ഷങ്ങളും നിറഞ്ഞ ഭൂപ്ര ദേശമാണ് അട്ടപ്പാടി. സാമൂഹ്യ-സാംസ്കാരിക മേഖ ലകൾ കേരളത്തെക്കാളേറെ, തമിഴ്നാടിനോട് ബന്ധ പ്പെട്ടിരിക്കുന്നു. തെക്ക് ദീർഘമായ ചുരങ്ങൾക്കു താഴെ, മണ്ണാർക്കാടും, കിഴക്കും വടക്കും തമിഴ്നാ ട്ടിൽപ്പെട്ട കോയമ്പത്തൂർ ജില്ലയും നീലഗിരിജില്ലയും. വടക്ക് മലപ്പുറം ജില്ലയിൽപ്പെട്ട ഏറനാട് താലൂക്കു മാണ്. നീലഗിരിയിൽനിന്ന് തെക്കോട്ട് അട്ടപ്പാടിയി ലേക്ക് ഒട്ടേറെ മലമ്പാതകളുണ്ട്. വടക്കും പടി ഞ്ഞാറും ഉത്തുംഗ ഗാംഭീര്യങ്ങളായ നിബിഡവന പ്രദേശങ്ങളാണ്. പടിഞ്ഞാറെ അതിർത്തിയായ സൈലന്റ്‌വാലി റിസർവ്വ് വനപ്രദേശങ്ങളാണ്.

സൈലന്റ് വാലി

ലോകപ്രസിദ്ധമായ 'സൈലന്റ്‌വാലി നാഷ ണൽ പാർക്ക്' അട്ടപ്പാടിയുടെ ഹൃദയഭാഗത്താണ്. ജൈവ വൈവിദ്ധ്യങ്ങളുടെ കലവറയാണ് ഈ നിബി ഡവനം. അത്യപൂർവ്വമായ സസ്യജന്തുജാലങ്ങൾ ഇവിടെയുണ്ട്. നീലഗിരി ജൈവമേഖലയുടെ

കോർപ്രദേശമായ സൈലന്റ്‌വാലിയുടെ വിസ്തീർണ്ണം 90 ച കി മീറ്ററാണ്. 70 ശതമാനവും നിത്യഹരിത വനങ്ങൾ. 30 ശതമാനം പുൽമേടുകളും കുത്തനെ ഉയർന്ന മലനിരകളും താഴ്‌വരകളും സൈലന്റ്‌വാലിയുടെ മാത്രം പ്രത്യേകതയാണ്. നിരപ്പായ സമതലങ്ങൾ തീരെ ഇല്ലെന്നുതന്നെ പറയാം. ഉഷ്ണമേഖലയായ ഇവിടെ കാട്ടുതീ തടയപ്പെട്ടിട്ടുണ്ട്. സൈലന്റ്‌വാലിക്ക് തെക്കുകിഴക്കായി കിടക്കുന്ന മലനിരകളിൽ 2368 മീറ്റർ ഉയരത്തിൽ സ്ഥിതിചെയ്യുന്ന ആങ്കിണ്ട മുടിയിൽനിന്നാണ് കുന്തിപ്പുഴ ഉത്ഭവിക്കുന്നത്. ആ പുഴ സൈലന്റ്‌വാലിയിലൂടെ 21 കി മീ ദൂരം മനുഷ്യസ്പർശമേല്ക്കാതെ ഒഴുകി മണ്ണാർക്കാടു വഴി ഭാരതപ്പുഴയിൽ ചെന്നുചേരുന്നു. സ്ഫടിക സദൃശമായ തെളിനീർ പ്രവാഹമാണെപ്പോഴും. മണ്ണൊലിപ്പ് തീരെയില്ല. വന്മരങ്ങൾ ഇടതൂർന്ന് വളർന്നുയർന്ന് നില്ക്കുന്ന ഈ നിബിഡ വനങ്ങളിൽ നട്ടുച്ചയ്ക്കുപോലും സൂര്യപ്രകാശം നിലത്തു പതിക്കുന്നില്ല.

സസ്യഭുക്കുകൾക്കു മേയാൻ പാകത്തിലുള്ള അടിക്കാടുകൾ ഇവിടെയില്ല. അതുകൊണ്ടുതന്നെ മാംസഭുക്കുകളായ വന്യമൃഗങ്ങളും ഇവിടെ കുറവാണ്. അവ ഇതിലെ കടന്നുപോകാറുണ്ടെന്നു മാത്രം. വിവിധ ഇനം പക്ഷികളും ഇഴജന്തുക്കളും ധാരാളം ഭൂമുഖത്തുനിന്നും എന്നെന്നേക്കുമായി അപ്രത്യക്ഷമായെന്ന് കരുതപ്പെട്ടിരിക്കുന്ന ചില ഇനം സസ്യങ്ങൾ പോലും ഇവിടെയുണ്ട്. ഇന്ത്യാ ഉപഭൂഖണ്ഡത്തിൽ ജൈവശാസ്ത്രപരമായി ഏറ്റവും സമ്പന്നവും ഏറെ കാലപ്പഴക്കമുള്ളതും മനുഷ്യന്റെ ഇടപെടലുകൾ ഏറ്റവും കുറഞ്ഞതുമായ വനമേഖലയാണ് സൈലന്റ് വാലി. 1975 ൽ സൈലന്റ് വാലി ഒരു സംരക്ഷിത വനമേഖലയായി പ്രഖ്യാപിക്കപ്പെട്ടിട്ടുണ്ട്.

ഗിരിജനങ്ങൾ

അട്ടപ്പാടി ബ്ലോക്കിൽപ്പെട്ട അഗളി പഞ്ചായത്തിന്റെ ജനസംഖ്യയിൽ 29 ശതമാനം മാത്രമേ ഇന്ന് ഗിരിവർഗ്ഗക്കാരുള്ളൂ. ബാക്കിയെല്ലാം കുടിയേറ്റക്കാർ തന്നെ, തമിഴരും മലയാളികളും. ഇരുളർ, മുഡുഗർ, കുറുമ്പർ എന്നീ വിഭാഗങ്ങളിൽപ്പെട്ട ഗിരിവർഗ്ഗക്കാരിൽ ഇരുളർ, ടിപ്പുവിന്റെ പടയോട്ടക്കാലത്ത് കോയമ്പത്തൂർ ഭാഗത്തുനിന്നും ഭയന്നോടിയവരത്രെ. മറ്റു ജനവിഭാഗങ്ങളുമായി ഇടപെടാൻ കൂടുതൽ സന്നദ്ധത കാട്ടുന്നവരാണ് തമിഴ് ഭാഷ സംസാരിക്കുന്ന ഇരുളർ. വനവാസികളായ കുറുമ്പർ ഇന്നും കാടുവിട്ട് നാടു ചുറ്റാൻ തീരെ ആഭിമുഖ്യം കാട്ടാത്തവരാണ്. മുഡുഗവിഭാഗക്കാർ, മുമ്പ് ബ്രിട്ടീഷ് ഭരണകാലത്ത് സായിപ്പിന്റെയും ആർ എൻ പാലാട്ടിന്റെയും എസ്റ്റേറ്റുകളിൽ പണിയെടുക്കാൻ വേണ്ടി കിണ്ണക്കരഭാഗത്തുനിന്നും കൊണ്ടുവന്നവരുടെ പിൻഗാമികളാണ്.

വളക്കൂറുള്ള മണ്ണും സമൃദ്ധിയായി മഴയുമുള്ള അട്ടപ്പാടി പ്രദേശങ്ങളിൽ കൃഷിയിറക്കുന്നതെന്തും മുളയ്ക്കും തഴയ്ക്കും ഓജസ്സോടെ വളർന്ന് ഫലപുഷ്കലമാകും. തമിഴ്നാടിനോട് ഉരുമ്മിക്കിടക്കുന്ന കിഴക്കൻ പ്രദേശങ്ങളിൽ വരണ്ട കാലാവസ്ഥയും ഭൂപ്രകൃതിയും. മറുവശത്ത് നല്ല ഈർപ്പമുള്ള മണ്ണും പച്ചപ്പും സുലഭം. ഒരു നൂറ്റാണ്ടിനു മുമ്പു വരെയും അട്ടപ്പാടിയിലെ ആദിവാസികളുടെ ജീവിതം സംതൃപ്തവും സന്തുഷ്ടവും ആയിരുന്നു. ഓരോ സ്ഥലത്തും മാറിമാറി കൃഷി ചെയ്ത് ഫലപുഷ്ടിയുള്ള മണ്ണിൽനിന്നും നല്ല വിളവ് കൊയ്തെടുത്തിരുന്നു. റാഗി, ചാമ, തിന തുടങ്ങിയവയുടെ വൻശേഖരം ആദിവാസി ഊരുകളിൽ സാധാരണമായിരുന്നു. ഏതുകാലത്തും ബാഹ്യലോകത്തിന്റെ ഇടപെടലുകൾ ഒന്നുമില്ലാത്ത ജീവിതം. രാത്രികാലങ്ങളിൽ കൊട്ടും പാട്ടും ആട്ടവും കുഴലൂത്തും ഒക്കെയായി ആഹ്ലാദം അലയടിച്ചിരുന്നു, ആദിവാസ സങ്കേതങ്ങളിൽ.

അന്നും ഇന്നും

മൂന്നു നാലു പതിറ്റാണ്ടുകൾക്കുമുമ്പ് (1964 ന്) അട്ടപ്പാടിയിലെ ആദ്യത്തെ വികസനോദ്യോഗസ്ഥനായ ശ്രീ ബാബുഷെട്ടിയോടൊപ്പം ദുർഗ്ഗമങ്ങളായ വനവീഥിയിലൂടെ യാത്ര ചെയ്ത അനുഭവം ഞാൻ ഈ യാത്രയിലോർത്തു.

വന്മരങ്ങളുടെ തണലിലൂടെയും നീർച്ചാലുകൾ ചാടിക്കടന്നും വള്ളിപ്പടർപ്പുകൾ വകഞ്ഞു മാറ്റിയും ആ വനമേഖലയിലൂടെ നടന്നു നടന്ന് ഞങ്ങൾ ഭവാനിപ്പുഴക്കരയിലെത്തി. പാറക്കെട്ടുകളിൽ തല്ലി, ജലശീകരങ്ങൾ നിരത്തി ഉല്ലാസവതിയായി കുതിച്ചോടുന്നു ഭവാനിപ്പുഴ. കടന്നുപോകുന്ന വഴിക്കിരുപാടും വനസമൃദ്ധി വാഗ്ദാനം ചെയ്യുന്ന ഈ നദിക്ക് അട്ടപ്പാടിയുടെ സമ്പൽസ്ഥിതിയിലും ആദിവാസികളുടെ ജീവിതക്രമങ്ങളിലും വലിയ സ്വാധീനം ചെലുത്താൻ കഴിയുന്നു. വീണ്ടും ഉള്ളിലേക്കു കടന്നപ്പോൾ കുറ്റിക്കാടുകൾ വെട്ടിത്തെളിച്ച് നിലം നിരപ്പാക്കി കൃഷിയിറക്കിയിരിക്കുകയാണ്, ആരോ, നെല്ലും തിനയും ചാമയും റാഗിയുമെല്ലാം തഴച്ചുവളരുന്നു. മനുഷ്യവാസമുണ്ടെന്നതിന് ആ കൃഷിപ്പണികൾ തെളിവു നല്കി.

ഞങ്ങൾ ഈ ഊരടിപ്പാതയിലൂടെ കയറ്റം കയറി ചെറിയൊരു കുന്നിൻ ചരിവിലെത്തി. ഏഴെട്ടു കുടിലുകൾ. മൺചുമരും പുൽക്കൂരയുമുള്ള ഈ കുടിലുകൾക്കു മദ്ധ്യത്തിൽ പൊതുവിൽ വൃത്താകൃതിയിലൊരു മുറ്റം. ഓരോ കൂരയ്ക്കുള്ളിലും പല പ്രായത്തിലുള്ള മനുഷ്യജീവികൾ. അതൊരു ഊരാണ്. മുഡുഗ വർഗ്ഗത്തിൽപ്പെട്ട ഏഴെട്ടു കുടുംബങ്ങൾ കൂട്ടായി താമസിക്കുന്ന സ്ഥലം. ചുറ്റും കൊടുങ്കാടാണ്. മൈലുകളോളം പിന്നെയും ആൾപ്പാർപ്പു കാണുകയില്ല. അന്ന് ഏകദേശം 280 ച. മൈലോളം വ്യാപിച്ചുകിടന്ന അട്ടപ്പാടി മലകളിൽ ഉൾഭാഗങ്ങളിൽ അങ്ങിങ്ങായി ഇത്തരം 180

ഊരുകൾ ഉണ്ടായിരുന്നു. എട്ടും പത്തും കുടുംബങ്ങൾ ഒന്നിച്ചല്ലാതെ അവർ ഒറ്റയ്ക്കൊറ്റയ്ക്കു കഴിയാറില്ല. കൃഷി ചെയ്തുണ്ടാക്കുന്ന ധാന്യങ്ങൾക്കു പുറമേ കാട്ടിൽനിന്നും കിട്ടുന്ന കായ്കനികളും കിഴങ്ങുകളും ഭക്ഷ്യപദാർത്ഥങ്ങളാണ്. ആഹാരരീതികളും ജീവൽസമ്പ്രദായങ്ങളും വളരെ ലളിതം. ശുചിത്വമുള്ളവരെന്നു നടിക്കുമെങ്കിലും യഥാർത്ഥത്തിൽ പരിസരശുചീകരണമോ, ആരോഗ്യ പരിപാലനരീതികളോ നിലവിലില്ല. വിശപ്പടക്കാനെന്തെങ്കിലും അന്തിയുറങ്ങാനൊരു കൂര അത്രയൊക്കെയേ അവർക്കു വേണ്ടൂ. അതിനപ്പുറമൊരു സ്വർഗ്ഗത്തെപ്പറ്റി അവർക്ക് വ്യക്തമായ ധാരണകളില്ല. ഇതായിരുന്നു അന്നത്തെ സ്ഥിതി. ഇപ്പോൾ അവരുടെ ജീവിത രീതികളിലും കാഴ്ചപ്പാടുകളിലും ഗണ്യമായ മാറ്റം സംഭവിച്ചിട്ടുണ്ട്.

ഇരുളർ കുറേക്കൂടി അദ്ധ്വാനശീലരാണ്. താരതമ്യേന പരിഷ്കാരികളും, സ്ഥിരമായി ഒരു സ്ഥലത്ത് വാസമുറപ്പിച്ച് കൃഷിനടത്തി കഴിഞ്ഞുകൂടാൻ തല്പരരാണവർ. അവരധികവും മുൻകാലത്ത് തമിഴ്നാട്ടിൽനിന്നും അട്ടപ്പാടിയിൽ കുടിയേറിപ്പാർത്ത ഗിരിവർഗ്ഗക്കാരാണെന്നും മുഡുഗരും കുറുമ്പരുമാണ് യഥാർത്ഥത്തിൽ തദ്ദേശീയ ആദിവാസികളെന്നും പറയപ്പെടുന്നു. ഇവർ സാധാരണയായി നദീ തീരത്തോ നീർച്ചാലുകളുടെ സമീപത്തോ ആണ് ഊരുകൾ നിർമ്മിക്കുന്നത്. അജ്ഞരും അപരിഷ്കൃതരുമായ ഈ ഗിരിവർഗ്ഗക്കാർക്കിടയിൽ കാലപ്പഴക്കമുള്ള ജനാധിപത്യഭരണക്രമം പരമ്പരയായി നിലവിൽ ഉണ്ടെന്നതാണ് രസകരവും അഭിനന്ദനീയവുമായ ഒരു വസ്തുത.

പ്രാചീന ജനാധിപത്യം

മൂപ്പനാണ് ഊരിന്റെ തലവൻ. എല്ലാറ്റിന്റെയും അവസാന വാക്ക് മൂപ്പന്റേതാണ്. ഊരിലെ പൊതുവായ ക്ഷേമ കാര്യങ്ങൾ നടപ്പാക്കുന്നതും തർക്കങ്ങൾ പറഞ്ഞൊതുക്കുന്നതും മൂപ്പന്റെ പോർട്ട് ഫോളിയോയിൽപ്പെടും. പഴയകാലത്ത് ജന്മിയെയും ഗിരിവർഗ്ഗക്കാരായ അടിയാന്മാരെയും കൂട്ടിയിണക്കുന്ന കണ്ണിയായിരുന്നു മൂപ്പൻ. ഊരിന്റെ ട്രഷററാണ് ഭണ്ഡാരി, അയാൾ ഊരിന്റെ ക്ഷേമപ്രവർത്തനങ്ങൾക്കാവശ്യമായ പണമോ സാധനങ്ങളോ പിരിച്ചെടുക്കുകയും സൂക്ഷിക്കുകയും ആവശ്യാനുസരണം വിനിയോഗിക്കുകയും ചെയ്യുന്നു. 'കുരുതലിക്ക' വില്ലേജ് ഗാർഡിന്റെ ജോലിയാണ്--ഡിഫൻസ്. ഇനിയുമൊരാളുണ്ട്, മണ്ണൂക്കാരൻ. ഏതേതു സ്ഥലങ്ങളാണ് കൃഷിയോഗ്യമെന്ന് നിർണ്ണയിച്ച് ഊരിലെ മറ്റാളുകൾക്ക് നിർദ്ദേശിച്ചു കൊടുക്കുന്ന സോയിൽ സ്പെഷ്യലിസ്റ്റാണ് മണ്ണൂക്കാരൻ. ഈ നാല് പ്രമാണിമാർ ഊരിലെ ജീവിതം ചിട്ടപ്പെടുത്തുന്നു.

മല്ലീശ്വരൻകോവിൽ

മണ്ണാർക്കാട്-അഗളിറോഡിൽ കക്കുപ്പാടിക്കു സമീപം റോഡരികിൽ മരച്ചോട്ടിലെ തറയിൽ മേല്പുരയൊന്നുമില്ലാതെ മുളകൊണ്ടു കെട്ടിയുണ്ടാക്കിയ ഒരു ആരാധനാകേന്ദ്രം. കല്ലുകൊണ്ടും കളിമണ്ണുകൊണ്ടും നിർമ്മിച്ച ഒട്ടേറെ വിഗ്രഹങ്ങൾ. മല്ലീശ്വരൻ കോവി(കാവ്) ലാണത്. അവിടെനിന്നു നോക്കിയാൽ അകലെ അംബരചുംബിയായി നിലകൊള്ളുന്ന മല്ലീശ്വര മുടിയും കാണാം. മല്ലീശ്വരൻകോവിലിലെ മല്ലീശ്വരനാണ് അവരുടെ മുഖ്യ ദൈവം. ഗിരിവർഗ്ഗക്കാരുടെ സുസ്ഥിതിയും അഭിവൃദ്ധിയുമെല്ലാം മല്ലീശ്വരന്റെ കൃപാകടാക്ഷമാണെന്ന് അവർ വിശ്വസിക്കുന്നു. വർഷത്തിലൊരിക്കൽ ആഘോഷിക്കപ്പെടുന്ന ശിവരാത്രി ഉത്സവം ഗിരിവർഗ്ഗക്കാരുടെ ദേശീയോത്സവമാണ്. ശിവരാത്രിനാളിൽ മല്ലീശ്വരമുടിയിൽ വിളക്കുതെളിക്കും.

കഴിഞ്ഞ നൂറ്റാണ്ടിന്റെ തുടക്കത്തിൽ, ജന്മിയായ മണ്ണാർക്കാട് മൂപ്പിൽ നായർ അട്ടപ്പാടിയിലെ 5000 ഏക്കർ ഭൂമി പാർക്കർ സായിപ്പിന് പാട്ടത്തിനു കൊടുത്തു. (ഇപ്പോഴത്തെ ഭവാനി എസ്റ്റേറ്റ്) ഒമ്മല -കള്ളമലഭാഗം കുഞ്ഞായൻ സാഹിബ്ബിനും പാട്ടത്തിന് നല്കി. സായിപ്പിന്റെയും പാലാട്ടിന്റെയും എസ്റ്റേറ്റുകളിൽ പണിയെടുക്കുവാൻ വേണ്ടി തൊട്ടപ്പുറത്തുള്ള തമിഴ്നാട്ടിൽനിന്നും കൊണ്ടുവന്നവരാണ് അട്ടപ്പാടിയിലെ ഇന്നത്തെ തമിഴരുടെ പൂർവ്വികർ. അങ്ങനെ, ആദിവാസികളുടെയും തമിഴരായ തൊഴിലാളികളുടെയും ജീവിതമേഖലയായി മാറിയ അട്ടപ്പാടിയിൽ തെക്കും വടക്കുംനിന്നുള്ള കുടിയേറ്റങ്ങളാരംഭിച്ചത് 1930 കളിലാണ്. ചെറിയതോതിൽ തെക്ക് നിന്ന് തിരുവിതാംകൂറുകാരും (മുഖ്യമായും ക്രിസ്ത്യാനികൾ) വടക്കുനിന്ന് മലബാറുകാരും (മുഖ്യമായും മുസ്ലീങ്ങൾ) ക്രമേണ അട്ടപ്പാടിയിലേക്ക് കുടിയേറാൻ തുടങ്ങി. മൂപ്പിൽ നായരിൽനിന്ന് നേരിട്ട് പാട്ടത്തിനു വാങ്ങിയും പാട്ടക്കാരിൽനിന്നും കൈമാറ്റം വാങ്ങിയും അവർ ഇവിടെ കുടിയേറിപ്പാർത്ത് കൃഷി ആരംഭിച്ചു. 1940 മുതൽ കുടിയേറ്റത്തിന്റെ തോത് വർദ്ധിച്ചെങ്കിലും ഇന്നുള്ള കുടിയേറ്റക്കാരിൽ ഭൂരിഭാഗവും എത്തിച്ചേർന്നത് 1960 ന് ശേഷമാണ്. 1970 ലെ ഭൂപരിഷ്കരണ നിയമത്തിലെ വ്യവസ്ഥപ്രകാരം ഭൂമിയുടെ കൈവശക്കാർ ഉടമകളായി.

കഴിഞ്ഞ ശതകത്തിന്റെ പൂർവ്വാർദ്ധത്തിലും അവഗണിക്കപ്പെട്ടുകിടന്ന ഈ ഭൂഭാഗങ്ങൾ പുറംലോകത്തിന് ഏറക്കുറെ അജ്ഞാതമായിരുന്നു. കാട്ടിൽ കണ്ട മട്ടിൽ ഏറക്കുറെ മൃഗസമാനം ജീവിച്ചുപോന്ന ഈ ഗിരിവർഗ്ഗജനതയ്ക്ക് ആധുനിക ജീവിതത്തെ പറ്റി അല്പമെങ്കിലും കണ്ടറിവും കേട്ടറിവും ഉണ്ടായത് കുടിയേറ്റക്കാരുടെ വരവോടെയാണ്. എങ്കിലും കള്ളവും ചതിയും അറിയാത്ത ഇക്കൂ

ട്ടർക്ക് പുറത്തുനിന്നു വന്ന ശാമിമാരും തുണയായില്ല. ഈ സാഹചര്യത്തിലാണ് വികസനത്തിന്റെ വെള്ളിവെളിച്ചം അവസാനം ഈ പ്രദേശത്തേക്ക് കടന്നുവന്നത്.

ജന്മി-കുടിയാൻ ബന്ധങ്ങൾ

ജന്മിമാരുടെ ആൾക്കാർ ആദിവാസികൾക്കും കൃഷിക്കാർക്കും ഭൂമി കൃഷിക്ക് നല്കുമ്പോൾ വയൽ നിനക്കും വരമ്പ് എനിക്കും എന്ന വ്യവസ്ഥയിലായിരുന്നുവത്രേ നല്കിയിരുന്നത്. അതായത് വയലിനു ചുറ്റുമുള്ള മരങ്ങളും മറ്റു വസ്തുക്കളും എടുക്കാൻ കർഷകന് അവകാശമില്ല. വിളവിന്റെ പാതി ജന്മിക്ക്. സ്വന്തം വളപ്പിലുള്ള പുളി പറിക്കാനോ ചാണകം ഉപയോഗിച്ച് കൃഷി ചെയ്യാനോ കാട് വെട്ടിത്തളിക്കാനോ കാട് വെട്ടിത്തെളിച്ച് കൃഷി ചെയ്യാനോ അവർക്ക് സ്വാതന്ത്ര്യം ഉണ്ടായിരുന്നില്ല. ജന്മിയുടെ പിണിയാളന്മാരുടെ ഇത്തരം കർശന നിലപാടുകളിൽ അമർഷം പൂണ്ട കൃഷിക്കാർ പ്രതിഷേധ പ്രകടനങ്ങൾക്കിറങ്ങിയ സംഭവങ്ങളും 1950 നുശേഷം ഇവിടെ ഉണ്ടായി.

അതിവിസ്തൃതമായ ഈ വനമേഖലയാകെ 1968 വരെ ഒരൊറ്റ വില്ലേജും ഒറ്റ പഞ്ചായത്തുമായിരുന്നു- അട്ടപ്പാടി. 280 ൽ പരം ച. മൈൽ വിസ്തൃതിയുള്ള ഈ പ്രദേശത്തെ ജനസംഖ്യ 19683 (1961 ലെ സെൻസസ് പ്രകാരം) ആയിരുന്നു. 1968 ൽ അട്ടപ്പാടിയിൽ മൂന്ന് പഞ്ചായത്തുകൾ രൂപീകരിക്കപ്പെട്ടു. അഗളി, ഷോളയൂർ, പുതൂർ. 1962ൽ മണ്ണാർക്കാട് കമ്യൂണിറ്റി ഡെവലപ്മെന്റ് ബ്ലോക്ക് വിഭജിച്ച് അട്ടപ്പാടി ട്രൈബൽ ഡെവലപ്മെന്റ് ബ്ലോക്ക് രൂപീകരിക്കപ്പെട്ടു. 1975 ൽ അത് ഇന്റഗ്രേറ്റഡ് ട്രൈബൽ പ്രോജക്റ്റ് ആയി പ്രഖ്യാപിക്കപ്പെട്ടു. കുള്ളമല, അഗളി, പുതൂർ, ഷോളയൂർ, പാടവയൽ, കോട്ടത്തറ എന്നീ റവന്യൂ വില്ലേജുകളും, അഗളി, ഷോളയൂർ, പുതൂർ, എന്നീ പഞ്ചായത്തുകളും ഈ പ്രോജക്ടിന്റെ പരിധിയിലുൾപ്പെടുന്നു. നൂറ്റാണ്ടുകളായി അജ്ഞതയിലും അന്ധവിശ്വാസങ്ങളിലും അനാചാരങ്ങളിലും കുടുങ്ങി അട്ടപ്പാടി വനമേഖലകളിൽ മൃഗസമാനം ജീവിതം തള്ളിനീക്കിയിരുന്ന ഗിരിവർഗ്ഗക്കാരെ പരിഷ്കൃത സാമൂഹ്യജീവിതത്തിന്റെ മുഖ്യധാരയിലേക്ക് നയിക്കുകയെന്നത് ഏറെ ശ്രമകരമായിരുന്നു. വികസന ഉദ്യോഗസ്ഥന്മാരുടെ ആദ്യകാലാനുഭവം അങ്ങനെയായിരുന്നു.

ചൂഷണത്തിന്റെ വഴികൾ

ഗിരിവർഗ്ഗക്കാരുടെ അജ്ഞതകൊണ്ടുള്ള അപകടങ്ങൾ പലതാണ്. ധനമോഹികളായ കുടിയേറ്റക്കാരുൾപ്പെടെയുള്ള ശാമിമാർക്കും (പുറത്തുനിന്നും വരുന്നവർ - അന്യർ) അവരെ എളുപ്പം ചൂഷണം ചെയ്യാൻ കഴിഞ്ഞിരുന്നു. സ്വന്തം കാർഷികോല്പന്നങ്ങളുടെ ക്രയവിക്രയത്തിന് അക്ഷരാഭ്യാസമില്ലായ്മ വലിയ തടസ്സമായിരുന്നു. അന്ധവിശ്വാസത്തിന്റെ കാര്യം പറയാനുമില്ല. കിണർ കുഴിച്ച് വെള്ളം കോരി കുടിക്കാനവർ ഭയപ്പെട്ടിരുന്നു. നീർച്ചാലുകളിലെയോ പുഴകളിലെയോ കലക്ക വെള്ളത്തെ അവർക്ക് വിശ്വാസമാണ്. എന്നാൽ, സ്വന്തം കിണർ ഉണ്ടെങ്കിലും ശത്രുക്കൾ ആരെങ്കിലും രാത്രി പതുങ്ങിവന്ന് നഞ്ച് (വിഷം) കലക്കിയാലോ? അതാണു പേടി, യാതൊരു കരുതലും ദീർഘവീക്ഷണവുമില്ലാതെ, കാട്ടിൽ കണ്ടിടത്തെല്ലാം വെട്ടിക്കിളിച്ച് തോന്നിയ മട്ടിൽ കൃഷിയിറക്കുന്നത് ക്രമേണ മണ്ണൊലിപ്പിന് ഇടയാക്കുന്നു - കാടുകളുടെ സുസ്ഥിതിക്ക് മാറ്റം വരുത്തുന്നു.

അവരിൽനിന്നുള്ള പ്രശ്നങ്ങൾ മാത്രമല്ല, അവർക്കും പ്രശ്നങ്ങൾ ഉണ്ട്. ഭൂമി കൈവശാവകാശത്തെ സംബന്ധിച്ചുള്ള രേഖകൾ വിലപ്പെട്ടതാണെന്നുള്ള ബോധമൊന്നും മുൻകാലങ്ങളിൽ അവർക്കുണ്ടായിരുന്നില്ല. അതുകൊണ്ടുതന്നെ അവരുടെ ഉടമാവകാശം കൈവശമാക്കാൻ പലർക്കും അനായാസേന സാദ്ധ്യമായി. വനവിഭവങ്ങൾ വില്ക്കുമ്പോഴും അവർ പരിതാപകരമാംവിധം കബളിപ്പിക്കപ്പെട്ടിരുന്നു. എന്നാൽ പുതിയ റോഡുകൾ വന്നതോടെ ബാഹ്യലോകവുമായി ഒറ്റപ്പെട്ടുകഴിഞ്ഞ ആദിവാസികൾക്ക് അതൊരനുഗ്രഹമായി. പ്രധാനമായും പതിറ്റാണ്ടുകൾക്ക് മുമ്പു നിർമ്മിക്കപ്പെട്ട മണ്ണാർക്കാട് കോയമ്പത്തൂർ റോഡ്, കാർഷികോല്പന്നങ്ങളും വനവിഭവങ്ങളും വിറ്റഴിക്കാൻ സൗകര്യമുണ്ടാക്കി. പക്ഷെ ഇതിനൊരു മറുവശവുമുണ്ട്. കോയമ്പത്തൂരിൽനിന്ന് ചരക്കുനിറച്ച ലോറികളുമായി പാലക്കാടേക്ക് നിരന്തരം ട്രിപ്പ് അടിക്കുന്ന ലോറി ഡ്രൈവർമാർക്ക്, റോഡ് വക്കിലെ ഊരുകളിൽ യഥേഷ്ടം കടന്നുചെല്ലാം; താവളമടിക്കാം, പുകയിലത്തുണ്ടുകൾക്ക്, അല്പം പഞ്ചസാരയ്ക്കും ചില്ലറ നാണയങ്ങൾക്കും, കല്ലുമാലകൾക്കും ആദിവാസി സ്ത്രീ-പുരുഷന്മാരെ എളുപ്പം വശീകരിക്കാനാവുമെന്ന് അവർ കണ്ടറിഞ്ഞു. വാറ്റ് ചാരായത്തിന്റെ ലഹരിയിൽ അവർ ചങ്ങാത്തം സ്ഥാപിച്ചിരുന്നു. അങ്ങനെ, റോഡുകളുടെ നിർമ്മാണത്തോടെ നാഗരികതയുടെ ചതിയും വഞ്ചനയും കാപട്യവും എന്തിനേറെ ഗുഹ്യരോഗങ്ങൾപോലും, വനാന്തരത്തിലേക്ക് കടന്നുചെന്ന് വിശുദ്ധിയുടെ വിളനിലങ്ങളായ ആദിവാസി ജനസമൂഹങ്ങളിൽ കളങ്കം ചേർത്ത അനുഭവങ്ങളും മുൻകാലങ്ങളിൽ ഉണ്ടായിട്ടുണ്ട്. എന്നാൽ വികസനോദ്യാഗസ്ഥന്മാരുടെ നിതാന്ത ജാഗ്രതയും സമയോചിതമായ ഇടപെടലുകളും ഉപദേശങ്ങളും മുഖേന പ്രസ്തുത സാമൂഹ്യ വിരുദ്ധ ശക്തികളെ ഒരു പരിധിവരെ ആട്ടിയകറ്റി നിർത്താൻ കഴിഞ്ഞിരുന്നു.

കൃഷിരീതികൾ

ഫലഭൂയിഷ്ഠമായ മണ്ണും കൃഷിയോടാഭിമുഖ്യം പുലർത്തുന്ന കർഷകരും ആദിവാസികളും ഇവി

ടത്തെ പ്രത്യേകതകളാണ്. ആദിവാസികളുടെ തനത് ഗോത്രവർഗ്ഗ സംസ്കാരവും തമിഴ് മലയാള സംസ്കാരവും ഇവിടെ സമ്മേളിക്കുന്നു. അട്ടപ്പാടിയുടെ കാർഷികമേഖല വൈവിദ്ധ്യ പൂർണ്ണമാണ്. ആദിവാസികളുടെ പ്രത്യേക കൃഷിരീതികളും അവരുല്പാദിപ്പിക്കുന്ന റാഗി, ചാമ, തിന, തുവര, അമര എന്നിവയും അട്ടപ്പാടിയുടെ പ്രത്യേകതയാണ്. പില്ക്കാലത്ത് കുടിയേറ്റ കർഷകരുടെ വരവോടെ കാർഷിക മേഖല കൂടുതൽ സജീവവും വൈവിദ്ധ്യ പൂർണ്ണവുമായി. നെല്ല്, വാഴ, കരിമ്പ്, തെങ്ങ്, കവുങ്ങ്, കപ്പ, പച്ചക്കറികൾ, പരുത്തി തുടങ്ങിയവ വ്യാപകമായി കൃഷി ചെയ്തുവരുന്നു. അട്ടപ്പാടിയുടെ കിഴക്കൻ പ്രദേശവും പടിഞ്ഞാറൻ പ്രദേശവും കാർഷിക രീതികളിൽ വ്യത്യസ്തത പുലർത്തുന്നു. കൃഷിക്കാവശ്യമായ ജലസേചന സൗകര്യമില്ലാത്തതു കൊണ്ട് കിഴക്കൻ മേഖലയിൽ ഉല്പാദനക്ഷമത കുറവാണ്. ആധുനിക കൃഷി രീതികളുടെ അജ്ഞതയും കാർഷിക മേഖലയുടെ കാര്യക്ഷമതയെ ബാധിക്കുന്നു. കാർഷികോല്പന്നങ്ങളുടെ സംഭരണം, സംസ്കരണം, വിതരണം എന്നിവയും പ്രധാന പ്രശ്നങ്ങളാണ്.

അട്ടപ്പാടിയുടെ വ്യാവസായികരംഗം പരിതാപകരമാണ്. ചില സ്വകാര്യ സംരംഭങ്ങളല്ലാതെ എടുത്തു പറയാൻ ഒന്നുമില്ല.

അട്ടപ്പാടിയുടെ വനപ്രദേശത്തിന്റെ മൊത്തം വിസ്തൃതി (703 ച കി മീ) യുടെ 60 ശതമാനം വനഭൂമിയാണ് (441 ച കി മീ) ജനസാന്ദ്രത വളരെ കുറവ്. മൊത്തം ജനസംഖ്യ 62033 (91 ലെ സെൻസസ്). ഇന്നത്തെ ജനസംഖ്യയിൽ ആദിവാസികൾ ഒരു ന്യൂനപക്ഷം മാത്രം,

നിത്യഹരിത വനങ്ങൾ, ആർദ്ര വനങ്ങൾ, ഇല പൊഴിയും കാടുകൾ, സർക്കാർ പ്ലാന്റേഷനുകൾ, കുറ്റിക്കാടുകൾ, തുറന്ന വെളിമ്പ്രദേശങ്ങൾ എന്നിവയെല്ലാം മേൽപ്പറഞ്ഞ വനഭൂമിയിൽ ഉൾപ്പെടുന്നു. വിവിധയിനം മരങ്ങളും ഈറ്റ, മുള തുടങ്ങിയവയും ഔഷധസസ്യശേഖരവും ഇവിടെ കാണാം. ഒട്ടേറെ ധാതു സമ്പത്തും അട്ടപ്പാടി പ്രദേശത്തുള്ളതായി കണ്ടെത്തിയിട്ടുണ്ട്. കളിമണ്ണ്, ഗ്രാഫൈറ്റ്, ടങ്സ്റ്റൺ, വൈരക്കല്ലുകൾ എന്നിവയും അടുത്ത കാലത്തായി സ്വർണ്ണ നിക്ഷേപവും കണ്ടെത്തിയിട്ടുണ്ട്. സംഘകാലഘട്ടത്തിലെ ചരിത്ര സ്മാരകങ്ങൾ അസംഖ്യം ഈ വനമേഖലയ്ക്കുള്ളിൽ ഒളിഞ്ഞുകിടപ്പുണ്ട്.

പ്രശ്നങ്ങൾ

അട്ടപ്പാടിയുടെ ഭൂവിസ്തൃതിയിൽ 17.4 ശതമാനം മാത്രമേ കൃഷിക്കായി ഉപയോഗിക്കുന്നുള്ളൂ. അതിൽ തന്നെ 10.42 ശതമാനം തോട്ടവിളകളാണ്. കഴിഞ്ഞ ചില പതിറ്റാണ്ടുകളായി ഗിരിവർഗ്ഗജനങ്ങൾ ഒരു പരിവർത്തനത്തിന്റെ പാതയിലാണ്. അതിനവരെ പ്രേരിപ്പിച്ച ഘടകങ്ങൾ പലതാണ്. വിദ്യാഭ്യാസവും മറ്റഭ്യാസങ്ങളും സ്വായത്തമാക്കിയ കുടിയേറ്റ കർഷകരുമായുള്ള നിരന്തര സമ്പർക്കവും 1960 മുതൽ തന്നെ വികസന ഏജൻസികളുടെ ആഭിമുഖ്യത്തിൽ ആരംഭിച്ച ബോധന-വിദ്യാഭ്യാസ പ്രവർത്തനങ്ങളും വിവിധ രാഷ്ട്രീയ കക്ഷികൾ കാലാകാലങ്ങളിലായി നടത്തിപ്പോരുന്ന രാഷ്ട്രീയ പ്രചാരണങ്ങളും, സർവ്വോപരി അവരിൽ നിന്നു തന്നെ ഉയർന്നുവന്ന നേതൃനിരയുടെ പ്രബോധനങ്ങളും എല്ലാം അവരെ ഇന്ന് ഇരുളടിഞ്ഞുകൂടി കിടന്ന പഴയ നൂറ്റാണ്ടിൽനിന്ന് വിളിച്ചുണർത്തി പിടിച്ചെഴുന്നേല്പിച്ച് മുന്നോട്ടു നടത്തിത്തുടങ്ങി. പ്രയാണം നേർവഴിക്കാണോ അല്ലയോ എന്നത് കാലം തെളിയിക്കേണ്ട കാര്യമാണ്. നമുക്കത് തല്ക്കാലം വിടാം.

ഇവിടെ ഇപ്പോൾ മൊത്തം ജനസംഖ്യയുടെ മൂന്നിലൊരു ഭാഗം മാത്രമേ ഗിരിജനങ്ങളുള്ളൂ. അതുകൊണ്ടുതന്നെ കേരളത്തിൽനിന്നും തമിഴ്നാട്ടിൽനിന്നും കർണ്ണാടകയിൽനിന്നും കാലാകാലം അട്ടപ്പാടിയിൽ കുടിയേറി സ്ഥിരതാമസമാക്കിയിട്ടുള്ള കുടിയേറ്റ കർഷകരെയും ഗിരിവർഗ്ഗക്കാരെയും മൊത്തത്തിൽ കണക്കിലെടുത്തുകൊണ്ടുള്ള സാർവ്വത്രിക വികസന പരിപാടികൾക്ക് പ്രസക്തി വർദ്ധിച്ചിരിക്കുന്നു. കൂട്ടത്തിൽ ഗിരിവർഗ്ഗക്കാരെ മറ്റുള്ളവരോടൊപ്പമെത്തിക്കാനുള്ള പ്രത്യേക ശ്രദ്ധയും ആവശ്യമായിത്തീരുന്നു.

കഴിഞ്ഞ അരശതാബ്ദക്കാലത്തിനുള്ളിൽ ഗിരിവർഗ്ഗക്കാരുടെ ജീവിതരീതികളിലും പെരുമാറ്റ സമ്പ്രദായങ്ങളിലും സമീപനങ്ങളിലും ഗണ്യമായ മാറ്റം ഉണ്ടായി. അതേ അവസരത്തിൽത്തന്നെ തനതായ സാംസ്കാരിക പൈതൃകത്തെ കൈവെടിയാനും അവർ സന്നദ്ധരല്ല. തലമുറ തലമുറകളായി കാത്തുസൂക്ഷിച്ചു പോരുന്ന ഗിരിവർഗ്ഗത്തനിമ - സംസ്കാരം - ഇനിയും നഷ്ടപ്പെട്ടിട്ടില്ല.

57

കിള്ളിക്കുറിശ്ശി മംഗലത്തേക്ക്

ദക്ഷിണ റെയിൽവേയുടെ ഒരു പ്രധാന ജങ്ഷനായ ഷൊർണ്ണൂരിന്റെ നഗരത്തിരക്കിൽനിന്ന്, വ്യവസായ മേഖലകളും പിന്നിട്ട് കിഴക്കോട്ട് യാത്രയാകാം. പാലക്കാട്ടു ഭാഗത്തേക്ക്, ട്രെയിനിലോ ബസിലോ ഒറ്റപ്പാലത്ത് ഇറങ്ങുക. വള്ളുവനാടൻ ഗ്രാമങ്ങളുടെ മദ്ധ്യേ നിളാതീരത്ത് വളർന്നു വന്ന ഒരു ചെറുപട്ടണമാണിത്. ഒറ്റപ്പാലം. ചുറ്റുവട്ടത്തുള്ള ഗ്രാമീണരുടെ കാർഷിക വിഭവങ്ങൾ വിറ്റഴിക്കാനുള്ള ഒരാഴ്ച ചന്ത (വെള്ളിയാഴ്ച ചന്ത)യായിരുന്നു പണ്ട് ഈ സ്ഥലം. അടുത്ത കാലത്ത് സബ് കളക്ടറോഫീസും കോടതികളും മറ്റ് താലൂക്ക്തല പൊതുസ്ഥാപനങ്ങളുമെല്ലാം സ്ഥാപിക്കപ്പെട്ടതോടെ പട്ടണത്തിന്റെ മുഖാവരണമണിഞ്ഞു തുടങ്ങി. 1990 ഏപ്രിലിൽ പഞ്ചായത്ത്, മുനിസിപ്പാലിറ്റിയായി ഉയർത്തപ്പെട്ടത്തോടെ ഗമയല്പം കൂടി. എങ്കിലും താരതമ്യേന പ്രശാന്തമാണ് നഗരം. നഗരപ്രാന്തങ്ങളാകട്ടെ തനി നാട്ടിൻപ്പുറങ്ങളും.

തനതായ ഒരു സാംസ്കാരിക പാരമ്പര്യമുള്ള ഒറ്റപ്പാലം പത്തൊൻപതാം ശതകം മുതല്ക്കേ ഭരണപരവും രാഷ്ട്രീയവും സാംസ്കാരികവുമായ പരിണാമദശകൾ പലതും പിന്നിട്ടിരിക്കുകയാണിപ്പോൾ. ബ്രിട്ടീഷ് ആധിപത്യവും മൈസൂർ സുൽത്താന്മാരുടെ പടയോട്ടങ്ങളുമെല്ലാം, ഈ പ്രാചീന ഗ്രാമത്തിൽ അതതു കാലഘട്ടങ്ങളിൽ പല പോറലുകളും ഏല്പിച്ചിരുന്നു. പലപ്പോഴും ഒറ്റപ്പാലത്തിന്റെ പ്രബുദ്ധതയും പൈതൃകവും പ്രകടമാക്കിയ ഒട്ടേറെ സംഭവ പരമ്പരകൾക്ക് ഈ പ്രദേശങ്ങൾ സാക്ഷിയായി. ദശാപരിണാമങ്ങളുടെ ഗുണവും ദോഷവും ഒരേപോലെ ഏറ്റുവാങ്ങുകയും ചെയ്തു.

മലബാർ പ്രദേശങ്ങളിലൂടെയുള്ള യാത്രകൾക്കിടയിൽ ഈ ലേഖകന് ബോദ്ധ്യമായ ചില ചരിത്രസത്യങ്ങളും ഇവിടെ കുറിക്കട്ടെ. ഒട്ടേറെ തിന്മകളുടെ ഭാണ്ഡങ്ങളുമായി കടന്നുപോയ മൈസൂർ സുൽത്താന്മാരുടെ പടയോട്ടവും ബ്രിട്ടീഷ് ഭരണവും, മലബാറിലെ പല കുഗ്രാമങ്ങളിലും ഇന്ന് കാണുന്ന റോഡുകളുടെ പൂർവ്വ രൂപങ്ങൾക്ക് ജന്മം നല്കിയെന്നത് വസ്തുത. ഇരുകൂട്ടരും സൈന്യങ്ങളെ കടത്തിക്കൊണ്ടു വരാൻ വേണ്ടി പണ്ടു വെട്ടിത്തളിച്ച നാട്ടുവഴികൾ പില്ക്കാലത്ത് ടാർ നിരത്തുകളായി രൂപാന്തരപ്പെട്ടു. ഒറ്റപ്പാലത്തുമുണ്ട് ഒരു ടിപ്പു സുൽത്താൻ റോഡ്. ടിപ്പു പാലക്കാടുനിന്നും പൊന്നാനിക്ക് പടനയിച്ചപ്പോൾ നിർമ്മിച്ച റോഡാണിത്.

ഒറ്റപ്പാലം എന്ന പഴയ കുഗ്രാമത്തിന്റെ വളർച്ചയ്ക്ക് ഹേതുഭൂതമായ മറ്റൊരു സംഭവമാണ് റെയിൽവേയുടെ ആവിർഭാവം. മദിരാശിയിൽ നിന്നും ബ്രിട്ടീഷ് ഭരണാധികാരികൾക്കും ഭടന്മാർക്കും മലബാറിലേക്കുള്ള യാത്ര സുഗമമാക്കാൻ വേണ്ടി നിർമ്മിച്ചതാണെങ്കിലും ഈ റെയിൽവേപ്പാതകൾ തദ്ദേശീയരുടെ യാത്രാസൗകര്യങ്ങൾ വർദ്ധിപ്പിക്കാനുതകി. 1862 ൽ പാലക്കാട്-ഷൊർണ്ണൂർ റെയിൽപാത നിർമ്മാണവും അക്കൂട്ടത്തിൽപ്പെടും. ഇതേ തുടർന്ന് ഒറ്റപ്പാലം, ബ്രിട്ടീഷ് ഭരണത്തിന്റെ ഒരു പ്രധാന കേന്ദ്രമായി മാറി (വള്ളുവനാട് താലൂക്കിന്റെ ആസ്ഥാനമായ അന്നത്തെ പെരിന്തൽമണ്ണയിലേക്ക് റെയിൽ ഗതാഗതമില്ലാതിരുന്നതും ഒറ്റപ്പാലത്തിന്റെ വളർച്ചയ്ക്ക് സഹായകമായി).

ഒറ്റപ്പാലം

ഭാരതപ്പുഴയുടെ വടക്കേക്കരയിലാണ് ഒറ്റപ്പാലം താലൂക്കും ടൗണും. ഭാരതപ്പുഴയുടെ പ്രധാന പോഷകനദിയായ തൂതപ്പുഴ, ഒറ്റപ്പാലം താലൂക്കിന്റെ വട

ക്കുഭാഗത്തുകൂടി ഒഴുകുന്നു. 300 മീറ്റർ ഉയരമുള്ള അനങ്ങൻ മല ഈ താലൂക്കിലാണ്. പാലക്കാടിന് 32 കി മീ അകലെ സ്ഥിതി ചെയ്യുന്ന ഒറ്റപ്പാലത്ത് ഒരു പ്രാചീന സംസ്കാരം നിലനിന്നിരുന്നുവെന്ന തിന് പല ചരിത്രസൂചനകളും ഉണ്ട്. കിള്ളിക്കുളങ്ങ രക്കാവുപോലെയുള്ള ക്ഷേത്രങ്ങളും ശിലായുഗ ത്തിന്റേതായ ശവക്കല്ലറകളും ഇതിന് ഉപോൽബല കമാണ്.

ടൗണിൽനിന്ന് 3 കി മീ തെക്കു പടിഞ്ഞാറാ യിട്ടാണ് കിള്ളിക്കുളങ്ങര ദുർഗ്ഗാക്ഷേത്രം. മേടം ഒന്നു മുതൽ പന്ത്രണ്ടുവരെയാണ് പൂരമഹോത്സവം. മറ്റൊരു പ്രാചീന സ്മാരകമാണ് ചിനക്കത്തൂർക്കാവ്. കേരളത്തിലെ മറ്റൊരു ക്ഷേത്രത്തിലും കാണാത്ത ഒരു ഉത്സവ ചടങ്ങ് ഇവിടത്തെ പ്രത്യേകതയാണ്. നാട്ടുകാർകൂട്ടം കൂട്ടമായി വന്ന് നെഞ്ചത്തടിച്ച് അല മുറയിടുന്നു, “അയ്യയ്യോ, തച്ചു കൊല്ലുന്നേ, ഓടിവ രണേ, വെള്ളംതരണേ, മൂത്രം മൊത്തി കുടിച്ചോ ളെ...” എന്നിങ്ങനെ; ശ്രീരാമനുമായി ബന്ധപ്പെട്ട ഒരു ഐതിഹ്യമാണത്രെ ഈ കൂട്ടനിലവിളിക്ക് അടിസ്ഥാനം.

ശ്രീരാമനേല്പിച്ച ദൗത്യം നിറവേറ്റാത്തതി നാൽ, കുണ്ടിലേക്ക് ചവിട്ടി തള്ളപ്പെട്ട കുണ്ടിലെ അയ്യപ്പനെ ഓർക്കുമല്ലോ (തിരുവില്വാമല). അയ്യ പ്പന്റെ സഹചാരിയായിരുന്ന ഭഗവതി ശ്രീരാമനെ ഭയന്ന് നിലവിളിച്ചുകൊണ്ട് ഓടി ഭാരതപ്പുഴ നീന്തി ക്കടന്ന് പാലപ്പുറത്ത് (ഒറ്റപ്പാലം) അഭയം തേടിയ ത്രേ, ആ ഭഗവതിയുടെ ഓർമ്മയ്ക്കായിട്ടാവാം ചിന ക്കത്തൂർ ഭഗവതി നടയിലെ കൂട്ടനിലവിളി. ജൈനമ തവിശ്വാസികൾക്ക് ശൈവ മതത്തിൽ നിന്ന് അനുഭ വിക്കേണ്ടി വന്ന പീഡനങ്ങളുടെ കഥ പറയുന്ന ഈ ചടങ്ങ് പില്ക്കാലത്ത് ശ്രീരാമന്റെ മേൽ കെട്ടിവച്ച താകാം.

ഒറ്റപ്പാലത്തിനു സമീപം വാരോട്ട് അംശത്തിലെ ചാത്തൻകുണ്ടൂർ കാവും പുരാതനത്വം വിളംബരം ചെയ്യുന്നു. ഇവിടത്തെ പൂരം പ്രസിദ്ധം. സ്ത്രീക ളുടെ ബാധയൊഴിക്കലിന് ഇവിടെ ദർശനം നടത്തി യാൽ മതിയെന്നാണ് വിശ്വാസം.

ഭാരതപ്പുഴയുടെ പോഷക നദിയായ തൂതപ്പുഴ, താലൂക്കിന്റെ വടക്കുഭാഗത്തുകൂടി ഒഴുകുന്നു. ഗ്രാമീ ണരുടെ മുഖ്യതൊഴിൽ കൃഷിയാണ്. ഓട്-മൺപാത്ര വ്യവസായങ്ങളുടെ ഒരു കേന്ദ്രവുമാണ് ഒറ്റപ്പാലം. പ്രസിദ്ധമായ വാണിയംകുളം ചന്ത സമീപമാണ്. ഒറ്റ പ്പാലം ടൗണിൽനിന്ന് കഷ്ടിച്ച് ഒന്നര കി മീ അകലെ എൻ എസ് എസിന്റെ ഫസ്റ്റ് ഗ്രേഡ് കോളേജും ട്രെയിനിങ് കോളേജുമുണ്ട്.

പണ്ട്, വള്ളുവനാടിന്റെ ഭാഗമായിരുന്ന ഒറ്റപ്പാ ലത്തെ പ്രസിദ്ധ ക്ഷേത്രമാണ് തൃപ്പങ്ങോട്ട് ശങ്കര നാരായണക്ഷേത്രം. ശിവ-വിഷ്ണു പ്രതിഷ്ഠകൾക്ക് തുല്യപ്രാധാന്യം നല്കിയിട്ടുള്ള ക്ഷേത്രം. ഒറ്റപ്പാലം മുസ്ലിം പള്ളിയും പ്രസിദ്ധം.

ഒറ്റപ്പാലത്തിന്റെ രാഷ്ട്രീയ പാരമ്പര്യം ശ്ലാഘ നീയമാണ്. ബ്രിട്ടീഷ് ഭരണകാലത്ത്, കഴിഞ്ഞ നൂറ്റാ ണ്ടിന്റെ ആദ്യം മലബാറിൽ ഉയർന്നുവന്ന കാണക്കു ടിയാൻ പ്രസ്ഥാനത്തിന് ഒറ്റപ്പാലത്ത് നല്ല വേരോട്ട മുണ്ടായി. ഈ പ്രസ്ഥാനത്തിലൂടെ രംഗത്തുവന്ന ചേറ്റൂർ ശങ്കരൻ നായർ പില്ക്കാലത്ത് ഇന്ത്യൻ നാഷ ണൽ കോൺഗ്രസിന്റെ അദ്ധ്യക്ഷപദവിയോളം എത്തി. ഈ മണ്ണിൽ ജനിച്ചു വളർന്ന് വിശ്വ പ്രശ സ്തിനേടിയവർ പലരുണ്ട്. സർദാർ വല്ലഭായി പട്ടേ ലിന്റെ വലംകൈയായിരുന്ന വി പി മേനോൻ, ശാസ്ത്രപ്രതിഭയും മുൻകേന്ദ്രമന്ത്രിയുമായ എം ജി കെ മേനോൻ തുടങ്ങിയവർ.

ലക്കിടിയിലേക്ക്

ഒറ്റപ്പാലം ടൗണിൽനിന്ന് കഷ്ടിച്ച് നാലഞ്ചു കി മീ മുന്നോട്ടു പോകുമ്പോൾ ലക്കിടി കൂട്ടുപാതയാ യി. തിക്കും തിരക്കും ബഹളവുമൊന്നുമില്ലാത്ത ഒരു ചെറിയ കവല. അവിടെനിന്നും വലത്തോട്ടു തിരി യുന്ന റോഡിലൂടെ അല്പം മുന്നോട്ടു പോകുമ്പോൾ കിള്ളിക്കുറിശ്ശി മംഗലമായി. കേരളസംസ്കാര ത്തിനും സാഹിത്യത്തിനും അവിസ്മരണീയമായ പുണ്യ സ്ഥലം. ഒരു മഹാപ്രതിഭയുടെ ജീവിത കഥാരംഗങ്ങളുടെ തുടക്കം ഈ ഗ്രാമത്തിൽ നിന്നാ ണ്. മഹത്തായ ആ പ്രസ്ഥാനത്തിന്റെയും അതിന് നേതൃത്വം നല്കിയ മഹാപ്രതിഭയുടെയും വികാസ പരിണാമ കഥ ഇവിടെ പ്രസക്തം. നമുക്ക് അല്പം പുറകോട്ടു പോകാം. രണ്ടര നൂറ്റാണ്ടുകൾക്കു മുമ്പ്...

നൂറ്റാണ്ടുകൾക്കുമുമ്പ്

ക്രിസ്തബ്ദം 1740 (കൊ. വ). ചെമ്പകശ്ശേരി (അമ്പലപ്പുഴ) രാജാവായ ദേവനാരായണസ്വാമിയുടെ പ്രതാപം ജ്വലിച്ചു നില്ക്കുന്ന കാലം. നമ്പൂതിരിമാ രായ ചെമ്പകശ്ശേരി രാജവംശത്തിന്റെ (ദേവനാരാ യണന്മാർ എന്ന് കുല നാമം) കുലദൈവമായ പാർത്ഥസാരഥി ക്ഷേത്രം രാജകൊട്ടാരത്തിനു സമീപം തന്നെ.

മീനമാസം. അമ്പലപ്പുഴ ശ്രീകൃഷ്ണ സ്വാമി ക്ഷേത്രത്തിൽ കൊടിയേറ്റ് കഴിഞ്ഞ് ഉത്സവം തുട ങ്ങി. ക്ഷേത്ര പരിസരങ്ങളും രാജവീഥികളും ജന ബഹുലം. കൊയ്ത്തൊഴിഞ്ഞ കുട്ടനാടൻ ഗ്രാമങ്ങ ളിലെയും സമീപ പ്രദേശങ്ങളിലെയും ഗ്രാമീണരു ടെയും ചെമ്പകശ്ശേരി രാജധാനിയിലെ പുരജനങ്ങ ളുടെയും തിക്കും തിരക്കുമാണെങ്ങും (പുറക്കാടും കുട്ടനാടും ചേർന്നതാണ് പഴയ ചെമ്പകശ്ശേരി രാജ്യം) കൂത്തും കൂടിയാട്ടവും കഥകളിയും മറ്റ് കേര ളീയ കലകളും വിടർന്നു വിലസുന്ന ക്ഷേത്രാങ്കണ ങ്ങൾ. രാജകീയ പരിവേഷമാർന്ന ക്ഷേത്രപരിസര ങ്ങൾ. ചാക്യാർ കൂത്തിന്റെ വാങ്മയ സങ്കല്പലോക

ത്തിൽ ലയിച്ചിരിക്കുകയാണ് ആബാലവൃദ്ധം ജനങ്ങളും.

അതാ, ക്ഷേത്ര മതിൽക്കെട്ടിനു വെളിയിൽ ഒരു ആരവം! വാദ്യമേളങ്ങളോ? താളലയങ്ങളോ? ഗാനപ്രവാഹമോ? എന്താണ്, എന്താണിവിടെ? സദസ്യർ എണീറ്റ് അവിടേക്ക് ഓടി! അവിടെയതാ, വെളിമ്പറമ്പിൽ താല്ക്കാലികമായി കെട്ടിയുയർത്തപ്പെട്ട ഉയർന്ന വേദിയിൽ, കത്തുന്ന നിലവിളക്കിനു മുന്നിൽ പുതിയൊരു വേഷം, പുതിയൊരു നൃത്തരൂപം പുതിയ താളലയങ്ങൾ, ഫലിതമയവും ഹൃദയഹാരിയുമായ അഭിനയചാതുരി, മാത്രമോ? പച്ചമലയാളത്തിൽ നാടൻശൈലിയിലുള്ള കവിതാലാപനവും ആംഗ്യാഭിനയവും. ചടുലമായ ചുവടുവയ്പ്, കേൾക്കുന്ന മാത്രയിൽ തന്നെ മനസ്സിൽ പതിയുന്ന കഥയും.

അനുഭവങ്ങളും ഭാഷാരീതികളും

ങേ! ആരാണീ വിദ്വാൻ? എന്താണ് ഈ കോപ്രായം? രാജാവും പണ്ഡിത സദസ്സും ഒട്ടിട ക്ഷുഭിതരായി. പിന്നീടാണ് വിദ്വാനെ പിടികിട്ടിയത്. അതാ കുഞ്ചൻ നമ്പ്യാരല്ലേ? പരിഹാസചതുരനായ പണ്ഡിത കവി? പക്ഷേ, പുതുമയുള്ള ആ കലാപ്രകടനം - തുള്ളൽ - കണ്ടുനിന്നപ്പോൾ, ലളിത ലളിതവും ഫലിതഭരിതവും നൃത്ത-നൃത്യ സമ്മിളിതവുമായ ആ കലാരൂപത്തെ ആസ്വദിക്കാതിരിക്കാൻ ആർക്കും കഴിഞ്ഞില്ല. കൃഷീവലന്മാരും ഭടജനങ്ങളും ഭൂരിപക്ഷമുള്ള പ്രേക്ഷകർക്ക്, നമ്പ്യാരുടെ തുള്ളൽ ഏറെ ഇഷ്ടപ്പെട്ടു. രാജകോപം താനെ കെട്ടടങ്ങി. (കഴിഞ്ഞ ഒരുദിവസം ചാക്യാർകൂത്തിനു മിഴാവു കൊട്ടിയിരുന്ന നമ്പ്യാരെ, കഴിവുകേടെന്ന പഴിചാരി ചാക്യാർ പരിഹസിച്ചെന്നും, അപമാനിതനായ നമ്പ്യാർ പിന്നെ മിഴാവു കൊട്ടാൻ പോകാറില്ലായിരുന്നുവെന്നുമുള്ള വാർത്ത രാജാവും അറിഞ്ഞിട്ടുണ്ടായിരുന്നു.) അനുഗൃഹീത കവിയും ഫലിതപ്രിയനുമായ തന്റെ ആശ്രിതനിൽ കലാപരവും സാഹിത്യപരവുമായ ഇത്രയേറെ കഴിവുകൾ ഒളിഞ്ഞു കിടപ്പുണ്ടെന്ന്, അപ്പോഴാണ് രാജാവിന് ബോദ്ധ്യപ്പെട്ടത്, അകമഴിഞ്ഞ് അഭിനന്ദിച്ചു. ആശീർവ്വദിച്ചു. ചാക്യാർ ഇളിഭ്യനായി. ഈ സംഭവം കെട്ടുകഥയാകട്ടെ, വസ്തുതയാകട്ടെ - ഒരു കാര്യം തീർച്ച. മഹത്തായ ഒരു ജനകീയ കലാപ്രസ്ഥാനത്തിന്റെ തുടക്കംകുറിക്കുകയായിരുന്നു അന്ന് നമ്പ്യാർ.

അമ്പലപ്പുഴയിൽ പൊട്ടിമുളച്ച തുള്ളൽ പ്രസ്ഥാനത്തിന്റെ ഉപജ്ഞാതാവായ കുഞ്ചൻനമ്പ്യാർ വടക്കെങ്ങാണ്ടു നിന്നു വന്നവനാണെന്നാണോ? അതെ, നമ്പ്യാരുടെ ജന്മസ്ഥലം അമ്പലപ്പുഴയല്ല. എങ്കിലെവിടെ? നമുക്ക് തിരിക്കാം.. ഒറ്റപ്പാലത്തേക്ക് ലക്കിടിയിലേക്ക്...

ഒറ്റപ്പാലത്തുനിന്നും പാലക്കാട്ടേക്കുള്ള ഏതെങ്കിലും ബസിൽ കടന്നു കൂടുക. കഷ്ടിച്ച് 4 കി മീ ദൂരം പിന്നിടുമ്പോൾ ആ റോഡിറക്കത്തിൽ ഒരു ചെറിയ കവല. ലക്കിടി കൂട്ടുപാത. അവിടെ ഇറങ്ങുക. തനി നാട്ടിൻ പുറം. ലക്കിടി-പേരൂർ പഞ്ചായത്തിലെ കിള്ളിക്കുറിശ്ശി മംഗലം വാർഡാണത്. (ആ കവലയിൽ നിന്ന് റെയിൽവേ സ്റ്റേഷനിലേക്കുള്ള ഗ്രാമവീഥിയിലൂടെ ഏതാണ്ട് ഒരു കി മീ നടന്നാൽ ഭാരതപ്പുഴയായി. പുഴയ്ക്കക്കരെ തിരുവില്വാമല. അതിപ്രസിദ്ധമായ ശ്രീരാമക്ഷേത്രം സ്ഥിതി ചെയ്യുന്ന തിരുവില്വാമലയ്ക്ക് ഒരു സുഖവാസ കേന്ദ്രത്തിന്റെ കെട്ടും മട്ടുമുണ്ട്. വില്വാചലം തന്നിൽ വാണരുളീടുന്ന ഭഗവാനെപ്പറ്റി ഇക്കരെ, കിള്ളിക്കുറിശ്ശിമംഗലത്തെ കുഞ്ചൻനമ്പ്യാർ തന്റെ തുള്ളൽ കഥകളിൽ സ്തുതിച്ചിട്ടുണ്ട്.)

കിള്ളിക്കുറിശ്ശിമംഗലം

നമുക്ക് കിള്ളിക്കുറിശ്ശിമംഗലം എന്ന ഗ്രാമത്തിലേക്ക് കടക്കാം. ലക്കിടി കൂട്ടുപാതയിൽനിന്ന് റെയിൽവേസ്റ്റേഷനിലേക്കുള്ള ഗ്രാമവീഥിയിലൂടെ മുന്നോട്ടു നടക്കുമ്പോൾ. ഇടതുവശത്തേക്ക് ഒരു ഇടവഴി തിരിയുന്നു. ആ തിരിവിൽ വലതു ഭാഗത്ത് അല്പം ഉയർന്ന തലത്തിൽ റോഡിനഭിമുഖമായി ഒരു കെട്ടിടം കാണാം. കുഞ്ചൻ സ്മാരക ഗ്രന്ഥാലയം. 1951 ൽ തദ്ദേശീയരുടെ ശ്രമഫലമായി സ്ഥാപിക്കപ്പെട്ട ഗ്രന്ഥശാല പിന്നീട് കുഞ്ചൻ സ്മാരകമാക്കി. കുഞ്ചൻനമ്പ്യാർ ഉപയോഗിച്ചിരുന്ന ഒരു നാരായം (എഴുത്താണി) പ്രസ്തുത ഗ്രന്ഥശാലയിൽ സൂക്ഷിച്ചിട്ടുണ്ട്. അടുത്ത കാലത്ത് ഗ്രന്ഥശാലയ്ക്ക് പുതിയ മതിൽക്കെട്ടും കവാടവും മറ്റും നിർമ്മിച്ച് അടിമുടി പരിഷ്കരിച്ചിട്ടുണ്ട്.

നമുക്ക് ആ ഇടവഴിയിലൂടെ മുന്നോട്ടു നടക്കാം. ചെന്നെത്തുന്നത് സാക്ഷാൽ കിള്ളിക്കുറിശ്ശിമംഗലം ക്ഷേത്രത്തിന്റെ ഗോപുര വാതിൽക്കലാണ്. പ്രാചീന വാസ്തുവിദ്യയുടെ ഗാംഭീര്യവും കുലീനതയും വിളിച്ചോതുന്ന കൂറ്റൻ മതിൽക്കെട്ടിനുള്ളിൽ പ്രശസ്തമായ ശ്രീ മഹാക്ഷേത്രം. ഒച്ചയും ബഹളവുമൊന്നുമില്ല. ഇടതുവശത്തെ ക്ഷേത്രക്കുളക്കരയിലൂടെ മറുവശത്തേക്കു നടക്കുമ്പോൾ, 'കാതിലോല' എന്നു ചോദിക്കാൻ പ്രേരിപ്പിച്ച ദൃശ്യങ്ങൾ. ക്ഷേത്രത്തിന്റെ പിന്നിൽ ഒരു കാവുമുണ്ട്. വ്യാസമഹർഷിയുടെ പുത്രൻ ശുകമഹർഷി സ്ഥാപിച്ചതാണത്രേ ഈ ക്ഷേത്രം. ക്ഷേത്രത്തിലെ ബലിക്കല്ലിൽ ഇപ്രകാരം രേഖപ്പെടുത്തിയിട്ടുണ്ട്.

"ശ്രീ ബലി പ്രസ്ഥര ശംഭോ
ശ്രീ ശുകാലയ വാസിനം
രാമേണ പാണി വാദേന

കാരിതം ഭൂതയേ ധ്രുവം."

കൊച്ചി രാജാവിന്റെ കൈവശമായിരുന്ന ഈ ക്ഷേത്രം ജീർണ്ണോദ്ധാരണം നടത്തിയ കലിദിനം കണക്കാക്കാനുപകരിക്കുന്ന മറ്റൊരു ശ്ലോകവും തെക്കേഭാഗത്തെ ബലിക്കല്ലിലുണ്ട്.

കലക്കത്ത് ഭവനം

നമ്പ്യാർമാർ, പിഷാരടിമാർ തുടങ്ങിയ അമ്പല വാസികളുടെ പുരാതന ഭവനങ്ങളാണ് ക്ഷേത്രത്തിനു ചുറ്റും. ക്ഷേത്ര കവാടത്തിൽനിന്ന് ഒരു ഊടുവഴി വലത്തോട്ടു തിരിയുന്നു. ആ നാട്ടുവഴിയിലൂടെ രണ്ട് മൂന്ന് വീടുകൾ കടന്നു ചെല്ലുമ്പോൾ കാണുന്ന പടിപ്പുര നമ്മെ വരവേല്ക്കുന്നത് കലക്കത്തു ഭവനത്തിലേക്കാണ്. ആ പഴയ തറവാടിന്റെ മുമ്പിൽ നില്ക്കെ, മനസ്സു തരളിതമായി. പടിപ്പുര കടന്ന് മുറ്റത്തെത്തി, മഹാകവി പിറന്ന വീട്. ഇരുനിലയെന്ന് തോന്നിക്കുന്ന പഴയ ശില്പ മാതൃക. പൂമുഖപ്പടി കടന്ന് അകത്തേക്ക് പ്രവേശിച്ചാൽ, കെടാവിളക്കു കത്തുന്ന മച്ചകം. കലക്കത്തു തറവാടിന്റെ ഭരദേവതയായ മുളഞ്ഞൂർ ഭഗവതിയും അയ്യപ്പനും കുടികൊള്ളുന്നത് ഈ മച്ചകത്തിലാണ്. അതിനടുത്തായി മറ്റൊരു മുറി. ഈ കൊച്ചുമുറിയിലാണത്രേ കുഞ്ചൻനമ്പ്യാർ പിറന്നത്. ആ മുറിയുടെ ഭിത്തിയിൽ നാലുവരി കവിത ചില്ലിട്ട് സൂക്ഷിച്ചിരിക്കുന്നു. മഹാകവി പി കുഞ്ഞിരാമൻ നായർ കലക്കത്തു ഭവനം സന്ദർശിച്ചപ്പോൾ കുറിച്ചിട്ട വരികൾ

"തുലാവർഷ കാറിനുള്ളിൽ
മിന്നും പൊൻ നൂലുപോലവേ
ഇറങ്ങിവന്ന സൗന്ദര്യ-
ദേവതേ! കവിതേ തൊഴാം."

1978 ൽ കലക്കത്തു ഭവനവും വളപ്പും ഗവൺമെന്റ് ഏറ്റെടുത്ത് ദേശീയ സ്മാരകമായി സംരക്ഷിക്കുന്നു. മുറ്റത്തിനപ്പുറം കാണുന്ന കെട്ടിടം ഭരണസമിതിയുടെ കാര്യാലയമാണ്. രണ്ട് കെട്ടിടങ്ങൾക്കും മദ്ധ്യേ അടുത്ത കാലത്ത് നിർമ്മിച്ച കളിത്തട്ടും അതിനപ്പുറത്തായി കുഞ്ചന്റെ സ്മൃതിമണ്ഡപവുമാണ്. എല്ലാവർഷവും മെയ് 5 ന് ഇവിടെ കുഞ്ചൻ ദിനം ആഘോഷിച്ചു വരുന്നു.

പ്രവാസകാലം

ഈ തറവാട്ടിൽ കലക്കത്തു നങ്ങ്യാരുടെ പുത്രനായി 1705 നടുപ്പിച്ച് കുഞ്ചൻ ജനിച്ചു. കോട്ടയത്തിനടുത്ത് കിടങ്ങൂർ കല്ലമ്പിള്ളി മനയ്ക്കലെ ഒരു നമ്പൂതിരിയാണ് നമ്പ്യാരുടെ പിതാവെന്ന് വിശ്വസിക്കപ്പെടുന്നു. ബാല്യകാലത്ത് തന്നെ അച്ഛൻ നമ്പൂതിരിയോടൊപ്പം കുഞ്ചൻ, കിടങ്ങൂർക്കു പോന്നു. കല്ലമ്പിള്ളി നമ്പൂതിരിക്ക് കോട്ടയത്തിനടുത്ത് കുടമാളൂരിലെ തെക്കേടത്തു ഭട്ടതിരിയുമായി ബന്ധമുണ്ടായിരുന്നു. അങ്ങനെ കൗമാരത്തിലേക്ക് കടന്ന കുഞ്ചൻ തെക്കേടത്ത് ഇല്ലത്തെ ഒരംഗത്തെപ്പോലെ വളർന്നു. തെക്കേടത്തു ഭട്ടതിരിമാർ ചെമ്പകശ്ശേരി രാജാവിന്റെ ബന്ധുക്കളും ഉപദേഷ്ടാക്കളുമായിരുന്നു. ഭട്ടതിരിയോടൊപ്പം പലപ്പോഴും ചെമ്പകശ്ശേരി കൊട്ടാരത്തിൽപോയിരുന്ന കുഞ്ചൻ ക്രമേണ രാജാവിന്റെ പ്രീതിക്കു പാത്രമായി; ചെമ്പകശ്ശേരി മനയ്ക്കലെ നിത്യനായി, രാജാവിന്റെ ആശ്രിതനായി കഴിഞ്ഞുകൂടി. അക്കാലത്ത് തകഴിയിൽ കണ്ടങ്കരി മുറിയിൽ നന്തിക്കാട്ട് ഉണ്ണിരവിക്കുറുപ്പിന്റെ ശിഷ്യനായി അക്ഷര വിദ്യ നേടി. അമ്പലപ്പുഴ ദ്രോണമ്പള്ളി നായ്ക്കന്റെ ശിക്ഷണത്തിൽ കായികകലയും അഭ്യസിച്ചു. ചെമ്പകശ്ശേരി രാജാവിന്റെ പടനായകനായ മാത്തൂർ പണിക്കരുമായുള്ള അടുപ്പവും ഇടപ്രഭുവായ നന്തിക്കാട്ടു കുറുപ്പിന്റെ വാത്സല്യവും കുഞ്ചൻ നമ്പ്യാർ എന്ന യുവാവിന് രാജസദസ്സിൽ കടന്നു കൂടാൻ സഹായകമായി. നമ്പ്യാരിലെ ജന്മസഹജമായ കവിത്വസിദ്ധിയും ഫലിതവും, കലയും സാഹിത്യവും വിടർന്ന് വിലസിയിരുന്ന ചെമ്പകശ്ശേരിയിലെ അനുകൂല പരിതഃസ്ഥിതിയിൽ വികാസംപൂണ്ടു. തുള്ളൽ കഥകളുടെ രചനയോടെ, തുള്ളൽ എന്ന കലാരൂപത്തിന്റെ ആവിർഭാവത്തോടെ, നമ്പ്യാരുടെ പ്രശസ്തി ദേശാന്തരങ്ങളിലും വ്യാപിച്ചു. നാടുവാഴുന്ന തിരുമേനിയുടെ ആശ്രിതനെന്ന നിലയ്ക്ക് രാജ്യഭരണത്തിന്റെ കുരുക്കുകളും കുതന്ത്രങ്ങളും നാട്ടുപ്രഭുക്കന്മാരുടെയും രാജപരിവാരങ്ങളുടെയും ഭടജനങ്ങളുടെയും നാരീജനത്തിന്റെയും കുത്സിത വൃത്തികളും പെരുമാറ്റ രീതികളും അടുത്തുനിന്നു കണ്ടു മനസ്സിലാക്കാൻ നമ്പ്യാർക്കു കഴിഞ്ഞു. മാത്രമല്ല, സ്വായത്തമായ ഫലിതബോധത്തോടെ നാട്ടിടകളിലും നഗരവീഥികളിലും യഥേഷ്ടം അലഞ്ഞുനടന്ന് സാധാരണജനങ്ങളുമായി ഇടപഴകി അവരുടെ നിത്യജീവിതം നേരിട്ട് മനസ്സിലാക്കാനും അദ്ദേഹത്തിന് കഴിഞ്ഞു. ബോധപൂർവ്വമായ കാവ്യജീവിത വൃത്തിയിലേർപ്പെട്ടപ്പോൾ, കണ്ടും കേട്ടും ഗ്രഹിച്ച കാര്യങ്ങൾ കഥകളിൽ കടന്നുകൂടി. സാധാരണക്കാരുടെ ഭാഷയിൽ അവ ഈരടികളിലാക്കി. കൂത്ത്, കൂടിയാട്ടം, കഥകളി, കൃഷ്ണനാട്ടം എന്നീ ക്ലാസിക് കലാരൂപങ്ങളുടെയും പടയണി, കോലം തുള്ളൽ തുടങ്ങിയ ഗ്രാമീണ കലകളുടെയും രസജനകമായ അംശങ്ങൾ സ്വീകരിച്ച് നമ്പ്യാർ സ്വതന്ത്രമായ ഒരു കലാരൂപം മെനഞ്ഞെടുത്തു. ആംഗികവും വാചികവും ആഹാര്യവും സാത്വികവുമായ അഭിനയരീതികൾ സമന്വയിപ്പിച്ച്, ലളിതവും ഹാസ്യാത്മകവുമായ തുള്ളൽക്കലെ അരങ്ങത്ത് അവതരിപ്പിച്ചു. ചാക്യാർ കൂത്തിലെ ഫലിതവും ക്ലാസിക് കലകളിലെ താളമേളങ്ങളുമെല്ലാം യുക്തമായി ഇണക്കിച്ചേർത്ത് നമ്പ്യാർ മെനഞ്ഞെ

ടുത്ത തുള്ളൽ പ്രസ്ഥാനം ജനപ്രീതി നേടിയതിൽ അത്ഭുതമില്ല.

ജീവിതാന്ത്യം

മാർത്താണ്ഡവർമ്മ 1746 ൽ ചെമ്പകശ്ശേരിയും പിടിച്ചടക്കി. മാത്തൂർ പണിക്കർ തുടങ്ങിയ പ്രഭുക്കന്മാരോടൊപ്പം കുഞ്ചൻ നമ്പ്യാരും തിരുവനന്തപുരത്തേക്ക് താമസം മാറ്റി. തിരുവനന്തപുരത്ത് സ്ഥിരതാമസമാക്കിയതോടെ നമ്പ്യാർ മാർത്താണ്ഡവർമ്മ മഹാരാജാവിന്റെ കണ്ണിലുണ്ണിയായി. കാവ്യരചന തുടർന്നു. 1758 ൽ മാർത്താണ്ഡവർമ്മ മഹാരാജാവ് നാടുനീങ്ങി. തുടർന്ന് ഭരണഭാരമേറ്റ കാർത്തിക തിരുനാളിന്റെ ആശ്രിതനായി നമ്പ്യാർ തിരുവനന്തപുരത്ത് കഴിഞ്ഞു. ജീവിതസായാഹ്നമടുത്തെന്ന് തോന്നിയിട്ടാകാം. സ്വന്തം നാടെന്നപോലെ നമ്പ്യാർ കരുതിയിരുന്ന അമ്പലപ്പുഴയോടുള്ള ആഭിമുഖ്യം നാൾക്കുനാൾ വർദ്ധിച്ചുകൊണ്ടിരുന്നു. 1765 ൽ നമ്പ്യാർ, തിരുവിതാംകൂർ മഹാരാജാവിനെ മുഖം കാണിച്ച് സങ്കടം ഉണർത്തിച്ചു. ശേഷം കാലം അമ്പലപ്പുഴകൃഷ്ണനെ ഭജിച്ചു കഴിയാൻ അനുവാദം നല്കണമെന്ന്. ആശ്രിത വത്സലനായ രാജാവ്, തദനുസരണം, അനുവാദം നല്കി, ആശീർവ്വദിച്ചയച്ചു. മാത്രമല്ല, അമ്പലപ്പുഴയിൽ, നമ്പ്യാർക്ക് അല്ലലില്ലാതെ ശിഷ്ടജീവിതം നയിക്കാൻ സഹായകമാം വിധം അമ്പലപ്പുഴ ക്ഷേത്രത്തിൽനിന്ന് പതിവായി ഇരുനാഴി പാൽപ്പായസവും ആ മണ്ഡപത്തും വാതിൽക്കൽനിന്നും മാസം ഒന്നുക്ക് അടുത്തൂണായി 15 പണം വീതവും ലഭിക്കാൻ കല്പന പുറപ്പെടുവിച്ചു.

അമ്പലപ്പുഴയിലെ പിന്നത്തെ ജീവിതം ഏറെ നീണ്ടു നിന്നില്ല. കേരളീയരുടെ പ്രിയങ്കരനായ ആ ജനകീയ കവി 1770 ൽ അമ്പലപ്പുഴ വച്ച് പേപ്പട്ടി വിഷബാധയേറ്റ് മരണമടഞ്ഞു...

ഇനി, കിള്ളിക്കുറിശ്ശി മംഗലത്തിനു ചുറ്റുമുള്ള ലക്കിടിയിലെ നാട്ടുവിശേഷങ്ങൾ തിരക്കാം. എന്താണ് ഈ ലക്കിടി? 'ലക്ടി' എന്ന പദത്തിൽ ഹിന്ദിയിൽ വിറക് എന്നർത്ഥം. വിറക് ഒരു സ്ഥലപ്പേരോ? സംശയിക്കേണ്ട. സംഭവിച്ചതങ്ങനെ തന്നെ. ടിപ്പു സുൽത്താന്റെ പടയോട്ടക്കാലത്ത് പടപ്പാളയങ്ങൾക്ക് ആവശ്യമായ വിറക് ശേഖരിച്ചിരുന്നത് ഈ പ്രദേശങ്ങളിൽ നിന്നായിരുന്നുവത്രേ. ടിപ്പുവിന്റെ വിശ്രമത്താവളമായിരുന്ന ബംഗ്ലാകുന്ന് ഒരു ചരിത്ര സ്മാരകമായി ഈ പ്രദേശത്ത് ഇപ്പോഴുമുണ്ട്. വിറകു ശേഖരിക്കാൻ പറ്റിയ കാടുകളുമുണ്ടായിരുന്നുവെന്നതിന് മറ്റൊരു ഉദാഹരണമായി, ലക്കിടി-പേരൂർ പഞ്ചായത്തിലെ സ്ഥലപ്പേരുകളിലെ കാടുകൾ (ഉദാ. പറങ്കിക്കാട്, പണ്ടാരക്കാട്, കോട്ടക്കാട് തുടങ്ങിയവ) ചൂണ്ടിക്കാണിക്കപ്പെടുന്നു. പഞ്ചായത്തിലെ മംഗലം -മുരുക്കുംപറ്റ റോഡ്, ടിപ്പു സുൽത്താൻ റോഡ് എന്നാണ് അറിയപ്പെടുന്നത്.

പഴയ ലക്കിടി

പാലക്കാട് ജില്ലയിലെ ഒറ്റപ്പാലം താലൂക്കിന്റെ കിഴക്കെ അതിർത്തിയിലെ ലക്കിടി തനി നാട്ടിൻപുറമാണ്. പേരൂർ (ഒന്നും രണ്ടും) അകലൂർ, ലക്കിടി, (ഒന്നും രണ്ടും) കിള്ളിക്കുറിശ്ശി മംഗലം, മുളത്തൂർ എന്നീ ഏഴ് വാർഡുകളുള്ള ലക്കിടി പഞ്ചായത്തിന്റെ കിഴക്ക് പാലക്കാട് താലൂക്കിലെ മങ്കര പഞ്ചായത്തും വടക്ക് അമ്പലപ്പാറ മണ്ണൂർ പഞ്ചായത്തുകളും തെക്ക് ഭാരതപ്പുഴയും പടിഞ്ഞാറ് ഒറ്റപ്പാലം മുനിസിപ്പാലിറ്റിയുമാണ്. ദ്രാവിഡ സംസ്കാര സൂചകമായ ഊരുകൾ ഈ പഞ്ചായത്തിലെ സ്ഥലനാമങ്ങളിൽ ധാരാളമായി കാണുന്നുണ്ട്. (ഉദാ. അകലൂർ, മുളയൂർ, പേരൂർ, പുത്തൂർ എന്നിങ്ങനെ) ഇത് ഈ പ്രദേശങ്ങളുടെ സാംസ്കാരിക പൈതൃകത്തെ അനുസ്മരിപ്പിക്കുന്നു. ഹിന്ദുക്കളാണ് ഭൂരിപക്ഷം. പിന്നെ മുസ്ലീങ്ങൾ. മുഖ്യ ഉപജീവനമാർഗ്ഗം കൃഷിതന്നെ. പഴയടത്തുമന, പൂന്തോട്ടത്തു മന, മന്ത്രേണടത്തുമന, കൈമുക്കുമന, പനാവൂർമന എന്നിങ്ങനെയുള്ള നമ്പൂതിരി ജന്മി കുടുംബങ്ങളെ ആശ്രയിച്ചു കഴിഞ്ഞിരുന്ന കുടിയാന്മാർ ധാരാളമുണ്ടായിരുന്നു. സാമൂതിരി കോവിലകംവക ഭൂമി മിച്ച വ്യാപാരത്തിനെടുത്ത് കൃഷിചെയ്തിരുന്നവരും ധാരാളം. ചെറുകിട കൃഷിക്കാരും കൃഷിപ്പണിക്കാരുമാണ് ജനസംഖ്യയിൽ ഭൂരിഭാഗവും.

1960 കളിൽ കേരളത്തിലെതന്നെ ഒരു പ്രധാന സ്ഥാപനമായിരുന്നു, പേരൂരിലെ ഗാന്ധി സേവാസദനം സ്ഥാപനങ്ങൾ. പത്തിരിപ്പാലയിൽ നിന്ന് ഏതാണ്ട് ഒരു മൈൽ ഉള്ളിലായി (സദനം റോഡ്) ഗ്രാമമേഖലയിൽ സ്ഥിതിചെയ്യുന്ന ഈ അടിസ്ഥാന വിദ്യാഭ്യാസ സ്ഥാപനത്തിന്റെ സ്ഥാപകനും നടത്തിപ്പുകാരനുമെല്ലാം തനി ഗാന്ധിയനായ ശ്രീ കെ കുമാരനായിരുന്നു. സ്വാതന്ത്ര്യ സമര പ്രസ്ഥാനത്തിൽ സജീവമായി പങ്കെടുത്ത് ഒട്ടേറെ പീഡനങ്ങൾ അനുഭവിച്ച്, ത്യാഗോജ്ജ്വലമായ ജീവിതം നയിച്ച കുമാരൻ മാസ്റ്റർ, രോഗാതുരമായ ജീവിത സായാഹ്നം തള്ളിനീക്കുകയായിരുന്നു. ഒരു പോസ്റ്റ് ബേസിക് സ്കൂളും ഒരു സെക്കന്ററി ട്രെയിനിങ് സ്കൂളും കഥകളി ക്ലാസും ഹോസ്റ്റലും ഹരിജൻ ഹോസ്റ്റലുമെല്ലാം ആ വളപ്പിൽ പ്രവർത്തിച്ചിരുന്നു. പില്ക്കാലത്ത് കൂടുതൽ വിദ്യാഭ്യാസ സൗകര്യങ്ങൾ ഈ പ്രദേശത്തുണ്ടായി.

പഴയ ലക്കിടി (മൂന്നാം വാർഡ്) മുസ്ലിം ഭൂരിപക്ഷമുള്ള പ്രദേശങ്ങളാണ്. കൃഷിയും ബീഡി തെറുപ്പുമാണ് ആ പ്രദേശങ്ങളിലെ മുഖ്യ ഉപജീവനമാർഗ്ഗങ്ങൾ. റെയിൽവേസ്റ്റേഷൻ ഉൾപ്പെട്ട അഞ്ചാം വാർഡിൽ വള്ളുവനാട് ഡെവലപ്മെന്റ് കമ്മിറ്റി

എന്ന പേരിൽ ഖാദി ബോർഡിന്റെ ആഭിമുഖ്യ ത്തിലുള്ള ശാന്തിനിലയം സ്ഥിതിചെയ്യുന്നു. ഖദർ- നെയ്ത്ത്, സോപ്പ് നിർമ്മാണം എന്നിവയിൽ കുറേ ഗ്രാമീണ സ്ത്രീകൾക്ക് തൊഴിൽ നല്കാൻ ഈ സ്ഥാപനം ഉപകരിക്കുന്നുണ്ട്. മുളഞ്ഞൂർ, ബ്രാഹ്മണ കുടുംബങ്ങളും അമ്പലവാസികളും കൂടുതലുള്ള ഹൈന്ദവ മേഖലയാണ്. സമ്പന്നമല്ലാത്ത കാർഷിക മേഖലയുടെ കൂടപ്പിറപ്പായ തൊഴിലില്ലായ്മ ലക്കിടി ഗ്രാമപ്രദേശങ്ങളിൽ പ്രകടമാണ്.

കേരളീയ നവോത്ഥാന പ്രസ്ഥാനത്തിന്റെ പ്രവർത്തനങ്ങൾ ഇവിടെ സജീവമായിരുന്നു. വിദ്യാ ഭ്യാസപരമായി വളരെ പിന്നിലായിരുന്ന നമ്പൂതിരി സ്ത്രീകൾക്ക് വിദ്യാഭ്യാസവും തൊഴിൽ പരിശീല നവും നല്കാനായി മംഗലത്തുമനയ്ക്കൽ വച്ച് പാർവതീ നെന്മിനിമംഗലം സ്മാരക തൊഴിൽ പരി ശീലന കേന്ദ്രം തുടങ്ങി. നമ്പൂതിരി യോഗക്ഷേമ സഭയുടെ നേതൃത്വത്തിൽ. എസ് എൻ ഡി പിയുടെ നേതൃത്വത്തിൽ ഈ പഞ്ചായത്തിൽ ക്ഷേത്രപ്രവേ ശന സമരം നടക്കുകയുണ്ടായി. സ്വാതന്ത്ര്യ സമര പ്രസ്ഥാനത്തോടനുബന്ധിച്ച് പേരൂർ നൂൽനൂൽപ്പ് കേന്ദ്രം, വള്ളുവനാട് ഡെവലപ്മെന്റ് ബോർഡിന്റെ സബ്സെന്റർ ശാന്തിനിലയം എന്ന പേരിൽ ഈ പഞ്ചായത്തിൽ തുടങ്ങി. ഇന്നും നിലനില്ക്കുന്നു.

1937 ൽ രൂപംകൊണ്ട പേരൂർ പഞ്ചായത്തും 1957ൽ രൂപംകൊണ്ട ലക്കിടി പഞ്ചായത്തും സംയോ ജിപ്പിച്ച് 1964 ൽ ലക്കിടി - പേരൂർ പഞ്ചായത്ത് രൂപം കൊണ്ടു. രാഷ്ട്രീയ പ്രബുദ്ധതയും സാംസ്കാരിക പാരമ്പര്യവുമുള്ള ലക്കിടി—പേരൂർ പഞ്ചായത്ത്, ക്ലാസിക് കലകളുടെ കേദാര ഭൂമി കൂടിയാണ്. തുള്ളൽ പ്രസ്ഥാനത്തിന്റെ ഉപജ്ഞാതാവായ കല ക്കത്ത് കുഞ്ചൻ നമ്പ്യാരുടെ കലാപാരമ്പര്യം, അന ന്തര തലമുറകളും പിന്തുടർന്നു പോരുന്നു. കേരള ത്തിനകത്തും പുറത്തും ചാക്യാർ കൂത്തിന്റെയും കൂടിയാട്ടത്തിന്റെയും പെരുമ കാട്ടിക്കൊടുത്ത മാണി മാധവ ചാക്യാരുടെ ജന്മദേശം കൂടിയാണ് ഈ സ്ഥലം. ലക്കിടിയും തൊട്ടപ്പുറത്ത്, ഭാരതപ്പുഴയ്ക്ക് അക്കരെയുള്ള തിരുവില്വാമലയുമെല്ലാം ഏറക്കാലം മഹാകവി പി കുഞ്ഞിരാമൻ നായരുടെ കാലടിപ്പാ ടുകൾ പതിഞ്ഞ പ്രദേശങ്ങളാണ്.

പാലക്കാടു ജില്ലയിൽ ലക്കിടി—പേരൂർ പഞ്ചാ യത്തിലെ കിള്ളിക്കുറിശ്ശി മംഗലത്തു ജനിച്ച കുഞ്ചൻ, കോട്ടയത്ത് കിടങ്ങൂരിലും കുടമാളൂരിലും ബാല്യ കൗമാരങ്ങൾ പിന്നിട്ട്, ചെമ്പകശ്ശേരി (അമ്പലപ്പു ഴ)യിലെത്തുമ്പോഴാണ് കുഞ്ചൻ നമ്പ്യാർ എന്ന യുവാവിന്റെ വ്യക്തി പ്രഭാവവും സർഗ്ഗ വൈഭവവും പ്രകടവുമാവുന്നത്. തുടർന്നുള്ള ദശകങ്ങൾ ചെമ്പ കശ്ശേരി രാജാവിന്റെ സദസ്സിലും തുടർന്ന് കുറേ ക്കാലം ധർമ്മ രാജാവിന്റെ പണ്ഡിത സദസ്സിലും വിരാജിച്ചശേഷമാണ് ആ മഹാനുഭാവൻ ജീവിതാ ന്ത്യത്തിൽ വീണ്ടും അമ്പലപ്പുഴ മടങ്ങിയെത്തി, പര ലോകം പൂകിയത്.

കുഞ്ചൻ നമ്പ്യാർ എന്ന അമ്പലവാസി ബാലന് ജന്മംനല്കിയത് ഒറ്റപ്പാലത്തിനു സമീപമുള്ള കിള്ളി ക്കുറിശ്ശി മംഗലമാണെങ്കിലും, അദ്ദേഹത്തെ കേര ളീയരുടെ പ്രിയങ്കരനായ മഹാകവി കുഞ്ചൻ നമ്പ്യാ രാക്കിയത് ചെമ്പകശ്ശേരി (അമ്പലപ്പുഴ)യാണ്.

58

കൊങ്ങൻ പടയും തേനാരി തീർത്ഥവും

കൺമുന്നിൽ കാണാത്ത ശത്രുവിനോട് പട വെട്ടുന്ന ആയോധനമുറകൾ, കേരളത്തിലെ പല പ്രാചീന ക്ഷേത്രങ്ങളിലെയും ഉത്സവച്ചടങ്ങുകളിലെ ഒരു മുഖ്യ ഇനമാണ്. കായംകുളത്തിനടുത്തുള്ള ഓച്ചിറപ്പടനിലത്തിലെ 'ഓച്ചിറക്കളി'യും പാലക്കാട്ടു ജില്ലയിലെ ചിറ്റൂർ താലൂക്കിലെ ചില ക്ഷേത്രോത്സവങ്ങളും മറ്റും ഇതിനുദാഹരണം.

ശതാബ്ദങ്ങൾക്കുമുമ്പ് യുദ്ധഭൂമി ആയിരുന്നല്ലോ പാലക്കാടു പ്രദേശങ്ങൾ. അവിടെ പണ്ടെന്നോ നടന്ന ഒരു വൈദേശികാക്രമണത്തെ ചെറുത്തു തോല്പിച്ച തദ്ദേശീയ പോരാട്ടത്തിന്റെ വീരസ്മരണകളുണർത്തുന്നവയാണ് ചിറ്റൂരിലെ 'കൊങ്ങൻ പട ഉത്സവം.' ചിറ്റൂർ ഭഗവതി ക്ഷേത്രത്തിൽ കണ്ടുവരുന്ന കൊങ്ങൻ പടയുടെ സവിശേഷതകൾ മറ്റെങ്ങും കണ്ടെന്നുവരികയില്ല. പാലക്കാട്ടുകാരെ സംബന്ധിച്ചിടത്തോളം, ചുരത്തിനപ്പുറം തമിഴ്നാട്ടിൽനിന്നു വന്നവരെല്ലാം 'കൊങ്ങൻമാരാ' യിരുന്നു; ഹിന്ദുവായാലും മുസൽമാനായാലും. ചുരത്തിനിപ്പുറം ആദ്യം കാണുന്ന ഐശ്വര്യ പൂർണ്ണമായ ചിറ്റൂർ പട്ടണത്തെ, പണ്ട് ഏതോ കൊങ്ങൻപട ആക്രമിച്ചതിന്റെയും ചിറ്റൂർ നിവാസികൾ അതിനു പകരം വീട്ടി, കൊങ്ങൻപടയെ തുരത്തിയതിന്റെയും വീരചരിത്രം നാടകീയമായി ആവിഷ്കരിക്കുന്നതാണ് കൊങ്ങൻ പട ഉത്സവം.

ചുരത്തിനപ്പുറം വരണ്ടുണങ്ങിയ ഭൂമിയാണെങ്കിൽ, ഇപ്പുറം (പാലക്കാട്) ഹരിതഭരിതവും ഫലസമൃദ്ധവുമായ വിളഭൂമികളാണ്. തമിഴ്നാട്ടിൽനിന്നുള്ള ചരക്കുകൾ കാളപ്പുറത്ത് ചിറ്റൂരെത്തിച്ച് വിറ്റഴിച്ച്, പകരം ഇവിടെനിന്നും ചരക്കുകൾ കയറ്റി പോകുകയായിരുന്നു പണ്ടത്തെ വാണിജ്യ സമ്പ്രദായം. കൊങ്ങന്മാർ പാലക്കാട്ട് ചുരം കടന്ന് വാളയാറിലും പിന്നെ ചിറ്റൂരിലും താവളമടിച്ച് വ്യാപാരം നടത്തിയ ശേഷമാണ് പാലക്കാടെത്തി മറ്റു ദേശങ്ങളിലേക്ക് കച്ചവടം വ്യാപിപ്പിച്ചിരുന്നതെന്ന് ഊഹിക്കാം. എ ഡി 916-ാമാണ്ടിടയ്ക്ക് കൊങ്ങൻ പട ചിറ്റൂർ ആക്രമിച്ചപ്പോൾ പാലക്കാട് രാജാവായിരുന്ന ശേഖരീവർമ്മ കൊച്ചിയുടെയും മറ്റും സൈന്യ സഹായത്തോടെ ചിറ്റൂർ വച്ച് കൊങ്ങൻ പടയെ തോല്പിച്ചോടിച്ചു. ആ ഉപകാരത്തിനു പാരിതോഷികമെന്നോണം. പാലക്കാടുരാജാവ് ചിറ്റൂർ, തത്തമംഗലം, വല്ലങ്ങി, നെന്മാറ എന്നീ നാലു ദേശങ്ങളും കൊടകര നാടും കൊച്ചിക്ക് നല്കി.

തമിഴ്-മലയാള സങ്കര സംസ്കാരപ്പഴമ, ഉറഞ്ഞു കൂടിക്കിടക്കുന്ന പാലക്കാടൻ ചുരത്തിനിപ്പുറം കനകം വിളയുന്ന കരിമണൽ നാടാണ് ചിറ്റൂർ–തൃശൂർ ജില്ലയുടെ അതിർത്തിയിലെ പാലക്കാടൻ ഗ്രാമം - ചിറ്റൂർ തത്തമംഗലം പ്രദേശങ്ങൾ. ഇന്നിതൊരു മുനിസിപ്പൽ പട്ടണമാണ്. നിമ്നോന്നതങ്ങളിൽ ഹരിതകിരീടം ചാർത്തി, വെഞ്ചാമരം വീശി ആകാശ ചുംബികളായി നിലകൊള്ളുന്ന വടമലയും തെന്മലയും ഈ സ്ഥലത്തിന്റെ ഭൂമിശാസ്ത്രപരമായ സവിശേഷതകളും ഗ്രാമീണ സൗന്ദര്യം കാഴ്ച വയ്ക്കുന്നു. ചത്തും കൊന്നും ചരിത്രം സൃഷ്ടിച്ച അധീശശക്തികളും മാന്യതയും മനുഷ്യത്വവും ധർമ്മമെന്നുകരുതി ഉപാസിച്ച മഹദ് വ്യക്തികളും പകലന്തിയോളം വിയർപ്പൊഴുക്കി കരിമണ്ണിൽ കനകം വിളയിച്ച അദ്ധ്വാനശീലരും ചിറ്റൂർ ദേശത്തിന്റെ ഭൂതകാലസ്മരണയാണിന്ന്. കരിമ്പനകൾ കാവൽ നില്ക്കുന്ന വരമ്പുകളിൽ സുരക്ഷിതമായ നെൽപ്പാടങ്ങളും മറ്റ് കൃഷിയിടങ്ങളും. മുനിസിപ്പൽ പട്ടണമാണെങ്കിൽ പോലും, ഗ്രാമീണലാളിത്യം കൈവിടാത്ത ജനപദങ്ങൾ.

ചിറ്റൂർ തത്തമംഗലം

പാലക്കാടു ചുരത്തിന്റെ മദ്ധ്യഭാഗത്തായി സ്ഥിതിചെയ്യുന്ന ചിറ്റൂർ, പാലക്കാട്ടു നഗരത്തിൽനിന്ന് പതിനഞ്ചു കി മീ തെക്ക് കിഴക്കായിട്ടാണ് ചിറ്റൂരിന്റെ തെക്കെ കരയാണ് തത്തമംഗലം. തമിഴ് ഭാഷയിൽ ചിറ്റ് (ചെറിയ) ഊര(ഗ്രാമം) ചിറ്റൂരായെന്നാണ് കേട്ടുകേൾവി. ദത്തൻ എന്ന ഒരു ബ്രാഹ്മണഭട്ട് സ്ഥാപിച്ച അഗ്രഹാരങ്ങൾ ഉൾപ്പെടുന്ന പ്രദേശങ്ങൾ 'ദത്ത (തത്ത) മംഗല'മായി. എ ഡി 16-ാം ശതകം വരെ അകത്തേത്തറയിലുള്ള പാലക്കാട്ടുശ്ശേരി അച്ചന്മാർക്കായിരുന്നു ചിറ്റൂരിന്റെ ഭരണസാരഥ്യം. ആലത്തൂർ താലൂക്കിലെ തരൂർ രാജാക്കന്മാരുടെ അധീനതയിൽപ്പെട്ട ഈ പ്രദേശങ്ങൾ അന്ന് കീഴ്പ്പാലൂർ എന്ന പേരിലറിയപ്പെട്ടിരുന്നു. ആസ്ഥാനം ചിറ്റൂർ. കൊങ്ങൻ പടയ്ക്കു ശേഷമാണ് ചിറ്റൂരിന്റെ ഭരണം കൊച്ചിക്ക് ലഭിച്ചത്. ചിറ്റൂരിന്റെ ഫലപുഷ്ടിയിലും ധനസമൃദ്ധിയിലും ദുരാഗ്രഹം പൂണ്ട ശിങ്കമന്നൻ എന്ന കൊങ്ങരാജാവ് പരിവാരസമേതം ചിറ്റൂരിനെ പടവെട്ടി കൈയടക്കാനെത്തിയതും, ചിറ്റൂർ ദേശക്കാർ കൊച്ചി രാജാവിന്റെ സഹായത്തോടെയും ചിറ്റൂർ ഭഗവതിയുടെ അനുഗ്രഹത്തോടെയും ശിങ്കമന്നന്റെ നേതൃത്വത്തിലുള്ള കൊങ്ങൻപടയോട്, യുദ്ധം ചെയ്ത് അവരെ തുരുത്തിയതുമായ സംഭവങ്ങളാണല്ലോ കൊങ്ങൻ പടയുടെ ഐതിഹ്യത്തിനാധാരം.

ഇരട്ടക്കുട്ടികളെ പില്ക്കാലത്ത് വേർപ്പെടുത്തുകയും ചെറിയ ഒരു കാലയളവിനുശേഷം വീണ്ടും കൂട്ടിച്ചേർക്കപ്പെടുകയും ചെയ്ത ചരിത്രമാണ് ചിറ്റൂർ തത്തമംഗലം മുനിസിപ്പാലിറ്റിക്കുള്ളത്. 1908 ൽ നാമമാത്രമായതോതിൽ ആരംഭിച്ച നഗരപരിപാലന സംരംഭങ്ങൾക്ക് ക്രമേണ നഗര ഭരണത്തിന്റെ രൂപം കൈവന്നു. 1937 ൽ ചിറ്റൂർ, തത്തമംഗലം പ്രദേശത്തെ ചിറ്റൂർ എന്നും തത്തമംഗലം എന്നും രണ്ട് ഭരണകേന്ദ്രങ്ങളാക്കി വിഭജിച്ചു. പക്ഷേ, ആ പരിഷ്കരണം തദ്ദേശീയ വികസനത്തിന് സഹായകമല്ലെന്ന് കണ്ടിട്ടാകണം. 1947 മുതൽ വീണ്ടും ചിറ്റൂർ-തത്തമംഗലം മുനിസിപ്പൽ പട്ടണമാക്കപ്പെട്ടത്. നഗരസഭയുടെ വിസ്തീർണ്ണം 14.71 ച കി മീ. ജനസംഖ്യ 32048. ശോകനാശിനി (ചിറ്റൂർപ്പുഴ) യുടെ തീരങ്ങളിൽ ഒൻപത് പതിറ്റാണ്ടുകൾ പിന്നിട്ട ഈ നഗരസഭ മെല്ലെ മെല്ലെ പുരോഗതിയിലേക്കാണിന്ന്.

തുഞ്ചൻ ഗുരുകുലം

ചിറ്റൂർ ഭഗവതികാവിലെ കൊങ്ങൻ പട ഉത്സവത്തെപ്പോലെ തന്നെ ഈ പ്രദേശത്തിന്റെ പേരും പെരുമയും വർദ്ധിപ്പിച്ച മറ്റൊരു കാര്യമാണ് തുഞ്ചൻ ഗുരുകുലം. തുഞ്ചത്തെഴുത്തച്ഛൻ ജീവിതാന്ത്യത്തോടനുബന്ധിച്ച് ദേശാടനവേളയിൽ, തിരൂരിൽനിന്ന് പല നാടുകളും കടന്ന് ചിറ്റൂർ എത്തി ചമ്പത്തിൽ മന്നാടിയാർ എന്ന തദ്ദേശീയ പ്രഭുവിൽനിന്ന് തനിക്കിഷ്ടപ്പെട്ട കുറേ സ്ഥലങ്ങൾ വാങ്ങി, അവിടെ ശ്രീരാമ ക്ഷേത്രവും ഗുരുമഠവും സ്ഥാപിച്ചുവെന്നും, തന്റെ ജീവിതം ഗുരുമഠത്തിൽ തന്നെ സമർപ്പിച്ചുവെന്നുമാണ് ഐതിഹ്യം. എഴുത്തച്ഛൻ ഉപയോഗിച്ചിരുന്നുവെന്ന് വിശ്വസിക്കപ്പെടുന്ന എഴുത്താണിയും യോഗദണ്ഡും പാദുകവും ഏതാനും താളിയോല ഗ്രന്ഥങ്ങളും അവിടെ പരിപാവനമായി സൂക്ഷിക്കപ്പെടുന്നു. ചിറ്റൂരിൽ അണിക്കോട്ട് കവലയ്ക്കടുത്തുള്ള തെക്കേ ഗ്രാമത്തിലാണ് ഗുരുമഠം. ശോകനാശിനി എന്നുപേരുള്ള ചിറ്റൂർപ്പുഴ മഠത്തിനു സമീപത്തുകൂടി ഒഴുകുന്നു.

പാലക്കാടു ജില്ലയിലെ ചിറ്റൂർ താലൂക്കിന്റെയും വികസന ബ്ലോക്കിന്റെയും മുനിസിപ്പാലിറ്റിയുടെയും ആസ്ഥാനമായ ചിറ്റൂരിന് 'ഗ്രാമനഗര' മെന്ന പോരാണേറ്റവുമിണങ്ങുക. താലൂക്ക് ആസ്ഥാനമെന്ന നിലയ്ക്കുള്ള പട്ടണത്തിരക്ക് കുറച്ചിട കാണാമെങ്കിലും ചുറ്റും തനി പാലക്കാടൻ ഗ്രാമമേഖലതന്നെ. ചിറ്റൂർ ഗവൺമെന്റ് കോളേജ് നല്ല നിലയിൽ പ്രവർത്തിച്ചു വരുന്നു. കൊങ്ങൻ പടയുടെ നാട്ടിൽനിന്ന് ഇനി 'തേനാരി തീർത്ഥ'ത്തിലേക്ക്—ചിറ്റൂരിൽനിന്ന് എലപ്പുള്ളിയിലേക്ക്...

എലപ്പുള്ളിയിലേക്ക്

പാലക്കാട് മുനിസിപ്പൽ ബസ്-സ്റ്റാൻഡിൽനിന്ന് പാലക്കാട് - പൊള്ളാച്ചി റൂട്ടിലോടുന്ന പ്രൈവറ്റ് ബസുകൾക്കു കണക്കില്ല. ഏതെങ്കിലും ബസിൽ കയറിക്കൂടുക. തിരക്കിട്ട നഗരക്കുരുക്കിൽനിന്ന് നിമിഷങ്ങൾക്കുള്ളിൽ ബസ് നഗരപ്രാന്തങ്ങളിലേക്ക് കടക്കുകയായി. പാലക്കാടിന്റെ കിഴക്കൻ ദിക്കിലേക്ക്, കരിമ്പനകൾ അകമ്പടി സേവിക്കുന്ന ഗ്രാമവീഥികളിലൂടെ കഷ്ടിച്ച് അരമണിക്കൂർ യാത്ര ചെയ്യുമ്പോൾ എലപ്പുള്ളി പഞ്ചായത്തിന്റെ ആസ്ഥാനമായി പാറ. പാറയെന്ന പേരുകേട്ട് അമ്പരക്കേണ്ടതില്ല.

ഇടയ്ക്കിടയ്ക്ക് പാറകളുണ്ടെങ്കിലും തനി കാർഷിക മേഖലയാണ് ആ ഭൂപ്രദേശങ്ങൾ. എലപ്പുള്ളി പഞ്ചായത്തിന്റെ വിസ്തീർണ്ണം 49.07 ച കി മീ. ജനസംഖ്യ 35509 (91 ലെ സെൻസസ് പ്രകാരം).

എന്നോടൊപ്പം പാറ ബസ്-സ്റ്റോപ്പിലിറങ്ങിയ ഒരു തമിഴ് കുടുംബത്തിന്റെ സംഭാഷണം ഞാൻ ശ്രദ്ധിച്ചു. വാചാലനായ വൃദ്ധൻ കൊച്ചുമക്കൾക്ക് തേനാരിതീർത്ഥത്തെപ്പറ്റി വിവരിച്ചു കൊടുക്കുകയാണ്. അവരുടെ യാത്രോദ്ദേശ്യവും തേനാരി തന്നെ. ഞാനും അവരെ പിന്തുടർന്നു. വൃദ്ധന്റെ കഥാഖ്യാനം രസകരമായി തോന്നി.

വിരഹതപ്തനായ സാക്ഷാൽ ശ്രീരാമദേവൻ,

രാവണൻ മോഷ്ടിച്ചു കൊണ്ടു പോയ പ്രിയപത്നിയെ-സീതയെ- വീണ്ടെടുക്കുന്നതിനും രാക്ഷസകുലത്തിന്റെ വംശവിച്ഛേദം വരുത്തുന്നതിനുമായി സംഹാര രുദ്രനായി ഇറങ്ങി തിരിച്ചിരിക്കുകയാണ്, ദക്ഷിണ ദിക്ക് ലക്ഷ്യമാക്കി. ലക്ഷ്മണനനും വാനരശ്രേഷ്ഠന്മാരും പരിവാരങ്ങളും ശ്രീരാമനെ അനുഗമിച്ചു.

കൊടും വേനൽ, നട്ടുച്ച, വല്ലാത്ത ദാഹം. മുമ്പിൽ തെളിനീർ ഒഴുകുന്ന കോരയാർ. ശ്രീരാമൻ പുഴയിൽ മുങ്ങിക്കുളിച്ചു. കുളികഴിഞ്ഞ് പരിവാരസമേതം തെല്ലിട മുന്നോട്ടു നടന്നപ്പോഴാണ്, കുളിക്കടവിൽ നനച്ചു വിരിച്ചിരുന്ന വല്ക്കലവും കൃഷ്ണാജിനവും എടുക്കാൻ മറന്ന കാര്യം ഓർമ്മിച്ചത്. പിന്നിൽ നിന്ന ലക്ഷ്മണ കുമാരനോടു കല്പിച്ചു: അവ എടുത്തു കൊണ്ടുവരാൻ.

"എനിക്കിപ്പം മനസ്സില്ല. ജ്യേഷ്ഠൻ തന്നെ പോയി എടുത്തു കൊണ്ടു വരണം." ആ നിഷേധസ്വരം കേട്ട് ശ്രീരാമനും പരിവാരങ്ങളും ഞെട്ടിപ്പോയി. ഇന്നോളം ജ്യേഷ്ഠന്റെ മുഖത്ത് നേരെ നോക്കാൻപോലും ധൈര്യപ്പെടാത്ത, പറയുന്നതെന്തും അപ്പടി അനുസരിച്ചിരുന്ന അനുജൻ, ഇന്നിങ്ങനെ തലതിരിഞ്ഞു പോകാൻ കാരണം? സമസ്ത ജനങ്ങളും കഥയെന്തെന്നറിയാതെ സ്തംഭിച്ചുനിന്നു.

പെട്ടെന്നാണ് അശരീരി കേട്ടത്. ആ പാപഭൂമിയിൽ ലക്ഷ്മണന്റെ മനസ്സ് പാപഗ്രസ്തമായിപ്പോയി. ഗംഗാസ്നാനം കൊണ്ടു മാത്രമേ മനഃശുദ്ധി വീണ്ടു കിട്ടുകയുള്ളൂ. അതിനെന്താണു മാർഗ്ഗം?

ശ്രീരാമൻ വില്ലു കുലച്ചു. ഗംഗാദേവിയെ മനസ്സിൽ ധ്യാനിച്ചുകൊണ്ട് അമ്പെയ്തു. മദ്ധ്യാഹ്ന സൂര്യപ്രഭയോടു കൂടിയ ആ അസ്ത്രം, മദ്ധ്യാരണ്യ ക്ഷേത്രത്തിന്റെ (എലപ്പുള്ളി പഞ്ചായത്തിലെ തേനാരി അംശത്തിലെ ഇടിഞ്ഞുപൊളിഞ്ഞ ഒരു പുരാതന ശിവക്ഷേത്രം) വായു കോണിലായി പതിച്ച്, ഭൂമിയെ തുളച്ച് ശ്രീകാശിയിലെത്തി ഗംഗയോടു കൂടി മടങ്ങി മദ്ധ്യാരണ്യ ക്ഷേത്രത്തിന്റെ വായു കോണിൽ തന്നെ വന്നുപൊങ്ങി. ശ്രീരാമസ്വാമിയുടെ ആവനാഴിയിൽ പതിക്കുകയും ചെയ്തു. അങ്ങനെ തേനാരിയിൽ ഗംഗാപ്രവാഹമുണ്ടായി. ഇതത്രെ ഐതിഹ്യം.

തേനാരി തീർത്ഥം

എലപ്പുള്ളി പഞ്ചായത്താഫീസിൽനിന്നും കഷ്ടിച്ച് രണ്ടു കി മീ അകലെ നെൽപ്പാടങ്ങളുടെ മദ്ധ്യത്തിലുള്ള തീർത്ഥപാദത്തിൽ ഇടിഞ്ഞു പൊളിഞ്ഞ ഒരമ്പലം. അമ്പലത്തിന്റെ വായുകോണിൽ പതിമൂന്നടി സമചതുരത്തിൽ ഒരു കുളം.

ശുദ്ധജലം നിറഞ്ഞുതുളുമ്പുന്ന ആ തീർത്ഥക്കുളത്തിൽ ഒഴുകി വരുന്ന ഗംഗാജലം ഓവിന്റെ തലയ്ക്കലുള്ള കാളവായിലൂടെ ഒരേ അളവിൽ പുറത്തേക്കൊഴുകുന്നു. വേനലിലും വർഷത്തിലും ജലപ്പരപ്പിനും നീരൊഴുക്കിനും തരിമ്പും മാറ്റമില്ലെന്നാണറിയാൻ കഴിഞ്ഞത്. ജലാശയത്തിന് ഏഴു മീറ്റർ താഴ്ചയുണ്ട്. അനശ്വരവും അനന്തവുമായ ഈ തീർത്ഥപ്രവാഹത്തിന്റെ പ്രഭവസ്ഥാനത്തെപ്പറ്റി ആർക്കും ഒരെത്തും പിടിയുമില്ല. എല്ലാം അജ്ഞാതം. അഭൗമം. അമേയം. ഒന്നുമാത്രം വ്യക്തം - ഈ ഗംഗാപ്രവാഹത്തിൽ സ്നാനം ചെയ്ത് മുക്തി നേടാൻ വിദേശങ്ങളിൽ നിന്നുപോലും തീർത്ഥാടകർ വന്നെത്തുന്നു. തേനാരിമാഹാത്മ്യം പരിസരങ്ങളിലും തമിഴ്നാട്ടിലും വളരെ പ്രചാരത്തിലാണ്.

തേനാരിയിലെ തീർത്ഥജലം ഭക്തജനങ്ങൾക്ക് മോക്ഷദായകമാണെങ്കിൽ, തൊട്ടടുത്തും അകലത്തും വ്യാപിച്ചുകിടക്കുന്ന, വാളയാർ അണക്കെട്ടിൽനിന്നും തോടുകളിലൂടെയെത്തുന്ന ജലം എലപ്പുള്ളി പഞ്ചായത്തു പ്രദേശത്തെ കൃഷിനിലങ്ങളെ ഫലഭൂയിഷ്ഠമാക്കുന്നു. ഒന്ന് മനുഷ്യനെ ആദ്ധ്യാത്മിക സമ്പന്നമാക്കുമ്പോൾ, മറ്റേത് വരണ്ടുണങ്ങിയ നെൽപ്പാടങ്ങളുടെ അന്തർദ്ദാഹം തീർക്കാൻ പര്യാപ്തമാണ്.

കൃഷിപ്രാധാന്യം

നോക്കുന്നിടത്തെല്ലാം വിസ്തൃതമായ നെൽപ്പാടങ്ങൾ. അവയ്ക്കിടയിലൂടെ കുതിച്ചോടുന്ന കനാലുകൾ. പാടത്തിന്റെ വരമ്പുകളിൽ ഉദ്ധതന്മാരായ കാവല്ക്കാരെപ്പോലെ തലയുയർത്തി നില്ക്കുന്ന കരിമ്പനക്കൂട്ടങ്ങൾ. ഒരിടത്തു കൂട്ടംകൂട്ടമായി കുറെ വീടുകളുണ്ടെങ്കിൽ പിന്നെ കുറെയേറെ ദൂരത്തോളം വിശാലമായ നെൽപ്പാടങ്ങളും കരിമ്പനക്കൂട്ടവുമാണ്. പിന്നെയും നീണ്ടുനീണ്ടു പോകുന്ന നെൽപ്പാടങ്ങൾ. ഇടയ്ക്കിടയ്ക്ക് പുളി, മാവ്, പ്ലാവ് തുടങ്ങിയ ഫലവൃക്ഷങ്ങളും.

പാലക്കാടു ജില്ലയിലെ കൊല്ലങ്കോടു വികസന ബ്ലോക്കിൽപ്പെട്ട പഞ്ചായത്താണ് എലപ്പുള്ളി. പാലക്കാട് പൊള്ളാച്ചി റൂട്ടിൽ അഞ്ചാറുമൈൽ പിന്നിടുമ്പോൾ എലപ്പിള്ളി പഞ്ചായത്തിന്റെ ഒരു ഭാഗമായ പള്ളത്തേരി അംശത്തിൽ പ്രവേശിക്കുന്നു. എലപ്പുള്ളി, തേനാരി, വേങ്ങാടി, പള്ളത്തേരി എന്നീ നാല് അംശങ്ങൾ ചേർന്ന എലപ്പുള്ളി പഞ്ചായത്തിന്റെ ജനസംഖ്യയിൽ ഭൂരിഭാഗവും കൃഷിക്കാരും കർഷകത്തൊഴിലാളികളുമാണ്. ഇവിടത്തെ ജനസംഖ്യയുടെ ഏതാണ്ട് മുന്നിൽ ഒരുഭാഗം തമിഴരാണ്. തമിഴ്നാടുമായി നിരന്തര സമ്പർക്കവും സാമീപ്യവുമുള്ള എലപ്പുള്ളിയിൽ ആ തെന്നിന്ത്യസംസ്കാരം ഇന്നും നിലനിന്നു പോരുന്നു.

ഗ്രാമത്തിൽ അങ്ങുമിങ്ങും ചിതറിക്കാണുന്ന ഹൈന്ദവ ക്ഷേത്രങ്ങളിൽ അധികവും ശിവപ്രതിഷ്ഠ

കളാണ് പലതും ഇടിഞ്ഞുപൊളിഞ്ഞ് അനാഥാവസ്ഥയിലാണ്. ചിലതൊക്കെ പുനരുദ്ധരിക്കപ്പെട്ടിട്ടുണ്ട്. മദ്ധ്യാരണ്യ ക്ഷേത്രവും കോട്ടമതിലും അതീതകാലത്തിന്റെ നിശ്ശബ്ദസ്മാരകങ്ങളാണ്. എലപ്പുള്ളിയിലെ തറകളാണ് പ്രാചീന ഗ്രാമഭരണ സമ്പ്രദായത്തിന്റെ അവശിഷ്ടങ്ങളായി ഇന്നും നിലനില്ക്കുന്ന മറ്റൊരു സവിശേഷത. പാലക്കാടു ജില്ലയിൽ ഉടനീളം ഇത്തരം തറകളുണ്ട്. പണ്ട് ഓരോ ഗ്രാമത്തിലും ഗ്രാമമുഖ്യന്മാരടങ്ങിയ തറകളും കൂട്ടങ്ങളും ഗ്രാമഭരണം സ്തുത്യർഹമായി നിർവ്വഹിച്ചു പോന്നിരുന്നു എന്നതിന് പ്രാചീന സ്ഥലനാമങ്ങൾ തന്നെ തെളിവാണ്. എലപ്പുള്ളി തറ(നായർ തറ) ആണ്ടിത്തറ. ചക്കാത്തറ, കമ്മാത്തറ, ഗ്രാമം (ബ്രാഹ്മണരുടെ ആവാസകേന്ദ്രം) പെരുമത്തറ എന്നിങ്ങനെ ഓരോ ജാതിവിഭാഗത്തിലുംപെട്ടവർക്ക് പ്രത്യേകം പ്രത്യേകം തറകളുണ്ട്. ഇവിടത്തെ പ്രസിദ്ധമായ ഒരു നായർ കുടുംബമാണ് എക്കണത്ത്. എക്കണത്തു ശങ്കരനുണ്ണി ബി എ ബി എൽ പ്രസിദ്ധ പണ്ഡിതനായിരുന്നു. ബംഗാളി പണ്ഡിതനായ കാരാട്ടു വാസുമേനോൻ ഈ നാട്ടുകാരനായിരുന്നു. എലപ്പുള്ളി ഗ്രാമത്തിൽ വിവിധ തറകൾ നാമമാത്രമായി ഇന്നും നിലവിലുണ്ടെങ്കിലും ഭരണം നടത്തുന്നത് തെരഞ്ഞെടുക്കപ്പെട്ട അംഗങ്ങൾ ചേർന്ന ജനാധിപത്യ സ്ഥാപനമായ പഞ്ചായത്താണ്.

1700 -ാമാണ്ടിനോടുപ്പിച്ചുണ്ടായ ടിപ്പുവിന്റെ പടയോട്ടം ശാന്തിയും സംതൃപ്തിയും പരിലസിച്ചിരുന്ന ഗ്രാമജീവിതത്തെ താറുമാറാക്കിക്കളഞ്ഞു. സംഘടിതമായ ആക്രമണവും കൊള്ളയും കൊള്ളിവയ്പും ഗ്രാമാന്തരീക്ഷത്തിൽ അസംതൃപ്തിയുടെ വിത്തുപാകി. കുടുംബക്രമങ്ങൾ ഛിന്നഭിന്നമായി. സാമ്പത്തിക വ്യവസ്ഥിതി മാറ്റിമറിക്കപ്പെട്ടു. സാംസ്കാരിക പാരമ്പര്യത്തിന് ഉലച്ചിലേറ്റു. അങ്ങനെ നൂറ്റാണ്ടുകളായി അഭിവൃദ്ധി പ്രാപിച്ചു. അങ്ങനെ നൂറ്റാണ്ടുകളായി അഭിവൃദ്ധി പ്രാപിച്ചു പോന്ന തെന്നിന്ത്യൻ ഗ്രാമഭരണ സമ്പ്രദായം താറുമാറിയതോടെ അതിർത്തി പ്രദേശമായ പാലക്കാടൻ ഗ്രാമങ്ങളിലും പലപരിവർത്തനങ്ങളും ഉണ്ടായി. കൂട്ടത്തിൽ എലപ്പുള്ളിയിലെ തറകളും അസ്ത പ്രഭങ്ങളായി. അവയുടെ ഭരണപരമായ കെട്ടുറപ്പ് പില്ക്കാലത്ത് നഷ്ടപ്പെട്ടു.

മദ്രാസ് സംസ്ഥാനത്തിന്റെ ഭാഗമായിരുന്ന പാലക്കാടു ജില്ലയിൽപ്പെട്ട എലപ്പുള്ളിയിൽ 1939 ലാണ് പഞ്ചായത്തു സ്ഥാപിക്കപ്പെട്ടത്. 1953 വരെ ഒരു മൈനർ പഞ്ചായത്തായിരുന്നു മേജർ പഞ്ചായത്തായ ശേഷം പഞ്ചായത്തു പ്രദേശത്ത് നിരവധി സാമൂഹ്യ പ്രവർത്തനങ്ങൾ നടപ്പാക്കിയിട്ടുണ്ട്.

59

കൊല്ലങ്കോടും നെന്മാറയും

“മാഷ് കേക്കണൊണ്ടോ?”

“അതേന്നെ; പറഞ്ഞോളൂ.”

ഞൊടിക്കുള്ളിൽ കൺമുമ്പിൽ നിന്നോടി മറയുന്ന കരിമ്പനക്കൂട്ടങ്ങളെ നോക്കിയിരുന്ന ഞാൻ അലസനായി പ്രോത്സാഹിപ്പിച്ചു. കാരണവർ പഴമ്പുരാണങ്ങൾ പറയാൻ തുടങ്ങിയിട്ട് നേരം കുറച്ചായി, ഇടയ്ക്കു വച്ച് മസിൽകയറി എന്റെ തൊട്ടടുത്ത സീറ്റിൽ ഇരിപ്പുറപ്പിച്ചതുമുതൽ കുശലപ്രശ്നങ്ങളും കഥപറച്ചിലുമാണ്. റോഡിനിരുവശവുമുള്ള നെല്പാടങ്ങളുടെ വരമ്പുകളിലും പീഠപ്രദേശങ്ങളിലും ഉച്ചസൂര്യനെ ഉച്ചിയിലേറ്റി നില്ക്കുന്ന കരിമ്പനക്കൂട്ടങ്ങൾ. ദാഹാർത്തമായി തീവെയിലിന്റെ ഒരായിരം നാവുകൾ നീട്ടി വരണ്ടുണങ്ങിക്കിടക്കുന്ന പാലക്കാടൻ നെല്പാടങ്ങൾ വരൾച്ച ബാധിച്ച തമിഴ്നാട്ടിലെ ഗ്രാമപ്രദേശങ്ങളെ അനുസ്മരിപ്പിക്കുന്ന ഭൂപ്രകൃതി കൗതുകകരമായി തോന്നി. വരണ്ട മണ്ണിന്റെ ചുടുനിശ്വാസം പോലെ മെല്ലെ മെല്ലെ വീശിക്കൊണ്ടിരുന്ന ദുർബ്ബലരായ മദ്ധ്യാഹ്ന മാരുതൻ കൺപോളകളെ തഴുകിയടയ്ക്കാൻ ഒരു ശ്രമം നടത്തിക്കൊണ്ടിരുന്നു. “അങ്ങനെ ക്രമേണ ശ്രീകാശ്യപ ക്ഷേത്രം പ്രസിദ്ധിയിലേക്കുയർന്നു. ഇന്നാട്ടിൽനിന്നും അന്യനാട്ടിൽനിന്നും ഭക്തജനങ്ങൾ കൂട്ടംകൂട്ടമായി വന്ന് ക്ഷേത്രദർശനം നടത്തി മടങ്ങിപ്പോയിരുന്നു.

“അന്നൊരിക്കൽ..”

കാരണവർ ബസിന്റെ സീറ്റിൽ ഒന്നിളകിയിരുന്ന് ഉത്സാഹപൂർവ്വം കഥ തുടരുകയാണ്. “അന്നൊരിക്കൽ പരദേശത്ത്നിന്ന് കുഷ്ഠരോഗിയായ ഒരു രാജാവും പത്നിയും ഒരു മഹർഷിയുടെ ഉപദേശപ്രകാരം ശ്രീകശ്യപ ക്ഷേത്രത്തിൽ (കാച്ചാം കുറിശ്ശി) ഭജനത്തിന് വന്നു.

ക്ഷേത്രപുരാണം ഏതോ ഉപകഥയിലേക്ക് തിരിയുന്ന മട്ടാണെന്ന് കണ്ടപ്പോൾ, എനിക്കു കൗതുകം തോന്നി. സീറ്റിൽ നിവർന്നിരുന്ന് ശ്രദ്ധിച്ചു. അവർ രാജാവും പത്നിയും ക്ഷേത്രവളപ്പിലെ കട്ടം കുഴി എന്ന പുണ്യതീർത്ഥത്തിൽ നാല്പത്തി ഒന്നു ദിവസം സ്നാനം ചെയ്തു. ശ്രീ കാശ്യപക്ഷേത്രത്തിലെ മഹാവിഷ്ണുവിനെ ഭജിച്ചു. തൽഫലമായി രാജാവ് അത്ഭുതകരമാംവണ്ണം രോഗവിമുക്തനായത്രെ. ദമ്പതിമാർ പിന്നെയും കുറേക്കാലം കൂടി സന്തുഷ്ടരായി അവിടെത്തന്നെ ജീവിച്ചു. അവർക്ക് ഒരു ആൺകുട്ടി ജനിച്ചു. ഹേമാംഗവർമ്മൻ. കൈക്കുഞ്ഞുമായി അവർ സ്വന്തം രാജ്യത്തേക്ക് പുറപ്പെട്ടു. പക്ഷേ, വഴി മദ്ധ്യേ ഒരു നദിക്ക് കുറുകെയുള്ള പാലം കടക്കുമ്പോൾ കുഞ്ഞ് അവരുടെ കൈയിൽനിന്ന് വഴുതി പുഴയിൽ വീണുപോയി. ദുഃഖാർത്തരായ മാതാപിതാക്കൾ ആവുന്നത്ര ശ്രമിച്ചിട്ടും കുട്ടിയെ വീണ്ടെടുക്കാൻ കഴിയാതെ നിരാശരായി പിന്മടങ്ങി. എന്നാൽ യാദൃച്ഛികമായി ആ വഴി വന്ന ഒരു കൊല്ലന് കുട്ടിയെ ജീവനോടെ കിട്ടി. അയാൾ വളർത്താൻ കൊണ്ടുപോകുമ്പോൾ, ഒരു മഹർഷി പ്രത്യക്ഷപ്പെട്ട് കുട്ടിയെ കൊല്ലന്റെ കൈയിൽനിന്നും ഏറ്റുവാങ്ങി വളർത്തുന്നതിനായി അന്നാട്ടിലെ ഒരു പ്രഭുവിനെ ഏല്പിച്ചു. കൊല്ലനെ സന്തുഷ്ടനാക്കാൻ നാടിന് കൊല്ലങ്കോട് എന്ന് നാമകരണം ചെയ്തു. പ്രായപൂർത്തിയായപ്പോൾ ഹേമാംഗവർമ്മനെ വേങ്ങനാട്ടിന്റെ രാജാവായി വാഴിച്ചു.

കൊല്ലങ്കോടും പരിസരങ്ങളിലും പ്രാചീന ക്ഷേത്രങ്ങൾ പലതുണ്ടെങ്കിലും കാച്ചാം കുറിശ്ശിയാണേറ്റവും മുഖ്യം. കാശ്യപമഹർഷി തപസ്സ് ചെയ്ത് ഗോവിന്ദമല, വനവാസക്കാലത്ത് സതീദേവി സ്നാനം ചെയ്ത സീതാർ കുണ്ട് എന്നീ പുണ്യ

സ്ഥലങ്ങൾ ഈ പഞ്ചായത്തിലാണ്. നൂറ്റാണ്ടുകളുടെ പഴക്കവും പ്രചാരവുമുള്ള ഐതിഹ്യങ്ങൾ ചുരുൾ നിവരുന്നത് ഞാൻ കൗതുകപൂർവ്വം നോക്കിയിരിക്കെ, കണ്ടക്ടർ ബസ് നിർത്തി, വിളിച്ചു പറഞ്ഞു: "കൊല്ല ങ്കോട്". ഞാൻ ആ കവലയിലിറങ്ങി.

കൊല്ലങ്കോട്

കൊല്ലങ്കോട്-പഞ്ചായത്തിന്റെ ആസ്ഥാനം. വികസിതമായ ഒരു നാല്ക്കവല. വിസ്തൃതമായ ഒരു ഗ്രാമപ്രദേശത്തിന്റെ പ്രവർത്തന ശക്തിയുടെയും അഭിവൃദ്ധിയുടെയും സംഭരണ വിതരണ കേന്ദ്രം. പാലക്കാടു നിന്നും പൊള്ളാച്ചിക്കു പോകുന്ന ടാറിട്ട നിരത്തിലൂടെ എട്ട് പത്ത് കി മീ കടക്കുമ്പോൾ പാല ക്കാടൻ ഗ്രാമങ്ങൾക്കു സഹജമായ കരിമ്പനക്കൂട്ട ങ്ങൾ മെല്ലെ മെല്ലെ തെങ്ങുകൾക്കും മറ്റു ഫലവൃ ക്ഷങ്ങൾക്കും വഴിമാറിക്കൊടുത്തുകൊണ്ട് പിന്നണി യിൽ ഒതുങ്ങിനില്ക്കുന്നത് കാണാം. മൊട്ടക്കുന്നു കൾക്കും വരണ്ട പാടങ്ങൾക്കും പകരം ക്രമേണ പച്ച ച്ച പ്രകൃതിഭംഗി ദൃശ്യമാകുന്നു. മൊത്തത്തിലുള്ള വരൾച്ചയുടെ തീക്ഷ്ണ ഭാവം കുറയുന്നതായും കാണാം. ഏതാണ്ട് കൊല്ലങ്കോട് കവല സമീപിക്കു മ്പോഴേക്കും ആരെത്ര വേർപെടുത്തിയാലും വേർപെടാൻ കഴിയാതെ മനസ്സില്ലാ മനസ്സോടെ കൈകോർത്ത് നില്ക്കുകയാണ് നഗരവും ഗ്രാമവും. അതത്രേ കൊല്ലങ്കോടു ടൗൺ. റോഡിന്റെ ഒരുവശത്ത് നിരനിരയായി നില്ക്കുകയാണ് വൻ കെട്ടിടങ്ങളും പീടികകളും. മറുവശത്തോ? കുഞ്ഞോളങ്ങളിളക്കിക്കളിക്കുന്ന വിസ്തൃതമായ താമരക്കുളം. കുളത്തിനോടു ചേർന്ന് പ്രസിദ്ധമായ അയ്യപ്പൻകാവ് ക്ഷേത്രം. ക്ഷേത്രക്കുളത്തിലെമ്പാടും മലർക്കെ ചിരിച്ചും കൂപ്പുകൈയുയർത്തിയും കാറ്റേറ്റു ചാഞ്ചാടി നില്ക്കുന്ന ചെന്താമരകൾ. ബസാറിൽ തിരക്കിട്ട കച്ചവടം നടക്കുന്നുണ്ടാവും. പഞ്ചായത്തിന്റെ സിരാകേന്ദ്രമാണിവിടം. ജങ്ഷന് വടക്കും തെക്കും രണ്ട് വ്യത്യസ്ത വിഭാഗങ്ങളാണ്. രൂപത്തിലും ഭാവത്തിലും പഞ്ചായത്തിന്റെ രണ്ട് വ്യത്യസ്ത മുഖങ്ങൾ, അഥവാ വിഭിന്ന ഭാവങ്ങൾ നമുക്കിവിടെ കാണാം. 'നടയ്ക്കൽത്തറ'യിലൂടെ കടന്നുപോകുമ്പോൾക്കാണുന്നത്, പഞ്ചായത്തിന്റെ പ്രസന്നവും ശാലീനവുമായ മുഖമാണെങ്കിൽ തെക്കു ഭാഗത്തെ തെരുവുകളിലേക്ക് കടക്കുമ്പോൾ പഞ്ചാ യത്തിന്റെ പ്രവർത്തനോജ്ജ്വലമായ വിശാല ഹസ്ത ങ്ങൾ കാണാം.

അന്നും ഇന്നും

മൂന്ന് പതിറ്റാണ്ടുകൾക്കുമുമ്പ് ആദ്യമായി കണ്ടറിഞ്ഞ കൊല്ലങ്കോടിന് ഇന്നേറെ മാറ്റങ്ങളുണ്ടാ യിരിക്കുന്നു. പാലക്കാടുജില്ലയിലെ ചിറ്റൂർ താലൂ ക്കിൽപ്പെട്ട ഒരു ഗ്രാമപഞ്ചായത്താണ് കൊല്ലങ്കോട്. പണ്ട് പുഴയിൽ വീണ കുട്ടിയെ രക്ഷപ്പെടുത്തിയ കൊല്ലന്റെ കാലത്ത് 999 നായന്മാരും ഒരു നമ്പൂതി രിയുമുൾപ്പെടെ അവിടുത്തെ ജനസംഖ്യ ആയിരം ആയിരുന്നുപോലും. നാടുവാഴി ഭരണത്തിൻകീഴിലാ യിരുന്ന ആ ഭൂപ്രദേശം ഇന്ന് ജനങ്ങളാൽ തെരഞ്ഞെ ടുക്കപ്പെട്ട ഒരു ഗ്രാമപഞ്ചായത്തിന്റെ ഭരണത്തിനു വിധേയമാണ്. കൊല്ലങ്കോടു ടൗണിൽനിന്ന് അല്പം ഒഴിഞ്ഞുമാറി പ്രകൃതി രമണീയമായ പശ്ചാത്തല ത്തിൽ ശില്പചാതുരിയോടെ തലയുയർത്തി നിന്നി രുന്ന കൊല്ലങ്കോട് (വേങ്ങനാട്) രാജവംശത്തിന്റെ ആസ്ഥാനമായ കോവിലകങ്ങളും കളരികളും മറ്റും ഇന്ന് പേരിന് മാത്രം. കൂലിവേലക്കാരൻ മുതൽ രാജാ വുവരെയുള്ള പ്രജകളെ പരിപാലിച്ചുപോരുന്ന കൊല്ലങ്കോട്, നാനാ പ്രകാരേണ സവിശേഷത അർഹിക്കുന്നുണ്ട്. കൊല്ലങ്കോട്, കിഴക്കേത്തറ, പയ്യ ല്ലൂർ എന്നീ മൂന്നു വില്ലേജുകൾ ഉൾപ്പെട്ട പഞ്ചായ ത്തിന്റെ ആസ്ഥാനം കൊല്ലങ്കോടാണ്. വൈരുദ്ധ്യ ങ്ങളുടെയും വൈവിധ്യങ്ങളുടെയും കേന്ദ്രമാണ് കൊല്ലങ്കോട് ഭൂമിശാസ്ത്രപരമായും ചരിത്രപരമായും സാമൂഹ്യമായും സാംസ്കാരികമായും ഉത്തുംഗമോ ഹനമായ കൊല്ലങ്കോട് കൊട്ടാരത്തിൽനിന്ന് അത്ര യകലെയല്ലാതെ തന്നെ പനയോല മേഞ്ഞ മൺകു ടിൽ കണ്ടെന്നു വരാം. പ്രഭു കുടുംബങ്ങളോടൊപ്പം അത്താഴത്തിനുവേണ്ടി നിരന്തരം മണ്ണുമായി മല്ലടി ക്കുന്ന കൃഷിപ്പണിക്കാരുമുണ്ട്. കാച്ചാംകുറിശ്ശി (ശ്രീ കാശ്യപ ക്ഷേത്രം) പോലുള്ള പുരാതന ക്ഷേത്ര ങ്ങളിൽ ആരാധനയ്ക്ക് തിങ്ങിക്കൂടുന്ന ജനതതിക ളോടൊപ്പം നിരീശ്വരവാദികളെയും സ്ഥിതി സമത്വ വാദികളെയും ധാരാളമായി കണ്ടെന്നുവരാം. ജന കീയപ്രൗഢി നിറഞ്ഞ കോവിലകങ്ങളും പുരാതന മായ തറവാടുകളും തികഞ്ഞ യാഥാസ്ഥിതികരും സാധാരണക്കാരും ഇവിടെയുണ്ട്. എന്തിനേറെ. ഇത്ര യേറെ വൈരുദ്ധ്യങ്ങളുടെ സമജ്ഞസസമ്മേളനം മറ്റ ധികം കണ്ടെന്നു വരികയില്ല. പക്ഷേ, ശ്രദ്ധാർഹമായ ഒരു പ്രത്യേകതയുണ്ട്. സാമൂഹ്യമായും സാമ്പത്തി കമായും രാഷ്ട്രീയമായും സാംസ്കാരികമായും വിഭി ന്നതലങ്ങളിൽ വർത്തിക്കുന്ന ഈ വിരുദ്ധ ഘടക ങ്ങളെല്ലാം നാട്ടിന് അഭിവൃദ്ധികരമായ പൊതുപ്ര വർത്തനങ്ങളിൽ ഏറക്കുറെ ഏകാഭിപ്രായക്കാരാണ്.

പട്ടണപ്രവേശം

പ്രകൃതിയാൽ വേർതിരിക്കപ്പെട്ടിട്ടുള്ള ഭൂപ്രദേ ശമാണ് കൊല്ലങ്കോട് തെക്ക് നെടുനീളത്തിൽ മാനം മുട്ടുന്ന ഒരുക്കൻ കോട്ടപോലെ നീണ്ടു നീണ്ടു പോകുന്ന തെന്മല (നെല്ലിയാംപാതി മലകൾ) യുടെ താഴ്വരകളിലാണ്. തീർത്ഥക്കുളങ്ങളും ഊട്ടുപുര കളും അകമ്പടിസേവിക്കുന്ന, മതിൽക്കെട്ടിനുള്ളിലെ

കാച്ചാം കുറിശ്ശിക്ഷേത്രം. തെന്മലയുടെ പശ്ചാത്തലത്തിൽ ഉന്നതമായ കൊടിമരത്തോടുകൂടി പ്രശാന്തഗംഭീരമായി നിലകൊള്ളുന്ന പ്രസ്തുത ക്ഷേത്രം തദ്ദേശവാസികളുടെ ആദ്ധ്യാത്മിക വിശ്വാസത്തിന്റെ അഭയസങ്കേതമാണ്.

തെക്ക് തെന്മലയാണതിർത്തിയെങ്കിൽ, വടക്ക് നെൽപ്പാടങ്ങളെയും തൊടികളെയും തഴുകിയൊഴുകുന്ന ഗായത്രിപ്പുഴയാണതിർത്തി. പടിഞ്ഞാറ് വടക്കോട്ട് പഞ്ചായത്തും കിഴക്ക് മുതലമട പഞ്ചായത്തും കാർഷിക പ്രധാനമായ ഒരു ഗ്രാമമാണ്. കൊല്ലങ്കോട് നാനാജാതിമതസ്ഥരുൾപ്പെട്ട ജനസംഖ്യയിൽ ഭൂരിഭാഗം കൃഷിക്കാരാണ്. നെൽക്കൃഷിയാണ് പ്രധാനം. തെങ്ങും കമുകും മാവും പ്ലാവും സാമാന്യേന എല്ലായിടത്തുമുണ്ട്.

പഞ്ചായത്തിന്റെ പ്രസന്ന ഭാവം കാണാൻ നടക്കൽ തറ വഴി പുഴക്കൽ തറയിലേക്കു കടക്കാം. പാതയ്ക്കിരുവശവും ശുചിത്വവും സൗന്ദര്യവുമുള്ള മന്ദിര ശ്രേണികൾ. പ്രശാന്തമായ ഗ്രാമാന്തരീക്ഷം. നാട്ടിടകളിലേക്കു കടന്നാലോ? ക്രമീകൃതമാംവിധം സംവിധാനം ചെയ്യപ്പെട്ട കർഷക ഭവനങ്ങൾ. കുലീനത്വം തുളുമ്പുന്ന മന്ദിരാങ്കണങ്ങളിൽ പ്രസന്നതയുടെ പരിവേഷം ചാർത്തി നില്ക്കുന്ന ഗ്രാമസ്ത്രീകൾ ഒച്ചപ്പാടും ബഹളവുമില്ലാത്ത ആ ഗ്രാമമന്ദിരങ്ങൾക്ക് നടുനായകമെന്നോണം രാജസഗാംഭീര്യത്തോടെ പരിലസിച്ചിരുന്ന വിശാലമായ കൊല്ലങ്കോട് കോവിലകം, ഇന്ന് നാമാവശേഷം. വീടുകൾക്കപ്പുറം വിസ്തൃതമായ പാടങ്ങളും പറമ്പുകളുമാണ്. കുഞ്ഞലകളിളക്കി കുണുങ്ങിയോടുന്ന ഗായത്രിപ്പുഴ, ഗ്രാമത്തിന് വെള്ളിക്കസവുടയാട തുന്നിച്ചേർത്തുകൊണ്ട് പ്രവഹിക്കുന്നു. പ്രകൃതി സുന്ദരമായ ആ പുഴ വക്കത്തുനിന്നു നോക്കുമ്പോൾ മേൽത്തട്ടുകളിലെ ഗ്രാമീണ ഭവനങ്ങളും രാജകൊട്ടാരവും മറ്റുസ്ഥാപനങ്ങളുമെല്ലാം ഒരു വിദഗ്ദ്ധ ശില്പി കലാകൗശലത്തോടെ ആസൂത്രണം ചെയ്ത് നിർമ്മിച്ചതുപോലെ ദൃശ്യമായിരുന്നു.

ഇനി മറുവശത്തേക്ക് കടക്കാം. ജങ്ഷനിൽനിന്ന് പടിഞ്ഞാറു ഭാഗത്തേക്കു തിരിയുമ്പോൾത്തന്നെ കൈത്തറികളുടെയും യന്ത്രത്തറികളുടെയും അനുസ്യൂതമായ ചിലയ്ക്കൽ കേട്ടുതുടങ്ങുന്നു. വിശാലമായ ഒരു തെരുവ് ചെറുകിട വ്യവസായികളുടെയും മറ്റ് കൈത്തൊഴിൽകാരുടെയും കേന്ദ്രം. സദാപ്രവർത്തനനിരതമാണ് ആ ഭാഗം. മൈസൂറിലെ ടിപ്പു സുൽത്താന്റെ ഭരണത്തിലായിരുന്നു പണ്ട് ആ പ്രദേശങ്ങൾ. പടയോട്ടക്കാലത്ത് ടിപ്പുവിന്റെ സൈന്യം കുഴിച്ച കിടങ്ങുകളുടെ അവശിഷ്ടങ്ങൾ ഇന്നും നാട്ടിടകളിലങ്ങിങ്ങ് കാണാം. 1792 മുതൽ ബ്രിട്ടീഷ് അധീനതയിലായിരുന്നു ഈ പ്രദേശങ്ങൾ. പഴയ മദ്രാസ് പ്രവിശ്യയുടെ ഭാഗം. കൊല്ലങ്കോട് മുമ്പ് മലബാർ ഡിസ്ട്രിക്ട് ബോർഡിന്റെ കീഴിലായിരുന്നുവെങ്കിലും കാര്യമായ വികസനപ്രവർത്തനങ്ങളിൽ ശ്രദ്ധ പതിഞ്ഞിട്ട് കഷ്ടിച്ച് മൂന്ന് ദശാബ്ദങ്ങളേ ആയിട്ടുള്ളൂ. കമ്യൂണിറ്റി പ്രോജക്ടിന്റെ പ്രാരംഭഘട്ടങ്ങളിൽ ജലസേചന - ഗതാഗത സൗകര്യങ്ങൾ വർദ്ധിപ്പിക്കാൻ ഒരു പരിധിവരെ ശ്രമിച്ചിട്ടുണ്ട്. എങ്കിലും കൂടുതൽ അധികാരങ്ങളും ചുമതലകളുമുള്ള തികച്ചും ജനാധിപത്യപരമായ ഒരു ഗ്രാമപഞ്ചായത്ത്, അഭിവൃദ്ധികരമായ കർമ്മ മാർഗ്ഗങ്ങളിലേക്ക് കടക്കുന്നത് 1957 മുതല്ക്കാണ്. കാർഷിക പ്രധാനമായ ഈ ഗ്രാമത്തിലെ കൃഷി ഏറിയകൂറും കാലവർഷത്തെ ആശ്രയിച്ചായിരുന്നു.

മഹാകവി പി

കൊല്ലങ്കോടിനോടു തൊട്ടുകിടക്കുന്ന ആലമ്പള്ളത്തെ കൊല്ലങ്കോട്ടുനിന്നും വേർതിരിക്കുന്ന ഗായത്രിപ്പുഴയിൽ കമ്യൂണിറ്റി പ്രോജക്ടിന്റെ ധനസഹായത്തോടു കൂടി ഒരു കാസ്‌വേ നിർമ്മിച്ചതു മുഖേന ആ രണ്ടു പ്രദേശങ്ങളും തമ്മിലുള്ള ഗതാഗതം സുഗമമായിത്തീർന്നിട്ടുണ്ട്. പൊതുവേ പ്രബുദ്ധരായ ഒരു ജനസഞ്ചയമാണ് കൊല്ലങ്കോടു പഞ്ചായത്തിലുള്ളതെന്ന് പറയാം. ജ്ഞാനവയോവൃദ്ധനായ പണ്ഡിറ്റ് ശ്രീ. ഗോപാലൻനായരുടെ ജന്മസ്ഥലവുമാണ് കൊല്ലങ്കോട്. കുറച്ചുകാലം മഹാകവി പി കുഞ്ഞിരാമൻ നായരുടെ പ്രവർത്തന മണ്ഡലവുമായിരുന്നു. കൊല്ലങ്കോട് പരേതനായ വടക്കേപ്പാട്ട് നാരായണൻ ഇതിനടുത്തുള്ള വടവന്നൂർ സ്വദേശിയായിരുന്നു. വേങ്ങനാട് കോവിലകത്തെ രാജാക്കന്മാർ സ്ഥാപിച്ച രാജാസ് ഹൈസ്കൂൾ, മാനേജ്മെന്റ് മാറിയെങ്കിലും ഇന്നും നല്ല നിലയിൽ പ്രവർത്തിക്കുന്നു. ഏറെക്കാലം രാജാസ് ഹൈസ്കൂൾ അദ്ധ്യാപകനായിരുന്ന മഹാകവി പി കുഞ്ഞിരാമൻ നായരുടെ സ്മരണയ്ക്കായി പി സ്മാരക കേന്ദ്രവും അതിനോടനുബന്ധിച്ച് ഗ്രന്ഥശാലയും പ്രവർത്തിക്കുന്നു.

കൊല്ലങ്കോടിന്റെ കിഴക്കൻ പ്രദേശങ്ങളിലേക്ക് കടക്കും മുമ്പ് തൊട്ടടുത്ത് കൊല്ലങ്കോട് ടൗണിൽനിന്നും കഷ്ടിച്ച് നാലഞ്ചു കി മീ അകലെ സ്ഥിതിചെയ്യുന്ന പല്ലശ്ശനപ്രദേശത്തിന്റെ കൗതുകകരമായ ചില സാംസ്കാരിക സവിശേഷതകൾ ശ്രദ്ധിക്കാം.

കൊല്ലങ്കോട് ബ്ലോക്കിൽപ്പെട്ട പല്ലശ്ശന, പ്രകൃതി സുന്ദരമായ ഒരു കുലീന ഗ്രാമമാണ്. കാർഷിക സാമൂഹ്യസാഹചര്യങ്ങൾ ഏറക്കുറെ കൊല്ലങ്കോടിനു സമാനം. 'കണ്യാർകളി' എന്ന പ്രാചീന കലാരൂപത്തിന് പ്രസിദ്ധമാണ്. പല്ലശ്ശന യുദ്ധസ്മരണകൾ ഉണർത്തുന്ന 'അവിട്ടത്തല്ല്' കണ്യാർകളിയിലെ ഒരു പ്രധാന ഇനമാണ്. ഓണ

ക്കാലത്ത് ആഘോഷിക്കുന്നതുകൊണ്ട് അവിട്ടത്തല്ല് എന്ന പേരുണ്ടായി.

അവിട്ടത്തല്ല്

പല്ലശ്ശനയിലെ ഇടപ്രഭുവായിരുന്ന കുറൂർ നമ്പിടിയെ കുതിരവട്ടത്തു നായർ ചതിച്ചു കൊന്നത്രെ. അതിനെ ചൊല്ലി ദീർഘകാലം യുദ്ധം നടന്നുവത്രെ. പതിയാട്ടിൽ പതിയാരും നാഞ്ചത്തെ മന്നാടിയാരുമാണത്രെ അവിട്ടത്തല്ലിനു നേതൃത്വം നല്കിയിരുന്നത്. കച്ചകെട്ടി, വാളും പരിചയമെടുത്ത് അങ്കത്തിനുള്ള ഒരുക്കങ്ങളോടെ കിഴക്കേമുറിയിൽനിന്ന് പുറപ്പെടുന്ന പടയോട്ടം വേട്ടയ്ക്കൊരു മകൻ കാവിന്റെ പിൻഭാഗത്ത് കേന്ദ്രീകരിച്ച് പടവിളി മുഴക്കുന്നു. ശാന്തിക്കാരൻ പടയാളികളുടെ ശിരസ്സിൽ പുണ്യതീർത്ഥം തളിച്ച് അനുഗ്രഹിക്കുന്നു. അതിനുശേഷം ഓരോ പടത്തലവന്റെ കീഴിലും രണ്ടു ചേരിയായി തിരിഞ്ഞ് ഏറ്റുമുട്ടി തല്ലു തുടങ്ങുന്നു. അതിനുശേഷം നടക്കേതറക്കാരുടെ വരവായി അവസാനം കൂട്ടത്തല്ലായി. കലാശക്കൊട്ടു കൊട്ടുന്നു. കുഞ്ഞുങ്ങളെ കാവിൽകൊണ്ടു വന്ന് "തല്ലിക്കുക" എന്ന വഴിപാട് നടത്താൻ അമ്മമാർ ശ്രദ്ധിക്കാറുണ്ട്. വട്ടക്കളി, ഇറവക്കളി, ആണ്ടിക്കൂത്ത് തുടങ്ങിയ ചടങ്ങുകൾ നാലു ദിവസം നീണ്ടുനില്ക്കുന്നു.

പല്ലശ്ശനയിലെ രണ്ടു പ്രധാന കാവുകളാണ് പഴയകാവും പുത്തൻ കാവും. ഭഗവതി പ്രതിഷ്ഠയാണ് രണ്ടിടത്തും. സാമൂതിരിയുടെ മറ്റൊരു യുദ്ധക്കളമാണ് ആലത്തൂർ താലൂക്കിലെ കുനിശ്ശേരി, പച്ചച്ച നാട്ടിൻപുറം. പൂക്കുളങ്ങര ഭഗവതി ക്ഷേത്രം പുരാതനം. യുദ്ധത്തിൽ കുനിശ്ശേരി നായരെ പരാജയപ്പെടുത്താൻ എത്രയേറെ ശ്രമിച്ചിട്ടും സാമൂതിരിക്ക് കഴിയുന്നില്ല. അവസാനം സാമൂതിരി കുനിശ്ശേരി ഭഗവതിയുടെ മുന്നിൽ സാഷ്ടാംഗം നമസ്കരിച്ച് പ്രാർത്ഥിച്ച ശേഷമാണ് വിജയം കൈവരിക്കാൻ കഴിഞ്ഞതത്രെ യുദ്ധാവസാനത്തിൽ കുനിശ്ശേരി ഒരു ചുടുകാടായി കഴിഞ്ഞിരുന്നു. പുരുഷന്മാരാരും ശേഷിച്ചില്ല. ഈ അത്യപൂർവ്വമായ പ്രതിസന്ധിതരണം ചെയ്യാനാണത്രെ സാമൂതിരി പുറത്തുനിന്ന് 500 നായന്മാരെ കൊണ്ടുവന്ന് കുനിശ്ശേരിയിൽ താമസിപ്പിച്ചത്. അവർക്ക് തിരുനാവായിലെ മാമാങ്കം കാണാൻ തരപ്പെടായ്കയാൽ പകരം ഏർപ്പെടുത്തി കൊടുത്ത മാമാങ്കമാണത്രെ കുനിശ്ശേരി കുമ്മാട്ടി. സാമൂതിരിയുടെ നടുവട്ടം യുദ്ധത്തിന്റെ നാടകീയാവിഷ്കാരമാണ് കുമ്മാട്ടിക്കളി.

മുതലമടയിലേക്ക്

കൊല്ലങ്കോടിനും തമിഴ്നാട് അതിർത്തിക്കും മദ്ധ്യേ കിടക്കുന്ന വന്യഗ്രാമമായ മുതലമട നാനാപ്രകാരേണ പ്രാധാന്യമർഹിക്കുന്നു. പഞ്ചായത്തിന്റെ തെക്ക് തെന്മലയും കിഴക്ക് തമിഴ്നാടും വടക്ക് പട്ടഞ്ചേരി, വടവത്തൂർ പഞ്ചായത്തുകളും പടിഞ്ഞാറ് കൊല്ലങ്കോട് പഞ്ചായത്തുമാണ് നാലതിരുകൾ. പടയോട്ടക്കാലത്ത് ടിപ്പുസുൽത്താൻ പാലക്കാടു കോട്ടയ്ക്കു പുറമേ അതിർത്തി പ്രദേശമായ മുതലമടയിലും ഒരു കോട്ട നിർമ്മിച്ചിരുന്നു. കോട്ടയുടെ സംരക്ഷണത്തിനായി മൈസൂറിൽനിന്ന് കുറേ പട്ടാണി കുടുംബങ്ങളെ കൊണ്ടുവന്ന് കോട്ടയ്ക്കു സമീപം പാർപ്പിക്കുകയും ചെയ്തു. അവരുടെ സന്തതി പരമ്പരയിൽ പെട്ട ചില കുടുംബങ്ങൾ ഇന്നും മുതലമടയിലുണ്ട്. ഉറുദു സംസാരിക്കുന്നവർ. ബ്രിട്ടീഷ് ഭരണകാലത്ത് ഈ കോട്ട, കച്ചേരിയായി മാറി. കൊല്ലങ്കോട്ട് രാജവാഴ്ചക്കാലത്ത് ഈ സ്ഥലം ഭരണസിരാകേന്ദ്രമായിരുന്നു. മുതലക്കോട്ടയെന്ന പഴയപേര് കാലാന്തരത്തിൽ രൂപാന്തരം വന്നതാണത്രെ മുതലമട.

പാലക്കാടു ചുരത്തിനു തെക്കു കിഴക്കായി തമിഴ്നാടിനോട് ചേർന്നു കിടക്കുന്ന ജില്ലയിലെ ഏറ്റവും വലിയ പഞ്ചായത്താണ് മുതലമട. ദശാബ്ദങ്ങൾക്കു മുമ്പ് പഞ്ചായത്തിന്റെ ഭൂരിഭാഗവും വനപ്രദേശമായിരുന്നുവത്രെ. പഞ്ചായത്തിന്റെ തെക്കുഭാഗം മുഴുവൻ വനമേഖലയാണ്. ലോക പ്രസിദ്ധമായ പറമ്പിക്കുളം വന്യമൃഗ സംരക്ഷണകേന്ദ്രം ഇവിടെയാണ്. ആന, കടുവ, പുലി, കരടി, കാട്ടുപോത്ത് വിവിധയിനം മാനുകൾ എന്നിവ ഈ കാടുകളിൽ ധാരാളമുണ്ട്. അപൂർവ്വ ഇനങ്ങളിലുള്ള വർണ്ണ വൈവിധ്യമാർന്ന അസംഖ്യം പക്ഷിജാലങ്ങളുടെ ആവാസകേന്ദ്രം കൂടിയാണീ വനങ്ങൾ. പ്രശസ്ത പക്ഷിനിരീക്ഷകനായ ഡോ. സലിം അലി പല പ്രാവശ്യം ഈ വനാന്തരങ്ങളിൽ തങ്ങി പക്ഷിനിരീക്ഷണം നടത്തിയിരുന്നുവത്രെ. ലോകത്തിലെ ഏറ്റവും വലിയതെന്ന് അറിയപ്പെടുന്ന കന്നിമാറി തേക്ക് ഈ വനത്തിലാണ്.

മുതലമട പഞ്ചായത്തിന്റെ വിസ്തീർണ്ണം 66.76 ച കി മീറ്ററാണ്. ജനസംഖ്യ 33935 (91 ലെ സെൻസസ്). മലയാളവും തമിഴുമാണ് മുഖ്യസംസാരഭാഷകൾ. ഉറുദു സംസാരിക്കുന്ന ഒരു ന്യൂനപക്ഷവുമുണ്ട്. ഇതിനു പുറമേ ലിപികളില്ലാത്ത ഭാഷകൾ സംസാരിക്കുന്ന ചില പട്ടിക ജാതിക്കാരും പട്ടികവർഗ്ഗക്കാരുമുണ്ട്. ആദ്യകാലങ്ങളിൽ വിദ്യാഭ്യാസ സൗകര്യങ്ങൾ വിരളമായിരുന്നെങ്കിലും 1957 നുശേഷം കാര്യമായ വിദ്യാഭ്യാസ പുരോഗതിയുണ്ടായി. എങ്കിലും ഉന്നത വിദ്യാഭ്യാസ സൗകര്യങ്ങൾ പര്യാപ്തമല്ല.

നെന്മാറയിലേക്ക്

ചിറ്റൂർ താലൂക്കിലെ അതിപ്രധാനമായ മറ്റൊരു സ്ഥലത്തേക്ക് കടക്കാം - നെന്മാറ പഞ്ചായത്തു പ്രദേശത്തേക്ക്.

പഴയ കൊച്ചി രാജ്യത്തിന്റെ നെല്ലറയായ ചിറ്റൂർ താലൂക്കിലെ പ്രസിദ്ധവും പ്രധാനവുമായ ഭൂപ്രദേശങ്ങളാണ് കൊടകരനാട്-വിത്തനശ്ശേരി വല്ലങ്ങി, നെന്മാറ, തിരുവാഴിയോട്, അയിലൂർ എന്നീ അഞ്ചു ദേശങ്ങളുൾക്കൊള്ളുന്ന ഭൂവിഭാഗം. കൊടകരനാടിന്റെ ഭരണാധിപന്മാരായിരുന്ന നാടുവാഴികൾക്ക് കൊച്ചിരാജാവിൽനിന്ന് കരമൊഴിവായി ഭൂമിയും സ്ഥാനമാനങ്ങളും നല്കപ്പെട്ടിരുന്നു. ഈ കൊടകരനാടിന്റെ ആസ്ഥാനമായിരുന്നത്രെ നെന്മാറ. വിചിത്രമായ ചില സംഭവപരമ്പരകൾ കൊടകരനാടിന്റെ ചരിത്രത്തോടൊട്ടിച്ചേർന്നുകിടക്കുന്നു. അതിലൊന്നാണ് കൊടകരനായരുടെ തല വെട്ടിയ കഥ.

അന്ന് മൂപ്പു കൂടിയ നാടുവാഴിയായ ഒരു കൊടകര നായർ കൊച്ചി രാജ്യത്തിന്റെ ഭരണതന്ത്ര രഹസ്യങ്ങൾ, ബദ്ധശത്രുവായ സാമൂതിരിക്ക് ചോർത്തിക്കൊടുത്തുവത്രെ. ഒറ്റുകൊടുക്കൽ. ഇക്കാര്യമറിഞ്ഞ് കോപാക്രാന്തനായ കൊച്ചി മഹാരാജാവ് തന്റെ വിശ്വസ്തനായ കൃഷ്ണപ്പട്ടർ എന്ന കാര്യക്കാരെ പ്രത്യേക നിയോഗവുമായി അയിലൂർക്കയച്ചു. രാജകല്പനപ്രകാരം കൃഷ്ണപ്പട്ടർ കൊടകരനായരുടെ തലവെട്ടിയെടുത്ത് പട്ടിൽ പൊതിഞ്ഞ് തിരുമുമ്പിൽ സമർപ്പിച്ചു. സംപ്രീതനായ രാജാവ് ആയിരപ്പറ നിലം കൃഷ്ണപ്പട്ടർക്ക് കരമൊഴിവായി നല്കിയത്രെ. അന്ന് തലവെട്ടിയ സ്ഥലമാണ് ഇന്നത്തെ തലവെട്ടാമ്പാറ (തലവെട്ടിപ്പാറ ലോപിച്ചത്).

അന്ന് അച്ഛൻ ചെയ്ത പാപകർമ്മത്തിന് പില്ക്കാലത്ത് പുത്രൻ പ്രായശ്ചിത്തം ചെയ്തു. കൃഷ്ണപ്പട്ടർ കാര്യക്കാരുടെ മകൻ രാമസ്വാമിപ്പട്ടർ കാര്യക്കാർ പാപപരിഹാരാർത്ഥം, 1200 പണിക്കാരെ നിയോഗിച്ച് 20 ദിവസംകൊണ്ട് ഇന്ന് കാണുന്ന പുത്തൻ കുളം നിർമ്മിച്ചു (കൊ. വ 951 ൽ) അവിടെ ഒരു ശിവക്ഷേത്രവും പണികഴിപ്പിച്ചു. കൂടാതെ 13 ഭവനങ്ങൾ നിർമ്മിച്ച് 13 ബ്രാഹ്മണർക്കായി നല്കുകയും ചെയ്തതാണ് ഇന്നത്തെ കൃഷ്ണപുരം ഗ്രാമം. കുളം വെട്ടിയെടുത്ത മണ്ണ് ഇട്ട സ്ഥലമാണിപ്പോൾ നെന്മാറ ആശുപത്രിക്ക് പിന്നിൽക്കാണുന്ന തേക്ക് മരങ്ങൾ നിറഞ്ഞ കുന്ന്. പുത്തൻ കുളം എന്ന 'കാര്യക്കാർ കുള'ത്തിനിപ്പോൾ 255 ൽപ്പരം വർഷത്തെ പഴക്കമുണ്ട്. പിൻതലമുറയിൽപ്പെട്ട വിശ്വനാഥൻ ചെട്ടിയാരുടെ ശ്രമഫലമായിട്ടാണത്രെ നെല്ലിയാമ്പതിയിലേക്കുള്ള റോഡ് വെട്ടിയത്. മുമ്പ് കൊല്ലങ്കോട് രാജാവിന്റെ അധികാര പരിധിയിൽപ്പെട്ട പ്രദേശങ്ങളിലൂടെ മാത്രമേ നെല്ലിയാമ്പതി മലകളിൽനിന്ന് വെട്ടിയിറക്കുന്ന തടികൾ കടത്തിക്കൊണ്ടുപോകാൻ കഴിയുമായിരുന്നുള്ളൂ. അതിനാകട്ടെ കുളമ്പക്കോട്ടുവച്ച് ചുങ്കം നല്കുകയും വേണമായിരുന്നു.

പഴയ ഭരണസിരാകേന്ദ്രം

പണ്ട് കൊടകനാടിന്റെ ഭരണസിരാകേന്ദ്രമായിരുന്നു നെന്മാറ. നെൽക്കൃഷിക്ക് പ്രാമുഖ്യമുള്ള പ്രദേശങ്ങൾ നെന്മണികളുടെ അറ നെന്മണിയറ. പില്ക്കാലത്ത് നെന്മാറയായി ചുരുങ്ങിയതാകണം. പച്ചപ്പട്ട് പുതച്ച നയനാഭിരാമമായ കുന്നും തടങ്ങളും നെൽവയലുകളും കൃഷിയിടങ്ങളും നിറഞ്ഞ ഭൂമി. ഈ നിമ്നോന്നത ഭൂമിയിലൂടെ, ഇഴയുന്ന പെരുമ്പാമ്പിനെപ്പോലെ കടന്നുപോകുന്ന നെല്ലിയാമ്പതി മലമ്പാത പോത്തുണ്ടി അണക്കെട്ടിന്റെ തെക്കേയറ്റത്ത് നിന്നാരംഭിക്കുന്നു. കേരളത്തിലെ ആദ്യത്തേതും ഇന്ത്യയിലെ രണ്ടാമത്തേതുമായ മണ്ണുകൊണ്ട് നിർമ്മിച്ച അണക്കെട്ടാണ് പോത്തുണ്ടി ഡാം. തെങ്ങും കവുങ്ങും മറ്റ് ഫലവൃക്ഷങ്ങളുമുള്ള നെന്മാറ, കാർഷികോല്പന്നങ്ങളുടെ നല്ലൊരു വിപണന കേന്ദ്രമാണ് വല്ലങ്ങി വെള്ളിയാഴ്ച ചന്ത പ്രധാനം.

നാനാജാതിമതസ്ഥർ സൗഹാർദ്ദത്തോടെ കഴിയുന്നു. രാജവാഴ്ചക്കാലത്ത് വിദ്യ അഭ്യസിപ്പിക്കാനും ക്ഷേത്രത്തിലെ പൗരോഹിത്യത്തിനുമായി ധാരാളം ബ്രാഹ്മണ കുടുംബങ്ങൾ നെന്മാറയിൽ പാർപ്പുറപ്പിച്ചിരുന്നു. കാലം മാറിയതോടെ മറ്റ് ഉപജീവനമാർഗ്ഗങ്ങൾ തേടി അവരിലധികംപേരും മദ്രാസ് ബോംബെ, കൽക്കട്ട എന്നീ മഹാനഗരങ്ങളിലേക്ക് ചേക്കേറി. ഇന്ന് അവശേഷിക്കുന്നവർ ഒരു ന്യൂനപക്ഷംമാത്രം.

ഓരോ തൊഴിലിലുമേർപ്പെട്ടിട്ടുള്ളവർ ഒരേ പ്രദേശത്ത് ഒന്നിച്ച് ഒരു കോളനിപോലെ താമസിക്കുന്ന സമ്പ്രദായം പാലക്കാടു ജില്ലയിലെ അതിർത്തി ഗ്രാമങ്ങളിൽ സാധാരണമാണ്. നെന്മാറയിലെ ചക്കാന്തറ, തട്ടാത്തറ, കൊശത്തറ, ചെട്ടിത്തറ, ആണ്ടിത്തറ, നായർത്തറ, ഗ്രാമം (അഗ്രഹാരം) എന്നിവ അതിനുദാഹരണങ്ങളാണ്.

തൃശൂർ വടക്കുന്നാഥക്ഷേത്രം ജന്മം വകയാണ്, നെന്മാറ അയിനംപാടം മുതൽ കമ്മന്തറ ഉൾപ്പെടെയുള്ള കണിമംഗലം, കൽമുക്ക് എന്നീ പ്രദേശങ്ങൾ വരെ വ്യാപിച്ചു കിടക്കുന്ന ഭൂപ്രദേശങ്ങൾ. രാജഭരണകാലത്ത് ഈ പ്രദേശങ്ങളുടെ മേൽനോട്ടത്തിനായി നിയോഗിക്കപ്പെട്ട ബ്രാഹ്മണമേലാളരുടെ സ്ഥാനപ്പേരാണ് പാട്ടമാളി. തൃശൂരിൽ കണിമംഗലത്ത് നിന്നു വന്ന ഇക്കൂട്ടർ നെന്മാറയിലെ അവരുടെ പാർപ്പിട പ്രദേശത്തിനും കണിമംഗലഗ്രാമം എന്നു പേരിട്ടു.

രായിരം കണ്ടത്ത് ഗോവിന്ദമേനോനാണ് നെന്മാറയിൽ ആദ്യമായി ഒരു വിദ്യാലയം ആരംഭിച്ചത്. പില്ക്കാലത്ത് കൂടുതൽ വിദ്യാലയങ്ങളുണ്ടായി. ഇന്നിപ്പോൾ ഒരു വൊക്കേഷണൽ ഹയർസെക്കന്ററി സ്കൂളും അനേകം ഹൈസ്കൂളുകളുമുണ്ട്. *കണ്ണകി കോവിലൻ*, *മണിമേഖല* എന്നീ ഗ്രന്ഥങ്ങൾ വിവർത്തനം ചെയ്ത് പടിഞ്ഞാറെ പാറവീട്ടിൽ നാരായണൻ നായർ ആരംഭിച്ച ലക്ഷ്മീനിലയം സംസ്കൃതസ്കൂളും പ്രസ്താവ്യമാണ്. 1966 ൽ

നെന്മാറയിൽ സ്ഥാപിച്ച എൻ എസ് എസ് കോളേജിൽ ഇന്ന് ബിരുദാനന്തര ബിരുദ പഠനത്തിനും സൗകര്യങ്ങളുണ്ട്. നെന്മാറയിൽ ആദ്യത്തെ വിദ്യാലയം സ്ഥാപിച്ച രായിരം കണ്ടത്തു ഗോവിന്ദമേനോന്റെ സ്മരണയ്ക്കായി നെന്മാറയിൽ ഒരു ഗ്രന്ഥശാലയും ടൗൺ ഹാളും (ആർ ജി എം ടൗൺ ഹാൾ) ഇന്നുണ്ട്. നെന്മാറയുടെ പുരോഗതിയുടെ ചരിത്രത്തിൽ പ്രധാന പങ്കുവഹിച്ച രണ്ടു മഹത് വ്യക്തികളാണ് അന്ന് കൊച്ചി ദിവാനായിരുന്ന ശ്രീ. ഷൺമുഖം ചെട്ടിയും നെന്മാറയുടെ വിശ്രുതപുത്രനെന്നറിയപ്പെടുന്ന വിശ്വനാഥൻ ചെട്ടിയാരും.

ചില പതിറ്റാണ്ടുകൾക്കുമുമ്പ്, പത്രത്താളുകളിൽ 'പറക്കുംസ്വാമി' എന്ന പേരിൽ പ്രത്യക്ഷപ്പെട്ടിരുന്ന സന്ന്യാസിവര്യൻ ശ്രീ. വിഷ്ണുദേവാനന്ദസ്വാമിയുടെ ജന്മനാടെന്ന നിലയ്ക്ക് നെന്മാറയ്ക്ക് ലോകാന്തര പ്രശസ്തി കൈവന്നിട്ടുണ്ട്. നെന്മാറ പഴയഗ്രാമം. ശ്രീ പഞ്ചനാഥശാസ്ത്രികളുടെയും കണിമംഗലം വലിയ പിച്ചാംകുറിച്ചി ചിച്ചു അമ്മയുടെയും പുത്രനായി 1927 ൽ ജനിച്ച അദ്ദേഹം നെന്മാറ ബോയ്സ് ഹൈസ്കൂളിലാണ് വിദ്യാഭ്യാസം നടത്തിയത്. അന്നത്തെ സ്വാമിക്കുട്ടൻ പ്രായപൂർത്തിയായപ്പോൾ സ്വന്തം വിമാനം പറപ്പിച്ച് ലോകമൊട്ടുക്കും ഗഗനചാരിയായി, ശാന്തിയുടെ പുഷ്പവൃഷ്ടി ചൊരിഞ്ഞ് ലോകശ്രദ്ധ പിടിച്ചുപറ്റി.

വല്ലങ്ങിവേല

കേരളത്തിലറിയപ്പെടുന്ന പ്രധാനക്ഷേത്രോത്സവമാണ് നെന്മാറ വല്ലങ്ങിവേല ഉത്സവം. ക്ഷേത്രോല്പത്തി കഥ ഇങ്ങനെ. പരമഭക്തനായ ഒരു കൊടകരനായർ നെല്ലിയാമ്പതിമലയിലെ നെല്ലിക്കുളത്തിമല എന്ന വനഭാഗത്ത് തപസ്സനുഷ്ഠിച്ച് ഭഗവതിയെ പ്രത്യക്ഷപ്പെടുത്തി. മടക്കയാത്രയിൽ നെന്മാറ കോതംകുളത്തിനുസമീപം, തെക്കെക്കരയിൽ കുട വച്ചിട്ട് കുളിക്കാനിറങ്ങി. കുളി കഴിഞ്ഞ് കുടയെടുക്കാൻ ശ്രമിച്ചപ്പോൾ അത് ഭൂമിയിലുറച്ചുപോയതായി കണ്ടു. പ്രശ്നവശാൽ, കുടയിരിക്കുന്ന സ്ഥലത്ത് ദേവിയെ പ്രതിഷ്ഠിക്കണമെന്ന് തെളിഞ്ഞു. അപ്രകാരം നെല്ലിക്കുളത്ത് ഭഗവതിയെ, കൊടകരനായർ ആദ്യം വീട്ടിലും, പിന്നീട് ഇന്നുള്ള അമ്പലത്തിലേക്കും മാറ്റി പ്രതിഷ്ഠിക്കുകയും ചെയ്തു.

കൊടകരനാടിന്റെ പുളകോത്സവമായ നെന്മാറ വേല്ലങ്ങിവേല ഒരു ദേശീയോത്സവത്തിന്റെ ആർഭാടത്തോടെ ആഘോഷിക്കപ്പെടുന്നു. കുമ്മാട്ടി, കരിവേല, ആണ്ടിവേല എന്നിവ നെന്മാറ ദേശക്കാരും, കണ്യാർകളി, താലപ്പൊലി എന്നിവ വല്ലങ്ങി ദേശക്കാരും വേലയ്ക്ക് മുന്നോടിയായി നടത്തി വരുന്നു. തൃശൂർപൂരത്തോട് മത്സരിക്കാൻ പോന്ന വർണ്ണപ്പൊലിമയും വെടിക്കെട്ടും പ്രധാന ഇനങ്ങളാണ്. പ്രശസ്ത വാദ്യകലാകാരന്മാർ ഒരുക്കുന്ന നാദപ്രപഞ്ചമാണ് മറ്റൊരു സവിശേഷത. തലയെടുപ്പുള്ള ഗജവീരന്മാർ അണിനിരക്കുന്ന എഴുന്നള്ളത്തും ഈ ഉത്സവത്തിന്റെ പ്രത്യേകതയാണ്.

60

വള്ളുവനാടിന്റെ ഹൃദയം

തെക്കുനിന്നും വടക്കോട്ടുള്ള ബസ് യാത്രയിൽ തിരക്കേറിയ ഷൊർണ്ണൂർ നഗരം പിന്നിട്ട് നാലഞ്ചു കി മീ യാത്ര ചെയ്യുമ്പോൾ പൂത്തും തളിർത്തും നില്ക്കുന്ന വള്ളുവനാടൻ ഭൂപ്രകൃതിയും ലാളിത്യമാർന്ന ഗ്രാമീണ ജീവിത ദൃശ്യങ്ങളും നമ്മുടെ കൺമുന്നിലേക്ക് ഓടിവരികയായി. ആ വഴിയോരക്കാഴ്ചകൾ, പട്ടാമ്പിയിലെത്തുമ്പോൾ, ചേലും ചന്തവുമില്ലാത്ത നഗരക്കാഴ്ചകൾ വഴിമാറുന്നു. അതിപ്രാചീനമായ പട്ടാമ്പി എന്ന കുഗ്രാമത്തിൽ ആധുനിക ജീവിതത്തിന്റെ പുത്തൻ തെങ്ങോലകളും വർണ്ണപ്പകിട്ടുകളും കൂട്ടിച്ചേർക്കപ്പെട്ടിരിക്കുന്നു. ആ നാല്ക്കവലയെ (അതോ കവലകളോ) നമുക്കു വേണമെങ്കിൽ പട്ടണമെന്നു വിളിക്കാം. പഴകി പൊളിയാറായ ഭവനങ്ങൾക്കും പീടികകൾക്കും ഇടയിൽ പരിഷ്കൃതിയുടെ നോക്കുകുത്തികൾപോലെ ഉയർന്നുനില്ക്കുന്ന നവ നിർമ്മിതികൾ; മന്ദിരശ്രേണികളും വ്യാപാരകേന്ദ്രങ്ങളും. നഗരത്തിരക്ക് കുറവ്. പട്ടണപ്രദക്ഷിണം കഴിഞ്ഞ് ബസ് വീണ്ടും വടക്കോട്ടു നീങ്ങുമ്പോൾ വള്ളുവനാടിന്റെ ഗ്രാമത്തനിമ വീണ്ടും പ്രകടമായിത്തുടങ്ങുന്നു. വള്ളുവനാടിന്റെ പ്രാചീന സംസ്കൃതിയുടെ ഈറ്റില്ലമാണീ ഗ്രാമം. പട്ടാമ്പി, കുന്തിപ്പുഴയോരങ്ങളിൽ മുളപൊട്ടിയ കേരളീയ സംസ്കാരത്തിന്റെ ഈടുവയ്പുകൾ പലതും ഗ്രാമാന്തർഭാഗങ്ങളിൽ കാണാവുന്നതാണ്. പ്രാചീനക്ഷേത്രങ്ങളും പ്രസിദ്ധമായ നമ്പൂതിരി ഇല്ലങ്ങളും മനകളും വിദ്യാപീഠങ്ങളും മറ്റും.

അസൽ കാർഷിക മേഖലയായ പട്ടാമ്പിയിൽ വളരെ മുമ്പേതന്നെ ഒരു കാർഷിക ഗവേഷണകേന്ദ്രവും പരിശീലന കേന്ദ്രവും പ്രവർത്തിച്ചു വരുന്നു. റോഡരികിൽ തന്നെയാണ് ഗവേഷണകേന്ദ്രം. കേരളത്തിലെ മണ്ണിനു പറ്റിയ പുതിയ ഇനം നെൽവിത്തുകൾ പരീക്ഷണങ്ങളിലൂടെ കണ്ടെത്തി, കൃഷിക്കാർക്ക് വിതരണം ചെയ്ത് നെൽക്കൃഷി അഭിവൃദ്ധിപ്പെടുത്തുന്നതിൽ ഈ കേന്ദ്രം പ്രമുഖ പങ്ക് വഹിച്ചിട്ടുണ്ട്. പട്ടാമ്പി പഞ്ചായത്തിന്റെ വിസ്തീർണ്ണം 32.16 ച കി മീ. ജനസംഖ്യ 22108 (91 ലെ സെൻസസ് പ്രകാരം).

പട്ടാമ്പിയിലെ പ്രസിദ്ധമായ പഴയ സംസ്കൃത വിദ്യാപീഠം കഴിഞ്ഞ പല തലമുറകളുടെയും സംസ്കൃതിയുടെയും പ്രഭവസ്ഥാനം കൂടിയാണ്. ഇന്ന് ഗവൺമെന്റ് സംസ്കൃത കോളേജ്, പട്ടാമ്പി. ഈ പ്രാചീന വിദ്യാപീഠത്തിന്റെ സംസ്ഥാപകനും സർവ്വസ്വവുമായിരുന്ന സംസ്കൃത കുലപതി പുന്നശ്ശേരി നമ്പി നീലകണ്ഠ ശർമ്മയെ കേരള സംസ്കാരത്തിനും പട്ടാമ്പിക്കും ഒരിക്കലും വിസ്മരിക്കാനാവില്ല. പട്ടാമ്പിക്കടുത്തുള്ള പുന്നശ്ശേരി ഇല്ലത്ത് 1858 ൽ ജനിച്ചു. സംസ്കൃത ഭാഷാഭ്യാസനത്തിന് വേണ്ടി അദ്ദേഹം 1888 ൽ സാരസ്വതദ്യോതിനി എന്ന പേരിൽ സമാരംഭിച്ച സംസ്കൃത പാഠശാലയാണ് പില്ക്കാലത്ത് പട്ടാമ്പി സംസ്കൃത കോളേജായി വളർന്നത്. അമ്മന്നൂർ ചാക്യാന്മാരുടെ പൂർവ്വദേശം പട്ടാമ്പിയാണ്.

നാറാണത്ത് ഭ്രാന്തൻ

പട്ടാമ്പിയിൽനിന്ന് അത്രയകലെയല്ലാതെ സ്ഥിതിചെയ്യുന്ന തിരുവേഗപ്പുറയും ഒരു ഗതകാല സംസ്കൃതിയുടെ പ്രഹേളികയെന്നോണം നിലകൊള്ളുന്നു. പട്ടാമ്പി ബ്ലോക്കിൽപ്പെട്ട തിരുവേഗപ്പുറ പഞ്ചായത്തിന്റെ വിസ്തീർണ്ണം 20.46 ച കി മീ. ജനസംഖ്യ 26562(1991). കേരളപ്പഴമയുടെ പവിത്രമായ ഏടുകളിലിന്നും ആലോചനാമൃതമായി അവശേഷിക്കുന്ന ഒന്നാണല്ലോ, പറയി പെറ്റ പന്തിരുകുലം. ആ പന്ത്രണ്ടു മക്കളിലൊരാളായ നാറാണത്തു ഭ്രാന്തന്റെ കർമ്മവേദി ഇവിടെയാണ്. തിരുവേഗപ്പുറപഞ്ചായത്തിലെ 'കൊപ്പ'ത്തിനടുത്തുള്ള

രായിരനല്ലൂർ.

ഒരാൾ വലിയൊരു മലയുടെ താഴ്വാരത്തുനിന്ന് അസാമാന്യ വലിപ്പമുള്ള ഒരു കല്ല് മലമുകളിലേക്ക് അത്യദ്ധ്വാനം ചെയ്ത് ഉരുട്ടിക്കയറ്റുക, മലമുകളിൽ എത്തിച്ചിട്ട് പിടിവിടുക. നിയന്ത്രണമറ്റ, പാറ, സംഹാര ശക്തിയോടെ നിലംപതിക്കുക, അതുകണ്ട് ആഹ്ലാദവായ്പിൽ ആർത്ത് ഉല്ലസിക്കുക. ഇതെന്തു മറിമായമെന്നേ പ്രേക്ഷകർക്ക് തോന്നൂ— വെറും ഭ്രാന്തെന്ന്. അവർ ഭ്രാന്തനെന്ന് മുദ്രയും കുത്തി— നാറാണത്തു ഭ്രാന്തൻ. പക്ഷേ, ജ്ഞാനിയും തത്ത്വചിന്തകനുമായിരുന്ന അദ്ദേഹത്തെ സംബന്ധിച്ചിടത്തോളം ഈ കല്ലുരുട്ടൽ കർമ്മത്തിന് അവ്യാഖ്യേയമായ അനേകം അർത്ഥതലങ്ങൾ കണ്ടെത്താൻ കഴിഞ്ഞിരിക്കണം.

തെക്കുനിന്നും വടക്കോട്ടുള്ള ബസ് യാത്രയിൽ പട്ടാമ്പി ടൗണിന് വലംവച്ച് വീണ്ടും വടക്കോട്ട് പോകുന്ന ബസ് ഏതാനും കി മീ പിന്നിടുമ്പോൾ ഗ്രാമീണ ഭംഗികളെ മെല്ലെ മെല്ലെ പിന്നിലാക്കി നാഗരികഭാവങ്ങൾ തലകാട്ടി തുടങ്ങുന്നു.

പെരിന്തൽമണ്ണ ടൗൺ

പെരിന്തൽമണ്ണ താലൂക്കിന്റെ ആസ്ഥാനമായ ആ നാൽക്കവലയിൽ കുറെ തിക്കും തിരക്കുമുണ്ട്. ജങ്ഷനോട് തൊട്ട് റോഡിൽ നിന്നല്പം ഉയർന്ന് സ്ഥിതിചെയ്യുന്ന വിസ്തൃതമായ മൈതാനത്തിൽ ട്രാവലേഴ്സ് ബംഗ്ലാവും മറ്റ് പല പൊതുസ്ഥാപനങ്ങളും ഉണ്ട്. പ്രൈവറ്റ് ബസുകളുടെ കേന്ദ്രമാണ് ആ കവല. നാനാ ദിക്കിലേക്കുമുള്ള ബസ് സർവ്വീസുകൾ പെരിന്തൽമണ്ണയെ കേന്ദ്രമാക്കിയിട്ടുണ്ട്. സ്റ്റേറ്റ് ട്രാൻസ്പോർട്ട് ബസ് സ്റ്റാൻഡ് കുറച്ചകലെ മാറിയാണ്. ജങ്ഷനിൽനിന്ന് ഒരു ഫർലോങ് അപ്പുറമോ ഇപ്പുറമോ കടന്നാൽ സാക്ഷാൽ വള്ളുവനാടിന്റെ യഥാർത്ഥ ദൃശ്യം കാണാം— നിമ്നോന്നതമായ ഗ്രാമഭൂമികൾ നെൽപ്പാടങ്ങളും കൃഷിത്തോപ്പുകളും നീർച്ചാലുകളും നിറഞ്ഞ കാർഷിക മേഖല.

പഴയ കോവിലകങ്ങൾ

ഇന്നത്തെ പെരിന്തൽമണ്ണ, അങ്ങാടിപ്പുറം പ്രദേശങ്ങൾ പണ്ട് വള്ളുവനാട് എന്ന സ്വതന്ത്രരാജ്യത്തിന്റെ ഭാഗമായിരുന്നു. ചേരമാൻ പെരുമാൾ (1320 -1340) അവസാനകാലത്ത് തിരുവിതാംകൂർ, കൊച്ചി, വള്ളുവനാട്, കുറുമ്പ്രനാട് കോലത്തുനാട് എന്നീ അഞ്ചു നാടുകളിലെ പ്രഭുക്കന്മാർക്കായി തന്റെ രാജ്യം വീതിച്ചു കൊടുത്തുവത്രെ. വള്ളുവനാടിന്റെ ഭരണാധികാരി വള്ളുവക്കോനാതിരി എന്ന പേരിൽ അറിയപ്പെട്ടു. അഴിരാഴി, കടന്നമണ്ണ, അരീപ്ര എന്നീ മൂന്ന് കോവിലകങ്ങളിലെ ഏറ്റവും മുതിർന്ന രാജകുടുംബാംഗമാണ് കോനാതിരിയായി അധികാരമേറ്റിരുന്നത്. വളരെക്കാലം മുമ്പെതന്നെ മലബാറിലെ ഏറെ പ്രാധാന്യമുള്ള ഒരു കൊച്ചു പട്ടണമായിരുന്നു, പെരിന്തൽമണ്ണ. ടിപ്പുവിന്റെ പടയോട്ടക്കാലത്തും ബ്രിട്ടീഷ് ഭരണകാലത്തും ഈ സ്ഥലം ഒരു മിലിട്ടറി കന്റോൺ മെന്റായിരുന്നു.

വള്ളുവക്കോനാതിരിയുടെ സേനാനായകനായിരുന്ന കക്കൂത്ത് നായരുടെ അദ്ധ്യക്ഷതയിൽ വർഷന്തോറും ഒരു കായികാഭ്യാസമത്സരം നടത്തിയിരുന്നുവത്രെ. മകരകൊയ്ത്ത് കഴിഞ്ഞ്, അങ്ങാടിപ്പുറം തിരുമാന്ധാം കുന്ന് ഉത്സവത്തിന് മുമ്പായിരുന്നു ഈ മത്സര പരിപാടി. ഈ പെരുന്തല്ലു കാണാൻ ജനങ്ങൾ ഉത്സാഹപൂർവ്വം വന്നെത്തിയിരുന്നുവത്രെ. അങ്ങനെ, പണ്ട് പെരുന്തല്ല് നടന്ന മണ്ണ് (സ്ഥലം) പെരുന്തൽമണ്ണായി തീർന്നുവെന്നാണ് സ്ഥലനാമോല്പത്തി കഥ.

പെരിന്തൽമണ്ണയുടെ കിഴക്കായി സ്ഥിതിചെയ്യുന്ന പാതായ്ക്കര ദേശത്തെ പാതായിക്കര ഇല്ലം, പ്രാക്തന സംസ്കൃതിയുടെ ഉത്തമ നിദർശനമെന്നോണം സ്ഥിതിചെയ്തിരുന്നു. എട്ടേക്കർ വിസ്തീർണ്ണമുള്ള ഇല്ലം വളപ്പും അതിലെ പത്തായപ്പുരമാളികയും നാലുകെട്ടും തെക്കിനിത്തറയിലെ തിരുമാന്ധാം കുന്നിലമ്മയുടെ ശ്രീകോവിലും പെരിന്തൽമണ്ണയുടെ സാംസ്കാരിക പൈതൃകത്തിന്റെ അടിവേരുകൾ തേടിയെത്തുന്നവർക്ക് കൗതുകമുണർത്തുന്നതാണ്. അഞ്ചുനൂറ്റാണ്ടുകൾക്കു മുമ്പ് സാമൂതിരിയുമായുള്ള നിരന്തര സംഘട്ടനത്തിൽ പ്രതാപവും സമൃദ്ധിയും ക്ഷയോന്മുഖമായ ഘട്ടത്തിൽ രാജ്യവിസ്തൃതി ചുരുങ്ങി. വൈദികകർമ്മങ്ങളും മറ്റും നടത്താൻ യോഗ്യരായ ബ്രാഹ്മണ കുടുംബങ്ങൾ ഇല്ലാതായി. അങ്ങനെയാണ് കൊച്ചിയിലെ തലപ്പിള്ളി താലൂക്കിൽനിന്ന് രണ്ട് ബ്രാഹ്മണ കുടുംബങ്ങളെ ഇവിടെ കൊണ്ടുവന്ന് കുടിയിരുത്തിയത്; ഒന്ന് പാതായിക്കരയിലും, മറ്റൊന്ന് ഏലംകുളത്തും (മുതുക്കുറിശ്ശി മന). വള്ളുവക്കോനാതിരിയുടെ അരിയിട്ടു വാഴ്ച (സ്ഥാനാരോഹണം) നടത്താനുള്ള അവകാശം പാതായിക്കര നമ്പൂതിരിമാർക്കാണ്.

കാർഷിക കലാപങ്ങൾ

1920 കളിൽ വള്ളുവനാട്ടിൽ (ഏറനാട്ടിൽ) അരങ്ങേറിയ കാർഷിക കലാപങ്ങൾ അരങ്ങേറി. (മാപ്പിള ലഹള) അക്കാലത്തു പെരിന്തൽമണ്ണയിലെ സർക്കാർ ഖജനാവ് കൊള്ളയടിക്കപ്പെട്ടു; റോഡുകളിലെമ്പാടും കറൻസി നോട്ടുകൾ ചിതറിക്കിടക്കുകയും ചെയ്തിരുന്നുവത്രെ. സ്വാതന്ത്ര്യസമര പ്രക്ഷോഭണങ്ങളിലും ദേശീയസമരങ്ങളിലും പങ്കെടുത്തിരുന്ന ധീരദേശാഭിമാനികൾ ഏറെ ഇവിടെയുണ്ടായിരുന്നു. കല്ലിങ്ങൽ കണ്ണുസാഹിബ്, വെള്ളഞ്ചോല കുഞ്ഞയമു നെച്ചിയിൽ മൊയ്തീൻ കുട്ടി സാഹിബ്, ചെങ്ങറ മാധവത്തരകൻ, തേവർത്തരകൻ, ഇ പി ഗോപാലൻ എന്നിങ്ങനെ ഒരു നീണ്ടനിര തന്നെ അക്കൂട്ടത്തിലുണ്ട്. 1954 മുതൽ പെരുന്തൽമണ്ണ മേജർ പഞ്ചായത്തായി രൂപാന്തരപ്പെട്ടു.

പൂന്താനം

ഈ വള്ളുവനാടൻ പ്രദേശങ്ങൾ കേരളത്തിന്റെ സാംസ്കാരിക രംഗത്തും രാഷ്ട്രീയരംഗത്തും മായാത്ത വ്യക്തിമുദ്ര പതിപ്പിച്ച ഒട്ടേറെ മഹാരഥന്മാരുടെ ജന്മദേശവും കർമ്മഭൂമിയുമായിരുന്നു.കേരളീയ സാമൂഹ്യ ജീവിതത്തിൽ ആദ്ധ്യാത്മിക പ്രഭാപൂരം ചൊരിഞ്ഞ ഭക്തകവി പൂന്താനം നമ്പൂതിരിയും അനന്തരകാലത്ത് കേരള രാഷ്ട്രീയത്തിൽ സ്വന്തം ധിഷണാശക്തിയുടെ തീക്ഷ്ണതകൊണ്ട് സവ്യസാചിയായി പരിലസിച്ച മാർക്സിസ്റ്റ് ചിന്തകനായ സ. ഇ എം എസ് നമ്പൂതിരിപ്പാടും വള്ളുവനാട്ടിലെ രണ്ട് കാലഘട്ടങ്ങളെയും രണ്ട് ചിന്താപദ്ധതികളെയും പ്രതിനിധീകരിക്കുന്നു.

ജ്ഞാനപ്പാന എന്ന വിശ്വപ്രസിദ്ധകാവ്യകൃതിയിലൂടെ നിത്യസ്മരണീയനായ പൂന്താനം പെരിന്തൽമണ്ണയ്ക്കടുത്തുള്ള പൂന്താനം ഇല്ലത്തു ജനിച്ചു. ഈ അനുഗൃഹീത കവിശ്രേഷ്ഠൻ എ ഡി 1560 നും 1648 നും മദ്ധ്യേ ജീവിച്ചിരുന്നുവെന്നാണ് അഭിജ്ഞമതം. ജ്ഞാനപ്പാനയ്ക്കു പുറമേ, *ശ്രീകൃഷ്ണ കർണ്ണാമൃതം, സന്താനഗോപാലം* തുടങ്ങിയ കൃതികളും പൂന്താനത്തിന്റേതായിട്ടുണ്ട്. പൂന്താനത്തിന്റെ ജന്മഗൃഹം സംസ്ഥാന ഗവൺമെന്റ് ഏറ്റെടുത്ത് സംരക്ഷിച്ചു പോരുന്നു.

കേരളത്തിലെ കമ്യൂണിസ്റ്റ് പ്രസ്ഥാനത്തിന്റെ സ്ഥാപക നേതാക്കളിൽ ഒരാളായ ഇ എം ശങ്കരൻ നമ്പൂതിരിപ്പാട് പെരിന്തൽമണ്ണയ്ക്ക് സമീപമുള്ള ഏലംകുളം പഞ്ചായത്തിൽ ഏലംകുളം മനയിൽ 1909 ജൂൺ 14 ന് ജനിച്ചു. പാരമ്പര്യപ്രകാരമുള്ള സംസ്കൃത വിദ്യാഭ്യാസത്തിനു ശേഷം പാലക്കാട്, തൃശ്ശൂർ എന്നിവിടങ്ങളിൽ വിദ്യാഭ്യാസം തുടർന്നു. 1932 ൽ കോൺഗ്രസിന്റെ സിവിൽ നിയമലംഘന പ്രസ്ഥാനത്തിൽ ചേരാൻ വേണ്ടി പഠിപ്പ് ഉപേക്ഷിച്ചു. 1941 മുതൽ കമ്യൂണിസ്റ്റ് പാർട്ടിയുടെ കേന്ദ്രകമ്മിറ്റിയംഗം. 1957 ലും 1967 ലും കേരളത്തിലെ കമ്യൂണിസ്റ്റ് മന്ത്രിസഭയിൽ മുഖ്യമന്ത്രിയായിരുന്നു. രാഷ്ട്രതന്ത്രജ്ഞൻ, ഗ്രന്ഥകാരൻ സാമൂഹ്യ പരിഷ്കർത്താവ് എന്നീ നിലകളിൽ അറിയപ്പെടുന്ന ഇ എം എസ് ഒട്ടേറെ ഗ്രന്ഥങ്ങൾ രചിച്ചു. 1998 ൽ അന്തരിച്ചു.

ഇന്ന്, പുതുമകൾ വാരിയണിഞ്ഞ് നില്ക്കുന്ന പെരിന്തൽമണ്ണ ടൗണിൽനിന്ന് വീണ്ടും വടക്കോട്ട് നഗരപ്രാന്തങ്ങൾ പിന്നിടുമ്പോൾ തന്നെ വള്ളുവനാടൻ ഗ്രാമഭംഗി വരവേല്ക്കുകയായി. കഷ്ടിച്ച് നാലഞ്ചു കി മീ പിന്നിടുമ്പോൾ അങ്ങാടിപ്പുറം പഞ്ചായത്ത് പ്രദേശം—തിരുമാന്ധാം കുന്ന്. ഈ ഗ്രാമമേഖല പഴയൊരു രാജ്യതലസ്ഥാനമാണെന്ന് ഇന്നാരും ഒറ്റനോട്ടത്തിൽ മനസ്സിലാക്കിയെന്ന് വരില്ല. വള്ളുവക്കോനാതിരിയുടെ രാജകീയ തലസ്ഥാനമായിരുന്നു ഈ (വെള്ളാട്ടങ്ങാടി) അങ്ങാടിപ്പുറം. പണ്ട് വള്ളുവക്കോനാതിരിയുടെ രാജ്യത്തിൽപ്പെട്ടിരുന്ന ഭൂപ്രദേശങ്ങളാണവ. കിഴക്ക് പന്തലൂർമ്മല, വടക്ക് ആനക്കയം പുഴ, തെക്ക് പുലാമന്തോൾ പുഴ, പടിഞ്ഞാറ് മലപ്പുറം പാണ്ട് കുന്നുകൾ എന്നീ അതിർത്തികൾക്കുള്ളിൽ ഒതുങ്ങിനിന്ന വള്ളുവനാടിന്റെ ഈ പഴയ ആസ്ഥാനം ഇന്ന് അനാഥമാണ്. കുറുവകോവിലകമായിരുന്നു രാജകീയാസ്ഥാനം.

തിരുമാന്ധാം കുന്ന്

വള്ളുവക്കോനാതിരിക്കെതിരെ സാമൂതിരി നിരന്തരമായ ആക്രമണമാരംഭിച്ചതോടെയാണ് ആ രാജശക്തി ക്ഷയിച്ചു തുടങ്ങിയത്. രാജ്യവിസ്തൃതി കുറഞ്ഞ് അധികാരങ്ങളും അവകാശങ്ങളും നഷ്ടപ്പെട്ടു. പക്ഷേ, ചരിത്രപ്രസിദ്ധമായ തിരുനാവായിൽ പന്ത്രണ്ടു വർഷത്തിലൊരിക്കൽ നടത്തിയിരുന്ന മാമാങ്കത്തിന്റെ (ചേരമാൻ പെരുമാൾ കനിഞ്ഞു നല്കിയ അവകാശം) രക്ഷാപുരുഷനെന്ന നിലയ്ക്ക് സാമന്തന്മാരുടെയും ജനകോടികളുടെയും മദ്ധ്യേ നിലപാട് നില്ക്കാനുള്ള അവകാശം കൂടി നഷ്ടപ്പെട്ടപ്പോൾ വള്ളുവനാട് ഉടമയുടെ പ്രതാപമെല്ലാം അസ്തമിച്ചു. പക്ഷേ, അഭിമാനധനനായ കോനാതിരിയുടെ ആത്മവീര്യത്തെ തളർത്താൻ ആ പരാജയത്തിനു കഴിഞ്ഞില്ല. ഓരോ മാമാങ്കത്തിലും നിലപാടു നില്ക്കുന്ന സാമൂതിരിയെ വെട്ടിക്കൊല്ലാൻ ചാവേർ വീരന്മാരെ നിയോഗിക്കുക പതിവായിരുന്നു. അവശേഷിച്ച രാജ്യത്തിനുള്ളിൽ വച്ച് സ്വന്തം നിലയിൽ മാമാങ്കം നടത്താനും വള്ളുവക്കോനാതിരി നിശ്ചയിച്ചു. പെരിന്തൽമണ്ണ ജങ്ഷനിൽനിന്ന് കോഴിക്കോട്ടേക്കുള്ള റോഡിൽ എതാണ്ട് ഒന്നര കി മീ അകലെയുള്ള അങ്ങാടിപ്പുറം ജങ്ഷനിൽനിന്ന് കഷ്ടിച്ച് നൂറുമീറ്റർ ഉള്ളിലായി സ്ഥിതിചെയ്യുന്ന അതിപുരാതന ക്ഷേത്രമാണ് തിരുമാന്ധാം കുന്ന് ഭഗവതി ക്ഷേത്രം. കൂറ്റൻ അരയാൽ വൃക്ഷങ്ങളെമ്പാടും തണൽ വിരിച്ച് താലവൃന്ദങ്ങൾ വീശിനില്ക്കുന്ന ക്ഷേത്രസങ്കേതം. മുഖമണ്ഡപവും വിശാലമായ ചുറ്റമ്പലവും ചിത്രാങ്കിതമായ ശ്രീകോവിലുമെല്ലാം ചേർന്ന പ്രാചീനവും വിപുലവുമായ ക്ഷേത്ര സമുച്ചയം, ദേവീ ക്ഷേത്രം— തിരുമാന്ധാം കുന്നിലമ്മ. വള്ളുവക്കോനാതിരിയുടെ ഭരദേവത. ചെറിയൊരു കുന്നിൻ മുകളിൽ സ്ഥിതിചെയ്യുന്ന പ്രസ്തുത ക്ഷേത്രത്തിന്റെ തെക്കെ നടയ്ക്ക് സമീപം കാണുന്ന കരിങ്കൽ തറയാണ് വള്ളുവനാട്ടരചൻ പിന്നീട് മാമാങ്കത്തിന്റെ നിലപാട് തറയായി ഉപയോഗിച്ചത്. വേഷഭൂഷാദികളണിഞ്ഞ് ആയുധധാരിയായി ഈ നിലപാടു തറയിൽ കയറിനിന്നു കൊണ്ടാണ് വള്ളുവനാട്ടരചനോ പ്രതിപുരുഷനോ ചാവേർപ്പടയെ ആശീർവ്വദിച്ചിരുന്നത്. മാമാങ്കത്തിന്റെ അധീശത്വമുണ്ടായിരുന്ന കാലത്തും അതേ തറയിൽനിന്നാണ് വള്ളുവക്കോനാതിരി മാമാങ്കത്തിന് പുറപ്പെട്ടിരുന്നത്. മാമാങ്കാവകാശം നഷ്ടപ്പെട്ടതോടെ തിരുമാന്ധാം കുന്ന് ക്ഷേത്രത്തിൽ ഓരോ വർഷവും 'പൂരമഹോത്സവം' ഏർപ്പെടുത്തുകയും പൂരപ്പറമ്പിന്റെ മേലെ നടയിൽ കരിങ്കൽ തറയിൽ നിലപാട് നില്ക്കുകയും

ചെയ്തിരുന്നു. ആദ്യ മാമാങ്കത്തിനനുസരിച്ച് പന്ത്രണ്ടു കൊല്ലത്തിലൊരിക്കൽ എന്ന തോതിൽ നടത്തിവന്നിരുന്ന പൂരാഘോഷം, അനന്തരകാലത്ത് വർഷന്തോറും ആഘോഷിച്ചു തുടങ്ങി. ആദ്യം, പൂരക്കാലങ്ങളിൽ വള്ളുവക്കോനാതിരിയുടെ പ്രതിപുരുഷനെന്ന നിലയിൽ തിരുമാന്ധാം കുന്നിൽ ആറാട്ടുകടവിലെ ചെമ്പകത്തറയിൽ ഉടുത്തൊരുങ്ങി ഉടവാളുമായി കയറിനിന്ന് കാവട നായർ (വെള്ളാട്ടിരിയുടെ പ്രതിപുരുഷൻ) നിലപാടു നില്ക്കുകയും പതിവായിരുന്നു. നിലപാടു നിന്നു കഴിഞ്ഞാൽ നാട്ടിലെവിടെയെങ്കിലും ആർക്കെങ്കിലും വല്ല ആക്ഷേപവുമുണ്ടായാൽ അതവിടെ ബോധിപ്പിക്കണമെന്നാണ് നിശ്ചയം. അവിടെ ബോധിപ്പിക്കപ്പെട്ട ഏതാക്ഷേപവും തീർക്കാൻ വള്ളുവക്കോനാതിരി ബാദ്ധ്യസ്ഥനാണ്. തിരുമാന്ധാം കുന്നിലെ മീനമാസത്തിലെ പൂരോത്സവം മലബാറിലെ പതിനായിരക്കണക്കിന് ഭക്തജനങ്ങളെ ആകർഷിക്കാൻ പര്യാപ്തമാണ്. എട്ടുവീട്ടിലച്ചന്മാർ എന്ന നാട്ടുപ്രമാണിമാർ മുഖേനയാണ് വള്ളുവക്കോനാതിരി രാജ്യഭരണം നിർവ്വഹിച്ചിരുന്നത്.

ഇന്ന് അങ്ങാടിപ്പുറം

വള്ളുവക്കോനാതിരിയില്ല ഇന്ന്. തിരുമാന്ധാം കുന്ന് ക്ഷേത്രനടയിൽ രാജാവിന്റെ പ്രതിപുരുഷനായി നിലപാടു നിന്ന് ജനങ്ങളുടെ സങ്കടങ്ങൾ നേരിട്ട് കേട്ട് പരിഹാര നടപടികൾ സ്വീകരിക്കുന്ന പതിവുമില്ല. തിരുമാന്ധാം കുന്ന് ക്ഷേത്രം മാത്രമുണ്ട് ആ പഴയകാലത്തെ പ്രതിനിധീകരിക്കാൻ. മാറി മാറിവന്ന ഭരണക്രമത്തിൽ പ്രശ്നബഹുലമായ വള്ളുവനാടൻ ഭൂമിയുടെ രൂപത്തിലും ഭാവത്തിലും എന്തെന്തു മാറ്റങ്ങളാണ് സംഭവിച്ചിട്ടുള്ളത്. പെരിന്തൽമണ്ണ, മങ്കട എന്നീ വികസന ബ്ലോക്കുകളിൽപ്പെട്ട പ്രദേശങ്ങളാണവ. വള്ളുവനാട് രാജസ്വരൂപത്തിന്റെ ആസ്ഥാനമായിരുന്ന വെള്ളാട്ടങ്ങാടി ഇന്ന് അങ്ങാടിപ്പുറം പഞ്ചായത്തിന്റെ ആസ്ഥാനമാണ്. അന്നും ഇന്നുമുണ്ട് അങ്ങാടി. പഴയഗ്രാമവൃദ്ധന്മാർക്ക് ഈ സ്ഥലം ഇന്നും വെള്ളാട്ടങ്ങാടി തന്നെ. പഴയകാലത്തെ അങ്ങാടി ഒരു ചെറു പട്ടണമായി രൂപാന്തരപ്പെട്ടിരിക്കുകയാണിപ്പോൾ. ചരിത്രമുറങ്ങുന്ന തിരുമാന്ധാം കുന്ന് ക്ഷേത്രവും ചാവേർതറയും തളിയും കോട്ടപ്പറമ്പും അല്പാക്കുളവും ചാവേർക്കാടുമെല്ലാം. അങ്ങാടിപ്പുറം പഞ്ചായത്തിലുൾപ്പെടുന്നു. പഞ്ചായത്തിന്റെ വിസ്തീർണ്ണം 36.74 ച കി മീ. ജനസംഖ്യ 41464.

തിരുനാവായിലെ നിലപാടുതറയിൽ ഉടവാളുമായി മാമാങ്കത്തിന്റെ അദ്ധ്യക്ഷസ്ഥാനം അലങ്കരിച്ച വള്ളുവക്കോനാതിരിയെ സാമൂതിരിയുടെ പടയാളികൾ ശിരച്ഛേദം ചെയ്തു. സാമൂതിരിയുടെ വൻപടയ്ക്കെതിരെ യുദ്ധം ചെയ്ത് വിജയിക്കുക അസാദ്ധ്യമാണെന്നറിഞ്ഞിട്ടും വെള്ളാട്ടരചന്മാർ മാമാങ്കനാളിൽ നിലപാടുതറയിൽ ഞെളിഞ്ഞിരിക്കാൻ സാമൂതിരിയെ അനുവദിക്കില്ലെന്ന് ദൃഢപ്രതിജ്ഞയെടുത്തു. സ്വന്തം നാടിന്റെ അഭിമാനം സംരക്ഷിക്കാൻ വേണ്ടി ജീവൻ ബലിയർപ്പിക്കുന്നതിന് വള്ളുവനാടിന്റെ ചാവേർപ്പട സന്നദ്ധമായി. അതത്രെ മാമാങ്കത്തിന്റെ തുടർക്കഥ. കേരള ചരിത്രത്തിൽ അനന്യമായ ധീരതയും പ്രതിജ്ഞാബദ്ധതയും ദേശാഭിമാനവും മുറുകെപ്പിടിച്ച വള്ളുവക്കോനാതിരിമാർ, ഒരിക്കലും മറ്റ് നാട്ടുരാജ്യങ്ങളെ ആക്രമിച്ചിരുന്നില്ലെന്നത് വേറിട്ടു നില്ക്കുന്ന ഒരു വസ്തുതയാണ്.

വള്ളുവനാടിന്റെ സമരപാരമ്പര്യം മറ്റൊരു രൂപത്തിൽ പ്രത്യക്ഷപ്പെട്ട സംഭവപരമ്പരകളാണ് പില്ക്കാലത്ത് 1921 ൽ ഈ പ്രദേശങ്ങളിൽ നടന്ന മലബാർ കലാപം. അന്ന്, ലഹളയൊതുക്കാൻ ഒരുമ്പെട്ടിറങ്ങിയ വെള്ളപ്പട്ടാളത്തിന്റെ വഴിമുടക്കാൻ വേണ്ടി 'ഓരാടം പാലം' പൊളിച്ച സംഭവം ഈ പഞ്ചായത്തിലാണ് നടന്നത്. ലഹളയ്ക്കിടയിൽ തൊട്ടടുത്ത പട്ടണമായ പെരിന്തൽമണ്ണയിലെ പൊലീസ് സ്റ്റേഷൻ, മജിസ്ട്രേട്ട് കോടതി, ഖജനാവ് എന്നിവ കലാപകാരികൾ ആക്രമിക്കുകയും പിടിച്ചെടുക്കുകയും ചെയ്തു. കൃഷിയും ബന്ധപ്പെട്ട തൊഴിലുകളുമായിരുന്നു, സാധാരണക്കാരായ ഗ്രാമീണരുടെ ഉപജീവനമാർഗ്ഗം. ഭൂസ്വത്തുക്കളിൽ 90 ശതമാനവും വൻകിട ജന്മിമാരുടെതായിരുന്നു. പാട്ടവ്യവസ്ഥിതിയിലായിരുന്നു കൃഷി. പില്ക്കാലത്തുണ്ടായ കാർഷിക പരിഷ്കരണ സമ്പ്രദായങ്ങൾ ഭൂവുടമാസമ്പ്രദായത്തിന് ഗണ്യമായ മാറ്റം വരുത്തി.

പഴയ വള്ളുവനാട്

ആഭിജാത്യത്തെയും പാരമ്പര്യത്തെയും മുറുകെ പിടിച്ചുകൊണ്ട് പുതുമയുടെ നേർക്ക് പുറംതിരിഞ്ഞു നില്ക്കുന്നവരാണ്, മുതിർന്ന തലമുറയിൽ ഭൂരിഭാഗവും. പുതിയ തലമുറ വികസന പ്രവർത്തനങ്ങളോട് കൂറുള്ളവരാണ്. നൂറ്റാണ്ടുകളുടെ തുരുമ്പുപിടിച്ച സാമൂഹ്യ-സാമ്പത്തിക-കാർഷിക മേഖലകളിൽ ഒരു പുതിയ കാർഷിക-സാമൂഹ്യ വിപ്ലവത്തിന്റെ ഓജസ്സുള്ള വിത്തുകൾ പൊട്ടിമുളച്ചു വളർന്നു പടർന്നു തുടങ്ങിയിട്ടുണ്ട്.

1950 കളിലാണ് പഞ്ചായത്തിന്റെ മലയോരപ്രദേശങ്ങളിൽ തെക്കുനിന്നും 'ചേട്ടന്മാർ' (കുടിയേറ്റ കർഷകർ) വന്നത്. അവർ മലമ്പ്രദേശങ്ങൾ വാങ്ങി, പ്രതികൂല സാഹചര്യങ്ങളെയും വന്യമൃഗങ്ങളുടെയും നേരിട്ട് അത്യദ്ധ്വാനത്തിലൂടെ കൃഷി ഭൂമിയാക്കി മാറ്റി. ഈ കുടിയേറ്റ കർഷകർ ഇവിടെ പുതിയൊരു കാർഷിക സംസ്കാരം വളർത്തിയെടുത്തു. കൃഷിയെന്നാൽ നെൽകൃഷി മാത്രമല്ലെന്ന് അവർ മറ്റുമുള്ളവരെ പഠിപ്പിച്ചു. മണ്ണിൽ തെങ്ങ്, കവുങ്ങ്, കുരുമുളക്, മരിച്ചീനി എന്നിവ ലാഭകരമായി കൃഷി ചെയ്തു തുടങ്ങി. അങ്ങാടിപ്പുറത്തെ പൗരമുഖ്യനായിരുന്ന ശേഷു അയ്യരുടെയും ഗിൽബർട്ട് ഗോൺസാൽവസ് എന്ന ക്രിസ്ത്യൻ പുരോഹിതന്റെയും നേതൃത്വത്തിൽ ആയിരത്തിലേറെ തദ്ദേശീ

യർ ശ്രമദാനത്തിലൂടെ കഠിനാദ്ധ്വാനം ചെയ്ത് നിർമ്മിച്ച അങ്ങാടിപ്പുറം—പരിയാരം റോഡ് പുതിയൊരു വികസന സംസ്കാരത്തിന് നാന്ദികുറിച്ചു.

കോട്ടപ്പറമ്പ് സ്കൂൾ ആണ് ഈ പഞ്ചായത്തിലെ ആദ്യ വിദ്യാഭ്യാസ സ്ഥാപനം. ഈ സ്കൂളിന് 100 വർഷത്തിലേറെ പഴക്കമുണ്ട്. അമ്പതുകളിലാരംഭിച്ച അങ്ങാടിപ്പുറം ദേശസേവിനി വായനശാലയും തീരുകാട് വിജയൻ സ്മാരക വായനാശാലയും സാംസ്കാരിക രംഗത്ത് നിസ്തുല സേവനമനുഷ്ഠിക്കുന്നു.

ചരിത്രപ്രസിദ്ധമായ തിരുമാന്ധാം കുന്ന് ക്ഷേത്രത്തിലെ പതിനെട്ടു ദിവസം നീണ്ടുനില്ക്കുന്ന 'അങ്ങാടിപ്പുറം പൂരം' വള്ളുവനാടിന്റെ ദേശീയോത്സവമാണ്. ഭക്തമഹാകവി പൂന്താനം പ്രതിഷ്ഠ നടത്തിയ ഇടത്തുപുറം ശ്രീകൃഷ്ണക്ഷേത്രം ധാരാളം ഭക്തജനങ്ങളുടെ ഒരു തീർത്ഥാടന കേന്ദ്രമാണ്. പുത്തനങ്ങാടിയിലെ മുസ്ലിം ദേവാലയവും സവിശേഷതകളാൽ പ്രത്യേകം ശ്രദ്ധിക്കപ്പെടുന്നു.

സാഹിത്യത്തിലും വിവിധ കലകളിലും അങ്ങാടിപ്പുറത്തിന്റെ പാരമ്പര്യം ശ്രദ്ധേയമാണ്. *ജ്ഞാനപ്പാന*യുടെ കർത്താവായ ഭക്തകവി പൂന്താനത്തിന്റെ സാഹിത്യസൃഷ്ടികളുടെ ഈറ്റില്ലമാണ് അങ്ങാടിപ്പുറം. പ്രശസ്ത സാഹിത്യകാരനായ നന്തനാരുടെ ജന്മദേശമാണ് അങ്ങാടിപ്പുറം. ലോകപ്രശസ്ത സോപാനസംഗീതജ്ഞൻ രാമപ്പൊതുവാളുടെ ജന്മം കൊണ്ട് ധന്യമാണീ സ്ഥലം. കഥകളിയിൽ തനതു ശൈലി ആവിഷ്കരിച്ച കൂട്ടിൽ കുഞ്ഞൻ മേനോൻ മദ്ദളവിദ്വാൻ കലാമണ്ഡലം നാരായണൻ നമ്പീശൻ, തായമ്പക വിദഗ്ദ്ധൻ സദനം വാസുദേവൻ, കൃഷ്ണദാസ് - ഹരിദാസ് സഹോദരന്മാർ എന്നിവരും ഇന്നാട്ടുകാരാണ്...

മലപ്പുറത്തിനു തെക്കായി അങ്ങാടിപ്പുറത്തിനപ്പുറം സ്ഥിതിചെയ്യുന്ന കൂട്ടിലങ്ങാടി പഞ്ചായത്തും വള്ളുവനാടൻ സംസ്കാരത്തിന്റെ തനിമകളുൾക്കൊള്ളുന്ന ഭൂപ്രദേശങ്ങളാണ്. കൂട്ടിലങ്ങാടി, മങ്കട, പള്ളിപ്പുറം എന്നീ അംശങ്ങൾ ചേർന്നതാണ് കൂട്ടിലങ്ങാടി പഞ്ചായത്ത്.

പൂങ്കടി മന

മുൻകാലങ്ങളിൽ മൂന്ന് കോവിലകങ്ങളുടെയും രണ്ടോ മൂന്നോ പുരാതനക്ഷേത്രങ്ങളുടെയും ചുരുക്കം ചില നമ്പൂതിരി ഇല്ലങ്ങളുടെയും അധീനതയിലായിരുന്നു, കൃഷിഭൂമിയിലേറിയ കൂറും. മങ്കട, ആയിരനേഴി തുടങ്ങിയ കോവിലകങ്ങളും മേതൃക്കോവിൽ, തിയ്യാടിക്കാവ് എന്നിങ്ങനെയുള്ള ദേവാലയങ്ങളും വെളുത്തേമന കടക്കോട്ടിൽ, പെരുമ്പള്ളി, കല്ലിൽ തുടങ്ങിയ ഇല്ലങ്ങളുമാണ് ഭൂരിഭാഗവും കൈയടക്കി വച്ചിരുന്നത്. ജന്മിയിൽനിന്ന് ചാർത്തി വാങ്ങിയ കൃഷിഭൂമികളിൽ കഠിനാദ്ധ്വാനം ചെയ്ത് വിളയിക്കുന്ന ഉല്പന്നങ്ങളിൽ ഭൂരിഭാഗവും ജന്മിക്ക് കാണമായി നല്കി, ദുരിതമനുഭവിച്ചിരുന്ന നാനാ ജാതി മതസ്ഥരായ വള്ളുവനാടൻ കർഷകർക്ക് പുതിയ ഭൂനിയമങ്ങൾ പില്ക്കാലത്ത് ആശ്വാസകരമായി. മലബാർ കലാപത്തിന്റെ തിക്താനുഭവങ്ങൾ അയവിറക്കുന്ന ഭൂവിഭാഗമാണ് കൂട്ടിലങ്ങാടി പഞ്ചായത്ത്. അജ്ഞാതമായ ഏതോ യുദ്ധങ്ങളെ അനുസ്മരിപ്പിക്കും വിധമുള്ള ചെല്ലൂരിലെ കോട്ടയുടെ അവശിഷ്ടങ്ങളും പടിഞ്ഞാറ്റുംമുറിയിലെ അജ്ഞാത ഗുഹാമാർഗ്ഗവും ഉപരി ഗവേഷണമാവശ്യപ്പെടുന്ന ചരിത്രവസ്തുതകളായി ഈ പഞ്ചായത്തിൽ നിലകൊള്ളുന്നു.

ദേശീയ പ്രാധാന്യം നേടിക്കഴിഞ്ഞ മഹത്തായ ഒരു മാനസിക രോഗ ചികിത്സാകേന്ദ്രം കൂട്ടിലങ്ങാടി പഞ്ചായത്തിന് അഭിമാനിക്കാൻ വക നല്കുന്നു. പഞ്ചായത്തിലെ വള്ളിക്കാപ്പറ്റയിൽ പൂങ്കടി മനോരോഗ ചികിത്സാലയമാണുള്ളത്. ആയുർവ്വേദ ചികിത്സയുടെ അത്ഭുതസിദ്ധികൾ കൊണ്ട് മനോരോഗം മാറ്റിയെടുക്കുന്ന പ്രഗത്ഭരും പ്രശസ്തരുമായ ഭിഷഗ്വരന്മാരുടെ ആത്മാർത്ഥമായ ചികിത്സാവിധികളിലൂടെയും സാന്ത്വനപൂർണ്ണമായ പരിചരണത്തിലൂടെയും എത്ര കടുത്ത മനോരോഗിയേയും സുഖപ്പെടുത്താൻ ഈ വൈദ്യ കുടുംബത്തിന് കഴിയുന്നു. കൂട്ടിലങ്ങാടി പഞ്ചായത്തിൽ മഞ്ചേരി-പെരിന്തൽമണ്ണ റൂട്ടിൽ, വള്ളിക്കാപ്പറ്റയിൽ റോഡരികിൽ സ്ഥിതിചെയ്യുന്ന അതിവിശാലമായ മതിൽക്കെട്ടിനുള്ളിലെ പൂങ്കടി നാരായണത്ത് മനയാണിത്. ഈ മനയിലെ അംഗങ്ങൾ നാറാണത്തു ഭ്രാന്തന്റെ വംശപരമ്പരയാണെന്ന് കരുതപ്പെടുന്നു. നിത്യേനയെന്നോണം നൂറു കണക്കിന് മനോരോഗികൾ ഇവിടെ ചികിത്സ തേടിയെത്തുന്നു. മനയിൽത്തന്നെ പാർപ്പിച്ച് ചികിത്സ നടത്തപ്പെടുന്ന അന്തേവാസികളുമുണ്ട്. ഔഷധ വിധികൾക്കു പുറമേ തിരിയുഴിച്ചിലും മന്ത്രതന്ത്രങ്ങളും പ്രയോജനപ്പെടുത്തുന്നു. രോഗികളോട് പുലർത്തുന്ന സഹാനുഭൂതി കലർന്ന സമീപനം പൂങ്കടിമനയിലെ സവിശേഷതയാണ്.

61

പൊന്നാനി

ആയിരത്തിത്തൊള്ളായിരത്തി അറുപത്തിനാല്. ഒരു ധനുമാസപ്പുലരി. ഗുരുവായൂരമ്പലത്തിലെ 'വാകച്ചാർത്തി'നുമുമ്പ്, അവർ എന്നെ വിളിച്ചുണർത്തി. വാച്ചിൽ നോക്കി. മണി മൂന്ന്. കൂട്ടുകാരുടെ നിർബ്ബന്ധത്തിനു വഴങ്ങി കുളിച്ചെന്നു വരുത്തി. അമ്പലത്തിലേക്കു നടന്നു. കൂരിരുട്ടിൽ ഇടവഴികളിലൂടെ നടന്നെത്തുകയാണ് ഭക്തജനങ്ങൾ - പല പ്രായത്തിലുള്ള സ്ത്രീ പുരുഷന്മാർ. ആ തേജോമണ്ഡലത്തെ ഒന്നു കൺകുളിർക്കെ കാണുന്നതിനായി രാത്രിയുടെ അന്ത്യയാമത്തിൽ ആയിരക്കണക്കിനു ഭക്തജനങ്ങൾ ഇടനാഴിയിലൂടെ തിക്കിത്തിരക്കി ഞെങ്ങിഞെരുങ്ങി മുന്നോട്ടു തള്ളപ്പെടുന്നു. തള്ളും തടവും തഴുകലുമെല്ലാമുണ്ട്. നട തുറന്നു. വല്ലാത്ത ഒരു ശബ്ദഘോഷം "....കൃഷ്ണാ... ഗോവിന്ദാ... നാരായണാ..." ആകെ ശ്വാസംമുട്ടി ശ്രീകോവിലിനു മുന്നിലെത്തി. കൈകൂപ്പും മുമ്പ് പിന്നാലെ വരുന്നവർ മുന്നോട്ടു തള്ളിമാറ്റും. ഭക്തിഭ്രാന്താണോ ഇത്? അതോ തിരക്കിട്ട കച്ചവടമോ? നല്ലൊരു ശതമാനം ചെറുപ്പക്കാർ മനഃപൂർവ്വം ആ ജനപ്രവാഹത്തിൽ കിടന്ന് പിരളുകയാണ്. തൊട്ടടുത്തു നില്ക്കുന്നവർ രൂപവതികളായിരിക്കണമെന്ന കാര്യത്തിൽ അവർക്കു നിർബ്ബന്ധമുണ്ടെന്നു മാത്രം.

ഹിന്ദുക്കളുടെ പ്രമുഖ ആരാധനാകേന്ദ്രമായ ഗുരുവായൂരമ്പലത്തിൽ നിന്ന് ഒരുവിധത്തിൽ പുറത്തു കടന്നു. ഹിന്ദുമതത്തിന്റെ മുഴുവൻ ഭക്തിയും ശക്തിയും ആ ക്ഷേത്രപരിസരത്തിൽ ഉറഞ്ഞുകൂടി നില്ക്കുന്നതായി തോന്നി.

ക്ഷേത്രത്തിന്റെ പടിഞ്ഞാറെ നടയിലെത്തിയപ്പോൾ പ്രൈവറ്റ് ബസുണ്ട്. ഗുരുവായൂർ-പൊന്നാനി. നല്ല തിരക്കെങ്കിലും കയറിക്കൂടി. വൈകുണ്ഠത്തിൽനിന്ന് 'മെക്ക'യിലേക്ക്. കുന്നംകുളവും തൃത്താലയും പിന്നിട്ട് ഭാരതപ്പുഴയുടെ ദർശനം ഇടയ്ക്കിടെ അനുഭവിച്ചുകൊണ്ട് നാട്ടിൻപുറങ്ങൾ പിന്നിടുമ്പോൾ മതവും സംസ്കാരവും ജീവിതരീതികളും ക്രമേണ മാറി വരുന്നതു ശ്രദ്ധിച്ചു.

തിരക്കൊഴിഞ്ഞ ബസിലെ സൈഡ് സീറ്റിൽ പുലർകാറ്റേറ്റ് ആഹ്ലാദചിത്തനായിരിക്കെ, ഞാൻ ആ സ്ഥലപ്പേരിന്റെ (പൊന്നാനി) മനോഹാരിതയെപ്പറ്റി ചിന്തിച്ചുപോയി. പേരിന്റെ പിന്നിലെ കെട്ടുകഥകളേറെ - ആ പ്രദേശത്തെ പ്രാചീന ക്ഷേത്രങ്ങളിൽ പൊന്നിൽ തീർത്ത ആനകൾ പണ്ട് വഴിപാടായി ലഭിച്ചിരുന്നുവെന്നാണ് ഒരു കഥ - പൊന്നാനകളുടെ നാട് പൊന്നാനി! പൊൻ നാണയങ്ങളുടെ നാട് എന്ന് മറ്റൊരു കഥ. ഇന്ത്യയിലാദ്യമായി അറബി പ്പൊൻനാണയങ്ങൾ വാണിജ്യരംഗത്ത് പ്രചാരത്തിൽ വന്നത് പൊന്നാനിയിലായിരുന്നുവത്രെ. അതിപ്രാചീന കാലത്ത്, പൊന്നൻ എന്നൊരു രാജാവ് ഈ പ്രദേശം വാണിരുന്നതിന്റെ സ്മരണ നിലനിർത്തുന്നതാണ് പൊന്നാനി എന്ന് മറ്റൊരു ഐതിഹ്യവും നിലവിലുണ്ട്.

തുറമുഖ പട്ടണം

കഥകളെന്തായാലും അതിപ്രാചീനകാലം മുതൽക്കേ, പശ്ചിമ തീരത്തെ തുറമുഖ പട്ടണങ്ങളിലൊന്നായിരുന്നു പൊന്നാനിയെന്നത് ചരിത്ര വസ്തുത. ക്രിസ്ത്വബ്ദം ഒന്നാം ശതകത്തിൽ, ഗ്രീക്ക് ഭാഷയിൽ രചിക്കപ്പെട്ട *എരിത്രിയൻ കടലിലെ, പെരിപ്ലസ്* എന്ന പ്രാചീന ഗ്രന്ഥത്തിൽ സൂചിപ്പിക്കുന്ന 'തിണ്ടിസ്' പൊന്നാനി തന്നെ എന്ന് ചില പ്രമുഖ ചരിത്രകാരന്മാർ സൂചിപ്പിച്ചിട്ടുണ്ട്. എങ്കിലും സാമൂതിരിയുടെ ഭരണകാലത്തിന് മുമ്പുള്ള പൊന്നാനിയെപ്പറ്റി വ്യക്തമായി പ്രതിപാദിക്കുന്ന ചരിത്രഗ്രന്ഥ

ങ്ങൾ വിരളം. സാമൂതിരികാലത്തിനു മുമ്പ് 'തിരുമനശ്ശേരി രാജാക്ക'ന്മാരുടെ കീഴിലായിരുന്നു പൊന്നാനി എന്ന് കരുതപ്പെടുന്നു. സാമൂതിരിമാരുടെ രണ്ടാം തലസ്ഥാനം. പൊന്നാനിയുടെ സുവർണ്ണദശയായിരുന്നു സാമൂതിരിമാരുടെ ഭരണകാലം! 1498 ൽ വാസ്കോഡ ഗാമ, 'കാപ്പാട്' കപ്പലിറങ്ങിയപ്പോൾ, സാമൂതിരി പൊന്നാനിയിലായിരുന്നുവത്രെ.

പ്രാചീന കേരള ചരിത്രത്തിലെ ധീരനാവികസേനാനികളും പറങ്കിപ്പടയുടെ പേടിസ്വപ്നവുമായിരുന്ന കോട്ടയ്ക്കൽ 'കുഞ്ഞാലിമരയ്ക്കാർമാർ' നാനാപ്രകാരേണ പൊന്നാനിയുമായി അഭേദ്യബന്ധം പുലർത്തിയിരുന്നുവത്രെ. കൊച്ചിയിൽ വേരുറപ്പിച്ച പോർച്ചുഗീസുകാരിൽ കുറേ കുടുംബങ്ങൾ പൊന്നാനിയിലും പാർത്തിരുന്നുവത്രെ. 1507 ൽ അൽമേഡ എന്ന പറങ്കിപ്പട നായകൻ ഈ നഗരം ചുട്ടെരിച്ചതിനെ തുടർന്നാണ്, കുഞ്ഞാലിമരയ്ക്കാർമാർ സകുടുംബം ഇവിടെനിന്ന് മാറി താമസിച്ചതെന്ന് വിശ്വസിക്കപ്പെടുന്നു. 1766 ൽ ഹൈദരാലിയുടെ കടന്നാക്രമണത്തോടെ സാമൂതിരി ഭരണം അവസാനിപ്പിച്ചപ്പോൾ, പൊന്നാനിയും മൈസൂർ സുൽത്താന്മാരുടെ കീഴിലായി. പില്ക്കാലത്ത് ടിപ്പുവിന്റെ പതനത്തെ തുടർന്ന് ബ്രിട്ടീഷ് ആധിപത്യത്തിലായി. ചെറിയൊരു കാലയളവിൽ പൊന്നാനി ബോംബെ പ്രോവിൻസിന്റെ ഭാഗമായിരുന്നുവെന്നതും സ്മരണീയം. പിന്നീട് ഒന്നര നൂറ്റാണ്ടിലേറെക്കാലം പൊന്നാനി മദ്രാസ് പ്രോവിൻസിലെ മലബാർ ജില്ലയുടെ ഭാഗമായിരുന്നു. പില്ക്കാലത്ത് ചാവക്കാട്, കൂറ്റനാട്, വെട്ടത്തുനാട് എന്നീ താലൂക്കുകളുടെ വിവിധ ഭാഗങ്ങൾ കൂട്ടിച്ചേർത്ത് പൊന്നാനി താലൂക്ക് രൂപീകരിക്കപ്പെടുന്നതുവരെ ഈ സ്ഥലങ്ങൾ കൂറ്റനാട് താലൂക്കിന്റെ ആസ്ഥാനമായിരുന്നു. 1930 ൽ ജില്ലാ ബോർഡും താലൂക്കുബോർഡും രൂപീകൃതമായപ്പോൾ പൊന്നാനി, പാലക്കാട് താലൂക്കുബോർഡിന്റെ കീഴിലായി.

കേരളപ്പിറവി (1956) യോടെ പാലക്കാടു ജില്ലയുടെ ഭാഗമായിത്തീർന്ന പൊന്നാനി, 1969 ൽ മലപ്പുറം ജില്ല രൂപീകൃതമായപ്പോൾ, അതിന്റെ ഭാഗമായി. 1907 ലാണ് പൊന്നാനി പഞ്ചായത്ത് രൂപീകരിക്കപ്പെട്ടത്. 1962 വരെ ജില്ലാ ബോർഡിന്റെ കീഴിലായിരുന്ന പുതുപൊന്നാനി, ആ വർഷം പൊന്നാനി പഞ്ചായത്തിനോട് കൂട്ടിച്ചേർക്കപ്പെട്ടു. 1977 ൽ പൊന്നാനി ഒരു നഗരസഭയായി ഉയർത്തപ്പെട്ടു...

....ബസിനുള്ളിൽ ഇന്നത്തെ പൊന്നാനിയുടെ പരിണാമചരിത്രം ചിന്തിച്ചിരിക്കെ ദൂരം കടന്നുപോയതറിഞ്ഞില്ല. അന്ന് ഏതാണ്ടു നാലു പതിറ്റാണ്ടുകൾക്കുമുമ്പ് കണ്ടറിഞ്ഞ പൊന്നാനി മനസ്സിലിന്നും പച്ചപിടിച്ചു നില്ക്കുന്നു. അന്ന് എഴുവത്തുരുത്തി പഞ്ചായത്തിന്റെ അതിർത്തിയും കടന്നപ്പോൾ പൊന്നാനിയായി. കഷ്ടിച്ച് ഒരു ബസിനു മാത്രം കടന്നുപോകാവുന്ന വീതിയേയുള്ളൂ റോഡിന്. ടൗണിന്റെ മദ്ധ്യത്തുകൂടെ പോകുന്ന ആ റോഡിനിരുവശവുമുള്ള വില്പനശാലകളും തിക്കും തിരക്കും അതൊരു വമ്പിച്ച വിപണനകേന്ദ്രമാണെന്ന തോന്നലുളവാക്കും. നൂറ്റാണ്ടുകളുടെ പഴക്കം തോന്നിക്കുന്ന ഇടുങ്ങിയ പീടികകളും കെട്ടിടങ്ങളുമൊക്കെ മടുപ്പു തോന്നിക്കും. തീരെ അടുക്കും ചിട്ടയും ഇല്ലാത്ത തെരുവ്. ഉണക്കമീനും കാർഷിക വിഭവങ്ങളുമൊക്കെ ആ റോഡരികിൽ കുന്നുകൂട്ടി വച്ചിട്ടുണ്ട്. ബസാറാണത്. ആ പഴയ റോഡ് അറബിക്കടലോളം നീണ്ടു ചെന്നിരുന്നു.

ബസിൽ നിന്നിറങ്ങി ഇടവഴിയിലൂടെ ഉള്ളിലേക്കു കടന്നു. മൂന്നു രൂപങ്ങൾ, ശരീരമാസകലം മൂടത്തക്ക വിധത്തിലുള്ള കറുത്ത നീളൻ കുപ്പായവുമണിഞ്ഞ് എതിരേ നടന്നു വരുന്നു. പർദ്ദയണിഞ്ഞ മുസ്ലീം സ്ത്രീകളാണെന്നു പറഞ്ഞിട്ട് സഹയാത്രികന് വിശ്വാസം വരുന്നില്ല. എങ്ങനെ വിശ്വസിക്കും? ആ നീളൻ കുടയിൽ കണ്ണിന്റെ ഭാഗത്ത് കുറിച്ചിട വല പോലെ കാണാം. കൈയിൽ വലിയ കുടകളുമുണ്ട്. പുരുഷദർശനത്തിൽനിന്നും മറയ്ക്കാൻ. 'കേരള മെക്ക'യിലെത്തിയെന്ന വസ്തുത ആ ദൃശ്യങ്ങൾ അന്ന് ഞങ്ങളെ ഓർമ്മിപ്പിച്ചു.

അഴിമുഖത്തേക്ക്

തൊട്ടുതൊട്ട് താഴെ, പഴയ മട്ടിലുള്ള കെട്ടിടങ്ങൾ. അവയ്ക്കിടയിലൂടെ ഒരു വഴിത്താര. മുസ്ലിം ഭവനങ്ങളെ പിന്നിട്ട് നടന്നെത്തിയത് പൊന്നാനിപ്പുഴയെന്നറിയപ്പെടുന്ന ഭാരതപ്പുഴ അറബിക്കടലുമായി ചേരുന്ന പൊന്നാനി അഴിമുഖത്താണ്. വീതിയേറിയ പുഴയ്ക്കിരുവശവും താങ്ങാനാവുന്നതിലധികം അമൃത കുംഭങ്ങളേന്തി നില്ക്കുന്ന തെങ്ങുകൾ. അഴിമുഖത്തു നിന്നല്പം ഒഴിഞ്ഞുമാറി കിടക്കുകയാണ് കൂറ്റൻ പത്തേമാരികൾ. പൊന്നാനി തുറമുഖമാണത്. ആ ഭാഗമത്രയും ചേതോഹരമാണ്. അഴിമുഖത്തിനരികിലൂടെ താലൂക്ക് ഓഫീസിന്റെ പിന്നിലെത്തി. ഒരു പഴയ വലിയ കെട്ടിടം. പണ്ടെങ്ങോ ആരോ പണിതുയർത്തിയ ആ കെട്ടിടത്തിന്റെ വാർദ്ധക്യം പ്രകടമാണ്; രൂപത്തിലും ഭാവത്തിലും. ഭൂരിഭാഗവും മലനാടും ഇടനാടുമായി കിടന്നിരുന്ന പാലക്കാട്ടു ജില്ലയ്ക്ക് സമുദ്രസാമീപ്യമുണ്ടാകാൻ വേണ്ടി പണ്ട് അധികൃതർ മനഃപൂർവ്വം വലിച്ചു നീട്ടിയ ഒരു വാൽപോലെയുണ്ട് അന്നത്തെ പൊന്നാനി താലൂക്ക്. അന്ന്, 1964ൽ ആ വാലിന്റെയും അറ്റത്തു കിടക്കുന്ന പൊന്നാനി ഒരു ഉപദ്വീപു തന്നെ. വടക്ക് ഭാരതപ്പുഴ (പൊന്നാനിപ്പുഴ) തെക്ക് വെളിയങ്കോട്ടു പുഴ. പടിഞ്ഞാറ് അറബിക്കടൽ. ഇങ്ങനെ മൂന്നു വശവും ജലത്താൽ ചുറ്റപ്പെട്ടത്. കിഴക്കു ഭാഗത്ത് എഴുവത്തുരുത്തി പഞ്ചായത്ത് പ്രദേശമാണ്. ആകെ

ഇടുങ്ങിക്കൂടി നില്ക്കുന്ന ഈ പ്രദേശം പൊന്നാനി താലൂക്കിന്റെ ആസ്ഥാനവും കുടിയായപ്പോൾ തിരക്ക് പതിന്മടങ്ങ് വർദ്ധിച്ചു. ശ്വാസം മുട്ടിക്കുന്ന ജനസാന്ദ്രതയും സ്ഥല ദൗർലഭ്യവും. മുസ്ലീങ്ങൾ ഞെങ്ങിഞെരുങ്ങിപ്പാർക്കുന്ന പ്രദേശം. തൃക്കാവ്, കൊല്ലന്റെ പടി എന്നീ രണ്ടു വാർഡുകളിൽ ഹിന്ദുക്കൾക്ക് ഭൂരിപക്ഷം. ജനസംഖ്യയുടെ ഭൂരിഭാഗവും മുസ്ലീങ്ങൾ. ശേഷിച്ചവർ ഹിന്ദുക്കളും വളരെ ചെറിയൊരു ശതമാനം ക്രിസ്ത്യാനികളുമുണ്ട്.

പൊന്നാനി കടലോരത്തുകൂടി ഒന്ന് നടന്നുനോക്കൂ. അഴിമുഖത്തിന്റെ ഭംഗിയും അലകടലിന്റെ ഗാംഭീര്യവുമൊക്കെ കാണാൻ ചെന്ന നിങ്ങളുടെ കണ്ണുകൾക്ക് ആ മണൽപ്പരപ്പിലെ ചെറ്റപ്പുരകളെ നോക്കാതിരിക്കാൻ കഴിയുകയില്ല. ചൊരിമണലിൽ കുത്തിമറച്ച കൊച്ചോലപ്പുരകൾ. അവയ്ക്കുള്ളിലെ അംഗസംഖ്യക്കു കണക്കില്ല. കടലിന്റെ മക്കൾ, പകലും രാത്രിയും അലകടലിനെ ആശ്രയിച്ചു കഴിയുന്ന മീൻപിടുത്തക്കാർ, അവരുടെ ജീവിതനിലവാരം തുലോം ശോചനീയമാണ്. ശുദ്ധ ജല ദൗർലഭ്യം കടുപ്പം, പരിസര ശുചീകരണം തീരെയില്ല.

കേരളത്തിലെ പ്രകൃതിദത്തമായ തുറമുഖങ്ങളിലൊന്നാണ് പൊന്നാനി. മലപ്പുറം, പാലക്കാട്, തൃശ്ശൂർ ജില്ലകൾക്കും, കിഴക്ക് കോയമ്പത്തൂർ വരെയുള്ള പ്രദേശങ്ങൾക്കും എന്നും ആശ്രയിക്കാവുന്ന ഏറ്റവും അടുത്ത തുറമുഖം. ശതാബ്ദങ്ങളുടെ പാരമ്പര്യമുള്ള ഇവിടെ മുമ്പ് വൻതോതിൽ കയറ്റിറക്കുമതി നടത്തിയിരുന്നു. പൊന്നാനി തുറമുഖത്തിന്റെ പോയകാല പ്രതാപത്തിനു സാക്ഷ്യപത്രമെന്നോണം അന്ന് മലബാർ കളക്ടറായിരുന്ന വില്യം ലോഗൻ ഇപ്രകാരം രേഖപ്പെടുത്തിയിട്ടുണ്ട്. “പൊന്നാനി സാമാന്യം വലിയ തുറമുഖം. പ്രതിവർഷം കൈകാര്യം ചെയ്യുന്ന ചരക്കുകൾ 39200 ടൺ - കയറ്റുമതി (മരത്തടികൾ, കുരുമുളക്, കൊപ്ര) 4,25,576 രൂപയുടെ ഇറക്കുമതി. (ധാന്യങ്ങളും ഉപ്പും).” 1980 കളിൽ പോലും ഇവിടെ കപ്പലുകൾ വന്നടുത്തിരുന്നു. രണ്ടു മൂന്നു പതിറ്റാണ്ടുകൾക്കു മുമ്പുവരെ പത്തേമാരികൾ പാതാറിൽ വന്നടുക്കുകയും ചരക്കുകളുടെ കയറ്റിറക്കുകൾ നടത്തുകയും ചെയ്തിരുന്നു. പണ്ടു പണ്ടേ ഇവിടെ നിലനിന്നുപോന്ന ഉരുനിർമ്മാണം ഇന്നൊരു മധുരസ്മരണ മാത്രം. പഴയ വാണിജ്യ പ്രതാപത്തിന്റെ ശവപ്പറമ്പെന്ന പ്രതീതി ഉളവാക്കുന്നവയാണ് ഇന്നത്തെ തുറമുഖ പ്രദേശങ്ങളും പഴയ ഗുദാമുകളും.

അഴീക്കലാണ് തുറമുഖം. പോർട്ടാഫീസും കസ്റ്റംസ് ആഫീസുകളുമുണ്ട്. പണ്ട് കപ്പലുകൾ തീരത്ത് അടുക്കുമായിരുന്നു. കാലാന്തരത്തിൽ കപ്പലുകൾ ഒരു മൈലകലെ നങ്കൂരമിട്ട് നാളികേരവും മറ്റും കപ്പലിൽ കയറ്റി ബോംബെയിലേക്കും മറ്റും കൊണ്ടുപോയിരുന്നു. പോർട്ടിനോടനുബന്ധിച്ച് ഒരു ഫിഷിങ് ഹാർബ്ബർ നിർമ്മിക്കാനുള്ള പദ്ധതിയും ആവിഷ്കരിച്ചിട്ടുണ്ടെന്നറിഞ്ഞു. പോർട്ടിനു സമീപം കടൽ ആഴം കൂട്ടാനുള്ള നടപടികളും പോർട്ടിന്റെ ആഭിമുഖ്യത്തിൽ നടത്തി വന്നു. തീരദേശത്തെ തൊഴിലാളികളിൽ, കടൽവഞ്ചിയിൽ ചരക്കുകൾ കയറ്റി വിദൂരനഗരത്തിലെത്തിച്ച് മടങ്ങുന്നവരും ധാരാളമുണ്ടായിരുന്നു. ഏതാണ്ട് അഞ്ഞൂറോളം പത്തേമാരികൾ പൊന്നാനി കടലോരവുമായി സമ്പർക്കത്തിലേർപ്പെട്ടിരുന്നു. നാളികേരവും മറ്റും ബോംബെയിലെത്തിക്കുകയും അവിടെനിന്ന് നിത്യോപയോഗ സാധനങ്ങൾ വാങ്ങി തിരിച്ച് കോഴിക്കോട്ടും മംഗലാപുരത്തും മറ്റും എത്തിക്കുകയും ചെയ്തിരുന്നു. ബോംബെയിൽ പോയി വരുന്നതിന് ഒന്നരമാസത്തോളം വേണ്ടി വന്നു. അപകടകരമാണ് ഈ കടൽ യാത്ര.

സ്വാതന്ത്ര്യലബ്ധിക്ക് മുമ്പ് കച്ചിക്കാർ (കച്ച് പ്രദേശത്തുള്ളവർ) കപ്പൽ മാർഗ്ഗം അരിയും പലചരക്കുകളും മറ്റും പൊന്നാനിയിൽ കൊണ്ടു വന്ന് വൻതോതിൽ കച്ചവടം നടത്തിയിരുന്നു. ഇപ്പോൾ ആ പതിവ് ഇല്ല. പൊന്നാനിക്ക് പണ്ട് അറബികളുമായി നിരന്തര വാണിജ്യബന്ധവുമുണ്ടായിരുന്നു. ഇപ്പോഴും ആ ശൃംഖല നിശ്ശേഷം വിച്ഛേദിക്കപ്പെട്ടിട്ടില്ലത്രെ. അറബികളുമായുള്ള സമ്പർക്കമാണ് ഈ തീരദേശഗ്രാമത്തിന് പൊന്നാനി (അറബിപ്പൊന്ന്) എന്ന പേര് നേടിക്കൊടുത്തതെന്ന് ആരെങ്കിലും പറഞ്ഞാൽ അതപ്പാടെ തള്ളിക്കളയാനും നിവൃത്തിയില്ല.

കേരളത്തിലെ മെക്ക

ഇതുവരെ മനസ്സിലാക്കിയതിൽനിന്നും വ്യത്യസ്തമായിരുന്നു അങ്ങാടി വാർഡ്. പൊന്നാനിയിലെ പ്രബുദ്ധരുടെ കേന്ദ്രമാണ് ആ പ്രദേശം. വിദ്യാഭ്യാസപരമായും ഔദ്യോഗികമായും ഉന്നതനിലയിലെത്തിയിട്ടുള്ള പ്രമാണിമാരുടെ പുരാതന കുടുംബങ്ങൾ പലതുമുണ്ടിവിടെ. കനോലികനാൽ പൊന്നാനിയുടെ മദ്ധ്യത്തുകൂടി റോഡു മുറിച്ചു കടന്നു ചെന്ന് പൊന്നാനിപ്പുഴയിൽ ചേരുന്നു. റോഡിലെ ആ ഭാഗത്തിന് തോട്ടുംപക്കം എന്നാണ് പേര്. ഫല സമൃദ്ധമായ തെങ്ങുകൾ നിരനിരയായി നില്പുണ്ട്, ആ തോടിനിരുവശവും. ചരക്കുവള്ളങ്ങൾ സദാ ആ തോടുമാർഗ്ഗം കടന്നുപോകുന്നുണ്ടായിരിക്കും.

‘കേരളത്തിലെ മെക്ക’ എന്ന പേരു ലഭിക്കത്തക്കവിധം മതപരമായ പ്രമാണിത്തവും പ്രസിദ്ധിയുമുള്ള ഒരു മുസ്ലിം കേന്ദ്രമാണ് പൊന്നാനി. കേരളത്തിലെ ഏതു ഭാഗത്തുമുള്ള മുസ്ലിം പുരോഹിതന്മാരുടെയും പ്രമാണിമാരുടെയും സമുദായത്തിനൊട്ടാകെത്തന്നെയും മതപരമായ കാര്യങ്ങളിൽ അവസാനവാക്കാണ് പൊന്നാനി. പണ്ടേയുള്ള ആ പാരമ്പര്യവും പ്രശസ്തിയും ഇന്നും അഭംഗുരം തുട

രുന്നുണ്ട്. മൊത്തം രണ്ടേമുക്കാൽ ചതുരശ്ര മൈലിനുള്ളിൽ മാത്രം. 42 മുസ്ലിം പള്ളികളുണ്ട്. പിന്നെ മദ്രസകളും മറ്റു സ്ഥാപനങ്ങളും വേറെയുമുണ്ട്. പൊന്നാനി ടൗണിൽനിന്ന് ഏതാണ്ട് ഒന്നര ഫർലോങ് അകലെയുള്ള പൊന്നാനി ജുമാ അത്ത് പള്ളി സ്ഥിതിചെയ്യുന്ന വാർഡിനും ആ പേരുതന്നെ. അഭ്യസ്തവിദ്യരും ഗവൺമെന്റ് ജീവനക്കാരും കൂടുതലുണ്ട്, ആ പ്രദേശങ്ങളിൽ. മക്കത്തുനിന്നും സെയിനുദ്ദീൻ മൊയ്ദീൻ എന്നൊരു സിദ്ധൻ പണ്ടുപണ്ടേ പൊന്നാനിയിലെത്തി താമസിച്ച് ജുമാ അത്ത് പള്ളി സ്ഥാപിച്ചു പോലും. അദ്ദേഹത്തിന്റെ പിൻഗാമികളും അഗാധമായ മതപാണ്ഡിത്യമുള്ളവരായിരുന്നു. പണ്ടു മുതൽക്കേ നാടിന്റെ പലഭാഗത്തുനിന്നും ആളുകൾ അവിടെയെത്തി മതപഠനം നടത്തിപ്പോന്നു. പൊന്നാനിയിലെ ജുമാ അത്ത് പള്ളിയുടെ അത്ര പ്രാധാന്യമുള്ള പള്ളികൾ കേരളത്തിൽ വേറെ ഉണ്ടെന്ന് തോന്നിയില്ല...

അന്ന് ഞങ്ങൾ പൊന്നാനി റെസ്റ്റ് ഹൗസിനു മുന്നിലുള്ള ഇടവഴിയിലൂടെ അല്പം നടന്ന് ഇടത്തോട്ടു തിരിഞ്ഞ് ഭേദപ്പെട്ട മുസ്ലിം ഭവനങ്ങൾക്കിടയിലൂടെ നടന്ന് ഹൈസ്കൂൾ വളപ്പിലെത്തി. അപ്പുറം കടന്നപ്പോൾ നൂറ്റാണ്ടുകാലത്തെ പഴക്കവും ഗാംഭീര്യവും അഴുക്കും സൂചിപ്പിക്കുന്ന ഒരു വലിയ കുളം. കൽപ്പടവുകൾ കെട്ടിയത്. അതിനപ്പുറമാണ് വലിയ ജുമാ അത്ത് പള്ളി. രണ്ടേക്കർ സ്ഥലത്ത് ഔന്നത്യത്തോടെ നില്ക്കുന്ന ആ പള്ളിയിലെ വാസ്തുശില്പവും ശില്പമാതൃകയും ആകർഷണീയമാണ്. വമ്പിച്ച ഭൂസ്വത്തുക്കളും പള്ളിവകയ്ക്കുണ്ട്. ഇമാം (നമസ്കാരം നടത്തുന്ന പണ്ഡിതൻ), മുക്രി (വാങ്കു വിളിക്കുന്ന ആൾ), ദുർഗ്ഗുകം (പഠിപ്പിക്കൽ) നടത്തുന്ന മതപണ്ഡിതൻ മുസലിയാർ എന്നിങ്ങനെ വിവിധ ഉദ്യോഗസ്ഥന്മാരുണ്ട്. സെയിനുദ്ദീൻ മൊയ്ദീൻ തങ്ങളെ അടക്കം ചെയ്തതും ഈ പള്ളിയിലാണ്. അന്യമതക്കാരും ഈ പള്ളിയിലേക്ക് നേർച്ച നടത്തുന്നുണ്ട്. ഇന്ത്യയിലെ ചെറിയ മെക്കയാണിത്. മാസിൻ ഓതൽ, *ഖുറാൻ* പാരായണം എന്നിവയാണ് നേർച്ചകൾ. എല്ലാവർഷവും വിശുദ്ധ നബിതിരുമേനിയുടെ ജന്മദിനത്തിൽ അമ്പതു ചാക്കിലധികം അരിയുടെ നെയ്ച്ചോറ്, പാകപ്പെടുത്തി, വീടുകളിൽ എത്തിച്ചു കൊടുക്കാറുണ്ട്. ഇവിടെ, അന്ന് 'പാനിയം' പാകം ചെയ്ത് വിതരണം ചെയ്യാറുമുണ്ട്.

മുസ്ലിം മതപരമായ ചടങ്ങുകൾ നടത്തുന്നതിലും ആചാരാനുഷ്ഠാനങ്ങളിലും ഇത്രയും കർശനമായി ദിനചര്യകൾ നടത്തുന്ന പ്രദേശങ്ങൾ മറ്റധികം കാണുകയില്ല. സാമ്പത്തികമായി പിന്നോക്കം നില്ക്കുന്നവർ മുതൽ സമുദായത്തിന്റെ മേൽത്തട്ടിലുള്ള മുസ്ലീങ്ങൾവരെ മതപരമായ കാര്യങ്ങളിൽ തെല്ലും അയവു വരുത്താറില്ല. മതപുരോഹിതന്മാരുടെയും പണ്ഡിതന്മാരുടെയും കേന്ദ്രമാണ് പൊന്നാനി. അങ്ങാടിയിലും ഗ്രാമപ്രദേശങ്ങളിലുമായി സ്ഥിതിചെയ്യുന്ന അനേകം പള്ളികളിൽനിന്ന് യഥാസമയം മുഴങ്ങുന്ന വാങ്കുവിളികൾ അവരുടെ ദിനചര്യകളെ ചിട്ടപ്പെടുത്തുന്നു. അഞ്ചു നമസ്കാരങ്ങളും അവർ കൃത്യമായി ആചരിക്കുന്നു. വിശുദ്ധ *ഖുർആൻ* അനുശാസിക്കുന്ന സാമൂഹ്യാചാരങ്ങളിലും ഒട്ടും വീഴ്ച വരുത്താറില്ല. മീൻപിടുത്തക്കാർക്കിടയിൽ മദ്യപാനമൊക്കെ സാധാരണമാണ്. പക്ഷേ, പൊന്നാനിയിലെ മീൻപിടുത്തക്കാർ (മുസ്ലിം) ഇതിനൊരപവാദമാണെന്ന് പറയപ്പെടുന്നു.

മതപരമായ ഈ നിഷ്ഠകളോടൊപ്പം തന്നെ മതപരമായ ആർഭാടങ്ങൾക്കുവേണ്ടി പണം വാരിക്കോരി ചെലവിടുന്ന പതിവുമുണ്ട്. വിവാഹാഘോഷങ്ങൾക്ക് മണവറ അലങ്കരിക്കുന്നതിലാണ് ചിലർ പണത്തിന്റെ കൊഴുപ്പുകാട്ടുന്നത്. ഓരോരുത്തരുടെയും ധനസ്ഥിതിയെ ആശ്രയിച്ചായിരിക്കും അറ അലങ്കരിക്കുക. വിവാഹാനന്തരം ഭാര്യയെ ഭർത്താവ് കൂട്ടിക്കൊണ്ട് പോകുന്ന പതിവില്ല. ഭാര്യ വീട്ടിൽ അന്തിയുറങ്ങാൻ പോവുകയേയുള്ളൂ. കഴിവും ആരോഗ്യവുമുള്ള ഒരു പുരുഷന് ഒരേസമയം മൂന്നു ഭാര്യമാരെ പുലർത്താമെന്ന് *ഖുർ-ആൻ* മൊഴിയുണ്ടെങ്കിലും കഴിവും ആരോഗ്യവും ഒന്നുമില്ലെങ്കിലും എണ്ണം കുറയ്ക്കാൻ പലരും ശ്രദ്ധിക്കാറില്ല.

മുസ്ലിം പ്രമാണിത്തം

ഹജ്ജിന് പോവുകയെന്നത് ഒരു കമ്പമാണ് തദ്ദേശീയർക്ക്. റജീവ് (ഏപ്രിൽ) മാസമാകുമ്പോഴേയ്ക്കും ഹജ്ജിനു പോകേണ്ട സമയമായി. ധനസ്ഥിതിയുള്ളവർക്ക് അതൊരു പ്രശ്നമല്ല. അതില്ലാത്തവർ കഴിവുള്ളവരിൽനിന്ന് സംഭാവന പിരിച്ചെടുക്കും. പല തവണ ഹജ്ജിനു പോയവരുണ്ട്. ഹജ്ജിനു പോയി വരുന്നവർ 'ഹാജി'യാരായി. കഴിവുള്ളവരുംആരോഗ്യമുള്ളവരും ഹജ്ജിനു പോയാൽ മതിയെന്ന് മതം അനുശാസിക്കുന്നുണ്ടെങ്കിലും കഴിവില്ലാത്തവർക്കും അതൊരു കമ്പമാണ്. മുഹിയുദ്ദീൻ പള്ളിയും വലിയജാറവും പൊന്നാനിയിലെ മതസ്ഥാപനങ്ങളിൽ പ്രധാനപ്പെട്ടവയാണ്. പൊന്നാനി ജമാഅത്ത് പള്ളിയുടെ തൊട്ടു സ്ഥിതി ചെയ്യുന്ന 'മഊനത്തുൽ ഇസ്ലാം' എന്ന സന്നദ്ധസ്ഥാപനത്തെ പരാമർശിക്കാതെ പൊന്നാനിയിലെ മതപരമായ വസ്തുതകൾ പൂർണ്ണമാകുകയില്ല. മുസ്ലിം സമുദായത്തിന്റെ അഭിവൃദ്ധിക്കുവേണ്ടിയും മതപഠനത്തിനുവേണ്ടിയും നിലകൊള്ളുന്ന ഒരു സന്നദ്ധ സ്ഥാപനമാണത്. വിശാലമായ കോമ്പൗണ്ടിൽ ഒന്നിലധികം വലിയ കെട്ടിടങ്ങളും പണിപ്പുരകളും പഠന വേദികളും എല്ലാമുള്ള ആ വലിയ സ്ഥാപനത്തിലൂടെ

കണ്ടും കേട്ടും നടക്കുമ്പോൾ വളരെ കൗതുകം തോന്നി. *ഖുർആൻ* പഠിപ്പിക്കാനുള്ള ക്ലാസുകൾ (കുട്ടികൾക്കും മുതിർന്നവർക്കും), നെയ്ത്തു പരിശീലനം എന്നിങ്ങനെ പല ഭാഗങ്ങളുമുണ്ടവിടെ.

മ ഊനത്തുൽ ഇസ്ലാം സഭ

എന്നെ ഏറ്റവും അധികം ആകർഷിച്ചത് ആ പുതിയ കെട്ടിടത്തിന്റെ രണ്ടാം നിലയിലെ ചില മുറികളാണ്. ഇതര മതസ്ഥർക്ക് മുസ്ലീമായി മതപരിവർത്തനം ചെയ്യാനുള്ള സൗകര്യങ്ങൾ വളരെ മുമ്പേ പൊന്നാനിയിലുണ്ട്. പ്രായപൂർത്തിയായ ഇതരമതസ്ഥർക്ക് അവർ പൂർണ്ണ സമ്മതം എഴുതിക്കൊടുത്താൽ, ശാരീരികമായും മാനസികമായും മാറ്റങ്ങൾ വരുത്തി മുസ്ലീമാക്കിതീർക്കാനുള്ള ഏർപ്പാടുകൾ എല്ലാമുണ്ട്. ഹിന്ദുമതത്തിലും ക്രിസ്തുമതത്തിലും പെട്ട ഏതാനും യുവാക്കൾ സുന്നത്തു കഴിഞ്ഞ് ശയ്യാവലംബികളായി പുസ്തകപാരായണം നടത്തി കിടക്കുന്ന കാഴ്ച എന്നെ ആശ്ചര്യഭരിതനാക്കി. സ്വമേധയാ ഇസ്ലാം മതം സ്വീകരിച്ചവരാണ് അക്കൂട്ടർ. ശാരീരികമായ ഈ മാറ്റത്തിനു ശേഷം *ഖുർആനും* മറ്റു മത വിഷയങ്ങളും പഠിപ്പിച്ച് അവരെ അസൽ ഇസ്ലാമാക്കി മാറ്റുന്നു. പിന്നീട് അവർക്ക് യഥേഷ്ടം പുറത്തു പോകാം. അവിടെ തന്നെ തുടരാനാഗ്രഹിക്കുന്നവർക്ക് യോജിച്ച തൊഴിൽ (നെയ്ത്ത്, മതപഠനം തുടങ്ങിയവ) നല്കാനും സഭ ശ്രമിക്കുന്നുണ്ട്. 'മ ഊനത്തുൽ ഇസ്ലാം സഭ' പൊന്നാനിയുടെ വിദ്യാഭ്യാസരംഗത്തു വഹിക്കുന്ന പങ്കും ശ്രദ്ധേയമാണ്. സഭയുടെ കീഴിൽ വിദ്യാഭ്യാസ സ്ഥാപനങ്ങളും അനാഥാലയങ്ങളുമുണ്ട്. അദ്ധ്യാപകാദ്ധ്യേതാക്കളിൽ ഹിന്ദുക്കളും വളരെപ്പേരുണ്ട്. സഭയുടെ ആഫീസ് കെട്ടിടങ്ങളോടനുബന്ധിച്ച് അറബിക് കോളേജിന്റെ ഇരുനിലക്കെട്ടിടവുമുണ്ട്. ഓരോ മുറിയിലും അദ്ധ്യാപകർ മതക്ലാസുകൾ നടത്തുന്നുണ്ട്.

തൃക്കാവ്, കൊല്ലന്റെ പടി എന്നീ പ്രദേശങ്ങൾ ഹൈന്ദവ കേന്ദ്രങ്ങളാണ്. പൊന്നാനിയിലെ കാർഷിക മേഖലയും ആ പ്രദേശങ്ങൾ തന്നെ. തീരദേശത്തിന്റെ വൃത്തികേടും തിക്കുംതിരക്കുമൊന്നും ആ പ്രദേശത്തില്ല. നായർ, മേനോൻ, തീയർ, ഹരിജൻ എന്നീ ജാതിയിൽപ്പെട്ടവരാണ് അധികം പേരും. എളം കുറ്റിവിളയിൽ വീട്, പുല്ലോണത്തു വീട്, നമ്പിയത്ത് പുതിയ പുരയിൽവീട്, കോഴിക്കോട് അകത്തിട്ട വീട് എന്നിവ താരതമ്യേന ജന്മിഗൃഹങ്ങളാണ്. തൃക്കാവ് ദുർഗ്ഗാ ക്ഷേത്രം (സാമൂതിരിയുടെ വക) ആ ഹൈന്ദവ മേഖലയുടെ കേന്ദ്ര ബിന്ദുവാണ്. നവരാത്രി ഉത്സവം പ്രധാനം: കൊല്ലന്റെ പടിയിലെ ശിവക്ഷേത്രവും എണ്ണപ്പെട്ട ഹൈന്ദവാരാധനാകേന്ദ്രമാണ്. താലൂക്കു തലസ്ഥാനമായ പൊന്നാനിയിൽ ജോലി നോക്കുന്ന 'വിദേശി'കളായ ഉദ്യോഗസ്ഥന്മാരധികവും തൃക്കാവിലാണ് പാർപ്പിടങ്ങൾ കണ്ടെത്തിയിട്ടുള്ളത്. തൃക്കാവിലമ്പലത്തിന്റെ മുൻവശത്ത് ലോഡ്ജിങ് സൗകര്യങ്ങളുമുണ്ട്.

ശുദ്ധജലദൗർലഭ്യവും പരിസരശുചീകരണമില്ലായ്മയും വമ്പിച്ച ജനസാന്ദ്രതയും സമുദ്രസാമീപ്യവും എല്ലാം കൂടി പൊന്നാനിയെ വിവിധ രോഗങ്ങളുടെ വിളനിലമാക്കി തീർത്തിരുന്നു. മന്തും ക്ഷയവുമൊക്കെ തജ്ജന്യമായ രോഗങ്ങളാണ്. ജീവിത പരിതഃസ്ഥിതികളിൽ മാറ്റമുണ്ടാവുകയും ആരോഗ്യസംരക്ഷണ സൗകര്യങ്ങൾ വർദ്ധിപ്പിക്കുകയും ചെയ്തെങ്കിലേ ഈ സ്ഥിതിക്ക് കാര്യമായ മാറ്റങ്ങളുണ്ടാവുകയുള്ളൂ. പൊന്നാനിയിൽ തീരപ്രദേശത്ത് ഒരു ഗവൺമെന്റ് ആശുപത്രിയും കുഷ്ഠരോഗിക്ലിനിക്കുമുണ്ട്. പക്ഷേ, കനോലിതോടും ചതുപ്പു പ്രദേശങ്ങളും വളർത്തി വിടുന്ന കൊതുകും തെരുവിലെ മാലിന്യങ്ങളിൽനിന്നും തീരദേശത്തെ മത്സ്യാവശിഷ്ടങ്ങളിൽനിന്നും പെറ്റു പെരുകി വരുന്ന ഈച്ചയും പൊന്നാനിയുടെ സന്തത സഹചാരികളാണ്.

1970 ൽ വീണ്ടും പൊന്നാനി സന്ദർശിച്ചപ്പോൾ വല്ലാത്ത ദുഃഖം തോന്നി. കാല്പനിക ഭംഗിയാർന്ന പഴയ പൊന്നാനി നഗരത്തിന്റെ പ്രശാന്തതയും പ്രാചീനതയും നഷ്ടപ്പെട്ടു തുടങ്ങിയിരുന്നു. പരിഷ്കാരത്തിന്റെ തള്ളിക്കയറ്റം ആരംഭിച്ചു കഴിഞ്ഞിരുന്നു. പഴമയുടെമേൽ പുതുമയുടെ കടന്നുകയറ്റം ആരംഭിച്ചിരുന്നു. ആകെക്കൂടി അസ്വസ്ഥമായ ഒരു ഗ്രാമാന്തരീക്ഷം.

1990 കളുടെ അന്ത്യഘട്ടത്തിൽ വീണ്ടും പൊന്നാനിയിലൂടെ ഒരോട്ടപ്രദക്ഷിണം നടത്തിയപ്പോൾ സ്ഥിതിഗതികൾ ആകെ മാറിയിരിക്കുന്നു. പഴകിപ്പൊളിഞ്ഞ പഴയ കെട്ടിടങ്ങളിൽ പലതും അപ്രത്യക്ഷമായി. പുതിയ ബഹുനില മന്ദിരങ്ങൾ ഉയർന്നു കഴിഞ്ഞിരിക്കുന്നു. ജനവാഹന ബഹുലമായ നഗരവീഥികളിൽ തിരക്കേറിയിട്ടുണ്ട്.

സാംസ്കാരികപാരമ്പര്യം

ആദ്ധ്യാത്മിക തലത്തിൽ പൊന്നാനിക്ക് വിശ്വപ്രസിദ്ധി നേടിക്കൊടുത്ത മഹാനായിരുന്നു ശൈക് സൈനുദ്ദീൻ മഖ്ദൂം രണ്ടാമൻ. കേരളത്തിന്റെ ആദ്യ ചരിത്രകാരനും അദ്ദേഹം തന്നെ. കേരളചരിത്രം പ്രതിപാദിക്കുന്ന ആദ്യത്തെ ആധികാരിക ഗ്രന്ഥമെന്ന നിലയ്ക്ക് അദ്ദേഹത്തിന്റെ *തുഹ്ഫത്തുൽ മുജാഹിദ്ദീൻ* (പോരാളികളുടെ വിജയം) ഏറെ ശ്രദ്ധേയമാണ്. ഇദ്ദേഹം തന്നെ രചിച്ചിട്ടുള്ള *ഫത്ത്ഹുൽമു ഈൻ* ലോക പ്രസിദ്ധമായ ഇസ്ലാമിക ധർമ്മശാസ്ത്ര ഗ്രന്ഥമാണ്. ഇദ്ദേഹത്തിന്റെയും പിതാമഹൻ സൈനുദ്ദീൻ മഖ്ദൂം ഒന്നാമന്റെയും സാന്നിദ്ധ്യമാണ് 15-ാം നൂറ്റാണ്ടു തൊട്ട് നാലഞ്ചു

നൂറ്റാണ്ടുകാലം ഇസ്ലാമിക വിജ്ഞാനകേന്ദ്രമെന്ന നിലയ്ക്ക് പൊന്നാനിയെ പ്രശസ്തമാക്കിയതും പൊന്നാനിക്ക് ചെറിയ മെക്ക എന്ന പേർ നേടിക്കൊടുത്തതും. മലബാറിലാകെ പ്രചരിച്ച പള്ളിദർഗ്ഗ സമ്പ്രദായം രൂപപ്പെടുന്നത് പൊന്നാനി വലിയ പള്ളിയിലെ 'വിളക്കത്തിരിക്കൽ' സമ്പ്രദായത്തിലൂടെയാണ്.

ആദ്ധ്യാത്മിക വിദ്യാഭ്യാസ രംഗത്ത് പണ്ടേ വമ്പിച്ച നേട്ടങ്ങൾ കൈ വരിച്ച പൊന്നാനി, ആധുനിക വിദ്യാഭ്യാസത്തോട് വൈമുഖ്യം കാട്ടി പുറം തിരിഞ്ഞു നിന്ന ദുഃസ്ഥിതിയാണ്, കഴിഞ്ഞ നൂറ്റാണ്ടിലെ പൊന്നാനിയുടെ സാംസ്കാരിക പുരോഗതിയെ പിന്നിലേക്ക് വലിച്ചഴിച്ച മുഖ്യഘടകം. അന്ധവിശ്വാസങ്ങളിലും അനാചാരങ്ങളിലും ആഴത്തിൽ മുങ്ങിക്കിടന്ന മുസ്ലിം സമുദായത്തെ, ആധുനിക യുഗത്തിന്റെ വെള്ളിവെളിച്ചത്തിലേക്ക് നയിക്കാൻ അവസാനം ഒരു കർമ്മധീരനുണ്ടായി- പൊന്നാനിക്കാരുടെ പ്രിയപ്പെട്ട ഉദുമാൻസാർ (ഉസ്മാൻ മാസ്റ്റർ) നഗരഹൃദയത്തിൽ രണ്ടു വിദ്യാലയങ്ങളാണ് അദ്ദേഹം മുൻകൈയെടുത്ത് സ്ഥാപിച്ചത്. ഇന്നത്തെ ടി ഐ യു പി സ്കൂളും എം ഐ യു പി സ്കൂളും അദ്ദേഹം വീടു വീടാന്തരം കയറിയിറങ്ങി, മുസ്ലിം കുട്ടികളെ സ്കൂളിലേക്കയയ്ക്കാൻ രക്ഷാകർത്താക്കളെ നിർബ്ബന്ധിച്ചു. പക്ഷേ, പെൺകുട്ടികളെ സ്കൂളിലേക്കയച്ച് നരകശിക്ഷ ഏറ്റുവാങ്ങാൻ രക്ഷാകർത്താക്കളാരും ധൈര്യം കാട്ടിയില്ല. അവസാനം സ്വന്തം മകളെ വിദ്യാലയത്തിലേക്കയച്ച് ഉദുമാൻ മാസ്റ്റർ ആ ശിക്ഷ സ്വയം ഏറ്റുവാങ്ങി. അടുത്ത കാലത്തു മാത്രമാണ് പൊന്നാനിയുടെ ഈ യാഥാസ്ഥിതിക മനോഭാവത്തിൽ മാറ്റമുണ്ടായത്. ദീർഘകാലം എം ഐ ഹൈസ്കൂൾ ഹെഡ്മാസ്റ്ററായി സേവനം അനുഷ്ഠിച്ച പരേതനായ പി അബ്ദുൾ ഖാദർ മാസ്റ്റർ ഈ രംഗത്ത് നല്കിയ സംഭാവന അതുല്യമാണ്.

പൊന്നാനിയിൽ പെൺകുട്ടികൾക്കുവേണ്ടി മാത്രം ആദ്യമായി തൃക്കാവിൽ ഒരു വിദ്യാലയം സ്ഥാപിക്കപ്പെട്ടു. മൗനത്തുൽ ഇസ്ലാം അസോസിയേഷനും എം ഇ എസും ആ പ്രദേശത്തെ വിദ്യാഭ്യാസപുരോഗതിയെ ഏറെ സഹായിച്ചു. ഇന്ന് ഒരു സീനിയർ കോളേജടക്കം ഒട്ടേറെ വിദ്യാഭ്യാസ സ്ഥാപനങ്ങൾ നിലവിലുണ്ട്.

ആരോഗ്യ മേഖലയിൽ തീരെ പിന്നിലാണ് പൊന്നാനി. 1907 ൽ സ്ഥാപിതമായ സർ. എഡ്വേർഡ് ഏഴാമൻ മെമ്മോറിയൽ ഡിസ്പെൻസറിയാണ് ഈ മേഖലയിലെ ആദ്യസ്ഥാപനം. ഇത് പില്ക്കാലത്ത് താലൂക്ക് ആശുപത്രിയായി ഉയർത്തപ്പെട്ടു. ആരോഗ്യ സേവനരംഗത്ത് എം ഇ എസിന്റെ സേവനവും ശ്രദ്ധേയം.

ഗതാഗത പ്രശ്നങ്ങൾ എക്കാലത്തും പൊന്നാനിയെ ശ്വാസംമുട്ടിക്കുന്നു. പൊന്നാനിയുടെ ഇന്നത്തെ സാമൂഹ്യ സാമ്പത്തികരംഗം പരിതാപകരമാണ്. ചരിത്രപ്രസിദ്ധമായ പ്രാചീനനഗരമെന്ന പ്രശസ്തിയുണ്ട് ഇന്നും. അതുകൊണ്ടായില്ലല്ലോ. ഒരിക്കൽ പറങ്കിപ്പടയാളികളുടെയും കുഞ്ഞാലിമരയ്ക്കാർമാരുടെയും പടനിലങ്ങളായിരുന്ന പൊന്നാനി ഇന്ന് ഏറക്കുറെ നിശ്ചലം. നിഷ്പ്രഭം. കപ്പൽതൊഴിലാളികളുടെയും കച്ചവടക്കാരുടെയും മാപ്പിള ഖലാസികളുടെയും ആർപ്പുവിളികളാൽ ശബ്ദമുഖരിതമായിരുന്ന പൊന്നാനി തുറമുഖം ഏറക്കുറെ ചലമറ്റ് കിടക്കുന്നു. പണ്ടത്തെ ഉരു നിർമ്മാണം ഒരോർമ്മ മാത്രം. തീരദേശവാസികളുടെ ഏകാശ്രയമായ മത്സ്യബന്ധനം മണൽത്തിട്ടകൾ സൃഷ്ടിക്കുന്ന ഭീഷണിക്കു മുന്നിൽ പകച്ചു നില്ക്കുന്നു. കയർ, ബീഡി വ്യവസായങ്ങൾ ചിതലരിച്ച ചരിത്രത്താളുകളായി അവശേഷിക്കുന്നു. പണ്ടത്തെ നെൽപ്പാടങ്ങളിൽ ആധുനിക മന്ദിരശ്രേണികൾ അനുദിനമെന്നോണം മുളച്ചു പൊന്തിക്കൊണ്ടിരിക്കുന്നു. പൊന്നാനി വളരുകയാണോ? തളരുകയാണോ?

പൊന്നാനിയുടെയും സമീപഗ്രാമങ്ങളുടെയും സാംസ്കാരിക പാരമ്പര്യം കേരളത്തിന് വിസ്മരിക്കാനാവുകയില്ല. പണ്ട് സാമൂതിരിപ്പാടിന്റെ രണ്ടാം തലസ്ഥാനമായിരുന്ന പൊന്നാനി, ഇന്ന് പൊന്നാനി മുനിസിപ്പൽ പ്രദേശമാണ്. വിസ്തീർണ്ണം 9.32 ച കി മീ. ജനസംഖ്യ 51770. (91 ലെ സെൻസസ് പ്രകാരം) മതമേധാവിത്വം കൊടികുത്തി വാഴുന്ന പൊന്നാനിയും പരിസരപ്രദേശങ്ങളും നൂറ്റാണ്ടുകളുടെ പഴക്കമുള്ള ആ പഴയ ജീവിത ശൈലിയിൽനിന്ന് ക്രമേണ മുക്തി നേടിക്കൊണ്ടിരിക്കുകയാണ്. പുതിയ ജീവിതക്രമങ്ങളും പരിഷ്കൃത മാതൃകകളും അവരെ സ്വാധീനിച്ചു തുടങ്ങിയിട്ടുണ്ട്. പക്ഷേ, ജീവിതചര്യകളിലോ ചിന്താഗതികളിലോ പ്രവർത്തന പരിപാടികളിലോ എന്തെല്ലാം മാറ്റം വരുത്തിയാലും, ഇസ്ലാം മതത്തിന്റെ ചട്ടവട്ടങ്ങൾക്ക് അണുവിട മാറ്റം വരുത്താൻ ആ മനസ്സുകളൊരിക്കലും സന്നദ്ധമാവില്ലെന്നു തോന്നി.

62

മാമാങ്കത്തിന്റെ പടനിലങ്ങൾ

തിരൂർ ടൗണിൽനിന്ന് പ്രൈവറ്റ് ബസിൽ കയറിക്കൂടി, തിരുനാവായ്ക്ക്. മൂന്ന് പതിറ്റാണ്ടുകൾക്കു മുമ്പുള്ള ആദ്യയാത്ര—പഴയ തിരുനാവായിലേക്ക്.

വളവന്നൂരും കല്പകഞ്ചേരിയും പിന്നിട്ട് പച്ചപ്പ് പീഠപ്രദേശങ്ങളിലൂടെ കടന്നുപോയ ബസ് എടക്കുളം കവലയിൽ വന്നു നിന്നു. തിരുനാവാ പഞ്ചായത്തിന്റെ ആസ്ഥാനമായ ആ നാടൻ മുക്കിലിറങ്ങി. രണ്ടു മൂന്നു ചായക്കടകൾ, മുറുക്കാൻ കടകൾ, ഒരു പോസ്റ്റാഫീസ്, ഒരു വൈദ്യശാല ഇത്രയൊക്കെയുള്ള; ആ ഗ്രാമമുഖം പ്രസന്നമായിരുന്നു. തൊട്ടടുത്തുള്ള റെയിൽവേ ലൈൻ പിന്നിട്ട് സ്റ്റേഷന്റെ പിന്നിലുള്ള റോഡിലെത്തി. നല്ല നാട്ടിൻപുറം കൊയ്ത്തൊഴിഞ്ഞ പാടങ്ങൾക്കപ്പുറം തെങ്ങിൻ തോപ്പുകൾ. കുറിച്ചിട നടന്നപ്പോഴേയ്ക്കും ദൂരെ, വയൽവക്കിലൊരു സ്തൂപം ഉയർന്നു നില്ക്കുന്നതു കാണാമായിരുന്നു. എന്താണത്? ഉത്സാഹപൂർവ്വം മുന്നോട്ടു നടന്നു. മാമാങ്കത്തിന്റെ നാട്ടിലാണ് ഞാനെന്ന ചിന്ത മനസ്സിൽ പുളകം പകർന്നു. മഹാകവി ജിയുടെ വരികൾ ഓർത്തുപോയി.

"ഈ മണൽത്തിട്ടിൽ ചവിട്ടുന്നതിൻ മുമ്പു
നാമിതിന്നൊന്നു നമോവാകമോതുക"

ആദ്യം ദൂരെ കണ്ട സ്തൂപം, തിരുനാവാ തീരത്തെ 'ഗാന്ധിസ്മാരകമണ്ഡപ'മാണെന്ന് സമീപത്ത് എത്തിയപ്പോൾ മനസ്സിലായി. ഗാന്ധിജിയുടെ ചിതാഭസ്മം ഭാരതപ്പുഴയിൽ ഒഴുക്കിയതിന്റെ സ്മരണയ്ക്കായി പണിതുയർത്തപ്പെട്ടതാണത്. അത്രടമായപ്പോൾ ഉത്സാഹവും ആഹ്ലാദവും വർദ്ധിച്ചു. എവിടെ ഭാരതപ്പുഴ? എവിടെ മാമാങ്കസ്ഥലങ്ങൾ? എവിടെയാണ് നാവാമുകുന്ദക്ഷേത്രം? മുമ്പിനാലേ വായിച്ചറിവുള്ള സംഗതികൾ ഉള്ളിലിരുന്ന് പ്രേരിപ്പിക്കുന്നു. കണ്ണും കരളും വെമ്പലാർന്നു. വരൂ, നമുക്ക് ആ പ്രധാനരംഗങ്ങളിലേക്ക് കടക്കാം.

ആ റോഡിൽ (തിരൂർ - കുറ്റിപ്പുറം റോഡ്) നിന്ന് ചെറിയൊരു വഴി കിഴക്കോട്ടു തിരിയുന്നുണ്ട് വൃക്ഷത്തണലുകളിലൂടെ, മതിൽക്കെട്ടുകൾക്കരികിലൂടെയുള്ള ഒരിടവഴി. അധികം നടക്കേണ്ടതില്ല. കഷ്ടിച്ച് അരഫർലോങ്. അപ്പോഴേയ്ക്കും നിങ്ങൾ ഭാരതപ്പുഴക്കരയിലെത്തുകയായി. ഭാരതപ്പുഴ മാത്രമോ? നിങ്ങൾ പുഴക്കരയിലല്ലാ, ക്ഷേത്രസന്നിധിയിലല്ലേ? തൊട്ടു വലതു വശത്തു കാണുന്ന തകർന്ന ഗോപുരം (ഇന്ന് ക്ഷേത്രം പുതുക്കിപ്പണിത് മോടിപിടിപ്പിച്ചിരിക്കുന്നു) പ്രസിദ്ധമായ നാവാമുകുന്ദ ക്ഷേത്രത്തിന്റേതാണ്. എത്ര വിചിത്രമായ സംഗമം! ദക്ഷിണ ഗംഗയായ ഭാരതപ്പുഴക്കരയിൽനിന്ന് അടിത്തറ പടുത്തുയർത്തിക്കെട്ടിയ ക്ഷേത്രത്തിന്റെ ഗോപുര വാതിൽക്കൽ ഞാൻ തെല്ലിട ചിന്താധീനനായി നിന്നുപോയി.

ഇരുവശത്തും വിസ്തൃതമായ മണൽമെത്ത വിതിർത്തിട്ടുകൊണ്ട് മദ്ധ്യഭാഗത്തുകൂടി ഒരു കുലാംഗനയെപ്പോലെ ഒഴുകിപ്പോകുന്നു ഭാരതപ്പുഴ. അപ്പുറത്ത് പച്ചവിരിച്ച കുന്നുകൾ. കുന്നുകൾക്കുപരി ഏതാനും കെട്ടിടങ്ങളുടെ തലപ്പുകൾ കാണാമെന്നേയുള്ളൂ. ഈ പുഴക്കരയിൽ, ഈ മഹാക്ഷേത്ര സന്നിധിയിൽ എന്തൊക്കെ ചരിത്രസംഭവങ്ങൾ നടന്നിരിക്കുന്നു! എത്രയൊക്കെ കാലഘട്ടങ്ങളിലെ മർത്ത്യസംസ്കാരം കൺ കുളിർക്കെ കണ്ടതാണ് ഈ മഹാനദി! ഒരുപക്ഷേ, ആ ഓർമ്മകളാകാം നിളയെ ചിന്താധീനയാക്കുന്നത്. നദിയുടെ ദീർഘനിശ്വാസംപോലെ കുളിർകാറ്റ് ഓടിയെത്തി.

ക്ഷേത്രഗോപുരത്തിന് അകമ്പടി നില്ക്കുമ്പോലെ ഇടത്തും വലത്തും രണ്ട് കൂറ്റൻ ആൽമരങ്ങൾ. ഉയർന്നുയർന്നുപോകുന്ന വൃത്താകാരത്തി

ലുള്ള പടിക്കെട്ടുകളോടുകൂടിയ വിസ്തൃതമായ ആൽത്തറ. അസ്തപ്രതാപം പ്രകടമാക്കിനില്ക്കുന്ന ആ ഗോപുരത്തിന് നാവുണ്ടായിരുന്നെങ്കിൽ, അത് ഒരായിരം കഥകൾ പറയുമായിരുന്നെന്നു തോന്നി. സിംഹാസനങ്ങൾ തകർന്നുവീണതും ചെങ്കോലുകൾ ചിതറിത്തെറിച്ചതും വാളും പരിചയും കൂട്ടിമുട്ടി പച്ചച്ച മനുഷ്യൻ ധീരധീരം പടപൊരുതി മരിച്ചു വീണതും ചെഞ്ചോരയിലൂടെ പുതിയ സിംഹാസനങ്ങൾ ഉയർന്നു വന്നതുമായ കഥകൾ.

ഞങ്ങൾ ഗോപുരം കടന്ന് ക്ഷേത്രാങ്കണത്തിലെത്തി. പ്രാചീനക്ഷേത്രം. ശില്പഭംഗിയൊഴുന്ന ശ്രീകോവിൽ. ചുറ്റി നടന്ന് പടിഞ്ഞാറു വശത്തെത്തി. അവിടെയുമുണ്ട് ഗോപുരം. പടിഞ്ഞാറെ നട തുറക്കാറില്ല. നൂറ്റാണ്ടുകളെ അതിജീവിച്ചു നില്ക്കുന്ന നാവാമുകുന്ദക്ഷേത്രപാദങ്ങളെ തഴുകി കടന്നുപോകുന്ന ഭാരതപ്പുഴയും പരിസരങ്ങളും കൂടി കേരള ചരിത്രത്തിൽ വർണ്ണശബളവും വീരസാഹസികവുമായ സംഭവങ്ങൾ സൃഷ്ടിച്ചു.

മാമാങ്കത്തിന്റെ വേദികൾ

ഞങ്ങൾ പുഴക്കരയിലെത്തി. വെണ്മണലിലൂടെ അലക്ഷ്യമായി നടന്നു. വെയിലാറിയപ്പോൾ കുളിർമ്മ പകർന്ന മണൽത്തിട്ടയിൽ നില്ക്കെ വെയിലലകൾ മെല്ലെ വിട വാങ്ങുന്നതും ഇരുളലകൾ അല്പാല്പമായി മണൽത്തട്ടിലേക്കിഴഞ്ഞെത്തുന്നതും പുഴക്കരയുള്ള കുന്നുകളുടെ പൊൻ തൊപ്പികൾ ഏതോ അദൃശ്യകരങ്ങൾ എടുത്തുമാറ്റുന്നതും, ഒക്കെ അവാച്യമായ അനുഭൂതികളായിരുന്നു. ഒച്ചയും അനക്കവുമറ്റ സൈകതഭൂമി, ചരിത്രത്തിന്റെ പ്രേതഭൂമിയായി തോന്നി. അക്കരെ, ബ്രഹ്മാവിന്റെ ക്ഷേത്രവും ശിവക്ഷേത്രവുമുണ്ട്. ഇക്കരെ, നവയോഗികളാൽ പ്രതിഷ്ഠിതമായ മുകുന്ദ (വിഷ്ണു) ക്ഷേത്രവും അങ്ങനെ, അക്കരെയും ഇക്കരെയുമായി കുടികൊള്ളുന്ന ത്രിമൂർത്തികളുടെ മദ്ധ്യത്തു കൂടിയാണ് ഭാരതപ്പുഴയുടെ പ്രയാണം. പുഴയ്ക്കക്കരെ അനന്യസാധാരണമായ മറ്റൊരു സ്ഥാപനവുമുണ്ട് - ഓത്തന്മാർ മഠം. പണ്ടുപണ്ട് നമ്പൂതിരിമാർക്കു വേദാദ്ധ്യയനത്തിനുവേണ്ടി സ്ഥാപിക്കപ്പെട്ടതാണ്— ആ പ്രാചീനവേദ പാഠശാല. ഒരു കാലഘട്ടത്തിന്റെ സംസ്കാരം വളർന്ന് പൂചൂടിയത് ഈ പുഴക്കരയിലാണ് തിരുനാവായിൽ മാമാങ്കത്തിന്റെ രംഗവേദികൾ. 'ബൃഹസ്പതി ചക്ര'ത്തിലെ പന്ത്രണ്ട് വർഷങ്ങളിലൊന്നായ മഹാമാഘ വർഷത്തിൽ ആഘോഷിച്ചു വന്നതിനാൽ പ്രസ്തുത ഉത്സവം മഹാമാഘം (മലയാളത്തിൽ മാമാങ്കം) ആയിത്തീർന്നുവെന്ന് ഒരു അഭിപ്രായഗതിയുണ്ട്. ഈ പുണ്യ വേളയിൽ ഗംഗാദേവി ഭാരതപ്പുഴയിലവതരിച്ച് ആ തീർത്ഥവാഹിനിയെയും പരിസരങ്ങളെയും പവിത്രമാക്കുന്നുവെന്നും വിശ്വസിക്കപ്പെട്ടിരുന്നു.

... പ്രാചീനകേരളത്തിൽ രക്ഷാപുരുഷന്റെ കീഴിൽ തളിയാതിരിമാരായ നമ്പൂതിരിമാരുടെ ഭരണക്രമം ക്രമേണ ദുഷിച്ചു. തളിയാതിരിമാർ ആളും അർത്ഥവും സംഭരിച്ച് പ്രഭുക്കന്മാരും നാടുവാഴികളുമൊക്കെ ആയിത്തീർന്നപ്പോൾ ജനായത്ത സിദ്ധികൾക്ക് ഉടവുതട്ടി. ഇതിനിടയിൽ കല്പകഞ്ചേരി തമ്പ്രാക്കളും ആഴ്വാഞ്ചേരി തമ്പ്രാക്കളും തമ്മിൽ അധികാര മത്സരമുണ്ടായി. നാട്ടിലുള്ളവരെല്ലാം ഏതെങ്കിലും ഒരു പക്ഷത്തു ചേർന്നേ മതിയാകൂ എന്ന സ്ഥിതിയിൽ എത്തി. ഈ ശക്തി പരീക്ഷണത്തിൽ പ്രാചീന കേരളത്തിലെ സാമൂഹ്യജീവിതം താറുമാറായി. ഈ സ്ഥിതിക്ക് ഒരു പരിഹാരം കാണാൻ ആഴ്വാഞ്ചേരി തമ്പ്രാക്കൾ തന്നെ മുൻകൈയെടുത്തു. തിരുനാവാമണപ്പുറത്ത് ഒരു മഹായോഗം വിളിച്ചുകൂട്ടി. സാമന്തന്മാരായ നാടുവാഴികളും ഇടപ്രഭുക്കന്മാരും സമസ്ത ജനങ്ങളും തിരുനാവാമണപ്പുറത്ത് സമ്മേളിച്ചു. അവർ കൂടിയാലോചിച്ച് ഒരു പോംവഴി കണ്ടെത്തി. തദ്ദേശീയരായ ഭരണപ്രതിനിധിക്കു പകരം അയൽ രാജ്യത്തുനിന്ന് ഒരു രാജാവിനെ രക്ഷാപുരുഷനായി അവരോധിക്കാൻ അവർ തീരുമാനിച്ചു. അങ്ങനെ കൊങ്ങനാട്ടു രാജാവിനെ ക്ഷണിക്കാൻ തീരുമാനിച്ചുകൊണ്ട് യോഗം പിരിഞ്ഞു. അതനുസരിച്ച് വീണ്ടും തിരുനാവാമണപ്പുറത്ത് യോഗം ചേർന്ന് കൊങ്ങനാട്ടുരാജാവിനെ പെരുമാളായി അവരോധിച്ചു. ഇത് ബി സി 113 ലാണെന്നു കരുതുന്നു. ഈ ആദ്യത്തെ പെരുമാളവരോധവും പിന്നീട് വന്ന പെരുമാക്കന്മാരുടെ സ്ഥാനാരോഹണച്ചടങ്ങും. തിരുനാവായിൽ വച്ച് ആഘോഷിക്കപ്പെട്ട മാമാങ്കങ്ങൾ. അങ്ങനെ 36 പെരുമാക്കന്മാർ ആയിരം വർഷങ്ങളോളം ജനപ്രതിനിധികളായി ഭരണം നടത്തി പോലും! അവസാനത്തെ പെരുമാൾ ചേരമാൻ പെരുമാൾ തിരുനാവാമണപ്പുറവും സമീപപ്രദേശങ്ങളും പതിനായിരം നായന്മാരും മാമാങ്കം നടത്താനുള്ള അവകാശവും വള്ളുവക്കോനാതിരിക്കു നല്കി. ഈ അതുല്യമായ അവകാശങ്ങൾ 13-ാം ശതകം വരെ വള്ളുവനാട്ട് രാജാക്കന്മാർക്കായിരുന്നു.

കേരളത്തിലെ ഏറ്റവും പഴക്കം ചെന്ന വള്ളുവനാട്ടുരാജവംശത്തിന് തിരുനാവാ പ്രദേശങ്ങളും മാമാങ്കാവകാശങ്ങളും കൈവന്നതോടെ സർവ്വവിധ ആഡംബരങ്ങളോടും ആഘോഷങ്ങളോടും സൈന്യബലത്തോടും കൂടി തിരുനാവാക്ഷേത്ര സന്നിധിയിൽ വച്ച് തുടർന്നും മാമാങ്കാഘോഷങ്ങൾ കൊണ്ടാടി. കോഴിക്കോട്ടു കേന്ദ്രമാക്കി രാജ്യം വിസ്തൃതമാക്കിക്കൊണ്ടിരുന്ന സാമൂതിരിപ്പാടിന് വള്ളുവക്കോനാതിരിയുടെ പ്രതാപവും കീർത്തിയും അസഹ്യമായി. 13-ാം ശതകത്തിന്റെ പ്രാരംഭത്തിൽ തന്നെ വള്ളുവനാട് രാജവംശത്തിൽ വ്യക്തമായ

ശൈഥില്യത്തിന്റെ സൂചനകൾ തെളിഞ്ഞപ്പോൾ, സാമൂതിരി, ആക്രമണത്തിനു തക്കം പാർത്തിരിക്കുകയായിരുന്നു. ഈ സന്ദർഭത്തിൽ കോഴിക്കോട്ടുനിന്നും മാമാങ്കോത്സവം കാണാൻ തിരുനാവായ്ക്ക് പോയി മടങ്ങിവന്ന ഒരു കോയയാണ് ഈ സംഘർഷത്തിന്റെ കലാശക്കോട്ടയ്ക്ക് തിരികൊളുത്തിയതെന്ന് പറയപ്പെടുന്നു. സാമൂതിരിയുടെ പ്രജയായ കോയ, മാമാങ്കത്തിന്റെ പൊടിപൂരങ്ങൾ പൊടിപ്പും തൊങ്ങലും വച്ച് സാമൂതിരിയെ പറഞ്ഞ് കേൾപ്പിച്ചുപോലും. സാമൂതിരി അടുത്ത മാമാങ്കത്തിന് കോയയെയും കൂട്ടി തിരുനാവായിൽ എത്തി. മാമാങ്കത്തിന് 'നിലപാടു' നിന്ന വെള്ളാട്ടിരിയെ ചതിയിൽ വെട്ടിക്കൊന്ന്, തിരുനാവായയുടെയും മാമാങ്കത്തിന്റെയും അധികാരങ്ങൾ കൈയടക്കി പോലും. വള്ളുവക്കോനാതിരിയുടെ പരാജയത്തിന് വഴിതെളിച്ച യുക്തിയുക്തമായ സംഭവപരമ്പരകളും ഇവിടെ അനുസ്മരിക്കേണ്ടതാണ്.

സാമൂതിരിയുടെ ദുർമോഹം

പതിമൂന്നാം ശതാബ്ദത്തോടുകൂടി കോഴിക്കോടിനുസമീപമുള്ള ചാലിയം, ബേപ്പൂർ, പരപ്പനാട് എന്നീ രാജാക്കന്മാരുടെ അധീശത്വം വഹിക്കാൻ കഴിഞ്ഞ സാമൂതിരിയുടെ സാമ്രാജ്യത്തിൽ കോഴിക്കോടു മുതൽ പൊന്നാനി വരെയുള്ള കടലോരവും ഉൾപ്രദേശങ്ങളും ഉൾപ്പെട്ടിരുന്നു. നാവികഗതാഗത സൗകര്യമുള്ള ഭാരതപ്പുഴയുടെ തീരത്തുള്ള തന്ത്രപ്രധാനമായ തിരുനാവായ, സാമൂതിരിക്കൊരു തലവേദനയായി. വേണ്ടത്ര സൈന്യസജ്ജീകരണം നടത്തി. കുട്ടിരാജാക്കന്മാരുടെ പരസ്പരകലഹവും സന്ദർഭത്തിന് അനുകൂലമായി. മോങ്ങാനിരുന്ന നായുടെ തലയിൽ തേങ്ങ വീണതുപോലെ അപ്പോൾ മറ്റൊരു സംഭവം ഉണ്ടായി. വെള്ളാട്ടിരിയുടെ പിൻബലത്തോടെ ആറങ്ങോട്ടു പെരുമ്പടപ്പുകാർ ചേർന്ന് സാമൂതിരിയുടെ പക്ഷത്തുള്ള തിരുമനശ്ശേരി നാട് ആക്രമിച്ചപ്പോൾ, തിരുമനശ്ശേരി രാജാവ് സാമൂതിരിയെ അഭയം പ്രാപിക്കുകയും പൊന്നാനി കാഴ്ചവെക്കുകയും ചെയ്തു. കരവഴിയായും കടൽവഴിയായും സാമൂതിരിസൈന്യം പടപ്പുറപ്പാടാരംഭിച്ചു. സാമൂതിരിയുടെ നേരിട്ടുള്ള നേതൃത്വത്തിൽ സൈന്യം വടക്കുനിന്നും തിരുനാവാ ആക്രമിച്ചു. സാമൂതിരിയുടെ നാവികസേന പടിഞ്ഞാറുനിന്നും വള്ളുവനാട്ടിനെ ആക്രമിച്ചു. അങ്ങനെ വള്ളുവനാട് കീഴടക്കാൻ സാമൂതിരിക്കു കഴിഞ്ഞു. തിരുനാവായിലെ മാമാങ്കം സാമൂതിരിയുടെ വകയായി. സാമൂതിരിയെ സംബന്ധിച്ചിടത്തോളം അത് മതപരമായ ഒരു ചടങ്ങ് മാത്രമായിരുന്നില്ല. ഡംഭും പ്രതാപവും സൈനികശക്തിയും അധീശത്വവും പ്രകടിപ്പിക്കാനുള്ള ഒരു അസുലഭ സന്ദർഭവുമായിരുന്നു. 1755ലാണ് അവസാനത്തെ മാമാങ്കം ആഘോഷിക്കപ്പെട്ടത്. അപ്പോഴേയ്ക്കും ഹൈദരാലിയുടെ ആക്രമണത്തിന് വിധേയമായ കേരളത്തിലെ ആഭ്യന്തരഘടന ശിഥിലമാക്കപ്പെട്ടിരുന്നു.

സാധാരണ ആഗസ്ത്-സെപ്തംബർ മാസങ്ങളിലാണ് മാമാങ്കം നടത്താനുള്ള ദിവസങ്ങൾ ഒത്തുവരാറുള്ളത്. ചേരപാണ്ഡ്യരാജാക്കന്മാർ തമ്മിലുള്ള സൗഹൃദത്തിന്റെ സൂചകമായിട്ടായിരിക്കണം, പാണ്ഡ്യരാജാവിനാണ് ആദ്യത്തെ ക്ഷണക്കത്തയക്കുക. പിന്നീട് മാമാങ്കത്തിന് തയ്യാറെടുത്ത് വന്നുചേരാൻ സാമന്തന്മാർക്കും അംഗരക്ഷകർക്കും കല്പന പുറപ്പെടുവിക്കുന്നു. മാമാങ്കോത്സവത്തിന് വിവിധ വിഭാഗങ്ങൾക്ക് പ്രത്യേകം പാർപ്പിടം നിർമ്മിക്കുന്നതിനും വിവിധ ജോലികൾ നിറവേറ്റുന്നതിനും പ്രാവീണ്യമുള്ളവരെ പ്രത്യേകം പ്രത്യേകം നിയോഗിക്കാറുണ്ട്...

തിരുനാവായക്ഷേത്രത്തിന്റെ പടിഞ്ഞാറെ ഗോപുരത്തിൽനിന്നും ഇരുവശത്തും ചോലമരങ്ങൾ വച്ചുപിടിപ്പിച്ച ഋജുവായ ഒരു നിരത്ത് അരനാഴികദൂരത്തിൽ നീണ്ട് കിടപ്പുണ്ട്. ആ നാട്ടുപാത വയലേലകൾക്കു മദ്ധ്യത്തിലൂടെ കുന്നുകളിൽ അവസാനിക്കുന്നു. ആ കുന്ന് മൂന്നു നാല് തട്ടുകളായി രൂപപ്പെടുത്തിയിട്ടുണ്ടായിരുന്നുവെന്ന് മനസ്സിലാക്കാം. ഏറ്റവും ഉയർന്ന തട്ടിൽ തറനിരപ്പിൽനിന്നും നാലടിയോളം ഉയരത്തിൽ കല്ലുകൊണ്ടു മണിത്തറ എന്ന് അറിയപ്പെടുന്ന ഒരു വേദി പടുത്തുയർത്തുന്നു. സാമൂതിരിപ്പാട് ചേരമാൻ പെരുമാളിന്റെ ഉടവാളും കൈയിലേന്തി നിലയുറപ്പിക്കേണ്ടത് ഈ ഉയർന്ന വേദിയിലാണ്. സാമൂതിരി പള്ളിമേനാവിൽ നിന്നിറങ്ങി മന്ദം മന്ദം മേല്പോട്ടുകയറി താഴത്തെ തട്ടിലെത്തി നാവാമുകുന്ദക്ഷേത്രത്തെ നോക്കി ഇരുകൈകളും കൂപ്പി വണങ്ങുന്നു. വീണ്ടും പടവുകൾ കയറി ഏറ്റവും ഉയർന്ന തറയിൽ തയ്യാറാക്കപ്പെട്ടിരുന്ന മണിത്തറയിൽ പ്രവേശിച്ച് തന്റെ വാൾ ചുഴറ്റുന്നു. തുടർന്ന് മേൽത്തട്ടിന്റെ ഇരുവശങ്ങളിലും വരിവരിയായി നില്ക്കുന്ന നായർ പടയാളികൾ സ്വർണ്ണദന്താങ്കിതങ്ങളായ പരിചകൾ ചലിപ്പിക്കുകയായി. സാമൂതിരിക്ക് അഭിവാദ്യമർപ്പിച്ചുകൊണ്ട് പടഹധ്വനി മുഴങ്ങുകയായി. പുഴയുടെ ഇരുകരകളിലും നിന്ന് മുമ്മൂന്നു ചുറ്റ് വെടിപൊട്ടിക്കുന്നു. ശബ്ദഘോഷങ്ങൾ അവസാനിക്കുന്നതോടെ, ഒരിക്കൽക്കൂടി നാവാമുകുന്ദനെ താണുവണങ്ങി സാമൂതിരി മണിത്തറയിൽ നിന്നിറങ്ങി തന്റെ കൊട്ടാരത്തിലേക്കു മടങ്ങുന്നു.

ചാവേർപ്പട

മാമാങ്കത്തിന്റെ അവകാശം നഷ്ടപ്പെട്ട വള്ളുവക്കോനാതിരി ഒരു പുകയുന്ന തീമലയായിരുന്നു. സാമൂതിരിയോട് പകവീട്ടാനുള്ള ഒരു സന്ദർഭവും

വള്ളുവക്കോനാതിരി പാഴാക്കിയിരുന്നില്ല. മാമാങ്കത്തിന് നിലപാടുനില്ക്കുന്ന സാമൂതിരിയെ വധിക്കുകയെന്നതായിരുന്നു വള്ളുവക്കോനാതിരിയുടെ ജീവിതലക്ഷ്യം. വള്ളുവക്കോനാതിരി മാത്രമല്ല, വള്ളുവനാട്ടിലെ ഓരോ കുഞ്ഞും സ്വന്തം രാജ്യത്തെയും രാജാവിനെയും ചതിച്ചു സാമൂതിരിയോടുള്ള പ്രതികാരവഹ്നി ഉള്ളിലേറ്റി ദേശാഭിമാനത്താൽ ജ്വലിച്ചുകഴിയുകയായിരുന്നു. ഓരോ മാമാങ്കക്കാലത്തും സാമൂതിരിയെ വധിക്കാൻ വേണ്ടി നോമ്പുനോറ്റ്, രാജ്യത്തിനുവേണ്ടി ആത്മബലിയർപ്പിക്കാൻ സന്നദ്ധരായി ജീവിതം ഉഴിഞ്ഞ് വച്ചിരുന്ന ചാവേർ വീരന്മാർ അസംഖ്യം ഉണ്ടായിരുന്നു. അന്നത്തെ വള്ളുവനാട്ടിൽ സാമൂതിരി മാമാങ്കത്തിന്റെ രക്ഷാപുരുഷസ്ഥാനം കൈയടക്കിയതിനെ തുടർന്നാണ് ചാവേർപ്പടയുടെ ആവിർഭാവം. ശത്രുരാജാവിനോട് പകവീട്ടി മരിക്കുന്നതിൽ കൃതാർത്ഥത കണ്ടെത്തിയ ധീരദേശാഭിമാനികൾ. അങ്ങാടിപ്പുറത്തെ തിരുമാന്ധാം കുന്നിലുള്ള മാമാങ്കത്തറയിൽനിന്ന് പുറപ്പെടുന്ന ചാവേർപ്പടയാളികൾ ബീരാൻ ചിറയിലെ പട്ടിണിത്തറയിലെത്തി താവളമടിച്ച ശേഷമാണ്, വ്രതാനുഷ്ഠാനങ്ങളോടെ നിലപാട് തറയെ ലക്ഷ്യമാക്കി പാഞ്ഞടുത്തിരുന്നത്. ഒരു മാമാങ്കത്തിന്റെ ആത്മാർപ്പണം കഴിഞ്ഞാൽ, പന്ത്രണ്ട് വർഷംകഴിഞ്ഞുവരുന്ന അടുത്തമാമാങ്കം വരെ, ചാവേർമാരെ തയ്യാറെടുപ്പിച്ച് അയക്കാൻ നാട്ടുകാരും, പോകാൻ യോദ്ധാക്കളും ഒരുക്കം കൂട്ടുക പതിവായി. ഓരോ മാമാങ്കത്തിനും വള്ളുവക്കോനാതിരിയുടെ ഈ ചാവേർപ്പട സാമൂതിരിക്കൊരു പേടിസ്വപ്നമായിരുന്നു. ഒരു മാമാങ്കത്തിന്റെ പുളകോദ്ഗമകാരിയായ അന്തരീക്ഷത്തിൽ ചാവേറിന്റെ ആവേശകരമായ മുന്നേറ്റം സൃഷ്ടിക്കുന്ന ചലനങ്ങൾ നമുക്ക് വീക്ഷിക്കാം.

മാമാങ്കദൃശ്യങ്ങൾ

നാവാമുകുന്ദക്ഷേത്രത്തിന്റെ പടിഞ്ഞാറെ നടയിൽനിന്ന് പടിഞ്ഞാറോട്ട് നോക്കുക. അവിടെനിന്നും വാകയൂർ നിലപാടു തറവരെ നെടുനീളത്തിൽ വഴിയുടെ രണ്ടുവശത്തും ഓരോ കുന്തപ്പാടകലത്തിൽ മുളംകുറ്റിനാട്ടി വേലിയുറപ്പിട്ടിട്ടുണ്ട്. ഭാരതപ്പുഴയും പരിസരങ്ങളും ജനസഹസ്രങ്ങളാൽ നിറഞ്ഞുകഴിഞ്ഞു. കട്ടി സ്വർണ്ണംകൊണ്ട് നൂറ്റിപ്പതിനാലു കണ്ണികളും ഒരു കൊളുത്തുമുള്ള കൂറ്റൻ ചങ്ങലയണിഞ്ഞ ഭീമാകാരനായ കൊമ്പനാന നിലപാടുതറയ്ക്കു തെക്കുഭാഗത്തുകൂടി സാമൂതിരിയുടെ കൊട്ടാരത്തിനു നേർക്ക് നടന്നടുക്കുന്നു. അനേകവിധം തോരണങ്ങളും വർണ്ണക്കൊടികളും ചിത്രകമ്പളങ്ങളും കൊണ്ടലങ്കൃതമായ രാജകൊട്ടാരത്തിനു മുമ്പിൽ മാമാങ്കത്തിലെ ഇരുപതു നാളിനുശേഷം ഒടുക്കത്തെ പത്തുദിവസം സാമൂതിരിയുടെ രക്ഷാഭാരം വഹിക്കുന്ന സാമന്തന്മാരായ ഇളയ വാക്കയിൽ വേള്ളോടി, നെടിയിരിപ്പിൽ മൂത്ത ഏറാടി തിരുമുൽപ്പാട്, ഏറനാട് എളംകൂർ നമ്പ്യാതിരി, തിരുമുൽപ്പാട്, മങ്ങാട്ടച്ചൻ, കോഴിക്കോട്ടു കോയ മുതലായവർ നിലയുറപ്പിച്ചിട്ടുണ്ട്. സൈന്യനിരകളും കാണികളും സാമന്തന്മാരും എല്ലാവരും ഉൽക്കണ്ഠാഭരിതരാണ് വള്ളുവനാടിന്റെ ചാവേറ്റുപട ഇത്തവണ വല്ല അപകടവുമുണ്ടാക്കുമോ?

പെട്ടെന്ന് ദിഗന്ത ഭേദിയായ കതിനാവെടികൾ മുഴങ്ങുന്നു. ക്ഷേത്രനട മുതൽ നിലപാടുതുറ വരെ ഭയാനകമായ ഒരു ചലനം. വഴിയുടെ ഇരുവശത്തും വഴിയിലേക്കു നീട്ടിപ്പിടിച്ച കുന്തങ്ങളുമായി നില്ക്കുന്ന ഏറനാട്ടിലെ (സാമൂതിരിയുടെ) സൈന്യങ്ങളിൽനിന്നും ഏകസ്വരത്തിൽ ആർപ്പു വിളികളുമുയർന്നു. മണിത്തറയ്ക്കടുത്തായി സാമന്തന്മാർ കൊടുത്തയച്ച അടിമക്കൊടികൾ പാറിക്കളിക്കുന്നു, ഒന്നൊഴികെ. വള്ളുവക്കോനാതിരിയുടെ അടിമക്കൊടി മാത്രം കാണാനില്ല.

കുന്തമുന നീട്ടി വഴിയുടെ രണ്ടുവശത്തും നില്ക്കുന്ന സാമൂതിരിപ്പടയുടെ മദ്ധ്യത്തുകൂടി രണശൂരന്മാരായ ചാവേർ വീരന്മാർ വെട്ടിയും കുത്തിയും വീണും എണീറ്റും കൊന്നും ചത്തും മുന്നേറുന്നു. ഒന്നുരണ്ടു പേരെങ്കിലും നിലപാടുതറയ്ക്കടുത്ത് എത്താതിരിക്കുകയില്ല. പക്ഷേ, അവരിലൊരാൾക്കെങ്കിലും നിലപാടു നില്ക്കുന്ന സാമൂതിരിയെ വെട്ടിക്കൊല്ലാൻ കഴിയുന്നതിനു മുമ്പു തന്നെ നേരായ മാർഗ്ഗത്തിലോ ചതിപ്രയോഗത്തിലോ അവർ വെട്ടിവീഴ്ത്തപ്പെടുന്നു (മാമാങ്കത്തിന്റെ ബലി വേദിയിൽ വീരമൃത്യു വരിച്ച ഒരു ചാവേർപ്പടനായകനായ കണ്ടർ മേനോന്റെ മകൻ ഇത്താപ്പൂവിന്റെയും മറ്റും മാമാങ്കപ്പോര് സുപ്രസിദ്ധമായ വീരഗാഥകളാണ്)

വീണ്ടും പന്ത്രണ്ടു വർഷത്തേക്ക് കേരളാധീശപദവി സാമൂതിരിപ്പാടിന് ഉറപ്പുവരുത്തുന്നമട്ടിൽ പ്രഖ്യാപിക്കുന്ന കൂട്ടവെടികൾക്കിടയിൽ പടയിൽ വീണുമരിച്ച ചാവേർ വീരന്മാരുടെ മൃതദേഹവുമായി കൊമ്പനാനകൾ മണിക്കിണറിന്റെ നേർക്കുനീങ്ങി...

മാറ്റങ്ങൾ മാറ്റങ്ങൾ

2002 മാർച്ചിലെ അവസാന സന്ദർശനത്തിൽ ഞാൻ കണ്ട തിരുനാവായ അമ്പേ മാറിക്കഴിഞ്ഞിരിക്കുന്നു. പഴയ ഗ്രാമറോഡിൽനിന്നു നാവാമുകുന്ദക്ഷേത്രത്തിലേക്കുള്ള നാടൻ വഴി പിരിയുന്ന കവലയിൽ പണ്ടുണ്ടായിരുന്ന രണ്ടു മൂന്നു പഴയ പീടികകളുടെ സ്ഥാനത്ത് ഇപ്പോൾ കൂറ്റൻ ഇരുനില മന്ദിരങ്ങൾ ഉയർന്നിരിക്കുന്നു. ഷോപ്പിങ് കോംപ്ലക്സുകളും വിപണന വീഥികളുമെല്ലാം അവിടെ കാണാം.

ഏതാണ്ട് അനാഥാവസ്ഥയിൽ മുമ്പ് കണ്ടിരുന്ന നാവാമുകുന്ദക്ഷേത്രത്തിനുപോലും നവയൗവനം വന്ന മട്ടാണിന്ന്. ക്ഷേത്രത്തിന് ഗാംഭീര്യം പകരുന്ന നവനിർമ്മിതികൾ ഇവിടെ കാണാം. താഴെ നിളാനദിയോ? വീതിയേറിയ ഭാരതപ്പുഴയുടെ മദ്ധ്യത്ത് അതിവിസ്തൃതമായ മണപ്പുറം. മണൽപ്പരപ്പിന് അതിരിട്ടതുപോലെ പുഴയുടെ ഓരംചേർന്ന് ക്ഷേത്രത്തിന്റെ കൽപ്പടവുകളെ തഴുകി ഒഴുകുന്ന കൃശഗാത്രിയായ നിളാനദിയുടെ കാഴ്ച സഹതാപാർഹം.

ഈ പ്രാചീന ഗ്രാമത്തിന്റെ ശാലീനസൗന്ദര്യം എങ്ങോപോയി മറഞ്ഞിരിക്കുന്നു. കുറച്ചിടയെങ്കിലും ഗ്രാമനഗരമായി മാറിക്കഴിഞ്ഞു. പ്രായേണ ആളനക്കം കുറഞ്ഞ പഴയ ചെത്തുവഴികൾ ജനവാഹനബഹുലമാണിന്ന്. കൊടയ്ക്കൽ ഓട്ടുകമ്പനി, ഗതകാലസ്മരണകളുണർത്തി നിശ്ചലം നിലകൊള്ളുന്നു. കമ്പനിയുടെ പൂട്ടിയിട്ട ഗേറ്റ്. അതിനപ്പുറം പാഴ്പുല്ലും കാട്ടുചെടികളും നിറഞ്ഞ നിലപാടു തറ, ആരാലും അവഗണിക്കപ്പെട്ട മട്ടിൽ നിലകൊള്ളുന്നു. വേണമെങ്കിൽ ഗേറ്റിലെ കാവൽക്കാരൻ കനിഞ്ഞാൽ, ഗേറ്റിലെ വിടവിലൂടെ നോക്കി കാണാം.

തിളയ്ക്കുന്ന നട്ടുച്ച, തിരുനാവായിലെ ബാസൽ മിഷൻ ഹോസ്പിറ്റലിന്റെ കോമ്പൗണ്ടിനുള്ളിൽ കടന്നു. അവിടെ, കാടും പടർപ്പും പിടിച്ച് കുറ്റിച്ചെടികൾക്കും വള്ളിപ്പടർപ്പുകൾക്കുമിടയിൽ വലിയ ഒരു പൊട്ടക്കിണർ ഇരുൾ മൂടിക്കിടക്കുന്നു, മണിക്കിണർ! കാടുപിടിച്ചു കിടന്ന മണിക്കിണറിലേക്ക് നോക്കിനില്ക്കേ ഞാൻ എന്നെത്തന്നെ മറന്നുപോയി. മാമാങ്കത്തിൽ വെട്ടേറ്റുവീണ എത്രയെത്ര യോദ്ധാക്കളുടെ ശവശരീരങ്ങളാണ് കൊമ്പനാനകൾ കാലുകൊണ്ടു തട്ടി ആ മണിക്കിണറിനുള്ളിലേക്കെറിഞ്ഞിട്ടുള്ളത്. എത്രയെത്ര സംഘട്ടനങ്ങൾ കണ്ട്, ചോരചിന്തി ഈറനായതാണ് ആ പരിസരങ്ങൾ. ഇന്നോ? ആ മണിക്കിണർ ഒഴിവാക്കി വേലിക്കെട്ടി തിരിച്ച് ആ പറമ്പ് ആരോ സ്വന്തമാക്കിക്കഴിഞ്ഞു. എണ്ണമറ്റ രണധീരന്മാരുടെ കാൽപ്പാടുകൾ പതിഞ്ഞിട്ടുള്ള ആ നാടൻ നിരത്തിലൂടെ ഞങ്ങൾ പിന്നോട്ടു നടന്നു. വാകയൂർ മണിത്തറ കാണാൻ— വഴികാട്ടിയുടെ നിർദ്ദേശാനുസരണം. മണിക്കിണറിൽനിന്നും അത്രയകലെയല്ലാതെയുള്ള മണിത്തറ കാണാനെത്തിയ ഞങ്ങൾ റോഡരികിലെ കൊടയ്ക്കൽ ഓട്ടുകമ്പനിയുടെ ഗേറ്റിലാണ് ചെന്നുമുട്ടിയത്. അഴിയടിച്ച ആ കൂറ്റൻ ഗേറ്റിൽ മുട്ടി വിളിക്കുകയേ ഗതിയുള്ളൂ.

അന്യർക്ക് അകത്തു പ്രവേശനമില്ല

മാമാങ്കത്തിന്റെ രക്ഷാധികാരിയായി പതിനായിരക്കണക്കിന് വീരയോദ്ധാക്കളുടെ മദ്ധ്യേ സാമന്തന്മാരുടെയും അംഗരക്ഷകരുടെയും അകമ്പടിയോടെ വിശ്വജേതാവിന്റെ മട്ടിൽ ചേരമാൻ പെരുമാളിന്റെ ഉടവാൾ കൈയിലേന്തി സാമൂതിരിപ്പാട് നിലപാട് നിന്നിരുന്ന ആ നിലപാട് തറയ്ക്കടുത്തൊന്നു പോയി കാണാൻ ഏതോ ഓട്ടുകമ്പനിക്കാരന്റെ അനുവാദം വേണംപോലും. എന്തൊരു ഗതികേട്! പാഴ്പുല്ലും കാട്ടുചെടികളും മൂടിയ ആ മണിത്തറയാണ് മാമാങ്കത്തിന്റെ രംഗവേദിയെന്നു വിശ്വസിക്കാനാകാത്ത വിധം അവഗണിക്കപ്പെട്ട നിലയിലാണിന്ന്. മാമാങ്ക കാലത്തെ തിരുനാവയ കണ്ട് അത്ഭുതത്തോടും കൗതുകത്തോടും പിന്മടങ്ങുന്ന കണ്ണുകൾ ഇനി, ഇന്നത്തെ തിരുനാവായിലേക്കു തിരിച്ചുവിടാം.

വള്ളുവക്കോനാതിരിയും സാമൂതിരിയുമൊക്കെ എന്നേ യാത്രപറഞ്ഞു പിരിഞ്ഞുപോയി. ആ വിശുദ്ധഭൂമി ഇന്നൊരു ദരിദ്രഭൂമിയാണ്. ഭാരതപ്പുഴ ഇന്നും ഒഴുകുന്നുണ്ട്. പുഴക്കരയിലെ നാവാമുകുന്ദക്ഷേത്രം അതീത കാലസ്മരണകൾ അയവിറക്കി നിലനില്ക്കുന്നു. മാമാങ്കത്തിന്റെ രംഗവേദികൾ ആ പരിസരങ്ങളിൽ ഇടിഞ്ഞും തകർന്നും ചിതറിക്കിടപ്പുണ്ട്.

ഗ്രാമജീവിതം

മലപ്പുറം ജില്ലയിലെ തിരൂർ താലൂക്കിന്റെ തെക്കുകിഴക്കെ കോണിലായി സ്ഥിതിചെയ്യുന്ന തിരുനാവായ്ക്ക് തിരൂരിൽനിന്ന് ഏഴുമൈൽ ദൂരമേയുള്ളൂ. കോഴിക്കോട് നിന്ന് 35 മൈൽ. ഭാരതപ്പുഴയാണ് പഞ്ചായത്തിന്റെ തെക്കെ അതിർത്തി. പുഴയ്ക്കപ്പുറം മലപ്പുറം ജില്ലയിൽപ്പെട്ട പൊന്നാനി താലൂക്ക്. കിഴക്ക് കുറ്റിപ്പുറം പഞ്ചായത്തും വടക്ക് വളവന്നൂർ പഞ്ചായത്തും പടിഞ്ഞാറ് തലക്കാട് പഞ്ചായത്തുമാണ് അതിരുകൾ. പഞ്ചായത്തിന്റെ വടക്ക് കിഴക്ക് കുന്നിൻ ചെരുവുകളാണ് തിരുനാവായ ഭൂരിഭാഗവും കൃഷിനിലങ്ങളും പുരയിടങ്ങളുമാണ്. മുൻകാലത്ത് പഞ്ചായത്തിന്റെ മൂന്നിൽ രണ്ടാഗവും നെൽവയലുകൾ ആയിരുന്നു. ഇന്ന് ആ സ്ഥിതിയാകെ മാറി. കളിയടയ്ക്ക, വെറ്റില, താരമപ്പൂക്കൾ എന്നി വൻതോതിൽ കയറ്റി അയച്ചിരുന്നു. നെല്ല്, കമുക്, വെറ്റില, മരിച്ചീനി എന്നിവയാണ് പ്രധാന കാർഷികോല്പന്നങ്ങൾ, വിശാലമായ നെൽപ്പാടങ്ങൾ, മൊട്ടക്കുന്നുകൾ, ചെറുതും വലുതുമായ കർഷകഭവനങ്ങൾ അങ്ങിങ്ങ് പച്ചച്ചത്തോപ്പുകൾ. ചിലയിടങ്ങളിൽ സമൃദ്ധമായ കമുകിൻ തോപ്പുകൾ, കുണ്ടനിട വഴികൾ, വർഷകാലങ്ങളിൽ താമരപ്പൂക്കൾ വിടർന്ന് വിലസുന്ന കായലുകൾ (ചതുപ്പുനിലങ്ങൾ) ഇവയത്രെ തിരുനാവായുടെ ഭൂമിശാസ്ത്രപരമായ സവിശേഷതകൾ. പഞ്ചായത്തിന്റെ വിസ്തീർണ്ണം 19.58 ച കി മീ. ജനസംഖ്യ 37867 (1991). ജനങ്ങൾ പൊതുവേ സാമ്പത്തികമായും സാമൂഹ്യമായും വിദ്യാഭ്യാസപരമായും പിന്നണിയിലാണ്. കൃഷിക്കാർ ജീവിത വൈഷമ്യ

ങ്ങളുടെ മാറാപ്പു ചുമക്കുകയാണ്. വേണ്ടത്ര ജല സേചന സൗകര്യം ലഭ്യമല്ലായ്കയാൽ കൃഷിപ്പിഴ സാധാരണം. ദുർബ്ബലമായ കാർഷിക മേഖലയെ താങ്ങിനിർത്തത്തക്ക വ്യവസായ സൗകര്യങ്ങളുമില്ല. മുന്നൂറോളം പേർക്ക് തൊഴിൽ നല്കിയിരുന്ന കൊട യ്ക്കൽ ടൈൽഫാക്ടറി അടച്ചുപൂട്ടി. തൊഴിലി ല്ലായ്മ മൂലം സ്വന്തം നാട് ഉപേക്ഷിച്ച് ജീവിതമാർഗ്ഗം തേടിപ്പോയിട്ടുള്ള യുവാക്കൾ വളരെയുണ്ട്. അന്ധ വിശ്വാസങ്ങളും അനാചാരങ്ങളും ഇനിയും തിരുനാ വായുടെ മണ്ണിൽ ശക്തിയായി വേരൂന്നി നില്പുണ്ട്." നാടൻ നേർച്ചകൾ, തിയ്യാട്ടുകൾ, ഉത്സവങ്ങൾ എന്നി വയ്ക്ക് പട്ടിണിക്കിടയിലും പണമുണ്ടാക്കി ചെലവി ടാൻ മടിക്കാറില്ല; സാധാരണക്കാർ.

മുമ്പ്, വർഷകാലങ്ങളിലെ തിരുനാവായ നാട്ടിൻപുറം നയനാനന്ദകരമായിരുന്നു. വർണ്ണപ്പകി ട്ടുകളുള്ള താമരപ്പൂക്കൾ നിറഞ്ഞ കുളങ്ങൾ (കായ ലുകൾ) മിക്കയിടത്തും കാണാമായിരുന്നു. ധാരാള മായി വളർന്നുവിടർന്നു നില്ക്കുന്ന ഈ പൂക്കൾ പറിച്ച് ശേഖരിച്ച് ദൂരെ ദിക്കിലേക്ക് കയറ്റിയയച്ച് പണം തേടുന്നവർ ധാരാളമുണ്ടായിരുന്നു. വലിയപ രപ്പൂർ കായൽ, എടക്കുളം കായൽ എന്നിവ വലിയ ജലവലയിത പ്രദേശങ്ങളാണ്. വർഷകാലത്തു മ ത്സ്യവും താമരപ്പൂവും നല്കി തദ്ദേശീയരെ സഹാ യിക്കുന്ന ഈ താമരക്കുളങ്ങൾ വേനൽക്കാലത്ത് നെൽപ്പാടങ്ങളായി മാറ്റപ്പെട്ടിരുന്നു. ഇന്ന് ആ നല്ല കാലങ്ങൾ കഴിഞ്ഞു.

നവയോഗികളാൽ സ്ഥാപിതമായ നാവാമുകു ന്ദക്ഷേത്രം സാമൂതിരിയുടെ വകയാണ്. ക്ഷേത്ര ത്തോടനുബന്ധിച്ച് സ്വകാര്യ വ്യക്തികളുടെ വക ഊട്ടുപുരയും സത്രവുമുണ്ട്. തീർത്ഥാടകർക്കുവേണ്ടി പക്ഷേ, അവയിൽ ആധുനികസൗകര്യങ്ങൾ അപര്യാ പ്തമാണ്.

ജീവിച്ചിരിപ്പുള്ളവരുടെ അഭീഷ്ട സിദ്ധിയെ ക്കാൾ മരണമടഞ്ഞവരുടെ ആത്മാവിന് നിത്യശാന്തി നല്കുന്ന ഏർപ്പാടാണ് നാവാമുകുന്ദക്ഷേത്രത്തിൽ പ്രധാനം (പഴമയും പാരമ്പര്യവും അതൊരാവശ്യ മാക്കി തീർത്തിരിക്കണം). തുലാമാസത്തിലെയും കർക്കിടകമാസത്തിലെയും വാവ് ഉത്സവമാണ്, പ്രധാന ഉത്സവം. വാവുദിനത്തിൽ കൊടിയേറി മേട പ്പത്തിന് ആറാട്ട് ആഘോഷിക്കുന്നു. ക്ഷേത്രത്തിന് മുൻവശത്ത് ഭാരതപ്പുഴയിൽ ഭൗതികാവശിഷ്ടങ്ങൾ ലയിപ്പിക്കുന്നതുമാത്രമല്ല, പുഴക്കരയിലെ മണൽത്തി ട്ടയിൽ ശവം ദഹിപ്പിക്കുന്നതും മോക്ഷപ്രദമാണെന്ന് ഹിന്ദുക്കൾ വിശ്വസിക്കുന്നു. (ആരോഗ്യസംരക്ഷണ മൊന്നും ഇവിടെ പ്രശ്നമല്ല.) നമ്മുടെ മൺമറഞ്ഞ രാഷ്ട്രനായകന്മാരെപ്പോലും ഈ മോക്ഷപ്രാപ്തി യിൽനിന്നും നാം ഒഴിവാക്കിയിട്ടില്ല. മഹാത്മജിയു ടെയും പണ്ഡിറ്റ് ജിയുടെയും ശാസ്ത്രിജിയുടെയും ചിതാഭസ്മങ്ങൾ എത്ര ആഡംബരത്തോടെയാണ് നാം തിരുനാവായിൽ ഒഴുക്കിവിട്ടത്. ഗാന്ധിജിയുടെ ചിതാഭസ്മ നിമജ്ജനത്തിന്റെ സ്മരണയ്ക്കായി ക്ഷേത്രത്തിനു സമീപം പ്രധാന റോഡരികിൽ ഒരു കണ്ണാടിമേട (സ്തൂപം) സ്ഥാപിക്കപ്പെട്ടിട്ടുണ്ട്. തിരു നാവായ മണൽപ്പുറത്ത് സർവ്വോദയമേളയും നടത്തുന്നു.

സമീപ ഗ്രാമങ്ങൾ

തിരുനാവായിൽനിന്നും രണ്ട് മൈൽ വടക്കോ ട്ടുമാറിയുള്ള വൈരങ്കോട്ട് ഭഗവതി ക്ഷേത്രമാണ് തദ്ദേ ശീയരുടെ മറ്റൊരു പ്രധാന ആരാധനാ കേന്ദ്രം. നെൽപ്പാടങ്ങൾക്കു മദ്ധ്യേ മതിൽക്കെട്ടിനുള്ളിൽ സ്ഥിതി ചെയ്യുന്ന ഈ പുരാതന ക്ഷേത്രത്തിലെ ഉത്സവം കുംഭമാസത്തിലെ പൂരമാണ്. വൈരങ്കോട്ടെ പൂരം തെക്കേ മലബാറിൽ പ്രസിദ്ധമാണ്. ഇടക്കുളം ബസാറിൽനിന്ന് കുറേ പടിഞ്ഞാറായി റെയിൽവേ ലൈൻ വഴി പോയാൽ വൈരങ്കോട്ടു ക്ഷേത്രത്തി ലെത്താം. കൊടുങ്ങല്ലൂർ ഭഗവതിയുടെ അനുജത്തി യാണുപോലും വൈരങ്കോട്ട് ഭഗവതി. കുംഭമാസ ത്തിലെ ആദ്യ വെള്ളിയാഴ്ചയിലെ തീയാട്ടിന് ആ പ്രദേശത്തുള്ളവരൊക്കെ അവിടെ കൂടുന്നു. ഭാരത പ്പുഴയ്ക്കപ്പുറമുള്ള ബ്രഹ്മാവിന്റെ ക്ഷേത്രവും ശിവ ക്ഷേത്രവും നാവാമുകുന്ദക്ഷേത്രത്തോളം പ്രസി ദ്ധിയും പഴക്കവുമുള്ളവയാണ്.

തിരുനാവായിൽ പന്ത്രണ്ടോളം മുസ്ലിം പള്ളി കളുണ്ട്. കുന്നിൻപുറം പള്ളിയാണ് പ്രധാനം. കുന്നിൻപുറം നേർച്ച തദ്ദേശീയ മുസ്ലീങ്ങളുടെ ഉത്സ വമേളയാണ്.

കൊടയ്ക്കൽ കുന്നിൻപുറത്ത് പ്രൊട്ടസ്റ്റന്റ് ചർച്ചിന് ചുറ്റുമായിട്ടാണ് തിരുനാവായിലെ ക്രിസ്ത്യാ നികൾ വസിക്കുന്നത്. മുസ്ലിം ഭൂരിപക്ഷമുള്ള തിരു നാവായിൽ ഇങ്ങനെയൊരു ക്രിസ്തീയ കേന്ദ്രം ഉണ്ടായതിന് നിദാനമായി ചില പഴയ സംഭവങ്ങൾ പറഞ്ഞുകേട്ടു. ഏതാണ്ട് ഒരു നൂറ്റാണ്ടിനു മുമ്പേ ജർമ്മൻ മിഷണറിമാരുടെ ഒരു പ്രവർത്തന കേന്ദ്രമാ യിരുന്നു. കൊടയ്ക്കൽ. കൊടയ്ക്കൽ ടൈൽ ഫാക്ടറിയും ബാസൽ മിഷൻ ചർച്ചും, ജർമ്മൻ മിഷണറിമാർ പണ്ടേ സ്ഥാപിച്ചവയാണ്. കൂടാതെ പരപ്പേറിയ എന്ന സ്ഥലത്ത് അവരുടെ വകയായി ഒരു ആശുപത്രിയും അനാഥാലയവും ഉണ്ടായിരു ന്നെന്നും പറയപ്പെടുന്നു. ബ്രിട്ടീഷുകാരുടെ വരവിന് വളരെ മുമ്പുതന്നെ ജർമ്മൻകാർ ഇവിടെ എത്തു കയും മിഷണറിപ്രവർത്തനങ്ങൾ ആരംഭിക്കുകയും ചെയ്തു. ഇതിന്റെ ഭാഗമായാണ് ബാസൽ ഇവാൻജലിക്കൽ മിഷൻ കൊടയ്ക്കൽ ബി ഇ എം സ്കൂളും കൊടയ്ക്കൽ ഓട്ടുകമ്പനിയും സ്ഥാപിച്ച ത്. രണ്ടാംലോകമഹായുദ്ധത്തിൽ ജർമ്മനിയുടെ പരാജയത്തെ തുടർന്ന് ഇന്ത്യയിലെ അവരുടെ സ്ഥാപനങ്ങളെല്ലാം ബ്രിട്ടീഷുമേൽക്കോയ്മയുടെ

കീഴിലായി. അങ്ങനെയാണ് കൊടയ്ക്കൽ ടൈൽ ഫാക്ടറി കോമൺ വെൽത്ത് ടൈൽ ഫാക്ടറി ആയത് - 1906 ൽ. അന്ന്, കൊടയ്ക്കൽ കമ്പനിയിലേക്കുള്ള ഗതാഗതമാർഗ്ഗം ബന്തറി (തുറമുഖം)ലേക്കുള്ള പാതയായിരുന്നു. ആ കാലഘട്ടത്തിൽ നിർമ്മിച്ച ചെത്ത് വഴിയാണ് ഇന്നത്തെ ബി പി അങ്ങാടി - കുറ്റിപ്പുറം റോഡ്. കമ്പനിക്ക് മുമ്പിലുണ്ടായിരുന്ന പഴയ ബംഗ്ലാവ് വളപ്പിലാണ് മരുന്നറ നിലനിന്നത്. ബന്തറിലുള്ള ഒരു ഗുഹാകവാടവും ഇവിടെ ദൃശ്യമാണ്. തിരുനാവായ പഞ്ചായത്തിലെ ആദ്യത്തെ ഔപചാരിക വിദ്യാഭ്യാസ കേന്ദ്രം കൊടയ്ക്കൽ ബി ഇ എം യു പി സ്കൂളായിരുന്നു.

കൊടയ്ക്കൽ ടൈൽ ഫാക്ടറി

പണ്ട്, കടലിനക്കരെനിന്ന് തിരുനാവായിലെത്തി ഒരു ടൈൽ ഫാക്ടറി സ്ഥാപിച്ച ജർമ്മൻ മിഷണറിമാർക്ക് ഓട് വ്യവസായം നടത്തി ധനം ആർജ്ജിക്കാനുള്ള വ്യാമോഹമൊന്നുമല്ല ഉണ്ടായിരുന്നത്. പിന്നെയോ? മതപരിവർത്തനം അവരുടെ മുഖ്യകർമ്മ പരിപാടി ആയിരുന്നത്രെ. സ്നേഹപൂർണ്ണമായ പെരുമാറ്റത്തിലൂടെ നിർദ്ധനരായ ധാരാളം മുസ്ലീങ്ങളെ ക്രിസ്ത്യാനികളാക്കാൻ അവർക്ക് കഴിഞ്ഞു. മതം മാറിയ മുസ്ലീങ്ങൾക്ക് ജീവിതമാർഗ്ഗമുണ്ടാക്കാനും കൂടുതൽ ആളുകളെ മതപരിവർത്തനത്തിനു പ്രേരിപ്പിക്കാനും വേണ്ടി അന്ന് അവരൊരു വിദ്യ കണ്ടുപിടിച്ചു— കളിമണ്ണ് സുലഭമായ ആ പ്രദേശത്ത് ഒരു ടൈൽ ഫാക്ടറി സ്ഥാപിക്കുകയെന്നതാണത്. മതപരിവർത്തനം ചെയ്യപ്പെടുന്ന മുസ്ലീങ്ങൾക്ക് ഫാക്ടറിയിൽ തൊഴിൽ നല്കുക. കാലാന്തരത്തിൽ മതപരിവർത്തനം അസാദ്ധ്യമായി. ജർമ്മൻ മിഷണറിമാർ സ്ഥലംവിട്ടു. ടൈൽ ഫാക്ടറിയുടെ ഉടമസ്ഥാവകാശം പല കൈമറിഞ്ഞു. ഇപ്പോൾ പ്രവർത്തനം നിലച്ചമട്ടാണ്.

തിരുനാവായുടെ പരിസരഗ്രാമങ്ങളിൽ പുഴയ്ക്കക്കരെയുള്ള തവനൂർ റൂറൽ ഇൻസ്റ്റിറ്റ്യൂട്ട് കേരളത്തിലെ ആ രീതിയിലുള്ള ഏകസ്ഥാപനമാണ്. സർവ്വോദയ നേതാവായ കേളപ്പജിയുടെ പ്രവർത്തന കേന്ദ്രമായിരുന്ന ആ പുഴക്കരയിൽ തന്നെയാണ് കേളപ്പജിയുടെ ശാന്തി കുടീരമെന്ന പാർപ്പിടവും. 1949 മുതൽ തിരുനാവായിൽ വച്ച് സർവ്വോദയ മേള ആഘോഷിച്ചുവരുന്നു. ആദ്യത്തെ രണ്ടു വർഷം നാവാമുകുന്ദക്ഷേത്രത്തിനരികിലെ ഗാന്ധിമണ്ഡപത്തിനടുത്തുള്ള പാടത്തുവച്ചാണ് നടത്തിയിരുന്നത്. ഇപ്പോൾ പുഴയ്ക്കക്കരെ ഓത്തന്മാർ മഠത്തിനരികിലെ മണൽത്തട്ടിലാണ് സർവ്വോദയ മേള. ഖാദി നൂലുകൾ കൂമ്പാരമായി കൂട്ടുന്ന സൂത്രാഞ്ജലി, മേളയുടെ പ്രധാന ആകർഷമാണ്. മധുരയിലെ ഗാന്ധിഗ്രാം ഇൻസ്റ്റിറ്റ്യൂട്ടുമായി ബന്ധപ്പെട്ടിട്ടുള്ള ഈ റൂറൽ യൂണിവേഴ്സിറ്റിയിൽ സാനിറ്ററി കോഴ്സ്, പ്രിപ്പറേറ്ററികോഴ്സ്, അഗ്രികൾച്ചറൽ എൻജിനീയറിങ് കോഴ്സ് തുടങ്ങിയവ നടത്തിപ്പോന്നു.

സാംസ്കാരിക പൈതൃകം

തിരുനാവായിലെ 'ഓത്തന്മാർ മഠം' പണ്ട് നിളാനദിയുടെ വടക്കെ കരയിലായിരുന്നു. അന്ന് അഞ്ഞൂറോളം ഇല്ലങ്ങളുള്ള ഓത്തന്മാർ മഠം തിരുനാവായിലായിരുന്നു. ഒരു തീപിടുത്തത്തെ തുടർന്നാണ് മഠം തവനൂരിലേക്കു മാറ്റിയത്.

തിരുനാവായ്ക്കടുത്തുള്ള തൃപ്രങ്ങോട്ടൂർ പഞ്ചായത്തിലെ തൃപ്രങ്ങോട്ടു ശിവക്ഷേത്രം പ്രസിദ്ധമാണ്. മാർക്കണ്ഡേയപുരാണവുമായി ബന്ധപ്പെട്ടതാണ് ആ ക്ഷേത്രം. വളരെ പഴക്കമുള്ള ക്ഷേത്രം. ചേരമാൻ പെരുമാളിന്റെ കാലത്ത് സാമൂതിരിപ്പട്ടം കിട്ടുന്ന ആൾ തൃപ്രങ്ങോട്ട് ദേവന്റെ മുമ്പിൽ പൊന്നും വെള്ളിയും കാഴ്ചവെച്ച് സത്യം ചെയ്യുക പതിവായിരുന്നുപോലും. പൊന്നാനിപ്പുഴയുടെ മദ്ധ്യഭാഗത്ത് ഉയർന്നുവന്ന ചെറിയൊരു ദ്വീപിൽ സ്ഥിതിചെയ്യുന്ന ചമ്രവട്ടത്ത് ശാസ്താക്ഷേത്രവും പ്രാചീനമായ ഒരു ഹൈന്ദവാരാധനാ കേന്ദ്രമാണ്.

'പറയിപെറ്റ പന്തിരുകുല'ത്തിലെ 'പെരുന്തച്ചൻ' സ്ഥാപിച്ചതെന്നു വിശ്വസിക്കപ്പെടുന്ന ഗരുഡപ്രതിഷ്ഠയുള്ള ഗരുഡൻ കാവിൽ (നമ്പി ഇല്ലത്തിനു സമീപം) ത്വക്ക് രോഗങ്ങൾ മാറാൻ വഴിപാട് നടത്തുന്ന ഭക്തന്മാരേറെയുണ്ട്. ഹനുമാൻ കാവിലെ ഹനുമാനും ഭക്തരുടെ ഇഷ്ടമൂർത്തിയാണ്. അഷ്ടവൈദ്യന്മാരിലൊരാളായ ആലത്തൂർ നമ്പിയുടെ ഇല്ലം തൃപ്രങ്ങോട്ടൂർ പഞ്ചായത്തിലാണ്. തിരൂർ പഞ്ചായത്തുമായി തൊട്ടുകിടക്കുന്ന തലക്കാട്ടു പഞ്ചായത്തിന്റെ ആസ്ഥാനം വെട്ടത്ത് പുതിയങ്ങാടിയാണ്. വെട്ടത്തുരാജാവിന്റെ കോട്ടകൊത്തളങ്ങൾ ഈ പ്രദേശത്തായിരുന്നു. കോട്ടക്കുളം ഇപ്പോഴുമുണ്ട്. അതിനു പടിഞ്ഞാറായി കോട്ടപ്പറമ്പ് എന്ന പുരയിടവുമുണ്ട്. കടലോരത്തായി സ്ഥിതിചെയ്യുന്ന വെട്ടം പഞ്ചായത്ത് മുസ്ലിം ഭൂരിപക്ഷമുള്ള തീരദേശ ഗ്രാമമാണ്. മീൻപിടുത്തവും ചകിരി പിരിക്കലും പ്രധാന തൊഴിലുകളാണ്. ഒരു ഫിഷ് ക്യൂവറിങ് യാർഡും ഇവിടെയുണ്ട്. നെച്ചിക്കാട്ട് അവുലിയാർ പള്ളി മുസ്ലീങ്ങളുടെ പ്രധാന ആരാധനാകേന്ദ്രമാണ്. പള്ളിയിലെ കൂട്ടനേർച്ച പ്രധാന ഉത്സവം. വെട്ടം പഞ്ചായത്തിലെ മംഗലം അംശമാണ് മഹാകവി വള്ളത്തോളിന്റെ ജന്മനാട്. ഭാരതപ്പുഴയ്ക്കും ഇടത് കരയിലെ പൊന്നാനിക്കും നേരെ മറുവശത്തായി പുഴയ്ക്കപ്പുറം സ്ഥിതിചെയ്യുന്ന പുറത്തൂരും തീരദേശഗ്രാമമാണ്. ഈ ഗ്രാമത്തിൽ മുസ്ലീങ്ങളും ഈഴവരും മീൻപിടുത്തത്തിലും ചകിരിപിരിക്കലിലും ഏർപ്പെട്ട് ജീവിക്കുന്നു.

മേൽപ്പത്തൂർ ഭട്ടതിരി, ആഴ്വാഞ്ചേരി തമ്പ്രാ

ക്കൾ എന്നീ മഹാപുരുഷന്മാരുടെ ജന്മദേശം തിരുനാവായോട് തൊട്ടു കിടക്കുന്ന ആതവനാട് എന്ന ഗ്രാമമാണ്. കുറ്റിപ്പുറം ബ്ലോക്കിലെ ആതവനാട് പഞ്ചായത്തിലെ കുറുമ്പത്തുരംശത്തിൽ മേൽപ്പത്തൂർ ഭട്ടതിരിയുടെ ഇല്ലം നിന്ന സ്ഥലത്ത് ഇപ്പോൾ ഒര മ്പലം മാത്രമേയുള്ളൂ.

മലപ്പുറം ജില്ലയിലെ തിരുനാവായ്ക്ക് അടുത്തുള്ള ഒരു ഗ്രാമപഞ്ചായത്താണ് ആതവനാട്. ആഴ്വാഞ്ചേരി തമ്പ്രാക്കൾ വാഴുന്ന നാട് എന്നതിന്റെ ചുരുക്കപ്പേരാണ് ആതവനാട്. കാലഘട്ടങ്ങൾ മാറി മറിഞ്ഞിട്ടും ജനമനസ്സുകളിൽ ഇന്നും പച്ചപിടിച്ചു നില്ക്കുന്ന ചില അറിവുകളും സങ്കല്പങ്ങളും അനുഭവങ്ങളും കേരളചരിത്രത്തിൽ സുലഭം. അക്കൂട്ടത്തിൽ പ്രമുഖമായ ഒരു സ്ഥാനമാണ് ആഴ്വാഞ്ചേരി തമ്പ്രാക്കൾക്കുള്ളത്. കോഴിക്കോട് സാമൂതിരിയുടെയും തിരുവിതാംകൂർ രാജവംശത്തിന്റെയും നിസ്സീമമായ സ്നേഹാദരങ്ങൾക്കു പാത്രമായി ഭരണസംവിധാനത്തിൽ സ്വാധീനം ചെലുത്തിയിരുന്ന ആഴ്വാഞ്ചേരി തമ്പ്രാക്കൾ ഒരു പ്രഹേളികയല്ല; യാഥാർത്ഥ്യം തന്നെയാണ്. പന്തിരുകുലത്തിൽ മേഴത്തോൾ അഗ്നിഹോത്രിയുടെ യജ്ഞങ്ങൾക്ക് സ്ഥിരമായി 'ബ്രഹ്മൻ' ഇരുന്നിരുന്നത് ആഴ്വാഞ്ചേരി തമ്പ്രാക്കളായിരുന്നുവത്രെ.

ഇന്ന് കാലമേറെക്കഴിഞ്ഞപ്പോൾ അധികാരാവകാശങ്ങൾ ഏറക്കുറെ നിഷ്പ്രഭവും നിഷ്ക്രിയവുമായിട്ടുണ്ട്. തമ്പ്രാക്കൾ യാത്ര ചെയ്തിരുന്ന പല്ലക്കും നിലവറയിലുണ്ടായിരുന്ന താളിയോല ഗ്രന്ഥങ്ങളും കോഴിക്കോട് സർവ്വകലാശാല ചരിത്ര വിഭാഗത്തിനു കൈമാറിയിട്ടുണ്ട്.

ആഴ്വാഞ്ചേരി മനയുടെ ആസ്ഥാനം ആദ്യം പരപ്പനങ്ങാടിയിലും പിന്നീട് വന്നേരിനാട്ടിലെ മാറാഞ്ചേരിയിലുമായിരുന്നു. പതിനാറുകെട്ടായിരുന്നു ആദ്യത്തെ മന. ഇപ്പോൾ പഴയ കളപ്പുരയോടു ചേർന്നു നിർമ്മിച്ച ഒരു കെട്ടിടത്തിലാണ് ആഴ്വാഞ്ചേരി കൃഷ്ണൻതമ്പ്രാക്കൾ ഭാര്യയും ഏക മകളോടുമൊപ്പം താമസം.

മേൽപ്പത്തൂരും ആഴ്വാഞ്ചേരി തമ്പ്രാക്കളും സുദൃഢമായി പടുത്തുയർത്തിയ കേരളത്തിന്റെ സാംസ്കാരിക പൈതൃകം കാത്തുസൂക്ഷിച്ചവർ ഏറെയുണ്ട്. തിരുനാവായിലും ആതവനാട്ടും സമീപഗ്രാമങ്ങളിലും ഇക്കഴിഞ്ഞ നൂറ്റാണ്ടിൽ സാമൂഹ്യ സാംസ്കാരിക മേഖലകളിൽ വ്യക്തി മുദ്ര പതിപ്പിച്ച വിവിധ ജാതിമതസ്ഥർ പലരുമുണ്ട്. മഹാപണ്ഡിതനും സൂഫി വര്യനുമായിരുന്ന കൈതക്കര മുഹ്യദ്ദീൻ കുട്ടി മുസലിയാർ, പല്ലാർ കമ്മുമുസലിയാർ എടക്കുളം എം അബൂബേക്കർ മുസലിയാർ, കെ പി കമ്മുമുസലിയാർ, കെ സി വി രാജ, വെളുത്താട്ട് നമ്പൂതിരി, അമരിയിൽ അബ്ദുറഹ്മാൻ മാസ്റ്റർ, കെ കെ പല്ലാർ തുടങ്ങിയവരെല്ലാം ഇവിടെ ജനിച്ച് മൺമറഞ്ഞ പ്രസിദ്ധരായ സാമൂഹ്യ-സാംസ്കാരിക നായകന്മാരാണ്.

മാമാങ്കത്തിൽ വെട്ടേറ്റ് മരിച്ചുവീണ ചാവേർ വീരന്മാരുടെ മൃതദേഹങ്ങൾകൊണ്ടു നിറഞ്ഞിരുന്ന മണിക്കിണർ കൊടയ്ക്കൽ ഓട്ടു ഫാക്ടറിക്ക് സമീപമുള്ള ബാസൽ മിഷൻ ഹോസ്പിറ്റലിന്റെ ഒരു കോണിൽ കാടുപിടിച്ച് ഇരുൾമൂടി കിടപ്പുണ്ടിന്നും. തീരെ അവഗണിക്കപ്പെട്ട ഈ മണിക്കിണറിന്റെ അവകാശം സ്ഥാപിച്ചിട്ടെന്നോണം പുരാവസ്തുവകുപ്പ് ആ ഭാഗത്ത് ഒരു ബോർഡ് നാട്ടിയിട്ടുണ്ട് ഭാഗ്യം!

വീരസാഹസിക സംഭവ പരമ്പരകൾ ഓർമ്മയിൽ കരുതിക്കൊണ്ട് നിങ്ങളിന്ന് മാമാങ്കത്തിന്റെ രംഗവേദികളിലൂടെ നടന്നു നീങ്ങുമ്പോൾ മനസ്സു വല്ലാതെ അസ്വസ്ഥമായെന്നു വരാം. പഴയ മാമാങ്കത്തിന്റെ കാല്പനിക വലയത്തിൽനിന്ന് യാഥാർത്ഥ്യത്തിന്റെ തീവെയിലിലേക്കാണ് നിങ്ങൾ എടുത്തെറിയപ്പെടുക. പരുക്കൻ ജീവിതം തുടിക്കുന്ന തിരുനാവായയുടെ ഗ്രാമപ്രദേശം– ചാവേർപ്പടയാളികൾ ചത്തും കൊന്നും മുന്നേറിയ രണവീഥികളിന്ന് ഒച്ചയും ബഹളവും ഇല്ലാത്ത വെറും നാട്ടുപാതകൾ മാത്രം. സാമൂതിരിയുടെ നിലപാട് തറയാകട്ടെ, ഓട്ടു കമ്പനിയുടെ കൂറ്റൻ മതിൽക്കെട്ടിനുള്ളിലും.

സാരമില്ല. നൂറ്റാണ്ടുകളെത്രയോ കടന്നുപോയിരുക്കുന്നു. പൊള്ളുന്ന ജീവിത യാഥാർത്ഥ്യങ്ങളിൽ നട്ടം തിരിയുന്ന ബഹുഭൂരിപക്ഷം സാധാരണക്കാർക്ക് വള്ളുവക്കോനാതിരിയോ സാമൂതിരിയോ മാമാങ്കമോ ഒന്നും പ്രശ്നമല്ലിന്ന്. അതൊക്കെ ചിന്തിക്കാനൊട്ടു സമയവുമില്ല. പക്ഷേ, മാമാങ്കത്തിന്റെ നിലപാടുതറയും ചാവേർപ്പടയുടെ ശവശരീരങ്ങൾ നിറഞ്ഞ മണിക്കിണറും അവരുടെ മുന്നിലുണ്ട്. സർവ്വോപരി, അന്നും ഇന്നും ഗ്രാമത്തിന്റെ നടുനായകത്വം പേറിനില്ക്കുന്ന നാവാമുകുന്ദക്ഷേത്രവും.

63

ഏറനാട്ടിലെ തീപ്പൊരി

ഒരു തീപ്പൊരി വീണ് ഒരു കാടു മുഴുവൻ കത്തിയെരിഞ്ഞ് ചാമ്പലാകാറുണ്ട്; വളരെ വിരളമായിട്ടാണെങ്കിലും. തീപ്പൊരിയുടെ മാത്രം സംഹാര ശക്തിയായിരിക്കണമെന്നില്ല, അതിനു കാരണം. കൊടുംവേനലിൽ കാടാകെ കരിഞ്ഞുനില്ക്കുകയാവും. പോരെങ്കിൽ ഊതിപ്പെരുപ്പിക്കാൻ കാലൻ കാറ്റും അലഞ്ഞുനടക്കുകയാവും. തീപ്പൊരി, ക്ഷണത്തിൽ കാട്ടുതീയായി വ്യാപിക്കും. പട്ടമരങ്ങളും പച്ചമരങ്ങൾപോലും നിലം പതിച്ചേക്കും. വെണ്ണീറായേക്കും. പക്ഷേ, തീ കെട്ടടങ്ങുമ്പോൾ കാലവർഷങ്ങളൊട്ടേറെ തപ്തഭൂമിയെ തണുപ്പിക്കുമ്പോൾ പുത്തൻ മുളകൾ നാമ്പിടും, തളിർക്കും, പൂക്കും, കായ്ക്കും. ചുടലപ്പറമ്പിൽ വീണ്ടും വൻകാട് വളർന്നുനില്ക്കും.

പെരിന്തൽമണ്ണ നിന്നും കോഴിക്കോട്ടേയ്ക്കുള്ള ഫാസ്റ്റ് പാസഞ്ചറിൽ കയറി. വള്ളുവനാട് രാജാവിന്റെ കുലദേവതയായ തിരുമാന്ധാം കുന്ന് ഭഗവതി (അങ്ങാടിപ്പുറം) യെയും പിന്നിട്ട് ആ നിരപ്പില്ലാത്ത ഗ്രാമപ്രദേശങ്ങളിലൂടെ ബസ് പായുമ്പോൾ, ഇരുവശത്തും കാണുന്നത് പൊറ്റമണ്ണിന്റെ പച്ചത്തഴപ്പാണ് - നെൽവയലുകളും തെങ്ങിൻ തോപ്പുകളും. കൂട്ടിലങ്ങാടി പാലം കടക്കുമ്പോൾ നാം പാലക്കാട് ജില്ലയോടു വിടവാങ്ങി, മലപ്പുറം ജില്ലയിൽ കാലു കുത്തുകയായി. വളഞ്ഞും തിരിഞ്ഞും കുന്നിൻ പള്ളകളിലൂടെ കയറ്റം കയറുന്ന ബസ്. ആ കുന്നിൻ തലപ്പത്തെത്താറാകുമ്പോൾ തന്നെ, പിന്നിട്ടുപോന്ന ഗ്രാമരംഗങ്ങളുമായി തീരെ പൊരുത്തപ്പെടാത്തമട്ടിൽ റോഡിനിരുവശവും ഒട്ടേറെ കെട്ടിടങ്ങളും ക്വാർട്ടേഴ്സുമൊക്കെ നിരനിരയായി കാണാം. ബസവിടെ നില്ക്കുന്നു. മലപ്പുറം. ആ കവലയ്ക്ക് സമീപം കണ്ട കെട്ടിടങ്ങളേതെന്ന് തിരക്കൂ. എം എസ് പി (മലബാർ സ്പെഷ്യൽ പൊലീസ്) ഹെഡ് ക്വാർട്ടേഴ്സ്, മദ്ധ്യ മലബാറിലെ പ്രശാന്തമായ ഈ കുഗ്രാമങ്ങൾക്ക് നടുവിൽ ഇങ്ങനെയൊരു പൊലീസ് താവളം. ഇതെങ്ങനെ? എന്തിന്? അപരിചിതർക്ക് സംശയമുദിക്കും.

എം എസ് പിയുടെ ഈ ക്യാമ്പ് ഇവിടെ ആരംഭിച്ചത് ഇന്നും ഇന്നലെയുമല്ല; വർഷം എൺപതിലധികം കഴിഞ്ഞു. ഇന്ന് മലബാർ സ്പെഷ്യൽ പൊലീസ് എന്ന ഈ പ്രത്യേക പൊലീസ് സൈന്യത്തിന്റെ ആദ്യത്തെ പേര് മലപ്പുറം പൊലീസ് എന്നായിരുന്നു. കൊള്ളാം. ഒരു കുഗ്രാമത്തിനു വേണ്ടി മാത്രം ഒരു പൊലീസ് സേന! ഈ ഗ്രാമീണരെല്ലാം ക്രിമിനലുകളാണോ? സംശയിക്കേണ്ട. ആ ജങ്ഷനിൽനിന്ന് ചുറ്റും നോക്കുക. കിഴക്ക്, അങ്ങകലെ ഒരു നെടുങ്കോട്ടപോലെ കാണുന്ന കുന്നുകളുടെ താഴ്വരകളിലും ജങ്ഷനപ്പുറമുള്ള പുഴക്കരകളിലുമായി ഉയർന്നും താഴ്ന്നും കിടക്കുന്ന ആ ഗ്രാമഭൂമി വെറും കാർഷിക മേഖലയാണ്. ഇടത്തരം കൃഷിക്കാരും പാട്ടക്കാരും കൃഷിപ്പണിക്കാരും. ഒരു പ്രത്യേകതയുണ്ട്. തിരുവിതാംകൂർ ഭാഗങ്ങളിൽ മുസ്ലീങ്ങളെ കൃഷിക്കാരായി അംഗീകരിക്കാൻ നാം പൊതുവേ തയ്യാറല്ലല്ലോ. കാരണം അവർ ബിസിനസുകൊണ്ട് ജീവിക്കുന്ന ഒരു സമുദായമാണെന്നാണ് വയ്പ്. പക്ഷേ, ഏറനാടൻ ഗ്രാമങ്ങളിലെ ജനസംഖ്യയിൽ മുക്കാൽ പങ്കും മുസ്ലീങ്ങളാണ്. അവരിൽ മുക്കാൽ പങ്കും കൃഷിക്കാർ. കൃഷിക്കാരിൽ മുക്കാൽ പങ്കും ചെറുകിട കൃഷിക്കാർ. വലിയ കോവിലകങ്ങളുടെയും ജന്മിമാരുടെയും അടിയാന്മാരും ആശ്രിതരുമായിരുന്നു; പണ്ടു പണ്ടേ ഈ മുസ്ലീങ്ങൾ. നാലഞ്ചു പേർ (ജന്മിമാർ) നാലായിരം പേരുടെ (പാട്ടക്കാർ) മേൽ ആധിപത്യം സ്ഥാപിച്ചു കഴിഞ്ഞ അക്കാല

ത്താണ് ഞാൻ ആദ്യം സൂചിപ്പിച്ച കാട്ടുതീയുടെ ഉല്പത്തി.

കാട്ടുതീയുടെ കഥയിലേക്കുതിരിയും മുമ്പ്, ഏറനാടൻ ഗ്രാമങ്ങളെ പറ്റി നമുക്ക് ചിലത് മനസ്സിലാക്കേണ്ടതുണ്ട്. പഴയ ഏറനാട് ഇന്നൊരു റവന്യൂ ഡിവിഷനാണ്. മലപ്പുറം റവന്യൂ ഡിവിഷൻ. നാലു ബ്ലോക്കുകൾ; മലപ്പുറം, മഞ്ചേരി, കൊണ്ടോട്ടി, വണ്ടൂർ.. ഈ നാലു ബ്ലോക്കുകളിലുമായി 35 ൽപ്പരം പഞ്ചായത്തുകൾ. 864 ച. മൈൽ വിസ്തീർണ്ണമുള്ള ഗ്രാമപ്രദേശങ്ങൾ, അവിടെ വസിക്കുന്ന അഞ്ച് ലക്ഷത്തിൽപ്പരം ജനങ്ങൾ. ഭൂരിഭാഗം മുസ്ലീങ്ങൾക്കും താരതമ്യേന വിദ്യാഭ്യാസം കുറവ്. മണ്ണുമായി മല്ലിട്ട് നിത്യവൃത്തി കഴിയുന്ന ഏറനാട്ടിലെ കൃഷിക്കാരാണവർ. ഒരു ന്യൂനപക്ഷമാണ് ഹിന്ദുക്കൾ. അവരിൽപ്പെട്ട കോവിലകങ്ങളും ഹിന്ദു ജന്മിമാരും.

1920 നു മുമ്പുള്ള കാലഘട്ടം. ദേശീയപ്രക്ഷോഭണം കൊടുമ്പിരി കൊണ്ട് നില്ക്കുന്ന കാലം. മലബാറിലെ എല്ലാ കുഗ്രാമങ്ങളിലും കോൺഗ്രസിന്റെ സ്വാതന്ത്ര്യാഹ്വാനത്തോടൊപ്പം വെള്ളക്കാരനോടുള്ള വിദ്വേഷവും വ്യാപിച്ചു കഴിഞ്ഞു. കൂട്ടത്തിൽ മുസ്ലിം വികാരങ്ങളെ ജ്വലിപ്പിച്ചുകൊണ്ട് ഖിലാഫത്ത് പ്രസ്ഥാനവും കോൺഗ്രസിന്റെ അനുഗ്രഹാശിസ്സുകളോടെ മുസ്ലിം സമുദായത്തിനിടയിൽ വ്യാപിച്ചു. ഖിലാഫത്ത് കമ്മിറ്റികൾ ഏറനാട്ടിലുടനീളം പ്രവർത്തനനിരതമായി. പൊതുവെ എന്തിനേയും ഏതിനേയും എതിർക്കാനുള്ള പ്രവണത ഏറനാട്ടിന്റെ ഗ്രാമഹൃദയത്തിൽ തുടിച്ചു നിന്നിരുന്നു. കോൺഗ്രസിന്റെയും ഖിലാഫത്ത് പ്രസ്ഥാനത്തിന്റെയും ദ്രുതഗതിയിലുള്ള വ്യാപ്തിയിലും പ്രവർത്തന തീവ്രതയിലും അന്നത്തെ ബ്രിട്ടീഷ് ഭരണം വിരണ്ടുപോയി. ഏറനാട്ടിൽ മുഴുവൻ 144-ാം വകുപ്പ് പ്രഖ്യാപിക്കപ്പെട്ടു. ആൾക്കൂട്ടം പാടില്ല, മീറ്റിങ് പാടില്ല. ജനങ്ങളുടെ സ്വാതന്ത്ര്യം വരിഞ്ഞു മുറുക്കപ്പെട്ടു. അങ്ങനെ - കാടുണങ്ങിക്കിടക്കുകയാണ്. കാറ്റടിക്കുന്നു. എങ്ങുനിന്നോ അതാ ഒരു തീപ്പൊരി!

ആദ്യത്തെ തീപ്പൊരി

മലപ്പുറത്തിനപ്പുറമുള്ള പഞ്ചായത്താണ് പൂക്കോട്ടൂർ. നെൽപ്പാടങ്ങളും നേന്ത്രവാഴത്തോപ്പുകളും വെറ്റിലക്കൊടികളും നിറഞ്ഞ നല്ല കാർഷിക മേഖല. പകലന്തിയോളം മണ്ണിനോട് മല്ലിട്ടു ജീവിക്കുന്ന സ്വതന്ത്രശീലരായ കൃഷിക്കാർ. അക്ഷരാഭ്യാസം കമ്മിയെങ്കിലും മതഭക്തിജാസ്തി. പള്ളികൾക്കൊരു പഞ്ഞവുമില്ല. പൂക്കോട്ടൂരിലെ ഖിലാഫത്ത് കമ്മിറ്റിയുടെ സെക്രട്ടറിയാണ് വടക്കേവീട്ടിൽ മുഹമ്മദ്. നിലമ്പൂർ കോവിലകത്തിന്റെ ഒരു പാട്ടക്കാരൻ. കോവിലകത്തെ തിരുമുൽപ്പാടും വടക്കെ വീട്ടിൽ മുഹമ്മദും (ജന്മിയും കുടിയാനും) തമ്മിൽ സ്വരച്ചേർച്ചയില്ലാതായി. തർക്കമുത്ഭവിച്ചു. ചുരുക്കത്തിൽ, പൂക്കോട്ടൂരിൽനിന്ന്, നിലമ്പൂർ തിരുമുൽപ്പാടിന്റെ വക ഒരു വാള് വടക്കേ വീട്ടിൽ മുഹമ്മദ് മോഷ്ടിച്ചുവെന്ന് ഒരു പരാതി പൊലീസിനു കിട്ടി. തിരുമുൽപ്പാടാര്? മുഹമ്മദാര്? ഞൊടിയിടയിൽ പൊലീസ് സംഘം മുഹമ്മദിന്റെ വീട്ടുമുറ്റത്തെത്തി—ഭവന പരിശോധന. അയൽക്കാരെത്തി. കേട്ടവർ കേട്ടവർ ഓടിയെത്തി. പള്ളികളിൽ ചെണ്ട കൊട്ടി വിവരമറിയിച്ചു. ഓടിക്കൂടിയവർ വെറും കൈയോടെയല്ല എത്തിയത് - നിവർത്തിപ്പിടിച്ച കത്തികൾ, ചൂണ്ടി നില്ക്കുന്ന കത്തികൾ, വാളുകൾ അപ്പോഴേക്കും മലബാർ പൊലീസ് സൂപ്രണ്ട് മി. ഹിച്ച് കോക്കിന്റെ നേതൃത്വത്തിൽ മറ്റൊരു പൊലീസ് പാർട്ടി വന്നെത്തി. മുഹമ്മദിനെ തേടി പൊലീസ് തിരൂരങ്ങാടി പള്ളിയിൽ കടന്നു പരിശോധിച്ചു. എന്ത്? പള്ളിയിൽ പൊലീസോ? ഒരൊറ്റമുസൽമാനും സഹിക്കാവുന്നതല്ല അത്. തീപ്പൊരി പടർന്നു. ആളിയാളി കത്തി. പൂക്കോട്ടൂരിൽനിന്ന് അയൽഗ്രാമങ്ങളിലേക്ക് - മണിക്കൂറുക്കുള്ളിൽ ഏറനാടു മുഴുവൻ. മാപ്പിളമാർ കൈയിൽ കിട്ടിയ ആയുധങ്ങളുമായി പൊലീസിനെ ആക്രമിച്ചു. പൊലീസ് സ്റ്റേഷനിൽ കടന്നുകയറി കൈയിൽ കിട്ടിയതെല്ലാം നശിപ്പിച്ചു. റിക്കാർഡുകൾ തീയിട്ടു. ഖജനാവുകൾ കൊള്ളയടിച്ചു. ജഡ്ജിയുടെ ന്യായാസനത്തിൽ കയറി ബ്രിട്ടീഷു ഭരണം അവസാനിച്ചതായി പ്രഖ്യാപിച്ചു. പൊലീസും പട്ടാളവും ജീവരക്ഷാർത്ഥം പിന്തിരിഞ്ഞോടി. ഏറനാടിന്റെ ഭരണം പൂർണ്ണമായും മാപ്പിളമാരുടെ കൈയിലായി. സമരനേതാക്കളായ വാരിയങ്കുന്നത്ത് കുഞ്ഞുമുഹമ്മദ് ഹാജിയും കമരമ്പത്തൂർ സീതിക്കോയ തങ്ങളും ആലിമുസലിയാരും ഡിക്റേറ്റർമ്മാരായി ഭരണം ഏറ്റെടുത്തു. 1921 ആഗസ്ത് 28-ാം തീയതിയായപ്പോൾ മലപ്പുറം, തിരൂരങ്ങാടി, മഞ്ചേരി, പെരിന്തൽമണ്ണ എന്നീ ഭാഗങ്ങളിൽ ബ്രിട്ടീഷ് ഭരണം പൂർണ്ണമായി സ്തംഭിച്ചു. ആഗസ്ത് അവസാനം കൂടുതൽ പട്ടാളം വന്നുചേർന്നു. പൂക്കോട്ടൂർ വച്ച് നാട്ടുകാരും പട്ടാളവും തമ്മിൽ തുറന്ന സംഘട്ടനം. നൂറുകണക്കിന് ആളുകൾ മരിച്ചു വീണു. പലരും പ്രാണരക്ഷാർത്ഥം നാടുവിട്ടോടി. ഇങ്ങനെ ഓടിപ്പോയവർ ഏറനാടിന്റെ കിഴക്കൻ മലകളിൽ ഒളിച്ചിരുന്ന് ഒളിപ്പോർ നയിച്ചു. പാണ്ടിക്കാട്ടും മറ്റും ശരിക്കും യുദ്ധങ്ങൾ തന്നെ നടന്നു. അവസാനം മാർഷൽ ലാ പ്രഖ്യാപിക്കപ്പെട്ടു. പൊലീസും പട്ടാളവും തദ്ദേശീയ ഹിന്ദുക്കളുടെ സഹായത്തോടെ ലഹളക്കാരെ തേടിപ്പിടിക്കാൻ ശ്രമിച്ചു. കിട്ടിയവരെ തല്ലിച്ചതച്ചു. സർക്കാരിന്റെ ശക്തി, ലഹളക്കാർ ഒളിച്ചിരുന്ന മലയോരങ്ങളിലും കടന്നു ചെന്നു. കൈയിൽ കിട്ടുന്നവരെ ഇഞ്ചിഞ്ചായി കൊല്ലുക അധികാരികളുടെ

വിനോദമായി. തുറുങ്കറകൾ നിറഞ്ഞു. കുറ്റവാളികളെ ശിക്ഷിക്കാൻ പ്രത്യേക നിയമങ്ങളുണ്ടായി. പ്രത്യേകം കോടതികൾ രൂപീകരിക്കപ്പെട്ടു. ഒട്ടധികം പേർ വധശിക്ഷയ്ക്ക് വിധിക്കപ്പെട്ടു. അനേകം പേരെ നാടുകടത്തി. കൈയിൽ കിട്ടിയവരെ ജീവനോടെ വിടാതിരിക്കാൻ ശ്രമിച്ചു.

വാഗൺ ട്രാജഡി

1921 നവംബർ 10 ലഹളക്കാരായി പിടിക്കപ്പെട്ട 90- മാപ്പിളമാരെ തിരൂർ റെയിൽവേ സ്റ്റേഷനിൽനിന്ന് ഒരു ഗുഡ്സ് വണ്ടിയിലെ ഒരൊറ്റ മുറിയിൽ കുത്തിനിറച്ച്. കതകടച്ചു പൂട്ടി. വണ്ടി നീങ്ങി, കോയമ്പത്തൂരേക്ക്. വിളിയും അലർച്ചയും അട്ടഹാസവും ദീനരോദനവും. മണിക്കൂറുകൾ നീണ്ടുനിന്നു. അധികൃതർ കതകുതുറക്കാൻ കൂട്ടാക്കിയില്ല. വണ്ടി പോത്തന്നൂരെത്തിയപ്പോൾ ശബ്ദമില്ല, അനക്കമില്ല. ആരോ കൗതുകത്തോടെ വാതിൽ തുറന്നു നോക്കി 90 ൽ 61 പേർ മരിച്ചുകഴിഞ്ഞു. ശേഷിച്ചവർ മരണപ്രായത്തിലും.

ആറുമാസത്തോളം നീണ്ടുനിന്ന ഈ ലഹളയിൽ പങ്കാളിയായി പിടിച്ചവരെ നാടുകടത്തി. നൂറുകണക്കിനുപേർ ആൻഡമാൻസിലേക്ക്. ഒട്ടേറെപ്പേർക്ക് 10-14 വർഷം വരെ കഠിനതടവ്, കുഞ്ഞഹമ്മദ് ഹാജി, സീതിക്കോയ തങ്ങൾ, ആലിമുസലിയാർ എന്നീ ലഹളത്തലവന്മാരെ വെടിവച്ചുകൊന്നു. ആ കാട്ടുതീ കെട്ടടങ്ങിയപ്പോൾ, ഏറനാടിന്റെ സാമൂഹ്യജീവിതം നിർജ്ജീവമായിക്കഴിഞ്ഞു. പിന്നീട് എത്രയോകാലം വേണ്ടിവന്നു അവിടെ ജീവിതം തളിർത്തു പൂചൂടാൻ.

ഏതായാലും ഏറനാടിനെ എന്നെന്നത്തേക്കും പൊലീസ് താവളമാക്കാൻ ആ സംഭവങ്ങൾക്കു കഴിഞ്ഞു. മലപ്പുറമാണ് എം എസ് പിയുടെ ഹെഡ് ക്വാർട്ടേഴ്സെങ്കിലും ഏറനാട്ടിലെ മറ്റ് ചില കുഗ്രാമങ്ങളിലും പൊലീസ് ക്യാമ്പുകൾ ഇപ്പോഴുമുണ്ട്. അന്ന് മാപ്പിളമാരെ തല്ലിയൊതുക്കാൻ വേണ്ടി തുടങ്ങിയ പൊലീസ് താവളങ്ങളിപ്പോൾ സംസ്ഥാനത്ത് ഏതുഭാഗത്തും അടിയന്തരസന്ദർഭങ്ങളിൽ സേവനമനുഷ്ഠിക്കുന്ന പൊലീസ് സൈന്യത്തിന്റെ കേന്ദ്രമാണ്. പക്ഷേ, ഒരു നാടിനെ സംബന്ധിച്ചിടത്തോളം ഏതാക്രമണത്തെയും ചെറുക്കാനുള്ള ഗ്രാമീണരുടെ ചങ്കൂറ്റത്തിന്റെ നിദർശനമാണ് മാപ്പിള ലഹള.

ബലപരീക്ഷണങ്ങളുടെ ഈ പാരമ്പര്യം ഏറനാടിന്റെ പൈതൃകമാണെന്ന് കരുതത്തക്ക പൂർവ്വചരിത്രസംഭവങ്ങളുമുണ്ട്. ആ കുന്നിൻ പുറത്തുനിന്നും (മലപ്പുറം കവല) കുത്തനെ വളഞ്ഞൊരിറക്കമാണ്. ഇറക്കം അവസാനിക്കുന്നിടത്ത് ഇടതുവശത്തായി അതിവിശാലമായ ഒരു മൈതാനം കാണാം. റോഡിനോട് ചേർന്ന് മൈതാനത്തിന്റെ പടിഞ്ഞാറെ അതിർത്തിയിൽ പഴയൊരു വീടിന്റെ മുഖപ്പ് മൈതാനത്തിനഭിമുഖമായി നില്പുണ്ട്. മണ്ണുപൂശിയ വിണ്ടുകീറാൻ തുടങ്ങിയ പഴയ ചരിവുകളും ദാരിദ്ര്യ സൂചകമായ പരിസരങ്ങളും. ആ വീട് മലപ്പുറത്തിന്റെ ചരിത്രം തിരുത്തിക്കുറിച്ച ഒരു പ്രാചീന ശക്തികേന്ദ്രത്തിന്റെ വാസഗേഹമായിരുന്നു.

പാറനമ്പിയുടെ പടനിലം

പാറമഠം എന്നാണ് ആ പഴയ വീടിന്റെ പേര്. ഏറനാട്ട് രാജാവിന്റെ കീഴിലെ ഒരു പ്രധാന നാടുവാഴിയായിരുന്നു പാറനമ്പി. കൊല്ലിനും കൊലയ്ക്കും അധികാരമുള്ള നാടുവാഴി. അന്ന് ഈ മൈതാനം പാറനമ്പിയുടെ സൈനിക പരിശീലന കേന്ദ്രമായിരുന്നു; പടനിലം. രണ്ടുമൂന്നു തലമുറകൾക്ക് മുമ്പ് ബ്രിട്ടീഷുകാരുടെ പ്രതാപകാലത്ത് ഒരിക്കൽ ബ്രിട്ടീഷ് സൈന്യം ആ മൈതാനിയിൽ താല്ക്കാലികമായി ക്യാമ്പ് അടിച്ചു. ഇതിനിടയ്ക്ക് രോഗബാധയാൽ രണ്ടുമൂന്നു സൈനികർ മരിക്കാനിടയായി. അവരെ ആ മൈതാനത്തിൽ തന്നെ സംസ്കരിച്ചു. ശവക്കുഴികളുടെ മേൽ സ്മാരകശിലകളും സ്ഥാപിച്ചു. പാറനമ്പീശന് അത് സഹിച്ചില്ല. അദ്ദേഹം ആ ശിലകൾ പിഴുതെറിയാൻ കല്പന കൊടുത്തു. പാറനമ്പിയുടെ ഈ ധിക്കാരം ബ്രിട്ടീഷ് അധികൃതരെ രോഷാകുലരാക്കി. അവർ മൈതാനം പിടിച്ചടക്കി. ഇപ്പോൾ ഈ കവാത്തുമൈതാനത്തിന്റെ ഉടമസ്ഥാവകാശം കേന്ദ്രഗവൺമെന്റിനാണ്. പാറനമ്പിയുടെ പിൻഗാമികളും അവരുടെ ആരാധനാലയങ്ങളും മൈതാനത്തിന്റെ പടിഞ്ഞാറു ഭാഗത്ത് സ്ഥിതിചെയ്യുന്നു. കോട്ടപ്പടിയിൽ സാമൂതിരിയുടെ പടനായകനും നാടുവാഴിയുമായിരുന്ന പാറനമ്പിയുടെ ആസ്ഥാനത്തിന്റെ അവശിഷ്ടങ്ങൾ ഇന്നും അങ്ങിങ്ങ് കാണാവുന്നതാണ്.

മാപ്പിളമാർ ഈ പ്രദേശത്ത് പാർപ്പുറപ്പിച്ചത് എഡി 16-ാം നൂറ്റാണ്ടിനു ശേഷമാണെന്ന് കണക്കാക്കപ്പെടുന്നു. സാമൂതിരിയും പോർച്ചുഗീസുകാരും തമ്മിലുള്ള യുദ്ധത്തിൽ മാപ്പിളമാർ സാമൂതിരിയുടെ പക്ഷം ചേർന്ന് പടവെട്ടി, യുദ്ധാനന്തരം അവർ ഏറനാടിന്റെ ഉൾപ്രദേശങ്ങളിൽ കൃഷിയും കച്ചവടവുമായി കാലയാപനം ചെയ്തു. ഏതാണ്ട് മൂന്ന് നൂറ്റാണ്ടുകൾക്കു മുമ്പ് കോട്ടയ്ക്കൽ രാജാവും പാറനമ്പിയും തമ്മിൽ നടന്ന യുദ്ധത്തിൽ വള്ളുവനാട്ടിൽ നിന്നുകൊണ്ടു വന്ന ചില മാപ്പിള കുടുംബങ്ങൾ പാറനമ്പിയുടെ ജീവൻ രക്ഷിക്കാൻ സഹായിച്ചുവത്രെ. അതിന് പ്രതിഫലമായി മാപ്പിളമാരെ കാറൽമണ്ണയിലും വലിയങ്ങാടിയിലും കുടിപാർപ്പിക്കുകയും വലിയങ്ങാടിയിൽ പള്ളി പണിയുന്നതിന് സഹായിക്കുകയും ചെയ്തുവത്രെ. പള്ളിനില്ക്കുന്ന പതിന്നാലേക്കർ സ്ഥലം നമ്പി മുസ്ലീങ്ങൾക്ക് കര

മൊഴിവായി നല്കി. നമ്പിയുടെ ജീവൻ രക്ഷിച്ച ആലിമരയ്ക്കാർ നമ്പിയുടെ അംഗരക്ഷകനും നികുതിപിരിവുകാരനുമായി. എന്നാൽ പില്ക്കാലത്ത് ചില കാരണങ്ങളാൽ ആലിമരയ്ക്കാർക്ക് നമ്പിയുമായി ഏറ്റുമുട്ടേണ്ടിവന്നു. അങ്ങനെ പണ്ടേ സമരഭൂമിയായിരുന്നു; മലപ്പുറവും പരിസരങ്ങളും. നിലനില്പിനു വേണ്ടിയും വളർച്ചയ്ക്കു വേണ്ടിയും നടത്തപ്പെട്ട ഈ ശക്തിപരീക്ഷണങ്ങളിൽ മലപ്പുറത്തിന്റെ പങ്ക് അമൂല്യമാണ്.

തെക്കുനിന്നും ഏറനാട്ടിലേക്കു കടക്കുമ്പോൾ തന്നെ ഏറനാടിന്റെ മർമ്മ പ്രധാനമായ മലപ്പുറം കുന്നിന് മുകളിലും (എം എസ് പി ക്വാർട്ടേഴ്സ്) കുന്നിന് താഴെയും (പാറനമ്പിയുടെയും പടനിലമായിരുന്ന മൈതാനവും സമീപത്തുള്ള ഗവൺമെന്റ് ആഫീസുകളും) ഉള്ള സ്ഥാപനങ്ങളുമെല്ലാം ഇവിടെ ഒതുങ്ങുന്നു. റോഡരികിൽ ഇരുഭാഗത്തുമുള്ള കാർഷികമേഖലകളിലായി ജനസഞ്ചയം ഞെങ്ങിഞെരുങ്ങി കഴിയുന്നു. ജനങ്ങളിൽ എഴുപത്തഞ്ചു. ശതമാനത്തിലധികവും മുസ്ലീങ്ങളാണ്. ശേഷിക്കുന്നവരിൽ നായർ. തീയർ, ബ്രാഹ്മണർ, ക്രിസ്ത്യാനികൾ, ഹരിജൻ എന്നിവരെല്ലാം ഉൾപ്പെടും. റോഡരികിലെ സ്ഥാപനങ്ങളൊഴിച്ചാൽ അസ്സൽ ഏറനാടൻ കാർഷികമേഖലയാണ്. നല്ല തെങ്ങിൻപുരയിടങ്ങളും നെൽവയലുകളും നിറഞ്ഞ നാട്ടിൻപുറത്ത് പകലന്തിയോളം അദ്ധ്വാനിക്കുന്ന ചെറുകിട മുസ്ലിം കർഷകരെയും കൃഷിപ്പണിക്കാരെയും കാണാം. പാവപ്പെട്ട മുസ്ലിം സ്ത്രീകളും കൃഷിപ്പണികളിൽ ഏർപ്പെടാറുണ്ട്. ആനക്കയം വഴി മലപ്പുറത്തെത്തുന്ന കടലുണ്ടിപ്പുഴ മലപ്പുറത്തിന്റെ തെക്കുഭാഗത്തു കൂടി ഒഴുകുന്നു. പുഴക്കരകൾ ഫലസമൃദ്ധമായ തെങ്ങിൻതോപ്പുകളാണ്. കിളിയമണ്ണിൽ കുടുംബം, പട്ടരുകടവും കുടുംബം, പാണക്കാട്ട് തങ്ങൾ കുടുംബം എന്നിങ്ങനെയുള്ള പ്രമാണി കുടുംബങ്ങളെ ആശ്രയിച്ചു കഴിയുന്ന പാവപ്പെട്ടവരും ധാരാളമുണ്ട്.

കുന്നിറങ്ങി, കോട്ടപ്പടിയും കടന്ന് ആ മെയിൻ റോഡിലൂടെ കഷ്ടിച്ച് രണ്ട് ഫർലോങ് നടക്കുക. തീരെ വീതികുറഞ്ഞ റോഡിനിരുവശവും ഞെങ്ങിഞെരുങ്ങി നില്ക്കുകയാണ് വീടുകൾ. ചെറ്റപ്പുരകളും മാളികകളും. മലപ്പുറം വലിയങ്ങാടിയാണത്. പണ്ട് പാറനമ്പിയെന്ന നാടുവാഴി മുസ്ലീങ്ങൾക്ക് പാർപ്പിടത്തിനുവേണ്ടി കനിഞ്ഞുനല്കിയ ആ സ്ഥലത്ത് മുസ്ലിം വീടുകൾ ഞെങ്ങിഞെരുങ്ങി നില്ക്കുകയാണിപ്പോൾ. ബസ് വഴികടന്നുപോകുന്നവർ ശ്വാസം മുട്ടി നില്ക്കുന്ന ആ തെരുവ് ശ്രദ്ധിക്കാതിരിക്കുയില്ല.

മലപ്പുറം വലിയ പള്ളി

വലിയങ്ങാടി അവസാനിക്കുന്നിടത്ത് റോഡരികിൽ അല്പം ഉയർന്ന പറമ്പിൽ സ്ഥിതിചെയ്യുന്ന മലപ്പുറം വലിയപള്ളി പ്രസിദ്ധമായൊരു മുസ്ലിം ദേവാലയമാണ്. റോഡിൽനിന്നും പള്ളിയിലേക്കു കയറുന്ന സ്ഥാനത്ത് ഇടതു വശത്തൊരു ഓലപ്പുര കാണാം. നാട്ടിൻപുറത്തെ പഴയമട്ടിലുള്ള ഒരു വഴിയമ്പലം പോലെ. ആ ഓലപ്പുരയ്ക്കുള്ളിൽ കടക്കൂ. അതിന്റെ പിൻവശത്ത് ഒരു കിളിവാതിലുണ്ട്. അത് തുറന്ന് നോക്കുക. മതിൽക്കെട്ടിനുള്ളിലെ ഏതാണ്ട് 25 അടിനീളം 15 അടി ചതുരത്തിലുള്ള നിലത്ത് പുല്ലും കാട്ടുചെടികളും വളർന്നു നില്ക്കുന്നു. അവയ്ക്കിടയിൽ നെടുനീളത്തിൽ രണ്ടു വരിയായി 41 ശവക്കല്ലറകൾ കാണാം. നിലനില്പിനുവേണ്ടി നാടുവാഴിയോട് പട പൊരുതി മരിച്ച മലപ്പുറം മുസ്ലീങ്ങളാണ് ആ ശവക്കല്ലറകൾക്കുള്ളിൽ അന്ത്യനിദ്രകൊള്ളുന്നത്. അത് ഒരു സമരകഥയാണ്.

പാറനമ്പിമാരിൽ ഒരാളിന്റെ ഭരണകാലത്താണ് വലിയങ്ങാടിയിൽ മുസ്ലീങ്ങൾക്ക് പാർപ്പിടത്തിനും പള്ളിക്കുമായി കുറേസ്ഥലം അനുവദിച്ചത്. അവർ ആ റോഡരികിൽ കൂരകൾ കെട്ടി പാർത്തു. ചെറിയൊരു ഓലപ്പുരയിൽ പള്ളി സ്ഥാപിച്ച് പ്രാർത്ഥിക്കുകയും ചെയ്തു. മറ്റൊരു നമ്പി അധികാരത്തിൽ വന്നപ്പോൾ മുസ്ലീങ്ങളുടെ കഷ്ടകാലമാരംഭിച്ചു. നമ്പിയുടെ ഭാഗ്യം പരിശോധിച്ച വെളിച്ചപ്പാട് തുള്ളിപ്പറഞ്ഞു. മുസ്ലീങ്ങളെ കുടിയൊഴിപ്പിക്കണമെന്ന് നമ്പിയുടെ ആൾക്കാർ മുസ്ലീങ്ങളെ ശല്യം ചെയ്തു. പിന്നെയും മറ്റൊരു നമ്പി അധികാരത്തിൽ വന്നപ്പോൾ സംഘട്ടനം രൂക്ഷതരമായി. തദ്ദേശീയ മുസ്ലീങ്ങളും നമ്പിയുടെ സൈന്യങ്ങളും തമ്മിൽ തുറന്ന സമരം നടന്നു. പള്ളി പൊളിക്കണമെന്ന് നമ്പി; ജീവൻ ബലിയർപ്പിച്ചും പള്ളി സംരക്ഷിക്കുമെന്ന് മുസ്ലീങ്ങൾ രക്തരൂഷിതമായ ആ സമരത്തിന്റെ അവസാനം, നാല്പതിൽപ്പരം മുസ്ലീങ്ങൾ ആ പള്ളി പരിസരത്ത് മരിച്ചുവീണു. അവരെ അടക്കം ചെയ്തിട്ടുള്ള വിശുദ്ധ വേദിയാണ് ആ സ്ഥലം— ജാറം.

മലപ്പുറം നേർച്ച

അങ്ങനെ, നാനൂറിൽപ്പരം കൊല്ലം മുമ്പ് ആ പള്ളിപ്പറമ്പിൽ ആത്മബലി നടത്തിയ പുണ്യാത്മാക്കളുടെ സ്മരണയ്ക്കായിട്ടാണ് മലപ്പുറം നേർച്ച ഏർപ്പെടുത്തിയത്. ആ ജാറത്തിന് തൊട്ടാണ് മലപ്പുറം വലിയപള്ളി. പള്ളിയുടെ പിൻവശത്തായി അന്തസ്സോടെ തലയുയർത്തി നില്ക്കുന്ന ഒരു കൂറ്റൻ മാളികയാണ് മലപ്പുറം ഖാസിയുടെ വസതി. മാർച്ചു മദ്ധ്യത്തിലാണ് മലപ്പുറം നേർച്ച. നേർച്ചക്കാലത്ത് ഏറനാട്ടിലെ മാപ്പിളമാർ രക്തസാക്ഷികളോടുള്ള ആദരവ് കാട്ടാൻ കൊടികളുമായി ആഘോഷത്തോടെ നേർച്ചയ്ക്കെത്തുന്നു. ഓരോരുത്തർക്കും സ്വന്തം കൊടി മുമ്പേ നാട്ടാനുള്ള മത്സരമാണ്. പൂർവ്വവിരോധം തീർക്കാനുള്ള അസു

ലഭ സന്ദർഭമായിട്ടും മലപ്പുറം നേർച്ച കരുതിയിരുന്നു. പതിനായിരക്കണക്കിന് മുസ്ലീങ്ങൾ തടിച്ചുകൂടുന്ന മലപ്പുറം നേർച്ച നിയന്ത്രണാതീത മായിത്തീർന്നിട്ടുള്ള സന്ദർഭങ്ങൾ പലതുണ്ട്. എങ്കിലും 1955 ൽ വാശിയും വഴക്കും ഒരു മരണത്തിനിടയാക്കിയതോടെ. നേർച്ച നിരോധിക്കപ്പെട്ടു.

ഹാജിയാർ പള്ളി

വലിയങ്ങാടിക്കപ്പുറം കടലുണ്ടിപ്പുഴക്കരയിലുള്ള ഹാജിയാർ പള്ളിയും പ്രസിദ്ധമാണ്. ആ പള്ളി പണ്ട് പാറനമ്പിയുടെ വക അമ്പലമായിരുന്നുപോലും. അന്ന് ഒരു വർഷകാലത്ത് കടലുണ്ടിപ്പുഴയിലൂടെ വള്ളത്തിൽ സഞ്ചരിച്ച പാറനമ്പിയുടെ അറപ്പുരയുടെ താക്കോൽ യാദൃച്ഛികമായി പുഴയിൽ വീണു. കലങ്ങി മറിയുന്ന കടലുണ്ടിപ്പുഴയുടെ അടിത്തട്ടിൽനിന്നും താക്കോൽ എടുത്ത് കൊടുക്കുന്നവർക്ക് എന്ത് സമ്മാനവും നല്കാമെന്ന് പാറനമ്പി പ്രഖ്യാപിച്ചു. അവിടെ അമ്പലത്തിനടുത്ത് താമസിച്ചിരുന്ന ഒരു ഹാജിയാർ ഏറ്റുപിടിച്ചു. ഹാജിയാർ പുഴയിലിറങ്ങിയപ്പോൾ പുഴവെള്ളം രണ്ടുഭാഗത്തേക്കും ഒഴിഞ്ഞുമാറിയത്രെ. അടിത്തട്ടിൽ കിടന്ന താക്കോലെടുത്ത് നമ്പിയെ ഏല്പിച്ചു. സംപ്രീതനായ നമ്പി എന്തും നല്കാൻ തയ്യാറായി. പക്ഷേ, ഹാജിയാർക്ക് നമ്പിയുടെ ആ അമ്പലംമാത്രം കിട്ടിയാൽ മതി, പ്രാർത്ഥിക്കാൻ. അമ്പലപരിസരത്താണ് ഹാജിയാരുടെ വീട്. നമ്പി മനസ്സില്ലാമനസ്സോടെ സമ്മതിച്ചു. ക്ഷേത്രത്തിലെ പ്രതിഷ്ഠകളും സാധനസാമഗ്രികളും പെറുക്കി ഒരു ശംഖ് ഒഴികെ. ആ ശംഖാണുപോലും ഇന്നും ഹാജിയാർപള്ളിയിൽ ഉപയോഗിക്കുന്നത്.

ജനജീവിതം

ഇത്തരം പള്ളികൾ പലതുണ്ട് മലപ്പുറത്ത് മിക്ക പ്രദേശങ്ങളും മുസ്ലിം ഭൂരിപക്ഷമുള്ളവയാണ്. മുണ്ടുപറമ്പ് തുടങ്ങിയ പ്രദേശങ്ങളിൽ ഹിന്ദുക്കൾ കൂടുതലുണ്ട്. മലബാർ (മാപ്പിള) ലഹളക്കാലത്തെ സാമുദായികാന്തരീക്ഷം ഒട്ടാകെ എന്നേ കലങ്ങിത്തെളിഞ്ഞു. മുസ്ലീമായാലും ഹിന്ദുവായാലും ഇന്ന്, ഏറനാടൻ കൃഷിക്കാരാണവർ. മറ്റുതൊഴിൽ സൗകര്യങ്ങൾ കുറവുതന്നെ. ബീഡിത്തെറുപ്പ് കുറേപ്പേരുടെ ജീവിതമാർഗ്ഗമാണ്. കുന്നുമ്മേൽ എം എസ് പി ക്വാർട്ടേഴ്സ് തദ്ദേശീയരുടെ ജീവിത മേഖലയിൽ വളരെ സ്വാധീനം ചെലുത്തുന്നുണ്ട്. പണ്ട്, തങ്ങളെ അടിച്ചമർത്താൻ വേണ്ടി സർക്കാർ ഉപയോഗിച്ച എം എസ് പിയിലും പട്ടാളത്തിലുമായി തദ്ദേശീയർ വളരെപ്പേർ ജോലി നോക്കുന്നുണ്ട്. കുന്നുമ്മേലെ എട്ടുപത്തേക്കർ വിസ്തീർണ്ണമുള്ള കോട്ടക്കുന്ന് കേന്ദ്ര ഗവൺമെന്റ് വകയാണ്. അത് പലർക്കായി പാട്ടത്തിനു കൊടുത്തിരുന്നു. വിദ്യാഭ്യാസപരമായി പുരോഗതി നേടിക്കഴിഞ്ഞ കുടുംബങ്ങളിൽ നിന്ന് അദ്ധ്യാപകവൃത്തിയിൽ ഏർപ്പെട്ടിട്ടുള്ളവരും കുറവല്ല. കോട്ടപ്പടിയിൽ മലപ്പുറം ഗവൺമെന്റ് ഹൈസ്കൂളും ഡി ഇ ഒ ഓഫീസുമുണ്ട്. കോട്ടപ്പടി മൈതാനം ഹൈസ്കൂളിന്റെ പ്ലേ ഗ്രൗണ്ടായി ഉപയോഗിക്കാൻ അനുവദിക്കപ്പെട്ടിട്ടുണ്ട്. മലപ്പുറത്തിനു ചുറ്റുമായി കിടക്കുന്ന ഏറനാടൻ ഗ്രാമങ്ങളുടെ ജീവിത പരിതഃസ്ഥിതികളും മേൽപ്പറഞ്ഞവയിൽനിന്നും വ്യത്യസ്തമല്ല.

മലപ്പുറത്തുനിന്നും അഞ്ച് മൈൽ അകലെയുള്ള ഊരകം പഞ്ചായത്ത് കാർഷികമേഖലയാണ്. മുസ്ലീങ്ങളും ഹിന്ദുക്കളുമുണ്ട്. വടക്ക് ഭാഗത്ത് സ്ഥിതിചെയ്യുന്ന പൂക്കോട്ടൂർ മാപ്പിള ലഹളക്കാലത്ത് ഒരു സ്ഫോടക കേന്ദ്രമായിരുന്നു. നെല്ല്, നേന്ത്രവാഴ, വെറ്റില കൃഷികളുമായി കഴിയുന്ന സ്വതന്ത്രചിന്താഗതിക്കാരായ കൃഷിക്കാരാണധികവും. പള്ളികൾ ധാരാളം. പൂക്കോട്ടൂർ എട്ടുതറക്കാർ (എട്ടുദേശക്കാർ) ഏതുകാര്യത്തിനും മുൻപന്തിയിലാണ്. മൊറയൂർ മുസ്ലിം കേന്ദ്രമാണ്. മൊറയൂരിൽ മെയിൻ റോഡിൽനിന്ന് രണ്ടു മൂന്ന് മൈൽ കിഴക്കായി കാണുന്ന വലിയ മലയിൽ (അരിമ്പ്രമല) കുറേപ്പേരെ പാർപ്പിച്ചിട്ടുണ്ട്. ആ മലഞ്ചെരിവുകൾ ക്രമേണ നല്ല കൃഷിയിടങ്ങളായി മാറി. വിശാലമായ പാടത്ത് വച്ച് നടത്തുന്ന കൊണ്ടോട്ടി നേർച്ച വലിയൊരുത്സവമാണ്. മലപ്പുറം വല്യങ്ങാടി വഴി പരപ്പനങ്ങാടി റൂട്ടിൽ, പാണക്കാട്ടു തങ്ങൾ പടി. ഒരു പ്രസിദ്ധ മുസ്ലിം മാന്ത്രികന്റെ- പി എം എസ് എ പൂക്കോയ തങ്ങളുടെ— ആസ്ഥാനമാണ്.

മലപ്പുറത്തുനിന്നും ആറുമൈൽ കിഴക്കുള്ള മഞ്ചേരി (താലൂക്കു തലസ്ഥാനം) ബിസിനസിലൂടെ പ്രമാണിത്തമുള്ള കുടുംബങ്ങൾ മുഖേന പ്രസിദ്ധിയുള്ള ഗ്രാമമാണ്. കുന്നിൻ പ്രദേശത്ത് സ്ഥിതിചെയ്യുന്ന കോട്ടയ്ക്കലും പ്രസിദ്ധമാണ്. പണ്ട് സാമൂതിരിയുടെ ഒരു കോവിലകത്തിന്റെ ആസ്ഥാനമായിരുന്ന കോട്ടയ്ക്കൽ (സാമൂതിരിയുടെ കോട്ടയുണ്ടവിടെ) കഴിഞ്ഞ കുറേ വർഷങ്ങളായി കോട്ടയ്ക്കൽ ആര്യവൈദ്യശാലയുടെ ആസ്ഥാനമാണ്. മുസ്ലിം ലീഗിന്റെ ശക്തികേന്ദ്രങ്ങളാണ് ഈ ഏറനാടൻ ഗ്രാമങ്ങൾ. 1970 ഏപ്രിൽ മുതൽ ഒരു മുനിസിപ്പാലിറ്റിയായിത്തീർന്ന ഈ ഗ്രാമപ്രദേശങ്ങൾ നാനാപ്രകാരേണ പ്രാധാന്യമർഹിക്കുന്നു.

ആധുനിക വിദ്യാഭ്യാസത്തിലേക്കുള്ള ഏറനാടിന്റെ ആഭിമുഖ്യം കഴിഞ്ഞ നൂറ്റാണ്ടിന്റെ പ്രാരംഭദശയിൽ തുലോം ശോചനീയമായിരുന്നെങ്കിലും പിന്നീടങ്ങോട്ട്, വിശിഷ്യാ ജില്ലാ രൂപീകരണത്തിനു ശേഷം, ത്വരിതഗതിയിലായി. 1882 ൽ സ്ഥാപിക്കപ്പെട്ട ആംഗ്ലോ ഇന്ത്യൻ വെർണാകുലർ സ്കൂളാണ് മലപ്പു

റത്തെ ആദ്യത്തെ വിദ്യാഭ്യാസ സ്ഥാപനം. 1936 ൽ തന്നെ മലപ്പുറത്ത് ഒരു ഗവ. ഹൈസ്കൂൾ തുടങ്ങിയിരുന്നു. സെന്റ് ജോസഫ് എൽ പി സ്കൂൾ എന്ന പള്ളിസ്കൂൾ (ഇന്നത്തെ ജെമ്മാസ് ഹൈസ്കൂൾ) മുസ്ലീം പെൺകുട്ടികളുടെ വിദ്യാഭ്യാസത്തിൽ സ്തുത്യർഹമായ പങ്കുവഹിച്ചു. ഇന്ന്, പൊതുമേഖലയിലും സ്വകാര്യമേഖലയിലുമായി നാല്പതിൽപ്പരം വിദ്യാഭ്യാസ സ്ഥാപനങ്ങളുണ്ട്. സബ് കളക്ടറാഫീസായ തുക്കടിച്ചേരിയും 1890 ലാരംഭിച്ച രജിസ്റ്റർ ഓഫീസുമാണ് മലപ്പറത്തെ ആദ്യത്തെ സർക്കാർ സ്ഥാപനങ്ങൾ.

അവികസിതമായ ഒരു ഗ്രാമപ്രദേശമായും പില്ക്കാലത്ത് (1970) മുനിസിപ്പാലിറ്റിയായും ഭാവ മാറ്റം സംഭവിച്ച മലപ്പുറം ടൗണും ചുറ്റുമുള്ള ഏറനാടൻ ഗ്രാമങ്ങളും (പഴയ വള്ളുവനാട്) ഇന്ന് മലപ്പുറം ജില്ലയിലാണ്. പണ്ട് മലബാർ ജില്ലയുടെ ഭാഗമായിരുന്ന മലപ്പുറം പില്ക്കാലത്ത് കോഴിക്കോടു ജില്ലയുടെ ഏറനാടു താലൂക്കും തിരൂർ താലൂക്കും പാലക്കാടു ജില്ലയുടെ പൊന്നാനി, പെരിന്തൽമണ്ണ താലൂക്കുകളുടെ ചില ഭാഗങ്ങളും കൂട്ടിച്ചേർത്തു. 1969 ജൂൺ 16 ന് മലപ്പുറം ജില്ല നിലവിൽവന്നു. മൊത്തം 3548 ച കി മീ വിസ്തീർണ്ണമുള്ള മലപ്പുറം ജില്ലയുടെ ജനസംഖ്യ 3093190 (1991) ആണ്. ജനസംഖ്യയിൽ 71 ശതമാനത്തിലധികം മുസ്ലീങ്ങളാണ്. ഏറനാട്, പെരിന്തൽമണ്ണ, തിരൂർ, മഞ്ചേരി, പൊന്നാനി എന്നീ മുനിസിപ്പാലിറ്റികളും ജില്ലയിലുൾപ്പെടുന്നു.

ചാലിയാർപ്പുഴയും കടലുണ്ടിപ്പുഴയും ഭാരതപ്പുഴയും ജില്ലയിലൂടെ പ്രവഹിക്കുന്നു. കൃഷിയാണ് മുഖ്യ ഉപജീവനമാർഗ്ഗം. നെല്ലും തെങ്ങും കമുകും സമൃദ്ധിയായി വളരുന്നു. അദ്ധ്വാനശീലരായ കൃഷിക്കാർ നിലമ്പൂർ, കൊണ്ടോട്ടി, കാളിക്കാവ് ചുങ്കത്തറ, തേഞ്ഞിപ്പലം എന്നിവ വികസിത പ്രദേശങ്ങളാണ്.

മാമാങ്കത്തിന്റെ രംഗവേദിയായിരുന്ന തിരുനാവായും മേൽപ്പത്തൂർ നാരായണഭട്ടതിരിയുടെയും പൂന്താനത്തിന്റെയും ജന്മഗൃഹവും ഈ ജില്ലയിലാണ്. നിലമ്പൂർ കോവിലകത്തിന്റെ ആസ്ഥാനവും (നിലമ്പൂർ) മാപ്പിളപ്പാട്ടിന്റെ ഉപജ്ഞാതാവായ മൊയിൻകുട്ടി വൈദ്യരുടെ ജന്മസ്ഥലവും (കൊണ്ടോട്ടി) കോഴിക്കോട് യൂണിവേഴ്സിറ്റി കേന്ദ്രവും (തേഞ്ഞിപ്പലം) പഴയൊരു രാജസ്ഥാനവും കോട്ടയ്ക്കൽ ആര്യവൈദ്യശാലയുടെ ആസ്ഥാനവുമായി കോട്ടയ്ക്കലും ഈ ജില്ലയ്ക്ക് പ്രസിദ്ധി നല്കുന്നു.

കൊണ്ടോട്ടി ബ്ലോക്കിലെ കൊണ്ടോട്ടി പഞ്ചായത്ത് തനി ഏറനാടൻ ഗ്രാമം തന്നെ. പഴയ ഏറനാട്ടിന്റെ ഹൃദയം, തങ്ങൾ കുടുംബങ്ങളും ഇസ്ലാം സ്മാരക ശില്പങ്ങളും പല പഴയ പള്ളികളുമുള്ള ഒരു കൊച്ചു പട്ടണമാണ്. പട്ടണപ്രാന്തത്തിൽ കൊണ്ടോട്ടി ഗുംഭ എന്നറിയപ്പെടുന്ന പുരാതനമായ ഒരു സ്മാരക ശില്പമുണ്ട്. മാപ്പിളപ്പാട്ടിന്റെ ഉപജ്ഞാതാവും പ്രയോക്താവുമായ മൊയിൻകുട്ടി വൈദ്യരുടെ ജനനസ്ഥലവും കൊണ്ടോട്ടിയാണ്. കവിയും വാഗ്മിയും ബഹുഭാഷാ പണ്ഡിതനുമായ മൊയിൻകുട്ടി വൈദ്യരുടെ ഖബർ അടക്കം ചെയ്തിട്ടുള്ളത് ഗുംഭയോട് ചേർന്നുള്ള പള്ളിപ്പറമ്പിലാണ്. പഞ്ചായത്തിന്റെ വിസ്തീർണ്ണം 16.85 ച കി മീ. ജനസംഖ്യ 21913 (1991). കോഴിക്കോട്ടുനിന്ന് 27 കി മീ തെക്കായി സ്ഥിതിചെയ്യുന്നു.

1773 ൽ മുഹമ്മദ് സാഹാ തങ്ങൾ നിർമ്മിച്ച വലിയ പള്ളിയും പഴയങ്ങാടി പള്ളിയും മുസ്ലീങ്ങളുടെ പ്രധാന ആരാധനാകേന്ദ്രങ്ങളാണ്. പഴയങ്ങാടി മുസ്ലിം പള്ളിയിലെ കൊണ്ടോട്ടി നേർച്ച പ്രധാനം. മോയിൻകുട്ടി വൈദ്യർക്ക് സമുചിതമായ ഒരു സ്മാരകമന്ദിരവും ഗ്രന്ഥാലയവും ഗവേഷണകേന്ദ്രവുമുണ്ട്.

വാസ്കോഡ ഗാമയുടെ വരവും സാമൂതിരിയുടെ ചെറുത്തു നില്പും മൈസൂർ സുൽത്താന്മാരുടെ പടയോട്ടങ്ങളും ബ്രിട്ടീഷ് അധീശത്വത്തിന്റെ ദുർഭരണവും ദേശീയപ്രസ്ഥാനത്തിന്റെ ആവേശകരമായ അരങ്ങേറ്റവും രക്തരൂഷിതമായ മലബാർകലാപവും എല്ലാം ഏറനാടിന്റെ മനസ്സിലും ശരീരത്തിലുമേല്പിച്ച മുറിവുകൾ കുറച്ചൊന്നുമല്ല. എന്നാൽ ക്രമേണ വിദ്യാഭ്യാസ പുരോഗതിയും രാഷ്ട്രീയ പ്രബുദ്ധതയും നേടിയ സാമാന്യ ജനത, ജനാധിപത്യസ്ഥാപനങ്ങളുടെ പിൻബലത്തോടെ പടിപടിയായി പുരോഗതി നേടിയ കാഴ്ചയാണ് ഇന്നവിടെ കാണാൻ കഴിയുക. നിരക്ഷരത കുടഞ്ഞെറിഞ്ഞ് സാക്ഷരതയിൽ മുന്നണിയിൽ എത്തി. വിവരസാങ്കേതിക വിദ്യയുടെ പ്രയോഗവും പ്രചാരവും ഇന്ന് ഏറ്റവുമധികം കാണാൻ കഴിയുക മലപ്പുറം ജില്ലയിലാണ്. കാട്ടുതീക്കു ശേഷം വളക്കൂറുള്ള മണ്ണിൽ മുളപൊട്ടിയ നവജീവിതം താരും തളിരുമണിഞ്ഞ് തുടങ്ങിയിട്ടുണ്ടിപ്പോൾ.

64

നിലമ്പൂരിലെ കാടും നാടും

വിശ്വപ്രസിദ്ധമായ നിലമ്പൂർ വനങ്ങളിലേക്ക് കടക്കുംമുമ്പ് നമുക്ക് താലൂക്കാസ്ഥാനമായ മഞ്ചേരി ടൗണിലൊന്ന് ചുറ്റിത്തിരിഞ്ഞുവരാം.

മലബാറിന്റെ രാഷ്ട്രീയ ചരിത്രത്തിൽ അതിപ്രധാനമായ ഒരു പങ്ക് വഹിച്ച സ്ഥലമാണ് ഇന്നത്തെ ഏറനാട് താലൂക്കാസ്ഥാനമായ മഞ്ചേരി, മലപ്പുറത്തു നിന്ന് 10 കി മീ കിഴക്കുമാറി സ്ഥിതിചെയ്യുന്നു. മഞ്ചേരി മുനിസിപ്പാലിറ്റിയുടെയും വികസന ബ്ലോക്കിന്റെയും ആസ്ഥാനം. അരീക്കോട്, എടവണ്ണ കാവന്നൂർ, പുലപ്പറ്റ, തൃക്കാലങ്ങോട് എന്നീപഞ്ചായത്തുകൾ ബ്ലോക്കിൽപ്പെടുന്നു.

അതിപ്രാചീനകാലത്ത് ഇവിടെയൊരു ശിലായുഗസംസ്കാരം നിലനിന്നിരുന്നുവെന്നതിന് മതിയായ തെളിവുകൾ ഇന്നും മഞ്ചേരിയിലും സമീപപ്രദേശങ്ങളിലുമുണ്ട്. പ്രാചീന മനുഷ്യൻ ശവമടക്കിന് ഉപയോഗിച്ചിരുന്ന, പട്ടർക്കുളങ്ങരയിലെ തൊപ്പിക്കല്ല്, മഞ്ചേരി നറുകര വില്ലേജുകളിലെ ചെങ്കല്ലറകൾ എന്നിവ ഇതിന് ഉദാഹരണങ്ങളാണ്. ഏഴുനൂറ്റാണ്ടുകൾക്കു മുമ്പ് സാമൂതിരിപ്പാടിന്റെയും നിലമ്പൂർ കോവിലകത്തിന്റെയും സഹായ സഹകരണങ്ങളോടെ നിർമ്മിച്ച പയ്യനാട്ടെ പള്ളി, എ ഡി 1852ൽ സാമൂതിരി രാജാവായ മാനവിക്രമാന വിക്രമൻ നിർമ്മിച്ച മഞ്ചേരി കോവിലകം വക കുന്നത്തമ്പലം (ദുർഗ്ഗ പ്രതിഷ്ഠ) 1847 ൽ നിർമ്മിച്ച മേലക്കാപ്പള്ളി എന്നിവ മഞ്ചേരിയുടെ സാംസ്കാരിക പൈതൃകത്തിന്റെ നിദർശനങ്ങളാണ്.

എ ഡി 1849 ലെ കാർഷിക കലാപത്തിൽ കൊല്ലപ്പെട്ട വെള്ളപ്പട്ടാളക്കാരന്റെ (കേണൽ എൻസാൽ വേസ്) ശവകുടീരം ഗവ. ബോയ്സ് ഹൈസ്കൂൾ കോമ്പൗണ്ടിൽ കാണാം. കഴിഞ്ഞ നൂറ്റാണ്ടിന്റെ പ്രാരംഭത്തിൽ പ്രവർത്തനമാരംഭിച്ച ബാസൽ മിഷൻ സ്ഥാപനങ്ങൾ സി എസ് ഐ പള്ളി എന്നിവയെല്ലാം മഞ്ചേരിയുടെ ചരിത്രം സൂചിപ്പിക്കുന്നുണ്ട് പതിനെട്ടാം നൂറ്റാണ്ടിൽ ഹൈദരാലിയുടെ ആക്രമണകാലത്ത് മൈസൂർ പടയുടെ താവളമായിരുന്നു മഞ്ചേരി.

1921 ലെ മലബാർ കലാപത്തിലെ ഒരു സുപ്രധാനമായ കേന്ദ്രമായിരുന്നു മഞ്ചേരി. അന്ന് ലഹളക്കാർ മഞ്ചേരി പൊലീസ് സ്റ്റേഷൻ ആക്രമിച്ച് ആയുധങ്ങൾ കൈക്കലാക്കി. കച്ചേരിപ്പടിക്കലെ സർക്കാർ ഖജനാവ് കൊള്ളയടിച്ച്, പണംവാരി ദരിദ്രർക്ക് വിതറിക്കൊടുത്തുവത്രെ. കൂടാതെ ബാങ്ക് കൊള്ളയടിച്ച് പണവും പണ്ടങ്ങളും പ്രമാണങ്ങളും അതത് അവകാശികൾക്ക് മടക്കിക്കൊടുത്തു. മലബാറിന്റെ സ്വാതന്ത്ര്യസമര ചരിത്രത്തിൽ സുപ്രധാനമായ ഒരു കേന്ദ്രമായിരുന്നു മഞ്ചേരി. മലബാർ കലാപത്തിന് നേതൃത്വം വഹിച്ച ആലിമുസലിയാരും വാരിയംകുന്നത്ത് ഹാജിയും മഞ്ചേരിയിലെ നെല്ലിക്കുന്ന് സ്വദേശികളായിരുന്നു. സ്വാതന്ത്ര്യ സമര നായകന്മാരായിരുന്ന മുഹമ്മദ് അബ്ദുൾ റഹിമാൻ ഹാജി, കെ മാധവൻ നായർ, എം പി നാരായണ മേനോൻ, ഈ മൊയ്തു മൗലവി, എന്നിവരുടെ മുഖ്യ പ്രവർത്തന കേന്ദ്രം മഞ്ചേരിയായിരുന്നു.

ബഹുനില മന്ദിര ശ്രേണികളും വിപണനശാലകളും വൻകിട ഹോട്ടലുകളും ആശുപത്രികളും മറ്റുമുൾപ്പെടുന്ന തിരക്കേറിയ മഞ്ചേരി ടൗൺ ഒരു പ്രധാന ഗതാഗതകേന്ദ്രം കൂടിയാണ്. തിരക്കേറിയ ടൗൺ പ്രദേശങ്ങൾ വിട്ടാൽ ദാരിദ്ര്യവും വറുതിയും പ്രകടമാക്കുന്ന വെറും ഗ്രാമപ്രദേശങ്ങൾ തന്നെ. ജനസംഖ്യയിൽ ഭൂരിഭാഗവും മുസ്ലീങ്ങൾ. വിദ്യാഭ്യാസ സ്ഥാപനങ്ങൾ (എൻ എസ് എസ് കോളേജ് ഉൾപ്പെടെ) ധാരാളമുണ്ടെങ്കിലും പൊതുവിദ്യാഭ്യാസനിലവാരം മെച്ചമല്ല.

പഞ്ചായത്തു പ്രദേശമായിരുന്ന മഞ്ചേരിയിൽ

1978 ഏപ്രിൽ ഒന്നു മുതല്ക്കാണ് മുനിസിപ്പാലിറ്റി രൂപംകൊണ്ടത്. വിസ്തീർണ്ണം 53 ച കി മീ. ജന സംഖ്യ 69334 (91).

നിലമ്പൂർ വനങ്ങൾ

നിലമ്പൂർ വനങ്ങൾ! മലനാട്ടിലും മറുനാട്ടിലും പ്രസിദ്ധങ്ങളാണവ. അപ്പോൾ നിലമ്പൂർ ഗ്രാമത്തെപ്പറ്റി സങ്കല്പിച്ചാലോ? 'ഝില്ലിഝങ്കാര നാദമണ്ഡിതവും സിംഹാവ്യാഘ്ര ശല്യാദിമൃഗഗണ നിഷേവിതവു'മായ ഒരു ഘോര കാനനം...? മൈലുകളോളം വ്യാപിച്ച കിടക്കുന്ന കൊടുങ്കാടുകൾ! നട്ടുച്ചയ്ക്കുപോലും സൂര്യപ്രകാശം കടക്കാത്ത മട്ടിൽ നിബിഡവും അത്യുന്നതവുമായ വൃക്ഷസഞ്ചയവും വള്ളിപ്പടർപ്പുകളും നിറഞ്ഞ, വന്യമൃഗങ്ങൾ സ്വച്ഛന്ദം വിഹരിക്കുന്ന വനങ്ങൾ! എന്നിവ അപരിചിതന്റെ ഭാവനയിൽ തെളിഞ്ഞു വരിക സ്വാഭാവികം. എങ്കിൽ കോഴിക്കോട്ടു നിന്നോ മലപ്പുറത്തുനിന്നോ മഞ്ചേരി വഴി ബസിൽ യാത്ര ചെയ്തു നിലമ്പൂരിൽ വന്നെത്തുന്ന സന്ദർശകൻ പുറത്തിറങ്ങാൻ ഭയപ്പെടണമല്ലോ. പക്ഷേ, ജങ്ഷനിൽ ബസിറങ്ങി, ടാറിട്ട റോഡിൽ ഒരുനിമിഷം പകച്ചു നില്ക്കുന്ന സന്ദർശകന് സംശയം തോന്നിയേക്കാം. വഴി തെറ്റിപ്പോയോ?

ഇല്ല നിലമ്പൂർ തന്നെ. നിലമ്പൂർ പഞ്ചായത്തിന്റെ ആസ്ഥാനം. റോഡരികിൽ നിരനിരയായി കാണുന്ന കെട്ടിടങ്ങളും കച്ചവടസ്ഥാപനങ്ങളും ബസ് സ്റ്റാൻഡും ഗവ. ആഫീസുകളുമെല്ലാം കാട്ടിലല്ല, നാട്ടിൽ തന്നെയാണ്. എങ്കിൽ പിന്നെ, കേളികേട്ട നിലമ്പൂർ വനങ്ങളോ? തിരക്കേറിയ ആ ജങ്ഷൻ പിന്നിടുക. ടാറിട്ട നിരത്തിലൂടെ മുന്നോട്ടു നടക്കുക.ആൾപ്പാർപ്പു കുറയുന്നില്ലേ? വീടുകൾ വിരളമല്ലേ? മുളങ്കാടുകളും വള്ളിപ്പടർപ്പുകളും കാണുന്നില്ലേ? ഇനിയും നടക്കുക. വെയിലിനെ തടഞ്ഞു നിർത്തി പരിസരമാകെ നിഴൽ വിരിച്ചു നില്ക്കുന്ന കൂറ്റൻ തേക്കുമരങ്ങൾ, തേക്കിൻ കാട് മഹാഗണി വൃക്ഷങ്ങൾ, ഈട്ടിമരങ്ങൾ അവിടുന്നങ്ങോട്ട് സാക്ഷാൽ നിലമ്പൂർ വനങ്ങൾ തന്നെ. സ്വകാര്യ വനങ്ങളും റിസർവ്വ് വനങ്ങളും നിലമ്പൂർ ജങ്ഷന് ചുറ്റും വനങ്ങളാണ്. അതോ നിലമ്പൂർ വനങ്ങൾക്ക് മദ്ധ്യേ ഒരു നഗരം വളർന്നു വന്നോ? രണ്ടാമത്തേതാണ് ശരിയെന്നു തോന്നുന്നു. കാരണം പ്രസിദ്ധിപെറ്റ നിലമ്പൂർ മുൻകാലത്ത് നിലമ്പൂർ വനങ്ങൾ തന്നെയായിരുന്നു. ഈയടുത്ത കാലത്താണ് വനമദ്ധ്യത്തിലൊരു ജനപദം തെളിഞ്ഞുവന്നത്.

മുമ്പൊരിക്കൽ, പതിറ്റാണ്ടുകൾക്കുമുമ്പ് ഞാൻ നടത്തിയ നിലമ്പൂരിലേക്കുള്ള യാത്രാസ്മരണകൾ അയവിറക്കിക്കൊണ്ട് ഞാൻ ഷൊർണ്ണൂർ ജങ്ഷനിൽനിന്ന് തീവണ്ടിയിൽ കയറി. ഇന്ത്യയിലെ ഏറ്റവും നീളം കുറഞ്ഞ റെയിൽപ്പാതകളിലൊന്നാണ് ഷൊർണ്ണൂർ-നിലമ്പൂർ റൂട്ട്. നീലഗിരി മലനിരകളുടെ താഴ്‌വരയിൽ ചാലിയാറിന്റെ പരിലാളനമേറ്റ് കഴിയുന്ന, ഹരിതഭംഗി തുളുമ്പുന്ന വനമേഖലകൾ. കുന്തിപ്പുഴയും വെള്ളിയാറും ഒലിപ്പുഴയും കുതിരപ്പുഴയും കടന്നാണ് അറുപത്തിയാറ് കിലോമീറ്റർ നീളമുള്ള ഈ റെയിൽപ്പാത, നിലമ്പൂർ റോഡ് സ്റ്റേഷനിലെത്തുന്നത്. പാതയ്ക്കിരുപാടും നിരനിരയായി തേക്കുമരങ്ങൾ കാണാം.

ഷൊർണ്ണൂരിൽനിന്ന് പതിനൊന്ന് സ്റ്റേഷനുകളാണ് രണ്ടു മണിക്കൂർ സമയദൈർഘ്യമുള്ള നിലമ്പൂർ യാത്രയിലുള്ളത്. നിലമ്പൂർ റോഡ് സ്റ്റേഷനിൽനിന്ന് ആറ് കി മീ അകലെയാണ് കെ ടി ഡി സിയുടെ ഹോട്ടൽ ടാമറിന്റ്. ഫോറസ്റ്റ് അധികൃതരുടെ നിയന്ത്രണത്തിലാണ് നിലമ്പൂരിലെ വിനോദ സഞ്ചാരകേന്ദ്രങ്ങളിലേറെയും. ലോകത്തിലെ ആദ്യത്തെ തേക്കു മ്യൂസിയം, ഏറ്റവും പഴയ തേക്കിൻ തോട്ടം, നെടുങ്കയത്തെ ദാരുനിർമ്മിത റെസ്റ്റ് ഹൗസ്... അങ്ങനെ കാഴ്ചകൾ നിരവധി. സമീപ പ്രദേശത്തായി രണ്ടു ജലപാതങ്ങൾ—ആഢ്യൻപാറവെള്ളച്ചാട്ടവും കോഴിപ്പാറ വെള്ളച്ചാട്ടവും.

മുളങ്കാടുകളും തേക്കുമരങ്ങളും അതിരിടുന്ന വനവീഥികൾ. ബ്രിട്ടീഷുകാർ തേക്കിൻ തോട്ടങ്ങൾ വ്യാപകമാക്കും മുമ്പ് നിലമ്പൂർ മുളങ്കാട് ആയിരുന്നുവത്രെ. നിലിംബ (മുള) എന്ന സംസ്കൃതപദത്തിൽ നിന്നായിരിക്കാം നിലമ്പൂർ എന്ന സ്ഥലനാമത്തിന്റെ ഉല്പത്തി.

നിലമ്പൂർ വനങ്ങളെപ്പറ്റി മാത്രമേ കേട്ടിട്ടുള്ളൂ. നിലമ്പൂർ കോവിലകമോ? ആ സ്ഥലത്തിന്റെ സാമൂഹ്യ-സാമ്പത്തിക-സാംസ്കാരിക ചരിത്രത്തിൽ വമ്പിച്ച സ്വാധീനം ചെലുത്തിയിട്ടുള്ള, ഇന്നും സ്വാധീനിച്ചുകൊണ്ടിരിക്കുന്ന ഒരു മുഖ്യ ഘടകമാണ് നിലമ്പൂർ കോവിലകവും കോവിലകം സ്ഥാപനങ്ങളും. മലബാർ കലാപകാലത്ത് ലഹളയ്ക്ക് പെട്ടെന്ന് കാരണഭൂതമായ സംഭവങ്ങൾ അരങ്ങേറിയതും നിലമ്പൂർ കോവിലകത്തെ ചുറ്റിപ്പറ്റിയാണെന്ന് പറയപ്പെടുന്നു. പണ്ട് നിലമ്പൂർ വലിയ രാജാവിന്റെ മേൽനോട്ടത്തിൽ നടന്ന ഗംഭീരമായ സാഹിത്യപരിഷത്ത് സമ്മേളനങ്ങളെ പറ്റി പഴയ എഴുത്തുകാർക്ക് എന്തെല്ലാം പറയാനുണ്ടാവും.

കോടമഞ്ഞ് പുതച്ച വനമേഖലകൾ.

നിലമ്പൂരിൽനിന്ന് പതിനെട്ട് കിലോമീറ്റർ അകലെയാണ് നെടുങ്കയം. ഒരുകാലത്ത് നിലമ്പൂരിന്റെ ഗജപ്രതാപത്തിന് പേരുകേട്ട സ്ഥലം. മുൻകാലത്ത് നെടുങ്കയത്തെ ആനപ്പന്തിയിൽ ആനകളെ പരിശീലിപ്പിച്ചിരുന്നു. ഇന്നില്ല. കരുളായി പിന്നിടുമ്പോഴുള്ള ഫോറസ്റ്റ് ഓഫീസിനു സമീപം പതിനായിരപ്പറയുടെ

ആനപ്പത്തായത്തിന്റെ തകർന്ന രൂപം കാണാം. കരിമ്പുഴയ്ക്കു കുറുകെയുള്ള പാലം ശ്രദ്ധേയം.

മലബാർ കളക്ടറായിരുന്ന കനോലി സായിപ്പ് 1846 ൽ നിലമ്പൂരിൽ 14.8 ഏക്കറിൽ നട്ടുവളർത്തിയ തേക്കിൻ തൈകളാണ് പില്ക്കാലത്ത് നിലമ്പൂരിലെ തേക്കിൻ കാടുകളായി രൂപാന്തരപ്പെട്ടത്. നിലമ്പൂർ ടൗണിൽനിന്നും രണ്ടു കി മീ അകലെ കനോലി പ്ലോട്ട് ലോകത്തെ ഏറ്റവും പഴക്കമുള്ള തേക്കിൻതോട്ടങ്ങളിലൊന്ന്. ചാലിയാറിനു കുറുകെയുള്ള തൂക്കുപാലമാണ് കനോലി പ്ലോട്ടിന്റെ പ്രവേശന കവാടം.

നിലമ്പൂരിലെ അരുവക്കോട് എന്ന സ്ഥലത്താണ് നിലമ്പൂർ കോവിലകം. നെടിയിരുപ്പ് (സാമൂതിരി) ഏറാടിമാരാണ് പതിമൂന്നാം നൂറ്റാണ്ടിൽ കോവിലകം സ്ഥാപിച്ചത്. കോവിലകത്തോടു ചേർന്നുള്ള കിരാതമൂർത്തി ക്ഷേത്രത്തിലെ പാട്ടുത്സവം തദ്ദേശീയരുടെ പ്രധാന ആഘോഷമാണ്. നിലമ്പൂർ വനങ്ങളിലെ ആദിവാസികളുൾപ്പെടെയുള്ള ജനസഞ്ചയം ആഘോഷിക്കുന്ന പാട്ടുത്സവത്തിലെ പാട്ടുകളാണ് നിലമ്പൂർ പാട്ടുകൾ എന്ന പേരിൽ അറിയപ്പെടുന്നത്.

രാജവാഴ്ചക്കാലവുമായി ബന്ധമുള്ളതാണ് അരുവാക്കോടിലെ കുംഭാരഗ്രാമവും - മൺപാത്ര വ്യവസായ കേന്ദ്രം. കോവിലകത്തെ രാജാക്കന്മാരാണ് ഈ കുംഭാരന്മാരുടെ പൂർവ്വികരെ ആന്ധ്രയിൽനിന്നും ക്ഷണിച്ചുകൊണ്ടു വന്നതെന്ന് വിശ്വസിക്കപ്പെടുന്നു. അതിമനോഹരമായ കരകൗശലവസ്തുക്കൾ മെനഞ്ഞെടുക്കാനുള്ള ഇവരുടെ പ്രാഗത്ഭ്യം ശ്ലാഘനീയമാണ്.

കനോലിപ്ലോട്ട്

ഉത്തരേന്ത്യയിലെ വനശാസ്ത്രതല്പരരും വനശാസ്ത്രവിദ്യാർത്ഥികളും മാത്രമല്ല, കടലിനക്കരെയുള്ള വനശാസ്ത്രവിദഗ്ദ്ധന്മാരും ആയിരക്കണക്കിന് മൈലുകൾ താണ്ടി നിലമ്പൂർ വന്നെത്തുക സാധാരണമായി. ഇത്രയേറെ സഞ്ചാരികളെയും വിദഗ്ദ്ധരെയും ഈ വനമേഖലയിലേക്ക് ആകർഷിക്കുന്ന ഘടകമെന്താവാം? ലോകത്തിലേക്കും ഏറ്റവും പഴക്കമുള്ള തേക്കിൻതോട്ടം ഇന്നും നിലമ്പൂർ വനങ്ങളിൽ ഒരഞ്ചേക്കർ സ്ഥലത്ത് കേടുപാടില്ലാതെ നില്ക്കുന്നുണ്ട്. 1842 ൽ വച്ചുപിടിപ്പിച്ചതാണ് കനോലി പ്ലോട്ട് എന്ന ഈ തേക്കിൻ തോട്ടം. അനന്യസാധാരണമായ വനസമ്പത്തും പ്രകൃതി സൗന്ദര്യവും പണ്ട് നിലമ്പൂരിന് പ്രസിദ്ധി നേടിക്കൊടുത്തു. എന്നാൽ, ഈ വനസീമയിൽ ജനവാസവും തുടർന്ന് നാഗരിക പരിഷ്കാരവും ആരംഭിച്ചത് എന്നുമുതല്ക്കാണ്? നിലമ്പൂരിൽ പണ്ടു പണ്ടേ ഈ ചെറുപട്ടണമുണ്ടായിരുന്നോ? ഇവിടെ അല്പം പൂർവ്വ ചരിത്രമാകാം.

കേരള സംസ്ഥാനത്തിന്റെ കിഴക്കൻ അതിർത്തിയിൽ മദ്രാസ് സംസ്ഥാനവുമായി തൊട്ടുരുമ്മിക്കിടക്കുന്ന നിലമ്പൂരിൽ ഒരു പഞ്ചായത്ത് രൂപംകൊണ്ടത് 1937 ലാണ്. 250 ച മൈൽ വിസ്തീർണ്ണമുണ്ടായിരുന്ന അന്നത്തെ നിലമ്പൂർ പഞ്ചായത്തിന്റെ ജനസംഖ്യ 18000 ആയിരുന്നു. പഞ്ചായത്തിന്റെ ഭൂരിഭാഗവും വനങ്ങൾ. ആന, കാട്ടി, കരടി, പുലി തുടങ്ങിയ വന്യമൃഗങ്ങളുടെ ഒരു അഭയസങ്കേതവുമായിരുന്നു. അന്ന് മരവ്യവസായത്തിൽ കല്ലായിക്ക് ലോകത്തിലെ രണ്ടാം സ്ഥാനം നേടിക്കൊടുത്ത തടിയുടെ പ്രഭവ സ്ഥാനം നിലമ്പൂരാണ്. ഫലപുഷ്ടിയുള്ള മണ്ണിൽ അനുകൂലമായ കാലാവസ്ഥയിൽ വളർന്നുയർന്ന് നില്ക്കുന്ന വനങ്ങൾ നമ്മുടെ ദേശീയ സമ്പത്തിന്റെ വലിയൊരു മുതൽക്കൂട്ടായിത്തീർന്നു. ജനവാസയോഗ്യമായ പ്രദേശങ്ങളിൽ ജീവിത സൗകര്യങ്ങൾ ഏർപ്പെടുത്താൻ പഞ്ചായത്ത് ബോർഡും നിലമ്പൂർ കൊട്ടാരവും ശ്രദ്ധ പതിപ്പിച്ചു. കുന്നിൻ പ്രദേശങ്ങളിൽ, ഗ്രാമാന്തർഭാഗങ്ങളിൽ പുതിയ പുതിയ പാർപ്പിടങ്ങൾ ഉയർന്നുവന്നു. കുന്നിൻതടങ്ങളിലൂടെ മലഞ്ചെരിവുകളിലൂടെ പുതിയ റോഡുകൾ രൂപംകൊണ്ടു. കാർഷികോല്പന്നങ്ങൾ വിറ്റഴിക്കാൻ കമ്പോളങ്ങളുണ്ടായി. ഗ്രാമാന്തർഭാഗങ്ങളിലെ പുതിയ താമസക്കാർക്ക് നവീന ജീവിതത്തിന്റെ സുഖസൗകര്യങ്ങൾ എത്തിക്കുന്നതിനാവശ്യമായ കെട്ടിടങ്ങളും കച്ചവടസ്ഥലങ്ങളും മറ്റു പൊതുസ്ഥാപനങ്ങളും ക്രമേണ സ്ഥാപിക്കപ്പെട്ടു. ബസ് സർവ്വീസ് സാർവ്വത്രികമായി. ക്രമാനുഗതമായ ഈ വളർച്ചയിൽ നിലമ്പൂർ പഞ്ചായത്തിന്റെയും പില്ക്കാലത്ത് രൂപം കൊണ്ട വണ്ടൂർ വികസന ബ്ലോക്കിന്റെയും പങ്ക് കുറച്ചൊന്നുമല്ലായിരുന്നു.

കാർഷികാഭിവൃദ്ധിയിൽ ഗണ്യമായ പുരോഗതി ഉണ്ടായെങ്കിലും നിലമ്പൂരിന്റെ നിലനില്പ് ഇന്നും മരങ്ങളിലാണ്. എവിടെ നോക്കിയാലും പച്ചത്തലപ്പും തണുപ്പും നല്കുന്ന തേക്കിൻ കാടുകളും മഹാഗണിത്തോട്ടങ്ങളും മുളങ്കാടുകളും പ്രസ്തുത ഗ്രാമത്തിന് അനന്യസുലഭമായ ചന്തം പകർന്നു നല്കുന്നു. കാടുകൾ മാത്രമല്ല; വനമദ്ധ്യത്തിലെങ്ങും സമൃദ്ധിവാരിയെറിഞ്ഞുകൊണ്ട് കുണുങ്ങിയോടുന്ന പുഴകളും ഒന്നിലധികമുണ്ട്; നിലമ്പൂരിൽ ഇവ തീരപ്രദേശങ്ങളെ ഫലപുഷ്കലമാക്കുന്നുവെന്ന് മാത്രമല്ല, നിലമ്പൂർ വനങ്ങളിലെ തടി വിദൂര വ്യവസായ കേന്ദ്രങ്ങളിലെത്തിക്കുന്നതിനും സഹായകമാകുന്നുണ്ട്.

ആദ്യത്തെ റബ്ബർതോട്ടം

നമ്മുടെ വനങ്ങൾ രാജ്യത്തിന്റെ സമ്പദ്സ്ഥിതി

യെ എത്രകണ്ട് വർദ്ധിപ്പിക്കുന്നു എന്നതിന് നല്ലൊരു മാതൃകയാണ് നിലമ്പൂർ വനങ്ങൾ. മാത്രമല്ല, കേരളത്തിലെ ഒരു മാതൃകാ വനമായിട്ടും അതിനെ കണക്കാക്കാവുന്നതാണ്. തേക്കിൻതോട്ടങ്ങൾക്ക് പ്രാമുഖ്യമുള്ള നിലമ്പൂർ വനങ്ങളുടെ വളർച്ചയുടെ ചരിത്രം കൗതുകകരമാണ്. കേരളത്തിലാദ്യമായി റബ്ബർകൃഷി പരീക്ഷിക്കപ്പെട്ടത് നിലമ്പൂരിലാണ് (1879). കനോലി തേക്കിൻ തോട്ടത്തിന് സമീപമായിരുന്നു ആ പഴയ റബ്ബർതോട്ടം.

തെക്കെ മലബാറിലെ പ്രധാന വനമായ നിലമ്പൂർ കാടുകൾ കൈയേറ്റക്കാരുടെ നിരുത്തരവാദപരവും അശ്രദ്ധവുമായ പെരുമാറ്റം കൊണ്ട് ഉപയോശൂന്യമായിത്തീർന്നുകൊണ്ടിരിക്കവേ ആണ് അന്ന് 1840 ൽ മലബാർ കളക്ടറായിരുന്ന കനോലി സായിപ്പിന്റെ ശ്രദ്ധ അക്കാര്യത്തിൽ പതിഞ്ഞത്. നിലമ്പൂർ താഴ്വരയിലെ അതിവിസ്തൃതമായ വനപ്രദേശത്തിന്റെ നല്ലൊരു പങ്ക് 'തൃക്കലയൂർ' ദേവസ്വം വകയായിരുന്നു. ദേവസ്വത്തിനാണെങ്കിൽ പണത്തിന് വലിയ ഞെരുക്കം. സായിപ്പ് ആ സന്ദർഭം ശരിക്കും പ്രയോജനപ്പെടുത്തി. തൃക്കലയൂർ ദേവസ്വം വക വനങ്ങൾ ഗവൺമെന്റിന് ഇഷ്ടമുള്ള കാലത്തോളം പാട്ടത്തിന് വിട്ടുകൊടുക്കാൻ ദേവസ്വം അധികൃതർ സമ്മതം പ്രകടിപ്പിച്ചു. മരം വെട്ടിയെടുക്കുന്നതിന് ചെറിയൊരു പ്രതിഫലവും, പലിശയില്ലാത്ത 8000 രൂപ അഡ്വാൻസും നല്കി സായിപ്പ് ഗവൺമെന്റിനുവേണ്ടി അത് ഏറ്റെടുത്തു. അതുപോലെ 1841 ൽ നെല്ലികൂത്ത് ബ്ലോക്ക് ഒരു കരാർ പ്രകാരം സാമൂതിരിയിൽനിന്നും ഏറ്റുവാങ്ങി. 1871 ൽ വണ്ടൂർ നമ്പൂതിരിപ്പാടിന്റെ വക ചത്തംപരയി കാടുകളും 1878 ൽ അമരമ്പലം തിരുമുൽപ്പാടിന്റെ വകയായ അമരമ്പലം, കരിപ്പുഴ എന്നീ വനങ്ങളും ഗവൺമെന്റ് അധീനതയിലാക്കി, തേക്കിൻത്തോട്ടങ്ങൾ വച്ചു പിടിപ്പിക്കുവാനുള്ള നടപടികൾ പുരോഗമിച്ചു.

ചാലിയാർ പുഴയോരങ്ങൾ

നിലമ്പൂർ വനങ്ങളെ സംബന്ധിച്ചിടത്തോളം തേക്കിൻ കാടുകൾക്ക് പറ്റിയ കാലാവസ്ഥയും മണ്ണുമാണുള്ളത്. ഒട്ടേറെ പോഷക നദികളോടുകൂടിയ ചാലിയാർപ്പുഴ, പൊൻപുഴ, കരിമ്പുഴ എന്നീ നദികൾ തേക്കിൻകാടുകളുടെ ഹൃദയഭാഗത്ത് വച്ച് ഒന്നിച്ച് ബേപ്പൂർ പുഴയായി സമുദ്രോന്മുഖമായി ഒഴുകുന്നു. ആ പുഴക്കരയിലെ വനങ്ങൾ തേക്കിൻതോട്ടങ്ങളായി രൂപാന്തരപ്പെട്ടു. 1904 ൽ വെറും 5000 ഏക്കർ തേക്കിൻതോട്ടങ്ങളാണ് ഉണ്ടായിരുന്നതെങ്കിൽ 1958 ൽ അത് 10000 ഏക്കറായി വർദ്ധിച്ചു. നിലമ്പൂർ വനങ്ങൾ ആനപിടിത്തത്തിനും പ്രസിദ്ധമാണ്.

ചാലിയാർ മുക്കിൽനിന്നും-റോഡിൽനിന്നും തിരിയുന്ന കാട്ടുപാതയിലൂടെ ഉള്ളിലേക്ക് കടക്കുക. മഹാഗണി വൃക്ഷങ്ങൾ ആകാശത്തോളം പൊങ്ങിനില്ക്കുകയാണ്. അവയ്ക്കിടയിൽ വിലയേറിയ മറ്റു വൃക്ഷങ്ങളും കാണാം. കാറ്റിൽ കുഴലൂതുന്ന മുളങ്കാടുകൾ, കാട്ടുപൊന്തകളിൽ സംഗീതമാലപിക്കുന്ന കാട്ടുകിളികൾ, ഇരതേടിനടക്കുന്ന ചെറുജന്തുക്കൾ. ആകെക്കൂടി പ്രകൃതിയുടെ നിസർഗ്ഗമധുരമായ താളലയം ഉൾക്കൊണ്ട അന്തരീക്ഷം. ആ മഹാഗണിത്തോട്ടത്തിലൂടെ നടന്നു ചെന്നെത്തുന്നത് ചാലിയാർപ്പുഴയിലാണ്. വനമദ്ധ്യത്തിലൂടെ പരന്നൊഴുകുന്ന പുഴ. പുഴയ്ക്കിരുവശവും താരും തളിർപ്പടർപ്പുമണിഞ്ഞ തീരവനങ്ങൾ. കണ്ണഞ്ചിക്കുന്ന വർണ്ണ ധോരണി. അതെല്ലാം പഴയ കഥകൾ മനുഷ്യന്റെ കിരാതഹസ്തങ്ങൾ കാടിന്റെയും പുഴയുടെയും നൈർമ്മല്യവും മനോഹാരിതയും നശിപ്പിച്ചിരിക്കുകയാണിന്ന്. ശുദ്ധജലവാഹിനിയായ ചാലിയാർപുഴ, ഫാക്ടറികൾ പുറന്തള്ളുന്ന വിഷപ്രവാഹങ്ങളാൽ മലീമസവും വിഷമയവും ആയി. ജനജീവിതം അവിടെ ദുസ്സഹമായിട്ടുണ്ട്. കരിമ്പുഴയും കുതിരപ്പുഴയും കാഞ്ഞിരപ്പുഴയും ചാലിയാർപുഴയും നിലമ്പൂരിന്റെ വിരിമാറിലൂടെയാണ് കടന്നുപോകുന്നത്. പുഴയ്ക്കക്കരെ കാട്ടുപ്രദേശങ്ങളിലും ജനവാസം കുറവല്ല. ഉൾപ്രദേശങ്ങളിൽ റോഡുകൾ മാത്രമല്ല പുഴ കടക്കാൻ കടത്തുകളുമുണ്ട്. പഞ്ചായത്തുകളുടെ പുനഃസംഘടനയെ തുടർന്ന് 250 ച മൈൽ വിസ്തീർണ്ണമുണ്ടായിരുന്ന നിലമ്പൂർ പഞ്ചായത്ത് മൂന്നായി വിഭജിക്കപ്പെട്ടു. നിലമ്പൂർ, എടത്തറ, ചുങ്കത്തറ എന്നിങ്ങനെ മൂന്ന് പഞ്ചായത്തുകൾ. ജനങ്ങൾ തിങ്ങിപ്പാർക്കുന്ന നിലമ്പൂർ ടൗൺ നിലമ്പൂർ പഞ്ചായത്തുതന്നെ. വിസ്തീർണ്ണം 36.26 ച കി മീ. ജനസംഖ്യ 34966 (91 ലെ സെൻസസ്). ഏറനാട് താലൂക്കിലെ ഈ പഞ്ചായത്ത് കാർഷിക വികസന സാദ്ധ്യതകൾ വളരെയുള്ള ഒരു പ്രദേശമാണെന്ന് മുമ്പ് സൂചിപ്പിച്ചല്ലോ. നെല്ല്, മരിച്ചീനി, റബ്ബർ, കുരുമുളക് എന്നിവയാണ് പ്രധാന കാർഷികോല്പന്നങ്ങൾ. ഇന്നത്തെ ജനസംഖ്യയിൽ ഗണ്യമായ ഒരു വിഭാഗം കുടിയേറി പാർത്തവരാണ്. കൃഷിയാണ് അവരുടെ മുഖ്യ തൊഴിൽ. തദ്ദേശീയരിലും നല്ലൊരു ഭാഗം കൃഷിയെ ആശ്രയിച്ച് കഴിയുന്നവരാണ്. ബാക്കി ആളുകളിൽ കുറേപ്പേർ വനങ്ങളെയും വനവിഭവങ്ങളെയും ആശ്രയിച്ച് നിത്യവൃത്തി കഴിക്കുന്നു. മരംമുറിക്കലിലും ബന്ധപ്പെട്ട മറ്റുജോലികളിലും ഏർപ്പെട്ടിട്ടുള്ള കൂലിക്കാർ നല്ലൊരു സംഖ്യയുണ്ട്. കൂടാതെ നിലമ്പൂർ കോവിലകം വക സ്വകാര്യ വനങ്ങളിൽ ദിവസക്കൂലിക്കാരായി കഴിയുന്നവരും കുറവല്ല. ചുരുക്കത്തിൽ നിലമ്പൂരിന്റെ ഫലപുഷ്ടിയുള്ള മണ്ണും അനന്യസുലഭമായ വനസമ്പത്തും ഗ്രാമീണർക്ക് ഏതെങ്കിലും വിധത്തിൽ

തൊഴിൽസൗകര്യങ്ങൾ നല്കുന്നുണ്ട്. പട്ടിണി കൂടാതെ കഴിയാൻ സഹായിക്കുന്നുമുണ്ട്. തൊഴിലില്ലായ്മ പൊതുവേ ദൃശ്യമല്ല.

വ്യാവസായികമായി വളരെയധികം പുരോഗമിക്കാൻ സാദ്ധ്യതയുള്ള പ്രദേശമാണ് നിലമ്പൂർ. സമീപസ്ഥലങ്ങളിലെ പല വലിയ ഫാക്ടറികൾക്കു വേണ്ട അസംസ്കൃത സാധനങ്ങൾ(മുള തുടങ്ങിയവ) നിലമ്പൂരിൽനിന്നും കയറ്റിക്കൊണ്ടു പോകുന്നുണ്ട്. വനവിഭവങ്ങളായ ചൂരൽ, മരം, മുള എന്നിവ സുലഭമായിട്ടുള്ള നിലമ്പൂരിൽ പ്രസ്തുത അസംസ്കൃത പദാർത്ഥങ്ങൾക്കൊണ്ടുള്ള കുടിൽ വ്യവസായങ്ങൾക്കും വളരെ സാദ്ധ്യതയുണ്ട്.

നിലമ്പൂരിന്റെ നാനാപ്രകാരേണയുള്ള സൗന്ദര്യം സഞ്ചാരികളെ അങ്ങോട്ടാകാർഷിക്കുന്നുണ്ട്. പക്ഷേ, ഒന്നോ രണ്ടോ ദിവസം നിലമ്പൂരിൽ തങ്ങി സൗന്ദര്യപൂജ നടത്തി മടങ്ങിപ്പോകുന്നവർ ആ മലയോരപ്രദേശങ്ങളുടെ പുഷ്കലഭാവങ്ങൾ മാത്രമേ കണ്ടെന്നിരിക്കൂ. വ്യത്യസ്ത മതവിഭാഗങ്ങളും സാമ്പത്തിക വിഭാഗങ്ങളും കൂടിക്കലർന്ന ആ ജീവിതമേഖല തികച്ചും സങ്കീർണ്ണമാണ്. ഭൂമിശാസ്ത്രപരമായും സാമൂഹ്യ ജീവിതത്തെ സംബന്ധിച്ചും ഏതാണ്ട് ഇതേ മട്ടിലുള്ളവയാണ് സമീപഗ്രാമങ്ങളും. വണ്ടൂർ വികസന ബ്ലോക്കിൽപ്പെട്ട അമരമ്പലം, ചുങ്കത്തറ, എടക്കര, കാളികാവ്, കരുവാരക്കുണ്ട്, മാമ്പാട്, നിലമ്പൂർ, പാണ്ടിക്കാട് പോരൂർ, തുവ്വൂർ എന്നീ പഞ്ചായത്ത് പ്രദേശങ്ങളാണിവ. വേട്ടയ്ക്കൊരു മകൻ ക്ഷേത്രം പ്രധാന ഹൈന്ദവാരാധനാലയമാണ്.

നിലമ്പൂരിന്റെ താഴ്വരകളിൽ ഗുഹാമനുഷ്യർ എന്നറിയപ്പെടുന്ന ചോലനായകന്മാർ വസിക്കുന്നുണ്ട്. നിലമ്പൂരിനടുത്ത് ചാലിയാർത്തടങ്ങളിൽ സ്വർണ്ണനിക്ഷേപമുണ്ടത്രെ. പ്രാഥമിക പഠനങ്ങൾ നടത്തപ്പെട്ടെങ്കിലും ഫലം അറിവില്ല.

ഒരിക്കൽ പ്രകൃതിഭംഗിയുടെ ധാരാളിത്തം തുളുമ്പി നിന്ന നിലമ്പൂർ വനങ്ങളും ചാലിയാർപുഴയും തീരവനങ്ങളുമെല്ലാം ഇന്ന് നാഗരികതയുടെ കൊടും ശാപമേറ്റ് വീർപ്പുമുട്ടി കഴിയുകയാണ്.

പതിറ്റാണ്ടുകൾക്കു മുമ്പ് ഉപജീവനമാർഗ്ഗം തേടി നിലമ്പൂർ വനമേഖലകളിൽ കുടിയേറിയ തിരുവിതാംകൂറുകാർ "ചേട്ടന്മാർ' മലമ്പനിയോടും വന്യമൃഗങ്ങളോടും പടവെട്ടി കാടുതെളിച്ച് കൃഷിയിടങ്ങളാക്കി വനമേഖലയിൽ കാർഷികാഭിവൃദ്ധി കൈവരുത്തി ഫലഭൂയിഷ്ഠമായ ആ മണ്ണിൽനിന്ന് അവർ വൻതോതിൽ കാർഷികാദായം നേടി; അസംഖ്യം ആളുകളുടെ ജീവൻ ബലിയർപ്പിക്കേണ്ടി വന്നെങ്കിലും. പക്ഷേ, ക്രമാനുഗതമായ ഈ കുടിയേറ്റം വനം കൈയേറ്റത്തിലൂടെ നിലമ്പൂരിന്റെ വന്യഭാവം നഷ്ടപ്പെടുത്തി കളഞ്ഞു. പുഴയോരങ്ങളിൽ കെട്ടിപ്പൊക്കിയ ഫാക്ടറികളാകട്ടെ വൻതോതിലുള്ള ജല മലിനീകരണത്തിലൂടെ തീരദേശവാസികൾക്ക് മാരകരോഗങ്ങൾ പകർന്നേക്കാനും പ്രേരകമായി.

മേൽപ്പറഞ്ഞ പ്രതികൂലസാഹചര്യങ്ങളിലും നിലമ്പൂർ കാടുകൾ ഇന്നും മനോമോഹനം തന്നെ എന്നു പറയാതെ വയ്യ.

65

തിരൂർ-കോട്ടയ്ക്കൽ

"**സാ**നന്ദ രൂപം സകല പ്രബോധ-
മാനന്ദ ദാനാമൃത പാരിജാതം
മനുഷ്യ പത്മേഷു രവി സ്വരൂപം
പ്രണാമി തുഞ്ചത്തെഴു മാര്യപാദം..."

ട്രയിൻ തിരൂർ സ്റ്റേഷൻ സമീപിച്ചപ്പോഴേ മനസ്സിൽ ആ ശ്ലോകം തങ്ങിനിന്നു. ഞാൻ അറിയാതെ ചുണ്ടോളം എത്തുകയും ചെയ്തു.

സ്വപ്നത്തിലെന്നോണം ബാഗും കുടയും എടുത്ത് പുറത്തിറങ്ങി. മലയാള ഭാഷയുടെ പിതാവായി കരുതപ്പെടുന്ന സാക്ഷാൽ തുഞ്ചത്തെഴുത്തച്ഛന്റെ ജന്മദേശത്ത് കാലുകുത്തവേ മനസ്സ് വികാര തരളിതമായി. ശാരികപ്പൈതലിന്റെ ഇളംചുണ്ടുകളിലൂടെ കാവ്യാനുഭൂതിയും ആദ്ധ്യാത്മിക തത്ത്വങ്ങളും പകർന്നുതന്ന ആ കവികുലകൂടസ്ഥന്റെ ജന്മനാട്ടിനെപ്പറ്റിയുള്ള സങ്കല്പങ്ങളേ ഇന്നോളമുള്ളൂ. ഇന്നിതാ, അവ സാക്ഷാൽക്കരിക്കപ്പെടാൻ പോകുകയാണ്.

"ശാരിക പൈതലേ, ചാരുശീലേ വരി-
കാരോമലേ, കഥാശേഷവും ചൊല്ക നീ..."

സുഹൃത്തിന്റെ ചുണ്ടിൽ കിളിപ്പാട്ടിന്റെ ശകലം, ഞങ്ങൾ സോത്സാഹം പ്ലാറ്റ് ഫോമിലൂടെ മുന്നോട്ടു നടന്നു.

ഹൊയ്! എന്തൊരു ദുർഗ്ഗന്ധം, സുഹൃത്തിന്റെ നെറ്റി ചുളിഞ്ഞു. ഞങ്ങൾ ശ്രദ്ധിച്ചു. ഉണക്കമത്സ്യം വലിയ കെട്ടുകളാക്കി അടുക്കിയടുക്കി വച്ചിട്ടുണ്ടവിടെ, പ്ലാറ്റ് ഫോമിൽ ദൂരെ സ്ഥലങ്ങളിലേക്ക് കയറ്റി അയക്കാൻ. വലിയ ഒരു മത്സ്യബന്ധനകേന്ദ്രം കൂടിയായ തിരൂരിന്റെ നിലനില്പിന്റെ പ്രശ്നം കൂടിയാണല്ലോ മത്സ്യ കയറ്റുമതി. അപ്പോൾ പിന്നെ, മത്സ്യ ഗന്ധം സഹിക്കുക തന്നെ. അല്ലെങ്കിലോ?

കേരളീയരുടെ പല തലമുറകൾക്ക് ആദ്ധ്യാത്മിക പ്രകാശമരുളിയ തുഞ്ചത്താചാര്യനെ സംബന്ധിച്ച ആ പഴയ കഥപോലെ തന്നെ, മത്സ്യഗന്ധത്തിന് ന്യായീകരണം നല്കുന്നതുമാണല്ലോ നമ്മുടെ പഴയ കേട്ടറിവുകൾ. ജാതിയിൽ താഴ്ന്ന, ചക്കാല സമുദായത്തിൽപ്പെട്ട ആ കവി ശ്രേഷ്ഠന്റെ കാവ്യ പ്രതിഭയെ പരിഹസിച്ചുകൊണ്ട് "തുഞ്ചന്റെ ചക്കിൽ എത്ര ആടും?" എന്ന് ചോദിച്ച ആഢ്യൻ നമ്പൂതിരിയോട് അക്ഷോഭ്യനായി അദ്ദേഹം പ്രതിവചിച്ചത്രേ.

"നാലും ആറും ആടും -" (നാലുവേദങ്ങളും ആറ് ശാസ്ത്രങ്ങളും)

സാന്ദർഭികമായി മറ്റൊരു കഥയും ഓർത്തുപോയി.

ഒരിക്കൽ സ്വകാവ്യസംബന്ധമായ ഉപദേശങ്ങൾ തേടി, പണ്ഡിത കവിയായ മേൽപ്പത്തൂർ നാരായണ ഭട്ടതിരിയെ സമീപിച്ച കവിശ്രേഷ്ഠനായ പൂന്താനം നമ്പൂതിരിയോട് മേൽപ്പത്തൂർ കല്പിച്ചുവത്രേ "മീൻ തൊട്ടു കൂട്ടണമെന്ന്" (മത്സ്യ, കൂർമ്മ വരാഹ എന്നിങ്ങനെയുള്ള ദശാവതാരങ്ങളാണ് വിവക്ഷ) അങ്ങനെ, മത്സ്യാവതാര കഥയോർമ്മിച്ച് ഞങ്ങൾ സ്റ്റേഷന് പുറത്തിറങ്ങി. ഒരു ചേലും ചൊവ്വുമില്ലാത്ത നഗരപരിസരങ്ങൾ. ശുചിത്വവും കമ്മി.

രണ്ടുമൂന്ന് പതിറ്റാണ്ടുകൾക്കു മുമ്പ് ഞാൻ കണ്ട തിരൂരല്ല, ഇന്നത്തെ തിരൂർപട്ടണം. പഴയ ചില മാളികവീടുകളും കൂടുതൽ കൊച്ചു കൊച്ചു പുരകളും പീടികകളും മാത്രമുണ്ടായിരുന്ന പ്രശാന്തമായ ആ ഗ്രാമപ്രദേശത്തിന്റെ രൂപവും ഭാവവും ഇന്നേറെ മാറിയിട്ടുണ്ട്. ബഹുനില മന്ദിരങ്ങൾ നഗരത്തിലങ്ങിങ്ങ് മത്സരബുദ്ധിയോടെ തലയുയർത്തിനില്ക്കുന്നു. ചായം വാരി പൂശി നില്ക്കുന്ന കോൺക്രീറ്റ് വൈകൃതങ്ങൾ ധാരാളം. നിദ്രാലസങ്ങളായിരുന്ന പഴയ പെട്ടിപ്പീടികകളുടെ സ്ഥാനം, തിരക്കേറിയ ഷോപ്പിങ് സെന്ററുകളും കടകമ്പോളങ്ങളും കൈയടക്കിയിരിക്കുന്നു. ഗൾഫ് പണത്തിന്റെ ഡംഭും പ്രതാ

പവും പ്രകടമാണ്, ആ നഗര വീഥികൾക്കിരുപാടും.

തിരൂർ താലൂക്കിന്റെയും തിരൂർ മുൻസിപ്പാലിറ്റിയുടെയും ആസ്ഥാനമായ തിരൂർ ടൗൺ എന്ന 'o' വട്ടത്തിനു ചുറ്റും ഇന്നും ഏറനാടൻ ഗ്രാമത്തനിമ ഏറ്റക്കുറവുകളോടെ നിലനില്ക്കുന്നു എന്നത് അശ്വാസകരം. നഗരവാസികളിൽ ധനികർ ന്യൂനപക്ഷമുണ്ടെങ്കിലും സാധാരണക്കാരുടെ ജീവിതവും അത്രകണ്ട് കഷ്ടമെന്ന് പറയാവതല്ല. എന്തെങ്കിലും തൊഴിൽ—മത്സ്യബന്ധനമോ ചെറുകിട കച്ചവടമോ കൈത്തൊഴിലുകളോ അല്പസ്വല്പം കൃഷിയോ—ചെയ്ത് നിത്യവൃത്തിക്ക് വക തേടുന്നവരാണ് ഭൂരിഭാഗം. ഒരുപക്ഷേ മറ്റു ഗ്രാമങ്ങളെ അപേക്ഷിച്ച് ദാരിദ്ര്യം പ്രകടമല്ലെന്നും വരാം.

തൃക്കണ്ടിയൂർ

വെയിൽ മങ്ങിത്തുടങ്ങി തിരൂർ പട്ടണത്തിന്റെ വീതികുറഞ്ഞ പുരവീഥികളിലൂടെ ഞങ്ങൾ- തദ്ദേശീയനും മലപ്പുറം ജില്ലാ ഇൻഫർമേഷൻ ഓഫീസ് സ്റ്റാഫുമായ നൂറുദ്ദീനും പണ്ട് ഞാൻ ഇടുക്കി ജില്ലാ ഇൻഫർമേഷൻ ഓഫീസറായിരിക്കെ എന്റെ സന്തത സഹചാരിയും സാരഥിയുമായിരുന്ന പി ഡി ജോസഫും താരതമ്യേന തിരക്കൊഴിഞ്ഞ നഗരപ്രാന്തത്തിലേക്ക് കടന്നു. അവിടെ നാലു വഴികൾ ഒന്നിക്കുന്ന മുക്കിൽ ഒരു വശത്തായി മതിൽക്കെട്ടിനുള്ളിലെ പേരാൽ മരങ്ങൾക്കു താഴെ ഒരു ആരാധനാകേന്ദ്രത്തിന്റെ കെട്ടും മട്ടുമുണ്ട്. ഭഗവതിക്കാവ്. കഷ്ടിച്ച് പത്തടി വീതി വരുന്ന ടാറിട്ട ആ ഗ്രാമറോഡിലൂടെ തന്നെ യാത്രതുടർന്നു. കാരണം, അതി പ്രസിദ്ധമായ തൃക്കണ്ടിയൂർ ശിവക്ഷേത്രത്തിലേക്കുള്ള വഴിയാണത്. ഇരുവശത്തും നിരനിരയായി വീടുകളുണ്ട്. ചെറുതും വലുതും. ടൗണിലെ ശ്വാസംമുട്ടിക്കുന്ന തിക്കും തിരക്കുമല്ല. തികച്ചും പ്രശാന്തമായ പരിസരം. ഫലവൃക്ഷങ്ങൾക്കിടയ്ക്ക് കുലീനത്വത്തോടെ ഉയർന്നു നില്ക്കുന്ന ബ്രാഹ്മണ ഭവനങ്ങൾ, സൂക്ഷ്മ നിരീക്ഷണത്തിൽ മറ്റൊരു കാര്യവും ബോദ്ധ്യപ്പെട്ടു. ഹൈന്ദവഭവനങ്ങൾ - വിശിഷ്യാ ബ്രാഹ്മണരുടെയും നായന്മാരുടെയും ആണവ. പിന്നെയും നടന്നപ്പോൾ ആ വസ്തുത കൂടുതൽ തെളിഞ്ഞു. തിരൂർ മുനിസിപ്പാലിറ്റിയിലെ തൃക്കണ്ടിയൂരംശം നാനാപ്രകാരേണ ഹൈന്ദവസംസ്കാരവും സവിശേഷതകളും അമൂല്യമായി പരിരക്ഷിക്കുന്നുണ്ട്. ഒരുപക്ഷേ, നൂറ്റാണ്ടുകൾക്കുമുമ്പ് ഹൈന്ദവപ്രഭാവം മുറ്റിനിന്ന പ്രസിദ്ധമായ ഒരു തീർത്ഥാടന കേന്ദ്രമായിരിക്കാം ആ പ്രദേശങ്ങൾ. ആ പ്രദേശങ്ങളുടെ പ്രത്യേകതയുടെ ഉറവിടത്തിലേക്കെന്നോണം, ആ വഴി ചെന്നവസാനിക്കുന്നത് തുഞ്ചത്തെഴുത്തച്ഛന്റെ ആരാധനാകേന്ദ്രമായിരുന്ന തൃക്കണ്ടിയൂർ ശിവക്ഷേത്രത്തിലേക്കാണ്. ശാന്തിദവും രമണീയവുമായ അമ്പലപരിസരങ്ങളിലൂടെ മതിൽ ചുറ്റി ഞങ്ങൾ അമ്പലവളപ്പിൽ കടന്നു.

വിസ്തൃതമായ അമ്പലപ്പറമ്പ്, മദ്ധ്യത്ത് വലിയൊരു ശിവക്ഷേത്രം. നൂറ്റാണ്ടുകളുടെ പഴക്കം തോന്നിക്കുന്നുണ്ട്. ക്ഷേത്രത്തിന്റെ ശ്രീകോവിലിനഭിമുഖമായി കിടപ്പുണ്ട്, ഒരു കാള-ശിലാരൂപം. മുൻവശത്തെ പടിക്കെട്ടു കയറി, ആൽത്തറകളുടെ മുന്നിലൂടെ നടന്നെത്തുന്നത് അതിവിസ്തൃതമായ ക്ഷേത്രക്കുളത്തിന്റെ ചലന സൗന്ദര്യം കാണാനാണ്. തുഞ്ചത്തെഴുത്തച്ഛൻ ഈ ക്ഷേത്രസന്നിധിയിൽ ധ്യാനനിമഗ്നനായി കഴിച്ചുകൂട്ടിയ കാലങ്ങളെപ്പറ്റി സങ്കല്പിച്ചുകൊണ്ട് ഞങ്ങൾ വീണ്ടും വടക്കോട്ടു തിരിഞ്ഞു നടന്നു. ഏതാണ്ട് രണ്ട് ഫർലോങ് നടന്നപ്പോൾ ആ നാട്ടുപാത മെയിൻ റോഡിൽ ചെന്നു ചേർന്നു. തിരൂർ-പൊന്നാനി റോഡ്, 'പോങ്ങാട്ട് കുളങ്ങര ജങ്ഷൻ.'

ആ മുക്കിൽനിന്ന് വടക്കോട്ട് തിരിയുന്നുണ്ട് ഒരു ഗ്രാമറോഡ്. ശരി, ഇനി വഴിതെറ്റുകയില്ല, ബോർഡുണ്ട്. "തുഞ്ചൻപറമ്പ്" പൂഴിമണൽനിറഞ്ഞ ആ നാട്ടുനിരത്തിനിരുപാടും താലവൃന്ദം വീശിനില്ക്കുന്ന തെങ്ങുകൾ, ഫലവൃക്ഷങ്ങൾ. നിരപ്പല്ലാത്ത, പുതയുന്ന ചൊരിമണൽപ്പാടങ്ങളും പറമ്പുകളും പിന്നിട്ട് ഏതാണ്ട് ഒന്നര ഫർലോങ് നടക്കുമ്പോൾ റോഡ് ഇടത്തോട്ട് വളയുന്നു. ആ വളവിനടുത്ത് വഴിയരികിൽ ഒരു സ്കൂൾ. വഴിയുടെ ഇടതുഭാഗത്ത് അല്പമുയർന്നു കിടപ്പുണ്ടൊരു തെങ്ങിൻ പുരയിടം. ആ പറമ്പുമായി പൊരുത്തപ്പെടാത്ത മട്ടിൽ പുതിയൊരു ഊക്കൻ കെട്ടിടം നില്ക്കുന്നതു കണ്ടു. സ്വഭാവികമായും സന്ദർശകന്റെ ശ്രദ്ധ അങ്ങോട്ടു തിരിയുന്നു. തിരിഞ്ഞുനോക്കുമ്പോഴാണ് കെട്ടിടത്തിനപ്പുറമായി മങ്ങിയ നീലവർണ്ണമായ ശില്പമണ്ഡപം കാണുന്നത്; അതാണ് സാക്ഷാൽ തുഞ്ചൻപറമ്പ്.

തുഞ്ചൻ പറമ്പിൽ

ഞങ്ങൾ പൂഴിമണിലൂടെ നടന്ന് ആ ശില്പകലാമണ്ഡലത്തിന്റെ മുന്നിലെത്തി. ഏതാണ്ട് ചതുരാകൃതിയിലുള്ള ഒരു മണ്ഡപം. മുമ്മൂന്നുകാലുകൾ വീതിയുള്ള നാലുതൂണുകൾ. തറനിരപ്പിൽനിന്ന് അഞ്ചാറടി ഉയരുമുണ്ട് മണ്ഡപത്തിന്റെ അടിത്തട്ടിന്. ഓരോ തൂണും വിടർന്ന് വിലസുന്ന താമരപ്പൂവിൽനിന്ന് ഉയർന്നുവന്ന മട്ടിലാണ്. തൂണുകൾ മേൽപ്പുരയുമായി ചേരുന്നയിടത്ത് കിളികളുടെ രൂപം. തുഞ്ചന്റെ പൈങ്കിളി അതിമനോഹരമായ ആ മണ്ഡപത്തിന്റെ ഓരോ ഭാഗത്തും ശില്പഭംഗി വിടർന്ന് നില്ക്കുകയാണ്. ആകർഷണീയമായ മണ്ഡപം. തുഞ്ചൻ പറമ്പിന്റെ തെക്കെ അരികിലായി ആഡിറ്റോറിയത്തിന്റെ മുൻഭാഗത്ത് അല്പമകലെയായി

ചെറിയൊരു ക്ഷേത്രം - പുതിയത്—ഉണ്ട്. ശ്രീരാമ ക്ഷേത്രം! ഇപ്പോൾ മണ്ഡപം സ്ഥിതിചെയ്യുന്ന സ്ഥാനത്ത് മുമ്പുണ്ടായിരുന്ന പൊളിഞ്ഞ എഴുത്തുപള്ളിയിലെ വിഗ്രഹങ്ങളും മറ്റും പുതിയൊരു ക്ഷേത്രം നിർമ്മിച്ച് അതിനുള്ളിൽ പ്രതിഷ്ഠിച്ചതാണ് ശ്രീരാമക്ഷേത്രം. അതിന് സമീപം ഒരു കിണറും കാഞ്ഞിരമരവുമുണ്ട്. ആ കാഞ്ഞിരമരത്തിന്റെ ഇല കയ്ക്കുകയില്ലെന്നാണ് വിശ്വാസം.

'അന്നാരം' എന്ന സ്ഥലത്തുള്ള ഈ തുഞ്ചൻ പറമ്പിന് നാല് ഏക്കറോളം വിസ്തീർണ്ണമുണ്ട്. മൂന്ന് ദശകങ്ങൾക്കു മുൻപ് പല കൈകളിലൂടെ മാറിമറിഞ്ഞ് പന്നിക്കോട്ട് ഗോപീമേനോന്റെ കൈവശമായ ആ പറമ്പ് ഗവൺമെന്റ് അക്വയർ ചെയ്തു. തുഞ്ചൻ സ്മാരക നിർമ്മിതിക്കുവേണ്ടി നാട്ടുകാർ ഒരു കമ്മിറ്റി രൂപീകരിച്ചു. പൊതുജനങ്ങളിൽനിന്ന് 12000 രൂപ പിരിച്ചെടുത്തു. ഗവൺമെന്റിന്റെ ധനസഹായത്തോടെ മണ്ഡപവും ആഡിറ്റോറിയവും നിർമ്മിക്കപ്പെട്ടു. അന്ന്, മൊത്തം മൂന്ന് ലക്ഷം രൂപ ചെലവാക്കിയിട്ടുണ്ടെന്നാണറിവ്. സ്മാരകമണ്ഡപ നിർമ്മിതിക്കാവശ്യമായ മേൽത്തരം കല്ല് തെക്കൻ തിരുവിതാംകൂറിൽനിന്ന് കൊണ്ടുവന്നു. മണ്ഡപത്തിന് മാത്രം ഒരു ലക്ഷം രൂപയിലധികം ചെലവായിട്ടുണ്ടെന്നാണ് സെക്രട്ടറി പറഞ്ഞത്. 1965 ഏപ്രിലിൽ ശ്രീ കെ പി കേശവമേനോൻ പ്രസിഡന്റായി പതിനൊന്നു പേരുള്ള സമിതിയെ തുഞ്ചൻ പറമ്പിന്റെ ഭരണത്തിനായി നിയോഗിച്ചു. ഈ അടുത്തകാലത്തായി പ്രശസ്ത സാഹിത്യകാരനായ ശ്രീ. എം ടി വാസുദേവൻ നായരുടെ നേതൃത്വത്തിൽ തുഞ്ചൻ പറമ്പിന്റെ പ്രവർത്തനങ്ങൾ നടന്നുവരുന്നു. തുഞ്ചത്താചാര്യന് അനുയോജ്യമാംവിധം പഠനഗവേഷണ സൗകര്യങ്ങളും സമ്മേളനങ്ങളും മറ്റുംസ്ഥിരം പരിപാടിയായിട്ടുണ്ട്. പുതിയ മന്ദിരങ്ങളും ഉയർന്നുവന്നിട്ടുണ്ട്. പഴയ തുഞ്ചൻ പറമ്പ് ആകെ മാറിയിട്ടുണ്ട്.

വിജയദശമി ദിവസമാണ് തുഞ്ചൻ പറമ്പിന്റെ പ്രശസ്തിയും പ്രാധാന്യവും കൂടുതൽ പ്രകടമാകുന്നത്. അന്ന് നാടിന്റെ നാനാഭാഗങ്ങളിൽ നിന്നും കൊച്ചുകുട്ടികളെയുംകൂട്ടി നൂറുകണക്കിന് രക്ഷാകർത്താക്കൾ തുഞ്ചൻ പറമ്പിൽ കൂടുന്നു കുട്ടികളെ എഴുത്തിനിരുത്താൻ. എല്ലാവർഷവും ഡിസംബറിൽ 29,30,31 എന്നീ തീയതികളിൽ തുഞ്ചൻ ദിനം ആഘോഷിക്കപ്പെടുന്നു.

"തുഞ്ചത്തെഴുത്തച്ഛൻ ഇവിടെ ജീവിച്ചിരുന്നുവെന്നതിന് വല്ല തെളിവുമുണ്ടോ?" നടക്കുന്നതിനിടയിൽ ജോസഫ് തിരക്കി. ഞാനൊന്ന് പരുങ്ങി എന്ത് മറുപടി പറയാൻ? ഗ്രന്ഥങ്ങൾ ചികഞ്ഞ് പണ്ടാരോ കണ്ടുപിടിച്ച കാര്യങ്ങളാണവ. ഇന്നതിന് തെളിവൊന്നുമില്ല. എല്ലാം വിശ്വാസാധിഷ്ഠിതം.

തിരൂർ ടൗണിന്റെ ഹൃദയത്തിലൂടെ തെല്ലിട നടന്നപ്പോൾ ഒരു താലൂക്കാസ്ഥാനത്തിന്റേതായ സ്ഥിരം കെട്ടിടങ്ങളും (വിവിധ ഓഫീസുകളും മറ്റും) ആപണവീഥികളും കാണായി. 16.59 ച കി മീ വിസ്തീർണ്ണവും 49453 (1991) ജനസംഖ്യയുമുള്ള തിരൂർ താലൂക്കിന്റെയും തിരൂർ മുനിസിപ്പാലിറ്റിയുടെയും ആസ്ഥാനമായ തിരൂരിന്റെ മുഖം നാഗരികം തന്നെ. അടുക്കും ചിട്ടയുമില്ലാത്ത മട്ടിൽ വളർന്നുവന്ന നഗരവീഥികൾ, വിപണന കേന്ദ്രങ്ങൾ, ആശുപത്രി ഗവൺമെന്റ് സ്ഥാപനങ്ങൾ, ഇടയ്ക്കിടയ്ക്ക് കാണാവുന്ന പരിഷ്കൃത ഭവനങ്ങൾ. ടൗൺ പ്രദേശം വിട്ട് പിന്നെയും നടന്നാലോ? അസ്സൽ നാട്ടിൻപുറം തന്നെ. തിരൂർ മുനിസിപ്പാലിറ്റി മുസ്ലിം ഭൂരിപക്ഷമുള്ള പട്ടണമാണ്. തിരൂർ, തൃക്കണ്ടിയൂർ എന്നീ രണ്ട് റവന്യൂ വില്ലേജുകൾ ഉൾപ്പെടുന്നു. തൃക്കണ്ടിയൂരിൽ ചില പുരാതന കുടുംബങ്ങളുണ്ട്. വന്നേരി ഇല്ലം, കോടീരി ഇല്ലം എന്നീ നമ്പൂതിരി തറവാടുകളും പുന്നയ്ക്കൽ, കീഴേടത്ത് തുടങ്ങിയ പുരാതന നായർ ഗൃഹങ്ങളുമുണ്ട്. ടൗണിന്റെ പരിസരങ്ങളിലായി മിക്ക ഗവൺമെന്റ് ആഫീസുകളും സ്ഥിതിചെയ്യുന്നു. തിരൂരിന്റെ മറ്റേ പകുതിയുടെ ഭംഗിയും മഹത്ത്വവും മനസ്സിൽ നിറച്ചുകൊണ്ട് അന്തിയുറങ്ങി.

തിരൂർ നഗരത്തോടും തുഞ്ചൻ പറമ്പിനോടും വിടപറഞ്ഞ് മറ്റൊരു പ്രധാന സ്ഥലമായ കോട്ടയ്ക്കലേക്ക് യാത്ര ചെയ്യവേ, റോഡിനിരുഭാഗത്തേയും ഭൂഭാഗഭംഗികൾ ഏറനാടൻ ഗ്രാമത്തനിമ വിളംബരം ചെയ്യുന്നവയായിരുന്നു. പൊറ്റമണ്ണും പച്ചക്കാടുകളും കടലോരങ്ങളും തെങ്ങിൻതോപ്പുകളും നിറഞ്ഞ താനൂർ ബ്ലോക്ക് പ്രദേശങ്ങളിലൂടെ ചുറ്റിക്കറങ്ങി. മുസ്ലിം പ്രാമുഖ്യമുള്ള ആ പ്രദേശങ്ങളിലെ ശോചനീയമായ ജീവിതനിലവാരം ശ്രദ്ധേയമായിരുന്നു. ഇടത്തരവും താഴേക്കിടയിലുള്ളവരുമായ മുസ്ലീങ്ങൾ അധികമുള്ള ആ പ്രദേശങ്ങളുടെ പ്രത്യേക സംസ്കാരവും പിന്നോക്ക സ്ഥിതിയും മനസ്സിൽ പോറലേല്പിച്ചു കിടക്കുക തന്നെ ചെയ്യും. വേഷത്തിലും ഭാഷയിലുമൊക്കെ നൂറ്റാണ്ടുകളായി അനുവർത്തിച്ചുപോന്ന ശീലങ്ങൾ മാറ്റാൻ വൈമുഖ്യം കാട്ടുന്ന ആ ഗ്രാമപ്രദേശങ്ങളിൽ പുതിയ ജീവിതം പകർന്നു കൊടുക്കാൻ പാടുപെടുന്ന വികസനോദ്യോഗസ്ഥന്മാരും അനുകമ്പയർഹിക്കുന്നു.

കോട്ടയ്ക്കലേക്ക്

ഒരു പ്രാചീന രാജ്യതലസ്ഥാനം കൂടിയായ കോട്ടയ്ക്കലേക്കുള്ള യാത്രയിൽ ഏറനാടിന്റെ മറ്റു ചില സവിശേഷതകളാണ് എന്റെ മനോമണ്ഡലത്തിൽ കയറിക്കൂടിയത്. കോട്ടയ്ക്കൽ ടൗണിൽ ചെന്നിറങ്ങിയാൽ താരതമ്യേന പ്രശാന്തമായ മറ്റൊരു നഗരമുഖമാണ് കാണാൻ കഴിയുക. പണ്ടെന്നോ

രാജസപ്രതാപം തുടിച്ചുനിന്ന ആ പ്രദേശങ്ങൾ ഇന്ന് ലോകമെമ്പാടും പ്രസിദ്ധമായിട്ടുണ്ടെങ്കിൽ അത് കോട്ടയ്ക്കൽ ആര്യവൈദ്യശാലയുടെ മേൽവിലാസത്തിൽ തന്നെ. മറ്റൊരു രീതിയിൽ പറഞ്ഞാൽ വിശ്വപ്രസിദ്ധമായ കോട്ടയ്ക്കൽ ആര്യവൈദ്യശാലയുടെ മന്ദിരസമുച്ചയത്തിന് ചുറ്റുമായി വളർന്നുവന്ന വികസിത പ്രദേശമാണ് ഇന്നത്തെ കോട്ടയ്ക്കൽ ടൗൺ. ഒരു വ്യക്തിയുടെ പരിശ്രമത്തിൽ നിന്നുയിർക്കൊണ്ട ഒരു സ്ഥാപനം, പില്ക്കാലത്ത് ശാഖോപശാഖകളായി വളർന്ന് പന്തലിച്ച കഥയാണ് കോട്ടയ്ക്കലിന്റേത്.

മലപ്പുറത്തിനു പടിഞ്ഞാറായി സ്ഥിതിചെയ്യുന്ന കോട്ടയ്ക്കൽ, ജില്ലയിലെ പ്രസിദ്ധവും പ്രമുഖവുമായ ഒരു വികസിത പ്രദേശമാണ് 'ശ്വേത ദുർഗ്ഗ'മെന്ന് സംസ്കൃതത്തിലും വെൺകളിക്കോട്ട എന്നും 'വേങ്കടക്കോട്ട' എന്നും മലയാളത്തിലും പ്രസിദ്ധമായിരുന്ന കോട്ടയ്ക്കൽ. 18-ാം നൂറ്റാണ്ടിന്റെ പൂർവ്വാർദ്ധം വരെ വള്ളുവനാട് രാജാവിന്റെ ഒരു സൈനികത്താവളം മാത്രമായിരുന്നു. വള്ളുവക്കോനാതിരിയുടെ മന്ത്രിപ്രമുഖനായിരുന്ന കരുവായൂർ മൂസ്സതായിരുന്നു, ഇവിടെ പാർത്തിരുന്നത്. അദ്ദേഹം പണികഴിപ്പിച്ച കോട്ടയും കൊത്തളങ്ങളും കിടങ്ങുകളുമായിരിക്കാം ആ പ്രദേശത്തിന് കോട്ടയ്ക്കൽ എന്ന പേര് സിദ്ധിക്കാൻ കാരണം. കോട്ടയ്ക്കു ചുറ്റുമുള്ള പ്രദേശങ്ങൾ ചങ്കു വെട്ടിക്കാട്, ഈയക്കാട് എന്നീ പേരുകളിൽ അറിയപ്പെട്ടിരുന്നു. സാമൂതിരിയുമായുള്ള ഏറ്റുമുട്ടലിൽ കരുവായൂർ മൂസ്സത് വധിക്കപ്പെട്ടപ്പോൾ, സാമൂതിരി രാജവംശത്തിലെ ഏറ്റവം പ്രബലരായ കിഴക്കേ കോവിലകത്തുകാർ ആ പ്രദേശം കൈയടക്കി. അവിടത്തെ വെങ്കിട തേവരുടെ (ശിവന്റെ) ക്ഷേത്രത്തിന് കിഴക്കു വശത്തായി അവരുടെ കോവിലകങ്ങൾ നിർമ്മിക്കുകയും ചെയ്തു. അടുത്ത കാലത്താണ് കോവിലകങ്ങളുടെ പ്രതാപവും ഐശ്വര്യവും അസ്തപ്രഭമായത്. മലബാറിന്റെ ഭരണം ഇംഗ്ലീഷ് ഈസ്റ്റിന്ത്യാകമ്പനിക്ക് കൈയൊഴിഞ്ഞു കൊടുക്കുന്നതുവരെ സാമൂതിരിയുടെ ഭരണാധികാരം നിലനിന്ന സ്ഥലങ്ങളാണവ. കോട്ടയ്ക്കലെ കിഴക്കെ കോവിലകമായിരുന്നു മനോരമത്തമ്പുരാട്ടിയുടെ ആസ്ഥാനം. കോവിലകത്തെ ചുമർചിത്രങ്ങൾ ശ്രദ്ധേയം. പണ്ട് വെങ്കടകോട്ട എന്നും പേരുണ്ടായിരുന്ന ഇന്നത്തെ കോട്ടയ്ക്കലിന്റെ വിസ്തീർണ്ണം 20.43 ച കി മീ. ജനസംഖ്യ 33909 (1991). കോട്ടയ്ക്കൽ ഇന്ന് അഖിലേന്ത്യാ പ്രശസ്തി കൈവരിച്ചുകഴിഞ്ഞ ഒരു ഗ്രാമമാണ്. നഗരത്തിന്റെ മുഖപടമണിഞ്ഞ ഗ്രാമം.

ആര്യവൈദ്യശാല

കോട്ടയ്ക്കൽ അങ്ങാടിക്കും കിഴക്കേ കോവിലകത്തിനും ഏതാണ്ട് മദ്ധ്യഭാഗത്തായി കുറേയേറെ സ്ഥലത്ത് നിരനിരയായി കാണുന്ന കോട്ടയ്ക്കൽ ആര്യവൈദ്യശാലയുടേതായ സ്ഥാപനങ്ങൾ ആധുനിക കാലത്ത് പ്രസിദ്ധിയും പ്രാമാണ്യവും നേടിയവയാണ്. ഭാരതത്തിന്റെ തനതായ ആയുർവ്വേദ ചികിത്സാപദ്ധതി പുനരുജ്ജീവിപ്പിക്കുകയും അടിസ്ഥാന തത്ത്വങ്ങൾക്കും ആചാരവിധികൾക്കും അല്പംപോലും മങ്ങലേല്പിക്കാതെയും ആയത് നവീകരിച്ച് ജനസാമാന്യത്തിന്റെ ആരോഗ്യസംരക്ഷണത്തിന് സൗകര്യപ്രദമാംവിധം പ്രയോജനപ്പെടുത്തണമെന്ന ലക്ഷ്യത്തോടെ മുന്നിട്ടിറങ്ങിയ വൈദ്യരത്നം പി എസ് വാര്യരുടെ (1869-1944) വിജയവൈജയന്തിയായി പരിലസിക്കുകയാണ് കോട്ടയ്ക്കൽ എന്ന പ്രസിദ്ധസ്ഥലവും ആര്യവൈദ്യശാലയുടെ സ്ഥാപന ശൃംഖലകളും. കോട്ടയ്ക്കൽ വൈദ്യശാലയും അതിന്റെ അനുബന്ധമന്ദിരങ്ങളും ആശുപത്രികെട്ടിടങ്ങളും ഔഷധനിർമ്മാണശാലകളും ഔഷധസസ്യോദ്യാനവും ആയുർവ്വേദകോളേജും മറ്റുമാണ് ഇന്ന് കോട്ടയ്ക്കലിന്റെ സവിശേഷതകൾ.

വെങ്കിടതേവരുടെ ക്ഷേത്രവും ശ്രീവിശ്വംഭരക്ഷേത്രവും പാണ്ടമംഗലത്ത് ശ്രീകൃഷ്ണക്ഷേത്രവും കോട്ടയ്ക്കലെ പ്രധാന ഹൈന്ദവാരാധനാലയങ്ങളാണ്. കോട്ടയ്ക്കൽ അങ്ങാടിയിലും പ്രധാന റോഡിന്റെ ഇരുവശങ്ങളിലും മുസ്ലീങ്ങളാണധികവും താമസിക്കുന്നത്. അങ്ങാടിയുടെ തെക്ക് ഭാഗവും കിഴക്ക് ഭാഗവും ഹിന്ദുക്കൾ ഇടതിങ്ങി പാർക്കുന്നു.

കഴിഞ്ഞ രണ്ട് ശതകങ്ങളിൽ വള്ളുവനാട്ടിലും ഏറനാട്ടിലും സാഹിത്യസപര്യയിലേർപ്പെട്ടിരുന്നവർ ധാരാളമുണ്ട്. അവരിൽ ശ്രദ്ധേയനാണ് അകാലത്തിൽ മൺമറഞ്ഞ പ്രസിദ്ധ കവി വി സി ബാലകൃഷ്ണപ്പണിക്കർ. ഇന്നത്തെ മലപ്പുറം ജില്ലയിലെ ഊരകത്ത് ജനിച്ചു. ചിരസ്മരണീയങ്ങളായ, *ഒരു വിലാപം, വിശ്വരൂപം* തുടങ്ങിയ കാവ്യകൃതികൾ രചിച്ചു.

ഇനി തിരൂരങ്ങാടിയിലേക്ക്. തിരൂരങ്ങാടിയെ വിസ്മരിച്ചുകൊണ്ടുള്ള ഏറനാടൻ യാത്ര പൂർണ്ണമാകുകയില്ല. മലബാർ കലാപത്തിലെ രക്തരൂഷിതവും വിധി നിർണ്ണായകവുമായ ഉഗ്രസംഘട്ടനങ്ങൾക്ക് രംഗവേദിയാകേണ്ടി വന്ന ഏറനാടൻ ഗ്രാമമാണ് തിരൂരങ്ങാടി. വെള്ളപ്പട്ടാളത്തിന്റെ ഉരുക്കുമുഷ്ടിക്കെതിരെ ജീവൻ ബലിയർപ്പിച്ചു പടവെട്ടിയ മാപ്പിളകലാപകാരികളുടെ വീറും വാശിയും കണ്ട് കിടിലംകൊണ്ട് ആ ഗ്രാമപ്രദേശങ്ങൾ ഇന്ന്—ഏഴെട്ട് പതിറ്റാണ്ടുകൾക്കു ശേഷം പരിഷ്കൃതമായ ഒരു 'ഗ്രാമനഗര'ത്തിന്റെ വേഷഭൂഷാദികളോടെ എല്ലാം ഉള്ളിലൊതുക്കി നിലകൊള്ളുന്നു. തിരക്കേറിയ അങ്ങാടി; വ്യാപാരകേന്ദ്രം ടൗണിനു ചുറ്റും ഏറനാടിന്റെ സഹജമായ ഗ്രാമത്തനിമ കാണാം.

തിരൂരങ്ങാടി

1921 ലെ കലാപത്തിന്റെ സിരാകേന്ദ്രം. കലാപകാലത്ത് തിരൂരങ്ങാടിയിലെ സമരത്തിന്റെ നേതൃത്വം വഹിച്ചത് തിരൂരങ്ങാടി നടുവിൽ ജുമാ അത്ത് പള്ളിയിലെ മുദരീസ് ആയിരുന്ന മഞ്ചേരി നെല്ലികുത്ത് സ്വദേശി ആലി മുസലിയാരായിരുന്നു. തിരൂരങ്ങാടി വലിയ പള്ളിപ്പരിസരത്ത് വച്ചു നടന്ന ഘോരയുദ്ധത്തെ തുടർന്ന് മുസലിയാരുടെ അനുയായികളും ബ്രിട്ടീഷ് പട്ടാളത്തിന് കീഴടങ്ങി. പ്രസ്തുത ഏറ്റുമുട്ടലിലാണ് മുസലിയാരുടെ വലംകൈയായി നിന്ന കാരാട മൊയ്തീൻ ഹാജി രക്തസാക്ഷിയായത്. തിരൂരങ്ങാടി സംഘട്ടനത്തിൽ അലി മുസലിയാരോടൊപ്പം വധശിക്ഷയ്ക്ക് വിധിക്കപ്പെട്ടവരായിരുന്നു തദ്ദേശീയരായ ഉരുത്തീയിൽ അഹമ്മദ് കുളിപ്പിലാക്കൽ ഹസ്സൻ കുട്ടി, കൊക്കപ്പറമ്പിൽ രായിൻ, പട്ടാളത്തിൽ കുട്ടശ്ശേരി അഹമ്മദ്, ചെമ്പ മൊയ്തീൻ, ചെരച്ചിയിൽ കുഞ്ഞിപോക്കർ, ചേലുപ്പാടൻ മൊയ്തീൻ തുടങ്ങിയവർ. വധശിക്ഷയ്ക്ക് വിധേയരായ അലിമുസലിയാരുടെയും അനുയായികളുടെയും ഭൗതികാവശിഷ്ടങ്ങൾ കോയമ്പത്തൂരിലെ ശുക്രാപള്ളി ഖബർസ്ഥാനിൽ അന്ത്യവിശ്രമം കൊള്ളുന്നു. കലാപത്തിൽ ഒട്ടധികം മുസ്ലീങ്ങൾ തൂക്കിലേറ്റപ്പെടുകയോ വെടിയേറ്റു മരിക്കുകയോ, നാടുകടത്തപ്പെടുകയോ ചെയ്തിട്ടുണ്ട്. 1921 ആഗസ്ത് 20 ന് നടന്ന പോരാട്ടത്തിൽ കൊല്ലപ്പെട്ട റൗളിയുടെ ശവക്കല്ലറ തിരുരങ്ങാടി പഞ്ചായത്ത് കമ്യൂണിറ്റി ഹാളിന്റെ പരിസരത്ത് കാണാം.

നൂറ്റാണ്ടുകളുടെ രാഷ്ട്രീയ സാംസ്കാരിക പാരമ്പര്യമുള്ള തിരൂരങ്ങാടി ഒരു പ്രമുഖ വിദ്യാഭ്യാസ കേന്ദ്രമാണ്. 1906 ൽ തിരൂരങ്ങാടിയിലാരംഭിച്ച ബോർഡ് മാപ്പിള എലിമെന്ററി സ്കൂളാണ് ഈ പ്രദേശത്ത് വിദ്യാഭ്യാസത്തിന് തുടക്കംകുറിച്ചത്. കേരളത്തിൽ അറബിഭാഷകളുടെ വളർച്ചയിലും മദ്രസാ പ്രസ്ഥാനത്തിനും തിരൂരങ്ങാടിക്ക് പ്രഥമസ്ഥാനമാണുള്ളത്. കേരളത്തിലെ മുസ്ലിം നവോത്ഥാനനായകന്മാരിൽ മൗലാന ചാലിലക്കത്ത് കുഞ്ഞഹമ്മദ് ഹാജിയുടെ സേവനം സ്മരണീയമാണ്. 1883 ൽ തിരൂരങ്ങാടിയിൽ സ്ഥാപിക്കപ്പെട്ട പള്ളികൾ പ്രസിദ്ധമതപഠന കേന്ദ്രങ്ങളായിരുന്നു.

തിരൂരങ്ങാടി, തൃക്കുളം എന്നീ റവന്യൂ വില്ലേജുകൾ ചേർന്ന തിരൂരങ്ങാടി പഞ്ചായത്ത് 1962 ജനുവരി ഒന്നിന് നിലവിൽവന്നു.

തിരൂരങ്ങാടിയുടെ സാമൂഹ്യ-സാംസ്കാരിക വികസനത്തിന് കനപ്പെട്ട സംഭാവനകൾ നല്കിയ കുടുംബങ്ങളും വ്യക്തികളും നിരവധി. കംപ്രാട്ട് തറവാടും എട്ടുവീട്ടിൽ കുടുംബവും ജഫ്രി, ഹിഷിബി കുടുംബങ്ങളും തിരൂരങ്ങാടിയുടെ ചരിത്രത്തിന്റെ ഭാഗമാണ്. പാരമ്പര്യ ചികിത്സാരംഗത്ത് പ്രസിദ്ധരായിരുന്ന ഉള്ളാട്ട് കുഞ്ഞാലൻ കുട്ടി വൈദ്യരും തടത്തിൽ കുഞ്ഞഹമ്മദ് വൈദ്യരും താമു വൈദ്യരും വിഷ ചികിത്സാ വിദഗ്ദ്ധനായിരുന്ന കുഞ്ചപ്പനായരും തിരൂരങ്ങാടിക്ക് പ്രിയപ്പെട്ടവരായിരുന്നു.

ടിപ്പുസുൽത്താന്റെയും സാമൂതിരി രാജാവിന്റെയും കാലഘട്ടത്തെ അനുസ്മരിപ്പിക്കുന്ന റോഡുകളും കിടങ്ങുകളും കോട്ടകളും ആരാധനാലയങ്ങളും തിരൂരങ്ങാടിയലങ്ങിങ്ങ് ഒളിഞ്ഞും തെളിഞ്ഞും കാണാവുന്നതാണ്. തൃക്കുളം ശിവക്ഷേത്രത്തിന് ആയിരം വർഷത്തിലേറെ കാലപ്പഴക്കമുണ്ടെന്ന് കരുതപ്പെടുന്നു. സാമൂതിരി രാജവംശത്തിനായിരുന്നു ക്ഷേത്രത്തിന്റെ ഭരണച്ചുമതല. കക്കാട് ത്രിപുരാന്തക ക്ഷേത്രം ശ്രീ വല്യാളക്കൽ ഭഗവതി ക്ഷേത്രം എന്നിവ പ്രധാന ഹൈന്ദവാരാധനാലയങ്ങളാണ്.

പതിറ്റാണ്ടുകൾ പലതുകഴിഞ്ഞെങ്കിലും നാടാകെ പടർന്നു വ്യാപിച്ച ലഹളയുടെ (മലബാർ കലാപം) മുറിപ്പാടുകൾ പേറിനില്ക്കുന്നവയാണ് ഏറനാട്ടിലെ ഒട്ടുമുക്കാൽ ഗ്രാമങ്ങളും. ഒരിക്കൽ കലാപഭൂമിയായിരുന്ന ഈ ഏറനാടൻ ഗ്രാമങ്ങൾ നെടുനാളത്തെ കഷ്ടനഷ്ടങ്ങൾക്കുശേഷം മെല്ലെ മെല്ലെ പുരോഗതിയിലേക്ക് നീങ്ങുന്ന കാഴ്ച ഇന്ന് എങ്ങും പ്രകടമാണ്. അദ്ധ്വാനശീലരായ കൃഷിക്കാർ - ഹിന്ദുവും മുസൽമാനും ക്രിസ്ത്യാനിയും - ജാതിമതഭേദമന്യേ ഒരേ മനസ്സോടെ കുടുംബം പുലർത്താനുള്ള തത്രപ്പാടിലാണിപ്പോൾ, സ്വാർത്ഥലാഭം ലക്ഷ്യമാക്കിയുള്ള വിവിധ രാഷ്ട്രീയകക്ഷികളുടെ നീരാളിപ്പിടുത്തത്തിൽ നിന്നും മുക്തമല്ലെങ്കിലും.

66

പാട്ടത്തിനൊരു രാജ്യം

ചുട്ടുപൊള്ളുന്ന പനിയിൽ ആകെ തളർന്ന്, മിണ്ടാൻ പോലുമാവാതെ, തളർന്ന് മയങ്ങിക്കിടക്കുന്ന കൈക്കുഞ്ഞിനെ മാറോടമർത്തി, നിസ്സഹായയായി ചുറ്റും നോക്കി, വിങ്ങിക്കരയുന്ന പാവം വീട്ടമ്മ, തൊട്ടടുത്തു കൂടി ചീറിപ്പായുന്ന ജീപ്പുകൾ; മറ്റു വാഹനങ്ങൾ. പൊലീസിന്റെയും മറ്റുദ്യോഗസ്ഥന്മാരുടെയും നിയന്ത്രണത്തിലാണാ പ്രദേശമാകെ. പാതയോരത്ത് നിസ്സഹായയായി വിതുമ്പുന്ന ആ അമ്മയെയും കുഞ്ഞിനെയും തിരിഞ്ഞു നോക്കാൻ പോലും സമയമില്ലാതെ, ചീറിപ്പായുന്ന ജീപ്പുകളും ആംബുലൻസുകളും.

നാട്ടിൻപുറത്തുകാരിയായ ആ പാവം വീട്ടമ്മയുടെ ചിത്രമാണ് പുതിയ ബേപ്പൂരിനെപ്പറ്റി ഓർത്തപ്പോൾ എന്റെ കൺമുന്നിൽ തെളിഞ്ഞുവന്നത്. മതവിദ്വേഷത്തിന്റെ വിഷക്കാറ്റേറ്റ് ജ്വലിക്കുന്ന മാറാടിനെ, മാറോടമർത്തി വിതുമ്പി നില്ക്കുകയല്ലേ ഞാൻ മുമ്പ് കണ്ടറിഞ്ഞിരുന്ന ആ പഴയ ബേപ്പൂർ ഗ്രാമം-പത്രത്താളുകളിലൂടെയും ടി വി ചാനലുകളിലൂടെയും തെളിഞ്ഞു വരുന്ന ബീഭത്സരംഗങ്ങളും ഭീകരദൃശ്യങ്ങളും എന്നെ വല്ലാതെ അസ്വസ്ഥനാക്കി. രണ്ടുമൂന്ന് പതിറ്റാണ്ടുകൾക്ക് മുമ്പ്, നേരിട്ടറിഞ്ഞ ബേപ്പൂർ എന്ന ഗ്രാമപഞ്ചായത്തിൽ പുതിയ സഹസ്രാബ്ദത്തിന്റെ തുടക്കത്തിൽ, എന്തെന്ത് മാറ്റങ്ങൾ സംഭവിച്ചിരിക്കാം.

അങ്ങനെയാണ് ബേപ്പൂരിലേക്ക് വീണ്ടും ഒരു സന്ദർശനത്തിന് പ്ലാൻ ചെയ്തത്. അപ്പോഴേയ്ക്കും മാറാട്! ഇനിയെല്ലാം ഒന്ന് കെട്ടടങ്ങിയിട്ടാകാം യാത്രയെന്നു കരുതി. എങ്കിലും പുതിയ സംഭവ വികാസങ്ങൾ അവിശ്വസനീയമാംവിധം മനസ്സിനെ വേട്ടയാടുന്നു. പഴയ ബേപ്പൂർ യാത്രയുടെ അനുഭവങ്ങൾ മനസ്സിൽ പച്ചപിടിച്ച് നില്ക്കുന്നു.

അന്ന് – 1967 മേയ് മാസം

അന്ന് കോഴിക്കോട്ട് അന്തിയുറങ്ങിയ ലോഡ്ജിൽനിന്നും പുലർച്ചെ യാത്ര പുറപ്പെട്ടു; ബേപ്പൂരിലേക്ക്.

കോഴിക്കോട്ട് നഗരപ്രാന്തങ്ങളിലെ ബേപ്പൂർ പഞ്ചായത്താഫീസിനടുത്ത് ബസിൽ നിന്നിറങ്ങിയപ്പോൾ ആദ്യം തോന്നിയത് സ്ഥലത്തെ പ്രധാന ദിവ്യനായിക്കഴിയുന്ന വൈക്കം മുഹമ്മദ് ബഷീറിനെക്കാണാനാണ്. ബേപ്പൂർ റോഡിൽനിന്ന് തിരിയുന്ന തെങ്ങിൻ പുരയിടങ്ങൾക്കിടയിലുള്ള ഊടുവഴികളിലൂടെ അല്പം നടന്ന് ആ വലിയ വീട്ടുമുറ്റത്തെത്തി. സൗഹൃദപൂർണ്ണമായ സ്വീകരണം, സരസസംഭാഷണം, ആധുനിക മലയാള സാഹിത്യകാരന്മാരിൽ പ്രതിഭാശക്തിയാൽ അനുഗൃഹീതനായി, സഹൃദയലോകത്തിന്റെ ആരാധനാപാത്രമായി കഴിയുന്ന ആ മഹാവ്യക്തിയോടൊപ്പം കഴിച്ചുകൂട്ടിയ മണിക്കൂറുകൾ അവിസ്മരണീയമാണ്.

ആ ദീർഘസംഭാഷണത്തിന് താല്ക്കാലിക വിരാമമിട്ടുകൊണ്ട് ഞങ്ങൾ വീണ്ടും മുറ്റത്തേക്കിറങ്ങി. ഓമന മകളെയും ഒക്കത്തേറ്റി ബഷീർ സ്വന്തം സാമ്രാജ്യം കാട്ടിത്തന്നു. ഫലസമൃദ്ധമായ ഒരു തെങ്ങിൻ പുരയിടം. പച്ചപ്പീലി വിടർത്തി നില്ക്കുന്ന ആ തെങ്ങുകളുടെ തണലിൽ കുലീനത്വമുള്ള വലിയൊരു വീട്. മുറ്റം നിറയെ പൂച്ചെടികൾ. ആ ഗൃഹവും പരിസരവും ഇത്ര വെടിപ്പായും ഭംഗിയായും സൂക്ഷിക്കുന്ന കൈകൾ അഭിനന്ദനമർഹിക്കുന്നു. സ്വാഭാവികമായും വളരെ നേരത്തേ എന്റെ മനസ്സിൽ വിങ്ങിനിന്ന ചോദ്യം അപ്പോൾ പുറത്തുചാടി. "അല്ല ഗുരുജീ, തലയോലപ്പറമ്പുകാരൻ ഒരു മുസൽമാൻ ഇങ്ങ് വടക്ക് കോഴിക്കോട്ട് വന്ന് സ്ഥിരം

താവളമുറപ്പിച്ചതിന്റെ ഉദ്ദേശ്യം?"

ഹൃദയം തുറന്ന പൊട്ടിച്ചിരിയോടെ ബഷീർ മറുപടി പറഞ്ഞു. "എടോ മറയാ ന്റുപ്പൂപ്പാന്റെപ്പൂപ്പാന്റെപ്പൂപ്പാൻ ഒരാളുണ്ടായിരുന്നു. തനിക്കറിയാമോ? ടിപ്പുസുൽത്താൻ! അങ്ങേരങ്ങ് ശ്രീരംഗപട്ടണത്തിലാണ് താമസിച്ചിരുന്നത്. ആ പഹയനൊരു മോഹം! മലബാർ കീഴടക്കണമെന്ന്. കീഴടക്കി. കോഴിക്കോടും കൈയടക്കി. അപ്പോ പിന്നെയുമൊരു മോഹം! മലബാറിലൊരു പുതിയ തലസ്ഥാനമുണ്ടാക്കണമെന്ന്. മൂപ്പരെല്ലാടത്തും സ്ഥലം നോക്കിനോക്കി നടന്നു. എവിടമാണ് തലസ്ഥാനത്തിന് തെരഞ്ഞെടുത്തതെന്നറിയാമോ? ബേപ്പൂർ എന്ന ഈ പുണ്യ സ്ഥലം. ഹ... ഹ... ഹ... പക്ഷേ, സുൽത്താന് അധികകാലം ഇവിടെ താമസിക്കാൻ പറ്റിയില്ല. അപ്രതീക്ഷിതമായി സ്ഥലംവിടേണ്ടി വന്നു. അപ്പോൾ പിന്നെ, മൂപ്പരുടെ പിൻഗാമിയായി ഈയുള്ളവന് ഒരു തലസ്ഥാനം വേണമെന്ന് തോന്നിയപ്പോൾ ബേപ്പൂരല്ലാതെ മറ്റെവിടെയാണു വേണ്ടത്?" ബഷീർ വിശദീകരിച്ചു.

വീണ്ടും ചിരി. എനിക്കാകെ രസം തോന്നി. ബേപ്പൂരിന്റെ ചരിത്രത്തിന്റെ നട്ടെല്ലാണ്. കളിയായിട്ടെങ്കിലും ബഷീർ സൂചിപ്പിച്ചത്. മറ്റൊരു രീതിയിലും അത് ചിന്താമധുരമായി തോന്നി. മലയാളസാഹിത്യത്തിൽ പുതിയൊരു സുൽത്താൻ. ബഷീർ വീണ്ടും കുസൃതിച്ചിരിയോടെ പറഞ്ഞു. "തനിക്കീ കൊട്ടാരത്തിന്റെ പേരറിയാമോ? വൈലാലിൽ എന്നാണ്. എന്താണീ വൈലാലിൽ എന്നറിയാമോ? ടിപ്പുസുൽത്താന്റെ സൈന്യത്തിലെ വീരശൂരപരാക്രമികളായ പടയാളികളായിരുന്നു അവർ. അപ്പോൾ തനിക്കെന്റെ വീടിനെപ്പറ്റിയും എന്നെപ്പറ്റിയും എന്തു തോന്നുന്നു? സുൽത്താന്റെ ആളാണ് ഞാൻ. ബേപ്പൂർ സുൽത്താൻ ഹ... ഹ.... ഹ."

പഴയ സുൽത്താൻ പട്ടണം

വൈലാലിൽ പറമ്പിന്റെ അതിർത്തിയായ ഇടവഴിയോളം നടന്നുവന്ന ബഷീർ തല്ക്കാലം യാത്ര പറഞ്ഞു. എനിക്കു തുണയായി ശിഷ്യന്മാരിലൊരാളെ ശട്ടം കെട്ടി, കൂടെ നിയോഗിക്കുകയും ചെയ്തു. ബേപ്പൂരിന്റെ സന്താനമായ ആ ചങ്ങാതി നല്ല പഠിപ്പും വിവരവുമുള്ളവനാണെന്ന് അല്പനേരത്തെ സംഭാഷണത്തിൽനിന്ന് എനിക്ക് ബോദ്ധ്യപ്പെട്ടു. സ്വന്തം നാടിന്റെ നന്മയും തിന്മയും വെട്ടിത്തുറന്ന് പറയാനൊട്ടു മടിയുമില്ല. കേരളീയരുടെ പ്രിയപ്പെട്ട വൈക്കം മുഹമ്മദ് ബഷീറിന്റെ ചരിത്രകഥനം വെറും തമാശയല്ലെന്ന് വഴിയേ ഞങ്ങൾക്ക് ബോദ്ധ്യപ്പെടുകയും ചെയ്തു.

മലബാർ ആക്രമിച്ചു കീഴടക്കിയ ടിപ്പു സുൽത്താനെ ബേപ്പൂർ ഗ്രാമത്തിന്റെ പ്രകൃതി രമണീയതയും നാവികശക്തി വർദ്ധിപ്പിക്കുന്നതിനുള്ള സാദ്ധ്യതകളും വ്യാവസായിക പ്രാധാന്യവും ഏറെ ആകർഷിച്ചിരിക്കണം. ബേപ്പൂർ ഭരണതലസ്ഥാനമാക്കാനുള്ള നടപടികൾ അദ്ദേഹം ആരംഭിക്കുകയും ചെയ്തു. ബേപ്പൂരിന്റെ പേര് സുൽത്താൻ പട്ടണം എന്നാക്കി മാറ്റുകയും ചെയ്തു. അന്ന് ടിപ്പുവിന്റെ സൈന്യനിരകളുടെ ഗതാഗതത്തിന് നിർമ്മിക്കപ്പെട്ടതാണ് ഇന്ന് അറിയപ്പെടുന്ന ഓൾഡ് സുൽത്താൻ റോഡ്. അവസാനം ശ്രീരംഗപട്ടണം സന്ധിയെ തുടർന്ന് മലബാർ പ്രദേശം ബ്രിട്ടീഷുകാർക്ക് കൈയൊഴിഞ്ഞിട്ട് ടിപ്പുവിന് സ്വദേശത്തേക്ക് മടങ്ങേണ്ടി വന്നു.

ബേപ്പൂര്! വിചിത്രമായ സ്ഥലനാമം. ഇത് എങ്ങനെ സംഭവിച്ചെന്ന് അന്വേഷിക്കാം. നൂറ്റാണ്ടുകൾക്കുമുമ്പ് തന്നെ ഉരുനിർമ്മാണത്തിന് പ്രസിദ്ധമായതാണ് ഈ ഏറനാടൻ ഗ്രാമം. പായ്ക്കപ്പലുകൾ വയ്ക്കുന്ന (നിർമ്മിക്കുന്ന) ഊര് (ഗ്രാമം) ആദ്യം വെപ്പൂരും പിന്നെ ബേപ്പൂരുമായെന്നാണ് സ്ഥലനാമത്തെപ്പറ്റിയുള്ള ഒരഭിപ്രായഗതി. പണ്ടുപണ്ട് വേപ്പുമരങ്ങൾ ധാരാളമുണ്ടായിരുന്നതുകൊണ്ടാണ് ആ സ്ഥലത്തിന് വേപ്പൂര് (ബേപ്പൂര്) എന്ന പേര് ലഭിച്ചതെന്ന് മറ്റൊരുപക്ഷം. അതെന്തായാലും നൂറ്റാണ്ടുകൾക്കു മുമ്പേ ഉരുനിർമ്മാണത്തിന് പ്രസിദ്ധി പെറ്റ ഗ്രാമമായിരുന്നു പഴയ ബേപ്പൂർ. പ്രകൃതിദത്തമായ ഒരു തുറമുഖം. കടലിലേക്കുള്ള പ്രവേശന കവാടമായ ചാലിയാറിലെ ആഴം കൂടിയ പുഴയോരപ്രദേശങ്ങൾ ജലവാഹനങ്ങൾക്ക് യഥേഷ്ടം ഗമനാഗമനസൗകര്യമുള്ള പ്രകൃതിദത്തമായ തുറമുഖം. പണ്ടു കാലത്ത് നിലമ്പൂർ വനങ്ങളിൽനിന്നും ചാലിയാർപുഴ വഴി വൻതോതിൽ എത്തിച്ചേർന്നിരുന്ന മരത്തടികളുടെ വൻവ്യാപാരകേന്ദ്രമായിരുന്നു.

പാട്ടത്തിനൊരു രാജ്യം

നൂറ്റാണ്ടുകൾക്കുമുമ്പ് കോഴിക്കോട് സാമൂതിരി രാജാവിന്റെ സാമന്തനായിരുന്ന ബേപ്പൂർ രാജാവിന്റെ അധികാരപരിധിയിൽപ്പെട്ടവയായിരുന്നു ബേപ്പൂർ പഞ്ചായത്ത് പ്രദേശങ്ങൾ. ബേപ്പൂർ രാജാവ് സാമൂതിരിക്ക് കപ്പം കൊടുത്തിരുന്നു. ഇംഗ്ലീഷ് ഈസ്റ്റിന്ത്യാകമ്പനിയുടെ ആധിപത്യത്തോടുകൂടി വെട്ടത്തുനാട് രാജാവും പരപ്പനാട്ട് രാജാവും ചെയ്തതുപോലെ ബേപ്പൂരും കമ്പനിയുടെ കീഴിൽ സ്വതന്ത്രപദവി ആവശ്യപ്പെട്ടു. 1792 ആഗസ്ത് 6 ന് ബേപ്പൂർ രാജാവിന്റെ പ്രദേശങ്ങൾ, പ്രതി വർഷം പതിനായിരം ഉറുപ്പിക കമ്പനിക്ക് അടയ്ക്കണമെന്ന വ്യവസ്ഥയിൽ ബേപ്പൂർ രാജാവിന് ഒരു വർഷത്തേയ്ക്ക് പാട്ടത്തിന് കൊടുത്തു. 12 ദിവസങ്ങൾക്കു ശേഷം 1792 ആഗസ്ത് 18-ാം തീയതി സാമൂതിരിപ്പാടും ഈസ്റ്റിന്ത്യാ കമ്പനിയും തമ്മിൽ ഒപ്പുവച്ച ഉടമ്പടിയിൽ ഇനിയൊരു കല്പന വരെ, ബേപ്പൂർ, പരപ്പനാ

ട്, വെട്ടം രാജാക്കന്മാർ സാമൂതിരി രാജാവിന്റെ കീഴിൽ കഴിയുക, സാമൂതിരിപ്പാട് അവരുടെ ആഭ്യന്തരകാര്യങ്ങളിലേർപ്പെടാതെ, അവർ നല്കുന്ന നികുതിപ്പണം വാങ്ങി കമ്പനിക്കു നല്കുക, സാമൂതിരിയുടെ പഴയകാലത്തെ ഉയർന്ന പദവി നിലനിർത്തുന്നതിനായി ആ രാജ്യങ്ങളിലെ നീതിന്യായം പാലിക്കുക എന്നീ നിശ്ചയങ്ങൾ ഉൾക്കൊള്ളിച്ചിരുന്നു.

1793 മദ്ധ്യത്തോടു കൂടി സാമൂതിരിക്ക് അനുവദിച്ചിരുന്ന പ്രസ്തുത അധികാരങ്ങളെല്ലാം നിറുത്തൽ ചെയ്ത് ടി രാജാക്കന്മാരെ കമ്പനിയുടെ അധീനതയിൽ മാത്രമാക്കി. 1793 ജൂലൈ രണ്ടാം തീയതി ബേപ്പൂർ രാജാവായ രവിവർമ്മരാജ കമ്പനിക്ക് എഴുതിക്കൊടുത്ത മറ്റൊരു കരാറിൽ ഇംഗ്ലീഷ് കമ്പനിക്കാർ നിയമിക്കുന്ന ഒരു താസീൽദാർ മുഖാന്തിരം ജനങ്ങളെ മർദ്ദിക്കാതെ താൻ നികുതി പിരിച്ച് കമ്പനിക്കു കൊടുക്കാമെന്നേറ്റു. 1793 ജൂലൈ 6 ന് ക്രിമിനൽ അധികാരങ്ങൾ ഉപേക്ഷിച്ചു കൊണ്ടുള്ള കരാറിലും രാജാവ് ഒപ്പുവെച്ചു. പിന്നീട് 1794 നവംബർ 27-ാം തീയതി ഒപ്പിട്ടുകൊടുത്ത കരാറിൽ ധനു 15, മേടം 15, ചിങ്ങം 15 എന്നിങ്ങനെ മൂന്ന് ഗഡുക്കളായി 10,000 ഉറുപ്പിക കമ്പനിക്ക് കൊടുത്തുകൊള്ളാമെന്നും വീഴ്ച വരുത്തിയാൽ 24 ശതമാനം പലിശയോടുകൂടി ബാക്കി അടച്ച് തീർക്കാമെന്നും രാജാവ് സമ്മതിച്ചിരുന്നു. അങ്ങനെ രണ്ടു പതിറ്റാണ്ടുകൾ.

കോവിലകങ്ങൾ

ബേപ്പൂർ രാജവംശം പില്ക്കാലത്ത് നാലുശാഖകളായി പിരിഞ്ഞു. മണ്ടയാട്ടു കോവിലകം, പുതിയ കോവിലകം, പനങ്ങാട്ടു കോവിലകം, നെടിയിൽ കോവിലകം എന്നിങ്ങനെ. മി. വില്യം ലോഗൻ മലബാർ കളക്ടറായിരുന്ന കാലത്ത് ബേപ്പൂർ രാജവംശത്തിന്റെ ഒൻപത് കക്ഷികൾക്കുകൂടി 3034 ഉറുപ്പിക ഒരണ ഒരു പൈസ ഗവൺമെന്റിൽനിന്ന് 'മാലിഖാനായി' നല്കിയിരുന്നു. ഇന്നും ആ സ്ഥിതി തുടർന്ന് പോരുന്നു. രാമവർമ്മരാജാവാണ് ബേപ്പൂർ രാജവംശത്തിന്റെ ഇപ്പോഴത്തെ അനന്തരാവകാശി. ബേപ്പൂർ രാജാക്കന്മാർ സാമൂതിരി കുടുംബത്തിലെ തമ്പുരാട്ടിമാരുമായി വിവാഹ ബന്ധത്തിലേർപ്പെട്ടിരുന്നു. സാമൂതിരിയുടെ ഒരു സഹോദരി ആയ അമ്പാടി കോവിലകത്തമ്മ തമ്പുരാട്ടി, ഭർത്താവായിരുന്ന ബേപ്പൂർ രാജാവിനോടൊപ്പം പാർത്തിരുന്ന തിരുവോച്ചിറയിലാണ് ഇന്നത്തെ സാമൂതിരി കോവിലകം സ്ഥിതിചെയ്യുന്നത്.

ബേപ്പൂരിന്റെ വളർച്ചയ്ക്കും വികസനത്തിനും സാമൂഹ്യ-സാമ്പത്തിക രാഷ്ട്രീയ മേഖലകളിലെ സാർവ്വത്രികമായ പരിണാമങ്ങൾക്കും ഈ നാട് ബേപ്പൂർപ്പുഴയെന്ന ചാലിയം പുഴയോട് എന്നെന്നും കടപ്പെട്ടിരിക്കുന്നു. ബേപ്പൂരിന്റെ തെക്കുഭാഗത്തുകൂടി വളഞ്ഞൊഴുകി തൊട്ടപ്പുറത്ത് അറബിക്കടലിനോടു ചേരുന്ന ബേപ്പൂർപ്പുഴ ആ ഗ്രാമപ്രദേശങ്ങളുടെ ജീവനാഡിതന്നെയാണ്. ബേപ്പൂരിന്റെ എല്ലാ തൊഴിൽമേഖലകളുടെയും പ്രഭവസ്ഥാനംകൂടിയാണീപ്പുഴ. മത്സ്യബന്ധനമായാലും കയർ വ്യവസായമായാലും ഉരുനിർമ്മാണമായാലും തടിവ്യവസായമായാലും ബേപ്പൂർപ്പുഴയിൽനിന്ന് വേറിട്ടു ഒന്നുമില്ല. സമുദ്രനിരപ്പിൽനിന്നും 6780 അടി ഉയരമുള്ള എളമ്പേരി മലകളിൽ നിന്നുത്ഭവിച്ച് ഏറനാടിന്റെ വനസമൃദ്ധികളിലൂടെ ഒഴുകിയെത്തുന്ന പുഴ അറബിക്കടലുമായി ചേരുന്ന പുഴക്കരയിലാണ് ബേപ്പൂരിലെ ബോട്ട് ബിൽഡിങ് യാർഡ് - ഉരു നിർമ്മാണ കേന്ദ്രം.

കടലുണ്ടി

പുഴയ്ക്കപ്പുറമുള്ള കടലുണ്ടി ചരിത്രപ്രധാനമായ ഒരു സ്ഥലമാണ്. സാമൂതിരിയെ നയത്തിൽ പാട്ടിലാക്കി. തന്ത്രപ്രധാനമായ ബേപ്പൂർപ്പുഴയുടെ തീരത്ത് പോർച്ചുഗീസുകാർ നിർമ്മിച്ച ചാലിയം കോട്ട ഇവിടെയായിരുന്നു. അഴിമുഖത്തിനടുത്ത് ഒരു കോട്ടയുറപ്പിച്ച് സൈന്യ സജ്ജീകരണം നടത്തി സാമൂതിരിയെയും സാമന്തന്മാരെയും നയത്തിൽ കീഴ്പ്പെടുത്താനുള്ള ആ വിദ്യ ഏറെനാൾ വിലപ്പോയില്ല. കോട്ട അനുവാദം നല്കിയ സാമൂതിരിയുടെ കാലശേഷം അധികാരമേറ്റ പുതിയ സാമൂതിരിയുടെ നേതൃത്വത്തിൽ ചാലിയം കോട്ടയ്ക്കെതിരെ കൂട്ടായ ആക്രമണം നടത്തി; കോട്ട തകർത്തു.

എന്നും എവിടെയും കച്ചവടക്കണ്ണ് മാത്രമുണ്ടായിരുന്ന ഇംഗ്ലീഷ് ഈസ്റ്റിന്ത്യാകമ്പനി 19-ാം നൂറ്റാണ്ടിന്റെ പൂർവ്വാർദ്ധത്തിൽ തന്നെ, ഈ കുഗ്രാമത്തിലേക്ക് റെയിൽവെ ലൈൻ നീട്ടാൻ തീരുമാനിച്ചതു തന്നെ സ്വാർത്ഥലാഭത്തിനുവേണ്ടിയായിരുന്നു. നിലമ്പൂർ വനങ്ങളിലെ തേക്ക് തുടങ്ങിയ തടികൾ വെട്ടിയിറക്കി ചാലിയാർപുഴ വഴി ബേപ്പൂരിലെത്തിച്ച് ഈർച്ചമില്ലുകളിൽ ഉരുപ്പടികളാക്കി റെയിൽമാർഗ്ഗം നാടിന്റെ നാനാഭാഗങ്ങളിൽ എത്തിച്ച് കച്ചവടം ചെയ്യുകയായിരുന്നു മുഖ്യലക്ഷ്യം. അങ്ങനെ 1858 ൽ ദക്ഷിണേന്ത്യൻ റെയിൽവേയുടെ മലബാർ വിഭാഗം ബേപ്പൂർപ്പുഴയുടെ തെക്കേ അറ്റം വരെ നീട്ടി. ബേപ്പൂരിന്റെ ഉയിർത്തെഴുന്നേല്പിന് അത് സഹായകമായി. എങ്കിലും ആ ഭാഗ്യം അധിക നാൾ നീണ്ടു നിന്നില്ല. പിന്നീട് റെയിൽവെ ലൈൻ ബേപ്പൂരും താണ്ടി കോഴിക്കോട്ടേക്കും തുടർന്ന്, മംഗലാപുരത്തേക്കും നീണ്ടപ്പോൾ ബേപ്പൂരിന് വീണുകിട്ടിയ കനകാവസരങ്ങളെല്ലാം നഷ്ടപ്പെടുകയാണുണ്ടായത്.

'ഓൾഡ് മിലിട്ടറി റോഡ്' എന്ന പേരിൽ ഇന്ന്

ബേപ്പൂരിലുള്ള റോഡായിരുന്നു പണ്ടത്തെ ഏക റോഡ് ഗതാഗതമാർഗ്ഗം. റെയിൽ മാർഗ്ഗം ചാലിയ ത്തെത്തിയിരുന്ന യാത്രക്കാരെയും വൻതോതിലുള്ള ചരക്കുകെട്ടുകളെയും ചങ്ങാടത്തിൽ കടത്തുകടത്തി, ബേപ്പൂരെത്തിച്ചിരുന്നു. അവിടെ നിന്നും കാറ്റു നിറ യ്ക്കാൻ കഴിയാത്ത കട്ടിടയറുകളുള്ള ഒരുതരം വണ്ടി യിലായിരുന്നു കല്ലായിലെത്തിച്ചിരുന്നത്. 1937 ലാണ് കോഴിക്കോട്ടുനിന്നും ബേപ്പൂരിലേക്കു ബസ് സർവ്വീസ് ആരംഭിച്ചത്.

വ്യാവസായിക പ്രാധാന്യം

19-ാം നൂറ്റാണ്ടിൽ ബേപ്പൂരിലെ വ്യാവസായിക മേഖലയിലുണ്ടായ അഭിവൃദ്ധിക്ക് നിദാനം ഇംഗ്ലീഷ് ഈസ്റ്റിന്ത്യാകമ്പനിയുടെ കച്ചവടതാല്പര്യം തന്നെയായിരുന്നു. 1805 ൽ യൂറോപ്യൻ മൂലധനനി ക്ഷേപത്തോടുകൂടി കപ്പലിനു വേണ്ട ക്യാൻവാസ് പായ്കൾ നിർമ്മിക്കാനുള്ള ഒരു യന്ത്രശാലയും ബേപ്പൂർ പുഴക്കരയിൽ സ്ഥാപിക്കപ്പെട്ടു. അചിരേണ പ്രവർത്തനം നിലച്ചു. 1848 ൽ സ്ഥാപിക്കപ്പെട്ട ഇരു മ്പുപണിശാലയും നീണ്ടുനിന്നില്ല. പിന്നീടാണ് ബേപ്പൂരിൽ കപ്പൽ നിർമ്മാണമാരംഭിച്ചത്. അതും തദൈവ. ബ്രിട്ടീഷ് ഭരണാരംഭദശയിൽ മലബാറിലെ മരത്തടികൾക്ക് യൂറോപ്പിലും മലേഷ്യയിലും അറബി രാജ്യങ്ങളിലും ഏറെ ആവശ്യക്കാരുണ്ടായിരുന്നു. ബേപ്പൂരിൽനിന്നും വൻതോതിൽ തടി കയറ്റി അയ ച്ചിരുന്നു. കയർ വ്യവസായം, മത്സ്യബന്ധനം, കപ്പൽ നിർമ്മാണം എന്നീ മേഖലകളിലും ബേപ്പൂർ അക്കാ ലത്ത് പ്രസിദ്ധമായിരുന്നു മരവ്യവസായത്തിന്റെ വൻസാദ്ധ്യതകൾ മുൻകൂട്ടി മനസ്സിലാക്കിയ മി. മാക്കോണാഷി എന്ന ഇംഗ്ലീഷുകാരൻ 1796 ൽ മല ബാർ ഭരിച്ചിരുന്ന ജോയിന്റ് കമ്മീഷണർമാർക്ക് ഒരു പദ്ധതി സമർപ്പിച്ചു. ബേപ്പൂർപ്പുഴയിൽ കാറ്റുകൊണ്ട് പ്രവർത്തിക്കാവുന്ന ഒരു ഈർച്ചക്കമ്പനി സ്ഥാപിക്കു കയെന്നതായിരുന്നു അതിലെ മുഖ്യനിർദ്ദേശം. തുടർന്ന് ഇംഗ്ലണ്ടിലെ ഭരണാധികാരികളുടെ അനു വാദത്തോടെ മി. മാക്കോണാഷിയുമായി കമ്പനി കരാ റിലേർപ്പെടുകയും ചെയ്തു. തുടർന്ന് ബേപ്പൂരിൽ ഒട്ടേറെ ഈർച്ചക്കമ്പനികൾ സ്ഥാപിക്കപ്പെട്ടു. അടി ക്കടി അഭിവൃദ്ധി പ്രാപിച്ചുവന്ന ഈ മരവ്യവസായം അചിരേണ മന്ദീഭവിച്ചു. കടബാദ്ധ്യതയിൽപ്പെട്ട സായിപ്പ് സാധന സാമഗ്രികളെല്ലാം ഈസ്റ്റിന്ത്യാക മ്പനിക്ക് കൈമാറി സ്വദേശത്തേക്ക് മടങ്ങി.

ബേപ്പൂരിന്റെ ഇടറോഡുകളിലൂടെ, നാട്ടുവഴിക ളിലൂടെ, പ്രധാന നിരത്തുകളിലൂടെ, മണൽ നിറഞ്ഞ തെങ്ങിൻതോപ്പുകളിലൂടെ നടന്നു നീങ്ങവേ ഒരു കാര്യം എന്റെ ശ്രദ്ധയിൽപ്പെട്ടു. 1960 കളുടെ അന്ത്യ ത്തിൽ പോലും ബേപ്പൂരിലെ വ്യാവസായിക പ്രാധാന്യം കുറഞ്ഞിരുന്നില്ല. ഐസ് പ്ലാന്റ് ആന്റ് കോൾഡ് സ്റ്റോറേജ്, റൂറൽ ഇൻഡസ്ട്രീസ് പ്രോജ ക്ട്, റബർ ഫാക്ടറി, ഗവ. കയർ ഫാക്ടറി, മഹാ ദേവ കെമിക്കൽസ്, സരസ്വതി ഇൻഡസ്ട്രീസ്, ബേപ്പൂർ മറൈൻ എൻജിനീയറിങ് ബോട്ടുനിർമ്മാ ണശാല, കാലിത്തീറ്റ നിർമ്മാണശാല തുടങ്ങിയ സ്ഥാപനങ്ങൾ ഉണ്ടായിരുന്നു. ഇവയിൽ പലതും കാലാന്തരത്തിൽ പ്രവർത്തനമാന്ദ്യം നേരിടുകയോ അടച്ചുപൂട്ടുകയോ ചെയ്തിട്ടുണ്ട്.

ഷിപ്പ് ബിൽഡിങ് യാർഡ്

ബേപ്പൂരിന്റെ നട്ടെല്ലുപോലുള്ള ആ റോഡി ലൂടെ നേരെ കിഴക്കോട്ട് കഷ്ടിച്ച് രണ്ട് ഫർലോങ് നടന്നപ്പോൾ അടുത്തടുത്ത് ഏതാനും പീടികകൾ. മിക്കപ്പോഴും അവിടെ പ്രൈവറ്റ് ബസുകൾ കിടപ്പു ണ്ടാകും. കോഴിക്കോട്ടേക്കുള്ളത്. ബേപ്പൂരിന്റെ ബസ് സ്റ്റാൻഡും ബസാറും അവിടെ തുടങ്ങുന്നു. ബേപ്പൂരിലെ വലിയ മുസ്ലിം പള്ളിയും പിന്നിട്ട് കുറ ച്ചിട നടന്നപ്പോഴേക്കും റോഡ് കുറെ ഓലപ്പുര കൾക്കു സമീപം ചെന്നുനിന്നു. ഇനിയങ്ങോട്ടില്ലെന്ന മട്ടിൽ. അവിടെ മണൽപ്പരപ്പിൽ എഴുന്നു നില്ക്കുക യാണ് ചെറുതും വലുതുമായ കൂരകൾ.

അസാമാന്യ വീതിയുള്ള പുഴയിലെ ഊക്കൻ തിരകളിൽ വലിയ കുലുക്കമൊന്നുമില്ലാതെ ഉദ്ധത ന്മാരായി കിടക്കുകയാണ് കുറെ ജാംബവാന്മാർ - വലിയ ജലവാഹനങ്ങൾ. പുഴയിലും പുഴക്കരയിലു മായി. (ഫിഷറീസ് ബോട്ട് നിർമ്മാണകേന്ദ്രം) പല വലിപ്പത്തിലും ആകൃതിയിലും നിറത്തിലുമുള്ള നൂറു കണക്കിന് ജലവാഹനങ്ങൾ, ബോട്ട് ബിൽഡിങ് യാർഡ് മുതൽ കടൽത്തീരം വരെ നീണ്ടുകിടക്കുന്ന കാഴ്ച കൗതുകകരമാണ്. പത്തേമാരി, കൊട്ടിയാ വ്, മഞ്ചി, ഡ്രങ്കി, ബ്രീക്ക, പായ്ക്കപ്പൽ, ബോട്ട്, തോണി എന്നിങ്ങനെ പലതാണിവ. 'ഇനിയൊക്കെ പിള്ളേരുടെ കാല'മെന്നമട്ടിൽ ആ ബോട്ടുകൾക്ക് നടുനായക്മായി നിലനില്ക്കുന്ന ആ ഭീമാകാരന് പ്രവർത്തനമാന്ദ്യം ഒന്നും സംഭവിച്ചിരുന്നില്ല. പത്തു മുപ്പതടി ഉയരത്തിൽ പത്തേമാരികൾ നിർമ്മിക്കുക യാണ് കുറേപ്പേർ. ആ നൗകപ്പണിക്കാരുടെ കൈവി രുതും ചുറുചുറുക്കും ആരെയും ആകർഷിക്കും. ബേപ്പൂർ പുഴയുടെ നീലജലത്തിൽ കുങ്കുമപ്പൊടി വാരിവിതറുന്ന അസ്തമന സൂര്യന്റെ പശ്ചാത്തല ത്തിൽ ബേപ്പൂർ പുഴയും തീരവും ജലവാഹനങ്ങളും കടൽക്കാക്കകളുടെ ശബ്ദകോലാഹലവും ഒക്കെ ക്കൂടി അവാച്യമായ ഒരു അനുഭൂതി ആരിലും ഉള വാക്കുന്നതാണ്. ആ ജലവാഹന നിർമ്മാണകേ ന്ദ്രവും ജലസ്ഥിതമായ അവയുടെ എണ്ണവും വണ്ണ വുമൊക്കെ കണ്ട് നടക്കുമ്പോൾ, നാമറിയാതെ ഹൃദയം അഭിമാനഭരിതമായിപ്പോകുന്നു (ആ സുവർണ്ണകാലം അസ്തമിച്ച മട്ടാണിപ്പോൾ).

ഉയർന്ന ഗുണനിലവാരമുള്ള നൗകകളുടെ നിർമ്മാണവും അറ്റകുറ്റപണികളും വൻതോതിൽ നടന്നിരുന്നു. ആധുനിക യന്ത്രോപകരണങ്ങളുടെ ഒന്നും സഹായമില്ലാതെ പാരമ്പര്യസിദ്ധമായ അറിവുകളും അനുഭവങ്ങളും കൈമുതലാക്കി ഉരുനിർമ്മാണത്തിൽ പ്രാഗത്ഭ്യം നേടിയവരേറെയുണ്ടായിരുന്നു. മുൻകാലങ്ങളിൽ (ഇന്നും ആ കരവിരുതും പ്രാഗത്ഭ്യവും കുറ്റിയറ്റു പോയിട്ടില്ല) ഉരുനിർമ്മാണം പോലെതന്നെ പ്രധാനമാണ് നിർമ്മാണം പൂർത്തിയായ ഉരുക്കളെ കടലിറക്കുന്നതും, ഉരുക്കകൾ അറ്റകുറ്റപ്പണികൾക്കായി കരയിലേക്ക് വലിച്ചുകയറ്റുന്നതും. ഏറ്റവും ശ്രമകരവും വൈദഗ്ദ്ധ്യമാവശ്യവുമായ ഈ ജോലിചെയ്യാൻ പ്രാപ്തരായ ഒരു തൊഴിൽസേന ആവശ്യമാണ്. പുരാതനകാലം മുതൽ ഈ ഭാരിച്ച ജോലി നിർവ്വഹിച്ചു പോരുന്നവരാണ് ഖലാസികൾ എന്ന പേരിൽ അറിയപ്പെടുന്ന വിദഗ്ദ്ധ തൊഴിലാളികൾ - മലബാർ ഖലാസികൾ. കേരളത്തിനകത്തും പുറത്തമുള്ള വൻകിട നിർമ്മാണ പ്രവർത്തനങ്ങളിലും ഭാരോദ്വഹന ജോലികളിലും മലബാർ ഖലാസികളുടെ സേവനം പ്രയോജനപ്പെടുന്നു.

ഒരിക്കൽ രാജകീയ പ്രതാപം തുടിച്ചുനിന്ന ബേപ്പൂർ കോവിലകങ്ങൾക്ക് അനുപൂരകമെന്നോണം പ്രസിദ്ധമായ പല ഹൈന്ദാവരാധാന കേന്ദ്രങ്ങളും ബേപ്പൂരുണ്ട്. പുതിയ കോവിലകം വക ശിവക്ഷേത്രം, കൽക്കുന്നത്ത് ശിവക്ഷേത്രം, അഞ്ചില കൃഷ്ണക്ഷേത്രം, ശ്രീ ഭദ്രാക്ഷേത്രം, കുരിക്കൾക്കാവ് എന്നിവ പ്രശസ്ത ക്ഷേത്രങ്ങളാണ്. കടലാക്രമണത്തിൽ കേടുപാടുകൾ സംഭവിച്ച ബൃഹദീശ്വര ക്ഷേത്രത്തിലെ ഏറ്റവും കാലപ്പഴക്കവും പ്രാമാണ്യവുമുള്ള വിഗ്രഹം ശിവക്ഷേത്ര പരിസരത്ത് സ്ഥാപിച്ചിട്ടുണ്ട്. ബേപ്പൂരിൽ വലിയ ജുമാ അത്ത് പള്ളിയും രണ്ട് ചെറിയ പള്ളികളും മാത്രമേ അന്നുണ്ടായിരുന്നുള്ളൂ. ബേപ്പൂർ അഴിമുഖത്തേക്കുള്ള റോഡരികിലുള്ള വലിയ പള്ളിക്ക് പലനൂറ്റാണ്ടുകളുടെ കാലപ്പഴക്കമുണ്ട്. ഗാംഭീര്യവും കുലീനതയുമുള്ള മുസ്ലിം ആരാധനാലയം പൊന്നാനിയിൽനിന്നും വന്ന മഖ്ദൂം ഷേഖ് എന്ന അറബി പണ്ഡിതനാണത്രെ ഈ പള്ളി സ്ഥാപിച്ചത്. അത്യുന്നതമായ മിനാരങ്ങളോടുകൂടിയ ആ പള്ളി പണ്ടുകാലത്ത് കപ്പൽയാത്രക്കാർക്ക് ഒരു വഴികാട്ടിയായും ബേപ്പൂരിലെത്തുന്ന സഞ്ചാരികൾക്ക് ഒരു വിശ്രമകേന്ദ്രമായും ഉപകരിച്ചിരുന്നു.

ബേപ്പൂർ ഇന്ന്

കോഴിക്കോട്ട് വികസന ബ്ലോക്കിൽപ്പെട്ട മൂന്നു പഞ്ചായത്തുകളിൽ ഒന്നാണ് ബേപ്പൂർ. ബ്ലോക്കിന്റെ ആസ്ഥാനവും ബേപ്പൂർ തന്നെ. ജനസംഖ്യ 56505 (91). പഞ്ചായത്തിന്റെ വിസ്തീർണ്ണം 10.42 ച കി മീ. ചെറുവണ്ണൂർ, ഏലന്തൂർ എന്നിവയാണ് മറ്റു രണ്ടെണ്ണം. ബേപ്പൂർ, നടുവട്ടം എന്നീ റവന്യൂ വില്ലേജുകൾ ഉൾപ്പെട്ട ബേപ്പൂരിന്റെ തെക്കുവശം ബേപ്പൂർ പുഴയും പടിഞ്ഞാറ് അറബിക്കടലുമാണ്. വടക്കുഭാഗത്തായി കോഴിക്കോട് കോർപ്പറേഷൻ. കിഴക്ക് ചെറുവണ്ണൂർ പഞ്ചായത്ത്. ജനസംഖ്യയിൽ ഭൂരിപക്ഷവും ഹിന്ദുക്കൾ. തെങ്ങും നെല്ലും മുഖ്യ കാർഷികോല്പന്നങ്ങൾ മത്സ്യബന്ധനത്തിലൂടെ ഉപജീവനമാർഗ്ഗം കണ്ടെത്തുന്ന നല്ലൊരു വിഭാഗം ആൾക്കാരുണ്ട്. കയർ പിരിച്ച് നിത്യവൃത്തിക്ക് വകതേടുന്ന കുടുംബങ്ങളും കുറവല്ല. ബേപ്പൂർ തുറമുഖത്ത് കപ്പലടുക്കുമ്പോഴായിരുന്നു പണ്ട് തദ്ദേശീയരുടെ ഭാഗ്യം തെളിയുക. ഇറാൻ, ഇറാഖ് എന്നീ രാജ്യങ്ങളിൽനിന്നു വന്നിരുന്ന അറബിക്കപ്പലുകൾ ബേപ്പൂരിൽ താല്ക്കാലികമായെങ്കിലും സമൃദ്ധി പ്രദാനം ചെയ്തിരുന്നു. കടത്തിക്കൊണ്ടുവരുന്ന കള്ളപ്പൊന്ന് കുറച്ച് ആൾക്കാരെയെങ്കിലും പണക്കാരാക്കിയിട്ടുണ്ട്. പക്ഷേ, ഇന്ന് എല്ലാം ഓർമ്മകൾ മാത്രം.

കയറുല്പന്നങ്ങൾ ബേപ്പൂരിലെ തൊഴിൽമേഖലയിലെ ഒരു പ്രധാന ഘടകമാണ്. ബേപ്പൂർ ചൂടി പ്രസിദ്ധം. നടുവട്ടം ഭാഗങ്ങളിൽ നെയ്ത്ത് ഒരു വരുമാനമാർഗ്ഗമാണ്. അവിടെ ചാലിയർ കൂടുതലായി വസിക്കുന്നു. ബേപ്പൂരിൽ ഗവൺമെന്റ് ഉടമയിലുള്ള ഒരു കയർ ഫാക്ടറി പ്രവർത്തിച്ചിരുന്നു. സമീപപ്രദേശങ്ങളിലെ തൊഴിൽശാലകളിലും ബേപ്പൂർ നിവാസികൾ പണിയെടുത്തിരുന്നു. മറ്റു പല ഗ്രാമങ്ങളോളം ദരിദ്രമല്ല ബേപ്പൂർഗ്രാമം.

ഇന്ന്, ഇരുപത്തി ഒന്നാം നൂറ്റാണ്ടിൽ ബേപ്പൂരിന്റെ സ്ഥിതിയോ?

ബേപ്പൂർ സുൽത്താൻ കഥാവശേഷനായിക്കഴിഞ്ഞു. ബേപ്പൂരിലെ പ്രസിദ്ധമായ ഉരുനിർമ്മാണ വേദികൾ ഇന്ന് ഏറക്കുറെ നിശ്ചലം; മൂകം. ഒരിക്കൽ ചലനാത്മകവും ശബ്ദമുഖരിതവുമായിരുന്ന ആ തുറമുഖ തീരത്തു നില്ക്കെ, ആ നഷ്ടപ്രതാപം എന്നെ വല്ലാതെ വേദനപ്പെടുത്തി. 1980 മുതലേ ഉരുനിർമ്മാണശാലകളുടെ ദുർഗ്ഗതി ആരംഭിച്ചു കഴിഞ്ഞു. അറബികളുടെ രക്ഷാകർത്തൃത്വത്തിൽ നടന്നുവന്ന ഉരുനിർമ്മാണം ക്രമേണ മന്ദഗതിയിലായി. ജോലി സ്ഥിരതയ്ക്കുവേണ്ടിയുള്ള തൊഴിലാളിസമരം ഈ വ്യവസായത്തെ പ്രതികൂലമായി ബാധിച്ചു. ബേപ്പൂരിന്റെ വ്യവസായിക പ്രാധാന്യവും നാൾക്കുനാൾ കുറഞ്ഞുവരികയാണ്. പുതിയ നൂറ്റാണ്ടിന്റെ തുടക്കത്തിലെ (2003) ബേപ്പൂർ യാത്ര തീരെ സുഖകരമായിരുന്നില്ല. മീഞ്ചന്തയിൽനിന്ന് ബേപ്പൂരിലേക്ക് കടക്കുമ്പോൾ തന്നെ അസ്വസ്ഥതകളും അമ്പരപ്പും നിറഞ്ഞ മുഖങ്ങൾ മാത്രം. ചീറിപ്പായുന്ന പൊലീസ് വാഹനങ്ങൾ. പുറത്തുനിന്നും വരുന്ന

വർക്ക് വിലക്കുള്ളതുപോലെ. മുട്ടിനു മുട്ടിന് പൊലീസിന്റെ ചോദ്യം ചെയ്യൽ. പ്രസന്നമായ ഒറ്റ മുഖംപോലും ആ ഓട്ട പ്രദക്ഷിണത്തിനിടയിൽ കാണാനായില്ല. പ്രശാന്തവും സമാധാനപൂർണ്ണവുമായ ഗ്രാമാന്തരീക്ഷത്തിനു പകരം സംഘർഷവും ഭീതിയും നിഴലിക്കുന്ന മുഖഭാവങ്ങൾ. ഇരുമതവിഭാഗങ്ങളും പോരടിച്ചു നിന്ന സംഘർഷാന്തരീക്ഷത്തിന് അയവുവന്നിട്ടുണ്ട്. കലാപത്തിന്റെ കയ്പുനീർ ആവോളം കുടിച്ചുമടുത്ത സാധാരണക്കാർ മെല്ലെ മെല്ലെ സമന്വയത്തിന്റെ പാതയിലേക്ക് നടന്നടുക്കുന്നതായി തോന്നി.

67

സാമൂതിരിയുടെ പട്ടത്താനം

ആയിരത്തിമുന്നൂറ്റി നാല്പത്തിമൂന്ന് ജനുവരി 2 വ്യാഴാഴ്ച.

> പന്തലായനി (അന്നത്തെ കൊല്ലം പന്തലായിനി - ഇന്നത്തെ കോയിലാണ്ടിയിൽ നിന്ന് ഞങ്ങൾ കാലിക്കൂത്തി (ഇന്നത്തെ കോഴിക്കോട്) ലേക്ക് യാത്രതിരിച്ചു. 'മുലൈബാറി'ലെ (മലബാർ) ഏറ്റവും വലിയ തുറമുഖമാണിത്. ചൈന, സിലോൺ, മാലിദ്വീപ്, യെമൻ, പേർഷ്യ എന്നീ രാജ്യക്കാർ കച്ചവടത്തിനായി ഇവിടേക്കാണ് പ്രധാനമായും വരുന്നത്. ലോകത്തിന്റെ വിഭിന്ന ഭാഗങ്ങളിൽ നിന്നുള്ള പ്രതിനിധികളെ കോഴിക്കോട്ടങ്ങാടിയിൽ കാണാം. ഇവിടുത്തെ വ്യാപാര പ്രാധാന്യം വച്ചു നോക്കുമ്പോൾ ലോകത്തിലെ ഏറ്റവും പ്രധാനമായ തുറമുഖങ്ങളിൽ തന്നെ അപ്രധാനമല്ലാത്ത സ്ഥാനമാണിതിനുള്ളത്.
>
> സാമിരി (സാമൂതിരി) എന്നറിയപ്പെടുന്ന ഒരു ഹിന്ദുവാണ് കോഴിക്കോട്ടെ രാജാവ്. റോമാക്കാരുടെമാതിരി അദ്ദേഹം താടി വടിച്ചിരിക്കുന്നത് കണ്ടു. ഞങ്ങളവിടെ ഇറങ്ങുമ്പോൾ 13 ചൈനീസ് കപ്പലുകൾ നില്ക്കുന്നത് കണ്ടു. അതു കണ്ടപ്പോൾ മനം കുളിർക്കെ സന്തോഷിച്ചു, കാരണം, ഞങ്ങളുടെ ലക്ഷ്യവും ചൈനയാണല്ലോ. എന്നാൽ കപ്പലുകൾക്കൊന്നിലും വേണ്ടത്ര സൗകര്യം ഇല്ലായിരുന്നു. അതിനാൽ സ്വീകരിക്കപ്പെട്ട കപ്പൽ ലഭിക്കുന്നതുവരെ അവിടെ താമസിക്കുവാൻ തീരുമാനിച്ചു. താമസത്തിനു വേണ്ട എല്ലാ സൗകര്യങ്ങളും രാജാവിന്റെ പ്രത്യേക മേൽനോട്ടത്തിൽ ചെയ്തുതന്നു. അങ്ങനെ ചൈനയിലേക്കുള്ള കപ്പലും പ്രതീക്ഷിച്ച് മൂന്നുമാസത്തോളം രാജാവിന്റെ അതിഥിയായി താമസിച്ചു...

പ്രസിദ്ധലോക സഞ്ചാരിയായ ഇബ്നു ബത്തൂത്തയുടെ സഞ്ചാരവിവരണങ്ങളിലെ പ്രസക്തഭാഗമാണ് മേൽ ഉദ്ധരിച്ചിട്ടുള്ളത്. എ ഡി 14-ാം ശതകത്തിലെ കോഴിക്കോടിനെ സംബന്ധിച്ച ആ കുറിപ്പുകൾ ആറ് നൂറ്റാണ്ടുകൾക്കു മുമ്പുള്ള കോഴിക്കോടിന്റെ അക്കാലത്തെ വാണിജ്യാഭിവൃദ്ധിയെപ്പറ്റി വ്യക്തമായ സൂചന നല്കുന്നുണ്ട്. ഇന്ന്, നൂറ്റാണ്ടുകൾക്കു ശേഷവും ആ വാണിജ്യപാരമ്പര്യം പുലർത്തിപ്പോരുന്ന ആ പ്രാചീന നഗരത്തിന്റെ ഉല്പത്തിയെ സംബന്ധിച്ച വ്യക്തമായ ചരിത്ര സൂചനകൾ ലഭിക്കുന്നത് 11-ാം ശതകത്തിലാണ്; 1040 നടുപ്പിച്ച്, അതിനു മുൻപോ? അവ്യക്തതകളുടെ മാറാല മൂടിയ കല്പിതകഥകളുടെ പരിവേഷമാണ് രാജ്യോല്പത്തി ചരിത്രത്തിനുള്ളത്.

ചേരമാൻ പെരുമാൾ എന്ന ചരിത്ര കഥാനായകനെ ചുറ്റിപ്പറ്റിയാണ് തുടക്കം.

ചേരമാൻ പെരുമാൾ രാജ്യം പലർക്കായി പങ്കിട്ടു കൊടുത്തിട്ട് മെക്കയിലേക്കു പോകാൻ ഒരുമ്പെട്ട കഥ ഓർക്കുമല്ലോ. രാജ്യം ഏതാണ്ട് മുഴുവനും അങ്ങനെ ദാനം ചെയ്തു കഴിഞ്ഞപ്പോഴാണ്, മാനിച്ചൻ എന്നും വിക്രമൻ എന്നും പേരുള്ള തന്റെ ഏറാടിമാരെ ഓർമ്മിച്ചത്. വല്ലാത്ത ധർമ്മസങ്കടത്തിലായ പെരുമാൾ അവസാനം അരുളി ചെയ്തുവത്രേ.

"രാജ്യം എപ്പേർപ്പെട്ട ജനങ്ങൾക്കു പകുത്തു

കൊടുത്തുപോയല്ലോ. ഇനി എന്താ വേണ്ടത്" എന്നു വിചാരിച്ച് "ഇനി കോഴികൂവുന്നദേശവും ചുള്ളിക്കാടും ഉണ്ട്. അത് നിങ്ങൾക്കു തരാം" എന്ന് പെരുമാൾ അരുളിച്ചെയ്തപ്പോൾ, അത് മതി, എന്ന് അവർ പറയുകയാൽ, പെരുമാൾ കോഴിക്കോടും ചുള്ളിക്കാടും ആനക്കോലാൽ മുക്കാൽ വഴിയും, വാളും വാളുമുനമേൽ നീരും പകർന്നു കൊടുത്ത് നിങ്ങൾ ചത്തും കൊന്നും അടക്കിക്കൊൾക" എന്നു ചേരമാൻ പെരുമാൾ കല്പിച്ചു കൊടുത്തതാണ് കോഴിക്കോട് എന്നാണ് *കേരളോല്പത്തി*യിൽ കാണുന്നത്. കോഴിക്കോട് ഗ്രന്ഥാവരിയിൽ പറയുന്നത് മറ്റൊരുതരത്തിലാണ്. ചേരമാൻ പെരുമാൾ, ഭരിക്കുവാൻ മഹായോഗ്യന്മാരെന്ന് കണ്ട്, ജ്യേഷ്ഠനായ മാനവിക്രമൻ എന്ന ആളെ വാളും വീരശൃംഖലയും നല്കി കേരള രാജ്യത്തിലെ എല്ലാവരിലും മീതെ മഹാരാജാവായും മാനവേദൻ എന്ന ആളെ ഇളയ രജാവായും വാഴിച്ച് കോഴിക്കോട്ടു രാജധാനിയും കല്പിച്ച് മഹാപ്രസ്ഥാനം ചെയ്തുവെന്നാണ്.

ചരിത്രസൂചന

മേൽ സൂചിപ്പിച്ച മാനവിക്രമനും മാനവേദനും ചേരമാൻ പെരുമാളിന്റെ പുത്രന്മാരാണെന്നത്രേ, *കൊച്ചിരാജ്യ ചരിത്ര* കർത്താവായ പത്മനാഭമേനോന്റെ പക്ഷം. വിദേശ സഞ്ചാരികളും ഈ ഐതിഹ്യങ്ങളെത്തന്നെ സാമൂതിരിയുടെ വംശോല്പത്തിയായി പരിഗണിച്ചിട്ടുള്ളത്. ഈ കല്പിത കഥകൾക്കിടയ്ക്ക് ചരിത്ര വസ്തുകളുടെ ചില അസ്ഥിക്കഷണങ്ങൾ കാണുന്നുണ്ട്. ഭാസ്കര രവിവർമ്മന്റെ ജൂതശാസനമെന്ന ചരിത്ര രേഖയിൽ-

"ഇപ്പടി അറിവേൻ ഏറാളുനാട്ടെടയമാനവെമ്പല മനവിയൻ" എന്നും വീരരാഘ ചക്രവർത്തിയുടെ (ഇരവിക്കൊർത്തൻ) ശാസനത്തിൽ "ഏറനാടും വള്ളുവനാടും അറിയെക്കുടുത്തോം" എന്നും കാണുന്നത് സംശയാതീതമായ കാലഗണനയ്ക്കുതകുന്ന ചരിത്ര സൂചനകളാണ്.

ഇനി ഇവിടെ സൂചിപ്പിച്ച ഏറനാട് എവിടെ എന്നും ഏറാളുനാട്ടുടയ 'മാനവെമ്പാല മാനവീയൻ' ആരെന്നും കണ്ടെത്താൻ ശ്രമിക്കാം.

മാനിച്ചൻ എന്നും വിക്കിരൻ എന്നും പേരായി രണ്ടു ഏറാടികൾ പാണ്ടിപ്പടയുടെ ആക്രമണത്തെ സുധീരം ചെറുത്തുവെന്നും അവർ മുപ്പതിനായിരം നായന്മാരുടെ സൈന്യബലത്തോടെ യുദ്ധം ചെയ്ത് പാണ്ടിക്കോട്ട പിടിച്ചെടുത്തു എന്നും ചേരമാൻ പെരുമാൾ അവരിൽ പ്രസാദിച്ച് വീരശൃംഖലയും മറ്റും സമ്മാനിച്ച് അവരെ അനന്തരാവകാശികളാക്കി വാഴിക്കുമെന്ന പ്രഖ്യാപനം നടത്തിയെന്നും മറ്റും *കേരളോല്പത്തി*യിലുണ്ട്.

ഏറനാട്ടിന്റെ പിൻഗാമികൾ

ചേരനാട്ടിലെ പ്രധാനപ്പെട്ട നാലു സ്വരൂപങ്ങളിലൊന്നായിരുന്നുവത്രേ ഏറനാട്. കോലത്തിരി, പെരുമ്പടപ്പ്, വേണാട് എന്നിവയത്രേ മറ്റു സ്വരൂപങ്ങൾ. ഏറനാടിനെ നെടിയിരിപ്പു എന്നും പറഞ്ഞിരുന്നു. ഏറാടിനാടുവാഴ്കയാൽ രാജ്യത്തിന് ഏറനാട് എന്നപേരും സിദ്ധിച്ചു. ഒൻപതും പത്തും ശതകങ്ങളിലെ കേരളത്തിലെ രാഷ്ട്രീയ വിഭാഗങ്ങളിലൊന്നായി ഏറനാട് നിലകൊണ്ടിരുന്നു. ഭാസ്കരരവിയുടെ ജൂതശാസനത്തിൽ (എ ഡി 1000) ഒപ്പിട്ട സാക്ഷികളിൽ ഒരാൾ ഏർനാട്ടു (എറാൾനാട്) ടയമാനവെമ്പാലമാനവീയനത്രെ. അദ്ദേഹത്തിന്റെ പിന്മുറക്കാരാണ് പില്ക്കാലത്ത് സാമൂതിരിമാരായിത്തീരുന്നത്.

പതിമൂന്നാം ശതകത്തിന് മുമ്പ് ഇന്നത്തെ കോഴിക്കോട്ടുൾപ്പെടുന്ന പ്രദേശങ്ങൾ പോളനാടിന്റെ (പോർളാതിരിമാർ) അധീനതയിലായിരുന്നു.

സമുദ്രതീരത്തുനിന്ന് അകന്നുമാറി സ്ഥിതിചെയ്തിരുന്ന ഏറനാടിന് വ്യാപാര വികാസത്തിനുള്ള സാദ്ധ്യതകൾ വിരളമായിരുന്നു. ചേരമാൻ പെരുമാൾ സമുദ്രതീരത്ത് കോഴികൂവുന്ന ചുള്ളിക്കാട് നല്കിയിരുന്നെങ്കിലും കൂടുതൽ വാണിജ്യ വികസന സാദ്ധ്യതയുള്ള ഒരിടം ആവശ്യമാണെന്ന് ഏറനാടിന് ബോദ്ധ്യപ്പെട്ടു. ഇന്നത്തെ കോഴിക്കോടിന്റെ മുക്കാൽ ഭാഗവും ഉൾപ്പെടുന്നതായിരുന്നു പോളനാട്. സൈനിക ശക്തി കൂടുതലുള്ള ഏറാൾപ്പാട് (ഏറനാട് രാജാവ്) പോർളാതിരിയെ (പോളനാടുരാജാവ്) ആക്രമിച്ച് ആ നാട് കൈവശപ്പെടുത്തി. തുടർന്ന് സാമൂതിരിയായിത്തീർന്ന ഏറനാട്ടുടയവർ ഏറാനാട്ടുനിന്ന് തന്റെ രാജധാനി അങ്ങോട്ടു മാറ്റുകയും ആ സ്ഥലത്തിന് ത്രിവിക്രമപുരം എന്ന പേര് നല്കുകയുംചെയ്തു. തളിയിൽ ക്ഷേത്രത്തിനടുത്ത് തമ്പുരാട്ടിമാർക്ക് താമസിക്കാൻ മറ്റൊരു കൊട്ടാരം പണികഴിപ്പിക്കുകയും ത്രിവിക്രമപുരത്തിനുചുറ്റുമായി ഒരു കോട്ട പണിയിക്കുകയും ചെയ്തു. കോവിൽ- കോട്. കോയിൽക്കോടും, പിന്നീട് കോഴിക്കോടും ആയത്രേ.

പേർഷ്യൻ സഞ്ചാരിയായ ഇബ്നുബത്തൂത്ത 1342 നും 1347 നും മദ്ധ്യേ ആറ് പ്രാവശ്യം കോഴിക്കോട് സന്ദർശിച്ചതായി രേഖപ്പെടുത്തിയിട്ടുണ്ട്. കോഴിക്കോട് ഒരു വ്യാപാരനഗരമായി വളർത്തിയെടുക്കുന്നതിൽ തുറമുഖം വഹിച്ച പങ്ക് ശ്രദ്ധേയമാണ്. ലോകത്തിലെ ഏറ്റവും വലിയ തുറമുഖങ്ങളിലൊന്ന് കോഴിക്കോടാണെന്ന് അന്ന് വിശേഷിപ്പിക്ക

പ്പെട്ടിരുന്നു. അർദ്ധവൃത്താകൃതിയിൽ കുന്നുകളാൽ വലയം ചെയ്യപ്പെട്ടതാണ് കോഴിക്കോട്. പഴയ കോഴിക്കോടിന്റെ വടക്കനതിർത്തിയായ കോരപ്പുഴയ്ക്ക് സമീപംനിന്നു തുടങ്ങി, തെക്ക് കടലുണ്ടിയിൽ അവസാനിക്കുന്നതാണ് ഈ കുന്നിൻനിരകൾ. കടലുണ്ടി, ബേപ്പൂർ, കല്ലായി, കോഴിക്കോട്, പുതിയങ്ങാടി, എലത്തൂർ എന്നീ തുറമുഖങ്ങളുടെ വളർച്ചയ്ക്ക് ഇത് ഏറെ സഹായകമായി.

കോഴിക്കോട് അന്ന്

കോഴിക്കോട് നഗരം എന്നു സ്ഥാപിച്ചുവെന്നതിന് വ്യക്തമായ രേഖ ഒന്നുമില്ല. എന്നാൽ ചിലരുടെ നിഗമനം "ദേവോനാരായണസ്യാൽ" എന്ന കലിദിനസൂചകമായ വാക്യത്തിൽനിന്ന് ആ നഗരം എ ഡി 1042 ൽ സ്ഥാപിതമായി എന്നാണ്. തുടർന്ന് രാജധാനി അതിവേഗം വളർന്ന് വലുതായത്രെ. സാമൂതിരിവാഴ്ചയുടെ പ്രതാപകാലമായിരുന്നു പതിനഞ്ചും പതിനാറും ശതകങ്ങളെന്ന് വിദേശസഞ്ചാരികളുടെ വിവരണങ്ങളിൽ നിന്നും അനുമാനിക്കാം. 14-ാം നൂറ്റാണ്ടിന്റെ പൂർവ്വാർദ്ധത്തിൽ ഇബ്നു ബത്തൂത്തയ്ക്ക് സംതൃപ്തിയേകിയ കോഴിക്കോട്, ഒരുനൂറ്റാണ്ടിനു ശേഷം 15-ാം നൂറ്റാണ്ടിന്റെ പൂർവ്വാർദ്ധത്തിൽ ഉത്തരോത്തരം അഭിവൃദ്ധി പ്രാപിച്ചിരുന്നുവെന്ന് അക്കാലത്ത് കോഴിക്കോട് സന്ദർശിച്ച നിക്കോളോ കോണ്ടി എന്ന ഇറ്റാലിയൻ സഞ്ചാരിയുടെ യാത്രാക്കുറിപ്പുകൾ വ്യക്തമാക്കുന്നു.

> ലോകത്തിന്റെ എല്ലാ ഭാഗങ്ങളിൽനിന്നും കച്ചവടക്കപ്പലുകൾ ഏറ്റവും വിശിഷ്ടമായ സാധനങ്ങളുമായി ഇവിടെ വരികയും എളുപ്പത്തിൽ വിറ്റഴിക്കുകയും ചെയ്യുന്നു. നഗരത്തിലെ രക്ഷാനടപടികളും നീതിപാലനവും ഏറ്റവും കാര്യക്ഷമമായി നടത്തിവരുന്നു. അതുകൊണ്ട് വിദേശങ്ങളിൽനിന്നും ചരക്കുമായി വരുന്ന വ്യാപാരികൾക്ക് യാതൊരു ഭയവും കൂടാതെ ചരക്കുകളിറക്കി നേരെ കമ്പോളത്തിലേക്കയക്കാം. കമ്പോളത്തിലെ മുഴുവൻ ഉത്തരവാദിത്തവും രാജാവിനാണ്. കോഴിക്കോട്ടുനിന്ന് കണക്കില്ലാത്തത്ര കുരുമുളക് കയറ്റി അയക്കുന്നുണ്ട്. കുരുമുളകിനു പുറമേ ഇഞ്ചി, ഇലവർങ്ഗപ്പട്ട, താന്നിക്ക എന്നിവയും ഇവിടെനിന്നും കയറ്റി അയക്കുന്നുണ്ട്. വിദേശവ്യാപാരികൾക്ക് ഇത്രയേറെ ആനുകൂല്യങ്ങളും സുരക്ഷിതത്വവും നല്കുന്ന തുറമുഖങ്ങൾ ഈ കരയിൽ വേറെയില്ല.

അഞ്ച് നൂറ്റാണ്ടുകൾക്കുമുമ്പുള്ള കോഴിക്കോടിന്റെ ഐശ്വര്യപൂർണ്ണമായ ഒരു ചിത്രമാണ് ഈ കുറിപ്പുകളിൽ കാണുക. കപ്പൽഗതാഗതത്തിന് ഏറ്റവും അനുയോജ്യമായ തുറമുഖം, വന്നടുക്കുന്ന വ്യാപാരികൾക്ക് വേണ്ടത്ര സുരക്ഷിതത്വം, കുറ്റമറ്റ നീതിപാലനം, അളവറ്റ ആതിഥ്യമര്യാദ, കയറ്റിയയക്കാൻ വേണ്ടത്ര കാർഷികോല്പന്നങ്ങൾ സമാധാനപരമായ സാമൂഹ്യജീവിതം, അന്നത്തെ കോഴിക്കോടിന്റെ ചിത്രമാണിത്.

രാജ്യത്തിന്റെ കാർഷികവിഭവങ്ങൾ വിദേശവിപണികളിൽ അയച്ച്, ധനം നേടി രാജ്യത്തെ സമ്പൽസമൃദ്ധമാക്കാൻ ജാഗ്രത കാട്ടുന്ന ഒരു ഭരണാധിപനെ നമുക്കന്ന് സാമൂതിരിയിൽ കാണാം. ശക്തവും ഭദ്രവുമായ രാജ്യഭരണം. നഗരത്തിന്റെ വളർച്ചയ്ക്ക് മുഹമ്മദീയ വ്യാപാരികൾ ഗണ്യമായ പങ്ക് വഹിച്ചു. അറബികളുടെയും ചീനന്മാരുടെയുമെല്ലാം വാണിജ്യക്കപ്പലുകൾക്ക് സൗകര്യപ്രദമായി നങ്കൂരമിടത്തക്കവിധം സാമൂതിരി തുറമുഖം വികസിപ്പിച്ചു. പൂർവ്വേഷ്യൻ രാജ്യങ്ങളിൽ കോഴിക്കോടിന്റെ വാണിജ്യപ്രശസ്തി വ്യാപിച്ചു.

സാമൂഹ്യസംവിധാനം

സാമൂതിരിപ്രഭാവകാലത്ത് ഐശ്വര്യപൂർണ്ണമായ കോഴിക്കോടിന്റെ സാമൂഹ്യ സംവിധാനത്തെപ്പറ്റി പ്രശസ്ത ചരിത്രകാരനായ ഡോ. എം ജി എസ് നാരായണൻ നല്കുന്ന സൂചനകൾ ഈ പുരാതന നഗരത്തിന്റെ ഗതകാലപ്രൗഢിയും സമൃദ്ധിയും സംതൃപ്തിയും മതസൗഹാർദ്ദവും വിളിച്ചോതുന്നു. നഗരത്തിന് മതിലകം എന്നും കോട്ടയെന്നും പേർ കല്പിച്ചിരുന്നു. കോട്ടപ്പറമ്പ് എന്ന പേര് ഇന്നും അവശേഷിക്കുന്നു. പാളയം മുതൽ മാനാഞ്ചിറ വരെ പഴയ കോവിലകങ്ങൾ ഉണ്ടായിരുന്നുവത്രെ. അതിനു ചുറ്റും പടപ്പാളയങ്ങൾ. തളിക്ഷേത്രമാണ് മറ്റൊരു പ്രധാന രാജകീയ സ്ഥാനം. അതിനടുത്തായി ബ്രാഹ്മണസമൂഹത്തിന്റെ ആവാസകേന്ദ്രം. വൈദിക പഠനത്തിനുള്ള പഴയശാലയും (ചാലപ്പുറം) തമ്പുരാട്ടിമാർക്കുള്ള അമ്പാടി കോവിലകങ്ങളും അവിടെ കാണപ്പെട്ടു. അതിനപ്പുറം മാങ്കാവിലും (മാഹൻ കാവ്) മറ്റും പല നായർ തറവാടുകളുമായിരുന്നു. കല്ലായിപ്പുഴയ്ക്കു സമീപം പന്നിയങ്കരയിൽ മേനോന്മാരുടെയും നായന്മാരുടെയും തറവാടുകളും പുരാതനമായ തിരുവറ്റൂർ ക്ഷേത്രങ്ങളുമാണുണ്ടായിരുന്നത്. കോവിലകത്തെ കണക്കെഴുത്തുകാരായ മേനോന്മാരെയും (പരിഷ) കാവൽ ഭടന്മാരായ നായന്മാരെയും (കിരിയം) തമ്പുരാക്കന്മാരുടെ കെട്ടിലമ്മമാരെയും പഴയ നായർ ഭവനങ്ങളിൽനിന്നാണ് റിക്രൂട്ട് ചെയ്യപ്പെട്ടിരുന്നത്. 'തളിനങ്ങമാർ' എന്ന

പേരിൽ കോവിലകങ്ങളിൽ പണിക്കും പരിചരണത്തിനുമായി സ്ത്രീകൾ പോയിരുന്നത് ഇവിടെ നിന്നാണ്.

പഴയ കോഴിക്കോടിന് രണ്ടു പ്രധാന രാജവീഥികളാണുണ്ടായിരുന്നത്. കോവിലകത്തിന്റെ പടിഞ്ഞാറെ ഗോപുരം തൊട്ട് നേരെ നീണ്ടുകിടക്കുന്ന വലിയങ്ങാടി വാസ്കോ ഡ ഗാമയുടെ ആഗമനകാലത്തേ ഉണ്ടായിരുന്നു. അതിന്റെ പാർശ്വങ്ങളിൽ ഇടിയങ്ങര, കുറ്റിച്ചിറ, പരപ്പിൽ മുതലായ ഭാഗങ്ങളിലാണ് മാപ്പിളമാരുടെ പഴയ പള്ളി, മുച്ചുന്തിപ്പള്ളി, പഴയ ജാറങ്ങൾ, അകങ്ങൾ ഷേഖിന്റെ പള്ളി എന്നിവ സ്ഥിതിചെയ്തിരുന്നത്. മുച്ചുന്തിപ്പിള്ളിയിലേക്ക് സാമൂതിരി ദാനം ചെയ്തിരുന്ന കുറേ നിലങ്ങളെ പറ്റി സൂചിപ്പിക്കുന്ന 13-ാം ശതകത്തിലെ ഒരു ശിലാരേഖ (ഒരു പകുതി വട്ടെഴുത്തിലും ഒരു പകുതി കോലെഴുത്തിലും) കൊത്തിവച്ചിട്ടുള്ളത് ഇന്നും ആ പള്ളിയിലുണ്ട്. കോഴിക്കോട്ടെ പഴയ മുസ്ലിം പള്ളികൾ മാത്രമല്ല മുസ്ലിം തറവാടുകളും പ്രാചീന ഹൈന്ദവശില്പമാതൃകയിലാണ് നിർമ്മിക്കപ്പെട്ടിരുന്നത്. വലിയങ്ങാടിയുടെ ഒരുഭാഗത്ത് ഗുജറാത്തി മീഡാബസാറും ഹൽവാബസാറും മറ്റൊരു ഭാഗത്ത് ചെമ്പോട്ടികളുടെ തെരുവും ഇനിയൊരു ഭാഗത്ത് ചെട്ടികളുടെ പട്ടുതെരുവും പഴയകാലത്തുണ്ടായിരുന്നതിന് ചില തെളിവുകൾ ഉണ്ട്. ജൈനക്ഷേത്രത്തിന് നൂറ്റാണ്ടുകളുടെ പഴക്കമുണ്ട്.

1513 ൽ കല്ലായിപ്പുഴയുടെ വടക്കുഭാഗത്ത് പോർച്ചുഗീസുകാർ ചെറിയൊരു കോട്ടയും പള്ളിയും നിർമ്മിച്ചിരുന്നു. ചാലിയത്ത് കോട്ടയും പള്ളിയും നിർമ്മിച്ചു. കോഴിക്കോട്ടെ മറ്റൊരു പ്രധാന വീഥിയും തളിയിൽ ശിവക്ഷേത്രം മുതൽ വളയക്കാട്ട് ഭഗവതി ക്ഷേത്രം വരെ നെടുങ്ങനെ പോയിരുന്നു. ആ വഴിക്കാണ് ആറാട്ടും ഘോഷയാത്രകളും കടന്നുപോയിരുന്നത്.

നഗരത്തിലെ കിഴക്കും തെക്കും ഭാഗങ്ങൾ ചേർന്ന സവർണ്ണ ഹിന്ദുക്കളുടെ കേന്ദ്രവും, പടിഞ്ഞാറും തെക്കും ചേർന്ന വിദേശ കച്ചവടക്കാരുടെ കേന്ദ്രങ്ങളും; അങ്ങനെ രണ്ടുമേഖലകളാണുണ്ടായിരുന്നത്. പരസ്പര സഹായത്തോടും സൗഹാർദ്ദത്തോടും കഴിഞ്ഞുകൂടിയിരുന്നു, ഈ രണ്ട് മേഖലകളും ഹിന്ദുക്കളും മുസ്ലീങ്ങളും ഐക്യത്തോടെ കഴിഞ്ഞുവന്ന ആ സാമൂഹ്യസംവിധാനത്തിന് ദുരാഗ്രഹികളായ പോർച്ചുഗീസുകാരുടെ വരവോടെ ശൈഥില്യം സംഭവിച്ചു.

തളിക്ഷേത്രം

ഐശ്വര്യപൂർണ്ണമായ അക്കാലത്ത് സാമൂതിരിയുടെ ഭരദേവതാ ക്ഷേത്രങ്ങളിലൊന്നായിരുന്നു കോഴിക്കോട്ടെ തളിക്ഷേത്രം (തിരുവളയനാടും തിരുനാവായുമാണ് മറ്റു രണ്ടെണ്ണം) ക്ഷേത്രോല്പത്തിയെ സംബന്ധിച്ച ഐതിഹ്യങ്ങൾ പലതുണ്ട്. പരശുരാമൻ നിർമ്മിച്ചതാണെന്നും, അതല്ല നാറാണത്തു ഭ്രാന്തൻ സ്ഥാപിച്ചതാണെന്നും. പതിനാലാം നൂറ്റാണ്ടിൽ സാമൂതിരി തന്റെ ആസ്ഥാനം നെടിയിരിപ്പിൽനിന്നും കോഴിക്കോട്ടേയ്ക്ക് മാറ്റുന്നതിനു മുമ്പ് ക്ഷേത്രഭരണം നടത്തിയിരുന്നത് തളിഗ്രാമത്തിലെ 50 നമ്പികളായിരുന്നു. ഈ നമ്പിമാരുടെ ബന്ധുവായിരുന്ന ഒരു കോലത്തിരി രാജാവ് സാമൂതിരിയുടെ കൊട്ടാരത്തിൽനിന്നും ഒരു രാജകന്യകയെ അപഹരിച്ച് കൊണ്ടുപോയത്രേ. ഇതിൽ ക്ഷുഭിതനായ സാമൂതിരി നമ്പിമാരെ ഒന്നടങ്കം വധിച്ചശേഷം ക്ഷേത്രഭരണം സ്വയം ഏറ്റെടുത്തെന്ന് വിശ്വസിക്കപ്പെടുന്നു. നമ്പിമാർ ഓരോരുത്തരായി വധിക്കപ്പെട്ടെന്ന് കരുതപ്പെടുന്ന തുലാമാസത്തിലെ രേവതി മുതൽ തിരുവാതിരവരെയുള്ള ഏഴുദിവസങ്ങളിലാണ്, സാമൂതിരി രാജവംശവുമായി അഭേദ്യ ബന്ധമുള്ള രേവതി പട്ടത്താനം ഈ ക്ഷേത്രത്തിൽ വച്ചു നടത്തപ്പെടുന്നത്.

1766 ൽ ഹൈദരുടെ ആക്രമണകാലത്ത് ഈ ക്ഷേത്രം അഗ്നിബാധയിൽ നശിച്ചു. ഹൈദർ തീവെച്ചതാണെന്നും അതല്ല, ഹൈദരുടെ പിടിയിൽ അകപ്പെടാതിരിക്കുന്നതിനു വേണ്ടി സാമൂതിരി ക്ഷേത്രത്തിനു തീവെച്ച് അതിൽ വെന്തുരുകി സ്വയം ജീവത്യാഗം ചെയ്തതായിരുന്നെന്നും ഭിന്നാഭിപ്രായങ്ങളുണ്ട്. 1793 ൽ അടുത്ത സാമൂതിരി ജീർണ്ണോദ്ധാരണത്തിന് ശ്രമിച്ചെങ്കിലും സാമ്പത്തിക കുഴപ്പങ്ങളാൽ അത് നടന്നില്ല. 1916 ൽ ബ്രിട്ടീഷ് ഗവൺമെന്റും ഇക്കാര്യത്തിൽ ഒരു ശ്രമം നടത്തി. 1917 ൽ ക്ഷേത്രപ്രവേശനം സംബന്ധിച്ച ഏതോ വഴക്കുകളെ തുടർന്ന് കുറേക്കാലം ക്ഷേത്രം അടച്ചിടുകയും ചെയ്തു.

പ്രാചീനകാലത്ത് ക്ഷേത്രങ്ങൾക്ക് തളികൾ എന്ന പേര് സാധാരണമായിരുന്നു. തളിയുടെ മേൽനോട്ടം വഹിച്ചിരുന്ന തളിയാതിരിമാർ (നമ്പൂതിരി)ക്ക് രാജ്യഭരണത്തിലും സ്വാധീനം ചെലുത്താൻ കഴിഞ്ഞിരുന്നു. തളികൾ (ക്ഷേത്രങ്ങൾ)ക്ക് അനുബന്ധമായും അനുപൂരകമായും നിലനിന്നുപോന്ന പ്രസ്ഥാനങ്ങളായിരുന്നു പ്രാചീനക്ഷേത്രങ്ങളിലെ തേവടിച്ചി (ദേവദാസി) സ്ഥാനവും പട്ടത്താനവും. തച്ചുശാസ്ത്രവൈദഗ്ദ്ധ്യവും ശില്പചാതുരിയും വിളംബരം ചെയ്തിരുന്ന തളികൾ സംഗീത സാഹിത്യ നൃത്ത വാദ്യാദി സുകുമാര കലകളുടെ ഈറ്റില്ലങ്ങളും പ്രകടന വേദികളുമായി.

പ്രാചീനക്ഷേത്രങ്ങളിൽ അത്യുന്നതപദവി അല

ങ്കരിച്ചിരുന്ന ദേവദാസികളെപ്പോലെ തന്നെ മാന്യമായ പദവി നേടിയിരുന്ന മറ്റൊന്നാണ് പട്ടത്താനം. ദാനം എന്ന പദത്തിന്റെ വായ്മൊഴിയാണ് 'താനം' രാജ കുടുംബങ്ങളിലെ തീപ്പെട്ട തമ്പുരാക്കന്മാരുടെയും തമ്പുരാട്ടിമാരുടെയും മോക്ഷപ്രാപ്തിക്കു വേണ്ടി ഏതാനും ബ്രാഹ്മണരെ ക്ഷണിച്ചു വരുത്തി, സദ്യന ടത്തി, പണക്കിഴി നല്കി പ്രീതിപ്പെടുത്തി യാത്രയാക്കുന്ന പതിവ് കൊച്ചി രാജകുടുംബത്തിൽ നിലനിന്നിരുന്നു. തിരുവനന്തപുരത്തെ ശ്രീ പത്മനാഭക്ഷേത്രത്തിൽ കർക്കിടകമാസത്തിലെ ചോതി നക്ഷത്രത്തിൽ പണ്ഡിതരായ 108 ബ്രാഹ്മണർക്ക് 101 പണം വീതമുള്ള കിഴികൾ സമ്മാനിച്ചിരുന്ന പട്ടത്താനം നിലനിന്നിരുന്നു. തുലാമാസത്തിലെ രേവതി നാൾ മുതൽ തിരുവാതിര വരെ കോഴിക്കോട്ടെ തളിയിൽ ക്ഷേത്രത്തിൽ വച്ച് നടത്തി വന്നിരുന്ന തളിയിൽത്താനവും പട്ടത്താനം തന്നെ; അല്പം വ്യത്യസ്തമാണെങ്കിലും.

പട്ടൻ എന്ന പദത്തിനർത്ഥം സംസ്കൃതപണ്ഡിതൻ എന്നാകുന്നു. ത്രൈവർണ്ണികർക്ക് (ക്ഷത്രിയൻ, വൈശ്യർ, ശൂദ്രർ) വിദ്യാദാനം ചെയ്യുന്നതിനും ശാസ്ത്രങ്ങൾ ഉപനിഷത്തുക്കൾ മുതലായവ നിത്യവും ക്ലിപ്ത സമയങ്ങളിൽ പാരായണം ചെയ്തും വ്യാഖ്യാനിച്ചും ജനങ്ങളിൽ മതബോധം വളർത്തുന്നതിനും വേണ്ടി സർവ്വസമ്മതരായ ഏതാനും പട്ടകളെ ക്ഷേത്രങ്ങൾതോറും നിയമിച്ചിരുന്നു. ഒരു പണ്ഡിതന് ലഭിക്കാവുന്ന ഏറ്റവും വലിയ ഉദ്യോഗമായിരുന്നു പട്ടത്താനം. തളിയിൽത്താനത്തിനും ആ പേര് ഉണ്ടായത്, കൊല്ലം ആദിശതകങ്ങളിൽ നടപ്പിലിരുന്ന മഹനീയമായ പട്ടത്താനത്തിന്റെ പിന്തുടർച്ച എന്ന നിലയിലായിരുന്നു.

പട്ടത്താനം

പ്രാചീന ക്ഷേത്രത്തിൽ പത്താം ശതകം മുതൽ സർവ്വസാധാരണമായിരുന്നു മാവാരതപട്ടത്താനം. ഹിന്ദുമതത്തിന് സുദൃഢമായ ഒരസ്തിവാരം പടുത്തുയർത്തുന്നതിന് പുരാണ പാരായണ വ്യാഖ്യാനങ്ങളിലൂടെ സാധാരണജനങ്ങളെ പ്രബുദ്ധരാക്കിമാറ്റാനുള്ള ബോധപൂർവ്വമായ ഒരു നടപടിയായിരുന്നു, മാവാരതപ്പട്ടന്മാരുടെ നിയമനം. നിത്യവും പുലർച്ചയ്ക്കു മാവാരതം (*മഹാഭാരതം*) വായിച്ച് വ്യാഖ്യാനിച്ചിരുന്ന പട്ടകൾ (പണ്ഡിതന്മാർ) പ്രാചീനക്ഷേത്രങ്ങളിലെ ഒരു സാധാരണ ദൃശ്യമായിരുന്നത്രെ.

ക്ഷേത്രത്തിന്റെ ഭരണാധികാരം വഹിച്ചിരുന്ന ഊരാളരും മേൽക്കോയ്മ സ്ഥാനം വഹിച്ചിരുന്ന രാജപ്രതിനിധിയായ കോയിലധികാരികളും ചേർന്നായിരുന്നു പട്ടത്താനം നല്കിപ്പോന്നത്. ഇവരെ സ്വാധീനിക്കുന്നതിലേക്ക് പട്ടത്താന മോഹികളായ നമ്പൂതിരി പണ്ഡിതന്മാർ, അത് നേടിയെടുക്കാൻ വേണ്ടി, ക്ഷേത്രസങ്കേതത്തിൽ രാപ്പകൽ പുരാണശാസ്ത്രാദികളെപ്പറ്റി വാദപ്രതിവാദങ്ങൾ നടത്തുക പതിവായിരുന്നു. ഊരാളർക്കെന്നപോലെ പട്ടകൾക്കും ധാരാളം വസ്തുക്കൾ വിരുത്തിയായി വിട്ടുകൊടുത്തിരുന്നു. ക്ഷേത്രത്തിലെ ഊരാണ്മ സ്ഥാനം പോലെ പട്ടത്താനവും പാരമ്പര്യ വഴിക്കായപ്പോൾ അതിന്റെ മഹത്ത്വം നഷ്ടപ്പെട്ടു. ബഹുമാന്യരായി കരുതിപ്പോന്നിരുന്ന പട്ടകൾ (ഭട്ടന്മാർ) വെറും പട്ടന്മാരാവുകയും ചെയ്തു. ഈ പശ്ചാത്തലത്തിലാണ് തളിക്ഷേത്രത്തിലെ തളിയിൽ താനമെന്ന പട്ടത്താനത്തെ വിലയിരുത്തേണ്ടത്. തുലാമാസത്തിലെ രേവതിനാളിൽ തുടങ്ങി തിരുവാതിരനാളിൽ അവസാനിക്കുന്നതിനാൽ രേവതി പട്ടത്താനം എന്നും ഈ താനത്തിനു പേരുണ്ട്. ഈ ഏഴുദിവസങ്ങളിലും തളിക്ഷേത്രത്തിലെ വാതിൽ മാടത്തിൽ വച്ച് ശാസ്ത്രസദസ്സ് നടത്തുന്നു. ഏഴാം ദിവസം രാവിലെയാണ് താനക്കിഴി നല്കുന്നത്. അതോടെ പട്ടത്താന ചടങ്ങുകൾ അവസാനിക്കുന്നു. തളിയിൽ താനം എന്ന ആ ചടങ്ങ് ഇന്നും തളിയിൽ ക്ഷേത്രത്തിൽ നടത്തപ്പെടുന്നു.

സാമൂതിരി കോവിലകം പണ്ഡിതന്മാർക്കും കവികൾക്കും അളവറ്റ പ്രോത്സാഹനം നല്കിയിരുന്നുവെന്നതിന്റെ മറ്റൊരു സൂചനയാണ്. സാമൂതിരിയുടെ വിദ്വൽ സദസ്സിനെ അലങ്കരിച്ചിരുന്ന പതിനെട്ടരകവികൾ. ക്രിസ്തുവർഷം 15-ാം ശതകത്തിൽ ജീവിച്ചിരുന്ന പണ്ഡിതകവികളാണിവരെന്ന് അനുമാനിക്കാം.

സുവർണ്ണ കാലഘട്ടം

വിദേശവാണിജ്യബന്ധത്തിലൂടെ രാജ്യത്തെ സമ്പൽ സമൃദ്ധി മെച്ചപ്പെട്ടു. സൈനികശക്തി പതിന്മടങ്ങു വർദ്ധിച്ചു. അതോടെ രാജ്യ വിസ്തൃതി വർദ്ധിപ്പിക്കുന്നതിനായി സാമൂതിരിയുടെ ശ്രദ്ധ. അങ്ങനെ കടലിനും മലയ്ക്കും മദ്ധ്യേയുള്ള ഭൂവിഭാഗത്തിന് അധീശൻ എന്നർത്ഥം വരുന്ന കുന്നലക്കോനാതിരി, ശൈലാബ്ധിനാഥൻ എന്നീ ബിരുദങ്ങളും തുറമുഖ നഗരത്തിന്റെ അധിപതിയെന്ന നിലയ്ക്ക് പൂന്തുറക്കോൻ എന്ന ബിരുദവും നേടി സർവ്വശക്തനായി. തൊട്ടയൽരാജ്യത്തിലെ ബേപ്പൂർ രാജാവും പരപ്പനാട്ടു രാജാവും വെട്ടത്തുനാട്ടു രാജാവും സാമൂതിരിയുടെ മേൽക്കോയ്മയെ സർവ്വാത്മനാ, സ്വീകരിച്ച് സാമന്ത പദവി നേടി. തൊട്ടുപിന്നാലെ കുറുമ്പ്രനാട്ടുരാജാവും പയ്യോർമ്മലനാ

യന്മാരും സമീപ പ്രദേശങ്ങളിലെ മറ്റുനാടുവാഴികളും കുന്നലക്കോന്റെ കീഴിലായി. പക്ഷേ, തൊട്ടു തെക്കുള്ള വള്ളുവക്കോനാതിരിയുടെ പ്രശസ്തിയും ശക്തിയും സാമൂതിരിയെ അസ്വസ്ഥനാക്കി. ഭാരതപ്പുഴയുടെ തീരത്ത് വള്ളുവനാടിന്റെ ഭാഗമായിരുന്ന തിരുനാവ എന്ന പ്രസിദ്ധ ക്ഷേത്ര സങ്കേതമുൾപ്പെട്ട പ്രദേശങ്ങൾ എങ്ങനെയും കൈയടക്കാൻ സാമൂതിരിക്ക് അതിമോഹം. ചേരചക്രവർത്തിയുടെ പിന്മുറക്കാരനെന്ന മട്ടിൽ തിരുനാവാമണപ്പുറത്തു വച്ച് പന്ത്രണ്ടു വർഷത്തിലൊരിക്കൽ ആഘോഷിക്കുന്ന മാമാങ്കത്തിന്റെ നായകത്വം വള്ളുവക്കോനാതിരിക്കായിരുന്നു. സാമൂതിരി എല്ലാ സൈനികശക്തികളോടും കൂടി തിരുനാവ ആക്രമിച്ചു. (മാമാങ്കത്തെപ്പറ്റി അന്യത്ര) തിരുനാവായുദ്ധത്തിൽ വള്ളുവക്കോനാതിരി മരണമടഞ്ഞപ്പോൾ കുന്നലക്കോനാതിരി വിജയക്കൊടി നാട്ടി മാമാങ്കവേദികളുടെ അധീശത്വം നേടി.

തലപ്പിള്ളിയുടെ നേർക്കായി അടുത്ത നോട്ടം. സാമൂതിരിയുടെ രൂക്ഷമായ ആക്രമണത്തിൽ തലപ്പിള്ളി രാജാവ് കീഴടങ്ങി. പൊന്നാനിയും ചേറ്റുവയുമെല്ലാം സാമൂതിരിക്കധീനമായി. തുടർന്ന് കൊച്ചിയെയും കോലത്തുനാടിനെയും കടന്നാക്രമിച്ചു. അങ്ങനെ സാമൂതിരി കൊച്ചിരാജ്യമുൾപ്പെടെ ഉത്തരകേരളത്തിന്റെ സർവ്വാധിപതിയായിക്കഴിഞ്ഞു - പതിനഞ്ചാം ശതകത്തിന്റെ അന്ത്യത്തോടുകൂടി.

സ്വേച്ഛാധിപതിയായിരുന്നെങ്കിലും ഉദാരമായ ഒരു ഭരണസംവിധാനമേർപ്പെടുത്തുന്നതിൽ സാമൂതിരി തല്പരനായി. സർവ്വാധികാര്യക്കാർ എന്നറിയപ്പെട്ടിരുന്ന നാലു പ്രധാനമന്ത്രിമാരും കാര്യക്കാർ എന്നറിയപ്പെട്ടിരുന്ന കുറേ സാധാരണ മന്ത്രിമാരും ഭരണകാര്യങ്ങളിൽ സാമൂതിരിയെ സഹായിച്ചിരുന്നു. പ്രധാനമന്ത്രിമാരിൽ പ്രമുഖനായിരുന്നു മങ്ങാട്ടച്ചൻ. അടുത്തസ്ഥാനം ധർമ്മോത്തു പണിക്കർക്കായിരുന്നു. പരമ്പരയാ സാമൂതിരിയുടെ ആയോധനാചാര്യനായിരുന്നു അദ്ദേഹം. തിനയഞ്ചേരി ഇളയതും വാരയ്ക്കൽ പാറനമ്പിയുമായിരുന്നു മറ്റുരണ്ടു പ്രധാനമന്ത്രിമാർ. ഇവർ രണ്ടും ബ്രാഹ്മണരാകയാൽ ചില പ്രത്യേകാവകാശങ്ങളും അനുവദിച്ചിരുന്നു.

സാമൂതിരിയുടെ രാജ്യം പല നാടുകൾ ഉൾപ്പെട്ടതായിരുന്നു. അതതു പ്രദേശത്തെ നാടുവാഴികൾ തന്നെ തദ്ദേശഭരണം നിർവ്വഹിച്ചിരുന്നു. ഒരു നാടുവാഴി ഭരണമേറ്റെടുക്കുമ്പോൾ സാമൂതിരിക്ക് ഒരു തുക 'പുരുഷാന്തരമായി' കൊടുക്കണമായിരുന്നു. യുദ്ധകാലങ്ങളിൽ സ്വന്തം സൈന്യങ്ങളെ അയച്ച് സാമൂതിരിയെ സഹായിക്കണമെന്നും വ്യവസ്ഥ ചെയ്തിരുന്നു. തലസ്ഥാനനഗരമായ കോഴിക്കോടിന്റെ ഭരണത്തിൽ പ്രത്യേകം ശ്രദ്ധിക്കുന്നതിന് പ്രത്യേകം ഭരണാധികാരികളെയും ചുങ്കം ഉദ്യോഗസ്ഥന്മാരെയും നിയമിച്ചിരുന്നു. സുശക്തവും സുശിക്ഷിതവുമായ സൈന്യ ശക്തി ഉണ്ടായിരുന്നു കോഴിക്കോടിനന്ന്. നീതിനിർവ്വഹണത്തിന്റെ പരമാധികാരിയും സാമൂതിരി തന്നെയായിരുന്നു.

ദുർദശയുടെ തുടക്കം

ശൂന്യതയിൽ നിന്നുയിർക്കൊണ്ട് ഉയർന്ന്, വളർന്ന് വികസിച്ച് അഭിവൃദ്ധിയുടെ ഉച്ചകോടിയിൽ എത്തിനില്ക്കവേ, ബാഹ്യശക്തികളുടെ ഇടങ്കോലിടലും ദുരാഗ്രഹവും ചൂഷണവ്യഗ്രതയും ഒരു രാജ്യത്തെ എങ്ങനെയൊക്കെ ആക്കിത്തീർത്തുവെന്ന് സൂചിപ്പിക്കുന്ന സംഭവ പരമ്പരകളാണ് പതിനാറാം നൂറ്റാണ്ട് ഉദിച്ചുയരും മുമ്പേ കോഴിക്കോട് അരങ്ങേറിയത്. സാമൂതിരിയുടെ 'നെടുവീരിപ്പി'ന്റെ ദുർദ്ദശ ഇവിടെ തുടങ്ങുന്നു.

1488 മെയ് 20 ന് കോഴിക്കോട് കടലോരത്ത് ഒരു കപ്പൽ (കൊയിലാണ്ടിക്കടുത്ത് കാപ്പാട് എന്ന സ്ഥലത്ത്) വന്നടുക്കുന്നു. സാമൂതിരിയുടെ രാജ്യത്തെ കുരുമുളകും മറ്റു സുഗന്ധദ്രവ്യങ്ങളും ചുളുവിൽ തട്ടിയെടുത്ത് ധനികരാകാൻ പോർച്ചുഗലിൽ നിന്നെത്തിയ വാസ്കോ ഡി ഗാമ എന്ന കപ്പിത്താനും സഹപ്രവർത്തകരും ശ്രമം തുടങ്ങി! അന്ന് സാമൂതിരിയുടെ രാജ്യം തെക്ക് ആലങ്ങാട്ടും വടക്ക് കുറുമ്പ്രനാടും കിഴക്ക് വയനാടൻ മലകളും പടിഞ്ഞാറ് അറേബ്യൻ കടലും അതിരുകളായിട്ടുള്ള അതിവിസ്തൃത ഭൂവിഭാഗമായിരുന്നു. പറങ്കികളുമായി സൗഹൃദം സ്ഥാപിക്കാനും കച്ചവടബന്ധം ഉറപ്പിക്കാനും സാമൂതിരി സന്മനസ്സു കാണിച്ചു. പക്ഷേ, തദ്ദേശീയരായ മുസ്ലിം വർത്തകരോടുള്ള അവരുടെ വിദ്വേഷ മനോഭാവം സാമൂതിരിയും പറമ്പികളുമായുള്ള ബന്ധം വഷളാക്കി. ആ ശത്രുത ഏതാണ്ട് ഒരു നൂറ്റാണ്ടുകാലത്തോളം തുടർന്നു; പല സ്ഥലങ്ങളിൽ വച്ച്, പല ഘട്ടങ്ങളിലായി, പല സംഘട്ടനങ്ങളിലൂടെ വാസ്കോ ഡി ഗാമയ്ക്കുശേഷം ആൽബൂക്കർക്ക് എന്ന പറങ്കിത്തലവൻ സാമൂതിരി കോവിലകം ആക്രമിച്ച് തീ വച്ചു.

പറങ്കികളുടെ പിന്നാലെയെത്തിയ ഡച്ചുകാരും ആദ്യം മിത്രഭാവം പുലർത്തിയെങ്കിലും അവരും ക്രമേണ കോഴിക്കോടിനെതിരായ ആക്രമണങ്ങളിൽ പങ്കെടുത്തു. തുടർന്ന് മൈസൂർ നവാബായ ഹൈദരാലിയുടെ 1766 ലെ ആക്രമണം കോഴിക്കോടിന് വമ്പിച്ച നാശനഷ്ടങ്ങൾ വരുത്തി. വൈദേശിക ശക്തികളുമായി മാറിമാറി താല്ക്കാലിക സഖ്യങ്ങളിലേർപ്പെട്ടിരുന്ന അയൽരാജ്യങ്ങളുമായും സാമൂതി

രിക്ക് പലവട്ടം പട വെട്ടേണ്ടി വന്നു. പലപ്രാവശ്യവും പിടിച്ചെടുത്ത രാജ്യങ്ങൾ ഒന്നൊന്നായി നഷ്ടപ്പെടുത്തേണ്ടി വന്നു. അവസാനം വന്ന ബ്രിട്ടീഷ് ഈസ്റ്റ് ഇന്ത്യാ കമ്പനിയും ഈ അധികാരമത്സരത്തിൽ മറ്റു വിദേശ ശക്തികളെ പിന്നിലാക്കി മൈസൂർ നവാബുമാരെയും നിർവീര്യമാക്കി. ബ്രിട്ടീഷുകാർ കേരളക്കരയിൽ ആധിപത്യം സ്ഥാപിച്ചതോടെ സാമൂതിരിയുടെ പ്രതാപം അസ്തമിച്ചു. രാജ്യം ശിഥിലമായി. ഭരണം താറുമാറായി. അന്തഃഛിദ്രങ്ങൾ അടിക്കടി വർദ്ധിച്ചു.

1615 ൽ ഇംഗ്ലണ്ടിലെ ജയിംസ് ഒന്നാമൻ എന്ന ഒരു രാജാവിന്റെ കത്തുമായി കോഴിക്കോട് സാമൂതിരിയോട് വ്യാപാര സൗകര്യം അഭ്യർത്ഥിച്ചു വന്ന ഇംഗ്ലീഷ് ഈസ്റ്റ് ഇന്ത്യാകമ്പനിയുടെ മുമ്പാകെ 1798 ൽ നിസ്വനും നിരാശാഭരിതനും നിരാലംബനുമായ കുന്നലക്കോനാതിരി, ശേഷിച്ച തന്റെ രാജ്യവും ബ്രിട്ടീഷുകാരുടെ സമ്മർദ്ദത്തിന്റെ ഫലമായി അടിയറവച്ചു. അഭിവൃദ്ധിയുടെ ഉന്നതങ്ങളിൽനിന്ന് പരാജയത്തിന്റെ പാതാളത്തിലേക്കുള്ള ആ പതനം ഒരു ദുരന്തനാടകത്തിന്റെ ഭരതവാക്യം ചൊല്ലി. 1800 ജൂലൈ ഒന്നു മുതൽ കോഴിക്കോട് ഉൾപ്പെടെയുള്ള മലബാർ പ്രദേശം മുഴുവൻ ബ്രിട്ടീഷ് ഈസ്റ്റ് ഇന്ത്യാകമ്പനിയുടെ അധീനതയിലുള്ള മദ്രാസ് പ്രസിഡൻസിയുടെ ഭാഗമായിത്തീർന്നു. 1792 ൽ ഇംഗ്ലീഷുകാർ സാമൂതിരിക്കു വിട്ടു കൊടുത്ത ദേശങ്ങളുടെ നികുതിയിൽ 20 ശതമാനമായ 1,32,163 രൂപ പ്രതിവർഷം സാമൂതിരി കുടുംബത്തിന് മാലിഖാനായി അനുവദിച്ചു.

കേരള സംസ്ഥാന രൂപീകരണത്തെ തുടർന്ന് 1956 നവംബർ 1 മുതൽ കോഴിക്കോട് മലബാർ ജില്ലയുടെ ഭാഗമായി തിരു-കൊച്ചിയോട് കൂട്ടിച്ചേർത്തു. തുടർന്ന് മലബാർ ജില്ല പാലക്കാട്, മലപ്പുറം, കോഴിക്കോട്, കണ്ണൂർ എന്നിങ്ങനെ നാലായി വിഭജിക്കപ്പെട്ടപ്പോൾ, കോഴിക്കോട് പ്രത്യേകം ജില്ലയായി. വീണ്ടും 1980 നവംബർ 1 ന് വയനാട് പ്രദേശങ്ങൾക്കു മാത്രമായി പ്രത്യേക ജില്ല രൂപീകരിക്കപ്പെട്ടപ്പോൾ കോഴിക്കോട്ജില്ലയിലുൾപ്പെട്ടിരുന്ന തെക്കൻ വയനാടു പ്രദേശങ്ങൾ ആ ജില്ലയോടു കൂട്ടിച്ചേർക്കപ്പെട്ടു. ജില്ലാ ആസ്ഥാനമായ കോഴിക്കോട് കോർപ്പറേഷന്റെ വിസ്തീർണ്ണം 84.23 ച കി മീ. ജനസംഖ്യ 41983 (1991). മറ്റു പല ജില്ലകളെയുംപോലെ മലനാടും ഇടനാടും തീരഭൂമിയും ഉൾപ്പെട്ടത്.

ജീവിതസാഹചര്യങ്ങൾ

കുറ്റിയാടി, (മൂരാട്) കോരപ്പുഴ, കല്ലായി, ചാലിയാർ (ബേപ്പൂർപ്പുഴ) കടലുണ്ടി, മയ്യഴിപ്പുഴ എന്നിവ ജില്ലയിലെ പ്രധാന നദികളാണ്. പ്രായേണ ദൈർഘ്യം കുറഞ്ഞവയാണെങ്കിലും ഇവയിൽ പലതും ജലഗതാഗത സൗകര്യം ഉള്ളവയാണ്. കോഴിക്കോട് പട്ടണവും തീരദേശങ്ങളും ഒഴികെയുള്ള പ്രദേശങ്ങൾ ഫലഭൂയിഷ്ഠമായ കാർഷിക മേഖലയാണ്. തെങ്ങ്, നെല്ല്, മരിച്ചീനി, കശുവണ്ടി, വാഴ, കുരുമുളക്, അടയ്ക്ക, ഇഞ്ചി, റബ്ബർ, തേയില എന്നിവയാണ് പ്രധാന കാർഷികോല്പന്നങ്ങൾ. തീരപ്രദേശങ്ങളിൽ മത്സ്യബന്ധനത്തിലേർപ്പെട്ട് കഴിയുന്നവർ ധാരാളം. ഇക്കൂട്ടത്തിൽ നാനാജാതി മതസ്ഥരുമുണ്ട്. കോഴിക്കോട്, പറവണ്ണ, കോട്ടായി, പുതിയാപ്പ, കൊയിലാണ്ടി, വടകര എന്നിവയാണ് മുഖ്യ മത്സ്യ ബന്ധന കേന്ദ്രങ്ങൾ. യന്ത്രവല്ക്കൃത ബോട്ടുകളും പുതിയതരം നൈലോൺ വലകളും മത്സ്യ സംസ്കരണകേന്ദ്രങ്ങളും ഉണ്ട്. ബേപ്പൂരിൽ ഒരു ബോട്ട് ബിൽഡിങ് യാർഡുമുണ്ട്.

വളരെ മുമ്പേ തന്നെ വ്യാവസായികമായി പുരോഗതി നേടിയ ജില്ലയാണ് കോഴിക്കോട്. കല്ലായിയിലെ തടി ഡിപ്പോകളും എണ്ണമറ്റ ഈർച്ച മില്ലുകളും പലപതിറ്റാണ്ടുകളായി വളരെപ്പേർക്ക് തൊഴിൽ നല്കുന്നു. പ്രമുഖ തടിവ്യാപാര കേന്ദ്രങ്ങളിൽ രണ്ടാം സ്ഥാനമാണ് കല്ലായിക്കുള്ളത്. കയർ, കൈത്തറി, ഓടുനിർമ്മാണം എന്നീ മേഖലകളിലും ധാരാളം പേർ പണിയെടുക്കുന്നു.

കേരളത്തിലെയെന്നല്ല ഇന്ത്യയിലെ തന്നെ ഏറ്റവും വലിയ ഒരു തടിവ്യവസായകേന്ദ്രമാണ് കല്ലായി. വയനാട്ടിലും നിലമ്പൂരിലുമുള്ള മഹാവനങ്ങളിൽനിന്ന് വെട്ടിയിറക്കുന്ന കൂറ്റൻ തടികൾ നദിയിലൂടെ ഒഴുക്കിവിട്ടാണ് ഡിപ്പോകളിലെത്തിക്കുക. ഈ ജോലി നടക്കുന്ന കാലത്ത് കല്ലായിപ്പുര ഒരു അത്ഭുതകരമായ കാഴ്ചയാണ്. ജലപ്പരപ്പിലൂടെ ഒഴുകി നീങ്ങുന്ന കൂറ്റൻതടികൾ കൊണ്ട് പുഴവെള്ളം കാണാൻ സാദ്ധ്യമല്ല തന്നെ. കല്ലായിപ്പുഴക്കരയിൽ ധാരാളം ഈർച്ച മില്ലുകൾ ഇടതടവില്ലാതെ പ്രവർത്തിച്ചിരുന്നു. ഇവിടെ അറുത്തെടുക്കപ്പെട്ട പലകകളും റെയിൽവേ സ്ലീപ്പറുകളും ലോകത്തിന്റെ നാനാഭാഗങ്ങളിൽ എത്തിയിരുന്നു. കല്ലായിപ്പുഴയാണ് കല്ലായിയുടെ വളർത്തമ്മ. കോഴിക്കോട് താലൂക്കിലെ ചെറുകുളത്തൂരിൽനിന്ന് ഉത്ഭവിച്ച് കോവൂർ, ഒളവണ്ണ മണവ, കല്ലായി എന്നീ പ്രദേശങ്ങളിലൂടെ 22 കി മീ ദൂരം മാത്രമൊഴുകുന്ന കല്ലായിപ്പുഴ കോഴിക്കോടിനടുത്ത് സമുദ്രത്തിൽ പതിക്കുന്നു. ചെറുതെങ്കിലും ഏറ്റവും വാണിജ്യപ്രധാന്യമുള്ളതാണ്. കല്ലായിപ്പുഴ, നദിയുടെ ഇരുകരകളിലും ജനങ്ങൾ തിങ്ങിജീവിക്കുന്നു. നദീമുഖത്തും പരിസരങ്ങളിലും തടിവ്യവസായം കേന്ദ്രീകരിച്ചിരിക്കുന്നു. തുണിനെയ്ത്ത്,

കയർ പിരിക്കൽ, ബീഡി തെറുപ്പ് സോപ്പു നിർമ്മാണം എന്നിവ പ്രധാന തൊഴിൽമേഖലകൾ ആണ്. വിദ്യാഭ്യാസപരമായും ചികിത്സാസൗകര്യങ്ങളുടെ കാര്യത്തിലും അനുദിനം പുരോഗതി നേടിവരികയാണ്.

ജനസാന്ദ്രതയേറിയ നഗരമാണ് കോഴിക്കോട്. ആരും ആസൂത്രണം ചെയ്ത് വളർത്തിയെടുത്തതല്ല; സ്വയമേവ വളർന്നു വലുതായതാണ്. നഗരത്തിൽ നിരത്തുകൾ അപര്യാപ്തം. ഉള്ളവ വീതി കുറഞ്ഞ് ഇടുങ്ങിയവയും. ജനവാഹനബഹുലം. അങ്ങാടികളിലും ബസ് സ്റ്റാന്റുകളിലും നിന്നുതിരിയാൻ ഇടമില്ല. ചെറുതും വലുതുമായ അസംഖ്യം വ്യാപാരസ്ഥാപനങ്ങൾ, വൻകിട ഹോട്ടലുകൾ, സിനിമാശാലകൾ, വ്യവസായസ്ഥാപനങ്ങൾ– ആകെക്കൂടി വീർപ്പുമുട്ടിക്കുന്ന നഗരാന്തരീക്ഷം. 1962 ൽ മുനിസിപ്പൽ കോർപ്പറേഷനായി. കോർപ്പറേഷന്റെ വിസ്തീർണ്ണം 84 ച കി മീ. ജനസംഖ്യ 41983 (1991)

തളർച്ചയും തകർച്ചയും

19-ാം നൂറ്റാണ്ടിൽ കോഴിക്കോടിന്റെ വ്യവസായ മേഖലയും തൊഴിൽമേഖലയും സജീവമായിരുന്നെന്ന് കഴിഞ്ഞകാലസംഭവങ്ങൾ തെളിയിക്കുന്നു. ബാസൽമിഷൻ 1959 ൽ കോഴിക്കോട് നെയ്ത്ത് ശാല ആരംഭിച്ചു. തുടർന്ന് 1879 ൽ ഒരു ഓട്ടുകമ്പനിയും തുടങ്ങി. 1905 ൽ ഫറോക്കിൽ മറ്റൊരു ഓട്ടു കമ്പനിയും ആരംഭിച്ചു 1919 ൽ ഈ ഫാക്ടറികളെല്ലാം മദ്രാസിലെ ബ്രിട്ടീഷ് ഭരണാധികാരികളുടെ നിയന്ത്രണത്തിലായി. 19-ാം നൂറ്റാണ്ടിന്റെ മദ്ധ്യത്തോടെ തന്നെ സമുദ്രവിഭവങ്ങൾ ചൂഷണം ചെയ്യാനുള്ള പരിശ്രമങ്ങൾ ആരംഭിച്ചു. 1854 ൽ കോഴിക്കോട് ഒരു ഷാർക്ക് ലിവർ ഓയിൽ കമ്പനി നിലവിൽവന്നു. പില്ക്കാലത്ത് കമ്പനിയുടെ പ്രവർത്തനം മന്ദീഭവിച്ചു. തുടർന്ന് ബ്രിട്ടീഷ് ഗവൺമെന്റ് 1940 ൽ കേരള സോപ്പ് ഇൻസ്റ്റിറ്റ്യൂട്ടിൽ ഷാർക്ക് ലിവർ ഓയിലിന്റെ ഉല്പാദനം പുനരാരംഭിച്ചു. 1942 ൽ ഒരു ഓയിൽ ഫാക്ടറിയുമുണ്ടായി.

ആദ്യകാലത്ത് സോപ്പ് നിർമ്മാണ വിദ്യ പഠിപ്പിക്കാൻ വേണ്ടി തുടങ്ങിയ കേരള സോപ്പ് ഇൻസ്റ്റിറ്റ്യൂട്ട് പിന്നീട് സോപ്പ് നിർമ്മാണശാലയായി കാപ്പിയും കശുവണ്ടിയും സംസ്കരണത്തിനുവേണ്ടി 1862 ൽ പിയേഴ്സ് ലസ്ലികമ്പനി നിലവിൽവന്നു. കയർവ്യവസായവും തുടർന്ന് അഭിവൃദ്ധി പ്രാപിച്ചു. ആസ്പിൻവാൾ കമ്പനി, വോൾകാർട്ട് ബ്രദേഴ്സ്, വില്യം ഗുഡേക്കർ, മധുരകമ്പനി എന്നിവയും ബ്രിട്ടീഷ് ഉടമയിൽ കോഴിക്കോട് പ്രവർത്തിച്ചിരുന്നു. മലബാർ സ്പിന്നിങ് ആന്റ് വീവിങ് മിൽസ്, ഫറോക്കിലെ ഓട്ടുകമ്പനികൾ എന്നിവയ്ക്ക് പുറമേ സ്വാതന്ത്ര്യാനന്തരം (1958) കോഴിക്കോടിന് ലഭിച്ചു. ഒരു വൻകിട വ്യവസായസ്ഥാപനമായിരുന്ന ഗ്വാളിയോർ റയോൺസും (പില്ക്കാലത്ത് ഗ്രാസിം ഇൻഡസ്ട്രീസ് ലിമിറ്റഡ്) 1973 ൽ സ്റ്റീൽ കോംപ്ലക്സും തുടർന്ന് സ്റ്റീം റോളിങ് മില്ലുകളും നഗരത്തിലും പ്രാന്തപ്രദേശങ്ങളിലും തൊഴിലവസരങ്ങൾ സൃഷ്ടിച്ചിരുന്നു. കാലാന്തരത്തിൽ പ്രസ്തുത സ്ഥാപനങ്ങളിൽ ചിലത് പ്രവർത്തനം നിലച്ച മട്ടായി. മറ്റു ചിലവയാകട്ടെ ജനകീയ പ്രക്ഷോഭങ്ങൾ വഴി പ്രവർത്തനം നിർത്തിവെക്കേണ്ടി വന്നു. പില്ക്കാലത്ത് ചെറുതും വലുതുമായ വ്യവസായസംരംഭങ്ങൾ പലതുണ്ടായെങ്കിലും പലതും അല്പായുസ്സായിരുന്നു. ഇന്ന് കോഴിക്കോട്ടെ വ്യവസായമേഖലപ്രവർത്തനമാന്ദ്യം നേരിട്ടുകൊണ്ടിരിക്കുന്നു.

വിവിധ ആരാധനാലയങ്ങൾ

വിവിധജാതിമത വിഭാഗങ്ങൾക്കായി പഴക്കമേറെയുള്ളവയും സമീപകാലത്ത് നിർമ്മിച്ചവയുമായ ഒട്ടേറെ ആരാധനാലയങ്ങൾ നഗരത്തിലും നഗരപ്രാന്തങ്ങളിലുമായി സ്ഥിതിചെയ്യുന്നു.

കോഴിക്കോട്ടെ തളിക്ഷേത്രം പ്രസിദ്ധം, പുരാതനം. മദ്ധ്യകാലകേരളത്തിലെ വാസ്തുശില്പശൈലിയിൽ പണിതിട്ടുള്ള ഈ ക്ഷേത്ര സന്നിധിയിലായിരുന്നു സാമൂതിരിയുടെ വിദ്വൽസദസ്സ് സമ്മേളിച്ചിരുന്നത്. ശിവനാണ് പ്രധാന പ്രതിഷ്ഠ. കോഴിക്കോട് ശിവക്ഷേത്രമെന്നറിയപ്പെടുന്ന ചാലപ്പുറം ക്ഷേത്രവും ചാലപ്പുറത്തെ വിഷ്ണുക്ഷേത്രവും ശ്രീനാരായണ ഗുരു ശിവപ്രതിഷ്ഠ നടത്തിയ ശ്രീകണ്ഠേശ്വരം ക്ഷേത്രവും പ്രധാനം. ചരിത്രപരമായി സവിശേഷയാർന്നതാണ് വളയനാട്ടു ക്ഷേത്രം. സാമൂതിരിയുടെ കാലത്ത് കുറ്റം തെളിയിക്കാൻ കുറ്റവാളികൾ തിളച്ച നെയ്യിൽ കൈമുക്കുന്ന സത്യപരീക്ഷ ഇവിടെ നിലനിന്നിരുന്നതായി ചരിത്രസൂചനകളുണ്ട്. വാവുദിവസം ബലികർമ്മങ്ങൾക്കായി ആയിരക്കണക്കിനാളുകൾ കൂടുന്ന വരയ്ക്കൽ ക്ഷേത്രവും ഗണപതി പ്രതിഷ്ഠയുള്ള എടയ്ക്കാട് ക്ഷേത്രവും അന്തിക്കൊടിക്കാവ് എന്നറിയപ്പെടുന്ന തിരുത്തിയോട് ഭഗവതി ക്ഷേത്രവും തത്തുല്യം പ്രധാനമാണ്. വേട്ടയ്ക്കൊരുമകൻ പ്രതിഷ്ഠയുള്ള ബിലാത്തിക്കുളം ക്ഷേത്രവും പ്രസിദ്ധം. മിഠായിത്തെരുവിലെ ഹനുമാൻ ക്ഷേത്രം, പന്നീയങ്കര ഭഗവതി ക്ഷേത്രം (കുലശേഖര ചക്രവർത്തിയുടെ ലിഖിതം ഇവിടെനിന്നും ലഭിച്ചിട്ടുണ്ട്.) മാങ്കാവ് ആഴ്ചവട്ടം ക്ഷേത്രം, അഞ്ഞൂറു കൊല്ലംമുമ്പുള്ള രേഖകളിൽ പരാമൃഷ്ടമായ സാമൂതിരിയുടെ വക തിരുവഞ്ചിറ ശിവക്ഷേത്രം എന്നിവയും ഹൈന്ദ

വരുടെ പ്രധാന ആരാധനാലയങ്ങളാണ്.

കോഴിക്കോട്ടെ ഏറ്റവും പഴക്കമുള്ള മുസ്ലിം ആരാധനാകേന്ദ്രമാണ് മുച്ചുന്തിപ്പള്ളി. ഈ പള്ളിയിലേക്ക് സാമൂതിരി നിലം ദാനം ചെയ്തത് സൂചിപ്പിക്കുന്ന 13-ാം നൂറ്റാണ്ടിലെ ഒരു ശിലാലിഖിതം ഇവിടെയുണ്ട്. കുറ്റിച്ചിറയിലെ പഴക്കമേറിയ ജുമാഅത്ത് പള്ളിയും ഇബ്നുബത്തൂത്തയുടെ കുറിപ്പുകളിൽ പരാമർശിച്ചിട്ടുള്ള മിസ്കാൻ പള്ളിയും പരപ്പിലെ ഷേഖിന്റെ പള്ളിയും. പള്ളിക്കണ്ടിയിലെ കണ്ണംപറമ്പ് ശ്മശാനപള്ളിയും പുതിയ ജുമാഅത്ത് പള്ളിയും കടപ്പുറത്ത് ജുമാഅത്ത് പള്ളിയും പട്ടാളം പള്ളിയും മിഠായിത്തെരുവ് ഇസ്ലാം പള്ളി, കല്ലായി ജുമാഅത്ത് പള്ളി നടക്കാവ് ജുമാഅത്ത് പള്ളി എന്നിവയും മുസ്ലീങ്ങളുടെ പ്രധാനാരാധന കേന്ദ്രങ്ങളാണ്.

നഗരമദ്ധ്യത്തും പ്രാന്തപ്രദേശങ്ങളിലുമായി ക്രൈസ്തവ ദേവാലയങ്ങൾ പലതുണ്ട്. രണ്ടു നൂറ്റാണ്ടിലേറെ പഴക്കമുള്ള മദർ ഓഫ് ഗോഡ് കത്തീഡ്രൽ, ഫ്രാൻസിസ് റോഡിലെ സെന്റ് പാട്രിക്ക് ചർച്ച്, വെസ്റ്റ് ഹില്ലിലെ സെന്റ് മൈക്കിൾസ് ചർച്ച്, മേരിക്കുന്നിലെ സെന്റ് ഫിലോമിനാസ് ചർച്ച്, ഇംഗ്ലീഷ് പള്ളിയെന്നറിയപ്പെടുന്ന സെന്റ് മേരീസ് ചർച്ച്, സെന്റ് ജോർജ് ഓർത്തഡോക്സ് ചർച്ച്, മാർത്തോമ്മ ചർച്ച്, ഇന്ത്യൻ പെന്തക്കോസ് ചർച്ച് പുതിയറയിലെ ചർച്ച് ഓഫ് ഗോഡ്സ് എന്നിവ പ്രധാന ക്രൈസ്തവ ദേവാലയങ്ങളാണ്.

ജൈനമത വിശ്വാസികളുടേതായി തീർത്ഥങ്കരന്മാരുടെ പ്രതിഷ്ഠയുള്ള തൃക്കോവിൽ ജൈനൻ ബസ്തിയും മിഠായിത്തെരുവിലുള്ള പാഴ്സി അൻജുമാനും ബുദ്ധവിഹാരവുമെല്ലാം ഇതര മതസ്ഥരുടെ മുഖ്യ ആരാധനാലയങ്ങളാണ്.

കടലോരത്തിന്റെയും (മത്സ്യബന്ധനവും നാവികശക്തിയും) മലയോരത്തിന്റെ (തടിയും മലഞ്ചരക്കുകളും)യും നിർലോഭമായ പരിലാളനമേറ്റ് വളർന്നുവന്നതാണ്. ഈ പഴയ തീരദേശഗ്രാമം. പില്ക്കാലത്ത് രാജ്യതലസ്ഥാനമായും വൻനഗരമായും ജില്ലാ ആസ്ഥാനമായും പടർന്ന് പന്തലിച്ചുനില്ക്കുന്ന ഈ മഹാനഗരത്തിന് ഒരു അടുക്കും ചിട്ടയുമൊന്നും ഇന്ന് കണ്ടെന്നുവരില്ല. അതത് കാലത്തിന്റെ ആവശ്യാനുസരണം നഗരം യഥേഷ്ടം വളരുന്നു. തിങ്ങിഞെരുങ്ങുന്ന വീതി കുറഞ്ഞ നഗരവീഥികളും ഇടറോഡുകളും. നിന്നുതിരിയാൻ ഇടമില്ലാത്ത ബസ് സ്റ്റാന്റുകളും വ്യാപാരസ്ഥാപനങ്ങളുമെല്ലാം ചേർന്ന് ശ്വാസംമുട്ടിക്കുന്ന നഗരാന്തരീക്ഷം സദാകർമ്മനിരതമായ ജനസഞ്ചയം.

വിദ്യാഭ്യാസസാംസ്കാരിക മേഖലകളിൽ കോഴിക്കോട് നഗരം വൻ പുരോഗതി നേടിക്കഴിഞ്ഞു. പ്രാഥമികതലം മുതൽ ഉന്നതതലം വരെയുള്ള വിദ്യാഭ്യാസ സ്ഥാപനങ്ങൾ സുലഭം. ചികിത്സാരംഗത്ത് പുരോഗതിയുണ്ടെങ്കിലും ഇന്നും സൗകര്യങ്ങൾ അപര്യാപ്തം തന്നെ.

രാഷ്ട്രീയം സംസ്കാരം

സ്വാതന്ത്ര്യസമര പ്രസ്ഥാനത്തിലും ഐക്യകേരള പ്രസ്ഥാനത്തിലും മറ്റും കോഴിക്കോടിന്റെ അസംഖ്യം വീരപുത്രന്മാർ വഹിച്ച പങ്ക് നിസ്തുലമാണ്. കേരളത്തിന്റെ രാഷ്ട്രീയ ഗതിവിഗതികൾ നിർണ്ണയിച്ച ഒട്ടേറെ സംഭവങ്ങൾക്ക് ഈ നഗരം സാക്ഷ്യംവഹിച്ചിട്ടുണ്ട്. കോഴിക്കോടിന്റെ രാഷ്ട്രീയ പാരമ്പര്യം പ്രസിദ്ധം കെ പി കേശവമേനോൻ, കേളപ്പജി, കെ മാധവൻ നായർ വി കെ കൃഷ്ണമേനോൻ എന്നിങ്ങനെ കേരളത്തിനകത്തും പുറത്തും വ്യക്തിമുദ്ര പതിപ്പിച്ചിട്ടുള്ള രാഷ്ട്രീയ നായകന്മാരുടെ ഒരു നീണ്ട നിരതന്നെ കോഴിക്കോടിന് അവകാശപ്പെടാനുണ്ട്.

കോഴിക്കോടിന്റെ സാഹിത്യ സാംസ്കാരിക പാരമ്പര്യം പ്രസിദ്ധം. മലയാളത്തിലെ പ്രഥമ നോവലായ *കുന്ദലത*യുടെ കർത്താവായ അപ്പു നെടുങ്ങാടി (1863-1934) സാഹിത്യമൂല്യമേറിയ പ്രഥമ നോവലായ *ഇന്ദുലേഖ*യുടെ കർത്താവായ ഒയ്യാരത്ത് ചന്തുമേനോൻ (1847-1899), പ്രശസ്ത സഞ്ചാരസാഹിത്യകാരനായ എസ് കെ പൊറ്റെക്കാട് (19131982), സഞ്ജയൻ, പി സി കുട്ടികൃഷ്ണൻ, സുകുമാർ അഴീക്കോട്, എൻ എൻ കക്കാട്, എൻ വി കൃഷ്ണ വാര്യർ. എൻ പി മുഹമ്മദ്, പട്ടത്തുവിള കരുണാകരൻ എന്നീ സാഹിത്യ സാംസ്കാരിക നായകന്മാരുടെ തട്ടകമായിരുന്നു കോഴിക്കോട്. എം ടി വാസുദേവൻ നായർ, അക്കിത്തം, എം പി വീരന്ദ്രകുമാർ തുടങ്ങിയ ഒട്ടേറെ സർഗ്ഗപ്രതിഭകളുടെ പ്രവർത്തന കേന്ദ്രമാണിന്ന് കോഴിക്കോട്. കോഴിക്കോടിന്റെ സാംസ്കാരിക പാരമ്പര്യം ഇന്നും അഭംഗുരം തുടരുന്നു. *മാതൃഭൂമി, മലയാളമനോരമ, കേരള കൗമുദി, ദേശാഭിമാനി, മാദ്ധ്യമം, ചന്ദ്രിക* എന്നീ പ്രമുഖ പത്രങ്ങളും കോഴിക്കോട് നിന്ന് പ്രസിദ്ധപ്പെടുത്തുന്നു. പഴയ തലമുറയിൽപ്പെട്ട പല പ്രശസ്ത സാഹിത്യകാരന്മാരുടെയും ജന്മനാടാണ് കോഴിക്കോട്. മനോരമ തമ്പുരാട്ടി (1760-1828) ചെങ്കുളത്ത് കുഞ്ഞിരാമമേനോൻ (1858-1915), ടി എം അപ്പുനെടുങ്ങാടി (1863-1934) മാനവിക്രമ ഏട്ടൻ തമ്പുരാൻ (1845 -1915), കടത്തനാട് ഉദയവർമ്മ തമ്പുരാൻ (1865 -1907), ഒയ്യാരത്തു ചന്തുമേനോൻ (1847-1899) എന്നിങ്ങനെ.

വിനോദസഞ്ചാര പ്രാധാന്യമുള്ള പല കേന്ദ്ര

ങ്ങളും ജില്ലകളിലുണ്ട്. അവയിലേറ്റവും പ്രധാനമാണ് പെരുവണ്ണാമൂഴി. കുഞ്ഞോളങ്ങൾ ഇളകിയാടുന്ന വിസ്തൃതജലാശയത്തിൽ പ്രകൃതി ലാവണ്യം വാരി വിതറുന്ന ഏഴ് പച്ചത്തുരുത്തുകൾ - ചുറ്റും ഹരി താഭമായ മലനിരകൾ. എങ്ങും വഴിഞ്ഞൊഴുകുന്ന പ്രകൃതി ഭംഗി - നവഭാരത ശില്പികളുടെ സ്മാരകത്തോട്ടം പക്ഷിവളർത്തൽ കേന്ദ്രം, മുതലവളർത്തൽ കേന്ദ്രം എന്നിവ രൂപംകൊണ്ടു കഴിഞ്ഞു. കൂടാതെ ജില്ലാ കൃഷിത്തോട്ടം; സുഗന്ധദ്രവ്യ സസ്യത്തോട്ടം എന്നിവയും ഡാം സൈറ്റിലുണ്ട്. മാനുകളുടെ പാർക്ക് ഉൾപ്പെടുന്ന വന്യമൃഗസംരക്ഷണകേന്ദ്രം, വനവിജ്ഞാന കേന്ദ്രം എന്നിവയും തടാകതീരത്ത് സ്ഥാപിതമായിട്ടുണ്ട്. സംഭരണിയിലൂടെയുള്ള ബോട്ടുയാത്ര സഞ്ചാരികൾക്ക് ആനന്ദപ്രദമാണ്. പെരുവണ്ണാമൂഴി ഡാമിൽ നിന്നും കക്കയം ഡാം സെറ്റ് വരെ ദീർഘദൂരജലയാത്രയ്ക്ക് സൗകര്യമുണ്ട്.

അതി പുരാതനമായ ഒരു വാണിജ്യനഗരമാണ് കോഴിക്കോട്. കേരളത്തിന്റെ ഭാഗമായ തിരുവിതാംകൂറും കൊച്ചിയും രാജവാഴ്ചയുടെ നന്മയും തിന്മയും അനുഭവിച്ച രണ്ട് ശതാബ്ദങ്ങളിലും വൈദേശിക ശക്തികളുടെ ഭരണത്തിൻ കീഴിലായിരുന്നു കോഴിക്കോട്.

രാഷ്ട്രീയ പ്രബുദ്ധതയിലും സാംസ്കാരിക കാര്യങ്ങളിലും മുൻപന്തിയിലാണ് ജില്ല. സംഗീതവും സാഹിത്യവും നാടകംപോലെയുള്ള ദൃശ്യകലാരൂപങ്ങളും തഴച്ചുവളരാനുള്ള സാഹചര്യങ്ങൾ ഇവിടെ നിലനിന്നിരുന്നു. ഇന്നും ആ സാംസ്കാരിക പാരമ്പര്യം തുടരുന്നു.

(കോഴിക്കോട് ജില്ലയെ സംബന്ധിച്ച വസ്തുതകൾ ശേഖരിക്കുന്നതിൽ എന്നെ, സഹായിച്ച ശ്രീ. പുത്തൂർ മഠം ചന്ദ്രനോടും (ഡെപ്യൂട്ടി ഡയറക്ടർ, പബ്ലിക് റിലേഷൻസ് വകുപ്പ്) ശ്രീ. വേലായുധനോടും (ജില്ലാ ഇൻഫർമേഷൻ ഓഫീസർ കോഴിക്കോട്) ഫോട്ടോഗ്രാഫർ ശ്രീ. വിനോദിനോടും ഞാൻ ഇക്കാര്യത്തിൽ കടപ്പെട്ടിരിക്കുന്നു.

68

"ഗാമയുമനുചരരും കാലുകുത്തി"

"ഗാമയുമനുചരരും കാലുകുത്തി മണ്ണിൽ
ക്ഷേമലക്ഷ്മിക്കക്ഷണം കരടു പോയി കണ്ണിൽ."

(ചങ്ങമ്പുഴ)

പോർച്ചുഗീസ് നാവികനായ വാസ്കോ ഡ ഗാമയും സഹചാരികളും ഭാരതത്തിന്റെ മണ്ണിൽ ആദ്യമായി കാലുകുത്തിയത്, കേരളത്തിന്റെയെന്നല്ല ഭാരതത്തിന്റെ തന്നെ ക്ഷേമലക്ഷ്മിയുടെ കണ്ണിലെ കരടായിത്തീർന്ന സംഭവപരമ്പരകളാണല്ലോ, പതിനഞ്ചാം ശതകം മുതൽ ഇരുപതാം ശതകം വരെയുള്ള നാലഞ്ചു നൂറ്റാണ്ടുകളിലെ ഇന്ത്യാചരിത്രം.

ആദ്യം പോർച്ചുഗീസുകാർ, പിന്നെ ഡച്ചുകാർ തുടർന്ന് ഇംഗ്ലീഷുകാർ ഈ മൂന്ന് വൈദേശിക ശക്തികളുടെയും അങ്കത്തട്ടായിരുന്നല്ലോ കേരളം. അവരുടെ മദമാത്സര്യങ്ങളുടെയും ചൂഷണവ്യഗ്രതയുടെയും മർദ്ദനഭരണത്തിന്റെയും അന്ത്യംകുറിക്കാൻ ഭാരതമനുഭവിക്കേണ്ടി വന്ന കഷ്ടനഷ്ടങ്ങളുടെയും പീഡാനുഭവങ്ങളുടെയും ത്യാഗത്തിന്റെയും കാലഘട്ടമായിരുന്നല്ലോ, നമ്മുടെ ദേശീയ പ്രസ്ഥാനങ്ങളുടെ ഉയർത്തെഴുന്നേല്പും ഇന്ത്യൻ സ്വാതന്ത്ര്യസമരവും. 1947 ആഗസ്ത് 15 ന് ഇന്ത്യൻ സ്വാതന്ത്ര്യം നേടിയതുവരെയുള്ള സുദീർഘമായ കാലഘട്ടത്തിന് തുടക്കംകുറിച്ചത് മലബാർ പ്രദേശത്ത് കാപ്പാട് എന്ന കടലോരഗ്രാമത്തിലാണ്. അങ്ങോട്ടു കടക്കുംമുമ്പ്, ഉത്തര കേരളത്തിലെ അതിപ്രാചീനമായ പന്തലായനി കൊല്ലം എന്ന ഇന്നത്തെ കൊയിലാണ്ടിയുടെയും സമീപഗ്രാമങ്ങളുടെയും വിശേഷങ്ങൾ — പഴയതും പുതിയതും നമുക്കല്പം മനസ്സിലാക്കാം.

പഴയ പന്തലായിനി ഇന്നൊരു മുനിസിപ്പൽ പ്രദേശമാണ്. കൊയിലാണ്ടി ടൗൺ.

"അവിടുന്ന് ഞങ്ങൾ ചെന്നത് ഫണ്ടരേന നഗരത്തിലേക്കായിരുന്നു. തോപ്പുകളും കമ്പോളങ്ങളും നിറഞ്ഞ മനോഹരമായ ഒരു വലിയ നഗരം. ഈ സ്ഥലത്ത് മുഹമ്മദീയർക്ക് മൂന്ന് ജില്ലകളുണ്ട്. ഓരോ ജില്ലയ്ക്കും ഒരു പള്ളിയും ന്യായാധിപനും ഉപദേശിയുമുണ്ട്." എ ഡി 14-ാം ശതകത്തിന്റെ പൂർവ്വാർദ്ധത്തിൽ ഇന്നത്തെ മലബാർ പ്രദേശങ്ങളിലൂടെ സഞ്ചരിച്ച പ്രസിദ്ധ ലോകസഞ്ചാരി ഇബ്നു ബത്തൂത്തയുടെ സഞ്ചാരക്കുറിപ്പുകളിലെ ഈ 'ഫണ്ടരേന' പഴയ പന്തലായിനി കൊല്ലം തന്നെ - ഇന്നത്തെ കൊയിലാണ്ടി; പള്ളി ഇന്നത്തെ പാറപ്പള്ളി തന്നെ. ചരിത്രവും കെട്ടുകഥകളുമെല്ലാം കൂടി ഇഴ ചേർന്നു കിടക്കുന്ന പന്തലായിനി കൊല്ലത്തിന്റെ മണ്ണിൽ ഒരു പ്രാചീന സംസ്കാരത്തിന്റെ ഈടുവയ്പ്പുകൾ അടിഞ്ഞു കിടപ്പുണ്ട്. കോവിൽക്കണ്ടിയും പന്തലായിനി കൊല്ലവും വിയ്യൂരുമെല്ലാമതിരിട്ട കൊയിലാണ്ടിയുടെ സംസ്കാരത്തിന്റെ അടിവേരുകൾ.

പന്തലായിനി കൊല്ലം

പന്തലായിനി കൊല്ലം കേരളത്തിലെ പ്രാചീന നഗരങ്ങളിലൊന്നായിരുന്നു. മാത്രമല്ല, വലിയൊരു തുറമുഖവും. സാക്ഷാൽ ചേരമാൻ പെരുമാൾ എന്ന ചരിത്രനായകൻ, അവസാനം കേരളം പലർക്കായി പങ്കിട്ടുകൊടുത്തശേഷം മെക്കയിലേക്ക് പോയെന്നാണല്ലോ പഴയ ചരിത്രം. ഈ പന്തലായനി തുറമുഖത്തുനിന്നാണ് അദ്ദേഹം മെക്കയിലേക്ക് കപ്പൽ കയറിയതെന്നാണ് 18-ാം നൂറ്റാണ്ടിൽ വിഷർ രേഖപ്പെടുത്തിയിട്ടുള്ളത്. അന്ന് മലബാർ തീരത്തെ വലിയൊരു നഗരമായിരുന്നുപോലും പന്തർ (പന്തലായിനി). പൂന്തോട്ടങ്ങളും വാണിജ്യകേന്ദ്രങ്ങളും ധാരാളമുള്ള വിസ്തൃതമായ ഒരു മനോഹരനഗരമാണിതെ

ന്നാണ് ഇബ്നു ബത്തൂത്തയുടെ യാത്രാക്കുറിപ്പു കളിൽനിന്നു മനസ്സിലാക്കുന്നത്. എന്നാൽ ഇന്നോ? പൂന്തോട്ടങ്ങളില്ല. തെങ്ങുകളുണ്ടെമ്പാടും. വലിയ വാണിജ്യകേന്ദ്രങ്ങളൊന്നുമില്ല. നാടൻ പീടികകളും അടുത്ത കാലത്തുണ്ടായ ആധുനിക വില്പനശാ ലകളും മന്ദിരങ്ങളും ഒഴികെ. പ്രകൃതി മനോഹാ രിത നഷ്ടപ്പെട്ടിട്ടില്ലെന്നു പറയാം. ഒറ്റനോട്ടത്തിൽ മലബാറിലെ ഒരു സാധാരണ തീരദേശഗ്രാമത്തിന്റെ രൂപവും ഭാവവുമാണ് പന്തലായിനിക്കുള്ളത്.

മാലിക് ഇബ്നു ദീനാർ ഏഴാം ശതകത്തിൽ ഈ സ്ഥലത്ത് ഒരുപള്ളി സ്ഥാപിച്ചെന്നും അദ്ദേഹ ത്തിന്റെ മകനെത്തന്നെ പള്ളിയിലെ ഖാസിയായി നിയമിച്ചെന്നുമാണ് *തുഹ്ഫത്തുൽ മുജാഹിദ്ദീൻ* എന്ന ഗ്രന്ഥത്തിൽ പ്രസ്താവിച്ചിട്ടുള്ളത്. ചെമ്പുതകിടോടുകൂടിയ സ്തൂപങ്ങളുള്ള ഈ പള്ളി മെക്കയിലെ വലിയ പള്ളിയുടെ മാതൃകയി ലാണ് നിർമ്മിക്കപ്പെട്ടിട്ടുള്ളത്. റമ്ലാൻ മാസത്തിൽ മയ്യത്തു കുന്നിൽ (പള്ളി ശ്മശാനം) ഉത്സവമാഘോ ഷിക്കപ്പെടുന്നു. അന്നത്തെ പന്തലായിനി മലബാർ തീരവും മെക്കയും തമ്മിലുള്ള വാണിജ്യബന്ധങ്ങ ളുടെ ഒരു പ്രധാന കേന്ദ്രവും അറബികളുടെ സങ്കേ തവുമായിരുന്നെന്ന് ഇബ്നു ബത്തൂത്ത വിവരിച്ചി ട്ടുണ്ട്. പോർച്ചുഗീസുകാർ പലതവണ ആക്രമിച്ചെ ങ്കിലും മയ്യത്തുകുന്നിൽനിന്നുള്ള ശക്തിയായ പ്രതി രോധം പന്തലായിനിയെ രക്ഷിച്ചു. 1550 ൽ പോർച്ചു ഗീസുകാർ പന്തലായിനിയെ വീണ്ടും കൊള്ളയടി ക്കുകയും ഒട്ടേറെ തദ്ദേശീയരെ കൊന്നൊടുക്കു കയും ചെയ്തു.

മലബാറിന്റെ സുഗന്ധദ്രവ്യങ്ങൾ തേടി കട ലിനക്കരെ നിന്നെത്തിയ വൈദേശിക സംസ്കാര ത്തിന്റെ കൊടിയടയാളങ്ങൾ ഇവിടുത്തെ മണ്ണിലും മനസ്സിലും പദാവലികളിലുമെല്ലാം ചിതറിക്കിടപ്പു ണ്ട്. അറബി-ചൈനീസ് ബന്ധത്തിന്റെ പാരസ്പ ര്യങ്ങൾ ഈ പ്രദേശത്തും നിഴൽവീശി നില്ക്കുന്നു. തങ്ങൾമാരുടെ ആഗമനം കൊയിലാണ്ടിയിലെ സാമുദായിക ജീവിതത്തിൽ വരുത്തിത്തീർത്ത മാറ്റ ങ്ങൾ ശ്രദ്ധേയം.

നാടുവാഴിത്ത സംവിധാനത്തിന്റെ മേൽത്ത ട്ടിൽ സവർണ്ണഹിന്ദുക്കളും മുസ്ലീങ്ങളും അധികാരം പങ്കുവച്ചത് ഈ മാറ്റത്തിന്റെ ഫലമായിട്ടാകണം. നാട്ടുനടപ്പുകളിലും സാമുദായികാചാരങ്ങളിലും കൊടുക്കലും വാങ്ങലും പതിവായിരിക്കുന്നതു കൊണ്ട് കൊയിലാണ്ടിയിലെ ഹിന്ദു മുസ്ലിം സംസ്കാരം പരസ്പരാശ്രിതത്വത്തിന്റെ ചാലുകളി ലൂടെയാണ് ഒഴുകിനീങ്ങിക്കൊണ്ടിരുന്നത്. കമ്പോ ളത്തിന്റെ തെരുവുകളിൽ കൊയിലാണ്ടിയിലെ മുസൽമാന്മാർ പടുത്തുയർത്തിയ താഴത്തങ്ങാടി യിലെ 'ദർഗ്ഗ' പുരാവസ്തുവാണെങ്കിലും മഴയും വെയിലുമേറ്റ് നിലകൊള്ളുന്നു. ഏതോ മുസ്ലിം സിദ്ധന്റെ സ്മാരകം. ആർക്കാട്ട് നവാബ് പണിതു കൊടുത്തതാണത്രെ ഈ പള്ളി. കച്ചവടത്തിനാ യെത്തി ഇവിടെ പാർപ്പുറപ്പിച്ച മുസ്ലീങ്ങൾ കൊയി ലാണ്ടിക്കു നല്കിയ സംഭാവന അളവറ്റതാണ്.

ഇന്ന് ഇരുളടഞ്ഞു കിടക്കുന്ന പൂർവ്വകാലങ്ങൾ വകഞ്ഞു മാറ്റി ചെന്നെത്തിയാൽ കണ്ടുമുട്ടുന്നത്, ബപ്പൻ കാടിന്റെ ഉള്ളറകളാണ്. ഇവിടെ ഒരു പ്രാചീന ജനപദമുണ്ടായിരുന്നത്രെ– പുളിയർ. കൊന്നും കവർന്നും കാലം കഴിക്കാൻ വിധിക്കപ്പെട്ടവർ. അവർ ആദിമ ജനസഞ്ചയമാണെങ്കിലും നാഗരികതയുടെ കടന്നേറ്റത്തിൽ നിഷേധികളായിത്തീർന്നു. അങ്ങനെ, അവർ പഴയ കൊയിലാണ്ടിയുടെ നിഷേധപർവ്വം ചമ യ്ക്കുന്നു. പക്ഷേ, ടിപ്പുവിന്റെ വാൾമുനയിലും നായ ന്മാരുടെ നരബലികളിലും (ശക്തൻകുളങ്ങരയിലെ പുളിയോരത്ത് നായന്മാരുടെ സാന്നിദ്ധ്യം ഇവിടെ അനുസ്മരിക്കാം) കൂട്ടത്തോടെ കുരുതി കൊടുക്ക പ്പെട്ട ഈ വർഗ്ഗം കൊയിലാണ്ടിയുടെ ജനമനസ്സുക ളിൽനിന്നും മാത്രമല്ല, കൊയിലാണ്ടിയുടെ ചരിത്ര ത്തിൽനിന്നുപോലും ബഹിഷ്കൃതരാണിപ്പോൾ.

പ്രാചീന ആരാധനാലയങ്ങൾ

ക്ഷേത്രങ്ങളുടെ ഒരു സമുച്ചയമാണിവിടം. പിഷാരിക്കാവ് ക്ഷേത്രത്തിന്റെ ഇടത്തും വലത്തു മായി തെല്ലകലത്ത് രണ്ട് ശിവക്ഷേത്രങ്ങൾ. മുൻപിൽ അനന്തപുരം വിഷ്ണുക്ഷേത്രം. ഇവയെല്ലാം പ്രാചീന ശൈവ വൈഷ്ണവ സംസ്കൃതികളിലേക്ക് വെളിച്ചംവീശുന്നു. ഒപ്പം തന്നെ ബൗദ്ധ-ജൈനസം സ്കാരത്തിന്റെ കാണാമറയത്തേക്ക് അവ നമ്മെ കൊണ്ടുപോകുന്നു. ഹൈന്ദവവും ഇസ്ലാമികവുമായ ഒരുപാട് ആചാരങ്ങൾ കൊയിലാണ്ടിയുടെ പരിസ രങ്ങളിലുണ്ട്. എല്ലാം അതതു ദേശത്തിന്റെ സാംസ്കാരികവും സാമൂഹ്യവുമായ ജീവിതത്തോട് ഇഴുകിച്ചേർന്നവയാണ്. എന്നാൽ ഇവയിൽനിന്നും വ്യത്യസ്തമായ മറ്റൊരു ദേവാലയവുമുണ്ട്. ബാസൽ മിഷൻകാർ പന്തലായിനിയിൽ പണിത ക്രിസ്ത്യൻ പള്ളി. വിരലിലെണ്ണാവുന്ന ക്രൈസ്തവ കുടുംബ ങ്ങളേ പണ്ട് ഇവിടെ ഉണ്ടായിരുന്നുള്ളൂ. അവരിൽ പലരും ജർമ്മൻ മിഷണറിമാരാൽ മതപരിവർത്തനം ചെയ്യപ്പെട്ട തദ്ദേശീയരായിരുന്നു. ഇവരുടെ സെമി ത്തേരി പാതിരക്കാട് എന്ന പേരിൽ ഇന്നും നില നില്ക്കുന്നു.

ദ്രാവിഡത്തനിമയാർന്ന തിറയാട്ടങ്ങൾ തൊട്ട് വേലയുടെയും പൂരത്തിന്റെയും ഓർമ്മകളു ണർത്തുന്ന പഞ്ചാരിയും പാണ്ടിയുമെല്ലാം ഇവിടെ ക്ഷേത്രാങ്കണങ്ങളിൽ വിലസുന്നു. തിറയോടൊപ്പം ആഘോഷമായി കളംപാട്ടും ഗുരുതിയും ഓട്ടൻതു ള്ളലും ചാക്യാർ കൂത്തുമെല്ലാം പിഷാരിക്കാവിലെ

കൂത്തുമാടത്തിന്റെ അകച്ചുവരിലുള്ള മായ്ച്ചാലും മായാത്ത ചുമർചിത്രം സമ്പന്നമായ ഒരു കലാപൈതൃകത്തിന്റെ തിരുശേഷിപ്പായി നിലകൊള്ളുന്നു.

അങ്ങനെ, നിരവധി വീരസാഹസിക കർമ്മങ്ങളുടെ രംഗവേദിയായ ആ പ്രാചീന നഗരം ഇന്ന് തിരക്കേറിയ ഒരു മുനിസിപ്പൽ ടൗൺ ആണ്. ക്ലേശഭൂയിഷ്ഠമായ ഇന്നത്തെ സാഹചര്യങ്ങളിലും പഴമയുടെ പൊട്ടും പൊടിയും നമുക്കവിടെ കാണാൻ കഴിയും. മുസ്ലിം പ്രാമുഖ്യമുള്ള പ്രദേശങ്ങൾ. താലൂക്കു തലസ്ഥാനമായ കൊയിലാണ്ടി ടൗണിന്റെ സന്തത സാമീപ്യവും ജീവിതസൗകര്യങ്ങളും നല്കുന്ന തണലിൽ ഒരുവിധം കഴിഞ്ഞുകൂടുന്നു. താലൂക്ക് ഹെഡ് ക്വാർട്ടേഴ്സിന്റേതായ തിക്കും തിരക്കും സ്ഥാപനങ്ങളും ഉള്ള കൊയിലാണ്ടി പണ്ടൊരു തുറമുഖമായിരുന്നു. കേരളത്തിൽനിന്ന് മെക്കയിലേക്ക് ഹജ്ജിന് പോകുന്നവർ പണ്ട് കൊയിലാണ്ടി തുറമുഖത്തുനിന്നാണ് കപ്പൽ കയറിയിരുന്നത് വികസന ബ്ലോക്കിലെ മറ്റുരണ്ടു പഞ്ചായത്തുകൾ ചേമഞ്ചേരിയും ചെങ്ങോട്ടുകാവുമാണ്.

കാപ്പാട് - ചരിത്ര സ്മാരകം

കൊയിലാണ്ടിക്കടുത്തുള്ള ചേമഞ്ചേരിയിലെ കാപ്പാട് അഥവാ കപ്പക്കടവ്, കേരള ചരിത്രത്തിലെ അവിസ്മരണീയമായ ഒരു മഹാസംഭവത്തിന് സാക്ഷ്യംവഹിക്കുന്നു. ചേമഞ്ചേരി പഞ്ചായത്തിന്റെ ഹൃദയഭാഗത്തു കൂടി കടന്നുപോകുന്ന കോഴിക്കോട് - കണ്ണൂർ മെയിൻ റോഡിൽ നിന്നും പടിഞ്ഞാറോട്ടു ഒരു ഗ്രാമറോഡ് കടന്നുപോകുന്നു. ആ റോഡേ റെയിൽവേ ലൈൻ മുറിച്ചുകടന്ന് ഏതാണ്ട് ഒരു കി മീ നടക്കുമ്പോൾ കാപ്പാട് അങ്ങാടിയായി. ഒരു മുസ്ലിം കേന്ദ്രം. കാപ്പാട് മുസ്ലിം പള്ളിയും പാരമ്പര്യമുള്ള പല പഴയ മുസ്ലിം ഭവനങ്ങളും കാണാം. ഏതാണ്ട് ഇരുന്നൂറ് മീറ്റർ അകലെയായി അറബിക്കടൽ തിരതല്ലി കിടപ്പുണ്ട്. ആ കടൽക്കരയിൽ ഒരു അമ്പതു വാര കിഴക്കുമാറി ഒരു സ്തൂപമുണ്ട്. സ്തൂപത്തിൽ മാർബിൾപ്പലകയിൽ ഇംഗ്ലീഷിൽ ആലേഖനം ചെയ്യപ്പെട്ടിട്ടുള്ള വരികൾ ശ്രദ്ധിക്കുക.

"Vascoda Gama landed here
Kappakkadavu in the year 1498"

വാസ്കോ ഡ ഗാമ 1498 ൽ ഇവിടെ, കപ്പക്കടവിൽ കപ്പലിറങ്ങി.

സ്വന്തം നാടായ പോർച്ചുഗലിൽനിന്ന് മാസങ്ങളോളം കപ്പൽ യാത്ര ചെയ്ത് ഇന്ത്യയിലെത്താൻ ഒരു കുറുക്കുവഴി തേടി പുറപ്പെട്ട ആ സാഹസികനായ നാവികൻ ഇന്ത്യൻ തീരത്ത് ആദ്യമായി കാലുകുത്തിയത് ഇവിടെയാണ്. കപ്പക്കടവിൽ.

1930 ലാണ് മദ്രാസ് ഗവൺമെന്റ് ആ ചരിത്രസംഭവത്തിന്റെ സ്മരണയ്ക്കായി അവിടെ ഒരു സ്മാരകസ്തംഭം പടുത്തുയർത്തിയത്. അതിനു മുമ്പെന്നോ ഇംഗ്ലീഷ് ഈസ്റ്റ് ഇന്ത്യാ കമ്പനി അവിടെ ഉയർത്തിയിരുന്ന സ്തൂപം കടലാക്രമണത്തിൽ നഷ്ടപ്പെട്ടുപോയിരുന്നു. ഈ സ്ഥലത്തിന്റെ ചരിത്രപ്രാധാന്യം നിലനിർത്താൻ വേണ്ടി കേരള ഗവൺമെന്റ് നടപടികളെടുത്തു. കാപ്പാട് ഒരു ടൂറിസ്റ്റ് കേന്ദ്രമാക്കാൻ വേണ്ടി ഗവൺമെന്റ് സ്വീകരിച്ച നടപടികളും നിർമ്മിതികളും ഇന്നും ഉദ്ദേശിച്ചത്ര ഫലപ്രാപ്തിയിലെത്തിയിട്ടില്ല. കാടുപിടിച്ച കോമ്പൗണ്ടിനുള്ളിൽ, അടഞ്ഞുകിടക്കുന്ന ടൂറിസ്റ്റ് റിസോർട്ടുകളും മറ്റും ഇന്നവിടെ കാണാം.

14-ാം നൂറ്റാണ്ടിൽ ഇബ്നു ബത്തൂത്ത കണ്ട ഈ നഗരത്തിന്റെ തുറമുഖത്തിലാണ് വ്യാപാരികളായ തെക്കൻ നായന്മാരുടെ പത്തേമാരികൾ വന്നടുത്തിരുന്നത്. പത്തേമാരിയിൽ പട്ടു മാത്രമല്ല, പട്ടിൽ പൊതിഞ്ഞ ശ്രീപോർക്കലിയുമുണ്ടായിരുന്നു – എട്ടുവീടരുടെ കുലദേവത! അന്ന്. അങ്ങനെ വിരുന്നുവന്ന ശ്രീപോർക്കലി, മലബാറിന്റെ ഗൃഹദേവതയായി, പിഷാരിക്കാവിന്റെ പൗരാണികതയിൽ ഇടംതേടി.

പന്തലായിനി കൊല്ലത്ത് എട്ടു വീടരായി കുടിയിരുന്ന തെക്കൻ നായന്മാർ സാമൂഹ്യ ജീവിതത്തിന്റെ കൂട്ടായ്മകളിൽ പങ്കാളികളായി ഊരിന്റെ മേലാളന്മാരുമായി. കേരളീയതയുടെ തെക്കും വടക്കും സമന്വയിപ്പിക്കാൻ നിദാനമായിത്തീർന്നത് ഈ പന്തലായിനി കൊല്ലമാണ്--ചരിത്രത്തിന്റെ യാദൃച്ഛികത.

കൊയിലാണ്ടിയുടെ രാഷ്ട്രീയപാരമ്പര്യവും ശ്രദ്ധേയം. സി കെ ഗോവിന്ദൻ നായർ, സയിദ് അബ്ദുറഹിമാൻ ബാഫക്കി തങ്ങൾ, വി ആർ കൃഷ്ണയ്യർ എന്നിങ്ങനെ ജനനായകന്മാരുടെ ഒരു നീണ്ട നിര തന്നെയുണ്ട്.

69

ഒരു കൊലച്ചതിയുടെ പുരാവൃത്തം

കേരളചരിത്രത്തിലെ ഏറ്റവും നിന്ദ്യവും നീചവുമായ ഒരു കൊലച്ചതിയുടെയും വിശ്വാസവഞ്ചനയുടെയും രംഗവേദികളിലേക്കാകാം ഇനി യാത്ര-മദ്ധ്യ മലബാറിലെ പയ്യോളി, കൊയിലാണ്ടി എന്നീ പ്രദേശങ്ങളിലേക്ക്.

ആ ദുരന്തങ്ങൾ അരങ്ങേറിയ കർമ്മഭൂമികളിലേക്ക് കടക്കും മുമ്പ്, ആയതിലേക്ക് വഴിതെളിച്ച സംഭവപരമ്പരകൾ എന്താണെന്നും ദുരന്തനായകന്മാർ ആരൊക്കെയാണെന്നും നമുക്കൊന്ന് അന്വേഷിക്കാം.

1498 മേയ് 20 (കൊ വ 673 ഇടവം 16) ഞായറാഴ്ച. കോഴിക്കോടിനു വടക്ക് കൊയിലാണ്ടി കടലോരം. ഒരു കപ്പൽ കരയ്ക്കടുക്കുന്നു. പോർച്ചുഗീസ് കപ്പൽ. കപ്പിത്താൻ അംഗരക്ഷകരുടെ അകമ്പടിയോടെ കപ്പിലിൽ നിന്നിറങ്ങി. കരയ്ക്കടുത്തു. വാസ്കോ ഡ ഗാമ. പില്ക്കാലത്ത് ഇന്ത്യാചരിത്രത്തിന്റെ ഗതിയാകെ മാറ്റിമറിക്കാൻ പര്യാപ്തമായ ഒട്ടേറെ സംഭവങ്ങളുടെ നാന്ദിയാണതെന്ന് അന്നാരും നിനച്ചിരിക്കയില്ല. അന്നുതുടങ്ങി, പിന്നെ ഏതാണ്ട് അഞ്ചുനൂറ്റാണ്ട് കാലത്തോളം, തുടങ്ങിയും മുടങ്ങിയും ദീർഘകാലത്തേക്ക് നീണ്ടുനിന്ന വിദേശവാഴ്ച — പോർച്ചുഗീസുകാർ, ഡച്ചുകാർ, ഫ്രഞ്ചുകാർ ഇംഗ്ലീഷുകാർ--യുടെ തുടക്കം കുറിച്ചു ആ സംഭവം.

> ഇടവം 17-ാം തീയതി തിങ്കളാഴ്ച കൊത്തുവാളും ഇരുനൂറു നായന്മാരും പന്തലായനിക്കു വന്നപ്പോൾ ഗാമ കപ്പിത്താൻ പറങ്കി മൂപ്പന്മാരുമായി വിചാരിച്ചു: ഞാൻ പോയി രാജാവെ കാണും. ആപത്തുണ്ടായാൽ നിങ്ങൾ ഒട്ടും പാർക്കരുത്. ഉടനെ നങ്കൂരമെടുത്ത് പോർത്തുഗലിൽ ഓടി മലയാളത്തിലെ വഴി അന്വേഷിച്ചു, കണ്ട പ്രകാരം എല്ലാം അറിയിക്കണം - എന്നു കല്പിച്ച് വസ്ത്രാലങ്കാരങ്ങൾ ധരിച്ച് വെടിവച്ച്, കൊടി പറപ്പിച്ച് പന്ത്രണ്ട് പറങ്കികളോടും കരയ്ക്കിറങ്ങി. അനന്തരം നായന്മാർ എതിരേറ്റ് വണങ്ങി, തണ്ടിൽ കരേറ്റി എല്ലാവരും ഘോഷിച്ചു നടയായി പുറപ്പെട്ടു, കാപ്പുകാട്ട് എത്തി, സൽക്കാരം വാങ്ങി അനുഭവിച്ചശേഷം.

ചങ്ങാടത്തിൽ കയറി പുഴ വഴിയായും പിന്നെ തെരുവീഥിയുലൂടെ നടന്നും സാമൂതിരി കോവിലകത്തെത്തി, സാമൂതിരിയെ കണ്ട കാഴ്ച ഡാക്ടർ ഗുണ്ടർട്ട് *കേരളപ്പഴമ*യിൽ തുടർന്നു വിവരിക്കുന്നു.

> നാലാം പടിവാതിൽക്കൽ ഭട്ടതിരിപ്പാട് എതിരേറ്റ് കപ്പിത്താനെ ആശ്ലേഷിച്ച് വലംകൈ പിടിച്ച് ആസ്ഥാന മണ്ഡപത്തിൽ തിരക്കകത്ത് പ്രവേശിപ്പിച്ചു. അതിൽ പച്ചപ്പട്ടം വിരിച്ചതും പല ദിവ്യാംബരങ്ങൾ വിതാനിച്ചതും ചുറ്റുമുള്ള ഇരുത്തിപ്പലകമേൽ മന്ത്രികൾ ഇരിക്കുന്നതും നടുവിൽ കട്ടിലിന്മേൽ കുന്നലക്കോനാതിരി രാജാവ് കിടക്കുന്നതും കണ്ടു.

സാമൂതിരി, ഗാമയ്ക്കു വേണ്ട ഒത്താശകൾ ചെയ്തുകൊടുത്തു. അദ്ദേഹത്തിന്റെ സംരക്ഷണയിലും പ്രോത്സാഹനത്തിലും കടൽമാർഗ്ഗമുള്ള കച്ചവടത്തിന്റെയും നാവികവൃത്തിയുടെയും കുത്തക അന്നോളം കൈയടക്കി വച്ചിരുന്ന അറബികളും തദ്ദേശീയ മുസ്ലീങ്ങളും മുറുമുറുത്തു എതിർത്തു. പക്ഷേ, പോർച്ചുഗീസുകാർ പിടിച്ചുനില്ക്കുകതന്നെ ചെയ്തു. അവർ ക്രമേണ കേരളത്തിന്റെ തെക്കുംവടക്കും തീരങ്ങളിലേക്കു വ്യാപിച്ചു...

കുഞ്ഞാലി മരയ്ക്കാർ

കൊച്ചിയിലെ ഒരു കടൽ കച്ചവടക്കാരനായിരുന്നു മൊഹമ്മദ്, പോർച്ചുഗീസുകാരുടെ ശല്യം സഹിക്കാതെ അയാൾ പൊന്നാനി തുറമുഖത്തിലേക്ക് താമസം മാറ്റി. വർദ്ധിച്ചുവരുന്ന പോർച്ചുഗീസ് ശക്തി മൊഹമ്മദിൽ ഭയവും അമർഷവും വളർത്തി. മൊഹമ്മദും അദ്ദേഹത്തിന്റെ അനുയായികളും കോഴിക്കോട് എത്തി. വെള്ളക്കാർക്കെതിരായി പട വെട്ടാൻ തങ്ങളുടെ കപ്പലുകളും ആയുധങ്ങളും അടിയറവച്ചു. സംപ്രീതനായ സാമൂതിരി ആ സേവന സന്നദ്ധത സ്വീകരിച്ചു. കുഞ്ഞാലി എന്ന സ്ഥാനപ്പേര് മൊഹമ്മദിന് കല്പിച്ചു കൊടുത്തു. എന്നാലും അവരുടെ കുടുംബം മരയ്ക്കാർ (നാവികരെന്നർത്ഥം) എന്ന പേരിൽ തന്നെയാണന്നറിയപ്പെട്ടിരുന്നത്. അങ്ങനെ കുഞ്ഞാലി മരയ്ക്കാന്മാർ സാമൂതിരിയുടെ നാവികപ്പടയുടെ സേനാനായകന്മാരായിത്തീർന്നു.

കുഞ്ഞാലിമരയ്ക്കാരുടെ കീഴിൽ പ്രഗത്ഭരായ ഒട്ടേറെ കപ്പിത്താന്മാരുണ്ടായിരുന്നു കുട്ടി അലി ആയിരുന്നു അവരിൽ പ്രമുഖൻ. താനൂർ, കാപ്പാട്, പന്തലായിനി എന്നിങ്ങനെ മലബാറിലെ കടൽത്തീരങ്ങളിൽ പലയിടത്തും വച്ച് അവർ പോർച്ചുഗീസ് കപ്പലുകളെ ഒളിവിൽ കടന്നാക്രമിച്ച് നാശനഷ്ടങ്ങൾ വരുത്തി. ഈ ഒളിപ്പോർ പരമ്പരകൾ പോർച്ചുഗീസുകാരെ പൊറുതിമുട്ടിച്ചു. പട്ടുമരയ്ക്കാരും ആലിഹസ്സനുമായിരുന്നു ഉറ്റ സഹായികൾ. 1528 ൽ ചേറ്റുവായ് തുറമുഖത്തു വച്ചു നടന്ന ചരിത്രപ്രസിദ്ധമായ കടൽയുദ്ധത്തിൽ, കുഞ്ഞാലിയുടെ പട, പോർച്ചുഗീസുകാരുടെ പകുതിയിലധികം കപ്പലുകളെ നശിപ്പിച്ചു. ദുർബ്ബലരായ പോർച്ചുഗീസുകാർക്ക് സാമൂതിരി കച്ചവടസ്വാതന്ത്ര്യവും നിഷേധിച്ചു. അവരുടെ സഹായികളുടെ എണ്ണവും കുറഞ്ഞു. തലസ്ഥാനവും കോട്ടയുമായിരുന്ന ഗോവ ഒറ്റപ്പെട്ടു കഴിഞ്ഞിരുന്നു. ധനഃസ്ഥിതിയും മോശമായി. 1540 മുതൽ 1564 വരെ പോർച്ചുഗീസുകാരും സാമൂതിരിയുമായി തുറന്ന സംഘട്ടനങ്ങളൊന്നുമില്ലാതെ, അസ്വസ്ഥമായ ഒരു തരം സമാധാനത്തിൽ കഴിഞ്ഞുകൂടി.

കോട്ടയ്ക്കൽ കോട്ട

1564 ൽ ഒരുദിവസം ഒരു മാപ്പിള നാവികന്റെ ശവശരീരം കണ്ണൂർ കടപ്പുറത്തടിഞ്ഞു. സംഘട്ടനം പുനരാരംഭിച്ചു. കണ്ണൂരിലെ ആലി രാജാവിന്റെ സൈന്യങ്ങൾ പോർച്ചുഗീസുകാരുടെ കണ്ണൂരിലുള്ള കോട്ട തകർത്തു. കണ്ണൂരിലെ പോർച്ചുഗീസ് സൈന്യത്തെ സഹായിക്കാൻ ഗോവയിൽ നിന്നെത്തിയ പോർച്ചുഗീസ് സേനയെ തടുക്കാൻ സാമൂതിരി കുഞ്ഞാലിമരയ്ക്കാരെ നിയോഗിച്ചു. ഗോവയിൽനിന്നും തിരിച്ച മൂന്ന് സൈന്യവ്യൂഹങ്ങളെയും കുഞ്ഞാലി തിരിച്ചോടിച്ചു. കുഞ്ഞാലി രണ്ടാമനു ശേഷം വന്ന പട്ടുമരയ്ക്കാരും പോർച്ചുഗീസുകാർക്കെതിരായ ജൈത്രയാത്ര തുടർന്നു. സ്വന്തം മച്ചുനനായിരുന്ന കുട്ടിമൂസയായിരുന്നു പ്രധാന സഹായി. ഇക്കാലത്ത് കൊങ്കണ നാവികരും പോർച്ചുഗീസുകാരെ ശല്യപ്പെടുത്തി തുടങ്ങി. ഭയചകിതരായ പോർച്ചുഗീസുകാർ പൊന്നാനിയിലൊരു കോട്ട നിർമ്മിക്കുവാൻ സാമൂതിരിയുടെ അനുവാദം തേടി. പട്ടുമരയ്ക്കാർ ശക്തയായി എതിർത്തെങ്കിലും സാമൂതിരി ഒരു ദുർബ്ബലനിമിഷത്തിൽ അതനുവദിച്ചു. അതിനുപകരം മൂരാട്ടുപുഴ (കുറ്റ്യാടിപ്പുഴ)യുടെ അഴിമുഖത്ത് ഒരു കോട്ട നിർമ്മിക്കുവാൻ മരയ്ക്കാർ സാമൂതിരിയുടെ അനുവാദം തേടി. അങ്ങനെ വടകരയ്ക്കടുത്ത് തന്ത്രപരമായ കോട്ടയ്ക്കൽകോട്ട ഉയർന്നു, രണ്ടു വർഷത്തിനുള്ളിൽ പട്ടുമരയ്ക്കാർ അന്തരിച്ചു. തുടർന്ന് സേനാനായകനായ മൊഹമ്മദ് കുഞ്ഞാലി മരയ്ക്കാർ നാലാമനാണ്, മരയ്ക്കാർ വംശത്തിലെ അതിപ്രസിദ്ധനും അവസാന വേഷക്കാരനും. പോർച്ചുഗീസ് കച്ചവടത്തെ പൂർണ്ണമായി സ്തംഭിപ്പിക്കാൻ അദ്ദേഹത്തിന്റെ ആക്രമണങ്ങൾക്കു കഴിഞ്ഞു. പക്ഷേ, എങ്ങനെയോ സാമൂതിരിക്ക് കുഞ്ഞാലിമരയ്ക്കാർ നാലാമനോട് നീരസം ജനിച്ചു. തക്കം പാർത്തിരുന്ന പോർട്ടുഗീസുകാർ ആ നീരസത്തെ വിദ്വേഷമാക്കി വളർത്തി. വിധിവൈപരീത്യമെന്ന മട്ടിൽ വാസ്കോഡ ഗാമയുടെയും ഒരു പൗത്രനായ ഫ്രാൻസിസ്കോ ഡി ഗാമയാണ് കുഞ്ഞാലി മരയ്ക്കാർക്കെതിരായി സാമൂതിരിയുമായി സഖ്യത്തിലേർപ്പെട്ടത്. 1599 ൽ പോർച്ചുഗീസ് സൈന്യം കോട്ടയ്ക്കലെ മരയ്ക്കാർ കോട്ട വളഞ്ഞ് കോട്ടയുടെ നേർക്ക് ആക്രമണം തുടങ്ങി. പക്ഷേ, കോട്ടയുടെ ഒരു കല്ലിനുപോലും ഇളക്കം തട്ടിയില്ല. മരയ്ക്കാർ എല്ലാ ശക്തികളെയും ധീരധീരം ചെറുത്തു നിന്നു. പോർച്ചുഗീസുകാരുടെ നിരന്തരമായ പ്രേരണയ്ക്കു വഴങ്ങിയാകണം, തന്റെ വിശ്വസ്തസേനാനായകനായ കുഞ്ഞാലിമരയ്ക്കാരെ വേട്ടയാടാൻ സാമൂതിരിയും പോർച്ചുഗീസുകാരോടൊപ്പം ചേർന്നു. കൃതഘ്നതയുടെ പാരമ്യം! വേണ്ടത്ര ഭക്ഷണ സാധനങ്ങൾ ലഭിക്കാതെ എത്രനാളാണ് കോട്ടയ്ക്കുള്ളിൽ ഒളിച്ചുകഴിയുക! 1600-ാമാണ്ട് ഫെബ്രുവരി മാസത്തിൽ പോർച്ചുഗീസുകാർ വീണ്ടും കോട്ട തകർത്തു. മരയ്ക്കാർ നേരിട്ടിറങ്ങി വന്ന് പടപൊരുതി, ആ ആക്രമണവും തല്ക്കാലം നിലച്ചു.

കൊലച്ചതി

സ്വാതന്ത്ര്യത്തിനുവേണ്ടി ജീവിതം ഉഴിഞ്ഞുവച്ച മരയ്ക്കാർ അവസാനം വിവിധ പ്രേരണകൾക്കും സാഹചര്യങ്ങൾക്കും വിധേയനായി

താനെന്നും ആദരിച്ചിരുന്ന സാമൂതിരിയുടെ മുമ്പിൽ കീഴടങ്ങാൻ തന്നെ തീരുമാനിച്ചു. നീണ്ടു നിന്ന സന്ധി സംഭാഷണങ്ങൾക്കു ശേഷം 25 അനുയായികളോടുകൂടി കോട്ടയ്ക്കു പുറത്തുവന്ന് കീഴടങ്ങാൻ മരയ്ക്കാർ സമ്മതിച്ചു. കോട്ടയ്ക്കു പുറത്തുകടന്നതോടെ തക്കംപാർത്തിരുന്ന ചതിയന്മാരായ പോർച്ചുഗീസുകാർ മരയ്ക്കാരുടെ മേൽ ചാടിവീണു. നേരിയ രക്ഷാമാർഗ്ഗത്തിലൂടെ മരയ്ക്കാർ കോട്ടയ്ക്കുള്ളിലേക്കു ഓടി രക്ഷപ്പെട്ടു. സ്വന്തം രാജാവിനെയും വിദേശികളായ ശത്രുക്കളെയും ഭയന്ന് എത്രകാലം കോട്ടയ്ക്കുള്ളിൽ കഴിയേണ്ടിവരും? വീണ്ടും സന്ധി സംഭാഷണം ആരംഭിച്ചു. മരയ്ക്കാർക്ക് ഒരൊറ്റ വ്യവസ്ഥയേ നിർദ്ദേശിക്കാനുണ്ടായിരുന്നുള്ളൂ. തന്റെയും അനുയായികളുടെയും ജീവന് ഉറപ്പുനല്കണം. പോർച്ചുഗീസ് സൈന്യമേധാവിയുടെ അനുമതിയോടെ നാടുവാഴുന്ന സാമൂതിരി അത് വാഗ്ദാനം ചെയ്തു.

1600-ാമാണ്ട് മാർച്ച് 16-ാം തീയതി കുഞ്ഞാലി മരയ്ക്കാരും അനുയായികളും കോട്ടയ്ക്കുപുറത്തു വന്നു. അല്പമകലെ, വിശ്വസ്ത പരിചാരകന്മാരാൽ പരിസേവിതനായി, അലങ്കൃതപീഠത്തിൽ എഴുന്നള്ളിയിരിക്കുകയാണ് സാമൂതിരി. യജമാന ഭക്തനായ കുഞ്ഞാലിമരയ്ക്കാർ നമ്രശിരസ്കനായി, മെല്ലെ സാമൂതിരിയുടെ സവിധത്തിലേക്ക് നടന്നടുത്തു. പോർച്ചുഗീസ് പടയാളികൾ സശ്രദ്ധം രംഗം വീക്ഷിച്ചുനിന്നു. നൂറ്റാണ്ടുകളായി സാമൂതിരി രാജവംശത്തെ സേവിച്ച് രാജ്യത്തെ രക്ഷിച്ച മരയ്ക്കാർ കുടുംബത്തിലെ ആ ധീരസേനാനി സാമൂതിരിയുടെ മുന്നിൽ തലകുമ്പിട്ടുനിന്നു. ഒരുനിമിഷം, ഞൊടിക്കുള്ളിൽ രംഗം മാറി. വേട്ടപ്പട്ടികകളെപ്പോലെ കാത്തുനിന്ന നെറികെട്ട പോർച്ചുഗീസ് പടയാളികൾ മരയ്ക്കാരെയും കൂട്ടുകാരെയും വളഞ്ഞ് തട്ടിയെടുത്ത് അഴിമുഖത്ത് കാത്തു കിടന്ന പോർച്ചുഗീസ് കപ്പലിലേക്ക് കൊണ്ടുപോയി. എല്ലാം കണ്ട് മിഴിച്ചു നില്ക്കാനെ സാമൂതിരിക്ക് കഴിഞ്ഞുള്ളൂ.

കുഞ്ഞാലിയും അനുയായികളും ഗോവയിലെ പോർച്ചുഗീസ് തടവറയിൽ വിവിധ പീഡനങ്ങൾക്ക് വിധേയരായി, ഒരു മാസത്തോളം കിടന്നു. ചടങ്ങനുസരിച്ചുള്ള കോടതി വിചാരണയ്ക്കുശേഷം കുഞ്ഞാലിയെയും കൂട്ടരെയും വധശിക്ഷയ്ക്കു വിധിച്ചു. അവസാനം വധശിക്ഷ നടപ്പാക്കേണ്ട ദിവസവും വന്നു. പോർച്ചുഗീസ് വൈസ്രോയിയുടെ അരമനമുറ്റത്ത് പടുത്തുയർത്തിയ തറയിൽ വച്ച് കുഞ്ഞാലിയെയും 40 അനുയായികളെയും കോടാലികൊണ്ട് കഴുത്തുവെട്ടി കൊന്നു. നീചരായ പറങ്കിപ്പടനായകന്മാരുടെ ശൗര്യം അതുകൊണ്ടും തീർന്നില്ല. കുഞ്ഞാലിയുടെ ശവശരീരം ചീന്തിക്കീറി. കുന്തമുനകളിൽ കോർത്തു പലയിടത്തായി പ്രദർശിപ്പിച്ചു. വേർപെട്ട തല ഉപ്പുപുരട്ടി കണ്ണൂരിലെത്തിച്ച് കുന്തമുനയിൽ കോർത്ത് കണ്ണൂരങ്ങാടിയിലും നാട്ടി; മുസ്ലീങ്ങളെ ഭീഷണിപ്പെടുത്താൻ.

താല്ക്കാലിക വിജയം നേടിയ പറങ്കിപ്പട പില്ക്കാലത്ത് കേരളത്തിന്റെ മണ്ണിൽനിന്ന് എന്നെന്നേക്കുമായി കെട്ടുകെട്ടിപ്പോയിട്ട് നൂറ്റാണ്ടുകൾ പലതുകഴിഞ്ഞു. പക്ഷേ, പെറ്റമണ്ണിൽനിന്ന് വൈദേശിക ശക്തിയെ ആട്ടിപ്പായിക്കാൻ സ്വന്തം ജീവൻ ബലിയർപ്പിച്ച ധീരദേശാഭിമാനിയായ കുഞ്ഞാലിമരയ്ക്കാരുടെയും സാഹസികരായ അനുയായികളുടെയും ജീവിതകഥ ഉൾപ്പുളകത്തോടുകൂടി മാത്രമേ ഇന്നും കേരളത്തിന് ഓർക്കാൻ കഴിയൂ.

കേരള ചരിത്രത്തിലെ അതിക്രൂരമായ ഈ കൊലച്ചതിയുടെ രംഗഭൂമികളായ പ്രദേശങ്ങളിലേക്ക് നമുക്കിനി കടന്നുചെല്ലാം. ആദ്യം പയ്യോളി എന്ന ഗ്രാമത്തിലേക്ക്.

പയ്യോളിയിലെത്തുന്ന സന്ദർശകന്, സമ്പൽ സമൃദ്ധമായ ഒരു നാട്ടിൻപുറത്താണ് വന്നെത്തിയത് എന്ന് തോന്നുകയില്ല. സസ്യഫല സമൃദ്ധമായ തൊടികളോ ധാന്യഭരിതമായ പാടങ്ങളോ നയനാനന്ദകരമായ പ്രകൃതിസൗന്ദര്യമോ കാണാൻ കഴിഞ്ഞെന്ന് വരികയില്ല. എന്നാൽ മണൽപ്പറമ്പുകളിൽ തലയാട്ടി നില്ക്കുന്ന തെങ്ങുകൾ സ്വാഗതമോതുകയാവാം. അത്ര ജനനിബിഡമല്ലാത്ത ഗ്രാമപ്രദേശം. താണ വരുമാനക്കാരാണ് ഭൂരിപക്ഷവും. അലസത പൊതുവേ ദൃശ്യമല്ല. പാടത്തോ പറമ്പിലോ പണിയെടുത്തോ മീൻപിടിച്ചു വിറ്റോ തൊണ്ടുതല്ലിയോ ചകിരിപിരിച്ചോ അവർ നിത്യവൃത്തികഴിച്ചുകൂട്ടും. വികസിതമായ ഒരു ഗ്രാമത്തിന്റെ പ്രസന്നഭാവം ദൃശ്യമല്ല. ജീവിത സൗകര്യങ്ങളുടെ കാര്യത്തിലും തീരെ പിന്നണിയിലാണ് ആ പ്രദേശം. പയ്യോളി പഞ്ചായത്തിന്റെ (മേലടി ബ്ലോക്കിന്റെയും ആസ്ഥാനമാണ് മേലടി എന്ന ആ നാൽക്കവല. കണ്ണൂരേക്കും വടകരയ്ക്കും കോഴിക്കോട്ടേക്കും പേരാമ്പ്രയ്ക്കും തിരക്കിട്ടോടുന്ന ബസുകൾ ആ ജങ്ഷനെ ശ്രദ്ധിക്കാതിരിക്കുകയില്ല. റോഡിനിരുവശവും വില്പനശാലകളും മറ്റുഗ്രാമീണ സ്ഥാപനങ്ങളും സ്ഥലം പിടിച്ചിട്ടുണ്ട്. ജങ്ഷനടുത്തുതന്നെയാണ് പയ്യോളി പഞ്ചായത്താഫീസും മേലടി ബ്ലോക്ക് ആഫീസും.

കോഴിക്കോട് - കണ്ണൂർ റോഡിൽ 22-ാം മൈലിനപ്പുറമാണ് പയ്യോളി. വടക്ക് വടകര മുനിസിപ്പാലിറ്റിയും കിഴക്ക് മണിയാർ പഞ്ചായത്തും തെക്ക് തിക്കോടി പഞ്ചായത്തും അതിരുകളായ പഞ്ചായത്തിന്റെ പടിഞ്ഞാറു ഭാഗം അറബിക്കടലാണ്. മത്സ്യബന്ധനമാണ് തീരവാസികളുടെ ഉപജീവനമാർഗ്ഗം. കേരോല്പന്നങ്ങളെ ആശ്രയിച്ചു കഴിയുന്ന കുടുംബങ്ങളും വളരെയുണ്ട്. പഞ്ചായത്തിലൂടെ കടന്നുപോകുന്ന കുറ്റ്യാടി (കോട്ടയ്ക്കൽ) പുഴയുടെ തീര

ങ്ങൾ താരതമ്യേന ഫലവത്താണ്. നേന്ത്രവാഴത്തോപ്പുകളും പാടങ്ങളും ആ പ്രദേശങ്ങളുടെ സവിശേഷതയാണ്. വലിയ വ്യവസായങ്ങളൊന്നുമില്ല. ചകിരിവ്യവസായത്തിനു പുറമേ മരക്കമ്പനിയും ഈർച്ചമില്ലും ഓയിൽ മില്ലും കുറച്ചാൾക്കാർക്ക് തൊഴിൽ നല്കിയിരുന്നു. കരിങ്കല്ലും കക്കയും ഈ പഞ്ചായത്തിന്റെ പ്രകൃതിദത്തമായ രണ്ട് അനുഗ്രഹങ്ങളാണ്. ഇരിങ്ങൽ എന്ന സ്ഥലത്ത് പാറയുടച്ച് കരിങ്കല്ല് കയറ്റി അയയ്ക്കുന്ന ജോലിയിൽ കുറെപ്പേർ ഏർപ്പെട്ടിരുന്നു.

ഇന്ത്യയുടെ അഭിമാനഭാജനമായ സ്പ്രിന്റ് റാണി പി ടി ഉഷയുടെ ജന്മനാടാണ് പയ്യോളി. വളർന്നുവരുന്ന കായികതാരങ്ങൾക്ക് ശാസ്ത്രീയമായ പരിശീലനവും പ്രചാരണവും നല്കി. പി ടി ഉഷ അടുത്ത കാലത്തു സ്ഥാപിച്ച ഫിസിക്കൽ എഡ്യൂക്കേഷൻ ഇൻസ്റ്റിറ്റ്യൂട്ട് ഇവിടെ പ്രവർത്തിക്കുന്നു.

പയ്യോളി പഞ്ചായത്തിലെ ഏറ്റവും പ്രാചീനമായ ഹൈന്ദവാരാധനാലയമാണ് കീഴൂർ ശിവക്ഷേത്രം. ഈ ക്ഷേത്രോത്സവത്തോടനുബന്ധിച്ച് മലബാറിലെ ഏറ്റവും പ്രധാനമായ കന്നുകാലിച്ചന്തയും മുടങ്ങാതെ നടത്തിവരുന്നു. നാനാജാതിമതസ്ഥർ ഉത്സവച്ചടങ്ങുകളിൽ പങ്കെടുക്കുന്നു. അയിനിക്കാട് കളരിപ്പടി ക്ഷേത്രവും ചരിത്രപ്രസിദ്ധമാണ്. മുൻകാലങ്ങളിൽ പേയ്വിഷബാധയ്ക്ക് സിദ്ധൗഷധമായ പച്ചമരുന്നുകൾ ക്ഷേത്രത്തിലെ കാവുകളിൽ ലഭ്യമായിരുന്നു. ഹിന്ദു-മുസ്ലിം മത മൈത്രിയുടെ പ്രതീകമാണ് ഈ ക്ഷേത്രം. പാരമ്പര്യ കലാരൂപങ്ങളായ തെയ്യം, തിറ എന്നിവ അവതരിപ്പിക്കുന്ന ഒട്ടനവധി ചെറുക്ഷേത്രങ്ങൾ പഞ്ചായത്തിന്റെ വിവിധഭാഗങ്ങളിലുണ്ട്. ധീവരസമുദായത്തിന്റെ പ്രധാന ആരാധനാകേന്ദ്രമായ ശ്രീ കുറുമ്പ ഭഗവതി ക്ഷേത്രവും പയ്യോളി ടൗണിൽനിന്ന് അല്പമകലെ സ്ഥിതിചെയ്യുന്നു. ശേഖിൻ താഴപ്പള്ളി ഇസ്ലാം മതവിശ്വാസികളുടെ ഒരു തീർത്ഥാടനകേന്ദ്രമാണ്.

മരയ്ക്കാരുടെ ജന്മഗൃഹം

ടൗണിൽനിന്ന് ഒരു കി മീ വടക്കു മാറി നാഷണൽ ഹൈവേയ്ക്ക് സമീപം സ്ഥിതിചെയ്യുന്ന പള്ളിയാണ് പ്രമുഖ മുസ്ലിം ദേവാലയം. മുസ്ലീങ്ങളുടെ ഒരു ശ്മശാനവും ആ ആരാധനാലയത്തോടനുബന്ധിച്ചുണ്ട്. പഞ്ചായത്തിലെ ന്യൂനപക്ഷമായ ക്രൈസ്തവരുടെ പള്ളി ടൗണിൽ നിന്നും അല്പം തെക്കുമാറി റോഡരികിലുണ്ട്.

മുൻപ് മലബാർ ഡിസ്ട്രിക്റ്റ് ബോർഡിന്റെ ഭാഗമായിരുന്ന പയ്യോളിയിൽ ആദ്യമായി ഒരു ഗ്രാമ പഞ്ചായത്ത് രൂപീകൃതമായത് 1962 ജനുവരി ഒന്നിനാണ്.

കൊയിലാണ്ടി താലൂക്കിലെ മേലടി ബ്ലോക്കിൽപ്പെട്ട പയ്യോളി പഞ്ചായത്തിൽ പയ്യോളി, ഇരിക്കൽ എന്നീ രണ്ട് റവന്യൂ വില്ലേജുകളുൾപ്പെടുന്നു. പഞ്ചായത്തിന്റെ വിസ്തീർണ്ണം 22.34 ച കി മീ. ജനസംഖ്യ 43994 (1991).

പയ്യോളിക്ക് അടുത്തുള്ള ഇരിങ്ങൽപ്പാറയ്ക്ക് പടിഞ്ഞാറുഭാഗത്തായി പുഴയ്ക്കഭിമുഖമായി സ്ഥിതിചെയ്യുന്ന പ്രദേശത്താണ് കുഞ്ഞാലി മൂന്നാമൻ സുശക്തമായ ഒരു കോട്ട നിർമ്മിച്ചത്. കോട്ട നിന്ന സ്ഥലം പില്ക്കാലത്ത് കോട്ടയ്ക്കൽ എന്ന് അറിയപ്പെട്ടു. വടകരതാലൂക്കിനെയും കൊയിലാണ്ടിതാലൂക്കിനെയും തമ്മിൽ വേർതിരിക്കുന്ന കുറ്റ്യാടിപ്പുഴ അലകടലിനോട് ചേരുന്ന അഴിമുഖത്ത് തെക്കുവശം പൂഴിമണ്ണിൽ പതിഞ്ഞു കിടക്കുന്ന കൽക്കൂമ്പാരങ്ങൾ കുഞ്ഞാലി മരയ്ക്കാരുടെ കോട്ടയുടെ അവശിഷ്ടങ്ങളാണ്. സാമൂതിരിയുടെ നാവികപ്പടയുടെ സേനാനായകന്മാരായി പോർച്ചുഗീസ് സൈന്യങ്ങളെ തുരത്തി. അവർക്ക് ഒരു പേടിസ്വപ്നമായിരുന്ന കുഞ്ഞാലിമരയ്ക്കാർമാരുടെ അവസാനത്തെ മരയ്ക്കാർ അതേ സാമൂതിരിയുടെ സാന്നിദ്ധ്യത്തിൽ, പോർച്ചുഗീസ് പടയാളികളാൽ വേട്ടയാടപ്പെട്ട ശേഷം തകർത്തെറിയപ്പെട്ട മരയ്ക്കാർ കോട്ട ഇന്ന് തീരെ അവഗണിക്കപ്പെട്ട നിലയിലാണ്. നൂറുകണക്കിന് പോർച്ചുഗീസ് ഭടന്മാരുടെ കഴുത്തരിഞ്ഞ കുഞ്ഞാലിമരയ്ക്കാരുടെ വാളും അദ്ദേഹം പോർച്ചുഗീസുകാരിൽനിന്നും പിടിച്ചെടുക്കപ്പെട്ടതെന്ന് വിശ്വസിക്കപ്പെടുന്ന സിംഹാസനവും ഇന്ന് കോട്ടയ്ക്കലിൽ അവശേഷിക്കുന്നുണ്ട്. മരയ്ക്കാരുടെ കോട്ട നിന്ന സ്ഥലവും ജന്മഗൃഹം നിന്ന പറമ്പും പില്ക്കാലത്ത് പുരാവസ്തുസംരക്ഷണവകുപ്പ് ഏറ്റെടുത്തു. പുരനിന്ന സ്ഥലത്ത് അതേ മട്ടിലുള്ള കുഞ്ഞാലിയുടെ ജന്മഗൃഹവും നിർമ്മിച്ച് സംരക്ഷിച്ചുപോരുന്നുണ്ട്. അവസാനത്തെ മരയ്ക്കാരായ കുഞ്ഞാലി നാലാമൻ ഉപയോഗിച്ചിരുന്ന വാളും പരിചയും ആ പരിസരങ്ങളിൽനിന്നും പലപ്പോഴായി കുഴിച്ചെടുക്കപ്പെട്ട പീരങ്കിയുണ്ടകളും വാളും മറ്റ് യുദ്ധോപകരണങ്ങളും മാത്രമാണ് ഇന്ന് ഈ ഭവനത്തിൽ അവശേഷിച്ചിട്ടുള്ളത്. ദേശാഭിമാനിയായ കുഞ്ഞാലിമരയ്ക്കാരുടെ ജന്മഗൃഹവും കോട്ട നിന്ന സ്ഥലവും മറ്റും സന്ദർശിക്കാൻ നിത്യേന നൂറുകണക്കിനാളുകൾ ഇവിടെ എത്താറുണ്ട്.

കുഞ്ഞാലിമരയ്ക്കാരുടെ നിരവധി പോരാട്ടങ്ങൾക്ക് സാക്ഷ്യംവഹിച്ചതും അറബിക്കടലിൽ ഒരത്ഭുതമെന്നോണം ഇന്നും നിലകൊള്ളുന്നതുമായ വെള്ള്യാൻ കല്ലിലെത്താൻ പയ്യോളിയിൽനിന്ന് വളരെ എളുപ്പമാണ്. തീക്കോടി കടൽത്തീരത്തുനിന്നും അല്പം അകലെയായി കടലിൽ തലയുയർത്തി നില്ക്കുന്ന കൂറ്റൻ പാറക്കെട്ടാണ് വെള്ള്യാൻ കല്ല്. ഏതാണ്ട് അമ്പത് അടിനീളവും

മുപ്പതടി വീതിയുമുള്ള ഒരു കൂറ്റൻ പാറ, മറ്റൊരു വലിയ പാറയുടെ ഉയർന്ന ഭാഗങ്ങളിൽ മേൽക്കൂര പോലെ തങ്ങിനില്ക്കുന്നു. ഉള്ളിൽ കടന്നാൽ, വിശാലമായ ഒരു ഹാൾ പോലെയുണ്ട്, ആ ശിലാഗൃഹം. സമുദ്രനിരപ്പിൽനിന്നും അൻപതടിയോളം ഉയർന്നു നില്ക്കുന്ന ഈ ശിലാസങ്കേതം കുഞ്ഞാലിമരയ്ക്കാരുടെ ഒരു കടൽത്താവളമായിരുന്നു. ഒളിച്ചിരുന്ന് പോർച്ചുഗീസ് നാവികപ്പടയെ ഓർക്കാപ്പുറത്ത് ആക്രമിക്കാൻ അനുയോജ്യമായ ഒളിത്താവളം.

വിദേശാധിപത്യത്തിനെതിരെ നിരന്തരമായി പടപൊരുതി വീരമൃത്യു വരിച്ച കുഞ്ഞാലിമരയ്ക്കാരുടെ ജന്മസ്ഥലത്ത്, മരയ്ക്കാർ കുടുംബത്തിന് സമുചിതമായ ഒരു സ്മാരകം നിർമ്മിക്കണമെന്ന് കഴിഞ്ഞ അരനൂറ്റാണ്ടായി തദ്ദേശീയർ അധികാരികളോട് അഭ്യർത്ഥിച്ചിട്ട് ഇന്നും ആ സ്വപ്നം സഫലമായിട്ടില്ല. അതേ അവസരത്തിൽ തന്നെ, കേരളത്തെ കൊള്ളയടിക്കാൻ വേണ്ടി മലബാറിൽ കാലുകുത്തിയ വൈദേശികശക്തിക്ക് പോർച്ചുഗീസ് കപ്പിത്താനായ വാസ്കോ ഡ ഗാമയുടെ ഓർമ്മയ്ക്ക് - ഗംഭീരമായ സ്മാരക മന്ദിരങ്ങളും വിനോദസഞ്ചാര സൗകര്യങ്ങളും ഏർപ്പെടുത്താൻ (കാപ്പാട്) മുമ്പിനാലെ ഗവൺമെന്റ് നടപടിയെടുത്തുവെന്നതും ചരിത്രത്തിലെ ഒരു വിരോധാഭാസം തന്നെ.

70

കടത്തനാടിന്റെ വീരഗാഥകൾ

നഷ്ടപ്രതാപത്തിന്റെ ദുഃഖസ്മൃതികളും പേറി, നിദ്രാലസമായി കഴിയുന്ന ഒരു പ്രാചീന ഗ്രാമമാണ് വടകരയെന്ന്, ആ ബസ് സ്റ്റാൻഡിൽ വന്നിറങ്ങുന്ന സഞ്ചാരികൾക്ക് പെട്ടെന്ന് തോന്നിയെന്ന് വരില്ല. അത്രകണ്ട് തിരക്കാണ് ആ മുനിസിപ്പൽ ടൗണിന്. മിനിട്ടിന് മിനിട്ടിന് കടന്നുപോകുന്ന ട്രാൻസ്പോർട്ട് ബസുകളും മറ്റുവാഹനങ്ങളുമെല്ലാം കൂടി നിന്നു തിരിയാനിടമില്ലാത്ത മട്ടിലാണ് ബസ് സ്റ്റാന്റും ടൗൺ പ്രദേശങ്ങളും സമീപകാലത്തുയർന്നുവന്ന മന്ദിരശ്രേണികളും വ്യാപാര സ്ഥാപനങ്ങളും ഹോട്ടലുകളുമെല്ലാം വടകരയുടെ വളർച്ചയെ സൂചിപ്പിക്കുന്നുവെങ്കിൽ ശരിയാണ്; വടകര വളർന്നിട്ടുണ്ട്. പക്ഷേ, തിരക്കേറിയ ടൗണിൽനിന്ന് പുറത്തുകടന്നാലോ? സമീപ ഗ്രാമങ്ങളിലേക്ക് കടന്നു ചെന്നാലോ അസ്സൽ നാട്ടിൻപുറം തന്നെ. കടത്തനാട്ടിന്റെ കരൾത്തുടിപ്പുകൾ മുഴങ്ങിക്കേൾക്കാം. നഗരവല്ക്കരണം ചുറ്റിലും കൈകൾ നീട്ടി എത്തിപ്പിടിക്കാൻ ശ്രമിക്കുന്നെങ്കിലും ഇനിയും ഗ്രാമത്തനിമ കൈവിടാതെ ഒഴിഞ്ഞൊഴിഞ്ഞു നില്ക്കുന്നു കടത്തനാടൻ ഗ്രാമങ്ങൾ.

കുഞ്ഞാലിമരയ്ക്കാരുടെ വീരസാഹസികപ്രവൃത്തികൾക്കും പറങ്കിപ്പടയുടെ നെറികെട്ട കടന്നാക്രമണത്തിനും രക്തരൂഷിതമായ പോരാട്ടങ്ങൾക്കും മൂകസാക്ഷിയായി നിന്ന കോട്ടയ്ക്കൽ പുഴ, പട്ടണപ്രാന്തത്തിലൂടെ നിശ്ശബ്ദം കടന്നുപോകുന്നു. പുഴയുടെ വടക്കുചേർന്ന് സ്ഥിതി ചെയ്യുന്ന ഈ പ്രദേശത്തെ അക്കരെയുള്ളവർ വടക്കെക്കരയെന്ന് പേരിട്ടു. വടക്കെക്കര കാലാന്തരത്തിൽ വടകരയായിത്തീർന്നതാകാം ഇന്നത്തെ വടകര.

കളരിയിൽ മുഴങ്ങിക്കേട്ടിരുന്ന വായ്ത്താരികളും വയലേലകളിൽ അലയടിച്ചിരുന്ന വടക്കൻ പാട്ടുകളും കളരിയിൽ ഹരം പകർന്ന തച്ചോളിക്കളരിയും വടകരയുടെ സാംസ്കാരിക പാരമ്പര്യത്തന്റെ രജതരേഖകളായി എന്നും തെളിഞ്ഞു നില്ക്കും. വടക്കൻ വീരഗാഥകളിലെ ആയോധനമുറകളിൽ മികവു കാട്ടിയ വീരനായികമാരും നായകന്മാരും അങ്കത്തട്ടുകളിലെ ഝണഝണൽക്കാരവും അഴകും ആഭിജാത്യവും തികഞ്ഞ കുലാംഗനമാരുടെ അപദാനങ്ങളുമെല്ലാം കൂടി സൃഷ്ടിച്ചെടുക്കുന്ന ആ കാല്പനികാന്തരീക്ഷമുണ്ടല്ലോ. ഇന്ന് അതൊക്കെ സങ്കല്പലോകത്തിലെവിടെയെങ്കിലും സ്വച്ഛന്ദം കഴിഞ്ഞോട്ടെ. പൊള്ളുന്ന ജീവിത യാഥാർത്ഥ്യങ്ങളാണ് ഈ കടത്തനാടൻ മണ്ണിൽ നമുക്കിന്ന് കാണാൻ കഴിയുക.

കോലത്തുനാടിന്റെ തെക്കൻ പ്രദേശങ്ങളുടെ ഭരണാധികാരിയായ തെക്കിളംകൂറിന്റെ ആസ്ഥാനമായ പുതുപ്പട്ടണമാണ് വടകരയിലെ ഇന്നത്തെ പുതുപ്പണം. ഒരിക്കൽ സമ്പൽസമൃദ്ധമായ വാണിജ്യകേന്ദ്രവും തുറമുഖ നഗരവുമായിരുന്നത്രെ ഇന്നത്തെ വടകര. നാളികേരവും കൊപ്രയും കുരുമുളകും ഇവിടെനിന്നും വൻതോതിൽ കയറ്റി അയച്ചിരുന്നു. താഴത്തങ്ങാടിയിൽ ഇന്നു കാണുന്ന കൂറ്റൻ പാണ്ടികശാലകളും ആ പൊയ്പോയ നല്ല കാലത്തിന്റെ ഓർമ്മകൾ അയവിറക്കി നിശ്ചലം നിശ്ശബ്ദം നിലകൊള്ളുന്നു. സാമാന്യം തിരക്കുള്ള വടകര ടൗണിൽ അലഞ്ഞുതിരിഞ്ഞ് ഒരു രസവും തോന്നിയില്ല. പണ്ടത്തെ വാൾ ചീറ്റലിന്റെ ശബ്ദം എങ്ങും കേൾക്കാനില്ല. പതിനെട്ടടവും പഠിച്ച പോർവീരന്മാരെയും എങ്ങും കാണ്മാനില്ല. ഈ ടൗണിൽനിന്നു പുറത്തുകടക്കണം. കടത്തനാടിന്റെ കീർത്തിക്കു നിദാനമായ വസ്തുതകളും സ്ഥാപനങ്ങളും എന്തൊക്കെയാണെന്നറിയണം.

ലോകനാർകാവിലേക്ക്

ബസ് സ്റ്റാൻഡിൽനിന്നും കിഴക്കോട്ടു തിരിയുന്ന ഗ്രാമറോഡിലേക്കു നടന്നു. അടയ്ക്കാത്തെരുവ് എന്നാണ് പേര്. ശരിതന്നെ. അടയ്ക്കയും നാളികേരവും കൊപ്രയുമെല്ലാം അവിടെ വില്ക്കപ്പെടുന്നു. പിന്നെയും തിരക്കുകുറഞ്ഞ ഗ്രാമറോഡിലൂടെ കുറിച്ചിട നടന്നു. തച്ചോളി ഒതേനനു പ്രിയങ്കരമായിരുന്ന ലോകനാർകാവിലേക്ക് ഗ്രാമഭവനങ്ങളും കൊച്ചു കൊച്ചു പീടികകളും പിന്നിട്ട് ഞങ്ങൾ സോത്സാഹം മുന്നോട്ടു നടന്നു. ശാന്തിപ്രദമായ ഗ്രാമാന്തരീക്ഷം തിരക്കൊഴിഞ്ഞ പരിസരങ്ങൾ. ആ ഗ്രാമപ്രദേശത്തിന് ഒരു വിശുദ്ധിയും ചന്തവുമുണ്ട്. ആ ഗ്രാമറോഡിൽനിന്ന് ഞങ്ങൾ അമ്പലപ്പറമ്പിലേക്ക് കടന്നു.

തണൽ മരങ്ങൾ വെഞ്ചാമരം വീശി നില്ക്കുന്ന ക്ഷേത്രപരിസരം. ആൽത്തറകൾ നിഴൽ വിരിച്ച് സ്വാഗതമോതുന്നു. കടത്തനാട്ടുരാജാക്കന്മാരുടെ കുടുംബപരദേവതയായ ആ ഭഗവതിക്ഷേത്രത്തിനു മുന്നിൽ തുടിക്കുന്ന ചിന്തകളോടെ നിർന്നിമേഷം നോക്കിനിന്നു. കാലപ്പഴക്കമുള്ള അരമതിലിനുള്ളിൽ പഴയ കളിത്തട്ടുകളും പ്രമാണിമാർക്ക് ഇരുന്ന് ഉത്സവം കാണാനുള്ള ആൽത്തറകളുമെല്ലാം ഇന്ന് അനാഥാവസ്ഥയിലാണ്. താഴ്ചയുള്ള ക്ഷേത്രക്കുളവും സമീപത്തുണ്ട്. ക്ഷേത്രത്തിനു പിന്നിലെ ഊടുവഴിയിലൂടെ നടന്ന് ആ വലിയ കുളക്കരയിലെ ആൽത്തറയിലിരുന്നു. 'കാവിലും ചാത്തോത്തെ ചീരുവും കുങ്കിയും ഉണ്ണി'യുമെല്ലാം, പണ്ട് അരയോളം നീറ്റിലിറങ്ങി നിന്ന് വിസ്തരിച്ച് നീരാടിയിരുന്ന ആ കുളക്കടവ് പഴയ പാരമ്പര്യം മറന്നിട്ടില്ലെന്നു തോന്നി, ആ നട്ടുച്ചയ്ക്കും. കടത്തനാട് രാജവംശത്തിന്റേതെന്ന് കരുതപ്പെടുന്ന ലോകനാർകാവിന്റെ ഉത്ഭവ ചരിത്രം രസാവഹമാണ്.

നാലഞ്ചു നൂറ്റാണ്ടുകൾക്കു മുമ്പ് കൊല്ലത്ത് കച്ചവടം കുലത്തൊഴിലാക്കി വാണിരുന്ന അഭിജാത കുടുംബങ്ങളിൽപ്പെട്ട ചിലർ വടക്കെ മലബാറിലെ കടത്തനാട്ടു വന്നുചേർന്നു. രാവാരി നായന്മാർ എന്ന പേരിലാണ് അവർ അറിയപ്പെട്ടിരുന്നത്. നല്ല വെളുത്ത് തുടുത്ത് തേജസ്വികളായ ഒരു വിഭാഗം ആൾക്കാരായിരുന്നു അവർ. സത്യസന്ധതയും ധർമ്മനിഷ്ഠയും ഉള്ളവരായിരുന്നു അവർ. അവർക്ക് കടത്തനാട്ടിൽ എവിടെയെങ്കിലും സ്ഥിരതാമസമാക്കാൻ ഒരു മോഹം. പക്ഷേ, വിശ്വസ്തരായ അയൽക്കാരും അഭ്യുദയകാംക്ഷികളുമുള്ള സ്ഥലമായിരിക്കണം. അങ്ങനെയൊരു സ്ഥലം കണ്ടുപിടിക്കാൻ അവർ ഒരു വിദ്യപ്രയോഗിച്ചു.

ഒരു പാത്രത്തിൽ പഞ്ചസാര നിറച്ച് അതിനുള്ളിൽ തങ്കക്കട്ടികൾ ഒളിപ്പിച്ചു വയ്ക്കുന്നു. എന്നിട്ട്, ആ പാത്രം കുറച്ചു ദിവസം സൂക്ഷിക്കണമെന്നുള്ള അഭ്യർത്ഥനയോടെ പ്രമുഖ തറവാടുകളെ സമീപിക്കുന്നു. കാരണവർ അത് വാങ്ങി വയ്ക്കുന്നു. ഭാരം കൂടുതൽ അനുഭവപ്പെട്ടതിനാൽ പരിശോധിച്ചു നോക്കുന്നു. തങ്കക്കട്ടികൾ കണ്ടെത്തുന്നു. ഏല്പിച്ചവർ അറിയാതെ വച്ചതാകാം. അത് മടക്കിക്കൊടുക്കേണ്ടതില്ല. രാവാരികൾ മടങ്ങി വന്ന് സൂക്ഷിക്കാനേല്പിച്ചിരുന്ന പഞ്ചസാരപ്പാത്രം മടക്കി വാങ്ങുന്നു. രഹസ്യമായി പരിശോധിക്കുമ്പോൾ തങ്കക്കട്ടികൾ കാണാനില്ല. പക്ഷേ, അവർ ആ മോഷണം അറിഞ്ഞതായി ഭാവിക്കുകയേയില്ല.

പഞ്ചാരയിലെ സ്വർണ്ണക്കട്ടികൾ

ഇങ്ങനെ പല കുടുംബങ്ങളെയും അവിശ്വസിക്കേണ്ടി വന്ന ഇക്കൂട്ടർ അവസാനം, പുതുപ്പണത്തു വാഴുന്നവരുടെ വീട്ടിലും ഒരു പാത്രം പഞ്ചസാര ഏല്പിച്ചു. കുറച്ചു ദിവസങ്ങൾക്കുശേഷം മടങ്ങിവന്ന് സാധനം ഏറ്റുവാങ്ങിയപ്പോൾ തങ്കക്കട്ടികൾ അങ്ങനെ തന്നെയുണ്ട്. മാത്രമല്ല, അവ ഓർമ്മിക്കാതെ പഞ്ചസാരയിൽ വച്ചിരുന്ന കാര്യം ഉടമസ്ഥനെ അനുസ്മരിപ്പിക്കുകയും ചെയ്തു. അങ്ങനെ പുതുപ്പണത്തു വാഴുന്നവരുടെ സത്യസന്ധതയിൽ സംപ്രീതരായ രാവാരികൾ പുതുപ്പണത്തു തന്നെ താമസമുറപ്പിച്ചു. അവർ സ്വന്തം നാട്ടിൽനിന്നും വടക്കോട്ടുവന്നപ്പോൾ കൂടെ കൊണ്ടുവന്ന കുടുംബഭരദേവതയായ ഭഗവതിയെ കുടിയിരുത്താൻ പറ്റിയ സ്ഥലം അന്വേഷിച്ചു. അന്ന് ലോകനാർകാവ് ഒരു വിഷ്ണുക്ഷേത്രം മാത്രമായിരുന്നു. മേമുണ്ട അംശത്തിലെ തിരുമുല്പാടന്മാരായിരുന്നു ക്ഷേത്രമുടമകൾ. കടത്തനാടിന് അന്ന് അതിൽ അവകാശമൊന്നും ഇല്ലായിരുന്നു. രാവാരികൾ സ്വന്തം ഭഗവതിയെയും ലോകനാർകാവിൽ തന്നെ പ്രതിഷ്ഠിച്ച് ഉത്സവങ്ങൾ സാഘോഷം കൊണ്ടാടി.

രാവാരി നായന്മാരുടെ സ്ത്രീകൾ അതിസുന്ദരിമാരായിരുന്നു. ആ സ്ത്രീകളുടെ പേരിൽ തദ്ദേശീയരും രാവാരികളും തമ്മിൽ വഴക്കുണ്ടായി. അവസാനം രാവാരികൾ പിണങ്ങിപ്പിരിഞ്ഞ് നാദാപുരത്തേക്ക് താമസം മാറ്റി. കച്ചവടം തുടർന്നു. നാദാപുരത്തെ രാവാരി നായന്മാർ ടിപ്പുവിന്റെ കാലത്ത് മതപരിവർത്തനം ചെയ്യപ്പെട്ടുവെന്നും അങ്ങനെയാണ് ലോകനാർകാവ് കടത്തനാട്ടു രാജവംശത്തിന്റെ അധീനതയിലായത് എന്നുമാണ് പഴമക്കാർ പറയുന്നത്.

കടത്തനാട്ടിലെ ഏറ്റവും പ്രസിദ്ധമായ ലോകനാർകാവ്. ഈ ക്ഷേത്രത്തിന്റെ മതിൽക്കെട്ടിനുള്ളിൽ, കൽത്തറകളിലൊന്നിൽ കടത്തനാട്ടിലെ തച്ചോളി മാണിക്കോത്ത് ഒതേനക്കുറുപ്പും കുടുംബാംഗങ്ങളും ഉത്സവാവസരങ്ങളിൽ വന്നിരിക്കാറുണ്ടായിരുന്നുവത്രെ. തെക്കുപടിഞ്ഞാറെ മൂലയിലുള്ള

മറ്റൊരു കൽത്തറയിൽ 'കരകെട്ടിമാപ്പിള' എന്ന് അറിയപ്പെട്ടിരുന്ന മറ്റൊരു മുഹമ്മദീയനും വെളിയിൽക്കൂടി വന്ന് സ്വന്തം ഇരിപ്പിടത്തിലിരുന്ന് ഉത്സവം കണ്ട ശേഷം വന്ന വഴിയേ തന്നെ മടങ്ങിപ്പോകാറുണ്ടായിരുന്നുവത്രെ. ഹിന്ദുക്കളുടെ ക്ഷേത്രത്തിൽ ഒരു മുഹമ്മദീയന് പ്രത്യേകം ഇരിപ്പിടം സജ്ജമാക്കപ്പെട്ടിട്ടുണ്ടെങ്കിൽ അയാൾ, അസാമാന്യനായ ആരെങ്കിലുമായിരിക്കണമല്ലോ. തച്ചോളി ഒതേനന്റെ ഉറ്റ ചങ്ങാതിയായിരുന്ന കുഞ്ഞാലിമരയ്ക്കാരായിരുന്നു, ആ വിശിഷ്ടാതിഥി എന്നാണ് പഴമക്കാർ പറയുന്നത്. വടക്കൻ പാട്ടുകളിലെ വീരകഥാ പാത്രങ്ങളുടെയും ചരിത്രനായകന്മാരുടെയും കാല്പാടുകൾ പതിഞ്ഞിട്ടുള്ള ലോകനാർകാവിലെ പൂഴിമണ്ണിലൂടെ നടക്കുമ്പോൾ ആരോമൽച്ചേവകരെയും തച്ചോളി ഒതേനനെയും പാലാട്ടുകോമനെയും മറ്റും ഓർത്തുപോയി.

തച്ചോളി ഒതേനൻ

വടകരയിലെ പുതുപ്പണം അംശത്തിലെ പുതുപ്പണത്ത് വാഴുന്നോർക്ക് തച്ചോളി മാണിക്കോത്ത് ഉപ്പാട്ടിയിൽ ജനിച്ച പുത്രനാണ് ഒതേനൻ. പയറ്റുമുറകളും അഭ്യാസങ്ങളും വേണ്ടവിധം മനസ്സിലാക്കി, പ്രതിയോഗികളെ നിമിഷനേരത്തിനുള്ളിൽ പരാജയപ്പെടുത്തി; ഏത് അനീതിക്കും എതിർനിന്നു ജയിച്ച വീരനായിരുന്നു ഒതേനക്കുറുപ്പ്. ആ വീരപരാക്രമികളുടെ കായികശക്തി പ്രകടനത്തിന്റെ പ്രകീർത്തനങ്ങളാണ് വടക്കൻ പാട്ടിൽ ഒട്ടുമുക്കാലും. "പരിചയുലച്ച് മെയ് വളച്ച് കാവിലമ്മയേയും കളരി ഭഗവതിയേയും ഗുരുഭൂതനേയും വണങ്ങി. കളരിനടുവിലേക്കു ചാടി. പരിചകൊണ്ട് മെയ്മറച്ച് കാലുകൊണ്ട് താളം ചവിട്ടി താളത്തിനൊത്ത പോർവിളിയോടെ, വട്ടത്തിൽ ചുഴന്ന്, ഓതിരം കടകം വെട്ടി അടുത്തുവാങ്ങി, ദൂരെമാറിത്തടുത്ത്, അമർന്നു ചാടി മുഷ്ടി ചുരുട്ടി. മാറിനോങ്ങി തലയ്ക്കടിച്ച് ഇടത്തോങ്ങി വലത്തോട്ടടിച്ച്, വലത്തോങ്ങി ഇടത്തോട്ടടിച്ച്, പയറ്റുമുറകൾ കാട്ടി, അവസാനം ഉറുമിഓങ്ങി വീശി ശത്രുവിന്റെ കഴുത്ത് വാഴത്തടപോലെ അരിഞ്ഞു തള്ളുന്ന" ആ യോദ്ധാവിന്റെ ശക്തിപ്രകടനം ഉൾപ്പുളകത്തോടെ മാത്രമേ സങ്കല്പിക്കാനാകൂ.

കൊ വ 759 -ാമാണ്ട് മിഥുനമാസം വെള്ളിയാഴ്ച കറുത്തവാവിൻ നാൾ നട്ടുച്ചയ്ക്കു ജനിച്ച ഒതേനൻ, മുപ്പത്തിരണ്ടാമത്തെ വയസ്സിൽ പൊന്നിയത്തങ്കക്കളരിയിൽനിന്ന് വീട്ടിലേക്കുമടങ്ങവേ, ശത്രുപക്ഷത്തുനിന്നും ഒളിച്ചുനിന്ന് വച്ച വെടിയേറ്റ് നിലം പതിച്ചു. അങ്ങനെയാണ് ഒതേനന്റെ അന്ത്യം.

തച്ചോളി മാണിക്കോത്താണ് ഒതേനന്റെ വീട്. പറമ്പിൽ ഒന്നരയടിയോളം മാത്രം പൊക്കമുള്ള ഒരു മതിൽക്കെട്ടിനകം മുഴുവനും തച്ചോളിവക മാളികയും കെട്ടിടങ്ങളുമായിരുന്നത്രേ. വലതും ചെറുതുമായ മൂന്നു മന്ദിരങ്ങൾ കിഴക്കോട്ടു ദർശനമായി നില്പുണ്ട്. തച്ചോളി മാണിക്കോത്ത് ക്ഷേത്രം എന്നാണ് അവയെപ്പറ്റി പറയുക. ഏറ്റവും വലിയ കെട്ടിടത്തിന് ഒരു ചെറിയ ഇടനാഴികൊണ്ട് തിരിച്ചിട്ടുള്ള രണ്ട് മുറികളുണ്ട്. ഒന്നിൽ ഒതേനക്കുറുപ്പിന്റെയും മറ്റേതിൽ അദ്ദേഹത്തിന്റെ ജ്യേഷ്ഠൻ കോമക്കുറുപ്പിന്റെയും ആത്മാക്കളെ കുടിയിരുത്തിയിരിക്കുകയാണ്. ചുറ്റിനും അഴിയടിച്ച് അഴികളിൽ ഇരുമ്പുവിളക്കുകൾ സ്ഥാപിച്ചിട്ടുണ്ട്. ജ്യേഷ്ഠന്റെ മുറിയിൽ അദ്ദേഹം കിടക്കുവാൻ ഉപയോഗിച്ചിരുന്നുവെന്ന് വിശ്വസിക്കപ്പെടുന്ന വലിയൊരു കട്ടിലുമുണ്ട്. മറ്റേ മുറിയിൽ ഒതേനക്കുറുപ്പിന്റെ സ്മരണയ്ക്കായി ഒരു പീഠവും ഏതാനും അടിയകലെ വടക്കുമാറി ഒരു ചെറിയ കെട്ടിടവുമുണ്ട് ക്ഷേത്രമാതൃകയിൽ തന്നെ. തച്ചോളി മാണിക്കോത്ത് തറവാട്ടിലെ അവസാനത്തെ അംഗമായിരുന്ന കേളുക്കുറുപ്പിന്റെ സ്മരണയെ നിലനിർത്തുന്നതാണത്. ആ മുറ്റത്ത് വേറെയും രണ്ട് പ്രതിഷ്ഠകളുണ്ട്. രണ്ട് കൽത്തറകൾ. കുംഭം പത്തും പതിനൊന്നും തീയതികളിലാണ് തച്ചോളി ക്ഷേത്രത്തിലെ ഉത്സവം. (കുംഭം പതിനൊന്നിനാണ് ഒതേനന്റെ ചരമദിനം) തിറയാട്ടമാണ് ഉത്സവത്തിന്റെ പ്രധാന ചടങ്ങ്. ലോകനാർകാവ് ക്ഷേത്രത്തിൽനിന്നും കഷ്ടിച്ച് ഒരു നാഴിക കിഴക്ക് പാലാട്ട്കോമനെ കുടിയിരുത്തിയിട്ടുള്ള കൈപ്പുള്ളി പാലാട്ടു ക്ഷേത്രവുമുണ്ട്.

വാഴുന്നോരുടെ ഭരണം

കോലത്തിരി രാജാവിന്റെ ഭരണകാലത്തിന് മുമ്പ് കടത്തനാടിന്റെ ഭരണം നിർവ്വഹിച്ചിരുന്നത് വാഴുന്നോരെന്ന് അറിയപ്പെട്ടിരുന്ന നാല് കുടുംബങ്ങളായിരുന്നു. പുതുപ്പണത്ത് വാഴുന്നവർ, ആയഞ്ചേരി വാഴുന്നവർ, പരേരി വാഴുന്നവർ, പാവക്കടവത്ത് വാഴുന്നവർ എന്നിങ്ങനെ കടത്തനാട്ടുരാജാക്കന്മാരുടെ അധീശത്വത്തിന് ശേഷം വാഴുന്നവരുടെ അധികാരങ്ങൾക്കും പ്രൗഢിക്കും കുറവൊന്നും സംഭവിച്ചില്ല. ഇപ്പോഴുമുണ്ട് വാഴുന്നോർ; പക്ഷേ, കൊല്ലിനും കൊലയ്ക്കുമുള്ള അധികാരങ്ങളില്ല. സാധാരണ പൗരൻ മാത്രം.

വടകര, നാദാപുരം, കക്കട്ടിൽ (കുന്നിന്മേൽ) കുറ്റിപ്പുറം, പാവക്കടവ്, പുറമേരി എന്നീ പ്രദേശങ്ങൾ ഉൾപ്പെട്ടതായിരുന്നു പണ്ടത്തെ കടത്തനാട്. വടകരയിൽ, കടത്തനാട് രാജാക്കന്മാർക്ക് ഒരു കോട്ട ഉണ്ടായിരുന്നത് പില്ക്കാലത്ത് ടിപ്പുവിന്റെ കോട്ടയായി.

വിദ്വൽ തിലകമായിരുന്ന ഉദയവർമ്മൻ എന്ന കോലത്തിരി രാജാവിന്റെ ആജ്ഞപ്രകാരം (ആജ്ഞയാ കോല ഭൂപസ്യ-പ്രാജ്ഞസ്യോദയ വർമ്മണ:) *കൃഷ്ണഗാഥ* രചിച്ച ചെറുശ്ശേരിയുടെ

ജന്മസ്ഥലവും വടകരയാണെന്ന് വിശ്വസിക്കപ്പെടുന്നു. കടത്തനാട്ട് രാജാക്കന്മാർക്ക് രാജാധികാരം കിട്ടുന്നതിനുമുമ്പ് (കോലത്തിരിയുടെ ഭരണകാലത്ത്) ആയിരിക്കണം, ചെറുശ്ശേരി ജീവിച്ചിരുന്നത്. പുത്തൂർ ഗ്രാമത്തിലെ കുരുത്തില്ലം എന്നുകൂടി പേരുള്ള പുത്തൂരില്ലത്താണ് *കൃഷ്ണഗാഥ* കർത്താവ് ജനിച്ചതെന്നാണ് ഐതിഹ്യം. ചെറുശ്ശേരി കുറുമ്പനാട്ട് രാജാവായിരുന്ന വിബുധ രാജാവിന്റെ വിദ്വൽ സദസ്സിലെ ഒരംഗമായിരുന്നുന്നെന്നും ഒരഭിപ്രായഗതിയുണ്ട്. ചെറുശ്ശേരിയുടെ ഇല്ലം നമ്പൂതിരി ഇല്ലമായിരുന്നില്ലെന്നും വാര്യർ കുടുംബം ആയിരുന്നെന്നും തർക്കമുണ്ട്.

സാമൂഹ്യജീവിതം

കടത്തനാടിന്റെ സാമൂഹ്യജീവിതം വേണ്ടത്ര ഒഴുക്കില്ലാതെ ഏതാണ്ട് ഒരു നിശ്ചലാവസ്ഥയിലാണെന്ന് പറയാം ഹിന്ദുക്കൾക്കും മുസ്ലീങ്ങൾക്കും പ്രാമാണ്യമുള്ള ഈ പ്രദേശങ്ങൾ. അപൂർവ്വം ചില തറവാടുകൾ ഒഴികെ ഭൂരിപക്ഷംപേരും ഇടത്തരക്കാരാണ്. കുറച്ചുനിലമോ തെങ്ങിൻപുരയിടമോ സ്വന്തമായിട്ടുള്ളവരും സ്വന്തമായി ഒരുതുണ്ട് ഭൂമിപോലും ഇല്ലാത്തവരുമുണ്ട്. തേങ്ങയും അടയ്ക്കയുമാണ് പ്രധാന കാർഷികോല്പന്നങ്ങൾ: നെൽകൃഷി പൊതുവെ കുറവായിക്കാണുന്നു. തീരപ്രദേശങ്ങളിലെ മുഖ്യജീവിതമാർഗ്ഗം മത്സ്യബന്ധനവും വിപണനവുമാണ്. വടകര ടൗണിലെ ചന്തയിൽ ഉൾപ്രദേശങ്ങളിൽനിന്നുള്ള കാർഷികോല്പന്നങ്ങളും കയർ, കോഴി, പായ്, മൺപാത്രങ്ങൾ തുടങ്ങിയവയും വില്പനയ്ക്ക് എത്തുന്നു. മുൻകാലങ്ങളിൽ നീണ്ട ഒരു മുളയുടെ രണ്ടറ്റങ്ങളിലും ചൂരൽക്കുട്ടകളോ കൊപ്രച്ചാക്കുകളോ മൺപാത്രങ്ങളോ അവയിൽ മറ്റെന്തെങ്കിലും ചുമടോ തൂക്കിയിട്ട് അത് ചുമലിലേന്തി നടന്നുനീങ്ങുന്നവർ കടത്തനാട്ടിലെ ഒരു സാധാരണ ദൃശ്യമായിരുന്നു. കാവ് എന്നാണ് ഈ ഉപകരണത്തിന്റെ പേര്.

ചൂടി, കയർ മുതലായവ നിർമ്മിക്കുക, പായ് നെയ്ത്ത്, കുട്ടമെടയൽ, കുഴിത്തറിനെയ്ത്ത് മൺപാത്രനിർമ്മാണം എന്നിങ്ങനെ കുടിൽ വ്യവസായങ്ങൾ ഉണ്ടെങ്കിലും അതൊന്നും ജീവിക്കാൻ വേണ്ട വരുമാനം നേടിക്കൊടുക്കുന്നവയല്ല. വർഷത്തിലൊരിക്കൽ കൂടുന്ന ഓർക്കട്ടേരിച്ചന്ത, കടത്തനാടൻ പ്രദേശങ്ങളുടെ ഒരാഴ്ച നീണ്ടുനില്ക്കുന്ന ഒരു വാർഷികോത്സവം തന്നെയാണ്.

വിവിധമതവിഭാഗങ്ങളുടെതായ ആരാധനാലയങ്ങൾ വേണ്ടുവോളം ഉണ്ട്; വടകര ടൗണിലും നഗരപ്രാന്തങ്ങളിലും. 18 അമ്പലങ്ങളും 26 മുസ്ലിംപള്ളികളും കൂടാതെ ജൈനമതക്കാരുടേതായ ഒരു ആരാധനാകേന്ദ്രവുമുണ്ട്. തച്ചോളി മാണിക്കോത്തെ വെള്ളാട്ടംബാരേണ അമ്പലത്തിലെ ചാമുണ്ഡേശ്വരിയുടെ തിറയും കളരിയുള്ളതിൽ, ചോഴിയത്ത് എന്നീ അമ്പലങ്ങളിലെ കുട്ടിച്ചാത്തന്റെ തെയ്യവും പ്രത്യേകം പരാമർശം അർഹിക്കുന്നു. പുതുപ്പണം ഭജനമഠം കോട്ടക്കുളങ്ങരക്ഷേത്രം സിദ്ധപുരം എന്നിവിടങ്ങളിലെ ശിവരാത്രി മഹോത്സവം പ്രസിദ്ധമാണ്. വടകരയിൽ പുറംകരയുള്ള വിശിലക്കരവിട പള്ളി (മഖാംകബറടക്കം ചെയ്ത പള്ളി) എന്നിവ ഹിന്ദു മുസ്ലിം മൈത്രിയുടെ പ്രതീകങ്ങളാണ്. താഴത്തങ്ങാടിയിലെ ജുമാ അത്ത് പള്ളിയിൽ പെരുന്നാൾ നിസ്കാരത്തിന് ശേഷം നമ്പിയുടെ പിൻതലമുറക്കാരെന്ന് വിശ്വസിക്കപ്പെടുന്ന തങ്ങളെ മുത്തുക്കുടചൂടി, താഴെ അങ്ങാടിയിലെ മഖായിലേക്ക് ആനയിച്ചുകൊണ്ടുപോകുന്ന സമ്പ്രദായം ഇന്നും നിലനില്ക്കുന്നു.

വടകരയിലെ അടയ്ക്കാ തെരുവ്, പെരുമാട്ടിൽ താഴെ എന്നീ സ്ഥലങ്ങൾ കൊപ്രാവ്യവസായത്തിന്റെ കേന്ദ്രങ്ങളായിരുന്നു. കൊപ്രാസംഭരിച്ച് കോഴിക്കോട്ട് കൊണ്ടുപോയി വന്നിരുന്നു. മുമ്പ് തീവണ്ടിമാർഗ്ഗം കോഴിക്കോട്ടു നിന്ന് വടക്കോട്ടുപോകുന്നവർക്ക് ഒരു സ്റ്റേഷനിൽ വണ്ടി നില്ക്കുമ്പോൾ, തുടരെത്തുടരെയുള്ള വിളികേൾക്കാം. "അരിച്ചക്കര, അരിച്ചക്കര വടകരമുറുക്കേ" പാട്ടയിൽ നിറച്ച് മുറുക്കും അരിച്ചക്കരയുമായി കമ്പാർട്ടുമെന്റിൽ എത്തുന്ന വില്പനക്കാർ ധാരാളം. കോഴിക്കോട് അലുവപോലെ തന്നെ പ്രസിദ്ധമാണ് വടകര അരിച്ചക്കരയും (അരിപ്പൊടിയും ശർക്കരയുമാണ് ചേരുവകൾ).

കായികാഭ്യാസത്തിലെ പഴയ പാരമ്പര്യം ഇന്നും കടത്തനാട് പുലർത്തിപ്പോരുന്നു. നാട്ടിൻപുറങ്ങളിലെമ്പാടും കളരികളുണ്ട്. ഏതാണ്ട് മൂന്ന് നാലടി താഴ്ചയിൽ ചതുരാകൃതിയിൽ ഒരു നെടുമ്പുരയ്ക്കുള്ള സ്ഥലസൗകര്യം കിട്ടത്തക്കവിധം നിലകുഴിച്ച് അടിത്തട്ട് അടിച്ചു നിരപ്പാക്കി മേൽക്കൂരയും കെട്ടിയാൽ കളരിയായി. കളരികളിൽ ദേഹമാസകലം കുഴമ്പുപുരട്ടിയ കുട്ടികൾ കളരിപൂജയ്ക്കുശേഷം കളരി ഗുരുക്കളുടെ നിർദ്ദേശാനുസരണം മെയ്വഴക്കം ശീലിക്കുന്നതും പയറ്റുമുറകൾ അഭ്യസിക്കുന്നതും കാണാൻ കൗതുകമുണ്ട്. ഉഴിച്ചിലും കളരി അഭ്യാസവും കടത്തനാടിന്റെ ട്രേഡ് മാർക്കാണെന്നു തന്നെ പറയാം.

ഹൈന്ദവാരാധനാകേന്ദ്രങ്ങളായി വലുതും ചെറുതുമായ ക്ഷേത്രങ്ങളും കാവുകളും പലതുണ്ട് കടത്തനാട്ടിൽ. ലോകനാർകാവും തച്ചോളി ക്ഷേത്രവും കൂടാതെ വടകരയ്ക്കു സമീപം ചേന്ന മംഗലത്തെ അയ്യപ്പക്ഷേത്രവും പരാമർശമർഹിക്കുന്നു. വടകരനിന്നും രണ്ട് മൈൽകിഴക്ക്, റോഡരികിലായി സിദ്ധസാമാജസ്ഥാപകനായ ശിവാനന്ദയോഗിയുടെ സമാധി സ്ഥലവുമുണ്ട്- സിദ്ധസമാജം - ഹെഡ്

ഓഫീസ് വടകര.

കുറ്റ്യാടി തുടങ്ങി കടത്തനാടിന്റെ കിഴക്കൻ മലയോര പ്രദേശങ്ങളിൽ ധാരാളം ക്രിസ്ത്യാനികളുണ്ടിപ്പോൾ. അധികവും തിരുവിതാം കൂറിൽനിന്ന് കുടിയേറിപ്പാർത്തവരാണ്. തദ്ദേശീയരിൽ ക്രിസ്ത്യാനികൾ തുലോം കുറവാണ്. പക്ഷേ, പണ്ടുപണ്ടേ കടത്തനാട്ടിൽ മുസ്ലീങ്ങളും അവരുടെ പള്ളികളും ധാരാളം.

സാംസ്കാരിക പാരമ്പര്യം

കടത്തനാട് രാജവംശത്തിന്റെ പ്രതാപകാലം മുതല്ക്കേ സാഹിത്യവും കലകളും പുഷ്ടി പ്രാപിച്ചിരുന്നു. പണ്ഡിതകവിയായ കാവിൽ വാസുനമ്പി, കടത്തനാട്ട് എടമരത്ത് രവിവർമ്മ തമ്പുരാൻ, *സന്താനഗോപാലം* സംസ്കൃത കാവ്യം രചിച്ച എടമരത്തു കോവിലകത്ത് ലക്ഷ്മിതമ്പുരാട്ടി, സംസ്കൃതപണ്ഡിതനായ താഴേമഠത്തിൽ ശങ്കരവാര്യർ, *ചമ്പുരാമായണം* തർജുമ ചെയ്ത കടത്തനാട്ട് കൃഷ്ണവാര്യർ; കടത്തനാട്ട് ആയഞ്ചേരി കോവിലകത്ത് ഉദയവർമ്മ തമ്പുരാൻ (പ്രസിദ്ധമായ പുറമേരി ഹൈസ്കൂളിന്റെ സ്ഥാപകനുമാണദ്ദേഹം) തുടങ്ങി സാഹിത്യകാരന്മാരുടേതായ ഒരു പഴയ തലമുറയുണ്ട്. *കവനോദയം* എന്ന പേരിൽ ഒരു പദ്യമാസിക തമ്പുരാന്റെ പത്രാധിപത്യത്തിൽ പണ്ട് നാദാപുരത്തുനിന്നും അച്ചടിച്ച് പ്രസിദ്ധപ്പെടുത്തിയിരുന്നു. ശ്രീകാവിൽ പി രാമപ്പണിക്കർ ശ്രീമതി കടത്തനാട്ടു മാധവിയമ്മ എന്നിവരെപ്പോലെ പ്രസിദ്ധരായ ചില സാഹിത്യസ്രഷ്ടാക്കൾ മുതിർന്ന തലമുറയിലുണ്ട്. വിടരാൻ വെമ്പുന്ന പുത്തൻ തലമുറകൾക്ക് കണക്കില്ല. കടത്തനാടിന്റെ കലാസാഹിത്യ പാരമ്പര്യം കാത്തുസൂക്ഷിക്കുന്നവർ വളരെപ്പേരുണ്ട്. എന്നാൽ '*തൃക്കോട്ടൂർ പെരുമ*'യുടെ കഥാകാരനായ യു എ ഖാദറെ നാം ഓർമ്മിച്ചേ മതിയാവൂ. കോളേജ് അദ്ധ്യാപകനും സാഹിത്യകാരനുമായ കടത്തനാട്ടു നാരായണന്റെ നാമവും സ്മരണീയം.

വടകര ടൗണിൽനിന്ന് നാലു മൈൽ വടക്ക് മടപ്പള്ളിയിൽ ഒരു ഗവ. കോളേജ് ഉണ്ടായത് വടകരയുടെ ഉന്നതവിദ്യാഭ്യാസത്തിന് ആക്കം കൂട്ടി.

ഇയ്യാനത്തു കോവിലകത്തും മറ്റും പണ്ട് കഥകളിയുടെ വളർത്തു തൊട്ടിലായിരുന്നു. കോൽക്കളിയാണ് കടത്തനാടൻ ഗ്രാമങ്ങളിലെ പ്രധാന നാടൻകലാരൂപം. കളരിപ്പയറ്റും മറ്റും ഉത്സവങ്ങൾക്കു കൊഴുപ്പു കൂട്ടുന്ന മറ്റിനങ്ങളാണ്. എണ്ണമറ്റ ക്ഷേത്രങ്ങളും വർഷംതോറുമുള്ള ഉത്സവങ്ങളും ഗ്രാമീണരുടെ കലാസ്വാദനശക്തി മങ്ങിപ്പോകാതെ നിലനിർത്തുന്നുണ്ട്. നാട്ടിലെമ്പാടുമുള്ള കലാസമിതികളും സ്പോർട്സ് ക്ലബുകളും കായികവും കലാപരവുമായ വളർച്ചയ്ക്ക് വളംവയ്ക്കുന്നുണ്ട്. വടകരക്കാർക്ക് ഏറ്റവും ഇഷ്ടമുള്ള കളിയാണ് വോളിബോൾ. പ്രസിദ്ധ വോളിബോൾ കളിക്കാരനായ അബ്ദുറഹിമാൻ വടകരസ്വദേശിയാണെന്നും പ്രസ്താവ്യമാണ്.

പണ്ടത്തെ കടത്തനാടിന്റെ ചരിത്രപ്രധാനമായ സ്ഥലങ്ങളും സ്ഥാപനങ്ങളുമെല്ലാം ഇന്ന് കോഴിക്കോട്ടു ജില്ലയിലെ നാല് വികസനബ്ലോക്കുകളിലായി ചിതറിക്കിടക്കുന്നു. വടകര, തോടനൂർ, തൂണേരി കുന്നുമ്മേൽ എന്നീ വികസനബ്ലോക്കുകളാണവ. യാഥാസ്ഥിതികത്വത്തിൽനിന്ന് ഇനിയും പൂർണ്ണമായി മുക്തമായിട്ടില്ല കടത്തനാട്.

ഉണ്ണിയാർച്ചയും ഒതേനക്കുറുപ്പും മറ്റൊരായിരം വീരകഥാപാത്രങ്ങളും പഴമ്പാണനാർക്ക് പാടിനടക്കാൻ പോന്ന കഥാപാത്രങ്ങൾ മാത്രമാണിന്ന്. വടക്കൻ പാട്ടുകളിലെ ആ കാല്പനികലോകം ഇന്നത്തെ കടത്തനാട്ടുമായി പൊരുത്തപ്പെടുകയില്ല. അത്രകണ്ട് സാമൂഹ്യരാഷ്ട്രീയ പ്രശ്നങ്ങളാൽ സങ്കീർണ്ണമാണ് ഗ്രാമജീവിതം.

ഒഞ്ചിയത്തെ രക്തസാക്ഷികൾ

നീതിക്കുവേണ്ടിയുള്ള പോരാട്ടത്തിന്റെ പാരമ്പര്യം വടകരയ്ക്കുണ്ട്. അത് കാലാകാലം വിവിധ രൂപങ്ങളിലും ഭാവങ്ങളിലും പ്രത്യക്ഷപ്പെട്ടു കൊണ്ടിരിക്കുന്നു. കഴിഞ്ഞ നൂറ്റാണ്ടിന്റെ പൂർവ്വാർദ്ധത്തിൽ ധീരവും സാഹസികവുമായ ഒരു ജനകീയ മുന്നേറ്റത്തിന്റെ രംഗവേദിയായിരുന്ന ഒഞ്ചിയം പഞ്ചായത്തിനെ വിസ്മരിക്കാവതല്ല. വടകരത്താലൂക്കിലെ ഒഞ്ചിയം കണ്ണുക്കര, മടപ്പള്ളി, ഊരാളുങ്കൽ എന്നീ അംശങ്ങളുൾപ്പെട്ട ഒഞ്ചിയം, പഞ്ചായത്തും (വിസ്തീർണ്ണം 900 ഹെക്ടർ, ജനസംഖ്യ 24856) 1950കളിൽ ജനമുന്നേറ്റത്തിന്റെയും രക്തസാക്ഷിത്വത്തിന്റെയും പേരിൽ കേരളത്തിന്റെയൊട്ടാകെ ശ്രദ്ധ പിടിച്ചുപറ്റിയിരുന്നു.

പഴയ കുറുമ്പ്രനാട്ടിലെ കുറ്റിപ്പുറം കോവിലകത്തിന്റെ അധീനതയിലായിരുന്നു ഒഞ്ചിയം ഗ്രാമം. കുറ്റിപ്പുറം തമ്പുരാന്റെ താവഴിയിൽപ്പെട്ട എടക്കണ്ടി കോവിലകത്തെ തമ്പുരാക്കന്മാരായിരുന്നു, ഈ പ്രദേശത്തിന്റെ ഭരണം കയ്യാളിയിരുന്നത് അവരുടെ സാമാന്തന്മാരായി ജീവിച്ച സവർണ്ണരായ ഭൂപ്രമാണിമാരും ജന്മിമാരും കുടിയാന്മാരിൽനിന്ന് ഭീമമായ പാട്ടം പിരിച്ചിരുന്നു. അധികാരികളുടെ ആജ്ഞാനുവർത്തികളല്ലാത്തവർ നിരന്തരമായ പീഡനങ്ങൾക്കും മർദ്ദനങ്ങൾക്കും വിധേയരായിരുന്നു. കള്ളക്കേസുകളും ഗുണ്ടാവിളയാട്ടങ്ങളും നാട്ടുപ്രമാണിമാരുടെ താന്തോന്നിത്തവും കുടിയൊഴിപ്പിക്കലുംകൊണ്ട് പൊറുതിമുട്ടിയ ഒഞ്ചിയത്തെ കീഴാളരായ കർഷകത്തൊഴിലാളികൾ ഒറ്റക്കെട്ടായി ഇതിനെതിരെ മുന്നോട്ടുനീങ്ങി. ഈ പ്രതിരോധം ഒരു പോരാട്ടമായി പരിണമിച്ചത് അക്കാലത്തെ മദ്രാസ് ഗവൺമെന്റിന്റെ

തെറ്റായ റേഷൻ സമ്പ്രദായം അടിച്ചേല്പിക്കപ്പെട്ടപ്പോഴാണ്. കമ്പം എന്ന ഒരുതരം ചോളം കൂടി വാങ്ങുന്നവർക്കു മാത്രമേ റേഷൻ നല്കൂ എന്ന സർക്കാരിന്റെ നിലപാടിനെതിരെ പ്രതിഷേധിക്കാനും പ്രക്ഷോഭം സംഘടിപ്പിക്കാനും കമ്യൂണിസ്റ്റ് പാർട്ടിയുടെ കുറുമ്പ്രനാട് താലൂക്ക് കമ്മിറ്റിയുടെ ആഭിമുഖ്യത്തിൽ 1948 ഏപ്രിൽ 30ന് ഒഞ്ചിയത്ത് ഒരു പ്രതിഷേധയോഗം ചേർന്നു. കാര്യമറിഞ്ഞെത്തിയ പൊലീസ് നിർദ്ദയം നിറയൊഴിച്ചു. ധീരരായ എട്ട് ദേശാഭിമാനികൾ അവിടെ വെടിയേറ്റ് മരിച്ചു. തുടർന്നുണ്ടായ മൃഗീയമായ ലോക്കപ്പ് മർദ്ദനത്തിൽ രണ്ടുപേർകൂടി മൃതിയടഞ്ഞു. വെടിവയ്പിൽ അംഗഭംഗം സംഭവിച്ചവരും നരനായാട്ടിനെ തുടർന്ന് രോഗബാധിതരായവരും ഇന്നും ജീവിച്ചിരിപ്പുണ്ട്. മണ്ടോടി കണ്ണൻ, കൊല്ലാഞ്ചേരി കുമാരൻ, അലവക്കൽ കൃഷ്ണൻ മേനോൻ, കണാരൻ, സി കെ ചാത്തു, പുറവിൽ കരുണാകരൻ, വി കെ രഘൂട്ടി, വി പി ഗോപാലൻ, കെ എം ശങ്കരൻ, പാറോള്ളതിൽ കണാരൻ എന്നീ പത്തു രക്തസാക്ഷികളുടെ ധീരസ്മരണ ഇന്നും ഒഞ്ചിയത്തെ ജനങ്ങളിൽ പച്ചപിടിച്ചു നില്ക്കുന്നു.

71

നാദാപുരത്തങ്ങാടിക്കു ചുറ്റും

"ആറ്റുമ്മണമ്മേലേ ഉണ്ണിയാർച്ച" വെളുക്കുവാനേഴരരാവുള്ളപ്പോൾ തന്നെ സ്വപ്നം കണ്ടുണർന്ന് ഒരുക്കങ്ങളാരംഭിച്ചു. "അല്ലിമലർക്കാവിൽ കൂത്തുകാണ്മാൻ അയ്യപ്പൻകാവിൽ വിളക്കു കാണ്മാൻ അയലാളർ പെണ്ണുങ്ങൾ" പോകുന്നതാണ് അവൾ സ്വപ്നം കണ്ടത്. അപ്പോൾ തനിക്കും പോകണം. അവൾ വേഗം കുളത്തിൽ നീന്തിത്തുടിച്ച് കുളികഴിഞ്ഞെത്തി.

"പീലിത്തിരിമുടി കെട്ടിവച്ച്
അഞ്ജനം കൊണ്ടവൾ കണ്ണെഴുതി
കുങ്കുമം കൊണ്ടവൾ പൊട്ടുകുത്തി
കസ്തൂരി കളഭങ്ങൾ പൂശുന്നുണ്ടേ
മെയ്യാഭരണപ്പെട്ടി തുറന്നുവച്ച്
ഏഴുകടലോടി വന്ന പട്ടെ
പച്ചിലപ്പട്ടു ചുളിയും തീർത്തു
ഉറുമി എടുത്തങ്ങരയിൽ ചുറ്റി
ഏഴു കമ്പുള്ള കുടയുമെടുത്ത്..."

യാത്ര പുറപ്പെടാൻ നേരത്താണ് ഭർത്താവിന്റെ അച്ഛനമ്മമാർ എതിർപ്പു പ്രകടിപ്പിക്കുന്നത്. 'ജോനകപ്പുളപ്പുള്ള' നാഗ (ദ) പൂരത്തങ്ങാടിയിൽക്കൂടി അല്ലിമലർക്കാവിൽ കൂത്തുകാണ്മാൻ പോകുന്നത് അപകടം. ജോനകർ (മുസൽമാന്മാർ) ഉടുതുണിയഴിച്ച് പിടിച്ചുകൊണ്ടുപോകും. അതാണ് പതിവ്. പക്ഷേ, ഇത് പെണ്ണു വേറെ! പുത്തൂരം വീട്ടിലെ ആരോമൽ ചേകവരുടെ കൂടപ്പിറപ്പായ ഉണ്ണിയാർച്ചയാണ്. ഉണ്ണിയാർച്ച ഭയന്നു പിന്മാറുകയോ? എന്തായാലും പോവുകതന്നെ. കൂട്ടിനാരും വന്നില്ലെങ്കിലും അവസാനം ഭയകമ്പിതനായി മനസ്സില്ലാമനസ്സോടെ, ഭർത്താവ് കുഞ്ഞിരാമനും പുറകേ കൂടി.

നാദാപുരത്തങ്ങാടി, അങ്ങാടിക്കിരുവശവുമുള്ള ജോനകപ്പരിഷകൾ അന്തംവിട്ട് ആ രംഗം നോക്കിനിന്നു. "കുന്നത്തെ കൊന്നപൂത്തപോലെ, എളമാൻ തളിർപോലെ" ചന്തമുള്ള ആ പെണ്ണിനെ പിടിച്ച് തങ്ങളുടെ മൂപ്പന് കാഴ്ചവച്ചാലോ? അവർ ഓടിച്ചെന്ന് വിവരം മൂപ്പനെ അറിയിച്ചു. ഉടൻ പിടിച്ചുകൊണ്ടുവരിക മൂപ്പന്റെ കല്പന. ജോനകർ ആർത്തട്ടഹസിച്ച് അങ്ങാടിയിലെത്തി. ഉണ്ണിയാർച്ചയെ സമീപിച്ചു. ഉണ്ണിയാർച്ചയ്ക്ക് ജോനകർരുടെ ഉദ്ദേശ്യം മനസ്സിലായി. ഭാവം പകർന്നു. അപ്പോഴാണ് ജോനകർ ഞെട്ടിപ്പോയത്. താമരപ്പൂവെന്നും നിനച്ച് തൊട്ടത് തീക്കനലാണെന്നോ? അവൾ അരയും തലയും മുറുക്കി. നനമുണ്ട് അരയിൽ ചുറ്റി ഉറുമി വീശി കുതിരപ്പാച്ചിൽ പാഞ്ഞ് പകരിതിരഞ്ഞപ്പോൾ തന്നെ അഞ്ഞൂറെണ്ണം നിലത്തുവീണു കഴിഞ്ഞു. ശേഷിച്ചവർ കാറ്റത്ത് പഞ്ഞി പറക്കുമ്പോലെ ഓടിമറഞ്ഞു...

നാദാപുരത്തങ്ങാടി

'നാദാപുരത്തങ്ങാടി... ആർക്കാ ബ്ടെ കീയേണ്ടേ?" (ആർക്കാ ഇവിടെ ഇറങ്ങേണ്ടത്?)

ഞാൻ ഒരു പകൽസ്വപ്നത്തിൽനിന്നും ഞെട്ടിയുണർന്നു. ആ പ്രൈവറ്റ് ബസിലെ കണ്ടക്ടറെ മിഴിച്ചു നോക്കി.

"ങ്ങക്ക് ഏട്യാ പോണ്ടേ?" കണ്ടക്ടറുടെ അടുത്ത ചോദ്യം "നാദാപുരത്തങ്ങാടി" ഞാൻ മറുപടി പറഞ്ഞു. "ന്നാ, ബ്ടെ കീഞ്ഞോളീം. മയേണ്ട്. സാരല്യ ശ്ലീബയ്യോട്ട് (പുറകോട്ട്) നടന്ന് അബ്ടെ നിക്കീം."

റോഡരികിലെ പീടികക്കോലായിലേക്ക് അയാൾ വിരൽ ചൂണ്ടി. മര്യാദക്കാരനായ ആ കണ്ടക്ടറോട് നന്ദി പറഞ്ഞുകൊണ്ട് ഞാൻ പുറത്തിറങ്ങി. കോരിച്ചൊരിയുന്ന മഴ, കുട നിവർത്തിയെ

ങ്കിലും ആകെ നനഞ്ഞു. ഓടി പീടികവരാന്തയിൽ അഭയം തേടി. മഴയൊന്നു തോർന്നപ്പോൾ ഞങ്ങൾ നാദാപുരത്തങ്ങാടിയിലൂടെ ഇറങ്ങിനടന്നു. അങ്ങാടി വലിയ മതിപ്പുളവാക്കിയില്ല. പക്ഷേ, ആ റോഡരികിലെ വലിയ പള്ളി (മുസ്ലിംപള്ളി) അന്തസ്സുറ്റതു തന്നെ. ജോനകപ്പുളപ്പിനെ വിളംബരം ചെയ്യുന്ന ആ വലിയ ആരാധനാകേന്ദ്രം. ഏകദേശം ഒന്നരനൂറ്റാണ്ട് പഴക്കമുണ്ട്. ഇന്നത്തെ നാദാപുരം പള്ളിക്ക് വലിയ ഹാളിനുള്ളിൽ പണ്ഡിതരുടെ ഖബറിടങ്ങൾ. അതിനടുത്ത് തടികൊണ്ടു തീർത്ത അകപ്പള്ളി എന്ന പ്രധാന ഉൾഭാഗം. പഴമയുടെ പ്രൗഢി തുളുമ്പുന്ന വിളക്കുകളും വലിയ പങ്കകളും അകപ്പള്ളിയിലുണ്ട്. പള്ളിയെ താങ്ങിനിർത്തുന്നത് കരിങ്കൽത്തൂണുകളാണ്. നാദാപുരം പള്ളിയുടെ ഒരു പ്രത്യേകത ഇവിടെ നേർച്ചകളില്ല; ചന്ദനക്കുടവും. നനഞ്ഞു കുതിർന്ന് നാദാപുരത്തങ്ങാടിയിലൂടെ പഞ്ചായത്താഫീസിലേക്ക് നടന്നു.

വടകര താലൂക്കിലെ കുന്നുമ്മേൽ ബ്ലോക്കിൽപ്പെട്ട നാദാപുരം പഞ്ചായത്ത് പഴയ മലബാറിലെ ഒരു മേജർ പഞ്ചായത്താണ്. വടകര ടൗണിൽ നിന്ന് നാലഞ്ചു മൈൽ അകലമേയുള്ളൂ. കുറ്റിപ്പുറം, ഈയംകോട് കുമ്മംകോട് എന്നീ മൂന്നു റവന്യൂ വില്ലേജുകൾ ഉൾപ്പെട്ട ഈ പഞ്ചായത്ത് ഇന്നും അത്ര വികസിതമാണെന്നു പറഞ്ഞുകൂടാ. കോഴിക്കോട്ട് ജില്ലയിലെ ഒരു ഭേദപ്പെട്ട വീണനകേന്ദ്രമായ നാദാപുരത്തങ്ങാടിയും പരിസരങ്ങളും ഒഴികെയുള്ള പ്രദേശങ്ങൾ അവികസിതങ്ങളാണ്. കടത്തനാട്ടു രാജാക്കന്മാരുടെ ആസ്ഥാനമായിരുന്ന കുറ്റിപ്പുറം കോവിലകം നാദാപുരം പഞ്ചായത്തിലാണ്. ഹിന്ദുക്കളുടെ പ്രധാന ക്ഷേത്രങ്ങളാണ് പാറയിൽ ക്ഷേത്രവും വിഷ്ണുമംഗലം ക്ഷേത്രവും. നാദാപുരത്തങ്ങാടിയിൽ തന്നെയുള്ള വലിയ പള്ളിയും പുത്തൻ പള്ളിയും ചേലക്കാട്ട് ജുമാ അത്ത് പള്ളിയും മുസ്ലീങ്ങളുടെ പ്രധാന ആരാധനാകേന്ദ്രങ്ങളാണ് അങ്ങാടിയിലെ പുത്തൻ പള്ളി പണ്ടൊരു ക്ഷേത്രമായിരുന്നുവെന്നും പില്ക്കാലത്ത് ടിപ്പു അതിനെ മുസ്ലിം പള്ളിയാക്കി മാറ്റിയതാണെന്നും പറയപ്പെടുന്നു. വടക്കു ഭാഗത്ത് മയ്യഴിപ്പുഴയുടെ ഒരു ശാഖയായ വാണിമേൽപ്പുഴയും കിഴക്ക് കുന്നുമ്മേൽ പഞ്ചായത്തും തെക്കും പടിഞ്ഞാറും പുറമേരി പഞ്ചായത്തുമാണ് നാദാപുരം പഞ്ചായത്തിന്റെ അതിർത്തികൾ.

കടത്തനാടിന്റെ ഹൃദയം

നാദാപുരത്തങ്ങാടിയിൽ അങ്ങനെ ഏറെ നേരം നിന്നു മുഷിഞ്ഞപ്പോൾ കടത്തനാടിന്റെ രാജകീയ ഭാവമൊന്ന് കണ്ടാലോ എന്ന് തോന്നി. ഞങ്ങൾ കുറ്റിപ്പുറത്തേക്ക് തിരിച്ചു. നാദാപുരത്തങ്ങാടിയിൽനിന്ന് ഏതാണ്ട് ഒന്ന് ഒന്നര മൈൽ അകലമേയുള്ളൂ. ചെമ്മണ്ണ് നിറഞ്ഞ പുരയിടങ്ങൾക്കിടയിലുള്ള വീതി കുറഞ്ഞ നാട്ടുനിരത്തിലൂടെ നടന്നപ്പോൾ രാജകീയമായിട്ടൊന്നും തോന്നിയില്ല. നല്ല തെങ്ങുകളും ഫലവൃങ്ങളുമാണെങ്ങും. വലതുവശത്ത് പഴയ ഗോപുരം. കുറ്റിപ്പുറം കോവിലകമാണത്. പില്ക്കാലത്ത് ഒരു സാധാരണ ജന്മിഗൃഹം മാത്രമായി ഏറെക്കാലം കഴിഞ്ഞു. ഇന്ന് കുറ്റിപ്പുറം കോവിലകത്തിന്റെ തിരുശേഷിപ്പായി കാണാവുന്നത് പൊട്ടിപ്പൊളിഞ്ഞ കല്പടവുകളോടുകൂടിയ പായൽ മൂടിയ കുളം മാത്രമാണ്.

വടക്കൻ വീരഗാഥകളിൽ പ്രകീർത്തിതമായ അങ്കത്തട്ടുകളുടെ വീരപുളകങ്ങളും വീരകഥകളും പടകാളിമുറ്റങ്ങളുടെയും കളരി പരമ്പരകളുടെയും ആവേശദായകമായ ധീരസ്മരണകളും പേറിനില്ക്കുന്നു. കടത്തനാടിന്റെ ഹൃദയം പുറമേരിയിലെ കടത്തനാടൻ കൊട്ടാരങ്ങൾക്കും കുറ്റിപ്പുറം കോവിലകത്തിനുമിടയിൽ സ്ഥിതിചെയ്യുന്ന വിശാലഭൂമി. എഡി 1869 ൽ ഡോ. ഹെർമ്മൻ ഗുണ്ടർട്ട് ഈ സ്ഥലത്തെപ്പറ്റി രേഖപ്പെടുത്തിയിട്ടുള്ളതിങ്ങനെ.

"നാദാപുരം എന്നത് കുറ്റിപ്പുറത്തിന്റെ രണ്ടു മൈൽ വടക്ക് പടിഞ്ഞാറ്. അവിടെ ഒരു വലിയ അങ്ങാടിയും മാപ്പിളമാരുടെ പള്ളിയുമുണ്ട്. അങ്ങാടിയിൽ കുരുമുളകുകച്ചവടം മുഖ്യം."

കുരുമുളകു കൊടികളുടെയും വൃക്ഷനിരകളുടെയും സമൃദ്ധിയിൽ കഴിഞ്ഞ പഴയ കുറുമ്പ്രനാട്ട് രാജാക്കന്മാരുടെ ഭരണസിരാകേന്ദ്രമായ കുറ്റിപ്പുറം കോവിലകം അകലെയല്ല. പ്രസ്തുത കോവിലകത്തിന് പുറമേ കുറെ തെക്കുപടിഞ്ഞാറുള്ള പുറമേരിയിലും കോവിലകമുണ്ട് - എന്ന് ഗുണ്ടർട്ട് സൂചിപ്പിക്കുന്നു. ടിപ്പുസുൽത്താൻ ഈ ഗ്രാമപ്രദേശത്ത് കടന്നേറിയതിന്റെ സ്മാരകമെന്നോണം ആവോലം കല്ലാച്ചി റോഡ് ഇന്നും ടിപ്പുസുൽത്താൻ റോഡ് എന്ന പേരിലാണ് അറിയപ്പെടുന്നത്.

രണ്ടാം പൊന്നാനി

ഏകദേശം പത്ത് നൂറ്റാണ്ടുകൾക്കുമുമ്പുതന്നെ പണ്ഡിതനായ ഒരു സൂഫിവര്യനും ഇസ്ലാം മതപ്രചാരണാർത്ഥം ഇവിടെ എത്തിയിരുന്നുവത്രെ. അങ്ങനെ ചരിത്രത്തിൽ സ്ഥാനംപിടിച്ച പൂച്ചാക്കോൻ ഓറ് (അവർകൾ) എന്ന പണ്ഡിതൻ പാർത്തിരുന്നിടത്ത് ഏതാണ്ട് 750 വർഷത്തോളം പഴക്കമുള്ള ആ ഭവനം ഇന്നും നിലനില്ക്കുന്നു. നാദാപുരം ജുമാ അത്ത് പള്ളിയിലെ ദറസ് കേരളത്തിലാകെ പ്രസിദ്ധം. ഇസ്ലാംമതപഠനത്തിന് പൊന്നാനി കഴിഞ്ഞാൽ രണ്ടാം സ്ഥാനം നാദാപുരത്തിനാണ് - രണ്ടാം പൊന്നാനി.

കടത്തനാട്ട് രാജവംശത്തിന്റെ ഉല്പത്തി ചരി

ത്രമാകട്ടെ സാമൂതിരി രാജവംശവുമായും ചിറയ്ക്കൽ (കോലത്തിരി) രാജവംശവുമായും അഭേദ്യമായി ബന്ധപ്പെട്ടിരിക്കുന്നു.

ഏറനാട്ടിലെ നെടിയിരിപ്പ് തലസ്ഥാനമാക്കി വാണിരുന്ന സാമൂതിരി എന്ന നാടുവാഴിക്ക് ഒരു മോഹം, രാജ്യവിസ്തൃതി വർദ്ധിപ്പിക്കണം. മാത്രമല്ല, തന്റെ രാജ്യത്തിന് സമുദ്രസാമീപ്യവും വേണം. എങ്കിലേ വിദേശികളുമായി അടുക്കാനും കടൽ കച്ചവടം മുഖേന രാജ്യത്തെ സമ്പന്നമാക്കാനും കഴിയൂ. അന്ന് കോഴിക്കോടും അതിന് വടക്കുമെല്ലാം ഭരിച്ചിരുന്നത് പോർളാതിരിയാണ്. പോർളാതിരിയെ കീഴടക്കിയാലെ ലക്ഷ്യം നേടാനാകൂ. പക്ഷെ, അത് ക്ഷിപ്രസാദ്ധ്യവുമല്ല. സുദീർഘമായ ഒരു സമരപരിപാടി തന്നെ ആവിഷ്കരിച്ചു. 48 വർഷം നീണ്ടുനിന്ന യുദ്ധം! അവസാനം നേർവഴിയിലൂടെ പോർളാതിരിയെ കീഴടക്കാൻ സാദ്ധ്യമല്ലെന്ന് ബോദ്ധ്യമായപ്പോൾ വളഞ്ഞ വഴികളാലോചിച്ചു. പോർളാതിരിയുടെ മന്ത്രിമാരെയും പതിനായിരം നായർ പടയാളികളോടുകൂടിയ പടനായകന്മാരെയും എന്തിനേറെ പോർളാതിരിയുടെ ധർമ്മപത്നിയെപ്പോലും കൈക്കൂലികൊടുത്തു പാട്ടിലാക്കി., രാജപത്നിക്ക് നാലാനകളും നാല്പതിനായിരം പണവും കൈക്കൂലി കൊടുത്തുപോലും! പോർളാതിരി ആത്മരക്ഷാർത്ഥം വടക്കോട്ടോടി. അവസാനം രാജവംശത്തിലെ രണ്ടു സ്ത്രീകളും അവരുടെ കാരണവരും വടകരനിന്നും രണ്ട് നാഴിക വടക്ക് മുട്ടുങ്ങൽ എന്ന സ്ഥലത്ത് ഒരു കോവിലകം നിർമ്മിച്ച് അവിടെ പാർത്തു; കോലത്തിരി (ചിറയ്ക്കൽ) രാജാവിന്റെ സംരക്ഷണയിൽ.

അന്ന് ആ പ്രദേശങ്ങളുടെ അധീശത്വം കോലത്തിരിക്കായിരുന്നു. അചിരേണ മുട്ടുങ്ങൽ കോവിലകത്തെ ഒരു തമ്പുരാട്ടിയെ കോലത്തിരിരാജാവ് കല്യാണം കഴിച്ചു. ആ ദാമ്പത്യത്തിൽ ജനിച്ച പുത്രനെ അദ്ദേഹം കടത്തനാട്ട് രാജാവായി വാഴിക്കുകയും ചെയ്തു. പിന്നീട് മുട്ടുങ്ങൽ കോവിലകക്കാർ കുറ്റിപ്പുറത്ത് പുതിയൊരു കോവിലകം നിർമ്മിച്ച് അങ്ങോട്ട് താമസം മാറ്റി. അങ്ങനെ കുറ്റിപ്പുറം കോവിലകം, കടത്തനാട്ടു രാജവംശത്തിന്റെ തായ്ത്തറവാടായിത്തീർന്നു. ബ്രിട്ടീഷ് ആധിപത്യത്തിനുമുമ്പ് കടത്തനാട്, പയ്യനാട്, പയ്യോർമ്മല, കുറുമ്പ്രനാട്ട് എന്നീ നാടുകൾ താമരശ്ശേരി രാജ്യത്തിലുൾപ്പെട്ടിരുന്നു. പില്ക്കാലത്ത് അവയൊക്കെ കൂട്ടിച്ചേർത്താണ് കുറുമ്പ്രനാട്ട് താലൂക്ക് രൂപീകരിക്കപ്പെട്ടത്. കുറുമ്പ്രനാട്ട് വീണ്ടും വിഭജിക്കപ്പെട്ടതാണ് ഇപ്പോഴത്തെ വടകരത്താലൂക്കും കൊയിലാണ്ടിത്താലൂക്കും.

എടമരത്തു കോവിലകം, ആയാഞ്ചേരി കോവിലകം, ഓഞ്ചിയം കോവിലകം എന്നിവയെല്ലാം കടത്തനാടിന്റെ ശാഖകളാണ്. നൂറ്റാണ്ടുകൾക്കുശേഷം രാജവാഴ്ച അസ്തമിച്ചു. ഭരണാധികാരം ബ്രിട്ടീഷുകാരുടെ കൈവശമായി. കടത്തനാട് പല പേരുകളിലായി. പക്ഷേ, കേരള ചരിത്രത്തിൽ സമരാവേശം തുടിക്കുന്ന താളുകൾ തുന്നിച്ചേർത്ത ആ പ്രദേശങ്ങളുടെ മഹത്ത്വം ഇന്നും വടക്കൻ പാട്ടുകളിലൂടെ പ്രകടമാണ്. എന്താണ് ആ പാരമ്പര്യം?

സുശക്തമായ ഒരു കേന്ദ്രീകൃത ഭരണത്തിന്റെ അഭാവത്തിൽ കൈയ്യൂക്കും കാര്യശേഷിയുമുള്ള ഏതാനും നാട്ടുപ്രഭുക്കന്മാരുടെ ഭരണത്തിൽ കഴിഞ്ഞിരുന്ന കുറേ പ്രദേശങ്ങളിലെ കായികാഭ്യാസവിദഗ്ദ്ധന്മാരായ ഗ്രാമീണരുടെ കൊല്ലിന്റെയും കൊലയുടെയും ചരിത്രമാണത്. പോർളാതിരിമാരുടെ കാലത്തെ കുത്തഴിഞ്ഞ ഭരണസംവിധാനത്തിൽ വടകരയും നാദാപുരവുമുൾപ്പെട്ട കടത്തനാട്ടിൽ സർവ്വശക്തന്മാരായിരുന്നു നാട്ടുപ്രമാണിമാർ. അവർ ജനസാമാന്യത്തിന്റെ വക്താക്കളും സംരക്ഷകരുമായിരുന്നു. തന്നെക്കാൾ വലിയവരാരുമില്ലെന്ന മട്ടിൽ ഒരു ഗ്രാമത്തിന്റെയോ ഒരു പ്രദേശത്തിന്റെയോ അധിപതികളായി ഭവിച്ച ഇക്കൂട്ടർ പലർ ചേർന്നതായിരുന്നു കടത്തനാടിന്റെ അന്നത്തെ ഭരണകൂടമെന്നു പറയാവുന്നതാണ്. രാജവാഴ്ചയൊക്കെ പേരിനു മാത്രം.

ദേശവാഴികളുടെ കാലം

ദേശവാഴി പുതുപ്പണത്തു വാഴുന്നവർ, സ്ഥാനികളായ വള്ള്യാട്ടുതങ്ങൾ, തെക്കിനകണ്ണമ്പത്തു തങ്ങൾ, ഓർക്കാട്ടേരി ഇടത്തിൽനമ്പ്യാർ, പൂക്കോട്ടുനമ്പ്യാർ, കുറുക്കാട്ടു കുറുപ്പ്, മുച്ചിലോട്ട് കുറുപ്പ്, കണ്ണമ്പത്ത് മൂത്തവർ, അഞ്ചുവീട്ടിൽ കുറുപ്പന്മാർ, പത്തില്ലത്തടിയോടിമാർ, ആറും ഏഴും ഇല്ലം നമ്പ്യാന്മാർ, ചെല്ലാട്ടാൻ, കുന്നിയൂർ, നാളോൻ, വെന്നപ്പാലൻ എന്നീ കുറുപ്പന്മാർ ഇവരായിരുന്നു കടത്തനാടിന്റെ സാമൂഹ്യജീവിതത്തെ നിയന്ത്രിച്ചിരുന്നത്. അവസാനത്തെ നാലു കുറുപ്പൻ കുടുംബങ്ങളിൽനിന്ന് ശാഖോപശാഖകളായി പൊട്ടിമുളച്ചവയാണ് കടത്തനാട്ടിലെ കുറുപ്പന്മാരായ മിക്ക തറവാട്ടുകാരും. ചെല്ലാട്ടൻ വംശത്തിന്റെ ഒരു ഉപശാഖയാണ് തച്ചോളി കുറുപ്പന്മാർ. കുടുംബങ്ങൾ തമ്മിലുള്ള വഴക്ക് ഒതുക്കിത്തീർക്കാൻ വേണ്ടി തറക്കൂട്ടവും നാട്ടുക്കൂട്ടവും മറ്റും അന്നുണ്ടായിരുന്നു. പറഞ്ഞൊതുക്കി തീർക്കാൻ കഴിയാത്ത വഴക്കുകൾ അങ്കം വെട്ടി തീരുമാനിച്ചിരുന്നു. പൊന്നിയത്ത് അങ്കക്കളരി പോലുള്ള പ്രസിദ്ധമായ കളരികൾ അക്കാലത്ത് മല്ലയുദ്ധപ്രവീണരുടെ ശക്തിപരീക്ഷണവേദികളായിരുന്നു. നീതിന്യായ പാലനത്തിനുള്ള ആൽത്തറകൾ മിക്ക പ്രദേശങ്ങളിലുമുണ്ടായിരുന്നു.

ഓരോ കുടുംബത്തിനും കളരികൾ, ഓരോ കുടുംബാംഗത്തിനും കളരിയഭ്യാസം (സ്ത്രീ-പുരു

ഷഭേദമെന്യേ) അന്നതൊക്കെ നിർബ്ബന്ധിതമായിരുന്നു. അങ്കംവെട്ടൽ കുലത്തൊഴിലായി സ്വീകരിച്ചിരുന്ന ചേകോന്മാർ, കളരിയുടെ ആശാൻ സ്ഥാനവും വഹിച്ചിരുന്നു. കായികാഭ്യാസകലയുടെ പരമോന്നതിയിലായിരുന്നു അക്കൂട്ടരെന്ന്, ആരോമൽച്ചേകവരുടെ അഭ്യാസപാടവം വ്യക്തമാക്കുന്നു. ആ കാലഘട്ടത്തിൽ ആത്മാഭിമാനസംരക്ഷണത്തിനുവേണ്ടി ജീവൻ ബലിയർപ്പിക്കുന്നതും മഹത്ത്വമായി കരുതിപ്പോന്നു.

തെങ്ങും കവുങ്ങും കുരുമുളകുംകൊണ്ട് സമൃദ്ധമായ തൊടികൾ നിറഞ്ഞ നാദാപുരം ഇരുപതാം നൂറ്റാണ്ടിന്റെ ആദ്യദശകങ്ങളിൽ പ്രത്യേകതകളൊന്നും അവകാശപ്പെടാനില്ലാത്ത ഒരു സാധാരണ ഗ്രാമം മാത്രമായിരുന്നു. നാടുവാഴിത്തത്തിന്റെ അവശേഷിപ്പായ ജന്മിത്തം അഭംഗുരം തുടർന്നു വരികയായിരുന്നു. അടിമത്തം സ്വയം അംഗീകരിച്ച ഇവിടുത്തെ സാധാരണ കർഷകരെ തൊട്ടുണർത്തിയത് ദേശീയ പ്രസ്ഥാനത്തിന്റെയും സ്വാതന്ത്ര്യ സമരപരിപാടികളുടെയും അലയൊലികളായിരുന്നു. വാഗ്ഭടാനന്ദസ്വാമികളുടെയും ശ്രീനാരായണഗുരുവിന്റെയും സന്ദേശങ്ങൾ മാർഗ്ഗദർശകമായി. സ്വാതന്ത്ര്യദാഹത്തിന്റെ തീവ്രതയിൽ അന്ന് ബ്രിട്ടീഷ് ആധിപത്യത്തിലുള്ള മുൻസിഫ് കോടതി ബോംബു വച്ച് തകർക്കുന്ന സാഹസികയത്നത്തിനുപോലും തദ്ദേശീയ നേതൃത്വം ഒരുമ്പെട്ടിറങ്ങിയ രാഷ്ട്രീയ പാരമ്പര്യം ഇവിടെയുണ്ട്. അന്ന് ബ്രിട്ടീഷ് പട്ടാളത്തെപ്പോലും വകവയ്ക്കാതെ തദ്ദേശീയരായ ചില ധീരനേതാക്കൾ നടത്തിയ രജിസ്ട്രാർ ഓഫീസ് പിക്കറ്റിങ് ആ പ്രദേശത്തെ കോളിളക്കം സൃഷ്ടിച്ച സംഭവമായിരുന്നു.

വടകര താലൂക്കിലെ പഴയ പഞ്ചായത്തുകളിലൊന്നായ നാദാപുരത്ത് 1941 ലാണ് ആദ്യമായി ഒരു ഗ്രാമപഞ്ചായത്ത് രൂപീകരിക്കപ്പെട്ടത്. ഇതിന്നൊരു സ്പെഷ്യൽ ഗ്രേഡ് പഞ്ചായത്താണ്. വിസ്തീർണ്ണം 20.44 ച കി മീ. തെക്ക് പുറമേരി പഞ്ചായത്തും കിഴക്ക് കുന്നുമ്മേൽ, നരിപ്പറ്റ പഞ്ചായത്തുകളും പടിഞ്ഞാറ് തുണേരി, പുറമേരി പഞ്ചായത്തുകളുമാണ തിരുകൾ

കല്പനാ മധുരമായ വടക്കൻ പാട്ടുകളിൽ തെളിയുന്ന സമ്പൽ സമൃദ്ധിയും വീരസാഹസിക വൃത്തികളും കുലാംഗനമാരുടെ ലാവണ്യലാസ്യങ്ങളും അങ്കപ്പോരുകളുമെല്ലാം ഇന്ന് ഇവിടെ ഗൃഹാതുരത്വമുണർത്തുന്ന മധുരസ്മൃതികൾ മാത്രം. നാം ഇന്നിവിടെ ചുറ്റും കാണുന്നത് പച്ചച്ച ജീവിത യാഥാർത്ഥ്യങ്ങൾ മാത്രം.

72

'കൽപേട്ട'യിലെ ജില്ലാ ആസ്ഥാനം

പുലർച്ചെ കോഴിക്കോട് ബസ് സ്റ്റാൻഡിലെത്തി. ഇന്നത്തെയത്ര തിരക്കില്ലാത്ത കാലം (1965). ബസ് സർവ്വീസുകളും കുറവുതന്നെ. കൽപ്പറ്റയിലെ അന്നത്തെ പഞ്ചായത്ത് പ്രസിഡന്റായിരന്ന ശ്രീ. എം കെ ജിനചന്ദ്രൻ എം പിയുടെ പ്രത്യേക താല്പര്യപ്രകാരം ഔദ്യോഗിക നിർദ്ദേശമനുസരിച്ചുള്ള യാത്രയാണ്; ആദ്യത്തെ വയനാടൻ യാത്ര.

ഉദയസൂര്യന്റെ സ്വർണ്ണകിരണങ്ങൾ പച്ചച്ച വയനാടൻ മലകൾക്കു മുകളിൽ പൊട്ടിവിടർന്നു. ശരീരം തുളച്ചു കയറുന്ന പുലരിക്കാറ്റിന്റെ കൊടും തണുപ്പിനെ വകവയ്ക്കാതെ ബസ് സർവ്വശക്തിയും സംഭരിച്ച് മേൽപ്പോട്ടു കയറുകയാണ്. കുത്തനെയുള്ള ചുവരിൽ പിടിച്ചുകയറുന്ന പല്ലിക്കുഞ്ഞിനെപ്പോലെ വൻവൃക്ഷങ്ങളും വള്ളിപ്പടർപ്പുകളും നിറഞ്ഞ മലഞ്ചരിവുകളിലൂടെ വളഞ്ഞു പുളഞ്ഞു കയറിപ്പോകുന്ന ആ മലമ്പാതയിലെവിടെയും അപകടം പതിയിരിപ്പുണ്ടെന്നു തോന്നി. അശ്രദ്ധമായ ഒരു ചലനം മതി. ബസ് പാതാളക്കുണ്ടിൽ. ഭീകരമായ ആ വനഭംഗി ഒരേനിമിഷം അത്ഭുതവും ഭീതിയുമുളവാക്കിയെങ്കിലും, തളിർത്തും പൂത്തും നില്ക്കുന്ന വയനാടൻ കുന്നുകൾ പുലർമ്മഞ്ഞിന്റെ നേരിയ സൂര്യപടം പുതച്ചുനില്ക്കുന്ന കാഴ്ച പുളകപ്രദം തന്നെ. ചുരത്തിന്റെ കുറെഭാഗം കയറി തിരിഞ്ഞുനോക്കുമ്പോഴോ? അങ്ങ് താഴെ മലമുടിയിൽനിന്നും ഇളകിവീണ് വളഞ്ഞു പുളഞ്ഞു കിടക്കുന്ന ഒരു നീണ്ട നീലറിബൺ പോലെയുണ്ട്. വീതി കുറഞ്ഞ ആ ടാറിട്ട മലമ്പാത അതിലൂടെ അരിച്ചരിച്ച് നടന്നു നീങ്ങുന്ന വണ്ടുകൾ പോലെയുണ്ട്, അകലെക്കാണുന്ന വാഹനങ്ങൾ. കിഴുക്കാം തൂക്കായി കയറിപ്പോകുന്ന വയനാടൻ ചുരം കയറി ഏതാണ്ട് പീഠഭൂമിയിലെത്തുമ്പോഴേയ്ക്കും സഞ്ചാരി നെടുതായൊന്ന് നിശ്വസിച്ചു പോകുന്നു. ഹാവൂ രക്ഷപ്പെട്ടു!

അപ്പോഴേക്കും കൗതുകകരമായ മറ്റൊരു കാഴ്ച നമ്മെ നേരിടുന്നു. കൊടുംതണുപ്പിലും റോഡിന്റെ വശം ചേർന്നു നടന്നു നീങ്ങുന്ന ഇരുണ്ട മനുഷ്യക്കോലങ്ങൾ മഷിക്കറുപ്പാണ്. തിളക്കമറ്റമുഖങ്ങൾ കടഞ്ഞെടുത്തതുപോലെയുള്ള അവയവഘടന. പാറിപ്പറക്കുന്ന മുടിച്ചുരുളുകൾ, ആ മലവർഗ്ഗക്കാർ എങ്ങോട്ടാണ്? പെട്ടെന്നാണ് ഞാനോർത്തത്. വയനാട് ഗിരിവർഗ്ഗക്കാരുടെ നാടാണല്ലോ. കാപ്പിത്തോട്ടങ്ങളിലേക്ക്, വേലയ്ക്കുവേണ്ടി പുലർച്ചെ ഇറങ്ങിത്തിരിച്ചവരാകാം ആണും പെണ്ണും ആബാലവൃദ്ധം ജനങ്ങളും.

ഭീകരമായ ചുരം കഴിഞ്ഞ് പീഠഭൂമിയിലെത്തിയപ്പോൾ വനഭംഗിയുടെ കാഠിന്യത്തിന് അയവുവന്നതുപോലെ തോന്നി. നാമിപ്പോൾ സമുദ്രനിരപ്പിൽനിന്ന് രണ്ടായിരത്തിയഞ്ഞൂറടിയോളം പൊക്കത്തിലാണെന്ന ചിന്ത നമ്മെ അത്ഭുതപരതന്ത്രരാക്കുന്നു. അവിടുന്നങ്ങോട്ട് വയനാട്, അതിന്റെ എല്ലാവിധ പ്രത്യേകതകളോടും പ്രത്യക്ഷപ്പെടുകയായി. ചെറിയ കുന്നിൻ ചരിവുകളിലെ ടാറിട്ട നിരത്തിലൂടെ കടന്നുപോകുമ്പോൾ, നോക്കെത്തുന്ന ദൂരത്തോളം മൂന്നു നാലടി പൊക്കത്തിൽ പച്ചരത്നക്കമ്പളം പുതച്ചു നില്ക്കുന്ന തേയിലക്കാടുകളും കാപ്പിത്തോട്ടങ്ങളും മാത്രമേ കാണാനുള്ളൂ. പഴയ തെക്കെ വയനാടു താലൂക്കിന്റെ ആസ്ഥാനമായ വൈത്തിരിയും കടക്കുമ്പോഴേക്കും സാക്ഷാൽ കാപ്പിത്തോട്ടങ്ങളുടെ നാടായി - കല്പറ്റ, കുന്നുകൾ, എങ്ങും കുന്നുകൾ. ഇടയ്ക്കിടയ്ക്ക് പ്രായേണ വിസ്തൃതി കുറവായ നെൽപ്പാടങ്ങൾ. റോഡരികിൽ ഭേദപ്പെട്ട വീടുകളുമുണ്ട്. ഉള്ളിലേക്കു കടക്കുമ്പോഴേക്കും കാട്ടുപടർപ്പുകൾക്കിടയിൽ ചെറ്റക്കുടിലുകൾ— മുളയും

പുല്ലും കൊണ്ടു നിർമ്മിക്കപ്പെട്ടവ. എങ്ങും കാപ്പിത്തോട്ടങ്ങളേ കാണാനുള്ളൂ. പടർന്നു പന്തലിച്ചു നില്ക്കുന്ന കാപ്പിച്ചെടികൾ. ചില്ലകളിൽ നിറയെ കാപ്പിക്കായ്കൾ - പച്ചയും പഴുത്തതും മരകതവും മാണിക്യവും തോട്ടങ്ങളിൽ മാത്രമല്ല റോഡരികിലും വീട്ടുപറമ്പിലുമെല്ലാമുണ്ട്, കാപ്പിച്ചെടികൾ. ഇതാണ് കല്പറ്റ, കാപ്പിത്തോട്ടങ്ങളുടെ നാട്. കേരളത്തിൽ അത്യുന്നതങ്ങളിൽ സ്ഥിതിചെയ്യുന്ന രണ്ടാമത്തെ ജില്ലാആസ്ഥാനം (ആദ്യത്തേത് ഇടുക്കി) വയനാട് ജില്ലയുടെ കിഴക്ക് സഹ്യപർവ്വത്തിന്റെ തുടർച്ചയായ മലനിരകൾ, താഴ്‌വാരങ്ങൾ. പടിഞ്ഞാറ് കുന്നും മല കളുമിറങ്ങിയിറങ്ങി വളഞ്ഞു പുളഞ്ഞു പോകുന്ന മലമ്പാത ചെന്നെത്തുന്ന ലക്കിടിയിൽ വയനാടു ജില്ല ആരംഭിക്കുന്നു. തെക്ക് മലപ്പുറം ജില്ല. വടക്ക് കണ്ണൂർ ജില്ല.

അന്നത്തെ കല്പറ്റ

കല്പറ്റയിൽ ബസ് ഇറങ്ങിയപ്പോൾ നേരം നന്നെ പുലർന്നു കഴിഞ്ഞിരുന്നു. വെയിലലകൾ പച്ചച്ച പരിസരങ്ങളിലാകെ ഹരിതകംബളം നിവർത്തുകയായി. എങ്കിലും വല്ലാത്ത തണുപ്പ്. അപ്പോഴും ആഹ്ലാദകരമെങ്കിലും ഉദ്വേഗജനകമായ ആ ചുരം കയറ്റത്തിന്റെ- ആദ്യത്തെ വയനാടൻ യാത്രാ—വികാരവൈവിധ്യങ്ങൾ എന്നെ വിട്ടുപിരിഞ്ഞിരുന്നില്ല.

വഴികാട്ടിയുടെ സഹായത്തോടെ ആതിഥേയനെ തിരക്കി മെല്ലെ നടന്നു. റോഡിൽ നിന്നല്പം ഒഴിഞ്ഞുമാറി, പച്ച പുതച്ചുനില്ക്കുന്ന ഒരു ചെറിയ കുന്നിന്റെ തലപ്പത്ത് ഒരു മനോഹര സൗധം. ആ വലിയ മനുഷ്യന്റെ— എം കെ ജിനചന്ദ്രൻ എം പി— ആതിഥ്യമര്യാദകളും വിനയാന്വിതമായ പെരുമാറ്റവും പതിഞ്ഞ സംസാര രീതിയും എന്നെ ആകർഷിച്ചു. അദ്ദേഹത്തോടൊപ്പം കുന്നുകളും താഴ്‌വരകളും കയറിയിറങ്ങി വയനാടിന്റെ ഗിരിവർഗ്ഗമേഖലയിലൂടെ കഥയും കാര്യവും ചരിത്രവും എല്ലാം പറഞ്ഞു പറഞ്ഞ് ഏറെ നേരം സഞ്ചരിച്ചപ്പോഴേക്കും പഴയ കല്പറ്റയുടെ ഒരു ഏകദേശ രൂപം എനിക്കു ലഭിച്ചു കഴിഞ്ഞു. കാപ്പിത്തോട്ടങ്ങൾക്കും പുറമേ ചില വലിയ തേയിലത്തോട്ടങ്ങളും കാണാൻ കഴിഞ്ഞു. കൂടാതെ കുരുമുളകും മരിച്ചീനിയും ചേമ്പും ചേനയും ഇഞ്ചിയും മഞ്ഞളും എല്ലാമുണ്ട്. തെങ്ങു മാത്രം വിരളം. കമുകും താഴ്‌വരകളിലുണ്ടെങ്കിലും അത്ര ഫലസമ്പത്തുള്ളവയല്ലെന്നു തോന്നി.

കോഴിക്കോട് പട്ടണത്തിൽനിന്ന് 72 കി മീ വടക്കാണ് കല്പറ്റ ടൗൺ. വയനാടു ജില്ലയുടെ മർമ്മഭാഗമാണതെന്നു പറയാം. മലഞ്ചരക്കുകളുടെ നാടായ വയനാടു ജില്ലയിലെ മൊത്തം ജനസംഖ്യയുടെ മുക്കാൽ പങ്കോളം വിദേശികളാണ്. ഈ വസ്തുത സാമൂഹ്യവും സാമ്പത്തികവും സാംസ്കാരികവും കാർഷികവുമായ എല്ലാ മണ്ഡലങ്ങളെയും ബാധിച്ചിട്ടുണ്ട്. വയനാടിന്റെ സാമ്പത്തികകേന്ദ്രമായ കല്പറ്റയുടെ ജീവിത മേഖലകളിലേക്ക് കടക്കുംമുമ്പ്, മേൽപ്പറഞ്ഞ സവിശേഷസാഹചര്യങ്ങൾ സൃഷ്ടിച്ച കുടിയേറിപ്പാർപ്പിന്റെ ചരിത്രം മനസ്സിലാക്കേണ്ടതുണ്ട്. വയനാട്ടിലെ പ്രത്യേകിച്ചും കല്പറ്റയിലെ മലമ്പ്രദേശങ്ങളിൽ ഇത്രയധികംപേർ കുടിയേറിപ്പാർക്കാൻ കാരണമെന്ത്?

വിഷകന്യകയെ തേടി

വയനാട്ടിലെ മണ്ണ് പൊന്നാണ്. കാപ്പി, തേയില, കുരുമുളക്, ഇഞ്ചി തുടങ്ങിയ മലഞ്ചരക്കുകൾക്കാണെങ്കിലോ തീവിലയും. വിസ്തൃതമായ ഭൂവിഭാഗങ്ങൾ തരിശായി കിടപ്പുണ്ട്. അന്ന് കുടിയേറിപ്പാർക്കുക പ്രയാസമുള്ള കാര്യമല്ല. എതിർത്തുനില്ക്കാൻ കഴിവില്ലാത്ത ആദിവാസികൾ വഴങ്ങിക്കൊടുത്തു. തൊട്ടടുത്ത നാടുകളിൽനിന്നും ആയിരക്കണക്കിനാളുകൾ കെട്ടും ഭാണ്ഡവും മുറുക്കി ചുരങ്ങൾ താണ്ടി വയനാട്ടിലെത്തി. തൊട്ടയൽസംസ്ഥാനമായ മൈസൂറിൽനിന്നും കുടിയേറിപ്പാർത്ത ഗൗണ്ഡരും കോഴിക്കോട്ടുനിന്നും ഒഴിഞ്ഞ മടിശ്ശീലകളും തൂക്കി കച്ചവടത്തിനെന്ന ഭാവേന വയനാട്ടിലെത്തിയ മുസ്ലീങ്ങളും സ്വന്തം നാട്ടിലെ അല്പസ്വല്പം കൃഷിഭൂമി നല്ല വിലയ്ക്ക് വിറ്റിട്ട് ആ പണവുമായി കുടുംബസമേതം വയനാട്ടിലെത്തി, ഏറ്റവും തുച്ഛമായ നിരക്കിൽ വളരെയധികം സ്ഥലം വാങ്ങി വൻതോതിൽ കൃഷി നടത്തി സമ്പന്നരായ തിരുവിതാംകൂറിലെ ക്രിസ്ത്യാനികളുമെല്ലാം ഇവിടെ താമസമറപ്പിച്ചു. പലർക്കും മാർഗ്ഗങ്ങൾ പലതെങ്കിലും ലക്ഷ്യം ഒന്നുതന്നെ, ധനസമ്പാദനം. കറുത്ത വയനാടൻ മണ്ണിൽനിന്നും കനകംവിളയിക്കാനുള്ള അവരുടെ അശ്രാന്ത പരിശ്രമം അവസാനം വിജയം വരിച്ചു. കാടുകൾ വെട്ടിത്തെളിച്ച് കൃഷിഭൂമിയാക്കപ്പെട്ടു. കാട്ടുമൃഗങ്ങളും മൃഗപ്രായരായ സ്ഥലവാസികളും (ഗിരിവർഗ്ഗക്കാർ) കുടിയേറിപ്പാർപ്പുകാരുടെ മണ്ണുമായുള്ള നിരന്തര സമരത്തെ ഭയന്ന്, കുറേക്കൂടി ഉൾഭാഗങ്ങളിലേക്ക് ഒതുങ്ങിക്കൂടി. എന്തിനേറെ ഒരുകാലത്ത് നൂറുക്കണക്കിന് മനുഷ്യരെ കൊന്നൊടുക്കിയിരുന്ന മലമ്പനിപോലും പേടിച്ചൊളിച്ചു. അവസാനം അചഞ്ചലയെന്നും അപ്രാപ്യയെന്നും കരുതപ്പെട്ടിരുന്ന ദയാലേശമില്ലാത്ത ആ വിഷകന്യക - വയനാടൻ ഭൂമി - കുടിയേറ്റക്കാരുടെ അഭീഷ്ടങ്ങൾക്ക് വശംവദയായി. പരുവപ്പെട്ട കന്നിമണ്ണിൽ വിതയ്ക്കപ്പെട്ട വിത്തുകളെല്ലാം ശക്തിയായി പൊട്ടിമുളച്ച് തഴച്ചുവളർന്ന് തുടങ്ങിയതോടെ വയനാട്ടിലെ കാർഷികമേഖല സാമ്പത്തികഘടനയെ മാറ്റിമറിച്ചു തുടങ്ങി.

മണ്ണിന്റെ മക്കൾ

കുരങ്ങും കാട്ടുപന്നിയും കുറുനരിയും ഓട്ടപ്പന്തയം നടത്തിയിരുന്ന മലയോരങ്ങളിൽ പ്രശാന്ത ജീവിതം നയിച്ചിരുന്ന കുറെ കറുത്ത മനുഷ്യരുണ്ട് കല്പറ്റയിൽ - ഗിരിവർഗ്ഗക്കാർ. അരമറയ്ക്കാൻ വല്ല തുണിത്തുണ്ടുമുണ്ടെങ്കിലാകാം, അത്രതന്നെ. വിശപ്പടക്കാൻ കാട്ടുകിഴങ്ങുകളും കായ്കളുമുണ്ട്. പോരെങ്കിൽ വേണ്ടത്ര ഇറച്ചിയും. അവർ ചരിവുകളിൽ മരിച്ചീനിയും മറ്റു കിഴങ്ങുവർഗ്ഗങ്ങളും നട്ടുവളർത്തിയിരുന്നു. ദുർഗ്ഗമങ്ങളായ വനാന്തരങ്ങളിൽ യഥേഷ്ടം വേട്ടയാടി അലഞ്ഞുതിരിഞ്ഞ് കഴിഞ്ഞുകൂടുകയായിരുന്നു ആ മലവർഗ്ഗക്കാർ. നവാഗതരെ കണ്ട് സ്നേഹാദരങ്ങളർപ്പിച്ചപ്പോൾ, ഭിക്ഷയ്ക്കു വന്നവൻ പെണ്ണിനെ കെട്ടിയവനെന്ന മട്ടായി. ആദ്യമാദ്യം വന്ന കുടിയേറ്റക്കാർ വിശാലമായ ഭൂവിഭാഗങ്ങൾ വെട്ടിത്തെളിച്ച് കൃഷിയിറക്കി. അങ്ങിങ്ങ് പുതിയ വീടുകൾ ഉയർന്നു. പ്രശാന്തമായിരുന്ന ആ വനമേഖല മനുഷ്യരുടെയും പണിയായുധങ്ങളുടെയും തിരക്കു പിടിച്ച പ്രവർത്തന മണ്ഡലമായി.

ഫലസമ്പുഷ്ടമായ കല്പറ്റയുടെ വിഭവങ്ങൾ ചോർത്തിയെടുക്കാൻ പലസ്ഥലത്തുനിന്നും കുടിയേറിപ്പാർത്തവർക്ക് കൃഷിപ്പണികൾ ചെയ്യാൻ വളരെയധികം കൂലിക്കാരെ ആവശ്യമുണ്ടായിരുന്നു. കുന്നുകൾ നിരപ്പാക്കാൻ, തട്ടുതിരിക്കാൻ വിത്തുവിതയ്ക്കാൻ, തൈ നടാൻ, വളം ചേർക്കാൻ, കളപറിക്കാൻ വിളവെടുക്കാൻ എന്നിങ്ങനെ ജോലികൾ അനവധി. അതിന് കുറഞ്ഞകൂലിക്ക് ഗിരിവർഗ്ഗക്കാരെ കിട്ടുമെന്നതാണ് മറ്റൊരു സൗകര്യം. മണ്ണിനോടും മലമ്പനിയോടും നിരന്തരം പടവെട്ടാൻ പോന്ന മനക്കരുത്തും ശരീരദാർഢ്യവുമുള്ള പണിയർ തുടങ്ങിയ മലവർഗ്ഗക്കാർ കുറഞ്ഞകൂലി പറ്റി എന്തു കായികാദ്ധ്വാനം ചെയ്യാനും സന്നദ്ധരായി...

ഞങ്ങൾ റോഡിൽനിന്നും കാപ്പിത്തോട്ടങ്ങൾ നിറഞ്ഞ ചരിവുകളിലൂടെ നാട്ടിടകളിലേക്ക് ഇറങ്ങി. കുന്നുകളുടെ മദ്ധ്യേ ചെറിയ നെൽപ്പാടങ്ങൾ. കാട്ടുചെടികൾ അകമ്പടി സേവിക്കുന്ന ഒറ്റയടിപ്പാതകളിലൂടെ ഉള്ളിലേക്കു നടന്നപ്പോൾ കാടുതന്നെ കാട്. കാട്ടുപടർപ്പുകൾക്കിടയ്ക്ക് വലിയ കുട്ട കമഴ്ത്തി വച്ച മാതിരി മുളയിലയും പുല്ലും മേഞ്ഞ ചെറ്റക്കുടിലുകൾ.

മുറ്റത്ത് ആളനക്കം കേട്ടിട്ടാകണം. കുടിലുകളിൽനിന്ന് പല മനുഷ്യക്കോലങ്ങളും ഉൽക്കണ്ഠയോടെ പുറത്തേക്കു തലനീട്ടി. കുറിച്യരുടെ സങ്കേതമാണ്. വളരെ ഉന്നതകുലജാതരെന്ന് സ്വയം അഭിമാനിക്കുന്ന കുറിച്യർ ഗിരിവർഗ്ഗക്കാരിലെ നമ്പൂതിരിമാരാണ്. മറ്റാളുകളുമായി, ഗിരിവർഗ്ഗത്തിൽപ്പെട്ട മറ്റാളുകളുമായിപ്പോലും സാമീപ്യസമ്പർക്കങ്ങൾ നിഷിദ്ധമാണെന്നാണവരുടെ വിശ്വാസം. അയിത്തവും തീണ്ടലും തൊടീലും ഇന്നും വച്ചുപുലർത്തുന്ന ആ ആദിമനിവാസികളുടെ ആചാര സമ്പ്രദായങ്ങളും രസകരമാണ്. അപരിചിതർ മുറ്റത്തുകടന്നാൽ അവിടെ പുണ്യാഹം തളിച്ച് ശുദ്ധമാക്കുന്ന ഏർപ്പാട് കൂട്ടത്തിലൊന്നാണ്. വിദഗ്ദ്ധരായ വില്ലാളികളാണവർ. 19-ാം ശതാബ്ദത്തിന്റെ ആരംഭത്തിൽ പഴശ്ശി രാജാവിന്റെ സേനാവിഭാഗമെന്ന നിലയ്ക്ക് രണധീരന്മാരായ വിദേശികളോട് മല്ലിട്ട സമരപാരമ്പര്യം അവർ അവകാശപ്പെടുന്നുണ്ട്. നാല്പതും അമ്പതും അംഗങ്ങൾ മൂന്നും നാലും വീതമടങ്ങുന്ന പല കുടിലുകളിലായി ഒന്നിച്ചു കഴിഞ്ഞുകൂടുന്നു. ഈയടുത്ത കാലം വരെയും തനതായ കൃഷിയിടങ്ങളുണ്ടായിരുന്ന കുറിച്യർ ഇന്ന് ഏറക്കുറെ ദരിദ്രരാണ്. ആഢ്യത്വവും വംശപാരമ്പര്യവും മുറുകെപ്പിടിച്ചുകൊണ്ട് പൊതുസ്ഥാപനങ്ങളിലും ചന്തകളിലും പോകാൻ മടികാട്ടുന്ന, കുറിച്യരെ നാട്ടിടകളിൽ അലഞ്ഞുതിരിയുന്ന കുടി വാണിഭക്കാർ കബളിപ്പിക്കുന്നു. അവരിൽനിന്നും തുച്ഛമായ വിലയ്ക്ക് വനവിഭവങ്ങൾ വാങ്ങിയിട്ട് കൊള്ള വിലയ്ക്ക് നിത്യോപയോഗസാധനങ്ങൾ വിറ്റഴിക്കുന്നു. അങ്ങനെ, കാലക്രമേണ ഋണബാധിതരായ കുറിച്യർക്ക് സ്വന്തം പാർപ്പിടങ്ങൾ മാത്രമേ ബാക്കിയുള്ളൂ എന്ന മട്ടായിട്ടുണ്ട്.

അത്ര വംശപാരമ്പര്യമൊന്നുമില്ലാത്ത മറ്റൊരു ഗിരിവർഗ്ഗമാണ് പണിയർ. കല്പറ്റയിലെ ഏറ്റവും പ്രാചീനവും ദരിദ്രരുമായ ആദിവാസികളാണിവർ. പാറപോലെ ഉറച്ച ശരീരഘടനയും മാർദ്ദവമില്ലാത്ത പെരുമാറ്റവും. പകലന്തിയോളം കാപ്പിത്തോട്ടങ്ങളിലോ തേയിലത്തോട്ടങ്ങളിലോ നെൽപ്പാടങ്ങളിലോ അവർ പണിയെടുക്കുന്നു. കിട്ടുന്ന തുച്ഛമായ വരുമാനംകൊണ്ട് ജീവിച്ചുപോകുന്നവരാണവർ. നാളത്തേയ്ക്കൊന്നും കരുതി വയ്ക്കുന്ന പതിവില്ലാത്ത ഇക്കൂട്ടരുടെ കൂടപ്പിറവികളാണ് ദാരിദ്ര്യവും കഷ്ടതയും. വർഷം മുഴുവൻ ഏതാണ്ട് ഒരടിമത്ത മനോഭാവത്തോടെ ഒരേ ഉടമസ്ഥന്റെ കീഴിൽ തോട്ടങ്ങളിൽ പണിയെടുക്കുന്ന പണിയരും മുൻകാലങ്ങളിൽ അനവധിയുണ്ടായിരുന്നു. അദ്ധ്വാനശീലരായ പണിയരെക്കൂടാതെയുള്ള വയനാടിന്റെ കാർഷിക മേഖല അപൂർണ്ണമാണ്. പ്രതിവർഷം ടൺ കണക്കിന് കാപ്പിയും തേയിലയും ഉല്പാദിപ്പിച്ചിരുന്ന കല്പറ്റയുടെ സാമ്പത്തിക ഘടനയിൽ കൃഷിപ്പണിക്കാരായ പണിയരുടേയും കുറുമർ, നായ്ക്കർ, പുലയർ തുടങ്ങി മറ്റു ഗിരിവർഗ്ഗക്കാരുടെയും സ്വാധീനം കുറച്ചൊന്നുമല്ല. ഇനി കല്പറ്റയിലെ സമ്പന്ന വിഭാഗത്തിന്റെ കഥയോ? വലിയ തോട്ടമുടമകളുണ്ട്, വൻകിട വ്യാപാരികളുണ്ട്. ഇടത്തരം കച്ചവടക്കാരും കൃഷിക്കാരുമുണ്ട്. മലഞ്ചരക്കുകളുടെ ഉല്പാദനത്തിലൂടെ തോട്ടമുടമകളും ക്രയവിക്രയത്തിലൂടെ കച്ചവടക്കാരും സമ്പന്നരാകുമ്പോൾ, വയനാടിന്റെ മക്കൾ കഷ്ടിച്ചു

ജീവിച്ചു പോവുന്നു. അത്രതന്നെ അന്ധവിശ്വാസങ്ങളുടെയും അനാചാരങ്ങളുടെയും നൂലാമാലകളിൽ കുടുങ്ങിക്കഴിയന്ന ഗിരിവർഗ്ഗക്കാർ കാലത്തിനൊപ്പം നീങ്ങാനുള്ള പ്രവണത കാട്ടിത്തുടങ്ങിയിട്ടുണ്ടെന്നുള്ളത് ആശ്വാസകരമാണ്.

അന്യസ്ഥലങ്ങളിൽനിന്ന് വയനാട്ടിൽ എത്തിയിട്ടുള്ളവരിൽ തന്നെ അവിടെ സ്ഥിരതാമസമാക്കിയിട്ടുള്ളവരാണധികവും. എങ്കിലും ജന്മസ്ഥാനത്തോടുള്ള കൂറും മഹിമയും എല്ലാവർക്കും കല്പറ്റയോട് തോന്നുന്നില്ലെങ്കിൽ അതു സ്വാഭാവികമാണ്. വൻകിടഭൂവുടമകളിൽ പലരും മൈസൂറിൽനിന്നും മറ്റും വന്ന ഗൗഡ സമുദായത്തിൽപ്പെട്ടവരാണ്. കല്പറ്റയിലെ മേലേക്കിടക്കാരും അവർ തന്നെ. മറ്റ് കുടിയേറിപ്പാർപ്പുകാരിൽ ഭൂരിഭാഗവും വ്യാപാരവൃത്തിക്കു സൗകര്യമുള്ള സന്ദർഭങ്ങളിൽ കുറേക്കാലം കല്പറ്റയിൽ കഴിഞ്ഞിട്ട് വർഷത്തിലെ ബാക്കിഭാഗം സ്വന്തം നാടുകളിൽ കഴിയുന്നു. അവരും കല്പറ്റയുടെ പുരോഗതിക്കുവേണ്ടി ബോധപൂർവ്വം പ്രവർത്തിച്ചെന്നു വരില്ലല്ലോ.

കാപ്പിത്തോട്ടങ്ങളുടെ നാട്

പിന്നെയും പല കാലങ്ങളിലായി (1976ലും 1981ലും) നടത്തിയ സന്ദർശനങ്ങളിലൂടെ ഒരു കാര്യം വ്യക്തമായി. പഴയ കാപ്പിത്തോട്ടങ്ങളുടെ നാടിന്റെ രൂപവും ഭാവവും അല്പാല്പമായി മാറുകയല്ലേ? തീരെ അവഗണിക്കപ്പെട്ട ഗിരിജനകേന്ദ്രങ്ങളുടെയും തനിമ നഷ്ടപ്പെടുകയല്ലേ? മുമ്പ് ഏറക്കുറെ വിജനമായിരുന്ന കല്പറ്റയുടെ പാതയോരങ്ങളിൽ ചെറുതും വലുതുമായ വീടുകളും ഓഫീസ് മന്ദിരങ്ങളും വിദ്യാലയങ്ങളും വില്പനശാലകളും വളർന്നുവരികയായി. ആ ഗിരിവർഗ്ഗഗ്രാമം - കുറച്ചിടയെങ്കിലും - നാഗരികതയുടെ കൈപ്പിടിലേക്ക് ഒതുങ്ങുകയല്ലേ?

പൊതുവെ പ്രകൃതി സൗന്ദര്യം വഴിഞ്ഞൊഴുകുന്ന വയനാടൻ മലനിരകളിൽ ജ്ഞാതവും അജ്ഞാതവുമായ ഒട്ടേറെ വിനോദ സഞ്ചാരസാദ്ധ്യതകളുള്ള ബ്യൂട്ടിസ്പോട്ടുകളുണ്ട്. അവയിലൊന്നാണ് ചെമ്പ്രമല. കല്പറ്റയിൽനിന്ന് 10 കി മീ അകലെയുള്ള മേപ്പാടിയിൽനിന്ന് തേയിലത്തോട്ടങ്ങളിലൂടെ ചെമ്പ്രമലയുടെ അടിവാരത്തെത്താം. 2100 അടി ഉയരം. കോടമഞ്ഞു പുതച്ച തേയിലത്തോട്ടങ്ങൾക്കിടയിലൂടെ കൊടുമുടിയുടെ ശിരസ്സിലെത്തിയാൽ ദൃശ്യവിസ്മയങ്ങളുടെ ധാരാളിത്തം. കുന്നിൻചെരുവിൽ ഹൃദയത്തിന്റെ ആകൃതിയിലുള്ള ഒരിക്കലും വറ്റാത്ത കുളം. മഴക്കാലത്ത് ടൂറിസം ആസ്വദിക്കാനാണ് വിനോദസഞ്ചാരികൾ ഏറെയും എത്തുന്നത്. അപൂർവ്വങ്ങളായ ഓർക്കിഡുകളുടെയും സസ്യജാലങ്ങളുടെയും കേന്ദ്രം കൂടിയാണ് ചെമ്പ്രമലനിര.

2001 ലെ കല്പറ്റ ഒരു ചെറുപട്ടണമായി വളർന്നു കഴിഞ്ഞിരിക്കുന്നു. പ്രസന്നഭാവം കാട്ടിനില്ക്കുന്ന കല്പറ്റയെന്ന മുനിസിപ്പൽ പട്ടണത്തിൽ ഞാൻ ഏറെനേരം കണ്ടും കേട്ടും നിന്നുപോയി. നൂറ്റാണ്ടുകൾക്കു മുമ്പുള്ള കല്പറ്റയുടെ രൂപഭാവങ്ങൾ മനോമുകുരത്തിൽ കാണാൻ, കേട്ടറിഞ്ഞതും വായിച്ചറിഞ്ഞതുമായ ചരിത്രശകലങ്ങൾ എന്നെ പ്രേരിപ്പിച്ചു. കല്പറ്റ നഗരസഭയുടെ 'വികസനരേഖ' യുടെ താളുകളിൽ അങ്ങിങ്ങ് ചിതറിക്കിടപ്പുള്ള ചരിത്രാംശങ്ങളും കൂട്ടിച്ചേർത്ത് നമുക്ക് നൂറ്റാണ്ടുകൾക്കു മുമ്പുള്ള കല്പറ്റയെ നോക്കിക്കാണാൻ ശ്രമിക്കാം.

പണ്ടത്തെ ചാലിപ്പുഴ

ഒരു നൂറ്റാണ്ടിനുമുമ്പുവരെ ഈ പ്രദേശങ്ങൾ 'ചാലിപ്പുഴ' എന്ന പേരിലാണത്രേ അറിയപ്പെട്ടിരുന്നത്. അന്ന് ഇരുമ്പുപാലം പുഴയുടെ തീരങ്ങളിൽ ചാലിയന്മാർ (നെയ്ത്തുകാർ) കൂട്ടംകൂട്ടമായി താമസിച്ച് തുണിനെയ്ത്തിലേർപ്പെട്ടിരുന്നു. അങ്ങനെയാകണം ആ പ്രദേശത്തിന് ചാലിപ്പുഴ എന്ന പേരുണ്ടായത്. അന്ന് രജിസ്ട്രാർ ഓഫീസ്, പൊലീസ് സ്റ്റേഷൻ തുടങ്ങിയവയെല്ലാം ഈ പേരിലാണറിയപ്പെട്ടിരുന്നത്. പണ്ട് കൈനാട്ടി മുതൽ പുളിയാർമ്മല (അന്ന് ആലംതട്ട) വരെയുള്ള പ്രദേശമായിരുന്നു യഥാർത്ഥ കല്പറ്റ. കല്പേട്ട എന്ന കന്നട വാക്ക് രൂപാന്തരപ്പെട്ട് കല്പറ്റയായി. കർണ്ണാടകത്തിൽനിന്നും ഇവിടെ കുടിയേറിപ്പാർത്ത ജൈനമതക്കാരാണ് ആ പേരിട്ടത് (കല്ലിന്റെ സങ്കേതം കല്പേട്ട). ചാലിപ്പുഴ കല്പറ്റയായി മാറിയപ്പോൾ പ്രദേശമാകെ കല്പറ്റയായി.

ഇന്നത്തെ നഗരസഭാ ബസ് സ്റ്റാന്റിന്റെ പരിസരങ്ങൾ അന്ന് 'വണ്ടിപ്പേട്ട' എന്ന പേരിലാണത്രെ അറിയപ്പെട്ടിരുന്നത്. കർണ്ണാടകത്തിൽ നിന്നും ചരക്കുകയറ്റി വരുന്ന കാളവണ്ടിയുടെ താവളം. ഇന്നത്തെ കല്പറ്റയുടെ തിരക്കേറിയ ഭാഗമായ ചുങ്കം പണ്ട് ബ്രിട്ടീഷുകാർ ചുങ്കം പിരിച്ചിരുന്ന ഷെഡ് നിന്നസ്ഥലമായിരുന്നത്രെ. കല്പറ്റയുടെ ചരിത്രം എ ഡി 1000 ന് മുൻപ് ആരംഭിക്കുന്നുവെന്നാണ് ചരിത്രസൂചന. എ ഡി 930 വരെ മൈസൂറിലെ ഗൻഗാവംശത്തിന്റെ ഭരണപ്രദേശങ്ങളുടെ ഭാഗമായിരുന്നുവത്രേ, പിന്നീട് ഹോയിസാലന്മാരുടെ കീഴിലായി. അനന്തരം വിജയ നഗരസാമ്രാജ്യത്തിന്റെ കീഴിലും. തുടർന്ന് മൈസൂറിലെ ഒഡയാർ വംശത്തിന്റെ ആധിപത്യത്തിലുമായി. പിന്നീട് കല്പറ്റയുടെ ചരിത്രത്തെപ്പറ്റി ചില അവ്യക്തചിത്രങ്ങൾ നല്കുന്നത് വില്യം ലോഗന്റെ *മലബാർ മാന്വലും*

ചില ബ്രിട്ടീഷ് രേഖകളുമാണ്. കോട്ടയം (പഴശ്ശി) രാജവംശത്തിന്റെ കീഴിലായിരുന്ന കല്പറ്റയുടെ ഭരണം മൈസൂർ സുൽത്താന്മാരുടെ പടയോട്ടത്തെത്തുടർന്ന് ശ്രീരംഗപട്ടണത്തിന്റെ ഭരണത്തിൻ കീഴിലായി, ടിപ്പുവിന്റെ അന്ത്യം വരെ. തുടർന്ന് വയനാടിനെ വിഭജിക്കാൻ തുടങ്ങിയതോടെയാണ് പഴശ്ശി രാജാവ് ബ്രിട്ടീഷുകാരുമായി ഇടഞ്ഞതെന്ന് വിശ്വസിക്കപ്പെടുന്നു. 1805 നവംബർ 30 ന് മാവിലത്തോട്ടത്തിൽ വച്ച് പഴശ്ശിരാജ ബ്രിട്ടീഷുകാരുടെ വെടിയേറ്റ് മരിച്ചു. തുടർന്ന് വയനാടിന്റെ കൂടെ കല്പറ്റയും ആധുനിക ചരിത്രത്തിന്റെ ഭാഗമായി.

വയനാടിന്റെ വനമേഖലകളിൽ പ്രശാന്ത ജീവിതം നയിച്ചിരുന്ന അപരിഷ്കൃതരായ കറുത്ത മനുഷ്യരായിരുന്നു വയനാടിന്റെ യഥാർത്ഥ ആദിവാസികൾ. കാവേരി തീരങ്ങളിൽനിന്ന് ജൈനമതക്കാർ കൂട്ടംകൂട്ടമായി വയനാട്ടിലെത്തി. അങ്ങനെ കല്പറ്റ അവരുടെ സങ്കേതമായി മാറി. ജൈനമതത്തിലെ തീർത്ഥങ്കരന്മാരായിരുന്നു അവരിൽ ഭൂരിഭാഗവും. അവർ കല്പറ്റയിൽ കരിമ്പുകൃഷി ആരംഭിച്ചു. കരിമ്പാട്ടി, ശർക്കരയുണ്ടാക്കി കച്ചവടം തുടങ്ങി ക്രമേണ അവരിൽ കുറേപ്പേർ പനമരം, അഞ്ചുകുന്ന്, പുത്തനങ്ങാടി, വെണ്ണിയോട് എന്നീ സ്ഥലങ്ങളിൽ പുതിയ താവളങ്ങൾ കണ്ടെത്തി. തുടർന്ന് കല്പറ്റ ജൈനമതത്തിൽപ്പെട്ട ഗൗഡരുടെ ആധിപത്യത്തിലായി. ജൈനസംസ്കാരത്തിന്റെ അവശിഷ്ടങ്ങൾ കല്പറ്റയിൽ പലയിടത്തും ചിതറിക്കിടപ്പുണ്ട്. മൈലാടിപ്പാറയിൽ സ്ഥാപിച്ച തീർത്ഥങ്കരനായ ചന്ദ്രനാഥസ്വാമിയുടെ വിഗ്രഹം, പുതൂർ വയലിലെ ക്ഷേത്രാവശിഷ്ടങ്ങൾ എന്നിവ ഉദാഹരണങ്ങളാണ്. പഴയ കല്പറ്റയിൽ അനന്തസ്വാമി ക്ഷേത്രത്തിലെ ഉത്സവത്തിന് വിദൂര സ്ഥലങ്ങളിൽനിന്നുപോലും ജൈനമതവിശ്വാസികൾ ഒത്തുകൂടാറുണ്ട്.

പഴയ ഭരണാധികാരികൾ

അഞ്ഞൂറു വർഷം മുമ്പ് കോട്ടയം രാജ്യഭരണത്തിന്റെ ഭാഗമായാണ് നായന്മാർ വയനാട്ടിലെത്തുന്നത്. മലമ്പനിയും വന്യമൃഗങ്ങളും ഒരുപോലെ മനുഷ്യരെ വേട്ടയാടുന്ന വയനാട്ടിലേക്ക് വരാൻ ആദ്യകാലങ്ങളിൽ പലകുടുംബങ്ങളും വൈമുഖ്യം കാട്ടിയത്രെ. തൽപരിഹാരാർത്ഥം 600 നായന്മാരുടെ അറുപത് കുടുംബങ്ങളെ നിർബ്ബന്ധിതമായി വയനാട്ടിലേക്ക് നിയോഗിക്കപ്പെട്ടു. 60 കുടുംബങ്ങളിൽനിന്ന് ആറു നാടുവാഴികളെ തെരഞ്ഞെടുത്ത് 6 ദേശങ്ങളുടെ ഭരണം ഏല്പിച്ചു. നാടുവാഴിക്ക് യഥേഷ്ടം ഭൂമി സ്വന്തമാക്കാൻ അനുവാദം നല്കിയിരുന്നു. കല്പറ്റ നായരായിരുന്നു ഇവിടുത്തെ പ്രധാന നാടുവാഴി. പിന്നീട് ബ്രിട്ടീഷ് ഭരണം വന്നപ്പോഴും നായർ നാടുവാഴികൾ തന്നെ ബ്രിട്ടീഷ് പ്രതിപുരുഷന്മാരായി ഭരണം തുടർന്നു. കല്പറ്റയിലെ പ്രധാന നായർകുടുംബമായിരുന്ന കല്പറ്റ ഗ്രാമക്കാർക്കായിരുന്നു. കല്പറ്റയിലെ ഭൂസ്വത്തിന്റെ മുഖ്യഭാഗവും ഒരു പതിറ്റാണ്ടു മുമ്പ് വരെ കല്പറ്റ ചന്ത ഈ ഗ്രാമക്കാരുടെ അധീനതയിലായിരുന്നു.

നായന്മാർക്ക് പിന്നാലെ ബ്രാഹ്മണരും കല്പറ്റയിലെത്തി. പാലക്കാട്ടു ജില്ലയിലെ നൂറണി, താരകം, പല്ലാവൂർ, മേലാങ്കോട് എന്നീ ഗ്രാമങ്ങളിൽനിന്നാണ് അവർ എത്തിയത്. അവർ മുഖ്യമായും സാമ്പത്തിക സ്ഥാപനങ്ങളുടെ നടത്തിപ്പിൽ ശ്രദ്ധ പതിപ്പിച്ചു. തോട്ടംകൃഷിയും നടത്തി. കച്ചവടക്കാരും തോട്ടംതൊഴിലാളികളും മുസ്ലീങ്ങളും ഇവിടെ എത്തി. തുടർന്ന് ഉപജീവനാർത്ഥം തിരുവിതാംകൂറിൽ നിന്നെത്തിയ ക്രിസ്ത്യാനികളും.

മെല്ലെ പുരോഗതിയിലേക്ക്

ബ്രിട്ടീഷ് ഭരണത്തോടെയാണ് നാമമാത്രമായ പുരോഗതിയെങ്കിലും കല്പറ്റയ്ക്കുണ്ടായത്. 1887 ന് മുമ്പ് തന്നെ ജയിൽ, രജിസ്ട്രാർ ഓഫീസ്, പൊലീസ് സ്റ്റേഷൻ, പോസ്റ്റ് ഓഫീസ് തുടങ്ങിയവ കല്പറ്റയിൽ ഉണ്ടായിരുന്നുവെന്നും വില്യം ലോഗൻ സൂചിപ്പിക്കുന്നു. 1821 ൽ ലഫ് കേണൽ വാർഡും കോർണ്ണറും കൂടി നടത്തിയ സർവെയിൽ കല്പറ്റയിൽ വ്യാപാര സ്ഥാപനങ്ങൾ ഉണ്ടായിരുന്നതായി രേഖപ്പെടുത്തിയിരുന്നു. രണ്ട് നൂറ്റാണ്ടിലേറെ പഴക്കമുള്ള കല്പറ്റ ചന്ത മലബാറിലെ ഒന്നാകിട ചന്തയായിരുന്നുവത്രെ. കാളവണ്ടി മാർഗ്ഗമായിരുന്നു ചരക്കുകൾ എത്തിയിരുന്നത്.

വയനാട്ടിൽ തോട്ടംകൃഷി വ്യാപിച്ചത് പല കാലഘട്ടങ്ങളിലുള്ള കാർഷിക പരിഷ്കരണ സംരംഭങ്ങളിലൂടെയാണ്. ജൈനമതക്കാരുടെ വരവോടെയാണ് കല്പറ്റയിൽ ബോധപൂർവ്വമായ കാർഷികവൃത്തിയാരംഭിച്ചത്. ആദ്യം കരിമ്പ് കൃഷി, 1930 മുതൽ കല്പറ്റയിൽ അറബിക്ക കാപ്പി കൃഷിതുടങ്ങി. കൃഷിനാശം നേരിട്ടപ്പോൾ ഏറെ ആദായകരമായ കുരുമുളക് കൃഷി തുടങ്ങി. 1919 ൽ മണിയങ്കോട് കൃഷ്ണ ഗൗഡർ തന്റെ കുരുമുളക് തോട്ടത്തിൽ ഇടവിളയായി റോബസ്റ്റാ കാപ്പികൃഷി ചെയ്ത് തുടങ്ങി. 1930 ഓടെ കാപ്പികൃഷി വ്യാപകമായി. 1933 ൽ ഇടവിളയായി മധുരനാരങ്ങ കൃഷിയും തുടങ്ങി. 1933 മുതൽ 1950 വരെ കല്പറ്റയിൽ മധുരനാരങ്ങ കൃഷിയുടെ സുവർണ്ണകാലമായിരുന്നു

1921 ലെ ഒരു ഔദ്യോഗിക കണക്കുപ്രകാരം കല്പറ്റയിലെ ജനസംഖ്യ 2469 ആയിരുന്നു. അന്നത്തെ ആകെ കൈവശഭൂമി 5591 ഏക്കർ മാത്രം. അതുതന്നെ 71 വ്യക്തികളുടെയും 116 കുടുംബങ്ങളുടെയും ഭൂസ്വത്തായിരുന്നു. അന്ന് നാല് എസ്റ്റേറ്റുകളേ ഉണ്ടായിരുന്നുള്ളൂ. അഡലോയ്ഡ്,

കരോലിന, തോര്യമ്പത്ത്, പെരുന്തട്ട കല്പറ്റയുടെ പുരോഗതിക്ക് മൂകസാക്ഷിയായിരുന്ന ഇരുമ്പു പാലം 1940 ൽ തകർന്നു. പുതിയ പാലമുണ്ടായെങ്കിലും പഴയ പാലം ഗതകാലസ്മരണകളയവിറക്കി ഇന്നും നിലകൊള്ളുന്നു. 1956 ൽ വൈദ്യുതി എത്തി. 1958 ൽ ടെലിഫോണും.

പുതിയ ജില്ല

ഇരുപതാം നൂറ്റാണ്ടിന്റെ പൂർവ്വാർദ്ധത്തിൽ മദ്രാസ് പ്രസിഡൻസിയിൽപ്പെട്ട മലബാർ ജില്ലയുടെ ഭാഗമായിത്തീർന്നു വയനാട്. പിന്നീട് കേരളപ്പിറവിക്കുശേഷം 1958 ൽ ഇന്നത്തെ വയനാട് ജില്ലയുടെ വടക്കൻ പ്രദേശങ്ങൾ (വടക്കൻ വയനാട്) കണ്ണൂർ ജില്ലയിലും തെക്കൻ പ്രദേശങ്ങൾ (തെക്കൻ വയനാട്) കോഴിക്കോട് ജില്ലയിലും ഉൾപ്പെടുത്തി. 1974 ൽ വയനാട് വികസന അതോറിറ്റി രൂപീകരിക്കപ്പെട്ടു. തുടർന്ന് ആ പ്രദേശത്തിന്റെ വികസനം സുഗമമാക്കാൻ വേണ്ടി ഒരു റവന്യൂ ഡിവിഷനായി രൂപാന്തരപ്പെട്ടു. 1980 നവംബർ ഒന്നിന് പുതിയ വയനാട് ജില്ല ജന്മമെടുത്തു. ജില്ലയുടെ മൊത്തം വിസ്തൃതി 20132 ച കി മീ. ജനസംഖ്യ 612728 (1991 ലെ സെൻസസ്). മാനന്തവാടി, സുൽത്താൻ ബത്തേരി, വൈത്തിരി എന്നീ മൂന്നു താലൂക്കുകളുൾപ്പെട്ടതാണ് വയനാടൻ ജില്ല. സമുദ്രനിരപ്പിൽനിന്നും 700 മീറ്റർ മുതൽ 2100 മീറ്റർ വരെ ഉയർന്നുയർന്നു പോകുന്ന മലനിരകൾക്കിടയിലെ ജനവാസകേന്ദ്രം.

ദേശീയ പ്രസ്ഥാനത്തിന്റെയും ഇന്ത്യൻ സ്വാതന്ത്ര്യ സമരത്തിന്റെയും അലയൊലികൾ കേരളത്തിലെ മറ്റുഭാഗങ്ങളിലെന്നപോലെ വയനാടൻ മലനിരകളിലും പ്രതിധ്വനിച്ചിരുന്നു. അതിന്റെ ഭാഗമായി 1934 ജനുവരി 14 ന് ഗാന്ധിജി കല്പറ്റ സന്ദർശിച്ചിരുന്നു. കല്പറ്റയിലെ ആദ്യകാല രാഷ്ട്രീയ നേതൃത്വം വഹിച്ച മഹാരഥന്മാർ പലരുണ്ട്. കല്പറ്റയിലെ കൃഷ്ണഗൗഡർ, സുബ്ബയ്യഗൗഡർ, ധർമ്മ രാജയർ എന്നിങ്ങനെ.

1965 ൽ നടന്ന തെരഞ്ഞെടുപ്പിൽ എം കെ ജിനചന്ദ്രൻ വയനാട്ടു നിന്നും പാർലമെന്റ് അംഗമായി തെരഞ്ഞെടുക്കപ്പെട്ടു. കല്പറ്റയിലെ തദ്ദേശസ്വയംഭരണ സംരംഭങ്ങൾ 1933 ൽ നാമമാത്രമായി ആരംഭിച്ചിരുന്നുവെങ്കിലും തെരഞ്ഞെടുക്കപ്പെട്ട ആദ്യത്തെ പഞ്ചായത്തുസമിതി കല്പറ്റയിൽ നിലവിൽവന്നത് 1964 ജനുവരിയിലാണ്. എം കെ ജിനചന്ദ്രനായിരുന്നു പ്രഥമ പ്രസിഡന്റ്. ആദ്യം വെറുമൊരു മൂന്നാം ഗ്രേഡ് പഞ്ചായത്തായിരുന്നു കല്പറ്റ. 1967 ൽ ഒന്നാം ഗ്രേഡ് പഞ്ചായത്തായും 1971 മുതൽ സ്പെഷ്യൽ ഗ്രേഡ് പഞ്ചായത്തായും ഉയർത്തപ്പെട്ടു. 1990 ന് ഏപ്രിൽ ഒന്നു മുതൽ കല്പറ്റ ഒരു നഗരസഭയായിത്തീർന്നു. വയനാട് ജില്ലയിലെ വൈത്തിരി താലൂക്കിൽപ്പെട്ട കല്പറ്റ മുനിസിപ്പാലിറ്റിയുടെ വിസ്തീർണ്ണം 33.14 ച കി മീ. ജനസംഖ്യം 229449.

വിവിധ കാലഘട്ടങ്ങളിൽ വ്യത്യസ്തമായ ഭരണസമ്പ്രദായങ്ങളുടെ നന്മയും തിന്മയുമെല്ലാം അനുഭവിക്കാൻ കഴിഞ്ഞ പ്രദേശം. ഗ്രാമപഞ്ചായത്തിന്റെ ആസ്ഥാനം; മുനിസിപ്പാലിറ്റിയുടെ ആസ്ഥാനം. ജില്ലാതലസ്ഥാനം എന്നീ മൂന്നുപദവികളിൽ പരിലസിക്കാനുള്ള ഭാഗ്യം കല്പറ്റയ്ക്കുണ്ടായി. 1980 നവംബർ ഒന്നുമുതൽ പുതിയ വയനാടു ജില്ലയുടെ ആസ്ഥാനമായിത്തീർന്ന കല്പറ്റ കഴിഞ്ഞ രണ്ടു പതിറ്റാണ്ടുകൾക്കുള്ളിൽ ത്വരിത പുരോഗതി നേടി. ഒരു ജില്ലാ ആസ്ഥാനത്തിന്റേതായ ഗവ. സ്ഥാപനങ്ങളും ആശുപത്രികളും വിപണനശാലകളും വൻകിട ഹോട്ടലുകളുമെല്ലാം ഇന്ന് ഇവിടെയുണ്ട്. 1965 ൽ പേരിനു മാത്രം ഒരു മുറി പീടികയും (ഹോട്ടൽ) ഒന്നു രണ്ട് പെട്ടിക്കടകളും മാത്രമുണ്ടായിരുന്ന ഈ വനമുകളിലെ നഗരത്തിൽനിന്ന്, കഴിഞ്ഞകാലങ്ങളോർക്കുമ്പോൾ, ഞാൻ അത്ഭുതാധീനനായിപ്പോകുന്നു. കാലം വരുത്തിയ മാറ്റങ്ങൾ!

വിവിധമതവിഭാഗങ്ങളുടെ ആരാധനാലയങ്ങൾ പലതും കല്പറ്റ ടൗണിലും പരിസരപ്രദേശങ്ങളിലുമുണ്ട്. ടൗണിലുള്ള ജൈനക്ഷേത്രം ഈ പ്രദേശത്തിന്റെ ഗതകാലസംസ്കൃതിയുടെ ഉത്തമ നിദർശനമാണ്.

73

ഗണപതിവട്ടത്തെ വിശേഷങ്ങൾ

സുൽത്താന്റെ സൈന്യസങ്കേതമായിരുന്ന ഗണപതിവട്ടമാണ് ഇന്നത്തെ സുൽത്താൻ ബത്തേരി.

കോഴിക്കോടുനിന്ന് സുൽത്താൻ ബത്തേരിക്കുള്ള ബസിൽ കയറുക. വയനാടൻ ചുരവും കടന്ന് കയറിക്കയറി പോകുന്ന ബസ് മലമുകളിലെ പീഠപ്രദേശങ്ങളിൽ എത്തുമ്പോഴേയ്ക്കും, തേയിലത്തോട്ടങ്ങളും കാപ്പിക്കാടുകളും കണ്ണിന്നാനന്ദം പകരും. പഴയ തെക്കൻ വയനാടിന്റെ ആസ്ഥാനമായ കല്പറ്റയിൽനിന്ന് മാനന്തവാടി റോഡിലൂടെ കഷ്ടിച്ച് ഒരു മൈൽ കടക്കുമ്പോഴേക്കും ആ റോഡിനൊരു ശാഖ കൂടി ഉണ്ടാകുന്നു. കൈനാട്ടി എന്നാണ് കവലയുടെ പേര്. വഴി പിരിഞ്ഞ് വീണ്ടും നിമ്നോന്നതങ്ങളിലൂടെ കയറിയിറങ്ങിപ്പോകുന്ന ബസ് കുറേ കഴിഞ്ഞ് ചെറിയൊരു ടൗണിലെത്തി നില്ക്കുന്നു. പ്രകൃതിഭംഗി വഴിഞ്ഞൊഴുകുന്ന കുന്നും മലകളും താഴ്വരകളും.

ഏതായാലും സുൽത്താൻ ബത്തേരിയിൽ ബസിറങ്ങിയപ്പോൾ തന്നെ സുൽത്താനെപ്പറ്റി കുശലാന്വേഷണം നടത്താനൊരു കൗതുകം തോന്നി. ബസ് സ്റ്റാന്റിൽനിന്ന് കഷ്ടിച്ച് നൂറടി അകലെ റോഡരികിലുള്ള ഒരു വെളിമ്പറമ്പിലേക്കാണ് ഞാൻ നയിക്കപ്പെട്ടത്. വലിയൊരു ആൽമരം. തൊട്ട് ചെറിയ മൈതാനം അതിന്റെ ഏതാണ്ട് മദ്ധ്യത്ത് അഴിയടിച്ച ഒരു പുര. ചുറ്റും ചിതറിക്കിടക്കുന്ന കല്ലുകൾ. നിത്യപൂജയുണ്ടെന്ന് തോന്നിച്ചു. ആ പുരയ്ക്കുള്ളിലേക്ക് നോക്കി, പാവം അവശനായ ഒരാനക്കുട്ടിയെപ്പോലെ തുമ്പിക്കൈ ഒടിഞ്ഞും അംഗഭംഗം നേരിട്ടും ഒരു ഗണപതി വിഗ്രഹം. ഇത്ര വലുപ്പമുള്ള ഗണപതി വിഗ്രഹങ്ങൾ മറ്റധികം കണ്ടിട്ടില്ല. പക്ഷേ, എന്തു ചെയ്യാം! വിഘ്നേശ്വരനും വന്നു വിഘ്നങ്ങൾ.

വടക്കെ മലബാറിലെ കോട്ടയം രാജവംശത്തിന്റെ വകയായിരുന്നു ആ പുരാതനക്ഷേത്രം. വീരകേരളവർമ്മ പഴശ്ശിരാജാവിന്റെ ഇഷ്ടമൂർത്തിയുമായിരുന്നു ഗണപതി. ഇന്നത്തെ സുൽത്താൻ ബത്തേരി ടൗണിന്റെ പേരുതന്നെ ഗണപതിവട്ടം എന്നായിരുന്നു. ഇന്നും പഴമക്കാർക്കതു തന്നെ. പഴയ തെക്കേ വയനാട്ടിലാകെ പുകൾ പരത്തി പരിലസിച്ചിരുന്ന ഹൈന്ദവക്ഷേത്രം. ആ ശിലാബിംബം തച്ചുടച്ചത് ടിപ്പുസുൽത്താനാണെന്ന് പറയപ്പെടുന്നു. തൊട്ടപ്പുറത്തുള്ള മൈസൂറിലെ ശ്രീരംഗപട്ടണത്തിൽനിന്ന് സൈന്യസമേതം മലകടന്ന്, തൊട്ടിപ്പുറത്തുള്ള ഗണപതിവട്ടമെന്ന പട്ടണം. കീഴടക്കാനും തകർത്തെറിയാനും ടിപ്പു സുൽത്താന് അന്ന് അത്ര അദ്ധ്വാനിക്കേണ്ടി വന്നിരിക്കയില്ല. സ്ഥലവാസികൾ വസ്തുവകകൾ ഇട്ടെറിഞ്ഞ് പ്രാണരക്ഷാർത്ഥം ഓടിയൊളിച്ചു. സമീപത്തു തന്നെ സൈന്യങ്ങളുടെ താവളമുറപ്പിച്ച കോട്ടക്കുന്നു കാണാം. ഈ വീരപരാക്രമങ്ങളൊക്കെ ചെയ്തത് മൈസൂർ കടുവയാണോ? അതോ കടുവയെ പിടിച്ച കിടുവയായ വെള്ളക്കാരാണോ? തീർച്ചയില്ല. ഏതായാലും ആക്രമണം തുടങ്ങിവച്ചത് ടിപ്പു തന്നെ. സുൽത്താന്റെ പണ്ടത്തെ സങ്കേതം ഇന്ന് പല സുൽത്താന്മാരുടെയും കൈവശമാണ്. ബത്തേരിയിലെ കിരീടമില്ലാത്ത അധിപതികളെന്ന് വിശേഷിപ്പിക്കാവുന്നവർ. മുസ്ലിം വർത്തക പ്രമാണിമാരുടെ വകയാണ് ആ സ്ഥലങ്ങൾ - ജങ്ഷനിലെ വലിയ കെട്ടിടങ്ങളും കോട്ടക്കുന്നുമെല്ലാം.

പഴയ ഗണപതിവട്ടം

ഹൈദരാലിയുടെയും ടിപ്പുവിന്റെയും പടയോ

ട്ടകാലത്ത് നിലനിന്നിരുന്ന ഗണപതി വട്ടമെന്ന സ്ഥലമാണ് പില്ക്കാലത്ത് 'സുൽത്താൻസ് ബാറ്ററി' ആയി മാറിയത്. പല നൂറ്റാണ്ടുകൾ പഴക്കമുള്ള ഗണപതി ക്ഷേത്രം തന്നെ, ഗണപതിവട്ടമെന്ന പേരിന്റെ നിദാനം. ആ സ്ഥലത്ത് ടിപ്പുവിന്റെ ആയുധപ്പുരയുണ്ടായിരുന്നതുകൊണ്ടാകണം, പില്ക്കാല ചരിത്രകാരന്മാർ 'സുൽത്താൻ ബാറ്ററി' എന്ന പേരു കല്പിച്ചു നല്കിയത്. അക്കാലത്ത് ഈ സ്ഥലം ഒരു പ്രധാന വാണിജ്യകേന്ദ്രവും മൈസൂറിലേക്കുള്ള പാതയിലെ പ്രധാന ഇടത്താവളവുമായി മാറി. വനഭൂമിക്കിടയിലെ ഒരു നാടൻ തുരുത്ത്. അന്നത്തെ ആ ജനവാസ കേന്ദ്രം ക്രമേണ ഒരു നാടൻപട്ടണമായി വളർന്നു.

വയനാട്ടിൽ ബ്രിട്ടീഷ് ആധിപത്യം നിലവിൽവരുന്നതിനു മുമ്പ് അവിടെ ഒരു പ്രാചീന ജനപദസംസ്കാരം നിലനിന്നിരുന്നു. അതിപുരാതനമായ ഒരു രാജവംശത്തെ പറ്റി സൂചന നല്കുന്ന പ്രാചീന ലിഖിതങ്ങളും. ലോകചിത്രകലയുടെ ആദിമമാതൃകകളും നവീന ശിലായുഗ സംസ്കാരം വയനാട്ടിൽ നിലനിന്നിരുന്നതിന്റെ സൂചനകളും ഇവിടെ കാണാം. ഇതിന്റെ തെളിവാണ് എടയ്ക്കൽ ഗുഹ. ബ്രിട്ടീഷ് ഭരണകാലത്തിനു മുമ്പ് തയ്യാറാക്കിയ ഒരു രേഖയിൽ മുത്തൂർ നാട്, ഇളങ്കൂർ നാട്, നല്ലൂർ നാട്, ഇടനാഗങ്കൂർ, പോറന്നൂർ, കുറുമ്പാല, വയനാട്, നമ്പിക്കൊല്ലി ഗണപതി വട്ടം എന്നീ ഡിവിഷനുകൾ ഉണ്ടായിരുന്നതായി സൂചിപ്പിക്കുന്നു. ഭരണസൗകര്യത്തിനു വേണ്ടി ഇവയെ പുതിയ അംശങ്ങളായി വിഭജിക്കപ്പെട്ടിരുന്നുവത്രെ. ഗണപതിവട്ടത്തിന്റെ പ്രാധാന്യം പല രേഖകളിലും കാണാം.

അതിർത്തിഗ്രാമം

കോഴിക്കോട്-മൈസൂർ റൂട്ടിൽ മൈസൂറിനോട് ഉരുമ്മിക്കിടക്കുന്ന സുൽത്താൻ ബത്തേരി എന്ന കേരളീയ ഗ്രാമത്തിന് രൂപത്തിൽ നാഗരികഭാവമുണ്ടെന്ന് പറയാമെങ്കിലും ഹൃദയം ഗ്രാമത്തിന്റേതു തന്നെ. മെയിൻറോഡിൽ ഇരുവശവും ഭേദപ്പെട്ട വില്പനശാലകളും സർക്കാർ ഓഫീസുകളും ആധുനിക സൗകര്യങ്ങളോടുകൂടിയ വീടുകളും കാണാം. എന്നാൽ അത്ര ആൾത്തിരക്ക് അനുഭവപ്പെടുകയില്ല. ജങ്ഷൻ കടന്ന് ടി ബി സ്ഥിതിചെയ്യുന്ന കുന്നിൻ തലങ്ങളിലേക്ക് കടക്കുമ്പോൾ ഒരു ഹിൽസ്റ്റേഷനിലെത്തിയ പ്രതീതിയാണുളവാകുന്നത്. വയനാട്ടിലെ ഒരു സുഖവാസകേന്ദ്രമായ ബത്തേരി സമുദ്രവിതാനത്തിൽനിന്ന് 3000 അടിയിലധികം ഉയരത്തിൽ സ്ഥിതി ചെയ്യുന്നു. ഒരു നാഗരികകേന്ദ്രമാണ് അവിടെ നിന്ന് മൈസൂർ അതിർത്തിയിലേക്ക് കഷ്ടിച്ച് പത്തുനാഴികയേയുള്ളൂ.

മദ്രാസ് മൈസൂർ (കർണ്ണാടക) എന്നീ അയൽ സംസ്ഥാനങ്ങളുമായി തൊട്ടുകിടക്കുന്ന സുൽത്താൻ ബത്തേരിയുടെ കിഴക്കുഭാഗം മദ്രാസിലെ ഗൂഡല്ലൂരിൽപ്പെട്ട 7000 അടിയിലധികം ഉയരമുള്ള ഗിരിനിരകളാണ് പടിഞ്ഞാറ് മൈസൂറിലെ നിബിഡവനങ്ങൾ. തെക്ക് ഭാഗത്ത് പുൽപ്പള്ളി, പൂതാടി എന്നീ ഗിരിതലഗ്രാമങ്ങളും വടക്ക് പുറക്കാടി പഞ്ചായത്തുമാണ്. ചുള്ളിയോട് കോളിയോടി, ചീരാൽ, പഴൂർ, കുന്താണി, ബത്തേരി ടൗൺ, കുപ്പാടി (വനങ്ങൾ), കിടങ്ങനാട്, മുത്തങ്ങ, കല്ലൂർ, മാതമംഗലം, നായ്ക്കുട്ടി എന്നീ പ്രദേശങ്ങൾ ഉൾപ്പെട്ട ഈ പഞ്ചായത്ത് പ്രദേശത്ത് 35000 ൽപ്പരം ജനങ്ങളുണ്ട്. കാട്ടിലും നാട്ടിലുമായി.

ശ്രീരംഗപട്ടണത്തുനിന്നും ടിപ്പു വയനാട്ടിൽ കടന്നപ്പോൾ തന്നെ തദ്ദേശീയരായ ജനങ്ങൾ വസ്തുവകയുമെല്ലാമുപേക്ഷിച്ച് പ്രാണരക്ഷാർത്ഥം ഓടിപ്പോയി. (ബത്തേരിയിലെ കോട്ടക്കുന്നിൽനിന്ന് ഭൂഗർഭത്തിലൂടെ ശ്രീരംഗപട്ടണത്തിലെത്താൻ ഒരു തുരങ്കമുണ്ടായിരുന്നുപോലും) വളരെക്കാലം ഉടമസ്ഥരില്ലാത്ത അവശേഷിച്ച ആ ഭൂമി പില്ക്കാലത്ത് ബ്രിട്ടീഷ് ഗവൺമെന്റ് തങ്ങളുടെ അധീനതയിലാക്കി. ബത്തേരിയിൽനിന്ന് ഓടിപ്പോയവർ കാട്ടിലും കിണറ്റിലും വലിച്ചെറിഞ്ഞിട്ടുപോയ പൊൻപണ്ടങ്ങളും നാണയങ്ങളും മറ്റും ഇന്നും കിടപ്പുണ്ടുപോലും. അന്ന് ഗണപതിവട്ടം ഹൈന്ദവജന്മിമാരുടെ കേന്ദ്രമായിരുന്നു. ചുറ്റുമുള്ള ഗിരിവർഗ്ഗക്കാരുടെ ആവാസകേന്ദ്രവും. നാട്ടിലെ വലിയ ആളുകളായ വയനാടൻ ചെട്ടിമാർ ടിപ്പുവിന്റെ പടപേടിച്ച് പലായനം ചെയ്തപ്പോൾ കാട്ടിലെ മനുഷ്യജീവികൾ കൂടുതൽ ഉള്ളിൽ കടന്ന് പാർപ്പുതുടങ്ങി.

സമ്മിശ്രസമൂഹം

നൂറ്റാണ്ടുകൾക്കുശേഷം രംഗം വീണ്ടും ശാന്തമായപ്പോൾ അപ്പുറവും ഇപ്പുറവും നിന്ന് ഹിന്ദുക്കളും മുസ്ലീങ്ങളും സുൽത്താൻ ബത്തേരിയിലെത്തി പാർപ്പിടങ്ങളുറപ്പിച്ചു. കൃഷിയാരംഭിച്ചു. ആരാധനാകേന്ദ്രം പുതുക്കി അറ്റകുറ്റപ്പണികൾ തീർത്തു. പുതിയവ സ്ഥാപിച്ചു. ഇന്നത്തെ ജനസംഖ്യയിൽ നായർ, വയനാടൻ ചെട്ടിമാർ, നായ്ക്കന്മാർ, പണിയർ, കുറുമർ, നായാടി തുടങ്ങിയ ഹൈന്ദവർക്കാണ് ഭൂരിപക്ഷം. പിന്നെ ക്രിസ്ത്യാനികൾ. മുസ്ലീങ്ങൾക്ക് മൂന്നാം സ്ഥാനമേയുള്ളൂ. അനാഥഭൂമി ഗവൺമെന്റ് ഏറ്റെടുത്തശേഷം പല കാലങ്ങളിലായി മടങ്ങിവന്ന് ഭൂമിപാട്ടത്തിനെടുത്ത് കൃഷിക്കാരായവരാണ്; അവരിൽ ഭൂരിഭാഗവും. വൻകിട ജന്മിമാരില്ല. ഇടത്തരം കൃഷിക്കാർ. കൃഷിക്കാർ തന്നെ പില്ക്കാലത്ത് കുടിയേറിപ്പാർത്തവരാണ്. വയനാടൻ ചെട്ടിമാരാണ് വലിയ കൃഷിക്കാരും തറവാടികളും. സുൽത്താൻ ബത്തേരിയിൽ നെൽപ്പാടങ്ങളിൽ ഏറിയകൂറും അവരുടെ കൈവശമാണ്.

സുൽത്താൻ ബത്തേരി എന്ന ടൗണിനു ചുറ്റും ഉയർന്നും താഴ്ന്നും കിടക്കുന്ന മലമ്പ്രദേശങ്ങളിൽ നല്ലൊരു ഭാഗം റിസർവ്വ് വനങ്ങളാണ്. ആ വനമേഖലയുടെ ഭംഗി സഞ്ചാരികളെ ഹഠാദാകർഷിക്കുകയില്ലേ?

സുൽത്താൻ ബത്തേരി കമ്പോളവും കോട്ടക്കുന്നും കടന്ന് കിഴക്കോട്ട് നടക്കുക. ഹൈസ്കൂളിനു സമീപം ആ കുന്നിൻ മുകളിൽ റോഡിരികിൽ ഒറ്റപ്പെട്ട മട്ടിലൊരു ഇരുനിലക്കെട്ടിടം. ട്രാവലേഴ്സ് ബംഗ്ലാവാണത്. സഞ്ചാരികളുടെ സ്വർഗ്ഗമായ ആ കുന്നിൻ മുകളിൽനിന്ന് നോക്കൂ. കൈലേസുകൾ ചിതറിക്കിടപ്പുള്ളതുപോലെ താഴ്‌വരയിൽ വയലുകൾ. അവയ്ക്ക് സമീപം കൊച്ചുകൊച്ചു വീടുകൾ. കൃഷിയിടങ്ങൾക്കപ്പുറം പടിപടിയായി ഉയർന്നുനില്ക്കുന്ന മലനിരകൾ. ഏറ്റവും പിന്നിലായി മാനംമുട്ടിക്കിടക്കുന്ന ഒരു ഊക്കൻ മല. നെടുനീളത്തിൽ മേഘമാലകളോടുരുമ്മിക്കിടക്കുന്ന ആ നീലമലകളെ ഏറെനേരം അങ്ങനെ നോക്കിനിന്നുപോവും. തെല്ലുനേരം ആ ഉപരിതലത്തിൽ നോട്ടം തറച്ചുനില്ക്കേ ക്രമേണ ആ നീലമലകളുടെ ഉപരിഭാഗങ്ങളിൽ ഒരു രൂപം കരു പിടിച്ചുവരുന്നതുപോലെ തോന്നി. വർണ്ണശബളിമയാർന്ന ആകാശമേലാപ്പിൻ കീഴിൽ മലനിരകൾ പടുത്തുയർത്തിയ പച്ചപ്പട്ടുമെത്തമേൽ നീണ്ടുനിവർന്നു കിടക്കുന്ന ഒരു സുന്ദരിയുടെ രൂപം! മലർന്നു കിടക്കുന്ന സ്ത്രീയുടെ നല്ലൊരു രൂപരേഖ. മുഖത്തിന്റെ രൂപം! മുഖത്തിന്റെ പാർശ്വ ദൃശ്യം. ഉയർന്നുനില്ക്കുന്ന ഉരസിജങ്ങൾ. മൈലുകളോളം നീളമുള്ള പർവ്വത സുന്ദരി!

മുസ്ലീങ്ങളുടെ പ്രധാന തൊഴിൽ കച്ചവടമാണ്. സുൽത്താൻ ബത്തേരിയുടെ ബസാർ മിക്കവാറും അവരുടെ കൈയിലായിരിക്കും. ശേഷിക്കുന്നവർ ഗിരിവർഗ്ഗക്കാരാണ്. വയനാട്ടിലെ ആദിവാസികൾ. അവർ അന്നും ഇന്നും കാട്ടുമാർഗ്ഗം തന്നെ.

ചെറുതും വലുതും, പഴയതും പുതിയതുമായ ആരാധനാകേന്ദ്രങ്ങൾക്ക് ഒരു പഞ്ഞവുമില്ല. സുൽത്താൻ ബത്തേരി ഗണപതി ക്ഷേത്രവും മാരിയമ്മൻ കോവിലുമാണ് ഹൈന്ദവക്ഷേത്രങ്ങളിൽ പ്രധാനം. 12 വർഷത്തിലൊരിക്കൽ നീലഗിരിയിൽനിന്ന് ഗിരിവർഗ്ഗക്കാർ കൂട്ടംകൂട്ടമായി ഇവിടെ എത്തി ആർത്തുവിളിച്ച് ഭജനം നടത്തി മടങ്ങുന്നു. പുത്തൻ കുന്നിലെ തിരുവണ്ടൂർക്ഷേത്രവും മുത്തങ്ങ എന്ന സ്ഥലത്ത് വനമദ്ധ്യത്തിൽ സ്ഥിതിചെയ്യുന്ന പൊൻകുഴി ക്ഷേത്രവും പ്രസിദ്ധം. റിസർവ്വ് വനങ്ങൾക്കപ്പുറം സ്ഥിതിചെയ്യുന്ന ഈച്ചക്കുന്ന് ക്ഷേത്രവും പുന്നത്തൂർക്ഷേത്രവും വേങ്ങോൽ ക്ഷേത്രവും കല്ലൂർക്കര ക്ഷേത്രവും നാനാജാതിമതസ്ഥരുടെ ആദ്ധ്യാത്മിക ചിന്താകേന്ദ്രങ്ങളാണ്. ക്രിസ്ത്യൻ പള്ളികളും കുറവല്ല. ബത്തേരി, മലങ്കര, കോളിയാടി, പവൂർ, കല്ലുമുകൾ, മൂലങ്കാവ്, ചിതലയം, വടക്കനാട്, പൂമല എന്നീ സ്ഥലങ്ങളിലായി പതിനാലോളം ക്രിസ്ത്യൻ പള്ളികളും, മുസ്ലീങ്ങൾക്ക് ബത്തേരി ചിരാൽ, പുത്തൻകുന്ന് എന്നീ സ്ഥലങ്ങളിൽ ഓരോ പുത്തൻ പള്ളികളുമുണ്ട്.

ജൈനക്ഷേത്രം

കോഴിക്കോട് സുൽത്താൻ ബത്തേരി റോഡിൽ ജങ്ഷനിലെത്തുന്നതിന് അല്പം ഇപ്പുറത്ത് റോഡരികിൽ വിസ്തൃതമായ ഒരു വെളിമ്പറമ്പ്. റോഡരികിൽ വലിയൊരു ബോർഡ് നാട്ടിയിട്ടുണ്ട്. പുരാവസ്തു ഗവേഷണ വകുപ്പിന്റെ സംരക്ഷണയിലാണാ സ്ഥലം എന്നാണ് സൂചന. ഞങ്ങളാ ഇടുങ്ങിയ പാതയിലൂടെ അകത്ത് കടന്നു. അലക്ഷ്യമായി അങ്ങിങ്ങ് കാപ്പിത്തൈകളും കളകളും നിറഞ്ഞ ആ പറമ്പിന്റെ ഒത്തമദ്ധ്യത്തായി വലിയൊരു ശിലാഗൃഹം ആ ശിലാസങ്കേതത്തിനു സമീപം ഒരു പഴയ കിണർ. ഉള്ളിൽ കാടും പടലും നിറഞ്ഞ് അന്ധകാരമയം. തറനിരപ്പിലുള്ള ആ കിണറിന് കുറുകെ പണ്ടെന്നോ സ്ഥാപിച്ചിട്ടുണ്ട്. അഞ്ചെട്ടടി നീളവും ഏതാണ്ട് ഒരടി വണ്ണവുമുള്ള ഒരു കൽപ്പാലം. ആ കൽപ്പാലത്തിന്റെ മദ്ധ്യത്തെ നാലഞ്ചു പാടുകൾ ഞങ്ങളെ കൗതുകഭരിതരാക്കി. കല്ലിൽ രണ്ട് ഇഞ്ചിലേറെ താഴ്ചയിലുള്ള ചാലുകൾ. വെള്ളം കോരിയ കയറുരഞ്ഞു പാടുകൾ! ഈ കൽപ്പാലത്തിൽ ഇത്രയും താഴ്ചയിൽ വെള്ളം കോരിയപ്പോൾ കയർ ഉരഞ്ഞപാടുകളുണ്ടായെങ്കിൽ എത്ര ശതവർഷം ആ കിണർ ഉപയോഗിച്ചിരിക്കണം!

കിണറും ചുമടുതാങ്ങിപോലുള്ള മറ്റൊരു ശിലാമണ്ഡപവും പിന്നിട്ട് ഞങ്ങൾ ആ ശിലാസങ്കേതത്തിന്റെ മുൻവശത്തെത്തി. ചുറ്റിലും ഊക്കൻ ശിലകൾ ഇളകിക്കിടപ്പുണ്ട്. ഉറച്ച അസ്തിവാരത്തിന് ഇളക്കമില്ല. പ്രധാന കെട്ടിടത്തിന്റെ ചട്ടക്കൂടിനു കേടുവരുത്താൻ ഒരു ശക്തിക്കും കഴിഞ്ഞിട്ടില്ലെന്നു തോന്നും. അത്ര ബലിഷ്ഠമാണ് ആ നിർമ്മിതി. ഊക്കൻ ശിലാസ്തൂപങ്ങളിൽ ഉയർന്നുനില്ക്കുന്ന ശില്പഭംഗിയാർന്ന നമസ്കാരമണ്ഡപം പിന്നിട്ട് ഞങ്ങൾ ഉള്ളിൽ കടന്നു. കൊത്തുപണികൾ ഉള്ള കൽത്തൂണുകൾ. വിശാലമായ ഒരു ഹാളാണ് ആദ്യം. പിന്നെ ശ്രീകോവിലിനും ഹാളിനുമിടയ്ക്ക് ഒരു കൊച്ചുമുറി ഏറ്റവും പിന്നിലായി ശ്രീകോവിൽ. ആ മുറിയുടെ മദ്ധ്യത്തുള്ള അല്പം ഉയർന്ന മണ്ഡപത്തിൽ മൂന്നു നാലടി പൊക്കമുള്ള ഒരു ശിലാപ്രതിഷ്ഠ ചതുർബാഹുവായ മഹാവിഷ്ണുവിന്റെ ബിംബമാണെന്നു തോന്നി. പിന്നിലെ രണ്ടുകൈകളും പൊട്ടിച്ച പാടുകൾ കാണാം, ഗദയേന്തിയ ഇടംകൈ താഴ്ത്തിയും വലം കൈ മടക്കിവച്ചുമുള്ള നിലയിലാണ്. ഒരു ഉറുമ്പുപോലും കടക്കാത്ത മട്ടിൽ

അസാമാന്യ വിസ്തൃതിയുള്ള ശിലാഫലകങ്ങൾ ചേർത്തു നിർമ്മിച്ച ആ ചുവരുകളുടെ ഗാംഭീര്യം എത്ര നോക്കിനിന്നിട്ടും മതിവന്നില്ല. ഏകദേശം 10 അടി നീളവും രണ്ടര അടി വീതിയും, 16 അടി നീളവും മൂന്നടി വീതിയും അസാമാന്യ വണ്ണവുമുള്ള ശിലകൾ ചേർത്തുണ്ടാക്കിയ ആ ചുവരുകളുടെ നിർമ്മിതി അത്ഭുതകരം തന്നെ. മേൽത്തട്ട് നിർമ്മിച്ചിരിക്കുന്നതും ശിലാഫലകങ്ങൾ കൊണ്ടുതന്നെ. ഞങ്ങൾ പുറമെ നിന്ന് നീളവും വീതിയും ഒക്കെ കണക്കാക്കിനോക്കി. ഉദ്ദേശ്യം 60 അടി നീളവും 25 അടി വീതിയുമുള്ള ശിലാസൗധം മൊത്തത്തിൽ ജൈനക്ഷേത്രത്തിന്റെ ശില്പമാതൃകയാണ്; അകത്തും പുറത്തും. പക്ഷേ, അതിനുള്ളിൽ മഹാവിഷ്ണുവിന്റെ പ്രതിഷ്ഠയുണ്ടായതെങ്ങനെ! ആ പ്രതിഷ്ഠയും ക്ഷേത്രം തന്നെയും തച്ചുടയ്ക്കാൻ ശ്രമിച്ച സാഹസിക ബുദ്ധി ആരുടേതാണ്? ശ്രീമാൻ ടിപ്പുസുൽത്താന്റെ പേരിൽ തന്നെ അതും കിടക്കട്ടെ, ഹിന്ദുക്കളാണെങ്കിൽ തല്ലിയുടയ്ക്കില്ല. തീർത്ഥങ്കരനെ മെല്ലെ ഇളക്കിമാറ്റി, മഹാവിഷ്ണുവിനെ പ്രതിഷ്ഠിക്കുകയേയുള്ളൂ. അതവർ ചെയ്തിട്ടുമുണ്ട്. നൂറ്റാണ്ടുകളായി പ്രകൃതിയുടെയും ജൈനമതവിരുദ്ധരുടെയും ഹുങ്കിനെ വെല്ലുവിളിച്ചുകൊണ്ട് നില്ക്കുകയാണ് ആ ജൈനക്ഷേത്രം. ഏതായാലും സർക്കാരിന്റെ സംരക്ഷണം ഏർപ്പെടുത്തിയതോടു കൂടി സ്ഥിതി മെച്ചപ്പെട്ടു. സുൽത്താൻ ബത്തേരിയിൽ എന്നെ ഏറ്റവും ആകർഷിച്ചത് ഈ തകർന്ന ജൈനക്ഷേത്രമാണ്.

പ്രാചീനതയുടെ ചിഹ്നങ്ങൾ

ചുറ്റുപാടുമുള്ള തമിഴ്, കർണ്ണാടക, കുടക് ഗ്രാമങ്ങളും സുൽത്താൻ ബത്തേരിയും തമ്മിൽ വളരെ മുമ്പേതന്നെ സാമീപ്യ സമ്പർക്കങ്ങളും വാണിജ്യ-സാംസ്കാരിക ബന്ധങ്ങളും പുലർത്തിപ്പോരുന്നു. മദ്ധ്യകാലജനവാസകേന്ദ്രങ്ങളുടെ കഥ പറയുന്ന വീരക്കല്ലുകൾ. കാട്ടിലങ്ങിങ്ങ് ചിതറിക്കിടക്കുന്ന ക്ഷേത്രാവശിഷ്ടങ്ങൾ, കാട്ടിൽ തകർന്ന മട്ടിൽ കാണപ്പെടുന്ന പഴയ തടയണകളുടെ അവശിഷ്ടങ്ങൾ എല്ലാം ആ പഴമയുടെ കഥകൾ വിളിച്ചോതുന്നു.

നെല്ല്, തേയില, കുരുമുളക്, കാപ്പി തുടങ്ങിയ മലഞ്ചരക്കുകളാണ് പ്രധാന കാർഷികവിളകൾ. മലയാളം പ്ലാന്റേഷൻസ്, തവരിമല എസ്റ്റേറ്റ്, വേടൻകോട് എസ്റ്റേറ്റ് എന്നിവ പ്രധാന തോട്ടങ്ങളായിരുന്നു. നല്ലവളക്കൂറുള്ള മലമണ്ണിൽ നെല്ലും കാപ്പിയും തേയിലയും ഓറഞ്ചും സമൃദ്ധിയായി വളരും. ഇഞ്ചിയും മരിച്ചീനിയും പുൽത്തൈലവുമെല്ലാം കാർഷികമേഖലയിലെ നവാഗതരാണെങ്കിലും അവ അതിവേഗം വ്യാപിച്ചു കഴിഞ്ഞു. തിരുവിതാംകൂറിൽനിന്നുള്ള കുടിയേറ്റ കർഷകരുടെ വരവോടെയാണ് കാർഷിക മേഖല വൈവിധ്യമായത്.

1934 ൽ കിടങ്ങനാട് പഞ്ചായത്ത് രൂപീകരിക്കപ്പെട്ടു. അന്നുമുതൽ ഗണപതിവട്ടം കിടങ്ങനാട് പഞ്ചായത്തിന്റെ ഭരണത്തിലായി. 1968 ൽ കിടങ്ങനാട് പഞ്ചായത്ത് വിഭജിക്കപ്പെട്ടാണ് നൂൽപ്പുഴ പഞ്ചായത്തുണ്ടായത്. 1974 ൽ നെന്മേനി പഞ്ചായത്ത് രൂപീകരിക്കപ്പെട്ടു.

വിമുക്ത ഭടന്മാർക്ക് കൃഷി ഭൂമി (വനഭൂമി) പതിച്ചു നല്കാൻ വേണ്ടി സർക്കാർ എടുത്ത തീരുമാനത്തെ തുടർന്ന് 1947 - 48 കാലഘട്ടത്തിൽ ഒട്ടേറെ വിമുക്ത ഭടന്മാർ വയനാട്ടിലേക്ക് കടന്നുവന്നു. കോളനൈസേഷൻ സ്കീം എന്നറിയപ്പെടുന്ന ഈ പദ്ധതി പ്രകാരം അന്നത്തെ അവിഭക്ത കിടങ്ങനാട് പഞ്ചായത്തിന്റെ പലഭാഗങ്ങളിലായി പുതിയൊരു കുടിയേറ്റത്തിന്റെ വേലിയേറ്റമുണ്ടായി. തുടർന്ന് വയനാട്ടിലെ കാർഷികവിപ്ലവത്തിനും വികസനത്തിനും നേതൃത്വം നല്കിയ ഈ പുതിയ കുടിയേറ്റക്കാർ ബത്തേരിയുടെ വളർച്ചയിൽ ഗണ്യമായ സ്വാധീനം ചെലുത്തി. അങ്ങനെയെത്തിയ ഹിന്ദു-മുസ്ലീം-ക്രിസ്ത്യൻ മതവിഭാഗങ്ങളിൽപ്പെട്ടവർ പുതിയ ആരാധനാകേന്ദ്രങ്ങളും വിദ്യാലയങ്ങളും പഞ്ചായത്തിന്റെ വിവിധഭാഗങ്ങളിൽ സ്ഥാപിച്ചു.

വയനാട്ടിലെ സുൽത്താൻ ബത്തേരിയിൽ വൻതോതിൽ കുടിയേറ്റക്കാർ പാർപ്പുറപ്പിച്ചിട്ട് വർഷങ്ങളായി. തിരുവിതാംകൂറിൽ നിന്നെത്തിയ കുടിയേറ്റക്കാരിൽ വൻതോതിൽ കൃഷി നടത്തി സമ്പന്നരായവർ ധാരാളം. ചുരുക്കംപേർ ഇന്നും കൂലിപ്പണിക്കാരായി കഴിയുന്നുണ്ട്. മറ്റു പ്രദേശങ്ങളെ അപേക്ഷിച്ച് ബത്തേരിയിലെ കുടിയേറ്റക്കാർക്ക് ഭൂമിയുടെ കൈവശാവകാശത്തെ സംബന്ധിച്ച് പല പ്രശ്നങ്ങളും നേരിടേണ്ടി വന്നു. വിമുക്തഭടന്മാർക്കു വേണ്ടി ബത്തേരിയിൽ നടപ്പാക്കിയ വയനാട് കോളനൈസേഷൻ സ്കീമും കുടിയേറ്റക്കാരും തമ്മിൽ ഭൂവുടമാവകാശത്തെ സംബന്ധിച്ച് തർക്കം ഏറെക്കാലം നിലനിന്നു.

ജീവിതസൗകര്യങ്ങളെ സംബന്ധിച്ചിടത്തോളം ടൗൺപ്രദേശങ്ങൾ അല്പം ഭേദമാണെങ്കിലും ബ്ലോക്ക് പ്രദേശങ്ങൾ അവികസിതമാണ്. പഞ്ചായത്തുകളുടെ ആഭിമുഖ്യത്തിൽ ഗ്രാമീണ ജീവിതം മെച്ചപ്പെടുത്താനുള്ള ബോധപൂർവ്വമായ ശ്രമങ്ങൾ നടന്നുവരുന്നുവെങ്കിലും ഇക്കാലത്തും എട്ടുംപത്തും മൈൽ കാട്ടുറോഡുകളിലൂടെ നടന്നെത്തേണ്ട ഗ്രാമപ്രദേശങ്ങൾ ഉണ്ടെന്നതുതന്നെ ആ പ്രദേശങ്ങളുടെ പിന്നോക്കാവസ്ഥയെയും ശോചനീയമായ ജീവിത സാഹചര്യങ്ങളെയും വിളിച്ചറിയിക്കുന്നു. ജലദൗർലഭ്യം രൂക്ഷമാണ്.

എടയ്ക്കൽ ഗുഹ

സുൽത്താൻ ബത്തേരി ടൗണിൽനിന്ന് ആറു കി മീ തെക്കുകിഴക്കായി സ്ഥിതിചെയ്യുന്ന എടയ്ക്കൽ മല വളരെ ചരിത്രപ്രാധാന്യമുള്ളതാണ്. സമുദ്രനിരപ്പിൽനിന്ന് 1200 മീറ്ററോളം ഉയർന്നുനില്ക്കുന്ന എടയ്ക്കൽ മലയുടെ പടിഞ്ഞാറെ ചരിവിലെ ഗുഹ ശ്രദ്ധേയം. 30 മീ നീളവും 9 മീ. ഉയരവും 6 മീ വീതിയുമുള്ള വിശാലമായ ഗുഹ. ഒരു കൂറ്റൻ പാറയുടെ പിളർപ്പിൽ മറ്റൊരു പാറ വന്ന് വീണിട്ടാകാം പ്രസ്തുത ഗുഹ രൂപപ്പെട്ടതെന്ന് ഭൗമശാസ്ത്രജ്ഞന്മാർ കരുതുന്നു. ഗുഹാഭിത്തിയിൽ ആലേഖനം ചെയ്യപ്പെട്ടിട്ടുള്ള ചിത്രങ്ങളും ചിഹ്നങ്ങളും വരകളുമെല്ലാം കൗതുകകരമാണ്. മനുഷ്യരുടെയും മൃഗങ്ങളുടെയും ഉപകരണങ്ങളുടെയും രൂപങ്ങളും കൊത്തിയിട്ടുണ്ട്. രേഖാചിത്രങ്ങളുടെ കൂട്ടത്തിൽ വിശേഷപ്പെട്ട തലപ്പാവ് ധരിച്ച ഒരു ആൾരൂപം പ്രത്യേകം ശ്രദ്ധേയം. എടയ്ക്കൽ മലയ്ക്ക് സമീപമുള്ള ആയിരത്തി അഞ്ഞൂറോളം ഏക്കർ സ്ഥലത്തുനിന്ന് ഇത്തരത്തിലുള്ള മഹാശിലാസംസ്കാരത്തിന്റേതായ ഇരുന്നൂറോളം ചരിത്രാവശിഷ്ടങ്ങൾ കണ്ടുകിട്ടിയിട്ടുണ്ട്. ബത്തേരിയുടെ നേരെ പടിഞ്ഞാറായി സ്ഥിതിചെയ്യുന്ന പഞ്ചായത്താണ് അമ്പലവയൽ. കാർഷികമായി ബത്തേരിയേക്കാൾ മെച്ചമാണ്. കുടിയേറ്റക്കാരും കൂടുതലുണ്ട്. ബത്തേരിയിൽനിന്ന് ഏഴു മൈൽ ദൂരമേയുള്ളൂ. സർക്കാർ വക കൃഷിത്തോട്ടമുണ്ടവിടെ. എക്സ് സർവ്വീസ്മെൻ കോളനിയുടെ ആസ്ഥാനവുമാണ്. ഹരിജൻ വെൽഫയർ കോളണിയുമുണ്ട്. ചിങ്ങേരിയിലെ പ്രസ്തുത കോളനിയിൽ ഗിരിവർഗ്ഗക്കാർക്കായി അനേകം വീടുകൾ നിർമ്മിക്കപ്പെട്ടിട്ടുണ്ട്.

ബത്തേരിക്ക് പടിഞ്ഞാറ് ഏഴുമൈൽ അകലെ സ്ഥിതിചെയ്യുന്ന മലയോരപ്രദേശമാണ് പുറക്കാടി. ആ ഗ്രാമത്തിന്റെ ആസ്ഥാനമായ മീനങ്ങാടിയിലെ ഞായറാഴ്ച ചന്ത വയനാട്ടിലെ പ്രസിദ്ധമായ ഒരു വിപണന കേന്ദ്രമാണ്. മീനങ്ങാടി കവലയിൽനിന്ന് രണ്ടു മൈൽ അകലെ പുറക്കാടി എന്ന സ്ഥലത്തുള്ള പഴയ കുപ്പത്തോട് തറവാട്ടുകാരുടെ വക പുറക്കാടി ദേവീക്ഷേത്രവും മീനങ്ങാടി മുസ്ലിം പള്ളിയും ആ ഗ്രാമത്തിലെ പ്രധാന ആരാധനാകേന്ദ്രങ്ങളാണ്. വയനാടിന്റെ തലസ്ഥാനമായ കല്പറ്റയ്ക്ക് സമീപം സ്ഥിതിചെയ്യുന്ന 'മുട്ടിൽ' 'കണിയംപറ്റ' എന്നീ ഗ്രാമങ്ങളും സുൽത്താൻ ബത്തേരി ബ്ലോക്കിൽപ്പെട്ടവയാണ്. മുട്ടിൽ, ബത്തേരിയിൽനിന്ന് 13 മൈൽ പടിഞ്ഞാറാണ് കാർഷികപുരോഗതിയുള്ള പ്രദേശങ്ങൾ. ജനസംഖ്യാനുപാതികമായി മുസ്ലീങ്ങൾക്കാണ് മുൻഗണന. കണിയംപറ്റയിൽ ഹൈന്ദവഭൂരിപക്ഷമാണുള്ളത്. ജൈനമത വിശ്വാസികളായ ഗൗണ്ടർ കൂടുതലുണ്ട്. കണിയംപറ്റയിൽ ജങ്ഷന് സമീപം തന്നെ ഏറ്റവും പഴക്കമുള്ള ഒരു അയ്യപ്പക്ഷേത്രവുമുണ്ട്. ബത്തേരിയിൽ നിന്ന് തെക്കുപടിഞ്ഞാറ് മാറിയാണ് എടയ്ക്കൽ ഗുഹ.

സുൽത്താൻ ബത്തേരിയിൽനിന്ന് മൈസൂർ സ്റ്റേറ്റിലേക്ക് 13 മൈൽ ദൂരമേയുള്ളൂ. മദ്രാസ് സ്റ്റേറ്റിലേക്ക് ആറു മൈലും കല്പറ്റയിലേക്ക് 15 മൈൽ ദൂരവും മാനന്തവാടിക്ക് 30 മൈൽ ദൂരവുമുണ്ട്. കോഴിക്കോട് - മൈസൂർ, സുൽത്താൻ ബത്തേരി-ഗൂഡല്ലൂർ (ഊട്ടിയിലേക്ക് സുൽത്താൻ ബത്തേരി - ചേരമ്പാടി (മദ്രാസിലേക്ക്) എന്നീ ബസ് റൂട്ടുകൾ ഈ വയനാടൻ ഗ്രാമപ്രദേശങ്ങളെ വികസിത പ്രദേശങ്ങളുമായി ബന്ധപ്പെടുത്തുന്നു. ഈ സ്ഥലവാസികൾ തമ്മിൽ നിരന്തര സമ്പർക്കവും വ്യാപാരബന്ധങ്ങളുമുണ്ട്.

വയനാട്ടിലെ പ്രകൃതിരമണീയവും സുഖവാസ കേന്ദ്രവുമായ സുൽത്താൻ ബത്തേരി ധനികരായ സഞ്ചാരികൾക്ക് സ്വർഗ്ഗം ചമച്ചേക്കാമെങ്കിലും തദ്ദേശീയരായ സാധാരണക്കാർക്ക് ജീവിതപ്രശ്നങ്ങളുടെ വിളഭൂമി തന്നെ.

പണ്ടത്തെ ഗണപതിവട്ടം എന്ന പ്രസിദ്ധ ഗ്രാമം, ടിപ്പുസുൽത്താന്റെ പടപ്പാളയമെന്നപോലെ തന്നെ പണ്ട് ഗിരിവർഗ്ഗക്കാരുടെ മാത്രം ആവാസ കേന്ദ്രവുമായിരുന്നു. ആ ഗിരിവർഗ്ഗ പ്രദേശങ്ങൾ മുസ്ലിം വർത്തക പ്രമാണിമാരുടെയും കുടിയേറ്റക്കാരുടെയും കേന്ദ്രങ്ങളായി മാറി. ധനഃസ്ഥിതിയേറിയ ഒരു ന്യൂനപക്ഷത്തിന്റെ ആജ്ഞാനുവർത്തികളും ആശ്രിതരുമായി കഴിയുന്ന സാധാരണക്കാർ ഏറെയുണ്ട്. സാമ്പത്തിക ശ്രേണിയിലെ ഏറ്റവും താഴെ തട്ടിലാണ് തദ്ദേശീയരായ ഗിരിജനങ്ങൾ. ഒരിക്കൽ ഹൈന്ദവരുടെയും ജൈനമതക്കാരുടെയും സ്വാധീനവലയത്തിലായിരുന്ന ഗണപതിവട്ട (സുൽത്താൻ ബത്തേരി)ത്തിന്റെ പ്രകൃതിഭംഗി വിനോദസഞ്ചാരികളെ ആകർഷിക്കാൻ പര്യാപ്തമാണ്.

74

'വിഷകന്യകയെ'ത്തേടി

ഒരു പഴയകാലത്തിന്റെ ഓർമ്മ.

തലശ്ശേരി-തോൽപ്പെട്ടി ബസിൽ കൂത്തുപറമ്പിൽനിന്ന് കയറിക്കൂടി. പ്രഭാതം. ഗ്രാമം ഉണർന്ന് എഴുന്നേല്ക്കുന്നതേയുള്ളൂ. എങ്കിലും ബസ് സ്റ്റാൻഡ് സജീവമായിക്കഴിഞ്ഞു. ഉറക്കമുണർന്ന ബസിനു നല്ല ചൊടി. വീതി കുറഞ്ഞ റോഡിലൂടെ ഇരുവശത്തേയും പച്ചത്തലപ്പുകളെ കിടിലം കൊള്ളിച്ചുകൊണ്ട് അവൻ പാഞ്ഞു. പെട്ടിപ്പീടികകളുടെ നാഗരികത നിശ്ശേഷം മാഞ്ഞു. മഞ്ഞിന്റെ മൂടുപടം പുതച്ചുനില്ക്കുന്ന ആ പച്ചക്കാടുകളുടെ ജീവചലനങ്ങൾ നോക്കിയിരിക്കെ, മൈലുകൾ കടന്നുപോയതറിഞ്ഞില്ല. ബസ് അവിടെ നിന്നു. ആളുകളെല്ലാം ഇറങ്ങി. സ്വല്പം തയ്യാറെടുപ്പിനുള്ള മട്ടാണെന്ന് മനസ്സിലായി. വഴിയരികിൽ അല്പം പരിഷ്കാരം പൂശിയ ഏതാനും ചായപ്പീടികകളും മുറുക്കാൻ കടകളുമുണ്ട്. ആവശ്യക്കാർക്ക് ചായയോ പ്രഭാത ഭക്ഷണമോ ആകാം. ബസിനു ദാഹം തീർക്കാൻ വേണ്ടുവോളം ജലം റോഡരികിലെ ഊറ്റിൽ നിറഞ്ഞു നില്പുണ്ട്.

വീണ്ടും യാത്ര തുടങ്ങിയപ്പോൾ ആ ബസിന് വിമ്മിട്ടം അനുഭവപ്പെട്ടു തുടങ്ങി. കുന്നിന്റെ പള്ളയിലേക്ക് വലിഞ്ഞുവലിഞ്ഞു കയറുമ്പോൾ അവൻ തുമ്മുകയും ചീറ്റുകയും ചെയ്തു. ശ്വാസോച്ഛ്വാസ, ഗതി വർദ്ധിച്ചു. വളവും തിരിവും കയറ്റവും, കന്യകാത്വം വിളംബരം ചെയ്യുന്ന കാട്ടുവഴികളും മരക്കൂട്ടങ്ങളും. വനാന്തരത്തിലൂടെ കടന്നുപോകുന്ന പ്രതീതി ഉളവാക്കുന്ന സന്ദർഭങ്ങളും വിരളമല്ല. വഴിയരികിൽ ഒരു ഉറവ കണ്ട് ആ മിടുക്കനങ്ങുനിന്നു. തണുത്തവെള്ളം ആവോളം കോരിക്കുടിച്ചു. കഷ്ടിച്ചു മൂന്നു നാലു മൈൽ ഓടിക്കാണും. വീണ്ടും ഉറവകാണുമ്പോൾ പെട്ടെന്നങ്ങു നില്ക്കും. പാവം! ആ കുത്തനെയുള്ള കയറ്റം കയറിക്കയറി അവ നാകെ വലയുകയാണ്.

ഒരു കാര്യം ഞാൻ ശ്രദ്ധിച്ചു. തെക്കെ വയനാടൻ ചുരം പോലെ അത്ര ഭീതിദമല്ല, ഈ വടക്കേ വയനാടൻ ചുരങ്ങൾ. അതോ മുമ്പ് ചുരം കടന്നുപോയ അനുഭവം മനസ്സിൽ ഉള്ളതുകൊണ്ടാണോ ഭയം തോന്നാത്തത്. ഏതായാലും കുറെ കയറ്റങ്ങൾ കയറിയും ഇറങ്ങിയും കുന്നിൻ പള്ളകളിലൂടെയും കാടിന്റെ കരളിലൂടെയും വലിഞ്ഞുകയറി അങ്ങ് ഉപരിതലത്തിലെത്തിയപ്പോൾ വനഭൂമിയുടെ ചാരിത്ര്യം നഷ്ടപ്പെട്ടതിന്റെ സൂചനകൾ കണ്ടുതുടങ്ങി.

അവിടെ റോഡിനിരുവശവുമുള്ള കുന്നുകളുടെ ചരിവിൽ പായ്കൾ നിവർത്തിയിട്ടതുപോലെ നെൽപ്പാടങ്ങൾ കണ്ടുതുടങ്ങി. പാടശേഖരങ്ങളല്ല, തുണ്ടുതുണ്ട് വയലുകൾ. പക്ഷേ, അവ നൂറുമേനി വിളയിക്കാൻ പര്യാപ്തമാണെന്ന് നിശ്ശബ്ദം ഉദ്ഘോഷിക്കുന്നതായി തോന്നി. നൂറ്റാണ്ടുകളായി കന്യകാത്വം കാത്തുസൂക്ഷിച്ചിരുന്ന വയനാടൻ ഭൂമി ഊക്കുള്ള കൈകളുടെ കിളച്ചുമറിക്കലിനു വിധേയമായി, നിസ്സഹായയായി, നഗ്നയായി മലർന്നു കിടക്കുകയാണവിടെ. ആ വനകന്യകയെ ചൂഷണം ചെയ്ത് ജീവിക്കുന്ന മനുഷ്യരുടെ പാർപ്പിടങ്ങളും കണ്ടുതുടങ്ങി. കൊച്ചു കൊച്ച് പുൽക്കൂരകൾ. റോഡരികിൽ യാതൊരു ചേലും ചന്തവുമില്ലാതെ പടുത്തുയർത്തിയ കൊച്ചുകുടിലുകളുടെയും അല്പസ്വല്പം പരിഷ്കാരത്തോടെ എഴുന്നുനില്ക്കുന്ന ഭേദപ്പെട്ട വീടുകളുടെയും ഉമ്മറത്തുനില്ക്കുന്ന സ്ത്രീകളെ ശ്രദ്ധിക്കുമ്പോഴാണ് നാം സ്ഥലജലഭ്രമത്തിന് വിധേയരായി പോവുക. ഗിരിവർഗ്ഗക്കാരുടെ നാടാണ് വയനാടെന്ന ധാരണയോടെ ചുരം കടന്നു

ചെല്ലുന്ന നാം കാണുന്നത്, കോട്ടയത്തോ തൊടുപുഴയിലോ ഉള്ള ഇടത്തരം ഭവനങ്ങളുടെ മുറ്റത്ത് കാണാറുള്ള വിശറി വച്ചുടുത്ത ചേട്ടത്തിമാരെയാണ്. പക്ഷേ, അവർ മാത്രമല്ല, സ്ഥലവാസികളെന്ന് തെളിയിക്കാൻ അങ്ങുമിങ്ങും ഏറക്കുറെ നഗ്നശരീരികളോ മലിനവസ്ത്രധാരികളോ ആയി വയൽ വക്കിലോ റോഡരികിലോ നില്ക്കുന്ന ഗിരിവർഗ്ഗക്കാരെയും കാണാം. ആ 'കാർവർണ്ണന്മാരുടെ' മുഖഭാവം ശ്രദ്ധിക്കൂ. "ഉപദ്രവിക്കരുതേ, ഞാനൊന്നു പൊയ്ക്കോട്ടെ" എന്ന മട്ടാണ്. എന്ത്? സ്വന്തം വീട്ടുമുറ്റത്തും അവർ അന്യരോ? അക്കഥ തന്നെ പറയാം. വയനാട് വയൽനാടാണെന്ന് വ്യാഖ്യാനിക്കത്തക്ക വിധത്തിലുള്ള നെൽപ്പാടങ്ങളും തേയിലത്തോട്ടങ്ങളും കൃഷിയിങ്ങളും കടന്ന് ബസ് ആ പരിഷ്കൃത നഗരത്തിലെത്തുകയായി- മാനന്തവാടി, പഴയ വടക്കേ വയനാടിന്റെ തലസ്ഥാനം.

മാനന്തവാടി

സംശയിക്കേണ്ട കുറച്ചിടമേയുള്ളൂവെങ്കിലും അത്രയും ഭാഗം പട്ടണം തന്നെ. നിരനിരയായി പീടികകളും പ്രൈവറ്റ് ബസുകളും, താരതമ്യേന ആൾത്തിരക്ക്. കഷ്ടിച്ച് ഒരു ഫർലോങ് സമചതുരത്തിലൊരു ടൗൺ. നാലു ചുറ്റും നെടുങ്കോട്ടകൾ പോലുള്ള കുന്നുകൾ. ആ ടൗണിലെ പീടികകളിലും റോഡിലുമൊക്കെ കാണുന്നവരിൽ ഭൂരിഭാഗവും പരിഷ്കൃതർ തന്നെ. എങ്കിലും അക്കൂട്ടത്തിൽ ചപ്രത്തലമുടിയും തിളങ്ങുന്ന കണ്ണുകളുമായി കറുത്തമുണ്ട് പുതച്ചു നില്ക്കുന്ന അപരിഷ്കൃതരുണ്ട്. ആ നാട്ടുകാരെ ആരും ശ്രദ്ധിക്കാറില്ല. നാട്ടുകാർക്കുവേണ്ടിയല്ലാ അന്യനാട്ടുകാർ അവിടെയൊരു ടൗൺ ഉണ്ടാക്കിയത്. തങ്ങൾക്ക് വേണ്ടി തന്നെയാണ്.

വയനാട്ടിലെ ആദിവാസികളുടെ രാജാവ് സാക്ഷാൽ ബാണാസുരനായിരുന്നുപോലും. തെളിവ് ഇന്നും ഉണ്ട്. വയനാടിന്റെ തെക്കെ അതിർത്തിപോലുള്ള ആ നീണ്ട നീലമലയുടെ പേര് ഇപ്പോഴും ബാണാസുരൻകോട്ടയെന്നാണ്. ഉഗ്രപ്രതാപവാനായ ബാണാസുരന്റെ മകൾ ഉഷയിൽ ശ്രീകൃഷ്ണന്റെ കൊച്ചുമകൻ അനിരുദ്ധൻ അനുരക്തനായതുമുതല്ക്കാണ് സംഘർഷത്തിന്റെ തുടക്കം. വരബലംകൊണ്ട് സാക്ഷാൽ പരമശിവനെപ്പോലും തന്റെ കോട്ടയുടെ കാവലിനായി നിയമിച്ച് സർവ്വശക്തനായി ഞെളിഞ്ഞിരിക്കുന്ന ബാണാസുരന്റെ മകളെ തട്ടിയെടുക്കാൻ ഒരാളുണ്ടോ? അനിരുദ്ധനും ബാണാസുരനും തമ്മിലുള്ള ഘോരയുദ്ധം ദിവസങ്ങളോളം നീണ്ടുനിന്നു. ആരും തോല്ക്കുന്നില്ല. അവസാനം ശിവൻ തന്നെ, കാവൽക്കാരൻ തന്നെ, ബാണാസുരനെ സഹായിക്കാൻ നിർബ്ബന്ധിതനായി. ഉഷ്ണജ്വരം എന്ന മാരകായുധം തൊടുത്തുവിട്ടു. പക്ഷേ, ശ്രീകൃഷ്ണനുണ്ടോ പിന്മാറുന്നു. ഉഷ്ണജ്വരത്തെ തടുക്കാൻ ശീതജ്വരമെടുത്ത് പ്രയോഗിച്ചപ്പോൾ ബാണൻ തോറ്റു. മകളെ അനിരുദ്ധനുകൊടുത്തതോട എല്ലാം മംഗളമായി കലാശിച്ചു. പക്ഷേ, പോരിൽ ജയിക്കാൻപ്രയോഗിച്ച ശീതജ്വരം മാത്രം വയനാട്ടിൽ അങ്ങനെ തങ്ങിനിന്നു. മലമ്പനി എന്ന പേരിൽ. പിന്നങ്ങോട്ട് ആ ഭയങ്കരന്റെ സർവ്വാധിപത്യമാണ്. പക്ഷേ, വയനാട് കാടുകളിൽ കാട്ടുമൃഗങ്ങളോടൊപ്പം കഴിഞ്ഞ ഗിരിവർഗ്ഗക്കാർക്ക് മലമ്പനിയൊന്നും ഒരു പ്രശ്നമായിരുന്നില്ല.

പൂർവ്വ ചരിത്രം

ഇവിടെ പൂർവ്വ ചരിത്രത്തെപ്പറ്റി ചിലതു മനസ്സിലാക്കാം, വയനാട്ടിലെ ആദിവാസികളായ ഗിരിവർഗ്ഗക്കാരെപ്പറ്റിയും. ഇപ്പിമലയിൽ സ്ഥിരമായി പാർക്കുന്ന പണിയരും വേടവംശത്തിലെ പ്രതാപികളായ മുള്ളകുറുമരും കിയൊരുത്തിയുടെയും മേലൊരച്ചവന്റെയും പിൻതലമുറക്കാരായ അടിയാളന്മാരും വയനാട്ടിൽ പണ്ട് നിലനിന്നുപോന്ന പ്രാക്തന സംസ്കാരത്തിന്റെ ഇങ്ങേയറ്റത്തെ കണ്ണികളാണ്. ഇവരിൽ അടിയാൻ വിഭാഗം തിരുനെല്ലി കഴിഞ്ഞാൽ കൂടുതൽ കാണപ്പെടുന്നതു മാനന്തവാടിയിലാണ്. പാലക്കാടു മുതൽ മലപ്പുറം വരെ വിവിധ വന്യപ്രദേശങ്ങളിൽ കഴിയുന്ന പണിയവിഭാഗത്തിന്റെ സങ്കേതങ്ങളും മാനന്തവാടിയിലുണ്ട്. വള്ളിയൂർക്കാവ് ക്ഷേത്രത്തിൽ ഇക്കൂട്ടർക്ക് ചില പ്രത്യേക സ്ഥാനങ്ങളും നല്കപ്പെട്ടിരുന്നു. മാനന്തവാടിയിൽ ചാലിഗദ്ദ, മുള്ളൻതറ, എന്നീ ഭാഗങ്ങളിലാണ് അവരധികമുള്ളത്. വിവിധതരം ഗൃഹോപകരണങ്ങളുടെ നിർമ്മാണത്തിൽ വൈദഗ്ദ്ധ്യമുള്ളവരാണിക്കൂട്ടർ. പഴശ്ശിയുടെ ഉറ്റവരെന്ന് പുകൾകേട്ട കുറിച്യർ ഇന്ന് തനതായ പല സവിശേഷതകളും വച്ചു പുലർത്തുന്നു.

പണ്ട് നൂറ്റാണ്ടുകളോളം വയനാടിന്റെ തലസ്ഥാനം മാനന്തവാടിയായിരുന്നുവത്രെ. ജൈനമത പ്രഭാവം മുറ്റിനിന്ന ഒരു കാലഘട്ടത്തെ അനുസ്മരിക്കാനുതകുന്ന സ്ഥലനാമങ്ങളും മറ്റ് അവശിഷ്ടങ്ങളും ഇന്നുമുണ്ട്. (മഹാആനന്ദവാടി) പന്ത്രണ്ടാം നൂറ്റാണ്ടിൽ മൈസൂർ ഭരിച്ചിരുന്ന ഹോയി സാല രാജാക്കന്മാരുടെ കാലത്ത് അവിടെ ശൈവ വൈഷ്ണവമതങ്ങൾ ശക്തിപ്രാപിച്ചപ്പോൾ ജൈനമതവിശ്വാസികൾ കൂട്ടംകൂട്ടമായി അതിർത്തിമലകൾ താണ്ടി മാനന്തവാടിയിലെത്തി. സ്ഥിരമായി പാർപ്പുറപ്പിച്ചു. ഒമ്പതാം ശതകം മുതൽ പതിനാലാം ശതകം വരെ വയനാട്ടിലെമ്പാടും ജൈനമതം ശക്തിപ്രാപിച്ചുവെന്നതിന് മതിയായ തെളിവുകൾ ധാരാളം. സായിപ്പിന്റെ ഭാഷയിലെ മാനന്റ്റോഡി മുൻകാലങ്ങളിൽ ചെട്ടിത്തെരുവ്, എരുമത്തെരുവ്, അഞ്ചാം പീടിക

എന്നീ പേരുകളിൽ അറിയപ്പെട്ടിരുന്നു.

അരിപ്പാനും വേടനും

എടയ്ക്കൽ ഗുഹയിൽനിന്നു ലഭിച്ച ശിലാലിഖിതങ്ങളുടെ അടിസ്ഥാനത്തിൽ പ്രാചീന കാലഘട്ടങ്ങളിൽ ഗിരിവർഗ്ഗക്കാർ തന്നെയായിരുന്നു വയനാടിന്റെ ഭരണം നടത്തിയിരുന്നത് എന്ന് അനുമാനിക്കാം. ഒരേ വംശത്തിൽപ്പെട്ട രണ്ടു കുടുംബക്കാരായ അരിപ്പാനും വേടനും അതത് വിഭാഗത്തിലെ അവസാനത്തെ നാടുവാഴികളായിരുന്നുവെന്ന് വിശ്വസിക്കപ്പെടുന്നു. പനമരം ദേശത്തിന് വടക്കോട്ടുള്ള ഭൂപ്രദേശങ്ങളെല്ലാം അരിപ്പാന്റെ അധികാരപരിധിയിൽപ്പെട്ടിരുന്നുവത്രെ. ഉത്തരമലബാറിലെ കുമ്പളമായ്പ്പാടി രാജാക്കന്മാർ ചതിപ്രയോഗങ്ങളിലൂടെ വേടർ രാജാവിനെ നിഷ്കാസിതനാക്കിയെന്നാണ് വിശ്വാസം. വേടരാജാക്കന്മാരുടെ നാശത്തോടെ 'പാറയ്ക്കുമീത്തൻ' എന്ന മാടമ്പിയുടെ ആകാശം കൂടി തട്ടിയെടുത്തുകൊണ്ട് പഴശ്ശിരാജാവ് വയനാടിന്റെ ഭരണം ഏറ്റെടുത്തുവത്രെ.

ഹൈദരാലിയുടെ ആക്രമണ കാലത്ത് കോട്ടയം (പഴശ്ശി) രാജാവായ രവിവർമ്മ, കുടുംബസമേതം തിരുവിതാംകൂറിൽ അഭയംപ്രാപിച്ചു. മൈസൂറിന്റെ രണ്ടാം ആക്രമണകാലത്ത് രവിവർമ്മ സൈന്യശേഖരത്തോടുകൂടി മടങ്ങിയെത്തി വയനാടിന്റെ അധികാരം വീണ്ടെടുത്തു. യുദ്ധാനന്തരം വയനാടിനെ പലനാടുകളിലായി വിഭജിച്ചു. അതിൽ ഇളംകൂർ നാട്ടിൽപ്പെട്ടതാണ് ഇന്നത്തെ മാനന്തവാടി. വേമോത്ത് നമ്പ്യാരായിരുന്നുവത്രെ വയനാടിന്റെ നാടുവാഴി. പക്ഷേ, ആ സുസ്ഥിതി ഏറെക്കാലം നീണ്ടുനിന്നില്ല. വയനാടിനോട് പെരുത്ത് പൂതിയുള്ള ശത്രുക്കൾ - ടിപ്പുവും ബ്രിട്ടീഷുകാരും - സ്വൈരത കെടുത്തി. തൊട്ടപ്പുറമുള്ള ഫലഭൂയിഷ്ഠമായ വയനാട് കൈയടക്കാൻ ടിപ്പുവിനും മോഹം. ബ്രിട്ടീഷ് സൈന്യങ്ങളുടെ ചെന്നായപ്പടകളെ കടിച്ചുകീറിയെറിഞ്ഞ് ആ സമതലങ്ങളും തന്റെ അധികാര പരിധിയിൽപ്പെടുത്തണമെന്ന ആഗ്രഹത്തോടെ ടിപ്പു തക്കം പാർത്തിരിക്കുമ്പോഴാണ്, അതാ തലശ്ശേരി താലൂക്കിലെ പഴശ്ശിയിൽനിന്ന് ഒരു സിംഹം സട കുടഞ്ഞെഴുന്നേല്ക്കുന്നത്—കേരളസിംഹം പഴശ്ശിരാജ.

പഴശ്ശിയുടെ പടപ്പാളയങ്ങൾ

ടിപ്പു ആക്രമിച്ച് കൈവശപ്പെടുത്തിയ വയനാട്ടിലെ ഭൂപ്രദേശങ്ങൾ 1792 ലെ ഉടമ്പടി പ്രകാരം പഴയ നാടുവാഴികൾക്ക് വിട്ടുകൊടുക്കണമെന്ന വ്യവസ്ഥയുണ്ടായിരുന്നു. പക്ഷേ, ഇംഗ്ലീഷ് ഈസ്റ്റ് ഇന്ത്യാ കമ്പനി ആ വ്യവസ്ഥകൾ പാലിച്ചില്ല. ഇതിൽ ക്ഷുഭിതനായ പഴശ്ശിരാജാവ് ബ്രിട്ടീഷുകാരുമായി ഒരു തുറന്ന സംഘട്ടനത്തിനൊരുമ്പെട്ടു. ബ്രിട്ടീഷ് ഭരണാധികാരികൾ പഴശ്ശിയുടെ നിധിദ്രവ്യങ്ങൾ കവർന്നെടുത്തു. 1802 ഒക്ടോബർ 6 ന് പഴശ്ശിയുടെ വലംകൈയായ എടച്ചന കുങ്കൻ, കുപ്പത്തോടു ദേശത്തെ കുറിച്യരെ അണിനിരത്തി. തുടരെത്തുടരെ ഒട്ടേറെ സംഘട്ടനങ്ങൾ അഗ്നിപരീക്ഷകൾ. പഴശ്ശിയെ അമർച്ച ചെയ്യാൻ തലശ്ശേരിയിൽ നിന്ന് വയനാടൻ ചുരം താണ്ടിയെത്തിയ 33 ബ്രിട്ടീഷ് പട്ടാളകമ്പനികൾ വയനാടൻ മലകൾ അരിച്ചുപെറുക്കി. പഴശ്ശിപ്പടയെ നിരന്തരം വേട്ടയാടി ആ കൂട്ടായ കടന്നാക്രമണത്തിൽ വശം കെട്ട് പഴശ്ശി സിംഹം വയനാടൻ മലകളിലെ പുൽപ്പള്ളി വനാന്തരത്തിൽ ഒതുങ്ങിക്കൂടി. 1805 നവംബർ 30 ലെ ഉഗ്രസംഘട്ടനത്തിൽ, ബ്രിട്ടീഷ് പട്ടാളത്തിന്റെ പിടിയിലകപ്പെടുമെന്ന ഘട്ടമായപ്പോൾ ആ ധീരദേശാഭിമാനി പുൽപ്പള്ളിയിലെ മാവിലായി തോട്ടത്തിൽ വച്ച് സ്വയം ജീവനൊടുക്കി. അതല്ല, പഴശ്ശി ബ്രിട്ടീഷ് പട്ടാളക്കാരന്റെ വെടിയേറ്റാണു മരിച്ചതെന്ന ഒരു ഭിന്നാഭിപ്രായവുമുണ്ട്. ബദ്ധ ശത്രുവാണെങ്കിലും ദേശാഭിമാനിയും ധീരോദാത്തനുമായ പഴശ്ശിയുടെ മഹനീയമായ വ്യക്തിത്വത്തിൽ ആകൃഷ്ടനായ ബ്രിട്ടീഷ് സൈന്യാധിപൻ സുശക്തമായ സൈനിക അകമ്പടികളോടെ പഴശ്ശിയുടെ ഭൗതികശരീരം മാനന്തവാടിയിൽ കൊണ്ടുവന്ന് ഹൈന്ദവാചാരപ്രകാരം, ബ്രാഹ്മണരുടെ കാർമ്മികത്വത്തിൽ താഴെ അങ്ങാടിയിൽ രാജോചിതമാം വിധം സംസ്കരിച്ചു. അന്ന് ബ്രിട്ടീഷുകാർ പഴശ്ശിക്കായി നിർമ്മിച്ച ശവക്കല്ലറയും കല്ലറയെ ചുറ്റിപ്പൊതിഞ്ഞു നില്ക്കുന്ന വടവൃക്ഷവും മാനന്തവാടി ടൗണിനു സമീപം കാണാം.

പഴശ്ശി സ്മാരകം

1970 കാലഘട്ടം. മാനന്തവാടി ടൗണിനു സമീപം മുകൾ ഭാഗത്തുള്ള ആശുപത്രിക്കു പിന്നിൽ സ്കൂളിനു സമീപമുള്ള കുറ്റിക്കാടുകളിലൂടെ തപ്പിത്തടഞ്ഞ് മുന്നോട്ടു നീങ്ങിയപ്പോൾ ആദ്യം കാണാൻ കഴിഞ്ഞത് കുറ്റിക്കാടുകൾക്കിടയിൽ ഒരു കാട്ടുമരത്തിന്റെ ചുവട്ടിൽ കേരളസിംഹം പഴശ്ശിരാജാവിന്റെ അസ്ഥിത്തറ ഒറ്റപ്പെട്ട് അവഗണിക്കപ്പെട്ട നിലയിൽ കിടക്കുന്നതാണ്. കുറ്റിച്ചെടികൾക്കുള്ളിലൂടെ പ്രയാസപ്പെട്ടു നടന്ന് ആ ആൽമരച്ചോട്ടിലെത്തി. ആ കൽത്തറയെ വിഴുങ്ങിക്കൊണ്ട് നാലു ചുറ്റിലും പൊതിഞ്ഞു വളർന്ന് അമർന്നു നില്ക്കുന്ന അരയാൽ, അതിന്റെ വിസ്തൃതമായ ചോട്ടിൽ സൂക്ഷിച്ചു നോക്കിയാൽ കാണാം. തായ്ത്തടികൾക്കിടയിലെ വിടവുകളിലൂടെ ഒളിഞ്ഞുനോക്കുന്ന സ്മാരകശിലകൾ. നൂറ്റാണ്ടുകൾ പഴക്കമുള്ള ആ സ്മാരകം തികച്ചും തിരോഭൂതമാകാൻ അധികകാലം വേണ്ടിവരികയില്ലെന്ന് തോന്നി. സത്യത്തിൽ അന്ന് ആ പഴശ്ശി സ്മാരകാശ്വത്ഥത്തിന്റെ ചോട്ടിൽ

നില്ക്കെ വലിയ മനഃക്ലേശം തോന്നി. (ആ സ്ഥലത്ത്, പഴശ്ശിക്ക് സമുചിതമായ സ്മാരകം നിർമ്മിക്കാൻ ഗവൺമെന്റ് നടപടികൾ സ്വീകരിച്ചതായി അറിയാൻ കഴിഞ്ഞു)

ഇനി, മാനന്തവാടിയെന്ന വിഷകന്യകയെ അടുത്തു നിന്ന് കാണാൻ ശ്രമിക്കാം. അപ്പുറത്തുള്ള മൈസൂറിലെ ഗൗഡന്മാരും ഇപ്പുറത്ത് തലശ്ശേരിയിലെ നായന്മാരും കോഴിക്കോട്ടെ മുസ്ലീങ്ങളും തെക്ക് തിരുവിതാംകൂറിൽനിന്നുള്ള ക്രിസ്ത്യാനികളും പാത്തും പതുങ്ങിയും ആ കന്യാസവിധത്തിലെത്തി. (എസ് കെ പൊറ്റക്കാടിന്റെ *വിഷകന്യക* എന്ന നോവൽ ഓർക്കുക) ആദ്യം കൈയിൽ കിട്ടിയവരെയൊക്കെ അവൾ ശക്തിയോടെ ഞെരിച്ച് മണ്ണിലെറിഞ്ഞ് ആർത്തട്ടഹസിച്ചു. മറ്റുള്ളവർ ഭയാക്രാന്തരായി പിൻതിരിഞ്ഞോടി. പക്ഷേ, തെക്കുനിന്നുംവന്ന മാപ്പിളമാർ (ചേട്ടന്മാർ) നാട്ടിൽ തങ്ങൾക്കുള്ളതെല്ലാം വിറ്റുപെറുക്കി സകുടുംബം വയനാടൻ ചുരം കടന്നെത്തിയത് വനകന്യകയെ കൈക്കലാക്കാനാണ്. വന്നപ്പോഴാണ് അവൾ വിഷകന്യകയാണെന്നറിയുന്നത്. എങ്കിലും പിന്മാറാൻ കൂട്ടാക്കിയില്ല. മരിക്കുന്നെങ്കിൽ മരിക്കട്ടെ, മരിച്ചു, നൂറുകണക്കിനല്ല ആയിരക്കണക്കിന്. ആ മലമണ്ണിൽ മലമ്പനി പിടിച്ചും ദുഷ്ടമൃഗങ്ങളുടെ ആക്രമണമേറ്റും മരിച്ചുവീണു. എന്നിട്ടും അവർ പിന്മാറിയില്ല. വിഷകന്യകയുടെ ഭള്ളു ശമിപ്പിക്കാൻ ശാസ്ത്രം നല്കിയ പുതിയ ആയുധങ്ങളും (മലമ്പനിക്കുള്ള പുതിയ മരുന്നുകൾ) വീശി അവർ പ്രതികാരബുദ്ധിയോടെ മുന്നോട്ടാഞ്ഞു. വിഷകന്യക ദുർബ്ബലയായി, നിസ്സഹായയായി, ദർപ്പമടക്കി നിശ്ചലം കിടന്നു.

കുടിയേറ്റക്കാർ

വിജിഗീഷുക്കളായ കുടിയേറ്റക്കാർ വയനാടൻ ഭൂമിയെ കടന്നാക്രമിച്ചു. കാടുകൾ വെട്ടിത്തെളിച്ചു. കന്നിമണ്ണ് കിളച്ചു മറിച്ച് വിത്തിറക്കി. ചെറിയ മലമ്പനിയൊന്നും ഗണ്യമാക്കിയില്ല. ദുഷ്ടമൃഗങ്ങളോട് അവിരാമം പൊരുതി. കാട്ടിനുള്ളിൽ കുടിലുകെട്ടി അന്തിയുറങ്ങി. അപ്പോഴൊരാഗ്രഹം. വല്ലപ്പോഴുമെങ്കിലും നാട്ടിലൊന്നു പോകണ്ടേ? ജീവിക്കാനാവശ്യമായ സാധനങ്ങൾ വേണ്ടേ?

അങ്ങനെ, കാട്ടിനുള്ളിൽ റോഡുകളുണ്ടായി. റോഡുകൾ ഒന്നിക്കുന്ന കവലയിൽ ചന്തയുണ്ടായി. കോഴിക്കോട്ടുനിന്നു വന്ന മുസ്ലീങ്ങൾ ജങ്ഷൻ കൈയടക്കി. പീടികകൾ പണിതുയർത്തി. കച്ചവടത്തിന്റെ കുത്തകക്കാരായി. നെല്ലോ തേയിലയോ കുരുമുളകോ കുറഞ്ഞ വിലയ്ക്കു വാങ്ങി കോഴിക്കോട്ടോ മറ്റുപട്ടണങ്ങളിലോ കൊണ്ടുപോയി കൂടിയ വിലയ്ക്കു വില്ക്കാം. വീർത്തകീശകൾ സ്വന്തംനാട്ടിൽ നിക്ഷേപിച്ച് വീണ്ടും വയനാട്ടിലെത്തി, കച്ചവടം തുടരാം. ഇന്നും ആ പ്രക്രിയ തുടരുന്നു.

പണ്ട് വയനാടു വാണിരുന്ന വേടരാജാവിനെ തോല്പിച്ചോടിക്കാൻ നാട്ടിലെ രാജാക്കന്മാർ കിണഞ്ഞു ശ്രമിച്ചു. കോട്ടയം രാജാവ് കുറുമ്പ്രനാട്ട് രാജാവിന്റെയും കുമ്പള രാജാവിന്റെയും പിൻബലത്തോടെ വയനാട് ആക്രമിച്ചു കീഴടക്കി. എന്നിട്ട് വയനാടിന്റെ ഭരണം കുറേ നായർപ്രമാണിമാരെ ഏല്പിച്ചുവത്രെ. പിന്നെല്ലാം ആ നാട്ടുപ്രമാണിമാരുടെ ഭരണമായിരുന്നു. ഭരിക്കേണ്ടതോ? ചാട്ടും പൂട്ടുമില്ലാത്ത കാടന്മാരെ, ഗിരിവർഗ്ഗക്കാരെ. പക്ഷേ, ഭരണം എത്ര എളുപ്പം! ഭരിക്കുന്നവർക്കു ബുദ്ധിയുണ്ട്. മലമണ്ണ് വെറുതെ കിടക്കുകയല്ലേ? ഈ കാടന്മാർക്ക് മറ്റു പണി എന്താണ്? മണ്ണുകിളയ്ക്കട്ടെ. വിത്തു വിതയ്ക്കട്ടെ. കൊയ്തു കയറ്റട്ടെ. നമ്മുടെ അറകൾ നിറയ്ക്കട്ടെ. അവറ്റയ്ക്കു വല്ല കാട്ടുകിഴങ്ങും മതിയല്ലോ. വേണമെങ്കിൽ ദിവസത്തിലൊരുനേരം കല്ലരിക്കഞ്ഞിക്കുള്ള വക കൊടുക്കാം. അതാണവരുടെ മനഃസ്ഥിതി. അങ്ങനെ തരിശുഭൂമികൾ കുറേയൊക്കെ വിളനിലമായി. പിന്നെയും സ്വന്തം അധികാരാതിർത്തിയിൽപ്പെട്ട കാട് പരന്നു കിടക്കുകയല്ലേ. അവയുടെ അതിർത്തി ഏതെന്നുപോലും ജന്മിമാർക്കു തിട്ടമില്ല. ഗിരിവർഗ്ഗക്കാർക്കു കൂട്ടത്തോടെ പാർക്കാൻ കുറേ സ്ഥലം കൊടുക്കും. അവർ അതിനു ചുറ്റുമുള്ള കാട് വെട്ടിത്തെളിച്ച് കൃഷിയിറക്കി. ഭൂമി തെളിഞ്ഞു വരുമ്പോൾ അത് കൈവശമാക്കും. അവർക്ക് കാട്ടിൽമറ്റൊരു സ്ഥലം ചൂണ്ടിക്കാട്ടുകയല്ലേ വേണ്ടൂ. കാര്യം ഭദ്രം. ജന്മിത്തമ്പുരാക്കന്മാർ വയനാട് അടക്കിവാണു.

ടിപ്പുവിന്റെ മരുന്നറ

ജങ്ഷനിൽനിന്ന് ഇടത്തോട്ട് ഏതാണ്ട് മൂന്നുനാലു ഫർലോങ് നടക്കുക, അവിടെയും ചരിത്രസ്മാരകം കാണാം. ത്രികോണാകൃതിയിൽ എട്ടുപത്തടി പൊക്കമുള്ള ഒരു അറ. ടിപ്പുവിന്റെ മരുന്നറയാണത്. വെടിക്കോപ്പുശാല. ദൃഢനിർമ്മിതമെങ്കിലും അതു തല്ലിപ്പൊളിക്കാൻ ആരോപാടുപെട്ട് ശ്രമിച്ചിട്ടുണ്ട്. പക്ഷേ എളുപ്പം പൊളിയുന്ന മട്ടല്ല. റവന്യൂ ഡിപ്പാർട്ടുമെന്റിന്റെ കൈവശമായിരുന്ന ആ സ്ഥലം പില്ക്കാലത്ത് പൊതുമരാമത്തു വകുപ്പിന് കൈമാറ്റം ചെയ്യപ്പെട്ടു. അവരത് ആർക്കോ വിറ്റു. പതിനേഴ് രൂപയ്ക്ക്. ടിപ്പുവിന്റെ മരുന്നറയക്കു വില വെറും പതിനേഴു രൂപ!

പ്രകൃതിഭംഗിയെ സംബന്ധിച്ചിടത്തോളം ആനന്ദവാടി തന്നെയാണ് മാനന്തവാടിയും സമീപഗ്രാമങ്ങളും. പക്ഷേ, ജീവിതപ്രശ്നങ്ങളെ സംബന്ധിച്ചിടത്തോളം മറിച്ചാണനുഭവം. സമുദ്രനിരപ്പിൽനിന്ന് അയ്യായിരം അടിയോളം ഉയർന്നുകിടക്കുന്ന മലകൾ. നട്ടുച്ചയ്ക്കും പുതച്ചു നടക്കാൻ പ്രേരിപ്പിക്കുന്ന

തണുപ്പ്. നിമിഷംകൊണ്ട് മുഖം കറുക്കുന്ന ആകാശം. ഇടയ്ക്കിടയ്ക്ക് കോരിച്ചൊരിയുന്ന മഴയേറ്റ് സദാ ഈർപ്പം മാറാത്ത മലമണ്ണ്. ആ മലയോരങ്ങളിൽ, ഉൾപ്രദേശങ്ങളിൽ ചെന്നെത്തണമെങ്കിൽ ഇന്നും ഭൂരിഭാഗവും കാൽനടതന്നെ വേണം. കുടിയേറ്റക്കാർ കയറിക്കയറി കാടിന്റെ കരളിലോളം ചെന്നെത്തിയിട്ടുണ്ട്. കാടുവെട്ടിത്തെളിച്ച് കൃഷിയിറക്കി സ്വന്തം ജീവിതം കരുപ്പിടിപ്പിക്കുന്ന സാഹസബുദ്ധി. ഇന്ന് മാനന്തവാടി ബസ്സാറിൽ ചെന്ന് സാധനങ്ങളുടെ വില തിരക്കി നോക്കൂ. വലിയ നഗരങ്ങളിലേതിനേക്കാൾ വിലകൂടുതലാണെല്ലാറ്റിനും. മലമുകളിലെ ആ ടൗണിൽ ഉപ്പുതൊട്ടു കർപ്പൂരംവരെ കിട്ടും. ചോദിക്കുന്ന വില കൊടുത്താൽ മതി.

കുറിച്യർ, പണിയർ, അടിയർ, പുലയർ എന്നിവരാണ് വയനാട്ടിലെ ആദിവാസികൾ. കുറിച്യരാണ് കൂട്ടത്തിൽ മുന്തിയവർ. അവർ ആഢ്യത്വം സ്വയം നടിക്കുന്നവരാണ്. മാത്രമല്ല, നാട്ടിലെ സവർണ്ണരെപ്പോലും തൊട്ടുതീണ്ടാൻ ഇഷ്ടപ്പെടാത്തവരും, സ്വന്തമായി കുറച്ചെങ്കിലും കൃഷിയുള്ളവരും കുറിച്യർ തന്നെ. പഴശ്ശി രാജാവിന്റെ പടയാളികളായിരുന്നെന്ന് വിശ്വസിക്കപ്പെടുന്ന കുറിച്യർ വില്ലാളിവീരന്മാരാണ്. കാട്ടിനുള്ളിലോ വയൽക്കരയിലോ എട്ടും പത്തും കുടുംബങ്ങൾ ഒന്നിച്ച് ഒരേ മുറ്റത്ത് കുടിലുകൾ കെട്ടി പാർക്കുന്നു. സ്വന്തമായി അദ്ധ്വാനിച്ച്, കഴിയുന്നത്ര പരാശ്രയം കൂടാതെ ജീവിക്കണമെന്നു മോഹമുള്ള ഒരേയൊരു ഗിരിവർഗ്ഗക്കാർ കുറിച്യരാണ്.

പണിയർ കൃഷിത്തൊഴിലാളികൾ തന്നെ. സ്വന്തമായി കാൽസെന്റ് ഭൂമിയോ സ്ഥിരമായ ഒരു പാർപ്പിടമോ അവർക്കുണ്ടായെന്നുവരില്ല. ജന്മിയുടെ ആജ്ഞാനുവർത്തിയായി പകലന്തിയോളം അദ്ധ്വാനിക്കുന്ന കൂട്ടരാണിവർ. അടിയരും കൃഷിപ്പണിക്കാർ തന്നെ. കുടകിനോടു ചേർന്നു കിടക്കുന്ന മലകളിലാണ് അവർ അധികവും.

കടുംനിറമുള്ള ഒരു ചേല, മുണ്ടായും മേൽമുണ്ടായും പ്രത്യേക രീതിയിൽ ചുറ്റി വയലിലോ തോട്ടങ്ങളിലോ പണിയെടുക്കുന്ന ഗിരിവർഗ്ഗ സ്ത്രീകളും കഷ്ടിച്ച് നഗ്നത മറച്ച് പാടത്തും പറമ്പിലും അദ്ധ്വാനിക്കുന്ന ആണാളും എല്ലാം ജന്മിയുടെ ഔദാര്യത്തിൽ ജീവിക്കുന്നു. ഇവർ മഞ്ഞും മഴയും വെയിലും സഹിച്ച് അദ്ധ്വാനിക്കുന്നതിന്റെ ഫലം അനുഭവിക്കുന്നത് ജന്മിമാരാണ്. അക്ഷരാഭ്യാസമില്ല, കുളിയില്ല, മറ്റു ജീവിത സൗകര്യങ്ങളെ പറ്റി ചിന്തയില്ല. ആരോഗ്യത്തെപ്പറ്റി യാതൊരു നിഷ്ഠയുമില്ല. ദൈവകോപം മൂലമാണ് സുഖക്കേടുണ്ടാകുന്നതെന്ന് കരുതുന്ന ഗിരിവർഗ്ഗക്കാർ മരുന്നിനെക്കാൾ മന്ത്രവാദങ്ങൾക്കു മുൻഗണന നല്കുന്നു. അന്ധവിശ്വാസങ്ങളിലേക്കും അനാചാരങ്ങളിലേക്കും അവരെ വരിഞ്ഞുകെട്ടി നിർത്തുന്ന നാട്ടുമൂപ്പന്മാരുണ്ട്. പുറത്ത് എന്തു നടക്കുന്നെന്ന് അവർ ശ്രദ്ധിക്കാറില്ല. പുതിയ ജീവിതമെന്തെന്ന് അവർ കണ്ടുതുടങ്ങിയതുതന്നെ കുടിയേറ്റക്കാരുടെ വരവോടെയാണ്. മാറിമാറി വന്ന സർക്കാരുകൾ ഗിരിവർഗ്ഗ ക്ഷേമത്തിനായി പല പരിപാടികളും ആവിഷ്കരിച്ചെങ്കിലും അവയൊന്നും തന്നെ ഉദ്ദേശിച്ച ഫലം ഉണ്ടാക്കിയില്ല.

കുടിയേറ്റം-നന്മയ്ക്കും തിന്മയ്ക്കും

അദ്ധ്വാനശീലരും പരിഷ്കൃത ജീവിതമോഹികളുമായ കുടിയേറ്റക്കാർ കാട്ടിടകളിൽ സ്ഥിരവാസമുറപ്പിച്ചതോടെ വയനാട്ടിലെ ആദിവാസികളുടെ കഷ്ടകാലം പിറന്നു. അവന്റെ കൃഷിയിടങ്ങൾ അന്യാധീനമായി. സംസ്കാര സവിശേഷതകൾക്ക് വിഘാതം നേരിട്ടു. അവന്റെ സ്വച്ഛന്ദ ജീവിതത്തിന് തടസ്സം നേരിട്ടു. അവന്റെ കായികശക്തി കൂടുതൽ ചൂഷണം ചെയ്യപ്പെട്ടു തുടങ്ങി. ഈ ലോകത്ത് എഴുത്തും വായനയുമൊക്കെയുണ്ടെന്നും വസ്ത്രങ്ങളുണ്ടെന്നും നല്ല ആഹാരപദാർത്ഥങ്ങളുണ്ടെന്നും അസുഖങ്ങൾ മാറാൻ മരുന്നുകളുണ്ടെന്നും അവർ അറിയാൻ തുടങ്ങി. വികസന പ്രവർത്തകരും അവിടെയെത്തിച്ചേർന്നു. അപ്പോൾ വയനാട്ടിലെ ആദിവാസികളുടെ ജീവിതത്തിൽ ശുഭസൂചകമായ പല ചലനങ്ങളുമുണ്ടായി. പക്ഷേ, മുമ്പിൽ കാണുന്ന മരുപ്പച്ചയിലേക്കു നീങ്ങാൻ മുന്നോട്ടായുന്ന ആദിവാസികളുടെ കാലുകൾ ബന്ധിതങ്ങളാണിന്നും. അവനു സ്വന്തമായി ഭൂമിയില്ല, അറിവില്ല, പുരോഗതിയിലേക്കുള്ള അവന്റെ മുന്നേറ്റത്തെ തടസ്സപ്പെടുത്തുന്ന മറ്റു തടസ്സങ്ങൾ നൂറ് നൂറ്.

പിന്നെ ആരെത്ര നല്ലതു പറഞ്ഞാലും അതുടനെ അങ്ങ് വിശ്വസിക്കാനുള്ള മനഃസ്ഥിതി ആദിവാസിക്കില്ല. വലിയവരെ എങ്ങനെ വിശ്വസിക്കും. അവരുടെ വഞ്ചനകളുടെ കഥകൾ പലതും അവനറിയാം. ചാരായം മോന്തി രസിച്ചിരിക്കുന്ന ജന്മിയുടെ പാനാസക്തി അവനെ പിടികൂടി. കൂലി കിട്ടുന്ന നെല്ലുവിറ്റും കുടിക്കാൻ അവനു മടിയില്ല. നാട്ടിൽ നിന്നെത്തിയവരുടെ കള്ളവും ചതിയുമൊക്കെ ആദിവാസികളും കുറേശ്ശ പഠിച്ചുതുടങ്ങിയിട്ടുണ്ട്.

കുറിച്യർ തിങ്ങിപ്പാർക്കുന്ന സ്ഥലമാണ് കുറിച്യന്റെ മുറ്റം ഒരു മുറ്റത്ത് ജ്യേഷ്ഠാനുജന്മാരും ബന്ധുക്കളുമുൾപ്പെടെ ശാഖോപശാഖകളായി നൂറംഗങ്ങളെങ്കിലും കാണും. അവിടെ കുടുംബാംഗങ്ങൾ ഒന്നിച്ച് പണിയെടുത്ത് ഒന്നിച്ച് വിളവെടുത്ത് ഒരിടത്തു കൂടുന്നു. പാചകവും ഭക്ഷണവുമെല്ലാം ഒന്നായി തന്നെ. ഒരു നേരത്തെ ഭക്ഷണമാണ് പ്രധാനം. രാവിലെ മുത്താറി (തിന) കൊണ്ടുള്ള ഭക്ഷണം കഴിച്ചുകൊണ്ട് പണിക്കിറങ്ങും. പല കൊച്ചുകൊച്ചു

കുടുംബങ്ങളുള്ള ഈ കൂട്ടുകുടുംബത്തിലെ സ്വത്തുക്കളെല്ലാം മൂപ്പന്റെ പേർക്കായിരിക്കും. അതനുസരിച്ച് ലെവിയളന്നു കഴിഞ്ഞാൽ പിന്നെ കഞ്ഞി വെക്കാനൊന്നും കാണുകയില്ല. പക്ഷേ, നിയമത്തിന്റെ അളവുകോലിനുണ്ടോ പക്ഷാഭേദം? ആ സ്ഥിതിയൊക്കെ ഇന്നു മാറിക്കഴിഞ്ഞു.

കോഴിക്കോട്ടുനിന്ന് എഴുപതു മൈലോളം പോയാൽ; തലശ്ശേരിയിൽ നിന്ന് അമ്പതു മൈൽ തെക്കു കിഴക്കു ചെന്നാൽ മാനന്തവാടിയിലെത്താം. അതിവിസ്തൃതമായ വയനാടു താലൂക്കിന്റെ വടക്കെ അതിർത്തി തിരുനെല്ലിമലകളാണ്. അതിർത്തിക്കപ്പുറം പഴയ കുടകിന്റെയും ഇന്നത്തെ മൈസൂറിന്റെയും അംശങ്ങളാണ്. കിഴക്കനതിർത്തിയും മൈസൂർ തന്നെ. തെക്ക് തെക്കേവയനാടും വടക്ക് കുറുമ്പ്രനാട് (വടകര) താലൂക്കുമാണ്. താലൂക്കിന്റെ ആസ്ഥാനമായ മാനന്തവാടി പ്രസ്തുത പഞ്ചായത്തിന്റെയും ആസ്ഥാനമാണ്. താലൂക്കിന്റെ ഏതാണ്ടു മദ്ധ്യഭാഗമാണ് ആ പഞ്ചായത്തു പ്രദേശങ്ങൾ. മാനന്തവാടി പഞ്ചായത്തിന്റെ ടൗൺ പ്രദേശങ്ങൾ വിട്ട് ചുറ്റും കടന്നാലോ? അസ്സൽ വയനാടു തന്നെ. പരിഷ്കാരത്തിന്റെ പൊടി പോലും പിന്നെ കാണാൻ കഴിയുകയില്ല. ഇടുങ്ങിയ കാട്ടുവഴികളിലൂടെ ഉള്ളിലേക്കു കടക്കുമ്പോഴണ് ഗിരിവർഗ്ഗക്കാരുടെ താവളങ്ങൾ കൂടുതലായി കണ്ടുതുടങ്ങുന്നത്. മാനന്തവാടിപ്പുഴ (കബനി നദി) മാനന്തവാടി പഞ്ചായത്തിന്റെ തെക്കുഭാഗത്തുകൂടി കടന്നുപോകുന്നു. മാനന്തവാടി ടൗൺപ്രദേശം വിട്ടാൽ കാടുകളും എസ്റ്റേറ്റുകളും കൃഷിയിടങ്ങളും എല്ലാമായി ഹരിതഭരിതമായ വയനാടിന്റെ തനിരൂപമായി വലിയ ചില തേയില എസ്റ്റേറ്റുകളും കുറെ ചെറിയ എസ്റ്റേറ്റുകളും അതുകഴിഞ്ഞാൽ കുടിയേറ്റക്കാരുടെ കൃഷിയിടങ്ങളും കൊടുങ്കാടുകളുമാണ്.

സവിശേഷ പ്രശ്നങ്ങൾ

വിദൂരഗ്രാമങ്ങളിൽനിന്ന് വയനാട്ടിലെത്തി ഏതെങ്കിലുമൊരു ജന്മിയിൽനിന്ന് എട്ടോപത്തോ ഏക്കർ കാടു വാങ്ങി വെട്ടിത്തെളിച്ച് കൃഷിയിറക്കിയവരാണ് പുതിയ കൃഷിക്കാർ. പത്ത് ഏക്കർ നൂറ് ഏക്കറായി വർദ്ധിപ്പിച്ചവരും അത് നഷ്ടപ്പെട്ട് നിരാലംബരായി തെണ്ടിത്തിരിഞ്ഞവരുമുണ്ട്. കുടിയേറ്റക്കാർ നൂറ്റാണ്ടുകളായി തരിശുകിടന്ന വനഭൂമിയിൽ നെല്ലും കപ്പയും കാച്ചിലും മാത്രമല്ല കുരുമുളകും റബ്ബറും തേയിലയുമെല്ലാം വൻതോതിൽ വച്ചുപിടിപ്പിച്ചു. അങ്ങനെ, വയനാടെന്ന ഘോരകാനനത്തെ വയൽനാടാക്കി മാറ്റിയതും അവർ തന്നെ. വയനാടിനെ സംബന്ധിച്ചിടത്തോളം നവംബർ, ഡിസംബർ, ജനുവരി, മാസങ്ങളാണ് നല്ലകാലം. മിക്ക കൃഷികളുടെയും വിളവെടുപ്പുകാലം.

വയനാട്ടിലെ സാധാരണ കൃഷിക്കാരൻ മിക്കപ്പോഴും കടക്കാരനാണ്. വിളവെടുക്കുന്നതോടെ കടം വീട്ടുന്നു. രണ്ടോ മൂന്നോ മാസം സമൃദ്ധിയായി കഴിയുന്നു. പിന്നീടങ്ങോട്ട് കൃഷിയിറക്കാനും ദൈനംദിന ചെലവുകൾക്കും കൊള്ളപ്പലിശയ്ക്ക് പണം കടം കൊള്ളും. നെല്ല് കടമായി വാങ്ങിയാലും ഫലം തഥൈവ. ഇടത്തരം ജന്മിയുടെ സ്ഥിതി ഇതാണെങ്കിൽ കൃഷിപ്പണിക്കാരായ പണിയരുടെയും അടിയരുടെയും സ്ഥിതി ഊഹിക്കാമല്ലോ. അവനെ ചൂഷണം ചെയ്യാൻ കാത്തിരിക്കുകയാവും മറ്റൊരു കൂട്ടർ. പണിയന് കച്ചവടക്കാരനായ ചെട്ടിയാനെ (മുസ്ലിം) വലിയ വിശ്വാസമാണ്. കൊയ്തുകിട്ടുന്ന നെല്ലുമായി അവർ നേരെ നടക്കുന്നത് ചെട്ടിയാന്റെ ചായപ്പീടികയിലേക്കായിരിക്കും. വഴിക്ക് ആരെങ്കിലും കൂടുതൽ വില പറഞ്ഞാലും കൊടുക്കാത്ത നെല്ല് കുറഞ്ഞ വിലയ്ക്കായാലും ചെട്ടിയാനു കൊടുത്തെന്നു വരും. കാട്ടിൽനിന്നും ശേഖരിച്ചുകൊണ്ടു വരുന്ന വിറക് ആയാലും കഥ ഇതുതന്നെ. കിട്ടുന്ന കാശിന് കരിഞ്ചായയും മധുര പലഹാരവും വാങ്ങിത്തിന്ന് വിസ്തരിച്ചൊന്നു മുറുക്കി സംതൃപ്തനായി മടങ്ങും. കൊയ്ത്തുകാലങ്ങളിൽ പാടത്തിന്റെ കരകളിൽ തന്നെ ചെറ്റകൾ കെട്ടിയുയർത്തിയുള്ള ചായപ്പീടികകളിൽ തിരക്കിട്ട് കച്ചവടം നടക്കും.

ഇന്ന് മാനന്തവാടി പഞ്ചായത്തിലെയും പൊതുവേ വയനാട്ടിലെയും ജനങ്ങളിൽ ഗണ്യമായ വിഭാഗം ക്രിസ്ത്യാനികളാണ്. നായരും തീയ്യരുമാണ് പിന്നെ. സമൂഹത്തിലെ താഴ്ന്നതലത്തിലാണ് പണിയർ, അടിയർ, കുറിച്യർ തുടങ്ങിയവർ. അവർ വയനാടൻ ഭൂമിയെ ആശ്രയിച്ചുകഴിയുന്നു. മറ്റു തൊഴിൽ സൗകര്യങ്ങളൊന്നുമില്ല.

വയനാട്ടിലെ മനുഷ്യജീവികൾ വലിയവരായാലും ചെറിയവരായാലും മനുഷ്യരായി ജീവിക്കാൻ പഠിച്ചുതുടങ്ങുന്നത് തിരുവിതാംകൂറുകാരായ കുടിയേറ്റക്കാരുടെ വരവോടെയാണെന്ന വസ്തുത ആരും സമ്മതിക്കും. കുടിയേറ്റക്കാർക്കും ആ ഭൂമി സ്വന്തം നാടായി. ഇവിടെ വയനാടിന്റെ മറ്റൊരു ദുരവസ്ഥയും നാം ശ്രദ്ധിക്കേണ്ടതുണ്ട്. എത്ര പിന്നോക്കാവസ്ഥയിൽ കഴിയുന്ന ഗ്രാമങ്ങളിലും സ്വന്തം നാടു നന്നാവണമെന്നാർത്തിയുള്ള തദ്ദേശവാസികളുടെ നിരന്തരശ്രമഫലമായി പല മാറ്റങ്ങളുമുണ്ടാകാറുണ്ട്. പക്ഷേ, വയനാടിനെ സംബന്ധിച്ചാണെങ്കിലോ? തദ്ദേശീയർ, അവിടെ ജനിച്ചുവളർന്ന ഗിരിവർഗ്ഗക്കാരാണ്. മൃഗസമാനം ജീവിച്ചുവന്നിരുന്ന അജ്ഞരായ അക്കൂട്ടരിൽ നാടുനന്നാക്കാനുള്ള ആഗ്രഹമൊന്നും നാമ്പിടുക സാദ്ധ്യമല്ല. പിന്നെ അതിനു കഴിവുള്ളവരും സൗകര്യമുള്ളവരും കോഴിക്കോട്ടുനിന്നും വയനാട്ടിലെത്തി കച്ചവടം ചെയ്യുന്ന കൂട്ടരാണ്. അവരാകട്ടെ കച്ചവടത്തിലൂടെ കിട്ടുന്ന

സമ്പത്തെല്ലാം നാട്ടിലെത്തിച്ച് നാട്ടിൽ അവരുടെ നില ഭദ്രമാക്കുകയാണ് ചെയ്തത്. അവസാനം വന്ന തിരുവിതാംകൂറുകാർക്കാണ് വയനാടിനോട് കുറച്ചെങ്കിലും ദേശസ്നേഹം തോന്നിയത്. സ്വാർത്ഥതയിൽ നിന്നാണെങ്കിലും.

മാനന്തവാടി ജങ്ഷനു ചുറ്റും പള്ളികളും പള്ളിക്കൂടങ്ങളും പലതുണ്ട്. ഇങ്ങനെ ഉയർന്നുവന്ന വിദ്യാലയങ്ങൾ വയനാടിന്റെ വിജ്ഞാന സമ്പാദന വ്യഗ്രതയുടെ സൂചനയാണ്. വായനശാലകളും കുറവല്ല.

വള്ളിയൂർക്കാവിലേക്ക്

വയനാട്ടിലെ സുപ്രധാനമായ വള്ളിയൂർക്കാവിലേക്ക് കടക്കാം. (1970 കളിലെ കാഴ്ച) കവലയിൽനിന്നും കഷ്ടിച്ച് രണ്ടുനാഴിക ദൂരമേയുള്ളൂ. കിഴക്കോട്ടുള്ള പ്രധാന റോഡിൽനിന്ന് ഒരു കാട്ടുറോഡ് തിരിയുന്നുണ്ട്. വീതി കുറഞ്ഞ കുണ്ടും കുഴികളും നിറഞ്ഞ റോഡാണ്. കയറിയും ഇറങ്ങിയും ആ റോഡ് നെൽപ്പാടങ്ങൾക്കു മദ്ധ്യേകൂടി കടന്നുചെല്ലുമ്പോൾ ചെറിയ വാഹനങ്ങൾക്ക് കഷ്ടിച്ചുകടക്കാവുന്ന ഒരു മരപ്പാലം കാണാം. വള്ളിയൂർക്കാവിലേക്ക് പിന്നെ അധിക ദൂരമില്ല. തുണ്ടുതുണ്ടായി കിടക്കുന്ന ആ വയനാടൻ വയലേലകൾക്കു മദ്ധ്യേകൂടി ഒരു കൊച്ചു കാട്ടരുവി കുണുങ്ങിയൊഴുകുന്നു. വലിയൊരു റോഡിന്റെ വീതിയേയുള്ളൂ.

ഞങ്ങളുടെ ജീപ്പ് അരുവിക്കരയിൽനിന്നു വിശാലമായ വെളിമ്പ്രദേശത്തേക്കു കയറി. കൊയ്ത്തൊഴിഞ്ഞ പാടങ്ങൾ. അവിടെ അരയാലുകളുടെ അകമ്പടിയോടെ പഴയൊരു ക്ഷേത്രം. അത്രയകലെയല്ലാതെ പുല്ലുമേഞ്ഞ പണിയക്കുടിലുകൾ. പക്ഷേ, വള്ളിയൂർക്കാവിന്റെ കിഴക്കെ അമ്പലം മാത്രമാണത്. മുന്നിലുള്ള പുൽപ്പടർപ്പിലൂടെ മുകളിലേക്ക് ഒരു വഴിത്താരയുണ്ട്. കഷ്ടിച്ച് 100 മീ ദൂരമേവരൂ. താഴെ പുൽപ്പരപ്പിൽനിന്ന് നോക്കുമ്പോൾ തന്നെ വൃക്ഷലതാദികളിടതൂർന്ന കാവുകളുടെ മദ്ധ്യത്തിൽ ഒരമ്പലം. കുത്തനെയുള്ള ആ കുന്നിൻചരിവ് കയറിച്ചെല്ലുമ്പോൾ സാക്ഷാൽ വള്ളിയൂർക്കാവുഭഗവതിയുടെ തിരുമുമ്പിലെത്തുകയായി.

ഉച്ചപൂജയ്ക്കു മണിയടിച്ചു. തുറസ്സായ സ്ഥലത്തെ മേൽക്കൂരയില്ലാത്ത ശ്രീകോവിൽ തുറക്കപ്പെട്ടു. നെയ്ത്തിരികളുടെ വെളിച്ചത്തിൽ ഭഗവതിവിഗ്രഹം ഒരുനോക്ക് കാണാൻ കഴിഞ്ഞു. വള്ളിയൂർക്കാവിലമ്മ. വയനാട്ടിലെ കുറിച്യനും പണിയനും അടിയനും മാത്രമല്ല ഹൈന്ദവജന്മിമാരും കുടയേറ്റക്കാരായ ക്രിസ്ത്യാനികളും കച്ചവടക്കാരായ മുസൽമാൻമാരും ഭയഭക്തി ബഹുമാനത്തോടെ ഒരേ സ്വരത്തിൽ ഉച്ചരിക്കാറുള്ള ആ ഉഗ്രമൂർത്തിയുടെ വൈശിഷ്ട്യങ്ങളെപ്പറ്റി ഞാൻ തിരക്കി. അവർക്ക് പറയാൻ ധാരാളം.

മീനം 13, 14, 15 എന്നീ ദിവസങ്ങളിലാണ് പ്രധാന ഉത്സവം. ഗിരിവർഗ്ഗക്കാരോടൊപ്പം വയനാട്ടിലെ ജന്മിമാരും ഉത്സവച്ചന്തയിൽ ഹാജരുണ്ടാകും. ഗിരിവർഗ്ഗക്കാർ ജന്മിമാരിൽനിന്ന് സേവനത്തിന് മുമ്പേ പ്രതിഫലമായി പണം വാങ്ങുന്നു. അഞ്ചെട്ട് അംഗങ്ങളുള്ള ഒരു പണിയകുടുംബത്തിന് ഉത്സവം പ്രമാണിച്ച് ഒരു തുക അഡ്വാൻസ് നല്കുന്നതും മറ്റും സാധാരണമാണ്. പത്തായാലും നൂറായാലും കിട്ടുന്ന മുഴുവൻ തുകയും രണ്ടോ മൂന്നോ ദിവസങ്ങൾകൊണ്ട് ആ ഉത്സവപ്പറമ്പിൽ ചെലവിട്ട് തീർക്കും. കടുംവർണ്ണമുള്ള തുണികൾ, വളകൾ, മാലകൾ, മധുരപലഹാരങ്ങൾ, മിഠായികൾ, മറ്റ് കൗതുകവസ്തുക്കൾ ഗിരിവർഗ്ഗക്കാരെ പെട്ടെന്ന് ആകർഷിക്കുന്ന വില്പനച്ചരക്കുകളാണവ. യഥാർത്ഥത്തിൽ കുറഞ്ഞ വിലയുള്ള ചീട്ടിത്തുണിക്ക് കച്ചവടക്കാരൻ വളരെ കൂടുതൽ വില പറഞ്ഞാലും ആ തുകകൊടുക്കാൻ ഒരുനിമിഷം അവർക്ക് ചിന്തിക്കേണ്ടി വരുന്നില്ല. ഗിരിവർഗ്ഗക്കാരുടെ അദ്ധ്വാനത്തിന് മുമ്പ് പ്രതിഫലമായി കിട്ടുന്ന പതിനായിരക്കണക്കിന് രൂപയാണ് അങ്ങനെ അന്യനാട്ടുകാരായ ഉത്സവക്കച്ചവടക്കാരുടെ കീശയിലെത്തുന്നത്. ഇതൊക്കെ പഴയ കാലത്തെ കാര്യങ്ങൾ. ഇതിനൊക്കെ ഇന്ന് മാറ്റങ്ങൾ വന്നു കഴിഞ്ഞു. അടിമപ്പണി സമ്പ്രദായം എന്നേ നിലച്ചു.

മറ്റുപ്രദേശങ്ങളുമായി തട്ടിച്ചു നോക്കുമ്പോൾ തീരെ അവികസിതമാണ് വയനാടൻ പ്രദേശങ്ങൾ. അവിടത്തെ ഭൂമിശാസ്ത്രപരവും സാമൂഹികവുമായ പ്രത്യേകതകൾ കണക്കിലെടുത്തുകൊണ്ടുള്ള പരിപാടികൾ നടപ്പിലാക്കിയാലേ വയനാട്ടിലെ ജീവിതം ജീവിതമാകൂ. ഈ വനപ്രദേശങ്ങളിലെ ജനജീവിതം മെച്ചപ്പെടുത്തുന്നതിൽ ഗവൺമെന്റിന്റെ വികസന ഏജൻസികളും തദ്ദേശഭരണസ്ഥാപനങ്ങളും ആവുന്നത്ര ശ്രമിച്ചാലും ഈ ഗിരിവർഗ്ഗമേഖലയുടെ ജീവിതപ്രശ്നങ്ങൾ യാഥാർത്ഥ്യ ബോധത്തോടെ കണ്ടറിഞ്ഞുള്ള പ്രത്യേകപരിപാടികൾ നടപ്പിലാക്കിയാലേ അവ ഫലപ്രദമാകൂ.

പ്രകൃതിസൗന്ദര്യം നിറഞ്ഞുനില്ക്കുന്ന ഈ ഗിരിപ്രദേശങ്ങളിലെ പ്രശ്നങ്ങളുടെ വൈവിദ്ധ്യവും രൂക്ഷതയും മനസ്സിലാക്കുമ്പോഴാണ് വയനാടിനെ പറ്റിയുള്ള നമ്മുടെ സുന്ദരസങ്കല്പങ്ങൾ ചിതറി വീണുടയുന്നത്. ഈ പിന്നോക്ക പ്രദേശങ്ങളെ ഒപ്പം പിടിച്ചെഴുന്നേല്പിച്ച് കൂടെ എത്തിക്കാൻ നാം എത്രയും വേഗം ശ്രമിക്കാത്ത പക്ഷം, വർഷങ്ങൾക്കു ശേഷം വയനാടെന്ന വനഭൂമി നമ്മുടെ നല്ല നാടിന്റെ ഭാഗമെന്നു പറയുമ്പോൾ നാം ലജ്ജിക്കാൻ ഇടവന്നേക്കാം.

വയനാടൻ പ്രദേശങ്ങളിലെ സാമൂഹ്യജീവിതത്തിന്റെ ഒരു ഏകദേശ രൂപവും ഭാവവുമാണ് നാം ഇതുവരെ കണ്ടത്. കാൽനൂറ്റാണ്ടോ അരനൂറ്റാണ്ടോ മുമ്പുകണ്ട വയനാടും ഇന്നത്തെ വയനാടും തമ്മിൽ വലിയ അന്തരമൊന്നും ഒറ്റനോട്ടത്തിൽ കണ്ടെന്നു വരില്ല. മൗലികമായ മാറ്റങ്ങളൊന്നും വന്നിട്ടില്ലെന്നുള്ളതാണ് വസ്തുത. ആദിവാസികളുടെ ജീവിതരീതിയിൽ ചില മാറ്റങ്ങൾ, (നന്മയ്ക്കും തിന്മയ്ക്കും) പുതിയജീവിതത്തെ പറ്റി വികലമായ ചില കാഴ്ചപ്പാടുകൾ, വികസനത്തിന്റെ പേരിൽ വല്ലപ്പോഴും വീണുകിട്ടുന്ന ചില്ലറ ആനുകൂല്യങ്ങൾ ഇത്രയൊക്കെയേ ഈ കാലയളവിൽ ഉണ്ടായിട്ടുള്ളൂ. കുടിയേറ്റക്കാരുടെ ജീവിതം താരതമ്യേന മെച്ചം തന്നെ. എങ്കിലും അവരും സംതൃപ്തരല്ലെന്നു കാണാം. ചുരുക്കത്തിൽ വയനാടിന്റെ പുരോഗതി തീരെ മന്ദഗതിയിലാണ്.

75

തിരുനെല്ലിയിലെ പാപവും പുണ്യവും

ഇടതൂർന്ന പച്ചിലക്കാടുകളിൽ ചൊഞ്ചോര ചീറിത്തെറിച്ച ചരിത്രമേ വയനാടൻ മലകൾക്കുള്ളൂ - അന്നും ഇന്നും. കേരളത്തിലെ സമീപകാല രാഷ്ട്രീയ സംഭവവികാസങ്ങളിലൂടെ ജനശ്രദ്ധപിടിച്ചുപറ്റിയ തിരുനെല്ലിക്കാടുകൾക്ക് ഒട്ടേറെ കഥകൾ പറയാനുണ്ടാവും; പഴയതും പുതിയതും. കൊടുമുടികളും മലഞ്ചെരിവുകളും നീർച്ചാലുകളും നിറഞ്ഞ ഹരിതവനങ്ങളുടെ മനോഹാരിതയെ ഒറ്റനോട്ടത്തിൽ സഞ്ചാരികൾ ശ്രദ്ധിച്ചെന്നിരിക്കും. ഹാ 'തിരുനെല്ലിക്കാടുകൾ എത്രമനോഹരം' പക്ഷേ, ഇവിടെ ഈ ആരണ്യഗർഭത്തിൽ ശതാബ്ദങ്ങൾക്കു മുമ്പും ചുടുചോര ചീറിത്തെറിച്ചിട്ടുണ്ട്...

തിരുനെല്ലിപ്പെരുമാളിന്റെ (മഹാവിഷ്ണു) പ്രസിദ്ധി കന്യാകുമാരി മുതൽ ഗോകർണ്ണം വരെ അലയടിക്കുന്ന കാലം. ഹൈന്ദവരായ സാധാരണ ഭക്തജനങ്ങൾ മാത്രമല്ല, നാടുവാഴികളും, ചക്രവർത്തിമാർപോലും സുദീർഘമായ ചുരം താണ്ടി, കുന്നുകളും താഴ്വരകളും കടന്ന് വയനാടൻ മലകൾക്ക് മകുടം ചാർത്തുന്ന ബ്രഹ്മഗിരി (കൊടുമുടി)യുടെ താഴ്വരയിൽ, അത്യുന്നതങ്ങളിൽ സ്ഥിതിചെയ്യുന്ന തിരുനെല്ലിക്ഷേത്രത്തിലെ തീർത്ഥാടകരായെത്തുക പതിവായിരുന്നു.

കേരളത്തിന്റെ ഉത്തരാതിർത്തിയിലെ 'കുമ്പളമായ്പ്പാടി' രാജ്യത്തെ രാജാവും ഒരു തീർത്ഥയാത്രയ്ക്കു തീരുമാനിച്ചു. പരിവാര സമേതം മൈലുകൾ താണ്ടി ദിവസങ്ങൾക്കുശേഷം തിരുനെല്ലിക്ഷേത്ര സന്നിധിയിലെത്തി. ക്ഷത്രിയ വംശജനായ കുമ്പളരാജാവിന്റെ ആഗമനം അന്ന് നാടുവാണിരുന്ന (വയനാടൻ മലകളുടെ അധിപതി) വേടരാജാവിന്റെ ശ്രദ്ധയിൽപ്പെട്ടു. പെട്ടെന്നാണ് അങ്ങനെയൊരു ദുർമ്മോഹം ആ ഗിരിവർഗ്ഗരാജാവിന്റെ മനസ്സിലുദിച്ചത്. ഒരു ക്ഷത്രിയ രാജാവ്, അതും മുഖശ്രീയുള്ള യുവാവ്. തന്റെ ഓമനപ്പുത്രിയാകട്ടെ, നവയൗവനത്തിന്റെ വാടാമലർക്കുല പോലെ അന്തഃപുരത്തിലും. എന്തുകൊണ്ടായിക്കൂടാ മംഗല്യം? രാജാവ് ക്ഷത്രിയനാകാം. അതിനെന്താ ഒന്നു ശ്രമിക്കുക തന്നെ.

വേടരാജാവിന്റെ വിശ്വസ്ത സചിവന്മാർ തിരുനെല്ലിക്ഷേത്ര സന്നിധിയിലെത്തി. കുമ്പളരാജാവിനെ യഥാവിധി സ്വീകരിച്ച് സല്ക്കരിച്ചു. കൂട്ടത്തിൽ വേടരാജാവിന്റെ മനസ്സിലിരിപ്പ് ഉണർത്തിച്ചു.

ങ്ഹേ! ക്ഷത്രിയനായ താൻ ഗിരിവർഗ്ഗരാജാവിന്റെ മകളെ വേൾക്കാനോ? സാദ്ധ്യമല്ല. രാജകീയ വിവാഹം ക്ഷത്രിയാചാരമുറകളനുസരിച്ചാവാമെന്ന് വേടരാജാവ്. കുമ്പളരാജാവ് പലതും ചിന്തിച്ചു. ആത്മരക്ഷയും ഇവിടെ പ്രശ്നമാണ്. ശരി സമ്മതിച്ചു. വിവാഹത്തിന്റെ ഒരുക്കങ്ങൾ തിരുതകൃതിയിൽ നടക്കുമ്പോൾ, പ്രതിശ്രുതവരൻ വിശ്വസ്ത ദൂതന്മാർ മുഖേന അയൽരാജ്യങ്ങളായ കോട്ടയം (മലബാർ) കുറുമ്പ്രനാട് രാജാക്കന്മാരുമായി സമ്പർക്കത്തിലേർപ്പെട്ടു. ഇക്കാര്യത്തിൽ അവർ സഹായിക്കണമെന്നും തന്നെ രക്ഷപ്പെടുത്തണമെന്നും അപേക്ഷിച്ചു.

നാടാകെ (ഇന്നത്തെ കാട്) ഉത്സവത്തിന്റെ പ്രതീതി, രാജകുമാരിയുടെ പള്ളിക്കെട്ട്. തന്റെ അധീശശക്തിയെ വംശപാരമ്പര്യംകൊണ്ട് വൈശിഷ്ട്യമാക്കാനുള്ള അസുലഭ സന്ദർഭം ലഭിച്ച വേടരാജാവ് സന്തോഷത്താൽ മതിമറന്നാഹ്ലാദിച്ചു. അപ്പോഴാണ് പരിഭ്രാന്തരായ സ്വന്തം ഭടന്മാർ

പാഞ്ഞുവരുന്നത് കണ്ടത്. അപകടം! കോട്ടയ്ക്കു ചുറ്റും കോട്ടയം രാജാവിന്റെയും കുറുമ്പ്രനാടിന്റെയും സൈന്യവ്യൂഹങ്ങൾ. തുടർന്നു നടന്ന അതിഭീകരമായ ഏറ്റുമുട്ടലിൽ ഗിരിവർഗ്ഗരാജാവ് വധിക്കപ്പെട്ടു. ഭൂരിഭാഗം ഗിരിവർഗ്ഗപ്പടയാളികളും.

ഒരു ജീവിതത്തിന്റെ മുഴുവൻ സ്വപ്നങ്ങളും മനസ്സിൽ വാരിയൊതുക്കി കതിർമണ്ഡപത്തിലിരുന്ന രാജകുമാരിയുടെ ദുഃഖം ശത്രുക്കളെപ്പോലും അസ്വസ്ഥരാക്കി. പ്രതിശ്രുതവധുവിനെ നാടുവാഴിയായ ഒരു നമ്പ്യാർക്ക് വിവാഹം ചെയ്തുകൊടുത്ത് അവർ പാപ പരിഹാരം കണ്ടെത്തി. വധുവിനോടൊപ്പം വയനാടിന്റെ ഭരണവും നവവരനെ ഏല്പിച്ചു. പില്ക്കാലത്ത് ആ പ്രദേശങ്ങൾ കോട്ടയം രാജ്യത്തിന്റെ ഭാഗമായി. ഒരു രാജകുമാരിയുടെ ജീവിത പരിവർത്തനത്തിനും രാജാവിന്റെയും അസംഖ്യം പടയാളികളുടെയും വിനാശത്തിനും കാരണമായ ആ ക്ഷേത്രദർശനത്തിന്, കുമ്പളരാജാവിനെ ആകർഷിച്ച തിരുനെല്ലിപ്പെരുമാൾ ഇന്നും അസംഖ്യം തീർത്ഥാടകരെ ആകർഷിക്കുന്നുണ്ട്. പ്രതാപത്തിനല്പം കുറവുണ്ടെങ്കിലും.

ആ കൊച്ചു മനുഷ്യൻ ശ്രീ. കൃഷ്ണവാര്യർ കഥ പറഞ്ഞു നിർത്തി. തിരുനെല്ലി പഞ്ചായത്തിന്റെ പ്രസിഡന്റായിരുന്നു അദ്ദേഹം. പഴയ തലമുറയിലെ ഒരു ബിരുദധാരിയും പണ്ഡിതനുമായ ശ്രീ. വാര്യരുടെ വിനയാന്വിതമായ പെരുമാറ്റവും പതിഞ്ഞ സംസാരരീതിയും പൊതുജനസേവന വ്യഗ്രതയും എന്നെ ഏറെ ആകർഷിച്ചു. വാർദ്ധക്യത്തിന്റെ പടിവാതിൽക്കലെത്തിയിട്ടും പതറാത്ത കാലടികളോടെ ജനസേവനത്തിന് മുന്നിട്ടുനിന്ന ആ കൊച്ചു വലിയ മനുഷ്യന്റെ ആതിഥ്യം ഒരു ബഹുമതിയായി തന്നെ എനിക്ക് തോന്നി.

ആദ്യത്തെ യാത്ര

അന്ന് മാനന്തവാടിയിൽനിന്ന് മടക്കയാത്രയ്ക്കുള്ള തയ്യാറെടുപ്പിലായിരുന്നു ഞാൻ. ഔദ്യോഗിക പരിപാടികൾ അവസാനിച്ചു. മാനന്തവാടി പഞ്ചായത്ത് പ്രസിഡന്റ് ശ്രീ. ജോസും കൂട്ടരും എന്നെ യാത്രയാക്കാനെത്തിയിട്ടുണ്ട്. അപ്പോഴാണ് ശ്രീ. വാര്യരുടെ രംഗപ്രവേശം. 1966 ലാണത്. നാനാപ്രകാരേണ പ്രാധാന്യവും പ്രസിദ്ധിയുമുള്ള തിരുനെല്ലി ഒന്ന് കാണാതെ, മാനന്തവാടിയിൽനിന്നു മടങ്ങിപ്പോകുന്നതിനെ ശ്രീ. വാര്യർ അനുകൂലിച്ചില്ല. തിരുനെല്ലിക്കു പോകാൻ തന്നെ ഞാൻ തീരുമാനിച്ചു. പക്ഷേ, ആ യാത്ര സുഖകരമായിരിക്കയില്ലെന്ന് വേണ്ടപ്പെട്ടവർ മുന്നറിയിപ്പു നല്കി. ബസ് സർവ്വീസില്ല. നല്ല റോഡില്ല ജീപ്പിൽപോകണം. അതു തന്നെ വേനൽക്കാലത്തെ പറ്റൂ. വർഷകാലമാണെങ്കിൽ ജീപ്പും കടക്കുകയില്ല. അവസാനം ഞങ്ങളൊരുമട്ടിൽ ഒരു ജീപ്പ് കരസ്ഥമാക്കി. ആ കൊച്ചു വാഹനത്തിനുള്ളിൽ ഞങ്ങൾ അഞ്ചെട്ടു പേർ ഞെങ്ങിഞെരുങ്ങിയിരുന്നു. ആ ഞെങ്ങിഞെരുങ്ങൽ ഒരനുഗ്രഹമാണെന്നു തോന്നാൻ നിമിഷങ്ങൾ വേണ്ടിവന്നില്ല. വേനലിൽപ്പോലും ചെളിയും വെള്ളവും കുണ്ടും കുഴിയുമായി കിടക്കുന്ന ആ കാട്ടുപാതയിൽ ഓരോ നിമിഷവും ജീപ്പിന്റെ പൊങ്ങിച്ചാട്ടത്തിൽ തല മുകളിൽ മുട്ടാതിരിക്കാൻ പ്രത്യേകം ശ്രദ്ധിക്കേണ്ടി വന്നു. കഷ്ടിച്ച് എട്ടുപത്തടി വീതിയുള്ള ഒരു കാട്ടുവഴി. ഇരുവശത്തും കൊടുങ്കാട് ആ വഴിയിലും ആധിപത്യം സ്ഥാപിക്കാൻ ശ്രമിക്കുന്ന മട്ടിൽ വഴിയരികിലെമ്പാടും കാട്ടുചെടികൾ വളർന്നുനില്പുണ്ട്. വന്യമൃഗങ്ങളുടെ വിഹാരകേന്ദ്രങ്ങളാണവ.

നടുറോഡിലിരുന്ന് പരസ്പരം മറന്ന് തലയിൽ പേൻ ചികഞ്ഞെടുത്ത് തിന്ന് രസിച്ചിരുന്ന ഒരു വാനരസൈന്യം ജീപ്പടുത്തെത്തിയപ്പോൾ കാറ്റത്തെ കരിയിലപോലെ ചിതറി മറയുന്നതു കണ്ടു. പക്ഷേ ജീപ്പ് കടന്നുപോയിക്കഴിഞ്ഞപ്പോൾ അതിൽ ഒന്നുരണ്ടു പേർ വീണ്ടും റോഡിലിറങ്ങി ജീപ്പിനെ നോക്കി കൊഞ്ഞനം കുത്തിയത് ഞങ്ങളെ നന്നേ രസിപ്പിച്ചു. കടന്നുപോകുന്ന കാടിനുള്ളിലെ ശബ്ദങ്ങൾ മനസ്സിൽ സംഭ്രമമുളവാക്കി. ഈറ്റത്തളിരൊടിച്ചു തിന്നു നില്ക്കുന്ന വല്ല ഒറ്റയാനും റോഡിലിറങ്ങി നിന്നാലോ? ഏതായാലും ആ ചിന്ത അസുഖകരമായി തോന്നി. ആ കാട്ടിനുള്ളിലെ പാത വക്കിലങ്ങിങ്ങ് ഈറ്റ (മുള) വെട്ടിക്കൂട്ടിയിരിക്കുന്നതു കണ്ടു. മനുഷ്യസാമീപ്യത്തിന്റെ സൂചന. കുറെയേറെ ദൂരത്തോളം ആ കാഴ്ചകണ്ടപ്പോൾ തിരക്കാതിരിക്കാൻ കഴിഞ്ഞില്ല. വെയിലേറ്റ് നിറംമങ്ങിയതും പച്ചനിറം മാറിയിട്ടില്ലാത്തവയുമായ ഈറ്റക്കെട്ടുകൾ.

"ബിർളയുടെ മാവൂരകിലെ (കോഴിക്കോട്) ഗ്വാളിയാർ റയോൺസ് പൾപ്പ് ഫാക്ടറിയിലേക്കാവശ്യമുള്ള അസംസ്കൃത സാധനമായ മുളയുടെ ഏറിയകൂറും വയനാട്ടിലെ തിരുനെല്ലി വനങ്ങളിൽനിന്നാണ് ശേഖരിക്കുന്നത്. ഈ മുളവെട്ടൽ പരിപാടി തുടങ്ങിയിട്ട് വർഷങ്ങൾ പലതായി. എങ്കിലും തിരുനെല്ലി വനം ഇന്നും മുളയുടെ അക്ഷയപാത്രം തന്നെ. കാടിനുള്ളിൽനിന്നും മുളവെട്ടുന്നതിനും അവ ചുമന്ന് റോഡിലെത്തിക്കുന്നതിനുമായി രണ്ടായിരത്തിൽപ്പരം കൂലിക്കാർ ആ വനാന്തരത്തിലുണ്ടെന്നറിഞ്ഞപ്പോൾ അത്ഭുതം തോന്നി.

റോഡിനു കുറുകെയുള്ള നീർച്ചാലുകൾ ചാടിക്കടന്നും വഴിമുടക്കികളായ തടികൾ തള്ളിമാറ്റിയും കുലുങ്ങിക്കുലുങ്ങി മുന്നോട്ടിഴഞ്ഞ് കുറേദൂരം കടന്ന

പ്പോൾ റോഡുവക്കിൽ തന്നെ വൃക്ഷനിബിഡമല്ലാത്ത മൊട്ടക്കുന്നുകളും പച്ചപ്പട്ടു വിരിച്ചതുപോലെ വരിനെല്ല് കിളിർത്തു നില്ക്കുന്ന പുരയിടങ്ങളും അങ്ങിങ്ങ് കണ്ടു തുടങ്ങി. വളരെ സൂക്ഷിച്ചുനോക്കിയാൽ ദൂരെയായി ചില ചെറിയ പുൽക്കൂരകളും കാണാമെന്നായി. തദ്ദേശീയരായ ഗിരിവർഗ്ഗക്കാരുടെ—അടിയാന്മാരുടെ പാർപ്പിടങ്ങളാണിവ.

പൗരാണികത്വം

തിരുനെല്ലിപെരുമാളിന്റെ തൃപ്പാദങ്ങളിൽനിന്ന് ചുറ്റും നോക്കവേ, തിരുനെല്ലിയുടെ പൗരാണികത്വത്തെപ്പറ്റി ചിന്തിച്ചു പോയി.

"പെരുചില്ലിവില്ലിയലു-
മിരുൾവില്ലിമാതർ മണി
തിരുവല്ലഭൻമഹിത
തിരുനെല്ലികുലമലർ
പുരവല്ലിയോടുസഹ
ദരഫുല്ലപത്മധര
കരപല്ലവസ്ഫുരിത
മുരവല്ലി മേവിമിക-
തിരുനെല്ലിയത്രഖലു-

എന്ന് ക്രിസ്ത്വാബ്ദം 1346 നു മുമ്പ് രചിക്കപ്പെട്ടതെന്ന് വിശ്വസിക്കപ്പെടുന്ന പ്രാചീന മലയാള കാവ്യമായ *ഉണ്ണിയച്ചീ ചരിത*ത്തിൽ പ്രസ്താവിച്ചിട്ടുണ്ട്. നെൽകൃഷിയുടെ പ്രാധാന്യമാണ് തിരുനെല്ലി എന്ന പേരിനു നിദാനമെങ്കിൽ *ഉണ്ണിയച്ചീ ചരിത*ത്തിൽ തന്നെ അതിനും തെളിവുണ്ട്.

"വരമല്ലികാധവള-വരിനെല്ലിളം കളമ
മരിനല്ലമാവളവു-തരുമല്ലൽകെട്ടവർകൾ"

തിരുനെല്ലിയിൽ നെല്ലിനാണോ നെല്ലിക്കാണോ കൂടുതൽ പ്രസക്തി? നെല്ലിയെ പിന്താങ്ങുന്നതാണ് ഐതിഹ്യം. പണ്ടു പണ്ട് ബ്രഹ്മാവ് വയനാടൻ മലമുകളിലൂടെ ഒരു വിനോദ സഞ്ചാരത്തിനിറങ്ങി. അതോ തീർത്ഥാടനമോ? വനഭംഗി കണ്ടു നടക്കവേ പച്ചപ്പടപ്പുകൾക്കിടയിലെ ഒരു നെല്ലിമരത്തിൽ ചതുർബാഹുവായ മഹാവിഷ്ണുവിന്റെ തേജോമയ രൂപം കണ്ട് അത്ഭുതസ്തബ്ധനായി നോക്കിനില്ക്കേ ഒരശരീരി കേട്ടു. അങ്ങ് ആ നെല്ലിമരത്തിൽകണ്ട പ്രതിരൂപം സാക്ഷാൽ മഹാവിഷ്ണുവിന്റേതാണ്. അശരീരിയുടെ സാരം ഗ്രഹിച്ചബ്രഹ്മാവ് നെല്ലിമരം നിന്ന സ്ഥലത്ത് സ്വയം പ്രതിഷ്ഠിച്ചു പോലും. അത് അന്ന്. ഇന്ന് സ്ഥിതിയാകെ മാറി. പ്രതിഷ്ഠാസ്ഥാപനവും പ്രതിഷ്ഠാവിധ്വംസനവും ഈ കാലഘട്ടത്തിന്റെ പ്രത്യേകതകളാണല്ലോ. അന്ന് തിരുനെല്ലി വൈകുണ്ഠമായി സാക്ഷാൽ മഹാവിഷ്ണുവിന് തോന്നിയെങ്കിൽ തിരുനെല്ലിയെ സംരക്ഷിക്കാൻ ചതുർബാഹുവായ മഹാവിഷ്ണു പ്രത്യക്ഷപ്പെട്ട നെല്ലിമരത്തിൽ നിന്ന് അത്രയകലെയല്ലാതെ, തിരുനെല്ലിയുൾപ്പെടുന്ന നാടിനെ രക്ഷിക്കാൻ ആത്മബലിയർപ്പിച്ച ഒരു ദ്വിബാഹുവിന്റെ വീര ചരിത്രം വയനാടിന്റെ മക്കൾക്ക് ഉൾപ്പുളകത്തോടെ മാത്രമേ സ്മരിക്കാൻ കഴിയൂ. പോട്ടെ. നമുക്ക് പഴയകാലത്തേക്ക് തന്നെ മടങ്ങാം.

കുന്നിന്റെ നെറുകയിലെ വലിയ പുരാതന ക്ഷേത്രം തിരുനെല്ലിക്ഷേത്രം. ചുറ്റിലും സസ്യലതാവിതാനങ്ങളാർന്ന താഴ്‌വരകൾ. ക്ഷേത്രത്തിന്റെ തെക്കുകിഴക്കായി നെടുനീളത്തിൽ ഉയർന്നുയർന്ന് പോവുകയാണ് ബ്രഹ്മഗിരി - പശ്ചിമഘട്ടത്തിൽ സമുദ്രനിരപ്പിൽനിന്ന് 5276 അടി ഉയരമുള്ള ഗിരിശൃംഗം - പർവ്വതനിരകൾ. പരിഷ്കൃത ജീവിതത്തിന്റെ ലാഞ്ഛന പോലുമില്ലെങ്ങും. പക്ഷേ, ആ ക്ഷേത്രത്തിന്റെ ശില്പ ഭംഗിയോ? രാജസപ്രതാപത്തിന്റെ ധാടിയും മോടിയും സൂചിപ്പിക്കുന്നവയും. കല്ലുപാകിയ മുറ്റം. ഊക്കൻ ശിലകളാൽ പടുത്തുയർത്തപ്പെട്ട ചുറ്റമ്പലം മിക്കവാറും പൊളിഞ്ഞ് കിടപ്പുണ്ട്. ഇളകിക്കിടക്കുന്ന കൂറ്റൻ ശിലാശില്പങ്ങൾക്കും സ്തൂപങ്ങൾക്കും ആ ദുഃസ്ഥിതി വരുത്തിയത് ടിപ്പുവാണത്രെ. മലബാറിലെവിടെയും ഒരമ്പലം പൊളിഞ്ഞ് കിടപ്പുണ്ടെങ്കിൽ കാരണം തിരക്കി നോക്കൂ. പെട്ടെന്നാരും പറയും - ടിപ്പുവിന്റെ കടുംകയ്യാണെന്ന്. പാവം ടിപ്പുസുൽത്താൻ! അഥവാ അങ്ങനെയാണെങ്കിൽ തന്നെ, പൊളിച്ചത് പുനഃസ്ഥാപിക്കാൻ ഭക്തന്മാർ ശ്രമിച്ചതായും കാണുന്നില്ല. ടിപ്പുവിന്റെ പടയോട്ടകാലത്ത് ഇന്നത്തെ തിരുനെല്ലി പെരുമാൾ കുളത്തിലായിരുന്നുവത്രെ— കൊ വ 970 -ാമാണ്ടിലാണത്രെ ഇന്നത്തെ ക്ഷേത്രം പുതുക്കി പണികഴിപ്പിച്ചത്.

ബ്രഹ്മഗിരി കൊടുമുടിക്കു തെക്ക് ഈ പർവ്വതസാനുവിൽ ഒറ്റപ്പെട്ട മട്ടിൽ ഇങ്ങനെ ഒരു പുരാതന ക്ഷേത്രം നിലനില്ക്കുന്നുവെങ്കിൽ അതാരാകാം സ്ഥാപിച്ചത്? ആ ക്ഷേത്ര പരിസരം എങ്ങനെ വിജനമായി.

ചരിത്രപശ്ചാത്തലം

രണ്ടാം ചേരസാമ്രാജ്യത്തിലെ ചക്രവർത്തിയായ ഭാസ്കരരവി രണ്ടാമന്റെ ഭരണകാലത്തെ ഒരു താമ്രശാസനത്തിൽ ഇപ്രകാരം കാണുന്നു:

"സ്വസ്ഥി ശ്രീ കോ ശ്രീ പാർക്കരൻ ഇരവി വർമ്മൻ

തിരുവടിക്കു ചെല്ലാനിന്റ ഇരണ്ടാമാണ്ടെർക്കെതിർ

ആറാമാണ്ടു തുലാത്തിൽ വ്യാഴാൻ മീന

ഞായിറു

എട്ടു ചെന്റ് പുതനാണ്ട ഉത്തിരത്തിനാൾ തിരു നെല്ലി

മുക്കാൽ വട്ടത്തു നിന്റു ചെയ്ത കാര്യമാവി തു..."

ഭാസ്കര രവിവർമ്മ ചക്രവർത്തിയുടെ 43-ാം കൊല്ലത്തെ ഈ ചേപ്പേടിൽ പറയുന്ന തീയതി കൊ വ 196 മീനം 9 (1021 മാർച്ച് 1) ആണെന്നാണ് ചരിത്രകാരന്മാരുടെ വിദഗ്ദ്ധാഭിപ്രായം. തലശ്ശേരി - വയനാട് പ്രദേശങ്ങൾ ഉൾപ്പെട്ട പുറൈക്കിഴനാട് (പുറനാട്-മലനാട്, കീഴാർ രാജാവ്) രാജകുടുംബം 11 -ാം ശതകാരംഭത്തിൽ മുതുക്കൂർ, ഇളങ്കൂർ എന്നിങ്ങനെ രണ്ടായി വിഭജിക്കപ്പെട്ടുവെന്നും കാലാന്തരത്തിൽ ആ പുറനാട് നാടായി മാറിയെന്നും കോട്ടയം (പഴശ്ശി) രാജവംശത്തിന്റെ ഉല്പത്തി അവരിൽ നിന്നാകാമെന്നും വ്യക്തമായ ചരിത്രസൂചനകളുണ്ട്. ഏതായാലും പതിമൂന്നാം ശതാബ്ദത്തിന്റെ ഉത്തരാർദ്ധത്തിൽ *ഉണ്ണിയച്ചി ചരിത*ത്തിൽ സൂചിപ്പിക്കുന്ന പ്രകാരം ഐശ്വര്യപൂർണ്ണമായ ഒരു പരിഷ്കൃത രാജധാനി ആ വനാന്തരങ്ങളിൽ സ്ഥിതി ചെയ്തിരുന്നുവെന്ന് തീർച്ച.

ക്ഷേത്രത്തിന്റെ തൊട്ടടുത്ത ബ്രഹ്മഗിരി മലയ്ക്കപ്പുറം കുടകു (മൈസൂർ)ആണ്. ഈ രാജ്യം ഒരുകാലത്ത് കുടകുരാജ്യത്തിന്റെ ആധിപത്യത്തിലായിരുന്നുവെന്നും പിന്നീട് അത് കോട്ടയം രാജാവ് പിടിച്ചെടുത്തുവെന്നും ചരിത്രം സൂചിപ്പിക്കുന്നു. അമ്മൻ കുടകർ എന്നറിയപ്പെടുന്ന കുടകുനാട്ടുകാർ ഈ ക്ഷേത്രത്തെ ഒരു പ്രധാന പുണ്യസങ്കേതമായി കരുതുന്നു. പില്ക്കാലത്ത് ക്ഷേത്രത്തിൽ ഊരാണ്മ സ്ഥാനം വഹിച്ചിരുന്നത് അണ്ണന്മാർ എന്നറിയപ്പെട്ട രണ്ട് ഇല്ലക്കാരാണ്.

വയനാട് ഉൾപ്പെട്ട കോട്ടയം രാജ്യത്തിന് ബ്രഹ്മഗിരിക്കപ്പുറത്തെ കൂർഗ് (കുടക) ഒരു നിത്യശല്യമായിരുന്നു. 15-ാം നൂറ്റാണ്ടിനുശേഷം - തുടരെത്തുടരെ മലമ്പാതയിലൂടെ നുഴഞ്ഞുകയറിയുള്ള ആക്രമണം - കോട്ടയം രാജാവായ വീരവർമ്മനും കൂർഗ് രാജാവായ ദൊദ്ദ വീരപ്പവൊഡയാരുടെ സൈന്യങ്ങളും തമ്മിൽ സംഘട്ടനം നടന്നതായി കൂർഗ് ജില്ലാ ഗസറ്റിയറിൽ സൂചനയുണ്ട്. പിന്നെയും കുറേ വർഷങ്ങൾക്കുശേഷം മൈസൂറിലെ ചിക്ക ദേവരാജ ഉടയാർ തെക്കുകിഴക്കുനിന്നും കൂർഗിനെ ആക്രമിച്ച തക്കംനോക്കി വീരവർമ്മ രാജാവ് 5000 പഴശ്ശി പടയാളികളുമായി വയനാടൻ ചുരം കയറി കേരളാതിർത്തിയിൽ താവളം അടിച്ച് കൂർഗിനെ ആക്രമിച്ചു. തുടർന്ന് നടന്ന ഉഗ്രസംഘട്ടനത്തിൽ ദൊപ്പവീരപ്പ, വീരവർമ്മനെ തോല്പിച്ചു. ഇത് 1660 നു മുമ്പ് ആയിരിക്കാൻ ഇടയുണ്ട്.

തിരുനെല്ലിയുൾപ്പെട്ട വയനാടിന് പിന്നെയും സ്വസ്ഥതകിട്ടിയില്ല. 1773 ൽ കുടകു പിടിച്ചടക്കിയ ഹൈദരാലിയുടെ ഒരു സൈന്യം വയനാട് ആക്രമിക്കുകയുണ്ടായി. ടിപ്പുവിന്റെ കാലത്ത് വയനാട് വീണ്ടും കോട്ടയം രാജാവിന് മടക്കിക്കിട്ടിയെങ്കിലും ശ്രീരംഗപട്ടണം ഉടമ്പടിപ്രകാരം ബ്രിട്ടീഷ് കമ്പനിക്കു വിട്ടുകൊടുക്കാൻ നിർബ്ബന്ധിതനായി.

തിരുനെല്ലിക്ഷേത്രം

എന്തായാലും 'ആമലക ക്ഷേത്ര'മെന്നും 'സിദ്ധക്ഷേത്ര'മെന്നും പ്രാചീനകാലത്ത് പുകൾപെറ്റ തിരുനെല്ലിക്ഷേത്രത്തിന്റെ പ്രാധാന്യം ശ്രദ്ധേയമാണ്. ക്ഷേത്രത്തിനു ചുറ്റും ഏഴു തീർത്ഥങ്ങൾ - പാപനാശിനി, പഞ്ചതീർത്ഥം, വരാഹതീർത്ഥം, ഋണമോചിനി മുതലായവ. പാപനാശിനിയിലെ തെളിനീർ പതിക്കുന്ന പിണ്ഡപ്പാറ, പാഷാണ ഭേദി എന്ന അസുരന്റെ അസ്തി കൂടമാണെന്നാണ് ഐതിഹ്യം. മഹാവിഷ്ണുവിനാൽ വധിക്കപ്പെട്ട പ്രസ്തുത അസുരന്റെ അഭ്യർത്ഥന പ്രകാരം അയാളെ 1000 ൽപ്പരം മൈൽ നീളമുള്ള വൻപാറയാക്കിമാറ്റിയെന്നും. അവയിലെ മൂന്നുഭാഗങ്ങളിൽ - തിരുനെല്ലിയിൽ അസുരന്റെ പാദം, ഗോദാവരിയിൽ ഉടൽ, ഗയയിൽ ശിരസ്സ്-ഏതിലെങ്കിലും തർപ്പണം നടത്തിയാൽ മോക്ഷം കിട്ടുമെന്നും കഥ തുടരുന്നു. തിരുനെല്ലിപ്പെരുമാളിന്റെ രക്ഷാദേവതകളെന്ന നിലയ്ക്ക് ഏറെ അകലെയല്ലാതെ നാലുഭാഗത്തായി നാലുക്ഷേത്രങ്ങളുണ്ട്. കിഴക്ക് ദുർഗ്ഗ (വള്ളിയൂർക്കാവ് ദുർഗ്ഗ), തെക്കും പടിഞ്ഞാറും ശിവൻ (തൃശ്ശിലേരി ശിവക്ഷേത്രം, തൃച്ചാരക്കുന്ന് ശിവക്ഷേത്രം), വടക്ക് സുബ്രഹ്മണ്യൻ (ബ്രഹ്മഗിരി മലകളിലെവിടെയോ മറഞ്ഞു കിടപ്പുള്ള മറ്റൊരു ക്ഷേത്രം), തിരുനെല്ലി അംശത്തിൽത്തന്നെ തൃശ്ശിലേരി ദേശത്തുള്ള തൃശ്ശിലേരി ശിവക്ഷേത്രം (*ഉണ്ണിയച്ചിചരിത*ത്തിലെ തൃച്ചരളി) തിരുനെല്ലിയുമായി നാനാപ്രകാരേണ ബന്ധപ്പെട്ടിരിക്കുന്നു. തിരുനെല്ലി ക്ഷേത്രത്തിലേക്കു പോകുന്ന തീർത്ഥാടകർ തൃശ്ശിലേരിക്ഷേത്രത്തിൽനിന്ന് വിളക്കുമാല പായസം കഴിച്ച് വൈകുന്നേരം തിരുനെല്ലിക്ഷേത്രത്തിൽ ചെന്ന് കഴകമടച്ച് പ്രാർത്ഥിച്ച്, പിറ്റേദിവസം രാവിലെ തിരുനെല്ലിക്ഷേത്രത്തിനു സമീപമുള്ള പാപനാശിനിയിൽ പിണ്ഡമൊഴുക്കുന്നു. ഗരുഡപ്പാറ, ഋഷിപാതാളം, പക്ഷിപാതാളം എന്നിവയും തിരുനെല്ലിക്ഷേത്രോപാന്തത്തിലെ ആരാധനാകേന്ദ്രങ്ങളാണ്.

പാപനാശിനിയും പിന്നിട്ട് അരുവിക്ക് അക്കരെ വനാന്തരത്തിൽ ഗുണ്ഡിക ശിവക്ഷേത്രം. ഗുഹാക്ഷേത്രമാണിത്. മുഖഭാഗത്ത് കരിങ്കൽക്കൊ

ത്തുപണികൾ. തിരുനെല്ലിക്ഷേത്രത്തോളം പഴക്കം ഇതിനുണ്ടെന്ന് കരുതപ്പെടുന്നു.

ബ്രഹ്മഗിരിയുടെ വരദാനമായ പാപനാശിനി മലനിരകൾ പിന്നീട് തിരുനെല്ലി ഗ്രാമത്തിലൂടെ ഒഴുകി കുതിരക്കോടി, ബേഗൂർ റിസർവ്വ് വനങ്ങളിലൂടെ പല കൈവഴികൾ ചേർന്ന് മാനന്തവാടിപ്പുഴയായും ബാവലിപ്പുഴയായും പനമരം പുഴയായും പോകുന്ന കബനി ബാവലിയിൽ വെച്ച് കബനിയിൽ ചേർന്ന് പിന്നെ കാവേരിയിൽ ലയിച്ച് തഞ്ചാവൂരിൽ ബംഗാൾ ഉൾക്കടലിൽ ചേരുന്നു.

ബ്രഹ്മഗിരിയിൽ നിന്നുത്ഭവിച്ച് തിരുനെല്ലിക്ഷേത്രത്തിനു ചുറ്റുമായി ഒഴുകി, കിഴക്കു കാവേരിയിൽ ചെന്നുചേരുന്ന പാപനാശിനിയെന്ന പുണ്യതീർത്ഥത്തെപ്പറ്റിയും *ഉണ്ണിയച്ചീചരിത*ത്തിൽ പരാമർശമുണ്ട്.

"ചിരമല്ലിലും പകലുമുരുകല്ലിൽ വിണ്ണുപരി
പരിവേല്ലിതാംബുഗതി ഗിരി കുല്യ തീർത്ഥനദി
തിരതല്ലി വിട്ടഖില നര വല്ലിടർകൊടുമ"

ബ്രഹ്മഹത്യാ പാപത്താൽ പശ്ചാത്താപ വിവശനായ പരശുരാമൻ പാപനാശിനിയിൽ കുളിച്ച് പാപവിമുക്തനായെന്നും തത്തുല്യം ഈ തീർത്ഥത്തിൽ പിണ്ഡാദികർമ്മങ്ങൾ അനുഷ്ഠിച്ചാൽ മോക്ഷം ലഭിക്കുമെന്നും വിശ്വസിക്കപ്പെടുന്നു. ഇവിടെ പിതൃകർമ്മങ്ങൾക്കായി ധാരാളം തീർത്ഥാടകർ വന്നെത്താറുണ്ട്. ഓണം, അഷ്ടമിരോഹിണി, തുലാത്തിൽ പുത്തരി, മണ്ഡലം നാല്പത്തിയെട്ടുദിവസം, ചുറ്റുവിളക്ക് വിഷു ഉത്സവം, തുലാം-കുംഭം-കർക്കിട വാവുകൾ എന്നിവയാണ് വിശേഷ അവസരങ്ങൾ. വിഷു ഉത്സവത്തിന് കുടകിൽ (കൂർഗ്)നിന്നും ആയിരക്കണക്കിന് തീർത്ഥാടകർ ബ്രഹ്മഗിരി കയറി ഇറങ്ങി തിരുനെല്ലിയിൽ എത്തും.

അജിതയാകാനുള്ള ശ്രമത്തിൽ തല്ക്കാലം പരാജിതയാകേണ്ടി വന്ന ഒരു പെൺകുട്ടി വയനാടൻ പ്രദേശങ്ങളിലെ സമീപകാല രാഷ്ട്രീയ സംഭവങ്ങളിൽ നായികയായിട്ടുണ്ടെങ്കിലും അജിതയായി ഇന്നും അനുസ്മരിക്കപ്പെടുന്ന ഒരു കെട്ടിലമ്മയുടെ പഴയ പെൺവാശിയുടെ കഥ തിരുനെല്ലിക്ഷേത്രസന്നിധിയിൽ നില്ക്കെ കൗതുകപൂർവ്വം ഓർത്തുപോകും. നൂറ്റാണ്ടുകൾക്കു മുമ്പ് കുമ്പള രാജാവിന്റെ തിരുനെല്ലിദർശനം പലർക്കും വിനാശകരമായ അനന്തരഫലമാണുണ്ടാക്കിയതെങ്കിൽ, ചിറയ്ക്കൽ തമ്പുരാന്റെ കെട്ടിലമ്മയായ വാരിക്കത്തറവാട്ടിലെ ഒരു കുലാംഗനയുടെ തിരുനെല്ലിദർശനം പരശ്ശതം ഭക്തജനങ്ങൾക്ക് പ്രയോജനകരമായി ഇന്നും പരിലസിക്കുന്നു.

പെൺവാശി

കെട്ടിലമ്മ പാപനാശിനിയിൽ നീരാടി വന്ന് ക്ഷേത്രാങ്കണത്തിലെത്തി. തിരുനെല്ലി പെരുമാളിനെ തൊഴുതു വലംവച്ചു. ശാന്തിക്കാരൻ നീട്ടിയ പ്രസാദവും തീർത്ഥവും ഭക്ത്യാദരങ്ങളോടെ സ്വീകരിച്ചു. ചന്ദനം ചാലിക്കാൻ ഒരിറ്റു വെള്ളം വേണം. ചുറ്റിലും നോക്കി അടുത്തൊന്നുമില്ല. അവസാനം ശാന്തിക്കാരനെ തന്നെ ശല്യപ്പെടുത്തേണ്ടിവന്നു. "അല്പം ജലം വേണമല്ലോ ചന്ദനം ചാലിക്കാൻ" തിരുനെല്ലിപ്പെരുമാളെക്കാൾ സർവ്വശക്തനായി വാഴുന്ന അന്നത്തെ ശാന്തിക്കാരനുണ്ടോ വക വെക്കുന്നു? കെട്ടിലമ്മ ആയാലെന്താ, മറ്റാരായാലെന്താ "വെള്ളമില്ല. അര നാഴിക ദൂരത്തുനിന്നും വളരെ പാടുപെട്ടാണ് ക്ഷേത്രത്തിലേക്ക് ആവശ്യമുള്ള വെള്ളം ചുമന്നുകൊണ്ടുവരുന്നതെന്നും അതിലൊരു തുള്ളി പോലും പുറത്തുകൊടുക്കാൻ സാദ്ധ്യമല്ലെന്നും" തീർത്തു പറഞ്ഞു മുൻകോപിയായ ശാന്തിക്കാരൻ. ആ രാജപത്നി അമ്പരന്നു, വിഷണ്ണയായി. എല്ലാം സഹിക്കാം. മാനഹാനി. ചിറയ്ക്കൽക്കെട്ടിലയമ്മയ്ക്ക് അത് സഹിക്കാൻ സാദ്ധ്യമല്ല. "ശരി, തിരുനെല്ലിപ്പെരുമാളിനാവശ്യമുള്ള ജലം എത്തിച്ചിട്ടേ എനിക്കിനി ജലപാനമുള്ളു."

അപമാനിക്കപ്പെട്ട പെൺവാശിയുടെ ഉഗ്രശപഥം. രാജസേവകന്മാരും ശാന്തിക്കാരൻപോലും നടുങ്ങി. തികച്ചും അപ്രായോഗികമായ കാര്യത്തിനു വേണ്ടി തമ്പുരാട്ടി വാശിപിടിക്കുകയോ? തമ്പുരാട്ടി തന്റെ ശപഥം പാലിക്കാൻ തന്നെ തീരുമാനിച്ചു. രാജസേവകർക്കൊപ്പം ചെങ്കുത്തായ ബ്രഹ്മഗിരി മലകൾ ചവിട്ടിക്കയറി. നീരുറവകൾ തിരക്കിനടന്നു. അവസാനം ഉറവകണ്ടെത്തി. ഉടനടി കല്പനയായി "ഉറവയിലെ തെളിനീർ ക്ഷേത്രസന്നിധിയിലേക്ക് പ്രവഹിപ്പിക്കാൻ നടപടികളെടുക്കുക."

മണിക്കൂറുകൾക്കുള്ളിൽ അഞ്ചാറടിപൊക്കമുള്ള കൽത്തൂണുകൾ തയ്യാറായി. കാട്ടുമുളകൾ രണ്ടായിപിളർന്ന് മുളംപാത്തികളും. അങ്ങ് ദൂരെ ബ്രഹ്മഗിരിയുടെ മുകളിലെ കാട്ടുനീർചോല മുതൽ താഴെ ക്ഷേത്രസന്നിധിവരെ കരിങ്കൽത്തൂണുകൾ യഥാസ്ഥാനം നാട്ടി. അവയ്ക്കുമുകളിൽ നെടുനീളത്തിൽ മുളംപാത്തികൾ ഘടിപ്പിച്ചു. മണിക്കൂറുകൾക്കുള്ളിൽ ബ്രഹ്മഗിരിയിലെ തെളിനീർ മുളംപാത്തികൾവഴി തിരുനെല്ലിപ്പെരുമാളിന്റെ തൃപ്പാദങ്ങളിലേക്ക് പ്രവഹിച്ചുതുടങ്ങി. ആ പെൺവാശി ജയിച്ചു. ആ ഭക്ത സംതൃപ്തയായി. ക്ഷേത്രത്തിലേക്കുള്ള ജലവിതരണം സുഗമം, സുലഭം. കൊട്ടാരത്തിൽ മടങ്ങിയെത്തിയ തമ്പുരാട്ടി വീണ്ടും ബന്ധപ്പെട്ടവർക്ക് കല്പന നല്കി - താല്ക്കാലികമായ

മുളംതൂണുകളും മുളംപാത്തികളും മാറ്റി പകരം ശാശ്വതമായ കരിങ്കൽത്തൂണുകളും പാത്തികളും സ്ഥാപിക്കാൻ. ആ ജോലി അചിരേണ പൂർത്തിയായി. കൗതുകകരമായ ആ പെൺവാശിയുടെ അനശ്വര സ്മാരകമായ ആ പഴയ വാട്ടർ സപ്ലൈ സ്കീമിന്, പില്ക്കാലത്ത് വേണ്ടത്ര സംരക്ഷണം നല്കാൻ മിനക്കെട്ടില്ലെങ്കിലും ഇന്നും അത് പ്രയോജനപ്രദം തന്നെ. കാലപ്പഴക്കംകൊണ്ട് കല്പാത്തികളിൽ പലയിടത്തും വിള്ളലുകളുണ്ടായെങ്കിലും പഴയ കരിങ്കൽത്തൂണുകൾ ചിലതൊക്കെ ഇളകി വീണതിനു പകരം മുളംതൂണുകൾ നാട്ടിയിട്ടുണ്ടെങ്കിലും ശുദ്ധ ജലപ്രവാഹത്തിന് ഇന്നും തടസ്സമില്ല. ക്ഷേത്രത്തിനുസമീപം താമസിക്കുന്ന ചുരുക്കം ചില വീടുകളിലെ വീട്ടമ്മമാർ കല്പാത്തികളിലെ വിള്ളലുകളിൽക്കൂടി ചോർന്ന് വീഴുന്ന വെള്ളം കുടങ്ങളിലേറ്റി വീടുകളിലേക്കു കൊണ്ടുപോകുന്ന കാഴ്ചയും രസകരമാണ്. തിരുനെല്ലി ദേവന്റെ 'റേഷൻ ചോർത്തിയെടുക്കൽ!" ഈ പ്രാചീന ശുദ്ധജല വിതരണ പദ്ധതിക്ക് നാനൂറു കൊല്ലത്തിൽപ്പരം പഴക്കമുണ്ടത്രെ.

സമതലത്തിൽനിന്നും എത്രയോ മൈലകലെ (കോഴിക്കോട് - മാനന്തവാടി - കാട്ടിക്കുളം - തിരുനെല്ലി 125 കി മീ) സമുദ്രനിരപ്പിൽനിന്നും 4000 അടി ഉയരത്തിൽ സ്ഥിതിചെയ്യുന്ന ഈ വനമേഖലകളിൽ പൂർവ്വപ്രതാപത്തെ നിശ്ശബ്ദം പ്രഖ്യാപിച്ചുകൊണ്ട് ആദ്ധ്യാത്മിക കേന്ദ്രങ്ങളായി നിലകൊള്ളുന്ന പ്രസിദ്ധക്ഷേത്രങ്ങൾ പ്രേക്ഷകന് ആഹ്ലാദകരമാണ്. ഇന്ന് മനുഷ്യവാസം കുറവായ വനതലങ്ങളിൽ ശില്പചാതുരി ഒത്തിണങ്ങിയ തിരുനെല്ലിയും തൃശ്ശിലേരിയും പോലുള്ള ഗംഭീര ക്ഷേത്രങ്ങൾക്കു പുറമേ വേറെയും പുരാതന ക്ഷേത്രങ്ങളുടെ അവശിഷ്ടങ്ങളും ഗുഹാക്ഷേത്രങ്ങളും തിരുനെല്ലി വനാന്തർഭാഗങ്ങളിൽ അങ്ങിങ്ങ് ചിതറി കിടപ്പുണ്ടെന്നാണറിവ്. അങ്ങനെയെങ്കിൽ, ഇന്നത്തെ മലകൾ പണ്ട് ജനനിബിഡമായിരിക്കണം. സാംസ്കാരിക കേന്ദ്രമായി പരിലസിച്ചിരുന്ന ഒരു പ്രാചീന ജനപദത്തിന്റെ അസ്ഥിക്കഷണങ്ങൾ ഇവിടെ ചിതറിക്കിടപ്പുണ്ട്. പല നൂറ്റാണ്ടുകളും പ്രൗഢിയോടെ കഴിഞ്ഞ ഒരു നഗരം ഇവിടെ മരിച്ചു മണ്ണടിഞ്ഞിട്ടുണ്ടാകണം. ബ്രഹ്മഗിരിയിൽ വലിയൊരു ശിലാമന്ദിരത്തിന്റെ മാതൃകയിലുള്ള ഗുഹാമന്ദിരങ്ങളും കാട്ടിടകളിലെ പഴയ വീഥികളും സ്തൂപങ്ങളുമൊക്കെ ഈ ചിന്തകൾക്ക് ഉപോൽബലകമാണ്. പല പ്രാചീന ക്ഷേത്രങ്ങളും പണ്ട് ബുദ്ധവിഹാരങ്ങളായിരുന്നെന്നും പലതിന്റെയും അവശിഷ്ടങ്ങൾ ഇന്നും കാട്ടിൽ മറഞ്ഞു കിടപ്പുണ്ടെന്നും പറയപ്പെടുന്നു. പുരാണകഥകളിലൂടെയും പ്രാചീന സാഹിത്യകൃതികളിലൂടെയും സുചിതമാകുന്ന ആ നഗരം പില്ക്കാലത്ത് എങ്ങനെ, എപ്പോൾ വനമായി തീർന്നുവെന്നതും മറ്റും അന്വേഷണാർഹമാണ്.

രണ്ടു മൂന്നു പതിറ്റാണ്ടുകൾ കഴിഞ്ഞിരിക്കുന്നു. ആദ്യത്തെ തിരുനെല്ലി ദർശനം കഴിഞ്ഞിട്ട്. അതിനുശേഷം വയനാടൻ ഗ്രാമങ്ങളിലൂടെ വികസന ബ്ലോക്കുകളിലൂടെ എത്രയെത്ര യാത്രകൾ! പക്ഷേ, മാനന്തവാടിയിൽ വന്ന് കറങ്ങിത്തിരിഞ്ഞ് പോയതല്ലാതെ കിഴക്കോട്ട് - തിരുനെല്ലിഭാഗത്തേക്ക് - പിന്നെ കടന്നിട്ടില്ലെന്ന വസ്തുത ഞാൻ ഖേദപൂർവ്വം ഓർത്തു. രണ്ടു മൂന്നു പതിറ്റാണ്ടുകൾക്കുള്ളിൽ എന്തെന്തു മാറ്റങ്ങൾ സംഭവിച്ചിരിക്കാം.

ഇത്തവണ (2002 മെയ്) ഔദ്യോഗികമായ ഭാരങ്ങളൊന്നും ചുമലില്ല. സർവ്വതന്ത്രസ്വതന്ത്രൻ. മാത്രമല്ല, ഭാരം താങ്ങാൻ ഭാര്യയും മക്കളും കൊച്ചുമക്കളും എന്നോടൊപ്പമുണ്ട്. സകുടുംബം ഒരു തീർത്ഥാടനം. എന്നെ സംബന്ധിച്ചിടത്തോളം അതൊരു ഓർമ്മ പുതുക്കലിന് കളമൊരുക്കി.

ഏറെ സവിശേഷതകളുള്ള വയനാടൻ ഭൂപ്രദേശങ്ങളുടെ പ്രകൃതി ഭംഗിയിലും ജനജീവിതത്തിലും ത്രില്ലടിച്ചു നില്ക്കുന്ന പുതിയ തലമുറയുടെ ആഹ്ലാദാരവങ്ങൾ കാറിനുള്ളിലും പുറത്തും സദാ ശബ്ദമുഖരിതമായിരുന്നെങ്കിലും എന്തുകൊണ്ടോ എന്നിലെ പഴയ ഏകാന്തപഥികനെയാണ് ഞാൻ ഇഷ്ടപ്പെട്ടത്. ചെറിയൊരു ലെതർബ്ബാഗും തൂക്കി ബസുകൾ കയറിയും ഇറങ്ങിയും, നടന്നും തളർന്നും യാത്ര ചെയ്ത്, വയനാടൻ ഗ്രാമാന്തരങ്ങൾ നേരിട്ട് അനുഭവിച്ചറിഞ്ഞ ആ നല്ല നാളുകൾ മനസ്സിൽ പച്ച പിടിച്ചു നിന്നു. മാനന്തവാടിടൗൺ ഇന്നതൊരു ദേവലോകമായിരിക്കുമെന്നാണ് ഞാൻ കരുതിയത്. ഏയ് ഒന്നും സംഭവിച്ചിട്ടില്ല. പത്തു മുപ്പതു വർഷം മുമ്പു കണ്ട പഴയ മാനന്തവാടിക്ക് അടിസ്ഥാനപരമായ വലിയ മാറ്റങ്ങളൊന്നുമില്ല. ഇനി മാനന്തവാടിയിൽനിന്ന് തിരുനെല്ലിയിലേക്ക്. പണ്ട് ഒന്നര മണിക്കൂർകൊണ്ട് അന്ന് ജീപ്പിൽ യാത്ര ചെയ്ത ദൂരം (20 കി മീ) ഇന്നിതാ അര മണിക്കൂറിനുള്ളിൽ താണ്ടിയിരിക്കുന്നു.

ഉച്ചവെയിൽ പച്ചത്തഴപ്പുകളിൽ വെള്ളി ഉരുക്കിയൊഴിച്ചു രസിക്കുന്ന ആ നട്ടുച്ചയ്ക്ക് തിരുനെല്ലി ക്ഷേത്ര സന്നിധിയിലെത്തി. ആകെ ആ പ്രദേശത്തിനുണ്ടായ മാറ്റം, ക്ഷേത്രത്തിനു സമീപം അടുത്ത കാലത്ത് പടുത്തുയർത്തപ്പെട്ട ബഹുനില മന്ദിരം തന്നെ. തീർത്ഥാടകർക്കും സഞ്ചാരികൾക്കും അതൊരു അനുഗ്രഹമായി വന്യപശ്ചാത്തലത്തിൽ ഉയർന്നുയർന്നു നില്ക്കുന്ന തിരുനെല്ലി ദേവസ്വം വകയായ ആ അതിഥി മന്ദിരം ഏറെ സൗകര്യപ്രദമാണ്. വേഷം മാറി മുറിക്കു പുറത്തിറങ്ങി നിന്നപ്പോ

ഴാണ് തൊട്ടടുത്ത മുറിയിലെ സംഭാഷണം ശ്രദ്ധിച്ചത്. വികസന വകുപ്പ് ഉദ്യോഗസ്ഥരാണെന്ന് മനസ്സിലാക്കി. ഗിരിവർഗ്ഗ പ്രദേശങ്ങളുടെ ഉന്നമനമാണ് ചർച്ചാവിഷയം. ഞാൻ മെല്ലെ ക്ഷമാപണത്തോടെ അങ്ങോട്ടുകയറി നിമിഷങ്ങൾക്കുള്ളിൽ അന്യോന്യം പരിചയപ്പെട്ടു. ഗിരിവർഗ്ഗവികസനത്തിന്റെ ചുമതലയുള്ള ആ വകുപ്പുമേധാവി ശ്രീമാൻ എക്സ് പെട്ടെന്ന് എന്നെ തിരിച്ചറിഞ്ഞു. തലസ്ഥാനത്തു നിന്നും മാനന്തവാടി ബ്ലോക്കിലെത്തിയ അദ്ദേഹം തിരക്കിൽ നിന്നൊഴിഞ്ഞ് തിരുനെല്ലിയിലെത്തിയതാണ്. തദ്ദേശീയരായ ഉദ്യോഗസ്ഥർ ആ പ്രദേശങ്ങളുടെ വികസനചരിത്രം രേഖകളുടെ പിൻബലത്തോടെ അദ്ദേഹത്തെ ബോദ്ധ്യപ്പെടുത്തുകയാണ്. ഞങ്ങളുടെ സംഭാഷണം ഔപചാരികതയുടെ മുഖപടം മാറ്റി തുറന്ന ചർച്ചകളിലേക്കിറങ്ങി നീങ്ങിയപ്പോൾ എനിക്കുത്സാഹമേറി. തിരുനെല്ലി പഞ്ചായത്തു പ്രദേശത്തിന്റെ ഒരു ഏകദേശരൂപവും ചർച്ചകളിൽ അനാവൃതമായി.

വയനാട് ജില്ലയിലെ മാനന്തവാടി താലൂക്കിൽ മാനന്തവാടി വികസന ബ്ലോക്കിൽപ്പെട്ട തിരുനെല്ലി പഞ്ചായത്തിൽ തിരുനെല്ലി, തൃശ്ശിലേരി എന്നീ രണ്ട് റവന്യൂവില്ലേജുകൾ ഉൾപ്പെടുന്നു. വടക്ക് കർണ്ണാടക സംസ്ഥാനവും തെക്ക് മാനന്തവാടി പഞ്ചായത്തും, കിഴക്ക് പുതുപ്പള്ളി പഞ്ചായത്തും കർണ്ണാടക സ്റ്റേറ്റ് അതിർത്തിയും, പടിഞ്ഞാറ് മാനന്തവാടി പഞ്ചായത്തുമാണ് അതിരുകൾ. പഞ്ചായത്തിന്റെ വിസ്തീർണ്ണം 20.1 ച കി മീ. ജനസംഖ്യ 23529 (91 ലെ സെൻസസ്).

കുടിയേറ്റത്തിനുശേഷം

1941 ലാണ് തിരുവിതാംകൂറിൽനിന്നുള്ള കുടിയേറ്റം ആരംഭിച്ചത്. കുടിയേറ്റകർഷകരുടെ വരവോടുകൂടി കരക്കൃഷികളാരംഭിച്ചു. നരിനിരങ്ങി, ബ്രഹ്മഗിരി മലകളാൽ ചുറ്റപ്പെട്ടതും ചെറിയ കുന്നുകളും പാടങ്ങളും നിറഞ്ഞതുമായ ഭൂപ്രദേശമാണ് തിരുനെല്ലി പഞ്ചായത്ത്. വയനാട്ടിലെ മറ്റു പ്രദേശങ്ങളെ അപേക്ഷിച്ച് മഴ കുറവാണ്. പഞ്ചായത്തിലെ മിക്ക പ്രദേശങ്ങളും വിവിധ കൃഷികൾക്ക് അനുയോജ്യമായ ഫലഭൂയിഷ്ഠമായ മണ്ണാണ്. മൊത്തം വിസ്തീർണ്ണത്തിന്റെ (20.1 ച കി മീ) 72 ശതമാനവും വനങ്ങളാണ്. ഈ വനത്തിന്റെ ഭൂരിഭാഗവും വയനാട് വന്യജീവിസങ്കേതത്തിന്റെ ഭാഗമാണ്. പഞ്ചായത്തിലെ ജനസംഖ്യയുടെ 33 ശതമാനം പട്ടികവർഗ്ഗക്കാരാണ്. തിരുവിതാംകൂറിൽനിന്നുമുള്ള കുടിയേറ്റമാരംഭിച്ചതോടെ തിരുനെല്ലിയുടെ കാർഷികമേഖല സജീവമായി. അപൂർവ്വ സസ്യങ്ങളുടെയും ഔഷധച്ചെടികളുടെയും ശേഖരമാണ് തിരുനെല്ലി വനങ്ങൾ. ജനങ്ങളുടെ പ്രധാന തൊഴിൽ കൃഷിയാണ്. രണ്ട് അന്തർസംസ്ഥാനറോഡുകൾ പഞ്ചായത്തു തലസ്ഥാനമായ കാട്ടിക്കുളത്തുകൂടി കടന്നുപോകുന്നു. അടിയർ, പണിയർ, തേൻകുറുമർ, വെട്ട കുറുമർ, കുറിച്യർ എന്നീ ഗിരിവർഗ്ഗക്കാരാണ് തിരുനെല്ലിയിലുള്ളത്. അടിയർ, പണിയർ എന്നിവർ കൃഷിത്തൊഴിലാളികളാണ്. പണിയരിൽ സ്വന്തമായി കൃഷിസ്ഥലമുള്ളവരുണ്ട്. കുറുമർ ഏറിയ കൂറും എസ്റ്റേറ്റ് തൊഴിലാളികളും ഫോറസ്റ്റ് തൊഴിലാളികളുമാണ്.

ഈ വന്യഗ്രാമത്തിലെ ജനസംഖ്യയിൽ നല്ലൊരു ശതമാനം ഗിരിജനങ്ങളാണ്. സവർണ്ണർ, വളരെ കുറച്ചേയുള്ളൂ. ഏറനാടൻ ചെട്ടി, വാര്യർ, മാരാർ, മൂസ്സത്, നമ്പീശൻ എന്നീ ക്ഷേത്രവാസികളാണധികവും. ഈ സവർണ്ണർ എണ്ണത്തിൽ വളരെ കുറവെങ്കിലും കൃഷിഭൂമിയുടെ ഭൂരിഭാഗവും അവരുടെ കൈവശമായിരുന്നു. സ്വകാര്യ ജന്മിമാർ വളരെ കുറവ്. ഭൂരിഭാഗം ഭൂമിയുടെയും യഥാർത്ഥ ഉടമാവകാശം തിരുനെല്ലി ദേവസ്വത്തിനും തൃശ്ശിലേരി ദേവസ്വത്തിനുമാണ്. തിരുനെല്ലിക്ഷേത്രം വടക്കില്ലം നമ്പൂതിരിമാരുടെ വകയും തൃശ്ശിലേരി മുഴുക്കുന്നത്തു നമ്പൂതിരുമാരുടെ വകയുമായിരുന്നു. രണ്ടും ഇപ്പോൾ ദേവസ്വം ബോർഡിന്റെ കീഴിലാണ്.

നെല്ല്, കാപ്പി, കുരുമുളക്, ഓറഞ്ച് എന്നിവയാണ് പ്രധാന കാർഷികോല്പന്നങ്ങൾ. വൻതോതിൽ കാപ്പിയും മധുര നാരങ്ങയും കൃഷി ചെയ്യുന്ന മുപ്പതോളം എസ്റ്റേറ്റുകളുണ്ടായിരുന്നു. നരിക്കൽ, ബാർഗ്ഗിരി, ലാൻക്ലിഫ്, ബ്രഹ്മഗിരി എ ബി കാട്ടിക്കുളം, ആലത്തൂർ, പുതിയ കോവിലകം, എടയൂർ ഒലഗോഡ്, പാണ്ഡുരംഗ, റസ്സൽ തുടങ്ങിയവയായിരുന്നു. തോട്ടം വ്യവസായത്തിന്റെ തകർച്ച തിരുനെല്ലിയിലെ തോട്ടങ്ങളെയും ബാധിച്ചു. ഏറെപ്പേർ തൊഴിൽരഹിതരായി. പറയത്തക്ക മറ്റു വ്യവസായങ്ങളൊന്നുമില്ല. മുളയും ചൂരലും കൊണ്ടുള്ള കുട്ട, വട്ടി മെടയൽ ഗിരിവർഗ്ഗക്കാരിൽ ചിലരുടെ കൈത്തൊഴിലാണ്. മൊത്തം ജനസംഖ്യയിൽ 30 ശതമാനമെങ്കിലും കുടിയേറ്റക്കാരാണ്. വിശിഷ്യാ ക്രിസ്ത്യാനികൾ. അവർ തിരുനെല്ലിയിൽ കുടിയേറിയിട്ട് അര നൂറ്റാണ്ടിലേറെയാകും. ഇനി മറ്റൊരു കൂട്ടരുണ്ട്. കച്ചവടക്കാർ. മിക്കവാരും കോഴിക്കോട്ടു നിന്നും മറ്റും വന്ന മുസ്ലീങ്ങളാണവർ. വനവിഭവങ്ങളും മറ്റും കുറഞ്ഞ വിലയ്ക്ക് വാങ്ങി കൂടിയ വിലയ്ക്ക് വിറ്റ് കീശവീർപ്പിക്കുന്ന കൂട്ടർ.

അപ്പോൾ, പൊതുവേ കാട്ടുപ്രദേശം, ജനങ്ങളിൽ ഭൂരിഭാഗവും അപരിഷ്കൃതരായ ഗിരിവർഗ്ഗ

ക്കാർ, കൃഷിസ്ഥലങ്ങളും എസ്റ്റേറ്റുമെല്ലും തദ്ദേശീയരായ സവർണ്ണരുടെയും വിദേശികളുടെയും കൈവശം. ചുരുക്കത്തിൽ മിണ്ടാപ്രാണികളായ ഗിരിവർഗ്ഗക്കാരെ പിന്നിലേക്ക് തള്ളിമാറ്റിക്കൊണ്ട് മിടുക്കന്മാരായ "വിദേശികൾ' സാമൂഹ്യ-സാമ്പത്തിക രംഗങ്ങളിൽ മുന്നണിയിലെത്തിയിട്ടുണ്ട്. എഴുപതുകളിൽ തിരുനെല്ലി തൃശ്ശിലേരി വനാന്തരങ്ങളിൽ നടന്ന നക്സലൈറ്റ് കലാപങ്ങളും കൂട്ടക്കൊലകളും മറ്റും ഇത്തരുണത്തിൽ സ്മരണീയം.

പുരോഗതിയുടെ പ്രശ്നങ്ങൾ

ഇത്തരമൊരു വനപ്രദേശത്ത് പുരോഗതി ഉണ്ടാക്കേണ്ടത് തദ്ദേശീയരിൽ നിന്നാണ്. പക്ഷേ മൃഗസമാനം ജീവിക്കുന്ന അക്കൂട്ടർ ഇക്കാര്യത്തിൽ അജ്ഞരാണ്, അപ്രാപ്തരുമാണ്. അപ്പോൾ പിന്നെ, ന്യൂനപക്ഷമായ 'വിദേശികൾ' ഉത്സാഹിച്ചാലേ, ഇത്തരം പ്രദേശങ്ങൾക്ക് അഭിവൃദ്ധിയുണ്ടാകുകയുള്ളൂ. പക്ഷേ, വയറ്റുപിഴപ്പിനും ധനസമ്പാദനത്തിനുമായി വന്നുചേർന്നിട്ടുള്ള അക്കൂട്ടർക്കും അന്യനാട് നന്നാക്കണമെന്ന വലിയ ആഗ്രഹമൊന്നും ഉണ്ടാവാൻ ഇടയില്ല. കൂട്ടത്തിൽ ഭേദം തിരുവിതാംകൂറിൽ നിന്നെത്തിയ കുടിയേറ്റക്കാരാണ്. സ്വാർത്ഥതയുടെ പേരിലാണെങ്കിലും ആ വന്യഗ്രാമം വികസിതമായി കാണണമെന്ന് അവർക്ക് ആഗ്രഹമുണ്ട്. ഈ സാഹചര്യത്തിൽ ആ വന്യഗ്രാമത്തിന്റെ വളർച്ചയ്ക്കു നേതൃത്വം നല്കാൻ ഒരു നല്ല ഗ്രാമപഞ്ചായത്തുണ്ടായി.

ഇന്നിപ്പോൾ മാനന്തവാടിയിൽനിന്നും തിരുനെല്ലിക്ഷേത്രത്തിലേക്കും തോൽപ്പെട്ടിയിലേക്കും പോകുന്ന ഒരാൾക്ക് വഴിമദ്ധ്യേയുള്ള കാട്ടിക്കുളം ജങ്ഷനെ വിഗണിക്കാൻ സാദ്ധ്യമല്ല. കാടും മലകളും ചൂഴ്ന്നു നില്ക്കുന്ന കാട്ടിക്കുളം കവല പുതിയൊരു ടൗൺപ്രദേശമായി-- പഞ്ചായത്തിന്റെ ആസ്ഥാനം. പഞ്ചായത്ത് ആസ്ഥാനത്ത് ഗ്രന്ഥശാലയും വെയിറ്റിങ് ഷെഡ്ഡുമൊക്കെ ഒരു നല്ല പഞ്ചായത്തിന്റെ മുഖഭാവം സൂചിപ്പിക്കുന്നു. മാത്രമല്ല അപ്രാപ്യമെന്ന് കരുതപ്പെട്ടിരുന്ന ആ കുന്നിൻപ്രദേശങ്ങളിൽ അങ്ങിങ്ങായി കാണുന്ന ഗ്രാമറോഡുകളും അപൂർവ്വം പൊതുസ്ഥാപനങ്ങളുമെല്ലാം പഞ്ചായത്തിന്റെ പുരോഗതിയെ സൂചിപ്പിക്കുന്നു.

വിദ്യാഭ്യാസപരമായി പിന്നണിയിലാണ് ഈ പ്രദേശം. പണ്ടേ വിദ്യാഭ്യാസ സൗകര്യം നിഷേധിക്കപ്പെട്ടിരുന്ന ഈ ഗിരിപ്രദേശങ്ങളിൽ ഇന്നും ഗണ്യമായ മാറ്റമൊന്നും ഇല്ല. മുൻപ് ധനശേഷിയുള്ള ജന്മികുടുംബങ്ങളിലെ അംഗങ്ങൾക്ക് കോഴിക്കോട്, തലശ്ശേരി മുതലായ വിദേശരാജ്യങ്ങളിൽ പോയി ഉപരിവിദ്യാഭ്യാസം നേടാൻ കഴിഞ്ഞിരുന്നു.

പഞ്ചായത്തിന്റെ ആസ്ഥാനമായ കാട്ടിക്കുളത്ത് മിക്ക ഗവൺമെന്റ് സ്ഥാപനങ്ങളും പൊതുസ്ഥാപനങ്ങളും കേന്ദ്രീകരിച്ചിട്ടുണ്ട്. സർവ്വീസ് കോ ഓപ്പറേറ്റീവ് ബാങ്ക്, വില്ലേജ് ആഫീസ്, സെയിൽസ് ടാക്സ് ഓഫീസ്, ചെക്ക് പോസ്റ്റ്, പൊലീസ് സ്റ്റേഷൻ മൃഗാശുപത്രി തുടങ്ങിയവ...

വെയിലിന്റെ കാഠിന്യമൊന്നു കുറഞ്ഞപ്പോൾ, ഞങ്ങൾ സകുടുംബം അമ്പലപരിസരങ്ങളിലൂടെ വനരഥ്യകളിലൂടെ സോത്സാഹം നടന്നു. പഴയ ഓർമ്മകൾ അയവിറക്കി ഞാൻ ചുറ്റും ശ്രദ്ധിച്ചു. പാപനാശിനിയുടെ കരയിലുള്ള കുള്ളു (അടിയക്കുടിലുകൾ) കളിൽ പാപം ചെയ്തവരെ പോലെ കൂനിക്കൂടി നില്ക്കുന്ന പട്ടിണിക്കോലങ്ങളെ കണ്ടു. പകലന്തിയോളം വയലിൽ പണിയെടുത്തശേഷം അത്താഴം ഒരുക്കാൻ വേണ്ടി അരഫർലോങ് അകലെയുള്ള പാപനാശിനിയിൽനിന്ന് ചളുങ്ങിയ അലുമിനിയം കലങ്ങളിൽ വെള്ളം നിറച്ച് കുന്നു കയറി വരുന്ന ആ അടിയാത്തിപ്പെണ്ണിനെ നോക്കൂ. നിറഞ്ഞ യൗവനം, അരയും മാറും മറയ്ക്കാനുള്ള ആ ഒറ്റച്ചേലയിലൊതുങ്ങുന്നില്ല. നല്ല മുഖശ്രീ. ആ കാട്ടുപൂവും ക്രമേണ തീവെയിലിൽ വാടിവീഴും. അങ്ങനെ എത്രയെത്ര കാട്ടുപൂക്കൾ. തള്ളയുടെ ഉടുതുണിത്തുമ്പിൽ തൂങ്ങി ചുറ്റിലും നില്ക്കുന്ന ആ അടിയക്കിടാത്തന്മാരും ഇന്ത്യൻ പൗരന്മാരാണെന്നോർക്കുമ്പോൾ കുറ്റബോധത്താൽ നാം ലജ്ജിച്ച് തല കുനിച്ച് പോകും; മനഃസ്സാക്ഷിയെന്നൊന്നുണ്ടെങ്കിൽ.

പണ്ട്, വല്ലപ്പോഴുമൊരിക്കൽ, പിതൃതർപ്പണം നടത്തുന്നതിന് ചില പ്രത്യേക ദിവസങ്ങളിൽ തിരുനെല്ലിയിലെത്തി, സന്ധ്യക്കു മുമ്പ് മാനന്തവാടിയിലെത്താൻ തിടുക്കം കൂട്ടിയിരുന്ന കുറച്ചാളുകളേ ഇവിടെ എത്തിയിരുന്നുള്ളൂ. ഇന്ന് സഞ്ചാരികളുടെ എണ്ണം വർദ്ധിച്ചിരിക്കുന്നു. പാപനാശിനിയും പിതൃതർപ്പണവും ഒന്നും അല്ല അവർക്ക് നോട്ടം. യൗവനത്തിളപ്പിൽ തുള്ളിച്ചാടുന്ന യുവതീയുവാക്കൾക്ക് തിരുനെല്ലി മറ്റൊരു വിനോദസഞ്ചാരകേന്ദ്രം മാത്രം. കയറിയും ഇറങ്ങിയും നടന്നും തളരുമ്പോൾ അവർക്ക് പിന്നെ മടക്കയാത്രയിലാണ് താല്പര്യം. ഗസ്റ്റ് ഹൗസിന്റെ സൗകര്യം പ്രജോയനപ്പെടുത്തുന്നവർ അധികം ഉണ്ടാവില്ല. വിലപ്പെട്ട കനി തിന്നാനിറങ്ങിത്തിരിച്ചവരുടെ 'പാപപുണ്യങ്ങളും' ഇവിടെ സംഭവിക്കുക സാധാരണം.

അലഞ്ഞുനടന്ന കാലം കഴിഞ്ഞു. കുട്ടികളെ അവരുടെ വഴിക്കു വിട്ടിട്ട് ഞാനും സഹധർമ്മിണിയും മുറിയിലേക്കു മടങ്ങി. വാർദ്ധക്യം വിശ്രമം ആവശ്യപ്പെടുന്നു. അതിഥി മന്ദിരത്തിന്റെ മൂന്നാം നിലയിൽ മുറിയുടെ ബാൽക്കണിയിൽ ബ്രഹ്മഗിരി

ക്ക് അഭിമുഖമായിരുന്ന് ചുറ്റും കണ്ണോടിച്ചു. ഹായ്, എത്ര മനോഹരമാണ് ഈ മലഞ്ചെരിവുകളും ക്ഷേത്രോപാന്തങ്ങളും. അത്രനേരം താരും തളിരുമണിഞ്ഞ മരച്ചില്ലകളിൽ തത്തിക്കളിച്ചുനിന്ന പോക്കുവെയിൽ മെല്ലെ മെല്ലെ തിരുനെല്ലിപ്പെരുമാളോട് വിടപറയുന്നു. ബ്രഹ്മഗിരിയുടെ കൊടുമുടിയിൽ സാന്ധ്യപ്രകാശം വർണ്ണവൈവിദ്ധ്യങ്ങളുടെ മാസ്മരിക പ്രകടനം നടത്തുന്നതും, ചേക്കേറാൻ വെമ്പുന്ന പക്ഷിജാലങ്ങളുടെ ശബ്ദവൈചിത്ര്യങ്ങളും എല്ലാം ചേർന്ന് ആ ക്ഷേത്രപരിസരത്ത് പുതിയൊരു ലോകം സൃഷ്ടിക്കുകയാണെന്ന് തോന്നി. മെല്ലെ വയനാടൻ മലകൾ, തുളച്ചുകയറുന്ന തണുപ്പ് അകറ്റാനുള്ള കരിമ്പടങ്ങൾ പുതയ്ക്കുകയായി.

തീർത്ഥാടനകേന്ദ്രം

തിരുനെല്ലിവനമേഖലകളിലേയ്ക്കുള്ള സഞ്ചാരികളുടെ പ്രവാഹം, തീർത്ഥാടനമെന്നതിൽ കവിഞ്ഞ് പുതിയ വിനോദ-വിഹാര സാദ്ധ്യതകൾ കണ്ടെത്താനും, അടുത്തകാലത്തായി ശ്രമം തുടങ്ങിയിട്ടുണ്ട്. വനസഞ്ചാര (ട്രെക്കിങ്) മാണ് അവയിൽ പ്രധാനം. ആരോഗ്യവും ഉത്സാഹവുമുള്ള യുവതീയുവാക്കൾക്ക് ഹരം പകരുന്നതാണ്, ബ്രഹ്മഗിരി മലകയറ്റം. ഒരുതരം സാഹസിക സംരംഭം- കൂടിയാണിത്. കാട്ടാനകളും കാട്ടുപോത്തും മറ്റുവന്യമൃഗങ്ങളും സൈ്വരവിഹാരം നടത്തുന്ന വനാന്തരങ്ങളിലൂടെയുള്ള യാത്ര സാഹസിമെന്നതുപോലെ ചേതോഹരവുമാണ്.

പുലർകാലവും സന്ധ്യാഗമവും ബ്രഹ്മഗിരിയെ ഹിമഗിരിയാക്കിമാറ്റും. മഞ്ഞുമൂടിയ മലനിരകൾ. അപ്പോഴൊക്കെയും അവാച്യമായ ഒരു സവിശേഷ ഗന്ധം ആ വനസ്ഥലികളിലൂടെ ഒഴുകിയെത്തുംപോലെ അനുഭവപ്പെടാറുണ്ട്. പേരറിയാത്ത ഒരായിരം ചെടികൾ പുഷ്പസങ്കുലങ്ങൾ, വർണ്ണശബളമായ അസംഖ്യം ചിത്രശലഭങ്ങൾ, കാട്ടുമരങ്ങളിൽ പറ്റിപ്പിടിച്ചിരിക്കുന്ന എണ്ണമറ്റ തേനീച്ചക്കൂടുകളിൽനിന്നും വ്യാപിക്കുന്ന മാദകഗന്ധം. വർണ്ണവൈവിദ്ധ്യവും ഗന്ധവൈവിദ്ധ്യവും നിറഞ്ഞ ആ വനനീലിമയുടെ അഭൗമസൗന്ദര്യം നേരിട്ട് അനുഭവിക്കേണ്ടതുതന്നെ.

പുലർച്ചെയിൽ തണുപ്പിനെ കുടഞ്ഞെറിഞ്ഞുകൊണ്ട് ഊന്നുവടികളുമായി ആ ബ്രഹ്മഗിരിയെ ലാക്കാക്കി നടന്നുനോക്കൂ. കയറിയും ഇറങ്ങിയും ചാടിയും കടന്നും മേലോട്ട് മേലോട്ട് - ക്ഷേത്രപരിസരത്തുനിന്നകലുംതോറും പ്രകൃതിക്കു തന്നെ മാറ്റം സംഭവിക്കുന്നു. തളിർത്തും പൂത്തും നില്ക്കുന്ന വന്മരങ്ങളുടെയും വള്ളിപ്പടർപ്പുകളുടെയും അത്ഭുതലോകം. നടന്നു നീങ്ങുന്തോറും കാട് ഇരുളുകയായി; ചൂളംചുളുപ്പൻ മലങ്കാറ്റ് ആഞ്ഞടിക്കുകയായി; കണ്ണഞ്ചിപ്പിക്കുന്ന നാനാവർണ്ണങ്ങളുള്ള അസംഖ്യം കാട്ടുകിളികളുടെ ഗാനനിർഝരിയാണെങ്ങും. അപൂർവ്വമായി ഒറ്റയാന്റെ ചിന്നം വിളികേട്ടെന്നും വരാം.

തിരുനെല്ലിയിലെ രാത്രി

സന്ധ്യ, അടുത്തുമകലത്തുമുള്ള അടിയക്കുടിലുകളിൽ ചെറിയ ചെറിയ പ്രകാശബിന്ദുക്കൾ കാണാം. അത്താഴമുണ്ടാക്കുന്ന അടുപ്പുകളാകാം. രാത്രി ഇവിടെ, ശബ്ദങ്ങളുടെ ലോകമാണ്. കാട്ടുകിളികളുടെ ചിലയ്ക്കൽ, രാപ്പാടികളുടെ ഗാനാലാപം, വന്യജീവികളുടെ അമറലുകൾ, അങ്ങുമിങ്ങും മരച്ചില്ലകൾ ഞെരിഞ്ഞൊടിയുന്ന ശബ്ദം - ആ ശബ്ദങ്ങളുടെ ലോകം കൗതുകകരമെന്നതുപോലെ ഭീതിദമായും തോന്നാം.

അത്താഴത്തിന്റെ ലഘുഭക്ഷണത്തിനുശേഷം ഞാൻ വീണ്ടും വരാന്തയിൽ വന്നുനിന്നു. പാദം മുതൽ അരിച്ചരിച്ചു കയറുന്ന തണുപ്പിനെ തടുക്കാൻ എല്ലാ സന്നാഹങ്ങളുമെടുത്തണിഞ്ഞെങ്കിലും ശൈത്യം കടന്നാക്രമിക്കുക തന്നെ. കാടിന്റെ ശബ്ദത്തെ കാതോർത്ത് അധികനേരമങ്ങനെ നില്ക്കാനായില്ല. അപ്പോഴാണ് ഞാനത് ശ്രദ്ധിച്ചത്. അടുത്തും അകലത്തുമായി നീലക്കരിമ്പടം മൂടി നിർന്നിദ്രം നിലകൊള്ളുന്ന മരത്തലപ്പുകളിലെമ്പാടും രത്നം പതിച്ചതുപോലെ മിന്നിത്തിളങ്ങുന്ന ഒരു കോടി നക്ഷത്രക്കുഞ്ഞുങ്ങൾ. ഇതെങ്ങനെ? എപ്പോൾ ഈ കാടുകൾക്കു മേലെ രത്നകമ്പളം ചാർത്തിയത്? ആര്? ഞാൻ അത്ഭുതസ്തബ്ധനായി ആ അപൂർവ്വ കാഴ്ച നോക്കിനിന്നു. എണ്ണമറ്റ മിന്നാമിനുങ്ങുകൾ.. നോക്കി നോക്കി നില്ക്കെ, ഏതോ ഒരുൾവിളിയാലെന്നവണ്ണം അവ ഒന്നിച്ചുപറയുന്നുയരും- ഒരായിരം നക്ഷത്രങ്ങൾ പൊട്ടിച്ചിതറുന്നതുപോലെ. ആ മിന്നാമിനുങ്ങുകളുടെ നുറുങ്ങുവെട്ടം സൃഷ്ടിച്ച അത്ഭുത പ്രപഞ്ചത്തിലേക്ക് ഞാനേറെ നേരം നോക്കിനിന്നു.

കൊടും ശൈത്യത്തിന്റെ പടിയിലമർന്നു കഴിഞ്ഞ ക്ഷേത്ര പരിസരങ്ങൾ. ഇനിയും തിരുനെല്ലിയിലെ രാത്രിയെ വീക്ഷിച്ച് പുറത്തങ്ങനെ നിന്നാൽ ശരിയാവില്ല. മുറിക്കുള്ളിൽ കയറിക്കൂടാം.

ഡും... ഡും... ഡും.. മഞ്ഞലകളിലൂടെ നീന്തിയെത്തുന്ന ക്ഷേത്ര വാദ്യങ്ങളുടെ മന്ദ്രധ്വനി. ഞാൻ ശബ്ദംകേട്ട ദിശയിലേക്ക് നോക്കി. ക്ഷേത്രാങ്കണത്തിൽ നിന്നാണ്. ഇരുളിൽ മെല്ലെ നീങ്ങുന്ന തൂക്കുവിളക്കുകളുടെയും ചങ്ങലവട്ടകളുടെയും പ്രകാശ

ത്തിൽ ക്ഷേത്രത്തിനു വലം വയ്ക്കുകയാണ് പൂജാരിയും പരികർമ്മികളും ചുരുക്കം ഭക്തജനങ്ങളും. നടയടയ്ക്കുന്നതിന്റെ സൂചന. ഈ പ്രദക്ഷിണവും മേളവും നിത്യ ചടങ്ങുകളാവാം. തിരുനെല്ലി പെരുമാളിന്റെ പള്ളിയുറക്കത്തിന് സമയമായി. അമ്പലമുറ്റത്തെ ആളനക്കവും ശബ്ദവും നിലച്ചപ്പോൾ ഞാനും മെല്ലെ മുറിക്കുള്ളിലേക്ക് വലിഞ്ഞു.

തിരുനെല്ലി പെരുമാളിനോടൊപ്പം ഞാനും അതിരാവിലെ ഉറക്കമുണർന്നു. മടക്കയാത്രയ്ക്കു മുമ്പ് ആ ക്ഷേത്രപരിസരങ്ങളിലൂടെ ഒരിക്കൽക്കൂടി ചുറ്റിക്കറങ്ങാൻ മോഹം തോന്നി. വർഷങ്ങൾ കടന്നുപോകുന്നതറിയാത്ത ഗിരിപ്രദേശങ്ങളാണിന്നും തിരുനെല്ലി വനമേഖല. പതിറ്റാണ്ടുകൾക്കു മുമ്പു കണ്ട തിരുനെല്ലിയെത്തന്നെ ഈ സന്ദർശന വേളയിലും കാണാൻ കഴിഞ്ഞുവെന്നത് ആ പ്രദേശങ്ങളുടെ സവിശേഷതയാകാം. പക്ഷേ, മൊത്തത്തിൽ മാറ്റമില്ലാത്ത ആ ഹരിതഭംഗികൾക്കിടയിൽ ചില കാര്യങ്ങൾ ശ്രദ്ധേയമായി. ഗിരിവർഗ്ഗക്കാരുടെ ജീവിതത്തിന്റെ തനിമ നാൾക്കു നാൾ നഷ്ടപ്പെട്ടുകൊണ്ടിരിക്കുന്നു. അടിവാരത്തിലെ സാമൂഹ്യജീവിതത്തിന്റെ ദോഷവശങ്ങൾ ക്രമേണ മലമുകളിലേക്കും വ്യാപിപ്പിച്ചിട്ടുണ്ട്. ദൈനംദിന രാഷ്ട്രീയത്തിന്റെ പൊട്ടും പൊടിയും അവർ പഠിച്ചു തുടങ്ങിയിട്ടുണ്ട്. ഗിരിവർഗ്ഗങ്ങളെ ഉദ്ധരിക്കാൻ സർക്കാർ നടപ്പാക്കുന്ന പല പരിപാടികളും അവർക്ക് ഗുണം ചെയ്യാനല്ലെന്ന ഒരു ധാരണയും വളർന്നു വരുന്നുണ്ട്. എല്ലാം ഒരുതരം വെള്ളപൂശലാണെന്ന അവരുടെ ചിന്താഗതിയിൽ സത്യത്തിന്റെ നുള്ളു നുറുങ്ങുകൾ കാണാൻ കഴിയും.

76

പുൽപ്പള്ളി - അന്നും ഇന്നും

മൈസൂറിലെ കുടക് മലകളോടുരുമ്മിക്കിടക്കുന്ന തിരുനെല്ലിക്കാടുകളുടെ തുടർച്ചയെന്നോണം തിരുനെല്ലിയോട് ചേർന്നുകിടക്കുന്ന വന്യഗ്രാമമാണ് പുൽപ്പള്ളി. നൂറ്റാണ്ടുകൾക്കു മുമ്പ് പഴശ്ശിയുടെ പടക്കളമായിരുന്ന പുൽപ്പള്ളി, ഇക്കഴിഞ്ഞ രണ്ടു മൂന്നു പതിറ്റാണ്ടുകൾക്കു മുമ്പും അക്രമത്തിനും അനീതിക്കുമെതിരായ പോരാട്ടത്തിലൂടെ ചരിത്രം സൃഷ്ടിക്കുകയുണ്ടായി. പുൽപ്പള്ളിയിലെ നക്സലൈറ്റ് ആക്രമണം കേരളത്തിന് മുൻപെങ്ങും പരിചയമില്ലാതിരുന്ന സായുധ വിപ്ലവത്തിന്റെ നാന്ദി കുറിച്ചു. അത് കേരളത്തെ അക്ഷരാർത്ഥത്തിൽ ഞെട്ടിക്കുക തന്നെ ചെയ്തു.

1968 നവംബർ 24-ാം തീയതി അർദ്ധരാത്രിയിലാണ് പുൽപ്പള്ളിയിൽ ആദ്യമായി നക്സലൈറ്റ് വിഭാഗത്തിൽപ്പെട്ട തീവ്രവാദികൾ സായുധ വിപ്ലവത്തിന്റെ വെടിപൊട്ടിച്ചത്. 'തോക്കിൻ കുഴലിലൂടെ' അധികാരം പിടിച്ചെടുക്കാനുള്ള നവീന രാഷ്ട്രീയ സിദ്ധാന്തത്തിന്റെ സന്ദേശം ഉൾക്കൊള്ളാൻ സർവ്വഥാ സന്നദ്ധരായവർ ഏറെയുണ്ടായിരുന്നു അന്ന്. ആ ഗിരിതടങ്ങളിൽ കുടിയേറ്റക്കാർക്കു നേരെയുണ്ടായ പൊലീസിന്റെ ക്രൂരമർദ്ദനത്തിനെതിരെ ജനം രോഷാകുലരായി. ആ സാഹചര്യത്തിലാണ് സായുധ വിപ്ലവത്തിന്റെ വായ്ത്താരികളുമായി സാഹസികരായ ഒരു കൂട്ടം യുവാക്കൾ - നക്സലൈറ്റുകൾ - പുൽപ്പള്ളിക്കാടുകളിൽ കടന്നുകൂടിയത്. അവർ അർദ്ധരാത്രിയുടെ മറവിൽ പുൽപ്പള്ളി ദേവസ്വം അഗ്രശാലയിൽ പ്രവർത്തിച്ചിരുന്ന എം എസ് പി ക്യാമ്പ് ആക്രമിച്ചു. വയർലെസ് ഓപ്പറേറ്റർ ഹവിൽദാർ കുഞ്ഞിക്കൃഷ്ണൻ നായർ വധിക്കപ്പെട്ടു. സംഭവത്തിൽ പരിക്കേറ്റ സബ്ബ് ഇൻസ്പെക്ടർ ശങ്കുണ്ണി മേനോൻ ആശുപത്രിയിൽ വച്ച് മരണപ്പെട്ടു. അജിത, വർഗ്ഗീസ്, ഫിലിപ്പ് എം പ്രസാദ്, ശങ്കരൻ മാസ്റ്റർ എന്നിവരോടൊപ്പം പുൽപ്പള്ളിക്കാരായ കിസാൻ തൊമ്മൻ, എട്ടൂർ ജോസഫ് എന്നിവരും ആക്രമണത്തിന് നേതൃത്വം നല്കി.

അന്നോളം പുറംലോകത്തിന് അജ്ഞാതമായിരുന്ന പുൽപ്പള്ളി എന്ന വന്യഗ്രാമം ഈ സംഭവത്തോടെ സു(കു)പ്രസിദ്ധി നേടി. പ്രസിദ്ധി നല്ലതായാലും ചീത്തയായാലും ഉർവ്വശീ ശാപം ഉപകാരമായെന്ന് പുൽപ്പള്ളിയിലെ അനന്തര സംഭവങ്ങൾ തെളിയിക്കുന്നു. തീരെ ദുർഗ്ഗമമായ ഈ അവികസിതപ്രദേശത്തിന്റെ വികസനത്തിനും ഗതാഗത സൗകര്യങ്ങൾക്കും ഭരണ കൂടം കൂടുതൽ ശ്രദ്ധിച്ചതോടെ, പുൽപ്പള്ളി ക്രമേണ വികസനത്തിന്റെ വഴിത്താരയിലേക്കു കടന്നു.

പുൽപ്പള്ളിയുടെ പഴയ കാലങ്ങൾ നമുക്ക് ഇവിടെ അന്വേഷിക്കാം. ചരിത്രപരമായി ഏറെ പ്രാധാന്യമുള്ള വനപ്രദേശമായിരുന്നു പണ്ട്. സമീപകാലംവരെ നിബിഡ വനപ്രദേശമായ ഇവിടെ നൂറ്റാണ്ടുകൾക്കു മുമ്പ് തന്നെ ജനപദങ്ങളായിരുന്നുവെന്നതിന് ചരിത്രപരമായ തെളിവുകളുണ്ട്. പുൽപ്പള്ളിയുടെ വിവിധ ഭാഗങ്ങളിൽനിന്ന് കണ്ടെടുത്തവയും ഇപ്പോൾ കോഴിക്കോട് സർവ്വകലാശാലയുടെ ചരിത്ര വകുപ്പിന്റെ മ്യൂസിയത്തിലും അമ്പലവയലിൽ അടുത്ത കാലത്താരംഭിച്ച ഹെറിറ്റേജ് മ്യൂസിയത്തിലും സൂക്ഷിച്ചിട്ടുള്ളവയുമായ വീരക്കല്ലുകളും മറ്റു പുരാതന ചരിത്രവസ്തുക്കളും പുൽപ്പള്ളിയുടെ സാംസ്കാരികപ്പഴമയിലേക്ക് വിരൽ ചൂണ്ടുന്നു. വീരക്കല്ലുകൾക്കു പുറമേ ശില്പഭംഗിയാർന്ന വിഗ്രഹങ്ങളും ഇവിടെ നിന്നും കണ്ടെത്തിയിട്ടുണ്ട്. ഒട്ടേറെ ശിലാവിഗ്രഹങ്ങൾ കാട്ടിനുള്ളിൽ അങ്ങിങ്ങ് ചിതറിക്കിടപ്പുണ്ട്.

പോരാട്ടത്തിന്റെ കാലങ്ങൾ

പതിനെട്ടാം നൂറ്റാണ്ടിന്റെ ആദ്യദശകങ്ങളിലും പത്തൊൻപതാം നൂറ്റാണ്ടിന്റെ ആദ്യദശകങ്ങളിലും ബ്രിട്ടീഷ് അധീശശക്തിക്കെതിരെ പഴശ്ശി രാജാവ് നയിച്ച ജനമുന്നേറ്റങ്ങളും തുറന്ന സംഘട്ടനങ്ങളും അന്ന് പുൽപ്പള്ളിക്കാടുകളെ പ്രകമ്പനം കൊള്ളിച്ചിരുന്നു. അന്ന് പുൽപ്പള്ളിയിലെ ആദിമ നിവാസികളായിരുന്ന കുറിച്യർ, പണിയർ, കുറുമർ എന്നിവർ പഴശ്ശിയുടെ പടയണികളിൽ ആവേശത്തോടെ പങ്കെടുത്തിരുന്നു. പോരാട്ടത്തിന്റെ ആ ദുർഘടഘട്ടങ്ങളിൽ അവർ പഴശ്ശി സമരത്തിന് സർവ്വവിധ സഹായ സഹകരണങ്ങളും നല്കി. പഴശ്ശി സൈന്യത്തിനാവശ്യമായ ഭക്ഷ്യസാധനങ്ങളും മറ്റ് അവശ്യസാധനങ്ങളും മൈസൂറിൽനിന്ന് പുൽപ്പള്ളി കാടുകളിലെത്തിച്ചുകൊടുക്കുന്നതിന് വയനാടൻ ചെട്ടിമാരുടെ നിസ്തുല സേവനങ്ങൾ യഥാവസരം ലഭിച്ചിരുന്നു. അന്ന് മലബാർ ജില്ലാ കളക്ടറായിരുന്ന ടി എച്ച് ബാബർ നേതൃത്വം നല്കിയ ബ്രിട്ടീഷ് സൈന്യം പുൽപ്പള്ളിയിൽ വച്ചു പഴശ്ശിപ്പടയുമായി ഏറ്റുമുട്ടി. അന്തിമ സമരം. ഗത്യന്തരമില്ലാതെ പഴശ്ശി രാജാവ് മൈസൂർ വനങ്ങളോട് ചേർന്നുള്ള മാവിലാത്തോട്ടം എന്ന സ്ഥലത്തു വച്ച് 1865 നവംബറിൽ 30 ന് വീരമൃത്യു വരിച്ചു.

പഴശ്ശി സമരങ്ങളോടൊപ്പം തന്നെ ടിപ്പുവിന്റെ പടയോട്ടങ്ങൾക്കും സാക്ഷ്യം വഹിച്ചതാണ് ഈ വനമേഖലകൾ. പുൽപ്പള്ളിക്കടുത്ത് കന്നാരംപുഴയുടെ കുറുകെ അന്ന് ടിപ്പു നിർമ്മിച്ച പാലത്തിന്റെ അവശിഷ്ടങ്ങൾ ഇന്നും കാണാം. വണ്ടിക്കടവ് എന്ന സ്ഥലത്തുനിന്നും മൈസൂറിലേക്ക് വനമദ്ധ്യത്തിലൂടെ ഒരു റോഡും അന്ന് നിർമ്മിക്കപ്പെട്ടിരുന്നു. പഴശ്ശി രാജാവിന്റെ മുഖ്യആരാധനാലയമായിരുന്നു പുൽപ്പള്ളിയിലെ സീതാദേവിക്ഷേത്രം. ക്ഷേത്രത്തിനടുത്ത് കൈതക്കാടുകൾ വളർന്നു നില്ക്കുന്ന കുളത്തിലായിരുന്നുവത്രെ പഴശ്ശിയുടെ ആയുധങ്ങളും മറ്റു പല അമൂല്യവസ്തുക്കളും ഉപേക്ഷിക്കപ്പെട്ടതെന്ന് വിശ്വസിക്കപ്പെടുന്നു.

സീതാക്ഷേത്രം

കേരളത്തിൽ സീതാദേവിയെ ആരാധിക്കുന്ന അപൂർവ്വം ക്ഷേത്രങ്ങളിലൊന്നാണ് പുൽപ്പള്ളിയിലെ സീതാലവകുശ ക്ഷേത്രം. പുരാണത്തിലെ സീതാദേവി പുത്രന്മാരോടൊപ്പം പാർത്തിരുന്ന കാനന ഭൂമി പുൽപ്പള്ളിയിലായിരുന്നുവെന്ന് ഭക്തന്മാർ വിശ്വസിക്കുന്നു. സീതാദേവി, ഭൂമി പിളർന്ന് അന്തർദ്ധാനം ചെയ്ത സ്ഥലത്താണ് ചേടാറ്റിൻകാവ് (ജടയറ്റകാവ്) സ്ഥിതി ചെയ്തിരുന്നതെന്നും ആശ്രമകൊല്ലി എന്ന സ്ഥലത്താണ് വാല്മീകിയുടെ ആശ്രമം സ്ഥിതി ചെയ്തിരുന്നതെന്നും ലവകുശന്മാർ കളിച്ചു നടന്നിരുന്ന ശിശുമലയാണ് ഇപ്പോഴത്തെ ശശിമലയെന്നും ഐതിഹ്യങ്ങൾ പലവിധം. പഴശ്ശി രാജാവിന്റെ കാലശേഷം സീതാദേവിക്ഷേത്രവും ക്ഷേത്രം വക ഭൂസ്വത്തുക്കളും വയനാട്ടിലെ പുരാതന നായർ കുടുംബമായ കുപ്പത്തോട് തറവാട്ടുകാരുടെ കൈവശം വന്നു ചേർന്നെന്ന് പറയപ്പെടുന്നു.

പുൽപ്പള്ളി പഞ്ചായത്താഫീസിൽനിന്നും ഒരു ഫർലോങ് അകലെയുള്ള സീതാക്ഷേത്രവും പരിസരങ്ങളും കൗതുകങ്ങളുടെ കലവറയാണ്. ജനാപവാദം ഭയന്ന ശ്രീരാമനാൽ പരിത്യജിക്കപ്പെട്ട പൂർണ്ണ ഗർഭിണിയായ സീതാദേവി പുൽപ്പള്ളിയിലെ വാല്മീക്യാശ്രമത്തിലെത്തിയ ശേഷമുള്ള സംഭവങ്ങളൊക്കെ ആ കാട്ടിനുള്ളിൽ നടന്നിട്ടുണ്ടുപോലും. പുൽപ്പള്ളി സീതാക്ഷേത്രം അതിപുരാനതവും ഗംഭീരവുമായ ഒരു മഹാ ക്ഷേത്രമാണ്. അവിടെത്തന്നെ ശ്രീരാമനും ലക്ഷ്മണനും മുഖത്തോടു മുഖം നോക്കി നില്ക്കുന്ന മട്ടിലുള്ള വിഗ്രഹങ്ങളും മറ്റൊരു ചെറിയ ക്ഷേത്രത്തിലുണ്ട്.

സീതാക്ഷേത്രത്തിൽനിന്ന് മൂന്നര മൈലകലെ, ആ ഘോര കാനനത്തിൽ ഏതാണ്ട് ഒരു ഫർലോങ് സമചതുരത്തിലുള്ള സ്ഥലത്തുമാത്രം വൻവൃക്ഷങ്ങളില്ല. ചെറിയ പുൽച്ചെടികൾ മാത്രം. വനമദ്ധ്യത്തിൽ ഇത്രയും സ്ഥലം ഒരു പുൽമേടായി തീർന്നതിന്റെ പിന്നിലും ഒരു കഥയുണ്ട്. സീതാദേവിയുടെ പുത്രന്മാരായ ലവനും കുശനും ജനിച്ചു വളർന്ന കാട്ടിനുള്ളിൽ തന്നെ അവർ അസ്ത്രാഭ്യാസം നടത്തിയ സ്ഥലമാണത്. അവിടെനിന്നും കഷ്ടിച്ച് ഒരു മൈൽ അകലെയാണുപോലും സീതാദേവി പ്രസവിച്ചു കിടന്നത്. ഇന്നും അവിടെ ഒരു ഷെഡ്ഡു കെട്ടി വിളക്കു വയ്ക്കാറുണ്ട്. അല്പം അകലെയുള്ള വാല്മീക്യാശ്രമത്തിനു സമീപം ഗുഹാരൂപത്തിലുള്ള വലിയ ശിലാഗൃഹമുണ്ട്. ആ ഗുഹാഗൃഹത്തിനു ചുറ്റും ഏതാണ്ട് ഇരുപത്തിയഞ്ച് അടി അകലത്തിൽ പൊയ്കയാണ്. മിക്ക സമയത്തും രണ്ടടിയോളം വെള്ളമുള്ള ഒരു കാട്ടുപൊയ്ക. ആ പൊയ്കയുടെ തീരങ്ങൾ കാട്ടാനകളുടെ വിഹാര കേന്ദ്രങ്ങളാണ് ആ പാറയിൽ വെള്ളം പുരട്ടി ചാലിച്ച് കുറിയിട്ടാൽ ഉണങ്ങുമ്പോൾ ഭസ്മം തൊട്ടതിനു തുല്യമാകും. തപസ്സു ചെയ്തിരുന്ന സ്ഥലത്തിന് ആശ്രമക്കൊല്ലി എന്നാണ് പേര്.

ഇല്ലായ്മയിൽനിന്നും എല്ലാം

പുൽപ്പള്ളി സീതാക്ഷേത്രത്തിനു സമീപം പഴശ്ശിരാജാവിന്റെ കോട്ട ഉണ്ടായിരുന്നു. (ഈ കാടിനുള്ളിൽ വച്ചാണ് ഈ വീരനായകൻ ആത്മഹത്യ ചെയ്തത്) ക്ഷേത്രത്തോടു തൊട്ടുള്ള ഉപയോഗ യോഗ്യമായ കിണറ്റിൽ പഴശ്ശിയുടെ വാൾ ഉണ്ടെ

ന്നാണ് ഐതിഹ്യം. കുപ്പത്തോട് നായന്മാരുടെ വക യാണ് ക്ഷേത്രം. പുൽപ്പള്ളി ക്ഷേത്രത്തിൽ റിസർവ്വ് പൊലീസിന്റെ കാവൽ ഏർപ്പെടുത്തിയിരുന്നു.

വനമദ്ധ്യത്തിലെ വാല്മീക്യാശ്രമത്തിന്റെ ചുറ്റു മുള്ള കാടുകളിൽ ഗിരിവർഗ്ഗക്കാർ മാത്രമല്ല, ജീവ സന്ധാരണാർത്ഥം തിരുവിതാംകൂറിൽ നിന്നും കുടിയേറിപ്പാർത്ത മത്തായിച്ചേട്ടന്മാരും കുടുംബങ്ങ ളുമുണ്ടെന്നറിയുമ്പോൾ നാം അത്ഭുതപ്പെട്ടിട്ടു കാര്യ മില്ല. ഏതു കാട്ടിലായാലും ജീവിക്കുക തന്നെ. മാസത്തിലൊരിക്കലോ മറ്റോ അവർ പത്തും പതി നഞ്ചും മൈൽ നടന്ന് അങ്ങാടിയിൽനിന്ന് സാധന ങ്ങൾ വാങ്ങിപ്പോകും.

1950 മുതൽക്കേ പുൽപ്പള്ളി ഒരു കുടിയേറ്റ ഗ്രാമമായിത്തുടങ്ങി. കബനീനദിയുടെ തീരങ്ങളി ലുള്ള ഫലഭൂയിഷ്ഠമായ വന്യഭൂമിയിലേക്ക് തിരു വിതാംകൂർ ഭാഗത്തുനിന്നുള്ളവർ, വിശിഷ്യാ ക്രിസ്ത്യാനികൾ കുടിയേറാൻ തുടങ്ങി. പുൽപ്പള്ളി ദേവസ്വത്തിന്റെ അധീനതയിലുള്ള രണ്ടായിരം ഏക്കർ സ്ഥലം ചെറുകിട കർഷകർക്കു മറുപാട്ട ത്തിനുകൊടുക്കാൻ മലബാർ കളക്ടർ ഉത്തരവ് പുറ പ്പെടുവിച്ചതോടെയാണ് കുടിയേറ്റം ആരംഭിച്ചത്. 1967-68 കാലഘട്ടത്തിൽ കുടിയേറ്റം വ്യാപകമായി. അവർ കന്നിമണ്ണ് കിളച്ചുമറിച്ച് കൃഷിയിറക്കി. കൃഷി യിടങ്ങൾക്കു സമീപം കുടിൽ കെട്ടി പാർപ്പിടങ്ങ ളൊരുക്കി. ആദ്യകാല കുടിയേറ്റക്കാർക്ക് പ്രതികൂല കാലാവസ്ഥയോടും വന്യമൃഗങ്ങളോടും നിരന്തര മായി ഏറ്റുമുട്ടേണ്ടിവന്നു. ദേവസ്വം അധികൃതരു ടെയും അവരുടെ പിണിയാളുകളുടെയും പെരു മാറ്റം ക്രൂരമൃഗങ്ങളുടെതിനേക്കാൾ കഠിനമായിരു ന്നു. 1967 ൽ വലിയൊരു കുടിയിറക്കു ഭീഷണിയു ണ്ടായി.

കുടിയേറ്റ കാലഘട്ടത്തിൽ പനമരത്തുനിന്ന് കാൽനടയായി, മൈലുകൾ താണ്ടിയാലേ പുൽപ്പ ള്ളിയിൽ വന്നെത്താൻ കഴിയുമായിരുന്നുള്ളൂ. തദ്ദേ ശീയർക്കുവേണ്ട ഭക്ഷ്യവസ്തുക്കളും മറ്റു സാധനസാമഗ്രികളും തലച്ചുമടായി 16 മൈൽ ചുമന്ന് പുൽപ്പള്ളിയിലെത്തിക്കേണ്ടി വന്നിരുന്നു. പുൽപ്പള്ളിക്ക് പണ്ടു മുതൽക്കേ തൊട്ടടുത്ത കർണ്ണാടകവുമായി വ്യാപാര ബന്ധങ്ങളുമുണ്ടായി രുന്നു. ജനങ്ങൾക്കാവശ്യമുള്ള ധാന്യങ്ങളും പയർ വർഗ്ഗങ്ങളും മറ്റും കന്നുകാലികളുടെ പുറത്തു കയറ്റി പുൽപ്പള്ളിയിലെത്തിക്കുകയും പുൽപ്പള്ളിയിൽ നിന്നും വാഴക്കുലയും മറ്റും മടക്കയാത്രയിൽ കയ റ്റിക്കൊണ്ടുപോവുകയും ചെയ്തിരുന്നു. 1971 ൽ സുൽത്താൻ ബത്തേരിയിൽനിന്ന് പുൽപ്പള്ളിയുടെ ഭാഗമായ പെരിക്കേരിയിലേക്ക് ഒരു റോഡ് നിർമ്മി ക്കപ്പെട്ടു.

1925 ലാണ് പുൽപ്പള്ളിയുടെ ഭാഗമായ ചേകാ ടിയിൽ സി എം എസ് ഐ പ്രവർത്തകർ ഒരു സ്കൂളിന് തുടക്കംകുറിച്ചത്. 1948 ൽ കുപ്പത്തോട് മാധവൻ നായർ, വിജയാ എൽ പി സ്കൂൾ പുൽപ്പ ള്ളിയിലാരംഭിച്ചു. തുടർന്നുള്ള കാലഘട്ടത്തിൽ കുടി യേറ്റ കർഷകരുടെ ശ്രമഫലമായി ഒട്ടേറെ വിദ്യാല യങ്ങളും വായനശാലകളും ഉയർന്നുവന്നു.

1962 ലാണ് പുൽപ്പള്ളിയിൽ ഒരു പഞ്ചായത്ത് രൂപീകരിക്കപ്പെട്ടത്. 49 ച കി മീ വിസ്തൃതിയുള്ള പുൽപ്പള്ളി പഞ്ചായത്തിന്റെ ഭൂരിഭാഗവും നിബിഡ വനമായിരുന്നു. ഇന്നും ഇതൊരു വന്യഗ്രാമം തന്നെ. കുടിയേറ്റക്കാരുടെ നിരന്തര പരിശ്രമങ്ങളും നക്സ ലൈറ്റ് ആക്രമണത്തിനുശേഷം ഗവൺമെന്റിന്റെ ദയാദൃഷ്ടി പതിഞ്ഞതും ഈ ഉൾപ്രദേശത്തിന്റെ വികസനത്തിന് സഹായകമായി. പുൽപ്പള്ളി ദേവസ്വം വക ഭൂമിയാണധികവും. പണ്ടു പണ്ടേ യുള്ള ഹിന്ദുക്കളും ഗിരിവർഗ്ഗക്കാരും കുടിയേറ്റ കർഷകരും ചേർന്നതാണ് സാമൂഹ്യസംവിധാനം.

പണ്ട് കാൽനടയാത്രയെ മാത്രം ആശ്രയിച്ച് കഴിയേണ്ടിവന്ന തദ്ദേശീയർക്ക് ഇന്ന് അത്യാവശ്യം ഗതാഗത മാർഗ്ഗങ്ങളും ബസ് സർവ്വീസുകളും മറ്റും ലഭ്യമാണ്. വിദ്യാഭ്യാസ സൗകര്യങ്ങളുടെ കാര്യ ത്തിലും ചികിത്സാരംഗത്തും പുരോഗതി നേടി വരി കയാണ്. വിവിധ മതവിഭാഗങ്ങളുടെ വിശിഷ്യാ ക്രൈസ്തവരുടെ ആരാധനാലയങ്ങൾ പുതുതായി ഉയർന്നു വന്നിട്ടുണ്ട്. ഉൾപ്രദേശങ്ങളിൽ ചെറിയ വിപ ണന കേന്ദ്രങ്ങളും പീടികകളും തിരക്കേറിയ കവ ലകളും ഇന്ന് കാണാം.

മാനമായി ജീവിക്കാനുള്ള അവകാശങ്ങൾക്കു വേണ്ടി എന്തു ത്യാഗം സഹിക്കാനും അനീതിക്കെ തിരെ അടിപതറാതെ മുന്നോട്ടു നീങ്ങാനുമുള്ള പുൽപ്പള്ളിയുടെ രാഷ്ട്രീയം പാരമ്പര്യം വരുംകാല ങ്ങളിൽ ഈ നാടിന് കൂടുതൽ നേട്ടങ്ങൾ കൈവരു ത്താൻ സഹായകമാകും.

77

പഴശ്ശിയുടെ പടയോട്ടങ്ങൾ

രാജ്യം മുഴുവൻ കാടാണ്. ചിലയിടത്ത് വെളിമ്പ്രദേശങ്ങൾ മറ്റു ചിലേടത്താകട്ടെ, നിബിഡ വനങ്ങളാണ്. നാലടിയകലെയുള്ള വസ്തുക്കൾപോലും കാണാൻ പ്രയാസം. റോഡുകൾ നിർമ്മിക്കപ്പെടാതെ നമ്മുടെ പട്ടാളങ്ങൾക്ക് ഗതാഗതം സാദ്ധ്യമല്ല. ഈ കാട്ടിൽ ശിക്ഷാർഹരായ കുറ്റവാളികളും നികുതി കൊടുക്കാത്തവരും നമ്മുടെ അധികാരത്തെ ചോദ്യം ചെയ്യുന്നവരുമെല്ലാം അഭയം കണ്ടെത്തിയിരിക്കുകയാണ്. നാട്ടിൻപുറങ്ങളിലെ പ്രമാണിമാർ അവരെ സഹായിക്കുന്നു. കാട്ടിലെ താഴ്‌വാരങ്ങളിൽ അങ്ങുമിങ്ങും ചിലയിടത്ത് കൃഷിയുണ്ട്. മലബാർ പ്രൊവിൻസിന്റെ വടക്കു കിഴക്ക് കൂർഗ് രാജ്യമാണ്. കിഴക്ക് വയനാടും മൈസൂറും കോയമ്പത്തൂരുമാണ്. മലബാറിൽനിന്ന് വയനാട്ടിലേക്ക് ഒട്ടേറെ മലമ്പാതകളുണ്ട്. രാജ്യത്ത് സമാധാന ലംഘനമുണ്ടാക്കുന്നവരെല്ലാം നാട്ടിലെ പട്ടാള നടപടികളിൽനിന്ന് രക്ഷപ്പെടാൻ വേണ്ടി വയനാടൻ വനങ്ങളിലേക്ക് കടന്നുകളയുന്നു. നമ്മുടെ ഗവൺമെന്റിനെ ശല്യപ്പെടുത്തുന്നവർക്കും അഭയം നല്കാൻ വേണ്ടി ടിപ്പുവും മറ്റുള്ളവരും പ്രത്യേകം നീക്കിയിട്ടുള്ള ഭൂവിഭാഗമാണതെന്നേ തോന്നൂ. അപ്രകാരം വയനാട്ടിലും സമീപ പ്രദേശമായ തോടിനാരിലും അവർക്ക് പല കോട്ടകളുണ്ട്. അവിടെ കേന്ദ്രീകരിച്ചുകൊണ്ട് അവർ ചുരങ്ങൾക്കു താഴെയുള്ള നാട്ടിടകളിൽ കൊള്ളയും കൊള്ളിവയ്പും കവർച്ചയും ചെയ്യാൻ പ്രേരിപ്പിച്ചിട്ട് കോട്ടകളിൽ അഭയം തേടുന്നു. ആകയാൽ വയനാട്ടിനെയും, മേൽപ്പറഞ്ഞ സമാധാന ലംഘനങ്ങൾക്ക് നേതൃത്വം കൊടുക്കുന്ന പഴശ്ശി രാജാവിനെയും കീഴടക്കുകയെന്നതാണ് നമ്മുടെ പ്രധാന ലക്ഷ്യം. വയനാടൻ മലകളുടെയും ചുരങ്ങൾക്കു താഴെയുള്ള നാട്ടിൻപുറങ്ങളെയും കൂട്ടിയിണക്കി, ജില്ലയുടെ മദ്ധ്യത്തു കൂടി നമ്മുടെ സൈന്യങ്ങൾക്ക് സഞ്ചാര യോഗ്യമായ റോഡ് നിർമ്മിക്കുക എന്നതാണ് അടുത്ത നടപടി. പിന്നെ മലകൾക്ക് താഴെയും മുകളിലുമുള്ള ശത്രുസങ്കേതങ്ങളിലേക്ക് എളുപ്പം ചെന്നെത്താൻ കഴിയും. രാജ്യത്തിന്റെ ജീവിത പരിതഃസ്ഥിതികൾക്കും ആളുകളുടെ സ്വഭാവരീതിയിൽ വലിയ സ്വാധീന ശക്തിയുണ്ട്. അവർ പരിഷ്കൃതരാണ്. ക്രൂരന്മാരാണ്. ചുരുക്കത്തിൽ എല്ലാത്തരത്തിലും ചീത്തയാണ്...

ഡ്യൂക്ക് ഓഫ് വെല്ലിങ്ടൺ കണ്ണൂർ, 1800 ഏപ്രിൽ 7.

തലശ്ശേരിയിൽനിന്ന് കൂത്തുപറമ്പിലേക്ക് ബസ് കയറുമ്പോൾ മേൽപ്പറഞ്ഞ കത്തിലെ വാചകങ്ങൾ ഓർത്തു. പഴയ കോട്ടയം രാജ്യം കൈയടക്കിയ ശേഷം ഭരണം നടത്താൻ നന്നേ പാടുപെടുന്ന ഒരു ഉന്നത ഉദ്യോഗസ്ഥൻ മേലാവിലേയ്ക്കയച്ച റിപ്പോർട്ടാണിത്. ഇരുനൂറിൽപ്പരം വർഷങ്ങൾക്കുമുമ്പ് ആ പ്രദേശത്തെ സ്ഥിതിഗതികളുടെ ഒരേകദേശ രൂപം ആ കത്തിലുണ്ട്. വൈദേശികാധിപത്യത്തിന് വഴങ്ങാതെ അവസാനം വരെ പടപൊരുതാൻ തന്നെ തീരുമാനിച്ച രാജാവും അദ്ദേഹത്തോട് കൂറും കരുണയുമുള്ള പ്രജകളും. ആ അക്രമികൾ ബ്രിട്ടീഷ്

ഭരണത്തിന് നിത്യശല്യമായിരുന്നെന്നാണല്ലോ മനസ്സിലാക്കേണ്ടത്. സൂര്യനസ്തമിക്കാത്ത മഹാസാമ്രാജ്യത്തിന്റെ സൈനിക ശക്തിയോടും മേധാവിത്തത്തോടും പടപൊരുതിയ ആ ധീരനായ നാട്ടുരാജാവ് കേരളീയനായിരുന്നു എന്ന ചിന്ത അജ്ഞാതമായ ഒരു ചേതോവികാരത്തിന് എന്നെ കീഴ്പ്പെടുത്തി.

ബസിലിരുന്ന് ഞാൻ റോഡിനിരുപാടും കണ്ണോടിച്ചു. കാടും പടലും ഒന്നുമില്ല. ചിലയിടങ്ങളിൽ പരിഷ്കൃത ഭവനങ്ങളുണ്ട്. ഒട്ടുമുക്കാലും കൊച്ചു വീടുകളും പീടികകളും തന്നെ. പണ്ട് ആക്രമികളെ തുരത്താൻ വേണ്ടി ബ്രിട്ടീഷുകാർ വെട്ടിച്ച റോഡായിരിക്കണം തലശ്ശേരി-കൂർഗ് റോഡ്. കൂത്തുപറമ്പ് ജങ്ഷനിലിറങ്ങി. ചെറിയൊരു പീഠപ്രദേശത്ത്, തനി ഗ്രാമപശ്ചാത്തലത്തിൽ വളർന്നുവന്ന ഒരു ടൗൺ. റോഡിനിരുപാടും കുറേ ദൂരം നിരനിരയായി പീടികകളും വൻകിട കച്ചവട സ്ഥാപനങ്ങളും ഇരുനിലമാളികകളും. മറ്റും. കാലപ്പഴക്കമുള്ള ചെറിയ കെട്ടിടങ്ങളോടൊപ്പം അടുത്ത കാലത്ത് പടുത്തുയർത്തപ്പെട്ട കോൺക്രീറ്റ് മണിമേടകളും ഇന്ന് കാണാം. എല്ലാം മൂന്നു നാലു പതിറ്റാണ്ടുകൾക്കുള്ളിൽ സംഭവിച്ച രൂപഭാവ പരിണാമങ്ങൾ, 1960 കളിൽ പ്രശാന്തമായ ഒരു നാടൻ കവല; കൂത്തുപറമ്പ് പഞ്ചായത്തിന്റെ ആസ്ഥാനമെന്ന പദവി മാത്രം.

കൂത്തുപറമ്പ്

മുസ്ലിം പ്രാമുഖ്യം പ്രകടമായിരുന്ന കൂത്തുപറമ്പിൽ മുക്കിനുമുക്കിന് മുസ്ലിം പള്ളികൾ ടൗൺ പ്രദേശത്തുതന്നെ നാലഞ്ചു പള്ളികളുണ്ട്. പാറാൽ പള്ളിയുൾപ്പെടെ. ആശുപത്രിക്കടുത്ത് മുസ്ലിങ്ങൾക്കു മാത്രമായ യു പി എസ് മുമ്പ് പ്രവർത്തിച്ചിരുന്നു (എട്ടു മണി മുതൽ പത്തുമണി വരെ അറബി ക്ലാസ് അതിനു ശേഷമാണ് സാധാരണ പാഠ്യവിഷയങ്ങൾ). ടൗൺ പ്രദേശം വിട്ടാൽ ചെറുതും വലുതുമായ ഹൈന്ദവ കുടുംബങ്ങൾ ധാരാളം. അമ്പിലാട്ടു ഭഗവതി ക്ഷേത്രത്തിൽ നായന്മാർക്കു മാത്രമേ മുൻകാലങ്ങളിൽ പ്രവേശനം അനുവദിച്ചിരുന്നുള്ളൂ. ടൗൺ പ്രദേശം വിട്ട് തോക്കിലങ്ങാടി കവലയിൽനിന്ന് മട്ടന്നൂർക്കു തിരിയുന്ന റോഡരികിൽ നിർമ്മലഗിരി കോളേജ്. പൊതുവെ കാർഷിക മേഖല. കൈത്തൊഴിലുകളിലും ചെറുകിട ബിസിനസുകളിലുമേർപ്പെട്ട് ജീവിതം കഴിക്കുന്നവരാണ് ഏറിയകൂറും. മുസ്ലീങ്ങൾ കുടകിലും മൈസൂറിലും മറ്റും ചെറുകച്ചവടങ്ങളിലേർപ്പെട്ട് വരുമാനമാർഗ്ഗം കണ്ടെത്തിയിരുന്നു.

ഇനി, ഇന്ന് ഏറക്കുറെ അജ്ഞാതമെങ്കിലും ഒരിക്കൽ അധീശത്വം പേറിനിന്ന മറ്റൊരു പ്രധാന കേന്ദ്രം സന്ദർശിക്കാം. കൂത്തുപറമ്പിൽ നിന്ന് മമ്പറം വഴി കണ്ണൂരിലേക്കുള്ള മാർഗ്ഗത്തിൽ ഏതാണ്ട് ഒരു മൈൽ പിന്നിടമ്പോഴേക്കും കോട്ടയം കോവിലകമായി; പഴശ്ശി മൂലകുടുംബം. നൂറ്റാണ്ടുകളുടെ പഴക്കമുള്ള കൊട്ടാരവും ക്ഷേത്രവും കോട്ടയം രാജവംശത്തിന്റെ പ്രശസ്തിയും പാരമ്പര്യവും സൂചിപ്പിക്കുന്നു.

വീണ്ടും കൂത്തുപറമ്പു ജങ്ഷനിലെത്തി. കൂത്തുപറമ്പിനു കിഴക്കുള്ള ചിറ്റാറിപ്പറമ്പ് പഞ്ചായത്തിന്റെ ചില സവിശേഷതകൾ കൂടി ശ്രദ്ധിക്കാം. ഹൈന്ദവ ഭൂരിപക്ഷമുള്ള പ്രദേശമാണ്. പ്രസിദ്ധമായ കണ്ണവം കുറിച്യ കോളനി. മുൻകാലങ്ങളിൽ കണ്ണവം കാടിനു മദ്ധ്യേ കൂടി നടന്നുവേണം ആ പ്രദേശങ്ങളിലേക്ക് ചെന്നെത്തേണ്ടിയിരുന്നത്. ചൂരൽ നെയ്ത്ത് തദ്ദേശീയരുടെ പ്രധാന വരുമാന മാർഗ്ഗമാണ്. പണ്ട് പഴശ്ശിയുടെ വലംകൈയായിരുന്ന കണ്ണവം നമ്പ്യാർ എന്ന നാട്ടുപ്രമാണിയുടെ ഭരണത്തിലായിരുന്നു ഈ വന്യപ്രദേശങ്ങൾ. ഇന്നും പ്രായേണ അവികസിതമാണ്. തൊടിയിൽക്കളം വിഷ്ണുക്ഷേത്രം പ്രധാനം. കോളയാട്ട് പ്രദേശങ്ങളിലെ കുന്നിൻപുറങ്ങളിൽ കുറിച്യരും കുടിയേറ്റക്കാരും ധാരാളം. പെരുവനായർ എന്ന നാട്ടുപ്രമാണിയുടെ ഭരണത്തിലായിരുന്ന ഈ കോളയാട്ട് പ്രദേശങ്ങളിൽ പുരാതനക്ഷേത്രങ്ങളുടെയും തകർന്ന തറവാട്ടു ഗൃഹങ്ങളുടെയും അവശിഷ്ടങ്ങൾ അങ്ങിങ്ങു കാണാം. നമുക്ക് ആ ദുർഗ്ഗമ സ്ഥലികളിലേക്കൊന്ന് കടന്നുനോക്കാം - തൊടീക്കുളത്തേക്ക്.

തൊടീക്കുളം

തലശ്ശേരി-മാനന്തവാടി റൂട്ടിൽ കണ്ണവം എന്ന സ്ഥലത്തു നിന്ന് ഇടുമ്പയിലേക്കുള്ള റോഡിലൂടെ ഒന്നര കി മീ സഞ്ചരിച്ചാൽ തൊടീക്കുളത്തെത്തും. വയലോരത്ത് ഒരു വലിയ കുളം. നീലജലം നിറഞ്ഞു തുളുമ്പുന്ന അസാധാരണമായ ഒരു ജലാശയം. അതിനപ്പുറത്ത് തകർന്ന ഒരു പ്രാകാരാവശിഷ്ടം. തൊടീക്കുളം ക്ഷേത്രമതിലാണത്. ക്ഷേത്രത്തിന്റെ പല ഭാഗങ്ങളും ഇടിഞ്ഞുപൊളിഞ്ഞിട്ടുണ്ട്. എങ്കിലും ഗതകാല ഗാംഭീര്യം വിളംബരം ചെയ്യുന്നവയാണ് അവിടെ കാണുന്നതെല്ലാം. ക്ഷേത്രത്തിന് രണ്ടായിരം വർഷത്തെ പഴക്കമുണ്ടത്രെ. കേടുപാടുകളുള്ള ഒന്നിലേറെ ബുദ്ധവിഗ്രഹങ്ങളും ഇവിടെ കാണാം. ശ്രീകോവിലിന്റെ ചുമരുകളിൽ ദക്ഷിണേന്ത്യയിൽ അപൂർവ്വമായി മാത്രം കാണാവുന്ന അതിരമണീയങ്ങളായ ചുമർചിത്രങ്ങളുടെ നീണ്ട നിര കാണാം. ഈ ചുമർ ചിത്രങ്ങളുടെ പ്രാധാന്യം ഇനിയും വേണ്ടത്ര മനസ്സിലാക്കിയിട്ടില്ല.

ക്ഷേത്രത്തിൽ വടക്കു പുറത്ത് പുരളിമല. തെക്കുഭാഗത്ത് അകലെയായി അംബരചുംബിക

ളായ കൂറ്റൻ മലനിരകൾ. പഴശ്ശിത്തമ്പുരാന്റെ വിശ്വസ്തരായ കുറിച്യപ്പോരാളികളുടെ പിന്മുറക്കാർ ആ മലനിരകളിൽ പാർത്തു വരുന്നു. പല ശതകങ്ങൾക്കു മുമ്പ് ഇവിടെ നടന്നതായി പറയപ്പെടുന്ന ബൗദ്ധ ക്ഷത്രിയ സംഘട്ടനങ്ങളിൽ കൊല്ലപ്പെട്ടവരുടെ ശവപ്പറമ്പായിരുന്നുപോലും ഈ പ്രദേശം - ചുടലക്കളം. കാലാന്തരത്തിൽ ചുടലക്കളം 'തൊടീക്കള'യായി മാറി. പഴശ്ശിയുടെ സംഘർഷഭരിതമായ ജീവിതവും ചുടലക്കളത്തിലെ പഴയ ക്ഷേത്രവും തമ്മിൽ അഭേദ്യമായ ബന്ധമുണ്ടത്രെ.

ഇന്ന് മട്ടന്നൂരേയ്ക്ക് പഴശ്ശിയുടെ കർമ്മരംഗങ്ങളിലേക്ക്.

പഴശ്ശിയുടെ പാദമുദ്രകൾ

ഉള്ളതുകൊണ്ട് ഓണംപോലെ കഴിഞ്ഞ അന്നത്തെ കേരളത്തിന്റെ സമൃദ്ധിയെ കവർന്നെടുത്ത് കേരള മഹാവനങ്ങളിലൂടെ ജൈത്രയാത്ര നടത്തിയ ബ്രിട്ടീഷ് സൈന്യശക്തിക്ക് ആ കാട്ടാനയ്ക്ക്—തലശ്ശേരിക്കടുത്തു വച്ച് ഒരടികിട്ടി. മസ്തകത്തിൽ തന്നെ. കോട്ടയം രാജവംശത്തിൽപ്പെട്ട പഴശ്ശി രാജാവ് എന്ന സിംഹമാണ് ആ സാഹസത്തിനൊരുമ്പെട്ടത്. തല്ലേറ്റ കൊലയാന കുത്താനാഞ്ഞപ്പോഴേക്കും സൂത്രശാലിയായ സിംഹം കാടുകളിൽ മറഞ്ഞ് ഒളിവിൽ തക്കംപാർത്തിരുന്നുകൊണ്ട് മദയാനയെ നിരന്തരമായി ശല്യപ്പെടുത്തിക്കൊണ്ടിരുന്നു. ബ്രിട്ടീഷ് ശക്തിയെ ഏറക്കാലം വട്ടം ചുറ്റിയ ആ കേരളീയ രാജാവ് ഒരു ദേശാഭിമാനിയായിരുന്നു. ജീവൻ ബലിയർപ്പിച്ചാലും സൈനിക ശക്തിക്ക് കീഴ്പ്പെടുകയില്ലെന്നും മരണം വരെ പൊരുതുമെന്നും പ്രതിജ്ഞയെടുത്ത പ്രജാവത്സലനായ പഴശ്ശി രാജാവിനോടൊപ്പം ആ രാജ്യത്തെ ശൂരന്മാരായ പ്രമാണിമാരും ബ്രിട്ടീഷുകാർക്കെതിരെ സംഘടിച്ചു. ആ 'കേരളസിംഹ'ത്തിന്റെ അഭയ സങ്കേതമായിരുന്ന ഗ്രാമപ്രദേശങ്ങളിലൂടെ, പൊറ്റമണ്ണിലെ സസ്യസമൃദ്ധിയിലൂടെ, അഞ്ചെട്ടു മൈൽ കടന്നപ്പോൾ ബസ് മട്ടന്നൂരിലെത്തി.

1967 ലായിരുന്നു മട്ടന്നൂരിലേക്കുള്ള എന്റെ ആദ്യയാത്ര. ആയിടെ പുതുതായാരംഭിച്ച മട്ടന്നൂർ എൻ എസ് എസ് കോളേജിലെ ചരിത്രാദ്ധ്യാപകനായിരുന്ന (പില്ക്കാലത്ത് പ്രശസ്ത ചരിത്രഗവേഷകനും യൂണിവേഴ്സിറ്റി വൈസ് ചാൻസലറുമായിരുന്ന ഡോ. കെ കെ എൻ കുറുപ്പ്) ശ്രീ കെ കെ എൻ കുറുപ്പായിരുന്നു അന്നെന്റെ മട്ടന്നൂരിലെ വഴികാട്ടി. അന്ന് ആ മൊട്ടക്കുന്നിൽ കണ്ട ഒറ്റപ്പെട്ട കെട്ടിടങ്ങൾ - എൻ എസ് എസ് ജൂനിയർ കോളേജ് - ഇന്ന്, പ്രകൃതിരമണീയമായ പശ്ചാത്തലത്തിൽ, തലയയുർത്തി നില്ക്കുന്ന കലാശാലാമന്ദിര സമുച്ചയമാണ്. ഒരു ഒന്നാം ഗ്രേഡ് കോളേജ്.

കൂത്തുപറമ്പ്-മട്ടന്നൂർ റൂട്ടിൽ, മട്ടന്നൂരിന് രണ്ടു മൈൽ ഇപ്പുറത്തെത്തി. ചരിത്രപ്രധാനമായ പഴശ്ശി രാജാവിന്റെ കൊട്ടാരവും മറ്റും കാണാൻ. അന്നു കണ്ട കാര്യങ്ങൾ ഇവിടെ കുറിക്കാം.

റോഡരികിൽ നിന്നാരംഭിച്ച് പടിപടിയായുർന്ന്, കാടും പടർപ്പും നിറഞ്ഞ പച്ചക്കാടുകൾ. പഴശ്ശി രാജാവിന്റെ കോട്ട അവിടെ ഉണ്ടായിരുന്നെന്ന് വിശ്വസിക്കപ്പെടുന്നു. കൊട്ടാരം ഉണ്ടായിരുന്ന സ്ഥലത്തുകൂടി ഇന്ന് ടാറിട്ട റോഡ് കടന്നുപോകുന്നു. റോഡരികിൽ പുൽത്തകിടിക്കടുത്ത്, കോട്ടക്കുന്നിന്റെ അതിർത്തിക്കിപ്പുറം വിരൂപമായ ഒരു കിണറിന്റെ ബാഹ്യരൂപം കാണാം. അതാണ് പഴശ്ശികൊട്ടാരത്തിലെ കിണർ. അത് റോഡരികിലെ ഇടിഞ്ഞു പൊളിഞ്ഞ ഒരു വഴിക്കിണറാണെന്ന് ആരെങ്കിലും സംശയിച്ചുപോയാലും കുറ്റപ്പെടുത്താനാവുകയില്ല. കാരണം, അതൊരു ചരിത്രസ്മാരകമാണെന്ന് സൂചിപ്പിക്കാൻ ആ റോഡുവക്കിലൊന്നുമില്ലായിരുന്നു.

റോഡിന്റെ നേരെ മറുവശത്ത് ചെറിയൊരു കുളം. ചുറ്റിലും കാടും പടർപ്പും നിറഞ്ഞ ആ കുളം അതിവിസ്തൃതമായിരുന്നു. പില്ക്കാലത്ത് ആരോ കുളത്തിന്റെ സിംഹഭാഗവും നികത്തിയെടുത്തു. അവശേഷിച്ച കുളത്തിന് വരമ്പു കുത്തി കല്ലുകെട്ടി. അന്നത് തൊട്ടുകിടക്കുന്ന കൃഷിയിടങ്ങളിലെ ജലസേചനത്തിനും ആളുകൾക്ക് കുളിക്കാനും പ്രയോജനപ്പെട്ടിരുന്നു. പഴശ്ശി രാജകുടുംബാംഗങ്ങളുടെ നീരാട്ടിനുള്ള ആ കുളത്തിന്റെ ദയനീയസ്ഥിതി! അങ്ങനെ, പഴശ്ശി കൊട്ടാരത്തിന്റെ (സ്ഥിതി ചെയ്തിരുന്നെന്ന് ഊഹിക്കപ്പെടുന്ന സ്ഥലത്തിന്റെ) ഒത്ത മാറത്തു കൂടെയാണ് ആ മെയിൻ റോഡ് കടന്നു പോകുന്നത്. കൊട്ടാരം തകർത്തുടച്ചിട്ട് അതിന്മേലെ റോഡു വെട്ടിയ വെള്ളക്കാരന്റെ വൈര നിര്യാതന ബുദ്ധി കടുപ്പംതന്നെ.

പഴശ്ശി കോവിലകം

കോട്ടയം രാജസ്വരൂപത്തിന്റെ നാല് തായ്‌വഴികളിൽ ഒന്നാണ് പഴശ്ശി കോവിലകം. വടക്കേ കോവിലകം, തെക്കെ കോവിലകം, കിഴക്കെ കോവിലകം, പടിഞ്ഞാറെ കോവിലകം എന്നിവയാണവ. ഈ നാല് കോവിലകങ്ങളിലെ കുടുംബാംഗങ്ങളിൽ ഏറ്റവും വയസ്സു മൂപ്പുള്ള അംഗമായിരുന്നു ഭരണാധികാരി. ഇതിൽ വടക്കേ കോവിലകവും തെക്കെ കോവിലകവും ഇന്നില്ല. ഒരു ഭാഗക്കാർ കോട്ടയത്തുനിന്നും അഞ്ചെട്ടു മൈൽ കിഴക്കു മാറിയുള്ള പഴശ്ശിയിൽ പാർപ്പിടമുറപ്പിച്ചു. ആ പഴശ്ശി രാജകുടുംബത്തിൽ നിന്നുയർന്നുവന്ന ദേശാഭിമാനിയാണ് പഴശ്ശി വീര കേരളവർമ്മ (ജനനം എ ഡി 1753). ബ്രിട്ടീഷുകാരുമായി നേരിട്ടുള്ള സമരത്തിനുവേണ്ടി അദ്ദേഹം പണിതതാണെന്ന് വിശ്വസിക്കപ്പെടുന്നു, റോഡിനു കിഴ

ക്കുവശത്തെ രണ്ടു കുന്നുകളിലായിക്കാണുന്ന തകർന്ന കോട്ട. ആ കുന്നിന് കോട്ടക്കുന്ന് എന്നാണ് പേർ. പഴശ്ശിയിൽനിന്ന് ഏഴെട്ടു നാഴിക അകലെ തലശ്ശേരി (കോട്ടയം) താലൂക്കിന്റെ വിലങ്ങനെ പഴശ്ശി മുതൽ ഏതാണ്ട് പശ്ചിമഘട്ടം വരെ നീണ്ടു കിടക്കുന്ന പുരളി (പുലരി) മലയ്ക്കും പഴശ്ശിയുടെ ചരിത്രത്തിൽ വലിയ സ്ഥാനമുണ്ട്. കോട്ടയം രാജാക്കന്മാർ 'പുരളിഭൂപന്മാർ' എന്ന പേരിൽ ചരിത്രത്തിലും സാഹിത്യകൃതികളിലും അറിയപ്പെട്ടിരുന്നു. പഴശ്ശി, ഒളിപ്പോർ സങ്കേതമായി തെരഞ്ഞെടുത്തിരുന്ന പുരളി മലയിൽ, പഴശ്ശിയുടെ വക ഹരിശ്ചന്ദ്രകോട്ടയുണ്ടായിരുന്നു. ആ കൊടുംകാടുകളിൽക്കിടയിൽ ഇപ്പോഴും പ്രസ്തുത കോട്ടയുടെ സാമാന്യം വിപുലമായ അവശിഷ്ടങ്ങൾ ചിതറിക്കിടപ്പുണ്ടെന്നാണറിവ്.

റോഡരികിലെ രാജകീയ രംഗത്തുനിന്ന് കിഴക്കോട്ടു തിരിഞ്ഞ് ഞങ്ങൾ വയലിലിറങ്ങി, പഴശ്ശിയുടെ പിൻഗാമികൾ താമസിക്കുന്ന കോവിലകത്തേക്ക് തളിർവാഴത്തോപ്പുകളും കുളിർകാറ്റിൽ അലയിളകുന്ന നെൽപ്പാടങ്ങളും പിന്നിട്ട്, കഷ്ടിച്ചു നടക്കാവുന്ന ആ വയൽവരമ്പിലൂടെ കുറിച്ചിട നടന്നപ്പോഴേക്കും വയൽക്കരയിൽ ആഭിജാത്യത്തോടെ തലയുയർത്തി നില്ക്കുന്ന ആ മാളിക ശ്രദ്ധയിൽപ്പെട്ടു. വയൽവരമ്പിൽനിന്ന് പത്തുപന്ത്രണ്ടടി പൊക്കത്തിലാണ് കൊട്ടാരമുറ്റം. പഴയ രാജകൊട്ടാരത്തിന്റെ മാതൃകയിലുള്ള മാളിക. പഴമയും പുതുമയും അത്രയുണ്ടെന്നു പറഞ്ഞുകൂടാ. പഴശ്ശി പരമ്പരയിൽപ്പെട്ട, പുതിയ തലമുറയിലെ ആ ചെറുപ്പക്കാരനായ തമ്പുരാനോട് (അഡ്വക്കേറ്റ്) സംസാരിച്ചു. പഴശ്ശി വീരകേരളവർമ്മയെപ്പറ്റി നമുക്കുള്ള അറിവേ അദ്ദേഹത്തിനുമുള്ളൂ. പക്ഷേ, കുടുംബോല്പത്തിയെപ്പറ്റിയും, മറ്റുമുള്ള നേരിയ സ്മരണകൾ സ്നേഹസമ്പന്നനായ ആ തമ്പുരാൻ അയവിറക്കി. ആ കോവിലകത്ത്, അന്ന് ഒരു കെട്ടിലമ്മയും അവരുടെ രണ്ടു പുത്രന്മാരും പുത്രിയുമാണുണ്ടായിരുന്നത്. പുത്രന്മാരിൽ മൂത്തയാൾ - ശങ്കരവർമ്മ രാജാ- പ്രസിദ്ധനായ കർണ്ണാടക സംഗീത വിദ്വാനാണ്. അന്നത്തെ കോട്ടയം രാജാവായിരുന്നു അദ്ദേഹം ഇളയ തമ്പുരാനാണ് അഡ്വക്കേറ്റ് വീരവർമ്മ, അദ്ദേഹമായിരുന്നു ഞങ്ങളുടെ ആതിഥേയൻ.

പഴശ്ശി വിപ്ലവങ്ങൾ

രണ്ടു നൂറ്റാണ്ടുകൾക്കു മുമ്പ് തോക്കും പീരങ്കിയുമുള്ള വമ്പിച്ച സൈനിക ശക്തിയോടെ മലബാറിൽ ബ്രിട്ടീഷ് ആധിപത്യം കൊടികുത്തി വാണ ഒരു കാലഘട്ടത്തിൽ അദമ്യമായ ദേശാഭിമാനവും അചഞ്ചലമായ ഇച്ഛാശക്തിയും കൈമുതലാക്കി, നീതിക്കും ന്യായത്തിനും വേണ്ടി സാധാരണക്കാരിൽ സാധാരണക്കാരായ ഗിരിവർഗ്ഗജനങ്ങളെ മാത്രമല്ല, നാട്ടുപ്രമാണിമാരെയും കൂടി തന്റെ പിന്നിൽ അണിനിരത്തി വിപ്ലവത്തിനൊരുമ്പെട്ട ധീരദേശാഭിമാനിയായ പഴശ്ശി ചരിത്രത്തിൽ വേറിട്ടു നില്ക്കുന്ന ഒരു വ്യക്തിപ്രഭാവമാണ്.

പതിറ്റാണ്ടുകൾ നീണ്ടുനിന്ന ആ പഴശ്ശി വിപ്ലവത്തിന് നിദാനമായ സാമൂഹ്യ രാഷ്ട്രീയ സാഹചര്യങ്ങളും ഇവിടെ അനുസ്മരിക്കേണ്ടതുണ്ട്.

അതിർത്തി കടന്ന് കേരളം കൈയടക്കാനെത്തിയ ഹൈദരാലിയെയും പുത്രൻ ടിപ്പു സുൽത്താനെയും തുരത്തിയോടിക്കാൻ വേണ്ടി വൈദേശിക ശക്തിയായ ബ്രിട്ടീഷ് സേനയോടൊപ്പംനിന്ന് പട പൊരുതിയ പഴശ്ശി സൈന്യത്തിനു തന്നെ, വൈകാതെ സ്വാർത്ഥ മോഹികളായ ബ്രിട്ടീഷുകാർക്കെതിരെ തിരിയേണ്ടി വന്നു. പഴശ്ശിയുടെ സഹായത്തോടെ ടിപ്പുവിനെ തുരത്തിക്കഴിഞ്ഞപ്പോൾ അവർ മെല്ലെ പഴശ്ശിയെ തഴഞ്ഞു.

ക്രിസ്തുവർഷം 1793 ൽ വീര കേരളവർമ്മയുടെ അമ്മാവനായ പഴശ്ശി കുറുമ്പ്രനാട്ട് വലിയ തമ്പുരാൻ, ബ്രിട്ടീഷുകാരുടെ നിരന്തരമായ പ്രേരണയ്ക്ക് വഴങ്ങി കോട്ടയം (പഴശ്ശി) പ്രദേശങ്ങൾ ബ്രിട്ടീഷുകാർക്ക് പാട്ടത്തിനു നല്കി. തദ്ദേശീയരെ വലയ്ക്കുന്ന അന്യായമായ നികുതി പിരിവിനെതിരെ പഴശ്ശിയുവരാജാവ് പ്രക്ഷോഭത്തിനൊരുങ്ങി. 1794 ൽ പാട്ടമവകാശം വീണ്ടും നീട്ടിക്കൊടുക്കപ്പെട്ടതോടെ, പഴശ്ശി തുറന്ന സംഘട്ടനത്തിന് ആൾക്കാരെ കൂട്ടി മുന്നിട്ടിറങ്ങി. 1793 നും 1797 നും മദ്ധ്യേ നടന്ന ഇത്തരം കലാപങ്ങൾ 'ഒന്നാം പഴശ്ശി' വിപ്ലവം എന്നാണറിയപ്പെടുന്നത്. തുടർന്ന്, ബ്രിട്ടീഷുകാരുമായി ഒത്തുതീർപ്പുണ്ടായെങ്കിലും 1800 ൽ വീണ്ടും പരസ്പരം ഏറ്റുമുട്ടി. 1800 നും 1805 നും മദ്ധ്യേ നടന്ന ഈ നിരന്തര സംഘട്ടനങ്ങൾ 'രണ്ടാം പഴശ്ശി വിപ്ലവം' എന്ന പേരിൽ അറിയപ്പെടുന്നു. ബ്രിട്ടീഷുകാരുടെ വമ്പിച്ച സൈനികശക്തിയെ നേരിടാനാകാത്ത ഘട്ടം വന്നപ്പോൾ 1805 നവംബർ 30 ന് പഴശ്ശി രാജാവിന്റെ അന്ത്യം അനിവാര്യമായി. പഴശ്ശി വധിക്കപ്പെട്ടുവെന്നും അതല്ല, ശത്രുവിന്റെ പിടിയിൽപ്പെടാതെ അദ്ദേഹം ആത്മഹത്യ ചെയ്തതാണെന്നും ഭിന്നാഭിപ്രായങ്ങളുണ്ട്.

അതിനുശേഷം പഴശ്ശി കോവിലകം തകർക്കപ്പെട്ടു. അദ്ദേഹത്തിന്റെ പിന്തുടർച്ചക്കാരിൽ പലരെയും ഒന്നൊന്നായി പിടികൂടി വധിച്ചു. ചിലരെല്ലാം പ്രാണരക്ഷാർത്ഥം ഓടി ഒളിച്ചു. ആ കൂട്ടത്തിലൊരു കൊച്ചു പെൺകുട്ടി പഴശ്ശിയിൽനിന്ന് അഞ്ചു മൈൽ അകലെയുള്ള ചാവശ്ശേരി കോവിലകം വക ഒരു ക്ഷേത്രത്തിൽ അഭയം തേടിയത്രെ. മൺമറഞ്ഞ പഴശ്ശിതമ്പുരാനോട് അനുഭാവവും കൂറുമുള്ള തീയ പ്രമാണികൾ ആ തമ്പുരാട്ടിക്കുട്ടിയെ അവിടെനിന്നും കൂട്ടിക്കൊണ്ടുവന്ന് ഇപ്പോൾ കോവിലകം നില്ക്കുന്ന

സ്ഥലത്ത് പുതിയൊരു കോവിലകം നിർമ്മിച്ച് പിന്തുടർച്ചാവകാശം നിലനിർത്തി എന്നാണ് ഐതിഹ്യം. ഇന്നുള്ള സ്വത്തുക്കളെല്ലാം പിന്നീട് വീണ്ടെടുത്തവയാണ്.

പഴശ്ശിയുടെ പടയോട്ടം

പഴശ്ശിയുമായി ബന്ധപ്പെട്ടതെല്ലാം തകർത്തെറിഞ്ഞേതീരൂ എന്ന വാശിയിൽ ബ്രിട്ടീഷ് ഭരണാധികാരികൾ കാട്ടിക്കൂട്ടിയ അതിക്രമങ്ങളും ക്രൂരതകളും വിസ്മരിക്കാവതല്ല. പഴശ്ശി പടിഞ്ഞാറെ കോവിലകം കമ്പനി പട്ടാളം പീരങ്കിയും മറ്റുമുപയോഗിച്ച് ഇടിച്ചു നിരത്തി കോവിലകത്തിന്റെ അടിത്തറ കിളച്ചുമറിച്ചു. പിന്നെ അതിലൂടെ തലശ്ശേരി-കുടക് റോഡ് വെട്ടി. എന്നിട്ടും അരിശം തീരാത്ത ബ്രിട്ടീഷ് പട്ടാളം, പഴശ്ശിയോട് അടുപ്പമുണ്ടായിരുന്ന പടനായകരെ പരസ്യമായും രഹസ്യമായും കൊന്നൊടുക്കി.

പഴശ്ശിയുമായുള്ള ഏറ്റുമുട്ടലിൽ നൂറിൽപ്പരം ബ്രിട്ടീഷ് ഓഫീസർമാരും നാലായിരത്തിലധികം പട്ടാളക്കാരും കൊല്ലപ്പെട്ടതായി കണക്കുകൾ പറയുന്നു.

പഴശ്ശി രാജവംശത്തിന്റെ പില്ക്കാലത്തെ സ്ഥിതി നമുക്കുനോക്കാം. അഞ്ചെട്ടു വർഷങ്ങൾക്കു മുമ്പ്, വില്പനകാത്തുകിടന്ന ആറ് ഏക്കർ സ്ഥലത്തിനു നടുവിൽ, മാറാല പിടിച്ച പടിഞ്ഞാറെ കോവിലകം. അവിടെ ഗതകാല പ്രതാപൈശ്വര്യങ്ങൾ അയവിറക്കി പഴകിയ ചാരുകസേരയിൽ ഓർമ്മകൾ കോർത്തെടുക്കാൻ ശ്രമിക്കുന്ന എൺപത്തിരണ്ടു വയസ്സുള്ള ഗോപാലിക തമ്പുരാട്ടി. കോവിലകത്തിന്റെ തൊട്ടപ്പുറത്ത് എല്ലാത്തിനും മൂകസാക്ഷിയായി വിഷ്ണുക്ഷേത്രം.

ആപൽ ബാന്ധവന്മാർ

പഴശ്ശിയുടെ പടനായകന്മാരായിരുന്ന നാട്ടുപ്രമാണിമാരുടെ കുടുംബങ്ങൾ ഇപ്പോഴുമുണ്ട്. അദ്ദേഹത്തിന്റെ വലംകൈയായി നിന്ന പടനായകൻ പഴയ വീട്ടിൽ ചന്തു (പില്ക്കാലത്ത് തമ്പുരാനെ ഒറ്റുകൊടുത്തയാൾ) കൈതേരി അമ്പു, ഇരുവനാട് നമ്പ്യാർ തുടങ്ങിയവർ. കേരളവർമ്മയെ ഒറ്റുകൊടുത്ത പഴയ വീട്ടിൽ ചന്തുവിന്റെ കണ്ണോത്തു കുടുംബം ഇന്നും ശിവപുരം എന്ന സ്ഥലത്തുണ്ട്. കൂത്തുപറമ്പിൽനിന്ന് രണ്ടു മൈൽ കിഴക്കായി മാനന്തവാടി റോഡിൽ കൈതേരി ദേശത്താണ് അമ്പുവിന്റെ കുടുംബമായ കൈതേരി വീട്.

ഗിരിവർഗ്ഗക്കാരായ കുറിച്യരായിരുന്നു തമ്പുരാന്റെ ആപൽ ബന്ധുക്കളിൽ വലിയൊരു വിഭാഗം. അമ്പും വില്ലുമേന്തിയ രണശൂരന്മാരായ ആ ഗിരിവർഗ്ഗക്കാർ അദ്ദേഹത്തിന്റെ അംഗരക്ഷകരും സൈന്യങ്ങളുമായിരുന്നു. കൂത്തുപറമ്പിൽനിന്ന് എട്ടുമൈൽ കിഴക്കുള്ള കണ്ണവം കാടുകൾ ഇന്നും കുറിച്യരുടെ സങ്കേതമാണ്. കുറിച്യസമുദായത്തിൽപ്പെട്ട നീലി എന്ന ഗിരിവർഗ്ഗ സ്ത്രീ തമ്പുരാന്റെ ഒരു പടനായികയായിരുന്നുപോലും. നീലി ജന്മനാ ഒരു കുറിച്യസ്ത്രീ ആയിരുന്നില്ലെന്നും ഒരു ക്ഷത്രിയ വനിതയായിരുന്നെന്നും ഐതിഹ്യമുണ്ട്. നീലി യഥാർത്ഥത്തിൽ കടത്തനാട്ടു രാജാവിന് പഴശ്ശിയിലെ ഒരു കെട്ടിലമ്മയിലുണ്ടായ മകളായിരുന്നുവെന്നും അജ്ഞാതമായ കാരണങ്ങളാൽ രാജാവ് അവരെ ഉപേക്ഷിച്ചുവെന്നും അവർ കുറിച്യ സങ്കേതത്തിൽ അഭയം തേടി എന്നുമാണ് കഥ. യൗവന യുക്തയായ നീലി പഴയവീട്ടിൽ ചന്തുവുമായി പ്രേമബന്ധത്തിൽപ്പെട്ടു. കെട്ടിലമ്മ അവരുടെ യഥാർത്ഥ ചരിത്രം ചന്തുവിനെ ധരിപ്പിച്ചെന്നും തങ്ങളുടെ ദുഃസ്ഥിതിക്ക് ഉത്തരവാദി കേരളവർമ്മയാണെന്ന് തെറ്റിദ്ധരിപ്പിച്ച് തമ്പുരാനെ ഒറ്റു കൊടുപ്പിച്ചെന്നുമാണ് കഥ. അതെന്തായാലും 'ജോൻ ഓഫ് ആർക്കി'ന്റെ സമരധീരതയോടെ തമ്പുരാനുവേണ്ടി വെള്ളപ്പട്ടാളവുമായി പൊരുതിയ വീരവനിതമാരും വീരഭടന്മാരും ആ സമുദായത്തിൽ വളരെയുണ്ട്.

പഴശ്ശിയെ മറക്കുന്നോ?

കോവിലകത്തുനിന്നും യാത്ര പറഞ്ഞ് വീണ്ടും റോഡിലേക്ക് നടക്കുമ്പോൾ ഞാൻ ആലോചിച്ചുപോയി. ഇന്ന് പഴശ്ശി രാജാവ് നമുക്ക് ആരുമല്ലെന്നോ? അദ്ദേഹത്തിന്റെ കൊട്ടാരമിരുന്ന സ്ഥലത്ത് ഒരു പലകനാട്ടാനെങ്കിലും സന്മനസ്സുണ്ടാകാത്ത രാജ്യാഭിമാനമാണോ നമ്മുടേത്? ഓ, തെറ്റിപ്പോയി, ആ കിണറിനും കുളത്തിനും സമീപമായി റോഡരികിലുള്ള സ്കൂളിന്റെ പേര് ശ്രദ്ധിച്ചു. പഴശ്ശി വെസ്റ്റ് യു പി സ്കൂൾ. ഇനിയോ? പഴശ്ശി രാജാ എൻ എസ് എസ് കോളേജ്. പഴശ്ശിയുടെ നാമം എന്നെന്നും അറിയപ്പെടണമെന്നല്ലേ ആഗ്രഹമുള്ളൂ. വളപ്പട്ടണം പുഴപദ്ധതി എന്ന ബാരപ്പുഴ പദ്ധതിയുടെ പേരൊന്നു മാറ്റി - പഴശ്ശി പദ്ധതി. ശരി നല്ലതു തന്നെ. എന്താണീ പഴശ്ശി പദ്ധതി?

കണ്ണൂർ ജില്ലയിലെ തലശ്ശേരി, കണ്ണൂർ, തളിപ്പറമ്പ് എന്നീ താലൂക്കുകളിലെ കൃഷിയിടങ്ങൾക്ക് ജലസേചന സൗകര്യമേർപ്പെടുത്താൻ വേണ്ടി, പതിറ്റാണ്ടുകൾക്കുമുമ്പ് ആവിഷ്കരിക്കപ്പെട്ട പദ്ധതിയാണ് പഴശ്ശി ജലസേചന പദ്ധതി. പഴശ്ശി കേരളവർമ്മയുടെ ജന്മനാട്ടിലുയിർക്കൊണ്ട പദ്ധതി പഴശ്ശി സ്മാരകമായത് ഉചിതമായി. ഉത്തരമലബാറിലെ ഏറ്റവും വലിയ നദിയായ വളപട്ടണം പുഴയിലാണ് ഈ പദ്ധതി. പഴശ്ശിയുടെ ജന്മസ്ഥലത്തുനിന്ന് കഷ്ടിച്ച് പത്തുമൈലകലെ വെളിയമ്പ്രയാണ് പദ്ധതിയുടെ ആസ്ഥാനം.

കുടകിലെ വിരാജ്പേട്ടയിൽ നിന്നുത്ഭവിച്ച് 24 കി മീ തെക്കോട്ടൊഴുകി സമുദ്രനിരപ്പിൽനിന്ന് 25000 അടി ഉയരത്തിലുള്ള പശ്ചിമഘട്ട മലനിരകളിലൂടെ

2 കി മീ പടിഞ്ഞാറോട്ടൊഴുകി, കേരളത്തിലെ ഇരിട്ടി, ഇരിക്കൂർ എന്നീ വന്യഗ്രാമങ്ങളെ തഴുകിയൊഴുകി, കണ്ണൂരിന് 10 കി മീ വടക്കുവച്ച് അറബിക്കടലിൽ ചേരുന്ന വളപട്ടണം പുഴയ്ക്ക് 112 കി മീ നീളമുണ്ട്. കാട്ടുപുഴ, ഇരിട്ടിപ്പുഴ ഇരിക്കൂപ്പുഴ എന്നീ പേരുകളിലും ഇതറിയപ്പെടുന്നു. ഇരിട്ടിക്കും ഇരിക്കൂറിനും മദ്ധ്യേ നദീമുഖത്തുനിന്നും 32 കി മീ മേലോട്ടായി പ്രകൃതി രമണീയമായ വെളിയമ്പയിലെ മലയിടുക്കിൽ ഒരു ബാരേജ് (അണക്കെട്ട്) നിർമ്മിച്ച് വെള്ളം തടഞ്ഞുനിർത്തി കനാലുകൾ വഴി തലശ്ശേരി, കണ്ണൂർ, തളിപ്പറമ്പ് എന്നീ താലൂക്കുകളിലെ 40,000 ൽപ്പരം ഹെക്ടർ ഭൂമിയിൽ ജലസേചനമേർപ്പെടുത്തുകയായിരുന്നു പദ്ധതി ലക്ഷ്യം. ഇരിട്ടിയിൽനിന്ന് ഒരു കി മീ അകലെ പെരുമ്പറയിൽ സാമൂഹ്യ വനവല്ക്കരണ വകുപ്പിന്റെ ആഭിമുഖ്യത്തിൽ നിർമ്മിക്കപ്പെട്ടിട്ടുള്ള നയന മനോഹരമായ ഉദ്യാനം പ്രതിദിനം ആയിരക്കണക്കിന് വിനോദസഞ്ചാരികളെ ആകർഷിക്കുന്നു.

മട്ടന്നൂർ ടൗൺ

തലശ്ശേരി താലൂക്കിന്റെ മദ്ധ്യഭാഗത്ത് വളർന്നുവരുന്ന ഒരു ടൗണാണ് മട്ടന്നൂർ. തലശ്ശേരിയിൽനിന്നോ കണ്ണൂർനിന്നോ കിഴക്കോട്ട് 17 മൈൽ യാത്രചെയ്താൽ മട്ടന്നൂരിലെത്താം. പിന്നെയും 17 മൈൽ കിഴക്കോട്ട് പോകുമ്പോൾ സംസ്ഥാനാതിർത്തിയായി - കൂട്ടുപുഴ മട്ടന്നൂർ റവന്യൂ ഫർക്കയുടെ തലസ്ഥാനവുമാണ് മട്ടന്നൂർ.

മുമ്പുണ്ടായിരുന്ന പഴശ്ശി, കോളാരി പൊറോര എന്നീ മൂന്ന് വില്ലേജ് പഞ്ചായത്തുകൾ കൂട്ടിച്ചേർത്ത് 1960 ൽ രൂപീകരിക്കപ്പെട്ടതാണ് പുതിയ മട്ടന്നൂർ പഞ്ചായത്ത്. ചുറ്റും കാടുപിടിച്ചു കിടക്കുന്ന ഗ്രാമപ്രദേശങ്ങൾ. തെങ്ങും കവുങ്ങും ഫലവൃക്ഷങ്ങളും നിറഞ്ഞ ഉറച്ച മണ്ണ്. കുന്നും താഴ്വരകളും നിറഞ്ഞ ഭൂപ്രദേശങ്ങൾ. വടക്ക് വളപട്ടണം പുഴയുടെ ഭാഗമായ ഇരിക്കൂർ പുഴയാണ് പഞ്ചായത്തിന്റെ അതിർത്തി.

മട്ടന്നൂർ - മൊട്ടക്കുന്നുകളുടെ ഊര്-മട്ടന്നൂരായതാകണം. കുരുമുളക്, അടയ്ക്ക, നാളികേരം, കശുവണ്ടി, മരിച്ചീനി എന്നിവ ധാരാളമായി ഉല്പാദിപ്പിക്കപ്പെടുന്ന ഈ മേഖലയിൽ ചില പ്രമുഖ നമ്പൂതിരി കുടുംബങ്ങളും നായർ തറവാടുകളുമാണ് ഭൂവുടമകളായിരുന്നത്. ഇവരുടെ ആശ്രിതന്മാരും കുടിയാന്മാരുമായിരുന്നു കൃഷിക്കാരിൽ ഭൂരിഭാഗവും. പുതിയ സാമൂഹ്യ രാഷ്ട്രീയ മൂല്യങ്ങളുടെ വെളിച്ചത്തിൽ ജന്മി-കുടിയാൻ ബന്ധങ്ങളിൽ സാരമായ മാറ്റങ്ങളുണ്ടായി. ഭൂപരിധിയിൽനിന്ന് രക്ഷപ്പെടാൻ മിക്ക ജന്മി കുടുംബങ്ങളും ഭാഗം വച്ച് പിരിഞ്ഞു; ചെറുജന്മിമാരായി. ജലസേചന സൗകര്യങ്ങൾ വേണ്ടത്രയില്ല. സീസണലായ കൃഷി കഴിഞ്ഞാൽ, പിന്നെയുള്ള മാസങ്ങളിൽ തൊഴിലില്ലായ്മ രൂക്ഷമായി അനുഭവപ്പെടാറുണ്ട്.

വിദ്യാഭ്യാസ സൗകര്യങ്ങളുടെ കാര്യത്തിൽ പണ്ട് മട്ടന്നൂർ വളരെ അവശയതയനുഭവിച്ചിരുന്നെങ്കിലും ഇന്ന് സ്ഥിതിഗതികളിൽ മാറ്റം വന്നിട്ടുണ്ട്. 1953 ൽ പൊതുജന സഹകരണത്തിന്റെ പ്രതീകമായി മട്ടന്നൂർ ഹൈസ്കൂൾ സ്ഥാപിക്കപ്പെട്ടു. ഇന്നാകട്ടെ, പഞ്ചായത്ത് അതിർത്തിക്കുള്ളിൽ ധാരാളം സ്കൂളുകളുണ്ട്. ശിവപുരം ഹൈസ്കൂളും യഥാർത്ഥത്തിൽ മട്ടന്നൂർ പഞ്ചായത്തിൽ തന്നെ സ്ഥിതിചെയ്യുന്നു. 1964 ജൂലൈയിൽ മട്ടന്നൂർ പഴശ്ശിരാജാ എൻ എസ് എസ് കോളേജ് ആരംഭിച്ചതോടെ വിദ്യാഭ്യാസ സാദ്ധ്യത വർദ്ധിച്ചിട്ടുണ്ട്. ജൂനിയർ ടെക്നിക്കൽ സ്കൂളാണ് എണ്ണപ്പെട്ട മറ്റൊരു വിദ്യാഭ്യാസ സ്ഥാപനം. സബ് രജിസ്ട്രാഫീസ്. എ ഇ ഒ ഓഫീസ് പോസ്റ്റ് ഓഫീസ്, അഗ്രികൾച്ചറൽ മാർക്കറ്റിങ് സൊസൈറ്റി തുടങ്ങിയവയാണ് മറ്റ് പ്രധാന സ്ഥാപനങ്ങൾ.

മട്ടന്നൂരിലെ ആരാധനാലയങ്ങളിൽ ഏറ്റവും പ്രസിദ്ധമായത് മട്ടന്നൂർ ശ്രീരാമക്ഷേത്രമാണ്. ഇവിടുത്തെ ഉത്സവത്തിന് ആനകൾ പാടില്ല. അമ്പലത്തിനു മുൻവശത്തെ വയലിലൂടെ ആനകളെ നടത്തിക്കൊണ്ടു പോകാനും പാടില്ല. മറ്റൊരു പ്രത്യേകതയുണ്ട്. പ്രതിഷ്ഠയുടെ ദർശനം കിഴക്കോട്ടാണെങ്കിലും ഭക്തർക്ക് പടിഞ്ഞാറു ഭാഗത്തു കൂടി മാത്രമേ പ്രവേശനമുള്ളൂ. മുമ്പ് പ്രതിഷ്ഠയും പടിഞ്ഞാട്ടു ദർശനമായിട്ടായിരുന്നത്രെ. ടിപ്പുവിന്റെ പടയോട്ടക്കാലത്ത് ആക്രമിച്ചടുത്ത മുസ്ലിം ഭടന്മാരെ വിരട്ടിയോടിക്കാൻ ദേവൻ തീമഴ പെയ്യിച്ചുവെന്നും പിന്നെ മുഖം തിരിഞ്ഞിരുന്നുവെന്നുമാണ് ഐതിഹ്യം. മട്ടന്നൂരിലെ ജനങ്ങളിൽ ഭൂരിഭാഗവും ഹിന്ദുക്കൾ. പ്രബലരായ ഒരു ന്യൂനപക്ഷം മുസ്ലീങ്ങളുമുണ്ട്. പ്രാധാന്യവും പഴക്കവുമുള്ള മുസ്ലിം ദേവാലയമാണ് പാലോട്ടു പള്ളി. അടുത്ത കാലത്തായി ക്രിസ്തീയ കുടുംബങ്ങൾ വർദ്ധിച്ചിട്ടുണ്ട്.

ദേശീയ പ്രസ്ഥാനം ശക്തിപ്രാപിച്ച കാലഘട്ടത്തിൽ സാമ്രാജ്യത്വത്തിനെതിരായി അണിനിരന്ന സാധാരണക്കാരുടെ വികാരങ്ങളെ നിറതോക്കുകളിലൊതുക്കാൻ ശ്രമിച്ച സംഭവങ്ങളുമുണ്ടായിട്ടുണ്ട്. 1940 സെപ്തംബർ 15-ാം തീയതി തലശ്ശേരിയിലും മൊറാഴയിലും മട്ടന്നൂരിലും നടന്ന സംഭവങ്ങൾ. ഫ്യൂഡലിസത്തിനെതിരായി പൊരുതിയ പാരമ്പര്യവുമുണ്ട്, മട്ടന്നൂരിന്. ഉത്തരകേരളത്തിലെ കമ്യൂണിസ്റ്റ് പ്രസ്ഥാനങ്ങളുടെ ശക്തിദുർഗ്ഗങ്ങളിലൊന്നാണ് മട്ടന്നൂർ.

വൻകിട ഭൂവുടമയെങ്കിലും ദേശീയ പ്രസ്ഥാനത്തോട് സഹകരിച്ചിട്ടുള്ള ശ്രീ. മട്ടന്നൂർ മധുസൂദനൻ തങ്ങളുടെ നേതൃത്വത്തിൽ 1930 നോടടുത്ത്

മട്ടന്നൂരിൽ വച്ച് ഒരു അഖില കേരള സാഹിത്യ സമ്മേളനം നടത്തുകയുണ്ടായി. സ. സി എച്ച് കണാരൻ സാഹിത്യത്തിലെ യാഥാസ്ഥിതികത്വത്തെ ഈ സമ്മേളനത്തിൽ വച്ച് വെല്ലുവിളിക്കുകയുണ്ടായി. അങ്ങനെ, പണ്ടേ സജീവമായിരുന്നു മട്ടന്നൂരിലെ സാമൂഹ്യ-രാഷ്ട്രീയ-സാഹിത്യരംഗങ്ങൾ.

ഇന്നോ? പ്രബുദ്ധതയ്ക്കും ആവേശത്തിനും ഒട്ടും കുറവില്ല. എങ്കിലും പുരോഗതിയുടെ വ്യക്തമായ സൂചനകൾ തെളിഞ്ഞു കാണാത്തതിലുള്ള നൈരാശ്യം സാധാരണക്കാരെ ബാധിച്ചിട്ടില്ലേ - എന്ന് സംശയിക്കേണ്ടിയിരിക്കുന്നു.

78

മയ്യഴിപ്പുഴയോരങ്ങൾ

മനോഹരമായ അഴിമുഖത്തെ ഈ തീരദേശ ഗ്രാമത്തിന്, പണ്ട് അന്നാട്ടുകാർ 'മയ്യഴി' എന്ന് പേരിട്ടപ്പോൾ പില്ക്കാലത്ത് ആ പ്രദേശം കൈയടക്കിയ വിദേശികൾ സ്വന്തം നാവിനു വഴങ്ങുന്ന പേരുകൾ കല്പിച്ചു കൊടുത്തു. ഫ്രഞ്ചുകാർ 'മായെ' എന്നും ഇംഗ്ലീഷുകാർ 'മാഹി' എന്നും.

മയ്യഴി പാലത്തിനപ്പുറം കടക്കുമ്പോൾ തന്നെ മാറ്റം പ്രകടമാണ്. മയ്യഴിക്കപ്പുറവും ഇപ്പുറവുമുള്ള ഗ്രാമങ്ങളും നഗരങ്ങളും കണ്ടും അറിഞ്ഞും കടന്നുവന്ന എനിക്ക് മയ്യഴിയിലെ നഗരവീഥികളിലൂടെയും ഗ്രാമപ്രദേശങ്ങളിലൂയെടും കടന്നുപോയപ്പോൾ അതൊരു പുതുമ തന്നെയായിരുന്നു. കുറച്ചു സ്ഥലമേയുള്ളൂ. അതിനുള്ളിൽ തലങ്ങും വിലങ്ങും ടാറിട്ട റോഡുകളുണ്ട്. റോഡുവക്കിൽ പരിഷ്കൃത ഭവനങ്ങൾ, കൊച്ചു വീടുകൾക്കുപോലും അതിന്റേതായ ഭംഗിയും ചിട്ടയുമുണ്ട്. ആകെക്കൂടി അന്തസ്സുള്ള ഒരു ഗ്രാമം. നഗരമെന്നു പറയാമോ? മയ്യഴി ടൗണിൽപ്പോലും അത്ര ആൾത്തിരക്കു കണ്ടെന്നുവരികയില്ല. പ്രശാന്തമാണെങ്കും. ഒരുപക്ഷേ അസ്വസ്ഥതകൾ കെട്ടടങ്ങിയ ശാന്തതയാവാം, ഇന്നത്തെ മാഹിയിൽ ദൃശ്യമാകുന്നത്.

മാഹി ടൗണും അതിനോടു ചേർന്നു കിടക്കുന്ന 'നാലുതറ' എന്ന ഗ്രാമപ്രദേശങ്ങളും കൂടിച്ചേർന്ന ഒരു പ്രത്യേക സംസ്ഥാന വിഭാഗമാണ് മയ്യഴി. മാഹിയാണ് ആസ്ഥാനം. പുഴയ്ക്കക്കരെ തലശ്ശേരി താലൂക്കിന്റെ തെക്കെയറ്റത്തു കിടക്കുന്ന ഗ്രാമപ്രദേശങ്ങളാണ് നാലുതറ. പള്ളൂർ, പന്തക്കൽ, ചാലക്കര, ചെറുകല്ലായി എന്നീ നാലു ഗ്രാമങ്ങളാണവ. നാലുതറ. ഈ പ്രത്യേക ഭൂവിഭാഗത്തിന്റെ വിസ്തീർണ്ണമോ? 301 ഏക്കർ വിസ്തീർണ്ണമുള്ള മയ്യഴിയും 732 ഏക്കർ വിസ്തീർണ്ണമുള്ള ചാലക്കരയും 60 ഏക്കർ വിസ്തീർണ്ണമുള്ള ചെറുകല്ലായിയുമുൾപ്പെടെ മൊത്തം 2030 ഏക്കർ മാത്രം. മാഹിയിൽനിന്ന് നാലുതറയിൽ പോകണമെങ്കിൽ മയ്യഴിപ്പുഴയ്ക്കപ്പുറം ഏതാണ്ട് ഒരു ഫർലോങ് ദൂരം കേരളത്തിന്റെ റോഡിൽ കൂടി പോകണം.

മയ്യഴിയുടെ വടക്കെ അതിർത്തി കണ്ണൂർ ജില്ലയിലെ തലശ്ശേരി താലൂക്ക് (മയ്യഴിപ്പുഴ) കിഴക്കും തെക്കും കോഴിക്കോടു ജില്ലയിൽപ്പെട്ട അഴിയൂർ പഞ്ചായത്ത് പടിഞ്ഞാറ് അറബിക്കടൽ അങ്ങനെ കണ്ണൂർ കോഴിക്കോട് എന്നീ ജില്ലകളുടെ മദ്ധ്യത്ത് അറബിക്കടലിന്റെയും മയ്യഴിപ്പുഴയുടെയും തീരത്ത് സ്ഥിതിചെയ്യുന്നു. അങ്ങനെ നോക്കുമ്പോൾ മയ്യത്ത് (മദ്ധ്യത്ത്) ഉള്ള ഒരഴി തന്നെയാണ് മയ്യഴി. അറബിക്കടലിനഭിമുഖമായി കിടക്കുന്ന മയ്യഴി ടൗൺ ഫ്രഞ്ച് ഭരണകാലത്ത് ഒരു തുറമുഖമായിരുന്നു. അന്നൊക്കെ ഫ്രാൻസിൽനിന്നും പോണ്ടിച്ചേരിയിൽനിന്നും പലപ്പോഴായി മയ്യഴി തുറമുഖത്ത് കപ്പൽ വന്നടുത്തിരുന്നു. പക്ഷേ, മയ്യഴി സ്വതന്ത്രമായതിനുശേഷം ആ തുറമുഖം ദീർഘനിദ്രയിലാണിപ്പോൾ.

തുടക്കം 1721 ൽ

1721 ഏപ്രിൽ 2-ാംതീയതിയാണ് കേരളത്തിന്റെ ഭാഗമായ മയ്യഴിയുടെ ചരിത്രം തിരുത്തിക്കുറിച്ച പുതിയ ശക്തികൾ ആ മണ്ണിൽ കാലു കുത്തിയത്. അന്നത്തെ കടത്തനാട്ടു രാജാവ് (വടകര രാജാവ്) മയ്യഴിയുടെ അഴിമുഖത്ത് ഫ്രഞ്ചുകാർക്ക് അല്പം സ്ഥലം ദാനംചെയ്തു; ഒരു പടപ്പാളയം സ്ഥാപിക്കാൻ. പക്ഷേ, അധികകാലം കഴിയുന്നതിനുമുമ്പ് ആ സ്ഥലം വടകര രാജാവ് അവരിൽനിന്നും തിരിച്ചെടുത്തു. പക്ഷേ, 1725 ൽ ബേർദ്ദോനീസ് എന്ന ഫ്രഞ്ച് സേനാനായകൻ മാഹി വീണ്ടും കൈവശമാ

ക്കി. അങ്ങനെ 1726 നവംബർ 8-ാം തീയതി കടത്ത നാട്ടു രാജാവും ഫ്രഞ്ചുകാരും കൂടി സമാധാന സന്ധിയിൽ ഒപ്പുവച്ചു. 1761 ജനുവരി 17-ാം തീയതി പോണ്ടിച്ചേരിയുടെ പതനത്തെ തുടർന്ന് ഫെബ്രുവരി 13-ാം തീയതി മേജർ ഹെക്ടർ മൺറോവിന് മാഹി കീഴടങ്ങി. പക്ഷേ, സപ്തവത്സര സമര (Seven Years War)ത്തിനുശേഷം നടപ്പിൽ വന്ന പാരീസ് സന്ധിപ്രകാരം, 1762 മെയ് 20-ാം തീയതി മാഹി വീണ്ടു കിട്ടി. 1778 ഒക്ടോബർ 17-ാം തീയതി പോണ്ടിച്ചേരി കരാർ പ്രകാരം വിട്ടുകൊടുത്ത ശേഷം 1779 മാർച്ച് 11-ാം തീയതി മാഹി, ജനറൽ മൺറോവിന് (പില്ക്കാലത്തെ ഹെക്ടർ മൺറോ) വിട്ടുകൊടുക്കപ്പെട്ടു. പക്ഷേ, വീണ്ടും 1817 ഫെബ്രുവരി 22-ാം തീയതി മാഹി ഫ്രഞ്ചുകാർ വീണ്ടെടുത്തു.

ഹൈദരാലിയുടെയും ടിപ്പുവിന്റെയും പടയോട്ടക്കാലത്ത് മയ്യഴിയും അതിൽ ഭാഗഭാക്കാകേണ്ടി വന്നു. ചെറുകല്ലായിയിലുള്ള സെന്റ് ജോർജ്ജ് കോട്ട ടിപ്പു കൈവശമാക്കി. പീരങ്കിപ്പടയുടെ താവളമാക്കി. ചെറുകല്ലായ്ക്കുന്നിന് അഭിമുഖമായും സമാന്തരമായും വേറെയും കുന്നുകളുണ്ട്. മരുന്നറക്കുന്ന്, ഫോർകൊത്തെ, മൂപ്പന്റെ കുന്ന് (അഡ്മിനിസ്ട്രേറ്ററുടെ ബംഗ്ലാവ് സ്ഥിതിചെയ്യുന്ന കുന്ന്) വട്ടോത്തു കുന്ന് എന്നിവ അവയിൽ ചിലതാണ്. ഈ കുന്നുകളിൽ നിന്നുകൊണ്ട് കടലിൽനിന്നും കരയിൽ നിന്നുമുള്ള ഏതാക്രമണത്തെയും എതിർത്ത് തോല്പിക്കാൻ കഴിഞ്ഞിരുന്നു.

പാരീസ് ഉടമ്പടിക്കുശേഷം ഇന്ത്യയിലെ ഫ്രഞ്ചു താവളങ്ങൾ 'ഫ്രഞ്ച് ഇന്ത്യ' എന്ന പേരിലാണ് അറിയപ്പെട്ടിരുന്നത്. തമിഴ്നാട്ടിലെ പുതുശ്ശേരി, കാരയ്ക്കൽ, ആന്ധ്രയിലെ യാനം, കേരളത്തിലെ മയ്യഴി, ബംഗാളിലെ ചന്ദ്രനഗർ എന്നിങ്ങനെ അഞ്ചു പ്രദേശങ്ങളാണവ. ചന്ദ്രനഗർ 1949 ൽ ഫ്രഞ്ച് ഇന്ത്യയിൽനിന്ന് വിട്ട് ഇന്ത്യയോട് പൂർണ്ണമായും ലയിച്ചു. പിന്നെ, പുതുശ്ശേരി കാരയ്ക്കൽ, മാഹി, യാനം എന്നിവ ബാക്കിയായി. അങ്ങനെ ഇന്ത്യയിലെ ഫ്രഞ്ച് സാമ്രാജ്യത്തിന്റെ വിസ്തൃതി ചുരുങ്ങി. അപ്പോഴേയ്ക്കും വിദേശീയ ഭരണത്തോട് തികഞ്ഞ വെറുപ്പും നിസ്സഹകരണവും മറ്റ് കോളനികളിലും പ്രകടമായിത്തുടങ്ങി.

മാഹി മഹാജനസഭ

ദേശീയ പ്രസ്ഥാനത്തിന്റെ അലയടികൾ യൂത്ത്ലീഗ് എന്ന ഒരു യുവസംഘടനയുടെ പേരിൽ ആദ്യകാലത്തുതന്നെ മാഹിയിലും പ്രകടമായി. എങ്കിലും 1938 മുതൽക്കാണ് ഒരു സംഘടിത ദേശീയ പ്രസ്ഥാനമായി അത് രൂപംകൊണ്ടത്. പുതുശ്ശേരിയിൽ (ഇന്നത്തെ പോണ്ടിച്ചേരി) സ്വാതന്ത്ര്യാഭിവാഞ്ഛ ഫ്രഞ്ചുകാർക്കെതിരായി പത്തിയുയർത്തിക്കഴിഞ്ഞിരുന്നു. ഇവിടെ ജനസഭ രൂപംകൊണ്ടു. ശ്രീ. ഐ കെ കുമാരൻ അതിന്റെ കരുത്തനായ അദ്ധ്യക്ഷനും നേതാവുമായിരുന്നു. അങ്ങനെ മാഹിയിൽ ഫ്രഞ്ചുകാർക്കെതിരായ സ്വാതന്ത്ര്യസമര ക്കൊടുങ്കാറ്റിന്റെ ശക്തി വർദ്ധിച്ചു തുടങ്ങി. ഫ്രഞ്ചു ഗവൺമെന്റിന്റെ ഒരു തെരഞ്ഞെടുപ്പ് പ്രഹസനം മാഹിയിൽ കാലാകാലം നടത്തിയിരുന്നു. അവരുടെ ശിങ്കിടികൾക്കും കൂട്ടുകാർക്കും മാത്രം കൗൺസിലിൽ കടന്നു കൂടത്തക്കവിധത്തിൽ തെരഞ്ഞെടുപ്പിൽ പല കൃത്രിമങ്ങളും കാണിക്കുക പതിവായിരുന്നു. 1948 ലെ തെരഞ്ഞെടുപ്പ് സത്യസന്ധമായി നടത്തണമെന്നും, അഴിമതികൾ മുമ്പത്തെപ്പോലെ ഇനി വച്ചു പൊറുപ്പിക്കുകയില്ലെന്നും. മഹാജനസഭ ഗവൺമെന്റിനെ താക്കീതു ചെയ്തു. എന്നാൽ, തങ്ങളുടെ അണികളിൽപ്പെട്ടവർക്കു മാത്രമേ വോട്ടു ചെയ്യാൻ അധികാരം നല്കുന്ന കാർഡ് (Identify Card) അധികൃതർ നല്കിയുള്ളൂ. (ഈ കാർഡ് ലഭിച്ചാലേ വോട്ടവകാശമുള്ളൂ. മേയറാണ് അത് നല്കുന്നത്) കാർഡിനു വേണ്ടി നൂറുകണക്കിനു വോട്ടർമാർ മാഹി മുനിസിപ്പൽ ഓഫീസിൽ കുത്തിയിരിപ്പു സത്യഗ്രഹം നടത്തി. സത്യഗ്രഹികളെ വിരട്ടാൻ ആയുധധാരികളായ ഫ്രഞ്ചു പൊലീസ് അണിനിരന്നു. നേതാക്കളെ അറസ്റ്റു ചെയ്യാനുള്ള ശ്രമത്തെ പ്രക്ഷുബ്ധരായ ജനങ്ങൾ എതിർത്തു. നിയന്ത്രണാതീതമായ ജനരോഷംമൂലം ആളുകൾ മുനിസിപ്പൽ ആഫീസിൽ കടന്നുകയറി അവിടെ ഉണ്ടായിരുന്ന വോട്ടേഴ്സ് ലിസ്റ്റും കൃത്രിമ രേഖകളും ചുട്ടുകരിച്ചു. വെടിവയ്ക്കാനെത്തിയ പൊലീസിന് നിസ്സഹായരായി നോക്കി നില്ക്കാനേ കഴിഞ്ഞുള്ളൂ. അങ്ങനെ 1948 ഒക്ടോബർ 21-ാം തീയതി ഫ്രഞ്ചുശക്തിയെ മുട്ടുകുത്തിച്ചുകൊണ്ട് ഭരണം ജനങ്ങൾ ഏറ്റെടുത്തു. സംഭ്രമജനകമായ ഏഴ് ദിവസങ്ങൾ! എട്ടാം ദിവസം മാഹി കടലോരത്ത് ഫ്രഞ്ച് കപ്പൽ പ്രത്യക്ഷപ്പെട്ടു. ഫ്രഞ്ച് പട്ടാളം മാഹിയിലേക്ക് മാർച്ച് ചെയ്തു. ഭരണം അവർ വീണ്ടെടുത്തു.

ജനമുന്നേറ്റം

തല്ലിവിട്ട വിഷപ്പാമ്പിന്റെ ക്രൗര്യത്തോടെ ഫ്രഞ്ചുശക്തി എങ്ങും മർദ്ദനം ആരംഭിച്ചു. മാഹിയിലെ ദേശീയ നേതാക്കൾ ചുറ്റുമുള്ള ഇന്ത്യൻ പ്രദേശങ്ങളിൽ അഭയം തേടി. അവരെ നീണ്ട കാലത്തേക്ക് ഫ്രഞ്ചു കോടതി ശിക്ഷിച്ചു. സമരവുമായി ബന്ധപ്പെട്ടവരെന്ന് സംശയിക്കപ്പെട്ടവരെയും നീണ്ട കാലത്തേക്ക് ശിക്ഷിക്കുകയും ജയിലിലടയ്ക്കുകയും ചയ്തു.

കേരളത്തിൽ കമ്യൂണിസ്റ്റ് പാർട്ടി നിരോധിക്കപ്പെട്ടിരുന്ന അക്കാലത്ത് ഫ്രഞ്ച് സംസ്ഥാനത്തന്റെ ഭാഗമായിരുന്ന മാഹി, കമ്യൂണിസ്റ്റ് പ്രവർത്തകരുടെ

ഒരു അഭയകേന്ദ്രമായിരുന്നു.

എന്നാൽ 1953 ൽ കമ്യൂണിസ്റ്റ് പാർട്ടിയുടെ മേലുള്ള നിരോധനം പിൻവലിക്കപ്പെട്ടു. ഇ എം എസും കേളപ്പനും മറ്റും മാഹി മഹാജനസഭയുടെ സമരത്തിന് പിൻബലം നല്കി. ഫ്രാൻസിൽ പുരോഗമന കാംക്ഷിയായ മെന്ദസിന്റെ നേതൃത്വത്തിലുള്ള മന്ത്രിസഭ അധികാരത്തിൽ വന്നു. (ഈ മന്ത്രിസഭയാണ് പിന്നീട് ഫ്രഞ്ച് ഇന്ത്യക്കും ഇൻഡോ ചൈനയ്ക്കും സ്വാതന്ത്ര്യം നല്കിയത്) അങ്ങനെ പരിതഃസ്ഥിതികൾ ഓരോന്നായി ഒത്തിണങ്ങി. അപ്പോഴേയ്ക്കും മാഹിക്കു സമാന്തരമായി ഈ പ്രദേശത്തെ സ്പർശിക്കാതെ കടന്നുപോകാനുള്ള ഒരു റോഡും അതിനോടനുബന്ധിച്ച് ഒരു റെയിൽവേ റോഡും ഇന്ത്യാ ഗവൺമെന്റും നിർമ്മിച്ചു. അങ്ങനെ മാഹിയിലെ ഫ്രഞ്ചു ഗവൺമെന്റിനെ ശ്വാസംമുട്ടിക്കാൻ കഴിഞ്ഞിരുന്നു. 1954 ഏപ്രിൽ 27-ാം തീയതി മാഹിയിലുൾപ്പെട്ട ഒരു ഗ്രാമപ്രദേശമായ ചെറുകല്ലായിയെ മോചിപ്പിക്കാൻ ശ്രമിക്കവേ ഫ്രഞ്ച് പൊലീസിന്റെ വെടിയേറ്റ് സമരസേനാനികളായ അനന്തനും അച്യുതനും രക്തസാക്ഷികളായി. പക്ഷേ, ആ മണ്ണിൽ വീണ രക്തത്തിന്റെ ചൂടാറും മുമ്പ് ചെറുകല്ലായി മോചിപ്പിക്കപ്പെട്ടു. അവിടെ ഇന്ത്യൻ പതാക ഉയർന്നു. അടുത്ത ദിവസങ്ങളിലായി പള്ളൂർ, പന്തയ്ക്കൽ, ചാലക്കര എന്നീ ഗ്രാമങ്ങൾ മോചനം നേടി. ഒരു ഭരണകൗൺസിൽ രൂപീകരിച്ച് ഗ്രാമഭരണമാരംഭിച്ചു. അപ്പോൾ പിന്നെ മാഹി ടൗൺ മാത്രമായി ഫ്രാൻസിന്റെ അധീനതയിൽ പക്ഷേ, ഭരണം നടത്തേണ്ട ഉദ്യോഗസ്ഥന്മാരും പൊലീസും മാഹി വിട്ട് ഇന്ത്യൻ പ്രദേശങ്ങളിലേക്ക് കടന്നതോടെ മാഹിയിൽ പൗരജീവിതം നിശ്ചലമായി. ആശുപത്രികളിൽ ഡോക്ടറില്ല. കമ്പൗണ്ടർമാരില്ല, വിദ്യാലയങ്ങളിൽ അദ്ധ്യാപകരില്ല. വിദ്യാർത്ഥികളുമില്ല. മേയറും മറ്റും വിമോചന പ്രസ്ഥാനത്തിൽ ചേർന്നു.

കുമാരൻ മാസ്റ്റർ

ജൂലായ് 14. ഫ്രാൻസിലെ റിപ്പബ്ലിക് ദിനം; അന്ന്, “ഞങ്ങൾക്കു സ്വാതന്ത്ര്യം നല്കണ” മെന്ന് ആവശ്യപ്പെട്ടുകൊണ്ട് ഐ കെ കുമാരന്റെ നേതൃത്വത്തിൽ നൂറോളം സത്യഗ്രഹികൾ ദേശീയ പതാകകളും വഹിച്ചുകൊണ്ട് മാഹിയിലേക്ക് മാർച്ച് ചെയ്തു. അന്ന് സായാഹ്നത്തിൽ മാഹിയിലേക്കു കടന്ന സത്യഗ്രഹികളെ, മാഹി പാലത്തിന്റെ നടുവിൽ വച്ച്, അന്നുവരെ ഒളിവിൽ പാർത്തിരുന്ന പ്രവർത്തകർ വരവേല്പു നല്കി സ്വീകരിച്ചു. ജാഥ നേരെ ഫ്രഞ്ച് അഡ്മിനിസ്ട്രേറ്ററുടെ ബംഗ്ലാവിലേക്കു നീങ്ങി. ഒരു തുറന്ന സംഘട്ടനത്തിനുള്ള കളമൊരുക്കൽ. അതിസമർത്ഥനെങ്കിലും നിസ്സഹായനായ അന്നത്തെ അഡ്മിനിസ്ട്രേറ്റർ ദെഷോം ഒരു വെടിവയ്പിന് ഉത്തരവു പുറപ്പെടുവിക്കാതെ സത്യഗ്രഹികളെ സന്ധിസംഭാഷണത്തിനു ക്ഷണിച്ചു. കേരളത്തിലെ പ്രസിദ്ധമായ ‘മോഡേൺ വുഡ്ക്രാഫ്റ്റി’ന്റെ സ്ഥാപകനായ മൊസിയേറവേൽ ആണ് മദ്ധ്യസ്ഥത വഹിച്ചത്. ഇന്ത്യൻ പൗരത്വം സ്വീകരിച്ച ഫ്രഞ്ചുകാരനാണദ്ദേഹം. ഫ്രഞ്ച് അഡ്മിനിസ്ട്രേറ്റർ ദെഷോം പുതുശ്ശേരിയിലുള്ള ഗവർണ്ണറോടും ഫ്രാൻസിലെ അധികൃതരോടും വയർലെസ് മുഖേന സമ്പർക്കം പുലർത്തി. ഒടുവിൽ മെന്ദസ് ഫ്രാൻസിന്റെ മന്ത്രിസഭ മയ്യഴിയുടെ ഭരണം നാട്ടുകാരെ ഏല്പിക്കാൻ അനുവാദം നല്കി. സമരനേതാവായ ശ്രീ. ഐ കെ കുമാരൻ 1954 ജൂലൈ 16-ാം തീയതി സ്വതന്ത്രമയ്യഴിയുടെ അഡ്മിനിസ്ട്രേറ്ററായി ഭരണം കൈയേറ്റു. അദ്ദേഹത്തെ സഹായിക്കാൻ ഒരു ഭരണ കൗൺസിലുണ്ടായിരുന്നു. മൂന്നു മാസത്തിനുശേഷം എല്ലാ ഫ്രഞ്ച് ഇന്ത്യൻ പ്രദേശങ്ങളിൽനിന്നും ഫ്രാൻസിന് വിട വാങ്ങേണ്ടി വന്നു. അങ്ങനെ, രണ്ടര നൂറ്റാണ്ടിലധികം പഴക്കമുള്ള ഇന്ത്യയിലെ ഫ്രഞ്ചു ഭരണം അവസാനിച്ചു. 1954 നവംബർ ഒന്നാം തീയതി ഡെഫ്റ്റോ കരാറിൽ ഇന്ത്യയും ഫ്രാൻസും ഒപ്പുവച്ചു. 1953 ൽ പൊതു തെരഞ്ഞെടുപ്പിൽ മാഹിയും പങ്കെടുത്തു. ആദ്യത്തെ തെരഞ്ഞെടുപ്പിൽ കോൺഗ്രസ് സ്ഥാനാർത്ഥി ഇ സി ഭരതനും കമ്യൂണിസ്റ്റ് സ്ഥാനാർത്ഥി മുച്ചിക്കൽ പത്മനാഭനും സ്വതന്ത്രസ്ഥാനാർത്ഥി വി എൻ പുരുഷോത്തമനും തെരഞ്ഞെടുക്കപ്പെട്ടു.

നൂറ്റാണ്ടുകൾക്കു മുമ്പ്, മയ്യഴി തുറമുഖം വഴി മാഹിയിൽ കടന്ന് ഭരണമുറപ്പിച്ച ഫ്രഞ്ച് അധികൃതർക്ക് തദ്ദേശീയർ അതേ കടലോരത്തു വച്ച് അന്തസ്സായി യാത്രയയപ്പു നല്കി. ഫ്രഞ്ച് ഇന്ത്യ, പുതുശ്ശേരി സ്റ്റേറ്റ് എന്ന പേരിലാണ് വിമോചനസമരത്തിനു ശേഷം അറിയപ്പെടുന്നത്. 1962 ആഗസ്ത് 16-ാം തീയതിയാണ് നിയമപരമായ കൈമാറ്റം നടന്നത്.

മയ്യഴിയുടെ സ്വാതന്ത്ര്യത്തിനു വേണ്ടി സ്വദേശത്തും വിദേശത്തും നേതൃത്വം നല്കി. രക്തസാക്ഷിത്വം വരിച്ചവരും ക്രൂരമർദ്ദനങ്ങൾക്കും വിധേയരായവരും ജയിൽ ശിക്ഷയനുഭവിച്ചവരും പലരുണ്ട്. പി കെ ഉസ്മാൻ. ഡോ. എം കെ മേനോൻ, മുച്ചിലോട്ടു മാധവൻ മംഗലാട്ടു രാഘവൻ കോട്ടായി നാരായണൻ പൂത്തട്ടൻ നാരായണൻ അണിയിൽ അനന്തൻ അടിയേരി കുമാരൻ, കമ്മായി ദാമോദരൻ, പാറമ്മേൽകുമാരൻ, പി ശിശുപാലൻ, വാഴയിൽ ഗോവിന്ദൻ, കല്ലാട്ടുഗോപി, ഇട്ട്യേൽ മുകുന്ദൻ, കെ വി അബ്ദുൾഖാദർ, പി അനന്തൻ വക്കീൽ, കല്ലാട്ടു ദാമോദരൻ, പി കെ രാമൻ, ബി ഇ ഭരതൻ, മുച്ചിക്കൽ പത്മനാഭൻ എന്നീ പേരുകൾ വിസ്മരിക്കാനാവില്ല.

മയ്യഴി സ്വാതന്ത്ര്യസമരത്തിനൊട്ടാകെ നേതൃത്വം നല്കി. സമരത്തിന്റെ ജീവാത്മാവും പരമാത്മാവുമായി പ്രവർത്തിച്ച ധീരസേനാനിയാണ്

കുമാരൻ മാസ്റ്റർ (ഐ കെ കുമാരൻ). ഫ്രഞ്ച് അധീശത്വത്തെ പിടിച്ചു കുലുക്കി പിഴുതെറിഞ്ഞ ആ വലിയ മനുഷ്യനെക്കാണാൻ, മയ്യഴിയിലെ ഗ്രാമവീഥിയിലൂടെ നടന്ന്, വഴിയരികിലെ ആ ഗ്രാമഭവനത്തിലെത്തി (1965 ൽ). വരാന്തയിൽ കാലടി ശബ്ദം കേട്ട് മദ്ധ്യവയസ്സു കഴിഞ്ഞ ഒരു മെലിഞ്ഞ രൂപം പുറത്തിറങ്ങി വന്നു. മുട്ടോളമെത്തുന്ന ഒരു തോർത്തുടുത്ത് ഖാദിത്തുണികൊണ്ടുള്ള ഒരു മുറിക്കൈയൻ ഷർട്ടുമിട്ട് നിഷ്കളങ്ക സ്മിതത്തോടെ അദ്ദേഹം ഞങ്ങളെ സ്വാഗതം ചെയ്തു. മാഹിയിലെ ചൂടിക്കൊട്ട ദേശത്തെ ഊരായി കന്നത്തെടുത്തതിൽ കുമാരൻ ഒരദ്ധ്യാപകനായിരുന്നു. മാഹിയിലെ ദേശീയ പ്രസ്ഥാനവുമായി ബന്ധപ്പെട്ട് മഹാജനസഭയുടെ നേതാവായി. തുടർന്ന് മാഹി സ്വാതന്ത്ര്യസമരത്തിലെ സേനാനായകനായി. കൊടിയ മർദ്ദനങ്ങളേറ്റ് നീണ്ട ജയിൽ വാസമനുഭവിച്ചു. അവസാനം ആ ധീരമായ നേതൃത്വം മാഹിയെ സ്വതന്ത്രമാക്കി.

ജനജീവിതം

ഒരു കാർഷികമേഖലയുടെ കെട്ടും മട്ടും തോന്നുമെങ്കിലും മാഹി കൃഷികൊണ്ടു മാത്രം പുലരുന്ന ഒരു പ്രദേശമല്ല. മാഹിയിലെമ്പാടും കാണുന്ന ഫലപുഷ്ടിയുള്ള തെങ്ങുകൾ മിക്ക കുടുംബങ്ങളുടെയും നല്ലൊരു വരുമാനമാർഗ്ഗമാണ്. മയ്യഴി പ്രദേശം മുഴുവനും തെങ്ങിൻ തോപ്പുകളാണെന്നു തന്നെ പറയാം. നെൽകൃഷി കുറവ്. ഒരു നല്ല തെങ്ങിൻ തൈ വളർത്തൽ കേന്ദ്രവുമുണ്ട്. മൃഗസംരക്ഷണത്തിലും സ്വാതന്ത്ര്യ ലബ്ധിക്കുശേഷം പുരോഗതി ഉണ്ടായിട്ടുണ്ട്. മത്സ്യവ്യവസായവും നെയ്ത്തും നൂൽനൂൽപ്പും തെങ്ങുകൃഷിയുമാണ് മാഹിയിലെ പ്രധാന തൊഴിൽ മേഖലകൾ. മാഹി തീരത്തെ കടലിനെ ആശ്രയിച്ചു കഴിയുന്ന മുക്കുവ കുടുംബങ്ങൾ ധാരാളം. അവരുടെ ജീവിത പ്രശ്നങ്ങൾ കേരളത്തിലെ മറ്റ് തീരദേശവാസികളുടേതിൽനിന്നും ഒട്ടും ഭിന്നമല്ല. ഫിഷറീസ് വകുപ്പിന്റെ കീഴിൽ ഒരു ഫിഷ് ക്യൂറിങ് യാർഡും കോൾഡ് സ്റ്റോറേജും പ്രവർത്തിക്കുന്നുണ്ട്.

നാലുതറയാണ് നെയ്ത്തിന്റെയും നൂൽനൂൽപ്പിന്റെയും കേന്ദ്രം. ആയിരത്തിൽപ്പരംപേർ ഈ വ്യവസായവുമായി ബന്ധപ്പെട്ടു കഴിഞ്ഞിരുന്നു. ചാലിയ സമുദായത്തിൽപ്പെട്ടവരായിരുന്നു മുഖ്യമായും ഈ തൊഴിലിൽ ഏർപ്പെട്ടിരുന്നത്. മാഹിയിലെ ഏറ്റവും വലിയ വ്യവസായ സ്ഥാപനമാണ് കണ്ണൂർ സ്പിന്നിങ് ആൻഡ് വീവിങ് മിൽസ്. പുതുശ്ശേരി ഗവൺമെന്റിൽനിന്നും 60 ലക്ഷം രൂപ സഹായധനം നേടി 21,000 സ്പിൻഡിലുകളോടുകൂടിയാണ് ഈ വ്യവസായ സ്ഥാപനം ആരംഭിച്ചത്. രണ്ടായിരത്തോളം പേർക്ക് ജോലി നല്കാൻ കഴിഞ്ഞ സ്ഥാപനമാണിത്.

വിദ്യാഭ്യാസ വികസനത്തിലും ആരോഗ്യ സംരക്ഷണത്തിലും ഗതാഗത വികസനത്തിലും മറ്റും ഫ്രഞ്ച് ഗവൺമെന്റ് മാഹിയിൽ ഏർപ്പെടുത്തിയിട്ടുള്ള സൗകര്യങ്ങൾ മറ്റു സ്ഥലങ്ങളെക്കാൾ പതിന്മടങ്ങാണെന്നു സമ്മതിച്ചേ തീരൂ. സ്വാതന്ത്ര്യാനന്തരവും പുരോഗതി വർദ്ധിച്ചിട്ടുണ്ട്.

ഫ്രഞ്ച് സ്വാധീനം

കൈയടക്കിയ സ്ഥലങ്ങളിലെല്ലാം മാതൃരാജ്യമായ ഫ്രാൻസിനോട് കൂറും വിശ്വാസവുമുള്ള അഭ്യസ്തവിദ്യരായ ഒരു ജനസഞ്ചയത്തെ വളർത്തിയെടുക്കുകയെന്ന മഹനീയ ലക്ഷ്യം (അതോ സ്വാർത്ഥ താല്പര്യമോ) ഉള്ള ഫ്രഞ്ച് ഗവൺമെന്റ് മാഹിയിലും പണ്ടു പണ്ടേ വേണ്ടത്ര വിദ്യാഭ്യാസ സ്ഥാപനങ്ങളും സൗകര്യങ്ങളും ഏർപ്പെടുത്തിയതിന്റെ ഫലമായി മാഹിയിലെ 95 ശതമാനം ആളുകളും അഭ്യസ്തവിദ്യരാണെന്നു തന്നെ പറയാം.

റോഡരികിലൊരു സ്കൂൾകെട്ടിടത്തിന് മുമ്പിൽ 'Ecole Central de Garscou' (എക്കോൽ സെന്ത്രാൽ ദ് ഗർസോ) എന്ന ബോർഡു കണ്ട് ഞാൻ ആദ്യമൊന്ന് അമ്പരന്നു. അതൊരു ഫ്രഞ്ച് സ്കൂളാണെന്ന് എന്റെ തദ്ദേശീയ സുഹൃത്തും മാർഗ്ഗദർശിയുമായിരുന്ന ശ്രീ.പത്മനാഭൻ പറഞ്ഞു. മാത്രമല്ല, അത്തരം സ്കൂളുകൾ വേറെയുമുണ്ട്. പെൺകുട്ടികൾക്കുള്ള സ്കൂളെന്ന് അർത്ഥമുള്ള 'എക്കോൽ ദ് ഫില്ലും' (Ecole de filles) ഫ്രഞ്ചിൽ എട്ടാം സ്റ്റാൻഡേർഡ് വരെയുള്ള എക്കോൽ സന്ത്രാലും ഹൈസ്കൂൾ എന്നർത്ഥമുള്ള കൂർകോമ്പ്ളമൻതേർ (Cour Complementair) ഇവയുമുണ്ട്. മാഹിയിലെ മുതിർന്ന ജനങ്ങളിൽ മുക്കാൽ പങ്കിനും ഫ്രഞ്ചുഭാഷ വശമുണ്ട്. അപ്പുറവുമിപ്പുറവും തനി മലയാളം സംസാരിക്കെ, മാഹിക്കാർക്ക് ഫ്രഞ്ച് പച്ചവെള്ളം. ഫ്രഞ്ചു സ്കൂളുകളും ഇംഗ്ലീഷ് സ്കൂളുകളുമുണ്ട്. ഒരു ഫ്രഞ്ച് സ്കൂൾ ഉൾപ്പെടെ രണ്ട് മിഡിൽ സ്കൂളുകളും മൂന്നു പ്രൈമറി സ്കൂളുകളും ഏഴ് ഏകാദ്ധ്യാപക വിദ്യാലയങ്ങളും അന്നുണ്ടായിരുന്നു. (ഏകാദ്ധ്യാപിക വിദ്യാലയങ്ങൾ ഫ്രാൻസിലെ പ്രത്യേകതയാണ്. ആ രീതി സ്വതന്ത്രമയ്യഴിയിലും പകർത്തപ്പെട്ടു).

വിദേശ വാഴ്ച അവസാനിച്ചതോടെ ഫ്രഞ്ച് പഠിക്കാനുള്ള താല്പര്യം കുറഞ്ഞു. ഇന്ന് ഫ്രഞ്ച് സ്കൂളുകളിൽ കുട്ടികൾ വളരെ കുറവാണ് (ഒരു കുട്ടിയെങ്കിലും ഫ്രഞ്ച് പഠിക്കാനുള്ള കാലത്തോളം ഫ്രഞ്ച് വിദ്യാലയങ്ങൾ നിർത്തലാക്കാൻ പാടില്ലെന്നാണ് അധികാരക്കൈമാറ്റത്തിലെ വ്യവസ്ഥ). മാഹിയിലെ വിദ്യാഭ്യാസരംഗത്തെ പ്രമുഖ സ്ഥാപനം ലബോർ ദനേ കോളേജായിരുന്നു. മയ്യഴിപ്പുഴയുടെ തീരത്ത് പഴയ ലബോർ ദനേ കോളേജിനു പകരം ഉയർന്നുവന്ന ആ സ്കൂൾ കെട്ടിടം നമ്മെ വിസ്മയഭരിതരാക്കും. വലിയൊരു കലാശാല മന്ദിരത്തിന്റെ ധാടിയും മോടിയുമുള്ള ഏറ്റവും ആധുനികമായ ഒരു

മണിമന്ദിരം തന്നെയാണ് അഴിമുഖത്തേക്ക് നോക്കിനില്ക്കുന്ന ആ പുഴവക്കത്തെ വിദ്യാലയം. പില്ക്കാലത്ത് അതിന്റെ പേരു മാറ്റി - ജവഹർലാൽ നെഹ്റു ഹൈസ്കൂൾ എന്നാക്കിയിട്ടുണ്ട്.

വിദ്യാഭ്യാസം, ഗവൺമെന്റുദ്യോഗം - മാഹിയിലെ ആളുകളെ സംബന്ധിച്ചിടത്തോളം അതിപ്രധാനമായിരുന്നു ഇവ രണ്ടും. ഒറ്റനോട്ടത്തിൽ, മാഹിയിൽ ഗവൺമെന്റ് ജീവനക്കാരാണധികമുള്ളതെന്നു തോന്നുക. ഫ്രഞ്ചു ഭരണകാലത്ത് സമുദായത്തിലെ മേലേക്കിടയിലുള്ളവരായിരുന്നു ഗവ. ഉദ്യോഗസ്ഥന്മാർ. ഫ്രഞ്ച് പൗരത്വം സ്വീകരിച്ച പഴയ ഉദ്യോഗസ്ഥന്മാർക്ക് ഫ്രാൻസിലെ ശമ്പളനിരക്ക് അനുവദിച്ചിരുന്നു. ഗവ. ജീവനക്കാർക്ക് ആകർഷകമായ ശമ്പളം നല്കിയിരുന്നു. മാന്യമായ പദവിയും. ഫ്രഞ്ച് കോളനികളിൽ ജോലി ചെയ്തിരുന്നവർക്ക് മെച്ചപ്പെട്ട പെൻഷൻ ലഭിക്കുന്നുണ്ട്. ഇപ്പോഴും ഫ്രഞ്ചു കോളനികളിൽ ജോലി ചെയ്യുന്നവരുമുണ്ട്. ഫ്രഞ്ചു വാഴ്ചക്കാലത്ത് അദ്ധ്യാപകർക്കും മറ്റും ഉയർന്ന ശമ്പളവും സമുദായമദ്ധ്യത്തിൽ ഏറ്റവും മഹനീയമായ പദവിയും നല്കപ്പെട്ടിരുന്നു. ഫ്രഞ്ച് സംസ്കാരത്തിൽ അദ്ധ്യാപകനുള്ള മാന്യതയാവാം ഇതിനു കാരണം.

ഗവൺമെന്റ് ജീവനക്കാരാണ് മാഹിയിലെ പ്രധാന ദിവ്യന്മാർ എന്ന് മുമ്പ് സൂചിപ്പിച്ചല്ലോ. അവർ തന്നെ രണ്ട് കൂട്ടത്തിലുള്ളവരുണ്ട്. മാഹിയുടെ വിമോചനത്തിനു മുമ്പേ ഫ്രഞ്ചു സർവ്വീസിൽ തുടരുന്നവരും സ്വാതന്ത്ര്യലബ്ധിക്കുശേഷം നിയമിക്കപ്പെട്ടവരും പഴയ സർവ്വീസ് നിയമങ്ങൾ പഴയതുപോലെ തന്നെ തുടരുന്നു. അതിൻപ്രകാരം ഗവ. ജീവനക്കാർക്ക് തെരഞ്ഞെടുപ്പിൽ മത്സരിക്കാനും സ്വാതന്ത്ര്യമുണ്ട്. പുതിയ നിയമനം മദ്രാസ് സർവ്വീസ് ചട്ടപ്രകാരമാണ്. ഇന്ന് എല്ലാറ്റിലും കാലാനുസൃതമായ മാറ്റം വന്നിട്ടുണ്ട്.

ഫ്രഞ്ചുകാരും അല്ലാത്തവരും

ദെഴൂർ ട്രാൻസ്ഫറിനു ശേഷം ഇന്തോ - ഫ്രഞ്ച് കരാറിന്റെ പഴുതുപയോഗിച്ച് മാഹിയിലുള്ള ആർക്കും ഫ്രഞ്ച് പൗരത്വം (ഫ്രഞ്ച് നാഷണാലിറ്റി) സ്വീകരിക്കാൻ അവകാശമുണ്ടായിരുന്നു. ചിലരൊക്കെ ഫ്രാൻസ് നാഷണാലിറ്റി സസന്തോഷം സ്വീകരിച്ചു. ജനിച്ചു വളർന്ന മണ്ണിനോട് ഇന്ത്യയോട് കൂറില്ലായ്മയല്ല അതിനു കാരണം. പിന്നെയോ? ഫ്രഞ്ച് പൗരനായാൽ ഇന്നല്ലെങ്കിൽ നാളെ എന്തെങ്കിലും ഫ്രഞ്ച് കോളനിയിൽ ഭേദപ്പെട്ട ഒരു ജോലി കിട്ടും. അങ്ങനെ, ഭൗതിക പുരോഗതി മാത്രം കാംക്ഷിക്കുമ്പോൾ രാജ്യസ്നേഹത്തിന് രണ്ടാം സ്ഥാനം മാത്രം കണ്ടവരാണവർ. ഇവിടെ മറ്റൊരു വസ്തുതയുണ്ട്. ഫ്രഞ്ച് പൗരത്വം സ്വീകരിച്ച പലരും ഇന്ത്യൻ (പുതുശ്ശേരി) ഗവൺമെന്റിൽ ജീവനക്കാരാണ്. സർക്കാർ ശമ്പളം പറ്റിക്കൊണ്ട് അവർ ഫ്രാൻസിൽനിന്നും കപ്പൽ വരുന്ന നല്ലനേരം നോക്കി അസ്വസ്ഥരായി ദിനരാത്രങ്ങൾ തള്ളിനീക്കിയിരുന്നു. (മയ്യഴിയുടെ വിസ്തീർണ്ണം 9.7 ച കി മീ. ജനസംഖ്യ 33404 (91).

മയ്യഴിപ്പള്ളി

തലശ്ശേരിയിൽനിന്ന് മയ്യഴിപ്പുഴ കടന്നു വരുന്ന സഞ്ചാരി, ആ മെയിൻ റോഡിലൂടെ ഏതാണ്ട് രണ്ടു ഫർലോങ് നടക്കുമ്പോൾ റോഡ് ഒരു പീഠപ്രദേശത്ത് പ്രവേശിക്കുകയാണ്. അവിടെ, റോഡിനിടതുവശം നില്ക്കുന്ന മയ്യഴിപ്പള്ളി നൂറ്റാണ്ടുകളുടെ പഴക്കമുള്ളതാണ്. ആ വിശുദ്ധ ത്രേസ്യാ മാതാവിന്റെ ദേവാലയം, ഇന്ത്യയിലെ ഏറ്റവും പഴക്കമുള്ള ക്രിസ്തീയ ദേവാലയങ്ങളിലൊന്നാണ്. പതിനെട്ടാം നൂറ്റാണ്ടിന്റെ ആരംഭത്തിലാണ് മാഹിപ്പള്ളി സ്ഥാപിക്കപ്പെട്ടത്. അന്നത്തെ പള്ളി ഓലമേഞ്ഞ, ചെറിയൊരു ഷെഡ്ഡ് മാത്രമായിരുന്നു. തുടർന്ന് ബ്രിട്ടീഷുകാരും ഫ്രഞ്ചുകാരും തമ്മിലുള്ള നിരന്തരമായ പോരാട്ടങ്ങൾക്കിടയിൽ, പള്ളിയുടെ കാര്യത്തിൽ ശ്രദ്ധ പതിപ്പിക്കാൻ മിഷണറിമാർക്കു കഴിഞ്ഞില്ല അതിനാൽ 1777 ൽ പള്ളി പൂർണ്ണമായും നശിച്ചു. എന്നാൽ ഒമ്പതു വർഷങ്ങൾക്കു ശേഷം 1786 ൽ ഇന്നു കാണുന്ന രീതിയിലുള്ള പുതിയ കെട്ടിടം ആ സ്ഥാനത്ത് നിർമ്മിക്കപ്പെട്ടു. പള്ളിയുടെ ഗോപുരത്തിലുള്ള ക്ലോക്ക് 1885 ൽ ഒരു ഫ്രഞ്ച് നാവികൻ നേർച്ചയായി നല്കിയതാണുപോലും.

വിശുദ്ധ ത്രേസ്യയുടെ ഒരു ദാരുശില്പമാണ് മാഹി പള്ളിയിലുള്ളത്. ഈ പ്രതിമയുടെ ഉത്ഭവത്തെ സംബന്ധിച്ച് രണ്ട് ഐതിഹ്യങ്ങൾ നിലവിലുണ്ട്. ഒന്ന് അറബിക്കടലിലൂടെ കുതിച്ചു പാഞ്ഞുകൊണ്ടിരുന്ന ഒരു കപ്പൽ മയ്യഴിതീരത്തെത്തിയപ്പോൾ അകാരണമായി നിശ്ചലമായി. മുന്നോട്ടു നയിക്കാനുള്ള എല്ലാ ശ്രമവും വിഫലമായപ്പോൾ കപ്പലിലുണ്ടായിരുന്ന വിശുദ്ധത്രേസ്യയുടെ രൂപം മാഹിപ്പള്ളിയിൽ വയ്ക്കാമെന്ന് കപ്പിത്താൻ നേർന്നെന്നും അങ്ങനെ കപ്പൽ മുന്നോട്ടിളകിയെന്നുമാണ്. രണ്ടാമത്തേത്, അറബിക്കടലിൽ മത്സ്യം പിടിക്കാൻ പോയ മുക്കുവന്റെ വലയിൽ ഈ ബിംബം കുടുങ്ങിയെന്നും അയാളത് കരയ്ക്കെത്തിച്ച് പള്ളിയിൽ സ്ഥാപിച്ചെന്നുമാണ്. ഏതായാലും നൂറ്റാണ്ടുകൾ പിന്നിട്ടെങ്കിലും ശില്പത്തിനും പള്ളിക്കും കോട്ടുമൊന്നുമില്ല.

മയ്യഴിപ്പള്ളിയെ സംബന്ധിച്ചിടത്തോളം ശ്രദ്ധേയമായ മറ്റൊരു പ്രത്യേകതയുണ്ട്. ഈ പള്ളി ക്രിസ്ത്യാനികൾക്കെന്നപോലെ (മാഹിയിൽ അവർ വെറുമൊരു ന്യൂനപക്ഷം മാത്രമാണ്.) ഹിന്ദുക്കൾക്കും വിശ്വാസം ഉള്ളതാണ്. പള്ളിയിൽ നമ

സ്കരിക്കുന്നതിനും നേർച്ചകൾ നല്കുന്നതിനും നല്ലൊരു പങ്ക് ഹിന്ദുക്കളെ കാണാം. മയ്യഴി മാതാവിനെ പ്രാർത്ഥിച്ചാൽ കാലക്കേടു മാറുമെന്നു വിശ്വസിക്കുന്ന ഹൈന്ദവകുടുംബങ്ങൾ നിരവധിയാണ്. ഒക്ടോബർ 5 മുതൽ 15 വരെയുള്ള മയ്യഴിപ്പെരുന്നാളാണ് മയ്യഴിയിലെ നാനാജാതി മതസ്ഥരുടെയും പ്രധാന ദേശീയോത്സവം. മയ്യഴിപ്പെരുനാളിൽ പങ്കെടുക്കാൻ മലബാറിലെ എല്ലാ കോണുകളിൽനിന്നും എല്ലാ മതവിഭാഗക്കാരും വന്നെത്താറുണ്ട്. മയ്യഴിയിലും തലശ്ശേരിയിലും വടകരയിലും ആൾത്തിരക്കു കൂടുന്ന ദിവസങ്ങളാണവ. പെരുനാൾ ആഘോഷ ദിവസങ്ങളിൽ സ്പെഷ്യൽ ബസുകളും ട്രയിനുകളും ഉണ്ട്. വിശുദ്ധ ത്രേസ്യാമാതാവിന്റെ മനോഹര രൂപം (ദാരുപ്രതിമ) പുഷ്പാലങ്കൃതമായ ഉരുവത്തിൽ വച്ച് പ്രധാന വീഥിയിലൂടെയുള്ള വർണ്ണശബളമായ ഘോഷയാത്രയാണ് മയ്യഴിപ്പെരുനാളിന്റെ ജീവൻ. പതിനായിരക്കണക്കിന് സ്ത്രീപുരുഷന്മാർ ഘോഷയാത്രയെ അനുഗമിക്കുന്നുണ്ടാവും. അക്കാലത്ത് പള്ളിമൈതാനവും പരിസരവും വലിയ കമ്പോളങ്ങളായി മാറും.

ഹിന്ദുക്കളുടേതുമാത്രമായ ആരാധനാകേന്ദ്രങ്ങളിൽ പ്രമുഖമാണ് പുത്തലം ഭഗവതി ക്ഷേത്രം. ഗ്രാമീണ പഞ്ചായത്തിൽ അല്പം ഉയർന്നഭാഗത്തായി വിസ്തൃതമായ ഒരു പുരയിടത്തിന്റെ മദ്ധ്യഭാഗത്തു സ്ഥിതിചെയ്യുന്ന ഈ ക്ഷേത്രവും വളരെ പഴക്കമുള്ളതാണ്. പുത്തലം കുടുംബം വകയാണത്. സമാന്തരമായി സ്ഥിതിചെയ്യുന്ന മൂന്ന് അമ്പലങ്ങൾ ചേർന്നതാണ് ഈ ക്ഷേത്രം. മദ്ധ്യേ ഭഗവതി വിഗ്രഹം കുടികൊള്ളുന്നു. പൂക്കാട്ടിച്ചാത്തനും മറ്റു തിറകളുമാണ് മറ്റു പ്രതിഷ്ഠകൾ. ക്ഷേത്രത്തിന്റെ മുൻഭാഗത്തായി പല വലിപ്പത്തിലുള്ള തിട്ടകൾ കെട്ടിയുയർത്തിയിട്ടുണ്ട്. ഉത്സവാവസരങ്ങളിൽ സമുദായമദ്ധ്യത്തിലെ വലിപ്പച്ചെറുപ്പമനുസരിച്ച് പ്രമാണിമാർക്കുള്ള ഇരിപ്പിടങ്ങൾ. മാഹിയിലെ തീയ സമുദായത്തിന്റെ ഒരു പ്രധാന ക്ഷേത്രമാണിത്. കൂടാതെ മറ്റനേകം ക്ഷേത്രങ്ങളുമുണ്ട്.

ഒതേനന്റെ അങ്കക്കളരി

ചരിത്രപ്രധാനമായ മറ്റൊരു സ്ഥലമാണ് ഒതേനന്റെ അങ്കക്കളരി. മാഹിപ്പള്ളിയിൽനിന്ന് അഴിമുഖത്തേക്കുള്ള റോഡ് തിരിയുന്ന ഭാഗത്ത് വലതുവശത്തായി കാടും പടർപ്പും നിറഞ്ഞ ഒരു ക്കൻ മതിൽക്കെട്ടിന്റെ അവശിഷ്ടങ്ങൾ റോഡിൽ നിന്നാൽ കാണാം. പ്രസിദ്ധമായൊരു നായർ തറവാടാണത്.

പയ്യനാടൻ ചിണ്ടൻ നമ്പ്യാരെ ധിക്കരിച്ചതിന്റെ പേരിൽ ചിണ്ടൻ നമ്പ്യാരോട് മാപ്പു ചോദിക്കാൻ പ്രിയജ്യേഷ്ഠനും സുഹൃത്തുക്കളും നിർബ്ബന്ധിച്ചപ്പോൾ മനസ്സില്ലാമനസ്സോടെ ഒതേനൻ മയ്യഴി അങ്കക്കളരിയിലെത്തി, നമ്പ്യാരുടെ മുന്നിൽ തലകുനിച്ചു നിന്നു. മാപ്പിരന്നു. ഉദ്ധതനായ ചിണ്ടൻ നമ്പ്യാരാകട്ടെ, തന്റെ മുമ്പിൽ തലകുനിച്ചു നില്ക്കുന്ന ഒതേനന്റെ മുഖത്തു കാർക്കിച്ചു തുപ്പുകയും ഒതേനൻ കാൽക്കൽ സമർപ്പിച്ച സ്വർണ്ണനാണയപ്പെട്ടി പുറങ്കാൽകൊണ്ട് ചവിട്ടിത്തെറിപ്പിക്കുകയും ചെയ്തു. അപമാനിതനായ ഒതേനന്റെ ഉള്ളിൽ പ്രതികാരം കത്തിജ്ജ്വലിച്ചു. പക്ഷേ, അസാമാന്യ അഭ്യാസിയായ ചിണ്ടൻ നമ്പ്യാരോട് നേരിടാനുള്ള കരുത്തുപോരാ. ഒതേനൻ നിശ്ശബ്ദം തിരിഞ്ഞു നടന്നു. ധീരപരാക്രമിയായ ചിണ്ടൻ നമ്പ്യാരെ തോല്പിക്കുന്നതിനുവേണ്ടി പയ്യമ്പള്ളി ചന്തുവിൽനിന്ന് പൂഴിക്കടകനടി തുടങ്ങിയ മേൽത്തരം പയറ്റുമുറകൾ അഭ്യസിച്ച ശേഷം വീണ്ടും മയ്യഴി അങ്കക്കളരിയിലെത്തി ചിണ്ടൻ നമ്പ്യാരോട് അങ്കംവെട്ടി. നിമിഷങ്ങൾക്കുള്ളിൽ ചിണ്ടൻ നമ്പ്യാരുടെ തലയറ്റു വീണു. പണ്ട് താൻ കാൽക്കൽ വച്ച സ്വർണ്ണനാണയപ്പെട്ടി ചിണ്ടൻ നമ്പ്യാർ ചവിട്ടി ഉരുട്ടിയതുപോലെ ഒതേനൻ ചിണ്ടൻ നമ്പ്യാരുടെ രക്തം ചീറ്റുന്ന തല മയ്യഴി അങ്കക്കളരിയിലിട്ട് ചവിട്ടിയുരുട്ടി. തുടർന്ന് മയ്യഴി അങ്കക്കളരി ഒതേനന്റെ അധീനതയിലായി. തച്ചോളി ഒതേനനു മാഹിയുമായുള്ള ബന്ധം വേറെയുമുണ്ട്. പന്തക്കലെ മുണ്ടവീട് തച്ചോളി ഒതേനന്റെ ഒരു ഭാര്യയായ കുഞ്ഞിക്കുങ്കമ്മയുടെ വീടായിരുന്നു.

മയ്യഴിപ്പട്ടണം

മയ്യഴിപ്പട്ടണം കിഴക്കാംതൂക്കായി നില്ക്കുന്ന ഒരു കുന്നിന്റെ മൂന്നു ഭാഗങ്ങളിലായിട്ടാണ് സ്ഥിതിചെയ്യുന്നത്. വടക്കുഭാഗത്താണ് അഡ്മിനിസ്ട്രേറ്ററുടെ ബംഗ്ലാവും പാതാറും (അഴിമുഖം). കിഴക്കുഭാഗത്തായി സാമ്പത്തികമായി ഭേദപ്പെട്ടവരുടെ താമസസ്ഥലങ്ങളാണ്. തെക്കുപടിഞ്ഞാറെ ഓരത്തിൽ മുക്കുവക്കുടിലുകൾ - പാറക്കെട്ടുകൾ നിറഞ്ഞ കടലോരം. കടൽക്കരയിൽ ദീപസ്തംഭം. ആ കുന്നിൽ മുകളിൽനിന്നും നോക്കിയാൽ, കടലിൽ കുറെയേറെ ദൂരത്തോളം കാണാം, ആ അപാരതയിൽ. ശത്രുക്കളുടെ പടക്കപ്പലെങ്ങാനുമുണ്ടെങ്കിൽ, ഞൊടിക്കുള്ളിൽ കണ്ടുപിടിക്കാം. പ്രതിരോധ നടപടികളെടുക്കാം. പക്ഷേ, ഇന്നാകട്ടെ ശൂന്യതയുടെയും നിശ്ശബ്ദതയുടെയും താവളമാണ് ആ പരിസരങ്ങൾ.

പാതാറി (അഴിമുഖം)ൽ എത്തിയാൽ റിപ്പബ്ലിക് പ്രതിമയും (ഫ്രാൻസിന്റെ സ്വാതന്ത്ര്യസ്മാരകം) മറ്റ് ഔദ്യോഗിക മന്ദിരങ്ങളും കാണാം. നൂറ്റാണ്ടുകൾക്കു മുമ്പ് നിർമ്മിച്ച ആ കെട്ടിടങ്ങളുടെ രൂപവും ശില്പഭംഗിയും കൗതുകകരമാണ്. മയ്യഴിയുടെ പ്രകൃതിസൗന്ദര്യത്തെ ഫ്രഞ്ചു ഭരണം കുറേക്കൂടി മനോഹരമാക്കി. ചാവോക്കു മരങ്ങൾ നിറഞ്ഞ് പച്ച

ക്കാടായി തീർന്ന ആ കുന്നും ആ പശ്ചാത്തലത്തിൽ വെളുവെളെ ഉയർന്നു നില്ക്കുന്ന കൊടിമരവും ദീപ സ്തംഭവും പാതാറിലെ റിപ്പബ്ലിക് പ്രതിമയും മേ ഫ്ളവർ മരങ്ങളും മയ്യഴിയെ കൂടുതൽ ആകർഷക മാക്കിയിട്ടുണ്ട്.

നാലുതറ ഗ്രാമങ്ങൾ

മയ്യഴിയുടെ ഭാഗമായി പുഴയ്ക്കക്കരെയുള്ള നാലുതറ ഗ്രാമങ്ങൾ അത്രകണ്ട് വികസിതമല്ല. മയ്യ ഴിക്ക് സമാന്തരമായി നെടുനീളത്തിൽ കിടക്കുന്ന ആ പ്രദേശങ്ങൾ നല്ല കാർഷിക മേഖലയാണ്. മയ്യഴി യുടെ ആ ഭാഗങ്ങൾക്ക് ചില സ്ഥലങ്ങളിൽ ഒരു ഫർലോങ്ങുപോലും വീതിയില്ല. തെങ്ങും ഫലവൃക്ഷ ങ്ങളും നിറഞ്ഞ തൊടികളും അത്ര നിബിഡമല്ലാത്ത ഗ്രാമഭവനങ്ങളുമാണ് കാണപ്പെടുക.

ചെറുകല്ലായിയിൽ റോഡുവക്കിൽ ഇടതുവ ശത്തെ ചെറിയ കെട്ടിടത്തിനു മുന്നിൽ ഞങ്ങളിറ ങ്ങി. ഫ്രഞ്ചുകാർക്കെതിരായി പോരാടി വീരമൃത്യു വരിച്ച അനന്തനും അച്യുതനും രക്തസാക്ഷികളായ സ്ഥലമാണത്. അവിടെ ഒരു ഏകാദ്ധ്യാപക വിദ്യാ ലയം പ്രവർത്തിച്ചിരുന്നു.

ആര്യന്മാരുടെ ആഗമനത്തിനുമുമ്പ് സ്ഥാപിക്ക പ്പെട്ടതെന്ന് വിശ്വസിക്കുന്ന ഒരു ശാസ്ത്രാക്ഷേത്രം അതിനടുത്ത് സ്ഥിതിചെയ്യുന്നു.

മാഹിക്ക് മാത്രമായിട്ടുള്ള കലാരൂപങ്ങളൊന്നു മില്ലെങ്കിലും വടക്കെ മലബാറിൽ പ്രചാരത്തിലുള്ള നാടൻകലകളെല്ലാം മാഹിയിലുണ്ട്. തിറയാട്ടത്തിനേ റ്റവും പ്രസിദ്ധമാണ് മാഹി, പുത്തലം, മാഹി യിൽത്തന്നെയുള്ള മണ്ടോല, ഉറുമി എന്നീ ക്ഷേത്ര ങ്ങളും പള്ളൂരിലെ കോയിയോടൻ കോറോത്തും, പന്തയ്ക്കലെ പന്തോകൂലോത്തും, ഊരോത്തുമ്മലും പണ്ടേ പേരുള്ള ക്ഷേത്രങ്ങളാണ്. തിറയാട്ടവും തത്തുല്യമായ നാടൻ കലകളും ഈ ക്ഷേത്രത്തിലെ ഉത്സവാവസരങ്ങളിൽ പ്രദർശിപ്പിക്കപ്പെട്ടു വരുന്നു. അയൽ പ്രദേശങ്ങളിൽ പ്രചാരത്തിലുള്ള കോൽക്ക ളി, തച്ചോളിക്കളി, പൂരക്കളി, മുക്കുവനൃത്തം, കളരി പ്പയറ്റ് എന്നിവയുമുണ്ട്. നാടക കലയുടെ പ്രാരംഭ ഘട്ടങ്ങളിൽ തന്നെ അച്യുതഗുരുക്കളുടെ നേതൃത്വ ത്തിൽ നാടകസംഘങ്ങളും മാഹിയിൽ ഉടലെടുത്തി രുന്നു.

മാഹിയുടെ ചരിത്രത്തിലും സാമൂഹ്യ ജീവിത ത്തിലും മാത്രമല്ല, ഭൂമിശാസ്ത്രത്തിൽപോലും ഇന്നും ഫ്രഞ്ചു ഭരണത്തിന്റെ അവശിഷ്ടങ്ങൾ കാണാം. അവർ നിർമ്മിച്ചുയർത്തിയ കെട്ടിടങ്ങളും നട്ടുവ ളർത്തിയ വിശേഷപ്പെട്ട മറുനാടൻ പഴവർഗ്ഗച്ചെടി കളും പലേടത്തും കണ്ടു. ചെക്ലോത്തി, അവക്ക, ചൊള്ളോം, ജാതിക്ക എന്നിവ അവയിൽപ്പെടുന്നു. ജനങ്ങളുടെ ജീവിതരീതിയിലും ആചാരാനുഷ്ഠാന ങ്ങളിലും സ്ഥായിയായ മാറ്റമുണ്ടാക്കാൻ ഫ്രഞ്ചുഭര ണത്തിന് കഴിഞ്ഞിട്ടില്ലെങ്കിലും നാട്ടുകാരിൽ കുറെ പ്പേരുടെയെങ്കിലും മനസ്സിൽ ഫ്രാൻസിനോട് കൂറ് തോന്നിക്കാൻ ഫ്രഞ്ച് ഭരണത്തിന് കഴിഞ്ഞിട്ടുണ്ട്. കാരണം എന്തു തന്നെയായാലും.

ഒറ്റപ്പെടൽ?

മാഹിയിലെ തെരുവീഥികളിലൂടെ നടക്കു മ്പോൾ കണ്ട ഗവൺമെന്റ് ആഫീസുകളുടെ ബോർഡുകൾ എന്നെ വളരെയധികം ആകർഷിച്ചു. സെക്രട്ടേറിയറ്റിന്, 'സെക്രത്തേറിയ' (Secretaria) എന്നും റവന്യൂ ഓഫീസിന് 'സെവീസ് ദെകോൻ ത്രിബിസിയോം' എന്നും ഫിഷറീസ് ഓഫീസിന് 'സെർവ്വീസ് ദെ പെഷറി' (Service Despecheries) എന്നും ജനറലാശുപത്രിക്ക് 'ഹോപിത്താൽ ഴെന റൽ' (Hospital General)എന്നും പ്രസവാശുപത്രിക്ക് 'മത്തേർ നിത്തെ' (Materinite) എന്നും നീതിസന്നി ധിക്ക് 'പലെ ദ് ഴ്യൂസ്ത്തീസ്' (Palais de Justice) എന്നും പബ്ലിക് ലൈബ്രറിക്ക് 'ബിബ്ലിയോത്തെ ക്യൂപ്യുബ്ലിക്ക്' (Biblivotheque public) എന്നും മറ്റു മുള്ള ഫ്രഞ്ച് പേരുകൾ വിദേശീയരുടേതാണെങ്കിലും തദ്ദേശീയർക്ക് സുപരിചിതമാണ്.

ഫ്രഞ്ച് സാഹിത്യത്തിന്റെയും കലയുടെയും പ്രചാരണത്തിനുവേണ്ടി മാഹിക്കാരാൽ സ്ഥാപിക്ക പ്പെട്ട ഒരു സൗഹൃദ സംഘടനയാണ് യൂനിയോങ് അമീക്കോൽ (Union Amicole). ജവഹർലാൽ നെഹ്റു സ്കൂളിനു സമീപം റോഡരികിൽ ദേഹമാ സകലം കാലത്തിന്റെ പോറലേറ്റ് അവഗണിക്കപ്പെട്ട നിലയിൽ കഴിയുന്ന ആ സാംസ്കാരിക സ്ഥാപനം അന്ന് ഏറക്കുറെ പ്രവർത്തനരഹിതമായിരുന്നു. ഒരു നൂറ്റാണ്ടു കാലത്തെ പഴക്കമുള്ള സ്ഥാപനമാണത്.

നിത്യജീവിതത്തെ സ്പർശിക്കുന്ന പല കാര്യ ങ്ങളിലും ഇന്നത്തെക്കാൾ ഭേദമായിരുന്നു ഫ്രഞ്ച് ഭര ണമെന്ന് വിശ്വസിക്കാൻ സാധാരണ ജനങ്ങൾ നിർബ്ബ ന്ധിതരാകുന്ന പല സന്ദർഭങ്ങളും ഇപ്പോൾ ഉണ്ടാ കാറുണ്ട്. ഫ്രഞ്ച് വാഴ്ചക്കാലത്താകട്ടെ, സ്വാർത്ഥ താല്പര്യത്തിനു വേണ്ടിയാണെങ്കിലും കോളനിയിൽ പരമാവധി ജീവിതസൗകര്യവും സമൃദ്ധിയും ഏർപ്പെ ടുത്താൻ ഭരണാധികാരികൾക്ക് താല്പര്യമായിരുന്നു.

ഗവൺമെന്റ് ഉദ്യോഗസ്ഥന്മാർ (പഴയതും പുതിയതും) മാഹിയിലെ ഒരു പ്രധാന ശക്തിയാ ണ്. 1954 നുമുമ്പ് നിയമിക്കപ്പെട്ടവരാണ് ആ ഭാഗ്യ വാന്മാർ. അവർക്ക് ഫ്രാൻസിലെ ഉയർന്ന ശമ്പളനി രക്കുകൾക്ക് അവകാശമുണ്ട്. വിമോചന ത്തിനുശേഷം മദ്രാസ് സ്കെയിലിൽ നിയമിക്കപ്പെ ട്ടവർക്ക് അത്രയില്ല. എങ്കിലും കേരളത്തെക്കാൾ എത്രയോ ഭേദമാണ് ഇരുകൂട്ടരുടെയും ശമ്പളനിര ക്കുകൾ. ഫ്രഞ്ച് ഉദ്യോഗസ്ഥന്മാരുടെ ഓരോ

കുട്ടിക്കും ഫാമിലി അലവൻസ് ലഭിക്കുന്നുണ്ടായിരുന്നു. വേറെയും പല ആനുകൂല്യങ്ങളും നിലവിൽനിന്നു. ഏതായാലും ഇന്നത്തെ ഒറ്റപ്പെട്ട നില (പുതുശ്ശേരിയുടെ ഭാഗമെന്ന നിലയ്ക്ക്) മാഹിക്ക് അസഹ്യമായിട്ടുണ്ട്. മയ്യഴി കേരളത്തിൽ പൂർണ്ണമായി ലയിച്ചാലേ അവിടുത്തെ ഭൂരിപക്ഷം ജനങ്ങളും തൃപ്തരാകൂ. അപ്പോൾ ഉദ്യോഗസ്ഥന്മാരുടെ പദവി തുടങ്ങിയ പല പ്രശ്നങ്ങൾക്കും പരിഹാരം കാണേണ്ടി വരും. പുതുശ്ശേരി സ്റ്റേറ്റിന്റെ ഭാഗമെന്ന നിലയ്ക്കുള്ള പല ആനുകൂല്യങ്ങളും മാഹിക്കിന്നുണ്ട്. ക്രമേണ കുറഞ്ഞു വരുന്നണ്ടെങ്കിലും.

കേരളത്തോടുള്ള മാഹിയുടെ ലയനത്തെ എതിർക്കുന്ന ഒരു ന്യൂനപക്ഷമുണ്ട്. പുതിയ സംവിധാനത്തിൽ തങ്ങളുടെ പദവികൾ നഷ്ടപ്പെടുമോ എന്ന ഭയമാണവർക്ക്. ഫ്രഞ്ചു നിയമങ്ങൾ ഇഷ്ടാനുസരണം വ്യാഖ്യാനിച്ച് സ്വാർത്ഥലാഭം നേടിയിരുന്ന ഫ്രഞ്ച് വക്കീലന്മാർ ബന്ധപ്പെട്ടവരും ലയനത്തെ എതിർക്കുന്നതിൽ അത്ഭുതമില്ല. മാഹിയോടും മാഹിയിലെ സഹോദരന്മാരോടും കൂറുണ്ടെങ്കിലും. സ്വാർത്ഥലാഭത്തിനു വേണ്ടി മാത്രം ലയന വിരോധികളാകുന്നെന്നേയുള്ളൂ. ഇന്നത്തെ മാഹി കള്ളക്കടത്തിന്റെയും കരിഞ്ചന്തയുടെയും കേന്ദ്രമാണ്. കേരളത്തിൽ നിന്നും സാധനങ്ങൾ കടത്തി ഭദ്രമായി മാഹിയിൽ പൂഴ്ത്തി വയ്ക്കാം. ആരും പരിശോധിക്കുകയില്ല. അത്തരക്കാരും ലയനത്തെ എതിർത്തേക്കാം

മയ്യഴി ടൗൺ എന്ന ഇത്തിരി സ്ഥലത്തു കൂടി കടന്നുപോകുന്നവർക്ക് അവഗണിക്കാനാവാത്ത ചില ദൃശ്യങ്ങളുണ്ട്. മുട്ടിന് മുട്ടിന് വിദേശ മദ്യഷാപ്പുകൾ. ഷോപ്പുകൾക്കരികിലും പാതയോരങ്ങളിലും ലക്കുകെട്ട് വീണു കിടക്കുന്ന മദ്യപന്മാരും അപൂർവ്വ ദൃശ്യമല്ല. ഒരുപക്ഷേ, ഇന്നത്തെ മയ്യഴിയുടെ 'ട്രേഡ് മാർക്ക്' ഈ വിദേശ മദ്യഷാപ്പുകളുടെ ബാഹുല്യം തന്നെ. ഇക്കാഴ്ചകൾ മാത്രം കണ്ടിട്ട് മയ്യഴി മദ്യപന്മാരുടെ താവളമെന്നാരും തെറ്റിദ്ധരിക്കേണ്ട. മാനം മര്യാദയായി ജീവിതം നയിക്കുന്നവരാണ് തദ്ദേശീയരിലേറിയ കൂറും. പോണ്ടിച്ചേരിയിലെ നികുതി വ്യവസ്ഥകളും മറ്റും മദ്യത്തിന്റെ വില കുറച്ചു വില്ക്കാൻ സഹായകമായതുകൊണ്ടാകണം, മദ്യത്തിന് താരതമ്യേന കൂടുതൽ വില നല്കാൻ വിധിക്കപ്പെട്ട കേരളീയരും ഇതര സംസ്ഥാനക്കാരും സൗകര്യം കിട്ടുമ്പോഴൊക്കെ മയ്യഴിയുടെ മദ്യത്തെ അറിയാതങ്ങ് സ്നേഹിച്ചു പോകുന്നത്.

ഇരുപതോളം റേഷൻ ഷാപ്പുകൾ മാത്രമുള്ള ഇന്നത്തെ മയ്യഴിയിൽ അറുപതിൽപ്പരം വിദേശമദ്യഷാപ്പുകളുണ്ടെന്ന വസ്തുത ഈ പ്രശ്നത്തിന്റെ വിശ്വരൂപം പ്രകടമാക്കുന്നു. മയ്യഴിക്ക് പേരുദോഷം വരുത്തിവയ്ക്കാവുന്ന ഈ മദ്യവില്പന സമ്പ്രദായം ശാശ്വതമല്ലെന്ന് സമാധാനിക്കാം.

ഭൂമിശാസ്ത്രപരമായും ചരിത്രപരമായും സാമൂഹ്യമായും സാംസ്കാരികമായും രാഷ്ട്രീയമായും കേരളത്തിന്റെ ഭാഗമായ ഇന്നത്തെ മയ്യഴി, ഭരണപരമായി, നൂറുകണക്കിനു മൈലുകൾക്കകലെ സ്ഥിതിചെയ്യുന്ന പുതുശ്ശേരി (പഴയ പോണ്ടിച്ചേരി) എന്ന സംസ്ഥാനത്തിന്റെ ഭാഗമായിരിക്കുക എന്ന വിരോധാഭാസം ഇനിയും ഏറക്കാലം തുടരാനാവുമെന്ന് തോന്നുന്നില്ല.

(ഫ്രഞ്ചു വാഴ്ചയ്ക്കു ശേഷമുള്ള ആദ്യദശകത്തിലെ, വൈദേശിക സ്വാധീനം ഏറെ നഷ്ടപ്പെട്ടിട്ടില്ലാത്ത ഒരു കാലയളവിലെ - പഴയ മയ്യഴിക്കാണ് ഇവിടെ പ്രാമുഖ്യം നല്കപ്പെട്ടിട്ടുള്ളത്. അധിനിവേശത്തിൽനിന്ന് മോചനം നേടി ജനാധിപത്യത്തിലേക്കു കടന്ന പുതിയ മയ്യഴിയുടെ സങ്കീർണ്ണ പ്രശ്നങ്ങളും ധർമ്മസങ്കടങ്ങളുമാണ് ഇന്നത്തെ മയ്യഴിയിൽ കാണാൻ കഴിയുക)

79

ബ്രണ്ണൻ സായിപ്പിന്റെ തലശ്ശേരി

കോലത്തിരി രാജകുടുംബം ഏഴിമലക്കോട്ടയാണ് അന്ന് ആസ്ഥാനമാക്കിയിരുന്നത്. അന്ന്-ഏഴിമലയുടെ താഴ്വരയിൽ പതിനെട്ട് നാലുകെട്ടുകളോടു കൂടിയ വലിയൊരു കോവിലകമുണ്ടായിരുന്നു. ചുറ്റും പ്രതാപശാലികളായ ബ്രാഹ്മണ കുടുംബങ്ങളും പടയാളികളും പാർത്തിരുന്നു. ചിറയ്ക്കൽ രാജാവും കുടുംബാംഗങ്ങളും പാർത്തിരുന്ന കോവിലകത്തിനു ചുറ്റുമുള്ള പറമ്പിന്റെ അരികിലൂടെ പുഴ ഒഴുകിയിരുന്നു. കോവിലകത്തിനടുത്തുള്ള പുഴക്കടവിൽ തമ്പുരാട്ടിമാർക്കു നീരാടാൻ പ്രത്യേകം കല്പടവുകളും സ്നാനഗൃഹങ്ങളും നിർമ്മിച്ചിരുന്നു.

കോവിലകത്തെ ജ്യേഷ്ഠാനുജത്തിമാരായ രണ്ടു കന്യകമാർ - തമ്പുരാട്ടിമാർ - ഒരുനാൾ, കുളക്കടവിലെ പുഴയിൽ സോത്സാഹം നീന്തിത്തുടിക്കുകയായിരുന്നു. തുടിച്ചു നില്ക്കുന്ന യൗവനം. തെളിനീരലകളിൽ അവർ ഏറെനേരം നീരാടി. ആദ്യം അനുജത്തി കുളിച്ചു കരയ്ക്കു കയറി. കുളിപ്പുരയിൽ കടന്ന് ഉടുവസ്ത്രം മാറ്റി. പുറത്തിറങ്ങി നോക്കിയപ്പോഴും ജ്യേഷ്ഠത്തി പുഴവെള്ളത്തിൽ നീന്തിത്തുടിക്കുന്നതേയുള്ളൂ. അനുജത്തി ശ്രദ്ധിച്ചു. നീന്തുകയാണോ? അതോ ഒഴുക്കിൽപ്പെട്ട് നിരാലംബയായി കൈകാലിട്ടടിക്കുകയാണോ? ജ്യേഷ്ഠത്തി അപകടകരമായ നിലയിലാണെന്ന് മനസ്സിലാക്കിയ അനുജത്തി ഉറക്കെ നിലവിളിച്ചു. പുഴയിൽ അല്പം താഴെയായി പുതിയൊരു തോർത്തുമുണ്ടും അരയിൽ ചുറ്റി കുളിക്കാൻ തയ്യാറെടുക്കയായിരുന്നു, ഒരു മുസ്ലിം യുവാവ് നിലവിളികേട്ട് ഓടിയെത്തി. നിയന്ത്രണമറ്റ് ഒഴുക്കിൽ പിടിയുകയാണ്, തമ്പുരാട്ടി. മടിച്ചു നിന്നില്ല ഒരൊറ്റ കുതുപ്പിൽ അയാൾ പുഴ മദ്ധ്യത്തെത്തി. കൈകാൽ കുഴഞ്ഞ് അടിത്തട്ടിലേക്ക് താഴ്ന്നുകൊണ്ടിരുന്ന തമ്പുരാട്ടിയെ അയാൾ വാരിയെടുത്ത് പൊക്കി പുഴക്കരയെ ലാക്കാക്കി നീന്തി. നിലയുള്ള വെള്ളത്തിലെത്തിയപ്പോൾ തമ്പുരാട്ടിയെ നിറുത്തിയിട്ട് അയാൾ പുഴക്കരയിലേക്കു കയറി. പക്ഷേ, തമ്പുരാട്ടി കഴുത്തറ്റം വെള്ളത്തിൽ നിന്ന നിലയ്ക്കു നില്ക്കുന്നതല്ലാതെ കരയ്ക്കു കയറുന്നില്ല. അനുജത്തി വിളിച്ചിട്ടും അനങ്ങുന്നില്ല. ഇതെന്തുപറ്റി? അപ്പോഴാണ് യുവാവിന് ബുദ്ധിയുദിച്ചത്! നനഞ്ഞതെങ്കിലും സ്വന്തം അരയിൽ ചുറ്റിയിരുന്ന കോടിമുണ്ടഴിച്ച് തമ്പുരാട്ടിയുടെ നേരെയെറിഞ്ഞിട്ട് അയാൾ അതിവേഗം തിരിഞ്ഞ് ഓടി മറഞ്ഞു.

ഹാവൂ! ഒഴുക്കിൽപ്പെട്ട് ഉടുവസ്ത്രങ്ങൾ നഷ്ടപ്പെട്ട് പരിപൂർണ്ണനഗ്നയായി പകച്ചുനിന്ന തമ്പുരാട്ടി ആശ്വാസത്തോടെ ആ കോടി മുണ്ടു ചുറ്റി കരയ്ക്കു കയറി. അപ്പോഴേയ്ക്കും വിവരമറിഞ്ഞ് രാജകുടുംബാംഗങ്ങളും പരിവാരങ്ങളുമെത്തി. മുങ്ങിച്ചാകാതെ തമ്പുരാട്ടിയെ രക്ഷിച്ച ധീരനെ അവർ തിരിച്ചറിഞ്ഞു. തമ്പുരാന്റെ കരസൈന്യത്തിൽപ്പെട്ട ഒരു മുസ്ലിം യുവാവാണയാൾ. തമ്പുരാൻ അയാളെ വിളിപ്പിച്ചു. അഭിനന്ദനവാക്കുകളും അളവറ്റ സമ്മാനങ്ങളും ചൊരിഞ്ഞു മാത്രമല്ല, വെറുമൊരു ഭടനായ ആ മുസ്ലിം യുവാവിനെ സ്വന്തം സർവ്വസൈന്യാധിപനായി പ്രഖ്യാപിക്കുകയും ചെയ്തു.

ചരിത്രപ്രസിദ്ധമായ കുളി

പുതുവസ്ത്രവും ധരിച്ച് കോവിലകത്തിന്റെ അങ്കണത്തിലെത്തിയ തമ്പുരാട്ടി അവിടെനിന്നു. ഉള്ളിൽ കടക്കാൻ കൂട്ടാക്കിയില്ല. ആരെത്ര നിർബ്ബന്ധിച്ചിട്ടും. അവർ പറഞ്ഞു: "വെള്ളത്തിൽനിന്ന് എന്നെ പിടിച്ചുകയറ്റിയപ്പോൾ ആ യുവാവ് എന്റെ പാണിഗ്രഹണം കഴിച്ചു. പിന്നെ നനഞ്ഞതെങ്കിലും ഒരു കോടി മുണ്ട് അയാളെനിക്ക് ഉടുക്കുവാൻ തരി

കയും ചെയ്തു. ഇത് രണ്ടുംകൊണ്ട് എന്റെ വിവാഹ കർമ്മം മിക്കവാറും നടന്നു കഴിഞ്ഞിരിക്കുന്നു. രാജ കന്യകയെ മുഹമ്മദീയൻ വിവാഹം കഴിക്കുക വിഹി തമല്ല. അതിനാൽ ഞാനിപ്പോൾ ഭ്രഷ്ടയാണ് എനി ക്കിനി കൊട്ടാരത്തിനുള്ളിൽ കടന്നുകൂടാ."

ചിറയ്ക്കൽ തമ്പുരാൻ വിഷണ്ണനായി. തമ്പു രാട്ടിയുടെ വാദഗതി ശരി തന്നെ. പക്ഷേ, അതിന് പോംവഴിയില്ലേ? വൈദിക വിധിപ്രകാരമുള്ള പ്രായ ശ്ചിത്തം നടത്തിയാൽ മതിയല്ലോ? ആവശ്യമായ എല്ലാ പ്രായശ്ചിത്തകർമ്മങ്ങളും നടത്താൻ തമ്പു രാൻ ആജ്ഞാപിച്ചു. പക്ഷേ, തമ്പുരാട്ടിക്ക് ഇളക്ക മില്ല. അവസാനം ഗത്യന്തരമില്ലാതെ രാജാവ് രാജക ന്യകയുടെ ദൃഢനിശ്ചയത്തിനു വഴങ്ങി. ബന്ധു ക്കളും രാജസദസ്സിലെ അംഗങ്ങളുമായി ആലോചി ച്ചു. മുഹമ്മദീയ യുവാവിന് രാജകുമാരിയെ മുഹ മ്മദീയാചാരപ്രകാരം വിവാഹം കഴിച്ചു കൊടുത്തു. ധർമ്മപട്ടണത്തിൽ (ഇന്നത്തെ തലശ്ശേരിക്കടുത്തുള്ള ധർമ്മടം) പുതിയൊരു കൊട്ടാരം നിർമ്മിച്ചു കൊടു ക്കുകയും ചെയ്തു. അവർക്ക് അളവറ്റ പൊൻപണ്ട ങ്ങളും വസ്തുവകകളും സ്ത്രീധനമായി നല്കി. അങ്ങനെ കോലത്തിരി രാജവംശത്തിൽ പുതിയൊരു മുസ്ലിം ശാഖയുണ്ടായി. പുതിയ അറയ്ക്കൽ കൊട്ടാ രത്തിലെ തമ്പുരാട്ടിക്ക് അറയ്ക്കൽ ബീവി എന്ന സ്ഥാനവും ലഭിച്ചു. ഭരണനിപുണയും വിദുഷിയു മായ തമ്പുരാട്ടി ഭർത്താവിന്റെ മേൽനോട്ടത്തിൽ, അറ യ്ക്കൽ രാജ്യത്തിന്റെ ഭരണം നിർവ്വഹിച്ചു (പില്ക്കാ ലത്ത് അറയ്ക്കൽ രാജകുടുംബത്തിന്റെ ആസ്ഥാനം കണ്ണൂരേക്കു മാറ്റി).

അറയ്ക്കൽ ആസ്ഥാനം

ഇനി, കേരളത്തിലെ ഏക മുസ്ലിം രാജവംശ മായ അറയ്ക്കൽ സ്വരൂപത്തിന്റെ ആസ്ഥാനമായ ധർമ്മപട്ടണത്തിലേക്ക്. പഴയ ധർമ്മപട്ടണം ഇന്നത്തെ തലശ്ശേരി മുനിസിപ്പൽ പട്ടണത്തോടുരുമ്മി കിടക്കുന്ന ധർമ്മടം പഞ്ചായത്തു പ്രദേശങ്ങളാണ്. ധർമ്മപട്ടണത്ത് അരശർക്കുളങ്ങര അഥവാ അര യൻകുളങ്ങര എന്ന പേരിൽ ചേരമാൻ പെരുമാളുടെ സഹോദരി ശ്രീദേവിയുടെ ഇല്ലം നിലനിന്നിരുന്നു വെന്ന് മിക്ക ചരിത്രകാരന്മാരും രേഖപ്പെടുത്തിയിട്ടു ണ്ട്. പില്ക്കാലത്ത് അരയൻകുളങ്ങര എന്ന പേര് ലോപിച്ച് അറയ്ക്കൽ ആയി തീർന്നതാകാം. ഇന്നും ധർമ്മടത്ത് അറയ്ക്കൽ എന്ന പേരിൽ ഒരു പുരാ തന തറവാട് നിലനില്ക്കുന്നു (വില്യം ലോഗൻ, *മല ബാർ മാന്വൽ*).

കേരളത്തിലെ ഏക മുസ്ലിം രാജസ്വരൂപത്തിന്റെ ആദ്യകാല ആസ്ഥാനമായിരുന്ന ധർമ്മപട്ടണ (ധർമ്മ ടം)ത്തെപ്പറ്റിയും അറയ്ക്കൽ രാജവംശത്തിന്റെ അന ന്തരഗതികളെപ്പറ്റിയും വഴിയേ മനസ്സിലാക്കാം. അതി നുമുമ്പ് ധർമ്മടത്തെയും വിഴുങ്ങിനില്ക്കുന്ന തല ശ്ശേരി എന്ന ആധുനിക നഗരത്തിലേയ്ക്കൊന്ന് പോയ് വരാം.

മയ്യഴിപ്പുഴ മുതൽ പയ്യന്നൂർ പുഴ വരെ വ്യാപിച്ചു കിടന്ന പഴയ കോലത്തിരി നാട്ടിലെ രണ്ടു പ്രധാന നഗരങ്ങളാണ് തലശ്ശേരിയും കണ്ണൂരും. രാജ കീയ പരിലാളനമേറെയേറ്റ് വളർന്നതാണ് കണ്ണൂരെ ങ്കിൽ, വൈദേശിക ശക്തികളുടെ പ്രോത്സാഹനമേറ്റ് വളർന്നു വലുതായതാണ് തലശ്ശേരി എന്ന തീരദേ ശഗ്രാമം. മൂന്നു നൂറ്റാണ്ടോളം ഇന്ത്യാ മഹാരാ ജ്യത്തിന്റെ അധീശത്വം പേറി, നാടടക്കി വാണു ഇംഗ്ലീഷ് ഈസ്റ്റ് ഇന്ത്യാ കമ്പനി. ഈ മലബാർ കട ലോരത്ത് (തലശ്ശേരി) അവർ ആദ്യമായി പണിതു യർത്തി ഒരു പാണ്ടികശാല, അത് ഒരു നായർ പ്രമാണി പുല്ലുപോലെ തകർത്തെറിഞ്ഞുപോലും. 'പാണ്ട്യാല' പൊളിച്ചെറിഞ്ഞെന്ന പരാതിയുമായി കമ്പനി മേധാവികൾ നാടുഭരിച്ചിരുന്ന കോലത്തിരി തമ്പുരാന്റെ തിരുമുന്നിലെത്തി, കുറേ സങ്കടമു ണർത്തിച്ചു. അത്രതന്നെ. കുരുമുളകു കച്ചവടമെന്ന പേരിൽ വ്യാപാരത്തിനെത്തിയ ഈസ്റ്റ് ഇന്ത്യാക മ്പനി ആറ്റിങ്ങൽ റാണിയെ പ്രീതിപ്പെടുത്തി, അഞ്ചു തെങ്ങിൽ ഒരു കോട്ട തരപ്പെടുത്തി. അങ്ങനെ തെക്ക് കാലൂന്നിക്കഴിഞ്ഞപ്പോൾ വടക്ക് മലബാറിലും ഒരു താവളം ആവശ്യമാണെന്നു തോന്നി. അങ്ങനെയാണ് 1683 നടുപ്പിച്ച് ഉത്തരകേരളത്തിലെ കോലത്തുനാട്ടി ലെത്തിയത്. കോലത്തിരി തമ്പുരാന്റെ അനുഗ്രഹാ ശിസ്സുകളോടെയാണ് തലശ്ശേരി കടലോരത്ത് പാണ്ടി കശാല കെട്ടി, കച്ചവടം ആരംഭിച്ചത്. കച്ചവടം നാൾക്കുനാൾ അഭിവൃദ്ധിയിലേക്ക്, ഇനി പാണ്ടിക ശാലയ്ക്കും തങ്ങൾക്കും സംരക്ഷണത്തിന് ചെറി യൊരു കോട്ട കൂടി നിർമ്മിക്കണം. ഇംഗ്ലീഷുകാർ ആ മധുരാഭിലാഷവുമായിക്കഴിയവേയാണ് കുറു ങ്ങോട്ടു നായർ ആ കടുംകൈ ചെയ്തത്.

തുടക്കം പാണ്ടികശാല

പാണ്ടികശാല നില്ക്കുന്ന സ്ഥലത്തിന് ശരി യായ പ്രതിഫലം ലഭിച്ചില്ലെന്ന ദേഷ്യത്തിലാണ് സ്ഥലത്തെ നാടുവാഴിയായ കുറുങ്ങോട്ടു നായർ നായരും കുറെ പടയാളികളും ചേർന്ന് പാണ്ടികശാല ഇടിച്ചു നിരത്തി. പാണ്ടികശാല നശിപ്പിക്കപ്പെട്ടതിൽ ദുഃഖിതരും പരിഭ്രാന്തരുമായ ഇംഗ്ലീഷുകാർ രാജ്യ ത്തിന്റെ പരമാധികാരിയായിരുന്ന ചിറയ്ക്കൽ രാജാ വിന്റെ മുമ്പിൽ സങ്കടമുണർത്തിക്കുകയും മേലിലും ഇത്തരം അക്രമം ഉണ്ടാകാതിരിക്കാൻ വേണ്ടി ഒരു കോട്ട നിർമ്മിക്കാനുള്ള അനുമതിക്ക് അഭ്യർത്ഥിക്കു കയും ചെയ്തു. സഹതാപം തോന്നിയ തമ്പുരാൻ അനുവാദം കൊടുക്കുക മാത്രമല്ല, തലശ്ശേരി കോട്ട യുടെ ശിലാസ്ഥാപനകർമ്മം നിർവ്വഹിക്കുകയും

ചെയ്തു.

പൊനത്തു പൊതുവാളിന്റെ പക്കൽനിന്നും ഒരു വീടും പറമ്പും വല്ലുറതങ്ങൾ പക്കൽനിന്ന് തിരുവല്ലപ്പൻ കുന്നും തീറുമേടിച്ചാണ് 1705 ൽ ഇംഗ്ലീഷുകാർ കോട്ട കെട്ടിയത്. പ്രാരംഭദശയിൽ രണ്ടു ക്യാപ്റ്റന്മാരടക്കം 422 പേരടങ്ങിയ ഒരു പട്ടാളവിഭാഗം മാത്രമേ കോട്ടയിലുണ്ടായിരുന്നുള്ളൂ. ശത്രുക്കളെ തമ്മിൽ തല്ലിച്ച്, സ്വന്തം പാർശ്വവർത്തികളാക്കുക എന്ന ബ്രിട്ടീഷുകാരുടെ നയം അന്നേ തുടങ്ങി. ചുരുങ്ങിയ കാലംകൊണ്ട് പരസ്പരം കലഹിച്ച് കഴിഞ്ഞിരുന്ന മലബാറിലെ നാടുവാഴികളെ തമ്മിൽ അതിസമർത്ഥമായ രീതിയിൽ കൂട്ടിയടിപ്പിച്ച് ഇംഗ്ലീഷുകാർ വൻ ശക്തിയായി വളർന്നു. തലശ്ശേരി അവരുടെ ശക്തികേന്ദ്രമായി പരിണമിക്കുകയും ചെയ്തു.

ചതുരാകൃതിയിലുള്ള തലശ്ശേരിക്കോട്ട ചെങ്കല്ലുകൊണ്ടാണ് നിർമ്മിച്ചിട്ടുള്ളത്. പഴുതുകളോടുകൂടിയ ഉയർന്ന കൂറ്റൻ പ്രാകാരഭിത്തികളും ഇരുപാർശ്വങ്ങളിലെ സുദൃഢമായ കൊത്തളങ്ങളും കോട്ടയ്ക്കുള്ളിൽ നിന്ന് കടലിലേക്ക് ഇറങ്ങിച്ചെല്ലാനുള്ള നിഗൂഢ ഗുഹാമാർഗ്ഗങ്ങളും ഈ കോട്ടയുടെ സവിശേഷതകളാണ്. കോട്ടയ്ക്കുള്ളിൽ രണ്ടേക്കറോളം സ്ഥലവുമുണ്ട്. കൂറ്റൻ പുറംമതിലുകളും നിലവറകളുമെല്ലാമുള്ള തലശ്ശേരിക്കോട്ട നിത്യേനയെന്നോണം ഒട്ടേറെ സന്ദർശകരെ ആകർഷിക്കുന്നു. കോട്ടയുടെ കമാന വാതില്ക്കൽ ഇരുവശങ്ങളിലുമായി കോട്ടയ്ക്ക് ശാശ്വതമായ കാവൽ എന്ന മട്ടിൽ രണ്ട് ശിപായിമാരുടെ പ്രതിമകൾ സ്ഥാപിച്ചിട്ടുള്ളതും കൗതുകകരമാണ്.

തലശ്ശേരി കോട്ട

കോട്ടയ്ക്കു പിന്നിൽ, കടൽക്കരയിൽ പ്രശാന്തമായ അന്തരീക്ഷത്തിൽ നിലകൊള്ളുന്ന സെന്റ് ജോൺസ് പള്ളിമുറ്റത്താണ് തലശ്ശേരിയുടെ പിതാവായ എഡ്വേർഡ് ബ്രണ്ണൻ അന്ത്യവിശ്രമം കൊള്ളുന്നത്. ഈ കോട്ടയ്ക്കു ചുറ്റുമായി വളർന്നു വികസിച്ചതാണ് ഇന്നു നാം കാണുന്ന തലശ്ശേരി പട്ടണം. ബ്രിട്ടീഷ് ഈസ്റ്റ് ഇന്ത്യാകമ്പനിയുടെ ഭരണപരമായ ഒട്ടേറെ കുടിലതന്ത്രങ്ങൾക്ക് രൂപം നല്കപ്പെട്ടത് ഈ കോട്ടയ്ക്കുള്ളിൽ വച്ചാണ്. 1764 ൽ ഹൈദരാലിയുടെ സൈന്യം 'മാടായി ക്ഷേത്രം' പിടിച്ചെടുക്കുകയും ചിറയ്ക്കലേക്ക് മുന്നേറുകയും ചെയ്ത തക്കം നോക്കി, കണ്ണൂരിലെ ആലി രാജയും സൈന്യവും ചിറയ്ക്കൽ കോവിലകം കൈയേറി. വൃദ്ധനായ രാജാവ് തിരുവങ്ങാട് ക്ഷേത്രത്തിൽ അഭയം തേടി.

ഒരു കാലഘട്ടത്തിൽ, 1776 ൽ കമ്പനിയുടെ രക്ഷയ്ക്കു മാത്രമല്ല, നാട്ടുകാരുടെ രക്ഷയ്ക്കും കോട്ട ഒരാവശ്യമായി അനുഭവപ്പെട്ടിരുന്നു. കമ്പനിയുടെ ചെലവു ചുരുക്കൽ പരിപാടിയുടെ ഭാഗമെന്ന നിലയ്ക്ക്, തലശ്ശേരി കോട്ടയിലെ സാധന സാമഗ്രികളുടെ അളവുകുറയ്ക്കാൻ കമ്പനി തീരുമാനിച്ചപ്പോൾ, അങ്ങനെ ചെയ്യാതിരിക്കാൻ നാനാജാതി മതസ്ഥരായ തലശ്ശേരിക്കാർ കമ്പനിക്ക് ഭീമഹർജി സമർപ്പിച്ചത്രെ. അപ്രകാരം ഉണ്ടാകാവുന്ന വർദ്ധിച്ച ചെലവ്, തങ്ങളുടെ പറമ്പുകൾക്ക് നികുതി കെട്ടി ഈടാക്കിക്കൊള്ളാൻ നാട്ടുകാർ കമ്പനിയോട് അങ്ങോട്ടു കയറി അപേക്ഷിച്ചത്രെ.

1780 ൽ ഹൈദരാലിയുടെ സേനാനായകനായ സർദാർഖാൻ തലശ്ശേരികോട്ട ആക്രമിച്ചു. കടൽമാർഗ്ഗമായും കരവഴിയായും കോട്ട പിടിച്ചടക്കാനുള്ള ഈ യുദ്ധം 18 മാസം നീണ്ടുനിന്നു. 1781 അവസാനമായപ്പോഴേയ്ക്കും കോട്ടയിൽ ശേഖരിച്ചിരുന്ന വെടിക്കോപ്പുകളും ഭക്ഷണസാധനങ്ങളുമെല്ലാം തീർന്നുകഴിഞ്ഞു. കീടഴങ്ങുകയേ നിവൃത്തിയുള്ളൂ എന്ന ഘട്ടം. എന്നാൽ, അപ്പോഴേയ്ക്കും ബോംബെയിൽനിന്ന് വെടിമരുന്നും ഭക്ഷണസാധനങ്ങളും എത്തിച്ചേർന്നതുമൂലം കോട്ടയെ രക്ഷിക്കാൻ കഴിഞ്ഞു. 1782 ജനുവരി 8 ന് മേജർ അബിങ്ടൺ മൈസൂർ സൈന്യത്തെ തോല്പിച്ചു. സർദാർഖാനെ തലശ്ശേരി കോട്ടയിൽ തടവുകാരനായി പാർപ്പിക്കുകയും ചെയ്തു.

പഴയ ഒരു തീരദേശഗ്രാമം

അലകടലിലേക്ക് ഇറങ്ങാൻ വെമ്പലാർന്നു നില്ക്കുന്ന നാലഞ്ച് മൊട്ടക്കുന്നുകൾ. അവയുടെ പ്രാന്തപ്രദേശങ്ങളിൽ പില്ക്കാലത്ത് വളർന്നു വികസിച്ച ഒരു മുനിസിപ്പൽ പട്ടണമാണ് ഇന്നത്തെ തലശ്ശേരി. അതിനുമുമ്പ് നിദ്രാലസമായ ഒരു തീരദേശ ഗ്രാമം. വേണമെങ്കിൽ ഒരു മത്സ്യബന്ധന കേന്ദ്രമാകാമായിരുന്നു സമുദ്രസാമീപ്യമുള്ളതിനാൽ. അല്ലെങ്കിൽ കേരവൃക്ഷങ്ങൾ നിറഞ്ഞ ഈ തീരദേശം ഒരു കയറുല്പാദനകേന്ദ്രമോ മറ്റോ ആകാമായിരുന്നു. തീരെ അവികസിതവും അപരിഷ്കൃതവുമായി കേരളത്തിലെ പരശ്ശതം തീരദേശഗ്രാമങ്ങളെപ്പോലെ നിദ്രാലസവും ദരിദ്രവുമായി കഴിയാമായിരുന്നു. പക്ഷേ, ഭാഗ്യവശാൽ വിധികല്പിതം മറ്റൊന്നായി. ഇംഗ്ലീഷ് ഈസ്റ്റ് ഇന്ത്യാകമ്പനി പാണ്ടികശാല കെട്ടി. കോട്ട കെട്ടി പരിഷ്കൃത ലോകത്തെ സംബന്ധിച്ച പുതിയ അറിവുകളുമായി ബ്രിട്ടീഷുകാർ വന്നും പോയും കടൽക്കരയിൽ നവോന്മേഷം പകർന്നു. അവയ്ക്കു പിന്നാലെ ആംഗലഭാഷാ വിദ്യാഭ്യാസം പ്രചരിപ്പിക്കാനും മറ്റുമായി മിഷണറിമാരും കടന്നുവന്നു. തലശ്ശേരി, തുറമുഖമായി; തുറമുഖപട്ടണമായി, കോട്ടയ്ക്കു ചുറ്റും ക്രമേണ പട്ടണത്തിന്റെ പരിവേഷം ചാർത്തി. വിദ്യാഭ്യാസത്തിന്റെ പുതിയ വെളിച്ചം ആ തീരദേശഗ്രാമത്തിൽ പല പുതുമകളു

മായി കടന്നുവന്നു.

ഇന്ന് മനോഹരമായ ഒരു ചെറുപട്ടണം താരതമ്യേന ശുചിത്വമുള്ള പരിസരങ്ങൾ, ഭംഗിയും ഗാംഭീര്യവുമുള്ള എടുപ്പുകൾ, പരിഷ്കൃതഭാവമുള്ള നഗരവീഥികൾ, ആർത്തലച്ചു കയറുന്ന അറബിക്കടലിന്റെ ഊക്കൻതിരക്കൈകളെ ചെറുത്തുനില്ക്കാൻ പ്രകൃതിതന്നെ പടുത്തുയർത്തിയ തീരദേശത്തെ പ്രാകാരങ്ങൾ, പാറക്കെട്ടുകൾ പലേടത്തും നഗരത്തിന് സംരക്ഷണം നല്കുന്നു. താലൂക്ക് ആസ്ഥാനത്തിന്റേതായ സർക്കാർ ഓഫീസുകളും പൊതുസ്ഥാപനങ്ങളും വിദ്യാഭ്യാസ സ്ഥാപനങ്ങളും ഇവയ്ക്കെല്ലാം നടുനായകമെന്നോണം നഗരമദ്ധ്യത്തിലുള്ള സ്റ്റേഡിയവും എല്ലാംകൂടി ചെറുതെങ്കിലും മനോഹരമായ ഒരു നഗരത്തിന്റെ പ്രസന്നഭാവം കാഴ്ചവയ്ക്കുന്നു.

ധർമ്മടത്തേക്ക്

തലശ്ശേരി-കണ്ണൂർ ദേശീയ പാതയിൽ, ധർമ്മടം മൊയ്തു പാലത്തിന്റെ തെക്ക് വശത്തുനിന്നും തുരുത്തിനിക്കരെ കടപ്പുറംവരെ കെട്ട് റോഡുണ്ട്. ദേശീയ പാതയിൽനിന്നും കഷ്ടിച്ച് ഒരു കി മീ ദൂരം കാണും. തലശ്ശേരി നഗരത്തിന്റെ വികസന പശ്ചാത്തലം മനസ്സിലാക്കാൻ നഗരത്തോട് തൊട്ടുരുമ്മി കിടക്കുന്ന ധർമ്മടത്തേക്കു കടക്കാം. കടൽക്കരയിൽ ഒരു വിനോദസഞ്ചാരകേന്ദ്രമായി വികസിക്കാൻ എല്ലാ സാദ്ധ്യതകളുമുള്ള ഈ പ്രദേശത്തിന്റെ സ്ഥലനാമോല്പത്തിയെപ്പറ്റി കഥകൾ പലതുണ്ട്.

ധർമ്മപട്ടണം കാലാന്തരത്തിൽ ലോപിച്ച് ധർമ്മടമായി എന്ന് വിശ്വസിക്കുന്നവരേറെ. നൂറ്റാണ്ടുകൾക്കുമുമ്പ് ധർമ്മപട്ടണത്തിൽ ഒരു ബുദ്ധമതവിഹാരകേന്ദ്രം ഉണ്ടായിരുന്നത്രെ. ടിപ്പുവിന്റെ പടയോട്ടത്തിനുശേഷം യുദ്ധവിഹാരത്തിന്റെ സ്ഥാനത്ത് മുസ്ലിം പള്ളിയാണിന്ന്. മദ്ധ്യഭാഗത്തായി വളരെ പഴക്കമുള്ള ചെങ്കല്ലുകൾ കൂടിക്കിടന്നിടം ഒരു പഴയ കോട്ടയുടെ അവശിഷ്ടമാണെന്ന് പറയപ്പെടുന്നു. അവിടെ കടൽക്കരയിൽ പോർച്ചുഗീസുകാർ ഒരു കുരുമുളക് പാണ്ടികശാല കെട്ടിയിരുന്നു. അവർ ആ സ്ഥാനത്തിന് ആദ്യം ഡാർമ്മടാവോ എന്നും പിന്നീട് ഡാർമ്മപട്ടാവോ എന്നും പേരിട്ടു. അനന്തരകാലത്ത് ഫ്രഞ്ചുകാർ അത് ത്രേന്തപ്പട്ടണമാക്കി. ഇംഗ്ലീഷുകാർ ആധിപത്യം സ്ഥാപിച്ചതോടെ, ആ സ്ഥലം വണ്ടും ഡർമ്മപട്ടം ആയി.

അഞ്ചരക്കണ്ടിപ്പുഴയുടെ അഴിമുഖത്ത് പുഴയുടെ രണ്ടു കൈവഴികൾക്കിടയ്ക്കുള്ള പച്ചത്തുരുത്താണ് ധർമ്മടം. തലശ്ശേരിക്കും എടക്കാടിനും മദ്ധ്യേ കടലോരം ചേർന്നു കിടക്കുന്ന ധർമ്മടം പ്രാചീനകാലം മുതൽക്കേ ഒരു വാണിജ്യകേന്ദ്രം ആയിരുന്നത്രെ. ധർമ്മടത്തിന്റെ പ്രാചീന കാലത്തെ വാണിജ്യ പ്രാധാന്യം അറയ്ക്കൽ രാജവംശത്തിന്റെ ആസ്ഥാനമെന്ന നിലയ്ക്കു കൈവന്നതാകാം. കടൽക്കരയിലെ ഒട്ടേറെ വിസ്തൃതമായ സമതലവും പടിപടിയായി ഉയർന്നുപോകുന്ന കുന്നിൻ നിരകളും തൊട്ടു പടിഞ്ഞാറായുള്ള ധർമ്മടം എന്ന ചെറിയ ദ്വീപും ചേർന്നതാണ് ധർമ്മടം പ്രദേശങ്ങൾ. തലശ്ശേരി സ്റ്റേഡിയത്തിൽനിന്നു നോക്കിയാൽ ജലപ്പരപ്പിൽ ഒരു പച്ചത്തുരുത്തുപോലെ കാണുന്ന ധർമ്മടം ദ്വീപിന് അഞ്ചരയേക്കർ വിസ്തീർണ്ണമേയുള്ളൂ. വെള്ളമിറങ്ങിക്കഴിയുമ്പോൾ അവിടേക്ക് നടന്നെത്താൻ കഴിയും. ഉപ്പുരസം കലരാത്ത ശുദ്ധജലവാഹിയായ ഒരു കിണറും തുരുത്തിലുണ്ട്. ചുറ്റും നയനാഭിരാമമായ തീരദേശ ദൃശ്യങ്ങൾ, ധർമ്മടം പഞ്ചായത്തിന്റെ വിസ്തീർണ്ണം 10.56 ച കി മീ. ജനസംഖ്യ 26705 ശ്(1991). ധർമ്മടം, മേലൂർ, പാലയാട്, അണ്ടല്ലൂർ എന്നിങ്ങനെ നാലു പ്രദേശങ്ങൾ ചേർന്ന ധർമ്മടം പഞ്ചായത്തിലേക്ക് തലശ്ശേരി പട്ടണം വികസിച്ചു വരികയാണ്.

ബ്രണ്ണൻ സായിപ്പ്

തലശ്ശേരി ബ്രണ്ണൻ കോളേജിന്റെ പേര് സൂചിപ്പിക്കുന്ന ബ്രണ്ണൻ സായിപ്പിനെ തലശ്ശേരിക്കും സമീപപ്രദേശങ്ങൾക്കും മറക്കാൻ സാദ്ധ്യമല്ല. ഒരു വ്യക്തിയുടെ ഉദാരമനഃസ്ഥിതി ഒരു പ്രദേശത്തിനാകെ എത്രത്തോളം പ്രയോജനകരമായി തീരാമെന്നതിന് നല്ല ഒരു ഉദാഹരണമാണ് ബ്രണ്ണൻ സായിപ്പിന്റെ ജീവിതം.

തലശ്ശേരി കോട്ടയ്ക്കു പിന്നിൽ കടൽക്കരയിലായി പ്രശാന്തമായ അന്തരീക്ഷത്തിൽ തലയുയർത്തി നില്ക്കുന്ന സെന്റ് ജോൺസ് പള്ളിമുറ്റത്തെ ശ്മശാനത്തിൽ ഒരു സ്മാരകമുണ്ട്. തലശ്ശേരിപ്പട്ടണം എന്നെന്നും ഓർമ്മിക്കേണ്ട ഒരു വിദേശിയുടെ സ്മാരകമാണത്. ശതാബ്ദങ്ങൾക്കു മുമ്പ്, ഏതോ കപ്പലപകടത്തിൽനിന്നും രക്ഷപ്പെട്ട എഡ്വേർഡ് ബ്രണ്ണൻ എന്നൊരു യുവാവ് തലശ്ശേരി കടൽത്തീരത്തു വന്നുചേർന്നു. തുടർന്ന് തലശ്ശേരിയിലെ പോർട്ട് ഓഫീസിൽ മാസ്റ്റർ അറ്റൻഡറായി ജോലി നോക്കി വന്ന ആ സായിപ്പിന്റെ ദീനദയാലുത്വവും സേവനതൃഷ്ണയും അന്നുതന്നെ പരക്കെ ബോദ്ധ്യമായിരുന്നു. തന്റെ വരുമാനത്തിന്റെ ഭൂരിഭാഗവും കാരുണ്യമർഹിക്കുന്ന ജനവിഭാഗങ്ങൾക്കു വേണ്ടി ചെലവാക്കുകയെന്നത് അദ്ദേഹത്തിന്റെ ജീവിതവ്രതമായിരുന്നു. മരണസമയത്ത് അദ്ദേഹത്തിന്റെ സമ്പാദ്യം ഏതാണ്ട് ഒന്നരലക്ഷംരൂപ (150 വർഷങ്ങൾക്കു മുമ്പ് അതൊരു നിസ്സാരതുക അല്ലല്ലോ.) ആയിരുന്നു. അതിൽ ഗണ്യമായ ഒരു തുക തലശ്ശേരിയുടെ ബഹുമുഖമായ പുരോഗതിക്കും വളർച്ചയ്ക്കും വേണ്ടി ഉപയോഗിക്കണമെന്ന് അദ്ദേ

ഹത്തിന്റെ വിൽപ്പത്രത്തിൽ രേഖപ്പെടുത്തിയിരുന്നു. ആ ഫണ്ട് ഉപയോഗിച്ചാണ് തലശ്ശേരി ബ്രണ്ണൻ ഹൈസ്കൂൾ സ്ഥാപിതമായത്. 1859 ഒക്ടോബർ 2-ാം തീയതി അദ്ദേഹം കാലയവനികയ്ക്കുള്ളിൽ മറഞ്ഞു. ബ്രണ്ണന്റെ പേരിലുള്ള തലശ്ശേരിയിലെ വിദ്യാഭ്യാസ സ്ഥാപനങ്ങളും അദ്ദേഹം അന്ത്യവിശ്രമം കൊള്ളുന്ന പള്ളിയും എഡ്വേർഡ് ബ്രണ്ണന്റെ നിത്യസ്മാരകങ്ങളാണ്. ബ്രണ്ണൻ ഹൈസ്കൂൾ കാലക്രമേണ ഒരു കോളേജ് ആയി ഉയർത്തപ്പെടുകയും ഭരണം ഗവൺമെന്റ് ഏറ്റെടുക്കുകയും ചെയ്തു. ഇപ്പോൾ ധർമ്മടത്ത് പുതുതായി നിർമ്മിച്ച കെട്ടിടങ്ങളിലായി കോളേജ് പ്രവർത്തിക്കുന്നത്.

ഡോ. ഹെർമ്മൻ ഗുണ്ടർട്ട്

തലശ്ശേരി പട്ടണത്തിൽനിന്നും അല്പം വടക്കു കിഴക്കുള്ള പ്രകൃതിരമണീയമായ കുന്നിൻപ്രദേശമാണ് ഇല്ലിക്കുന്ന്. കുന്നിൻ മുകളിൽ നിന്നു നോക്കിയാൽ പീലിവിടർത്തിയാടുന്ന കേരവൃക്ഷങ്ങളും അകലെ അലകടലിൽ അലയുന്ന തോണികളും കപ്പലുകളും ചേർന്ന് ചേതോഹരമായ പ്രകൃതി ദൃശ്യം കാണാം. കൊടിവള്ളിപ്പുഴ ഇല്ലിക്കുന്നിനെ തഴുകിക്കൊണ്ട് കടന്നുപോകുന്നു. വടക്കുഭാഗത്തുള്ള ധർമ്മടം പുഴയും അങ്ങു ദൂരെ സുഖവിശ്രമം കൊള്ളുന്ന സഹ്യാദ്രിയും കാണാം. ആ പ്രകൃതി സുന്ദരമായ പശ്ചാത്തലത്തിൽ തലയുയർത്തി നില്ക്കുന്ന ഹരിതമനോഹരമായ ഇല്ലിക്കുന്നിലെ ആ പഴയ ബംഗ്ലാവിലാണ് മലയാള ഭാഷയ്ക്ക് വിസ്മരിക്കാനാവാത്ത ഡോ. ഹെർമ്മൻ ഗുണ്ടർട്ട് താമസിച്ചിരുന്നത്.

ജർമ്മനിയിലെ സ്റ്റുഡ് ഗാർഡിൽ ജനിച്ചു വളർന്ന് തത്ത്വശാസ്ത്രത്തിലും ഭാഷാശാസ്ത്രത്തിലും ബിരുദം നേടിയശേഷം 1836 ൽ ക്രിസ്തുമത പ്രചരണാർത്ഥം ഇന്ത്യയിൽ (മദ്രാസിൽ) എത്തിയ ഗുണ്ടർട്ട് ദമ്പതികൾ 1839 മുതൽ ഏതാണ്ട് ഇരുപതു വർഷക്കാലത്തോളം നെട്ടൂരിലെ (ഇല്ലിക്കുന്നിലെ) ആ ബംഗ്ലാവിൽ പാർത്തു. ജീവിതത്തിന്റെ ആ നല്ല കാലമത്രയും മലയാള ഭാഷ പഠിച്ച് അതിൽ പ്രാവീണ്യം നേടി. മലയാളത്തിൽ ഒട്ടനവധി പ്രാമാണികഗ്രന്ഥങ്ങൾ രചിക്കുകയും മലയാള ഭാഷയ്ക്ക് ആദ്യമായി ഒരു നിഘണ്ടു നിർമ്മിക്കുകയും ചെയ്ത ഡോ. ഗുണ്ടർട്ടിനെ കൈരളിക്ക് ഒരിക്കലും മറക്കാനാവുകയില്ല.

1814 ഫെബ്രുവരി 14 ന് ജർമ്മനിയിലെ സ്റ്റുഡ് ഗാർഡിൽ ജനിച്ച ഗുണ്ടർട്ട് ഡോക്ടർ ഓഫ് ഫിലോസഫി ബിരുദം നേടിയ ശേഷം 1836 ൽ ബാസൽ ജർമ്മൻ ഇവാൻജലിക്കൽ മിഷന്റെ ആഭിമുഖ്യത്തിലുള്ള മിഷണറി പ്രവർത്തനങ്ങൾക്കായി ഇന്ത്യയിലെത്തി. ഏറെ വൈകാതെ തമിഴ്, തെലുങ്ക്, ഹിന്ദി എന്നീ ഭാഷകൾ പഠിച്ചു. 1839 ൽ തലശ്ശേരി ആസ്ഥാനമാക്കി ബാസൽ മിഷന്റെ ഒരു ശാഖ സ്ഥാപിച്ചു. നെട്ടൂരിലെ ഇല്ലിക്കുന്നിൽ കെട്ടിടം നിർമ്മിച്ച് സ്ഥിരതാമസമാക്കി. മിഷണറി പ്രവർത്തനവും സാഹിതീസപര്യയും ഉത്സാഹപൂർവ്വം തുടർന്നു. *ബൈബിൾ* അച്ചടിപ്പിക്കാൻ വേണ്ടി തലശ്ശേരിയിൽ ഒരു ലിത്തോ പ്രസും സ്ഥാപിച്ചു. 1859 ൽ ജർമ്മനിയിലേക്ക് മടങ്ങി. ഗ്രന്ഥരചനയിൽ മുഴുകി. 1893 ഏപ്രിൽ 25 ന് ദിവംഗതനായി.

മലയാള ഭാഷയുടെ വിവിധ ശാഖകളുടെ വളർച്ചയ്ക്ക് ഈ വിദേശമിഷണറി നല്കിയ സേവനങ്ങൾ വിപുലവും അമൂല്യവുമാണ്. അനേകം ക്രൈസ്തവ സാഹിത്യ ഗ്രന്ഥങ്ങൾക്കുപുറമേ *മുഹമ്മദ് ചരിത്രം* എന്നൊരു പുസ്തകവും മതസാഹിത്യഗ്രന്ഥങ്ങളിൽപ്പെടും. മലയാള സാഹിത്യത്തെയും ഭാഷയെയും സമ്പന്നമാക്കുന്നവയാണ് *നളചരിതം പരിശോധന, പഴഞ്ചൊൽമാല ഭാഷാവ്യാകരണം* മുതലായവ.

മലയാള പത്രപ്രവർത്തനത്തിൽ ഒരു വഴികാട്ടിയാവാനും ഡോ. ഗുണ്ടർട്ടിന് കഴിഞ്ഞു. 1847 ൽ ഇല്ലിക്കുന്നിൽനിന്ന് രണ്ടു പത്രങ്ങൾ അദ്ദേഹം പ്രസിദ്ധപ്പെടുത്തി. *രാജ്യസമാചാരം, പശ്ചിമോദയം* എന്നിവ. *പശ്ചിമോദയ*ത്തിൽ അദ്ദേഹം എഴുതിയ ലേഖനങ്ങൾ എല്ലാം സമാഹരിച്ച് ഗ്രന്ഥരൂപത്തിൽ പ്രസിദ്ധീകരിച്ചു. *കേരളപ്പഴമ, കേരളോല്പത്തി, മലയാളരാജ്യം.* എന്നിവ പക്ഷേ, ഡോ. ഹെർമ്മൻ ഗുണ്ടർട്ടിനെ അനശ്വരനാക്കിയ മഹദ് കൃതി ഗുണ്ടർട്ടിന്റെ നിഘണ്ടു എന്നറിയപ്പെടുന്ന *മലയാളം -ഇംഗ്ലീഷ്* നിഘണ്ടുവാണ്. കാൽനൂറ്റാണ്ടു കാലത്തെ അർപ്പണ മനോഭാവത്തോടെയുള്ള പഠന-നിരീക്ഷണ-ഗവേഷണങ്ങളുടെ ഫലമാണ് ആ മഹദ്ഗ്രന്ഥം.

തിരുവങ്ങാട് ക്ഷേത്രം

തലശ്ശേരി പട്ടണപ്രാന്തത്തിൽ സ്ഥിതിചെയ്യുന്ന തിരുവങ്ങാട് ക്ഷേത്രം പ്രസിദ്ധമാണ്. ശ്രീരാമപ്രതിഷ്ഠ. ക്ഷേത്രപ്രതിഷ്ഠ നടത്തിയത് ശ്വേതമഹർഷിയാണെന്നും അങ്ങനെ കാടുപിടിച്ചു കിടന്ന സ്ഥലം ശ്വേതാരണ്യം ആയെന്നും അത് മലയാളീകരിക്കപ്പെട്ടപ്പോൾ തിരുവെൺകാടും പിന്നീടത് തിരുവങ്ങാടും ആയെന്നത്രെ ഐതിഹ്യം. ക്ഷേത്രത്തിന്റെ മുൻഭാഗത്തുള്ള ബലിക്കല്ലിലെ ശിലാലിഖിതം പ്രസ്തുത ക്ഷേത്രം എ ഡി 826 ൽ പുതുക്കിപ്പണിതതിന്റെ സൂചന നല്കുന്നവയത്രെ. ഏറെ കാലപ്പഴക്കമുള്ള ക്ഷേത്രത്തിന്റെ മതിൽക്കെട്ട് ടിപ്പുവിന്റെ പടയോട്ടക്കാലത്ത് തകർക്കപ്പെട്ടിരുന്നു. ഈ ക്ഷേത്രമതിൽ 1815 ൽ ടി എച്ച് ബേബറുടെ മേൽനോട്ടത്തിൽ പുതുക്കിപ്പണിതു എന്നർത്ഥം വരുന്ന ശിലാശിഖിതം പ്രവേശന കവാടത്തിലുണ്ട് (ഈസ്റ്റ് ഇന്ത്യാകമ്പനി

യുടെ കീഴിൽ, തലശ്ശേരി സബ്കളക്ടറായിരുന്നു ബേബർ).

ഇംഗ്ലീഷ് ഈസ്റ്റ് ഇന്ത്യാകമ്പനി തലശ്ശേരിയിൽ പാണ്ടികശാല കെട്ടി, കച്ചവടമാരംഭിച്ചത് തിരുവങ്ങാട്ടു ക്ഷേത്രത്തിലെ പല കുടിയാന്മാരിൽ ഒരാളെന്ന നിലയ്ക്കായിരുന്നുവത്രെ. ഇംഗ്ലീഷുകാർ അന്നത്തെ നാടുവാഴികളുമായി പല സന്ധിസംഭാഷണങ്ങളും നടത്തിയിരുന്നത് ഈ ക്ഷേത്രസന്നിധിയിൽ വച്ചായിരുന്നു. 1788 ൽ ഹൈദറുടെ മലബാർ ആക്രമണ കാലത്ത് അറയ്ക്കൽ ആലിരാജാ ചിറയ്ക്കൽ കോവിലകം കൈയേറിയപ്പോൾ വൃദ്ധനായ ചിറയ്ക്കൽ തമ്പുരാൻ ഇംഗ്ലീഷുകാരുടെ സംരക്ഷണയിൽ തിരുവങ്ങാട് ക്ഷേത്രത്തിലാണ് അഭയം തേടിയത്. ചരിത്രപ്രാധാന്യമുള്ള ഈ ക്ഷേത്രത്തിന് സ്വന്തമായുള്ള 250 ഹെക്ടർ ഭൂസ്വത്തിൽ പകുതിയോളം ഭൂമി 1866 ൽ മദ്രാസ് ഗവർണ്ണർ ഭൂനികുതിയിൽനിന്ന് ഒഴിവാക്കിയിരുന്നു. ക്ഷേത്രത്തിനു മുന്നിൽ 104 മീ നീളവും 76 മീ വീതിയുമുള്ള വിശാലമായ ഒരു ചിറയും മതിൽക്കെട്ടുമുണ്ട്. ഉത്തര കേരളത്തിലെ ഏറ്റവും വലിയ ചിറകളിലൊന്നാണിത്.

തിരുവങ്ങാട്ടു ക്ഷേത്രത്തിലെ വിഷ്ണു വിഗ്രഹത്തിന്റെ ഒരു പ്രത്യേകത ശ്രദ്ധേയമാണ്. കരങ്ങളിലെ ശംഖു-ചക്രാദികൾ കീഴ്മേലായി കാണപ്പെടുന്നു എന്നതാണ്. വിഷ്ണു വിഗ്രഹമാണെങ്കിലും ശ്രീരാമനെന്നാണ് സങ്കല്പം. ഈ ക്ഷേത്രത്തിന്റെ ഒരുപക്ഷേത്രമാണ് കിഴക്കേടം ശിവക്ഷേത്രം. തലശ്ശേരി ടൗണിന്റെ തെക്കെ അറ്റത്ത് റെയിൽവേ സ്റ്റേഷന് സമീപമുള്ള ജഗന്നാഥ ക്ഷേത്രം പ്രസിദ്ധമാണ്. ശ്രീനാരായണ ഗുരുവാണ് പ്രതിഷ്ഠാകർമ്മം നിർവ്വഹിച്ചത് താന്ത്രികവിധികൾ ബ്രാഹ്മണർക്കേ പാടുള്ളൂ എന്ന കീഴ്വഴക്കം ലംഘിച്ചുകൊണ്ടാണ് പ്രതിഷ്ഠ നടത്തിയത്. തലശ്ശേരിയിലും ചുറ്റുവട്ടത്തുമുള്ള തീയ സമുദായാംഗങ്ങളെ പ്രത്യേകം ഉദ്ദേശിച്ചുകൊണ്ടാണ് ക്ഷേത്രനിർമ്മാണം നടത്തിയത്. ആദ്യകാലത്ത് തീയരെക്കാൾ താണ ഹിന്ദുക്കൾക്ക് ക്ഷേത്രത്തിൽ പ്രവേശനം അനുവദിച്ചിരുന്നില്ല. അവസാനം, ശ്രീനാരായണഗുരുവിന്റെ പ്രേരണയാൽ ആ വിലക്ക് നീക്കേണ്ടിവന്നു. പെരിങ്ങളൂർ മുസ്ലിം പള്ളിയും ചാലിൽ സെന്റ് പീറ്റേഴ്സ് പള്ളിയും യഥാക്രമം മുസ്ലീങ്ങളുടെയും ക്രൈസ്തവരുടെയും പ്രധാന ആരാധനാകേന്ദ്രങ്ങളാണ്.

സർക്കസിന്റെ ഈറ്റില്ലം

കായിക ശക്തിയുടെയും അഭ്യാസത്തിന്റെയും മനോഞ്ജക കലയായ സർക്കസിന്റെ ഈറ്റില്ലമാണ് തലശ്ശേരി. 19-ാം നൂറ്റാണ്ടിന്റെ ഉത്തരാർദ്ധത്തിൽ പ്രശസ്തമായി പ്രവർത്തിച്ചിരുന്ന ഇന്ത്യയിലെ ആദ്യത്തെ സംഘടനയായ ന്യൂ ഇന്ത്യൻ സർക്കസിലെ കായികാഭ്യാസികളിൽ മലയാളികൾ ധാരാളമുണ്ടായിരുന്നു. കാലാന്തരത്തിൽ ആ കമ്പനി നാമാവശേഷമായി. വേറെയും സർക്കസ് കമ്പനികൾ നാടിന്റെ നാനാഭാഗത്തുമുണ്ടായി. അവയിൽ ഒന്നായ 'ഛത്ര സർക്കസ്' കാണാനിടയായ ഒരു മലയാളിയുടെ സംഭാവനയാണ് കേരളത്തിന്റെ സർക്കസ് പാരമ്പര്യം. തലശ്ശേരി ബാസൽ മിഷൻ ഹൈസ്കൂളിലെ കായിക പരിശീലകനായ കീലേരി കുഞ്ഞിക്കണ്ണനാണ് നമ്മുടെ സർക്കസിന്റെ ഉപജ്ഞാതാവ്. ഇന്ത്യയിലെ ഒന്നാമത്തെ സർക്കസ് കളരി അദ്ദേഹം 1901 ൽ തലശ്ശേരിയിൽ സ്ഥാപിച്ചു. തുടർന്ന് കേരളത്തിൽ പല സർക്കസ് കമ്പനികളും ഉടലെടുത്തു. കമല, ഭരത്, ജമിനി എന്നിങ്ങനെ.

കണ്ണൂരിനും തലശ്ശേരിക്കും മദ്ധ്യേ കേരളത്തിലെ ബ്രിട്ടീഷ് അധീശത്വത്തിന്റെ ബാക്കിപത്രമെന്നോണം ഇന്നും തലശ്ശേരിയുടെ സമീപ പ്രദേശമായ അഞ്ചരക്കണ്ടിയിൽ ബ്രൗൺ സായിപ്പിന്റെ ബംഗ്ലാവും തോട്ടവും കാണാം. അഞ്ചരക്കണ്ടിയിൽ ഈസ്റ്റ് ഇന്ത്യാകമ്പനിയുടെ ഒരുദ്യോഗസ്ഥനായ ബ്രൗൺ സായിപ്പ് 1784 ൽ ഒരു കറുവപ്പട്ട തോട്ടം സ്ഥാപിച്ചു. അന്നത് ലോകത്തിലെ ഏറ്റവും വലിയ കറുവപ്പട്ട തോട്ടമായിരുന്നു. തോട്ടത്തിനു സമീപത്തു കൂടിയാണ് അഞ്ചരക്കണ്ടിപ്പുഴ ഒഴുകുന്നത്. അഞ്ചരക്കണ്ടി പ്രദേശങ്ങളും നദിയും നദീമുഖത്തെ ധർമ്മടം ദ്വീപും ഇംഗ്ലീഷുകാർക്ക് ഏറെ പ്രിയങ്കരമായിരുന്നു. അവർ വെങ്ങാട്ടിൽ ഒരു പാണ്ടികശാലയും സ്ഥാപിക്കുകയുണ്ടായി.

അഞ്ചരക്കണ്ടിയും സമീപഗ്രാമങ്ങളും പണ്ടേ വാണിജ്യപ്രധാന്യം നേടിയിരുന്നു. ലോകപ്രസിദ്ധമായ കറുവപ്പട്ട തോട്ടം സ്ഥിതിചെയ്തിരുന്നതിവിടെയാണ്. 2500 ഏക്കർ വിസ്തൃതിയുള്ള തോട്ടത്തിൽ 250 ഏക്കറിൽ കറുവപ്പട്ട കൃഷി ചെയ്തിരുന്നു. പുറമേ വിവിധ സുഗന്ധദ്രവ്യങ്ങളും വളർത്തിയിരുന്നു. ഇംഗ്ലീഷ് ഈസ്റ്റ് ഇന്ത്യാകമ്പനി 1799 ൽ ഒരു സ്വകാര്യവ്യക്തിയിൽനിന്നും വിലയ്ക്കെടുത്തതായിരുന്നു ഈ തോട്ടം. ഒരു സ്കോട്ട്ലാന്റുകാരനായ എഫ് സി ബ്രൗൺ ആയിരുന്നു, തോട്ടത്തിന്റെ മാനേജർ. 1967 ൽ തോട്ടം വിലയ്ക്കെടുത്ത ജോൺസ് കറുവപ്പട്ടയിൽ നിന്ന് തൈലം ഉല്പാദിപ്പിക്കുന്ന ഒരു ഫാക്ടറി ഇവിടെ സ്ഥാപിക്കുകയുണ്ടായി. മുൻകാലങ്ങളിൽ കറുവപ്പട്ട 'ടെലിച്ചറി ബാർക്ക്' എന്ന പേരിലാണ് പാശ്ചാത്യനാടുകളിൽ അറിയപ്പെട്ടിരുന്നത്.

അഞ്ചരക്കണ്ടിപ്പുഴയുടെ തീരത്തുതന്നെ ഇംഗ്ലണ്ടിലെ തെംസ് നദിക്കരയിലെന്നപോലെ ഇംഗ്ലണ്ടിലെ ബക്കിങ്ങാം കൊട്ടാരത്തിനു സദൃശമായ ഒരു മനോഹരമന്ദിരം നിർമ്മിക്കണമെന്ന ബ്രൗൺ സായിപ്പിന്റെ സ്വപ്നം സാക്ഷാൽക്കരിച്ചതാണ്

ഇന്നും അഞ്ചരക്കണ്ടിയിൽ കാണുന്ന ബ്രൗൺ സായിപ്പിന്റെ കൊട്ടാരം. അതിവിശാലമായ വരാന്തയും കോൺഫറൻസ് ഹാളും നടുത്തളവും കിടപ്പുമുറികളും അടുക്കളയും മറ്റും ഉൾപ്പെട്ടെ നാല്പതോളം മുറികളുണ്ടത്രെ. ഈസ്റ്റ് ഇന്ത്യാകമ്പനിയുടെ അധികാരാവകാശങ്ങൾ നഷ്ടമായതോടെ കൊട്ടാരവും തോട്ടവും സ്വകാര്യവ്യക്തികളുടെ കൈവശമായി. കൊട്ടാരത്തിലെ വിലപിടിപ്പുള്ള വസ്തുതക്കളും മനോഹരമായ ദാരുശില്പങ്ങളുമെല്ലാം വിറ്റഴിച്ചു.

80

അറയ്ക്കലും ചിറയ്ക്കലും

ഒരു പ്രദേശത്തൊട്ടാകെ തണലും തണുപ്പും സുരക്ഷിതത്വവും നല്കി ശാഖോപശാഖകളായി പടർന്നു പന്തലിച്ചുനിന്ന ഒരു വടവൃക്ഷത്തിൽനിന്ന് പൊട്ടിമുളച്ച ചെറിയൊരു വൃക്ഷത്തെ ക്രമേണ തായ്മരത്തെ ദുർബ്ബലവും നിഷ്പ്രഭവുമാക്കിക്കൊണ്ട്, വളർന്നു വലുതായ കഥയാണ് ചിറയ്ക്കൽ രാജവംശത്തിലെ, അറയ്ക്കൽ സ്വരൂപത്തിന്റെ പരിണാമകഥ. ക്രിസ്ത്വബ്ദം പതിനാലാം നൂറ്റാണ്ടു മുതലുള്ള ചിറയ്ക്കലിന്റെ (കണ്ണൂർ) ചരിത്രവും ഭൂമിശാസ്ത്രവും സാമൂഹ്യ-സാമ്പത്തിക സംവിധാനവുമെല്ലാം, ബ്രിട്ടീഷ് ആധിപത്യം ഉത്തരകേരളത്തിൽ ചുവടു വയ്ക്കും വരെ, അറയ്ക്കൽ രാജവംശവുമായി കെട്ടുപിണഞ്ഞു കിടക്കുന്നു. അറയ്ക്കലിന്റെ വികാസ പരിണാമഘട്ടങ്ങളിലൂടെ നമുക്കൊരു ഓട്ടപ്രദക്ഷിണം നടത്താം. പിന്നീടാകാം ചിറയ്ക്കലിന്റെ അന്ത്യഘട്ടങ്ങളെപ്പറ്റിയുള്ള പരിചിന്തനം. അറയ്ക്കൽ രാജകുടുംബത്തിന്റെ ഉല്പത്തിക്ക് വിത്തു വിതച്ച ഐതിഹ്യങ്ങൾ പലതുണ്ട്. മുമ്പു സൂചിപ്പിച്ച കുളിക്കടവിലെ കഥ തന്നെ ഈഷൽ വ്യത്യാസത്തോടെ ഇപ്രകാരവും പ്രചരിക്കുന്നുണ്ട്. ക്രിസ്ത്വബ്ദം പതിനാലാം ശതകം. ഉത്തരകേരളത്തിന്റെ സർവ്വാധിപത്യം പുലർത്തിക്കഴിഞ്ഞിരുന്ന ചിറയ്ക്കൽ രാജവംശം വിവിധ കാരണങ്ങളാൽ ക്ഷയോന്മുഖമായിത്തുടങ്ങിയ കാലം. അന്നൊരിക്കൽ കോലത്തിരിയുടെ അഞ്ച് സചിവപ്രമാണിമാരിലൊരാളും നാവിക സേനാനായകനുമായിരുന്ന രാമന്തളിയിലെ അരയൻകുളങ്ങര (അരശൻ കുളങ്ങര) നായർ തറവാട്ടിലെ ഒരാൾ ഇസ്ലാം മതം സ്വീകരിച്ച് മുഹമ്മദലി എന്ന പേര് സ്വീകരിച്ചത്രെ. എങ്കിലും ആ വിശ്വസ്ത സചിവനോട് ചിറയ്ക്കൽ തമ്പുരാന് വിപ്രതിപത്തി ഒട്ടുമുണ്ടായില്ല. അയാൾ സചിവപ്രധാനിയായിത്തന്നെ തുടർന്നു.

ഒരുനാൾ ഏഴിമലപ്പുഴയിൽ കുളിച്ചുകൊണ്ടു നില്ക്കെ, അയാൾ യാദൃച്ഛികമായി ആ ദൃശ്യം ദർശിച്ചു. പുഴയിലേക്ക് കെട്ടിയിറക്കിയിട്ടുള്ള കുളിപ്പുരയിൽനിന്ന് ഒരു കൊച്ചുതമ്പുരാട്ടി പുഴയിലിറങ്ങി നീന്തിക്കുളിക്കവെ, അബദ്ധത്തിൽ പുഴമദ്ധ്യത്തെത്തി മുങ്ങി മരിക്കാൻ തുടങ്ങവെ, കണ്ടുനിന്ന ആൾ സമയം കളയാതെ പുഴയിൽ എടുത്തുചാടി തമ്പുരാട്ടിക്കുട്ടിയെ രക്ഷപ്പെടുത്തിയത്രെ. മുസൽമാനെ സ്പർശിക്കയാൽ ഭ്രഷ്ട് സംഭവിച്ച തമ്പുരാട്ടിയെ ചിറയ്ക്കൽ തമ്പുരാന്റെ അനുഗ്രഹാശിസ്സുകളോടെ തന്നെ ആ യുവാവ് വിവാഹം ചെയ്തു. കോലത്തിരി തമ്പുരാൻ തമ്പുരാട്ടിക്ക് സ്ത്രീധനമായി മാടായിയിലും ഏഴിമലയിലും കുറെ നെൽപ്പാടങ്ങളും കണ്ണൂരിലെ കുറേ പ്രദേശങ്ങളും നല്കി. കണ്ണൂരിൽ പുതിയൊരു കൊട്ടാരവും നിർമ്മിച്ചു നല്കി - അറയ്ക്കൽ കെട്ട്. കാലാന്തരത്തിൽ അവരുടെ സന്തതി പരമ്പരകൾ കോലത്തിരി രാജാവിന്റെ പ്രധാന സേവകന്മാരായിത്തീർന്നു. അവരിൽ പ്രധാനിയായ ആലിമൂസ്സ കോലത്തിരിയുടെ സേനാനായകനായി.

അറയ്ക്കൽ രാജവംശം

എ ഡി 12-ാം നൂറ്റാണ്ടിന്റെ അവസാനം വരെ ആലിമൂസ്സയും കുടുംബവും തലശ്ശേരിക്കടുത്ത് ധർമ്മപട്ടണം (ധർമ്മടം) ആണ് ആസ്ഥാനമാക്കിയിരുന്നത്. 1183 ൽ അറയ്ക്കലെ ആലിമൂസ്സ, കോലത്തിരിക്കുവേണ്ടി മാലദ്വീപും ലക്ഷദ്വീപും ആക്രമിച്ച് കീഴടക്കി. സന്തുഷ്ടനായ കോലത്തിരി, പ്രതിവർഷം 18,000 പണം പ്രതിഫലം നല്കണമെന്ന വ്യവസ്ഥയിൽ ആ ദ്വീപുകളുടെ ഭരണം ആലിരാജാവിനു തന്നെ വിട്ടുകൊടുത്തു. ഇപ്രകാരം നല്ലൊരു നാവി

കപ്പടയുടെ പിൻബലത്തോടും കോലത്തിരിയുടെ രക്ഷാധികാരത്തിലും ആഴിയുടെ ആധിപത്യം നേടി 'ആഴിരാജാ'വായി ആലിരാജാവ്.

കോലത്തുനാടിന്റെ അധീശത്വം ഉത്തരകേരളത്തിൽ, തെക്ക് കോരപ്പുഴ മുതൽ വടക്ക് നേത്രാവതി നദിവരെയും പടിഞ്ഞാറ് അറബിക്കടൽ മുതൽ കിഴക്ക് കുടക്മലകൾ വരെയും വ്യാപിച്ചിരിക്കുന്നു (എ ഡി 12-13 നൂറ്റാണ്ടുകൾ). കുമ്പള, നീലേശ്വരം, കടത്തനാട്, കോട്ടയം എന്നീ രാജ്യങ്ങൾ കോലത്തുനാട്ടിൽപ്പെട്ടിരുന്നു. രാജകുടുംബത്തിലെ ഏറ്റവും പ്രായമുള്ള പുരുഷാംഗം കോലത്തിരി എന്ന സ്ഥാനപ്പേരോടെ രാജ്യം ഭരിച്ചിരുന്നു. തെക്കെളംകൂർ വടക്കെളംകൂർ, നാലാംകൂർ, അഞ്ചാംകൂർ എന്നീ ഇളമുറകളിൽ തെക്കെളംകൂറായിരുന്നു അനന്തരാവകാശി. പതിമൂന്നാം നൂറ്റാണ്ടോടുകൂടി, മരുമക്കത്തായം സ്വീകരിച്ചിരുന്ന കോലത്തുനാട്ടിൽ ഛിദ്രവാസനകൾ തലപൊക്കി. താഴ്വഴികൾ പലതായി. വെവ്വേറെ പിരിഞ്ഞ കോലത്തിരി കുടുംബം പില്ക്കാലത്ത് ഉദയമംഗലം, പള്ളി എന്ന് രണ്ടു താവഴികളായി പിരിഞ്ഞു. പള്ളിത്താവഴിയും പിന്നെ പലതായി. അക്കൂട്ടത്തിൽ പ്രാമാണ്യം നേടിയത് ചിറയ്ക്കൽ ആസ്ഥാനമാക്കിയ തായ്വഴിയാണ്. ചിറയ്ക്കൽ കോവിലകം. ക്രമേണ കോലത്തുനാട് നാമാവശേഷമാവുകയും അവശിഷ്ടമായ ചിറയ്ക്കൽ കോവിലകം നിലനില്ക്കുകയും ചെയ്തു. പള്ളിശാഖയിലെ ഇളംകൂറായിരുന്ന ഉദയവർമ്മൻ കോലഭൂപനായിരുന്നപ്പോൾ (എ ഡി 1446-1475) അദ്ദേഹത്തിന്റെ ആശ്രിതനായിക്കഴിഞ്ഞ ചെറുശ്ശേരി, "ആജ്ഞയാകോലഭൂപസ്യ (കോലഭൂപന്റെ ആജ്ഞപ്രകാരം) വിരചിച്ചതാണല്ലോ *കൃഷ്ണഗാഥ*."

കോലത്തിരിയുടെ (പില്ക്കാലത്ത് ചിറയ്ക്കലിന്റെ) അനുഗ്രഹാശിസ്സുകളോടും പിൻബലത്തോടും കൂടി അസാമാന്യ ശക്തി നേടിയ അറയ്ക്കൽ ആലിരാജാവും കുടുംബവും പതിനഞ്ചാം നൂറ്റാണ്ടിന്റെ അന്ത്യം വരെയും ചിറയ്ക്കൽ കോവിലകവുമായി രമ്യതയിൽ തന്നെ കഴിഞ്ഞു. പോർച്ചുഗീസുകാരുടെ ആഗമനത്തോടെ കാറ്റ് മാറിവീശിത്തുടങ്ങി. അറയ്ക്കലിന്റെ ശക്തി നാൾക്കുനാൾ വർദ്ധിച്ചു വന്നു. മലബാറിലെ സുഗന്ധ ദ്രവ്യങ്ങളുടെ (കുരുമുളക്, ഏലം, എലവർങ്ഗം തുടങ്ങിയവ) വാണിജ്യകുത്തക, വിദേശ രാജ്യങ്ങളുമായി വിപുലമായ വാണിജ്യ-നയതന്ത്ര ബന്ധങ്ങൾ വമ്പിച്ച നാവികശക്തി അസംഖ്യം കപ്പലുകൾ......

1498 ൽ കോഴിക്കോട്ടെത്തിയ പോർച്ചുഗീസ് നാവികനായ വാസ്കോഡ ഗാമ മടങ്ങിപ്പോകുമ്പോൾ, സാമൂതിരിയുമായി ശത്രുതയിൽക്കഴിഞ്ഞ കോലത്തിരി (ചിറയ്ക്കൽ)യുമായി സൗഹാർദ്ദ സമ്പർക്കത്തിലേർപ്പെട്ടതോടെ കണ്ണൂരിലെ സുഗന്ധദ്രവ്യങ്ങളുടെ വാണിജ്യമേഖല കൈയടക്കിവച്ചിരുന്ന അറയ്ക്കൽ രാജാവും അദ്ദേഹത്തിന്റെ ബന്ധുക്കളും ഇടപാടുകാരുമായ അറബി - മുസ്ലിം വ്യാപാരിമാരും അസ്വസ്ഥരായി. ആലി രാജാവിന്റെ വമ്പും പ്രതാപവും ധനസൈനിക ശക്തിയും ഉത്തര മലബാറിനാകെ ഒരു ഭീഷണിയായി. 1502 ൽ കേരളത്തിലെത്തിയ കബ്രാൾ എന്ന പോർച്ചുഗീസ് കപ്പിത്താനെ ചിറയ്ക്കൽ കൊട്ടാരത്തിൽ ക്ഷണിച്ചു വരുത്തി, അവർക്ക് കണ്ണൂരിൽ ഒരു പാണ്ടികശാല നിർമ്മിക്കുവാൻ അനുമതിയും നല്കി. തുടർന്ന് കോലത്തിരി (ചിറയ്ക്കൽ)യുടെ അനുമതിയോടെ അവർ കണ്ണൂർ കടൽക്കരയിൽ ഒരു കോട്ട നിർമ്മിക്കുകയും ചെയ്തു— സെന്റ് ആഞ്ജലോസ് കോട്ട.

വാണിജ്യപരവും നയതന്ത്രപരവുമായ കാരണങ്ങളാൽ മുമ്പുതന്നെ തലശ്ശേരിയിൽനിന്ന് കണ്ണൂരിലേക്ക് ആസ്ഥാനം മാറ്റിയിരുന്ന ആലിരാജാവിന്, തന്റെ കൺമുന്നിൽ ഒരു വൈദേശിക ശക്തി കോട്ട പണിതുയർത്തി, സൈന്യസജ്ജീകരണവും ആയുധശേഖരണവും നടത്തുന്നതും സുഗന്ധദ്രവ്യങ്ങളുടെ വ്യാപാരരംഗത്ത് ഇടംകോലിടുന്നതും അസഹ്യമായി അനുഭവപ്പെട്ടു. കോലത്തിരിയോട് അമർഷം തോന്നി. അങ്ങനെ പല നൂറ്റാണ്ടുകളായി രമ്യതയിൽ വർത്തിച്ചിരുന്ന കോലത്തുനാടും അറയ്ക്കലും തമ്മിലുള്ള സൗഹാർദ്ദങ്ങളിൽ വിള്ളലുണ്ടായി.

കണ്ണൂർ കോട്ട കേന്ദ്രീകരിച്ചുകൊണ്ട് പോർച്ചുഗീസുകാർ തുടങ്ങിയ അനീതികളും അക്രമങ്ങളും തദ്ദേശീയരെ മാത്രമല്ല കോലത്തിരിയെയും പ്രക്ഷുബ്ധനാക്കി. കോലത്തുനാടിന്റെ ഭരണപരവും വ്യാപാരസംബന്ധവുമായ അധികാരങ്ങളെപ്പോലും അവർ നിയന്ത്രിച്ചു തുടങ്ങി. കോലത്തിരിയുടെ പാസോടുകൂടി കണ്ണൂർ കടലോരത്ത് നങ്കൂരമിട്ട ഒരു ചരക്കുകപ്പൽ പോർച്ചുഗീസ് നാവികപ്പട കൊള്ളയടിച്ചു. വീരപരാക്രമികളായ തദ്ദേശീയർ-നായന്മാർ-സംഘടിച്ച് സമരസന്നദ്ധരായി മുന്നിട്ടിറങ്ങി. അവർ സെന്റ് ആഞ്ജലോ കോട്ട വളഞ്ഞു. ആഴ്ചകളോളം നീണ്ടുനിന്ന ഉപരോധം. അവസാനം ഒരു ജീവന്മരണ പോരാട്ടത്തിൽ പോർച്ചുഗീസുകാർക്ക് പിടിച്ചുനില്ക്കാൻ കഴിഞ്ഞു.

ഉലയുന്ന ബന്ധങ്ങൾ

പോർച്ചുഗീസ് ശക്തിയുമായി പിണങ്ങുന്നത് അപകടമെന്ന് ഭയന്ന, കോലത്തിരി അവരുടെ താളത്തിനൊപ്പിച്ച് തുള്ളാൻ വീണ്ടും നിർബ്ബന്ധിതനായി. കണ്ണൂരിലെ ഒരു പ്രമുഖ വ്യാപാരിയും ആലി രാജാവിന്റെ ബന്ധുവുമായ വലിയ ഹസനെ പോർച്ചുഗീസുകാരുടെ നിർബ്ബന്ധത്തിനു വഴങ്ങി കോലത്തിരി പിടിച്ചുകൊടുത്തു. നിഷ്ഠൂരന്മാരായ പോർച്ചുഗീസ്

പടയാളികൾ വലിയ ഹസ്സനെ കണ്ണൂർ കോട്ടയിൽ വച്ച് വധിച്ചു. ഈ സംഭവം മുസ്ലീങ്ങളെ ഒന്നടങ്കം ക്ഷുഭിതരാക്കി. ഉത്തരകേരളത്തിലാദ്യമായി ഹിന്ദു-മുസ്ലിം വൈരത്തിന്റെ വിത്തുപാകാനും ഇത് പ്രേരകമായി. മുസ്ലീങ്ങളും അറബികളും സംഘടിച്ചു. അറയ്ക്കൽ, ചിറയ്ക്കലിലെ നിശ്ശേഷം വിഗണിച്ചുകൊണ്ട് സ്വേച്ഛാനുസരണം ഭരണം തുടർന്നു. അപ്പോഴേയ്ക്കും പോർച്ചുഗീസുകാർ അറയ്ക്കൽ കുടുംബത്തിന്റെ പ്രധാന ആസ്ഥാനമായ ധർമ്മപട്ടണവും (ധർമ്മടം) മാഹിയും ആക്രമിച്ചു. ആലിരാജാവിന്റെ കീഴിലെ ലക്ഷദ്വീപുകളും പോർച്ചുഗീസ് സേന കീഴടക്കി. ദ്വീപുകളുടെ ഭരണം ചിറയ്ക്കലിനെ ഏല്പിച്ചു പക്ഷേ, പ്രതിഫലമായി പോർച്ചുഗീസുകാർ ആവശ്യപ്പെട്ട വ്യവസ്ഥകൾ നിറവേറ്റാൻ കോലത്തിരിക്ക് കഴിഞ്ഞില്ല. പോർച്ചുഗീസ് സേന പിന്നെയും അറയ്ക്കൽ രാജാവിന്റെ രണ്ടു ബന്ധുക്കളെ വധിച്ചു. ഈ വിദേശശക്തിയുമായി പടവെട്ടിത്തളർന്ന കോലത്തിരിക്ക് എല്ലാ അതിക്രമങ്ങളും കണ്ട് കൈയും കെട്ടിയിരിക്കാനേ കഴിഞ്ഞുള്ളൂ. പോർച്ചുഗീസുകാരുടെ പിന്നാലെ വന്ന ഡച്ചുകാരും കോലത്തിരിയുമായി ഇണങ്ങിയും പിണങ്ങിയും ആലിരാജാവും പോർച്ചുഗീസുകാരുമായി വഴക്കടിച്ചും മലബാറിലെ ഭരണമേഖലയിൽ പുതിയ കുഴപ്പങ്ങൾ സൃഷ്ടിച്ചുകൊണ്ടിരുന്നു. കോലത്തുനാട് പല നാടുവാഴികളുടെയും കൈവശത്തിലായി.

കച്ചവടത്തിനെന്ന വ്യാജേന കേരളത്തിലെത്തിയ ഇംഗ്ലീഷ് ഈസ്റ്റ് ഇന്ത്യാകമ്പനിയും ചിറയ്ക്കൽ രാജാവിന്റെ അനുമതിയോടെ കണ്ണൂരിലെ വ്യാപാര മത്സരത്തിലും അധികാര മത്സരങ്ങളിലും ഏർപ്പെട്ടു. വൈദേശിക ശക്തികളുടെ ഈ അധികാര വടംവലികളും ധനദുർമ്മോഹവും ചൂഷണവ്യഗ്രതയും ഉത്തരകേരളത്തെ കലാപ കലുഷിതമാക്കി. അപ്പോഴേയ്ക്കും ഫ്രഞ്ചുകാരും മാഹിയിൽ കാലുറപ്പിച്ചു കഴിഞ്ഞിരുന്നു. ഈ മദമാത്സര്യങ്ങൾക്കിടയിലും സ്വന്തം ശക്തി ചോർന്നുപോകാതെ അമർഷം പൂണ്ട ആലിരാജാവ് അവസാനം 'എലിയെപ്പേടിച്ച് ഇല്ലം ചുടാൻ' തന്നെ തീരുമാനിച്ചു. സാമ്രാജ്യവിസ്തൃതി വർദ്ധിപ്പിക്കാൻ വേണ്ടി മലബാറിലേക്കും കടന്നാക്രമിക്കാൻ തക്കംപാർത്തിരുന്ന മൈസൂർസുൽത്താനെ (ഹൈദരാലിയെ) ആലിരാജാവ് മലബാറിലേക്ക് ക്ഷണിച്ചു വരുത്തി.

1766 ഫെബ്രുവരി ഹൈദരാലിയുടെയും ആലിരാജാവിന്റെയും സംയുക്തസേന കോലത്തിരിയുടെ മാടായിക്കോട്ടയും ചിറയ്ക്കൽ കോവിലകവും ആക്രമിച്ച് വമ്പിച്ച നാശനഷ്ടങ്ങൾ വരുത്തി. അവിടെ പാർത്തിരുന്ന തെക്കേളംകൂർ രാജാവും കുടുംബവും അനുയായികളോടൊപ്പം തലശ്ശേരി തിരുവങ്ങാട് ക്ഷേത്രത്തിൽ അഭയം തേടി. തുടർന്ന് ബ്രിട്ടീഷ് പട്ടാളത്തിന്റെ സഹായത്തോടെ തിരുവിതാംകൂറിലേക്ക് കടന്നു. (വേണാട് രാജവംശത്തിന് കോലത്തിരി കുടുംബവുമായി പുരാതനകാലം മുതൽക്കേ ബന്ധുത്വം ഉണ്ടെന്നാണ് ചരിത്രം)

കണ്ണൂരിൽ നില്ക്കക്കള്ളിയില്ലാതായ ഡച്ചുകാർ, പോർച്ചുഗീസുകാരിൽനിന്നും വളരെ മുമ്പേ പിടിച്ചെടുത്തിരുന്ന സെന്റ് ആഞ്ജലോസ് കോട്ട ആലിരാജാവിനു വിറ്റു. കോട്ട കൂടി കൈവശമായതോടെ, മൈസൂർ സുൽത്താന്റെ കീഴിൽ ആലിരാജാവിന്റെ ശക്തി പതിന്മടങ്ങ് വർദ്ധിച്ചു. ഹൈദരാലി ആക്രമിച്ചു കീഴടക്കിയ കോലത്തുനാടു രാജ്യത്തിന്റെ സിവിൽ ഗവർണ്ണറായി ആലിരാജാവിനെ തന്നെ നിയമിച്ചു. എന്നാൽ ചില വർഷങ്ങൾക്കുശേഷം പ്രതിഫലമായി മൈസൂറിനു കൊടുക്കേണ്ട തുകയിൽ, ആലിരാജാവ് വീഴ്ച വരുത്തുകയാൽ 1775 ൽ കോലത്തുനാട് ആലിരാജാവിൽനിന്നും വീണ്ടെടുത്ത് ചിറയ്ക്കലെ തെക്കേളംകൂർ രാജാവിനെ ചില നിബന്ധനകൾക്ക് വിധേയമായി ഏൽപ്പിച്ചു. പക്ഷേ, മൈസൂർ സുൽത്താന്റെ വരുതിയിലിരിക്കെതന്നെ ചിറയ്ക്കൽ രാജാവ് കേരളത്തിൽ നാൾക്കുനാൾ ശക്തിനേടി വരുന്ന ബ്രിട്ടീഷുകാരുമായി ഗൂഢസഖ്യത്തിലാണെന്ന് മനസ്സിലാക്കിയ അറയ്ക്കൽ ബീവി മൈസൂർ സൈന്യത്തിന്റെ പിന്തുണയോടെ ചിറയ്ക്കൽ കോവിലകം ആക്രമിച്ച് കൈവശപ്പെടുത്തി. 1783 ഡിസംബറിൽ ഇംഗ്ലീഷുകാർ കണ്ണൂർക്കോട്ട ആക്രമിച്ചു കൈവശപ്പെടുത്തിയശേഷം ചിറയ്ക്കലും മറ്റും ബീവിക്കു വിട്ടുകൊടുത്തു. 1792 ഫെബ്രുവരി 22 ന് ബ്രിട്ടീഷുകാരും ടിപ്പുവും തമ്മിൽ ശ്രീരംഗപട്ടണം സന്ധിയിൽ ഒപ്പുവച്ചതോടെ മലബാർ പ്രദേശം ബ്രിട്ടീഷുകാരുടെ അധീനതയിലായി. 1796 മുതൽ ചിറയ്ക്കലിന്റെ ഭരണം ബ്രിട്ടീഷുകാർ നേരിട്ട് ഏറ്റെടുത്തു.

അറയ്ക്കലിന്റെ അന്ത്യം

ബ്രിട്ടീഷ് മേല്ക്കോയ്മയുമായി ആജന്മശത്രുത പുലർത്തിപ്പോന്ന അറയ്ക്കൽ രാജവംശത്തെ തകർക്കുകയെന്നത് ആത്യന്തിക ലക്ഷ്യമാക്കി, ഉത്തരകേരളത്തിലെ ബ്രിട്ടീഷ് സൈനികശക്തി പല വിധത്തിലുള്ള ഉപരോധങ്ങളേർപ്പെടുത്തി, അവർ, അറയ്ക്കൽ കുടുംബത്തിന് ഒട്ടേറെ നാശനഷ്ടങ്ങൾ വരുത്തി. അവസാനം ബ്രിട്ടീഷ് പട്ടാളജനറൽ ആബർക്രോംബിയുടെ തീവ്രതരമായ കടന്നാക്രമണത്തിന്റെ കൊടുങ്കാറ്റിൽ അറയ്ക്കൽ സേന പതറിപ്പോയി. കണ്ണൂർക്കോട്ട ബ്രിട്ടീഷ് പട്ടാളം പിടിച്ചെടുത്തു. ദിവസങ്ങളോളം നീണ്ടുനിന്ന ആ പോരാട്ടത്തിൽ അറയ്ക്കൽ ബീവിയുടെ ഭർത്താവായ ആലിരാജാവും മറ്റനേകം പ്രമുഖന്മാരും വധിക്കപ്പെട്ടു. അറയ്ക്കലിൽനിന്ന് രണ്ടു ലക്ഷം രൂപ നഷ്ടപരി

ഹാരമായി ബ്രിട്ടീഷുകാർ വാങ്ങി. പോർച്ചുഗീസുകാരിൽനിന്ന് ഡച്ചുകാർ പിടിച്ചെടുത്ത കണ്ണൂരിലെ സെന്റ് ആഞ്ജലോസ് കോട്ട വിലയ്ക്കു വാങ്ങിയ ആലി രാജാവിൽനിന്നും പ്രസ്തുത കോട്ട പിടിച്ചെടുത്ത്, പുതുക്കിപ്പണിത് കണ്ണൂരിലെ ശക്തികേന്ദ്രമാക്കി മാറ്റിയ ബ്രിട്ടീഷുകാർ, തുടർന്ന് ആലിരാജാവിന്റെ ലക്ഷദ്വീപും അമിനിദ്വീപും മിനിക്കോയ്ദ്വീപും കൂടി കൈവശപ്പെടുത്തിയപ്പോൾ അറയ്ക്കൽ രാജവംശം അസ്തപ്രഭമായി. പരാജിതയായ അറയ്ക്കൽ ബീവി ബ്രിട്ടീഷുകാരിൽനിന്നും മാലിഖാൻ പറ്റിക്കൊണ്ട് അറയ്ക്കൽ രാജ്യത്തിന്റെ സർവ്വാവകാശവും അവർക്ക് കൈമാറി. അറയ്ക്കൽ രാജവംശത്തകർച്ചയുടെ അന്ത്യനാളുകൾക്കു സാക്ഷ്യം വഹിച്ച അവസാനത്തെ കണ്ണിയായ ജുനമ്മബീവി 1819 ൽ അന്തരിച്ചു.

അറയ്ക്കൽ സ്വരൂപത്തിന്റെ ഉല്പത്തിക്ക് ഹേതുഭൂതയായ ബീവിത്തമ്പുരാട്ടിയുടെ സ്മരണയ്ക്കായി അറയ്ക്കൽ കൊട്ടാരത്തോടു ചേർന്ന മുസ്ലിം പള്ളിയിൽ ഒരു മുറിയിൽ ഇന്നും ഒരു കെടാവിളക്ക് കത്തിക്കൊണ്ടിരിക്കുന്നതുകാണാം. ആ ഭദ്രദീപത്തിന് ബീവിത്തമ്പുരാട്ടി വിളക്ക് എന്നാണ് പേര് നല്കപ്പെട്ടിട്ടുള്ളത്.

ഇന്ന് കണ്ണൂർ നഗരപ്രാന്തത്തിലുള്ള അറയ്ക്കൽ കൊട്ടാരത്തിന്റെ അകത്തളങ്ങളിലേക്ക് കടന്നെത്തിയാൽ പൊയ്പ്പോയ രാജസപ്രഭാവത്തിന്റെ തിരുശേഷിപ്പുകൾ നമുക്കവിടെ കാണാൻ കഴിയും. രാജകീയ പ്രതാപത്തിന്റെ ചിഹ്നങ്ങൾ കൊട്ടാരക്കെട്ടിന്റെ ചുമരുകളെ അലങ്കരിക്കുന്നുണ്ട്. വാൾ, പരിച, കിരീടം, ചെങ്കോൽ, ശിലാരേഖകൾ, വിളക്ക് തുടങ്ങി ഒട്ടേറെ രാജകീയ ചിഹ്നങ്ങൾ കൊട്ടാരത്തിന്റെ അകത്തളങ്ങളിൽ ദൃശ്യമാണ്. ചിറയ്ക്കൽ കോവിലകത്തുനിന്നും അറയ്ക്കൽത്തമ്പുരാട്ടിക്കു കിട്ടിയ വിളക്ക് 'ബീവിത്തമ്പുരാട്ടി വിളക്ക്' എന്ന പേരിൽ ഇന്നും കൊട്ടാരത്തിലുണ്ട്. അറബിക്കടലിന് അഭിമുഖമായി സ്ഥാപിച്ച വിളക്ക് 24 മണിക്കൂറും കത്തിനില്ക്കുന്നു. അധികാരചിഹ്നങ്ങളും മറ്റു പുരാവസ്തുക്കളും സംരക്ഷിക്കുന്നതിനായി ഇപ്പോൾ അറയ്ക്കൽ കൊട്ടാരത്തിൽ മ്യൂസിയം നിർമ്മിച്ചിട്ടുണ്ട്. ഈ മ്യൂസിയത്തിന് യുനെസ്കോയുടെ പുരസ്കാരം ലഭിച്ചിട്ടുണ്ട്. നമസ്കാരത്തിന് സമയമറിയിച്ചുകൊണ്ടുള്ള അറയ്ക്കലിലെ കൂറ്റൻ മണി ഇപ്പോഴും മുടങ്ങാതെ അഞ്ച് നേരവും മുഴങ്ങുന്നു.

അറയ്ക്കൽ രാജവംശം മരുമക്കത്തായ സമ്പ്രദായം പാലിച്ചുപോരുന്നു. കുടുംബത്തിലെ ഏറ്റവും പ്രായംകൂടിയ വ്യക്തി പുരുഷനായാലും സ്ത്രീ ആയാലും കുടുംബനായകത്വം വഹിക്കുന്ന സമ്പ്രദായമാണുള്ളത്. സൈനബ ആയിഷബീവിയാണ് ഇപ്പോഴത്തെ ബീവി. കണ്ണൂരിലെ 47 പള്ളികളുടെ മുത്തവല്ലിസ്ഥാനവും അറയ്ക്കൽ ബീവിക്കാണ്.

അറയ്ക്കൽ രാജവംശത്തിന്റെ ഉദയാസ്തമയങ്ങൾക്കിടയ്ക്ക് മൂല കുടുംബമായ ചിറയ്ക്കൽ സ്വരൂപത്തിന്റെ സ്ഥിതി എന്തായിരുന്നുവെന്നു നോക്കാം.

കാനത്തൂർ-കണ്ണൂർ

കോലത്തിരി കോവിലകത്തിന്റെ (പില്ക്കാലത്ത് ചിറയ്ക്കൽ) രാജധാനി ആയിരുന്നല്ലോ കണ്ണൂർ. കാനാമ്പുഴ ഒഴുകിയിരുന്ന കടലോരഗ്രാമമായിരുന്നു കാനത്തൂരെന്ന്, ചിറയ്ക്കൽ രാജകുടുംബാംഗവും പ്രസിദ്ധ ചരിത്ര പണ്ഡിതനുമായ ചിറയ്ക്കൽ ടി ബാലകൃഷ്ണൻ നായർ യുക്തിയുക്തം സമർത്ഥിച്ചിട്ടുണ്ട്. പണ്ടത്തെ കാനാമ്പുഴ കാലാന്തരത്തിൽ പ്രകൃതിയുടെ വികൃതികൾമൂലം അപ്രത്യക്ഷമാവുകയാണുണ്ടായതെന്നും, കാനാമ്പുഴയോടു ചേർന്ന മറ്റൊരു വെള്ളച്ചാല് ഇന്ന് കണ്ണോത്തും ചാലെന്ന പേരിൽ നിലവിലുണ്ടെന്നും അദ്ദേഹം സൂചിപ്പിക്കുന്നു. കാനത്തൂർ പിന്നീട് കണ്ണന്നൂർ, കാനനൂർ എന്നീ പേരുകൾ സ്വീകരിച്ചിരിക്കാം. പതിനാലാം നൂറ്റാണ്ടിൽ മലബാർ പര്യടനം നടത്തിയ ഫ്രയർ ജെോർഡാമസ് എന്ന പാതിരിയാണ് ആദ്യമായി കാനനൂർ എന്ന പേര് രേഖപ്പെടുത്തിയതത്രെ. എങ്കിലും അവസാനം കണ്ണൂരിൽ വന്ന് ഉറച്ചുനിന്നു.

ക്രിസ്തു വർഷം 14-ാം ശതകം വരെ ഇന്നത്തെ കണ്ണൂർ ടൗൺ ഉൾപ്പെടുന്ന കാനത്തൂർ പ്രദേശം ഒരു ബ്രാഹ്മണ കേന്ദ്രമായിരുന്നുവത്രെ. വടക്ക് വളപട്ടണം പുഴ മുതൽ തെക്ക് ധർമ്മടം പുഴ വരെയുള്ള ഭൂവിഭാഗമായ ചെറച്ചേരിക്കല്ലിൽപെട്ട കാനത്തൂർ അന്ന് നാനാപ്രകാരേണ പ്രാധാന്യം നേടിയിരുന്നു. ചെറച്ചേരിക്കല്ല് ചുരുങ്ങി കാലാന്തരത്തിൽ ചിറയ്ക്കൽ ആയി. ചെറുച്ചേരിക്കല്ലിന്റെ (ചിറയ്ക്കൽ) മദ്ധ്യത്തെ കാനത്തൂരിൽ കടലോടുരുമ്മി നിന്നിരുന്ന 'കടലായിക്കോട്ട' കോലത്തിരി രാജാക്കന്മാരുടെ എട്ടു നെടുങ്കോട്ടകളിലും പ്രധാനമായിരുന്നു. കോലത്തുനാടിന്റെ ഭാഗമായിരുന്ന ലക്ഷദ്വീപിൽനിന്നുള്ള ഇറക്കുമതിയും വിദേശരാജ്യങ്ങളുമായുള്ള വ്യാപാരബന്ധവും കോലത്തിരിയുടെ മുപ്പത്തയ്യായിരം നായർപടയുടെ സങ്കേതനിലയും കടലായിക്കോട്ടയിൽ പ്രതിഷ്ഠിതമായിരുന്ന ശ്രീ കടലായികൃഷ്ണന്റെ മഹാക്ഷേത്രവും എല്ലാം ചേർന്ന്, കാനത്തൂരിന് സർവ്വ ഐശ്വര്യങ്ങളും നേടിക്കൊടുത്തിരുന്നു. കടലായിക്കോട്ടയുടെയും ക്ഷേത്രത്തിന്റെയും അവശിഷ്ടങ്ങൾ ഇന്നും കണ്ണൂരിലെ മാപ്പിളബേയിലെ കടൽക്കരയിൽ പൂഴിപ്പരപ്പിൽ കാണാം (ഇന്നിപ്പോൾ ഇൻഡോ നോർവീജിയൻ പ്രോജക്ട് പ്രകാരം നിർമ്മിക്കപ്പെട്ട മത്സ്യബന്ധന തുറമുഖമാണാപ്രദേശം. ഒരു ബോട്ട് ബിൽഡിങ് യാർഡും ഇവിടെയുണ്ട്). അന്നത്തെ കടലായി കോട്ടയാണ്

ഇന്നത്തെ കണ്ണൂർ പട്ടണം, നഗരത്തിന്റെ അന്നത്തെ പേര് വേളാപുരം എന്നായിരുന്നു (കടൽക്കരയ്ക്ക് വേലയെന്നും പേരുണ്ട്).

കാനത്തൂരെന്ന പ്രാചീന രാജധാനിയുടെ അസ്തപ്രതാപത്തെ അനുസ്മരിക്കുന്ന സ്ഥലനാമങ്ങളും ചരിത്രാവശിഷ്ടങ്ങളും കണ്ണൂർ നഗരത്തിൽ പലയിടങ്ങളിലുമായി ഇന്നുമുണ്ട്. മുനിസിപ്പാലിറ്റിയുടെ ചില വാർഡുകൾ തന്നെ ശ്രദ്ധിക്കുക, ഖജനാക്കോട്ട, കോട്ടപ്പറമ്പ്, നീർച്ചാൽ കിഴക്ക്, തയ്യിൽ കോട്ടയ്ക്കു താഴെ, അറയ്ക്കൽ, ചിറക്കുളം കാനത്തൂർ, പയ്യാമ്പലം എന്നിങ്ങനെ.

കണ്ണൂർ ഇന്ന്

കണ്ണൂർ കോട്ടയ്ക്ക് തെക്കു ഭാഗത്തായി കടലിനോടുരുമ്മി കിടക്കുന്ന ഭാഗം കരിങ്കല്ലിട്ട് വളച്ചിരിക്കുന്നു. ഇതിന്റെ തെക്കുഭാഗത്തായിരുന്നുവത്രെ കോലത്തിരിയുടെ പ്രസിദ്ധമായ കടലായിക്കോട്ട സ്ഥിതി ചെയ്തിരുന്നത്. ടിപ്പുവിന്റെ പടയോട്ടക്കാലത്ത് കോലത്തിരിയുടെ നിർദ്ദേശപ്രകാരം, കടലായി കൃഷ്ണന്റെ വിഗ്രഹവും മറ്റും, ക്ഷേത്രപൂജാരികളും ചുമതലക്കാരും ഇളക്കിമാറ്റി സ്വന്തം ഇല്ലങ്ങളിൽ സ്ഥാപിച്ച് യഥാവിധി പൂജ നടത്തിയിരുന്നു. ആക്രമണ ഭീഷണി ഒഴിഞ്ഞുപോയപ്പോൾ, ചിറയ്ക്കൽ കോവിലകത്തിന് സമീപം പ്രസ്തുത വിഗ്രഹങ്ങൾ പുനഃസ്ഥാപിക്കപ്പെട്ടു. അതത്രെ ഇന്നത്തെ കടലായി ക്ഷേത്രം.

ഉത്തരകേരളത്തിലെ വലിയൊരു ഭൂവിഭാഗത്തിന്റെ ഭരണ നേതൃത്വം വഹിച്ചിരുന്ന കോലത്തിരി രാജവംശത്തിന് പല ശതാബ്ദങ്ങളിലായി പല ആസ്ഥാനങ്ങളുമുണ്ടായിരുന്നു. ഏഴിമലയായിരുന്നു ആദ്യത്തെ ആസ്ഥാനം. പിന്നീട് കരിപ്പത്ത്, ശ്രീകണ്ഠപുരം, ചിറയ്ക്കൽ എന്നീ സ്ഥാനങ്ങളിലേക്ക് രാജകീയാസ്ഥാനങ്ങൾ മാറ്റപ്പെട്ടു. തുളുനാട്ടിലെ ബദന്നൂർ കേന്ദ്രമാക്കി ശക്തിപ്രാപിച്ചുവന്ന നായക് വംശത്തിലെ ഭരണാധികാരികൾ കോലത്തുനാട് ആക്രമിച്ച് പല പ്രദേശങ്ങളും കൈയടക്കി. ബേക്കൽ ഹോസ്ദുർഗ്ഗ് തുടങ്ങിയ കോട്ടകളും നിർമ്മിച്ചു. 1738 ൽ കോലത്തിരി ഒരു കുടുംബ ഉടമ്പടി പ്രകാരം സ്വന്തം ഭരണാധികാരം രാജവംശത്തിലെ ചിറയ്ക്കൽ ശാഖയ്ക്ക് വിട്ടുകൊടുത്തു. ഇപ്രകാരം പഴയ കോലസ്വരൂപം ചിറയ്ക്കൽ സ്വരൂപമായി മാറുകയാണുണ്ടായത്.

ആദ്യകാലങ്ങളിൽ കോലത്തുനാട് തെക്ക് കോരപ്പുഴ മുതൽ വടക്ക് കുമ്പള വരെ വ്യാപിച്ചിരുന്നു. കാലാന്തരത്തിൽ അത് പുതുപ്പട്ടണം പുഴ മുതൽ ചന്ദ്രഗിരിപ്പുഴ വരെയും അവസാനം ചിറയ്ക്കൽ പ്രദേശത്ത് മാത്രമായും ചുരുങ്ങി. കോലത്തുനാട്ടിൽ തെക്കിളംകൂർ, വടക്കിളംകൂർ, നാലാംകൂർ അഞ്ചാംകൂർ എന്നിങ്ങനെ കൂറുവാഴ്ചാ സമ്പ്രദായം നിലനിന്നിരുന്നു. ക്രമേണ രാഷ്ട്രീയാധികാരം ശിഥിലമാവുകയും ഛിദ്രവാസനകൾ തലപൊക്കുകയും ചെയ്തപ്പോൾ, ആയത് ബ്രിട്ടീഷാധിപത്യത്തിന് വഴിയൊരുക്കുകയാണുണ്ടായത്. മൈസൂറാക്രമണങ്ങൾ (1766 മുതൽ) കോലസ്വരൂപത്തെ പരതന്ത്രരാക്കി. 1792 മുതൽ മലബാർ പ്രദേശം പൂർണ്ണമായും ഇംഗ്ലീഷ് ഈസ്റ്റ് ഇന്ത്യാകമ്പനിയുടെ പിടിയിലായി. ചിറയ്ക്കൽ രാജാവിനും മറ്റും മാലിഖാൻ അനുവദിക്കപ്പെട്ടു. ഉദയമംഗലം, പള്ളി തുടങ്ങിയ കോവിലകങ്ങൾ പല കോവിലകങ്ങളായി പിന്നെയും വിഭജിക്കപ്പെട്ടു.

1839 ൽ കോലത്തിരി രാജാവ് ഭരണാധികാരം പൂർണ്ണമായും ഇംഗ്ലീഷുകാരെ ഏല്പിച്ചു. കോലത്തിരിയുടെ ക്ഷേത്ര സമുച്ചയങ്ങളുടെ ആധിപത്യം മാത്രം കൈവശം സൂക്ഷിച്ചു. ആദ്യത്തെ ചിറയ്ക്കൽ തമ്പുരാൻ കോവിലകത്തിന് സമീപം കടലായി ക്ഷേത്രം നിർമ്മിക്കുകയും പഴയ പ്രതിഷ്ഠകൾ വീണ്ടെടുത്ത് യഥാവിധി പ്രതിഷ്ഠിക്കുകയും ചെയ്തു.

ഇനി, കോലത്തുനാടിന്റെ അന്തിമാവശിഷ്ടങ്ങളായ ചിറയ്ക്കൽ പ്രദേശത്തേക്കു കടക്കാം. ഇന്നും അരോഗദൃഢഗാത്രനായി നിലകൊള്ളുന്ന കണ്ണൂർ കോട്ടയെ വലംവച്ചിട്ടാകാം യാത്ര. മലബാർതീരത്തെ മിക്ക പട്ടണങ്ങളും പഴയ കുരുമുളകു കച്ചവടത്തിന്റെ ബാക്കിയാണ്. കണ്ണൂരും വ്യത്യസ്തമല്ല. പണ്ട്, വാസ്കോ ഡ ഗാമയുടെ വരവിനെ തുടർന്ന് പോർച്ചുഗീസുകാർ കോലത്തിരി രാജാവിനോട് കുറച്ച് സ്ഥലം വാങ്ങി, കണ്ണൂർ തീരത്ത് ഒരു കോട്ടകെട്ടാൻ. അങ്ങനെ കേരളത്തിലെ സുഗന്ധദ്രവ്യങ്ങൾ കടത്തിക്കൊണ്ടുപോവുകയായിരുന്നു ആദ്യ ലക്ഷ്യം. പക്ഷേ, ക്രമേണ കച്ചവടത്തിനു വന്നവർ തദ്ദേശീയരുടെ സാമൂഹ്യജീവിതത്തിലും കൈ കടത്തി. കാലാന്തരത്തിൽ കണ്ണൂരിലെ പോർച്ചുഗീസ് കോട്ട ഒരു ഭരണകേന്ദ്രമാക്കി മാറ്റാനാണവരുടെ ശ്രമമെന്നു മനസ്സിലാക്കിയ കോലത്തിരി ആ കച്ചവട കേന്ദ്രം (കോട്ട) ആക്രമിച്ചെങ്കിലും അവസാനം സന്ധിയായി. പില്ക്കാലത്ത് പോർച്ചുഗീസുകാരിൽനിന്നും മറ്റൊരു കൂട്ടം കച്ചവടക്കാർ - ഡച്ചുകാർ - കോട്ട കൈവശമാക്കി. 1772 ൽ അവർ അത് അറയ്ക്കൽ ആലിരാജാവിനു വിറ്റു. പോർച്ചുഗീസുകാരെയും ഡച്ചുകാരെയും, തുടർന്നെത്തിയ ബ്രിട്ടീഷുകാരാട്ടെ, പ്രസ്തുത കോട്ട-സെന്റ് ആഞ്ജലോസ് കോട്ട - കൈയടക്കി പുതുക്കിപ്പണിതു. സൈനിക ശക്തി വർദ്ധിപ്പിച്ചു. കോട്ടയ്ക്കു ചുറ്റും പാർപ്പുറപ്പിച്ചു. അവർക്കു ചുറ്റുമായി ആ തീരദേശ ഗ്രാമത്തിൽ ഒരു പട്ടണം വളർന്നുവന്നു.

സെന്റ് ആഞ്ജലോസ് കോട്ട

കണ്ണൂർ നഗരത്തിന്റെ പടിഞ്ഞാറായി കടലോ

രത്ത് അഞ്ചു നൂറ്റാണ്ടുകൾക്കുമുമ്പ് (എ ഡി 1505) പോർച്ചുഗീസുകാർ നിർമ്മിച്ച ഈ കോട്ട-സെന്റ് ആഞ്ജലോസ് ഫോർട്ട് - ഇന്നും കേടുപാടുകളില്ലാതെ കടൽക്കരയിൽ തലയുയർത്തി നില്ക്കുന്നു. പില്ക്കാലത്ത് ഡച്ചുകാരും ഒരു കാലഘട്ടത്തിൽ അറയ്ക്കൽ ആലിരാജാവും അവസാനം ഇംഗ്ലീഷ് ഈസ്റ്റ് ഇന്ത്യാകമ്പനിയും കോട്ടയുടെ കൈവശക്കാരായിരുന്നു. ഇപ്പോൾ കേന്ദ്രപുരാവസ്തു വകുപ്പിന്റെ സംരക്ഷണയിലാണ്. ത്രികോണാകൃതിയിലുള്ള കോട്ടയുടെ രണ്ട് പാർശ്വങ്ങളും, കടലിനോട് ഉരുമ്മി നില്ക്കുന്നു. കരയോടടുത്ത ഭാഗത്ത് ആഴമുള്ള കിടങ്ങും സുദൃഢമായി നിർമ്മിക്കപ്പെട്ടിട്ടുള്ള കന്മതിലുമുണ്ട്. പണ്ട് ആ കിടങ്ങിൽ ചീങ്കണ്ണികളെ വളർത്തിയിരുന്നുവത്രെ. പോർച്ചുഗീസ് വാസ്തുവിദ്യാ വൈദഗ്ദ്ധ്യത്തിന്റെ ഉത്തമ നിദർശനമാണീ കോട്ട. കോട്ടയ്ക്കു സമീപം മിലിട്ടറി ക്യാമ്പുമുണ്ട്.

കണ്ണൂരിലെ പഴയ സൈനികത്താവളത്തിനു ചുറ്റുമായി 1866 ൽ തന്നെ ഒരു മുനിസിപ്പാലിറ്റി രൂപംകൊണ്ടിരുന്നു. നാമമാത്രമായി അന്നാരംഭിച്ച കണ്ണൂർ മുനിസിപ്പാലിറ്റി ഇന്ന് വലിയൊരു മുനിസിപ്പൽ പട്ടണമായി വളർന്നിരിക്കുന്നു. കേരളത്തിലെ ഏറ്റവും പഴക്കം ചെന്ന മുനിസിപ്പാലിറ്റികളിലൊന്നാണ് കണ്ണൂർ. നഗരസഭയുടെ പ്രവൃത്തി പാരമ്പര്യം വ്യക്തമാക്കുന്നതിന് ഏഴെട്ടു പതിറ്റാണ്ടുകൾക്കു മുമ്പ് മുനിസിപ്പാലിറ്റി പ്രസിദ്ധപ്പെടുത്തിയ ഒരു റിപ്പോർട്ടിന്റെ പ്രസക്ത ഭാഗങ്ങൾ ഉദ്ധരിക്കുന്നു:

> .... മറ്റു മുനിസിപ്പാലിറ്റികളെപ്പോലെ കണ്ണൂർ വലിയ വ്യാപാരത്തിന്റെ താവളമാകുന്നില്ല. ചില നാടൻ തോണികൾക്കും പത്തേമാരികൾക്കും സ്വസ്ഥമായി നില്ക്കാൻ തക്കവണ്ണം ഒരു ചെറിയ ഉൾക്കടൽ ഉള്ളതല്ലാതെ ഈ പട്ടണം ഒരു പുഴയ്ക്കോ കായലിനോ സമീപത്തല്ലായ്കയാൽ വ്യാപാരത്തിന് സ്വാഭാവികമായ യാതൊരു ഗുണവും ഇതിനില്ല. എന്നാൽ ഇതിനുള്ള നല്ല കോട്ടയും അതിനു ചുറ്റുമുള്ള തുറന്ന മൈതാനവും നിമിത്തം പട്ടാളക്കാർക്ക് താമസിക്കുവാൻ ഇത് വിശേഷമായ ഒരു സ്ഥലമാകുന്നു. കണ്ണൂർ വളരെക്കാലം മലബാറിലെയും തെക്കൻ കാനറായിലെയും ബ്രിഗെയ്ഡ് പട്ടാളത്തിന്റെ ഒരു ആ സ്ഥാനമായിരുന്നു താനും. നാട്ടു കാലാൾപ്പട്ടാളവും ഒരു കമ്പനി ബ്രിട്ടീഷ് സൈന്യവും മാത്രമേ ഇപ്പോൾ ഇവിടെ നില്ക്കുന്നുള്ളൂ. ഇതുവരെ കണ്ണൂരിലേക്ക് പോയിരുന്ന വ്യാപാരം ഈ സംഗതിയാൽ സ്വതവേ സ്വാഭാവിക സൗകര്യം ഏറിയതായ തലശ്ശേരിക്ക് തിരിഞ്ഞുപോവുകയും കണ്ണൂർ മുനിസിപ്പാലിറ്റിയുടെ വരവ് അതിനാൽ തുലോം ചുരുങ്ങി വശാവുകയും ചെയ്തു. കണ്ണൂരിലേക്ക് തീവണ്ടി വച്ചതു നിമിത്തം വ്യാപാരത്തിന് കുറെ ഉണർച്ച വരികയും മുനിസിപ്പാലിറ്റിയുടെ വരവിന് സ്വല്പം ഗുണം സംഭവിക്കുകയും ചെയ്തു... വിദ്യാഭ്യാസസംബന്ധമായും ചികിത്സാസംബന്ധമായും ഉള്ള ചില കാര്യങ്ങൾ നടത്തുകയും ശുചീകരണത്തിനു വേണ്ടി കുറേയൊക്കെ ശ്രദ്ധ വയ്ക്കുകയും ചെയ്യുന്നതല്ലാതെ നഗരത്തിന്റെ പരിഷ്കാരത്തിനു വേണ്ടി മുനിസിപ്പാലിറ്റിക്കാർ യാതൊന്നും പ്രവർത്തിച്ചിട്ടില്ല. അതിലെ, ആകെ 23 നാഴികയുള്ള നിരത്തുകൾ നല്ല നിലയിൽ ഇരിക്കുന്നുണ്ട്. മലബാറിലെ മുനിസിപ്പൽ നിരത്തുകളിൽ വച്ച് ഇവ ഏറ്റവും നല്ലതാണു താനും...

മുനിസിപ്പാലിറ്റിയുടെ പഴയ പരാധീനതകൾ ഏറക്കുറെ ഇന്നും നിലനില്ക്കുന്നുണ്ടെങ്കിലും, കണ്ണൂർ നഗരത്തിന്റെ ഒരു നൂറ്റാണ്ടുമുമ്പുള്ള സ്ഥിതി (മുകളിൽ സൂചിപ്പിച്ചത്) എന്നേ മാറിക്കഴിഞ്ഞു. ഇന്ന് അനുദിനം നാനാപ്രകാരേണ വളർന്നുകൊണ്ടിരിക്കുന്ന ഒരു പ്രാചീനനഗരമാണ് കണ്ണൂർ. താരതമ്യേന പ്രശാന്തമായ ഈ പഴയ നഗരത്തെ, ആധുനികവല്ക്കരണത്തിന്റെയും നഗരവല്ക്കരണത്തിന്റെയും കെടുതികൾ അത്രകണ്ട് വിരൂപമാക്കപ്പെട്ടിട്ടില്ലെന്നത് ആശ്വാസകരം തന്നെ. തലശ്ശേരിയുടെയോ കോഴിക്കോടിന്റെയോ തിക്കും തിരക്കും അനുഭവപ്പെട്ടെന്നും വരില്ല. ഒരു പ്രാചീന രാജവംശമായ കോലത്തിരിയുടെ അവസാനത്തെ ആസ്ഥാനമായ ചിറയ്ക്കൽ നഗരപ്രാന്തത്തിൽ തന്നെ. കണ്ണൂരിൽനിന്ന് കഷ്ടിച്ച് രണ്ടു മൂന്നു മൈൽ ദൂരം മാത്രം.

1970 ൽ ആദ്യമായി ചിറയ്ക്കൽ സന്ദർശിച്ചപ്പോൾ കണ്ടതും കേട്ടതുമെല്ലാം പതിറ്റാണ്ടുകൾക്ക് ശേഷവും മനസ്സിൽനിന്ന് മാഞ്ഞിട്ടില്ല. ഇന്ന് ചിറയ്ക്കലെ ആ ചിറക്കരയ്ക്കും പരിസരങ്ങൾക്കും ഉണ്ടായിട്ടുള്ള മാറ്റങ്ങൾ ഞാൻ ശ്രദ്ധിച്ചു.

ചിറയ്ക്കൽ - പഴയ രാജധാനി

ചിറയ്ക്കലെത്തുന്ന അപരിചിതന്റെ ശ്രദ്ധ ആദ്യം പതിയുന്നത് ആ വലിയ ചിറ(കുളം)യിൽ തന്നെ. അസാമാന്യ വിസ്തൃതിയുള്ള ആ ചിറയ്ക്ക് ഏതാണ്ട് 150 മീ നീളവും 40 മീറ്റർ വീതിയുമുണ്ടാകും. ചിറയ്ക്കു ചുറ്റുമായി പഴയ വാസ്തുശില്പ മാതൃകയിലുള്ള ചില മന്ദിരങ്ങളും ശാലകളുമുണ്ട്. ചിറയ്ക്ക് കിഴക്കും പടിഞ്ഞാറും ചിറയ്ക്കൽ കോവിലകത്തെ പിന്മുറക്കാർ താമസിക്കുന്ന മാളികകളും

എട്ടുകെട്ടുകളും മറ്റുമാണ്. വലിയ തമ്പുരാന്റെ പാർപ്പിടവും ഓഫീസും അതിഥിമന്ദിരവും സാമാന്യം വലിയ ഒരു ശിവക്ഷേത്രവും കിഴക്കേ കരയിലുണ്ട്. കുളത്തിന്റെ നാലു വശങ്ങളിലും കല്പടവുകൾ കെട്ടിയിട്ടുണ്ട്. കിഴക്കും പടിഞ്ഞാറും രാജകുടുംബാംഗങ്ങൾക്കായി ഓടുമേഞ്ഞ കുളപ്പുരകളുമുണ്ട്. തെക്കുവശത്ത് പച്ചക്കുട ചൂടി നില്ക്കുന്ന കൂറ്റൻ അരയാൽ, അതിനു സമീപം കോയിക്കൽ വക ഗ്രന്ഥപ്പുരയും കല്യാണമണ്ഡപവും മറ്റും. ഒരിക്കൽ നാടുവാണിരുന്ന രാജകുടുംബത്തിന്റേതുമാത്രമായിരുന്നു ആ ചിറ. ഇന്ന് പൊതുവായ സ്നാനഘട്ടങ്ങളാണ്. കാലാന്തരത്തിൽ രാജാധികാരം നഷ്ടമായപ്പോൾ, അതിവിസ്തൃതമായ ആ ജലാശയം പൊതുജനങ്ങൾക്കുവേണ്ടി തുറന്നു കൊടുക്കാൻ സന്മനസ്സു കാട്ടിയ, ചിറയ്ക്കൽ കോവിലത്തെ അനന്തരാവകാശികൾക്ക് നാം നന്ദി പറയുക.

മൂന്ന് പതിറ്റാണ്ടുകൾക്കു മുമ്പ് ചിറയ്ക്കൽ കോവിലക പരിസരങ്ങളിലൂടെ ചുറ്റിനടന്നപ്പോൾ കണ്ട കാഴ്ചകൾ ഇന്നും അവിസ്മരണീയങ്ങളായി നിലനില്ക്കുന്നു. പ്രശാന്ത സുന്ദരമായ ആ ഗ്രാമ (രാജ) വീഥികളിലൂടെ നിരത്തിലെത്തിയാൽ ഒരു സാധാരണ ഗ്രാമത്തിന്റെ ബാഹ്യരൂപമാണ് നാം കാണുക. നട്ടുച്ചയ്ക്കുപോലും ശാന്തിദമായ നടപ്പാതകളും ഫലവൃക്ഷഭരിതമായ പുരയിടങ്ങളും അവയ്ക്കിടയ്ക്ക് അത്ര നിബിഡമല്ലാത്ത ഗ്രാമീണ ഭവനങ്ങളും. ആ റോഡരികിൽ ഒരു ഊക്കൻ കെട്ടിടം കാണാം. ഏതോ വലിയ ഒരു വ്യവസായശാലയുടെ കെട്ടും മട്ടും. ഉള്ളിൽ വിശാലമായ ഒരു ഹാൾ. ഹാളിനുള്ളിൽ ഇരുഭാഗത്തായി കൈത്തറികൾ നിരത്തി സ്ഥാപിച്ചിട്ടുണ്ട്. അതിനപ്പുറം യന്ത്രത്തറികളും. വർണ്ണഭംഗിയുള്ള പാവുനൂലുകൾക്കിടയിലൂടെ തെന്നിത്തെറിക്കുന്ന ഓടത്തിലും നൂലുകളിലും ദത്തശ്രദ്ധമായ കണ്ണുകളും ചലിക്കുന്ന കരങ്ങളുമാണെങ്ങും ദൃശ്യമാവുക. തറികളുടെ താളലയങ്ങൾ ആ അദ്ധ്വാന മേഖലയ്ക്ക് മേളക്കൊഴുപ്പു നല്കുന്നു. ലളിത വസ്ത്രധാരിണികളായ ഗ്രാമീണ വനിതകളും ചുറുചുറുക്കുമുള്ള യുവാക്കളും സ്വന്തം അദ്ധ്വാനത്തിന്റെ ഫലമായി, മാനമായി ജീവിക്കാനുള്ള വരുമാനം സമ്പാദിക്കുന്നു. ആ വലിയ സ്ഥാപനം സഹകരണമേഖലയിലാണ് പ്രവർത്തിക്കുന്നത് ചിറയ്ക്കൽ നെയ്ത്ത് സഹകരണസംഘം.

തകരുന്ന വ്യവസായങ്ങൾ

കേരളത്തിൽ കൈത്തറിനെയ്ത്തിൽ ചിറയ്ക്കലിന് അദ്വിതീയമായ ഒരു സ്ഥാനമാണുള്ളത്. സഹകരണാടിസ്ഥാനത്തിൽ പ്രവർത്തിക്കുന്ന സ്ഥാപനങ്ങൾക്കു പുറമേ സ്വഗൃഹങ്ങളിൽ തറിയിട്ട് നെയ്ത്ത് തൊഴിലായി സ്വീകരിച്ചിരിക്കുന്ന കുടുംബങ്ങളും കുറവല്ല. നല്ല തുണിത്തരങ്ങൾ സ്വന്തം കരവിരുതിലൂടെ നെയ്തെടുക്കുന്ന ചിറയ്ക്കലെ നെയ്ത്തുകാർ മഹത്തായ പാരമ്പര്യമുള്ളവരാണ്. പട്ടുവത്തെരുവ്, കലായിത്തെരുവ്, പുതിയ തെരുവ്, പുഴാതിത്തെരുവ് എന്നിവ പണ്ടുപണ്ടേ നെയ്ത്തുകാരുടെ കേന്ദ്രങ്ങളാണ്.

പണ്ടുപണ്ടേ കൈത്തറി നെയ്ത്തിനു പ്രസിദ്ധിപെറ്റ ചിറയ്ക്കലിന്റെ ആ നല്ല കാലങ്ങൾ ഇന്ന് നഷ്ടപ്പെട്ടിരിക്കുന്നു. കഴിഞ്ഞ കുറെ വർഷങ്ങളായി കൈത്തറിവ്യവസായം നാൾക്കുനാൾ ക്ഷയിച്ചു വരികയാണ്. അയൽ സംസ്ഥാനങ്ങളെക്കാൾ അവകാശങ്ങൾക്ക് പ്രാമുഖ്യം നല്കി സ്ഥാനത്തും അസ്ഥാനത്തും തൊഴിൽ സമരങ്ങൾ, അടിച്ചേല്പിക്കുന്ന സമരാസക്തമായ ട്രേഡ് യൂണിയൻ നേതൃത്വവും പാരമ്പര്യ വ്യവസായങ്ങളുടെ തകർച്ച കണ്ടിട്ടും കണ്ണടച്ചിരുട്ടാക്കുന്ന പിടിപ്പുകെട്ട ഭരണാധികാരികളും മാനേജുമെന്റുകളുടെ കെടുകാര്യസ്ഥതയും എല്ലാം കൂടി പതിറ്റാണ്ടുകളുടെ പേരും പെരുമയുമുള്ള ചിറയ്ക്കലെ കൈത്തറിമേഖലയെ നിർജ്ജീവമാക്കിയിട്ടുണ്ടിപ്പോൾ.

ഇനിയും മറ്റൊരു തൊഴിൽ മേഖല. റോഡുവക്കത്തായാലും അല്പം ഉള്ളിലോട്ടു കടന്നായാലും പത്തും ഇരുപതും ആളുകൾ വളഞ്ഞിരുന്ന് ബീഡി തെറുക്കുന്നത് ചിറയ്ക്കലെ ഒരു സാധാരണ ദൃശ്യമായിരുന്നു. ബീഡിതെറുപ്പ് നല്ലൊരു വരുമാനമാർഗ്ഗമാക്കിയിട്ടുള്ള ഒട്ടധികം ബീഡിത്തൊഴിലാളികളുണ്ടായിരുന്നു. കൂടാതെ തൊഴിൽ സൗകര്യങ്ങൾ നല്കുന്ന ഓയിൽ മില്ലുകളുമുണ്ട്. ചുരുക്കത്തിൽ, ഗ്രാമത്തിന്റെ ബാഹ്യരൂപം പ്രശാന്തമെങ്കിലും ഉൾഭാഗം പ്രവർത്തനോജ്ജ്വലമാണ്. സാധാരണ, അല്പസ്വല്പം കൃഷികൊണ്ടു പുലരുന്ന ഗ്രാമീണരുൾപ്പെട്ട നമ്മുടെ നാട്ടിൻപുറങ്ങളിൽനിന്ന് വ്യത്യസ്തമായ ഒരു സമ്പദ്ഘടനയോടു കൂടിയ ചിറയ്ക്കൽ പഞ്ചായത്ത് നാനാപ്രകാരേണ പ്രാധാന്യമർഹിക്കുന്നു.

മലബാറിലെ ഗ്രാമീണ സമ്പദ്വ്യവസ്ഥയ്ക്ക് താങ്ങും തണലുമായി വർത്തിച്ചിരുന്ന ബീഡിവ്യവസായവും താറുമാറായതോടെ ചിറയ്ക്കൽ മാത്രമല്ല, മറ്റു സ്ഥലങ്ങളിലും നാട്ടിടകളിൽ ദാരിദ്ര്യവും തൊഴിലില്ലായ്മയും സർവ്വസാധാരണമായി. മുമ്പൊരിക്കൽ തകർച്ചയിലേക്കു നീങ്ങിയ ബീഡിവ്യവസായത്തെ സമുദ്ധരിക്കാൻ, അന്നത്തെ ഇടതുപക്ഷ ഗവൺമെന്റ് കണ്ടുപിടിച്ച മഹനീയ മാർഗ്ഗം - ദിനേശ് ബീഡിക്കമ്പനി - പല പതിറ്റാണ്ടുകൾ നല്ല രീതിയിൽ പ്രവർത്തിച്ചശേഷം, ക്രമേണ വിവിധ കാരണങ്ങളാൽ വഴിമുട്ടിനില്ക്കുന്ന കാഴ്ചയും ഇവിടെ ഇന്ന് കാണേണ്ടി വരുന്നു. റബ്കോ തുടങ്ങിയ സ്ഥാപനങ്ങളും പ്രസ്ഥാനങ്ങളും കണ്ണൂരിന്റെ

നിർജ്ജീവമായ തൊഴിൽമേഖലയെ പിടിച്ചെഴുന്നേല്പിക്കാൻ ആവുന്നത്ര ശ്രമിക്കുന്നുണ്ട്. എങ്കിലും മുൻകാലങ്ങളിലെ സജീവമായ തൊഴിൽ മേഖല ഇന്ന് കണ്ണൂരിലെങ്ങും കാണാനില്ല.

വളപട്ടണം പുഴയുടെ തീരത്തുള്ള കയ്പാടു നിലങ്ങളും വയലുകളും അത്ര പൊക്കമില്ലാത്ത കുന്നുകളും ചരിവുകളും പച്ചപ്പീലി വിടർത്തി നില്ക്കുന്ന തെങ്ങിൻ തോപ്പുകളും വൃക്ഷലതാദികളുമെല്ലാം കാർഷികാഭിവൃദ്ധിയുണ്ടെന്ന തോന്നലുളവാക്കുമെങ്കിലും യഥാർത്ഥത്തിൽ കാർഷികമായി പിന്നണിയിലാണ് ആ പ്രദേശം. കാർഷിക സമൃദ്ധിക്കുള്ള സാദ്ധ്യതയുണ്ടെങ്കിലും ഉള്ളവപോലും പൂർണ്ണമായി പ്രയോജനപ്പെടുത്താനുള്ള ബോധപൂർവ്വമായ പരിശ്രമങ്ങളില്ല. ഗ്രാമീണരെ സംബന്ധിച്ചിടത്തോളം ജീവിക്കാനാവശ്യമായ വരുമാനം കിട്ടണമെന്ന നേട്ടമേയുള്ളൂ. ഈർച്ചമില്ലിലായാലും ബീഡിക്കമ്പനിയായാലും തടി കയറ്റിറക്കുന്നിടത്തായാലും ജീവിക്കാൻ—പോന്ന വരുമാനം കിട്ടുമെങ്കിൽപ്പിന്നെ, അത്ര കണ്ട് ലാഭകരമല്ലാത്തതും ക്ലേശകരവുമായ കൃഷിപ്പണി കൂടാതെ കഴിക്കാമെന്ന മട്ടാണ്.

പുഴാതിദേശവും ചിറയ്ക്കൽ ദേശവുമടങ്ങിയ (വി. 13.56 ച കി മീ) ചിറയ്ക്കൽ പഞ്ചായത്തിലെ ജനസംഖ്യ 37838 (91 ലെ സെൻസസ്) ആണ്. ചിറയ്ക്കൽ കോവിലകം അഥവാ രാജവംശമുൾപ്പെട്ട പഞ്ചായത്തിന് പ്രാചീനകാലം മുതല്ക്കേ തനതായ ഒരു സാംസ്കാരിക പാരമ്പര്യവും വ്യക്തിത്വവുമുണ്ട്. നാനാ ജാതിമതസ്ഥരായ ജനസമൂഹമാണിവിടെ. ജനങ്ങൾ പൊതുവേ അദ്ധ്വാനശീലരാണ്. കൃഷിയെ മാത്രം ആശ്രയിച്ചു കഴിയുന്നവർ ഇന്ന് വിരളം. ഏതെങ്കിലും തൊഴിൽ മേഖലയിൽ കടന്നുകൂടാനാണ് താല്പര്യം. കണ്ണൂർ പട്ടണത്തോടുരുമ്മി കിടക്കുന്ന പുഴാതിയിലാണ് കണ്ണൂരിലെ ചില പ്രമുഖ വ്യവസായ സ്ഥാപനങ്ങളും പൊതുസ്ഥാപനങ്ങളും സ്ഥിതിചെയ്യുന്നത്; കണ്ണൂർ സ്പിന്നിങ് ആന്റ് വീവിങ് മിൽസ് തുടങ്ങിയവ.

വളപട്ടണം

കണ്ണൂരിൽനിന്ന് മൂന്നു നാലു കി മീ അകലെ, ചിറയ്ക്കലിനപ്പുറമുള്ള വളപട്ടണം തിരക്കേറിയ ഒരു വ്യവസായ കേന്ദ്രമാണ്. പുഴയുടെ തെക്കു ഭാഗത്തെ വളപട്ടണവും വടക്കുഭാഗത്തെ പാപ്പിനിശ്ശേരിയും (തളിപ്പറമ്പ് താലൂക്ക്) വളരെ മുമ്പേ തന്നെ ചെറുതും വലുതുമായ പല വ്യവസായങ്ങളുടെയും കേന്ദ്രങ്ങളാണ്. സ്ഥലത്തിന്റെ പ്രസിദ്ധിക്കടിസ്ഥാനം വെസ്റ്റേൺ ഇന്ത്യാ പ്ലൈവുഡ് ഫാക്ടറി തന്നെ. 1945 ൽ ശ്രീ. കാദർകുട്ടി ചെറിയ തോതിലാരംഭിച്ച ഈ വ്യവസായ സ്ഥാപനം അചിരേണ ഏഷ്യയിലെ ഏറ്റവും വലിയ പ്ലൈവുഡ് ഉല്പാദന സ്ഥാപനമായി വളർന്നു. എല്ലാത്തരം പ്ലൈവുഡ് ഉപകരണങ്ങളും വൻതോതിൽ ഉല്പാദിപ്പിക്കുന്നു. പാഴായിപ്പോകുന്ന തടിയുടെ ഭാഗങ്ങൾ ആദായകരമായി പ്രയോജനപ്പെടുത്തി അത്യാധുനികമായ ഒരു ഹാർഡ് ബോർഡ് നിർമ്മാണ യൂണിറ്റും 1959 ൽ ആരംഭിച്ചിരുന്നു. ജനസാന്ദ്രതയേറിയതാണ് വളപട്ടണം പുഴയോരത്തെ ഈ പ്രദേശം. മുസ്ലിം കുടുംബങ്ങൾ തിങ്ങിപ്പാർക്കുന്നു. പൊതുജനാരോഗ്യവും ശുചിത്വവും കമ്മി തന്നെ. ശോചനീയമായ ജീവിതസാഹചര്യങ്ങൾ. ചെറിയ കുടിലുകളും കൊച്ചുകൊച്ചു വീടുകളും ഇടുങ്ങിയ തെരുവുകളും. വളപട്ടണം പുഴക്കരയിലെ ചെറുതും വലുതുമായ വ്യവസായ സ്ഥാപനങ്ങളെ ആശ്രയിച്ച് കഴിയുന്നവരാണ് ഏറിയ കൂറും.

പഴയ മലബാർ ജില്ലയെ (കാസർഗോഡ് താലൂക്ക് ഉൾപ്പെടെ) 1957 ജനുവരി 1 ന് മൂന്ന് ജില്ലകളിലായി വിഭജിക്കപ്പെട്ടപ്പോൾ ഏറ്റവും വടക്കൻ ജില്ലയായിത്തീർന്നു, കണ്ണൂർ ജില്ല. അന്ന്, ഈ ജില്ലയിൽപ്പെട്ടിരുന്ന തെക്കൻ വയനാട് താലൂക്ക് 1957 ൽ കോഴിക്കോട് ജില്ലയോട് ചേർക്കപ്പെട്ടു. അനന്തരം വയനാട് ജില്ലയോടും. 1983 മേയ് 24 ന് പുതുതായി കാസർഗോഡ് ജില്ല രൂപീകരിക്കപ്പെട്ടപ്പോൾ കണ്ണൂർ ജില്ലയിൽപ്പെട്ട കാസർഗോഡ് - ഹോസ്ദുർഗ്ഗ് താലൂക്കുകൾ കാസർഗോഡ് ജില്ലയായി.

കടലോരവും ഇടനാടും മലയോരപ്രദേശങ്ങളും ഉൾപ്പെട്ടതാണ് ജില്ല. തലശ്ശേരി, കണ്ണൂർ, അഴീക്കൽ എന്നീ കടലോരങ്ങളിൽ ചെറിയ കപ്പലുകൾക്ക് നങ്കൂരമിടാനുള്ള തുറമുഖ സൗകര്യങ്ങളുണ്ട്. കുപ്പം, വളപട്ടണം, അഞ്ചരക്കണ്ടി, മാഹി എന്നീ നദികൾ ജില്ലയിൽ കൂടി ഒഴുകുന്നു. തലശ്ശേരിയും കണ്ണൂരുമാണ് പ്രധാന വാണിജ്യകേന്ദ്രങ്ങൾ. തലശ്ശേരി, കണ്ണൂർ, തളിപ്പറമ്പ് എന്നീ മൂന്നു താലൂക്കുകൾ ഉൾപ്പെട്ടതാണ് കണ്ണൂർ ജില്ല. വിസ്തീർണ്ണം 2966 ച കി മീ. ജനസംഖ്യ 2251727 (91). കണ്ണൂർ നഗരമാണ് ജില്ലയുടെയും മുനിസിപ്പാലിറ്റിയുടെയും ആസ്ഥാനം. കഴിഞ്ഞ നൂറ്റാണ്ടുകളിൽ കോലത്തുനാട് (മൂഷികവംശം) കോട്ടയം (പഴശ്ശി) നീലേശ്വരം, അറയ്ക്കൽ, ഏഴിമല എന്നീ രാജവംശങ്ങളുടെ ഭരണത്തിലായിരുന്ന ഈ പ്രദേശങ്ങൾ, ബ്രിട്ടീഷ് വാഴ്ചയ്ക്കുമുമ്പ് കാൽനൂറ്റാണ്ടുകാലത്തോളം മൈസൂർ സുൽത്താന്മാരുടെ ഭരണത്തിലുമായിരുന്നു. 1792 ൽ കണ്ണൂർ ഉൾപ്പെടെയുള്ള മുഴുവൻ പ്രദേശങ്ങളും ബ്രിട്ടീഷ് ഭരണത്തിലായി. ബ്രിട്ടീഷ് അധീശശക്തിയുടെ ഉത്തരമേഖലയുടെ ആസ്ഥാനമായിരുന്നു തലശ്ശേരി പട്ടണം.

തലശ്ശേരിക്കു തെക്ക്, മയ്യഴിപ്പുഴക്ക് വടക്ക് പയ്യന്നൂർ പുഴയോരം വരെ വ്യാപിച്ചു കിടക്കുന്ന വിസ്തൃതമായ ഭൂപ്രദേശങ്ങൾ ഉൾക്കൊള്ളുന്ന കണ്ണൂർ ജില്ല ചരിത്രപരമായും സാമൂഹ്യമായും

സാംസ്കാരികമായും വൈവിദ്ധ്യം പുലർത്തുന്നു.

പല കാലങ്ങളിൽ പലരുടെയും അധീശത്വത്തിൽ കഴിയേണ്ടി വന്ന കോലത്തുനാട്ടിലെ ജനജീവിതം ഇരുപതാം നൂറ്റാണ്ടിന്റെ ഉത്തരാർദ്ധത്തിൽ പുതിയ ഭരണക്രമ-ജനാധിപത്യ-ത്തിൽ കൂടുതൽ സ്വതന്ത്രവും ഊർജ്ജസ്വലവുമായി. വൈദേശിക വാഴ്ചയുടെ അവശിഷ്ടങ്ങൾ അതിവേഗം കുടഞ്ഞെറിഞ്ഞ പുതിയൊരു ജനസമൂഹമാണിന്നിവിടെ. സ്ഥിതി സമത്വത്തിന്റെ വക്താക്കളും പ്രയോക്താക്കളുമാണ് ജനങ്ങളിലേറിയ കൂറും. ജനങ്ങളിൽ നല്ലൊരു വിഭാഗം തൊഴിലാളികളാണ്. ഭൂരിഭാഗവും കൃഷിക്കാരും കൃഷിത്തൊഴിലാളികളും. വിദ്യാഭ്യാസപരമായി ഒട്ടും പിന്നിലല്ല. തലശ്ശേരിയിൽ ജന്മമെടുത്ത സർക്കസും കണ്ണൂർ - തളിപ്പറമ്പുപ്രദേശങ്ങളിലെ തെയ്യങ്ങളും മറ്റു നാടൻകലാ രൂപങ്ങളും അവർ നെഞ്ചിലേറ്റി ലാളിക്കുന്നു.

81

കൊട്ടിയൂർനിന്ന് പറശ്ശിനി വരെ

തികച്ചും വ്യത്യസ്തമായ ഒരു ആരാധനാമൂർത്തി, ഒട്ടേറെ വൈചിത്ര്യമാർന്ന ആരാധനാരീതികൾ. സാധാരണ ക്ഷേത്രസങ്കല്പങ്ങളിൽ നിന്ന് വ്യതിരിക്തവും ശ്രദ്ധേയവുമായ ഒരു ക്ഷേത്രസങ്കേതം. ആലോചനാമൃതമായ ക്ഷേത്രോല്പത്തി കഥകൾ - പറശ്ശിനി മടപ്പുരയുടെ സവിശേഷതകളാണ് ഇവയെല്ലാം.

കണ്ണൂർ പട്ടണത്തിൽനിന്നും ഏകദേശം 12 കി മീ വടക്കായി, വളപട്ടണം പുഴക്കരയിലാണ് ഈ പ്രസിദ്ധ ക്ഷേത്രം. കണ്ണൂരിൽനിന്നും പറശ്ശിനിക്കടവിലെത്താൻ കൃത്യമായി ബസ് സർവ്വീസുണ്ട്. വളപട്ടണത്തുനിന്നും ബോട്ടുവഴിയും പറശ്ശിനിക്കടവിൽ എത്താം. നയനാനന്ദകരമാണ് ബോട്ട് യാത്ര. പുഴയ്ക്കിരുപാടും വിശാലമായ നെൽപ്പാടങ്ങൾ; തെങ്ങിൻതോപ്പുകൾ; കമുകിൻതോട്ടങ്ങൾ. ഇടയ്ക്കിടയ്ക്ക് കശുമാവിൻകൂട്ടങ്ങളും കുരുമുളക് വള്ളികളും നാഗരികതയുടെ കൃത്രിമത്വം തൊട്ടുതീണ്ടിയിട്ടില്ലാത്ത തനി നാട്ടിൻപുറം പുഴയോരഗ്രാമം.

വളപട്ടണം പുഴയിലെ പലകടവുകളിൽ (തോണിക്കടവ്) ഏറെ പ്രധാനവും പ്രസിദ്ധവുമാണ് പറശ്ശിനിക്കടവ്.

കട്ടികൂടിയ തൊലിയുള്ള വാകമരത്തിന്റെ വർഗ്ഗത്തിൽപ്പെട്ട ഒരിനം കാട്ടുമരങ്ങൾ—പറശ്ശിനി മരം - പണ്ട് പറശ്ശിനിക്കടവിന്റെ തീരങ്ങളിൽ കാടുപിടിച്ച് കിടന്നിരുന്നുവത്രെ. ഈ മരത്തിന്റെ തോൽ ഈഞ്ചയ്ക്ക് പകരം കുളിക്കാൻ ഉപയോഗിക്കുമത്രെ. അങ്ങനെ പറശ്ശിനി നിറഞ്ഞ കടത്തുകടവ് പറശ്ശിനിക്കടവ് ആയെന്നാണ് സ്ഥലനാമോല്പത്തിയെപ്പറ്റി പറഞ്ഞു കേൾക്കുന്നത്.

പറശ്ശിനിക്കടവത്തെ മടപ്പുര വിശേഷങ്ങൾ തിരക്കിയറിയും മുമ്പ് നമുക്ക് വളപ്പട്ടണം പുഴ, ഇരിക്കൂർ പുഴയായി ഒഴുകിവരുന്ന പ്രഭവപ്രദേശങ്ങളിൽ വനമേഖലകളിലേക്ക് കടക്കാം; കൊട്ടിയൂർ ക്ഷേത്രത്തിലേക്ക്.

കൊട്ടിയൂരിലേക്ക്

പറശ്ശിനി മുത്തപ്പന് കൊട്ടിയൂരിലെന്തു കാര്യമെന്ന് സംശയമുദിക്കാം, സ്വാഭാവികം. എങ്കിലും മുത്തപ്പനിന്നും വർഷത്തിലൊരിക്കലെങ്കിലും കൊട്ടിയൂർ പെരുമാളെ സന്ദർശിക്കാറുണ്ടെന്ന് കേട്ടുകേൾവി (ഐതിഹ്യം) ഉള്ള സ്ഥിതിക്ക് നമുക്ക് കൊട്ടിയൂരിലൊന്ന് പോയിനോക്കിവരാം.

ബസ് മാർഗ്ഗം - തലശ്ശേരയിൽനിന്ന് കിഴക്കോട്ട് 65 കി മീറ്ററോളം വരും കൊട്ടിയൂരിലേക്ക്. വടക്കൻ വയനാട്ടിലെ വനമേഖലയിലെ ഒരു വന്യഗ്രാമം. അവിടെ, വന്യപരിസരങ്ങൾക്ക് മദ്ധ്യേ ഒരു അതിപുരാതനക്ഷേത്രം. ദക്ഷിണ കാശി, വടക്കീശ്വരം, വടക്കുംകാവ്, തൃച്ചെറുമന്ന എന്നീ പര്യായപദങ്ങളുമുണ്ട് കൊട്ടിയൂരമ്പലത്തിന്.

ഉല്പത്തി കഥ

ദക്ഷപ്രജാപതിയുമായി ബന്ധപ്പെട്ടതാണ് ക്ഷേത്രോല്പത്തി കഥ. ദക്ഷയാഗത്തിന്റെ രംഗവേദി കൊട്ടിയൂരായിരുന്നത്രെ. അച്ഛന്റെ യാഗത്തിന് ക്ഷണിക്കാതെ ചെന്ന് അപമാനിതയായ ശിവപത്നി, ഹോമാഗ്നിയിൽ ചാടി ആത്മാഹൂതി നടത്തിയത് ഇവിടത്രെ. പത്നീവിയോഗമറിഞ്ഞ് കോപാന്ധനായ ദക്ഷവൈരി യാഗശാലയിലെത്തി; പകരം വീട്ടാൻ സ്വന്തം ഭൂതഗണങ്ങൾക്ക് കല്പന നല്കി. യാഗസ്ഥലത്ത് പാഞ്ഞെത്തിയ ഭൂതഗണങ്ങൾ സംഹാരതാണ്ഡവമാടി. യാഗശാല തല്ലിത്തകർത്ത് യാഗസംഭാരങ്ങളെല്ലാം നശിപ്പിച്ചു. ദക്ഷന്റെ തലവെട്ടി. പരിഭ്രാന്തരായ ജനങ്ങൾ "ഗോവിന്ദാ, ഹരിഗോവിന്ദാ" എന്ന

ലമുറയിട്ടു.

സ്വന്തം ഭക്തന്മാരുടെ ദീനവിലാപം കേട്ടുണർന്ന മഹാവിഷ്ണു കൊട്ടിയൂരിൽ പ്രത്യക്ഷനായപ്പോൾ സംഭവത്തിന്റെ ഗൗരവസ്ഥിതിയോർത്ത് ഓടിപ്പിടിച്ചെത്തി ഇന്ദ്രാദി ദേവന്മാർ ഒരു മട്ടിൽ ശിവനെ സമാധാനിപ്പിച്ചു. അവസാനം ശിവൻ കോപമടക്കി. ആടിന്റെ തല ചേർത്തുവച്ച് ദക്ഷനെ ജീവിപ്പിച്ചു. അങ്ങനെ അജശീർഷനായ ദക്ഷനാണത്രെ പിന്നീട് യാഗം പൂർത്തിയാക്കിയത്. യാഗത്തിന് തീ കൊണ്ടുവന്ന സ്ഥലം യാഗത്തീയൂർ (ജാതിയൂർ) ശിവഭൂതങ്ങളും ദക്ഷഭൃത്യരും തമ്മിൽ ഏറ്റുമുട്ടിയ സ്ഥലം ഏതൃമുട്ടി (എങ്ങവട്ടി), യാഗത്തിന് എണ്ണ കൊണ്ടുവന്ന വടുക്കളെ വിലക്കിയ സ്ഥലം വടുവിലക്കാവ്, യാഗത്തിന് പരികർമ്മികൾ വന്ന സ്ഥലം യാഗംകോവിൽ (കാങ്കോവ്) എന്നിവ ദക്ഷയാഗത്തിന്റെ തെളിവായി ചൂണ്ടിക്കാണപ്പെടുന്നു.

'ഇളനീരാട്ടം' എന്ന പൂജാവിധി (വഴിപാട്) കൊട്ടിയൂരമ്പലത്തിന്റെ ഒരു സവിശേഷതയാണ്. ശിവന്റെ ചൂട് തണുപ്പിക്കാനായിരുന്നത്രെ ഇളനീർ നല്കിയത്.

ഉത്സവം മുടക്കികൾ

കൊട്ടിയൂരമ്പലത്തിൽ പലകാലങ്ങളിലായി പലപ്പോഴും ഉത്സവം മുടങ്ങിയിട്ടുണ്ടത്രെ. ബുദ്ധമതം പുനരാധിപത്യം നേടിയ കാലഘട്ടങ്ങളിലായിരിക്കാം ശൈവ വൈഷ്ണവാരാധനയ്ക്ക് ഭംഗംനേരിട്ടത്. തുടർന്ന് ക്ഷേത്രം കാടും പടലും മൂടിക്കിടക്കുകയാവും കുറേ കാലത്തേക്ക്.

പ്രാചീന ക്ഷേത്രഗോപുരമോ മുഖമണ്ഡപമോ ശ്രീബലിപ്പുരയോ ഇവിടെയില്ല. ഈ സവിശേഷതയ്ക്ക് ന്യായീകരണം നല്കുന്ന ഒരു ഐതിഹ്യമുണ്ട്.

ഗംഭീരാകാരമുള്ള ഒരു ക്ഷേത്രനിർമ്മിതിക്കായി ജോത്സ്യന്മാരെ വരുത്തി, പ്രശ്നവിചാരം നടത്തിയപ്പോൾ തനിക്കൊരു ക്ഷേത്രം പണിയിക്കുകയാണെങ്കിൽ, ഇറവെള്ളം നാലുസമുദ്രത്തിലും വീഴണമെന്നാണ് ദൈവഹിതമെന്ന് കണ്ടത്രെ. അതുകൊണ്ടാണത്രെ കൊട്ടിയൂർ കെട്ടിടമില്ലാത്ത ക്ഷേത്രമായത്. മണിത്തറ എന്നറിയപ്പെടുന്ന ഒരു മൺതറമേലുള്ള ഒരു ചെറുകുഴിയിലെ ശിവലിംഗവും സതീദേവി ജീവത്യാഗം ചെയ്ത സ്ഥലമെന്ന് വിശ്വസിക്കപ്പെടുന്ന തറയുമാണ് ഇവിടുത്തെ പ്രതിഷ്ഠകൾ.

മേൽപ്പറഞ്ഞ രണ്ട് പ്രതിഷ്ഠാസ്ഥാനങ്ങളിലും ഭക്തന്മാർ ആരാധനാ നടത്തുന്നു. ഇവയ്ക്ക് ചുറ്റുമുള്ള നീർച്ചാലായ തിരുവഞ്ചിറയിലെ പുണ്യതീർത്ഥത്തിൽ ശയനപ്രദക്ഷിണം നടത്തുന്നവരുമുണ്ട്. വയനാടൻ മലകളിലെ വാബലിപ്പുഴയുടെ ഒരു കൈവഴിയാണ് തിരുവഞ്ചിറ. വാബലിപ്പുഴയുടെ ഒരുവശത്ത് 'അക്കരെ കൊട്ടിയൂരും' ഇപ്പുറം 'ഇക്കരെ കൊട്ടിയൂരു'മാണ്. 'ഇക്കരെ കൊട്ടി'യൂരിൽ ഓടിട്ട ക്ഷേത്രമന്ദിരമുണ്ട്. 'അക്കരെ കൊട്ടി'യൂരിൽ പൂജമുടങ്ങുന്ന പതിനൊന്ന് മാസവും ഇക്കരെ കൊട്ടിയൂരിൽ പൂജയ്ക്ക് ഭംഗം വരാറില്ല.

ആണ്ടിൽ പതിനൊന്ന് മാസവും സുദൃഢമായ ക്ഷേത്രത്തിനുള്ളിൽ യഥാവിധി പൂജാകർമ്മങ്ങൾ നടത്തുക. അടുത്ത ഒരു മാസം പുഴകടന്ന് അക്കരെ എത്തി കാട്ടിലെ ചില തറകളിൽ പൂജനടത്തിയിട്ട് തിരിച്ചുവരിക. കൂടുതൽ പരിചിന്തനത്തിന് പ്രേരിപ്പിക്കുന്ന വസ്തുതകളാണിവ.

അക്കരെ കൊട്ടിയൂരിലെ താല്ക്കാലിക പൂജ തടസ്സപ്പെടുത്താനും തദ്ദേശീയർ (ഗിരിവർഗ്ഗക്കാർ) ആദി ദ്രാവിഡർ - ഉണ്ടെന്നാണ് ഉത്സവച്ചടങ്ങുകൾ വ്യക്തമായി സൂചിപ്പിക്കുന്നത്. അത് വഴിയെ ശ്രദ്ധിക്കാം.

ഇളനീരാട്ടം

കൊട്ടിയൂർ ക്ഷേത്രത്തിലെ ചടങ്ങുകളിൽ പരമപ്രധാനമാണല്ലോ ഇളനീരാട്ടം. ഇളനീരാട്ടത്തിന് ആവശ്യമുള്ള ആയിരക്കണക്കിന് നാളികേരം ക്ഷേത്രസന്നിധിയിൽ എത്തിക്കാനുള്ള അവകാശം അവർണ്ണവിഭാഗത്തിൽപ്പെട്ട ചില തണ്ടാർ പ്രമാണിമാർക്കാണ്. എരുവട്ടി തണ്ടയാർ മുടിശേരി തണ്ടയാൻ, മേക്കിലേരി തണ്ടയാൻ, കുറ്റ്യാടി തണ്ടയാൻ എന്നിവാരണവർ. ഹരിഗോവിന്ദാ, ഹരിഗോവിന്ദാ കീർത്തനങ്ങളോടെ ഭക്തി പാരവശ്യത്തോടെ കനംതൂങ്ങുന്ന ഇളനീർക്കാവുകളും (തോളിലേറ്റിയ തണ്ടിന്റെ രണ്ടറ്റവും നാളികേരകൂമ്പാരമടങ്ങുന്ന വലിയ കുട്ടകൾ തൂക്കിച്ചുമക്കുന്ന രീതി) വ്രതാനുഷ്ഠാനങ്ങളോടെ ഭക്തജനങ്ങളെത്തുന്നു. രാത്രി ഇളനീർ വയ്പ് എന്ന ചടങ്ങുണ്ട്. പിറ്റേന്ന് രാവിലെ കാര്യത്ത് കയ്ക്കോളൻ എന്ന സ്ഥാനിയുടെ മേൽനോട്ടത്തിൽ ഇളനീർ ചെത്ത് തുടങ്ങും.

ഇളനീർ ചെത്തി മുഖമണ്ഡപത്തിൽ വച്ച് കഴിയുമ്പോഴേയ്ക്കും അതാ, ബഹളം തുടങ്ങുകയായി. മുത്തപ്പന്റെയും അനുയായികളുടെയും കടന്നേറ്റവും കൈയാങ്കളിയും. ശിവന്റെ ഭൂതഗണങ്ങളാണവരെന്നത്രെ ഐതിഹ്യം. നല്ലഭൂതഗണങ്ങൾ! ദേവന്റെ അത്താഴം മുടക്കികൾ (പക്ഷേ എങ്ങനെ മുടക്കാതിരിക്കും?) ഈ സമയത്താണ് ആദിവാസികളായ ഗിരിവർഗ്ഗക്കാർ ചാടിക്കടന്ന് അകത്തുകയറി കൈയിൽ കിട്ടിയതെല്ലാം കവർന്നെടുക്കുന്ന ചടങ്ങ്. അപ്പോൾ ക്ഷേത്രാധാരികളായ ഏഴ് ഇല്ലക്കാർ ഭണ്ഡാരം തുറന്ന് വാളെടുത്തു കാണുമ്പോൾ മുത്തപ്പനും കൂട്ടരും മടങ്ങുമത്രെ (പണ്ടെന്നോ നടന്ന യാഥാർത്ഥ്യത്തിന്റെ കാല്പനികമായ ആവർത്തനം). തുടർന്ന് പാലക്കുന്നം നമ്പൂതിരി രാശി വിളിക്കുകയും കാമ്പ്രം നമ്പൂതിരി ഇളനീർ ആടുകയും

ചെയ്യുന്നു.

ആദ്യകാലത്ത് കോട്ടയം പഴശ്ശിരാജാവിനായിരുന്നു ഭരണാധികാരം. കാലക്രമേണ മണത്തനയിലെ നാലു വീട്ടുകാരായി ഊരാളന്മാർ. പണ്ട് 12000 ഏക്കർ ഭൂസ്വത്തുക്കളാണ് ഉണ്ടായിരുന്നത്. ഇന്ന് എല്ലാം അന്യാധീനം. ഹിന്ദുധർമ്മ സ്ഥാപന ബോർഡും ട്രസ്റ്റികളുമാണിപ്പോൾ ക്ഷേത്രഭരണം നടത്തുന്നത്.

മേടമാസത്തിലെ വിശാഖംനാളിൽ പുറക്കുഴം എന്ന ചടങ്ങോടുകൂടി വൈശാഖമഹോത്സവം ആരംഭിക്കുന്നു. അന്നുതന്നെ ഇക്കരെ കൊട്ടിയൂരിലെ ആയില്യം കാവിൽ ഗൂഢപൂജ എന്ന ചടങ്ങുമുണ്ട് (ഈ ഗൂഢപൂജയും ശ്രദ്ധേയം). പടിഞ്ഞാറ്റ നമ്പൂതിരിയാണ് തന്ത്രി. ആ ദിവസം തന്നെ പടിഞ്ഞാറ്റ നമ്പൂതിരി അക്കരെ ചെന്ന് ഒറ്റയ്ക്ക് ചില കർമ്മങ്ങൾ അനുഷ്ഠിക്കുന്നു. (ഗൂഢപൂജയ്ക്കു ശേഷം ഒറ്റയ്ക്കു ചില കർമ്മങ്ങൾ) പിറ്റെ ദിവസം മുതൽ അക്കരെ കൊട്ടിയൂരിൽ ഏവർക്കും പ്രവേശനമുണ്ട്. വാരിയർ, നമ്പീശൻ, പിഷാരടി തുടങ്ങിയ മനുഷ്യങ്ങൾ. (കഴകക്കാർ) ആചാരവിധി പ്രകാരം ബാവലിപ്പുഴയ്ക്ക് ചിറകെട്ടും.

ചോതി നാളിലാണ് നെയ്യാട്ടം. വിഷു മുതലേ വ്രതം തുടങ്ങുന്ന വില്ലിപ്പാലൻ കുറുപ്പിന്റെയും തമ്മങ്ങാടൻ നമ്പ്യാരുടെയും നേതൃത്വത്തിലാണ് ഭക്തജനങ്ങൾ നെയ്യാട്ടത്തിനുള്ള നെയ്യമൃതെത്തിക്കുക. വയനാട്ടിലെ മുതിരേരിക്കാവിൽനിന്നുള്ള 'വാൾവരവം' കുറ്റ്യാടിയിലെ ജാതിയൂർമ്മഠത്തിൽനിന്നുള്ള 'തീവരവും' മണത്തന ചപ്പാരത്തിൽനിന്ന് ഭഗവതിയുടെ വാളും കരിമ്പന ഗോപുരത്തിൽനിന്ന് തിരുവാഭരണങ്ങളും വാദ്യഘോഷത്തോടെ കൊണ്ടുവരുന്നു. ഭണ്ഡാര എഴുന്നള്ളിപ്പും ഉത്സവച്ചടങ്ങുകളിൽ പ്രധാന ഇനമാണ്. ഭണ്ഡാരം അക്കരെ കൊട്ടിയൂരിൽ എത്തിയാൽ സ്ത്രീകൾ. അങ്ങോട്ടു പ്രവേശിക്കാറില്ല.

അഷ്ടമി ആരാധന, മകം നാളിൽ കലം വരവ്, അത്തം നാളിൽ കലശപൂജ, ചിത്രനാളിൽ തൃക്കലശാട്ടം എന്നിവയും വാൾ, ഭണ്ഡാരം എന്നിവയുടെ തിരിച്ചെഴുന്നള്ളത്തും മുറതെറ്റാത്ത ചടങ്ങുകളാണ്. ഇതിനുശേഷം തുടർന്നുള്ള പതിനൊന്നു മാസത്തേക്ക് ആ പ്രദേശം നിശ്ശബ്ദതയിലാണ്ടിരിക്കും.

നമുക്ക് തല്ക്കാലം ആ നിശ്ശബ്ദതയിൽനിന്ന് അരങ്ങൊഴിഞ്ഞ ആ വയനാടൻ വനമേഖലയിൽനിന്ന് വിടവാങ്ങാം. ഇരിക്കൂർ പുഴ മലയിറങ്ങി സമതലങ്ങളിറങ്ങി വളപട്ടണം പുഴയായി മാറുന്ന ഗ്രാമഭൂമികളിലേക്ക്.

വിചിത്രമായ ചടങ്ങുകൾ

വിചിത്രമായ ആ ഉത്സവച്ചടങ്ങുകളും അതിന്റെ അസ്വാസ്ഥ്യകരമായ പര്യവസാനവും നമ്മെ ചിന്താകുലരാക്കിയെന്നുവരാം. വനാന്തരത്തിലെ ആദിവാസികളുടെ ആരാധനകേന്ദ്രത്തിലേക്ക് തീയും വാളും ഭണ്ഡാരപ്പെട്ടിയുമായി, ആളുമർത്ഥവുമുള്ളവർ അഹങ്കാരത്തോടെ കടന്നുവരുന്നു. താല്ക്കാലികമായി പൂജാകർമ്മങ്ങൾ ആരംഭിക്കുമ്പോൾ യഥാർത്ഥ അവകാശികൾ കടന്നേറി ആക്രമിക്കുന്നു. പ്രമാണിമാർ അവരെ നേരിടുന്നു. മേല്ക്കോയ്മ നേടിയെടുത്താൽ ഏറ്റവും വേഗം പൂജാകർമ്മങ്ങൾ നടത്തി ആറ്റിനക്കരയിലേക്ക് മടങ്ങുന്നു. എല്ലാം വിചിത്രമെങ്കിലും ഗതകാലസംഭവങ്ങളുടെ വ്യക്തമായ സൂചനകൾ ഈ ചടങ്ങുകൾ നല്കുന്നു. ആ ക്ഷേത്രോത്സവച്ചടങ്ങുകളുടെ ഓർമ്മമങ്ങും മുമ്പ് നമുക്ക് സമതലത്തിലെത്താം.

ഇരിക്കൂറിൽനിന്ന് ഏറെ അകലെയല്ലാതെ, പുഴക്കരയിൽ 'ആയപ്പോയ' എന്ന സ്ഥലത്ത് ഊക്കേറിയ നദീപ്രവാഹത്തിൽ തകർന്നടിഞ്ഞ തിരകളിൽ തകർന്ന കെട്ടിങ്ങളുടെ അവശിഷ്ടങ്ങളും ഇടിഞ്ഞുപൊളിഞ്ഞ ഭവനത്തറയുടെ കൽനിരകളും കാണാം. പുരാതനകാലത്ത് ഇവിടെ 'ആയപ്പോയ'യിൽ അയ്യങ്കര എന്ന പേരിൽ പ്രസിദ്ധമായ ഒരു ഗ്രാമമുണ്ടായിരുന്നവത്രെ. ഇവിടെ അയ്യങ്കര മന എന്നൊരു നമ്പൂതിരി ഇല്ലവുമുണ്ടായിരുന്നു.

വാർദ്ധക്യത്തിലെത്തിയ ഭാര്യയും ഭർത്താവും മാത്രമേ അന്ന്, ആ മനയിൽ അവശേഷിച്ചിരുന്നുള്ളൂ. ശിവഭക്തനരായ ആ വൃദ്ധദമ്പതിമാർ പതിവായി കൊട്ടിയൂർ നെയ്യാട്ടത്തിനെത്തി ദർശനം നടത്താറുണ്ടായിരുന്നു. ആ അന്തർജ്ജനത്തിന്റെ പേർ പാർവ്വതിക്കുട്ടി എന്നായിരുന്നെങ്കിലും പരക്കെ അറിയപ്പെട്ടിരുന്നത് പാടിക്കുട്ടിയമ്മ എന്നായിരുന്നു.

ഒരുനാൾ, പ്രഭാതസ്നാനത്തിന് പുഴക്കര എത്തിയ അന്തർജ്ജനം, അല്പമകലെ ഒരു ചെറിയ പാറപ്പുറത്ത് ഏഴെട്ടു വയസ്സുള്ള ദരിദ്രബാലനിരിക്കുന്നതു കണ്ടു. ബാലനിൽ സഹതാപം തോന്നി അവർ അടുത്തെത്തി വിവരങ്ങൾ ആരാഞ്ഞു. ഒരനാഥബാലനാണെന്നറിഞ്ഞപ്പോൾ അനപത്യതാ ദുഃഖമനുഭവിക്കുന്ന അമ്മയുടെ മനസ്സലിഞ്ഞു. സ്വന്തം മനയിലേക്കു കൂട്ടിക്കൊണ്ടുപോയി. പുത്രനിർവ്വിശേഷം വളർത്തി. മുത്തുപോലെ വളർത്തിയ അവന് മുത്തപ്പൻ എന്ന പേരുമിട്ടു.

മുത്തപ്പൻ

മുത്തപ്പൻ വളർന്നുവലുതായി. അരോഗദൃഢഗാത്രനായ യുവാവ്. ചിലപ്പോൾ നന്നേ പുലർച്ചയ്ക്കേ മുത്തപ്പൻ വീടുവിട്ടിറങ്ങും. വളരെ വൈകിയേ മനയിൽ തിരിച്ചെത്തൂ. അത്താഴത്തിനു വിളിച്ചാൽ ഭക്ഷണം കഴിച്ചെന്നുപറയും. അടുത്തു നില്ക്കുമ്പോൾ കള്ളിന്റെ ദുർഗ്ഗന്ധവും അവനിൽ

നിന്നും ആയമ്മയ്ക്ക് അനുഭവപ്പെട്ടാൻ തുടങ്ങി. അവർ ആകുലചിത്തയാണെങ്കിലും വാത്സല്യാതിരേക്കത്താൽ ശ്വസിച്ചുപോലുമില്ല.

ഒരുനാൾ മനസ്സില്ലാമനസ്സോടെ മുത്തപ്പൻ, അമ്മയുടെ കാൽക്കൽ നമസ്കരിച്ചു. യാത്രാനുമതി നേടി. അടക്കാനാവാത്ത മനോവേദനയോടെ അമ്മ മുത്തപ്പനെ അനുഗ്രഹിച്ചു. അവൻ അമ്മയെ വീണ്ടും വണങ്ങി, വരുംകാലം താൻ പാടിക്കുറ്റിയമ്മയുടെ മകനായ മുത്തപ്പനായി ആരാധിക്കപ്പെടുമെന്നും അവരും ഒരു ഭഗവതിയായി പൂജിക്കപ്പെടുമെന്നും പ്രവചിച്ചുകൊണ്ട് യാത്ര പറഞ്ഞു പിരിഞ്ഞു.

കുന്നത്തൂർപ്പാടി

ഇരിക്കൂറിൽനിന്ന് 15 മൈൽ കിഴക്കുമാറി, പയ്യാവൂർ ശിവക്ഷേത്രത്തിൽനിന്ന് ഏതാണ്ട് രണ്ടുമൈൽ അകലെയുള്ള 'കുന്നത്തൂർപാടി' എന്ന സ്ഥലത്ത് മണ്ണുമൂടിയ ഒരു ഗുഹാമുഖമുണ്ട്. ആ ഗുഹാമുഖം കടന്നാൽ ഉള്ളിലേക്ക് വലിയൊരു ഗുഹ ഉണ്ടായിരുന്നത്രെ. അവിടെയായിരുന്നു മുത്തപ്പന്റെ താവളം. ശ്രീപരമേശ്വരനെ ധ്യാനിച്ചുകൊണ്ട് മുപ്പത്തിയാറു വർഷം മുത്തപ്പൻ ആ ഗുഹയിൽ കഴിഞ്ഞു ('മട'യ്ക്ക് ഗുഹ എന്നർത്ഥമുണ്ട്).

കുന്നത്തൂർപ്പാടിയിലെ മടപ്പുരയിൽ ധ്യാനനിരതനായി കഴിയവേ, ഒരാൾ മാത്രമേ, ആ ഗുഹയിൽ കടന്നുചെല്ലാൻ ധൈര്യപ്പെട്ടിട്ടുള്ളൂ. മൂത്തോൻ ചന്തൻ. ചന്തൻ തീയനോ കരിമ്പാലനോ എന്ന് തീർച്ചയില്ല. ഏതായാലും ചന്തന്റെ കുലത്തൊഴിൽ കള്ളുചെത്തായിരുന്നു. ദിവസവും രാവിലെയും വൈകുന്നേരവും ചന്തൻ ഒരു മൺകുടുക്കയിൽ ശുദ്ധമായ പനങ്കള്ളും ചുട്ടെടുത്ത മത്സ്യമോ മാംസമോ എന്തെങ്കിലും പൊതിയിലാക്കിയതുമായി ഗുഹയിൽ കടന്ന് മുത്തപ്പന് നല്കിയിരുന്നു. മുത്തപ്പനും ചന്തനെ വലിയ ഇഷ്ടമായിരുന്നു. മുത്തപ്പൻ കുന്നത്തൂർപ്പാടിവിട്ട് വടക്കൻ കോട്ടയത്ത് പുരളിമലയിൽ ചെന്നതിനു ശേഷവും, നിത്യവും കുന്നത്തൂർപ്പാടിയിലെ മടയിൽ കള്ളും മീനും നിവേദ്യമായി അർപ്പിച്ച് മുത്തപ്പനെ ധ്യാനിക്കാൻ ചന്തൻ മറന്നിരുന്നില്ല.

ചന്തന്റെ സ്വാമി ഭക്തിയും മുത്തപ്പന്റെ ദിവ്യശക്തിയും സൂചിപ്പിക്കുന്ന ഐതിഹ്യങ്ങൾ പലതുണ്ട്. മുത്തപ്പന്റെ വീരകൃത്യങ്ങളെ വിവരിക്കുന്ന അത്ഭുതകഥകളിലെല്ലാം കഷ്ടപ്പെടുന്നവരുടെയും അധഃകൃതരുടെയും ഗിരിവർഗ്ഗക്കാരുടെയും സംരക്ഷകനായിട്ടാണ് മുത്തപ്പൻ ചിത്രീകരിക്കപ്പെട്ടിട്ടുള്ളത്.

നാടുവാഴുന്ന തമ്പുരാൻ (പഴശ്ശി) ഗിരിവർഗ്ഗക്കാരെ അവഗണിച്ചുകൊണ്ട് ബ്രാഹ്മണവിധിപ്രകാരം ഉപരിവർഗ്ഗത്തിന്റെ ആജ്ഞാനുവർത്തിയായി കഴിയുന്നതിലും മുത്തപ്പന് എതിർപ്പുണ്ടായിരുന്നു. മുത്തപ്പന്റെ ഈ അധഃകൃതോദ്ധാരണത്തിൽ അസഹിഷ്ണുവായ പഴശ്ശിരാജാവ് മുത്തപ്പനെ തുരത്താൻ ഭടന്മാർക്ക് കല്പന നല്കിയത്രെ. മുത്തപ്പനാകട്ടെ, കോട്ടയം രാജ്യത്തിൽ തീയരുടെയും കരിമ്പാലന്മാരുടെയും ഗിരിനിവാസികളുടെയും മറ്റ് അധഃകൃതരുടെയും ഒരു സൈന്യം രൂപീകരിച്ച് നാടുവാഴിയുടെ പടനീക്കത്തെ പ്രതിരോധിക്കുകമാത്രമല്ല, പരാജിതപ്പെടുത്തുകയും ചെയ്തുവത്രെ. അന്നുമുതൽ കോട്ടയത്തും അയൽനാടുകളിലും അധകൃതർക്ക് സവർണ്ണരിൽനിന്ന് മുന്നേപോലുള്ള പീഡനങ്ങൾ അനുഭവിക്കേണ്ടി വന്നിട്ടില്ലത്രെ. ഗിരിവർഗ്ഗക്കാർ, തങ്ങളുടെ രക്ഷാധികാരിയുടെ പേരിൽ പുരളിമലയിൽ ഒരു മുടിപ്പുര കെട്ടി ആരാധിച്ചു. അതായിരുന്നു മുത്തപ്പന്റെ രണ്ടാമത്തെ മടപ്പുര. വയനാട്ടിലെ നമ്പോലക്കാട്ടിലെ അധഃസ്ഥിതരുടെ ദുരിതങ്ങൾ പരിഹരിക്കാൻ മുത്തപ്പൻ അവിടെ താമസിച്ചിരുന്ന കാലത്ത് ഉറ്റ സഹായിയും സുഹൃത്തുമായിരുന്നു നമ്പോല മൂത്തപ്പൻ.

'ചുഴലിസ്വരൂപ'ത്തിൽപ്പെട്ട കരക്കാട്ടിടത്തിൽ സാമന്തൻ നായരുടെ പരദേവതയായ അറയിൽ ഭഗവതിയുടെ തെയ്യക്കോലം കെട്ടിയാടുന്ന സ്ഥാനികനായ തറയിൽ പെരുവണ്ണാൻ, ഒരിക്കൽ വളപട്ടണം പുഴയിൽ മീൻ ചൂണ്ടലിട്ട് പിടിക്കുകയായിരുന്നുവത്രെ. സമയമേറെക്കഴിഞ്ഞിട്ടും ഒറ്റമീനും ചൂണ്ടലിൽ കൊത്താതെ വന്നപ്പോൾ അയാൾ മുത്തപ്പനെ വിളിച്ചു പ്രാർത്ഥിച്ചു. അപ്പോഴേയ്ക്കും ചൂണ്ടലിൽ ഒരു തിരുത മത്സ്യം കുടുങ്ങി. പെരുവണ്ണാൻ ഉത്സാഹത്തോടെ പുഴക്കരയിൽ കരിയിലകൂട്ടി തീയിട്ട് മത്സ്യം ചുട്ടെടുത്ത്, കരുതിക്കൊണ്ടു വന്നിരുന്ന കള്ളുകുടവും സമീപത്തു വച്ച്, ഉപകാരസ്മരണയോടെ മുത്തപ്പനെ ധ്യാനിച്ചുവത്രെ. അന്ന് പുഴവക്കിൽ മുത്തപ്പനർപ്പിച്ച നിവേദ്യം തുടർന്നുകൊണ്ടിരുന്നു. ചിലപ്പോൾ പെരുവണ്ണാന് കള്ളുകൊടുക്കാറുണ്ടായിരുന്ന തീയനും പൂജയിൽ പങ്കുകൊള്ളുമായിരുന്നു. പ്രായാധിക്യംമൂലം കാട്ടിൽ വന്ന് മുത്തപ്പനെ പൂജിക്കാൻ വയ്യാതായപ്പോൾ, ആ ചുമതല കുന്നുമ്മേൽ തറയിലെ തീയനെ ഏല്പിച്ചുവത്രെ, ആ തീയനും കുടുംബാംഗങ്ങളും മുത്തപ്പനിൽ ദൃഢഭക്തിയുള്ളവരായിത്തീരുകയും നിത്യപൂജയിൽ കൂടുതൽ ശ്രദ്ധിക്കുകയും ചെയ്തു. അങ്ങനെ, ആ കുടുംബത്തിന് പറശ്ശിനി മടപ്പുരയ്ക്കൽ എന്ന പേരുണ്ടായി. ആ കുടുംബത്തിന്റെ പിൻഗാമികളാണ് ഇന്നും പറശ്ശിനിക്കടവ്. മടപ്പുരയുടെ ഉടമസ്ഥരും നടത്തിപ്പുകാരും.

ഇപ്പോൾ പറശ്ശിനിക്കടവ് മടപ്പുര, സ്ഥിതിചെയ്യുന്നത് പണ്ട് തളിയിൽ പെരുവണ്ണാൻ, മുത്തപ്പൻ ദൈവത്തെ പൂജിച്ചുപോന്ന അതേ സ്ഥലത്തു തന്നെയാണ്. മടപ്പുരയ്ക്കൽ ഭവനത്തിലെ പൂർവ്വ

കുടുംബ ഭരദേവതയായ എള്ളെടത്തിൽ ഭഗവതിയെ ഇന്നും ആ കുടുംബക്കാർ അവരുടെ പഴയ കുടുംബഭവനത്തിൽ ആരാധിച്ചുപോരുന്നു. മടപ്പുരയ്ക്കലെ കാരണവരാണ് മടപ്പുരയിലെ ആരാധനാസംബന്ധമായ എല്ലാ കർമ്മങ്ങളും നടത്തുവാൻ അധികാരപ്പെട്ട പ്രധാന പുരോഹിതൻ. അദ്ദേഹം മടയൻ എന്ന സ്ഥാനപ്പേർ വഹിക്കുന്നു.

രാത്രി ഒരു മണിയോടെ കുളിച്ച് ശുദ്ധം വരുത്തിയ മടയൻ കുന്നുമ്മേൽ പുരയിലെത്തി തിരുവായുധം (വാൾ) മടപ്പുരയിലെഴുന്നള്ളിക്കുകയും അതോടെ തിരുവോപ്പന ആരംഭിക്കുകയും ചെയ്യുന്നു.

തിരുവോപ്പന

തുടർച്ചയായ പൂജാകർമ്മങ്ങളോടുകൂടിയ, വിപുലമായ ഒരു പരിപാടിയാണ് തിരുവോപ്പന, മുത്തപ്പൻ ദൈവത്തിന്റെ തെയ്യക്കോലം, വെള്ളാട്ടക്കോലത്തോടൊപ്പം തലയിൽ തിരുമുടികൾ വയ്ക്കാതെ മടപ്പുരയുടെ കിഴക്കേ തിരുമുറ്റത്ത് പീഠത്തിന്മേലിരിക്കുന്നു. അവിടെ വച്ച് നായാട്ടു നടത്തുന്നു എന്ന സങ്കല്പത്തിൽ മലയിളക്കൽ എന്ന ചടങ്ങ് നടത്തുന്നു. കാഴ്ചക്കാരുടെ ആർപ്പുവിളികൾക്കിടയിൽ. അതുകഴിഞ്ഞാൽ മടയൻ മടപ്പുരയ്ക്കുള്ളിൽനിന്ന് മുത്തപ്പൻ തെയ്യക്കോലം അണിയേണ്ടുന്ന തിരുമുടി തിരുവോപ്പനകോലത്തെ അണിയിക്കുന്നു. തുടർന്ന് വെള്ളാട്ടുക്കോലവും തിരുമുടി ചാർത്തുന്നു. തിരുമുടികൾ ധരിക്കുന്നതു മുതൽ അവ അഴിച്ചുവയ്ക്കുന്നതുവരെ തെയ്യങ്ങൾ സാക്ഷാൽ ദൈവങ്ങളാണെന്നാണ് സങ്കല്പം. പിന്നീട് പലതരം നിവേദ്യങ്ങളും പ്രത്യേകിച്ച് ഉണക്കമത്സ്യം ചുട്ടതും മറ്റിടങ്ങളിൽനിന്ന് നായാടിക്കൊണ്ടുവരുന്ന പക്ഷിമൃഗാദികളുടെ മാംസം കൊണ്ടുണ്ടാക്കിയ കറികളും തെയ്യക്കോലങ്ങൾക്ക് അർപ്പിക്കുന്നു. ഇവയോടൊപ്പം 'നീർക്കറി' എന്ന പാനകവും വച്ചിരിക്കും. തെയ്യക്കോലങ്ങൾ അവയൊക്കെ വീക്ഷിച്ചശേഷം, മുത്തപ്പൻ കോലം എഴുന്നേറ്റുനിന്ന് മടയന്റെ കൈ പിടിച്ച് വെള്ളാട്ടക്കോലവും മറ്റു കോലങ്ങളും പിന്തുടരവേ, മടപ്പുര ശ്രീകോവിലിനു ചുറ്റും പ്രദക്ഷിണം വയ്ക്കുന്നു. കൂട്ടത്തിൽ കലശക്കാരൻ തലയിൽ മദ്യകുംഭമേന്തി നടക്കുന്നു. മടപ്പുരയിൽ കൊടിമരത്തിനടുത്തെത്തിയാൽ തെയ്യക്കോലം കലശക്കാരനോടും മടയനോടും മറ്റുള്ളവരോടും കല്പന അരുളിച്ചെയ്യുന്നു.

മുത്തപ്പൻ ദൈവത്തിന്റെയും മറ്റു ദൈവങ്ങളുടെയും തെയ്യക്കോലങ്ങളുടെയും രൂപഭംഗിയും വർണ്ണപ്പൊലിമയും അവർണ്ണനീയം.

പറശ്ശിനി മടപ്പുര

മുത്തപ്പൻ ദൈവത്തിന്റെയും നമ്പോല മുത്തപ്പന്റെയും രണ്ടു വിഗ്രഹങ്ങൾ പള്ളിവാളോടൊപ്പം ശ്രീ കോവിലിൽ, പീഠങ്ങളിൽ പ്രതിഷ്ഠിച്ചിട്ടുണ്ട്. മടപ്പുരയിലെ ശ്രീകോവിൽ പൂർവ്വാഭിമുഖമായിട്ടാണെങ്കിലും ലോഹനിർമ്മിതമായ കൊടിമരം സ്ഥാപിച്ചിട്ടുള്ളത് പടിഞ്ഞാറെ തിരുമുറ്റത്താണ്. അവിടെ വച്ചാണ് വെള്ളാട്ടം, തിരുവോപ്പന മുതലായ ചടങ്ങുകൾ നടത്തുക. ശ്രീകോവിലിനു ചുറ്റുമായി മടപ്പുര കച്ചേരി മുറികൾ, കലവറകൾ, മുത്തപ്പനെ ഭജിക്കാനെത്തുന്നവർക്ക് പാർക്കാനുള്ള അതിഥിമന്ദിരങ്ങൾ എന്നിവ കാണാം.

മുത്തപ്പന് തിരുവപ്പൻ എന്നുകൂടി പേരുള്ളതുകൊണ്ട് മുത്തപ്പന്, പ്രിയങ്കരമായ ആരാധനയ്ക്ക് തിരുവപ്പന എന്ന് പേര് കിട്ടി. തിരുവോപ്പനയിൽ മുത്തപ്പൻ ദൈവത്തിന്റെ തെയ്യക്കോലം കെട്ടുന്നതിനുള്ള അവകാശം തളിയിൽ പെരുവണ്ണാന്റെ പിന്മുറക്കാർക്കാണ്.

വർഷംതോറും വൃശ്ചിക മാസം 16-ാം തീയതി ആഘോഷിക്കാറുള്ള മഹോത്സവദിനമാണ് ആണ്ടിലാദ്യത്തെ തിരുവോപ്പനയായ പൂത്തരി തിരുവപ്പന.

ബ്രാഹ്മണ മേധാവിത്തമോ ബ്രാഹ്മണ സമ്പർക്കമോ ഇല്ലാത്ത ആരാധനാലയങ്ങളാണ് മുത്തപ്പന്റെ മടപ്പുരകൾ. അവ മുഖ്യമായും തീയരുടെ ആരാധനാലയങ്ങളാണ്. അർച്ചകരും അവർ തന്നെ. മലബാറിലെ ഭൂരിഭാഗം പിന്നോക്ക സമുദായങ്ങൾക്കും ആ സ്ഥാപനങ്ങളുമായി എന്തെങ്കിലും ബന്ധമുണ്ടെന്നു കാണാം.

പറശ്ശിനി മടപ്പുര വെറും ഒരു ആരാധനാലയം മാത്രമല്ല. സാമൂഹ്യസാംസ്കാരിക പ്രവർത്തനങ്ങളുടെ കേന്ദ്രവും കൂടിയാണ്. മടപ്പുരയോടനുബന്ധിച്ച് ഒരു സ്കൂളും കഥകളിയോഗവുമുണ്ട്.

82

പഴയ തളികൾ; പുതിയ തളിയാതിരിമാർ

ഉച്ചയൂണും കഴിഞ്ഞ്, കണ്ണൂർ ബസ് സ്റ്റാൻഡിൽനിന്നും ആ പ്രൈവറ്റ് ബസിൽ കയറി ക്കൂടി. തികച്ചും അപരിചിതമായ ഭൂപ്രദേശങ്ങളി ലൂടെ ഗ്രാമങ്ങളും പുഴകളും പിന്നിട്ടുള്ള യാത്ര. ബസിനുള്ളിലെ വിയർപ്പും ചൂടുമൊന്നും പ്രശ്നമേ യല്ല. ഉള്ളിൽ അവാച്യമായ ആഹ്ലാദം. ഉത്സാഹം!

അത്യുത്തരകേരളത്തിലേക്കുള്ള എന്റെ കന്നി യാത്ര - 1966. ഡിസംബർ.

തളിപ്പറമ്പുടൗണിൽ ബസിറങ്ങിയപ്പോൾ, ആകെയൊരു അമ്പരപ്പ്. പരിചിതമല്ലാത്ത സ്ഥല ങ്ങൾ, വ്യക്തികൾ, സംസാരരീതികൾ. വെയിലാറി ത്തുടങ്ങിയനേരം ജങ്ഷനിൽ വല്ലാത്ത ആൾത്തിര ക്ക്. ഒച്ചയും ബഹളവും.

"ടാ മാഥുക്കുട്യേ ടാ, മാഥുക്കുട്യേ..."

റോഡിന്റെ ഓരംപറ്റി നിന്ന ഞാൻ അതു ശ്രദ്ധിച്ചു.

"ഞാനിവിടുണ്ടേ."

ആടിയുലഞ്ഞു നില്ക്കുന്ന മദ്ധ്യവയസ്കനെ താങ്ങിപ്പിടിച്ചുനിന്ന സിൽബന്തി ഉറക്കെ പറഞ്ഞു:

"ങാ, നീയൊണ്ടോ? എന്നാ കേക്ക് ഞാനാണെ ടാ ഈ പൈലിച്ചേട്ടനാണടാ, ഇവിടെ ആദ്യം ഐക്യകേരളം ഒൊണ്ടുവന്നത് മനസ്സിലായോ?"

"ആണോ? എന്റെ കർത്താവേ ഞാനറിഞ്ഞില്ല."

"ങാ എന്നാലങ്ങനാ, എന്നാടാ ഒൊണ്ടുവ ന്നത്?" വീണ്ടും ചോദ്യം.

"ങാ എന്നാ? എനിക്കറിയാമ്മേലേ എന്റെ പൈലിച്ചേട്ടാ."

"എന്നാ ഖേട്ടോ, ആയിരത്തിനൂറ്റിപ്പത്തൊമ്പതാ മാണ്ട് ഖന്നി മാസം ഏഴാം തീയതി എവിടുന്നാടാ കൊണ്ടുവന്നത്? പറ, നീ പറ, എവിടുന്നാ? എവി ടുന്നാ?"

"ആ, കോട്ടയത്തൂന്നോ?"

"ശ്ശീ, ചൂലേ മണിമലേന്ന്" നീട്ടിക്കാറിത്തുപ്പി യിട്ട് തുടർന്നു:

"ഹും ആ എന്നോടാ അവന്റെ കേസും കോടതീം?" പിന്നെങ്ങനെയവൻ തോക്കാതിരിക്കും? പക്ഷേങ്കില് ആ മയിസ്രേട്ടിനറിയാം, പൈലിയെ ശരി ക്കറിയാം."

കൃശഗാത്രനായ സിൽബന്തിയുടെ തോളിൽച്ചാരി ദൃഢഗാത്രനായ ആ മദ്ധ്യവയസ്കൻ ആടിയുലഞ്ഞു നടന്നു. അവരുടെ പിന്നിലായി നടന്ന ഞാൻ ഇടതുവശത്തേക്കു തിരിഞ്ഞു. തളിപ്പറമ്പു ജങ്ഷനിൽനിന്ന് കിഴക്കോട്ടു നടന്ന ഞാൻ ഏതാണ്ട് അരമൈൽ ദൂരം പിന്നിട്ടതറിഞ്ഞില്ല. യാദൃച്ഛിക മായിട്ടാണ് അമ്പതടിയകലെയായി എന്റെ മുമ്പേ നടന്ന ആ ചങ്ങാതിമാരെ ശ്രദ്ധിച്ചത്. ഐക്യകേ രളം കൊണ്ടുവന്ന പൈലിമാപ്പിളയെ എനിക്കിഷ്ടപ്പെ ട്ടു. പക്ഷേ, അവരെ പിന്തുടർന്നാൽ എന്റെ ലക്ഷ്യ ത്തിലെത്തേണ്ടേ? ഏതോ കേസിൽ ജയിച്ച ആഹ്ലാ ദമാണയാൾക്ക്. തളിപ്പറമ്പിൽ നിന്ന് തിരിച്ച് വീട്ടി ലേക്ക് മടങ്ങുകയാവണം. ഏതായാലും കൂടുതൽ ഗവേഷണത്തിനൊന്നും സമയമില്ല. ഞാൻ നേരെ നടന്ന് സുഹൃത്തിന്റെ താമസസ്ഥലം കണ്ടുപിടിച്ചു. ഞങ്ങളൊന്നിച്ച് ജങ്ഷനിലേക്ക് തിരിച്ചു.

ആ താലൂക്ക് തലസ്ഥാനത്തിന് പ്രത്യേകത യൊന്നും തോന്നിയില്ല. ഇരുവശവും നിരനിരയായി പീടികകളുണ്ട്. ആൾത്തിരക്കുമുണ്ട്. റോഡരികിൽ ചോലമരങ്ങളുടെ തണലിൽ ഗവൺമെന്റ് സ്ഥാപന ങ്ങളും കോടതികളും മറ്റും. ട്രാൻസ്പോർട്ട് ബസു കളും പ്രൈവറ്റ് ബസുകളും ഇടയ്ക്കിടയ്ക്ക് തളിപ്പ റമ്പിൽ തെല്ലിട നിന്ന് കടന്നുപോകുന്നു. കച്ചവട കേന്ദ്രമാണാ ജങ്ഷൻ. മിക്കവാറും മുസ്ലിം സമുദാ യത്തിന് പ്രാമാണ്യമുള്ള സ്ഥലം. ഇത്തരത്തിലു

ള്ളൊരു ജങ്ഷന് മനോഹരമായ ഒരു പേരു വേണോ? തളിപ്പറമ്പെന്നുകേൾക്കുമ്പോൾ പ്രകൃതിസൗന്ദര്യവും വിശുദ്ധവുമായ ഒരു ഭൂപ്രദേശത്തിന്റെ ചിത്രമാണ് സങ്കല്പത്തിൽ ഓടിയെത്തുന്നത്. മുസ്ലിം സമുദായത്തിനു പ്രാമാണ്യമുള്ള ഒരു ജങ്ഷനും ആ പേരും തമ്മിൽ തീരെ പൊരുത്തപ്പെടുന്നില്ല.

തളിപ്പറമ്പ്

തളിപ്പറമ്പ് എന്ന പേര് എങ്ങനെ ഉണ്ടായി? അങ്ങനെയും ചിന്തിച്ചുപോയി. പ്രാചീന കേരളത്തിൽ ക്ഷേത്രങ്ങളുടെ—തളികളുടെ ഭരണം നടത്തിയിരുന്ന നമ്പൂതിരിമാർക്ക് തളിയാതിരിമാർ എന്ന് പേരു ലഭിച്ചിരുന്നു. നമ്പൂതിരിമാരുടെ പ്രതിനിധിയെന്ന അർത്ഥത്തിലും, കൊല്ലം ആദി ശതകങ്ങളിൽ തളിപാദം ഉപയോഗിച്ചിരുന്നു. ആ ചരിത്ര സൂചനകൾ വച്ചു നോക്കുമ്പോൾ പ്രസിദ്ധമായ ഏതെങ്കിലും തളി (ക്ഷേത്രം) സ്ഥിതി ചെയ്യുന്ന പറമ്പിന്റെയോ തളിയാതിരിമാരുടെ ആസ്ഥാനത്തിന്റെയോ പേരാണ് തളിപ്പറമ്പെന്ന് വന്നു കൂടുന്നു. ശരി, അങ്ങനെ വല്ലതുമുണ്ടോ? തെരക്കിക്കളയാം.

ഗ്രാമവീഥിയിലൂടെ ഏതാണ്ട് രണ്ടു ഫർലോങ് നടക്കും മുമ്പുതന്നെ. തളിപ്പറമ്പിന്റെ യഥാർത്ഥ രൂപം മനസ്സിലായി. ജങ്ഷനിൽക്കണ്ട ബിസിനസ് കേന്ദ്രമല്ല; യഥാർത്ഥ തളിപ്പറമ്പ്. ഗ്രാമഭംഗി നിറഞ്ഞ പുരയിടങ്ങളിൽ തറവാടിത്തമുള്ള ഗ്രാമീണ ഭവനങ്ങൾ. ഗ്രാമീണമായൊരു സംസ്കാരത്തിന്റെ പ്രാഭവം നിഴലിക്കുന്ന പരിസരങ്ങൾ. ആ ഗ്രാമവീഥികളിലൂടെ ചുറ്റിക്കറങ്ങിച്ചെന്നെത്തിയതാകട്ടെ, ചുറ്റിലുമുള്ള തറവാടുകളുടെ കേന്ദ്ര സ്ഥാനമെന്നോണം വർത്തിക്കുന്ന സാക്ഷാൽ തളിയമ്പലത്തിന്റെ തിരുമുറ്റത്ത്!

തളിപ്പറമ്പ് എന്ന സ്ഥലത്തിന്റെയും തളിപ്പറമ്പ് ക്ഷേത്രത്തിന്റെയും ഉല്പത്തിയെപ്പറ്റി മറ്റൊരു കഥയും കേട്ടു.

മാന്ധാതാവ്, മുചുകുന്ദൻ, ശതസോമൻ എന്നീ മൂന്ന് മഹർഷിമാർ ശ്രീ പരമേശ്വരനെ ഭജിച്ചു. ശിവൻ പ്രത്യക്ഷപ്പെട്ടു. എന്തു വരമാണ് വേണ്ടത്! മഹർഷിമാർക്ക് വേണ്ടത് ഒന്നുമാത്രം. സാക്ഷാൽ ശ്രീ പാർവ്വതി പൂജിക്കുന്ന ശിവലിംഗം. ശിവൻ കനിഞ്ഞു നല്കി. പക്ഷേ ഒരു വ്യവസ്ഥ. ശ്മശാനം ഇല്ലാത്ത സ്ഥലത്ത് (ഒരു ഉറുമ്പുപോലും മരിച്ച സ്ഥലമാകരുത്) വേണം ശിവലിംഗം പ്രതിഷ്ഠിക്കേണ്ടത്. മഹർഷിമാർ മൂവരും ശിവലിംഗവുമായി സ്ഥലം തേടി നടന്നു. അവസാനം, അവിടെ - തളികവട്ടം സ്ഥലം ശുദ്ധമാണെന്നു കണ്ടു. ശിവലിംഗം പ്രതിഷ്ഠിച്ചു. തളികവട്ടത്ത് ശിവക്ഷേത്രമുണ്ടായി - തളിപ്പറമ്പ് ഉണ്ടായി - എന്നാണ് ആ വിചിത്രകഥ. ഈ ക്ഷേത്രസന്നിധിയിൽ നില്ക്കെ, എന്റെ മനസ്സ് ശോകമൂകമായി. കൊച്ചുനാളിൽ അമ്മൂമ്മ പാടി പഠിപ്പിച്ച ആ സന്ധ്യാനാമം ഞാനോർത്തുപോയി.

"വെളുത്ത വെണ്ണീറണിയുന്ന കോലം
വെളിച്ചമേ കാൺകയിലുണ്ടു വാഞ്ഛ
തളിപ്പറമ്പമ്പിന തമ്പുരാനേ
കുളിക്കർവേ ഞാനിതാ! കൈ തൊഴുന്നേൻ"

ഏറെ കാലപ്പഴക്കമുള്ള വെട്ടുകല്ലുകൊണ്ട് കെട്ടിപ്പൊക്കി, ഏതാണ്ടൊരു കോട്ടപോലെ പണിതിട്ട പുറമതിലിൽ അങ്ങിങ്ങ് കാലത്തിന്റെ കാല്പാടുകൾ കാണാമെങ്കിലും ദൃഢതയ്ക്കു കുറവുണ്ടെന്നു തോന്നുന്നില്ല. മുഖമണ്ഡപത്തിലെ ഗോപുരാഗ്രത്തിൽ ടിപ്പുവിന്റെ വൈരനിര്യാതന ശക്തി ഉടവേല്പിച്ചിട്ടുണ്ട്. ചുറ്റമ്പലം കടന്ന് അകത്ത് പ്രവേശിക്കുമ്പോൾ അതിവിശാലമായ ക്ഷേത്രവും ഉപക്ഷേത്രങ്ങളും. ശ്രീകോവിലിലേയ്ക്കു കടക്കുമ്പോൾ ചുറ്റിലും വർണ്ണശബളമായ കൊത്തുപണികളും സ്തൂപങ്ങളും കാണാം. ക്ഷേത്രത്തിൽനിന്നും അല്പമകലെയുള്ള അതി വിശാലമായ ക്ഷേത്രക്കുളം ഗംഭീരഭാവം സൂചിപ്പിക്കുന്നു. കുളം നിർമ്മിച്ചകാലം കുളക്കരയിൽ പഴയ ലിപികളിൽ കൊത്തിവച്ചിട്ടുണ്ട്.

കൂടാതെ, ക്ഷേത്രവളപ്പിൽത്തന്നെ അത്യഗാധങ്ങളായ രണ്ട് കുളങ്ങൾ തൊട്ടുതൊട്ടുണ്ട്. തൂക്കായ വശങ്ങളിൽ കല്ല് കെട്ടിയിരിക്കുന്നു. കല്പടവുകളും. ഒന്ന് കുളിക്കാനും മറ്റേത് പൂജാദികർമ്മങ്ങൾക്കു വേണ്ട വെള്ളം എടുക്കുന്നതിനും. ശതാബ്ദങ്ങൾ പലതും കഴിഞ്ഞിട്ടും തെളിനീർ തുളുമ്പിക്കിടക്കുന്ന ആ ജലാശയങ്ങളുടെ അടിത്തട്ടിൽ സ്വർണ്ണനിക്ഷേപം ഉണ്ടെന്നാണ് വിശ്വാസം. ടിപ്പുവിന്റെ പടയോട്ടം പേടിച്ച് സമീപസ്ഥരായ നമ്പൂതിരി ജന്മിമാരും ക്ഷേത്രഭരണാധികാരികളും അമൂല്യമായ ഒട്ടനവധി പൊൻപണ്ടങ്ങൾ ക്ഷേത്രക്കുളത്തിൽ വലിച്ചെറിഞ്ഞിട്ട് ജീവരക്ഷാർത്ഥം ഓടിപ്പോയിപോലും. തളിപ്പറമ്പിന് ചുറ്റും ആഢ്യന്മാരായ നമ്പൂതിരി ജന്മിമാർ പാർത്തിരുന്നുവെന്ന് ഊഹിക്കാം. ഇന്നും തളിപ്പറമ്പിലെ പ്രമുഖ തറവാടുകൾ പലതും ക്ഷേത്രത്തിന് ചുറ്റുമായി സ്ഥിതിചെയ്യുന്നുണ്ട്.

അല്പം ചരിത്രം

കൊല്ലവർഷം ആദിശതകങ്ങളിലെ രാജ്യഭരണം ക്ഷേത്രഭരണവുമായി ബന്ധപ്പെട്ടിരുന്നുവെന്നുള്ളത് ഒരു വസ്തുതയാണ്. രാജ്യം ഭരിക്കുന്ന രാജാവുപോലും തളിയാതിരിമാരുടെ ഇഷ്ടത്തിനു നില്ക്കാൻ കടപ്പെട്ടവരുമായിരുന്നു.

തളിക്ഷേത്രത്തിന്റെ പ്രതാപകാലത്ത് തളിപ്പറമ്പ്, ചിറയ്ക്കൽ രാജ്യത്തിൽപ്പെട്ടിരുന്നു. തളിയാതിരിമാരുടെ പ്രതാപകാലത്ത്, ചിറയ്ക്കൽ രാജാവുമായി നീരസം തോന്നിയിരുന്ന ക്ഷേത്രഭരണാധികാരികൾ

ഒരു നാൾ, ഭജനത്തിന് എത്തിയ ചിറയ്ക്കൽ തമ്പുരാനുപോലും പ്രവേശനം നിഷേധിച്ചെന്ന് പറയപ്പെടുന്നു.

തളിപ്പറമ്പു ദേവസ്വത്തിൽപ്പെട്ട ക്ഷേത്രങ്ങളുടെ ഭരണം (തദ്വാരാ ആ പ്രദേശങ്ങളുടെയും) നടത്തിയിരുന്നത് അറുപത്തിനാലു നമ്പൂതിരി ഇല്ലങ്ങളിലായിരുന്നു. കൊല്ലിനും കൊലയ്ക്കും അധികാരമുള്ള ആ ജന്മിമാരുടെ നാവിന്റെ തുമ്പിൽ നാട് കിടിലംകൊണ്ടിരുന്നു. കാരിശ്ശേരി ഇല്ലം, പുത്തേടത്ത് ഇല്ലം എന്നിങ്ങനെയുള്ള ആ അറുപത്തിനാല് ഊരാളന്മാർ (ഓരോ ഇല്ലത്തെയും കാരണവന്മാർ) ഉൾപ്പെട്ട ക്ഷേത്രഭരണസമിതി പ്രസിഡന്റിനെയും സെക്രട്ടറിയെയും അവരിൽനിന്ന് തെരഞ്ഞെടുക്കുന്നു. അന്ന് കോഴിക്കോടു മുതൽ കാസർഗോഡ് വരെ തളിപ്പറമ്പ് ക്ഷേത്രം വക സ്വത്തുക്കൾ വ്യാപിച്ചു കിടന്നു. ഇന്ന് സ്വത്തുക്കൾ അത്ര ഇല്ല. പഴയ ഊരാള ഗൃഹങ്ങൾ പലതും നാമാവശേഷമായി. ഇന്നും നമ്പൂതിരിമാരുൾപ്പെട്ട ഭരണസമിതി തന്നെയാണ് ക്ഷേത്രം ഭരിക്കുന്നത്. അഞ്ഞൂറു കൊല്ലമെങ്കിലും പഴക്കമുണ്ട് ക്ഷേത്രത്തിന്. ക്ഷേത്രത്തിന്റെ-ഊരാളരുടെ പ്രതാപത്തിന് മറ്റൊരുദാഹരണമാണ് ക്ഷേത്രത്തിന്റെ പ്രവേശന കവാടത്തിനിടതുവശത്ത് ഏതാണ്ട് ഗോപുരാകൃതിയിൽ പണിതുയർത്തിയിട്ടുള്ള 'കൊട്ടുംപുറം'. അവിടെ ഉപവിഷ്ടനായി ഊരാളരുടെ പ്രമാണി വിശിഷ്ട കലാകാരന്മാർക്ക് സ്ഥാനമാനങ്ങൾ കൊടുത്തിരുന്നു. ചാക്യാന്മാർ അവിടെ ചെന്ന് മുടി ചൂടണമെന്നാണ് വിശ്വാസം. തളിപ്പറമ്പിലെ കൊട്ടും പുറത്തുനിന്ന് പട്ടും വളയും കിട്ടിയാൽ പിന്നെ, കേരളത്തിലെ മറ്റേതു രാജസഭയിലും ധൈര്യമായി കടന്നുചെല്ലാം.

കൗശലക്കാരനായ ശിവനാണ് തളിപ്പറമ്പിലെ പ്രതിഷ്ഠ. സ്ത്രീകൾക്കു പൊതുവെ ശ്രീകോവിലിനരികിൽ പ്രവേശനമില്ല. തിരുവത്താഴപൂജ നടക്കുമ്പോൾ മാത്രം ഉള്ളിൽകടന്ന് തൊഴുതിട്ടുപോകാം. പ്രസ്തുത പൂജയ്ക്കുശേഷം ആർക്കും ക്ഷേത്രത്തിനുള്ളിൽ പ്രവേശനമില്ല (നെടുവഴികളും ഇടനാഴികളും നിറഞ്ഞ അതിവിശാലമായ ക്ഷേത്രാന്തർഭാഗത്ത് രാത്രിയിലകപ്പെട്ടാൽ, അപകടം സംഭവിച്ചാലോ എന്ന് കരുതിയാകാം). ശിവരാത്രിയുത്സവവും പുത്തരിയുത്സവുമാണ് പ്രധാന ഉത്സവങ്ങൾ. പതിവിനു വിപരീതമായി തളിപ്പറമ്പിലെ ശ്രീകോവിലിന് പടിഞ്ഞാറോട്ടും വാതിലുണ്ട്.

തൃച്ചംബരം

തളിപ്പറമ്പു ക്ഷേത്രത്തിൽനിന്നും അല്പമകലെയാണ് തൃച്ചംബരം ക്ഷേത്രം. തളിയിലെ ശിവരാത്രി ഉത്സവത്തിന് തൃച്ചംബരത്തുനിന്നും ശ്രീകൃഷ്ണൻ വരും (എഴുന്നള്ളിപ്പ്). പക്ഷേ, ശ്രീകൃഷ്ണനിങ്ങെത്തും മുമ്പ് തളിപ്പറമ്പ് ക്ഷേത്രത്തിൽ ചില മുൻകരുതലൊക്കെയുണ്ട്. ആനകളെ അകലെയെങ്ങാനും ഒളിച്ചുകെട്ടിയിടണം. കംസവധം കഴിഞ്ഞ് രൗദ്രഭാവംപൂണ്ട കൃഷ്ണനാണ്. ആനയുടെ മസ്തകം പിളർന്ന വീരൻ. മാത്രമോ? ക്ഷേത്രത്തിലെ വിലപിടിപ്പുള്ള ആഭരണങ്ങളും മറ്റുവസ്തുക്കളും ധൃതിയിൽ നിലവറയ്ക്കുള്ളിൽ ഒളിച്ചുവയ്ക്കും. കള്ളകൃഷ്ണനല്ലേ കൈയിൽ കിട്ടുന്നത് കട്ടുകൊണ്ടുപോയാലോ?

പുരാണപ്രസിദ്ധമായ തൃച്ചംബരക്ഷേത്രം തളിപ്പറമ്പ് ജങ്ഷനിൽ നിന്ന് കഷ്ടിച്ച് രണ്ട് ഫർലോങ് അകലെ സ്ഥിതിചെയ്യുന്നു. അല്പം ഉയർന്ന് നയനമോഹനമായ സംവിധാനത്തോടെ നില്ക്കുന്ന തൃച്ചംബരക്ഷേത്രവും തളിപ്പറമ്പ് ദേവസ്വത്തിൽപ്പെട്ടതുതന്നെ. വിശാലമായ മുറ്റത്ത് ഒരുഭാഗത്തായി, കല്ലുകെട്ടിയ ചെറിയ ഒരു കുളത്തിൽ അസ്തിവാരത്തോളം മുങ്ങിനില്ക്കുന്ന മട്ടിൽ ഒരു ഉപക്ഷേത്രമുണ്ട്. ആ ജലനിരപ്പിന് ഒരിക്കലും വ്യത്യാസമുണ്ടാകില്ലപോലും. മറുവശത്ത് (ക്ഷേത്രത്തിന്റെ മുൻഭാഗത്ത്) ഒരു കായ്ക്കാത്ത ഇലഞ്ഞിമരം നില്പുണ്ട്. തൃച്ചംബരം മഹർഷി ആ മരച്ചോട്ടിലിരുന്ന് തപസ്സ് ചെയ്തുവെന്നും പഴുത്ത ഒരു കായ് ആ മഹർഷിയുടെ മൂർദ്ധാവിൽ അടർന്നു വീണെന്നും കുപിതനായ മഹർഷി "മരം കായ്ക്കാതെ പോകട്ടെ!" എന്ന് ശപിച്ചുവെന്നുമാണ് ഐതിഹ്യം. അദ്ദേഹം സ്ഥാപിച്ചതാണ് തൃച്ചംബരക്ഷേത്രമെന്നും വിശ്വസിക്കപ്പെടുന്നു. ക്ഷേത്രത്തിന്റെ മുന്നിൽ പടിപടിയായി കയറിപ്പോകുന്ന (പടിക്കെട്ട്) ഒരു ഇടവഴിയുണ്ട്. വഴിക്കിരുഭാഗത്തേയും പച്ചിലചാർത്തുകളും ക്ഷേത്രത്തിനു പിന്നിലെ വിശാലവും പഴക്കമേറിയതുമായ ക്ഷേത്രക്കുളവും ഉപക്ഷേത്രവുമൊക്കെ ഏറെ നേരം നോക്കി നില്ക്കാൻ വക നല്കുന്നുണ്ട്.

നേരിയ ഇരുളലകൾ പരന്നുതുടങ്ങിയ ത്രിസന്ധ്യക്ക് കുളിച്ചീറനാർന്ന സുമംഗലിമാർ നിരനിരയായി തൊഴുതുനില്ക്കുന്ന ക്ഷേത്രത്തിന്റെ മുൻഭാഗത്ത് ശംഖുനാദം ശ്രദ്ധിച്ചുനില്ക്കേ, എന്നിലെ നാസ്തികന് ഒരു കുസൃതി തോന്നി. തൃച്ചംബരത്തു പെരുമാൾക്ക് ചെറുപ്പമാണല്ലോ.

കുംഭം 22 മുതൽ മീനം 6 വരെയാണ് തൃച്ചംബരത്തെ പ്രധാന ഉത്സവം. ഉത്സവത്തിന്റെ പ്രത്യേകതകളിലേക്ക് കടക്കുംമുമ്പ്, തൃച്ചംബരവുമായി ബന്ധപ്പെട്ട മറ്റൊരു ക്ഷേത്രത്തെപ്പറ്റിയും മനസ്സിലാക്കേണ്ടതുണ്ട്. ഏതാണ്ട് നാലു നാഴികയകലെ മഴൂരെന്നസ്ഥലത്ത് ഒരു ബലഭദ്രക്ഷേത്രമുണ്ട്. അങ്ങനെ തൃച്ചംബരത്ത് അനുജനും (കൃഷ്ണൻ) മഴൂരിൽ ജ്യേഷ്ഠനും (ബലഭദ്രൻ) പാർക്കുന്നു. തൃച്ചംബരത്ത് ഉത്സവം തുടങ്ങുന്ന ദിവസം രാത്രി 12 മണിക്ക് ജ്യേഷ്ഠൻ (ബലഭദ്രൻ) തൃച്ചംബരത്തേക്ക് തിരിക്കും

(എഴുന്നള്ളിച്ചുകൊണ്ടുവരും). അത് ആർഭാടപൂർണ്ണമായ ഒരു ഘോഷയാത്ര തന്നെയായിരിക്കും. പിന്നെ പന്ത്രണ്ടു ദിവസത്തേക്ക് മഴൂരമ്പലത്തിൽ പൂജയില്ല. വെറും വിളക്കുമാത്രം (ആ പന്ത്രണ്ടു ദിവസത്തെ പൂജ അഡ്വാൻസായി നടത്തിയിട്ടുണ്ടാവും).

വരുന്നവഴി ഒരാനയെപ്പോലും കാണാൻ പാടില്ല. പിന്നെയാണ് തൃച്ചംബരത്തെ ഉത്സവത്തിന്റെ കൊഴുപ്പ്. അനുജനും ജ്യേഷ്ഠനും കൂടി കളിയാണ്. അവസാന ദിവസം രാത്രി ജ്യേഷ്ഠാനുജന്മാരെ എഴുന്നള്ളിച്ച് തൃച്ചംബരം ക്ഷേത്രത്തിൽനിന്ന് അല്പം അകലെയുള്ള 'പൂക്കോത്തുനട'യ്ക്കു സമീപം എത്തിക്കും. ആഹ്ലാദമത്തരായ ജനകോടികൾ ഒപ്പം നടക്കുന്നു. അണിഞ്ഞൊരുങ്ങിയ സ്ത്രീപുരുഷന്മാരും കുട്ടികളും കൂടി ക്കലർന്ന് ഉത്സാഹത്തിമിർപ്പാർന്ന അന്തരീക്ഷം. വിളക്കുകളുടെ പ്രഭാപൂരം. അർദ്ധരാത്രി.

പൂക്കോത്ത് നട

പൂക്കോത്തുനട (പുതുക്കുടി നമ്പൂതിരിയുടെ ഇല്ലം നിന്ന സ്ഥലം)യുടെ ഇരുഭാഗത്തും ജനപ്രളയം തുടിച്ചുനില്ക്കേ, ജ്യേഷ്ഠനും അനുജനും ആഹ്ലാദമത്തരായി തുള്ളിക്കളിക്കുകയാവും.

നൃത്തം, പാട്ട്, നടത്തം, ഓട്ടം - അങ്ങനെ തൃച്ചംബരത്തുനിന്നും പൂക്കോത്തുനടയിലേക്കും അവിടെ നിന്നങ്ങോട്ടും രണ്ടു ബിംബങ്ങളും ജനങ്ങളും ഓടുകയാവും. അനുജനോട് യാത്രപറഞ്ഞു പോകാൻ വെമ്പൽ കൊണ്ടു നില്ക്കുന്ന ബലരാമൻ അനുജനെ ഒരുവിധത്തിൽ സമ്മതിപ്പിച്ച് തൃച്ചംബരം ക്ഷേത്രസന്നിധിവരെ കൊണ്ടെത്തിച്ച് തിരിച്ചു നടക്കുമ്പോഴാണ്, ആ കുസൃതിക്കുട്ടൻ പിന്നാലെ ഇറങ്ങി ഓടിവരുന്നത്. വീണ്ടുംകൊണ്ടു ചെന്നാക്കും. പിന്നെയും കൂടെപ്പോരും അങ്ങനെ ഏതാണ്ട് മൂന്നു മണിക്കൂർ നേരം ആ സമൂഹനൃത്തോത്സവം (യഥാർത്ഥത്തിൽ ഒരു ഗ്രാമസമൂഹം മുഴുവൻ ഓടിത്തിമിർക്കുകയാവും) നീണ്ടു നില്ക്കും. അവസാനം അടുത്തുകൂടി പാലമൃത്യുകാരൻ കടന്നുപോകുമ്പോൾ, കൊതിയനായ ശ്രീകൃഷ്ണൻ കൈനീട്ടിക്കൊണ്ട് ഉള്ളിലേക്ക് ഓടുമ്പോഴേക്കും, മനസ്സില്ലാമനസ്സോടെ ബലഭദ്രൻ സ്വന്തം പാർപ്പിടത്തിലേക്ക് പരിവാരസമേതം മടങ്ങുന്നു.

ചെറുകുന്ന് ഭഗവതി

കുറച്ചകലെയുള്ള ചെറുകുന്ന് ഭഗവതി ക്ഷേത്രവും തളിപ്പറമ്പുക്ഷേത്രവുമായി ബന്ധപ്പെട്ടിരിക്കുന്നു. തളിപ്പറമ്പിലെ ശിവൻ രാത്രിതോറും ചെറുകുന്നു ഭഗവതിയെ സന്ദർശിക്കാറുണ്ടെന്ന് ജനങ്ങൾ വിശ്വസിക്കുന്നു. ചെറുകുന്നിലെ പ്രധാന ഉത്സവം വിഷുവിളക്കാണ്. ഉത്സവം പ്രമാണിച്ച് അമ്പലമുറ്റത്തു കൂറ്റൻ പന്തൽ പടുത്തുയർത്തും. ഉത്സവച്ചന്തകളും ഉണ്ടാവും. ഒന്നാംദിവസം ചിറയ്ക്കൽ രാജാവും ഉത്സവത്തിന് പങ്കെടുക്കുക പതിവുണ്ടായിരുന്നു. സംക്രമദിവസം വൈകുന്നേരം ആനകളുടെ മേൽ തിടമ്പെഴുന്നള്ളിച്ച് മേളത്തോടെ അമ്പലത്തിന് വലംവയ്ക്കുന്നു. ഇത് നിത്യവുമുണ്ട്. രാത്രി അത്താഴമൂണിനുശേഷം ശാന്തിക്കാരനും മേളക്കാരും ആനകളുടെ അകമ്പടിയോടെ തിടമ്പുമായി ചെറുകുന്നത്ത് കണ്ണപുരം, താവം തുടങ്ങിയ ദേശങ്ങളിൽ സഞ്ചരിച്ച് മടങ്ങിവരും. എഴുന്നള്ളിച്ച് പോകുമ്പോൾ വഴിയരികിലുള്ളവർ ദേവിയെ എതിരേല്ക്കുന്ന പതിവുണ്ട്. അർദ്ധരാത്രിയോടെ ക്ഷേത്രത്തിന്റെ മുൻഭാഗത്ത് തിരിച്ചെത്തും. അവിടെ ആദ്യം ശാന്തിക്കാരൻ തിടമ്പുകൊണ്ട് നൃത്തം ചെയ്യുന്നു. ഈ സമയത്തും ചിറയ്ക്കൽ രാജാവ് നൃത്തം വീക്ഷിച്ച് പ്രേക്ഷകരോടൊപ്പം നില്പുണ്ടാകും. നൃത്തത്തിനുശേഷം 'ചന്തം' കഴിഞ്ഞ് അകത്ത് എഴുന്നള്ളിക്കുമ്പോഴേയ്ക്കും പുലർച്ചെയാകും.

തളിപ്പറമ്പ് നിന്ന് നാലഞ്ചുമൈൽ അകലെയുള്ള ആന്തൂരു പഞ്ചായത്തിലെ പറശ്ശിനിക്കടവ് മുത്തപ്പൻ ക്ഷേത്രവും പ്രത്യേകം പരാമർശമർഹിക്കുന്നു. മാങ്ങാട്ടുപറമ്പ് ജങ്ഷനിൽനിന്ന് ഏകദേശം രണ്ടര മൈൽ കിഴക്കു മാറി വളപട്ടണം പുഴയുടെ കരയ്ക്ക് സ്ഥിതിചെയ്യുന്ന ഈ ആരാധന കേന്ദ്രം വടക്കെ മലബാറിലെ ഒരു പ്രധാന തീർത്ഥാടന കേന്ദ്രമാണ് (അന്യത്ര).

മേൽപ്പറഞ്ഞവയ്ക്ക് പുറമെ തളിപ്പറമ്പ് ബ്ലോക്ക് പ്രദേശത്തുള്ള അമ്പലങ്ങൾക്കും പള്ളികൾക്കും എണ്ണമില്ല. തടിക്കടവ് പഞ്ചായത്തിൽ ആലക്കോട് തമ്പുരാന്റെ മേൽനോട്ടത്തിലുള്ള അരങ്ങും അമ്പലവും നടുവിൽ പഞ്ചായത്തിൽ വനമദ്ധ്യത്തിലെ വെള്ളാട്ട് ശിവക്ഷേത്രവും മറ്റും പ്രസിദ്ധമാണ്. ചെറുകുന്നിലെ ക്രിസ്ത്യൻ പള്ളിയും ക്രിസ്ത്യാനികളുടെ ഒരു പ്രധാന ആരാധനാലയമാണ്.

തളിപ്പറമ്പ് ക്ഷേത്രത്തിൽ എന്തെങ്കിലും അത്യാഹിതം സംഭവിച്ച്, കൂട്ട മണിയടിച്ചാൽ മുസ്ലിം സമുദായത്തിൽപ്പെട്ടവർ മതഭേദമന്യേ ക്ഷേത്രത്തിനുള്ളിൽ കടന്ന് സഹായിക്കണമെന്നാണ് വയ്പ്. നൂറ്റാണ്ടുകൾക്കുമുമ്പെന്നോ അങ്ങനെയൊരു വ്യവസ്ഥ നിലവിൽവന്നു എന്നാണറിവ്. അതിന് ഉപോൽബലകമായ ഒരു സംഭവവും ചൂണ്ടിക്കാണിക്കപ്പെടുന്നു.

തളിപ്പറമ്പ് ദേവസ്വത്തിലെ ഊരാളരായ അറുപത്തിനാല് ഇല്ലങ്ങളിൽ നാല് ഇല്ലങ്ങൾ മതപരിവർത്തനം ചെയ്ത് ഇസ്ലാം മതം സ്വീകരിച്ച് പിരിഞ്ഞുപോയിപോലും. പക്ഷേ, അക്കൂട്ടർക്ക് തളിപ്പറമ്പ് ക്ഷേത്രത്തോടുള്ള ഭക്തിയും കൂറും ഒട്ടും കുറഞ്ഞില്ല. അതുകൊണ്ടു തന്നെ ആപത്തിൽ

ക്ഷേത്രത്തെ സഹായിക്കാൻ അവരും ബാദ്ധ്യസ്ഥരായിത്തീർന്നു. അതല്ല, നമ്പൂതിരിമാർ സ്വന്തം ആവശ്യങ്ങൾക്കു വേണ്ടി ധർമ്മടത്തുനിന്നും ഏതാനും മുസ്ലിം കുടുംബങ്ങളെ കുടിപാർപ്പിച്ചതാണെന്നും പറയപ്പെടുന്നു.

ജമാ അത്ത് പള്ളി

ഈ പശ്ചാത്തലത്തിലാണ് തളിപ്പറമ്പ് ജമാ അത്ത് പള്ളിയുടെ പ്രത്യേകതകൾ മനസ്സിലാക്കേണ്ടത്. അതിപുരാതനമായ ഒരു ക്ഷേത്രം സ്ഥിതിചെയ്തിരുന്ന സ്ഥലത്താണ് പില്ക്കാലത്ത് പള്ളിയുയർന്നു വന്നതെന്ന് വിശ്വസിക്കത്തക്ക തെളിവുകളുണ്ടത്രെ. പള്ളിയുടെ സമീപം പൊളിഞ്ഞ അമ്പലത്തിന്റെ അവശിഷ്ടങ്ങൾ കാണാം. ക്ഷേത്രത്തിന്റെ വാതിൽമാടത്തിന്റെയും കന്മതിലിന്റെയും അവശിഷ്ടങ്ങൾ അങ്ങിങ്ങായി ചിതറിക്കിടപ്പുണ്ട്. ക്ഷേത്രത്തിന്റെ ബലിക്കൽത്തറ പള്ളിയുടെ അസ്തിവാരമായിത്തീർന്നെന്നും പറയപ്പെടുന്നു. തളിപ്പറമ്പ് ജമാ അത്ത് പള്ളി കൂടാതെ, മൊയ്തീൻ പള്ളി, തങ്ങൾ പള്ളി, സാതിരിപ്പള്ളി എന്നിങ്ങനെ ഏറെയും പള്ളികളുണ്ട്.

കണ്ണൂരിൽ എന്നും 30 കി മീ വടക്കുമാറി സ്ഥിതിചെയ്യുന്ന തളിപ്പറമ്പ്, ആ താലൂക്കിന്റെ ആസ്ഥാനമാണ്. പട്ടുവം, തളിപ്പറമ്പ് എന്നീ രണ്ട് റവന്യൂ വില്ലേജുകൾ ചേർന്നതാണ് തളിപ്പറമ്പ് പഞ്ചായത്ത്. കുറ്റിക്കോൽ പുഴ (വടക്ക്) പഞ്ചായത്തിനെ സ്പർശിച്ച് കടന്നുപോകുന്നു പട്ടുവത്തു വച്ച് രണ്ട് പുഴകളും യോജിക്കുന്നിടത്ത് രണ്ട് ഏക്കറോളം സ്ഥലം ഏതാണ്ട് ദ്വീപിന്റെ മട്ടിലുണ്ട് കാവ് മുനമ്പ്.

കാർഷികസമ്പദ്‌വ്യവസ്ഥ

കുന്നും താഴ്വരകളും നിറഞ്ഞ ഈ ഗ്രാമപ്രദേശത്ത് താലൂക്കു തലസ്ഥാനമായ തളിപ്പറമ്പ് ജങ്ഷൻ ഒഴികെയുള്ള പ്രദേശങ്ങൾ ഏറക്കുറെ കൃഷിസ്ഥലങ്ങളാണ്. കാടും മലയുമുൾപ്പെടെ കൈപ്പാട്ടകൃഷിക്കും കരകൃഷിക്കും ഏതാണ്ട് തുല്യ പ്രാധാന്യമുണ്ട്. പട്ടുവത്ത് കൂടുതൽ കൃഷിനിലങ്ങളുണ്ട്. നെല്ലും തെങ്ങും കുരുമുളകുമാണ് പ്രധാന വിളവുകൾ. ഹിന്ദുക്കളും മുസ്ലീങ്ങളും ക്രിസ്ത്യാനികളും ഉൾപ്പെടെ എല്ലാജനവിഭാഗങ്ങളും ഏറക്കുറെ കൃഷിക്കാരാണ്. കൃഷിക്കാരിൽ പാട്ടക്കാരാണധികവും. വൻകിട ജന്മിമാരുടെ ഭൂമിയോ ദേവസ്വം വകഭൂമിയോ പാട്ടത്തിനെടുത്ത് കൃഷി ചെയ്യുന്ന തളിപ്പറമ്പിലെ കൈപ്പാട്ട കൃഷിഭൂമിയുടെ 75 ശതമാനവും ചിറയ്ക്കൽ കോവിലകം വകയാണ്. ബാക്കി ദേവസ്വം വകയും.

ജനസംഖ്യയിൽ ഹിന്ദുക്കളും മുസ്ലീങ്ങളും ഏതാണ്ട് തുല്യശക്തികളാണ്. ഹിന്ദുക്കൾ മുഖ്യമായി കൃഷിയെ ആശ്രയിക്കുമ്പോൾ മുസ്ലീങ്ങൾ ചെറുകിട ബിസിനസുകളിൽ ഏർപ്പെട്ട് വരുമാനമുണ്ടാക്കുന്നു. ടൗൺ പ്രദേശത്ത് മുസ്ലീങ്ങൾ തിങ്ങിപ്പാർക്കുന്നു. തളിപ്പറമ്പ് ക്ഷേത്ര പരിസരങ്ങളിൽ നായന്മാരുടെയും പൊതുവാൾമാരുടെയും പഴയ കുടുംബങ്ങളുമുണ്ട്. പട്ടുവത്തെ തീരദേശങ്ങളിൽ ഹൈന്ദവ കുടുംബങ്ങളാണ് കൂടുതൽ തീയരിൽ കുറെപ്പേർ ചെത്തുതൊഴിലിൽ ഏർപ്പെടുന്നു. ഹരിജനങ്ങളിൽ ഭൂരിഭാഗവും കൃഷിപ്പണിക്കാരാണ്. പരമ്പരാഗതമായ നെയ്ത്തുതൊഴിലിലേർപ്പെട്ടിട്ടുള്ള പല കുടുംബങ്ങളും ടൗണിന്റെ പടിഞ്ഞാറ് ഭാഗത്തുണ്ട്. തെക്കു ഭാഗത്ത് കുശവ കുടുംബങ്ങളുമുണ്ട്. തളിപ്പറമ്പിൽനിന്ന് അഞ്ചെട്ടുമൈൽ തെക്കുമാറിയുള്ള പാപ്പിനിശ്ശേരി, വളപട്ടണം എന്നിവ വ്യാവസായിക കേന്ദ്രങ്ങളാണ്. വളപ്പട്ടണം പുഴയുടെ തീരദേശങ്ങളിൽ തടിവ്യവസായവും ഓട്ടുവ്യവസായവും കോട്ടൺ വ്യവസായവും കേന്ദ്രീകരിച്ചിരിക്കുന്നു. തളിപ്പറമ്പു ബ്ലോക്കിന്റെ തെക്കെ അതിർത്തിയിലൂടെ ഒഴുകുന്ന വളപട്ടണം പുഴ (ഇരിക്കൂർപ്പുഴ) യാണ് ആ പ്രദേശങ്ങളിലെ സമൃദ്ധിക്കു നിദാനം.

ആന്തൂർ, കല്യാശ്ശേരി, കുറുമത്തൂർ, പരിയാരം, കണ്ണപുരം, ചെറുകുന്ന് എന്നിവയാണ് തളിപ്പറമ്പിനു ചുറ്റുമുള്ള പഞ്ചായത്തുകൾ. കടലോരം മുതൽ മലയോരം (സംസ്ഥാനാതിർത്തി) വരെ വ്യാപിച്ചുകിടക്കുന്ന തളിപ്പറമ്പ് വികസനബ്ലോക്കിന്റെ ഭൂരിഭാഗവും കുഗ്രാമങ്ങളാണ്. പതിനായിരക്കണക്കിന് ചെറുകിട കൃഷിക്കാരുടേതായ ഈ ഗ്രാമപ്രദേശങ്ങളിൽ ജന്മി -കുടിയാൻ പ്രശ്നങ്ങൾ കൊടുമ്പിരിക്കൊണ്ടിട്ടുള്ള സംഭവങ്ങൾ വിരളമല്ല.

കല്യാട്ടുനമ്പ്യാർ, എളിരിഞ്ഞി നായനാർ, വേങ്ങയിൽ നായനാർ വെള്ളാട്ടു ദേവസ്വം എന്നിങ്ങനെ വൻകിടഭൂവുടമകളാണ് അതിവിശാലമായ ഈ ഗ്രാമപ്രദേശങ്ങളിൽ ഭൂരിഭാഗത്തിന്റെയും ഉടമകൾ. ഫ്യൂഡലിസത്തിന്റെ കടുംപിടിയുമായി കഴിഞ്ഞ ഈ ഉടമകളോട് നീതിക്കും അവകാശങ്ങൾക്കും വേണ്ടി സമരം ചെയ്യേണ്ടിവന്നിട്ടുണ്ട്. തളിപ്പറമ്പ് പ്രദേശങ്ങളിലെ കർഷകർക്ക്. ദശാബ്ദങ്ങൾക്കുമുമ്പുതന്നെ, സുശക്തമായ ഒരു കർഷക പ്രസ്ഥാനം ചിറയ്ക്കൽ താലൂക്കിൽ ഉടലെടുത്തിരുന്നു. ഉശിരും വീറുമുള്ള ഒട്ടേറെ കർഷകനേതാക്കൾ കൃഷിക്കാർക്ക് ധീരമായ നേതൃത്വം നല്കിയിരുന്നു.

കാർഷിക കലാപങ്ങൾ

രാജവാഴ്ചയുടെ കാലത്തും ജനകീയ ഭരണത്തിന്റെ പ്രാരംഭദശയിലുമായി തളിപ്പറമ്പിലും പരിസരങ്ങളിലുമുള്ള മൊഴാറ, കാവുമ്പായി പാടിക്കുന്ന്, മുനയൻകുന്ന്, കരിവള്ളൂർ, കാങ്കോൽ എന്നീ ഗ്രാമപ്രദേശങ്ങളിൽ സംഘടിതരായ കൃഷിക്കാർ

നെറികെട്ട ജന്മിത്തത്തിനെതിരെ ഉരുക്കുമുഷ്ടികൾ ഉയർത്തി അവകാശവാദങ്ങൾ ഉന്നയിച്ചപ്പോൾ ഉടമകൾക്ക് സംരക്ഷണം നല്കാനെത്തിയ പൊലീസും റൗഡികളും ചേർന്ന് സമരം അടിച്ചമർത്താനൊരുമ്പെട്ടതിന്റെ ഫലമായി അർദ്ധപട്ടിണിക്കാരായ ധാരാളം കൃഷിക്കാർ മണ്ണിൽ ചുടുചോര ചിന്തി മരിച്ചു വീണു. മേൽപ്പറഞ്ഞ കർഷകസമരങ്ങളിലായി നാല്പതോളം കൃഷിക്കാർ പൊലീസിന്റെ വെടിയുണ്ടയേറ്റ് മരണമടഞ്ഞു. പക്ഷേ, മർദ്ദനത്തിനുവഴങ്ങാത്ത വർഗ്ഗബോധം കൂടുതൽ കൂടുതൽ ശക്തി നേടിയതോടെ ജന്മിത്തത്തിന് സ്വയം പത്തി താഴ്ത്തേണ്ടിവന്നു, പില്ക്കാലങ്ങളിൽ.

ദശാബ്ദങ്ങളായി കാടുപിടിച്ചു കിടന്ന ഈ കുന്നിൻ പ്രദേശങ്ങളിൽ വമ്പിച്ച കാർഷികോല്പാദന സാദ്ധ്യതകളുണ്ടെന്ന് തെളിയിച്ചത് തദ്ദേശീയരല്ല. തിരുവിതാംകൂറിലെ ജനസാന്ദ്രതയേറിയ പ്രദേശങ്ങളിൽനിന്ന് ഉപജീവനാർത്ഥം മലബാറിലെ മലയോരങ്ങളിൽ കുടിയേറിപ്പാർത്ത കർഷക കുടുംബങ്ങൾ - പ്രധാനമായും ക്രിസ്തീയകുടുംബങ്ങൾ ആണ്. അവർ, താമസിക്കുന്ന പ്രദേശത്തിന്റെ മൊത്തത്തിലുള്ള വികസനത്തിന് സഹായിച്ചിട്ടുണ്ടെന്നുള്ളത് വസ്തുതയാണ്. അതുകൊണ്ടുള്ള ദോഷവശങ്ങളും ഇല്ലാതില്ല. ആദ്യമാദ്യം തദ്ദേശീയരോട് മല്ലിട്ടും പിന്നീട് ഇണങ്ങിയും ആ വിദേശികളും ക്രമേണ തദ്ദേശീയരായി. ശാസ്ത്രീയ കൃഷി സമ്പ്രദായങ്ങളിലും മറ്റും തദ്ദേശീയർക്കും മാതൃക കാട്ടിയ ഇക്കൂട്ടർ ആ പ്രദേശത്തിന്റെ സാർവത്രിക വികസനത്തിന് ഉത്തരവാദികളാണ്. നടുവിൽ, ആലക്കോട് തുടങ്ങിയ കുന്നിൻ പ്രദേശങ്ങളിൽ സ്ഥിരതാമസമുറപ്പിച്ച കുടിയേറ്റക്കാർ, വെട്ടും കിളയുമേല്ക്കാത്ത ആ മലമണ്ണിൽ അദ്ധ്വാനത്തിന്റെ അത്ഭുതങ്ങൾ സൃഷ്ടിച്ചു. വന്ധ്യ എന്ന് കരുതപ്പെട്ടിരുന്ന ആ വനഭൂമികൾ വെട്ടും കിളയുമേറ്റ് നല്ലയിനം വിത്തുകൾ വീണാൽ നൂറുമടങ്ങായി മടക്കിക്കൊടുക്കുന്നതാണെന്ന് തെളിഞ്ഞു. പാറക്കെട്ടുകൾ പൊളിച്ചെറിഞ്ഞും പൊറ്റമണ്ണ് നിരപ്പാക്കിയും നീർച്ചാലുകൾ വെട്ടിനനച്ചും അവർ ആ വനഭൂമികൾ ഫലഭൂയിഷ്ഠവും സമ്പന്നവുമാക്കി. തളിപ്പറമ്പ് ബ്ലോക്കിന്റെ വികസന സംബന്ധമായ സേവന സൗകര്യങ്ങൾ നൂറുശതമാനവും പ്രയോജനപ്പെടുത്താനും അവർ മുന്നിട്ടിറങ്ങി. പഴയ മട്ടിൽ കൃഷിനടത്തി, കിട്ടുന്ന കുറഞ്ഞ വരുമാനംകൊണ്ട് പട്ടിണിയും പരിവട്ടവുമായി കഴിഞ്ഞിരുന്ന തദ്ദേശീയരെ സ്റ്റേറ്റുകാരുടെ (തിരുവിതാംകൂർ) ഈ പുതിയ കൃഷിരീതികളും ഉല്പാദനവർദ്ധനവും അമ്പരപ്പിച്ചു. തങ്ങൾ വന്ധ്യകളെന്ന് കരുതിയ തരിശുഭൂമികൾ അനർഘ സമ്പത്തുകളുടെ വിളനിലമാക്കിമാറ്റാൻ കഴിയുമെന്ന് കുറെ വൈകിയെങ്കിലും ബോദ്ധ്യപ്പെട്ടപ്പോൾ അവരും പ്രവർത്തനനിരതരായി. തെങ്ങും കമുകും കുരുമുളകും കപ്പയും കാച്ചിലും നിറഞ്ഞ കുന്നുകളും താഴ്വരകളും കാർഷികസമൃദ്ധി വിളംബരം ചെയ്യുന്നുണ്ടിന്ന്.

പക്ഷേ, ബാഹ്യലോകവുമായി ബന്ധപ്പെടുത്താനുതകുന്ന ഗതാഗത സൗകര്യങ്ങൾ അപര്യാപ്തമാണ്. മുൻകാലങ്ങളിൽ ദുർഗ്ഗമങ്ങളായ നാട്ടുവഴികളിലൂടെ നടന്നുതളർന്നു പോകേണ്ടിയിരുന്നു. ക്രമേണ ഒട്ടേറെ ഇടറോഡുകൾ രൂപപ്പെട്ടുവരുന്നുണ്ട്.

താരതമ്യേന വ്യാവസായിക പ്രാധാന്യമുള്ളതാണ് തളിപ്പറമ്പ് ബ്ലോക്കിന്റെ തീരപ്രദേശം. വെസ്റ്റേൺ ഇന്ത്യ കോട്ടൺസ് ലിമിറ്റഡ്, പാപ്പിനിശ്ശേരിയിലെ വളപട്ടണം ടൈൽസ് ഫാക്ടറി; പ്ലൈവുഡ് ഫാക്ടറി, ബലിപട്ടം സാമിൽസ് തുടങ്ങിയ വ്യവസായ സ്ഥാപനങ്ങൾ കുറേപേർക്ക് തൊഴിൽ നല്കിയിരുന്നു. കൂടാതെ മരപ്പണി, മൺപാത്രവ്യവസായം, ചെമ്പ്-പിച്ചള പാത്രവ്യവസായം, എണ്ണയാട്ട്, കൈത്തറി, കയർ വ്യവസായം, മീൻപിടുത്തം എന്നിങ്ങനെ അസംഘടിതമെങ്കിലും കുറെപ്പേർക്ക് തൊഴിൽ നല്കാനുപകരിക്കുന്ന വ്യവസായസംരംഭങ്ങളുമുണ്ട്. പക്ഷേ, ഇവയൊക്കെ പാപ്പിനിശ്ശേരി തുടങ്ങിയ തീരദേശ പഞ്ചായത്തുകൾക്കാണ് ഉപകരിക്കുക, തീരദേശവും ഇടനാടും പിന്നിട്ട്, ഏറിയകൂറും മലയോരങ്ങളിലേക്ക് വ്യാപിച്ചുകിടക്കുന്ന തളിപ്പറമ്പ് മൊത്തത്തിലെടുക്കുമ്പോൾ ഈ വ്യാവസായിക മേഖലയെക്കാൾ പരമപ്രാധാന്യം കാർഷികമേഖലയ്ക്കാണ്.

വിദ്യാഭ്യാസപരമായി തീരെ പിന്നണിയിലല്ലെങ്കിലും വിദൂര ഗ്രാമങ്ങളിൽ കഴിയുന്നവർക്ക് ഉന്നത വിദ്യാഭ്യാസത്തിനുള്ള സൗകര്യങ്ങൾ ഇനിയും വേണ്ടത്ര ഇല്ല. ഗതാഗതയോഗ്യമായ റോഡുകളുടെയും വാഹനങ്ങളുടെയും അഭാവവും ഈ പ്രദേശങ്ങളിൽ വസിക്കുന്നവർക്ക് വിദ്യാഭ്യാസത്തിന് തടസ്സമാകാറുണ്ട്.

വികസനപരിശീലനകേന്ദ്രം

തളിപ്പറമ്പിൽനിന്നും ഏതാണ്ട് രണ്ട് കി മീ അകലെ തളിപ്പറമ്പ് ശ്രീകൃഷ്ണപുരം റോഡരികിൽ ആശുപത്രിക്ക് സമീപം സ്ഥിതിചെയ്യുന്ന തളിപ്പറമ്പ് വികസനബ്ലോക്ക് ആ പ്രദേശങ്ങളുടെ അഭിവൃദ്ധിയുടെ ഒരു മുഖ്യഘടകമാണെന്ന് നിസ്സംശയം പറയാം. ഗ്രാമവികസനത്തിനു വേണ്ടി തളിപ്പറമ്പിൽ നിലവിലുള്ള മറ്റ് രണ്ട് പ്രമുഖസ്ഥാപനങ്ങളാണ് തളിപ്പറമ്പ് കാർഷിക ഗവേഷണകേന്ദ്രവും വികസനപരിശീലനകേന്ദ്രവും. ഒരു കാർഷിക മേഖലയിൽ 135 ഏക്കർ സ്ഥലത്ത് സ്ഥിതിചെയ്യുന്ന ഈ സ്ഥാപനം വളരെ പഴക്കമുള്ള ആ ഒരു ഗവേഷണകേന്ദ്രമാണ്. പ്രധാനമായും കുരുമുളകിന്റെ പൊള്ളുരോഗത്തെപ്പറ്റി ഗവേഷണം നടത്തി, പരിഹാരമാർഗ്ഗം കണ്ടെ

ത്താൻ വേണ്ടി സ്ഥാപിക്കപ്പെട്ട ഈ കേന്ദ്രത്തോട നുബന്ധിച്ച് പഴവർഗ്ഗത്തോട്ടവും പഴവർഗ്ഗത്തൈക ളുടെ ഉല്പാദന കേന്ദ്രവും കൂടി ആരംഭിച്ചു. മാവ്, സപ്പോട്ട, ഏത്തവാഴ, കശുമാവ്, ചക്ക, തുടങ്ങിയ നല്ലയിനം പഴവർഗ്ഗച്ചെടികൾ വളർത്തിയെടുത്ത് കൃഷിക്കാർക്ക് കുറഞ്ഞവിലയ്ക്ക് വില്ക്കാനുള്ള പരിപാടി വിജയകരമായി നടപ്പാക്കിയിരുന്നു. വിവിധ പഴവർഗ്ഗത്തോട്ടങ്ങളും സസ്യാലതാദികളും നിറഞ്ഞ ഈ കൃഷിത്തോട്ടം ഒരു നന്ദനോദ്യാനം തന്നെയാ യിരുന്നു. വികസന പരിശീലനകേന്ദ്രത്തിൽ ഗ്രാമ സേവകർക്കും ഗ്രാമസേവികമാർക്കും പരിശീലനം നടത്തുന്നു.

ആലക്കോട്

തളിപ്പറമ്പിന്റെ കിഴക്കൻ മലയോരങ്ങളിലെ കുന്നിൻപുറങ്ങളിലൂടെ യാത്ര ചെയ്യുകയായിരുന്നു ഞങ്ങൾ. കുണ്ടും കുഴിയും നിറഞ്ഞ് തീരെ വീതി കുറഞ്ഞ ആ മലമ്പാതയിലൂടെ കുലുങ്ങിക്കുലുങ്ങി ജീപ്പ് മുന്നോട്ടു നീങ്ങുകയായിരുന്നു.

"ഹോയ് ഹോയ് ഒന്നു നില്ല് സാറേ.."

പിന്നിൽ കൈയടിയും ബഹളവും. ഞങ്ങൾ ജീപ്പുനിർത്തി. താഴെ കുന്നിൻ ചരിവിലൂടെ ആവു ന്നത്ര വേഗത്തിൽ ഓടിക്കയറി വരികയാണ് ഒരു മദ്ധ്യ വയസ്കൻ. എന്താകാം കാരണം? ഓടിക്കിതച്ച് അയാൾ ജീപ്പിനടുത്തെത്തി "അല്ല, സാറന്മാരങ്ങ നങ്ങ് പോയാലോ?" ഉറക്കെ ചിരിച്ചു. അയാൾ ലോഹ്യം പറഞ്ഞു. ഞാൻ ആ മുഖം ശ്രദ്ധിച്ചു. എവിടെയോ കണ്ട ഓർമ്മ. അതേ! തലേദിവസം തളിപ്പറമ്പ് ജങ്ഷനിൽ വച്ചുകണ്ട ശ്രീമാൻ ഐക്യ കേരളം തന്നെ ഈ വിദ്വാൻ. ഈ മലഞ്ചെരുവിൽ എങ്ങനെ വന്നുപെട്ടു?

ഞങ്ങൾ ജീപ്പിൽനിന്ന് പുറത്തിറങ്ങി. ഒറ്റനോ ട്ടത്തിൽ മലയെന്നു തോന്നിച്ച ആ പച്ചക്കുന്നിന്റെ ചരിവുകളിൽ നിരനിരയായി താങ്ങുമരങ്ങളിൽ പടർന്നുകയറി കിടക്കുന്ന കുരുമുളക് വള്ളികൾ. അല്പം താഴെ ഒരു നീർച്ചാൽ ഒഴുകുന്നു. അതിനു മപ്പുറം നിരനിരയായി നിറകുംഭങ്ങളേന്തിനില്ക്കുന്ന തെങ്ങുകൾ. ഞാൻ "ഐക്യകേരള"ത്തിന്റെയും എന്റെ സുഹൃത്തിന്റെയും സംസാരം ശ്രദ്ധിച്ചു. സുഹൃത്ത് എന്നെ പരിചയപ്പെടുത്തി. അദ്ദേഹം എന്റെ നേർക്കുതിരിഞ്ഞു "ആങ്ങാ! എന്നിട്ടാണോ മിണ്ടാത്തത്? വന്നേ വന്നേ, നമുക്ക് വീട്ടിൽ ഒന്ന് കയറിയിട്ട് പോകാം." ആ അദ്ധ്വാനശീലനായ മദ്ധ്യ വയസ്കന്റെ സ്നേഹപൂർവ്വമായ നിർബ്ബന്ധത്തിന് വഴങ്ങി ഞങ്ങൾ ആ മലഞ്ചെരിവിലൂടെ വളരെ ശ്രദ്ധിച്ച് താഴോട്ടിറങ്ങി. ഞാനറിയാതെ മനസ്സിൽ ആഹ്ലാദം തുളുമ്പി. ആ പൊറ്റമണ്ണാകെ ഒന്നാന്തരം കൃഷിത്തോട്ടമാക്കിക്കഴിഞ്ഞ കൈകൾ, തലേദിവ സത്തെ മദ്യപന്റേതാണെന്ന് വിശ്വസിക്കാൻ കഴിഞ്ഞി ല്ല. എങ്കിലും സത്യം അതാണ്. അജ്ഞാതമായ ഒരാ ദരവ് എനിക്കാ മനുഷ്യനോട് തോന്നി. ഈട്ടിത്തടി പോലെ ഉറച്ച ശരീരത്തിലൂടെ ഊർന്നിറങ്ങുന്ന വിയർപ്പിൽ അപ്പോഴും പൊടിമണ്ണ് പറ്റിയിരിപ്പുണ്ട്. മുഷിഞ്ഞ കാക്കിനിക്കറും തലക്കെട്ടുമാണ് വേഷം. ഞൊടിക്കുള്ളിൽ ഇളനീരും പഴങ്ങളും ഞങ്ങളുടെ മുന്നിലെത്തി. ഞങ്ങൾ യാത്രാക്ഷീണം മറന്നു.

കുടിയേറ്റക്കാരുടെ വരവോടെ ആനവീഴുന്ന ആ മലകളിലുണ്ടായിട്ടുള്ള മാറ്റങ്ങൾ ശ്രദ്ധേയമാണ്. പൊറ്റമണ്ണ് സസ്യഫലസമൃദ്ധമായി മാറി. സഞ്ചാര യോഗ്യമായ റോഡുകളുണ്ടായി. സ്കൂളുകൾ, ആശു പത്രികൾ തുടങ്ങിയ അത്യാവശ്യസ്ഥാപനങ്ങളുമു ണ്ടായി. തളിപ്പറമ്പ് - ആലക്കോട്, തളിപ്പറമ്പ് - കുടി യാർമ്മല ബസ് സർവ്വീസുകൾ ഉണ്ട്. (കുടി യാർമ്മലനിന്ന് കുറച്ചു ദൂരമേയുള്ളൂ അതിർത്തിയി ലേക്ക്) തളിപ്പറമ്പ് കൂർഗ് വഴി മൈസൂറിലേക്ക് ഏറ്റവും എളുപ്പമുള്ള ഒരു റോഡ് ചിരകാലസ്വപ്ന മായിരുന്നു.

തമ്പുരാന്റെ നേതൃത്വം

ഈ പ്രദേശങ്ങളുടെ സാർവ്വത്രിക വികസന ത്തിനു വേണ്ടി ആത്മാർത്ഥമായി പരിശ്രമിച്ച ഒരു മഹാവ്യക്തിയെ പറ്റിയും ഇവിടെ പരാമർശിക്കേണ്ട തുണ്ട്. ആലക്കോട് തമ്പുരാനാണ് ആ മഹദ് വ്യക്തി, തിരുവിതാംകൂർ, മഹാരാജാവിന്റെ (ശ്രീ ചിത്തിരതിരു നാൾ) ഇളയമ്മയുടെ ഭർത്താവായ പൂഞ്ഞാർ കോവി ലകത്തെ രാമവർമ്മ രാജാവ് തളിപ്പറമ്പിനടുത്ത് ആല ക്കോട് എന്ന സ്ഥലത്ത് പതിനായിരം ഏക്കർഭൂമി വാങ്ങി വൻതോതിൽ കൃഷിതുടങ്ങി. തളിപ്പറമ്പിലെ പെരിഞ്ചല്ലൂർ ഗ്രാമത്തിൽ മണിയിൽ ഇല്ലം പ്രസിദ്ധ മായ നമ്പൂതിരി കുടുംബമാണ്. മലമ്പ്രദേശങ്ങളിലെ വിടെയൊക്കെയോ ലക്ഷക്കണക്കിനേക്കർ ഭൂമി അവർക്കുണ്ടായിരുന്നു. ക്രമേണ ഇല്ലത്തേക്ക് പതി നായിരക്കണക്കിന് രൂപയുടെ കടം കേറി. കടം തീർക്കാൻ മാർഗ്ഗമില്ല. കുടുംബം തകരുമെന്ന മട്ടാ യി. അപ്പോഴാണ് മുറജപത്തിന് തിരുവനന്തപുരത്തെ ത്താറുള്ള മണിയിൽ ഇല്ലത്തെ നമ്പൂതിരി (പെരി ഞ്ചലൂർ ഗ്രാമക്കാർക്ക് തിരുവിതാംകൂർ കൊട്ടാര ത്തിലും വലിയ സ്ഥാനമുണ്ട്)യിൽ നിന്ന് ആലക്കോട് തമ്പുരാൻ കഥകൾ മനസ്സിലാക്കിയത്. കടം കേറി കുടുംബം മുടിയാതിരിക്കാൻ വേണ്ടി, തമ്പുരാൻ 25,000 രൂപയ്ക്ക് ആലങ്കോട്ടെ കുറേ മലമ്പ്രദേശ ങ്ങൾ വാങ്ങി. അങ്ങനെ ആ നമ്പൂതിരി കുടുംബം തകർച്ചയിൽനിന്ന് രക്ഷപ്പെട്ടു. തമ്പുരാൻ ആ സ്ഥലത്ത് കൃഷിയിറക്കാൻ തുടങ്ങി. ലക്ഷക്കണ ക്കിന് രൂപയ്ക്ക് തടി വിറ്റു. തടി കയറ്റിക്കൊണ്ടുപോ കുവാൻ വേണ്ടി നല്ല റോഡുകൾ ആവശ്യമായി.

അങ്ങനെ മലമ്പ്രദേശങ്ങളിൽ റോഡുകൾ വെട്ടി. പിന്നീട് ആലക്കോട് ഒരു കൊട്ടാരം പണിഞ്ഞ് അവിടെ സ്ഥിര താമസമാക്കി. എസ്റ്റേറ്റിന്റെ പണി തുടങ്ങി. ഗൗരവതരമായ കാർഷികവൃത്തിയിൽ ഏർപ്പെട്ടതോടെ ആ പ്രദേശങ്ങളുടെ സമഗ്രവികസനത്തിന് റോഡ് നിർമ്മിക്കാനും പൊതുസ്ഥാപനങ്ങൾ ഉണ്ടാക്കുന്നതിനും അളവറ്റ ധനം അദ്ദേഹം സ്വന്തം കൈയിൽനിന്നും ചെലവാക്കി. തളിപ്പറമ്പിനപ്പുറമുള്ള മലമ്പ്രദേശങ്ങളുടെ ഇന്നത്തെ വികസനത്തിന്റെ നല്ലൊരു പങ്കിന് കാരണക്കാരൻ ആലക്കോട് തമ്പുരാനാണെന്ന് തീർച്ച. ഉദാരമതിയായ ഒരു വ്യക്തിയുടെ സേവന സന്നദ്ധത, ഒരു ഗ്രാമപ്രദേശത്തിന് എങ്ങനെ ഗുണകരമാകുമെന്ന് തമ്പുരാൻ തെളിയിച്ചു. തടിക്കടവ് പഞ്ചായത്തിന്റെ പ്രസിഡന്റ് കൂടിയായിരുന്നു അദ്ദേഹം– പി ആർ രാമവർമ്മ രാജ. തടിക്കടവ് പഞ്ചായത്തിന്റെ വിസ്തീർണ്ണം 27.7 ച കി മീ. ജനസംഖ്യ 22456 (1991 ലെ സെൻസസ്).

അങ്ങനെ തടിക്കടവിലെ കുഗ്രാമങ്ങളുടെയും മലമ്പ്രദേശങ്ങളുടെയും വികസനത്തിന് ഉത്തരവാദികൾ ആലക്കോടു തമ്പുരാൻ എന്ന വ്യക്തിയും ചേട്ടന്മാരും (തിരുവിതാംകൂറിൽനിന്നും വന്ന സെറ്റ്ലേഴ്സ്) തളിപ്പറമ്പ് വികസന ബ്ലോക്കുമാണ്. ഈ മൂന്ന് ഘടകങ്ങളുടെയും പ്രേരണയും പ്രയത്നവും ആഗ്രാമപ്രദേശങ്ങളിൽ പ്രകടമാണ്.

പല പ്രത്യേകതകളുമുള്ള ഒരു ബ്ലോക്ക് പ്രദേശമാണ് തളിപ്പറമ്പ്. സംസ്ഥാനത്തിന്റെ പടിഞ്ഞാറെ അതിർത്തിയായ അറബിക്കടൽ മുതൽ കിഴക്കെ അതിർത്തിയായ കൂർഗ് വരെ വ്യാപിച്ചുകിടക്കുന്നു.

83

പയ്യന്നൂർ പാട്ടോലയും പവിത്രമോതിരവും

അതി പ്രാചീനവും പ്രധാനവുമായ ഒരു ഗ്രാമമാണ് ഉത്തര മലബാറിലെ പയ്യന്നൂർ. പരശുരാമസ്രഷ്ടമായ അറുപത്തിനാലു ഗ്രാമങ്ങളിൽപ്പെട്ടതാണത്രെ ഈ സ്ഥലവും. മറ്റു പല ഗ്രാമങ്ങളെപ്പോലെ, അടുത്ത കാലത്തുയർന്നുവന്നതല്ല ഈ ഗ്രാമം. തനതായൊരു ചരിത്രവും സംസ്കാരപാരമ്പര്യവും തറവാടിത്തവുമുള്ള ഈ പ്രാചീന ഗ്രാമം കൂട്ടത്തിൽ വേറിട്ടു നില്ക്കുന്നു.

കണ്ണൂരിൽനിന്ന് 44 കി മീ വടക്കുമാറി സ്ഥിതിചെയ്യുന്ന പയ്യന്നൂർ ഇന്നൊരു ചെറുപട്ടണം തന്നെയാണ്. ഗ്രാമപ്പഴമയുടെ മേൽ നഗരപ്പുതുമ കടന്നേറ്റം നടത്തിയ ഗ്രാമനഗരം. ഏതാണ്ട് ഒരുമൈൽ നീളമുള്ള പയ്യന്നൂരങ്ങാടിയെ ശ്രദ്ധിക്കൂ. വളരെ കാലപ്പഴക്കമുള്ള കെട്ടിടങ്ങളാണധികവും. പലതും പുതുക്കിപ്പണിയേണ്ട കാലം വൈകി. വേണ്ടത്ര അടുക്കും ചിട്ടയും ശുചിത്വവും ഉണ്ടെന്ന് അവകാശപ്പെടാനാവില്ല. റോഡിനിരുഭാഗവും മന്ദിരശ്രേണികളും വ്യാപാരകേന്ദ്രങ്ങളും തിരക്കിട്ട വിപണന വീഥികളുമാണ്. ടൗൺപ്രദേശം മാത്രം ജനവാഹന ബഹുലം.

പണ്ടുകാലത്ത് അതിവിസ്തൃതമായ നെല്പാടങ്ങൾ വാഗ്ദാനം ചെയ്തിരുന്ന സമ്പൽസമൃദ്ധി-അന്നത്തിന്റെ സമൃദ്ധി-ആ പ്രദേശങ്ങൾക്ക് അന്നൂര് എന്ന സ്ഥലനാമത്തിന് കാരണമായത്രെ. ആ സ്ഥലത്ത് ശതാബ്ദങ്ങൾക്കുമുമ്പ് പരശുരാമൻ പ്രതിഷ്ഠിച്ച ശ്രീ സുബ്രഹ്മണ്യക്ഷേത്രം സ്ഥാപിതമായതോടെ അന്നൂര്, പയ്യന്നൂരായി, (സുബ്രഹ്മണ്യനെ 'പയ്യൻ' എന്നും വിവക്ഷിക്കാറുണ്ടല്ലോ) പ്രാചീന കാലഘട്ടങ്ങളിൽ ദേശഭരണത്തിന്റെ സിരാകേന്ദ്രമായിരുന്നു പയ്യന്നൂർ മഹാദേവക്ഷേത്രം. പയ്യന്നൂർ പെരുമാളിന്റെ സിദ്ധിയും ശക്തിയും പ്രസിദ്ധിയും അതിവിസ്തൃതമായ ഒരു ഭൂപ്രദേശത്തിന്റെ ഭാഗധേയം നിർണ്ണയിച്ചിരുന്നു. പ്രാചീനകാലത്ത് ഭരണകേന്ദ്രങ്ങളായി പരിലസിച്ചിരുന്ന മഹാക്ഷേത്രസങ്കേതങ്ങളിൽ വടക്കേഅറ്റത്തായിരുന്നു. പയ്യന്നൂർ കഴകം. പയ്യന്നൂർ കഴകത്തിൽ നിയോഗിക്കപ്പെട്ട 'അമ്മോൻമാർ' എന്ന തിരുമുമ്പുമാരുടെ മേധാവിത്തം വഹിച്ചിരുന്ന താഴേക്കാട്ടു മനയുടെ ഊരാഴ്മയിലും പൊതുവാൾ തറവാടുകളുടെ കാരായ്മയിലുമായിരുന്നു ഭരണം നിർവ്വഹിക്കപ്പെട്ടിരുന്നത്.

ആറേഴു പതിറ്റാണ്ടുകൾക്കു മുമ്പുതന്നെ പയ്യന്നൂരിന്റെ പ്രത്യേകതയായിരുന്ന അമ്മോന്മാർ (പഴയ തറവാട്ടുകാരണവന്മാരായ അമ്മാവന്മാരുടെ തൽഭവമാകാം അമ്മോന്മാർ) നാട്ടിൽ കൊല്ലിനും കൊലയ്ക്കും അധികാരമുള്ള പ്രതാപികളായ നാട്ടുപ്രമാണിമാരായിരുന്നു; വമ്പിച്ച ഭൂവുടമകളും. ഏറക്കാലം ആ സ്ഥിതി തുടർന്നില്ല. കുടുംബത്തിലെ ഛിദ്രവാസനകളും കെടുകാര്യസ്ഥതയും കാലാനുസൃതമായി മാറിമാറി വന്ന നിയമവ്യവസ്ഥയുമെല്ലാം കൂടി അമ്മോൻ എന്ന ഭരണസംവിധാനത്തെ തീരെ ദുർബ്ബലമാക്കി സ്ഥാനവും പദവിയും നാമമാത്രമായി.

പയ്യന്നൂരിന്റെ ആത്മീയവും ഭൗതികവുമായ എല്ലാ നേട്ടങ്ങളുടെയും സിരാകേന്ദ്രമായി, പയ്യന്നൂർ കഴകത്തിന്റെ നടുനായകമായി പല നൂറ്റാണ്ടുകൾ വർത്തിച്ച പയ്യന്നൂർ പെരുമാളിന്റെ ആസ്ഥാനം പടയോട്ടക്കാലത്ത് ടിപ്പുവിന്റെ സൈന്യം ചുട്ടുചാമ്പലാക്കി. പില്ക്കാലത്ത് മലബാറിൽ ബ്രിട്ടീഷ് ആധിപത്യം സുസ്ഥാപിതമായ ശേഷമാണ് ആ മഹാക്ഷേത്രവും വിഗ്രഹവും താഴേക്കാട്ടു മനയിലെ ഒരു അന്തർജ്ജനത്തിന്റെ മേൽനോട്ടത്തിൽ ഇന്നത്തെ സ്ഥിതിയിൽ നിർമ്മിക്കപ്പെട്ടത്.

പയ്യന്നൂർ പുഴ

ഉത്തര കേരളത്തിൽ പയ്യന്നൂരിന്റെ സാഹിത്യ

സാംസ്കാരിക പാരമ്പര്യം പണ്ടുപണ്ടേ പുകൾപെറ്റതാണ്. മഹത്തായ ഒരു ക്ഷേത്ര സംസ്കാരത്തിന്റെ സഹജാതമാണ് ആ സാഹിത്യകലാപാരമ്പര്യം. അതിന്റെ പതാകാവാഹകരായ പല തലമുറകൾ ഇന്ന് കടന്നുപോയിരിക്കുന്നു. പണ്ഡിത വരേണ്യനായ കാനാ കമ്മാരൻ നമ്പ്യാർ, സരസ ഗദ്യകാരനും സാഹിത്യ മർമ്മജ്ഞനുമായ വേങ്ങയിൽ കുഞ്ഞിരാമൻ നായനാർ, ഭാഷാ കവിയായ കടിഞ്ഞിപ്പള്ളി കൃഷ്ണൻ മൂത്ത നമ്പ്യാർ സുദീർഘമാണ് ആ പണ്ഡിത പരമ്പര. പ്രഗത്ഭരായ ജ്യോതിശാസ്ത്ര വിദഗ്ദ്ധരുടെയും ആയുർവ്വേദ വൈദ്യന്മാരുടെയും ശില്പശാസ്ത്ര വിദ്വാന്മാരുടെയും പാരമ്പര്യം പയ്യന്നൂരിന് അവിസ്മരണീയമാണ്, ഇന്നും.

തുളുനാടും കേരളവും തമ്മിലുള്ള 'കൊള്ളക്കൊടുക്കകൾ' അതിപ്രാചീനകാലം മുതല്ക്കേ മലബാർ പ്രദേശത്തു മാത്രമല്ല കേരളമാകെ നിലനിന്നിരുന്നുവെന്നതിന് ചരിത്രസൂചനകൾ ധാരാളം. വിവിധ കാരണങ്ങളാൽ വിവിധ കാലഘട്ടങ്ങളിൽ വിവിധ സമുദായക്കാർ തുളുനാട്ടിൽനിന്ന് വടക്കേ മലബാറിൽ കുടിയേറിപ്പാർത്തു. സ്ഥിരവാസമുറപ്പിച്ചിരുന്ന അവരിൽ എറ്റവും പ്രധാനപ്പെട്ടത് ഗോകർണ്ണത്തിലെ മൂന്ന് ബ്രാഹ്മണ അഗ്രഹാരങ്ങൾ അട്ടിപ്പേറായി കോലത്തുനാട്ടിലെത്തി സ്ഥിരതാമസമാക്കിയതാണത്രെ. ഈ സമ്മിശ്ര സംസ്കാര സവിശേഷതകൾ പയ്യന്നൂരിന്റെ എല്ലാ ജീവിത മേഖലകളിലും പണ്ടേ പ്രകടമാണ്.

പയ്യന്നൂർ ടൗണിലെ ഇന്നത്തെ ആൾത്തിരക്കും കച്ചവടവുമൊക്കെ ഒരുപക്ഷേ, ശതാബ്ദങ്ങൾക്കു മുമ്പേ തുടങ്ങിയതാകണം. കാരണം, പഴയ ഭരണക്രമമനുസരിച്ച് നാലുപേരറിയുന്ന കേരളത്തിന്റെ വടക്കെ അതിർത്തി പയ്യന്നൂരാണ്. പയ്യന്നൂർ പുഴയ്ക്കപ്പുറം തെക്കൻ കർണ്ണാടകജില്ല (പഴയ മദ്രാസ് സംസ്ഥാനത്തിന്റെ ഭാഗം) അങ്ങനെ, പഴയ കേരളത്തിന്റെ ആ ഉത്തരാതിർത്തിയിൽ ചരിത്രപ്രാധാന്യവും പാരമ്പര്യവുമുള്ള ഒരു ഗ്രാമ തലസ്ഥാനം തെളിഞ്ഞുവന്നെങ്കിൽ അത് സ്വാഭാവികമാണ്. തിരക്കേറിയ ആ ബസാറിൽനിന്നും തിരിയുന്ന കച്ചേരി റോഡിനിരുഭാഗവുമായി പയ്യന്നൂരിലെ മിക്ക പൊതു സ്ഥാപനങ്ങളും കേന്ദ്രീകരിച്ചിട്ടുണ്ട്.

പയ്യന്നൂർ പെരുമാൾ

അതിപ്രസിദ്ധമായ ചില ആരാധനാകേന്ദ്രങ്ങളും പയ്യന്നൂരുണ്ട്. പയ്യന്നൂരിന്റെ ഏതാണ്ട് മദ്ധ്യഭാഗത്തു സ്ഥിതിചെയ്യുന്ന പയ്യന്നൂർ പെരുമാളമ്പലം (സുബ്രഹ്മണ്യക്ഷേത്രം) ആണ് പ്രമുഖം. നാനാജാതിമതസ്ഥർക്കും പ്രവേശനമുള്ള വലിയൊരു ക്ഷേത്രമാണത്. വൃശ്ചിക മാസം ഒന്നുമുതൽ പതിനാറുവരെയാണ് പ്രധാന ഉത്സവം. വൃശ്ചികം ആറും പന്ത്രണ്ടും തീയതിയിൽ കൂടുതൽ ഗംഭീരമായി ആഘോഷിക്കപ്പെടുന്നു.

കണ്ടോത്തടം സോമേശ്വരീക്ഷേത്രവും തത്തുല്യം പ്രധാനമാണ്. സുബ്രഹ്മണ്യന്റെ സഹധർമ്മിണിയെന്ന് സങ്കല്പിക്കപ്പെടുന്ന സോമേശ്വരി അമ്മയാണ്, പ്രതിഷ്ഠ. വർഷത്തിലൊരു ദിവസം ഈ ഭാര്യഭർത്താക്കന്മാർ ഒരു നിശ്ചിതസ്ഥലത്ത് വച്ച് കണ്ടുമുട്ടുന്നു. അന്ന്, സുബ്രഹ്മണ്യക്ഷേത്രത്തിൽനിന്ന് നാല് ഫർലോങ് അകലെ, രണ്ടു ക്ഷേത്രങ്ങളിലെയും ബിംബങ്ങൾ എഴുന്നള്ളിച്ചുകൊണ്ടുവന്ന് മുഖാഭിമുഖമായി നിറുത്തുന്നു.

പയ്യന്നൂർ ബസാറിൽ തന്നെ കൊങ്ങിണി സമുദായക്കാരുടേതായ സാരസ്വത ക്ഷേത്രവും ശിവക്ഷേത്രവും മഠത്തുംപടി ക്ഷേത്രവുമുണ്ട്.

തീയസമുദായക്കാരുടെ വകയായും ഒട്ടനേകം ആരാധനാകേന്ദ്രങ്ങളുണ്ട്. തറകൾ, കണ്ടങ്കാളിയിലെ കണക്കത്തറ, പയ്യന്നൂരിലെ മാമ്പലത്തറ, തായ്നേരിയിലെ കുറുഞ്ഞിയറത്തറ, കണ്ടോത്തു കണ്ടോത്തറ, വെള്ളിരിലെ കൊട്ടണശ്ശേരിത്തറ, തകിടക്കത്തറ എന്നിവയാണവ. വാണിയ സമുദായത്തിൽപ്പെട്ടവർക്ക് കോറോത്തും പയ്യന്നൂരിലും തായ്നേരിയിലും കാർണേലും മുച്ചുമുട്ടുകാവുകളുമുണ്ട്. മണിയാണി (കോലാന്മാർക്ക)കൾക്ക് കണ്ണങ്കോട്ടുതറയും കാപ്പാട്ടു തറയും മറ്റുമുണ്ട്. ആകർഷകവും രസകരവുമായ തെയ്യം കെട്ടൽ ആ പ്രദേശങ്ങളിലെ ഉത്സവങ്ങൾക്ക് മോടികൂട്ടുന്ന ഒരു കലാരൂപമാണ്.

പയ്യന്നൂർ തെരുവിൽ ചാലിയന്മാരുടെ വകയായ അഷ്ടമച്ചാൽ ഭഗവതി ക്ഷേത്രത്തിൽ മേടം ഒന്നിന് ഉത്സവം തുടങ്ങുന്നു. പതിനാറാം ദിവസം ബിംബം എഴുന്നള്ളിച്ച് ഊരുചുറ്റുന്നു. പയ്യന്നൂരംശം വലംവയ്ക്കുന്നു.

പെരുമ്പ ജുമാഅത്ത്, കൗവായ് ജുമാഅത്ത് തായ്നേരി ജുമാഅത്ത് എന്നിവ മുസ്ലീങ്ങളുടെ വിവിധ പള്ളികളാണ്. പുഞ്ചക്കാട്ട് (റെയിൽവേസ്റ്റേഷനടുത്ത്) കത്തോലിക്കാപ്പള്ളിയും ബാസൽ മിഷൻ സ്കൂൾ ചർച്ചും ക്രിസ്ത്യാനികളുടെ പ്രധാന ആരാധനാലയങ്ങളാണ്.

കോറത്തുമണിയറയിൽ ആശാരിമാരുടെ കേന്ദ്രമാണ്. മണിയറയിലെ പൂമാലക്കാവ്, പയ്യന്നൂരിലെ ശീരമ്പക്കാവ് എന്നീ രണ്ടു കാവുകൾ ആശാരിസമുദായത്തിൽപ്പെട്ടവരുടെ ആരാധനാകേന്ദ്രങ്ങളാണ്.

പയ്യന്നൂർ എന്ന പദത്തിന്റെ കൂടപ്പിറപ്പുകളായി ഇന്ന് കേരളീയർക്ക് സുപരിചിതമായ രണ്ടു കാര്യങ്ങളാണ് പയ്യന്നൂർ പാട്ടോലയും പയ്യന്നൂർ പവിത്രമോതിരവും. പ്രാചീനതയിൽ ചുവടൂന്നിനിന്നുകൊണ്ട് ഇന്നും പയ്യന്നൂരിന് പ്രശസ്തി നേടിക്കൊടുക്കുന്ന ഘടകങ്ങളാണിവ.

പയ്യന്നൂർ പാട്ടോല

പയ്യന്നൂരിന്റെയെന്നല്ല, മലയാളഭാഷയുടെയും പഴമ വെളിപ്പെടുത്തുന്ന ഒരു മലയാള കൃതിയാണ് *പയ്യന്നൂർ* പാട്ട്. *പയ്യന്നൂർ പാട്ടോല* എന്നും പേരുണ്ട്. നമുക്ക് നഷ്ടപ്പെട്ട അമൂല്യകൃതികളിലൊന്നാണിത്. തമിഴിന്റെ അതിപ്രസരമുള്ള പാട്ടുപ്രസ്ഥാനത്തിലോ സംസ്കൃതത്തിന്റെ അതിപ്രസരമുള്ള മണിപ്രവാളപ്രസ്ഥാനത്തിലോ, രണ്ടിന്റെയും കലർപ്പുള്ള മിശ്ര പ്രസ്ഥാനത്തിലോ പെടുത്താൻ കഴിയാത്തതാണ് ഈ കൃതിയെന്ന് ഡോ. ഗുണ്ടർട്ട് രേഖപ്പെടുത്തിയിട്ടുണ്ട്. അദ്ദേഹത്തിന്റെ അഭിപ്രായത്തിൽ മലയാളത്തിലെ ഏറ്റവും പ്രാചീനമായ രണ്ടു കൃതികളാണ്. *രാമചരിതവും പയ്യന്നൂർ പാട്ടും*. കണ്ടുകിട്ടിയിടത്തോളം പ്രാചീന കൃതികളെ സശ്രദ്ധം പരിശോധിച്ചാൽ *പയ്യന്നൂർ പാട്ടാണ്* ഭാഷയിലും ഇതിവൃത്തത്തിലും രീതിയിലും ആദ്യത്തെ സ്വതന്ത്ര മലയാള കൃതിയെന്നാണ് പണ്ഡിതമതം.

1834 നടുപ്പിച്ച് തളിപ്പറമ്പുകാരനായ ഒരാളാണത്രെ, ജീർണ്ണിച്ച് ഏതാനും ഭാഗം മാത്രം അവശേഷിച്ച *പയ്യന്നൂർ പാട്ടി*ന്റെ (*പയ്യന്നൂർ പട്ടോല*) ഒരു ഗ്രന്ഥം ഗുണ്ടർട്ടിനു സമ്മാനിച്ചത്. പ്രാചീന പദബഹുലവും കൈപ്പിഴകൊണ്ട് വികൃതവുമാണെങ്കിലും കഴിഞ്ഞകാലത്തിന്റെ വിലപ്പെട്ട ചരിത്രം വ്യക്തമാക്കുന്ന ഈ കൃതി, ശുദ്ധവും പൂർണ്ണവുമായി പ്രസിദ്ധപ്പെടുത്തണമെന്ന ഗുണ്ടർട്ടിന്റെ ആഗ്രഹം സഫലമായില്ല. ലഭിച്ച ഗ്രന്ഥം നഷ്ടമാവുകയും ചെയ്തു.

പവിത്രമോതിരം

സഹസ്രാബ്ദത്തിനും മുമ്പു മുതല്ക്കേ, വേദപണ്ഡിതരായ നമ്പൂതിരിമാർ വിശുദ്ധമായ വൈദിക കർമ്മങ്ങളാലും പൂജാവിധികളാലും മഹായജ്ഞങ്ങളാലും പുണ്യസങ്കേതമാക്കി മാറ്റിയ 'പയ്യന്നൂർ കഴകം' കാലാന്തരത്തിൽ അസ്തപ്രഭമായെങ്കിലും ആ പ്രാചീന പാരമ്പര്യത്തിന്റെ അവശിഷ്ടങ്ങളിപ്പോഴും ഇവിടെയുണ്ട്. അതിലൊന്നാണ് പയ്യന്നൂർ 'പവിത്രമോതിരം'. യഥാവിധി വൈദിക കർമ്മങ്ങളനുഷ്ഠിച്ചിരുന്ന പൂർവ്വികർ ദിവസത്തിലധികം സമയവും കുശപവിത്രം അണിയാറുണ്ടായിരുന്നു. അപ്പോൾ പവിത്രമുണ്ടാക്കി അണിയേണ്ട അസൗകര്യം ഒഴിവാക്കാൻ, ആചാര്യന്മാരുടെ ഉപദേശാനുസരണം സ്വർണ്ണനിർമ്മിതമായ പവിത്ര മോതിരം ധരിച്ചുകൊണ്ട് നമ്പൂതിരിമാർ വൈദികകർമ്മങ്ങളനുഷ്ഠിച്ചിരുന്നു. പവിത്രമോതിര നിർമ്മാണത്തിന്റെ ആചാരാനുഷ്ഠാനങ്ങളും നിർമ്മാണ സമ്പ്രദായങ്ങളും ഹൃദിസ്ഥമാക്കിയിട്ടുള്ള പൊൻ പണിക്കാർ പയ്യന്നൂരിലുണ്ട്. ഇന്നും അവർ വിധിപ്രകാരം മോതിര നിർമ്മാണം നടത്തുന്നു. പവിത്രമോതിരത്തിന്റെ പ്രസിദ്ധി ഭാരതമൊട്ടാകെ പ്രചരിച്ചിട്ടുണ്ട്.

കണ്ണൂരിൽനിന്നും 44 കി മീ വടക്ക് മാറിയുള്ള പയ്യന്നൂർ മുനിസിപ്പാലിറ്റി പയ്യന്നൂർ വികസന ബ്ലോക്കിൽപ്പെട്ടതാണ്. പടിഞ്ഞാറ് പയ്യന്നൂർ പുഴയും തെക്ക് പെരുമ്പപ്പുഴയും ഒഴുകുന്നു. ഈ രണ്ട് പുഴകളും ചേരുന്നിടത്ത് ഒരു ദ്വീപ് രൂപം പൂണ്ടു വന്നിട്ടുണ്ട്. കൗവായ് തുരുത്ത്, ഏതാണ്ട് രണ്ട് ച മൈൽ വിസ്തീർണ്ണമുള്ള തെങ്ങിൻ തുരുത്തിൽ ഒട്ടേറെ കുടുംബങ്ങൾ തിങ്ങിപ്പാർക്കുന്നു. മത്സ്യബന്ധനത്തിൽ ഏർപ്പെട്ടിട്ടുള്ള അരയന്മാരും മുസ്ലീങ്ങളുമാണ് അവിടെ അധികവും നല്ല സാമ്പത്തിക സ്ഥിതിയുള്ളവരും അക്കൂട്ടത്തിൽപ്പെടും. കടലോരത്ത് മുക്കുവരും മറ്റു പ്രദേശങ്ങളിൽ മുസ്ലീങ്ങളും തിങ്ങിപ്പാർക്കുന്നു.

പയ്യന്നൂർ മുനിസിപ്പാലിറ്റി

പയ്യന്നൂർ മുനിസിപ്പാലിറ്റിയുടെ ടൗൺ ഉൾപ്പടെയുള്ള കിഴക്കേ പകുതി ഭാഗവും താരതമ്യേന വികസിതപ്രദേശങ്ങളാണ് ഗവ. ഹൈസ്കൂൾ, പൊലീസ് സ്റ്റേഷൻ, സബ് രജിസ്ട്രാർ ഓഫീസ്, മുനിസിഫ് കോടതി എന്നിങ്ങനെ മിക്ക ഗവ. ആഫീസുകളും ടൗണിൽ കേന്ദ്രീകരിച്ചിട്ടുണ്ട്. ഒരു ഒന്നാം ഗ്രേഡ് കോളേജുമുണ്ട്. ഹൈന്ദവ ഭൂരിപക്ഷമുള്ള പ്രദേശങ്ങളാണ് പയ്യന്നൂർ. നായനാർ, നായർ, നമ്പ്യാർ പൊതുവാൾ, അടിയോടി, തീയർ, വാണിയർ, കൊല്ലൻ, വണ്ണാൻ എന്നിവർക്ക് പുറമേ തമിഴ് ബ്രാഹ്മണരും നമ്പൂതിരിമാരുമുണ്ട്. കണ്ടോത്തു ദേശത്ത് വേങ്ങയിൽ നായനാർമാർ, കോട്ടയ്ക്കൽ നായന്മാർ തുടങ്ങിയ ജന്മിത്തറവാടുകളുമുണ്ട്. നായന്മാരധികവും കൃഷിക്കാരും സർക്കാർ ജീവനക്കാരുമാണ്. പയ്യന്നൂർ ബസാർ (കച്ചവടം) മിക്കവാറും കൊങ്ങിണി സമുദായത്തിൽപ്പെട്ടവർ കൈയടക്കിയിട്ടുണ്ട്. തീയർക്ക് ചക്കര ചെത്താണ് പ്രധാന ഉപജീവനമാർഗ്ഗം. പറയർ, പുലയർ തുടങ്ങിയ പിന്നോക്ക വിഭാഗക്കാർ കൂലിപ്പണിക്കാരാണ് ഭൂരിഭാഗവും.

നെല്ലും തേങ്ങയുമാണ് പ്രധാന കാർഷികോല്പന്നങ്ങൾ. നേന്ത്രവാഴകൃഷിക്ക് പ്രാധാന്യം നല്കുന്നുണ്ട്. കരപ്പുരയിടങ്ങളാണധികവും. മിക്കവീടുകളിലും കൃഷിയുണ്ടെങ്കിലും അവർ ഏറിയകൂറും പാട്ടക്കാരായിരിക്കും. ചാലിയർ വെള്ളൂരും പയ്യന്നൂരും അവർക്ക് പ്രത്യേകം തെരുവുകളുമുണ്ട്. നെയ്ത്ത് തൊഴിലിലേർപ്പെട്ടിരിക്കുന്നു. ബീഡി തെറുപ്പും ഉണ്ട്. പുഴയ്ക്കക്കരെയുള്ള കോരം വില്ലേജ് അവികസിതപ്രദേശമാണ്. കുന്നും മലകളും തരിശുഭൂമികളും നിറഞ്ഞ ആ പ്രദേശങ്ങളിൽ അങ്ങിങ്ങ് പാർക്കുന്ന കൃഷിക്കാർക്ക് ജീവിതസൗകര്യങ്ങൾ വളരെ കുറവാണ്.

വിദ്യാഭ്യാസപരമായി ഒട്ടും പിന്നണിയിലല്ല പയ്യ

ന്നൂർ. പ്രൈമറി, അപ്പർ പ്രൈമറി, ഹൈസ്കൂൾ നിലവാരത്തിലുള്ള സ്കൂളുകൾ യഥേഷ്ടമുണ്ട്. കുഞ്ഞിമംഗലത്താണ് പയ്യന്നൂർ കോളേജ്. കൊക്കാനിശ്ശേരിയിൽ ഒരു ഗവ. ആശുപത്രിയുണ്ട്. ആയുർവ്വേദാശുപത്രിയും ഒരു മൃഗാശുപത്രിയുമുണ്ട്.

പയ്യന്നൂർ ഖാദിനിർമ്മാണത്തിന്റെ ഒരു പ്രമുഖ കേന്ദ്രമാണ്. ഗാന്ധിജിയും പണ്ഡിറ്റ് നെഹ്റുവും സ്വാതന്ത്ര്യലബ്ധിക്കുമുമ്പ് പയ്യന്നൂരിൽ വമ്പിച്ച സ്വാധീനം ചെലുത്തിയിരുന്നു. അക്കാലം മുതല്ക്കേ ഖാദിനൂല്പ് ആ പ്രദേശങ്ങളിൽ വ്യാപിച്ചിരുന്നു. സ്റ്റേറ്റ് ഗവൺമെന്റ് വക സെൻട്രൽ ഖാദി ആഫീസും കേന്ദ്രഗവൺമെന്റിന്റെ ആഭിമുഖ്യത്തിലുള്ള 'ഗ്രാമ ഏക്കായി'യും പയ്യന്നൂരുണ്ട്. പയ്യന്നൂരിൽ വർഷങ്ങൾക്കുമുമ്പ് സ്ഥാപിക്കപ്പെട്ട കുളപ്പുറം സ്പിന്നിങ് ആൻഡ് വീവിങ് മിൽസ് ധാരാളം തൊഴിലാളികൾക്ക് പണി നല്കിയിരുന്നു. ടൗണിൽത്തന്നെ ഓട്ടുകമ്പനിയും പ്രവർത്തിച്ചിരുന്നു.

പയ്യന്നൂരിലെ "ശ്രീനാരായണ വിദ്യാലയം" ഒരു പ്രധാന ധർമ്മസ്ഥാപനമാണ്. 1927 ലാണ് സ്ഥാപിക്കപ്പെട്ടത്. ഇവിടെ ഹരിജനങ്ങൾക്ക് സൗജന്യ വിദ്യാഭ്യാസം ഏർപ്പെടുത്തിയിരുന്നു. സ്വാമി ആനന്ദതീർത്ഥരാണ് ഈ വിദ്യാലയത്തിന്റെ സ്ഥാപകൻ. ഗാന്ധിജി പയ്യന്നൂർ സന്ദർശിച്ചപ്പോൾ പ്രസ്തുത ധർമ്മസ്ഥാപനവും സന്ദർശിച്ചു. ആ സന്ദർഭത്തിന്റെ സ്മാരകമായി ഒരു മാവിൻതൈ നട്ടു വളർത്തിയിട്ടുണ്ട്. ഈ വിദ്യാലയത്തിന് ഗവൺമെന്റിൽനിന്നും ഗ്രാന്റ് ലഭിക്കുന്നുണ്ട്.

സ്വാമി ആനന്ദതീർത്ഥൻ

സാമൂഹ്യസേവന ചരിത്രത്തിൽ ആധുനിക കേരളം കണ്ട ഏറ്റവും വലിയ മനുഷ്യസ്നേഹിയായിരുന്നു സ്വാമി ആനന്ദതീർത്ഥൻ (1905-1987). അദ്ദേഹത്തിന്റെ ത്യാഗോജ്ജ്വലമായ സമർപ്പിത ജീവിതം മഹാത്മജിയെപ്പോലും വശീകരിച്ചിരുന്നുവെന്നതാണ് വസ്തുത. പക്ഷേ, മൂക്കിനപ്പുറം കാണാനോ, സ്വന്തം കാര്യമല്ലാതെ മറ്റെന്തെങ്കിലും ചിന്തിക്കുവാനോ ശ്രമിക്കാത്ത സ്വാർത്ഥമതികളായ കേരളീയർ, ആ വ്യക്തിപ്രഭാവത്തിന്റെയും ത്യാഗപൂർണ്ണമായ ജീവിതത്തിന്റെയും മഹത്ത്വം ഇനിയും വേണ്ടത്ര മനസ്സിലാക്കിയിട്ടില്ല. 2.1.1905 ൽ തലശ്ശേരിയിൽ ജനിച്ചു. യഥാർത്ഥ നാമം അനന്തഷേണായി. സമർത്ഥനായ വിദ്യാർത്ഥി. തലശ്ശേരി ബ്രണ്ണൻ സ്കൂൾ കോളേജ് എന്നിവിടങ്ങളിലെ വിദ്യാഭ്യാസത്തിനുശേഷം മദ്രാസ് പ്രസിഡൻസി കോളേജിൽനിന്നും പ്രശസ്തമാം വിധം ബിരുദാനന്തര ബിരുദം നേടി. അനന്തനെ ഐ സി എസ് പരീക്ഷയ്ക്കയച്ച് ഉന്നതോദ്യോഗസ്ഥനാക്കിമാറ്റാനുള്ള രക്ഷാകർത്താക്കളുടെ ശ്രമം പരാജയപ്പെട്ടു. അയിത്തോച്ചാടനവും ആതുരസേവനവും രാഷ്ട്രഭാഷയായ ഹിന്ദി പ്രചാരണവുമായി അദ്ദേഹം കേരളത്തിലും തമിഴ്നാട്ടിലും സേവനമേഖലകൾ കണ്ടെത്തി. മഹാത്മജിയുടെയും ശ്രീനാരായണഗുരുവിന്റെയും പ്രിയങ്കരനായി. അനന്തഷേണായിയെ ആനന്ദതീർത്ഥനാക്കിയത് ശ്രീനാരായണഗുരുവായിരുന്നു. അയിത്താചാരങ്ങൾക്കെതിരെയുള്ള സമരത്തിൽ പങ്കെടുത്ത സ്വാമിജിക്ക് ഒട്ടേറെ പീഡനങ്ങളും ക്രൂരമർദ്ദനങ്ങളും അനുഭവിക്കേണ്ടിവന്നു. ദേശീയ സ്വാതന്ത്ര്യസമര പ്രസ്ഥാനം തിളച്ചുമറിഞ്ഞിരുന്ന പയ്യന്നൂരിൽ 1927 ൽ സുബ്രഹ്മണ്യ സ്വാമി ക്ഷേത്രത്തിനുസമീപം മുമ്പ് ശ്രീ. ഗോവിന്ദൻ നമ്പ്യാർ തുടങ്ങി വച്ചിരുന്ന ശവോക്ക് വളപ്പ് ഹരിജൻ വിദ്യാലയം 1931 ൽ സ്വാമിജി ഏറ്റെടുത്ത് ശ്രീനാരായണ വിദ്യാലയം ഹരിജനാശ്രമം സ്ഥാപിച്ച് നല്ല നിലയിൽ പ്രവർത്തനം തുടർന്നു.

പ്രശസ്ത പണ്ഡിത ശ്രേഷ്ഠന്മാരുടെയും കലാകോവിദന്മാരുടെയും സാഹിത്യകേസരികളുടെയും വിഹാരരംഗമായിരുന്നു പയ്യന്നൂർ. പ്രസിദ്ധ വേദാന്തിയും മഹാജ്ഞാനിയുമായ പോത്തേര എഴുത്തച്ഛനും ഭക്താഗ്രണിയും കവിവര്യനുമായ ആനിടിൽ എഴുത്തച്ഛനും ഇക്കൂട്ടത്തിൽ സ്മരണീയരാണ്. കളരിയഭ്യാസത്തിലും വിവിധ കലകളിലും പ്രാവീണ്യരായിരുന്ന പൊതുവാളാശാന്മാരും ഇവിടെ ജനിച്ചു വളർന്നവരാണ്. വിശ്വവിഖ്യാതരായ ഗുരു ചന്തുപ്പണിക്കർ, അമ്പുപ്പണിക്കർ മുതലായ കഥകളി ആശാന്മാരുടെ സങ്കേതമായിരുന്നു പയ്യന്നൂർ. മഹാറാണാ രഞ്ജിത് സിങ്ങിന്റെ സചിവനും പ്രസിദ്ധ ജ്യോത്സ്യനും വിദ്വാനുമായിരുന്ന വേങ്ങാട്ട് ശങ്കരൻ ഉണിത്തിരിയുടെയും ജന്മസ്ഥലമാണ് പയ്യന്നൂർ.

വേങ്ങയിൽ നായനാർ

പയ്യന്നൂരിന്റെ സാഹിത്യ പാരമ്പര്യത്തിൽ തിളങ്ങിനില്ക്കുന്ന ഒരു ജ്ജ്വല പ്രതിഭയാണ് കേസരി എന്ന തൂലികാനാമത്തിൽ പ്രസിദ്ധനായ വേങ്ങയിൽ കുഞ്ഞിരാമൻ നായർ (1861-1914). പയ്യന്നൂരിലെ പ്രസിദ്ധ നായർ കുടുംബമായ കുറ്റൂർ വേങ്ങയിൽ കുഞ്ഞിക്കാവമ്മയുടെയും പെരിങ്ങല്ലൂർ പുളിയമ്പടപ്പ് ഹരിദാസൻ സോമയാജിപ്പാടിന്റെയും പുത്രനായി ജനിച്ചു. തളിപ്പറമ്പ്, കോഴിക്കോട്, മദ്രാസ് എന്നിവിടങ്ങളിലായി വിദ്യാഭ്യാസം നേടി. ദേശാഭിമാനി, വജ്രബാഹു, വജ്രസൂചി എന്നീ തൂലികാനാമങ്ങളിലും ലേഖനങ്ങളെഴുതി, ഹാസസാഹിത്യത്തിന്റെ പരമോന്നതിയിൽ നില്ക്കുന്നവയാണ് കേസരിയുടെ ലേഖനങ്ങളെല്ലാം. *വിദ്യാ വിനോദിനി, കേരള ചന്ദ്രിക* (തിരുവനന്തപുരം) *കേരള പത്രിക* (കോഴിക്കോട്) *മലബാർ സ്പെക്ടേറ്റർ, കേരള സഞ്ചാരി, മനോരമ, മിതവാദി* എന്നീ പ്രസിദ്ധീകരണങ്ങളിലാണ്

മിക്ക ലേഖനങ്ങളും പ്രത്യക്ഷപ്പെട്ടത്. ഇവയിൽ പല തിന്റെയും സഹപത്രാധിപർ കൂടിയായിരുന്നു അദ്ദേഹം. നാട്ടെഴുത്തച്ഛന്മാർ, മരിച്ചാലത്തെ സുഖം, ദ്വാരക, മദിരാശിപ്പിത്തലാട്ടം, ഒരു പൊട്ടബ് ഭാഗ്യം തുടങ്ങിയ ഗ്രന്ഥങ്ങളിൽ കേസരിയുടെ ഫലിത പ്രതിഭ തെളിഞ്ഞു മിന്നുന്നു. *കേസരി* എന്ന പേരിൽ ഒരു ഉപന്യാസ സമാഹാരവും പ്രസിദ്ധപ്പെടുത്തിയിട്ടുണ്ട്.

പയ്യന്നൂരിനു ചുറ്റുമായി തൃക്കരിപ്പൂർ (പുഴയ്ക്കക്കരെ), കരിവെള്ളൂർ എരമം, ചെറുതാളം, കുഞ്ഞിമംഗലം, രാമന്തളി എന്നീ പഞ്ചായത്തുകളുൾപ്പെട്ടതാണ് പയ്യന്നൂർ ബ്ലോക്ക്. ചെറുതാഴം, ഏഴോം കടന്നപ്പള്ളി പാണപ്പുഴ, കുഞ്ഞിമംഗലം, മട്ടൂൽ, മാടായി, എരമം, കംഗോർ, ആലപ്പടമ്പ, പയ്യന്നൂർ, പെരിങ്ങോം,, വയക്കര രമന്തളി, കരിവെള്ളൂർ, പെരളം എന്നിവയാണവ. പയ്യന്നൂർ മുനിസിപ്പാലിറ്റിയുടെ വിസ്തീർണ്ണം 54.63 ച കി മീ. ജനസംഖ്യ 64032 (1991).

പഴയങ്ങാടി റെയിൽവേ സ്റ്റേഷനിൽനിന്ന് നാലു ഫർലോങ് അകലെയായി ഏതാണ്ട് നാലു മൈൽ നീളമുള്ള ടിപ്പുസുൽത്താൻതോട് മലബാറിൽ ടിപ്പുവിന്റെ മറ്റൊരു സ്മാരകമാണ്. പഴയങ്ങാടി മുതൽ മുട്ടം വരെ നീണ്ടുകിടക്കുകയാണ് ആ തോട്. മാടായിക്കാവും കോട്ടയും തകർക്കുകയെന്ന ലക്ഷ്യത്തോടെ മുന്നേറിയ ടിപ്പുസുൽത്താൻ സ്വന്തം പടയാളികളെയും പടക്കോപ്പുകളും സുരക്ഷിതമായി കടലിൽനിന്നും കരയ്ക്കെത്തിക്കുന്നതിനു വേണ്ടി, വളരെ പെട്ടെന്ന് നിർമ്മിച്ചതാണ് ഈ തോട്. ഈ തോട്ടിൽ ഒരു പാലം നിർമ്മിക്കപ്പെട്ടിട്ടുണ്ട്. പഴയങ്ങാടിക്കു വടക്കുള്ള ഏഴോം പഞ്ചായത്ത് വെറും കുന്നിൻപ്രദേശങ്ങളാണ്. എന്നാൽ പയ്യന്നൂരിലേറ്റവും ഫലപുഷ്ടിയുള്ള പ്രദേശവും ഇതാണെന്ന് പറയാം. തെങ്ങ് സമൃദ്ധിയായി വളരുന്നു. കടന്നപ്പള്ളി പഞ്ചായത്തിന്റെ ഭൂപ്രകൃതിയും ഏതാണ്ട് മേൽപ്പറഞ്ഞതു തന്നെ. ഏഴോം, കടന്നപ്പള്ളി എന്നീ പ്രദേശങ്ങൾക്ക് മറ്റ് സമീപഗ്രാമങ്ങളുമായുള്ള ഗതാഗത സൗകര്യം വളരെ കുറവാണ്. ഏതാണ്ട് രാമന്തളിപോലുള്ള ഒരു ദ്വീപാണ് മട്ടൂൽ പഞ്ചായത്ത്. നാലുചുറ്റും പുഴ. പൂഴിപ്രദേശങ്ങൾ. നിരനിരയായി തെങ്ങുകളാണെമ്പാടും. മുസ്ലിം പ്രാബല്യമുള്ള പ്രദേശങ്ങൾ. ഈ ദ്വീപിൽ ജനങ്ങൾ തിങ്ങിപ്പാർക്കുന്നു.

പയ്യന്നൂരിനു വടക്കുള്ള ചരൽപ്രദേശങ്ങളാണ് കരിവെള്ളൂർ മലപ്രദേശങ്ങളിലെ സമൃദ്ധമായ കാർഷികമേഖല വർഗ്ഗബോധമുള്ള കൃഷിക്കാർ കഠിനമായി അദ്ധ്വാനിച്ച് നിത്യവൃത്തി കഴിക്കുന്നു. കർഷകരുടെയും തൊഴിലാളികളുടെയും നടാടെ കരിവെള്ളൂരിൽ 1948 ൽ നടന്ന കർഷക സമരവും തുടർന്നുണ്ടായ വെടിവയ്പ്പും ഇവിടെ പ്രസ്താവ്യമാണ്. മലയോരപ്രദേശങ്ങളിലും കരിവെള്ളൂരിനെക്കാൾ കുറേക്കൂടി ജീവിത സൗകര്യങ്ങളുള്ള പ്രദേശമാണ് എരമം. ഈ പ്രദേശത്ത് കുരുമുളകും അടയ്ക്കയും സമൃദ്ധിയായി ഉണ്ടാകുന്നു. മീൻകുഴി കൃഷ്ണക്ഷേത്രവും മുതുവാട്ടുകാവും അമ്പലവും ഈ സ്ഥലത്തെ പ്രധാന ആരാധനാലയങ്ങളാണ്. പയ്യന്നൂരിൽനിന്ന് ഏതാണ്ട് എട്ട് കി മീ കിഴക്കായി സ്ഥിതിചെയ്യുന്ന മലമ്പ്രദേശങ്ങളാണ് കാങ്കോൽ കാർഷിക പ്രധാനമായ ഈ പ്രദേശത്ത് ഒരു സ്റ്റേറ്റ് സീഡ് ഫാം ഉണ്ട്. വടശ്ശേരിക്ഷേത്രം പ്രധാനം.

ഇരുപതാം നൂറ്റാണ്ടിന്റെ ആദ്യദശകങ്ങളിൽ തന്നെ രാഷ്ട്രീയമായ ഉണർവ്വും ആവേശവും തുടിച്ചുനിന്ന പ്രദേശമായിരുന്നു പയ്യന്നൂർ. സ്വാതന്ത്ര്യസമര പ്രസ്ഥാനത്തിന്റെ ഭാഗമായി അന്ന്, മലബാറിൽ വളർന്ന് വന്ന ദേശീയബോധവും സമരപാരമ്പര്യവും പില്ക്കാലത്തും നിരവധി രാഷ്ട്രീയ സംഭവങ്ങൾക്ക് കളമൊരുക്കി.

രാഷ്ട്രീയ പാരമ്പര്യം

1928 ൽ പണ്ഡിറ്റ് ജവഹർലാൽ നെഹ്റുവിന്റെ അദ്ധ്യക്ഷതയിൽ പയ്യന്നൂർ വച്ചു നടന്ന നാലാമത് അഖില കേരള രാഷ്ട്രീയ സമ്മേളനം ദേശീയ പ്രസ്ഥാനത്തിന്റെ ലക്ഷ്യം പൂർണ്ണ സ്വരാജ് ആണെന്ന് പ്രഖ്യാപിക്കാൻ ഇന്ത്യൻ നാഷണൽ കോൺഗ്രസിനോട് അഭ്യർത്ഥിക്കുന്ന ഒരു പ്രമേയം പാസാക്കി. സോഷ്യലിസ്റ്റ് ചിന്താഗതിക്ക് ഊന്നൽ നല്കിക്കൊണ്ട് പണ്ഡിറ്റ് നെഹ്റു ചെയ്ത അദ്ധ്യക്ഷ പ്രസംഗവും സമ്മേളനം അംഗീകരിച്ച പ്രമേയവും മലബാറിലെ രാഷ്ട്രീയമണ്ഡലത്തിൽ ഒരു നവചൈതന്യം സൃഷ്ടിച്ചു.

1930 മാർച്ചിൽ ഗാന്ധിജി ആരംഭിച്ച ഉപ്പുസത്യഗ്രഹത്തെ തുടർന്ന്, പയ്യന്നൂർ, ഉപ്പു സത്യഗ്രഹത്തിന്റെയും പ്രധാന വേദിയായി. മേയ് 5 ന് ഗാന്ധിജി അറസ്റ്റ് ചെയ്യപ്പെട്ടതോടെ ജനരോഷമിരമ്പി. സത്യഗ്രഹികളെ പൊലീസ് കടന്നാക്രമിച്ചു. സഖാവ്, പി കൃഷ്ണപിള്ള, ആർ വി ശർമ്മ തുടങ്ങിയ നേതാക്കൾ ധീരംധീരം ചെറുത്തു. കെ കേളപ്പൻ, മുഹമ്മദ് അബ്ദുൾ റഹ്മാൻ, കെ മാധവൻ നായർ തുടങ്ങിയ നേതാക്കളെ അറസ്റ്റു ചെയ്ത് ശിക്ഷിച്ചു. ഉപ്പു സത്യഗ്രഹത്തോടൊപ്പം കള്ളുഷാപ്പുകൾ പിക്കറ്റ് ചെയ്യാനും കോൺഗ്രസ് പ്രവർത്തകർ മുന്നോട്ടുവന്നു. വിദേശസാധനങ്ങളുടെ ബഹിഷ്കരണവും സംഘടിപ്പിച്ചു. 1931 ജനുവരി 26 ന് ഗാന്ധിജിയെ മോചിപ്പിച്ചു. മാർച്ച് 4 ന് ഗാന്ധി ഇർവിൻ സന്ധിപ്രഖ്യാപിക്കപ്പെട്ടതോടെ ഉപ്പുസത്യഗ്രഹം പിൻവലിച്ചു.

1930 കളിൽ കേരളത്തിൽ ശക്തിപ്രാപിച്ചു വന്ന കർഷകപ്രസ്ഥാനം വടക്കെ മലബാറിൽ വിശിഷ്യാ പയ്യന്നൂരും പരിസരങ്ങളിലും കൂടുതൽ കരുത്താർജ്ജിച്ചു. മുഷ്കന്മാരായ പ്രഭുക്കന്മാരും കർഷ

കരും തമ്മിലുള്ള ഏറ്റുമുട്ടലുകളിൽ രക്തസാക്ഷിത്വം വരിച്ചവരും തൂക്കിക്കൊല്ലപ്പെട്ടവരുമുണ്ട്.

കർഷകർ ജന്മിത്തത്തിനെതിരെ ആഞ്ഞടിച്ച ആവേശോജ്ജ്വലമായ സമരാങ്കണങ്ങളായിരുന്നു കയ്യൂരും കരുവെള്ളൂരും മുനയൻ കുന്നും മറ്റും. കർഷകസമരങ്ങളിൽ മുന്നണിയിൽ പൊരുതിനിന്ന നാലു യുവാക്കളെ (കുഞ്ഞമ്പുനായർ, അപ്പു, ചിരുകണ്ടൻ, അബൂബേക്കർ) തൂക്കിക്കൊല്ലാനിടയാക്കിയ കയ്യൂർ സമരം (1937) ഇവിടെ ആവേശപൂർവ്വം അനുസ്മരിക്കേണ്ടതുണ്ട്. കർഷക പ്രസ്ഥാനത്തിന്റെ മറ്റൊരു രണഭൂമിയാണ് പയ്യന്നൂരിന് വടക്കുള്ള കരിവെള്ളൂർ ഗ്രാമം. 1946 ഡിസംബർ 20 ന് ജന്മിക്കുവേണ്ടി വാരമായി നെല്ല് കടത്തിക്കൊണ്ടുപോയതിനെ തടഞ്ഞുവെച്ച കമ്യൂണിസ്റ്റ് പ്രവർത്തകരെയും കർഷകരെയും പൊലീസ് ക്രൂരമായി നേരിടുകയുണ്ടായി. തുടർന്നുണ്ടായ പൊലീസ് വെടിവയ്പിൽ തിടീൽ കണ്ണനും കീനേരി കുഞ്ഞമ്പുവും മൃതിയടഞ്ഞു. സർക്കാർ 193 പേരെ പ്രതികളാക്കി കേസ് ചാർജ്ജ്ചെയ്തു. 50 പേരെ ദീർഘമായ കാലയളവുകളിലേക്ക് ജയിൽ ശിക്ഷയ്ക്കു വിധിച്ചു. അനേകം പേർ ഒളിവിൽ പോയി. ഭീകരമായ ആ നരനായാട്ട് കേരളത്തിലെ പ്രബുദ്ധമായ കർഷക പ്രസ്ഥാനത്തിന്റെ ചരിത്രത്തിലെ അവിസ്മരണീയമായ ഒരു സംഭവമാണ്.

അതിപുരാതനമായ ഒരു രാജവംശത്തിന്റെ (ഏഴിൽമല) ആസ്ഥാനമായിരുന്ന ഏഴിമലയും സമീപ ഗ്രാമങ്ങളും ഉൾപ്പെട്ട ഈ ഭൂപ്രദേശം പഴയ പയ്യന്നൂർ ഫർക്കയിൽപ്പെട്ടിരുന്നു. ഇന്ന്, ചെറുതും വലുതുമായ പല പഞ്ചായത്തുകളുൾപ്പെട്ട ഗ്രാമപ്രദേശം ഐതിഹാസികമായ പല കർഷക സമരങ്ങളുടെയും നാടാണ്. പയ്യന്നൂർ പെരുമാളിന്റെ വീക്ഷണ പരിധിയിൽപ്പെടുന്ന പയ്യന്നൂർ എന്ന പ്രാചീന ഗ്രാമം പ്രസിദ്ധം. സമൃദ്ധമായ കാർഷികമേഖല, കാർഷിക വൃത്തിയിലും വിവിധ തൊഴിലുകളിലും ഏർപ്പെട്ടിട്ടുള്ള ജനങ്ങളിൽ നാനാജാതി മതസ്ഥരുണ്ട്. പയ്യന്നൂർ പഴമയെപ്പറ്റി അറിവുള്ളവർ അക്കൂട്ടത്തിൽ കുറവായിരിക്കാം. പക്ഷേ, ഇരുപതാം നൂറ്റാണ്ടിന്റെ പ്രാരംഭദശകങ്ങൾ മുതൽ ആരംഭിച്ച പയ്യന്നൂരിന്റെ രാഷ്ട്രീയ പാരമ്പര്യത്തെപ്പറ്റി അവർ തികച്ചും ബോധവാന്മാരാണ്. അവർ സംഘടിത ശക്തിയിൽ അമിതവിശ്വാസം വച്ചുപുലർത്തുന്നു.

84

ഏഴിമലയും മാടായിയും

തീവണ്ടി മാർഗ്ഗം കണ്ണൂരിനപ്പുറം യാത്ര ചെയ്യുമ്പോൾ പഴയങ്ങാടി സ്റ്റേഷൻ പിന്നിടുമ്പോൾ ഒരു പാവപ്പെട്ട സ്റ്റേഷൻ കാണാം. ഏഴിമല; ഏറ ക്കുറെ തിരക്കൊഴിഞ്ഞ സ്റ്റേഷൻ. ഇഴഞ്ഞുനീങ്ങുന്ന ലോക്കൽ ട്രെയിനുകൾ മാത്രമേ സാധാരണ ആ സ്റ്റേഷനോട് അല്പം ലോഹ്യംകാട്ടാറുള്ളൂ. തീവണ്ടി പിന്നെയും മുന്നോട്ടു നീങ്ങുമ്പോൾ ഒരുവശത്ത് നിരനിരയായി മൊട്ടക്കുന്നുകളും പച്ച ക്കുന്നുകളും ഒരു നെടുങ്കോട്ടപോലെ നീണ്ടുനീണ്ടു പോകുന്നത് കാണാം. ഏഴിമലയാണത്.

നമുക്ക് അടുത്ത സ്റ്റേഷനിൽ ഇറങ്ങാം. അതാണ് സൗകര്യം. പയ്യന്നൂർ. നഗര പരിഷ്കാര ത്തിന്റെ മുഖപ്പട്ടയണിഞ്ഞു നില്ക്കുന്ന ആ പ്രാചീന ഗ്രാമത്തിൽ. (പയ്യന്നൂർ) ടി ബി യിലേക്കുള്ള റോഡി ലൂടെ കുറെ നടന്ന് ചെന്നാൽ പുഴയായി. പയ്യന്നൂർ പുഴ. കടത്തുവള്ളത്തിൽ പുഴ കടക്കാം. അപ്പുറം രാമന്തളി പഞ്ചായത്താണ്. ഒരു യഥാർത്ഥ കുഗ്രാമം. പതിനെട്ടര ച മൈൽ വിസ്തീർണ്ണമുള്ള ഒരു ദ്വീപ്. മൂന്ന് ഭാഗത്തും പുഴ ചുറ്റിയൊഴുകുന്നു. ചങ്കൂരിപ്പു ഴയും കൗവായിപ്പുഴയും. പടിഞ്ഞാറ് അറബിക്കടൽ. ഏറക്കുറെ ഒറ്റപ്പെട്ട പ്രദേശമാണ്, രാമന്തളി. ചരൽ പ്രദേശങ്ങളും പൂഴിപ്രദേശങ്ങളും. സമൃദ്ധമായി വളർന്നുനില്ക്കുന്ന തെങ്ങുകൾ. കടൽത്തീര ഭാഗ ങ്ങളിൽ മത്സ്യത്തൊഴിലാളികളുടെ പാർപ്പിടങ്ങൾ.

ഈ രാമന്തളി പഞ്ചായത്തിൽ അലകടലിലേക്ക് മുഖം കുനിച്ചു നില്ക്കുന്ന കൂറ്റൻ കുന്നുകളാണ് ഏഴിമല. തൂക്കായ പാറക്കെട്ടുകൾ കടലിലേക്ക് ഉന്തി നില്ക്കുന്നു. ഏഴിൽ (ഉയർന്ന) മല - ഏഴിൽമല. വ്യവഹാര ഭാഷയിൽ ഏഴിമല. അഥവാ, ആഴിക്ക് സമീപമുള്ള മല - ആഴിമല. ഉച്ചാരണഭേദത്താൽ ഏഴിമലയാകാം. വിദേശ സഞ്ചാരികളുടെ വിവരണ ങ്ങളിൽ ഹിലി, എലി, മൗണ്ട് എലി എന്നിങ്ങനെ വ്യത്യസ്ത നാമങ്ങൾ. പില്ക്കാലത്ത് സംസ്കൃത പണ്ഡിതന്മാർ, എലിമല എന്ന് ധരിച്ച് മൂഷകശൈല മെന്നാക്കി. ഏഴുമല എന്ന ധാരണയിൽ സപ്തശൈ ലവുമാക്കി. എല്ലാം ഇന്നത്തെ ഏഴിമല.

1300 ൽപ്പരം വർഷങ്ങൾക്കുമുമ്പ് ഈ മലകളും പരിസരപ്രദേശങ്ങളും അതിപ്രസിദ്ധമായ ഒരു കേര ളരാജവംശത്തിന്റെ ഐശ്വര്യസമ്പൂർണ്ണമായ രാജധാ നിയും പടപ്പാളയങ്ങളുമായിരുന്നുവെന്നതിന് വ്യക്ത മായ ചരിത്രസൂചനകൾ ഉണ്ട്. ഏഴിമല കുന്നുക ളിലെ പാഴി ഒരു പ്രാചീന നഗരമായിരുന്നു. ഏഴിമല ചരുവിലെ ഏട്ടിക്കുളവും സമീപ പ്രദേശത്തെ മാരാഹി (ഇന്നത്തെ മാടായി)യും ജനബഹുലമായ ഉപനഗരങ്ങളായിരുന്നുവത്രെ.

ക്രിസ്ത്വബ്ദം ആറാം ശതകത്തിൽ ഏഴിമല ആസ്ഥാനമാക്കി, കോഴിക്കോടിന് വടക്ക് ഭാഗം (വ ടകര) മുതൽ മംഗലാപുരം വരെ ആധിപത്യം പുലർത്തിയിരുന്ന സംഗ്രാമധീരനും സർവ്വാരാദ്ധ്യനു മായ നന്നൻ എന്ന രാജാവിനെപ്പറ്റി ആറാം ശതകാ ന്ത്യത്തിൽ ജീവിച്ചിരുന്ന 'മാമൂലനാർ' എന്ന സംഘ കാലകവിയുടെ *അകനാനൂറ്* എന്ന കൃതിയിൽ പരാ മർശമുണ്ട്. നന്നന്റെ ആസ്ഥാന കവിയായ 'പരണർ' സ്വന്തം കാവ്യങ്ങളിൽ നന്നനെ പാടി പുകഴ്ത്തിയി ട്ടുണ്ട്. അഴിശ്ശി തുടങ്ങിയ മിക്ക കവികളും ഏഴിമല യിലെ നന്നന്റെ ആശ്രിതരായിരുന്നുവത്രെ.

> ക്രിസ്ത്വബ്ദം അഞ്ചാം നൂറ്റാണ്ടിന്റെ ആരംഭ ത്തിൽ കേരളത്തിൽ മൂന്ന് വലിയ രാജ്യങ്ങ ളുണ്ടായിരുന്നു. തെക്കെ അറ്റത്ത് ആയ് രാജ്യം, മദ്ധ്യഭാഗത്ത് ചേരരാജ്യം, വടക്കെ അറ്റത്ത് ഏഴിമല രാജ്യം... പൂഴിനാട് അഥവാ

വടക്കെ മലബാറും കാസർഗോഡും പ്രദേശങ്ങളായിരുന്നു. ഏഴിൽമല രാജ്യത്തുണ്ടായിരുന്നത്. തലസ്ഥാനം ഏഴിൽ മല ആയതുകൊണ്ടാണ് ആ പേരിൽ തന്നെ രാജ്യം വ്യവഹരിക്കാൻ ഇടയായത്. അവിടെ വാണിരുന്ന നന്നൻ തമിഴ് സാഹിത്യത്തിൽ പ്രസിദ്ധനാണ്. മലബാറിന്റെ ചരിത്രം നന്നനോട് കൂടി ആരംഭിക്കുന്നുവെന്ന് പറയാം. (ഇളംകുളം)

ഒരു പ്രാചീന സാമ്രാജ്യം

ചേരരാജവംശത്തിനും ചോളരാജാക്കന്മാർക്കും കർണ്ണാടക ഭരണകർത്താക്കൾക്കും ഒരേപോലെ നിത്യഭീഷണിയായിരുന്ന നന്നൻ ചേരരാജാവുമായിട്ടുള്ള ഒരുഗ്രസംഘട്ടനത്തിൽ (വാകൈ യുദ്ധം) വധിക്കപ്പെട്ട ശേഷം ഏഴിമല ചേരർക്കധീനമായെങ്കിലും, നന്നന്റെ പിൻഗാമികൾ പിന്നെയും അഞ്ചാറു നൂറ്റാണ്ടുകാലം ഏഴിമല ആസ്ഥാനമാക്കിയിരുന്നെന്ന് വ്യക്തം. നന്നന്റെ ഒരു പിൻഗാമിയായ ശ്രീകണ്ഠന്റെ ആസ്ഥാനകവി അതുലൻ നിർമ്മിച്ച *മൂഷികവംശം* എന്ന പ്രാചീന സംസ്കൃതകാവ്യത്തിൽ ഏഴിമല രാജവംശാവലിയെപ്പറ്റി സവിസ്തരം പ്രതിപാദിക്കുന്നുണ്ട്. രാജവംശോല്പത്തിയെ സംബന്ധിച്ച വർണ്ണനകൾക്കുശേഷം പില്ക്കാല രാജാക്കന്മാരെ പറ്റി കവി സൂചിപ്പിക്കുന്ന വസ്തുതകൾ സമകാലീന ദക്ഷിണേന്ത്യൻ ചരിത്രവസ്തുതകളുമായി പൊരുത്തപ്പെടുന്നുണ്ട്. (നന്നന്റെ പിൻഗാമികളിൽ ഒരാളായ വലഭൻ നിർമ്മിച്ച 'വലഭ പട്ടണ'മാണ് ഇന്നത്തെ വളപട്ടണം. അതുലകവി പ്രകീർത്തിക്കുന്ന ശ്രീകണ്ഠ രാജാവിനെ അനുസ്മരിപ്പിക്കുന്നുണ്ട്, ഇന്ന് തളിപ്പറമ്പ് താലൂക്കിൽപ്പെട്ട ശ്രീകണ്ഠപുരം).

എന്തായാലും പന്ത്രണ്ടാം ശതകത്തിനുശേഷം രണ്ടുനൂറ്റാണ്ടുകാലം മൂഷക രാജവംശത്തിന്റെ ചരിത്രം അജ്ഞാതമാണ്. പതിനാലാം ശതകത്തോട് കൂടി ഏഴിമല ആസ്ഥാനമാക്കി ഭരണം നടത്തിയിരുന്നത് മൂഷകവംശത്തിന്റെ പിന്തുടർച്ചക്കാരായ കോലത്തിരിമാരാണ്—വിദേശസഞ്ചാരികളുടെ കോലസ്ട്രി. ഏഴിമല കോലത്ത് നാടുമായി. പതിമൂന്നാം നൂറ്റാണ്ടിൽ കേരളം സന്ദർശിച്ച മാർക്കോപോളോ എന്ന ഇറ്റാലിയൻ സഞ്ചാരി ഏലിരാജ്യ (മൗണ്ട് എലി)ത്തെ പരാമർശിക്കുന്നുണ്ട് പടിഞ്ഞാറുമാറി കുമരി (കന്യാകുമാരിയിൽ) നിന്ന് മുന്നൂറു മൈൽ അകലെ കിടക്കുന്നത് എലിരാജ്യമാണ്. പതിമൂന്നാം നൂറ്റാണ്ടിൽ കേരളം സന്ദർഗ്ഗിച്ച മുസ്ലിം വിദേശ സഞ്ചാരികളായ 'അബ്ദുൾ ഫിദ'യും പതിനാലാം ശതകത്തിലെത്തിയ ഇബ്നുബത്തൂത്തയും ഏഴിമല രാജധാനിയെയും തുറമുഖത്തെയും പറ്റി പരാമർശിക്കുന്നുണ്ട്.

ഏഴിമലക്കുന്നുകൾ

രാമന്തളിപഞ്ചായത്തിൽ കടലിനഭിമുഖമായി നില്ക്കുന്ന കുന്നുകളാണ് ചരിത്രപ്രസിദ്ധമായ ഏഴിമല. കടലിലേയ്ക്ക് ഉന്തിനില്ക്കുന്ന തൂക്കായ പാറക്കെട്ടുകൾ. പല ശതാബ്ദങ്ങൾക്കു മുമ്പ് പ്രസിദ്ധമായ ഒരു തുറമുഖവും രാജകീയാസ്ഥാനവുമായി പരിലസിച്ചിരുന്ന ഏഴിമലയുടെ ഇന്നത്തെ സ്ഥിതിയോ? പഴയ പ്രതാപമെല്ലാം എന്നേ അസ്തമിച്ചിരിക്കുന്നു. പ്രതീക്ഷിക്കപ്പെടുന്ന പുതിയ പ്രഭാവം പൂർത്തിയായിട്ടുമില്ല. കണ്ണൂരിൽനിന്ന് 25 കി മീ വടക്കു മാറി പശ്ചിമതീരത്ത് സമുദ്രനിരപ്പിൽനിന്ന് 260 മീ ഉയരവും 1900 ഏക്കർ വിസ്തൃതിയുമുള്ള ഏഴിമലയുടെ അഗ്രഭാഗങ്ങളാണ്, വളരെ അകലെനിന്നു തന്നെ, പശ്ചിമതീരം ലക്ഷ്യമാക്കി കപ്പലോടിക്കുന്ന ഒരു നാവികന്റെ ദൃഷ്ടിപഥത്തിലാദ്യം പെടുക. അപകടസാദ്ധ്യതയേറെയുള്ളതായിരുന്നു ഏഴിമലക്കടലോരം. തൂക്കായ പാറക്കെട്ടിനു മേൽ സ്ഥാപിച്ചിട്ടുള്ള ലൈറ്റ് ഹൗസ് ആയിരുന്നു അന്നും ഇന്നും വഴികാട്ടി.

നന്നന്റെ മരണശേഷം ഏഴിമലയുൾക്കൊള്ളുന്ന വടക്കൻ മലബാർ (പൂഴിനാട്) ചേരർക്കധീനമായി. പില്ക്കാലത്ത് എട്ടാം ശതകത്തിൽ നമ്പൂതിരിമാർ പാർപ്പുറപ്പിച്ചപ്പോൾ, ഏഴിമലയ്ക്ക് പുതിയ അർത്ഥങ്ങൾ കല്പിക്കപ്പെട്ടു. സപ്തശൈലം, മൂഷികശൈലം, എന്നിങ്ങനെ അനന്തരകാലത്ത് കോലത്തിരിമാരുടെ ഭരണത്തിൽ ഏറക്കാലം കഴിഞ്ഞു. പോർച്ചുഗീസുകാർ കോലത്തിരിമാരിൽനിന്നും ഏഴിമല കരസ്ഥമാക്കി. പിന്നാലെ വന്ന ഡച്ചുകാർ അത് പോർച്ചുഗീസുകാരിൽനിന്ന് തട്ടിയെടുക്കുകയും ചെയ്തു. പിന്നെ കുറെക്കാലം ഡച്ചുകാരും ഫ്രഞ്ചുകാരും മാറിമാറി കൈവശപ്പെടുത്തി. 1748 ൽ ബ്രിട്ടീഷുകാർ അറയ്ക്കൽ രാജവംശത്തിന്റെ സൈനിക സഹായത്തോടെ ഫ്രഞ്ചുകാരിൽനിന്ന് ഏഴിമല പിടിച്ചെടുത്തു. തുടർന്ന് മൈസൂർ നവാബുമാരുടെ അധീശത്വത്തിലേക്ക് വഴുതിപ്പോയെങ്കിലും 1792 ലെ ശ്രീരംഗപട്ടണം ഉടമ്പടി പ്രകാരം കൈവശാവകാശം ബ്രിട്ടീഷുകാർക്ക് ലഭിക്കുകയാണുണ്ടായത്.

ചേരരാജാക്കന്മാരുടെ ഭരണകാലത്ത് ഏഴിമലയിൽ ഒരു കോട്ട നിർമ്മിക്കപ്പെട്ടതായി സംഘകാല കൃതികളിൽ സൂചനയുണ്ടെങ്കിലും ഇന്ന് ഏഴിമലയിൽ അവശേഷിക്കുന്ന കോട്ട പോർച്ചുഗീസുകാർ നിർമ്മിച്ചതാണെന്നനുമാനിക്കാം. ഏഴിമലയുടെ വടക്ക് പടിഞ്ഞാറെ താഴ്വരയിൽ 'തച്ചുകുണ്ട്' എന്ന പേരിലറിയപ്പെടുന്ന ഒരു ഗുഹാമുഖം കാണാമത്രെ. ഈ ഭൂഗർഭമാർഗ്ഗത്തിന് ഇരുപതിൽപ്പരം മൈൽ ദൈർഘ്യമുണ്ടെന്ന് പറയപ്പെടുന്നു.

ഇന്നത്തെ സ്ഥിതി

ഏഴിമലത്താഴ്വരകളിലൂടെ പലതും കണ്ടും കേട്ടും ചുറ്റിനടക്കവേ, ഏഴിമലയുടെ പ്രാചീന ചരി

ത്രത്തെ പറ്റി അന്വേഷണം നടത്തിയ പ്രശസ്ത ചരിത്രഗവേഷകനും പണ്ഡിതനുമായ ഡോ. എം ജി എസ് നാരായണൻ കുറിച്ചിട്ട വരികൾ എത്ര അർത്ഥവത്താണെന്ന് ബോദ്ധ്യപ്പെട്ടു.

> സംഘകാലകവികളുടെ ഒരു വിഹാരകേന്ദ്രവും രാമഘടമുവർ എന്ന് പാരമ്പര്യബിരുദമുള്ള മൂഷകരാജാക്കന്മാരുടെ ആസ്ഥാനവും പ്രാചീനകാലം തൊട്ടേ അറബിക്കടൽ യാത്രക്കാരുടെ ഒരു വഴിയടയാളവുമായ ഏഴിമല, ഈയിടെ കള്ളക്കടത്തുകാരുടെ സങ്കേതമായിട്ടാണ് പ്രസിദ്ധിയാർജ്ജിച്ചിട്ടുള്ളത്. നീളവും വീതിയും വൃത്തിയുമുള്ള പഞ്ചാരക്കടൽക്കര. ഒരുഭാഗത്ത് കടലിലേക്ക് കടന്നുനില്ക്കുന്ന കറുത്ത പാറക്കൂട്ടങ്ങൾ. അപ്പുറത്ത് കരയിലേക്ക് തള്ളിക്കയറി സ്ഥാനം പിടിച്ച ഒരുൾക്കടൽ. ഇവയ്ക്കരികിൽ സാഹസികരായ സമുദ്രയോദ്ധാക്കളുടെ കാലഘട്ടത്തെ അനുസ്മരിപ്പിക്കുന്ന ഒരു പോർച്ചുഗീസ് കോട്ടയുടെ അവശിഷ്ടങ്ങൾ. മലമ്പള്ളയിൽ അപൂർവ്വമായ പലതരം സസ്യലതാദികൾ. മലമുകളിൽ ഒരു പഴയ മുസ്ലിംപള്ളി. കടൽക്കരയിൽ ജീർണ്ണിച്ച നിലയിൽക്കിടക്കുന്ന ഒരു പൗരാണിക ഹൈന്ദവ ദേവാലയം.

സമുദ്രതീരത്ത് ഉയർന്ന മലനിരകൾ നിറഞ്ഞ ഈ ഏഴിമല പ്രദേശത്തിന് പഴയകാലത്ത് കുന്നരു ഗ്രാമം എന്നും പേരുണ്ടായിരുന്നു (കുന്നിന്റെ അരികിലുള്ള സ്ഥലം കുന്നരു) അതിപ്രാചീന കാലം മുതൽക്കേ ഈ പ്രദേശത്ത് മനുഷ്യവാസമുണ്ടായിരുന്നുവെന്നതിന്റെ തെളിവായി മഹാശിലാസ്മാരകങ്ങൾ അങ്ങിങ്ങ് കാണാവുന്നതാണ്.

ഏഴിമലയുടെ പടിഞ്ഞാറെ ചരുവിൽ കടലിൽനിന്ന് അരഫർലോങ് കിഴക്കുമാറി സ്ഥിതിചെയ്യുന്ന ഒരു പ്രാചീന ക്ഷേത്രമാണ് നരയങ്കണ്ണൂർ ക്ഷേത്രം (നരസിംഹക്ഷേത്രം).

ഒരു ചെറിയ വട്ടശ്രീകോവിലും രണ്ട് ഉപദേവതാ ഗൃഹങ്ങളും മാത്രമാണ് അവിടെയുള്ളത്. വാതിൽ മാടങ്ങളും നാലമ്പലവും മതിൽക്കെട്ടുകളുമെല്ലാം നശിച്ച് മണ്ണടിഞ്ഞിരിക്കുന്നു. ഒരുകാലത്ത് ഐശ്വര്യപൂർണ്ണമായി നിലനിന്നതാണെന്ന്, പൂർവ്വചോള ദർശനമനുസരിച്ചുള്ള സ്തംഭതോരണാദികൾ കൊത്തിയതും ഇരട്ടച്ചുമരുള്ളതുമായ ആലക്ഷണമൊത്ത ശ്രീകോവിൽ പ്രഖ്യാപിക്കുന്നുണ്ട്. പൂജ നടക്കുന്നുണ്ടെങ്കിലും അവിടത്തെ വിഗ്രഹങ്ങളെല്ലാം ഉടഞ്ഞുതകർന്നിരിക്കുന്നു.

നരയങ്കണ്ണൂർ അമ്പലത്തിന്റെ സ്ഥാനത്ത് പണ്ട് ഒരു ബുദ്ധവിഹാരം നിലനിന്നിരുന്നുവെന്നും ഒരഭിപ്രായഗതിയുണ്ട്. ശ്രീകോവിലിനപ്പുറത്ത് കുത്തി നിർത്തിയ മട്ടിലുള്ള കൃഷ്ണശിലാഫലകത്തിന്റെ മേൽഭാഗം മാത്രമാണ് മണ്ണിനു മുകളിലുള്ളത്. പുറത്തു ചെറിയൊരു കുഴിയിൽ മറ്റൊരുവിഗ്രഹവുമുണ്ട്. ശ്രീകോവിലിന്റെ അധിഷ്ഠാനം തന്നെ മറഞ്ഞിരിക്കുന്നു. മലയിടിഞ്ഞു വീണ് മുറ്റം മൂന്നടിയോളം തൂർന്നു പോയിരിക്കുന്നു. ഈ ശ്രീകോവിലിലെ പഴയ പ്രതിഷ്ഠ നരസിംഹ വിഗ്രഹമായിരിക്കാം. വട്ടെഴുത്തു ലിപിയിൽ ആലേഖനം ചെയ്യപ്പെട്ട ശിലാഫലകത്തിലെ കാലഗണന എ ഡി 929 ആണെന്ന് സൂചനയുണ്ട്. ഏഴിമലയുടെ പ്രാചീന സംസ്കൃതിയിലേക്ക് വിരൽ ചൂണ്ടുന്നതാണ് ഈ ശിലാഫലകം.

ഏഴിമലയുടെ പടിഞ്ഞാറു ഭാഗത്തായി സ്ഥിതിചെയ്യുന്ന ശങ്കരനാരായണ ക്ഷേത്രവും ചരിത്രപ്രാധാന്യമുള്ളതാണ്. മലമുകളിലുള്ള പഴയ മുസ്ലിം പള്ളിയും ശ്രദ്ധേയം.

ഏഴിമലച്ചെരിവുകളിൽ ഔഷധഗുണമേന്മയുള്ള അസംഖ്യം സസ്യലതാദികളുണ്ട്. രാമരാവണയുദ്ധത്തിൽ പടവെട്ടി മരിച്ചുവീണ രാമപക്ഷത്തെ യോദ്ധാക്കളെ പുനരുജ്ജീവിപ്പിച്ച മൃതസഞ്ജീവനി ഏഴിമലയിൽ ഉണ്ടായിരുന്നുവത്രെ.

മാടായിപ്പാറ

ഏഴിമലയിൽനിന്നും കിഴക്കോട്ടു നോക്കിയാൽ കാണുന്ന കൂറ്റൻ പാറ - മാടായിപ്പാറ - പഴയങ്ങാടിയെ തൊട്ടുരുമ്മി കിടക്കുന്നു. പുഴയുടെ വടക്കെക്കര തൊട്ട് ഉയർന്നുയർന്നു പോകുന്ന കുന്നുകൾ. മൂഷിക വംശത്തിന്റെ ഉപതലസ്ഥാനമായ മാരാഹി, ഇന്നത്തെ മാടായിയാണ്. കോലത്തിരി രാജവംശത്തിന്റെ കുലദേവതയായ മാടായി ഭഗവതിയുടെ (മാടായിക്കാവ്) ആസ്ഥാനം ഇന്ന് മുസ്ലിം പ്രാബല്യമുള്ള പ്രസിദ്ധമായ ഒരു മത്സ്യബന്ധന തുറമുഖമാണ്. മാടായി ഇൻസ്പെക്ഷൻ ബംഗ്ലാവിന് സമീപം പടിഞ്ഞാറ് പഴയ കോട്ടയുടെ അവശിഷ്ടങ്ങളും കുറച്ചുകൂടി വടക്കുമാറി കൂറ്റൻ പ്രാകാരങ്ങളുടെയും മന്ദിരശ്രേണികളുടെയും തകർന്നടിഞ്ഞ അവശിഷ്ടങ്ങളുമുണ്ട്. ഇതിനു സമീപമാണ് മാടായിക്കാവ്.

കണ്ണൂരിൽനിന്ന് 15 മൈൽ വടക്കു പടിഞ്ഞാറായി പഴയങ്ങാടിപ്പുഴയുടെ വടക്കുഭാഗത്ത് വളർച്ച മുരടിച്ചു നില്ക്കുന്ന കുന്നിൻ പ്രദേശങ്ങളാണ് മാടായി. പുഴയുടെ വടക്കെക്കര തൊട്ട് ഉയർന്നുയർന്നു പോകുന്ന മാട് (കുന്ന്) പ്രദേശങ്ങളാണ് മാടായി. മാടായി ക്ഷേത്രത്തിനു തൊട്ടുള്ള മാടായിപ്പാറയും പ്രസിദ്ധം. ആ പാറപ്പുറത്ത് ഒരിക്കലും വറ്റാത്ത ഒരു തടാകവുമുണ്ട്. ആ തടാകം മുതൽ മാടായിക്കാവിന്റെ തെക്കെപ്പുറം വരെ കരിങ്കല്ലുപോലെ സുദൃഢമായ ചെങ്കൽ പാറപ്പരപ്പ്. പണ്ടെന്നോ ഭൂചനലത്താലോ മറ്റോ സംഭവിച്ച ഭൂപരിണാമത്താൽ കടൽ

പടിഞ്ഞാറോട്ട് ഏറെ ദൂരം പിൻവാങ്ങുകയും അങ്ങനെ കടൽ പിൻവാങ്ങിയ മാട് (കുന്ന്) ആയിപ്പോയതാണ് മാടായി എന്നും വിശ്വസിക്കപ്പെടുന്നു. മാടായിയിൽ നൂറ്റാണ്ടുകൾക്കു മുമ്പുണ്ടായിരുന്ന ജൂതക്കോളനിയുടെ അവശിഷ്ടമായ ജൂതക്കുളം ഇപ്പോഴുമുണ്ട്.

ശതാബ്ദങ്ങളുടെ കാലപ്പഴക്കമുള്ളതും മനോഹരവുമായ മാടായി മുസ്ലിംപള്ളി ശ്രദ്ധേയമാണ്. കൊല്ലവർഷം ആദ്യശതകങ്ങളിൽ മുസ്ലിം മതപ്രചാരണാർത്ഥം കേരളക്കരയിലെത്തിയ മുസ്ലിം സിദ്ധനായ മാലിക് ഇബ്നുദിനാർ നിർമ്മിച്ച ഈ പള്ളിക്ക് ആവശ്യമായ വെള്ളിമാർബ്ബിൾക്കല്ലുകൾ മെക്കയിൽനിന്ന് കൊണ്ടുവന്നതാണത്രേ, മാടായിപ്പള്ളിയുടെ പണി പൂർത്തിയാക്കിയത് എ ഡി 1124 ലാണ്. പള്ളി പണികഴിപ്പിച്ചതെന്ന് പള്ളിയിലെ പഴയ അറബിലിഖിതങ്ങളിൽനിന്ന് മനസ്സിലാക്കാം. ഇറ്റാലിയൻ ക്രൈസ്തവ മിഷണറിമാരുടെ ഒരു ധ്യാനകേന്ദ്രം പണ്ട് ഇവിടെ പ്രവർത്തിച്ചിരുന്നു.

ആധുനിക കാലഘട്ടത്തിൽ (1968) നടരാജഗുരു ഏഴിമലയിൽ ഒരു ആശ്രമം സ്ഥാപിക്കുകയുണ്ടായി. 'ഗുരുകുല ഐലൻഡ് ഹോം' ബെൽജിയംകാരനായ സ്വാമി ഫ്രെഡ്ഡിയായിരുന്നു ഏഴിമല ആശ്രമത്തിലെ അവസാനത്തെ ഗുരു.

പ്രാചീന ശതകങ്ങളിൽ നാവിക പ്രാധാന്യമുണ്ടായിരുന്ന ഏഴിമല ആധുനിക ഭാരതത്തിലെ നാവിക സൈന്യ ചരിത്രത്തിലും സുപ്രധാനമായ ഒരു സ്ഥാനം കരസ്ഥമാക്കാൻ തയ്യാറെടുക്കുകയാണിന്ന്. പക്ഷേ, പുരോഗതി വളരെ മന്ദഗതിയിൽ.

1987 ജനുവരി 17 ന് അന്നത്തെ പ്രധാനമന്ത്രിയായിരുന്ന രാജീവ് ഗാന്ധി 'ഏഴിമല നേവൽ അക്കാദമി'യുടെ ശിലാസ്ഥാപന കർമ്മം നിർവ്വഹിച്ചു. ഏഴിമലയുടെ പ്രാചീന ചരിത്രസ്മാരകങ്ങൾക്കോ പ്രകൃതിഭംഗിക്കോ തെല്ലും മങ്ങലേല്പിക്കാതെയായിരിക്കും.. നാവിക അക്കാദമിയുടെ പണി പൂർത്തിയാവുക എന്ന് തദവസരത്തിൽ പ്രധാനമന്ത്രി നല്കിയ വാഗ്ദാനം പാലിക്കപ്പെടുമോ എന്നത് കണ്ടറിയേണ്ട കാര്യമാണ്. ഏഴിമല ഉൾക്കൊള്ളുന്ന രാമന്തളി പഞ്ചായത്തിന്റെ വിസ്തീർണ്ണം 21.16 ച കി മീ.

85

ഒരു അരമന രഹസ്യം

നൂറ്റാണ്ടുകൾക്കു മുമ്പ് സാമൂതിരിയുടെ കോവിലകത്തെ ഒരു തമ്പുരാട്ടിക്കുട്ടി ഒരു കുട്ടിപ്പട്ടരിൽ ഭ്രമിച്ചുവശായിപോലും! പട്ടരാണെങ്കിലോ അസാമാന്യ തേജസ്വി. വടിവൊത്ത സുകുമാര കളേബരൻ! രാജകുമാരി അത്തരമൊരു പുരുഷവിഗ്രഹത്തെ സ്നേഹിച്ചു പോയെങ്കിൽ എങ്ങനെ കുറ്റപ്പെടുത്താനാകും? തോഴികൾ കണ്ടിട്ടും കാണാത്തമട്ടു നടിച്ചു. രാജസേവകന്മാരും മിണ്ടിയില്ല. മാസങ്ങൾ കടന്നുപോയി. സാമൂതിരിപ്പാടറിഞ്ഞപ്പോഴേക്കും വളരെ വൈകി. അപ്പോഴേക്കും കോവിലകത്തു പാർത്തിരുന്ന കുട്ടിപ്പട്ടർ സ്ഥലം വിട്ടുകഴിഞ്ഞു! ഗർഭിണിയായിക്കഴിഞ്ഞ തമ്പുരാട്ടി ഭയവിഹ്വലയായി. ആരായാലെന്ത്? പിഴച്ചവൾ പുറത്ത്! രാജനീതിക്ക് അയവില്ല. കൊച്ചുതമ്പുരാട്ടിയെ കടലിലെറിയാൻ സാമൂതിരി ആജ്ഞ നല്കി. രാജസേവകർക്ക് അനുസരിക്കാതെ മറ്റു നിവൃത്തിയില്ലല്ലോ. അശരണയായ തമ്പുരാട്ടി കടലിലെറിയപ്പെടുകതന്നെ ചെയ്തു.

അങ്ങു വടക്ക് ഈ സംഭവവികാസങ്ങൾ നിർന്നിമേഷം ശ്രദ്ധിച്ചുകൊണ്ട് ചിലർ ജാഗ്രതയോടെ നില്പുണ്ടായിരുന്നു. ചിറയ്ക്കൽ രാജാവും കുടുംബാംഗങ്ങളും. ബ്രാഹ്മണ വേഷത്തിൽ രാജകുമാരിയെ പാട്ടിലാക്കിയ ചിറയ്ക്കലെ കൊച്ചുതമ്പുരാൻ സത്യാവസ്ഥ മൂത്ത തമ്പുരാനെ അറിയിച്ചു; വേപഥുഗാത്രനായിട്ടാണെങ്കിലും ഏതായാലും ചിറയ്ക്കൽ രാജവംശത്തിലെ ബീജത്തിന് നാശമുണ്ടാവാൻ പാടില്ല. ചിറയ്ക്കൽ തമ്പുരാൻ തന്റെ രാജ്യാതിർത്തിയിൽപ്പെട്ട കടലോരങ്ങളിൽ രക്ഷാപ്രവർത്തനത്തിനായി മുക്കുവരെയും മറ്റ് രാജസേവകരെയും നിയോഗിച്ചു. അടുത്ത പ്രഭാതത്തിൽ പൊങ്ങുതടികളിൽ പറ്റിപ്പിടിച്ച് അർദ്ധബോധാവസ്ഥയിൽക്കിടക്കുന്ന തമ്പുരാട്ടിയുടെ ശരീരം തിരമാലകളടിച്ച് ചിറയ്ക്കൽ കടൽത്തീരത്തെത്തി. ജീവൻ നഷ്ടപ്പെട്ടിരുന്നില്ല. തമ്പുരാട്ടിയെ ആചാര ബഹുമതികളോടെ കൊട്ടാരത്തിലെത്തിച്ചു. അങ്ങനെ സാമൂതിരി കോവിലകത്തെ തമ്പുരാട്ടി ചിറയ്ക്കൽ കോവിലകത്തെത്തി. കോവിലകത്തെ ഈ പുതിയ അംഗത്തിന് പ്രത്യേക രാജ്യാവകാശവും രാജകീയ പദവികളും നല്കാൻ ചിറയ്ക്കൽ തമ്പുരാൻ ബാദ്ധ്യസ്ഥനായി.

അക്കാലത്ത് നീലേശ്വരത്തിനു വടക്കുള്ള കാട്ടുപ്രദേശങ്ങൾ രണ്ട് സഹോദര രാജാക്കന്മാരുടെ ഭരണാധികാരത്തിലായിരുന്നു. അള്ളോൻ, മന്നോൻ എന്നിവരായിരുന്നു അവർ. ചിറയ്ക്കൽ തമ്പുരാൻ അവരോട് പട പൊരുതി ആ രാജ്യങ്ങൾ ചിറയ്ക്കലിനോട് ചേർത്തു. പുതിയ തമ്പുരാട്ടിക്കും ഭർത്താവായ ചിറയ്ക്കൽ ഇളയ തമ്പുരാനുമായി ആ രാജ്യം വിട്ടുകൊടുത്തു. അങ്ങനെയാണത്രെ നീലേശ്വരം രാജവംശത്തിന്റെ ഉല്പത്തി!

രാജവംശം

നീലേശ്വരം രാജവംശത്തിന്റെ ഉല്പത്തി കഥയെപ്പറ്റി രാജാസ് ഹൈസ്കൂളിലെ സരസനായ ഒരദ്ധ്യാപകനുമായി സംസാരിച്ചു നില്ക്കെ ഇക്കാര്യത്തെ സംബന്ധിച്ച് ചിറയ്ക്കൽ കോവിലകത്തെ അംഗവും പ്രശസ്ത ചരിത്രകാരനും അദ്ധ്യാപകനുമായ ചിറയ്ക്കൽ ടി ബാലകൃഷ്ണൻ നായർ രേഖപ്പെടുത്തിയിട്ടുള്ള ചരിത്ര വസ്തുതകളും ഞങ്ങളുടെ ചർച്ചാവിഷയമായി. കെട്ടുകഥയുടെ പുറന്തോടുകൾക്കുള്ളിൽ ഒളിഞ്ഞുകിടപ്പുള്ള യഥാർത്ഥ ചരിത്രവസ്തുതകൾ ഇവയിൽ എവിടെയൊക്കെയോ കാണാവുന്നതാണ്.

നാലു നൂറ്റാണ്ടുകൾക്കു മുമ്പ് കോലത്തിരിത്ത

മ്പുരാന്റെ അടുത്ത രണ്ട് സ്ഥാനികളിൽ മൂത്തയാളായ വടക്കിളംകൂർ ഉണിത്തിരി തമ്പുരാന്റെ പത്നിയും കോഴിക്കോട് സാമൂതിരി വംശത്തിലെ രാജകുടുംബാംഗവുമായിരുന്ന ഒരു തമ്പുരാട്ടിയാണ് നീലേശ്വരം രാജകുടുംബമായ അള്ളെടം സ്വരൂപത്തിന്റെ സ്ഥാപക. കോലത്തിരി (ചിറയ്ക്കൽ) രാജവംശത്തിന്റെ ഉത്തരഖണ്ഡമായ പ്രദേശങ്ങളുടെ അധിപനായിരുന്ന വടക്കിളംക്കൂർ ഉണിത്തിരി തമ്പുരാൻ ആ ഭൂവിഭാഗം പുത്രാവകാശമായി അള്ളെടം സ്വരൂപത്തിന് നല്കിയത്രേ.

കോലത്തിരി തമ്പുരാൻ, അനന്തരാവകാശികളായി വടക്കിളംകൂർ, തെക്കിളംകൂർ എന്നീ രണ്ട് ഇളമുറത്തമ്പുരാക്കന്മാരെ വിധിപ്രകാരം പ്രഖ്യാപിച്ചിരുന്നു. മൂപ്പുകൂടുതലുള്ള ഒന്നാം ഇളമുറത്തമ്പുരാനെ എളയെടത്തിരി എന്നും രണ്ടാം ഇളംകൂറിനെ പോർളാതിരിയെന്നും പേരിട്ടിരുന്നു. എളയെടത്തിരി സ്ഥാപിച്ച നീലേശ്വരം രാജകുടുംബത്തിന് 'എളയെട സ്വരൂപം' അഥവാ അള്ളെട സ്വരൂപമെന്നും പോർളാതിരി സ്ഥാപിച്ച കടത്തുനാട്ടു സ്വരൂപത്തിന് പോർളിതിരി സ്വരൂപമെന്നും പേരുറച്ചു.

കോലസ്വരൂപവും അള്ളെടം നീലേശ്വരം സ്വരൂപവും തമ്മിലുള്ള ബന്ധം ഇന്നും നിലനില്ക്കുന്നു. നീലേശ്വരം കോവിലകത്തെ തമ്പുരാട്ടിമാർക്ക് തൃത്താലി ചാർത്തുന്നത് ചിറയ്ക്കൽ കോവിലകത്തെ തമ്പുരാക്കന്മാരാണെന്ന പതിവ് ഇന്നും നിലനില്ക്കുന്നു.

ക്രിസ്ത്വബ്ദം 1740 മുതൽ പലഘട്ടങ്ങളായി കർണ്ണാടകത്തിൽ നിന്നുള്ള ബദനൂർ ഇക്കേരി നായ്ക്കന്മാരുടെ നിരന്തരമായ ആക്രമണത്തെ തുടർന്ന് നീലേശ്വരം രാജശക്തി ദുർബ്ബലമായിരുന്നു. 1792 ൽ തെക്കൻ കർണ്ണാടകവും മലബാർ പ്രദേശങ്ങളും പൂർണ്ണമായും ബ്രിട്ടീഷുകാരുടെ അധീനതയിലായി. അങ്ങനെ മൂന്നു ശതാബ്ദത്തോളം ആ ഭൂവിഭാഗത്തിന്റെ അധീശത്വം പുലർത്തിയിരുന്ന അള്ളെടം സ്വരൂപം അസ്തപ്രഭമായി. നീലേശ്വരം രാജ്യതലസ്ഥാനമായിരുന്ന നീലേശ്വരത്തിന്റെ പ്രതാപവും അസ്തമിച്ചു. എ ഡി 1794 മുതൽ മലബാർ പൂർണ്ണമായും ബ്രിട്ടീഷ് ഭരണത്തിലായി.

വടക്കെ മലബാറിലെ പുരാതനവും പ്രസിദ്ധവുമായ രാജാസ് ഹൈസ്കൂൾ മഹത്തായ ഒരു വിദ്യാഭ്യാസ പാരമ്പര്യത്തിന്റെ ഈറ്റില്ലമാണ്. നീലേശ്വരം രാജവംശം, കൊടികുത്തിവാണ ഒരു കാലഘട്ടത്തിൽ സ്ഥാപിക്കപ്പെട്ട ഈ സ്കൂളിന് രാജകീയ രക്ഷാധികാരവും പരിലാളനയും ആവോളം ലഭിച്ചിരുന്നു. രാജ്യതലസ്ഥാനത്ത് ഒരു മാതൃകാ വിദ്യാലയം സ്ഥാപിക്കുക എന്നതിൽ കവിഞ്ഞ്, സ്വന്തം രാജ്യത്തിലെ പ്രജകൾക്ക് മെച്ചപ്പെട്ട വിദ്യാഭ്യാസ സൗകര്യം ഏർപ്പെടുത്തുക. എന്നതും നീലേശ്വരം കോവിലകത്തെ രാജവർമ്മ വലിയ തമ്പുരാന്റെ ലക്ഷ്യമായിരുന്നു.

തളിയിൽ ക്ഷേത്രം

രാജാസ് ഹൈസ്കൂൾ പരിസരങ്ങളോട് വിടവാങ്ങി, ഞങ്ങൾ നാട്ടിടകളിലൂടെ യാത്ര ആരംഭിച്ചു. പ്രശാന്തസുന്ദരമായ ഗ്രാമ പ്രദേശം. അതിപ്രസിദ്ധമായ ക്ഷേത്രങ്ങളും മറ്റ് ആരാധനാകേന്ദ്രങ്ങളും പലതുള്ള നീലേശ്വരത്തിന്റെ അടിച്ചൊതുക്കിയ ഗ്രാമവീഥികളിലൂടെ ഞങ്ങൾ മുന്നോട്ടു നീങ്ങി. അതാ തളിയിൽക്ഷേത്രം. സുഹൃത്ത് ചൂണ്ടിക്കാട്ടി. വഴിയരികിൽ ഇടതുഭാഗത്ത് വിസ്തൃതമായ ഒരു പുരയിടത്തിൽ കാലപ്പഴക്കത്തെ സൂചിപ്പിച്ചുകൊണ്ട് നിലകൊള്ളുകയാണ് ആ അമ്പലം. ഞങ്ങൾ വടക്കുഭാഗത്തുകൂടി ഉള്ളിൽ കടന്നു. ഗാംഭീര്യമുള്ള പ്രധാന ക്ഷേത്രത്തിനു ചുറ്റും ചെറിയ ഉപക്ഷേത്രങ്ങൾ. നെടുനീളത്തിലുള്ള ഊട്ടുപുര. പണ്ടൊക്കെ മൂന്നു നേരവും ബ്രാഹ്മണർക്കും മറ്റ് അതിഥികൾക്കും വെച്ച് വിളമ്പിയിരുന്ന ആ ഊട്ടുപുരയ്ക്കുള്ളിലെ ശൂന്യത നമ്മെ സഹതാപഭരിതരാക്കുന്നു. മന്ത്രോച്ചാരണങ്ങളും ഭക്തജനങ്ങളുടെ തിക്കും തിരക്കും ഒഴിയാത്ത ആ ക്ഷേത്ര പരിസരങ്ങൾ പ്രായേണ വിജനമാണിപ്പോൾ.

"പണ്ടാ നീലമഹർഷി പുണ്യചരിതൻ
ശ്രീ കാശിയിൽ പോയ്തപം
കൊണ്ടാർജ്ജിച്ചിഹ കൊണ്ടുവന്ന ശിവലിം
ഗത്തേ മുദാ ഭാർഗ്ഗവൻ
രണ്ടാകാ ഗുരുവും മഹേശ്വരനുമെ-
ന്നോർത്തിട്ടു നൽക്ഷേത്രമൊ-
ന്നുണ്ടാക്കിച്ചു..."

എന്നാണ് ക്ഷേത്രോല്പത്തി കഥ.

പരശുരാമൻ കേരളത്തിൽ സ്ഥാപിച്ച പ്രധാന ക്ഷേത്രങ്ങളിലൊന്നാണ് (നീലകണ്ഠേശ്വരം) നീലേശ്വരം എന്നാണ് സ്ഥലവാസികളുടെ വിശ്വാസം. ശിവപ്രതിഷ്ഠ കൂടാതെ വിഷ്ണു പ്രതിഷ്ഠയുമുണ്ട്. മറ്റൊരു കഥ കൂടി പറഞ്ഞുകേട്ടു. പുരാണ പ്രസിദ്ധനായ നീലമഹർഷി നീലേശ്വരത്തെ തീർത്ഥങ്കര എന്ന സ്ഥലത്ത് ദീർഘ തപസ്സു ചെയ്തിരുന്നുവെന്നും അങ്ങനെ നീലമഹർഷിയുടെ നാമധേയത്തെ ആധാരമാക്കിയാണ് ആ സ്ഥലത്തിന് നീലേശ്വരം എന്ന് പേര് കിട്ടിയതെന്നും പറയപ്പെടുന്നു. അതല്ല. തളിയിൽ ക്ഷേത്രത്തിലെ നീലകണ്ഠ പ്രതിഷ്ഠയാണ് നീലകണ്ഠേശ്വരം (പില്ക്കാലത്ത് ലോപിച്ച് നീലേശ്വരം) എന്ന പേരിനിട നല്കിയതെന്നും ഭിന്നാഭിപ്രായങ്ങളുണ്ട്. അതെന്തുതന്നെയായാലും ഏതാണ്ട് ആയിരം വർഷങ്ങൾക്കുമുമ്പ് അള്ളോൻ, മന്നോൻ എന്നീ രാജാക്കന്മാർ ഭരിച്ചിരുന്ന രാജ്യം ചിറയ്ക്കൽ രാജാവ് കൈയടക്കി, ഒരു

തമ്പുരാട്ടിക്ക് നല്കിയതുമുതൽ നീലേശ്വരം രാജവംശം ഉണ്ടായിയെന്നു കരുതാം. അന്ന് ആ രാജ്യമാകട്ടെ ഒളോരപ്പുഴ (തൃക്കരിപ്പൂരിന്റെ അതിർത്തി) മുതൽ ചിറ്റാരി പുഴവരെ വ്യാപിച്ചിരുന്നുപോലും (ഇപ്പോൾ ആ സ്ഥലങ്ങൾ നീലേശ്വരം, കാഞ്ഞങ്ങാട്ട് എന്ന് രണ്ടു ബ്ലോക്കു പ്രദേശങ്ങളാണ്. കുടക് അതിർത്തിവരെ രാജ്യം വ്യാപിച്ചിരുന്നു. ഇന്നും നീലേശ്വരം ബ്ലോക്കിന്റെ കിഴക്കേ അതിർത്തി കൂർഗ് തന്നെ.

തളിയിൽ ശിവക്ഷേത്രത്തിൽ ശാസ്താവിനും ഗണപതിക്കും പ്രത്യേകം ഉപക്ഷേത്രങ്ങളുണ്ട്. കറുത്ത പക്ഷം പഞ്ചമിയിൽ കൊടിയേറുന്ന നീലേശ്വരത്തെ ഏറ്റവും പുരാതനമായ മറ്റൊരു ക്ഷേത്രമാണ് കടിഞ്ഞാറ്റൂരമ്പലം (കൃഷ്ണക്ഷേത്രം) ഏതാണ്ടൊരു താമരക്കുളമാണ് തീർത്ഥം. തീർത്ഥക്കരയ്ക്കു ചുറ്റും പണ്ട്, പ്രമാണിമാരായ ഒട്ടധികം ബ്രാഹ്മണ കുടുംബങ്ങൾ ഉണ്ടായിരുന്നുവെന്നും ടിപ്പുവിന്റെ പടയോട്ടക്കാലത്ത് അവരെല്ലാം ജീവരക്ഷാർത്ഥം ഒളിച്ചോടിപ്പോയെന്നും അങ്ങനെ ആ സ്ഥലങ്ങൾ അന്യാധീനപ്പെട്ടെന്നും പറയപ്പെടുന്നു. കടിഞ്ഞാറ്റൂരമ്പലത്തിന്റെ മുൻവശത്താണാ തീർത്ഥം. മനം പുറത്തുകാവും പ്രധാനപ്പെട്ട ഒരാരാധനാ കേന്ദ്രമാണ്. നീലേശ്വരം രാജവംശത്തിനുമുമ്പ് ആ സ്ഥലം ഭരിച്ചിരുന്ന മന്നോന്റെ സ്വന്തം ക്ഷേത്രമായിരുന്നു അത്. ദേവീ പ്രതിഷ്ഠയാണവിടെ.

കോവിലകങ്ങൾ

ക്ഷേത്രോപാന്തങ്ങളിലൂടെ നടന്നുനടന്ന് ഞങ്ങൾ രാജകൊട്ടാരത്തിന്റെ പിൻഭാഗത്തെത്തി. ഫലസമൃദ്ധമായ വൃക്ഷലതാദികൾക്കു മദ്ധ്യേ രാജസപ്രൗഢിയോടെ തലയുയർത്തി നില്ക്കുകയാണ് ആ കൊട്ടാരം. നീലേശ്വരം രാജവംശത്തിന്റെ ഒരു ശാഖ. തടാക സദൃശമായ കുളത്തിനഭിമുഖമായി നില്ക്കുന്ന ഗോപുരവാതിലിലൂടെ ഞങ്ങൾ അകത്തു കടന്നു. രാജകുടുംബാംഗങ്ങളോട് കുശലപ്രശ്നം ചെയ്തു. കാലത്തിന്റെ ഗതിക്രമത്തിൽ ഭരണാധികാരം നഷ്ടപ്പെട്ട നീലേശ്വരം കോവിലകങ്ങളിലെ അംഗങ്ങൾ അന്തസ്സായി സാധാരണ ജീവിതം നയിക്കുന്നു. രാജവംശത്തിലെ നാലു ശാഖകൾ നീലേശ്വരത്തും സമീപപ്രദേശങ്ങളിലുമായുണ്ട്. തെക്കെ കോവിലകവും വടക്കെ കോവിലകവും നീലേശ്വരത്തുതന്നെ. കക്കാട്ടു കോവിലകം മടിക്കൈ വില്ലേജിലാണ്. കിനാവൂർ കോവിലകം ഇപ്പോഴില്ല. അവശിഷ്ടങ്ങൾ മാത്രമേയുള്ളൂ.

പ്രാചീന ശതകങ്ങളിൽ കേരളത്തിലെ പ്രസിദ്ധിപെറ്റ തുറമുഖങ്ങളിലൊന്നായിരുന്നു നീലേശ്വരം. അന്ന് വിദേശ രാജ്യങ്ങളുമായി വാണിജ്യബന്ധം സ്ഥാപിച്ചിരുന്നുവത്രെ. നീലിച്ചലം എന്ന പേരിലാണ് വിദേശ സഞ്ചാരികൾ, അന്ന് നീലേശ്വരത്തെപ്പറ്റി രേഖപ്പെടുത്തിയിട്ടുള്ളത്. നീലേശ്വരം പുഴയുടെ പ്രഭവസ്ഥാനങ്ങളും പ്രവാഹ പാർശ്വങ്ങളുമെല്ലാം അന്ന് നിബിഡ വനങ്ങളായിരുന്നു. പുഴയുടെ തീരപ്രദേശങ്ങളിൽ മനുഷ്യവാസം വർദ്ധിച്ചതോടെ മണ്ണിടിച്ചിൽ ദ്രുതഗതിയാലായി. ക്രമേണ മണലടിഞ്ഞ് നദീമുഖത്തിന്റെ ആഴം കുറഞ്ഞപ്പോൾ, കപ്പൽ ഗതാഗതം സാദ്ധ്യമല്ലെന്നു വന്നു. ക്രമേണ നീലേശ്വരം തുറമുഖം മരിച്ചു.

ഒരു തീരദേശഗ്രാമം

നീലേശ്വരം വികസനബ്ലോക്കിന്റെയും പഞ്ചായത്തിന്റെയും ആസ്ഥാനമായ നീലേശ്വരം ഒരു തീരദേശപ്രദേശമാണ്. ഉത്തര മലബാറിൽ കാഞ്ഞങ്ങാടിനും ചെറുവത്തൂരിനും കാസർഗോഡിനും മദ്ധ്യേ സ്ഥിതിചെയ്യുന്ന നീലേശ്വരത്തിന്റെ പടിഞ്ഞാറ് അറബിക്കടലാണ്. അതുകൊണ്ട് പഞ്ചായത്തിന്റെ ആദ്യപകുതിയിൽ തീരദേശത്തിന്റെ പ്രശ്നങ്ങളും മറ്റേപകുതിയിൽ ഉൾനാടൻ ഗ്രാമങ്ങളുടെ പ്രശ്നങ്ങളും പ്രകടമാണ്. നീലേശ്വരം പുഴ കാര്യങ്കോട്ടു പഞ്ചായത്തിനെ സ്പർശിച്ചുകൊണ്ട് കടന്നുപോകുന്നു. കാര്യങ്കോട്ടുപാലം പണിപൂർത്തിയായതോടെ സമീപഗ്രാമങ്ങളുമായുള്ള ഗതാഗതസൗകര്യം വർദ്ധിച്ചിട്ടുണ്ട്.

വലിയ ക്ഷേത്രങ്ങളും ചെറിയ ചെറിയ ആരാധനാലയങ്ങളും ഓരോ തൊഴിൽ വിഭാഗങ്ങൾക്കും പ്രത്യേകം ചേരികളും പഴയകാലത്തെ പ്രതാപം അനുസ്മരിപ്പിക്കുന്ന കെട്ടിടങ്ങളും പ്രാചീന വിശ്വാസങ്ങൾ പുലർത്തുന്ന പഴമക്കാരും രാജവംശത്തിന്റെയും തളിയിൽ ക്ഷേത്രത്തിന്റെയും വീരാപദാനങ്ങളും ഒക്കെക്കൂടി കല്പനാമധുരമായ ഒരന്തരീക്ഷം. പക്ഷേ, ഇന്നത്തെ നീലേശ്വരമോ? കൊട്ടാരവും പരിസരങ്ങളും വിട്ട് ചുറ്റുപാടും കണ്ണോടിക്കുമ്പോഴാണ് പ്രശ്നസങ്കീർണ്ണമായ ആ തീരദേശഗ്രാമത്തിന്റെ യഥാർത്ഥരൂപം വ്യക്തമാകുന്നത്.

ജീവിതപ്രശ്നങ്ങൾ

കൃഷിയുണ്ട്, തൊഴിലുണ്ട്, കലയുണ്ട്. പക്ഷേ, ഭൂരിപക്ഷം ജനങ്ങൾക്കും ജീവിക്കാൻ മതിയായ വരുമാനമില്ല. ആർത്തലയ്ക്കുന്ന കടലും പച്ചപ്പട്ടുവിരിച്ച പാടങ്ങളും ഫലവൃക്ഷങ്ങൾ നിറഞ്ഞ തൊടികളും വനവിഭവങ്ങൾ നിറഞ്ഞ മലമ്പ്രദേശങ്ങളും അങ്ങനെ വൈവിധ്യപൂർണ്ണമാണ് ഗ്രാമരംഗം. കടലോരത്തെ മത്സ്യത്തൊഴിലാളികളുടെയും ഉൾപ്രദേശങ്ങളിലെ കൂലിപ്പണിക്കാരുടെയും ചെറ്റക്കുടിലുകൾ മുതൽ തെക്കെ കോവിലകംപോലുള്ള കൊട്ടാരങ്ങൾ വരെ ഈ പ്രദേശത്തുണ്ട്. മത്സ്യത്തൊഴിലാളി പകലന്തിയോളം പാടുപെട്ട് അർദ്ധപട്ടിണിയും പ്രാരാബ്ധവുമായി കഴിയുന്നു. രാജകുടുംബമാകട്ടെ, പഴയ പ്രതാ

പമൊക്കെ പോയി, ഉള്ളവ കൊണ്ട് മിതമായി ജീവിതം കഴിക്കാനുള്ള വ്യഗ്രതയിലുമാണ്. ഇങ്ങനെ രണ്ടറ്റങ്ങൾ. ഇവയ്ക്കു മദ്ധ്യേ, ഇടത്തരക്കാരായ കൃഷിക്കാരും നെയ്ത്തുതൊഴിലാളികളും വിവിധ തൊഴിൽകാരുമെല്ലാമുണ്ട്. നീലേശ്വരം പഞ്ചായത്തിന്റെ വിസ്തീർണ്ണം 26.23 ച കി മീ. ജനസംഖ്യ 6393 (91).

ജനസംഖ്യയിൽ നല്ലൊരു വിഭാഗം തീയസമുദായത്തിൽപ്പെട്ടവരാണ്. കൃഷിയും നെയ്ത്തുമാണ് അവരുടെ മുഖ്യ ഉപജീവനമാർഗ്ഗം. പിന്നെ നായന്മാരും മുസ്ലീങ്ങളുമുണ്ട്. ഓരോ സമുദായത്തിനും മുൻകാലങ്ങളിൽ പ്രത്യേകം ചേരികളുണ്ടായിരുന്നെന്നൂഹിക്കാൻ തെളിവുകളുണ്ട്. കരുവാച്ചേരി, തട്ടാച്ചേരി തുടങ്ങിയ പേരുകൾ നോക്കുക. കൃഷിയും നെയ്ത്തും ഉപജീനമാർഗ്ഗമായി തെരഞ്ഞെടുത്തിരുന്ന തീയർ ഇപ്പോൾ സാമൂഹികമായും വിദ്യാഭ്യാസപരമായും പുരോഗതി നേടിയിട്ടുണ്ട്. നായർ, നമ്പൂതിരി തുടങ്ങിയ ജനവിഭാഗങ്ങളുടെ മുഖ്യ ഉപജീനമാർഗ്ഗം കൃഷി തന്നെ. ചെറുകിടകൃഷിക്കാരാണവർ. നീലേശ്വരത്തെ നെൽപ്പാടങ്ങളിലും പുരയിടങ്ങളിലും ഏറിയകൂറിന്റെയും ഉടമാവകാശം ചില ദേവസ്വങ്ങൾക്കും കോവിലകങ്ങൾക്കും മറ്റുമാണ്.

മന്നംപുറത്തു ദേവസ്വം, കോട്ടംദേവസ്വം, തെക്കെ കോവിലകം, വടക്കെ കോവിലകം, കിനാവൂർ കോവിലകം എന്നിവരായിരുന്നു യഥാർത്ഥ ഭൂവുടമകൾ. അവരുടെ ഭൂമി പാട്ടത്തിനെടുത്ത് കൃഷി നടത്തുന്നവരാണ് ചെറുകിട കൃഷിക്കാരിൽ നല്ലൊരു വിഭാഗം. ഗ്രാമീണരുടെ പ്രധാന തൊഴിൽ നെയ്ത്താണ്. അവരുടെ ജീവിതവും സമ്പന്നമല്ലാതന്നെ. നെയ്ത്തുകാരുടെ അഭിവൃദ്ധിക്കായി 1935 മുതൽ തന്നെ സഹകരണസംഘം പ്രവർത്തിച്ചു വരുന്നുണ്ട്. പണ്ടുമുതല്ക്കേ ഈ പ്രദേശങ്ങളിൽ സ്വർണ്ണപ്പണിക്കാരുമുണ്ട്. അവർക്കും വേണ്ടത്ര ജീവിതക്ലേശങ്ങളുണ്ട്.

ഹരിജനങ്ങളെക്കാൾ ഹീനമായ ജീവിതം നയിക്കുന്നവരാണ് 'മാധിക' അഥവാ ചെരിപ്പുകുത്തികളായ ഒരുതരം പട്ടികവർഗ്ഗക്കാർ. കേരളത്തിന്റെ ഉത്തരാതിർത്തിയിലുള്ള തുളുവും കർണ്ണാടകവും സംസാരിക്കുന്ന ഗിരിവർഗ്ഗക്കാരിൽപ്പെട്ട ഇക്കൂട്ടർ നീലേശ്വരം പഞ്ചായത്തിലെ കുന്നിൻപ്രദേശങ്ങളിൽ ചെറ്റപ്പുരകൾ കെട്ടിയാണ് കഴിയുന്നത്. ചെരിപ്പുനിർമ്മാണം, കുമ്മായം, ഉണ്ടാക്കൽ, കരിങ്കൽപ്പണികൾ എന്നിവയാണ് ഇവരുടെ പ്രധാന തൊഴിലുകൾ. ഇവരുടെ പാർപ്പിടങ്ങൾ പലപ്പോഴും വൃത്തിഹീനങ്ങളാണ്.

ജനസംഖ്യയിൽ നല്ലൊരു വിഭാഗം മത്സ്യത്തൊഴിലാളികളാണ്. ജീവിതപ്രാരാബ്ധങ്ങളനുഭവിക്കുന്ന ഒരു വിഭാഗമാണിവർ. മത്സ്യ വ്യവസായത്തിലെ ഇടത്തരക്കാരുടെ ചൂഷണത്തിനും ഇവർ പലപ്പോഴും വിധേയരാവാറുണ്ട്. ഇതേ തൊഴിൽ വിഭാഗത്തിൽപ്പെട്ട വാല സമുദായാംഗങ്ങൾ അഴിമുഖങ്ങളിലും നദീതീരങ്ങളിലും പാർക്കുന്നു. വലയും ചൂണ്ടയും തന്നെയാണ് ഇവരുടെയും ജീവിതമാർഗ്ഗം. കൂടാതെ ഇരുമ്പുജോലികളിൽ ഏർപ്പെട്ടിട്ടുള്ള കരുവാന്മാർ, മൺപാത്രനിർമ്മാണത്തിലേർപ്പെട്ടിട്ടുള്ള കുശവന്മാർ കുട്ടനെയ്ത്തിലും മറ്റും ഏർപ്പെട്ടിട്ടുള്ള ഹരിജനങ്ങൾ മണിയാണി സമുദായത്തിൽപ്പെട്ട കൽപ്പണിക്കാർ, മലയരയർ തുടങ്ങിയ ജനവിഭാഗത്തിൽപ്പെട്ടവർ പഞ്ചായത്തുപ്രദേശത്ത് അങ്ങിങ്ങായി പരമ്പരാഗതമായ സ്വന്തം തൊഴിലുകളിലേർപ്പെട്ട് കഴിയുന്നുണ്ടെങ്കിലും ആ തൊഴിൽ അവർക്ക് ഭേദപ്പെട്ട ജീവിതത്തിനുള്ള വരുമാനം നല്കുന്നില്ല.

തൊഴിൽ മേഖല

വ്യാവസായികമായി പുരോഗതി നേടാനുള്ള സാദ്ധ്യതകൾ പലതുണ്ടെങ്കിലും നീലേശ്വരം ആ രംഗത്ത് വേണ്ടത്ര പുരോഗതി കൈവരിച്ചിട്ടില്ല. അങ്ങിങ്ങ് ഒറ്റപ്പെട്ട ചില വ്യാവസായിക സംരംഭങ്ങൾ ഉണ്ടെങ്കിലും വ്യാപകമായ തൊഴിലില്ലായ്മയ്ക്ക് അവ ശാശ്വത പരിഹാരമാകുന്നില്ല. ഏരിക്കുളം എന്ന സ്ഥലത്ത് കളിമണ്ണ് സുലഭമാണ്. നദീതീരങ്ങളുമുണ്ട്. അങ്ങനെ ഓട്ടുവ്യവസായത്തിനുള്ള അസംസ്കൃത വിഭവം വേണ്ടുവോളമുണ്ടെങ്കിലും ചെറിയൊരു ഓട്ടുകമ്പനി മാത്രമേ മേൽപ്പറഞ്ഞ സാദ്ധ്യതകൾ പ്രയോജനപ്പെടുത്തുന്നുള്ളൂ. കുമ്മായനിർമ്മാണത്തിന് വമ്പിച്ച സാദ്ധ്യതകളുള്ള നീലേശ്വരത്ത് ചെറിയ തോതിൽ സ്വകാര്യവ്യക്തികളുടെ ലൈം ഫാക്ടറികൾ ചിലതുണ്ടെങ്കിലും വ്യാവസായികാടിസ്ഥാനത്തിൽ അവ അപ്രധാനങ്ങളാണ്. നദീതീരങ്ങളിലും മറ്റും ചകിരി വ്യവസായവും കയർവ്യവസായവും വളർന്നുവരുന്നുണ്ട്. വിപുലമായ തോതിൽ കയർ ഫാക്ടറികൾ സ്ഥാപിക്കുകയും സ്വകാര്യ ഉടമകളുടെ കുത്തക അവസാനിപ്പിക്കുകയും ചെയ്യുന്ന പക്ഷം ആ തൊഴിലിലേർപ്പെടുന്നവർക്ക് മെച്ചമുണ്ടാകും. നീലേശ്വരം പരിസരത്തിലെ 'പുതുക്കൈ' ഗ്രാമത്തിൽ ഒരു ചേടിഖനിയുണ്ട്. ഇത്തരത്തിൽ ചേടിഖനികൾ നീലേശ്വരത്തിന്റെ പലഭാഗങ്ങളിലുമുണ്ടെന്നാണറിവ്. ബീഡിവ്യവസായവും ഇവിടെ നിലവിലുണ്ട്. സൊസൈറ്റി അടിസ്ഥാനത്തിൽ പ്രവർത്തിക്കുന്ന ഒരു സ്ഥാപനമുണ്ട്. കശുമാവുകൾ ധാരാളമുണ്ട്, നീലേശ്വരത്തും സമീപപ്രദേശങ്ങളിലും കശുവണ്ടി ഫാക്ടറികൾക്കുള്ള സാദ്ധ്യതകളുണ്ട്. പിയേഴ്സ് ലെസ്ലി കമ്പനി വക ഒരു സ്ഥാപനം ഇവിടെ പ്രവർത്തിക്കുന്നുണ്ട്. കശുമാങ്ങയിൽനിന്ന് ലഹരിപാനീയമുണ്ടാക്കാമെന്നും അത് ആദായകരമാക്കാമെന്നും തദ്ദേശീയർക്ക് അഭിപ്രായമുണ്ട്. കടലോരപ്രദേശങ്ങളിൽ ചെറിയതോതിൽ പുകയില കൃഷിചെ

യ്തുവരുന്നു.

നീലേശ്വരത്തെ തെങ്ങിൻ തൈകൾ പ്രസിദ്ധമാണ്. നല്ല ഉല്പാദനക്ഷമതയുള്ള മേൽത്തരം തെങ്ങിൻ തൈകൾ ധാരാളമായി ഉല്പാദിപ്പിച്ച് സംസ്ഥാനത്തിന്റെ നാനാഭാഗത്തേക്കും അയയ്ക്കുന്ന ഒരു കോക്കനട്ട് റിസർച്ച് സ്റ്റേഷനും നീലേശ്വരം ബ്ലോക്ക് പ്രദേശത്തുണ്ട്. 1916 മുതൽ പ്രവർത്തനം ആരംഭിച്ച ഈ സ്ഥാപനം നീണ്ട കാലയളവിലെ ഗവേഷണങ്ങളുടെ ഫലമായി ടി ഇൻ ടു ഡി ഇനത്തിൽപ്പെട്ട തെങ്ങിൻ തൈകൾ ഉല്പാദിപ്പിക്കുന്നു. കൊട്ടാരത്തിനു സമീപം സ്ഥിതിചെയ്യുന്ന നീലേശ്വരം രാജാഗ്രന്ഥശാല പ്രത്യേക പരാമർശമർഹിക്കുന്നു. പ്രൗഢിയും ഭംഗിയുമുള്ള കെട്ടിടം. സൗകര്യമുള്ള ഹാളുകൾ. ധാരാളം പുസ്തകങ്ങൾ.

കടലോരം മുതൽ മലയോരം വരെ വ്യാപിച്ചു കിടക്കുകയാണ് നീലേശ്വരം ബ്ലോക്ക്. നീലേശ്വരം, ചെറുവത്തൂർ, പടന്ന, തൃക്കരിപ്പൂർ എന്നീ ഗ്രാമങ്ങൾ കടലുമായി ബന്ധപ്പെട്ടതാണെങ്കിൽ എളേരി, കിനാവൂർ, കരിന്തളം, ചീമേനി എന്നീ പഞ്ചായത്തുകൾ ശരിക്കും ഹൈറേഞ്ച് പ്രദേശങ്ങളാണ്. കുന്നും മലകളും നിറഞ്ഞ ആ പ്രദേശങ്ങളിൽ ഇന്നും വേണ്ടത്ര ഗതാഗത സൗകര്യമില്ല. നാണ്യവിളകളുടെ കേന്ദ്രങ്ങളാണവ.

നീലേശ്വരത്തുനിന്നും 22 മൈലകലെയുള്ള എളേരി തിരുവിതാംകൂറിൽ നിന്നു വന്ന കുടിയേറ്റക്കാരുടെ കേന്ദ്രമാണ്. റബ്ബറും കുരുമുളകും തെങ്ങും കമുകുമൊക്കെ സമൃദ്ധമായി വളരുന്ന പ്രദേശം ചിറ്റാരിക്കലാണ്, എളേരി പഞ്ചായത്തിന്റെ ഹെഡ്ക്വാർട്ടേഴ്സ്.

മേൽപ്പറഞ്ഞ മിക്ക ഗ്രാമങ്ങളും ഏറിയകൂറും കൃഷിയെ ആശ്രയിച്ച് കഴിയുകയാണ്. അപൂർവ്വം, വൻകിട ജന്മിമാരും കുടികിടപ്പുകാരും പരശ്ശതം ഇടത്തരം കർഷകകുടുംബങ്ങളും സങ്കീർണ്ണമായ ഒട്ടേറെ സാമൂഹ്യപ്രശ്നങ്ങളുമുള്ള താരതമ്യേന അവികസിതമായ ഗ്രാമപ്രദേശങ്ങളാണ്, നീലേശ്വരം ബ്ലോക്കിലെ മിക്ക പഞ്ചായത്തുകളും. വികസന പ്രവർത്തകരുടെ ശ്രമഫലമായി കാർഷികരംഗത്തും മറ്റും ക്രമേണ മാറ്റങ്ങൾ സംഭവിക്കുന്നുണ്ടെങ്കിലും ഗ്രാമീണജീവിതം സംതൃപ്തവും സൗകര്യപ്രദവുമാക്കാൻ ഇനിയും വളരെക്കാലം വേണ്ടിവരുമെന്നു തോന്നുന്നു.

86

ഹോസ്ദുർഗ്ഗ്

"ആയിരത്തിയെണ്ണൂറ്റി ഒന്ന് ജനുവരി 17.

ഏകദേശം പത്തുമൈലോളം നടന്ന് ഞാൻ ഹോസോ ദുർഗ്ഗ (ഹോസ്ദുർഗ്ഗ്) അഥവാ പുത്തൻകോട്ടയിലെത്തി. രണ്ടിന്റെയും അർത്ഥം ഒന്നു തന്നെ. ആദ്യത്തേത് കർണ്ണാടകവും രണ്ടാമത്തേത് മലയാളവും. ഞാൻ കടന്നുപോയ മിക്ക കടലോരപ്രദേശങ്ങളും താഴ്ന്നതും ചൊരിമണൽ നിറഞ്ഞതുമാണ്. അവയിലധികവും നെല്പാടങ്ങളാണ്. ആ പ്രദേശം ആകപ്പാടെ, ആൾപ്പാർപ്പില്ലാതെ ഉപേക്ഷിക്കപ്പെട്ട മട്ടുണ്ട്. ഹോസോ ദുർഗ്ഗ സമീപിക്കുന്തോറും വരണ്ട പാടങ്ങൾ ഈർപ്പമുള്ളവയായിത്തീരുന്നു. എങ്കിലും കാഠിന്യവും അർദ്ധവരൾച്ചയുമുള്ളതിനാൽ കൃഷിക്കത്ര പറ്റിയതല്ല. അവിടെയിപ്പോൾ കൂവരകും മുതിരയും ഉഴുന്നും മറ്റു പയർവർഗ്ഗങ്ങളും കൃഷി ചെയ്തുവരുന്നു. മലയോരങ്ങളിലെ വരിനെല്ല് അവർക്ക് അജ്ഞാതമാണ്."

> ...വലിയ കോട്ടയാണ്. മലയാളക്കരയിൽ സാധാരണമായ വെട്ടുകല്ല് (ചുണ്ണാമ്പുകല്ല്) കൊണ്ട് സുദൃഢമായി നിർമ്മിക്കപ്പെട്ടതാണ്... വിസ്തൃതമായ ഒരു ഭൂവിഭാഗത്തിൽ ഉയർന്നുനില്ക്കുന്ന ഒരു കോട്ട; വിദൂര വീക്ഷണത്തിൽ ഗംഭീരമാണ്. ചുരുക്കം ചില ഭട്ട ബ്രാഹ്മണർ മാത്രമേ അവിടെ താമസിക്കുന്നുള്ളൂ. അവരുടെ വകയായി ഒരു ക്ഷേത്രവുമുണ്ട്. കോട്ട നിർമ്മിച്ച ഇക്കേരി രാജാവാണ് അവരുടെ പൂർവ്വികന്മാരെ അവിടെ അധിവസിപ്പിച്ചത്.

(ഫ്രാൻസിസ് ബുക്കാനന്റെ (*മദ്രാസിൽ നിന്നു മൈസൂർ, കാനറ, മലബാർ എന്നീരാജ്യങ്ങളിലൂടെ ഒരു പര്യടനം* എന്ന സഞ്ചാരക്കുറിപ്പുകളിൽനിന്ന്).

- പുസ്തകം മടക്കിവച്ച്, ഞാൻ ചിന്തയിലാണ്ടിരുന്നു. തളർന്നു ചായുന്ന സായംസന്ധ്യയെ കിടിലംകൊള്ളിക്കുന്ന ചൂളംവിളിയോടെ അലമുറയിട്ടോടുന്ന തീവണ്ടി മന്ദഗതിയിലായി, ഉദ്ധതനായ ഒരു രാക്ഷസനെപ്പോലെ, കുലുങ്ങിക്കുലുങ്ങി നിന്നു. ഞാൻ ജനാലയിലൂടെ പുറത്തേയ്ക്കു നോക്കി - നീലേശ്വരം.

"കാഞ്ഞങ്ങാട്ടേക്കിനിയും എത്ര ദൂരമുണ്ട്" അടുത്തിരുന്ന കാഷായ വസ്ത്രധാരിയോട് ഞാൻ തിരക്കി.

"അടുത്ത സ്റ്റേഷൻ കാഞ്ഞങ്ങാടാണല്ലോ."

ഹാവൂ. ആശ്വാസമായി കണ്ണൂരിൽനിന്ന് വടക്കോട്ടു തിരിയുന്ന ട്രെയിനിൽ കുത്തിയിരുന്നിട്ട് നേരം കുറെയായി. ഞാനൊന്ന് മൂരി നിവർത്തു. ട്രെയിൻ വീണ്ടും പ്രയാണമാരംഭിച്ചു.

ഞാൻ വീണ്ടും ബുക്കാനന്റെ യാത്രാവിവരണ ഗ്രന്ഥത്തിലൂടെ കണ്ണോടിച്ചു.

"ഇവിടെ ഗ്രാമങ്ങളൊന്നുമില്ല. എന്നാൽ മാപ്പിളമാർ താമസിക്കുന്ന ചില കുടിലുകളുണ്ട്. നായന്മാർ ഉൾപ്രദേശങ്ങൾ കൈയടക്കി വച്ചിരിക്കുന്നതുപോലെ മാപ്പിളമാർ കടലോരപ്രദേശങ്ങളിൽ വസിക്കുന്നു."

1801 ലെ നീലേശ്വരം, കാഞ്ഞങ്ങാട് എന്നീ പ്രദേശങ്ങളുടെ ചിത്രം ബുക്കാനന്റെ യാത്രാവിവരണങ്ങളിലൂടെ തെളിയുകയാണ്. സുഖകരമായ അന്തിക്കുളിർക്കാറ്റ് ജനാലയിലൂടെ ഊളിയിട്ട് ഉള്ളിലേക്കു കയറിയപ്പോൾ ഒരു നവോന്മേഷം തോന്നി. നേരിയ നിലാവിന്റെ മസ്ലിൻ പുടവയണിഞ്ഞു നില്ക്കുന്ന പച്ചത്തഴപ്പുകളും പാടങ്ങളും ചേതോഹരങ്ങളായി കാണപ്പെട്ടു. 1801 ൽ തെന്നിന്ത്യയിലെ കാനറാ ജില്ലയിലെ തുളുനാടൻ ഗ്രാമങ്ങളിലൂടെ

ചരിത്രാന്വേഷണതല്പരനായി അലഞ്ഞുനടന്ന സഞ്ചാരികളുടെ പൂർണ്ണചിത്രം എന്റെ മനോമുകുരത്തിൽ തെളിഞ്ഞു. തീവണ്ടിയുടെ ഗതിവേഗം കുറഞ്ഞു തുടങ്ങി. പക്ഷേ, ചീഞ്ഞ മത്സ്യത്തിന്റെ അസഹ്യമായ ദുർഗ്ഗന്ധം അന്തരീക്ഷത്തിൽ ചുറ്റിയടിക്കുന്നു. കടലോര പ്രദേശമാണ്. റെയിൽവേപ്പാളത്തിനിരുവശവും നിരപ്പായ പാടങ്ങൾ. നേരിയ നിലാവിലൂടെ ഞാൻ സൂക്ഷിച്ചു നോക്കി. മുട്ടോള മെത്തുന്ന ഏതോ ചെടികൾ ആ മണൽപ്പാടങ്ങളിൽ പച്ചപിടിച്ചു നില്പുണ്ട്. എന്താണെന്ന് തിരക്കാൻ സമയമില്ല. ട്രെയിൻ നിന്നുകഴിഞ്ഞു, കാഞ്ഞങ്ങാട്.

സ്റ്റേഷനിലേക്കുള്ള അപ്രോച്ച് റോഡിലൂടെ അല്പം വലത്തോട്ടു നടന്നപ്പോൾ ഉറങ്ങിക്കിടന്ന ഉൾനാടൻ ഗ്രാമത്തിന്റെ മട്ടാകെ മാറിയതുപോലെ. ടാറിട്ട, വീതിയേറിയ നിരത്തും ഇരുവശവും കൂറ്റൻ കെട്ടിടങ്ങളും ഹോട്ടലുകളും മറ്റു വില്പനശാലകളും വൈദ്യുത ദീപാലങ്കൃതമായ കോട്ടച്ചേരി-കാഞ്ഞങ്ങാടിന്റെ കേന്ദ്രം...

നൂറ്റാണ്ടുകളുടെ പൊടിയും പൂഴിയുമേറ്റ് മങ്ങിക്കിടക്കുന്ന ചരിത്രവസ്തുതകൾ തേച്ചുമിനുക്കിയാൽ വ്യക്തമാകുന്നതെന്താണ്?

ഹോസ് ദുർഗ്ഗ്

കാഞ്ഞങ്ങാടിന്റെ ഭരണപരമായ വികാസപരിണാമങ്ങളെപ്പറ്റി ചിന്തിക്കും മുമ്പേ, അതിപ്രധാനമായ, ചില ചരിത്രവസ്തുതകൾ കണ്ടറിയേണ്ടതുണ്ട്. ഹോസ്ദുർഗ്ഗ് താലൂക്കിന്റെ ആസ്ഥാനമാണീ സ്ഥലം. കന്നടഭാഷയിൽ ഹോസ് എന്ന ശബ്ദത്തിന് പുതിയത് എന്നർത്ഥം. ദുർഗ്ഗ്, ദുർഗ്ഗം തന്നെ. കോട്ട ഹോസ് ദുർഗ്ഗ് - പുതിയ കോട്ട.

നിർമ്മിച്ച കാലത്ത് പുതിയ കോട്ടയായിരുന്ന ആ പഴയ കോട്ട കാഞ്ഞങ്ങാട് പട്ടണത്തോടുരുമ്മി നില്പുണ്ട് വടക്കരികിലായി. പലനൂറ്റാണ്ടുകൾക്കു മുമ്പ് ചെങ്കല്ലിൽ നിർമ്മിച്ച കോട്ട ഇടിഞ്ഞുപൊളിഞ്ഞ മട്ടിലാണ്. ഇടിഞ്ഞ കോട്ടയ്ക്കുള്ളിൽ വളർന്നു പൊന്തിച്ച കാടിനും പടർപ്പിനുമിടയിൽ പഴയ കെട്ടിടങ്ങളുടെയും മറ്റും അവശിഷ്ടങ്ങൾ ഈയടുത്ത കാലം വരെ കാണാമായിരുന്നു. ചെങ്കല്ലുകൊണ്ടു നിർമ്മിച്ച കൂറ്റൻ ചുറ്റുമതിലുകളും ഭീമാകാരങ്ങളായ വട്ടത്തൂൺ കൊത്തളങ്ങളുമെല്ലാമുള്ള പഴയ ഹോസ് ദുർഗ്ഗ് ശതാബ്ദങ്ങൾക്കു മുമ്പ് ഇരുപത്തിയാറ് ഏക്കർ സ്ഥലത്ത് രാജകീയ പ്രൗഢിയോടെ തലയുയർത്തി നിന്നിരുന്നു.

ചേരമാൻ പെരുമാൾ കേരളത്തെ 64 ഗ്രാമങ്ങളുൾപ്പെട്ട നാലു കഴകങ്ങളായി വേർതിരിച്ച് ഭരിച്ചിരുന്നുവെന്നും മറ്റുമാണല്ലോ ഐതിഹ്യം. പെരിഞ്ചെല്ലൂർ (തളിപ്പറമ്പ്) പയ്യന്നൂർ, പരപ്പൂർ, ചെങ്ങന്നൂർ എന്നിങ്ങനെ നാലു കഴകങ്ങൾ, പരക്കെയുള്ള വിശ്വാസപ്രകാരം പയ്യന്നൂർ കഴകത്തിൽപ്പെട്ട തുളു ഗ്രാമങ്ങളിലൊന്നാണ് കാഞ്ഞങ്ങാട്.

അവസാനത്തെ പെരുമാൾ നാട് പങ്കുവയ്ക്കുന്നതിനു മുമ്പു തന്നെ, കോലത്തിരി ശക്തിയാർജ്ജിച്ചുകഴിഞ്ഞിരുന്നു. വിജയനഗരസാമ്രാജ്യം കാഞ്ഞങ്ങാട് ആക്രമിച്ച് കീഴടക്കുന്നതുവരെ കോലത്തിരിമാരുടെ നേരിട്ടുള്ള ഭരണത്തിൻ കീഴിലായിരുന്നു കാഞ്ഞങ്ങാട് ബുക്കൻ ഒന്നാമന്റെ ഭരണകാലത്ത് വിജയനഗര സാമ്രാജ്യം ആധുനിക സംസ്ഥാനങ്ങൾ പോലുള്ള വിവിധ രാജ്യങ്ങളായി വിഭജിക്കപ്പെട്ടു. കാഞ്ഞങ്ങാടിനെ തുളുരാജ്യത്തിൽ ഉൾപ്പെടുത്തി. ഒരു ചെറിയ പട്ടണവും അതിർത്തിയിലൊരു തുറമുഖവുമുണ്ടായിരുന്ന കാഞ്ഞങ്ങാട് പ്രധാനപ്പെട്ട പല യുദ്ധങ്ങളുടെയും കേന്ദ്രമായിരുന്നു. രാജ്യവിസ്തൃതിക്കുവേണ്ടി കാഞ്ഞങ്ങാടിനെ ലക്ഷ്യമാക്കി തുടരെത്തുടരെ ആക്രമണങ്ങളുണ്ടായിക്കൊണ്ടിരുന്നു. 1763 ൽ ഹൈദരാലിയുടെ ആക്രമണാനന്തരം പയ്യന്നൂരിനും ചന്ദ്രഗിരിക്കുമിടയിലുള്ള പ്രദേശങ്ങൾ തെക്കൻ കാനറാ ജില്ലയോട് കൂട്ടിച്ചേർക്കപ്പെട്ടു. 1792 ൽ മറ്റുപ്രദേശങ്ങൾക്കൊപ്പം കാഞ്ഞങ്ങാടും ഇംഗ്ലീഷ് ഈസ്റ്റ് ഇന്ത്യാ കമ്പനിക്ക് കൈമാറ്റം ചെയ്യപ്പെട്ടു. ഇതത്രെ ചരിത്രസൂചന.

മുനിസിപ്പൽ പ്രദേശം

കാഞ്ഞങ്ങാട്, ഹോസ്ദുർഗ്ഗ്, ബല്ല, പുതുക്കൈ എന്നീ നാല് റവന്യൂ വില്ലേജുകളുൾപ്പെട്ടതാണ് കാഞ്ഞങ്ങാട് മുനിസിപ്പാലിറ്റി. മുമ്പ് തെക്കൻ കാനറാ ജില്ലയിൽപ്പെട്ടിരുന്ന ഈ പ്രദേശം സംസ്ഥാന പുനഃസംഘടനയ്ക്കുശേഷം കേരളത്തിലെ പഞ്ചായത്തുകളിലൊന്നായി. 1984 മുതലാണ് മുനിസിപ്പാലിറ്റി ആയത്. വിസ്തീർണ്ണം 31.54 ച കി മീ. ജനസംഖ്യ 57165 (91)

വിസ്തൃതമായ ഒരു ഭൂവിഭാഗം കടലിൽനിന്നു തുടങ്ങി മലകളിലവസാനിക്കുന്നു. പടിഞ്ഞാറുഭാഗത്ത് അറബിക്കടൽ വാതിലിൽ മുട്ടിവിളിക്കുമ്പോൾ വിളികേട്ടെണീറ്റുനോക്കുന്ന കിഴക്കൻ കുന്നുകൾ. തെക്ക് നീലേശ്വരം, വടക്ക് അജാന്നൂർ, കിഴക്ക് മടിക്കൈ, പടിഞ്ഞാറ് അറബിക്കടൽ. ഈ പ്രദേശങ്ങളെ ഭരിച്ച ഇക്കേരി രാജവംശത്തിൽപ്പെട്ട സോമശേഖര നായ്ക്കന്റെ പ്രതാപകാലത്ത് അദ്ദേഹം നിർമ്മിച്ചതാണത്രെ ഹോസ്ദുർഗ്ഗ് കോട്ട. അദ്ദേഹം ഈ കോട്ടയെ സൈനികകേന്ദ്രവും ഭരണസിരാകേന്ദ്രവുമാക്കി നാടുവാണു. ഇപ്പോൾ കോട്ട നിന്ന സ്ഥലത്ത്, സർക്കാരാഫീസുകൾ പലതുണ്ട്. കുറച്ചു ഭൂമി സ്വകാര്യവ്യക്തികളുടെ കൈവശമാണ്. പൂങ്കാവനം എന്നറിയപ്പെടുന്ന ഒരു ശിവക്ഷേത്രവും ഇവിടെയുണ്ട്.

പടിഞ്ഞാറൻ അതിർത്തി ചൊരിമണൽ

നിറഞ്ഞ കടലോരങ്ങളാണെന്നു പറഞ്ഞല്ലോ. അവിടെ തെങ്ങിൻ തോട്ടങ്ങൾ അതിർത്തി കാവൽക്കാരായി നില്പുണ്ട്. തുടർന്ന് ഫലപുഷ്ടി കുറഞ്ഞ ചൊരിമണൽപ്പാടങ്ങൾ. ഉള്ളിലേക്കു കടക്കുംതോറും ആകൃതിയും പ്രകൃതിയും മാറിത്തുടങ്ങും. ഒരു നാട്ടിൻപുറമായ കാഞ്ഞങ്ങാട് ഏതോ വൈദേശിക സമ്പർക്കംമൂലം നേടിയെടുത്ത പച്ചപ്പരിഷ്കാരി വേഷത്തിൽ ഒരു ചെറുനഗരത്തിന്റെ മുഖാവരണമണിഞ്ഞു നില്ക്കുകയാണ്. കുറച്ചുകൂടി കിഴക്കോട്ടു പോയാലോ മട്ടാകെ മാറുകയായി. എമ്പാടും പച്ചത്തഴപ്പു തന്നെ. മണ്ണും താരതമ്യേന ഫലഭൂയിഷ്ഠമാണ്. അവിടുന്നങ്ങോട്ട് മലഞ്ചരിവുകളുടെ നാടാണ് കാഞ്ഞങ്ങാട്. ഇടയ്ക്കിടയ്ക്ക് മരതകക്കിങ്ങിണികളണിഞ്ഞ തേന്മാവുകളും പ്ലാവുകളും കശുമാവുകളും മറ്റനവധി ഫലവൃക്ഷങ്ങളും. കുന്നിൻചരിവുകളിൽ നെല്പാടങ്ങൾ പച്ചപ്പാടങ്ങൾക്കു കസവുതുന്നുന്ന കൈത്തോടുകൾ, വയൽവരമ്പുകളിൽ നിറകുംഭങ്ങളേന്തി നില്ക്കുന്ന തെങ്ങുകൾ, ഗ്രാമലക്ഷ്മിയുടെ താരണിത്തോരണാലങ്കൃതമായ കല്യാണപ്പന്തൽപോലുണ്ട് താഴ്വരകളിലെ തണലും തണുപ്പുമുള്ള കമുകിൻ തോട്ടങ്ങൾ. പീഠഭൂമിയിലെ തുറസ്സായ മൈതാനങ്ങളാണ് കാഞ്ഞങ്ങാടിന്റെ മറ്റൊരു പ്രത്യേകത. ശ്രീദുർഗ്ഗാ ഹൈസ്കൂളിനു സമീപവും കോട്ടച്ചേരിക്കടുത്തും മറ്റും ഇപ്രകാരം ഒട്ടേറെ മൈതാനങ്ങൾ കാണാം.

മത്സ്യബന്ധനവും കൃഷിയും

തീരദേശവാസികൾ അലകടലിന്റെ അടിത്തട്ടിൽനിന്ന് കനകനാണ്യങ്ങൾ-മത്സ്യങ്ങൾ-കോരിയെടുക്കുമ്പോൾ മലയോരങ്ങളിൽ അധിവസിക്കുന്ന കൃഷിക്കാർ മണ്ണിന്റെ കരളിൽനിന്ന് പൊന്മുത്തുകൾ -കരുമുളക് തുടങ്ങിയവ- വിളയിക്കുന്നു. ഇരുകൂട്ടർക്കും സ്വന്തം വിഭവങ്ങൾ വിറ്റഴിക്കാനും നിത്യാവശ്യങ്ങൾക്കു വേണ്ടുന്ന സാധന സാമഗ്രികൾ വാങ്ങാനും ഇടനാട്ടിലെ കമ്പോളങ്ങളെ ആശ്രയിക്കേണ്ടതുണ്ട്. മത്സ്യബന്ധനത്തിലേർപ്പെട്ടിരിക്കുന്നവർ ഭൂരിഭാഗവും മുസ്ലീങ്ങളാണ്. സാരസ്വത ബ്രാഹ്മണരുടെ മുഖ്യ ഉപജീവനമാർഗ്ഗമാണ് കച്ചവടം. മറ്റു മതവിഭാഗങ്ങളിൽപ്പെട്ടവർ പ്രായേണ കൃഷിക്കാരാണ്. വൻകിട ജന്മിമാരും അവരിൽ ഉൾപ്പെടും.

കാഞ്ഞങ്ങാട് വെറും ഹോസ്ദുർഗ്ഗായി മാത്രം അറിയപ്പെട്ടിരുന്ന കാലമുണ്ടായിരുന്നു. പക്ഷേ, ഇന്ന് സ്ഥിതിഗതികൾ ആകെ മാറിയിട്ടുണ്ട്. കുരുമുളക്, അടയ്ക്ക, കശുവണ്ടി, പുകയില എന്നിവ ഹോസ്ദുർഗ്ഗ് താലൂക്കിൽ സമൃദ്ധിയായി വളരുന്നു. മലമ്പ്രദേശങ്ങളിൽ മരിച്ചീനിയും താഴ്വരകളിൽ കമുകിൻ തോട്ടങ്ങളും ഇന്ന് സാധാരണ ദൃശ്യമാണ്. തിരുവിതാംകൂറിൽനിന്നും കുടിയേറിപ്പാർത്ത ക്രിസ്ത്യാനികൾ തരിശുഭൂമികൾ വെട്ടിത്തെളിച്ച് വൻതോതിൽ കൃഷി ആരംഭിച്ചതോടെ കുന്നിൻ ചരിവുകൾ അതിവേഗം പച്ചക്കുട ചൂടി.

വൈവിധ്യങ്ങളുടെയും വൈരുദ്ധ്യങ്ങളുടെയും സമ്മോഹന സമ്മേളനം നമുക്ക് ഈ തീരദേശഭൂമിയിൽ, കാഞ്ഞങ്ങാട് മുനിസിപ്പൽ പ്രദേശത്ത് പണ്ടുപണ്ടേ കാണാൻ കഴിഞ്ഞിരുന്നു. പടിഞ്ഞാറ് ലഹരി പകരുന്ന പുകയിലപ്പാടങ്ങളെങ്കിൽ, കിഴക്ക് ആദ്ധ്യാത്മിക ചൈതന്യം പ്രസരിപ്പിക്കാൻ ശ്രമിക്കുന്ന പ്രസിദ്ധമായ ധ്യാനകേന്ദ്രങ്ങൾ ആരാധനാലയങ്ങൾ. പടിഞ്ഞാറ് കടലിനോട് മല്ലിട്ട് നിത്യവൃത്തിക്ക് വക തേടാൻ ശ്രമിക്കുന്ന പരശ്ശതം മത്സ്യത്തൊഴിലാളികളാണുള്ളതെങ്കിൽ, കാഞ്ഞങ്ങാടിന്റെ കിഴക്കൻ മലമ്പ്രദേശങ്ങളിലേക്കു കടന്നാൽ, പൊറ്റ മണ്ണിൽ കഠിനാദ്ധ്വാനം ചെയ്ത് കാർഷിക സമൃദ്ധി നേടി നിത്യവൃത്തി കഴിക്കുന്ന കർഷകരാണേറിയകൂറും. കാഞ്ഞങ്ങാടിന്റെ ഹൃദയമായ കോട്ടച്ചേരി ബസാറിലെ വൻകിട വ്യാപാരികളും കിഴക്കൻ മലയോരങ്ങളിൽ കൊല്ലിനും കൊലയ്ക്കും അധികാരമുണ്ടായിരുന്ന യശമാനന്മാരും കാഞ്ഞങ്ങാടിന് പുതുമയല്ല.

രണ്ടു മൂന്നു നൂറ്റാണ്ടുകൾക്കു മുമ്പ് ബദന്നൂരിലെ (കർണ്ണാടക) ഇക്കേരിനായ്ക്കന്മാർ ഈ പ്രദേശങ്ങൾ ആക്രമിച്ച് കീഴടക്കിയപ്പോൾ ശക്തികേന്ദ്രീകരണത്തിനും ഭരണകേന്ദ്രീകരണത്തിനും വേണ്ടി അവിടെ ഒരു പുതിയ (ഹോസ്) കോട്ട (ദുർഗ്ഗ്) നിർമ്മിച്ചു. അങ്ങനെ, പുതിയ കോട്ടയായ ഹോസ്ദുർഗ്ഗിന്റെ പണിയിലേർപ്പെട്ട് തുളുനാട്ടിലെ തൊഴിലാളികൾ കൂട്ടത്തോടെ പാർത്തിരുന്ന പ്രദേശമായിരുന്നത്രേ ഇന്നത്തെ കോട്ടച്ചേരി.

നിത്യാനന്ദാശ്രമം

തീവ്രതരമായ ജീവിതപ്രശ്നങ്ങളും ജീവിതസമരങ്ങളും വേണ്ടുവോളമുള്ള കാഞ്ഞങ്ങാടിന്റെ മറുവശമാണ് ആത്മീയത. പതിറ്റാണ്ടുകൾക്കു മുമ്പുതന്നെ, കാഞ്ഞങ്ങാടിന്റെ പുരോഗമന ചിന്താധാരകൾക്ക് അനുപൂരകമായും സമാന്തരമായും ആത്മീയതയുടെ ഒരു തെളിനീരുറവ ഇവിടെയുണ്ടായി. പണ്ടെന്നോ എന്തോ കാരണവശാൽ നാടുവിട്ട ഒരു കാഞ്ഞങ്ങാട്ടു നിവാസി, ദേശാടനം കഴിഞ്ഞ് സ്വന്തം മണ്ണിൽ മടങ്ങിയെത്തിയത്, ഒരു അവധൂതനായിട്ടാണ്. കാഞ്ഞങ്ങാട്ടെ ഒരു സാധാരണ കുടുംബത്തിൽ ജനിച്ച, സ്കൂൾ വിദ്യാഭ്യാസംപോലും നേടാൻ കഴിയാത്ത, രാമു എന്ന ബാലൻ പന്ത്രണ്ടാം വയസ്സിൽ നാടുവിട്ടു. ഒരു പതിറ്റാണ്ടിനുശേഷം നിത്യാനന്ദസ്വാമികളായി മടങ്ങിയെത്തി. ഹോസ്ദുർഗ്ഗ് കോട്ടയ്ക്കു സമീപം അന്ന് ചെറിയ തോതിൽ സ്ഥാപിച്ച ആശ്രമം ഇന്ന്, പരിഷ്കൃത ശില്പമാതൃകയിൽ, കുന്നിൻ തലപ്പത്ത് തലയുയർത്തി നില്ക്കുന്ന മനോ

ഹരമായ ഒരു ആരാധനാകേന്ദ്രമാണ്. ആ ഇടുങ്ങിയ ചുറ്റുവഴികളും അവയുടെ പാർശ്വങ്ങളിലായി തപസ്വിമാർക്ക് ധ്യാനലീനരായിരിക്കാനുള്ള കൊച്ചു കൊച്ച് അറകളും മറ്റുമുള്ള വിചിത്രമായ ഒരാശ്രമം. കുന്നിൻ മുകളിലെ നിത്യാനന്ദാശ്രമത്തിന്റെ വെൺകളിതിരളുന്ന ഗോപുരാഗ്രങ്ങൾ അങ്ങകലെ ഉയർന്നുനില്ക്കുന്നതു കാണാം. പ്രഭാതത്തിലും പ്രദോഷത്തിലും മുഴങ്ങിക്കേൾക്കുന്ന ഭഗവദ് കീർത്തനാലാപനത്തിന്റെ മന്ദ്രമധുരസ്വരം കുന്നിൻചരിവിലെ പച്ചിലപ്പടർപ്പിലൂടെ അരിച്ചിറങ്ങി ശാന്തിപ്രദമായ ഒരന്തരീക്ഷം സൃഷ്ടിക്കും. സ്വന്തം തപശ്ശക്തിയാൽ കാഞ്ഞങ്ങാടിനകത്തും പുറത്തും പതിനായിരക്കണക്കിനു ഭക്തജനങ്ങളെ സമ്പാദിക്കാൻ കഴിഞ്ഞിട്ടുള്ള നിത്യാനന്ദ സ്വാമിജിയുടെ സ്മാരകമായി സ്ഥാപിക്കപ്പെട്ടിട്ടുള്ള നിത്യാനന്ദാശ്രമം കാഞ്ഞങ്ങാടിന്റെ പര്യായമാണെന്നു പറയാം. മഹർഷിവര്യനായ നിത്യാനന്ദസ്വാമി ആർഷചൈതന്യം പ്രസരിപ്പിച്ചുകൊണ്ട് വളരെക്കാലം താമസിച്ചത് മഹാരാഷ്ട്രയിലെ വജ്രേശ്വരിയിലാണ്. എന്നാൽ അദ്ദേഹത്തിന്റെ ആദ്യകാല ജീവിതം കാഞ്ഞങ്ങാട്ടെ ഗുഹകളിലായിരുന്നു. സ്വാമിയുടെ മഹാസമാധിക്കുശേഷം പണിതതാണ് ഇന്ന് കാഞ്ഞങ്ങാട്ടു കാണുന്ന നിത്യാനന്ദ ക്ഷേത്രം (1961 ൽ നിത്യാനന്ദ സ്വാമി സമാധിയായി).

ആനന്ദാശ്രമം

കാഞ്ഞങ്ങാട് നഗരപ്രാന്തത്തിൽ, അല്പം കിഴക്കായി ആനന്ദാശ്രമം എന്ന പേരിൽ മനോഹരമായ ഒരു കൊച്ചു ഗ്രാമമുണ്ട്. കർണ്ണാടക സ്വദേശിയായ സ്വാമി രാമദാസ് പതിറ്റാണ്ടുകൾക്കു മുമ്പ് ഇവിടെ ഒരു ആശ്രമം സ്ഥാപിച്ചു. പരസഹസ്രം ഭക്തന്മാർക്ക് ആത്മീയ പ്രബോധനം നല്കി ഏറെക്കാലം സ്വാമി ഇവിടെ പാർത്തിരുന്നു. സ്വാമിയുടെ സമാധിക്കുശേഷവും ആശ്രമം പ്രവർത്തനനിരതമാണ്. നിത്യാനന്ദാശ്രമത്തെക്കാൾ കൂടുതൽ സംഘടിതവും സജീവവുമാണവിടം. ആശ്രമാന്തരീക്ഷത്തിൽ സദാ രാമനാമം അലയടിക്കുന്നു. രമണമഹർഷിയിൽനിന്ന് പ്രചോദനമുൾക്കൊണ്ട് സ്വാമി രാമദാസ് 1931 ൽ സ്ഥാപിച്ചതാണ് ജപയോഗപ്രചാരണാർത്ഥമുള്ള ഈ ആശ്രമം. സ്വാമി രാമദാസും മാതാകൃഷ്ണബായിയുമായിരുന്നു ആദ്യകാലത്തെ മഠാധിപതികൾ. രാമദാസ് സ്വാമി 1961 ലും മാതാകൃഷ്ണഭായി 1989 ലും സമാധി പൂകി. സ്വദേശികളും വിദേശികളുമായ പലരും അന്തേവാസികളായുണ്ട്. ആധുനിക സൗകര്യങ്ങളോടുകൂടിയ മുറികളും ശുചികരവും സ്വാദിഷ്ഠവുമായ ഭക്ഷണവും സൗജന്യമായി ലഭിക്കുന്ന ആശ്രമം വിദേശ സന്ദർശകർക്ക് ഒരനുഗ്രഹമാണ്.

സാംസ്കാരിക രംഗം

അതിപ്രശസ്തരായ രാഷ്ട്രീയ-സാഹിത്യ-സാംസ്കാരിക പാരമ്പര്യമുള്ള പ്രദേശങ്ങളാണ് കാഞ്ഞങ്ങാടും പരിസരങ്ങളും. ഒരിക്കൽ തെക്കൻ കർണ്ണാടക ജില്ലയിൽപ്പെട്ടിരുന്ന ഈ പ്രദേശങ്ങളിൽ ജന്മി-കുടിയാൻ ബന്ധങ്ങൾ എന്നും സംഘർഷഭരിതമായിരുന്നു. അധികാരിവർഗ്ഗത്തിന്റെ പിണിയാളുകളായി തങ്ങളുടെ അധീനതയിൽപ്പെട്ട പ്രദേശങ്ങളിലെ സാധാരണ ജനങ്ങളെ വിശിഷ്യാ കുടിയാന്മാരെ ദ്രോഹിക്കാനും മർദ്ദിച്ചൊതുക്കാനും ഉത്സുകരായ ജന്മി കുടുംബങ്ങൾ പലതും മുൻകാലങ്ങളിലുണ്ടായിരുന്നു. അവരെ നേർക്കുനേർ നേരിട്ട്, നിരന്തര പീഡനങ്ങളേറ്റുവാങ്ങിയ സമരോത്സുകരായ ഒരു തലമുറയും ഇവിടെയുണ്ട്. എശമാന്മാരുടെ കൊട്ടാരസദൃശമായ തറവാടുകൾ പലതുണ്ടായിരുന്നു. എച്ചിക്കാനത്തെ അത്തരം ഒരു എശമാന കുടുംബത്തിന്റെ പല താവഴികളിലൊന്നായ കല്യാണം വീട് പ്രത്യേകം പരാമർശമർഹിക്കുന്നു. കഴിഞ്ഞ നൂറ്റാണ്ടിൽ ഉത്തര മലബാറിലെ ദേശീയ പ്രസ്ഥാനത്തിൽ നിറഞ്ഞുനിന്ന ജനനായകനായ കെ മാധവന്റെ തറവാടാണത്.

സ്വാതന്ത്ര്യസമരത്തിന് ആക്കംകൂട്ടാൻ തൂലിക പടവാളാക്കുകയും അതോടൊപ്പം തന്നെ ഒരു ധർമ്മഭടനെന്ന നിലയിൽ തന്റെ കഴിവുകൾ പ്രകടമാക്കുകയും ചെയ്ത മഹാനാണ് വിദ്വാൻ. പി കേളുനായർ, അയിത്തോച്ചാടനം ഖാദി പ്രചാരണം, വിദേശവസ്ത്രബഹിഷ്കരണം, സർവ്വസമുദായമൈത്രി തുടങ്ങിയ ഗാന്ധിയൻ ആദർശങ്ങളുടെ, ഉത്തര കേരളത്തിലെ ശക്തനായ വക്താവും പ്രയോക്താവുമായി മാറിയ കേളുനായർ ലളിത ജീവിതത്തിന്റെയും ഉന്നതചിന്തയുടെയും കറകളഞ്ഞ പ്രതീകമായിരുന്നു. കുടുംബം പോറ്റാൻ മറ്റു മാർഗ്ഗമില്ലാത്തതിനാൽ 1960 -70 കാലത്ത് പട്ടാളത്തിൽ ചേർന്നെങ്കിലും ആ സേവനത്തിൽ മടുത്ത് അത് വേണ്ടെന്നു വച്ച് നാട്ടിലെത്തി വൈദ്യപഠനം തുടർന്നു.

പാക്കനാർ ചരിതം പോലുള്ള തന്റെ നാടകങ്ങളിലൂടെ മലബാറിലെ സാമൂഹ്യ-പരിഷ്കരണശ്രമങ്ങൾക്ക് തുടക്കമിട്ട നാടകകൃത്തും നടനും കവിയും ഗായകനുമായ വിദ്വാൻ പി കേളുനായർ പ്രതികൂല സാഹചര്യങ്ങളോട് നിരന്തരം പോരാടിയാണ് മുന്നോട്ടു നീങ്ങിയത്. സംസ്കൃതവും സത്യഗ്രഹവും പഠിപ്പിക്കാൻ വേണ്ടി അദ്ദേഹം സ്ഥാപിച്ച വിജ്ഞാനദായിനി സംസ്കൃതപാഠശാല പില്ക്കാലത്ത് മഹാകവി പിയുടെ സ്മാരകമായി പേരു മാറ്റപ്പെടുകയാണുണ്ടായത്. അടുത്ത കാലത്ത് മഹാകവി പി കുഞ്ഞിരാമൻ നായർക്ക് അതിഗംഭീരമായ ഒരു സ്മാരകം നിർമ്മിക്കപ്പെട്ടെങ്കിലും കേളുവേട്ടന്റെ വിജ്ഞാനദായിനി സംസ്കൃതപാഠശാ

ലയ്ക്ക് പുനർജ്ജന്മം കിട്ടിയില്ല. ജനനന്മയ്ക്കു വേണ്ടി താൻ മനസ്സിലേറ്റി നടന്ന സ്വപ്നങ്ങൾ സാക്ഷാൽക്കരിക്കാൻ നാനാഭാഗത്തുനിന്നും തടസ്സങ്ങൾ നേരിട്ടപ്പോൾ, കുടുംബജീവിതംപോലും തകർന്നപ്പോൾ ഗത്യന്തരമില്ലാതെ കേളുവേട്ടൻ മരണത്തെ സ്വയം വരിച്ചു. താൻ നിർമ്മിച്ച പാഠശാലയിൽ തന്റെ നാടകങ്ങൾക്കുള്ള കർട്ടൻ നിലത്തു വിരിച്ച്, അതിൽകിടന്ന് വിഷം കഴിച്ച് ആത്മഹത്യ ചെയ്യുകയാണുണ്ടായത് 1929 ൽ.

കുട്ടമത്ത് കുന്നിയൂരു കുഞ്ഞുണ്ണിക്കുറുപ്പ് പ്രസിദ്ധ കവിയും ജ്യോതിശാസ്ത്രജ്ഞനുമായിരുന്നു. (1813-1885) *ദേവീമാഹാത്മ്യം, കപോതസന്ദേശം, വ്യാസോല്പത്തി* എന്നീ സംസ്കൃത കൃതികൾ രചിച്ചു.

കുട്ടമത്ത് കുന്നിയൂർ കുഞ്ഞികൃഷ്ണക്കുറുപ്പ് (1881-1944) ഹോസ്ദുർഗ്ഗ് താലൂക്കിൽ ചെറുവത്തൂരിനടുത്തുള്ള കുട്ടമത്ത് കുന്നിയൂർ ഭവനത്തിൽ വങ്ങാട്ട് ഉദയവർമ്മൻ ഉണിത്തിരിയുടെയും കുട്ടമത്ത് കുന്നിയൂർ മാധവിയമ്മയുടെയും പുത്രനായി 1881 ൽ ജനിച്ചു. ഇംഗ്ലീഷും സംസ്കൃതവും വൈദ്യശാസ്ത്രവും പഠിച്ചു. കണ്ണൂരിൽനിന്ന് പ്രസിദ്ധപ്പെടുത്തിയിരുന്ന *കേരള ചന്ദ്രിക*യുടെ പത്രാധിപരായിരുന്നു. 1927 കാലത്ത് നീലേശ്വരം രാജാസ് ഹൈസ്കൂളിൽ മലയാളം പണ്ഡിതനായിരുന്നു.

മഹാകവി പി കുഞ്ഞിരാമൻ നായർ കാഞ്ഞങ്ങാടിനു സമീപം വെള്ളിക്കോത്ത് ഗ്രാമത്തിൽ പുറവങ്കര കുഞ്ഞമ്പുനായരുടെയും പനയന്തട്ട കുഞ്ഞമ്മ അമ്മയുടെയും പുത്രനായി 1906 ൽ ജനിച്ചു. പ്രാഥമിക വിദ്യാഭ്യാസത്തിനു ശേഷം പട്ടാമ്പി സംസ്കൃത കലാശാലയിലും തഞ്ചാവൂർ സംസ്കൃതവിദ്യാപീഠത്തിലും പഠിച്ചു. കൂടാളി ഹൈസ്കൂളിൽ 12 വർഷം അദ്ധ്യാപകനായിരുന്നു. തുടർന്ന് കൊല്ലങ്കോട് രാജാസ് ഹൈസ്കൂളിൽ ഭാഷാദ്ധ്യാപകനായി. 14-ാം വയസ്സിൽ ആരംഭിച്ച കാവ്യജീവിതം ജീവിതാന്ത്യത്തോളം തുടർന്നു. കല്പനാ മധുരവും ലളിതവുമായ ആ കാവ്യകല്ലോലിനി മലയാള സാഹിത്യത്തിൽ ഒരു സവിശേഷതയാണ്. ജീവിതത്തിന്റെ പൊരുൾ തേടി നാടായ നാടെല്ലാം അലഞ്ഞു നടന്ന ഈ ഏകാന്ത പഥികന്റെ യാത്രയുടെ അന്ത്യം, തലസ്ഥാന നഗരിയായ തിരുവനന്തപുരത്ത് സി പി സത്രത്തിലായിരുന്നു 1976 ൽ.

87

പള്ളിക്കരയിലെ ബേക്കൽ കോട്ട

കൂറ്റൻ കോട്ടകൊത്തളങ്ങളെയും തെയ്യക്കോലങ്ങളെയും യക്ഷഗാനത്തെയും എണ്ണമറ്റ കളരികളെയും മാറിലേറ്റി നില്ക്കുന്ന ഈ തുളുനാടൻ ഗ്രാമങ്ങളിൽ ഇന്നത്തെ കാസർഗോഡ് ജില്ലയിൽ, ഏറക്കുറെ അജ്ഞാതമായ മറ്റൊരു ഖനിശേഖരമുണ്ടെന്ന വസ്തുത ഈ യാത്രയിലാണ് എനിക്ക് ബോദ്ധ്യപ്പെട്ടത്. വാസ്തുവിദ്യയുടെയും ശില്പകലയുടെയും അമൂല്യമായ നിധിശേഖരങ്ങൾ തന്നെ, ഈ തുളുനാടൻ ഗ്രാമങ്ങളിൽ, അങ്ങിങ്ങ് തലയുയർത്തി നില്ക്കുന്ന പ്രാചീന ക്ഷേത്രങ്ങളിലുണ്ട്. ക്ഷേത്രങ്ങളിലും പഴയ കൊട്ടാരങ്ങളിലും മാത്രമല്ല, ഇന്ന് ഏറക്കുറെ ക്ഷയിച്ച പഴയ പ്രഭുഭവനങ്ങളിൽപ്പോലും വിവിധ കലകളുടെ കൈവിളയാട്ടം കാണാം. തീരദേശത്തുനിന്ന് അല്പം ഉള്ളിലായി തനിഗ്രാമപശ്ചാത്തലത്തിൽ പ്രശാന്തസുന്ദരമായി നിലകൊള്ളുന്ന 'മടിയൻ കൂലോം' (ക്ഷേത്രം) തന്നെ നോക്കുക. കാഞ്ഞങ്ങാടിനും പള്ളിക്കരയ്ക്കും മദ്ധ്യേയുള്ള 'ചീറ്റാരി' എന്ന സ്ഥലത്ത് സ്ഥിതിചെയ്യുന്ന ഈ ക്ഷേത്രം നാനാ പ്രകാരേണ പ്രാധാന്യമർഹിക്കുന്നു.

ദാരുശില്പങ്ങളാലങ്കൃതമാണ് ആ പ്രാചീന ക്ഷേത്രം. പണ്ടിവിടം 'അള്ളെടം സ്വരൂപ'ത്തിന്റെ (നീലേശ്വരം) ആസ്ഥാനമായിരുന്നു. ക്ഷേത്രത്തിന് അഞ്ചാറ് നൂറ്റാണ്ടുകളുടെ കാലപ്പഴക്കം കല്പിക്കപ്പെടുന്നു. കാളരാത്രിയും ക്ഷേത്രപാലകനുമാണ് ഈ ക്ഷേത്രത്തിലെ (മടിയൻ കൂലോം) പ്രധാന പ്രതിഷ്ഠകൾ. ജീവൻ തുടിക്കുന്ന ദാരുശില്പങ്ങളുടെ നീണ്ട നിരകൾ തന്നെ അവിടെയുണ്ട്. പടിഞ്ഞാറെ ഗോപുരം, മണ്ഡപം, കുളമണ്ഡപം എന്നിവിടങ്ങളിലാണ് പ്രധാനമായും ശില്പങ്ങൾ കാണപ്പെടുന്നത്. തിടപ്പള്ളിക്കു സമീപം കാണുന്ന മണ്ഡപത്തിലാണ് *രാമായണ*ത്തിലെയും *മഹാഭാരത*ത്തിലെയും പ്രസക്തഭാഗങ്ങൾ കൊത്തിവച്ചിട്ടുള്ളത്. ദക്ഷയാഗം, സീതാസ്വയംവരം, ശ്രീരാമ ലക്ഷ്മണന്മാരുടെ വനയാത്ര, അഷ്ടദിക്പാലകർ, അനന്തശയനം, രാമാവതാരം, താടകാപ്രവേശനം തുടങ്ങിയവ ഇവിടെ കാണാം. പടിഞ്ഞാറെ ഗോപുരത്തിൽ പ്രധാനമായി അമൃതമഥനം, കാളിയമർദ്ദനം, പാമ്പുകളുടെയും പറവകളുടെയും വാനരന്മാരുടെയും തനിമയാർന്ന രതിക്രീഡകളും കാമോത്സുകമായ ബാഹ്യലീലകളും– എന്നിവ മട്ടുപ്പാവിൽ ചിത്രീകരിച്ചിട്ടുണ്ട്. പ്രകൃതിദത്തമായ ചായക്കൂട്ടുകളുപയോഗിച്ച് നൂറ്റാണ്ടുകൾക്കു മുമ്പു വരച്ച ചുമർചിത്രങ്ങളിൽ കാലപ്പഴക്കം കൊണ്ടുണ്ടായ മങ്ങൽ മാറ്റാൻ കൃത്രിമ ചായങ്ങൾ ഉപയോഗിച്ച് പുതുമ പകർന്നത് ചിത്രങ്ങളുടെ തനിമ നഷ്ടപ്പെടാനേ ഉപകരിച്ചിട്ടുള്ളൂ.

മുന്നൂറ് വർഷങ്ങൾക്കു മുമ്പ് ആരംഭിച്ചതെന്ന് വിശ്വസിക്കപ്പെടുന്ന പാട്ടുത്സവവും കലശവുമാണ് ഇവിടുത്തെ പ്രധാന ഉത്സവങ്ങൾ. ക്ഷേത്രത്തിന്റെ മേല്ക്കോയ്മാവകാശം കോലത്തിരിരാജാവിൽനിന്ന് പില്ക്കാലത്ത് നീലേശ്വരം തമ്പുരാക്കന്മാരിലെത്തി. ഇപ്പോൾ നായരച്ചൻവീട്ടുകാർക്കും മലൂർ വീട്ടുകാർക്കുമാണ് കോയ്മാവകാശം.

അമൂല്യങ്ങളായ ദാരുശില്പങ്ങളാൽ അലങ്കൃതമാണ് കോടോത്ത് ഭഗവതി ക്ഷേത്രവും എച്ചിക്കാനത്തെ പഴയ നായർ കുടുംബക്കാർ സ്ഥാപിച്ച മടിക്കൈ മാടം വേട്ടയ്ക്കൊരു മകൻ ക്ഷേത്രവും. നൂറ്റാണ്ടുകൾക്കു മുമ്പ് നീലേശ്വരം വടക്കേ കോവിലകത്തെ തമ്പുരാക്കന്മാർ നിർമ്മിച്ചതെന്ന് കരുതപ്പെടുന്ന മടിക്കൈ കണി കോവിലകത്ത് പുരാതന ദാരുശില്പങ്ങൾ ധാരാളം കാണാം. മടിയൻ കൂലോമുമായി ബന്ധപ്പെട്ട് സ്ഥിതിചെയ്യുന്ന ഉദി

ന്നൂർ ശ്രീക്ഷേത്രപാലകക്ഷേത്രത്തിന്റെ കിഴക്കെ ഗോപുരത്തിൽ ചില രാമായണ കഥാഭാഗങ്ങൾ കൊത്തി വച്ചിട്ടുണ്ട്. പല ക്ഷേത്രങ്ങളുടെയും ശ്രീകോവിലിന് മുമ്പിലായി കാണുന്ന വ്യാളീമുഖ ങ്ങളും ദാരുശില്പങ്ങളാണ്.

പുകയിലപ്പാടങ്ങൾ

കാഞ്ഞങ്ങാട്ടുനിന്നും പള്ളിക്കരയ്ക്കു പോകുന്ന തീവണ്ടിയിലിരുന്നു നോക്കിയാൽ ബല്ലാ കടലോരത്തെ റെയിൽപ്പാതയ്ക്കിരുവശവും വിശാലമായ പുകയിലപ്പാടങ്ങൾ കാണാം. ജനുവരി-ഫെബ്രുവരി മാസമാകുമ്പോഴേക്കും പുകയിലപ്പാടങ്ങളിൽ അഞ്ചാറടി പൊക്കത്തിൽ തളിർത്തു കൊഴുത്തു പരക്കെ കാണാവുന്ന ചെടികൾ കണ്ണിന് ആനന്ദം പകരുമെങ്കിലും മൂക്കിനത് ദുസ്സഹമാണ്. പുകയില ച്ചെടിക്ക് ഇടുന്ന മത്സ്യവളങ്ങളുടെ ദുർഗ്ഗന്ധം വായുവിലലഞ്ഞു നടക്കും. കാഞ്ഞങ്ങാട്, പള്ളിക്കര പ്രദേശങ്ങളിലെ മണൽപ്പാടങ്ങളിൽ മുമ്പ് വൻതോതിൽ പുകയില കൃഷി ചെയ്തിരുന്നു. ഇപ്പോളതിന്റെ വ്യാപ്തി കുറഞ്ഞിട്ടുണ്ട്. കാഞ്ഞങ്ങാട്ടെ മണൽപ്രദേശത്തെ വയലുകളിൽ നവംബർ ആരംഭത്തിൽ തന്നെ പുകയില നട്ടു തുടങ്ങുന്നു. പറിച്ചു നട്ട തൈകളുടെ വാട്ടം തീരുന്നതുവരെ ദിവസം മൂന്നു നേരവും നനയ്ക്കണം. നട്ടുച്ച വെയിലിലും ആ മണൽപ്പാടങ്ങളിൽ പുകയിലച്ചെടിക്ക് വെള്ളം തേകുന്ന അർദ്ധനഗ്നരെ ആ സീസണിൽ തീവണ്ടിയിൽ യാത്ര ചെയ്യുമ്പോൾ കാണാം. അതിനു ശേഷം മണൽപ്രദേശത്താണെങ്കിൽ രണ്ടു നേരം നനയ്ക്കണം. എന്നാൽ പശിമരാശിമണ്ണിലോ കളിമണ്ണിന്റെ അംശം കൂടുതലുള്ള മണ്ണിലോ കൃഷി ചെയ്യുമ്പോൾ വെള്ളംചാലുകളിൽക്കൂടി ഒഴുകാൻ സൗകര്യമുള്ളതുകൊണ്ട് ആഴ്ചയിൽ രണ്ടോ മൂന്നോ തവണ നനച്ചാൽ മതിയാകും. നട്ട് ഒരു മാസം കഴിയുമ്പോൾ ഏക്കറിന് 2-3 ടൺ മത്സ്യവളം (ഒരു ചെടിക്ക് 1/2 കിലോഗ്രാം വീതം) രണ്ടാഴ്ച ഇടവിട്ടുള്ള മൂന്നു ഗഡുക്കളായി ചേർക്കുന്നു.

ഓരോ പുകയിലച്ചെടിക്കും എട്ടുപത്ത് ഇലകൾ വീശിക്കഴിയുമ്പോൾ പിന്നീടുള്ള വളർച്ച തടയാൻ ചെടിയുടെ തല ഒടിച്ചുകളയുന്നു. ചെടിയിൽ ഒരു നിശ്ചിതഎണ്ണം ഇലകൾ മാത്രം നിറുത്തി, അവയ്ക്ക് കൂടുതൽ വലിപ്പവും തൂക്കവും ഉണ്ടാകുന്നതിനാണ് ഇങ്ങനെ ചെയ്യുന്നത്. പറിച്ചു നട്ടശേഷം രണ്ടു മാസംകൊണ്ട് ചെടികൾ കൂമ്പൊടിക്കാൻ പ്രായമെത്തുന്നു. പിന്നീട് 30 - 35 ദിവസംകൊണ്ട് ചെടികൾ വെട്ടിയെടുക്കാം. ഈ പുകയില കേരളത്തിൽ കാഞ്ഞങ്ങാടിന്റെയും സമീപ ഗ്രാമങ്ങളുടെയും പ്രത്യേകതയാണ്. കാഞ്ഞങ്ങാട്ടെ പുകയില ഗവേഷണകേന്ദ്രത്തിൽ കൃഷി മെച്ചപ്പെടുത്താനുള്ള പരീക്ഷണങ്ങൾ നടത്തിയിരുന്നു. കേരളത്തിൽ പുകയിലകൃഷി ചെയ്യുന്ന ഏക പ്രദേശം കാഞ്ഞങ്ങാട് പള്ളിക്കര തീരങ്ങളാണ്. കാഞ്ഞങ്ങാട് ലോക്കൽ എന്ന പേരിലുള്ള വിശിഷ്ടമായ ഒരിനമാണത്രെ ഇവിടെ ഉല്പാദിപ്പിക്കുന്നത്. ഒരു പതിറ്റാണ്ടിനു മുമ്പ് 700 ൽപ്പരം ഏക്കർ സ്ഥലത്ത് നടത്തിയിരുന്ന കൃഷി ഇപ്പോൾ ഏതാണ്ട് പകുതിയായി കുറഞ്ഞിട്ടുണ്ട്.

- പുകയിലപ്പാടങ്ങളുടെ മത്സ്യഗന്ധം അകമ്പടി സേവിക്കുന്ന തീവണ്ടി കാഞ്ഞങ്ങാട്ടെ ബല്ല കടലോരങ്ങളെ പിന്നിട്ട് മുമ്പോട്ട് കുതിച്ചു. കേരളത്തിലെ എണ്ണമറ്റ കോട്ടകളിൽ ഇന്നും അരോഗദൃഢഗാത്രനായി നിലകൊള്ളുന്ന ബേക്കൽ കോട്ടയാണ് ലക്ഷ്യം. കാസർഗോഡ് ജില്ലയിൽ ഇത്രയേറെ ചരിത്രസ്മാരകങ്ങൾ-കോട്ടകൾ-എങ്ങനെ ഉണ്ടായി? സ്വാഭാവികമായും ഞാനങ്ങനെ ചിന്തിച്ചുപോയി. കർണ്ണാടകത്തിലെയും തുളുനാട്ടിലെയും കേരളത്തിലെയും (ചിറയ്ക്കൽ) രാജാക്കന്മാരുടെ ആക്രമണങ്ങളുടെയും കടന്നേറ്റങ്ങളുടെയും ജയാപജയങ്ങളുടെയും ചരിത്രഭൂമിയാണല്ലോ കാസർഗോഡ്. ഈ ശക്തിപരീക്ഷണങ്ങളിൽ അതതുകാലത്ത് ആധിപത്യം നേടാനും തുടർന്ന് പരാജയമേറ്റുവാങ്ങി പിൻവാങ്ങാനും സന്നദ്ധരായ എത്രയോ ഭരണാധികാരികൾ ഈ തുളുനാടൻ ഗ്രാമങ്ങളെ സംഗ്രാമഭൂമികളാക്കി. ഇന്ന് ആ വീരശൂരപരാക്രമികളുടെ പേരുകൾ ചരിത്രത്തിന്റെ പഴയ താളുകൾ ചികഞ്ഞുനോക്കിയാൽ കാണാം. അവരുടെ രാജ്യസംരക്ഷണ വ്യഗ്രതയുടെ പ്രതീകങ്ങളായ നഷ്ടശിഷ്ടങ്ങൾ മണ്ണിനടിയിൽ കാണാം. അപൂർവ്വം ചില കോട്ടകൾ അംഗഭംഗങ്ങളോടെ ജനശ്രദ്ധയാകർഷിച്ചു നില്ക്കുന്നു. എന്നാൽ ഇന്നും വലിയ അംഗഭംഗങ്ങളോ അവശതകളോ കൂടാതെ തലയുയർത്തി നില്ക്കുന്നത് ഒരേയൊരു കോട്ട മാത്രം ബേക്കൽ കോട്ട.

കോട്ടകൾ, കോട്ടകൾ

ബേക്കൽ കോട്ടയെപ്പറ്റി ചിന്തിച്ചപ്പോൾ കാസർഗോട്ടെ മറ്റു കോട്ടകളെപ്പറ്റിയും ആലോചിച്ചുപോകുന്നു. കടലോരം മുതൽ മലയോരം വരെ ചിതറിക്കിടക്കുകയാണവ - പഴയ കോട്ടകൾ. കാസർഗോഡ് ജില്ലയിലെ എണ്ണമറ്റ കോട്ടകളെപ്പറ്റിയും മറ്റുമുള്ള വിവരങ്ങൾ നല്കി സഹായിച്ച എന്റെ ഉറ്റസുഹൃത്ത് ശ്രീ. കെ എം അഹമ്മദിനോട് (ബ്യൂറോ ചീഫ്, *മാതൃഭൂമി* കാസർഗോഡ്) ഞാൻ ഇക്കാര്യത്തിൽ കടപ്പെട്ടിരിക്കുന്നു.

സമുദ്രനിരപ്പിൽനിന്നും 150 അടിയോളം ഉയരത്തിൽ ഏകദേശം ഏഴ് ഏക്കർ സ്ഥലത്ത് ചതുരാകൃതിയിൽ പണിതതാണ് ചന്ദ്രഗിരിക്കോട്ട. സ്ഥലം ഇപ്പോഴും സർക്കാർ ഭൂമി തന്നെ. തകർന്നു വീണ

കെട്ടിടങ്ങളുടെയും മറ്റും അവശിഷ്ടങ്ങൾ മാത്രമേ ഇപ്പോഴുള്ളൂ. കൊത്തളമില്ല. കവാടത്തിലുള്ള ഹനുമാൻ ക്ഷേത്രം ഇപ്പോഴുമുണ്ട്. (കുമ്പളയിലെ ആരിക്കാടി കോട്ടയെപ്പറ്റി അന്യത്ര) ജീർണ്ണാവശിഷ്ടം മാത്രമുള്ള മറ്റൊരു കോട്ടയാണ് കാസർഗോഡ് കോട്ട. കോട്ടയിൽ മുമ്പൊരു ആശ്രമവും ഉണ്ടായിരുന്നത്രെ. കാസർഗോഡ് റെയിൽവേ സ്റ്റേഷനിൽനിന്നും അല്പം അകലെയാണ് കോട്ട.

ബേക്കലിന്റെ സമീപപ്രദേശമായ ചിത്താരിയിലും പനയാലിലും കോട്ടയുണ്ടായിരുന്നു. പനയാൽ കോട്ടയുടെ ചില അവശിഷ്ടങ്ങൾ ഇപ്പോഴുമുണ്ട്. ചിത്താരിയിലൊന്നുമില്ല. ബേക്കൽ കോട്ടയിലെ സൈനികർക്ക് ആവശ്യമായ ആഹാരസാധനങ്ങളും വെടിക്കോപ്പുകളും മറ്റും സൂക്ഷിച്ചിരുന്നത് ചിത്താരി കോട്ടയിലായിരുന്നു. ആ കോട്ടയുടെ പരിസരം 'കോട്ടക്കരെ' എന്ന പേരിലറിയപ്പെടുന്നു. ചിത്താരിക്കോട്ടയുടെ കാര്യസ്ഥന്മാരുടെ പിന്മുറക്കാർ ഇപ്പോഴും അവിടെ തന്നെയാണു താമസം. കോട്ടമന (കോട്ടവീട്) എന്ന പേരിലാണറിയപ്പെടുന്നത്.

കാസർഗോഡിന്റെ കിഴക്കൻ ഭാഗങ്ങളായ പവ്വൽ, കുണ്ടങ്കുഴി, ബന്തടുക്ക എന്നിവിടങ്ങളിലും കോട്ടകളുണ്ടായിരുന്നു. അവയുടെ ചില അവശിഷ്ടങ്ങൾ ഇപ്പോഴും കാണാം. ചെർക്കുളം, ജങ്ഷനിൽനിന്ന് മൂന്ന് കി മീ കിഴക്കായി എട്ടര ഏക്കർ സ്ഥലത്തായി സ്ഥിതിചെയ്യുന്ന പൂവ്വൽ കോട്ട, ടിപ്പുസുൽത്താൻ കെട്ടിയതായാണ് കരുതി വരുന്നത്. കുണ്ടങ്കുഴി, ബന്തടുക്ക എന്നീ കോട്ടകൾ ഇക്കേരി നായ്ക്കന്മാരുടെ കാലത്തു തന്നെ കെട്ടിയതാണ്. കുണ്ടങ്കുഴി ക്ഷേത്രത്തിനു ചുറ്റുമാണ് കുണ്ടങ്കുഴിക്കോട്ട. ഇപ്പോൾ അവശിഷ്ടങ്ങൾ മാത്രം. ബന്തടുക്കയിൽ കോട്ടയുണ്ടായിരുന്ന സ്ഥലം കോട്ടയ്ക്കൽ എന്ന പേരിൽ അറിയപ്പെടുന്നു. കോട്ട നിന്ന സ്ഥലം ഇപ്പോൾ അന്യാധീനത്തിലാണ്. മഞ്ചേശ്വരത്തും ഒരു കോട്ട ഉണ്ടായിരുന്നതായി ചരിത്രരേഖകളിൽ കാണുന്നുണ്ടെങ്കിലും അതിന്റെ അവശിഷ്ടങ്ങൾ ഒന്നും കാണാനില്ല. മഞ്ചേശ്വരം ടി ബിക്കു താഴെ ശ്രീമദനന്തേശ്വര ക്ഷേത്രത്തിന് തെക്കു കിഴക്കായി ജൈനന്മാരുടെ ബസ്തിക്ക് വടക്കു കിഴക്കായിരുന്നു ആ കോട്ട. അതല്ല, മഞ്ചേശ്വരം അഴിമുഖത്തായിരുന്നുവെന്നും അഭിപ്രായമുണ്ട്.

ചരിത്രപ്രസിദ്ധമായ മറ്റു രണ്ടു കോട്ടകളാണ് നീലേശ്വരത്തും പീലിക്കോട് മട്ടിലായിയിലുമുണ്ടായിരുന്നത്. അവയുടെ അവശിഷ്ടങ്ങളൊന്നും കാണാനില്ല. നീലേശ്വരം കോട്ട, നീലേശ്വരം മാർക്കറ്റിനടുത്തുള്ള പള്ളിയുടെയും കടിഞ്ഞിക്കടവിന്റെയും മദ്ധ്യേ ആയിരുന്നു എന്നാണറിയുന്നത്. മട്ടിലായിക്കോട്ട നാഷണൽ ഹൈവേയിൽ ചെറുവത്തൂരിനടുത്ത ഞാണങ്കൈ ജങ്ഷനിൽനിന്നും ഏകദേശം ഒരു കി മീ കിഴക്കായി, ഇപ്പോൾ ശിവക്ഷേത്രം നില്ക്കുന്ന സ്ഥലത്തായിരുന്നുവത്രെ. ഈ കോട്ടകൾക്കു പുറമേ മായിലക്കോട്ടകൾ എന്ന പേരിൽ അറിയപ്പെടുന്ന ഏതാനും ചെറുകോട്ടകളും ജില്ലയിലെ വിവിധ ഭാഗങ്ങളിലുണ്ടായിരുന്നു. അവയിൽ പ്രധാനപ്പെട്ടവ മാഥൂർ, വജ്ബയൽ, കാടുപുക്കൈ, ആറൂർ, ചീമേനി എന്നിവിടങ്ങളിലായിരുന്നു. മാഥൂർ, കാടുപുക്കൈ എന്നിവിടങ്ങളിലെ കോട്ടകൾ വളരെ ഉയരത്തിൽ മണ്ണുകൊണ്ട് നിർമ്മിച്ചവയായിരുന്നുവത്രെ. ചെറുവത്തൂർ റെയിൽവേസ്റ്റേഷന് തെക്കുഭാഗത്ത് മടിവയലിനോട് തൊട്ട് കാണുന്നതാണ് മടിക്കുന്ന് കോട്ട. പീലിക്കോട് പഞ്ചായത്തിന്റെ പടിഞ്ഞാറെ അതിർത്തിയിൽ ചെറുവത്തൂർ-പടന്ന പഞ്ചായത്തുകളെ അതിരിട്ടു നില്ക്കുന്ന കണ്ണങ്കയ്യിൽ, വെട്ടുവക്കോട്ട എന്ന പേരിൽ ഒരു കോട്ട സ്ഥിതി ചെയ്തിരുന്നു...

പള്ളിക്കര പഞ്ചായത്ത്

കാഞ്ഞങ്ങാടിനും കാസർഗോഡിനും മദ്ധ്യേയുള്ള ഒരു തീരദേശ ഗ്രാമം—അതത്രെ പള്ളിക്കര. റെയിൽവേ സ്റ്റേഷനിൽനിന്ന് പള്ളിക്കര ടൗണിലേക്ക് പോകാം. കഷ്ടിച്ച് ഇരുനൂറു മീറ്റർ ദൂരം. ഒറ്റനോട്ടത്തിൽ പുതുമയൊന്നും കണ്ടെന്നു വരില്ല. നിരനിരയായി തെങ്ങുകൾ നില്ക്കുന്ന ഒരു സാധാരണ തീരദേശ ഗ്രാമം. (ഒരു പ്രത്യേകത ശ്രദ്ധിക്കുക. തീരദേശങ്ങളിലെ ചൊരിമണലിൽ കൊഴുത്തു വളർന്നു നില്ക്കുന്ന പുകയിലപ്പാടങ്ങൾ കാഞ്ഞങ്ങാട് പിന്നിടുമ്പോൾ തന്നെ നാം ശ്രദ്ധിക്കാതെ പോകില്ല. കാഞ്ഞങ്ങാട്-പള്ളിക്കര ഗ്രാമങ്ങളിലെ ഒരു സീസണൽ കൃഷിയാണ് പുകയില).

പഞ്ചായത്തിന്റെ ആസ്ഥാനമായ പള്ളിക്കര ഒരു കൊച്ചു ടൗണാകാൻ അത്യദ്ധ്വാനം ചെയ്യുന്നുണ്ട്. എങ്കിലും പച്ചപ്പീലിവിടർത്തി നില്ക്കുന്ന തെങ്ങുകളും ഫലവൃക്ഷങ്ങളും നിറഞ്ഞ നാട്ടിൻപുറത്തെ കീറിമുറിച്ചുകൊണ്ട് കടന്നുപോകുന്ന നിരത്തിനിരുവശത്തും കുറച്ചിട മാത്രമായി നഗരം ചുരുങ്ങുന്നു. ഉത്തരകേരളത്തിന്റെ നാരായപ്പെരുവഴി (മെയിൻ റോഡ്) പള്ളിക്കരയുടെ ഹൃദയഭാഗത്തിലൂടെ വടക്കോട്ടു നീളുന്നു - കാസർഗോഡേക്കും പിന്നെ മംഗലാപുരത്തേക്കും. പള്ളിക്കര നിന്ന് 10 കി മീ വടക്കുമാറിയാണ് ജില്ലാ ആസ്ഥാനമായ കാസർഗോഡ്. പള്ളിക്കര ജങ്ഷനിൽനിന്ന് പടിഞ്ഞാറോട്ട് നോക്കൂ. അല്പമകലെയായി അറബിക്കടലിലേക്കിറങ്ങി നില്ക്കുന്ന വലിയൊരു കുന്നിന്റെ ഉച്ചിയിൽ ഭീമാകാരമായ ഒരു രൂപം—ബേക്കൽ കോട്ട.

ബേക്കൽ കോട്ട

കടൽക്കാറ്റിൽ താലവൃന്ദം വീശുന്ന കേരവൃ

ക്ഷനിരകൾക്കിടയിലൂടെ കോട്ടയിലെത്താൻ അധികദൂരമില്ല. പ്രവേശന കവാടത്തിലൂടെ വാഹനങ്ങൾക്ക് കോട്ടയ്ക്കുള്ളിലെത്താം. പിന്നിൽ കടൽക്കരയിലൂടെ നടന്നു ചെന്നാൽ കോട്ടയുടെ തെക്കുഭാഗത്തുള്ള ഗുഹാമാർഗ്ഗത്തിലൂടെ കോട്ടയ്ക്കുള്ളിൽ പ്രവേശിക്കാം. കോട്ടമതിലിന് നാല്പതടി ഉയരമുണ്ട്. കരയുടെ ഭാഗത്ത് പുറംമതിലും അകംമതിലുമുണ്ട്. കോട്ടമതിലിലങ്ങിങ്ങായി തോക്കുകളും പീരങ്കികളും സ്ഥാപിക്കാനുള്ള വിടവുകളുമുണ്ട്. മതിലിന്റെ മേൽഭാഗത്ത് അങ്ങിങ്ങ് കാവൽസ്ഥാനങ്ങൾ (സെൻട്രിപോസ്റ്റ്) പലതുണ്ട്. കൂട്ടത്തിൽ കടലിലേക്ക് ഉന്തിനില്ക്കുന്ന ഒരു കാവൽസ്ഥാനം പ്രത്യേകം ശ്രദ്ധേയം. അവിടെ നിന്നു നോക്കിയാൽ, അങ്ങകലെ അറബിക്കടലിലൂടെ നീങ്ങുന്ന ജലവാഹനങ്ങളെ മുൻകൂട്ടി കാണാൻ കഴിയും. പ്രതിരോധ തന്ത്രങ്ങൾക്ക് അനുയോജ്യമായ സംവിധാനം. കോട്ട മതിലിനു പുറത്ത് കിടങ്ങുകളും എല്ലാ ഭാഗത്തും കൊത്തളങ്ങളുമുണ്ട്. തെക്കുഭാഗത്ത് കടൽത്തീരത്തേക്കു തുറക്കുന്ന രഹസ്യകവാടവും വെടിമരുന്ന് സൂക്ഷിക്കാനുപയോഗിച്ചിരുന്ന അറകളും പ്രധാന ഭാഗങ്ങളാണ്. കോട്ടയുടെ മദ്ധ്യഭാഗത്തു നിന്നാൽ കിഴക്ക് ഉയർന്നു നില്ക്കുന്ന പതാകാധ്വജത്തിലേക്ക് (നിരീക്ഷണ ഗോപുരം) ചരിഞ്ഞു കയറിപ്പോകുന്ന വീതിയുള്ള പാത ഒരു സവിശേഷതയാണ്. ഇവിടെ നിന്നും ചുറ്റും നോക്കിയാൽ കാഞ്ഞങ്ങാടും കാസർഗോഡും മറ്റു സമീപഗ്രാമങ്ങളുമെല്ലാം സമഗ്ര വീക്ഷണ പരിധിയിലെത്തും.

കോട്ടയ്ക്കുള്ളിലുള്ള ഒരു പഴയ ട്രാവലേഴ്സ് ബംഗ്ലാവ് നിരന്തരം വന്നു പോകുന്ന ടൂറിസ്റ്റുകൾക്ക് ഒട്ടും പര്യാപ്തമല്ല. 1909 ൽ അന്നത്തെ തെക്കൻ കാനറാ ജില്ലാ കളക്ടറായിരുന്ന ഖാൻ ബഹദൂർ അസീസുദ്ദീൻ നിർമ്മിച്ചതാണത്.

കടലിൽനിന്നും കെട്ടിപ്പൊക്കിയതുപോലെ, മുക്കാൽ ഭാഗവും കടലിലേക്കിറങ്ങി നില്ക്കുന്ന ഈ പഴയ കോട്ട പണ്ട്, തന്ത്രപ്രധാനമായ ഒരു സൈനികതാവളമായിരുന്നു. നൂറ്റാണ്ടുകളായി തിരമാലകൾ ആ കോട്ടയുടെ പുറം മതിലിൽ തല്ലിത്തകർത്തിട്ടും 'എന്നോടിതൊന്നും വിലപ്പോകില്ല' എന്നമട്ടിൽ പുച്ഛഭാവം കാട്ടി നിർവ്വികാരമായി നോക്കിനില്ക്കുകയാണ് ചരിത്ര സംഭവങ്ങൾ പലതും കണ്ട ബെക്കലം കോട്ട. കോട്ടയുടെ പ്രവേശന കവാടത്തിലൂടെ ഉള്ളിൽ കടന്നാൽ കാണുന്ന ഹനുമാൻ കോവിലും പിന്നിട്ട് വളഞ്ഞു പുളഞ്ഞു പോകുന്ന പഴയ വഴിത്താര അന്തർഭാഗത്തെത്തുമ്പോൾ, ഒട്ടേറെ പടിക്കെട്ടുകളോടുകൂടിയ, പുല്ലുമൂടി കിടക്കുന്ന ഒരു കുളം നമ്മെ സ്വാഗതം ചെയ്യുന്നു. പ്രവേശന കവാടത്തിനു സമീപത്തായി ഒരു മുസ്ലിം ദേവാലയവുമുണ്ട്. കാലപ്പഴക്കത്തിൽ തകർന്നു നിലംപറ്റിയ കെട്ടിടങ്ങളുടെ അവശിഷ്ടങ്ങൾ ഒട്ടേറെ കോട്ടയ്ക്കുള്ളിൽ കാണാം. സൈന്യങ്ങളുടെ പാർപ്പിടങ്ങളായിരിക്കാം അവ. അതിനടുത്തായി, പാറ കുഴിച്ചുണ്ടാക്കിയ വലിയൊരു കിണറുണ്ട്. അത്തരം ഏഴു കിണറുകൾ കൂടി കോട്ടയ്ക്കുള്ളിലുണ്ടെന്ന് പറയപ്പെടുന്നു. കോട്ടയ്ക്കുള്ളിൽ അല്പം പടിഞ്ഞാറു ഭാഗത്തായി ഒരു ഗുഹാമുഖം കാണാം. അതിലേ കടക്കാൻ ഭയം തോന്നും. അന്ധകാരമയം. ടോർച്ചു തെളിച്ച് കുറെ മുന്നോട്ടു പോകാം. അവിടവിടെയായി പട്ടാളക്കാർക്കു താമസിക്കാൻ പറ്റിയ ഷെൽട്ടറുകളുണ്ട്. ഇതിനു മുകളിലായി എടുത്തുമാറ്റാവുന്നതും എന്നാൽ വേഗം അടയ്ക്കാവുന്നതുമായ കല്പാളികളുമുണ്ട്. കാസർഗോഡു കോട്ട, ചന്ദ്രഗിരിക്കോട്ട, കാഞ്ഞങ്ങാട്ടു കോട്ട എന്നീ കോട്ടകളുമായി ഈ ഗുഹാമാർഗ്ഗം ബന്ധപ്പെട്ടിരുന്നുവത്രെ. കോട്ടയ്ക്കുള്ളിൽ 30 ഏക്കറോളം വിസ്തീർണ്ണമുണ്ടത്രെ. കടപ്പുറത്തേക്കു പോകാൻ തുരങ്കങ്ങളുണ്ട്. നാല്പതടി പൊക്കവും അസാമാന്യ വിസ്തൃതിയുമുള്ള വൃത്താകൃതിയിലുള്ള ആ കോട്ട പണിതുയർത്തിയ കരങ്ങളെ ഓർത്ത് നാം അത്ഭുതാധീനരാകും.

ഇക്കേരി രാജാക്കന്മാരുടെ കാലത്തെ ഒരു പ്രധാന സൈനിക കേന്ദ്രമായിരുന്ന ബേക്കലിൽ 1625 ലാണ് ബേഡന്നൂരിലെ ശിവപ്പനയ്ക്ക് ഒരുകോട്ട നിർമ്മിച്ചത്. കദംബ രാജ്യത്തിൽപ്പെട്ടിരുന്ന ആ പ്രദേശം തുടർന്ന് വിജയനഗരസാമ്രാജ്യത്തിന്റെ ഭാഗമായി 1665 ൽ തളിക്കോട്ട യുദ്ധത്തിനു ശേഷം ബേഡന്നൂർ രാജാവ് കോട്ട കൈവശമാക്കി. 1763 ൽ കോട്ട ഹൈദരാലി കൈയടക്കി. ടിപ്പുവിന്റെ പരാജയത്തിനു ശേഷം ബേക്കലം കോട്ട ബ്രിട്ടീഷ് അധീനതയിലായി (ബേക്കലം കോട്ടയും പരിസരപ്രദേശങ്ങളും ഉൾക്കൊള്ളുന്ന വിപുലമായ ഒരു ടൂറിസം വികസന പരിപാടിക്ക് സംസ്ഥാന ഗവൺമെന്റ് നടപടികൾ സ്വീകരിച്ചുവരുന്നു).

ആർത്തിരമ്പുന്ന അറബിക്കടലിന്റെ അവിരാമമായ സംഗീതവും കോട്ടയുടെ കാൽക്കലോളം ആർത്തലച്ച് കടന്നുവന്ന് തലതല്ലിത്തിമിർക്കുന്ന തിരമാലകളുടെ താളാത്മകമായ ആരവങ്ങളും ശ്രവിച്ചുകൊണ്ട് എത്രയോ നൂറ്റാണ്ടുകളായി കണ്ടും കേട്ടും അനുഭവിച്ചുമറിഞ്ഞ ഗതകാല സംഭവങ്ങൾ അയവിറക്കി, നിർമ്മമതയോടെ നിസ്സംഗതയോടെ, വിണ്ണിലേക്ക് തലയുയർത്തി നില്ക്കുകയാണ് ഈ ഭീമാകാരമായ പ്രാകാരശ്രേഷ്ഠൻ-ബേക്കൽകോട്ട.

കോട്ടയ്ക്കുചുറ്റും

അന്തർദ്ദേശീയ പ്രസിദ്ധി നേടിയ ഒരു ടൂറിസ്റ്റ് കേന്ദ്രമാണിന്ന് ബേക്കൽ. നിത്യേനയെന്നോണം പള്ളിക്കര സ്റ്റേഷനിലിറങ്ങ,. പള്ളിക്കരയുടെ ഗ്രാമവീഥികളിലൂടെ ചുറ്റിക്കറങ്ങി, ബേക്കൽ കോട്ടയ്ക്ക

കവും പുറവും കണ്ടറിഞ്ഞ് ഒന്നോ രണ്ടോ ദിനരാത്രങ്ങൾ പരിസരങ്ങളിലെവിടെയെങ്കിലും തമ്പടിച്ച്, ബേക്കലിനെപ്പറ്റി ഒരായിരം പ്രശംസാവചനങ്ങൾ ചൊരിഞ്ഞ്, വീണ്ടും പള്ളിക്കര റെയിൽവേ സ്റ്റേഷനിലെത്തി, തെക്കോട്ടോ വടക്കോട്ടോ വണ്ടി കയറുന്ന അന്തർദ്ദേശീയ ടൂറിസ്റ്റുകൾ, ഈ തീരദേശ ഗ്രാമത്തിന് ഒരനുഗ്രഹമാണോ? മറിച്ചാകാതിരിക്കട്ടെ! ബേക്കലിന്റെ ഈ ടൂറിസ്റ്റ് പ്രാധാന്യം ഈ ഗ്രാമത്തിന്റെ സാമൂഹ്യ-സാമ്പത്തികപുരോഗതിക്ക് എന്തെങ്കിലും സംഭാവന ചെയ്തിട്ടുണ്ടോ? ഇല്ലെന്നു പറയാനാവില്ല. സാധാരണക്കാരിൽ ഒരു ന്യൂനപക്ഷത്തിനെങ്കിലും ഈ ടൂറിസ്റ്റ് വ്യവസായം പ്രത്യക്ഷമായോ പരോക്ഷമായോ വരുമാനത്തിന് വഴിതെളിക്കുന്നുണ്ട്.

'സാധാരണ ഗതിയിൽ, സാധാരണയിൽ സാധാരണമായ ഈ തുളുനാടൻ തീരദേശഗ്രാമത്തിന്' മത്സ്യബന്ധനമായിരിക്കും മുഖ്യവരുമാനമാർഗ്ഗം. പിന്നെ നാട്ടിടകളിലെ അല്ലറചില്ലറ കൃഷിയും കൂലിപ്പണികളും തദ്ദേശീയമായ കൈത്തൊഴിലുകളും. ഇത്തരം തീരദേശ ഗ്രാമങ്ങളിൽ ദാരിദ്ര്യവും പട്ടിണിയും തൊഴിലില്ലായ്മയും സർവ്വസാധാരണമായിരിക്കും. നിലം പൊത്താറായ ചെറ്റപ്പുരകളും കുടിലുകളും കൊച്ചുകൊച്ചു ഗ്രാമഭവനങ്ങളുമാണ് ഗ്രാമാന്തരീക്ഷത്തിൽ പ്രകടമാവുക. പക്ഷേ, ഇവിടെ-പള്ളിക്കരയിൽ സ്ഥിതി വ്യത്യസ്തം. കള്ളക്കടത്തിലൂടെയും കള്ളപ്പൊന്നിലൂടെയും പല കൈവഴികൾ വഴി വന്നടിയുന്ന സമ്പത്തിന്റെ ഉച്ഛിഷ്ടങ്ങളെങ്കിലും ലഭിച്ചാൽ സാധാരണക്കാരന്റെ ജീവിതം ധന്യം. അവിഹിത മാർഗ്ഗങ്ങളിലൂടെ ധനികരാകാൻ വെമ്പുന്ന അതിസാഹസികർ ഏറെയുള്ള കാസർഗോഡും സമീപഗ്രാമമായ പള്ളിക്കരയും, സമീപകാലത്ത് നാട്ടിടകളിൽ ഉയർന്നുവന്നിട്ടുള്ള വർണ്ണാഞ്ചിതമായ മണിമാളികകളും ബഹുനിലമന്ദിരങ്ങളും ഷോപ്പിങ് സെന്ററുകളും ഒരു സാധാരണ തീരദേശ ഗ്രാമത്തിന്റേതല്ല. ധനശേഷി വിളിച്ചോതുന്ന ഒരു സമ്പന്ന ഗ്രാമത്തിന്റേതാണ്. നല്ല കാര്യം!

പള്ളിക്കരയിലെ സമുദ്രജലത്തിൽ ഏതാനും കൊമ്പൻ സ്രാവുകൾ തലകുത്തി മറിയുമ്പോൾ, അവയെ ചുറ്റിപ്പറ്റി കഴിയുന്ന ചെറുമത്സ്യങ്ങളും അല്ലലില്ലാതെ ഇരതേടുമെങ്കിൽ, അതൊരു നല്ല കാര്യമല്ലേ? ആണെന്നോ അല്ലെന്നോ പറയൻ നാമാര്? അല്ലേ?

88

പഴയ തുളുനാടിന്റെ ആസ്ഥാനം

സഹസ്രാബ്ദങ്ങൾക്കു മുമ്പ് ഏറക്കുറെ വന പ്രദേശമായിരുന്ന തുളുനാട് വാണിരുന്ന അതിശക്ത നായ കൊറഗ രാജാവായിരുന്നു ഹുബുഷികൻ. തുളുനാടിനു വടക്കുള്ള കദംബരാജാക്കന്മാരുടെ ഒരു പേടിസ്വപ്നമായിരുന്നു അദ്ദേഹം. ഹുബുഷി കനെന്ന ആദിവാസിരാജാവിന്റെ സൈനികശക്തി യുടെ കയ്പേറിയ ഫലങ്ങൾ, പലതവണ അനുഭ വിച്ച കദംബ രാജാക്കന്മാർ, തക്കംപോലെ ജയിച്ചും തോറ്റും ഏറെക്കാലം പിടിച്ചുനിന്നു. അപ്പോഴാണ് 'കൊറഗ' രാജാവിന്റെ ദുർമ്മോഹം. അതിസുന്ദരി യെന്നു പേരുകേട്ട കദംബരാജകുമാരിയെ വേൾക്ക ണം. മയൂഖവർമ്മന്റെ പുത്രനായ ലോഗാദിത്യന്റെ മകളെ വേൾക്കാൻ ആദിവാസിരാജാവിനു മോഹമോ? പക്ഷേ, തല്ക്കാലം ഇടഞ്ഞാൽ ശരി യാവില്ല.

കദംബരാജാവ് സമ്മതം മൂളി. ഹുബുഷികൻ മാംഗല്യത്തിനു തയ്യാറെടുത്തു. വിവാഹദിവസം, സർവ്വാഡംബരത്തോടും പരിവാരങ്ങളോടും കൂടി, കൊറഗരാജാവ് കദംബ രാജധാനിയിലെത്തി: വധു -മണ്ഡപത്തിൽ, ഓർക്കാപ്പുറത്താണ് ആക്രമണമു ണ്ടായത്. പ്രതിശ്രുതവരൻ കൊല്ലപ്പെട്ടു. പരിവാരങ്ങ ളധികം പേരും ശേഷിച്ച കൊറഗസൈന്യവും രാജ ബന്ധുക്കളും തുളുനാട്ടിലെ മലയോരങ്ങളിൽ അഭയം തേടി.

നേത്രാവതീതീരങ്ങളിൽ പലപ്പോഴും ഞാൻ കണ്ട പാവം കൊറഗറുടെ പേടിച്ചരണ്ട മുഖങ്ങളിൽ പ്രകടമായത്, ആ പഴയ പലായനഭീതിയാണോ? ഹിന്ദുക്കളിൽ ഏറ്റവും അധഃകൃതരായ ചണ്ഡാല രിലെ പതിനഞ്ച് അവാന്തരവിഭാഗങ്ങളിൽ ഏറ്റവും താഴ്ന്ന ജാതിയാണത്രെ കൊറഗർ. നല്ലകറുത്ത നിറം. ചുരുണ്ട മുടി. നിഷ്കളങ്കതയും ഭയവും നിഴ ലിക്കുന്ന കണ്ണുകൾ! സ്ത്രീകളും പുരുഷന്മാരും കമു കിൻ പാള കൊണ്ടുള്ള തൊപ്പിപ്പാള ധരിച്ചേ നടക്കൂ. ഒരരിവാളും കൈയിലുണ്ടാവും. കിട്ടുന്ന ഭക്ഷണസാ ധനങ്ങൾ വാങ്ങിത്തിന്നാനുള്ള പാത്രവും. അന്തിയാ വോളം മെടഞ്ഞുണ്ടാക്കുന്ന ചൂരൽക്കൊട്ടകൾ വിറ്റു കിട്ടുന്ന കാശിന് കള്ളുവാങ്ങി മോന്താനുള്ള പാത്രവും അരിയോ മറ്റുഭക്ഷണസാധനങ്ങളോ വാങ്ങാനുള്ള വട്ടിയും, വെയിലിൽനിന്നും സംര ക്ഷണം നല്കാനുള്ള ഹാറ്റും, സർവ്വോപരി കൊറ ഗനാണെന്ന് വിളിച്ചോതുന്ന അടയാളവും എല്ലാം ഈ തൊപ്പിപ്പാളതന്നെ.

ദരിദ്രനെങ്കിലും അഭിമാനിയായ കൊറഗൻ യാചിക്കാറില്ല. ചത്തജന്തുക്കളുടെ മാംസം ഭക്ഷി ക്കാനും മടിക്കാത്ത ആ നിർഭാഗ്യജീവികൾ. കുന്നിൻ ചരിവുകളിലോ പാറപ്പുറത്തോ മരച്ചുവട്ടിലോ ഇരി പ്പുറപ്പിക്കുന്നു. കിട്ടുന്നതെന്തും പച്ചയ്ക്കും ചുട്ടും തിന്ന് വിശപ്പടക്കി സംതൃപ്തരായി വല്ല മരത്തണ ലിലും കിടക്കുന്നു - കുടുംബസഹിതം. ഇന്ന് തുളു നാടിന്റെ പരിഷ്കൃത സാമൂഹ്യജീവിതത്തിന്റെ പുറ മ്പോക്കുകളിൽ അവശരും അനാഥരുമായി അലഞ്ഞു തിരിയുന്ന ഈ ഗിരിവർഗ്ഗക്കാർക്ക് സ്വന്തം തറവാ ടിന്റെ സമ്പൽസമൃദ്ധി അന്യർ അനുഭവിക്കുന്നതു കൊണ്ട് നിസ്സഹായരായി കഴിയാനേ നിവൃത്തിയു ള്ളൂ. മഞ്ചേശ്വരം പ്രദേശങ്ങളിലെ വന്യഗ്രാമങ്ങളിൽ കഴിയുന്ന ഈ ആദിവാസികൾ തുളുനാടൻ ഗ്രാമ ങ്ങളിലെ ഭൂസ്വാമിമാരുടെ കണ്ണിൽ ദുശ്ശകുനങ്ങളാ ണവർ. തുളുബ്രാഹ്മണ ഗൃഹങ്ങളിലെ സദ്യവട്ടങ്ങൾ കേട്ടറിഞ്ഞെത്തുന്ന കൊറഗൻ എച്ചിലിലകൾക്കു വേണ്ടി കാത്തുകിടക്കുന്നു. ഇവരെ കൂടാതെ മല ക്കുടിയർ, ഹൊലയർ (പുലയർ) എന്നിവരും കാസർഗോഡു ആദിവാസികളുടെ പ്രതിനിധിക

ളാണ്. ഇവർക്ക് പ്രത്യേകം ദൈവമോ ദേവാലയമോ ഇല്ല. സൂര്യാരാധകരാണധികവും. പഞ്ചുരുളിയാണ് കുലദൈവം.

തുളുനാടിന്റെ മക്കൾ

തുളു എന്ന വാക്കിന് ആക്രമിക്കുക എന്നാണല്ലോ കർണ്ണാടകത്തിലർത്ഥം. ആക്രമണകാരികളും രണശൂരന്മാരുമായ ഈ തുളുനാടിന്റെ മക്കൾ ഇങ്ങനെ പട്ടിണിപ്പാവങ്ങളായി രൂപാന്തരപ്പെട്ടതെങ്ങനെ? എപ്പോൾ?

തുളുനാട്ടിലും തൊട്ടുകിടക്കുന്ന മൈസൂറിലും കുടകിലും കുറവ (കൊറഗ) രുടെയും പുലയരുടെയും പാരമ്പര്യം സൂചിപ്പിക്കുന്ന പല പ്രാചീനരേഖകളും ലഭിച്ചിട്ടുണ്ട്. ബ്രാഹ്മണർ ജന്മികളാകുന്നതിനുമുമ്പ് തുളുനാട്ടിലെ ഭൂസ്വത്തിൽ വലിയ ഒരു ഭാഗം പുലയരുടെയും മറ്റ് ഗിരിജനങ്ങളുടെയും കൈവശമായിരുന്നെന്ന് പ്രാചീന കർണ്ണാടക ചരിത്രത്തിൽ നിന്ന് ഗ്രഹിക്കാം ബ്രാഹ്മണർ തുളുനാട്ടിൽ കടന്നേറിയപ്പോൾ, അവരെ സഹായിച്ചത് 'ആളുവ' രാജാക്കന്മാരും എതിർത്തു നിന്നത് പുലയ-കുറവ നാടുവാഴികളുമായിരുന്നത്രെ. പുലയരാജാവായ 'നന്ദൻ' ആദ്യം ബ്രാഹ്മണരെ തുരത്തി ഓടിച്ചതായും മറ്റും തുളുനാടിന്റെ ചരിത്രത്തിൽ സൂചനയുണ്ട്.

പക്ഷേ, ഉത്തരേന്ത്യയിൽനിന്നും ദക്ഷിണേന്ത്യയിലേക്കുള്ള ആര്യാധിനിവേശം എ ഡി ഏഴോ എട്ടോ ശതകങ്ങളിലാണെന്ന് വ്യക്തമായ ചരിത്ര സൂചനയുണ്ട്. ആര്യന്മാരധികവും തുളുനാട്ടിനു വടക്ക് കന്നഡ ദേശത്തെത്തി പലതലമുറകൾ പിന്നിട്ടശേഷമായിരിക്കാം തുളുനാട്ടിലേക്ക് കടന്നുകൂടിയത്. അപ്പോൾ ഈ ആദിവാസികൾക്കും നൂറ്റാണ്ടുകൾക്കു ശേഷം തുളുനാട്ടിലേക്ക് കടന്നുവന്ന ആര്യബ്രാഹ്മണർക്കും മദ്ധ്യേ എത്രയോ നൂറ്റാണ്ടുകൾ തുളുനാട്ടിലൂടെ കടന്നുപോയിരിക്കാം. ആ സുദീർഘകാലഘട്ടത്തിലെ തുളുനാടിന്റെ സ്ഥിതിയോ? പര്യാലോചിക്കാം.

നാഗനാട്, നാഗരഖണ്ഡം, അഹിക്ഷേത്രം എന്നീ പേരുകളും തുളുനാടിനുണ്ട്. തുളുനാടിന്റെ ഒരു ഭാഗമായ ഹൈകം എന്ന പേരും ശ്രദ്ധേയം. (തുളുവിൽ ഹൈ = പൈ = പാമ്പ്) പാമ്പു കടിയേറ്റ് അധികംപേർ മരണമടയാറുള്ളത് തുളുനാട്ടിലെന്ന് സെൻസസ് റിപ്പോർട്ട്. നാഗബന്ധങ്ങളും നാഗക്കല്ലുകളുമില്ലാത്ത ബ്രാഹ്മണ ഭവനങ്ങൾ തുളുനാട്ടിൽ അപൂർവ്വം. കേരളത്തിലെ പഴയ തറവാടുകളിലെ സർപ്പക്കാവുകൾ അതിന്റെ തുടർച്ച മാത്രം. ജൈന-ബുദ്ധ മതങ്ങളുമായി ബന്ധപ്പെട്ട ഈ നാഗാരാധനയ്ക്ക് തുളുനാട്ടിൽ ഏറെ പ്രസക്തിയുണ്ട്. ദ്രാവിഡ സംസ്കാരത്തിന്റെതായ വൃക്ഷാരാധനയും നാഗാരാധനയും ഇന്നും ഈ ഭൂവിഭാഗത്തിന്റെ സവിശേഷതകളായി നിലകൊള്ളുന്നു.

കാസർഗോഡ് ഉൾപ്പെടുന്ന പഴയ തുളുനാട്ടിലെ ആദിമനിവാസികൾ ആരായിരിക്കണമെന്ന എന്റെ ചിന്ത കാടു കയറി, അവസാനം ചെന്നെത്തിയത്, കൊറഗരിലാണ്. കാസർഗോഡ് പട്ടണപ്രാന്തത്തിലും സമീപഗ്രാമങ്ങളിലും ജീവിതത്തിന്റെ പുറമ്പോക്കുകളിൽ അവഗണിക്കപ്പെട്ട മട്ടിൽ അങ്ങിങ്ങ് കണ്ടുമുട്ടിയിരുന്ന ഇക്കൂട്ടർ തന്നെയായിരിക്കണം ഈ തുളുനാടൻ മണ്ണിന്റെ യഥാർത്ഥ ഉടമകളെന്ന ചിന്ത എന്നെ കൂടുതൽ അസ്വസ്ഥനാക്കി. കാസർഗോഡ് മുനിസിപ്പൽ ടൗണിൽ കുന്നിൻ ചരുവിലെ വെളിമ്പ്രദേശത്ത് ചിതറിക്കിടക്കുന്ന കീറിയ കടലാസുതുണ്ടുകളും മറ്റ് പാഴ് വസ്തുക്കളും ശേഖരിക്കുന്ന ആ ചെറിയ കൊറഗ കുടുംബം എന്റെ പട്ടണ പ്രദക്ഷിണത്തെ അലോസരപ്പെടുത്തിയോ? ഏയ്! തീരെയില്ല. അവരെ സഹതാപപൂർവ്വം പിന്നിട്ട്, ഞാൻ നഗരത്തിന്റെ മറ്റൊരു ഭാഗത്തേയ്ക്ക് നടന്നു.

നഗരചരിത്രം

ഇനി വളരാതെ വയ്യ, എന്ന മട്ടിൽ വളർന്നു വലുതാകാൻ ശ്രമിക്കുന്ന പഴയ തുളുഗ്രാമമാണ് കാസർഗോഡ് ടൗൺ പ്രദേശങ്ങൾ. ധനപ്രമത്തതയുടെ കേളീരംഗമാണ് ആ പ്രദേശങ്ങൾ എന്ന് തോന്നുന്നു. എല്ലാം കഴിഞ്ഞ രണ്ടു മൂന്നു പതിറ്റാണ്ടുകൾക്കുള്ളിൽ സംഭവിച്ച വികാസ പരിണാമങ്ങൾ. തിരക്കേറിയ കച്ചവടകേന്ദ്രങ്ങൾ, സ്റ്റാർ ഹോട്ടലുകൾ ഇടതടവില്ലാതെ ചീറിപ്പായുന്ന ഫോറിൻ കാറുകൾ, സർവ്വീസ് ബസുകൾ, പല കൈവഴികളിലൂടെ വളരുന്ന നഗരത്തിന്റെ തിക്കും തിരക്കും ഒരേ സ്ഥലത്ത് കേന്ദ്രീകരിക്കപ്പെടുന്നില്ലെന്നത് ആശ്വാസകരം.

നഗരചരിത്രമെന്തെന്ന് നമുക്ക് അന്വേഷിക്കാം. സഹസ്രാബ്ദങ്ങൾക്കു മുമ്പ്; അത്യുത്തര കേരളത്തിലെ ചന്ദ്രഗിരിപ്പുഴ മുതൽക്കുള്ള ഭൂവിഭാഗം തുളുനാട് എന്ന പേരിലാണറിയപ്പെട്ടിരുന്നത്. തുളുഭൻ എന്ന രാജാവ് ഭരിച്ചിരുന്ന നാട് തുളുനാടായി. പ്രാചീന കാലം മുതൽക്കേ തുളുനാടും കേരളവും തമ്മിൽ അഭേദ്യബന്ധം പുലർത്തിയത്രെ.

പതിനാറാം ശതകം വരെ, കോലത്തുനാടിന്റെ വടക്കേ അതിർത്തി മംഗലാപുരമായിരുന്നു. തുളുനാടിന്റെയും കോലത്തുനാടിന്റെയും അതിർത്തി നേത്രാവതിപ്പുഴയും. വിജയനഗരം, തുളുനാട് കൈവശപ്പെടുത്തി ഏറെ കഴിയും മുമ്പ്, ചന്ദ്രഗിരി. പ്രദേശങ്ങൾ കോലത്തുനാടിന് നഷ്ടപ്പെട്ടു. അതുവരെ, ചേരമാൻ പെരുമാളിന്റെ വംശജരെന്ന് കരുതപ്പെടുന്ന കുമ്പള-മായ്പാടി രാജവംശമായി

രുന്നു ഈ പ്രദേശങ്ങൾ ഭരിച്ചിരുന്നത്. കുമ്പളരാജാവ് ഏറെക്കാലം വിജയനഗരത്തിന് കപ്പം കൊടുത്തിരുന്നു. വിജയനഗരത്തിന്റെ പതനത്തിനുശേഷം നേത്രാവതിപ്പുഴയ്ക്ക് തെക്കും ചന്ദ്രഗിരിപ്പുഴയ്ക്ക് വടക്കുമുള്ള ഭാഗങ്ങൾ കുമ്പളരാജാവിന് മടക്കിക്കിട്ടിയില്ല. പിന്നീട് തുളുനാട് ഭരിച്ച ഇക്കേരി രാജാക്കന്മാർ മഞ്ചേശ്വരം കുമ്പള കാസർഗോഡ് എന്നിവിടങ്ങളിൽ കോട്ടകൾ നിർമ്മിച്ചു. ചന്ദ്രഗിരിപ്പുഴയുടെ തെക്ക് ഭാഗത്തേക്ക് ആക്രമിച്ചു കടന്ന ശിവപ്പ നായ്ക്ക് നീലേശ്വരം രാജാവിനെ തോല്പിക്കുകയും 1649 - ൽ ചന്ദ്രഗിരിയിലും ബേക്കലിലും കോട്ടകൾ നിർമ്മിക്കുകയും ചെയ്തു.

പുതിയ ജില്ലാ ആസ്ഥാനം

ഇന്ന് ആ തുളുനാടൻ - കേരളീയ പ്രദേശങ്ങൾ - കാസർഗോഡ് ജില്ലയിലെ രണ്ട് താലൂക്കുകളായ കാസർഗോഡും ഹോസ് ദുർഗ്ഗുമാണ്. കാസർഗോഡിന്റെ വടക്കെ അതിർത്തി തലപ്പാടി നദി. തെക്കെ അതിർത്തി ചന്ദ്രഗിരിപ്പുഴ. ഈ പുഴയ്ക്ക് ഉത്ഭവസ്ഥാനത്ത് പയസ്വിനി എന്നും പേരുണ്ട്. കന്നഡ ഭാഷയിൽ 'കസർക്ക' എന്ന വാക്കിന് കാഞ്ഞിരമരം എന്നർത്ഥം. കാസർഗോഡ് - കാഞ്ഞിരക്കാട് തന്നെ പക്ഷേ, ഇന്ന് ഒറ്റ നോട്ടത്തിൽ കാഞ്ഞിരമരമൊന്നും ഇവിടെ കണ്ടെന്നുവരില്ല. ഒരുപക്ഷേ, വനനശീകരണം വ്യാപകമാവും മുമ്പ് കാഞ്ഞിരമരങ്ങൾ സുലഭമായെന്നിരിക്കാം. അങ്ങനെ സൃഷ്ടിച്ചതാകാം സ്ഥലനാമം. 'കസറ' എന്നാൽ കാട്ടുപോത്തെന്നും കന്നഡയിലർത്ഥമുണ്ട്. അപ്പോൾ കാട്ടുപോത്തുകൾ ധാരാളം വിഹരിച്ചിരുന്ന പ്രദേശങ്ങളായിരിക്കാം കാസർഗോഡ്. കാസർഗോഡ് പ്രദേശങ്ങളിൽ ഇന്നും നിലവിലുള്ള 'പോത്തോട്ട മത്സരം' ആ സ്മരണയെ പുനരുജ്ജീവിപ്പിക്കാൻ പര്യാപ്തമാണ്.

പ്രാചീന ശതകങ്ങളിൽ കുമ്പള തുറമുഖവും മാലി ദ്വീപുമായി വാണിജ്യബന്ധമുണ്ടായിരുന്നെന്ന് കാസർഗോഡ് സന്ദർശിച്ച ബർബോസ് (1514) കുറിപ്പുകളിൽ സൂചിപ്പിച്ചിട്ടുണ്ട്. പണ്ട് തെക്കൻ കാനറാ ജില്ലയുടെ തെക്കെ അറ്റത്തെ താലൂക്കായ കാസർഗോഡ്, ഇന്ന് കേരളത്തിന്റെ അത്യുത്തര ജില്ലയായ കാസർഗോഡ് ജില്ലയുടെ വടക്കെ അറ്റത്തെ താലൂക്കാണ്. ജില്ലയൊട്ടാകെ പന്ത്രണ്ട് നദികളുണ്ട്. കൂർഗിലെ പാട്ടിമലയിൽ നിന്നുത്ഭവിച്ച് കടലിൽ ചേരുന്ന ചന്ദ്രഗിരിപ്പുഴ (105 കി മീ)യാണ് ഏറ്റവും നീളം കൂടിയത്. കേരളത്തിലെ ഉത്തരാതിർത്തിയിലെ കായൽ, കുമ്പള പഞ്ചായത്തിലാണ്. കാസർഗോഡിന് മൊത്തം 77 കി മീ ദൈർഘ്യമുള്ള ഒരു കടലോരവുമുണ്ട്.

തകർന്നടിഞ്ഞ കോട്ടകൾ പലതും ജില്ലയിലുണ്ട്. ചന്ദ്രഗിരിപ്പുഴയുടെ തെക്കെ തീരത്ത് കടലിനഭിമുഖമായി കുന്നിൻ മുകളിലാണ് ചന്ദ്രഗിരിക്കോട്ട. കോലത്തിരി രാജാവ് നിർമ്മിച്ച ഈ കോട്ട പില്ക്കാലത്ത് ശിവപ്പനായ്ക്ക് പിടിച്ചെടുത്തത്രെ. കാസർഗോഡ് കോട്ട ടൗണിന്റെ കിഴക്കുഭാഗത്തായിരുന്നു.

ശ്രീരംഗപട്ടണം ഉടമ്പടി പ്രകാരം, ടിപ്പു, മലബാർ ബ്രിട്ടീഷുകാർക്ക് വിട്ടുകൊടുത്തെങ്കിലും കാനറ എന്ന തുളുനാട് വിട്ടുകൊടുത്തില്ല. ടിപ്പുവിന്റെ മരണശേഷം ആ പ്രദേശം ബ്രിട്ടീഷുകാരുടെ കൈവശമായി. ദക്ഷിണകാനറയിലെ ബേക്കൽ താലൂക്കായിരുന്നു അന്ന് കാസർഗോഡ്. ആദ്യകാലത്ത് ബോംബെ പ്രസിഡൻസിയുടെ ഭാഗമായിരുന്നു. പിന്നീട് മദ്രാസ് പ്രസിഡൻസിയുടെ ഭാഗമായപ്പോൾ, കാസർഗോഡ് താലൂക്ക് രൂപം കൊണ്ടു.

സങ്കര സംസ്കാരം

കേരളത്തിന്റെ വടക്കെ അറ്റത്തെ ഈ ജില്ല രൂപമെടുത്തത് 1984 മെയ് 24 നാണ്. ജനസംഖ്യയിൽ 72 ശതമാനത്തോളം മലയാളികൾ. ശേഷിക്കുന്നവർ കന്നട, തുളു, മറാത്തി, ഹിന്ദി എന്നീ ഭാഷകൾ സംസാരിക്കുന്നവരാണ് തുളു. കേരള സങ്കരസംസ്കാരത്തിന്റേതായ മതപരമായ സവിശേഷതകളും സാമൂഹ്യാചാരങ്ങളും ആരാധനാരീതികളും വച്ചുപുലർത്തുന്ന കാസർഗോഡ് ജില്ലയെ ദൈവങ്ങളുടെ നാടെന്ന് തന്നെ പറയേണ്ടിവരും. ക്ഷേത്രങ്ങളും അമ്പലങ്ങളും ഭൂതസ്ഥാനങ്ങളും മഠങ്ങളും കാവുകളും മുസ്ലിം പള്ളികളും ക്രിസ്ത്യൻ പള്ളികളുമില്ലാത്ത പ്രദേശങ്ങൾ എങ്ങും കാണാൻ കഴിഞ്ഞെന്നുവരില്ല.

ശ്രീവെങ്കിട്ടരമണക്ഷേത്രം

പ്രധാന ഹൈന്ദവാരാധനാലയമായ ശ്രീവെങ്കിട്ടരമണക്ഷേത്രം നഗരത്തിന്റെ ഹൃദയഭാഗത്ത് തന്നെ സ്ഥിതിചെയ്യുന്നു. 1772 ൽ സ്ഥാപിക്കപ്പെട്ട ഈ ക്ഷേത്രം സാരസ്വത സമുദായത്തിന്റെതാണ്. വെങ്കട്ടരമണസ്വാമിയുടെ അഷ്ടബന്ധ കൃഷ്ണശിലാ വിഗ്രഹമാണ് പ്രധാന പ്രതിഷ്ഠ. ശ്രീകോവിലിന് പുറത്ത് നാലമ്പലത്തിനുള്ളിൽ മഹാഗണപതിയുടെയും മഹാവിഷ്ണുവിന്റെയും ശിവന്റെയും പ്രതിഷ്ഠകളുണ്ട്. കാസർഗോഡെ പുരാതനമായ ഒരു ഹൈന്ദവ ദേവാലയമാണ് ടൗണിൽ തന്നെയുള്ള മല്ലികാർജ്ജുനക്ഷേത്രം. അതിപുരാതനമായ കൊറക്കോട് ആര്യാകാർത്ത്യായനീ ക്ഷേത്രം. അടുത്തുതന്നെ ഒരു ദുർഗ്ഗാ പരമേശ്വരീ ക്ഷേത്രവുമുണ്ട്. തളങ്കരയിൽ തെരുവത്ത് നെയ്ത്ത് സമുദായക്കാരുടെ ആരാധനാലയമാണ് ചീരുമ്പാ ഭഗവതിക്ഷേത്രം. തീയ്യരുടേതാണ് പുലിക്കുന്നിലെ

ദേവസ്ഥാനം. കടലോരത്ത് ഒരു സുബ്രഹ്മണ്യക്ഷേത്രവും കാരട്ക്കയിൽ മുണ്ടോൾ ഭഗവതി ക്ഷേത്രവും ബേളയിൽ കുമാരമംഗലത്ത് ഒരു സുബ്രഹ്മണ്യക്ഷേത്രവുമുണ്ട്.

മാലിക്ദിനാർപള്ളി

കാസർഗോഡെ തളങ്കരയിൽ, സംഭവബഹുലമായ പല ശതാബ്ദങ്ങൾക്ക് സാക്ഷ്യം വഹിച്ച, തദ്ദേശീയരായ നാനാജാതി മതസ്ഥരുടെയും ആദരവും ആരാധനയും ഏറ്റുവാങ്ങി നിലകൊള്ളുന്ന മുസ്ലിം പള്ളി കാസർഗോഡിന്റെ അഭിമാനസ്തംഭമായി പരിലസിക്കുന്നു. മതപ്രചരാണാർത്ഥം അറേബ്യയിൽനിന്നും ഇന്ത്യയിലെത്തിയ ഇസ്ലാം മതപണ്ഡിതന്മാരുടെ ഒരു സംഘം സ്ഥാപിച്ച, ആദ്യത്തെ പത്ത് പള്ളികളാണത്രെ ഇന്നു കർണ്ണാടകത്തിലും കേരളത്തിലും കാണുന്ന പുരാതന മുസ്ലീം ദേവാലയങ്ങൾ. ക്രിസ്ത്വബ്ദം 642-43 കാലഘട്ടത്തിലായിരുന്നുവത്രെ, മാലിക് ഇബ്നു ദിനാറും സംഘവും കൊടുങ്ങല്ലൂരിൽ കപ്പലിറങ്ങിയത്. ആദ്യം കൊടുങ്ങല്ലൂർ ഒരു പള്ളി സ്ഥാപിച്ചശേഷം തെക്കൻ കൊല്ലം മാടായി, ശ്രീകണ്ഠപുരം, ധർമ്മടം, പന്തലായനി, ചാലിയം, വടക്കൻ കർണ്ണാടകത്തിലെ ബാർക്കൂർ, മംഗലാപുരം, കാസർഗോഡ് എന്നീ സ്ഥലങ്ങളിലും ഓരോ മുസ്ലിം ജമാഅത്തുകൾ സ്ഥാപിച്ചുവത്രെ. ഈ സ്ഥലങ്ങളിലെല്ലാം അതിനുമുമ്പേതന്നെ അവിടെയെത്തി, വ്യാപാരത്തിലേർപ്പെട്ട് താമസിച്ചിരുന്ന അറബികളുണ്ടായിരുന്നു. തദ്ദേശീയരും അറബികളും കൂട്ടുചേർന്ന് മുസ്ലിം സമുദായ സങ്കേതങ്ങൾ ആ പ്രദേശങ്ങളിലെല്ലാം നിലവിലുണ്ടായിരുന്നു. കാസർഗോഡിന്റെ കഥയും ഭിന്നമല്ല. പന്ത്രണ്ട് ശതകങ്ങളിലെ പഴക്കമുള്ള മാലിക് ദിനാർ പള്ളി കേരളീയ വാസ്തുവിദ്യയുടെ ഉത്തമമാതൃകയാണ്. ഹിജറ 1327 ൽ പള്ളി നവീകരിക്കപ്പെട്ടു. സമാരാദ്ധ്യനായിരുന്ന മാലിക് ഇബ്നു ദിനാറിന്റെ ഭൗതികാവശിഷ്ടങ്ങൾ ഈ പള്ളിയിൽ അടക്കം ചെയ്തിട്ടുണ്ട്. ഈ പള്ളി ധാരാളം തീർത്ഥാടകരെ ആകർഷിക്കുന്നു.

ബേളയിലും കാസർഗോഡും ശതാബ്ദി കഴിഞ്ഞ രണ്ട് ക്രിസ്ത്യൻ പള്ളികളുമുണ്ട്. സമീപ ഗ്രാമമായ ചിറ്റാരിക്കലെ സെന്റ് തോമസ് പള്ളിയും പ്രസിദ്ധം. ഇവയ്ക്കു പുറമേ ജില്ലയിലൊട്ടാകെ ചെറുതും വലുതുമായ അനേകം ക്രൈസ്തവാരാധനാലയങ്ങളുണ്ട്. വൻതോതിലുള്ള കുടിയേറ്റത്തിന്റെ പ്രത്യക്ഷ സൂചനകൾ.

കാർഷികമേഖല

പശ്ചിമഘട്ടത്തിലെ അത്യുന്നതങ്ങളായ ഗിരിനിരകളിൽ നിന്നുത്ഭവിച്ച് അറബിക്കടലിന്റെ വിരിമാറിലെത്താൻ പാഞ്ഞോടുന്ന നദികളിൽ പ്രമുഖയാണ് കാസർഗോഡ് താലൂക്കിലെ പയസ്വിനി. കിഴക്കുനിന്നൂറിക്കൂടി വളർന്നുവികസിച്ച് പതഞ്ഞൊഴുകുന്ന പയസ്വിനി ചന്ദ്രഗിരിപ്പുഴയിൽ വന്നുചേരുന്നു. തെങ്ങും കുമുകും കുരുമുളകും നിറഞ്ഞ നാട്ടിടകളും സമ്പൽസമൃദ്ധിയെ വിളംബരം ചെയ്യുന്നു. കാസർഗോഡിന്റെ തീരദേശങ്ങൾ ഫലസമൃദ്ധിയുടെ കാര്യത്തിൽ ഉൾനാടുകളോട് മല്ലിട്ട് മുന്നേറുന്നവയാണ്. തീവണ്ടിയിലൂടെ സഞ്ചരിക്കുമ്പോൾ കാഞ്ഞങ്ങാട്, പള്ളിക്കര എന്നീ സ്ഥലങ്ങളിലെ തീരപ്രദേശങ്ങളിൽ പച്ചക്കമ്പളം വിരിച്ചതു പോലെ പുകയിലപ്പാടങ്ങളാണുള്ളതെങ്കിൽ കാസർഗോഡ് തീരങ്ങളിൽ നിറകുലകളേന്തിനില്ക്കുന്ന കേരവൃക്ഷങ്ങൾ നിരനിരയായി കുളിർകാറ്റിൽ കൈയാട്ടി നില്ക്കുന്നു. കാണാം. അവയ്ക്കൊപ്പം ആർത്തലയ്ക്കുന്ന അറബിക്കടൽ, അനന്തവും വിശാലവുമായ ഒരു ഖനി തന്നെയാണ്.

ഉൾപ്രദേശങ്ങളിൽ കുന്നുകളുടെ താഴ്വരകളിൽ ഏക്കറുകളോളം വ്യാപിച്ചുകിടക്കുന്ന അടയ്ക്കാത്തോട്ടങ്ങൾ കാസർഗോഡിന്റെ സവിശേഷതയാണ് പച്ചച്ച ഓലപ്പീലികൾ വീശി, ഉച്ചക്കാറ്റിൽ ചാഞ്ഞും ചരിഞ്ഞും തൊട്ടുതൊട്ട് ഒട്ടിനിന്ന് സംഘനൃത്തമാടുന്ന അടയ്ക്കാത്തോടങ്ങൾ. പച്ചയും മഞ്ഞയും ഇളംചുവപ്പും കലർന്ന കൂറ്റൻ അടയ്ക്കാക്കുലകളേന്തി നില്ക്കുന്ന ഈ തോട്ടങ്ങളിൽ പലതും വൻകിട ജന്മിമാരുടേതാകാം. ഉൾനാട്ടിൽ മണിമാളികകൾ പണിതുയർത്തി വാസമുറപ്പിച്ചുകൊണ്ട് കുന്നിന്റെ താഴ്വരകളിൽ. ഏക്കറുകളോളം അടയ്ക്കാത്തോട്ടങ്ങൾ ശാസ്ത്രീയമായി വച്ചു പിടിപ്പിച്ച് വൻതോതിൽ ആദായം നേടുന്ന ബ്രാഹ്മണജന്മിമാരുണ്ട്; അടയ്ക്കാപ്പട്ടന്മാർ എന്നും അവർ അറിയപ്പെടുന്നു.

നാളികേര ഗവേഷണകേന്ദ്രം

കാസർഗോഡിന്റെ കേരസമൃദ്ധിക്ക് താങ്ങും തണലും വാഗ്ദാനം ചെയ്തുകൊണ്ട് പതിറ്റാണ്ടുകൾക്കു മുമ്പ് പ്രവർത്തനമാരംഭിച്ച ഒരു പ്രധാന ഗവേഷണ കേന്ദ്രവും കാസർഗോഡിന്റെ പ്രാന്തപ്രദേശങ്ങളിലുണ്ട്. കുഡ്ലു കേന്ദ്ര നാളികേര ഗവേഷണകേന്ദ്രം. ടൗണിൽനിന്ന് കഷ്ടിച്ച് രണ്ടുമൈൽ അകലമേയുള്ളൂ. തെക്കുനിന്നും വടക്കുനിന്നും വരുന്ന പാസഞ്ചർ വണ്ടികൾ കുഡ്ലു എന്ന ആ ഹാൾട്ടിങ് സ്റ്റേഷനിൽ തെല്ലിട നിന്നിട്ട് പോകും. സ്റ്റേഷന്റെ തൊട്ടുമുമ്പിലാണ് നാളികേരഗവേഷണ കേന്ദ്രം. 1916 മുതൽ മദ്രാസ് ഗവൺമെന്റിന്റെ കീഴിൽ പ്രവർത്തിച്ചിരുന്ന ഗവേഷണകേന്ദ്രം കൂടുതൽ കാര്യക്ഷമമായത് 1947 ൽ പ്രവർത്തനച്ചുമതല കേന്ദ്രഗവൺമെന്റ് ഏറ്റെടുത്തതോടെയാണ്. നൂറ്റി

നാല്പതേക്കറോളം സ്ഥലത്ത് ഗവേഷണകേന്ദ്ര ത്തിന്റെ വിശാലമായ തോട്ടവും നഴ്സറിയുമുണ്ട്. പ്രസ്തുത കേന്ദ്രത്തിൽനിന്ന് നല്ലയിനം തെങ്ങിൻ തൈകൾ നാടിന്റെ നാനാഭാഗത്തേക്കും കയറ്റി അയ യ്ക്കുന്നുണ്ട്.

കാസർഗോഡ് മുനിസിപ്പൽ പ്രദേശത്തെ നിവാ സികളിൽ നല്ലൊരു വിഭാഗം വാണിജ്യവ്യവസായങ്ങ ളിലേർപ്പെട്ടിട്ടുള്ളവരാണ്. തീവണ്ടിയിൽ നിന്നിറങ്ങി കാസർഗോഡ് കാണാനെത്തുന്ന ഒരാൾക്ക് പെട്ടെ ന്നൊരു ഗ്രാമത്തിന്റെ മുഖം അവിടെങ്ങും കാണാൻ കഴിഞ്ഞെന്നുവരില്ല. ടാറിട്ട വിശാലമായ നിരത്തുകൾ. അവയ്ക്കിരുവശവും വലിയ കെട്ടിടങ്ങളും കടകമ്പോ ളങ്ങളും. തലങ്ങും വിലങ്ങും ഇടറോഡുകൾ കാണാം. തിരക്കേറിയ ജനബഹുലമായ കമ്പോള ങ്ങളുടെ പിറകിലൂടെ കുറച്ചൊന്ന് ഉള്ളിലേക്ക് കട ന്നാൽ, പ്രകൃതി ഭംഗിയുടെ പച്ചത്തഴപ്പ് നിർദ്ദയം വലി ച്ചെറിഞ്ഞ്, തനി പട്ടണമാകാൻ മടിച്ചുനില്ക്കുന്ന കാസർഗോഡെന്ന ഗ്രാമം കാണാം.

കാസർഗോഡ് ടൗൺ

കാസർഗോഡ് താലൂക്കിന്റെയും ജില്ലയുടെയും ആസ്ഥാനമാണ് കാസർഗോഡ്. ആ നിലയ്ക്ക് മുൻപേ തന്നെ താലൂക്കിന്റെ എല്ലാ പ്രവർത്തനങ്ങ ളുടെയും കേന്ദ്രമായി വർത്തിച്ച കാസർഗോഡിന് ഈ നാഗരികഛായ ലഭിച്ചതിൽ അസാധാരണത്വമൊ ന്നുമില്ല. വൻതോതിൽ വിളയുന്ന നെല്ലും തേങ്ങയും അടയ്ക്കയും കുരുമുളകും വിറ്റഴിക്കുന്ന പ്രധാന വിപ ണനകേന്ദ്രമാണ് കാസർഗോഡ്. അങ്ങനെ വലിയ മന്ദിരശ്രേണികളും കമ്പോളങ്ങളും രൂപംകൊണ്ടു. കോടിക്കണക്കിന് രൂപയുടെ കാർഷികോല്പന്നങ്ങ ളുടെ ക്രയവിക്രയം മുഖേന സുശക്തമായ ഒരു സാമ്പത്തിക മേഖല കൈവരിക്കാൻ കഴിഞ്ഞിട്ടുണ്ട്. കാസർഗോഡ് മുനിസിപ്പൽ പ്രദേശത്ത് കശുമാവും കുരുമുളകും ഏത്തവാഴയും കൃഷി ചെയ്യപ്പെടുന്നു ണ്ട്. എൻമഗജെ തുടങ്ങിയ പഞ്ചായത്തുകളിലെ കശുമാവിൽ തോപ്പുകളിൽ അനിയന്ത്രിതമായി തളി ച്ചുകൊണ്ടിരുന്ന എൻഡോസൾഫാൻ തുടങ്ങിയ മാരക കീടനാശിനികൾ, ഇന്ന് ഒരു തലമുറയെ മുഴു വൻ നശിപ്പിച്ചുകൊണ്ടിരിക്കുകയാണ്. വളരെ വൈകി യാണെങ്കിലും ഇവരെ ആവുന്നത്ര സംരക്ഷിക്കാൻ സമൂഹമനഃസാക്ഷി ഉണർന്നു പ്രവർത്തിച്ചു തുടങ്ങി യിട്ടുണ്ട്. പിന്നാലെ സർക്കാരും. തീരദേശവാസികൾ മുഖ്യമായും കടലിനെ ആശ്രയിച്ചുകഴിയുന്നു. തീര പ്രദേശങ്ങളിൽ തെങ്ങിൽനിന്നും മത്സ്യബന്ധന ത്തിൽനിന്നുമുള്ള വരുമാനം അവരുടെ ജീവിതത്തെ ഏറക്കുറെ ഭദ്രമാക്കുന്നു.

ഇങ്ങനെ, മദ്ധ്യഭാഗത്ത് ഒരു നഗരത്തിന്റെ പരി ഷ്കൃത മുഖവും, ചുറ്റിലും തനികേരളീയ ഗ്രാമ ത്തിന്റെ മായ്ച്ചാലും മായാത്ത സവിശേഷതകളും പേറി നില്ക്കുന്നതാണ് ഈ തുളുനാടൻ ഗ്രാമം. സാമ്പത്തികമായി ഭേദപ്പെട്ട ഒരു ജനസഞ്ചയ ത്തിന്റെ ജീവിത സൗകര്യങ്ങളും ക്ഷേമവും പരിര ക്ഷിക്കുകയും പരിപോഷിപ്പിക്കുകയും ചെയ്യുകയെ ന്നതാണ് കാസർഗോഡുപോലുള്ള ഒരു സ്വയംഭരണ സ്ഥാപനത്തിന് കരണീയമായിട്ടുള്ളത്.

ഗ്രാമീണ പശ്ചാത്തലത്തിൽ വ്യാവസായിക പ്രാധാന്യമുൾക്കൊണ്ടു നില്ക്കുന്ന കാസർഗോഡ് ചെറുകിട വ്യവസായ സ്ഥാപനങ്ങൾ പലതുണ്ട്. കുറെപ്പേർ ലക്ഷ്മിസാമിൽസ്, ഇസ്ലാമിയടൈൽ ഫാക്ടറി, സിറാമിക് ഫാക്ടറി, തടിവ്യവസായ സ്ഥാപനങ്ങൾ എന്നിവയിൽ തൊഴിൽ കണ്ടെത്തു ന്നു. ഇവയ്ക്ക് പുറമേ കുടിൽ വ്യവസായങ്ങളുമുണ്ട്.

വാണിജ്യ-വ്യാപാരബന്ധങ്ങൾ

കാസർഗോഡ് മുനിസിപ്പൽ നഗരത്തെയും നഗരപ്രാന്തങ്ങളെയും സംബന്ധിച്ചിടത്തോളം ഇന്നത്തെ അഭൂതപൂർവ്വമായ വളർച്ചയ്ക്ക് കാരണം പരിമിതമായ കാർഷികോല്പാദനവും ചെറിയതോ തിലുള്ള വ്യാവസായികസംരംഭങ്ങളുമല്ല. തീർച്ച യായും ജനജീവിതം മെച്ചപ്പെടുത്താൻ അവ സഹാ യകം തന്നെ. എന്നാൽ വ്യാപാര വാണിജ്യ ബന്ധ ങ്ങളിലൂടെയാണ് അഭിവൃദ്ധിയുടെ സുവർണ്ണ നീരു റവകൾ നഗരത്തിലെത്തിച്ചേരുന്നത്. ഇവിടെനിന്നും കേരളത്തിലേക്ക് ഇന്ത്യയുടെ ഇതരഭാഗങ്ങളിലേക്കു മുള്ള നിരന്തരമായ വാണിജ്യവ്യാപാര സമ്പർക്ക ങ്ങളും ബന്ധങ്ങളുമാണ് ഈ സമ്പത്തിന്റെ മുഖ്യ പ്രേരകഘടകം.

ഇന്ത്യയിലെ മറ്റു ചില പ്രമുഖ തീരനഗര ങ്ങളെപ്പോലെ തന്നെ, കള്ളക്കടത്തിന്റെയും കള്ള പ്പൊന്നിന്റെയും കൊള്ളക്കൊടുക്കകളും തത്സംബ ന്ധമായ സാഹസിക വൃത്തികളും അത്യുത്തരകേ രളത്തിലെ തീരദേശങ്ങൾക്ക് പൊതുവെ അല്പ സ്വല്പം പേരുദോഷമുണ്ടാക്കുന്നുവെന്നതാണ് വസ്തുത. ആയത് വെറും നുണ പ്രചാരണമാണന്ന് മറ്റുള്ളവരെ ബോദ്ധ്യപ്പെടുത്തും വരെ ആ ദുഷ്പ്പേര് മാഞ്ഞുപോവുക എളുപ്പമല്ല.

പ്രബുദ്ധമായ ഒരു രാഷ്ട്രീയപാരമ്പര്യവും പ്രശ സ്തമായ ഒരു സാംസ്കാരികപശ്ചാത്തലവുമുള്ള പ്രദേശങ്ങളാണ് കാസർഗോഡും സമീപഗ്രമങ്ങളും. ദേശീയസ്വാതന്ത്ര്യ പ്രസ്ഥാനങ്ങളിൽ ആവേശ പൂർവ്വം പങ്കെടുത്ത് അധികാരിവർഗ്ഗത്തിന്റെ മർദ്ദന ങ്ങൾക്കെതിരെ പൊന്തിവന്ന ബഹുജന സമരങ്ങ ളുടെ വേലിയേറ്റങ്ങൾ ഇവിടെയുണ്ടായി. അവയ്ക്ക് നേതൃത്വം നല്കിയ ത്യാഗധനന്മാരായ ജനനേതാ ക്കൾ അസംഖ്യം. സ്ഥലപരിമിതിമൂലം അവ വിവരി ക്കുന്നില്ല.

സംഗീതസാഹിത്യാദികലകളിലും കാസർഗോഡിന്റെ ദൃശ്യകലകളിലും പാരമ്പര്യകലകളിലും മാധ്യമരംഗത്തും വ്യക്തിമുദ്രപതിപ്പിച്ച സാഹിത്യകാരന്മാരും കലാകാരന്മാരും പണ്ടേ കാസർഗോഡിന്റെ പ്രസിദ്ധിക്ക് നിദാനമാണ്. മലയാളത്തിലും കന്നഡയിലും പ്രസിദ്ധി നേടിയിട്ടുള്ള ചില പ്രശസ്ത സാഹിത്യകാരന്മാരുടെയും സാംസ്കാരികനായകന്മാരുടെയും ജന്മനാടാണ് കാസർഗോഡ് ജില്ല. അനേകം കാവ്യങ്ങളും നാടകങ്ങളും രചിച്ച മഹാകവി കുട്ടമത്ത്, മഹാകവി പി കുഞ്ഞിരാമൻ നായർ എന്നിവർ ഇവിടെ ജനിച്ചവരാണ്. മലയാളത്തിലും കന്നഡയിലും അവഗാഹം നേടിയ ടി ഉബൈദ് ധാരാളം കൃതികൾ മലയാളത്തിൽനിന്ന് കന്നഡയിലേക്ക് വിവർത്തനം ചെയ്തിട്ടുണ്ട്. കന്നഡ ഭാഷയ്ക്കും സാഹിത്യത്തിനും ഈടുറ്റ കൃതികൾ സംഭാവനചെയ്ത ഗോവിന്ദപ്പൈയുടെ ജന്മഗൃഹം മഞ്ചേശ്വരത്താണ്. യക്ഷഗാനത്തിന്റെ പ്രണേതാവായ പാർത്ഥി സുബയുടെ ജന്മസ്ഥലം കുമ്പളയിലാണെന്ന് വിശ്വസിക്കപ്പെടുന്നു.

പൂരക്കളി, കോൽക്കളി, തെയ്യം, യക്ഷഗാനം എന്നിവ ഈ തുളുനാടൻ ഗ്രാമങ്ങളുടെ തനതുകലാരൂപങ്ങളാണ്.

കേരളീയർക്കു കഥകളിയെപ്പോലെയാണ് തുളുനാട്ടിൽ യക്ഷഗാനം. ഉത്തരകേരളത്തിൽ പ്രചുരപ്രചാരമുള്ള ഈ ക്ലാസിക് കലാരൂപം കഥകളിയുടെ ഒരു അനുകരണവുമാകാം. കഥകളിയും യക്ഷഗാനവും കേരളത്തിലെ ക്ലാസിക് കലാപാരമ്പര്യത്തിൽ ഒരേ ഞെട്ടിലെ രണ്ടുപൂക്കൾ ആയിക്കൂടെന്നില്ല. കന്നഡക്കാർക്ക് അത്യന്തം പ്രിയങ്കരമായ യക്ഷഗാനം കേരളത്തിലെ കഥകളിയുടെ അനുകരണമാണെന്നും യക്ഷഗാനത്തിലെ വേഷവിധാനങ്ങൾ ഏറിയകൂറും കഥകളി വേഷത്തോട് തുല്യതപുലർത്തുന്നവയാണെന്നും ശ്രീ. ടി ഉബൈദ് സൂചിപ്പിച്ചിട്ടുമുണ്ട്. പണ്ട് ആട്ടപ്പെട്ടികളുമായി ഗ്രാമാന്തരങ്ങൾതോറും അലഞ്ഞു നടന്ന് കളിയരങ്ങുകൾ തേടിപ്പോന്ന കഥകളിയോഗക്കാരെ പോലെ, യക്ഷഗാന കലാസംഘങ്ങൾ ഉത്തരകേരളത്തിൽ നാടുനീളെ സഞ്ചരിച്ച്, യക്ഷഗാനം അവതരിപ്പിക്കുന്നു. കളിക്കാനാവശ്യമായ എല്ലാ സാധനസാമഗ്രികളും അവർ കരുതിയിട്ടുണ്ടാവും. വയലുകളിൽ സ്റ്റേജ് കെട്ടി, ടെന്റടിച്ച്, വേഷമിട്ട്, രാത്രി പത്തുമണിയോടെ ആരംഭിക്കുന്ന യക്ഷഗാനം, കഥകളിയെപ്പോലെ പുലരുവോളം നീണ്ടു നില്ക്കും. യക്ഷഗാനത്തിൽത്തന്നെ താള-മദ്ദള, ബയലാട്ട എന്നീ രണ്ടുരൂപങ്ങളുണ്ട്. താള-മദ്ദളയിൽ വേഷങ്ങളില്ല. ബയലാട്ടയിൽ വേഷങ്ങളാണു പ്രധാനം. രണ്ടിനും കഥ ഒന്നു തന്നെയാവാം. പ്രാവീണ്യം നേടിയ കലാകാരന്മാർ വാദ്യമേളങ്ങളോടെ വട്ടമിട്ടിരുന്ന് നടത്തുന്ന കഥാഖ്യാനമാണ് താള-മദ്ദള; ബയലാട്ടയിലാകട്ടെ, കഥാപാത്രങ്ങൾ വേഷങ്ങളണിഞ്ഞ് അരങ്ങത്ത് വന്ന് സംഭാഷണം നടത്തുന്നു.

പല ശതാബ്ദങ്ങൾക്കു മുമ്പ് കേരളവും തുളുനാടും തമ്മിൽ സാമൂഹിക-സാംസ്കാരിക സമ്പർക്കത്തിലേർപ്പെട്ടിരുന്നുവല്ലോ. അത്തരമൊരു തുളുനാടൻ സംസ്കാരം ഏറ്റക്കുറവുകളോടെ നിലനിർത്തുന്നവയാണ് കാസർഗോഡ് താലൂക്കിലെ മിക്ക പ്രദേശങ്ങളും. വേഷഭൂഷാദികളിലും ഭാഷയിലും ആ സങ്കരസംസ്കാരത്തിന്റെ സവിശേഷതകൾ വച്ചു പുലർത്തുന്ന ചെറിയ ഒരു ന്യൂനപക്ഷവുമുണ്ട്. എങ്കിലും കാലം കഴിയുന്തോറും ആ തുളുനാടൻ സംസ്കാരം ക്രമേണ കേരളീയ സംസ്കാരത്തിന് വഴിമാറിക്കൊടുക്കുന്നുണ്ടെന്ന് തോന്നുന്നു.

89

കുമ്പളരാജ്യം ഇന്ന്

"ങേ. ആലിത്തെയ്യമ്മോ?" ഞാൻ അത്ഭുതത്തിനടിപ്പെട്ട് ചോദിച്ചുപോയി.

"അതെ എന്താ സംശയം! ആലിത്തെയ്യം തന്നെ മാത്രമല്ല; ഉമ്മച്ചിത്തെയ്യവുമുണ്ട്. മടിക്കൈ കണിക്കുലോത്തെ ഉമ്മച്ചിത്തെയ്യം" പത്മനാഭയ്യ വീറോടെ വാദിച്ചു...

ഏകദേശം നാല് പതിറ്റാണ്ടുകൾക്കുമുമ്പ് - കാസർഗോഡ് റെയിൽവേ സ്റ്റേഷനിൽ, കുമ്പളയ്ക്കു പോകാൻവേണ്ടി കാത്തിരിക്കുമ്പോഴാണ്, പത്മനാഭയ്യയെ കണ്ടുമുട്ടിയത്. മദ്ധ്യവയസ്കനായ ഒരദ്ധ്യാപകൻ. കുമ്പളയിലെ ഒരു സ്കൂളിലാണ് ജോലി. ഉത്തരകേരളത്തിലെ തെയ്യങ്ങളുടെ ഒരു വക്താവും പ്രയോക്താവുമാണദ്ദേഹമെന്ന്. അൽപ്പനേരത്തെ സംഭാഷണത്തിൽനിന്ന് എനിക്ക് ബോദ്ധ്യമായി. ഞാൻ വിടാതെ പിടികൂടി.

തീവണ്ടിക്കുള്ളിലിരുന്നും ഞങ്ങൾ ചർച്ച തുടർന്നു. കുമ്പള സ്റ്റേഷനിൽ ഇറങ്ങിയപ്പോൾ, തെയ്യഭ്രാന്തനായ ആ അദ്ധ്യാപകൻ സൗമനസ്യപൂർവ്വം, ഒരു ഓഫർ നല്കി. എനിക്കത്ര കണ്ട് താല്പര്യമെങ്കിൽ, എനിക്കുവേണ്ടി ഒരുദിവസത്തെ അവധി എടുക്കാമെന്ന്. നല്ല കാര്യം! മുൻ നിശ്ചയപ്രകാരം പഞ്ചായത്താഫീസിലെത്തി, തദ്ദേശീയ സുഹൃത്തിനെ കണ്ടുമുട്ടിയ ശേഷം, അയാളുടെ സമ്മതത്തോടെ ഞാൻ പത്മനാഭയ്യയുടെ ശിഷ്യനെന്നോണം പിന്നാലെ നടന്നു. കുമ്പളയിലെ ഗ്രാമവീഥികളിലൂടെ.

തെയ്യങ്ങൾ പലവിധം

ഉത്തരകേരളത്തിലെ സുപ്രധാനമായ ഒരനുഷ്ഠാനകലയാണല്ലോ തെയ്യം. ഒരർത്ഥത്തിൽ വടക്കെ മലബാറിന്റെ മുഖമുദ്ര. ദൈവത്തിന്റെ തദ്ഭവരൂപം തന്നെ തെയ്യം. മേലാളരുടെ ആജ്ഞാനുവർത്തികളായ ദൈവത്തിന്റെ പ്രതിപുരുഷനായി വേഷം കെട്ടി (തെയ്യ-കോലം) നാട്ടിടകളിലെ കാവുകളിലും പള്ളിയറകളിലും കഴകങ്ങളിലും കോട്ടകളിലും മറ്റ് ദേവതാസ്ഥാനങ്ങളിലും മറ്റും ഉറഞ്ഞുതുള്ളുന്ന തെയ്യങ്ങൾ, മൺമറഞ്ഞ ഒരു കാലഘട്ടത്തിന്റെ ഉജ്ജ്വലപ്രതീകമാണ്. വണ്ണാൻ, മലയൻ, തുളുവേലൻ, മാവിലാൻ, കോപ്പാളൻ, പുലയൻ, പരവൻ എന്നീ സമുദായക്കാരാണ്, കാസർകോട് ജില്ലയിൽ മുഖ്യമായും തെയ്യങ്ങൾ കെട്ടിയാടുന്നത്. ഭഗവതിയും ചാമുണ്ഡിയും കാളിയും മറ്റുമാണ് മുഖ്യദേവതാ സങ്കല്പങ്ങൾ. കാലാന്തരത്തിൽ പുരുഷപ്രാതിനിധ്യവും കൂടി. ഹൈന്ദവേതരമായ തെയ്യങ്ങൾക്കും വളരെ അപൂർവ്വമായി തെയ്യക്കോലങ്ങളിൽ സ്ഥാനം ലഭിച്ചിരിക്കണം. അതിനു നിദാനമായ കാരണങ്ങളുമുണ്ടായിരിക്കണം. പാട്ടും സംഗീതവും വാദ്യഘോഷങ്ങളും മെയ്വഴക്കവും വായ്ത്താരികളും കണ്ണഞ്ചിക്കുന്ന ആടയാഭരണങ്ങളുടെ വർണ്ണശബളിമയും ആയോധനമുറകളും രൗദ്രബീഭത്സഭാവങ്ങളും കലർന്ന്, അതി ഗംഭീരവും താളാത്മകവുമായ നൃത്തരൂപത്തിലൂടെ അരങ്ങേറുന്ന ഈ അനുഷ്ഠാനകല, മുൻകാലങ്ങളിൽ നമ്മുടെ സാമൂഹ്യക്രമത്തെ ചിട്ടപ്പെടുത്തിയിരിക്കാം.

"അപ്പോൾ നമ്മുടെ ആലിത്തെയ്യം?" ഞാൻ വീണ്ടും അക്കാര്യം മാഷിനെ ഓർമ്മിപ്പിച്ചു. പറയാം. കാസർഗോഡ് ജില്ലയിൽ ആരിക്കാടി തുടങ്ങിയ ചിലയിടങ്ങളിൽ പുതിയ ഭഗവതി തെയ്യത്തോടൊപ്പം ആലിത്തെയ്യവുമുണ്ടാകാറുണ്ട്. സുന്ദരീരൂപം ധരിച്ച പുതിയ ഭഗവതി കുളിക്കുമ്പോൾ ആലി അവരെ സമീപിക്കുകയും, പുതിയഭഗവതി യഥാർത്ഥ രൂപം ധരിച്ച് ആലിയുടെ കഴുത്തറുക്കുകയും ചെയ്തുവത്രെ. തുളുനാട്ടിൽ ആലിത്തെ

യ്യത്തെ ഒരു ഭൂതമായിട്ടാണ് സങ്കല്പിച്ചിരിക്കുന്നത്..."

ആലിബൂത്തസ്ഥാന

അന്ന്, പതിറ്റാണ്ടുകൾക്കു മുമ്പ് കുമ്പളയിലെ നാട്ടുവീഥികളിലൂടെ നാടിനെപ്പറ്റിയും നാട്ടാചാരങ്ങളെപ്പറ്റിയും സംസാരിച്ചും ചിരിച്ചും രസിച്ചും നടന്ന് തളർന്ന ഞങ്ങൾ മുന്നോട്ടു നീങ്ങി--കമ്പള റെയിൽവേസ്റ്റേഷനിൽനിന്ന് ഏതാണ്ടു രണ്ടു കി മീ അകലെയുള്ള ആരിക്കാടി വില്ലേജിലേക്ക്. വൃക്ഷലതാദികൾ നിറഞ്ഞ ഗ്രാമഭൂവിലൂടെ കുന്നിൻ മുകളിലെത്തി. വിസ്തൃതമായ കുറേ തരിശുഭൂമി. അവിടെ മദ്ധ്യത്തൊരു കുളം. കുളത്തിൽ ഏതുവേനലിലും വർഷത്തിലും ഒരടി വെള്ളമെങ്കിലും കാണും. ആ കുളത്തിൽനിന്നും ഏതാണ്ട് ഒരു കിലോമീറ്റർ അകലെ ഒരു ഭഗവതിക്ഷേത്രമുണ്ട്. അവിടെ ഭഗവതിപ്രതിഷ്ഠയെക്കാൾ പ്രാധാന്യം അതേ ക്ഷേത്രത്തിലെ 'ആലിബൂത്ത' എന്ന മുസ്ലിം മന്ത്രവാദിയുടെ പ്രതിഷ്ഠയ്ക്കാണ്. ഹൈന്ദവ ക്ഷേത്രത്തിൽ മുസ്ലീമിന് പ്രാമാണ്യം! മാത്രമോ? ക്ഷേത്രത്തിൽ, വെളുപ്പിന് അഞ്ചുമണിയാകുമ്പോൾ നിസ്കാരവുമുണ്ട്. വിചിത്രമായ ആരാധനാരീതികൾ. ഇതെങ്ങനെ സംഭവിച്ചു?

നമുക്കു വീണ്ടും മുൻപറഞ്ഞ കുളക്കരയിലേക്ക് കടക്കാം. പണ്ട് കൊടുങ്കാടായിരുന്നു ആ പ്രദേശം. ആ കുളത്തിനു ചുറ്റും പാറക്കെട്ടുകളും കാടും പടർപ്പും. അക്കാലത്താണ് വടക്കുനിന്നുവന്ന മന്ത്രവാദിയായ ഒരു മുസ്ലിം അത്ഭുതസിദ്ധികൾ കാട്ടി നാട്ടുകാരുടെ ആരാധനാപാത്രമായത്. ആലിബൂത്ത എന്നായിരുന്നു മുസ്ലിം മാന്ത്രികന്റെ പേര്. ഹൈന്ദവപ്രാമാണ്യമുള്ള ആരിക്കാടി വില്ലേജിൽ, ആലിബൂത്ത മാന്യമായ സ്ഥാനം നേടി...

ആ കാട്ടിനുള്ളിലെ കുളത്തിൽ അതിസുന്ദരിയായ ഒരു യുവതി കുളിക്കാറുണ്ടുപോലും. അമ്പലത്തിലെ പ്രതിഷ്ഠ ഭഗവതിയാണ്. ഒറ്റയ്ക്ക് ആരുമാരും കാണാതെ ഭഗവതി കുളത്തിൽ നീന്തിത്തുടിക്കും. ആർക്കും അങ്ങോട്ടു പോകാൻ ധൈര്യം പോരാ. ഒരുനാൾ ദേവി കുളക്കരയിലെത്തി. ഉടുവസ്ത്രങ്ങളും ആഭരണങ്ങളുമെല്ലാം ഒന്നൊഴിയാതെ അഴിച്ച് കുളക്കരയിൽ വച്ചു. ആ നഗ്നദേവത മെല്ലെ കുളത്തിലേക്ക് ചാടി. നീന്തിത്തുടിച്ചും ഊളിയിട്ടും കുളിർനീരലകളിൽ നീരാടുകയായിരുന്നു. യാദൃച്ഛികമായിട്ടാണ് ദേവി കുളക്കരയിലേക്കു നോക്കിയത്. ഒരു പുരഷൻ! വട്ടത്തൊപ്പിയും ഏലസുമണിഞ്ഞ മാന്ത്രികൻ. ഈറനാർന്ന ആ നഗ്നദേവതയുടെ അംഗോപാംഗസൗന്ദര്യം നുണഞ്ഞിറക്കിക്കൊണ്ട് അയാൾ ഏറെനേരമായി കുളക്കരയിൽ നില്ക്കുകയായിരുന്നു. കൊതിയോടെ; ആർത്തിയോടെ. ദേവി നാണിച്ചു തലകുനിച്ചുപോയി. കരയ്ക്കുകയറാൻവയ്യ നഗ്നയാണ്. പോരെങ്കിൽ ഉടുവസ്ത്രങ്ങളെല്ലാം ആ അഭിനവ ഗോപാലകൃഷ്ണൻ (മുസ്ലിം മാന്ത്രികൻ) കൈക്കലാക്കികഴിഞ്ഞു. ഇനിയെന്താണ് മാർഗ്ഗം? ആ അപരിചിതൻ പ്രണയാഭ്യർത്ഥന തുടരുകയാണ്. അവസാനം ഗത്യന്തരമില്ലാതെ ആ കാമാസക്തന്റെ ആഗ്രഹത്തിനു വഴങ്ങാമെന്ന് തന്നെ ഭഗവതി സമ്മതിച്ചു, ഒരു വ്യവസ്ഥയിൽ. മന്ത്രവാദി ഉടുവസ്ത്രങ്ങളും മാന്ത്രികശക്തിയുള്ള ഏലസുമെല്ലാം കരയിൽ അഴിച്ചുവച്ചിട്ട് കുളത്തിലിറങ്ങി വരണമെന്നാണത്. കാമവെറി പൂണ്ട മന്ത്രവാദി എന്തിനും തയ്യാർ. വിവസ്ത്രനായി ഏലസും വലിച്ചെറിഞ്ഞ് കുളത്തിൽ ചാടി. ഭഗവതിയെ വാരിപ്പുണർന്നു. ഭഗവതിയും പിന്മാറിയില്ല. ആ കാമാന്ധനെ മുറുകെ മുറുകെ പുണർന്നു. നിമിഷങ്ങൾക്കുള്ളിൽ ആ ഭഗവതീ രൂപം ഭീകരാകാരം പൂണ്ടു. ദംഷ്ട്രകൾ ആഴ്ന്നിറങ്ങി കാമുകിയുടെ ആലിംഗനത്തിലമർന്ന കാമുകൻ സ്വന്തം എല്ലുകൾ കിരുകിരെ ഞെരിഞ്ഞമർന്ന് പ്രാണവേദനയോടെ നിലവിളിച്ചു. ആ കൊടുങ്കാട്ടിലാരു കേൾക്കാൻ. ഞൊടിയിടയിൽ അയാളുടെ ജീവൻ പോയി. തകർന്ന് തരിപ്പണമായ അസ്ഥികളും ചതഞ്ഞരഞ്ഞ മാംസവുമായി ജഡം ബാക്കിയായി. ഉടുവസ്ത്രങ്ങളുമണിഞ്ഞ് ദേവി മടങ്ങി....

ഭഗവതിയെ പ്രേമിക്കാൻ ധൈര്യപ്പെട്ട ആലിബൂത്തനും പില്ക്കാലത്ത് നാട്ടുകാരുടെ ആരാധനാപാത്രമായിരിക്കാം. ഭഗവതി ക്ഷേത്രത്തിൽ തന്നെ വളരെ പ്രാമാണ്യത്തോടെ ആലിബൂത്തനെയും പ്രതിഷ്ഠിച്ചു. പൂജയും നിസ്കാരവും ചടങ്ങുകളുമായി.

പണ്ടിവിടത്തെ ചടങ്ങുകൾ വളരെ വിചിത്രമായിരുന്നത്രെ. കേട്ടറിവുകളും കെട്ടുകഥകളും ധാരാളം. ഏഴുദിവസത്ത ഉത്സവമുണ്ട്. അവസാന ഇനം പൂമുടി എന്ന ചടങ്ങാണ്. പകൽ പന്ത്രണ്ട് മണിക്ക് ക്ഷേത്രത്തിലെ ഉത്സവത്തിന് പങ്കെടുക്കുന്നവർ ഭൂരിപക്ഷവും സ്ത്രീകളാണ്. മാത്രമല്ല മംഗലാപുരത്തും പരിസരങ്ങളിലുമുള്ള എല്ലാ വേശ്യകളും ആരിക്കാടിയിലെ ഭഗവതി ക്ഷേത്രത്തിലെത്തും. വേശ്യമാരുടെ വിശ്വാസ കേന്ദ്രമായിരുന്നുവത്രെ ക്ഷേത്രം. മറ്റൊരു ക്ഷേത്രത്തിനുമില്ലാത്ത ഈ പ്രത്യേകത— വേശ്യകൾ പ്രധാന ആരാധകർ— ഈ ക്ഷേത്രത്തിനെങ്ങനെയുണ്ടായി? ആലിബൂത്തനെ കുളത്തിലറക്കി പുണർന്ന്, ഞെരിച്ചെറിഞ്ഞ ഭഗവതി, ദേവതതന്നെയാണോ എന്ന് സംശയിച്ചുപോകാം. ഏതായാലും ഒരേ ക്ഷേത്രത്തിൽ തന്നെ ഹിന്ദു ദൈവത്തിനും മുസ്ലിം ദൈവത്തിനും സ്ഥാനം നല്കുകയും ആ ദേവതകളെ പൂജിക്കുകയും, വേശ്യകളെ കൂട്ടത്തോടെ ആകർഷിക്കുകയും ചെയ്യുന്ന ഈ ക്ഷേത്രം വളരെ പ്രാചീനമാണ്.

അമ്പലടക്കാ മൈതാനം

കുമ്പളയിലെ മറ്റൊരു ഗ്രാമരംഗത്തേക്ക്

കടക്കാം. ആലിബൂത്തന സ്ഥാനത്തു നിന്നും ഏതാണ്ട് 3 കി മീ വടക്ക് മാറിയുള്ള ഒരു അമ്പലപ്പറമ്പ് അമ്പലടക്കാ ക്ഷേത്രമൈതാനം. ക്ഷേത്രമൈതാനവും പരിസരവും ജനനിബിഡമാണ്. മാത്രമല്ല, അങ്കവാലും തലയും ഉയർത്തിപ്പിടിച്ച് ചോരച്ച കണ്ണുകൾ ചുഴറ്റി രക്ഷാകർത്താക്കളുടെ കൈവലയത്തിൽ ഒതുങ്ങിയിരിക്കുന്നുണ്ട് പൂവൻ കോഴികൾ. അടുത്തും അകലത്തുമുള്ള കോഴിപ്രിയന്മാർ, മാസങ്ങളായി വളർത്തിയെടുത്ത് യുദ്ധമുറകൾ അഭ്യസിപ്പിച്ച പോരുകോഴികളാണവ. 'കോളിക്കെട്ട്' (കോഴിപ്പോര്) കാണാൻ തടിച്ചുകൂടിയ ജനാവലിക്കു കണക്കില്ല. അർദ്ധനഗ്നനായ ഗ്രാമീണർ; ആവേശം അലതല്ലുന്ന മുഖങ്ങൾ!

അമ്പലടക്ക മൈതാനത്തിന്റെ മദ്ധ്യ ഭാഗത്തുള്ള ഗോദയിൽ യുദ്ധവീരന്മാർ ഇറക്കി വിടുന്നു. രണ്ടുകക്ഷികളും ഇരുഭാഗത്തുമായി ഉത്സാഹഭരിതരായി, ആകാംക്ഷയോടെ കോഴികളിൽ ദൃഷ്ടിയുറപ്പിച്ച് നിലകൊള്ളുന്നു. ഗോദയിൽ ഇറക്കിവിടാത്താമസം, യുദ്ധവീരന്മാർ തുളുനാടൻ പയറ്റുകൾ ഒന്നൊന്നായി പയറ്റിത്തുടങ്ങുന്നു. ആഞ്ഞു കൊത്തുന്നു. പറന്നുവീണ് അമർത്തുന്നു. കാൽനഖങ്ങൾകൊണ്ട് പള്ളമാന്തിക്കീറുന്നു. കുറെ അങ്ങ് ചെല്ലുമ്പോഴേയ്ക്കും, പയറ്റി തളർന്ന കോഴികളുടെ നീളൻ കാൽ നഖങ്ങളിൽ തെളുതെളെ തിളങ്ങുന്ന, മൂർച്ചയേറിയ നീളൻ കത്തികൾ വച്ചുകെട്ടുന്നു. വീണ്ടും യുദ്ധരംഗത്തേക്ക് നിമിഷങ്ങൾക്കുള്ളിൽ കോഴികൾ പരസ്പരം കുത്തിക്കീറുന്നു. എതിരാളികളിലൊരാൾ പള്ളകീറി, ചോരചീറ്റി നിലത്തുവീണു പിടയുന്നു. അപരൻ വകവയ്ക്കാതെ വീണ്ടും പ്രതിയോഗിയെ ആഞ്ഞാഞ്ഞു കൊത്തുന്നു. കരഘോഷങ്ങൾ ആർപ്പുവിളികൾ, അട്ടഹാസങ്ങൾ, പോർവിളികൾ! പിടഞ്ഞുമരിച്ചവനെ പിന്നിലേക്കെടുത്തെറിയുന്നു. വിജയിച്ച വീരനും പലപ്പോഴും അല്പായുസ്സായിരിക്കും. വീണ്ടും പുതുമുഖങ്ങൾ ഗോദയിലിറങ്ങുന്നു.

മണിക്കൂറുകളോളം 'കോളിക്കെട്ട്' തുടരുന്നു. ശബ്ദമുഖരിതമായിരിക്കും അന്തരീക്ഷം. ഇരുഭാഗത്തും കക്ഷിചേർന്ന് പന്തയമായി പണം കെട്ടിവയ്ക്കും. തോല്ക്കുന്നവന്റെ പക്ഷം ചേർന്ന് പണം നഷ്ടമായവന് കലി. ജയിച്ചവന്റെ പക്ഷം ചേർന്നവന് ഉത്സാഹം. സമാധാനലംഘന പ്രവണത മുറ്റിനില്ക്കുന്ന അന്തരീക്ഷത്തിൽ, എണ്ണമറ്റ കോഴികൾ പ്രാണവേദനയോടെ പിടയുകയാവും.

കോളിക്കെട്ട്

രണ്ടുപ്രമാണിമാരുടെ കുടുംബങ്ങളായിരുന്നു കോഴിപ്പോരിന് നേതൃത്വം നല്കിയിരുന്നത്. ആഢ്യത്വവും പ്രതാപവുമുള്ള രണ്ട് ജന്മികുടുംബങ്ങൾ - ബംബ്രാണാ തറവാടും ഇസ്ലാംപാടി തറവാടും. ഓരോ കക്ഷിയുടെയും അധീനതയിലുള്ള നൂറ്റുകണക്കിന് പോരുകോഴികൾ അവസാനം ചത്തുവീണിട്ടുണ്ടാകും. പുലരിപ്രഭയും ഉച്ചവെയിലും സായാഹ്നവും മറയുന്നു. അമ്പലടക്ക ക്ഷേത്രമൈതാനത്ത് ഇരുൾ വീണ് തുടങ്ങുമ്പോഴേയ്ക്കും ഇരുകക്ഷികളിലും പെട്ട ജനസഞ്ചയം ചത്തുവീണ കോഴികളെയും തൂക്കിപ്പിടിച്ച് വീടുകളിലേക്ക് നടക്കുന്നു. ആവേശം തിളച്ചുപൊങ്ങിയ ഒരുദിവസം അവസാനിക്കുന്നു. അസംഖ്യം മിണ്ടാപ്രാണികളുടെ കുരുതിച്ചോര കണ്ടുമടുത്ത് ആ ഗ്രാമത്തിൽനിന്ന് പകൽ വിടവാങ്ങുന്നു.

വൻകിട ജന്മിമാരാണ് കോഴിപ്പോരിന് നേതൃത്വം വഹിക്കുന്നതെന്ന് സൂചിപ്പിച്ചല്ലോ. അവരുടെ മേൽനോട്ടത്തിൽ അടിയാന്മാരായ കൃഷിക്കാരാണ് പോരുകോഴികളെ വളർത്തി പരിശീലിപ്പിക്കുന്നത്. പന്തയത്തിനു ശേഷം ചത്തു വീണ കോഴികളെ അതതു പ്രഭു ഗൃഹങ്ങളിലെത്തിക്കുന്നു. നൂറുകണക്കിനു കോഴികളെ കറിവച്ച് അന്നുരാത്രി അടിയാന്മാർക്ക് വിഭവസമൃദ്ധമായ സദ്യ നല്കപ്പെടുന്നു.

റോമിൽ കാളപ്പോര്, പരിഷ്കൃത പ്രദേശങ്ങളിൽ കുതിരപ്പന്തയം പക്ഷേ, മഞ്ചേശ്വരത്തും കാസർഗോഡും ഉൾപ്രദേശങ്ങളിൽ കഴിയുന്നവരുടെ ഏക വിനോദമാർഗ്ഗം കോഴിപ്പോരായിരുന്നു (ഇന്ന് ഇത് നിരോധിക്കപ്പെട്ടിരിക്കുന്നു). ബംബ്രാണ കുടുംബം വകയാണ് ആലിബൂത്താ സ്ഥാനവും അമ്പലടക്ക ക്ഷേത്രവും.

അനന്തപത്മനാഭ ക്ഷേത്രം

കുമ്പളയ്ക്കടുത്ത് പാറപ്പരപ്പിലെ അനന്തപുരം പത്മനാഭക്ഷേത്രം വിസ്മയകരമായിത്തോന്നി. വിസ്താരമേറിയ പാറപ്രദേശം വെട്ടിക്കുഴിച്ചുണ്ടാക്കിയ സ്ഥലത്തിന്റെ മദ്ധ്യത്തിൽ 800 അടി സമചതുരത്തിൽ ഒരു തടാകം. തടാകമദ്ധ്യത്തിലാണ് ക്ഷേത്രം. കല്പടവുകളിലൂടെ ഇറങ്ങി ഗോപുരവാതിൽ കടന്നുചെല്ലുമ്പോൾ തടാകത്തിന്റെ അരികിലെത്തും. തൊട്ടുമുന്നിലെ നമസ്കാരമണ്ഡപം കടന്നാൽ ശ്രീകോവിലായി. ഈ ശ്രീകോവിലിന്റെ ചുവരുകളിൽ ആലേഖനം ചെയ്യപ്പെട്ടിട്ടുള്ള ചിത്രങ്ങൾ. ചുമർ ചിത്രകലയുടെ മഹോന്നത മാതൃകകളായി പരിഗണിക്കപ്പെടുന്നു. ഇവയ്ക്ക് 300 വർഷത്തിലേറെ പഴക്കമുണ്ടത്രെ.

ഇവിടത്തെ അനന്തശായിയായ വിഷ്ണുവിഗ്രഹം തിരുവനന്തപുരപത്മനാമസ്വാമി ക്ഷേത്രത്തിലെ പ്രതിഷ്ഠയുടെ മൂലവിഗ്രഹമാണെന്ന് തദ്ദേശീയർ വിശ്വസിക്കുന്നു. വെട്ടുകല്ലിൽ അനേകം കമാനങ്ങളോടുകൂടി നിർമ്മിച്ച പാർശ്വമന്ദിരവും തടാകമദ്ധ്യത്തിലെ കൊച്ചുശ്രീകോവിലും ദക്ഷിണേ

ന്ത്യൻ വാസ്തുവിദ്യയുടെ മനോഹര നിദർശനങ്ങ ളാണ്. ക്ഷേത്ര സിൽബന്തികളുടെതായി സമീപ ത്തുള്ള ഏതാനും ചെറുഭവനങ്ങളും അവയ്ക്ക് ചുറ്റു മുള്ള ഇത്തിരി പച്ചപ്പുമൊഴിച്ചാൽ ശുദ്ധശൂന്യമാണ് ക്ഷേത്രപരിസരങ്ങൾ.

പ്രാചീനകേരളത്തിലെ ഏറ്റവും വടക്കെ അറ്റത്തെ രാജവംശമാണ് കുമ്പളരാജവംശം. തുളു ഭാഷ സംസാരിക്കുന്ന ഏക രാജകുടുംബം. അവർക്കി വിടെ പ്രബലമായ ഒരു കോട്ടയുമുണ്ടായിരുന്നു.

നൂറ്റാണ്ടുകളെത്രയോ കഴിഞ്ഞു. ഇന്ന് കാസർഗോഡിനപ്പുറത്തുള്ള കുമ്പള റെയിൽവേ സ്റ്റേഷനിലിറങ്ങി വലത്തോട്ട് നടക്കുക. വെളിമ്പ്രദേ ശങ്ങൾ പീഠപ്രദേശങ്ങൾ, അങ്ങുമിങ്ങും ചില വീടു കൾ, ഉറക്കം തൂങ്ങിനില്ക്കുന്ന ഏതാനും പീടികക കൾ അലസരായി നടന്നുനീങ്ങുന്ന ഗ്രാമീണർ. തീരെ ശ്രദ്ധേയമല്ലാത്ത ഒരു നാട്ടിൻപുറം. എന്നാൽ ഏഴെ ട്ടുനൂറ്റാണ്ടുകൾക്കുമുമ്പ്, ഇവിടെ സ്ഥാപിതമായ കുമ്പള രാജവംശത്തിന്റെ ഭരണസിരാകേന്ദ്രം - ആസ്ഥാനം - ആയിരുന്നു. ആ കുഗ്രാമമാണ് വിശ്വ സിക്കാൻ ഏറെ പ്രയാസമാകും.

കുമ്പളറെയിൽവേ സ്റ്റേഷനല്പം വടക്കായി സ്ഥിതിചെയ്തിരുന്ന കോട്ടയെ കീറിമുറിച്ചുകൊ ണ്ടാണ് ഇപ്പോൾ ദേശീയപാത കടന്നുപോകുന്നത്. ഈ കോട്ടയുടെ ഒരു കൊത്തളം ഇപ്പോൾ, കാടും പടലും മൂടി കിടപ്പുണ്ട്. വിസ്താരമേറിയ ഒരു കിണ റുമുണ്ട്. അഗാധമായ കിണറ്റിനുള്ളിൽനിന്നും അനേകം ഗുഹാമാർഗ്ഗങ്ങളുണ്ടായിരുന്നുവത്രെ. ഇരു പതേക്കർ വിസ്തീർണ്ണമുണ്ടായിരുന്ന കുമ്പളക്കോട്ട ഇപ്പോൾ സ്വകാര്യവ്യക്തികളുടെ കൈവശമാണെ ന്നറിയുന്നു.

ടിപ്പുസുൽത്താന്റെ ആക്രമണത്തെ തുടർന്ന് കുമ്പളരാജ്യത്തിന്റെ ആസ്ഥാനം അഞ്ചു കി മീ തെക്ക് മാറിയുള്ള മായ്പ്പാടിയിലേക്ക് മാറ്റപ്പെട്ടു. ഈ തലസ്ഥാന മാറ്റത്തിനുശേഷം കുമ്പളരാജാവ്, മായ്പ്പാടി രാജാവ് എന്ന പേരിൽ അറിയപ്പെട്ടു. കുമ്പള മായ്പ്പാടി രാജാവ്.

കുമ്പള രാജവംശം

ദക്ഷിണേന്ത്യയിലെ 'അലുപ രാജവംശ'ത്തിന്റെ അധഃപതനത്തെ തുടർന്ന് പഴയ തുളുനാട്ടിൽ പുതു തായി പല രാജസ്വരൂപങ്ങൾ മുളച്ചു പൊന്തുകയാ യി. അക്കൂട്ടത്തിൽ ഏറ്റവും പ്രമുഖമാണ് എ ഡി 12 -ാം നൂറ്റാണ്ടിൽ ഉദയംകൊണ്ട കുമ്പളരാജവംശം. തുളുനാട്ടിലെയും കേരളത്തിലെയും അറുപത്തിനാല് ഗ്രാമങ്ങളുടെ ആധിപത്യം അന്ന് കുമ്പളരാജാവിന് ഉണ്ടായിരുന്നുവത്രെ. 17-ാം നൂറ്റാണ്ടോടെ സുശക്ത മായ കുമ്പളരാജവംശം, മഞ്ചേശ്വരം പെർഡാല, അംഗഡി, മുഗറു, കാസർഗോഡ്, മൊഗ്രാൽ, മംഗ ലാപുരത്തെ വാവഞ്ചൂർ തുടങ്ങിയ പ്രദേശങ്ങളുടെ നിയന്ത്രണം കൈവശപ്പെടുത്തി. അന്നത്തെ കുമ്പള രാജ്യത്തിലെ രണ്ടുപ്രധാന തുറമുഖങ്ങളായിരുന്നു വത്രെ കുമ്പളയും മഞ്ചേശ്വരവും.

ദക്ഷിണകർണ്ണാടകം, മലബാർ എന്നീ പ്രദേ ശങ്ങളിലൂടെ സഞ്ചരിച്ച് ആ പ്രദേശത്തെ പറ്റി പഠിച്ച ഡോ. ഫ്രാൻസിസ് ബുക്കാനൻ തന്റെ ഡയറിക്കു റിപ്പുകളിൽ (എ ഡി 1801) ഇപ്രകാരം രേഖപ്പെടുത്തി:

> മറ്റു മലയാള രാജാക്കന്മാരുടേതുപോലെ യാണ് അദ്ദേഹത്തിന്റെ (കുമ്പളരാജാവിന്റെ) കുടുംബത്തിന്റെയും ആചാരങ്ങൾ. പുരുഷ ന്മാരെല്ലാം നായർ സ്ത്രീകളെ വിവാഹം ചെയ്യുന്നു. പക്ഷേ, അവരുടെ തമ്പാന്മാർ എന്നു വിളിക്കപ്പെടുന്ന മക്കൾക്ക് പിന്തു ടർച്ചാവകാശമില്ല. കുടുംബത്തിലെ മൂത്ത സ്ത്രീ തുളുബ്രാഹ്മണനെയാണ് ഭർത്താവാ ക്കുന്നത്. അവരുടെ ആദ്യത്തെ മകൾ കുടും ബപരമ്പര നിലനിർത്തുന്നു.

പണ്ട്, കുമ്പള രാജ്യം തെക്ക് ചന്ദ്രഗിരിപ്പുഴ മുതൽ വടക്ക് കുമ്പള വരെ വ്യാപിച്ചുകിടന്നു. ഇന്നത്തെ കാസർഗോഡ് താലൂക്കിന്റെ ഏറിയകൂറും അതിൽ ഉൾപ്പെട്ടിരുന്നു. ദക്ഷിണേന്ത്യയിൽ വിജയ നഗരാധിപത്യം നിലനിന്നകാലത്ത്, കുമ്പളയും വിജ യനഗരത്തിന്റെ കൊടിക്കീഴിലായി. കാസർഗോഡ് പ്രദേശങ്ങളിലൂടെ പടയോട്ടം നടത്തിയ ബദനൂർ നായ്ക്കന്മാർ കുമ്പളയിലും ആധിപത്യം സ്ഥാപി ച്ചു. തുടർന്ന് ദക്ഷിണകാനറ ബ്രിട്ടീഷുകാരുടെ ഭര ണത്തിലായപ്പോൾ, അവർ കുമ്പള രാജാവിന് അടു ത്തൂൺ നല്കി. രാജ്യഭരണത്തിൽനിന്ന് മാറ്റിനിർത്തി.

കുമ്പള-മായ്പ്പാടി രാജവംശത്തിന്റെ കൊട്ടാ രവും കുടുംബാംഗങ്ങളും ഇപ്പോഴുമുണ്ട്. മൂന്നു നൂറ്റാണ്ടുകളുടെ പഴക്കമുള്ള ഒരു കൊട്ടാരം ജരാന രകൾ ബാധിച്ച മട്ടിൽ കാസർഗോഡിന് കുറച്ച് വട ക്കായി നിലനില്ക്കുന്നു. ഈ പഴയ കൊട്ടാരത്തിലും ഒന്നു രണ്ടു കുടുംബങ്ങൾ ഒറ്റപ്പെട്ട മട്ടിൽ കഴിയു ന്നു. അതിന് സമീപം പുതുതായി പണിതീർത്തതും തൊട്ടുതൊട്ട് നില്ക്കുന്നതുമായ രണ്ട് കൊട്ടാരങ്ങ ളിലൊന്നിലാണ് ഇപ്പോഴത്തെ മൂപ്പിലിരിപ്പുള്ള രാമൻ അരശ്ശുകൾ താമസിക്കുന്നത്. അധികാരങ്ങളെല്ലാം നഷ്ടപ്പെട്ട്, പഴയപ്രതാപം അയവിറക്കിക്കഴിയുന്ന, ഈ കുമ്പളരാജാവിന് ആയിരം രൂപ മാലിഖാൻ ലഭി ക്കുന്നുണ്ടത്രെ.

മഞ്ചേശ്വരത്തിനു തെക്കുള്ള കുമ്പള - പഴയ കുമ്പള രാജസ്ഥാനം - ഇന്ന് കുമ്പള പഞ്ചായത്ത് പ്രദേശമാണ്. പഞ്ചായത്തിന്റെ വിസ്തീർണ്ണം 40.18 ച കി മീ—ജനസംഖ്യ 35735 (1991). മായ്പ്പാടി, മൊഗ്രാൽ, ആരിക്കാടി, ബംബ്രാണ, പാടി എന്നീ

റവന്യൂ വില്ലേജുകൾ ഉൾപ്പെട്ട പഞ്ചായത്ത് സാമ്പത്തിക ശേഷിയില്ലാത്ത വെറും ഒരു കാർഷിക മേഖലയാണിന്ന്. പീഠഭൂമികളും കുന്നുകളും താഴ്‌വരകളും നിറഞ്ഞ, അത്ര ഫലഭൂയിഷ്ഠമല്ലാത്ത ഭൂമി. മഞ്ചേശ്വരം ബ്ലോക്കിൽപ്പെട്ട മറ്റുഗ്രാമങ്ങളുടെ പ്രത്യേകതകളിലൂടെ കണ്ണോടിക്കാം. മാഥൂർ പഞ്ചായത്ത് ഏറക്കുറെ കുന്നിൻ പ്രദേശങ്ങളാണ്. മായ്പ്പാടി രാജാവിന്റെ വാസസ്ഥലം. കൃഷിക്കാരുടേതായ ജീവിതരീതികളും സമ്പദ്സ്ഥിതികളും പ്രശ്നങ്ങളുമാണ് ഇവിടെയുള്ളത്. മായ്പ്പാടി ബേസിക് ട്രെയിനിങ് സ്കൂൾ സമീപഗ്രാമങ്ങളിലും പ്രസിദ്ധമാണ്.

മഞ്ചേശ്വരം ബ്ലോക്കിലെ ഏറ്റവും അവികസിത പ്രദേശങ്ങളിലൊന്നാണ് വോർക്കാടി. മഞ്ചേശ്വരം പഞ്ചായത്തിന്റെ കിഴക്ക് ഭാഗത്തായി സ്ഥിതിചെയ്യുന്നു. പൊതുവെ അവികസിതമെങ്കിലും വൻകിട ജന്മിമാർ ചിലരുണ്ട്. 'വാണീവിജയ' ഹൈസ്കൂൾ ആ പരിസരങ്ങളിലെ ഉന്നത നിലവാരം പുലർത്തുന്ന വിദ്യാലയമാണ്. മഞ്ചേശ്വരം ബ്ലോക്കിന്റെ ആഭിമുഖ്യത്തിലുള്ള ധർമ്മനഗർ ഹരിജൻ കോളനിയും ഇവിടെയാണ്. ഒരുകത്തോലിക്കാപള്ളിയുമുണ്ട്. വോർക്കാടി പഞ്ചായത്തിന് കിഴക്കായി കർണ്ണാടക സ്റ്റേറ്റിനോടുരുമ്മി കിടക്കുന്ന അതിർത്തി പഞ്ചായത്താണ് മീഞ്ച. അപ്പുറം, കൂർഗ്, തീരദേശ ഗ്രാമമായ മംഗൾപ്പാടി ഒരു ബിസിനസ് കേന്ദ്രമാണ്. മത്സ്യവ്യവസായം, മുസ്ലിം സമുദായത്തിന് പ്രാമാണ്യമുള്ള പ്രദേശങ്ങൾ. കുമ്പളയ്ക്കടുത്തുള്ള പെർഡാല, ബേലാ എന്നീ രണ്ടു റവന്യൂ വില്ലേജുകളുൾപ്പെട്ടതാണ് ബദിയടുക്ക. അടയ്ക്കാത്തോട്ടങ്ങളുടെ നാടാണ് ബദിയടുക്കാ. നീർച്ചാൽ സംസ്കൃത കോളേജ് ശ്രദ്ധേയം.

90

നേത്രാവതിയുടെ തീരങ്ങളിൽ

കാസർഗോഡ് കഴിഞ്ഞപ്പോൾ, കമ്പാർട്ടുമെന്റിൽ നേരെ ചൊവ്വെ ശ്വാസം വിടാമെന്നായി. രാത്രി മുഴുവൻ ഞെരുങ്ങി നിന്ന യാത്രികർ ഒട്ടുമുക്കാലും കോഴിക്കോടും തലശ്ശേരിയിലും കണ്ണൂരുമായിട്ടിറങ്ങി. എറണാകുളത്തുനിന്ന് രാത്രി തിരിക്കുന്ന മാംഗളൂർ എക്സ്പ്രസ്സിലെ യാത്രയിൽ അല്പമൊരാശ്വാസം അനുഭവപ്പെട്ടത് പുലർച്ചയായപ്പോൾ മാത്രമാണ്. അപ്പോഴാണ് പുതിയ യാത്രക്കാരുടെ ഒച്ച വച്ചുള്ള സംഭാഷണം ശ്രദ്ധിച്ചത്. മലയാളമല്ല, തുളുവോ കർണ്ണാടകമോ ആണ്. വേഷത്തിലും മാറ്റം ദൃശ്യമായി. മനസ്സിന്റെ മടുപ്പുമാറ്റാൻ വേണ്ടി പുറത്തേക്കു നോക്കി. ഭൂപ്രകൃതിക്ക് മാറ്റമുണ്ടോ? ഉണ്ട്. കുറച്ചൊക്കെ. പക്ഷേ, മാംഗളൂർ എക്സ്പ്രസിനെ ഭയന്ന് അതിവേഗം ഓടി മറയുന്ന തെങ്ങുകളുടെ നിര മനസ്സിനാഹ്ലാദം നല്കി. കേരളം തന്നെ!

വീതിയേറിയ ഒന്നിലധികം നദികളുടെ മുകളിലൂടെ (റെയിൽപ്പാലം) തീവണ്ടി കുതിച്ചുപാഞ്ഞു. ചെമ്മണ്ണു കലർന്ന മണ്ണ്, ഇടയ്ക്കിടയ്ക്ക് മിന്നിമറയുന്ന തെങ്ങിൻ തോപ്പുകൾ. ഇരുവശത്തെയും പുരയിടങ്ങളിൽ കൂട്ടംകൂട്ടമായി നില്ക്കുന്ന കാറ്റാടിമരങ്ങൾ സാർവ്വത്രികമാണെന്നു തോന്നി. ഫലവൃക്ഷങ്ങൾ തിങ്ങിനില്ക്കേണ്ട പുരയിടങ്ങളിൽ വിസ്തൃതമായ കാറ്റാടി മരത്തോട്ടങ്ങൾ!

മഞ്ചേശ്വരം സ്റ്റേഷൻ. ഞാൻ ഉൽക്കണ്ഠയോടെ പുറത്തേക്കു തലനീട്ടി. മഞ്ചേശ്വരമാണെന്റെ ലക്ഷ്യമെങ്കിലും, മംഗലാപുരത്തേക്കാണ് ഞാൻ ടിക്കറ്റെടുത്തിട്ടുള്ളത്. മംഗലാപുരം കാണാതെ, മഞ്ചേശ്വരത്തെപ്പറ്റിയുള്ള അറിവ് അപൂർണ്ണമായേക്കാം എന്ന ഭയം. എന്റെ തദ്ദേശീയ സുഹൃത്ത് നരസിംഹയ്യയുടെ അതിഥിയായി ഒരുദിവസം മംഗലാപുരത്തു തങ്ങുക. എന്നിട്ട് മഞ്ചേശ്വരത്തേക്ക് മടങ്ങുക അതാണ് പരിപാടി.

കർണ്ണാടകക്കാരനെങ്കിലും കഷ്ടിച്ച് മലയാളവും നല്ലവണ്ണം ഇംഗ്ലീഷും സംസാരിക്കുന്ന നരസിംഹയ്യയുടെ സംഭാഷണവും രസകരമാണ്. കടന്നുപോകുന്ന പ്രദേശങ്ങളുടെ ഒരു റണ്ണിങ് കമന്ററി അയാൾ നല്കിക്കൊണ്ടിരുന്നു.

"പ്ലീസ് നോട്ട്, വി ആർ എന്ററിങ് ടു കർണ്ണാടക സ്റ്റേറ്റ്. തലപ്പാടി നദി" നരസിംഹയ്യ പറഞ്ഞു. പുഴയോരങ്ങൾ സസ്യ - വൃക്ഷ സമൃദ്ധങ്ങളാണ്. അധികദൂരം പിന്നിടും മുമ്പുതന്നെ മാറ്റങ്ങൾ ദൃശ്യമായി. വെറും കാറ്റാടി മരങ്ങളും ഇടയ്ക്കിടയ്ക്ക്, അങ്ങുമിങ്ങും ചില കൊച്ചുവീടുകളും മാത്രമായിരുന്നു കഴിഞ്ഞ കുറേ മൈലുകൾക്കുള്ളിൽ കാണാൻ കഴിഞ്ഞത്. ക്രമേണ ആൾപ്പാർപ്പ് കൂടിയതുപോലെ തോന്നി. ഭേദപ്പെട്ട വീടുകളും കാണാൻ കഴിഞ്ഞു. അപ്പോഴേക്കും അതാ കടൽ! കടലല്ല നദി തന്നെ. എങ്കിലും ഇത്രയും വീതിയോ? കാവി കലക്കിയ വെള്ളം നിറഞ്ഞൊഴുകുന്ന ആ അസാമാന്യ വീതിയുള്ള നദിക്കു മുകളിലൂടെ തീവണ്ടി പഞ്ഞുപോയപ്പോൾ ഉള്ളിലൊരങ്കലാപ്പ്!

ഇവളാണ് സാക്ഷാൽ നേത്രാവതി- നേത്രാവതിപ്പുഴ തുളുനാടിന്റെ ജീവൻ. ആ പുഴക്കരയിൽ നൂറ്റാണ്ടുകൾക്കുമുമ്പ് വളർന്നുവന്ന ഒരു നഗരത്തിലേക്കാണ് എന്റെ യാത്ര. മിനിട്ടുകൾക്കുള്ളിൽ വണ്ടി മംഗലാപുരം സ്റ്റേഷനിലേക്കു കുതിച്ചുനിന്നു. ആ തീവണ്ടിപ്പാത അവിടെ അവസാനിക്കുന്നു. സൗത്ത് ഇന്ത്യൻ റെയിൽവേയുടെ ഒരു പ്രധാന ശാഖയുടെ അഗ്രം.

മംഗലാപുരം

ഗംഭീരാകാരനായ ആ റെയിൽവേ സ്റ്റേഷന് വെളിയിലിറങ്ങി നിന്നപ്പോൾ, മംഗലാപുരം നഗരത്തിന്റെ ഔന്നത്യവും ഗാംഭീര്യവും കാണാൻ കഴിഞ്ഞു. സ്റ്റേഷനിൽ നിന്നു ചെറിയൊരു കയറ്റം കടന്നാൽ നഗരമദ്ധ്യത്തിലെത്തി കഴിഞ്ഞു. ഇനിയുമിനിയും ഉയരുമെന്ന വാശിയോടെ നില്ക്കുന്ന അംബരചുംബികളായ രമ്യഹർമ്മ്യങ്ങൾ. തിരക്കേറിയ വില്പനശാലകൾ ചിട്ടയായി സംവിധാനം ചെയ്യപ്പെട്ട വീഥികൾ, ചുമ്മാതവിടൊരു നഗരം ഉയർന്നുവന്നതല്ല മംഗലാപുരമെന്ന്, ഒറ്റനോട്ടത്തിൽ ബോദ്ധ്യമായി. അടുക്കുംചിട്ടയുമുള്ള സംവിധാനം. പണ്ട് ആരോ വിദഗ്ദ്ധമായി ആസൂത്രണം ചെയ്ത് പടുത്തുയർത്തിയതാണത്; തീർച്ച.

മംഗലാദേവി എന്ന രാജകുമാരിയുടെ സ്മരണയ്ക്കായുള്ള മംഗലാദേവി ക്ഷേത്രത്തിൽനിന്നാണ് ഈ നഗരത്തിന് മംഗലാപുരം എന്ന പേര് കിട്ടിയത്. എങ്കിലും തുളുവിലെ കുഡ്ല എന്ന പേരിനാണ് കൂടുതൽ പുരാതനത്വമുള്ളത്. (കുഡ്ല ജങ്ഷൻ സന്ധി) നേത്രാവതി പുഴയുടെയും ഗുരുപുര (ഫാൽഗുനി) യുടെയും സംഗമസ്ഥാനത്ത് ഉയർന്നുവന്ന നഗരമായതാവാം കാരണം. മംഗലാപുരത്തിനും മഞ്ചേശ്വരത്തിനും തമ്മിലുള്ള ബന്ധമെന്താണ്? രണ്ടും പഴയ തുളുനാട്ടിൽപ്പെട്ട സ്ഥലങ്ങൾ തന്നെ—ഇന്ന്. രണ്ട് സംസ്ഥാനങ്ങളിൽപ്പെട്ടവയാണെങ്കിലും.

കന്യാകുമാരി മുതൽ ഗോകർണ്ണം വരെയാണല്ലോ കേരളത്തിന്റെ വ്യാപ്തി. പഴയ ചരിത്രത്തിൽ, അപ്പോൾ ഗോകർണ്ണം എവിടെയാണ്?

മംഗലാപുരത്തുനിന്നും ഏതാണ്ട് എഴുപത് കിമീ വടക്കാണ് ഗോകർണ്ണം. അവിടെ ഒരു ശിവക്ഷേത്രമുണ്ട്. ഗോകർണ്ണനാഥനാണ് അവിടത്തെ പ്രതിഷ്ഠ. ഗോകർണ്ണൻ എന്ന മുനി തപസ്സു ചെയ്തിരുന്ന സ്ഥലമായതുകൊണ്ടാണ് ആ പേര് സിദ്ധിച്ചത്.

ചന്ദ്രഗിരിപ്പുഴയ്ക്കു വടക്ക് ഗോകർണ്ണം വരെയുള്ള പ്രദേശങ്ങളാണ് തുളുനാട് എന്ന് കേരളത്തിൽ പറയാറുള്ളത്. അതായത് കാസർഗോഡു മുതൽ തുളുനാടു തുടങ്ങുന്നു. ഗോകർണ്ണത്തിന് 75 മൈൽ വടക്കാണ് ഗോവ. 16-ാം ശതകത്തിൽ അവിടം പോർച്ചുഗീസുകാർക്ക് അധീനമായതിനെത്തുടർന്ന് ജനങ്ങളെ മുഴുവൻ ക്രിസ്തുമതത്തിൽ ചേർക്കാൻ പോർച്ചുഗൽ രാജാവ് ആജ്ഞ നല്കി. ഗവർണ്ണർക്ക് ദയ തോന്നി, പതിനഞ്ചു ദിവസത്തിനകം സ്ഥലം വിടുന്നവരെ ക്രിസ്തുമതത്തിൽ ചേർക്കുകയില്ലെന്ന് മുൻകൂട്ടി അറിയിച്ചു. ബ്രാഹ്മണരും ശൂദ്രരും ഉൾപ്പെടെ ഒരു വലിയ സംഘം തെക്കൻ പ്രദേശങ്ങളിലേക്ക് പലായനം ചെയ്തു. കൊങ്കണദേശത്തുനിന്നുള്ള ഈ ജനപ്രവാഹത്തിനു മുമ്പുതന്നെ, തുളുനാട് കർണ്ണാടകത്തിന് അധീനമായിരുന്നതുകൊണ്ട് കന്നടദേശത്തുനിന്നും ഒട്ടധികം ആളുകൾ അവിടെ കുടിയേറിപ്പാർക്കുകയും ചെയ്തിരുന്നു. ദേശനാമം പോലും കന്നട (കാനറ) എന്ന് വിദേശികൾ ധരിക്കുന്നതിനും ഇത് കാരണമായി. ഈ തുളുനാടൻ പ്രദേശങ്ങൾക്ക് കർണ്ണാടകമെന്ന പേർ നല്കിയത് പോർച്ചുഗീസുകാരാണ്. അന്ന് കാനറയിൽ സൗത്തും നോർത്തും ഉൾപ്പെട്ടിരുന്നു. 1799 ൽ ടിപ്പു സുൽത്താന്റെ മരണശേഷം ആ പ്രദേശം കൈയടക്കിയ ബ്രിട്ടീഷുകാരും മുൻ പേരുതന്നെ സ്വീകരിച്ചു.

1860 വരെ കാനറ ഒരൊറ്റ പ്രദേശമായിരുന്നു. 1860 ന് ശേഷം ഭരണപരമായ സൗകര്യത്തെ മുൻനിർത്തി രണ്ടാക്കി നോർത്ത് കാനറായും സൗത്ത് കാനറായും. നോർത്ത് കാനറയെ ബോംബെ പ്രോവിൻസിനോടും സൗത്ത് കാനറയെ മദ്രാസ് സ്റ്റേറ്റിനോടും ചേർത്തു. 1884 ൽ സൗത്ത് കാനറയുടെ പ്രാദേശിക ഭരണത്തിന് ആദ്യമായി ഒരു ഡിസ്ട്രിക്ട് ബോർഡ് രൂപീകരിക്കുകയും ചെയ്തു.

വിജയനഗര രാജാക്കന്മാരുടെയും മൈസൂർ സുൽത്താന്മാരുടെയും അവസാനം ബ്രിട്ടീഷുകാരുടെയും ശക്തി പരീക്ഷണങ്ങളുടെ കർമ്മഭൂമിയായിരുന്ന കർണ്ണാടക പ്രദേശത്തിന്റെ - തുളുനാടിന്റെ - ഒരു സുപ്രധാന നഗരമായി ക്രമേണ മംഗലാപുരം വളർന്നു. ഇന്ന് തെന്നിന്ത്യയിലെ പ്രമുഖ നഗരങ്ങളിലൊന്നാണ് മാംഗളൂർ. പ്രദേശിക ഭാഷ തുളുവാണ്. ഔദ്യോഗിക ഭാഷ കന്നഡയും. കൊങ്കണിയും മലയാളവും സംസാരിക്കുന്നവരും കുറച്ചുണ്ട്. 250 മൈൽ നീളമുള്ള ബാംഗ്ലൂർ- മൈസൂർ - മാംഗ്ളൂർ റോഡും 175 മൈൽ നീളമുള്ള ദേവംഗർ, ചിമാഗോ-മാംഗ്ളൂർ റോഡും മംഗലാപുരത്തെ വൻനഗരങ്ങളുമായി ബന്ധിപ്പിക്കുന്നു. ബോംബെയുമായി നേരിട്ടു റോഡുഗതാഗതത്തിന് സൗകര്യമുണ്ട്. സമീപകാലത്ത് കൊങ്കൺ റെയിൽവേ ആരംഭിച്ചതോടെ മംഗലാപുരത്തിന്റെ റെയിൽവേ ഗതാഗത പ്രാധാന്യം ഏറെ വർദ്ധിച്ചു. മംഗലാപുരത്ത് തുറമുഖവുമുണ്ട്.

പശ്ചിമ ഘട്ടത്തിലെ അർമ്മാനുർ എന്ന സ്ഥലത്തുനിന്നും ഉത്ഭവിച്ച് പടിഞ്ഞാറോട്ട് ഒഴുകുന്ന നേത്രാവതിപ്പുഴ, എന്തെന്ത് ചരിത്ര സംഭവങ്ങൾക്ക് സാക്ഷ്യംവഹിച്ചിരിക്കണം! നേത്രാവതിക്കു കുറുകേ ഉല്ലലയിലുള്ള റെയിൽവേ പാലം തെന്നിന്ത്യയിലെ ഏറ്റവും നീളം കൂടിയ റെയിൽവേ പാലമാണ്.

അനുദിനം വ്യാവസായിക നഗരമായി വളർന്നു വരുന്ന മംഗലാപുരത്തും പരിസരങ്ങളിലുമായി അസംഖ്യം തൊഴിൽശാലകളുണ്ട്. ഓട്ടുകമ്പനികളും കശുവണ്ടി ഫാക്ടറികളും മറ്റും. കുരുമുളക്, ഇഞ്ചി തുടങ്ങിയ സുഗന്ധദ്രവ്യങ്ങളുടെ ഒരു വലിയ വിപണന കേന്ദ്രം കൂടിയാണ് മംഗലാപുരം.

മഞ്ചേശ്വരത്തേക്ക്

അടുത്തദിവസം രാവിലെ മഞ്ചേശ്വരത്തേക്കു

മടങ്ങി. തുളുനാടൻ ഗ്രാമങ്ങളുടെ വിരിമാറിലൂടെ തീവണ്ടി പാഞ്ഞു. നേത്രാവതിപ്പുഴയും തലപ്പാടിപ്പുഴയും പിന്നിട്ട് മഞ്ചേശ്വരം സ്റ്റേഷനിലിറങ്ങി. നല്ല ആൾത്തിരക്ക്. വണ്ടി നീങ്ങിയപ്പോൾ സ്റ്റേഷൻ ശുദ്ധ ശൂന്യം! അതാണവിടത്തെ സ്ഥിതി. തീവണ്ടിയുടെ സമയമെത്തുമ്പോഴേക്കും ഉൾപ്രദേശങ്ങളിലുള്ളവർ തിരക്കിട്ട് സ്റ്റേഷനിലെത്തും. മംഗലാപുരത്തേക്കോ കാസർഗോഡേക്കോ പോകാൻ. വണ്ടി സ്ഥലം വിട്ടുകഴിഞ്ഞാൽ പിന്നെ ആ സ്റ്റേഷൻ ഉറക്കം തൂങ്ങുകയാവും. ഞാൻ സ്റ്റേഷന്റെ പിന്നിലെ നിമ്നോന്നതങ്ങളായ ഊടു വഴികളിലൂടെ കയറി. ബ്ലോക്കോഫീസെവിടെ? വഴിവക്കിൽ കണ്ട കമ്മൽധാരിയായ ഒരു കൊങ്ങിണിയോടു തിരക്കി. അയാൾ മിഴിച്ചു നോക്കിയിട്ട് കുലുകുലാ അഞ്ചെട്ട് മൊഴി പറഞ്ഞിട്ട് വേഗം സ്ഥലം വിട്ടു. പിന്നെ അതുവഴി വന്ന പരിഷ്കൃത വേഷധാരിയോട് തിരക്കി. അയാളും സംശയിക്കുന്നതു കണ്ടപ്പോൾ ഞാൻ അടവുമാറ്റി. ആംഗലഭാഷയിൽ തന്നെ ചോദിച്ചു. അയാൾ വേഗം ചൂണ്ടിക്കാട്ടി ഞാൻ ആലോചിച്ചു. ഒന്നുകിൽ കർണ്ണാടകം, അല്ലെങ്കിൽ ഇംഗ്ലീഷ്. കേരളത്തിലെ ഒരു ഗ്രാമത്തിലെ സ്ഥിതിയാണിത്. ആശയവിനിമയത്തിന് എന്തുപ്രയാസം നേരിടേണ്ടി വരുന്നു. നാല് പതിറ്റാണ്ടുകൾക്കുമുമ്പുള്ള ആ ആദ്യാനുഭവം അന്നെനിക്ക് ഏറെ വിചിത്രമായി തോന്നി.

ബ്ലോക്കോഫീസിലെത്തി; ഭാഗ്യം! ചില 'തെക്കൻമാർ' (തിരുവിതാംകൂർ) അവിടെയുണ്ട്. വികസനോദ്യോഗസ്ഥന്മാർ. പലതും കേട്ടറിഞ്ഞ് ഞാൻ ആ പുതിയ സുഹൃത്തുക്കളോടൊപ്പം പുറത്തിറങ്ങി. മഞ്ചേശ്വരം എന്ന തുളുനാടൻ (മലയാള) ഗ്രാമകന്യകയെ അടുത്തറിയുക എന്ന ഉദ്ദേശ്യത്തോടെ. കടലും മലയുമായി സാമീപ്യമുള്ള നിമ്നോന്നതങ്ങളായ ഗ്രാമപ്രദേശങ്ങൾ ജനനിബിഡമല്ലാത്ത ഗ്രാമരംഗങ്ങളാണ്. പ്രധാന നിരത്തിനിരുപാടും അങ്ങിങ്ങ് ചില കവലകൾ വളർന്നു വരുന്നുണ്ട്. ഭേദപ്പെട്ട വീടുകൾ പലതും പ്രധാന നിരത്തിനരികിൽ ഉയർന്നു നില്പുണ്ട്. എങ്കിലും പൊതുവെ പ്രസന്നമല്ല ഗ്രാമാന്തർഭാഗങ്ങൾ. പുരയിടങ്ങൾ അത്ര ഫലഭൂയിഷ്ഠമല്ല. ഗ്രാമവീഥികൾ തിക്കും തിരക്കും ഒഴിഞ്ഞവ. ആകെക്കൂടി അലസമായ ഒരു നാട്ടിൻപുറം.

ആ ഗ്രാമമദ്ധ്യത്തിൽ ചെറിയൊരു കുന്നിൻമുകളിലുള്ള ട്രാവലേഴ്സ് ബംഗ്ലാവിന്റെ പിന്നിൽനിന്ന് ഞാൻ ചുറ്റും നോക്കി. തെങ്ങുകളുണ്ടെമ്പാടും. റബ്ബർതോട്ടങ്ങളുടെ മാതൃകയിൽ കാറ്റാടിമരങ്ങൾ മാത്രം നട്ടു വളർത്തിയിട്ടുള്ള പുരിടയിടങ്ങൾ കണ്ടു (ഇന്ന് സ്ഥിതിഗതികൾക്ക് മാറ്റം വന്നിട്ടുണ്ട്). ആ കുന്നിൻ മുകളിൽനിന്ന് പടിഞ്ഞാറോട്ടു കണ്ണോടിക്കേ, അതിരറ്റ ആനന്ദം അനുഭവപ്പെട്ടു. ഏതാണ്ട് രണ്ടു മൂന്നു ഫർലോങ് അകലെ, താഴ്ചയിൽ തെങ്ങിൻ നിരകളുടെ മദ്ധ്യത്തുകൂടി വളഞ്ഞു പുളഞ്ഞു കിടക്കുന്ന വീതിയുള്ള രണ്ടു ചുവപ്പു ചേലകൾ മാത്രമോ? അതിവിസ്തൃതമായി ആരോ വിതിർത്തിട്ട നീലച്ചോലയിൽ അവ തൊട്ടു കിടക്കുകയുമാണ് — പെട്ടെന്നങ്ങനെ തോന്നി.

വർഷകാലത്ത് കലങ്ങി മറിഞ്ഞൊഴുകുന്ന രണ്ട് പുഴകൾ — ബംഗ്രാമഞ്ചേശ്വർ പുഴയും ഉപ്പളപ്പുഴയും— അവ അറേബ്യൻ കടലിൽ പതിക്കുകയാണ്. സായാഹ്ന ദീപ്തിയിൽ ആ കാഴ്ച അവർണ്ണനീയം തന്നെ. നീലച്ചായം നിറഞ്ഞുതുളുമ്പുന്ന വലിയൊരു പാത്രത്തിന്റെ വക്കിൽ കുങ്കുമം കലക്കി ഒഴിച്ചതുപോലുണ്ട് ആ സംഗമസ്ഥാനം. കടലിന്റെ ആ ഭാഗത്തെ തീരങ്ങൾ കാവി വർണ്ണം തന്നെ. ഊക്കോടെ തല്ലിയലച്ചുവന്നുവീഴുന്ന വനതരംഗിണികളെ, പ്രക്ഷുബ്ധമായ കടലിന്റെ ശക്തിയേറിയ അലക്കൈകൾ ഊക്കോടെ പിന്നിലേക്ക് പിടിച്ചു തള്ളുമ്പോൾ, ഗതികെട്ട പുഴ ഗത്യന്തരമില്ലാതെ ഇരുവശത്തേക്കും പേടിച്ചൊഴിഞ്ഞുമാറുന്നു.

ശ്രീമദ് അനന്തേശ്വര്‍ ക്ഷേത്രം

ഞങ്ങൾ സോത്സാഹം ആ ചരിവിലൂടെ താഴോട്ടു നടന്നു. മഞ്ചേശ്വരത്തിന് ആ പേരു നേടിക്കൊടുത്ത സുപ്രസിദ്ധമായ മഞ്ചേശ്വരം ക്ഷേത്രസന്നിധിയിലെത്തി. ക്ഷേത്രത്തിനഭിമുഖമായിട്ടുള്ള റോഡിലെത്തിയപ്പോൾ തന്നെ തികച്ചും വ്യത്യസ്തമായ പശ്ചാത്തലം. വീതിയേറിയ റോഡിനിരുവശവും ഉന്നത സൗധങ്ങൾ. ക്ഷേത്രത്തിനടുത്തും അകലത്തും പ്രഭു ഗൃഹങ്ങൾ. മഞ്ചേശ്വരത്തിന് ഇങ്ങനെയൊരു മുഖഭാവമുണ്ടെന്ന് അപ്പോഴാണ് അറിയുക. കാല്പനിക സൗന്ദര്യം തുടിച്ചു നില്ക്കുന്ന തെരുവോരങ്ങളിലൂടെ നേരെ നടന്നുചെല്ലുന്നതാകട്ടെ, സാക്ഷാൽ മഞ്ചേശ്വര ക്ഷേത്രത്തിന്റെ ഗോപുരവാതിലിൽത്തന്നെ. വർണ്ണ ശബളിമയാർന്ന ശില്പരൂപങ്ങളാൽ കിരീടമണിഞ്ഞ ആ ഗോപുരവാതിലിൽ തന്നെ, കാഴ്ചക്കാരൻ തെല്ലിട നോക്കി നിന്നുപോകും. കവാടത്തിലെത്തി ഉള്ളിലേക്കു നോക്കൂ.

താഴ്ചയിലേക്ക് ചരിഞ്ഞിറങ്ങുന്ന ഒരിടവഴി. കല്ലുപാകിയത്. അത് ക്ഷേത്രത്തിന്റെ മുമ്പിൽ ചെന്നു നില്ക്കുന്നു. തറനിരപ്പിൽനിന്ന് രണ്ടാൾ താഴ്ചയുണ്ട് ക്ഷേത്രത്തിന്. നാലു ചുറ്റിലും ഉയരത്തിൽ ക്ഷേത്രം വക കെട്ടിടങ്ങൾ ശ്രദ്ധാർഹമായ പ്രത്യേകതയാണ്. ഒറ്റനോട്ടത്തിൽ അതി വിസ്തൃതമായ ഒരു കുഴിയിലാണ് ക്ഷേത്രമെന്നേ തോന്നൂ. കിഴക്കേ നടയിൽ കൊടിമരത്തിനരികിൽ വലിയ ഒരു മരം. കൽത്തറ കെട്ടിയ ആ മരച്ചുവട്ടിലുമുണ്ട് ശിലാ

ബിംബങ്ങൾ. ശ്രീകോവിലിന്റെ പുറത്തളത്തിലെത്തുക. വാസ്തുശില്പത്തിന്റെ അത്ഭുതങ്ങൾ നിറഞ്ഞ ഊക്കൻ തൂണുകളും മേൽത്തട്ടുകളും. ശ്രീകോവിലാകട്ടെ നാനാ വർണ്ണമനോഹരമായ മറ്റൊരു ശില്പശാലതന്നെ. ക്ഷേത്രത്തിന്റെ പിൻഭാഗത്തെ കുന്നിൽ കാശിമഠം. വലതുവശത്ത് ക്ഷേത്രോപഗൃഹങ്ങൾ. ഇടതുവശത്ത് ഭംഗിയിൽ കെട്ടിയുറപ്പിച്ചിട്ടുള്ള ക്ഷേത്രക്കുളം. ചുരുക്കത്തിൽ സാധാരണ ക്ഷേത്രങ്ങളിൽനിന്ന് വ്യത്യസ്തമായ ശില്പമാതൃകകളും സംവിധാനവും.

ഗോപുര വാതിലിൽനിന്ന് ആദ്യം ഉള്ളിലേക്ക് നോക്കുമ്പോൾ തന്നെ, താഴ്ചയിൽ ക്ഷേത്രനടയിൽ വലിയൊരു ആർച്ചിന്റെ മാതൃകയിൽ ദേവനാഗരി ലിപിയിൽ പണിതുയർത്തിയിട്ടുണ്ട്- ശ്രീ മദനന്തേശ്വർ ദേവസ്ഥാനം. മദനന്തേശ്വർ സംസാരഭാഷയിൽ, കാലാന്തരത്തിൽ മഞ്ചേശ്വർ ആയി. മഞ്ജുള ക്ഷേത്രം എന്നും മഞ്ചേശ്വർ ക്ഷേത്രത്തിന് പേരുണ്ട്. അനന്തേശ്വരനായ ശിവനാണ് പ്രധാന പ്രതിഷ്ഠ. അനന്ത(സർപ്പ) പരിസേവിതനായ ശിവൻ പ്രതിഷ്ഠ സ്വയംഭൂവാണെന്നാണ് ഐതിഹ്യം. കൂടാതെ നരസിംഹപ്രതിഷ്ഠയും സുബ്രഹ്മണ്യ പ്രതിഷ്ഠയുമുണ്ട്. അതേ ക്ഷേത്രത്തിൽ തന്നെ. തെക്കൻ കർണ്ണാടകത്തിൽ നരസിംഹപ്രതിഷ്ഠ വളരെ വിരളമാണ്. മംഗലാപുരത്തുനിന്ന് 17 കി മീ തെക്കുള്ള മഞ്ചേശ്വരം ക്ഷേത്രത്തിന് റെയിൽവേ സ്റ്റേഷനിൽനിന്ന് കഷ്ടിച്ച് ഒന്നര കി മീ ദൂരമേയുള്ളൂ. ക്ഷേത്രത്തിന് ആയിരം വർഷത്തിലധികം പഴക്കമുണ്ടെന്നാണ് ഐതിഹ്യവും വിശ്വാസവും. *സ്കന്ദപുരാണ*ത്തിൽ സഹ്യാദ്രിഖണ്ഡത്തിന്റെ 'മഞ്ജുള മാഹാത്മ്യ'ത്തിൽ കലിയുഗത്തിലെ മനുഷ്യർക്കുവേണ്ടി ശ്രീ ശിവൻ തന്നെ നരസിംഹപ്രതിഷ്ഠ നടത്തിയെന്നു പരാമർശിച്ചിട്ടുണ്ട്.

മഞ്ചേശ്വരത്തെ നരസിംഹ പ്രതിഷ്ഠ പഞ്ചലോഹ നിർമ്മിതമാണ്. ക്രിസ്തുവർഷം 12-ാം ശതകത്തിൽ സ്ഥാപിക്കപ്പെട്ട ഈ വിഗ്രഹം ശൈവമതത്തിൽനിന്ന് വൈഷ്ണവ മതത്തിലേക്കുള്ള ബ്രാഹ്മണരുടെ ആത്മീയ പരിവർത്തനത്തെ സൂചിപ്പിക്കുന്നു. 'കാശിമഠം സംസ്ഥാൻ' വക ഒരു മഠവും ക്ഷേത്രത്തിന്റെ പിന്നിലായി സ്ഥാപിക്കപ്പെട്ടിട്ടുണ്ട്. പ്രകൃതിയുടെയും മനുഷ്യന്റെയും പല വിക്രിയകൾക്കും ഈ ക്ഷേത്രം ഇരയായിട്ടുണ്ട്. 1877 ൽ ചുഴലിക്കാറ്റിൽ ക്ഷേത്രത്തിന്റെ കുറേ ഭാഗം അടർന്നുവീണു. കണ്ണൂരിലെ ആലി രാജാവ് ഒരിക്കൽ ഈ ക്ഷേത്രം കൊള്ളയടിച്ചു. തുടർന്ന് ഒരു മഹാരാഷ്ട്ര കടൽക്കൊള്ളക്കാരനായ അംഗിരനും ക്ഷേത്രം കൊള്ളയടിച്ചു. 1799 ൽ തെക്കൻ കർണ്ണാടകത്തെ കിടുകിടെ വിറപ്പിച്ച മൈസൂർ വ്യാഘ്രത്തിന്റെ പിൻവാങ്ങലിനുശേഷം 'വിഠള' രാജാവ് അധികാരം വീണ്ടെടുത്തപ്പോൾ അദ്ദേഹവും ക്ഷേത്രം കൊള്ളചെയ്തു. ക്ഷേത്രം വക വലിയൊരു രഥമുൾപ്പെടെ വിലപിടിപ്പുള്ള പല സ്വത്തുക്കളും അദ്ദേഹം കവർന്നെടുത്തു കൊണ്ടുപോയി. വ്യസനാക്രാന്തരായ ഗൗഢ സാരസ്വത ബ്രാഹ്മണർ ബ്രിട്ടീഷ് ഭരണാധികാരികളോട് കൂട്ട നിവേദനം നടത്തിയതിന്റെ ഫലമായി, വിഠള രാജാവിനെ കീഴടക്കി ക്ഷേത്രത്തിൽനിന്ന് കൊള്ളചെയ്തെടുത്ത വസ്തുക്കൾ മടക്കി കൊടുപ്പിച്ചുവത്രെ.

ക്രി. വ 1804 ൽ ക്ഷേത്രം പുതുക്കിപ്പണിയുകയും ഭദ്രനരസിംഹ എന്ന പുതിയ വിഗ്രഹം അന്നത്തെ കാശിമഠാധിപതിയായ ശ്രീമദ് വിബുധേന്ദ്രതീർത്ഥരാൽ സ്ഥാപിക്കപ്പെടുകയും ചെയ്തു. മറ്റു പ്രതിഷ്ഠകളെക്കാൾ കുറേക്കൂടി താഴ്ന്നതലത്തിൽ, പാമ്പിൻ മാളങ്ങൾക്കു മദ്ധ്യേ ശ്രീ സുബ്രഹ്മണ്യ വിഗ്രഹവും പ്രതിഷ്ഠിക്കപ്പെട്ടു.

രഥോത്സവം

ഉത്സവങ്ങളിൽ പ്രമുഖ സ്ഥാനം. മാർഗ്ഗശീർഷകമാസത്തിലെ രണ്ടാംപക്ഷത്തിന്റെ ആറാം നാളിലെ (നവംബർ-ഡിസംബർ) രഥോത്സവമാണ്. ക്ഷേത്രത്തിന്റെ മുൻവശത്ത് പ്രത്യേകം പുരയിൽ സൂക്ഷിച്ചിട്ടുള്ള രഥത്തിന്റെ ചക്രങ്ങളും അടിത്തട്ടും കാണികളെ അത്ഭുതാധീനരാക്കും. ഏതാണ്ട് ഒന്നരയാൾപ്പൊക്കം വരും രഥചക്രങ്ങൾക്കുതന്നെ. 17 അടി സമചതുരമുള്ള അടിത്തട്ട്. അടിത്തട്ടിന്റെ പൊക്കം 17 അടി. ഉപരി നിർമ്മിതികളും അലങ്കാരവുമൊക്കെക്കൂടി രഥം ഒരുക്കി നിർത്തുമ്പോൾ 71 അടി പൊക്കം വരും. ആഘോഷത്തെപ്പറ്റി സങ്കല്പിക്കൂ. ഷഷ്ഠിനാളിൽ പുലർച്ചയ്ക്ക് മഞ്ചേശ്വരത്തെ തെരുവീഥികളിലും ക്ഷേത്രപരിസരങ്ങളിലും വർണ്ണവസ്ത്രധാരികളായ സ്ത്രീപുരുഷന്മാർ നിറഞ്ഞുകഴിഞ്ഞിട്ടുണ്ടാവും. ഉത്സാഹം അലതല്ലുന്ന അന്തരീക്ഷം. മനോഹരികളായ ഗൗഢസാരസ്വതസ്ത്രീകളും കുട്ടികളും ഉത്സവത്തിന് നിറപ്പകിട്ടേകുന്നു. കൗതുകവസ്തുക്കളുടെ വില്പന വൻതോതിൽ നടക്കുന്നുണ്ടാവുമപ്പോൾ.

നാനാവർണ്ണശബളമായ ആ ഭീമാകാരമായ രഥം ആയിരക്കണക്കിന് ആളുകൾ, ചേർന്ന് വലിച്ച് തെരുവീഥിയിലൂടെ മുന്നോട്ടു ആനയിക്കുന്നു. ഏതാണ്ട് ഒരു ഫർലോങ് അകലെയുള്ള രഥമണ്ഡപം വരെയും അവിടുന്നിങ്ങോട്ടും. രഥത്തിന്റെ മേൽത്തട്ടിൽ കർമ്മികളും പുരോഹിതരും പിടിച്ചു നില്ക്കുകയാവും. ഭക്തി മുഴുത്ത ജനകോടികൾ ചെറുനാരങ്ങയും ഓറഞ്ചും ചെമ്പഴുക്കയുമെല്ലാം എഴുപതടിപൊക്കത്തിൽ രഥാഗ്രത്തിൽ നില്ക്കുന്ന പുരോഹിതന്മാരുടെ നേർക്ക് വലിച്ചെറിയും. അതൊരുവഴിപാടാണ്. ഏറുകൊള്ളുന്ന പക്ഷം എറിയുന്നവർക്ക് മോക്ഷം കിട്ടുമെന്നാണ് വിശ്വാസം.

എറിഞ്ഞുകൊള്ളിക്കാനുള്ള വ്യഗ്രതയിലായിരിക്കും സ്ത്രീ പുരുഷന്മാർ. അപകടകരമായ ഈ ആരാധനാക്രമത്തിന് ഇപ്പോൾ ചില വിലക്കുകൾ ഏർപ്പെടുത്തിയിട്ടുണ്ട് (ഏറ് മാരകമാകാതിരിക്കണമല്ലോ).

മഞ്ചേശ്വരം ബ്ലോക്കിന്റെ ആസ്ഥാനമായ മഞ്ചേശ്വരം പഞ്ചായത്തിൽ കഞ്ചത്തൂർ, ഉദയവരം, ഹോസബേട്ട്. ബഡാജെ, ബംഗ്രാമഞ്ചേശ്വർ എന്നീ അഞ്ചു റവന്യൂ വില്ലേജുകൾ ഉൾപ്പെടുന്നു.

പടിഞ്ഞാറ് അറബിക്കടൽ, വടക്ക് തലപ്പൊയ (പുഴ), തെക്ക് ഉപ്പളപ്പുഴ, കിഴക്ക് കുന്നിൻപ്രദേശങ്ങൾ (വോർക്കാടി പഞ്ചായത്ത്) ഇവയാണ് മഞ്ചേശ്വരം പഞ്ചായത്തിന്റെ നാലതിരുകൾ. കുമ്പള മഞ്ചേശ്വർ, മംഗൾപാടി എന്നിവ കടലോരങ്ങളോട് ഉരുമ്മിക്കിടക്കുന്ന ഗ്രാമങ്ങളാണ്. ശേഷിക്കുന്നവ മലയോരങ്ങളിലാണെന്ന് പറയാം. കാരണം, മഞ്ചേശ്വരത്ത് കടലും മലയും തമ്മിൽ വലിയ ദൂരമില്ല. തീരപ്രദേശങ്ങൾപോലും സമനിരപ്പല്ലെങ്കിൽ, പിന്നെ മറ്റു പ്രദേശങ്ങളുടെ കാര്യം പറയേണ്ടതില്ലല്ലോ. കുന്നുകൾ, താഴ്വരകൾ. താഴ്വരകൾ കൃഷി നിലങ്ങളാണ്. ചരിവുകളിലെല്ലാം തെങ്ങും കമുകും. നെല്ലും തെങ്ങും കമുകുമാണ് മഞ്ചേശ്വരം പ്രദേശങ്ങളിലെ ജനങ്ങളുടെ വരുമാനമാർഗ്ഗം. തീരപ്രദേശങ്ങളിൽ മീൻപിടുത്തമുണ്ടെങ്കിലും അത്ര ആദായകരമല്ല.

മഞ്ചേശ്വരം ക്ഷേത്രത്തിൽനിന്നും താഴോട്ടിറങ്ങുന്ന ഊടുവഴിയിലൂടെ ബംഗ്രാമഞ്ചേശ്വരം കടലോരത്തെത്തി. പാറക്കെട്ടുകൾ നിറഞ്ഞ കടലോരത്ത് ഉപ്പളപ്പുഴയും ബഗ്രാമഞ്ചേശ്വരപ്പുഴയും കാവി കലക്കിയൊഴിച്ച് ചെന്ന് ചേരുകയാണ്. അങ്ങ് ദൂരെ അതിവിസ്തൃതമായ പുഴകൾക്കപ്പുറം നിരനിരയായി നില്ക്കുന്ന തെങ്ങുകൾ സമൃദ്ധിയുടെ വാഗ്ദാനങ്ങളാണ്.

ഉള്ളവരും ഇല്ലാത്തവരും

മത്സ്യത്തൊഴിലാളികളുടെ ജീവിതം ക്ലേശകരമാണ്. മത്സ്യം എത്ര കിട്ടിയാലും അവ വിറ്റുകിട്ടുന്ന കാശ് നിത്യവൃത്തിക്ക് തികയുകയില്ല. അപ്പുറവുമിപ്പുറവുമൊക്കെ തീരദേശങ്ങളുള്ളതുകൊണ്ടും മംഗലാപുരത്ത് വൻതോതിൽ മത്സ്യവ്യവസായമുള്ളതുകൊണ്ടും, കിട്ടുന്ന വിലയ്ക്ക് മത്സ്യം വില്ക്കാൻ മത്സ്യത്തൊഴിലാളി നിർബ്ബന്ധിതനാകുന്നു.

മഞ്ചേശ്വരത്ത് പ്രായേണ പണക്കാരും പാവങ്ങളുമേയുള്ളൂ. ഇടത്തരക്കാർ കുറവ്. വമ്പിച്ച ഭൂവുടമകളാണ് മഞ്ചേശ്വരത്തിന്റെ വിധികർത്താക്കൾ. ഗൗഢസാരസ്വത സമുദായത്തിൽപ്പെട്ട ഭണ്ഡു (ഭണ്ഡാരി) മാരും ഭട്ടുമാരുമാണ് സാമ്പത്തികമേഖലയുടെ കുത്തകക്കാർ. പണവും അധികാരവും സ്വാധീനശക്തിയുമെല്ലാം തുളുസംസാരിക്കുന്ന ഈ ഉന്നതവർഗ്ഗക്കാർക്കാണ്. നാട്ടുപ്രഭുക്കന്മാരായ ഭണ്ഡുമാരുടെയും ഭട്ടുമാരുടെയും ഔദാര്യത്തെ ആശ്രയിച്ചുകഴിയുന്നവരാണ് മറ്റു മിക്കസമുദായങ്ങളും. വില്ലവർ (തീയർ), ബോവികൾ, മൊകവീരർ എന്നിവരിൽ കുടിയാന്മാരും കൃഷിപ്പണിക്കാരും എല്ലാം ഉൾപ്പെടും. മുസ്ലീങ്ങളും (പുസ്ലവർ) ഹിന്ദുക്കളും മീൻ പിടിത്തത്തിലേർപ്പെട്ടിട്ടുള്ളവരാണ്. കൂടാതെ നെയ്ത്തുതൊഴിലിലേർപ്പെട്ടിട്ടുള്ള ചാലിയന്മാരും എണ്ണയാട്ടു തൊഴിലിലേർപ്പെട്ടിട്ടുള്ള ഗാണികരും (വാണിയാർ) ഉണ്ട്. ഓരോ സമുദായത്തിനും ആരാധനാകേന്ദ്രങ്ങളുമുണ്ട്.

ഗൗഢസാരസ്വതരുടെ വകയായ മഞ്ചേശ്വര ക്ഷേത്രത്തിൽനിന്ന് ഏതാണ്ട് ഒരു മൈൽ അകലെ തകർന്നടിഞ്ഞ ജൈനക്ഷേത്രവും ജൈനവിഹാരവുമുണ്ട്. ഒരിക്കൽ ചലനാത്മകമായ ആരാധനാ കേന്ദ്രമായിരുന്ന ആ ശില്പസാമ്രാജ്യം ഇന്ന് കാടുംപടലും മൂടി അനാഥാവസ്ഥയിലാണ്. മഞ്ചേശ്വരം പഞ്ചായത്ത് പ്രദേശത്ത് എല്ലാ മതവിഭാഗങ്ങൾക്കും പങ്കുള്ള കുഞ്ചത്തൂർ ക്ഷേത്രവുമുണ്ട്. കണിലാ ഭഗവതിക്ഷേത്രവും തീയരുടേതാണ്. കുഞ്ചത്തൂർ വില്ലേജിൽ കടൽക്കരയിൽ (തുളുബ്രാഹ്മണരുടെ കേന്ദ്രം) ഒരു ക്ഷേത്രവും കുളവുമുണ്ട്. കണ്വതീർത്ഥം എന്നാണതിനുപേർ. ഹസബേട്ട, ഉദ്യാവാർ കുഞ്ചത്തൂർ എന്നീ ഗ്രാമങ്ങളിലായി നാലു മുസ്ലിം പള്ളികളുണ്ട്. മഞ്ചേശ്വരത്തെ വെറുമൊരു ന്യൂനപക്ഷമായ റോമൻ കത്തോലിക്കാ ജനങ്ങൾക്കുവേണ്ടി ഒരു ചർച്ചമുണ്ട്.

ഗൗഢസാരസ്വതസമുദായത്തിന് ഭൂരിപക്ഷവും പ്രാബല്യവുമുള്ള മഞ്ചേശ്വരത്ത് ഭണ്ഡുമാരും ഭട്ടുമാരുമൊക്കെ ആഡംബരജീവിതം നയിക്കുന്നു. തീയരുൾപ്പെട്ട ഇതര സമുദായങ്ങളെല്ലാം അദ്ധ്വാനിക്കുന്ന വിഭാഗത്തിൽപ്പെടും. കന്നഡയും തുളുവും തന്നെ ഈ കൂട്ടരുടെ സംസാരഭാഷ. മലയാളം സംസാരിക്കുന്നവരെന്ന് പരക്കെ വിശ്വസിക്കപ്പെടുന്ന ഒരുകൂട്ടരാണ് മീൻപിടുത്തത്തിലേർപ്പെട്ടിട്ടുള്ള ക്രിസ്ത്യാനികൾ. പക്ഷേ, അവരുടെ മലയാളം എനിക്കും എന്റെ മലയാളം അവർക്കും മനസ്സിലാക്കാൻ വളരെ ബുദ്ധിമുട്ട് അനുഭവപ്പെട്ടു. മുഹമ്മദീയരിൽ ചിലർക്ക് ചെറിയ കച്ചവടമുണ്ട്. നെൽകൃഷി ആദായകരമാണ്. രണ്ടും മൂന്നും തവണ വിളയിറക്കാം.

വളർച്ച മുട്ടിയ ഗ്രാമങ്ങൾ

സമുദായത്തിലെ പ്രമാണിമാരുടെ ഭവനങ്ങൾ ബംഗ്രാമഞ്ചേശ്വരത്ത് അങ്ങിങ്ങു കാണാം. ധനപ്രമത്തത സൂചിപ്പിക്കുന്ന രമ്യഹർമ്മ്യങ്ങൾ. മറ്റുവിഭാഗങ്ങളിൽപ്പെട്ടവരോ? അദ്ധ്വാനിക്കണം. അന്യരെ ആശ്രയിക്കണം. അവരുടെ ജീവിതസൗകര്യങ്ങൾ പരിമിതങ്ങളാണ്. വിദ്യാഭ്യാസപരമായ പിന്നോക്കസ്ഥിതിയും അവരുടെ പുരോഗതിയെ തടസ്സപ്പെടു

ത്തുന്നു. വിദ്യാഭ്യാസസൗകര്യങ്ങൾ പൊതുവേ കുറവ്. എന്നാൽ പ്രമാണിമാരുടെ മക്കൾ മംഗലാപുരത്തും മറ്റുനഗരങ്ങളിലും ഉപരിവിദ്യാഭ്യാസം നേടി, ഉന്നതോദ്യോഗങ്ങളിൽ കയറിപ്പറ്റുന്നു.

വിനോദ-വിഹാരസൗകര്യങ്ങൾ തീരെ ഇല്ലെന്നുതന്നെപറയാം. മാനസികോല്ലാസത്തിന് സാമാന്യജനങ്ങളിൽ നല്ലൊരു ഭാഗവും കണ്ടെത്തിയിട്ടുള്ള മാർഗ്ഗമാണ് ലഹരി. കുന്നും മലകളും പുഴകളും നിറഞ്ഞ കുഗ്രാമങ്ങളിലെങ്ങും കള്ളുകാച്ചു(കള്ളവാറ്റ്) ധാരാളമാണ്. പറങ്കിമാങ്ങയുടെ ചാറിൽനിന്ന് വാറ്റിയെടുക്കുന്ന ഒരുതരം മദ്യം ആരോഗ്യകരവും രുചികരവുമായ നല്ലൊരു ലഹരി പാനീയമാണ്. ഇതുകൂടാതെ കേരളത്തിന്റെ മറ്റുഭാഗങ്ങളെപ്പോലെ കുറഞ്ഞ ചെലവിൽ കൂടുതൽ ലഹരി ഉല്പാദിപ്പിക്കുവാനുള്ള കുറുക്കുവഴികളും നിലവിലുണ്ടായിരുന്നു മുൻകാലങ്ങളിൽ.

കന്നഡവും തുളുവും ഇംഗ്ലീഷും മലയാളവും ഒക്കെയുള്ള ഈ തുളുനാടൻ ഗ്രാമങ്ങളിൽ കള്ളവാറ്റിന് കള്ളു ചാരായത്തിന് പലപേരുകളാണ്. തുളുവിൽ 'ഗങ്കാസാര,' കന്നഡത്തിൽ 'സാരപ്പ്' പിന്നെ വാട്ടീസും റാക്കും. പല ഭാഷക്കാരും പലപേരുകൾ നല്കിയിട്ടുള്ള ഇവർ ഒരാൾ തന്നെയാണ്. സാക്ഷാൽ വാറ്റുചാരായം.

മഞ്ചേശ്വരത്തിന് കിഴക്കു മലകൾക്കപ്പുറം കർണ്ണാടക സ്റ്റേറ്റിലെ ഉല്ലല, പുരൂർ എന്നീ ഗ്രാമങ്ങൾ വികസിത പ്രദേശങ്ങളാണ്. വ്യവസായകേന്ദ്രങ്ങളും പരിഷ്കൃത നഗരങ്ങളുമായ ഈ സ്ഥലങ്ങളുമായി മഞ്ചേശ്വരത്തുകാർക്ക് പല രീതിയിൽ ബന്ധമുണ്ട്. വിവാഹം മുഖേനയും കച്ചവടം മുഖേനയും -പുരൂർ മഞ്ചേശ്വരത്തിന് ബസ് സർവ്വീസുണ്ട്.

കാസർഗോഡിനപ്പുറം കേരളത്തെ കീറിമുറിച്ചുകൊണ്ട് അറബിക്കടലിലേക്കൊഴുകുന്ന ചില പുഴകൾ മഞ്ചേശ്വരം പ്രദേശങ്ങളിൽ ഗതാഗതപരമായി വമ്പിച്ച പ്രതിബന്ധങ്ങൾ സൃഷ്ടിക്കുന്നുണ്ട്. മൊഗരാൽ, കുമ്പള, ഷിറിയ, ഉപ്പള ബംഗ്രാമഞ്ചേശ്വർ എന്നീ പുഴകൾക്ക് കുറുകെ റെയിൽവേ പാലങ്ങൾ ഉണ്ട്-. പണ്ടുപണ്ടേ. അതുകൊണ്ട് ട്രയിൻ ഗതാഗതമേ സാദ്ധ്യമാകൂ. എല്ലാപുഴകൾക്കും കുറുകെ ബസ് ഗതാഗതത്തിനുള്ള പ്രത്യേക പാലങ്ങൾ പൂർത്തിയായാലേ കാസർഗോഡിനു വടക്കുള്ള പ്രദേശങ്ങളുമായി സുഗമമായി റോഡുഗതാഗതം സാദ്ധ്യമാകൂ.

മേൽപ്പറഞ്ഞ പ്രത്യേക സാഹചര്യങ്ങളിൽ മഞ്ചേശ്വരത്തിന് വളരാനുള്ള സാദ്ധ്യത വളരെ കുറവാണെന്ന് കാണാം. ഇന്ന് നിലവിലുള്ള ഗതാഗത വൈഷമ്യങ്ങൾ പൂർണ്ണമായി പരിഹരിച്ചു എന്നു തന്നെ കരുതുക. ദുഃഖകരമായ മറ്റൊരു വസ്തുത കൂടിയുണ്ട്. മഞ്ചേശ്വരത്തുകാർക്ക് സ്വന്തം നാടിനേക്കാൾ പഥ്യം മംഗലാപുരമാണ്. ജീവിക്കാൻ സ്വല്പ സൗകര്യമുള്ളവർക്ക് രാവിലെ ഭേദപ്പെട്ട കാപ്പി കുടിക്കണമെന്ന് ആഗ്രഹമുണ്ടെങ്കിൽ, രാവിലെയുള്ള മെയിൽ വണ്ടിക്കു കയറും. പതിനഞ്ചു മിനിട്ടിനുള്ളിൽ മംഗലാപുരത്തെത്തി കഴിയും. അടുത്തവണ്ടിക്കു തന്നെ, വേണമെങ്കിൽ മടങ്ങിവരാം. നിസ്സാരകാര്യങ്ങൾക്കുപോലും ദിവസം ഒന്നും രണ്ടും പ്രാവശ്യം മംഗലാപുരത്തുപോയിവരുന്നവർ ധാരാളം ഉണ്ട്. അവരങ്ങനെ ശീലിച്ചുപോയി. മംഗലാപുരത്തോടുള്ള ആഭിമുഖ്യം അത്രയ്ക്കു കൂടുതലാണ്. സുഖജീവിതത്തിന്റേതായ എല്ലാം തൊട്ടടുത്തുള്ളപ്പോൾ സ്വന്തം സ്ഥലത്ത് അതുണ്ടായേതീരൂവെന്ന് ആർക്കും അത്രവലിയ ആഗ്രഹമൊന്നും ഉണ്ടെന്നു തോന്നുന്നില്ല. മംഗലാപുരം അന്യനാടാണെന്ന ഒരു തോന്നൽ തദ്ദേശീയർക്ക് ഇതുവരെയുമില്ല.

മഞ്ചേശ്വരം ബ്ലോക്കുപ്രദേശത്ത് നല്ല നല്ല കാർഷികോല്പന്നങ്ങൾ വേണ്ട വിധം വിളിയിച്ചാലും അത് പഴകും മുമ്പ് വാങ്ങി ഉപയോഗിക്കാൻ മഞ്ചേശ്വരത്തുകാർക്ക് വിധിയില്ല. നല്ലതെല്ലാം മംഗലാപുരത്ത് കൊണ്ടുപോയി വില്ക്കും. ചുരുക്കത്തിൽ തങ്ങളുടെ നല്ലതെല്ലാം നഗരത്തിന് സമ്മാനിച്ചിട്ട്, നഗരത്തിന്റെ ചീത്തയെല്ലാം സസന്തോഷം ഉൾക്കൊള്ളുന്നു. മംഗലാപുരത്തോടുള്ള അതിരുകടന്ന ഈ ആഭിമുഖ്യം കാസർഗോഡിനപ്പുറമുള്ള ഏതു ഗ്രാമീണനിലും പ്രകടമാണ്.

മംഗലാപുരത്തോടുള്ള അടുപ്പം

മഞ്ചേശ്വരത്തും പരിസരങ്ങളിലുമുള്ള പല കുടുംബങ്ങളും വിവാഹം മുഖേനയും മറ്റും കർണ്ണാടകസ്റ്റേറ്റുമായി ബന്ധമുള്ളവരാണ്. പോരെങ്കിൽ കേരളം ഇപ്പോഴും മഞ്ചേശ്വരത്തെ അവഗണിക്കുന്നെന്നാണ് പരാതി. തെക്കൻ കർണ്ണാടക ജില്ലയുടെ ഇങ്ങേയറ്റമായിരുന്നതിനാൽ മുൻഭരണാധികാരികൾ മഞ്ചേശ്വരത്തെ അവഗണിച്ചിരുന്നു. ഇപ്പോൾ കേരളത്തിന്റെ അങ്ങേയറ്റത്തായതിനാൽ ഇപ്പോഴത്തെ ഭരണാധികാരികളും മഞ്ചേശ്വരത്തിന്റെ വികസനത്തിനും അഭിവൃദ്ധിയിലും തല്പരരല്ല. എന്നാണ് പരാതി. ശരിയാകാം തെറ്റാകാം.

മഞ്ചേശ്വരത്ത് ഉടമകളും അടിയാന്മാരുമാണധികം. അതുകൊണ്ടു തന്നെ സ്ഥിതി സമത്വവാദത്തിനെതിരായി ശക്തമായ നീക്കങ്ങളാണ് അവിടെ ഉണ്ടായത്. മഞ്ചേശ്വരം പ്രദേശങ്ങൾ തിരികെ കർണ്ണാടകത്തോട് ലയിപ്പിക്കണമെന്ന വാദവുമായി ജനസാമാന്യത്തെ ചൂഷണം ചെയ്യുന്ന ഒരു രാഷ്ട്രീയ സംഘടന കർണ്ണാടക സമിതി നിലനിന്നിരുന്നു. കാസർഗോഡ് ആസ്ഥാനമാക്കി ലയനത്തിന്റെ പേരിൽ ജനവികാരം ഇളക്കിവിടാൻ

അവർക്കു കഴിഞ്ഞിട്ടുണ്ട്.

മഞ്ചേശ്വരത്തെ ഒരു സാധാരണകൃഷിക്കാരൻ - അയാൾ കർണ്ണാടകസമിതിയുടെ ചൂടുപിടിച്ച വക്താവുമാണ്— പറഞ്ഞ വാക്കുകൾ ഇവിടെ കുറിക്കാം. "നമ്മഗെ മംഗലുരു പോവുതക്കു ബാള ഇഷ്ടമാകിരുത്ത് വ്യാപാരക്കു മംഗലുരു ബാളെ ഒത്തുതാകിരുത്തത്. സംബന്ധക്കാരു മംഗലൂർ നല്ലി ഇദ്ദാർ."

(ഞങ്ങൾക്ക് മംഗളൂർ പോകുന്നതാണേറെയിഷ്ടം. ക്രയ-വിക്രയ സൗകര്യങ്ങൾ അവിടെ വളരെയുണ്ട്. ഞങ്ങൾക്കവിടെ ബന്ധുമിത്രാദികളുണ്ട്).

കേരളത്തിലെ ഒരു അവികസിത ഗ്രാമത്തിലെ ഒരു സാധാരണക്കാരൻ സ്വന്തം നാടിനെപ്പറ്റി നടത്തിയ അഭിപ്രായപ്രകടനമാണിത്. പക്ഷേ, ഓരോ പ്രദേശത്തെയും ജനസഞ്ചയത്തിന്റെ ഇഷ്ടാനിഷ്ടങ്ങൾക്ക് മുൻ തൂക്കം നല്കുന്നപക്ഷം, ഇനിയും നൂറുകണക്കിന് സംസ്ഥാനങ്ങൾ ഉണ്ടാക്കേണ്ടിവരില്ലേ? തുളുനാടൻ സംസ്കാരം ഉള്ളതുകൊണ്ടുമാത്രം കേരളീയ ജീവിതവും സംസ്കാരവുമായി പൊരുത്തപ്പെട്ടുകൂടെന്നുണ്ടോ? ചുരുക്കത്തിൽ വികാരപ്രകടനങ്ങളെക്കാൾ, വിചാരധാരയ്ക്ക് മുൻഗണന നല്കി പരിഗണിക്കേണ്ട കാര്യങ്ങളാണിവ.

മഞ്ചേശ്വരത്തുനിന്ന് തെക്കോട്ടുള്ള തീവണ്ടിയിലിരുന്ന് ആ തുളുനാടൻ ഗ്രാമങ്ങളോട് യാത്ര പറയുമ്പോൾ, എന്റെ മനസ്സ് നിശ്ശബ്ദം മന്ത്രിച്ചു:

കന്യാകുമാരി മുതൽ ഗോകർണ്ണം വരെയുള്ള പഴയ കേരളം വീണ്ടും ഒന്നാവുകയല്ലേ ചെയ്തത്? അതോ, ഇന്നത്തെ കേരളത്തിന് ഇനിയും അംഗഭംഗം സംഭവിക്കുമോ? നിനച്ചിരിക്കാതെയാണ് ആ ഗാനധാര ഒഴുകിയെത്തിയത്—

"പരശുരാമൻ മഴുവെറിഞ്ഞു നേടിയതല്ലാ
തിരകൾ വന്നു തിരുമുൽക്കാഴ്ച നല്കിയതല്ലാ..."

—എട്ടും പത്തും വയസ്സു പ്രായമുള്ള രണ്ട് കുട്ടികൾ—അനിയനും ചേച്ചിയുമാണെന്ന് തോന്നുന്നു. പാറിപ്പറക്കുന്ന മുടി, കീറിപ്പറിഞ്ഞ വേഷം. ചേച്ചിയുടെ പാട്ടിനൊപ്പം, അനിയൻ രണ്ടുകൈകളാലും പള്ളയ്ക്ക് താളമടിച്ച് തലയറയുകയാണ്. പാട്ടുകാരിയുടെ ശുഷ്കിച്ച വലംകൈ യാത്രക്കാരുടെ നേർക്ക് നീണ്ടു ചെല്ലുന്നു. ദയനീയഭാവം. കുട്ടികൾ, കിട്ടിയ ചില്ലറനാണയങ്ങളും വാങ്ങി അടുത്ത കമ്പാർട്ടുമെന്റിലേക്ക് കടക്കുമ്പോൾ മഴ തോർന്ന പ്രതീതി!

അതൊരു സാധാരണദൃശ്യം. പക്ഷേ, ആ കുട്ടികൾ പെറുക്കിയെറിഞ്ഞിട്ടുപോയ പാട്ടിന്റെ തുണ്ടുകൾ, എന്നെ തെല്ലിട ചിന്താധീനനാക്കി. ബ്രഹ്മഹത്യാപാപം തീർക്കാൻ, ബ്രാഹ്മണരെ പ്രീതിപ്പെടുത്താനും കുടിപാർപ്പിക്കാനും വേണ്ടി, ഗോകർണ്ണത്തുനിന്ന് സ്വന്തം പരശു (മഴു) അല കടലിലേക്ക് വീശിയെറിഞ്ഞ്, കന്യാകുമാരി മുതൽ ഗോകർണ്ണം വരെയുള്ള കടൽ മാറ്റി, കരയുണ്ടാക്കി കേരളം പടുത്തുയർത്തിയ (കെട്ടുകഥയിലെ) സാക്ഷാൽ പരശുരാമനെവിടെ? പരശുരാമനെയും തള്ളിപ്പറയാൻ ധൈര്യപ്പെട്ട വയലാറെവിടെ?

നീണ്ട ചൂളം വിളി. വണ്ടി നീങ്ങിത്തുടങ്ങി. എഞ്ചിന്റെ മുരൾച്ചയെ വിഗണിച്ചുകൊണ്ട്, അടുത്ത കമ്പാർട്ടുമെന്റിൽനിന്നും പെൺകുട്ടി നീട്ടിപ്പാടി:

"പരശുരാമൻ മഴുവെറിഞ്ഞു നേടിയതല്ലാ
തിരകൾ വന്നു തിരുമുൽക്കാഴ്ച നല്കിയതല്ലാ
മയിലാടും മലകളും പെരിയാറും സഖികളും
മാവേലിപ്പാട്ടുപാടുമീ മലയാളം..."

ട്രെയിനിന്റെ ചൂളം വിളിയിൽ ആ ഗാനധാര അലിഞ്ഞലിഞ്ഞകലുകയായി.

അനുബന്ധം ഒന്ന്

അറിവിന്റെയും അനുഭവത്തിന്റെയും വെളിച്ചം

(*കേരളീയ ഗ്രാമങ്ങളിലൂടെ* എന്ന ഗ്രന്ഥത്തിന്റെ 1967 ൽ എഴുതിയ അവതാരിക)

എസ് ഗുപ്തൻ നായർ

ജനയുഗം ആഴ്ചപ്പതിപ്പിൽ 'കേരളീയ ഗ്രാമങ്ങളിലൂടെ' എന്ന ലേഖനപരമ്പര പ്രകാശിതമായിക്കൊണ്ടിരുന്നപ്പോൾ, രണ്ടു കാരണങ്ങളാൽ ഞാൻ അതിൽ ആകൃഷ്ടനായി. ഒന്നാമത്തെ കാരണം, ആ ഗ്രാമങ്ങളിൽ പലതിനോടും എനിക്കുള്ള മുഖപരിചയം. സർക്കാരിന്റെ സവിശേഷമായ അനുഗ്രഹത്താലും സമാജഭാരവാഹികളുടെ സൗജന്യബുദ്ധിയാലും കേരളത്തിലെ ഒട്ടേറെ ജനപദങ്ങളിൽ ചെന്നെത്താനുള്ള ഭാഗ്യം എനിക്കു സിദ്ധിച്ചിട്ടുണ്ട്. അവയോടു പരിചയം പുതുക്കുന്നതിൽ എനിക്ക് അതിയായ രസം തോന്നി. രണ്ടാമത്തെ കാരണം, ഞാനും ലേഖനകർത്താവും തമ്മിലുള്ള ഗുരുശിഷ്യബന്ധമാണ്. കുറെ കഴിഞ്ഞപ്പോൾ സ്വനിഷ്ഠമായ രസംകൊണ്ടുതന്നെ ആ ലേഖനങ്ങൾ പാരായണയോഗ്യമാണെന്നും തോന്നിത്തുടങ്ങി.

*ജനയുഗ*ത്തിൽ ഇവ പ്രത്യക്ഷപ്പെട്ടുകൊണ്ടിരിക്കെ, പല വായനക്കാരും അഭിപ്രായപ്രകടനം നടത്തിയിട്ടുണ്ട്. ചിലർ അഭിമാനക്ഷയം പറ്റിയ മട്ടിൽ മറ്റു ചിലർ തെറ്റുകൾ ചൂണ്ടിക്കാണിച്ചുകൊണ്ട്, ചുരുക്കം ചിലർ അനുമോദിച്ചുകൊണ്ടും. ഇതെല്ലാം സ്വാഭാവികം തന്നെ. കേരളത്തിലങ്ങോളമിങ്ങോളം പലവട്ടം സഞ്ചരിച്ചാലും ഓരോ ദിക്കിലും ഒന്നിലേറെ ദിവസം താമസിച്ചാലും, ഗ്രഹിക്കേണ്ടതെല്ലാം ഒരാൾ ഗ്രഹിച്ചെന്നു വരുന്നതല്ല. ഗ്രഹിച്ചതൊക്കെ ശരിയായിക്കൊള്ളണമെന്നുമില്ല. എങ്കിലും നമുക്കൊരു ചോദ്യം ചോദിക്കാനർഹതയുണ്ട്. സത്യാന്വേഷണകൗതുകത്തോടുകൂടിയാണോ എഴുതിയത്? ശ്രീ. ദിവാകരൻ അങ്ങനെതന്നെയാണ് ഈ ഗ്രന്ഥമെഴുതിയതെന്ന് ഉറപ്പിച്ചു പറയാം.

നാനാവിഷയങ്ങളിൽ സാമാന്യപരിചയവും, സാമാന്യാധികമായുള്ള ജിജ്ഞാസയുമുള്ള ഒരാൾക്കു മാത്രമേ, ഇത്തരമൊരു ഗ്രന്ഥം പ്രയോജനകരമായി എഴുതിത്തീർക്കാൻ സാധിക്കൂ. കോശഗ്രന്ഥസാധാരണമായ സ്ഥിതിവിവരങ്ങൾ കുത്തിനിറച്ചാൽ ഗ്രന്ഥം വിരസമാകും. ഇത്തരം ഗ്രന്ഥങ്ങളെഴുതുന്നവർക്ക് ആ പ്രേരണയെ അതിവേഗം നിയന്ത്രിക്കാനാവുകയില്ല. ദിവാകരൻ കുറെ നിയന്ത്രണം പാലിച്ചിട്ടുണ്ടെന്നു കാണാം. ഈ ഗ്രന്ഥത്തിൽ അനേകം വിഷയങ്ങളുണ്ട്. ഐതിഹ്യം, ചരിത്രം, സ്ഥലനാമം, സാംസ്കാരിക പ്രവർത്തനം, വ്യക്തികാര്യങ്ങൾ - ഇങ്ങനെ പലതും. ഓരോ ഗ്രാമത്തിന്റെയും ചൈതന്യത്തെ അവികലമായി സംഗ്രഹിക്കാനാണ് ഗ്രന്ഥകാരന്റെ ശ്രമം. നാമിന്നുവരെ നേരെ ചൊവ്വേ എഴുതിയിട്ടില്ലാത്ത കേരളചരിത്രത്തിന്റെ ഒരു അവിഭാജ്യഭാഗമാണ്, ഈ ഗ്രാമകഥാഗ്രന്ഥം. കുറേക്കാലം മുമ്പ് എന്റെ മാന്യസുഹൃത്ത് മധുരവനം കൃഷ്ണക്കുറുപ്പ് ഇങ്ങനെയൊരു ശ്രമം ചെയ്തതായി ഓർമ്മയുണ്ട്. പലരെക്കൊണ്ടും എഴുതിച്ചു സഞ്ചയിക്കാനായിരുന്നു അദ്ദേഹം പരിപാടി തയ്യാറാക്കിയത്. എന്തുകൊണ്ടോ അതു നടന്നില്ല. ഇപ്പോൾ ഉത്സാഹശാലിയായ ഒരു യുവാവിന്റെ ശ്രമംകൊണ്ട് അതു നടന്നു.

ചരിത്രം അന്നന്നു രേഖപ്പെടുത്തുന്നതിൽ നാം പണ്ടേ ഉദാസീനരാണ്. നമ്മുടെ കൺമുമ്പിൽ ചരിത്രം രചിക്കപ്പെടുമ്പോൾ, നാം അതിനെ ഉദീസനതയോടെ നോക്കി കുത്തിയിരിക്കുകയാണു പതിവ്. നമ്മുടെ ചരിത്രനിന്ദനപാരമ്പര്യത്തോടുള്ള ധീരമായ ഒരു വെല്ലുവിളിയാണ് ഈ പുസ്തകം.

ഏതു ചരിത്രവും ആദരണീയമാകണമെങ്കിൽ, ചരിത്രകാരന് സമീചീനമായ ഒരു കാഴ്ചപ്പാടുണ്ടാകണം. അക്കാര്യത്തിൽ ഗ്രന്ഥകാരൻ അനുമോദനമർഹിക്കുന്നു. പൂർവ്വബോധകലുഷമല്ലാത്ത ഒരു മനസ്സുകൊണ്ട് വേണ്ടവണ്ണം അളന്നു തിട്ടപ്പെടുത്തിയ വസ്തുതകളാണ് അതിൽ നിരത്തിയിട്ടുള്ളത്. തല്ലാനും തലോടാനും ഗ്രന്ഥകാരനു മടിയില്ല. കണ്ണടച്ചിരുട്ടാക്കുന്നുമില്ല. അതുകൊണ്ട് ഈ ഗ്രന്ഥത്തിൽ വെളിച്ചമുണ്ട്– അറിവിന്റെയും അനുഭവത്തിന്റെയും വെളിച്ചം.

അനുബന്ധം രണ്ട്

വായനക്കാരുടെ 'ഗ്രാമങ്ങളിലൂടെ'

(*ജനയുഗം* വാരികയുടെ പത്രാധിപർ 1967 ൽ എഴുതിയ അഭിപ്രായം)

കാമ്പിശ്ശേരി കരുണാകരൻ

കേരളീയ ഗ്രാമങ്ങളെ സംബന്ധിച്ച ഈ ലേഖനപരമ്പര ആദ്യമായി പ്രസിദ്ധീകരിക്കാനിടയായ വാരികയുടെ എഡിറ്ററെന്ന നിലയ്ക്ക് ചിലതിവിടെ പറയാൻ എനിക്ക് അർഹതയുണ്ട്. *ജനയുഗ*ത്തിന്റെ വായനക്കാരെ ഏറ്റവുമധികം ആകർഷിച്ച പംക്തികളിലൊന്നായിരുന്നു ശ്രീ. കാട്ടാക്കട ദിവാകരന്റെ 'കേരളീയ ഗ്രാമങ്ങളിലൂടെ' സാമാന്യം ദീർഘമായ ഒരു കാലയളവിൽ ഇത് ഇടമുറിയാത്ത വിധം വാരികയിൽ പ്രത്യക്ഷപ്പെട്ടുകൊണ്ടേയിരുന്നു. ഇടയ്ക്ക് യദൃച്ഛയാ ഒന്നോ രണ്ടോ ലക്കങ്ങൾ മുടക്കം സംഭവിച്ചപ്പോഴാണ് ഇതിന് വായനക്കാർക്കിടയിലുള്ള പ്രിയം ഏറെ മനസ്സിലാക്കാൻ ഞങ്ങൾക്കു കഴിഞ്ഞത്. ഇഷ്ടമുള്ളതൊന്നും മുടങ്ങുന്നത് മനുഷ്യർക്കു സഹിക്കുകയില്ലല്ലോ.

ഇത്തരത്തിലൊരു പംക്തി വാരികയിലാരംഭിക്കുന്നതിനെപ്പറ്റി പത്രാധിപസമിതി ആലോചിച്ചുകൊണ്ടിരിക്കെ, 'കാകതാലീയന്യായേന' ശ്രീ ദിവാകരന്റെ ഒരു കത്ത് എന്റെ കൈവശം വന്നുചേർന്നു. 'എന്റെ ഗ്രാമം' എന്ന ശീർഷകത്തിൽ ഓരോ ഗ്രാമത്തിലും നിന്ന് ഓരോ ആളെക്കൊണ്ട് ലേഖനമെഴുതിക്കാനായിരുന്നു പത്രാധിപസമിതിയുടെ ആലോചന. പക്ഷേ, പ്രായോഗികരംഗത്ത് അതുണ്ടാക്കാവുന്ന ക്ലേശമോർത്തു ഞങ്ങൾ ദിവസങ്ങൾ തള്ളിനീക്കുകയായിരുന്നു. തന്റെ ഗ്രാമത്തെപ്പറ്റി ഓർക്കുമ്പോൾ ഏതൊരാളിന്റെയും ഭാവന വികസിക്കും. ആ വികാസസമ്മർദ്ദത്തിൽ സത്യം പലപ്പോഴും ഞെരിഞ്ഞുപോവുകയും ചെയ്യും. ഈ ഭവിഷ്യത്തിലായിരുന്നു ഞങ്ങൾക്കാശങ്ക. മറ്റൊന്ന്, ഓരോ ഗ്രാമത്തെയും സംബന്ധിച്ച് ചരിത്രപരവും ഭരണപരവും മറ്റുമായ വസ്തുതകൾ തേടിപ്പിടിക്കാൻ സാധാരണ എഴുത്തുകാർക്കുള്ള ബുദ്ധിമുട്ടാണ്. തേടിപ്പിടിക്കൽ അത്ര എളുപ്പമുള്ള കാര്യമല്ല. വസ്തുതകളോടെന്നതിനേക്കാൾ താല്പര്യങ്ങളോടു കൂറുപുലർത്താനാവും ഏറെപ്പേർക്കും വാസന. അങ്ങനെ വന്നാൽ 'വെളുക്കാൻ തേച്ചതു പാണ്ടായി' എന്നു പറഞ്ഞതുപോലെ പുതിയ പംക്തി ഒരു അനർത്ഥകാരിയാവുമെന്ന് ഞങ്ങൾക്കു തോന്നി. ഈ വിധം അങ്കലാപ്പിൽപെട്ടിരിക്കുമ്പോഴാണ് ദിവാകരന്റെ കത്ത്. എന്റെ കൈവശം വന്നുചേർന്നത്. കേരളത്തിലെ ഏതാനും ഗ്രാമങ്ങളെപ്പറ്റി കുറേ ലേഖനങ്ങളെഴുതാനുള്ള 'വഹ' താൻ ശേഖരിച്ചുവരികയാണെന്നും അതു വാരികയിലൂടെ വായനക്കാർക്കെത്തിച്ചുകൊടുക്കുന്നപക്ഷം ക്ലേശകരമായ ഈ ജോലി തുടർന്നു ചെയ്യുവാൻ തനിക്കു ഉത്സാഹം കൂടുമെന്നും അദ്ദേഹം എഴുതി. ഓരോ ഗ്രാമത്തിൽനിന്നും കുറേ ചിത്രങ്ങളെടുക്കാനും അദ്ദേഹം തയ്യാറായിരുന്നു. സ്വാഭാവികമായും ഈ നിർദ്ദേശം എന്നെ എത്രത്തോളം ആകർഷിച്ചുവെന്നു പറയേണ്ടതില്ലല്ലോ. അന്നു തന്നെ ഞാൻ അദ്ദേഹത്തിന് അനുകൂലമായ മറുപടി അയയ്ക്കുകയും ചെയ്തു.

ലേഖനം കിട്ടിത്തുടങ്ങിയപ്പോൾ എനിക്കും ഉത്സാഹം വർദ്ധിച്ചു. ഞാൻ ആശിച്ചതിലുമധികം ഭംഗിയായി തയ്യാറാക്കിയ ലേഖനങ്ങൾ. നർമ്മബോധത്തികവുള്ള ഒരു സാഹിത്യകാരന്റെ കൈപ്പാടുകൾ അടിമുടി കാണാം. സാഹിത്യവെടിയൊട്ടില്ലതാനും. പുരാണം, ഐതിഹ്യം, ചരിത്രം എന്നിവയിൽനിന്നൊക്കെ തേടാവുന്നതെല്ലാം തേടിപ്പിടിച്ച് ഓരോ ഗ്രാമത്തേയും അലങ്കരിപ്പിച്ചുകൊണ്ടുള്ള ആ രചനാരീതി ആദ്യം തന്നെ വായനക്കാരെ ആകർഷിച്ചുകളഞ്ഞു. ആകെക്കൂടി വായനക്കാർക്കിടയിൽനിന്നുയർന്ന പരാതികൾ രണ്ടേ രണ്ടായിരുന്നു. ഒന്ന്, പഞ്ചായത്തിന്റെ പ്രവർത്തനങ്ങളെ പൊതുവെ വീർപ്പിച്ചു

കാണിക്കുന്നു. രണ്ട്, തങ്ങളുടെ പ്രാദേശികാവശ്യങ്ങൾ വേണ്ടപോലെ മുഴപ്പിച്ചുകാണിച്ചിട്ടില്ല. ഈ ആക്ഷേപങ്ങൾ തീരെ അടിസ്ഥാനരഹിതമായിരുന്നെന്നു പറയാൻ വയ്യായിരുന്നു. അതുകൊണ്ടുതന്നെ തുടർന്നുള്ള ലേഖനങ്ങളിൽ ശ്രീ ദിവാകരൻ ആ വക സംഗതികളിൽ കുറേക്കൂടി ശ്രദ്ധ പതിപ്പിക്കുകയും ചെയ്തു.

കേരളത്തിലെ ആകെ 921 ഗ്രാമങ്ങൾ (പഞ്ചായത്തുകൾ) ഉള്ളതിൽ പ്രധാനപ്പെട്ട മിക്ക ഗ്രാമങ്ങളെയും അറുപതിൽപ്പരം ലേഖനങ്ങളിലായി അദ്ദേഹം അവതരിപ്പിച്ചുകഴിഞ്ഞു. മറ്റു ഗ്രാമങ്ങളെ അവയുടെ പ്രാധാന്യത്തിന്റെ ഏറ്റക്കുറവനുസരിച്ച് മേൽപ്പറഞ്ഞ പ്രധാനലേഖനങ്ങളിൽ സൗകര്യാനുരണം പരാമർശിച്ചിട്ടുമുണ്ട്. കേവലം മൂന്നോ നാലോ പുറങ്ങളിലായി ഒരു ഗ്രാമത്തെപ്പറ്റിയും (സമീപഗ്രാമങ്ങളെപ്പറ്റിയും) പുരാണംതൊട്ടു വികസനപ്രവർത്തനങ്ങൾവരെയുള്ള ഒട്ടേറെ കാര്യങ്ങൾ ദിങ്മാത്രമായിട്ടങ്കിലും പരാമർശിച്ചൊപ്പിക്കുകയെന്നത് ഒരു വലിയ സാഹസികപ്രവൃത്തിതന്നെയാണ്. പക്ഷേ, ആ സാഹസം വിജയകരമായിത്തന്നെ ശ്രീ. ദിവാകരൻ നിർവ്വഹിച്ചിരിക്കുന്നു. എല്ലാ വിഭാഗം അഭിരുചികളും ഇതിന്റെ വായനയിൽ തൃപ്തിപ്പെടുമെന്നു തീർച്ചയാണ്. നോവലോ ചെറുകഥകളോ വായിക്കുന്ന രസത്തോടെ ഈ കൃതി ആദ്യന്തം വായിച്ചുപോകാം. ഒപ്പം നമ്മുടെ സംസ്കാരത്തെയും പ്രദേശങ്ങളെയും പറ്റി അറിയാത്ത പലതും അത്ഭുതം നിറഞ്ഞ വികാരങ്ങളോടെ നമുക്കു വായിച്ചു മനസ്സിലാക്കുകയും ചെയ്യാം. ഈ ലേഖനങ്ങൾ തയ്യാറാക്കുന്നതിനുവേണ്ടി കേരളത്തിലെ കുഗ്രാമങ്ങൾതോറും എത്രയോ ദിവസങ്ങൾ ശ്രീ. ദിവാകരൻ അലഞ്ഞുതിരിയുകയും ക്ലേശിച്ചും മുഷിഞ്ഞും പണിയെടുക്കുകയും ചെയ്തിരിക്കുമെന്ന് ഊഹിക്കാവുന്നതേയുള്ളൂ. ആ കഷ്ടപ്പാട് തീർച്ചയായും നിഷ്പ്രയോജനമല്ല. നമ്മുടെ സംസ്ഥാനത്തെ സംബന്ധിച്ചിടത്തോളം ജനസാമാന്യത്തിന് പലകാര്യങ്ങളിലും പ്രയോജനകരവും പഠനാർഹവുമായ ഒരു 'റഫറൻസ്' ഗ്രന്ഥം കൂടിയാണിത്. ഇടയ്ക്കിടെ വിട്ടുപോയിട്ടുള്ള ഗ്രാമക്കാർ ശ്രീ. ദിവാകരനെപ്പറ്റി ആവലാതിക്കാരാണ്. തങ്ങളുടെ ഗ്രാമത്തിലേക്കു ചെല്ലണമെന്നും അതിനെപ്പറ്റി എഴുതണമെന്നും പലരും ഞങ്ങൾ വഴിക്ക് ശ്രീ. ദിവാകരനെ ക്ഷണിച്ചിട്ടുണ്ട്. പക്ഷേ, അങ്ങനെ എല്ലാ ഗ്രാമങ്ങളെപ്പറ്റിയും സവിസ്തരം എഴുതുക എന്ന ഉദ്ദേശ്യം ആദ്യം മുതല്ക്കേ അദ്ദേഹത്തിനുണ്ടായിരുന്നില്ല. സമാനസ്വഭാവമുള്ള ഗ്രാമങ്ങളിൽ ചിലതു മാത്രം തെരഞ്ഞെടുത്തിട്ട് ബാക്കി വിട്ടുകളയുക എന്ന ഒരു തത്ത്വമാണ് അദ്ദേഹം സ്വീകരിച്ചിട്ടുള്ളതെന്നു ഞാൻ മനസ്സിലാക്കിയിരുന്നു. എന്തായാലും ഇതിപ്പോൾ ഗ്രന്ഥരൂപത്തിലാക്കാൻ തീരുമാനിച്ച നിലയ്ക്ക് കൂടുതൽ ഗ്രാമങ്ങൾ ഈ പരമ്പരയിൽ ഉൾപ്പെടുത്തുന്നതാണ്. ഈ ഗ്രാമപരമ്പരയുടെ ഏതാനും വാല്യങ്ങൾതന്നെ പ്രസിദ്ധീകരിക്കാൻ കഴിയുമെങ്കിൽ തീർച്ചയായും നാനാതരത്തിലും അതൊരു മുതൽക്കൂട്ടായിരിക്കും. നമ്മുടെ ഗ്രന്ഥാലയങ്ങളിലും പഞ്ചായത്താഫീസുകളിലും സ്കൂളുകളിലും അവശ്യം സൂക്ഷിക്കേണ്ട കൃതികളിലൊന്നായി ഈ ഗ്രന്ഥം പരിഗണിക്കപ്പെടുമെന്ന സംഗതിയിൽ എനിക്കൊട്ടുമില്ല സംശയം.

അനുബന്ധം മൂന്ന്

ആദ്യകാല അനുഭവങ്ങൾ

1967 ൽ *കേരളീയ ഗ്രാമങ്ങളിലൂടെ* എന്ന പുസ്തകത്തിന് ഗ്രന്ഥകാരൻ എഴുതിയ കുറിപ്പ്

കഴിഞ്ഞ നാലഞ്ചു വർഷക്കാലത്തെ നിരന്തരമായ പരിശ്രമഫലമാണ് ഈ ഗ്രന്ഥം. ഒരു ഗ്രാമീണനായ എനിക്ക് പില്ക്കാലത്തു നഗരമദ്ധ്യത്തിൽ താമസിക്കേണ്ടിവന്നപ്പോഴും ഗ്രാമങ്ങളോടുള്ള ജന്മസഹജമായ മമതയ്ക്ക് ഒരു കുറവും വന്നില്ല. പ്രത്യുത, വർദ്ധിച്ചുവരികയും ചെയ്തു. സന്ദർഭവശാൽ ഔദ്യോഗികാവശ്യങ്ങൾ പ്രമാണിച്ച് കേരളത്തിലങ്ങോളമിങ്ങോളം ഒട്ടധികം പ്രാവശ്യം യാത്രചെയ്യേണ്ടിവന്നപ്പോൾ മേൽപ്പറഞ്ഞ 'ഭ്രമം' കൊടുമ്പിരികൊണ്ടു. പാറശ്ശാല മുതൽ മഞ്ചേശ്വരം വരെയുള്ള പ്രസിദ്ധമായ മിക്ക ഗ്രാമങ്ങളും സന്ദർശിച്ച് അവയുടെ യഥാർത്ഥരൂപവും ഭാവവും നേരിട്ടു കാണാനും വിശദവിവരങ്ങൾ ശേഖരിക്കാനുമുള്ള ഒരു പരിപാടി മനസ്സിൽ തയ്യാറാക്കി. സൂക്ഷിച്ചു. തുടർന്നുള്ള ഓരോ യാത്രയിലും പുതുതായി ഒരു ഗ്രാമമെങ്കിലും സന്ദർശിക്കാൻ സൗകര്യമുണ്ടാക്കി. അങ്ങനെ ആ പരിപാടി വർഷങ്ങളോളം തുടർന്നു. കുറച്ചങ്ങോട്ടു കടന്നപ്പോൾ യഥാർത്ഥത്തിൽ അജ്ഞാതമായ ഭൂപ്രദേശങ്ങളെപ്പറ്റി കൂടുതൽ കണ്ടറിയാൻ കഴിഞ്ഞപ്പോൾ ഗ്രാമസന്ദർശനം ആഹ്ലാദകരങ്ങളായ അനുഭവങ്ങളായി മാറി. സന്ദർശനങ്ങളുടെ ചൂടാറുംമുമ്പ് അനുഭവങ്ങളുടെ നിറം മങ്ങുംമുമ്പ്, അവയുടെ അസംസ്കൃതരൂപം തയ്യാറാക്കിവയ്ക്കാനും നിഷ്ഠ പാലിച്ചു. അപ്പോഴും ഒരു സംശയം, നഗരങ്ങളുടെ മേന്മയും ഭംഗിയും ആസ്വദിക്കാൻ വ്യഗ്രതകാട്ടുന്ന സാധാരണ വായനക്കാർക്ക് എന്റെ ഈ ഗ്രാമകഥാഖ്യാനം ഇഷ്ടപ്പെടുമോ? ഇഷ്ടപ്പെട്ടാലുമില്ലെങ്കിലും പ്രായേണ അറിയപ്പെടാത്ത ഗ്രാമകേരളത്തെപ്പറ്റി എനിക്കറിയാൻ കഴിഞ്ഞ കാര്യങ്ങൾ ലേഖനരൂപത്തിൽ കുറിച്ചുവയ്ക്കുന്നതിൽ അപാകതയില്ലെന്നു തോന്നി. യാദൃച്ഛികമായി *ജനയുഗം* പത്രാധിപർ ശ്രീ. കാമ്പിശ്ശേരി കരുണാകരനോട് ഇക്കാര്യം സൂചിപ്പിച്ചു. കാമ്പിശ്ശേരിക്കും ആ പരിപാടി ഏറെ ഇഷ്ടപ്പെട്ടെന്നു തോന്നി. അദ്ദേഹം പച്ചക്കൊടി കാട്ടി സധൈര്യം മുന്നോട്ടുപോവുക! മുന്നോട്ടു തന്നെപോയി. തയ്യാറാക്കപ്പെട്ട ലേഖനങ്ങൾ ഒന്നൊന്നായി *ജനയുഗം* വാരികയിൽ തുടർച്ചയായി പ്രസിദ്ധീകരിക്കപ്പെട്ടു, 'കേരളീയഗ്രാമങ്ങളിലൂടെ' എന്ന പേരിൽത്തന്നെ. അഞ്ചെട്ടണ്ണം പ്രകാശിതമായപ്പോൾ വായനക്കാരുടെ അഭിപ്രായങ്ങൾ തുരുതുരാ വന്നുതുടങ്ങി. ലേഖനത്തിലെ പോരായ്മകൾ ചൂണ്ടിക്കാട്ടുന്നവയും പുതുതായി ചിലവ നിർദ്ദേശിക്കപ്പെട്ടിട്ടുള്ളവയുമാണ് അവയിൽ ഏറിയകൂറും. കാമ്പിശ്ശേരിക്കും എനിക്കും ഉത്സാഹമേറി. വായനക്കാരുടെ നിർദ്ദേശവും പ്രോത്സാഹനവും മാർഗ്ഗനിർദ്ദേശവുമായി സ്വീകരിച്ചുകൊണ്ട് ലേഖനങ്ങളുടെ രൂപത്തിലും ഭാവത്തിലും ചില മാറ്റങ്ങൾ വരുത്തി. എങ്കിലും പരാതികൾ നിലച്ചില്ല ഏതെങ്കിലുമൊരു ഗ്രാമത്തിലെ ചെറിയൊരു സ്ഥാപനമോ സ്ഥലമോ വിട്ടുപോയാൽ, എനിക്കു കിട്ടിയ വിവരങ്ങൾ അപൂർണ്ണങ്ങളായാൽ ഉടനെ വായനക്കാർ ചന്ദ്രഹാസമിളക്കുകയായി. തദ്ദേശീയരുടെ നിലപാടിൽ അതു സ്വാഭാവികമാണ്. മനസ്സിലാക്കാവുന്നതേയുള്ളൂ. ആവുന്നത്ര കുറവുകൾ പരിഹരിച്ചും തെറ്റുകൾ ഒഴിവാക്കിയും നിർദ്ദേശങ്ങൾ സ്വീകരിച്ചും എന്റെ പ്രയാണം തുടർന്നു. മുറയ്ക്ക് എഴുതിവന്നപ്പോൾ, ഈ പരമ്പരയിൽ അവശ്യം വേണ്ടവയാണെന്നു പിന്നീടു ബോദ്ധ്യപ്പെട്ട ചില ഗ്രാമങ്ങളെക്കൂടി പരമ്പരയിൽ ഉൾപ്പെടുത്തി. പരമ്പര പൂർത്തിയായപ്പോൾ എന്റെ മനസ്സിൽ മുമ്പിനാലെയുണ്ടായിരുന്ന ഗ്രാമകഥാശില്പത്തിന് ഏറക്കുറെ നിയതമായ ഒരു രൂപം കിട്ടി. ഞാനുദ്ദേശിച്ച എല്ലാ ലേഖനങ്ങളും എഴുതിത്തീരുമ്പോൾ ഗ്രാമകേരളം

ഏതാണ്ടു മുഴുവനും സ്പർശിക്കപ്പെടുകയെങ്കിലും വേണം. പ്രധാനഗ്രാമങ്ങളെപ്പറ്റി വ്യക്തമായ ഒരു രൂപം അനുവാചകനു ലഭിക്കുകയും വേണം. അതായിരുന്നു എന്റെ പ്രധാനലക്ഷ്യം. കഴിവതും ജില്ലാടിസ്ഥാനത്തിലും താലൂക്കടിസ്ഥാനത്തിലും ബ്ലോക്കടിസ്ഥാനത്തിലും ഗ്രാമങ്ങൾക്കു നല്കേണ്ട പ്രാതിനിധ്യത്തെപ്പറ്റിയും ദൂരെക്കൂട്ടി കണ്ടിരുന്നു.

ഗ്രാമങ്ങൾ തെരഞ്ഞെടുക്കുന്നതിൽ ഞാൻ സ്വീകരിച്ച മാനദണ്ഡങ്ങളെപ്പറ്റിയും ഇവിടെ സൂചിപ്പിക്കേണ്ടതുണ്ട്. ഭൂമിശാസ്ത്രപരമോ ചരിത്രപരമോ സാമൂഹ്യമോ സാംസ്കാരികമോ വികസനപരമോ ആയ എന്തെങ്കിലും പ്രത്യേകതകളുണ്ടായിരിക്കണമെന്നതാണു പ്രധാനം. മുനിസിപ്പൽ (നഗര) പ്രദേശങ്ങൾ ലേഖനങ്ങളുടെ പരിധിയിൽനിന്നു പൂർണ്ണമായി ഒഴിവാക്കിയിട്ടുണ്ടെങ്കിലും, മേൽപ്പറഞ്ഞ പ്രത്യേകതകളുള്ള മുനിസിപ്പൽ പ്രദേശങ്ങളെ തൊട്ടടുത്തു കിടക്കുന്ന ഗ്രാമത്തിന്റെ പേരിൽ പരാമർശിക്കാൻ ശ്രമിച്ചിട്ടുണ്ട്. ഞാൻ സന്ദർശിച്ച കാലത്ത് ഗ്രാമപഞ്ചായത്തായിരുന്ന കാസർഗോഡ് ഈ അടുത്ത കാലത്തായി മുനിസിപ്പാലിറ്റിയായിട്ടുണ്ട്. എങ്കിലും അത് അങ്ങനെ തന്നെ ചേർക്കേണ്ടിവന്നു. പുസ്തകരൂപത്തിലാക്കിയപ്പോൾ ചില ലേഖനങ്ങൾ തല്ക്കാലത്തേക്ക് ഉപേക്ഷിക്കാൻ നിർബ്ബന്ധിതനായി. പ്രസ്തുത ലേഖനങ്ങളും മറ്റു ചില പുതിയ ഗ്രാമങ്ങളും വൈകാതെ മറ്റൊരു വാല്യമായി പ്രസിദ്ധീകരിക്കാൻ ശ്രമിക്കുന്നതാണ്.

ലേഖനപരമ്പര പൂർത്തിയായപ്പോൾ ഗ്രന്ഥരൂപത്തിൽ സമാഹരിക്കുന്നതിനൊരുമ്പെടുമ്പോൾ വായനക്കാരുടെ അഭിപ്രായങ്ങൾക്കും നിർദ്ദേശങ്ങൾക്കുമനുസരണമായി പലതും കൂട്ടിച്ചേർത്തു. ചിലതൊക്കെ ഉപേക്ഷിച്ചു. പത്രപംക്തികളിലൂടെയും നേരിട്ടും എന്റെ കുറവുകൾ ചൂണ്ടിക്കാട്ടുകയും നിർദ്ദേശങ്ങൾ നല്കുകയും ചെയ്ത എല്ലാ മാന്യവായനക്കാർക്കും എന്റെ അകൈതവമായ കൃതജ്ഞത പ്രകാശിപ്പിച്ചുകൊള്ളട്ടെ. വായനക്കാരിൽത്തന്നെ മറ്റൊരു വിഭാഗത്തെപ്പറ്റിയും എനിക്കറിവുണ്ട്. തികച്ചും സ്വാർത്ഥതയുടെ പേരിൽ - സ്വാർത്ഥത മതപരമോ ജാതീയമോ രാഷ്ട്രീയമോ ആകാം— സ്വന്തം അഭീഷ്ടങ്ങൾക്കു നിരക്കാത്ത കാര്യങ്ങൾ ലേഖനത്തിൽ വായിക്കുമ്പോൾ ശുണ്ഠിപിടിച്ച് ഊമക്കത്തുകളയച്ച ചില 'യോഗ്യ'ന്മാരുമുണ്ട്. പക്ഷേ, അത്തരം ഭീരുക്കളുടെ എണ്ണം വിരലിലെണ്ണാവുന്നതേയുള്ളൂ. സ്വാർത്ഥതാല്പര്യത്തിന്റെ ധൂമപാളികളാൽ കണ്ണുകാണാനാകാതെ ലേഖകനെ ചെളിവാരിയെറിയാനും ഭീഷണിപ്പെടുത്താനും വരെ മുതിർന്ന ആ നട്ടെല്ലില്ലാത്ത വീരന്മാരോട് എനിക്ക് സഹതാപമേയുള്ളൂ. അവരുടെ നിർദ്ദേശങ്ങൾ അതർഹിക്കുന്ന മട്ടിൽ തൃണോപമം തള്ളിക്കളയാനും തയ്യാറായിട്ടുണ്ട്. മാന്യവായനക്കാർ ക്ഷമിക്കണം. അങ്ങനെ കേരളീയഗ്രാമങ്ങളെപ്പറ്റി എന്റെ കഴിവിനനുസരിച്ചും അറിവിൽപ്പെട്ടിടത്തോളവുമുള്ള കാര്യങ്ങൾ ഈ ഗ്രന്ഥത്തിൽ ഉൾപ്പെടുത്താൻ ശ്രമിച്ചിട്ടുണ്ട്. അറിവുകൾ കഴിവതും ശരിയായിരിക്കാനും ആധുനികമാക്കാനും പരമാവധി യത്നിച്ചിട്ടുണ്ട്. എങ്കിലും ഒരു തദ്ദേശീയനെ സംബന്ധിച്ചിടത്തോളം താൻ ജനിച്ചുവളർന്ന ഗ്രാമത്തെപ്പറ്റിയുള്ള സ്വന്തം അറിവുമായി താരതമ്യപ്പെടുത്തുമ്പോൾ, രണ്ടോ മൂന്നോ ദിവസം മാത്രം ഒരു ഗ്രാമത്തിൽ തങ്ങി നാട്ടുകാരിൽനിന്നും അധികൃതസ്ഥാനങ്ങളിൽനിന്നും സുഹൃത്തുക്കളിൽനിന്നും തിരക്കിയറിയുന്ന വിവരങ്ങൾവച്ചു കൊണ്ട്, ഒരു വിദേശി എഴുതിയ ലേഖനം കുറ്റമറ്റതാകണമെന്നില്ല. കേട്ടുകേൾവിയിൽ അബദ്ധങ്ങൾ കടന്നുകൂടെന്നുമില്ല. പറഞ്ഞുതരുന്ന വ്യക്തികളുടെ ഇഷ്ടാനിഷ്ടങ്ങളും എനിക്കു കിട്ടുന്ന അറിവിൽ കുറെ നിഴലിച്ചെന്നും വരാം. എങ്കിലും അവയൊക്കെ പുനർവിചിന്തനം ചെയ്യാനും യാഥാർത്ഥ്യം മാത്രം പാറ്റിപ്പെറുക്കിയെടുക്കാനും ഗ്രന്ഥപ്രസാധനവേളയിൽ ശ്രമിച്ചിട്ടുണ്ട്. പക്ഷേ, മേൽപ്പറഞ്ഞതിന് ഒരു മറുവശവുമുണ്ട്. താൻ ജനിച്ചുവളർന്ന, സ്ഥിരതാമസം തുടരുന്ന സ്വന്തം ഗ്രാമത്തെപ്പറ്റി തനിക്കുതന്നെ അജ്ഞാതമായ വസ്തുതകൾ ലേഖനംമുഖേന വായിച്ചറിഞ്ഞശേഷം എന്നെ അനുമോദിച്ചിട്ടുള്ള ചില അജ്ഞാത സുഹൃത്തുക്കളും എനിക്കുണ്ട്. രസകരമായ അനുഭവം!

ഈ ഗ്രന്ഥരചനയ്ക്കുവേണ്ടി വിദൂരഗ്രാമങ്ങളിൽ എത്രയോപ്രാവശ്യം ചുറ്റിനടന്ന എനിക്ക്, ആളറിഞ്ഞും അറിയാതെയും സസന്തോഷം ആതിഥ്യം നല്കിയ സ്നേഹസമ്പന്നരായ ഗ്രാമീണരുടെയും അറിവു പകർന്നു തന്ന തദ്ദേശീയസുഹൃത്തുക്കളുടെയും എണ്ണം എത്രയെന്ന് എനിക്കുതന്നെ തീർച്ചയില്ല. അവരോടെനിക്കുള്ള കടപ്പാടും നന്ദിയും ഇവിടെ രേഖപ്പെടുത്തുവാൻ മാത്രമേ എനിക്കു കഴിവുള്ളൂ.

പൊതുവേ ഗതാഗതസൗകര്യവും താമസസൗകര്യവും കുറവായ പലഗ്രാമപ്രദേശങ്ങളിലും ഒന്ന് അന്തിയുറങ്ങാൻ ഇടംകിട്ടാതെ പരുങ്ങിനിന്നുപോയിട്ടുള്ള രാത്രികളുണ്ട്. ഒന്നും വാങ്ങിക്കഴിക്കാൻ സൗകര്യമില്ലാതെ അത്താഴപ്പട്ടിണി കിടക്കേണ്ടിവന്ന രാത്രികളുമുണ്ട്. സാഹചര്യങ്ങളുടെ പ്രേരണയാൽ ആശാസ്യമല്ലെന്ന് ബോദ്ധ്യമായ സംഭവങ്ങൾക്ക് ദൃക്സാക്ഷിയോ, അപൂർവ്വമായി പങ്കാളിയോ ആകാൻ നിർബ്ബന്ധിതനായ സന്ദർഭങ്ങളും പലതുണ്ടായിട്ടുണ്ട്. തികച്ചും വ്യക്തിപരമായ അത്തരം അനുഭവങ്ങൾ ഈ ഗ്രന്ഥരചനയുടെ ഉദ്ദേശ്യപരിധിക്കപ്പുറമാകയാൽ ഇവിടെ കുറിക്കേണ്ട കാര്യമില്ല. ചില പ്രസിദ്ധഗ്രാമങ്ങളുടെ സാംസ്കാരികമോ സദാ

ചാരപരമോ ആയ ദുഷ്പ്രവണതകൾ എന്നെ ഞെട്ടിപ്പിച്ചിട്ടുണ്ട്. അതിനു പ്രേരകമായ ആ പ്രത്യേക സാമൂഹ്യസംവിധാനത്തെപ്പറ്റിയും വേദനയോടെ ഓർത്തുപോവുകയാണ്. പക്ഷേ, അങ്ങനെയുള്ള ചുരുക്കം ഗ്രാമങ്ങളെപ്പറ്റി എഴുതിയിട്ടുണ്ടെങ്കിലും, ആവിധ അനാശാസ്യപ്രവണതകൾ ലേഖനത്തിലുൾക്കൊള്ളിക്കാതെ ഞാൻ മനഃപൂർവ്വം വിട്ടുകളഞ്ഞിട്ടുണ്ട്. ആ നല്ല നാട്ടുകാരുടെ നല്ല വികാരങ്ങളെ പോറലേല്പിക്കാനെനിക്കാഗ്രഹമില്ല. ഇക്കാര്യത്തിൽ മാന്യവായനക്കാർ എന്റെ പേരിൽ കൃത്യവിലോപമാരോപിക്കരുതെന്നപേക്ഷ.

നാഗരികജീവിതത്തിനു സ്വപ്നം കാണാൻ കഴിയാത്ത ഹൃദയവിശാലതയും ത്യാഗമനഃസ്ഥിതിയുമുള്ള എത്രയെത്ര ശുദ്ധാത്മാക്കൾ, അസാധാരണമായ സിദ്ധികളുൾക്കൊണ്ടുകൊണ്ട് കുഗ്രാമങ്ങളിൽ 'കുടത്തിലെ വിളക്കു'കളായി കഴിയുന്ന എത്രയെത്ര പ്രതിഭാശാലികൾ, സ്വഗ്രാമത്തിന്റെ പുരോഗതിക്കുവേണ്ടി സർവ്വസ്വവും ത്യജിക്കാൻ മടിക്കാത്ത എത്ര ഉദാരമതികൾ! ഗ്രാമപ്രദേശങ്ങളിൽ വച്ച് യദൃച്ഛയാ കണ്ടുമുട്ടുവാൻ കഴിഞ്ഞ ആ 'വലിയ മനുഷ്യരെ' ഞാനൊരിക്കലും മറക്കുകയില്ല.

ഇതിലെ ഗ്രാമങ്ങളുടെ ചരിത്രപശ്ചാത്തലം മനസ്സിലാക്കാൻ എന്റെ അഭിവന്ദ്യഗുരുനാഥനായ ശ്രീ. ഇളംകുളം കുഞ്ഞൻപിള്ളയെപ്പോലുള്ള പ്രസിദ്ധചരിത്രകാരന്മാരുടെ ഗ്രന്ഥങ്ങളും നേരിട്ടുള്ള ഉപദേശങ്ങളും സഹായകമായിട്ടുണ്ട്. പ്രാചീന സംസ്കാരികപശ്ചാത്തലം മനസ്സിലാക്കാൻ പലപ്രാചീന സാഹിത്യകൃതികളും മറിച്ചുനോക്കി ഓർമ്മ പുതുക്കേണ്ടിവന്നിട്ടുണ്ട്. അധികൃതവിവരങ്ങൾ ശേഖരിക്കാൻ പ്രധാനമായും പഞ്ചായത്താഫീസുകളെയും ബ്ലോക്ക് ഓഫീസുകളെയും ആശ്രയിക്കേണ്ടിവന്നിട്ടുണ്ട്.

*ജനയുഗ*ത്തിൽ ലേഖനരൂപത്തിൽ ഇവ പ്രസിദ്ധീകരിച്ചപ്പോൾ ലേഖനത്തോടൊപ്പം പ്രസിദ്ധീകരിക്കാൻ വേണ്ടി ഞാനെടുത്ത പടങ്ങൾ (ഫിലിം) മിക്കതും ഡവലപ്ചെയ്തു പ്രിന്റെടുത്തുതന്ന ഒരു അമചർ ഫോട്ടോഗ്രാഫറും ഫോട്ടോഗ്രാഫിയുടെ സാങ്കേതികവശങ്ങളെപ്പറ്റി താത്ത്വികവും പ്രയോഗികവുമായ വിജ്ഞാനം നേടിയിട്ടുള്ളയാളുമായ എന്റെ സുഹൃത്ത് ശ്രീ. എബനേസർ എബ്രഹാമിനോടു (റോഡു ട്രാൻസ്പോർട്ട് കോർപ്പറേഷൻ) എനിക്ക് അളവറ്റ നന്ദിയുണ്ട്.

ഈ ഗ്രന്ഥരചനയിൽ എനിക്കു ലഭിച്ച പ്രോത്സാഹനത്തിൽ മുഖ്യപങ്കുവഹിച്ച *ജനയുഗം* വാരികയോടും രാഷ്ട്രീയപാരമ്പര്യവും കലാബോധവുമുള്ള ഒരു ഉത്തമസുഹൃത്തു കൂടിയായ പത്രാധിപർ ശ്രീ. കാമ്പിശ്ശേരി കരുണാകരനോടും എനിക്കുള്ള കടപ്പാട് വാക്കുകൾക്കതീതമാമെന്നു പറയാനേ കഴിവുള്ളൂ. ശ്രമകരവും വ്യയഹേതുകവുമായ ഈ സഞ്ചാരപടിപാടിയിൽ *ജനയുഗം* എനിക്കു നല്കിയ സാമ്പത്തിക സഹായവും മറക്കാവതല്ല. ലേഖനത്തിന്റെ പ്രതിഫലമിനത്തിൽ *ജനയുഗം* എനിക്കു നല്കിയ 'റോയൽറ്റി' നമ്മുടെ ആനുകാലികപ്രസിദ്ധീകരണങ്ങൾ എഴുത്തുകാർക്കു നല്കുന്ന പ്രതിഫലത്തോതിനെപ്പറ്റിയുള്ള പ്രത്യേകിച്ചും *ജനയുഗ*ത്തിന്റെ സാമ്പത്തിക സ്ഥിതി പരിഗണിക്കുമ്പോൾ, സാധാരണസങ്കല്പത്തിന് അതീതമാണെന്നു മാത്രം ഇവിടെ പ്രസ്താവിച്ചുകൊള്ളട്ടെ. നന്ദി! നന്ദി.

ലേഖനപരമ്പര വാരികയിൽ പ്രസിദ്ധപ്പെടുത്തിക്കൊണ്ടിരുന്നപ്പോൾതന്നെ, വല്ലപ്പോഴും കണ്ടുമുട്ടുമ്പോൾ എന്നെ പ്രോത്സാഹിപ്പിക്കുകയും ശരിയായ മാർഗ്ഗനിർദ്ദേശം നല്കുകയും ചെയ്ത മാന്യവ്യക്തികൾ പലരുണ്ട്. എങ്കിലും ഗുപ്തൻനായർസാർ അവരിൽ മുൻപന്തിയിൽ നില്ക്കുന്നു. പണ്ട് യൂണിവേഴ്സിറ്റികോളേജിലെ എം എ ക്ലാസുകളിൽ പഠിപ്പിച്ച കാലത്തെ അതേ സ്നേഹവാത്സല്യങ്ങളോടെ അടുക്കൽ വിളിച്ചുനിർത്തി സ്വതഃസിദ്ധമായ ആ പതിഞ്ഞ മട്ടിൽ എനിക്കു നിരന്തരമായി വഴികാട്ടിക്കൊണ്ടിരുന്നു സ്നേഹധനനായ ആ ഗുരുനാഥൻ. ലേഖനങ്ങൾ പുസ്തകരൂപത്തിലാക്കാനുദ്ദേശിച്ചപ്പോൾ അതൊന്ന് 'എഡിറ്റ്' ചെയ്തെടുക്കേണ്ടത് ആവശ്യമാണെന്നു ബോദ്ധ്യപ്പെട്ടു. അപ്പോഴും ആ കൃത്യം നിർവ്വഹിക്കാൻ സർവ്വഥാ യോഗ്യനായ വ്യക്തി സാർതന്നെ ആണെന്ന് മറ്റുപലരെയും പോലെ എനിക്കും ബോദ്ധ്യമുണ്ടായിരുന്നു. കാരണം, ഞാൻ ഈ ഗ്രന്ഥത്തിലൂടെ അവതരിപ്പിച്ചിട്ടുള്ള മിക്ക ഗ്രാമങ്ങളും (വിശിഷ്യാ മലബാർ പ്രദേശങ്ങൾ) പലപ്പോഴായി അന്വേഷണകുതുകിയായ സാറും സന്ദർശിച്ചിട്ടുള്ളവയാണ്. എങ്കിലും അതീവ ശ്രമകരവും അസാമാന്യ ക്ഷമ ആവശ്യമുള്ളതുമായ ഈ ഭാരിച്ച ജോലി 'ഗ്രാമങ്ങളുടെ എഡിറ്റിങ്' കൃത്യാന്തരബാഹുല്യത്താൽ പരുങ്ങുന്ന സാറിനെ ഏല്പിക്കുകയെന്നുവച്ചാൽ അതൊരു കടുത്ത ശിക്ഷതന്നെ. എങ്കിലും ശിഷ്യവാത്സല്യത്തിന്റെ പേരിലോ, സഹജമായ ഗ്രാമപ്രതിപത്തികൊണ്ടോ സാർ ആ കൃത്യം സസന്തോഷം ഏറ്റെടുത്തു. ജോലിത്തിരക്കിനിടയിൽ കഴിയുംമട്ടിൽ ആ കൃത്യം നിറവേറ്റിത്തന്നു. മാത്രമോ, ഈ ഗ്രന്ഥത്തിന്റെ കിരീടമെന്നു ഞാനഭിമാനിക്കുന്ന ഒരവതാരിക എഴുതിത്തരികയും ചെയ്തു. വിജ്ഞാനസമ്പാദനത്തിൽ ധാരാളിയാണെങ്കിലും നേടിയെടുത്ത വിജ്ഞാനം പരോപകാരാർത്ഥം ചെലവഴിക്കുന്നതിൽ അതീവ ലുബ്ധനായ - വാക്കുകൾക്കു പവനെക്കാൾ വിലകല്പിക്കുന്ന - പ്രൊഫസർ ഗുപ്തൻനായരോടുള്ള എന്റെ കടപ്പാട് ഈ വിനീതശിഷ്യൻ ഇവിടെ കുറിച്ചുവയ്ക്കട്ടെ— ആത്മസംതൃപ്തിക്കുവേണ്ടി.

ഈ ലേഖനങ്ങളുടെ ഗുണദോഷങ്ങൾ വിപുലമായ തോതിൽ നേരിട്ടു (വായനക്കാരുടെ കത്തുകൾമുഖേന) മനസ്സിലാക്കി ഒരഭിപ്രായം എഴുതിത്തന്ന *ജനയുഗം* പത്രാധിപർ കാമ്പിശ്ശേരിയോട് എനിക്കുള്ള കൃതജ്ഞത അവസാനിക്കുന്നില്ല.

ഇത്തരമൊരു ഗ്രന്ഥം രചിക്കാൻ അനുയോജ്യമായ സാഹചര്യങ്ങൾ സൃഷ്ടിച്ചുതന്ന മറ്റൊരു മാന്യവ്യക്തിയുണ്ട്. പഞ്ചായത്തുഡയറക്ടർ ശ്രീ. ആർ കേശവൻ നായർ. ഔദ്യോഗികമണ്ഡലത്തിന്റെ ഉന്നതശ്രേണിയിലാണെങ്കിലും ചിന്തയും കഴിവുകളും ഒരല്പമെങ്കിലും ശുഷ്കിച്ചിട്ടില്ലാത്ത ഒരു സാഹിത്യാസ്വാദകനും സാഹിത്യകാരനുംകൂടിയായ ആ മഹാവ്യക്തിയുടെ പ്രോത്സാഹനമില്ലാതിരുന്നുവെങ്കിൽ ഞാനിത്തരമൊരു മഹായജ്ഞത്തിനൊരുമ്പെടുകയില്ലായിരുന്നു. അതുകൊണ്ടുതന്നെ ഈ ഗ്രന്ഥരചനയിൽ പരക്ഷമായിട്ടെങ്കിലും അദ്ദേഹത്തിന്റെ പങ്കു വ്യക്തമാണ്. ഈ ഗ്രന്ഥത്തിനു വിജയമാശംസിച്ചുകൊണ്ട് എന്റെ എളിയ സാഹിത്യപ്രവർത്തനത്തിന് എക്കാലത്തും താങ്ങുംതണലുമായി നില്ക്കുന്ന പഞ്ചായത്തുഡയറക്ടർ ശ്രീ. ആർ കേശവൻനായരുടെ വ്യക്തിവൈശിഷ്ട്യത്തിനു മുമ്പിൽ ഈ ഗ്രന്ഥം സവിനയം സമർപ്പിക്കുന്നതിലും ഞാൻ കൃതാർത്ഥത കണ്ടെത്തിയിരിക്കുന്നു.

ഗ്രന്ഥത്തിന്റെ പ്രാരംഭമായിട്ടിത്രയും കുറിച്ചുപോയി. ക്ഷമിക്കുക. ഇനി *കേരളഗ്രാമങ്ങളിലൂടെ*യുള്ള ഒരു വിനോദ-പഠനപര്യടനത്തിനു ബഹുമാനപ്പെട്ട വായനക്കാരെ സവിനയം ക്ഷണിച്ചുകൊള്ളട്ടെ.

അനുബന്ധം നാല്

യാത്രയുടെ അനുഭവ ഭൂമിക

2005 ജൂണിൽ ഡോ. എൻ കെ കരീം
*മലയാളം വാരിക*യിലെഴുതിയ പുസ്തകാഭിപ്രായം

ഔപചാരികമായ വിദ്യാഭ്യാസം സാർവ്വത്രികമല്ലാതിരുന്ന കാലത്ത് സഞ്ചാരം തന്നെ ഒരു പൊതു ലിബറൽ വിദ്യാഭ്യാസമായി പല പരിഷ്കൃതരാജ്യങ്ങളും കരുതിയിരുന്നു. ഔപചാരിക വിദ്യാഭ്യാസം നേടിയവർക്കുപോലും അതിന്റെ അർത്ഥപൂർണ്ണമായ പൂർത്തീകരണത്തിന്റെ ഭാഗമായി സഞ്ചാരം അനിവാര്യമായി കണക്കാക്കപ്പെട്ടിരുന്നുവല്ലോ. ഒരു കാലത്ത് "ഗ്രാന്റ് ടൂർ" ഇംഗ്ലീഷ് വിദ്യാഭ്യാസത്തിന്റെ അനുപേക്ഷണീയമായ അനുബന്ധമായിരുന്നു. നേരിട്ടുള്ള അനുഭവങ്ങളും പുസ്തകങ്ങളിൽനിന്നുള്ള അറിവും പരസ്പരം പൂരകങ്ങളും പോഷകങ്ങളുമായിരിക്കണമെന്ന സത്യമാണ് ഈ വിദ്യാഭ്യാസ പാരമ്പര്യത്തിന്റെ പിന്നിലെ പൊരുൾ. ആ കാലം നാം പിന്നിട്ടു കഴിഞ്ഞിരിക്കുന്നു. എന്നാൽ അതിനെ സമ്പന്നമാക്കിയ ആ ആന്തരിക ചോദനയ്ക്കു മരണമില്ല.

അത്തരം ഒരു അന്തർപ്രേരണയുടെ പ്രകടനമാണ് കാട്ടാക്കട ദിവാകരന്റെ *കേരളസഞ്ചാരം* എന്ന ബൃഹദ് ഗ്രന്ഥത്തിന്റെ രചനയ്ക്കു പിന്നിലുള്ളത് വളരെ നേരത്തേ മുളപൊട്ടിയതാണ്, താൻ പോകുന്ന പ്രദേശങ്ങളുടെ പുരാണം അറിയുവാനുള്ള ദിവാകരന്റെ സഹജമായ ചോദന. ഇന്നിപ്പോൾ കൊച്ചുഗ്രാമത്തിലെ ജീവിതംപോലും നവോത്ഥാനാശയങ്ങളുടെ വേലിയേറ്റം മൂലം സങ്കീർണ്ണവും സജീവങ്ങളുമാണ്. ഉത്തരേന്ത്യയിലെ ഗ്രാമങ്ങളെപ്പോലെ ഫ്യൂഡൽ പാരമ്പര്യങ്ങളുടെ മാറാലക്കെട്ടുകളിൽ കുടുങ്ങി മയങ്ങിക്കിടക്കുന്നവയല്ല കേരള ഗ്രാമങ്ങൾ. അവയ്ക്കോരോന്നിനും ചലനാത്മകമായ രാഷ്ട്രീയ ജീവിതമുണ്ട്. നൂതനാശയങ്ങൾ കൊണ്ടു സ്പന്ദിക്കുന്ന സാമൂഹ്യവ്യക്തിത്വമുണ്ട്. ഉല്പാദനക്ഷമമായ സാമ്പത്തിക പ്രവർത്തനങ്ങളുണ്ട്. എല്ലാറ്റിനുമുപരിയായി പഴയതും പുതിയതുമായ സ്ഥാപനങ്ങളുമായി ബന്ധപ്പെട്ട സാംസ്കാരിക ജീവിതമുണ്ട്. ഇവയെല്ലാം ഇഴപിരിച്ചു ഇനം തിരിച്ചു പരിശോധിച്ച് ഒരു കൊച്ചു പ്രദേശത്തിന്റെ ആത്മാവ് കണ്ടെത്തണമെങ്കിൽ ദീർഘകാലത്തെ താമസവും സൂക്ഷ്മമായ പഠനവും ആവശ്യമാണ്. എങ്കിലും നിശിതമായ ഉൾക്കാഴ്ചയുള്ള ഒരാൾക്ക് ഒന്നോ രണ്ടോ പ്രാവശ്യങ്ങളിലെ ഹ്രസ്വമായ സന്ദർശനംകൊണ്ട് ഒരു ഗ്രാമത്തിന്റെ ബാഹ്യമായ സവിശേഷതകളും ആന്തരികമായ സ്വഭാവവും മനസ്സിലാക്കാൻ കഴിയുന്നു. നിരന്തരമായ നിരീക്ഷണങ്ങളിലൂടെ തന്റെ ഉൾക്കാഴ്ച അസാധാരണമാം വിധം മൂർച്ച വരുത്തിയ ഒരു സഞ്ചാരിയാണ് കാട്ടാക്കട ദിവാകരൻ. സഞ്ചാരിയെന്നാൽ ഔദ്യോഗികാവശ്യങ്ങൾക്കുവേണ്ടി രാഷ്ട്രീയ കേരളത്തിന്റെ ഒരറ്റം മുതൽ മറ്റേ അറ്റം വരെ പലവട്ടം സഞ്ചരിക്കാൻ അവസരമുണ്ടായ ഒരു സഞ്ചാരിയായിരുന്നു അദ്ദേഹം. എന്നാൽ കണ്ണും കാതും തുറന്നുവെച്ചുകൊണ്ടാണ് കേരളത്തിലെ ഗ്രാമങ്ങൾ അദ്ദേഹം സന്ദർശിച്ചിരുന്നത്. അതോടൊപ്പം പോകുന്ന ഓരോ പ്രദേശത്തിന്റെയും കിട്ടാവുന്നത്ര വിവരങ്ങൾ അദ്ദേഹം ശേഖരിക്കുകയും ചെയ്തിരുന്നു. കണ്ടതും അറിഞ്ഞതുമായ വിവരങ്ങൾ തന്റെ ചിന്തയുടെ മൂശയിലിട്ട് ആ പ്രദേശത്തിന്റെ ഒരു സമഗ്രരൂപ ശില്പം വാർത്തെടുക്കുകയെന്നുള്ളതായിരുന്നു ദിവാകരന്റെ പതിവ്. സർഗ്ഗധനനായ അദ്ദേഹത്തിന് ആത്മീയമായ ഒരു സംതൃപ്തി നല്കിയിരുന്നതായിരിക്കണം ഔദ്യോഗിക ചുമതലയുടെ ഭാഗമായ ഈ ഗ്രാമസന്ദർശനങ്ങളും പഠനങ്ങളും. അതുകൊണ്ടുതന്നെയാണ് അദ്ദേഹം തന്റെ ഔദ്യോഗികമായ കൃത്യനിർവ്വഹണത്തിനാവശ്യമായ കാര്യങ്ങൾക്കപ്പുറം പലതും മനസ്സിലാക്കുവാൻ ശ്രമിച്ചത്.

അദ്ദേഹത്തിന്റെ ദൃഷ്ടികൾ ഒരു ചരിത്രകാരന്റെ ഭൂതകാല താല്പര്യത്തോടും ഒരു സാമൂഹ്യവിജ്ഞാനീയ വിദ്യാർത്ഥിയുടെ അപഗ്രഥനബുദ്ധിയോടും ഒരു സാമ്പത്തിക ശാസ്ത്രജ്ഞന്റെ വികസനതത്ത്വ

ബോധത്തോടും ഒരു സാംസ്കാരിക പ്രവർത്തകന്റെ ആവേശത്തോടും കൂടി പലതും നോക്കിക്കണ്ടു. മനസ്സിലാക്കിയ കാര്യങ്ങൾ സൂക്ഷ്മമായി താരതമ്യം ചെയ്തു പരിശോധിച്ചു. പിന്നീടവ കാച്ചിക്കുറുക്കി വായനക്കാർക്ക് രസകരവും വിജ്ഞാനപ്രദവുമായ മട്ടിൽ ആനുകാലികങ്ങളിൽ പ്രസിദ്ധീകരിക്കുകയെന്നുള്ളതു സർവ്വീസിലുള്ളപ്പോൾ തന്നെ കാട്ടാക്കട ദിവാകരന്റെ സ്വഭാവമായിരുന്നു. അന്ന് അവ വായിക്കാനിടയായ ഈ നിരൂപകനടക്കമുള്ളവർ ഇന്നും അതിന്റെ ആസ്വാദ്യത അയവിറക്കുന്നുണ്ട്. വിരസമായ വസ്തുതാ വിവരണങ്ങൾക്കപ്പുറം ജനപദങ്ങളുടെ തുടിക്കുന്ന ആത്മാവിനെ അനാവരണം ചെയ്യുന്ന ആ രചനകൾ ഒരു സർഗ്ഗചേതനയുടെ ശക്തമായ സ്പർശമുള്ളവയായിരുന്നു.

ദിവാകരന്റെ ഗ്രാമങ്ങളിലൂടെയുള്ള യാത്രയുടെ അർത്ഥപൂർണ്ണമായ വിവരങ്ങളടങ്ങിയ വിവരങ്ങൾ ഒരു വലിയ വിഭാഗം വായനക്കാരുടെ മനസ്സു കവരുന്നുണ്ട് എന്നു മനസ്സിലാക്കിയ പത്രാധിപന്മാർ കാട്ടാക്കട ദിവാകരനെ വളരെയധികം പ്രോത്സാഹിപ്പിച്ചു. അന്നത്തെ ആ പരമ്പരയുടെ ആദ്യപുസ്തക രൂപത്തിലുള്ള പ്രസിദ്ധീകരണമായിരുന്നു 1968 ൽ പുറത്തുവന്ന *കേരളീയഗ്രാമങ്ങളിലൂടെ* എന്ന കൃതി. പബ്ലിക് റിലേഷൻ ഡിപ്പാർട്ടുമെന്റിൽ ജോലിയിൽ പ്രവേശിച്ച കാലം മുതൽ തൊഴിലിനോടു പ്രതിബദ്ധതയുള്ള ഒരുദ്യോഗസ്ഥൻ എന്ന നിലയിൽ നാടിന്റെയും നാട്ടുകാരുടെയും കാര്യങ്ങളിലുള്ള പൊതുതാല്പര്യം മൂലം 1962 ൽ ആരംഭിച്ച *പഞ്ചായത്ത് രാജ്* എന്ന സർക്കാർ പ്രസിദ്ധീകരണത്തിന്റെ പത്രാധിപത്യം ഏറ്റെടുക്കാൻ ഇടയായതു മുതൽ ഗ്രാമം ദിവാകരൻ പറയുന്നതു പോലെ തന്റെ ഉറ്റചങ്ങാതിയായിത്തീർന്നു. ഈ അടുത്തചങ്ങാത്തം. ദീർഘകാലം തുടർന്നപ്പോൾ ഗ്രന്ഥകർത്താവിന്റെ മനസ്സ് കേരളനാടിന്റെ സമഗ്രവിവരങ്ങൾ സൂക്ഷിക്കുന്ന ഒരു കമ്പ്യൂട്ടറായിത്തീർന്നു. അവ വീണ്ടെടുത്ത് തന്നിലുള്ള ഒരു സർഗ്ഗാത്മക സാഹിത്യകാരന്റെ ഭാവനയുടെ മൂശയിൽ ഓരോന്നോരോന്നായി രൂപപ്പെടുത്തിയപ്പോൾ അവയ്ക്കോരോന്നിനും രൂപപ്പെടുത്തിയപ്പോൾ അവയ്ക്കോരോന്നിനും ശില്പപരമായ രൂപവും ഭാവവും ലഭിച്ചു. അവയെ പിന്നേയും വിശാലമായ കേരള ചട്ടക്കൂട്ടിൽ പ്രദേശപരമായ അനുക്രമത്തിൽ തെക്കെ അറ്റത്തു നിന്നു വടക്കേ അറ്റം വരെയുള്ള വിവരണങ്ങളാക്കി കോർത്തിണക്കിയപ്പോൾ ജൈവരൂപമുള്ള ഒരു ബൃഹദ് ഗ്രന്ഥമായിത്തീർത്തു.

മലയാളത്തിലെ വിജ്ഞാനകോശങ്ങളുടെ ശേഖരം അതിവേഗം വർദ്ധിക്കുകയാണ്. പലതരം നിഘണ്ടുകൾ നിരവധി പ്രത്യേകതരം വിവരവിജ്ഞാനഗ്രന്ഥത്തിൽ എന്നിവ നിരന്തരം പുറത്തിറക്കുന്നുണ്ട്. എല്ലാം നല്ല നിലവാരമുള്ളവയെങ്കിലും ശ്രദ്ധയോടുകൂടി ഉപയോഗിച്ചാൽ എല്ലാം ഏറിയും കുറഞ്ഞും പ്രയോജനപ്രദങ്ങളാണ്. എന്നാൽ *കേരള സഞ്ചാരം* അത്തരം ഒരു വരട്ടു വിജ്ഞാനകോശമല്ല. ഒരൊറ്റയാളുടെ പ്രത്യേകതരം ജ്വരത്തിന്റെ ഫലമായി സ്വാഭാവികമായി രൂപംകൊണ്ട നിബന്ധങ്ങളുടെ രൂപഭദ്രതയുള്ള വൻ സമാഹാരമാണ്. അതിലെ താളുകളിൽ കേരളത്തിലെ ഗ്രാമങ്ങളുടെ മാത്രമല്ല നഗരങ്ങളുടെയും ചരിത്രത്തിന്റെ മണമുണ്ട്. സാമൂഹ്യ ജീവിതത്തിന്റെ നിറമുണ്ട്. അവിടങ്ങളിലെ സാമ്പത്തിക ജീവിതത്തിന്റെ രുചിയും അനുഭവിച്ചറിയാം. അതുകൊണ്ടുതന്നെ *കേരള സഞ്ചാരം* അപൂർവ്വസിദ്ധമായ ഒരു കൃതിയാണ്. അതിനെ ഏതു വിഭാഗത്തിൽ ഉൾപ്പെടുത്തണമെന്ന കാര്യത്തിൽ മാത്രമേ സംശയമുണ്ടാവുകയുള്ളൂ.

നൂറുശതമാനവും ശരിയായിരിക്കണമെന്നില്ല. ഓരോ ഖണ്ഡത്തിലേയും എല്ലാ വസ്തുതകളും അതുപോലെതന്നെ ഓരോ പ്രദേശത്തിന്റെ സമ്പൂർണ്ണ വിവരങ്ങൾ ഇതിൽനിന്നു കിട്ടിയില്ലെന്നും വരാം. എന്നാൽ അവയുടെ ആധികാരികതയെയും അപര്യാപ്തതയെയും അതിലംഘിക്കുന്ന ഒരു പ്രയോജനം അവയ്ക്കെല്ലാമുണ്ട്. അതൊന്നു മതി ദീർഘകാലത്തെ നിർവ്യാജമായ താല്പര്യത്തോടും നിസ്തന്ദ്രമായ പരിശ്രമത്തോടും കൂടി കാട്ടാക്കട ദിവാകരൻ ക്ലേശിച്ചു രൂപപ്പെടുത്തിയ *കേരള സഞ്ചാര*ത്തെ നമ്മുടെ സാഹിത്യത്തിലെ ഒരു വലിയ മുതൽക്കൂട്ടായി സ്വാഗതം ചെയ്യുവാൻ.

നൂറു ഖണ്ഡങ്ങളായിട്ടാണു ആയിരത്തോളം പുറങ്ങളുള്ള ഈ ബൃഹദ് ഗ്രന്ഥം നിർബ്ബന്ധിച്ചിരിക്കുന്നത്. തെക്കേ അറ്റത്തു നിത്യകന്യകയായ ദേവിയുടെ പാദങ്ങളിൽനിന്നും തുടങ്ങി നേത്രാവതിയുടെ തീരങ്ങളിൽ അവസാനിക്കുന്ന *കേരള സഞ്ചാരം* വായനക്കാർക്കു ഉന്മേഷദായകവും ഉല്ലാസപ്രദവും മാത്രമല്ല കേരളത്തിന്റെ ആത്മാവു കണ്ടെത്താൻ സഹായിക്കുന്ന ഒരു നല്ല വായനാനുഭവം കൂടിയാണ്. ഓരോ ഖണ്ഡത്തിനും നല്കിയിരിക്കുന്ന തലക്കെട്ടുകൾ തന്നെ വായനക്കാരന്റെ ജിജ്ഞാസയെ ഉണർത്തുന്നവിധം ധ്വന്യാത്മകമാണ്. അവ ഓരോന്നിന്റെയും ഇതിഹാസാത്മകമോ രാഷ്ട്രീയമോ സാംസ്കാരികമോ ഭൂമിശാസ്ത്രപരമോ ചരിത്രപരമായ ആയ സവിശേഷതയിൽ ഊന്നിയാണ് വിവരണങ്ങൾ എന്നു തലക്കെട്ടുകൾ സൂചിപ്പിക്കുന്നു.

ഒരു ജീവിതകാലം മുഴുവൻ നിരന്തരമായ പരിശ്രമത്തിലൂടെ സ്മാരക തുല്യമായ ഗ്രന്ഥങ്ങൾ രചിച്ചിട്ടുള്ള അപൂർവ്വവ്യക്തികൾ ലോകസാഹിത്യത്തിലെന്ന പോലെ മലയാളത്തിലുമുണ്ട്. പതിനെട്ടാം നൂറ്റാണ്ടിലെ ഡോ. ജോൺസണും പത്തൊമ്പതാം നൂറ്റാണ്ടിലെ വെബ്സൈറ്റുമെല്ലാം മലയാളികളായ ശ്രീകണ്ഠേശ്വരത്തെയും മഹാലിംഗം പിള്ളയെയും പോലെ ഒറ്റയ്ക്കു തങ്ങളുടേതായ പ്രത്യേക നിഘണ്ടുകൾ നിർമ്മിച്ച് അനശ്വരരായിത്തീർന്ന മഹാത്മാക്കളാണ്. സ്ഥാപനങ്ങൾ കൂട്ടായി ചെയ്യേണ്ട ഇത്തരം ചുമതലകൾ സാഹസികമായി ഒറ്റയ്ക്ക് ഏറ്റെടുത്തു പൂർത്തീകരിച്ചവരുടെ പട്ടികയിൽ കാട്ടാക്കട ദിവാകരനും തീർച്ചയായും ഒരു സ്ഥാനമുണ്ട്.

ഗ്രന്ഥസൂചി

1. പി ശങ്കുണ്ണി മേനോൻ
തിരുവിതാംകൂർ ചരിത്രം

2. കെ പത്മനാഭ മേനോൻ
കൊച്ചി രാജ്യ ചരിത്രം

3. വില്യം ലോഗൻ
ലോഗന്റെ മലബാർ മാനുവൽ

4. ഡോ. ഹെർമ്മൻ ഗുണ്ടർട്ട്,
കേരളപ്പഴമ

5. ഇളംകുളം കുഞ്ഞൻപിള്ള
കേരളചരിത്രത്തിലെ ഇരുളടഞ്ഞ ഏടുകൾ
അന്നത്തെ കേരളം
ചേരസാമ്രാജ്യം ഒൻപതും പത്തും നൂറ്റാണ്ടുകൾ
ചില കേരള ചരിത്ര പ്രശ്നങ്ങൾ
ജന്മി സമ്പ്രദായം കേരളത്തിൽ
കേരളം അഞ്ചും ആറും നൂറ്റാണ്ടുകളിൽ
ചരിത്രത്തിന്റെ പശ്ചാത്തലത്തിൽ

6. എ ശ്രീധര മേനോൻ
കേരള ചരിത്രം
കേരള ചരിത്രശില്പികൾ
കേരള സംസ്കാരം

7. എസ് ശങ്കു അയ്യർ
കേരളചരിത്രത്തിലെ ചില അജ്ഞാത ഭാഗങ്ങൾ

8. വി ആർ പരമേശ്വരൻപിള്ള
പ്രാചീന ലിഖിതങ്ങൾ

9. പുത്തേഴത്ത് രാമൻ മേനോൻ
ശക്തൻ തമ്പുരാൻ

10. ചിറയ്ക്കൽ ടി ബാലകൃഷ്ണൻ നായർ
ചിറയ്ക്കൽ ടി ബാലകൃഷ്ണൻ നായരുടെ തെരഞ്ഞെടുത്ത പ്രബന്ധങ്ങൾ

11. ഉള്ളൂർ എസ് പരമേശ്വരയ്യർ
കേരള സാഹിത്യചരിത്രം (നാലുവാല്യങ്ങൾ)

12. ഡോ. സി കെ കരിം
കേരള ചരിത്ര വിചാരം

13. പി കെ ഗോപാലകൃഷ്ണൻ
കേരള സംസ്കാരം
ജൈനമതം കേരളത്തിൽ

14. വേലായുധൻ പണിക്കശ്ശേരി
കേരളം അറുനൂറ് കൊല്ലം മുമ്പ്
സഞ്ചാരികളും ചരിത്രകാരന്മാരും
കേരളം പതിനാലും പതിനാറും നൂറ്റാണ്ടുകളിൽ
ഇബ്നുബത്തൂത്ത കണ്ടകേരളം

15. കെ കെ രാമചന്ദ്രൻ നായർ
കേരള ചരിത്ര ശകലങ്ങൾ

16. അടൂർ രാമചന്ദ്രൻ നായർ
കേരളചരിത്രത്തിലെ വിസ്മൃതാദ്ധ്യായങ്ങൾ

17. കാവടിത്തലയ്ക്കൽ ഭാസ്കരൻ നാടാർ
നാടാർ ചരിത്രം

18. വി വി കെ വാലത്ത്
കേരളത്തിലെ സ്ഥലചരിത്രങ്ങൾ (എറണാകുളം, തൃശൂർ, പാലക്കാട് ജില്ലകൾ)
ചരിത്ര കവാടങ്ങൾ - ശബരിമല, ഷോളയാർ, മൂന്നാർ

19. കൊട്ടാരത്തിൽ ശങ്കുണ്ണി
ഐതിഹ്യമാല

20. നാലാങ്കൽ കൃഷ്ണപിള്ള
മഹാക്ഷേത്രങ്ങളുടെ മുന്നിൽ
ക്ഷേത്ര പ്രദക്ഷിണം

21. കാട്ടാക്കട ദിവാകരൻ
കേരളീയ ഗ്രാമങ്ങളിലൂടെ
എത്ര എത്ര സ്ഥലങ്ങൾ എന്തെന്ത് സംഭവങ്ങൾ

22. സാഹിത്യ പ്രവർത്തക സഹകരണ സംഘം
വിശ്വവിജ്ഞാന കോശം (10 വാല്യങ്ങൾ)

23. ഡി സി ബുക്സ്
സർവ്വ വിജ്ഞാന കോശം (4 വാല്യങ്ങൾ)

24. കോഴിശ്ശേരി വി ലക്ഷ്ണമൻ (എഡിറ്റർ)
കൊല്ലത്തിന്റെ ആധുനിക ചരിത്രം (സ്മരണിക)

25. പ്രൊഫ. എം കെ സാനു (ചീഫ് എഡിറ്റർ)
കൊച്ചി 2000 (സ്മരണിക)

26. പ്രൊഫ. എം ജി എസ് നാരായണൻ (ചീഫ് എഡിറ്റർ)
മലബാർസ്മരണിക (മലബാർ മഹോത്സവ് 1993)

27. ജില്ലാ ഭരണകൂടം (കണ്ണൂർ)
മതമൈത്രീമേള, കണ്ണൂർ 1992 (സ്മരണിക)

28. ജില്ലാ ഭരണകൂടം (കാസർകോട്)
കാസർകോട് ചരിത്രവും സമൂഹവും (സ്മരണിക)

English

1. Nagam Aiya
Travancore State Manual (1906) (All volumes)

2. T K Velu Pillai
Travancore State Manual (1940)

3. William Logan
Manual of the Malabar District

4. C Achutha Menon
Cochin State Manual

5. Ward & Corner
Geographical and Statistical memoir on the Survey of Tranvancore and Cochin.

6. Francis Buchanen
A Journey from Malabar through Mysore, Canara and Malabar.

7. K M Panicker
A History of Kerala.

8. Govt. of Kerala (Editor A Sreedhara Menon)
Kerala District Gazateers (All volumes)

www.ingramcontent.com/pod-product-compliance
Ingram Content Group UK Ltd.
Pitfield, Milton Keynes, MK11 3LW, UK
UKHW042139021026
15589UKWH00003B/938

9 789385 018770